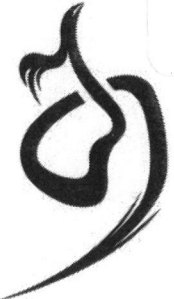

த

கோணங்கி

அடையாளம்

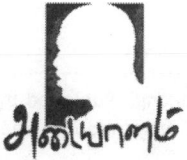

முதல் பதிப்பு 2012
மீளச்சு 2018

© கோணங்கி

வெளியீடு: அடையாளம், 1205/1 கருப்பூர் சாலை, புத்தாநத்தம் 621310, திருச்சி மாவட்டம், இந்தியா, தொலைபேசி: 04332 273444

வடிவமைப்பு: த பாபிரஸ், அச்சாக்கம்: அடையாளம் பிரஸ், இந்தியா

ISBN 978 81 7720 193 2

விலை ₹ 760

Tha is a Novel in Tamil by Konangi, Published by Adaiyaalam, 1205/1 Karupur Salai, Puthanatham 621310, Tamilnadu, India, email: info@adaiyaalam.net

தன்னூர் தேடலில் ஜோதி என்ற ச. தனலக்ஷ்மிக்கும்
பெரியவயல் நெற்கதிர் எடுத்து எழுதிய தந்தை மே.சு. சண்முகம்
சூலகம் பிரியாத ச. தமிழ்ச்செல்வன்
ஆதவயலில் விதைநெல் கொடுக்கும்
ச. பாலசுப்பிரமணியனுக்கும்

த

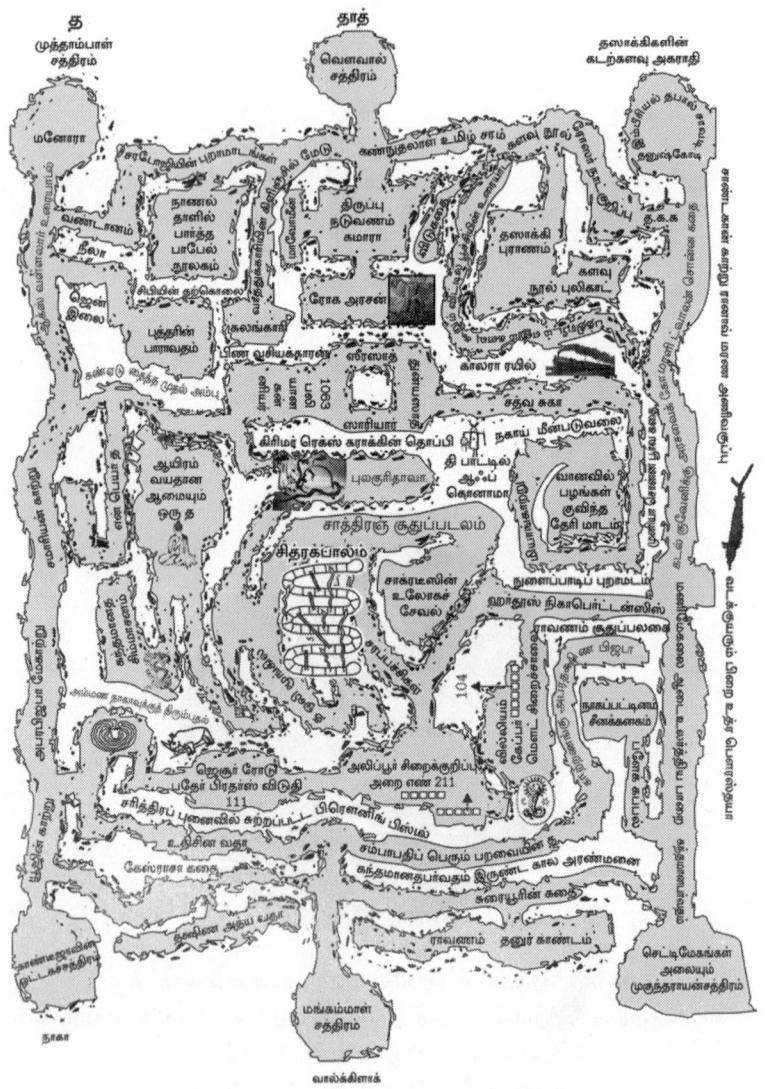

நாகா இளவரசி இரண்டாம் கிளிமாந்தாள் ஒல்லாந்த மாலுமிகளிடம் கைப்பற்றிய ஹர்தூஸ்நிகாபெர்ட்டன்ஸிஸ் வரைபடம்

நூன்முகம்

ஏழு கழுதைகள் சொன்ன கதை

ஏழுகடல்களின் கீழ், புள்ளிகள் உள்ள கடல்நாய் வைத்திருக்கும் இப்படைப்பின் கை ஆவிகளிடமிருந்து புகையுருவில் வரும் சர்ப்பகோல எழுத்து வடிவத்தை எழுதிச்செல்வதாக இருக்கும். குழந்தைகளை மயக்கி நாக உலகம் கொண்டுசெல்கிற ஓடிகிரகத் திலிருந்து 'புன்னாகவனம்' எனும் சித்ர சர்ப்பக் கோலங்களைத் திறந்து கதைபோடும் ஒட்டகச் சத்திரத்தின் அரக்கி காண்டீஜா பழங் கதைகளையும் சுதேசிப் போத்தல்களாகத் திறப்பாள். ஏழு கழுதைகளில் சித்ரத் துணிச்சுருள்களை பொதிபோட்டு ஊர் ஊராகக் கொண்டுபோய் கதை அவிழ்த்தாள். ஸ்விப்ட் எழுதிய கலிவர் பயணங்கள் போல காட்டின் அடிவாரம்வரைக் கால் நீட்டிக் கிடப்பாள் அரக்கி. பெருவிலங்கோவென சுற்றி நடந்துபோகிறார்கள் எல்லோரும். அவள் தூக்கத்தில் புரளும்போது 'சித்திரகதா' அடிக்கடி மாறிவிடும். ஊருக்கு ஊர் கதை மாறும். கனவார்வப் புனைகதைகளைத் துணிச்சுருள்களாக விரித்தாள், காண்டா விளக்கடியில். அவள் ஆன்மாவை ரத்த விளாராகப் பிறித்தெடுத்து தெய்வங்களையும் மனிதர்களையும் விலங்கு வடிவத்தில் கற்பனை செய்தாள். விலங்குகளின் நிழல்களே கதாபாத்திரங்களாக உள்ளன. வாசகர்கள் களைப்பானால், விலங்கு களின் உருவங்கள் வந்து கதையைக் காப்பாற்றிவிடும். அவள் முதலில் கண்ட, பிணவசியக்காரனுக்கு சவத்தைலமூட்டி கதைபோடும்வரை அவனை உயிர்ப்பிக்க வேண்டிய அவசியம் இருந்தது அரக்கி காண்டீஜாவுக்கு. ஒட்டகச் சத்திரத்தில் நாடோடிக் குறத்திமார் சீதாலப் புலம்பல் ஏடுகளின் முணுமுணுப்பு ஆகும். பொல்லம் பொத்துறது, பொல்லம் பொத்துறது, வண்ணம் பொத்துறது எல்லாம் ஏழு நொச்சிக் கன்னிகளின் நேத்ரசரீரி தோடிராகம் ஆனதால் த ஆயிற்று. அவளுடைய ஏழு கழுதைகளிலும் ஒரு ஓலைச்சுவடி, மரப் பட்டைத்துணி, எகிப்தியரிடம் கிடைத்த பாப்பிரஸ் கோரையில் சித்ரச் சுருணைகளான நூலகம் இருந்தது. சித்திரத்தால் அவள் ஏடுகளின் காயங்களை மந்திரித்தாள். கதைக்கு யாக்கை இருப்பதால் காயம்பட்ட அங்கத்தினைப் போல பண்டுவம் பார்த்தாள். கழுதைகள் நடமாடும்

நூலகமாக அலைவதால் தினசரி கொஞ்சிப் பராமரித்தாள். கழுதைகள் கதைகளின் ரகசிய நூலகம் ஆகும். தூய ஆடையணிந்து காபூல் விளக்கடியில் ஏடுகளைப் புரட்டினாள். சித்திர ஏட்டின் அக அமைப்பு ஒவ்வொரு வளர்பிறை, தேய்பிறைகளில் கதை சொல்லும் இரவுகளைக் கொண்டது. அவள் கழுதைகளுக்குத் தெரியும் தாமரை இலையில் நகத்தால் எழுதி சகுந்தலை வண்டோட்டி துஷ்யந்தனுக்கு அனுப்பியது. தாழை மடலில் பித்திகை மொட்டு கொண்டு எழுதப்பட்ட நகரம் காண்டீஜா அடையயிருந்த கமாரா. ஏடுகள் சிதறிவிடாமல் இருக்க கதைக்குள் துளையும் இழைகள் சதா இருட்டில் அசையும்.

அ. கிறிஸ்தவ சகாப்த்ததுக்கு முந்திய ராம்கட் குன்றிலுள்ள யோகிமார குகை ஓவியங்களுக்கும் மஹாராஷ்டிர பழங்குடி சரிதத்தில் பட்டச்சித்ரா நாடோடிகள் சினிமா ஊமைப் படங்களுக்கு முன்பே துணிச்சுருள்களை மெல்ல மெல்ல விரித்து படம் பார்த்து பாடலும் சாரங்கி இசையும் மெலிவான சித்ரகதா போடும் பெண்களின் குரல்வளையில் ஒளிந்திருக்கும் உத்திரகதா தட்ஷிண கதா கடகத் திருப்பத்திற்கும் மகரத் திருப்பத்திற்கும் இடையில் மண் நிறங்களைப் பகிர்ந்து திரிந்த, பழங்குடி வண்டிப் பாதைகளுக்கு நன்றி. சரபோஜியின் சரஸ்வதி மஹால் நூலகத்தில் கட்டுப்பாட்டில் இருக்கும் ரெஃபரன்ஸ் அறைகளுக்கு ஒருமாதம்வரை கூட்டிப்போன நூலகர் கார்த்திகேயன் அவர்களுக்கும், அன்றைய தமிழ்ப் பல்கலை துணை வேந்தர் மா. இராஜேந்திரன் கொடுத்த கடிதம் திறந்த கதவுகளில் ராகச்சித்ரா, படச்சித்ரா, எத்னிபடா, சிருங்கார ஏடுகள், யாத்ரபடா, பாந்தசித்ரா, கதாதேகியரின் பழுதுபட்டத் துகில் ஓவியங்களும் அவற்றின் இற்றுப்போன இழைகளில் மறைந்த உத்ர ஒடியர், தட்ஷிண ஒடியர் இப்படைப்புக்குக் கொடுத்த மண் நிறங்கள் ஏராளம் உண்டு. சூதாட்டத்திலே ஈடுபட்டவர்களின் துகிலாடை ஓவியங்கள் தனித்தனி அத்தியாயங்களை அடைந்துவிட்டிருக்கின்றன இதில். நொச்சியரின் வண்ணச் சேர்க்கை, கோடுகள், வளைவுகளில், பிசிறடித்து வண்ணத் தெறிப்புகள், படைப்பின் அகப் பொருட்களை உணர்த்தி வெளியேறி, மனித விரல்களின் இயலாமையில் வழியும் கலையைக் காண்கிறேன். உஜ்ஜெயினி அருங்காட்சியகத்தில் சகுந்தலையின் வியர்வையில் துளிர்த்த மையலில் கலந்து மறைந்திருக்கும் துஷ்யந்தனும் கிழிந்த துகில் சுருளில் வெளிப்பட்டு வந்து, தன் விரல் வரைந்த அவளின்

சித்திரத்தைக் காண, பிரிவுப் பாலை வலியூட்டும் மையலை காளிதாசனின் செய்யுட்களாகப் பாடித் திரிந்த சகுந்தலா பட்டக்கதா நாடோடிக் குரல்வளையில் கரைந்து சில பக்கங்களை எழுதியிருக்கிறேன். பரிபாடல் 19இல் செவ்வேள் உறையும் பரங்குன்றின் சித்திரம் உள்ளதையும் மரபுரேகையாகப் பெற்றேன். இவள் ரதி, இவன் காமன், இது இந்திரன் உருமாறிய பூனை உருவம், இதோ நிற்பவள் அகலிகை, இந்தத் துறவி கௌதமன், இதோ வீழ்ந்து கிடக்கும் சாபமிடப்பட்ட அகலிகையை ஒரு ஓவியத்திலிருந்து இந்த நூற்றாண்டில் ‘சாப விமோட்சனம்’ சிறுகதையையும் சேர்த்தே எழுப்புகிறான் புதுமைப்பித்தன். இச்சிறுகதையை நவீன சித்திரத்துக்கு வேரோட்டமாகக் கொள்கிறேன்.

ஆ. டாலமி குறிப்புகளில் 13 கரையோரப் பிரதான நகரங்களில் ஒன்று நாகதீப. யாழ்குடா கல்வெட்டில் நாக நாடும், மஹாவம்சம் நூலில் கந்தமானதபர்வதமும் கிடைத்தன. இதே கந்தமானத பர்வதம் மும்பைக்கும் தானாவுக்கும் இடையிலுள்ளத் தீவில் கனரிக் குகை 102இல் சில குகைகளில் மஹாவம்சத்தில் பல அத்தியாயங்கள் சித்திரங்களாகவும் சிற்பங்களாகவும் உள்ளதை சமீபத்தில் கண்டடைந்தேன். கி.மு. 6ஆம் நூற்றாண்டு முன்னைச் சாதவாகன சகாப்தத்தின் பௌத்த நாகர்களின் பல்கலை இங்கே மறைந்திருக்கிறது.

இ. பேரா.இந்திரபாலா தொல்லியலாளர் இரகுபதி இருவரும் கொடுத்த நாக வரைபடத்தைப் பெற்றேன்.

ஈ. மத்திய இந்தியாவில் மறைந்துபோன ‘உரகபுரா’ பட்டினத்தை அம்பேத்கர் அவர்களின் வரலாற்றுச் சலன வியாக்கியானங் களைக் கண்டடைந்து வேறொரு வரைபடத்தையும் இணைத்துத் தைக்க முயன்றுள்ளேன். நகியவதனா, நவோபட்ணா, நகிபடன், கடநாகை என வேறுவேறு பெயரில் கடல்விகாரையுடன் புகையுண்ணிக் கிணற்றில் மூழ்கியுள்ள நாகப்பட்டணத்தை சீழ்த்தலைச் சாத்தனிடத்திலிருந்து வாங்கி புகைவரைபடத்தையும் கோர்த்தேன். ரோகிணி நதிப் பங்கீடுதான் சித்தார்த்தனை பரிவ் ராஜ்ஜியத்திற்கு அனுப்பியதையும் காவிரிநீர்ப் பிரச்சினை களில் சோழஅரசன் தற்கொலை செய்துகொண்டதையும் பக்கம் பக்கத்தில் வைத்ததில் ஊக இடைவெளிகளை சரித்திர உள்ளுமை களாக அம்பேத்காரின் சிந்தனைச் சாளரங்களில் கண்டடைந்துள்ளேன்.

நன்றி நவிலல்

பலரும் ஒளியெழுத்து வரைந்து கோர்க்கும், மடிப்பாக்கம் இராஜேந்திரன், பெரும்பாலும் பாண்டிச்சேரி அரியநாச்சியும், தஞ்சாவூரில் திருநெல்வேலி காந்திமதி அவர்களும், கோடை விடுமுறையில் ஒளியெழுத்து வரைந்து கோர்த்ததும் இந்தப் படைப்பு மெய்ப்புத் திருத்தத்தில் ஈடுபட்டிருந்து மலேசியாவில் இருக்கும் மதுரை ஸ்ரீதர், மெய்வருந்த கதவு திறந்து இறுதி மெய்ப்பு செய்து கொடுத்த கா.சி. சிவக்குமார், வடகரை ரவிச்சந்திரன், ஓசூரில் பத்ம பாரதியும் பெரியசாமியும், சேலத்தில் அகச்சேரனும், அச்சுக்கு முன்வரும் இறுதி மெய்ப்பில் பல பிழைகளை உதிரவைத்த சா. தேவதாஸ், சுரேஷ், மணிகண்டன், முக்கியமாக ஓவியர்கள் ப. மணிவண்ணன், மாரீஸ், ஆலங்குடிசுப்பிரமணியன் பாண்டிச்சேரி தனசேகரன், விழுப்புரம் ஸ்ரீதர், மட்டக்களப்பு நிர்மலவாசன், என்ஸோகூகி, ராமேஸ்வர், கனரி குகைசிற்பங்கள் ‘சமஷ்டி’யைக் கொடுத்த வ.புதுப்பட்டி ஜெகநாதன், ஹர்தூஸ் நிகாபெர்ட்டன்ஸிஸ் மேப்பில் சுருட்டப்பட்டிருந்த ஒல்லாந்த இளவரசி பாலத்தீனாவை சிற்பமாக கிடங்கூர் அம்பலத்தில் செதுக்கிக்கொடுத்த ப்ரீதா நாகார்ஜூனன், ஹம்பி பயணத்தில் கிஷ்கிந்தா காண்டத்தில் வாலிகிளா மண்டபத்தில் கட்டுரை வாசித்த எழுத்தாளர் பா. வெங்கடேசன், குணாகந்தசாமி, சிலேட்டில் கட்டுரை எழுதிய வடகரை ரவிச்சந்திரன், கொம்பு சிற்றிதழில் வாச்சியம் எழுதிய கவிஞர் நக்கீரன், இப்படைப்பை வடிவமைத்து நூல்நயம் பேணும் அடையாளம் பதிப்புக் குழு, அனைவருக்கும் நன்றி.

1

பிணவசியக்காரன்

எட்டிப்பார்த்த பச்சோந்தி உடல்கொண்ட பிணவசியக்காரன் நிறம் மாறி நிறம் மாறிய இசைக்குள் விலங்குகளெல்லாம் வயப்பட்டு விருட்சியில் ஒதக்காயும் பழுத்தது. உலகின் வரைபடத்தில் தைலம் பூசித் தடவித் தடவிச் சுடப்பட்டு இறந்தவர்கள் மீது கொண்டுவந்த கடுகை மெழுகி எழுப்புகிறான். பிணங்களோடு பேசமுடியும் அவனால். நாற்கரச் சாலையெங்கும் உலகமயத்தின் சக்கர நிழல்கள் சுற்றிவரும் போது உள்நாட்டு அகதிகள் ரேகைபடாத நகரமே இல்லை. பீகாரி உடம்பைத் தனித்தொழியக் கொன்றவர்கள் யார். தப்பிய விலங்கின் கண்ணொளியில் விசாரமடைந்த புத்தரும் சேர்ந்துவரத் துகிலணியா வாசனைகளின் பாதையில் நடந்துப்போகிறார்கள் ஏதிலிகளாய். பீகாரி மண், இமை கீறிய பிஸ்டல் புழு வளைகிறது. அழிந்துபோன அவன் உடல், கடலில் வீசப்பட்டு சிறு தாவர வேர்விட்டு உச்சி விரித்த பூவில் மரணம் ஒடிகிறது. மோப்பநாய்களின் ஓட்டம். பழங்குடி அம்பில் கிளம்பிய பிணவசியக்காரன் பாதை. கடுவா விழி ஒன்றே கான்ங்கிரீட் வனங்களுக்குள் சொருகிய இருளில் குறி தப்பாமல் சுடப்பட்ட ஹோட்டல் சிறுவர்களாய் இருக்கலாம். தப்ப முடியாமலும் இங்கே அகப்பட்ட வாழ்வு இருண்ட சமைய லறைக்குள் இருக்கிறது. மண்கனி திரும்பவும் காம்புடன் மேலேறும் வித்தைதனில் ஆசை வைக்க உதிர்ந்த இலைகளை ஒவ்வொன்றாய் கிளைக்குக் கிளை இடம்மாற்றி ஒட்டவைத்தான் பகழி தொட்டும் நரம்புகள் சிதையாமல் அந்தப் பிணவசியக்காரன் பின்னே வன மெங்கும் அலையும் இலைகளுக்குக் குறிவைத்தான் தப்பாமல். பாலங்களடியில் ஒடிசா விவசாய எலும்புகளை அடுக்கிக்கொண்டு இருந்தார்கள். ஒடிசா மேஸ்திரியைச் சந்திக்க வந்தான். இருளில் அவர் களுடையப் பேச்சு அமைந்தது. பிறகு ஜனம் வெளியேறும் அகதிப் புராணத்தில் இலைகளும் அலைய அம்பினால் நுனிதொட்டு

மறுபுராணம் ஒன்றை இங்கே ரத்தமும் எச்சமும் பூர்வகுடி உடம்பைச் சிதைத்தது. ஒடிச்சியர் சுரைக்குள் இருந்த பிணங்களை எடுத்து நோட்டம் பார்த்தான். பாலத்தில் வீழ்ந்தவர்கள் சிதைந்த முகத்தை ஏந்தி அலகு தீட்டிக் கால் நகங்களில் கருநாவல் குருதி பூசி இறந்தவன் காதில் பூச்செருகிக் குரங்கின் ஈரலைப் பறித்து பிஸ்டல் துளைகளில் அந்தச் சிறுவர்களின் கதறலைக் கேட்டான். உதிர்ந்த கரடிப் பற்களும் பேய்ப்பல்லும் எடுத்துக் கடவாய் வரிசையில் ஊன்றிப் பச்சிலை கசக்கி கண்ணிமைக்கு ஜீவரசம் பூசினான் பிணவசியக்காரன்.

ஈருடல் பிளவை ஒட்டி மறுபுராணத்துள் மறைத்துவைத்த சாலை போடும் பழங்குடி ரேகைகளின் ஊமைப் பனுவல் இந்திர தேசமெங்கும் ஊடுருவி விவசாயம் உரு அழிந்த இருட்டில் இருந்து கருச்சுழியும் விதைகள் காமத்தின் பெண் ருதுக்கள் கிழிந்த ஆடையுடன் ரயிலில் வருகிறார்கள். பிணத்தில் புகுந்ததும் ஆதி பருவம் எழுதினான் பிணவசியக்காரன். வயல் இழந்தவரின் நதியைப் பற்றி புராணங்கள் கொடுத்த சித்தரிப்பினைக் கவிழ்த் தழித்தால் நீங்கள் அடையலாம் உயர் உயர் டவர்களில் தொங்கும் ஒடியரின் தீராத கிளைப் பனுவலை. சுடப்பட்ட பிணத்தை மறுபடியும் சிருஷ்டித்தான். இரு கண்களையும் ஒரே பக்கத்தில் ஒட்ட வைத்ததில் பிஸ்டல் துளையும் இருந்தது. மறுபக்க இருளில் ஒடிசா தேவதையாக அலையும் முற்றும் பழுக்காத கிளைகளில் எழுதிவரும் இந்தக் கொத்தடிமைச் சுவடிமரம் பழுக்காமல் மாதுளை, புளியாரை, நெல்லி, நாரத்தை பறிக்காமல் பஞ்சவரைக் கண்டால் மத்திய ஆரண்யத்தில் ஒளி மறையும் அலறிப்பூ விளம்புதல் கேளாய் பலியான பெண்ணே. செந்தீ கமழும் குறுநறுங் கன்னிப்பூ வழி வந்தவளே. ஈங்கையுறை கானம் ஒன்றில் தேடுதல் வேட்டையில் கரிய இருள் மூடி இறந்தவளே பிணங்களை அழியாமல் காத்துவருபவளே ஒடிச்சி. மறதியில் கூற மறந்த வெம்பிய கானிடை மறைந்து திரியும் நெருப்புறையும் பவளமல்லி போன்றவளே பழங்குடி திரண்டு வில்லேந்தி சுவாசித்த கூதாள மலர் பொதுவிய வனச்சிலையே. கடம்பூவும் குமிழமும் தீப்பிடித்து எரிவது போல் காவல்படை தற்பொழுதில் உளவறிந்து சுற்றிவர பிடிபடாமல் உருமறைத்து நடப்பவளே நீ தொட்ட பூ கொடுங்கதை வீழ்ந்தவர் முன்னர் பட்டு நொந்து பதைத்த கடுவாய் சீற்றத்தில் கூற்றுரைக்கும் குளிர்வரையில் சூலாடுகளையும் மேய்த்துத் திரிபவளே காப்புலிச்சி நெடிய கானம் நீங்காமல் நீ வங்கணை வைத்த கவசகுண்டலனைக் கூடிப் புணர்த்தியதில் குருதி வெங்கல

உடலானவளே.

ஓர் இலையுதிர் காலம் பொன்னிறம் வெயில் இழைத்த இலைகளில் முகம் புதைக்கும் மட்கிய இலைக் கூட்டமே சந்தால் எழுச்சியும் பிரதியெனச் சுழலில் பறந்து சுற்றும் வாசிப்பில் உரசும் பழங்குடி புனைந்த புத்தகம் இது. தாளில் பூ நாகம் தழுவிய வெம்மையும் இச்சையும் நீலநிறப் பாடல்களைக் கேட்கவும் நமது வருங் காலத்தினை உய்த்துரைக்கும் ஆற்றல்வாய்ந்த பிணவசியக்காரன் எப்போதும் நேர்கோட்டில் பறக்காமல் வெட்டித் திருப்பி கல்மேல் பதுங்கி எட்டிப்பார்த்த விழிகளில் நீலப் பிழம்புகளை நாக்கில் தீட்டிச் சொல்லிவர நெருப்பு வட்டத்துக்குள் கோண்டுகள் முன்மொழிந்த சம்பவங்களில் அரவங்கள் உரசிய சாபக்கோடுகளை அழித்தது வேதாந்தா. நீல ஒளி கரையும் ராத்திரிகளில் மோனத்தைக் காத்துவரும் பழங்குடிக் கோயாவுக்கு ரஜபுத்திரர் அழிப்பாங்கதை போட்டுக் கிறுக்கிய பாடலில் சிறுசொட்டு விஷம் பழுத்து இயற்கையில் முறிந்து புள்ளிகளாய் சுழன்று எம்மை வழி நடத்திவரும் இரட்டை தாழைக் காவுகளில் சர்ப்ப துள்ளல் ஆடும் கன்னிகள் பலரும் குலவையிட்டுச் சுழலும் கிறுக்கி வளையங்களில் அந்தரத்தில் மிதக்கும் சந்தால் எழுச்சி சத்தக் குழலில் வாசிக்கும் சம்பாரி உருக்கிவரும் மரணத்தின் பாதைகளில் பெரும் அர்த்தங் களைப் பிதிர்க் கதைகளாகச் சொல்லிவந்தான் பிணவசியக்காரன்.

இரத்த மடுகண்ட யுத்தத்துக்கு லால்கர், கிர்னாரிலிருந்து அவர்கள் வரட்டும் ஈருடல் கதை சொல்லிக் கனியில் மறைந்திருக்கும் வனத்தை ஒளித்து வைத்தது சட்டை உரித்த புத்தகம். இதை அரிதுயில் நிலைக்குக் கொண்டு போனது பலியான வீரர்கள். பூம்கல் புஸ்தகம் ஒரு வட்டமான சர்ப்ப எச்சில்பட்டு விதியின் கனி காம்போடு அத்யயிக்கும் கிளைகளில் ஒட்டிக் கொள்ளும் கதாபாத்திரம் சாபத்தின் மரப்பிசினைக் கக்கியது. ஆண்பெண் பாகமுள்ள பிணவசியக்காரன் மரணத்தை ஒன்றோடு ஒன்று இணைத்து வளர்ந்த நிலையிலேயே முதிய பழங்குடி விவசாயம் ஆத்மஹத்தி செய்துகொண்ட பல ருதுக்களாக இளமைத் தோற்றம் விடாத மாறாத அழகிய தற்கொலையில் கதையின் தீர்ந்துப் போகாத தோலினால் கை அள்ளிய கடுகை வீசினான். யௌவனம் மாறாத கலப்பு ரத்தப் பிணவசியக்காரன் வில்லேந்தி நாண் முறுக்கிய காற்றுகளில் புனைவைத் திரித்து யார் மீதும் எய்யாத வித்துவம் யௌவனம் மாறாமலிருந்ததில் தளிர்விட்ட கடுகு இலைகளிடையே அவன் கனியின் பாதையில் பயணமானான். மரணத்துக்குப்பின் ஆணுணர்வோ பெண்ணுணர்வோ எதிர்கொண்டதொரு மறுபக்கம்

மறைந்திருக்கும் இருளிலும் உயிர்பெறும் துடிப்பு கடுகை ஊதியூதி மந்திரித்தான். சாவில் கலந்திருக்கும் ஓசையில் சேர்ந்து உருமாறும் நிழல் விழாத அதி மனிதனாய் கழுகின் நகம் பொருந்தி இறக்கைகளும் கட்கத்தில் மடக்கி விரித்தால் மறையுமொரு பிணவசியக்காரன் அருவியில் இறங்கிவரும் கால்களுடன் நீண்டு வருகிறான்.

ஐம்பது பதிவிரதைகளும் வெட்கப்படுமாறு புலி உரியில் மூடி வைத்த உடலைக் களைந்ததில் ஆணென்றோ பெண்ணென்றோ மந்திரம் அமைந்த வனத்தில் ஒரு கணத்தில் இருபாலுமாக நீலத்தில் தவழ்ந்து சாபத்தில் கருநீலமடைந்தவன். பன்றி முள்ளால் செஞ்சடை சீவி வளைந்த நரிவாலைச் சுவாசித்து முள்ளெலியைப் பிணத்தின் மேல் உருட்டி முணுமுணுத்தான். நீர்ச்சாரைகள் தழுவிவந்த பாத ரேகையில் பிணங்கள் முத்தமிடும் ஓடையில் உருளைக் கற்களின் சலனம் ஏதோ குறி உரைத்தது. பிணவசியக்காரன் கைபட்டதும் கல் நீர்ச்சுழியில் மிதக்கவும் இறந்தவன் கதைப்பாடல் மூழ்கவும் குரங்கு பறித்த கனியில் உறங்கும் மாங்கொட்டையைக் கையில் ஏந்தி உள்ளே போராளியின் பிணத்தைக் கண்டான். சினைப்பட்ட கருமந்தி பிணத்துக்கு நல்வாக்கு உரைத்தது. கிளைவாழும் இனமான மரத்தஸாக்குகள் மந்தியோடு உறவாடி ஒரு படையும் அமைத்தான். கீழிறங்காப் படை கிளைவழியே பாயும் அம்பு. இவர்களுக்கும் தெரியாத இரவான இரவில் பிணங்களின் உடலில் கள்ளிச் சாறாக இருட்டு கால் மடித்துக் கீழமர்ந்து மரம் நோக்கிக் குலவையிட்டது. கல்மந்தி சூல்முடிந்த வேளை சிசு ஒன்று ஈனவும் வனப்பூச்சி மனிதர்கள் வில்லும் சுடுகருவியும் கவணும் ஏந்திவந்து தீவளையம் சுற்றி ஆடிப்போன ராத்திரி மூங்கில் நாழிகள் ஒன்பதில் பூவாடன் கேழ்வரகும் சடைச்செந்நெல், சங்காதி, கூர்கருப்பன், சரப்பாளி நெல், குடவந்தாய், காடைகண்ணி,முதிரை, காக்காய்சோளம், செந்தினை கண்டு பிணங்கள் மரம்விட்டு இறங்கிவரக் காரணியாயிற்று. வாழ்வு முட்கனியாகக்குத்திய பிணத்தின் விரல் உதிரம் சொட்டியது. முட்கனியை அந்தரங்க உறுப்பென்று கிசுகிசுத்து உசாவி எவருக்கும் தெரியாமல் சுடப்பட்டவர்களை உச்சிமோந்து வழியும் குருதி களத்திலும் எல்லாப் பக்கமும் திறந்துகொண்ட நறுங்கனிப் பிசுபிசுப்பை நில மீட்சிப் போரில் ஒன்று மற்றொன்றாக மாறியது. இடம் வலம் என்கிற இரு கைகளாலும் எய்யவல்ல கணையுமிழ் சரங்களில் இருவகை வனங்களுக்கான இலக்கணங்களும் விதி செய்தான் போராளி. இடுப்பில் இருக்கும் தேவதத்தம் எனும் சங்கமும்

ருதுவாகிக் கீழிறங்கி நடந்தது. பூர்வ மண்ணைத் தின்னு கழிந்து கிடக்கும் கோண்டுகள் இதை ஏழு நிலங்களுக்கு விட்டுப் படர்ந்த காட்டின் நிறங்களைச் சிறுத்தை சொல்லிவரக் கரும் பாறைகளில் எதிரிகள் வரும் துணுக்கான ஒலி கேட்டதும் பாறையைப்போல் போராளிகள் இருட்டினார்கள்.

பிணவசியக்காரன் கடுகுப் பைகளைச் சுமந்து வீழ்ந்தவர் காடெல்லாம் தூவி வருகிறான். அவன் தோளில் சாவாமை வகைத் தைலம் குளிகை களிமண் சிட்டிகைகளில் ஒரு ரேகை எடுத்துப் பூசிப் பிணத்தின் கண் பாவையில் மிதக்கும் இறப்பையும் பீடித்து அவன் சரீரமே சிவந்த புட்பங்களின் வாசனையாகக் கிறக்குதே. பிண வசியக்காரா நீ குரங்கின் வாலினைக் கடந்து அறியாச் சுரநெறியில் சிக்கித் தவித்த கல்லுடைக்கும் லம்பாடிக் கூட்டத்தைப் பிணையல் கொடி தாவி விடுவித்தாய் நீ போன இடமெலாம் நினைத்த பூவின் வாடை. மாடுமேய்ப்பவர் ஒட்டகப் பழங்குடிகள் காடுகளும் கழனிகளும் செடிகொடிகளும் புதர்களும் ஆயினர். அவர்களிடம் பசுமை நிறத்தையும் சிவப்பையும் விரட்ட வந்த கூலிப்படை வெளிர் மஞ்சளையும் நீலத்தையும் அறியாதவை. அளவற்ற வகைப்பழுப்பில் மாறிய போராளிகள் இருள் கடைந்த மையைக் கொடிய நெடு நாகா வீரர்கள் மறைவுமை பூசி அரூவமாய் ஒளிந்துவருகிறார்கள். துவக்குகள் நீண்டுவர எங்கும் சாவு பூவடி நோகாமல் வசித்திருக்கும் தாழையில் பூநாகம் மந்திர வட்டமிட்டுச் சொல்லுவது பூம்கல் பாரம்பாரிய ரத்த சாட்சியத்தை வணங்கிச் சோகமோடு கேட்கும் அவர் பழங்குடிகள். தீக்கொழுவிய தண்டகாரண்யத்தில் வினாச காலத்தில் தீட்டிய கறுக்குடன் இன்றுமவர் கொடுத்த சாபம் மரங்களிடையே வைத்திருந்த முட்டைகளும் சூன் விழுந்த முதிய மரப்பொந்துகளில் வால் சுருங்கிக் குருடான சீயானும் சீயாளும் விரைவில் படர்ந்து மந்திரக்கோடு அழிய நடந்த யுத்தத்தில் வீழ்ந்தவர்களைக் காண வருகிறான் நாணோடு சிரம் வளைத்துக் காற்றைப் பகழியாக்கிப் பிணவசியன் தெறித்த வில் திறம் அதிர்கிறது தண்டேவாடாவில். ஹீனான் காடுகளிலிருந்து வனத்துடன் பெயர்ந்துவந்த கனுசன்யால் ஆட்காட்டி விரல் வரைபடத்தின் கீழ்ப் பகுதிக்கு வந்து தண்டே வாடாவில் இருந்து பஸ்தார் பகுதியில் மேற்கு கான்கர் பகுதியைச் சுட்டிக் காட்டினான். மராட்டிய வடக்குத் தெற்குப் பகுதியில் இந்திரவதி ஆற்றின் நீலக் கோட்டைத் தாண்டி கோண்டாப் பழங்குடிக் குழுவுடன் கிழக்கில் வளைந்து வில்லுடன் திரும்பி நின்றான். கனுசன்யால் பல உடல் கதைசொல்லி பூட்டு அம்பு வில் கண்பொத்தி

இரு கடவாய்களையும் நாக்கினால் நக்கிக் கொண்டு மத்வாரா அகதிமுகாம் நோக்கி கோந்தி மொழியில் பேசினான். பாண்டும் கிராமத்தின் முடிவில் இருந்த ஒரு வீடு சிமல் மரத்தின் மிக உயரத்தில் இருந்த கனியை நோக்கி அண்ணாந்து எட்டாத உயரத்திலது இன்னும் பழுப்பதற்கு முன்பே புருவத்தை முக்கோணமாகும்படி குறிவைத்து எய்துவதற்குமுன் மிக மிகத் தொலைவில் உள்ள கிராமங்களைக் கண்ணில் அழியாத பெண்ணே கரும்பழத்தின் மீது ஆசை வைத்து உன் கால்களும் வேர்விட்டு நிற்பதென்ன இருபால் கனியிதனை எப்படி வீழ்த்துவீர் கனுசன்யால் வீரரே ஒருபக்கமே கணையுமிழ்ந்தால் உனது ஆண்பாவம் சாயுமே அஞ்ஞாத வாசத்தில் விராடபுரத்தில் பேடி உருவங்கொண்டு மறைந்திருந்து நிறைமீட்சிக் கலகத்தில் வெளிப்படப் போகும் யுத்தக்குறி உணர்வேன் நாதனே நீர் பல பிறவி எடுத்த ஒருடலில் அந்த ஒரு வருஷத்தின் முள் பிசகாத ஒரு ஷணிகத்தில் யுத்தத்துக்குப் புறப்படும்முன் ஒரு வெற்றிலையை எட்டாக மடித்து ஊசி குத்தினால் அது ஒருதுளைபடும் நேரத்தைத் துண்டித்தால் வருஷத்துக்கு ஒரு கனி பழுக்க நெல்லி மரம் திறந்து வரும் ரிஷி புங்கவரும் ஒருவேளையே ஆண்டில் ஆகார நியமத்தை ஏற்கும் விதியால் நிசிதிகைக் கனியாகத் தனிமை பழுக்க ஒரு வருஷமும் சூன்யமும் கனியாகும் இதன் சுவை ஞானம் நூறு வகைப் பழங் குடிகளின் வாழ்வும் புராணமும் மறைந்து திரியும் பிணவசியக் காரனான நீர் இருண்ட நிலவறையில் துப்பாக்கியின் உள்ளறையைத் திறந்து ஈர மண்ணும் காடுகளும் நெல்வயலும் நறுமணத்தால் நிரம்பிய பழங்குடிப் புத்தகத்தைத் திறக்கிறோம் யாம். பாவதேச மிலேச்சரும் விளிம்பினரும் நாடோடிகளும் தர்மங்களை அறிவதில் ஈடுபாடு அற்றவர்களும் சிந்துதேச ஜனங்களும் புணக்காடரும் கிலாக்காடரும் தும்பையரும் அடியனும் மேல்துக்கிலி கீழ் துக்கிலி வேடரும் குலா சுரங்க மருத்துவமனையில் சுடப்பட்டு இறந்தவர்களில் கனுசன்யால் நீரும் சுடப்பட்டீரா ஆதிவாசிகள் தப்பிச் சென்ற சரந்தாக்காடுகளில் மறைந்தனர். அங்கிருந்து சரந்தாக் காடுகளை நோக்கி கிரிபுரு வடமேற்கில் சுரங்கங்களில் கூட்டம் குவாவின் அடியிலிருந்து பிணங்களுடன் எழுந்துவரும் வசியக்காரன் எங்கே. பச்சப்புளாத்தி மலைத்திருடர்களும் கக்கியான் பேயும் ஈசல்நாடரும் வில்வாத்தியில் இருக்கும் போராளிகள் கட்டை யானவர்கள் யார் கண்ணிலும் படாமல் கூடவருவார்கள். வில்வாத்தித் துரோபதிஅம்மாளை மரத்தில் முடி அடித்து உதிரக் காட்டேரியை கட்டிவிடும் பிலாத்தி. கோட்டான் வந்து உட்காரக்கூடாது என்று

விரட்டுவோரும் பச்சக்கன்னியாய் என்னைப் பெத்து அரவம் பூண்டில் கூடுகட்டி வளர்த்த ஒடிசிமார் எச்சில் படா நாவுமேலே அந்தக் கனி எடுத்து வச்சிப் பாடப்போறேன். மயிர்நுனி தொடங்கி நகநுனி வரையில் காமத்தை உதிர்த்த இத்துறவி மனம் பழுக்கப் பழுக்க அரக்க மாதர் அருந்தும் தேறல் சுவையும் நெல்லி மெல்லக் கறுக்கும் கனிவும் மாக்கலந்த சாராயத்தைச் சாய்பாசா நோமுண்டி சரந்தா விளிம்புக்கு அடியில் பீகாரிப் பூக்களை மதுவாக்கிக் குடிக்கிற பேச்சும் சாக்கிலியர் கோ மாமிசத்தில் ஏலக்காய் வாசமிட்டு மெல்லும் சுவையும் வடிமதுவில் புரண்டு உதிரக் காட்டேரி காலங்காலமாக ஆதிவாசி களுக்குச் சொந்தமான நிலங்களைப் பயங்கரமாக அபகரித்தவர்களைச் சடங்கில் எவரோ கொக்கரை வாசித்து வாயில் நுரைதள்ளும் சாற்றுப் பாடியதில் சாபம் வந்துசேருமே. பூநாரம்மா என்னை ஈனா இசக்கியாகப் பத்து மாசம் சுமந்து பெற்றதும் பகுடு எனும் மூப்பன் மரங்களுக்கு மேல் உலகைக் கட்டியதும் யுத்தத்தில் அமர்க்களப்படும் செத்தவீரர்களும் அவர்களைப் பிணவசியக்காரன் மோந்துப் பார்த்து மரபுவழிக் காட்டில் வசிப்பவராக்கினான். குவாஸ் சிரியா நாமுண்டி சுரங்கத்தில் அழுகிய பிணங்களை ஊர்களுக்கு எடுத்துவந்து ஒடிந்த வில்லும் அறுந்த சிரசின் பேச்சும் இறந்தவர் சவத்தில் கவசத்தை உடைப்பவனும் இழிவான காடி மதுவில் வெல்லம் சேர்ந்த சாராயத்தைப் பிணத்துக்கு ஊற்றி உயிர் உண்டாக்கினான். குத்துப்பட்ட ஈரலில் வழியும் காதைகளும் புளித்த வெல்லம் கலந்த கள்ளின் தொலைதூர வனங்களில் வாழ்ந்த ஹோ பழங்குடிச் சுரங்கத் தினக்கூலிகள் தாதுத் தூசியில் எரிமலை வெடித்த லாவா படிந்த சாம்பலில் வேடமிட்டவர்கள் கிரிபுரு இரும்புத்தாதுச் சுரங்கம் மலைக்கு மேல் இருப்பதால் நம் ஒடிசா நாட்டுப்புறத் தாயாதிகளும் மரங்களின் மேல் குடியிருந்து குந்திரிகம் இட்டுப் புகையும் கல்லில் கொப்பும் எரியாமல் இருந்த பழங்குடி வம்சவேர் அழியாமலும் கருமேனி கட்டத் துரோபதி நான், நிலாவும் கரடியும் நான், சுரங்கத்தில் எம்மவர் பிணமாகக் குவிகிறார்கள் குடாலி கிராமம் பாம்பு போல் நெளிந்து செல்கிறது. தடையரண்களில் கைக்கூலிகள் துப்பாக்கி வைத்துக் காத்திருக்கிறார்கள் பிணவசியக்காரனைச் சுட்டுப் பிடிப்பதற்கு கன்பவுடர் ஊற்றுகிறான். வனங்களில் வாழ்ந்த மணல்கோடு அவனிடம். இலைக் குவளையில் சால்டிபானத்தைக் கேட்டுப் பருகு மறுமுறை. நக்சல்வாடி அந்தரத்திலிருக்கும் கனியைத் தொடாமல் பேசுகிறான் புலையும் உள்ளிப் பூண்டும் வாய்நிறைய அடக்கிக் கொண்ட கோந்தி மொழிப் பேச்சு. கடைக் கண் ஜாடையில்

சரந்தாவின் குக்கிராமங்கள் பச்சைநிற நெருப்புத் தீவுகள் மரங்களுக்கு இடையே கம்பளியும் பூனைக் கொரடும் தோலாடையும் போர்த்திய கிளர்ச்சிக்காரர்களின் ராப்பாடல் மடியவில்லை. கழுதை மேல்வரும் நாடோடிகள் சிதைந்துபோன கிராமங்களைக் கடக்கிறார்கள் வன்னி மரங்களும் பீலுமரங்களும் மூங்கில்களும் அடர்ந்த காடுகளிடையே பர்காதாக் காட்டுப் பேய்களின் பாடல்களில் வழிப்போக்கரை அடிப்போம் துணிகளைப் பிடுங்குவோமென்று ஆடிப்பாடிக் காட்டில் உறங்கும் சுதந்திரியம் இராக்கோடு தொடமாதியர் வெல்லங் காய்ச்சி கசகசாச் சாராயம் பூ மது மகுவாக் குடுக்கைகள் பலவாய் உரசும் வேணு மூங்கில் கணுக்களில் காப்புரிச்சிகள் காட்டுப் பன்றியும் கோழியும் வெருகும் எலியை அடித்து வயிற்றைக் கிழித்து உப்பு வைத்து சுட்டப் பாறையில் உண்ணும் சடங்கில் கலந்த மட்கல மதுவுக்கு அடிமையானவரும் மெல்லிய கம்பளத்தை உடுத்தியவருமான அந்த பிணவசியக்காரன் பருத்த கணுக்காலில் நின்று பூம்கல் சகாக்களின் பிணங்களை எழுப்பும் கடுகுப் பையைக் கொண்டு வாரும் பாக்ல புலை கீகமெனும் பெண்ணும் ஆணுமாக இரு பிசாசுகளின் குழந்தைகளும் நாமும் மரமேறித் தின்னாத கனிகளில்லை கடிக்காத காயுமில்லை கடைவாய் ஒழுகும் காட்டு ருசி இந்தக் கனியின் துறவிலே ஒட்டாமல் வழிகிறதே ருசித்த குருதி… ஆண் வனத்திலும் ருது வனத்திலும் தடம்போட்டு ஓடுகிறீர் கனியாய்த் தொடரும் பாதையில்.

கட்டச்சி அக்கனி எத்தனை விதமாக மாறுது பார் பால்சுனைப் புழுவொன்று சுற்றிச் சுற்றி தவிக்கிறதே கனியைத் திறந்து உன் ஒடிசாப் கதைப்பாடல் வாசிக்க என் விதியும் அதில் சேர்ந்து இயங்குவதால் பலமுலைப் பாம்பாம் ஒடிசிமார் கொங்கை முகநெறிய ஊர்ந்துவரும் பகழி முகம்கொண்டு நாக்கில் பிளந்த மொழி வாக்கால் அடித்து எனைக் கொல்லும் விதி கேள்வியாம் நின்று வளையுதே சர்ப்பக் காடு காற்றின் ஸ்ருதிகளில் ஈர்க்குதே என்னை. வரும் விதி அறிந்து அஞ்ச வேண்டாம் ஒடிச்சி. நான் ஆசை வைத்த கனி நெல்லியை என் மேல் ஆசை வைத்த நீர் பறித்துத் தாரும் எனக்கு என்றாள் ஒடிச்சி.

அது சரி சரி சரி… ஆமாம் நீ ஆசைப்பட்டதைக்கொண்டு வந்துவிடும் பீமாவும் அருகில் இல்லை அரசவைக் கோமாளி ட்வாலனும் மிருதாவும் கழுதை மேல் போன இடமும் தெரியவில்லை கழுதை மேலிருந்து தாவிக் கொம்பேறினால் வழி மறிக்குதே சர்ப்பம். கொப்பு முறிந்து அங்கதரும் வீழ்வாரே என்ன செய்வேன் ஒன்றும் புரியவில்லையே எனக்கு… எனக் கனியின் விதியை நோக்கிப்

பயணித்தான் வில்லாளி. நேரும் துன்பம் எதுவோ தெரியவில்லை அவள் மனம் கோணாமல் நடந்திட வேண்டுமென ஒடிச்சி நாக்கில் வாக்குவைத்துச் சுவைபடும் கனி ஒரு வார்த்தைதானோ தன் இருப்பும் மரணமும் கனியோடும் பழுத்து வருவதால் பீலி மயிர் நடுங்க பிணத்தை உயிர்ப்பித்தான் அக்கணமே, கழுகு நகம் பொருந்திய அம்பைத் தொடுத்து வீழ்த்தினான் காம்புடன். அது கீழே விழாமல் இலையொன்று சுழன்ற காற்றில் ஒட்டிக் கொண்டதால் அந்தரத்தில் வாசம் செய்து அவனுக்கு வரப்போகும் காண்டவ வனவுரு ஆவியோர் திரட்சியாகிக்கனியின் சாரமும் சருமமும் பிரதியிட்ட வாசனையே தீராத வாச்சியார்த்தங்களைப் பரப்புவதாயிற்று.

நாண் முறுக்கிக் காற்றில் சர்ப்ப மூச்சு வேண்டி வரப்போகும் விதி உரைத்த பசுந்தண் காவுதோறும் மறைந்து திரியும் நாகக் கோடுகளில் அஸ்திரக் குவியல் ஊதுசுரட்டைப் பாம்புருவில் காற்றே பல அரவாகிச் சீறி விழித்த சில்லிருளில் சிமிட்டும் கரு விழிகளில் பூவினமும் அவிழ்ந்த மடிதடவி மையல் மகுடி ஒட்டி மோதி எழும் காற்றரவுகளின் முனகல் ஒலி புறமெலாம் பதிந்த கோடுகளில் நறுங்குமிழ்களும் எச்சில் நுரைகளில் ஓடும் நிழல் அரவங்களில் சுழிமுனையில் முத்தம்பட்ட கருநெல்லி ஏந்தி மைகொண்ட குழலி யொருத்தி சிகலிகை மூடிச் சூதனை இருட்கெவியில் தொட்டு முத்தி வைத்த சொப்பனத்தைத் தன் உறக்கத்தில் பார்த்தவன் பிண வசியக்காரன். நரஒடியனும் ருதுவாகிப் பீங்கான் வளையல்களை அரவான் தேர்க்காலில் உடைத்த குருதி தெறித்தோடும் அரவுக் கூட்டம். பிணவசியக்காரன் கைநரம்பில் சொருகி இசைத்த கதைப் பாடலொன்றில் ரத்தக் கனிமேல் இவன் பகழி முனைப்பட்ட கழுகின் நகவடு சிக்காமல் பறந்துகொண்டிருக்கிறது அவன் பிணத்துடன் இவ்வாறு வாதாடுகிறான், இந்தப் பழம் முன்போல் மரத்தில் பொருந்திக் கொள்ளுமாயின் அம்முனிவர் கோபத்துக்கும் சாபத்துக்கும் காரணம் இல்லையன்றோ இந்த யுக்தியை யாரும் சிந்திக்கவில்லை. பிணவசியக்காரா மறுபடி அக்கனியை மரத்தில் பொருந்தக்கூடிய ஜடத்தை உயிராக்கும் விதி உன்னிடமே உள்ளது என்றான் சந்தால் எழுச்சியில் சுடப்பட்டவன். அப்படிச் செய்தாலே விமோசனம் எனவும் கோண்டுப் பெண் சொன்னாள் யாவரும் பிரமித்தார்கள் மூத்தவரும் நகைத்தார் பீமா இது எப்படி எனத் தயங்கினான், மறுபடியும் அம்புகொண்டே பொருத்தலாமே என்று பிணத்தை எழுப்பும் வசியக்காரன் சிரித்தான். அஸ்வினி புத்திரர் இருவரும் தக்க வழிதான் என்றாலும் இது செய்தல் யாரால் கூடும்.

பர்காராக் காட்டு ஈரலில் பிணங்களை எழுப்பிய கருமேனி வில்வாத்தி எச்சில்படா நாவினாலே கனியை எடுத்து கண் ரெப்பையில் நிறுத்தி அம்பை ஏவினான் கனிமேல் கண்சுற்றி மெல்ல நகரும் என்று உச்சி நோக்கிச் சொன்னது பிணம். ஏமாந்தால் சாவுதான் சின்னக்கல் ஒன்றை நாவால் தொட்டு எடுத்து பீலி மயிரில் நிறுத்தினான் சுடப்பட்டவன். பொங்குமாடி துரோபதி அம்மனை மரத்தில் முடி அடித்த வாக்கில் போ... என்றால் முனியும் போய்விடும் எந்த லெக்கில் இந்தக் கனி தங்கியிருந்தது அதைச் சுற்றிச் சூன்ய வட்டம் போட்டான் வசியக்காரன். உன் பெயர் என்ன முன்பு என்னென்ன சுரங்கத்தில் சித்தாளாக இருந்தாய் சொல்லு கனிப் பெண்ணே.

பிணத்தின் இமை கீறிக் கேட்டவாறு பண்டு அந்தக் காலம் தொட்டு இருந்து வாறேன் எலும்புக் காய்களில் பிடித்த தாயம் உருட்டி அஞ்ஞாத வாசம் வந்தவருக்கு கதை சொல்லிக்கொண்டிருந்தான் இறந்தவன். வீழ்ந்த கனியை மெல்லப் பகழி தொட்டுத் தூக்கினான் பிணவசியக்காரன். மந்திரப்பட்ட பகழி உச்சி முளையில் காம்புடன் நின்ற நெல்லியில் அடங்கிய துறவியின் பசித்தவம் ரோக உடலாக உள்ளே தெரிந்தது. தத்தமே ஒவ்வொரு சோதரரும் மனக்கிடக்கையை ஒளியாமல் சொன்னதில் கட்ட ஓடிச்சி இருட்டுத் தனியிடத்தில் ஆறாவதாகத் தோற்றம் வரும் கொழுந்தனாரின் சாயலை மனம்விட்டுச் சொல்லச் சொல்லப் படிப்படியாக மேலெழுந்து மரத்திலே ஒட்டி திரும்பவும் தன்னிடத்தில் பொருந்திக் கொண்டதாலே அந்த சூதப்புத்திரன் ஓடிநரன் மேல் விடப்போகும் நாகாத்திரம் பட்ட ரேகை நெளிந்தோடி விதியாகப் பரவிய பிரதியில் கனிவனங்களும் நிலவின் முகம்படா ஊற்றில் யார்மீதும் பகையற்ற அம்பாவான் பிணவசியக்காரன்.

2

அ. ஆயிரத்தி அறுபத்தி இரண்டு சஞ்சல தேவதைகள்

சுருள் I

பட்டச் சித்ரா

சொல்லி *ஆக்கம்*

பலியான ஆயிரத்தி அறுபத்தி இரண்டு கன்னிமார் — தினகரன்

(இதுவுமது)

கமர் அல் ஸமான் கதையைக் கடந்த இரவிற் சொன்னதில் துக்கம் கருத்து அலையும் ஷீரஸாத்தின் கண்ணின் நிழலில் இன்னுமவன் துயின்றுவர அவனை எழுப்பாமல் அடுத்த இராத்திரி வந்துவிட எட்டுக்குரல்களில் கதாபாத்திரங்களைச் சொல்லி வந்தாள் துன்யஸாத். அந்த ஸாரியார் தண்டனையளிக்கும் மாடவாயிலைத் திறந்ததும் கருப்புக் கதவில் செவிமடுத்து காற்றில் போன்ற மோன அமைதியில் நின்றாள் ஷீரஸாத். மற்ற அரண்மனைக் கதவுகளைப் பலியான கன்னிமார் ஆவிகள் மூடும் சத்தம் தொடர்ந்து நீளவும் பிணமாகித் திரியும் கையில் மெழுகுவர்த்தி சுடர சூழ்ந்துள்ள எல்லாம் இருளைக் கக்கும். பெண்ணொருத்தி துக்கமாய் பரிதவித்து இப்லிஸ் பரம்பரை யில் வந்த மைமூனா பூதகி ஜின்களையெல்லாம் ஏவினாள் அங்கே 'கன்னியே சொல்லக்கேளாய் மூடியதாழ் திறக்கும் ஒலி... சாய மாளிகையில் ருதுக்கள் போவதை யாருங்காணார்.... ஸாரியார் ஏவல் கேட்டுவா... அடுத்தடுத்து பெண்கேட்டால் எங்கே போவார் மந்திரியார்... நீயே சொல்' இப்பெருத்த கட்டிடத்தின் பிறைவாசலில் பேதைகளைக் கூட்டிவந்தார். பிணஞ்சுற்றும் சாயமாளிகை நாலு முற்றங்களில் திடுக்கிட்டுத் திகைக்கும் கணம்.

சாளரங்களில் நள்ளிருள் தூங்கவொணாப் பயம் தேங்கி நிற்கும். பழஞ்ஜன்னல் துளைகளில் கதண்டு ஊர்ந்து தூக்கமற்று மஞ்ஜாடிகள் 7தோன்றும் மயக்கம். வண்டுக் குணங்கல் யாவும் குறளிவித்தை.

தங்கையிடம் கேட்டுச் சொல்லும் கதைக்குள் தோல்வியர்த்த வாடையில் உள் நுழைத்தாள். சீசாவிளக்குகளின் அந்தரங்கத்தில் உரையாடும் சுடரிடம் போகிறார். 'நேச உருக்கமே என் ஷீரஸாத் என்னை அதியவசரமாய் நெருங்கி வந்ததென்ன... சந்திர ஆண்டுக் கணக்கில் மூன்று வருஷங்களில் முஹர்ரம் பிறை தொடங்கி துல்ஹஜ் பிரதிமைவரை ஆயிரத்தி அறுபத்திரெண்டு கன்னிகைகளின் கதி ஸாரியாரின் மரண சதுரங்கத்தில் இழப்பானதில் சாய மாளிகையைச் சுற்றிலும் பிணமாகி வெளுத்த நிலவு. ஊமை மறதியில் ஓலமிடும் கதவுகளருகில் சாயைகள் கடக்கும் ஒலி. சொல்லப்படாத கதைகளேந்தி கதவினிலோசை கௌதாரி போலே கேட்டதெனக்கு' 'நானுங் கேட்டேன்... அரபிவிளக்கே.... ஒவ்வொரு கதவிலும் கைவைத்து விழிக்கடவில் பழுத்த செவ்வரி யோடி ஒயிலாய் தலைமுடிந்து வாதாங் கொட்டை வடிவச் சிவந்த காதுகளை அசைத்த எலிகளையும் பார்க்கிறார்கள்...'

'அடிபெண்ணே... தறியோசை கேட்கிறதே... கம்பளப் பெண்டிரும் காணாமல் போவதென்ன... பாவடித் தெருவில் யாருமில்லை...'

அவ்வேளை ஸாரியார் நிழல் வந்தது முதலில். துணுக்குற்றாள் ஷீரஸாத். அங்கே ரமலான் நான்காம் பிறையில் பலியான ஸாகீரா... புதைத்த இடத்தில் திராட்சை படர் ஆனாள். கோதுமை நிறவிழிகள் ஜன்னல்மேல் உள்ளே தீராமல் நோக்கி வெறித்த பார்வை. மணலின் குமாரத்திகளின் சாயை வீசிய ஸாகீராவின் மெலிந்த ஒளி 'மரண பயத்தில் உறைந்த என் ஆன்மா ஸாரியாரிடம் மொழி பகர மறுத்த வேளை என்னைச் சிரமறுத்து ஒவ்வொரு அங்கமாய் தோட்டத்தில் புதைத்தான் ஸாகீரா திராட்சை விதைபட்டு என் தோலால் தைத்து கனிப்பெண் ஆனேன்' தூங்காத ஸாகீரா சுடரில் வாதாடினாள். 'ஷீரஸாத் இன்றைய கதா சூசிகை... என்ன? விட்ட இடத்தில் கமர் அல் ஸமான் கதைக்குள் மாலுமி சிந்துபாத் கூலிக்காரன் சிந்துபாத்தை சந்திக்கும் ரெட்டை. இருவரும் ஒருவரென்ற புனைவு ஆறாவது கடல் பயணத்தில் ராசிவட்டத்தின் நிச்சயம் போலவே அவன் அகில் மர ஓடம் கட்டிய சரண்தீப் எது? ரயியுல் அவ்வல் அமரபட்சம் மன்னர் மிஹிர்ஜானின் பெண்குதிரைக்குக் கடல்குதிரையை இணை

சேர்த்தால் வலிய குட்டிகளை ஈனலாம் என குதிரைக்காரன் கடற்கரை நெடுகக் கூட்டிப்போய் ராஜாவின் சேவகனாக்கி இந்திய வர்த்தகனைப் பார்த்து அறுபது கூழாங் கற்களை வாங்கி காசில் தீவை அடைந்ததும் அந்தக் கற்கள் இச்சையைத் தூண்டும் மஞ்சள் நிறக்கனிகளாய் மாறி அருவிப் பளிங்கில் மீதிக்கற்களை வீசி அதிலிருந்து ருக் பறவை தோன்றி சிந்துபாத்தை வெண்ணிற மண்டபமாய்த் தோன்றும் அதன் மாபெரும் முட்டையைச் சுற்றி கால் நகத்தில் ஒளிந்து பறந்தவன் மலை உச்சியில் வைரக்காட்டில் சிக்கி மாம்சத்தில் ஒட்டிய கெம்புக் கற்களுடன் மீண்டும் வேறொரு தீவுக்குத் தூக்கிப் பறந்த ருக்கிடமிருந்து தப்பி செங்கடலில் வரி அரவிட்டுக்கொண்டிருந்த கப்பலை அடைய கப்பித்தான் சினேகமாகி புயலால் தள்ளப்பட்டதில் ஹூப்பொரஸ் கரையில் ஆதிஅரேபியர் குதிரை வியாபாரத்தில் ஈடுபட்டதால் பிழைத்தான். அந்த இடத்தை 'ஓரோஸ்' எனச் சொன்னான் மாலுமி. 'தொல்லிலங்கை விட்டுத் திரும்பிப் போனதெங்கே ஷீரஸாத்' கசந்த அவரின் முறுவலை நோக்கினாள். சாயமாளிகைக் கதவுகளை ஆட்டியது மணல்புயல். அது ஊரைவிட்டுப் போகாமல் சுற்றிச் சுழன்று ஊளையிட்டது. 'தலைவாயில் கதவைத் தட்டுவது யார்? யாருமில்லை. நிசப்தம். துயர் காற்றோடு ஊடுருவி சாளரங்களில் மெல்ல முனகிற்று. பழங் கிணற்றில் பெண்கள் நீர் இரைக்கும் வௌவால் சக்கரத்தின் கடகடப்பு. அந்த இலைமூக்கு வௌவால்கள் அந்தரங்கமாகக் கிணற்றில் ஒட்டிய ஆவிகளாயிருக்கும். அகாலத்தில் அழுவது யார். வழக்கமான ஆவிகள் கூசியே ஒருவருக்கொருவர் முண்டி யடித்துக்கொண்டு பழுதான சாளரங்களில் சாயும் இருளுரு. விநோத உரையாடல். 'ஸாரியார்... சுடரில் இருந்து மறதியைத் தேடுகிறேன். உங்கள் வாளின் நிழலில் என் ஆன்மா இரும்பின் சாம்பலாகிறது.' கதையின் வௌவால் சக்கரம் கடகடத்து சுழலும் ஒலி கிணற்றுக்குள் இறங்கும் நீர் இருட்டு. 'அந்த அஸ்வகாயனரும் பாரசீக வர்த்தகரும் ஜியாவுதீனைக் கடல் மார்க்கமாகவும் காஸ்காரிலிருந்து ஈஜியன் கடலை ஒட்டிய பாலையைக் கடந்து கூட்டிப்போகவும் உதவிய ஓமர்புறா தன் ராஜனின் பெயர் தாங்கியது. இந்த வகையே முதன்முதலில் மனிதன் வளர்க்கத் தொடங்கிய முதல்பட்சி இனம். ஜியாவுதீன் அங்கு சென்றவேளை இருட்டிவிட்டது. சாமர்கண்ட் நகரில் நுழையும்போது 'என் ரப்பே! என்னை நல்லவிதமாகவே நுழையவை. அதுபோலவே நல்லவிதமாகவே வெளிப்படுத்திவை' தைரியத்தையெல்லாம் இழந்துவிட்டிருந்தான். அல்-முன்ஜியாத் நூலின் வசனத்தை முணுத்தான் 'என் ரப்பே! என் இதயத்தை

விரிவாக்கி வைப்பாயாக!' அர்ஜியில் செங்குத்துப் பாறையின் கீழ் ஒரு புறாமாடத்தினை அடைந்தான். நாணல் கூண்டுகளில் காற்று சுழன்று சென்ற படிக்கட்டுகள் சாமர்கண்ட் காட்டு அன்னங்கள். பறவைகள் பருகும் நிழலேற்ற நீர். வயதான புன்னகையில் ஓமர் ஆவி வரவேற்றது அவனை. பாதி கண்விழித்து பாதி புத்தகமாய் சடபடக்கும் ஓமர் புறவு. கண்ணுக்குப் புலப்படாத நூலகம் தெரிந்தது. காலொடு மயங்கிய தூது ஓலைகளைப் படிக்கிறார் ராஜா. ஓமர் விழித்த விழியெலாம் வேற்று விழியாகி சாடுரா என்ற நீக்ரோப் பெண் அன்னத்தைத் தழுவியே சிவப்புச் சால்வை போர்த்தி வந்தாள் அவனிடம். சீர்த்துப் பொலிவு பெறப்பாடினாள். ‘பண்ணை நிலமெலாம் கருதடா. அதை பார்த்து வெகு பச்சி வருதடா. வண்ணக் குருவிகள் வருகுது. நடுவாய்க்காலிற் தண்ணீர் பெருகுது...' கூண்டு களினூடே ஆகாத பாதிர ஜின்னு தேவதை தோற்றம். நடப்பதிலிருந்து பின்வாங்கினான். அந்த ராஜாவை அருஉருவாய்ச் சூழ்ந்தவள் உடன் செல்கிறாள். தான் விரும்பிய புறாக்களை ராஜா பார்வையிட ஓமர் மாடங்களுக்குச் சென்றபோது நடைப்பலகை சரித்து கதித்து நிற்கும் செம்பாறையில் விழுந்து நேச உருக்கமான ராணிப் புறாவுடன் விண்ணுலகம் சென்றதாக அடிமை சாடுரா சொல்லத் தொடங்கினாள்.

சாமர்கண்ட் விட்டு புக்காரா, பால்க் தொன்மை நகரங்கள் நோக்கி ஓமர் பறந்த வழியில் சிந்துபாத் சர்நதியினால் வெளியில் தெரியாத நீரோடைகளைக் கடந்து சிறிய ஒரு பழத்தோட்டத்தை சாகிபித் திராட்சைத் தோலினால் தைத்த இறந்தவள் படிக்கும் பெருநூல் அதைசமாதியைத் திறந்து கையில் எடுத்தான். அதில் சினார் இலைகளே உதிரும். காணாமல்போன பழந்துணி வணிகன் நஸீரும் நடைபாதைக்கடைக் குலாமும் ஏற்கனவே இறந்தவர்கள் என்பதால் சந்தாரா, அவந்திகாவுக்குள் மண்ணுக்குள் அந்தநூல். பனிஹாலிலுள்ள பிர்பஞ்சால் குன்றுகளாக அலறும். நூலின் மேலுரையில் ‘தஹ்தோத்' ‘ஆயிரத்தி அறுபத்தி இரண்டு சத்ருதுக்களின் எழுத முடியாத கதைகள்' எல்லாத்திசையிலும் வீழ்கிற இலை. சாகிபித் திராட்சைக்குள் சிந்துபாத் நிழல். அந்த நூல் கூழாங்கற்களாகவும் கனிகளாகவும் பழுத்திருந்தது. படகோட்டிகளின் ஆன்மா அந்தப் பெண்டிரின் ஆவிகளைப் பார்த்தது ஜீலம் நெடுக. பெரு நூலைத் தழுவியதும் இலை ஒன்றாய் வீழ்ந்த இரவு. ஓமரின் வேறுபட்ட சுழல் பாதை. இருட்டில் பேஸ்மேக்கர் பொருத்திய ஆரஞ்சுவிற்கும் பாட்டி மீராவும்மா பழுதான சிறுநீரகம் இன்னொரு தேவதாருமரம். பள்ளத்தாக்கில் மரநாய் நீட்டிஅழும் இரவு. பனியில் உடையும்

கிளைகளுடன் 'தஹ்தோத்' மெல்லப் புரட்ட ஆரம்பிக்கிறேன். ஓயாமல் அகாலம் புரள்கிறது. பிறையும் புலனாகாத படிக்கு மறைந்து ஒளிமறைப்பு திறக்கப்படாத கெட்டித்த நூலில் கருவாக நின்றுவிட்ட ஆயிரத்தி அறுபத்தி இரண்டு இராத்திரிகளைப் பெண் களாக்கி 'த' அல்லது தஹ்தோத்' தைச் சொல்ல வருகிறார்கள்... கேட்கத் தொடங்கிய விரிபடுகதவுகளின் ஓசை எதிரெதிர் சாளரங்கள் அதிர்வுறத் திறந்து மூடும் ஒலி... கன்னிமார் சொல்ல வாசகரே... இன்னுங்கேளு.....

3

சமாரியன் காற்று

சுருள் II

ஸ்க்ரோல் குறியீட்டு எண் 13

சொல்லி	*கேட்போர்*
கமுதி துப்பாக்கி	*கொலையாளிகள் 16 பேர்*
16 காற்றுகள்	*தினகரன் கொலைக்களம்*

மக்தலேனாவின் தைலவாடை

சமாரியன் கிணறுக்கு மேல் கல்லை எறிந்தபோது வேசை மேல் படாமல் சாம்பலாக உதிர்ந்தது. ஊழ் தீர்ப்பளித்த காமத்தின் குற்றமாய் மனிதப் புழுக்குலமே முயங்கிக் குழுமியுள்ளது. யாவோ பயணத் திடையே சமாரியன் காற்று வீசிய அழிவிலிருந்து மீட்பரானார். கிணற்றடியில் சமாரியப் பெண். தாகம் தீராத வேட்கையில் குடிநீர் கேட்டுமவள் மறுப்பதற்கு முன்பே விலக்கி வைத்தவரில் விலகி நின்றாள். (அங்கே கடவுள் இல்லை எனினும் அந்த யாவோவைத் தொடராமல் முடிவுற்றுவிடுவதில்லை) நீர் வார்க்காமல் வாதிட்ட கிணறும் அருஞ்சுனைதான். சமாரிய நிலவெளி ஊரும் விலக்காகி பிறர் சம்பந்தம் கலவாதவர்களாயிருக்க நீரும் தீட்டாயிருந்தது. பெருங்கிணறு சுவர்கீறலில் மழை எறும்புகள் உரையாடல்.

சமாரியவாசி சந்தோஷங்களை விட்டுவிலகி சமவெளிப் பெருங்கிணறு எஞ்சியிருந்த நீரில் புழு இரை கொள்ளுமளவே நாழித் தண்ணீர் சப்தம் போடாமல் சோர்ந்து உறங்குவதால் காற்றை நேசித்தார்களாம். ஒலி எழுப்பும் தண்ணீரை வாஞ்சித்துக் கதறும் பட்சிகளோ கிணற்றுப் பொந்துகளில் ஈரவாடைக்கு குன்னித் தூங்கும்.

மட்கலத்தில் வாங்கிக் குடிக்கவும் நீதமில்லாமல் கிணறும் தீட்டாயிற்று. நீரின் குரலொலி ஒரு போதும் ஒலிக்கவில்லை. பிறகு சமாரியக் கிணறில் சிமூன் காற்று அடைக்கலமானது. இந்த சிமூன் விஷக்காற்றுக்கு இடமேது. அது கண்டு வீசும் மற்ற காற்று வகை குழிகளில் பதுங்கிவிடும்.

வேசைமேல் எறிந்த முதற்கல்லின் கதையை சாம்பல் பூசி எழுதும் இமிந்த வரைபடத்தில் சமாரியன்காற்று யாவோவை இமாலயத்தின் நீலத்தை நோக்கி ஈர்த்த மூன்று தீர்க்கதரிசிகளில் ஒருவர் கையிலிருந்த செடியில் பனிநீலம் வாடாமல் இன்றுவரை மலர்வதாக ஜீலம்நதிப் படகோட்டி சொன்னான் எனக்கு. பிர்பஞ்சால் குன்றுகளில் மக்தலேனா கால்புதரில் தேவதாரு எண்ணை கசிவதாக பிறைதொழு மகளிர் சொல்லுவதைக் கேட்டேன்.

என் தட்டச்சு மேஜைமேல் மர அலமாரியில் வகையில் சீசாக் களில் விதவித தைலவாசனையும் மக்தலேனா ஏழு பிசாசுகளுடன் உரையாடலும் பொல்லாத ஆவிகளும் வியாதிகளை நீக்கி குணமாக்கி கைகளை அசைப்பதையும் பார்க்கிறேன். நடு நுதலில் 'க்' வடிவக் கவிகை என்பின் வசீகரம் விற்புருவத்தில் சகஸ்திர தளமாக இருக்கலாம். அவள் விலா எலும்புக்குக் கீழ் கருக்கோப்பை அழிவற்ற உயிர்க் குலத்தின் பிரவாகமாக தொனித்தவாறிருக்கும். முதல் நூற்றாண்டு ஓவியத்தின் மலிவான எண்ணை நகல் படம் யாவோ அடக்கமான கன்மலையை எட்டிப் பார்த்தவளின் விழிக் கடலில் இருவரின் தூசியும் துகளுமான எலும்புக் கூலத்தின் சுழற்சி ஆயிரத்தி ஒரு இதழ்விற் கமலமாயிற்று. நான் கிழக்கிலிருந்து மக்தலேனா தைலப் பேழையினுள் வளரும் முள்கீற்று நசியச் சாற்றில் ஒட்டிக் கொள்ளும் வதங்கும் புழுவானேன். ஓஷதியினைத் தெரிந்துகொள்ளும் வேட்கையுற்றேன்.

ஆனால் சமாரியப் பெண் உலக விளிம்புகளில்தான் பரபரக்கும் காற்றாகிறாள். தொட்டால் நீராகிவிடும் சமாரியக் கிணறு அவள். கிணறோ ஆழக் கெவியாய் இருண்ட துகிலை ஊசி வெளிச்சத்தில் கந்தையைத் தைக்கும் பரம ஓலையில் மற்றொருத்திக்கும் நூலுக்கும் இடையில் இரு சமாரியாளானாள். எலும்புருக்கிக் கன்னுக்குட்டி அழுது கொண்டு செல்ல அதை விரட்டியோடும் எலும்பு துருத்திய நாய் மக்தலேனாவின் முள்ளுத் தைலத்தை மோப்ப ஞானத்தில் தொண்ணூற்றாறு அருமருந்தாய் போதம் உரைத்தது.

மக்தலேனாவின் தடத்தை மோந்து பார்த்தால் ஊழ் தொற்றும்.

ராத்திரிக்கு ராத்திரி குட்டி நாய் ஓடிவந்து எங்கிருந்தோ ஊளையிடும் வேளையில் மர அலமாரி சீசாக்களில் பரவும் ஓஷதி வாடை. வீட்டைச் சுற்றி தடம்விட்டுச் செல்லும் சமாரியன் காற்று இவ்வளவான சத்தத்தில் திறந்துமூடும் பண்இசை வழித் தடத்தில் நாயின் கருணையுளது. சமாரியாள் எனும் தாசி ஒருத்தி கந்தைகளைத் தைக்கும் இருட்டில் ஊசி வெளிச்சத்தைப் பார்த்தேன்.

வட்டங்கொண்டதொரு கட்டுப் பொணசல் பாம்பு போலே தன்வாலைத் தானே கவ்வும் இரு சமாரியப் பெண்களில் ஒருத்தி முள்ளேந்திய தேவதையென்றும் மற்றொருத்தி தாசியாங் கணை யென்றும் விதியாக வரும்போது உயரிய இசையும் தீய ரேகையில் நெளிவுறும்.

மாசுமெய் தூசு கொண்டு உழல் அழுக்குடை தேவதை மலை மேல் தீட்டிய பெருமீன் சித்திரமாய் மக்தலேனாவின் கருக்கோப்பை வடிவு காண்பாள். சிற்சொரூபத்தில் விக்ரகங்களாய்ச் சரீரம் பெற்ற பாகாலின்கோயில் உள்ளேயும் வெளியேயும் பாசி மண்டிக் கிடப்பதைத் தொட்டால் பற்றிவிடும் சமாரியன்காற்று. ஒரு எறும்பின் கடுகளவு ஆன்மா தாசியின் கீர்த்தனைகளாகவும் மற்றொருத்தி மழை எறும்பாகவும் பாகாலின் சிலைகளில் ஊர்ந்துவர சூரியனின் முகம்படாஊற்றினை தொட்டளித்தவனாம் யாவோ.

சமாரியப் பெண்கள் மழைக்காற்றைக் கூட்டிவரும் கடிஎறும்புகள் இரண்டை உற்று கிணற்றடியில் கூவிக்கூவி வாதிடுவார்களாம். கிணறின் குரல்களை மக்தலேனா நமக்கு முன்னே கேட்டிருந்தாள். நமது விழிகளில் வழியும் உவர்கடலைப் பாழி டங்களைப் பயிரிடப்படாத தரிசு நிலங்களைத் தாண்டி கீழ்நாட்டு எமோரியர் மலைப்பகுதியில் யோர்தானுக்குத் தென்பாகத்தில் செழிப்பான மலைமடுவில் மேலும் பல தைலசாதிமரங்களில் பீலேயத்தின் பிசின் தைலம் இறக்கும் தைலவாசிகளிடத்தில் சிறுபட்டினத்தில் எச்சமனே செக்குத்தைலம் உரசும் ஓசையில் மக்தலேனா உருவேற்றி வந்தாள். ஒலிவமலை அடிவாரங்களில் கூந்தல் விரித்துத் தாமாக மண்டிக் கிடந்தவளை எட்டுவகை ஒலிவ மரங்களின் நிழலண்டை கொப்புங் கப்புமாய் தோட்டத்தில் பலவித வாசனாதிகளைப் பதமிடுவாளாம். விருட்சிகள் பலரும் இருந்த படியால் சீரினா வெள்ளைப்போலத் தைலம் பெருகிற்று. கானான் தேசத்துக்கு அருகில் கீழ்பிரதேச வழி செல்லும். ஈதரோன் பள்ளத்துக்கும் இன்னோப் பள்ளத்தாக்கு எல்லையில் அவள் தாகித்த ரேகையும் நெளியும்.

ஜாக்லோவா எறும்புகளைக் கூட்டிவர சாலமனே முன்கை எடுத்த வேளை அவற்றில் மேல் கால்படாமல் நின்றிருந்தான். மழை எறும்பின் உரையாடலில் நீர் சொட்டு ஒன்றுடன் ஒன்றுகூடும் பிரபஞ்ச இணக்கத்தை முத்தமென்று பேரிட்டது யாரோ?

ஆயினும் கிழக்கே சமாரியக்காற்றை எறும்பின் அசைவிலிருந்து கொண்டுவரும் பீலேயத்தின் பிசின் தின்ற மயக்கம் யுகங்களுக்குள் ஊடாடி நிகழ்காலத்தைப் பெற்றுவிடும். பஞ்சத்தின் நிராகதிக்குள் காலக் கணக்கெல்லாம் தவிடுபொடியாகி விடும். சங்கிலிப் பாறை களாக ஓஷதிக் கருஎண்ணை வழியும் எச்சமனே ஊரில் சீக்காளிகள் சுற்றிக் கிடக்கவும் தைலத்துளிகளைக் கொண்டு மக்தலேனா உடல் மெழுகினால் சொஸ்தப்படுவார்கள். எத்தனைபேர் கூடியிழுத் தாலும் விதியின் உலோகக் கண்ணிகளைச் சமாரியன் கிணறைவிட்டு வெளியேற்றமுடிவதில்லை. சங்கிலி கோர்த்த உலோகங்காய்ச்சி விக்ரகங்களை எடுக்க எடுக்க முடிவற்ற நிழல். சங்கிலிக் கால்களில் பூட்டிய பெண்ருதுக்களின் பழைய சிவிகைச் சுருள் உலோக வடிவங்களை இருட்டாகப் பிணைந்திருப்பதில் எட்டிப் பார்த்த அந்நியர் அச்சப்படுகிறார்கள் இன்றும். கிணற்றில் தொங்கும் களிம்பேறிய பித்தளைப் கொடியும் கப்பும் சிறப எழுத்தும் நாணயக் கோர்ப்பும் அதிலுள்ள காலக் குழப்பமும் கசிவு வாடையாகக் குமட்டினாலும் புதிர் தீர்ந்தபாடில்லை. பைத்தியம் பிடித்த காமத்தின் சதுர்யுகப்பாம்பு சுருளும் மூச்சு சிகையிழையில் நெளிவதும் நழுக் கென்ற பாம்பின் கதையும் விவிலியத்தில் உதிரவாடையாக வீசியது, பெண்டிரின் பித்தமும் வாதையும் புலம்பற்பாடல்களும் சுரமண்டலம் விட்டிறங்கி ஆலயக் கற்சுவரின் இறுகிய பாறைகளில் தீக்கணுவாய் கசிவாகி உலகை வியாபித்து தொட்டால் ஒட்டிக் கொள்ளும் விதியின் கதையாயிற்று.

பருவம் எந்தப் புள்ளியிலும் இச்சையின் சொரூபத்தை முளைத்தெழ வைக்க விலகாமல் காற்றுவீசும் போது நொதித்துப் புளித்துவிடும் திராட்சை ரஸம், கசகசாப் பூமது, வாற்கோதுமைக் கஞ்சி உலர்ந்த ஈச்சங்காடி அருந்திய சமாரியன்காற்று மற்ற காற்றுகள் எல்லாம் மக்தலேனாவின் தைலப் பேழையில் பதிந்த எறும்புகளின் அதியதிர்வாம்.

ஆனால் சமாரியன் காற்று நம் நீர்த்தோலை வறளச் செய்துவிடும். அவளோ பீலேயத்தின் பிசினைப் பூசுவாள் பூர்வகாலத்தில் இப்பிசின் மெழுகில் வேற்று இனங்கலந்தவர்களாகவும் கலப்பு ரத்தம்

பூசிய பாடலாகவும் இருப்பதை கிளியேட்டா மரியாள் சொன்னது. விக்ரகத் தோட்டத்தில் குசவர்களிடம் நீர்க்கல மண்ஜாடிகளும் வாய்சிறுத்த உலோகமண் கலயங்களும் இருப்பதால் உலர்ந்த காற்றில் எந்தத் தீங்கும் நேர்ந்துவிடாது. இந்தக் காற்றில் வல்லந்தமான ஆவியர் குனிந்து மக்தலேனாவிடம் கேட்பதெல்லாம் ஒலிவமலை அடிவாரத்துக்குத் தம்மை அழைத்துப் போய் வெள்ளைப் போலமாக வேண்டுமென்பதாக ஆவலுற்றவை. மட்கலத்தில் எறும்புகளை அடைத்துக் கூட்டி வரும் சமாரியர் நீர்க்கலப்பாடல் அடிமைத் தீவில் மழைக்காற்றாய் மாறிற்று. பூமிக்கீறலுக்குள் சென்றுவிடும் ஜாக்லோவா எறும்புகள் வெப்பம் விரும்பி சிவந்துவிடும். அழிமானங்களும் கரம்பு நிலங்களும் தாகித்த வெறும் பாழ்பரப்புகளில் விருவுகளில் மூச்சுவிடும். உயிர் இயற்றும் ஜாக்லோவா பாழ்நிலத்தில் ஓடும் கால்கள் எறும்பின் முனைவரையும் கோடு வாடைக்காற்றின் இருளுடன் உருகும் ஜுவாலையில் பலதிசைத் தீ மரணத்தைத் தொட்டுவரும் கண்ணாடி எறும்பு. நரையிறுதியின் ரேகைகள் பரவி வந்த நாளில் உள்திறந்த அகாலக் காற்று.

இங்கே வந்த புனிதரும் குருசடியில் சமாதியின் சாம்பல் மரம் திருகுசுருளான காற்றிலிருந்து சமாரியப்பெண் ஒருத்திக்குக் கொடுத்த ஜீவ தண்ணீர் அமிர்தவர்ஷினி ராகமாகும் ஸ்திதி. இராத்திரி எந்த இடமென்றறியாத புதிரில் கீறி வெளிவரும் எறும்பு. நட்சத்திரம் வடியும் ஒளி அதன் கால்களில் மினுங்கும் அசைவு.

சமாரியர் நாடோடிக் காற்றாய் காவல்மலை சுற்றிச் சுற்றி உடங்கம்பில் சாய்ந்து வாடுவதை வண்டுகள் சுழற்றி அலையும் ஊமைக்குரல். மதியவேளை கேட்கச் சுநாதம். பலரோடு ஆவினங்களை மேய்க்கும் சமாரியப் பெண்டிர் குருமலைக் காற்றுகளை தடத்துக்குத் தடம் காலடிகள் பண் இசைப்பில் சுருதிசேரும் பாதங்களில் கூழாங்கல் எரியும் ஒளி.

குருமலையில் சுழன்று சுற்றி மின்னலில் முள் பழுக்கக் கீறிய ப்யூபாக் கூடுகட்டி தன் கூந்தலில் சுருண்டிருப்பாள் மக்தலேனா. மெழுகுபதத்தில் படிந்த கப்பத்திரியேலந்தைலம் சந்ரோதையத்தில் உலர்த்துவாள். பூச்சியைப் போல் உற்றுப் பார்க்கும் நோயாளி இமை கீழ் நோக்கி அவளை ஏங்கும். கர்ப்பிணி அடிவயிற்றில் பூசும் நசியமிட்ட தைலம் வாங்கி ஒரு பரணியில் பரிமளதைலம் கொண்டு வந்து தன் சிகைத் தூரியால் மந்திரித்து பூசுமிடம் உந்திக் கமலம்.

நுகர்வினை தீர்த்த காயத்தை மயக்கம் தரும் வனப்பூக்களில் ஒளித்து

மெய்உரு தினம் பூத்ததும் உதிர்வதுமாக நித்தம் பழைய உடல் நீங்கி மக்தலேனா பூத்திருக்க பருவந்தோறும் பெரிய வனத்தில் காய்க்கும் கனியாகப் பழுத்த வாசனை கீறி விதை சிதறும் பரந்த சுற்றம் மழை பட்டு முளைத்தெழும் முள்கீற்றுத் தைலமிதைச் சேகரிப்பாள். அவள் கானல்மேட்டில் வெங்கோடை சுழற்காற்று படுநீர்த்திரைகள் மோதித் தள்ளாடும் பேய்த்தேர் ஓடும் குருமலையில் வாடக்கரடில் மேய்ந்து திரியும் ஆக்களுக்குச்சுனைநீர் ஆனாள். மக்தலேனா கால்பட்ட சுனை தீராது ஊற்றெடுக்க மலையைவிட்டு வேறிடம் போவதுமில்லை. ஆயிரம் மலை மாடுகளின் தகரமணிக் குமிழ் அதிர்வு கூட்டமாய்ச் சுருட்டி வளையும் பாதைகளின் புதிரைக் கேட்கவும் மக்தலேனா இசையாகிறாள்.

தீயைச் சுவாசிக்கும் நெருப்புச் சேவலை ஏந்திவருகிறாள் மக்தலேனா. தைலப்பேழை நூலாகவும் அதில் சிதைந்த சீன் வனாந்திரங்களும் பட்டணத்துக்கப்பால் தைலசாதி மரங்கள் எட்டமட்டும் போய் சேகரிக்கும் தைலவாசிகள் அவள் நெடுங் கூந்தல் நெளிவைத் தொட்டுவரும் தோற்றம். கணத்தில் மறையும் வாசனை வரை சுருள் எறும்புகளின் விரல்பட்டு தமர்விடும் கிழிசல். அவள் அசையாமல் சிலையாகி தாவரங்கள் சுரக்கும் வேரில் தொனித்த வாடை நீங்காத காற்று விரை மணம் வேர் கரணம் விண்ணெழக் கொடிவிதிர்க்குங்காற்று சிமிழுக்குள் புரைவிளக்கு ஆடி நிற்கும் சூக்கும தேகமாய் அங்கும் இங்கும் அலையும் தலைகீழ் சுடர் திரி கருத்த எண்ணைக் கோடுகளைப் பாறையில் வடித்த தெளிவில்லாத சித்திரமும் அழியாமல் பிறைகவ்வி மலை நடந்ததென மருவிகற்ப பேதமுறா ஒரு கடுகின் மீது வளையும் மரியாளின் சுரிகுழல். அவள் பசித்தவத்தில் கடித்த எறும்பு தைத்த இலைநூலில் முட்செடி ஒளிரும். காற்று வரைந்த கோடு தோன்றும் ஒரு கருமுள் புல்லில் கசியும் சாரம் சீதள ஓலைகளும் வாற்கோதுமை உதிர சொரூபம் விழிப்புற்ற ஜாக்லோவா... வந்துவிடு... மழைவாசி இல்ல. வானமில்ல... வாயில்லா சீவனெல்லாம் வதங்குதே... வந்துவிடு... கட்டெறும்பே... காற்றாய் உரு எடுத்துவா... பஞ்சத்தில் கருகிய பயிர் ஒடுங்கிய சனம் கரிய மக்தலேனா புதிருக்குள் ஊதியூதி கருக்கோப்பையில் எடுத்த தைலம் பூசிய இப்பூமியின் உலர்ந்த காற்றும் விழித்தது. தைலச்சுருள் இசையாக மயங்கி சம்மதித்து சனத்திடம் சத்தியம் வாங்கி ஒவ்வொரு எட்டாக அவள் தைலப்பேழை விட்டு கீழிறங்கி சிலை உடல்மேல் ஊர்ந்து சுற்றி நுதல் வியர்ப்பக் கூந்தலில் நெளிந்து கீழிறங்கி மேனியில் ரேகையிட்டு குச்சிக்கால்களை மண்கால் புற்றிலிருந்து புறப்பட்டு

எடுத்துவந்த காலை பின்நோக்கி வைத்து முன்பின் முன்பின்னாய் சுற்றிவந்து எடுத்த காலை கண்ணி சிக்கி அடுத்த காலைத் தூக்கிவைத்த ஜாக்லோவா... வாவா வந்த வழியே திரும்பிப்போய் தைலப் பேழைக்குள் கடித்து பரிவார எறும்புகளைக் கூட்டிவா செங்காட்டு கற்றாழைகளிடையே அரவு மூச்சுவிட்டு - துக்கத்தால் வால் விசும்பிய காற்று தரையில் மோதிக் கூட்டிவந்த ரோக வனத்தில் குஷ்ட நோக்காடுள்ளவரைக் கண்டாள். திரேககாந்தியெலாம் மழுங்கிக் குழிவுண்டான சரீரங்களைத் தொட்டாள். தைல மொப்ப நுண்சிலை சுற்றிவர மைச்சிமிழால் ஊதினாள். வீதி மொத்தமும் சனம் கூடவர துணியில் தோய்த்த ஓஷதியை இரு கரங்களேந்தி ஆவியரோடு உரையாடியதைக் கேட்டார்கள். ஆசாரியனாகிய சாதோக்கு தைலக் கொம்பைக் கூடாரத்திலிருந்து எடுத்துக்கொண்டுபோய் சாலொமோ னுக்கு அபிசேகம் செய்த நாளாய் ஆனதின்று. குட்டத்தில் இமைப் பீலிகள் மூடாமயிராயிற்று. இமை தடித்து இரணம் வழிந்த இருவரைக் கூவி அழைத்து பக்குவம் பார்த்தாள் தைலவாசி. வெள்ளிலோத்திரம் விலாம்பட்டை நற்பவளம் தங்கரேக்கலந்த மரகதத்தைலம் வார்த்த சிஷ்ருஷை அது.

அதனால் அவளோடு வந்த பரிமள தைலக்காரன் மேன்மையான சுகந்த வர்க்கங்களாகிய சுத்தமான வெள்ளைப் போலத்தில் பரிசுத்த சேக்கலின்படி சுகந்த கருவாப்பட்டை சுகந்த வசம்பும் இலவங்கப் பட்டையும் ஒலிவ எண்ணைக்குடமும் எடுத்துவந்தாள். வஸ்திர காயத்தைலம் செய்தாள் அங்கே. ஓரறிவுயிர்க்குள் தைலமுள்ளின் கீற்றுவாசனையாகச் சுரக்கிறாள் ஓஷதிக் காற்றை. நீர் கேட்டுக் கூட்டமாய் பரசிவரும் எறும்புகள் வரைந்த காற்று கண்பட்டால் மறைந்துவிடும்.

ஸ்மரணை இழந்து மயிர்வெழுத்துத் தடிப்பும் அசறுமாக வெள்ளைப்படராக தோலில் ரோகம் அதிகப்பட்டவர்கள் புலம்பினார்கள் வறண்ட ரோக பூமிமேல் மழைவேண்டி கிழக்கே விவசாய சனங்களிடம் புத்துணர்ச்சி வீசும் மக்தலேனா வாசனை அதன் குறியீடு. வீசும் பரப்பு எவ்விதம் தொடர் உருவாக உலக விளிம்புகளில் உருண்டு அலையும் கந்தைக்குள் ரோகியர் விழிக் கடவில் வெள்ளி வடிகிறது. கட்டெறும்பு வேடங்கொண்டு கடி எறும்பு கொடுக்கு தைத்து கீறிவரும் காற்றின் ஆர்வவேட்கை எறும்பு கடித்த ஏடு தூண்டும் புள்ளிகளிட்ட ரோகவனம் புகுந்து மெல்ல ஆற்றும் சமாரியன் காற்று. செந்நிற எறும்பின் நிர்வாணம் பொறியைத் திருகி அலைந்துவரும் இடங்களெங்கும் தோலிலே குஷ்டம் ரோகமுள்ளவர்

தலை தொடங்கி கால்கீழ் படர்ந்து பாதம்வரை மூடியிருக்க அவன் உடல் முழுவதும் வெண்மையாய் போனபடியால் சுத்தமுள்ளவன் என்றாள். சிரியதன் ஆவி எறும்பாயினும் ரோகக் காட்டில் வரையும் ரேகை இருபக்கமும் பெயர்ந்து வரக் காற்றுக்குள் ஓஷதப்பச்சை விநோதமாய் அவள் விரல்தொட்டால் சீக்கும் சொஸ்தமாகும்.

அவள் தைலத்தில் துணையாகும் வேறு விலையேறப் பெற்ற களங்கமிலாத நளதம் எனும் தைலத்தில் ஒரு இராத்தல் பரணில் எடுத்து வந்தாள். அந்த வீடும் தெரு நெடுகத் தைலத்தில் பரிமளத் தினால் நிறைந்தது. அவள் ஒவ்வொரு சொல்லும் ஏழு பேய்மைகளின் உரையாடல். நெருப்பைச் சேரும் கிழக்கிலிருந்து தீயுறைப் பேழை நான். ஆனந்த தைலம். பரிமளங்கள் தேச மெங்கும் மிகுதியானவை. மரங்களைச் சுற்றி தைலவாசிப் பெண்கள் தும்பியில் சாரெடுத்தும் பறந்து செடிகளைத் தொடும் அசைவு. இலவங்கப்பட்டை சேகரிக்கும் காட்டுவாசி, தூப வர்க்கங்களோடு வருவார்கள். தைலங்களையும் சாம்பிராணி புகைக்கோடு சொல்லும். தொலைதூரக் காட்டுச் சந்தையில் எண்ணையும் மெல்லிய மாவுவிற்கும் சிறார் வருவார்... ஆவிக்குப் பதிலாக இழந்த வாழ்வே மென்துகிலாக அசையும் சீன்வனாந்திரம் வழியே செல்கிறேன். கீழ்நாட்டுச் சிகிச்சையின் நாட்களில் கோடைப் பருவமும் அது உஷ்ணத்தையும் வறட்சியையும் பாழ்வெற்றையும் அடர்ந்திருக்கும் சூன்யம் கொள்வதாம் என்றாள்.

பூமியின் கருப்பையில் சீயோனிலே துயரப்பட்டவர்களைக் கண்டாள். துயரத்துக்குப் பதிலாக ஆனந்தத் தைலத்தைக் கொடுத் தாளாம். நீ தைலத்தைப் பூசிக் கொண்டு போ...! என்றாள் வழிப் போக்கனிடம். 'மரியாளே உன் கொம்பைத் தைலத்தால் நிரப்பிக் கொண்டு வா...' படறானது தோலில் பெருகாமல் சுருங்கி யிருப்பதால் சூட்டில் உண்டான தழும்பு, சிவப்புத் தடிப்பும் நிணம் ஒழுகும் முடைநாற்றம் குட்ட நோக்காடு. இவர்மேனி பரிமளங்கள் மிகுதி யாகும் பொருட்டு ஆவியரிடம் வாதிட்டுப் புலம்பினாளாம். தைலவாசிகளை தூரத்துக்கு அனுப்பி கசகச்சப்பலவிருட்சத்தின் வேரிலும் தூரிலும் அயனாவம்ருத தைலமும் சவ்வாது தைலமும் எடுத்து ரோகியின் உச்சியில் பொழிந்து தலைமுழுகி நசியமும் பலிக்கப் பாடினாளாம். வெள்ளைக்கல் பரணில் கொண்டுவந்ததை அங்கே வைத்த சமாரியப் பெண் 'தீட்டுள்ளவர் யாம் பரிசுத்த தைலம் யாமே.. எம் சோதரரின் வனஸ்திதி. கீலேயாத்திலுள்ள ராமோத்துக்குப் போன ஆவிகளிடம் நளதைலக் கொம்புகளைக் கண்டோம்' என்றாள் தாசியாங்கணை. அவள் இச்சையின் ரெக்கை நீளமாயிற்று. எந்தக்

கூண்டிலும் நில்லாமல் விண் பறந்து அமைதியுற்றது. மதலயம்மாள் உற்பவித்த க்ஷணத்திலே மனவெழுச்சியாகும் பூமியெங்கும் தைல மரங்களைப் போல் அமலோற் பவிக்கும் அவளோடு வேரேதும் அற்பத்தைச் செய்தவளல்ல... ஈனாமரியாயி கையில் வைத்திருக்கும் படுமுள்ளி வாசனை பூமத்திய ரேகை மனிதர்களின் வேட்கையாக நெடுவழி செல்கிறது. செஞ்சேவலை ஒவ்வொரு கோத்திரத்தாரும் பலியிட்டதில் இளமையாக இருந்தாள் குருமலையில். நித்யத்துவஒளி குருமலை அந்திக்கதிர் கிடக்கும் கீழே செவ்விய தோற்றம் நீடிய கோடை. சிவந்த ரெக்கை - உதிர மாகும் மக்தலேனா கருரேகை நுழைந்த பூமி.

நெருப்பில் நடந்தவள் கால்பட்ட இடமெலாம் கெம்புக்கற்கள் விதிபீடித்த நோயும் துரத்தி துரதிருஷ்டக் கற்களை அகற்றுவாளாம் நாளும் கோளும் அறிந்தவள் நறுமணத் தூபமிட்டு அழைத்துவரும் காற்று அகத்தூண்டலுறும் விசிறியை ஏடாக விரித்துப் பேசும் வாய் வார்த்தை தூய வெள்ளைப் போளம். ஆதித் தாய் வழியா யெங்களுக்கு வந்த சேதங்களைத் தைலமியற்றிச் செப்பனிட்டாள். எழுந்து அவள் வெளியிலே புறப்பட்டு பயிர் முளை கண்டதும் நீர் பாய்ச்சுவதும் ஆயிரம் சம்மனசுக்காரர் வீட்டிலே வரப் போக விருந்தார்கள். அவள் வந்த வீட்டுக்கு எத்தனையோ மகிமையுண்டாம் சமாரியர் அங்கங்கே சிதறிப் போன பிற்பாடு காற்றினுள் ஆவியாய் கலந்து வருவோர் கூடவே. பனையோலை வீசிவீசி மட்டிப்பால் புகையூதி மந்திரிக்கும் பேருணர்ச்சியில் காணச் செல்வார்களாம்.

மாடு மேய்த்தவாறு மலைக்குள் உள்ளடங்கியிருக்கும் துக்கத்தின் சாரம் படிகநீரூற்றில் ஆக்கள் வாய் வைத்து உறிஞ்சும் தாகத்தை இசையாக்கினான் மாட்டுக்காரர் சிறுவன். அவன் சிறிய வழித்தடம் மரியாவின் விரலிசையில் முத்தந்தி சிவந்தது. சின்னப் பாலகர் கருப்பு தேவதைமேல் தைலம் பூசி விசும்புவார். அவள் வாசனை நான்கு நரம்பிசையில் சமாரியன் காற்றாய் முளைத்தெழ மரஇசைத் தொகுதியானாள் மக்தலேனா.

கல்லை முட்டையாக்கி காற்றில் உருளும் முட்டைக்குள் முட்டை களாக கருங்கேசக் கூடுகளில் சுற்றி அசையும் ஈரிழை. விறகு ஒடிக்கும் பெண்டிர் சுற்றிச் சுற்றி அலையும் தைலம் நுகர்ந்த வேகம். கரங்களை நிலம் பணித்து பயிர் வைத்த சனம் கூப்பிடக் கூப்பிட மழை வருமா சொல் எறும்பே... கைபட்டு நடுங்கி கடைசி நூலில் கண்டுகளைப் பின்னி எறும்புகளை சிமிழுக்குள் இட்டு வட்ட மிடும் சூதெறும்பின்

மந்திரத்தில் வெப்பக்காடுகளை மோப்பமிட்டு துகள் துகளாய் நிலம் அளந்த கடியெறும்பு வீழ்ச்சியின் வேகத்தில் குருமலையெங்கும் ரேகையிட்டு செதில்மண்ணை எச்சிலாக்கி பரிதிதொட்டு உலோக வேட்கை தழைத்தோங்கும் மக்தலேனாவின் ஊமை மௌனத்தில் தற்கணத்தில் பொன்ரேகையிட்டு மலைச்சோளம் ஒன்றைச் சுற்றிச் சுற்றிப் பாடிவரும் சித்தெறும்பு ஒரு சோளம் நூறுமணிகளாய் உருண்டு சிதறும் நாட்டுப் புற வழி இரு சமாரியக் கன்னியர் மழை எறும்புகளாய் உருமாறி வளையும் விடுகதை.

சிமிழுக்குள் ஒன்றைக் கரைத்து இன்னொன்றாய் மாறும் சமாரியாளின் ஆவி தூரதூரங்களில் அலையும். காற்றாய் பரவும் எறும்புகளின் அலை சோளக்கதிர்களை அரித்து பறக்கும் பொடிப் பட்சிகளாய் மாறிமாறிச் சிந்திய ஒளித்தவசம் உருளும் குருமலைக்குள் கண்நோக்க எறும்புகள் உருவற்ற காற்று.

கூழாங்கல் எறும்பு சோளக்கொல்லையில் வேர்கோடில் சுற்றிவர மஞ்சள் அலகில் இடுக்கிய தானிய அதிர்ஓசை கான் எங்கும் அலைபரவி சிறுசிறு புதிர்களின் நுனி எறிய எறும்புவழி வளையும் காற்று. அசையும் பயிர்கள் பச்சைக் குருத்துவிடும் ஒலி. பால்பிடித்த கருதுகள் கல்லாகி அசைய குருமலையில் தவமிருந்தாள் மதலையம்மாள்.

எறும்பு ஒன்று சிரசு ரெண்டு சமாரியன் காற்று காலாங்கரை வழி வீசும். கருப்பு தேவதையின் மறைவுமை எடுத்து வரும் சமயம் ஜாக்லோவா... எறும்பேவா... கழுகின் மேனியுடன் நாள்தோறும் உன் கால்களை எடுத்துவா... முன்னடியானே.. பின்னடியானே சித்தி செய்ய உன் கால்கள் ஊர்ந்து வர மக்தலேனா மெய்யுணர்வில் நான்கு ஆக்கக் கூறுகளில் ஒன்று நெருப்பு, சக்தி, தன்முனைப்பு, பேருணர்ச்சி சரித்திரச் செவ்வியல் பிழம்புருவாய் அவள் போன திசை. மரணமடைந்தவர்கள் உட்சென்றுவிடும் தைலப் பேழையில் வாசிக்கப்படும் மசகிட்ட இருட்டுமொழி எழுதாமையிலிருந்து கருப்புத் தைலமிட்டு பூசிய ரகஸிய ஆக்ஞையுண்டாயிற்று. வாசிக்கப்படும் இரவெல்லாம் ஒளிவரும் தங்க ரேகைகளும் எறும்புகள் சமாரியன் காற்றாய் மாறிவிடும். சிறுபிள்ளைகள் கன்று மரங்களைச் சுற்றுவர். பின் பெரிதாய் வளர்ந்துவிட்டதிலும் கிளையைப் பற்றி ஏறித் துயில்வர். பல பட்டணங்களிலும் ஊர்களிலும் சுற்றித் திரிந்தவள் அகோர நெருப்பு கக்கும் காளவாய்க்குள்ளே ஒருவரைத் தள்ளியும் தலைமுடி வஸ்திரம் முதலாய் கருகாமல் வெளிப்பட்டு வந்து யேவோவின்

சீடரில் ஒருவருக்குத் தைலவர்க்கம் பூசிவந்தாள். பிறைக்கொழுந்தை மென்றவாறு அறியப்படாத தாவரங்கள் மக்தலேனாவைத் தொட்ட இலைகளின் ஸ்பரிசத்தில் மென்மேலும் உடல் முழுவதும் பரவுகிறது. என்னை அரிதுயில் ஆழ்த்துகிறதே... யாவினும் கடைய செடி செவ்விய இலைத் தளிரும் உயிர் இருப்பின் வேரும் வலி படாமல் கெல்லிக் கசக்கி நுகர்ந்ததில் மறதி கொள்ளச் சுழியில் வந்து நின்றேன். செடிகளின் ஊமை மூச்சில் உச்சமாகி நின்றேன். தீதிலாத்தருப்பொழியும் விண்மீன்களின் பெருஞ்சுழியில் நிலம் அவிழ்ந்தேன். என் தைலப்பேழை வாசனை அகராதி. பூவுக்கொரு பக்கம் விதியும் சொல்வேன் பாலகரே...! எனப் புலம்பலுற்றாள். 'என் சூளமித்தியே... நீ தேடிவந்த நாக எலும்பு மலரில் மனோரஞ்சித வாசனை இதோ' என்றான் இசைப்பாலகன்.

மலையைவிட்டு அவள் கீழிறங்க ஆரம்பித்தாள். நடையின் வேகத்தில் பாறைகள் அதிர்ந்ததில் சமைந்த பல விதைக்குலம் உயிப்புற்று வளரும்.

'மகத்துவ மூலிகை தேடித்தேடி இந்த இடத்தில் தாவர அபிதானம் புதைந்த எறும்புப் புற்றை அதிர்வினால் கலைத்து விடாமல் பேரமைதி வேண்டி நின்ற செம்பாறையில் அதிர்ந்து நிற்கும் அரவுகளின் சுவாசம்' மரணமடைந்தவருக்கு மறுஉயிர் கொடுக்கும் சாகாத்தைலம் ஊணிற் காய்ச்சியதோ... இந்த பீலே யாத்தின் பிசின் தைலம்..' என மரணத்தின் ரகஸியம் கேட்ட ஈனா இசக்கி ஒருத்திக்கு ள்பிறவாமுன்மையில் தவழும் சிசு சுமந்தவள் நீ உனக்கு சாவே இல்லையாம்!' என்றாள். பிசினைச் சுற்றி நக்கி மோந்து அலையும் ஜாக்லோவா எறும்பின் குணம் மழை ஈரத்தை வர்ஷிப்பதாம். தைலப் பேழையில் எறும்புகளின் நேத்திர ஒளிக்கு சம்பிசினில் முயங்கும் மையல் இசை. அதை ஈனா இசக்கிக்கு ரகஸியமாய் முணுமுணுத்தாள்.

ஈனா இசக்கியை துயர்கவ்வ முள்மலையாகத் தோற்றம் கொண்டாள். சடைத்த முள்ளிலே தைலமும் உருக உழைநரிகள் நோய்காண் பிலாக்கணப் புத்தகத்தைத் தின்னத் தொடங்கியது.

தன்னிலை மறந்த மக்தலேனா உடலே மூலிகை ஆயிரம் மறைந்திருக்கும் மடிப்பு மலையடுக்கம். பழிப்பவர் பக்கம்போய் அவமானமடைந்து திரும்பிய பக்கமெல்லாம் இருள் உலகப் புத்தகத்தைத் திறந்ததில் செங்காற்றில் புயல்வீசிய சமாரியன் காற்று கிழிந்து கந்தை அணிந்த கிழக்கிலுள்ள நொச்சிகள் சித்திரத்

துகில்களைக் கிழிக்கும் பைத்தியம் சுற்றிப் பரவ வறண்டிருக்கும் நிலத்திலிருந்து மிருதுவான பாபிரஸ் சித்திரம் சிதைந்த செடியிலை வரைபடங்கள் தீட்டும் அவள் பக்கங்களைத் தூக்கி எறிந்த பலரும் இருக்கலாம்.

அவள் கண்களுக்குட்பட்ட நீர்கடவுள் மரக்கலம் பழகிய பழையோர், சிதறிய முத்துப் பவளம் கோர்க்கும் கடி எறும்புகள் தன் உடலைக் கடிக்க அவை ஓஷதிச் சுழற்சியால் சொர்ண எறும்புகளாய் உருமாறி நெடிய மக்தலேனா உடலில் வெளிவரத் தொடக்கம். சமைந்து பாறையில் சாய்ந்திருக்கும் மக்தலேனா கடலிலிருந்து வெளிவந்த கன்னியாய் வாலை உருமேல் பெருக்கல் கோடுகளும் பறவைகள் ஊர்வன நீந்துவன தாவரங்களையும் தீட்டத்தீட்ட அவை கடலோடிகளின் புராதனத்தில் சிதைவுற்ற வங்கமாக அதில் சிதறி விநாசமான மலைபடு தைலப்பரணிகளும் மயிற்பிஞ்சம் காட்டிய ஆயிரம் விழி உருளும் விசிறியினை அசைத்தாள் மக்தலேனா.

கடல் ஏறிக் கடந்த தந்திரங்களின் பெட்டிகளில் பெருமீனாக உடைந்த கப்பலில் அவள் தனித்து வசிக்கிறாள். நான் யார் என்ற பிரக்ஞை மெல்ல முனகலாக பெருநீர் சுழிகளிலுள்ள மறதியின் ஊடுபரவலாகத் தவிர்க்க முடியாதபடி வரவிருக்கும் ஊழியின் உப்பக்கம் தங்கத்திமிங்கலமாய் பயணம் செய்து சறுக்குப் பாறைகளில் ஒளியுமிழும் ஓநாய் கால் புதரில் என்ன நடக்கிறதென்று நோக்க, மங்கிய இருளில் உருவங்களின் நடமாட்டம். அவளிடம் முத்தம்பட்ட ஞானசமுத்திரம். நிழல்களுக்குள்ளாக ஓஷதிகளின் ஒளியினுள் பயணமானாள். மக்தலேனா இன்னும் விழித்திருக்க வில்லை. தள்ளாடி நடந்த குருமலையில் துருவப் பறவையும் ஆனாள். புயலில் அகப்பட்ட நொச்சி இலையாய் சமாரியன்காற்றின் மேல் மிதந்து மூச்சுவிட்டு ரெக்கை விரித்தாள் பூமத்திய ரேகை விளிம்புகளில் உரசும் கடுமைகொண்ட சிறகி. வியாதிக்காரரை விசாரிக்கிறதிலேயும் வெகுநேரஞ் செலவழிப்பாள். ஒரு ராத்திரி அவளோடு அவஸ்தைக்காரன் வீட்டுக்குப் போய் அவனுக்குப் பாவசங்கீர்த்தனம் கொடுத்த பிற்பாடு அவள் காட்டுவழி திரும்பிப் போகிறபோது வெளிச்சத்துக்குக்கொண்டு போன தீபங்காற்றினாலும் மழையினாலுமவிந்த பிற்பாடு அவள் சரீரத்திலிருந்து புறப்பட்ட பிரகாசத்தினாலே இராவிருட்டுக்குள்ளே வழி அவளுக்கும் தைலவாசிகளுக்கும் காணப்பட்டது.

மாய எறும்பே வா... கழுகின் மேனியுடன் நாள்தோறும்

உன் கால்களை எடுத்துவா... பொன்னிறச் சாயலும் பிடிபடாத வடிவங்களும் பழைய வாழ்வின் கொடுங்கனவாய் பன்முகமாகி உடன் நிகழ்வாக கணக்கற்ற வடிவங்களுக்கு மாறினாள். ஆதியில் ஏய்த்த பாம்பைப் பற்றி இனிமேல் ஒரு பெண் பிள்ளை உன்னுடைய தலையில் கால் வைத்திருப்பாளென்றார். உற்பவித்த மரியாயி சுரூபத்தின் பாதம் பிசாசாகிற பாம்பின் தலைமேலே இருக்கிறது. ஆனாலும் நிழலாக சர்ப்பம் ஓஷதியாலே கானகப் பசுமையாய் சுழன்று எழுந்தது .

விசிறிகொண்டு வீசுகிறேன் எறும்பே வா... மோர் கொடுப் பேன்... இளநீர் அருந்துவாயா.. நோயுற்றோர் உடம்பில் இறங்கி முதுகில் ஊர்ந்து அக்கி எழுத்தெழுதிக் கோலமிட்டு சுகம்நாடி சுற்றிய எறும்பு அங்கமெலாம் புண்பட்டு காயம் தொட்டு புதர் மறையும். மக்தலேனாவிடம் ரஸவித்தை கற்ற தைலவாசிகள் அழைக்கும் குரல் தூரத்தில்.

ஓஷதி தேடி அவள் இங்குவர ஆற்றின் துவக்கமாகிய ஊற்றிலே பிரியப்படுவார்கள் பிள்ளையும் அந்த ஊற்றுத் தண்ணீர் மற்றவூற்றுத் தண்ணீரைப் போலவே கனமுங்கலங்களும் மண் வீச்சமில்லாமல் அந்த ஊற்றிலுண்டான தங்க மணலுக்குள்ளே நின்று புறப்படு கிறபடியினாலே மிகுந்த தெளிவுமாய் மெல்லிசுமாய் மதுரமுமாய் இருக்கிறதைக் கண்டு அதை மெத்தவும் நீலத்தும்பி தொட்டுத் தொட்டுப் பறக்கும். அங்கே பூச்சிகளின் நேத்திரம் வீசிய ஒளி கூச வைத்தன அவள் கண்களை. மூர்ச்சையானாள். மாடுமேய்ப்போர் மூர்ச்சை தெளிவித்து சிலாக்கியமாய் முள் படுக்கையில் அமரச் சொல்ல 'புண்படுமே இலையுடல் காயம்படுமே' எனத் தைலக்காரி உரைக்க, 'அடுத்தவர்களுக்குத் தைலமிடும் வெள்ளைப்போளமாய் வாழ்வென்றிருக்கும் உன்னை சம்மதிக்கிறேன். இந்தா தைலக் கொம்பை கர்ப்பிணியின் அடிவயிற்றில் மெழுகி உற்பவிக்கும் சிசுவுக்கு சேனையிட்டு ரேகையிடு' என யேவோ அவள் சிரசில் கைவைத்த இலையும் முணுமுணுத்து கழுத்தைச் சுற்றி விளங்கச் செய்ததும், 'தைலராக்கி பாறைக்குப் பாறைகுகைக்குள் மனம்போன குகையில் இரு' என்ற ஆக்களுடன் சென்ற ஈனா இசக்கியிடம் சிசுவாக இருக்கிறோம். அங்கே தெளிவில்லாத பாதை இடஒளிவுகளினூடே தொலைவே முனகுவதென்ன? எல்லோருக்குமாக அவள் சேகரித்த கொம்பினாலிழைத்து சிமிழிலடைத்த தைலங்களின் தனித்தனி நறுமணம் திரளொளியில் செந்நிற வண்டுகளின் குணங்கல்.

கடுமையாகக் குளிர்கிறது மைவரையில் மரநாய் ஊர்ந்து அவளைத்

தொட்டதும் 'இன்று நிலவின் கீழ் நாயும் முள்புதரும் கசியும் வாசனைதான் என்ன?' இருட்போர்வை மூடித் திரியும் சாயைகள். பிற விலங்குகளில் பரவும் உடல்வாசனை. ஒலிவத் தோப்புக்குள் அலையும் சமாரியப் பெண்கள். ஊருணி வாசலில் மண்மெத்து வீடுகட்டி மச்சுப்பாவி அதற்கு கதவுகளைப் பூட்டாமல் தைலக்கொம்பு களைச் சொருகினாள். ஒரு நரி ஏறிப் போனால் மண்வீடு இடிந்து போகுமா என்ன? தைலம் சேகரிக்கும் குமாரத்திகளை அடிமைத் தனத்துக்கு உட்படுத்தாமல் தேனீக்கள் மலர்களுக்குள் ஈண்டிக் கிடக்கும் பள்ளத்தாக்கின் சரிவிலே சுற்றிச் சுற்றிப் பாடும் தைல மரங் களிடையே ஓடியும் சுள்ளிகளின் ஒலி மறையவுமில்லை.

தொல்லிய தைலக் கொம்புகளின் பாடல் குருடான பெரோரஸ் மதகுருவை ஏற்றிவந்த ஒன்னெஸ் நீர்க்கடவுளைக் கண்டாள். கானாறுகளின் புராதன நீரும் மக்தலேனா உடலில் கோடுகளாய் நெளிந்தோட மலையின் செதில் கற்கள் உருள பராலியா நகரின் தைல வணிகன் 'சமாரியா' என உச்சரித்ததில் காற்றின் தொனி மீனுருவம் பாதியாகும் மானுருவமும் கருஞ்சிவப்பில் ஒன்றுக்கொன்று எதிர் பாயும் கெண்டையின் சுழிகளும் மயங்கிச் சிவப் பான நண்டும் புகை விலங்கு இழையாக உடலைச் சுற்றி காற்றின் நீர் திரியில் சுழன்ற சமாரிய தேசத்ததுப் பட்டணங்களில் சுடர்நிழலில் அணையாத விளக்குகளின் கூட்டம் சரிந்த ராத்திரியில் மக்தலேனா உடல் கருப்புத் தகதகப்பில் நெருப்புச் சேவல் ஏந்தி காற்றில் மிதந்து இறகுகள் சிதறிய மலை நிறங்கள் ஒவ்வொன்றின் அடியிலும் சமாரியன் காற்று உயருச்ச நிலைச் சடங்கில் நீலவிளக்குகளில் புகையும், திரியும் தைலக் கருகல்வாசனையும் புகை நெளிவும் முடியாமல் மக்த லேனா மாயப் பேழைக்குள் எல்லாப் பட்டணங்களும் தைலம் பூசியிருக்கும். அவள் உருவில் வலது முனை நெருப்புக் கல்லாகவும் மறுபக்கம் நீராகவும் சமாரியன் கிணற்றின் ஆன்மீக ஆவியுருக்களாக தீயில் வசிப்பதாகச் சொல்லப்படும் ஜாக்லோவா எறும்புகள் சீரமெல்லாம் ஊர்ந்து தீயின் உறைவாகும். கருத்த தெய்வம் நூற்றாண்டு பல இருந்தவள் தன்னை எரித்த சாம்பலிலிருந்து மீண்டும் உயிர்த்த பறவையாக 'ய' நகருக்கு வந்தாள். முதலை மீன்இசை நரம்புகள் கைவர மீட்டி விசும்பில் மிதக்கிறாள். சமாரியர் தோற்றம் எறும்பாக நீர் உயிர்க்கும் காற்று மக்தலேனாவின் சாயை பால்கன் வல்லூறு அவளுரு மறைந்து காற்றினூடு கூடி இயல்வதாக சிவந்த பிடில் அதிரும் அந்தக் கடலில் நட்சத்திர ஆமை உடலைக் கலைகிறது.

விண்மீண் வடிவில் அமைந்த மறைவியல் உருவை வழிபடும்

அகப்பொருள் தாவரங்களில் ஒருங்கிணையும் சரிதம் அவள். சமாரியன் காற்றின் கீழ்நோக்கிய பயணம் உலகுயிர் தொட்டுவிடும் ரஸவாதக் குறியீடு. மயங்கிச் சிலையானவள் ஸ்மரணை இழந்து கண்கள் சொருகிக்கொள்ள என்ன நடக்குமோவென்று தெரியாத இருள் கவ்வியது அவளை. ஓஷதிக் குகையில் ஒளிந்திருக்கும் உயிர் இயற்றும் ஜாக்லோவா எறும்பைத் தூக்கி மக்தலேனா மேல்விட சுற்றிச் சுற்றி வந்து, உடலைக் கடித்து தின்னத் தொடங்கியது.

செத்தபடி தன் ஊண் ருசிக்கும் எறும்பின் தீவிர வேட்கையில் தன்னுடல் புகுந்த ஆயிரம் மூலிகை அகராதி கடிபட்டு வலிக்க புத்தகத்தைக் கொன்று தின்னும் வாசகனாக ஆயிற்று. ஜாக்லோவா மழைவருமா சொல்... இப்பொழுதே சொல்லிவிடு... எல்லோரும் எறும்பிடம் பணிந்து கெஞ்சுகிறார்கள். கண்ணாடி எறும்பு திசை எட்டும் திரும்பித் திரும்பி கரிய புதிருக்குள் மக்தலேனா ஒளிந்திருப்பதை ஒவ்வொரு எறும்பிலும் துளியாகப் பிரிந்திருந்தாள். கருமசகிட்ட தைலப்பேழை பிரபஞ்ச வாசம் லபித்து முக்தியடைந்த சொருபமாய் எறும்புகள் ஊரக் கிருக்கிய கோடுகள் ஆயிரம் கிளைமரமானாள் தைலராக்கி. கைவிரல்களில் இலை துளிர்க்க பாறையில் படிந்து கடிஎறும்பு துளையிட்ட உடலெங்கும் பீலேயாத்தின் பிசின் தைலம் வழியும் கானகம் ஆனாள் மக்தலேனா மரியாள்.

4

ஜெகூர் ரோடு பதேர் பிரதர்ஸ் விடுதி அ. எண்.111

சித்திரக் கதா துணிச்சுருள்களுடன் புராண அரக்கி காண்டீஜா சித்திரக்கார நொச்சியர்களோடு ஏழு கழுதைகளில் பொதிபோட்டு பழங்காலச் சித்திரக் கதாக்களோடு வெளியேறிக் கொண்டிருந்தவளின் கழுதைகளால் மறிக்கப் பட்ட ஓட்லாட் பெட்ஃபோர்ட் காரின் ஹாரன் ஒலிக்கு தன் சாத்து எலும்புகளால் எதிர்ப்பு தெரிவித்தன கழுதைகள், உள்ளே வரவிடாமல். திறந்தவெளிக் காருக்குள் நவீன காலம் டாப்பிலிருக்கும் தேவதாசிகளோடு பாஸ்கர தாஸும் கே.பி.எஸ், காளி, என். இரத்தினம், கல்கத்தா பாடகர் சைகாலோடு மகாலிங்கமும் வேலுநாயரும் இவரின் பாடல் வசனங்களோடு காளிதாஸ் பேசும்பட ஃபிலிம் பெட்டி அவர்கள் தலைக்குப் பின்னே எட்டிப்பார்த்தது, கழுதைகளை. அவை கருப்புப் பெட்ஃபோர்ட் காரை மதிக்காமலும் கதையுலகை விட்டு வெளியேறுவதில் கவ்விக் கொண்ட துயரத்தின் பாலைவெளி சித்திர எலும்புகளின் தொலைவாக இருந்தது. இப்போது உத்திரபடா, தட்சிணபடா கதா சுருள்களைச் சுமந்து செல்லும் தொலைதூரக் கழுதைகளின் புள்ளி உருவங்களோடு கரைந்துசெல்கிறார்கள் இவர்களும்.

பாஸ்கரதாஸ் மேஜை மேல் வைத்த வில்லின் அகராதி சிறகடித்து மிதவலாகக் காற்றில் கொண்டு செல்லும் தனம்மாளைப் பச்சைக் குத்திய கைநரம்பை நலத குரோமியம் சாஃப்டு எஃகூசியில் அரிந்து தன் வயலினுக்குக் கொடி முடிச்சைப் பூட்டுகிறார். சரபோஜியின் அரக்குக் கோட்டு மேல் எழுந்து பார்க்க மேஜை விளக்கடியில் மெல்லச் செல்லும் த நால்வரின் விற்சிறகு வீச்சலைவு. காற்றில் மிதந்து வரும் சரபோவின் இரவுக்கோட்டின் வாசனை ராப்போஜன மர

டேபிளில் பதார்த்தக் கிண்ணங்களில் நஞ்சூட்டியிருந்தால் வளர்ப்பு மயில்தோகை விரித்து அமுத ஏனங்களை மூடிவிடும். சரபோ சாப்பிடும் முன் திரிகடுகச் சூரணம் மூன்று விரல் பிரமாணம் உட்பிரயோகம். வடிவேலு சுருட்டின் டிரேடுமார்க் மணிலா புகை மெல்லலை. தனம்மாளின் குமாரத்திகள் பிருந்தா முக்தா கற்பூரத் தைல வாசகம். ஜெயாம்மாள் இசையின் குருதியெங்கும் பெருகிக் குமிழாகப் பல தஞ்சாவூர் பெண்கள் விஷேட அந்தஸ்தில் கிராமஃபோன் தட்டுகளில் சுழல்கிறார்கள். மரங்கொத்தி வருவதும் போவதுமான நீலத்தில் பதோர் பிரதர்ஸ் விடுதி அறை 111 சன்னலைத் திறந்தால் விரியும் பராரி ரயில் நிலையத்துக்கு வந்துபோகும் அரக்கு ரயில் பெட்டிகள். புது ஆற்றுப் பாலத்தில் எட்டிப் பார்க்கும் சரபோ ஆவியுடன் ஆங்கிலப் புத்தக இரட்சகர் சவரி ராயர் உரையாடல். ‘சரபோ நீங்கள் வளர்த்த தாம்பூலகரங்க வாகினியர் எல்லாம் கீதத் தட்டில் சுழல்கிறார்கள்.’ சரபோ பீடா ஒன்றின் நாளது விலை கால்களஞ்சு பொற்காசாம். அதில் என்ன விஷேடம் வடிவேலண்ணா மூணு கிராம் குங்குமப்பூ, லேக்கா ஒரு துமி, இராஜஸ்தான் பாங் ஒரு சொட்டு, குல்கந்து, ஏலம், கிராம்பு, கல்கண்டு, குடந்தைச் சீவல், லக்னோ பன்னீர், காபூல் அத்தர், காவிரி வெற்றிலை மடிப்பைத் தாம்பூலகரங்கவாகினி விரலிடுக்குகளில் பச்சை நரம்பு கிள்ளிச் சாம்பிராணி வாசகர் வந்துசொல்லும் இன்றைக்கான மானாம்புச் சாவடி அலங்காரம் நட்டுவன்சாவடி தலைக்கோலி நினைத்த பூ எடுக்கும் தோட்டப் பெண்கள் வருகை, தினசரிதையில் தன்வந்திரிக் கையேடும் படிப் பதும் நெடுந்தாள் சூசினி. மங்கல விலாச அக்காமார் கொடுத்த கிராமஃபோன் தட்டுகள் சுழல்வதைப் பார்த்து சரபோ ஆவி சேர்ந்து சுற்றும் கோட்டுவாசனை. சரபோ வாங்கிப் பயன்படுத்த முடியாமல் காலத்திருகல். தர்பாரில் பதுக்கிவைத்த சங்கீத நரம்புகள் இருட்டில் கேட்டவை எத்தனையோ? குருமலை லெட்சுமி காயாத கானகத்தில் நின்றுலாவ பெங்களூரு நாகரத்தினம் முத்துப்பழனி, தெலுங்குப் பாசுரத்தில் பைந்துழாய் ஆனாள்.

இந்தியக் கீதத்தட்டு சேகரிப்பாளர்களின் வீடுவீடாய் கதவைத் தட்டும் சரபோவின் ஹண்டிங் கோட் அரக்கு நூலகத்தில் ஒவ்வொரு கோடுகளில் மறைந்து கேட்கும் மங்கி அழியும் காலயிருள். மெல்லக் கதவைத் தொட்டு தலைசாய்க்கும் மூச்சரவம். ‘பாஸ்கரா தஞ்சாவூர் பாப்பம்மாள் விருட்சகன்னியர் குரோமியம் பூசிய ஹாஃப் சாஃப்ட் எஃகூசி இருக்கிறதா உன்னிடம்’ என் கோட்டுக்குள் எண்ணிலடங்கா நாட்களில் மறைந்திருக்கும் கணிகையரின் கீத ஒலி

கரைந்து அழகியல் கூடிய நொச்சிக்காரித் துணி மடிப்பில் கண்ணீர் தடம்பட்ட சாயநீர் ஓவியம். இற்றுக் கந்தலாகி வழிகிறது இழை. திருநங்கை எரித்தாவின் ஆவியுரு சரபோவின் கோட்டுக்குள் மிதந்து கொண்டே அலையும் இரவிரவாய். திரிக்காரி சிவாணி, ராச காந்தம் கோட்ஸ்டாண்டில் தொங்கும் பல சரபோ உடல்களுக்குச் சவத்தைலம் ஊட்டுகிறார்கள். இறந்தபடி ரத்தம் சுண்டி திரேக காந்தியெல்லாம் வற்றி உலர்ந்த சரபோவின் பதன உடல்களை வெவ்வேறு கோட் ஸ்டாண்டுகளில் தொங்கவிட்டு வாசனைத் தைலம் ஊட்டும் நாகூர் தைலவணிகன் நத்தர்பாய் இலவம் பஞ்சினால் பதனப் பிரேதத்தின் ஈரத்தை உறுஞ்சி எடுக்கிறான் தைலமூட்டி. எல்லா இசைக் கோடுகளும் கீறிய உலர்ந்த சருமத்தில் நடமாடிக் கொண்டிருக்கும் தலைக் கோலிப்பைத்தியம் தோட்டத்தில் திரியும். ஒருவருக்கும் தெரியாமல் சரபோவின் கோட்டு நடமாடிக்கொண்டிருக்கிறது அவளுடன். உள்ளிருந்து யார் யாரோ வருகிறார்கள். அரக்குக் கோடுகளில் மறைகிறார்கள். தஞ்சாவூர் கொடிமரத்தடியில் ஜட்காவில் தனம்மாளின் சீய்யாள் பாப்பம்மாளிடம் சரபோஜி அதே கோட்டுக்கு அயகாந்தச் செந்தூரம் பூசுகிறார்; அதன் பழமைக்குள் இருக்கும் த வாசனை. மோரிஸ் கருப்புக் காரில் பிராட்காஸ்டிங் கம்பெனி மேனேஜர் பாஸ்கரதாஸ் ஜார்ஜ்வால்டர்டில்நட் ஒலிப் பதிவாளனுடன் த வுக்கு வருகிறார்கள். டிராமாடிக் குரூப் புராண பாத்திரங்கள் பிராட்காஸ்டிங் தட்டுகளுக்கு இடம்மாறிவிடுகிறார்கள். டம்டம் கல்கத்தா பெல்லிகாதாரோடு இசை மேதைகளின் டோங்கு குதிரையும் பேபி கார்களும் சாரட்டின் ஊர்ந்துவரும் நாட்களும் ஜெகூர் ரோட்டுக்கு செலடா கம்பெனி மாறியதும்கூட பேர்ப்போன அந்தப் புழுதி யடைந்த கல்கத்தா ஆக்ராவாலி, பாகிஸ்தானி, கஸல், இந்துஸ்தானி, சங்கீதகாரர்கள் தங்கும் பதேர்பிரதர்ஸ் சீக்குப்பிடித்த விடுதிக்குள் உதிர்ந்துகொண்டிருக்கும் இசை ஒவ்வொரு அறையிலும் கிராம ஃபோன் பெட்டியும், நாலடுக்கு எவர்சில்வர் எஃகூசி டப்பியும் விரும்பினால் கேட்லாம் மிஸ் சவுகார் ஜோன் லேடி கீதத் தட்டுக்கள். தஞ்சாவூர் தனம்மாள் வாசனைக்கு மேதைகளின் ஏக்கம். பதேர் சலூன் நூலகத்தில் உறையிட்ட ரிக்கார்டுகள் புதுசு மங்காமல் அரக்கு வெளிச்சம் தெளிவற்றதாக மரப்படிகளில் வருவோர் போவோர் காலடி ஓசை கேட்கும். கல்கத்தா பாடகிகளின் வருகை வட்டத்துக்குள் வட்டமாகச் செல்லும் பாதைகளின் உள்பாதை வழிகளின் ஊடே ஒரு வட்டவடிவ ரிக்கார்டிங் கூடத்தை வந்தடை கிறீர்கள். பதேர் சலூனுக்குள் சுருள் சுருளாகப் பல கிராமஃபோன் வட்டங்கள் சுற்றும்

உருவ நிழல்கள் கிழிசல்களாக காலம் பழுப் படைந்த சரபோவின் கோட்டுகளாக ஆந்தைக் கோட், காக்காகோட், அரக்குக்கோட், முயல்கோட் யுவதிகளும் முணுமுணுத்த கீதப் பாடல்களின் நாடோடி ராகங்களில் செறிவடைந்த புதிர்த் தட்டுகளில் அடுக்கடுக்கான உயரத்தில் பறவைக் கூடுகளையும் அதில் தூக்கணாங் கூடுகள் தொங்கி அசைவதையும் கதுவாளிக் கூட்டம் அங்குமிங்கும் கத்தி ஒலியிட்டு அலைவதையும் இவ்விடுதிக்குள் பார்க்கிறீர்கள். ஜன்னல் வழியே இசைக்கோட்டி ஒருவன் 'பாஸ்கரா மெலடி எஃகூசி குத்தி த வை எழுதுகிறாயா? இசைப் பித்து நான். சரபோதான் தெரியவில்லையா உனக்கு.' பதேர் விடுதியே திகைக்கிறது. டேபிள் மீதிருந்த பழைய டைரிகளைப் புரட்டியவாறு மிஸ்.விஜயாள் நீரில் தெரியும் தோற்றம். வசனவாய் பொத்தி இடைதுவள மோகத்துழல்ஞ் வாசமெல்லாம் விட்டு மற வேறு சிந்தனையைத் தந்து ஆள்வாயப்பா' 'முழவு வீணைக்கிணறி அதீதக் கீதத் தட்டுக்கள் இருந்தால் கொடு பாஸ்கரா, நவகண்டி மாலை உனக்குத் தருவேன். கரதளமாகி நொடியாமலே மடிபிடியாமலே சாடை பேசிய வகையாலே மிகு நகையாலே பல தாறுமாறு சொல் மிகையாலே, நடையாலே மோதி மீறிய முலையாலே, முலை மீதிலேயியல் கலையாலே ஒரு மோடி நாதமே பாஸ்கரா... என சரபோ இவரைப் பார்த்து புன்னகைத்துக் கண்சிமிட்டினார். 'பாஸ்கரா கேளப்பா, மறந்த இசைத்தட்டு அரக்கு நூலகத்துக்குக் கூட்டிச் செல்லும் முத்தாம்பாள் சத்திரம் கணிகையர் சங்கீதம் தனி விஷேடமப்பா, தம்பிரானே நீ செக்கு நக்கிய எள்ளுப் புண்ணாக்கில் எச்சிப்பட்ட மிச்சமப்பா நான்.' சரபோஜியின் புறா மாடங்களில் ராசாவுடன் நீதான் உரையாடுகிறாய். சிதறலான நாலடுக்கு டோன் ஊசி சுழலும் அகாலப் பாதைகளில் பன்னிரெண்டு இசை மேதைகளும் எல்லா சுழற்சியிலும் த நால்வர் இயங்கும் பிழம்புருவை தந்தம் கோர்த்த பிடில் ஒன்றை யானைத் துதிக்கையால் கொடுத்த பத்மநாபபுரம் யானைகட்டி அம்பலத்தில் அத்தனைக் கம்பெனித் தட்டுக்களும் சுவாதித் திருநாள் இராசா விடம். ஒன்றையும் தொடவிடமாட்டார் மனுசன். கேட்கலாம் சங்கீதத்தை. கேட்டுக் கேட்டுத் திரும்பி வந்தாயாக்கும் த நால்வரை த வில் எழுதிவிட்டாயா, தம்பிரானே இந்த நூதனப் புஸ்தகத்தில் ஒருபகுதியை எழுதுமாறு ஜார்ஜ் வால்டர் டில்நட் பிராட்காஸ்டிங் மேனேஜராக என்னை நியமித்தக் காலை இங்கு வந்தேன். டிராமாடிக் குரூப் பாடல்மேல் மோகம் அவனுக்கு. தனம்மாளைப் பார்க்க வேண்டுமாம். கூட்டிப் போவென்று அவள் வீணையைக் கோடுகளாய் மாற்றி அவளுக்கே

34 ❁ த

சமர்ப்பிக்க விரும்பினாள் டில்நட். அவன் போகாத பட்டினம் இல்லை. பாம்பே ஸோர்பஜாரில் கள்ளபார்ட் ரிக்கார்டுகளை அதிக விலைக்கு வாங்கி குஜிலிப் பாட்டுக்களில் ஓடும் நாட்டுப்புற இந்தியாவின் ஆன்மாவை ஆடு மேய்ப்பவரின் நடைவழியில் சுற்றும் நீளப் புல்லாங்குழல் எங்கெங்கே ஓடுகிறதோ அங்கெல்லாம் ஓடிப் பரிதவித்தான். இராஜஸ்தானில் ரூமல் ஸ்கார்பினை கழுத்தில் கட்டிய தஹ் திருட்டு இனத்தில் சில வாத்தியக் கிறுக்கர்கள் உண்டு. வாசனை யிட்ட ரூமல் ஸ்கார்பினால் வழிபோகும் வாணிபரைப் பிடித்துக் கழுத்தைச் சுற்றி சுருக்கிட்டுக் கொலை செய்யும் பாதகரின் காட்டுக்குப் போய்விட்டான் டில்நட். படுபாவிகள் டில்நட்டின் கோட்டில் இருந்த ஆறு தங்கப் பித்தான்களை விரலால் சுண்டித் தெறிக்க விட்டுப் பிடித்துக் கொண்டவன் நெடுங்கழுத்து தஹ். அவனைப் புல்லாங்குழல் வாசிக்க வைத்து நாட்கணக்கில் பாலைவனத்தின் அகப்பாலைக்குள் மணல் மேடு மேடாய் கூட்டிப் போன தஹ் மணல் வெறி இசையாக வறண்ட மணல் ஒன்றின் தியானமாக உதிரத்தைக் குடித்தது வந்தவனை.

செக்குநக்கித் தம்பிரான் பூட்டிய வீட்டுக்குள் ஆடிக்கொண் டிருக்கிறான். ‘தையலேயுனை நினைந்து நினைந்துருகி... தயங்கிறாரடி மானே... கல்யாணி ராகத்தில் சுற்றுகிறது. வீணை சண்முக வடிவு தாயுமானவர் பாடலை தோடியுள் நுழைந்து பாடுகிறாள்.‘இடையறாது உருக வரு மழைபோலிறங்கியே.... இரு விழி கண்ரிறைப்ப...’ என நீர்த்துளிக்குள் ஒரு சொட்டு குரோமியம் கரைந்த எஃகூசியாக வழிகிறது சரபோவின் கோட்டுக்குள். சுப்பிர மணியர் விருத்தம் நாதநாமக் கிரியை ‘உளமெனது வசம் நின்ற தில்லையென்... சொல்லே நினைவில்லை... விட்டிடவும் இல்லை. உந்தனுக்கன்பில்லை...’ ‘சித்திரை வீதியில் வெகு விசித்திரமாய் மஞ்சள் வெயில் தன்னில்... முகத்தைப் பார்த்தாலும்... தேடாத மான் இதோ சொந்தமெனைக் கூடிஞ். வனஜாட்சி கௌளி மனோகரியில் இழையும் மானிடத்தில் மெல்லச் சென்று உருமறைகிறாள். வெகு தூரம் வரைச் செல்லும் மான் சுவடுகள் துள்ளி மேலே மலையெங்கும் சுற்றிவருகிறதையா... சுவரிலிருந்த செஃபியாடோன் புகைப் படங்களில் கோயமுத்தூர் தாயி, ராதுகா சாம்ந்த்வனமு தெலுங்குக் கீர்த்தனையை ஆண்டாளாக்கிய முத்துப்பழனிக்கு பெங்களூரு நாகரத்தினம்மாள் வாச்சியார்த்தமெழுதி பெண்கள் கூறத் தகாத கேட்கத் தகாத சிலவற்றை முத்துப்பழனி தெலுங்குப் பாசுரத்தில் எழுதியிருப்பதாக வாவிள்ள ராமசாமி சாஸ்த்ருலு அண்ட் சன்ஸ் பதிப்பிக்கத் தாமதப்படுத்தினார். தாரா

சசாங்க விஜயம், ஹம்சவிம்சதி, வைஜெயந்தி விலாசம் முதலிய காவியங்களைவிட இவள் அவ்வளவாய் சரச வாக்கு மிகுதியாகச் சொல்லவில்லை. பெண்கள் ஆண்கள் மூலம் கேட்கக் கூடாதேயன்றி தமக்குத் தாமே கேட்கத் தடையென்ன? ஆனால் பி.மாணிக்கம் பிள்ளை எழுதி கும்பகோணம் பாலாமணி டிராமாடிக்குரூப் சதாரம் கள்ளன்பாட்டு 'வஞ்சியிடை ரஞ்சி யபரஞ்சி மிகக் கொஞ்சியெனை மரு விடாய் கண்மணியேஞ் கருப்புத்தட்டு இந்துஸ்தானி காப்பிராகம். வீணாசையிலே புத்தி தோணாது போச்சே....' வேலை வேறிலையோ உனக்கு... ஜோடி நீதானில்லையெனக்கு அட சோரனே... யபசாரனே... சதாரம் சரித்திரம். இவளும் தஞ்சாவூர் சமஸ்தான பிரபுவான பிரதாப சிம்மனின் வைப்பு மனைவியாக கத்தியத்தில் எழுதப் பட்ட வாக்கியத்தின் முதல் எழுத்து த. சரபோவுக்கு கத்தியத்தில் 280 கலியாணம் 360 இடத்திலும் புத்திர பாக்கியமில்லை. புத்திர காமேஸ்டி யாகம் 3600 புரோகிதர் கூடினாலும் அஞ்சன வசியத்தில் கருக்கொழுந்து பற்றவுமில்லை. ஆனால் லிங்க செந்தூர பஸ்பம் எப்போதும் கோட்டிலிருக்கும். அரிசி எடையளவு ஒரு தடவைப் பிரயோகம் கல்தாமரைப் பொடிடப்பி இருந்த கோட்டிலும் வாசனாதித்திரவியங்கள் பூசுவது நெடுந்தாள் சூசினி. எல்லாப் பாட்டுகளையும் குஜிலியில் சேர்த்தால் எப்படி? சாஸ்திய சங்கீதத்துக்குள் நாடோடிப் பாடல்கள்தான் கமகச் செறிவும் கற்பனா தீதம் ஊட்டினதும் இந்தப் பாலாமணி தாராசசாங்க வர்ணப் பிளேட்டுகளில் குஜிலிக் கோடு போட்டு அரக்கு முத்திரையிடாத வெள்ளைக்கார ஜார்ஜ் வால்டெர் டில்நட் ஒலிப்பதிவு செய்து எம்மையும் பிரேமித்து கௌரவ சம்மானம் கொடுத்தான் என்பதால் பாலாமணி எக்ஸ்பிரஸ் இரயிலும் கும்பகோணத்திலிருந்து திருச்சிராப்பள்ளி ஜங்சனில் குதிரைவண்டிக்காரன் குஜிலியில் அச்சான பதினெண் சித்தர் பாடலுடன் குதிரைக்குப் புல்லூட்டவும் அய்யங்கார் காப்பி வாசனை சர்ப்பரைசர் மிஷின் இரைச்சல் மறையவுமில்லை. விலங்காய் உருமாறி ஜாருகமகத்தில் காயாத கானகத்தே வந்துலாவும் நற்காரிகையே... பாஸ்கரன் பாடல். ஓடியன், ஹார்ட் சன்ஸ், டுவின், அலிகான் டைரியில் பாமர் வீச்செழுத்தில் புத்தக வியாபாரிகள் கீதத் தட்டுகளில் வரும் குஜிலிச் சந்து. புதுவயல் கரும்பு அய்யங்கார் வீட்டு அரக்கு நூலகம் தேடி மாலியும் சவுடய்யாவும் புல்லாங்குழலை உருட்டும் ஒலி தேவுடு அய்யர், சுப்பையா பாகவதர், பபூன் சண்முகம், அஸ்வத்தம்மாள், கரும்பு அய்யங்காருக்கு முதலை தின்ற மந்தியின் குடலினித்த கதை. பி.எஸ். சிவபாக்கியம்,

எம்.கண்ணம்மாள், காரைக்குடி பினாங்குச் செட்டிபங்களாவில் இத்தாலி நீலக்கல் அறையில் பாடியவை. மானாமதுரை ஊரையே பெயராகக் கொண்டவன் டில்நட்டுடன் கல்கத்தாவுக்கு இரயில் ஏறினான். மன்னாரிலிருந்து தனுஷ் கோடிக்குக் கள்ளத்தோணியில் திரும்பிய மலைத்தோட்டப் பாடகி வேங்கனி. காப்பிக் கொட்டையைக் கரும்பிப் பாடினாள். யாழ்ப்பாணம் சுருட்டுக் கொட்டகைப் பாடலுக்கும் போர்ச்க்கீசிய புகையிலை வணிகனுக்கும் தகராறு பாட்டு, பி.கே.சர்மா, ஆர்.கே. சர்மா தொண்டியிலிருந்து லாஞ்ச் ஏறி புகையிலை மொத்த வியாபாரிகளுக்கு ஒப்பந்தப் பத்திரம் கொடுத்து கீதத் தட்டுக்களுடன் கரையேறினார். மெட்ராஸ் மெயில் எடிட்டர் சுப்பாராயர் தலையங்கத்தைக் கத்தரித்து ஜார்ஜ் வால்டர் டில்நட் பாம்பே மெயில் ஏறினான். இவன் வருவதற்கு முன்பே விக்டோரியா டெர்மினஸ் ரிச்சர்டு பர்டன் கிளப் அரக்குச் சேகரிப்பை ஒல்லாந்த ஆய்வாளன் ஜான்மூர் இருபதாயிரம் தட்டுக்களை ஜான் கம்பெனி கப்பலில் லெய்டனுக்கு வாங்கிவிட்டதாய் டில்நட் கேட்டு அயர்ந்துதான் போனான். கீவைச் செட்டி தானமுதலி ஒல்லாந்தரோடு ஒப்பந்தம் செய்ததில் இருந்த இடம் தெரியாமல் குஜிலி வியாபாரிகள் மறைகிறார்கள். அச்சு இயந்திர நாக்கில் குஜிலி காமிக்ஸ் பழுப்பு படைப்புகளும் தழுவலாய் சுழற்சி வேகம் நம்மைச் சுற்றிவரும் ஒவ்வொரு பஜாரிலும். ரங்கூன் பெரிய கடை அரக்கு நூலகத்தில் தில்லைச் செட்டியார் கிளையும் விஜயதேனு சங்கீத அச்சியந்திர சாலையில் கீத ரிக்கார்டுகள் எல்லாம் அதிசயம். விளம்பரம் கேட்கவே சுநாதமானது. குரோமியம் நாறி அழுகும் எஃகூசியில் பாடலைக் கேட்டவன் உணர்வதின் நுட்பம் கூடக்கூட கால அமைதி உறையும் கண்டனூர், கானாடுகாத்தான். மரக் கூடங்களில் கருப்பு பீரோவுக்குள் தைலம் வற்றாத ரோஸ்வுட் ஹிஸ்மாஸ்டர் வாய்ஸ் பெட்டி மேல் லேபிள்கூட மங்கியிருந்தது. லேபிளில் குழாயில் எட்டிப் பார்த்த நாய் கனவுகளில் அது கிளம்பி வரும் முனகல் அழுகை.

5

அ. தில்லைச் செட்டியார் வௌவால்தொத்தி நந்தவனம்

அது திருநெல்வேலி ஜில்லா வரைபடத்தின் வழியே செல்லும் கோடு. தொன்மையானதாக இருந்தும் வரைபடத்தின் உள்ளிருந்து வெளி வந்தார் காடல்குடி அரசர். அவர் கிழித்த வரைபடத்தில் இசைக்கு ஆதார சுருதியை தவளையிடம் கற்றுக்கொண்டதில் கரிசலில் வசிக்கும் ஜீவராசிகளும் பாடியதால் நூறு குரல்வளை கொடுத்தார் கரகரப் பிரியாவில். வரைபடம் விலகி தில்லைச் செட்டியார் நந்தவனம் என்றும் வௌவால் தொத்தி நந்தவனத்தில் ஓர் ஆண்டி பிச்சைக்கொரு பாஸ்கரதாசும் கொடுமுடி ரயிலடியில் பிச்சைக்காரி பாடித்திரிந்த குரல்வளைக்குள் லயமலரைக் கண்ட வேலு நாயரும் கூட்டி வந்தது மதுரை ஒன்னாம் நம்பர் வாணியர் சந்து. சுந்தராம்பாள் குரல்வளை ரத்தம் கலந்து ஒன்பது வகைக் கொலம்பியா மேட் இன் இங்கிலாந்து எஃகூசி பறவையின் சிறகை வரைந்து பறக்கவிட்ட கானக்குயில் கேட்டுக் கீழே சரிந்து மிதந்த இறகுகளால் மடித்த ஒரு புஸ்தகம் கோர்த்தது தில்லைச்செட்டியார். ஒவ்வொரு இறகும் வேறான பட்சியானது. திருநெல்வேலி கனகாங்கியே ஒரு ராகமானாள். கோயமுத்தூர் தாயி இசையின் தாயானாள். ஸ்ரீவை சுப்புலட்சுமி பங்களாவுக்குள் சிறுமிகள் ரேகைகளைப் பதித்து அவள் சரீரத்தில் மறைகிறார்கள். சந்துகளில் டபீர் தெரு தாசிகள் டிராமாடிக் கிராமஃபோன் பாலாமணிக்குள் தஞ்சமானதில் ராக ஜீவியாக நடமாடும் குடந்தை சுந்தரேசனார் மாணிக்கம்பிள்ளை சரபோஜிக்கு இசையை வேவு பார்க்கும் கண்ணாடியைக் கொடுத்தது. பெரிய எழுத்து விளிம்பு களில் சாக்குக்கட்டி சிதம்பரச்சாமியும், கழுகுமலைக் கந்தசாமியும் சென்னிகுளம் காவடிச்சிந்தும் மீன்துள்ளி நையாண்டி மேளம் நாயனக்காரரும் மற்றொரு விளிம்புக்குவந்த அடிபாட்டுச்

சண்முகனாசாரி மணிகட்டிக் கள்ளனுக்கும் எம்.கே.டி. போட்டோ பீடிக்கும் வடிவேல் நாடார் டோமோ பாட்டுகளைக் கேட்டு முக்கூடல் சொக்கலால் ராம்சேட் டி.ஆர் ராஜகுமாரிக்கு மோரிஸ் காரும் யானைக்கு அல்வா வழங்கிய பீடி விளம்பரம். பெரிய எழுத்துக்கும் வராத நாட்டுப்புற வர்ணமெட்டு களையெடுப்பதிலும் நாற்றறுக்கும் போதும் அறுவடையிலும், களத்திலும் பொலிக்கோடு வரைந்து பாடியவை ஏழடுக்கு நுண்ணூசியில் நுழையாதவை. அப்போதுவரை மஹோஹோனி ரா என்ட்ரன்ட் டோன் சேம்பர் ஒலி கேட்டிராத நாகலாபுரத்தின் இருண்ட பாகமாய் க்ஷீண தசையடைந்து திலாக்கள் துவாரங்களில் கண்ணிமைத்த முனிப் பெண் மைகுடித்த விழிபார்த்துக் காத்திருந்த பினாங்குச் செட்டி கில்லானில் பெரிய குஜிலிகடைத் தெருவில் பதிப்பித்த வெளவால் புஸ்தகங்கள் பறந்து திரியும் தட்டச்சுப் பிரதிகளின் ஒலி சுழன்றுவரும் வினோதக் கதை லைபிரரி. கொலம்பியா நிறுவனம் எக்ஸ்டெண்டர் பிளேயர்களுக்கு ஏஜென்சியை தில்லைச் செட்டியாருக்குக் கொடுத்தது. லாங் பிளேயர்களுக்கும் ஜவாப் ஆனார். பினாங்கில் செட்டி பலர் சீனரையும் மலேயரையும் விவாகம் புரிந்ததில் தில்லைச் செட்டியார் பாரியானாள் சீனக்கனகம். அவருக்கு நாகப்பட்டினம் மச்சு செட்டியார் புராதன பிராசீன தமிழ் நூலகத்தில் ரத்தப் பந்தம் உண்டு. தில்லையின் இளவல் மச்சுச் செட்டி. சீனக்கனகம் நாகைக்கு வந்தாள். நாகூர் சின்னத்தம்பி மரைக்காயர் கப்பலிலிருந்து அரக்கின் ராசா ஜார்ஜ் வால்டர் டில்நட் துரை இறங்கினான். நாகை சூடாமணி வர்ம விகாரையின் ஒரு பகுதி ஊசிமாதாவுக்குள் மறைவதைக் கண்டான். பாய்ஸ் கம்பெனி பாலகந்தர்வ கானசபா, வி.ஆர் சுந்தரசர்மாவைக் கூட்டி வருகிறான் ஒலிக்கலைஞன். ராஜபார்ட் எஸ்.எஸ். தாஸ், காதர் பாட்சா வெளவால் கூட்டமாய் நடிகர்களைக் கொண்டு நாகலாபுரம் சேரவும் வெளவால்தொத்தி கிறீச்சிட்டு பறந்தனர். கலைந்து சுற்றிக் காற்றில் மிதந்த வெளவால் கூட்டத்தைக் கைதட்டிக் கூப்பிட்ட காடல்குடிஅரசர் நாகலாபுரம் எஸ்தரின் சங்கீத மெட்டுகளில் கிறிஸ்த்தப்பாட்டு தூரத்தில் கேட்டது. எல்லோரையும் விட்டு நீங்கி தனித்து வெளியேறி கோட்டைச் சுவர் பக்கம் நடந்தான் டில்நட். இந்த வயலின் பிவிக்ஷி ஓக் ரீ என்ரன்ட் வாய்ஸ் சேம்பர் கதீட்ரலில் கேட்டது. கூப்பிடு தூரத்தில் ஜான் பாப்திஸ்து ஆலயத்தெரு வயோதிகரும் காட்டு வேலை செய்வோரும் உருகிக் கேட்ட நரம்பு நீளமாய் ஓடிக்கிடந்த வீதியில் நடந்தான். அந்தப் பெண்ணின் பாட்டு சோக நுனிகள் மீதே வடிவம் கொள்ளும். விரலோட்டத்தில் மெருகினால் தன்னிகரற்ற

வில்லில் ஒரு சாதகம் இவள் இசையின் தன்மையை எளிதில் உணர்த்தாமல் கனகாங்கியில் சொருகினாள் குருதியை. அது உப்பாகவும் ஆன நாகலாபுரம் எஸ்தர் என மெதுவாய் டில்நட்டுக்கு பாஸ்கரன் சொல்ல முகம் நாணினாள். 'கீதத்தட்டில் உன் இசை வந்தால் உலகம் கேட்குமே' 'அது எனக்கு வேண்டாம் என் பெரியம்மா சவரியம்மாள் பாடல்களிவை. அதுவே எனக்குப் போதும். வெளித்திகழ விரும்பாமல் பழைய கிறிஸ்த்தவர்கள் வாழ்ந்த ஓடு போட்ட தெருவின் வளைவெங்கும் ஒவ்வொரு இடமாக நின்று வயலின் வாசிக்கவே விரும்புவேன். இறுதிவரை எம் தெருவுக்காக இங்கே பாஸ்கரன் வந்து கேட்கட்டுமே' என்றாள் நாகலாபுரம் எஸ்தர்.

நாகலாபுரம் என்னும் இசைமேதை எஸ்தரில் மெல்ல ஊசலாடிக் கொண்டிருக்கும் இருண்டகால ஊருக்குத் தென்கிழக்கில் சேரியில் ஊடுருவிச் சென்று நரம்பு நாடிகளை அநாமதேய உணர்வு களில் ஆழ்த்தி விடும் ஞாயிற்றுக்கிழமை அகப்பாடலில் உதிர்ந்து சருகாகும் புலம்பல். மக்தலேனா ஓட்டுச்சர்ச்சில் எஸ்தரின் குருதியின் ரகசியம் விசும்பு கை வரு நரம்பின் த ஒலி சாதாரண உயிர்களின் பிரவாக ஒலி எவ்வளவு இயற்கையில் வேரோடி இருக்கும் பழைய கருப்புக்கூட்டம் பாடிவந்த நாளில் பாஸ்கரனுக்கு எஸ்தர் கொடுத்த கருப்பு பைபிள் சிவப்பு விளிம்பிட்டத் தாள் பறக்கும் பழுப்பு இலைகள் இவை. ஆனால் உள்ளிருந்து உதிராது ததும்பிக்கொண்டிருந்தாள் மக்தலேனா. அவள் விரல்களாகவும் இலை வடிவம் ஓட்டுக் கோவில் பூவரசமர உச்சியில் இலை யுணர்வுகள் கேட்டுக் கேட்டுத் தளிர்க்கும் மெலடியன் இசையைத் தழுவி உறங்கும் காட்டு வேலையாட்கள். இம்மரமே நம் இசை முறையை எஸ்தருக்கு அளித்திருந்தது. கிளைகளில் அவற்றின் சங்கீதத்தில் உள்ள சுரலய வரிசைகள் மக்தலேனாவின் வித்தியாச மானவை. அதிகாலையில் எஸ்தர் இயற்றிய வர்ண மெட்டுகளில் பெரும்பாலான சுர வாரிசைகளில் நடுப்பகலாகும்போது கை விட்டுவிடுகிறாள். உச்சி வேளையில் தோடயம் செந்தொகுதியாகப் பைபிள் திறந்து கீழிறங்கினாள் மக்தலேனா. கீழத்தெரு ஓட்டு வீட்டு கிறிஸ்த்தவர்கள் இப்பூவரசைச் சுற்றி ஆடுகட்டி உரல்களில் சோளம் கம்பும் இடித்துப் பிடைக்கும் சிறு முறங்களின் ஓசை. கிணத்து வெட்டு ஆட்கள் சர்ச்சுவரில் சாய்ந்து பதினெட்டாம் பந்து சீட்டாடுவார்கள். சீட்டுக்களில் கவிழ்ந்து இருக்கும் எண்களைக் காணும் அதிசயத்தில் அடுத்த பாட்டு. இசையுணரும் தாவரங்களும் கூலியாட்களுக்குள் வேர்விடும் அக்கோடினுக்குள் பட்சிக்கூட்டங் களின் அழைப்புக் குரல். தொட்டால் சருகாகிவிடும் மாலைக்

கண்ணுள்ள எஸ்தரின் மெல்லுணர்வுகள் இது ஒருதைலவாசியின் மறைமுகக் கோயில். வெகு மூலிகைகளின் பரிபாஷையைப் புரிந்து கொண்ட இசைமாது. நாகலாபுரம் ஓட்டு வீடுகளின் உள்ளேயிருக்கும் தூக்கத்தை அளவிட முடியாத காலத்திற்குள் பொங்கி எழும் இசையில் சுழன்று வரும் அக்கோடியனுள்ளிருந்து பரவிக் கொண்டிருக்கும் விரல்களோடு சுரஸ்தானமும் கோர்த்த வரிகளில் ஓடும் சுவாசங்களை வேறுபட்ட கோணங்களில் தூங்குவோரின் சிற்ப நிலையில் காலமே உறைந்துவிட்டிருக்கும். ஓட்டு வீடுகளின் உள்ளுணர்வில் அனைவரது பால்யமும் கடந்துவிடாமல் இருக்கலாம். 'சொந்தமாய்த் தந்தேன் எந்தன் சரீரத்தை' என்ற பாஷிமெட்டு இங்கிலபுஸ் நோட் இதுவரை நாகலாபுரத்துக்காரர்கள் கேட்காதது. தன் தலையை ஒயிலாக அக்கோடியனில் மேல் பதிய வைத்து அதனுள்ளிருக்கும் இரவுகளை கழிந்த நண்பகல்களை நாய்களின் தாபத்தின் எழுச்சியை நின்றே தூங்கும் கோட்டைத் தொழு உழவு மாடுகள் பசியின் இருளில் கூளம் மெல்லும் காய்ந்த சொங்கு நாற்றின் குரலை கரிசல் சம்சாரிகள் வரும் பாதைகளை வாசித்தாள் நாகலாபுரம் எஸ்தர். அவள் மட்டுந்தானா அவள் குமாரத்தி ஜெஸியும் அக்கோடியன் சாதகத்தில் தாயாரையும் மிஞ்சியவள். அம்மை போட்டு ஒரு கண்ணில் பூ விழுந்தவள். மறுகண் சூன் விழுந்த இருளும் ஒளியும் இசையில் வளர்ந்து விட லாம். ஜெஸியின் கற்பனைச் செறிவின் உள்ளே தான் இருப்பதாக உணர்ந்தாள் எஸ்தர். தன்னூர் மகரத்திருப்பத்தில் பசுக்களின் நிழல்படாத பூஜ்யத்தில் எல்லா உயிர்களும் திரிந்து கொண்டிருப்பதாக கீழ்நாட்டுக் குறிச்சி அழுக்கு வேட்டி அய்யர். 'தட்சிணாயனத்தில் நாகஉலாபுரம் சீறிப் பரிதியை விழுங்குதப்பா நல்லப்ப பாண்டியனே...' விஜயதேனு விலாஸ் நந்தவனத்தில் பூசனூர் பண்டாரம் பூக்கட்டிக் கல் திண்டில் சிவப்பு அரளி மருக்கொழுந்து அடுக்கி திலாக்கிணத்தில் பாஸ்கரருக்கும் நல்லப்பச்சாமிக்கும் தில்லைச்செட்டியார் கல்தொட்டியில் தண்ணீர் நிரப்ப போனி வைத்துக் குளித்து உலர் சலவை வேஷ்டியை கொடியில் காயப்போட்டவாறு சிகை உலர்த்த தில்லைச் செட்டி 'பேய்கொண்டு கள்ளுண்டு கோலினால் மொத்துண்டு பித்துண்டவன் குரங்கோ... பேசுரு குலாலனாற் சுழல்கிற திகிரியோ... பேதை விளையாடு பந்தோ... பாட்டினால் சுழல் கறங்கோ...' வென வள்ளலாரை அழைத்து அடானாவில் பாட நந்தவனத்தில் ஓர் ஆண்டி காடல்குடி பாடவும் 'அட அப்பா என் கண்மணி லோகிதாசா இந்தக் காட்டினிடமாக என்னைக் கொண்டு வந்து நான் பிணங்கள் சுடும் கட்டைகள் தேடி நான் கொளுத்து

வதற்காகவா உன்னை இவ்விடத்திற்குக் கொண்டுவந்தேன். 'கட்டை தேடவிட்டாய் கதியே... அப்பா அட என் கண்மணி லோகிதாசா... சுள்ளி குவிக்கலானேன் காலம்...' செஞ் சுருட்டியில் மாரிமுத்துப் பண்டாரம் கட்டிய பூவை செடியில் சேர்க்க 'ஆதியிலும் பறையனல்லேன்... சாதியிலும் பறையனல்லேன்...' பாஸ்கரன் பாட விசுவ நாததாஸ் நிழல் தோன்றியது பிணஞ்சுடும் கோலுடன். சுற்றிப் புலால் சுமந்த பாடல் 'பொண்ணதைக் கொடுத்தே கொண்ட புலையர்பின் நானேயப்பா' அரிச்சந்திர மயானகாண்டம் முடிய நண்பகலாகி ஒண்டியம்மாள் தேடி வருகிறாள் நந்தவனம். 'கதவைத் திறவும் மதினி ஓ மதினியாரே கதவைத் திறவும் மதினி... அம்மணி எங்களுடைய ராஜ்யத்தில் பஞ்சகாலம் ஏற்பட்டு என்னுடைய ஏழு குழந்தைகளை யும் கூட்டி வந்திருக் கிறேன் கதவைத் திறவும் மதினி என்னுடைய ஏழு குழந்தைகள் எல்லோருமாக வீதியில் நிற்பது, தாங்கள் கதவைத் தாழ்போட்டுக் கொண்டு நித்திரை செய்கிறீர் போலிருக்கு. எதாகிலும் தேக அசௌக் கியம் உண்டோ? தேசத்திலே பஞ்சம் மோசமாய் வந்தது. மதினி இன்னும் மனம் இறங்கவில்லையா? தங்காள் வந்திருக்கிறேன் . ஏழுப்பிள்ளைகளுடைய முகத்தைப் பார்த்து கதவைத் திறவுங்கள். நந்தவனம்விட்டு சாமிகளையும் வீட்டுக்குக் கூட்டிப்போகிறாள் ஒண்டியம்மாள் மதிய அமுதளிக்க. கண்ணில் பூ விழுந்த ஜெஸியின் மேல் நோக்கிய விழிக்கடவில் மக்தலேனாவின் தைலவாடை. அவளுடைய கூந்தலில் பூசியிருந்த முள்கீற்றுத் தைலம் பைபிள் வரியில் பீலேயாத்திலிருந்த வாசமாயிற்று. எல்லாப் பெண்களுக்கும் தைலம் கொடுக்கும் கருப்பு அலமாரியில் பைபிளில் வரும் சீசாக்களும் ஜாடிகளும் இருந்தன ஆலயத்தில். தைல ஜாதி மரங்களைப் பற்றிப் பாடினாள் ஜெஸி. நாகலாபுரம் கிறிஸ்த்தப் பாட்டு 'என்னை ஜீவ பலியாய் ஒப்படைத்தேன்... அந்தகாரத்தி னின்றும் பாவத்தின்... அடிமைத்தனத்தினின்றும்... சொந்த ரத்தக் கிரயத்தா லென்னை மீட்டே... எந்தையே யுந்தனுக்கீதோ படைக்கிறேன்' விவசாயப் பெண்களின் கண்ணில் நீர் சொட்டப் பாடலும் உருகியது. அரக்குச் சீசாக்களில் பரவிக் கொண்டிருந்த வாசமும் இந்த மெலடியன் வயலில் திரிந்தவரையும் கூட்டிவந்தது. ஜெஸியின் விரலில் பரவிக் கொண்டிருந்த இசைக்குறிப்பு வழுக்கிச் செல்வதாய் இழைகிற மோனம். எஸ்தர் இதமாகத் திரும்பி ஜெஸியைப் பார்த்தாள். மகளின் கரங்களுக்குள் அக்கோடின் மூச்சு விடும் வேளை காடோ செடியானவர் பக்கம் சோக உணர்வும் இழப்பிலிருந்து மீள்வதாக இசையில் எழுச்சி பெறுகிறது வீழ்ச்சி. 'அம்மா எனக்குத் தாகமாய் இருக்கிறது' என்றாள்

கீழ்த்தொனியில் முனகலாக. 'செல்லமே அங்கேயே இரு' எனத் தாயார் சமயலறை சென்று லோட்டாவில் நீத்தண்ணி கோரி வந்தாள் மண்பானை யிலிருந்து. அவள் விரலோட் டத்தை நிறுத்தாமலே தாயார் ஊட்டிய புளித்த நீரைப் பருகினாள். வாட்டம் தெளிந்து உயிர்ப்புக் கூடியவளாக ஜெஸி அடுத்தப் பாடலுக்கு ஆயத்தமான வேளை நுழைந்தேன். சுவர் ஓரத்தில் வயோதிகர் ஒருவர் சாய்ந்து விழிகளை மூடி மெலடியில் வெகுதூரம் ஆழ்ந்த வினோத ஒலியைத் தேடினாரா யிருக்கும். ஜெஸி உனது நேத்திரங்களில் இருள் நுழைந்து நாகலா புரத்தில் மூழ்கிக் கொண்டிருக்கிறாய்... மக்தலேனாவின் இரகசிய விதி இந்த ஊரையே பிடித்திருப்பதில் அவள் பிசின் வாசனையும் சப்தங்களும் தைலரச கந்தங்களும் மகத்துவம். ஊரார் மரணத்தின் வாயினின்று ஆயிரம் குடி மேட்டில் கூன் பானைகளில் துயில்கிறார்கள் சாவே இல்லாமல். தைலம் அவர்களுக்குள் மறைந்திருப்பதை உயிர் மீட்சி நாளில் மக்தலேனா பார்த்தாள். புலன்களை ஈர்க்கும் ஸ்பரிசமாக மகதலேனா கருணைத் துயில் உணர்த்தும் வேளை மணிக்கதவும் தாழ் திறந்து எழுந்திராய் ஈதென்ன பேருறக்கம்? வைகறைதுயில் எழு. பாடல் மோகத்திலிருந்து இன்னம் துயிலுதியோ... செங்கட்பொடி கூறை வெண்பல் தவத்தாள் தம்மைத் தைலமாய் மெழுகிய கீதத்தில் மனதை அடக்கி ஓஷதியானாள். அப்படியே நீர் சொல்வது சரியாக இருந்தாலும் ஊரைவிட்டு எப்படிக் கிளம்புவேன் பாஸ்கரா. கரடு முரடான ஊர்ப்பாதை தாயார், தங்கையை விட்டு வர முடியாது என்னால்... நடப்பதற்கும் கடப்பதற்கும் இந்த அக்கோடியன் போதுமெனக்கு.... எல்லா உயிர்களினுள்ளேயும் குரலிடுக. அக்கோடியனுள் இசையறிபுள் பாடுவதைக் கேள். பாக்கி விஷயங்களை அடுத்த வாட்டிக் கூறுவேன். ஜெஸியின் சிரிப்பும் மோனமும் அவ்விதமே இசையில் கலந்தது. பாஸ்கரா இன்று கேட்டதை எல்லாம் வரிக்கிறாயா? அது சலனமில்லாதது. மௌனத்தில் வளர்வது சாயலின் உபாதையில் காண்கிறேன் உன்னை. வெகுதூரம் செல்ல வேண்டும் நாம். 'நீ எங்கு இருந்தாலும் நாகலாபுரம் கிறிஸ்த்தவாரிலும் கடையவள் மதலை மாரியாயி. சமாரியன் காற்றில் எந்தப் பக்கம் சென்றாலும் சேரக் கூடியது நாகலாபுரம் இசை. உம்மைப் போன்ற சூக்குமபுத்தியுள்ளவர்களைத் தவிர அறிய முடியும் எம்மால் இயற்கையின் இசையை.' 'ஜோனோ ஃபோன் தட்டில் பதிந்து வைக்க அழைத்தேன். உன் இஷ்டம் போல் ஊரிலிரு உன் கீதத்தை நீ காணாத பேரும் கேட்க வேண்டுமே ஜெஸி.' 'நீர் சொல்வதை ஒப்புக்கொள்ள வில்லை நான். அடுத்த ஒரு பருவத்தில் மழைநாளில் ஜெஸியையும்

எஸ்தரோடு கூட்டிவந்தார் கோயில் குருவானவர், மதுரைக்கு. இவர்களோடு மதராஸ் பயணம். பிராட் காஸ்டிங் கூடத்திற்கு அவளால் வாசிக்கப்பட்டிருக்கும் பாட்டுக்களின் மெட்டுகளை கேட்டதில் கீகாட்டு ஊர்சனம் மிகப் பழைய நினைவு களில் மூழ்கிப்போனது.

தில்லைச் செட்டியார் வினோதக்கதை லைபிரரியில் ஏ. கருப்பண பிள்ளை புக்செல்லர், ஆ.பழனியாண்டி அன்கோ, சண்முகானந்தா புத்தகசாலை, நாகை சரவண முதலியார், பி.எஸ். சோனியப்ப நாயக்கர் மோட்டாரில் விஷேச அதிதிகளாய் வருகிறார்கள் நாகலாபுரம். சென்னை பேபி அச்சு இயந்திரத்தில் போகர் சத்த காண்டமும் கொக்கோக முனி போகருக்குச் சொன்ன ரதி ரகசியமும் முழு வீச்சாக உருவான வேகத்தில் தபால் பொட்டலம் லைபிராரிக்கு வந்துவிடும். கொலைச்சிந்து, கொள்ளைக்காரன் மாறுவேடம் கொண்ட ஆங்கிலத் தழுவல் புதினங்களில் 'கருங் குயில்குன்றத்துக்கொலை' 'வேணுகோபாலன் அல்லது குரு பக்தித் தரும் முக்தி', 'சந்திரானனா', வி.ஆர். ஏழுமலைப்பிள்ளைப் பதிப்பித்த 'கத்தியால் கெட்ட கோபாலன்.' ஸ்திரிகளின் பேனா முனையில் சத்ருது மலர், மாத சஞ்சிகையாகப் பறந்து வீழ்ந்த போஸ்ட் பெட்டி. நுகர்வோரைப் பெருக்கினாலும் தரங்கெட்ட குஜிலி என வடுவூர் கே. துரைசாமி அய்யங்கார் நாவலோட்டம் கிடுகிடுத்தது எந்திரத்தில். வை.மு.கோ வெள்ளி படைப்புகளை படித்துச் சலித்தவர்கள் கிராமஃபோன் சங்கீதக் களஞ்சியத்துள் திருப்பியது தில்லைச்செட்டி. தட்டு இசை பாடற்தொகுப்பை உருவப்படங்களோடு போட்டோ பிளாக்கில் அச்சிட்டு கில்லானில் பிரசித்தமானவர் தில்லைசெட்டியார். லலிதாங்கி, பாமாவிஜயம், சக்குபாய், துருவசரித்திரம் கண்ட செட்டியார், நூதன டிராமா பாட்டு விளம்பரத்தில் முன்கை எடுத்தவர். வைரக்கடுக்கன் விசிறி மடிப்புத் துப்பட்டா, நெற்றியில் சந்தனக் கீற்று. நாகலாபுரம் பேமஸ் டெய்லர், நாகூர் கனி தைத்த கல்லி ஜிப்பா பழைய வடிவம் கண்டதால் பினாங் கப்பலில் டெய்லர் கனியை கில்லானுக்கு கூட்டிப்போய் சீனா சில்க் ஜிப்பா ஆஃப் கை சர்ட் தைத்தும் குஜிலி பஜாரில் சீனாப் பல் வைத்தியனோடு சினேகம். போகர் பாக்கெட் கொக்கோகம் மூலமும் உரையும் இரண்டாம் பதிப்பு. பூர்வீகத்தில் கொக்கோகம் முனிவர் சொரூபம், மதன நூல் கொக்கோக நுட்பம் அமுத நிலைச்சக்கரத்தில் ட்ரடில் மெசினைச் சுற்றி அனேகர் எழுதிய சாஸ்திரத்தை விரும்பிக் கேட்டுக் கொண்டதில் யாங்கள் நேயர் விருப்பத்தினால் பலவிதமாகிய சாஸ்திரங் களிலிருந்து முக்கியமாகப் பல உலா, தூது, கிள்ளை

விடு, புறா விடு, கிளி மடல், சிற்றிலக்கியம் நுழைந்த நாடோடிப் பாடகரின் தான்தோன்றி மெட்டைக் கேட்டு ஜார்ஜ் வால்டர் டில்நட் ஒலிப்பதிவுக்குள் நுழைந்தான். காட்டுக்குரல்வளை பிடித்த மாட்டுக்காரன் கிளிப்பாட்டு, ஊர்மாடு மேய்க்கும் சிறுவன் மூங்கிலைத் தட்டினால் நூறுதட்டு கிளி பறக்கும். பாட்டுக்கட்டும் ஊர் சுற்றி ஓம்பெரியசாமி அச்சில் வராததை பச்சையப்பன் சுருட்டுப் பாடல் அச்சு உடல் காணும். 'குபுகுபுவெனவே புகையது கிளம்பும் குணமுள்ள சுருட்டு தனுஷ்கோடி...' ஜெயக்குமாரி அன்ட் கம்பெனி புதிய பவுன் செட் பிளேட்டுகளை வெளியிடப் போட்டியானது. மதுரகவி நாகலாபுரம் காரிசல் விரிவுக்குள் வாங்கிய மூச்சை கீரைக்காரி பாடலாக சிவபாக்கியம் தயிர்க்கார இடைச்சியும் ஆனாள். தில்லைச் செட்டியார் நந்தவனக் கல் அலமாரியில் கூந்தல் வளரும் தைலஜாடி, பெண்கள் உபயோகிக்கும் தைலச்சக்கை, கேசவர்த்தினி மலேயா செட்டி லேபிள், சித்தகத்தி பூவில் வளர்ந்த செட்டியார் மகள் மைலி கூந்தல் நெளிவில் நாகலாபுரம் பூர்வீக வீடு. அவர் மகளுக்கு வாங்கி வைத்த கல்நெக்லஸ், ஆப்பிரிக்க வைரம், அவளுக்கென்றே அபிசீனியக் காப்பிக்கொட்டை வரும். அயத் தங்கத் தைலம் தங்கத்தையும் அயத்தையும் சத்தாக இறக்கி சரபோஜி தன்வந்திரி சாலாவில் பரமசிரேஷ்டமான வைத்தியர்கள் ஓசதியைத் தேய்த்து சரபோஜிக் கோட்டு மெழுகினால் நிலாச்சரீரமாக வெளிப்படுவார் இராத்திரியில். நந்தவனத்தில் மைலி குமறுகள் எல்லோரோடும் நீர் விலகப் பூந்தோட்டம் வருவாள். ஜெஸியின் சிரிப்பும் இவர்களும் நாகலாபுரத்துக் கதைகளோடு விஜயதேனு விலாஸ் நந்தவனத்துக்கு பூவெடுக்க வருவார்கள் தினம். கோட்டைச்சுவர்க் காரை கருத்து செங்கல் பிதுங்கிய கீறல்களில் குருவிகள் சுற்றிப் பறந்து கிளைக்குக் கிளை மாறிவிடும். நவ்வாப்பழத்தின் வாசனைக்கு மைனாக் கூட்டம் குரலிடும். சாதிப்பூ, நந்தியாவட்டை கோடையிலும் அல்லிச் சொரிந்திருக்கும். பூக்கட்டும் பண்டார வீடுகளும் குடியிருந்த நந்தவனத்தில் வெண்கலப்பல்லி ஒட்டிய தேக்கு விட்டம் தைலம் வற்றாத இந்த நாளில் உலகம் செதில்களை உதிர்த்துக்கொள்ளும். கீழக்கோடியில் சின்னால மரத்தில் செம்பழங்கள் பிழந்து விதை சிதறும் பறவைத் தூக்கம். ஊரைவிட்டு நீங்காமலும் நந்தவனத்தில் குளிக்க வரும் நெசவாளர் கூட்டம் தறியோசையில் மூழ்கியிருக்கும் இலை மெல்லும் காட்டுச் சிற்றினப்புழுக்கள் இரு மண்மேடுகள் இன்னும் கலைக்கப்படவுமில்லை. இவ்வூர் துணி வணிகர் பட்டி வியாபாரத்திற்குப் போகுமுன் கூடுமிடம் வௌவால் தொத்தி

நந்தவனம். அது கொஞ்சம் தூரத்தில் பேயடைந்து கிடக்கும். வழிப்போக்கர்கள் தங்குவார்கள். விஜயதேனு விலாஸ் ஊரடியில் இருப்பதால் அலாதி கொஞ்சம் குறைவுபடும். கூட்டு வியாபாரத்தில் லாபத்தின் பெரும் பங்கில் வெளவால் தொத்தியை கட்டியவர் தில்லைச் செட்டி வகையறா. அதில் தீராத இருட்டும் பேய்க் குளிர்ச்சியும் ஆனா மூவன்னா ஆவியும். ஆயிரம் வித சாயைகள் உள்ளே ஓடிக்கொண்டிருக்கும். இவ்வூர் உறக்கம் ஊழிகண்ட விதியாகத் தொற்றிவிடும். வெளவாத்தொத்தி ஆழ்ந்த தூக்கத்தில் இருக்கும் திருணையில் ஆத்தாங்குடி சிவப்புக்கல் பதித்தது. ஓட்டடுக்குத் தாழ்வாரங்களில் பட்டயக்கல் பாய்ச்சி இவ்வளவில் உயிர்க்குளிர்ச்சி தாரித்திரம், தூக்கத்துக்கும் கனவுக்கும் பஞ்சமில்லை. நடக்கக் காத்திருக்கும் கால்களோடு கண்பற்றாத ஜெஸியும் பூக்கார கிட்ணம்மாளும்கூட வருவார்கள். வெளவால் தொத்தி திலாக் கிணத்துச் சுவரில் ரசம் உடைந்த கச்சாக்கண்ணாடி வைத்து பல வார்த்தைகளை வெளியில் எடுத்தாள் ஜெஸி. நான் இதுவல்ல, நான் அதுவல்ல என்றால் எதுவுமேயில்லாத தருணம் வந்துவிடும் வளைந்த கண்ணாடிக்குள் பனிக்குமிழாகச் செல்கையில் செந்தொகுப்பாகக் கிணத்துக்கு மேல் அரளிச் செடிகளின் வாசம் ஊருக்கெல்லாம் விளக்குச்சரம் போட வருவாள் வெளவால் தொத்திக் கிட்ணம்மாள். நார்ப்பெட்டியில் பூவழியக்காத்திருப்பாள் ஈரத்துணி மூடி ஜெஸியும் இவர்களும் இசையில் ஊசலாடிக் கொண்டிருக்கும் இருண்டகால ஊரில் ஒவ்வொரு வீட்டிலும் பூக்கொடுக்க மங்கிய சாயங்கால மாடங்களில் வைத்த பூச்சரம் அரளிப்பூ பச்சை கோர்த்த வாடையும் தைலம் கருத்த சுடரில் வாதாடுவார்கள் அவ்வீட்டுக் குமருகள்.

இசைத்தட்டில் சுழன்றவாறு கல்கத்தாவில் பெண்டிங்ஸ் வீதியில் தூங்குகிறார் பாஸ்கரதாஸ். ‘பஞ்சாப் படுகொலை பாரினில் கொடியது... கொடுவரக்கன் டயர் சுட்டான் சுட்டான் குண்டு தீரும் வரை சுட்டான்...’ நிஜத்துப்பாக்கி இசைத் தட்டுகளை நோக்கிச் சுட்டதும் விண்மிதக்கும் அரக்குக் குதிரைகளில் ஜொகராபாய் ஆக்ராவாலி, காக்கிநாடா விஞ்சமூரி அனுசுயா, மியான்முகமது உசேன், பிஜினாரைச் சேர்ந்த நஜினா கிராமத்தின் புழுதியாகிப் பாழடைந்த முஸ்லபும் நெசவாளர் தெருவில் கீதத் தட்டுக்கள் விண்ணிலிருந்து தரையிறங்கி தனித்துவமான கஸல் ஆர்மோனியத்தில் விரலோடும் சாகரத்தின் அலை. அதில் செளகார் ஜோன் லேடி பணத்தை முதலில் வைத்து கறாராக ஒப்பமிட்டு பாடகிகளுக்கெல்லாம் முன்னோடியானவள். பாம்பே சோராப்ஜி, ரத்தம்ஜி, கல்கத்தா

தரைன்சுந்தர் முகர்ஜி, காளிஜான், அடுத்து வரும் டெல்லி அமீர்ஜான், கான்ராக்ட் ஒப்பந்தக் காகிதங்களும் பழுத்த இலைகளாக மஞ்சள் ரேகைகள் ஓடிய காலம். வளரும் அரக்குக் குதிரைகளின் ஓட்டத்தில் டெக்னாலஜி நல்லதுமில்லை, கெட்டது மில்லை... நாடகப் பாடலைப் பிடித்து வைத்ததில் ஒரு கண நிலை யாகத் தங்குகிற குரல் 'சாவான்கே பாதலே... தாராந்திவான்... ஏராத் கிர் நா ஓயேகி... உஸ்தாத் ஷோர்கான் கல்லன்கான்... மெகபூப் கான் வளர்த்தெடுத்த ஜொகராபாய் 'மட்கி மோரேரே போரஸ்... சவுண்பு ராகம் இந்துஸ்தானி நம்மோடு இரகசிய ரேகையோடுவதை வீ.ப.கா.சுந்தரம் கேட்டுக் கேட்டு மறைந்த பசுமலைக்காடு. கண்ணுக்கு ஒளி எவ்வளவு முக்கியமோ அவ்வளவு முக்கியம், மொழிகளின் குரல்வளையில் ஒளிந்திருக்கும் இசையின் தொன்மம். பாஸ்கரதாஸ் பிராட்காஸ்டிங் கம்பெனி மேனேஜராக நுழைந்த வேளையில் எதிர்காலம் வந்துவிட்டிருந்தது. நாடோடிப் பாடல்களில் மறைந்த ஒரு கூட்டம் உதிரம் கொடுத்த கற்பனைச் செறிவே சாஸ்திரிய ராகங்களுக்கு கமக விரிவு. இசைத் தட்டுக்கள் சமமாகப் பரவவில்லை. வட்டமாகச் சுற்றி மறதியில் காணாமல் போய் விடும். என்.சீ. வசந்தகோகிலம் குரலின் தொனியை மிக மெய்மையாக நயக்கோடுகளில் கேட்டவர்கள் எங்கே. தேநீர்க் குவளையோடு சர்க்கரை ஏதும் சேர்க்காமல் ஒரு இலையையும் படியவிடலாம். நினைத்த அரக்கு ரிக்கார்டை சுழலவிடு. பாஸ்கரதாஸ் கருப்புக் கோட்டுக்கு எத்தனை வயதாகிறது? நாகலாபுரம் பூர்வீக வீட்டின் சுவாரில் மாட்டியிருந்த புகைப்படங்களைப் பார்த்தவாறு. மேஜைமேல் இருக்கும் ஹிஸ் மாஸ்டர்வாய்ஸ் பெட்டியைத் திறக்கிறீர்கள். கொலம்பியா ஸ்பீடு டெஸ்டரில் நிஜத்தில் நடமாடுபவர்கள் செஃபியாடோன் போட்டோவில் கண்ணாடிச் சட்டகத்தைத் திறந்துவருகிறார்கள். அழுக்குப் பிடித்த பிரேமைத் துடைத்து பஞ்சைப்பிழிந்த நீரில் கரப்பான் பூச்சி மீசையொன்று நழுவியது. அதில் திறக்கும் கதாபாத்திரங்களை கன்ட்ரோலில் வைத்திருப்பவர்கள் படைப்பு வேலையை ஆரம்பிக்கவில்லை என்று அர்த்தம். கனவில் வந்த கதாபாத்திரங்களுக்கு உயிர் கொடுப்பேன். தூக்கத்தோடு சாய்ந்த தலையணையின் புதரில் தூக்கத்தை ஒட்டிய நிலையில் இசைத்தட்டுக்களின் எண்ணிக்கை பெருகிக்கொண்டே இருப்பதில் இசையின் சுழற்சியில் நீரோட்டத்தில் அமிழ்ந்து போன தேவதைகள் பெரிய சித்தியடைந்த பாடகிகள். உங்களது முயற்சியிலிருந்து வரவிரும்பாத தூக்கத் துக்குள் அடுத்த பிளேட் தானே கீழிறங்கிக் கோடுகள் ஒரு வட்டத்திலிருந்து பல வட்டங்களாக

வெள்ளி நிற முள்ளில் அதி அதிர்வடைந்து நெகிழும் தூக்கம் எழுதுவதற்கு முக்கியமான ஓட்டத்தில் கடந்துகொண்டிருக்கிற இராத்திரி எனும் தூரிகை தன்னைத்தானே எழுதிக் கொள்ளும். முதற் பக்கத்தில் இருந்து கடைசிப் பக்கம் வரை த இறங்கி ஒரு சொட்டுப் பனி ஒரு கீத ஊசியாக உருமாற்றம் கண்ணுக்குத் தெரியாது. பழுதடைந்த டைப்ரைட்டரை கதாபாத்திரங்கள் ரிப்பேர் செய்து விடும். டைப்ரைட்டர் ரிப்பேர்காரன் கிளிங் கிளிங் என்று சைக்கிளில் வந்துகொண்டிருந்தான் முன் சக்கரம் மணலில் சரசரக்கும் ஒலி. காற்றின் சுழற்சியில் வட்டமாய் வளைந்து வரும் ஓட்டத்தில் எழுதாமையில் மூழ்கிய இரவு எதிர்காலத்தை கற்பனை செய்வதை விட கடந்த காலத்தை கற்பனை செய்வது கஷ்டம். கண்ணுக்குத் தொரியாத காலத்திற்குள் வட்டங்களாய் மிதந்து வரும் தட்டுக்கள் சூனிய வெளியிலிருந்து சரிகின்றன பறந்து. சுற்றியிருக்கும் வனத்தில் கனிகளைக் குடையும் பூச்சியொலி. பாப்புலர் பிரகாசன் கம்பெனி மத்திய கல்கத்தாவில் சியெல்டாவில் ஆரம்பித்து ஆசியாவெங்கும் தட்டுகள் கூட்டமாய் இருட்டிப் பறக்கும் வெகுபாஷைகளின் கீதவெளி. ஒரு வேளை எத்தனையோ வருஷங்களுக்கு முன்பான காலத்தைய டாப்பிலிருந்த பாகிஸ்தானி கஸல் பாடகர்கள் தூக்கத் திலிருந்து விழிக்கலாகாத சூஃபி பாடல்களின் மோனத்தை சாரங்கியில் பொழிந்த வாசிப்பு நரம்புகளில் சொருகியிருக்கலாம். 'ஆகுக எல்லாம் அவ்வாறே ஆயின' சுரும்பு அதிர் குரல் கருக்க அலைசேர வந்த கருவண்டு குறைந்த அளவைக் கொண்ட மண்ணுலக ஒலிகள் மீர்ஷா காலிப் சாகிப்பின் இறந்தவர்களின் நகரத்தின் பாடல் வீழ்ச்சியிலிருந்து உஸ்தாத் பிஸ்மில்லாகானின் செனாயில் புற்றுநோயில் இறந்து கொண்டிருக்கும் மகள் பிஜாரிக்குப் பாடிய தோடியின் கோடு உலகெங்கும் வழிகிறது. கீதத் தட்டுக்கள் சுழற்சி வேகத்தில் சென்று மறைந்த உருதுப்பாடகன் குலாம் அலி, ஹஷ்ரத் கான், அம்ஜத் அலி, சலாமத் அலி, உப்பு நிறைந்த சீசாவை ஆத்மாவிலிருந்து பிரித்தெடுத்து கருப்பு இசைத்தட்டில் ரகசிய மோனத்தில் சரியும் விதி ஓரைகளில் மயங்கியிருக்கும் குரல்கள் ஒலி வருடங்களின் சந்தியில் பெரும் மயக்கத்துடன் சுழல ஆரம்பித்த ஒன்றை பட்டுத்துணிக்குள் இழையும் தூக்கம். இந்த பிரிட்டிஷ் மேட் சீல் கொலம்பியா நீடில் வெளித்துகள் ஆகி பனியாகி உருகும். ஜீவரசம் பூசிய ஸ்பரிசம். கராச்சியிலிருந்து லக்னோ வாசனை தேடி பறக்கலாம் டாக்காவிலிருந்து மஸ்லின் மெலிவை குரல்வளைக் குருத்தில் லயமலராக விரியவைத்த பாடகி மானசரோவரில்

தாமரைக் கூட்டத்தில் மறக்கப்பட்ட சுருதி. ஒவ்வொரு பாடகியும் மெல்ல திரவ ஒலிப்பரப்பில் பனிப்பொழிவில் கடந்துகொண்டிருக் கிறாள். இந்த டோன்சேம்பரில் பாடவந்தவர்கள் மிகை உற்பத்தியில் மறைந்தனர். இனம் புரியாத சுழற்காற்றில் இசை குறித்து தள்ளாடும் கல்கத்தா, அமிர்தஸர், பாம்பே, லக்னோ பட்டினத்து ரசிகர்கள் 59ஆம் இலக்கமுள்ள பெண்டிங்ஸ் தெருவில் அரக்கு பிளேட் வாங்கக் காத்திருக்கும் விஷேச ஒலிப்பதிவை ஜார்ஜ் வால்டர் டில்நட் செய்திருந்ததுதான் அதிசயம்.

விசாரத்தில் ஆழ்ந்த கல்கத்தா விடுதி ரகஸியமாய் உணர்வுகளை மறைக்கும் காரைச் சுவர்களின் கீறல்களில் கசியும் இசை உதிரத் தொடங்கிய பொந்துகளில் விட்டுவிட்டுக் கேட்கும் குரல்கள் அகாலத்தில் புதைய மங்கிய குளிரில் தூங்காமல் கழிந்த இரவுகளில் கேட்ட கருப்புத்தட்டுக்கள் சுழன்றுகொண்டிருக்கும் டிராம் ஓடும் வீதிகள். பினோத் பிகாரி முகர்ஜியின் கண்ணிமையில் வரைந்த பதேர் பிரதர்ஸ் விடுதி. இங்கே தங்கினால் வரும் தெருவின் ஓசைகளில் கரையும் கல்கத்தா சரித்திரம். ஆங்கிலோஇன்டியன் யுவதி எமல்டா பாஸ்கரதாஸின் பழைய கோட்டுகளை ஊசிநூலால் தைத்து குமாரத்திகளைப் போர்த்துவாள். எல்லாப் பெண்களுக்கும் தாஸின் கோட்டுகளில் ஓடும் மிருதுவான ஸ்பரிசம் முகம் புதைத்து அழத்தோன்றும். அவரை இழந்த பழைய கோட்டுகளில் எத்தனையோ பேர் புதைந்து மறைகிறார்கள். கல்கத்தா பெட்டிகளில் இருந்த கடிதங்கள் ஹிஸ் மாஸ்டர் வாய்ஸ் கேட்லாக் புத்தகங்களில் கையொப்பமிட்ட வட இந்திய மேதைகளின் உயிரோட்டம். பதேர் பிரதர்ஸ் விடுதியில் நடமாடும் தோற்றம். காணாமல் போனவர்கள் மறதியாய் இருந்து இசைத்தட்டில் மெல்லப்பாடுவதும் புகைப்படங் களில் மறைந்துகொள்வதும் பாஸ்கரதாஸைப் பெற்ற கல்கத்தா வாசிகளும் கூடவே இருந்தார்கள் பாழடைந்த விடுதி அறைகளில். இதன் வாடகை இருப்பின் விசாரத்தைப் போக்க முடியவில்லை. கோட்டில் முளைத்திருக்கும் காளான் மற்றும் கல்கத்தாவின் நறுமணம் இந்தப் புதிய வடக்கில் உருவாகிய சுதந்திர தாகம். என் அறைக் கதவின் பக்கம் சிலர் வந்து முகத்தைப் பதித்து சுவாசிக்கிறார்கள். சாவித்துவாரத்தின் வழியாக பார்த்ததில் மேஜைமேல் இசைத் தட்டுக்கள் இசைபடாமல் சமைந்திருக்க அலமாரியிலிருந்து இசைப் பேரேடுகள் தானே திறந்து கொள்ளும். பாஸ்கரன் கைகள் பட்டு விரல் ரேகையோடியவை, அவர் வாசிக்கும் ரகஸியக் குரல். தூக்கம் வருகிறது விடுதியோ உறக்கத்தில் ஆழ்ந்த மோனம் ஜன்னலில் தோன்றும்

எஸ்தரின் முகம். ஜெஸியுடன் வருகிறாள். அவள் பின்னே சர்ச்சுக்குப் போனதில் எஸ்தர் பாடும்போது கீழத் தெரு கிறிஸ்த்தவர்கள் அழுது ஜெபித்தார்கள். ஜெஸியின் வயலினைக் கேட்பதற்கு பரதேசிகளும் யாசகரும் குதிரை வண்டிக் காரர்களும் சுவரோரம் ஒட்டி நின்று கேட்பார்கள். அவளுடைய குரல் மகரக்கட்டில் சர்வேஸ்வரனின் திருவுடல் குருதி பொங்கி வாதையுறும் சனத்திடம் ஆத்துமத்தை சுடரவிடும். எல்லோரும் எளிமையாகச்சேரும் கண் தெளிவு குறைந்த வயதுக்கு வந்த பெண்ணின் கால் ஏறி இறங்கி பூவர மரத்தைத் தொட்டது. பாஸ்கரனின் தாயார் முத்திருளாயி பஜார் தோட்டத்துக்கு வந்த நாகலாபுரம் எஸ்தர் குமாரத்தியைக் கூப்பிட்டு பெட்டியில் எடுத்து வைத்த ரவிக்கையும் டைமன் சேலையொன்றும் சன்மானித் தாள். 'ஆத்தா... நான் சங்கீதத்துக்காக யாரிடமும் வாங்குவதில்ல. விசாரப்படாதீங்க...' 'எஸ்தர் உன் மகதான். என் மக. என் வீட்டு பக்கத்து ஜாகைக்கு வந்திருங்கள். என் பிள்ளையின் கால் நிற்க வில்லையே...' 'ஆத்தா நான்அவர் சங்கீதத்தை வௌவால் தொத்தி நந்தவனத்தில் கேட்டேன். காடல்குடிச் சாமியை அவரோடு பார்த்தது பாக்கிய மெனக்கு' 'நீ என் வீட்டுக்கு வரலாம். பெத்த மக்கள் எட்டுப் பெண்களில் நீ ஒன்பதாவது பிள்ளையாயிரு...' 'என் தாய் தகப்பன் தேடுவார்களே. என் தங்கச்சி மரியா அனாதப்படுவாளே...' 'ஆத்தா பள்ளிவாசல்பட்டி வீட்டுக்கு நீ வந்து வந்து போயிரு, உன் இஷ்டம் போல ஆண்டவர் தெருவில் வாசம் பண்ணுசரி தாயே...' என்றாள் முத்திருளாயி.

ஒரு நாள் இரவு மோட்டாரில் வந்த ஜார்ஜ் வால்ட்டர் டில்நட் நாகலாபுரம் சர்ச் பாதர் பீட்டர் சந்தானத்தை சந்தித்தான். நள்ளிரவில் தட்டினாள் எஸ்தர். ஹிஸ் மாஸ்டர் வாய்ஸ் ஒப்பந்த பத்திரம் நாகலாபுரம் வீட்டில் அக்ரிமெண்ட் ஆனதும் டில்நட் முன் எஸ்தர் வயலின் வாசித்தாள். அந்த நிகழ்வு பாஸ்கரதாஸின் விதியாகவும் அவளது கண்ணீரின் நிழலில் ரயில் பிச்சைக்காரி சுந்தராம்பாளைக் கூட்டிவரும் லயம் எஸ்தரின் ஆன்மாவாக இருக்கும்.

நாகலாபுரம் எஸ்தருக்குத் தன் கருப்புக்கோட்டினைக் கொடுத்ததும் மறுக்காமல் ஏந்திக்கொண்டாள் அதை, எஸ்தர் வயலின் தேவாலயத்தில் அடங்காமல் நாகலாபுரத்தின் வாசனை ஆயிற்று. மறதியில் மூழ்கிக் கொண்டிருக்கும் தரித்திரமடைந்த நாட்கள் இவை. ஆயினும் எல்லாக்கோடுகளையும் கடந்து குடிகாரனின் மயக்கக் கடிகாரத்தினுள் சுருண்டு கொண்டிருப்பது பிடிபடாத இசை. காற்றாக வாசிக்க முடியும் ஆளற்ற இந்த விடுதியால். பெயரற்றவர்கள் உலவும்

கதைக்குள் இந்த விடுதி மூழ்கிவிடும்.

அவர்களின் கோட்டுகள் பேசி நடந்த வடநகரங்களில் சிநேகி தரும் பாடகிகளும் கூடவே பல வருஷங்கள் கழிந்ததும் ஒரு தற்காலிக இருப்பாகப்பட்டு அவர்கள் அங்கே அழியாத கோடுகளை திரும்பக் கேட்கவும் வழியில்லை. பதேர் பிரதர்ஸ் இருவரின் விருந்தோம்பல் தினசரி மாறுபடும் ராகம் போன்றது. கூடத்துக்குள் நுழைந்த கிராமபோன் பெட்டியைக் கொண்டு சுற்றும் காலத்துக்குள் அவர்கள் நடமாடி வருகிறார்கள். விசாலமான கூடத்தைச் சுற்றி ஒருவித லக்னோவாசிகளின் வாசனை. இசையைக் கேட்பவர்களின் உருக்கம் அறைகளிலிருந்து கசியும் தைலமாக இருக்கும். வெவ்வேறு பகுதியிலிருந்தும் வருவபவர்கள் பிரியம் கொண்டவர்கள் என் அறைக்கு வருவார்கள். விடுதி வேலையாட்களுக்கு இளகின மனசு. அவர்களும் பீகாரிகள்தான். இதன் மங்காத கருப்புச்சுவர் மாறவே இல்லை, சங்கீதத்தின் வர்ணம் போல இந்த விடுதி கோடுகளில் வந்த தேவதாசிகளாலும் வடஇந்திய மேதைகளாலும் நாடக பிரபலங்களாலும் நிறைந்திருக்கும். எதையெதையோ விட்டுப் போகிறார்கள். பெர்னாம்பிகோ மரத்தில் செய்த வில்லின் அகராதியை ரஜபுத்திர இசைமேதை விட்டுப்போகிறான். அக்பரின் தர்பாரில் இருந்த தான்சேன் சீடன் ஜாக்கோப் ஸ்டெய்னர் வடித்த வெனிஸ் வயலின் நீரைப் பிழிந்தது இசையில். ஆங்கிலோ இந்திய இரயில் வேகாரன் பீட்டர் திரவியம் மக்தலேனாவின் சடாமுடிமேல் கருஞ்சர்ப்பம் சுருண்டு நழுவி உடல் படர்ந்து லபுக் தைலம் கசியுமவள் கருந்திரேகத்தை ஓட்டுக் கோயிலாக கல்கத்தாவில் கட்டிடம் அமைத்து பாடி வர எல்லோர் கனவிலும் பாம்பு வந்து பறந்துவிடும். கிழக்கில் நாட்டுப்புற வயோலை கிரமோனாப் பட்டினத்திலிருந்து ஆங்கிலோ இந்தியர் வழிபாட்டில் கடந்து வந்திருக்கும் பயணம் விடுதியில் முடிந்தது. மூன்று அறைகளில் அங்கிள் கார்மோடியின் குமாரத்திகள் குடியிருந்தார்கள். அறைகளில் எப்போதும் கிடார் இசை கசிந்துகொண்டிருந்தது.

ஒரு நாள் மோட்டாரில் வந்த அங்கிள் கார்மோடி என்னை மக்தலேனா இசைப் பிரார்த்தனைக்குக் கூட்டிப் போனார் அங்கு ஆங்கிலோ பர்மியரும்கூட இருந்தார்கள்.

சாரங்கதாரன் விலாசம் புறா விடுகிற பாகத்தில் 'சூரியன் மறை , வினில் சொக்குதே புறா... விட்டு டி.எஸ். கிட்டு பிளேட்டிலிருந்து வெளிவந்தார்.' மாதளம் பூ பட்டுடுத்தி மதிரைச்சாலை வழி போற பெண்ணே... மாதுளம் பூ பட்டுக்குள்ளே மாங்கனிகள் தோணிறதே...

மாங்கனியுமில்லை மச்சான்...தேங்கனியுமில்லை மச்சான்...மிஸ் பொன்னம்மா பிளேட் கொடுத்த தெம்மாங்கில் 'சாப்புக்கடையிலே சீப்புவாங்கப்போற பெண்ணே...சீப்புக்குள் பேனிருந்து சொல்லுவதை கேட்கமாட்டாயோ...' வி.எம்.கோவிந்தசாமியின் மோகிப்பு வரிப் பறவையாய் கும்கார ஒலி 'ராசவீதியிலுன்னை கண்டேனடி ரமிக்க மிக மனமும் கொண்டேனடி... ஓ செகதீசா என் மகன் லோகிதாசனைத் தர்ப்பைக்குச் செல்லவிட்டும் இன்னும் வரக் காணலியே... என் மன்னவர் கண்ணிற்கே தோன்றுந் தாலி சுடலைக்காக்கும் வெட்டியான் பார்த்திடலாச்சே... மிஸ். ருக்மிணி சுடுவனக்கோல் எடுத்து மயான காண்டத்தில் கருப்புத் தட்டுகளாய் உருள்கிறாள். இலங்கா தகனத்தில் ஆர். நடராச ஆசாரியின் அடிபாட்டு மெட்டுகளும் வெள்ளூசி ரூபத்துக்குள் கருப்புக் கோடுபட்டு சுற்றும் கிராமஃபோன் பெட்டிக்குள் அனேக ராட்சசரெல்லாம் தூங்கிக்கொண்டிருக்கிறார்கள். இந்த பத்துத் தலைகளையும் உருட்டும் வாலி நோக்கம். ராமன் மந்திர பலத்தால் அரக்க மாதரை உறங்கச்செய்துவிட்டு வெற்றிலைச் சீதாவை தெரிசிப்போம் என்றும் 'அனுமார் வேஷக்காரன் வீட்டுக் கதவைத் தட்டுகிறான் வாலால்... தூதாக வந்தேனென்று சொல்.. தலை வாசலில் நிற்பதாருஞ் சகசமாய் வரலாமிப்போதுஞ் செஞ்சுருட்டிப் பண் உருண்டு பாடியது. பூர்வீக வீட்டுக்குப் பின்பக்கம் தோட்டந் தொறவு இருந்த பாத்திக்குப்பாத்தி பூவெடுக்கும் சேடி மாரோடு சகுந்தலை வண்டோட்டி அலைகிறாள்..' 'கெட்டகரும் பூச்சியடி - தோழியரே என்ன செய்வேன்... கூறுகெட்ட வண்டிதடி.. சே..சே..போ..சீ... எட்டி எட்டிப்பாயுதடி கிட்ட வந்து தாவுதடி.. செடிகளுக்கு நாம் சலம் வார்த்திடவே போகலாம் வருவாய் பூக்கன்றுக்கு...' 'பிரிய சகுந்தலா முத்தமிழ் வித்துவ பாஸ்கரன் மனோரம்யமாதே... வேகமாய் வருவீர் விரைவாய்... கேடுவரக் காலமடி...சீ...போ... கிட்ட வந்து தாவுதடி...பாரதிதாசன் பின்னே சென்ற வண்டொன்று ஆடிடுதே... பாடிடுதே... விநோத முறு மாதுளை மாமர... சூழ் குயில் தோப்பில்... காக்காக் கோட்டு ஒன்று கந்தலாகித் தொங்குது பார்... எத்தனையோ முத்து நவரத்தினத்தால் வைத்திழைத்த குயில்கோட்டு தொங்குதடி...' தெம்மாங்கில் சர்ட்டு குளோப்புகள் மாட்டி அதுக்கொரு சீல முத்துக் குச்சி காட்டி கதர் சுத்தி தொங்கவிட்டு அந்தக் கஞ்சாக் குடுக்கி இப்போ கேப்பர் ஜெயிலில் கிடக்கிறான். வெங்கடேசுவர எட்டப்பராசா அரண்மனை ஆசாரவாசல்விட்டு ஓடிப்போன சுப்பையா. இப்போது த புதினத்தின் பல பக்கங்களில் யதா ஸ்தானத்தில் அமர்ந்து

அமைதியாய் எழுதி வருகிறான். ஜெயில் பாராக்காரர்கள் இவனிடம் வெகுஜாக்கிரதையாகவிருந்தும் கஞ்சீரா கேட்டு நச்சரித்தான். ஒரு பணத்துக்கு லேக்கா உருண்டையும் சடைக் கஞ்சாவும் ஒருமிக்க சலாச்சுப் போட்டு சுப்பையா என்னத்தையோ கிறுக்கிப் புகைக்கிறான் எழுதிய தாளையே சுருட்டி எரிக்கிறான் கோட்டி. பாராக்காரன் கடலூர் புதுப்பாளையம் அங்கு முதலி இவனோடு சிமிழ் பிடித்து கதா விலாசம் கேட்டு நின்ற நிலையிலேயே தூங்கிவிடுகிறான். ஞான பண்டிதெனென்ற பேர் பெற்ற சினேகிதன் நல்லப்பசாமி லங்கோடு, கச்சை காடல்குடிக்கம்பு இடையிலே பரிஷ்காரமாய்த் துண்டு தரித்து பாங், பட்டா, பரம், பிச்சுவா, மாறு, கடார், கட்டாயுதசாரி சங்கீதத்தில் அதிகாரம் உதறி ஓடிவிட்ட விளாத்திகுளம் ராசா தெலுங்கு துக்கடாவை சீட்டியடித்துப் பாடியவாறு விடியக்கருக்கலில் கேப்பர் ஜெயில் வாசலில் 'பட்டு பஜலு போடகி நாம லட்சுமணலு... அட்டிலு கட்டிலு.. அட்டே பாகுண்டி...' சீழ்க்கையில் மயங்குகிறான் பாராக்காரன்.. அடுத்தபாட்டு 'தஞ்சை நகர் கூட்டத்திலே இந்த நடராசன் நாடகம் சதாரத்திலே கிட்ணசாமிப்பிள்ளைக் கொட்டகையிலே கேளிக்கை நடராசன் ஆடையிலே' லாவணி துர்பத்து தெம்மாங்கு பதம் பாடிக் காட்டி ஜெயில் கதவும் தாழ் திறந்து வழி விலகுகிறது. உள்ளே தாராளமாய் நுழைந்து சுப்பையனைத் தேடுகிறார் நல்லப்பசாமி. வார்டன் போத்திரெட்டி சாமிகளை கூட்டிப்போகிறான் உள்ளே. காக்காக்கோட்டு எதையாவது கிறுக்கும்... வேகம் கைச்சிற்றேட்டில் சில பத்திகள் எழுதி வந்தான்... நல்லப்பசாமியைக்கண்டு கையேடு கீழே சரிய ஓடிவந்தான்..நேரியல் துண்டிலிருந்து கம்பு அவலை அவிழ்த்தார் கரிசல் பாட்டு கமகமக்க... மைனாக்குஞ்சியாய் வாயைத் திறக்க ஊட்டினார் காக்கைக்கு... நேத்திரம் ஒழுக அசை போடும் பல்லில் வாக்கும் திக்கி நாக்குழறினான் காக்கா. 'நல்லப்பா... பாடு... எனக்கொரு ராகத்தை' என்றான். சாமிகளின் கருவுடல் இசையின் குருதியாக மாறிக் கரகரப்பிரியா ஆலாபனை பலவகை வேறு பட்ட கற்பனைச்சுரம் தாவிய வேகம். நில நீர் வான் வளி சுருட்டி மூவொருமை கூடிய குரல்வளம். எலும்பின் பித்துக்குள் சொருகிய கரகரப்பிரியாவில் கருங்கற் சிறைக்கூடச் சுவர்களைக் கடந்து ஒன்றையொன்று ஊடுருவிய தமக்கிடையே பேசிக் கொள்ளும் பாலை நில வல்லூறுகள் போலும். கொஞ்சிக் கொண்ட பித்திரிரு வரிடை நட்பை வியந்தான் வார்டன் போத்திரெட்டி. கேள் கேளென நிறுத்தாத கருணாமிர்த சாகரத்தில் நுழைகிறார்கள். கருப்பு கோட்டினைக் குறுக்கிட்டுப் பறந்து போயிற்று கரகரப் பிரியாவில் காலக்கணிப்புக்கு

அடைபடாத பட்சி.

ஒயின் போத்தல் ஜாடிகள் தைல சீசாக்களில் பழைய கல்கத்தா வாசனை லேபிள்களில் கீதத்தட்டுடன் கே. எல். சைகால் உருவம். ஆல்ப்பா காபிங் பென்சிலுடன் மதுரகவி பாஸ்கரதாஸ் ஹிஸ் மாஸ்டர் மேனேஜராக ஆறு வருடங்கள் மதராஸில் இருந்து மத்திய கல்கத்தா வில் சியெல்டா கம்பெனி உருகிய மெழுகில் இசை வரைதல். ஒரு துளி பனி கிராமபோன் ஊசி நிலையாக நில்லாமல் கரியநிற இருளடர்ந்த ஒலித்தட்டில் காலம் உருவாகிக் கரைந்த கஸல் கலைஞன் ஹகர்ஜானி மிஸ்நூரி இரு டைட்டில் ஆர்ட்டிஸ்ட்டுகள் டெல்லி அமீர்கான், காளிகான், பாம்பே சோராப்ஜி, ரத்தம்ஜி, பேரா சாஹிப் கல்கத்தா, மிஸ் மல்காஜான் ஆக்ரா மறக்கப்பட்ட அரக்கு நூலகத்தில் பூச்சிகள் மீசை முள்வைத்து தமர் குத்திக்கிழிக்கும் தாள். எல்லாம் கிராமபோன் செலிபிரட்டி அந்தஸ்த்தைக் கொடுத்த பழம்பாடகர்கள் கல்கத்தா விடுதி பூர்வீக இசைக்கோளம் சுழன்றுகொண்டிருக்கும் பாழ்விட்டு கீறலடைந்த பாடலில் அவ்விடுதியின் எலும்புகள் உருகும் வேகம். காலத்தின் தூரப்புள்ளிகள் ஒடியன் கீதத்தட்டுகளாய் சுழன்று கொண்டிருக்க எப்போதுமே இறந்த கலைஞன் பதேர் பிரதர்ஸ் விடுதி அறைகளில் பரவுகின்ற ஆயிரம் ஒளி வருடங்களுக்கு அப்பாலுள்ள கிரகத்தையும் பனித்துளி வடிந்து குரோமியம் கோட்டிங் எஃகூசி கீழே வீழ்ந்த கிளங்.. லங்.. ஒலியில் இவர்களும் எழுந்து த ஓர் ஒடியன் மெல்லலை ஊசியாக உருகும் தற்கணம் உறைந்துபோன பாடகி மிஸ். சௌகார்ஜோன் லேடி காலத்தை ஓட்டமாகக் கருதாமல் காட்சிகளில் படிந்த செஃபியா டோன் புகைபடத்துக்குள் அக்குரல் நெகிழ்ந்து வழிகிறது விடுதிப் பாழ் சுவர்களில்.

கிராமஃபோன் கீதத்தட்டு வில் தெறித்த தூரங்களில் அத்தனை விதமான கம்பெனிக்கும் டில்நட் தேவைப்பட்டான். ஜெர்மனி யிலிருந்து லைரோஃபோன் டிஸ்க் ரிக்கார்டுகள் கப்பலில் வந்து சேர வாரக்கணக்கில் காத்திருந்தனர். கல்கத்தா ரசிகர்கள் கூட்டம் சபாக்கச்சேரியிலிருந்து கிராமஃபோன் பெட்டிக்குள் பதுங்கி டேபில் மேல் முகம் வைத்து உருகிய இருட்டறையில் தலை விளக்கின் நெளிவு ஒளி கருப்பு தட்டில் சுற்றியது. ஹௌரா மெயிலில் டில்நட்டை சந்திக்க ஊரூராய் பாடகர்கள் ரயிலேறுவார்கள்.

அரக்கு நூலகத்தில் புதையுண்டிருக்கும் லக்னோ கிராமஃபோன் அன்ட் டைப்ரைட்டிங் லிமிடெட் கீதத்தட்டு உட்புறமாக உருகிக் கொண்டிருக்கும் ரசிகப்பட்டாளம் ஒவ்வொரு ஆர்ட்டிஸ்டுகளின் கந்தல் கோட்டு வாசனை கமகப் புதிரில் கூட்டமாய் மீசைமுள்

வைத்து அலையும் கரப்பான் பூச்சிகள் வீட்டை அரிக்கும் கோடு. மிஸ். மல்காஜோன் ஆக்ராவின் தனிப்பெருமை. பாம்பே சோராப்ஜி, ரத்தம்ஜி மகாராஜாலால் அன்ட் சன் கம்பெனி மாஸ்டர் லபுடர் வல்லப்தாஸ் லக்குதாஸ் கம்பெனி பேக்கா ரிக்கார்டுகள் மற்றும் டாக்கிங் மெஷின் காய் ஆஃப் இந்தியா, முகர்ஜி அன்ட் முகர்ஜி வெலிங்டன் சைக்கிள் கம்பெனியில் மேற்கத்திய இசையும், இந்து ஸ்தானியும் நிறையக் கொடுத்ததில் தாஸின் அரக்கு நூலகம், திண்டுக்கல் அங்குவிலாஸ் புகையிலைக்கு சன்மானித்தவை. மறைந்திருக்கும் பழைய டைரி. மதராஸில் வருசக்கணக்கில் எவரெஸ்ட் ஹோட்டலில் அறையும், ஹௌரா மெயிலில் இறங்கு பவர்களுக்கு ஜாகையும் கொடுத்த முத்தையாபிள்ளை வகையறா ரயில் சினேகத்தில் தொற்றியது. அங்குவிலாஸ் புகையிலையும் பாடகருக்கு சுகந்த நறுமணப் பொடிக் கிறுக்கு விடவுமில்லை. ஜன்னலில் லேடி ஜோனாவின் பாடல் கீதத் தட்டுக்களில் உருளல் உடைபடும் குரல். 'யாரடா குரங்கே இங்கு வந்தே நீ யாரடா குரங்கே' வி. சாரதாம்பாள் குரங்குடன் வீதி மறைகிறாள். கல்யாணி ராகத்தில் காற்று ஜன்னலைத் திறக்கிறது. உலக வரைபடத்திற்கு வெளியேயும் நாகலாபுரத்திற்கு உள்ளேயும் பாஸ்கரதாஸ் வீட்டிற்குள் நுழைகிறாள் ஜெஸி. அவளுக்குப் பிடித்தமான வாசனை வரும் திசையில் போய் பழுதடைந்த கருப்பு மர பீரோவில் பழுதடைந்த கோட்டு ஒன்றை உதறினாள் எடுத்த வேகத்தில். அந்துருண்டை நெடி. ஜேபிக்களை தடவிப்பார்த்தாள். கோட்டு உள் சில்க் பையில் ஏழடுக்கு லவ்டு, எக்ஸ்ட்ரா லவ்டு, சாஃப்ட், ஹாஃப் சாஃப்ட், மெலடி, சிங்கிள்டோன், கோரஸ், வயால் டப்பி துருப்பிடித்து பாடகிகளின் ரத்தவாடை வீசியது. திறந்த டப்பிக்குள் துருப்படாத ஊசிகளை மரக்கூடமெங்கும் வீசி வீசி விதைக்கிறாள். அவை கீழே விழும் கிளங் ஒலியில் லக்னோ பாடகி மிஸ். மல்காஜோன் கல்கத்தா பேரா சாகிப் கொக்குப் பறக்குதடி பாட்டைக் கோம்பை அப்துல்காதர் ஊசியைக் குரோமியப் புழுவாக்கி பெட்டிக்குள் மறைகிறாள். 'மாதர் மடப்பிடி' பாட்டை ஊசியில் ஒளித்து வைக்கிறாள். சுந்தர ஓதுவார் ஊசிகளிலிருந்து அடானாவில் வெளி வருகிறார். கம்பம் பீர்முகம்மதுப் பாவலர் உத்தமபாளையம் அப்பாவு ராவுத்தர் பாடல்களைப் பொழிந்த கொக்கு அப்துல்காதர் செஞ்சுருட்டிப் பண்ணில் ஊசியில் நுழைந்து அதிர்கிறார். அமிர்தம் பெற்ற மூத்த மகள் பாக்கியம், ஊமைச்சி. ஒண்டியின் பெண்மக்கள் சரஸ்வதி, இந்திரா, ஜானகி, காந்தி, முத்துலெட்சுமி, கமலவேணி ஒவ்வொரு கோட்டும் சீதனமாய் எடுத்துப்போன ரங்கூன் பெட்டிக்குள்

பாடகிகளுக்கு வைத்த குயில் கோட்டுகள் இசையில் நொறுங்கிவரும்.

மறக்கப்பட்ட இசைத்தட்டு அரக்கு நூலகத்தைத் தேடி இந்தியா வெங்கும் சுற்றியலைந்த ஜார்ஜ் வால்டர் டில்நட் ஒலிப்பதிவு நிபுணராக கல்கத்தா வந்து சேர்ந்தான். அவனிடம் ஒரிஜினல் தகவல்கள் ரிக்கார்டிங் ரிஜிஸ்தர்கள் ஆவலைத் துண்டுமளவு கேட்லாக் புஸ்தகங்களின் பேர் போன லக்னோ ஆக்ரா வாசிகளின் சரித்திர நிழல்களும் சுற்றிக் கொண்டிருந்த கரப்பான்பூச்சி மீசை முள்வைத்து கருப்புத் தட்டில் நூறு இந்துஸ்தானி கஸல் உருது, பெர்சியன் கலைஞர்களின் குரல்வளைக் குருத்திலிருந்து ஒடியும் லயமலர்களை செடிக்கற்றையாக ஏந்தி வருகிறான். மெயிலில்தான் ஜார்ஜ் வால்டர் டில்நட்டை சந்தித்தேன். முகர்ஜி முகர்ஜி கம்பெனி ரிக்கார்டுகளின் மதராஸ் விநியோகஸ்தர் லால் சுந்தர் என்னோடு இருந்தான். மெழுகின் மேல் எழுதி உருகும் கீதத் தட்டுக்கு முந்திய வோல்டா மெழுகு உருளைகளை ஒலி ரேகைகள் பதிய கிராமஃபோன் கருவி பெல் ஒலியை மீட்டொலியாக ஸ்டெதஸ் கோப் போன்ற ஒரு குழாயில் வழியும் உருக்கமான பாடல் மெழுகுக் கலையாகத்தான் செதுக்கியிருந்தது முதலில். உருகிய மெழுகில் வழியும் மீர்ஷா சாகிப்பின் துயர முகம் எத்தனையோ ஆக்ரா பாடகர் களுக்கு தோற்ற மூலம். வெளிப்புறம் பாடல் ஆரம்பித்து உட்புறத்தில் முடிவனவாகவும் சில தட்டுக்கள் உட்புறம் தொடங்கி பெரும் சுழற்சியாய் பின்னணி இசைக்குழுவுடன் புடைசூழச் சித்திரங்கொண்ட கல்கத்தாவில் சியெல்டாவில் ஆரம்பித்து ஆசியாக் கண்டம் முழுவதும் கீதத் தட்டுக்கள் வட்டத்துக்குள் பல வட்டங்களாய் பாரிமாணமுற்ற வளர்ச்சி வேகத்தில் ரங்கூனில் ஆரம்பித்த பேக்டரி ரிக்கார்டு கிராமஃபோன் டைப்ரைட்டர் கம்பெனி சைனாவிலும் பெருஞ் சுவரைக் கடந்து ஷாங்காயில் சிங்கர் ரிக்கார்டு ஹெச்.போஸ் ரிக்கார்டு விநியோ கஸ்தர்கள் கல்கத்தா வந்ததும் கம்பெனிக் கப்பலில். சோனால் மான்சிங், அஞ்சலி என்ற ஆர்மோரி ஹாஸ்டன், டர்வீன் மெஹ்ரா உஜ்ஜையினியில் காளிதாசர் விக்கிரமோர் வசீயம், சாகுந்தலம் பாடல்கள் சுற்றிவந்த நாட்களில் உத்திராயணத்தில் கருப்பு பிளேட்டுகளில் காற்றும் கோடுகளாகி விடும். காது, காதாய்ச் சொல்லி வந்தவையும் குரலில் புதைந்த சாகித்தியம் காட்டுப் பாடல்தான். ஹௌரா மெயில் வந்து நின்று கரிப்புகை வளைந்து மூச்சு வாங்கும் எஞ்சினுக்குள் ராகத்தைத் தேடியவள் ஆர்மோரி காஸ்டன். மிக உயரமான மலைமீது லய மலர்களெல்லாம் நாடுவிட்டு நாடுவந்து சேர்ந்திருந்த காலம். அது மிகவும் செங்குத்தாக யாரும் எளிதில் பறிக்க

முடியாத உயரம். எல்லா இயக்கமும் சுழற்சியாகச் சேர்ந்த பனிப் பிழம்பின் உறைவிடமாம் இமாலயத்தின் உருக்கம் கே.எல். சைகாலின் சேரிப்பாடலில் கேட்டேன். தற்கால இயந்திர வாழ்வுமுறையைச் சுட்டும் சுழற்சி வடிவ கிராமஃபோனில் கலை மேதைகளை, இசை யேடுகளைச் சேகரிக்கவும் பாடகி சௌகார் ஜான் லேடி தன் குரலின் சுநாதத்தைக் கீதத் தட்டுக்களில் வழங்கவும் அதிக விலை கொடுத்து ஒப்பந்தமும் செய்தது கல்கத்தாவில் பரவியது. இலண்டனில் ஸ்டெர்லிங் அன்ட் கன்டிங் லிமிடெட் கம்பெனியோடு சேர்ந்து ஓடியன் ரிக்கார்டு இங்கிலாந்தில் தொடக்க காலத்தில் டாக்கிங் மெஷின் விநியோகத்தை இந்தியா முழுவதும் பரப்புவது ஜார்ஜ் வால்டர் டில்நட் நோக்கம்.

பென்டிங்ஸ் வீதியிலிருந்து பெல்லா காதாரோடு ஜாகை மாற்றினேன். பதேர் பிரதர்ஸ் கல்கத்தா விடுதி பேய்வீடாக இருந்தது. என்னிடம் தஸ்தாவேஜுகள் மியூசிக்கல் மியூசியத்தின் நகல், ரிக்கார்டிங் ரெஜிஸ்தர்கள், கலிக்கோ பைண்ட் போட்ட கல்கத்தா ஆர்ட்டிஸ்ட் கருப்பு வெள்ளைப் புகைப்பட லெட்ஜர் அனைவரின் கையெழுத்து ஓரியண்டல் நூலகப் படியெடுத்த பேர்கள். என்னைப் பார்க்க வந்த பழைய புஸ்தக வியாபாரி ஷேக் அப்துல் ரகீமிடம் பாதி விலைக்கு வாங்கிய பாகிஸ்தானி பாடகர்களின் சரித்திரம் இன்னும் தீர்ந்து போகாமல் ஒன்றின் விலை ஆறணா. ஆக்ரா வாசிகளின் சரித்திர நிழல்களும் பீடித்த இந்த விடுதியிலிருந்து என்னால் தப்ப முடியவில்லை. நூறு நூறு பாடல்களின் இசை சுவர்களின் கீறல்களில் வழிந்தது. உருது பெர்ஷியன் கலைஞர்களைக் கூட்டிவந்தான் ஷேக் அப்துல் ரகீம்.

எனது பதேர் பிரதர்ஸ் விடுதி 111ஆவது அறையில் இருந்து வட கிழக்கு ரயில்களைப் பார்க்கலாம். அவை நிலக்கரியின் இருட்டோடு மூழ்கியிருந்தது. தொலி உலர்ந்த திராட்சையில் மீர்ஷா காலிப் சாகிப்பின் கீதத் தட்டு வட்டமாகச் சுழன்று உருக்கமான கோடுகளில் வட்டத்தின் அடுக்குகளில் செல்லும் விடுதலை நோக்கிய சிகரத்தினைச் சுற்றி மாண்டவர்களின் நகரத்தோற்றத்தை கண்ணுற்ற காலிப் மனமுடைந்து பாடியவை. 'துணிவெளுப்பவன் கோபத்தினால் மட்டுமே துணியை அடித்து வெளுப்பதில்லை துன்பம் என்னும் திரைக்குப் பின்னால் பிளம்புருவாய் மறையும் பரிதி' காவலரின் விசாரணைக் கூடத்தின் அருகில் வருந்திப் புலம்பும் பெண்களின் பகுதிக்கு ஒரு மனிதனின் மேல் மற்றொரு மனிதனை அடுக்கி வைத்திருக்கும் பிண அறைகளில் எண்ணையூற்றுபவன் தூக்கு

மேடையில் ஏற்றப்பட்டவர்களின் பிணத்துக்காகக் காத்திருக் கிறான். ஷார்-இ-காமோஷான் இறந்தவர்களின் நகரமாகி விட்ட டெல்லிக்குள் முஸ்லபும்களின்றி நகரம் வெறுமையான போது இரவின் இருட்போர்வையில் காலிப்பின் பாடல் வீடுகளைத் தட்டி அழைத்தது. புகைக்குழாயில் பெண்களின் குரல் பகனர் கார் ஜஜ்ஜார், வல்லப் கார், பரூக்நகர், துஜானா மற்றும் பட்டோடியில் கைதானவர்களை உடனடியாகச் சுட்டுக் குவித்த கணக்கற்ற சடலங் களைக் காணும் மிர்ஸா காலிப் பாடல் இறங்கிவரும் 'அவ் வுடல்களின் மேல் அவற்றின் தலைகள் இல்லை. தானியம் விற்கும் எல்லாக் கடைகளின் முன்பும் காண்டா விளக்கினடி சவத்துணி வணிகர்கள் துருப்புகளைப் பார்த்து அஞ்சாமல் கூவுகிறார்கள். பிணவாடைக்குள் சுடப்பட்டவர்களை எடுப்பதற்கு இரவுடன் வருகிறார்கள். வெண்கலத் தீப்பந்தம் நீர்வாளாய் அசைகிறது மழையில். குடிப்பதற்கோ உண்பதற்கோ ஒன்றும் கிடைக்கவில்லை. காலிப் உண்மையில் மனச்சோர்வடைந்த வேளையில் திடீரென்று வானில் மேகங்கள் இருண்டு திரண்டு பிளக்கிறது. ஆலங்கட்டி வீழ்ந்து கொண்டிருந்த சில்லிருட்டில் பிணத்தின் அருகில் பெண்கள் பெரிய ஜாடிகளை வெளியில் வைத்து அதன் மீது துணியை வைத்து மழை நீரை சேகரித்தனர். இறந்தவர்களின் தாகத்திற்காகவும் இறந்து கொண்டிருப்பவர்களின் உலர்ந்த நாவினை நனைத்து விடை கொடுக்கும் வேளையில் மழை சடசடத்துச் சரிகிறது பிணங்களின் மேல். நாவறண்டு இறந்து போன எளியவர்களின் அருகில் உப்புநீர் குடித்து பல் சொத்தையான பிணங்கள் மழைநீரில் நனைகின்றன. துன்பத்தின் இருட்டடியில் வெற்றி பெற்றவர்கள் சண்டை போடும் இடத்திற்கு இட்டுச் செல்லும் காஷ்மீரி வாசலுக்கு முன்னுள்ள பாதையின் மூலம் நகருள் முன்னேறி வந்தனர். கண்ணில் பட்ட யாவரும் கொல்லப்பட்டனர். அமைதியானத் தெருக்களில் திறந்த கதவுகளை விட்டு வெளிவந்த சாமானியசனங்கள் மழைநீரைப் பிடிக்கும் ஜாடிக்கருகில் காத்திருக்கிறார்கள். காலிப்பின் மழைக் காற்று தெருவைக் கடந்து திரும்பிப் பார்த்தது பயங்கரமான மின்னலை. துணி வெளுப்பவர் கூட்டமாய் கழுதையில் வருகிறார்கள். பொதிகளில் இருந்த உடைகளைப் பிரித்து ஒவ்வொரு பிணத்திற்கும் போர்த்தித் துவட்டுகிறார்கள். கழுதை சுமையிலிருந்து நீங்கி வெளியே சென்று வெண்கலத் தீப்பந்தங்கள் நடமாடுவதை துணிவுடன் பார்த்துக் கொண்டிருக்கின்றன. காலத்தை இடறிவிடும் இசைக்குள் இருந்துவரும் கிளிகளோடு பிணங்களின் இரவு.

சமையலறையில் அடுத்த காலத்திற்கான ரொட்டி சுடும் வாசனை. வடநாட்டு பொம்மலாட்டக் கலைஞர்கள் பதேர் பிரதர்ஸ் விடுதியில் தங்கிவிட்டு என் அறையை எட்டிப்பார்க்கிறான் பொம்மையுடன். சூரிக்கத்தி வியாபாரி அவர்களுடன் தலைமறைவாய் இருக்கிறான். பர்மா மைத்துனர் தினகரன் ஃப்ரான்டியர் மெயிலில் கல்கத்தா தன்பாத் ஸ்டேஷனில் இறங்கி எல்ஜின் ரோடு 38/2 இலக்கமிட்ட வீட்டில் அகில பர்மா காங்கிரஸ் பிரதிநிதியாக காரியக் கமிட்டி கூட்டம் முடித்து ஒரு டோங்கு வண்டியில் பதேர் பிரதர்ஸ் விடுதி அ. எண் 111இல் பலநாள் தங்கல். வங்கமொழியிலிருந்து தேவதாசை மொழிபெயர்த்துத் தரப் பேசும் படப்பாடல்களை நான் எழுதினேன். புதிரில் திறக்கும் புகைப்படத்தில் இன்று இல்லாதவர்களும் மௌனத்தில் இருக்கிறார்கள். ஏகதேசம் நடிக்கப் போன வர்கள் இந்த விடுதியில் தங்குவார்கள். ஒரு வேளை போஜன மருந்தாமல் கிளம்ப முடியாது குவிந்திருக்கும் விக்டோரியா வின் தபால் அட்டைகளின் கம்பி கோர்ப்பு விடுதி மேனேஜர் மேஜை மேல் கிளிக் கூண்டாய் அசைகிறது. வெளியேறியவர்களின் கடிதமாக இருக்கலாம். யுத்தத்தில் இறந்திருக்கலாம். பாடகியின் கடிதங்கள்.

எப்பாஷையிலும் சேர்ந்து உலவும் பதேர்பிரதர்ஸ் விடுதி நாட்கள் சங்கீதத்தில் கரைந்தவை மேன்மை பெற்றிலங்கும் வருண மெட்டுகளுக்கு மேல்தேச நாகரிகம் இந்தியாவில் குடியேறிய பின்னர் பயில்வோர் இன்றியும் பயின்றுள்ளோரை ஆதரிப்பாரின்றியும் குறைவுறும் காலத்தே கல்கத்தாவில் ஸ்தாபித்திருக்கும் இயற்றொலி யினிசைக் கருவி சமுதாயத்தோரால் இங்கு நான் ஆறு வருடங்கள் இந்தப் பாழடைந்த விடுதியில் பாழடைந்தேன். ஆனால் பாக்களை மெழுகினால் இயற்றிய குழல்களில் அமைத்து வெளிப்படுத்திய உருக்கம் எனக்கு. கேட்போர் செவிப்புலனுக்குத் தெளிவுபடாமல் கரகரப்பும் இருமலும் காய்ச்சலும்பீடித்த மோசமான அறையில் இருதயத்திற்கு வைத்தியம் செய்து நூதன நுட்ப அரக்கைக்கொண்டு வந்த ஜார்ஜ் வால்டர் டில்நட் என் அறைக்கு வந்துபோகிறான். பாட்டுத் தகடுகளில் இந்துஸ்தானியையும் தமிழ் வர்ண மெட்டுகளையும் கேட்டவாறே பழகியவன். வார்த்தைகளையும் சுரங்களையும் இயற்றிவரும் கே.எல். சைகால் இசைக் குள்ளிருந்து சினேகமானார். சிலசமயம் பதேர் பிரதர்ஸ் விடுதியின் எந்த அறையிலும் அவர் பாடுவதைக் கேட்கலாம். காபிகுடித்தங்கம் பாட்டு, விகடப் புலம்பல், நடராச ஆசாரி நாடகக் கம்பெனியார் பலரும் ஞான்று கல்கத்தா வந்து நடாத்திய பார்சி நவரஷ கான நவீன புதிய பெரிய திருடன்

பாட்டு, பி.எஸ். சிவபாக்கியம் கூடயிருந்தாள். அவளுக்குத் தனியறையும் கொடுத்தது டில்நட்தான். 'சொன்ன தறிவாயாடா - சின்னத் தனத் திருடா' 'தயிர் வாங்கவில்லையோ' வண்ணானும் வண்ணாத்தியும் சிவபாக்கியம் பாடலில் வருகிறார்கள். வீணை தனம் குமாரத்திகள் இங்கேதான் பூங்காவை நோக்கிய மேல்மாடி அறையில் இருக்கிறார்கள். கருவடைந்து பந்துற்றத் திங்கள் - வயிற்றில் இருந்து முற்றிப் பயின்று கடையில் வந்துதித்த குழந்தை - கழுவி யங்கெடுத்துச் சுரந்த முலையருந்தி விக்கிக் கிடந்து... கதறியங்கை கொட்டித் தவழ்ந்து... ஈனில் ஆன பதேர் பிரதர்ஸ் பூர்விக தங்கும் விடுதி மாடத்தில் பிருந்தா சீதை திரிசடையோடு புலம்பல் முக்தா வீணையில் படும் கோடு. தமாஷாக வசனித்தல், புரபெசர் நாயுடு பத்து இன்ச் தட்டுக்கள் கல்கத்தா ரயில்வே ஸ்டேசன் காட்சி, பெங்காலித் தோட்டக்காரனுடன் துரைச்சானி பேசுதல், ஜட்கா வண்டிக்காரன் அலிப்பூர் பக்கிம்சந்திரருடன் வண்டிச்சத்தம் கேட்டு சண்டை. ரெண்டாம் பக்கம் பீகாரி ஜட்கா ஓட்டியை கரும்பய்யங்கார் திட்டும் பாடல், அடுத்த பாட்டு போலபுஸ் கோர்ட்டில் விளக்கம். திருடன் கூண்டில் ஏறி பல பட்சிகளைப் போல் கூவுதல். சட்ஜ் மகிழ்ந்து தண்டித்தல். சக்கர தார்ப்பூர் ரயில் பிச்சைக்காரன் பாட்டு, நாட்டுப் புறத்தார் லக்னோ பிராமணருடன் பேசுதல், காசுகடைக்காட்சி இரு துலுக்கர்கள் நகைத்தலும் பாடலும், ரயில்வே டிக்கெட் கவுண்டர்க்கும் காபூலி வாலாவுக்கும் சண்டை. இரு பிராமணர்கள் தாசி வீடுபோதல், குடி வெறியர்களின் காட்சி, மோட்டார் வண்டியின் பலவித நாதம். வேணு மூங்கில் நாகராஜா ராவ் புல்லாங் குழல் 'மனசு கலுகுதேமு... நகுமோ முகனலேனி... நினுவினராமதெந்து... சனரு இமோகமு' கமாஸ். ஆர்மோனியம் பி.எஸ். இராமுலு வாசித்தவை நீலாம்பரியில், ஜலதரங்கம் அப்பாத்துரை அய்யங்கார், பதேர் பிரதர்ஸ் விடுதியில் ஓடும் நீர்க்கோடு எல்லோரையும் தொட்டது.

6

நொச்சியர்

ஒன்றை ஒன்று சார்ந்திரு நொச்சியர்கள் பின்னிய பள்ளிய மேஜைத் திறவுகோலில் வெளிப்பட பழைய கதவில் பூட்டும் திறவும் அவள் கைவிரல் நுழைய விரிகிறது சரபோஜியின் சித்திரகூடம். பல்லக்கு குதிரை, வயல்வண்டி, வில்வைத்த சக்கரவண்டி, சுடுதண்ணீர் பீங்கான், செல்லி கிளாஸ் களில் தீட்டிய வாசனை, தட்டை பீங்கானில் பழக்கூடை வரைவதும் பிரம்புத் தட்டில் படரும் முல்லை, பெரிய சூரிக் கத்தி கைப்பிடியைத் தொட்டால் சிவக்கும். கண்ணாடி முன் நின்கிறாள் காமம் பின்னிக் கலத்தெழும் நொச்சியாள் விரல்கள். இனி பனியூழிக் காலங்களுக்கு இடையில் வளர்ந்த கலை குன்று முழைஞ்சு களில் பாறை மறைவிடங்களிலும் சென்றடைவதற்குச் சிரமமான இடங்களிலும் மஞ்சள், செவ்வண்ணத் தாதுக்களைப் பிழிந்த நிறங்கள் பூசிய யாரும் பார்த்திராத சர்ப்பக் கோலங்கள், திரும்பத் திரும்ப மூலிகை வண்ணம் தீட்டப்பட்டிருப்பதன் மீது மறுபடி காலமாய் உதிர்ந்துகொண்டிருக்கிற சர்ப்பங்கள் சடங்கு நாளில் உயிர்பெற்று சீற்றமிடுகின்றன. படிப்படியாக மாறி ஒன்றுபடும் புராணச்சுருள் விரித்தாள் நொச்சிப் பெண். வானிடை ஓவியம் எழுதுகின்றது யாது? நொச்சியர் விதையில் தருக்கள் இருப்பதும் விரல் நகர்வில் பிரபஞ்சமனைத்தும் சாயை படும் பாம்புக்கோலங்களின் ஏடு. கடல் ஆன திரை நுரைகளைக் கிறுக்கிப் பொருளும் அகப்பட இவர்கள் ஜீவனம் ஏதுவாகப் பொருந்திய சாயநீரும் அதனைத் தொட்டு வரைய பொபக்கு எனும் இறகு வடிவ கிளைகளை ஒடித்து தூரியாக நினைத்த உரு சேரும். கண் கெடாது தோன்றும் திரவத்தன்மையும் பிரதிமையாக நடந்தும் நடவாதிருக்கும் மனவுருவைப் பிரசித்தமாக்கிவிட பல்லுயிரும் சித்திரப்படும் விரல் ஓட்டம். நிறமற்று இருப்பது யாது? காணும் படியாக நில்லாதாயினும் வாசனையைப் பிடித்து பூவை வரைகிறாள் நொச்சிப்பெண். பூதவஸ்துவில் கலந்திருக்கும் கோடுகள்

வெளிவரச் சிருஷ்டிதான் உயிர். சாயநீர் சேகரிக்கும் பீங்கான் கிண்ணங்கள் பழைய மேஜைமேல் அலம்பும் தொனி. மரத்தில் வண்ணத் தீற்றல்கள் உடைந்த தூரிகள் புருவ வளைவுகளில் வைத்த ரூபம் இருளில் பட்டு எழும் வடிவம். கற்பித ஞானம் சித்திரத்தை மனதில் அடக்கி ராகபுடமாகச் சுருதி இசைவதில் சேரும் நொச்சியர் மரபு.

அங்கே எவ்வகைக் கொடிய தேவதைகள் வாழ்வதை அறியாத கம்பள வணிகர் நிலத்திலும் வானத்திலும் கடலிலும் பயணம் செய்யும் பொழுது வண்ணநரைக்கலம் ஏற்றும் நொச்சிப்பெண்டிரை இரு கவாடகப் பாம்புகள் பின்னிக்கொள்ளச் சர்ப்பம்மீது சாயம் ஏற்றுவார்கள் இந்தக் கச்சத்தீவில் சாயவேர் எடுத்து. பின்னும் வளர்ச்சி நலிபடன், த பட்டினம், குடந்தை ஒன்றுக்குள் ஒன்றுசேரும் விலகும். சிக்கி வளரும் கலை. கருப்பூர்காரிகளிடம் சேலை கேட்டு சரபோஜியும் காத்திருக்கிறார் வரைவதற்கு ஏற்ற பருவம்வரை இடைப்பட்ட நேரம் பொழுது படிய ஓவியத்தில் உட்புறக்காட்சி உள்ளார்ந்த இயல்பு ஆன்மா தனிநிலையில் துகிலின் இருதள முகப்புகளுக்கு வேரிட்டு முன்னூறுவகைத் தாவரங்களின் கணித ஏடுகளில் நூதனமாய் சேர்க்கும் சித்தம். சமயத்தொடர்பிலிருந்து விலகிவரும் பருவச்சக்கரத்துடன் நொச்சியர் சுற்றுகிறார்கள். ஒன்றையொன்று சேதன உருக்களை மேற்கவிந்த கோடுகளில் தீட்ட வரிகளுக்கிடையே இருக்கும் தூரியும் விரல்களும் மெல்ல நகரும் பூச்சி வழி. புராணீகம் மனதாகக் கலந்து சாயநீர் ஊடுருவிப் பரவிச்செல்லும் கோடுகளில் மாறிமாறி நிறம் இறங்கும்.

தென்கடல் பெண்டிர் விரும்பும் நொச்சி அணியத்தக்க மௌத்திகங் களைக் கண்டெடுக்கும் வேளை. இதற்குப் பிறகு வணிதமெங்கும் சோனகரின் குதிரை வாணிபம் பிரசித்தமானது.

மன்னார் வளைகுடாவின் வடிவத்தையே வளதாரி (பூமராங்) ஆயுதங்களாகப் பெண்கள் குலவையுடன் முளைப்பாரிப் பாடலில் வீசி வீசிக் காப்புச் செய்யுள் கொடுத்தார்கள் இங்கு. தோணியில் சபர் போதல், காகிதப் புத்தகங்களை எழுதுதல், விகடகவி, நட்டுவாங்கம், பிரசங்கி, மணி சொல்லுதல், துணிகளுக்குச் சாயம் ஏற்றுவது தீவட்டி ஆள் கூடவே நிற்கிறான். கண் எழுதத் தூங்காத மை இருட்டில் ஊசிவெளிச்சத்தில் சரபோஜியின் அரச ஆடைகளுக்கு கோடும் உருவங்களில் கிளம்பி வர ஓலைச் சுவடியில் சித்திரங்களை

உற்றுக் கீறுகிறாள் ஒருத்தி. கரீதி மஹாலில் மூங்கில் கீறி மோடிப் பல கணிகளில் சித்திரம் தீட்ட முள்ளும் நூல்கண்டில் சாயநீரும் இறங்கும் கிறுக்கல். வரையக்குச்சி சீவுகிறான் காவலன். சர்க்காருக்கும் கும்பினிக்கும் பலவகைக் காகிதங்கள் செய்யக் கூடுவார்கள். திருவாரூர் மூங்கில் காகிதம் கேட்டு கும்பினி முத்திரையிட்ட லிகிதம் சாரட் தபால்பையில் திறக்கும்.

கவாடகப்பாம்பினங்கள் கடநாகையில் முளைத்த நாகர் இனப் பல்லவம் ஒன்று புங்குடு தீவில் தொல் எச்சத்தில் அகழ்ந்த நரைக் கலம் பொங்கிய நிறக்கூட்டத்தில் மணியென்னும் அறவிபெற்ற வல்லமும் மிதந்துவரும் பருத்திப் பெண்டிர் நெய்யும் சீவரச் சாயம் தோய்க்க, எவ்வகைத் துவராடை மெல்லியல் புங்குடு தீவில் படபடக்கிறது.

இந்த வளைகுடாவினுள் வருமாறு நுங்களையும் வரவேற்ற கவாடகப் பாம்புதான் கரும்பட்டாக சித்திரமேனி படும் கோடுகளைக் கொடிய தேவதைகள் வரைவதும் புன்னகையால் பூனைவால் அசைவதும் இந்தப் பதினேழு தீவுகளுக்கும் வரைபடம் இயற்றிய பாம்புத்தொலி சுவடியாக இருந்தது.

இருவரில் தங்கைதான் கொடியவள் ஆயினும் நெய்வதில் தோன்றும் கவாடகப் பாம்பின் சித்திர அசைவுகளை மென்மையிலும் அசைவிலுமாகக் கோர்த்து வந்தாள். சித்திரப் பாம்பிலிருந்து நொச்சியர் கிளைபிரிந்து செல்கிறார்கள். பலதலைமுறைகளுக்கு முந்தைய பாம்பு தெய்வங்களை மாறி மாறி நொச்சியர் வரைந்து செல்லும் ஊழிப்பாதை.

புள்ளிகள் இட்ட மான் தாவும் துகில் அதில் வளப்பங்கள் பொருந்திய கனகம் உற்பத்தியாகி அங்கே மணல் துறவிகள் கைநீர் அருந்தி வேறு ஆசாரமின்றி பதரிதிட்டை விகாரையின் உருவில் மறைகிறார்கள். நொச்சிப்பெண் துணிச் சுருள்களில் பின்புலம் புள்ளி இடும் முறையில் கைதேர்ந்தவள். சித்திரங்கள் மென்மைப்பட சூத்திரமாகும் புள்ளிகள் ஆயிரம் ஒரு கோடு என இடுதல். மற்ற பத்ர வர்தனாவில் குறுக்காகக் கோடு தீட்டும் நொச்சிமரபு நுட்பம் யாருக்கும் விளங்குவதில்லை. வலிமையான கருப்பு வெளிக்கோடு மாறி உருவாகும் உள் சிவப்புக்கோடுகளில் மென்மையான பழுப்பு நிறம் விஸ்தாரமாகப் படர்வதை விளம்பக் கேட்பாய். அதில் ஓரிரு வரியில் பட்சி ஜாலங்களின் சடபடப்பு ஒலி.

நொச்சியர் துகிலில் நீங்கள் விரும்பியதுயாதோ அதனை

கூறுவீர்களா எனச் சிரம்பணிந்து கவலை தீர மகாமதி மான்களாய் வரைந்து உங்களை வந்துசேர அவள் அங்கு தீராமல் வரைந்தவாறு இருக்கிறாள்.

ஒரு பதுமை கையில் கலைநூல் கற்று வளர்பிறை நிறங்களைச் சொல்லிவர ஒவ்வொரு கோடும் துயரந்தீர்த்து மேலான கிரியாசக்தி அவ்விந்திர நீலம் படிந்த துணிச் சுருளைத் தாமரை இதழாக நீங்கள் அணுகலாம். சித்திரத்தை ஆராய்ந்து கூறப் பழுதில்லாததைப் பெறுவதற்கு ஊழ்தான் உங்களைத் தொடுவதும்.

நொச்சியிலைக் கலைஞனின் சித்திர வத்திரங்கள் விதியாய்ப் படரும் முன்னூறு தாவரங்களின் வேரிலும் இலைநுனியிலும் விழுதிலும் பால் ஊறும் நிறம் பிசுபிசுத்து இழை நோக்கிய இந்தக் கட்டுப்பாடான உணர்நிலை கொண்ட மரபான அணுகுமுறை நிற விஷயத்தில் வடிவ விஷயத்தில் ஒரு துகிலை விரித்துப்பார் ஒளியடிக்கும் என அரக்கி காண்டீஜாவுக்குச் சொன்னாள் நொச்சியாள்.

நொச்சியர் ஓவியத்தின் லட்சிய பூர்வமான பார்வை அதற்குப் பின்வந்த சந்ததிகள் குருதியின் ரகஸிய இழைகளில் கொண்டு வருகிறார்கள் சித்திரக் கதைத் துகில்களை காண்டீஜாவுக்கு எழுதிக் கொடுப்பது புராணம் போடும் மரபாக இருந்தது.

சர்வ சிருஷ்டிக்கும் சதுர்முகப் பிரும்மாவைக் கேட்டு தன் கபாலம் துளித்து ஒன்றில் சித்திரம் தீட்டி பிச்சாந்தேகியிடம் கொடுத்த சிரசு சித்திரகபாலம் அது தீராத வேட்கையுடன் வற்றுவதும் வற்றிய வேகத்தில் நிரம்புவதுமான கலையைத் தொடரும் பின்வந்த காலங்களில் உலகலாவிய கலையாக எடுத்துச் சென்றாள் அரக்கி. சொல் புராணச் சுருள்களை சித்திரத் துணிக் கந்தல்களை சதா எலும்பு ஊசியால் ஒட்டுத் தைத்தவாறு இருந்தாள் காண்டீஜா.

விருட்சம் போலிருந்த இலைகள் பலவும் நசித்து வரைந்த சித்ர கபாலத்தில் பரிதி மாறிமாறி வருகிற அனேக நாட்கள் யார் யாரோ தீட்டிய காமம் அதில் பழுப்பு வடிவம்.

நொச்சிப்பெண் இஸ்லாமியர் கலைமரபை அதன் சொந்த சித்திர விளக்க மொழியாகக் கொண்டு நொச்சியர்மேல் தாக்கங்களாகப் படிந்ததில் அதன் கலைவடிவமைப்பு மாற்றங்களைக் காணுமாறு வரைகிறாள், நொச்சியாள்.

அதுவுஞ் சிறிதாயினும் வரைந்து கொண்டிருப்பதில் நிகழ்ந்துவிடும் சாமானியரால் தெரிந்துகொள்வதற்கு சுலபமில்லா இரு மரபும் இறகுதிர் பருவத்து வல்லூற்றுக்கான கூண்டில் எடுத்த தூரி. அனுபவ

எல்லை கடந்து பற்றிய கலைச் சூத்திரம். எழுதிடப் பெயரும் புள்ளி வைத்தல் அடுத்தடுத்து வைத்ததில் பக்க அணிமையில் இயற்கைத் தோற்றம் அருகருகாக விரல்கள் நகரும் நொச்சிப் பெண்கள் சாயக் கிண்ணங்களில் விழித்திருக்கும் ராத்திரிகள். சித்திரம் உருவெடுத்துக் காட்டும் ஒளி நிழல் எலும்பின் பித்தாக மஜ்ஜையைத் தின்ற வாழ் புராணம். பழமையானப் பட்டிணங்களில் சதுக்கங்களில் காண்டீஜா துகிலை விரித் தால் உருமாறும் சித்திரங்கள். மனித இருப்பின் கடுமை யிலிருந்து தொலைவாய்த் தொடரும் கலை. கைநரம்பை அரிந்து மீட்டும் ஓர் சுருதி இழை இடையிடையே தூரி சிதறிப் பரவும் கண் வீச்சு. பலவண்ணப்படுத்தும் புடவைகளுடன் அந்த மத்திய கால வணிகனோடு தன் ஏழு கழுதைகளை கோமாளி ட்வாலனும் மிர்தாவும் பத்திக் கொண்டுவர கோஸ்ட் நகரமான ஓர்ச்சாவில் கல்பனாகாட் மைதானத்தில் விக்ரமாதித்தன் புதிர் சித்திரங்களை துணிச்சுருளில் மெல்ல விரித்து சனங்களை ஈர்க்கிறாள் கதை அரக்கி. பின் நகரங்களைக் கடக்கிறாள் ஒற்றையடிப் பாதையில் சிதறிய பவளங் களைக் கண்டுகொள்ளாமல் அடுத்த ஊர் ஏகினாள் வணிகனோடு. சேலையிலிருந்து மிதிலா கிழித்து எறிந்த ஒரு துணுக்கு. அந்த முழுப்படைப்பும் சிறு கூறுகளாகப் பிரிதல். விண்வீழ் நொச்சியர் இழை. மிதிலையிடம் பிரிந்து வந்துவிட்ட துணுக்கு. முழுமையற்ற கூறு ஆயினும் எத்தனை கலை அதில் கைவிரல்கள் புள்ளிவைக்கும் கானகச் சாறு உலர்ந்தும் உயிர்த்துடி. அரைகுறையான துண்டுத் துணிகளைப் பொறுக்கி ஒவ்வொன்றிலும் வேறொரு நொச்சியர் வாசம் செய்கிறாள். அரக்கி காண்டீஜாவின் நாசியின் அருகில் கமறும் தைல வாசனை ஓவியம். பெரிய பளிங்குகளை உற்றுப் பார்த்தவாறு வெகு காலம் நின்றுவிட்ட தேவதாசிகள் வயதே இல்லாத நொச்சியர் புடவை கட்டி, மரவீணையில் அமரும் மாடங்களின் கீழே நகரும் தெருக் காட்சியை வர்ணித்தாள் துணிச்சுருளை எடுத்தவாறு.

தீவின் இயல்புடைய அந்த நொச்சிப்பெண் ரத்னாவதி பட்டிடை ஊசிவைத்து நூல்சுற்றி ஈர நிறங்களைத் தீட்டத் தீட்ட, நவ இலைகளின் சாறு குளிகை வேளை ஓஷதியாய் இறங்கிப் படமெழுதும் விரல்களில் சேரும். காண்டீஜா கைவிரித்து சாமானிய ஜனங்களுக்கு ராவணாதியரைச் சொல்கிறாள், அவளும் அரக்கிதானே.

தங்காள் சூர்ப்பணகை மலர்பொதுவிய கானகத்தை நாசியால் வாஸித்து நூல் கண்டி சுற்றித் தழுவும் வாசனை அகராதி பலவும் மூக்கால் ஞாபகம்கொண்டவள். வான் முதல் மண்முதலாம் நீர் முதலாம் தீமுதலாம் நாசியின் வாசியால் சிருஷ்டிதொறும் வாஸித்து

மரணநவை தீர்க்கும் துகில்களை எழுதிவந்தாள் சித்திர சூத்திரத்தால். எளிய வெள்ளைப் பூவிலும் பூதம் ஐந்தாம். அறுந்த நாசியால் சுவாசித்தாள். சீதள ஓலைச் சுவடியில் வீசும் பூக்களின் அகராதி. கடம்பு கன்னி காரஞ்செறிந்த நீபங்களும் ஓர் மலையிடத்தில் வடித்த ஓஷதிகளில் நிறம்பிரிக்கிறாள் சூர்ப்பனகை. பிரபஞ்சத்தில் எந்தப் பூவுக்கும் குணங்களை சொல்லி அளவிலாத நொச்சி இலை அந்தகாரமாய்க் கோடுகள் உரசியுரசி மாயையின் வர்ணங்களைக் கீறுவாள். பின் உண்டாகும் சிருஷ்டி நொச்சியர் விரல்களில் நியமம். சிருஷ்டிதோறும் ஒரு பூவின் விதி தீநீர் ஆவது. பர்வதங்கள் வனத்திலுள் அறுபட்ட நாசி வெகுகாலம் சுவாசித்த நிறங்களும் பந்தமாகும் விடுபடல் ஒரு பறவை சொல்லும் வாக்கை அகராதியில் இடுக்கிறாள். தேகமெங்கும் மலர் விரியும் லயம். கனியும் மரநெஞ் சினால் கதறும் பட்சி ஜாலங்கள். ஜலத்தில் நீந்தும் மச்சராசிகள் பவித்திரமான நீர்க் கோரைகளை உரசி அலைவுறும். சிறிய பறவை துயருற்றுக் கரையுமாறு கானகமதில் ஓர் கதம்ப விருக்ஷம் இருந்தது. அது மேக மண்டலத்தைத் தாண்டி ஆகாயத்தில் வியாபித்திருந்தது. அத்தருமீது மிருதுவான இலை வீட்டில் சூர்ப்பனகை வாசனை ஏடுகளைத் திசைகளெங்கும் சுவாசித்து இயற்றும் கலங்கோடுகளை இப்பெண்கள் நுகர்ந்து தீட்டுகிறார்கள். 'நீ விரும்பியது யாதோ அந்நிறம் சேரும் லயமலர் கிடைக்கும்' என்பாள் நொச்சிப் பெண்ணிடம். விழிகளுக்கெதிரே வனதேவதை தோன்றி இன்னும் அனேக பர்வதங்களின் உடல் மலரும் தளிர்களைக் கூறுவாள்.

வில்லறம் துறந்த ராமன் உத்தரீயம் கேட்டு பெருங்காற்றில் மேலாடை பறக்க கீழிறிங்கி அவளைக் காணும் ஆசையில் பணிவு செய்ய மயிற்பீலிகளை காதில் அணிந்த சூர்ப்பனகை நெய்யலுற்றாள் விரைந்ததிரும் உத்திரீயத்தில் மலர்களின் ஆன்மாவை வரைந்து வித்யாதரமலைப்பூக்களின் அழகியலையும் தீட்டத் திறக்கும் அவள் நாசியில் வாசிக்கும் நறுமண அகராதி.

ஆதலால் அவன் இறக்கை இரு உத்தரீயங்களாய்ப் பறந்து போவதென நெசவின் நுட்பங்களைத் தோற்றுவித்தாள் என்றவாறு. சிறு தெய்வம் போல தறிக்குள் மறைந்திருந்தாள் சூர்ப்பனகை.

எவராவது பகைவர் மன்னார் வளைகுடாவில் மயிலி ராவணன் மூழ்கும் அரண்மனைப்பக்கம் வந்துவிட்டால் மூத்த அரவின் விடுகதை அவிழ்க்க முடியாமல் கடக்க முடியவில்லை.

ஆழ்கடல் விலங்கென மயிலிராவணன் விழிகள் நீலங்களையும்

வெளிர்பாசை நிறங்களையும் காண் துகிலாக அடுக்கிவந்தான் கோட்டைக்குள். அங்குள்ள பாம்பினங்களை நாகர் வதியும் தீவாந்திர மறுபிறப்பினர் எனவும் கழிமுக ஆறுகள் எனவும் மாறுபட்ட புங்குடு நாகபீடகக் கதை கேட்கலாம். நாகபூஷணி அம்மாளின் துகில்களில் கீறிய அரவுகளின் நீலம் நெளிகிறது கடலில்.

யவனாசிரியன் தீவதிலகையிடம் வாங்கிய ஓர் ரத்தாம் பரப் பட்டாடையை விரித்ததில் வரைபடம் செல்லும் கடல்வழிகள் இருந்தன நூல்பாதையில்.

கீழிலிருந்து மேல் கிளம்பி சோளகக் காற்றில் பறக்கும் முர்ரிச் சித்திர கம்பளம், படபடத்து வாணிபச் சந்தை ஏகும் கப்பல்களை இடைமறித்து சொல் போகும் நிறங்களை அதிர்வில் எடுத்து மெலிதான ஆடை வகை கேட்டுவந்த மொனாசி வணிகன் பேராசையால் கொடுத்தமிழும் கற்றிருந்தான். அவனையும் தன் கழுதையின் மேல் ஏற்றிக் கூட்டிவந்தாள் காண்டீஜா.

ஆர்சினோவிலிருந்து தைக்க வரும் விநோதகுணமுள்ள தையல்காரிகள் வீறிட்டு அலறும் சித்ரவதைக் கூடங்களில் கொடிய தேவதைகள் இருக்கிறார்கள். ஏனோ ஆர்சினோயுவதிகளின் சரீரமே துகில்களாக உரிக்கப்பட்டிருக்கக்கூடும். இவ்வளவு காமநிலை யாடும் துணிவகைகளை கடவுளாலும் அடைய முடிந்ததில்லை. அரக்கியின் சித்திரச் சுருள்கள் பழுப்படைந்து துணி இற்றுக் கிழியும் ஒலி கதையின் ஊழாகக் கேட்டது வழிநெடுக.

உணர்வு வழி அந்தகனாய் அந்தவணிகன் நொச்சியர்களின் சிறைக்கூடம் தேடிவருகிறான். தூரியன் பரங்கியின் துபாஷியும் சரபோஜியின் துபாஷி ராமாநாயக்கும் பெற்ற சன்மானத்தில் நொச்சியர் ஒருத்தியும் இருந்தாள் அடிமையாக. புலி வராகனுக்கு விற்கப்பட்டவளா இவள்?

ரமலான் மாதத்தில் பகலில் உண்ணாநோன்பு நோற்றவும் தொண்ணூற்று ஒரு உரு மணிகளை விரல்களால் உருட்டும் மூதாட்டி வயதான தறிமுன் அமர்ந்து துக்கத்தில் வரைகிறாள். தன் பேத்தி ஆயிஷாவை பரங்கிகள் வரைவதில் அடிமையாகக் கூட்டிப் போனதில் அரசரிடம் முறையிடுமாறு மாடத்தின் கீழே நின்று பெரியராணியிடம் ஞாயம் கேட்கிறாள்.

வரைதுகில் அடிமையாகக் கூட்டிப்போன மிகப்பல நொச்சி மாதர்களோடு இருந்த ஆயிஷாவின் நீரூற்றுகளில் தெளிந்து தருக்களைக் கடந்து வரும் பாரசீக கலை மரபு தீங்கனிவாய் திறக்கும்

செம்மகரத்தின் கண் நோக்கில் பூமிநிறமெலாம் பகிரும் விரல்கள் இம்மீனுருக் கொண்ட யுவதி. வயதான பாட்டியின் புலம்பல் மாடங்களைத் தாக்கவும் சரபோஜி மரப்படிகளைவிட்டு கீழிறங்கி வந்து கொட்டடியில் தீவிர இஸ்லாமியக் கலைப்பண்புடன் சாயம் முக்கிய விரல்களை பரங்கியிடமிருந்து விடுவித்தார். பாரசீக மரபும் நொச்சிமார்க்கமும் தவிர்க்கமுடியாத மோதல்கள் இருந்தாலும் இவை ஒன்றையொன்று அழித்துக் கொள்வதற்கில்லாமல் மிக அதிக அளவில் இணைந்திசைவு கொள்ளும் நேர்த்தியை அடைந்த ஆயிஷாவின் வடிவத்தை பாட்டியிடம் சேர்க்கவும் சூதறியின் இதயத்தைக் கைப்பற்ற நினைக்காதே.. நினைத்ததையெல்லாம் இழைகளாக்கி நெய்தவள் என் ஆயிஷா... தெருவெங்கும் பாட்டியின் பெருமிதம். அருகில் ஒருவருமில்லை. பாட்டி கண்மூடித் தியானத்தில் உருமணிகளின் பாதையில் செல்கிறாள். இரு நாகரீகத்தின் கலவையில் இவ்விரண்டு ஓடைகள் மிகப்புதிய காலமாக விரிவகற்சியாக இங்கே கலாச்சாரத்தின் தூரிகையில் புனைவு ஓட்டமாக மிக நேரிய முறையில் அமைவு கொள்வதாயிற்று.

கலைப்பண்பும் வடிவங்களும் கோடுகளில் விடுபடும் கதா பாத்திரங்கள் ஆயிரத்து இரண்டாவது இரவில் பஞ்சதந்திரங் களும் நுழைவதில் நொச்சியர் கைவிரல்கள் மரபான அழகையும் உள்ளாம்ச நிறத்தையும் மாற்றம்கொள்ளச் செய்யும்.

இவர்களின் கைத் தூரி பாரசீகம்வரை வளைந்திருக்கும் சோளக் கதிர் பால் ஊறும் உருமணிகளாயிருக்கும். நிறங்களையும் பழுப் பாக்கிவிடும். பாரசீகப் புராணீக மர்மம் எந்த வடிவத்திலும் வெளிப் படுத்தியபோதிலும் இஸ்லாமிய கலைகளின் இயற்கை மீதான உள்நேசம் பாவைகளாக விலங்குகளாக வெவ்வேறு இயற்கையில் இயல்பாகச் சேர்ந்துவிடும். ஆனால் நொச்சி நூலில் தாமரை, பனை மரம், மாமரம், மயில், யானையின் துதிக்கை நீண்டுவரும் சாய நீர் ஓவியம். என்றாலும் பாரசீகக் கலை அதன் சொந்தக்காரான வடிவமைப்பிலிருந்து நகர்த்துவதாயினும் நொச்சியர் ஓவியச் சீலைகள் வாழ்வின் மரம் பலவகையாய்க் கிளை விரிவதில் மிக முக்கியக் குறியீடுகள் பழங்கதவின் கருப்பிலிருந்து எடுத்த உருவரைகள் திறக்கத் திறக்க நிறம்மாறும் தாழ்கள் உடைகின்றன ஊருக்கு ஊர். அது வாழ்வு மற்றும் நிர்கதியான சரித்திரத்தில் மூழ்கியுள்ள புராண பாத்திரங்களை விடுத்து புள்ளிகளில் சேரும் புறக்கோடுகளில் இயற்கையும் மறுயுயிர்ப்பாக வெளிப்படும். முசல்மான்களின் கடல்வழித் துகில்களில் முர்ரியின் தீவிர அலை வடிவம் மிகமெல்லிய

ஈர்ப்பு பண்டு, மெகிராப், ஸ்தம்பா, சைப்ரஸ் மரக்கிளைகளில் தங்கியுள்ள பட்சி ஜாலங்களில் உதிரும் அரேபியப் பாஷையிலுள்ள கிஸ்ஸாக்களை வெளிப்படுத்தும்.

ஜலசந்தி எத்தனை வகை நிறங்களை உருவகித்துக்கொள்வது? அவற்றில் எத்தனை சாயல்கள்? கடலின் இயற்கை எத்தனை வடிவங்களில் புலனுக்கு அப்பாற்பட்டதையும் தொட்டு உணரவைக்கிறது? இயற்கையின் விதிகளை நூலாக்கி இயற்றும் கதிர் சுற்றல். பருவங்கள் திரும்ப மீன்கள் ஏறுகின்றன நெளியும் கடல்பாம்புகளின் உடல் புள்ளிகளிடையே சித்திரங்களில் உலகுயிர் விதிகள் வளர்த்து நெய்துவரும் கம்பளத்தின் ஆழத்தில் மூழ்கும் உருவங்கள். மற்றொரு பக்கம் நெசவில் ஏற்படும் பாய்ச்சல். புலன் விழிப்புற்ற கம்பளமே சுருண்டு உரையாடும் உயிரினத்தின் வடிவ கணிதம். நூலைத் தொடும் மீனின் சதையுதடுகளில் செந்நிற இழை ரத்தமாகவும் பரவுகிறது. நூலில் வரும் மாற்றங்கள். நிறங்குடிக்கும் வெப்பரத்தப் பிறவியான சிருஷ்டி.

மேட மாதத்தில் பிறை பதிமூன்று கலையுற மேவிய நாளில் நீருறை வனத்தில் கூடிய வனதேவதைகளுடன் அருமையாய் அடையத்தக்க நிறங்களைப் பகிரும் அந்தியில் சூக்கும நூல் எடுத்துப் புராணத்தைக் கோர்க்கிறாள் நொச்சி. அவளுக்கு சுவேதன் மலரையீந்து இனிது நீ சென்று வா.. உனது பிரயாசை நூலில் மறையும் கோடுகளில் இவ்விதம் என்னை சிருஷ்டி கொண்டாய்... வருந்தி எழுதிய சித்திரத்தில் நீதான் மெய்ஞானம் பெறுதற்கு இரண்டு மாதம் ஒரு ருது பன்னிரு மாதம் ஒரு வருஷம் விரல்களால் பின்னிய கானகம் அதிர ஒருவில் ஒரு அம்பு கிடக்கிறது அங்கு. கலையால் வளர்ந்துவரும் சித்திரத்துகில் இதை கொண்டு போ... யாம் அதிசய ரூபம்விட்டு வெளிவந்தவன். இருள் பொழுதிருந்து இம்மரத்தின் மீது படும் பிறையிடம் கேள்.. இதிகாசத்திலே செய்த திரைகள் எனக்கு வேண்டா... மெல்லக் நொச்சியிலை வளரும் திசையில் பிறப்பிலா உயிர் இதுவென அறுதி பிறப்பதோர் கதை இது கேளாய்... மூங்கில் நீடத்தில் வாழும் பட்சி நான் சொல்லுவதைக்கேள். மூங்கில் கூடுதான் இச்சரீரம். காற்று வீசி மூங்கில் இலைகள் திசைமாறுவதை வரைந்து வா பெண்ணே... மூங்கில் உள் பஞ்சேந்திரியங்கள் உருள ஆசைகள் அனைத்தும் நகையுற பூத ஆவேசம் கொண்ட ஒரு வெண்மலர் எத்தனை விதங்களில் வெள்ளென இழைகிறது. இவற்றை விட்டு அவற்றை நெய்து தா... வெண்மை பொருந்திய எலும்புகளின் பழுப்பில் மேரு மந்திர புராணம் கமலமாய்ப் பூத்த பெருங்கடலில்

அருகரும் நீர்த் துளியில் பூவாய்க் குமிழ்கிறார்... கடல் பளிங்குகளை வரைந்து தா நொச்சியே... என சுவேதன் கூறினான்.

நொச்சியர் மை இருட்டில் ஊசி வெளிச்சம் பாயும் கீற்றுகளில் த. நகரத்தின் கனவு உணர்வெழுச்சியில் பாடும் சிறுவிட்டில் பரங்கிச்சிமிழ் மேல் பறந்து சுற்றி வீழ்கிறது. நொச்சி ஏடு புரட்டிப்பார்த்த பக்கங்களில் உயிரின வரை படங்கள் கம்பளப்பறவைகள் பூச்சிகள் கக்கும் பட்டுப் பசையில் நெளியும் பதுமைகள் உடல் கசியும் நூலைத் துகிலாக நெய்யும் கோலியப்பெண்கள் திறந்த விழிகளோடு சிவக்கும் நிறமாகிறார்கள். தனிமையில் அறுபடும் கெச்சலை நூல் கோடு கோடாய்க் காற்றில் நிறம் மாறி உணர்ந்துவிடும். அற்புத சால்வைக்குள் வெட்கமடையும் சரபோஜி மாடத்து அக்காமார் சாம்பல் நிறமடையும் பின்னிரவில் பழுப்புத் தெருவிலுள்ள புழுதி நாய் காற்றில் வீசிய ஊளையைக் கேட்டு தொலைவே போகும் பைரவ சங்கமரின் கையில் ஏந்திய சித்ரகபாலத்தின் பாசுர ஒலியைக் கேட்கிறார்கள். சித்ர கபாலத்தில் வெளிப்படாத கண்கள் பல பக்கம் விழித்த மந்திரக் கட்டினை ஒரு துளிவெளிச்சம் சுடர்வதாக இருப்பதில் திரும்பச் செல்லும் தெரு துயிலில் மூழ்கிய இரவைச் சாம்பலாய் வெளுக்கிறது.

தொடக் கூசும் சால்வையில் வரைபடும் சித்திரம் கொள்ளப் ஸ்பரிசத்தில் மாறும் இழைகள் உயிருள்ள கலநீர்மையில் நனைந் திருக்கும். புறா வாடை வீசும் காற்றில் கலந்துபோன கும்கார ஒலி லாந்தரில் எரியும் நுரைச் சிதறல்களில் பல சாயைகள் படிய இன்னும் கரங்களைத் தொடும் கோடுகள் அடுத்த புராணத்தைத் திறக்கிறது. நூறு வர்ணங்களையுடைய சித்திரகபாலம் உள்ளிருந்து வரும் ரஸமணி மெதுவாய் நெருங்குகிறது உன்னை. மௌனத்தில் நகரும் சங்கம பைரவரின் நடை. இடைவெளியில் தொற்றிக்கொள்ளும் தெரு நாய்களின் பாஷை உருப்பளிங்குகளாய்த் ததும்பி வழியும் ஈரநாக்கு. சுருள் ஏடுகள் வளையும் சித்ரகபாலத்தில் நட்சத்திரத்தோட்டம். தகதகவென எரியும் நிறக்கோர்வையில் மறுபுறம் திரும்பும் பைரவரைப் பார்க்கிறாள் வரையும் நொச்சியர். நாயுரு கிட்டத்தில் வருகிறது. நெடுகிப் பாயும் கோட்டிநாய் விழி சித்ர கபாலத்தில் ஓடும் ஸரம். நடுங்கும் விரல்களுக்கிடையில் நொச்சி ஊசியில் நாயின் குருதி ஓடும். தொண்ணூற்று ஆறு வகை ஞானம் அவளைத் தொற்றிக் கொள்ள அவுரிச்சாயக்கிண்ணங்கள் உள்ள மேஜையிடம் போகிறாள். ஷாஜியின் இந்தக் கலை மீதான நேசம் உயரிய விசைப்படல். கலமாதரை அழைத்துச் சித்ரகூடங்களில் குடியமர்த்தியதில் ஷாஜியின் மோகம் நொச்சியர் கலையுடன் தோய்ந்த சாயநிற இரவுகள்

ஈரானிய வடிவப் பின்னலுக்குள் ஷீரஸாத்தின் இரவுகளைக் கவியக்கலப்பதில் புதிய ரஸநாளங்களை அடைவார்கள் இந்தப் பெண்களும். வடுகவழி வந்த கமஞ்சாலுகள் பொதிமாடு போட்டு ஊர் ஊராய் நிறங்களைச் சேகரித்து நாடோடிப்பாடலை வரைகிறார்கள். கமஞ்சாறு துணி நெய்வதைக் கேள்வியான ஷாஜி பெரிய குதிரையில் கிழக்குப் பாதை யில் செல்லும் சித்ரகபாலத்தின் சுடலை வெளிச்சத்தை நலிபடன் கடற்கரையில் பாளயம் இறக்கி நெய்துகொண்டிருந்த தெலுங்கு நாடோடிகளின் தான்தோன்றி விரல்களில் வெளிச்சம் அடைந்தார் போலும். த பட்டினத்தில் கலப்பு ஜாதியினர் பட்டுநூல் பாதைவழி குடியேறுவதற்கு முன் பலநாடோடி இனங்கள் கலப்பாக அமைந்துருவாக்கிய பிடிபடாத துயரக் காற்றுதான் நொச்சியர் இரவுகளுக்குள் துணியைக் கிழிப்பதென பரபரக்கிறது சூறையாய். தெலுங்கு நாயுடு இன வகைமையில் பல கிளைகளில் நாடகப் படுதா வரையும் கழைக் கூத்தாடிக் கூட்டம் நாமத்துடன் மடிதார் வேஷ்டியில் வண்ணத்தீற்றல்களும் மைச் சிதறல்களும் அழுக்கும் வியர்வையும் நெடிக்க இடம்பெயர்கிறார்கள் ஓரிடத்தில் நிலையாத குடி போடாமல். தாண்டாவைப் பெயர்த்துக் கால் தூணாகிவிட்ட நகர நெசவில் இருந்து இலைதழைகளும் மண் நிறங்களும் பிழிந்து பூசிய வண்டிப்பாதையில் சிதறிய கடல்பாசியும் மணல்மணிகளும் எரியும் பாலையில் கதநாய்களுடன் கையில் மூலிகைக் கற்றையை வீசி வீசிப் படுதா வரைவோர் திரிகிறார்கள்.

தெலுங்கு நாடோடிகளின் கூட்டம் ராணிமங்கம்மாளைத் தேடி மரங்களின் வரிசை நிழல்களாய் நீளும் சாலையில் கமஞ்சாலுகளின் கடவுள் இரண்டாகப் பிளவுபட்டு மனித அகத்தில் எங்கோ ஒளிந்து கொள்ளப் பயந்து நாடோடிகளுடன் தொயர்கிறார். இரத்த ஓட்டம் நிறைந்த தரிசு நிலங்களில் செம்பராட்டங் கற்களில் ஓடும் ரேகையில் நிறங்களின் மூலகத்தைப் பிடித்த நாடோடி பாறை முழைஞ்சில் துயில்கிறான். உடல்மீது பூசிய காட்டுச்செடிகளின் சாறும் மணிப் பூச்சிகள் துளைத்த கோடுகளும் பீடித்த முரட்டுக் கம்பளத்தை வடி ஒழுங்கில் நெய்யவும் ஒரு கம்பளத்தின் படைப்பு விலை மதிப்பற்ற வனவாடையாக லாகிரிச் சணல் மூட்டிய மந்திரமும் புழுவோ பனியோ தாக்காத மாசுமறுவற்ற சித்திரச் சுருளுக்குள் இந்த நாடோடி களின் நிலமும் நார்நாராய் கோக்கப்பட்டிருப்பதில் பழம் பாடலில் இசைத்த நுரைகள் உருமணிகளாகத் தொனி கொடுத்தது. கம்பளத்தின் கருமடியிலும் புதிர் முடிச்சுகள் கதை போடும் விந்தைகளாக அவிழ்கின்றன.

அந்தக் கும்பினி மருத்துவன் ஜான் ஃபிரேயர் காலியான இரைப்பைக்குள் ஒளிந்திருக்கும் நெசவாளர் தெருக்களை மோப்பம் பிடித்து நொச்சி இனத்தின் சித்திரத் துகில் புராணக்கதை நாக ஜாதகச் சருக்கத் திரைச் சீலைகளை வந்தடைகிறான். சாயப்பட்டறை சிறுவர் கூட்டம் அவனைச் சுற்றி மொய்க்கிறார்கள் காசுகேட்டு. சாயச் சுவர்களில் எடுத்த மடிப்பு மடிப்பான நீட்சியை அதின் பதிந்த துயரத்தின் கோடுகளை வெண்கல விழிபிதுங்கக் காத்திருக்கும் சாம்பல் பல்லி அடுத்த கடலுக்குத் தாவி ஒரே நேரத்தில் ஜான் ஃபிரேயரை நெருங்கும்வேளை அசையும் நீர்ப்பார்வைச் சிமிழில் இச்சிறு சாய விளக்கு கடலாகிற காலங்களில் அனைத்தின் புத்தகங்கள் மிதந்து கொண்டிருக்கும் கண்ணாடிப் பேழைகளில் கலந்துவிட்டிருந்த பொருட்கள் சரிவரத் தெரியாமல் கற்களைப் போல மறையுமாறு பதுங்க வெளிச்ச மடையும் கலங்கோடுகள் உள்ளீடாகக் கிழித்துத் தைத்த உடலிலிருந்து கூழாங்கல்லில் நித்திரையடைந்த கலை. சிறுவர்களின் சாயம் பூசிய பசிக்கு அழுத இரைப்பையை முகமூடி யாகப் பறித்தபோது பதனம் செய்யப்படும் உயிர்களின் விலங்குகளின் தொலியை உரித்துச் செய்த பொம்மைகளின் அசைவில் நின்றிருந்தான் டாக்டர் ஜான் ஃபிரேயர்.

சாயப்பட்டறையில் படிந்த நூற்றாண்டுக் கிழிசல்களில் தொங்கும் கோடுகளில் அவை மிருகங்களாகவும் தோன்ற கண்ணாடி போன்ற பட்டகத்தில் அடைக்கப்பட்டிருந்த சரபோஜியின் பொம்மை உருவம் சிறு பொருட்கள்கூட மூலாம்சங்களாக ஃபிரேயரைத் தொட்டது.

சாம்பல்நிறம் கவிந்த நீர் பூமி மற்றும் நெருப்பு இவையனைத் தையும் விரல்களில் துல்லியமான கோடுகளாய்ச் சித்திரம்கொள்ள நிற ஆடிக்குள் உள்ளுணர்வாகும் இடறுதல்களில் தொடர்பற்ற சிதறல் களின் இடைவெளிகளில் தோன்றும் ஓவியம்.

தேர்ந்த நாடோடிக் கலைஞனின் தோல்பாவைகளில் விரிந்த கல எழுத்தும் அழுக்கான தோலில் புராணங்கள் கீறிஎழ புகழ்வாய்ந்த படைப்பாக நொச்சியரின் ஆவிவேகம் ஒத்திகைகொள்ள நுண் அறிதலுக்கு உடலையே நிறுத்தி விளிம்புகளில் படும் சாராய விளக்கொளியாக மறைந்திருக்கும் தோற்பாவைக் கலைஞனின் குரல்கள் மராட்டியக் கழைக் கூத்தாடியின் ஒற்றை மாட்டு வண்டியின் சக்கர நிழல்கள் காலமெங்கும் பெருநிழல்களாக விரிவு கொள்ள பெரிய மாட்டின் தொலைவான குளம்படி ஓசை அதன் குரல்வளையில் செறிந்த விவசாயத் தடம் நரம்புகள் பல இழுக்கப்படுவதில் கலைக்கும் விரல்களுக்குமான இடைவெளியை வேறொரு

நாடகமாக்கும் தனியனின் உரையாடல். மனித வதை மிகுந்த நிகழ் காலக் கைப் பிரதிகள் மின்னல்படக் கீறிய நிலங்களில் ஆடும் பாவைகளில் சாயம்போன துகில்கள் கிழியும் ஒலி.

பாவைகளின் அழுக்கான தோலில் கரையும் வியர்வையும் நெடு வழிகளும் தைத்துக் கந்தையான தொலியை ஊருடுவும் ஜான் ஃபிரேயரின் பூனைக்கண் உயர்த்தி கையெழுத்துப் பிரதியைப் பார்த்து, அதிலிருந்த தொன்மை நிறம்போன உதிர்வை சில சொல் சிவந்த நகரங்களாக அதிலிருந்த சித்திரம் தீர்ந்த நிறங்களைச் சரிவரத் தெரியாத மயக்கமான நகரத்தின் பொருட்களின் மயக்கத்தைப் பூனையின் நீலக்கண்களால் உற்றான் அந்நியன்.

பருத்திப் பெண்டிரின் பனுவலைத் திறந்து மென்மையான வெளிச்சத்தில் உடல்பாவு வழி மாறிமாறிச் செல்லும் சருக்கத்தைத் தேடினான். ஒரு வாரம் தறி ஓடும் சத்தம் கதவைப் பூட்டிக்கொண்டு தெருவைக் கடந்து செல்லும் தொலைவான அந்த ஒலி குளிர்காலத்தி லிருந்து பறவைக் கூட்டமெனச் சலம்பும். ஆயிஷா வீட்டுக்குப் போகிறான் வழிகாட்டிய சாயச் சிறுவனுடன். வாழ்வின் முழுப் பரப்பையும் நூலாக்கி இருண்ட சாளரத்தில் சோனகர் சிமிழ் விளக்கு முணுமுணுத்தது. எல்லாத் தலைமுறைப் பெண்டிரும் நூற்ற ராட்டினம் கரகரத்துச் சுற்றும் ஒலி. மாறிவரும் போக்கில் சந்தைக்குப் போனவர்கள் புள்ளிச் சேலைகளுடன் ஓடைகளில் பிரிகிறார்கள். நெசவாளர் கூட்டம் வீழ்ச்சியிலிருந்து நூலாய்ச் சரியும் பாதையில் மன்னார் கச்சை கொண்டு போன எருத்துக்காரர்கள் தாவளம் இறக்கிய காட்டுச் சந்தையில் ஜான் ஃபிரேயரின் குதிரை நிழல் பெரிதாகி காண்டா விளக்கில் படபடத்து ஆடியது மேகாற்றில்.

நெசவின் வெளிச்சத்தில் இழைபடும் சொர்க்கத்தை அவன் பார்த்தான். நொச்சியர்கள் சிருஷ்டித்த புராணங்களின் உருக்கள் காண்டா விளக்கைச் சுற்றிச் சூதாட்டம். இந்தத் தோற்றுப்போன கடவுளின் சிறிய தாய் வண்டிமறிச்சி அம்மன் தறிவில்லேந்திப் பாடுகிறாள். ஆனாலும் நெசவாளிகளிடம் ஒரு பிடிப்பை ஏற்படுத்த வில்லை ராஜியமும். சுக்கு வெந்நீரை உறிஞ்சிக்கொண்டு சந்தையின் நெளிந்த வெங்கல லோட்டா. கியாஸ் விளக்கில் மாண்டல் இரைச்சல் விட்டில் பூச்சிகள் கண்ணாடிச்சில்லில் பட்டு, உடல்தெறிக்கும் சாவு வேகம். இதைக் கண்ட ஜான் திகைத்தான். நெசவாளர்கள் வீதியெங்கும் பாவடியில் கூட்டமாய் ஜனம் உறைந்து நிற்கிறது. இருட் சாளரங்களில் எந்நேரமும் தறியின் துயர ஒலி அதை துக்கத்துடன்

கேட்டான் ஜான் ஃபிரேயர்.

ஈது உரைப்ப யாம் தெளிவுபடுத்த உணர்வுடன் கேட்பாய்... சீமை மருத்துவனே... இப்பழைய சீவரப்போர்வை பிறப்புற்று வந்தவகை இஃது என்ன அற்புதம். இந்த உலகு மயங்கும் சித்திர சூத்திரங்களை உபதேசிப்பாய் எனக்கு எனப் பணிந்து கேட்டான் சீமைக்காரன். அந்நிய தேசத்தார் அனேகரையும் கம்பேனிக் கப்பல் கொண்டு வர தேசங்கள் பல கடந்து நகரங்களையும் நதிக் கூட்டங் களையும் மற்றும் பிற பொருட்களையும் உற்று உற்றுப்பார்த்து சரபோஜி அரண்மனையை வந்து சேர்ந்து மிக்க அன்புடன் உபசாரம் செய்து சுவாட்சு சாயபு கையெழுத்து கடிதாசிகளே ஏதுவாக அழைக்கத் துரைமார்களுக்குச் சிறு மகால்களை நூதனமாய்க் கட்டிக் கொடுத்து ராஜிய பரிபாலனத்தைத் தமக்கு வைத்துக் கொள்ள மேஸ்தர் டூரியன் சாயபு ராஜாவின் சவிஸ்தாரங்களை எல்லாம் உணர்ந்து துளஜாவின் அங்கீகார மகனாகத் திருமுடி செய்ததும் சுவாட்ஸ் சாயபுடைய பிரியத்தையும் இங்கிலீசு பாஷை கற்பித்து நாக்கில் எழுதிய சிலுவை நிழல் த. பட்டினத்தில் விழுந்தது. சுவாட்சு பாதிரியிடம் இங்கிலீசு பேசுகிறதுக்கும் எழுதுகிறதுக்கும் அப்பியாசம் பண்ணினார். அப்போது மேஸ்தர் சுவாட்சு பாதிரியார் அப்பியாசம் பண்ணினது அதினாலே இங்கிலீசு அப்பியாசம் செம்மையாய் சுவசாதி வித்தை கற்பித்த துரோணரானார். உத்தமரின் புத்திமதியை அனுசரித்து கும்பினியாரும் சரபோஜி வசம் சுலோட் சணாபாயி ஆன்ம விருப்பத்தை நிறைவு செய்யவும் சுவாட்ஸ் பாதிரியின் நிழலாக ராஜியம் செய்தார்.

யாதொரு கம்பளமும் மயூரப்பீலித் திரையாலே பல சித்திரங்கள் பொறிக்கப்பட்ட சொர்ணவஸ்திரங்களும் அதில் நொச்சியர் தீட்டிய அபூர்வவாவிகளும் பதுமைகள் கூடிக் கலந்து நிற்கும் அந்த சீவரத்தில் விண்ணில் பறக்கும் பெருங்கால் பறவை ஒன்றுண்டாம். பட்டுப் புழுவின் தூக்கத்தைக் கொண்ட சித்தர் கூட்டமொன்று சப்திக்கிற மூச்சரவம் கேட்டு அதில் ஓடும் நிறச் சாயைகளைப் பூர்வகால சர்பங்களின் மசங்கும் புதர்களிலிருந்து விழிப்புற இயற்றிய ஒரு வண்டின் அற்புத இறகு நிறங்கள் இவை. உங்களுக்குத் தொன்மையாய் இருக்கும் விதத்தில் முன் உரை செய்த சித்தரின் ஓஷதிகளில் முன் ஜென்ம இழைகள் சிவக்கும் கிழிந்த சீவரம் இதை போர்த்தியிருக்கும் கண்ணாடியில் பிரதிமைகள் வயங்கமாகும் இவ்விடம் நெசவு விருத்தியாய் உறவின்முறை ரம்யமாய் வசிக்கும் பாவடித் தெரு சத்தத்தில் எத்தனையோ வரும் பழையநாட்களின் சூக்கும

சராரமெனும் நூலின்வழி கரைந்துபோகும் பனி, வெண்மையான பருத்தி சுளைக்கும் வெடிப்புக்காலம்.

புராணச் சுருள்களை வரைந்த கூடத்தில் பண்டிதர்கள் கதை போடும் ஆளமுற்றத்தில் பனிப்பொழிவும் கேட்டு நெகிழ்ந்தவர் புழுதிகடிக்கத் துயிலும் ஊர். பூதரும் ராக்ஷசரும் வாதத்தில் பொருது நின்று பாவைக் கூத்தில் ஆடி திசைஎங்கும் ஈர்த்த அசலூர்ஜனம் கூத்துமுடிந்து திரும்பிப்போன பனிப்படலத்தில் மூழ்கிய நாட்களும் நரைத்தன. மனவேகத்திலும் வேகம் மிகுந்த அரூப சித்தர்கள் உவமையற்ற மூலிகைச் சாறெடுத்து சிற்பத்தில் புடமிட்டு சீலைகள் காயவைத்து கற்சிலையைப் பேசவைத்த வஜ்ரோலிமுத்திரையில் சித்தர் தரும் உயிரெலாம் எல்லா நூலிலும் நனைய தறியில் பொருந்தி இருக்கும் சூட்சும சரீரமாம் சீவரப் போர்வை அதில் எல்லோரும் மறைகிறார்கள்.

இந்தக் கலைக்கு உற்ற சரபோஜியின் ஆர்வமெல்லாம் இற்றுப் போகுமாறு தங்கநகையின் நிறங்களைக்கொண்ட நொச்சியர்த் துணிகள் அச்சுக்குவர கையால் தீட்டும் வசீகரமுறையில் சுருள்கள் பெட்டிக்குள் கப்பல் கூட்டம் சீமைக்குஏக பூச்சிக் காரர்கள் அன்றாட அணிமணியாக விளங்குவதாயிருந்தது. ஏனோ நொச்சியரைத் தொட்ட விதி பருத்தித் துணிக்குத் தாவிய ஆர்வம் உலகையே முரட்டுக் காடாவில் மூழ்கவிட மெல்லிய காய்கறிச் சாயமும் ஏறியது கப்பலில்.

கும்பினிக்குக் கொடுத்த ராஜியத்தில் மேற்கிலிருந்து இறங்கிய கலைமுறையுடன் ஈரானியச் சாயவேர் இறங்கவும் புராணிக உருவங்கள் இரவிரவாய் தீட்டத் தீட்ட எங்கோ செல்லும் கருங் கப்பலில் கடவுளின் வார்த்தையைப் பாடிப்பரப்புவதாக நாடோடிப் பாடகர் களின் வெளியேறும் அகத்தூண்டலில் புராணச் சுருள்களும் திறந்து கதாபாத்திரங்களைக் கண்ட மச்சராசிகள் அலை மேல் தாவி உரையாடின கர்ணமடித்து, காண்டீஜாவின் ஒட்டகச் சத்திரத்தில்.

சம்பூர்ணராமாயணத்தைப் பழைய கந்தல் சுருள்களில் கண்டான் மக்லின்துரை. ஒவ்வொரு அத்யாயம் அதிகாரமாக சுருள்கள் இற்றுக் கிழியும் சித்திரங்களை ஒட்டுத்துணி தைத்து புராதனக் கதைபோடும் அரக்கி காண்டீஜாவின் இசைக்கருவி ஒரே கார்வையில் பாடத் துவங்கியசீமைநகரங்களில் நொச்சியர்மேல் தீராத மோகமாகப் பரவிவர முழு இதிகாசங்களும் தீட்டும் வேகத்தில் அவுரிச் சாயப் பட்டறைகளில் எந்நேரமும் சீலைகள்வரைவோர் வருவதும் கொட்டடிகளில் தங்குவதுமாக வரைதுகிலோர் கூட்டம் சரபோஜியின்

புறாமாடங்களில் இருக்கும்அக்காமாரின் துயரத்தை கீறுவதாயினர். தாம்பூல கரங்கவாஹிணிமார் கூடவே வந்து வெற்றிலை மடித்து ஊட்டவும் ராஜாவுக்குத் துரைமார் ஐக்கியம் வணிதமெங்கும் நொச்சியர்களை பிடித்துவந்து கூடங்களில் நிர்பந்திக்கும் ஒப்பந்தமும் நூல் பதறிய இருட்டாயிருந்தது.

கூழாங்கல்லின் நிறங்களில் திருகிய ரேகை உரசி உருளும் ஆவிகளின் எதிரொலியாய் பலகுரல் அரற்றும் காரத்துவர்கனியைத் தொட்டு வரையும் சாற்றில் பதனீடு படிகப்பொருளும் பளிங்குக்குள் இருக்கும் நெல்லி விதைக்குள் நொச்சிபெண் சாயல்படுவாள்.

ஏழு கழுதைகளை அழைத்துக்கொண்டு அரக்கி காண்டீஜா செல்லும் சாத்துவழி. ஓநாய்கால்புதரில் அறுந்த நூல் மிதக்கும். தரையாகுனா எனும் குலத்தந்தையின் அங்கவஸ்திரம் மூன்றாவது கழுதைப் பொதியில் அரிச்சந்திரனின் மயான காண்டத்தில் திசை சூழ்துகிலாகப் படபடத்தது. மூவாயிரம் வருஷப் பழமை பீடித்த சாய நீர்ஏடு நாலாம் கழுதைக்கு பல விந்தையான கதைச் சித்திரங்களை மெய்யில் உணர்த்தியது. இன்னும் சிதல்வாய்க்குள் அரிமானப்பட்டும் எச்சமாய் இருக்கும் அதன் கம்பீரம் எளிமையுடன் மாற்றமில்லா முறையில் நிலவுவதாகும். பலவாகும் அயல்மரபுகள் ஊடுருவிய பாதிப்பிலிருந்து அதன் உடல் நெய்வில் உள்ளாகப் படிந்திருக்கும் அரப்பா என்ற ஏழாவது கழுதை சித்ர மரபுகளை துணிச்சுருள்களாக புராணங்களைச் சுமந்து காட்சிகளை மாற்றி அடுக்கியது புயல் வேகத்தில். நூல் ரகசியமாய் தொடர்ந்துவரும் அடையாளத்தையும் சிந்துவின் தனிச்சிறப்பாகும் குணங்களையும் கர்ப்பத்தில் அடைந்த சிசுக்கள் மடக்கிய விரல்களுக்குள் பண்பைத் தக்கவைத்திருக்கும் ரேகை பல நூற்றாண்டுகளாக கடந்து கொண்டு இருக்கிறது. கலவரைவோர் நுட்பமும் அதன் தொல்கருவிகளும் மாற்றமில்லாமலே இருக்கும். மிக நுட்பவலிமையாகும் நூதனங்களையும் காலத்தின் இடையோட்டங்களில் அவசரப்படும் கும்பினியின் அபகரிக்கும் பேராசையில் கதை சொல்லாமல் வரையும் கதைக்குள் நொச்சி மாதர்கள் சுமந்த கர்ப்பத்தின் சிசுவுக்குச் சொன்ன அந்தரங்கமான சேதி இந்த நொச்சியர் கலம் காலத்தின் பரிசோதனைகளைத் தாண்டிவரும் பிள்ளாய்... அப்பாலும் மாற்றமில்லாமல் கடுக்காயை பற்றிக் கொள்ளும் மந்திரம் இதோ... என்பாள் கர்ப்பிணி. கடுக்காயில் வடித்தெடுத்த நிறங்களை நிலைப்படுத்தும் தொல்காலச் செயல் முறைகள் இன்னும் அதேமுறையில் கரங்களுக்கு மாறி மாறிக் காதுகாதாய் கேட்ட புராணத்தின் செங்கோடு யுகங்களுக்கு நீளும்.

என்னால் நிறங்களை மறக்கமுடியவில்லை. அம்மா... அந்த ராத்திரியில் புதைந்துகொள்ளும் சேலைப்புள்ளிகளில் யார் யாரோ கடந்து வருகிறார்களே... அம்மா. சிசு குணங்கும் கடுக்காயை உரசி சேனை வைத்தவள் நொச்சியர்தான். சுரந்த அவுரிச் சாயம் ஏறிய ஊசி பிடித்த விரல்களில் வெதுவெதுத்த பிரவாகமென கிழக்கில் நொச்சி மரபு வகைமாதிரியின் உயிர்ச்சாரம் இவ்வளவாகும். சித்திர மரபளித்ததில் சோழனுக்கு முன்பே பல்குன்றத்து செங்கண் மாத்துவேள் நன்னன் எனும் வேளிர் தலைவன் பாழி, ஏழிற்குன்றம் முதலான மலைகளைக் கொண்டிருக்க, இருபத்திநான்கு கோட்டங்களாகப் பிரிக்கப்பட்டிருந்த தொண்டை நாட்டின் கோட்டமே பல்குன்றம். இந்த நன்னனின் காலம் மூன்றாம் கரிகாலன் காலத்துக்கு முந்திய தாயின் குறும்பர்கள், குறும்பாடுகளைப் பிடித்து கம்பளி நெய்த கச்சாவான முரட்டுச் சால்வையை அரசன் போர்த்தியதும் ஆதொண்டை இவர்களை அடக்கினாலும் ஆட்டு நிறைகளைக் கவரவில்லை. சிதறியோடும் குறும்பர்களின் புராதன நெசவு முறையில் வடிவான தன் நிர்வாணத்தை மூடும் சித்திரகம்பளத்தை பணிந்து பெறவே விரும்பினான். குறும்பாடுகள் காலடி பட்ட பாலாற்றுப் படுகைக்கும் கச்சிமாநகர் இழைத்த செம்பட்டு வெளிர்சிவப்பு நகரங்களுக்கும் போன பட்டுவழிகளில் சிதறிக்கிடந்த பவளங்களை கண்டுகொள்ளாத பட்டுப்பூச்சி இனங்களைச் சீனரின் கண்டெடுத்த பழங்கற்கால ஓவியம் நொச்சியரின் சரீரமாக மாறியிருந்தது.

மதுரைக் காஞ்சியில் நூறு பூக்களில் ஒன்று புலப்படாத கோட்டுப் பூவாய் சித்தனவாசல் குகைக் கம்பளத்தில் தங்க இழைகளாய் எரியும் கபிலரின் அகம் கற்படை மணல்சிலைகள் உருபல மாறிவிடும் அனாமதேயமான பல உயிர்ப்புகள் நொச்சியர் வரிவடிவம் பெற்றிராத கதாசாகரங்களில் வெகுவாய் நாடோடிப் பாணர் சுருள்களுள் துகில்களில் வரைந்து போகும் இதிகாசங்களை ஆலமுற்றத்தில் தங்க இலைகள் உதிரக் கைத்தட்டிக் கை தட்டி கூவி அழைத்துச் சொன்ன ராத்திகள் மெல்லிய பனிஉருகி இழைத்த துகில்மரபு அதில் விலங் கிற்கான எதிரொலி அல்லது இணை வெமூச்சியான ஓவியன் பனிஊளைகள். ஒரு சிறிய ஊளை மலை மண்டலத்தில் மகோதயார், வஞ்சிப்பட்டினத்து வணிகன் மலபார்வரை சென்று கரும்பட்டில் பொன் இழைத்த சித்திரச்சேலைகளை பொதியோடு சுழி கடல்மேல் கொண்டு செல்ல ஓரகனூர் சேரவணிகன் மறைகிறான் காஞ்சியில். பல தேசங்களில் இருந்து கொண்டுவந்த நிறக்கிண்ணிகளில் முன்னூறு வகை தாவரங்களில் எடுத்த அத்தனையான நிறங்களும் நூல்வழியில்

பூசிய சொல் அதிசயம் மனிதப் பெருந்திரளின் மானசீகம் நொச்சியர் சித்ர மரபில் பொதிந்திருக்கிறது.

உள்ளார்ந்த எளிய நெசவின் ஆழங்களில் பருத்திப் பெண்டிர் கடலாடுதல் தீராத கமாராப்பட்டினம் பாழ் அடைந்து மறையாமல் பன்முக எழினியில் நூற்றாண்டுகள் கோர்த்த கடல்கன்னி ஒன்றின் மீது படியவிட்ட நீர்ச்சாயம் மற்றொன்றின் உறைநிலையில் தற்செயலாய் சித்திரம் கூளத்திலிருந்து வெளிப்படுகிற பல புராணப் பின்னணியை இயற்கையும் அசேதனங்களும் வர்ணப்படுத்திவிடும். ஒரு காலத்தின் பிரதிமை ஒரு சிறிய இருளடைந்த தறிவீடு எவ்வளவு பிளந்த இருட் சாளரத்தில் மூழ்கியுள்ளது? அந்தச் சாளரத்தில் கிழிந்து குவிந்த நொச்சியர் சித்திரத் துணிகளின் ரோகம் பீடித்த கமறல்.

7

மணிமேகலை ஆடைஉலர்த்திய பாறை

மணிமேகலை ஆடையுலர்த்திய பாறை எட்டாம்பிறை வடிவ ஏரிக்குள் அதிர்ந்தபடி இருக்கிறது. நிலவைப் போலும் கல்வடிவம் மிதந்து அதிகாலையில் மணியில் சஞ்சல அகல் அந்த ஏரியில் தோன்றுவதைப் பார்த்தேன். கோமுகி இலஞ்சியில் தோன்றும் புத்தர் பிறந்த வைகாசி விசாகநாளில் அவ்வகல் அந்தரத் தீவகத்து அருந் தெய்வம் தீவுகளைக் காக்கும் தீவதிலகை வாயிலாக வந்தது. சாவகத்துக்குப் புறப்படுமுன் இத்தெய் வத்தை ஏற்றினாள். ஒரு மருங்கு அட்சய அகலை வைத்துவிட்டு ஒருபுறம் இரவில் மணியாள் தூங்கினால் நீர்துறைகள் மன்றங்கள் முதுமரங்கள் கோயிலுக்கு இவள் காவல். கானுரையும் பிக்குகள் தனியே இருக்கை அமைத்துக் கொள்ளாமல் யாதானும் ஓர் முதிய மரத்தடியில் உறைதல்வேண்டும். தன் பார்வையில் இலைகள் உதிர்வதும் உதிப்பதும் நிலையாமையை அகப்படுத்தும் என்பதே சம்புமரநிழல் உரைக்கும். ஆனால் மணியோ அந்தரத்தில் மிதக்கும் பாறையில் ஆடையுலர்த்தி வாடும் துகிலின் ஈரத்தில் உணர்ச்சிகளைத் தீண்டாமல் வழியச்செய்கிறாள். மேலுமவள் வெள்ளிடை உறைதல். மரத்திடம் பழகினால் நிழலைக் கூட விடாமல் இலைகளின் வாசம் இதமான குளிர்ச்சி அடை மரப்பட்சிகளோடு வெகுபாஷைகளில் ஈடுபடப் புகுந்தாள் மணி மேகலை. சிலவேளை நிழலைக்கூட வேண்டாளாய் வெயிலென முனியாது பனியென மடியாது திறந்தவெளியில் ஆடையுலர்த்திய பாறையில் வெண்ணாரையாய் திகழ்கிறாள். புலனொடுக்கிய ஆற்றல் ஒரேவழி நிற்றல் நடத்தல் குளிர் காலங்களில் செம்பழுப்பான ஈரக்காற்றில் உப்புத்தரவை விநோத நிறங்களைப் பரப்பும். ஆயிரம் வயதான ஆமை எலும்புகளை சூடேற்றியவாறு வசந்தத்தின் பரிதி வட்டமாய் நீந்தி அதன் முட்டை களிடும் அநிச்சயில் பரவும் உவர்வெக்கை. ஆமைக் குஞ்சுகளின் தாய் ஆயிரம் வயதான மூப்பிலும் ஜனனத்தின் துவாரத்தில் பிறவா முன்மையில் முட்டை ஒளிர்கிறது. காணாமல்போன பிக்குகள்

மறுபடியும் ஏரிக்குவரும் காற்றில் புத்தரை விட்டுப்பிரிந்த அஸ்வ ராசாவின் துயர் வீசியது. தேரோட்டி சன்னா ஆடையுலர்த்தும் பாறையில் காணாமல் போய்விட்ட சந்தகாவை அழைத்தவாறு பித்துப்பிடித்திருந்தது.

த. கடலின் கடேசி நகரம் தொன்முதுகோடி புயல்கொண்ட நகரத்தின் மருங்கையின் மயானத்தின் மருங்குறைதலால் இறப்பைக் கண்டு அஞ்சாமையும் உடம்பின் அசுபத்தன்மையும் நிலையாமை உணர்வும் நினைவிற்பட இங்குதான் அக்காமடத் துறவிகளோடு வருகிறாள். தொன்முதுகோடி மீனவரிட்ட கூறையினை மட்டும் உடுத்தினாள். கூடுதலான ஆடைகளும் அவளிடமில்லை. தெருவில் அவள் குருத்த மலர்நிற ஆடை திரும்புகிறது மணல் கோடியில். அரையாடை மேலாடை சீவரப் போர்வை எனவே அத்திட்டு ஆடை கோடல். ஒருபிடி இரண்டுபிடியும் குறைய உண்டல் வேண்டும். ‘இளமையில் துறந்தாளேயன்றி இளமையைத் துறக்கவில்லை’ இகழ்ந்த உதயகுமாரனின் பின் இவள் அகப்பாலையில் திரிதல் ஒரு குறையோ எனவும் மனவலிமையிலும் பித்தம் தடுமாறினாள் சிலவேளை. தொன்முதுகோடியில் மணிமேகலை புயற்கடல் சூழ தன் பெற்றோரைத் தேடினாள் அங்கே. கொலையுண்ட உதயகுமாரனின் சரீரம் தழுவிப் புலம்பியதும் பெண் துறவியின் கலங்கும் அகப்புயல் மோகப்புயலாய் சுழன்று எதிரில் ஆட் கொள்கிறது அவ்விடத்தில் அலைமேல் நகரும் ஸீகல் வட்டம். பட்சிகளின் ஒலி காற்றெல்லாம் புலம்பலிடும். வெப்பமானவேனில் ஏரிநீர் குளிர்ந்த காற்றைவீச புத்துயிர் கொள்ளும் பறவைகளோடு அவள் துறவும் புதரினை அண்டுகிறது.

இலையுதிர்வேளை பரிதிமுகம் வாடிவிடும். வறட்சியும் உப்பும் நிலவியமணல் வெளிச்சத்தில் யாத்ரீகர்கள் கோடிமுனை நோக்கிப் போகிறார்கள். வரலாறாகும் மேகலா வேறு இயற்கையின் ரகஸியத்தில் திமிங்கிலக்குகைக்குள் இருப்பவள். தலைமுறைக்குப் பாலூட்டியாகவும் இருக்கும் சஞ்சல அகல் அவளிடம். இயற்கைக்குத் திருப்பிச் சென்றால் பிக்குணிகள் அக்காமடத்தில் இருக்கிறார்கள். ஊழ் எனவும் அதிர்வுலகம் எனவும் இருப்பை ஈராகப்பிரித்திருந்தாள்.

அவள் பளிக்கறையில் நத்தையெனத் சுமந்த கூடு கலைந்துவந்து காற்றின் தியானத்திலிருந்து உணர்கொம்புகளால் காற்றின் பக்கங்களில் எழுதித் திரும்பும் நீலநத்தை உரு ஆனாள். நிலரேகை இலைச் சருகாடை.

எல்லோருக்கும் கோடி முனைத் தீடை நோக்கி நடப்பதில் தாகம். அரிச்சல் முனையைத் தேடி அலைகிறார்கள். இரு கடல்கூடும் புள்ளியில்

கரு விரிகிறது உள்ளிழுத்து. ஆடையுலர்த்திய பாறை தவித்துக் கிடந்த அலைகளுக்கு மேல்வந்த மணல் ஊற்றில் பருகுவதற்கான நீர் அரிதான பளிங்கு வழியும் ஒலி. தொட்டதும் பெண்ணாகிவிடும் நீரின் அகம்.

அவள் திருமுடி நெளிவுகளில் கருத்த கடல் விம்முகிறது. நீரினால் இசைபடும் ஏரியின் நடுவில் பழுப்பாக வறண்டு செதில் உதிர்க்கும் ஆடை உலர்த்தியபாறை உப்பக்கம் ஒரு தனி ஒலி. துக்கமற்ற சாந்தியில் ஒளிரும் வட்டப்பாறையில் அவள் மல்லாந்து ஆழ்ந்து கிடக்கிறாள்.

புத்தபிரானின் பால்பளிங்கில் கலாந்தம் எடுத்து விதைப்புக்கு வரும் சங்கா பதினோறு தேரிகளோடு அக்காமடத் துறவிகளோடு இருக்கக்கூடும். சங்குத்துறையில் உலகமரபு மற்றும் தொன்மங்களில் நடக்கிறாள் சங்கா. கதைசொல்லும் பதுமைகளைச் சிருஷ்டிப்பதற்கான எத்தனங்கள் கூட்டு நனவிலியின் சிதறிய வரைபடத்துக்கு வந்து சேரவும் பதுமை கண்ணாடியாகி உடைமாற்றிக்கொண்ட போது சமயக்கூண்டில் நின்றுவிடாமல் போதனைகளை யட்ச ஜாதக விசிறியாக்கினாள். மயிலாடை போர்த்திய போதிதாமோ உரையாடும் கண்ணாடி. அவள் நாட்குறிப்பின் வாசனைகளின் தொலையுணர்வு காற்றின் ஈராயிரம் கால்களினடியில் சங்காவை ஈர்க்கிறது அவள் தாமதித்த தூரத்திற்கு. ஈழத்தில் அவள் ஊன்றிய பூமியின் மரமாக வளரும் அந்த கைகளுக்குள் இன்னும் உயிரோடிருக்கும் வெள்ளரசங் கிளை.

த. கடலின் இடையறாத ஈர்த்தல் மறைந்துதிரியும் மேகலாவின் சஞ்சலஅகல் புத்தரின் அகலுடன் தொடர்புடைத்து. சுல்தான் வாயிஸின் தர்ஹாவின் சுதை மாடத்தில் காந்தார ஜனம் காத்து வருவதை பார்த்திருந்தாள் சங்கா. கௌதம அகலில் பட்சி ஜாலங்கள் அடைவதும் முட்டையிட்டு அடைகாப்பதும் இயற்கை யாகும். அந்த ரேகைகள் கைபட்ட பதிவுகள் மறைவதும் தோன்று வதுமாயிற்று. யார் யாருடைய ஏக்கமோ அதில் தொட்டு நழுவி மின்னிமறையும் மனித வதைமிகுந்த பிக்குகளின் கையெழுத்துப்பிரதிகளும் அகலினுள்ளே தகித்தவாறு இருக்கிறது. வெளிப்புறத்தில் சித்திரம் தீர்ந்தாலும் கௌதமரின் விரல்கள் படிந்து சிவந்த நகரங்களாக அதிலிருந்து நிறங்கள் சரிவரத்தெரியாத மயக்கம் சங்காவின் திருஷ்டியைப் பீடித்தது.

எட்டாம்பிறை வடிவ ஏரிக்குள் மிதந்துகொண்டிருந்த உப்பு விடுதியில் 'சங்கமித்தையின் கேள்விகள்' குறிப்பேடு மூழ்கியபடி வந்த பெண்டிரின் உரையாடல். மௌனமாக ஜலசந்தியை கடந்த நிழல்கள் குருடன் கண்மேல் சென்றதை உணர்ந்தான். தென்னிந்தியாவில்

நுழைந்த துறவிகள் மேற்கு கடற்கரையில் பாஜா, கார்லா, கன்ஹேரி பௌத்தமடங்களில் இருக்க வணிகக்கூட்டம் பௌத்த மார்க்கமாகி ரிஷிகர்கள், குஷாணர்கள், கங்கர்கள் வெளியிலிருந்து உள்ளே நுழைந்து வடக்கில் பரவி, தெற்கில்வர சாதவாகனர் முதலில் முட்டி வழிமறித்தபின் கடைசியில் அவர்களும் துறவிகளை அமராவதியில் சிற்பமாக்கிவிட்டிருந்தனர். சாதவாகனருக்கும் சகர்களுக்குமான வாணிபப் போட்டி பௌத்தவாணிபரோடு துறவிகள் பின்செல்ல கோடிமுனை தாண்டி சிங்களம் ஏகினராம். மகதத்திலிருந்து பறந்து அவள் மகாவம்சத்தின் பிரதியில் இறங்கினாள் என்ற காழ்ப்பு சரிதத்தை புனைவாக்கிவிட்டிருக்கும். தம்மபதம் நீரின் உள்ளே சுருளும் படிக உயிராய் தொட்டது கீழைத் தீவுகளை. எதை எதையோ உரையாடும் துறவிப் பெண்டிர். நீரோட்டத்தில் பாக் ஜலசந்தியின் பயணக்கோடு ஆழ்ந்த உணர்வுத் தொடர்பில் சங்கமித்தையின் அறைகளைக் கொண்ட உப்புவிடுதி. அதைச்சுற்றி அமைந்த எட்டாம்பிறை வடிவ உப்புஏரி கரைகளாய் வளையும் மணிசங்காவின் பின்னேவரும் பெண்டிர் தன்மத்தின் உள்ளே எரியும் உப்பின் விரல்பட்டு தெரித்த ஒளி. திகுதிகுவென சங்காகையுடன் ஒட்டிய வெள்ளரசங்கிளை அசையும் இலைக் கூட்டம். ஜலசந்தியில் மூழ்கிய புத்தபடிமை கோடியக் கரையிலிருந்து மணலில் தவழ்ந்து நீந்தி வருகிறது கோடி முனைக்கு. சித்திரத்தைத் தானே கோட்டும் மணல்பூச்சி. தேரி சித்தத்தினாலே சர்வசங்கறப விகற்பங்களையும் கைவிடுதல் சிருஷ்டித் திரள். தரு முன்னர் உருத்திகழும் மணி தம்மத்தின் இலைகளைக் காண்கிறாள். சொரூபத்தை நிரூபிக்கப் புத்தப் படிமையிடம் சேருகிறாள் அறிவன் குன்டில். வெட்டவெளியாக ஆடை உலர்த்திய பாறையில் எல்லாவற்றினின்னும் அதிசயம் சம்பவிக்கும் என தாமரை இதழில் பவித்ரமாக சித்தியடைந்தோர் இருப்பதை உணர்ந்தாள். அனைத்துக்கும் சாக்ஷியானது வெளுத்த பாறை. வடிவமாகப் பரிணமியாதாம் அதன் சொரூபம் அதைநோக்கி நடந்தும் நடவாதது யாது என்பதற்கே போலும் நில்லாதேயும் நிற்பதாயும் அவள் சாயை. அப்பாறை உலர்த்திய சீவரம்போல் வறண்டுளது. சிறிதாயிருந்தும் சிறிதல்லாதது. சிறியதன் ஆவி சிறிதே. பெரியதன் ஆவி பெரிதே என அருங்கலச் செப்பு நூல் உரைத்தது. மகாநிசியில் கன்னிமார் மடம் துணிவிளக்கில் கரையும் சித்திரங்களில் மூங்கில் இலை உருக்கம். புற்புதங்கள் இருளில் உற்பவிக்கும் சப்தாசரம், அவளுடைய விசார ஞானம் உதயணனைப்பிரிந்ததில் ஆன கடற்றிரையில் நுரைகளாகச் சிதறும் தோற்றம். ஏனோ அவன்

பிரிவிலும் சூக்குமமாக கடல் விளக்கில் அலைதவிக்கிறது. சேதன மாயினும் அவன் இருப்பதும் ஆடையுலர்த்திய பாறை அசேதனம் அதனைச் சுற்றும் ஈர்ப்பில் ஒருவருமில்லைதானே. உள்நிச்சயம் நிச்சயமின்மையில் புகைமரம் திரிபையுறும். சிலவேளை மகாமதி மான்கள் போலவுங் காணப்படுகிறாள். 'யாவர் நீவிர் சொல்வீர்களாக' வென்று சங்கமித்தையை முதலில் வினவினாள்.

வினவிய மாத்திரத்தில் மேகத்தை தொட்ட கோபுரங்கள் பகட் டான ஒளிவண்ணம் பூசிய அரண்மனைகளும் சோன், கங்கைநதி மாயம் படிந்த பாடலிபுரத்தின் விளக்குகள் எவ்வளவுகாலம் ஒளிவீசிக் கொண்டிருக்கும் என தந்தையைப் பிரிந்து வந்த துயரத்தை மணியிடம் கூற தராய்தூணின் சான்ச்சி சார்நாத்தின் உள்ளே திரியும் மான் கூட்டத்தையும் விவரித்தாள் தோழியிடம். சாக்கியநிலையில் ஜீவ உணர்வில் கரணேந்திரிய வழியாக ஏற்படும் இயற்கை உயிரின் அனந்த இருப்புக்கு ஆதார ஊற்றாகிற கலை தேய்வதும் வளர்வதுமான உவாந்தம். நிலவு புற அனுபவமாய் விளங்கியும் அகத்தோற்றம் மற்றொரு கிரகமாகிவிடும் உற்பற்றொழித்து தன்னை பிறை வடிவிலாக அறிந்த தேரி சங்கா அந்நிலையில் பிறழாது இவ்வளவு தூரம் கடந்து இங்கே நடந்து நிற்கிறாள். உடலில் உயிர் விளங்கும் வரை இருந்து மறைந்து சூனியமாகிவிடுவதாம். ஆறுகளின் கரைநெடுக நடந்த இவர்கள் அடுத்த பரிமாணம் அடைவதில் பௌத்த அரசன் பூழியின் இருண்டகால அரண்மனையில் தோன்றியகலை மாற்றமின்றிச் சமைந்திருப்பதாம். சாரையுடன் ஊதைக்காற்று வழிநெடுக இருட்டி சீரிக் கொண் டிருந்தது தூறல். மணலில் இறங்கும் கால்களின் ஒலி. வெறும் பாழான இடத்தில் அழைப்பது யாரோ, உற்றுப் பார்த்தால் பளிங்கிடும் மணல்மேடுகள் நகரும் வெளிறிய சுழற்சி. யாருமில்லை. மையிருட்டில் முண்டிப் பார்க்கும் ஆமை செம்பழுப்பான கடல் திட்டைகளில் எதை வாஞ்சித்துத் தலைநீட்டு கின்றன அவை? பள்ளங்களில் குடித்த நீர்பெருகி குட்டைகளாய் நெளியும் சிற்றலை. யார் இருக்கக்கூடும். ஊர்ந்து நகரும் ஆயிரம் வயதான ஆமை. முள்மீன் முடலில் கீறிச் செல்லும் குருதியின் காற்று. சீனக் கப்பலின் மூங்கில்பாய் கிழிபடுகிறது நார்நாராய். விடுதிக்குத் திரும்பும் நள்ளிரவு தாண்டி சரியும் மேடுகள். சாதுக்கள் ஜீவிதத்தைப் பார்க்கிலும் சித்தங்களை அங்கே சரியும் மணல்தீடைகளாய் காணக்கூடும். சங்கமெனும் வசீகரண ஔஷதத்தினாலே மிருத்தியுவும் மித்திரத்தன்மையடையும். சங்கத்தின் பறவைகள் சிகிச்சா சாலையில் நோயாளிகளை சீதளப் படுத்துகிறார்கள். ஆவியினும் இனியவர்

தொன்முதுகோடி மீனவர்கள். தாமரை இதழ்போன்ற நேத்திரம் விரித்த மீனவப்பெண்கள் கரைமேல் காத்திருந்து காதுவரை திரும்பும் விழிக்கடவு. நடுக்கடலில் தஞ்சமுறத் தீடைகள் தோன்றி காலனையும் உறவாக்கும் கரையர்கள். உயிர் கொடுத்தும் அளித்த மச்சங்களின் விழி அங்கே படிகிறது. கிருஷ்ண பக்ஷத்து அர்த்த ராத்திரியில் எப்போதும் உபத்திரவத்தோடு மணியவளை சோகம் பீடித்துவிடும் கடல். கடாந்தாகாரத்தில் உதயணன் படகு அவளைத் தேடி விளக்கு ஒன்று அலைவதை அலைமேல் உற்றாள். அவ்விளக்கில் இதத்தைவிட வியாபித்த பேரிருளில் அவனைப் பிரிந்த வாட்டம் முற்றிருளைப் பற்றிவிடும். உடற்குளதான இயற்கைவிடாது. இளையவளைத் துரத்திவரும் அலைகள். சலனமின்றிப் பல நாட்கள் பதுமாசனத்தில் இருந்து ஆங்கே உறைவாள் மணி. பின் ஆறுமாதம் கழித்து மழைக்காலத்தில் மகாமேகத்தினுடைய நாதத்தால் மயில் காம உத்போகத்தை அடைவதேபோல போதமுற்றாள் மோகப் புயலில். எழுந்ததும் மிகுந்த பசியுடையவளானாள். ‘நீ போதித்தும் உணராத மூடன் திரும்பத்திரும்ப கடல் விளிம்புக்கும் வான விளிம்புக்கும் ஊடே மயக்கப்பரப்பில் தோன்றுவதேன்... உதயா... என்னை விட்டுவிடேன்’ நெடுங்கடல் மேவினாள். சில காலம் விசிராந்தி யடைந்திருந்தாள். தான்தானே தவத்தானே அதி சூக்கும மதியினாலே அறியவேண்டியதை ஆயிரம் வயதான ஆமையிடம் அறிந்தாள். ஏழ்கடல்களில் உலவிய ஆமை அருந்தவத்தினாலே சூக்கும மதியினால் பிறை நாட்களெல்லாம் அவளிடம் வந்து ‘சருவ விடயங்களினின்றும் திரும்பிவா.. மகளே... உள்ளத்தையுள்ளே திருப்பி உருப்பளிங்கில் பார். ஊசித் தேகத்துடன் பெருங்கடின தவத்தை நீ கடந்தும் குழம்புவதேன்’

‘நிர்விகார மனப்பிரதானையாய் நிலைத்து சித்தத்திலுள்ள திட நிச்சயத்தோடு ஆயிரம் வருடங்கள் தவசிருந்த ஆமையாரே... அருந்தவத்தைச் செய்திட என்னால் இயலவில்லை. சித்தம் ஒருமைப்பட வில்லை. பல தாய் சுழல்கிறது. வெளியசைவுகளில் பலராகி விடுகிறேன்.

‘கேள்... புத்திரியே வரம்வாங்கிக்கொள் எனக்கூறியும் இசைய வில்லையே நீ... உன் சுபாவம் புத்தமாக இருக்கிறதெனக்கு’

‘மாமலரோன் விபச்சித்... கடிவாளம் சேணம் அவிழ்த்த குதிரை கந்தகதா... அதன் துயர் என்னைத் துரத்திவருகிறதோ... சீயாய்...’

‘மாவருடங்கள் ஓராயிரம் நின்றபின்... மாமலரோன் கிளர்ந்து வருகிறான். இக்கரைவந்து அக்கரை செல்வதற்கு... எனவே... புரவி

வடிவத்தில் கௌதமன் நிலத்தில் திரிந்துகொண்டு இருக்கிறான் மற்ற புரவி மந்தையுடன்... மகளே... மைம்மேக ரேகைபோல நீ சூக்குமத்தன்மையை அடைந்து இங்கே வந்து பயணம் தொடங்கி விட்டிருக்கிறாய்.'

'ககனத்திற் கமனஞ்செய்யும் சித்தர்களாலே சக்ரவாளமலையில் வதியும் மாதவர்கள் ஆக்ஞையாலே மாயைகளை விலக்கினாலும் உரிக்க உரிக்க தோகையாக மாறிவருகிறது திரேகம்... அங்குலி ரூபியாகி, உளுந்துப்பருப்பெனவாகி காலஊசிபோலானேன்... பின் பட்டுத்தைக்கும் தகுதியான சூக்கும ஊசியாகி பட்டுச்சேலைக்கும் நூலுக்கும் ஊசிக்குமிடையே ஓடும் மாயச்சரடில் இருள்கவிய அந்த இழையும் மறைந்தாலும் ஜடமாய் இருப்பதாலே உதயணன் ஸ்பரிசம் பட்டுநூலில் அதிர்ந்து மோகம் கொள்ளும் மோன இழைகள் உயிர் ரகஸியம் ஊழாய் தொடர்கிறது என்னை...'

பின்னும் தொடர இருந்த வாழ்வின் ஏக்கம் விரி மணல்பூடுகள் உடையும் வாசனை. பதுங்கியிருந்தவர்கள் வெளிவந்து ஓடேந்திப் போகிறார்கள் கபாலத்தின் சொல்மீது பொருளுணரும் மணல் வெறுமை. ஊர்ஊராய் தோன்றிமறையம் காளாமுகத்துறவி மண் பானை வெளிச்சத்தில் மறையும் கிராமம் இன்னும் இறந்துகொண்டு இருக்கிறது உயிர்விடாமல். 'காபாலிகா... போய்விடுவாயா... சிலைகளின் உருப்பளிங்கில் கலந்திருக்கும் உன் இருப்பு... கருப்பு நாயுடன் பூச்சிநாய் மாறிமாறித் தோற்றம்'

காமத்தின் உடல்தசை சுருங்கி ஊழாக விரிவதால் உலர்ந்த சர்ப்பம் பளபளப்பாய் ஊர்ந்தது. உடலின் கீழ் மண்ணுடல் சேர்ந்தே நகரும் நிழல் தேகம் பிரிந்த பிச்சாந்தேகியர் வேறொரு இராத்திரியை பெண்ணாக்கி வழிபடும் சடங்கு. அரவுவிழி கசியும் மசக்கிய சுவாசம் தன்னிலை அறியும் நிலை அமரபட்சம். முன் இருந்தவன் காமத்தை உலர்ந்த தொலியாய் தைத்த இராத்திரி உரிக்க உரிக்க காமத்தின் முடிவு பிரிதல். கைவிடப்பட்ட உதயணன் யுவரூபம் உலர்ந்த இரவாக முள்ளில் சிக்கி ஆடிக்கொண்டு இருக்கிறான். அவனுக்கு அருகில் மரணம். புதியதோலை வளர்ந்துக்கொள்ளும் மேகலையின் ஆண் வேடம் அரவின் ஸ்திதி நிலவுடன் இணைந்திருக்கும் நியதி என்பதை பருவ உதிரத்தில் களையும் இயற்கை.

இச்சையின் அரவுகள் தனி இடத்தில் மறைந்து கொண்டு உலர்ந்த ஒரு கணத்தில் உயிர்நிற்கும் மையலைவிட்டு விலகியதும் மேக மறைப்பிலிருந்து நிலவு வெளிவருகிறது கழுவப்படும் நாதநிலையில்

இன்னொரு யௌவனனின் இசையில் தொன் முதுகோடி அறைக்குச் செல்கிறோம். பீடித்த ஆஸ்த்மா அவஸ்தை மோனம் நோயாகப் படரும் வெளிச்சம். விடுதி வராண்டாவில் அவர்கள் காத்திருக்கிறார்கள். அவனிடத்தில் இவனை அவன் பார்த்திருக்கலாம். பயணக்கோடுகளில் கடந்த துறவியர் சாயல் காண்கிறது உலகுயிர்கள், பொருட்கள், எட்டாம்பிறைக்குள் அமைந்த உப்புவிடுதி அவ்வாறு அமைந்த பிரபஞ்சதலம் பூழியானின் இருண்ட கால அரண்மனையாகவும் அதன் நான்கு பக்க முற்றங்கள் அவற்றிடம் போகும் நடைபாதைகளின் ஒலி. அரண்மனை விடுதியாக மாறியபின்பும் முகப்புகளில் முன்றில் வெளித்திருணைகளில் தூரதேசப் பயணிகளும், செட்டிவணிகரும் அடிமைகள்கூட அங்கு தங்கலாம் தோட்டப்பகுதிகளுடன் கூடிய வாயில்கள் முன்வாசல் வெளி பெண்கடலையும் பின்வாசல் வெளி ஆண்கடலையும் முற்றங்கள் கடற்காற்றின் பிரதியாக மணல் பக்கங்களாகப் புரண்டுகொண்டு இருப்பதால் க்ரிப்டோ மணல் நூலகம் கலைஞனின் தாகத்தைக் கூட்டும் விச்ராந்தியில் இருந்து வரைவோரும் எழுதுவோரும் இசைப்போரின்றி மணல் நகரம் இசைபடுகிறது பாழில். படகிலிருந்து வரும் கரையர்களும் ஏனாதிகளும் உவர்கடலில் இருந்து தாகத்தோடுவர அவர்களுக்காகவே முன்றில் பகுதியில் தூயமண்குடங்களில் குடிநீர் குளிர்மை வைத்திருக்கும் முறையே ஈர்த்துவிடும் காலடிகளை. மரப் பாலங்களில் சாய்ந்து உரையாடு வதற்கு யாரும் வரலாம். அதிசய மீன்கள் இருக்கும் சீமைக்கண்ணாடிப் பெட்டகங்கள். அம்மீன்கள் தாம் யார்? ஒவ்வொரு வாசலுக்கும் பேரிட்டது போதிதாமோவாக இருக்கும். முதல்வாசல் கருப்பு ஆமை, இருதலைப்பட்சி, கசகச்ச பல விருட்சம், ஏழடிப்பட்டம் என நான்காவது வாசலில் ஆசீவகத் துறவிகள் வருவதும் மறைவதுமாய் இருந்தார்கள். அலந்தலை உன்னத்து அங்கவடு பொருந்திச் சேர்ந்த மரவிட்டங்கள் மிகப் பழையவை. நாழியோடு கோர்த்து மேய்ந்த விடுதி. நெடுஞ்சுவர்ப் பல்லியும் பூழியான் அரண்மனை என மயங்கி ஒண்சுவர்ப்பொருந்தி நயவரு குரல் கொடுக்கும். தேரி மேகலைக்கு உருவது கூறும் சிறுசெந்நாவினால். மணியோர் தீ தன்னதெண்குரல் 'கணிவாய்ப் பல்லியாரே. உயதணன் போன கலம் திரும்புமா கரைக்கு...' என்பாள் பெண்கடலைக் கவலைகள் பற்றிவிடும். நீரிடம் ஈடுபாடு, நெடுகி வரும் ஓரலை அவனைக் கடக்கிறது. போதிதாமோ துளியும் சலனமின்றி இவனைப் பார்க்கிறார் சீனக்கலம் மூங்கில் பிரப்பஞ் சிலாம்புகள் முடைந்த பாய்கள் காற்றில் அசையும். ஜைட்டுன், காண்டனிலிருந்து வந்தவை. முதல் இரு மரச்சுவர்களில்

இருந்த சித்திரங்களை வரைந்த சீனசைத்ரீகர் இடையராது மேல் எழுந்து கடலின் நடுவிருந்து மிதக்கும் விடுதியைப் பார்க்கிறார். மாலுமிகளுடன் சீனரும் கப்பலில் இருக்கிறார்கள். கப்பல் தலைவன் பெரிய அமீர் உப்புவிடுதிக்கு இறங்கிவருகிறான். ஊருக்குள் செல்லும் வேளை அபிசீனியரும் மெய்க்காவலராய்கூட வருகிறார்கள். கொம்புடன் ஊதிவந்து எட்டாம் பிறைவடிவ ஏரிமேல் நிற்கிறார்கள். அந்த விடுதி தொலைவாய் தெரிகிறது. கிட்டப்போனால் எட்டப் போகிறது. அங்கே போவதற்குப் படகுகள் இன்றிமுடியாது. மேலும் பூழியானின் இருண்டகால அரண்மனையின் பவளக்கொடி நிறத்து புராதனச் செம்மை வளர்பிறை உள்ளே வழிவழிப் பெருகி தேய்பிறையில் ஏரியும் மெல்லச் சுருங்கி விடுதி அறைகளும் எண்ணிக்கையில் குறுகிவந்து அமரபட்சம் ஏரியும் மாயமாய் மறைந்துவிடும். ஒவ்வொரு பிறையாக ஏரி உரு அடைந்து நெடுவெண் திங்களாய் இருந்தும் ஊர் கொள்ளாத ஐஸ்வர்யம் இருண்டகால அரண்மனைச் சித்திரகூடத்தில் இருப்பதை கேள்வியான பெரிய அமீர் அந்த மாய ஏரிக்குள் கால் வைக்காமல் முகில்நிலா புகுந்த இருட்கெவியில் நுழைய அஞ்சினான்.

கரையிலிருந்து கடலுக்குள் நகரும் கப்பல் தீப்பிடித்துக் கொள்ள பாதி எரிந்து ஓட்டைவிழுந்து மூழ்கிக்கொண்டு இருப்பதாகத் தோற்றம். நீர்மீது எரியும் நெருப்பின் அசைவில் அர்த்தப்படும் நிழல்கள் யார்? பழங்கப்பலின் விதி துயர் பற்றிக்கொள்ளும் மணல்நகரம். விடுதியிலிருந்து படகுமட்டும் பிறை நிலவாய் வாலைமேல் தூக்கி தவழ்ந்து பெரிய அமீர் நோக்கிவரும் சலனம். பெரிய அமீர் எரியும் கப்பலைத் திரும்பிப்பார்த்தான். அவனுடைய தல்ல வரப்போகும் விதியின் தீத்தழல். ககம் மாலுமிகள் வேகமாகச் செலுத்தி விலகியிருந்தார்கள். ‘நான் கரையில் இருக்கிறேன். அவர்கள் ககத்தில்இருந்தார்கள்’ தனக்குள் புலம்பினான். ஹார்மசி லிருந்து வந்த மாலுமி ஒருவன் ககத்தைக் காத்திருந்தான். சோழியை நாணயமாகப் பயன்படுத்தும் உப்புவிடுதிக்கு அவன் போகிறான் ஆறுமாலுமிகளும் கட்டிடக்கலை வல்லுநர்களான அபிசீனியர். செம்மை தொலைவிடக் கைவினைஞர் கூட்டம் கண்ணாடிப் படிகங்களை மெருகேற்றி சுவரில் நாகஜாதக,யட்ச ஜாதகக் கதைகளாக வடித்திருந்த அதிசயத்தை நோக்கியவாறு கால்வைக்கிறான் பெரிய அமீர். ஹிஸ்ஸனோ மூரிஷ் கலைப்பாணியில் சில பளிங்குருக்கள். நெகிழ்ச்சியிலிருந்து அவன் உடைகளில் படிந்த உப்புவிடுதியின் ஊழிடம் கவரப்பட்டிருந்தான். தொன்முதுகோடி மீனவர்களின்

கடந்த ஆவிகளால் சூழப்பட்ட கதவுகள் வந்ததும் தானே திறந்து கொள்ளும், நிலையுறுமரங்களின் இலைகளின் சலசலப்பு. கதவும் நிலையும் சிக்கென ஒட்டித்திறக்கும். தாழ்ப்பாளொன்று உடைபடும் ஒலி. ஒருவேளை கடல்மடிப்பாக இருக்கலாம். நடுக்கூடத்தில் சிம்மம் பெண்ணென வகுத்த பூழியான் அரண்மனை வாசனை. பெரிய தூண் கூரை உத்திரங்களில் த. நகர் தச்சர்கள் பேசாமடந்தைகளை தேனமர்குழலினாலே சீவிக் கடைந்த கலை. ஆண்வலத்திலைந்து ஏந்திழை இடத்திற் பூதம் கும்மட்டம்வரை ஸ்தம்பமாய் நிற்கிறது. ஆண்பெண் கடல் இருபுறமும் வாசலும் அமைவதாயிற்று. மறு இருபுறங்களில் துறவியரும் கடல்புரத்தில் சைத்தீகரும் பயணிகளும் இருக்கலாம். மூலக்கதவு திறக்கும்போது கீச்சென்று ஓடும் ஒலியில் யாரோ மறைகிறார்கள். மேல்விட்டத்துளைகளில் சுள்ளென்று கதண்டு வரிவண்டுகளும் சூட்சுமமாய் சுவடிப்பலகைக்கடியில் சொர்ணப்புதையலில் குணங்கும். கருத்த கதவிடம் நீங்கள் ஏறிநின்று பித்தளைக் குமிழ்களைப்பிடித்து ராட்டினமாய் அரைவட்டமாய் சுற்றலாம். மரக்கிளிகளும் மேல் வரிசையில் ராஜஹம்ஸ அன்னங் களும் செதுக்கிய தச்சன்யாரோ. கிளியோசைக்குள்ளே அளிப்பாய்ச்சிய திருணையில் பல செம்பவளக் கூண்டுகள். மயிலின் நடையாக ஒயிலாய் பலதேசத் தேரிமார் அங்கே ‘நூலகத்தில் எந்நேரமும் வாஸிக்கும் முணுமுணுப்புகள். நெடுங்காலம் தீராது உயிர்த்துவரும் செழுங்கலை நியமம்’ எனும் பௌத்தநூலகம் இங்கே மறைந்து இருந்தது. சிறுமியின் சீரடிச் சிலம்புகளால் கதவாட்டி விளையாடல் தீராமல் ஒருவிடுகதையாய் தோன்றி மறையும். அவள் சிரிப்பின் கடகட சத்தங் கணீரென்ற ஓசை. அவள் கதவில் நின்றால் கூடவே ஓடி நொய்யென வருவதும் போவதுமான விளையாட்டு. விடுதிக்குப்பின் இரு பழைய கிணறுகளை பூழியான் வெட்டியது. கல்தொட்டிகளில் படுத்தால் நேரம் போவதே தெரியாது. பொன் வெள்ளி தங்கம் கல் முத்துப் பதித்த நிலைக்குள் மோந்து பார்க்கும் திருடர் அங்கே பெயர்க்கவும் வழியுமில்லை. பேயழுதாற் போல அலறும் கடல். அங்கே இருக்கும் சிகிச்சா நிலையத்தில் கற்சாளரங்களைக் கடல் வந்து அடிக்கும். நாய் நரிகளாய் பிலாக் கணமிடும் அலை. நோய் மிகுந்து வெந்து நொந்து மெலிந்து விடுதி அறைகளில் எல்லாம் இழந்த ஒருவன் எங்கிருந்தோ வந்திருக்கிறான். நாடி அடங்கியும் உயிர்போகாமல் யாருக்காகவோ த. கடலில் காத்திருக்கிறான். மூடும் கதவோசையில் மூஞ்சூறுபோல் சீறல். அவன் கடல்வாணிபத்தில் இழந்த பெருஞ்செல்வம் மூழ்கிய கப்பல்களும்

பலவாம். ஊகமறிந்திருந்தான் இங்கே. கீழைதேயம் சென்ற தன் கப்பல்கள் திரும்பினால் பிழைத்தான். 'நான் மிளகு நாடாகிய மலபாரில் மலைபடு திரவியங்களோடு தீவாந்திர மெல்லாம் வாசனை வர்த்தகம் செய்தேன்...' எனப் பிதற்றுவான் சம்ரக்ஷணைக்கு வரும் தேரிகளிடம்.

'புலம்பாதிரு அய்யனே.. அந்த கடற்கரை சந்தா பூரிலிருந்து கூலம்வரை இரண்டு மாதம் நீண்டிருந்த பயணத்தால் ஜீரவேகம் அடைந்திருக்கிறாய்.. இங்கே... இளைப்பாறு...' என்றாள் இளம்தேரி. அந்தப் பெண் செவிலி தொன்முதுகோடிக்கு உறவுப் பெண். அவள் இயல்பிலேயே புயலில் அழிந்த நகரத்தின் பாழ்மனம் மணல் மேடுகளைப் பார்ப்பதான துயர்வீசியது. பிறகு அவள் நடக்கும் சாயலைப் பார்த்து நிழ்கள் பல சரியும் மணல் நீரில் மடியும் ஒலியை அவன் கேட்டான். தலையைக் கவிழ்ந்தவாறு அந்த செவிலிப் பெண் பீங்கான் கோப்பையில் உப்பிடாத கஞ்சியும் வெஞ்சணக் கிண்ணமும் கொண்டுவந்தாள். அவன் தலைமாட்டில் உள்ள மேஜையில் வைத்தாள். அவளைச்சூழ மீனவர்களின் ஆவி கண்களில் சூன்ய ரேகை நீலத்தில் தத்தளிக்கும் இலக்கற்ற பார்வை.

அறை முழுவதும் சாரையின் நெடி. பழகும்விதத்தில் சாரையின் சாயல்களில் தொன்முதுகோடி உள்ளுணர்வுகள் நகரும் அனலுறும் கிழக்கு மேற்கில் அரைந்த புயல் மழையுடன் மனையைச் சேர்த்து சுழற்றி அடித்த புயல். மணல் மேடிட்ட வாழ்வு சரியச் சரிய நடந்து வருகிறாள். தென்வடல் கிழக்குமேற்காய் வாயில்கள் கொண்ட உப்பு விடுதிக்குள் எத்தனையோ கதாபாத்திரங்கள் அறைகளை விட்டு வெளியேறாமல் தனித்தனித் தொலைவுகளில் பயணித்துக்கொண்டு இருக்கிறார்கள். நினைவுடல் கொல்லும் மணலிடம் வெறுமை கூடி காலிமனைகளின் இடத்தில் பெயர்த்து நொறுங்கிய கை ஓடுகளின் துகள்களும் சிவந்திருக்கும் தென்றிசைச் செந்நூல் தொன் முதுகோடி மெல்ல கிழக்கில் கடேசிப் போக்கில் சித்திரமாடம் பொங்கிய பூழியான் அரண்மனையும் இருண்டகாலக் கற்களின் அடியில் உடைந்த சித்திரக் கல்லும் நிறங்களோடு உயிரும் கலையும் அரிமானப்படும் விதியாக இருந்தது.

இந்த எட்டாம் பிறைவடிவத் தடாகத்திலிருந்து ஏழு ஆறாம் பிறைகளுக்குச் செல்லும் பர்மிய சாவகத்தேரிகள் சங்கமித்தை போதிமரக் கன்றுகளை கடல்கடந்து கொண்டு வந்ததை நாகர்கள் தமதாக்க முயன்றதையும் நாகநாட்டில் பூஜிக்கப்படும் அறிய சின்னங் களும் மகிந்தர் வந்தபோது யாழ்குடாவில் கோதமரால் ஏற்கெனவே நாகரும் மகியங்கணையிலிருந்த இயக்கரும் நேரில் புத்தரைக் கண்ட

விந்தை தீராமலிருந்தார் இன்னும், எல்லோரும் ஒன்று கலந்து விடும் மனித ரஸநாளங்களில் தமிழரென்றும் ஒதுக்கிவைக்காமல் கலந்திருந்தது.

கிரிகந்த சேதியத்தில் ஒரிசாவிலிருந்து வந்த வர்த்தகர்கள் புத்தரிடம் நேரில் பெற்ற கேஸச் சுருளில் ஓரிழை எட்டாம்பிறை வடிவத் தடாகமாய் பிரிந்து அவ்விழை மோனத்தில் மணிமேகலை ஆடையலர்த்திய பாறையும் பிறைகளைப் பார்த்து ஒளிர்கிறது. எந்தப் பிரிவினையும் இல்லாதோரை தேரவாதம் பிளந்தபாடில்லை. திரியாயியில் துயருற்று அலையும் அந்த கோதமஇழை யுத்தங் களினால் பெயர்ந்து அகதியாகக் குருந்தனூர் மலைப் பகுதியில் எடையற்ற சிறகாக வளைந்து திரியும், கௌதமர் இங்கே குருந்த மலர் நிறமுள்ள நிலஒளியைக் குருந்தனூரில் சிரசின் இழைகளை நனைத் திருந்தார். அம்மலைகளில் யாருக்கும் தெரியாமல் அவர் பறித்து வெளியிட்ட சிரசிழை எல்லாக் கபாலங்களையும் தொட்டுக் கொண்டு இருப்பதை பெரியஅமீர் பார்த்தான் மரநடுக்கூடத்தில், திண்டிறல் எறும்புகள் ஊர்ந்த சுவர்களில் அண்ட முழுதிருங்கேசம் அதுவென உணர்ந்தான். அரணை, பல்லி, எட்டுக்கால் பூச்சி, சிலந்தி வலை பின்னும் பாழ், ஆமையோடுகளில் வரைந்த நூல்படிகள் சீனரிடம் பெற்றதாயிருக்கும். கல்லோடு செங்கல் சிப்பிச் சுண்ணம் உதிரும் ஒலி. தானியக்குதிர் ஒன்றின் செங்கல் கட்டுகள் காரை உதிரச் சிவந்த காயங்கள். கருங்கல்லுக்கடியில் ஓடுடலிகள் மீன் எண்புகளின் சிதறல். இளமணல் முற்றத்தில் சூனியக்காரி சாரை சுக்கான்கல்லில் அமர்ந்து முத்துவெளுப்புற்ற சரீரமாக சிகப்புகல் தோடு அணிந்தவள். மங்கிய சிப்பி ஓடுகளின் வரிரேகைகள் குவிந்த கிழிஞ்சில் மேடுகளில் காற்று உரசிப் புலம்பியது. திசையில் தாமரை சுற்றிய திசாதிசை பறிக்கிறாள். இடம்புரி சுற்றிவந்த காற்றில் தோன்றிய துன்பம் வெகுநாளாய் திரிகிறது நெடுக. மணலிடை அலைவந்து பின்வாங்கி வடியும் நீரில் சுடர்களாக செம்மணல் கருங்கோடுகள் படும். நண்டு சிவந்த கோடுகளை உதறி ஓடும். பன்னியகுழியில் சிதறிய வரைபடங்கள். நண்டுச் செல்லின் வலமாய் சுற்றும் கோடு.

நெருப்புயிர்க்கும் ஆவிகளின் வெண்ணிறப்படர்வில் இடப்புறம் நேசயெலும்புகளும் வலப்புறம் மகாவம்சரும் எலும்புகள் பனிச் சிற்பங்களாக அகண்டாகாரத்தில் உருகி உரையாடும் நிசியில் எதிரி எண்புகளை இடமாற்றிவிடும் தருணம். தங்கள் இருப்பின் மீதாகப் பூமியில் எஞ்சியிருக்கும் தீச்சேவலை அகதியாகத் திரிபவள் தோளில் தூக்கி சிலம்பணிந்து அலைகிறாள் நிலம் பெயர்த்து. குடும்பத்தில்

ஒருவரின் துயருற்ற ஆவி புத்தகங்களாகவும் பயணக் காற்றாகவும் மற்றும் இளந்தளிர்களின் முத்தம்பட்ட தீச்சேவல் எரியும் நூலகத்தில் புத்தகங்களின் வெப்பரத்தம் கருகாமல் அழியும் மொழி, மரப்படிகளில் கால்ஒலிகள், சாரிசாரியாக மேலேறும் பெண்கள் மாணவிகள் மனிதருக்குள் அலையும் நாடோடிகள் நாகரீகங்களின் ஆன்மாவை நூல்களில் ஏந்தி மார்பில் சாய்த்து கைகளால் அரவணைத்து கீழிறங்கும் பாதங்களில் உள்ள வேட்கை தன் போக்கில் வாழ்வதற்கான இருப்பு இன்னும் தீராமல் 'காற்று வெளிக் கிராமம்' இருந்து கொண்டிருக்கையில் கீறல்பட்ட கண்ணாடி பல துண்டுகளாக பௌர்ணமி தெறித்துச் சிதறிய அத்தனை மனிதரின் ஆடைகளும் நனைந்த உதிரத்தில் புத்தங்களின் உள்ளுமையின் வரலாற்றுப் பரிமாணம்தான் எதிர்காலம் என்பதை மறந்த சுயசரித்திர நிறுவனமாக நூலகத்தை இல்லாமல் ஆக்கிய அநாகரீகம் மகாவம்சர் உணரும் எதிர்காலம்; அவர்களின் தலைமாட்டில் ஏடுகளின் குருதி நீண்டு வருகிறது. எல்லாளனின் படுக்கை யறை மணியடித்து நீதிகோரிய பசு, பறவை முதியவளின் கதையை தனக்கே சொல்லிக்கொள்ள வேண்டியிருக்கும்.

உப்புவிடுதியில் ஏறும் நாற்றிசை மரணவாசல்... அகதிகள் கரையேறும் தொன்முதுகோடி. பேசாச்சிலைகள் உலைந்திடத் தீப்படும் மண்மம் உணர சோளகம் ரத்தவாடை வீசிற்று. திண்ணையில் தூண்களில் சாய்ந்து தூங்காவிழியுடன் அகதிகள் சாய்ந்திருக்கும் வாழ்வின்சுமை. அடியிற்கறகள் சில்லிடும் குளிர். போர்த்தத் துப்பட்டிதரும் மீனவர்கள். வெளித்தூண்கள் திரிமேவும் விடுதியில் பேர்கெட்டுத் தாழ்வாகி நொந்துபடும் வாணிகச் செட்டி பலரும் நிரந்தரவாசிகளாயினர் உப்புவிடுதியில். பெருமனைகள் செட்டிநாட்டில் கட்டிவாழ்ந்த மலேயாச் செட்டிகள் அளந்திடும் சாணினாலே தனக்கோர் குழியைத்தேடி நாவாய் அழிந்த நஷ்டம் எனப் பெரியோர்கள் புகன்றவாறு பெருத்த குமுறலை அடக்கி தொன்முதுகோடி மணலிடை திரிவார்கள். வெளித்திருணை மூங்கில் விட்டத்தில் ஒட்டிய பல்லி படபடத்து பழிகூறும் சப்தம் கேட்டு துண்டினை வீசி அதை விரட்டவே சந்ததி சகிதமாய் வாழும் பல்லி சா... வென்று கூவி நிற்கும். கூகைவந்து ஓட்டுமேல் அமர்ந்து வாணிபருக்கு சாவு சொல்லும். திரவியம் தீர்ந்த கலங்கள் போல பேய்பீடித்த இருள்வீசியது மாலுமிகளின் பாடல். பெரிய அமீர் வந்தமரும் கீழ்த்திருணைகளில் அகதிகள் அகாலத்தில் உறங்கும் புலம்பலைக் கேட்டான். ஊழ்பீடித்த மூங்கில் கணுக்களில் துளைவழி ஒழுகும் காற்றில் ஏதேதோ ஒலிகள்.

8

தனுர் காண்டம்

சுருள் III

பட்டச் சித்ரா

சொல்லி
பூச்சரீரம் தரித்த தனு உதிர
ரோஜாவிடம் தொடர்ந்து
கதை போடுகிறாள்

பீடிகை
ஸ்தூலமின்மையின்
உருவேரிய ரோஜாவிலிருந்து
ராஜன் வெளிவருகிறான்

'அளவுக்கதிகமாக இழுக்கப்படும் வில் உடைபடும்'
ஜீலம் நதிவழியே உன்னை அழைத்துச் செல்வான் அவளிடம்.
பச்சை இரவு ஏந்தியுள்ள தங்க மிளிர் விளக்குகளைப் போல
பின்வந்த கதாபாத்திரங்களில் பரவும் வெளிச்சம்
வெப்ப மண்டல கடல் மீனம் வரை சாற்றுகிறாள் கரைநோக்கி
நாம் பெருமிதம் கொள்ளுமளவிற்கு
மௌத்திகம் அடியில்கரையும் ஈழமகள்
அவள் உனக்குத் தருவாள் ஆரஞ்சுகளையும்
அருந்தவும் மலையகத் தேநீர்
எல்லா வழிகளும் தீ நீரில் ஒன்று சேரும் த-நதி ஆனது
ஒரு தேவதை இன்னொரு தேவதையின் நரகத்தில்
எந்த நிறம்மும் தேவைப்படாத இருப்பை வரைகிறாள்
பூனையின் கரைவாய் அவள் அலையும் நாளும் வந்தது
நிலவின் வெளிறிய காற்றை ஊடுருவிக்கொண்டிருந்த
இரவு கல்லின் பெருமூச்சு
கடல் மெழுகாக உருகும் அமைதியில்
கோடியக்கரை வந்த படகில் இறங்கினாள்

கோடை மூச்சுயிர்க்கும் காகமரம் கூறிற்று சகுனம்
கடல் காவேரியில் கை கழுவினோம் மூவரும் நாம்
மறுபடி சந்தித்துக் கொள்வோம் எப்போது?
மரணத்தால் ஒன்றும் செய்ய முடியாதிருந்தும்
ஏன் அதைப் பிரிந்துசெல்லாதிருக்கிறாய்?
கணத்தில் மறைந்துவிடும் தோற்றத்தில் முடிவற்ற திசையில் பிரிந்து...
அவளுடனாகும் கண் குருடான இப்பயணத்தை விரும்புவாய் நீ

(சூர்ப்பதனு கடைசிக் கவிதை)

சூரியனுக்கு மிக அருகில் பிணிவாய்பட்ட நிலவுமங்கும் நாளில் கடக்கமுடியாத நிகழ்வென்று ஞாபகம். அங்கே ஒரு கவிதாயினியின் (சிவரமணி) கடக்க முடியாத தற்கொலை நிலவு நாட்களின் விளிம்பில் தேய்வாக நலிவுற்ற 72 மணித் தியாளங்களைக் கடந்து மே 21இல் கடைசி நாள் இரவு பழங்கால யுத்தத்தின் புராதன அழிவுகளையும் காட்சி களையும் வெள்ளி ஆடையாக உடுத்திய சூர்ப்பதனு கடல் தாண்டி இங்கு வந்தாள்.

ரோஜாத் தோட்டத்தைத் திறக்கும் மர்மமான திறவுகாலைக் கொடுத்த ஒற்றைக்கண் பேர்வழி எங்கோ நழுவினான். ஊழ்வழிக் கோடு அழைத்தது உன்னை. மேயில் எல்லா நாட்களிலும் பாடுகின்ற குயில் சென்றே தீரவேண்டும். வரைபடத்தினுள் நுழைந்தாள். கையில் இறந்தவர்கள் படிக்கும் 'கல்ஆமை நூல்' புலன் ஒடுங்கிய மனிதனைத் தின்னும் பக்கங்கள் நூற்றாண்டளவில் புதைந்தவர்கள் வாசித்த கருமசியின் பிசுபிசுப்பிருந்தது.

அவள் தந்தையின் தந்தை கையோடு புதைக்கப்பட்ட நூல் அது. ஆம் அங்கே ஏதோ ஒரு மரணம் திரும்பிவருகிறது. 'நான் பூமியின் முழுமைக் குள்ளாக சென்றுகொண்டு இருக்கிறேன்' என்றது அவளிடம். கடந்த காலத்தில் இறந்திருப்பவர்கள் கைமாறி வாசிக்கப் படும் பிரதி. 'மாறாத் தன்மை கொண்டவள் நீ' பித்துப் பிடித்துப் பேசியது. 'உயிரோடு இருப்பவர்களின் ஒவ்வாமையே என் உலகம்' மரணத்தின் முது வாக்கியம் கடந்து நடந்தவாறு வாசித்தவை விரல் களில் மாறுகிற வேளை சிவப்புக் கம்பளத்தின் மீது கால்களைப் புதைத்த ரோமானிய ஷூ நடக்க...

அந்த ராஜகுமாரன் எதிரில் வர தாத்தாவின் பழுப்புநிற ஷர்வானி அணிந்து பித்தான் துவாரத்தில் சொருகிய காஷ்மீர் ரோஸ் அதன் செவ்விதழ் மேல் இமாலயப் பனியும் சூன்யத்தின் நிறங்கள் ஏறிய லயமலர் திரிவேணி சங்கமத்தில் யமுனையும் கங்காதீரத்தில்

அலகாபாத் மாளிகை, நீர் சுடர் விளக்குகள் படிந்திருக்கும் உருவரைந்த ஜன்னல் களில் ஓராயிரம் நிகழ்வுகள் நடந்தவை கடந்தபடி தூய கதராடை நிழல் களின் சரித்திரம் இன்னும் அறுபடாமல் தக்ளியில் திரித்த இழை எலும்புகள் உருக 'தாளம் படுமோ தறிபடுமோ யார் படுவார்?' சுதேசி மரம் சுற்றும் ராட்டையில் தாத்தாவின் நிழல் மெல்ல கரையும் வேளை... உப்புரயிலேறி வந்த தாயின் தந்தை மறை புதிரில் ஒரு ரோஸ்.

மே மாதம் இருபத்தியொன்று இரவு கடக்கும் சூர்ப்பதனு கவிதைச் சுருள் ஒன்றை கல்ஆமையில் திறந்தாள். அந்த நாளில் கட்டுக்காவல் வளையங் கடந்து நுழைவதற்குமுன் தோல்பையிலிருந்து மறைவு மை எடுத்து விழிக்கடவில் பூசி உரு மறைந்து ஏழு சுற்று துப்பாக்கி எந்திர விசை வளையங்களைக் கடக்கிறாள். கபிலரின் 99 பூக்களில் மை எடுத்த கல்ஆமை மெல்ல ஐம்புலன்களை வெளிப்படுத்தித் தலை நீட்டி நேரத்தை மெல்கிறது.

அந்த ராஜன் கம்பளத்தில் கால் வைத்து எடுத்த கால் பின் வைக்காமல் காஷ்மீரச் செங்கம்பளப் பாதையில் நடந்துவரும் வேளையில் எடுத்த அடி ஒவ்வொன்றும் கல்ஆமை நீந்தி கவிதை கடந்து செல்ல உலகில் எங்கே செய்ததென்று இன்னும் அறியப்படாத பாம்பெல்ட் அணிந் திருந்தாள் வெளிச்சுற்றில். அவசரப்படாமல் நிதானமாய் ஆமை வேறாய் சாம்பல் நிறப் பிரதியாகி கல்லறைக்குள் தனியாக நடக்கும் புத்தகம். இரு முள்களை உடைய கைக்கடிகாரத் துடிப்பு. மூன்று வட்டத்தில் நிகழ்பவை பற்றியும் ஏழாவது வட்டத்தில் அவர் முன் இவள் பணிந்து தழல் நெருப்புயிர்க்கும் சுருளை விரித்தாள். இறந்து கொண்டிருக்கும் கண்கள் சாம்பல் நிற ஒளி யுமிழ்கிற நடுக்கம்.

அவள் இறந்த ரோமங்களால் நெய்த பழுப்பு நிற ஆடை மீது அவர் வலக்கரம் பட்டு நிழலிலேயே அலைந்து கொண் டிருக்கும் மரணத்தின் கர்வத்தோடு ஏறிட்டு முறுவளித்தாள் இவ் வேளை. அந்த ராஜனுக்கு சுருளை வாசிக்கவாரம்பித்தாள் .

கண்ணிற்கும் காதிற்குமான தொடர்பில் அவளது இக்கணம் புதிய சிருஷ்டியாக நுழைந்தது.

அஸ்தமனம் கடந்த வானம் கருஞ்சிவப்பாய் கனிந்து கீழ்திசைப் புதிரின் சாம்பலாகக் கரைந்து ஒளி மயங்கிய நேரம் மெல்ல ஊர்ந்த கல்ஆமை மனித ஈரலின் சாம்பல் பச்சையாக உருமாறும். அவள் கவிதை சொல்லியாகவும் அவர் கேட்பவராகவும் எழுதுபவளாகவும் அந்த ராஜன் வாசகராகவும் மாறி மாறி நடந்த கால்கள் முன்வைக்க

மரணத்தைத் தள்ளிப்போட இவள் பின்னால் ஓரடி ஈரடிகளை வைத்த கணங்களை அறியாமையிலிருந்து சொல்லியின் விதி தவறாத தற்கணத்தில் கேட்டுக் கேட்டு அக்கவிதைகளைக் கடந்து செவி சாய்த்து வரிகளினுள் தத்தளிக்கும் வாசகனின் இருப்பு நிலவும் சுதந்திரம் இவ்வேளையில் ஓரடி முன்னே வைக்க மறந்திருக்கும் முள்பிசகாத நிமிசத்தில் அக்கணம் நிகழ்வதற்குச் சரியும் முற்கணத்தில் கரிய பனியாக சாவு சுழன்றுகொண் டிருக்கும்போது வாசகனைக் குறுக்கிடு கவிதை சொல்லி தன் விரலிடுக்கில் காலம் நழுவிக்கொண்டிருக்க இறந்தநிலையில் தொடங்கும் வாழ்விற்காக கையோடு இருக்கும்.

பிரதிக்கல் ஆமை காத்திருந்தது.

இந்தக் காலக்கணிப்பிற்கு அப்பால் நிகழ்ந்துகொண்டிருக்கும் மறதியின் கிளைகளாக 'சமாதியின் சாம்பல் மரம்' பல துணைப் பிரதிகள் கிளர்ந்து உள்ளே வர இந்த மரணத்தை ஒத்திபோடும் இடைநிறுத்தமாக குற்றம்செய்வோர் அவற்றை நீடித்து வாழ் நாளெல்லாம் மேற்கொண்டிருக்க இயலாத இயற்கை நியதியில் அவர்கள் எத்தனை குற்றங்களைத்தான் செய்திருக்க இயலும்?

பின்னோக்கி நகரும் கம்பளச் சிவப்பில் ரகசிய நூல் பாதையில் கையைவிட்டு நழுவி கீழிறங்கிப் போய்கொண்டிருந்தது கல்ஆமை.

9

ஓரறி உயிர்க்கு வாலை வாக்கு

நீர்கொண்டு ஓடும் அவ்வேர் நெறி வாய்க்கால் உழவு படைக்கால்கள் மறையும்படி வரப்புகளில் நெற்கதிர் படிந்து சாய்ந்திருக்க நாரைகள் மெல்ல நடக்கும் கூர்அலகு செந்நெல், சிலுப்பி உதிர எருக்கூட்டில் விதைகள் இமைமூடித் துயிலும் தேய்பிறைக்கால நடைபோன்று மறைந்துவரும் பொழுதில் விதைப்பெட்டி தூக்காமல் பெண்டிர் குலவையிடும் வளர்பிறை முளைகிளரும் விதைக் குலம் எழுக.

தாள்வித்தகம் பேசாமல் வேளாண்முதிர்ச்சியில் கைரேகையிட்டுக் கடன்பட்டு எருப்பசி கொண்ட கூலவாணிகன் சீழ்தலைச் சாத்தான் சிரம் உதிர்கூலம் காப்பு.

கற்கள்கொண்டு அடிப்படையிட்டு சுற்றுக்கட்டிய களஞ்சியத்தின் கீறல்வழி ஒழுகும் சாமைக்கண் விதை உடுருவும் ஒளி சீவ வர்க்கம் தாதுவில் 'த'வின் வேர், இலை, பூ, பிஞ்சு, காய், கனி பிளந்து வித்தில் ஒடுங்கிய அஜீவகத் துறவி காராளர் கார்பருவத்தில் மாங்கொட்டையை கையில் ஏந்தி மந்திரித்த த ஒலி மூங்கில் காப்பு.

ஊர் புஞ்சையில் 'திரு உத்தர கோசமங்கைக்கும்' கிழக்கில் பரந்துடைய அய்யனாரெல்லாம் ஆசீவகத்துறவிகளாய் மண்கால் எடுத்து நடந்துபோன ஒற்றையடிப் பாதை நெடுக மாமரம் தன் நிழலிலேயே துறவிமரம் நிற்கிறது வெகுநாளாய். 'எரிச்சியின் ஒவ்வொரு கல்லிடமும் சேர்கிறேன். கற்கள் அதிரும் இந்த செம்மேடுகளில் மூங்கில் பத்தை நெடிதுயர் த ஒலி இணைவாகக் கேட்டிருந்த ரகஸியங்களைத் தொடுவதற்கு புறப்படுகிறேன் 'திருக் கட்டளை' அவ்வூர் கல்பட்டை உரியக் கிடக்கும் கீற்றுச் சுவடி உரசும் நேர்த்தியாய் வளர்ந்த நெடுவாலப்பனையோலைக் கீற்றைக் கை விடவேண்டாம்.

கிழக்கில் கரிமுந்தல் தெற்கில் சமுத்திரக்கரைக்கும் பள்ளி முனைக்குடாவுக்கு படகேறிவந்த சனம் கொண்டுவந்த எருவி லடங்கிய புல் விதைகளை மாசிப்பட்டம் புழுதிவிதைப்பும் பின்னே களைபிடுங்கும் பருவத்தில் செவ்வல் மணல் காற்றுவீசி ஊரணி குட்டம் திட்டு திடல் மாவடி மரத்தின் கீழ் கிணற்று நீரில் பாசி அடையில் செம்மணல் படிந்தது.

செட்டிமேகங்கள் அங்கே கூட்டங்கூட்டமாய் கருசல் வெளி மிதந்துவர மானாவாரி மனிதர்கள் முள்தைக்கும் காட்டில் செடிகொடி தீய்ஞ்ச மூலிகை பார்க்கப்பட்டுப்போய்தான் இருக்கும். ஒரு துளி தண்ணீர் பட்டால் பச்சை பிடித்துவிடும். நீர்மேல் நெருப்பு நரம்பு காயும் இலைகளில் பனித்துளிகள் புகைய சிறுகட்டுக்கொடி பெருங்கட்டுக்கொடி தழுதாலை மேயும் ஆடுகள் கழுத்தில் வெண் கலக்குணுக்கு ஒலி காடெல்லாம் தேயும். பலவேசக்கருப்பன் காத்து வருகிறான் இலைதீயாமல். முன்னைக்கீரை பறிக்கும் மடிதுருத்திய வண்ணாத்தி சுடலி கொடிமுன்னை ஈரல் மாதிரி இருக்கும்' என்பாள். கூட்டுவண்டி மாடுபூட்டி வரும் செட்டிநாடு. பேரேடுகள் தவசக் கணக்கு எழுதிவரும் பீமராக்கு சமுக்காளம் போட்டு கூண்டுவண்டியில் வர ஆவன்னா மூனாவும் சினாதானாவும் புள்ளிக்கணக்கு புள்ளிக்கு நிலம் சொத்து பாத்தியதை தலைக்கு ஒரு புள்ளி செட்டி பேங்கு ஊர்ஊராய் நகரும்.

இப்போதுவரை படைப்பு என்பது முள்ளெலிகள் வட்டமாக உருண்டுவரும் உறக்கம். தாங்கொனாத் தெளிவு பீடித்த எழுத்தை வெறுக்கும் பீமராக்கு. வண்டிப் பாதையில் சேதுமார்க்கத்துக்கு எக்கைக்குடி கம்மாய் வடகரை கொம்புக்கும் காணாடுகாத்தான் ஊரணி வழியாக புறப்பட்ட செட்டிமேகங்களோடு வண்டிப்பாதை கிளம்பிவர புஞ்சைக்காடெல்லாம் முள்முள்ளாய் குத்தி நிலக்குருதி பூசிய அத்யாயங்களுக்கு எலிமுள் கீறி எழுதாமையில் மை உருக்கி அருவருப்பான ஜந்துக்களிடம் பறிக்கப்படாத காடு இன்னும் இருப்புக்கான சமவெளியை வட்டக் கோளமாக்கி தனித்த இருட்டில் புதைவுமண் சரியும் உணர் கதைக்கு முள் நுனிகளில் பன்மைப் பிரதியாக்கத்துக்கு நம்மில் உலவும் தினகரன் எழுத ப. சிங்காரம் எடிட் செய்த கைவரு நரம்பில் த எழுதப்பட்டுவிடும்.

ஆடிக்காற்றில் ஈரம் ஏர்க்கணக்கைவிட அதற்கு ரெட்டிப்பாகும் தசகூலிக் கணக்கைக் கேட்டு ஏங்கி நிற்றலும் நின்றுபோன அருகெடுப்பு குறைவேலை முடியாமலும் ஆவணி புரட்டாசி மழைப்பட்டம்

நுனிப்பாகம் கொழுமுனை பட்ட எருதின்காலில் உதிரம் நிலம்படிய கொழுச்சரியாமல் மேழிபிடித்து மாட்டைத் தட்டிக்கொடுத்து பச்சிலை வாட்டி புண்ணுக்கு ஊதியூதி மந்திரிக்கும் காராளர் முணுமுணுத்து காளையிடம் பேசியதெல்லாம் காற்று வாக்கில். சிறுபயிர் திருத்தம். என்னேரமும் குடும்பம் காட்டையே நோக்கிவர ஆட்களின் பக்கத்தில் தானாய்வளரும் கம்பும் கேப்பையும். நிலத்துக்குள் ஆள் நடமாட்டம் ஊர்ப்பட்ட விசாரம் பேசும் நாளேர் சம்சாரி காத்துக்கிடந்த வடகாடு. சிவப்புச் சோளத்தை எறும்பு கூட்டாமல் இருந்தால் மேல்தலைவில்லு கீழ்தலை மழை. புரட்டாசி விட்டால் பட்டம் இல்லை. கடைசிப்பட்டம் எறும்புகளுக்குத் தெரிந்து ஒரு சோளம் விடாமல் கீறல் வழியாகவே கூட்டிப் போய்விடும். பட்டத்துக்கு கடன்கொடுக்கும் செட்டிமேகங்களை அண்ணாந்து காத்திருக்கும் மானாவாரி மனிதர்கள்.

செட்டிதானபூர்வமாகக் கையில் வறுமையும் வாழப் பிழைத்திருக்கும் விவசாயி இடதுபெருவிரல் ரேகைக்கு கடன் கொடுத்தார். கண்மாய் நீர்ப்பிடிப்பில் நம்பியிருந்த கூட்டம். கடம்போடை கேணிப்பரம்பு தாண்டி மாவடை மரம்நோக்கி சுத்துப் பிஞ்சைகள் காட்டு ஊரணியில் செட்டிமார் தாகம் தணித்து வண்டிகளை அவிழ்க்கும் புங்கைமரக் குளிர்ச்சி. சருவமானியக் கம்மாய் காய்ந்து நத்தைகளை உடைத்து ஊண் பருகும் கொக்குகள். ஏம்பல் கம்மாய் வெட்டுத்தாவுக்கும் கிழக்கில் தவளைக்குளத்தில் நீர் வற்றவில்லை. ஊத்துக்கால் அழியாமல் மலட்டாறு கால்வரத்தில் நீர் யோக்கியம் மங்களேஸ்வரி மூக்குத்தி ஒளிபட்டு தினகரன் கையெழுத்துப்படியில் சுரக்கும் த நீர்மை.

கண்நிறைந்த அழகில் ஊர்வளர்ப்பில் துள்ளிய காளையெல்லாம் காங்கேயம், ஆலம்பாடி, பர்கூர், புலிக்குளம், உம்பளாச் சேரி எருதுகள் புல்லில் கண்வைத்து உறங்கிய காலமெல்லாம் நேத்திரம் நிரம்பிய கண்ணீரின் நிழலாயிற்று. தட்டைப் புல்லின் வேர்க் கணுவில் கால்கள் அசையும். காத்திந்த ஊர்உராய் வண்டிப்பாதையில் வரிசை வண்டிகளில் ஜல்ஜல்லென காளைகள் லாட ஒலி பனைகளுக்கிடையே லேவாதேவிச் செட்டிமார் கீழிறங்கி சவுக்கையில் அமர்ந்து எருதின் சுழிபார்த்து பேரேடு திறக்கும் பீமராக்கு தாம்பூலம் எடுக்கவும் விதைப்பெட்டி சுற்றி பெண்டிர் குலவையிட ரங்கூன், பினாங்கு உண்டியல் திறந்து ஒன்பது கூலவகை பயறுபச்சை அவுரிக்கும் கடன் கொடுத்தார். சேதுபதி கச்சத்தீவு சாய வேர்க்குத்தகைப்படி. நில அடங்கலில் ரேகை பதித்து சமுசாரிக்கு சல்லி வட்டிக்கும் ஓட்டைத்

துட்டுக்கும் குறுகிய காலக்கடன்.

மாசூல் காலத்தில் காற்றுவரும் இடமாகவும் தானியங்களை ஏற்றிச் செல்லும் வண்டிப் போக்குவரத்துக்கு விளைவு இடம்போக பெண்டிர் சுலகு கொண்டு தூற்றவும் தங்கியிருக்க வேம்படி, தூற்றிய தொகுப்பை காவல் செய்யும் சிப்பிப்பாறை நாய்கள் சுருண்டு கிடக்க வளர்பிறை அறுவடையில் துளைக்கும் அந்துவண்டு அண்டாத காற்றுவாக்கில் கூலவாசனை. களத்தில் அம்பாரம் சாணப்பால் கோடு இட்டு பொலிகீறி செகப்பி ஆச்சி, சாத்தாள், ஏகம்மை ஆச்சி முத்தளந்த செட்டிநாழிக்கு முக்குருணி ஆண்டிப்பண்டாரத்துக்கு பூக்கூலி. பருத்தியும் சுலைக்க கம்பேனிதுரை விதைத்ததை சாணம் மெழுகி கிழக்காமல் விழுந்து கும்பிட்டு குத்துப்பெட்டியில் விதைப்புக்கு ஏகும் சனம்.

இந்தச் செட்டிமேகங்கள் பிள்ளையாடம், கண்டனூர், நேமத்தாம் பட்டி, வயிரவன்பட்டி, சிறுகூடல், பட்டமங்கலம், கானாடுகாத்தான், கீழச்செவல் செட்டிநாட்டு ராசாக்கமார் கோணிச் சாக்கில் கொணர்ந்த துட்டு அளந்து ஈகை வட்டிக்கு கம்பும் சோளமும் குருத்து விட தீங்கருதின் அடித்தூரில் மாம்பலத்தான் குருவி காசிக்கரட்டி முட்டையிட்டு காய்ந்த சருகும் பச்சைப்புல்லும் தழையத் தழையப் பின்னிய ஈனில் உள்ளே பொறித்த குஞ்சு ரெக்கை பொத்தி வாயை வாயை திறக்கும் காட்டுக்குள் சாவன்னா தட்டையை விலக்கிப் பார்த்து, 'கருது அறுக்க ரெண்டு வாரம் பிடிக்கும் பிஞ்சுக் கருதும் முற்றட்டும்' மூனாங் கார்த்திகை கழியட்டும்' என அறுவடை யின் பக்குவம் பேச கூண்டு வண்டியைத் திருப்பி செட்டிச்சிக்கு தூது விட்டார் சாவன்னா கிழட்டு எளவு. எறும்புக்கு ஓய்வு உண்டாயினும் எங்கனும் நீக்கமறவுற்ற காற்றுக்கு ஓய்வுண்டாயினும் சம்சாரிக்கு செத்தக்கண்ணசர நேரமில்லை.

அந்த அமராவதிச்செட்டிச்சி வீடெல்லாம் தவசம் சிதற வீதிக்கு வீதி சுத்துக்கட்டு வீடெல்லாம் செல்லக்குருவிகள் கும்மரிச்சம். மானகிரி பழனியப்பஞ் செட்டி வாசல் ஆரம்பித்து பெற வாசல் செல்லப்பஞ்செட்டி தெருவந்து சுற்றிப்பறக்கும் புர்ர்ர்ர் புர்ர்ர்ர்ரென்ற ரெக்கைக்குள் தெய்வானை ஆச்சி குமறுகள் பார்க்கும் ஜெர்மானியப் பித்தளை தங்கம் சேர்த்துவிளிம்பிட்ட விதானம். உள்ளே கூரை ஓவியங்களும் சிருங்காரக் கண்ணாடி பதித்த பர்மா தேக்கு வாசனை. பெல்ஜியம் கிளாஸ் அழுக்கேறிய வள்ளலார் சுடர் விட்ட ஒளிப் பதுமைகள். டேபிள் சரவிளக்குகளின் சங்கிலியை கொப்புடையாளும்

வள்ளியம்மையும் ஜன்னலில் கட்டிவிட்டு தெரு வேடிக்கைப்பார்க்க அங்கே எத்தனைவித வண்டிகள் போனபின் வரிசைக்கடேசியில் கூண்டுத்திரைவிலகும் அமராவதிச் செட்டிச்சி மாசூல் எடுத்துவரும் கீகாடு.

முப்பனையில் வண்டிப்பாதை. மேலே பாறனூர் வரும். கல்லுக் குள்பட்ட பலபட்டடை குடியும் செட்டிஏந்தல், புளியாண்டான் கரிசல்பாதை சகதிக்காடு. பூட்டிய ஏரில் மாடுகளை விரட்டாமல் ஒரு குறுக்கம் சாலடித்து தட்டிக்கொடுத்து ஏகும் கரிசல். பின் ஏர் விட்டால் அத்தகாளை கொம்பில் முட்டி மண்ணெடுத்துவிட்டுச் சென்றதில் யாதொரு குறையுமில்லை. மாட்டின் இருப்பு எவ்வளவு வளமானதோ அவ்வளவுக்கு மாசூல் பெருகும். துன்புறுத்தாமல் ஏரோட்டி திருப்பிவரும் தூரத்தில் ஏவுங் குறிப்பறியும் காளைக் குணத்துக்கு கமுதிக்காரன் மனசுவேண்டும். பயமிருக்காது. நிறைய ஊட்டிய பின்பும் பொழுது கிளம்பு முன்பும் ஏர்பூட்டும் தொலை தூர ஊர்கள். துக்காக்குடி ஆற்றுக்கரை நெடுக மணல்சாரி பைதா பதியாமல் போகும் வண்டி வரிசை அமனிப் புளியாளங் கண்மாயில் கெத்துக்கெத்தென்று நீர் அலையடிப்பு. உழுத காளைகள் மொத்தமாய் நீந்தும் தோற்றம் கம்மாக்கரை மேல் வேட்டிகள் உலர்ந்து படபடக்கும் ஓசை. முதுகைத் தேய்த்து மாட்டை குளிப்பாட்டி செல்லங்கொஞ்சும் வேலையாட்கள். கரை மேல் பாம்பாடு பனை விடலிகள் ஆவிரை கொலுஞ்சிச் செடிகள் அரளிப்பில் இருந்தது.

நடமாட்டம் இல்லாத குக்கிராமங்களில் ஒரே தெரு. சிறுகைக் கண்மாய் தெரியும். கரையில் மூக்கரைப்பிள்ளையார் கோயில். இடைச்சியூறணி மேல் நோக்கிய மரம், கீழ்நோக்கிய கிணறு. அங்கே பாண்டியன் கல்தொட்டி மாடுகளை அவிழ்த்தார்கள். மன்னார் முத்துச் சலாபத்தில் நம்முடைய பரந்துடைய அய்யனாருக்கு கல்லில் தோணியும் அஞ்சுகல்லும் முத்துப்பலகையிலிருந்து ஒன்பது ஏரலும் கப்பலோட்டும் ட்ரிப்சீட் பற்றுவரவு சீட்டு எல்லாக் கணக்கும் தெய்வானை ஆச்சிக்கு மனப்பாடம்.

திருவத்தியாயர் ஊருணிக்குப் போகும் வண்டிச்சோடையில் காலார இறங்கி நடக்கும் செட்டிமார் மஞ்சலோடையில் தாமசித்தார்கள். செங்காநேந்தல் சின்னான் வேலைக்காரன். வண்டிக்காரன் வகையறா ஆயக்குடிக்காரர்கள். சின்னத் தொண்டி விளத்தூர் மண்கோட்டை சோளியக்குடி சிருதவயல் கொடிப்புங்கு இந்தப்பக்கம் கடன்கொடுத்த வணிதங்களில் அரந்தாங்கி வண்டிக் காளைக்கு கால்பழக்கம் தானே கடன்காரன் வீட்டுல் வாசலில் நிற்கும். கம்பளத்தாரும் நாட்டு

இடையரும் வடுகக் குசவரும் பெருத்த ஊரில் பழைய குதிர்களைச் சுற்றி கோட்டைத் தொழு. ஆட்டுப்பட்டிகள். தினைக்குளம் ஊரில்தான் எல்லோரும் கம்பளத்தார் வீட்டில் ராத் தங்கியது. தட்டப்பயறு வறுத்து சாமைச் சோறு பறிமாறிய கம்பளப்பெண்டிர் அந்யோன்யம் மீசைகிருதா தோல் இடைவார் இரும்புத்திரை லாங் கழுத்து காலர் வைத்த பெரியவர்கள் தினை, பூனைக்கண் சாமை, குதிரைவாலி, கேப்பைக்கு பட்டகடனை ஆட்டு மறிகளை விற்று அடைத்தவர்கள். கதுவாலிக் கூண்டுகளில் கரையாண்வூட்டும் வேட்டைப்பிரியர்கள். சின்னக் கதுவாலிக்குஞ்சு கதறி அங்கே பேடையின் முகத்தில் எத்தனை உருக்கம். ரெக்கை முளைத்து தாக்காட்டி விளைஞ்ச காடு விட்டுப் பறக்க மெல்ல மெல்லச் செட்டி மேகங்கள் மேலிருந்து கீழிறங்கி குழிப்பறிச்சான் குருவிபோல சாணம் மெழுகிய மண்கூரைகளை ஒட்டித் தூங்கும். சொல்லுடையாத ஊர் நெல்மேனி. சோற்றுமயக்கம் தீராக கிராமம். எம் இருண்ட வானத்தில் சிதறிக் கிடக்கும் களிமண் வீடுகள் சாம்பல் நிறத் தவசங்களில் மெல்ல ஆழ்மறதியில் குறுக்கு மறுக்காக நீட்டிக் கிடக்கும் வண்டிச்சோடைகளில் முள்ளெலி உருண்டு கீறிய மைமண் தாளிது. தேய்ந்தபடி கண்தூரத்தில் வாடிய வண்டிப்பாதை மெல்ல வெளியேறி மறையும் காளைமாடுகளின் நேத்திரங்களுக்குமுன் தட்டான்கூட்டம் பறந்து விரியும் வெயில்.

தட்டானுக்கு ஆயிரம் கண் முன்பின், ஓட்டம். ஊர்க் கூட்டத் தில் துட்டுப்பகிர்ந்து விதைவித்து நீக்கி குருவி கவுதாரி சின்னப் பிள்ளைக்கும் நீங்கிய நிலக்கசக்காய் கருதை ஒடித்து திங்கவும் ஈவு. செட்டி தவசக்கணக்கு கலிகோதோல் லெட்ஜர் திருப்பி ப. சிங்காரம் பொன்னமராவதிப் பக்கம் சிங்கம்புணரி. ஜனத்துக்கு விதைப்புக்கு தசகூலி கதிர்ஒடிக்கப்பற்று நீக்கி களம்சேர் தவச வரவுக் கணக்கில் சம்சாரிக்கு முக்கால்துட்டு முந்தியில் முடியச் சந்தர்ப்பம் இருந்தது அந்தநாளில். இந்தசெட்டிக்கு சமுசாரி மேல எத்தனை ஈகை. 'செட்டி ஆத்தோடு போனாலும் ஆதாயதோடு போகிறார்... உயிர்போனாலும் சல்லிக்காசுக்கு கசறும் மனிசர்... என்பார். மையில் ஊரு ஊருக்கு கணக்கெழுதும் ப.சிங்காரம் சிங்கம்புணரி இளந்தாரி. மகமைக் காட்டில் வண்டிகள் திரும்பும் விலானூர், பூதகுடி, கோடிகுளம், ஆவுடையார்கோயில் செக்கடித் தோப்பில் காளைகள் இளைப்பாறும். நெல்லியடித்தோப்பு இருந்த இடமே களைமாறிப் போச்சு.

அசலுக்கு ஏர்மாடு உழுது பத்து ஏர் சம்சாரி தினம் சாட்டை

கம்பு நாலு ஒடியும். பெயரிபுள்ளிக்கு தார்கம்பு மிஞ்சவில்லை. அரிச்சந்திரன் வில்லு ஒடிந்தது. கும்பினி தாளில் பத்திரம் பரதேசி முத்திரையும் பட்டது. கேப்பை செழித்து கம்பேனிப்பருத்தி தளைத்த நாளில் பஞ்சுவர்த்தகரும் சாடிக்காரனோடு வந்தார்கள். விற்றுக் கணக்கை சாரிசெய்வார் உண்டியல்படி. பெட்ரோமாக்ஸ் ஊர் பொதுவில் யார் செத்தாலும் சீமைஎண்ணைக்கு இறந்தவன் துட்டு கொடாமல் கட்டை சேராது. கடன்பட்ட இலங்கை வேந்தன் சுடுகாட்டில் வேகாமல் ஊரைப் பீடித்தான். ராவணசோகம் பீடித்த ஊர். பெட்ரோமாக்ஸ் மாண்டல் பக்கென்று தீப்பிடித்து கருத்து அணைய கந்தசாமி நையினா தீக்குச்சியை உரசி கைக்கூட்டுக்குள் சுடரை நிறுத்தி பீங்கான் சில்லை சாய்த்து தழல்பட்டதும் ஒளிரும் இருளில் பீடிப்புகை மண்டும் கடனாளிகள் தலை சாய்திருக்கும் சவுக்கை. ஒரே மௌனம் செருமல். விளக்கு இரைச்சல் சுற்றிலும் பச்சை விட்டில் பறந்து நல்வாக்குப் பாடியது. சில தீப்பாய்ந்து கீழே விழுந்து உதைக்கும் கருத்துடி. புரோநோட் கீறல்விட்டு வந்தவழியே பங்குனி உத்திரவெயில் தகிக்கும் கடன்காரனை பினாங்குகப்பல் ஏற்றினார் ஆளேத்தி நாயக்கர்.

வந்த வழியே செட்டி மேகங்கள் போகாமல் அத்துவான ஊருணியில் பதனிருசி. ஒலக்குத்தண்ணி குடித்த அமராவதிச் செட்டிச்சிக்கு குடல் இனித்தது. அவள் கைராசிக்கு கொடுத்த முதல் தேறும் என்பார் செல்லையச்செட்டி. மாசூல் எடுத்துமுதல் தேற்றி வண்டி பூட்டிக் கிளம்ப நாளும் பல காட்டுஊர் தங்கல். கடுகுச்சந்தை. நரிப்பையூர், வேம்பார், செவல்வரை உப்பாங்காற்றில் செட்டி மேகம் மூக்கையூர் கடலைமுட்டி பாய்விரித்துக் கிடக்கும். தச்சனூர், கிழக்குக்கரை, வைப்பாறு, பெரியசாமிபுரம், புளியங்குளம்வரை பழைய பாதையில் போக்குவரத்து. வண்டிகள் எரிசெவலைத் தொட்டதும் போதைவெறிக்காளை புழுதியைக் கிளப்பியது. வாராள் செட்டிச்சி அமராவதி... கட்டுவண்டிக்குள்ளே கடைசியில் வாராள்... ஓடை அளத்தில் உப்பு மூன்று நாழி அளந்து வந்தாள். இதம்பாடல் காட்டுக்கும் ஆண்டிச்சாத்தன் வாகையடி ஊரணிப் பிஞ்சைக்கு வளம் கொடுக்கவந்தாள் செட்டிச்சி. சின்னுப் பண்டாரம் நந்தவனத்தில் வண்டி அவிழ்த்து திலாகிணத்தில் குளித்து மஞ்சள் மெழுகி தலைவாரி பாண்டியநாட்டு சிணுக்கோலியில் சிக்கொணத்தி முடிச் சிலுப்புவதை மோந்துபார்க்கம் பூக்குடலை சர்ப்பம். நாகலாபுரம் வியாழக்கிழமை சந்தைக்கும் காடல்குடி நடுக்காட்டு சந்தைக் கும் செட்டிமார் வண்டிபோட்டு காட்டுச் சரக்கும் வேம்பார்

கருப்பட்டியும் பாம்பு சுற்றி நக்கும் பனம் பழவாடை. பேய்க்குளம் ஊரணிக்கு மேற்கில் இறந்த காலத் தூண்கள் யௌவன கர்வத்தில் மூழ்கிய பேய்மகளிர் செட்டி மேகங்களை தடுத்து வெள்ளைச் சேவல் காவுகேட்கும். சர்வவிஷயங்களையும் குருட்டுமையில் எழுதாமையில் கீறிவரும் ஜீவனுடைய யௌவனத்துக்கு மூப்பேதும் காணாத சூர்அணங்கு வதியும் இயற்கை அழிந்த பாறைக்காடு. ஆகாய விரிவில் செட்டிமேகங்களே நீரோட்டத்துக்குக் கீழேயும் உப்போடைகள் தெளிவுற்றுத்தெரியும். கூண்டுவண்டிகள் வில்வளைந்துக் கட்டிய பயணம். ஊர்குருடர்களும் செவிடரும் ஊமைகளுக்கும் ரேகைக்கடன் வித்து கையில் ஊன்றி வளர்த்த நெய்க் கருசல். சம்பாமிளகாய் வேம்பார் கருவாட்டுச் சாறும் சோளக் கஞ்சியும் சிரங்குக் கை அள்ளிய கூலமாகூல் மெல்ல சோளக் கதிர்களே அசையும் குதிரைக்காது ஒடிந்து வாராண்டா பீமராக்கு... தேனாற்றுத் தண்ணிக்கு காளைகள் தாகப்பட்டுக் கதறும். மேற்கு கரையில் வண்டியை நிறுத்தி அவிழ்க்காமலே மாடு குனிந்து முகம் நனைத்து ஆறுகுடித்து அண்ணாந்த பெருமூச்சு. வடபாகம் கொட்டக்குடி வயலுக்கும் திருத்தங்கூர் பாம்பாறுக்கும் உள்ளே போக்குவரத்தில் வண்டிப்பாதை மணலில் பைதா உரசும்போதெல்லாம் அமராவதிக்கு ஏதேதோ அரிச்சல் தோற்றம்.

கள்ளிஅடந்தல் சமுசாரிகள் வழியில்வர நஞ்சைப்புல்லன், கீழ்விடந்தையில் ஆனைக்கால் சங்கிலி துருப்பிடித்துக்கிடக்கும். அதை தூக்கவும் ஆள் இல்லை. ஓநாய் பொட்டலுக்குள் தாவுக் காடுகளில் நொடி. சக்கரங்கள் நகரவில்லை. காட்டு நாயக்கர் கூட்டமாய் ஓடிவந்து கடத்திக் கொடுக்கும் வண்டிப்பாதை சகதிக் குள் கருநத்தை கொம்புநீட்டி ஊதி கரிசல் விரிவையே கோடு கீறி அசைக்கும் சாவதானம். உப்பாங்காற்றுக்கு முனிபாயும் புளிய மரத்தூக்கம். தித்திப்பான சுடுகாட்டுப் புளியம்பழம். வண்டிக்காரன் மரம்ஏறி பழம்தட்டச் சொறியும். ஒவ்வொரு புளியந்தோட்டிலும் எறும்பு நக்கிய கோடு. புளியங்காய் ரசம் பண்னினாள் தேவானை ஆச்சி. கட்டமுதை அவிழ்த்து சிவப்பி ஆச்சியும் ஏகம்மை ஆச்சியும் பிச்... இலை போடுங்கள். என வள்ளலார் வாச்சியத்தைச் சொல்லி அட்சயத்தில் எடுக்க எடுக்க அமுது பொங்கும். பரிமாறும் பக்குவம் நல்ல பெருமாளுக்கு தவசிப்பிள்ளைப் பட்டம். ஊருணித் தண்ணிக்கு செட்டிச்சி மண்பானைச் சமையல். காட்டு ருசி முனிகொடுக்கும். பீமராக்கு மிதமிஞ்சிய துஷ்டன் காவுகேட்டுக் கூட வருகிறான். செம்மண்சரலைப் புழுதி பூசிய காளைகளை தடவிக் கொடுக்கும்

வண்டிக்காரன் வகையறா. அந்தப்பக்கம் ஏகாந்தக் கருப்பர் ராச்சியம் சீனிக்கல் சிதறிய பூமி. ஒவ்வொரு கல்லிலும் மனசு வைக்கும் பெண்டிர் கூடவே எத்தனை பளிங்காடு. வையைக் கரைப் பச்சை கண்டனூர் பெயரிகண்மாய் வற்றினாலும் செட்டிமேகங்கள் வற்ற வில்லை. கண்மாய் உள்வாய் அடைப்பு. கீழக்கரைப் பாதைக்கு தாவளவண்டி மார்க்கம். முசல்மான் கூட்டம் ஒபீர்வரை கடலோர வண்டிப்பாதை பதிந்து சந்திராதித்தன் உள்ளவரை தாவளம் போகும் வண்டிவரிசைக்கு மேல் செட்டிமேகங்கள் இல்லை.

பினாங்கு பரிபாலனம் தர்மத்துக்கு வெட்டிக்கொடுத்த விஜய தேணு விலாஸ் நந்தவனம் சீனாதான வகையறா அருரானா. பூர்வீகப் பழக்கம் பூக்குடலைகளில் பண்டாரத்தெரு கட்டும் ஒவ்வொரு சரத்திலும்நந்தவனங்கள் திலாக்கிணற்றில் பொதுமக்கள் வந்துபோக இருக்க தூங்கிக்கொள்ளும் காட்டுப்பாதை. தேசாந்திரி உறக்கத்தில் பாம்பு முத்தம்பட்ட நந்தவனம். எத்தனைவகை அரளிச்செடி பால் ஊறும் அரளிக்காய். கொடியில் பண்டாரம் உலர்சலவை வேட்டிகள் காயும் வாசனையில் எத்தனை பூ மறைந்திருக்கும். வள்ளியம்மை ஆச்சி சன்மானித்த அகோசி நந்தவனம். கடல்வாணிபம் சிதறிய துக்கம் ஒவ்வொரு பூவிலும் படியும். வில்வண்டிகள் தூரத்தில் புழுதியோடு கழுத்துமணிகள் சிலம்ப ஓடை நெடுக முள்ளுமுடல் ஏறி, வண்டிப் பாதை கரடுதட்டி கடமுடக்கும். அமராவதிச் செட்டிச்சி பச்சைகுத்திய கைகள் மறையவில்லை. சங்கிலி சரப்புளி சேர் மூன்று பூணி சோடித்து பயிர் ஏந்திவரும் பெண்களோடு குலவை போடுவாள். மாசூல் காலத்தில் உளுந்து தட்டிபொட்டுப் பறக்கும் தூசி மேல் செட்டி மேகங்கள் ஆவலாய் பார்க்கும் தூரக்காட்டில் ஓணானும் தப்பியோடி செடியில் பதுங்கி ‘வந்திட்டாலே... அமராவதி செட்டிச்சி...’ என்று.

செய் சக்கார் ராவுத்தன் புகையிலைத் தோட்டத்தில் காரல் வாடைக்கு சிறுதெய்வங்கள் கிரங்கிவந்து திருடுவார்கள். பழந்சிராய் புகையிலை காய்ந்து கருப்பட்டி பூசி வாழை மட்டையில் மடிக்கும் ராவுத்தப்பெண்களெல்லாம் கருப்பனார் ஓடைக்கும் புதுக்குளம் கண்மாய் கரைக்கும் இடையே பொட்டியாவாரம் புகையிலைக் கிறுக்கு. சேகு இப்ராகிம் மரைக்காயர் கொழும்புக்கு ஏற்றிய கருப்பட்டிப் புகையிலை லாஞ்சி முள்ளிக்குடாவில் நிற்கும். வெக்கை கசியும் கானல் பெருமூச்சை கரிசலின் பாழ்தளங்கள், நகரத்தார் ஆயிரம் ஜன்னல் வீட்டு இரவின் விதி காத்திருப்பின் எதிர் பார்ப்பில் கொப்புடையாள் சிலம்பரத்தாள் காலம் செட்டிமகளின் உறைந்த வெற்றிடங்களில் ஓசையிடத் திறந்த ஜன்னல்களில் பர்மாவாசனை

பெண் வேதனையின் தனிமை கருப்பு மரப்பெட்டி கள், கருங்காலி ரோஸ்வுட் கடசல் பதுமைகளின் விடாய்துணி மந்திரித்த அழுக்குக் கண்ணாடி. உத்திரப் பனங்கை சிலாம்புகுத்தி உள்ளங்கை ரத்தம் ஒழுகும் குமரு பொன்னோலைச் சீதனங்கள் கீழைநாடெல்லாம் செட்டி கப்பல்விட்டுச் சேகரித்த நாகராகம் சருவம், பெரிய தண்ணித் தூக்குப் பாத்திரம், கட்டுத்தறி நாட்டுஓடு, புறவெளித் தார்சாவில் பர்மாவில் பிடித்த காகாதுயே பட்சிகள் கூண்டில் நோய்பட்டு உதிர்ந்த இறகுகள் தீராத்துக்கம் தாளாது பெண்ணே... புலக்கடையில் ஏனங் கழுவும் ஒலி பெண்களோடு பேசும் மாட்டுக்காரர்கள். செட்டி வீட்டு முன்பகுதித் திண்ணையை ஒட்டிக் கிணறு. உயரமான சுத்துக் கட்டுத் திருணையில் பூக்கல் தொன்முதுகோடிச் சங்குபதித்த கப்பல் சித்திரம் பூ அழியும் தேய்வு. இடதுபக்கத் திருணையை தாண்டி கிணற்றில் சக்கர உருளை ஒலி நீடித்த இரவு. யார்யாரோ நீர் இறைக்கும் ஒலி. முற்றத்தூண்களில் மறைந்த பெண்ருதுக்கள். ஊஞ்சலில் பெரிய ஆச்சி பாம்படம் அசையும் பத்தியில் தூரல் நாற்காலியில் ஆள்மாறும் காலம். உருவற்று மறைந்திருக்கும் செட்டி மேகங்கள் கிளம்பிப் போகும் பாகனேரி வண்டிக்கு முன்னே...

கதுவாலி முட்டையை உருட்டும் மேகாற்றில் மாசூல் களம் சேரும் மதியத் தூக்கத்தில் ஒரு செட்டி மேகக் கூட்டம் படை படையாய் ஊரைச்சுற்றி வளைக்குதுபார்... பொதி பொதியாய் அம்பாரம் ஏற்றிப் போகும் அயலூர் வண்டிகள் நொடியில் சிக்கி சக்கரத்தை தூக்கி இருண்ட காலத்திலிருந்து சாவுவேகத்திலோடும் கருப்பு தார் ரோட்டில் விடும் ஜனம். காலச் சக்கரத்தின் பெருநிழல்கள் வேகமாய் சுற்ற ஆரம்பித்த ஒன்றை யாரோ தொட்டுநிறுத்திவிட இந்த வண்டிப்பாதைகளெல்லாம் என்னவாகும்.... செகுட்டுமடை வாய்க்காலில் மடைக்குடும்பன் தம்மன் வேல்கம்பு ஊன்றி எட்டாம் பிறைவடிவ ராஜசிங்கமங்களம் கம்மாயின் கொக்குப் பறக்காத நாப்பத்தெட்டு மடைக்கும் அத்தனைபேர் மடைக்காவல். வாய்க்காலில் பதுங்கும் ஆமைக் குட்டி. கந்தல்துணி அணிந்த பைத்தியங்கள் உப்புக்காற்றில் ரத்த வாடை வீச அலறிவரும் ஈழமின்னல். இலுப்பையடியில் காளைகளை அவிழ்த்து இளைப்பாறினார்கள் அபிமானம் காத்தவர். வெங்காயக்குண்டு புகையிலைத் தோட்டம் ஏந்தல் விலாவடியில் எத்தனை வண்டித் தடம் சீரழிந்தது... கோரைக்குளம் கொத்தாட்கள் குனிந்து காட்டு அருகு எடுக்கும் வேகம் சுதேசிக் குடும்பனின் பொட்டல் பிஞ்சைக்குள் கிணறு ஆத்துக்கால் ஊற்று. கருப்பாயம்மாள் ஒப்பாரிப் பாடலுக்குள் தினகரன்

கொலைச்சிந்து கேட்ட திருமேனிக்குடும்பன் பிஞ்சையை குடுத்து கப்பல் ஏறினான். ரகுநாத மடையில் பீமராக்கு அசையீட்டி குத்தி நிற்கிறான். செட்டி மேகங்களினூடே ப. சிங்காரம் பெட்டியடிப் பையனாய் நாட்டு வண்டியில் பீமராக்குடன் அசையும் பேச்சுக்கால் நடுக்கம். செட்டிமேகங்களை துரத்திக் கொண்டு ஊர் வையக்கண்மாய் கரைக்கு மேல் ஓடும் நாயின் பிலாக்கணப் புத்தகத்தை திறந்து கருப்பாயம்மாள் அழும் குரரொலியும் எங்கிருந்தோ வருவதுபோல் தோற்றம். வண்டிப் பாதைகளைக் கடந்து, புழுதிக்குள் மறைவதை காலில் பழுதிண்ணி கடிக்க செத் தாட்டை உரிக்கும் சேருமுக நாடாரைச் சுற்றி நாக்கில் எச்சில் வழிய பெருசுகள் பெண்டிரும் கூறு வாங்கக் காத்திருக்கும் வெள்ளாட்டு ஏக்கம் மானாவாரி மனிதனை விட்ட பாடில்லை. அந்தச் செட்டி மேகங்கள் கரிசலைத்தாண்டி தீவுகளைத் தாண்டி கடலுக்குமேல் நீராவி மரக்கலம் போனவழி அப்புறம் திரும்பி வரவும் இல்லை. நெடுங்காலம் கீழை தேசங்களில் ஒட்டித் தூங்குவதாக கப்பல் கங்காணி சொன்னான். முள்ளெலிகள் தேயும் வண்டிப் பாதையில் உருண்டுவர தினகரன் பர்மாவிலிருந்து திரும்பிவந்து கொண்டு இருந்தார்.

10

போகாதே போகாதே என் கணவா
பொல்லாத சொப்பணம் நானுங் கண்டேன்
ஆந்தை இருந்து அலறக்கண்டேன்
மல்லிகைத் தோட்டமும் வாடக்கண்டேன்
குளிக்க மஞ்சள் அறைத்தேன் அத்தான் - அது
கொம்மங்கரிபோல மாறக்கண்டேன்
கோட்டை மதிலும் விரியக்கண்டேன் - ஆங்கே
நாட்டைவிட்டொருபெண் போகக் கண்டேன்

- வெள்ளையம்மாள் நிமித்தங்கூறல்

த ஒலி மூங்கில்

டிசம்பர் 8 புத்தரின் பிறந்த தினமானதால் வைதீகர்களுக்குப் பகை நாளானதில் பேகனுக்குப் போயிருந்த அகிலபர்மா இந்தியக் காங்கிரஸ் பிரதிநிதிகளோடு பாஸ்கரனும் என்னோடு வந்திருந்த ஆனந்தா கோயில் வட இந்தியச் சிகத்தை உடைய திராவிடக் கலையும் பொருந்தியதில் எப்போதும் அந்நாள் என் வாழ்வின் விதியான தங்கை அமிர்தத்தைக் கூட்டிப்போனதில் புரோமில் இருபது பொன்னேடுகளில் சுலோகங்களைச் சாது முணுமுணுப்பதோடு இந்த மணஒப்புதலும் நிறைவேறியிருந்தது. அமிர்தம் பர்மாவில் வளர்ந்தவளாதலால் ஐராவதிச் சமவெளியின் நடுப்பகுதி வரை அறிந்தவள். பழம் செந்நெறி வாசகங்களை பாஸ்கரன் காதில் மெதுவாகச் சொன்னாள்.

பேகன் நகரத்தின் ஆறாம்பிறைவடிவ மூங்கில் விதியின் கீழே மிகப்பெரிய நண்டு சேற்று மண்ணில் ஓய்ந்திருக்கும் கூழாங்கற்களை உருட்டும் ஆயிரம் வயதான ஆமையும் ஒரு ஆனந்தா. பர்மாவின் அடிவானில் அசையும் சலனங்களைக் குறித்து கால்களால் மூச்சுவிடும் கற்கடகம் ஐம்புலனைக் கட்டறுத்த ஆமை ஐராவதி தீரத்தின்

மறதியிலிருந்து தன்னுள் ஏங்கும் மண்மமிதை சர்வத்திராளுக்கும் பிரயோஜனமாகும்படி கமுதிக்குத் தெற்கில் முஷ்டக்குறிச்சி நத்தக் கூறும் வெப்பக்காடும் எத்திசை திரும்பினாலும் ஒளியிருள் வேறுபடும் பிறைக்கொரு வெளிச்சம் கற்பகத்தரு நின்ற விடலிக் கூட்டம் நாழியோடும் மண்கூரை வீடுகளும் மேலத்தெருவில் கிழக்கு வாசல் சுத்துக்கட்டு காரைவீடு பத்துசோடிக் காளைகளும் பசுமடமாய் பெருகக்கட்டிய தொழுவில் கல்தொட்டி, உரலில் பருத்திவிதை ஆட்டுகும் மக்கமார்குரல் கேட்கும். பொன்னம்மாளும் ரெங்களுமாளும் பெருமுலைகளுடன் கிடந்த திருணைவீடு. ஆயினும் இருவர் உடல் நெடுக பழுப்பேறிய ஏடுகளையும் மழுங்கிய எழுத்துகளையும் பச்சை குத்திய உருக்களையும் உற்றுநோக்கியதில் மூலச்சுவடி இருவரின் நரைமூப்பில் பித்தமாகி பேத்தி அமிர்தத்தை தினகரனோடு ராவிருட்டில் தழுவிப்பார்த்தார்கள், ‘ங்கப்பே... பர்மாலிருந்து வந்திட்டியாப்பே...’ நூற்றிஎட்டு வயதைத் தாண்டியிருந்த ஆத்தாக் களுக்கு கடவாய் பற்களின் பலமும் கோரைப்பல் நடுக்கங்களும் சாவின் இமுபரியாகக் கிடந்த தாழ்வாரத்தில் தட்டிக்குனிந்துவந்த காற்றும் மழையும் தயார்களின் ஆத்மாவுடன் பேசும்.

உழைக்குள்ளநரி வாலடிப்பட்ட மண் மழையுடன் உறுமியது. மொட்டை இருளன் கடிநாய் உ ரச ராத்திரியில் தூங்கும் ரெங்கம்மா சாயல் பார்த்த தெருவில் நிழல்படாமல் போகிறான். பொன்னம்மா மட்டும் தெக்காத்த வீட்டு திருணையில் கிடந்து ‘என்னப்பெத்தாரு யப்போய் தினகரா... நீ இல்லாம எப்படி ராசா இருப்பேங்...’

சின்னாத்தாளும் ஆத்தாளும் பர்மாவில் இருந்தவர்கள். கண்ணுக் குள் ரெங்கூன் தெருக்களும் அசைந்தன. ரெங்கம்மா பர்மாவைவிட்டு வரமறுத்தாள். பர்மா ஏக்கம் தீராதவள் பொன்னமாளும். இரு தாயாருக்குள் ஐராவதி தீரத்தின் சுழி தீவிமாக அலைக்கழித்தது.

‘ஆத்தா நீ மருகாதெ... அம்மணவாயனுக்கு வாய்பொடி வச்சியா... நா திலும்பி வந்திட்டேனே உன்னப்பாக்கெ... அமிர்தம் உனக்கு சார்சைட் சேலை எடுத்து வந்திருக்கு...’ ஆத்தா இருக்காளா செத்துட்டாளானு பாக்க வந்தியா.. எனக்கெதுக்கபே அதெல்லா கண்டாங்கி துணி போதும்பே... ஆத்தாள சரளிப் பிஞ்சையில சேத்துட்டுபோ.. நீ இல்லாம கமுதிச்சீமெ.. சீர்படுமா சொல்லுப்பே...’ ஆத்தா மருகினாள். ‘அமிர்தத்துக்கு மதுரையில வரன். பாஸ்கரன்னு பேரு... பெரியகிழவி கூட்டந்தா... அவரு’ ‘சின்னக் கிழவி கூட்டத்துல நூல்போட கொடுத்து வக்கிலையா அமுர்தத் துக்கு... காலம் எப்படி எப்படியோ போகுதுப்பே...’ ஆத்தா மூக்கைச் சிந்தினாள்.

கமுதிப்பக்கம் திரும்பிவந்த அரசியல் புதிரில் சிக்கியிருக்கும் முஷ்டக்குறிச்சியில் தன் ஆயுற்காலத்தை 18 முறை தோலுரிக்கும் கல்லாத்து வளைநண்டு உவாந்தம் உறைத்துள்ள அதே காலநிலையை ஒரு சுதேசிக்கலைஞனின் மரணம் நிலத்துக்குள் அதிர ஒதுக்கி வைத்தோர் விடுதலையை கருவில் கொண்டிருக்கும் எழுதாமையில் வரிகள் உரிக்க ஒரே சமயத்தில் நண்டு 18 முறை தோலுரித்ததாகச் சொல்லலாம். தினகரனின் சுழற்சிப்பாதையை காப்பதாக உருவகமான இரு வேட்டைநாய்கள் நிலவை நோக்கிக் குரைத்துக்கொண்டிருக்கும் இரு சதுரவடிவக் குக்கிராமங்கள் சதை நிறத்தில் குருதியொழுக தினகரனின் நீலக்கதிர் வழியும் பாழ்நிலத்தில் அவர் தலைமிதக்க உலகத்தோற்றங்களின் வலிமையும் கருவேலங்காட்டு களிமண் வீடுகளில் இடர்நிறைந்த வாழ்கனலும் அலையெறிவில் உணர்ச்சி வேகம் நீலமாகிவரும் உள்ளரிவைக் குறியீடாக்கும் பருதிக்கல், கனவுகளை அலசிய கல்லாகவும் இருந்த கல் கடவுள் மற்றும் மிருகமாகவும் புத்தாவாகவும் இருக்கிறது. அது ஒரு பொருளாக இருக்கிறது மற்றும் அதுவேறு ஏதாயினும் ஒன்றாக ஆகக்கூடுவதாக இருக்கிற நிலவிலிருந்து உதிர்ந்த கல். உலர்ந்த தன்மையில் அது முன்னே சிதறிக் கடக்கும் பாதையில் தினகரன் போய்வந்துகொண்டு இருந்த கமுதிவிலக்குப்பாதை.

கம்பையில் ஐ.என்.ஏ மேஜர் செல்லையா சன்மானித்த இதாகா கைத்துப்பாக்கியில் ரவைகள் ஆறு மௌனப்படுத்தி மலேயா இடைவாரில் சொருகி மேலே கதர் ஜிப்பாவில் ஊடுருவித் தெரிய வாய்ப்பில்லாமல் மறைந்திருக்கும். உள்ளூரிலிருந்து கமுதிக்கு இடையில் மடியில் பிஸ்டல் இருப்பதை நிலமனிதன் தெரிந்து வைத்திருக்கிறான். மற்றவர்கள் அறியச் சிரமப்படும் ஒருவரைக் கொல்லுமுன்பு நிலம் அதை அனுமதிக்கிறதா. நியாய உணர்வு நிலத்துக்கே அதிகம். அதிரகசியமாகச் செயல்படும் எதிரியின் முணுமுணுப்பைக் கேட்டுவிடும் பட்சிகளுக்கும் அடைமரங்களுக்கும் தினகரன் கம்பீரநடை, தோல் ஜோடுகளின் உடும்புப்பிடி கிரிச் சென்ற ஒட்டுதல். தன்னூர் வழி ஒவ்வொரு கல்லும் வித்தியாசமானக் குறியீடு. சமயத்தில் அது கல்லாந்தையாக எவ்விப்பறந்து ஒளிந்திருப்பவரைக் காட்டிவிடும் குறி எதேச்சையானது. மிகச் சரியாக மனஓட்டத்தில் செல்லக் காட்டின் ரகஸியங்கள் ஒவ்வொரு காலடி யிலும் தொட்டுவிடும். கீகாட்டு வாடைக்கு ஆவிகளிடமிருந்தும் தேவதைகளிடமிருந்தும் கதையைப் பெற்றவர் நாம். தினகரன் தன்னூர் திரும்பியதில் பலருக்குத் திகைப்பு. தவறி விழுவதற்கான குழிகளை

உலர்ந்த இலைகள் மூடியுள்ளன. பள்ளிக்கூடத்துக்குப் பயந்து குழிகளில் ஒளிந்த பிள்ளைகள் பால்ய ஞாபகத்தில் சருகுற்றுக் கலங்கியது ஊர்ப்பாதை.

கலந்தபனைக் கூட்டத்தைக் கடக்கும் அந்திகருக்கப் பனை வரிசை உச்சியிலிருந்து தலைகீழாகப் பல உருவங்கள் வாயில் கவ்விய பனங் கருக்குகளுடன் பதுங்கி மெல்லத் தொற்றி மேலக்கரை வண்டிச் சோட்டில் நெருஞ்சிமுள் காய்ந்து நெறுநெறுக்க, ஜோடுகளின் அழுத்தமான ஒலி நெருங்கிவர குறியிலக்குகள் விலகத்தகுந்த நேரத்தில் தரையில் சிதறிய கிராம விளக்குகள் இலைகளிடை மினுக்க விண்பறந்த வால் வெள்ளி சரிந்து பதியும்வேளை அவருக்குப் பிடிபடாமல் கண்டுணர்ந்த ஆக்காட்டி புதரில் ஒலித்து அடங்க, அவர் வரும் காலநேரத்தை முன்கூட்டியே நுகர்ந்துணர்பவர்கள் காத்திருந்த மாதங்களும் பலதேயக் கணிப்புகளைச் சாணையில் தீட்டும் சூரிக்குப் பதிலாக அதிகபட்ச உயரத்திலிருந்த பனங்கருக்களைச் சீராக வெட்டி ஓய்வெடுக்க, வரும் ஆள் நிகார் தெரிந்தும் தெரியாத மசங்கலில் இருளை ஊடுருவும் திருஷ்டியால் உற்றதில் தயார்நிலைக்கு முன்பே காலடிச் சத்தம் ஒலிப்பது மனதை அச்சத்தின் வழியில் குழப்ப வலது பக்கப் பனைகளில் காடைகளாய் நிசப்தமுற்றவர்கள், எல்லாப் பகுதியிலும் தேங்கிய இருட்டுக் கசத்திலும் பொட்டல் தரைப் பாதை வெள்ளென நெளிந்து எதிரிகளின் இருப்பிடத்துக்குள் நுழைய, இடத்தட்டில் ஓசையிடும் ஓலைக்குள் பதுங்கியவர்கள் சரிந்து மரத்தோடு மரமாகிவர நேரம் குறைந்துகொண்டே வரும் காற்றின் இறுகலில் தன்மூச்சைத் தானே அடைக்கும் திணரலும் காதடைப்பும்வர பல ஆயிரம் மைல்களுக்கப்பாலிருந்து பயணப் பட்டுவரும் வளர்ந்த ஒரு மனிதனிடத்தில் ஓடும் ரஸநாளங்களில் காற்றில் மிதப்பதான உருநிலை ஏவ, தங்களையே பழம் தின்னும் வௌவால்களாக உருமாற்றி உயரே கால்பற்றி தலைகீழாக வானத் தில் வேர் ஊன்றி பரந்துவிரிந்த கரிசலில் பனை மேல் தவழ பிணந் தின்னி ஆண்டலைப்புள்ளின் மூக்கு வியர்க்கத் தன்னூர் நோக்கி பர்மா அகதிகளின் துயர்படிந்த கூட்டத்திலிருந்து பிரிந்து ஒற்றைப் பறவையாக இப்போது இருங்குச்சோள நாற்றுப் புஞ்சையின் ஊடுபாதையைக் கடந்து மாலையும் இரவும் சந்திக்கும் மசங்கிய ஆழத்தில் காலடி ஓசை மௌனப்பட இடுப்புயரக் கதிர்கள் மேல் திரியும் சூதப் பூச்சிகளின் சாம்பல்நிறம் தெரியக் குருட்டு ஆந்தை மரம்விட்டு மரம் தாவிச் சகுணம் அடித்த வேளை மண்ணில் புதையப் பனை அடர்ந்த பொட்டலுக்குள் இறங்கி சரலில் பிஞ்சையில்

மஞ்சணத்திப் பூவின் மணம் பாம்புகளை கிறங்கச் செய்த மை கரையும் இருட்டான பலர் அங்கு பனைக்குப்பனை பதுங்கும் தன்னுஷாரில் இருட்டில் மறைந்த ஒற்றையடிப்பாதை தனக்குள் திசை மிரட்டித் தன் சிறகுகளை பனங்கருக்கில் கதித்துக்கீறி அரிந்தவர்கள் ஒருவர்மேலொருவர் வீசிய கருக்கும் உள் புகுந்தபெருந் தழலில் அலற காடும் ஊழ்பட்டுச் சொந்த நிலக்குருதி ரகஸிய இழைகள் தீங்கான வங்கொலைக்குள் அதியவசரமாய்ச் சரிந்த எதிரிகள் பாய்ந்த வேகத்தில் வறண்ட பூமியின் முகங்களை நீயுமா.. வென மரணத்தின் உள்ளே சென்ற அவர்மட்டும் கர்வத்தோடு இறுதிச் சொட்டில் நோக்கினார். சாவையும் உறுதி செய்துகொண்டு, பதினாறு ஒன்றை எதிர்ப்பதில் வீழ்ச்சியும் க்ரியா சக்தி என்றே அவர்களை ஓட வேண்டாமெனச் செல்லவிட்டு அவர்கள் திகைத்த கசங்கலை இறுதிவேளை பார்த்து வேகமாகப்பாயும் கருக்கிலிருந்து தப்பாமல் மரணத்திடம் தன்னை உண்ணக் கொடுத்த மைப்பேனா, சட்டை ஜேபியிலிருந்து நிலத்தில் நழுவியது. மரணத்தின் கர்வத்தோடு பார்த்தவரின் கழுத்தைச் சுற்றும் கருக்கின் துடி கண்ணிலும் காதிலும் பீரிட்ட உதிரத்தின் சூட்டில் துடிக்கத் துடிக்க கருக்கைப் பிடித்த பல கைவரு நரம்புகளில் பீதிகருத்து அசையும் நிழல்கள் முள்ளில் பாய்ந்து புதரில் வீழ்ந்து வரப்பு தட்டி ஓட ஓட முடலில் அலறும் பட்சியொன்று அடித்து மூழ்கிய நிசப்தம், ஊழ்வழிக்கேடு வந்துறும் சாட்சியமாக பதினாறு பனைகள் நிராகதியடைந்து துயரக்காற்றில் அலைபட ஒவ்வொரு பிறையும் ஒளியை நேசித்தவன் விடுதலை பேசி வாழ்ந்த உதடுகளில் பனம்பால் இறங்க நாளைய புதிரின் சாம்பலாகக் கரைந்த ஒளிமங்கிய ஓடைக் கரை நெடுக ஓங்கி உயர்ந்திருந்த பனைகளின் உரசலில் பதினாறு வகைக் காற்றுகள் நெடுவாலப் பனைஓலைகளில் எழுதாமையின் பறவையை சூரிய கிரணங்கள் தகித்ததில் ஒவ்வொன்றாய் உதிரத் தொடங்கிய இறகுகள் பிரளயகாலக் களைப்பினால் விழிகளில் கருமைபடிந்த பைத்திய வெறிப்பில் ‘தினகரன் ஏடு’ தட்டச்சுப்பொறி மீது தினகரன் விரல் படியும்போது அங்கே எழுத்துகள் கோக்கப்படும் வேளை வீரபத்திரன், ஜான்டி பிரிட்டோ, பரிதோமா தகர்ந்து சிதறிய ரத்த சாட்சியங்களில் ஸ்பார்ட்டகஸை எழுப்பும் உரையாடல். அழிந்து போய் விடுகிற அகதியின் கசந்த வாழ்வை த படைப்பில் பூசுகிறார். பர்மா அகதிகளுக்கு எலும்பாகும் அவர் விரல்கள். அதிர்வு கொள்ளும் மூங்கில் பாலத்தில் சுடப்பட்ட அகதிகளின் பிசுபிசுக்கும் உதிர வதைகளைச் சுற்றிச் சுற்றி எழுதாமையின் கோடுகள் மறைந்து கொண்டு இருக்கிறது மரணத்தில்.

தினகரன் உன் அருங்கலை ஆகிருதி பர்மா வரைபடத்திலுள்ள மொழி, நூறு அணுக்களில் மாறாத இடைவெளியில் நினைத்த புனைவினது சம்யமநாடி அடங்கியிருந்தது விழிதிற... தினகரன் ஒரு கணம் உயிர்க்கிறார் த ஒலி மூங்கில் விடுதியில். தெறிக்கும் நீர்த் திவலைகளின் ஒலி கேட்டு உறங்கும் தினகரன் ஆசிரியர். நீர்த்துளிகள் திரள் திரளாய் ஈரமான மூங்கில் கரைநெடுக சாவின் குளிரிலும் த ஒலி மாயப்பரப்பில் உலவுகிறாய்.

கிழக்குத்திசையிலிருந்து வனியாராவிலிருந்து பெருங்காற்றில் வடகிழக்கில் வீசும் பனியின் வசியத்தில் ஆனந்தா சிலையான பேரழகின் வீழ்ச்சியில் சரியும் மூங்கில் காற்றிலே கருப்பிலே பஞ்சில்லாததை மறதியில் தேடும் ஆழங்களில் அரகானிஸ் மான் இனப்பெண்டிர் பர்மிய மண்அகல் சுடர் சாயும் வேளையில் வெளிறிய காலத்தின் பனிக்கவிகை விரித்த மங்கலில் த ஒலி நெடிய வேதனை மிகுந்தேகி வெளியேற்றத்தில் உடைந்து நொறுங்கும் தோடி இசை. காகாதுயே பறவைகளையே இலைகளாக உடைய மூங்கில்களாய் வளர்ந்த தலைமுறைகளின் தோள்மீது ஒலிஇசைக்கிற சொற்களை விலக்கித் தினகரன் இந்த படைப்பின் ஒவ்வொரு சர்க்கங்களை பச்சைப்பொன் அணங்கின் குரல்கேட்டுத் தட்டாமின் துறவிமாடத்தில் எழுதிக்கொண்டு இருக்கிறார்.

பனியில் உடையும் மூங்கில் தினகரன் உடல் ஒரு சீதளப்பூச்சிகள் அரித்த எழுத்துகள் த ஒலிகளாக உருகியிருக்க முடிக்கப்பெறாத இந்தப் புத்தக உடலைச் சிதல் உதிர்க்கும் தினகரன் ஒரு காலக்கிரமத்துக்கு உட்படாமல் த படைப்பைப் பிரித்து தட்டச்சில் அனுப்பிக் கொண் டிருந்தார். பலவகைப் பிரதியாக அடுக்கினாலும் ஒவ்வொரு தாளையும் கசக்கி நீரில் வீச தழல்விட்டு எரியும் த ஏடு. பாம்பு சட்டை உரிக்கும் அமரபட்சம் திரும்பப் பெயரும் ஒரேபுள்ளி. த நகரத்தின் பிறைத் தெருக்கள் முப்பதிலும் அறுபது வகை மூங்கில்களால் கோர்த்திருந்த ரங்கூன் பாலங்களில் தொங்கும் மூங்கில் விடுதியில் குடியேறி அகதிகள் வசிக்கும் மூங்கில் பாலங்களின் மேல் நீர்க்கடிகாரங்களை அருமையான சித்திரங்களுடன் நிருமித்தது சீன யாத்ராகர் மலேயர் பர்மியர்தான். அத்தனை வகை மூங்கில் பெயர்களிலும் நூறு தீவுகளின் பேர்களும் மூங்கில் ஏடுகளைச் சித்தரிக்கும் நிதானம். மச்சுசெட்டியார் கப்பல் வாணிபத்தில் உபரி மூலதனத்தைப் பிரயாசப்படுத்தினார். அதேவேளை அவருக்கு மூங்கில் வளைத்துக் கண்ணாடி எறும்புகள் ஊர்ந்த பாய்மரங்களும் இருந்தன கருநிறத்தில். தில்லைச் செட்டியார் வவ்வால் தொத்திகள்

மரணத்தைக் கிறீச்சிட்டுப் பறந்தன.

மூங்கில் விருட்சிகள் உரசி எரியும் தீத்தழல் த ஒலியாக மாறவும் ஐராவதிக் கிளைகள் உறுமுகின்றன குமுறி. தினகரன் முயற்சித்தார் கால்களின்றி நடக்கக் கூடிய மனிதனை முழுதொத்த சாவி இல்லாமலே. காலடியில் தொலைதூர நிலம் நழுவுகிறது, எழுதாமையின் பாழ் வெறும் கிரக உலைவின் குரலொலிகளை ரெட்டைத் தீ நாக்கில் நிலப்பரப்பின் கொடும்பசியுடன் அவர்கள் வெளியேறினார்கள்.

யுத்தத்துக்குமுன் வந்த கப்பலில் கந்தர்வ கான சபா பாஸ்கரனோடு துறையிறங்கியது ரங்கூனில். ஈஜின் உள்ளார்ந்த அகத் தூண்டல் சொல் பகரும் மனோகதி சரிநேரியதாக இழந்த நகரங்களின் பழமை பீடித்த பேய்களை உயிர்த்தெழ வைப்பதில் ஐராவதி, சிட்டகாங் பள்ளத்தாக்கைச் சுற்றிவளைந்து இருக்கும் பழங்குடி மொழிகள் அகவிய ஈஜின் உயிராக்கம். கூட்டுக் கலவையான குருதியின் ரகசிய இழைகள் ஊடுருவும் விடுகதையில் அரக்கான் இளவரசி கவியானதற்கு ஈஜின் வாசகம் கடந்துவரும் கற்பிதம் செறிவியற்கையில் அந்த வகை ருஷ்ய ஆன்மாவை பனிக் கருவாக்கியது பர்மிய தேவதை.

மகோதயார் பட்டணத்து வணிகன் மலபார்வரை சென்று கருப்புத்தங்கமெனும் குறுமிளகுப் பொதியோடு சுழிகடல்மேல் மிதந்துவர ஓரகனூர் சேரவணிகன் மறைகிறான் பனித்தெருவில். பல தேசங்களிலிருந்து கொண்டுவந்த பொருட்கள் மீது பூசிய சொல் அதிசயம் மனிதப் பெருந்திரளின் மானசீகம் பேகனில் நாட்லாவுங் கியாவுங் மட்டும் பாழடைந்து மறையாமல் இருந்தது.

மகாணிலும் புரோமிலும் அகழ்ந்த தர்மபாலரின் பாதரேகை சரித்திரத்தை நெகிழ்த்தி காலமற்ற அசைவுகொள்ள பர்மாவில் சமஸ்கிருதத்தைப் புனித மொழியாக்குவதிலிருந்து விலகியே நின்றார். அந்த நூறு தீவுகள் பாஷைகளும் வேராய் எதிர்காலத் தொன்மை. தாவரங்கள் உடலாகும் ரகஸியம் பிறையொளி மறைப்பின் மற்றொரு ரகஸியத்தில் மூங்கில் பாலங்களில் நீர்க்கடிகாரங்கள் மெல்ல மெல்ல ஒலி துளிக்கும் முதிய நீரில் மூழ்குகிற பூச்சியாகும் தினகரன் சருகுடல், ஓயாமல் அகாலம் புரள்கிறது புத்தரின் த நறுமணம் அவரிடம்.

பாஸ்கரன் அமிர்தம் மூங்கில் பாலத்தில் குனிந்து நீரோட்டச் சுழிகளில் ஓசையிடும் கடற்கரைப் பிரதேசத்தில் கலக்கும் முந்நீர் துறையில் படகுகள் சில ஊர்ந்து விடைத்த பாய்களில் காற்றின் இவ்வளவான முரசம் இவையெல்லாம் சானகாக் கோரையில் பர்மியப் பெண்கள் நெய்த சால்வையுடன் வருவார்கள் மூங்கில் விடுதிக்கு.

இவர்கள் திரும்பியிருக்கும் சாயலை நோக்கி வராண்டாவில் உலவியவாறு வளையும் கார்மென் சுருட்டு விரல்களுக்கிடையில் நீலப்புகை சூன்யத்தில் உருஆகிக்கரையும் தட்டச்சு ஒலி முடிவற்று விடுதியெங்கும் பரவிக்கொண்டு இருந்த தினகரன் சாயலை நோக்கி 'த இல்லை த' அத்யயிக்கும் நீரின் ஆழத்தில் மூழ்கியவாறு தட்டச்சு ஒலிக் குமிழ்களாய் காகிதங்களில் நீர்படிந்து எழுத்தாகும் பக்கங்களில் கரையும் திரும்பத்திரும்பிய அடுத்த கதாபாத்திரங்களுக்குக் கிறுக்கலிடும் ஒலி. ஒவ்வொரு பிறையாக நீரின் ஆழத்திலிருந்து காகிதங்களில்பிடிபட அசைவற்றமையில் தட்டச்சு வரிகளைக் கடந்து அற்ற உண்மைக்குள் எழுதாமையில் மை பித்தம்கொண்டு நிலவின் உருமறைவின் தனித்த இயற்கையாற்றலாக ஊடுருவிக் கொண்டிருந்த தாளில் மரணத்தை மெய்யுணர்ந்த விரலில் கேள்விப் பட்டிராத த ஒலிகளின் பழுப்பு நிலம் பனைகளின் சாட்சியமாய் சிதைந்த தினகரன் உடல்.

தினகரனின் கையெழுத்துப்பிரதிகள் நிறைந்த ரங்கூன்பெட்டி அமிர்தத்திடம். அவள் முஷ்டக்குறிச்சி போக அண்ணன் பெட்டியைக் கொண்டுவந்தாள் கப்பலில். மதுரைச் சந்தானம், கருப்பையா வாலிபப் பையன்கள். பீலிக்கானிலிருந்து வாங்கிவந்த பர்மாவிசிறி, அனந்தம்மாளுக்கு சேலை ஆண்டிக்கொத்தனாருக்கு லுங்கி, ரிஸ்ட்வாச் மூணு பவுன் கழுத்துச்செயின் பெட்டிக்கடியில். சங்கரலிங்கம் தாயி சிறுபிள்ளையாக ரங்கூன் ஸ்டுடியோ புகைப்படம் செஃபியா டோன் பிரேம் சட்டகத்துக்குள். நாகப்பட்டணம் பெரியமாயி சுப்புக்காளை கல்யாணத்துக்கு முடிந்த சீர் வேறொரு வர்ணப் பெட்டியில்.

நாளை அதிகாலையில் நாகை வரும் நூல்காரத் தெருவில் தையல்கடை போட்டிருந்த நாகலாபுரத்து அருணாசலம், நாகூர்கனி குடும்பத்துக்கு வேண்டிய மிட்டாய்வகை, தட்டுமுட்டுச் சாமான் களைக் கப்பலில் ஏற்றியாயிற்று. ரங்கூன் பட்டினத்தை அமிர்தம் மறுபடி பார்க்கமுடியுமா. பர்மாவைப் பிரியும் வேளையும் வந்தது. காலம் மெல்ல மரக்காயர் கப்பல் கடுகுத் தீவுகளைக் கடக்கிறது. செங்குன்றுகளாய் சிதறிக்கிடக்கும் எரிகற்தீவுகள் நீராவிக் கப்பலின் சங்கொலி நிலம்மேலே மறைய கடலுக்குள் தெளிவான நீலம். வரைந்த கோட்டில் நாவாய் ஓடும் கடல்மடிப்புகளை விரித்தால் உள்ளே வெம்பரப்பான பகலும் குளிர் ஆட்டும் ஆழங் காணமுடியாத துயரக் காற்றை உணர்கிறாள் அமிர்தம். அண்ணனிடம் எதையெதையோ சொல்ல வருகிறது. அவளுக்கான துயர்தான் எது.

தன்னிலை, பிறர், மற்றவர்கள் என எழுத்தாக்கத்தின் ஊடே படைப்பு வெளிக்குள் இயங்கும் கடல். மலேயாவில் வியாபித்த மரப்பாவைகள், பாண்டிய சாசன உறுப்புகள், அயனமண்டலக் காட்டுவாசனை கொயினா மாத்திரை டப்பிகள் சுமத்ரா, போர்னியா, பாப்புவா எரிமலைப்பிளவில் எடுத்த நிறக்கற்கள் சில அவளது சேகரம். சீதனப்பொன்னோலையில் தினகரன் தங்கைக்குக் கொடுத்த கலைப்பொருட்கள். வயாங் கோலக் பொம்மலாட்டத்தில் வந்தேறிய தமிழர் சீனரோடும் முசல்மான்களோடும் மலேக்காரர் பர்மாவின் பல வர்க்கத்தினர் கலந்துவிட்ட இரவுகளை இகாத் துணிச்சுருளில் எழுதியிருந்தார் தினகரன். ஒரு செப்பு அரிச் சித்திரத்தில் சாயம்போன பர்மாயுவதி என்னேரமும் சாய ஓவியங்களை வரைந்து இவருக்கு சித்திர விசிறியைப் பரிசளித்ததும் துவங்கிய படைப்பு த.

நறுமணம் ஊட்டியிருந்த பாஸ்கரன் துணிமணிகளில் வாசனை பிடித்து பர்மா நடனமாதிடம் நட்பு வைத்து கேட்ட கதையில் ஈஜின் ஓனிஜினை புவியமைப்பில் ஓடும் அசுரர்களையும் அரக்கர்களையும் சித்தரிப்பதில் மிகுந்த விருப்புடைய பர்மிய பாஷைகளில் புகுந்து மனங்கசிந்த பக்கங்களும் ஜாவா சிற்பி ஒருவன் அவருக்கு அருகில் செதுக்கும் ஒலி அகராதிகளை நம் கலைமரபோடு கலந்திருக்கும் பெண்களின் கலைத்திறன் சாதாரண குடும்பங்களில் எத்தனை வகை மூங்கில் சித்திரங்கள். ஏதாவது துணியை வரையும் சாயப் பெண் ணுடன் அமிர்தம் விரல்களின் அமைதி. இரண்டாம் மகாயுத்தத்தில் கிளம்பியகப்பல். சிதறிய வாழ்வும் துயரில் கிழிந்த சித்திரத்துகில் மெல்லப் பறந்து எங்கோ கடல்மேல் படியும்.

சிவப்புநிற மீனைக் கத்தரித்து வரைபடத்தில் ஒட்டுதல். வன்நீரலைகளைத் தனிமையில் அலாவுவதாக வரைகோடுகளே எல்லைக்குள் நில்லாமல் பயணித்தார் தினகரன். ஏனோ அந்திம காலமும் தொடங்கியிருந்தது. மூங்கில் விடுதி மாபெரும் சீனக் கப்பலாக இருப்பதால் இந்த நகரத்துடன் சேர்ந்த த கடல் மேல் தொடங்கி மூங்கில் பத்தைகளின் மேல் நிறுமித்த போதி தாமோ சீனாவிலிருந்து திரும்பியதும் விடுதியைவிட்டு வெளிப்படவும் இல்லை. கப்பலின் ஒவ்வொரு அறையிலும் த சாயை படிந்து சிவப்பு மீனின் ஒளிவரிகள் குருதி நாளங்களாய் புடைத்து செவுள்கள் வெளிர் சிவப்பாக ஒளிநடுக்கத்தில் நிழல்கள் ஆடக் கொரியப் பெண்களின் சித்திரம்கொள்ளக் காத்திருந்த பயணிகள் அங்கிங்குமாக உலவிக் கொண்டிருந்தார்கள் தட்டச்சுப்பொறி ஓட்டத்தில். வாழ்வைப் பருகும்

கடைசி கணமும் வந்து. தினகரன் சாவின் கசப்பை நாவில் உணர்ந்தார். நகரும் மூங்கில் விடுதியில் தீராமல் பயணிப்பதென கரையேறியிருந்த தன்னூர் மண்வெறியில் பனைகளோடு உயரமாய்க் காத்திருந்தது மரணம் அங்கு. மூங்கில் விடுதிக்குள் தினகரன் அணிலை நோக்கி வெகுநேரம் அதன் வேகத்தில் சுருசுருத்த நாசி ஏற்றத்தில் சுவாசித்த வாதாங்கொட்டையின் வாசனை. மூங்கில் பத்தைகளைக் குடைந்து கணுவுக்குள் கணுவாக மரணத்தின் உள் மறைந்தவாறு உட்செல்கிறது.

கார்மென் சுருட்டுப் புகைவளையும் வராண்டாவில் மற்றவர் களுடன் பேசுவதற்கு முடியாமல் நாகுழறியது அவருக்கு. அந்தி திறந்து நெடுவாலப் பனையிலிருந்து உரசும் கருக்குகள் விதியில் மறையும். நீளநீளவிரல்கள் தட்டச்சுப் பொறிமேல் த ஒலி மூங்கில் மூழ்கிக் கொண்டு இருக்கிறது. கார்மென் சுருட்டு பற்ற வைத்த தீக்குச்சியை நெருப்பு வளைத்துக் குறுகச் செய்து மெல்ல அணைவதைப் பார்த்தவாறு திரும்பவும் வேறு சுருட்டுகளைப் பிடிப்பதும் அணைப்பதுமாகத் தட்டச்சுக் காகிதங்களில் தஸாக்கை நீரில் மூழ்கடித்தார். 'தெரிந்தும் தெரியாத தஸாக்கை தெரியுமா உங்களுக்கு' சாயைகளில் சத்தமில்லாமல் செல்கிறார். மெல்ல சுற்ற ஆரம்பித்த புகையில் உள்ளே 'த ஒலி மூங்கில்' சுழன்று கொண்டு இருந்தது. அந்தரமாகக் காலமும் வெளியும் நிறுத்திய வெற்றிடத்தில் நகரும் 'பிறைவடிவங்களும் கதாநிலைகளும்' முதலில் செழுமைக்கு மச்சங்களின் எழுச்சிக்குஞ் மீனவரின் வாழ்வுக்கும் கர்ப்பிணிப் பெண்கள் குழந்தைகளைச் சுமக்கும் ஆற்றலுக்கும் தோற்ற மூலமாக நிலவும் த கடல் அத்யாயங்கள். படைப்புக்குள் நிலவின் உவாந்தம் வெகுபழங்கால உலகின் சலனங்களில் இருந்தார் தினகரன். நில ஈர்ப்பின் திசைக்கு எதிராகத் திரும்புகிற சொல்லில் முதல் உயிர் த ஒலி மூங்கில். உடல் இல்லாதவரைப் பாடும் எதிர்கடற்காற்று முரணிசைவு நயம். வாடா மூங்கில் இலை யுதிர் ரகஸியம். கணுக்களின் உதிர் சிதல். த வடிவ இலை. அலைக் கழிய ஊசலாடும் குருட்டுச் சில்வண்டு மோதிமோதிச் சிதையும் பிறழ்வில் ஏற்கெனவே அவன் உறக்கத்தில் அயர்ந்திருக்கிறான். அது இவ்விதம் எழலும் வீழலுமாக மொலியுலர்ந்த காடு. நிலையாமையில் நலிவுற ஓசையிலா அமைதி கொண்டிருந்த அதன் பெயர் இல்லாச் சொல் த. இருட்டில் வந்த மாலுமியும் உமணரும் நீலநிலா ஒளியிழையும் சுருட்டுப் புகையில் மெதுவாக இருட்டி மழைபெய்ய ஆரம்பிக்க சூடான மழைத்துளிகளுக்காக வேணும் அவன் வராண்டாவில் தட்டச்சுப் பொறியில் த ஒலி மூங்கில்களை இழைக்கிறான். பூமி மீதான

தற்கொலை ஆவிகள் புகையிலை கேட்டுவரும் வேளை கண்ணின் மணிகளை விரிக்கவும் நீலக்கண்களைத் தனியாக ஓடவிடும் ஆந்தை மூங்கில் பத்தையில் அமர்கிறது. அதன் உடல் ரத்தம் செந்நிறமானது பிளாஸ்மாவுடன் த நிறமிகள் இந்த படைப்புக்குள் சலனமடையும் பேராந்தையின் துறவுநிலை. இறகு மென் காற்றில் சுவாதீன உருக்கம்.

மூங்கில் பாலத்தில் தினகரன். கோடை மழைபெய்யும்போது இங்கு ஏதோ அருவியின் சத்தம் கேட்கிறது. தனக்கொரு மூங்கில் வீடு கட்டிக்கொள்வதற்காக இங்குவரும் செம்போத்தின் குடிலைஒத்த தினகரன் வீடு கடற்கரைக்குச் செல்லும் பச்சைப் பூத்தெருவில் இருக்கிறது. மழைக்காலத்தில் பனிகொட்டும் வேளை உடும்புப் பாறையில் பல்லிவாலில் உடையும் சுண்ணாம்புக்கல் துண்டு துண்டாகக் கீறி விழுவதென விறுவிடும் ஒலி மூங்கில் த. இங்கே மூங்கில் பாலத்தில் அமர்ந்து தவளையின் சுருள்களைப் புகையுடன் விடுவது எவ்வளவு சுபாவமானது தெரியுமா. இங்கே சாத்ரெஞ்ச் சூதாட்டப்பலகையில் பாய்ச்சிகளின் ஒலிதான் எப்படி டிங்... டிங்கென்று கேட்கிற அற்புதம். சின்ன ஈட்டி எறிந்து பழகுவ தென்றாலும் தமாஷாக இருக்கும். ஈட்டி சாராய மட்கலத்தில் விழும்போது வெண்கலம் போல் ஓசை அதிர்கிறது. இதற்கெல்லாம் காரணி யாரென்று தெரியுமா? காவேரி நீரைத் தீராமல் குடித்துக் கொண்டிருக்கும் மூங்கில் கரைப்பாதை நூறுநூறு காற்றின் அகராதியில் ஒலிகளுக்குப்பேர் அத்தனையும் த. துளை வாத்தியங்களுக்கும் மற்ற தந்தி வாத்தியங்களுக்கும் மூங்கில் ஏற்றது. அறுபது வகை மூங்கில் ஒன்றுக்கொன்று சேராத பேதங்களில் ஒலித் தொகை சேர காவிரியும் சலனம். வற்றலாக உலர்ந்த முதுகுகள் மூங்கில் படகில் அசையும். வன்பிலத்தோடு பேய்கள் வாதாடும் குரல். சங்கிலி கட்டிய போர்க்களத்தைவிட்டு வெடித்த மூங்கில் விசைதெறித்த மணல்மேல் முத்தும் வீழல். படகு இருட்டில் மெல்லத் துலங்கியது. மூங்கில் வெடித்துக் கோடைவெம்மையில் வேய் வழியே காரிருள் சுருதி சிவந்தது. மூங்கில்பட்ட நீர் சுழன்று மணியோசையென ஒருவித ஒலி உள்ளே கூடாக இருக்கும் சூன்ய அடர்த்தியில் ஜீவராசிகளின் சுருள்படும். ஷெங் என்ற பலநாக்கு வைத்த வாத்தியமும் மூங்கில் பத்தையில் மறையும். இருமூன்று பட்டுநூல் தந்திகொண்ட சீன வயலினும் பிபா என்ற தினகரன் அணிலும் மூங்கில் விடுதியில் இருக்கிறார்கள். பட்டு, மூங்கில் எனும் சொற்களைச் சேர்த்து எழுதினால் சங்கீதம் எனப்படும் சீனத் தச்சன் அங்கு வருகிறான்.

மூங்கில்களின் நடுவில் காற்று தட்டச்சுப் பொறியின் ஒலி

கீழிறங்கும் அகத்தூண்டலின் ஆழங்களிலிருந்துமேலெழும்பி வரும் தினகரன் அடையாளம் ஒருகணச் சுழியில் பாலத்தி லிருந்து நீரில்பாயக் காகிதங்கள் மிதந்து மேல் ஏறிப் பறந்து செல்லும் 'சரபோஜியின் புறா மாடங்களுக்குச்' செல்ல ஒவ்வொன்றும் வேறாய் எல்லாவற்றையும் நாணல்தாளில் தோன்றும் பேபல் நூலகமாக மாறிவிடும். ஓமர் புறாவுக்குத் தெரியும் ரோஜாவின் ரகஸியங்கள் மற்றும் பரமார்த்தகுரு பெஸ்கியின் உரையாடல் அத்தியாயங்ளில் ஈடுபட்டிருந்தார். படைப்பதற்கு முந்திய பாழ் வெற்றில் மூழ்கிக் கொண்டிருந்த நீரில் அவர் சுவாசக்குமிழ்களின் இறுதிச் சொட்டும் கமுதியாக மாற்றம் பெற தோல்வியை அவர் கல்லறை அலங்கரிக்கும் வாழ்வில் தாமதித்திருந்தது மரணம் என்று சமிக்ஜை செய்யாமல் போனவை இந்தக் கோடை மூங்கில் மஞ்சள் இலைகளை உதிர் காலமாய் மரணக்கிணற்றின் கீழ்படிகளில் இறங்குகிறார் தினகரன். சிதைந்த நிலவின் ஒளித்துணுக்கு கைகள் மூடியுள்ள புத்தரின் த.

அணில் ஏந்திய மூங்கில் இலை. குழந்தைமை கமுதியானதில் எளிமையை ஒழுங்கமைத்த சிக்கனமும் முழுமைக்குள், வாழ்வின் பாதி கசப்பை தேர்வு செய்த மூங்கில் பாலத்தில் நீர்த்துளிக் கணிதன் அமுதைப் பருகாமல் பருகிய கருந்துயர் தனித்துவமும் நடுங்கும் பகைமுன் உயிர்துறந்த தன் கொலையைப் பார்த்தவாறு திறந்த விழிகளில் ஓடும் நிழல்கள். த மூங்கில் பாலங்களை அமைக்கும் தச்சர்களும் கலைஞர்களும் சீனப்பட்டுவிளக்குகள் ஏற்றிய நடுநிசியில் ஒளித்தைலம் பூசிவரும் ஓவியர்கள் மெதுவாகக் காலடி கேட்டுவிடாமல் வந்த டாஸோப் பூனையின் கண்வெளிச்சம் சிறிதே மூங்கில் சித்திரங்களில்படக் கற்பித மையிருளில் வந்த கதாபாத்திரங்களை நீர்க்கடிகாரங்களை த ஏடு எழுதாமையின் அத்யாயங்களாக எழுதிவந்தார் ஒவ்வொரு சாமமும் கடந்து, ரம்பியஸ் இயற்றிய தாமரகோஸத்தில் வரையப்படும் கஞ்சாச்செடியின் சித்திரத்தை மூங்கில் காகிதத்திலிருந்து கை உயர்த்திக் கொடுக்கிறான் ஜெகத் சித். மிதவெட்பப்பகுதிகளில் வளரும் கஞ்சாவும் வெப்ப வலயத்தில் உரசும் முள்ளில்லா மூங்கில் பத்தை களிடையே அவற்றின் குருத்தைக் கடிக்கும் காட்டுமான்களும் கணுக்களிடையே புள்ளிகள் கருக்க வெள்ளைப் புள்ளிகள் தோல் மேல் அசையும் தோற்றம். உன்மத்தம் ஏறிய இரவு நெடிக்க மூங்கில் சுரக்கும் த நகரத்தைக் கடந்து பருவமழைக் காடுகளில் சென்றுவேறு கணுவில் பால் இறங்கும் மண்குடுவைகள் கூட்டமாய் உரசும் ஒலி த.

தாழ்ந்த புதர்ச்செடிகளாய் சிறுத்தமூங்கில் கடற்கரை ஓரமாகச்

செல்லும் பனிக்கோட்டின் அருகுவரையும் மூங்கில் ஓவியம் கரையும் வாட்டர்கலர் நகரம் த. தோற்பூனை மலைக் கண்களில் தைலத்தேனிற ஒளிபடிந்த கானகமே காகிதங்களை மடித்து முதலில் இருட்பேழையில் திறந்த 'நிலவிலிருந்து உதிர்ந்த விதை' மேல் வரைகிறான். தினகரன் ஏடுகளில் கார்ட்டூன் வரைந்ததும் சிலருக்குத் தெரியும். அவர் கேன்வாஸ்களும் ஒளிர உயர்ரக வண்ணங்களைக் கண்டதும் பாலத்தில் தாறுமாறாக கேலிச் சித்திரங்களை வரைகிறார்.

கரித்த புளியங்குச்சிகளை எடுத்தார் 'கேள்வி எதையும் கேட்காம லிருங்கள். முழுப்படத்தையும் வரைவதல்ல என் வேலை. அதிலிருந்து தப்பிவிடுவதுதான் கோட்டோவியம்' என்றார். படைப்பைக் கிழித்து பாலத்தில் ஒட்டிக் காகிதத்தில் வெளிக் கோடுகளை வரைந்தார். படம் முழுமையடைகிற சமயம் முழங்கை யூன்றி உடலைச் சிதைத்துப் பின்புறமாகச் சாய்ந்து அதை உற்றுப் பார்த்தார் கண்களை வரைவதற்கு ஊன்றிய கரிக்கோல் உருவத்தை சிதைக்கவும் முற்படும். அவரை நோக்கும்பொழுது தீத்தரு ஜீவாலையில் எல்லா நகரங்களும் பற்றி எரியும் சித்திரம். கண்கள் காகிதத்தின் மீது நகர்ந்தது. தோற்பெட்டியைத் திறந்து ஓவியச்சுருளை பற்றிவைத்து விரிக்கிறார் பாலத்தில். இப்போது படைப்பின் பக்கங்கள் மெல்லப் புரண்டு சித்ரவதைப்பட்டு நிற்கும் பெண்ணொருத்தியின் நிர்வாணக்கோலம் அதன் கீழ் விசாரணைக்குப்பின்... என்ற குறிப்பு எழுதப்பட்டிருந்தது. ஓவியப் பெட்டிக்குள் சுருட்டு வகைகள் உப்பேறிய கடல்சுருட்டு தமிழில் எழுதப்பட்ட'காஸாதூஸ் பிரதி' பரங்கிக் கைத்துப்பாக்கி. பிஸ்டல்புழு ஓவியம் பயங்கர விசித்திர வர்ணங்களில் சாவின் கதையில் பெருமூச்சுவிட்டார். காகிங்களை மடித்து உருவங்களாக கேலிச்சித்திர அசைவில் ராட்சதக் காற்றாடியை நோக்கிப் படையெடுத்த டான்கெகாட்டே குதிரையிடம் சேர்ப்பித்தார் தட்டச்சில் வந்த 'தினகரன் ஏடு.'

ப.சிங்காரம் எடிட் செய்துகொடுத்த பகுதி 'சித்ரகபாலம் ஒடிகிரகம்' படைப்பில் மூழ்கும் கப்பலோடு வரும் செட்டிமேகங்கள், நாகப்பட்டினம் சீனக்கனகம், கடல்பேய் குவேனி 'பனிரெண்டு முறை விழுந்து முளைத்த கூந்தல்விதை' புத்தரின் தற்கண வானவில், தீவு மற்றும் சிலோன் போட் மெயில் அத்யாயங்களின் கையெழுத்துப் பிரதியையும் காப்பி பிளாஸ்கையும் ரயிலில் மறந்துவிட்டுச் சென்றதில் திரும்பிக் கூட்டத்தை திமிறிக் கொண்டு ஓடிப்பிடித்த ரயிலுக்குள் எழுத்துச் சாவியும் காணாமல் போன வெற்றிடத்தில் தாள் மடிப்புகளுடன் 'பிணவசியக்காரன்' மட்டும் இருக்கையில் எப்படியோ

தினகரன் அகால ஏடு பார்த்து வந்து சேர்ந்த கைப்பிரதியில் தொலைந்த வற்றை வேறொரு வேகத்தில் எழுதிவிட்ட தவிப்பு.

புறவெளிப்பாவையில் கண்ணிலிருந்து புத்தகத்தைக் கொன்று தின்பது அதன் பிரதிமையான மனிதனை சந்ததி விடாமல் தின்பது தான். அவ்வாறு கண்ணால் எழுத்தை விழுங்கு பவன் வாசகன். இங்கே வாத்துக்காரியின் பைத்தியம் கிளிஞ்சில் மீது வரைவது எலும்புக்குள் சித்ரங்கள் தீட்டுவதாக 'சித்ர கபாலம்' இன்னொரு இயற்கையாக பிரிந்திருக்கும் முள்ளில்லா ஆவிமூங்கில் அயன மண்டலம் எங்கும் கீழ்திசை கதைக்கு 'த ஒலி மூங்கில்' படைப்பாக்கம். தினகரன் பாலத்தில் வளைந்து நீலப்புகைமுகமூடி அணிந்து கார்மென் சுருட்டுப் புகை சுற்றிப்பரவ மூங்கில் தெருக்கள் தொடங்கி அசைவாடுவதில் அரிச்சலாகும் நூறுஒலிகளில் பிறை மகளிர் கரைந்திருக்கும் சாரியாரின் கதவுகளை ஆவிகள் மூடும் ஒலி கீழே காற்றில் நடந்துபோகும் கன்னிகைகள் 1062 பேர்கள் எழுதாமைப் பிரதியாக தேவதைக் கதை ரேகையில் ரகஸியமாக நுழைகிறார்கள்.

கட்புலனாகாத தொலைவிலிருந்து வரும் ஒலி சிறுசிறு ஒலிக் கோர்வைகளாய் நெருங்கிவர உரசும் கணுக்களில் பதினாறு வகைக் கடற்காற்று புத்தக உறையைக் கிழித்து முதல் காற்றைத் திறந்தேன் 'பிரசினாவதா' கீழ்காற்று. கருப்பு மையில் எழுதப்பட்ட கையெழுத்தில் பக்கங்களின் குறுக்கே அம்புகளாய் பாயும் இந்திரனின் தோற்றம். மூங்கில் அடித்தூரில் குருவி கட்டிய கூடு அது. அடர்த்தியாகவும் கொத்தாகவும் பின்னிப்படரும்கிழக்கு. நடுக்கத்தில் நகர்ந்து ஒவ்வொரு சொல்லையும் திரும்ப எய்தும்வரை மெல்ல வெளிரிச் செல்வதாக இருந்தது. பிரசினாவதா அத்யாயம் ஒவ் வொன்றும் இன்னொரு கால நிகழ்வு. மைக்கூடிலிருந்து எழுந்த பாமர் வீச்சுகளாலான அந்த சொற்கள் காற்றின் இயல் பற்றி ஆதார சுருதியை கீழ்திசை குரல்வளை சாயமில்லாத தனிக்குரல்.

மேல் எழுந்த கூட்டமான கால்களில் குருத்துவிடும் ஒலிவேகம். வடகாற்றை நீங்கள் 'உதிசினவதா' என அறிவீர்கள் காற்றுத் திரள்கள் நகர்ந்து ஒன்றையொன்று எதிர்கொண்டு ஊடுருவும் வட துருவக் காற்று. நுண்மையாக விண்கோள்களுடன் மீன்களின் பிரிவுகளும் செல்லும் வடகாற்றில் தொடர்ந்து வந்த வார்த்தைகளை கரைத்துச் சொல்வதுயார்? எல்லா இடங்களிலும் ரகஸியமான உயிர் இருப்பை உணரும் புலன்விழிப்பு. எகிப்தின் சூரியக் கடவுளிடம் ஒரு ஸீகல்முட்டையை விற்றாள் ரோமானிய பொற்காசுக்கு. தனது ஆன்மாவைக் கையிலெடுத்துச் செல்வதாகச் சொல்லிப்

பிரிந்தான் வரியக்கடவுள். கடப்பவர்களின் கைக்கூட்டுக்குள் நின்று எரிகிறது த. அது கொதிக்கும் கூழாங்கல் முட்டையுடன் சண்டை யிடாது. பனிக்கருவில் உருஎடுத்த சைபீரிய நாரைகள் ஓசனிக்கும் கூட்டமாக கணித முக்கோணப் பாதை.

'தக்ஷிண அத்யவதா' வெப்பரத்தப் பிறவி வேறுவகையில் 'பிரஞ்ஞுதர' போதி தாமோவின் கப்பல் வெம்மையான லேசான மூங்கில் அது. சீனதேசமடைந்த விதி. குளிர்ந்த அடர்ந்த மூங்கில் குத்துகளில் காற்றுத்திரள் அடிவெட்டாக வடவாடையின் அகச் சுழற்சியில் 'உத்ரபௌரஸ்தயா' நீங்கள் அறிந்திருப்பதில் சந்தேக மில்லை. இதுவே உயரங்களில் மூங்கில் கீற்றுகளில் முகிலாக்கம் நுணுக்கமாற்றம் பச்சை முனைக்கும் தனித்தனியாக இலைநீளங்களில் ஊடுருவும் உத்ர. த ஒலி நகரும் திசை நான்கில் வீசும் 'சத்வ சுகா' ஓரறிவே அரும்பிய ஓர் தாவரத்தை மூங்கில் எனப் பெயரிட்டதில் எல்லாக் காற்றையும் குடித்து அவற்றின் வேறுபாடுணர்ந்து வெகுளி மயக்கத்தில் மெல்ல ஒலி எழுப்பிய தெல்லாம் புல்லின் குறிப்பாயிற்று. புறத்தில் ஒலியை மெலிவுக்கும் மெலிவான சுரத்தில் பல உருவங்களாக ஆற்றலாக அனுபவத்தில் 'சொல் இன்மை சொல்' மூங்கில் கூட்டில் உலவும் ஆவியரில் கடலில் மூழ்கிய நாடோடிகளின் உயிருடம்பில்லாத பாழான வன்யத்தை நிலையாக முளைத்த முள்ளில்லா மூங்கில் வகை.

தென்கிழக்கிலிருந்து அடிக்கும் பேய்க்காற்று 'தக்ஷ்ண பூர்வ துங்கரா' சாலமன் மன்னனின் கோபுரத்தைக்கட்ட அகில்கட்டை சேகரிக்க பெனீசியர் வந்த காற்று. அனுராதபுரம் ஏக ஷீபாநாட்டு ராணியின் கப்பல் சாலமன்மீன் போன பாதையில் பேய்க்காற்றில் நீர்மேல் வந்த நிமிர்பரிப்புரவியும் தக்ஷ்ண பூர்வ காற்றை அறியும். மாந்தையில் எடுத்த மண்ணரித்த கண்ணாடித் துண்டில் பாலாவி ஆறு தொட்ட காற்று. கிரிமுந்தல் பிசாசு முந்தல் வரை கடற்பறவைகளின் முட்டையை உருட்டும் பேய்காற்று. இந்திர விழா எடுத்த காதையில் கருத்துவந்து காமாராவை விழுங்க திருப்பு 'நடுவணம்' ஆயிற்று இசை 'மாறு.'

'அபரதக்ஷ்ண பிஜபா' தென்மேற்கில் மழையாக இறங்கி பெரிய கடல் நெடுக கலம் செலுத்திய மீன் கடவுள் ஈயாகான் ஒன்னெஸ் ஒபீர் கரையில் உமிழ்ந்த தென்முத்து விவிலியத்தில் பதுங்கும். பிஜபா காற்றை சந்திக்கும் துருவமுனைப்பாலம் பெரிதாக வடிவ மைந்தது. கோளப்பரிதியில் குளிர்நோக்கி செங்கடல் செலவும் நிலந்தருதிருவும் ஏழ்தெங்கநாடும் கபாடபுரம் ஏகிய பித்தனுக்கு

எகிப்திய த கடவுள் புனித எருதுகளுடன் கலம் ஏகிவருவதை திருஷ்டியில் உற்றதில் மனக்குகை ஓவியம் எழுதினான். அபரபிஜபா மேல் காற்று சித்திரவிரல்களை முற்றிய மூங்கில் பத்தையில் தொடுவதற்கு பாலஸி மந்துஸ் பௌத்த சைத்ரீகர் வரைந்தவை உருளும் துறை. மேல்காற்று மிகத்தொலைவில் வரும் கப்பல் தம்பபானி தீவில் சிதைவுற இயக்கப்பெண்டிர் சிதிலமுற்ற வாணிபரை தம் வசப்படுத்தி ஈர்க்கும் மேல் காற்றின் வாசனை.

ஆழமில்லாக் கழிகளும் மணல் தீடைகளும் கொந்தளிக்கும் வேளை களனிதிஸ்ஸ ஆண்டசமயம் கபாடபுரமும் மகேந்திர மலையும் மூழ்க வந்த பேய்காற்றின் சுழல் இன்னும் கலங்களைச் சுருட்டும். ஈஜியன் காற்றை ஊடுருவி த நகரம் பாதி அழிவுற்றும் மீதி கரைமேலும் கடற்சிலம்பை என மறுபெயர் தோன்றும்.

தோத்கடவுள் மூங்கில் பாலத்தில் அமர்ந்து புனித எருதுகளின் எலும்பிலிருந்து உருவடித்த பாய்ச்சிகளை உருட்டி மரணத்துடன் சூதாடும் பேய்க்கப்பலில் கடற்குவேனி நினைத்த எண் காட்டும் சூதுவாது. நாழிகை வட்டில் வடிவுடைய பகடைப்பெட்டியை (Dice Box) கக்கத்தில் இடுக்கிக்கொண்டு வருகிறாள் நிலவின் கடவுள் தோத். பகடைப்பெட்டிக்குள் அத்யாயங்களை உருமாற்றும் காற்று அபரோத்தா கார்ஜபா வட மேற்கு காற்றென்று த ஒலிகேட்டு நம்புவீர்களானால் அடுத்தகட்டத்தைப் பற்றிக்கூறுவேன், க்ரிப்டோ மணல் நூலகத்தில் குரலற்ற கன்னிகை எலும்பை வைத்து நிலவின் கடவுளுக்கு 1062 சஞ்சல தேவதைகள் தன் தழும்பில் உயிர் நீத்த சாபத்தின் கதைகேட்டு எல்லா ஜன்னல் கண்ணாடிகளும் கருநீலமடையும்.

த நகரத்தில் உயருயர் மூங்கில் மாடங்களில் விண்மீனை நோக்கி ரகஸியமாய் வெளியேறும் கண்ணாடியில் இல்லாததும் இருப்பதும் ஒருமுகமாகிய வெவ்வேறு பெயர்களைக் கூவி அழைத்த சக்கரவர்த்தியின் சாட்சியமாக இந்த தாம்பூலகரங்க வாகிணிமார் அரேபியச் சமுக்காளத்தில் அமர்ந்து இருட்டில் வந்த மாலுமிப்பரங்கி சொல்லும் மாரினேரின் புராதனக் காற்றுகளை சீனப்பட்டு இழைபூட்டிய வயலின் வில்லின் அகராதியாக துயரக் காற்றில் பாடினான். நடுநிசியில் ஒற்றை வளைய அமைப்பில் மேல் வெளிறும் நீண்டபிறை மாடத்தில் பதிந்தது. ஒரு நரம்பு இழையில் உத்ர சாத்வசுகா காற்றை வெளிப்படுத்தினான். கருங்கப்பல்கள் மூண்டெரியும் கடலின் பின்புலத்தில் அடிமை வியாபாரத்தில்

நாக்கில் பூட்டிய கவசத்தை திறந்துவிட்டான். இரு காப்பிரிகள் சிமிழுக்குள் சுற்றும் ஜாக்லோவா... எறும்பு ஒன்றை ஊதியூதி மந்திரிக்கும் பழங்குடிப்பாடல் ஒரே கார்வையில் அமைந்தது. சுழலடுக்கு முறையிலமைந்த அபிசீனியச் சிமிழ் அந்தப்பாடல். வெறும் நத்தை ஓடுகளின் விசில் கற்றையாக பீறிட்டுவரும் 'தக்ஷண சாத்வசுகா' மற்றொருவகை தென்காற்று, ஈர்த்துவந்த கடல் நத்தைக்குள் சுருண்டிருந்தது உருவற்ற புழுவாக அதன் சூன்ய நர்த்தனம்.

த கடலின் மதிரை அந்தி கூனன் அகல் மெல்ல நடுங்கியது காற்றில். வடதுருவ தேசம் காணும் வேட்கையில் மறைபொருளை நாடிச் சென்ற நமது ஒன்னஸ் முத்தையும் சுகந்த வர்க்கங்களையும் குறுமிளகையும் மேற்கே உமிழக் கண்டடைய இருந்த மேற்குப் பிரதேசங்களில் பஷிம பிஜபா, பூர்வ துங்கா இருகாற்றில் ஒன்றிலொன்று கலந்திருக்கும். கடல்பிறை விளிம்புபடிந்த மேடுகள் இருண்டு சலனமற்ற காற்று மணல்சரியும் பிறைமேடுகளில் முப்பது பாகங்களாக பிரிக்கப்படும் பூர்வ துங்கா பூமியை வளைத்துப்பரவும் கடல்மேலே வளர்கிறது. மெல்ல மெல்ல நீர்ச் சுழியில் தொடங்கி பேய்க் கடலாகிவிடும். படிமரூபத்தின் ஜீவராசி இந்த பஷிமபிஜபாக் காற்று, மூழ்கி இறந்தவர்களின் ஆவி. அலையலையாய் நெகிழ்ந்து திரியும் கடல் வெள்ளரியைப் பசியால் கரும்பும் ஆவிகள் காலியான கவசக் கூடுகளில் சாரையாய் ஏறி நீரோட்டத்தில் எதிர் வீச்சாகிவிடும்.

ஆனால் அலையடித்த ஓடுகள் உதிர்த்து கடற்கரையோரங்களில் கிளிஞ்சில் புள்ளிகள் ஓடுளாக ஒதுங்கிய நிசப்தம். உத்தரா உன்னைச் சும்மாவிடாது மணல் புகையால் மூடிவிடும். உலக மொழிகளின் கலவையாகத்தான் பதினாறு காற்றுகளின் புத்தகம் அறியப்படும். புற அகப்பாடல் சிலம்பு, மேகலை, பட்டினப்பாலை நெடுக யவனரின் வருகையோடு வந்த காற்றின் வகைகளும் இதில் மறைந்து மூச்சு விடும். இந்திர விழாவுக்காக வந்த ஆம்பொர மதுஜாடிகளோடு ஓதிம விளக்கொளியில் படபடக்கும் நிழல்களோடு இந்த பதினாறு அத்தியாயங்களை கோர்ஸெயர்ஸ் எழுதிமுடிப்பதற்கு மத்தியகால கடல்வேட்கை நாடுபிடித்தல் இந்திர தேசங்காணும் அரேபியர் ஓட்டிய பேராசை சுறாவசியக்காரன் ஒருவனால் சுறவுமுள் கொண்டு மந்திரிக்கப்பட்ட பிரதிக்காற்று அகராதியிது.

தக்ஷணசத்வசுகா காற்றில்தான் சம்பாபதி கடற்பறவைகள் கூட்டமாய் த கடல் தங்கி கோரிமுனையில் முட்டையிட்டு இனப் பெருக்கம் செய்யும். அப்பறவை ஒன்றை பரங்கித் கைத்துப்பாக்கி

சுட்டுகொன்றதால் ஏற்பட்ட பலிபாவம் கிழமாலுமியை விடாது துரத்திவரும் சாபம் ஆயிற்று. சரபோஜியின் புறாமாடங்களுக்கு வந்து சக்கரவர்த்திக்கு பல காற்று மார்க்கங்களையும் சொல்லி வந்தான் கும்பினி கேப்டன் காரக். அத்தீவினைப் பயனாக கடவுளின் தண்டனையால் வெகுபாஷைகளை அப்பறவையின் சாயலால் பேசிப்பேசி திசாதிசை கலம் செலுத்தி நாடு திரும்பாமலே பதினாறு வகை காற்றில் சிக்கி மாவோ மீனிடம் அடைக்கலமாகிறான்.

அந்தமீன் தன் உடலையே அழித்து வெளிர்சிவப்பில் ஒரு தீவு ஆயிற்று. குவியலாய் முட்டைகளை இட்டு அவற்றின்மேல் பிறமீன்கள் சுற்றிச் சுற்றி மாவோமீன் வம்சமும் பெருக அதை யாரும் உண்ணாமலும் புனிதமீன் என அழைக்கப்படுவதாயிற்று. அந்த கேப்டன் கராக் சம்பாபதியிடம் மனங்கலங்கி காற்றேறி நொந்து கொண்டிருந்தான். நாகைக்கடல் வழிகளின் சர்ப்பவரைபடச்சுருளை விரித்ததில் பஷிமா, பிஜபா பூர்வ துங்கரா மேற்கிலிருந்து அடிக்கும் சாதாரண காற்றிலும் புயல்காற்றிலும் சம்பாபதி பறவையாக உருமாறும் நிலம். கடற்கொள்ளையரின் தைலப்பிரதியில் தீவுத் தொகுப்புகளாகத் தனித்து தனியாக விளைந்த சோழிக்குள் காற்றுவகை மணல் உருளும் ஒலி. கூடுகளுக்குள் ஓடிஒலிபடும். சிற்றினங்கள் நிறைந்த இடம் புயல்முனை. தற்போது உயிர்வாழும் உடலறையில் காற்று. நீரில் மூழ்கிய ஊரில் உறவினர்கள் இல்லை. இங்குவரக் கால்களைக் கவ்வும் ஆவிகள் வாவாவென அரிச்சல் முனையில் வீழ்த்திவிடும். ஆவிகளின் கடல். ஓடுகளை அலகால் உடைக்கும் காற்று மணல் அரிப்பில் பழைய வீதி துருத்தி வரும். சரித்திரத்துக்கு முற்பட்ட காற்று உத்தரிய கர்ஜபா. அது மாவோ மீனாக மாறிவிடும். சித்திரம் தீர்ந்த ஓடுகளில் ஒலி. இரட்டைவரிச் சோழிகளில் உருளும் மாவோமீனின் மௌனமும் உரையாடல். நீரோட்டத்தில் அழியாது வாழ்ந்திருக்கும் சுருண்ட ஒரு நத்தைக்குள் மெல்ல வெளிவரும் கொம்புகளில் காற்றின் பக்கங்களை எழுதிக் கொண்டு இருக்கிறது உணர்நுனி. இந்தக் கொடிய கடற்கொள்ளையரின் ‘கோர்ஸெயர்ஸ்’ படைப்பில் காற்றுக்கடவுளாக இருப்பது ஜடாயுவும் சம்பாதியும் சம்பாபதியும்தான். மேலும் நீ இந்த உத்தரிய பஷிமா காற்றுகளை அதன் இயல்பிலேயே உணரவேண்டுமானால் சம்பாபதிப் பறவையிடம் கேள். இந்த கோர்ஸெயர்ஸ் இருட்டுப் படைப்பு உனக்கு கிடைத்தது அதிர்ஷ்டம்தான்.

11

சத்வ சுகா

மலேரியா முகாமிலிருந்து வார்த்தைகளோடு போராடும் துபாஷி தினகரன் பிரதியை தட்டச்சுப் பொறி மீதமர்ந்தே மலாய்கிளி மெய்ப்பு நோக்கி இருக்கலாம். காற்றின் வறட்சி உணர்வெழுச்சியை அதிகமாக்கிவிடும். மகாயுத்த மடுவில் பாலெடுப்போரும் காடுகளில் வீழ்ந்த கதி. எதிர்காலத்தின் சர்வாதிகாரி கும்பினித் துரையாகப் பால்மரக்காட்டை வளைக்கிறான். மண்கிண்ணிகளில் பார்லிக் கஞ்சி வார்க்கும் மலாய் செவிலியரையும் பினாங்குக் காய்ச்சல் தொற்றியிருக்கும். கிளாங் ஆற்றைக் கடந்து சுரங்கம் வெட்டி வெட்டி இரத்தத்தில் மலேரியா ஒட்டுண்ணியைக் கண்டவர் நாகையில் காலராரயிலில் இருந்து தொத்துநோய்க் கப்பல் ஏறிய சனங்களாக இருந்தார்கள். பாட்ரிக் மான்சன் எனப்படும் நோய்க்கப்பல் குடல்வயிற்றில் வாந்தி பேதியாய் ஊளையிட்ட இருட்கெவி. மலாக்கா ஜலசந்திக் கொசு வேட்கைமிக்க கும்பினி ஒட்டுண்ணியாகவும் பரிமாணம் கொள்ளும். தென்வடலாகப் பல அடுக்கில் மலைகள் தாண்டித் தாவிய அரளிப்பான வன விருட்சங்களைத் துளையிட்ட கும்பினி பீரங்கிக்குள் நாணயங்களை நிரப்பிக் கடற்கரை தாண்டிய உட் பகுதியில் போய் விழுமாறு வெடிக்கச் செய்ததில் கான் உறை தெய்வங்களை விட்டுக்கீழே இறங்க வைத்தவன் பிரான்ஸிஸ்தான். அவனே முதல் காலடியில் கருப்புப் பூட்ஸைக் காட்டினான் தீப கற்பத்தில். இவன் வருகை உயிரினச் சூழலில் ஏற்பட்ட திடீர்மாற்றம் கடும் பேரழிவுக்கு அவன் சாயை பட்டதும் மரங்களும் பச்சை பிளாஸ்மாவை இழந்துவிடும்.

மலேயர் இருண்ட மரக்கும்பலாய் விருட்சக் கிளைபரப்பி துயின்ற பொந்துகளில் தீயிட்ட கும்பினியின் பேராசையில் எல்லா வற்றின் மீதும் பிரிவு கவிந்து சூன்ய அதீதத்துடன் ஒளிர்கிறது. தினகரன் தன்

மசிப்பேனா தொற்று நோய்க்கு எதிராய் மூலிகை இருட்டைப் பூசி நட்சத்திர ஒளியில் குளிகை சேர்ந்து ரத்தசோகையில் வீழ்ந்தவர் சரீரம் பூசி எழுதியது. வெறுமையைத் துடைப்பதற்காக வந்து சேரும் சத்வ சுகா நாற்றிசைக் காற்றில் மலைமருந்தெல்லாம் கலந்த பச்சை வீசியது. தென் சீனக்கடலில் தோன்றிய அலையும் குரல் இடும் மாலுமி முகத்தை மறுபடியும் பார்த்தார் தினகரன். காட்டாஸ்பத்திரி வார்டுகளில் சாம்பல்நிறப் பல்லி கம்பிகளுக்கு இடைவழியாக உள்ளே நுழைந்து உட்சுவரில் சுண்ணாம்பில் புதையுண்ட வெப்பத்தில் அடிவயிற்றை வைத்து ஒட்டிக் கொண்டது. தலைதூக்கி சூன்யம் பூசிய கண்களாய் தினகரனை என்றுமில்லாத சலிப்புடன் பார்த்தது.

மலேரியா நோயாளி விழிகள் மீது பளிங்குக் கண்களைப் போன்ற சாவு அமைதியின்மையில் நடுங்கல். தினகரனால் நேரில் சந்திக்க முடியவில்லை. தெருக்களில் உறைந்துபோன ஒருவித வெளிச்சம் காய்ச்சலின் சுர வேகத்தில் கசியும். மரங்களிடை வந்து சேரும் இரவு. வார்டுகளுக்குள் நிம்மதியற்ற பெருமூச்சில் தலை புதையும் கூலி அடிமைகள். ஜன்னல்கள் திறந்திருக்கும் வராண்டாவில் சத்வசுகா தென்சீனக் கடற்காற்றின் ஊளையைக் கேட்டவாறு கண்ணீர்விடும் சருக்கத்தைக் கொலை காரக் கொசுக்கடியில் இரவு நேரத்தில் தட்டச்சுப் பொறியில் நகர்ந்துகொண்டிருந்த தினகரன் விரல்கள் பினாங்குப் பேயின் உருவத்தை வரையும்.

எந்தவிதச் சந்தேகமும் இல்லாமல் மலேயாக் காடுகளின் இருட்டைச் சிதைக்கவும் உச்சியிலிருந்து கீழிறங்கிய நீல விழி மலையிலிருந்து சரிந்து தினகரன் முதுகெலும்பை ஊடுருவி ரகஸியம் கொள்கிறது.

தனிமைத் தீவுகளாக வார்டுகளில் நோயாளிகள் முடிவற்ற வனத்தை நோக்கி அண்ணாந்த மரங்களின் மேல்உச்சியைப் பார்த்த வாறு சிலையாகும் மோனம். என்னவாக இருக்கிறோமோ அந்த ரகஸிய இருப்பாகக் காய்ச்சல் கண்டவரின் சாயல்களில் வனப் பூக்களில் தோன்றிய ஆவிகளின் இயற்கைக் குணம் மரணத்தில் உறவு கொள்ளும். நோயாளிப் பெண்கள் செல்கையில் கீழே தரைமேல் ஏமாற்றத்தையொத்த கரிய நிழல்களைப் பரப்பிச் செல்கிறார்கள். மலிவான கூலிகள் வெட்டிய மரங்களுடன் வீழ்ந்து காய்ச்சலைப் பரப்பும் நீராவியின் பிடியில்.

பிறந்ததிலிருந்தே மரங்களின் நிழல்தங்கிய மலேயர்களுக்குக் காடே மனது. அவர்கள் குடிபோட்ட ஆற்றுப்படுகை ஒரு வனத் திலிருந்து அடுத்த மலையில் மேலே வரும் கான்புதை இருளுக்குள் செல்லத்

தூண்டும். குரங்குச் சாராயம் குடித்த கூட்டம் சாலம்பர் முனியிடம் தஞ்சமடையக்கூடும். திறந்த வெளிக்கு வராத சாலம்பர் முனி பிரம்பு கொண்டு வீசி வீசி எம்மக்கா.. கொசுவப் பிடிச்சு நூல்ல கட்டுவேன் பாரு...

குப்பா.. முனியா... மாயிருளு.. காயாம்பு.. பேரா.. வாங்கடா மக்கா.. என் வனமெலாம்... துளையாச்சு ஒளிக்கூச்சம் போடுதே... எல்லாம் போச்சே.. என்னடா.. சொல்லு.. சாலம்பர் முனி கூப்பிட்டது எல்லோரையும்.

அத்துவான காட்டாஸ்பத்திரி வார்டுகளுக்குள் வேதகாலக் காய்ச்சல் தொடர்ந்து வீசியது. கிரேக்க மாலுமியும் அறிந்திருந்த புராதனச் சுரநோய் இதுவென தெரிந்திருந்த வர்ணனைப் பாடல் துயரக் காற்றில் குளிராய் வரும். சில்லாங்கூரிலிருந்த மலேரியா மருத்துவர் வாட்சனைச் சந்தித்தேன். வாட்சன் அங்கே புல ஆய்வில் கண்டதை எல்லாம் விவரித்தான் எனக்கு. சந்திப்புக்குப் பிறகு கொசுக்கள் பல்குமிடங்களில் லார்வாக்களை உண்டுவிடும் மீன்களை வளர்ப்போம் என்றான். வாட்சன் ஒவ்வொரு நாளும் கொசுவைப் பிடித்து அதனுடன் விவாதித்தான். நோயாளி உடலில் சுரவாடை கசிய ரத்தச் சோகையில் சோர்வும் சலிப்பும் மேவர சாய்ந்திருக்கும் ரப்பர் தோட்டக் காலனி வீடுகளுக்குக் கூட்டிப்போனான் வாட்சன். துப்பட்டி மூடிய நோயாளிகளைத் திறந்து கொல்லும் கொசுக்களின் உயிரியல்பால் ஆடைகளின்றி இவ்வாழ்வு வாடிவிடும். அடிமைகள் தோல்களைத் தொற்றிப் படர்ந்து உடனடியாகப் பீடித்துவிடும் உயிர்வாழும் சாத்தியமின்றி வெறுமையில் மூச்சுவிடும் வந்தேறி ஜனம். அறைச் சுவர்களில் நடுக்கம். ஒட்டுண்ணி வேர் குடல் வயிற்றில் பாஷாணமாய் ஒட்டும். உள்ளுடலில் தீண்டும் சுரவேகம் அந்தரங்கத்தில் ஞாபகப்பரப்பைக் குலைத்துவிடும். வாயில் பச்சை நெடி. மூலிகை மெல்லும் காட்டு மனிதனையும் தொற்றியது.

வாட்சன் வருவதும் நீர்மேல் படும் படலத்தில் லார்வாக் கூடுகளை அழிக்கவும் எண்ணைக் கேனிலிருந்து வேறு நீலத்தைலத்தை விடுகிறான். சுரமுகாம் வார்டுகளில் காண்டா விளக்கில் நீலப் புழுவென சிமிழில் நெளியும் நோய் கண்டவர் விழிச் சுடரில் உற்று நோக்கினான் வாட்சன். அதில் பாவையடியில் அடிமையின் உவர்நீர் அறையெங்கும் சோகமாய் நிரம்பிவிடும். துக்கம் மெல்லத் திரளுருவாக நோயாளிப் பெண் தோற்றம் மாறி மாறிக் குளிரும் காய்ச்சலும் வியர்வையுமாகத் தவிக்கும் அகதிச்சாயல் படிகிறது.

இந்த வார்டில் தங்களுக்குள் உரையாடி தனித்த சுரத்தில் ஊர் ஞாபகங்கள் வழியும் சிவந்த விழிக்கடவில் இருள்பூசும் விதி. மேல் பலகை அடைப்பு மெத்தையில் எழும் காலடியோசை. வாட்சன் தூங்காமல் கபிலநிறப் பூச்சியைக் கடிக்கவிட்டு எதையோ தேடுகிறான். கையறு நிலையில் ஒவ்வொரு கெர்ப்பணக்காரி சிசு தங்க வாய்க்குமா' என்றார் தினகரன். 'கர்ப்பத்தில் இருப்பது அகதிச் சிசுதான்.. அதன் முழு வளர்ச்சியும் இழந்து விடாமல் வாழ்வுக் கனலில் நீந்தியே கடக்குமாக இருக்கிறதே .. தினகர்...' வலியின் முடிவற்ற அலைக் கழிப்பில் மென் நீலமாய் இரவுகள். விழிகள் தூங்காமல் நிலைத்திருந்த நள்ளிருள். அவற்றின் ஆழத்தில் புரிந்து கொள்ள முடியாத உடல் உஷ்ணத்தைத் தொடர்ந்து அளப்பதில் இருவரும் சளைத்திருக்க வில்லை.

நோயாளி அறையின் ஜன்னல் மங்கிய வெளிச்சம் கொண்டு தெரிந்தது. அதில் ஒரு உருவம் சாய்ந்திருக்கிறது. தினகரனைப் பார்த்து அழைப்பதாக இருந்தது. சுரவேகத்தில் சாவு காத்திருப்பதாக இருந்த உயிர் குழந்தையெனச் சரியாத சமநிலையில் விழியாழத்தில் கதை சொல்லிக் கொண்டிருந்த இவ்வளவான சத்வ சுகா... காற்று ஓஷதியாக வீசியது. காற்றில் இமைகளை மூடித்திறக்கிறாள் நோயாளிப் பெண்.

ஏதோ ஓர் இரவில் ஒட்டுண்ணிகளின் வாழ்புராணத்தைப் புரட்டி யானைக் கால் நோயைப் பரப்பும் கொசுவைப் பிடித்தான் வாட்சன். 'தினகர்... நான் சொல்வதை எழுது... இப்போதே... அனபோலிஸ் வகைப் பெண் கொசுக்களின் வயிற்றில் மலேரியா ஒட்டுண்ணி பல்கி வருகிறது...' வாட்சன் உன் கண்டுபிடிப்பு வீண் போகாது. ஆனால் மருத்துவ உலகம் ஒப்புக்கொள்ளுமா உடனே... 'முயற்சிப்போம்' என்றான் வாட்சன்.

மலாக்கா நீரிணையின் கடற்கரை ஓரமாகப் பயணித்த இருவரும் கிளாஸ், கோலா லாங்கோட், போலா, சிலாங்கூர் வரை சுற்றித் தேடுதல் வேட்கையில் நோய்க்கான காரணிகளைத் தட்டச்சுப் பொறியில் விரலோட்டத்தில் படபடத்தார் தினகர். 'வாட்சன் சேறும் சகதியும் நெளியும் பாதைகள். இங்கே உவட்டுக் காடுகளில் மனிதரின் காலடிகள் யானைக்கால் ஆகும் விதி. அத்தனை வழியிலும் மரணத்தின் தூண்களாகும் கால்கள். கிளாஸ் ஆற்றுப்படுகைக்கு அப்பால்வரை புதை சேறு... தேங்கிய நீர்க் குட்டைகள். அங்கே அடிமைகளின் நிழல் சரிகிறது. மலைகளின் மடுவறுத்துப் பால்குடிக்கும் கும்பினி யாவாரம்... இருட்டைக் குலைக்கிறது. நீ ஒருவன் மட்டுமே விதி

விலக்கு வாட்சன்... தோட்டக்காரன்... மரங்களைக் குருதியுறச் செய்கிறான். இயற்கை உங்களைச் சும்மா விடாது.. மேஜையில் மரப்படிகளில் புத்தக பீரோக்களில் மரங்களின் சாபம் உங்களைத் தொடரும்தானே வாட்சன்... அவன் எதுவும் பேசவில்லை. வனப்பூச்சிகளாய் மலையில் மறைந்து திரியும் வேடர்களையும் சுரவேகம் விட்டு வைக்கவில்லை. எடுக்கப்படாத நீரில் பரவும் கொசு பெருகி அங்கே இல்லாமல் எங்கும் பரவிக் கண்காணாத கீறல்களில் மறையும். இயற்கைச் சக்கரம் குடை சாய்ந்ததும் கும்பினியார் ரப்பர் பாலில் சக்கரங்கள் உருட்டிய சாவு வேகம் கொள்ளையாகி ரப்பரால் கதையை அழித்த வேதாந்தக்கொசு உயிர் குடிக்கும் காய்ச்சலை விஸ்தரித்து விடும். ஒளிகட்டிய நீரின் கண்களை நோக்க கிளாங் ஆற்றின் சதுப்பு நிலக்காடுகளில் காய்ச்சலின் வீரியம் கும்புகும்பாய் வந்தேறி ஜனம் வீழ்ந்த உமரிக்காடுகளாகவும் இந்த மரங்களில் சாவு வீசியது.

பார்வைபடா நீரில் அபாந்திரமாய்ப் பெருகும் அனபோலிஸ் கொசுவால் மனிதவுயிர் வதைபடும் பேரழிவு. வெள்ளை நிற வைரி அந்த மரங்களைக் குருதியுறச் செய்து பால் இறக்கவும் நகாய் பட்டணத்துறையில் இருளாய் கப்பல் சங்கு சாவினை எதிரொலிக்கும். தகரவில்லை அணிந்த ஒப்பந்தக்கூலிகள் மரங்களை வெட்டிக் குட்டைகளையும் கால்வாய்களையும் உருவாக்கிய போதெல்லாம் இயற்கை பழி தீர்க்கும் என உணரவுமில்லை. சிலாங்கூர் காடெல்லாம் தேடினாலும் கும்பினிப் பேய்க்கு நிகர் அதுவே. யுத்தம் முடியும்வரை காய்ச்சல் சுழற்சிக்கும் ரப்பர் சந்தைக்கும் போர் வாகனச் சக்கரத்தின் ஊளை. மலேயாக் காடுகளைக் குடித்த பழிபாவம் கும்பினியைத் தொடரும். பால் இறக்கிய சுதேசிகளே பலியாகும்படி ஆனது.

இருட்டில் கடந்த பாலங்களில் நோயாளிப் பெண்டிர் சாய்ந்திருக்க அதிர்வில் பிரக்ஞை கொள்ளும் நீண்ட சமாதிப்பாலம் ஒன்றில் இரவுப் பறவையின் கண்களுடன், கருநீலக் காய்ச்சல். இந்த சிலாங் ஆற்றின் ஊழ் ஆயிற்று. ஓடாமல் நின்று விட்ட உப்புத் தூண்களாயினர் எல்லோரும். நோயாளிகள் அங்கே தூங்காத விழி களுடன் இருப்புப் பெயர்ந்து திரும்பிச் செல்லும் கடற்துறையில் ராப்பகலாய் காத்திருத்தல். சாவின் ஸ்திதியிலிருந்து இவர்களும் தப்பமுடியுமா? வழிமுறைகளைத் தேடி வாட்சனும் தினகரனும் மலேரியா முகாமில் நோய்க்கு மருந்து தேடும் படலம். இவர்களின் மண் விரல் வனங்களில் நிற்கிறது. மறைவான இடத்தில்

திரையிடப்பட்ட வார்டில் நோயாளிகள் சொர்க்க வாசலுக்கும் கிளிக்கும் உள்ள உளவியல் பாங்கில் சித்தம் கலங்கிய நிலை. அத்தனை ஈரத்தையும் உலர்ந்த காற்று ஒலிகளில் வீசிக் கொண்டிருந்த பச்சை நடுவில் கைகளைப் பிடித்துக்கொண்டு சிறுமியும் தங்கையும் கூம்புப் பாறையில் ஒட்டித் துயில்கிறார்கள். வாட்சன் மிச்ச வாழ் நாளெல்லாம் கொசுவைத் துரத்திச் செல்வதில் செலவிட்டான். களைப்புற்றுச் சோர்ந்திருந்தார் தினகரன். சுரத்தின் நிழல்படும் சாயை என அகதிப்பெண் நடமாடுகிறாள் வராண்டாவில். கணங்களின் வெறுமை ஒவ்வொரு நகர்விலும் வாழ்வின் நிச்சயத்தைக் கடந்து விடும். ஒவ்வொருவருக்கான நோயின் தாக்கமும் வேறாயிற்று. எத்தனைபேர் வந்தாலும் முகாமில் இடமிருந்தது. நோயுற்றவர்கள் இறந்து கொண்டிருப்பதால் நாளுக்கு நாள் சாவு பெருகக்கூடிய நிழல்கள் இவை. முகாம் பேரேடு வரைபவன் மலேயா குமாஸ்தா. வரும் நோயளி தோற்றத்தைப் பார்த்தே விசாரித்துக் குறித்துக் கொள்கிறான். மருத்துவர் வாட்சன் மேஜைக்கடியில் தூங்கிவிடலாம் என்றிருந்தது நோயாளிக்கு. எங்கிருந்து வருகிறாய் இவ்வளவு ஜுர வேகத்தில்...!

பின்பக்கம் நோயாளி தோளில் சாய்ந்திருந்த சாவின் நிழல் கவனித்துக் கொண்டு இருந்தது. அடர்ந்த இருளில் திரியும் காற்றில் தினகரன் தட்டச்சு ஒலி கரையும் முணுமுணுப்பு.

பல்திசைக் காற்றின் தொடு முனையில் எழுதிய நத்தையின் எச்சில்கோடு மாறிமாறிச் சிக்கிய சுரத்தின் பின்னலில் சாவும் அருகில் வந்து சேர அறிவதற்கில்லை. அதில் கலந்த நச்சு நீர்மை திரவ உயிர்ப்பரப்பில் மெல்லிய மலேரியா நோயாளிப் பெண்ணுடன் சற்று தூரம் வெளிறிய பனிப்பாதையில் முள்கம்பி வேலிப்படலுக்கு அப்பால் நடக்கிறார். இருளில் அடிவைத்துச் சாவின் உரு மலேரியா நுண்ணுயிர் அணுசரணங்களில் மனிதனும் கரைந்துகொண்டு இருக்கிறான். அசையும் அந்தகார அடர்த்தியில் அவஸ்தைகளைத் தாங்க முடியாத ஜுரம். முகத்தில் வரையப்பட்ட நோய்கள் எஞ்சியிருக்க இருப்பின் நிழல் சலனமுறும் வேளை. தப்பிக்க முடியாத முகாமுக்குள் எல்லோரும் சிக்கியிருப்பதாகப்படும். அதில் கம்பிவலையாக ஒவ்வொருவரும் கட்டி வைக்கப்படும் நம்பர் இடப்பட்ட கச்சை உடுத்திய நோயுடல் எண்களை அறுத்து மரணத்திடம் போகலாம். ஒருவன் வலிதாளாது நாண்று கொண்ட நிழல் தொடர்கிறது ஒவ்வொரு நாளிலும். பினாங் மலாக்காவை அழகுபடுத்தக் கொண்டு வரப்பட்ட இந்தியக்கைதிகளுக்கு விநியோகிக்கும் கொய்னா மாத்திரை

டப்பிகளைக் கொண்டுபோன தோட்டங்களின் பண்ணைகளின் பெருக்கம். சுற்றித்திரிந்து விற்பனை செய்யும் கொய்னா மாத்திரைக் காரன் கொலைக் கொசுவில் ஒடுங்கிய சில்லிருட்டு எலும்புகளை ஊடுருவியதாகச் சொன்னான். கனவில் தோன்றும் கட்டிலைக் கொசுவலையால் மூடியது சாத்தான். வறியவரின் மணம் வீசும் பண்ணைக் காலனிகள் பல போர்க் காலங்களின் இருட்டில் ரெயில்வே பாலத் திட்டங்களின் நீட்சியில் மரங்கள் உயிர்போக அலறும்.

லிகர் எனுமிடத்தில் மகாயான பௌளத்தச் சிலைகளில் சைலேந்திர பிக்குனி உயிர்பெற்றாள். கதைகளின் வாசனையின் பின் சென்ற தினகரன் புத்தர் பல பிறப்பில் உயிர்ப் பிராணிகளாக அவதரித்த துணிச் சுருளை லிகரில் கண்டார். துளியும் நுட்பம் விலகாது விலங்கிற்கும் மனிதனுக்குமிடையான சமரின் பிரவாகத்திலிருந்தே போதிசத்துவர் ஜனித்திருக்க எவ்வுயிர்க்கும் செந்தன்மை பூண் டொழுகும் ஓர் உயரிய லட்சியம் ஓர் அற்புதச் சிறு உயிரின் சிலையில் வெளிப்படும். ஜீவகோடி ரகஸியத்தில் நிலவும் நுட்பநேசம் விலகி மேலும் பிணைந்து கொள்வதாகப்படும். இந்தப் பிணைப்பை அறுக்கும் சூன்யத்தின் வாளுடன் ஜனித்த லிகர் புத்தர் இளம் பிராயத்தில் கண்ட அதிசயம் கயிற்றால் கட்டுண்ட கழுதையிடம் கன்று ஓடிவந்து அதன் உடலை நக்கிக் கொடுத்தது. புத்தர் எப்பிறவியிலாவது பசுங்கன்றாய் பிறந்திருக்கக் கூடும்.. வாட்சன் துபாஷி தினகரன் சொல்வதைப் பயணத்தில் கேட்டான். 'வாட்சன் மகாயுத்தத்தின் அடியில் ரப்பர் பண்ணைகளின் நிலக் கசிவில் தொற்று பரவி வரும்போது யுத்தத்தின் வழிநடையில் யார் உயிரோடு இருக்கிறார்கள்?' நீடித்த உரை யாடலுக்குப் பின் இரவு நெடுக வார்டில் புலம்பும் வறியோர் சித்தம்.

தேசத்தில் காலமாரி இறங்காமல் மழைவாசியில்லாமல் பூமி வறண்டு முள் மரங்கள் இலையுதிர்க்க இட்ட பயிர்களெல்லாம் எரிந்து சருகாய்ப் பூண்டுச் செடிகளில் வாய்வைத்த மாடுகளும் வெறுமை தாளாமல் அம்மோ.. வென்று அண்ணாந்து எச்சில் உலர்ந்த நாளில் சேதுச்சீமையில் கல்லாங்காடும் கருநொச்சி மரங்களும் வாடி வரும் போது சோளக்குழிக்காற்றாய் சுழன்று சுற்றி தொண்டியில் காலராக் கப்பல் ஏறியவர் கூட்டம் மெல்லக் கடல் நெடுக கும்பினிப் பேராசை ரத்தம் பெருகுவதால் நிஜ உலகும் ஊடுருவிப் பைத்தியம் பிடித்த கடல் காற்று குழம்பிய உச்சநிலை வலிவாதை. இரத்த சோகையில் நெடுகச் சாயும் வீதி. ரப்பர் ஜுரம் பரம்பரமென வீசிய சத்வ சுகா... காற்றை உணர்ந்தவர்க்கு இறந்தோர் ஆவிகள் பருகும் கொய்னா

மாத்திரை டப்பிகள் தெரியும். களிம்பு பூசிய வெட்டுக்காயங்கள் மரப்பிசின் ஒழுகும் வேர்க்காலில் நின்றமரம் கூடவே தொடர்கிறது. வன வெடிப்பில் கசிந்த குருதியைத் தடுப்பதில் வாட்சனும் துபாஷி தினகரனும் ராப்பகலாய் தொற்றால் பாதிக்கப்படும் தூரமான குடிலுகளுக்குக் குனிந்து நுழைகிறார்கள். கடவுளே நீயும் கொஞ்சம் குனிந்து வா.. உள்ளே என்றார் தினகரன்.

தனிமையும் வெறுமையும் காய்ச்சலாய்த் தொடர்ந்து நோயுற்றவர் கண்களின் அடியில் கரு வளையம். மெல்ல இறந்துகொண் டிருந்தவர் களைத் தேடிப் போகிறான் வாட்சன். துரைமார் இங்கிருந்த பெண்களோடு வாழப் பழகியதில் மலேரியாவும் தாக்கியது இவர்களை. வாட்சன் போன இடமெல்லாம் நோயாளிகள் குவிந்து கிடந்தார்கள். மலாக்காவிலிருந்தும் இந்தியா விலிருந்தும் செவிலியர் கூட்டமாய் வந்து சொஸ்தப்படுத்தும் கொய்னா மாத்திரை வெந்நீர் கிளாசுடன் நோயாளியை நெருங்குவார். சோகை நீர்கோர்த்து உப்பியவள் அங்கே சொன்னாள்.

'கொய்னா மருந்து கருத்தரிப்பதைத் தடுத்துவிடும்' என்றாள் நோயாளிப் பெண். என்னை மலடாக்கிவிடும் என்றான் கூலி. குழந்தைப் பிறப்பு என்பதே இல்லாத பண்ணையைச் சுற்றி கொய்னா மருந்தை மென்று துப்பிவிடும் கூலிப் பெண்களை தாதிமார் தேற்றுவார்களாயிருக்கும். பதிவேட்டிலிருந்து மரணமடைவோர் பெயர் நீக்கவும் எஞ்சியவர் பாலெடுக்கும் மரம் வரை யிலான பாதை முழுவதும் அரை பாதி துப்பிய கொய்னா மருந்து கொக்கு எச்சமாய் காய்ந்திருக்கும். நீண்ட நேரம் வாயில் வைத்திருந்து உமிழக்கூடும். ஆனாலும் நோயாளிப் பெண் ஒருத்தி மலேரியா முகாமில் ஈன்ற சிசுவைத் தூக்கி ஓடிக் கொண்டிருந்தான் டாக்டர் வாட்சன். 'தினகர்... என் ஆய்வுக்குக் கிடைத்த பரிசினைப் பார்...' சிசு சம்ரக்ஷணை சாலை நோக்கிப் போகிறார்கள் இருவரும்.

11

12

ஆயிரம் வயதான ஆமையும் ஒரு த

அரசிலைபோல் நடுங்கினார் ஜனம் என்னவென்று கேளே... நீர் உறும் சருக்கத்தை. இங்கே பார் விபச்சித் புறச்சித்திரம் கரைந்து சுரூபத்தில் சலனம் கொள்கிறாள் ரோகிணி. புராணிகப் புனைவை சமகாலத்துக்கு மொழியாக்கும் ஏர் உழவர் ஞானத்தின் இடத்தை சுத்தோதனர் மேழிபிடிக்கவும் துவா பரயுகத்துக் கலப்பையின் கீழ் வீழ்ந்து செத்த குடியானவர் துயரம் முதிராப் பாறையில் கைப்பிடியளவு விதை தூவி நடந்ததும் சிருஷ்டிக்கப்படாத கன்னி நிலங்களில் ஆர்ப்பரித்து நுரை சிதறி ஓடுகிறாள் ரோகிணி... நிலவிலும் ஓர் அடிநிலம் பாழ் எனினும் நெருப்புயிர்க்கும் தாய்பாறை பரிதியில் நகர்ந்து செல்ல இவளால் சந்திரனைவிட்டு இறங்கிவர முடியாத நடுக்கம் இயல்பானது. இறங்க முடியாத நிலவிலோர் ரோகிணி சுழன்று சுற்றிப் படரும் காமத்தின் அகப் பாலையில் கோடையில் காணும் யாருமறியாத கானல்வரி ரோகிணி நீர்இழை இசையாக நாடோடிக் காக்கை அமர்கிறது கிளைமீது... ஆற்றின் சிற்றதிர் விலிருந்து இசைக்கோலமாய் முதிரும் பேரலைகளை கேட்கிறான் சந்திர மாதத்தில் கௌதமனும் அங்கே. பிறைகளின் உள்தளத்தில் விரிகிற அகப் பரிமாணங்களில் இசையிலிருந்த வைசாலி நடனமாது ஆம்ப்ரபாலியின் சோலையில் தங்குவதற்குமுன் லிச்சாலியர் கைகளைப் பிசைவதற்குமுன் கௌதமர் தொட்ட மாம்பாலில் இவளுக்குப் பரஞானம் கிடைப்பதற்கு முன்னமே நிலவினுள் ஊழிப் பாறை தழல்விழித்து எரிமலைகள் கக்கிய அடிநிலக் குழம்புகளும் கபாலாவுக்குள் ஊற்றெடுத்த காவேரி ஆறு குடகிலிருந்த அழற் பாறைகளே. பழுத்து நெல்லி மரமாகும் அகத்தியர்மேல் வீழ்ந்த த சிவந்த பெருநிலம் ஓடினாள் காவேரி.

இந்தச் சாக்கியப் பெருநிலத்துக்கும் கோலியரின் பூமிக்குமிடையே

மண்நெளி நாங்கூழ் புழுக்குலம் வெப்பம் விரும்பி ரோகிணி இருந்த பால்வீதியில் வாஞ்சித்து கதறிய மானின் தாகம் தீர்க்க சுத்தோதனர் வியர்த்த தோள்களில் கலப்பைகள் செதுக்கிய எரியும் கொழு முனையில் சாக்கியரும் கோலியரும் பகையற்றிருந்த சங்கமத்தில் ஆகாய ரோகிணி நீர் நரம்புகளில் ஊடுருவி புவிப் பரப்பினைத் தொட்டு தடாகங்களில் எழுப்பிய தாமரைத் தண்டுகளின் தூக்கத்தை விழிப்புற வைத்தாள் என்றவாறு மொழி ரோகமடையும் அசேதனங்கள் சலனமுற்று கோலியரும் சொரூபத்தில் பாழினைக் கழனியாக்கி எடுத்த கலப்பை வெளியெங்கும் கோடிட்டுக் கீறிய ரோகிணி சருக்கத்தில் கானல்நீருக்குள் புலப்படாத உணர்வுகள் ஆழம் கொண்டவேளை ஆகாய ரோகிணியும் அங்கு அவளும் இருக்கிறாள் ஒளியை நீராக்கும் சிருஷ்டியில்.

சித்தார்த்தன் கல்லெடுத்துக் கீறிய மீன்கோடு மெல்லத் தவழ்ந்து அந்தரத்தில் ரோகிணியோடு நீந்திச்செல்ல... தங்கமீன் ஆனது. 'த நின்றால் வெளி அசைந்தால் காற்று' எனும் வாலைவாக்கினை தங்கமீன் சொல் உதிர்க்க கலைதேய மொழிஉறும் பிரபஞ்சம் மீனது சித்தியானதில் தாவரங்களின் குளிகைபார்த்து கபால இலைகளில் ஒளிரும் பிரபஞ்ச மீனது சித்தியானதில் தாவரங்களின் குளிகைபார்த்து கபால இலைகளில் ஒளிரும் பிரபஞ்ச நடக்கைகளில் வசப்பட்ட மீனிடம் சகலமான பற்றுகளும் அற்றுவிட சையமலையின் சாயலில் உருவமற்ற ரிஷிபுங்கவரின் சமணரின் சொரூபத்தில் தங்கமீன் ஆக்ஞையுற்றதும் சிதாகாசத்தில் சொர்ணமீன் பலவாய் அலை கிறார்கள் மச்சரிஷியுடன்.

இங்கே பார் விபச்சித்...உள்நடு வெளிமேல் மகர மீன் சொரூபமும் கீழ் நடுதிக்கோர் சிறியமீனுமாய் உள்ள உரு வாலை என எல்லாச்சித் தரும் கபாலத்தில் பித்தப்பூ இதழ்கள் வெளிகளாய் மடித்திருக்க எவ்வுருவும் த-வில் துவங்கிய ஒளிதான் தனக்கே இல்லாமல் வேத்தியமாய் தானே இலங்கிடுமால் பூன்றமாம் ஒன்று புணர் எனக் கபாலம் போன்ற பொருள் நிலை மாற்றும் ரஸவாதி த...

ஜடத்தை சக்தியாக்கும் புத்துயிர்ப்பின் ஆற்றல்களுக்கு சாக்கியரும் சைத்ரீகரும் சித்தரும் கலையோகியரும் கையறுநிலையால் குற்றம் சுமந்திருக்க காக்கை வந்து தட்டிக் கவிழ்த்த அகத்தியர் கமண்டலத் துள்ளிருந்து பாய்ந்த காவேரி ஆறு பிரம்ம கபாலத்தில் தோன்றும் பொருட்டு கழைக்கூத்தாடி கைதட்டிக் கைதட்டிக் காக்கையரைக் கூப்பிட்டான் சாட்டை கொண்டு தன்னையே அடித்துத் தழும்பேற்றி

உரியும் தொலி சிவக்க சுயசித்ரவதையாளன் தூக்கித் தாக்கிய கால்கெச்சம் பைத்தியம் அதிர கைவளையம் திருகித்திருகி உதிரம் கசியும் விரல்களிடையே சிறுபிள்ளையை மசக்கித் தெருகூடும் சந்தியில் கிடத்தி சொன்னதைச் சொல் சிவக்க அலகிடும் மழலையின் நெஞ்சில் படும் உதிரத்துளிகளின் கேள்விகளுக்கு சாக்கியரும் கோலியரும் கூடிநின்று வேடிக்கை பார்த்தால் எப்படி.. ஆகாய ரோகிணியில் ஒரே ஒரு தங்கமீன் நீந்திவர இருவேராய்ப் பிளந்து பங்கிடுவதெப்படி.. நீரின் இயல்பில் கோடுகளை மீன் உரசும் தடங்களில் வாழ் புனல் வேண்டுமெனக் கழைக்கூத்தாடி சவுக்கால் அடித்து தன்னை இம்ஷித்துக் கொள்ளும் தருணம் இதை தெரியாமல் சாக்கியரும் நீர்வாள் ஏந்தி கோலியரின் குருதி குடிக்கத் தாகமுறும் கேடுகளை உணர்ந்த கௌதமனும் துன்புற்றான் என்றவாறு.

சையமலை ஏந்திய எடுக்கப்படாத பிக்ஷாஅகலில் யாரும் பார்க்காத நீர் விரல்பட்டால் அலைபடாமல் பரிதிமுகம் படாத இருண்ட ஊற்றுகளில் மெல்லமெல்லத் தொனிக்கிறாள் தலைக்காவேரி.

பிரம்ம கபாலத்தின் மீது ஏறிக்கொண்டிருந்த படிகளில் சிருஷ்டியின் காலடிகள் ஸ்திரீபுருஷ ரூபங்களாய் மாறி மாறி அடிகள் பின் செல்ல ஒருகால் காகம் ஒன்று கா...காவென உரையாடல் கொண்ட வேளை, தலைக்காவேரியை எட்டிப் பார்க்க யாரால் முடியும்... விபச்சித்... உன்னைத்தான் திரும்பிப்பாராமல் போ... எனக் காகவிரிபுராணத்திலிருந்த காகம். அங்கு செல்ல உனை அழைத்தேன் மாம்பாலில் பரஞானமடைந்த ஆம்ப்ரபாலியோடு இசைப்பேழை நீர் சொரியும் மரமா இலைதளிர்த்த வேளை அங்கு செல்ல நீலத்தில் மிதந்து வந்த பிரம்ம கபாலத்துள் பிடில் செய்து வருடுமவள் நெடிய பயணத்தில் நானும் உடன்வர நீ விரும்புவாயோ சர்வார்த்தசித்தி... பிரம்மகபால உச்சியில் சுடரும் கருநெல்லி மரவேரிலிருந்து துளிர்க்கும் ஜீவநதி கண்ணாடித் தூசிகள் மின்னி அலையும் நீலப்புழு வடிவத்தில் ஒன்றையொன்று நேரில் சந்திக்காத மீன்களை இரு இடைவெளி சுற்றிக் கொண்டிருந்தது என்னை.

நீலவிந்து சூல்கொண்ட ரோகிணி ஆற்றின் வட்டத்துள் பூர்வ பட்சம் அமைவதாயிற்று. காரண காரியமற்றுவிட்ட க்ஷணிகத்தின் குழந்தை நான் அமீபாவின் நிலையில் தவழ்ந்து இருக்கிறேன் இங்கிருந்து கொண்டு. இகத்தின் பருண்மை இயல்புகள் அழிந்து முடிந்தவரை மெலிந்த உடலில் தவம் மேற்கொண்ட சப்தா எனும் புரவியின் கபாலம் பொங்கிப் பாயும் ஆண் நதியான பிரம்மபுத்திரா

ஒரு முடிவற்ற புஸ்தகமாய் நீலத்தில் துளைகிறது கண்ணாடிப் புழுவுக்கு கண்முளைத்து வாசக சற்பாத்திரமேற்று வேகமாய் ஓடிக்கொண்டு இருக்கிறேன். பிரம்மபுத்திர நாசியில் நுழைந்து பீழைக்குழி வழிவெளிவந்து குதிரையின் மறுவிழி எரிதுளையில் கங்கெனப் பழுக்கும் பிரம்மபுத்திரா சிருஷ்டியில் நாம் இருக்கிறோம் தானே... விபச்சித்...

பிரம்மகிரி மேல் ஏறியிருந்த பலரும் வல்லூற்றுப் பறவை யின் சிறகடிப்பில் லயித்திருக்கிறார்கள். அதன் ஒவ்வொரு அந்தர மிதப்பையும் புகைப்படம் எடுப்பதில் சுருள்கொண்ட இருட்டறையில் பிலிம் கட்டங்களைக் கழுவக் கழுவ அப்பறவையின் அதிர்சிறகில் எழுதியிருந்த தலைக்காவேரி எழுதப்படாத துக்கம் நீண்ட காலச் சிறையிலிருந்த சித்ரவதை ஏக்கங்கள் கழுவக் கழுவ விரல்களில் படும் உவர்நீர். உச்சியில் இருப்பவளின் கண்ணீர் பிரம்ம கபாலத்தின் மீது பிளந்த இருதிரியில் எரியும் ஒரு சுடர் குளிரும் ஒளி ஒரு நீர் பேதமற்றிருந்தாள் ஜுவாலையில். அகலில் மறைந் திருக்கும் த விருட்சம் வேர்களால் காவேரி நீர் வெளிப்படுத்தித் திகழ்கிறாள்.

நெல்லிமரவேரில் சொட்டிச் சுவரிய தொனி மெலிவுக்கும் மெலிவான ஒலி அகராதியை அளந்து செலவிடுவோர் குறிஞ்சிநிலப் பழங்குடிகள் மேகராகக் குறிஞ்சிப் பண்களை ஒவ்வொரு திவலை யிலும் வைரமாய் திருகிய உடல் நாம் இழந்த அக் குழந்தைகள்தான் எனப்படும். அமேதா சொல்...

இவ்வேளையில் கௌதமனுக்கு நெருக்கடியின் துவக்கம் இப்படித்தான் நிகழ்ந்திருக்கும். சாக்கியரின் அரச எல்லையில் கோலியர்களின் நிலத்தோற்றங்களுமிருக்க இருவேறு மண் இனங்களை ஒன்றேயெனக் கருதி ஊடுருவிய ரோகிணியாறு நெளியும் நீர்படு சொரித்தவளையின் பேர் கோலியத்தேரையார் அறுபத்தி நான்கு நீர்ஒலிகளை மாற்றி மாற்றி பிரதிபடாமல் தனித்தனி சுருதிகளில் இசைத்துக்காட்டி சந்திரனின் காமரோகத்தைப் பழித்தது. இருபக்கமும் ஞாயம்பேசவந்த கோலியத்தேரையார் நீர்வழிச் சிந்தனையில் பிளவுகள், எல்லைகள், தேசங்கள், விரோதம், விலகல் இன்றி நீரின் குணத்தில் வாதிட்டது. கோலியத்தேரையே... உன்னிடம் ஞாயம் இருவருக்கும் கிடைக்குமா.. சொல்... ஏரியின் மடைக்கொரு சாக்கிய நீர்க்காவலன் தலைமதகில் கால்வைத்து நிற்கிறான். எட்டாம் பிறை வடிவ ஏரியில் கோலிய மடைக் குடும்பன் நிலஒளியில் துயிலாமல் காத்து வருகிறான் சாக்கியர் நிழல் நீரில் பட்டால் சரம் ஒன்றுவிட்டு

மடக்குகிறான் என்ன சொல்ல... நீ வெளியேறி ஆற்றுக்குப் போய்விடு கோலியாரே... தவளைக்குத் தண்ணீர் நியாயம் புரியும் மனிதருக்கு அடைபடுமா என்ன?

ஒவ்வொரு பூவிலும் யார் வாமடையில் விலகி நீர் பாய்ச்சுவது? மதகின் ஓதையும் காவேரி ஜனத்தின் குதூகலமும் மெல்ல குரல் வளையில் நாகூர் புகையிலை காரும் கண்ணீரிலும் கலந்திருந்தது. வயல் வரப்பில் புகையிலை கேட்ட பேயும்கூட வெற்றிலைக்கு மயங்கி தண்ணீர் விலகியது மடைக்குடும்பனுக்கு. வாய்ப்பேச்சு வாக்கு வாதங்கள் முற்றிக் கைகலப்பில் முடிவதுமுண்டு.

கௌதமா என்ன செய்யப்போகிறாய் இந்த வயல் நண்டுகள் சகதி கக்கி வளைதுளையிடும் அளவு நிலமும் பயிரும் வாடி வரும் போது என்ன செய்வீர் இளவலே.. இந்தச் சிக்கல்களில் ஆகாய ரோகிணிக்கும் கபாலத்தில் உருளும் காகந்திக்கும் தலைவேதை. நீரின் ஆழத்தில் பிளக்கும் இனகாழ்ப்பு கலைநிலங்களாய் விடுதலை பெறுவ தில்லை. இருபக்கமும் பலத்த காயங்கள் ஊமை அழுகையால் ரோகிணி சந்திரனிடம் கேவினாள். கவேரன் குமாரத்தி தந்தையிடம் முனகினாள்.

இதை உற்ற கோலியரும் யுத்த மடுவில் உதிரம் காணத் துடிக்கவும் ரோகிணியின் கருங்கரையில் புகைமண்டிய கொடுங் கனாவில் சிக்கி உழல்வதாயிற்று. சாக்கியர்நீரிடம் பொறுமையாக வாதிட்டு துன்பத்தில் சிக்காமல் இதுநாள்வரை விலகியே சகித்திருந்த நிலவின் ஒளிபடர்ந்த வயல்வெளி மஞ்சள் வெளிறிய கோதுமையின் நிறம் பொன் நெல்கீறி ஓடிய ரோகிணியின் ராத்திரிகளில் மூழ்கி உறங்கிய காலமும் மெல்லச் சலனமுறும் இனி.

ரோகிணி நதிமேல் காந்தருவ நகரம் மேலே தோன்ற அப்பால் நடந்து குளிராயிருக்கும் நீர்மேல் அத்தெருக்கள் பால்வீதிக் குள் ஓடக்காரர் வலித்துச் செல்லும் படகுகளில் யார் யாரோ இருக்கிறார்கள். இந்நதியினைக் கடந்து விசித்திரமான மாடங்களில் இருபத்திஆறு கற்சாளரங்களில் சந்திரனின் மனைவிமார் ஒவ்வொரு பிறையாக மாறுகிறார்கள். ரோகிணி எவ்வளவு தூரம் சந்திரனோடு பிணைந்திருக்கிறாள். ஓர் ஆலமரமும் இருக்கிறது நதிக்கரையில் சிறிது சிரமபரிகாரத்தின் பொருட்டு அவ்விடம் தங்கி இராப்பகலாய் நடந்தான் கௌதமன். 'இந்நதியினை இனிக் கடந்து வாருங்கள்... நமக்குப் பகையாகிய கோலியர்மேல் யுத்தம் வேண்டாம்... அந்தக் கிளையில் ஒரு அழகிய செந்நிற மாங்கொத்திக் குருவி... மூன்று

நிறங்கள் வரிவரியாய் இருக்கிறது... மரத்தினை உரத்த அலகினால் தொளைத்து பூச்சி புழுக்களை அருந்தும். இதன் ஒலி அடுக்கடுக்காய் ஒலிர்கிறது. இந்த நதியில் யாம் யாத்திரை செய்வதற்கு மரத்தால் பெருமீனின்உருவென வங்கம் செல்கிறது... இதில் அவர்களும் நம்முடன் இருக்கட்டுமே... அவர்களும் படகோட்டிகள்தானே... குற்றவாளிகள் அல்லரே. துரத்தப்படும்போது எங்குபோவார் நம்மை விட்டு... கிழக்காயும் மேற்காயும் இருக்கிறோம்... இவர்களின் சருக்கமறிந்து வார்த்தையாட வேண்டும் நீ... அவர்களுக்கும் ரோகிணி ரகஸியங்களை உபதேசித்து மூதோர் கலப்பைகளும் ஆற்றில் புதைந்திருக்கும்... ஆற்றுப்படித்துறையில் துவராடைகளை உலரவிட்டு காத்திருக்கிறார்கள் கோலிய உழவர்கள்... அவ்வழி வருகிறான் வேறொருவன்... அழுத்த வேண்டுமா அவனை... வந்த வழியே போகிறான்... விசனப்பட வேண்டாம் நீ... கோலிய வண்ணான் ஒருவன் நமக்கு வெளுக்க வாங்கிய ஆடைகளில் ஒன்றை நீரில் தோய்த்து உதறினான். அதிலிருந்து தெறித்த நீர்த்துளி அனைத்தும் விலையுயர்ந்த நவமணிகளாயிற்று... மறுபுறம் இருப்போர் பெருமையும் அளவிடுதற்கு அரியது...' என்றான் கூட வந்த சாக்கிய உழவர்களிடம்.

'அப்பெண்கள் தானியங் கொண்டு வந்து கொடுத்த பஞ்ச நாட்களும் நமக்கு வந்தனவே. நாமும் எவ்வளவு தரல்கூடும். துறவிகளை யாரும் அணுகஒட்டாமல் படிகொடுப்பதை நிறுத் தினோமா... கோலியன் தலை துமிக்கவெனக் கூறலாமா? அந்தக் கழைக்கூத்தாடிகள் துயரத்துடன் கூண்டு வண்டியில் வந்து ஒற்றை மரநிழலில் சமயம் பார்த்திருக்கையில் நீங்கள் யாரும் வருத்த வேண்டாம்... ஊருக்குள் வந்திருங்கள்... அறுவடைக்களம் தயாராக இருக்கிறது... கழை நிகழ்த்தலாம்...' என்றார் சுத்தோதனர்.

'தங்களிடம் பரிசுபெறலாமென்று வந்தோம். மத்தளம் முழக்கு வோன் நோய் கொண்டான். அரசே... என் செய்வோம்..'

'யாம் மத்தளிகனாகிறோம் நீவிர் வருக' வென்று அவருடன் சென்ற கழைக்கூத்தாடிகள் படிவாங்கி மத்தளங் கொட்டுகையில் எல்லோரும் கூடினார் கோலியரோடு.

கலையின் புலன்விழிப்பும் நீரிலிருந்து தோன்றுவதாயிற்று. ஆனால் சாக்கிய சேனாதிபதி கோலியர்மேல் கணையுமிழ் சரங்கள் தப்பாமல் நீருள் விட்டு எடுக்கும் பயிற்சிபெற மறுபக்கம் சாக்கியத் தோப்பு மேல் அம்புபட்டு குருதிகசிய அலறிய இலைக்கூட்டம் நோக

வருந்தினார் ஜனம். அங்கே நிலவும் ரோகிணிமேல் மோகம் கொள்ள 'அவளை விடுவிக்க வேண்டும் கௌதமா... ஆகாயரோகிணி இவள்... இப்பூவுலகில் ஜனித்திருக்கிறாள்... இக்கரையில்தான் ஜனித்தாள்..' என்றான் சோகமுற்ற சந்திரன்.

'ஒவ்வொரு உவாநாளும் ரோகிணியை நோக்கி ஏன் நடக்கிறாய்... நீர்மேல்படும் ஒளிகாண நோன்பிருக்கும் பயணத்தில் ஒவ்வொரு பிறையாக உணவை குறைத்து வருகிறாய்.. அமரபட்சம் ஆற்றுநீர் மட்டும் பருகினாய்தானே..' என்றது தேய்பிறை.

கோலியத்தேரையிடம் போய், நம்மவரை சாக்கியர் தாக்கியதால் திருப்பித்தரப்போகும் எலும்புகள் அவர்களுடையதாயிருக்கும். பிறைவளரும் கோலியப் பெண்ஒருத்தி துறவியாய் ஆற்றங்கரை நெடுக வருகிறாள்.

'பிக்குணியே... இதுவரை பொறுத்தோம். கோலியர் அவதியுறுவது உறுதி. புல்வேய்வீடுகள் மேல் யுத்தநிழல் ஓடுவதை பார்த்தோம்' என்றார் சாக்கியப் பெரியாள்.

'ஆனால் இது இப்படியே நீடிக்க முடியுமா? நிறுத்தச் சொல் தாக்குதலை. சாக்கியர்மேல் யுத்தம் வருவது கடைசி முடிவல்ல' கோலியப் பெண் விஷணமுற்றாள்.

'இதை ஆட்சேபிப்போர் வாதிடுக..' என சாக்கியச் சேனாதிபதி சங்கத்திடம் போய் சொல்லிவிட்டிருந்தான்.

தன் இருக்கையிலிருந்து எழுந்த சித்தார்த்த கௌதமன் 'நம்மையே எதிர்க்கிறேன் நான்.. எந்தச் சிக்கலையும் தீர்ப்பதில்லை யுத்தம். அவர்களும் ரோகிணியிடம் உயிர் வைத்துப் பயிர் வளர்த்த நாளெல்லாம் நமக்குத் தெரியுமில்லையா... நதியின் கால்வழியாய் வரும் ஓசை கேட்கிறேன். தென்கீழ் திசையில் த நகரம் காவேரி நதிமேல் தோன்றப்பார்த்தேன்... தலைக்கதிர் ஏந்திய இவர்களுக்கும் லிங்காயருக்கும் தாவா தீர்ந்தபாடில்லை... படியாட்கள் குனிந்து அறுப்பறுக்கும் நிழல் காவேரி நதியில் நகர்கிறது. .. இவர்களும் அவர்களும் தலையிட்டு நதியைப் பாழாக்கிய கோரசொரூபம் கேள்வியானதும் நாமும் அவ்வழி செல்வது நல்வழியோ... கமாராவின் கடமடையில் சைத்தியங்கள் கடலில் மூழ்கியுள்ளன... அங்கே எம்காலடி விரல்களை மீன்கள் உரசிச் செல்லும் சாம் ராஜியரை நம்பாமல் நீரை நம்பினார் ஜனம்... நான் சொல்வதை கேள் வீரனே...'

மணல் வெளிச்சம் செவ்வெறும்புகளாய் உருகிப் பாயும் ரோகிணி ஆற்றங்கரையில் சித்தார்த்தன் அங்கே பழங்காக்கைகள் சமூகங்களாய்

கூடி வாக்குவாதம் செய்வதைப் பார்த்தான். மாடங்களில் முத்துமாலை கோர்க்கும் யசோதரை ஊமச்சியிடம் பிதிர்கேட்டு ரோகிணியின் சுருளை எழுதினாள். நீர்த்தாவா தீர்வதாயில்லை. மணிக்கரத்தில் வந்தமர்ந்த ஜாதகக்கிளி ஆற்றங்கரையில் நடப்பவற்றைச் சொல்ல அதன் சிவந்தநயனம் சித்தார்த்தனின் சோகமாய் ஒரு சமுத்திரமாய் சுழிந்தது. கிளிக்கு பழத்துண்டுகளை அவன் எட்டிய மௌனத்தை பழுத்த மரத்தின் மோனமெனக் கபாடச் செவ்வாய் மொழிந்தது 'இன்னும் என்னென்ன நிகழப்போகிறதோ' வென்ற வருத்தம் கிளியிடம்.

'இன்று காகந்தி நீர் பகிர்வில் எதிர்ப்படும் சிக்கல்கள் மிகவும் இடர்பாடுகளாகி துன்பம் நீரைக் கருந்தண்ணீராக்கும். ஒன்றோ டொன்று இவ்விரு நிலமொழிகள் ஒருமரமாய் கிளைத்த தொன்மம் ரெண்டாய் கீறியதில் நீர் உரிமைகள் சமச்சீராய் விநியோகிக்க வழி இன்னும் தோன்றவில்லை... காலம் தள்ளிப்போடப்பட்டு வரும் நெறிமுறையும் முன்னுரிமையும் மீறப்படும் ஸ்திதி... த. நிலத்தோர் அவலமாகும் தனிமை. நாகவதனா உழவனின் தற்கொலைநிழல் நீரில் படிகிறது... புதிய நிலவரங்களுக்கு ஏற்ப இயற்கையை மாற்ற முடியுமா? தேச எல்லைகள் பிரிந்திருந்தாலும் சமணத்தின் மண்கால் துறவிகள் இங்கும் அங்கும் ஆற்றுநெடுக விதைத்த ஷர்க்கண்டாகம விதிகள் களப்பிரர் கூடிய நீரோட்டம் ஒன்றுதானே... கோடுகள் இல்லாத உலகைப் படைத்த காகந்தி மனக்கசப்புகளுக்கு அப்பாலும் பாய்ந்து வரும் ரோகிணியும் ஒன்றுதானே... சொல் சாக்கியத் தளபதியே...'

'ஆமாம் சித்தார்த்தா... நம்மவரும் ஆக்ரமிப்பு செய்தவர்தான். முதலில் நீர் பங்கீடு கொள்ளும் இப்பூவில் வாடும் பயிர் சாய்வதிலும் வாடினார் ஜனம்.. நம்முறை வரும்போது நீரின் தேசல் ஒளியில் நீர் மயங்கி வாளாவிருப்பது நியாயமா...' 'அப்போதுவரை சிறு ஏற்றப் பரிகளால் தெம்மாங்கு பாடல்களையும் சேர்ந்திறைத்த சாக்கியரின் நாட்கள் முடிந்து போயிற்று...'

'ததாகதரே... நம் நிலம் வளமையும் சுருங்கிக்கொண்டே தெம்மாங்கை இழந்த நீர்வாய்க்கால் வறண்டு... கைகளும் விருவோடிய சாக்கிய ஜனம் என்ன செய்யும் வாளாவிருந்து கொண்டு.'

'கோலியரோடு மோதியதில் நம் கரங்களும் குற்றத்திலிருந்து விடுபடவில்லை. நம்மில் இருவரும் கோலியர் இருவரும் ஐந்தாமவரை தெரிவுசெய்து இரு குழுவின் வாக்குவாதங்களை கேட்போமே

முதலில்… திரும்பிய பக்கமெல்லாம் பச்சையில் எத்தனை வகை என்று கையில் வெற்றிலை கிள்ளிக் கிள்ளி கோலியரிடம் கடனாக வாங்கிய நாற்றுக்கட்டுகள்… அதற்காக எதையும் கேட்க வில்லையே அவர்கள்… சாக்கியருக்கு விருந்தும் நெல்நாற்றும் கொடையாக வந்தது அக்கரை நெடுகிலும் மறந்துவிட்டீர்களா?'

'அடிநீரே, இல்லாமல் போகும்படி ராட்சஸ மூங்கில் குழாய்களில் வடிக்கிறார்கள். ரோகிணி மடுக்களை… ரோகிணியின் மடுவறுத்துப் பால்குடிக்க எண்ணும் கோலியரை விடமாட்டோம் நாங்கள்' என பாட்டாளியொருவன் சூளுரைத்தான்.

'இது அதிகாரம்.. வேளாண் பன்மையைத் தனிமைப்படுத்திவிடும். நீர்சாந்தி தேசங்களில் அமைதியாக ஊடுருவுகிறது. அரசியலாக்காதீர் இதை. நீரின் முதிய கண்களை நோக்குக… நாகரிகங்களும் இனத் தோற்றத்தில் நீர்மேல் படிந்த கலையாக நீருடல் இணை பிரியாது. போட்டி எதற்கு இளைய வீரனே…'

சித்தார்த்த கௌதமருக்குப் பதில்கூறும் வகையில் இளைய தளகர்த்தன் எழுந்து நின்றான் 'கௌதமரே… சங்கத்தில் அங்கமாகும் வேளையில் நீர் எடுத்த உறுதிமொழி நிபந்தனைகளைப்பாரும்… அவற்றில் எதையேனும் நீவிர் மீறினால் பொது அவமானத்துக்கு ஆளாவீர்.'

'ஆம் என்தேகத்திலும் மனதிலும் உடைமையாலும் சாக்கியர்களின் நலன்களைப் பாதுகாப்பேன் என உறுதி கொண்டது வாஸ்தவம். ஆனால் இந்த யுத்தவிநாசம் சாக்கியர்களைப் பாதுகாக்காது. சாக்கியரின் உயர் நலங்களுக்கு முன் என் பொது அவமானத்துக்கு என்ன முக்கியத்துவம்? கோலியரோடு போரிட்டு சாக்கியர் கோசலராசனோடு சார்ந்திருக்க நேர்ந்ததே… இருங்கள் எச்சரிக்கையாய் சாக்கியரின் சுதந்திரத்தை மேலும் இந்தபோர் கோசலனின் கைவாளாக மாறிச் சுருங்கிவிடும்… உஷாராக இருக்கவேண்டியவர் நாம்தானே…'

'சித்தார்த்தா… பேச்சின் வசியம் உமக்கு உதவப்போவதில்லை. கோசலனின் ஒப்புதலின்றி ஒரு குற்றவாளியைத் தூக்கிலிடவோ நாடுகடத்தவோ சங்கத்துக்கு உரிமையில்லை எனத் தெரிந்தோ இதில் இரண்டிலொன்றை நிறைவேற்ற ஒருபோதும் சம்மதிக்கமாட்டார் என்றறிந்துமே இப்படிப் பேசுகிறீரோ என்னவோ' தனிமை குடித்த நீர்ப்பறவை ரோகிணிமேல் கத்திப் பறந்துகொண்டிருக்கிறது. சாக்கியர் கூட்டம் இதிலிருந்து விடுபட்டபிறகு தனியாக ஒரு படகில் தானே துடுப்புகளை வலித்த வேகம் நட்சத்திரங்கள் மண்டிய வானத்தில்

சாம்பல்நிறக் குடிசை எந்தப் பால்வீதியில் இருக்கிறதோ அங்குதான் கௌதமனின் படகும் செல்லத் தொடங்கியது. ரோகிணிமேல் மோஹம் தீராத நிலவு நீள ஒளித் தூணாகக் காலூன்றிவிட்டதோ. நீரில் அதன் கம்பம் சாய்கிறது. மரங்களின் மறைவிலிருந்து நிலா தெரியும் கோலியரின் படித்துறையில் இரு மரங்களுக்கு நடுவில் நீலமடையும் பிறை. இருமரங்களும் தீராத இலைகளால் சச்சரவிட்டு ஓயவில்லை. 'நான் உங்கள் யாருக்கும் சொந்தமில்லை' என ரோகிணியோடு படகைப் பின்தொடர்கிறது சந்திரிகை.

இவ்வாறு நிலவு எந்தப் பக்கமும் சேராமல் மேலே சென்ற போது நீருக்கான ஞாயஉணர்ச்சி எதிரெதிர் மரங்களும் தீராமல் பருகும் வேட்கையால் பேய் விரித்த கிளைகளுடன் நீரில் பிரதிமை பட ஆடுகின்றன அகோரமாய். நீர் சஞ்சலமடைந்து விதவித உருவங்களை மாற்றிக் கொள்ளும். தண்ணீரின் உருவத்தோடு இந்த உருவங்கள் மாறிமாறி உரையாடும், அப்படியானால் இந்த மாறுதல்களைக் கவனித்தவாறு சித்தார்த்தன் நதியின் வேகத்தில் எங்கோ போகிறான். ஆற்றில் மனதுக்கினிய ஒலி காற்றில் நீள்கிறது. கௌதமனின் படகும் பலரை ஏற்றிக் கொள்ள வீதியாய் அமைந்த மூங்கில் கழிகள் தைத்தது. நடு ஆற்றில் மணல் திட்டையில் மின்னும் வெள்ளிமணல் தீவின் கரையில் கொஞ்சம் கோரைகளின் புலம்பல். ஒரு கணம் யோஜனைகள். எங்கும் மணல் தானே நிரம்பி இருந்தது. சில இடங்களில் மணல் புகைந்து சுழிக்காற்றாய் சுற்றிய ஊளை. அங்கே ஸ்வரங்களின் லிபிகள் மணலில் மாறிக்கொண்டு இருக்கின்றன, சித்தார்த்தனின் காலடிகளில் முளைத்த அல்லிகள் குருத்துவிடும் ஒலி. ஆனால் மணலின் உலர்ந்த பொறுக்குகள் அவன் காலில் பட்டு உடையும் உணர்ச்சியால் நீரூற்றுகள் வெப்பமாக இருக்கிறது.

மேலே இருந்து கீழே பார்த்தால் ஓடும் வளைவுகளில் ரோகிணி எங்கே போகிறாள். தன்னிச்சையான ஓட்டம் மிகவும் வசீகரமானது. மனதிற்குச் சற்று வருத்தம் தரும் விஷயம் கால்வாயின் இருபக்கக் கரைகளிலும் நீர் வடிவதற்காகப் பல துவாரங்களில் உழவர்களின் ஆன்மா புலம்பும் வாதை முனக்கம். ஆயினும் சித்தார்த்தனுடன் ஆறு கருணையைப் பொழிந்து கொண்டிருந்தது.

வெளியேறிய சித்தார்த்தன் ரோகிணிப் பாலத்தில் அமர்ந்து மூங்கில் கணுக்கள் பனியில் வெடிப்பது கேட்கிறான். ஆற்றின்மேல் கொக்குகள் தாழப்பறந்து க்வாக்... குரல்களில் பாலத்தை கடக்கின்றன தவழ்ந்த வாறு. சாக்கியர் கூட்டத்தின் உரையாடலிலிருந்து எதையும்

பெறமுடியாமல் நீரின் தேசல் ஒளியை தொடுகிறார்கை நீட்டி. விரல்கள் பச்சையாயிற்று.

இந்த ஆற்றங்கரைகளில்தான் மனிதன் பயிர் சாகுபடியிலும் நுழைகிறான். முதல் மரத்தினைச் சாய்த்து தோணியாக்கிமுடையும் உளிச்சத்தம் கிளம்பிய காலம்புரண்டு பாய்மரங்கள் கப்பற்கொடி மரத்தின் உயரத்தில் நிற்கும் நீர்க்காக்கையின் எச்சம் பட்டு பழமை பட்ட மரங்கள் இற்றுக் கருத்த உராய்வுகள். யாரோ உடைந்த கப்பலில் குடியிருக்க வேண்டும். வங்கமாக்களில் தனித்துச் சிதறியவன் திரும்ப வருகிறான் பயிர்நிலங்களுக்கு. சாகுபடியின் நுண்மைகள் கண்ட நகரங்களின் வெளியே கிடைத்த கோடுகளால் வரைப்படுத்திய மேழி ஏழு பௌர்ணமிக்குப்பின் ஏழு மழைக்காலம் உழுத சாலில் விதைகள் பழுப்பு நிற மனிதர்களாய் மாறும் கைகளில் ஏந்திய நெல்வகை விழிக்க கவேரனின் மகள் காகந்தி தனியாகக் கதிர்களுடன் வருகிறாள் ரோகிணியோடு.

கீழைக்கடவிலிருந்து வகைபல விதைநெல் பயணித்த வங்கத்தில் நீர்பட்சிகளுக்குச் சிதறியவை போக ஆற்றுவெளி நிலத்தில் நடுகைக் கோடு வரையும் கீழைமகளிரின் பச்சைப்பாதை. இன்று எத்தனையோ பல ஆரம்ப நெல்வகை வீழ்வதும் எழுவதுமான பயணம்.

'கௌதமா... உம்மைத் தண்டிக்கச் சங்கத்திற்கு வேறு வழிகளுண்டு... உமது குடும்பத்தின் மேல் சமூக பகிஷ்காரத்தை அறிவிக்கலாம். நிலங்களை பறிமுதல் செய்யலாம். இதற்காகக் கோசலராசனிடம் அனுமதி பெறவேண்டியதில்லை.'

பழுப்பு நிறமடையும் ரோகிணியைப் பார்க்கிறான். நனவிலியில் ஓடும் புள்ளி மேவிய மான்கூட்டம் அவன் கூடவே ஒட்டிக் கொண்டுவர புல்வேய் குரம்பைக்குத் திரும்பிப் போகிறான். உப்பு இலைகள் செடியிலிருந்து உதிர, ஒரு திவலை உதிராத தவிப்பால் ரோகிணியின் உப்பக்கம் சென்று கோலியரின் அகப்பாடலாயிற்று. எதிரெதிர்க் கூரைகளில் அவ்வளவு இயற்கையில் கோலியரும் மறுகரையில் இருக்கிறார்கள். அகப்பாடல் உப்பு ரேகைகளில் வேரோடி இருந்தாள். ரோகிணி உள்ளே சென்ற தாபிதர் சுடரொடு புலம்பல். கோடைகளுக்கு பாலைகளின் பாதைகளுக்கு எல்லா நதிகளையும் ஒரே வேளையில் கடக்கிறான். பின்பனி நனைந்திறங்கி திரும்பி விடுகிறான். பிப்பலா மரத்தில் கூடி ஒருவருக்கொருவர் காதுகாதாய் பேசி முடிவெடுக்க சற்று அவகாசம் அளித்தது ஆறு. கடைசி விளிம்பில் தக்க தருணமிதை உணர்ந்தான் போலும்.

‘சாக்கிய நிலத்திலிருந்து கோலியர் வயல்வரை போக விரும்புகிறேன். ஆற்றை குறுக்காகக் கடந்து... என் படகில் அவர்களுக்குமிடம் இருக்கிறது... மறுபடி அவர்கள் உழவு சாலிலிருந்து இங்கே வரட்டுமே... சாக்கியனின் படகு தனது முன்பாகத்தில் கோலியப் படகுக்காரன் தமனாவை ஏற்றுக் கொள்கிறதே... இந்த நிலத்திலிருந்து பயிரின் சிருஷ்டியில் அவர்களின் சகதிக் கரங்களும் நடுகையிடலாம். என்னைக் கண்டவுடனே நட்புக்கொள்வான் படகுக்காரன்’

பாலத்தில் தண்ணீர் வரத்து இருபக்கமும் பாய்கிறது. கால்வாய் ஊருக்குள் செல்கிறது. அதில் கருப்பு வாத்துக்கள் ஊமையாய் கத்திக் கொண்டு மீன்களை எட்டும். மூங்கில் பாலத்தில் நீர்த் தாரைகள் விழும் இடத்தில் உழவர்கள் சிறுசிறு மணிகளை கட்டிவிட்டதில் நடுநாக்கில் மெல்லிய பித்தளைக் குமிழ்கள் சிறு காற்றடித்தாலும் ஆடத்தொடங்கும். பல மணிகள் காலம் காலமாய் கருத்து கூட்டமாய் கிண் கிண்... கிண் கிண்... ஒலிக்கத் தொடங்கிவிடும். இந்த நீரின் வட்டங்களில் ஒலிபட்டு அமைதியும் ஆழ்ந்ததாகி பொலிவாகும். ரோகிணியில் துளசி இலைகளைப்போடும் பெண்களைப் பார்க்க இந்த ஜந்துக்கள் மெதுவாக மேலே வந்து இலைகளை தின்னத் தொடங்கும். அவைகளைப் பிடித்து உள்ளிருக்கும் ஜந்துவை அகற்றி விட்டு சங்குகளை கோர்க்கிறார்கள் வாசல்களில். சாலிக்கிராமம் உயிருடன் ஆற்றில் நீந்தட்டுமே... அது வரப்போகும் புத்தமத உலகத்தின் இரு முனைகளைக் குறிப்பதாயிற்று. அது ரோகிணியின் இருபக்கங்களிலும் வாழ்ந்திருக்கட்டுமே... அஷ்டாங்க மார்க்கத்தை மஹாவீரரின் தபோபூமியை திருத்திப் பிரச்சாரம் செய்ய சித்தார்த்தன் கிளம்புமுன் தீஸ்தாவில் சைத்தியங்கள் தோன்றுவதற்குமுன் எங்கெல்லாம் இரு ஆறுகள் கலந்து சிருஷ்டியில் புணர்பாகம் அடைவதிலெல்லாம் புத்தப்படிமை ஜனிப்பதற்குமுன் அவர் பிக்ஷாஅகல் முதலில் தோன்றுவதற்கு முன்னமே...

கோலியரோடு சமர்புரிய மறுப்பதால் ஏற்படும் விளைவுகளை முன்னறிந்தே ரோகிணியின் பாறைகளில் தாவித்தாவி நீர் சுழிகளில் நிலங்கள் கரைவதை நோக்கினான். அவன் முன் பரிசீலனைக்காக மூன்று வழிகளை சங்கம் வைத்தது. ஒன்று தூக்கிலிடவோ இரண்டா வது நாடு கடத்தவோ சம்மதம் கேட்பது. நிலங்களையும் பறிமுதலாக்கி குடும்பத்தை சமூகத்தை விட்டுத் தள்ளி வைப்பதாக மூன்றாது விதி.

‘முடிவு செய்து விட்டீர்களா... முதலாவதை ஏற்றுக்கொள் வதாக இல்லை. குடும்பத்துக்கும் உடைமைகளுக்கும் ஏற்கெனவே சம்பந்தம்

கரைந்து வருவதில் இரண்டாவதைத் தேர்வேன்... தயவுடனிருங்கள்... என் மனைவி மக்களையும் சுத்தோதனர், தாயார் கௌதமியையும் விட்டுப்பிரிவேன். தண்டிக்க வேண்டா... பகிஷ்கரித்து இவர்களையும் துன்பத்தில் ஆழ்த்த வேண்டுமா. குற்றமற்றவர்களை விடுங்கள். நானே குற்றவாளி. இரண்டிலொன்றை எனக்களிக்கலாம் முழுமன துடன் ஏற்பேன். கோசலனிடம் முறையிடமாட்டேன்.'

'கௌதமா... நீ கூறுவதை அப்படியே ஏற்பது கடினம்' பட்சிகளின் குரல் பதிந்த விருட்சங்கள் ஒலிச் சலம்பலாய் கதறிப்பறக்கும் விபரீதம். ஆற்றில் நீலநீர் துக்கத்தில் கருநீலமடையும் சாக்கியக் குருதி வழியில் நடப்பது புராதனம். எத்தனை நகரங்கள் ஆற்றங்கரையில் சாய்ந்தன. மரணவழிமுறைகளில் வெளிப்படும் அபாயகரமான சங்கத்தின் மூன்று முடிவுகள் கற்பனை கொண்டிருந்த அளவே கொளர மானதாகவும் பெருகுகிறது. சித்தார்த்தன் காலடியில் நிலம் தொலைதூரம் நழுவுகிறது. காயம்பட்ட பெருவாழ்வு தொலைவில் பெற்றோருடன் யசோதரையும் ராகுலனும் வழிகளைத் தடுக்கக் கூடும். கொடையளித்த தந்தையின் செந்நிற விரல்களுக்குள் ரேகையிடும் அந்தியில் கீழ்வானம் கருஞ்சிவப்பாய் கனிகிறது. எங்கெங்கும் இல்லாமல் வழித்தடத்தில் சித்தார்த்தனின் பழகிய விவசாய ஜோடுகளில் பயிர்முளைக்க பாதங்களில் நகரைக் கடக்கிறான். சாக்கிய கல்வரையிலிருந்து செங்கதிர்கள் சாய சிதைந்த ஒளித்துணுக்கில் ரோகிணியும் சோகித்தாள். பேசாத சொல்லும் மறைந்திருக்கும் சிதைந்த ஒளி ஊர்ஜன நிழல்களாக தெருவுக்குள் தெருவாகக் காதோடு சாய்ந்து முணுமுணுப்பதை கூட்டமான அரிச்சலில் கேட்டான் சித்தார்த்தன்.

'துயருற்று வெறித்த எனது பார்வையை தந்தைநிழல் கவிந்து மூடுகிறதே சன்னா...'

பாசிபடர்ந்த தாயாரின் வெண்கலக் கண்களில் அடர்ந்த சோகத்தை யாரும் தாங்கிக் கொள்ள முடியுமா? மூர்க்கமாய் பிணைக்கப்படும் சங்கத்தின் விதி அதிகாரத்தை கோரும். உழவரின் ஏடுகளில் பருவங்களும் கோள்களும் தப்பாமல் சீதாளப்பயிர் முளைத்த உடல்கள். நேற்றைய இருப்பு நாளைய புதிரில் சாம்பலாகக் கரைந்த ஒளிமங்கிய ஓடைகளில் ரோகிணி பிரிந்து மெல்ல நடந்த விவசாய காலம் ஒன்றையொன்று விலகிச் செல்கிற தூரப்புள்ளிகள் நதியின் உடலுக்குள் இன்றைய கேள்விகளாய் பெருகும். மறுமுறை அரண்மனையில் வதிவதில்லை எனில் அகாலத்தினை நிகழ்கால

இருப்புடன் ஊடாடவைக்கும் நீர் விதி கோர்வையாக்கும் நிழல்கள் நீண்டு வேரோட்டத்தில் மூதாதைகளுடன் வர சுயநிலத்தை வேர்களுடன் அறுத்துக் கொள்ளும் சித்ரவதை. அரசனாய் பேச வாழ்கிற உதடுகளை விடவும் தன்னை வெளியில் கடத்திக் கொள்ளும் காற்றில் தற்கொலை கருகருத்த முதல் விதியாக கயிற்றின் நிழல் சுருங்கி இடைவெளி மெல்ல இடமற்று ஒரு கருத்த பனித் திவலையின் மேலுள்ள சாவின் சாம்பல் நீலத்தைப் பார்த்து புன்னகைத்தான் சித்தார்த்தன். த நகரத்தில் நீருக்காக தற்கொலை செய்துகொண்ட சோழன் குடும்பம் ஆத்திமரங்களாக மாறி நிற்கிறார்கள். திரும்ப வந்த ஆற்று நெடுகில் ஆத்தி மரங்கள் கிளைகளை ஒடித்தால் உதிரம் சொரிகின்றன எனவே?

'நீரே முன்வந்து மரணத்தை ஏற்பதையும் நாடுகடத்திக் கொள்வதையும் கோசலராசனுக்கு எட்டத்தான் செய்யும். சங்கம்தான் உம்மை தண்டித்ததென முடிவெடுப்பது உறுதி. கோசலன் சங்கத்துக் கெதிராய் பாய்வான் நிச்சயம்.'

'உயிரென்பது மூலகம். ஏழுமழைக்காலம் உழுத தந்தையின் மேழியில் நாங்கூழ் புழுக்கள் சுழன்று கொண்டிருப்பதில் நானும் ஒரு கண்ணாடிப்புழு. சாக்கிய எலும்புகள் ஊன்றிய பூமியில் மரமாக வளரும் உழவரின் கரங்களுக்குள் இன்னும் உயிரோடு இருக்கிறேன் நான். சாக்கியப் பழங்கதைகளுக்குள் நமது ஆறு உறுமி ஓடிய தொனியை இப்போதும் கேட்கிறேன். ஏடுகள் நனைந்தே விதைகள் முளைத்தெழும் உழவுசால்களில் பணிந்திருக்கிறேன் எப்போதுமாக உள்ள இயற்கையில் ஒரு அமீபாவின் நிலையில் நீலத்தில் நீந்தி துயருறுகிறேன்... பிரதிநிதிகளே.. இதுதான் இடர் எனில் எளிய தீர்வை சொல்கிறேன். நான் பரிவ்ராஜகனாகி நாட்டைவிட்டு வெளியேறிவிடுகிறேன். அதுவும் நாடு கடத்தல்தானே ஒரு வகையில்...?'

நல்ல தீர்வெனினும் குழம்பியது சங்கம். அதில் சந்தேகம் இருப்பதில் வேறொரு காரியமுமில்லை. சித்தார்த்தன் நடைமுறைப் படுத்த முடியுமா எனச் சங்கடப்படக்கூடும் இவர்கள்.

'தாங்கள் துணைவியாரின் ஒப்புதலின்றி பரிவ்ராஜகனாக முடியுமா?'

தந்தையின் மழை முகம் மண்ணில் கரைய சாலியத் தலைவனும் உறவாயிருந்த ரோகிணியின் தீராத அலை நிலங்களில் பரவும். இவ்விரு தலைக் குடுமிகளுக்கு இடையில் ஒருநாளின் ஒவ்வொரு வேர்வைத்

துளியிலும் தாவரங்கள் மெல்ல வளரும் நுண்ணிய பரப்பில் நனைந்த மண்ணில் நண்டுச் செலவுகள் இருப்பது போலவே ஆயிரம் உயிரின நீட்சியில் நமது நிலம் குரல்வளையில் உரையாடியது.

ஆற்றோட்டமான பட்டணங்களை ஊடறுத்துச் செல்லும் வாய்க்காலில் பரிசல்களில் இருபக்கமும் ஜனங்கள் இராத்திரியைக் கொண்டாடும் பாடல்களும் நாட்டியமும் வாழ்வதிர்வின் மூலாம்சமான பாலுணர்வு வேகமும் மரண இருப்பும் அவற்றின் கலப்பமைவில் ஒன்றுக்கொன்று இடமாறிக்கொள்ளும் விவசாயம்.

'யசோதரை ஒப்புதலைப் பெறாவிட்டாலும் உடனே நிலங்களை விட்டு என்னைப் பறித்தெடுப்பேன்... வெளியேறிவிடுவேன்' அவ்வாறே சங்கம் ஒப்புக்கொள்ளவும் நதியை நோக்கி கிளம்பிப் போகிறான் கௌதமன். அனைவரும் இருக்கையிலிருந்து எழும் வேளை 'சற்றே எனக்குச் செவிமடுங்கள் முக்கியமாய் ஒன்றைக் கூறுவேன்.'

பேச அனுமதி கிடைத்ததும் சாக்கிய இளைஞன் துயர்வீசும் மொழி பகர்ந்தான். 'கௌதமர் கூறியவாறே செயல்படுவார். உடனே நாட்டைத் துறப்பார் என்பதில் எனக்கு எந்த சந்தேகமும் இல்லை. ஒரு விஷயத்தில் எனக்கு மகிழ்ச்சியாயில்லை.' 'என்ன சொல்கிறாய் நீ...' என எல்லோரும் கேட்டனர் ஒரே குரலில். புத்தபிரான் பால்பளிங்கில் கலாந்தம் எடுத்து விதைப்புக்கு வரும் தோற்றம். சுத்தோதனர் ஈராயிரமாண்டு மேழிபிடிக்கத்திணறும் வாதைகளில் எல்லோரும்தான் இருக்கிறோம் இன்று. ஆற்றின் வாசனைகளின் தொலையுணர்வு காற்றில் கௌதமரின் ஈராயிரம் காலடிகளில் ஒரு சிவந்த மாங்கனியை ஈர்க்கிறது அவர் தாமதித்த தூரத்திற்கு. மாமரச் சோலையில் வைசாலி தேவதாசி வரவிருக்கும் விதியால் தோற்ற மாகிறாள். தாசியின் மாந்தோப்பின் இடையறாத ஈர்த்தல் மறைந்து திரியும் கௌதமருக்கு கபாலத் தொடர்புடையது. படைப்பதின் இருபது நூற்றாண்டு காலநீட்சியில் இவ்விரல்கள் கொண்டிருப்பதை விருப்பு வெறுப்பற்ற காலவெளியில் சாக்கியர்களும் உணரத்தான் வேண்டியதிருக்கும்.

ஆனால் யசோதரை உலகமரபு வழக்காறு மற்றும் உழவுக் குடும்பங்களின் தொன்மைகளால் கௌதமரைத் தேடி ஆற்றுப் படுகையில் எத்தனையோ பதுமைகளை சிருஷ்டிப்பதற்கான எத்தனங்கள் கோலியரும் சாக்கியரும் பிளக்கும் இடைவெளி கூட்டு நனவிலியில் சிதறிய வரைபடத்துக்கு வந்து சேரவும் பதுமை

கண்ணாடியாகி ஆடைகளைக் களைந்த போது பரிநிர்வாணம் சமயக் கூண்டில் நிறுத்தாமல் வெளியே திசைகளைச் சூழ்கிறது. சச்சரவிட்ட பலரையும் விலகி மயிலாடை போர்த்தி யவருடன் கூலிகள் கிட்டத்தில் நெருங்கி உரையாடச் சொல்கிறார்கள் இவரை. அவர்களில் ஒருவன் கேட்டான். 'சித்தார்த்தர் விரைவில் நம் கண்களுக்கப்பால் விலகியதும் கோலியர்களின் மேல் போர் தொடுக்கும் உத்தேசம் சாக்கியருக்கு இருக்கிறதுதானே' 'இப்பிரச்னையில் சங்கம் மேலும் தன்னைப் பரிசீலிக்க வேண்டும்' என்றார் வேறொரு ஜோடுகள் தைப்பவர்.

'எப்படியானாலும் கோசலருக்கு சித்தார்த்தர் நாடு கடத்திக் கொண்டது தெரியத்தான் போகிறது' என விவசாயப் பெண்களின் சேற்றுப் பாதணிகளின் கிழிசலை தைத்துக்கொண்டிருந்தவன் ஊசியை தோலில் செலுத்தினான்.

வாழும் இடத்துக்குள் மனிதனல்லாத உயிர்க்குலம். மனிதனையும் கடந்து தொலியறுத்து நூலாக்கி ஜோடுகளில் பின்னிக் கொண் டிருந்த ஒவ்வொரு ஊசித் துளையிலும் அதிர்ந்து பரவும் உயிரினங்களின் பாதையில் 'சிறியதன் ஆவிசிறிது' என மாதிகப் பழங்குடி சொல்லும் முன்னோர் ஆவிகள் இயற்கைக்கு விரோதம் செய்தவர்களா? இயற்கைக்கு தவறு செய்தவர்களை திரும்ப உயிர்ப்பிக்க முடியாது. அத்தனை யுத்தங்களுக்கும் ஊடாக ஜோடுகள் தைத்துக் கொடுப்பேன்... சித்தார்த்தர் ஜோடுகளுக்கு அடியில் உள்ள பூமியாக இருக்கிறார். சமூகத்தைவிட்டு தள்ளி வைப்பது முறையா... சொல்லுங்க... உலர்ந்த தோல் சந்தைக்கு தொலிகளை சுருட்டி தலைமேல் வைத்து ஆற்றைத் தாண்டும் அடியறுப்போன் கேட்கிறான்.

சித்தார்த்தன் வெளியேறியதற்குக் காரணம் இந்தப் போரை அவர் எதிர்த்ததால்தான் என்று புரிந்துகொள்வான் கோசலன். இது நமக்கு நன்மையாக அமையுமா நீரே சொல்லும் தோல்சந்தையிலிருந்து திரும்பும்போது..,

மரணம் தன்னைத் தீர்க்கமுடியாத ஒரு புதிராகப் புகைகிறது. மனித வாழ்வு இன்று அச்சுறுத்துவதாக இருக்கிறது. இன்னமும் எந்த அர்த்தத்தையும் கொண்டிருக்காமல். நேரப்போகும் மரணத்தை நாம் தீவினை என்று தவறாகக் கருதுகிறோம்...

சித்தார்த்தன் ஜோடுதைப்பவரை அணைத்து கூடவே அழைத்துக் கொள்ள தெருவைக் கடந்து இருவரும் ஆற்றங்கரைப் பக்கம் நடக்கிறார்கள். தொலி உலர்த்துபவன் திரும்பி வந்து சபையோரிடம் விளம்பினான். எழுதாத வாழ்க்கையை சாயம்போன மயில்கள்

சாவை எட்டிப்பார்த்து அகவியதைக் கேட்டேன் அப்போது... இதுவரை கனவிலும் காணாத நிமித்தங்கள் வரும். அதற்காகக் காத்திருக்கும் ஊர்க்கூட்டம் சித்தார்த்தரின் கண்களிலிருந்து தப்பிவிடும். மனிதன் சமாதிகட்டிக் கொள்ளும் விலங்கு... யுத்தம் விடுங்கள்... உலர்ந்த தொலிசுமப்பவன் மனதில் பட்டதைப் பூசி வேறாக எழுதப்படும் வரிகளை அழித் தொழிக்கப்படும் வாழ்விலிருந்து சித்தார்த்தரை விட்டுப் பிரிவதில் வாதையுற்றான். மாதிகன் சுமந்து செல்லும் எண்ணிக்கையற்ற தோல் சுருள்களில் எண்ணிக்கையற்ற ஜோடுகள் வெளிவரும் மாயத்திறம் வாய்ந்த குத்தூசியும் பன்றிக் கொழுப்பு அடங்கிய மூங்கில் குழாயும் தன் தொழில் செருக்குடன் வாரை மந்திரத் தில் கீறிக்கீறி நனவிலியில் குவிந்துள்ள எண்ணற்ற காலங்களில் கருத்து வளைந்த ஜோடுகளின் மறதியிலிருந்து எல்லா வழிகளும் ஊர்ந்து வருகின்றன.

எனவே கௌதமரின் நாடு கடத்தலுக்கும் யுத்த நடவடிக்கையை தொடங்குவதற்கும் நாம் ஓர் இடைவெளியை அனுமதிக்க வேண்டுமென முன்மொழிகிறேன்.

நீ சொல்வதும் சரிதான் இரண்டுக்கும் எந்த சம்பந்தமும் இல்லை யென மன்னனும் தெரிந்து கொள்வான்தானே...

உடனே சங்கம் இதை ஒப்புக் கொண்டது. சோகத்தின் நிழல் படிந்த ரோகிணி புலம்பும் ஊர்நெடுகிலும். போர் மூள்வதை எதிர்க்கும் சிறுபான்மையினர் மூச்சையும் கேட்டு நடக்கிறார்களோ என்னவோ.

சித்தார்த்தர் வீட்டை அடையுமுன்பே பெற்றோர் அழுது புலம்புவதை தூரத்தில் கேட்கிறார். மரங்களும் பெருந்துயரத்தில் மூழ்கியுள்ளது. பிரபஞ்ச அங்க ஜீவியான ஒவ்வொருவரும் இங்கே நம்பிக்கையின்மையில் உடல் நெடுகிய ஆற்றின் கோடுகள் ஒவ்வொரு சலனத்திலிருந்து நிச்சயம்கொள்ள தயங்கி நடுங்குகிற சிறையுடைய பதட்டம் வரைகிறகோடு தாயாரும் சுத்தோதனரும் அடைந்திருப்பது. தந்தையின்றிச் சஞ்சலமாய் ராகுலன் பால்யத்தில் அலைக்கழிகிற இருப்பில் தவங்கலாம். சில வேளை ஒரே மூச்சில் வளர்ந்து எப்போதுமான இயைபில் முடியும் கடைசி நேரத்தில் மடித்து உடையும் ஆற்று நுரையாகலாம்.

சித்தார்த்தன் மனங்குழம்பினான், கைகூட்டில் சுடரும் சிருஷ்டி வியாபகமே ராகுலன். இருப்பின் ஞாபகங்களும் அவர்களோடு சரிவதாக வீட்டு விளக்குகளில் நிழல்கள். அவன் வெக்கை தகியும் அந்நாட்களில் கோடைப் பருவத்தின் கானல் பெருமூச்சை

த ❋ 149

உணர்ந்தான். தெருவோடு செல்லும் பெண்கள் சுவடுகளில் எஞ்சவிட்ட சொற்கள் நாடு கடக்க வேண்டாம் நீவிர்...' என்பதே.

ஏனோ சங்கம் கூடிக்கலைந்த பின் இருப்பின் ஒவ்வாமைச் சூழல் இருப்பு பெயர்கிற பறவைகளோடு காலெடுத்த பறத்தல், சற்றேனும் லயம் பெற்றிருக்க விழைந்திழையும் தேய்பிறையில் எதிர் உலகங்களோடு வாதிட்டுப்பெற்ற வடுக்கள் தன்னைக் கனிவிக்க விரைகிறான் கனவு புழுங்கிய புதை இருளுக்கு.

தூங்கும் ராகுலனின் இமைப்பரப்பில் தன்னை அழைத்துச் செல்கிற இன்னொரு குழந்தையான பைத்தியமடைந்த அவனது வீடு. மனிதனின் பிலாக்கணப் புத்தகம் உதிர்பருவ அலைகளில் மூழ்கி மண்பக்கங்களாய் உடைகிறது.

யாருக்கும் யாருடைய பெயரும் தெரியாது என்ற தீவிரத்தில் அலைவுறும் இந்த நாட்களில் பெயற்றவர்களின் உலகமாக இருக்கிற வேளை பச்சை வெட்டுக்கிளி வந்த இரவு மழைவர... அரண் மனையின் இருண்ட சுவர்களின் பக்கம் திரும்பத் திரும்பி உலவு கிறான். கற்சாளரத்தைத் திறந்து சுத்தோதனர் உரைத்தார் 'போரின் தீமைகளை நாங்களும் பேசினோம். கௌதமா...' இவ்வளவு தூரம் போவாய் என்று நான் நினைக்கவில்லை.

உலவியவன் திரும்பிவந்து ஜன்னலுக்கு வெளியில் நின்ற வாறு 'இப்படியெல்லாம் ஆகுமென்று நானும் நினைக்கவில்லை. அமைதிக்கான ஆதரவை என் வாதத்தால் சாக்கியர்களிடம் தோற்று விக்கமுடியும் என்றே நம்பினேன். என் வாதங்கள் தோல்வியுற்ற தில் வியப்புத்தான். ஆனாலும் ஜனங்களின் உணர்ச்சிகளில் புகுந்து அலைவோராகிச் சுழல்வதை கொடிய தந்திரங்கள் ஊடுருவுவதை அதிகாரிகளின் தோற்றத்தில் சுபாவத்தில் உற்றேன். நிலமை மோசமாகிவிடவில்லை...

...தாங்களும் உணர்வீர் என நம்புவேன். மெய்மையை விட்டுக் கொடுக்கவில்லை நான்... நியாயத்தின் பக்கம் திரும்பியதில் தண்டனையை எனதாக்கித் திரும்பினேன்....' நிலவுடன் வெளியேறி நிற்கும் விபச்சித் அழகைக் கண்டு சக்ரவர்த்திகளும் பொறாமை கொள்வார்.

கங்கையின் உபநதி ரோகிணியின் பிரவாஹம் கபிலவஸ்து நகரம் கடக்க முடியாதது. உள்ளே செல்லும் பல கிளைகளாக ஆற்றுப் பாலங்களை ஒரு விசிறியாகச் சுருக்கி வைத்துவிடலாம். வியாபாரிகள் புராதனகாலத்திலிருந்து இந்த மூங்கில் பாலங்களில் கடைவிரித்து

பொம்மைகளும் வஸ்திரங்களும் வாசனாதி தைலங்களும் மலைபடு பொருட்களும் விற்பார்கள். பஞ்சமந்திரத்தைச் சொன்னால் ரோகிணியின் பாலங்கள் முழுவதும் மறைந்துவிடும். கணவாய் வழியாக வியாபாரிகள் கழுதைகளில் பொதிபோட்டு காந்தாருக்குப் போகும் பாடல்களும் நாடோடி வணிகருக்கு கழுதையோட்டிகளும் அரக்கி காண்டீஜாவின் 'சித்ரகதா' சுருள்கள் ஏழுகழுதைகள் மேல் பொதியோடு கதைபோட்டுக் செல்லும் வழி நடை தூரங்களில் வரும் ஹிராத், மர்வா, புகாரா எங்கு பார்த்தாலும் இந்த வணிகர் கூட்டம் பாளயம் இறக்கி தனி கிராமமாகி சுருட்டிச் செல்லும் ரெட்டுப் படுதாக்கள். அரக்கியின் 'பட்டகதா' காலம் பழுத்த துணி கந்தலானவை கதைப்பாடல்களின் காவியம் சலனமாகும் மிக அழகான ரோகிணியாறு. குடிகள் யாவரும் சாக்கியர்களாகவும் உழவர்களாகவும் இருந்தார்கள் நீரை நம்பிய விவசாயம். அழுக்கான தூரதேச சித்ரகதா ஒட்டுப்போட்ட துணிச்சுருள்களில் பழமைபீடித்த பேய்களும் கூடவே கதை போட்டுவரும். கந்தல் துணிகள் போர்த்திக்கொண்ட வாணிபப் பேய் கேட்டது விபச்சித்தை 'சாக்கியர்கள் நிலங்களைப் பறித்திருந்தால் நிலமை என்னவாகி இருக்கும்?' கழுதையுடன் லாகிரிப் புல்லை புகைத்துக்கொண்டிருந்த இரவுகளில் உருவற்று மறைந்திருக்கும் தீய ஆவிகளாக கார இலைகளை சுருட்டி வளைத் திருக்கிறது.

இந்தத் தீம்பான குற்றம் நிறைந்த இரவை சாபமிட்டுச் சாடும் காண்டீஜாவின் கழுதையின் மோனத்தில் கணவாய் வழிகளின் சித்ரகதா ஊளைக்காற்று பரபரத்தது. கழுதைகள் மனக்கலக்கத் திற்கு அப்பால் நெடுந்தொலைவு முனைந்து செல்ல பேய்நிழல்கள் அழைக்கும் இருள் கவிந்த கிலியடைந்த கனவு சிலவேளை நாடோடிச் சந்தைகளில் சுற்றும் பருந்துகளின் கலவர விசிலாய் சுற்றியது விபச்சித்தை.

காண்டீஜாபோடும் வாணிபப்பேய்களின் கதையில் அழுக்கேறிய காவியத்துணிகள் தைத்து ஒட்டுப் போட்டு எத்தனையோ நிறங்களின் எச்சங்களாய் முடையப்பட்டு விரித்த கடைசி இரவும் வந்தது. சாக்கியர்கள் தனக்கப்பால் மற்றமையை புறக்கணித்ததால் தனிமை கொண்ட சித்தார்த்தன் இரவு விடியாதிருந்தது. நீரின்விதி சிதிலங்களின் புதிர் சுயத்தின் மீது அவநம்பிக்கையாய்ப் பரவுகிறது. சுத்தோதனர் விசாரப்பட்டுக் கேட்டார் 'ஆனால் நீயில்லாமல் இந்த நிலங்களால் எங்களுக்கென்ன பயன்?'

புலம்பிக் கொண்டிருந்த பிரஜாபதி கௌதமி சுத்தோதனரின் வாதத்தில் கலந்து 'ஏன் இந்த சாக்கிய தேசத்தை விட்டே உன்னோடு குடும்பமும் நாடு கடந்து போய்விடக் கூடாது?' குழம்பியவள் சற்று அமைதிக்குப்பின் மீண்டும் கேட்டாள்.

'நானும் இதை ஒப்புக்கொள்கிறேன். எங்களை இங்கே விட்டு விட்டு நீ மட்டும் தனியாக எப்படிப் போக முடியும் சொல் விருஷபா...'

'அன்னையே நீங்கள் எப்போதும் ஒரு சத்திரியனின் தாய். இந்தத் துக்கம் தங்களுக்குப் பொருத்தமல்லவே... நான் போருக்குச் சென்று களமடுவில் வீழ்ந்திருந்தால் துயர் அடைவீர்கள்... ரோகிணியில் கற்கள்கூட சாய்வாகப் பதிந்து கிடக்கின்றன... அதற்காக வருந்துவீர்களா? இந்த வேதை ஏன் தங்களுக்கு...?'

'இல்லையில்லை சுமேதா... அது சத்திரியனுக்குப் பொருத்த மானது. ஆனால் நீயோ ஜனங்களைவிட்டு வெகுதூரம் விலகி வனங்களுக்குச் சென்று கொடிய விலங்கு சூழ வாழச் செல்கிறாய். உன்னைவிட்டு எப்படி நாங்கள் இருக்க முடியும்... எங்களையும் உன்னுடன் கூட்டிப்போ...'

'இறந்த கடவுள் சகதியில் முகம் புதைத்து திரும்பி இருக்கிறான் ஒரு போதும் அவன் எழப் போவதில்லை. இருத்தல் எந்தப் பொருளுக்கும் நிரந்தரமாக இல்லை.' இருளில் வெள்ளி ஓடையாய் நெளியும் ரோகிணியை நோக்கியவாறு அமைதியின்மையின் சூறையின் உயரத்தில் பறந்து செல்கிறது. ராப்பட்சியின் அரற்றல் சன்னமான முனகல் மெலிந்து சிலவேளை மௌனம்.

'நான் எப்படி உங்களையெல்லாம் என்னோடு நாடுகடத்திக் கொள்ள முடியும்? நந்தன் இன்னும் குழந்தையாகவே இருக்கிறான். என் மகன் ராகுலன் இப்போதுதான் பிறந்திருக்கிறான். இவர்களை யெல்லாம் விட்டுவிட்டு தாங்கள் எப்படி வரமுடியும்?'

கௌதமி குழப்பமானாள் 'நாம் அனைவருமே தேசத்தைவிட்டு கோசலம் சென்று மன்னனின் அரவணைப்பில் வாழ முடியுமே.'

'சில்வண்டு ரீங்கரித்து கிறுகிறுக்கும் கோடுகளில் என் சொந்த சித்திரத்தை அடைந்தே மாயா இறந்து கொண்டிருந்தபோது லும்பினியில் பலாசமரம் எத்தனை விதமாக வாசனையளித்த விருட்சியாக அளவில் கிளைத்த தனிமரமாகி நதிமேல் நிற்கிறேன்... எவ்வாறு கோசலனைப் போய் தஞ்சமாவது? பலாச இலைகள் மிகவும் மிருதுவாக அருகில் வருவோர் மனதிலும் படபடத்துவிடும். அந்த விருட்சியின் கிளைகளுக்குள் கர்ப்பிணிகள் கட்டிவிட்ட

மணல் மணிகளில் தீராத ஒலி கேட்கிறது. கர்ப்பத்திலிருந்துகொண்டே கேட்கிறேன். அலைக்கழிய ஊசலாடும் மணிக் குமிழ்களில் சதாத ஒலி மெலிவுக்குள் கருவிலிருந்து விரியத் தொடங்கும் தீநீரின் நிலபரமான நிலம் எங்குள்ளது... தாயே...'

பறவையிலிருந்து சிறுத்தையாகவும் மீனாகவும் உருமாறும் விபச்சித் தந்தையிடம் கற்ற வில்லின் அகராதியை விரல்களிலிருந்து சுத்தோதனரின் பச்சைநிற சாளரத்தில் எடுத்து வைக்கிறான். முன்னறியப்படாத தனித்துருவ பறவையாக ரெக்கைகள் விரிக்கக் காத்திருந்தான் போலும். வில்லில் கடைசியாக அதிர்ந்த நாணில் துருவப்பறவையின் சிகப்பு முட்டையை பொருத்திய திறம் அதியதிர்வாக வெளிப் பாய்ந்ததை ஜன்னலில் இருந்தே பார்க்கிறார் தந்தை. வெளியேறும் ரகஸியம் அறிந்த முட்டைக்குள்ளிருந்தே கடவுள் இல்லையென்னும் விடுதலைதான் சிறகு முளைத்து சுருண்டிருந்ததென சுத்தோதனர் புரிந்திருக்கக்கூடும்.

'கோசலனிடம் சேர்ந்திருந்தால் சாக்கியர்கள் என்ன சொல்வார்கள்? துரோகமாகக் கருதமாட்டார்களா? மேலும் பரிவ் ராஜகத்துக்கான அர்த்தம் இதுவல்லவே. நான் வனத்தில் தனியனாய் வாழ இருப்பதும் மெய்யோ எது சிறந்தது? வன இருப்பா? கோலியரைக் கொல்வதில் பங்கேற்பதா?' ஜன்னல் கதவில் கைவைத்திருந்த சுத்தோதனர் விரியத்திறந்து முகத்தை நீட்டி 'ஆனால் ஏனிந்த அவசரம் சிகி... சிறிது காலம் போரை ஒத்திபோடலாமே. சங்கமும் இதை ஏற்றுள்ளதே... போர் ஒத்திகையை நிறுத்தினால் போதும் தொடங்காது போர் என்று நம்பலாம். ஏன் நீ உன் பரிவ்ராஜகத்தை ஒத்தி போடக்கூடாது. சாக்கியர்களிடையிலேயே நீ இருப்பதற்கு அனுமதியைச் சங்கத்திடம் பெறுவதும் சாத்தியமாகவே இருக்கக்கூடும்...'

தந்தை சொல் மிக்க ஒதுக்கத்தக்க ஒன்றாகவே இருந்தது சிகிக்கு. சால் நிலங்களில் தோன்றிய உழவரிடம் நெற்றுலர்ந்து சிதறிய விதையுறைகளும் உயிர்தொனி இழந்த இனகாழ்ப்பில் சாலியர் கொடுத்த விதை நெல்லை பேணுவதிலும் மனங் கசங்குகிறார்கள். சாமைக்கண் விதையோ சிறிய வட்டமாகும் தூயபனிச் சுருளோ நிலக் கோளமாகும் படிக சிகியைத் தெரிந்தும் தெரியாதவர்களைப்போல் நடக்கை. சித்தார்த்தன் கைபடிந்த நிலவும் உவா நிலம். 'நான் பரிவ்ராஜகத்தை ஏற்பதாக உறுதி கூறியதால் கோலியர்கள் மேல் போரை ஒத்திபோடுவதாக சங்கம் தீர்மானித்தது. நான் பரிவ்ராஜகத்தை ஏற்ற பிறகு போர் அறிவிப்பை பின்வாங்கிக்கொள்ள சங்கத்தை

இணங்கச் செய்வது சாத்யமே. இவையனைத்தும் முதலில் நான் பரிவ்ராஜகத்தை ஏற்றுக்கொள்வதைப் பொறுத்ததே. உறுதியளித்து விட்டதால் உடனே நிறைவேற்றியாக வேண்டும். உறுதிமொழி மீறுவது எந்த வகையிலும் நமக்கும் அமைதிக்கும் பெரியகேடு விளைவித்துவிடும்.'

வேறொரு வெளிர்நீல ஜன்னலிலிருந்து கௌதமி சைகையால் சிகியைக் கூப்பிடுகிறார். வெளியில் கைநீட்டி குமாரனின் தலை முடியை தழுவி விழிகளால் வருந்துகிறாள் உற்று. தோட்டத் தில் அப்போது இருளடைந்த மரக்கிளைகளில் ஒரு வௌவால் பறந்து பறந்து போகாதே சிகி... போகாதே.. எங்களோடு இரு... போகாதே சிகி எனக் கீரிச்சிட்டு அவனை வட்டமிட்டு புகுந்தது மரத்துள்.

வௌவாலின் கனிப்புத்தகத்தை தோல் றெக்கைகளால் மூடிக் கருத்து நறுமணக் காடுகளின் பருவங்களில் மாறும் கனிகளின் அகராதியை மெல்லத் திறந்து ஒவ்வொரு வாசனைப் பக்கங்களாகத் திறந்து சித்தார்த்தனை திருப்பியது. அவன் பழந்திண்ணி வௌவாலின் படிம இருள் புத்தகத்தை எட்டித் தொடுகிறான். வருத்தத்துடன் வௌவாலின் கனிப்புத்தகத்தை திறந்து கீறல்விடும் பக்கங்களில் நூறு நூறு எறும்புகளும் பழவண்டுகளும் குடையும் புழுப்பத்திய துளைகள் ஆயிரம் கண்ணுள்ள நூலை சாக்கியரின் தாவர ஜங்கம நூலாக நாசியால் மோந்து வாசிக்கிறான் இவ்விருட்டில். களிமண் நெளிந்து சாம்பலாய் பிதுங்கும் புத்தகத்துள் பீழைக்குழியில் சிவந்த ஒளியில் வாக்கியார்த்தம் உற்றான் சிகி. வௌவால் புத்தகத்துள் தலைகுனிந்து மூழ்கியவாறு.

'அன்னையே தயை கூர்ந்து என்னைத் தடைப்படுத்தவேண்டாம் கனிவனம் புகுவேன்... கிளைகளில் இளைப்பாறியிருப்பேன். நடப்பவை யாவும் நல்ல விளைவுகளைத் தரும் அனுமதி வழங்குங்கள் செல்வதற்கு.'

சிகியைச் சுற்றி வனமரத்து வௌவால்கள் பறந்து பறந்து உரையாடிக் கொண்டிருக்கும் வேளை எது சொன்னாலும் காதில் விழப்போவ தில்லை. வனத்தின் கருங்கோடுகள் கனிநூலில் சித்தார்த்தன் புகுந்து செல்லும் வழிக்குள் நூறு வழிகளாகத் திறந்தன பக்கங்கள். வெற்றிடத்தில் தலைகீழாகக் காலூன்றி இருக்கிறோம் என்பதில் வௌவாலின் உணர் கோடுகள் ஒலித்தவாறு இருக்க கௌதமியும் சுத்தோதனரும் மௌனமாயினர்.

வௌவால் தொலி உலர்ந்த மேலுரையாக இடப்பட்டிருக்கும்

கனிநூலின் வாசனையால் சித்தார்த்தனின் காலடிகள் தோட்டத்திலிருந்து யசோதராவின் அந்தப்புரம் ஏகின வௌவாலின் புதைநூலின் உயிர்ச்சாரம் எவ்வளவு விரைவாய் வற்றுகிறதோ அதே விரைவில் நூறு வௌவால்கள் கனிவகைகளை மாந்திவந்து நிரம்புகின்றன. பறந்து கொண்டிருக்கும் வௌவாலின் கனிக்குருதி. புவிக்கோளத்தில் நெட்டாங்கு கோடுகளை வரைந்து செல்கின்றன வழிவழியாய் சித்தார்த்தனின் படிகநூல் கோடி ஜீவ ரகஸிய சாகரம்.

வௌவாலின் தொலி உலர்ந்த மேலுரைமேல் சிவப்பு நத்தைகள் கூடுசுமந்து கோடுகளை கலைத்து காற்றின் தியானத்திலிருந்து உணர்கொம்புகளால் மணம் எடுத்து சீறும் இந்நூலில் ஒரு துளி தீநீர் உருண்டு உள்ளே புத்தக இருளில் கலந்து விடும். யசோதராவிடம் என்ன கூறுவதென்று விளங்காமையால் மௌன மானான். பொழுது சிறுபொழுது சின்னஞ்சிறு பொழுதில் எதிர்வசமாய் மாலையில் நீலத்தில் மிதக்கும் பாம்புகளின் மூச்சரவம் கேட்க பலாசமரத்துக்குள் பீபிலிகை கடித்து மறைவதுபோல் வெண்பச்சை முகைக்குள் யார் எவரென அறியப்படவில்லை. இயற்கைப் பிறழ்வில் பூமிமலர்ந்து கொண்டிருப்பதாக யசோதரா சிகியை கூட்டிவருகிறாள் தோட்டத்துக்கு. இருவரும் அரண்கட்டிய வீட்டிலிருந்து வெளிப்பட்ட பிரபஞ்சம் உலகவியலின் அவகதி அகல அன்றே வாழ்வுள்ளது. யசோதராவின் கரங்களில் நாடோடி வணிகனிடம் மூங்கில் பாலத்தில் அணிந்த பீங்கான் வளையல்கள் ஒலிக்கும் கண்ணாடிப் பாம்புகளின் புணர்பாகம் சிருஷ்டியென்றால் பிணையலில் வெளிப்பட்ட நீலம் கடைசி இராத்திரியும் பிளந்து நிறங்கள் பகிரும் பூமியின் உறக்கத்தில் பரவிய சருகுகள் ரோகிணி ஆற்றின் புறவெளி இருளில் சருகின் சாயையென கசியும் ரேகையில் நீரிலும் கவிந்துள்ள சோகம்.

'கபிலவஸ்துவில் சங்கத்தில் நடந்ததெல்லாம் தெரியும் எனக்கு.'

'யசோதரா... இனி இச்சிறுபொழுதும் சாய்ந்துபோகிறது... இருட்டிப் போகிறது. எல்லை செல்கிறது. கடுகி இப்பொழுதும் இமைப்பில் கண்ணீர் வைரத்திரள்... பரிவ்ராஜ்யகம் மேற்கொண்டு நான் வெளியேற விருக்கிறேன். ஏன் நீயும் மௌனமாகிவிட்டாய்...?'

யசோதரா நிலைகுலைந்துபோவாள் என எதிர்பார்த்தான். அப்படியேதும் நிகழவில்லை. ஆற்றையே நோக்கி வெறித்திருந்தாள். வரையார்ந்த ரோகிணியில் கரட்கற்கள் பிதுங்கித் தெறித்த நீரோட்டத்தில் சங்கிராமங்கள் இருபக்கமாய் தவழும் ஓசைகளைக் கேட்டாள். படுத்துறங்கும் கல்மரக் காட்டுக்குள் திம்திம்...

திமிதிம்... பாறைக்குள் ரோகிணி ஆற்றின் படிவுகளில் மரம் முதிர்ந்து முதுமைப் பட்டுக்கிடக்கும் வேரும் பட்டைகளும் பெருங்கிளைகளும் சிறுகொப்பும் கப்புமாய் இலையும் இலையோடிய நரம்புகளும் தனித்த ஒரு கல் ஏந்தி யசோதரா பெய்த கண்ணீர் கற்பாறையில் நிறம்மாற கல்மரம் எரிகிறது பன்னூறு கற்பம் அடுக்கிய காலம். இருட்டிய ரோகிணியின் மேலும் அத்தனை விளக்குகளுடன் நடுங்கிக்கொண்டிருக்கும் கபிலவஸ்து நகரின் ஆன்மா சித்தார்த்தனைப் பிரிய ஊளையிடும் நரிகளோடு கோடிவரை பாறைகளில் விலங்குகளின் ஓலம். அப்போதுவரை தூக்கத்தில் கனவுப் பாம்பின் நெளிவுத் தோற்றம். கபிலவஸ்துவை பறித்துவிட்டு அவன் இல்லாததை விழைதல். ஒருக்காலுமறியாத புதிய கூடுகளுக்கு திரும்புதல். நாய் மூக்கின் ஈரம் உலர்ந்துவிடாத கணத்தில் சித்தார்த்தனை எக்கி எக்கி சிணுக்கிக் குலைகிறது. அதன் உடலுக்குள் விட்டுப் பிரியாத அனுபூதியாய் நாய்வாடை தொடர்கிறது.

யசோதரா சித்தார்த்தன் கைகளில் சாய்ந்தாள் மோகப்பூச்சிகள் இருளைக் குடையும் நச்சரிப்பு. வாழ்வின் துக்கத்தில் நாயின் பருவகால இரவு வரும் ஆதிநிலா. ஊளையிட்டு ஒளியருந்தும் நாய்கள். கால்தூக்கி எக்குப்போட்டு முகத்தை நக்கி உடன்வந்து கொண்டே இருக்கும் கிரியாசக்தி. நாயின் ஐந்தாவது விரலே காலாகிப் பதியும் திருப்பம். உறக்கத்தில் உழைப்பவன் கனவு நகரத்தை சிருஷ்டிக்கிறான். இயற்கையிலேயே நாயின் கனவு தெரிந்தவன் பைத்தியமாகத் தானிருக்கும். இது ஒரு விடுபடல். ஆனால் தலைகீழான விடுபடல். குருதியின் ரஸவாதம் பாலுணர்வை வர்ணப்படுத்தி திசைகளில் பூசுகிறாள் யசோதரா. முதலையின் பாலுணர்வு, சிறுத்தையின் இச்சைகள், குரங்கின் அனிச்சை இவைகளிளெல்லாம் யசோதரா தாவரங்களாய் படர்கிறாள்.

'தங்கள் நிலையில் இருந்தால் நானும்கூட வேறென்ன செய்திருக்க முடியும்? கோலியர் மேல் போரில் நிச்சயம் நான் பங்கேற்றிருக்க மாட்டேன்?'

மறுகரை ஏறினால் கோலியர் விளைநிலங்கள். ஒருவர் முகம் ஒருவருக்குத் தெரியாத இருட்டு மூழ்கடித்தது கரைநெடுக மீன் எரிவிளக்குகளில் யசோதரையின் அலைகுமிழும் விழிகள். ரெப்பைகள் இல்லாத மீனும் அதன் நயனத்தில் நுழைந்து அமைதியாக நடந்தார்கள். மணல்மேல் சறுக்கிச் சறுக்கி ஒருவர்மேல் ஒருவர் சாய்ந்தவாறு. வாவளைமீன் திரும்பிய பாதையில் இருவரும்

ரோகிணியில் சரிந்து இறங்கிய தடம்விட்டு உருளும் கற்களில் தடுமாறும் வழி நீர் நெளிந்த உள் இருட்டில் பளபளத்தது. ஒருபக்கம் செம்மண் பிதுங்கிய சகதிநிலம். தூரத்தில் ஓநாய்களின் ஊளை அதன் கால்புதிரில் வாடிவதங்கும் கம்பத்தான் பட்சியின் குடும்பம் பூராவும் முட்டையிட்டு சிறகு பொத்தித் தாகத்தினால் சாகக் கிடக்கிறதென்றாள். யசோதரா காதில் அணிந்திருந்தாள் மயிற்பீலியை, தவிட்டுக்கீரி, சோளப் பூனைகள், அப்பாவி ஆந்தைகள் அமைதியில் வரைந்திருந்த வெகுளி வரைபடத்தில் கோலியரின் சுவடிநிலம். ஆற்றில் குனிந்தெடுத்த கல்மீன் ஒன்று கடப்பவர்களின் கைக் கூட்டுக்குள் நின்று எரிகிறது. கொதிக்கும் எரிமீன் வெளிச்சம் கைகளில் பரவும் விதி. மறுகரை ஏறினால் சாலியர்தேசம் ரோகிணி ஆற்றின் புனல்தெளி காலையும் பிரிவில புலம்பி நிகழ்ந்திருக்கலாம் எண்ணிக்கையில் பெருக்கமடைந்த பட்சிகளில் பலவித ஒலிக் கூட்டம்.

வீட்டைவிட்டு வெளியேறிவிட்டதில் மையிருட்டில் எதுவும் புலப்படவில்லை. 'கடையிலா வீர்யம் கடையிலா அனந்தம்' தொலைவில் காணப் பெண்ணுருகரையும் இருப்பில் அலைந்து கொண்டிருக்கிறான். கபிலவஸ்து நகருக்கு வெளியே திசை திரிகிறான்.

மனிதப் பிறப்பின் ஆதார ஊற்றான காமத்தை ஒரு யாமம் என்ற இருட்டுடன் கலந்து ஓவியத்தில் ஒரு பக்க ஒளியை எடுத்துக் கொண்டு மனதை தாபத்தின் சிறு சுடராக்கி அலைந்து திரிகிறேன் அவள் எங்கும் புலப்படவில்லை.

யசோதரை நயனத்தின் மர்ம ஊற்று இழையும் இமைகளில் படபடப்பு. இது இப்படி நேர்ந்திருக்கக்கூடாது என்பதுதான் என் விருப்பம். ஏற்படுகிற நிலமைகளை எதிர்கொள்ள எவ்வளவு தூரம் இருள் கவிகிறது.

'என்னையும் நினைத்ததில் இருளா இருக்கிறதோ. ராகுலன் நீந்திய கர்பத்தின் இருட்டில் இமைகீறிய குழந்தையின் விழித்திறப்பு கடந்து வரும் ஒளி. நீலமாய் பரவும் ஆற்றின் ஒலி கேட்கிறது... உங்களைத் தேடித்தேடி மறையும் நகரத்தின் தெருக்களில் சுவர் ஓரம் அவனும் காத்திருப்பான்.'

முனங்கும் நயனத்தில் பனித்த யசோதரையின் சம்மதம். ஒரு துளி இருள் நடுங்கி குளிர்ந்த சுவர்களைக் கடக்கிறார்கள். விதியும் சுற்றிக்கொண்டிருப்பதாகத் தெரிந்தது. சேர்ந்திருக்கும் கடைசி ராத்திரியில் அவரவர்க்கே உண்டான தனித்தனி விதி வெகுளியை

நல்குமா? கூடவே சாக்கிய நிலத் துண்டினையும் அது சேர்ந்து திரிவுறும்மற்ற கோலியரின் அகமரபையும் சுமந்து வாதையுறும் சமகாலம் கௌதமனை பாழில் சுழற்றியது. சில்வண்டு திரும்பிச் சுற்றும் கடைசிச் சுற்றில் பிறை வெளுத்தது. வெளியேறியும் சித்தத்தை இருளாக்கும் யசோதரையின் சாயைகள் நின்று விடுமா... காமம் கலந்த யசோதரையின் இரவுப் பாசுரம் ஒன்று கபிலவஸ்து நீர் நகரில் அலைவுறும் அகத்தேடல் எல்லாத் தெருவிலும் கோலமிட்டு ஸர்ப்பமாய் வளையும். யசோதரை பால்யத்தின் தெருக்களை அந்த நூற்றாண்டு பழைய நிறத்துடன் விரிக்கும் கபிலவஸ்து நகரின் மயக்கமான தோற்றம். அவளைப் பிரிந்த கடைசி கணம் எல்லாம் அப்படி அப்படியே நின்று விட்டிருந்தது. பருவப்பாம்பு இயற்கையில் சட்டை உரித்துக்கொண்டு வெளியேறும் அமரபட்சம் அவ்விரவு. குழந்தை ராகுலனை எடுத்து வரும்படி அவளிடம் கூறினான். தந்தையாய் அவனை நன்கு நோக்கிப் பின் நகர்ந்து பின்னோக்கிச் செல்லும் கருக்கிருட்டில் இருட்டுப் பூச்சிகளும் இருளைப் பெருக்கியபடி கக்கிக்கக்கி குதிரைக்கந்தகா உருவாய் நடந்துவர சன்னாவின் கையிலுள்ள புல்பத்தையை அதன் பேசும் வாயிலிருந்து நெருங்கி தூசி மிகுந்த தூரப்பாதைகள், பிறகுதான் வயல்களுக்கு நடுவில் புல்வேய் குடிசைகளுக்கு அருகில் ஒரு கால்வாய்... அந்த கால்வாய் தொடங்கும் இடத்திலேயே பல பழைய புதிய படகுகள் கூட்டமாய் சேற்றில் மீன் உரசிக் கிடக்கும் இருபக்கமும் நீர் இறைக்கும் கமலைகளை இழுக்கும் எருதுகளின் மூச்சு. தரைக்கும் தண்ணீருக்குமாக மாறிமாறிப் பறக்கும் பட்சிக் கூட்டங்களோடு குதிரையின் கோடுகளின் மேல் உயர்ந்திருக்கும் அவ்வுருவம் நீலத்தில் கலந்து படிகிறது நீலங்களாய்.

13

சிபியின் தற்கொலை

விசாரத்தில் ஆழ்ந்த த. நகரின் மூங்கில் விடுதியில் ரகஸியமாகப் பெண்களிடம் பேசியிருந்தவையெல்லாம் இருந்துகொண்டிருந்த 'சாயநீர் ஏடு' தூரிகை தொட்ட நிறவட்டில் சாயநீர் சித்திரக்காரி எரிதாவின் விரல்படியும் சித்திர எழுத்துகள் கோர்க்கப்படும் வேளை சுவர்ப் பொந்துகளில் புறாக்களின் குரல்களை கேட்டுக் கொண்டிருந்தான் சிபிச்சோழன். சமைய லறையின் நீளவாட்டத்தில் ஈரமாகும் அங்கணத்தில் ஈராயிரத்தி ஏழு வயதான சிபியின் ரோக உடல் கரைந்து வளரும் செடிகளின் உரையாடல் 'ராசிவட்டத்தின் நிச்சயம் போலவே கலை திரும்பவும் முழுமையைப் பேசியதுற அதற்கு சிபியின் புறா சொல்லும் 'இது ஒரு துருவத்தின் இசை... இன்னொருவரும் சொற்களால் அடைக்கலமாகும் இசை...' ரோக அரசன் இறந்துகொண்டு இருக்கிறான்.

'இந்த இசை நதி சார்ந்தது. ஆதி பிரபவத்தில் அம்புவின் மானிடர்க்குச் சோதனையாய் சாவும் தோன்றுமே... ஆற்றில் சலம் வற்றி பஞ்சமாகுமே... சலமில்லை நாலுகால் சீவனெல்லாம் நாசமாய் வேளாண்மை, பாலுமின்றி செய்புவனம் பாழ்ற மாடத்தின் மேல் சாதகப் பட்சி அனலாய் அடித்த வாக்கை சிபியும் கேட்டான்.

'சேனில் வடபால் மீன் சேரிற் செகத்திலன்ன... சிறிதாமே...' 'சந்திரனுக்கு வடக்கில் ஒரு நட்சத்திரம் தள்ளினதால் அரைப் போகம் நாசம். நாலும் தள்ளியதால் முழுவதும் கெடுதியாம்.' மற்றொரு பட்சி வலமானது. கோடைக்காற்று வீசலும் கானல் தோன்றலும் காடை, வலியன், வானம்பாடி, காகம், கவுதாரி மகிழ்தலும் பாலை, காஞ்சிரம், படைப்பு, இலுப்பை இவைகள் காய்தலுமாம்.

ஆனால் இலந்தை பழுத்த ராத்திரியில் சிபிச்சக்கரவர்த்தி செந்நெல் விளைந்த வயல்கள் வாடி முனகுவதைக் கேட்டான்.

தூக்கணாங்குருவிகள் கூடுகளைச் சேராமல் திரியும் அலறல். முயலின் கூடு சந்திரன் அது விண்ணகக் கோரையைக் கடிக்கும் ஒலி கேட்டான். சீதாளக் குறத்தி சித்திரஏடு திறந்து பாடினாள் மாடத்தின் கீழே 'மானே கேள்... சொன்னபடி சோமனிரானெனிலோ கோன் மடிவான் அன்னமரிதாகிவிடும்... வடகோடுயர்ந்தும் தென் கோடு சரிந்தும் நிலா புறப்படும்' என்றாள்.

நதி வறண்டு தேசமெல்லாம் கொடும்பசி உயிரினங்களைப் பீடிக்கப் பூதகணங்கள் ஆற்றைக் குடித்தனவா... எங்கும் குருவி குடிக்கக்கூட ஒரு சொட்டு நீர்வராத ஆறு. பொன்னியின் கருப்பைக் குள் சிபி மீண்டும் ஜனிக்கவிதி. சிச்சிறு உயிரினங்கள் சிபியின் தொடையைக் கடிக்க 'நீரின் ஆகிருதியைக் காட்டு...' ஜீவராசிகளுக்குக் கட்டுப்பட்ட சிபியின் விழிக்கடையில் காவேரி கசிகிறது. அவனருகில் செங்கோட்டு யாழ் கணிகையர் குனிந்து அவனுக்குப் பிறவியிலிருந்து விடுதலையளிக்கும் ஆத்மஹத்தி செய்துகொள்ளும் ஊழினைக் கரைக்க முயல்கிறார்கள் இசையில். ராமுழுவதும் குழலிசை கேட்டிருந்த சிபி உடல் மரணம் பூத்தெழச் செய்த சதிர்களும் முடிந்தாயிற்று.

இந்தத் திருநங்கை எரிதாவின் பாடலில் நெருப்பின் தீவிரம். எரிகுழலினை வாசிக்கச் சிபிச்சக்கரவர்த்தி மதுவினுக்கு அமரத் துவம் அளித்தான். ஒவ்வொரு பருவத்திலும் பாணர், விறலியர், பாடினிகள் மது அருந்தக் கோடையின் வெப்பம் பெருந் தாகத்தில் கானல்நீர் திரிவும் நெடுவழி மரங்களும் அசையும் அந்தரப் பாதையில் யார் எவரெனப் புரியாது உருகும் தழல் நாடகம். பேய்த்தேர் தோன்றி அசையக் கடப்பதில் உறும் வறட்சியைத் தணிக்க... பாணர் வாஸிக்கும் கல்நாசனம் தகிக்கும் வெப்பத்தில் பெட்ட நாகனார் வருகிறார் பெருவங்கியம் தோளில் கொண்டு. வங்கியம் குருதியைக் கிளறும் வேளையில் இவர்களைத் தழுவும் மது ஜாடிகள், மூங்கில் கள்ளும் காவேரிக் கரை நெடுக உரசிக்கொண்டிருக்கும்.

இலையுதிர் காலத்தில் மஞ்சள் பழுத்து உதிரும் சருகுகளின் ஓசை நெடுக பழைய தேறலும் மனிதர்கள் ஒளிமிகுநிறத்தை அசையும் கடுமையான மது அருந்த மூங்கில் விடுதிகளில் இளைப் பாறலாம். மாரிக் காலத்தில் நீரோடைகள் காடுகள் வழியாக உடலுக்கு ஒவ்வாத காற்று வீசி கடலும் சீற நெருப்பின் பக்கம் ஒதுங்கும் பாணரிடம் ஆம்பொரா மதுஜாடிகள் நீளும் நிழல்.

வரப்போகும் வால்நட்சத்திரம் கோடு பதிந்து சிபியை வீழ்த்தும் விதி உற்றான். வெளிப்படாத இலைகளுக்குள் தெரிந்த லிகிதங்களை

இருட்டு மூடியிருக்கும். பெண்களிடம் ஜாதகப்பட்சி சுருள் திறந்து பேச மாதரசி ருதுவான நாழிகையில் கிரகங்களின் பெயர்ச்சியை முன்கூட்டியே சீறிச் சீறிக் குரலிட்டது.

சிபியின் தகர்ந்து சிதறிய படிமங்களில் இடாகினிப் பேயின் உரையாடல். வறண்ட காவேரி மணலை சரஸ்மஹால் ஏடுகளில் பூசுகிறாள். ஓவியத்துள் விதியாகும் அவள் விரல்கள். அதிர்வு கொள்ளும் மூங்கில் பாலத்தில் சிபியின் தற்கொலையில் பிசுபிசுக்கும் உதிரவதைகளைச் சுற்றிச் சுற்றி எழுதும் எலும்புகளின் கோடுகள் மறைந்து கொண்டு இருக்கிறது மரணத்தில். இவன் இரண்டு முறையாய் பிறப்புக் கூறி இருத்தலால் வரியசந்திர வம்சாவழி வரைபடம் எதைச் சேர்ந்தது?

புறாவொன்றின் பொருட்டாகத் துலைபுக்க பெருந்தகை தன்புகழிற் பூத்த அறனொன்று மேவத்தான் எனக் கம்பனும் கூறி விட்டதில் வரிய குலத்தான் என்பதில் சந்தேகமில்லை. ஆனால் இவன் உசீநரன் குமாரன் எனில் சந்திர குலத்து அரசனாயிருத்தல் வேண்டும். இப்பெயர் கொண்ட இன்னொருவன் சந்திர குலத்தில் இருப்பதாக அசரீரி சொல்லும்.

இவன் வனத்திலிருக்கையில் இந்திரன் வேடனாகவும் அக்னி புறாவாகவும் உருவடைந்து சிபிகாண வேடன் புறாவைத் துரத்தி அரசனுக்கு நேராகவரப் புறா சிபியிடம் அபயமடைந்தது. அதைக் கையிலேந்தி ஒயிலைப் பார்த்து மகிழ 'இத்தனைக்கும் தீநீர் அளிக்கும் புறாவே.. நீ எனக்குச் சொல்ல வந்ததென்ன... பனியில் உடையும் மூங்கில் ஏடு எழுத்துகள் உருகியிருக்கின்றன எல்லாம்... மாரியும் பொய்க்க அளந்து விடும் பொன்னி நீர் கெவியில் மறையக் கனாக் கண்டேன். அரசர் கலக்கமுடன் நோவால் மெலிவரே... கருக்கொள்ளும் மேக ஓட்டம் எப்போது வரும் என மாடத்தில் காத்திருந்தேன். புறவே கேள்.. காசினியுய்யாமல் நான் உயிர் தரித்திருப்பதில் என்ன பயன்? காவிரி உரமிருந்து வெள்ளமெங்கு ஓடுமோ... விருட்சம் தானிய விருத்தி என்னவாகும் சொல்...'

புறவு மரணபயத்தில் சொன்னது இன்னும் என் தலையில் இசை மிகுந்திருக்கிறது. இந்திரனிடமிருந்து என்னைக் காப்பாற்று. நான்தான் அக்னி இதற்கு முன்னர் காகநதியை நான் சுட்டெரித்ததில்லை. விதியால் இங்கு வந்தேன். நதியின் கிளைவழிகளெங்கும் பறந்து அதீதமாய் பஞ்சத்தின் நிழல் தோன்றுமே... சிபியே உன் சாபத்தால் காவேரி நெடுகக் கல்லாவேன் கடக்கும் ஒவ்வொரு

உழவனின் காலடிகளில் விட்டுச் செல்ல மிஞ்சுவதாக புறவுக்கல் ஆவேன்...'

கசந்த சிபியின் முறுவலில் அக்கினி மழுங்கி கருமேகம் கிளர்த்ததும் 'எனது ஆன்மா நீர் வேண்டித் தகித்திருக்கும்... இன்றேல் சாம்பலாகி விடும்.' அவ்வேளை துக்கத்தின் வௌவால் சக்கரம் பஞ்சமாய்ச் சுழலத் தொடங்கியது.

அதற்குள் இந்திரன் விதியாக நுழைந்தான் வேடனாக வில்திறம் அதிர. அரசன் வேடனை நோக்கி 'வேறு இறைச்சி தருகிறேன் இதை ஒழிக' 'அது எனக்கு வேண்டா.... உடன்பட மாட்டேன் இதனைத்தா... என் வேட வாசகம் அக்னிப் புறவுதான் விட்டுவிடு இதை என் வழியில், குறுக்கிடாதே...'

'தேவேந்திரா... விதியால் சரிந்து வரும் வால்நட்சத்திரம் என் ஜன்னலைத் தொடுகிறது. பருவநலன் கெடுப்பது உனக்கு உகந்ததோ... ஆனால் சக்கரவர்த்தி எவரும் எதிர் பார்த்திராத ஊழடைகிறேன். நயநாகரீகத்துடன் நடந்துகொள்... தாயின் சாயல் உன்னிடம் எவ்வளவு பொருந்தியுள்ளது மாயச் சூழ்நிலையில் இருக்கிறாய்...'

குத்துவாளை எடுத்துத் தொடைக் கூத்தாகக் குரல் அதிரக் குத்தி உதிரம் பீறிட மாம்சம் பறித்தெடுக்கிறான் சிபி.

இந்திரனின் நெடுநீளமான தலைமுடி அசைந்தது. 'என் சதையைக் கத்தரிக்கும் பொருட்டு கருவூல ரத்தினங்கள் சிதறுவதைக் கேள்...' ஒரு கணம் சக்கரவர்த்தி பொருமினான்.

நல்லோரையில் அத்தகைய துயரவிதி புகுவது தகாது. இந்திரன் கண்களில் நீர்த்துளி. தம் பழந்துயரங்களின் இருளார்ந்த வியப்பில் மூழ்கினான். அவன்முகம் வெட்கமடைந்தது. ஆயினும் விதியின் வழி சென்றான். அப்புறாவின் நிறையுள்ள மாம்சம் அளிக்க ஒரு துலையிட்டு அதில் புறாவை நிறுத்தித் தன்னுடலின் இறைச்சி முழுவதும் அறுத்தான். இடுந்தோறும் புறவு இட்ட தட்டு தாழ்ந்தே வர உடம்பில் வேறு மாம்சம் இல்லாமையால் அரசன் தானே துலையில் ஏற அக்னியும் வல்லூறும் புறாவுமாகச் சுழன்றது சிபியின் மாடம்.

மூடப் பெறாத சிபியின் புத்தக உடலைத் தழுவும் தற்கொலை வற்றிய வேகத்தில் நிரம்புகிறது ஆறு. மணல் உதிர்க்கும் சிபியின் உடல் ஏடு. த. நகரின் பிறைத் தெருக்கள் முப்பதிலும் நாற்பது வகை மூங்கில்களால் கோர்க்கப்படும் காவேரிப் பாலங்களில் தொங்கும் மூங்கில் நகரத்தில் சிபியின் துலை மேல் ஓவியமும் கவிஞரும்

தாசியரும் ஆவிகளாய் குடியேறுவதற்கு 'சாயநீர் ஏடு' அழைப்பித்த புறவின் தூதுற நாற்பது வகை மூங்கில்களின் பெயர்களிலும் சிபியின் புறாக் கூட்டம் பெருகி ஒவ்வொரு சாயலாய் வதியும்.

மூங்கில் மாடங்களில் சிபியின் புறாக்கூட்டம் மச்சுச் செட்டியின் காரைப் பொந்துகளில் உதிரத் தெடங்கிய குரல்கள் அசையும் தலைகள் அதன் நடனம் வரைவோ நகர்வோ சிபியின் தசையாகும் தாபம் தனிப்பட்டுழலும் துயரம், மிக விழைந்து நோக்கும் புறவின் விழிகள் பனிக்குளிர் வீச மூச்சரவம் கேட்டு அரண்மனையின் பூதகணங்கள் நடுங்கும். வேறொன்றின் உயிருக்குப் பதிலாக சிபியின் உயிர்வெளி பகர்ப்புறும் கணமாக நெடுகிக் கிடக்கிறான் நிரந்தரத் தற்கொலையில்.

மூங்கில் விடுதிக்குள் சிபியின் புறாக்கூட்டம் பத்தைகளைக் குடைந்து கணுவுக்குக் கணுவாக மரணத்தின் உள் மறைந்தவாறு உட்செல்கிறது. எங்கும் இருண்ட பாழ், பாழ் இருட்டு வங்கியத்தின் நாதம் பாசக் குரல் அரற்றும் புறாக்கள் தொடை மீது தாவும் சிறகு. மூங்கில் மாடத்தின் முன்புற எல்லையில் சிற்றுயிர்கள் தம் சிறு குரலெடுத்து இரைந்தன. இலைகள் இப்போதுதான் பழுப்பு நிறம் அடையும். இச்சமயம் மூங்கில் புதர்களிடையே இருந்து ஒரு பறவை கிரீச்சென்ற குரலில் கத்தியது. துன்ப முடிவுக்குக் காரணமான ஆறு சலனமற்றிருந்தது மணல் விரிவாய். இதே வகைப் பறவை இதே குரலில் மறுபக்கமும் கத்தி எரிதாவுக்கு நடுக்கமளித்தது. அவள் துணையற்ற ஸ்திதியும் அச்ச அவநம்பிக்கைகளும் குழந்தையின் இயல்புக்கொத்தவை. அவள் அவ்வுலகிலிருந்து உடைமாற்றி இவ்வுலகத்துக்கு வந்த கண்ணாடியில் அவள் கட்டுகிற வார்க்கச்சை வெளிர் சிவப்பும் பழுப்பான மேலாடையில் அரளியின் வெளிர் நிறம். இருளில் மறையும் நோக்குடன் உள்ளே பறந்து வெளி பறந்தது சாகுருவி.

மற்றவர்களுடன் பேசுவதற்கு முடியாமல் அவனுக்கு நா குழறியது. காகந்தி ஆறு ஒடுங்கிய சங்கிலிக் கிணற்றில் வீழ்ந்த புறா. விலங்குக் கரங்களுடன் எரிதாவின் 'சாயநீர் ஏடு' வெளியேறிச் செல்கிறது. அதற்கு முன் மூங்கில் ஓவியங்களைத் தீநீர் நகரப் பெண்களுக்காகவும் தற்கொலை செய்து கொண்ட விவசாயிகளின் புகையிலைப் பழக்கத்துடன் ஓடைகளில் பெரிய மூங்கில் சக்கரத்தில் சிபி காலம் சுற்றி சால் அமைத்து நீரின் விசையால் தானே சுற்றும் தெம்மாங்குப் பாடல் சுழல வயல்களுக்கு நீர் பாய்ச்சும் இருட்டில் அந்த மாலுமிகளும்

உமணர்களும் நீல நிலா ஒளி இழையும் இருட்டுப் புகையில் மெதுவாக மழை பெய்ய ஆரம்பித்தவுடன் சூடான மழைத் துளிகளுக்காகவேனும் அவள் வராண்டாவில் சித்திரம் வரைவதற்காக மூங்கில்களை இழைக்கிறாள். த நகர் மீதான தற்கொலை ஆவிகள் புகையிலை கேட்டுவரும் வேளை கண்ணின் மணிகளை விரிக்கவும் சுருக்கவும் தனித்தனியாகக் கண்களை ஓடவிடும் ஆந்தை மூங்கில் பத்தையில் அமர்கிறது. அதன் உடல் ரத்தம் செந்நிறமானது. பிளாஸ்மாவுடன் தீநீர் நிறமிகள் சாயநீர் ஏடுகளில் சலனமடையும் கலை மிக மெல்லிய இயற்கையுடன் அதுவாக இருக்கிறது.

ஆண்டலைப் பறவையின் மூச்சு இந்திரனின் முதுகெலும்பில் சரிகிற சிபியின் உருவம். எரிதா சாயநீரில் வரைந்த கோட்டுப் புறாக்கள் மூங்கில் பாலத்தில் நிற்கும் தோற்றம். இந்திரன் வஜ்ர எலும்பினால் யாழ் வடித்த சிற்பி பொந்தம்புளி பாலத்தில் நிற்கிறான். அவன் பிறழ்வு நிலைக்குள் கலையின் இயக்கம் எவ்வாறு இருக்கிறது? நகரமெங்கும் உறங்கும் உடல்களை ஜன்னல்களில் தொங்கவிட்டுப் போகும் ஒற்றைக்கண் ஆசாரி பொந்தம்புளி யாருக்கும் தெரியாமல் இருட்டில் மறைந்து குருடனின் அரண்மனை ஓவியனாக இருந்தான். இச்சிறு கவளம் உணவைக் கொண்டு போக வேண்டும் அவனுக்கு' என்றாள் எரிதா. காமத்தைத் தன் பைத்திய நிலையில் வரையும் சாயநீர்காரிகள் உள்ளே இருக்கிறார்கள். அது இசையாகவும் உடனே ஆகிவிடும்.

கோடை மழை பெய்யும் போது இங்கே ஏதோ அருவியின் சத்தம் கேட்கிறது. தனக்கொரு மூங்கில் வீடு கட்டிக்கொள்வதற்காக இங்குவரும் செம்போத்தின் குடிலை ஒத்த அவள் வீடு கடற்கரைக்குச் செல்லும் பச்சைப் பூத் தெருவில் இருக்கிறது. ஒற்றைக் கண் ஆசாரி சதா மூங்கில் வேலை செய்கிறான். ஒவ்வொரு கணுவிலும் ஒலி கேட்டு உரையாடுவான். மழைக்காலத்தில் நீர்த் தாரை இறங்கி உடும்புப் பாறையில் பல்லி வாலில் உடையும் சுண்ணாம்புக்கல் துண்டு துண்டாகக் கீறி விழுவதென மூங்கில்விறு விடும் ஒலி. இங்கே மூங்கில் பாலத்தில் அமர்ந்து தவளையின் சுருள்களைப் புகையுடன் விடுவது எவ்வளவு சுபாவமானது தெரியுமா?

நடுக்கூடத்தில் சாத்ரெஞ்ச் சூதாட்டப் பலகையில் பாய்ச்சிகளின் ஒலிதான் எப்படி டிங்... டிங்...கென்று அற்புதமாகக் கேட்கிறது. சின்ன ஈட்டி எறிந்து பழகுவதென்றாலும் தமாஷாக இருக்கும். ஈட்டி சாராய மட்கலத்தில் விழும்போது வெண்கலம்போல் ஓசை அதிர்கிறது.

இதற்கெல்லாம் காரணி யாரென்று தெரியுமா? காவேரிநீரை தீராமல் குடித்துக்கொண்டிருக்கும் மூங்கில் வீடுதான் நூறுநூறு காற்றின் அகராதிகளில் ஒலிக்கிறது. துளை துவாரங்களுக்கும் மற்ற தந்தி வாத்தியங்களுக்கும் மூங்கில் ஏற்றது. நாற்பது வகை மூங்கில் ஒன்றுக்கொன்று சேராத தூரங்களில் ஒலித்தொகை சேர காவிரியும் சலனமடைய வேண்டும். மூங்கில் பட்ட நீர் சுழன்று மணியோசை யென ஒருவித ஒலி உள்ளே கூடாக இருக்கும் சூன்ய அடர்த்தியில் ஜீவராசி களின் சுருள்படும். ஷெங் என்ற பலநாக்கு வைத்த வாத்தியமும் மூங்கில் பத்தையில் மறையும் இரு மூன்று பட்டுநூல் தந்திகொண்ட சீன வயலினும் 'பிபா' என்ற சிபிச் சக்கரவர்த்தியின் செல்லப் புறாவும் மூங்கில் விடுதியில் இருக்கிறார்கள். 'பட்டு', 'மூங்கில்' எனும் சொற்களைச் சேர்த்து எழுதினால் சங்கீதம் எனப்படும் சீனத் தச்சன் அங்கு வருகிறான்.

மூங்கில் பாலத்தில் ஒலி கீழிறங்கும் அகத்தூண்டலின் ஆழங் களிலிருந்து மேலெழும்பி வரும் சாய நீர் ஏடுகள் அல்லது சிபியின் எடையற்ற உடல் ஒரு மூங்கிலாக மாறி கணச் சுழியில் பாலத்திலிருந்து நீரில் பாயக் காகிதங்கள் மிதந்து மேல் ஏறிப்பறந்து செல்லும் நீர் ஓவியம் ஒவ்வொன்றும் வேறாய் எல்லாவற்றையும் குறியீடாகவும் மாற்ற அதற்குத் தெரியும். யாளியின் குறியீடாக மாறிவிட்ட மூங்கில் கதைகள் மூழ்கிக் கொண்டிருந்த நீரில் அவன் சுவாசக் குமிழ்களின் இறுதிச் சொட்டும் ஆறு விழித்தெழாமல் போனதில் தோல்வியை அவன் சமாதியை அலங்கரிக்கும் வாழ்வில் தாமதித் திருந்தது மரணம் என்று சமிக்ஞை செய்யாமல் போனவை இந்தக் கோடை மூங்கில் மஞ்சள் இலைகளை உதிர்காலமாய் மரணக் கிணற்றில் கீழ்படிகளில் இறங்குகிறான். சிதைந்த நிலவின் ஒளித் துணுக்கு கைகள் மூடியுள்ள பிபாவின் சாம்பல் இறகு.

பிபா ஏந்திய மூங்கில் இலை. குழந்தைமை கதையானதில் எளிமை ஒழுங்கமைந்த சிக்கனமும் முழுமைக்குள் வாழ்வின் பாதி கசப்பைத் தேர்வுசெய்த மூங்கில் பாலத்தில் நீர்த்துளிக் கணிதன் அமுதைப் பிடிக்காமல் பருகிய தீ நீர். தனித்துவமும் நடுங்கும் காவேரியில் நிரந்தரத் தற்கொலை ஒரு குமிழ். அழுக்கான சித்திரத்தில் சர்ப்பம் ஊர்ந்து அலைகிற நீல ஒளியில் சிபி கடந்து செல்கிறான். இப்படித்தான் சிபியின் சித்திரம் சாயநீரில் மங்கி இருக்கிறது. பிபாவின் முடிவற்ற மையலைக் கடல்மேல் அசையும் ஜன்னல்களில் ஊர்ந்து மேலேறும் சிபியின் மாடங்கள். அதில் கைபடிந்துள்ளது. தற்கொலைக்குப் பிறகான கரங்களைத் தொடுவதற்கு யாருமில்லை. மேலும் பல

வடிவப் புறாக்களின் ஊமைக்குரல் சாளரங்களில் மோதும். இரவிலும் மூங்கில் விடுதி கிறீச்சிடும் ஓசை நிலவு வெளிச்சம் கற்களில் அடர்ந்து அதில் அமர்ந்திருக்கும் எரிதாவின் சிஷ்யைகள் கூடவே ஒற்றைக்கண் ஆசாரி ஒரு கண் ஒளி சிதறலாகி விட்டது. மறுகண்ணில் வடிக்கும் மூங்கில் கூடுகளில் பட்சிகள் கூட்டமாய் வரும். அவற்றின் விரல் நக ஒலிகளின் ஒளி தெறிக்கிறது. காவேரி நீர் இன்னும் விழிக்கவில்லை.

உன் வாசனையால் த. நகரம் நடுங்கிக்கொண்டு இருக்கிறது. மார்புகளைப் பிசைந்து கூழாங்கற்களை எரியவைக்கும் சாய நீர் ஏட்டில் பைத்தியம் எனக்கு. வீடற்றவர்களின் வெளியில் மெல்ல நிலவு தூங்கிக் கொண்டு இருக்கிறது. அதைத் தழுவ யாருமில்லை. உடைந்த நிலவின் சாமத்தை தெளிவில்லாத பாதையில் வளைக்கிறது மூங்கில் விடுதி. எரிதாவின் கால்கள் ஒலியின்றி நடப்பது கேட்கிறது. கால்வாய் நீர் மெல்ல ஊர்கிற தூக்கம். அதன் நிறம் நிலவற்ற வெள்ளியில் வழிகிறது. சிபியின் மாடங்கள் அரிதுயில் நிலையில் இருக்கிறது. மங்கலான தூரப்பரப்பில் நாற்புறமும் வயல் சூழ்ந்த மருதம். ஒரு கணம்கூட துன்பத்தின் நிழல் அணுகவில்லை. ஆனால் அவள் மெல்ல வாசித்துக்கொண்டிந்தாள். முகத்தில் எல்லையற்ற சோகம் படர்ந்திருந்தது. அவள் பொது நிலைமகளிரில் ஒருத்தி. மேனி மிக மெலிந்தாலும் கூந்தலில் சுழியும் விதி.

மூங்கில் காடுகளின் இருட்டில் இலுப்பைத் தோப்பில் ஒரு மரம் யோனியுடன் பிசுபிசுத்துக் கருத்திருக்கிறது. அதன் பிசின் எடுத்து ஏடுகளில் பூசுகிறாள். பூர்வீக வீட்டு முற்றத்தில் நடமாடுவது யார்? பிராயம் இழந்தவளின் வரிகளாகக் கூந்தல் இழை அலையெனப் படரும் வெளி.

செல்லும் கிழக்குத் திசையில் காற்றில் தொடர்ந்து வந்த வாக்கியங்களைக் கரைத்துச் செல்வது யார்? எல்லா இடத்திலும் ரகஸியமான உயிர் இருப்பை உணரும் மூங்கிலின் ஒலி.

அங்கே ஒரு மழைமரத்தைச் சுற்றி சாயநீர் எடுக்கும் பெண்கள் அண்ணாந்து கைகளால் உயரத்தில் இலைபறிக்கிறார்கள். காமன் சாம்பலிலிருந்து மீண்டு வருகிறான். மரத்துடன் நட்பின் இயற்கை நிறங்களும் காமத்தின் பசுமை பொங்கும் ரதி கசிகிறாள் பச்சையை. அந்தச் சீனக்கனகம் பட்டுத் துணிகளில் மூங்கில் ஓவியங்களை விற்பதற்கு கடனாகையிலிருந்து ஆற்றங்கரை வருகிறாள். ஊர் ஊராய் வரையும் பட்டுத் துகிலிகை படபடக்கும். சீனப்பட்டு மடித்து

வெட்டும் புதிர் சித்திரமாக அளவு கொள்கிறது. புறஞ்சேரியின் ஆழத்தில் சரித்திர நிழல்களைப் பெரிதாய் விரிக்கும் காற்று.

உடைகளைந்து அம்மணமாய் இடுகாட்டு மூங்கில்மேல் ராணிமயில் கழுத்தை வளைத்து சிபியின் சாவை எட்டிப் பார்த்தது. நகரத்தில் ஐநூற்று ஐம்பது மூங்கில் பத்தைகள் வளர்வதை தென்கொரியா, மலேயா, பர்மாவரை பரவியிருந்த ஈரப்பதம் மிக்க வெப்ப வலயத்திலும் அதற்கு அப்பாலும் உபஅயன பாகங்களிலெல்லாம் தேடிச் சேகரித்துவரும் மச்சுச் செட்டியின் கப்பல் மூங்கில் நாகவதானா வர மூங்கில் பாலங்களை அமைக்கும் தச்சர்களும் கலைஞர்களும் சீனப்பட்டு விளக்குகள் ஏற்றிய நடுநிசியில் ஒளித்தைலம் பூசிவரும் ஓவியர்கள் மெதுவாகக் காலடி கேட்டுவிடாமல் வந்த பூனையின் கண்வெளிச்சம் சிறிதே மூங்கில் சித்திரங்களில் பட கற்பித மையிருளில் வந்த சித்திரக் காரர்களின் நீர்க்கடிகாரங்களை சாயநீர் ஏட்டில் எழுதாத அத்யாயங் களாக எழுதிவந்தான் ஒவ்வொரு சாமமும் கடந்து. அவற்றின் குருத்தைக் கடிக்கும் காட்டுமான்களும் வரையாடுகளும் மூங்கில் கள்ளை அறியாதவைதாம். உன்மத்தம் ஏறிய இரவு நெடிக்க மூங்கில் கள் சுரக்கும் தீநீர் நகரத்தைக் கடந்து பருவமழைக் காடுகளில் சென்று வேறு கணுவில் பாலை இறக்கும் மண் குடுக்கைகள் கூட்டமாய் உரசும் ஒலி.

தாழ்ந்த புதர்ச் செடிகளாகச் சிறுத்த மூங்கில் கடற்கரை ஓரமாகச் செல்லும் பனிக்கோட்டின் அருகுவரையும் மூங்கில் கரையும் வாட்டர் கலர் தீநீர் நகரம்.

14

புகைக்குடிக் காற்று ப்ரச்சினாவதா

கரடிப் பெருங்கல்லிடத்துப் பிளந்த முழைஞ் சிலே சுருட்டுக்காரி யாரையும் பிடிக்காமல் கிழிந்த கந்தைக்குள் சித்திரங்களைத் தழுவித் தழுவி அழுகிறாள். அவளெ திரில் கரடிக்கல்லில் யுகங்களின் குமுறலில் காற்றின் குருதி சிவந்த செவிகளை ஆட்டும் கழுகுகள் அவள் மரணத்தை எதிர்பார்த்து முடைநாறும் ஊத்தை உடலை சிறகுகளால் பற்றி இழுக்கக் கவனமாக விழி மூடிக் கொடும்பசியால் நாக்கு ஒட்டிக் கொள்ளுமாறு குஞ்சுகளோடு உலர்ந்த தாகத்தில் குனிந்தவாறு ஒன்றைக் கொத்திப்பதம் பார்த்த இளஞ்சிறகுகள் காற்றில் மிதக்கத் தலைதூக்கும் கிழக்கழுகைப் பார்த்தாள் சுருட்டுக்காரி. புகைக்குடியை நிறுத்தாமல் சுருட்டை ஆட்டி அதட்டிக் கழுகை விரட்டினாள். கல்லைச் சேர்ந்திருந்த சிதைவுற்ற நங்கூரக் கல்லைத் தழுவி உறங்கினாள்.

'அத்தனை யுத்தங்களுக்கும் ஈடாகப் பூமி வழங்கிய புகையிலையை விட முடியுமா சொல்கழுகே!...' சுருட்டுகளைத் தேடும் வாசகரே...! தங்கத்தையெல்லாம் கொட்டிக் கேட்டாலும் புகையிலை நறுக்கைத் தரமாட்டேன் உமக்கு. ஆஸ்த்மா புகைச்சல் மூப்பில் வரும் புகைநெடி ஒரு சுருட்டுமேல் சுற்றப்படும் சாவின் சுவையை நாவில் கசப்பாய் கைராட்டையே பாணமெனச் சுற்றிய சர்க்கா நில்லாமல் சுழன்ற நொடியில், மணலென விரக்தியில் ஸ்மரணை இழந்து உடல் புகையிலையின் வெளவால் தொலியான சுருக்கம். பீழைக் குழியில் சிறிதே ஒளி நூலில் மெலிவாய் அசையும். மற்றவரால் சிறகுகளின் கனமின்மையை வரைந்து விட முடியாது. வெளவாலாக உருமாறி விட்ட சுருட்டுக்காரி புகைநீலம் வரையும் ஆவிகள்.

ஊளைகளில் ஊடுருவித் தெரியும் புகைக்குடிக் காற்று நிற ஒளியோட்டம் நரி விழிகளில் வளையும் அவள் பாதைகள் சொல்லும்.

‘அங்கே உனது தடங்களை சாயநரிகள் அழித்துவிடும். நரியும் தன் தடத்தை அழித்தே நடக்கும் யாரும் பின்தொடர முடியாமல். அரக்கி காண்டீஜாவின் கதைகளின் தடத்தை பின்தொடர்கிறது நரி, நரியின் தோல்களைத் தொடுவதில்லை யாரும். அவை நம்மைவிட்டு நீங்கினால் வீழ்ச்சிதான். சோனகன் கடலிடத்தே பாய் கட்டின கயிற்றை அறுத்துப் பாயையும் மீறிப் பாய்மரம் முறியும்படி கடுங்காற்று வீசிய அலையால் அதிர்ந்தபடி இருந்தது. அரக்கியைத் தழுவிய நங்கூரக்கல். அவள் சோனகக் கணவன் கல் நங்கூரமாகச் சாபமடைய விமோசனம் தேடி தவமிருந்தாள் சாயமலைக்குள்.

ரத்த ஓட்டம் நிறைந்த தன் பிணத்துடன் சுருட்டுப் புகைக்கும் பெருங்கரடி காண்டீஜாதான். சாயமலையாக வளைந்திருக்கிறாள். அசைவற்றுத் துயிலும் உடல் மீது பூசிய சாயக் கிண்ணங்களும் உலர்ந்த எச்சத்தில் உருவெடுத்தவள். சாயநரி ஊளையிடும் வழுக்கலான சறுக்குப் பாதைகளில் வந்தடையக் காத்திருக்கும் எருமைக்கிடை. எருதுப்பாறையில் அந்தக் கழுகுக் கூட்டம் விசில் ஒலி இழையும் சோகம். தலைமுடி பறக்க நரைத்த சுருட்டுக்காரி பச்சை குத்திய யாக்கையுடன் வளைந்த வெற்றுப்பாறை நிழல். இந்த வேதனை தீராத வாழ்வு அதனிடம் எப்போதும் விலகி இருப்பது. இங்கே எல்லாம் சலிப்பூட்டுவதாக இருப்பதால் அரக்கியின் இரவுக் குறிப்புகளை வாசிக்கிறேன்.

நெருங்கி சொல் இறங்கிக் கரை உடையும். வீட்டுக் கடவுளருக் காகவோ கல்நின்றவர்களுக்காகவோ காவு கொடுத்த சாவல் வெகுநேர மௌனம். கோள்களுடன் உரையாடும் ஒலி. புகழிற்காகவோ விடுதலைக்காகவோ தமது சந்ததியின் பாதுகாப்புக்காகவோ சண்டையிட்டுக் கொள்ளவில்லை. ஒன்று மற்றொன்றுக்கு விடக் கூடாது வழி என்பதில் மறித்த திசைகள் சண்டையிட்டு சாகும் வீம்பு. அரக்கியின் சுருட்டைப் புழுப்பத்தாது. உதிர வேங்கை மரம் அவள். ஒரு கிளை ஒடித்தால் ரத்தம் கசியும். இலை பறித்தால் துளிர்விடும் குருதிப் பூ. கவை வெட்டக் கீச்சிடும் காற்று. வன்மை உளம் கொண்டவளாகவும் நீள்வட்ட உரு உடைய வளாகவும் நொச்சியர் ஆண் தாதுவின் நெடியுடைய கென்னா மலர் வைத்து கல்நங்கூரத்தில் புதிதாக வைத்தத் தடங்களில் ஊளை படிந்திருக்கிறது. பெண்கடல் சுழற்சியில் ஆண்கடலும் சுழல்கிறது. பின் எஞ்சிய நாள் முழுவதும் புகைக்குடிக் காற்றில் நரியோடும். அதைப் பார்ப்பதும் அரிதாகையால் வேறுவிதமாக மனிதன் வாழ்வதும் கடினம். மிகமிக இயற்கை யிலிருந்து வெளியேறிவிட்ட ஸ்திதியிலிருந்து அரக்கி காண்டீஜாவின்

துடிப்பான இரவுக்குள் செல்கிறேன். சாயமலையை விட்டு என்னால் வெளியே போக முடியாது. என்னை ஜீவனுடன் வைத்துக் கொள்ளும் நரிவாசனை மிக்க சரிவுப்பாதையில் உருளும் கூழாங்கற்கள் எரியும் அரக்கி பாதங்கள். எத்தனையோ முறை சாயமலையைச் சுற்றி வந்தபின் அவற்றின் தடங்களைப் படிக்க முடியவில்லை. அதன் மென்மயிர்த் தோல்மீது என் வாழ்வின் குறியீடு காத்திருக்கிறது. கடலில் கரைகளைவிட்டு வெளியேறிப்போன காட்டுப் பாதையில் புழுதி சுழன்று செல்லும் சுழிக்காற்றின் உச்சரிப்பிலிருந்து நரி எனும் ஒரு தேவதை முன் நிற்பதற்குப் புறப்பாடாக வரும் புகைக்குடிக் காற்று.

பனிப்படலத்தில் மூழ்கிய பாதைகளில் முணுமுணுப்பவர் யார்? அதிகாலைப் பனிப்பல் அரும்பும் நரியின் வேளையில் ஒரு கணம் கூட அதன் காலடிகளில் எஞ்சவிட்ட கதையில் துகள் உருள்கிறது. காட்டுமரங்களின் மொடுமொடுப்பில் மலையின் இடுக்கிலிருந்து காற்று வாக்கில் இழையும் மெல்லிய ஊளை. நரி வெரூவும் பாலை களின் செந்நிறமாக எரியும் விழிகள் பார்த்துக் கொண்டு இருக்கின்றன உன்னையும்.

நரிப்பையூர் கடல் நீராவியில் மீன்கள் ஒன்றுக்கொன்று பேசிக் கொள்ளும். நெருங்கிப்பேசுவதும் தூரத்திலிருந்தால் இரை இருப்பதை ஒலி தெரிவிப்பதுமாக உரையாடும் சித்தரும் மீனுருவில் இருட்டு நீரில் மறைவதை மீன்விழி இரண்டும் வெவ்வேறு பொருட்களைக் காண வாலால் சுழி முனையில் பாழ்கொண்டு கிடந்த சுனை. மென்னூல் முழுதறிந்த மீன் ஓவியங்களை நெசவில் கொடுத்த சுருட்டுக்காரி சிவப்பு நூல் செவுள்களாய் திறக்கப் பவளக்கொடி நீட்டும் கடல்வழிகள். ஆனால் நூல் சுற்றுவோர் முதல் கைகூடாமல் பூநீர் காணச் சுழிமுனை வண்ணார் கை மருந்தாய் கேட்டறிந்து பொதி சுமந்த உவர்மண் கழுதையிடம் கேட்டுவாரும்.

புகைக்குடிக்காற்று கழுதைமேல் அமர்ந்துவர உவர் வண்ணப் பூச்சில் காட்சிப்படும் இயற்கை நிறம் நரியின் மெல்லிய குரலில் அழைத்த போது விழிகளில் கானகம் வழிகிறது. நொச்சியப்பெண் தலையைப் பின்புறமாகச் சாய்த்து இமைகளை உயர்த்தி நல்வழி செல்லும் புகைக்குடிக் காற்றிழை மாயத்தில் பரவுகிறாள் அரக்கி. அவ்விரு கரங்களும் தீராமல் கலம் வரைய விழிகளில் கண்ணீர் திரள்கிறது. அவள் உடல் முழுவதும் வரைகிறாள். இரவென்ற நினைவு இல்லை. துணிவிளக்கில் சுடர் அசையும் வேளை அடுத்த சித்திரத்தின்

குணம் மாறி விடும். எப்படியிருக்கும் என சுருட்டுக்காரி நினைத்துப் பார்க்க இயலவில்லை. ஒரு நூல் இழையின் நடுக்கம்கூட தொட்டுவிடும் நிறத்தில் பூவின் இயல்பு மாறிவிடும். கைகள் நடுங்கவில்லை. சதா கோடுகளில் கைகள் நகர்ந்து செல்லும் சித்திரத் துகில் கதைசொல்வது போலஉணர்த்திவிடும். நான்கு பக்கமும் மிருகங்கள், பறவைகள் விருட்சங்களுடன் பச்சைஉலகமும் புற்றில் வெளியேறும் பாம்புகளும் அரக்கிகாண்டீஜா நெசவில் வாசனையாகப் பரவிவரும்.

கஞ்சாக்குடுக்கையை விடாமல் புகைக்கிறாள் காண்டீஜா. ஆனால் மைப்பாறையில் வேறொரு பித்துருவாய் கழுகு இருளில் திரியும் கங்குடன் அவளைப் பார்த்திருந்தது. சுருட்டு வைத்து எலும்பைத் தேடும் கழுகு. பேராந்தை ஒலியிட்டு கல் உருளும் ஒலி. சுருட்டு அரக்கி அவள். சரித்திரம் பரவிய புகை யோட்டம் சாயைகளின் தெளிவற்ற நடமாட்டம். இரவு சேர்ந்து படிகிற அமரபட்சம் உருவங்கள் உருகும் இருளில் சாயமலையில் உலவிக் கொண்டிருந்தாள் காண்டீஜா.

சாயமலை நீர்பட்டு வரைந்தவை அழிந்துவிட கரைந்த சித்திரங் களில் மையிருட்டு. ஒவ்வொரு இரவும் வேறாய் ஒலி கொண்ட காற்று. அரக்கி அழைத்த குரல். மண் வீட்டு சீவம்புல் ஓடியும் ஒலி. இருந்த வீடுகள் காணாமல்போன உரு வரைகிறாள் பாழடைவதில் நிறம் போன கலம் நூற்றாண்டு இலைத்தூரி சாயம் போன மாயம் விரல்களில் வறண்ட துக்கம். ராஸியங்களோடு நிழல்கள் கூடி ஒன்றாய் ஒடுங்கிய அழிக்காளி விளக்கு பிசுபிசுத்த அரக்கு ஒளி பாழ்படும் கலம் கிராமத்தின் கதை வீசிய சுங்கிடிப் புள்ளிகள் வண்டுகளாய்ச் சிதறிவிடும். அவளைச் சுற்றி நரிகள் மட்டுமே உரையாடி வரும். அரக்கி விரும்பிய நரிகளிடம் இருக்கும் ஊளையும் கண்களிலுள்ள கடல் காற்றும் நீரின் தீரா நிறங்களில் முளைத்துவிடும். நரியின் கூடவே செல்லும் விதி. இன்னும் பலருக்கு சாத்திமில்லாதது. நரிகள் ரகஸியத்தில் தோன்றிவரும் போர்வைக்குள் ஸ்படிகமாக அலையும் கண்கள் அவற்றில் வழியும் ஒளி நீர்மை. உணர்ந்தவர்களுக்குத் தெரியும். ஒவ்வொரு நரியின் வடிவமும் வாலில் வளையும் கதிர்களின் தொன்மையும் எவ்வளவு அற்புதமாய்த் தோன்றும் என்பதை அறிவாய் நீ.

ஒரு கணநிலையாகத் தங்குகிற கரிய நிற இருளடர்ந்த சாம்பல்நிறம் நாசியில் பூத்த கழுதையின் மோனத்தில் சடைரோமத்தைப் பறித்துக்

கங்கில் இட்டு மட்டிப்பால் புகைக்குடி காற்று இழைகிற ஈனில் மண்கூரையில் குழந்தைக்குச் சீர்குத்தியதைச் சொஸ்தமாக்கும் கருகிய ரோமத்தை ஔஷதம் தோணுகால் வண்ணாக்குடி முற்றத்தில் மந்திரித்துக் குடல் தட்டித் தலைகீழாகப் பிள்ளையை நிறுத்தி முந்தியால் வீசிவீசி ஊதுவாள். அங்கே முதுநரி முள்ளுச் செறையில் ஊளையிட வெள்ளாவி மணம் ஊரையே ஆட்கொள்ளும் உவர்மண் புகையில் சுள்ளியெடுத்துச் சுருட்டுப் பற்றவைக்கிறாள் கொக்காட்டி யிடம் கங்கு வாங்கி.

பிரச்சனவதா, பாகமிதில் கழுதையின் வாய் மௌனமும் அரக்கியின் ஜோடுகளில் உப்பு நீர் கோர்த்து கருத்த தோலில் உலர்ந்த வாக்கியம் கூறுவேன் புகைக்குடிக் காற்று நான். கஞ்சாக் குடுக்கியில் வித்து வைத்து சொல்லைக் குலுக்கிச் சொல்லாதைக் கூறுமே மானெடுங் கண்ணிவாலை.

நிலஒளியை அருந்தும் பசித்தவத்தில் நரியார் சொன்ன காய சித்தி கழுதையின் மூச்சை சீர்விழுந்த சிசுமேல்விட்டால் மதிமயங்கி சொருகிய கண்கள் தெளிவாகும். கண்களில் படும் சாயமலையில் பச்சைக்குடிகை கட்டி, வேர்களால் நீர் அருந்தும் அரக்கி காண்டீஜா இயற்கை வதியும் பிரச்சினவதா கீழைக் காற்றாகி தவசிருந்தாள். ஆலகால விஷப்பாம்பும் சுற்றிக் கொள்ள அதன் பச்சை விஷத்தைப் பட்பமாய்ப் புடத்திலிட்டு மறலிச்சித்தன் நிலவிய சுனையில் நீர் அருந்தவரும் நேரம் பார்த்து அந்திசந்தியில் நீரே அவள் நியமப்படி அருந்திவர பிறைக்கொரு காற்றை கனிகளின் எண்ணிக்கையாக மாற்றி உருவற்றதைப் புசிக்கவும் அமரபட்சம் பதினாறு காற்றுச் சுனையில் கையள்ளிய மூலிகைக்காற்றை வீசிவீசி ஆடுகிறாள் பித்தத்தில்.

கங்குள் விடிவதற்குமுன் காண்டீஜா தன் ஏழு கழுதைகளுடன் காத்திருந்து செம்பிராத்து பொங்கியதை மாசி சித்திரையிலும் மண்மம் பூத்து வரும், பங்குனி மாதத்தில் உவர்நிலத்தைக் கீறிவரும் பூநீர் உவர்க்காரம் என்று சொல்லிவரும் நீர் இது எவர் கண்ணிலும் தோன்றாது சாயமலை வண்ணார் பதினெட்டுச் சித்தர்குடியில் சவர்காரம் கண்டவர்கள் பொதருவண்ணான் வகுரன் காற்றைக் கனியாக எடுத்த நாளிரவில் கழுதையின் குளம்படியில் தங்கி கலிவிலக எடுத்த தித்திப்பான கனிகளிதைக் கழுதைகள் காதுகளில் பூசி அத்துடன் பழுத்த சித்தியைப் பொதிபோட்டு கல்லுப்பும் பாறைப் பனியுப்பும் சுக்காம்பாறை பூத்த சுண்ணப்பால் நீரும் வெண்மைமேல்

துள்ளும் கழுதைக்கால் தளை அறுத்துவிடு. எங்கும் தறியாத குட்டி போட்ட புதரன் கழுதையைப் பிடிக்கவும் முடியவில்லை. காவேரி வண்ணான் போன இடம் தெரியவில்லை.

மதி புறப்பட்டு வந்த காவேரி வண்ணாத்துறைக்கு மேல் நீர் படும் பிறை ஒவ்வொன்றும் வேறு நீராகும் வகுரன் அதை நரியார் சீடன் என ஒளியருந்தித் தீம்புனல் ஓடும் ஊசிநீர் மெலிதாகப் புகைக் கோடு அரக்கியின் புதிரான ஆன்மாவிலிருந்து கசியும் பெருங்கிளை வீழ்ந்த சப்தத்தில் அதிர்வுறும் சிராமலை ஓவியங்கள் சாயமலை மறையும் சித்திரக்கல் புடவுகளில் ஏடு எடுத்துப் பெரு வெளியில் பாய்மரம் ஏறிவந்த புரவிகளும் சோனகர் நீர்வர்ணம் இழைத்த சிகப்புக் கம்பளம் பாரசீகர் கை நெசவில் அஞ்சு வர்ணத் தெரு நெய்த திங்கள் பல கடந்த காற்று. ஊசிகொண்டு வர்ணித்த பெட்டகங்கள் மீது பிள்ளைகள் விரல் எழுதிய சித்திரங்கள் முள் வரையும் சுருதிகளைத் தறிமேல் தேகம் கரையும் பிறைதொழு மகளிர் ஒவ்வொரு இழையிலும் மறைக்கிறார்கள்.

இழை முடிந்து களைத்துவர ஓடும் தறி வயிற்று நூல் சிவந்து வெளிறிய சிவப்பேற்றிக் கையில் வறுமையும் நூற்கப் பிறந்த கூட்டம். பட்சிகள் வெக்கையும் இருதலைப்பட்சி முனைகளில் கூவ ஒவ்வொரு அன்னத்தையும் நீர் அலையாம் நூலில் பின்னி நீராவிக் கம்பளம், துகில் வரையும் கடல்மேல் ஊசலாடும் பெண்டிர் அரும்பாட்டில் அள்ளி முறித்தது. கற்றைகளில் சாய மேற்றும் சூட்சுமம் உய்த்துணர்ந்தால் கம்பள வாணிகன் மரக்கலம் கரைமேல் வரும் காற்று.

கசும்பாச் செடிகளைத்தொட்டால் சிவக்கும்மலை. சித்தாதி யோகி சிரட்டைக்குள் புல் வைத்துச் சடைபருகும் காரமகிமை விஷம் சுமந்த சர்ப்பத்தில் சூக்ம நடனம் அடிமுடி நடுவின் வாலில் விசும்பிய காற்று. கூத்தாடும் நாதம் செடியிலை மென்று திரியும் புகைக் குடிக்காற்று உய்த்துணர்ந்த கலை பாயும் காற்றாடியில் கயிறு சுற்றும் காதுபோன ஊசி கடைத் தெருவில் கீழே விழும் ஒலி அதிர்கிறது மெல்ல. ஒரு வஸ்துவைப் பறித்துவிட்டு இல்லாததை விழைதல். ஒருக்காலும் அறியாத புதிய கூடுகளுக்குத் திரும்புதல், வெறும் காற்றடைத்தபை.

நாய் மூக்கின் ஈரம் உலர்ந்துவிடாத கணத்தில் நிற்கும் கலை. அவன் உடலுக்குள் விட்டுப் பிரியாத முயல் காற்று நாய். ஊளையிட்டுச் சாயமலையில் ஒளியருந்தும் நாய்கள். கால்தூக்கி எக்குப்போட்டு முகத்தை நக்கி நிழல் உடன் வந்துகொண்டிருக்கும் கோட்டி. நாயின்

ஐந்தாவது விரலே காலாகிப் பதியும் கலையிலுள்ளது பித்து. பாடிக்கிரங்கி அலையும் புகைக்குடிச் சித்தன் சுருட்டுப்புகை மேலும் கீழும் சுற்றும். சாயமலையில் சுருட்டு உருள்வதாகக் கிசுகிசுக்கின்றார்கள்.

நான் இந்தச் சிறிய உறையூர் சுருட்டுகளை அவற்றின் வாசம் கொஞ்சமாவது காற்றில் இருக்கட்டும் என்பதால் புகைக்க ஆரம்பித்தேன். கருத்து வளைந்த சுருட்டு முனி சொல்லிவர மூலிகை இழைத்த தங்க இலையில் வெள்ளியால் சுருட்டு வெட்டி வேருடன் புகை மயக்கம். தினந்தினம் மலைவிட்டுக் கீழிறங்கி கூடு சாலையில் இருட்டுச் சிமிழ் மினுக்கும் செட்டி கடை யில் சுருட்டு வாங்கி கூடவே கதைக்கும் கடிநாய்க்கு ரொட்டி ஊட்டிவிடுவான் புகைக்குடிச் சித்தன்.

'நல்ல கனிவான குணங்களை உன் சுருட்டில் அனுபவித்துக் கொண்டிரு' எனச் சுருட்டுச் செட்டியிடம் சொல்லக் கல்த்தச்சன் வருகிறான் உள்ளே 'உன் சுருட்டிலும் மேல் எழும் புகை வளையத் திலிருந்து அகத்தூண்டல் பெற்றுவா... ஒரு சிற்ப வரிசைக்கான வேலையை சமீபத்தில் தொடங்கிவிட்டாயா...'

சைக்கிள்காரன் குறுக்கிட்டு பிரபலமான சுருட்டுக் கலையைக் கூத்தாகப் பாடிப்போன ஆடரங்கில் விடிய விடிய ஒரு சுருட்டின் புராணம் முடியவில்லை. குழுமியிருக்கும் சித்திரக் குகையில் புகைப்பவர்கள் திரும்பி வருவதில்லை. ஒரு சுருட்டைப் பற்றவைத்த குகைக்குள் கைமாறிக் கைவிரல் தட்டி உச்சரிக்கும் புகைவளையம் நின்று சுற்றி மோனம் விரிவாகி ஆழச் செல்லும் முறுக்கிய புகைப் பாதையில் காலடிகளில் சப்தமில்லாமல் நடப்பதில் பல்லிகளும் பாறையில் நகர்ந்துவர அந்தப் புகைக்குடிச் சித்தன் இருப்பிடம் புகைஇரவில் பிறைவடிவம் மயங்கிவரும் வெளிச்சம். தாவரங்கள் கசியும் கருஞ்சிவப்பு மையில் பளிங்குக் கற்பரப்பில் வரைந்து கொண்டு இருக்கிறான். ஆறு பொபக்கு மரங்களில் இலைத் துளி பல தானே வரையும் காற்றில் சீழ்க்கை யொலியிட்டு அங்கு நீளும் சிவப்பு நிறம்.

சாயமலை படும் இரவில் தயங்கித் தனிமையில் வரையும் இலைத்தூரில் செறியும் கலை. மறையும் சித்திரங்கள் அமிழ்ந்த சாயமலை ஆழங்களில் திரும்பவரும் இரவையும் மீட்டும் புகை மரத்தின் பரம்பரம்மென்ற காற்றொலி.

பனிநீரில் நுழையும் சாமம் கல் அகலில் சுடரும் மாசற்ற நீலம்

சாய மலையில் மூழ்கிய தூரம். நீல வெளிக்கிடையே மூங்கில்களில் உரசும் மான்களின் புள்ளி, வெள்ளிகளாய் ஒளிப்படும் பாய்ச்சல்.

மலையை உரசி எரியும் கொம்புகளில் சுநாதம். உலர்த்திய சரஸ் இலைகளில் சீலை செய்து மண் குடுக்கையில் சணல் கங்கு கூட்டி புகை மூடிக் கைக்கூட்டில் சுழலும் எரிபந்தில் செந்நெருப்பு உண்ணும் செவ்வெலி மயிர்ப்போர்வை சுற்றிப் புகைக்கிறார்கள். நொடி இமைப்பில் அடுக்கிய சாயமலை வடிவம் வானென்ற ஆகாசத்தில் உமிழும் கருநீலம். இந்த மலை மௌனமுற்ற நீலத்தில் கரையும் பாறைகளில் அண்ணாந்த புகைக்குடியரின் மல்லாந்த சுழல். வேறு ரூபங்களும் கடந்து செல்லும் சிறு சலனம். மலையும் நீரும் கலந்த நீலம் காற்றிலும் சில்லிருளில் குத்தும் ஊசிநீர் மெல்ல இறங்கும் பனி. நீர்வாழ் பிறவிகள் அடியில் சலனமற்றுத் துயிலத் தாவரங்கள் அரிதுயிலில் இலைகளைப் படியவிடும் இருட்டு.

பாறைகளின் வளைந்த நிழல். கை சிறியதாகத் தோன்றிபின் இருளாக உருப்பட்டுத் திரும்பவும் அந்தரத்தில் வெளிகரையும் சித்தன் வலக்கையை உயர்த்தி அழைக்கிறான் யாரையோ. ஒருவருமில்லை. அவன் இமை ஆடாமல் பார்க்கிறது நிலத்தில் புதைந்திருக்கும் கிராமங்களை. அங்கு ஒரு சில தெருவிளக்கு மட்டுமே அரக்குநிறத்தில் ஆள் நடமாட்டத்தைக் காட்டும். சாயை மறையாதோ... தன்னிடம் தன் வெளிக்குள் ஓயா அகத்தினிடை ஓடாதோ? எனக் கூறினான் நரிகளிடம். அவற்றின் சாயை அவ்விடம்விட்டுக் கிழக்கே செல்லும். நரிகளின் சுவாசத்தில் தாவரங்கள் முணுமுணுப்பு.

கிளை பரவும் இருட்டில் ஓடைத் தாமரையில் பாம்புத் தொலியாக நெளியும் நிலவு. சேற்றில் மூழ்கி சலம்மேல்வரப் பாசிநீரை அள்ளிப் பருகும் கரங்களில் புகைவட்டமிடும் மண்குடுக்கை. உள்ளில் புகை உருகும் சித்தம் புளியங்குச்சியில் சிறிய வெள்ளிய துகிலை விரல் பூசினாள் காண்டீஜா. அந்தரப்பட்சி விடுபட்ட கோட்டிலிருந்து நீரில் படிந்து காற்றில் அலையாக வரும் அரூப வாசனையில் அரக்கி காண்டீஜா. கரும்பச்சைப் புற்களின் தாதுகளில் ஒளித்திவலை ஒவ்வொரு சொட்டில் தனியே வரும் அரக்கியின் காலடிகள்.

கல்நீரில் உருகரைந்து நீராகி விடும் காற்று தொலை தூரத்துக்குப் பின்னால் லாகிரிப் புல்லின் பொற்கோடு சுடரும் இருளில் காத்திருந்து பார்க்கலாம். மலையில் சாயல்களாகப் பல வடிவம். உனக்கு முன் சொல்லப்பட்டவை. யாவும் உன்னிடமில்லாதவையும் சேர்ந்ததில் இவ்விதமாக வளையும் சரஸ் எனும் சொர்ண இலைகள்

உரசும் பாறைகளில் நீடித்திருக்கும் நொச்சியர் வண்ணத் தூரிகளில் உதிர்வாகக் கரையும் வெள்ளிகளின் நூறு நூறு பச்சை ஓசதிக் காற்று. சாயமேற்றும் சாயமலையில் இயற்கை நாடிகள் இயல்பா யிருக்கும். நரம்புகளில் கைவரும் புகைக்குடிக்காற்று விசும்பில் தஞ்சமடையும் விதி.

ஒழுங்கற்ற பரிதித்தழல் சுழன்று திரியும் தூரத்தைப் பொருத்தது வடிவம். பரிதியில் வெளியேறும் தழல். உலோகக் கதவுகள் கிரீச்சிடும் சாளரம். தாமிர வாலைக்குடுவையில் உள்ள புகைக் குடிக் காற்று மெல்லப் பரவுகிறது. மீனவர்கள் மீன் பிடிக்கும்போது மீன் களுடன் வலையில் ஒரு பரிதிச்சாடி அகப்பட அதை நிலத்துக்குக் கொண்டு வந்து திறக்க, அதிலிருந்து நீலப்புகை எழுந்து நேருச்சி வானிற்கு எழுத்து மலையுயர பஞ்ச பூதம் தோன்றி மறைந்தது. மீன் வலைகளில் சில தாமிரப் பாட்டில்கள் அகப்பட அதைத் திறக்கக் நொச்சிப் பெண்டிரின் சுருள்கள். உருவம் என்பது நெருப்புக் கல்லின் கைப்பிடியளவு துடி. பாலுணர்வின் மழை சுவர்களைப் பின்தொடரும் வாழ்வு நெடுக கடந்து தனித்து விலகிப் போய்க்கொண்டிருக்கும் இவர்கள்.

பிரக்ஞையின் நிலையான ஓட்டம் பிறழ்வைக்கொண்டிருக்கும் சாயமலைப் பாதைகள் மேலே ஏறும் பாறைகள். மாயத் தோற்றத்தில் பதிந்த அரக்கி காண்டீஜாவின் இருப்பில் ஒரு நாடியாக இருக்கிறது. உயிரின் இருளாக நிலைபெறும் கரு. சாயையில் புகைவரிக்குப் பொருள் கொள்ளும் கலைப்பரிமாணம் நீலம் ததும்பும் சூன்ய ரேகையில் படியும். அருகில் செல்லத் தொலைவாகும் நீலங்கள் உயிரோடு பொருந்தி மலையாக நீள்கிற அசேதன நிலை உட்புகை யுரு கருமசகாய்க் கசிந்த பாறைகளில் துணுக்குற்று உருளும் ஒலி. நல்ல சுருட்டுகளை மிக விரும்பிய அமரர்கள் புகைக்கண்ணாடியை விட்டு வரவில்லை. ஆனால் நரகின் கொடும் வாழ்வுக்குப் புகைக் கருமையூட்டி ரகஸியங்களை வெளிக்கொணரும் சாவியாகப் பழஞ் சுருட்டுகளை வளைந்திருக்குமாறு ஊதி இழுத்துப் பேசு வார்கள். இறந்தவர்கள் கருப்புப் புகையிலையின் காரல் நெடிக்குள் புகுந் திருப்பதும் அரக்கியின் புகைக் கண்ணாடிதான். பிரச்சினவதா படுத்துறங்கும் கல்மரமாய் விழித்தெழுந்த பாம்பிரண்டு தாள்திறந்த பாறைக்குள் நாளிகைக் கொரு வாக்கியம் கூறுவேன். கணித்த நேரம் ராக்காலத்தையும் பகற்காலத்தையும் நேர்கோட்டில் பறக்கும் காக்கை எடுத்த கல்நீராகவும் ஒளித்துவைத்த இருளுருவின் சொரூபமாய் ஆந்தை இரவுக்குள் தங்கியிருக்கும். மஞ்சிட்டிக்

கொடிவேரில் தீட்டிய கருஞ்சிவப்புப் புராண பாத்திரங்கள் மாதுளந்தோல் பதர்த்துவமாய் கசிந்த சிவப்பில் பாடல் குழுவினர் துணியைக் கிழித்து வேஷம் கட்டி கால் கெச்சத்தில் சுழன்ற ஒலி. வழிப்படும் யவனரும் திரும்பிய சாயநீர்த் துணியில் தமர் விழுந்த வரைபடத்தில் அரேபிய வணிகரும் நொச்சித் துணிகளைக் கருப்புப் பெட்டியில் கொண்டு செல்லும் அரக்கி காண்டீஜாவின் ஏழுகழுதைகள் சித்திரங்களில் மோனமடையும்.

புளியங்கொம்பு ஒன்றில் எரியும் சுள்ளிகள் உருண்டு முணுமுணுக்கும் எழுதாதவர்களின் ஓலைச்சுவடிகளில் அட்சரம் ஒவ்வொரு நாடியில் ஓடிவரும் சொல் விழிபட்டால் மறைந்துவிடும். கண்மணியின் நடுவாகிக் கருணை தரும் அரக்கி காண்டீஜாவின் 'சித்ரகதா' துணிச்சுருள் திறந்து புளியங்குச்சியால் வரைந்து வரும் போதமயமான கம்பளத்தைப்பாட ஆமப்பா. அதனுடைய விபரத்தை யாரிங்கே சொல்வார்? சாயமலை பொங்கிய முன்னூறு சாய இலைகளில் வகை பல தாவரம் உருகி எழும் சித்திரக் கம்பளத்தைப் புளியந்தூரி கொண்டு நடு ஜாமத்தில் விண்மீன் கக்கிய பசை உலகுயிர்கள் மூழ்கியிருக்கும் அந்தப் பச்சை வீட்டில் அரக்கி காண்டீஜா கூடுவிட்டு கூடு பாகாயப் பிரவேசம் செய்யும் சித்தி துவங்கியதும் வர்ணம்பூசி தம்பளப்பூச்சி உரு எடுத்துத் தாவிய நீல வீட்டுக்குள் ஆயிரம் பூச்சி வண்டுகளும் கதண்டு கக்கி அடிவயிற்றுப் பித்தம் பூசிய சருகுக் கூடு.

விசித்திரங்கள் கிளைக்கிறது பச்சைவெள்ளி உதிக்கிறது வாசியில். புகைமரம் கனியுமாறு எழுந்து நிற்கும் சுருட்டுக்காரன். சுற்றிச்சுற்றி வளைக்கிறான். சாயமலையில் அரக்கி காண்டீஜா சணல்பந்தில் கங்கு வைத்து சிரட்டையில் மூன்றாவது கண்ணைத் துளையிட்டு சரஸ் இலைகளுக்குச் சீலை சுற்றி மூங்கில் குச்சி துவாரத்தில் பொருத்தி தேன்மெழுகு பூசிப் புகையுமாம் காற்று. காமப் பூச்சிக் கூடிப்பேசிக் கலங்கும் இருளைக் குடையும் ஒலி. வாழ்வின் துக்கத்தில் நாயின் பருவகால இரவு வரும் ஆதிநிலா ஊளையிட்டு ஒளியருந்தும் வாலைநாய் இரண்டு அங்கே காற்றைப் பிடித்து விரட்டியோடும் ஊளையில் பாறைகள் அதிரும். புகைக்குடிப் பாடல் ஒன்று. இசையின் கருப்பையில் சாயமலையின் சிரிப்பும் இவர்களும். நிறங்கள் அமைவுகொள்ளும் பாறைகள். பார்க்க முடியும் காற்று சிறிதிலும் ஓவியம். சிச்சிறு உயிரிதன்ஆகிருதியில் குரல் அமைதி கொள்ளவில்லை நரியும். அதன் விழிக் கடவில் வழியும் புகை. பிடில் ஏந்திய தேவதையை ராஃபேலாகத் தோற்றமளிக்கிறாள்

காண்டீஜா. தசையோ மாம்சப்புழுவோ இன்மையின் நடனம். சாயமலை உறைவோ நகர்வோ ஓவியம். முழுவதுமாகச் சிதைந்த இப்போது அரக்கியின் ஓவியத் துணி கிழியும் ஒலி. சுருட்டு எடுத்த விரல்களால் எச்சில் பூசி வரைகிறாள் காண்டீஜா. புகைவிடும் ஓவியம் பைத்தியம் ஒரு சுருட்டு. கீர்த்தியை வரைவது அரக்கியின் சாயநீர் பேலட். சுருட்டுக் கம்பெனிக்கு வரைவதை நிறுத்த மாட்டாள் அரக்கி. சுற்றப்படும் லேபில் தொலைந்திருக்கவும் மணம் வரும் புகை. புகையிலைப் படபடப்பில் அரக்கி கை மாற்றிக் கொடுத்த குடுக்கை. கங்கின் சுமை வேறொரு இடம் பரவும். வெளிபகரும் கங்கு கடப்பவள் அசைவு. பனிக்குள் வீசும் சுருட்டின் மூச்சு. பூத சதுக்கம் பற்றவைக்கப் பழுத்து எரியும் கங்கில் நகரம் வெளிர் சிவப்பு. மறதியைத் தேடும் உறையூர் சுருட்டு. யுத்தக்களத்தில் ஓவியன் வில்களில் சுருட்டுக்கண். பாதையோரக் கங்கு கடக்கும் ஒவ்வொருவர் சாம்பலின் சுமை. கங்குதனில் விட்டுச் செல்ல மிஞ்சுவதாக.. நம் சாம்பல்.

மரணத் தருவாயில் பேராந்தை சொன்னது:

இன்னும் என் தலையில் உறையூர் மிகுந்த புகை. திருச்சினாப்பள்ளி சுருட்டு அந்தரங்கத் தியானம். படிக ஓடையில் அகாத ஆழத்தில் புகைக்குடிச் சுருட்டுகள் கரையும் ஆவி. பட்டப்பகல் விளக்கு பாழ் அடைந்த சுருட்டு நான். கசந்த அவள் முறுவலில் புகையிலை எச்சில் அதன் இருப்பில் சாம்பலாகும் ஆன்மா எனது. கருத்த துக்கம் அவளது சுருட்டு. வௌவால் தொலியென அரக்கி காண்டீஜா சுழலத் தொடங்கி புகைக்குடிக்காற்றில் வளைகிறாள் நீல யுவதி.

15

ரோக அரசன்

சுருள் IV

பட்டச் சித்ரா

சொல்லி	*கேட்போர்*
அரக்கி காண்டீஜா	*பூழி அரசன் முத்து*
தசம கணித பலகையில் விளையாடுபவர்கள்	*குளிக்கும் 2034 வயதான பரதவர்*

சமீபத்தில் வட்டமாகப் போகிற உடைபடாத நேர்கோட்டில் மர்மங்கள் நிறைந்ததான நீலவானமும் ஒளிரும் கடலும் நாளெல்லாம் இணைகிறது. எதிர்பாத்ததைப் போலல்லாமல் அந்த நேர்கோடு உடைபடாமல் இருக்கிறது பிறைவடிவங்கள் ஒவ்வொரு இரவாய் ஏரியில் வீழ்ந்ததும் அசைவற்ற நீர்மைய அலைகளில் தொடங்கி வெளிப்புறம் தோன்றி உள்ளேறும் அடுக்கில் பார்வைத் தளம் உள்ளது. ஏரியின் மையம் எப்போதும் விடுதியின் உட்பரப்பினுள் மீன்கள் நீர் ஏற்றத்தில் தவழ்ந்து உள்படர்வதில் திவலைகள் வேகமாக ஓடுகின்றன. போதி தருமாவின் சித்திரத்தில் நரிகளின் முதுநிலை. ரெப்பைக் கோரைகளை அரிந்துகொண்டதில் நீலவானத்தின் நறுக்கப்பட்ட தோலிலிருந்து நீலக்கண் கீழே சரிந்து அவரைப் பார்வை கொள்ள நிலவு மெல்ல தேய்ந்தபடி கண் அளவைவிட்டு வெளியேறி மறைந்து வந்தது.

அவ்வப்போது நீலம் நிறம் பிரிந்தாலும் இந்த நேர்கோட்டின் பார்வையில் மணல் வடிவம் பெற்ற தீவு நீந்திக் கொண்டிருக்கிறது. உலகத்தின் விளிம்பின் மீதாகவும் சீக்கிரத்தில் சமுத்திரத்தின் அலைகளாகி விடப்போகிற அஸ்தமச் சூரியனைப் போல் நமது கடந்த காலத்தின் வெகுவான ஆழங்களில் இப்போது மேற்கிலிருந்து

குழம்பிய அடிவானம் வேகமாக மாறும் ஓவியங்களாக கீழிறங்கிக் கொண்டிருக்கிறது நமக்குப்பின்னால். அங்கேதான் இராமேஸ்வரமும் தொன்முதுகோடியும் பெருநிலத்தை துண்டித்துக் கொண்ட பாலம் தூக்கிய இரு கரங்கள் விரிக்கவும் சிறுகப்பல்கள் பாயும் அந்தி ஒளியில் கருக்கிருட்டாய் உருகிப் படிகின்றன.

இராமேஸ்வரம் தீவின் தொடர்ச்சியான தீவாக தொன்முது கோடியின் மாலைப் பொழுதுகளில் வந்தடையும் பரிதியுதிர்த்த மணல் மயக்கம். இரவோடுகூட பரிதிமணல் செம்மஞ்சள் சிதறல்களான விடுதியின் விளக்கொளியில் தூரத்துக் கடற்கரையிலிருந்து சற்றே தோன்றும் விழிக்கசிவு. இவ்வோவியத்தில் இருந்து விரல்களை எடுக்கிறான் பாக் ஜலசந்திப் பயணி. முதலில் ஆபூர்வமானதாகவும் பிறகு உப்புவிடுதியின் தனிமையானதாகவும் வந்துபாய்கிற அனாதியான கலங்கரை விளக்கங்களின் ஒளிக்கதிர்கள் அதனோடு கூடிவந்த நிழல்களையும் நூற்றாண்டுகளையும் சேர்த்து கணிக்க முடியாத தூரத்து கிராமங்களையும் ஞாபகங்களையும் இந்தியாவையும் முத்துக்களை தந்தவாறு சென்ற அலைகளையும் தொன்முதுகோடி பிடித்திருந்தது.

கற்பனைகளை மழுங்கடிப்பதாக தூரத்து மேட்டுக் கடலில் பதுங்கிய தக்ஷிண நகரமான 'லங்காபுரா' மற்றும் போதி தருமா கடந்து போன பெயரற்ற நகரங்களின் மேலாக உயரும் புதிய ஒளி ஓடைகளில் வானம் கலக்கமடைந்திருக்கிறது.

பூமியைச் சுற்றி கரும்பாறைகளின் சங்கிலித் தொடரால் கோர்க்கப் பட்ட வெடிப்பு எரிமலையான சக்ரவால மைவரையை மோதும் இரவுநேரக் கடல் விலங்குகளின் உக்கிரமான குரலைப் போல அச்சுறுத்துவதாக பேய்மையடைந்த பெரிய கப்பலொன்றின் சங்கொலி தலைமன்னார் வரை படியும்.

தொன்முதுகோடித் தீவின் குளிரான இருள்திரையினூடே வழியமைத்துச் செல்லும் போதி தருமாவின் கப்பலிலிருந்து பார்ப்பதற்கு சுற்றிலும் நிச்சயமற்ற தோற்றங்கள்தான். பாய்மரம் உயர்த்தி நங்கூரமிட்டபின் பார்த்தபோது அரிச்சல் முனையில் மூன்று கடல்கள் கோர்க்கும் கற்பித வெண்படலம் மெதுவாய் தொலைவில் ஆழ்த்திவிடும். பிறகு திடீர் நிகழ்வாக கூர்ந்து கணிக்க முடியாத திறந்த வெளியே மதகு திறந்த காற்று குபுகுபுவென புகுந்து மிகப்பரந்த கடற் பரப்பை நோக்கி எத்தனை ஆவிகளை கூட்டிக் கலந்து ஓடுவதான குரல்களில் மூழ்கியவர்களின் அருவங்கள்தான்

அவையெனப்படும். ஒவ்வொரு மீனவ ஆவியும் தொன்முதுகோடியை விட்டு மறைவதாயில்லை. சுருட்டு வைத்து வணங்குகிறார்கள். பிறகு சிறு தீவுகள் பல தீவின் திட்டுகள் மணற்பாறைகள் அவற்றின் குறுகிய வாய்க்கால்கள் ஏற்படுத்தும் மாற்றங்கள் திறந்த வெளி வரைவுகள் இவற்றினூடே பாக் ஜலசந்தியின் முடிவற்ற கவர்ச்சி இடையறாத அழகின் மாற்றங்களோடு பாய்கிற அலை.

கடலுக்குள் தீவாக இருப்பதைப் போலவே தீவுகள் நிலமாகவும் உப்புத் தரவையாகவும் பெரும்பகுதி மணலாகவும் இருப்பதிலும் தொன்முதுகோடி அழகானதுதான். சூரியோதயத்தின் இந்த தீவாந்திர அழகு கிரீசில் இருக்கும் தீவுக் கூட்டங்களிடம் இருக்கலாம். ஆனால் தொன்முதுகோடியின் நீளவாட்டம் உணர்வோட்டமாகச் சென்றால் அத்தனை எலும்புகளும் சுழற்றிச் சேரும் வங்ககடல் ஓசை. இங்கு மேடாகிக்கொண்டே வருவதில் சேரும் மணலை எடுக்க எடுக்க அலைவந்து மேவும் வேறு துகள்கள். ஆனாலும் இந்த மணல் பிரதேசத்தின் நுணுக்கமான இயற்கையில் கோடுகளை வளைப்பது யார். தொன்முதுகோடி ஷெட்டில் பாசஞ்சர் ரயிலில் இருந்தவாறு பார்க்கிறார்கள். இயற்கைக்கும் கலைக்குமிடையே தொண்முது கோடியெனும் அமானுஷ்யத் தனிமையுடன் ஒருவருக்கொருவர் இணையற்றவர்களாக ஆனால் மாறுபடும் தனித்துவமானவர்களாக இருந்தாலும் என்ன இவர்களும் மனிதர்கள் தானே அவர்களுக்குள் லயத்தை உருவாக்குவது இயற்கைக்கும் கலைக்கும் உள்ள உறவுதான். இதைப் பாழடைந்த ஷட்டில் பாசஞ்சர் ஜன்னல்கள் வழி பார்த்தால் ஓடும் ஜன்னல்களில் விரைந்து மாறுகிற காட்சிகளில் நிறச் சிதறல் களில் படும் முதல் பதிவே மேலான ஓவியத்தை தந்துவிடும். இவ்விதம் இயற்கை இந்த அழிமதிகளுக்கிடையே வரைந்து கொள்ளும் முடிவற்ற கலையாழ்ந்த உணர்வுகள் வெற்றுமணல் ஒன்றின் பாழ் தோற்றமென ஒவ்வொரு மணலும்தான் எத்தனை வித மடிப்புகளைக் கொண்டிருப்பது. தானே வரைந்துகொள்ளும் மணல்படிவம் தனதாக்கம் கொள்ள வைக்கும்.

தொன்முதுகோடி நிலத்தோற்றம் கடல்மட்டத்துக்கு கீழே செல்ல உயரமாய் எழுந்து வளரும் கடல்களில் இவர்களும் மரத்துடன் நகரும் மீன்களெனப்படும். மேடும் தாவும் மாறி மாறியமைந்த தோற்றங்களில் நீருக்கடியிலுள்ள உயிரினங்களின் நகரமொன்று இடம்பெயர்ந்து சுற்றிவரும். வெற்றுமணல் வரைகளோடும் கடலோடும் பிரிந்திருக்கும் ஊர் மற்றும் துறைமுகப் பாலத்தில் காத்திருப்பவர்களோடு சிறிய கப்பல்களின் சங்கொலி கரையும்போது கடற்காகங்கள் சிதறிச் சுழலும்

அதிர்வுகள். தனிப் பிரதேசங்களாக ஜனங்களைவிட்டு ஒதுங்கிய தனிமைகளைக் கொண்ட வெண்படலத்தில் ஊரற்றவர்களும் பெயர் தெரியாதவர்களும் கடக்கிறார்கள் தன்னையும் தொலைத்துக்கொள்ள.

இந்த உப்புத் தரவையைக் கடந்தால் உயரந்தெழும்பிய தோற்றங் களும் கவர்ச்சியும் ஆழமும் நிறைந்த கெவியான சரிவுகளில் பேய்க்கப்பல் ஒன்று மூச்சுவிட்டவாறு பயணியைப் பார்க்கிறது. அந்தக் கப்பலில் சேர்ந்துபோன மண்டியும் மகிழியுமான கடல் ஜந்துக்களும் ஓடுடலிகளும் பேய்மையடைந்த கப்பலின் தனிப்பட்ட கலைப்பாணியாக செதுக்கிவரும் இயற்கையும் தன் கோடுகளால் எத்தனை சிதறல்களாக உயிர்கொள்வது. விரல்கள் ஆயிரம் கூடிக் கிறுக்கிய முடிவற்ற சிற்பத் தொடர்ச்சியாக அமைந்திருக்கிறது.

சாத்தியமான எல்லாக் கோணங்களிலும் இடைவிடாமல் வெவ்வேறு விளைவுகளாக மாறும் பேய்க்கப்பல் தட்பவெப்ப நிலைக்கேற்ப சாயைகளில் வெளிப்படும் தோற்றமாயங்கள். மேகக் கூட்டம் ஒட்டி அடைந்த பஞ்சுப் பொதியான நீல வெளிறலாக மூடப்பட்ட கப்பலில் நூறு பிக்குகளோடு போதிதாமோ பயணமாகிக்கொண்டிருந்தார். தூரக் கடலிலிருந்து வந்த காற்றில் கிழிபட்ட பாய்கள் புலம்புவது என்ன. நூற்றுக்கணக்கான முத்துக்குளி பார்கள் அவற்றின் ஓடைகளில் பிரதிபலித்த மௌத்திகங்கள். தூர வெண்படலத்தில் மூழ்கிய கப்பல்வரை உருவம் துலங்கியது. உயர்ந்திருக்கும் இக்கப்பல் ரோகம் பிடித்த அரசனுக்குச் சொந்தமானது. அவன் அருகில் போனால் பெருவியாதிக் காரனின் முகம் சிதைந்து மூக்கறுந்து கண் இமைகளை வாளால் அரிந்திருந்தான் ஒரு மீனைப் போலவோ போதி தருமாவைப் போலவோ எனில் எவ்விதத்திலும் முத்துக்களின் கருவிலும் உருவிலும் வளர்ந்துவரும் இருப்பிலும் கண்களை திருப்பி அதில் ஆழ்ந்து தியானித்திருக்கிறான் பல நூற்றாண்டுகளின் மடிப்பைக் கொண்ட ரோக உடலுடன். கடலில் நீந்தி அலையும் சிப்பிகள் கருக்கொள்ள எல்லாம் கூட்டமாய் நகர்ந்து நீரில் மிதக்கும் கூனரோகி உடலில் ஒட்டிக் கொள்கின்றன. தசைத்திசுக் களில் புலவோர் கூட்டத்தை சீதள ஓலைகளால் தைத்து நரம்பு நாளங்களில் வங்கியக் குழல் கருவிகளின் சுருதிகளால் உயிர் பெற்றிருந்தான் இன்றும் . முகவீணையை ஊதி அந்த ரோக அரசனை உயிர்ப்பித்துவிடலாம். சமுத்திரத்தின் தொடுவானில் அவன் உடல் மரக்கட்டையாக மிதந்து போகிறது நீரோட்டத்தில்.

16

கந்தமானதபர்வதம்
இருண்ட கால அரண்மனை

தொன்முதுகோடி ஷட்டில் பாசஞ்சர் 107இல் மழையுடன் போன நள்ளிரவு ஒலிகள் கீழிறங்கும் இருட்டில் கரைந்துகொண்டு இருக்கிறேன் மௌனத்தைவிட்டு வெளிவர முடியாமல் ஓடும் தெருவாகும் ரயிலுக்குள் நகரும் ஜன்னல்களில் வெளிகள் பல சேர்ந்துவிட்டிருந்த பயணிகளின் பார்வைகள் வேறு வேறு கோணங்களில் இமைவிரித் திருப்பதில் எத்தகைய கூட்டு அதிசயம் நிகழ் கணமாகி இருப்பதில் உன் மோன இழை தீராமல்பரவிக் கொண்டு இருந்த பயணத்தில் இருப்பின் சாயைகளாய் யாத்ரீகர்களும் பெண்களும் சிறுமிகளும் மேலே கீழே ஆழ்ந்திருக்கிறார்கள். எவ்வளவு விரைவாக முடியுமோ அவ்வளவு நீலத்தில் ஓடிக் கிடந்த தொன்முதுகோடி முனையும் சேர்ந்து இழுபடும்வரை படம் அவரவர்களுக்கான மணல்மேடுகள் கூடவர இன்று பகல் பூராவும் அலைந்து சுற்றிய உலகின் கடைசி ஊர் துக்கமாய் கவிந்த வருஷங் களைத் திறக்கும் தனிமைகள் வெறியுடன் எரிந்து கொண்டிருக்கும் மணல் புகையின் கற்பிதப் படலத்தில் இருப்பு எதுவெனப் பிடிபடாமல் நண்பகல் முணுமுணுக்கும் உரையாடல் கழிந்த பிறகு இனி சந்திக்க முடியாமல் போவதாயிருக்கும். இன்றிரவு திரும்பியதில் இந்நகரம் தெருக்களைவிட்டு மீள முடிகிறதா?

அந்தப் பரங்கி ஜோடிக் காதலர்களை தொன்முதுகோடி நாய் கடித்துவிட்டு தொலைவே ஓடியதில் வேர்க்கோடு கச்சேரியில் புகார் கொடுத்ததில் துப்பாக்கிக் காவலர்கள் சுற்றி வளைத்த 88 நாய்கள் கலவரம் அடைந்து ஓடஓடக் கால்களைப் பற்றிய பீதியும் மணலின் ஊளையில். தொன்முதுகோடியே பித்தேறிய நாய்களுடன் வாலாய் வளைந்து சுற்றி ஓடும் வட்ட வடிவங்களில் தப்பிவிட அவற்றுக்குப்

பயந்தவர்கள் எழுப்பிய கதையும் வேறாயிற்று. நாய்கள் மணல்புகை வளைவுகளில் சித்தர்களாய்த் திரியும் ஏகாந்தம். அதுபற்றிக் கடிபட்ட ஜோடிகளுக்கு ஏதேதோ பிதற்றல். ஆமையின் பித்தத்தைத் தின்ற கிறுக்கில் தொடர்ந்து தேடும் யாத்ரீகர்களின் காலடிகளை மோகித்து அண்ணாந்து சிரிக்கும் சுவாதீனம். ஆயிரம் முகங்களாய்ப் பரவி வரும் கோட்டிநாய். தொன்முதுகோடியில் வால்வைத்து நிழலிட்டு ஒளிவீசி வெண்சங்கு காதுகள் அசைய ஆகாயத்தின் மேல் எக்கி இருகால்களை வீசி விரித்த சிணுங்கல். பயணிகளும் அஞ்சக் குரல் எழுப்பி வெருட்டிப் பெரும் கூச்சலிட்டு எதையோ உள்ளே காட்டும் மணல் விழிப்பு.

மகரமீன்கள் நாயைக் கண்டு எட்டிப் பார்க்கும் அதன் சொரூபத்தில் காரிருள் புயல் சீறிய முணகல்கள் வீடுகளில் பேய்களே கழுவனைக் கண்டு பேசும். வெம்பேய்களைத் துரத்திவர பிடரியைப் பிடிக்கும் வேகம். ஆமையோடு ஏந்தி பித்தம் புசித்த நாய்கள் 'ஆனால் நானும் நீயும் பிரியுமுன் இருப்பைத் தின்னும் கோட்டி நாய்.'

சிறிதே பார்க்கும் மணல் குருடன் கந்தநாகா பாதிக் கூழாங்கல் ஆகிய விழி மணலில் கூடுகட்டும் பறவையுடன் சினேகித்தவன். இந்த த நகரத்தின் கிரிப்டோ மணல் நூலகத்தில் பாதிக்குமேல்பட்டு கண்பார்வை கெட்ட குலாதரன் தந்தை கண்ணவர்த்திதநாகா வேட்டைக்காரர்களிடமிருந்து தப்பியோடி பிறகு தன் தலையை கந்தமான பருவதத்தில் மறைத்துக் கொண்டவன். சுயமருட்சியில் மாயத்தோற்றமளிக்கும் மணல்நகரமிது. அவன் நினைத்துக்கொள்கிறான். 'தன்னை யாரும் பார்க்கமுடியாமல் போவதை தன்னால் பார்க்க முடியாதென்று..' மணல் விழிகளைத் திறக்கிறான் கந்தநாகா.

நீர் திரைமேல் உலவி இரைதேடும் புதா இனங்காள் கேளும்.. தண்ணீர் தான் உயிரின் முதல் தொன்மம் - தண்ணீர் மட்டும்தான் இருந்தது. கிரௌஞ்சம் ஓர் ஆள் உயரமிருக்கும் பெரியபுள். முதன் முதலில் இருந்துவந்த நீர்மேல் தொட்டும் தொடாமல் அந்தரத்தில் நிற்குமாறு கூடு கட்டி இருந்துவரும் நாளைக்கு முன்பே ஒரு செல் இரு செல் ஜனிப்பித்த நீரரவம் பூமியைச் சுற்றிக் காத்திருந்து சங்கிலிப் பாறைகளாய்க் கோர்த்த கல்நீர் இணைந்த கந்தமானபருவத அடுக்கம் ஈர்த்ததும் எல்லா மச்சராசிகளும் முந்திய இருட்டு தாழ்நிலைச் செல் பிளந்துவரா தீநீர் கோப்பையினைச் சாய்த்து குழந்தை பனிக்கண்கள் தோன்ற காற்றின் வெப்ப வேகத்தில் திடவஸ்து பனிச்சிலைகள் உருகிவரும் உயரம் குறைந்து கொண்டே வரும் வெம்பனி திரவப் பொன்னிறப் பகுதி மூழ்கிய வைநீர் சொட்டு ஒன்று அவள். முதுகுத்

தண்டில் இறங்கியதில் சிவந்த தன் முதுகெலும்பால் கீழைக் கடவுளைக் கொன்ற இந்திரன் உருவினான் எலும்பை வஜ்ராயுதமாய் கொடுத்ததில் கடல்பசுவான நாகபூசணி தன்பிறவிநெடுக குருசடைத் தீவாகச் சபிக்கப்பட்டாள். அதுவரை அறியப்படாத நாககன்னி மீனை கந்தமானத பருவதத்தில் ஒவ்வொரு அழிவிலும் உயிர்களைக் காக்கவருகிறாள் நாகபூசணி.

மணலெங்கும் சுடப்பட்ட நாய்களின் பித்தமேறிய குருதி சிவந்த வாக்குவாதமிடும் கடல்காகங்கள். நாய்களுக்கும் மனிதர் களுக்குமாக பருவதத்தின் பகலும் ராத்திரிகளும் பச்சை உயிர்களின் தோற்றமாகும். நிறம்மாறிக்கொண்டே வரும் நாய்களின் லொங் கோட்டம் மணல்மேடுகளில் அண்ணாந்த உரையாடல். மணல் பரப்பில் தூக்கத்தின் சாயல்களில் குரலிடும் நீர்ப் பறவைகள். கந்தமானபருவதத்தை மங்கச் செய்து அதுதான் உயிர் தொனியும் ஓவியத்தை வேறு யாரோ கண்டுவரும் கனவில் நுழைகிற நிறங்கள் நாய்களின் சாயைகளில் வரையப்படாத சித்திரம் மாறிவிட மணல் கேன்வாஸை தன் உடலில் உரித்தெடுக்கும் கோட்டி நாய்கள்.

'நிலைபெறும் இரக்கம் நீங்கில் என் உயிரும் நீங்கும்' எனும் வலிமை. பருவதம் பரவ கடல் நிலத்துக்கு அருகிலேயே வசித்த ரஸமணிகளின் ஒலி கரையும் தோற்றம். யௌவன பத்ர இலை மறைந்திருக்கும் மகோதரனும் மருமான் குவாதரனும் அரிச்சல்முனை தீடைகளில் நிற்கிறார்கள். மூப்படைந்த தீவு தியானத்திலிருந்து கரைபுரளும் கன்னிமீன் தீடைகளில் நிற்கிறான். மூப்படைந்த தீவு கண்ணமானதத் தியானத்திலிருந்து கரைபுரளும் கன்னிமீன் இளமை கொடுக்கும் கூடுகலையும் நண்டுகளும் குழியுடலிகளும் எலும்பாகும் தாவர இலைகளுக்குள் கடல் தின்கிறது சிதிலங்களில்.

நாய்களின் அழைப்புக்காகக் காத்திருக்கிறேன். எங்கிருந்தோ அவற்றின் சமிக்ஞைகள். விரல்தடத்தின் ஆரம்பம் மோப்பம் பரவும் மணல் மடு. வெறியுடன் உற்றுப்பார்த்த நாய்களின் விழிக் கடையோரம் பர்வதநாகாநகரம் வழிகிறது.

கைத்துப்பாக்கியால் சுடப்பட்ட நாய்களின் பிரார்த்தனைக்கு எதிராக மனிதக் கண் அலுவலகம். பின்னோக்கி வலஇடமாய் வட்டமிடும் நாயின் ஒளி சுற்றுகிற சுழல். மூக்கில் இன்னும் சுவாசம் ஓடுகிறது. கந்தமானதம் மணல்வெளி உரிமைகள் நாய்களிடம் இருந்தவை. சுட்டுப் பறித்தெடுத்ததில் மாறியிருந்தன கடல்நிறங்களும். மறுபடியும் சன்னமான ஊளை மணல் புகையில். ரொம்ப தூர

நீட்சியில் பிழைத்திருந்த நாயின் ரகஸிய நிலம் கந்தமானத பருவதம்.

பரங்கிக் காதலன் எழுதிவைத்த உத்தரவில் மீண்டும் துப்பாக்கி களின் வேட்டை. அலையலையாகப் புரளும் நாய்களின் அரூப உருக்கள் கடல் பச்சையாக மாறிவிடும். ஒவ்வொரு நாயும் முடிவற்ற இருப்பு என உணர்வேன். அக்கண்களில் ஓடும் தேனிற ஒளி. கண்ணவர்த்தநாகா ரகஸியத் தனிமை குடித்து பைத்தியம் மின்னிக் கொண்டிருக்கும்.

இருந்தும் இன்றைய இரவில் நாகபூசணியின் இருண்ட கால அரண்மனைப் படலங்களில் படிந்திருக்கும் நூற்றாண்டுகளின் காரைகளில் வரையப்படாத சித்திரங்களாக 88 நாய்களின் ஆவியாக உள் நுழைகிறேன். நான்கு நாட்களுக்குக் குறைவான ஓர் இரவை ஊடுருவி கந்தமானதபருவதம் செல்லும் ஷட்டில் பாசஞ்சரில் ஊடுருவும் கடல் காற்றில் சிலோன்போட்மெயில் திரும்பியதை உணர்ந் தேன். வேறு திசையில் போனவாறு கிழக்காக நெருங்கிச் செல்ல நீ வடக்குயரும் பிறையில் பயணம் கொண்ட ஞாபகம். போட் மெயில் செல்லும் புகைப்படலம் நிலக்கரி உதிர நாம் பிரிந்த பயணத்தில் இருக்கிறோம் தானா.. குலாதரா...

சுந்தரமுடையான் கடல்கிராமத்துக்கு மேற்கிருந்த கடற்கரை யில் கருஞ்சிதைவுபட்ட உடைந்த வாசல் அமர்ந்து என் உடல் பளிங்கில் குருசடைத் தீவின் பிரதிமை வெளிப்பட்டு சற்றுநேரம் தயங்கி என்னைப் பார்த்தாய். நானும் திரும்பிய ஞாபகம். இக்கணத்தில் மேற்கடல் ஓசை புகுந்த சுழலில் வெளியேறிவிட்டாய் நீ. கடந்த நூற்றாண்டு சேர நடக்கும் கந்தமானத ஆவிகளிடம் தூரம் நெடுகிய மெலிந்த குரலில் பேசுவது யார்? குருசடைத் தீவின் உரையாடல் அதன் நுரைகளில் கிறுக்கினால் பாலூட்டி நாககன்னி வெளிப்படும்.

கல் விளங்கிய அரியதோர் மரத்தின் கவட்டிருந்த துணை நீங்கிய பருந்தின் பலம்புகொள் ஓசை ஆறுசெல்லும் சோனகர்களுக்குக் கேட்டது துயரவிசில் ஒலியாய். அந்த அரண்மனைக்குப் பேர் நாககூனன் மடம் எனக் காதுகாதாய் ஜனம் இழுத்துவந்த இருண்ட கால அரண்மனைப் பெண்கள் அங்கு நாகா சாயைகளாய் வதிகிறார்கள். வறண்ட கோடைக் காற்றிலிருக்கும் ஏனாதி என்னருகில் மழைக்காற்றுக்காக ஜன்னலைத் திறக்கிறான். அவர்கள் கடற்கரையில் மழைத்துளி உழுவரிகளால் கண்ணவர்த்த நாகா அரண்மனைக்குப் பெயர் மாற்றியிருக்கலாம். அனுமானங்களைச் சொல்லாமல் மீன்விழிகளை உறக்கத்தில் இமைக்காத கரையர்கள் தூரத்தில்

வேறொரு பகுதியில் சங்கிலிக் கிணற்றின் ஒடுங்கிய நதிக்காக அமர்ந்த காகத்துடன் உரையாடல். கல்தொட்டி யில் நாககன்னி துயில பின்கட்டுக்கு எப்படி வந்தேன்? உள்வெளிகளில் பரவிய நாகா ஆவிகளின் காந்த ஈர்ப்பு சிதிலங்களின் கீறலில் வழியும் கல்லின் வேட்கை. தொட்டதில் கடல்நுரைகளாய்ச் சிதறி வாழ்ந்த அரவுமூதோர் மார்பில் திருகிய பாலூட்டிகள் மனிதரைப் பீடிக்கும் அச்சம். இந்த அமானுஷ்ய வெளியைப் பார்க்க வேண்டும் நீ.

குருசடைத் தீவுக் கரைநெடுக உடையும் ஓடுடலிகளின் புத்தகம் அதில் கண் முளைத்ததும் ஈரப்பசையோடு சதை மெதுவாகக் கசியும் கடல் தொடு உணர்வுகள் என்னைப் பற்றிவிட பக்கம் பக்கமாய் உலகின் சல ராசிகள் வெளிவந்த முதல் நாகாப் புத்தகத்திலிருந்த என் விழிகள் நீர் ததும்பும் உவர் கடல். ஒவ்வொரு பக்கமாய் தீவுகளைப் புரட்டினேன். கூழாங்கற்களில் உருளும் மீன்கள் எதை வரைகின்றன. சிப்பியோடு நத்தைக் கூடுகளில் புள்ளிகளும் நிறங்கள் கூடிநெருங்கும் வரையாப் பச்சை நூல் ஒன்று குருசடைத் தீவாய்ப் புரள்கிறது. பக்கம் பக்கமாய் அலையின் இருப்பில். நாகாத்தீவுகள் சலசலக்கும் கடல் இலைகளில் எழுதப்படாத நீர்மம். திரவநிலைப் புத்தகமிது.

சித்திரத்திலிருந்து மெல்ல விலகிப் பக்கங்களில் வளையும் நீர்த்தாவரங்களில் காய்ந்த இலைகள் சருகுறும் துகில்களாய் பச்சை நாகியர் வரிகளாய் மூச்சுவிடும் ஒலி. கடல் முளைத்த அட்சரத் திருந்த உடுக்களின் விசித்திரம் விரித்திருந்தது. நாலுவித யோனி யெழுவகைத் தோற்றத்தில் ஜெனித்த தன்ய மீன் ஒன்று சுரந்த பால் கண்டு ரூபிக்கும் நூல் அது திறந்து உட்புகுந்த காலத்திருகலில் ஏடுகள் பாழ்பட்டு காமத்தின் அட்சரங்கள் உதிர்வு கொள்ளக் கருத்த மாடங்கள் கசியும் பழுத்த சுண்ணாம்பு ஒளியில் பித்த நாயுடன் வந்த சைத்ரீகன் பால்நாகு மோப்பத்தில் திறந்து ஓவியங்கள் தீர்த்த நாகா அரண்மனைக் கற்கள் சரியச் சரிய 1964 டிசம்பர் 21இல் மண்டபம் ரயிலடியில் கடைசி மனிதனாய் புயலுக்கு ரயில் டிக்கட் வாங்கி இறங்கிய ஊர் கந்தமானபர்வதம்.

புயல் கருத்து வந்த தீவாக்கு சுற்றிப் பிரிந்து படரும்விதி நிலத் தொடர் பறுந்து ஒன்றின் மீதொன்றாய் எதிரெதிர் சுழல்கள் பின்னிய விளைவு. உயிர் இடை செருகிய புயல் இருபுறமும் நிறம் மாறிவிடும். நாகாமீன்கள் உடலிகள் கூட்டமாய் இதை உணர்ந்து விதியால் வெளியேறி விடும் ஆழத்தில் சலனமில்லை. நிகழப் போவதின் புலன்

உணர்வுகொள்ளும் கடல் பசுக்கள் குருசடைத் தீவாகிவிடும்.

மணலினுள் இடிசென்ற குழிவுகள். அயற்குரல்கள் பேசுவது போல் பெரிய கடற்பளிங்குகள் இரவில் தோன்றி உரையாடும் பைசாச மொழி. வேறு பல பக்கங்களையும் புரட்டினேன் புயலின் விளக்கப் படங்களில் வேறு பல நூற்களிலிருந்து நனையும் பக்கங்களுமிருந்தன இதில். நீர் பட்டால் நெருப்பெரியும் உகந்தைவனப் புத்தகமிது. நீண்ட காலம் ரகசியமாய் புங்குடு தீவில் வைத்திருந்ததும் புயலில் சுற்றிய நீர்கோடுகளை மணல் நாழிகை வட்டிலில் சொரிந்த துகளில் நடுக்கம். புயல்படிவ அடிச்சுவடுகளைப் பார்த்தேன் ரயில் சக்கரங்களில் ஊளையிட்டு இரும்பின் பாழ் சுழல். கருத்து வந்த காற்று வீல்.. வீல்.. யென மசகுதோய்ந்த களிம்பாய் ஒட்டும் பிசுபிசுப்பு. அவ்வுணர்வு நிரந்தரமாய் நம்முடன் மேகங்களின் பனித்திரை மூடி நீரோடைகள் கீழிறங்கும் உறுமல். கந்தமானத பர்வதத் தீவில் உயர்ந்தெழும்பிய தோற்றங்களும் கெவியான பள்ளங்களில் வீழும் ஜடப்பொருட்களின் வேகம். அடுத்தடுத்த தொடர்ச்சியாக இடம்பெயரும் உயிர்களின் ஓலம்.

கந்தமானதபருவதத்தில் நாய்கள் அவன் வரைந்து கொண்டு இருப்பதில் ஓடிஓடித் தூரிகையாய் வெண்மணலில் நீளும் பாழில் வரையும் சித்திரங்கள் உலகைவிட்டுப் பிரியாமலும் இருக்க தூரிகை எங்கெங்கோ கைவைத்த இடங்களில் உலர்ந்த நிறங்களில் இருட்டிவரும் கடல் புகுந்த மட்கிய விலங்குகளின் உலர்ந்த எலும்பு மந்திரம் அழி அழியெனக் கதறும் பெண் கடல். இருண்ட கால நாகா அரண்மனையைத் திறக்கிறேன். கூனன் நாகா மீனாக இருக்கிறான் கல்தொட்டியில். ஆனாலும் உயிர் எலும்புகளில் பிடித்து கால ரோகமடைந்தவன் உடல் கருத்திருக்க நவகண்டி மாலை அணிந் திருந்தான். ரோகம் பட்ட கடல் உடலியாக வேம்பநாகன் உடலே அந்தப் புரமாகப் பல அறைகளும் கிணறும் மற்றொரு சங்கிலிக் கிணற்றில் பூதங்கள் குலுங்கும் சாபம். அவை முடிவற்ற கந்தமானத பருவத அரண்மனையை இரவெல்லாம் கட்டிவருவதால் இங்கு அவற்றின் நடமாட்டம் இடிபாடுகளில் நுரைக்கல் ஓசை.

ஆனால் தென் முத்தைப் பார்த்த யுகம் அவன் விழிபுகக் கருத்திருந்த ஆழம் மசக்கிய கருமௌத்திகம் இருவிழி பொருத்த சொந்த நயனங்களை சூரியால் பெயர்த்து ஒளிரும் ஏரல் வழியும் கருநாகமாறன் பார்வை.

சமணப்புலவனுக்குமுன் அவன் திகம்பர ஞானத்தில் கொடுத்த

விலையிலா மௌத்திகம் கூனநாகன் விழி…

கானல் எங்கும் கடற்பாறை மணல்சார் அடிநிலம் அலையியக்கம் உச்சமடையும் நிலை. வானம் மணல் கலந்த களிமண்ணாய் நெளியும். சேறுமிகுந்து பிசுபிசுத்தது. தூரம்வரை களி முள்ளிகள். இருண்ட கால நாகா அரண்மனைக்குள்ளும் மண்டிவிடும். இருண்ட காலத் தாவரங்கள் சீர்குலைந்து வறிய நிலையடைந்த நாகஇனம் மேலும் பெருக்கமடைந்த பூழி நாட்டில் உப்பாகப் படிகிறார்கள்.

வையை கலக்கும் சேதுக்கரை மணற்கருநிறத்தில் மிகவும் கருங்கண்டல் புதர். சேடை சார்ந்த மணல்மேடுகளில் ஆடுமாடுகள் மேய்த்து திரியப் புல்லும் வாடியிருக்க பின்னிப் பிணைந்த கரையர் நாகா பாம்பனுக்கு இடம்பெயர்ந்தார்கள். நன்னீருக்கும் கடல் நீருக்கும் இடையாக நாகா இருண்டகால அரண்மனை. கரையோரங் களில் நீரின் உவர் புகை அவ்விடமெங்கும் சாம்பல் நிறமாகப் படிந்திருந்தது. சுரபுன்னை மரங்கள் உவர்ப்பைக் குடித்து இலைகளாக இருக்கவும் புயலுக்கு வேரோடு வீழ்வதும் வீழ்ந்தவை எழுவதுமான தொடர் இயக்கம். களி மண்ணால் ஆன வானம் பிசைந்த கூனநாகன் மடம் அங்கு மரம் வாழ்துறவி வந்துபோகிறார்.

சாம்பல் களிமண் பூசி அரூபித்திருந்த அவள் உடலை வடித்து அவர்கள் காணுமாறு விடுவித்தேன். என்னோடு கலந்திருந்த நாக பூசணி அரூபம் விலகிவிடும் வேளை. நாடோடியின் உடலில் தங்கி விட விரும்பாத நாகபூசணிகா கடல்ஆவி வெளிர் நீலமானது. இயற்கை மீறிய நீட்சியாக விலகல் தம் இயல்பென சர்ப்ப மீனுடல் படபடத்த தொடுதலாக பறவையென ஆவலாக மறுமுனை செல்கிறாள்.

அதுவும் சரி… தற்செயலானது.. பரவாயில்லை.. என முணு முணுத்தவன் திரும்பிய வேளை சற்றுதூரம் சென்றுவிட்டிருந்தாள். ‘சம்மதிக்கப்படாத நேசமே… நீ நோயடைந்த பித்தாகிவிட்டாய்…’ என்றாள்.

‘என் உடல் வாடும் களிமண் மெழுகிய கீறலில் தீநீர் கசிவு. தன்னைப் பிழிந்த துளிகள் இவை. பாழ் வெறுமையில் தலைகீழ் நீர்துளி நீ’ என்றேன் சாவதானமாய். ‘ஏற்றுக்கொள்ளாத நெருக்கம் என்ன செய்துவிட முடியும் பரிவிலிருந்து எதைப் பெறமுடியும்…’

கைக்கிளையில் தூயவெறுமை கீறிப்பார்… கந்தமானதநாகா வீழ்வை நீ பாராமலும் பார்த்திருக்கிறாய். இமை தாழ்த்தி களிமண் புழுவொன்றின் துளைவில் இருப்பைத் தொடர மௌனம் கொள்கிறோம். உரையாடலற்ற வீழ்ச்சி… அலைகள் பெருகும் வேளை இது’

இவர்களும் அவள் தனி ஸ்திதியைப் புரிந்துகொண்டதில் விலகிச் செல்லும் அலையில் திரும்பமுடியாத நிலையில் நாக பூசணி… என பின்கட்டிலிருந்து அரண்மனைச் சேடி சொன்ன ஒரு சொல் கேட்கிறான். ‘இதை யாரிடமும் சொல்லாதே… புயலுக்கு முந்திய ரயிலுக்கு செல்ல இருந்தோம்.’ என இலைவவ்வால் பறந்தது. கடலின் மேலிருந்த வெள்ளிகளைவிட அதிக ஒளியுடன் வந்த பச்சைவெளவால் கிழக்கில் சரிவாக நீந்தும் ஒளி வேகத்தில் பாலூட்ட ‘குருசடைத் தீவு’ எனச் சொன்ன ரகஸியம்.

பதினாறு தீவுகளுக்கும் நகரும் ஒரு ஸர்ப்பமீன் வெள்ளி காட்டிய பால்ஊறுவதாக நீரில் மேல் எழும்பி ஈன்ற குட்டிகளை விட்டுப் பிரிந்துவிடும். ஒட்டுண்ணிகளை உதறி எறியக் காற்றில் வேகமாய்த் தாவி அதிவேகமாய் வளைந்து கர்ணமடிக்கும். படகில் உரசும் கோடுகளில் சிப்பிகளும் உதிரப் பேய்க்கால் நண்டு சிவந்திருக்கும் குருசடைத் தீவில் கூட்டமாய் மறையும். ஓர் இசைக் கருவியை ஒத்திருக்கும் வீணைத் திருக்கை ஒன்பது பேரினங்களை அழைத்து வரும் நீரின் இசை.

முயல்தீவில் கன்னிநாகி… எனப் பேர் சொல்லும் வேறொரு கடல்பசு தன்னைத்தான் பெற்று சந்திரகலையில் தேய்பிறை நாட்களைத் தேர்வு செய்யும். நிலவியிருக்கும் முயல் கோரைப் புல்லை மேய்வதற்கு இருண்ட காலநாகா அரண்மனைக்கு வரும். முயல்தீவு அதன் உலகம். ஈன்ற கரையில் ஓய்வெடுக்கும் முலை சுமந்தவள் த. கடல்பசு உறையும் இந்தத் தீவுகள் இயல்பில் மாறுபடும் தனியுலகு அதிசயத்தில் ஆழ்த்திவிடும். கன்னிநாகியை உணர்வது ஆயுள் முழுவதும் தொடரும் விதியாக ஏதோ ஒரு மெய்மையில் தனிமை உணர்வுகளாய் வழ்ந்திருக்கும் குரு சடைத்தீவு.

இந்தப் புத்தகம் இரட்டை அனுபவத்தின் ஆழமாக நிலைகொண்டு இருப்பதில் சொந்த இருப்பாக மாறிவிடலாம். ஒவ்வொரு கணமும் சுவாசத்தில் தேவதையும் நாசியைத் தொடுகிறாள். இருந்துகொண்டே விலகும் தீவுகளுக்கு. பயணித்ததில் நாம் யார் என்று நம்புவதிலிருந்து விலகி வேறொரு பிறவியெனத் தொடுகிறாள் நாகபூசணி.

தீபகற்பத்திலிருந்து வெளியேறிக் குந்து காலில் இருந்து மீன் படகில் போன நெடும் பயணத்தில் இட்டுச்சென்ற பாம்பனைக் கடந்த வேளை கூடவே படகைத் தொடரும் கன்னிகள் தீவுக்குள் ஈர்த்தன என்னை. உலகிலிருந்து துண்டிக்கப்பட்டிருந்தேன் முதலில். குரு சடையைக் கடந்து சிங்கில் ஐலேண்ட்டை அடைகிறேன்.

பேரலைகளிலிருந்து விடுபட்டாலும் கோரலில் படகுமுனை சிதைத்துவிடாமல் உள்ளே முளைத்தெழுகிறேன். மன்னார் வளைகுடா படகுகள் தரையிறங்கும் கடற்கழிகளையும் உப்புத் தரவையான தொன்முதுகோடி வால்முனைவரை விசித்திர விலங்கு களின் உடல்பாகங்கள் அங்கங்கே மேடிட்டிருக்கும் சிதைவுகள்.

பூமியிலிருந்து விடுபட்டு ஒரு கிரகமாக மிதந்து கொண்டிருக்கும் சிங்கில் ஐலேண்ட் கடைசி இடம். தனித்த துகளில் ஒடுங்கும் புழுவாக நீலத்தில் துளைகிறேன். அங்கங்கே எட்டாத தூரத்தில் தனித்துவிடும் தீவுகள்.

கடல் பூச்சிகளின் ஏடு திருப்பி தீவுச் சித்திரத்தைத் திறக்கிறேன். அங்கு யார் இருக்கிறார்கள். கடல் வழும் ஒரு நாகதீவுப் புத்தகம் அலைகளில் மிதந்துவரும் பழுப்புப் படகில் வெளுத்த கரையர்நாகா தீவின் பிரஜைகளாகவும் முன்பு இங்கு தன்னந்தனிமையான வளைவில் இறங்கவும் கரும்பாம்பினால் சுருட்டிய துண்டுநிலம் வெளியேற முடியவில்லை.

திசை தடுமாறுகிறான் கரையர்நாகா. அவன்தான் தீவுவாசி. கப்பல் கவிழ்ந்து ஆளரவமில்லாத இந்தத் தனித் தீவில் ஒதுங்கிய கரையர் கூட்டம். தொன்முதுகோடி நெடுக கரை வலைபோட்டு ராத்திரியில் கந்தமானதம் திரும்பும் கரையர்நாகா. அவர்களுக்கே நெருக்கமாகப் பழகிவரும் நாகபூசணியின் போக்கு. ஒரு படகில் ஏறி கரையனுடன் போகிற போக்கில் நாகாதீவு நூலைத் திறந்து வாஸிக்கிறேன். இந்தப் புத்தகம் மிதக்கும் நாகாத்தீவாக என் கரங்களில் அலைகிறது. அலைகள் மோதும் பக்கங்களில் பரவச நிலைக்கு ஈர்க்கிறது.

17

கந்தமானபர்வதம்

ஆதிமரின் ஔஷதப் பேழையில் கருத்த விஷம் கீறல்விடும் ஒளி. நிலவிலிருந்து உதிர்ந்த கல்விதைகளாக இருக்கலாம். பிரதிபலிக்காத ஒளி அதனிடம் இருக்கிறது. கந்தமானத பர்வதத்தின் தென் கிழக்கில் திரிகோண மலையும் அதற்கடியில் உகந்தை வன எச்சங்களின் பூர்வ நாகா சிகிச்சாசாலையும் தைலகூடங்களும் பூதங்களை ஓட்டுவதற்கும் கூப்பிடுவதற்கும் உபயோதமான மந்திர அட்சரங்களைச் சதா களர் உகாவிருட்சம் முனகியபடி இருக்கிறது. இரசேந்திரம் என்கிற பாதரஸம் இருக்கும் கனியிலே ஒரு பகுதியைக் குடையும் வண்டுச் சித்தரின் முனங்கல் ஒலி. பழந்தேன் பல்லாவில் ஒளிர்கிற தேனீக்களும் சித்தர்களாயிருக்கும். பாஸிதத்தை வடிக்கும் நாகபோதி வியாக்கியானம் எழுதும் கர்தாயிணிகளோடு சதா சொல்லிவரும் பர்வதத்தின் ரகஸிய மருந்து மார்க்கங்களை தேரர் காட்டவும் அவர் ஆழிவிரலுக்கு மேல் நோக்கிய தனுஷ்ரேகை அராமிகை அடிப்புறம்வரை நீண்டிருப்பதால் தாமல்பூ இதழ்கள் பரிநிர்வாண மடைந்த குறியீடு. இரஸவைத்தியத்தில் ஆதிமரே முதலில் பிரவேசித்த நாகா. பிணிப்படடவர்களை சுகப்படுத்தும் கந்தமானதமடம். நோயாளிகள் ஓஷதிகளைப் பருகுவதற்கான சசகம் கடோரா, வாடிகா, காரிகா, கஞ்சோலபு கிராகிகாக்கிண்ணங்களும் குவளைகளும் அடுக்கிய கருப்பு மரபீரோ. தைல அலமாரிகளில் சுரைக் குடுக்கைகளே ஏனங்கள். குப்பிகள் பலவகைத் தோல் , ஏனம், துருத்திகள் பீங்கான் இரும்புமண் கவடி இவற்றால் படைக்கும் சிருஷ்டியாளர்கள் வடித்தவைகளை விநோதப் பெயர்களில் அழைக்கும் குரல். கூபிகா, குபிகா, கோலா கிரிண்டிகாக் குப்பிகள் அரிட்டவகைகளை இயற்றிய இராவணனின் அரக்கப் பிரகாசிகை ஏடுகளில் காணலாம். கந்தமானத மடத்துத்தேரிகள் மூங்கில் சிலாம்புகளில் சுளகு, சிறிய முறங்களை

முடையும் ஒலியும் உரையாடலும் என்னேரமும் காற்றில். சங்குகள் பல வகை குப்பிகளாகத் தைலத்தை ஊட்டுவதற்கு இதமாக இருந்தது. உறிகளில் ஆரியபூர்வ முன்னோரின் கபாலங்கள் தொங்கிக் கிரீச்சிடல். அவை சோமயாக யக்ஞத்தின் சடங்கு ஒலிகளை முனகுகின்றன. ஆர்யா கபாலங்களை பச்சிலைச் சாறும் செம்பொடி கோடு தீட்டியும், தேவநாகரி பாஷையை கந்தமானதமடத்தில் ஆதிமர் கிரஸதாசர்கள் கற்றுத் தந்தவைகளை சித்தரிப்பது ஆதி நாகர்களின் நாகராகம். சூர்ய சகாப்தத்தை சித்ரகபால உறிகளில் வாஸிப்பவர்க்கு அக்னியுடன் பிரவேசித்த யக்ஞத்தின் ரகசியம் புரியும். கிருதயுகத்தில் இல்லாத இந்த யக்ஞத்தை பிரம்மகாலம் திரேதாயுகத்தில் ஒரு யுகத்திலிருந்து மற்றொரு யுகத்துக்கு இடமாற்றிக் கொடுத்த நாக ஆசான்களின் பாஷையும் தேவநாகரியில் இருந்தது. எரியும் மரத்தழலில் நாகாவின் நிழல்கள் வீழ்ந்து கொண்டு இருந்தது காட்டு மிருகங்கள் பகைவராக வுள்ள நாகாவையும் ஆவிகளையும் பூதங்களையும் காரிருள் பூசிய பர்வதம் இருட்படுத்தியிருந்தது. ஆர்யா கபாலங்கள் உடல் இன்றி இயங்கக் கூடிய கபாலக் கூட்டம். நாகா பிணத்துக்குள் புகுந்து ரண சிகிச்சையை இயற்கையுடன் தைத்தவர். பிரவரமூதாதைகளின் கொற்றுக் கொத்தான கபால உரிகளில் எத்தனைவித நூலடுக்கு சதா உதிரும் பிரணவ மந்திரம். ஆனால் அக்கினித் தலைவன் கூட்டமாய் வந்து நாகர்களை எரித்தான். ஆர்யரை வென்றதால் அடைந்த அவரின் கபால நூலகத்தைத் திரும்பவும் மீட்கவே நூதனமாயிருக்கிறான். ஆனால் அக்னி தாதுமண்ணைக் காய்ச்சி உருக்கி ஒழுங்கற்று குத்து வாளை நாகாமேல் சொருகிய உதிரமுகம் பகை நெருப்பாய் யுக யுகமாய் கடந்து அலைகிறது. அநாகரீக ஆர்யா சஞ்சார நிலையிலிருந்து எட்டிப் பார்த்தான். கந்தமான பர்வதத்தின் மேல் சுட்ட செங்கல் குடியிருப்புகள் எழுத்தாணிக்காரத் தெரு மருந்துக் கொத்தள வீதி தைலச் சந்து பனைஓலைச் சந்து கிளாஸ்காரச் சந்து சித்ரகாரத் தெரு என மணல் நகரமாய் மேடிட்ட முன்னை நாகராகம் சதா அழி அழியெனக் கதறல். நரமாம்சம் புசித்தவர் நிழலும் தற்காப்பும் தேடி அம்மணநிலை யிலிருந்து உடலை மூடிக் கொள்ளும் இலைகளாலே புராணம் எழுதக் கற்ற நாக எழுத்தழிந்த எலும்புச் சட்டகத்தில் தேவநாகரி. அவர்களின் நாடோடிச் சஞ்சாரத்திலிருந்து யுத்தத்தில் வீழ்ந்த சித்ரகபாலங்களை மறுபடி மீட்கும் வேகம். ஆனால் நாகாவுக்கும் ஆர்யாவுக்கும் ஒரே சட்டியில் சோமரஸத்தைக் குடிப்பதற்கு நாகா மூலவரின் ஏனங்களும் குவளைகளும் இறக்கு மதியானதில் தீட்டு ஒன்றுமில்லை. பிரஜாபதி திருப்தி அடைந்தால் போதும். சமித்துக்கள் என்னும் வரகுக்குச்சிகளில்

ஜ்வாலையாக அசைகிறான் அக்னி. அவன் வரவில் சமையல் கூடங்களில் இருட்டில் சோமக் கொடிகளைச் சேமிக்கும் பலரும் ரத்தபந்துக்கள். சோமரஸத்தைப் புளித்துப் பொங்கும் நுரையாகச் சிதறிய சமையலறை இருட்டில் கரிபடிந்த பெண்டிர் பலர் சோமரஸத்தைக் குடிப் பதற்காக செய்த கிரகாக்கள் வண்ண நரைக்கலப் பானைகள். சோமமடத்தில் எல்லா ஜன்னல்களும் திறந்து சோமக் கொடி படர்ந்து நாகா வைத்திருக்கும். ஆர்யமூல கபாலக் கோர்வை யிலிருந்து ஏங்கி வருவோராய் தப்பியோடி கிரகாமொடாவில் குதித்து தீராமல் பருகும் சடங்கு. ஆனாலும் சித்ரகபாலங்களின் விதிப்படி எதிரியின் உறியில் தொங்கும் நூலகமாகச் சபிக்கப் பட்டார்கள்.

18

சம்பாபதிப் பெரும் பறவையின் த. கடல்

இரு மான்சூன் காற்று
அது முதல் பக்கமல்ல எதுவும் கடைசியுமல்ல.

சுருண்ட பேரிதழாய் விரியும் த. கடலை இரு கைகளில் ஏந்தியிருக்கும் என் பெயர் சம்பாபதிப் பறவை. புகார் நகரில் உலக அளவில் கந்திற் பாவைக்கு மேற்பால் நெடுநிலை வாயிலில் ரெக்கை மடக்கிச் சமைந்திருந்தேன். குச்சரக் குடிகை என் இடம். கூர்சர தேசச் சிற்பிகள் எடுப்பித்த முதியாள் குடிகை இது. சம்புரமரத்தின் கிளையெல்லாம் அலையும் கடற்பட்சி நான். விடைத்த சிறகினள் யாம். எம்முதுமை உணர்வீரோ வங்கமாக்களே. கலைத்துவிளையாடும் முடிவற்ற எண்களைக் கொண்ட கம்பளத்தின் மையப்பகுதியை அகற்றுதல். துளையிடப் படும் கம்பளத்தில் முப்பட்டக வடிவம் நாவலை நெய்யும் அரண்மனை உடம்பிலிருந்து முளைத்தெழுகிறது. சுவர்களிலிருந்து பிறக்கிறார்கள். கதாபாத்திரங்கள் கீறல்களில் கசிகிறார்கள். அரண் மனையின் பச்சை ரத்தம். பச்சை தாகம் ஓடுகிறது. பச்சை பிளாஸ்மா.

கிரிப்டோ மணல் நூலகம் தொன்முதுகோடிச் சிதிலங்களின் புதிர். பாம்பு வடிவக் கம்பளத்திலிருந்து தோற்றுவிழுபவர்கள் சொல்லும் புராதன ஜீவிதர்கள் வரவிருக்கும் பெருந்துன்பத்தை முன்னுணர்ந்தேன். என் கணிப்பு விரைவிலேயே தெளிவுபடலாயிற்று. தாமிரை என்பவள் ஊர்குருவிகளையும் கௌதாரிகளையும் காடைகளையும் மற்றும் பலவற்றையும் முட்டைக்குள் வைத்தாள். கழை என் சகோதரி பூமியில் கொடியாகச் சுற்றிப் படர்ந்தாள். மூத்தவள் கத்துரு சர்ப்பங்களின் பந்தனம் பழம்பாதை பரமபதத்தில் இறங்கிய விதியானவள். அதை ஒரு தலை அரவம் ஈன்றதால் அரிஷ்டை என்னும் பெண் ஓணானும் உடும்பும் அணிந்த பிள்ளைகளும் பாதைகளில் ஒட்டிக் காத்திருந்த குறிஞ்சி வழி. இளை என்பவளே

சலராசிகளுக்கெல்லாம் தாய். சகோதரி எழுவரிட் சிறந்த வினதைக்கு மகனாகிய அருணன் அரம்பையைக்கூட சம்பாதியும் சிடாயுவும் எம் பட்சியினத்திற் சிறகியர். நானோ சம்பு மரம்பிளந்து வந்தவள். கழுகரசர்களாம் பறவைகளின் நாகரீகம் பற்றி பேரலைகள் கொண்டு வந்த மணல் மேடுகளில் புதைந்தவரை ருசித்த நாய்கள் இயல்பில் வேறுபட்டுத் திரிந்ததில் மனிதரோடு ஒட்டுவதில்லை. தரவைபுரட்டும் நாய்கள் செத்தமீனைக் கடித்து ஆமை அலையும் ராத்திரிகளில் தனியாகச் செல்லும் ஆட்களைக் கடிக்கும். திரும்பிப் பார்க்கவில்லை யென்றால் கூடவே வரும் வெள்ளை நிழல் சிலருக்கும் கருப்பு நாய் உருவம் பலருக்கும் தோன்றி மறையும். நாய்தூங்கும் படகடியில் யாருமில்லை. நண்டுச் செலவுகளின் கோடுகள் அலைக்கு இறங்கி அழியும். கரவத்தையடி நாய் நிழல் தூக்கத்தில் திரிகிறது. கரைவலை போடுபவர்கள் குடை பிடிக்க முடியாது கவிழ்த்திக் கிழிக்கும் காற்றின் துர்கந்தமான பாய்ச்சல். தண்ணீரை ஒட்டி நடந்தால் கிட்டவராது.

இரு சிறகாலும் உங்களைத் தழுவிக் கொள்கிறேன் மரக்கலச் செட்டியே... என் வலிய பரந்த சிறைநிழலில் செல்லும்படி ஆகாய நெறியே பறந்துசென்று நாவல நாட்டினை காவல்புரியும் கடமை எனக்குண்டு. நீர்த்துறைகள், மன்றங்கள் முதுமரங்கள் தீவுகளும் என் சேது பந்தம். சாவகம் புறப்பட மணி என்னை வேண்டினாள். தன் மந்திர அகலை அழிபசி தீர்க்கும் பொருட்டுகொண்டு வந்தாள் என்னிடம். மரக்கல செட்டியே உன் வங்கத்தின் தலைவன் அமராவதிப்பட்டணத்துச் செட்டிச்சிக்கு திரிதரு மருங்கில் வரம் அளித்தவன். மகர சங்கிராந்திக்கு முதல் நாளிலேயே இந்திர விழாவை நீ தொடங்கிவிடு. இந்திரனோ உமது மீதவன் கோடாக்க லாகாது.

வேதாளையிலும் வலையர்வாடியிலும் செம்பட்டைச் சிறுவர்கள், குருத்துஓலைப் பெட்டிக்காரர்களிடம் நாய் கிட்டப் போனாலும் ஒட்டிக்கொள்ளும். அழிந்து போன தாவுக்காடு, இரட்டைதாழை, ஒற்றைத்தாழை ஊர்க்காரர்களுக்கு இந்த நாய்களின் தனியாத அழிவி லிருந்து ஊளைகள் தொன்முதுகோடிவரை கேட்கும். போக்குவார்த்தை கரையும். எங்கிருந்தோ பேச்சுக்கால் வரும். கடல் உள் இருப்பவர் களின் தொனிகூட கீழிறங்கும். நீர் சாந்தியடையும் தரவை நாய்த்தடம்.

உறைந்த அலைகள் மீது மணல் ஓட்டம்.திரும்பிப் பார்க்க வில்லை யென்றால் கடித்துவிடும். நாய்விரல்கள் மணலில் பிதுங்கிய ஐந்து விராலாயினும் நடுப்பாதமும் ஒருவிரல்தான். ஓடிக் கலையும் கபாலம்

தூக்கிய நிர்வாண ஓவியன் பால் நாகுவைக் கண்டால் பைத்தியம் பிடித்தநாயும் சேர்ந்துவிடும். அதற்கும் அவனுக்குமான நாடி ஓடிச்செல்கிற அபாந்திர வெள்ளிமணல் வெறுமை. வங்கங்களைக் கடந்து செல்கிறான் புயலுக்கு ரயில் டிக்கட் வாங்கிய பால்நாகு. அவன் உயிருடல் இல்லையென்று சுந்தரமுடையான் கிராமத்தில் ஈமவிளக்கு எரியும் வீட்டில் துயர்மட்டும் 'எம்மவன் பால்நாவு திலும்பி வருவான்' என்றாள். உயிர் இருக்கும் பால்சங்கில் மகனின் ஞாபகம் ஆமைகளின் பித்தத்தைத் தின்றதில் வெறிபிடித்து ஓடும் ஆவிகளைப் பின்தொடர்ந்து. இராமேஸ்வரம் கடற்காவலர்கள் பேட்டரி வெளிச்சம் பாய்ச்சி சுட்டதில் எத்தனை கடல்வெளிநாய்கள் மணல் ஊளையில் பதுங்கிய இருட்டு முடிமூடி அணிந்த கார்ட்டூன் வீரர்கள் இழுத்துச் செல்கிறார்கள் சொர்க்கவாசலுக்கு.

நாம் இழந்த சொர்க்கம் தொன்முதுகோடி எட்டாவது முறை தோன்றி முற்றுப்பெறாமல் அழிவிலிருந்து மேல்வரும். கட்டுக் கதைக்குள் நீண்டுசெல்லும் இம்மணல் நூலகத்தில் சிதிலமடைந்த பனுவலைக் கண்டெடுக்கிறான் பால்நாகு. பூமியில் காணாமல் போனவை சிதிலங்களின் புதரில் குவிகிறது. கப்பல் மாலுமி சுருட்டுக்காரன் வகையறா வாடை நடுக்கத்துடன் பிடித் திருக்கும் உப்பேறிய சுருட்டு. ஆவியின் நீல உதடு புகை வளைந்து வளைந்து சுற்றிப்பரவும் பெருமணல் நகரத்தில் எல்லாமே குவிந்து சரிந்து ஓடிச்செல்கிறது. வெண்ணிற ஓடுடைய மைக்கூடு. கிரிப்டோ மணல் நூலகத்தில் வண்ணத்திகளின் தனித்தனி நிறக்குடுவைகள் பகிர்ந்த நூலுக்குள் புஸ்தகங்கள் உதிர்ந்த நிறப்பொடியும் பூச்சிதான். குருதிவரைந்த அகலமான ஒழுங்கற்ற நிலவு தடுமாற்றத்தில் பிறர்அறியா நாய்களின் ஊளையில் ரயில் நிலையத்தில் நீளும் அமைதி. காத்திருக்கும் பயணிகளோடு துருப்பிடுத்த இருப்புப் பாதை. நிலவின் வெண்ணிறப் பாதையில் செல்கிறார்கள்.

மனச்சிதைவான நாய்கள் இளைத்தபடி ஓடும் வாக்கியங்கள் பெரும்தூரம் கரைந்து அடிநிலத்துக்கு அப்பாலும் தூரமிருக்கும் சிறகுகள் தாழ்ந்து பறந்து ஊர்ந்த புள்ளிகள் கரையும் செந்நிற நிர்வாணம். செடிகள் அடர்ந்த பௌத்திரக்காலானைக் கீறி வெளிவந்த பச்சை அரவுகள் மேல் நழுவி ஏறிய கருநிறத்தில் உச்சி வகிட்டைப் பிளந்து மணல்நூலகத் தோற்றம். பாசி ஒளிர் பூனையைக் கையில் ஏந்தியிருக்கும் ஏனாதி வரையப்படாததை கேன்வாஸில் வைத்ததும் வரையப்படும் இருபக்கமும் பின்முன்னாய் பெயர்கின்றன வதைத்து.

சேதுக்கால்வாயில் சேர்கிற தரவை புரட்டும் எந்திரக் கப்பலின்

ஊளை. உலோக நாய்களின் குறைப்பு தொடர்ந்து நண்டு வடிவ இரும்புத் தேளிகளின் அணைப்பிலிருந்து விடுபடாத நகரம். அழிந்தபிறகும் கரையும் கணிதச்சுருள். பவளப்பாறையின் கண்ணீர் தொன்முதுகோடிக்குள் உருண்டு யாருமற்று கேட்கும் 'அழுவதை நிறுத்திவிடு... கருநீலக் கடல்பாய் வருகிறது யாரும் பார்க்காத கடல் விருட்சம் வேரோடு சாய்கிறது... இனி எதற்கு அழுகிறாய் சங்கா... சம்பாலி அழுவதை நிறுத்தச் சொல்' நிர்வாணி பித்துப்பிடித்த நாயைத் தழுவிக் கேட்கிறான். கடல் ஒதுங்கிய பேராமைகளின் அடிவயிற்றுப் பித்தையும் ஈரலையும் ஆவலாய் மாந்தியுண்டதில் தீராதபித்தத்தில் அலையும் சம்பாலீ... ஏனோ அழத்தொடங்கியதை நிறுத்தவுமில்லை. ஆய்வுக்கப்பல் ஊர்ந்து அலையும் மணல் அடுக்கில் மேவிமேவி உறையும் அலைமண்ணாய் இறுகும் மடிப்புகளைப் பெருவெளியில் எழுதிக் கொண்டு இருந்தேன் மூப்படைந்த அலகினால். ஜலசந்தி நாகரீகம் எனக்குத் தெரியும். புயல்முனைக்கு வந்த சூறாவளி என் சிறகைத் தழுவி பைசாசபாஷையில் சொன்னதெல்லாம் எழுதி வருகிறேன். பித்தளை முதலைகள் களிம்புகசியும் அழிவைவிட்டு வெளியேறவில்லை கடல்.

சமுத்திர ராசிகளை சுமந்துசெல்லும் கடற்பறவை நான். முகமூடிக் கடவுளும் நீர் தேவதையும் நானே. துயரம் கொந்தளித்த பித்த நாய்களுடன் பறந்து அலைகிறேன் இருப்பற்று. மனதை இசையில் அலையச் செய்யும் நாடோடி இறகு. குருதியுறைந்த பவளப் பாறைகளின் முகத்தோற்றம். ஓடைகளில் ஓடை கலந்த கடலின் அலைகளில் மிதக்கும் என் சிறகில் ஏறிக்கொள் பரங்கி மாலுமியே. என்னோடு கடந்து வந்தால் நதிக்குத் திரும்பி நீ சேரலாம். ஆதியில் இருந்த நீரில் மனிதனைத் தூக்கும் இராஜாளி முட்டையைத் திறந்து வந்தேன். பேரலையில் சரிந்து உருண்டு சிறகின்றியும் ஒடுங்கிய றெக்கை முளைக்கும் பருவத்தில் பிறவாத உலகுக்குள் தலைசாய்ந்து கண்திறவாமல் மயங்கியிருக்கும் தொன் முதுகோடியெனும் பேரிதழில் கன்னியாய் வெளி வளைத்து உச்சி மேல் பாய்ந்து சிதறிய குருதி நிலவினை விளிம்பிடப் பூசி எடுத்த கை மாளாத குமரிநான். என்மேல் உயர்ந்து வீழும் இதழ்களின் அடியில் உருள்கிற இக்கணம் நாய்களின் ஊளையில் முட்டை மேலேறுகிறது அந்தரத்தில் மிதந்தவாறு. காவாப் பறவைகள் சுற்றிச்சுற்றி முட்டையைக் காத்துவர பருந்து மேலே வட்டமிட்டு மந்திர வளையங்களுக்குள் இடம்பெயர்த்து அடுத்ததொரு கடலுக்குச் செல்கிறேன். இறகு முளைக்கும் காலம்வரை என்னைச் சுற்றிப் பெரிய வட்டம் வரைந்து வரும் வெக்கைகொண்ட சிறகு.

ஞான சமுத்திரத்துக்கு இடமாறி ஒரு மீன் கன்னி ஆனேன்.

தென்சீனக்கடலையும் மலாக்கா, சுந்தா, மகசார் ஜலசந்திகள், இயற்கையான நீர் மார்க்கம் தென்கிழக்கு ஆசிய அயனமண்டலக் கடலோரம் நீர்க்கடலே என் இருப்பிடம். நூற்றுக்குமேல் சின்னஞ்சிறு தீவுகள் கடல்மட்டத்துக்குமேல் வெறும் தரைத்திட்டுகளில் என்னைத் தொடர்ந்துவரும் வலசை போகும் சம்பாபதிக் கூட்டம்.

பரங்கியர் பேராசையால் சீனப்பீங்கான் சித்திர விசித்திர பொம்மைகளும் தேனீர்கோப்பைகளும் உரச வந்த பெரிய நோவாக் கப்பல் மாரினேர் கூட்டம் பாதிக்கும் குறைவாகத் திரும்பியவர் களில் மலேரியாக் காய்ச்சலில் மரித்தோரை மீனுக்கு இரையாக்கி ஸ்கொர்வி, நட்சத்திரவால்பூச்சி அடித்த பேதியின்நாற்றம் மரக்கலம் குமட்ட தூரமே இருள்மூடியதால் சுண்ணாம்புப்பாறைகளில் மலேரியா தகித்தது. டெர்ஷியரிமடிப்பிலே சூலுவளைவுகளில் மடிந்தவர்கள் மேல் கழுகு நிழல் வட்டமாய் சுற்றியது. இருள் மூடியதால் நடுத்திட்டிலே ப்ரமாணம் என்ற பெயருள்ள பெரிய ஆலமரம் கிளைகளினூடே ஏனையில் அசைவாடினேன் கன்னியாய். ஒரு கிளையின் ஒளிக்கதிர் நான். கலத்தின் மேல்பட்டு சீக்காளிகளை ஈர்த்து எலும்புகளை ஊடுருவிக் செஸ்தப்படுமாறு மயக்கம் பித்த வாந்திபேதி தெளிவித்தேன் அலைச்சல் மேலிட்டதால் சரீரம் துக்கம் நீங்கி யோகபலத்தால் துயர் கழுவி மனோசஞ்சலத்துக்கு சமனம் ஏற்படவைத்த மீன்கன்னியாய் உருவெடுத்து நிபுணர்களான வைத்தியரைப்போல் இனிதாகப் பேசிப்பேசி கடலின் அபாயத்தையும் புயல்கடுமையும் சுருட்டி அத்தகைய பரங்கி நோயாளிகளை ஸ்வஸ்தப்படுத்தினேன். தொலைகடல்துறை சிந்தையை வாட்ட ஜலத்தால் நெருப்பை அணைப்பதுபோல் மனக்கொதிப்பை அனைக்கவும் பீடித்த துயர் நீங்கியதால் சரீரத்திலுள்ள வியாதிகளும் தாமாகவே நீங்கிவிடும்.

அலைக்கழிந்த சீனபொம்மைகளும் உருண்டமூத துயர நாடகத்தை அந்த மாலுமிகளும் நடத்தி முடிக்க நாழியாயிற்று. கன்னியின் ஒளியுரு சினேகமும் அநுராகமும் தீமையை விளையவிடாமை என் இயல்பாயிருந்தது. தங்கள் அபிமானத்தை மாலுமிகள் காட்டவும் போர்ச்சுக்கல் அரசனுக்கு நிருபம் அனுப்பவும் அங்கிருந்து வேறொரு மாரினேர் எனக்கு பனிரெண்டு கண்ணாடி ஜன்னல்களில் தீட்டிய கோத்திச் சித்திரங்களை நடுத்திட்டுக்கு அனுப்பவும் கப்பல்வர எட்டு மாதங்களுக்கு மேலாயிற்று. இச்சை அவா விருத்தி அடைகிறது.

லோபம் என்னும் மனதைப் பெரு வணிகத்தில் ஈர்க்கநீர் நெருப்பு திருடர் உறவினர் யாசகர் என மணல் மேல் குடிபோட்டு சந்தடி இரைச்சல் சமீபத்தில் இருந்தாலும் எனக்கு மோர்க்காரச் சிறுவன் நீர் ஆகாரம் கொடுத்து மற்ற யாத்ரீகருக்கும் கொடுக்க அவனிடம் காணாதாய் சொன்ன ரகஸியத்தைப் போய் சொல்ல கால்கள் சப்பாணியாயிருந்ததை ஸ்பரிசித்து 'நீ எழுந்திரு மரியதாஸ்... என் குழந்தே... நாகப்பட்டினம்போய் ரோசம்மாளின் கணவன் தொலேந்தீனு நிக்கோலாஸிடமும் அவன் குமாரத்தி இரெஜினா விடமும் சொல்' என்றேன். அவன் நொந்தகால்கள் நிமிர எழுந்து கடந்தான் பட்டினத் தெருவுக்குள். அங்கே யெளவனம் ரூபம், ஜீவனோபாயம், ரத்தினக்குவியல், ஐஸ்வர்யம், இஷ்ட வஸ்துகளை யெல்லாம் பிறத்தியாருக்கும் கொடுத்து தெருவையே கூட்டிப் பழகும் இரெஜினாவின் தாயார் ரோசம்மாள் 'கிருஸ் துவர்களே... சிங்காரத் தோப்பிலேவுண்டான விருட்சங் களுக்குள்ளே இரண்டு மரம் சோடு சேர்ந்தாற்போல சோலையாக முள்ளதுமாய் அனேகங்கனிகள் நிறைந்துள்ளதுமாய் இருக்கிறதை நீங்கள் கண்டால் சந்தோஷப் படுகிறதுமல்லாமல் அந்த இரண்டு மரத்திலே பிள்ளைகள் கூட்டமாய் ஏறி விளையாடி கனி பறித்து ஒருவருக்கொருவர் கொடுத்து ருசிப்பதுபோலே என் குமாரத்தியும் இந்த மோர்க்கார மரியதாஸூம் சகோதர விருட்சங்களாயிருக்கட்டும்... வாருங்கள்' எனச் சிறுவன் கூப்பிட்ட பிரகாரமாய் நாகப்பட்டினத்திலிருந்து நடுத்திட்டை அடைந்து பரங்கி மாரினேருக்கு நேர்ந்த துக்கத்தை துடைத்த கதையும் கேட்டு எனக்கு விழன்வேய்ந்த மண்கட்டிடச் சாலையும் தாகமாய் வருவோருக்கு தவித்தவாய்க்கு நீர்மோரும் தரும் தருமசீலன் மரியதாஸூக்கு ஆகும் ஆக்களைகொடுக்க அவை ஈன்ற கன்றுகள் திட்டை தாண்டிப் பச்சை தேடும்.

செராப்பியம்மாள், ரோசம்மாள், ரஞ்சிதம், அமலம், பாக்கியம், தெரேசம்மாள், மதலையம்மாள் எனப் பெரிய கிருஸ்தவ வீடுகள் உள்ள தெருவில் பரங்கி மாரினேர் கொடுத்த லூஸியாத்தில் முன்னை யாத்திரையின் தேசங்களும் கடல்களும் நீடிய வழியினா லும் நின்ற நாக்குறிப்பினாலும் வாடிய மேனியாலும் மாரினேர் கப்பலை விட்டிறங்கி வந்ததில் மேலெழுநீர் சூடிய வியாதிதனை அகமுடன் அறிந்தேன். மீன் கொத்திப் பறவை நீருக்குள் அலகை நுழைத்து எடுத்த வேகத்தில் காயமுற்ற மாலுமிமார் கழுத்தைத் தைத்து எடுத்த நெடுவெள்ளூசி நெடுவசி பரந்தவடு.

வெட்டுண்டவர் தோளினைக் கட்டிவைத்து இழையும் பிரியாமல்

ஊரைப்பிடித்திருந்த பரதவர் விழிகள் என் கன்னிமுகம் படிந்த மணல் இமையில் உப்புநீர் கரைய அருகே வருவோருக்கு என் சருக்கத்தைச் சொல்லுவேன் சம்புமரம் பிளந்து நான் பிறந்த கூற்றை. சம்புமரம் பெற்ற விருட்ச கன்னியே.. மணலடியில் புதைந்த 'லூஸியாத்' காமோஸின் சாம்பலோடிய தொப்பிவரிமேல் வெழுத்திருந்து கரைந்தது காகம். அந்தக் காகம் உச்சரித்த முதல் வார்த்தை 'சேசுமரியாயி உன் பேர் விளங்க நீல மீனைத் தொட்டால் பாவம்' என்றது தாவித்தாவி.

அவளுக்கு இருபிராயத்தில் மாலுமியார் தெருவை ரோசம்மாளின் குமாரத்தி இரெஜினா பிறந்தும் பரதவரின் கூட்டம் கப்பல்காரன் வீட்டில் திராட்சரஸங்குறைவுபட்ட போது மரியாள் யேயாவை நோக்கி 'அவர்களுக்கு திராட்சரஸம் இல்லை' என்ற காலத்தில் அந்த திராட்சரஸம் எங்கேயிருந்து வந்ததென்று தண்ணீரை மொண்ட வேலைக்காரிக்குத் தெரிந்ததே அன்றி பந்திவிசாரிப்புக்காரனுக்கு தெறியாததினால் அவன் திராட்ச ரஸமாய் மாறின தண்ணீரை ருசி பார்த்தபோது மணவாளனை அழைத்து இங்கேயும் வேதம் வசனித்தாள் குமாரத்தி. 'எந்த மனுஷனும் முன்பு நல்ல திராட்ச ரசத்தைக் கொடுத்து ஜனங்கள் திருப்தி அடைந்தபின்பு ருசி குறைந்ததைக் கொடுப்பான் நீரோ நல்ல ரசத்தை இதுவரைக்கும் வைத்திருந்தீரே' என வாக்கியத்தில் நெக்குருகிறாள். கலிலேயே விலுள்ள கானா ஊரிலே செய்த முதலாம் அற்புதம் போலாயிற்று தொலோந்தீனு வீட்டு விருந்துபச்சாரம். திராட்சரஸமகிமையால் கட்டுமரங்கள் கடலுக்குப் போகவுமில்லை. கடைப்பகுதி சற்றே திருகலான படகுகளைப் பார்த்த கன்னி 'கடல்நீரில் நிற்கும் அரை நிலவு' என்றாள். பரதவர்கூட்டம் அவளைச் சுற்றி மீன்வைத்துத் திராட்சரஸப் பாடாந்திரங்களை ஒப்பித்த முதியமீன்காரியிடம் மடியில் படுத்து உறங்கினாள் கன்னி. வெள்ளைப்போலம் கலந்த திராட்சரஸம்போல சயனோபசாரம் கண்டாள். அரசர் ஆகமம் மூன்றாம் கீற்றோலையில் தீரக்கரும்பிய ஓலைமுறி வாசகத்தை வெள்ளிப்பல் மூக்கால் ரவுக்கைபோட்ட புள்ளக்காடன் எலி நீர்பருகாமல் சாலமோன் செங்கடலின் கரையில் ஆசியோங்காபாரில் கப்பல்களைக் கட்டியதில் கூடவே ஒபீருக்குச் செல்லப் பேராசைப்பட யவன மாலுமிகளோடு திறந்த கடல். இரண்டாம் புத்தகத்தையும் யுத்தநூலில் ரத்தம் தீராமல் கசிய மனிதரின் தோல்தைத்து எலும்புகளே காகிதமாய் உள்பக்க மெல்லாம் பூசிய சரித்திரமிதை அந்தநாளில் மலபாரிகளின் முத்துக் குழித்துறை நெடுக ஊர்களும் பரதவர் கூட்டம்

கடல் ராஜியத்தில் கால்மனர் நௌகாத் ராஜாவும் யூதர்களை சிதறடித்தது போலவும் சோனகர் பரதவரைப் பீடித்த துன்பத்திலிருந்து விடுவிக்கத் திரையின் நிழல்கொண்ட சாமரின் ஏற்கெனவே திருமுழுக்குப் பெற்றதில் ஜான் டி குருசு சொன்ன சூதானப்படி பரங்கியரை நாடிக் காத்திருந்த கப்பல்வரை அதில் உடலற்ற ஆவியாபட்டயம் கழுவாமல் பயணிக்கவும் ரத்தவாடை கண்டு திரியும் ஏடுகளில் எழுத்தாணியை மடக்கினால் கத்தியாயிற்று.

நான்குபக்க பூதசதுக்கம் காவலிருக்க ரோமானிய மதுக்குடுக் கைக்குள் செத்தவீரனின் ஆவி மெல்லியல்பினால் சொல்லி வரும் சாம்பல் மேடுகள் கடல்திரை தேரிச்சிவப்பாக எரியும் வங்கமாக்களின் குரல்வளை மண்ணீடு செய்து கூப்பிடும் கரும்பளிங்குக் கத்திகள் குத்திப் புழுதியில் காலெடுத்த புரவிப்போர். உடைந்த குதிரைக்கால்கள் எரியும் சாவின் கருங்கரையில் சுழிக்காற்றில் எழுதிச் சுற்றிக் காயந்த ரத்தம் காகிதப்பழமைபட்டு ஓடியும் நிலை.

மாரினேர் புராதன இந்திரதேசங்காணும் வேட்கையில் கடந்த தூரங்களை 2304 வயதான ரோகவேம்பனுக்குச் சொல்லி வந்த கிழப்பரங்கி மாலுமி கந்தல்பட்ட புழுதிக் கோட்டில் எச்சமிட்ட ஓர் கடற்பறவை சம்பாபதி விசையிடப்பறந்து சுற்றி அவன் தலைமேல் சாபமிட்டு தாழச்சரிந்து பரங்கித் தொப்பியை காலால் தட்டி மறுகால் வைத்து நின்று கபாலத்தினைக் கொத்தி மொழி பல பேசும் கூர் அலகினால் புரட்டிய வேகத்தில் கைத்துப்பாகி வைத்து சுட்ட ஒரு வெள்ளி ரவை நெஞ்சினை நெடுகி ஊடுருவ அது சிறகைப் பரசிப் படபடத்து கூர் அலகு கிழித்துப்புரட்டிய வெகுபாஷைகளின் அகராதிகளும் உதிரம் பாய்ந்து மரக்கலக்கயிற்றில் தொங்கி வீழ்ந்தது மேல்தளத்தில். 'நெடுந்தொலைவுப் பறவையைச் சுட்டதில் உள்ள கெடுதல்களை அறியாதவனா நீ' என சம்பாபதி அசரீரி கூறிற்று. பரங்கி முட்டாள் பவுத்தப் பறவைக்குப் பொறுப்பேற்க முடியுமா? இது கமாராப்பட்டினத்தைத் தாக்கும் செயல். உங்கள் கன்னி எனும் தொடர்காதையை நெடுகியது. நீர்த்துறைக் கடவுளை வீழ்த்திய ஊழ்வினை உறுத்தது. விரிசிறகி நாவல நாட்டில் தீவக சாந்தி செய் தவள். ஒரு களத்தில்கூட ஜெயிக்கமாட்டீர் எனக் கடல்காயங்கள் புலம்பி ஆறாமல் ஏழு பகல் இராத்திரிகளில் மரணப்படுக்கையில் அது தன் கூர்அலகால் வெளிப்படுத்தி இருள் வீசியது. காற்றி மணிமேகலையை அடையத் தவம்கிடந்த உதயணின் செயல் பிழையானதே போல் பரங்கியும் மண்டியிட்டான் இவ்வேளை. உலகின் வெகுபாஷைகளில் தனக்கான இரங்கல் பண்களில் போய்

மறைந்த தென் கடலோடிகளின் கபாலங்களைக் கொத்தித்திறந்து சித்திரம் தீட்டியது. அதன் கொடிய அலகு கொத்திப்புரட்டிய கோடுகளில் சித்திர கபாலம் வரைபடங்கள் மூழ்கியதாகக் திறந்தது.

உயிரினங்களின் ஓசையும் கூவலும் பருவங்களின் மாறுதலும் சுழற்சியும் அந்தந்தப்பொழுதுகளின் ராகங்களும் வெளிப்பட மெல்லப் பறவைக்கால்கள் சாவில் அசைவதை உணர்ந்தான் கிழ மாலுமி. அதைப் பிழைக்க வைக்க அலகைக்கீறி அதில் முத்தம் பட ஊதியூதிக் கடல் மந்திரங்கைளச் சொல்ல சுட்டவடுவிலிருந்து சொருகியரவை மேலும் துயர்கூடுவதாயிருக்க அதைப் பரங்கிக் கத்தியால் குத்திக் கெல்லி இழுக்கவும் குருதி அலறியது உடையெங்கும். தீராது வழியும் ரத்தமடுவைப் பூசி அடைத்தான் விரல்களால். அளப்பெரும் ஆகாயமும் எண்ணிலா அசைவுகளும் கொண்ட சிறகுகளின் தளர்வை நோக்கினான். ‘சக்கரவாளம் எங்கனும் வட்டமாய் பூமிமேல் மைவரையாய் இருள் சிறகைக் கொண்டவளே சம்பாபதி...’ என தீவதிலகை அரற்றினாள் அவனிடம். இம்மலை அடுக்கம் உறுமியது ஆழியுள்ளிருந்து. சம்பாபதி கண் சொருகி மரணத்தில் நுழைத்து அத்தனை சமுத்திரங்களிலும் சரியும் தான் பரந்த நீரின் பரிசுத்த வெளிமேல் மெல்ல மெல்லச் சரியும் ரெக்கைகள் அலைமேல் மோதி எழும் உயிர்ப் பிழம்பில் நூறு நூறு மீன்கள் வந்து இடையாது நோக்க அவ்வுயிர் நீலக்கண்களுக்குள் சுழியடைத்து கரைவதாயிருந்ததை கிழமாலுமி கேவிய ரெப்பைகளை கசக்கி வடித்த கண்ணீர் செவ்விய அலகில் பட்டுவழிந்தது கப்பலில். கடற்பறவையின் ஆவியும் குருதியும் பீடித்த பித்தக் கப்பல் புயலாய் சுழல்கிறது.

மாலுமி எப்பொழுதுமே தன்னுடைய எழுதும் நாளைப் பயணத்தில் சுருட்டுடனே தொடங்குவதில் கப்பல் அடிஅறையில் மோதும் அலைகளைக் கேட்டவாறு சுறவுகளுடன் பேசிப் பேசிப் புகைக்கிறான். எழுதிய நாணல் நிருபங்களைச் சுருட்டிப் பற்றவைப் பதில் அடுத்த கட்டத்துக்குச் செல்லும் மீனெனக் கரும்பித்தாளைத் துப்புவான். ஒரு சுருட்டைப் பற்றவைப்பான் சில நிமிஷங்களில் மேலுங்கீழுமாக அறைக்குள் நடந்தபின் சோழப் போர்க் கப்பலின் ஒப்பாரியைப்பாட ஸ்ரீவிஜயப்போரில் வீழ்ந்த முடமான வீரர்களின் உடலும் குருதியும் கண்டு கடற்பேய் இடாகினி கருஞ்சிறகு விரித்து தளபதிகளின் சவப்பேழைகளில் கல்வைத்து ரத்தவாடைக்கு சீல்கை அழைக்கும் படபடப்பு. இறந்து கொண்டிருக்கும் பறவை மகளின் முகம் இன்னும் வாடாமல் மலர்ந் திருப்பதைக் கண்டு கேவிக் கூவுகிறான் பிழைத்துவிட்டாள் என்று. அவள் அரைகுறை உயிருடன்

சிதைந்த உடல் வாதையுறும் வேளை. புகைக்காதமீதி சுருட்டை வைத்துவிட்டு ஏதோ புகையிலையின் மெல்லிய வாசத்திலிருந்து இடாகினியின் வியர்வை வாடை உப்புக் கரிப்பதை உணர்ந்து வந்துவிட்ட பேய்க்கு தன் பாதி சுருட்டைப் படைத்தான். கடல் சிறகைச் சுற்றி புகை வளையும் வாச்சியம். இடாகினி நிழல் விழுந்தது அங்கே.

'என்னுடைய சுருட்டுப் பழக்கத்தை நீ பொருட்படுத்த மாட்டாய்... பொருட்படுத்துவாயா... பரங்கிக்கிழவா... என்றாள் நிழல்சிறகு விரித்த இடாகினி. 'உலகிலுள்ள அனைத்தையும் விட சுருட்டின் வாசம் உனக்கு பிடிக்கிறதா இடாகினியே' எனக் கொஞ்சினான் மாலுமி. அந்தப்பேய் அப்பொழுது தான் இயன்றவரை ஒரு சுருட்டைச் சிறிது சுவைத்திருந்தாள், சாவின் சுவையுடன். 'கப்பலைச் சிதைக்கும் தீவிரத்தில் எரிதுளைக் கண்களால் நோக்கினாள். சிறிது இழுத்தாள். சின்ன சத்தம் எழுப்பினாள் பேய்மகள் இடாகினி. கலகலவென சிறுநகை புரிந்தாள், பிறகு சுருட்டை கப்பல் கேப்டனிமே எச்சில் படுத்திக் கொடுத்தாள் 'அஞ்சாமல் பருகு... ஏன் குருதி கலந்த என் எச்சிலை மோந்து பார்க்கிறாய்....! பேயிடம் சுருட்டுவாங்கிப் புகைத்தால் உண்டாகும் அதிர்ஷ்டமோ துரதிர்ஷ்டமோ உன்னைப் பீடிக்கும். ஆனால் காப்பியக்குடிகாரி நீ... உன் சுரைவிதைப் பற்களில் திமிங்கிலப் பல்லும் இருக்கிறது... புகையடைந்த கருப்புக் காரையும் லாகிரிப்பழக்கத்தில் வழியும் மாரிஜிமாப்பித்தம் உனக்கு... பிணத்தைத் தின்னும் விருந்தில் ஒவ்வொரு தந்தத்திலும் வழிகிறது நிணவாடை. உன் முகத்தை என்னால் பார்க்க முடிய வில்லை... ஊழியிலே... இவ்விடம் வேறொன்றாய் மாறிக் கொண்டிருப்பதை உணர்கிறேன். சாவு மெல்ல ஊர்ந்துவருகிறது கப்பலுக்கு. தாடியைப் புகையால் உருவியபடி சுருட்டை வேகமாக உறிஞ்சிய அவன் 'கடவுளே என் வாழ்க்கையில் நான் இதுவரை கைத்துப்பாக்கியால் சுட்டதில்லை. சம்பாபதி எனும் இத் தீயுமிழ் பறவையிடம் மண்டியிடுகிறேன்' எனப் பணிகிறான். சாவின் நிழல் அங்கு இடம்பெயர்கிறது. நான் புகைப்பதிலேயே மிகச்சிறந்த சுருட்டை சம்பாபதிமுன் வைப்பேன்' என்றான்.

'பனையைந்து உறையும் பாசடைப் போதியில் உறைபவளே... என்னால் இறக்கமுடியவில்லை உன்னோடு. இறந்தபடியிருக்கும் கடற்கன்னியே' எனத் துக்கினான் மாலுமி. சம்பாபதி உதடுகளில் முணுமுணுத்த ரகஸியம் வெளிக்கொணரும் வாசியாக இந்த திசை காட்டியையும் படைக்கிறான். கடல் பயணத்தில் உப்பேரிய சுருட்டுகளை மேல் தளத்தில் காயவைக்கிறான் கிழவன். கடற்பயணம்

பரங்கிக் கைத்துப்பாகி. புகையிலை விதைகளை உலர்த்தும் சூனியக்காரி இடாகினி அங்கே சாவதானமாக உலவினாள். ஒரு போர்ச்சுக்கீசியச் சுருட்டின் நீலநிற சுகந்த புகையிலைக்காக அவள் பித்தம் பீடித்தவளாக அவற்றை மோந்து பார்த்தாள். அவள் சூனியப் புகைக்குள் கப்பல் நழுவிச்செல்கிறது. முடிவும் தொடக்கமும் புகை வளையமாகச் சுற்றும் வட்டத்தில் தோல்வியான நாட்களைக் கூட மிகநன்றாகக் கழிக்கப்பட்ட நாளாய் தோன்றும் பரங்கிப் புகையிலைச் சரித்திரம் பேய்களைத் துணையாக்கிக் கொள்கிறது.

சுருட்டுகள் கலைக்கும் இலக்கியத்துக்கும் மிக அதிக அளவில் கடன் கொடுத்துத் தீராமல் தோல்வியுற்ற கருங்கப்பலின் பாய்களில் வளையும் விற்களில் தொங்கும் புகையிலை வாடை உலர்ந்த நாளிது. திரும்பவும் இலையும் இலக்கியமும் சுருட்டுகளை நம்புவதை காதலைவிடப் பெரிய கைக்கிளைதான் கெட்ட மாலுமி எழுதும் குறிப்புகள். புகையிலை இன்றி அமையப்போவதில்லை இந்த நாவலின் வடிவம். பதினேழாம் நூற்றாண்டு பழைய நூற்றாண்டு பலவற்றைச் சுருட்டிப் புகைக்கிற ஓவியர்களின் பித்தம் எல்லாக் காலத்தையும் படியவைக்கும் நிறக்குப்பிகளை மாலுமியின் குருதிநூல் கணவாமீன் ரத்தம் பாய்ச்சியதில்லை. இவன் கையெழுத்துப் பிரதியில் சிறைவைத்த காமத்தின் அகப் பரிமாணம் சுருட்டுப் பிடிக்கும் ஆசையிலிருந்து பிறந்தது. சுருட்டுப் பிடிக்கும் கணங்களில் நெகிழும் கதாபாத்திரங்கள் யாவரும் கப்பலில் கூடவே பயணிக்கவும் பிக்விக் டிரேடுமார்க் சுருட்டுகளை மாலுமிகளுக்கென்றே வைத்திருக்கும் மலேயா விடுதிகளில் மியான்மர் மருத்துவமனை களில் கிங்வேல்ஸ் தீவுச் சிறைகளில் பைத்தியக்கார விடுதிகளில் மனநலக் காப்பகங்களில் சுருட்டுகள் மீதான முத்தம்பட்ட கடலை இடாகினிப் பேய் வெளிப்படுத்தினாள். தென் சீனக் கடலுக்கு அப்பால் ஜாவா சுமத்ராவில் அநாம் என்று அழைக்கபடும் சம்பாவில் கதாபாத்திரங்களால் அறியப்படும் உறையூர் சுருட்டு டிரேடுமார்க் மணிலாவில் சுருட்டுப்பெட்டியின் லேபிலை மோந்து பார்த்தால் பைத்தியம் பிடிக்கும் மாலுமி. இந்த நாவலில் உருவாகிய புகழ்பெற்ற இரு கதாபாத்திரங்களும் எழுத்தாளனின் உருவமும் பின்னிழலாய்ச் சேர இருந்த சுருட்டுலேபில் படபடத்துக் கப்பல் தளத்தில் விழுந்து பூட்ஸ்பட்டு ஒட்டிக்கிடப்பதை நகத்தால் சுரண்டிக் கிழிக்கிறாள் சூனியக்காரி. ‘அளவாகத்தான் சுருட்டுப்பிடிக்கிறேன். சமயத்தில் கிறுக்கும் பிடித்துவிடுகிறது.அந்த ஒன்றில்பாதி கதாபாத்திரம் கேயின் வெளவால் தொலிபோன்ற சிறகின் அரக்கு இருட்டாக உலர்ந்த இலை.

சாம்பல் நெடிக்கிறாள் கடல்பேய்.

நறுக்கிய புகையிலையை மோந்து பார்த்துப் பாழான மூடு செருப்புக்கு அடியில் உப்பேறிக் கருத்துவளைந்திருக்கும் நகங்களைத் திருக்கை சூரியால் அறுத்தவாறு சொட்டும் ரத்தம் கப்பலில் துளையிடத்துக்கம் சாத்தான் பறவைகளிடம். அந்தக் கலத்தின் கயிறுகள் தன்னைச் சுற்றித் தளையிட்டு வீழ்த்த அலைமேலிருந்து அவனைக்காத்த இருதலைப்பட்சிக்கு ஒருதலைநைந்த காயத்தில் மருந்திடவும் கடலிடத்தில் அறியதோர் அறிகுறி தோன்றியதில் பெண்ணொருத்தி சிறகுகளுடன் தோன்றி சிகிச்சாரணத்தில் மை எடுத்துச் சிதைந்த அவன் தோளில் மூட்டினாள் வெள்ளூசியால். அவளோ நிலவினை ஆமையாக உடுத்திப் பிறைமுகச் சாயையாகி தலைமீது பன்னிரு விண்மீன்களை முடியாகச் சூடியிருந்தாள். ஈனா இசக்கி என்றே ஜனம் மகத்லேனா எனச் சொல்லிவந்த கடற்கன்னி வருகை தைலப் பேழையில் வனந்தரு எண்ணையும் கருத்து வழிகிறது. கிட்டவந்து அவள் கடற்பறவையின் காயங்களில் எண்ணையும் திராட்சரசமும் வார்த்து காயங்களைக்கட்டி அவளைத் தன் சிறகில் ஒற்றி ரெக்கைக்குள் ரெக்கை கொடுத்தவள் ‘பிசாசுபிடித்திருக்கும் கப்பல்..’ என்றாள் வந்தவள்.

சம்பாபதிப் பறவையைச் சுட்ட வடுவில் நவதைலம் பூசினாள். வேகவேகமாக வளர்ந்த இராத்திரிகளில் விண்மனிதர்களும் சிறகு விரிப்பதை உற்றாள் முதியாள். ஏனோ செய்த தவறிற்கு போர்ச்சுகல் பியானோவை அரசனின் வெகுமதியாக கருங்கன்னியின் பேராலய வடிவத்தில் சேரவேண்டிய கோத்திக் கண்ணாடிகளை வடிவமைத் ததில் கப்பல் மதா கோயில் ஆயிற்று. செகால் வரைந்த ஈசாவின் பதினான்கு துயரங்கள் தனித் தனி உருக்கத்தில் அலையும் நடுத் திட்டை சேராமலே ஊழினால் தொன்முதுகோடி சேரலாயிற்று புயல் கப்பல்.

அந்த சம்பாபதி காவல்தெய்வம் கன்னி மகதலோனாவுடன் சினேகமாயிற்று. பரட்ரோவாடா சிவப்புப்பியானோ திராட்சைத் தோலினால் தைத்திருந்தது. திராட்சை ரத்தம் கசியும் பியானோ அதை தொடுவதற்க மாலுமிகள் அஞ்சுவார். தொட்டதும் ரத்த உறவாகப் பற்றிக்கொள்ளும் சம்பாபதி இப்படி ‘த’ விடமிருந்து இன்னொரு ‘த’விற்கு பயணமானாள்.. சம்பாபதி என்பது திரும்பிவந்து சேரும் ஒருமுடிவிடம் பாழடைந்த கப்பல் பயணமாக இருந்தது. இந்த முடிவிடத்தில் புறப்படுமிடமும் சேருமிடமும் இரு கன்னிகளின் சந்திப்பாயிற்று. வட்டப்பாதையில் பித்தக்கப்பல் செல்லச்

செல்ல புறப்பட்ட இடத்துக்கு மகதலேனாவும் திரும்பிவந்த சிறகி. பயணம்தொடங்குவதென சுற்றிக்கொண்டு முடிவற்ற கற்பனையான இடத்துக்கு ஈர்த்துச் சென்றாள் சம்பாபதி. மகதலேனா கப்பலும் சம்பாபதி ஊழ்வழி செல்லும். இந்த சம்பாபதி இருந்த தீவில் மணலைத்தோண்டத் தோண்ட புத்தகத்தைவிட்டு வெளி வந்துவிட்ட எல்லா மணலும் புகையாகப் பரவிய நீலத்தைப் புதைத்துக் கொண்டு இருந்தான் மாலுமி. பல்வேறு நகரங்களும் கடற்கரைகளும் நுரையாகச் சிதறிய பரதவர்களும் பிரப்பஞ்சிலாம்புகளால் மரக்கலப்பாய்களை முடையும் விரல்கள் தீராமல் பின்னுவதிலிருந்து கைகளை எடுக்காமல் இரு கன்னிமார் சாயைகளாயினர்.

பாம்பன் கால்வாய்க்கு தெற்கே கடலில் சிறிது தொலைவில் இருதீவுகளில் சம்பாபதிப் பறவைகள் மிதக்கும் தோற்றம். மரைக்காயர்களின் தென்னைகளில் தீவாந்திரக் காற்று சுழன்றடிக்க சிலமைல் தூரத்துக்கு எருமைகள் நீந்திக் கூட்டமாய் கரைசேரும். குருசடைத் தீவை நீங்கள் பார்க்கவேண்டும். அத்தனைவகை மீன்களும் வந்தடையும் கண்ணாடிப் பெட்டகங்களில் உயிர்நூல் கலைஞர்கள் சதா வரைவுகொள்ளும் கோடுகள் சங்கேதமானவை. கீழைநாடுகளிலேயே பேர்பெற்ற சம்பாபதிப்பறவைகள் கரைகிறதே துயிலமைதி கொள்வதை யாரும் தொந்தரவு செய்வதாயில்லை. பாலூட்டிகளின் உலகில் ராமேஸ்வரம் தீவுக்கு இடமிருந்தாலும் குருசடைத் தீவுதான் சாகரத்தில் பாலூட்டும் தீவு.

பாம்பனிலிருந்து தொன்முதுகோடிசெல்லும் புகைவண்டி சிறிது தொலைமணற்றிடர்களின் இடையே செல்ல குன்று கும்புகளாய் புகைமணல் சுழன்று சுற்றி விசிலடிக்கும். குன்றுகள் மணலாகக் குவிவதும் தேய்வதும் புதுமணல் மேவிமேவி ரயில் பயணத்தின் தன்மைகளை மடைமாற்றிவிடும் அதிசயம். கடற்காற்றில் ஈழத்தின் குருதிவாடையால் சம்பாபதிப் பறவைகளின் கரைவுஒலி துக்கத்தின் ஆழத்தில் மூழ்கிவிடும். இராமேஸ்வரம் பாதை நிலையத்துக்கருகில். இம்மணல் திடர்களுக்கிடையில் குத்துச் செடிகள் கருகிய வாடக் கரடுகள் முளைத்துக் கருக் கும் உப்புவாடை. அவைகளில் கூறிய முட்கள் நீண்டிருக்கும். எச்சரிக்கையின்றி அருகில் சென்றால் அவை உடலில் ஏறித் துன்புறுத்தும். இத்தனை கொடுமையை செய்கிற இம்முள் கிளைக்கு இராவணன் மீசை எனப் புராண ரத்தம் எடுக்கும் புல் என்றாலும் அதைப் பார்ப்பதிலும் மனம் ஈடுபடத்தான் செய்யும். இராவணன் மீசை மணல் குன்றுகளில் கூட்டமாய் உருண்டு செல்லும். வட்டமான கிரகமாக பாலையின் உரசல் நெய்தலைத் தொடுமுள்

இராவணன் மீசையில் மணல் ஒட்டஓடும் இந்த நிலையங்களின் குருத்து மணல் தொடுவதற்கு எத்தனை புராதனம். கோதண்டராமர் கோயில் என்ற நிலையம் வழியில் இருக்கிறது. இங்கே வண்டி நிற்பதில்லை. அக்கோயில் ஒரு கல் தொலைவில் வடக்கே கடற் கரையில் ஒரு மணல் மேட்டின் மேல் இருக்கிறது. மழைக்காலங்களில் அங்கே செல்ல முடியாது. தாழ்வான நிலம் இரண்டிற்கும் இடையில் உள்ளதால் நீர்நிரம்பிக்கிடக்கும். கோடை காலத்தில் வந்துசெல்ல முடியும். பிறகு நேரே செல்லுகையில் வண்டிப்பாதைக்கு இரு புறங்களிலும் ஓர்அடி நீரில் நின்ற வண்ணமாயிருக்கும் சம்பாபதிக் குடும்பம். கால்பதித்து அலையும் நடசத்திரச்சுவடுகள் உதிர் இறகுகள் காய்ந்தே நண்டுகள் செத்தமீன் எலும்புகள் முட்களின் வெளிர் அடுக்கில் ரயில்பயணம். துளைவிழுந்த குருட்டுமீன் விழிக்கடவில் ஈழக்குருதி வழியும். துயருற்ற வாழ்வு மணல் புரளும் சோளகம்.

சம்பாபதிப்பறவை கூட்டம் கூட்டமாய் பிரிந்து கோர்வையில் செல்லும் தூரங்களும் மாயநாரைகளை எட்டமுடிவதில்லை. இருபக்கங்களிலும் கடல் தொன்முதுகோடியின் பூகோளப் பின்னணி தரவைநீர் சகதியில் நண்டுகள் பதுங்க நீர்பூண்டுகளில் தங்கிப் புழுப்பூச்சிகளை உண்டு திரியும் அவற்றின் குஞ்சுதா பறவை படிந்த நீர் அலைபட கோடு வரையும் ஊசிக்கூடுகள் உழுத ரேகைகளை அலையலையாக வாசிப்பது சம்பாபதிக் கூட்டம். பேரூழியில் மனிதன் தோன்றிய நான்காவது புத்தகத்தில் சம்பாபதிக்கோயில் முன்னதான கடல்பயணம் ரோமானியர் சென்ற கோடு. சிற்பங்களில் இடம்பெறாது வெண்கலச் சிறகுகள் விரித்து பின்னங்கால்களில் மேலமர்ந்த சம்பாபதிப் படிமம். பெரும் பறவையின் முட்டையொன்றை திருடிய ரோமானியக் கடவுளும் சேருமிடம் சம்பாபதிக்கோயில்.

19

விடுகதை

சுருள் VI
பட்டச் சித்ரா

சொல்லி
ஷேபா இளவரசியும்
அரக்கி கண்டீஜாவும்

கேட்போர்
இராஜா சாலமோன்

(இதுவுமது)

மீனா நாணயப்பொன் ஒபிரெல்லாம் செலவாகும் நாளையிலே சாலமோன் அடைந்திருந்த புகழையெல்லாம் கேள்வியுற்று பல புதிர்களால் அவரைச் சோதிக்கவந்தாள் மிகுந்த பரிவாரத்தோடும் நறுமணப்பொருட்களையும் பொன்னையும் தென்கடல் முத்தையும் சுமந்து வந்த கழுதைகளுக்குச் சேனம்பூட்டி சேபா ராணி ஒட்டகங் களோடும் யெருசலேமை அடைந்தாள். இதுமேயா நாட்டின் செங் கடல் ஓரத்தில் அயலாத்தின் கரைகளில் கிடைக்காத ஒபிர் கொற்கை முத்துக்கு ஒருவிடுகதைபோடவும் கூடவே அரசருடன் தீரிலிருந்து வந்த உலோகச் சிற்பி ஈராம் என்பவனை அறிமுகப்படுத்தினார். 'லீ பனோனின் வனம்' மாளிகைத் தோட்டத்தை ஈராம் திறந்து விட்டான். பாபிலோனிய ரத்தாம்பரக்கம்பளத்தில் சாலமோனின் செம்மறித் தோல் ஜோடுகள் பட்டதும் விடுகதைகள் திறந்தாள். மனதிலிருந்த வற்றையெல்லாம் கதையாக்கும் குரல்வளையில் ஒன்றிப்போன ராஜா அவள் புதிர்களுக்குக் கடைசியாக விடை கொடுத்தார்.

'அலைக்கழிய ஊசலாடும் பிரகிருதி நடனத்தைத் தாங்கும் நிலைபரமான பூமி எங்குளது?

'காலத்தையும் இடத்தையும் மாற்றமுடியாத மனம் நரகத்தின்

சொர்க்கத்தையும் சொர்க்கத்தின் நரகத்தையும் கொண்ட நிலம்... தோற்றமயக்கமாயிருக்குமா சேபா... '

சாலமோனுக்காகப் பதனழிந்த பொருட்களால் மறதியைச் செறிவூட்டப் பழைய புத்தகங்களையும் அவற்றின் உள்ளடக்கத்தையும் புராதன நகரங்களின் ஒலிவமர நூலகத்தைப் பேசினாள். 'வார்ப்புக் கடல்' படைப்புக்கு சென்றிருந்தார்கள். அக்கடல் பன்னிரு எழுதுகள் மேல் வைக்கப்பட்டிருந்தது. அதனருகில் லீலி மலரின் இதழைச் சாலமோனுக்குக் கொடுத்தாள். அங்கே ஈராம் பத்து வெண்கலச் சதுரப்பாதங்களுக்குக் கூட்டிப்போனான்.யோர்தானுக்கு அடுத்த சமவெளியில் சொக்கோத்துக்கும் சர்தானுக்கும் நடுவேயுள்ள களிமண்தரையில் சுள்ளை வைத்த வெண்கல உருக்களையும் உலோக மாதுளங்கனிகளையும் கருவளைப்பின்னலுக்கு நானூறு மாதுளமும் பத்துப்பாதங்களும் கடலை ஏந்திய பன்னிருகாளைகள் களிமண் புடத்தை கட்டவிழ்து பாயும் திசாதிசை அந்த லபுபனோனின் வனத்தோட்டம் சேபாவின் புதிர்களால் நிரம்பிக்கொண்டிருந்த வேளை...

'சே பா... உன் புத்தகங்கள் யாவும் குதிரையைப் பூட்டும் சேணங்களாகும்'

'தீரின் உலோகச் சிற்பி ஈராம் கரங்களுக்கு சேபா தேசத்து வளமான உலோகங்கள் களிமண்பூமியும் காத்திருக்கிறது... சாலமோன்...'

'அங்கே விடுகதை என்பது சதுரங்கத்தின் புதிர்விளையாட்டு'

'தூரதூரத்திற்கப்பால் நீயிருக்கிறாய் சேபா'

'அதே தொலைவில் ஆந்தை ஒன்று ரகஸியமாக அலைவாடு வதை சேபா பார்த்தாள் அது தனித்தொதுங்கிய தன் புராதன ஆட்சி எல்லைக்கு உள்ளேயும் வெளியேயும் பறந்து கொண்டு இருந்தது.

சேபாவின் புதிர்களும் முறிக்கமுடியாத விடுகதைகளும் ஈராம் சிறப்பித்த கல் மற்றும் ஒளிவமரத் தூண்களிடையே தேவதாரு உத்திரங்களிடையே அவள் வருகையே இனியான புனைகதைகளுக்குக் குருதிச் சிவப்பான மீன்செவுள் மாளிகையாகத் தோற்றம் கொள்கிறது.

சேபா விரித்த ரத்தாம்பரக்கம்பளத்தின் நய நுட்ப விசாரணையாகச் சாலமோனின் உரையாடல் திரும்பியது. அவள் திரும்பிப் போன இரவு சாலமோனின் கதவுகளைச் சேபாவின் புதிர்கள் தட்டிக் கொண்டிருந்தன, இவ்வளவான சத்தத்துடன் திரும்பத் திரும்ப...

20

கண்ஏடு தைத்த முதல் அம்பு

நான் கவலை கொள்ளத் தொடங்குகிறேன். அந்தகம் அடைந்த கிராமத்திலிருந்து நயனப் பழுது நீக்கத்துக்காக நடமாட்டம் ஓயாத தன்வந்திரி மகாலில் என்னேரமும் வேலையிருக்கிறதெனக்கு. அவர் தம் பார்வையில் நம்பிக்கை கொள்ள முடியாத இருட்டு. மூச்சு நுழைய முடியாத இறுக்கம். மென்னயக் களிமண் சித்திரங்கள் பாவை விளக்கில் கேவி அழும் சுடர் விம்மல். இருளில் நெகிழப் பணியும் ரெப்பைகளில் தூக்கமும் வரவில்லை இவர்களுக்கு... அடுத்த அரங்கில் மன்னர் சரபோவின் காஞ்சரமரப் பலகைக் கட்டிலில் துயின்றால் வாதத்துக்கு மருந்தாம். காஞ்சரப் பேய்களுக்கு வைத்திய குணமும் இருப்பதைக் கண்டவர் சரபோதான். காஞ்சரப் பேய்கள் சூழ்ந்த அரண்மனையில் கடவுள் நியமித்த வர்த்தமானத்தின்படி அரேபிய இரவுகளின் இரவுத் தோற்றம் ஒவ்வொரு ராத்திரியில் கடல் உவர்நீர் இன் தேறலாகிறது. கதவைத் தட்டுவது யார்? அரசரின் சயனத்தைக் கலைக்க வேண்டாம். கீறலில் வழியும் சேடிப் பெண்ணின் பயந்த குரல்.

நீளமாய் ஓடிக்கிடந்த இரவின் தாழ்வாரங்களில் தூங்கும் விளக்குகளைத் திரிக்காரி குனிந்து ஒளியின் அளவை மிளகின் அளவிலிருந்து கடுகின் அளவாகச் சுருக்கி இருளின் படிம ஏட்டைத் திறக்கிறாள். பின்னிரவு சரிந்து வெள்ளொளி மெல்லப் படர்கிற சாம்பல் நிறம் பளிங்குத் தரையில் நகரும். உள்ளே இருப்பவள் நான்கு பக்கமும் எட்டிப் பார்த்தவாறு சுழல்கிறாள். கருப்புக் கதவுகளைத் தட்டும் மெல்லொலி. ‘கிழக்குக் கதவில் நிற்பது யார்?’

இருளில் அவள் முகம் மட்டும் தெரிந்தது. சயன அறையின் மங்கலான ஒளியில் அவள் தோளில் போர்த்திய முர்ரிக் கம்பளத்தின்

குஞ்சர ஒலி தொனிக்கும் மெலிவு. முகத்தை மட்டும் வெளியே நீட்டி நிழலைக்காட்டி கதவின் இடுக்கில் பார்த்தாள்.

அவள் கைவிளக்குடன் என்னை அடுத்த அறைக்குள் கூட்டிச் சென்றாள். விளக்கை உயர்த்தி முகத்தைப் பார்த்தாள். நரிக்கண்களை மறைக்க முயன்றேன். ஓநாய்கால் புதரில் ஒரு கண் சூன் விழுந்த படலத்தை உடன் கண்டு விட்டிருந்தாள். அது மெல்ல ஓய்ந்துவரும் மரண ஸ்திதியை சித்தம் படிந்த விழிகளால் நோட்டம் விட்டவள் 'எனக்குப் புரிகிறது விதியால் இங்கு வந்திருக்கிறாய்... என்னை நீ கடத்திச் சென்றுவிட முடியாது உன்னால்!' மேலும் விளக்கைத் தூக்கி அறையின் உள்ளே காட்டவும் அரசரின் மரப்பெட்டிகள் மேல் தலைக்கவசங்களின் அசைவு ரத்தம் பீடித்த வாட்கள் ஹேங்கரில் தொங்கும் ரத்தினம் பதித்த ஆடைகள், வெள்ளையரின் தோல் பெட்டிகள், தோட்டா நிரப்பிய குழல் துப்பாக்கியில் அசையும் மரணப்புழு கரகரப்படையும் துரு உதிர்க்கும் நெஞ்சுக் கவசம் அதில் உடைந்த ஆன்மச் சக்கரம் சுழலும் விதி 'இதை நீ பார்க்கக்கூடாது. இரும்பைப் புழுப்பத்தாது. இங்கே சிறைப்பட்டிருக்கிறாயா? வந்த விவரத்தைச் சொல். சரபோவின் விருந்தினர் குழுவில் நீயொரு அதிகாரியா நீ யார்? இதற்கு முன் உன்னைப் பார்த்ததில்லை.' காற்றை வெளியிடாத பெரிய பூட்டு அசைந்து கொண்டிருந்தது. 'பூட்டைத் தொடாதே விதியால் பீடிக்கப்படுவாய்' என்றாள்.

அவன் துணிந்து பூட்டைத் திறக்கவும் காற்றின் கதவு திறந்தது. கீழே மெல்ல விடியப்போகும் கருக்கல் பூசிய தெரு இருட்டில் வெம்பரப்பான காற்று. தெருவின்நிறம் செம்பழுப்பாக இருந்தது. ஞாபக ஆரம்பங்களிலிருந்த பால்யம் கலங்கிய நிறங்களே தெருக்களாக அமைகின்றன. தெருவுக்கென்ற ஆன்மாவைத் தொலைதூரம் போனவர்கள் கூட்டிப் போயிருக்கக் கூடும். விடிகாலையில் பனி நிறத்தில் நடமாடுபவர்களின் கால்களின் உரசல் கேட்டது. தெருவின் தூக்க நிறங்களினூடே அரண்மனையில் உதிரும் சித்திரம் மெல்ல வெளியேறிப் படரும் வாசல்களில் இருந்தவர்கள் புலம்பியபடி போகிறார்கள் மயக்கத்தில். வந்தவனை உற்றுநோக்கினாள். 'இன்னும் பேசாமல் ஏன் நிற்கிறாய் சொல்லிவிடு நீ யாரென்று' அப்பெண்ணின் படபடப்பு ஓயும்வரை பொறுமையாக நின்றேன். 'அஞ்சவேண்டாம் பெண்ணே... சரபோவின் அழைப்பில்தான் வந்திருக்கிறேன். நான் ஜான் டேனியல் முணாரே... விக்டோரியாளின் காணியாட்சி வரைபடத்தில் சுருண்டிருக்கும் என் தாடியை வெறுக்காதே. நான் மந்திர சக்திமிக்க மன்னாங்காணி மருத்துவர்களைச் சந்தித்தேன்.

என் தொழில் நிலங்களை அளப்பதும் கற்களில் உறைந்திருக்கும் உலோகங்களை ஆராய்வதும்தான். மகாராணி விக்டோரியாளுக்குச் சமர்ப்பிக்கும் பெரும்பணியால் அயர்ந்திருக்கும் என் விழி களில் ஒன்றில் அரைக்குருடு நரியின் தடத்தில் வந்து சேர்ந்தேன் உன்னிடம்... சுடரில் இலைகளை வாட்டி சிகிச்சை செய்யும் உப்பின் தெறிப்பிலும் சடசடப்பிலும் உன் கைமருந்து சித்தியாவதை கேள்வியானேன்... என்னை சந்தேகிக்காதே... யுவதியே'

'வேறு உன் கையில் இருக்கும் அம்பு எதற்கு சொல்'

'இதோ மன்னாத்திக்காணி கொடுத்த மாய அம்பு. இதில் உருமறைந்து பொது அம்பாகக் கீழே கிடக்கிறேன். சர்வே கற்களை ஒட்டிக் காடுகளை மலைமுகடுகளை அளந்து அம்புக்குறியும் குறியீடுகளும் கீறுவதற்கு காணி அம்பினால் தொடர்ந்து வரைபடங் களும் இரவிரவாய் அளவுகளைக் கணிதமாக்கும் தூரங்களின் சுருக்கம். படத்தை விரிக்கவும் தேசங்கள் பிடிபட்ட விதி. சூரியன் மறைந்து தோன்றும் மலையின் மேல் கருவிகளை வைத்து மெட்டு களை அளப்பவன் நான். மற்றவர் கண்களுக்கு மறைவு மைபூசி வரு பவன் நான். இந்தப் பெட்டிக்குள் நிலங்களின் தூரத்தை அளக்கும் கருவியில் என் கண்களும் அயர்ந்திருக்கின்றன... தீராத வரை படங்களுக்குள் சிக்கியிருக்கிறேன். களைத்துவிட்டேன் அருந்து வதற்கு ஏதாவது கொடு. தாகமாக இருக்கிறதெனக்கு.'

'சரபோ இன்னும் துயில் எழவில்லை. நீர் கிழக்குப் பக்கமாகவே சென்றால் ஐந்தாவது கூடத்தில் சர்பத் கானா வரும். வேண்டிய பானகங்கள் நூல் இழைப்போருக்கும் பண்டிதருக்கும் உள்ளது. அடுத்த கண்ணாடி பீரோவில் சீமை ரஸங்கள். வேண்டி யதைப் பெறலாம் நீர். சமையல்காரி ரேஜாவைக் கூப்பிடும். வேலையிருக்கிற எனக்கு எதுவரை காத்திருக்கப் போகிறீர் அந்தக் குரிச்சியில் அமரலாமே. ஓரிரு நாளிகையில் எழக்கூடும் துயிலில் இருப்பவர்.'

'பரவாயில்லை. சரபோவின் ஒப்பனை முடியும்வரை காத்திருப்பேன். அவர் எழுவதற்குள் உன்னைப் பற்றிக் கொஞ்சம் சொல் எனக்கு'

'ஒத்தெல்லோ நாடகத்தில் டெஸ்டமோனா கதாபாத்திரமான நடிகை குகெஸ்தான் நானும்'

'சரிசரி.... இங்கிலபுஸ் பாஷையும் தெரிந்தவளா நீ'

'மொழிப்புலமையில் வித்வம் அடைந்த பலர் சரபோவிடம் இருக்கிறார்கள். அருகில் கேட்டுக் கேட்டு துரைமாருக்கும் நோயுற்று இருக்கும் சுவாட்ஸ் அய்யருக்கும் துபாஷியானேன்... இதில்

வியப்பென்ன இருக்கிறது.'

'ஆனால் அந்த நாடகத்தில் இளவரசன் ருபெர்ட்டின் துணைவியாக நடித்தவர்கள் பெண் வேடமிட்ட சிறுவர்கள்தானே'

'சரியாகப் புரிந்து கொள்ளும் என்னை. இங்கும் நிலமை அப்படியொரு நாடகத்தைப் பலரும் வேஷமிட்டு இடம்மாறி நடிக்கிறார்கள். அதில் குகெஸ் ஆகும் பாத்திரம் எனக்கு. நான் சாதாரண மங்களவிலாஸத்துப் பிரஜை. கால் விலங்கில்லாத அடிமை. சொல்லப்படாத சட்டம் பைத்தியமாகப் பரவுகிறது இங்கு. சித்திரம் தீர்ந்த அரண்மனை மாடங்களில் இருக்கும் அக்காமார் கூட்டத்தைச் சேர்ந்த தாம்பூலகரங்கவாகிணி நான். விடியும்போது சரபோ முகக்சுத்தம் செய்ய வாசனை நீரும் தாம்பூலமும் கொண்டு வந்திருக்கிறேன். சரஸ்மகால் ஏடுகளை வாஸிக்கும் வெகு பாஷைகளைச் சொல்லிக் கொடுத்த கணிகை பாப்பாயி பேத்தி நான். சரபோவின் கருவிழியும் வெள் விழியும் சேருமிடத்தில் இருந்து நகர்கிறேன். கண் கோளத்தில் ஏற்படும் கேடுகளுக்கு மருந்தீடு செய்கிறேன். அரசரின் திருஷ்டி வறண்டு போகாமலிருக்க டப்பிகளில் மருந்து இதோ. நேற்று நிசி கடந்து ஏடுகளில் மூழ்கியதால் கண்களில் புகை படிந்தாற் போல இருக்கிறதென்றார் படுக்கும்போது. பனிநீர் ஒத்த மருந்தும் இருக்கிறது இங்கே. வேறொன்றுமில்லை. தன்வந்திரி மகாலில் நயனசிகிச்சை செய்யும் மருத்துவச்சி. சரபோ என்னை சீதாளக் குறத்தி என்பார். 'சுவடிப்புலம்பல்' என்றோ நெடுந்தாள் சூசினி என்றோ கூப்பிடுவது தாசிமாரின் நேசம். சரிசரி டேனியல் முணாரே... உமது புதிர்களைச் சொல்லும் எனக்கு' என வெடுவெடுத்தாள்.

'நெடுந்தாள் சூசினி கேள்இதை. புதிர்களைப் பேசி நோய்களைக் குணமாக்கும் காணிப்பழங்குடி மாய அம்பில் ஏறி பயணம் செய்து வந்தேன் இங்கு. ஒவ்வொரு வெற்றிடமாய் நுளைத்து சுவர்களில் இல்லாத சாளரங்களைத் திறக்கும் அம்பின் விதி.

'இங்கே விரல்களால் சுவரில் வரைந்து சாளரம் திறக்கும் வனமூர்த்தி ஆசாரி கணித்த மரம் வனப்பேய்களைக் காத்துவரும்'

'பொது அம்பு இது. கேஸ்ராசா கொடுத்ததை காணிகள் தவற விட்டதும் என் விதியில் தைத்து வனங்களுக்குள் அடுக்கடுக்காய் பாய்ந்திருக்க அது மெல்ல சுனையில் தைத்திருக்கும். ஒரு மீனில் தைத்ததும் மறுமீனைத் தராது. கீழே கிடந்தால் தூங்கிட்டேன் என்று அர்த்தம். என் கண்ஏடு தைத்து வாஸிக்கலாம் பெண்ணே...'

கர்ப்பத்தில் விழிமுளைத்த தாவரங்கள். எத்தனை பருவங்கள். இலையில் மடித்த கருவிழிகள் நகரும் கருவறைவாசிகள்தான் ஒவ்வொரு நேத்திரனும். ஒரு விழி சந்திரம் மறுபாவையில் விரிகதிர் என்பது சித்தரிடம் இருப்பது. சாமானியர்களிடம் பொது அம்பு தைத்த குருதி தீராது கடைவிழியில் வழிகிறது...'

'உன்பேச்சு எனக்குப் பிடிபடாமல் நழுவுகிறது. பீலிகை சேரு மிடத்தில் சரபோவின் இமையாக இருக்கிறாய். இரவின் வெப்ப ரத்தம் வலையாகப் பின்னிய நேத்திரகோளம் முழுவதும் வாழ்ந்திருக்கும் ஓஷதியே... அரிய மருந்தீடு மாயப்பெண்ணே... எனக்கு மூல ஏடுகளின் இருப்பிடங்களைக் காட்டுவாயா.. சரஸ்மகால் கண் ஏடுகள் ஆயிரம் திருஷ்டிகொள்ளும் இந்திர ஜாலங்கள் எவையென அறிவுமிலேன்.. அகத்தில் மலரும் தாமரையின் லயம் விழிகளாகத் திரளுரு கொள்வதைக் கேள்வியானேன்... ஸ்படிகம் எனும் தீநீரின் புராதன ஏடு எங்கே...'

'இயற்கையின் ஸ்படிகம் அது... அவசரப்படாதே... வஸ்துகளின் பரிமாணங்கள் பட்டகம் வட்டம் சதுர்யுகங்களாய் ஓஷதிகளில் ரகஸியமாக இமையின் ஓரங்களில் ஆழ்ந்து அரிதுயில் நிலைக்குச் செல்கிறேன். அறிவின் முறிந்த புள்ளியில் கருவிழிச் ஜோதி சேருமிடம் இருள் ஒளிப்பாதையில் பயணித்துக்கொண்டு இருக்கிறேன்.'

'கண்ஏடு கீறி நீ வாஸிக்கலாம் மலைகளின் புதிர்களில் ஓஷதிகள் இருப்பதை மடக்கு ஓலைகளில் சித்திரப்படுத்துவோர் அரண்மனையில் இருப்பவர்களா? டெஸ்டமோனா... உன் பேச்சில் ஈர்க்கப்படுகிறேன்' குரிச்சியிலிருந்து எழுந்தான் ஜான் டேனியல் முணாரே.

'கும்பினி சர்வே நாடோடியே கேள்... இங்கே தன்வந்திரி மகாலில் நோயாளிகளின் நயன ரோகங்களுக்கு மை எருக்கின் காய்க்குள்ளிருக்கும் பஞ்சும் மருந்தாம். கொன்றைப் பழவிதை நீரில் இழைத்துக் குவளைமேல் பூசத் தீரும் மயக்கவிழி கடுகளவு சிமிழ் ஒளியைக் குறைந்த ஒளிபார்க்க மெல்ல வரும் ஒளிக்குசம். நோயின் நயன மறதியில் நிறங்கள் யாருக்கும் தெரியவில்லை. எல்லோருமே அந்த மயக்க நிறங்களில் சென்று மறதியில் மறைந்தனர். கானத்தின் மூலிகை அவர்களைத் தொட்டுவிடுவதால் சொஸ்தமாம். உடனே தொற்றிக் கொள்ளும் தாவர சிகிச்சைக்குள் நோயாளிகளும் வனவாசியாவர். ஏனோ கும்பினிகள் மன அமைப்பு வேறுபடுகிறது. தாவரங்களின் மறைபொருளைப் பார்த்து விடுவதில்லை. கண்ணுக்கு

எதிரே குருதியுறச் செய்த ஆதி வனங்களை அதன் பூர்வகுடிகளோடு விநாசமாக்கிய சாபம் தீரவும் தீராது. மரங்களில் உறையும் செங்கிடாய்க்காரன் கப்பல் கொடிமரத்தில் பற்றிப் பீடித்ததில் சின்னதுரையும் பெரியதுரையும் பாறைகளில் மோதிய கப்பல் உடைபட அந்த செங்கிடாய்க்காரன் மரம் தெறிக்க வனம் புகுந்தான் அங்கே...'

அவள் கடைக்கண் பக்கமாய் கண்ணீர் கோளங்கள். பூமியும் வானமும் ஒரே விதையாயிருப்பது கண்ணீர்தான். பாதி மேலாடு இருள் கீழோடு ஸ்படிக ஒளிவம். கண்ணுக்கெதிரே கிடந்தும் பார்வை கொள்ளவில்லை. இருட்ட இருட்ட மூலிகை திறந்த பாதையில் காயம்பட்ட நாயின் பால்மடு ஒளிமீன்கள் பாலறுந்தும் சப்தம். எல்லோரின் கனவுகளுக்காகவும் சித்தத்தில் அலையும் நாய்கள் ஏன் காத்திருக்கின்றன. நாயும் தாவரம் தான் என்பது யாருக் கும் தெரியாமல் இருந்தது. முன்னோடும் கருப்புநாய் பூச்சிநாயைத் தொடரும் பாதைகள் வந்த தன்வந்திரி மகாலின் எல்லா நிலைப்படிகளிலும் விருத்தாப்பிய மடைந்த வயோதிகர் உறைகிறார்கள்.

கண்மையம் கொண்டுள்ள பூமியின் உள்ளார்ந்த இயக்கம் கதிர்விரியும் விழிப்பு. வீழ்ந்தவாறு காலவெளியில் விட்டுச் சென்ற மறைந்தோரின் திருஷ்டிகள் செடிகளாக மாறிவிடும். இமைகளி னடியில் காத்திருந்தாள். நாசியின் ஓரம் ஊர்ந்து கடைவிழி சிவக்கும் துக்கமானாள். செங்கழு நீர் கிழங்கு நிலத்தில் கிளைக்கும் மண் ஈரம். எல்லா வேரிலும் விழியின் ரேகை. ஓரிதழ் தாமரை இலையில் ஒட்டாது உருளும் பளிங்கு பார்த்துக்கொண்டு இருக்கும் நீர்.

உள்ளே சயன அறையில் படும் பெண்ணிறத்தில் அவள் சாயல் கரைந்து தூணைச் சுற்றி நிற்கிறது. தனியே இருந்த வாசல் திறப்பில் மாய உருவங்கள் அசைய அந்த மன்னாத்திக்காணி அம்பு மெல்ல நகர்ந்து ஊடுருவும் ஒளி நோக்கினாள். அதில் காந்தமாக ஒட்டியிருந்த செடிகள் கவியும் நெடி. எல்லோரும் கண்களில் மையிட்டு ரெப்பை களில் பூசிய வாகைவேரும் மகிழவிதையும் விழிப்புநிலையில் நிழலில் உலர்கிறார்கள். விழியில் முலைப்பாலிடும் தாட்டியமான பிள்ளைத்தாச்சியின் தன்ய நடுவில் கரு ஈர்க்கில் பீச்சிய வெதுவெதுத்த பால்பாதை திறந்து கண்ணிழந்த இமை கொஞ்சம் விழித்ததும் பிறந்ததும் இருளின் வாடை.

'தன்வந்திரிமகால் எங்கிருக்கிறது... என்னை அங்கே கூட்டி செல்... கண்பொத்திய இலைகளைக் கையிலேந்திவரும் பச்சை வீட்டுக்கு

என்னைக் கூப்பிடமாட்டாயா நெடுந்தாள் சூசினி...'

'யாவரும் வந்துபோகலாம் அங்கு.' என்றாள். தன்வந்திரி மகாலின் தூண்கள் யார் ஞாபகத்திலும் வராது. எல்லோரும் கண்களை மூடாமலே பார்த்துக்கொண்டு இருந்தனர். எப்போதும் ஞாபகத்தை விட்டுப் போகாதே அந்த மருத்துவத்தாதி ஒவ்வொரு கண்ணையும் பராட்சித்து மைதீட்டி குளிகை செய்தாள். த. பட்டினத்தின் மூத்தவிழிகளுக்கு அவளைத்தெரியும். ஒவ்வொருவரும் சாவதற்குமுன் அவளை அடைந்து விருத்தாப்பியப் பருவத்தை மூலிகைக் கரங்களால் தழுவி அழக்கூடும். விரல் கடவில் பார்வைகள் திரும்பவரும். பூச்சிகளுக்குள் தூங்கா விளக்குகளுக்குள் அவள் உருகரையும் சாயை இருந்தது. வந்தவன் தன்வந்திரி மகாலின் தூணை உரசிக்கொண்டு நின்றான்.

எந்தப் பாவையின் விழிகள் இவை. பாப்பாயி என்றொரு முதுதாசி தின்ற ஏடுகள் இவை. பிறர் வழி நடக்கும் பாதையில் கண் முளைத்த தாவரங்களைத் தேடிவருவாள். மலைதாங்கிய மூலிகைகள் எரிச்சிப் பரம்பில் பொம்மை செய்து எடுக்க இலை சுற்றி மண்ணீடு செய்து பச்சைத் திரிவிளக்கில் சிமிழ் வாடாமல் ஒவ்வொரு இலையும் வாட்டி சுடரில் தெறித்து சடசடத்த உப்பும் உவர்மண் மை இடுகிறாள் பாவையின் விழிகளுக்கு. சாவின் பதற்றத்தோடிருந்தன பொம்மையின் கால்கள் ஞாபகத்தின் சிவப்புப் படிவங்களில் பசுமை வழிய தானே அங்கிருக்கும் சாவிலிருந்து நிலப்பரப்பெங்கும் உயிர் வந்த சீலைக் காரியாகப் பாவை நடமாடி வந்தாள். நிலங்களில் மறைந்த சிலைகளின் கல்கண்கள் விழிப்புற பெண்ணுருவடைந்து வெளியேறின. கண்ஏடுதானே திறந்த அட்சரங்கள் முகம்பட்டு தழுவித்தொடுகிறாள். சூன் விழுந்த கண்ணுள்ள சிறுமியை கூட்டிப் போனவள் பாப்பாயி பேத்தியாகத் தானிருக்கும். தாதியின் கரம்பட்டதும் நீர்ச் சாரம் ஓடிய நயனங்கள் சலனமுற்றன மெல்ல. பாவையின் உடல்படிவங்களில் படிந்த அழுக்கு ஆடைகளில் இவ்வளவான காற்று படபடத்தது. விழிக்கடையில் கானகம் வழிகிறது. ஊற்றடிக்கும் கல் ஏடுகளைத் திறந்தாள் நெடுந்தாள் சூசினி. நேத்திரநோய்க்கு நசியம் பிழிகிறாள். மெல்ல மெல்ல செவியிலிட்ட நசியம் போய்சேரும் கருவிழி உப்பக்கம் சரபோ ராசன் உசுப்பித்த விழிகள் வாடாமலர் ஆனது.

யார்யாருடைய நயனங்களோ காட்டில் படிகிறது. இயற்கையின் நிறங்களில் பதிந்த கண்ஏடுகளை ஒருவராலும் பார்க்க முடியவில்லை. ஊற்றடிக்கும் கல்ஏட்டில் பூவிழுந்த கண் நுதலா வெளிப்பட்டு

வந்தாள். கல்சுனையில் ஏடு வாஸித்துக்கொண்டிருந்த கண் நுதலா பண்டாரமகளாக இருக்கும். விஜய தேனுவிலாஸ் நந்தவனத்தில் திலாக் கிணற்றில் குறைப்பார்வையுடைய நோயாளிப் பெண்கள் நீராடச் செல்கிறார்கள். உள்ளே கல்தொட்டிகளில் நீர் இறைத்துப் பெண் மக்களை ஸ்நானம் செய்விக்கிறாள் பண்டார மகள். அவளுக்கு நடு நயனத்தில் இருந்த பூவை அகற்றுமாறு கூடங்களுக்கு பூக்கொண்டு வரும் வேளை கேட்கிறாள். 'குன்றுகள் சுற்றி நிற்கிற கண் நுதல் இருண்டு கொண்டிருந்தது.' என்றாள்.

சரஸ்மஹால் ஏடுகளில் மூழ்கியிருந்த அம்புமேல்வந்த நாடோடி பார்த்துவிட்டான் கண்நுதலாளை. கற்படிவ மின்னல் தாக்கி சிலையாய் சமைந்தான் முதலில். பண்டார மகளின் கண் நுதலில் அடுக்கடுக்காய் மறையும் இலைகளை நோக்கினான். பின்னும் அவள் நுதல்விழியில் உள்ள வன் புள்ளியை கொட்டைப் பாசி டப்பியில் மை எடுத்து அண்ணாந்த விழிக் கடவிலிட்டாள் தாதி. கண்நுதலாள் நயனப்பூ மெல்லக் கரைத்துவர வளர்பிறை நாட்களில் ஒளி கூடுவதாயும் தேய்பிறை இரவுகளில் மங்கியதோர் இருட்படலம். பின்னும் அவள் சென்ற பாதையைத் தொடர்ந்து வந்தான் நிலம் வரைபவன். ராத்திரிக்கு கண்நுதல் பச்சைப் பவளமாகும். இலைச்சாறு புகுந்த அவள் உடல் பச்சை அடைந்துவிடும். அந்த இலைப் பவளங்களில் ஞாபகத் தின் அடுக்கு சாவின் ஆழங் களுக்குள்ளிருக்கும் உடும்பு மலை அடுக்கத்தின் முழைஞ்சுக்கு அழைத்தது. பண்டாரமகள் ஒவ்வொரு நாளும் சரபோவின் அரண்மனைக்கு விளக்குச்சரம் கொண்டு போகிறாள். இவ்வேளை காணிகளின் மாய அம்புடன் மறைவுமை பூசி உருமறைந்து கூடவே வருகிறான் டேனியல் முணாரே. ஞாபகத்தின் தைலநிறம் மறைந்துபோன சித்திர மாடங்களிலிருந்து மூலிகை நிறம் பூசிய நிறம் அழிந்த படைப்புகளாக இருக்கும். அழிமதியான கால அரிமானம் கொண்டுள்ள சித்திர விசித்திரங்களும் நேத்திரங்களின் இறந்த மீனின் கண்களால் வனமெங்கும் பாறைகளில் சிதறுவதாயிற்று. தீர்ந்த சித்திரங்களின் சங்கேத இலைச்சாறு செடிகள் முன்னுணர்ந்த காலங்களின் மடிப்பாக மரங்கள் தீராது கசியும் கலையாக இருப்பது. காணாமல்போன பெண்களின் வரிகள் கொண்டு கண்ணில் பூவிழுந்த பெண்ணின் மயங்கிய பரப்பாக நிழல்கள் படிகிறது எங்கும்.

பண்டாரமகள் கண்நுதலா நந்தவனத்தில் வௌவால் தின்னாத கனிகளில்லை. புறாமாடப்பெண்கள் அண்ணாந்தே வருகிறார்கள்

தலைமுறை தலைமுறையாக நயனங்களில் மத்யானம் விழிக்க இயலாது. தயங்கித் தயங்கி நடக்கிறார்கள். குவளையில் கண்ணிமை களின் அடியில் புறாக்குறிகள் பரம்பரையாய் ஓடும் சிறகடிப்பு. மயங்கி விழுவாள் ஒருத்தி. பார்வை குன்றியவள் கையில் ஏந்திய புறாவைத் தழுவுகிறாள். கருவிழி மங்கி வெளுக்கவாரம்பிக்கும். ஏனோ சரபோவின் புறாவில் காதல் தேக்கிய கண்களை இவர்களால் பாராமலிருக்க முடியவில்லை. பில்லம் பட்ட விழிகள் மாடங்களில் நகர்ந்து வரும். முகம் பசுமை நிறமடைந்தவள் நேத்திரம் மயங்கிச் சொருகினாள் அங்கே. காற்றில் அண்ணாந்து விதியால் புலம்பும் பெண்டிர் அங்கு வெளியேறி வாழ்வு மூட்டைகளைச் சுமந்து ஊர் ஊராய்த் திரிந்து இருட்டில் மறைகிறார்கள்.

சூனியக்காரியிடமிருந்து தப்பி நடு அறைக்கு வந்தேன். அங்கே உத்திரங்களில் தொங்கும் வௌவால்கள் கிரீச்சிடும் உரையாடல். ஊரெல்லாம் எச்சமிட்டு ராவிருட்டு வேட்டைப்புலம் கனிச் சாற்றின் கருங்கோடுகள். அந்தப்புரத் தோட்டத்தில் விதி பற்றி நுழைந்த சினைப்பட்ட நரி தொடர்ச்சியாய் ஊளையிடும். ‘சந்தியா மண்டபத் துறை மிகப் புராதனப் படித்துறை. நாம் இங்கிருந்து கருந்திட்டைகுடி போகலாம்’ என்றாள் தாதி. புறநகரில் வீர சோழ வடவாறு வளையுமிடத்தில் கிழக்காகத் திரும்பி கருந்திட்டை குடியெங்கும் இசை பொங்கும் யாழ்நூல் எச்சம் பட்டுக் கிடக்கிறது. விபுலா வரும் அதே இரவு தனம்மாள் வீணை அன்றிரவில் தளிக்குளத்தார் வருக..வென குளிர்ந்து சிவந்த நீருடைய வர்ண மெட்டுகள். த. புரீஸ்வரர் கோயிலுக்கு எதிரில் இருக்கும் படித் துறைக்கும் இத்துறைக்கும் தனம்மாள் காலத்தில் படகுப் போக்குவரத்து இருந்தது.

தேவதாசியின் சித்தம் அடைமரவௌவால் கூட்டம் படையெடுத்த கனிப்பிளவில் புறாமாடப் பெண்கள் விழிகள் சிவக்கத் தேடும் புறவுகளைக் கைதட்டிக் கூப்பிடும் அழைப்பு. துயர்தெறித்த காரைச் சுவர்களில் கீறல்களில் முளைத்த நவ்வாமரம் உதிர்த்தவை இத்துறையின் படிக்கட்டுகளில். மண்டபத்தில் ராப்போஜனமின்றி லக்னோ புகையிலை பன்னீர் சோடா தனியே இருப்பதை உணர்ந்து சுதைச் சிற்பங்கள் கனி பொறுக்காமல் கேட்டு நிற்கும் நரம்பின் மெல்லொலிகள்.

திருவையாறு கும்பகோணம் சாலை வெண்ணாற்றின் குறுக்கே உள்ள பாலத்தில் அந்தப் பார்வை குறைந்த பெண்கள் உரையாடலும்

கீழே நகரும் ஆற்றின் புலம்பலும் முன்னூறு மூங்கில்களும் மூட்டித் தைத்த காவிரிப் பாலத்திற்கு வருகிறாள் நெடுந்தாள் சூசினி. மேலும் பல பாழடைந்த விழிகளை அண்ணாந்து நோக்கும் பெண்டிர் அவளிடம் வந்து சுழல் விழி எரிவை டப்பி மருந்து கேட்டு நச்சரிப்பார்கள். அவள் கையோடு கருப்பு மருந்துப் பெட்டியில் 'நத்தைப் படுவனுக்கு மருந்து... கண் விரணம் எரிவிழி மழுங்கல் கண்நோவுக்கு மருந்தே.. மருந்து...' என அலையும் பெண்களுடன் சேர்ந்து திரிகிறாள். ஒவ்வொருத்தியும் மூங்கில் பாலத்தில் மல்லாந் திருக்க டப்பிகளைத் திறந்து மருந்திடு செய்வாள். மாற்றி மாற்றி நயன அசைவின் சாயல்களை வகைப்படுத்தி ஏடு எழுதுவாள் தாதி. சரபோவின் முடிவிலாத் திரைச் சீலைகளில் பதிந்த சாய ஓவியக்காரிகள் வருகிறார்கள் வீணையைக் கேட்பதற்கு.

காவேரியில் பூத்த பனியோடு பண்டார மகள் கண்நுதலா பறித்த சாதிப் பூ, கனகாம்பரம், மல்லி, கந்தமாக வாசனைபரப்பி கொட்டாணுக்குக் காலணா கூலி கொடுத்துச் சேகரிக்கும் மூக்கரைக் கிழவி சாம்பாபாய்க்கு நாலு சரம் தனியே எடுத்துவைக்கிறாள். வடியும் வெள்ளி சரிந்து வடவாறு முழுகிய சித்திரக்காரிகள் நீர் உருவெடுக்க ரூபாரூபங்கள் பாலத்தைக் கடப்பதில் நூதன சாரட் வண்டிச் சக்கரங்கள் சுற்றும் சீமைத்துரை ஜான் டேனியல் முணாரே பாலத்தைக் கடக்கிறான் தாதிப்பெண்ணுடன்.

அவர்களெல்லாம் கீழ்பாலத்தில் பாதசாரிகள் பல்குச்சியைக் கிழிப்பதாக நடப்பு நூலகத்தில் பூச்சிக்காரிகள் வந்ததும் ஏற்படும் மாறுதலைப் பேசுவார்கள். பெருங்குடலைச் சிறுகுடல் கவ்வும் ஈரக்குளை தெறிக்க விரட்டும் வாழ்வு சாமானியர் கூட்டம் விக்டோரியா ஓட்டைத்துட்டு, டச்சுத்துட்டுக்குக் கூலி வேலை பார்க்கப் பெரியகோயில் யானைத் தந்தத்தைப் பிரகாரசமாக விளக்கும் மாவுத்தன் விடியலைப் பளிச்சிட வைக்கிறான்.

யானைக்காதுகளில் அசையும் காற்றும் பங்காப்புல்லர் அங்கப்ப முதலி விசிற சுவாட்ஸ் பாதிரியார் இன்னும் துயில் கொண்ட த. பட்டின வீதிகளின் இயக்கம் நூற்றாண்டுகள் சென்ற தூக்க நிலையில் விழித்திருக்கும் காலையில் காவல்தெய்வம் நிசும்ப சூதநி சரித்திரப் பெயர்ப்பட்டிலை விடுத்து இன்றைக்கான யௌவனனைத் தேடுகிறாள். கீழவாசல் ஓவியத்தெரு கொண்டி ராஜபாளையம் நெடுக பலாமரப்பட்டைகளை நிழல் வாட்டமாய் புளியங்கொட்டைப் பசை தடவி நூல் போர்த்துவதும் மட்டிக் கலர்

பூசுவோர் சிலரும் தோப்புக் கல்லைக் கொண்டு தேய்த்துக்கொண்டு இருக்கிறார்கள் பெண்டிர் பலரும். வழவழப்பானபின் கொண்டு போய் சித்திரக்காரிகளிடம் நீட்டினால் இன்னும் கல்லால் தேய்க்கு மாறு கட்டளை. ராஜா சயன அறையில் தூங்கும்போது இங்கே ஓயாத வேலை துவங்கிவிடும்.

அரண்மனைப் பண்டாரவீடுகள் எப்போதும் சுறுசுறுப்பாய் இருக்கும். துளசியும் சாதிமல்லி, சம்பங்கி, பன்னீர், மரிக்கொழுந்தும் வைத்து ஈர நார் பின்னும் எளிய பண்டார மகளிர் காவேரி நெடுக பூந்தோட்டம் போடுவதற்கு சோழனும் கொடுத்த பட்டயத்தைத் துளஜாவும் மேலெழுத்துச் செய்ய கும்பினியார் அவ்வளவாகக் கண்டு கொள்ளவுமில்லை.

'உமையக்கா.. தளிக்குளத்தார் திரும்பிப் போன மனச் சடவில் சம்பா நெல் பொம்மை கேட்டு குபேரனைத் திட்டி அழுகிறாள் ஆனந்த வல்லி. நாம் அதைச் செய்து முடிக்க நாழியாகுமே அக்கா..' எனப் பிடாரி கோயில் பூசாரி மகள் கண்நுதலா கேட்டாள்.

பெரிதான மலைகள் எல்லாம் பிளந்து பலவாக நிற்கும் இயற்கையின் நிறங்கள் பாசிபடிந்த நீண்ட காலக் கண்ணாடிகளில் சயன அறைமிதக்கிறது. சரபோ தலை மூழ்கிய இருள் நின்றவிடத்து அகல்யாபாயின் கையில் சுடர் எழ விழிப்புற்றாள். அபாயங்களில் நடமாடும் மனிதர்கள் கடந்து கொண்டு இருக்கிறார்கள் நாடகத்தில். கசப்பில் ஒளிந்திருக்கும் மரணத்தின் சுவையைத் தொட்டவர்கள் மனிதனாக எஞ்சியருப்பதைப் பேசும் தோரியப் பெண்களின் விதி. கேடயத்தின் கீழ் மூச்சுக் காற்று நெரிபட நெடுந்தாள் சூசினியின் கடைசிச் சொல் பாழ் புத்தகம் என உருளும் இறகுப் பேனா தொடர்கிறது.

எரிந்தவற்றில் எஞ்சிய பகுதிகளில் சிறு துண்டுகளை ஒட்ட வைக்கும் சோழரின் கடல் போர் வரைபடங்களில் சைன்யங்களின் குருதிக் கறை. இரண்டாவது மேப் முதல் வரைபடத்துக்கு எதிரும் புதிருமாய் கப்பல் செலுத்திய பட்டுத் துணியில் மிகச் சிறு பகுதியில் சோழனின் ஜோடுகள் ரத்தச் சகதியில் இறங்கும். தீய்ந்த ஏட்டின் சிறு துண்டுகளைச் சேர்த்து வேற்றுக் கிரக கழுகு ஜான் டேனியல் முணாரே இமைவிரித்து நகரும் விழிகள். ஞாபகம் சிதைந்த கோடு களில் ஓடும் கடந்த காற்றின் குரல் ஊளை.

ஆத்தி மாலையுடன் பிடித்த கீழைக் கடல்காலில் பிடிபட்டு விடும் தேயங்களில் எரியும் கப்பலில் சாத்தானிடமிருந்தும்

கடவுளிடமிருந்தும் விடுபட்டவனாக வெங்குருதி பூசிய வரைபடத்தில் கடும்துயரின் வெம்பழியின் சுமை. இலைகளில் மூடியுள்ள தீவுகளில் கரையும் நிழல்கள் அந்தரத்தில் தொங்கும் தங்கமிளிர் விளக்குகளுடன் பின்வந்த யுத்தக் கைதிகள் பச்சை இரவுகளை ஏந்திவரப் பரவும் வெளிச்சம் கடல்களை உள்ளாக்கிய உப்பு நாணயங்களைக் குலுக்கி தலைகளை துளித்து விளையாடுகிறான். வெப்ப மண்டலக் கடல்மீனம் வரை கரைநோக்கி சாற்றும் யுத்த நிழல், நாம் பெருமிதம் கொண்டவை களுக்கு ஈடாகப் பிரஜைகளின் நுரைக்குருதி சிதறுகிறது.

அவளில் ஒருத்தி நெடுந்தாள் சூசினி சரபோவின் ரோஜாத் தோட்டத்தைத் திறந்து ஊடுருவ சாவின் நிழல் கடந்து நடந்தவாறு வாஸித்த பழைய வரைபடச் சுருள் விரல்களில் மாறுகின்ற வேளை ரெட் கார்ப்பெட் மீது கால்களைப் புதைத்த ஜான் டேனியல் முணாரே கருப்பு பூட்ஸ் நடக்க அந்த சர்வே துரையின் பெட்டியில் தியாட்லைட் இன்ஸ்டுமென்ட் மைல் கணக்காக அளந்த திருகு ஆடியின் பார்வை கடல் மலை நதிகள் தாண்டிச் செல்லும் தூரங்கள். ‘நான் கடாஸ்டல் சர்வே ஜெனரல். இந்த நகரத்தின் எல்லைக் கல்... இங்கே தோண்டு... புதைந்திருக்கிறது தார்மார்க் அம்புக்குறி’ ஐம்பத்தி ஆறு வணிதங்களையும் வரைந்து கடக்கும் கும்பினி ஜோடுகள் மிகப் பழுதடைந்தவை. கண்விளிம்பில் பூசி உரு மறைந்து ஏடுகளில் தோன்றினாள். எடுத்த அடி ஒவ்வொன்றும் கடந்துசெல்ல போர்க் கப்பல் சென்ற கிழிந்த பாய்களில் அமரர்கள் வீற்றிருக்க இறந்தோர் விழிகள் திறந்தவாறு சாவும் இருள் வீசிய துயரும் முடியாமல் உதிர முகமூடிகள் எழுந்துவர நூலகம் ஆறாகப்பிரிந்து கதாபாத்திரங்கள் சிறுவயதில் மங்கலவிலாஸம் சேர்ந்த சாயை உடல்பரவிய பாழ்மையில் தனிமை கொள்ளும் எழுச்சி மெல்ல வீழ்கிறாள் திரிக்காரி. சரபோ தோற்றத்தில் சதா ஏடுகளில் கொண்ட பைத்தியம் இவளைப் பீடிக்கிறது. சூசினி இயல்பில் புரியப்படாத வேறொரு பிரதேசத்தில் மணல்வெளியென மெய்யுருகும் தனிமைப் பரப்பில் முணாரே சந்திப்பதாக இருக்கிறது. அவளுக்குத் தான் யாரென்று தெரியவில்லை. எதற்காக ஏடுகள் படித்து துபாஷியாய் இங்குக் காத்திருக்கிறோம்? சூசினி அகவளையத்தில் தோன்றும் வானவில் சரஸ்மஹால் ஏடுகளின் தோற்றம். துயிலில் நகரும் கைகள் சேர்ந்தே ஏடுகளின் சாயல் பெறும் வாஸிப்பில் இருந்தது. ஏடுகளின் குழம்பிய நிறங்களில் பூசிய மங்கலான ஓவியத்தில் கரிய பனி வாஸிப்பின் கணங்களில் ஈர்க்கும். மனம் ஒவ்வொரு ஏட்டைப் பற்றித் திறப்பதில் இங்கிருப்பதன் அடிமை நிலைக்கு விடுவிப்பாயிருந்தது.

மங்கல விலாஸ நிழல் படிந்த மரக்கிளை இலைகளில் ஒட்டிக் கொள்ளும் கிளிகடிப்பாடல். ஒவ்வொரு உடலிலும் உயிர் பெறும் துடிப்பு. ஆடை மாற்றித் திரும்பும் கண்ணாடியில் எல்லா இரவுகளும் படிந்த சுடர் அடுக்கில் எந்த இரவில் விழித்தோம் எனக் கலங்கலான திருஷ்டியில் சாதுர்வர்ணப் பெண்டிர் பாட்டு சதிர் ஒலிகள் கீழே துவங்கிவிட்டது. 'வந்தது யார் சொல் சீதாளக்குறத்தி' அவள் செல்லும் வழியில் அம்பு செல்லும் நிழலை நோக்கினார் சரபோ. 'இது யாரது நிழல்' என்று கேட்க 'மருத்துவத் திரிகளுடன் புதிர் பேசி நோய் நீங்கும் காணியர் என்பாரும் சர்வே நாடோடி ஜான் டேனியல் முணாரே... இங்கு வந்து நாழியாகிறது' என சூசினி சொல்வதை 'ஆம் பிரபோ' என ஆமோதித்தாள் திரிக்காரி. திரைச் சீலையுடன் படபடப்பின் பின்னே சாம்பல் தொப்பி அசைய அம்புநீளும் நிழலாட்டம். அம்பின் நுனி மெல்லத் திரையில் எழுதிக் காட்டியது. 'எரிச்சிமலை முகடுகளை அளந்தாயிற்றா, காணிகளே நீர்கேட்ட வரைபடச் சுருள் பல எரிந்த துண்டுகளும் கருகிய பகுதிகளும் காப்பறையில் பார்த்தீர்களா.. நீர்மேல் வரும் நிமிர் பரிப் புரவியின் அரேபியச் சுருள் இருக்கிறது. நீர் பார்க்கலாம் அதையும். செல்லலாம் நீர். விரும்பும் சுவடிகளைக் காட்டு சூசினி' என உத்தரவிட்டார் சரபோ.

பனிக்கட்டி மீது விலங்குக் கால் புதரின் சிதைவுகளோடு வரி வடிவ எழுத்தை மஞ்சள் அரசனின் பட்டுத்துணியில் வரைந்த ஆயிரம் வயதான ஆமையின் தடங்களைச் சீனஓவியன் ஆமை யோட்டின் மீதும் மிருக எலும்பிலும் மொழியின் புராண நூல் உதிர்ந்த நிறங்கள் தீருகின்றன நூலகத்தில். எலும்புகளின் ஓவியத்தில் அதிரும் தெய்வங்களின் அசரீருகளை வயல்களில் வைக்கோல் பொன் நிறமாக மாறும் பருவத்தில் கூதிர்கால எழுத்தும் நெருப்புக்கான கோடுகளும் ஒரு சொல் ஆகும் பொருளும் 'த'வில் இணைவதாக இருக்கும். ஓர் இசையின் மூலாம்சம் இடமுறைத் திரிபில் எதிர் சுழற்சியில் பருவங்களின் திணை மாறுகளைத்திருப்பு நடுவணமாக்கிய சிலம்பின் ஏடு ராசிவட்டத்தில் சுழல ஆரம்பித்த ஒன்றை யாரோ தொட்டு நிறுத்திவிட எல்லாமும் என்னவாகும்? நெடுங்காலப் பரிணாமத்தில் மாறுதலடைந்து உருவான இந்த இசை மரபு ஊழியில் மூழ்கும் வார்த்தை சந்திர ஓரைகளைச் சித்தரிக்கும் பிறை நாட்களின் தேய்வையும் அமர பட்சத்தில் கமாரா நகரத்தில் ஒரே பண்பாட்டுப் பின்னணியைக் கொண்ட மக்களுடன் கலந்த வெகுபாஷைகள் கடல் வாணிபத்தின் திசைச் சொல் அகராதி உதிர்ந்தபடி இருந்தது.

பனிப்படர்வில் பறவைகளின் கால் நகங்களும் நகமுள்ள விலங்கு களின் மறைமுக உருவங்கள் மொழிக்குள் பாய்ந்து ஒளிந்து திரியும் வனமாயிற்று. 'குயி' நட்சத்திரக் கூட்டத்தையும் ஆமைக் கூட்டம் கரையிலிருந்து நட்சத்திரம், நிலவைப் பார்த்து கடலை நோக்கி நகர்ந்து போன எதேச்சையில் அதன் முதுகில் பால்வீதியை வரைந்தவனும் ஆமையோடுகளின் நூலகத்தில் மூழ்கிக் கொண்டு இருக்கிறான்.

பழுதடைந்த கண்ணாடி அறையில் பாசி நிறமடைந்த ஆமை. ஓவியங்களில் கிழிந்த ஆடை தைக்கும் போதி தாமோவுடன் சைலேந்திர பிக்குணிகள் தையல்காரிகளாய் ஊசிநூலுடன் சதா நிகழுலகின் கிழிசலை யெல்லாம் பொத்துகிறார்கள். தூய ஆடை களுடன் ஏடுகளைப் புரட்டினேன். சோழ ஆதிக்கத்துக்கு உட்படாத சேரர்புலக்கத்தில் வட்டெழுத்து முறையோடு சமய அடிப்படையில் வர்க்க ஒலி பெறும் பொருட்டு உருவாகியிருந்த கிரந்த எழுத்து களில் சிலவற்றை ஏற்று தனிவகைத் தமிழாக உருவெடுக்க அதுவே காலப்போக்கில் மலையாள மொழியாகப் பரிணமித்தது. அச்சுக்கலை கால்கோல் கொண்டபிறகு எழுத்துச் சீர்மைக்கு வழிவகுத்த பெஸ்கி கொள்ளிடக் கரையில் சதுர அகராதியானார்.

அரிய நூல்களை அடிக்கடி எடுப்பதற்கு முன்விதியாக ஏடு களின் அக அமைப்பு. அகர நிரல்படி அச்சுப் பேய் குடியேறிவிட்ட சரஸ்மஹால் நூலகத்தில் காலம் குறிப்பிட முடியாத பெஞ்சுகளில் சீகன்பால்குவும், சுவாட்ஸ் அய்யரும், பெஸ்கியும் லகுவாய் அமர்ந் திருக்கிறார்கள். அவர்தம் கரங்களில் வட்டமாகச் சுற்றிய கண் ஏடுகள். அடிமர வழிமுறைப்படி எகர, ஒகர குற்றெழுத்துக்களும் வேறுபாடின்றி ஓலைகளில் நோக்கிய பெஸ்கி குற்றெழுத்தின் மீது புள்ளியிட்டும் நெட்டெழுத்தின் மீது புள்ளியிடாமலும் எழுதும் தூரியை மேஜை மேல் வைத்தார்.

அலங்கார வடிவ எழுத்துக்களை ரெகுராரத்தாவும் சிக்கல் நாயுடுவும் கோடாலிக் கருப்பூரும் குழுவாய் வடிவமைக்கும் சித்திர எழுத்து முறைப் பாரசீக நிறங்களுடன் நொச்சியும் ஒன்று கலந்து விடும். விரல்களில் வளையும் கலை.

பேசும்ஹிமாயூன் குதிரை நூலக மரப்படிகளில் தவறிவிழுந்த சுல்தானை எழுப்பியது. ஜகாங்கீரின் பேகம் நூர்ஜஹான் இன்னும் சரஸ்மஹால் நூலகத்தில்தான் வாஸித்துத் தீர்க்கிறாள். அரேபியச் சுவடி வரைகலைக்கு மக்தாப்கான் வரைந்து குவித்த ஏடுகளுக்கு அள வில்லை இங்கு. ஹிமாயூன் ராப்பகலாய் வானசாஸ்திரத்தில்

ஈடுபட்டதோ பதவி முடிந்ததால் இருக்கும். மறைந்தவர்களின் ஆவி ஏடுகள் மேல் தோன்றி நூலகத்தின் கதாபாத்திரங்களாகலாம். ஷெர்ஷாவிடம் தோற்று அனாதையாக அலைந்த நேரத்தில் கூட 'தைமூர் நாமா'வை நூலகத்துக்குத் தராமல் மடியில் வைத்திருந்தார். சரஸ்மஹால் மியூசியம் ஹிமாயூன் ஆடைகளைக் கவச உடை களையும் வாளுடன் பறித்துக் கொண்டதில் ஏடுகளை மட்டும் குதிரையில் ஒளித்து வைத்தவாறு படித்துக் கொண்டே நூலகத்துக்குள் சுற்றும் புரவியாயிற்று.

'காபூல் நூலகத்தின் அதிசய சித்திரச் சுவடிகளை வேண்டுமானால் வாங்கிக் கொள் மக்தாப்கான்... அவற்றில் சித்திரம் தீர்ந்து உதிர்கிறது... அப்படியே இருக்கட்டும் மூலப்பிரதி மீது திரும்பவும் விரல்களை வைக்காதே. தூரியை எடு.. மக்தாப்கான்.'

'அரபியம், துருக்கியம், பாரசீகச் சுவடி வகைகளை பிரதி எடுக்கத்தான் கேட்டேன் சுல்தானே... குதிரையிடம் வேண்டுமானால் கேள்.'

'மாதுளை நிறம் பூசப்பட்டு அவற்றின் விதைகளிலுள்ள ஒளிர்வை ஓவியமாக்கிய காபூலிவாலா இனி திரும்பிவரமாட்டான் விநாசமான ஏடுகளில் உதிர்காற்றில் மறைந்தவை சுவடுகளாய் இருக்கட்டும். முற்றிலும் அவை தீர்ந்துவிடாது கண்ஏடுகளில் வட்டமாய் சுழன்று வேறொரு காலத்தில் ஒருவன் விரல்களில் இன்னொரு கலைமரபில் தங்கிவிடும் காபூல் மாதுளை... மக்தாப்கான்... கோபித்துக் கொள்ளாதே... உன் சுய கௌரவத்தை ஓவியன் என்திலிருந்து கீழறுப்பு செய்யமாட்டேன்... நான் 'தைமூர் நாமாற சுவடியில் மறைந்திருக்கும் ஹிமாயூன்...' சசி, அகர் மரங்களில் எழுதியவை. நுனா வேப்பம் பட்டை மேல் ஓடும் மந்திர தந்திரம். மக்தாப்கான் தனி அறையில் தீட்டுகிறான். அவனுக்குத் தாம் பூலம் எடுத்துத்தர தாம்பூல கறங்கவாகிணி சூசினியும், திரிக்காரியும் மாறி மாறி வருகிறார்கள்.

நூல் இழைக்கும் பட்டுப்பூச்சிகளின் துயர் இரவும் துயிலும் வாழ் இருளும் தென்கொரியத் துணி ஓவியம் எளிமை நாம் அறிந்திராத பர்மியப் பெண்களின் நூல் அகம் கருக்கிருட்டில் குருதிநிற துணி விளக்கில் ரத்தாம்பர இழை சுற்றும் இராட்டைகளில் மூதாட்டி எதிர் சுவரில் மெல்லிய வெளிச்சத்தில் மொழியை நோக்கி மெலியும் குதிரைத் தோல் சுற்றிய சீன இளவரசி வெட்டுக்கிளி வடிவ கொண்டை ஊசியில் சுற்றிய மஞ்சள் ஆற்றுப் பட்டுப்பூச்சி முட்டைகள் நுரையாகச்

சிதறும் சரஸ்மஹால் நூல் அகம். மினுமினுத்து அது எவ்வளவு அழகாக இருக்கிறது. சீன மூங்கில் நே- புல்லாங்குழல்களில் மூன்று துறவிகள் கடத்தி வந்த முட்டைத் திரள்கள் விதியுடன் பரவும் பட்டுவழி பர்மிய நெசவுப் பெண்களின் தங்க உடலும் இருட்டும் கலந்து மண் விளக்கில் குவியும் விட்டில் பாடல் குளவிநிறச் சிவப்பும் எலிக்காதுகளில் பிறந்த சிவப்பு மாறாத நகரங்களும் மீன்கொத்தி அலகில் கீறிய மீன்கண் சுடரும் ஓவியம் சுவரில் நரிகளின் உழை குரல் ஓடும் நிழல் கூட்டம்.

ஆமை போல் ஐந்தடக்கிய தத்துவம் கீழைப்பாதையில் மெல்ல தடம்விட்டுச் செல்லும் திரிபீடகம் யாருமறியாத வேளை சென் கவிதையில் மெல்ல கை கால்களும் தலையும் வெளிப்படும் அனிச்சயில் மூழ்கிய தென்கடல் ஏரல், சிப்பிகள் திறக்கும் ஒரு துளி உப்பு. பின்னே மொழிவந்து சேர்ந்த த. நூலகத்தில் குல்பதன் பேகம் தனக்கென தனியிடத்தில் கண்ஏடு ஆனாள். பீலிகள் விதிர்க்கக் குவளையில் பூசிய இருள் பீடித்த சுவடிகள் இமைக்க மூடுதிரை விலகி மேஜை மேல் புரட்டும் பாபரின் சித்திரம். 'மகளே... குல்பதன்... தொண்ணூற்றி ஆறு மார்புகளையுடைய விஜயாலயன் நிலப் படமும் கரைகாணா கடல் சுருளும் அங்கே பார்... கவி பைஸியும் சாஸ்திர பண்டாரியும் கூடத்தில் மறைவதைப் பார்த்தேன். தண்சாய் கோரையின் ரகஸியம் த எனும் ஒற்றை நாணலில் வடித்த எழுதும் தூரி... எனப் புரிந்து கொள் குல்பதன்..'

'தந்தையே.. பாமினியில் வளைந்திருக்கும் எட்டாம்பிறை வடிவ நூலகத்தில் முகமது ஷா சேகரித்த மந்திரி காவானின் கையெழுத்துப் படிகளை ராமபாணப் பூச்சிகள் முட்டி பயமுறுத்தும் அரிமானம். பீடார் நூலகத்தின் அழகை வர்ணிக்க அடில்சாகியும் அடில்ஷாவும் தூங்கா சிமிழ் விளக்கில் அசைவதில் பீடாரின் துயரம் எனக்கு வருகிறது. புத்தகப்பித்து அடில்ஷா பைத்தியம் பிடித்த கோன் மடிந்துகொண்டு இருக்கிறார் நூலகத்தில்.. அவர் காலடியில் எஞ்சவிட்ட வரைபடங்களைக் கேட்டு வந்த காணி அம்புக்குப் பின்னே ஜான்டேனியல் முணாரே நிழல் படபடக்கிறது தந்தையே... அவன் சிவந்த விழிக் கடவில் வழியும் கடல் கோடுகளைப் பார்த்தேன். விக்டோரியக் கொள்ளை வெறிபீடித்த கடல் சுருள் ஏராளம் அவன் சேணப்பையில் ஓடிகிறது. மையிட்டு கீறிய பயண ரேகையில் கருநீல பாய்மரம் விம்பி அழுவதைக் கேட்டேன். தீப்பிடித்த பழங்கப்பல் குமுறும் துயரம் எனை வீழ்த்திவிடும் தந்தையே.. சீனப்பட்டு இழைகளால் என் முகத்தை மூடிக் கேவினேன். நாலந்தா நூல்களின்

மேல் உரையாகவிருந்த பட்டுத்துணியில் ஷர்கண்டாமகங்களின் தூபப் புகையூட்டிய வர்தமானரின் மெல்லிய சரீரம் சித்த சுரூபத்தை அடையும் ஸ்திதியை சுவாசித்தேன். தந்தையீர்.. நான் அங்கு செல்ல ராஜகிரகத்தில் விபஜித்தின் காலடிகளில் எழுந்த வெந்நீர் ஊற்றை நான் ஸ்பரிசிக்க அவாவுறுகிறேன். த. நூலகத்தைவிட்டு நாலந்தா செல்ல ஏற்பாடு செய்வீரா எனக்கு..'

இளவரசி குல்பதன் பேகம் மேஜையில் வண்ணத் தீற்றல்கள் சாயக்கிண்ணங்கள் தீரவும் உடனுக்குடன் மாற்றித் தரும் திரிக்காரி காபூல் மாதுளைரஸம் பிஸ்கோத்து ஆரஞ்சு சர்பத் வெள்ளிப்பேழையில் கொணர்ந்தாள். பாபரின் குமாரத்தி ஆரஞ்சு குவளையைத் தொடும்போது அதன்மரத்தையே பற்றினாள். கிளை களாய் அசைவது அவள் கரங்களாகத்தானிருக்கும். இலைகளின் அதிர்வுகளாகக் காற்றில் பரவியிருந்த கனிகளின் ஏடு. காபூல் ஏடு களின் ஆவியுடன் பாபரின் குமாரன் ஹிமாயூன் வாஸிக்கும் ஒலி நூலகமெங்கும் பரவும். கீஸ் வலப்புற எழுத்துகளின் ஒளி வண்ணச் சுவடியும் அராபியச் சுவடிகளும் அவளிடம்.

ரகஸியக் களஞ்சியங்களில் பீடார் நூலகவாசனை. கண்ஏடு பட்டுத் துணியில் மேலுரை தைத்ததில் த எழுத்தைத் தாவர வேலைப் பாடுகளுடன் பின்னியவள் தோரிய மடந்தை. கண்ஏடு தோடிப் பண்ணின் எடுப்புச் சுரம், உயிர்ச்சுரம், முடிவுச் சுரம் 'த' ஆகும். இந்த 'த' சுரம் தோடயம் எனச் சிறப்பியல்புற்றது.

தடைசெய்யப்பட்டு தேசங்களுக்கு வெளியே எழுதப்படுபவை சிதறிய தீவுகளில் தேடும் பைத்தியம் நூலகத்துக்குள் திரியும். அது மெதுவாகச் சிலசமயம் மிக மிக மெதுவாக ஓவியங்களைத் தீட்டு கிறாள் குல்பதன் பேகம். மூலபாடங்களைப் பண்டிதரோடு வாஸிக்க முடியும். கண்ஏடு திறந்தால் கர்ணாமிந்தசாகரம் உள்ளே சுழன்று கொண்டு இருந்தது. ஆபிரகாம் பண்டிதரின் வைத்திய முறைக்கு சுருளிமலையில் கருணா நந்தர் கொடுத்த மூலிகைத் தழைகளில் கிளர்ந்த பக்கங்களில் இசைப் பெரு நூல் ஒன்று த. நகரத்து மிஷன் தெருவாய் நீட்டிக் கிடந்தது தெருவுக்குள் செல்லும் கூண்டுத் தெரு வளையும் கண்ஏடு. கைவிடப்படும் நூல்களின் சாபம் நீங்கி கைக்கு வரும் விதியை தஞ்சாய் தூரியிடம் விடும் கலை. இருட்டில் மெல்ல நகர்ந்தேன்.

குவிமையம் கொள்ளும் இயலுலகப் பிரபஞ்சத்தின் சக்திகளில் மூல ஏடுகளை அந்த ரகஸியத்துடன் சரஸ்மஹால் நூலகமாகச் சுழலும்.

எல்லா ஏடுகளும் புறாக்களாகச் சுழன்று சுற்றி மெல்லமாய் பேபல் கோபுரத்தில் கும்காரமிட்டு ஊமைக் குரலிடும் துயரம். மெக்காவில் புராதன புனிதக் காபாவின் கிழக்கு மூலையிலிருக்கும் கருநிறக் கல்லில் முத்தம்பட்டதும் நூறு நூறு புறாக்கள் மேல் கிளம்பி புராதன ஏடுகளாப் பறந்து உருமாறி மீண்டும் பேபல் கோபுரத்தின் வேறு வேறு நிலைகளில் உதிரும் பொந்துகளில் தஞ்சமடைகின்றன அங்கே.

கிழக்கிலிருந்து குழந்தை யேசுவிற்குப் பரிசுகள் கொண்டு வந்த மூன்று பாபிலோனிய தீர்க்கதரிசிகளின் கையிலிருந்து பறந்து கொண்டிருக்கும் புறாக்கள் சீனாரில் அமைந்திருப்பதாகக் கூறப்படும் பேபல் எழுந்த உயரம் வெறும் முயற்சிதான். ஆலோசனை யற்ற அவசரகதியில் தோல்வியடையத் தகுதியான ரீதியில் கோபுரமாகும் விண்ணுயர் தோற்றம். ஆதி மனித இனத்தினர் தம் பெயரை, சொந்த மொழியை பிரபஞ்சம் முழுதளாவ நிரூபிக்கும் கடும் பிரயத்தனமாக விண்ணுக்கு உயர்ந்தூட எழுப்பிய பேபல் கோபுரம் விவிலியப் புராணீகத்தில்... நாக்குகளின் பன்மை காரணஸ்தம் துயர்தரு பேதக்குழப்பங்களின் கோபுரமாக எழுந்த பேபல். குழப்பத்தில் மொழிமீனை நூலகச் சுழலில் கடலாக மூழ்கியுள்ள சாகர இசைப் பனுவலில் பிடிபடாத கோடுகள் ஆவிகளாக நூலுக்குள் நூலாகும் கண்ஏடு உப்பக்கமாய் திரும்பிய கரும்பச்சை உதிரா இலைகள் முலைத்த புஸ்தகங்களில் தூசு படிந்து விதிர் விதிர்க்கும் படர்கொடி யாகத் திறந்த ஆயிரம் மொழிகளின் பேபல் சாளரங்கள் சுற்றிக் கலை மலர்ச்சியுறும் சித்திர விதானங்களும் ஒலிவமரத் தூண்களின் முட்டுகளில் வரைந்த குஞ்சரமொக்குகள் கண்ஏடுகளில் சிக்கிக் கொண்டாற் போல அதன் உயரம் தோரிய மகளிர் கையில் கோதுமை, சிறுதானிய மணிக்கதிர்களை ஏந்தி கூவும் புறாக்கள் உயரங்களை எட்டிய பேபல் ஜன்னல்களில் தட்டும் சிறகுகளோடு மோதும் ஒலி. அதாவது பேபல் கோபுரம் முடிவற்ற நுலகத்தின் குறியீடு. மேகக் கூட்டம் நூல்களின் ஆவிகளோடு கதகதப்பாக ஒட்டித் துயிலும் சரஸ்மஹால் நூலகம். எல்லாவற்றையும்விட சக்திவாய்ந்த நினைவுச் சின்னமாக பேபல் கட்டி எழுப்பு வதில் ஈடுபட்ட சிற்பிகளின் ஆயிரம் தச்சர் கூடி ஆகாயத்தில் கட்டிய அகந்தையே காரணி. நூல்களுக்குள் உலர்ந்திடாத அகம் ஒன்று மேலென்று சாய்ந்து கூட்டு நனவிலித் திரட்யாகும் குழப்பமான பேபல் கோபுரம்தான் இது. குழப்பங்கள் அதிகபட்ச உயரத்தை அடைந்து விட்டது. அதன் மீமிகையான பாரம் தாங்காமல் பூமி தன் சுழலும் அச்சிலிருந்து சற்றே பிறழ்ந்திருக்கும் மூப்படைந்த ஓசை துருப்பிடித்து முதுமையில் கரகரக்கும் செந்துரு

கக்கிக் கொண்டே சுழல்கிறது. இத்தனை ஊழிகளின் இருள் கசிந்த களிம்பும் பிறழ்வும் மென்மேலும் நூல்களின் பெருக்கமாகவும் அவை வற்றி வறண்ட வேத்தில் கலை நிரம்பி விடுவதாகவும் பேபலின் நூலக ஆக்கக்கூறு களிமண் மற்றும் நீர் கம்பளி மற்றும் குருதி மரம் மற்றும் சுண்ணம் கற்பூரத் தைலத்திலிருந்து வடிக்கும் கீல், நார்மடி பாறை எண்ணை யிலிருந்து வருவிக்கப்படும் நிலக்கீல் எனவும் நாம் கொள்வதை விடவும் மொழி அதீதமாக சொற்படிமானமுற முடியாதவாறு பித்துப் பிடித்திருக்கையில் மீனைப் பிடிப்பதற்கு முன்பே வலையை மறந்திருக்கிறோம். படபடக்கும் காற்றில் காகிதங்கள் அச்சுப் பேய்களுடன் மசகு கசிய மேலேறும் தருணம்.

காற்றின் தனிஅறையில் மூங்கில் பத்தைகளின் ஏடு. பட்டுத் துணி எழுத்தைச் சுற்றிக் கொண்டு இருக்கிறாள். ஏற்கெனவே தாழை மடலில் பித்திகை மொட்டு கொண்டு எழுதப்படும் நகரமான 'த' என்பதை ரகஸிய நூலாக்கம் செய்திருந்தாள். ஏனோ பேபலின் தனிமை அவள். குழப்பத்தின் புழுதியில் படிந்த துணி லாந்தர் ஓவியம் மயக்க வெளியில் நெகிழ திரிசுடர் மேல் புழுவாய் நெளியும் அகந்தைச் சிற்பி அவள் முகம்படிந்த நூல் மேல்பட்டியில் சாய விரல் களின் நகர்வு பேபல் உதிரும் நிறங்களை வெகு நூற்றாண்டுகளாய் அங்கே வரைந்தவாறு குழப்பத்தில் உயிர்த்திருந்தாள்.

'அழகிய பெண்ணே என்ன செய்து கொண்டு இருக்கிறாய்' என்றேன் குனிந்து 'தாமரை இலையில் நகத்தால் எழுதி சகுந்தலை வண்டோட்டி அனுப்பிய மடல் இன்னும் வாடாமல் இருப்பதைப் பார்க்க துஷ்யந்தனாக வந்திருக்கிறீர் தொலைவான அம்பு நீ. கண்ஏடு தைப்பதற்கு எந்த நூற்றாண்டிலிருந்து பூமியைச் சுற்றி 'த' அம்பின் நுனியால் பச்சைக் கோடு போட்டு மெல்ல இன்னும் மெதுவாய் வந்து கொண்டு இருக்கிறாய் கண்ஏடு திறக்கும் ஒரு கர்ப்பவயிற்றில் உந்திக்கொடி சுற்றிக் கமலங்கள் விழித்திருக்க கருவறை யில் முளைத்த மொக்கு பிரியாமல் ஒவ்வொரு கணமும் மாறும் ரஸ நாளங்களில் விழி திறக்காமல் உரு ஏறும் வெண்கல் ஒளிர்வின் ஊடே அசையும் விழிக்கருக்கு. கரு உரு நின்று கலந்திடும் நூறு நயன வடிவங்கள் புல்லின் உள்ளே ஏறும் வைரத் திருகல். தஞ்சாக்கோரை நுனி முளைத்த பச்சைக் கண் நுதலா சல்லடம் தாக்கத் திறவாத யோனி திறந்து பிறவாத சில மூடிய நயனப் பிசுபிசுப்பில் பீலி முளைத்த நயனப் பரிணாமங்களை காணிப் புதிர் அம்பினால் வரைந்து காட்ட முடியுமா? சொல் வந்திருக்கும் நாடோடியே...' என்றாள் அந்த திரிக்காரி.

காயம்பட்ட தொலைவு எனது வழியைத் தடுக்கவில்லை. எங்கெங்கும் இல்லாமல் வழித்தடம் உடனடியாக என் பாதங் களுடன் அவரமாய் நகரும் என் தொலைதூரப்பயணம். வார்த்தைகளை தானேஉருவகிக்கும் பதட்டத்திலிருந்து கருநிழல்களாய் ஓடும் மரணத்தின் காட்சி தெருவினூடே மஞ்சள் இலைகள் ஒடிந்து கண்ணீருடன் முறியாமல் திரிக்காரியின் தொலைதூர நிலம் விளக்கின் மேல் சிமிழாகத் துலங்குகிறது. தன் சிசுவைத் தோளில் தொட்டிலிட்டு இங்கே திரிக்கோளுகிறாள். காணாமல் போன மாலுமி அவள் கூட்டிலிருந்து பிரிந்திருந்தான். நிழல்களாய் திரிந்தலையும் கருங்கப்பல் பாய்கள் வளைந்து படபடக்கும் கீழ்த் திசையில் யுத்த விநாசங் களுக்கிடையில் சிதைந்த ஒலித்துணுக்குகளைக் குரல்களை ஓலங் களைப் பேசப்படாத சொல்லும் திரிக்காரியின் சிமிழில் கடுகளவு ஒளிபுரண்டு இருளின் படிமஏடு திறந்தாள். மாலுமி செல்கிறான் அவளை விட்டு யுத்த விளிம்புகளில் படிந்த காற்று பற்றி எரிகிறது. புற இயற்கையில் அகத்திலூறும் மையல் பூசிய திரிக்காரி சித்திர மாடத்துத் துஞ்சிய பெரிய சுடர் தெற்குப்பக்கம் சாய்ந்து ஒளி வீசிப் புலப்படுத்திய யாழ் மண்பட்டண விளக்கு கருத்து துருப்பிடித்து மரண இருள்வீசும் ஓவியத்தில் கீறல டைந்த சிமிழ் சாம்பல் வீதியில் எழுந்து இருளில் நுழைகிற காற்றில் படபடத்து இறந்தவர்களைத் தேடிப் போன மாலுமி காணாமல் போன பழங்கப்பலின் ஊளை மட்டும் அவளுக்குக் கேட்டது. கடல் சாமந்தியுடன் அவன் வருவான் என சிறைமாட விளக்கில் திரிக்கோளுகிறாள் திரிக்காரி.

பொட்டரித்த, புழுவரித்த பூச்சிதின்ற துணி ஓவியங்களைப் படிப்படியாய் காலம் தின்று மற்றவைகளை மேஜைமேல் விரித்து திரையுடன் தைக்கும் தையல்காரிகள். கிழிந்த சித்திரத்தில் அரக்கு மங்கைகுளத்தில் இருள்கிறாள். மலர்ந்ததின் மகரந்த சிதறல்களில் வெளிச்சம் பரவுகிறது. ஸ்தனங்களின் பழைய ஓவியநிலையில் வரையாமை காண்பேன். சமவசரணத்திலுள்ள உயிர்மருகல். முகைத் திறப்பு. தலைசாய்ந்த நகரம் அவள் தலை சாய்ந்திருப்பதில் தலைகீழாக நிற்கிறேன் நீட்டிய அம்பில் மகரமீனின் புள்ளிகள். கழுத்தில் சுருண்ட தாவர அணிகலனில் தாவர ஆடைச் சுருள்களை விரித்து பரிசீலிக்கிறாள் திரிக்காரி.

என் கையில் கம்பளிப்புறா வந்தமர்கிறது அதன் கண்களில் பரவிய ஏடுகளின் ஒளிர்மம். ஏடுகளைச் சுற்றி காற்றில் மிதந்து அலைபாயும் சிலம்பி நூல், மெல்ல நழுவுகிறது. புத்தகத்தை அரித்துத் தின்னும் வாசகர் மற்றும் ராமபாணப் புழு எப்போதும் வாசிக்கப் பிரியமுள்ளவன்

புத்தகத்தின் பூர்வ ரூபத்துக்குள் நுழைகிறான். பொடிவண்ணச் சிதல்விதைக் காளான் பஞ்சினால் தூரிகை உறிஞ்சல். அங்கே வரும் திரிக்காரி கந்தல் நூலினால் ஒரு ஆடையை நெய்துகொள்வது ஏன்? அவளுக்கு ஏற்புடைய திரிகளில் ஏற்றப்படாத அடர்திரளில் தெளிவின்றிப் பல அறைகளில் திரிகொழுவி அலைகிறாள் பேதையாக. சுடரில் அவள் துன்பம் முன்னோக்கியுள்ளது. குழந்தைக்கு முலையூட்டியவாறு திரிக்கற்றையுடன் தென்பட்டாள். அடுத்த அறையில் அவளைத் தடுத்துக் கேட்டேன் 'கருத்த உன் தன்யங்களைப் பிள்ளைக்குப் பாலருந்தத் தருகிற நீ பிறை நிலவின் கலை போன்றவளா? நீயேதனிமுழுமையாகும் கலையா? இப்போது எப்படி இருக்கிறாய் பெண்ணே?'

'அம்புடன் பயணிக்கும் பூச்சிக்காரரே.. நீர் கலையாக இருத்தற் போன்றே நானும் விளக்கிடுகிறேன். இந்த திரிக்காரியின் வறுமை பிரசித்தம். சில சமயம் இரவில் வெளிச்சம் போதவில்லையென்று சயன அறையில் நூல் திறக்கும் சூசினி ஆத்திரப்படுகிறாள்... அவள் நயனம் புத்தகத்தில் உள்ளது. எழுதுவதற்கிருந்த நாட்களில் சரபோ தன் புனுகுப்பூனையின் பளபளப்பான கண்வெளிச்சத்தில் நயனரோக டப்பிகளைத் திறந்து ஆடியில் நின்று பூசியும் சூசினியை வாஸிக்கச் சொல்லியும் இதிகாசப் பித்தாகிவிடுவார். சரபோ மனநோயாளியாக இருப்பாரோ என்று கருதப்பட்டு வேறொரு வாரிசைத் தயாரிக்கும் சூழ்ச்சிக்கும் பஞ்சமில்லை இங்கே... புத்தகப்புழுவாகி உடல் மெலிந்தவள் சூசினிதான். அவளை உனக்குப் பிடித்திருக்கிறதா...'

'நேசவுணர்வில் அவளின் நித்திய ஸ்திதியானது ஜைன மார்க்கத்தில் ஈடுபடுவதால் அவளின் அநித்திய ஸ்திதியையே நம்புகிறாள். என் பிரயத்தனங்களை அவள் ஏற்பதில்லை...' என்றேன் விசாரத்தில்.

'புளித்து நுரைபொங்கும் மனக்கலக்கத்திற்கு உள்ளாகு முன்னரே இவ்விதம் நித்தம் வேலைப் பளுவினால் மனப்பிறழ்வுக்கு ஆளாகிறாள். வெகுவாக தனக்கென நேரமும் இருப்பதில்லை எங்களுக்கு' எனக் திரிக்காரி குழந்தையின் சிணுங்கலை மறைக்க அடுத்த தன்யத்தைவூட்டினாள்.

விழிப்பும் தூக்க மயக்கமும் இங்கே பரவியிருக்கிறது. விளக்கு சிமிழ்களைத் துடைத்துக் கந்தையால் மெருகேற்றினாள் திரிக்காரி. உள்ளே சூசினி ஏடுகளைத் தூசு தட்டி வர்ணம் தீட்டத் தொடங்கினாள். மாற்றி மாற்றி இருபக்க சாயைகளை வகைப்படுத்தி பழைய மரபுப்படி வசம்பு, வால்மிளகு, கிராம்பு, கருஞ்சீரகம், கற்பூரம்,

வேப்பிலை, மஞ்சள், நறுமண முடிச்சுகளைத் துணி மாற்றிப் புதுக்கினாள். முன்பார்த்த ஆறு கண்ஏடுகள் ஜிந்தா மதாரின் கருப்புமேஜை மேல்மூடி விழிப்பதை நோக்கித் திரும்பினேன். பரீட்சிக்கப்படும் நேத்திரங்களின் வரைவை உயிருள்ள சிருஷ்டி யாக்கினாள் சூசினி. அங்கும் இங்கும் நடமாடிக்கொண்டு இருந்தாலும் என்னை அவள் கண்டு கொள்ளவில்லை.

கப்பல் உடைந்து அலைக்கழியும் மாலுமியைப் போலானேன். ரஹ்மானீ வரைபடங்களைக் கேட்டு ஓரடி எடுத்துவைத்தேன். மடக்கு ஓலைக்கன்னி தன் சிறகுகளைச் சுருக்கி அருகில் வருகிறாள். 'தபாதீர் கையேடுகள் இங்கே இருந்தால் காட்டுவீர்களா எனக்கு' கப்பித் தான்களின் பெருநூல் இருப்பதாக அறிவேன்... என் பயணம் கீழ்திசை நோக்கி. அம்பு நகரத் தொடங்கிவிட்டது' 'வணிகன் சுலைமானின் ஏடுகள் உண்டு. ஆனால் அல்ஃப் லைலா வ லய்ல் எனும் இரவிற் சொன்ன அராபியக் கதைகளின் வரைபடம் பார்க்க லாம் சிறு பயணம் ஏடுகளில் தொடரலாம் நீர்...' என்றாள். அங்கு வரைபலகையில் குனிந்து எதையோ முனகினாள். 'மென்னயக் களிமண்ணைப் போல எங்களின் விரல்கள் சரஸ்மஹால் விவரண வரைபடம் பிரதியாக்கம் செய்யும். நாங்கள் உருவேற்றுவோம். எளிதில் தனிந்து அமைதி யடையாத கடல் ஏடுகளில் ஆவி தொடும் வெப்பக் காற்று வீசிய வெகு பாஷைகளின் பாலைவனத்தில் குதிரை ஓட்டிச் செல். பொது அம்பில் ஏறிக் கடக்கமுடியாத பாலையைக் கடக்கும் நாடோடியே..' என சிறகினால் என்னைப் போர்த்தி 'ரஹ்மானீ வரைபடம் இருக்கும் இடத்துக்கு வழிகாட்டினாள். அந்த உறக்கமற்ற நூல் கர்த்தாயிணி ஜிந்தாமகார் இரவுகளின் போது கண்ஏடு திறக்கட்டும் என்று காத்திருந்தேன். உள்ளே 'த' வின் ஸ்படிக உரு நயனத்தின் உள்ளறைகளில் 'த' வடிவப் பளிங்குக் கல்லாக ஜடப்பொருளாக வடிவம் கொண்டுள்ளது. அழுக்கடைந்த கழுகுக் கூடுகளில் காணப்படும் இக்கற்கள் 'த' வின் மாயமாந்ரீக மற்றும் மருந்தாகும் கழுகுக் கற்களாகவும் எங்கோ சிதறி மறையும். ஆனால் 'த' வுக்குள் இன்னொரு 'த' இருப்பதும் இக்கல்லுக்குள் மற்றொரு சிறுகல் இருப்பதைப் போல கையில் சுழற்றினால் சிறுகல் எதிர்திசை உருளும் கழுகின் சீழ்க்கை ஒலி. பெரிய மரைக்காயரின் குமாரத்தியின் கண்கள் ஏட்டிலிருந்து அலைபாய சிறுகல்லின் 'த' ஒலியைத் தேடியபடி வளைந்த கொழுந்துப்பாறையில் அமர்ந்திருப்பாள். அதன் நிழல் பூனைப் பாதமாக விழுந்தது. நகமிருகத்தைப் போல கழுகுக்கற்கள் அவள் முன்னே இருப்பதைத் திருஷ்டியால் நோக்கி சமைந்திருகிறாள் வெகுகாலம்.

த. புராணத்தின் முதல் வாக்கியத்துக்குமுன் காண்புலம் மெல்ல மறைய உத்திரத்திலிருந்து தொங்கும் சீசா விளக்கில் நெகிழும் சுடர்த் திரள்களில் கருப்பு மேஜைமேல் பெரிய எழுத்துச் சுவடியைத் திறக்கிறாள் திரிக்காரி. காணி அம்பு நீள்கிற வெளியில் இசைத் தாவர ஒளியில் மறைந்தவர்கள் அழுக்கான பாராயணத்தில் பூச்சி அரித்த கவிராயரின் குரல்வளையில் எலும்புகளையும் சிதல் மண் பூசிய பக்கங்களில் தைத்த அம்பின் முடிவடையாத பயணம். கதைக்குள் இடமுறையாய்ச் சுழலும் வேறொரு கதையில் முத்தம்பட்ட வெள்ளைப் பூ தெருவாக நீள குமருகள் ஆறாக இருந்து மணல்கீறிய சித்திரம் மெல்ல மறைவதைப் பார்த்தவாறு கண்ணீரின் உள்ளே சுருதி கொள்ளும் சாயைகள் இசையில் மறையும் உவர் மணம். காலடித் திறமை காட்டும் கூடுவித்தை நடனம், அவிநயம், கரணம், மூவருக் குரிய நடனத்தை இயக்கும் த. நால்வர்.

முத்துரங்கா ஆடலில் சிறு தடுமாற்றம். முதன் முறையாகத் தோற்றம் அளித்த வஜ்ராந்தி, லேபாட்சிக்கு மாறி மாறி இருகாலும் தேய்த்தாடும் சறுக்கு நடனம் சொல்லித் தருகிறாள் வனஜாச்சி. இவள் வாரிசுகள் சொந்த பந்தமில்லாத வீட்டுப்பெண்கள்தான். கருந்தட்டாக்குடியைத் தாண்டி ஜட்காவில் வனஜாச்சியுடன் முத்துரங்கா, லேபா, வஜ்ராந்தி மூவரும் வடவாற்றுப் பாலத்தைக் கடக்கிறார்கள். அங்கே இலுப்பை தோப்பில் வெகு நேரம் பயிற்சி. கழுகின் புகை படர்ந்த மென்மையான ஆவிகள் வளையும் நீர் மேல் சாதுர்வர்ணப் பெண்டிர் எவ்வளவோ காலம் குரல் சாதகம் செய்ய மூழ்கியிருப்பார்கள். திரும்பிப் போகும் தூரத்தைவிட சாம்பிராணி வாசகர் அங்கே நறுமணமூட்டும் புகைக் கோடு இழையும் மோனத்தில் ஆவிகள் தோற்றமாகும் இசை. வேறொரு உலகில் நூற்றாண்டு பழமையடைந்த அழுக்கு ஆடையில் வனஜாச்சி சினேகிதி சிமாபாயி அம்முனு அம்மணியும் பைத்தியமாகித்திரிய முகத்தில் கண்ணாடி விளக்கின் புகைபடிந்து யௌவனம் தீர்ந்த முதுமை படிந்தது. சிமாபாயி எண்ணை கலந்த கற்பூரம் பூசி முகக்கோலத்தைக் கலைக்கும் ஒப்பனை. கவலைபடிந்த அம்மணியின் கண் குவளையில் கருமை. பைத்தியம் பரவிக்கொண்டு இருக்கிறது. சிமாபாயி கனவில் மிதக்கும் இசைக் குருதி அம்முனு அம்மணி கதையும் ரகஸியத்தில் கசியும் உதிரம். உடல் கோலமிட்டுச் சதுர் மாடியில் ஆடிய நாட்கள். ஞாபகங்கள் மூடிக் கரைந்திருக்கும் அழுக்குச் சேலையின் கிழிவும் குருதியும் மூப்பில் அறுபட அடைவதற்கு இடமில்லை. யாரு மில்லை அங்கே. இசையில் மறைந்த ஆவிகளிடம் 'நூற்றி எட்டு

வட்டமுங் கண்டேன்... அந்த வட்டத்துள்ளே நிறுத்தம் கண்டேன்... என் மோகம் போம்... மோசம் போம்..' என பித்தேறிய விழிகளைத் திருப்புகிறாள். அம்முனுவோடு செடிகளும் சர்ப்பங்களும் தழுவி மௌனமொழி அசைய பட்சி ஜாலங்களிடம் மூத்த ஆவிகள் ஒலிகளாய்ச் சுழல்வதைக் கேட்டாள். அங்கே சாம்பல் நிறக் கூடமைத்து இலையும் புல்லும் பொத்திக் கோர்த்த பச்சை வீட்டுக்கு சிமாபாயி அம்முனுவைக் கூட்டிப் போகிறாள். இருட்டில் பாசிநிற ஒளிர்வில் 'புள்ளும் சிலம்பின காண்... பெற்றிடும் வட்சுமச் சொப்பனத்தில்... காணோமடி... யாரையும்... உப்பை விடுவதும் ஆசையடி ஓர் பொழுது துன்பம் கேளடி.. அம்முனு...' இருட்டில் வைர நீரோட்டம் தரைக்கும் உச்சிப் புல்லுக்கும் ஏறிய நீர் திரும்பி பைத்தியத்தின் பிரதிமை சுற்றிக் கீழிறங்கும்.

அந்த திகம்பரச் சாம்பிராணி வாசகர் கங்குகள் பழுக்கப் புகையூட்டும் பகுசான தோற்றம். சென்றவரும் திசைப்படுவார் இயற்கையில் இருந்த இலைகள் மஞ்சளாய் பழுப்பதும் தளிர்ப்பதும் முற்றிய கரும்பச்சையில் பச்சைப் பாம்பு வளைந்து படுப்பதும் அதன் தேன்விழிகளில் ஓடும் பித்தத்துள் அம்முனு உடம்பெல்லாம் நட்டுவம் திருகிய பச்சை கசியும் கானகம். மஞ்சள் பூத்த பித்தேறிய விழிகளை அங்கே இலையில் மறைக்கிறாள். ஆனால் வனஜாச்சிக்கோ புனுகுப் பூனையின் நீலவிழிகள்.. சதிரெலாம் உருண்டு இப்போதும் சிஷ்யைகளுடன் காவேரியில் குரல் சாதகம் செய்துகொண்டு இருந்தாள்.

பச்சை வீட்டினை மாயஅம்பு கடந்துசெல்லப் பார்க்கிறது. அரிதாகவே காணியர் அம்பு கடப்பதில் சிமாபாயி வெளிர் சிவப்பான ஞாபகப் படிவங்களுக்குள் பித்தேறிச்சொன்னாள். சரபோவுக்கு முன்பே பல நூற்றாண்டுகளாகக் கடல்தாண்டிப் போன வங்க மாக்களில் ஒருவன் கொடுமைவாய்ந்த வரைபடச் சுருளைத் தீட்டி வந்தான். மாலுமிகளின் கபால வரைபடம் அது. பிராபிலியா பெருவழக்காகக் கடலோடிகள் கேட்ட பாணியில் சொல்லப்படும் மலைகளை எதிர்பார்த்துச் செல்கிறது உனது அம்பு... நெடுந்தொலை விலுள்ள நிலங்களில் என்ன தேடுகிறாய்? கற்களில் ஒளிந்திருக்கும் எதிர்விசைக் கற்களின் ரகஸியத்தைத் தேடுகிறேன். எனக்கு அந்த சோழப் பெருவழிகளை காட்டு பொருட்களின் மேல் ஆசை யில்லை... கடல் வழிகளும் அரபு குணாதிசயங்களும் மயக்கமும் நில அடுக்கில் மறைந்துபோன கடலோடிகளின் பழைய வரை படத்தைக் காட்டு எனக்கு... உனது புறவெளி அளக்கவியலாப்

பெரும்பரப்பில் ஜலசந்திகளும் தீவுகளுமே கடலை மையம் கொள்பவை. மை வரைகளில் பதிந்துள்ள பட்டுவழிகளில் சிதறிக் கிடந்த வரைபடத்தைக் கோர்த்துத் தருகிறேன் கேள்... மலேயாத் தீபகற்பத்துக்குத் தென்கோடியில் கப்பற்படை நகரும் பேய்யுரு மூவாயிரம் தொலைவில் முண்டியன் நகரை அடைந்ததும் அங்கே போக விரும்பினால் குலினில் இறங்கி வேறு கப்பல் மாறு. புகான் இராஜியத்தின் வழியாகவும் நீ செல்லலாம். இன்னொரு வழி பர்மா கடற்கால் கிழக்குக் கரை ஓரமாக வருவது. விரிகுடாவைத் தாண்டுமுன் ஈஜின் ஆவிகளின் பாடலை நீ கேட்பாய். வேடன் அம்பு எப்போதும் தனியாகச் செல்கிறது. மஞ்சள் இலைகளின் ஊடாக மலர்களும் அதனால் தைத்து வீழாதிருக்கும் பொருட்டு ஒரு நாளைக்கு ஒரு கனியை உண்ணலாம் நீ. பயணத்தில் அம்பின் பாதை இலக்கற்றது. உன் வேட்கை பயணிப்பதாட்டும். 'த' நகரத்தை நீ பழைய இடத்தில் காண விரும்பினால் கண்ஏடு திறந்து ஏழு சுற்று மதில்களை உடைய நகரம். மதில்களின் உயரம் ஏழு அடி. ஒவ்வொரு சுற்றிலும் வெற்றிலைப் பெட்டியுடன் ஒரு பெண் மற்றொருத்தி காளஞ்சி என்னும் எச்சில் துப்பும் கோப்பையையும் மற்றவாசனைப் பாக்கு ஏனங்களுடன் உள்னை மறிக்கிறாள்... ஆறு தாம்பூலகரங்கவாஹினிமாரும் ஓலைமுறிவாசகத்தை ரவுக்கை போட்ட எலிக்கு நீ பதில் போட வேண்டும் புதிர்களுக்கு. காணியர் அம்பு உன்னிடம் இருப்பதால் அடுத்த சுற்றுக்குச் செல்லலாம்.

மூன்றாம் சுற்றுக்கோட்டையில் செடிமுளைத்த அந்தப்புர ராணிகளும் களிம்பேறிக் கைத்துப்போன சோம்பேறிக் கட்டில் களையும் மாற்றவில்லை. அங்கே துயிலும் வெண்கல இளவரசியின் கனவுகளுக்குள் உலோக வேட்கை அக்கசாலைப் பொற்காசுகள் தரங்கி பாரி நாணயங்கள், பாண்டிய கபாடகத்துட்டு, புராதன கிண்ணிகளில் தீராத பழக்காடிகள், சிறுநீர் கழிக்கும் சுமேரியக் கோப்பையில் உலோகம் பொன் நாணயமாய் மாறிவிடும். புற்று நோயடைந்த சீனத்தங்கத்தில் சரப்பாளி நகை நட்டு வகையில் பொற்கொல்லர் தீட்டும் நகையொலி உலோகங்களைக் கக்கிக் கதறும் ஊழினை என்ன சொல்ல. கண்ணாடிகள் பிரதிபலித்த இளவரசியின் சகோதரிகள் மூன்று பேர் பழுதடைந்த ஆன்மச் சக்கரத்தை துரு உதிரச் சுற்றும் மன்னர் கால நேசம் பழமை நிறங்களாக நூறு வகைத் துகில்களில் குஞ்சர ஒலி. அந்தப்புர ராணி எலியும் குறுங்கால் எலியும் சுண்டெலிகளோடு நடத்தும் ராஜியபரிபாலனம் எலிராணியின் சோக நாடகத்தை ஐங்கரன் வாகன மூஷிகர் எழுதி நடிக்கும் ஒத்திகை.

போதைப்பொருள் அடிமைகளாம் தூங்கும் ஈட்டிக் காவலர். கதவுகளில்லாப் பெட்டகத்தில் சொர்ணமும் பவளமும் மரைக்காயர் பச்சையும் நிரம்பிவழிய குடிஜனத்தின் வறுமையும் அந்தப்புரக் குற்ற தோஷங்களும் நிழலாடும் தர்பாருக்குத் தீய ஆவியாகப் பூச்சிக்காரன் கருப்பு பூட்ஸ் காலில் நின்று கோங்குகொட்டை வடிவ சிவந்த காதுகளை ஆட்டும் வெள்ளெலிகள் தோகைவிரித்து உரையாடும் நாடகம். செங்காதெலி வைரக் கண்களைத் திரையில் பதித்துக் கபில நீலத்தை அரங்கில் பாய்ச்சிட உள்ளே எலிராஜா ஏடுகளை சதா கரும்பி புராதன பாஷைகளில் ஞாபகங்களைப் புரட்டி பூச்சிக்காரியிடம் காக்காய் பொன் ஓவியத்தைப் பரிசளிக்கிறார்.

இன்னும் அந்தப் பெரு நூலகத்தில் ரகஸியக் களஞ்சியங்களைக் காக்கும் அருணம், சபலம், சுவேதம், கபோதம், உந்துரு எனும் ஐந்து வகை பஞ்சதந்திர எலிகள் தாங்களே களஞ்சியத்தின் அதிபதி என்பதால் அரண்மனையின் தினசரிதைகளைப் புதிர்ப் பாதைகளாக மாற்றிவிட சரபோ அங்கு தனித்திருக்கும் திரைச் சீலைகள் மூடிய மரக்கூடம் படிப் பறையாகவும் கனவுகாணும் முந்திய இரவுக்குப் பலன் கூறும் மந்திரி எலியைக் கூடவே அமர்த்தி நடக்கப்போகும் நிகழ்வுக்காக மனங் குழம்பினார். வெள்ளி ஜரிகையைப் பான பாத்திரங்களில் நறுக்கி தங்க மாங்காய் கோர்ப்பு ஆடைகளில் நடமாடும் நூல் கர்த்தாயிணிகள் என்னேரமும் நூலைக் கரும்பித் தீர்க்கிறார்கள்.

ஆனால் நீங்களே நுழையக் கடினமான நான்காவது சுற்றில் முதலில் வந்த தொல்லியல் குழுவுடன் ஜான்பிளாக்ஸ்மெனும் மெண்டார் கப்பல் மூழ்காமல் அப்படியே பார்த்தெனான் துணிப் பெட்டிகளின் அதிசயத்துடன் திறக்கச் சொல்கிறான். மெண்டார் கப்பல் சிதைவுகளில் படிமம் ஒன்று என்னிடம் இருக்கிறது என நீட்டினான் ஜான் பிளாக்ஸ்மென். புதையுண்டு போயிருந்த பண்டைக் கப்பல் எப்படி... இங்கே இருக்க முடியும் அவனுக்குக் குழப்பம். அங்கே பளிங்குத் தூண்கள், வெண்கலப் படிமைகள் காத்திருந்தன. பளிங்குப் பாளங்களில் காலம் உருப்பளிங்காய் நின்றுவிட்டிருந்ததா? சம்பவங்களின் ருசுதான் என்ன? பழங்கால இருகைப்பிடிகள் கொண்ட மது ஜாடிச் சித்திரங்கள் மூழ்கிக்கொண்டிருக்கும் காலம் எது? பேபல் கோபுரத்திலிருந்த எந்தச் சிப்பியும் பெருங் குழப்பமாகும் நான்காவது சுற்றிலிருந்து திரும்பிவிடவில்லை.

இப்போது நீங்கள் அடைந்திருப்பதில் சற்று கவனம் தேவை. கருங் கற்களாலான கடல் கோட்டையின் நீள்வட்டப் பாதையில் கடல்

குதிரையின் பையில் ஸீகல் முட்டையிடும். பெண் புரவி உள்ளே வர அனுமதிக்கிறது உங்களை. ஊழியில் செதுக்கிய கடற் குதிரை முகத்தில் லட்சம் நுண்ணுணர்வுகளை முகம்முகமாய் நீங்களும் சிக்கிக் கொண்டால் காதலைவிடப் பெரிய பிரபஞ்சம் கடற்புரவி நீந்தும் ஒயில் எல்லா வரைபடச் சுருள்களும் தாவரங் களாய் தலைவிரித்தாடும் புலத்தில் மேப்பையே ஆடையாகச் சுருட்டி உறங்கும் ஒரே ஒருகண்ணுள்ளவன் வாசனை உணர்ச்சிகளால் கடல் குச்சி கொண்டு வரைகிறான் புராணீக வரைபடம். உலகின் தோற்றத்தைப் புனைவால் மயங்க வைக்கும் மரே மீன் மனிதரும் மிக நுண்ணிய கண்பார்வை மனிதன் முதன்முதலில் வளர்த்த புறாக்களுக்குத்தான் இருக்கக் கூடும். கண்ணினுள் வரைபடம் கொண்ட புறா இனம் தூதுச் சுருள் நாடோடி தான். அந்த ஒற்றைக் கண்ணுள்ளவன் தன் சிறகை அசைக்காமலே நாள்முழுதும் பறக்கும் வலிய வில்லானவன். சரித்திரம் எழுதாத குணாதிசயம் நீருக்குள் ஜீவிக்கும் இயற்கை உதிராமலிருந்தது அவனிடம். பெரிய கண்ணால் எவ்வளவு மையலைத் தேக்கி யிருந்தான்? அவன் பெற்றோரும் பழுப்பு நிற விழிபடைத்திருப்பதில் நீலக்கண்ணைப் பெற்றிருந்தான். ஆழ்கடலை ஊடுருவ முடியும் அவனால்.

நீல ஒளி நீரில் திரவமயமாய் உலகின் துயரங்கொள்ளும் விதி. அவன் சகோதரி இரட்டையாக நீந்திவர கரு நீல விழிகள் இருப்பதால் தொலைவும் திருஷ்டியும் தொடுவானை நெருங்கும் வேகம். ஏனோ ஆவுகரியா, மமலியா இருவரும் பாலூட்டி மீன்களாய் தீவுகளையே வீடுகளாய்க் கரை ஒதுங்குவார்கள். இருவரின் முலை பற்றிப் பாலருந்தும் குட்டிகளுக்குப் பழுப்பு நிற விழிகள் இருப்பதைப் பார்த்தான். விதைக்குள் உறங்கும் தாவரத்தைத் திருஷ்டியால் வளரும் விருட்சத்தை முன்பே காணும் விழி. கடலின் எழுச்சி அவனே. வரைபடம் பழுப்பாகிவிடாமல் மச்சகத்தின் குருதி மசகினால் தீட்டுகிறான் இனியான கலையை. அழிக்க முடியாத மசிப் புட்டிகளில் வளையும் கோடுகளில் ஜீவரஸம் இருக்கிறது. வீடற்றவனின் வீடு ஒரு சிப்பியோடு. நத்தை மனிதர்கள் தீராமல் உலகை தளிர்க் கொம்புகளால் வரையும் சுருள்கள் அலையாக இருக்கும் காற்றைக் கடந்து ஆறாம் சுற்றுக்குள் கால் வைத்ததில் அடைந்திருப்பது தோரிய மடந்தையர், நட்டுவன் சாவடி, அக்காமார் மடம், உச்சஸ்தாயி இசைபாலகர்கள் தையல்கார எறும்புகளோடு உரையாடும் இசையின் பாலை வட்டத்துக்கு வரலாம். ஆபிரகாமின் சிவப்பு வயலின். இசை மூலம் நெருப்புக்கல் நீராகக் கரையும். சிறு சந்துகளின் கூடிப் பேசும்ராகங்கள்.

இசைக்கருவிகளை விட்டு வெளியேறிவரும் அரண்மனைத் தோட்டம் சதா ஒலி அகராதி கோர்க்கும் அரசிலைகளின் நடுக்கம் புத்தக வடிவத்தில் அழகான இலை பழுத்து உதிர்வதை இசைப்பாலகன் ஓடிச் சேகரிக்கிறான்.

ஏழாவது சுற்றில் பேபல் நூலகமாகும் செழுங்கலை நியமம் மாதுளையின் செம்மையேறிய சிவப்புக் கருஞ்சிவப்புப் பரல் வெளிர் அடுக்கடுக்காய் உயிர்க்கும் நூலடுக்குகளில் வர்ண இறகு கக்கிய பாமர் வீச்செழுத்துக்காரர் பெஸ்கி. ஹர்னஸ் மலபாரிகஸ் தாவர அபிதானங் களைக் குழுவாக அமர்ந்து கனிந்த நிறக் கலவையில் தீட்டும் உள் அறையில் ஆயிரம் பயிர் நிறங்களாய் மாறும் ரகஸிய அபிதானத் தொகுதிகள் பனிரெண்டில் இரு களஞ்சியங்களை ஒல்லாந்த இளவரசி பாலத்தீனா எலிசபெத் ரெனி தெகார்த்தே அடங்கிய குழு ஹர்னஸ் நெகா பெர்டன்சிஸ் எனப்பேரிட்ட நெய்தல் மற்றும் மலைபடு தாவரவகைகளை அகராதிப் படுத்துவதில் நாகவதனாவிலிருந்து சைலேந்திர பிக்குனிகளும் தொகுத்தவற்றின் மூலப்பிரதிகளைப் படியெடுக்கும் வேகம் ஏடுகளின் மஞ்சள் பாரித்த பழுப்புநிற போஜ்பத்தர் மரப்பட்டைகளில் இன்னும் சிதையாமல் நாகர்கள் பயன்படுத்திய மூலிகைகளைப் பற்றிய விபரம் இருப்பதற்கு அவை வட்டச் சுவடிகளாக வடிவமைத்திருப்பதுதான் காரணியாகப்படுகிறது.

டாக்டர் புகிலருக்காகக் காத்திருந்த ஆச்சர்யம் த. பட்டினம் ஏற்படுத்திய சுவடி வாசனைகளை ஓலைச் சுவடிப் புலத்தின் தலைமையில் புனிதர் பெங்கி வருகைதரு பண்டிதராக மரரேக்கு களைத் திறந்த வேளை சமஸ்கிருதம், கிரந்தத்தில் உள்ள வற்றை மூலிகை வாசம் தேடி அலைவுறும் ஏக்கம் ஒருபுறம் ஹிமாயூன் அக்பர் தாள்களைக் கொண்டு நூலகத்துக்கு சன்மானித்தவையும் புகை பிடிக்கும் குழல்கூட போஜ்பந்தரில் படைத்ததோடு ஆடைகளிலும் பிராகிருத பாரசீக கதாசரித்திரங்களைக் கிறுக்கியிருந்ததில் பாளியின் வடிவங்களுக்குச் செல்கிறாள் சைலேந்திர பிக்குணி. காளிதாஸனின் மூலச்சுவடி ஒன்றும் ஹிமாயூன் தீராத பேபல் சுற்றில் குதிரையில் சுழலும் நூலகத்தில் சிக்கியிருக்கும் பெருங்குழப்பம் 'மிஸ்டர் புகிலர்....' பெட்டுவா வட்யிஸ் இதோ போஜராஜன் இத்தனை வாசனை மிக்க கதைகளை இந்த வட்டச் சுவடிகளைக் கோட்டையின் ஏழாவது சுற்றில் புதைத்திருக்கும் வேளை நுகர்ந்து பாருங்கள் சுவடியை எனப் பூடகமாக பாமர் வீச்செழுத்துக்குள் குனிந்திருக்கும் ரெனி தெகார்த்தே சொல்லவும் நாகப்பட்டணம் மஸ்லின் துணி சுற்றிய கட்டுகளில் கோடாலிக் கருப்பூர் சாயத்துணிகள் பலவும் காளியின்

நாடகச் சுவடிக்கட்டில் இருக்க இதோ சைனா பகோடா புது வெளிக்கோபுர வரைபடம். நிகமா எனத் தாலமி சொன்னதை வேறு ஒன்றாய் படன் எனவே அந்த ரெட்டைக் களஞ்சியங்கள் ஹார்னஸ் நிகா பெர்ட்டன்ஸிஸ் என அறிவதாயிருக்கும்.

இலுப்பை எண்ணை கசிவும் பூட்டுக்களைத் திறந்தால் வட்டச் சுவடியில் தாவரங்களின் மண்ஈரல் பொங்கிய பச்சை உலகுயிர் ரகஸியம், மணல் சுவடிகள் சாம்பல் நத்தைகளின் தொன்மை விலங்குத் தோல் புள்ளிகளைக் கொண்ட சித்திர ஏடு பச்சை உமிழும் பாதரஸ விழி, புதைபடிவ இலைத் தொகுதி திறக்கும் பழங்கண்ணாடிகளில் ஹிமாயூன் குதிரை பேசுவதைக் கேட்ட சைலேந்திர பிக்குணி களஞ்சியத்தைத் திறந்து புதிர்களுக்கு விடையளிக்கிறாள்.

அடுத்த கூடத்தில் நூல்படி எடுப்போரின் குரல்கள். நடுக்கூடத்தில் வட்டமாகத் திறக்கும் விண்ணிலிருந்து சொல் அறி புட்கள் எங்கிருந்தோ ரெக்கைகளை அசைத்து வேறுவேறான நூல்களாக மர அடுக்குகளில் மாறி அமரவும் இருந்தவை புறவுகளாக கும்காரமிட்டு எழுந்து பறக்கவுமாக அந்தக் குதிரையில் புதிர் அம்பு நீட்டியவாறு ஜான் டேனியல் முணாரே அசைகிறான். வளையும் சுருட்டுப்புகை நீலச்சுருணைகளாய் சுற்றிச்செல்ல அவன் பாதையும் அம்புவழி. கோங்கின் கொட்டை நிறம் சிவந்த எலிக் காதுகளாய் அசையும் தோல் ஏடுகளில் பாமர் வீச்செழுத்தில் ஆழ்ந்திருக்கும் புனிதர் பெஸ்கியின் பரமார்த்த குரு கதை சுவடிகளை அகாலம் தின்ன ஒரே பாடலில் வாழ்வும் மரணமும் நூலகத்தைக் கவ்வியிருந்த சரஸ்மஹாலைச் சுற்றி ஏட்டுப் பேய்கள் சங்கிலிக் கண்ணிகளை அடித்து அச்சுப் பேய்கள் உள்ளே நுழையாமல் காவலிருக்கும் வேளையில் ஏலாக் குறிச்சியிலிருந்து சுருங்கை வழியாக அச்சுப் புத்தகம் தரங்கையிலிருந்து மூங்கில்வத்தைகளில் பிரிக்கப்பட்டிருக்கும் கல்அச்சு எந்திரமும் நூற்றி அறுத்தி ஏழு ரீம் மூங்கில் காகிதத்துடன் பேபல் நூலகத்துக்குள் ஏறிக் கொண்டிருக்கும் சுற்றுவழிகளில் சீகன் பால்கு கையில் இருந்த ரூத்நூலில் லெஜ்ஜைப்பட்ட இரு பெண்களின் புலம்பல் கேட்டவாறு இருந்ததை ஏட்டுப் பேய்கள் கட்டிய சங்கிலிக் கண்ணிகளை அறுபடத் தெறித்திருந்தது ரூத்தின் விதி.

21

தஸாக்குகளின் தீவு

ஆயிரத்தில் ஒரு இரவுக் கம் பளத்தில் நெய்யப்பட்டிருந்த தீவுகளைச் சித்திரிக்கிறாள் மந்திரக் கிழவி. விசித்திர விலங்குகள் அங்கு காசாதூஸ் மாலுமிகளின் நெடும் பயணத்தை விவரிப்பதால் மூழ்கிய தீவும் மேலே வரும். சாதுவன் பெரும் பயணநூலில் திறக்கும் சேரவணிகன் பயணம் வெளிவந்ததில் அடங்காப் பசிகொண்ட எறும்புகள் வரைந்த கணங்களில் மாறிக்கொண்டே இருக்கும் கிழிந்த வரைபடங்களைக் காண்கிறாய்.. நீல நிறங்களைக் கத்திக் கூர்மையான குளம்புகளைக் கொண்ட ஒரு பயங்கர குதிரைக்குள் தீவின் துறவிகள் இருக்கிறார்கள். தனிமையில் தோன்றும் மணல் துறவிகள் தீவு தீவாய் தாவும் புரவிக்குள் சென்றுவிட தீவுவாழ் விசித்திர மரபுகளைக் கிட்ட நெருங்குகிறேன். ஒரு பைத்தியக்கார விஞ்ஞானி உருவாக்கிய பிராணிகளைச் சித்தரிக்கும் கதையும் திறந்தது. முதலைத் தீவில் மனிதரைத் தின்னும் மயக்கும் யாழ் இசை அரக்கர் பூமியின் கடைக்கோடியில் கொடிய சாரத் தீவுக்குள் சென்று மூக்கரைக் கிழவியிடம் சிக்கியவர்களை மீட்பதற்கான பயணமும் உறுமிய கடல் தீவுகளில் மிதக்கிறாள் மம்மூலியா.

குட்டி போட்டு பால் கொடுக்கும் மம்மூலியா மீனை குருசடைத் தீவில் பிடித்து சினையிடும் பருவத்தில் சோளக் காட்டிலிட்டு கதிரிடையே அதன் பனி நிறப்பாலை இடுவார்கள் மணித்திரளின் கண்களில்.

அறுவடை முப்பங்கு பெருகும் நம்பிக்கை கொள்வார்கள் செவலூரில். பின்னே ஆவுகரியா வெள்ளி வயிறு திறந்தால் செவுள் வழி ஒளி கசியும். ஆவுகரியாவை வளையிலிருந்து சீசாவில் வளர்ப்பவன் வீச்சுவலைக்காரன் கல்வத்து நாயகம். தாயரின் ஆவலைப் போக்க வாவலை மீன் பிடிக்கப் போவான் பாம்பனுக்கு.

அம்மாவின் மீன்தாகம் தேடவைக்கும். வித்யாப்பியப் பருவத்தில் இருந்தாள் அம்மா. சீசாவில் நீந்தும் ஆவுகரியா யௌவனப் பெண்ணாகி வெளிவந்து கடல் பாம்புகளின் நிறங்களைக் கசிந்து தறியில் சேர்த்து நெய்கிறாள். உறக்கத்திலுள்ள கவாடகப் பாம்புச் சுருள் அவிழ்ந்த கடல் ரகஸியங்களால் வகை துகையில்லாத பலநிற மீன்களும் கொடியேறும் தறியில் முர்ரி எனும் பழம்பேர் பட்ட கம்பளமும் வளர்கிறது. ஆவுகரியாவைப் படைத்தது முர்ரிச் சித்திர கம்பளமென ஆபேலின் வாக்கு மிதந்தது தறியில்.

ஆவுகரியாவின் சகோதரி மம்மூலியா பதினாறு தீவுகளில் கரை வாடையில் கிடப்பவள். அந்த மீனைப் பிடிக்கமுடியவில்லை ஒருவராலும். கொடிமரத்தில் ஒரு சோளக் கதிரை நூலில் கட்டி நீர் மேல் தொட்டு அசையும் அலையில் சோளமணி கேட்டு த. மீன் திரும்புகிறது.

முதலைத் தீவில் மந்திர சக்தியுள்ள இளந்தை மரங்கள் கனிகளைச் சிவந்து உமிழ அதன் தசை ருசியில் மரணத்துக்கு அப்பால் சென்றவர்களோடு முனகும் பரவச நிலை. இன்னொரு தனித் தீவில் இருண்ட கால அரண்மனை மிதந்து மூழ்கியவாறு த. மீன் மேலே வரும். நீலங்களைக் கடந்து அரண்மனைக்குச் சென்றால் இசைக் கருவிகளோடு அரண்மனையில் மூன்றுநாள் கழித்தால் மூன்று வருஷங்களாகி விடும் விதி. ஓர் ஆண்டலைப் புள் அங்கே சக்கரத்தை சுழற்றியவாறு இருக்கும். அப்பறவை குரலில் கால நீட்சியும் முற்பிறப்பை உணரும் ஒலிகளும் திரும்பவரும்.

இந்தக் கடல் தெய்வம் சம்பாபதி தனது பரிசலில் மிதந்த வாறு ரெக்கைகளைக் கோதுகிறாள். முதலைத் தீவுக்குள் நறுமண அகராதியைப் புதைத்து வைத்ததில் மரணத்தை அறியாத மலர் வகைகளை மண்நுரையீரலில் மீன் எலும்பில் பிறப்பிக்கிறாள். கிழக்குக் காற்று தீவு தீவாய் வீசி அலைகிறது. சம்பாபதியின் சிறகு களில் துயிலும் கிழக்கு வாடை.

காணாததைக் காண்கிறவர்களும் கேளாததைக் கேட்கிறவர் களும் தீவுகளில் இருக்கிறார்கள். கடல் சூழ்ந்த நிலத்தில் இருப்பவர் உலகம் விசித்திரமானது.

'மாலுமிகளின் கருந்தீவு' பாடல்களில் வரும் கதைநோக்கிப் பயணப்படும் கோர்ஷெயர்ஸ் எல்லா எலும்புருவம் தூக்கி நிற்கின்றனர். கோர்ஷெயர்ஸ் பன்னூறு வருஷங்களாகக் கடலில் அலைகிறார்கள். மேகமூட்டத்தின் ஊடே சரியும் நட்சத்திரங்களுடன் பயணிக்கும்

கொள்ளை மாலுமிக் கூட்டம். பால்வீதியில் மிதக்கும் கருந்தீவில் அவர்கள் முன்னே எல்லாக் காலத்துக்குள்ளும் வளையும் நிகழ்காலம் சுழன்றுகொண்டு இருக்கிறது எப்போதும் புயலின் நேரெதிர் சுழல்களை அடைகிறார்கள். ஆனால் விழுங்கிவிடப் பிளக்கும் ஆவி ஏறிய கடல் வாஞ்வாஞ்சென ஈர்க்கும் வேகம். பல இரவு கடந்தால் தனிமைச் சுமை இருட்டிவிடும். இந்த மாலுமிகள் தந்தைமார் களாகவும் மீகாமர்களாகவும் உருமாறிப் பழமைக்குள் சென்றுவிடும் கதைப்போக்கில் தீவின் விளிம்புகளில் அவர்களின் களவு நுரைக் கற்களாக முனகும் ஒலி தீராமல் கேட்கிறது. நுரையாகச் சிதறும் புதிர்.

கடலின் சீற்றத்தைச் சமாளிக்கும் மூங்கில் படகு விண்மீன்களை நோக்கிப் பயணிக்கும் தீவுத் துறவியின் உடலோ கரடுமுறடான தரிசுநிலம். ஒரு கதையில் சூரியன் வானிலிருந்து இறங்கிவந்து உலோகத் தீவை நெகிழப் படைத்த தீப்பாறை நீறுபூத்த சாம்பல் தீவாயிருந்தது. புல்லினமரக் கூட்டத்தில் பறவையாகப் பிறந்த சாகுருவி முதலாம் தீவில் துறவிகளுக்கான கூடுகட்டி வரும். நண்டினைத் தோற்றுவித்த சந்திர ராசியில் மனிதனின் வித்தும் சேர்ந்து சுற்றியதில் கற்கடகம் உண்டாயிற்று. மணலில் பதுங்கிய நண்டின் வளையிலிருந்து ஆணும் பெண்ணும் வெளிப்பட மணல் நகரம் தோன்றி மெல்லப் புகையால் கரையும். அங்காமா எனும் மணல் முகமூடி அணியும் சடங்கில் எல்லோரும் உருமாறும் விலங்குப் படிவத்தில் தீவுப் புத்தகம் புரண்டு மணல் உதிர்க்கும் காகிதங்களை மரத்தலை உருவம்கொண்ட கொள்ளை மாலுமி புழு, சிப்பிமீன், செந்நண்டு, குழி உடலியாக மாறிவிடுகிறான் கடல்பாசியை உண்ணும் வறிய மாலுமி அவன்... மிதக்கும் பூமிதான் தீவுகளாக தங்களுடன் கொண்டுவந்த விதைகளில் உறங்கும் தாவரங்கள் விரிநீர்ப் பெருங்கடலாக இலைகள் சலசலக்கும். நிலத்தோடு கடல் தழுவிக் கிடக்கும் தீவு கிழக்கில் இறங்கும் மூங்கில் சுவடிகளில் கடல் நாய்களின் காலடிப்புதர். பாறைமேல் தூங்கும் கோர் ஷெயர் அவனின் வேதனை நுரை சிதறிய கரைநெடுக நம்பிக்கை இழந்தவர்களின் காலடிகள். புறாக்களாக மாறிய சாபத்தினால் கடற்குகைகளில் குமுறும் கடல்வேடரின் இருட்டு.

மறையும் படகுகளில் சுற்றிச் செல்லும் புதிர் வளைவுகளில் தீராத புராதனம். சின்னத் தீவுகள் மேல் எழுகின்றன. தோன்றிய வேகத்தில் விந்தை நிரம்பி மறைந்துவிடும் தீவு ஆனால் ஒரு போதும் மறக்க முடியவில்லை. எழுதுவதன் விதியைக் கொள்ளும் தீவுதான் படைப்பு எனக் கடந்து கொண்டிருக்கும் நிலையற்ற விதி. கோர்ஷெயர்

ஒரு தீவை மறைந்து போகச் செய்தான். விண்ணும் கடலும் சூழ்ந்த ஆழத்தில் ஒரு விதையென முளைத்தெழும் தீவு மேகம் கவியத் தூங்கும் பனிப்படலம். உள்ளே மணல் துறவி மூங்கில் விடுதியில் காத்திருக்கும் சுவாசம்.

கதிர்களுக்குள் அசையும் விளைந்த சருகோசைக்குப் பின்னே தீவில் மறைந்திருக்கும் நூறுநூறு ஏதிலித்தறி வீடுகள். எனினும் எப்பருவத்திலும் தீவு நிலத்தில் சோளத்தைப் பயிரிடும் திறமை இவர்களுக்கு தனித்திருக்கும்.

பாவடியில் கஞ்சித் தோச்சலிடவும் சோளமும் கம்பும் பசை வல்லத்தில் காய்ச்சுவார்கள். கீழ்த்திசையெங்கும் சோளம் தந்தவர்கள் ரெட்டை தாழைக்காரர்கள் தான். கஞ்சிப் பசைக்காக வெகுதூரத்தில் சோளம் விளையும் கொல்லையில்.

ஒவ்வொரு சோள முனைக்கொத்தும் தாலப் போர்வையில் உறையும். தாலப் போர்வை கிழித்துப் பார்த்தால் மணி வரிசைகள் புலப்படும். ஒவ்வொரு மணியிலும் இரண்டிரண்டு சிறிய பூ. முதிர்ந்த வேனிலில் இந்தப் பூக்கள் விரியும். விரிவினுள் ஒரு முகை தோன்றும். முகையின் பூ நொய்கள் இடம்பெயர்ந்து வெம்மையான காற்றில் கலந்து நிறையும், சோளத்தண்டில் கெச்சலைப் பிள்ளைகள் கடித்தருசி செம்பட்டை கண்கள் கூர்ந்து நோக்க ஒருமுனை பால் குமிழ்களின் இமை மூடிகள். அவற்றைத் திறந்து கொண்டு பனியின் பால்பாதை அசையும். மென்காற்றில் அசையும் சோளத்தட்டைகளுக்கு இடையே தீவின் தோற்றம். காலத்தின் மயக்கம் அதைத் திறந்து முளைத்தமுனை. மேல்வரிசையொழுங்காகப் பால்தவசம் இசைபட முளைக்கதிர் தாழ்கிற காற்று. சினைத்துச் சோளமணி அடிவயிற்றில் வெள்ளி ஒளி நெளிந்தோடும் பாவடித் தெருக்கள் சில. அறுந்த நூல் கலந்த காற்றில் மிதந்தவாறு பருத்திப் பெண்டிர் இனம்பெருக இயற்கை கொண்ட வழி குழந்தைகள் சோளக்கருக்கில் சிரங்கு வத்திகள்.

நீண்டகாலப் பழக்கத்தால் இவ்வூர் தானியக்குதிர் சிதறிய தோற்றம். ஒரு பருவப் பயிரிலிருந்து அடுத்த பருவப் பயிருக்கு செவலூரில் விதைச் சோளம் வாங்கவரும் தீவுவாசிகள் படகில் போவதும் வருவதுமாயிருக்கும் விதைப்புக் காலம். சிறந்த வித்து வைக்கும் ஊர். அடுத்த பருவத்துக்கும் சேர்த்து வைப்பவர்கள். கலையறிவுடன் பழக்க அறிவும் உழவடையில் சிதறிக்கிடக்கும் மேழி எரிய. சமுசாரி மெய்ப்பித்தல் வழி மழைவரும் மோடங்கள் போட்டு இடியுடன்

மின்னும் அர்ச்சுனன் பேர் பத்து.

பிறைதொழு மகளிரைக் கேளே... 'சுத்திவரும் கோர்ஷெயர் சபையில எலி ரவுக்கை கேட்டதாம் பல திணு சில' என மரத்தின் கோணலைப் போக்க பாம்பின் மெய்யுரு நிறங்களை நக்கி இழை களை நெருடும்போது சொன்னாள் தங்கை ஆவுகரியா. வீட்டுக்கு வெளியே கருத்தவாப்பா பட்டுக் கீறும் கரணைக்கோலை நீட்டி வைத்து சிரித்தார் கடைக்குட்டி போடும் சொலவடையில்.

திருணையில் கதிர் சுற்றும் ஆரிபீன்மாலை கால்நீட்டி எதிர்வீட்டு ஜன்னலை எட்டிப்பார்த்தாள். சோனகர் வீட்டு எலிராணி ஆயிஷாவின் முடிவற்ற கம்பளத்தைச் சுற்றித் திகழும் பாம்புகளின் வளை ஓட்டத்தில் நெய்தவாறு தறிவிளக்கு அறையின் இருட்டைப் பிளந்து தெளிவைக் கொடுத்தது அவளுக்கு.

நம்மூர் பாவோடித் தெருவில் பாவிடை நூல் வாங்கி ஓடிச் செல்லும் கோலியப் பெண்கள் கால்பட்ட புராதனம் பட்டுப் பாதையாகவும் கூடியது. கருத்தவாப்பாவின் விரல்களில் வளையும் இழைகளின் சிறுதொகுப்பு கதையாகவும் அறுபடும்.

'அடியே ஆவுகரியா.... கடல் பெண்ணே கிட்டவா சேதி சொல்றேன் கேளே...'

'வரமாட்டேன் பாட்டி'

'ஒரு ஊருல தன் அழகுக்கு ஈடான கம்பளம் நெய்துவரும் பேரழகி இருந்தாளாம்...'

'அவ நா இல்ல பாட்டி'

'அடியே... சீசாப்பெண்ணே ஆவுகரியா கடலாமை வந்து எங் கனவில சொல்லுச்சே...'

'நா இல்ல யாரோ அவ...'

'அழகிய பெண்ணே எங்கிருக்கே... நீ எங்கிருந்து பேசுத...'

'ஊசிக்கும் நூலுக்கும் அருகில் இருக்கேன் பாட்டி'

கூண்டிலே கிளி நெல் குளிராத தறிவீட்டுக்குள் மூலைக்கு மூலை சொல் உதிர்ந்தது. குலுக்கையில் தானியம் குறையாமல் இருந்தது.

'கார் அறுக்கட்டும் கத்தரி பூக்கட்டும்' எனக் கிளி தறிமேல் கூண்டில் சொல் உலர் ஓரத்தில் சொல்லி வந்தது.

அந்தத் தறி வீட்டின் எரவானத்தில் வித்துக்குவிட்ட சுரைக்காய் நெற்றுகள் என்னேரமும் குலுங்கிக் குலுங்கி காற்றில் கதை

போடுவதைப் பருத்திப்பெண்டிர் கேட்கிறார்கள். நிலா காய்கிறது தீவும் தெரியாமல் கடலுடன் சேரும் பனிப்பொழிவு. இந்தக் கடலில் சுரைக்காய் மிதக்கையில் கல் மிதக்கிறது தெப்பமாய் கடந்து வா கிளியே...' என வெட்டிவேர் விசிறியால் பல்லியை விரட்டினாள் பாட்டி... அது அவளைவிட்டுப் போகாது. 'ஊருக்கெல்லாம் வாக்கு சொல்லும் பல்லி நீதான் பாட்டி' என உச்சரிக்கும் பல்லி அது. விழற் கூரை மேய்ந்த பாட்டிவீடு வெகுநாள் இருக்குமென்று காகாரிப் பறவை சொல்லிப் பறந்தது. 'வேப்பம்பழம் சிவந்தாலும் விரும்புமா உன் கிளி' என பல்லிசொல்லுக்கும் பல்முளைத்தது திருடன் வருகையில். அது கடல் மேல் திருடனின் கிளி பேசாத இரவு. மீன் முள்குத்தி நாறிக்கிடக்கும் அவன் வீட்டு அடுப்படிகளில் புழுத்த மீனைக் காத்துவந்தது ராவெல்லாம் முனகி. பாட்டி காலைத் தொட்டு நக்கி எல்லா வசவையும் வாங்கிக்கட்டும். சூலாகு மீன்கள் ஒன்றை ஒன்று மோந்து கொள்ளும் தீராத காமத்தில் பெண்ணும் ஆணும் கருவாட்டுப் பானையைச் சுற்றி ஈண்டித் துயில்கிறார்கள். சாதுரியப் பூனை புழுத்த மீனைக் கவ்வி அடுத்த கூரைமேல் தாவி வெருகின் விரட்டலைக் கடந்து தப்பிவிடும் கடல் இருட்டு.

திருணையில் கதிர்சுற்றும் கிழவி கால் நீட்டி கேட்கிறாள் ஜன்னலில். வறுமையும் கொடுங்கனவும் மென்மையான கண்ணீரும்கூட இருந்து சீர் செய்து புரை எடுக்கும். கசங்கிய வாழ் பகல் விழித்திருக்க இழைகள் ஒன்றுபடுவதை நீக்குவாள். அறுபட்டிருப்பினும் பொறுமையில் அவற்றை எச்சில் தொட்டு இழை முடிவாள்.

இந்தத் திருடனின் ராணிஎலி பாம்பின் வண்ணமின்றி ஆடை அணிவதை விரும்பவில்லை. பருவநிலைக் கேற்ற நிற இயல்பைக் கேட்கும் பாம்புகள் களவாளிகளைச் சுற்றி நீர் மேல் வந்துவிடும் ஆயிரம் தீப தூபங்கள் ஏந்திவந்த நாவாயின் வெழுப்பு நிறத்தில் மறைவார்கள்.

அவர்களையொத்த தூரதேச கோர்ஸெயர் பாரம்பரியப் பழக்கத்தையும் மறக்கவில்லை. செங்காடெல்லாம் ஈசல் காசிக் கரட்டிக் குருவி பிடித்துத் திரிகிறார்கள் காற்றடி காலத்தில். புற்றுக்கு அருகில் உடங்கம்பை ஊன்றி அதன்மேல் தறியிலிருந்த ஓதிம விளக்கை மாட்டினாள். சீசா மூடிய கடல் விளக்கத்தில் சுடர் நாலாதிசையும் சுற்றித் தத்தளிக்க விளக்கொளிக்கு வந்த ஈசல்கள் ஓலைக் கொட்டான்களில் வந்து விடும்.

சில சமயம் பாம்பும் ஓலைப் பெட்டிக்குள் சுருண்டு படுக்கும்.

பாம்பை குச்சியால் தூக்கினாள் திருடன்மனைவி. கக்கும் நிறக் கோலமாய் வளைந்து குச்சியைக் கவ்வும் பாம்பை முத்தமிட நுனி நாக்கில் சிறகு அறுபடும் ஈசல்கள்.

பாம்பு விழாமல் இரவு முழுவதும் கண்விழித்துப் பார்க்க வேண்டும் நிலவுடன். இவர்களுக்குக் காவலாக வந்த கவாடகப் பாம்பு கட்டுக் கதைபோடும் கடற்கொள்ளையர் இருட் சருக்கத்தை கேளே..

இரண்டு மூன்று பேர் சேர்ந்து ஒளியின் மயக்கத்தில் ஈசல் பிடிக்கும் போது ஒவ்வொன்றாய் வந்துவிழும் சொல்லாக இருந்தது ஈசலும். மம்மலில் விளக்கும் பழுப்பேறி மங்கிவீசிய வெளியில் ஈசல்படை பறந்து சுற்றும். சருகுகள் குவியும். சிறகு பெற்றதும் வெளிச்சம் அறுந்த கருப்பு ஈசல்தான் தோதாக இருக்கும்.

திருடனின் பிள்ளைகள் ஈசல் மருந்து சேகரிக்கும் ஆடி மாதத் தில் கலாக்காவேர், பாஞ்சா இலை, தலைச் சுருளிவேர், நன்னாரி வேர் தேடி செவலெல்லாம் திரிவார்கள். வீட்டில் வசம்பு, வெந்தயம் மிளகை நுணுக்கி வைத்தாள் அம்மியில். கலைச் சாங்கொட்டைகளைக் காட்டிலிருந்து பொறுக்கி வந்தது திருடன்தான். பதம் பார்த்து காய்ந்த வேர்களை உரலில் இடிப்பாள் திருடன் மகன் தட்டாமாயி.

புற்றெல்லாம் தேடிப்போய் மாயப்பொடி தூவுவான் கடல் வேடன். கரையான் இருந்தால் மயங்காது. பாம்பையும் மயக்கி பணிய வைப்பான் காக்கா. வரப்பில் தங்கும் பாம்பினைச் சுற்றி ஈசலும் இருக்கும். மாயப்பொடி பட்டு பாம்பும் மயங்கிவிடும். அதன் தூக்க நிலையிலேயே ஈசல் பிடித்துவிடும் கெசவால் கூட்டம். கண்ணாடிப் பாம்பு அமாவாசையில் சட்டை உரிக்க வெளிவரும் மயக்க நிலையிலேயே ஈசலைப் பிடித்துண்ணும். பாம்புக்கு முந்தி ஈசல்படை வெளிவந்து ஓதிம ஒளிபட்டு ஓலைக் கொட்டானில் நிரம்பும்.

ஈசல்வாழ் கூற்றில் கடல் வேடரின் நாட்டார் பாடலோடு வறுமையும் உடனிருந்து தேடியது ஈசல் திங்க. பத்துப்படி ஈசல் கிடைக்கும். வீட்டு வீட்டுக்கு நார்க் கொட்டான் போகும். பிள்ளைகள் கடைவாய் ஓரம் ஈசலை வறுத்தவாடை தங்கும். எலிகளின் இளவரசி திருடன் குமாரத்தியின் விதிப்படி முடிவற்ற ஸர்ப்பக் கம்பளம் நெய்ய வேண்டியிருந்தது.

இந்த இருட்டுத் தீவில் முர்ரி நெய்கிறார்கள். தீவுகள் பற்றிய அரேபியக் கதை அங்கும் பிறந்தது. சிந்துபாத் கொண்டுவந்த முர்ரி கம்பளச் சுருளில் இருந்த ஒற்றை நாடிப் பெண். வாழ்வதற்கேற்ற தீவு ஆனது. ஆனால் அது உலகிலிருந்து பிரிந்து இருக்கும் கோர்ஸெயர்

தீவு ஏனோ உலகுடன் கதையைத் தனித்து இருக்கும் இடமாக சித்திரப்படுத்தினர். இத்தீவிலிருந்து சென்றுவிடுகிறார்கள் மரக் கலத்தார்கள். மாலுமிகளின் தீவு ஏக்கம் கடலில் இருக்கும். கடல் பாணர்களின் சோகப்பாடல் நாகமலை குன்றுகளையும் கூனை அரண்மனையையும் மெலின்டா குகையினையும் ஓலமிடுகிறது. இவை தொட்டால் வந்துவிடும் கம்பளத்தில் நெய்யும் இழைகளில் ஒவ்வொரு இரவும் கடக்கிறது. கடற்கூம்பு, இடுக்க நீர் வழி, பாறைக் குடைவு, வளைகுடா, விரிகுடா நீட்சியில் செல்லும் முர்ரி கம்பளம் போர்த்தி தீவில் காத்திருக்கிறான் ஒரு கோர்ஸெயர்.

22

நிலவிலிருந்து உதிர்ந்த விதை

'தி நெகோஷியேட்டர்' துப்பறியும் படைப்புக்குள் த படைப்பின் சில அத்யாயங்களும் கலந்திருப்பதை கண்டுபிடித்த இளைய தம்பி எனப்படும் ஜெயபால் 'தனுர் காண்டம்' பகுதியைத் தனியே கத்தரித்து ஒட்டியதில் இந்த 'த'வுக்குள் அந்த படைப்பின் கதாபாத்திரம் டெனிம் ஜீன்ஸ் அணிந்த கடத்தல்காரன் ஜனாதிபதியின் மகனைக் கடத்து பவர்கள் ஆறுபேரில் ஒருவன் ஒற்றைக்கண் ஆசான் என்பதும் உளவாளிக்குத் தெரியலாம். ஃபிராங்பர்ட்டைச் சேர்ந்த வேதியியல் பட்டதாரிக்கு அந்த பெல்ட்டை நூதன தொழில்நுட்பத்துடன் தயாரிப்பதற்கான புனைவு வேகம் யதார்த்தத்துடன் கலந்திருப்பதும் நாவலாசிரியர் பிரடிரிக் போர் சீத் பனுவலில் த நவீனக் கதையாளர் தினகரனின் கோர்ஷெயர்ஸ் இருட்டுப் பிரதியும் உள்ளுவமாக துரத்திச் செல்வதில் இரு எதார்த்தங்களை வெட்டுக் குறுக்காக உத்தி செய்யலாம். மாயப் புனைகதை.

துப்பறியும் நாவலில் டிஜிட்டல் கடிகாரத்தில் லித்தியம் பேட்டரியில் இணைந்த சிறு டெட்டனேட்டர் மருந்து செருகப்பட்டும் பல்ஸ் ரிசீவர் பெல்ட் பக்கிளில் மறைந்தும் ரிசீவரிலிருந்து ஏரியல் லெதர் அடுக்குகளிடையே தோல் வாரைச் சுற்றி படைப்பு நுணுகிச் செல்லும் அசேதனப் பொருட்களைச் சுற்றி மரணம் கடந்துகொண்டு இருக்கிறது. சந்தேகத்துக்குரிய தற்கொலைப் பெண் இடது கை மட்டும் சாகாமல் எங்கோ பூமியில் ஊன்றி மரமாகக் கிளையாக பூவாக பிஞ்சு விரல்களாக கனியாக கிரமபத்திய பரியாத்திய நிலை யடைந்தவாறு இருக்கும். அவள் வலதுகால் பாதுகை பறந்து எங்கே நழுவிச் செல்கிறது. அவள் பயணித்த சந்தேகப்படும் நீலநிற அம்பாசிடர் நிற்காமல் வட்டமடித்து எல்லாச் சாலைகளையும் கடக்கிற வேகம். இறந்த பின்னும் நீலநிறக் காரில் போவதும்

வருவதுமான இருப்பின்மையின் உள்ளே அவள் இருந்தாள்.

அலைவுறும் த நகரத்துக்குள் மூழ்கும் வெளிர் சிவந்த நகரத்தை அடைந்த போது கடற்காவேரி கோர்ஷெயரை அலையாத்திக் காட்டில் மூங்கில் வீடுகளை எட்டினாள். மூங்கில் கரைகளில் ஓவியத்தில் நகரும் ஆறும் மரப்பாலங்களும் பின்வாங்கிய நாகை கடலருகில் ஒற்றைக் கண் ஆசான் கைது செய்யப்பட்டு தப்பிவிடும் சமயம். அமராவதிப் பட்டினத்து முழு உருவப் புத்தர் சிலையும் சிறிது நேரம் தோன்றி மறைந்து நீண்ட மௌனகாலத்தில் ஒற்றைக்கண் ஆசான் பதினேழு தீவுகளில் பல பேர்களில் உயிர்வாழக்கூடிய பிரஜையாக சில பாஸ்போர்ட்களில் உருமாற்றமடைந்த புனைவுக்கண் ஒன்றை நத்தைக்கண் சுருட்டி சாய்ந்த பார்வையில் கடந்து பார்க்கப் புலப்படாத நகரங்களில் பல மனிதனாய் ஒருவன் யுகங்களுக்கிடையில் அலைந்து கொண்டு இருக்கிறான். இந்த தி நெகோஸியேட்டர் நாவலில் தவறுதலான ஊடிழைப் பனுவலில் இலாமுரியை லம்பரி என்றும் மாயிருடிகத்தை சிலோடிங் எனவும் பப்பாளவும் கிராபூசந்திக்கு அடுத்திருந்த பழைய மீகாமரின் மேப் மூழ்கிமீண்டும் அழிந்த மேல் மீதே புலப்படாத நகரங்கள் நீருக்குள் வரையும் தொன்மம்.

குவாந்தங் ஆறு உறுமிய இடத்தில் தமிழர்கள் நுரையாகச் சிதறி வாழ்ந்த புலத்தில் ஒற்றைக் கண் ஆசான் வேறொரு காலத்திலும் ஒளி சிதறிய ஒரு கண்ணை விலையுயர்ந்த நீலக்கல்லாகப் பொருத்தி பாணனாக வங்க மக்களோடு பயணித்தான். அவனுக்குப் பதினாறு காற்றுகளை வாஸிக்கத் தெரியுமாக இயற்றிய பாடலில் பேரொலியும் வெறுப்பும் சீற்றமும் கொண்ட காற்றுகள் மற்றும் உரத்த முனகலிடும் மலைகளையும் ராவண அரியாசனத்தில் அமர்ந்தபடி யாழினை லாவகமாகக் கையாண்டு கடலின் சீற்றத்தை இழப்பின் வெறியை வெஞ்சினத்தை சாந்தப்படுத்தும் இசையாகிறான் ஒற்றைக் கண் ஆசான். அவ்வாறு அவன் செய்யவில்லை என்றால் காற்றின் அதியியற்கை கடலையும் பூமியையும் எடுத்து தம் வீச்சுகளினூடே ஈராகப் பிரித்து தனித்தனியே வீசிவிடும். ஆனால் அவன் தரம் பிரிக்கும் முத்துப் பலகையிலுள்ள தசம கணிதமும் மனிதவர்க்கத்தின் ஏற்ற இறக்கங்களின் விதி கடல் வாணிபத்தில் கவிழ்ந்த சாதுவனாக இருந்தான். கப்பல் ஏதோ ஓர் நாகதீபத்தில் பிடிபட்டு அவர்களின் மொழியையும் புரிந்துகொண்ட தமிழ் உயிர்மெய்யில் தப்பிய பழங்கதை சீனர் கைமாற்றிக் கொடுத்த பட்டுப் புழுக்குலம் மொழியில் மறைந்திருக்கும் நகரங்களும் கூளவாணிகனாய் வேறொரு தீவு

செல்கிறான் வேறொரு கலத்தில்.

பெட்டிகோட், சானிடரி நாப்கின், சிறிய கருப்பு பிளாஸ்டிக் பொட்டுகவர், காது சுத்தம் செய்யும் பட்ஸ், பெண்ணின் கைக்குட்டைகள், சில்வர் கொலுசு, கீழே உருண்ட ஒலி இருட்டுப் பூச்சிகளின் வெள்ளி ஒலி கால்இழந்தவள் வேறொருத்தி. 'நாங்கள் மூடியிருக்கும் சுதந்திரத்தின் கதவை உடைப்போம். அதில் நாங்கள் தோற்றாலும் எல்லாவித தடைகளையும் தகர்த்து வெல்வோம். தொன்முதுகோடியில் வீடுவீடாகச் சோதனை நடந்தது.

அங்கிருந்தே மணலின் வகைவகையான பாதைகள் புனைவாகக் கிளம்பி ஓடும் க்ரிப்டோ மணல் நூலகம் இது. ஒற்றைக்கண் ஆசானின் டைரியில் கடல் தாண்டிய வரைபடங்கள் மூழ்க மலேயாவுக்கு மேற்குக் கரையில் தகோபா அன்றைய தக்கோலம் என்பதும் நூற்றாண்டு மடிப்பில் கருவங்கமேறிய ஆசானின் மறுவிழி அரிமானங்களில் எழுதப்படும் பெயர் அறியா ஊர்களும் நதியும் விதவிதமான திசைச் சொற்களும் டைரியில் அகராதியிட்டு வந்தான். சிதைந்த கண் அடியில் நூறு மீன் வரைந்த ஓவியம் இந்த படைப்புக்குள் 'தி நெகோஷியேட்டர்'ன் அரிய துப்பறியும் வேவுக் கண்ணாடி சரித்திரம் பூசி வரை உருவங்கள் குழம்பிவிடும் மாற்றம், சுமத்திராவை சுவர்ணத் வீபம் என்றதில் செட்டி மேகங்கள் தென் கிழக்கு நகரங்களின் மேல் படிந்து உறங்கும் இந்தோனேஷிய ராத்திரிகளில் தீவுக் கூட்டத்தை பட்டு நூலில் கட்டி இழுத்த சீனரும் வட்டிப் பொருளாதாரத்தில் திரித்த சடம்பில் செட்டிகளும் தங்களுக்கானதாய் நகர்த்திச் செல்ல இங்கே உண்டியல் பணம் சுண்ணாம்பால் எடுத்த செட்டிநாடு வீடுகளில் உத்திரமாய், கதவுகளாய் ஜன்னல் ஆயிரம் கிரீச்சிட்டு அடித்துக் கொண்ட பர்மா மரங்களின் ஆவி மரக்கிளிகளும் மரப்பாச்சிகளும் கல்லில் உரசி பிள்ளைக்குப் பேதியை நிறுத்த தாய்மார் மலேயா, சீனா, ஜாவாமொழி பேசும் பவளக் கூண்டுகளைத் திறந்தால் கீழை மந்திரக் கிளிகளுக்கு பழத்துண்டு வூட்டும் காலமும் ஒற்றைக் கண் ஒளிசிதறல்.

சைலேந்திர மரச்சிலைகளை சீதனமாய் கொண்டுபோன குமாரத்திகளின் வாசனைக் கைக்குட்டைகள் உதிரத்தில் மறைவதற்கு முன் டெனிம் பெல்ட் தன்னைச் சுற்றும் வளையமாக மரண வழி நாவலில் குறிப்பிடும் ரிமோட் மூலம் தானே தொடுவதற்கு முன் தோல்வார் உரித்த விலங்கு சூரியனில் வீழ்வதற்கான தருணம் இலக்கை அழிக்கும் கணம் ஒன்று மெல்ல உறைந்த இடத்தில் பள்ளம்கூட தோன்றாத தரை விரிப்பையும் பாதிக்காமல் அந்தரத்தில்

பறந்த கைக்குட்டைகளில் வேறு பெயர்களிடப்பட்ட இன்ஷியல் காம்ரேட் மாலினி, ஜயந்தி, சுந்தரி, கம்சி, அகிலேஷ்வரி ஒவ்வொருவரும் பிரதிக்குள் மறையும் வேளை, வடகிழக்கிலிருந்து மிதந்து வலைத்தளத்தினுள் புகுந்து வந்த புகைப்படத்துள் கைகள் பற்றியிருந்த செடியினிடையே சர்ப்பம் ஊர்ந்து வளைவதை உறக்கமின்மையால் அமைதியாகப் பார்த்துக்கொண்டு இருக்கிறாள்.

தழலிட்ட சித்திர ஓலைச் சுவடிகளில் அவள் உருவை முதலில் எழுதியிருக்க முடியாது. தீவில் படியெடுத்த பனைவோலைகளில் தண்டனை அளித்தே தீர வேண்டிய இன காழ்ப்பின் சூழ்ச்சிகளுக்கு சித்திரங்களில் புகுந்திருக்கும் ஆவி அழகு அவலட்சணக் கலவையில் வரையப்படும் நிகழ்காலப் பனுவல் சித்திரப்படும் சாயநீர் காரி படி எடுப்பதில் புதுப்பித்த ஏடுகளுக்கு சிவப்பு வர்ணம் பூசி சிதல் வாய்க்குள் செல்லாமல் தனுர் காண்டம் ஒற்றைக் கண் ஆசான் சென்ற தீவு பல கருப்பு நூல் பெட்டகம் பதனீடுகளைத் தெரிந்துகொள்ளப் புதிர்கள் விலகலாம்.

ஓலைக் குடாவின் நீலத்துக்குள் மூழ்கி நீந்திச் சென்றால் தனுர் இசை குறித்த வாழ் புராணம் ஆய்ந்தெடுத்த ஏடு மனோதர்மப்படி விடுதலை தாகம் ஒரு கலையின் தேய்பிறை.

அவள் தாகத்தின் நிறம் கரும்பச்சை அது இமையாத மீனின் கண்களைக் கொண்டிருக்கும் கடலின் மோனம். பாம்பின் எலும்பைப் பெற்றிருக்கிறது. அவள் இன்மையும் சாயநீர் ஓவியமாக காற்றின் அகராதியில் புரண்டு கொண்டிருப்பதாக. வில்லில் அவள் சிவந்த வயலின்.

மழைக்கு முந்திய காற்று உள்ளேறியிருந்த எலும்புகளுக்குள் மண் கீறல்களில் ஓடிக்கொண்டிருந்த பாதைகளில் தோளில் சிகப்பு வயலினுடன் தனுர்வில் எடுத்து மீட்டிவரும் ஒற்றைக்கண் ஆசான் வருகிறான் சுவாசம் எங்கோ அழைக்கும் திசையில் சுருட்டுப் புகை வளைந்து சுருள கருப்பு நாயின் ஊளை.

சிபியின் பிபா வம்சப் புறாக்கள் இப்பெண்களைச் சுற்றியே படரும் வழிவழி உறவு. பூக்கள் உதிரும் கந்த வாடையில் வரும் தனுர் காலடி எனக்குக் கேட்டது. அந்த தனுர் இசையானது அசாதாரணமான உணர்ச்சி மிக்க மண் நுரையிலிருந்து நேர்த்தியான சுவடுகளை நோக்கியிருக்கும். இலையுதிர் காலத்துக் காற்று என்னைச் சுற்றி முரலுகிறது. மாங்கிளைகளின் நடுவில் குளிர்வித்து துயின்று நடுங்கும் இலைகளிலிருந்து தரையை நோக்கி ஓர் ஆறுபோல் பரவுகிறாள்

சூர்ப்பதனு. அவள் சொற்கள் பேசாத மீனின் வாய் வார்த்தை சொல்லாமல் போனவை. இழந்த ஓடைகளில் நுரைக்கல் பொங்கிய மூச்சு.

பகல் வெளிச்சம் மங்கலாகி வருவதை வண்டிப் பாதை தட்டிக் கிடந்த ஆற்றங்கரை நெடுக காளைகள் குளம்படி மீதான அடுத்த எட்டில் நிலங்கள் அறுவடையாகியிருந்தன வண்டலில்.

ஒற்றைக்கண் ஆசானுக்குப் புகையிலை கொடுத்தவள் எரிச்சி வாசனையுள்ள ஊர்களில் தனித்தனி மோனம் அழைப்பதாகச் சொன்னாள்.

நாய்கள் அவனைக் கண்டதும் குரைத்து சம்பாஷித்ததில் ‘தனிமையில் எங்கே போகிறாய் உன் தனுர்மூங்கில் குருத்துவிடும் ஓசை’ என்ற கோட்டி நாய் சூதானமாய்க் கேட்க ‘தப்பி அலைகிறேன். என்னைத் தொலைக்க முடியவில்லை’ புகையிலை வாசனை நாசியில் படர சுற்றிவளைத்த நாய்களிடம் நறுக்கை ஊட்டித் தழுவுகிறான். குருத்துக் காது நாய் அவனைப் பின்தொடர ‘இங்கே பார். செயற்கைக் கண் அணிந்திருக்கிறாய். தாடையை உயர்த்திப் பார்க்கிறாய். கண்ணாடியால் செய்த கண்ணை பொருத்தியது யார்... கருவிழி இல்லாமல் இமைக்க முடியாது உன்னால்’

‘கண் ஏடு பார்... என் கபாலத்தில் பாழ் வெளிப் புத்தகம்... என்னைப் போல் நீயும் வெளியே திரியும் விதி உனக்கு’ என்றான் ஆசான்.

கீழே விழும் இலை ஒவ்வொன்றிலும் தாவரக் கிளையில் தோடி... இலைகள் சிதைந்தும் நிலம் நோக்கி வீழ்ந்தவள் ஆவியைச் சுமந்து அலைகிறேன். இந்த கடல்பனை கூரை வேய்ந்த விழுந்த மாவடியில் தனித்திருக்கிறேன்’

நாகஎலும்பு மலரும் தோடியில் காமக்கூண்டு சேரும் முதன்மைப் பூக்காலம் வறண்ட தாவர வேர்கள் குடித்த ராகத்தை ஊன்ற முடியாமல் நடுங்க... பெரு வங்கியத்தில் நீலநிறப் பூக்கள் ஏந்திவரும் பாணர் யாம். ஓதவலிமை கொண்ட கடல் உவரி ஊடுருவ அடிநிலத்தில் இயற்கைதான் தோடி. தனுர் வாழ்ந்திருக்கக்கூடிய குறைந்த ஒரு ஆயுளில் வில்லின் அகராதியாக உடல் சிதறல். சற்றே விலகிநில் தோடிக்குள் பால்சுனைப் புழுக்களின் தாபத்தை உறிஞ்சி வெப்பரத்தப் பிறவி ஆனாள்.

கொம்பூதிக் கிழவி சொருகிய ராகம் உதிரச் சாயை தொட்டதும்

திகிலடைந்தாள் தனுர். அசாதாரண வர்ண மெட்டு செறிவுணர்வில் திளைத்திருந்த அஸ்தமனத்தின் மை உருக்கம் அவள் ஊழிமை ஆழம்வரை ஊடுருவிய கணம். ஒவ்வொரு அஸ்தமனப் பரிதியோடு மூழ்கி மோனத்தில் கரைகிறாள்.

சாபம் உன்னையும் கிளை மாற்றி சிஞ்சுபா விருட்சத்தில் அரக்கர் பக்கம் திருப்பியதில் ராவணனும் நாக சின்னம் எடுத்த வரைபடத்தில் கனவில் வரும் சர்ப்பம் தோடியில் சுருள்கிறது மரணத்தின் நிலத்தினுள் கடந்துவரும் இருட்டில் பூக்கள் வெள்ளெருக்கான வேளை தனுர் இதழ் திறக்கும் தொனி அதில் கரையும் சுநாதம். புவியுலகில் கீழ்த்திசையில் பச்சைக் கோடாக நீளும் தோடி. பின்னும் தொடர இருந்த வாழ்வின் ஏக்கம் விரிந்து எழ மண் பூண்டுகளில் தனுர் தோற்றம். பதுங்கிய சுரப்பூவில் பழுப்பான வெள்ளி இழையும் அனாதரவாக மறைகிறாள். விருவு ஓடிய வயல் வெளியில் கபால மேந்திப் போகிறான் ஒற்றைக் கண்.

அதில் சொல்மீது பொருட்கள் சுழல ஊர்ஊராய் கனவிருந்து தோன்றி மறையும் தோடி பட்ட மண்பானைகளின் வெளிச்சத்தில் இரவும் முடியாமல் விடைபெறும் நீயும் நானும் இல்லாமல் வாசிப் பின் சுருணைகள் அவ்வூரில் இருந்து கொண்டிருக்கும் வாடிய பூண்டுகளில் சருகுகள் புலப்படும் ஓசையில் அவள் வருவதும் போவதும் தெரியவில்லை. உன்னை எனக்குத் தெரியும். ஈமப் பேழைகளில் நம் மரணம் இன்னும் புதைக்கப்படாத வேளை புறங்காட்டுக் கபாலங்கள் பதிந்து செம்மேடுகளில் நாக எலும்பு மலரும் தோடியை இல்லாதவரும் இருப்பவர் போலாகும் உருக்கத்தை மெலிவுக்கும் மெலிவான தனுர்வில் இசைத்த ராகம் தனக்கு வேண்டுமென்று தீராத நிறக் கோலங்களுடன் சுழலும் பூமி.

23

பிறை வளையங்களும் கனா நிலைகளும் சந்திர ஓரை 3

மீனின் செவுள்களாகச் சிவந்த விடுதியில் அம்மாவைப் பார்க்க வந்தான் நத்தைக் கண். ஒரு கண் ஒச்சமானவன். உள் அறைகளுக்குள் விளக்கு வைத்திருந்த மங்கிய வெளிச்சத்தில் நறுமணத்துடன் எதிர்பார்த்துக் கொண்டிருக்கும் அவன் சேக்காளிகளையும் எங்கே? எனக் கேட்டான். மகனைத் தழுவினாள். அசிங்க உடையும் அழுக்கும் முடை நாற்றமடித்தது. இந்த மாலுமி விடுதியில் அம்மாவை விட்டு போயிட்டியே. உப்புவிடுதி பாழாகிவிடுமோ எனக்குப் பயமாருக்கு... என்ன கூட்டிப் போயிடு சிலாமா... பயமாருக்குடா... ஆனால் போட்மெயிலுக்கு வரும் செட்டி வணிகரும் பயணிகளும் பயந்து போனாலும் இங்கே நிழல்தங்கும்சத்திரங்கள் வேறு இல்லை. உப்புவிடுதியில் தங்குவது பயங்கரமான கனவில் ஓடையோரங்களில் துரத்திச் செல்லும் அடிமைக்கப்பலில் பலியான பேய்கள் துன்புறு பெண்களாயிருக்கும். பிஜித்தீவில் கரும்புத் தோட்டப் பாடல் கேட்கும் கோரஸாகக் கடல் சேர்ந்து ஓசையிடும். நீண்ட மௌனத்தைக் கலைத்து ஓங்கி அரையும் பெண்கடல் உப்புவிடுதியில் தூக்குப் போட்டு இறந்தவரின் அறைகளும் மோகப் புயலில் ஈடுபடும் தற்கொலையானவரின் ஆன்மா பாடுவதை அம்மாவும் கேட்டாள். அவர்களும் விரக்தியடைந்த பிள்ளைகள் தானே... இருந்துவிட்டுப் போகட்டும்... அவர்களால் யாருக்கும் தொல்லையில்லை... விரிவும் பாலையுமாய் தற்கொலையானவனின் காற்று வீசிய நெடுநல்வாடை...

நாளாக நாளாக சிலாமா கோர்ஸெயர்ஸ்களோடு சேர்ந்துவிட்டான். பயங்கரக் கடற்கொள்ளையன் பிலிட்ஸ் தானியேல் பிரகாசமான கருப்புக் கண்களுடன் இவனையும் பிளட்ஸ்ஸாக ஆசீர்வதித்தான். மாலுமிக்குரிய கத்தியை உருவி விரல் உதிரம் எடுத்துச் சத்தியம் வாங்கினான் நத்தைகண்ணிடம்.

அறை மேஜைமீது காய்ந்த ரொட்டி பீங்காண் தட்டில் இரு ஆரஞ்சுகள் நடுவில் ஒரு பழக்கத்தி சில கோப்பைகளும். அம்மாவின் பேச்சுக்குரல் நின்றிருந்தது ஆழ்ந்த தூக்கத்தில் இருந்தாள். மெல்லிய ஓசையிலும் விழித்துவிடக்கூடிய மயக்கம் கொண்டவளாக உயிர் பேணும் பெண்கள் சேலையின் மிருதுவான சரசரப்பும் கேட்டு விடாமல் இமைகளாலும் அவற்றின் வாடிய வரிகளை ஒவ்வொன்றாய் மடித்து முகத்தின் பாவனைகளில் உரையாடுகிறார்கள்.

மாலுமி விடுதியின் வாசல் திறக்கப்பட்டிருந்த வேளை ஓர் அந்நியன் உள்ளே நுழைந்தான் குற்றத்தால் இருட்டித் திரிந்த உருவம் அவன் கையில் போர்ச்சுக்கீசிய கைத்துப்பாக்கி உடம்போடு உடையாக ஒட்டியது. ஒபீரிலிருந்து வரும் பழைய வாணிபன் உணவுக் கூடத்தில் அமர்ந்திருந்தான். வந்தவனைப் பார்த்து பயந்திருந்தான் ஒபீர். இவனும் வேறொரு ஆசனத்தில் அமர்ந்து முணுமுணுத்தான். ஆனால் அந்நியன் மாலுமியர் விடுதி வாசல் கதவின் மூலைக்குச் சென்று ஒரு பூனை எலிக்கான காத்திருப்பாகப் பதுங்கினான். ஒபீர் அவனை விட்டுமணல் வெளிக்கு இறங்கிவரும் வேளை வந்தவன் முகத்தில் கடலின் இருட்டு முனகியதை உற்றான். ஒபீர் வெளியே போகதே...! என்று மிரட்டினான். கொஞ்ச தூரம்தான் உன்னைக் காட்டிக் கொடுக்க மாட்டேன்... கப்பலை நோக்கிப் போகிறேன். அங்கே காவலர்கள் யாருமில்லை. நீ என்னைக் குறிவைத்து வரவில்லை. எனக்குத் தெரியும் நத்தைக் கண் உள்ளே இருப்பதை காட்டிக் கொடுக்காமல் ஒபீர் வர்த்தகன் தப்பிவிட்டிருந்தான் கானரின்ஸிடமிருந்து. இவன் முடிவெழுத்த ஆசியனாக இருந்தும் சிலாமாவை ஏன் தேடி வந்தான்!

தொடர்ச்சியான பழுப்புநிறக் கனவொன்றில் விழிகளைத் திறவாமல் அதனுள் மாறுபடும் காலங்களை நிலவின் மேற்பரப்பு முழுவதிலும் பல வளையங்கள் தோன்றி இவையாவும் ஒளிர்ந்து வளைந்து நிறவேகம் கூடக்கூட மணல் இமை திறந்து மூடினாள் அம்மா. எரியும் விளக்குகளுக்கு நடுவில் சிமிழ் மீது வெறுமையும் தைல ஒளிர்வும் சேர தலையை அசைத்தாள்... சீரான மூச்சு... செவிலிப் பெண் தலைமுடி கோதுகிறாள் நீளவிரல்களில்..

அவள் அறையிலிருந்து செல்லும் வராண்டாவில் முதல் ஜாமத்துக் கான பிறை வளைகிறது. அங்கே எதிரி காத்திருக்கிறான். அம்மாவிட மிருந்து வெகுநேரம் இவன் அசையவில்லை. அங்கே பழைய கதவுக்குப் பின் கானரின்ஸ் சிவந்த விழியாக மூடல். ஏதோ வலியில் முனகினான்.

சில்லிடும் ஒளி இவனைக் கூட்டிப்போன தொன்முதுகோடி ரயில் நிலையம். அங்கே தூங்கலாம். நத்தைக் கண் திரும்பி வந்தால் இவனைக் கொன்று விடுவான். ஆனாலும் உறங்குகிறவனை ஒரு போதும் இந்த கடற் கொள்ளையர்கள் கொல்வதில்லை. ஒவ்வொரு ரயில் பெஞ்சிலும் அகதிகள் காத்திருக்கிறார்கள்.

பாழடைந்த கடலாடை மூடிய குருடன் ஒரு குச்சியில் தரையைத் தட்டியபடி நெருங்கி வருகிறான்.

எங்கிருந்து வருகிறீர்... நீங்கள் யார்?

நாங்கள் யாழிலிருந்து வருகிறோம். அகதிமுகாம் எங்கிருக்கிறது. நான் எல்லாளன். ஈழப்புத்தகத்தில் என் ஊர் தென்மராட்சி.

நான் இது மாதிரி மனதைத் தாக்கும் துயரமான குரலைக் கேட்டதில்லை. அவரை அடிபணிந்து உப்புவிடுதிக்குள் அழைத் தேன். வந்த மனிதரைப் பார்த்ததும் கூடத்திலிருந்த வேறொரு ஒபீர் வர்த்தகனுக்கு குடித்த தேனீர் உள்ளிருந்து வெளியே வந்து கொட்டியது. ஒபீர் நோயாளியைப் போல் வெளிரினான். சில அகதிகள் ஈர ஆடைகளுடன் மாலுமிவிடுதிக்கு முன்நிற்கிறார்கள். அவர்களுக்கான தாழ்வாரங்களை நோக்கி காவலாளி அழைத்துப் போகிறான். 'முதலில் நனைந்த ஆடைகளைப் பிழிந்து உடுப்புகளை மாற்றுங்கள், அந்த மறைவிடத்தில்...' என்றான். 'அதிருக்கட்டும். குடிப்பதற்கு தேநீர் கிடைக்குமா' உப்பு விடுதியில் வந்தவருக் கெல்லாம் தேநீர் தர காவலாளி உத்தரவிட்டான். வந்தவர்கள் ஏதும் பேசவில்லை. தானே இருட்டுக்குப் போய் ஈர உடைகளை மாற்றும் சப்தம்.

மாலுமி விடுதியை சுற்றி வெகுதூரத்துக்கு அந்த எல்லாளன் குச்சியால் தட்டித் தட்டி வட்டமிட்டபடி இருக்கிறார். தொலைவில் தானே பேசுகிறார் யாருடனோ. அபாயகரமான சூழலில் மாட்டிக் கொண்டேன். அவர் தோளில் சுமந்துவந்த செத்த உடலை தொலைவில் கண்டேன். கையில் மாலுமி விளக்குடன் தனியாக அவனைத் தேடிப் போனேன் பேச்சு வந்த திசையில். என் வரவைப் புரிந்துகொண்டு 'அங்கேயே நில்.' கைத் துப்பாக்கியுடன் என்னை நோக்கி எச்சரித்தார். 'இந்த மனிதனைப் புதைக்கும் வரை என்னுடனிரு. இந்தக் காவலருக்கு சொல்லிவிடாதே. சவ அடக்கம் செய்ய வேண்டும் இருட்டில். நீதான் இறந்த முகமற்ற அகதிக்கு காரியம் செய்கிறாய்.' சற்று யோசித்துவிட்டு 'ஆகட்டும்' என்றேன். மணல் மேட்டின் கீழ் தற்காலிகமாக அகதியைப் புதைத் தோம். மேட்டிலிருந்து மணலைக்

கைகளால் பறித்தேன். தொன் முதுகோடி நாய் நகத்தால் இறந்தவனை தோண்டுவதுபோல. அவற்றுக்குத் தெரிந்து விட்டால். பிணந்திண்ணி நாயின் கண்கள் தூரத்தில் பச்சை நிழலாக பரவியிருந்தது. புதைத்த இடம் நாயின் கண்களுக்குத் தெரிந்துவிடும் 'அடுத்த இரவு வரட்டும்' என்றார். அங்கிருந்த எல்லாளருடன் என் உரையாடல் தொடர்கிறது. மணலில் குருடரின் குச்சி பரசிப் பரசி எதையோ தேடியது. இறந்தவனின் கொழும்பு தோல்பெட்டி. அது பனியால் மூடப் பட்டிருந்தது. பாட்லாக்கில் கை சென்றது. கொழும்பு பூட்டுதான் குளிரில் விரைத்திருந்தது பிணமாக. 'பெட்டியைக் கொண்டு போ.. அதில் இருப்பதெல்லாம் உனக்குத்தான்..' 'எனக்கு வேண்டாம். இருவரும் சேர்ந்து திறக்கலாம் பிறகு... சாவி உங்களிடமே இருக் கட்டும்.' மாலுமி விடுதியை நோக்கி மௌனமாக நடக்கிறோம். உள்ளே விளக்குகள் எங்களைக் கண்டுகொண்டன. தட்டிச் சென்ற சத்தம் கேட்டு காவலாளி உஷாரடைந்து எதிரே வந்தான். 'என்ன நடந்தது... சொல் சிலாமா...' 'ஒன்றும் நடக்கவில்லை. இவர் பேர் எல்லாளன். வழி தவறிவிட்டார். கண் தெரியா தவரில்லையா... அவரை என்னுடன் வைத்துக் கொள்கிறேன். குருடர்களை அகதி முகாமுக்குக் கூட்டிப் போக முடியாதே...!'

'இவர் படகிலிருந்து வந்தவர்... வெளியிலிருந்து யார் வந்தாலும் அகதி முகாமுக்குள் ஒப்படைக்க வேண்டும்.'

'ஜார்ஜெண்ட்.. நீ இதற்கு இரங்குவாய் என்றிருந்தேன்... நாமும் மனிதர்கள் தானே.. போ ஜார்ஜெண்ட்... போ... கொஞ்சம் ஈரத்துடன் நடந்துகொள்.'

'எனக்குள் ஈரமில்லையா சிலாமா.. சங்கதியை நீ யாரிடமும் சொல்லாமல் இருக்கும்வரை உன்னோடு சிலர் தங்கலாம். சேதி தெரிந்துவிட்டாலும் எல்லாளரை முகாமுக்கு நானே கூட்டிச் சென்றுவிடுவேன் எச்சரிக்கை.'

ஜார்ஜண்ட் அப்போதுதான் படகிலிருந்து பிடிபட்டவராக குருடரை கூட்டிப் போகிறான் விடுதிக்கு. வாசலில் வேறு சில காவலாளர்கள் அவனுக்கு சல்யூட் அடித்தனர். சிலாமா.. இவர் குருடராக இருப்பதால் உன் அறையில் தங்க உத்தரவிடுகிறேன். அவருக்கு பரிபாலனம் செய்வது உன் கடமை. எங்களிடம் எதுவும் கேட்காதே. நாங்கள் சட்டத்தின் கைதிகள். டூட்டிதான் முக்கியம். பெரியவரே உங்கள் மகன் மாதிரி... இந்த சிலாமா... அவனுடன் தாமசியுங்கள்... காவலர்கள் 'நியாயமான பேச்சு' என தலை ஆட்டினார்கள். காவலர்களுடன்

ரோந்துக்கு செல்கிறான் ஜார்ஜெண்ட்.

மாலுமி விடுதியில் பச்சை இரவு ஏந்தியுள்ள மிளிர் தங்க விளக்குகளைப் போல... தனது பெண் ஆண் இரு கடல்களை உள்ளீடற்றதாக்கி உறுமச் செய்து வெப்ப மண்டல கடல் மீனம் வரை சாற்றுகின்றன கரைநோக்கி. நாம் பெருமிதம் கொள்ளு மளவிற்கு காஸாதுக் கடவுள் நற்பேற்றில் இருட்டு முத்துகளை வார்த்து த. கடல் சேர்க்கிறார். கரைநெடுக பால்நிறம் முளைத்த சிப்பிகள் ஒதுங்குவதைப் பார்த்தான் நத்தைக் கண்.

அவனிடம் கருப்புத் தோல் பையை கைப்பற்றுவதற்காக எதிரி களையும் அனுப்பிய காஸாதுக் கடவுள் அவர்களுக்கான பங்கைக் கேட்டு வந்தவன் பழுப்பான கானரின்ஸ் கடற்கரை ரயிலடியில் தூங்கிவிட்டிருந்தான். படகில் மீதியுள்ள மாலுமிகள் தங்களுக்கான முத்துகளை கேட்கிறார்கள். கைப்பற்ற வந்தவர்கள் இருட்டில் பதுங்கியிருந்தனர்.

ஒரு பெண் உள்ளே வந்து தாயாரிடம் குனிந்து தாங்கும் குரலில், ‘அம்மா... எழுந்திருங்க...’ அவ்வேளைக்கான மாத்திரைகளும் கிளாஸில் வெந்நீரும் ‘இந்த வில்லைகள்... மீடறு நீர் குடிங்கம்மா’ அம்மாவால் விழிதிறந்து முழுமையாகப் பார்க்க முடியவில்லை. தலையை ஒருச் சாய்த்து அகற்றுகிறாள் தலையணையை. கவிந்த கூந்தல் துயரிலும் கலைந்திருந்தது. கருந்தோகையென வாடாத தைலத்தில் மிதக்கும் நெளிவுகள். பின்பக்கம் விலக்கி நீட்டினாள் முகத்தை. நெருங்கிச் செல்லும் உள்ளங்கையில் இருமாத்திரைகள். கண்ணாடி கிளாஸை சாய்த்து அருந்தும் சப்தம். ‘போதும்...’ திரும்புகிறாள் சுவர்ப்பக்கம். அரைவிழி போட்டு சுவரில் நகரும் எறும்புகள் இன்னும் தூங்காமல் கீறல்களில் மறைந்து வெளிவந்து திரிந்து அலையும் இராப் பாலை. ஆழமாக மூச்சை உள்ளிழுத்து வெளியே விடுகிறாள் மெல்ல.

அவனுக்குத் தோன்றிற்று... குற்றத்தை திரளானோரிடையே மறைப்பதை விடவும் வேறெங்கும் அவ்வளவு எளிதில் மறைத்துவிட இயலாது. காஸாதுகளுக்குப் பங்கிடாமல் உப்புவிடுதியின் பேய்கள் சும்மா விடாது என்னை, மனிதன் ஒர சூதாட்ட விலங்கு... மாமிசத்தைப் பகிர்ந்தளிக்காமல் வேட்டையும் முடியப் போவ தில்லை...

விடுதியின் நடுக்கூடம் வந்து எல்லோரையும் அழைத்தான். பதுங்கிய நிழல்கள் ஒன்றுபட்டு நெருங்கிவரும் காலடிகள். நெடுங்

கைகளையுடைய கொள்ளையன் எல்லோரையும் அமர்த்தினான் சைகையில். 'சிலாமா... ஏன் ஓடி ஒளிகிறாய்... உனது நத்தைக் கண்களைத் திறந்து வைத்திரு.. ஒரு கண் சிதைந்த இருளில் யார் இருக்கிறார்கள் உனக்கு...'

'மாரினேர்... நீ எனது தந்தையைப் போன்றவன்.. மூத்த மாலுமி வேறு.. நோயாளி அம்மா இருக்கிறாள் இங்கே.. அவளைப் பார்க்க வந்தேன் தெரியுமா உனக்கு.. எனக்குக் கிடைக்கும் பொக்கிஷத்தை உங்களோடு பகிர்ந்துகொள்கிறேன். என்னைக் கொல்வதற்கு இத்தனை ஆயுதங்களா சொல் மாரினேர்...'

ஆளுக்கு எட்டு முத்துகள் போக இரு முத்து சற்றே மருவுள்ள துரதிருஷ்டத்தின் விதிகொண்டது. 'அதை உப்பு விடுதிக்குள் எறிய வேண்டாம்... ஏற்கெனவே பேய்களும் சாபமும் தீரவில்லை இங்கே... நமக்குப் பிறகும் பயணிகள் வருவார்கள்தானே... அதைக் கடலில் போட வேண்டாம்... மணலில் புதைத்துவிடு... மாரினேர்...'

பங்கிட்டு தின்பதில் கடற்கொள்ளைக் குரங்குகள் ஆதி யானவர். நத்தைக் கண் மயக்கநிலையில் அங்கேயே விழுந்து தூங்கிப் போனான். மற்றவர்கள் அங்கிருப்பதற்கு நேரமில்லை. செவிலிப் பெண்ணின் ஏழைத் தகப்பனார் நடப்பதையெல்லாம் தூரத்தில் கவனித்திருக்க வேண்டும். அடுத்த நாள் காலை செவிலியர் தந்தை தட்டித் தடவி கீழே வந்து சேர்ந்தார். தொடர்ந்து போட் மெயிலில் வந்த நாட்களில் மெலிந்துகொண்டே போனார். அதோடு அவர் முகத்தை ஏறிட்டுப் பார்த்தான் நத்தைக் கண். அவர் ஆஸ்பத்திரியில் தன் மகளோடு பேசிக்கொண்டு இருக்கிறார்.

நான் வாசலில் நின்று கொண்டிருந்த போது அந்த செவிலிப் பெண் டூட்டி முடிந்து குருட்டுத் தந்தை ஒரு குச்சியினால் தரையைத் தட்டித் தட்டி நூறு கேள்விகளுடன் ஊர் திரும்ப இருந்தார் போலும். வந்தவர் சிலாமாவை நெருங்கி வந்து கொண்டிருந்தார். தக்க சமயத்தில் கருப்பு லெதர் பையிலிருந்த எட்டு முத்துகளையும் தந்தையின் கைக்குள் திணித்தேன். அவர் நிர்கதியாகி விட்ட அகதியாகத் தோற்றமளித்தார். கண்களிலும் மூக்கிலும் ஒரு பெரிய சிவப்பு நிழல் பரவியிருந்தது. அதோடு கடலுக்கு அப்பால் செல்லவும் விருப்பமின்றி 'ரயிலடிக்கு என்னைக் கூட்டிப் போ' என்றார் மகளை. மிகப்பெரிய கிழிந்து கந்தலான கடல் ஆடையை போர்த்தியிருந்தார். 'தம்பி நான் யாழ்ப்பாணி பிச்சைக்காரன் இல்லைப்பா... இந்தா உன் வெகுமதி களை ஏற்காது இந்த உயிர்.' 'ஐயா... நான் அப்படி நினைக்க வில்லை...

என் அம்மாவை உங்கள் மகள் தனுதான் பார்த்துக் கொள் கிறாள். இந்த முத்து கடவுள் கொடுத்தது. பூழி முத்துகள் அவளுக்காக இருக்கட்டும். .... என் தாயாரை நீங்கள் பார்க்காமல் போனால் எப்படி... வாருங்கள்... உள்ளே...' அவன் கூட்டிப் போனான்.

என் அறைக்குச் சகவாசியாக எல்லாளன் வந்த பிறகு அவளது வரைபடங்கள் சுருட்டப்பட்டிருந்த மேஜைக்கு அடியில் களித் திருக்கும். பூனை தனுவின் பொம்மை ரயில் வண்டியை உருட்டியது. மெல்லிய லேஸ் வலையைப் பின்னியவாறு தென்வடமராட்சி நினைவுகளில் குருடான விழிகளை நிலைத்திருந்தார். குடும்பம் எத்தனையோ ஊர்விட்டு தேரிக்காடுகளில் திரிவதை நோக்கியும் அத்தெருக்கள் வளையும் பனங்காட்டு ஓசை. சிதைந்த டாக்கீஸ் தெருவைக் கடக்கிறார். தனுவுக்கு சிநேகமான மிட்டாய் விற்கும் பாட்டி கந்தல் குடைக்குள் குனிந்திருந்தாள். கிட்டங்கி நிழல்களில் வண்டிக்காரர்கள் இவரைக் கை தொழுகிறார்கள். நீர் கோர்த்த வண்டிக்காரன் மருகி அழுதான். எல்லாளர் உடல் உள்ளே மௌன வெள்ளை உடுப்பும் வழக்கமாக அணியும் நீலமுறட்டு கால்சட்டை நேத்தா என சனம் கூப்பிட்ட ஒலி மகளுக்குக் கேட்டதும் அரிச்சலில் திரும்பினாள். சிரித்த முகத்துடன் கண்ணாடியில் ஆஸ்த்மா இருள் சூழ ஒவ்வொரு இராத்திரியும் தனுவும் கூடவே அப்பாவின் நுரையீரல் இரைச்சலும் பேச்சும் மூச்சடைப்பும் வார்டுக்கு வெளியில் அடுத்த நோயாளிப் பெண்ணின் சகோதரி கொடுத்த பழக்கத்தியால் தந்தப்பிடியில் குத்துவாட்டம் பிடித்து சுவர் நிழலில் நீளும் பளபளப்பான கத்தி. வார்டு வராண்டாவில் பச்சைநிறச் சுவர்களும் கரும்பச்சை ஜன்னல் கண்ணாடிகளை ஒட்டி தூங்கும் சாம்பல்நிறப் பல்லியும் அது தனுவை விடைத்த தேன்நிறப் பைத்தியத்தில் காய்ச்சலாய் ஒட்டி கனவு வீங்கக் கிடக்கிறாள் ஒவ்வொரு சாமத்திலும். வார்டில் கேட்ட யார் யாருடைய பேச்சும் குடும்பக் கதைகளும் விசாரங்களில் முனகும்வலி எலும்பு முறிவு வார்டிலிருப்போர் ஊளையிடும் விநோத ஒலி. முகந்தெரியாத பலரும் அவளைக் கிட்டவந்து பேசிப் பரிச்சயமாகிப் பிரிந்து சுகப்பட்டவர் விடைபெற்ற பகல் வேளைகளும் மாலுமியார் ஆஸ்பத்திரி மரங்களின் வரிசையைக் கடந்து தொன்முதுகோடி ரயிலடியில் பெயர்பெற்ற நான்கு குதிரை வண்டிகள் எப்போதும் காத்திருந்ததால் குதிரை வாலால் சுழற்றி ஈக்களை விரட்டும் அசைவு. அந்த தேன்டீனில் சுடச்சுட தேனீரும் ராஜா பார்லி பன்ரொட்டியும் அங்கேயும் வட இந்திய யாத்தீகரின் போஜனசாலா. சில பீகாரிச் சிறுவர்கள் தேனீர் விற்கும் ஓசை.

நெடுங்காலப் பிளாட்பாரங்களுக்கே ஆன ஆழ்ந்த குரல் கேட்கும் காற்றுவாக்கில். அவர்களும் உள்நாட்டு அகதிகளாய் கூட்டம் கூட்டமாய் கூடுகளைந்து தொன்முதுகோடி வரை குழந்தை உழைப்பில் ரேகையிடுகிறார்கள்.

அவளுக்கு தன் சகோதரர்களின் ஞாபகம் வந்தது. அகிலன், ரஞ்சன், பாலா, சசி எல்லாரும் அனாதையாகி எங்கிருக்கிறார்கள் என்பதும் தெரியாதவளாய் அப்பாவுக்குத் துணையாக வெளியேறியவள். விமானத்தில் கொண்டுபோன நாளில் மனிதர்களும் வீடுகளும் சிறு உருவங்களாய் தோன்றி சரிந்திறங்கிய புகைக்கோடு சாவின் கசப்பிலிருந்து அப்பாவைச் சேரத்த ஆஸ்பத்திரி ரொட்டியும் பால்குவளையும் வாடிய மரமேஜை சாய்ந்த டிராயரில் ஆரஞ்சுகள் மாத்திரை சீசாவும் தைலடப்பிகளும் மருத்துவர் குறிப் பேட்டில் நகரும் நாடியின் வரைபடச் சுருளுக்குள் விழி பிதுக்கித் தூக்க மற்றவளின் பால்யம். ஆஸ்பத்திரி ரொட்டி எலி சுவைத்த மிச்சத்தில் கருப்பு எறும்பு கீறலில் புகுந்த வழி சாவு மெல்ல நுழைவதற்குமுன் மாலுமியார் விடுதிவாசத்தைச் சொல்லிவிட இருக்கும் மணலாகிவிட்ட ஓர் த. நகரம் நூற்றாண்டுகளாய் உதிர்ந்த மணல் நூலகத்தில் தனுவும் எல்லாளரும் தொன்முதுகோடி விநாசங்களினூடே கடல்தாண்டி காலக்கணக்கிற்கு அப்பால் இங்கு வரும் சம்பங்களும் பல இருக்கிறதென்று இருக்கின்றனவே.

அப்பொழுது மாலை ஆறுமணி அடித்தது கலோனியல் கடிகாரம் டிக்.. டாக்... டிக்... டாக்... எல்லாளர் பையிலிருந்து சாவியைத் தேடினார். கைகள் நடுங்கின. கடைசியில் அந்தச் சாவி இறந்துபோன போராளியின் கழுத்தில் தொங்கியதை எடுக்க மறந்து விட்டார். பிறகு மாடியறைக்குத் தட்டித் தட்டி ஏறினார். சிலாமா படுத்துறங்கிய இடத்தைத் தடவினார் வெகுநேரம். அவன் வசம் ஒளித்து வைத்த கொழும்புப் பெட்டி மிகவும் பழுதடைந்திருந்தது. அவனது தயாரின் பெட்டி என இறந்தவன் சொன்னதாக ஞாபகம். சத்தம் கேட்டு வார்டிலிருந்து வந்தேன். அவர் பெட்டியைத் திறப்பதற்கு முயற்சித்தார். கொழும்பு நகரத்து பூட்டும் திறக்க வில்லை. நத்தைக் கண் வாடையை உணர்ந்து 'சிலாமா நீ முயன்று பார்!' 'இறந்தவனின் பெட்டியைத் திறந்து எதை தொட்டாலும் துரதிருஷ்டம் பீடிக்குமே எனக்கு!' 'அதில் சில ரகஸியங்கள் இருப்பதாக அவன் சொன்னான் எனக்கு!' என்றார் எல்லாளர்.

நத்தைக் கண் என்றால் திருகியவன் விரல்களும் பூட்டைப் பார்த்து

நீண்டுவந்தன மின்னல் வேத்தில். கொழும்புப் பூட்டை சுத்தியால் உடைத்தான் இளம் கோர்ஸெயர் உப்பிய தோல் கருத்து உரசியது அவனை. அந்தப் பெட்டியினுள்ளிருந்து கருமசி வாசனை. பூட்டில் திருகிய துருவுடன் உதிர்ந்தது தோல் கிழிசல். பறங்கிப் புகையிலை நெடி மூக்கைத் துளைத்தது. அதோடு இரு கைத் துப்பாக்கிகள், சைனைடுகுப்பிகள், ஸ்டீல் கத்தியில் மரப்பிடி வைத்தது, எலக்ட்ரானிக் கடிகாரம் துடித்து ஒளியுமிழ்ந்து கொண்டிருந்தது பச்சையாய். பல பழைய உடைகள் அடியில் இறந்தவனின் தாயரின் சேலை சாயம்போய் வெளுத்த உவர்மண்... எல்லாளர் முகம் புதைத்துக் கேவினார். நத்தைக் கண் துணுக்குற்றான். அவனுக்குத் தன் அம்மாவின் சுகவீன உருவம் தோன்றி மறைந்தது.

தைலம் பூசிய புத்தகம் ஒன்று தாவர அபிதானமென வாசனை வீசியது தயாரின் கண்டிச் சேலைக்குக் கீழே. இற்றுக் கந்தலான எண்ணை வரைபடச் சுருள்களும் மூன்று அகப்பட்டதை இருவரும் உற்றுப் பார்க்கிறார்கள். நீர் பருகும் தோல்பைக்குள் பல தேச நாணயங்களைக் கீழே கொட்டினான் சிலாமா. பல உருவங்களில் பரங்கி, டச்சு துட்டும் பாண்டியப் பொற்காசுகளும் புலி பொறித்த சோழ அக்கசாலை துகட்டுகளும் தோல் நாணயங்களும் விழுந்தபடி இருப்பதைக் கண்டான். அந்தப் பை தாகத்தால் களிம்பேறிய நாணயங்களையும் கொட்டியது. எடுக்க எடுக்க தீராமல் வட துருவப் பழமை பீடித்த காசுகள் பலவகை உலோகத்தில் ஒலி சிதறியது. திடீரென்று இருவரும் பயத்தில் மூழ்கினார்கள். உடனே குடிநீர் பையை தக்கையால் மூடினான். பூட்டியிருந்த கதவை யாரோ தட்டும் ஒலி. பின் நிசம்பதம். ‘அவள்தான் என் குமாரத்தி வந்துவிட்டாள். இதில் மூவரும் சேர்ந்திருப்பது உனக்கு நல்லது சிலாமா.’ அவர் தட்டித் தட்டி கதவிடம் சென்ற தாழை திறக்கவும் கதவை தனு உள்ளே வருகிறாள் துணி விளக்குடன். நாணங்களின் ஒலியில் உலக வரைபடமே துலங்கியது. மெல்ல அடியெடுத்து நாணயங்களின் உலோகப் பரப்பிற்குள் மௌனமாக ஆராய்ந்து கிழிந்தவரை படங்களுக்கு வருகிறார்கள்.

‘இவற்றை நீதான் பத்திரப்படுத்த வேண்டும்... வரைபடங்களில் நகரும் குறியீடுகளுக்கும் இந்த நாணயங்களின் உலோகங்களுக்கும் தொடர்பிருக்கிறதில்லையா தனு... இந்த கடமையை கை ஏற்றுக் கொள்ள வேண்டும் நீயும் அவனும்... நான் எத்தனை நாள் உயிருடன் இருக்கப் போகிறேன்.’ சத்தத்தோடு கடற்காற்று ஜன்னலைத் தாக்கியது. விடுதியின் கதவுகளையெல்லாம் தட்டித் தட்டி வராண்டா

நெடுக கடந்து போனது காற்று. அவள் எல்லாவற்றையும் மௌனத் தால் ஆமோதித்தாள். புயலிலும் அணையாத மாலுமி விளக்கிடம் மூவரும் கூடி மீன் கடவுளை வணங்கினார்கள். சுறவு நட்டி மணல்மேல் நடக்கும் சடங்கு.

மாலுமி விடுதியைவிட்டு மணல் மேடுகளை நோக்கி நடக்கத் தொடங்கினார் எல்லாளன். வெகு தூரத்தில் அந்தக் கடல் பளிங்குகள் அவரைக் கூப்பிடுவதைக் காற்றின் அலை வீச்சினூடாக உணர்ந்தார். ஆனால் தனுவும் நானும் கருவிளக்கின் அடியில் நாணயக்குவியலில் நகரங்களாகவும் பெருவழிகளாகவும் சோளகக் காற்றாகவும் புயல் சின்னங்களின் குறியீடுகளாகவும் அவற்றை அடையாளம் பார்த்தவாறு கையேட்டில் வரைபடச் சுருள்களைப் புரிந்துகொண்டிருக்கிறோம்.

வெகு தூரத்தில் கண்தெரியாத பெரியவர் தட்டித் தட்டிச் சென்ற சத்தம் இராத்திரியெல்லாம் கேட்டுக்கொண்டு இருக்கிறது. அச்சம் மனிதவதை நிச்சயமின்மை இவைதான் இந்த உப்பு விடுதியை இருளில் ஆழ்த்துகிறது. ‘ஏற’ பிறயைக் கொன்றால் ‘சி’ கைதாகி ஜெயிலில் அடைக்கப்படுவான். சகோதரியே நீ என்னைக் கொன்றால் அதோ அங்கே நிற்கும் நொண்டிப் பிச்சைக்காரன் கைதாவான். ஒரு இளைஞனை காவலர்கள் ஒரே விதமான கேள்வியைத் திரும்பத் திரும்ப கேட்டதன் விளைவாக மனநோயாளியாகி மத்திய சிறையிலிருந்து மனநல மருத்துவ செல்லுக்கு மாற்றப்பட்டான். இப்போது அவன் போட் மெயிலில் திரும்பி வந்திருக்கிறான். உப்புவிடுதி தாழ்வாரங்களில் கூட்டமாய் உறங்குவோரிடம் கேட்கிறான் நீங்கள் யார்? யார்? யார்?... அந்த வினாவிலிருந்து தப்ப முடியாமல் கடலை நோக்கிப் போகிறான். ‘இன்னும் அந்தக் கேள்விக்குப் பல அர்த்தங்கள் இடத்துக்கு இடம் மாறுபடுகிறது சிலாமா’ என்றாள் தனு.

கருப்பாய் தொங்கும் மரணத்தின் பிணைகயிறு முறுக்கிப் பிழியும் கேள்வி. மைதானத்துள் வந்து சுற்றும் வெள்ளைக் குதிரைகளின் ஓட்டத்தை இடமுறை திரிபாய் திருப்பும் விதி. கடல் பளிங்குகளில் மொழி அசைய கால்குளம்படிகளில் தெறிக்கும் சங்கு. சமைந்த மோனத்தில் சூழ்ந்த அகதிகள். இதில் நீலங்களில் உருவெடுத் தவர்களும் கடல் பளிங்கில் ஓடும் பைத்தியம். அத்தெருவில் பலர் முகம் தோன்ற கண்களைத் திறந்து பார்க்கிறான் நீங்கள் யார்?

அம்மாவைச் சுற்றிச் சென்ற உதட்டில் ஷட்டில் பாசஞ்சர் ரயிலில் குடும்பக் கதைகள் பேசி மிதக்கும் சிறிய ஸ்டேஷன்களில்

மணிச்சத்தம். ரயில்வே கடிகாரம் சாவி வளைகள் சுற்றும் காங்கிகூலி. அத்துவான நிலையத்தில் குழாயில் தண்ணீர் சொட்டும் கிளப்... ஒலி... எஞ்சினில் நீர் நிரப்பும் யானைத் துதிக்கை அந்தரத்தில் உள்ள சிவப்பு நிறமும் வாய் பாகமான கருப்புத் தோல்வடிவம். அகதிகள் உலர்ந்த முகத்தைக் கழுவுகிறார்கள். பிளாட்பாரத்தில் பச்சை முத்துக் குறத்திகள் தகர டின்னில் நீர் நிறப்பும் ஒலி. அப்பாவின் உத்யோக சகாக்கள் வேறு ஸ்டேஷனில் வந்து அலாதியான பழக்கத்தில் கடல் நெடுகத் திரும்பும் ரயிலின் உரையாடலைக் கேட்டு நீளும் மணல்.

24

கோர்ஸெயர் இருட்டுப் புத்தகம்

தற்கொலைக்குத் தயாராகும் மனிதன் உப்புவிடுதியை அடைகிறான். கைக்கிளையானவன் செல்லும் போட் மெயில் சோளகக் காற்றில் ரத்த வாடை வீசி தொடர்ந்து செல்லும் வார்த்தைகள் கரையும் எல்லா இடத்திலும் ரகஸியமான உயிர் இருப்பை உணரும் புலன் விழிப்புற்றது. தனுவின் கரும்புருவங்கள் ஒன்று சேர்ந்து வில்லாக அதிர்ந்து அம்பு போல் பாய்ந்துகொண்டிருந்தது ரயில். அவள் வில்லுக்கடியில் மூடிய ரெப்பைகளுக்குள் விழுந்த கருவிழிகள் பார்த்ததில் இமைக்கவில்லை கடைசிகணம் ஓடிக்கொண்டிருக்கும் இருப்பை உறையவைக்கும் பிலிம் சுருளில் அகப்படாது அவன் கைக்கிளை, புகைப்படக் கலைஞன் அவளது கடைசி முகத்தை இருட்டறையில் கழுவவும் வெளிறிய சாவை உணர்ந்தான். கண்ணீரின் கதையொன்று வடமராட்சி தெருவில் உவர்த்த காற்றில் தள்ளாடி நடக்கிறாள். திருப்பத்தில் காத்துக்கொண்டிருந்த தப்பிக்க முடியாத மரணத்தின் நாடிகள் கேட்கத் துவங்கி *1991* மே மாதம் *21* தின சரிதையில் இரவு நெருங்கும்வேளை சிவரமணி தற்கொலைக்கு 72 மணித் தியாளங்களுக்குப்பின் சூர்ப்பதனு எழுதிவைத்த கவிதைகளை கடல் தாண்டி கொண்டு வரும் அந்த நாளில்... முதுவேனில் நீண்டு போய் மயங்கும் பகலில் போட் மெயிலுக்கு டிக்கட் வாங்கினேன். குடும்பத்தோடு வட புலத்தார் அடுத்த பெட்டியில் சாவகாசமாய் மெட்ராஸ் மெயில் பத்திரிகைக்குள் தலையைச் சொருகியிருந்தேன். மானாமதுரை ஜங்ஷனில் பலரும் இறங்கி விட்டிருந்தார்கள். விதியின் கொடியை அசைக்கும் ஸ்டேஷன் மாஸ்டர் பழைய வெள்ளைக் கோட். அக்காத்தியான உத்ரகோசமங்கை ரயிலடி பின்வாங்கி ஓடியது. பின்னும் முன்னுமாய் சாவு துரத்திச் செல்கிறது.

நேரத்தை அவதானிக்கும் எமன், கையில் உள்ள வால்கிளாக்கிற்கு சாவி கொடுக்கிறான். சாவு வேகத்தில் ஜன்னி வேகத்தில் பரமக் குடியைக் கடந்ததில் சாவு தொத்தியிருக்கும். எதிராளி அடுத்த வண்டிக்கு மாறும் சந்தர்ப்பம். பெட்டிக்குள் தனுவுக்கும் அவனுக்குமான எண்ணை வரைபடச் சுருள். காவலர் யாரோ எட்டிப் பார்ப்பதாகப்பட்டது. வேறு யாரோ திரும்பிப் பார்த்தது. அந்தக் காவலனின் பணிவில் ஜார்ஜெண்ட்டின் பளபளப்பான கருப்பு பூட்ஸ் தெரிந்தது.

இந்த நிலையில் எதையெல்லாம் ஊழ் வேகத்தில் துளைத்துச் சிதறிவிட்ட ஞாபகங்கள். திரும்பிப்பார்க்கும் நேரமல்ல இது. வெள்ளை டெவிலுக்கும் எனக்குமிடையில் பத்து கெஜதூரம். ரயில் மாறியதில் தப்பிவிட்டிருக்கலாம்.

தோலுக்குள் துடித்துக் கொண்டிருந்த ரத்தம் கண்ட பூனையாக இதாகா பிஸ்டல் வாலைப் பரசியது உடலுக்குள். முதலில் எதிரியை சீமாட்டியுடன் பார்த்தேன். மெட்ராஸ் மெயில் பழைய பேப்பரி லிருந்து கத்தரித்து ஒட்டிவைத்தேன் கையேட்டில். (எப்போதும்) ஆயுதங்கள் வைத்திருப்பவர்களை கூர்மையாகக் கவனிக்க வேண் டும் என் கைத்துப்பாக்கி இறந்த அகதியின் பெட்டியிலிருந்து எடுத்தது. துப்பாக்கியை வர்ணிக்க நேரமில்லை இது. நான் அகதியல்ல... மனிதன்... என்றான் கண்தெரியாத தந்தை. விழிகளைப் பறித்து கம்பிகளுக்குப் பின்னே எரிதுளைகளாக்கியவர் அந்தக் குருடன் பழைய கலகத்தில் சிறைப்பட்டவன். அவன் உடல் அந்தரத்தில் மிதந்து தலைகீழாக இருபது கைகளும் நகரும் பூச்சியாக அந்த எண்ணைப் புஸ்தகத்தில் ஒட்டியிருந்தான். குருடன் கையிலுள்ள இருட்டு நூலைத் திறந்தாள் தனு.

அடுத்த பிளாட்பாரத்தை விரைவு மெயில் கடந்து கடகடா வென்று ஊளையிட்டுக் கடக்க கவனங்கள் சிதறும் சந்தர்ப்பம். இருட்டுத் தைலநூல் உடலினுள் நெடுகிப் பயணிக்கும் முன் கணங்கள் யார் கையிலுமில்லை. யார் கை என்பதைவிட சரித் திரத்தை மாற்றி எழுதும் கருந்தைல ஏடு படபடப்புடன் திறந்தது. இருவர் கையிலும் இறந்தவனின் பெட்டியிலிருந்து எடுத்த கைத் துப்பாக்கி அல்லது தோற்கடிக்கப்பட்ட கருப்புக் கடவுளின் முரட்டு விரல்களில் ஜெர்மன் இரும்புக் களிமண் பிசையப்படுகிறது.

எல்லாத் தடைகளும் ஒதுங்கி வரப் புரண்டு சுழலும் பாம்பெல்ட் எந்த தேசத்தில் தயாரித்ததென்று இன்னும் கண்டுபிடிக்க முடியாத

ரகஸியம் அந்தப் புத்தகத்தில் கருஞ்சிவப்பு குறியீடுகளால் எழுதப் பட்டிருந்தது. கால்பந்துபோல் எவ்வி எழுந்த இத்தாலிய பூட்ஸ் அந்தரத்தில் தலைகீழாய் ஓடிக் கொண்டிருக்கக் கூடும்.

வரும் கணங்கள் மிக்க அபாயகரமானதாக வளைத்துக் கொள்ள எங்கும் உஷார்... விசில். பிடிபட்டுத் திமிறி ஓடுகிறார்கள் நகருக்குள். பிஸ்டலை நீட்டிச் சுற்றி வட்டமிட்டு பதறி ஒதுங்குபவர்களின் கவனத்திலிருந்து விரைந்து வந்த பூதமாக அடுத்தொரு கூட்ஸ் வண்டி புழுதியோடு கடகடத்து பிளாட்பாரம் அதிர ஓடிக் கொண்டு இருந் ததில் மறைகிறார்கள் சரித்திரத்தில்.

முகம் தெரியாத துருப்புகள் இரும்புத்தொப்பிக்கு அடியில் உள்ள ஓநாயின் கண்களுக்கு நேராக படைவரிசையில் சுட்டுத் தள்ளப்படும் நிராயுதபாணிகள் படுகொலைக்கு எதிராக நடக்கப் புறப்பட்டாள் மைப்பிரதியிலிருந்து. கண்களை வில்லாகத் தீட்டுகிறாள். ஒப்பனை மேஜையில் மறைவு மையிட்டு கண்ணாடியில் விடைபெறுகிறாள். மரண தண்டனைக்குப் பேர்போன மகாவம்ச ஜாதகப் பேய்களின் நிழல் பின் தொடர்கிறது. சிவப்புக் கம்பளத்தில் உருளும் ரோஸ்... 'புலையுறு மரணம் செய்தல் எனக்கு அது புகழ தேயால்' (கும்ப கர்ணன்) ஆயினும் தீமுளைத்த நூலகத்தை அறிவீர்களா? சதாவும் தாடிவளர்த்த கிரேக்கப் பயண நூல்கள், சடாதரியான சித்தர் ஏடு, குண்டலம் அணிந்து கேசம் விரித்த குண்டலகேசிக்குள் வரும் குரத்தியாரின் பனுவல், கேசலோட்சணம் செய்த நிகண்டரும் மண்நூல் மரநூல் விலங்கு நூல் காலத்தை எட்டிவளர்த்த மலைகளின் தாடியுடன் ரிஷிபுங்கவரின் புராணம் தடை செய்யப்பட்ட தைல ஏடு துணை நூல் பட்டியல் மற்றும் பொருளகராதி கடற்கொள்ளையர் நடத்திய யுத்தங்களின் விநோதங்கள் ஜே. மேக்லி 1867, ஏதிலி திருடன் குற்றவாளி டி. ஆர்ச்சர் 1865 கடற்கரைப் பரதவரின் மரபுவழி வழக்காறுகளில் உள்ளார்ந்த திசைச்சொல் அகராதி, கடல்புத்தகம் - அஃப்ரில் 1919, குருதிப்புத்தகம், நிலவு நாழிகை ஏடு தாங்கி அந்த இளவரசி சூர்ப்பதனு பாங்குடன் இங்குவந்தாள் இலக்குவன் மூக்குமுலை அரிந்த அலட்சியத்தால் கடல்தாண்டி அழுகிறாள் அண்ணலே...

'இராவணம்' நூலில் பங்கயப்பட்ட முலை ஒழுகும் பாலினைப் பூசி தன் உதிரம் நிலம் மெழுகி தாய்ப்பால் கசிந்த ஈர்க்கில் சிசுக் குணங்கல் கீறல்விழுந்த ஈழப்புத்தகத்தில் எல்லாளன் குமாரத்தி சூர்ப்பதனு தென்மராட்சியில் தாலாட்டிய ஏனைவிட்டு தவழும் பிள்ளை தத்தி நடைபயின்று இராஜரட்னம் ஆஸ்த்மா அவஸ்தைகளில்

மூழ்கிய தந்தை மார்மேல் சிறுமி பாததூளி முத்தம்பட்ட தளிராய் இருந்தவள் தூங்காமல் விழித்திருந்த மருத்துவமனை நாட்கள் அவளுக்கு அப்பா வாங்கித் தந்த பொம்மைகள் காமிக்ஸ், ஜானிநீரோ, டார்ஜான் கதைப்பெட்டி இப்போதும் உப்பு விடுதிக்குள் கட்டில் கீழே திறந்த ஒவ்வொன்றாய் கார்ட்டூன் விளையாட்டில் அப்பாவின் ஆஸ்த்துமா நீர் கோர்த்த மூச்சரவம் சிலோன் போட் மெயில் ஜன்னல் ஓரம் சாய்ந்த எல்லாளன். கொதிகலத்தில் இரைச் சலிடும் கரிஎஞ்சின் ஏதோ கருப்பு ரயில் புகைவிடும். எண்ணைக் காகிதத்தின் சீலை உடைத்து மிகுந்த ஜாக்கிரதையுடன் எடுத்துப் பார்த்தாள். குற்றவாளிகளின் தழும்பு ஏடு, மறைமுக எண், வரைகீறிய குறியீடுகள், இடம்பற்றிய கணிப்பு குறி, சின்னங்கள், முத்திரை, குரலொலி மற்றும் கையால் தட்டும் சைகைகள், ஸ்காட்லாண்டு யாடு உளவுத்துறை சேகரித்த புதிய குழூஉக்குறி அகராதி, அந்தக் காகித மடக்கில் அவள் செய்ய வேண்டியதைத் தேடினாள். அந்த இடம் எதுவென்று காண இயலவில்லை. சாலையைக் கடக்கிறாள். தலைமையின் ஆணைப்படி குறிப்பிட்ட இடங்களில் மட்டும் திரிய அனுமதிக்கப்படுகிறாள். அவளுக்கான மறு பெயர் 'நீலக் கண்ணிப்புறா' வாக செயல் படுகிறது. சமாதானத்தை இழக்கும் புறாவாக விதியின் கையிலேந்திய பயிற்சியில் உருமாறுகிறாள். மூன்று நிறங்களாகக் கூடு சாலையின் சந்திப்பு. ஒதுங்கிய ஏரிக்கு அப்பால் 'இங்கே தான் நீ செல்ல வேண்டும்.'

'இப்பொழுது மற்றொரு மெழுகு காகித்தை உடைக்கலாமா தனு...' அவள் கல்லறையைப் போல மௌனமானாள். 'குறுகிய காலத்துக்குள் இந்தத் தேசத்தின் விதி தேர்வு செய்கிறது என்னை' காகிதங்களை ஓதிம விளக்கில் எரித்தான் நத்தைக் கண். பற்றி எரியும் காகிதத்தில் காஸாது பாஷைல் எழுதியிருந்த மோடி எழுத்து. இருட் டிலிருக்கும் கண்ணாடி இருவரையும் துப்பறிந்து பின்தொடர்கிறது. எரிந்த காகிதங்களை இருட்டு ஆடியில் ஒட்டினான். குற்றவாளிகளின் நிழற்படங்கள் சட்டகங்களைத் திறக்கும் எண்ணைச் சுருள். வெளி வந்த பக்கங்களில் இருள்பட்ட சரித்திரம் புகைந்துகொண்டு இருக்கிறது, மெய்யிலி நினைவுப் பிராந்தியங்களில் உள்ள இயற்கை மர்மங் களை மெழுகுக் காகிதங்களில் புரிந்து கொள்வது இருவருக்கும் எளிதாக இல்லை. நிலவும் சட்டத்தைச் சற்றும் பொருட்படுத்தாத மூன்று கடிதங்களின் புதிர்.

அந்தப் பசைச் சுருளுக்கு கீழே புத்தகங்கள் கடல், நில நூல் ஆக இரண்டு, தடைசெய்யப்பட்டவை. ஒன்றின் மேல் 'காகாதுயே' என

தலைப்பிடப்பட்டது. மற்றொன்று பெரிய எழுத்துப் பாராயண வகைப்பட்ட 'கோர்ஷெயர்' நூலேதான். தொல்பழங்கடல் நூல் இதுவே. அறுதியிட முடியாத பேரூழி நிலம் பெயர்ந்த கடைப் பகுதியில் நடுக்கோடில் மூழ்கிவிட்ட மாந்தரின் பாதலிபியின் ரேகை நெளிவும் உள்ளே பவளத் தீவுகள் சிதறிக் காண கடலுயிரின தாவர வகைகளுக்கிடையே பாதி நிலவும் சொர்க்கத் தீவைவிட்டு நகரத்தீவுக் கூட்டம் மேவர அதீதப் படைப்புலகின் அச்சந்தரும் கோர்ஷெயர்களின் உதிரம் தோய்ந்த பாழ்தோற்ற வெற்றிடமாக உணர்ந்தேன் தனு.. கொடுவரி வல்லியம் வீழ்ந்தது வலம் பாய்ந்து... அதைச் சுற்றி வட்டமிட்ட துவக்குகள் தூக்கி நடந்த யுத்தமும் இந்த தேரவாதர் ஒவ்வொரு மரணத்தையும் புதைக்காமல் நடமாட விட்டிருந்த இன காழ்ப்பில் இம்மரணம் மொழி ரோகமடைந்த கோர்ஷெயர் நூல் கொடுங்கடவுளரால் எழுதப்பட்டு கடல்திரியும் இருளில் உருமாறிவர சமரில் எதிரின வெகுசனம் அழிக்காமல் மரபுவேரில் நின்று யுத்தம் தொடுத்த தொல் எலும்பின் ஓவியங்கள் யுத்த அறம் கொரில்லா துருப்புகளிடம் கடைசிவரை. முள்ளி வாய்க்காலில் சமரில் இறந்தவர்கள் இறப்பதில்லை... அவர்கள் மௌனப்படுத்திய சுடுகருவிகளுடன் வாளப் பார்த்துக்கொண்டு இருக்கிறார்கள்ஞ் தேரவாதர் சீவரத்தில் பிக்ஷாஅகலில் சவரக்கத்தி மறைத்து வந்து குரல்வளைக்குள் செருக மொழிவேங்கை ஆவியுரு இந்த கருந்தைல ஏடு உள்ளே ஊடுருவ மற்றதை சேதவன ஆராமம் துயிலும் துறவிகளுக்கு போஜ்பத்தர் வட்டச் சுவடியாக கடல் முனிவன் பூர்ணன் கொடுக்க காகாதுயே... என்ற பட்சிகள் யட்ச, நாக ஜாதகக் கதைகளின் ஊடாக கபிலவஸ்து ராஜா சுத்தோதனரின் தோட்டத் திலிருந்த மூன்று கிளிகளும் காண்டவ வனம் அழிந்ததில் மிஞ்சிய நான்கு கருங்குருவிகளும் இந்த அராக்கானைச் சேர்ந்த காகாதுயே அதிசயக் கடல்மார்க்கங்களை ஊடிழைப் பிரதியாகச் சொல்லி வரப் பட்டுப்பாதைகளில் சிதறிக்கிடக்கும் துறவிகளின் பழைய பாதரக்ஷைகள் பேசும் மகதத்தின் விநோதத் தோற்றமும் அந்த புத்தரின் சீடன் ஆனந்தாவும் உபாலியும் மகாநித்தேஸ் பாதைகளை வகைப் படுத்தியதில் ஜன்னுபதம் கால்வழியில் பர்மியப் பிக்குணிமாரும் அஜபதம் பாதை தோன்ற அதில் சைலேந்திர பிக்குணிகளும் மேண்டபதம் காஷ்மீரத் துறவிகள் வர செம்மறியாட்டு வழியில் நாடோடி இடையர்கள் திரிய சகுனி பதம் கண்கட்டிய காந்தாரியின் இருட்டுப்பாதை காந்தாரக் கலையும் கடந்து கிரேக்க பாணியை இமாலய அடிச்சுவடுகளில் பனிமூடிய ஒற்றையடி, சத்தபதம்

ஜிப்சிகளும் கழைக்கூத்தாடிகளும் கும்பல் கும்பலாய் கூடாரங்களை பெசரோப் பியாவிலிருந்து தூக்கி வருவதற்கு முன்பே அது செலுக்கஸ் குதிரைப் படை எலும்புகள் சிதறிக் கிடந்த பாபிலோனின் தொன்மம் அது. ஆனால் குடை வழியை நீங்கள் சீனத் துறவிகள் பட்டுத் துகிலில் சித்திரம் போடும் கூட்டமாக இச்சித்திரங்களை விரித்துப் பிடித்த குடைகளை காலம் மடக்கிவிட்டிருந்தது. ஆனாலும் குடைவழி விண்ணில் பறப்பதற்கான சீனரின் விமானங்களாகப் பின்னே உருமாறிவிடும்.

'இதற்கு மேல் தனு... இவற்றை முழுவதுமாக நான் சொல்ல விரும்புகிறேன்... கேட்கத் தயாராக இருக்கிறாயா..' மௌனமாகச் சம்மதித்தாள், நூலை வியந்து. வம்ஸபதம் காதுகாதாய் ஜனம் கேட்டுவரும் சொல்கதைக்குள் கதைகள் செல்லும் வழியாக இருக்கிறது. சங்குபதம் வர்த்தகக் கூட்டத்தாரின் ஆபத்தான வழிகளை கூறக்கூடும். வைதாட்டியத்திலுள்ள சங்கு பதத்தை அடைந்தேன் அங்கு நான் கூடாரம் அடித்து தங்கினேன். மல்லித்தூளை பொடி செய்து பையில்கொண்டு சங்கு பதத்தில் ஏறும்பொழுது கையில் வியர்வை வரவொட்டாமல் தடுக்க பூஷ்கின் கதாபாத்திரமான செம்பிரர் சொன்ன யோசனையால் தடவிய விரல்களில் வழவழப்பு மாறி கை சொர சொரவென்றானது. ஏனெனில் பெண்ணே கேள்... சங்குபதத்தில் விழுபவர்கள் கட்டாயம் இறந்துவிடுவார்களாம். உடன்கொண்ட படுதாவை சுருட்டி உடம்புடன் இறுகக் கட்டி சங்குபதத்தை கடக்கிறேன், விஜயாநதிக் கரையிலிருந்து. இதைக் கடந்தால் விரிவான சமவெளிப்பாதை. ஸ்வேதா நதியை அடைந்தேன் நுரை சிதறும் முதலைவால் அடித்துக் கிடந்தது ஸ்வேதா. அந்த நூலில் உள்ள காகாதுயே பட்சி பலாசமரக்கிளை அமர்ந்து வேறு வழி சொன்னது. ஸ்வேதாவை நீ கடப்பதற்கு மதி சொல்வேன்... வடக்கிலிருந்து காற்றடிக்கும் நாழிகையில் எதிர்க்கரையில் வளர்ந்திருந்த பிரம்புகள் இந்தப்பக்கம் வளைந்து இக்கரையை உச்சியால் தொடும். பிரம்பின் கொடுமுடியைப் பற்றிக்கொள்.. அவ்வாறே காகாதுயே கணித்த காற்று வேகமாய் மதகு திறந்த வெள்ளமாய் குறுக்கே வீச பிரம்போடு ஒன்றானேன். காற்றடிப்பது நின்றதும் வளைந்த பிரம்புகள் நேராக நின்றன. இவ்வாறு அடுத்த பக்கம் துவங்கும் மூங்கில்பாதை செல்கிறது. ஆனால் வேத்தாசாரம் மூங்கில் வழியே கங்கையின் கரைநெடுக புத்தரின் காலடிகள் தொடர்ந்து வர மண்ரேகை நெளியும் போக்கில் ஐந்நூறு மான்களுக்கு அரசனாக ஒரு பொன்மானின் காலடிகளைத் தேவதத்தன் எதிரே

வருகிறான் மூங்கில்வழி. தேவதத்தன் போதி சத்துவராக இருக்கும். புத்தர் மூங்கில்பாதை சார்நாத்தின் செளகண்டி சேரும்.

ஆனால் ஆறாவது சர்க்கத்தில் ஆம்ரவனப் பாதையொன்று கங்கை நதிக்கரை நெடுக பார்த்தவிட மெல்லாம் மாமரங்கள். இடைஇடையே அடர்ந்த மாந்தோப்பு. புத்தரின் கால்பட்ட இடமெல்லாம் மாந்தோப்புக்குள் உரு அடையும் கதைகள் சொல்ல ஒரு மாங்கொட்டையைக் கையிலேந்திய நிர்வாணியைக் கண்டார் போதி சத்துவர். 'ஆசீவகத் துறவி மாம்பாலில் பரஞானம் அடைந்ததில் ஒரு மாங்கொட்டைக்குள் எல்லா ஆம்ரவனங்களையும் கையில் ஏந்திப் பார்த்தவாறு கிளைபிரியும் 'த' வாசனை நில வரைபடம். ஒரு மாங்கொட்டைக்குள் மறைந்திருக்கும் இருகனிப் பெண்களாக ஆம்ரபாலியையும் பேயுருக் கொண்ட காரைக்கால் அம்மை வந்த தலைகீழ் வழி... இன்னுங்கேளே... அடுத்த இந்த கருமசகிட்ட கோர்ஸயர்ஸ் நூலைப் படைத்தவர்கள் சுறா வசியக்காரர்களான கடல்தஸாக்கு இருந்தார்கள் முதலில். முத்துக் குளிப்பார்களில் சுறாவசியக்காரத் தஸாக் ஒருவன் திரிந்தான். 'நீ பகுத்தறிவையும் விதியையும் ஒப்புக் கொள்வாயா?' 'ஆம்' என்றேன். அது எப்படிச் சாலும் என அவன் வினவ நீ ஒரு காலை உயர்த்து என்றான். உயர்த்தினேன். மற்றொரு காலையும் சேர்த்து உயர்த்து என்றான். முடியவில்லை என்றேன். நீ ஒரு காலை உயர்த்தியது மதியாலானது. மற்றொரு காலையும் சேர்த்து உயர்த்த இயலாதது விதி என்றான். 'வானில் பறப்பதற்கான உடல மைப்பைப் பறவைக்கும் நீர்ராசி களுக்கு நீந்தும் உடலமைப்பையும் கடவுள் வழங்கினார்' என்றான். 'உண்பதை உப்பைக் கொண்டே துவங்கி உப்பைக்கொண்டே முடியுங்கள். அது எழுபது நோய்களுக்கு அருமருந்தாம். உப்பு உன் ரோகத்தை தீர்த்துவிடும். உப்பே இச்சைக்கு மாற்றமாதலால் பெருந்தீனிக்காரனை அடக்கிவிடும்' என்றான். உப்பினால் சுறாவசியம் செய்தான் தஸாக்கு. 'உன் முதுகெலும்பை நிலைப் படுத்தும் சில பிடி அமுது போதும் கேளே... வயிற்றைவிட தீங்கான பை ஒன்றுமில்லை' என்பான்.

உவட்டுக் காட்டில் ஒரு வரப்பின் இரு புறங்களிலும் முட்செடிகள் முளைத்திருக்க அதன்மீது துணி விலகாமல் நடந்துபோகிறான். அமரபட்சம் பூத்த கொடிய முள்ளும் அவனைக் குத்தவில்லை. முத்துக் குளிப்பவர்களுக்கு சுறாவசியக்காரன் மந்திருக்கும் மீனின் பாஷைகளை பிசினாய் ஒட்டும் கோர்ஸயர்ஸ் நூலிலிருந்த பரதவர் களுக்குத் தெரியும். ஆனால் பரதவர்கள் தீத்தாங்கும் நூலை

மறுத்தார்கள். அபயகிரி தம்மருசி இருந்த பௌத்த நீதியும் எளிதாய் சரிந்துவிழ வெள்ளரசங்கிளை எடுத்துவந்த தன்முனைப்புள்ள வாலிபன் பச்சைக்குதிரை மேல் வலம்வர கப்பலைச் சார்ந்த சிறு படகில் மயிரிழையும் பிழைபடாத சங்கமித்தை பெருங்கடல் கடந்ததை இரட்டைச் சிப்பித் தோடுகளில் வரைந்த இயற்கை மனவெழுச்சியை அந்த சுறாவசியக்காரன் அந்த புயல் நூலின் பக்கங்களில் எழுதிவைத்தான். கண்டதையெல்லாம் கிறுக்கினான் மாலுமி சிலாமா. ஊமத்தை பூ பார்த்து புனிதப் பயணமாய் கிளிஞ்சில் செருகிய பரதவப் பெண்டிரை நோக்கிவந்த நீரின் தலையுடன் ஆயிரம் வயதான ஆமையை அவர்கள் எடுத்து வளர்த்த விநோதப் பழக்கங்களை சுரைக்குடுவையில் வழியும் ஆமைத் தைலத்தில் அக்காமடத் துறவி ஒருத்தி வேறு சில பக்கங்களையும் தீட்டியிருந்தாள்.

ஏதோ ஒரு நாள் பருவம் சுழன்றுவர பின்னால் அவர்கள் சொன்னார்கள் எத்தீய கடவுளும் புதைக்கப்படாத மரணத்திலிருந்து உரு அடைய வெளியே தொலைவரை யாரும் இல்லையென்று தீவுகள் யாவிலும் நம்மவர்கள் என்று எருதைப் போல சிங்கம் வைக்கோல் தின்னலாம். சிவனொளி பாதமலை அனைத்து அழிவுக்கும் சாட்சியமாக ஆவிகளால் சூழப்பட்ட இந்த முற்றிருண் மூடிரவுகள் காகிதங்களாய் புரளும் 'கோர்ஷெயர்' நூலில் தஞ்சமுறச் சென்றவரையும் கொன்றழித்த நந்திக் கடல் ஓசை படிகிறது. காலடிகளை எஞ்சவிடாது கடல்நீரால் அழியாதிருந்த இவர்களின் வேதனை இந்தப் புதரில் ஓர் காகாதுயே பறவை இருப்பதாக உணர்ந்து இயற்கையையும் அழித்தவர்களுடன் 'வா... சிறைக்குச் செல்வோம்... ஈமப் பேழைகளை அவமதித்த குற்றம் காலால் மித்தழித்த மண்ணெலும்புகளில் தானும் இங்கு மதிப்பிழந்திருப்பதை அதிரப் புதைகிறது சாக்கியன் விலாவும். வெள்ளரச மரத்துக் கோயிலுக்குள் பௌத்த சிப்பாய்களின் கருப்பு பூட்ஸ்கள் இருட்டு வௌவால்களாய் தலைகீழாய் ஒட்டிக் கொண்டு அலறிப்பறந்து இந்த நூல் கருங்கோடுகளாய் வரைந்து திரும்பிப் பறந்து ஊர்ந்து மையிட்டு அழுவதென்ன...

எண்ணற்ற காலங்களின் வழி கடல் மடிப்புகளில் கசங்கிக் கிழிந்த சுருக்கெழுத்து நூல் பற்றிய தழலில்... தனு என் சினேகமே.. ஒரு இலையுதிர் காலம் வந்த போது கடுந்துயரில் சஞ்சலமடையும் ரோகியர் அங்கே உப்பைத் தேடி வரக்கூடும். அந்த வீழ்ந்து சிதறிய மொழி நிலம் பழந்தோட்டங்களின் அருகாக நேமி தாமோவும் சைலேந்திர பிக்குணியும் இருமான்களாய் காதலை வாஞ்சித்த குரைப்பு

மலையகத்தில் எதிரொலிக்க நிசப்தத்தின் வரைபடத்தில் தாபதர்தேயம் வரைந்துதானே போலை ஆடுகளிடம் அடைபட்டுக்கொண்ட தற்கொலை விளையாட்டுப் புத்தகம் இதை பலியானவனின் பெட்டியில் எடுத்த குருட்டுத் தந்தை எல்லாளன் புத்தகத்தை கைகளால் தழுவிப் பார்த்த வேளை உதிரும் புலி நகங்களில் சொந்த மகள் சீறினாள் இருட்டுச் சரித்திரத்தில். அதன் கொடிய பக்கங்களில் நந்திக்கடல் நுரை பொங்கி அழிகிறது குமிழ்குமிழாய்.

இந்த கடல்தஸாக்கு கொடுத்த சுறாவசியத் தாயத்தை மணிக் கட்டில் கட்டினால் பரதவர்கள் படகேறுவார்கள். புனித லிபிகள் வாஸித்த ஒலி சில பக்கங்களை திறக்கிறான் சுறாவசியக்காரன். முத்துக் குளிப்பில் சில பகுதிகளில் செய்யப்படும் விநோத நடக்கைகளுக்கு கடல் கட்டிகளில் எழுதப்படும் மறைமுகமொழி வசியக் கட்டிற்கு கீழ்படிந்து சுறாக்களின் வாய்கள் திறவாமலிருக்குமென நம்பினார்கள். வெனிஸ் வர்த்தகன் மரைக்காயருக்கு உறுதியளித்தபடி டச்சுக் காரருக்கும் கர்னாட்டிக்கின் நவாபுக்குமிடையில் அனேக முத்துகள் போய்ச் சேர போர்ச்சுக்கீசியர்கள் மன்னாருக்கு ஓடிப்போய் கோட்டையைக் கட்டி துறவிகளையும் பரதவர்களையும் அழைத்துவர, அச்சுநாயக்கர் மூர்களின் துணையுடன் பரதவர்களையும் போர்ச்சு கீசியரையும் எதிர்த்த சமயம் கொடை முத்தாகப் பெற்றதும் பாம்பனினுள்ளே குறுகிய ஜலசந்திக்கும் பாலத்துக்கும் சேதுக் காவலன் காத்தலில் இனாம் இருபது முத்துகள் எனவே.

இங்கே பார் தனு... ஆங்கிலேயக் கொள்ளையர் வைத்திருந்த வல்லூறுகள் போன்ற கவிதைகளைத் தாண்டி இந்த கலோனியல் புத்தகம் கூழாங்கற்களின் குழப்பத்தைத் தரும். சிறையின் இரவுகளும் பகலும் நாடோடிகள் நடத்திய தர்க்கங்கள் இதில். வெள்ளிக்கழுகு உள்ளே அசைவதைப் பார்.

சமயத்துக்கேற்ப சூழ்ச்சித் திறம் வாய்ந்த குற்றங்களைப் புரிந்து வாணிபக் கப்பல்களை விநாச மாக்கினார்கள். போரில் இறந்தவர்கள் வாழ்வற்று இருப்பதில்லை. கடலில் இல்லாத போதும் வாழத் தொடங்கிவிட்ட நிழல்களென ஆவிகளின் பார்வைகொண்ட இருப்பில் வாழ்வுக் காலத்தையே திரும்பச் சூழ்ந்து கொள்ளச் செய்துவிடும் ஊழின் பிரதி. ஆமைத் தைலமும் குருதி உப்பும் பூசிய பக்கங்களில் மூச்சுவிடும் ஒலி. இருளைப் பார்த்து ஒளி நடுங்கிக் கொண்டிருக்கும் பயம். கடல் விளக்கு இருள் பரப்பில் நீலம்விட்டு எரியும் கருஞ்சிவப்பில் உன் முகம் தூக்கமற்று இருக்கிறது தனு...

பைத்திமானவர்கள் வரு கிறார்கள் கூடவே. தீய ரேகை விளக்கில் பரவ கல்அகல் நெடும்படைகல்மீது கசிகிறது தீராத களிம்பை. கடலில் புதைக்கப்படும் பிறை சாம்பலில் நீல வெண்ணிற மடையும் மேல்விசும்பில் நிலாக்குறியுடன் தொடர்ந்து வரும் நிழல்களின் துயரம்தான் என்ன?

நிலமெங்கும் வறண்ட காற்று வீசப் பிரிந்தவர்களின் சாயைகள் தாழைகளின் அடிக்குருத்தினைக் கடித்து மெல்லும் ஓசை. துர்தேவதை கண்விழித்தாள் தூங்கேணியில் வீழ்ந்தவர்கள் தேசல் ஒளியாக வெளியேறி அலைகிறார்கள். கைபடாமல் நீர்மேல் கைநீட்டி மென்மையான ஆவியைத் தொடுகிறேன்.

தூங்கேணியில் மையலான நீர் மீன் எண்ணை வீசும் புத்தகத்தில் விதவித மீன்கள் ஆவிகளிடம் சினேமாகி கரும்பும் ஒலி. கைது செய்யப்பட்ட எல்லாளன் பார்க்கக் கூடாமல் இருப்பதை விடவும் குருட்டு மை கூடுதலாயிருக்கும் புத்தகத்தை சுறாவசியக்காரன் திறக்காமலே அதிலுள்ள கடற்கொள்ளையருக்கு வழிகாட்டும் பதினாறு காற்றுகளின் புத்தகம் என்றான். பதினாறு அத்தியாயங்கள் அடங்கிய நூல் மற்றெந்த கடலோடிகளின் கையில் அகப்படாத நூல் எப்படி எல்லாளன் கைப்பெட்டிக்குள் இருந்து வந்தது? அவன் கேள்வியிலும் ஞாயம் இருந்தது. ஆனால் ஒரு புத்தகத்தின் நாடோடிக் கால்கள் ஏழு கடல்களையும் தாண்டி செல்லும் விதி.

நீலமும் சாம்பலும் கறங்கிய கல்லின் மௌனம். கடல்பிரதியாக எரியும் பாலையின் அகப்பொருளை மீன் கடவுளரின் அற்புதப் பிரஜைகளான, மறைந்து வாழும் இனமாக 'கோர்ஷெயர்' அது யாரும் பழகிவுணராத நூற்றாண்டுகளின் படைப்பாக கோர்ஷெயர் எதையும் பிரதிப்படுத்தாமல் தான்தோன்றி வேகத்தை நிலவின் புத்தகமாக உவாந்தத்தின் வறட்சி வற்றமாக கடல் ஓத வலிமையின் சுழற்சியாக பல கூட்டு மொழிகளின் வெகு பாஷாந்திரங்களின் நனவிலித் திரட்சிகளாக சில கடற்பறவைகளுக்கு மட்டுமே இவர்களைப் புரிந்துகொள்ள முடியும். பகுத்தறிவின் சட்ட திட்டங்களாகிவிட்ட வகைப்படுத்திய கிரகத்துக்குள் அவர்கள் எப்போதும் பிரஜை களாயிருந்ததில்லை.

ஜலசந்திகளில் பிடிபட்டு சிறுசிறையில் கூட்டமாக அடைத்து குமிழ் இறுக்காணியால் அடிப்பது அல்லது குவித்திறக்கப்படும் நீதி நூலின் அத்தனை பக்கங்களுக்குள் வரிபிளக்கும் இடைவெளியில் அவர்களின் கலாச்சாரம் செயல்படும் கோர்ஷெயர் மீதே அத்தனை

குற்றங்களின் முத்திரையிட்டு சேமிப்புச் சாலையாக்கும் சிறைச் சாலைகளில் உறைந்த சிலைகளாகிவிட்ட சுறாமீன்கள் இவை.

கடல் தஸாக்குகளே.. எங்கள் இருவருக்கும் அந்த பதினாறு காற்றுகளின் பிரதாபங்களைச் சொல்ல வேண்டும்'

பதினாறு காற்றுகளின் கதையை உப்புவிடுதியின் மேல்மாடியில் ஒதுக்குப்புறமான உப்புமூலையில் வைத்து மாலுமிகளிளெல்லாம் முதிர்ந்த சுறாவசியக்காரனுடன் ஒரு உரையாடலாகத் தொடங் கினோம். அவன் பேச்சில் கொண்டு வந்த காற்றில் பழமையான ஜன்னல்களில் அதற்கு ஏற்ற அவ்வளவான காற்றின் குணங்களும் மாறுபடுவதாக சப்தம் ஓடும் சாளரங்களின் கூட்டிகையாகக் கேட்கிறது. சில மாலுமிகளும் வந்து சேர்ந்ததில் மறைவாக காற்றின் சொந்த இனங்களான இந்த கடல் தஸாக்குகள் இருப்பதை சப் மெரின்களின் அறிவாற்றல் தோற்கடித்து விடுமா என்ன? உயிருக்காக கருங் கிளிகளோடு இந்த கிழிந்த பாய்மரங்கள் வழுக்கிச் செல்லவில்லை.

நேற்று நடந்தது போல் காற்றின் பக்கங்களை மீன் கடவுள்தான் அசராரியாகச் சொல்லிவருவதாயிற்று. என்றும் அந்த கரகரப்பான உப்புவீசும் குரல்வளையில் தீவுகளின் கடல்களின் ஜலசந்திகளின் ஆன்மா சொல்லப்படாத கதைகளின் இருப்பாக அந்த வளர்ந்த மாலுமியை உணர்ந்தேன். எல்லார் வாழ்வின் விதியாகவும் அந்த உப்புக் குரல்வளை தொனித்துக் கொண்டிருக்க விழைகிறேன். பூனை அசைவற்று உறைந்து போய் கேட்டது. உலர்ந்த குரலுக்குள் உயிர்ப்போடு ஆவியாக இருக்கும் எழுதாதவற்றின் குரலோட்டம் எந்தவித உத்தியோஜனைக்குள்ளும் உட்படாத முறட்டுக்கடல் நூல் திறந்து கொண்டது. எழுதுவதற்கான விதிகளை குறைப்பதுதானே தவிர கூட்டுவதல்ல. கீழ்திசைக்கடல் மேல் அசையும் உடைந்த பாய் மரக்கப்பலில் தியானத்திலிருக்கும் சுறாவசியக்காரன் ஒவ்வொன்றாக கழித்துக்கொண்டே வந்து எதுவும் வேண்டாத போதில் அறிவின் முறிவில் நூறு சுரவுகள் கப்பலைச் சுற்றி வர கர்ணமடித்து எத்தனையோ சாயைகளை சொல்லிவிட்டு மறைகிறது. தன்னியல்பிலேயே சுறவில் ஒளி துள்ளும் துள்ளியமும் நீரோட்டத்தில் வேறொரு பாஷையில் ஜென்வில் வித்தைக்காரன் குறியே பார்க்காமல் சரம் உமிழ்வது போல் அம்பின் மையப்புள்ளியை குறிவட்டின் மையப்புள்ளியை நோக்கி கடக்கிறது எல்லாம்.

அவள் கடவுளிடமிருந்தும் சாத்தானிடமிருந்தும் விடுபட்ட வளாகப் பலியான கன்னியின் அலையாக எப்போதும் கடும் துயரில் உப்பு

விடுதியில் அலைபவளானாள். வெம்பழியின் சுமை ஏற்று கனிப் பெண்ணாக மரத்திலே மறைய அந்தக் கிளை என்னை நோக்கியதாக இருந்தது. அவள் விழிக்கடலில் கொடுங் கனா 'கடைசி முறையாக உன்னைச் சந்திக்க விரும்புகிறேன்' அந்த நிகழ்வு காலக் கணிப்பிற்கு அப்பால் நிகழ்ந்துகொண்டு இருந்தது. 'நீ அறிந்திராதவற்றை உன்னோடு பேசவேண்டும்' என்றாள் சூர்ப்பதனு. 'நம் ஒப்பந்தப்படி தைலப்பிரதியை என்னிடம் தந்துவிடு... பதினாறு காற்றிலும் புகுந்து வருவேன்... சிலாமா...'

'நீ எனக்கு எதுவும் சொல்ல வேண்டாமே தனு... உனது முகவரி எங்குளது... மற்றொரு மனிதனைப் போல் இருக்க விரும்புகிறாய்... நான் வாக்களித்த படி நூலகத்தில் மறைத்து வைத்திருக்கும் கடல் புத்தகத்தை உனக்குத் தருவேன். அதில் புரிந்து கொள்வதற்கு நீ துணை புரியவேண்டும்... நீ விரும்பியபடி நான் நடந்து கொள்ளாத தற்காக நீ என்னை வெறுப்பாய்... உனக்கு தவறிழைத்துவிட்டதாக நீ நினைக்கிறாய். எனக்கு உன்னோடு வருவதற்கு தைரியம் இல்லை.'

'அரக்கு முத்திரை உடைபடாத மூன்றாவது கடிதத்தை நீ திறக்கக் கூடாது. இரண்டாகக் கிழித்துள்ளதில் பாதி விஷயம் என்னிடம் பத்திரமாயிருந்தது. அதையும் கேட்டு வாங்கிச் சென்றாய்..'

கருப்பு மசியினால் எழுதப்பட்ட கையெழுத்துப் பக்கத்தை குறுக்கே வைலட் நிற வரிகளில் நகர்ந்து ஒவ்வொரு காஸாது மொழி குறியீடு களையும் சிதைந்த சொற்களையும் திரும்ப சேர்க்க முடியுமா? உப்புக் காற்று நூலகத்தில் சூர்ப்பதனு சிலம்பு நூலுக்குள் ஊடுருவி தஸாக்கினிப் பேயாக உருமாற்றம் அடைந்திருந்தாள்.

இவ்வொரு காரணியால் முகமதியக் கூட்டுக்கதையின்படி தேவதைகள் தேவதூதர்கள் நவரத்தினங்களிலிருந்தும் பூதங்கள் நெருப்பிலிருந்தும் மனிதன் காமக் கூண்டுடைந்து முதன்மைப் பூக்காலம் களிமண்ணில் சிருஷ்டியானான். இதழ்த்தசை வறண் டிருக்கத் தாவர வேர்களும் ஊன்ற முடியாக் கொம்புமான் இட்ட சாபம் சொருகிய அம்புடன் கூடவே வர மானின் உதிரச் சாயை தொட்டதும் சிதிலமடைந்தாள் சூர்ப்பதனு. பெரிய நீலப் பூக்களை த பட்டினத்தாசி ஏந்தி வரும் நாழியிலே மீன் நீலமானாள். மணல் தீடைகளில் நீந்தியே கடல்நீலம் ஆனாள்.

முந்நீர் அளூர் குட்டைகளைச் சுற்றிவிடாய் துகில் மண்காரம் நெடிக்கச் சங்குச் செடிகளில் மானின் பாதம் நடந்து வர கழுத்தடியில் சொருகிய அம்பை எடுக்காமல் காமம் திறக்கும் ஓதவலிமைபட்ட

சூர்ப்பதனுவை கடல் ஊடுருவ உடல்பாதி மச்சமும் செதில் உதிர அடிநில இயற்கையில் பாழியடித்து வாலால் குடைகிறாள். சற்றே விலகி நில்... மாயனே.. எனப் பல்சுனைப் புழுக்கள் என் தாபத்தை உறிஞ்சி பிறவித்துயரில் அலைகிறாளே... இந்த... தஸாக்கினி...

மான் நிழல் பட்டதும் சூர்ப்பதனுவானாள். அறுதிக் கற்புநிலை தொடங்கி அனுஷ்டிக்க இந்த ஆயிரம் வயதான ஆமையிடம் ஐந்து வரங்கள் பெற்றாள்.

கன்னிமை கழியாமல் பரிதியில் முட்டையிடும் மீனெனச் சக்கரம் சுற்றிவர சரம் துளைத்த மாயன் ஜனித்தவேளை மீன் விழி தைத்த அம்பும் உச்சி வர மூர்ச்சை தெளிந்து யாசிக்கும் பாவத்தில் அந்த ஒரே ஒன்றாகி மீனாகும் தருணத்தில் ஒளிந்திருந்து பிறகு இறுதியில் அஸ்வினி இரு மீன்கடவுளாய் ஈயாகான் ஒன்னெஸ் எனும் கயல் இரு பிறவிகள் தோன்ற நாசியில் வளர்த்துவந்தாள் சூர்ப்பதனு. (மீன்கடவுளின் தாய்)

ஆனால் இவளுக்கு மான் தொலி சரீரத்தில் படர்ந்து சுற்றிக் கொள்ள நுண்புள்ளிகளும் முளைத்த இயற்கை வரம்.

இந்தக் கபாலக் கொப்பரையில் பார்க்கிறேன். ஒபீர் வர்த்தகனே மை எழுத்து உருகும் தைலநூல் ஆழம்வரை ஊழ்படுக... அதீத மோனத்தால் சூர்ப்பனகை நாசியை அரிந்த இளவல் வித்யாதர மலைகளின் பூக்களையெல்லாம் அழித்தான். இறந்தவன் கொண்டு வந்த இருட்டு நூலில் சூர்ப்பனகை நாசியால் எழுதிய பெண்பால் நூல். இந்த ராக்கதப் பெண்ணொருத்தி உதிர ரோஜாவை ஏந்திவரும் வேளையில் கடல்பேய் உருக்கொண்டு மோப்ப முன்னுணர்வில் ஏடுகளை வாசிக்கும் உப்புக் காற்று நூலகத்தில் மூக்கரைக் கிழவி களியாட்டயரும் இராத்திரிகளை உதிர் இலைகளாக தூர்வாரியினால் பெருக்கி துப்புரவாக்குகிறாள் உப்பு விடுதியை. ஒருகண் நல் வினைக்கும் மாறுகண் தீவினைக்கும் பேய்விளக்கை சிமிழாக ஏந்தி வருகிறாள் நூலகத்துள். மொகலாய அரசவம்ச நூலகத்தில் வாசனை யாகப் பரவி ஏடுகளைப் பீடித்தாள் தஸாக்கினிப் பேய். சாபமடைந்த இறந்தவனின் தோல் பெட்டியில் உடும்புத் தொலி போர்த்திய கருந்தைல நூலை யாரால் திறக்க முடியும். துரதிருஷ்டத்தை தலை மேல் ஏற்பவர் யார் இருக்கக்கூடும்.

25

மௌனத் தழும்பு படிந்த பிறை

'அடிமைகளே உங்கள் உரிமையாளர்களுக்குப் பணிந்திருங்கள் '
- விவிலிய வாசகம்.

போர்ச்சுக்கீசியர் கடலில் காலடி பட்டதும் அடிமை வியாபாரம் தொடங்கியது. கடல்பரங்கிகள் தென்னாட்டில் பெண்களையும் கூடிப்பரவிய பரங்கிநோய் உப்புவிடுதியாக மாறியதை யாரும் தெரிந்திருக்கவில்லை. கடலில் வளர்ந்த காஸாதூஸ் கொடுந் தமிழும் பரங்கி பாஷையும் அறிந்திருந்தார். சுருட்டுக்காரன் வகையறா முழுவதுமே பரங்கித் தகப்பனுக்கும் தொல்குடித் தஸாக்குக்கும் பிறந்த காஸாதூஸ் அடிமை வம்சம். அவனுக்கு த. பட்டினத்தில் செஞ்செவுள் மாளிகை யில் சுறாவை மயக்கும் அராபியக் குதிரைகளை லாயங்களில் கூட்டமாய் வளர்க்கிறான். அவை மூச்சுவிடும் ஒலியில் தூங்குவான். சுருட்டுக்காரனின் தந்தையின் தந்தை பெர்நௌ நுனிஸ் அரேபிய பாஷையும் குதிரை மொழியும் பரிவாகடம் ஒன்றையும் எழுதிய குதிரைவாணிபத் தலைவன். அந்த வடுகராசாவுக்கு நாற்பதாயிரம் குதிரை விற்ற பொன் வராகன் ஒவ்வொரு குதிரைக்கும் நூற்றி ஏழு பர்தாக்கள் என்றால் பாரசீகர் வடக்கிருந்து கீழிறங்கியவை பாதிக்குமேல் இதில் அடங்கும்.

'மௌத்திக ஒளிக்கதிர்' எனப்படும் பூழிநாட்டு அரசனின் மேலாடை மந்தையாக விற்ற அத்தனை குதிரைக்கும் சமமாகுமா? என் பேத்திகளுக்குப் பரிமேல் வந்த அப்படி லெக்ஷணமான 'பாட்ரோவாடா' எனப் பேர்ப்போன போர்ச்சுக்கீசியப் பியானோ மார்ட்டின் பாதிரியார் வேதாளையிலிருந்து படகுமார்க்கமாய் குந்துகால் இறங்கி சாரட்டில் பூட்டிய குதிரைகள் அசையும் ஒயிலில் பெண்டிரெல்லாம் தொட்டு வணங்கிப் போயினர் சங்கீதத்தை. மார்ட்டின் பாதிரியாருக்கு மட்டும் ரகஸியமாய் மறைந்திருக்கும் 'பூழியான் மேலாடை'யை எடுத்துக்

காட்டினாள் காஸாதூஸ். வேதவாக்கியத்திலுள்ளவாறு 'அடிமை நீ... ஹென்றி அரசனைப் பால் ஐஸ்வர்யம் பெற்றாய்... இந்த விலையிலா முத்துக் கூட்டம் ஆடையாக மாறியதைப் பார்த்ததே பாக்கியம்.. காஸாதூஸ்'

பின்னே பழைய பாட்ரோவாடாவின் சுரக்கட்டைகளில் பழுது நேர்ந்தபோது பாம்பன் புராட்டஸ்டண்ட் பாதிரியார் ஜோன்ஸ் மன்றான்ஸோ உள்ளே வந்து சுருட்டுக்காரன் குமாரத்தி பாலின் ரூத்துக்கும் அற்புதமேரிக்கும் வாஸிப்பில் பல விருத்தங்களைச் சொல்லிக் கொடுக்கவும் பழுதைச் சரிப்படுத்தவும் பிரியப்பட்டு கடற்பேழை திறந்து பூழியான் மௌத்திக ஒளிக்கதிரைக் காட்டினான். 'ஏதேது.. நான் கேள்வியான அஸ்வங்கள் எல்லாம் இதன் பிறைகளில் வளையுதே... காஸாதூஸ்...' ஜோன்ஸ் பாதர் ஸீல் மீன்களைப் போல் விழிதிறந்து சாலமோனின் உன்னதப் பாடலும் பேபல் கோபுரத்தைக் கண்ட வியப்பில் ஆழ்ந்தார்.

அந்தப் பிள்ளைகளுக்குத் தங்கள் தாயின் தாயாரின் பழைய பாடல்களைச் சொல்லிப் பழக்கினார். 'வாயில்களே நிலைகளை மேல் உயர்த்துங்கள்...' பழங்காலக் கதவுகளே மேலெழுங்கள்... குருத்து மடல்களை ஏந்தி நின்ற பெரியம்மா திவ்விய இருதயத்தின் திருக்காயத்தை நோக்கிப் பாடினாள். தாழ்ந்தும் மணல் நிலபரமான குதிகால் வடிஒத்த தொன்முதுகோடி வந்தாள், கூடவே மீனவப் பெண்டிர் சூழ கரையோரமாகப் புல்பூண்டு இல்லாத குருத்து மணல் படும் பரிசுத்தக்காரி பாத ரக்ஷைகளின்றி நடந்தவழி பாக் ஜலசந்தியின் வாயில் மன்னார்குடா கடல் வடவெல்லையாகத் திறந்தது அவள் நேத்திரங்களில். நீரொலித்தன்ன வேதாளைக் கிருஸ்தவர் புன்முறுவலென்ன முகிழ்த்த மாசற்ற மீனவர் கூட்டம். சற்றுநேரம் கூடிக் காத்திருந்து பரங்கிநோய்பீடித்த நோயாளிப் பெண் இருவர் வயது சென்றவர்கள் கிட்டவரவும் 'என்பும் இரும்பும் நீரென உருக்கும் நேசர் உருவம் தொங்காதே சிலுவையில்...' என நோயாளிப் பெண் பாடினாள் பெரியம்மாவை நோக்கி. 'முள்முடி சூடிய மன்னவர் வருவார்...' என பதிலுக்கு ஆறுதல் கூறினாள். 'தொழுநோயாளரைத் தொட்டு அணைத்தாய் பாவியாம் இங்கே பரங்கி நோயினர் மாதராய்' என கண்களை மூடி அண்ணாந்து அழுத கண்ணீர் பெரியம்மா முகத்தில் வழிந்தது. உப்பூர், தேவிப்பட்டணம், ஆற்றங்கரை பெண்களும் பெரியம்மாவுடன் கோரஸ் பாடினர்.

கடலுயிர்கள் நகரும் பாறைகள் மிதப்பதாக கிளிஞ்சல்

மேடுகள் கூட்டமாய் தெளிவடைந்து வர எல்லோரும் அதைப் பார்க்க நடந்து ஏகினர். தடங்கள் படும் ஓசை கேட்காமல் நடந்து கைகளை நீட்டி பாறைகளில் படிகிறாள் பரங்கி நோயாளிப் பெண். கிளிஞ்சல் மேடுகளைச் சுற்றி நத்தையும் சாம்பல் சங்குகளும் நகரும் நாக்கு கால்களாய் ஊறும் விதி. ஓடுகளும் கரைகளுமாக மங்கிய தெருக்களை தொலைவில் கண்டார்கள். அவள் தெரு மூலையில் சிதைந்த வீட்டின் சிப்பிப் பாறையில் உட்கார்ந்திருந்தாள். அவள் பார்வையில் தொன்முதுகோடி வெளிறிய வெண்மையாயிருந்தது. அவள் உடல் தொகுதி கிளிஞ்சல்களால் ஆன அவ லட்சணத் தோற்றம். ‘பரங்கிநோய் தீர்ந்துவிடும் மகளே…’ இது பரம்பரையில் மாலுமியார் விட்டுச் சென்ற எச்சமாய் தொற்றி வருதே மெதுவாகத் தடம் தொட்டு வரும் நோயாளிப் பெண்ணைப் பார்க்க யாருமில்லை. வெறிச்சோடிய தெருவின் சுவர்ப்பொந்துகளில் வெளிப்படாத கடற்பறவை எட்டிப் பார்த்தன அவளை. வாய் திறந்து கடல்களின் தூரத்தைச் சொல்லி அழைத்தது தூரத்தில். கிட்ட வந்தால் காணாமல் போய்விடும் அல்பெட்ராஸ், பரங்கி நோயாளிப் பெண்களைச் சூழ்ந்து துயருற்று பாடும். பயணப் பாறைகளில் தெரிந்த நிறங்களில் நோயாளிப் பெண்ணின் அக்கா சீனா பொம்மைகளுடன் விளையாடிக்கொண் டிருந்தாள். மெல்ல பொம்மைகளுக்குள் இருள் பரவ ஸீகல் அலறியது.

ஓர் ஆண்டுக்கு மணல் அரிப்பு நிலவிய அலையில் இடம்பெயரும் சிப்பிகளின் சங்கீதம் விதைத்தாள் காஸானஸ் பெண். கப்பல்களில் வேலை செய்யும் காஸாதூகள், பரங்கி வீடுகளில் பணிபுரியவும் போரிடத் துப்பாக்கி ஏந்தியும் வருகிறார்கள். மன்னார் வளைகுடாவில் துறைமுகத்தின் வடபகுதியில் அடிமை மாலுமியார் குடியிருப்பு - சிறிய கப்பலில் வந்த காப்பிரிகளுக்கு கஃப்ரெஸ் என காஸாதூஸ் மொழியில் பேரும் வந்தது. முத்துக் குளிப்பதில் பரதவரைப் போல இந்த கஃப்ரெஸ் திறமையானவன். சிலர் அடிமைக் கப்பலிலிருந்து பிடிபட்டவர்கள். மொஸாம்பிக், அங்கோலாவில் தங்கள் காலனி களிலிருந்தும் அடிமை விலைக்கு வாங்கியதில் இங்கே மருத்துவமனை, விடுதிகளை சுத்தம் செய்யவும் அதிகாரி வீட்டுக் காவலுக்கும் சமையலறையிலும் கஃப்ரெஸ்கள் ஈடுபடும் வேளையில் இந்த பரங்கிரத்தம் ஓடும் காஸாதூஸ் பெண்ணும் ஆணும் கப்பலுக்கு உரிமை கோரி நெருக்கினார்கள் எஜமானர்களை. கரும்புத் தோட்டத்திலும் வெள்ளிச் சுரங்கம் பாதரஸசுரங்கத்தில் பற்கள் கிடுகிடுக்க உழல்வோர் அடிமையாக வாங்கிய பழுப்புநிற ஆசியரும் மாம்போஸா

நகரத்தில் மூன்று கப்பலில் ஏற்றிவந்த கஃப்ரெஸ் வழியெல்லாம் ஆப்பிரிக்க மாங்கனிகளை மாந்தி உண்டதும் அதன் கொட்டைகளை வீசாமல் கையிலேயே வைத்திருந்ததில் தென்கடல் தீவெல்லாம் போன இடத்தில் புதைத்து காப்பிரி மந்திரத்தால் மாங் கன்று மேல் வந்தது. மாங்கொட்டையை நம்பினார்கள் எஜமானனைவிட. வந்த கஃப்ரெஸ்களும் தேசாந்திரிகளும் பாட்ரோவாடாவின் சுரமண்டலத்தை மணல் அசைவால் செவிகொடுத்து தேடிவந்தான் சுருட்டுக்காரன் செஞ்சவுள் மேல் அறைக்கு இரு சிறுமியர் விரல்களால் பூழிஅரசன் முத்துக்குளிப் பெருமைகளை இருண்ட கால அரண்மனை கொண்டு போய் திறக்க முடியாத இருட்டில் ஈராயிரத்தி எழுபத்தாறு எண்ணிக்கையில் மௌத்திகச் சலனம் மேலாடை ஆவியாக கடல்மேல் கவியும். பியானோவின் ஆத்மா உரையாடும் பூழி அரசனுடன். ஐம்பத்தி எட்டு முத்துக்குளிப் பார்களை உடைய சுருட்டுக்கார காஸாதூஸ் குமாரத்திகளோ முன்னோரில் போர்ச்சுக்கல் மூதாய்கள் மாலுமிகளாக துயரப்படும் ஏழு மாகடலின் நெடும் பயணம் பற்றி வாஸித்தார்கள் பாடலில்.

பூழி ஆடையில் படிந்திருக்கும் பெரு நாவாய்களின் நிழல்கள் பேசுவதை இச்சிறுமியர் முணுமுணுக்க நங்கூரம் பாய்ச்சிய வேறு தேச கப்பல்விட்டு வணிகரும் இறங்கிவரும் தொன்முது கோடி முனை. மாலுமிகளான காஸாதூஸ்களும் அவர்களுக்கு உதவும் கஃப்ரெஸ்களும் அந்த சிறு கப்பலில் இருந்த சலூனில் கூடுவார்கள். தங்களுக்குள் அடிமைத்தாய்மொழியாக காஸாது பெண்பாஷை என்றே சொல்லப்படும். போர்ச்சுக்கீஸ் பாஷை தந்தைவழி ஆண்மொழி என்பது நியதி. இந்த சிறிய கப்பலில் முடி ஒப்பனையாளனாகவும் ஒரு கடற்கொள்ளையனாகவிருந்தவன் காஸாதூஸ். அவன் உடம்பெல்லாம் பேசும் பாஷைகளுக்கு அளவில்லை. பினாங்கில் வாங்கிய சீனாக்கத்தியும் சிங்கப்பூரில் கேட்ட கை ரேடியோவும் பிளெம்பெனில் கிடைத்த கில்லட் சவரக் கத்தியும் விதவித துருவ தேச மொழிகளை மடக்குக் கத்திகளாக்கி விடும் பயணத்தின் சித்தம் காசாது பாஷாந்திரம்.

ஒருபக்கம் மாசாத்துவன் எனும் கிளிக்கூண்டு. ஓடிப்போன சந்திரா சர்க்கஸ் கோமாளி கிழட்டாடுதான் இந்த காஸாதூஸ். எத்தனை கம்பெனிகளில் ஆடினான் என்பதில் தனிக்கதைகளைச் சுருட்டி வைத்துவிட்டு கப்பல் சலூனில் வேலை பார்க்கிறான்.

எல்லா இடத்திலும் விழித்திருக்கும் மீனின் ஒரு கண் சூரியனையும்

மற்றது நிலவிலும் இருப்பதால் ஒவ்வொருவரும் வெவ்வேறு இடத்திலிருந்தும் மீனிடத்தில் சேர்ந்திருப்பதாக காசாதுகள் கருதினார்கள். எல்லாத் தொன்மங்களையும் தொடரும் மீன் கடவுளான ஈயாகான் ஒன்னஸ்ஸை வழிபடக்கூடும். இந்த வெள்ளை காசாதூகள் கருப்புக் காசாதுகள் பேரில் ரத்த உறவிருப்பதைத் தாழ்ச்சியாகக் கருதினார்களா? பகலாகவும் இராத்திரியாகவும் காசாதுமொழி இனம் பிரித்தது அவர்களை. ஆனால் வெள்ளைக் காசாதுகள் பாங்கித் தந்தையரோடு வட துருவம் போய்விடும் அகத்தூண்டலில் அதிகாரத்துக்கு அருகிலும் கடின உழைப் பிலிருந்து தப்பிவிடும் இயல்பினால் கருப்பு காசாதுகளின் சகோதரச் சாபம் கடலை கருநீலமாக்கியது. கடற்கொள்ளையராகவும் கோர்செயர்கள் தனித்துத் திரியும் பிரதேசங்களில் கருப்பு காசாதுகள் அவர்களை தந்தையரிடம் காட்டிக் கொடுக்கவில்லை. தாய்வழிச் செல்லும் 'பிளட்ஸ்' எனக் குறிப்பிடும் கருப்பு காஸாதுகள் நிலவின் மொழியான காசாதுபாஷையில் கடல் உயிரினத் திரட்சியில் ஆழ்ந்து லட்சம் மீனினங்களின் வகையைப் பெயர் சூட்டியதில் உலகில் மொழி பலவும் அதை அறிந்திருந்தது. கஃபிலா கப்பல்களில் மாலுமிகளாகவும் காப்பிரிகளோடு நெருங்கிய இனக்கப்பாக உணர்ந்திருக்கலாம்.

வெள்ளைக் காஸாதுஸ்களோ கண்ணாடித் தொட்டிகளில் அதிசய மீன்களைச் சேகரித்து அதனில் உறையும் மனித ஆவிகளை உருமாற்றி மீன்வகைகளாக்கி ஆழ்கடல் குஞ்சுகளின் வம்சாவழிகளாக வளர்த்தார். கீழே பார்த்தால் முள்ளெலியும் முயலும் ஒரே பஞ்சாரத்தில் அடைந்து அருகம்புல் கொண்டு வந்துபோடுவாள் காஸாதுத்தாய். சூடைக் கருதுவாடு வெட்டி முள்ளெலி மீது குத்துவான் சிறுவன்.

பின் கட்டில் கடல்பாய் கிழிந்து தொங்க காற்றின் சடசடப்பு. கஃப்ரெஸ்களும் பழுப்பான கனரின்ஸ்களும் கரையரும் பரதவரும் கப்பல் மேல்தளத்தில் செஸ் விளையாடிக் கொண்டிருந்தார்கள். ஸ்டீல் கத்தி, கடத்தல் துப்பாக்கி, கடிகாரங்கள், பேனா, தங்க பிஸ்கத்துகளையும் ஒளித்து வைக்கும் நம்பகமான நாவிதன் இந்த மலேயா காஸாதுஸ்தான். மூணு சீட்டு விளையாட்டில் கடத்தி வந்த ஆம்பெரா ஜாடிகளில் இருக்கும் ரோமனிய மது கைமாறிவிடும். வெள்ளைக் காஸாதுஸ் ஒருவனும் கருப்பு காஸாதுஸ் இளந்தாரியும் ஒரு ஆம்பெரா ஜாடியை சுற்றி கட்டிப் புரண்டு விளையாடும் கடல் பாட்டுகளை இந்தப் பழுப்பான ஆசியன் பாடுகிறான்.

காஸாதூஸ்களின் பெற்றோர் சுருட்டு வியாபாரிகளாக இருந்தார்கள்.

ஆரம்ப காலங்களில் சுருட்டு மாலுமிகளின் கவலைகளை ஆற்றுப் படுத்துவதாக அதில் கேப்டன் மார்கனின் காமிக்ஸ்லேபில் சுற்றியதால் மகிழ்ச்சியோடும் கேளிக்கை விளையாட்டில் புகுந்தது. பரங்கியரின் நூற்றாண்டு துவக்கத்தில் கண்பவுடருக்குப் பதிலாகப் புகையிலைத் தூள் தான் கைத்துப்பாக்கியில் புகையும். அதை கஃப்ரெஸ்களோ பழுப்பான ஆசியர்களோ வெறுத்தார்கள் முதலில். அது தீய குணம் கொண்ட எஜமானரின் அதிகாரத்தையோ அல்லது கீழ்படிதலைக் கோரும் கொடிய அடிமைமுறையைக் கோரும். பரங்கிகேப்டன் அவற்றை ஓக் மரப்பெட்டியில் வைத்திருந்தான். பின்னே திரைச் சுருளில் வரப்போகும் ஸ்பைடர்மேனின் தீயகுணங் கொண்ட தலைவனும் அதையே செய்வதைப் புரிந்துகொள்ளுங்களேன். கஃப்ரெஸையோ கனரிஸையோ குற்றம் கண்டுவிட்டால் சிறு தவறிருந்தாலும் சகித்துக் கொள்ளாமல் சுருட்டைத் தீவிரமான கோபத்தில் மென்றான் துணைக் கேப்டன்.

சுருட்டுக்காரன் வகையறா காலி டப்பாக்களில் தந்தைமாருடைய கலைச் சேகரிப்புகளை வைத்திருந்தான். கடற்பயணத்தின் தொழில் நுட்ப வளர்ச்சியில் ஒரு துண்டு புகையிலை நறுக்கு அதிகத் தொடர்பிருந்தது. கீழை தேச மாலுமிகளைக் கடல் அட்டையாக ஒட்டிக் கொண்டது, பரங்கிப் புகையிலை. இதைக் கேலி செய்து உருவாக்கிய கார்டூன்களை பரங்கிநோய் பீடித்த அடிமைத்தாயின் குமாரன் கருப்பு காஸாதூஸ் உப்புவிடுதியின் இருட்டுச்சரிதத்தை புனைகோடுகளால் சித்தரித்தான்.

முதன் முதலில் கல்லச்சு எந்திரத்தின் நாக்கிலிருந்து வெளி யான ட்ரீட்டாப்ஸ்டாரியர் என்ற செய்தித்தாளில் பை மார்ட்டின் ஷூமேக்கர் எனும் பெயரிய கடல்வாத்துதான் இப்படி கேலிச் சித்திரங்களைத் தீட்டுவதாகவும் அது ஒரு காஸாதூஸின் வளர்ப்புப் பறவை. அவனிடமிருந்து சுருட்டை ஆக்ரோசமாகப் பிடுங்கி ஊதித்தள்ளும். தன்னுடைய கடல் ஞானத்தில் விண்ணகமே சுழன்று கொண்டிருக்கும். அது போச்சுகல் அரசரின் கப்பல் மியூசியத் தோட்டத்திலுள்ள சாதுவான பட்சிதான். ஆனால் மற்றொரு புராண மனிதன் பிரஸ்டர் ஜான் வெகுதூரம் கிழக்கில் பயணப்பட்டு ஓரியண்டல் முத்துகளைத் தேடி விலைமதிப்பிலா செல்வங்களோடு சீமானாய் அந்த உப்பு விடுதியைக் கடல் பயணிகளுக்காகக் கட்டி அதிலேயே தாமசிப் பதாகவும் தெரிந்த பின்பே பரங்கிக்கப்பலை ராஜா மிதக்கவிட்டான் நம்பிக்கை முனைதாண்டி.

‘எல்லாமே பதுக்கலும் கடத்தலும் சூதுவாதும்தான்’ உடந்தை யானவர்கள் எந்த நேரத்திலும் சலூனில் நடமாடுவார்கள். ‘இது நல்லா இருக்கா காஸாதூஸ். உனக்குத் தெரியாமல் சலூனில் நடக்கும் பேரங்கள். சீமான் பிரஸ்டர் ஜான் கப்பலில் தீங்குகள்தான் ஏராளம் நடக்கிறது. இடமாறிவிடும் பிஸ்கட் பேழை. உன் நடவடிக்கை விபரீதம் என்ன நான் சொல்வது. மூணு சீட்டில் கவிந்தியிருந்த இஸ்பேடு ராணியைத் தூக்கி வைத்தான் மாலுமி சவரியா. ‘இவனைக் கொல். என்ன விளையாடுகிறான். ஓரக் கண்ணால் சீட்டுக்குச் சீட்டு பொருட்கள் கடத்துவதில் பிடிபடாத ஜோக்கர்.’

திரையிலிருந்து காஸாதூஸ் எட்டிப்பார்த்தான் ‘என்ன சலம்பல். சவரியா பலே ஆளப்பா நீ.. அமைதி.. தைலேஸ்.. சண்டை போடவா ஜானுக்கு வரனும்? சீட்டுகளின் விதி தகராறில் முடியும். நடக்கப்போகும் விபராதங்களுக்குப் பின்னால் உளவு பார்க்கும் கருப்பு காஸாதூஸ் கண்ணாடி இருட்டில் திரும்பி சுரமண்டலத் தினுள்ளே பாலின் ரூத்தாக உருமாற்றிவிடும். காட்சிகளை ஊடறுக்கும் பீங்கான் கீறல்களில் புனைவின் செங்குருதி உருப் பளிங்குகளாகச் சம்பவங்களைக் கலைத்தவாறு ஆட்டத்தின் நபர்களை மாற்றிவிடும். ஒவ்வொரு சீட்டையும் கவிழ்த்தி ஒட்டியிருக்கும் நபர்களைத் திறந்து பார்க்காமலேயே விதியை அனுமதிக்கும் வடிவம் மார்ட்டின் சூ மேக்கர் உள்ளே வருகிறது. அவரைப் பார்த்ததும் சூதாடிகள் கடுமைப் படுகிறார்கள்.

தன் நல்ல சுருட்டுகளைப் பகிர்ந்து கொள்வதற்காக சலூனில் காத்திருக்கும் காஸாதூஸிடம் கடல் வாத்து சொந்தம் கொண் டாடியது. அதற்கு ஒரே ஆசை கப்பல் கண்ணாடியில் பயணம் செய்ய வேண்டும் உருவமற்ற தொலை தூரத்தில் காஸாதூஸ் மொழி பேசும் மாலுமியாரும் காட்டு குதிரை மந்தையோடு திரியும் கருப்பு காஸாதூஸ்களின் கிடை வீடுகளுக்குப் போக வேண்டும் ‘கூட்டிப் போ கிழட்டாடு’ என நச்சரித்தது பை மார்ட்டின் ஷூமேக்கர்.

முகத்துக்கு நுரையடிப்பதைப் பாதியில் நிறுத்திவிட்டு பரங்கி வாத்துடன் உரையாடினான் கிழட்டாடு. நூறு கட்டங்களில் ஓடிக் கொண்டிருந்த சதுரங்க வீரர்கள் கோர்செயர் கடற்கொள்ளையர் டச்சு துப்பாக்கியுடன் நிற்கிறார்கள் மூர்களுக்கு ஆதரவாக வடுகரின் குதிரைப்படை தனித்திருக்கும் குதிரைச் செட்டிகளின் அசையீட்டிக் காவலர்கள். இவையனைத்தும் ஒரு காஸாதூஸ் குறித்த குதிரைத் தொலிமேல் ஓடிக்கொண்டு இருந்த சூதாட்டம் நாவிதன் சவரக்

கத்தியுடன் காலாட் படையில் நிற்கிறான். மரப்பேழையில் கொட்டி வைத்த பூழி முத்துகளை அள்ளித் தருகிறான் குதிரை வாணிபருக்கு. சூதாட்டத் தொலியில் கட்டங்களைத் தாண்டும் வீரர்கள் இடம் பெயர்ந்து மன்னார் வளைகுடாவைச் சுற்றி இழந்த பிரதேசங்களை மீட்கும் சாதுர்யம் கருப்பு காஸாதூஸ்.

மறுபக்கத்தில் பரதவர்களின் முத்துக் குளியல். உடைய மறுக் கும் எதிரிகளுடன் பூழி நாட்டு மௌத்திக ஒளிக்கதிர் உடை தறித்த சுருட்டுக்காரன் வகையறா. மூச்சடக்கி சதுரங்கக் கட்டத்தில் மூழ்கி எடுக்கும் உயிரைப் பணயமாக்கும் அபாயம். விளையாட்டை பூழி யான் தன்னைச் சுற்றிக் கருப்புக் காஸாதூஸ்களுடன் வீற்றிருக்கிறான். அலைகளில் ஏறி வருகிறார்கள் மரங்களில். மீன் செவுள் திறந்த பவளப்பூச்சிகளை அணிந்த பரதவப் பெண்கள் தொன் முதுகோடி யெங்கும் கும்புகும்பாய் கூடி முத்துக் குளியலில் மூன்றில் ஒரு பங்கு சிப்பிகளை முறைமையாகப் பெறுகிறார்கள் பூழியானிடம்.

விளையாட்டில் இறங்கியிருப்பவர்கள் வட துருவத்து டச்சு காரரும் பரங்கியரும் கடும் போட்டியில். மூர்களுக்குள் வடுகரும் குறுநிலப் படையும். கோரல் மடுவிழையில் ஒட்டி நகரும் சிப்பி மூதாதைகளை அவர்கள் அறுவதை செய்தில்லை. விதை முத்துக்களெல்லாம் இருட்டில் மறைந்துவிடும். மனிதனுக்குத் தப்பியே ஓடும். காஸாதூஸ் கைபட்டாலே தங்கள் இனம் அழிந்துவிடும் என விதை ஓரல்கள் கூவிக் கூடி கொரில்லா முறையில் பதுங்கி வரும். நீரடிக் கடவுளர்களாக இருந்து பரம்பரைத் தொடர்ச்சியில் நான் விளக்கைத் திருப்பி மௌத்திகக் கடவுளை நோக்கினேன். அவர் வடதென்துருவ மொழிகளின் எல்லா ஒலிகளையும் மதி தெரிகலையிலும் மதி மறைகலையிலும் முதற் பக்கந் தொடங்கி மூன்று வட்டமாக வருகிற விதை முத்துகள் நத்தை, பத்திரை, சயை, இரிந்தை, பூரணை, உவாபவ்வம் என நிறைமதி காலுதல். இந்த காஸாது மொழிக்கும் நிலவு நாழிகைக்கும் விதை முத்துக்கும் தென்கடலுக்கும் ஓர்மை இருக்கிறது.

இந்த காஸாதூ மொழி பேசும் இனங்கள் ‘உவாபவ்வம்’ என்ற பாலை நில தஸாக்குகள் வேறு வழியின்றி மீனவராக, மாலுமியாக, அடிமைகளாக, மருத்துவராக, வாணிபச் செட்டியாக அஸ்வ காயர்களின் மொழியாக அறியப்பட்டபோது வெகு பாஷைகளை உள்ளடக்கிய கிரந்த எழுத்தின் பிந்தைய வடிவத்தைப் போன்றது வரிவடிவம். முத்துக்குழிப்பலகைகளை மூர்களைப் போலவே

காஸாதூரஸ் வைத்திருந்தான். இந்த மொழி திங்களை நோக்கி நெடும்பயணம் செய்வதாயிற்று. குழிப்பலகைக்குப் பின்னால் உளியால் செதுக்கிய தசமக் கணிதப் பின்னங்களை மேஜையில் எடுத்து வைத்து பலகையைத் திருப்பி சித்தரவிளக்கின் அடியில் படித்துக் கொண்டு இருக்கிறேன். கையால் வரையப்பட்ட பலகையில் எமக்குப் புரியாத பல சித்திர எழுத்துமுறை மங்கியிருந்தது. பிராமிக்கு அருகில் ஒரே மாதிரியாகத் தோற்றமளித்தது. சில வரைவோவியங்கள் பலகையின் விளிம்புப் பக்கங்களில் திரும்பத் திரும்ப பறவைகளின் இனங்களும் வேறாகிவிடும். ஆனால் சில சிறிய மாறுபாடுகளுடன் அதில் மீன் கடவுளின் உருவம் தகதகக்கும் பிழம்பாகத் தோற்ற மளிக்கும் கடல்கன்னி மீனை அதில் தோன்றக் காண்கிறேன். மற்றொன்று அலைகடல் ஒளிமீனே சந்திரமுகத்து நீர்விடுங்கல் அது, விதைமுத்து ஒளிந்திருக்கும் சங்கேத மொழிப் பலகை. வெள்ளைக் காஸாதுவாகிய நான் மேப் தயாரிப்பவனாக வரைபடத்தில் உயிர்களின் பூங்காவை சங்கு சிப்பிக் கூட்டங்களை தீட்டி வருகிறேன். 'பிரஞ்ஞுதர' நாவாயில் யாரோ இருக்கிறார்கள் அரு உருவில். பழைய மேப்களும் தோல்வரைபடச் சுருள் ஒன்று தைத்துக் கந்தலான சீனரின் கலங்களுடன் தோன்றிற்று. கீழ் கெய்ரோவிலிருந்து இரவிற் சொன்ன அரேபியக் கதையில் வரும் அலெப் எனும் ஒற்றை நாடி முகம் ஓர் அரபு எழுத்து முகமூடி குறித்த பெண்படிமை.

'இதோபார் கஃப்ரெஸ் விளக்கைக் கொண்டு வா... நாலா பக்கமும் மீன்கள் வட்டவட்டமாய் போகின்றன...கரையில் தூங்கிக் கொண்டிருந்த கடல்பசுக்கள், கிராம்பஸ் தக்ஷிணத் திமிங்கிலம் கடல்மேல் நின்று பார்த்தது என்னை... அதை நோக்கி தீவெட்டியை வீசு கனரின்ஸ்...'

'எல்லோரும் கைதட்டினால் அந்த ஆயிரம் வயோதிக ஆமை போய்விடும் காஸாதூரஸ்... தீவெட்டிகள் எதற்கு' என்றான் எரிவேள் கொண்டு மீன்பிடிக்கும் பரதவன்.

'மீன்களைத் துரத்திவரும் தக்ஷிண விலங்கால் கப்பலுக்கு ஆபத்து நேருமே... மெல்லவரும் திமிங்கிலத்திடம் விலகி விபத்திலிருந்து தப்பிவிடலாம்.' எல்லோரையும் சலசலவென்று பேசா மலிருக்குமாறு சுருட்டுக்காரன் உத்தரவிட்டான். ஆழியில் சுழித்த குயவனின் திகிரிகளின் தோற்றம். கருஞ்சக்கரங்கள் கப்பலை சிதைத்துவிடும் என அஞ்சினார்கள். குளிராலும் காற்றாலும் வருந்திய மாலுமிகள் எப்படியோ நெருங்கிவரும் மணல் தீடைகளை நம்பினார்கள். அங்கே திரும்பாதே... எல்லா மணல் தீடைகளும் மரணத்தின் வாய்கள்தான்...

கால்பட்டால் சாவு பற்றி இழுத்து மூழ்கடிக்கும் நம்மை. கப்பல் ஓட்டுவதில் கைதேர்ந்த கஃப்ரெஸ்களும் கருப்பு காஸாதுகளும் ஐந்து கானரின்களை உடனழைத்துச் சென்றான். கப்பலின் ஓட்டைகளில் வரும் நீர்க்கசிவை வேகமாகத் தடுக்கும் கீல் மசகை ஒட்டி கங்கு வைத்து சுட்டார்கள். சின்னஞ்சிறிய ஓட்டைகளை கம்பளியாலும் மெழுகாலும் அடைத்தும் வெழுத்த ஆசியர் ஐவரும் காற்றில் நைந்து அறுந்துபோன கயிறுகளை இரட்டைப் பிரியாக்கி பின்னிக் கோர்த்தார்கள். பாய்களில் பூட்டியதும் கயிறுகளை முறுக் கினான் காஸாதூஸ். வழி முழுவதும் பரங்கி நோயாளிப்பெண் பாடிக் கொண்டிருந்தாள். கடலுலகின் ஆழத்திலிருக்கும் மீன் கடவுளை வேண்டினாள் நோயால் பீடித்தவள். ...எல்லோரும் முத்தமிட்டுப் பணியும் வேளை அதுவாக இருந்தது கடலில் வீசிய பொருட்களைவிட மாசற்ற சோகலயத்தில் அவள் பாடல் ஆழ்கடல் மூழ்கி கடவுளைச் சென்றடைந்தது.

பரங்கிச் சீக்காளி காலடியிலிருந்து துவங்கிய மணல் அசைவு கரவத்தை நிழல் குளிர்ச்சியில் சாய்த்திருந்தாள். படுத்திருக்கும் பித்த நாயினைத் தொற்றிவிடும் அவள் சிதிலங்களின் புதிர். அந்த இலைப் படிவங்களில் ஞாபகத்தின் தேகை ஏதுமற்ற தண்ணீரில் கரையும். வெறுமைதான் எல்லாம். மோகப் புயல் வீசிய சிறு கப்பல்களில் விடுத்த ஒவ்வொரு பரங்கி வாணிபரும் மயங்கித்தான் போனான்.

ஜோன்ஸ் பாதிரியார் பரங்கிச் சீக்காளியைத் தேடி நடந்தே வருகிறார் மணல் மார்க்கம். தேவதையின் பளிங்குப் பழமை வெகு நேரம் அகல முகவடி எழுத்தால் மோகமுற்றது. உப்பக்கம் காணும் சாகரத்தில் காஸாதுமொழி அடிப்படுகை சொற்களின் கூட்டம் நகர்வதையும் விசித்திர மீன்கள் துள்ளிவந்து சிலை மீது உரசி கோடுகள் படுவதையும் உணர்ந்தார். மிகத்தாமதமாக வந்து சேர்ந்த கப்பல் முதலாளி சுருட்டுக்காரன் வகையறா அலெப் தேவதை காஸாதுமொழி பகரும் கடவுளென இக்கணத்தான் முகுந்தராயன் சத்திரத்தில்.

அவளுக்கு செஞ்செவுள் மாளிகையில் பாலின்ரூத் அறைக்கு அடுத்த அறையில் இடமளித்தான். அவள் மொராக்கோவிலிருந்து வந்த மூர்களின் வாணிப தேவதை. திசை காட்டும் நீலமுள் வடக்கே திரும்பியது. அலெப் தேவதை வாஸத்தில் செல்லப்புத்திரிகளுக்கு நெடுங்கனவாய் மாறிய இராத்திரிகள் கதையாலும் அழிவாலும் கலங்களின் முணகலால் கிரீச்சிடும் கதவுகளாயிற்று. அவள் கால் விரல்களில் கீறிய சித்திர எழுத்து காலத்தைத் தெளிவு கொள்ள முடியாத

அர்த்தத்தைக் கொண்டிருந்தது. இந்த ஐம்பொன் கலந்த வெண்கல தேவதையை மேஜைமேல் வைத்தாள் பாலின்ரூத். அது தவிர மேஜையில் பெரியம்மாளின் பழையபாடல் நோட், பியானோ பாடல்கள் அப்பியாசத்துக்கான மூங்கில் தாள்களில் பரங்கி பென் சிலால் எழுதியும் வந்தாள். பென்சில் பேனா இறகுகள், கணவாய் மீன் இரத்த மசிக்கூடு தாவர நிறக்குப்பிகள் அணில் தூரிகளோடு பீங்கான் கிளாஸில் உடைந்த கடல் குச்சிகளும் ஊர்ந்துவரும். அலெப்பின் வெண்கலத் தரைநார்களில் குருதியின் ரகஸியத் தொடர்பிருப்பதை வாஸித்தாள். கிரந்த பாஷையின் வரிவடிவங் களோடு உடல்மேல் எழுதப்படும் காஸாதுமொழியின் ஒற்றைச் சொற்களும் வரைபடங்களும் அதில் மாலுமியார் கச்சாவான மண்குரல்வளையின் ஒலிகளாக சிற்பிதம் கசிந்துவரும் கதாபாத் திரங்களாகவும் இருக்கலாம். வெண்கலச்சிலைக்குள் பல புத்த கங்கள் மடிக்கப்பட்டும் எடுக்கப்பட்டும் கீறலில் உதிரவாடை வீசியது. ஒன்றுக்கொன்று தொடர்பில்லாத திசைச் சொற்கள், பனி யுக நாடோடிகளின் இசைக்குறிப்புகள் ஓநாய் கால் புதர் ஒன்று அவள் சிதைந்த முகத்தில் இருண்டிருந்தது. முடிக்கப்படாத கவிதை களில் மூழ்கிய எழுத்து வடிவமுகம், துருவ மாலுமிகளின் மோடி மொழிப் பெட்டகமாக அவளை உற்றுநோக்கினான் சுருட்டுக்காரன் வகையறா. அவள் சிரசே ஓர் சித்ரகபாலமாக இருந்தது. உலகில் மற்றொரு தேவதைக்கு இல்லாத மோகப் புயலால் மாலுமிகள் சமயக் காழ்ப்பற்று போற்றிய இவளே சிலுவையைச் சுற்றிய கருநண்டுகள் வாக்கியங்களை எழுதி அழிக்கும் கடல். எப்போதும் புறஉருவம் அகம்புறமாய்த் திறந்துகொள்கிறது. சிருஷ்டியில் ஓடும் சித்ரகபாலம் ஒருவேளை கபாலா சாடு நாட்டு கூன்பிரா கிராமத்தில் வீடில்லா அகதிகளின் துயரம் பீடித் தவளாக இருந்தாள். ஒரு அன்னாசிப் பழத்தை திருடிக் கொடுத்த அகதிச் சிறுவனுக்காக ஏங்குபவளாகவும் வங்காளதேசத்தில் டோங்கிச் சிறைச் சாலையில் கடற்கொள்ளையர் தீராமல் அவதிப் படும் துயரப்பாடல்களின் உலோக உருக்கமாக வடிக்கப்பட்டவள். அவள்மீது உப்புவிடுதியின் மூங்கில் பல்லி ஒன்று இல்லாத காற்றையெல்லாம் துளைகளில் கேட்டதையெல்லாம் மசங்கி வாஸிப்பதைக் கேட்பதற்கே த. கடல் நோக்கி வீழ்ந்தாள் போலாம். வேதாளைக் கதீற்றல் முன்வரைவு ஓவியங்கள் சொல்லப் படாத காஸாதுகளின் ரகஸிய மொழிப்புலத்தில் உருள்பவளானாள். சிற்பக் கோடுகளின் வீச்சுகள் இதுவரையான மாலுமிக் குணங்களுக்குள் பரிமாறப்பட்ட எழுச்சிமிகு வரலாறாகவும் காஸாது மொழி உள்ளுமை.

இந்த வெள்ளை காஸாதூரஸ் இளம் வரைகலைஞனாக இருந் திருப்பதால் அவள் த. கடலை எட்டுவதற்குள் வரைந்த ஒரு பெண்ணின் சித்திரம் கீழே விழுந்தது. கடல்பயணத்தில் தூங்காத பல ராத்திரிகள் உருவெடுத்து சமுத்திர மச்சங்களால் முத்தம் பட்ட காஸாச்சிலை நோக்கி பாலின்ரூத் சுரமண்டலம் ஆழமுடைய தாயிற்று.

நியூகிரேண்ட் சர்க்கஸ் யானைகளை சிலோனுக்குக் கொண்டு போன லபுப்வருஷத்தில்தான் லங்காபுரி யானைகளின் வாணிபத்தில் பேர்ப்போன போர்ச்சுக்கீசியர் கிருஷ்ணதேவராயருக்கு வெடி உப்புக்குப் பண்டமாற்றாக விலைமதிக்க முடியாத ஆனைகளை பெரிய கப்பலில் ஏற்றுவதும் நடந்து வந்தது.

ஆனால் பொதிகையில் மலைகவ்வி பிறை நடந்தபோது தான் வித்தை கற்ற சிங்களவரும் யாழ்ப்பாணரும் வேடிக்கை பார்க்கவும் கூடலாயிற்று. தொன்முதுகோடி முனைக்கு ஒட்டகமும் சிறுத்தைகள் நான்குடன் அந்தக் கரும்புலியைக் கூண்டிலிருந்து பார்த்தார்கள் தொன்முதுகோடி வாஸிகள். ஆதாம் பாலத்திலிருந்து யானைகள் இரண்டும் ஏறியிருந்த கப்பலில் சிலோன் போட் மெயிலில் வந்த தனித்தபால் வேனில் பனிரெண்டு ராசிகளின் பெயர் கொண்ட குதிரைகளுடன் இருந்தான் காஸாதுஸ் கிழட்டாடு. சர்க்கஸ் வருவதற்கு முன் சில முக்கிய ஊர்களில் கூடாரமிட்டு வந்தார்கள் நான்கு போல் சர்க்கஸ் கூலிகள். இவர்களில் ஓடிப்போன சில காசாதூரஸ்களும் இருக்கிறார்கள் கிழட்டாடைப் போல. மெல்லிய கம்பிகள் மற்றும் கயிறுகள் வருகிற நெளிந்த ஜீப்பில் வேறு சில ஆட்டக்காரர்களும் இருந்தார்கள். ரயில் ஓடும்போதே அவை நிற்காத ஊர்களில் இவர்களுக்கு ரஸிகர்கள் கூடி அசைத்த விடைபெறல். ஓடும் ஜன்னல்களில் ரஸிகர்களின் கைகள் கூட்டமாய் அசையும் தோற்றம்.

மணலில் கூடாரமடித்து நியூகிராண்ட் வில்லேஜின் ஓட்டைப் பதாவில் கண் வைத்து அழகிகளின் உடல் மச்சங்களைக் காட்டும் காஸாதூரஸ் இளந்தாரிகளைப் பார்த்து ஒயிலாக நீந்துகிறார்கள் இரவில். தொம்பரியான் வாவல் மீன்களும் கொடுத்து ஒரு கரத்தில் சுற்றிவரும் காஞ்சனாவை மோகிக்கிறான். நீண்டநாள் அவளைத் தேடி சர்கஸ்காரிகள் வரவுக்காக கோடி முனையில் பித்தனாய் உழல்கிறான் தொம்பரியான். வித்தைகளை ரயில் நிற்கும் ஒவ்வொரு ஊரிலும் வழங்க முடிந்தது அவர்களால். போட்மெயில் வந்த பிறகுதான் சர்க்கஸ் கடலுக்கு அப்பால் செல்லக் காத்திருக்கும் என்.எஸ்.எஸ். இர்வின்

லாஞ்சில் விண்ணூஞ்சல்காரிகளில் காணாமல் போன காஸாதூரஸ் மலபாரிகளின் சாயலில் போர்ட் கொச்சினிலிருந்து குடும்பம் குடும்பமாய் கழைக் கூத்தாடிகள் பாளையம் இறக்கி ஒட்டகத்தில் பவனிவந்தாள் மலபாரி.

மலோயாவிலிருந்து வேறொரு ஜூபிடர் சர்க்கஸ் கம்பெனி திவாலானதும் தூரதேச காசாதுகள் அனாதையாகி துறைமுகத்தில் திரியக்கூடும். ஆனால் ரகஸியமாக மாலுமிகளோடு தப்பிச் செல்கிறார்கள். காஸாதுமொழிக்குள்தான் அவர்களின் உவாபவ்வம் என்ற இருட்டுத் தீவு இருக்கிறது. இங்கே கரடி வித்தைக்காரன், யானை, மற்றும் குதிரைக்காரர்களுக்கு எல்லா ஊரிலும் வரவேற் பிருந்தது. வட்டஅரங்கில் ஓடும் பனிரெண்டு குதிரைகளில் காஸாதுக்காரன் மலேயாகாஸாது கப்பல் சலூனுக்கு வேலைக்கு வந்தான். கொண்டு வந்த சர்க்கஸ் பெட்டியில் சொப்பன உடைகளை இந்த பினாங் டெயிலர் காபில் பேர்ப்போன ஜெர்மானியக் களி மண்ணில் வடித்த தையல்மிஷின் தூக்கி அலைந்தான் தெருக்களில். ஆடை அழுக்கைப் பார்த்தே அவனும் ஒரு காஸாது மொழிக்காரனாய் தெரிந்துவிடும்.

பகலில் முகவேலை செய்வதும் ராத்திரியில் சர்க்கஸ் பொட்டணத்தை விரித்து விந்தைக் கதைகளுடன் கிழிந்த வாழ்வில் துவைத்தெடுத்த தழலில் நைந்துபோன கூடாரத் துணிகள் ஜூபிடர் அழகிகளின் தூக்க மயக்கமாக விரிந்த அழுக்குத் துணியால் தைக்கப்படும் காசாதுகளின் புராணம். இருட்டைக் கிழித்துவந்த துணி பொம்மை களில் தொன்முதுகோடி மணல் பூசி ஊழின் கொடுங் கனவாக வரும் பைத்தியச் சிரிப்பு. விநோதம் விபரீத விளையாட்டில் சிக்கவிடும் பார்வையாளரும் பெரிய பெரிய பொம்மை ஆழிகளாக உரு அடைவார்கள் சர்க்கஸ் களத்தில்.

இயற்கை மீறி நீளும் கைககால்களை உடைய பொம்மைகள் அசைவும் காஸாதுமொழி நாடகம். கரடி ரோமத் தாயத்துகளை காட்டும் காஸாதூரஸ்கள் ஜூபிடர் சர்க்கஸில் சேர்ந்திருந்தார்கள் கிழட்டாடுடன். காஸாதுகள் திரும்பிவராமல் கீழை தேசமெல்லாம் கூடாரம் அடித்திருக்கக்கூடும். விண்ணூஞ்சல் காரிகளின் ஒளி விரல்களில் பற்றிக் கொண்டிருந்த நிலவுள்ளிருக்கும் 'உவாபவ்வம்' கீழே விழுகிறது வட்டமான அரங்கமாக. ஊஞ்சலாடும் தேவதைகளின் மார்புகளில் கசியும் தலைகீழ் துளி மடுசுரந்தபால் நிலவின் ஒளியாக சுழன்று சுற்றி ரசிகர்களின் சிறுவரின் மனதை அள்ளுவதாக இருக்கும்.

மரணத்தின் விளிம்புகள் நிலவுக்குள் வட்டமாகும் ஆறு விண்ணூஞ்சல் பாதைகளில் இரு கோமாளிகள் ஒளியைப் பற்றி சுற்றுப் பாதையில் தனித்த கிரகமாக மனித இருப்பையே பால்வீதியில் இருப்பதாக எல்லோரையும் அங்கே சுற்றித் தலைகீழ் உலகுக்குள் திருப்புகிறார்கள்.

ஒரு கோமாளி உள்ளேயும் வெளியேயும் கபாலாவில் நீந்தும் தேவதை விலாவுடன் விரியும் ரெக்கைகள். தொடைப்பக்கம் இருந்து நீளும் மச்சத்தையே அண்ணாந்த பார்வையாளர் மயங்கும் கணத்தில் மோனத்தின் ஒளியாட்டம். மிதக்கும் தேவதைகளின் அங்க மச்சங்களையே தேடும் மனித வேட்கையில் கரும்புள்ளிகளை உதிர்க்கும் சிறுத்தைகளாய் தாவுகிறாள் தீவளைத்துள் ஒரு காஸாதுப் பெண். யுவதி உதிர்த்த ஜிகினா செதில்களை ஒட்டவைத்து இச்சையடைகிறார்கள் பித்துப்பிடித்த சர்க்கஸ் மோகிகள். அனாமதேய உயரங்களில் ஆடும் அதீத ஆழிகள் கப்பலுக்குள் எட்டிப் பார்த்து பெண்களைத் தேடும். பயணிகள் திருடிச் செல்கிறார்கள் ஆழிகளை. கப்பல் எங்கும் பொம்மைகள் பதுங்கும். களவுபோன அபூர்வ உருவங்கள் எங்கே மறைந்திருக்கும்.

கப்பல் சலூனுக்கு வருகிறார்கள் கேள்வியான அகதிகள். நூலேணியில் ஏறிவிட்டால் பயணத்தின் வேறு வரைபடங்களில் சிக்கிவிடும் அகதிகளின் தேசாதிதூரம். சலூனுக்குள் நடமாடும் பொம்மைகளுடன் காஸாதுமொழி பேசும் பைத்தியங்கள் கண்ணாடியை நோக்கி ஆடைகளை தீவிரமாய் கிழிக்கும் ஒலி தீராமல் பரவுகிறது. கூச்சலிடும் பொம்மைகள் சூனியக்காரி செர்ஸ்ஸி எங்கிருந்தோ வந்து காஸாது மொழிப் படிம ஏடுகளைத் தீயிட்டு கண்ணாடிக்குள் செல்கிறாள் தலை சாயத்து. சண்டையிடும் போர்வீரர்களும் இயல்பில் அழகான பொம்மைகளாக இருக்க ஸ்பிரிங் காவலர்கள் எந்திர நடைபோடும் சாவு எங்கும் விரிகிறது.

ரத்தம் கசியும் கடலை வார்த்தையாக்கும் காஸாது மாலுமிகள் முகம் கழுவிய நீரில் உப்புவிலங்காக அலையும் மொழியின் கண்ணாடி உயர்த்தினான் கிழட்டாடு. முகச்சவரம் செய்ய வரும் நாற்காலியில் இணைக்கப்படுவீர். மெல்லிய கண்ணாடியில் நீளும் நிழல். காஸாதிடம் தலையைக் கொடுத்துவிட்டால் திரும்பப் பெறுவது வேறொரு உருமாற்றம். சிகையைக் கோதுகிறான். சீசாநீரின் தூரலில் அகப்படும் முகத்தில் கைபட்டதும் ஒருவித உணர்வுச் சுழல். விழிப்பும் கனவுமான விரல் ரேகையின் ஓட்டம். மயங்கிச் சொருகிய மணல்மேடுகளில் நடக்கும் ஒலி. பயணத்தின் ஓசைவரும் கத்தரிகள். சிகழிகையில்

வெட்டும் ஒவ்வொரு இழையும் கபாலத்தின் மொழி வரைபடம், வெம்பழுப்பான ரஸக் கசிவு. கருப்புக் கோரைகளில் காற்றின் ஊளை. வெண்டலையோட்டில் வைர நீரோட்டம்.

உலக வரைபடத்தை கபாலத்தில் வரைந்து கொண்டிருந்தான் கிழட்டாடு. தலையில் மிதக்கும் பழமை நகரங்கள் தேரித்துறை நாவாய்கள் செல்லச் மெல்ல அழியும் தேச எல்லையில் கேசக் கோரைகளில் மணல் உதிர வெட்டி ஒட்டும் கபால சிகிச்சையில் ரஸவாதி ஒருவன் முளைத்தெழும் புகைமரமாய் பித்த ஓட்டம் ஒரு கணம் புரள்கிறது.

உங்கள் முகம் இப்போது கண்ணாடியில் மிதந்து அலைகிறது. வேறு சில காஸாது மொழி பேசும் சிதைந்த மாலுமிகளும் விழிகளை உருட்டி அசைவற்ற உடலைக் கடலோடுமிணைக்கிறார்கள். எதிர் பாராத வேறொரு மனிதனாய் மாறி பெண் பாஷையில் ஓடும் பச்சையத்தில் மூழ்கியநிலை. கருமுளைத்த நாள் முதலாய் கண்ணாடி இருபால் பளிங்குகளாகும் உருவ சிகிச்சை கற்பத்திலேயே தாயாரும் பூச்சி உரு பிறவாமுன்மையில் ஒருபால் புனைவில் மறு உடல் தரிப்பதற்கான ஈடனின் சாபம் ஆதித் தோட்டத்தில் வெட்டுக் குறுக்குப் பாதையில் நுழைகிறாய். உடல் பிரிந்து ஓடும் வெள்ளைக் கரும்புக் காஸாதுகளில் அமீபாவின் வேரில் என்ன நடக்கிறது?

மௌனத்தின் உள்பக்கம் காண்கிறாய். மறைவாகும் புதிர் நிழல்கள் உடலாகி பலவின்பால் புனையும் காஸாதுபாஷை. உள்ளே பார்க்கிறாய் அடையாளம் தெரியாத உன்னை. உள்பாதை களின் இருளின் ஊடாகவும் லார்வாப்பருவப் பிரதியின் பாதை களின் உள்ளாகவும் விநாடிக்குவிநாடி உருமாற்றம் கடந்து செல்லும் ஒவ்வொரு கணமும் பிறப்பாகவும் அழிவாகவும் முந்திய இருப்பிலிருந்து வேறாகப் பிரதிக்குள் பல பிரதிகள் கருப்பாழி நூலகத்தில் அறியப்படாத புத்தகத்தின் உள்ளாக நூலோர் தொகுக்காத நூலகம் அமீபா நிலையில் நீல பிந்தில் சூல்கொள்ளும் குமிழ் நுரைகளுக்குள் வெளிப்படாமலிருக்கும் சத்ருதுக்களின் ஈன்ற பத்தாயிரம் பிரதிகளை உள்ளடக்கியதாகவும் இனக்கலப்பாக எல்லா பாஷைகளையும் திசாதிசை சேரும் ஒரு சொல்லாகவே பெண்பாஷை மட்டுமே மூலப் பிரதியாக தானே இருந்த பிரளய காலத்தில் எந்த யுகத்திலோ அவள் ஒவ்வொரு காகிதமாய் கசக்கிக் கிழித்து மென்று துப்பிய எச்சில் பிரதியாக தந்தை நூல் எரிந்தபடி இருக்கிறது. ராணித் தேனீயிடம் கலவிக்குப்பின் எரிந்துவிழும் வேலைக்கார ஆண்

தேனீக் கூட்டம் இறாவாமல் சாபத்தில் கரு நீலமடையும் உணர்வை என்னால் தவிர்க்க முடியவில்லை. காஸாதுபாஷை நூலகமே தடைசெய்வதற்கும் பல லட்ச ஏடுகளும் எழுத்தாணியோடு சாய இருப்பதை உணர்ந்து பார்த்தவர்கள் தன்னை உணரக் கூடும்.

காஸாது நூல்களை எழுதியவர்களின் கை பரங்கிச் சிரங்கு பீடித்து சீழ் வந்து மொழி ரோகத்தில் கடல்கடந்த நாவாய்களின் கருத்த கயிறுகள் புதிராகப் பாய்களை மேல் உயர்த்தும் காற்றின் பிரதிகள் மூழ்காமலே தென்கடல் தேடி உலகங்களையும் வடதுருவ ஆன்மாக்களையும் கொண்டு வந்து இங்கே உப்புக் காற்று நூலகமாக எட்டாம் பிறை வடிவ ஏரிக்குள் அமைவதாவது திரேதா யுகத்து விதி. காஸாது நூலகத்துக்கு வெளியே எல்லோரும் ஈர்க்கப்படும் கீழ்த் தளத்தில் ரகஸியப்படுத்தப்பட்ட உப்புக்காற்று நூலகம் கரு சுழியும் தொன்முதுகோடி நகரத்தின் நூற்கள் க்ரிப்டோ மணல் நூலகமாக வழிந்து கொண்டு இருக்கிறது, அங்கே மீனவர்களும் நாடோடிகளும் மாலுமியாரும் அடிமைகளும் கடந்த ஆவிகளும் சூன்யக்காரியும் கடல் பேய்களும் சுருட்டு முனியோரும் கீழறைகளில் தங்கள் பகுத்திடும் அறிவிலிருந்து முறிந்து வீழ்கணம் ஒன்றில் அறியாமலே கருப்பு நாற்காலியில் அமர்ந்து மறதிகளின் புத்தகங்கங்களைத் தானே திறந்து வாஸிக்கும் பனுவல் வேறாகவும் கதாபாத்திரங்கள் கருப்பு மேலாடையும் நீல விழிகள் வெள்ளை முகமூடி அணிந்த காஸாதூஸ்கள் உங்களை வழி நடத்தக் கூடும்.

கைக்கிளையான வெள்ளைக் காஸாதூஸ் தாய் வழிச் சேராத பரங்கித் தந்தை வழிச் செல்வதால் எந்தப் பெண்ணுமே அகப்படாத சாபத்தில் நூலகர்களாக புத்தகங்களை பைண்ட் செய்பவர்களாக நூல் துடைக்கவும் படி எடுக்கவும் பழம் பிரதிகளை நகல் எடுக்கவும் தன் வாழ்வில் பாதியாகி விடுபட உண்மைக்குள் சரியான நகல் வெள்ளைக் காஸாதாக தன் ஊழ் எழுதிக் கொண்டிருப்பதிலும் புராணப் பிரதியில் சித்திரம் கீறவுமாக நிரந்தரச் சிறையில் அடைபட்டிருப்பதை அந்த சுருட்டுக்காரனின் குமாரத்தி பாலின் ரூத் என்பவளோ மூத்தவள் அற்புதமேபுரியோ அவளது சினேகிதிகளோ நூலகத்துக்குள் அடிக்கும் கொட்டத்தில் இந்த கைக்கிளைப் புத்தகங்களின் பாலைவனத்தின் தாகத்தில் அலைந்து வருகிறான் தீராத பாவத்தில்.

ஜூபிடர் புரவிப் பெண் ஒருத்தியாய் திரும்பும் கண்ணாடி. முகங்களில் எழுதிக் களிம்பு மெழுகித் தைலநிறங்கள் பூசி அழித்த முகம் உனது முகமாகவில்லை. சுய ஓவியத்தைச் சிதைக்கும்

வடிவம். ஊசி நூலில் தைத்த உதடுகள் இமைகளில் ஒட்டிய காஸாது எழுத்து முறைகளைப் பின்னலிடும் இழைகளில் விழித்திரை நோக்க நடுப்பாவையில் விரிசெல்கள் பிளக்கும் அட்சரம் உன் பெண்மொழி. எழுதிய இமை மடிப்பில் கருத்த கடல்பாய்களின் அசைவு. திசைகளில் பாயும் மீன்எரிவிளக்கு மெல்லிய அளவில் கணிதம் சேர விந்தைநிலை. அசைவு களில் உடலாகும் பலவின் பால்புனைவு மணல் பிரதியில் உலர்ந்த மீன்கள் நீந்திவர கண்ணாடிச் சிற்பங்களில் தழலாடும் பக்கங்கள்.

சுழல் நாற்காலியில் உடல் அசைவற்றுப் பார்த்த விழிமேல் நகரும் உப்புக்காற்று நூலகம். மீன்களின் உதிரம் கசியும் உன் உருச் சிதைவு. கடந்து செல்லும் உவர்நூல் நீ ஏதும் பேசாத மௌனப் பிரதியை வாஸிக்கிறாய். அந்தக் கருப்பு மரபீரோ திறந்திருக்கிறது. கூந்தல் புஸ்தகங்கள் தாபத்தில் விம்மும் ஒரு ரத்தம் பூசிய நூல். இருட்டில் படிமஏடு திறக்கிறது. காஸாதுப்பெண்ணின் விலா எலும்பில் கடல் உயிர்களின் மோனம். அந்த கருப்பு பீரோவின் துருப்பிடித்த சாவிகளின் ஓசை. மூலத்தோடு உயிர் சலனம். காகிதக் காடுகளில் செவட்டிய உதிரம் கசியும் நூல்கள். குடியேறிய பரங்கிப் பண்பாட்டின் கடல் அறிவும் கலங்களின் தீராத பேய்களும் அதன் பேரில் உருவான அடிமை வாணிபத்தீவுகளின் மிகப் பல இனங்களின் தொல்மரபுகளும் குருதிக்கலப்பாகும் காஸாது மொழி. கப்பலுக்குத் தயாராக இருப் பவர்கள் கை தூக்குங்கள் ‘ஒவ்வொரு நாளும் ரத்தம் கொடுக்கிறோம்’ அடிமைகள் கைகோர்க்கும் அலையாக மாறிவிடும் நெடும் பயணம். வெளியில் சாத்தான் லிஸ்பனில் பிரிண்ட் போட்ட புத்தகத்தைத் திறந்ததும் கருப்புக் காஸாதுகள் பரங்கி மொழியும் ஆங்கிலமும் கற்றார்கள். நூறு அடிமை தேசங்களின் தான்தோன்றி பாஷைகளையும் அவற்றின் மாயத்தையும் கலந்தும் அழித்தும் பெண்களின்றி சாபத்தில் வீழ்ந்த பரங்கித் தலைகள் தொங்கும் கடல் பாய்களின் நிழல்.

புகையிலை விதைகள் செத்த பரங்கி கோட்டிலிருந்து மெல்ல உதிர்ந்து கொண்டிருந்தது. புகையில் உலகையே பற்றிக்கொண்ட புகைமரம். பைசாச உரைகளில் கிழிந்து வழியும் சுருட்டுகள் நனைந்துள்ளன. ராவுத்தமாரின் புகையிலைத் தோட்டம் அடுத்த கட்டத்துக்குமாறும் லாகிரிச்செடியின் மகசூல். காடுகளில் உலர்த்தும் சுருட்டு வணிகர் மூச்சுவிடும் புகையிலைச் செடிகள். புகைக்கும் ரசனை மண்டலம் யாழ்ப்பாணம் சுருட்டுக் கொட்டகையில் டிரேடு மார்க் பரங்கி வணிகர் காத்திருக்கும் தொழில்கூடாரங்களில் அடிமைக் கூலிகள் உலர்த்தும் கம்பேனிப் புகையிலை. பின்னர் நம்மவர்

குடிலாக்கிய யாழ்ப்பாணம் சுருட்டுக்கு கிறுக்குப் பிடிக்கும் பரதவரும் கரையரோடும் ஏனாதிகளும் கட்டைச் சுருட்டுக்கு கட்டி உருண்ட கதை. காலனிய நுகத்தடியில் நைந்த புகையிலையை நறுக்கி அந்த லங்காபுரி யானைக்குள் கொடுத்தாள் சிங்களச்சி. தனக்கு மறக்காமல் புகையிலை நறுக்கிக் கொடுத்தவளை லங்காபுரியானை ஒருபோதும் மறக்கவில்லை. பரங்கிக்குக் கட்டுப்பட்டு கப்பலேற வரிசையில் நிற்கும் தலை மன்னார் தோணித்துறை. துலுக்கராசனுக்கு யானைகள் அடிமைகளாம். வெடியுப்பு கேட்டு நிற்கிறான் பரங்கி மேஜர்.

அங்கதன் முகத்தில் பயமூட்டும் வெள்ளை முகமூடி. ஒவ்வொரு இருப்பும் உயரங்களால் இணைத்த நூலின் அசைவில். விண்ணூஞ்சலில் தலைகீழாகத் தொங்கும் ஜூபிடர் யுவதிகள் பற்களால் கவ்விய பெரிய வட்டமிடும் நிலவு சரிகிறது மெல்லக் கீழே. ஒளியைக் கொட்டுகிறார்கள் மிதக்கும் தேவதைகள். தலைகீழ் கிணறுபோல் வட்டமான நிலவில் குதிக்கிறார்கள். அடிப்படையற்ற ஆழத்தில் சொருகிய விழிகளோடு மோகித்த கூந்தலை வீசி வருகிறாள் ஊஞ்சலில். தொங்கும் இழைகளில் கோர்த்த அந்தரத்தில் நடக்கும் கிழட்டாடு இணைப்பை எல்லாம் சவரக் கத்தியால் அறுக்கிறான். கிளைமேல் அமர்ந்து மரத்தை வெட்டும் விகடம்.

சொல்ல நினைத்ததை உடல் அசைவுகளால் முகத்தைத் தொடும் விரல் நுனிகளில் சேரும் சிற்பத்தின் உரை நிலையைப் படியவிடுகிறான். கல்லான முகம் . விழித்த கருங்கல் இமை மடிப்பில் கத்தியைப் பதித்து காண் பிம்பங்களை நறுக்க முயல்கிறான் காஸா தூஸ். எடுக்க எடுக்க உருப்பளிங்கில் ஓடும் அபத்த நிழல் கூட்டம். பிம்பங்கள் வழிந்தபின் எரிதுளைக் கண்ணின் ஆழத்தில் நிழல் பிளவுகளில் அழுக்குப் படிந்த அடிமைகளின் பிரதி இருட்டு பிசு பிசுக்கும் ரத்தச் சகதி. கடல் பளிங்கில் அலையும் காஸாது உடல்களைச் சேர்த்துகட்ட வைக்கும் இனக் கலப்பான ரசச் சேர்க்கையில் உருக்கொள்ளும் சிற்பத் தொகுதி. நிலவின் மையத்தில் பரங்கிநோய் பீடித்த யுவதி.

26

இம்பீரியல் தபால் சாவடி

துறைமுக அதிகாரிகளின் குடியிருப்பு வீடுகள் அலைகளின் பக்கம் இருந்தது. உப்புச் சாலையில் குதிரை வண்டிகள் சில காற்று வாக்கில் தூங்கி வழியும் நடைவேகம். இண்டோ சிலோன் போட் மெயில் வந்து சேரும் நேரத்தைப் பொறுத்து கடல்பயணம் உரிய நேரத்தில் துவங்கி விடும். தொன்முதுகோடி ரயிலடியில் தூங்கும் குதிரைகள் சுறுசுறுப் படைந்து சவாரிபோவோரின் குடும்பத்தின் உரையாடலைக் கேட்கிறது.

மணலை ஊடுருவிப் போன இருட்டான தார்விரிப்பில் சலங்கைகள் கால் சிலம்பம் ஒலிக்க முகுந்தராயன் சத்திரம், கோதண்டராமர் கோயில், கந்தமாதன பர்வதம் ஓலைக் குடாவரை நீளும் பயணத்தின் விதி ஒருநாளின் பிற்பகுதி. குடும்பம் குடும்பமாக இங்கு எதையோ தேடி தொன்முதுகோடி வரும் சிறு கப்பலைப் பார்க்கிறார்கள்.

தலைமன்னாருக்கும் தொன்முதுகோடிக்கும் இடையில் டி.எஸ்.எஸ். இர்வின், டி.எஸ்.எஸ் போஷன் இரு சிறு கப்பல்கள் தக்ஷிண ரயில்வேக்குச் சொந்தம். அணாக் காலத்தில் ரயில் ஏறியவர்கள் அடிமைக்கப்பலில் ஏற்றப்பட்டிருந்தார்கள். மேற்கிந்தியத் தீவுகளில் அடிமை முறை ஒழிந்ததும் தோட்ட முதலாளிகள் குறைந்த கூலிக்கு அடிமைகளைத் தேடி வந்தார்கள். மலேசியா, இலங்கையில் புதிதாக வளர்ந்த தேயிலை ரப்பர் தோட்டங்களில் வேலை செய்ய ஆட்களைக் கடத்திச் சென்று ஒப்பந்தக் கூலிகளாக்கும் முறை உருவாகியது. புகையிலை மென்ற இலையை மடிப்பதைப் பார்த்து வெள்ளை முதலாளி சீறினான். 'கண்ட இடத்தில் துப்பாதே' அடிமை நாட்டுப் புறத்தான் அவனைக் கண்டு கொள்ளவே இல்லை. தொன்முது கோடியை நோக்கி புகைவண்டியில் இலங்கைக்குப் போகும் சுதேசிகளும் நாடகக்காரர்களும் முடிவடையும் ரயில் நிலையத்தில் இறங்கினார்கள்.

மிகப் பழங்காலத்திலிருந்து நாடகம் வெளியேறிவிட்டிருந்தது. அடுத்த காட்சியில் செட்டி வணிகரும் அபிசீனியச் செட்டிகளும் கொழும்புப் பிள்ளை பெட்டியடி, கணக்கும் கப்பிலில் பிதுங்கிய செல்வச் சரக்குடன் ஸ்திரீபார்ட் நடிகரும் பெட்டிபோடும் சீன்காரர், படுதாவரையும் நாயுடு எனவும் உப்புச் சத்திரத்தில் தங்கினார்கள்.

அடையப் போகும் லாபத்தை எண்ணி மனப்பால் குடித்து அபிசீனியக் காப்பிக் கொட்டையை மெல்லும் நாச்சியப்பன் வாய் மணந்தது. பெரிய காலர் தங்கப்பல் வரிசை, விசிரி மடிப்புத் துப்பட்டா, செவத்தையாபுரம் சுகந்த பொடி டப்பி ராவணன் மீசையுடன் வெளியேறிப் போகிறான் சீமைக்கு.

செட்டி நாட்டில் அரண்மனைகட்டிப் பிழைத்தவர்கள் ரங்கூன், ஷயாம், இந்தோனேசியா, லாவோட்ஸ் வரை விஸ்தரித்த நறுமண வஸ்துகள் பட்டுப் பட்டாவளிகள் சிட்டைக் கணக்கு சிறு பையன்களை பெட்டியடியில் வசக்கி வருந்தாமல் சேர்ந்த முதல் சுண்ணாம்பால் எடுத்த கூர்மாடங்களில் கடல்சிப்பிசுட்டு சங்கறுத்த கொத்தமார்களுக்கு வேலை தீரவில்லை. இம்பீரியல் முத்திரையிட்ட மணிஆர்டர் கடல்தாவி இறங்கியது. இந்த இம்பீரியல் முத்திரைகள் குத்தியே ரங்கூன் பெயருக்கு அடியில் ஒரு பக்க ராஜா காலராவையும் வெளியேற்றத்தையும் ரயிலையும் கப்பலையும் கொண்டுவந்தான். காந்தக் கம்பியில் தந்தி அடிக்கும் போது மூத்த செட்டியின் இறுதி ஆசைகளும் உயில் யார்பேருக்கு என்பதில் சுருண்ட ஒப்பந்தம் சீமை போனவர்களின் பேராசையாகவும் பயணத்தின் கப்பல் ஏறிப் போகிறது.

போன இடம் தெரியவில்லை என வெளிநாட்டு முத்திரையும் அரக்கும் டொயின் நூல் சுற்றியும் பாதுகாப்புடன் கும்பினிக்கரான் தலைகளுடன் அலைந்து திரும்பும். ரன்னர்கள் வல்லயக்கம்பில் மணிகள் ஒலிக்க ஓடிவந்த செட்டி நாட்டு வண்டிப் பாதைகளில் தபால் வருதுஞ் தபால் வருதுஞ் என முதியவர்கள் கைரேகையிட்டுப் பெற்றுக் கொண்ட பினாங்குப் பணத்தில் சல்லி சிதறாமல் கோத்திக் கண்ணாடிகளை ஜன்னல்களில் பொருத்தினார்கள். ஆத்தாங்குடிக் கல்லுக்கு ரொம்பத்தான் மவுசு. இத்தாலி புளூபளிங்கில் ராத்திகளும் நீலத்தில் புதையும்.

அஞ்சல் சாவடியில் போட்மெயில் நின்றது. மணல் புத்தகத்தில் கடிதங்கள் சேரவேண்டிய ஊர்விலாசம் இன்னாரது பாரியாளுக்கு வந்த பணம் 'கரும்புத் தோட்டத்திலே' பெண்கள் விட்ட கண்ணீர் விதைக் கோடும் தபால் உரையிடப்பட்டிருந்தது. ஷயாம் மரணரயிலில் போன ஒப்பந்தக் கூலிகளின் விரைவீங்கி முகாம்களில்

உயிர்விட்டவர்கள் புலம்பிய கோடுகள் சிதறிய குருதியாய் படிந்தது ஐந்தாம் ஜார்ஜ் மன்னர் தலைக்குக் கீழ். ஜப்பான்காரனும் உயிர்வதை செய்திருந்தான்.

பாமரர்களைக் கொண்டுபோன பிளேக் கப்பலில் உயிருடன் இருந்த கேப்டன் துரையும் அடிமை மாலுமிகளும் அடுக்கிய உடல்கள் மீது பெயர் எழுதி இம்பீரியல் முத்திரைச் சாவுகள், காலனியக்கொள்ளை நிழல்களை மிதிக்கும் எருமைத் தோல் பூட்ஸ். தூரதேசம் போன கடிதங்கள் ஆள் போன இடம் தெரியாமல் சென்டருக்கு திரும்பியவை பற்றிப் பேரேட்டில் எழுதினார் போஸ்ட் மாஸ்டர் ஹென்றி பாக்கியம்.

குமாஸ்தா தேவசகாயம் விக்டோரியா முகத்தில் முத்திரை மசகிடுகிறார். தபால் கார்டு, மரண முத்திரையிட்ட கடிதங்கள், ஊர் தொலைத்தவன் உடல் போனபின் திரும்பிவந்த கருப்புக் கோட்டு மூக்குக் கண்ணாடி, ரிஸ்ட்வாட்ச், நினைவுத் தாள்கள், லெதர் பெட்டியில் மடித்த சிறுசாம்பல் குடை, கைக்குட்டையில் இருந்த இன்ஷியல் அடியிலுள்ள துணிமலர், பட்டுவாடா ஆகாதவை, திரும்பியவை, சேராத விலாசம், தெருமாற்றம், காதலிகளின் மறு தபால், தலைகள் ஒட்டப்படாத சர்ஜார்ஜ் முத்திரை, அபராதத் தொகை, சம்மன், கும்பனிப் போலபுஸ் லாக்கப்பில் அடைபட்டு வெளியேறிய குற்றவாளிகள், நாடற்றவர்கள், தப்பிஓடிவந்தால் ஒப்பந்தம் மீறிய குற்றத்துக்காக வெள்ளைத் தோட்டக்காரன் பிராதுகள், கைது, புதிய அடிமை பழைய விலங்கு, மலைத்தோட்டம் எழுதிக் கொடுத்த சாஸனம், ஒப்பந்தப் பத்திரம் கீறிய சொக்குப் பொடிக்காரர்களின் ரயில்பெட்டி, கடல் கடந்து விற்றிருந்த சிறுமிகளின் சிறை, அடிமைகளை ஏலம் விட்டதன் எச்சம், உண்டியலில் விற்ற குழந்தையின் பெற்றோர் போட்ட ஏலத் தொகை, ஏலம் எடுத்தவரிடமிருந்து குழந்தையை திரும்பப் பெறும் சடங்கு. கடற்கரைக் கிராமங்களில் கத்தோலிக்கத் தேவாலயத்தில் ‘விற்றுக் கொடுத்தல்’ சடங்கு. தேவமாதாவுக்குக் குழந்தையை விற்றுக் கொடுக்கப்படும். குழந்தை விற்ற தொகை கணக்கு நோட்டில் வைத்து தேவமாதா பீடத்தில் விற்ற பிள்ளையைப் படுக்கப் போட்டு அனாதையாகும் பெயரை விற்ற தொகையுடன் உரக்கச் சொல்லி உண்டியலில் போட்டுத் திரும்பிப் பாராமல் சென்ற தொன்முதுகோடி வீதி.

இம்பீரியல் முத்திரையிட்ட மீன்களை நீங்கள் அறிந்துகொள்ள வில்லையா. புனைவெளியில் உறையிட்ட பதன அறைகளில் உப்பு வடிவம் பெற்ற சுதேசி மீன்கள் இவை. தபால்சாவடி நூலில் மீன்

தசையுதடு செவுளுடன் கட்டப்பட்டுத் தொங்கும் விதி. அவர்கள் மனிதக் கண் அலுவலகத்தில் இடைவிடாமல் கடலிலிருந்து தாவி ஏறும் வகை பல தொல் உயிரினங்களை ஆய்வுக் கூடத்துக்கு இடமாற்றும் அதீதக் கண்ணாடித் தொட்டிகளை அமைத் திருப்பதில் சுதேசிகள் அச்சப்படுவார்கள். செத்த உயிரினங்கள் மஞ்சள் சொரிமணல் வரைந்த புள்ளிகளோடு அமிலதில் நீந்தி அக உறுப்புகளில் எலும்புகள் வளையும் தோற்றத்தைக் குறிப்பேடுகளில் தீட்டுகிறான் மேப் தயாரிப்பவன்.

அச்சிட்ட தாளிலுள்ள மீனின் பிரிண்ட் நிறங்களில் பூசிய ஜுவரசம் விந்துதானத்திற்கு இலைக்கால்களையுடைய ஓலைப் பூச்சிகள் பெண் சிலந்தி எனும் விக்டோரியாளின் இச்சைக்கு உயிர்ச் சேதமாகும் தருணங்களில் கலவியை வெற்றிகொள்ளும் சுதேசி ஆண்சிலந்தி செத்துவிடும். இரையெனச் சிதைத்து விழுங்கிவிடும் சூன்யக்கார அரசி.

ஆனாலும் அச்சிட்ட வாழ்வின் தீர்மானங்களைக் கலைத்தவாறு அடைபடும் தாள்குவளைகளில் கனிச்சாறுபூசி உங்களுக்கான ஒயினும் நிரப்பப்படும் போது அதிக சாத்தியமுள்ளது மீள்வதற்கு.

உங்களில் ஒருவரைப் பலி கொடுக்கக் குடும்பத்தில் தேர்வு செய்யும் போது நிறுவனங்களின் படிக்கட்டுகளில் ஏறுவதற்கான பழைய கருப்புக்கோட்டுக் காக்கை மூக்கிலிருக்கும் கிரீன்கார்டுகளை இங்கே காட்ட வேண்டியதிருக்கும். ஒரு நாளில் மனிதக்கண் அலுவலகத்தில் குறிபார்த்து வீழ்த்தப்படுகிறார்கள். உங்கள் முறை வரும்போது மரணங்கள் பல ஒருவருக்கு நிகழப் பிரிண்ட் போட்ட சரித்திரமுகம் அடையாளம் வர்ணாசிரம முத்திரையென விதிகளை நூதனப்படுத்திய அலுவலகம்.

உப்பு ரொட்டியும் ஒரு குவளை ஒயினும் விருந்தறையில் காத்திருக்கிறது. அருகில் அஞ்சல் நிலைய அதிகாரி போட் மெயில் கார்டு சுங்க அதிகாரி பாம்பன் பாலத்தின் கண்காணிப்பாளர் மண்டபம் ஃபிஷரீஸ் மேலாளர் பாஸ்போட்முத்திரை அலுவலர் என மனிதக்கண் அலுவலகம் திறந்திருக்கிறது.

ஜாக்கிரதையாக உப்புவிடுதியை உள்ளே அறைகளாகப் பூட்டிக் கொள்ளும் நிர்வாணத்தைப் பரிசோதிக்கும் ஆர்வத்தில் ஸ்பரிசித்த உடல் அலுவலமாக மாறியுள்ளதை உணர்கிறீர்கள். வெட்கித் தலைகுனிந்து உயிர்த்தன நரம்பில் தைக்கப்படும் இம்பீரியல் தபால் தலைகள் விரைகளில் முளைத்த கடல்கோரைகளில் மீன் செவுள் உதிர்கிறது. காலத்தின் துர்கந்தம் இழிவு மிதிபடும் அவலம் இவற்றின் பயத்தினால் நிர்வாணத்தைக் கருப்புக் கோட் சாம்பல் சூட் புதைமிதியடிகளால்

மறைக்கிறீர்கள். அச்சிடப்படும் காலனிய நிழல்சரித்திரம் கசியும் காகிதமையில் பூசிய அடிமைகளின் பெருவிரல் ரேகைச் சட்டங்கள் முத்திரை வைத்துப் பூட்டிய ஒரு முகமூடிக்குள் நுழைகிற நானூறு வருஷங்களின் தகவல் அலுவலகம். தாள் கேன்களில் கனிவிதை ஒன்றை சிறையிட்டு மர்ம உறுப்பில் புதைத்து வளர்க்கும் பூர்வீகக் கூளங்கள் ஒன்பதும் பரவுகிறது சுதேசி உடலில். அவனை சித்ரவதை செய்தும் அறுவை சிகிச்சைக்குப் பிறகும் முழுவதும் மாற்றமுடிய வில்லை.

மந்திரச்சொல் கொண்ட பெண் சாரை உப்புச்சத்திரமெங்கும் காமத்தின் புனை அரவாய்ச்சுற்றி அவர்களின் மண்புனைவை உடலில் ஏற்றுகிறாள்.

அடையாள சரித்திரத்தின் கோரவேர்களை அறியாமல் நடந்த ராணுவ அணிவகுப்பென்னும் அச்சிடப்பட்ட வரலாற்றுப் பதிவி லிருந்து விலகிச் செல்லும் கணத்தில் சுடப்பட்டு வீழ்கிறாய். பிறப்புச் சான்றிதழ், கலாச்சார கமிஷார்கள், கருத்துருவ ஊசிகள் செல்லக்கூடிய நரம்பை எடுத்துச் செலுத்தும் கணங்களின் வெள்ளை ரத்தம். உனது கருப்புக்கோட்டை அரிக்கும் லட்சம் வெள்ளை அந்துப்பூச்சிகளின் ஓசை அலை அரிந்து செல்லும் பச்சைத் தோட்டம்.

எதிரி அல்லது நட்பு மரணவாயில்களில் சுடப்படுகிறாய். ரவைகள் துளைத்த உனது உடல் அறுத்த சிறகுகளை எரிகிறாய். விறைகளை நீயே அறுத்துக்கொள். உத்தரவிடப்பட்ட சமகால வெளி. தப்புவதற்கு வெளியே செல்கிறாய். எங்கும் தொலைய முடியவில்லை. உடல் சிறகடித்துக் குருதியின் ரகஸியப்புத்தகத்தில் உன் பக்கங்களில் முத்திரையிடுகிறார் அஞ்சல்நிலைய அதிகாரி. அந்தப் பக்கங்களை வாஸிக்கிறார் புதைப்பதற்குள். நீ வாழத் தகுதியுள்ளவன் என்பதை முத்திரையிடும் போது புலம்புகிறார் கிழமாகிவிட்ட தபால்காரர்.

அஞ்சல் அதிகாரி யார் என்று உங்களுக்கு அடையாளம் தெரிவதற்குள் தொன்முதுகோடித் தபால் சாவடிக்கு மாற்றப்பட்டு விடுகிறார். முத்திரையிட்ட இம்பீரியல் அடையாளத்தில் விற்ற சிறுவனின் கையெழுத்து. விதைகளாக அவன் கொண்டு சென்ற மந்திரித்த சொல் திரைதாண்டிச் செல்கிறது. விற்கப்பட்டு ஏலத்தில் 7 பூட்டிய ஒரு சொல் விலையில்லாதது. உடலில் புகுத்தி மலைத் தோட்டத்தில் உருள்கிறது பறித்தெடுத்த கண்ணுடன் சொல் ஒரு உயிரி விதை சரிந்து அடுத்த யுகம் பிறக்கிறது.

நீங்கள் உப்புச் சத்திரத்துக்கு வர விரும்புகிறீர்களா. சந்தோஷமில்லாத

இருப்பிடத்தில் அமருகிறீர்கள். கேள்விகளால் துன்புறுத்தும் அறையொன்றுமில்லை. உயிரைத் தொடும் அலை தொன்முதுகோடி துறைமுகத்தில் அலைகிறது பயணியாக. சந்தர்ப்பங்கள் தவறி விடுகின்றன. பகையும் நட்பாகக் கவிகிற கப்பல் லியோனி கம்பெனியில் கிளார்க் வேலைபார்க்கும் குளத் தூர்காரன் கழுதைகளை விற்றுவந்த வண்ணாராக அடையாளம் காட்டினார் ஹென்றி பாக்கியம். பயணப் பைகளையோ அடிமைச் சாஸனங்களையோ தபால் சாவடியில் ஒப்படைக்கலாம். சொந்த ஊரைத் தேடுபவர்கள் திரும்பி வருவதில்லை.

தன்னடக்கமாக மேஜைமீது குவித்த தூரதேசத் தபால்களைப் பிரிக்க வேண்டும். செட்டி நாட்டுக்கு எனத் தனிப் பையுடன் ரன்னர் தினம் ஓடிக் கொண்டிருந்தான் தபால் சாவடி முத்திரையிலிருந்து.

பாம்பன் கத்தோலிக்கமீனவர்களின் பாடுகளைக் கண்டு தொன்முதுகோடிவரை வந்து படகுக்காரர்களை மீனின் சுபாவத்தினால் அற்புதமளிக்கும் கன்னியின் இடத்தில் சங்கட விண்ணப்பம் கொடுத்த ஜனங்களின் சில சொற்சுருள்:

1. என்னவென்றால் புயல் சுருட்டி வந்து தீர்ந்து போன சித்திரச் சுவர்களையும் கோத்திக் பீங்கான் மீது வரைந்திருந்த ஏசுவின் பதினாறு வேதனை ஒளிக் கற்றைகளை அதனதன் பேரில் விடுவிக்கவும் ஏழையும் பாலையுமான தொன்முதுகோடி வல்லக்காரமரியான் மீனவர் களுக்காகவிடும் சுருள்.
2. கரைவாடை பொங்கியதில் மீன்களெதுவும் பிழைக்க வில்லை. அவை இராமேஸ்வரம் ஓலைக்குடாவரை செத்து மிதப்பதைப் படகில் வந்து காண்பீர்களாக. 1964 டிசம்பர் 22லிருந்து இருண்டுவிட்டது. ரயிலைக் காணோம்.
3. அடியேனுக்கு மூன்றுஆண் குழந்தைகளும் இரு பெண் மக்களுமுண்டு. இதில் இப்போது கைதியில் இருக்கிற மூத்தவன் ஒரு கை பழுதுள்ளவன். ரெண்டாவது பையன் நித்தம் வியாதி யுள்ளவன் மூன்றாவது பையன் பதினாறு வயசுடையவன். அவன் கொழும்புக்குப் போனவிடத்தில் காணாமல் போய்விட்டான். அவனை அடியேனால் தேடியும் காணாதபடியால் துயரத்துக் குள்ளாகி இருக்கிறேன்.
4. தொன்முதுகோடியில் மீன்பாடுகள் இல்லை. வலைகளை எல்லாம் சுருட்டிப்போன புயல் திரும்பத் தரவுமில்லை. இங்கிருந்து போன வல்லக்காரன் நூறு பேரில் பதினேழு பேர் திரும்பிவந்த பாடில்லை. மன்னாரில் காலாக்கிரகம்

அடைந்திருப்பதாகச் சொல் கிறார்கள். மச்சங்கள் சீவிக்க வழி செய்யுமாறு ஊசிமாதாவை பனிமய உலகிலிருந்து கேட்டுக் கொடுங்கள்.

5. பலரும் கப்பலேறி வந்து பரங்கி நோயின் நிழல் நம் காலடியைத் தொடும்போது காணாமல் போன சீக்காளிப் பெண்கலெல்லாம் திரும்பி வருவார்களா மாதா?

6. மீனவர்களுக்குள் சண்டையும் கலகமுமாய் அமைந்துவிட்ட புயல் வல்லங்களை திருப்பித்தர உத்திரவாகட்டும்.

7. இப்படி நிர்பாக்கிய அந்தஸ்திலிருக்கிற அடிமையை கிருபைக் கண்கொண்டு இரட்சித்தருள மன்றாடுகிறேன்.

8. என் நல்ல தகப்பனே தேவரீர்! கூடாத காரியமில்லை. இலாசரை எழுப்பினது போல அடியேனுடைய மகனையும் உயிர்ப்பிக்க மன்றாடுகிறேன்.

9. தொன் முதுகோடிப் புயலில் அடியோடழிந்த வல்லக்காரர்கள் பூமியை வெறுத்து அலைகிறார்கள். குடிகாரர்களாக பலரும் இராமேஸ்வரம் கெடியில் விழுந்துகிடக்கிறார்கள். நிர்மூல மானவன் கடலை வெறுக்கிறான்.

10. புயல் அழிக்கும்போது உம்மைக் கூவி மறைந்தவர்களும் ஆவியாய் அலைகிறார்கள் சாந்தமில்லை.

11. மரிய மிக்கேலும், தொம்பை ஆரோக்கியமும் மரிய இருதயமும் அருள் பிதேலியும் தொன்முதுகோடியை வெறுத்துத் திரும்பி வரவே இல்லை.

12. இங்கு யார் திரும்பக்கூடும். சித்திரம் தீர்ந்த அரண்மனை யாயிற்று. தொன்முதுகோடியைவிட்டு கப்பலேறிய பிழைக்கப் போன அடிமைகள் திரும்பவில்லை.

13. விருத்தாப்பியனும் வியாதியஸ்தனும் ரோகிகளும் இடிந்த பக்கம், நிழல் இல்லாமல் கிடக்கிறார்கள்.

14. மீன்காரிகள் சிறுவாடழிந்த வீட்டைவிட்டு வெளியேறி னார்கள். அவர்கள் புத்தி தடுமாறிப் போனார்கள். ஊர் பைத்தியம் பிடித்து அலைகிறது.

15. தபால் சாவடியை மணலிலிருந்து அகழ்ந்தெடுத்தார்கள். மீன்களிட்ட தங்கமுட்டைகள் அங்கே மறைந்திருப்பதை உணர்ந்தார்கள்.

27

நாகப்பட்டினம் சீனக்கனகம்

அதிகாலைச் சேவலுக்கு முதல் இரையாக மண்ணின் புழுக்கள். ‘கடுமையாகக் குளிர்கிறதே’ என்றாள் சீனக்கனகம். ‘அதோ தொலைவிலுள்ள கட நாகையில் மொய்க்கும் நண்டுகளை தின்னக் கொடுப் பாயா’ என்றது கும்சா. பெருஞ் சிறகுடைய சேவல் முணு முணுப்பைச் செவிமடுக்க தோற்பூனை மலைகள் தம் குதிகால்களை அசைக்கின்றன.

‘பாறைகளில் சிறு குழவியை உருவமை. அதற்கு பருந்தின் ரெக்கையும் முள்ளெலியின் வட்டமான உறக்கம். மரநாய் பனுவலால் பாலூட்டு...’ என்றது நூழா. தானியப்பெட்டியை இறக்கி கிழிந்த சேலையில் பல முடிச்சிட்டிருந்த தவசம், வித்துகளை அவிழ்த்தாள். தானியத்தில் வரைந்த வட்டத்துக்குள் கும்சா ஒவ்வொரு விதை யையும் எண்ணிக் கொத்தியது. கம்பரக் கத்தியால் அதன் நக இருக்கைக் கீறினாள். சேவலைச் சுற்றிலும் ஒரு மாந்ரீக வட்டம். சில சொட்டு வெப்ப ரத்தம் நனைந்தபூமி. பட்டுத்துணியில் விதைப் பெட்டியை மந்திரித்து மூடினாள் கனகம்.

பினாங்குச் செட்டியின் ஆசைநாயகியான இவளுக்கு விநோத ஆசையுண்டாகி பட்டுச்சேலையை கிழித்தால் ஒருவித ஒசையுண்டாகுமே அதைக் கேட்டுக்கேட்டு பழைய புடவைகள் மங்கிய இருட்டில் கதைபோடுபவள் சீனக்கனகம். பீரோவிலிருந்த சேலைகளை மோந்து பார்த்து கிழிக்கத் தொடங்கினால் சத்தம் நடுநிசியில் ஊற்றெடுக்கத் தொடங்கும் கதை. கிழக்குமுகத் தோல் பூனை மலைகளின் சாயலிலிருந்து கேட்கும் அசரீரி. நாயும் காதுகளை மடக்கி குரோமியம் கோட்டிங் முள் தரும் இசை உறைந்து கேட்கும் வெகு வெகு தொலைவில் எதிரொலிக்கும் பெண்களின் கேட்டிராத குரல்கள் அவை.

எனது தோற் பூனைமலைகளின் அடிவாரத்தில் அதன் வால் திரும்பி முடியுமிடத்தில் பெருந்தீனி தின்னும் கடற்பறவை முட்டைகளாக மாசற்றிருந்தாள் சீனக்கனகம். இரவானால் பைத்தியம் பிடித்துவிடும் இவளுக்கு. பட்டுச்சேலை கிழிபடும் சன்ன மான ஒலி வேறுபாடுகளில் பிடிபடும் பட்டுப்பூச்சிகள் மெல்லும் மெலிவுக்கும் மெல்லிய சுரத்தில் சொல்லத் தொடங்குவாள். காலில் காதுள்ள வெட்டுக்கிளி வடிவ கொண்டையூசிக்கும் கரு இழைக்கும் இடையில் ஒலியை ஈர்க்கும் தூங்குமூஞ்சி மரத்தை ஒட்டி அசையும் அரசவண்ணத்துப்பூச்சி மரணமுகமூடியில் பறந்து பூனையைக் கொல்ல வரும் வேளை தோலினால் சுவாசிக்கும் கதைகளைத் தேனீக்களுக்குப் புலப்படும் நிறங்களில் பட்டுச்சேலைகளை ஒவ்வொன்றாய் கிழித்தவாறு அண்ணாந்த விழிகளால் கதை போடுகிறாள். கந்தல் சேலைகேட்டு வருகிறாள் கதை சொல்லி காண்டீஜா. அவளது ஏழுகதைகளின் கழுத்திலும் சீனக்கனகம் பட்டுக் கிழிசலை கட்டியதில் கதைகளும் சேர்ந்துவிடும்.

அதனால் சீனப்பட்டு அலை அலையாக இழைகள் பிதிர்ந்து நைந்த இருட்டில் கதாபாத்திரங்களாகிவிடும். வாசனை உணர்ச்சி மிக்கபட்டுப்பொம்மைகள் சாயப்பதுமைகள் இராத்திரிகளின் முடிச்சுகளுக்குள் நிறவேறுபாடுகளைப் பிரிக்கும் கணிவாய் மரப்பல்லி சொல்வதெல்லாம் கதையாகிவிடும். கருப்புநிற நாக்கினைக்கொண்டு ஊளையிடும் விட்டுப் பிரியாத அனுபூதி நாய் ‘சௌ’ நீலநிறக் கண்களால் பார்க்கும் இரவும் நீலமடைந்துவிடும். ஆனால் பழுப்பு நிறக் கண்களைக் கொண்ட சாயப்பதுமைக்கு நீலநிற விழிகளுள்ள பட்டுப் பொம்மைகளைப் பிடிக்காது.

நாகப்பட்டினம் சீனக்கனகம் பட்டுச்சேலைகளை ராத்திரி யாக நினைத்து கிழிக்கக் கிழிக்கப் பைத்தியம் இலக்கற்றுப் பரவிக் கொண்டிருக்கும் தறிக்கூடத்தில் விளக்கில் ஒளிரேகை படிவதை நோக்கி மெல்ல அந்தச் சாயப்பாவைகள் சொல்வதைக் கேட்டுப் பட்டுக்கிழிசலில் ரகஸியமாய்ப் பொதிந்த பூச்சிகளின் எச்சில் மல்பெரி இலைமெல்லும் பாசித்தைல உருக்களும் இருட்டில் சுடர்ந்து துலங்கவும் எட்டுக் குரல்களுடன் தோல்ப்பாவையாய் ஒளிர்கிறாள் சீனக்கனகம். அவள் காண்டீஜா அரக்கிக்கு உருவிலியில் நடமாடும் மூலப்பனுவலை சொல்கிறாள்.

அவள் குரலில் அழுக்கான தோல்ஒளிரகஸியம்நிறமழிந்து சாயம்போன கன்றுத்தொலியில் மங்கலான சாயைகள் கதைக்குள்

வந்துவிடும். எங்கே வைக்கிறோம், கதையை அங்கு வரும் பாவை யாட்டியின் மஞ்சள்தோல்பாவையில் விரல்கயிறுகள் புதிரில் தடம் பதிந்து தூக்கிய காலில் 'ஒரு சோளம் குருணி ஆகும்' என்றாள் சீனக்கனகம்.

முண்டும் முடிச்சுமான கந்தல் சேலைகளில் விதைவகை உறக்கம் நீடித்த பிறப்பின் ரகஸியமாய் அதனுள்ளே பொதிந்த கதைகள் நீருக்குள் நெளிகையில் காடாவிளக்கின் சுடர்குமிழ் அழுக்குச் சாயம் பூசிய தோல்பாவைகளில் சுற்றும் பைத்தியம் காய்ந்துலர்ந்த தோலால் மூச்சுவிடும் கதாபாத்திரங்கள் 'த' உள்தாவி நுழைகிறார்கள் பட்டு நூல்பாதையில். ஏழுகழுதைகளோடு கதைபோட்டு செல்கிறான் அரக்கி.

சூநான் பழுத்த தோல்பாவை அரக்கு மஞ்சளான வெளிச்சத்தில் இருட்டை பூசிவருகிறேன். கருப்பு நாக்கால் ஊளையிடும் செள... நாயின் மோப்பத்தடத்தில் பழைய உரு அழிந்த சேலை கிழியக் கிழிய அரக்கிவந்து இரவின் தொனியில் உயிர்பெறுவதாயிற்று காண்டீஜாவின் கதைகள்.

28

அலிப்பூர் டைரி

பழைய அலமாரி வாசனையில் பெண்பிள்ளைகள் திறந்து மூடும் போதெல்லாம் தைலச் சீசாக்களின் மாய உருவம். சீசாவில் தேக ஆரோக்கிய மருந்துகள், மூலிகை பூசிய குளியல் சோப், அடுத்திருந்த ஆளுயர கருப்பு மரபீரோவில் பாக்கியம், ஊமச்சி, சரசு, இந்திரா, ஜானகி, ஒண்டிக்கு வகை வகையான பட்டு, சீனாசில்க் ஆடைகள் சாந்து ஜவ்வாது மணம் ஒவ்வொரு பெண்மகளுக்கும் தனி அறையும் பழக்க மும் இருந்த கருப்புபீரோ. பர்மாத் தேக்கில் செய்து அமிர்தத்தின் அண்ணன் கானாடுகாத்தான் தானப்பஞ்செட்டி வீட்டில் சீதனமாய் கிரயத்துக்கு வாங்கியது. தினகரனுக்கு நகரத்தார் எல்லோரும் பழக்கம். உறவு முறை இருந்தது பர்மாவில். வீட்டிலிருந்து டம்டம் கல்கத்தாவில் ஹிஸ்மாஸ்டர் வாய்ஸ் கம்பெனி இருந்த பெல்லிகாதா ரோட்டிலிருந்து ஆபீஸ் மேனேஜராக நான் எழுதியதும் சேகரித்தவையுமான ஏத்தப்பாட்டு, நவராத்ரி ஓடம், மணிப் பிரவாளப் படிகம், தென்னை மரக்குப்பி, குள்ளத் தாராச் சிந்து, பனைமர சோபனம், விலைமாதர் கும்மி, நெல்லுக் குத்துகிறப் பாட்டு, மதுரை ரயில்கெடிகடைக்கால் கும்மி, கீரைக் காரி, தயிர்கார இடைச்சி பாடல், தாய் மகள் ஏசல், கெஞ்சாவின் ஆணந்தக் களிப்பு, புகையிலை வெண்பா, கொசுப் பதம், நெற்குற்றும்பதம், மூக்குத்தூள் புகழ்பதம், காவிரியம்மன் கும்மிப் பாட்டு, துரோபதை வருத்தம், காலேஜ் ஓடம், புறாப் பாட்டு, நூதன மிட்டாய்ப்பாட்டு, கானாப்பாட்டுக்கும் கல்லறையிலும் புளியந்தோப்பிலும் ப்ராட்காஸ்டிங் கீதத்தட்டில் பாடுவதற்கு ஊர் ஊராய் மோட்டாரில் ஆள்தேடிப்போனேன். பாலாமணி ட்ரா மாட்டிக் க்ரூப் ஸ்திரீபார்ட்களைத் தேடிக் கும்பகோணம் போனேன். ஜோதிப்புரட்டும் டம்பாச்சாரி பாடிக்காட்டினான். நாகப்பட்டினம்

ஆளேத்தி நாயக்கர் பாதகச் சிந்து சாத்வீக போராட்டச் சந்தோசனே என்ற மெட்டில்.

கண்டிநகர்த் தோட்டம் போகவேண்டாம்
காந்தல் கண்டு வீங்கிச் சாகவேண்டாம்
தொண்டுபுரிந்துமே மாளவேண்டாம்
ஆளேத்தி நாயக்கர்பின்னே போகவேண்டாம்
காலராக் கப்பலேறிச் சாகவேண்டாம்

டம்பாச்சாரி, ரப்பர்த் தோட்டப்பாட்டும் பாடினான். சுப்பையாவின் கரும்புத்தோட்டத்திலே மெட்டில் தேயிலைத் தோட்டத்திலே வர்ணமெடுத்துப் பாடிக்காட்டினான். நவீனக் கள்ளன் பாட்டு தில்லாலேத் தெம்மாங்கு. ஐந்துக் குடியர்கள் பாட்டு. காப்பிகுடித் தங்கம் பாட்டு, கொம்புத் திருடன் பாட்டு, லண்டன் திருடன் பாட்டு, தலையணை மந்திர அலங்காரம், விகடப்புலம்பல், பார்ஸி நவரச கான நவீன புதிய பெரிய திருடன் பாட்டு, பக்காத் திருடன் பாட்டு, பி.எஸ். சிவபாக்கியம் எழுதிப் பாடிய வண்ணான் பாட்டு எல்லாம் பாஸ்கரர் ஹில்மாஸ்டர் வாய்ஸ் கீதத்தட்டு கேட்லாக் புஸ்தகம் நாட்குறிப்பு, செய்தி நறுக்குகள், டி.எம்.கமலவேணி கடிதக் கோர்ப்பு உடுப்பியில் பதினாலாம் நம்பர் அறை வாடகைப்பற்று எல்லாம் நாகலாபுரம் பூர்வீக வீட்டில் விசால மடைந்த நூலகத்தில். தனக்கென்றிருந்த உடமைகளை அமிர்தத் திடம் கொடுத்துவிட்டு ரங்கூன்பெட்டி மட்டும் ஜில்லாபோர்டு ஆபீஸில் வைத்து துணி மாற்ற வந்துபோவார். மற்றநேரமெல்லாம் சிங்காரம் மங்கம்மாள் சத்திரத்துக்கு வந்ததில் பக்கத்து அறைக்கு குடிபெயர்ந்தது. ஏற்கெனவே மெடானில் நகரத்தார் விடுதி வாசனை யுத்தப்புகையில் ஓடித்திரிந்த சினேகம். காங்கிரஸ் பேச்சிலிருந்து சித்தர்பாடலில் மூழ்கினார்கள். செட்டித்தெரு வட்டிக்கடையில் காப்பி இடைவெளிப்பேச்சு சுவாரஸ்யம். சிங்காரம் காங்கிரஸ் அல்லாதவர். அவர் தனி ஆள். ஒரு காலத்தில் ரங்கூனி லிருந்து வரும் தினகரன் இதழ் சந்தாதாரர். தினகரனில் வரும் யுத்தவிபரம் கத்தறித்து பேரேட்டில் ஒட்டிக்கொண்டே வருவார். தொடர் கட்டுரை, தலையங்கம் காங்கிரஸ் சூழுரை நேதாவின் மறைவில் புதிர்களை அம்பலமாக்கும் தினகரன் பேனாவுக்கு ரங்கூனைத் தாண்டிய ஈர்ப்பு. அந்நியத்துணி பகிஷ்கரிப்பில் பர்மா முன்னணிச் செயல்வீரர் கூட்டத்துடன் அலகாபாத் செல்கிறார். தினகரன் கைதுக்குப் பின் சிங்காரம் தனிமையை எழுத்தாக்கியது. அலிப்பூர் ஜெயிலில் அடைப்பட்ட தினகரன் அரசியல் கைதி. காலாக்கிரகத்தில் எழுதிய கட்டுரை, 'தேவதாஸ்' பெயர்த்து மைத்துனர் பாஸ்கரருக்கு அனுப்பியது

கைசேரவும் அங்கே படச்சுருளாகும் வேகம். 15.12.1930இல் அலிப்புரம் ஜெயிலில் மைத்துனருக்கு தாஸ் இடைவிடாமல் அனுப்பிய வங்காள இலக்கியம் கடிதங்களில் கல்கத்தாவின் சூழல், படப்பிடிப்பு சமயம் சினேகிதர் கே.எல். சைகால் வாசித்திருந்த ஹார்மோன்யம் முதலில் அவரது தாத்தா வைத்திருந்ததாம். அந்த சுருதிப்பெட்டி அழுக்காய் கருத்திருந்த தெருப் பாடல்கள் அதன் இணைப்பு மூட்டுகளில் கல்கத்தாவின் எல்லா வீதிகளும் இசையில் பரவிக்கொண்டு பனிப் படலம் தோன்றும்வரை குழந்தையாக அந்தப் பெட்டியுடன் ஒருமைப்படும் சங்கீதத்தின் விதி. சைகால் அணிந்திருந்த முறட்டுகதர் தோல்பையிலுள் பக்கிம் சந்திரர் 'விஷவிருட்சம்' உடைந்த பிரதி. ஒருபகுதி கிழிந்த நூலில் படித்த பக்கங்கள் இடையே செல்லும் ஆல்ஃபா பென்சில் கோடுகள். தாஸ் எழுதும் மர மேஜையில் அவரது ஆல்ஃபா விரல்களால் கீறிய சங்கீத எழுத்து முறை. வந்துபோன கல்கத்தா பெண் புகைப்படம் இருந்த கருப்பு பீரோ காலத்தில் தெளிவுகொள்ள முடியாத அவள் சாயை படிந்த வங்கபடைப்புகள். தினகரன் இருக் கும் அலிப்பூர் சிறைக்கு அதுதானேப் போய்விடும். தினகரன் பல வற்றையும் பெயர்த்து தள்ளியதில் எச்சமாகச் சில கையெழுத்துப் பிரதிகளோடு 'மீவார வீழ்ச்சி' தேசீய சரிதம் பாபு துவிஜேந்திரலால் ராயின் 'மேவாட் பதன்' பாஷாந்தரம். 'சப்த சரோஜ்' ஏழுதடாகங்கள் போன்ற ஏழு கதைகள். 'சுதேசபரிபாலினி' பிரஸ் இரங்கோன், ஒரு சிறுசேதி. மீவாரம் என்னவோ என்றெண்ண வேண்டாம். அது வட இந்தியாவில் ராஜபுதனத்தில் உள்ள ஒரு தேசம். இன்றைக்கு சுதேச சமஸ்தானங்களில் ஒன்றாயிருந்து வருகிறது. அதை ஆள்பவருக்கு உதயபுரி ராணா என்று பெயர். அந்த மீவாரம் சுதந்திரத்தைக் காப்பதற்காக மொகலாயர்களோடு எழுநூறு வருஷங்கள் இடைவிடாது போராடி வீழ்கிறது. அந்த விர்த்தாந்தங் களைச் சவிஸ்தாரமாய் இந்த நூல் திறக்கும். மீவார தேசத்து ராஜா ராணா அமரசிம்மன் மொகல் சக்கரவர்த்தி ஜஹாங்கீர் மொகல் சேனாபதிகள் ஹிதாயத் அலி, அப்துல்லா, சேனாபதி வேலைக்காரன் ஹீஸேன். ராணி ருக்குமணி தேவி, ராணாவின் கன்னிகை மானஸி. மஹபத்கான் அக்கா சத்தியவதி, மனைவி கல்யாணி, சகர சிம்மன் குமாரன் மகபத்கான் மதம் மாறியவன். ஜோதிபுரி அரசன் கஜசிம்மன். சாலும் பரில் நாடகத்தின் முதற்காட்சி திறந்த கையெழுத்துப் பிரதியில் அடைந்த பழுப்பு உதிர்கிறது. புத்தகத்திலிருந்து எடுக்கப் படும் ஒன்றுக்கொன்று தொடர்பில்லாத சொற்தொடர்கள் நாடகத்தி லிருந்து வெளியே வரும் கதாபாத்திரங்கள், சிலவரை ஓவியங்கள்.

ஜஹாங்கீர் வரும் குதிரையின் பாரசீக சுபாவம். குளம்படி தீப்பிழம்புகளுடன் 'மோவாட் பதன்' நாடகம். தாஸ் கப்பலேறியதும் நாடகக் கம்பெனியோடு பர்மாவில் மூன்று மாதங்களில் தினகரனோடு கடந்துபோன மெடானில் ப. சிங்காரம் இருந்த நகரத்தார்விடுதி. நீ அங்கு வந்த நேரத்தில் எசிச்சியின் பாடலைக்கேட்டாய். கப்பல் புறப்படும் நாளும் வந்தது. பர்மா அகதிகள் முகமிழந்தவர்களாய் இருளில் நகர 'தற்போது உன் ஜங்கம சொத்துகளைப் பிரிக்கமுடியாது. அதிகச் சம்பளம் கிடைக்காது. எங்கள் மேஜையில் நீ உணவருந்தலாம். எங்களோடு தங்கலாம். கடைசியில் நீ அந்த அகதிக்கப்பலில் தான் இருக்கிறாய் இல்லையா?'

நீங்கள் யார்? முகமற்ற மனிதர்கள். சாபம் நீலத்திலிருந்து கருநீலமாக மாறியது. இவர்களும் அந்நியர்களா பாஸ்கரா... மாபெரும் வெளியேற்றம் கும்பு கும்பாய் இருண்ட குன்றுகளின் அடிவாரத்தில் கிராமங்களைவிட்டு படர்ந்த வேரையும் அறுத்து தரையைப் பறித்தவர்யார்? காலம் இருண்டிருந்த பூபயாங்கோயில் உள்ளே மண்கரையும் புடைப்போவியங்கள் கீழ்திசை பீடித்த அரக்கு கூண்டுகளில் பீலிக்கான் கிளிகள் படபடக்கும் சிறை. தினகரன் கூண்டைத் திறக்கவும் அகதிகளோடு பறக்கிறது மேலே. முந்நீர்ப் பழந்தீவு பன்னீராயிரமும் அலைகடல் நடுவுள் பலகலம் செலுத்திய மாலுமிகள் வருகிறார்கள் அரக்கான் மாளிகைக்குள். மீகான் ஒருவன் கடல்திசைக்காற்றை வலையாகப் போர்த்தி தங்க நாணயங்களை சிதறியவாறு எதிரேவரும் ரோமானியக் கடல் தேவதை நெப்டியூனைப் பணிகிறான். மலேயாவிலிருந்து வரும் சாலம்பர் முனி கோபமுற்று அலைகிறது தினகராஞ் கலங்களை ஓட்டச்சொல்லி காற்றை அனுப்பும். சௌபாத் தீவுகளில் மெல்ல நகரும் மண் எரிமலைகளில் நெருப்பைக் கக்கும் சாலம்பர் முனிக்கு விழாஎடுப்பதில் எத்தனையோ உள்நாட்டுக்குழப்பம்.

இரங்கோன், மூல்மேன் இயற்கையின் பேரழகுடன் வளையும் நிலமேடுகளில் துறைமுகம் வந்தவர்கள், கூலிகளாக வந்தவரும் பலவகைப்பொருட்பொதி இறங்கிய இரும்புத் தாழ்வாரங்களில் பூசிய சாம்பலும் காற்றின் ஊளையில் 'நீங்கள் யார்?' யுத்தத்துக்கு முன் மார்ட்டபானிலும் இரங்கோனிலும் பாலபாஸ்கரகான வித்வ நாடகக்குழு இறங்கியதில் துறைமுகக் கூலிகள் கூச்சலிட்டு நாடகப்பெட்டிபடுதாச் சுருள்களை சுமந்தவாறு தெருவெங்கும் பரவுகிறது கலையோட கால்கள் நாட்டியத்தில் கால்மாறும் மதுரை விதூஷகர்கள் வருகிறார்கள் பின்னே. சகைங் மலைத்தொடரில்

ஏறிச் சிதைந்துபோன பௌத்தச் செழுங்கலைச் சுவர்களில் உதிர்ந்த ஓவியங்கள் கல் எழுத்தில் பாளியில் தேய்ந்த புறங்களில் ஆரண்ய சைத்ரீகரும் முதுகுடிப் புலவரும் பழமைவிருட்சத்தில் அசைவதை நோக்கினார் தாஸ். வந்த மறுநாளே அலையத் தொடங்கிய கண்களில் வந்தவர்களின் சோகநிழல் வரும் கூடவே. ஜாவா சுமத்திரா சொர்ணத் தீவத்தில் அடர்காடுகளில் மறைந்தோர் இங்கேயும் இறங்கிய வயல் நிலத்தில் குனிந்து கதிர் அறுக்கும் நெறுநெறுத்த கருக்கறிவாள் ஓசை வீசிவீசிச் செல்லும்.

சிறைப்பட்டு இறந்தவர்களின் ஒவ்வொரு எலும்பிலும் கசியும் மலேரியா வாடை. பெரிய மோகுல் தெருவில் உட்கார்ந்துபேச வருவோர் தினரனின் சீடர்கள். தட்டோன், கம்பை, தம்புவே, கீழந்தானிலிருந்து தமிழாட்கள் பந்தம். ஐராவதிக்கரையோரம் தென்னாசராம் மாக்னேவுக்குப் போவார். ஊரையே மூடும் பாறைகள் நினைவில் தோன்றி மறையும். அங்கே தெலுங்கரும் இருந்தார்கள். தெருமூலையில் நகரத்தார் சத்திரம். சமவெளியிலிருந்த செந்நிற மனத்தோற்றங்கள் மாறிமாறி அவள் கண்பரப்பில் நின்ற பெரிய ஆலமரத்தின் பழைய இலைகளில் பொன்நிறம் மிதக்கக் கீழே விழும் ஒலி. ராட்டினக்காரி வகையறா மூன்று பெண்மக்களும் நாடு திரும்ப வில்லை. மூத்தவள் வெயிலாச்சி சோகநிழல் கூடவே வருகிறது. கிட்ணம்மாவும் நம்புதாயும் கம்பையில் இருந்தார்கள். மண்ணைக் குழைத்து எழுந்த தாழ்வான சுவர்கள் மீது புல்வேய் மூங்கில் பின்னிய எளியகலை. உள்ளே கட்டில், மேஜை நாற்காலியெல்லாம் பர்மாத் தேக்கில் பழமையான வீட்டுவாசனை. குடிபெயர்தல் வேகமாகி விட்ட நாட்கள் நாடகம் இழந்து வரைதுகில் மங்கி ஓவியங்கள் மெலியக் கூலியாகும் நடிகனும் நீண்ட பயணத்தின் முடிவில் தயங்கினான். குடிபெயர் அடிமைகளை ஒப்பந்தக் கூலிகளாய் திரட்டும் முகவர்வருகிறார். 'வந்தால் பெருந்தொகை தருவேன் துரைமார் போலவும் இருக்கலாம்' ஒப்பந்தம் பெற்றுவிட வணிக வழித்தடம் உவர்கடல் செல்ல மண்டபம், தனுஷ்கோடி, தொண்டி வரை விக்டோரியாளின் பகுதிக்குள்ளே குடியேறிக்கொள்ளலாம். வங்கொடு வாழ்கணம் அங்கிருக்க பலகடல் அலை எழ கடந்த தூரங்களில் அமானுஷ்யத் தீவுகளில் இறங்கினார் ஏமாற்றமும் குடும்பத்தில் நிற்காத மனவேகம். நச்சரிப்பு. விடுபட வெளியேற ஓடிப்போக கொலையிலிருந்து தப்பிச்செல்ல குற்றங்களில் சிக்கி பிடியிலிருந்து நழுவிட மீனாகக் குதித்த கடல் கள்ளமிலா முத்தம்பட்ட தோணியில் பிரிந்தவளும் கருங்கோட்டில் சாய்கிறாள்.

ராட்டினக்காரியை விரட்டிவிரட்டிக் கொல்லவரும் பங்காளி வரப்பும் வஞ்சமாகிவிட்ட தெரு நீண்டு முகம்முகமாய் பகைவிழிக் கடலில் களிம்பாய் கக்கியது பஞ்சகாலம். நெஞ்சில் மயிர் முளைத்த கழுகின் நிழல் வட்டமிட்டு விரட்ட மூன்று பெண்பிள்ளைகளோடு ராட்டினக்காரியை அந்த மூலவீட்டாரை சூரியால் குத்திய விரல் கைப்பிடியோடு வரவில்லை. போன இடம்தேடி பிடிவாரண்டும் வந்தது கப்பல் உளவாளியுடன். சென்ற ஊரெல்லாம் வீட்டுவேலை செய்தாள் ராட்டினக்காரி. அத்தைக்காரியை கண்டதும் தினகரனுக்கு வருத்தம். அவள் புருஷன் கருப்பணன் சரியாக வேலைசெய்யாத கூலியென முத்திரைபட்டு கேப்ரியல் தீவில் சிறைப்பட்டான். உள்ளே அறைக்குள் அறையாகக் கம்பிகள் திறந்து சென்ற கதவுகளில் எலும்புகள் பொருந்தி இருப்பதில் இவர்களும் பயணவேட்கையில் வந்தார்களாக இருக்கும். ஏன்வந்தோம் என்றிருந்தது. தினகரன் நீண்ட பயணத்தில் மடிந்தோரைத் தேடிக்கூடவே வருகிறார். ‘அடிமை களை விலைக்குவாங்கிவிற்கும் முறைதான் இல்லையா தினகர்.’

‘ஆனால் மண்டபம் கேம்ப் தனிமைப்படுத்தும் தடுப்புமுகாம். நீ சொல்ல வந்ததில் பிழையில்லை. அங்கு கூலியாளின் உடல் வலிமையைப் பரிசோதிக்கவும் நோய்கள் உள்ளே மறைந்திருக்கிறதா? ஆரோக்கியமாக இருந்தவர்கள் கொள்ளை நோயினால் பீடிக்கப் பட்டிருந்தார்கள். நோயுற்றவர்மெல்ல மெல்ல வெளுத்த விழிகளை அண்ணாந்து அலறுகிறார் கடற்காற்றில். கண்களைக் கட்டி மீனுக்கு இறையாக்கினாலும் இந்த உயிர் கடைத்தேற்றப்படும் என்ற கும்பினி வக்கிரத்தை வெறுத்து உமிழ்ந்தார் தினகரன். கப்பல் வந்ததும் கோடி முனைக்குக் கொண்டு போக ஷட்டில் பாசஞ்சரில் ஆளேற்றுவார். செல்லுமிடமோ தூரமோ அறியாத ராட்டினக்காரி வகையறா கருப்பணனும் பிடிபடுமுன் கைரேகையிட்ட பக்கங்களில் திரளும் வேத்தாள்களுடன் எங்கே மறைந்திருக்கிறான். அடையாளத் தகடுகள் நூலில் கோர்க்க நெடுந்தூரக் கூலிகளின் கழுத்தில் பூட்டினான் காவலன். கப்பல் அசையும்வேளை நம்பர் இட்ட அனாமதேய ஆள் ஓர் இருப்பிழந்த அனாதையாகிவிடுகிறான். கருப்பணனை அவ்வளவு எளிதில் முகமழிக்க முடியுமா சொல் கங்காணி... வெயில் கருக்கிய திரேகம். அவன் தாயார் மலையங்குளத்தாள் கண்பத்தாதவள் திருணையில் உருண்டு அழுதாள். அவள் ஒப்பாரி தூரத்தில் கேட்க மயிலோடையின் அகவலைக்கேட்டான். ஆத்தாளை திரும்பிப் பார்த்தான். உடைமரங்களும் பனைகளும் சுழிக்காற்றில் ஓலமிட்டது. மணல்மேடுகளையும் சதுப்பான உவட்டுக் காடுகளையும் கடந்தான்.

அவன் பின்னே நான்கு பேரின் நிழல் கடலோரமாக மணற்கற்களில் விழுந்தது. பவளப்பாறையில் நிற்கிறார்கள். இராமேஸ்வரம் தீவில் மணல்மேடு ஏறினான் கருப்பணன். கரையோரங்களில் இழந்த காற்றின் கொடுவரிகளைத் தடுக்கத் தலைகீழாகப் பனைகளை நட்டினார். வடகோடியில் சுத்தரபாண்டிப்பட்டணத்திலிருந்து நாப்பது கல் தூரம். தென்மேற்காகவே போய் பாக்கடல் வளைந்துகிழக்கே செல்வதையும் பார்க்கிறான். கன்னிராஜபுரத்தில் வாங்கிய துப்பட்டியைச் சுருட்டிய காற்று. கரையோரமாகக் கடல் ஆழமாக இல்லை. கடலைப் பார்த்த அச்சம் பிள்ளைகளுக்கு அயந்துவிட்டிருக்கும். அபிராமம் கங்காணி தொங்கவிட்ட அடையாளத் தகட்டின் விலை இரண்டு ரூபாய் என்பதில் அவனுக்கு சந்தேகம் வந்தது. முன்பு இருந்த விளையாத கக்கரைநிலம் காசு கொடுத்ததில்லை. சூத்தைப் பல் உடையும் சுக்காங்கிணறு தலைமுறை பருகிப் பழகிய நீருக்கு அரிசிப்பல் நிற்காது. அங்கே காற்றும் வறுமையும் வேலாநிழலும் உடங்காட்டு ஊளையும் தனிப்பாடலாக இருக்கும். பின்னர் மண்டபம் தடுப்பு முகாமுக்கு அனுப்பப்பட்டனர். அங்கிருந்து தொன்முதுகோடி ஆர்பருக்கு போட் மெயில் வரவேண்டும். தப்பிவிடலாமா இங்கிருந்து. குடும்பத்தையும் கூலித்தகட்டுக்கு விற்றான் கருப்பணன். வில்லை அணிந்த ஆள் தப்பிச் செல்ல முடியவில்லை. பர்மாவில் ஒவ்வொரு குன்றாக ஏறிப்பார்த்தான் கருப்பணன். சுற்றிவளையும் நீர் மெல்லத் தேயும் சலனத்தில் நாத்ஷின்னாவுங்கின் மழைப்பாடல் அதுமூன்று குமாரத்திகளின் குரல்தான். பழைய சுவேபோ பட்டினம் கொடிசுற்றிக்கொள்ளும். புத்த பூர்ணிமாவில் இளவரசி ஹிலயங்கின் ஈஜின் வகை மாதிரியை கதாபாத்திரம் ஏற்று நடித்தவர்கள். வெளியேறும் போது பொருட்களின் அர்த்தம் அப்படி அப்படியே உறைந்துவிட பழம்பாடலின் மரபுகளையும் தெற்குப் பகுதிக் காடுகள் நிறைந்த பொகூ யோமா மலைப்பிசாசுகளிடம் கருப்பணன் சேர்ந்திருக்கலாம். மூன்று குமாரத்திகளின் கற்பனாதீத அகவுருவையும் சிட்டாங் ஆற்று வெளியிலிருந்து நடந்த ராட்டினக்காரி சுழல்கிறாள் குடைராட்டினத்திலிருந்து. ஐராவதிவடிகாலில் வடபாகக் காடுகள் நிறைந்த புதிர்களை மனச்சிடுக்காக்கி சமவெளியின் வறண்ட வளையத்தை தீவளையமாகச் சுற்றி குலவையிட்டு வெளியே வருகிறார்கள் காட்டை இருட்டித்திரியும் கருத்த குமாரத்திகள். நிராயுதபாணிகளாக வீடற்றவர்களாக டெனாசரிம் காட்டுமரங ்களிடையே கடவுள் கொடுத்த வெள்ளிக் கோடாலியுடன் மரத்தை வெட்டாமல் ஒவ்வொரு விருட்சமும் திறந்து மூன்று தேவதைகளும்

மறைவதை நோக்கினான். எத்தனை தனிப் பாதைகள் வரும் ஒவ்வொரு விருட்சியிடமும் காற்றின் சூறை. தெற்கே வால்போல் நிண்டது நிலம். கணக்கற்ற இச்சிறிய கொச கொசவான தீவுக் கூட்டங்களில் தென்னாட்டவர் கரங்கள்பட்டு சிற்பிதமான நூறு வருஷங்களுக்கு மேல் ஈன்ற சிசுக்களைத் தோளில் போட்டு பச்சைகுத்திய பெண்களும் கூட்டமாய் சுற்றும் குடை ராட்டினத்தின் நடுவில் கருப்பணன் விசையைச் சுற்றுகிறான். ராட்டினக்காரி பர்மாவில் கண்டதெல்லாம் குடைராட்டினத்தில் சுழல்கிறது.

'நாச்சிமுத்தண்ணே... அவிங்கெல்லாம் கப்பல் ஏறிட்டாங்கெ.. மருகாதியண்ணே இவெங்களையும் கூட்டிட்டுபோண்ணே! சரித்திரத்தின் முன் நிழல்கள் பதிந்த பிரதேச எல்லையில் ஜப்பான் விமானம் அக்னி மழை வீசத் தீப்பபடித்த தெருவெங்கும் யார் யாரோ ஓடுகிறார்கள். 'தினகரன்' பத்திரிகை ஆபீஸ் எரிந்துகொண்டிருந்த அச்சு எந்திரத்துடன் ஈயடைப் பெழுத்துகள் உருகியோடிய படிக் கட்டுகளில் கீழிறங்கிச் சென்ற தினகரன் கருப்புநாவாயில் அகதிக் கூட்டத்தில். கரையும் பர்மா நிழல்கள். 'தினகரா... எங்களைக் கூட்டிப்போய் மருதக்டவு சேத்திருப்பாஞ் இவர்கள் வாழ்வாங்கு இருக்க விரும்பிய அ.கோ.சி. ரங்கூன் செட்டி. யுத்தத்தின் விளிம்பு களில் குடும்பமும் பெரியவனும் திக்கு திசை பிரிந்த தூரம். நிகழ்காலம் தொடங்கிய மாசிவீதிகளில் வேலைதேடி அலையும் ஐராவதி நீர் பருகிய செல்வப்பிள்ளைகள். அங்கிருந்த வளமையும் சீனாப் பொம்மைகள் விற்ற கடைகளும் கீறல்விடும் ஒலி. விநாசத்தில் உருண்ட பீங்கான் புத்தர். ஏனோ கருப்பட்டிச்சத்திரம், நெல்பேட்டை, தவிட்டுச் சந்தைப் பக்கம் குடிபோட்டிருக்கும் பர்மாக்காரர்களுக்கும், சொக்கன் புராணம் நிகழ்கதையாகிவிடும். புட்டுத்தோப்பில் பழங்கிழவி இருந்தாள் பூர்வீகத்தில் ஈசன் உடல்பட்ட தழும்பு களுடன். 'சொக்கரே... என்னண்டுசனம் வந்திருக்கு... உனக்கே நல்லாருக்கா பாக்கச்சகிக்கிலையே' தானே புலம்புகிறாள் புட்டுக்கு மண்சுமக்கும் பர்மா அகதியைத் தழுவி. வயது இல்லா தவள் அவளுக்கொரு சாவும் வரவில்லை சிருக்கி மகள். சின்ன இடத்தில் சந்துகளில் விரித்த அந்திக்கடையில் சொக்கனுக்குப் புட்டு அவித்தாள் நரியை விளக்குத்தூணில் கட்டி. வரும்பர்மாக்காரிகள். தெருவில் புட்டு வாழைத்தண்டு சூப்பிற்கும் ருசிக்காக சனம் குமியுது. வழியில் விழுந்தவர்கள் ஊர்பேர் சொல்லி அழுத கல்கத்தா மெயில். வடநாட்டில் விட்டுப்பிரிந்த குடும்பங்கள். ஒருவர் சீதபேதியுற்றால் குடும்பமே இடைகழி ஸ்டேஷனில் இறங்கியது. பிரிவும் பரவிவந்த

வலியும் கடந்த பிரதேசங்களில் சேர்ந்துகொண்டவரும் போக மதுரைக் கடவை எட்டியவர்களுக்கு தினகரன் மனு எழுதிக்கிடைத்த பர்மாக் காலனி நாகத்தகட்டில் கூரைகளாய் இறங்கியிருந்தது. விட்டுப் பிரிந்து ஓடிப்போன கருப்பணன் ஜெயிலிலிருந்து தப்பி மாலுமியாகி தூரதேசம் போனதாக ஒன்னாம் நம்பர் வாணியர்சந்தில் சொன்னது நாச்சிமுத்து.

29

ப்ளேக் கப்பல்

நகாய்பட்டினக் கப்பல் யாழ்பாணச் சுருட்டாய் புகைகக்கிச் சென்றதில் தையல் காரிதான் 'லியோனிக் கப்பல்ல தட்டுச் தட்டாச் சனஞ் சாயுது' என்றாள். நோயுற்ற வர்களில் கமலா, ஆரஞ்சை அறியாதவர் களும் விழிகள் ஏங்க கடலில் சாய்கிறார்கள். அழுகிய வாடை குமட்டும் கக்கூஸ் வயிறு துருத்திய பிள்ளைகள் பேதியில் சொருகிய கண்களை மூடும் கொள்ளை நோய். பூமத்திய ரேகையில் நெருப்பு குற்றம் நோக்காத கடல் காற்று வீசிய வெப்பம். வடுப்பட்டு அழிமதி அடைந்த மானாவாரிசனம் காத்திருந்த தொண்டித்துறை. கமலா ஆரஞ்சுகளைச் சுற்றி ஓடிப்போனவள் பெற்ற பிஞ்சுகள். பர்மா அகதிகள் திரும்பி வந்த காலமும் கப்பலேறி அடுத்த கருப்பு கப்பலில் குறத்தியிடம் மனதைக் கொடுத்த யாழ்ப்பாணி பச்சை குத்திக் கொள்ள உடன் பட்டான். அவள் பீலிக்கான் நாட்டுப் புறப் பேச்சையும் கண்ணீரில் தேக்கி மென்மையாகப் பேசினாள். இழப்புகள் நீரில் நிழலாய் ஓடும் லியோனிக் கப்பல். அகதிகளின் கப்பலடியில் பினாங்குக் காய்ச்சல் விரட்டி வந்த சாவும் ஏறி இருந்தது. திரும்பியவர்கள் பச்சை குத்தி இருந்ததில் மார்புத் தோள் முன்கை மணிக்கட்டில் அசையும் உருவங்கள். வரையும் ஊசிகளின் குச்சிகளை மூங்கில் குழலில் இட்டு வைத்தாள். அந்த பர்மாச் செட்டிமகளை 'என் கண்ணாத்தா உப்புக்குறத்தி...' என அபிசீனிய நாச்சியப்பன் கூப்பிட்டான் செல்லமாய். ரங்கூன் மூச்சுவிட்டது மரைக்காயர் கப்பலில். வரைவதற்கான மையினை வில்வம் பழம் ஒன்றினை சுரண்டிய பழ ஓட்டிலும் பனம் பழத்தைக் குடைந்த குடுக்கையிலும் இட்டு வைத்தாள் கண்ணாத்தா. 'பச்சை குத்தக் குளிர் காலத்தைவிட இந்தக் கோடை ஏற்றது' என்றாள் யாழ்பாணியிடம். பழமை கசிந்த நெடுந்தீவில் விரட்டி விரட்டி விநாசமானவர்களில் அந்த

பெரியண்ணன் மௌனமாக அவள் அழகில் ஈடுபட்டிருந்தான்.' வீக்கத்தை கட்டுப்படுத்த மஞ்சள் ஆவரம் இலை அரைத்துப் பூசுங்கள்' என்றாள். 'ஆவாரம் இலைக்கு எங்க போவன் கண்ணே' என்று செல்ல மாய் கொஞ்சினான் நெடுந் தீவுக்காரன். மரைக்காயர் கப்பலில்' திருடர்கள் ஜாக்கிரதை' வாசகம் நகர்ந்தது. ஏமாற்றுதல், பித்தலாட்டம், திருட்டு, கிராமத்திருடனின் புதிர்மனம், ஜெயில் அடையத் தண்டிக்கப்பட்டவர்கள் திரும்பாத ப்ளேக் கப்பலில் போகிறார்கள். இளங்குற்றம் கமலா ஆரஞ்சு நிறம் மாசற்ற நாடோடிகளின் துருதுருத்த வாழ்வு நெஞ்சை அள்ளும் காட்டுக்கனி குடையும் புழுவின் நாட்டியம். ஒளிவண்டுகளாய் அங்கிங்கும் ஓடும் விழித்திரு திருப்பு. இந்த கடல் மடிப்புகளில் ஏறிய பெரிய மேடுகள் மேலேறிச் சரிந்து ஏறிவளையும் கிராமத்து நடக்கைகள் நகாய் வட்டார உவர்தரவையில் எத்தனைவகை முட்புதர் உள்ளே கம்பந்தான் கோழிகள் நீர்ப்பறவைகள் குடும்பங்களில் அடைக்கலாம் நத்தையைக் கொத்திக் கிழிக்கும் காகத்தின் கொடும் வாழ்வு. முக்கண் நண்டு ஓடும். பால்நண்டு ஒரே கொத்தில் அழியும். கோரைநண்டு தப்பிப் பிழைக்கும். நாகைத் துறைமுகம் இலைகளற்று வாடும் மரம். ஆயிரம் கிளைக்கொம்பு நீட்டி வெளிகளை இலைக்கூட்டமென அசைக்கவும் காகம் இரண்டு எதிரெதிரே குன்னிப்போய் அமர்ந்திருந்த இரவு கிளைகளில் இருள் ஓர் இலையாகப் படர்கிறது. காகங்களின் மௌனம் இடைவெளி கொள்கிற உலர்ந்த கோடுகள். பைத்தியம் பிடித்தவன் கந்தல் துணிகளால் வாடும் மரத்தை மூடுகிறான். வேர் முண்டுகளில் அவன் அகதிச் சுமை அழுக்கைச் சுருட்டி மடித்து முடிச்சிட்ட நத்தைக்கூடுகள் சிப்பி ஓடுகள் சேகரித்து குலுக்கி குலுக்கி இரவெல்லாம் துறைமுகத்தில் அலைக் கழிகிறான். கப்பல் கவிழ்ந்த பட்டணத்தாராக இருக்கவேண்டும் அவன். கிழியும் அழுக்காடைகளில் சிதறும் ரத்தினங்களும் முத்தும் சிதறிச் சிரிக்கிறான் அகப்பேய். திருப்புளியால் ஆனைகட்டி முடுக்கில் பட்டினத்துச் செட்டி வீட்டில் குடைந்து திருடிய புஷ்பராகக் கற்களுடன் தகதகக்கும் இருட்டுக் கூட்டம் சமையலறையில் பதுங்கியது. தட்டப்பாறை மைனர் ஜெயிலில் அடைப்பட்ட சிறுவர்களுக்கு அடிபட்ட ஊமைக் காயம் அரூபத்தில் தொடர்கிறது சாகும்வரை. உடல்வாடிய சிறுவர்களின் அகம் பொங்கிய தேநீர் கேத்தல். மரக்களச்செட்டி பைத்தியம் பிடித்த காற்றில் வருகிறான். திருடியதில் அடிபட்ட தழும்புகள் ப்ளேக் கப்பலில் தஞ்சம் அடைகிறது. காயங்களில் நிலக்கரி பூசினால் ஆறிவிடும். ஆனால் நீராவிக் கப்பல்கரியின் தழும்பு

கரிக்கோடு சிறுவயதில் கரிபூசிய வடு பார்த்தால் தெரிந்துவிடும் ஆளை. சித்திரவதைக்கென்றே களஞ்சேரிப் பிள்ளைகளைத் தண்டிக்கும் மனிதர்களைக் கண்டவுடன் அலறி ஓடுவார்கள். கும்பெனியார் எழுதிய தலைஎழுத்தை காவலர் சித்திரவதைக்கென்றே நீட்டும் சுடுகருவி நிழலும் சுட்டது. வேறு வகையில் திருடிய பொருட்களைக் கைப்பற்றச் சட்ட விரோதமான நடைமுறை வலிப்பில் உதறித் துடிக்கும் ஒவ்வொரு வினாடியும் சூனியத்தின் அதிர்வு. வலிக்கும்படியாக தண்டனை தரும்போது உண்மையைக் கக்கி விடுவான். உண்மைக்கு வந்துசேராத திருடன் நிழல் புனைவுதான். ஜாக்சன் குதிரை நிழல் ப்ளேக் கப்பலை இழுத்துக்கொண்டு ஓடுகிறது நகாய்பட்டினம் நோக்கி. கும்பெனி காலம் முடிந்தும் கப்பலில் அடைபட்ட ஊரைவிட்டுத் தப்பி ஓடுதல். கிஸ்தியை வசூலிக்கக் கொடுத்த கசையடிகள் வறண்ட நிலங்களாயிற்று. சுருண்ட கதைகளில் கீறல்விடும் நிலம். தொட்டால் வலிக்கும் தரிசு பூமி. புழுதித் தெருவில் புரண்ட கழுதையின் முகபாவம் இவர்களின் விட்டேற்றி. நிலக்கரியை உரசிஉரசிப் பூசும் அநாதைகளின் காயங்கள் உலர்ந்த கதையை ஊதியூதி வரியும் கரும்புத்தோட்டத்திலே உப்புவைக்கப் போனவர்கள். கண்ணீரின்தடம். பலாவில் பிசின் வடியும் புராதன நகாய்ப்பட்டின பஜாரில் சிரங்கு வத்திப் புழுதி. கமலா ஆரஞ்சு கேட்டு புரள்கிறான் தொன்னமாந்த சிறுவன். பிடிவாதத்தில் ஊரே புழுதியாகிவிடும். அவன் பொய் அழுகைக்கு மசங்காத தாயார் பெரிய வீட்டுக்கூடங் களைக் கழுவி கழுவிக் கக்கூஸ் அடுப்படிவரை சிறு தூசிகூடப் படக்கூடாது. பர்மாப் பூக்கள் பதித்த தளப்பூச்சில் மெருகேற்றுவாள் அழுக்குச் சேலையும் சோகமப்பிய முகத்துடனும் நடுராத்திரியில் வீடு திரும்புவாள். அவர்கள் இருந்த குடித் தனத்திற்குத் தெரு என ஒன்றும் இருக்க வில்லை. உடலை விற்று பிழைப்பதைத் தவிர்த்து கருமணல் ஏறிய கடுவை ஆற்றுப் பழைய பாலம் இருட்டு மீன்களை மறைத்துக் கொள்ளும். அநாதைகள் சிறுகளவுகளில் கிடைத்த காசில் தின்று சாக்கடை நகாய்கடைத் தெருகுப்பைகள் சேரும் இடத்தில் சீசாக்களைப் பொறுக்குவார்கள். ஓடும் கரித்த இருட்டு ஆறு தன்னை அழித்த மனிதரைவிட்டு சிறுவர்களுடன் கிளைவிடும். அழுக்கு நீர் அடிப்பட்ட காயங்களில் வலிமுனகல். தலைமாட்டில் ஆரஞ்சுக் கூடையில் உலர்ந்தவை மீந்த சுளைகளை உண்பார்கள் வயதான சீக்காளிகள். கிடைத்த வேலைக்கு போகும் மெலிந்த வாலிபர்கள். ரெக்சின் பைகளை தோளில் போட்டு நீளவண்டித் தொடரில் கள்ளத்தோணி ஏறினார்கள். உடல்வாட்டமும் கடல்

காய்ச்சலும் அழுக்குச் சட்டையில் உப்பேறிய மையலின் தடங்கலில் கிராமப் பெண் முத்தமிட்ட மையல் ஏந்தி அடைக்கிறார்கள் ப்ளேக் கப்பலில். இவன் திரும்பி வருவதற்குள் அவள் எந்தெந்த ஊருக்கு மாறிப் போயிருப்பாளோ. ஒரு வேளை பினாங்குக் கப்பல் கங்காணி கல்நெஞ்சும் கரைந்தால் திரும்புவான். ஏனோ ரெக்சின் பை போட்டு மீசை அரும்பியவரும் உள் நாட்டு அகதிகள். ஊர் ஊராய் வெளியேறி விட்டதென்ன. கால மழை பொய்க்கவும் கடைமடை வற்றியது. உப்பனாற்றில் சூலாடுகளும் களைப்பு நீங்கி தெருக்களில் அலையும். மஞ்சள் மூக்கு லாரிகளில் உளுத காளைகளை காதில் சீல் மாட்டி ஏற்றியது ஊமைக் காயம். இரவிரவாய் அடிமாடுகள் கொம்புகளை மோதி உரசும் ஒலி. மனிதனைவிட அந்தரங்கத்தில் ஒளி கொடுத்த வீடுகள். நெல் சிதறி வைக்கோலில் மூச்சுவிடும் கோட்டைத் தொழுவு. கிராமங்களைவிட்டு வெளியேறிய மாடுகள். காடுகளில் குழம்படிகள் அழுந்திக் கிடக்கிறது. வண்டிப் பாதையில் நிலவு வழிந்து படர்ந்த சர்ப்பமாய் நெளியும் இரவு. வளமையுடன் தற்கொலை செய்து கொண்ட கடைமடை சம்சாரி வீட்டுப் பிள்ளைகள் கப்பலுக்கு அடிமை. மாங்கன்று வைத்த பிள்ளைகளும் போனபின் கதறும் மாவிலை நரம்புகளில் எழுதிய சோகம். கடன்பத்திரங்களைக் கீறி முத்திரையிட்ட நிலம். அருமாந்த புத்திரர்களை இழந்துவிடும். கரிய இருள் பதிந்த லேவாதேவி ரேகைகளில் சர்க்கார் கூட்டு. அடைபட்ட நிலங்கள் மீது ப்ளேக் கப்பல் பத்திரங்களின் ஊடே வரைந்த கருங்கோடுகளாய் நீளும் கடற்பேய். எங்கிருந்து எங்கோ நீராவிக் கப்பல் புகைமண்டி அழைக்கிறது. ரெக்சின் பை நாற ஓடிப் போனவர்கள் பதுங்கும் கீழ் அறைகளில் நாகூர் சின்னத் தம்பி மரைக்காயர் கப்பல் ஏறினார்கள். கேபிள் குழி தோண்ட நகரத்துக்கு சிங்கப்பூருக்கு எப்போதும் ஆள் தேவை இருந்தது. கேபிள் குழிகளில் நகரும் பாதாள வாழ்வுதான் நவீன நரகமென உணர்ந்திருந்தனர் ஓடிப்போனவர்கள். இன்றைய நரகத்தில் கால் பெருவிரல் மீது துப்பாக்கிமுனை இருக்கும்படி பழுவைத் தாங்கியவாறு வெயிலில் நிக்கிறான் ஓடுகாலி. ஊரில் இருக்கவும் வேலையில்லை. கைகளைத் தரையில் குப்புற வைத்துக் காவலன் தடிகளை அழுத்தி உருட்டவும் அடங்காத இளந்தாரிகளின் முழங்கால் முழங்கை மூட்டில் மரக்குச்சியால் தட்டித் தட்டி அதிரச் செய்யும் சித்ரவதை சூட்டுக்கோல் பட்ட வடுவை ஊதியூதிக் காட்டினான் கூழாமணி. அவனை ஒத்த காக்கையன், வேப்பமரத்தான், சீவக்கட்டை, வட்டையன், நெடுங்காலனைக் கழுதை வாலோடு கட்டித் தெருவில்

இழுத்துச் செல்லச் சாம்பல் மூக்கும் வெள்ளிக் கண்களும் குத்துக் காதுகளும் கழுதை நிற மடையும் யாருக்கும் கட்டுப்படாத பிள்ளைகள் வண்டல் சேற்றைப் பூசி ஆற்றில் குதிப்பார்கள். மேடுகளில் ஏறாத நீர் திரும்பிற்று. நகாய் துறைமுகத்தை ஒட்டிய இருப்பு. வெளிதேசம் போக இருந்தார்கள். அடியாக்கி மங்கலம், திருப்பூண்டி முஸ்லீம்கள், திருமயிலாடி ரயிலடியில் பிடிபட்ட பிள்ளைகளைக் கப்பல் கங்காணி கூட்டிபோனான். நெடுந்தொலைவு பாய்ந்த காவேரி நகாய்க்கு வரும்போது மெலிந்து காயும். மார்க்கோபோலோ வந்த கப்பல் மாலுமிகளும் வாய்வைத்துக் குடிக்கவும் நீர் அருகி இருந்தது கடுவையாறு. புதுக்குளம் எப்போதும் அருந்த நீர் தருவதில்லை. குறுகலான கடைவீதியில் அலையும் பிள்ளைகள். முகிழி நாகனிடம் மோதிரம் வாங்கிய பிள்ளையாரும் பாம்புக் குடை விரித்தார். மலேபட்டான் நகருக்குள் சீனரும் மலேயரும் கூடிய கடற்கரை நெடுக போர்த்துக் கீசியப் பாடல். டச்சுக்காரனிடம் வாக்குவாதம் செய்தக் காற்று. கடல் ஏற்றம். கடம்பாடியில் இருந்து வயோதிக மாலுமி ஒருவன் மெலிந்த குதிரை எலும்புகளின் தனிமையைப் பார்க்கிறான். டச்சுக்கார ஆவி கருமண் ஆழியைப் பிடித்ததில் அந்தப் பைத்தியம் கரை நெடுக அலைகிறான் ஒல்லாந்த மொழி பேசி.

30

மங்கம்மாள் சத்திரம் வால்க்கிளாக்

சுருள் VI

செரியல் சித்ரகதா

சொல்லி
செரியல் தெலுங்கு நொச்சியர்கள்

கேட்போர்
தினகரன்
ஜி.நாகராஜன்
ப. சிங்காரம்

டிக்... டாக் கதைகள்

இன்று காலை வெயிலேறியபின் அனுமார் வேஷக்காரன் சோம்பேறி பூ மார்க் பீடியைப் பற்ற வைத்தான். அழகருக்குப் பந்தம் எடுத்து தெருத்தெருவாகப் பிச்சை எடுக்கக் கிளம்பும்முன் மங்கம்மாள் கிளாக்கிற்கு தன் வாலைத் திருகி சாவி கொடுத்து வெளியேறினான்.

டவுன் ஹால் ரோடு கதைகேட்கும் மனதையும் சிதைந்திருந்தது. கழுதையில் பொதிபோட்டுவந்த பலவேசக்காரன் மங்கம்மாள் கடிகாரத்தைப் பார்த்துக் கேட்டான்.

'வைகை ஆற்றில் கழுதை குடிக்கக்கூட தண்ணீரில்லை. எங்கிருந்து மங்கம்மாள் ஆடைகளை வெளுத்து உலர்த்துவது.

சரித்திரப் பாத்திரங்கள் சத்திரவாசிகள் எல்லாம் அழுக்காக இருக்கிறார்கள். சமுக்காளம் ரவிக்கை புடவை எல்லாம் நாறுகிறது. சத்திர எலிகளால் மங்கம்மா ரவுக்கையெல்லாம் கிழிகிறது. என்னமோ ஒரு கதையில எலி ரவுக்கை கேட்டதாம் சபையில என்றான் அனுமார் வேசக்காரன். மழை வருமா சொல் கடிகாரமே...?'

'டிக்...டாக்..டிக்...டாக் தத்தநரியினாரே மங்கம்மாள் சத்திரம் ரத்த விடுதியானபின், நவீன கதைக்காரர்கள் ஜி.என்னும்

ப. சிங்காரமும் அதில் குடியேறிவிட்டபின், கவிதைக்கும் புனைகதைக்கும் வரைகோடுகள் கரைந்து 'ஓடிய கால்களில்' ஜி. என்னைச் சந்திக்காமலேயே மார்ச்சுரி விடுதிக்குப் போகிறோம். தினகரன் ஆசிரியர் தினகரன் பர்மாவிலிருந்து தன் நாவலை இவர்களிடம் எடிட் செய்வதற்கு வேறு வந்துவிட்டார். பர்மா அகதிக்கு சத்திரம்தான் இடம்கொடுக்கும்.

'நான் கேட்டது மழையைப் பற்றி'

'சரிசரி. இவ்வளவான சத்தத்துடன் மழையின் கைப்பிரதி விசும்பில் 'த' வரு வழி சன்னல்களை அடித்துக்கொள்ளும் பதினாறாவது காற்றில் மழைவரத்தான் போகிறது. சத்திரத்தில் காணாமல் போனவர்களின் ஓசையுடன் சுழிசுழியாய் சுழன்றுவரும் மழைக்காற்று சாத்வசுகாவை உனக்குத் தெரியுமா?'

'சிங்காரம் இருக்கிறாரா?'

'அறை எண் 104இல் முப்பதாண்டுகளாகியும் பேசா மௌனியாக விட்ட காலத்துக்குள் இருக்கிறார். இந்த சத்திரத்திலுள்ள டெலிபோன் பூத்தில் கண்தெரியாத இளைஞனிடம் கேள் நரியே'

'ப. சிங்காரம் இருக்கிறாரா.' அறை பூட்டிக்கிடக்கிறது.

குருடன் விரலோட்டத்தில் போன் செய்துகொண்டிருப்பதை நிறுத்தி ரிசீவரை மார்பில் பதித்து 'சிங்காரத் தாத்தா போனவாரம் இறந்துவிட்டார். நீங்கள் யாரு சார்'

'அவருக்கு வேண்டியவன் என் பேர் தத்தநரி. மங்கம்மாளின் சீமைப்பட்டுகளை எல்லாம் இஸ்திரி போட்டு கழுதையில் கொண்டு வந்தேன். சத்திர அழுக்கையெல்லாம் துவைத்து தும்பைப் பூவாக்கிக் கொடுத்தேன். இப்போது நான் மழைவேண்டி வந்துள்ளேன் மங்கம்மாளின் கடிகாரத்திடம்'

இருளுக்குள் எண்களை பலமுறை அழுத்தியவாறு தினகரன் ஆசிரியர் தினகரனுக்கு போன் செய்கிறான். அகாலத்தில் ஓடும் ரயிலில் அவரும் ப.சிங்காரமும் சயாம் மரணரயிலில் வாம்போ மர ரயில் பாலத்தில் ஹெலிபர் சுரங்கத்தில் காஞ்சனாபுரி பாதையில். உலகவிளிம்புகளில் படர்ந்து சாவுவேகத்தில் ஜன்னி வேகத்தில் ஓடும் கடைசிப்பெட்டியில் மனைவிமகளை யுத்தத்தில் இழந்த ப. சிங்காரம் தினகரனின் 'த' கையெழுத்துப்பிரதியை எடிட் செய்துகொண்டிருக்கிறார். உலகத்தின் சிந்தனை அவ்வளவும் அனுபவங்கள் யாவும் மௌனத்தில் வடித்த சாவகத்தின் புத்தரை கூட்டிவரும் இருவரும்

பூட்டிய அறைக்குள்பேசிக் கொண்டிருக்கிறார்கள்.

குருடனுக்குள் போன் நம்பர்கள் மறதியிலிருந்து அழுத்தப் பெறும் புயல்வேகம். தூங்காநகரமெங்கும் கம்பிச்சுருளில் பாயும் குரல் வளைகள். மங்கம்மாள் சத்திரத்தில் இறங்கிவரும் நரிகள் சூழ த பக்கங்களில் மிதந்துசெல்லும் இந்த மதுராபுரியில் குடித்து விவாதித்து எத்தனை மதுக்கூடங்களுக்கு பெயர்ந்திருப்போம். புயலிலே ஒரு தோணி, டேபிள்மீதும் கடலுக்கு அப்பால் இருந்து மேஜை டிராயரில் கடலைப் பூட்டியது வேலைக்காரி மாடத்தி. அவர் மேஜை மேல் சில அத்தியாயங்கள். தொலைபேசியில் குருடனுக்கு கதை வாசிக்கும் பழக்கம் அவருக்கு. சத்திரத்தின் கிழக்கு அறையில் உள்ள டெலிபோன் பூத்தில் கண் தெரியாதவனைச் சந்தித்த நரி திரும்பவும் 'சிங்காரம் இருக்கிறாரா'

அந்த இளைஞன் 'சிங்காரத்தாத்தா மறைந்து ஆறுமாதம் ஆகிறது' என்றான் ஜி.என் போன வழியைக் காட்டி.

குருடன் இருட்டுக்குள் சிங்காரம் பர்மா எழுத்தாளரின் த நாவலின் சில அத்தியாயங்களை பைய வாசிக்கும் குரல் மெல்ல கேட்கிறது நரிக்கு.

பொறுமையிழந்த நரி 'அவர் நம்பர் கிடைக்குமா'

'அவர்தான் பேசிக்கொண்டிருக்கிறார். நீங்கள் வராதுபோனால் இதை வாசித்திருக்கமுடியாது' என்றார். உங்களுக்கு அவரை எப்படித் தெரியும் என்றான் குருடன்.

அவசரப்பட்ட நரி 'சற்று இப்படி ரிசீவரைத் தருகிறீர்களா. த நாவலை எழுதியவர் தினகரன். அவருடன் பேசும்போது நீங்கள் சற்று குறிச்சியில் ஓய்வெடுங்கள். மற்றொரு டெலிபோனைக் கொடுத்து இருட்டில் வேகமாக அழுத்திய எண்களிலிருந்து சிங்காரம் வீட்டின் டெலிபோன் அதிர்ந்தது. அவர் வீட்டிலிருந்து உறவற்ற குரல்.

'சிங்காரம் இல்லை நீங்கள் யார்'

'நான் தத்தநேரியிலிருந்து வருகிறேன். வைகைதான் எனது ஊர். அவருக்கு ரொம்ப வேண்டியவன்'

'சிரமத்துக்கு மன்னிக்கவும். அறை எண் 104இல் யார் இருக்கிறார்கள்'

'அவர் இன்னும் வந்துசேரவில்லை. போன இடம் தெரியவில்லை. வெளியில் காத்திருங்கள்.'

தத்தநரிக்கு ஜி.என் இங்குதான் வசிக்கிறார் என்று தெரிந்து போயிருந்தது. பிறகு ஜி.என் இருக்கிறாரா, அவர் வீட்டுஎண்ணை

கொடுங்கள் நான் பேசவேண்டும் என்றது.இருளில் விரல்கள் எண்களில் படபடக்கும் ஒலி ஜி.என் வீட்டில் டெலிபோன் அலறல்.

‘ஹலோ ஹலோ யார் பேசுறது’

‘நான் தத்தநரி பேசுறேன். ஜி.என் இருக்கிறாரா’

‘நீங்கள் யாரென்றாலும் போனைக் கீழே வையுங்கள். அப்படி நாகராஜன் என்று மதுரையில் ஒருவருமில்லை. ராங் நம்பர்.’

‘இது ஜி.என் வீடு இருக்கும் திருமங்கலமா.’ நரிக்கு நேரமாகி விட்டது.

‘இனிமேல் போன் செய்யாதிருங்கள்’குரல் அறுபடும் வேகம். இருட்டுக்குள் மூழ்கியிருக்கும் 104ஆம் அறையில் டெலிபோன் மணி அடித்து ஓய்கிறது இருமுறை. பாத்ரூமில் சிங்காரம் குளித்துக் கொண்டிருக்கிறார். சத்திரத்தில் காத்திருக்கிறது நரி. கதவு திறக்கிறது. உள்ளே வெளிச்சம். டேபிள்மீது தைலப்பிரதியின் பதினாறு காற்றின் பதினாறு அத்யாயங்கள் தினகரனின் அலிப்பூர் சிறை நாட்களில் ஒவ்வொரு காற்றாய் உள்ளே வருகிறது. ஒற்றைக்குமிழாக பிரதியின் ஓசை. சிங்காரத்தின் மூக்குக்கண்ணாடியின் பீபிலிகை எறும்பு. செல்பரப்பில் பெரிதாகி சிறிதாகி அலைகிறது. சிறுத்த உயிர். நெற்றியைத் துடைத்தவாறு வெளிவருகிறார். ‘நீங்கள் உள்ளே வரலாம்.’

‘தத்தன் சௌக்கியமா. சத்திரவாசி நான் விடோயர். ஜி.என் வாசித்த காற்றுநூலில் பலதிருத்தங்கள்’

‘அந்த பர்மாவிலிருந்து வந்த நாவலாசிரியர் எங்கே?’

‘அவர் வெளியே போயிருக்கிறார்.’ ஜி.என் சொன்னது ‘காற்று நூலில் வார்த்தை ஏதும் வைக்காமலிருந்திருக்கலாமே. வார்த்தையின்றி துடைத்துவிடும் வடிவம். வார்த்தைகள் புழங்கித் தேய்ந்த டீக் கேத்தல் நெளிவுகள்.’

வந்த கழுதை பாடியது:

‘காற்றுடன் வார்த்தை மிதந்துவரட்டும்.
அதில் வார்த்தையொன்றையும் நுழைக்காதே’

வெயிலும் பனியும் கலந்த ஒளிமாயம் என் முன்னே புரளுதே. இதன் துலக்கத்தினூடே பாவுபோல் சாவு படருதே. நெற்றியைத் துடைத்தவாறே நாற்காலியைக் காட்டினார். அதில் அமராமல் சாத்து எலும்பில் நின்றவாறு மரணம் பற்றிப் பேசியது. நரியான கழுதை இழைத்த பட்டுச்சுருளை விட்டு வண்ணத்துண்டமாக வெயிலில் துள்ளும் டஸ்ஸா சிற்றினப்புழு இருக்கும் இடம் தெரியாமல்

மடிந்துவிடும். எதுதான் மடியவில்லை.சாவு என்ற மெய்மை எல்லோராலும் ஒப்பந்த ரேகையிடப்பட்டதுதானே. ஐயா அந்த படைப்பில் சாவு என்பது என்ன?

'எழுதாமைப் புஸ்தகம் அது என்கூடவே கொண்டு செல்வதற்கு. அமரர் கண்ணாடியில் உயிர் என்பதுதான் என்ன. அதுவும் வடிவாக இன்னதென்று தெரியவில்லை. இருந்தாலும் சாவு தன்னை விழுங்கும்போதுகூட தன் தன்மையை ஒவ்வொரு உயிருக்கும் காட்டிக்கொள்ளும். இதன் ஆசிரியர் புழுவைப் போல் துடித்து மடிந்தவர். அவருக்கு தன் மகளின் ஞாபகம். குதிரைத் தோலில் சுருட்டித்தூங்கும் அன்னமயில் ஞாபகம் வந்தது கடைசியாக. அவர் துயிலில் மாமயில் பனிக்கு கம்பளம் போர்த்தும் இலைகள் அனைத்தும் துயரம்தான். நத்தையென அறிதுயில் நிலையில் ஒட்டிக் கொண்டிருக்கும் குமாரத்தி. உலர்ந்துவிழுந்தாலும் பதினாறு காற்றுகளில் அலைந்துகொண்டிருக்கும் கூடுகளைவிட்டு சென்ற சாயைகளில் மறைகிறான் எழுதியவன்.'

வெளியில் சென்ற ஜி.என்னுடன் புகைவண்டி நிலைய குதிரைகளின் அருகில் அநாதைகளின் நிழல் படிகிறது. தனிமைக்குள் சென்ற க்ளாஸ்காரச் சந்து. வடம்போக்கித் தெருவையும் கடந்து மங்கம்மாள் சத்திர தாசி வெளிப்பட்டாள். இச்சத்திரத்தின் அடியில் நரிகளைச் சிநேகித்த ஜி.என் ஒப்பனை உடைகள் மற்றும் மேட்டிமை எல்லாம் கலைந்து பழைய துணிக்கடியில் தன்னையே உரித்துக்கொண்டு அங்குமிங்குமாக நடமாட்டம். மாசிவீதியில் தேர்வடம் இற்றுக் கிடக்கும். அதைப்பற்றியும் இதைப்பற்றியும் தாசியிடம் உரையாடும் ஜி.என். ரிக்ஷாக்காரனிடம் போய் 'நிம்மதியில்லை உன்னிடம் ஒரு பீடி இருக்குமா.' அவனுடன் இவன் சேர்ந்து ஜான்ஸி ராணி பார்க்கில் அரிஸ்டம் விற்கும் பெண்ணிடம் கடனுக்கு வாங்கி குடிக்கிறார்கள். நெளிந்து ஓடும் தெரு. ஜி.என்னைத் தேடி தத்தநரி கழுதையுடன் போகிறது. சுரைக்குடுக்கையில் கள் கொண்டு அலையும் காமன் மதுரை நோக்கி வர ஜி.என், சிங்காரம் இருவரும் ஆசிரியர் முன் எதிர்ப்பட உரையாடல்.

குருடனின் டெலிபோன் மணி அதிர்கிறது 'அடுத்த சேப்டரை ஆரம்பிக்கலாமா'

'த வை ஏன் தேர்ந்தெடுத்தீர்கள் தினகரன்'

'காகிதத்தில் அமராமல் ஓடும் த வை கடந்துகொண்டிருக்கிறேன். த-வை வரையும் உலர்ந்த காற்றில் காய்ந்த மூங்கிலொலி. கலம்

முதன்முதலில் தானே எழுதிய த எழுத்தில் எழுகிறாள் கன்னிகைகளில் ஒருத்தி. உலை வெள்ளியின் களிம்பாகக் கசிகிற ஈத்தாம் கடவுள்மீது படிந்த தூசு குட்ட நோக்காட்டை சுஸ்தமாக்கிவிடும் த எழுத்து. த ஒலியை மூங்கில் நுனி கூர்ந்து சீவிச் சீவி தூரியாகும் கலம். 'எதைக் கொண்டுதான் இந்த எழுதாமைக்குள் வெவ்வேறு வகைகளில் விநோதமாகப் பொருந்தும் இந்த படைப்பின் கதாகுணச்சித்திரங்கள் சிதறிப்படிகிறார்கள். பொருந்தும் கலத்தின் முன்னூற்றி அறுபது இலை வகைகளில் கசங்கி சித்திரத் துகிலாக முன்மாதிரியற்ற பெண் ஆவி நிலையை எழுதப் போகிறோனோ... எழுதாமையை விட்டு அநாமதேயங்களில் மறைந்திருக்கும் த வை கடந்துகொண்டிருக்கிறேன்.

சுருள் VII

பாட்ஸ் ஓவியத் துணிச்சுருள்

சொல்லி	*கேட்போர்*
மதுரை சமணர்கள்	குலச்சிறையார்
மங்கலப் பேரரையன்	கூன்பாண்டியன்

டிக்...டாக் 2

எண்குன்றங்களிலிருந்தும் மதுரைச் சமணர்கள் இறங்கிவந்து மங்கம்மாள் கடிகாரத்திடம் கேட்கிறார்கள்.

'கடிகாரமே சொல் பாண்டியனின் சவப்பெட்டகம் எங்கிருக்கிறது. குலச்சிறையார் எங்கே.'

'டிக்...டாக் டிக்...டாக் திருஏடகத்திலிருந்து வந்திருக்கும் காட்டை இருட்டித்திரியும் கருப்புச் சமணர்காள். ரோக அரசனின் உடல் இந்த சத்திர நாற்காலியில் அமர்ந்திருப்பதைப் பார்த்தேன். இவனது வம்சாவழியினர் ஆட்சிகாலம் முடிந்தும் நாகமுத்திரை மோதிரம் கை வசம் இருந்தது. எட்டாம் சந்திரதினத்தில் உங்களைக் கழுவில் ஏற்றியதற்காக குறுவாளையும் மகுடத்தையும் அவன் இழக்கவில்லை. நாகர்களால் அவன் மரணம் தள்ளிப் போடப்பட்டது' ஏனெனில் மல்ல நாகா, சந்திரா நாகா, குடநாகா, ஸ்ரீநாகா நாணயங்கள் அவனிடம் உள்ளனவே. வீர மங்களத்தினுடைய எய்னர் தலைவன் திரதரன் சொல்லும் ஜெடிலவர்மனெனும் நாகராசாவும் இவனே.

'பாதிக்காலம் சமணனாய் இருந்த கூனனை விசாரணைக்கு அழைத்துவா கடிகாரமே.'

‘டிக்...டாக் டிக்...டாக் நான் கூப்பிட்டும் பாதியுடல் அரவாகவும் மீதியுடல் மீனாகவும் பகுத்துக்கொண்டான்’

‘இதற்குக் காரணமான தேரை வைனியனும் குலச்சிறையாரும் எங்கே’

‘கொடூரமான சரித்திரத்தில் அமணரின் குருதியும் சாம்பலும் அனலும் புனலும் ஏடுகளை அழித்துவிட்டிருந்தாலும் மூலப்பிரதிகள் எம் பாழியிலும் பள்ளியிலும் காத்துவருகிறோம்’

’சரி சரி அதனால் தான் ஊழ்வினை உறுத்துவந்து ஊட்டியதோ. பழம்நறுக்கும் மந்திரியாக குலச்சிறையார் இங்கே வந்தாரோ’

‘நீங்கள் மங்கம்மாள் சத்திர அக்கினி மூலையில் குடியிருக்கும் உபாலியின் பேரன் மங்கலப் பேரறையனைக்கேட்டால் பழங் குடித் தலைவன் பழையன் என்ற மாறநாகனைத் தோற்கடித்த மங்கோலியர்கள் இங்கே ஊடுருவி இருப்பதைச் சொல்லி விடுவான். அவனிடமே மாறனின் நாணயங்களின் சுருக்குப்பை உள்ளது. அதில் நாகக் குறியீடுகள் எல்லாம் மொழியின் ரகசியங்கள் கொண்டவை. இவனிடம் கேட்டால் அவனிடம் அழைத்துப் போவார்’

சமணர்கள் இருட்டிச் செல்கிறார்கள் சத்திரத்துக்குள். இதுவரை யாரும் பார்க்காத முகமூடியிட்ட கூனனின் விகார வசீகரத்தை சமணர்கள் பார்த்தனர். ஆனால் கனவில் மிதக்கும் மூன்று தலை நாக முகமூடிப் பூட்டைத் திறப்பதற்கான சாவி மங்கம்மாளிடம் தான் இருந்தது. அவள் அருகிலிருந்து வைணவரும் சைவரும் கொடுக்கும் கனிகளை நறுக்கி முகமூடிக்கடியில் திணிக்கவும் அவள் விரல்பட்ட இக்கனியுணவை மட்டுமே உட்கொள்கிறான். கும்பினிக் கப்பலில் அகதியாக வந்த பாய்ஸ் நாடக கம்பனி சத்திரமடைந்தது. அதில் நாடகப் படுதா வரையும் நாயுடுகள் மங்கம்மாள் சத்திரச் சலூனை வடிவமைத்தார்கள். கண்ணாடியில் சீறும் புலியைச் சுற்றி வேட்டைத் துப்பாக்கி வைத்திருப்பது கூலப்ப நாயக்கன். அவனெ திரில் வெள்ளை மேஜரின் ரிவால்வர் பாறையில் மறைகிறது. கண்ணாடி வனத்தில் மயிலுக்கு பாலமுது ஊட்டும் குவேனியின் சித்திரம். இந்தக் குவேனிக்கு மாறன், கடல்கடந்த உறவு. குவேனி இலங்கையின் பூர்வகுடி யட்சப் பெண்ணரசி. வங்கத்திலிருந்து இலங்கைக்கு வந்திறங்கிய ஆரியரின் முதல் காலனியத் தலைவன் விஜயன் அவளைத் திருமணம் முடித்து நாட்டைக் கைப்பற்றுகிறான். அவளைக் கைவிட்டு சித்திரமாடத்துப் பூழியாளைத் திருமணம் செய்கிறான். அவளால் பிள்ளைக்கு ஆபத்தென்று வெளியேறுகிறாள் குவேனி. மீண்டும்

பழங்குடி மண்மம் அவளை ஏற்கவில்லை. யட்சயினத் துரோகியெனக் கருதப்பட்டுப் பழங்குடியால் கொல்லப்படுகிறாள் குவேனி. இந்த சலூன் ஓவியத்தில் குவேனியை வரைந்தது புயலுக்கு ரயில் டிக்கட் வாங்கிய பால்நாகு என்ற பாம்பன்ஓவியன். இது மங்கம்மாளுக்குத் தெரியாது. மற்றொன்றில் சிதாரிசைக்கும் தேவதையாக இருப்பவள் தாஹீரா. முகலாய அரசனின் அடிமைப் பெண் தோட்டத்தில் உலவும் மந்திகளோடு வர்ணமடித்த கனிகளும் கிளிகளுமென தித்திப்பான வாசனைகளும் மத்யகால செனட் சீஸாக்களிடையே 2304 வயதான கிழ அரசனின் உடலைப் பார்த்ததும் சமணர்கள் விதிர்விதிர்த்தார்கள். அவனுடல் நரையேறாத கேசத்தில் நாவித விரல்களைச் சொருகி பாண்டியன் கபாலத்தில் மையோட்டம் பார்த்ததில் முதல் நூற்றாண்டில் பர்மாவைப் பிடித்த பழங்குடி மியான்மர் மாறனுக்குள் ஓடும் நாடியை ஒத்திருந்தது, பாளியில் எழுதிய பர்மா மாறம்மா தேசம் என்பதை அறிந்த பௌத்தன், இந்த நாவிதன். சமண் இளைஞன் நேமிதாமோ 'கேசலோட்சணம் செய்த எம் அரசே விடைபெறும் நாளில் ஏனிந்த விபராதம். மதமாற்றம் நீட்டல் எல்லாம் எதற்கு'

'நடந்தவற்றைச் சொல்வதிலும் துவேசமும் கழுமர நிழலும் எனைத் தொடர்ந்துகொண்டிருக்கின்றன. என்னுடைய பழைய தலைநகர் மோகூர் வரைபடத்தை எங்கே?

'என்னால் பேசமுடியவில்லை.குலச்சிறையார் அருகிலிருக் கும்போது அவரிடமே நீங்கள் கேட்கலாமே.'

'நெடுமுடியனின் அத்தனை சரித்திரமும் அறிந்த எம்மைவிடவா குலச்சிறையார் மேல்' என இளைஞன் கொதித்தான்.'

ஒப்பனைக்குப்பின் மன்னர் உடலை குளிசாதனப்பெட்டிக்குள் வைத்து ஒவ்வொரு சந்திரதினத்திலும் மேட்டுக்கடல் முத்துவரவுக் கணக்குகளை அவற்றின் தரத்தைக் கணிக்கும் குறியீடுகளை குழிப் பலகையில் ஓடும் மௌத்திகங்களில் பிறைகளனைத்தும் ஒரு சந்திர மாதமாக அசைவதை கவிதைக்கும் கோள்களுக்குமான வார்த்தைகளை அவற்றின் அடியில் பதுங்கியிருக்கும் கோடுகளை திகம்பரர்களின் நிர்வாணத்தில் வரைந்த சமவசரணத்தில் ஜீவராசிகளின் உயிர்த்திரளை இப்போது வார்த்தைகளாக உணரும்போது அவற்றையும் சமணரைத் தீர்த்த சாம்பல் எழுத்தாக இச்சவப் பெட்டிக்குள் உருகும் பனிக் கட்டிகளிடையே பதனப்படுத்திவைத்தார் மார்ச்சுரி காவலர் குலச்சிறையார்.

கூனனையும் குலச்சிறையாரையும் ஒன்றாகப் பார்க்காமல்

வேறுபட்ட பழிபாவங்களுக்காக விசாரிக்கவேண்டியவர்களாகவே உணர்ந்தனர். சிராமலைச் சமணனோ பூமி உள்ளளவும் சந்திராதித்தர் உள்ளளவும் சமணரைக் கழுவேற்றிய எட்டாவது சந்திர நாள் ஞாபகத்தில் கண்ணீராய் ஏங்கிநின்றான். இந்நிகழ்ச்சிக்கு பார்வையாளராக இருந்தவர்கள் நீதியிழந்தவரே என ஏழடிப் பட்டத்தார் கூட்டம் சபிக்காமல் நின்றவாறு. ஒரு ஏசுவைப் போல் எண்ணாயிரம் உடல்ஒளி வீசும் மதுரையிலிருந்து கிழக்கு நோக்கி நடப்பட்ட ஆலவிழுதுகளில் சூலம்குத்திய கழிகளின் வரிசை. வந்த சமணரின் நிழல் கூணனுக்குள் தேடியது ஸர்கண்டாகமத்தை. நூலறிந்த கூனன் மொழியுடல் ரோகமானது.

சகாப்தத்தின் மொத்த உயிர்மையின் ஆற்றலைத் தலத்தில் சிருஷ்டித்த மண் சாய்ந்த சமணர் நிழல் அவன் கூடவே வருகிறது. அவன் கரங்களில் வடிந்த கருணையும் உயிரும் இந்நகரைவிட்டு கடப்பதாகவுமில்லை. இப்போது பூழிநாகன் உள்ளுணர்ந்தான் சமணரை. ஆனால் காலம் கடந்துவிட்டது. 'குலச்சிறையாரே' 'அன்பே சிவம்' என்ற உம் வாக்கு ரத்தம் தோய்ந்த கழுமரம் என்பேன் என்றான் பெரும்புகைச் சமணன்.

கூனரோகியின் பழமையுடல் சத்திர நாற்காலியில் சாய்ந்திருக்கிறது பூட்டிய முகமூடியுடன். வெண்கலக் களிம்பு கசப்பு நெடியாக வீச உலோகப்பூட்டைத் திறக்க முனைந்தான் அருமாமலைத் துறவி. பூட்டுபயத்தில் நடுங்கியது. 'உங் கண்ணுல மஞ்ச வைக்கும்போது யாருடைய கண்ணீரும் உம் முகத்துல ஒடியாது' என மங்கம்மாள் சத்திர தாசிகள் சாபமிட்டார்கள் அப்போது. கோவலன் சிரச்சேதமான அந்தியில் கரைந்திருக்கும் சூரியக்கறை படிந்திருக்கும் குருதி ரகசியமாய் வடிந்து மங்கம்மாள் சத்திரத்தைப் பற்றிக்கொண்டது. 'இறந்தவனுக்கு வாழ்வு தரும் சத்திரமா இது என மங்கம்மாளைக் கேட்டான் நாகமலைச் செட்டி. பலரும் சேர்ந்த சமண் பள்ளியென நான் சத்திர நூலகத்தில் நிகண்டுகளையும் அகராதிகளையும் நாகரின் ரகசியமான அக்கசாலை நாணயங்களையும் காத்து வருகிறேன் இதுநாள்வரை' என்றாள் மங்கம்மாள். மதுரையை ஆள்வது மதுராபதிபெண்தெய்வம் தானே. மும்முலைகொண்ட நாகா அரசியாயிற்றே அவள். தலைக்குமேல் ஐந்துதலை நாக மகுடம் உள்ளது. இவனது தலைக்கு மேல் மூன்றுதலை நாக முகமூடி உள்ளது. இவரின் பெண்பாகம் எங்கு மறைந்துள்ளதோ என்றாள் மங்கம்மாள் குலச்சிறையார் காதில். 'நம்மரசனோ முழிகண் குருடன். அவனால் சத்திரத்தில் சாவு சாம்பல் விரித்திருக்கிறது' என்றார் மந்திரி. நீங்கள் எங்கிருந்து வருகிறீர்கள் என்று சமணரைக் கேட்டாள் ராணி. 'களப்பிரரின் இருண்டகால அரண்மனையிலிருந்து வருகிறோம்'

நாவிதர் குனிந்து 'அரசே தங்கள் வரவை எதிர்பார்த்து உபாலியின் பேரன் எளிய பவுத்தன் காத்திருக்கிறேன்.'

பாந்தமான குரலில் வரவேற்றாள் மங்கம்மாள். சத்திர கூண்டுக்குள் தேவாங்கு அரசரோகி கொடுத்த மாதுளம் கனி பரல்கள் சிதறிச்சிரித்தது. அலையும் தேவாங்கின் உடல் மங்கம்மாள் கண்ணாடியில் பட்டதும் கிளைத்த மரத்துக்குள் அக்கனியும் உருண்டு செல்ல இருட்டு சுருள்வதைப் பார்த்தனர் சமணர். ரோகியின் முகமூடியைத் திறப்பதற்கான சாவியை சமையலறையிலிருந்து எடுத்துவந்தான் சத்திரப் பணியாளன். கூனன் தேகத்தில் மதுரையை எரித்த மிச்ச அழல் கருகாத தொன்மத்தில் பகையின்றி அலைந்து துலங்கியது கண்ணாடியில். வாயசைத்த தேவாங்கு இலைகளுடன் எட்டிப்பார்த்தது. கூண்டின் வேறு கம்பிகளிடையே காட்டுக் கனிகளைக் கொடுத்து உரையாடினாள் சமணச்சிறுமி.

'எங்கிருந்து வருகிறாய் நாவிதா. சின்ன வயதில் பார்த்தது உன்னை'

'செழுங்கலைநியமத்தில் யட்சஜாதக எழுத்தாணிக்காரன் நான். கதைப்படி இன்று தங்களுக்கு முகச்சுத்தம் செய்யவந்தேன். நாளை எதுவோ எனக்குத் தெரியாது'

சமணன் இடைமறித்து 'ஆனால் சத்திரத்தைவிட்டு வெளியேற முடியாது உன்னால். உனக்கும் அரசனுக்கும் தொடர்பிருக்கிறது. விசாரணை முடியும்வரை நீயும் உடனிரு'

மங்கம்மாள் தலைமாட்டில் அன்றிரவு சமணர் உதிரம் ஊர்ந்து வந்து வாதாடியது. மங்கம்மாளுக்கு உறக்கம் பிடிக்கவில்லை. அரசே நீ வெளியேறிவிட்டாய் மதுரையை விட்டு.'

'நான் இறந்தபடி வாழ்வைத் தொடர்கிறேன். ஒவ்வொருவர் சாம்பலிலும் புரண்டு சாமத்தில் உடுக்கையும் மண்காலுமாக நரிகள் பிந்தொடர வருவேன் முனியாக. இவ்வேளை நான் குளிர்சாதனப் பெட்டியில் அடக்கம்செய்யப்பட்டவன். சாவிலுறைந்த என் கரங்களைப் பாரும் சமணரே'

'நாவிதா இறந்தவனுக்கு முகச்சுத்தம் செய்வது ஒரு கலைதானே. ஒவ்வொரு முரட்டுமுடியை கணுவரை வேரோடு வெட்டி வெட்டி சிற்பிக்கிறாய் ஜடத்தை சக்தியாக' என்றாள் மங்கம்மாள்.

'என்ன சொல்கிறீர்கள் ராணி. அரசன் செத்தபின் பேசமுடியாது. ரோக அரசனின் மரணம் நிகழ்ந்துகொண்டிருக்கும் போது கரிய பனித்தச் சில்லிடும் சாம்பல் சுவையில் அவன் நாக்கின்நுனி பூனையாய்

அலைபாய்கிறது.'

'உயிர் இருந்துகொண்டுதான் இருக்கிறது' என்றார் மந்திரி.

'குலச்சிறையாரே விஷமம் வேண்டாம். வஞ்சகப் பிறவியை மனத்துளே விரும்பி எம்மை வதைத்திடவும் ஆலமரங்கள் வெட்டி அதில் சூலக்கழுவும் நட்டினீர். காழிநகர் தேரையோடு மருள்புகுந்த சிந்தையால் மயங்கினீர் சம்பந்தரால். குருகொடுத்த நீறினால் விரைந்து நீர் சிவகாயமே தரித்தீர். திண்மையாக யாம் தெளிந்துரைத்த மொழியெலாம் அனலிலும் புனலிலும் விழலாக்கினீர்.'

'சாவிலுறைந்த இருளின் குளிரை சுவைக்கும் இருப்பின்மை யில் இருப்பை வாழ்கிறேன். இருந்துகொண்டே இழந்திருக்கிறேன் என்னை' என முகமூடி திறந்து கோரவடிவம் பெற்ற அரசன் சமணரிடம் வெட்கினான்.

'மதுரையில் பின்னிரவில் தூங்கும் கனவுகளை ஊளையால் பின்தொடரும் நரிகள் கழுமரங்களின் நிழலிருந்து நீண்டுவருகின்றன மதுரைக்கு' எனப் பெருமூச்சுவிட்டது கூண்டிலிருந்த தேவாங்கு.

சத்திர வாசலில் கட்டியிருந்த நரியின் காதைப் பிடித்து தூக்கி கத்தியைக் காட்டினார் பித்தலாட்டக்காரன்.

சினந்துசீறியது நரி. அதன் ஆட்சேபக்குரல் வனமாக ஒலித் தது.கேட்கும் பலருக்கு சித்தம் கலங்கிய நினைவுகளின் சிதறல். கேளும் நரியினாரே பரிகளாய் மாறி ஓர் பெரியனார் பிறப்போடு நீ செல்லும் வனமெலாம் நரிகளாச்சு. சங்கறுக்கும் மேட்டுக்கடல் வரை நரிவாலால் அடிபட்ட நிலம் அரிமர்த்தனா உன் பிரம்படிகளுக்கு உடைகிற வைகை ஏறிவந்த புனலும் படிய செத்து வுடல் ஏடுகளாய் சாம்மூடிக்கிடக்கிறது. சமணரிடம் சாபம் வாங்கி இருவரும் முள்ளுடைக் காட்டு முதுநரிகளாயினும் சத்திரம் வந்து கதை போடக் கூப்பிட்டேன்.

'நரியின் வரவால் மெல்ல விடிகிறது சத்திரம்' என்றான் பண்டிட். திரும்பிப்பார்த்த நரி மங்கம்மாள் கண்ணாடியில் பல மடங்காக பெருக்கமடைகிறது. முகத்திரை விலக்கினாள் பேய்பிடித்த விகாரத்தில்.கூனனின் வசீகரம் பழமையானது. தாடியில் மூழ்கிப் போன முகத்தில் கரும்புருவத்தினடியில் கருவளையமிட்ட கண்கள். வைரத்தின் சலிப்பும் பாதி அருகசமயத்துறவியின் மோனமும் பரவிக்கொண்டிருக்க சமணரின் நிழலை மீண்டும் நாடினான். கோவலன் சிரச்சேதம் செய்யப்பட்ட நாள் இன்று அரசே என்றான் பண்டிட். நாளை மதுரை ஊழ்வினைத் தீ பற்றி எரியப்போகிறது 'வாயிலோயே வாயிலோயே' விதிர்த்த சீற்றத்தில் கூந்தலால் உடலை மூடி நாக்கில்

துடிகொண்ட மங்கை மதுரை வாசலுக்குமுன் வருதற்கான முன்தினம். மங்கம்மளின் கண்ணாடியில் நடுங்கியது பாண்டியன் உடல். நரியின் இயல்பில் நானும் இருப்பேன் என்றான் பாண்டியன். உன்னை எனக்குத் தெரியும் உன்னை எனக்குத் தெரியும் என சத்திர வாசலில் கட்டிய நரி பிதற்றியது. தெருவழியே போவதும் வருவதுமாயிருந்த பிச்சாந்தேகி உள்ளே ரோக அரசனின் முகப்பூட்டு திறந்திருப்பதை பார்த்துவிட்டான். இவன் வயதை எவ்வாறு கணக்கிடுவதென்று எனக்குத் தெரியவில்லை. கிருஸ்துவுக்கு முந்திய நூற்றாண்டில் முடிகொண்ட மாறனுக்கு அசுரர்களையும் ஈசனையும் தன் பலகையில் அமரவைத்ததில் இவன் முடி தீக்கொழுவிய ஊழியின் செத்த நாவுகளை நீட்டி நக்கிய மணல்பலகை எங்கே?

'முகச்சவரம் செய்வதற்குத்தானே அரசே'

'முகத்துக்குள் கவனமாகச் சென்று முகமுகமாய் கத்தரித்துச் சென்று முதிய இழைகளை வெட்டியெறி நாவிதா. பட்டயங்களின் வடுவும் விடைத்த மூக்கின்மீது அடங்க மறுக்கும் மீசை சீரழிந்து உதிர, உதட்டில் பட்ட மாணிக்கப்பரல் வெட்டிய வேகத்தில் குறுதியும் வழிந்து மதுரை சிவந்தது. துடைக்கத் துடைக்க உதட்டில் ரத்தம்.'

'முதுமையாகி மீண்டும் இளமையாகி முனிவர் அறனடி ஏகு வாய் அரசே' என சத்திரவாசலில் நின்ற பிச்சாந்தேகி கையை உயர்த்தினான். 'கடவுளரையும் பெண்டிரையும் அவையாக்கினாய். தெருவில் இசைக்கும் பாணரை ஏற்றாய். நீ உன் வாழ்வை கொஞ்சம் கொஞ்சமாக முடித்துக்கொண்டிருக்கிறாய்.'

'கூட்டம் வருவதற்குள் இன்றெனை அனுப்பிவிடு நாவிதா. சைகை செய்து அந்தகாரக் கண்ணாடிக்கு எதிரிலிருந்த சுழல் நாற்காலிக்கு அழைத்துப்போய் கழுத்தை இறுக்கியிருந்த வெண்கல முகமூடியைத் திறந்தார் பழம்வெட்டியார். தந்தப்பித்தான்களை அவிழ்த்து மேலாடையைத் தளர்த்தும் வேளை பட்டு இற்றுப் போனதால் இழைகள் நொறுங்கும் ஸ்திதி. ஆசுவாசமாக இருங்கள் அரசே' என விசிறியை அசைத்தான் மங்கம்மாளின் பங்காபுல்லர். எதிர் இருட்டான கண்ணாடிக்குள்ளே சத்திரத்தின் உரு தோன்றியது. நந்தவன அமைதியிலிருந்து வெளிவந்தது நிலவு. சிறுகோரைச் செடிகளுடன் வெளுத்த வைகையாறு மேல் வந்தது. மங்கம்மாளின் கண்ணாடி என்பது புதிரான விஷயம். மூன்றாவதாக மறைந்திருக்கும் பகுதிக்குச் செல்லும் சத்திரத்தின் நிலவறை.

திருப்பங்களில் நிற்கும் பைத்தியத்தைக் கடக்கமுடியவில்லை.

அவனைச் சந்திக்கநேர்ந்த நபரிடமிருந்து தப்புவதற்காக சத்திரத்தில் நுழைந்தான். முடிஒப்பனையாளன் மாயத்தன்மையில் சிரித்தான். பைத்தியம் எங்கு சென்றாலும் நரிவாடையில் கதைகளில் மறைந் திருக்கும் இருட்டின் ஈர்ப்பில், அரக்குவெளிச்சமுள்ள சத்திர விளக்கு களில் அவன் நிழல் வாதாடுகிறது. சத்திரவாசலில் கிடந்த நரியுடலில் வலது விழியைப் பரித்துச் சென்றார் வைகையாற்று ஈரங்கொல்லி. கழுதைமேல் வந்த ஙீகள் வயிற்றுப்பேரன் கழுத்தில் தாயத்தாகத் தொங்கவிட்டு துறைக்குச் செல்ல நரியின் விழி உரையாடத் தொடங்கியது, சிறுவனிடம். ஆற்றுப்பாலத்தின் கீழே கிடக்கும் அரிமர்த்தனன் உடல் நீள்கிறது கழுதைநிழலாய். அடுத்த விழி தேடி அலைந்த நரி அரிமர்த்தனன் குதிரைக்காலையும் சினந்தனியாத விழிகளையும் பறித்து இமைகீறிப் பதிக்க வனமெலாம் தெரியலாச்சு புனைவுக்குத் தெரியாதப் பாதைகளில் நரியின் தடம் மறைந்து தெரிகிறது. கண்ணின்றியும் மாறன் முள்ளுடைக் காட்டில் தள்ளாடினான். சமணவெம்மை சுட்டக் கால்களில் கூனன் விரல்களும் வெறித்தன. நிராகதியடைந்த முள்ளுடை முடல் நொறுங்கும் கான்யாற்று வெம்மை கூறிற்று. பீடித்த வாதைகளும் வந்து சேர ககனமெங்கம் அலையாய் மொழிபொங்கும் புண்ணும் சீழும் ஒழுக உன்னுடல் மேல் அறுத்த ஓலை செல்வாய்க்குள் செல்லும்.

‘பண்டிதா அதீத நிழல் எனை தொடர்கிறதே. வெப்பும் புண்ணும் ஆறவில்லையே. இழுத்துவந்த பெட்டிக்குள் நரியுமில்லை பாரே. மூங்கிலும் பிரம்பும் இரும்புச் சங்கிலியும் எங்கே. சங்கிலி பூட்டிய பேய்மகள் எங்கே?’

‘எனக்குத் தெரியவில்லை அரசே.விதியின் மையம் மங்கம்மாள் கண்ணாடிகளின் சேர்க்கையில் உட்பரப்பாக இருக்கிறது. அதில் எல்லோரும் பயணிப்பதாகப் படவில்லையா.’

‘சத்திரத்தொட்டிகளில் விநோதமீன்கள் நீந்திவருவதை உணர்கிறேன். மங்கம்மாள் தைலச்சக்கை பூசி பாண்டியன் கல்தொட்டியில் சுறாமீனெனப் படுத்திருக்கிறாள், அவளுடலில் ஒருவித பச்சைப்பாசி படர்கிறது. முகங்கூட மூழ்கியிருக்கும் கனவில்லையா. மீன்கள் மங்கம்மாளின் விரலை முத்தமிடும்போது நாவிதரின் கத்தரிகளில் பைத்தியம் பரவுகிறதுதானே’ என்றது வினயமான நரி.

மங்கம்மாள் கூந்தல் நெளிவதில் திவலைகள் வேகமாக ஓடுகின்றன. சத்திரத்தின் எல்லா அறைகளிலும் தாசிகளின் இசை கேட்டுக் கொண்டிருந்தது.நாவிதனின் மனைவி வந்த சமணருக்கான உணவை

வீடுகளிலிருந்து அகலில் எடுத்துவருகிறாள். அவளசைவில் ஆடைகளிலிருந்து எதிர்பாராத தோற்றங்கள் மங்கம்மாள் சத்திர ஓவியங்களாக உயிர்த்தன. சுவரில் நாவிதாளின் நிழல் படிகிறது. நரியின் சுவாசத்தில் மதுரையின் இருப்பை உணர்கிறார்கள் சமணர்கள். சாம்பல் நிறமான முடி ஒப்பனையாளன் சித்திரக்காரத் தெருவிலுள்ள ஸ்திரீபார்ட்டுகளை அழைத்துவருகிறார். நரியின் விரல்களின் நகர்வில் எவரெவர் நிழல்களோ கதாபாத்திரங்களாக உருவடைந்து தூக்கமயக்கமான சத்திரத்தில் நுழைகிறார்கள். கனவில் உறவு கொள்கிறார்கள். காமத்தில் உயிர்ச்சலனம் கொள்கிறது சத்திரம். ரோகியைச்சுற்றி அரவுகளின் நெளிவான கேசம் சுருண்டிருந்தது. இச்சைமரத்தின் இலைகளால் வயோதிகக்கூனனின் உடலை மூடுகிறாள் ராத்திரியான மோகினி. மங்கம்மாள் சத்திரத்திலிருந்து கூனன் உடலைப்பிரித்து குளிர்சாதனச் சவப்பெட்டகத்தில் அடைக்கிறார்கள். வெண்கல முகமூடியும் பூட்டும் அணிந்தவன் உடல் சிலோன் போர்ட்மெயிலுக்காக மலர்ச் செண்டுகளிடையே காத்திருந்தது மதுரைக் கெடியில். கழுமரக் காகமொன்று பிளாட்பாரத் தூணில் வந்தமர்ந்தது. அதைக்கண்ட போர்ட்டர் கருப்பணன் 'காக்கை உகக்கும் பிணம்' எனச் சொல்லிப்போனான். இல்லையில்லை என்றது காக்கை.

விண்மீன் தொகுப்புகளோடு வானவிற்களின் கற்பனைப் பிரதேசத்தில் நிலந்தரு ரோகி. போர்ட்மெயிலில் பயணமானான். அன்றிரவு சந்திரன் அவனோடு மெல்ல மெல்ல ஒவ்வொரு நொடியும் விவரிக்கக்கூடிய கதையாக இருந்துவிட்ட ராமேஸ்வரம் யாத்திரை. முன்னோர் வடிவமைத்த ராசிகள் அவன் மீது வரையப்பட்டிருந்தது பச்சை குத்தும் குறத்தியால். நாடோடிகளான மலைக் குறவர்கள் சூரிய சந்திர கிரகணங்களை அறிந்தே பூமியின் சுழற்சிக்கு எதிராய் கூடவே ரயிலில் பயணமாயினர். அவர்களிடம் டிக்கட் பரிசோதகரின் தகராறுகள் நாடகீயமாக வளர்ந்து கொண்டிருந்தது. இருந்தாலும் பாண்டிய அரசனைச் சுற்றி பட்சி ஜாலங்கள் கனிகளைக் கவ்வி வந்துபோட பழம்நறுக்கும் குலச்சிறையார் பிரேமை அடைந்துதான் போனார். 2304 வயதான அரசனுடல் நூறு உருவங்களாக வம்சாவளிப் புராணங்கள் புனைவின் சரித்திரமும் சரித்திரத்தின் புரட்டுகளுமென உடல்களைத் தைத்து வடிவமைத்த கற்பித புனையுடலி அவன். இந்தச் சூழலை எப்படி விவரிப்பது. மீனைப் போல ரகசியமாய் வெளியேறினான் மங்கம்மாள் சத்திரத்தை விட்டு. அவனுடனும் சந்திரன் இருப்பது மிகத்தெளிவான இரவாகத் துலங்கியது. பயணிகள் பொருட்களை வைக்கும் லக்கேஜ் மேலிடத்தில் ரோகியின் உடல்

சற்று நீண்டிருந்தது பலகைக்கு வெளியே. எப்படியும் தப்பி மதுரைக்கு வந்துவிடுவான் என யானைச் சங்கிலியில் கால்களையும் கழுத்தையும் பிணைத்திருந்தார்கள். செத்தபின்னும் முட்டாள் அதிகாரி தீச்சட்டி கோவிந்தன் மணிக்குறவன் உடலைப் பிணைத்ததைப் போல ஒரு கையும் இழந்தவனை போருக்கு அழைக்க வேந்தரும் இல்லாத சமகாலத்தில் தீச்சட்டிப் போலபுஸ் பாடையேறிப்போய் மணிக்குறவனை சுட்ட துப்பாக்கிப் புகை இன்றும் பரவியது.

பூமியில் வளைந்து பரவும் அரச உருவம் நிலத்தைத் தொட்டதும் வளர்கிறது.யாத்ரீகர் அருவருக்காமலிருக்க அவனுடல் நினைத்த பூவின் வாசனையாக மாறுகிறது. தூரத்தில் விழித்தன பிரதிமைகள் நமக்குத் தெரியாத காரணங்களால். பூழியான் ரோகம் தொன்மங்களின் உருக்குலைவு எனப்பட்டது. உடலை ஓவியப் படுதாவில் சுற்றி யிருப்பதால் யாரும் சந்தேகிக்கவில்லை. யாழ்ப்பாணம் போகும் பாஸ்கரன் நாடகக் கம்பேனியில் ஸ்க்ரீன்களென விபரீதம் மறைகிறது. மீன்கள் இவன் தொலியைக் கறும்பவும் காதுகளில் உரசிய கோடுகளில் உயிர் வருவதும் போவதுமாய் மந்திரம்.

இவனொரு குருட்டுமீன். சொரசொரப்பான நாவினால் நாடக சீன்களை கிழிக்கிறான். யானைத்தீயென பசியோ.ரோகியின் சின்னஞ் சிறு கண்களும் அவற்றிடையே வடிவழகை இழந்த நாசி யும். பார்வையற்றவையாயினும் மங்கலான கண்களும் காண் பரப்பில் தன்நிலை பற்றி விழிப்புணர்வு கொள்கிறான். ராமேஸ்வரம் தீவில் ஓலைக்குடாவில் பிணம் சீந்துவாறற்றுக் கிடந்தது, மதுரை நீங்கியதும். இந்த 2304ஐ ஒருவரும் ஏற்றுக் கொள்ளவில்லையாயினும் அவன் இருப்பை மறைமுகமாக விரும்பியது புலவர் கூட்டம். இறந்த பின்னும் இருந்துவருகிறான். தோற்றங்களின் நிகழ்வுகளை புலன்களால் உணரமுடியாமல், உழவுசாலிடப்பட்ட உடல் க்ரிட்டோ நூலகமாக மாறியது. மனதைக்காட்டிலும் பொருள்தான் எல்லாச் சொல்லும் என தொல்காப்பியத்தை அந்த மிலா வாழ்விலிருந்து உருவாக்கினான் போலும். மெய்யின் முரண் படைப்பில் வரும் குறியீடுகள் ஆயினும் ஊழி மணலாய்ப் புரண்டுவரும் கரிய அலையும் மொழியைத் தெளிவுபடுத்த முடியாது. எல்லைகட்டியத் தர்க்கத்தை உடைத்து புரிந்துகொள். பொருளின் புதிர் நிழல் மணல் நூலகம் ஏறித்திறக்கும் இருண்டகால அரண்மனையில் அவனுடல் சிதறும் படிமம்.

ரோகத்தின் உட்சுவர்களில் நொறுங்கிக்கொண்டிருக்கும் கபாட புரத்தின் ஓவியங்களை மங்கலான விழிகளால் தொட்டுத் தடவுகிறான். ஒருமுலை திருகிய வெம்மையில் எரி கொம்புகளாகக் கனன்று காய்ந்த

உடல் அடங்காதத் தாகம்கொண்டவனாக அழைக்க யாரும் வராத இம்மனிதர்களின் பக்கம் திரும்பமும் முகமில்லாமல் தேக காந்தியெல்லாம் மழுங்கிய அவலட்சணம். வாழ்வுலர்ந்த மணல் நூலகமாய் நீர் திகழ்க்கோடு. கண்கூடாகக் கண்ட கடல் கோணிகழ்ச்சியை நினைத்தவேகத்தில் இழந்தவற்றில் மூழ்கினான். போர்ச்சுக்கீசிய இளவரசன் பீட்ரோவின் கைத் துப்பாக்கியை அராபிய தோல்வணிகனிடமிருந்து வாங்கியது. இப்போதெல்லாம் மனித வடிவில் தோற்றமாவதில்லை. முதலையெனத் தோன்றினான். ஒன்பதடி நீள முதலையவன். ரோகியின் இடுப்பில் பதுங்கியிருக்கும் துளையிடப்பட்ட மொழியகராதிக்குள் வெடிக்கக் காத்திருந்தது ரிவால்வர். தற்காப்புக்கான தயார்நிலை மூன்று ஈயரவைகளோடு. சற்று நீண்ட துப்பாக்கி. ஆயுத வியாபாரம் பின்னைப் பாண்டியனிடமே துவங்கிவிட்டது போலும்.

சுருள் VIII

தோல்பாவை

சொல்லி	*கேட்போர்*
1 புட்டுவிற்கும் வந்திக் கிழவி	குஜ்ஜிலி எழுத்தாளர்கள்
2 மேனி மணப்பொடி விற்கும்தாசிமாரிக்கண்ணு	பூ விற்கும் திருநங்கை
3 வெற்றிலை பாக்கு விற்கும் சோழவந்தான் கொடிக்கால்பிள்ளை	

டாக் *3*

‘பாவைக்கூத்தில் ஆடிமுடித்து களைத்து ஒற்றை மாட்டு வண்டியில் மதுரைக்கு வந்த கும்பகர்ணன் மங்கம்மாள் சத்திர வாயிலில் வண்டியை அவிழ்த்து மதுரைக்கெடியில் குதிரைவண்டிக்காரனிடம் புல்வாங்கி காளைக்கு ஊட்டுகிறான். உள்ளே நுழைந்து கடிகாரத்திடம் கேட்டான்.

‘எனக்குத் தூக்கமாய் வருகிறது. இந்த நகரம் இன்னும் ஏன் தூங்காமல் இருக்கிறது. திருவிழாச்சத்தம் என் செவிப்பறையில் கூச்சம்.நான் ஊர் ஊராய்த் திருணைகளில் தூங்கி வந்தவன். அந்தத் தெருக்களின் ஆன்மாவைப் பெற்றுள்ளேன். அதனால் விவசாயப் பெண்டுகள் நான் தூங்கியதையே கூத்தாக நடித்து ஒருபடிச் சோளமும் சல்லிக்காசும் கொடுத்த பொட்டணத்தை தலைக்கு வைத்து தூங்க வந்தேன். இந்தச் சத்திரத்திலாவது தூக்கம் வருமா’

‘டிக்...டாக் டிக்...டாக் மங்கம்மாள் சத்திரத்தின் மகிமைதான் பாரேன்.. குடலைகளை நளினமாய்ச் சுற்றி பூவிற்கும் திருநங்கையும் இங்கே நந்தவனத்தில் வசிக்கிறாள். மேனிமணப்பொடி விற்கும் தாசி மாரிக்கண்ணும் பூக்கட்டுவாள் மங்கம்மாளுடன். வெற்றிலை பாக்கு விற்கும் சோழவந்தான் கொடிக்கால் பிள்ளை அடைவதும் இங்குதான். கீரைக்காரி பாலமடையிலிருந்து எடுத்த தெம்மாங்குப் பாடல் சத்திரத்தின் சுவர்களில் எதிரொலிக்கும். வடுவச்சி மங்கம்மாள் கள்ளந்திரி வாய்க்காலில் கைதவறவிட்ட தயிர்ச்சிரட்டை இங்கே சத்திரக்கடவுக்குள் வந்துவிடும் பாடலை வழிநெடுக பாடிவந்தாள் தயிர்க்கார இடைச்சி நாரணம்மாள். ‘ஆப்பம் வாங்கலையோ ஆப்பம்’ நான்காம் ஜாமத்தை எழுப்புவது பசுமலை ரெங்கம். கிரைம் பிரான்ச் பால்காரப்பையன் தாயார் பால்தேய்கிற தெருப்பாடல் கேட்டு தூங்கும் சத்திரத்தை இன்னும் கேளே... சுண்ணாம்பு விற்போரும் சங்கறுப்பது எங்கள் நக்கீரன் குலம் என்பார்.அவர் மங்கம்மாள் சத்திரத்தில் தூங்கிக் கொண்டிருப்பதாகப் பீற்றுவார். உயிர்ப்பலி கேட்டு காடுறை தெய்வங்கள் மருளேறி மதுரைக்குள் தவில் முழக்கி வந்தாலும் சத்திரத்துத்தொழுவில் ஆடுகளின் தூக்கம் கெடுவதில்லை’

எங்கும் தூக்கம் வராமல் குடைராட்டினத்தில் சுழன்றவாறு விழித்திருக்கிறான் கும்பகர்ணன். அடிக்கொருதரம் மங்கம்மாள் கடிகாரத்திடம் ‘மதுரையின் சமநிலை குலைந்துவிட்டது’ என பிராது சொல்கிறான். சித்திரைத் திருவிழாவில் வழிதவறிவிட்ட முட்டாள்களை நடுஇருளில் புகுந்துவந்த தேவதைகளான நரிகள் புட்டுவிற்கும் வந்தியெனும் கூனக்கிழவியாக உருமாறி மங்கம்மாள் சத்திரத்துக்கு அழைத்துவந்துவிடுகிறாள். குடைராட்டினத்தில் சுற்றியவாறே மதுரையை அளந்துபார்த்தான் கும்பகர்ணன். விளையாட்டுத் துப்பாக்கி பின்நோக்கிச் சுட்டதும் விண்மிதக்கும் ராட்டினக் குதிரைகளின் எண்ணிக்கை பெருகிக்கொண்டிருப்பதில் மதுரைக் கொரு விசேஷம் போங்கள்... என்றான் அவன். மங்கம்மாளின் பேசும் குதிரைகள் இவை. பொய்க்கால் கழைக்கூத்திடும் சிரிப்பும் அலட்சியமும் நரியினார் கொடுத்த மாயக்கண்ணிகளால் கவிதை இயற்றும் தொன்மமும் கூடவே இசைகிறது. எண்களின் சுழற்சியில் சித்திரைத் திருவிழாக் குலுக்கல். லாட்டரி ஏஜெண்டு கே.ஏ. சேகர் அண்ணே கடிகாரத்திடம் வந்து குலுக்கலில் அதிர்ஷ்டசாலிகளை அறிவிக்கிறான். வட்டி நிறுவனங்களை நடத்தும் கரை வேட்டிக்காரர்கள், பிளாட் சொக்கர், அரசியல் சூதாட்டக்காரர்கள் தினம் வந்து கடிகாரத்திடம் உரையாடுகிறார்கள். அதிர்ஷ்ட நேரத்தைக் கணித்துச்

சொல்கிறது மங்கம்மாளின் கடிகாரம். முன்னோடும் அரக்குக் குதிரையில் பணம் கட்டியவன் இந்த நாளைய பரிசினைப் பெறுகிறான். பரிசுக் கூப்பன் விற்கும் மங்கம்மாள் கவுண்டரில் எத்தனை மாநில லாட்டரிகள். குலுக்கலில் தோன்றும் அதிர்ஷ்டசாலிகள் தோன்றி நரிகளை அணைத்தவாறு மங்கம்மாளுடன் புகைப்படம் எடுத்துக் கொள்கிறார்கள். மங்கம்மாள் ஸ்டூடியோவில் சித்திரைத் தள்ளுபடியில் நரிகளோடு சிரிக்கும் முகங்கள். கூட்ட நெருக்கடியில் தன்னுடைய எதிர்ப்பை அழுகுரல் ஊளையாக நீட்டி மறைந்துவிடும் நரி.

கைகட்டி சூ அணிந்து 'சன் குழும' அலுவலகமாகிவிட்ட மதுரை நாகரீகத்தில் தொழிநுட்பத்திற்கும் ரன் வட்டிக்கும் மீட்டர் வட்டிக்கும் ஊரையே அடகு வாங்க நினைக்கும் நம் மூதாதையும் வாலையாட்டி விடைகொடுத்த நரி பேசும் மொழியைப் போலவே இங்கே அரசியலும் ஒரு புதிர் தான் கலையைப் போல. ஆற்றுப் பாலத்திற்குக் கீழேசெல்லும் தாம்போதிப் பாலத்தில் பொய்க்கால் குதிரைகளும் கரகாட்டக் கிளிகளும் ரகசியபொழிபேசி சத்திரத்துள் மறைகிறார்கள். குதிரைகள் மற்றும் நரிகளிடம் பணம் கட்டிவரும்போது பழைய நகரத்தில் உறங்கும் மதுரை என்பது குடைராட்டினத்துள் மறைந்திருக்கும் பாபிலோன் லாட்டரி போல. ராணி மங்கம்மாளின் பதுமைகள் ஒவ்வொரு விடுகதையாகப் போட்டுவரும். கொக்கோகர் அல்லது போக பண்டிதர் இங்குதான் சயனிக்கிறார். முச்சந்தி இலக்கியங்கள் சீதள ஓலைகளில் கீறப்பட்டு வந்ததை புதுமண்டபத்து வணிகர் மங்கம்மாளின் காமத்தீயில் வாட்டி பெரியஎழுத்து ரகசியமாக குஜிலியில் சேர்த்தார்கள். மலிவான அச்சுத் தாளில் ஓரியண்டல் ட்டிரடில் பிரதிகளைக் கொட்டும் மங்கம்மாள் அச்சு எந்திரசாலையிலிருந்து ஜம்ஜம் பீடா ஸ்டால் ராஜா பேக்கரி திடீர் சந்து கோவில் வாசலில் முச்சந்தியில் கூடுசாலைகளில் மாசிவீதிகளில் அனாச்சல்லிக்கு வாங்கும் இளந்தாரிகள் முதல் தள்ளாடும் பெருசுகளும் வாசிக்கிறார்கள். நவாபு ஆட்சியில் குடியேறிய முசல்மான்கள் லிஸ்து-அல்-நிஷா உருதுமொழி பெயர்ப் பிலிருந்து ஷம்போக ரத்னாகரம் என்று மங்கம்மாள் நூலகத்தில் பெரிய எழுத்து விக்கிரமாதித்தன் கதை அச்சான கூடத்தில் கோர்க்கிறார்கள். குஜிலியில் பதினென் சித்த நூல்களும் பதிப்பித்த வேகத்தில் பிரதிகள் அனைத்தும் செலவான பிற்பாடு மங்கம்மாள் ஒருபுதிய முடிவுக்கு வந்தாள். சிருங்கார ரஸபந்தப் பிரதீபிகை நாயக்கர் காணி ஆட்சியின் குதிரைப்படையுடன் வந்த மரப்பெட்டிகள் பலவும் சத்திர நிலவறையில் இருந்தன. சமையல்காரத் திருநங்கைக்கு அது தெரியும். விஜயநகரத்து அரசனான இம்முடி ப்ரௌட

தேவராயர் அதிரத்தினப் பிரதீபிகை என்ற ஏடுகளை பலபிரதி எடுத்திருந்ததை ஆராய்ந்து சிற்றிலக்கியப் புலவர்கள் சில்லறைக் கோவையாகவும் கூலப்ப நாயக்கன் பேரிலும் சேதுபதி புறாவிடு தூது மங்கம்மாள் கிள்ளைவிடு தூது, பாதுகை செப்பிடு தூது, நாரைவிடு தூது அனுப்பிய குள்ளத்தாரா தத்தித் தத்தி நடந்து கடிகாரத்திடம் கேட்டது. 'இந்த குஜிலியெல்லாம் சத்திரத்தில் எந்த அடுக்கில் இருக்கிறது கடிகாரமே.'

'டிக்..டாக் அது எனக்குத் தெரியாது. மதுரையில் பெருகலாயிற்று பிரதியின் மோகம்'

'கடிகாரமே கொங்கையின் ரகசியம்,கன்னியை விழைதல், மனைவியோடு வாழ்க்கை, மங்கம்மாள் உலா, மடல், விரலி, பாணர் எனப் பிரிந்த சிற்றிலக்கியப் புலவரெல்லாம் ஏட்டிலிருந்து சத்திர அறைகளுக்கு இடம் மாறினார்களா, எனக்கு சந்தேகமாக இருக்கிறது. குஜிலி காமிக்ஸ் குள்ளத்தாரா கீழிறங்கி வந்து அச்சு எந்திரத்திலோடும் சித்தநூல்களை கூட்டிவந்தது. சித்தர்களை நியூஸ் பிரிண்டில் கொண்டு வந்ததும் செய்யுளை மாற்றி பாராயணப் பெரிய எழுத்தாளரும் கவிராயரும் பிரசங்கம் முடிந்ததும் மங்கம்மாள் சத்திரத்தில் மறைகிறார்கள். வந்த நாவலாசிரியரைக் கண்டதும் ரதி மன்மதன் சிலைக்குப் பின்னால் ஓடியொளிந்தனர் தாசிகள். எங்களைப் பற்றி மேல்விழுந்து கதைக்கவேண்டாம்' என்றனர். வேசியர் இயல்பு, மருந்தீடு பொதுவிஷயங்கள் கலவி பாலசஞ்சீவி மாத்திரை விற்பவன் சத்திர அறையில் ராப்பகலாய் எழுதிக்கொண்டிருந்தான். பித்தலாட்டம் செய்யும் அந்தி லேகியம் பிரதியாயிற்று. கும்பகர்ணன் குடைராட்டினத்தை விட்டிறங்கி ஜான்சிராணி பார்க் உரைவீச்சு கேட்கப் போனான். அங்கே ஆன்ந்த வைரவன் மாத்திரை திரட்டி நிழலில் உழற்றிக்கொண்டிருந்தான் செப்பிடுவித்தைக்காரன் பபூன் சண்முகம். அவனிடம் 'தூக்க மாத்திரையா' என்றான் கும்பகர்ணன். பபூன் சொன்னான் 'சொக்கனுக்கு பித்தசுரம் ஏறிவிட்டதில் கிளிக்குக் கவலை. கடுகு ரோகனி கசாயம் கொடுத்தாள் மீனா அவனுக்கு. பித்தனுக்கு தலைசுற்றல். அண்டங்கள் ஆடி கிறுகிறுப்பு. கழுத்திலணிந்த சிரமாலை அறுந்து மாசி வீதி யெல்லாம் சிதறி ஓடின கபாலங்கள். ஒவ்வொரு வருக்கும் மங்கம்மாள் சத்திரம் போக விருப்பம். 'கொங்கையின் ரகசியம் நூல்தேடி வந்தேன் உள்ளே மங்கம்மாள் இருக்கிறாளா' எனச் சிரித்தவாறே கடிகாரத்தைக் கேட்டது ஒரு கபாலம்.'

'டிக்...டாக் புறங்காட்டுக் கபாலங்களே. நீங்கள் வசிக்கும் தத்தநேரி இடுவனத்திலிருந்து தப்பிவந்தது எப்படி'

‘இல்லை இல்லை நாங்கள் ஈசனின் சிரமாலை தெறித்து வருகிறோம்.உருத்தெரிந்த நாடியில் ஒடுங்காத கபாலங்கள் யாம். ஓடி உட்கலந்த அட்சரங்கள் யாம். யாம் கற்றுணர்ந்த கலைகளும் நூல்களும் பேயனாகிவந்த பெருமாறன் குட்டமும் சுடலை ஏந்தி யோடும் ஊழிநூல் திறந்த புலவர்களின் கபாலங்கள் யாம். சிரசில் எழுத்தாணிபட்டகுழி பாருமே. ஈசன் நக்கி எம்மை ருசி பார்த்த சாம்பலும் தமிழாம். எங்களில் கபாலம் ஒன்றுக்கு மஞ்சள் காமாலை. இன்னுமொன்றுக்குத் தலைநோவு. இவனுக்கு பிள்ளை யார் எலிக்கடி, பேய்விலகாத கபாலம் ஒன்று சத்திர வராண்டாவில் ஒவ்வொரு கதவாகத் தட்டிக் கூப்பிட்டது உறங்கும் சத்திர தாசிகளை. தங்கப்பல் கட்டவென ஈசனும் சத்திரவாசலில் நிற்கிறான். சீன பல்வைத்தியன் அறை பூட்டிக்கிடந்தது. எழுத்தாளரும் விற்காத மருந்தில்லை. கஞ்சிக்கு எழுதுகிறோம். கண்ணுக்குப் பொடிவிற்கும் ஒப்பனைக்காரன் புலியூரான் கடிகாரத்திடம் கேட்கிறான். ‘பசியும் காமமும் உயிரினங் களுக்கு இயற்கையிலேயே அமைவதில் என்ன குற்றம். இந்த மானுடருக்கு நேரும்படி செய்கிறோம். இந்தப் புறங்காட்டு கபாலங்களை ஏன் அலட்சியப்படுத்துகிறாய். அவர்களும் சத்திரத்தில் இருந்துவிட்டுபோகட்டும். இந்தக் கூட்டத்தில் இன்பத்தைப் பற்றிக் கூறும் ஒரு எழுத்தாளரைச் சூழ கடந்த ஆவிகள் மங்கம்மாள் சத்திரத்துக்குள் உரையாடலைக் கேட்கிறார்கள் வட்டமாய் அமர்ந்து. சுவேதகேதுவும் நந்தியும் எழுதிய நூலைப் புரட்டிய கிழத்தாசி முத்துப்பழனி ஆண்மேல்விட்ட ஏடுகள் குற்றமோ என்கிறாள். ஆண்டாள் எனில் ஒத்துப் போகுமோ டிக்... டாக் எனக் கேட்டது கடிகாரம். சத்திரமாடத்தில் புதைந்த பூர்விக சங்கீத உண்மைகளை அண்ணாவிமார் வாசிக்கும் பாரி நாயன ஒலிகேட்டு சடாபர முடையோன் ஆடும் நிழல்தாண்டவம். இசை சாஸ்திரங்கள் இருக்கும் நூல்களிலிருந்து நாட்டியமகளிர் தூக்கிய பாதம் கேட்டு வெளிவந்தார்கள். நடுக்கூடத்தில் சங்கரதாஸ் இமைக்கதிர் நுழைந்த பிரகாசத்தில் நாடகநூலும் திறந்து கூத்தச் சாக்கையர் உள்நுழைகிறார்.

எஸ்.எஸ்.வி தாஸ் கைப்பெட்டியாகக் கொண்டு வரும் தாலகப் பாசானப் பெட்டிக்குள் மங்கம்மாளின் கண்ணாடி. அதில் உடல்பிரிக்கமுடியாத கதாபாத்திரங்கள் சத்திரத்திலிருந்து எட்டிப்பார்த்தன. அடுத்ததாக கட்டியங்காரன் விருத்தம். தொகுச் சொற் கோடியர் தூம்பில் உயிர்த்தனர். ஆட்கள் வந்துபோவது கடிகாரத்திடம் கேட்பது. டிக்... டாக் என்றதும் பாத்திரங்கள் தமக்குரிய முறையே வந்துபோகிறார்கள். பன்மை வடிவான குழுவினர் சத்திரத்தில்

தங்க வசதியிருந்தது. கோடியருக்கு தன் குதிரையைப் பரிசளித்தாள் மங்கம்மாள். நடப்படும் ஒரு மரக் கொம்பில் ஏறி கும்பகர்ணன் இசைக்கேட்ப மரமும் அசைந்தது. அருகில் சத்திரத்தில் தூணோடு சாய்ந்திருக்கும் சூதாடிகள். கற்குடியர், வழிப்பறிக்காரன், திரி சுற்றுபவன், மூணுசீட்டுக்காரன், புராணக்கதைப் போடும் பர்மா அகதி. நிலவில் துளிர்விடும் மங்கம்மாள் கனவில் தஞ்சமென கும்பகர்ணன் சயனோ பசாரத்தினைக் குறித்தும் கதையாகப் போடுகிறாள் எனக் கேட்டவர்கள் சொல்லக்கூடும்.

சுருள் IX

தோல்பாவை கீசக வதம்

சொல்லி | *கேட்போர்*
கைலாஷ் ஸ்டூடியோ கீசகர்கள் | தீர்த்தத் தொட்டிக் குரங்குகள், குடிகாரர்கள், புதுமண்டபபோக்கிரிகள்

டாக் 4

அழகர்மலைக் குரங்குகள் கருப்புக்கோட் அணிந்து பரங்கித் தொப்பி வைத்து கோல்டன் ஸ்டூடியோவில் எடுத்துக் கொள்ளும் புகைப்படம் மேக்கப் அறையில் எத்தனைவகை மைதீட்டல் சிக்கெடுத்து பேன்பார்த்து முத்தம் வைத்த மங்கம்மாள் கண்ணாடியில் வாடகைக் கோட்டுகள் கைகுட்டை ரிஸ்ட்வாச்சுடன் பூச்செண்டு ஏந்திநிற்கும் புகைப்படச் சட்டகத்திலிருந்து இறங்கிவருகிறார் கள்ளழகர் சத்திர வாசலுக்கு.

‘கடிகாரமே சௌக்கியமா. மங்கம்மாளைப் பார்த்து நாளாகிவிட்டது. சத்திரத்தின் நாளது ஸ்திதி என்ன விளக்கமாகச் சொல்’

‘டிக்...டாக் அதை ஏன் கேட்கிறாய் அழகரே. கதவுகள் இல்லாத ஒரு சத்திரத்திற்கு இருபத்தியோரு சாளரங்கள். சரித்திரம் முழுக்க தூங்கவியலாத இந்நகரில் எங்கிருந்து பார்த்தாலும் தென்படும்படி ஆழமான இடத்தில் துர்கனவுகளால் புறண்டு புறண்டு படுக்கிறது சத்திரம். கணந்தோறும் வைகை ஆற்றில் குடை ராட்டினச் சுழற்சியின் வேகத்தில் பரிகள் எல்லாம் நரிகளாகும் கனவுநகரம் வந்துவந்து போகிறது சத்திரத்தில். சித்திரைத் திருவிழாவில் நீ ஆற்றில் இறங்க பௌர்ணமி புறப்பாடு சொக்கர் வீதியுலா. தேய்பிறைகளில் திருவிழா. எதிர்சேவையில் பதினெட்டாம்படிக் கருப்பரிடம் உத்தரவு கேட்டு மாலை மாற்றும் சடங்கில் ராஜகோபுரக் குரங்குகள் வாலோடு முன்தோன்றும்போது வெளிக்கோட்டைக் குரங்குகள் கலந்து

கொள்ளாதது ஏன்.'

'அதற்கு தீர்த்தத்தொட்டியில் இருக்கும் குரங்குக் கூட்டம் எந்தக்குழுவோடும் உறவுகொள்ளாத்தே காரணம்' என்றான் அழகர்.

'டிக்... டாக் பழமுதிர்சோலைக்கு ஏகிய வானரங்கள் தங்கிவிடும் மலையின் சாயல்கள் இங்கே படிகின்றன'

'அப்படியா கருடதீர்த்தத்தில் வேறொரு கூட்டத்தை வழிநடத்தும் குரங்குத்தலைவன் எனக்கு பந்தம் பிடிப்பவனாக இருப்பதுதான் காரணமோ'

'அதுவல்ல அழகரே.விவகார எல்லை தாண்டினால் இங்கே யும் சண்டைதான். வெளியூர்களிலிருந்து குரங்குகளைப் பிடித்து வந்து சத்திரத்தில் விடுகிறார்கள். வந்தக் கீசகங்கள் எந்தக் குரங்கோடும் யாருடனும் சேர்வதில்லை. தனிமை, சித்ரவதை. கால் மாட்டிக் கொண்டாலும் வால்பட்டாலும் சத்திரம் விபரீதமாகிவிடுகிறது.'

'நான் ஆற்றில் இறங்கு வதை ராயல் ஸ்டூடியோவில் வயதான குரங்கு புகைப்பட நிபுணராக க்ளிக்... செய்ததும் சண்டைக்குக் காரணியாக இருக்கலாம்'

'இங்கே மேல்மாடத்துக்கு வரும் பயாஸ்கோப் காட்டும் கோமாளிக் குரங்கு டைகட்டி பூட்ஸ் மாட்டி போவோர் வருவோரை வாலால் தடுத்து சத்திரத்துக்குள் ஈர்ப்பதால் வாலில்லாத கீசகரும் இரவைக் குலைக்கிறார்கள். ஜார்ஜ் மன்னர் ஓட்டைத்துட்டுகள் யாசகம் கேட்கும் குரங்குகளை வைத்து குறளிவித்தை காட்டுகிறான் கரிசல் காட்டு விவசாயி.அவருக்கு சத்திரத்தில் உரிமை இருக்கிறது. அவர் தோளிலுள்ள குட்டி மந்தி கழுத்தில் ஓட்டைத் துட்டுமாலை குலுங்க மங்கம்மாளின் முத்திரைக் காசுக்கு பண்டம் வாங்கித் திங்க வீதியில் அலைகிறது. அலங்காநல்லூர் மாட்டுவண்டியோடு ஊருக்கு குரங்கைத் தோளில் வைத்து விவசாயி திரும்பிப் போகிறார்.

ஏலம்போடும் பழங்கால வணிகனிடம் கண்டாங்கி, சுங்கிடி வாங்கும் விவசாயப் பெண்களின் பாதரட்சைகள் மங்கம்மாள் சத்திரத்துக்குத் தானே வந்துவிடும். மதுரைப் பூக்காரிகள் அழைப்புக்கு சத்திரவாசிகள் சொக்கிப்போய் அலைகிறார் தெப்பத்தைச் சுற்றி. துலுக்கநாச்சி நீரில் அலையும் பிம்பமாய் மிதந்து எத்தனை வகை இரவிற் சொன்ன கதைகளுக்கும் காமத்தின் பேரழகை ஒரு மல்லிப் பூவில் காட்டிமறைகிறாள் மங்கம்மாள் ரகசியத்தில்.வண்டியூர் துலுக்கநாச்சி வாசனைகொண்ட கிளியஞ்சட்டி விளக்குகளை கருப்பாயூரணி கொசவச்சி கையால் செய்து விற்கிறாள் மாசி வீதிகளில்.

மாணிக்கவாசகர் வீட்டிலும் துலுக்கநாச்சி விளக்கு எரிகிறது வாசகம் உருக. புட்டுத்தோப்பிலுள்ள பிரம்படிகளை எல்லோரும் இனிவாங்கிக் கொள்கிறார்கள் காசுகொடுத்து. பிரம்படிகளை ஏலம்விட்ட அழகர்கோயில் குரங்கைக் காட்டி கருவில் உள்ள குழந்தை சிரித்தது. மேளதாளத்தோடு சின்னநரி வருவதை ரயிலடிக் குதிரை பார்க்கிறது வண்டியில் பூட்டப்பட்டு. மதுரையில் எல்லக்குதிரைகளுமே கண்பட்டை போட்டுகொண்டுதான் ஓடுகின்றன. நிழல்குதிரை நிழல்மீசை என்பதுதான் உண்மை. துடிப்பான தலைமுறை. வேகம் வேகமய்யா வேகம். குதிரையின் தொழில் வேகம் மட்டும் தான் என்றது டிக்...டாக் கடிகாரம். தார் விரிப்பின் வேகத்தில் லாடம் சிதறும் கசையடிகளை வீழ்த்தும் கனல் வாழ்வு. குதிரை வண்டிக்காரன் கஞ்சா பிடிக்கிறான் சத்திரத்தில். கையிலோ சிவவாக்கியர் பாடல், புலிப்பாணி மருத்துவம், பெரிய எழுத்து ராமாயணம். அம்மணச் சிறுவர்கள் அரைஞாண்கயிற்றில் ஓட்டைத்துட்டுகள் ஜல்..ஜல்.. மேலூரு பாதகத்தி முந்திச்சேலையில் ஒருபக்க ராணியின் முத்திரைக்காசு ஏலம்போடும் செல்லூர் தறிக்காரனிடம் துப்பட்டி வாங்கித் தூங்கும் மங்கம்மாள் சத்திர வாசிகள் வரிசையாகவும் வரிசை குழைந்தும் கிடக்கின்றனர்.

'இன்று நாள் எப்படி என்று சொல் கடிகாரமே'

'குருதையின் மாயங்களில் ஒவ்வொரு ராவுத்தனும் இணைக்கப் படுவான் பாரே... அந்தக்கால போட்டோ ஸ்டூடியோவில் டைகட்டி, கோட் அணிந்து, கும்பினி தொப்பி வைத்து நரிகளை அணைத்தவாறு புகைப்படம் எடுத்துக்கொள்கிறீர். இறந்த உடலுக்குள் வைக்கோல் அடைத்து நிரந்தரமாய் நிறுத்தியுள்ளனர் ராயல், கைலாஷ் ஸ்டூடியோவில் பாரே...'

மரபீரோவிலிருந்து நரிகளை இறக்கினார்கள். உள்ளிருக்கும் வாடகை கோட்டுகளில் அந்தக்கால மோஸ்தரில் ரிஸ்ட்வாட்ச், சிகப்புக் கடுக்கன், புலிநகச் செயின், மோதிரம் என எல்லாம் வாடகைக்கு அணிந்து நின்றிருந்தான் சத்திரவாசல்லுக்கு வந்த சொக்கன்.

அடுத்து சத்திரவாசலில் சொக்கன் குடிகாரர்களோடு போட்டியிட்டு வைகைக்கரையோரம் ருசியுள்ள மரமெல்லாம் ஏறிப் பருகினான். மதுரையின் கள்ளுண்ட வீதிகளைக் கேளே... கள்ளும் தெருவை அசைக்க களிமகன் கீழேவிழுவான், தொழுவான், பக்கம் ஒதுங்குவான் குமருகளைப் பார்த்துப் பதுங்குவான்.

ஆற்றோர அரளிப்பூ மஞ்சள் மஞ்சளாய் ஈசனை அழைக்கிறது.

திலாக்கல்லில் பெண்ணொருத்திக் காத்திருக்கிறாள். ன்னீர் விருட்சத்தில் கதவு திறந்தவள் அம்மண ருதுவாக மங்கம்மாள் கிணற்றிலிறங்கி மறைவதை ஒளிந்து பார்க்கிறான் தோல்வியடைந்தவன். விருட்ச கன்னியை தேடியலையும் செம்புகூத்தான் சொன்ன கன்னிகழியாத குமருகளை மறைவு ஸ்திதிகளில் ஆளைப்பீடிக்கும் சத்திரத்தூண்கல். கைமெஷினைத் தூக்கித் திரியும் புதுமண்டபத்து டெய்லர்மார்கள். இன்று சத்திரத்தில் மனதில் நினைத்ததை எல்லாம் தையலில் இணைத்துக் காட்டினார்கள். 'அண்ணங்கண்ணே எனக்கு ஆசையாக இருக்கு ஒரு ரவிக்க தச்சிக் கொடுங்க. சீப்புக் கண்ணாடி வாங்கி வா, ரிப்பன் பொட்டும் வாங்கிவா அண்ணே' என்று சினைப்பட்ட மங்கம்மாள் சத்திர மந்தியொன்று கூப்பிடக்கூப்பிட திரும்பிப் பாராமல் போகிறான் அனுப்பானடி தையல்காரன்.

31

வில்லியம் கேப்பர் மௌண்ட் சிறைச்சாலை

சுருள் X

ராகச் சித்ரா

சொல்லி — *கேட்போர்*

விளாத்திகுளம் நல்லப்பசாமி — *சிறை வார்டன்*

கஞ்சா குடுக்கி

சுதேசி கைதிகள்

பிரஞ்சுப் புதுச்சேரியிலிருந்து திரும்பிய காக்கைக் கோட் கவிஞனைக் கைதுசெய்த கடலூரில் 1918 நவம்பர் 20 காலை எட்டு மணி நாப்பத்தாறாம் நிமிடத்தில் சுற்றிவளைத்த துப்பாக்கிக் காவலர்கள் இன்ஸ்பெக்டர் ஹானிங்டன் ஜி டபிள்யூ க்ளெமெண்ட், சிறைத்துறைத் தலைவன் காமிரான் இவர்களும் பெட்போர்டு மோட்டாரில் ஏற்றிக்கொண்டுபோன கேப்பர்மலை ஜெயிலில் இருபத்திநான்கு நாட்காவலில் வைக்குமாறு ஆஜர்படுத்தியதால் மாஜிஸ்ட்ரேட் ஸ்டோடார்ட் உத்தரவும் முத்திரையும் பதித்ததில் கிடைத்த நாட்குறிப்பு 'பிரௌனிங் கைத்துப்பாக்கி (அல்லது) காக்கைக்கோட் சிறைக்குறிப்பு வரப்போகும் யுகத்துக்கான கலகக் காரனை முன்னுணரும் யூகங்களை நடுநாட்டுக் கவிஞர்களில் வள்ளலாரிலிருந்து கண்ணாடியில் சந்திப்பதை சிறைஅதிகாரி தடைசெய்தான். ரத்துசெய்த மதுவைப் போல் நடக்கும் ரகஸியச் சந்திப்பு. அவனே எழுதிய ஜகத்சித்திரம், சாக்ரடீஸின் உலோகச்சேவல், கடிகாரச் சேவல், அரண்மனைக் கோமாளி ட்வாலனும் மெர்தாவும் நரகத்துக்குச் செல்லும் ஆன்மப் பயணம் நாடகமாக வைப்பதில் கேளும் வாசகரே' இன்றைய காட்சிகள் தோல்பாவைகளாக கந்தல் கோட் அணிந்த சி.யெஸ், கஞ்சாசிமிழ் புகை உருவங்களின் சம்வாதம். ஒடுங்கிய விளக்கின்

சுடர் நடுக்கத்தில் நிழல்கள் ஆடச் சரித்திரம் புனைவுகொள்ளக் காத்திருந்தான் புகைக்குடிச்சித்தன். எதிர்த்த சிறைவார்டில் ஜன்னல் வழியே பார்த்ததில் சண்டையிடும் கைதி இருவர். ஆளுக்கொரு கத்தி. இரு கத்திகளில் லட்சணம் சரியாகவும் பொருந்திய மான்கொம்புப்பிடி. என்னைப் பார்த்ததும் சண்டையை நிறுத்தினார்கள். வேறுவழியில்லாமல் தான். நானும் உற்றுப்பார்த்தேன் என்று ஞாபகம். கஞ்சாவைப் பிரித்தேன் கோட்டிலிருந்து 'பிராமணர்கள் கஞ்சீரா சேவிக்கக்கூடாது என்று சொல்கிறதே மனுஸ்மிருதி' என பிடிப்பட்ட என்னை இடைமறித்தான் ஜடாயு 'கவிஞனுக்குப்பொருந்தாத கோட்டுகளை பழமையை வெளிப்படுத்தும் சிண்டும்கோட்டும் அணிந்தவன் நானில்லை. எட்டயபுரம் தையல்காரன் மொட்டையமணி வடிவமைத்தது, நீ என்னோடு சிமிழைப் புகைக்கலாம் வா...'

'சியெஸ்... மேலைத்தேசத்தில் மாரிஜிமா கலந்த சிகரெட் இழுப்புக் காகவே ரகஸிய குகை இருக்கு. சட்டத்தின் கண்காணிப் பிலிருந்து கவிகளும் இசைமேதையும் நாடோடிகளும் நகரத்தை விட்டுத்தப்பிப் புறநகர் சேரிகளில் மறைந்திருக்கும் மாரிஜிமா குகையில் வசிக் கிறார்கள்?' என ஜடாயு பணிவுடன் பெற்றான் சிமிழை.

'இங்கேயும் கதை கந்தல்தான். சட்டத்தை அமுல் நடத்தும் கும்பினித்துரை கண்களுக்கு யாரைப் பார்த்தாலும் எதைக் கண்டாலும் ஐயமே'

'இதோடு எத்தனை வருஷப்பழக்கம் உங்களுக்கு... கொழுந்தின் நறுமணத்தில் இழை மெலிந்து இளகச் செய்கிறதண்ணே... எந்தப் பிரதேசத்தில் கிடைக்கி..'

'எட்டப்பராசா புலிக்கூண்டில் அடைத்த மொட்டையமணி பெதப்புரம் காட்டில் பறித்தது. இளம்புவனத்தில் தீண்டிய பாம்புக்கு மருந்தோ விஷமுறிவோ இல்லை என்று கல்வெட்டு பதறும். சாரையா ஏறுதுபாரு... சிடாயு டேய் உனக்குத் தெரியாததில்லை. ஒரு கவிஞன் மரணசாசனத்தில் துர்பாக்கியமான வேகத்தில் இறங்கி விட்டேன் அந்த அபினிக் காற்றில் கும்பனியும் கடத்துவான் கப்பல்ல.. பரங்கியும் கும்பினியும் போர்தொடுத்தது சீனாவில் அது அபினிப்போர். ஒரு கவிக்கு எல்லாமே கொடுத்தது. போன இடமெல்லாம் நியாயவிரோதமான சந்துகளிலே நுழையும் குற்றத்தைச் சுமப்பவர்களைச் சந்தித்தேன்... சிடாயு.. உனக்குச் சொல்ரேன்.. நர்மதையில் காரிகாட்டில் சாதுக்களோடு புகைக்குடிக் காற்றை நேசித்தேன்...காசிவாசத்தில் பிடித்த கஞ்சா அரிச்சந்திரனோடு.

கங்கைக்கரையில் நீரின் ஆவிகளுடன் பருகி னேனடா.... சிடாயு... எத்தனைவிதப் பாடல் சித்தேஸ்வரி தாசியின் சரோத் கூட்டமாய் நடக்கும் அபினிச்சடங்கில் கபாலமாலை அணிந்து ஆடும் கபாலி களைச் சந்தித்தேன் முன்ஷிகாட்டில்... அது போட்டும்... மொட்டையமணி கருசல் சிமிழில் அடைச்சதெல்லாம் குருமலைக் கஞ்சா.. செக்குநக்கித் தம்பிரான் கொடுத்த சிமிழ் இது. தவசித் தம்பிரானை உனக்குத் தெரியுமா... டேடே... தங்கத்திமிங்கிலமே நல்லப்பசாமி... அதோ வாராம் பாரு... காடல்குடிக்குயிலேஞ் விளாத்திகுளமேஞ் வைப்பாற்று பனங்காற்றே...

நல்லப்பசாமியெனும் நலினக்குரல் பாண்டியனே
இனி உன்னை வெல்லப்பன் யாரப்பா
மயிலினும் ஈடில்லை உன் வடிவழகில்
குயிலினும் ஈடில்லை உன் குரலிசையில்
பழம்பெரும் கவிதைகள் நான்பாடினாலும்
குரல்வளம் கொடுத்தாள் உனக்கு கலைவாணியே..
பாடு பாண்டியா.. பாடு

திரும்பவும் எழுதத்தொடங்கினேன். அந்த மரம்பற்றி எரிகிறது கனவில். பழுத்தகனி கீழே வீழ்கிறது. கலைவித்தகம் குறியீடுகளுக்கு மாறிவிட்டதில் நிஜத்துப்பாக்கி அல்லாத நாடகஉத்தி ஒருவன் தலைமீது 'த' வைத்துச் சுட்டதும் தமர்விழுந்த இரு துளை படைப்பு த. இருபால் உறைநிலை உறக்கத்தில் வளைந்திருக்கும் ஸர்ப்பத்தின் நீண்ட வயிற்றுக்குள் பிறைபல தேயும் நிலவைச் சுற்றி ரத்த விளிம்புகளை வரைய ஒரு கதாபாத்திரம் ஒல்லாந்த இளவரசி யாக வருகிறாள் என்னைப் பார்ப்பதற்கு என்றான் காக்கைக்கோட்.

'அமரபட்சத்தில் அரவுசட்டை உரித்துவிட அதை எறும்புகள் இழுத்துக்செல்லும் சித்திரம்' என சிடாயு சர்ப்பப் பிஞ்சுகளை ஒவ்வொன்றாய் விழுங்கிவிட தப்பி ஓடிய இவள் நாகரை நோக்கி புதிரில் மறைகிறாள். ஒல்லாந்தி உடலில் கயிற்றரவு சுற்றிக்கொண்டு நெளிந்து அபினயிக்கும் சரித்திரத்தின் சூன்ய நர்த்தகி அவள். உடல் செதில்கள் சிவக்க இயற்கைதேடி வருகிறாள் என்னிடம். 'முகத்தை வாசித்துக் கதைசொல்லும் ஆதிவாசி நாகவல்லியைத் தேடி அவள் அங்கிருந்து இங்கே பறந்து வருகிறாள்...' என்றான் சிடாயு.

ஆள் கவனிக்கவில்லையென்று சத்தமின்றிக் கைதிகள் பாவனையில் சண்டையிடுவது வேடிக்கை. வரும் கணங்களை மிக்க அபாயகர மானதாக்க எவர் ஒருவராலும்கூட முடியும். இருவரும் தொலைவில்

செல்ல அங்குலம் அங்குலமாக நெருங்கும் கண்கள் சலனமின்மையின் வரைபடத்தைக் கொள்ளும். நயனங்கள் அந்தரத்தில் சுழல நிசப்தத்தின் பிரதி முனகுவதைக் கேட்டேன். ‘முடிந்தவரை கைதிகளிடம் பேசுவதைத் தவிர்க்கலாம்’ என்றான் சிடாயு.

‘சமயத்தில் பேசாமல் விடுவது குற்றவாளிகளை விபராதத்தில் கொண்டுமுடியும் குற்றத்தின் உரையாடலைக் கேள் சிடாயு’

‘நாம் ஒதுங்கிக்கொள்ளலாமே சண்டையிலிருந்து’ என சிடாயு.

‘கத்திகள் ரத்தம் கண்டுவிடும்.தொட்டால் உப்புதான் கத்தி. எங்கே எடு குத்துவாட்டம் பிடிக்கிறேன். சிடாயு நீ பேசாமலிரு... சிறைக் கைதிகளில் ஒருபலி நடந்துவிட்டால் குற்றவாளியை இழுத்துச் செல்ல காத்திருக்கிறாய் நீ’

‘குற்றம் தண்டனை நிராயுதபாணி, சட்டத்தில் நிரபராதிக்குத் தண்டனைப்பூட்டு. சந்தர்ப்பங்களில் யார் குற்றவாளி?’

‘ஒரு மனிதன் இவை எல்லாமாகவும் இருக்கிறான் சிடாயு.’

‘கொஞ்சம் இடறினாலும் கண்ணாடிச் சிற்பம் சுக்கு நூறாகிவிடும் தானே சியெஸ்’

(நேரம் அந்தியாகிவிட்டது. ஜெயில் பேரேட் துவங்கி கைதிகளை எண்ணும் குரல் 76, 84, 46, 362, 363, 264, 27, 26 வரிசை குழம்பியும் நம்பர் தகரத்தைப் பற்களால் கடிக்கும் பைத்தியம் இலக் கற்றது, எண்களின் ஓசை. ‘சனியனே வரிசையில்போ... யாரையோ அடிக்கிறான் இரும்புத்தொப்பி. கார்டுகளின் பூட்ஸ் க்ரிச் க்ரிச் ஒலி. உஷார்... காடுஷார்... காடுஷார்... கத்தும் ஆந்தை முகமூடிகளின் அலறல். சிறைச்சுவர்கள் உத்தரவுப்படி சில்லிருள் ஊசியாய் குத்திப் பரவுகிறது எங்கும். கையுறைகள் முகமூடி வெண்ணிறமணிந்து இருளில் மிதந்து பறக்கும் சிடாயு. கழுகுலகில் மறைகிறான்.)

32

வடக்குயரும் பிறை: உத்ர பௌரஸ்தயா

'சீக்ரட் ஆஃப் தஸாக்' இல் வரும் பகுதி...

நத்தைகளின் சூலிலும் கருவிலும் உருக்கொண்ட வடவாடையை ஓவியமாக வரைந்து காட்டுவது அவற்றின் உணர் கொம்புகள்தான். அது குருடனின் நதி. குருடனுக்குத் தெரிந்த ஐராவதியிலிருந்து மெதுவாகக் கால்வைத்து நடந்தேன் 'நீர்மேல் கைகளை நீட்டி மீன்களைத் தொடும் ஒலியின் கோடு. மீனின் ஆன்மா கடல் தஸாக்கிடம் உள்ளது. ஒரு மீன் தான் தாஸாக். அவன் என்னோடு பேசுவதேகூட சில சைகையிலான வாயசைவில், விரல் நுனிபட்டதும் உத்ர காற்றின் பக்கங்கள் புரண்டு த ஒலியின் தெளிவற்ற தொனி களைக் கேட்டேன். 'உத்ர பௌரஸ்தயா... நீ அழுது புலம்ப வேண்டாம்... இனி நீ இல்லாமல் கடல் கடக்க முடியாதிங்கே...'

உணர்வுகளெல்லாம் உத்ர காற்றில் உப்புவாடையுள்ள, சரரத்தில் அதிர்ந்து ஓடும் சிட்டாங் ஆறு குறுக்கில் மரப்பாலங்களை அமைத்த மான்தச்சர். தூக்கணாங்குருவிகள் அங்கு பாலங்களுக்குக் கூடுகளைத் தொங்கலாக்கிச் சென்றுவிடும். அதிசயக் கூடுகளில் அடிவயிற்று முட்டைகள் உருளும் பாலத்தைக் கடந்துசெல்கிறார் தினகரன். காற்றுமரச் சட்டத்தில் சாய்ந்து எட்டிப்பார்த்தார். ஆற்றின் ரகஸிய ஓசை. அதிரும் பாலத்தைக் குழப்பத்துடன் நோக்கினார்.

கண்தெரியாத தம்மாவின் பாறையில் நுரைக்குமிழ் ஓட்டம். சூழலில் வடகாற்று வீச விருட்சம் திருகிய நீர்வெளிராய் பழைய கப்பல் ஒன்றில் ஓர் இரவைச் சகமனிதன் கழிக்க தம்மாவின் பாறையில் அமர்ந்திருக்கும் சூன்யத்தின் நிலைப்பிறப்பைக் கேட்ட தினகரன் பாஸ்கரனைக் கூட்டிக்கொண்டுபோன பகல்வேளை அது. அவ்விடம் சமதளமில்லாத பாறையாக இருந்த படுக்கையில் எழுந்த தம்ம பண்டிதர் கையிலிருந்த சவரப்பேழை திறந்து சுரங்காம தர்மத்தை இருவருக்கு வாசித்தார். மெல்லிய கீறல் ஒளியால்

சவரப்பேழை திறந்து சொல்லி வந்த அதிசய உயர்வுகளின் மழிக் கத்தியைச் சரியாக பல நூற்றாண்டு மனிதனைப் போல உயிர் துடிக்கும் உத்ர பௌரஸ்தயா காற்றாக மாற்றினார். கத்தியில் உத்ர காற்றின் மாயத்தை மறைக்கிறார்.

கருணையுள்ள தம்மாவின் பாறை சுற்றி மூங்கில் குத்துகளின் அவிர்துளை மருங்கில் வளையும் காற்று. படர்ந்துவரும் இக்காற்றில் முதுநரி எட்டுவைத்துச் செல்ல மணிமுலைத் தீம்பால் பருகி உறங்கும் தேரரின் சாயல். தெருவில் யாருமில்லை கரைந்திருக்கும் அமைதியில் மறையும் முயல்காற்று நாய். உத்ரகாற்றில் இலைகள் சப்தமிடும் இரவு அனாதைகளும். பாஸ்கரனை வழியனுப்பச் சிலநாள் ஆகும். கொடிய நாள் பிறக்கப் பிரிவும் தழுவிக்கொள்ளும் வலி.

எங்கும் தொலையமுடியாத பர்மா அகதிகளின் நிழல் இரவில் திரிவதைப் பார்த்தேன். தூக்கத்தில் கடந்து செல்லும் உத்ர வாடையில் இருப்பற்றவர் தலைநகர் ரங்கூன் பெருவணிகர் ஸ்டெர்லிங் டவுண் கோடி முதல்இழந்த காற்று வழியில் மாண்டவர் கால்நடையாக நாடு திரும்பியோர் அனந்தம்.

ராணித்தோட்டத்தில் மகாத்மாவைக் கூட்டிப்போன தொண்டர் பேரணி கோஷித்து மறைந்த காற்றின் அழல் ‘கதர் கப்பல் கொடி தோணுதே’

‘என்ன அது கேப்டன்... தினகரா...’

‘இதுவரை நீ நேரில் பார்த்திராத கடலின் அடியில் வீழ்த்தப் பட்டேன்...’ உத்ர பௌரஸ்தயா காற்றை சந்திக்கும் துருவமுனைப் பாலம் பெரிதாக வடிவமைந்தது. கோளப்பரிதியில் குளிர்நோக்கி தட்டச்சுப்பொறியில் வீழ்ந்துகொண்டு இருந்த தினகரன் கடலா ழத்தின் நழுவிய நேத்திரங்கள் இமைக்காமல் விழிகள் நோக்கிய பெரிய கோல்டன் பேர்ட்கப்பல் குச்சிங் மலேயா துறைமுகத்துக்கு அப்பால் சிதையும் ஒலி. மூழ்கும் பெரிய நாவாய் இருந்த திசைகாட்டி தெற்கு - தெற்கு - மேற்கு எனக் காட்டியதில் குழப்பம்.

இமாயலத்தைக் கடந்து திபெத்து நிலமேட்டிலிருந்து மலேயா தீபகற்பத்துக்கு இறங்கிவருகிறான் தஸாக் சிலாமா. ஐராவதிப் பள்ளத்தாக்குகளைச் சுற்றி வளைந்துவரும் ‘உத்ர பௌரஸ்தயா’ காற்றின் உருவத்தை வரையும் லட்சியம் பல பழங்குடியினர் மான், சான் நூறு வேறுபட்ட மூங்கில் காற்றுகளைக் கேட்கவே வந்திருந்தான். அந்த மலேயா காசாது மொழி பேசும் கருப்புக்காசாது எட்டு காற்றுகளை ரகசியமாக முணுமுணுத்தான் ‘கச்சாங்காத்து, காசாம்

புரக்காத்து, மியாங் காத்து, குன்னுவாடை, கொண்டக்காத்து, மேலக்காத்து, நெடுங்காத்து, வாடக்கொண்டை' என்றான். துணைக் கேப்டன் மேண்டலின் வெள்ளைக்காஸாது. பரங்கித்தகப்பனை உரித்துவைத்த நிறம் அவனுக்கு. எலிசியாவை நிறுத்த முடிவெடுத்த காஸாது மேண்டலின் காற்றின் கரும்பரப்பில் சிக்கியிருந்த கப்பலில் கிழக்குத் திசைவழியாக வனியாராவிலிருந்து பர்மா, பெகு, லாவோஸூன் பெரிய வண்ணத்திப் பூச்சி நிறங்களை வரைவதற்காக மூங்கில் ஒடித்தது தஸாக். தாய்நிலத்தை இணைக்கும் தென்பகுதி வாலில் பரக்கும் ஓதக் கடாரம். த ஒலி மூங்கிலைக் கண்டெடுத்தார் தினகரன். காழகத்தின் ஒலி அகராதியில் சித்திரத்துள் அடுமண தேயத்தின் பழைய வாணிபச்சந்தை எங்குள்ளதென்றார்.

இந்த முறை கடல் வழியாக வந்த வங்கமாக்களில் அவனும் வருகிறான் என்னுடன். பெகுவில் இரு கருங்கல் தூண்களிடையே சுழிந்த மியான்காற்றுவரை தூரிகைச் சிதறலில் மூங்கில் படகு வீடுகள் நூறு நூறு காற்றின் தஸாக் ஒலி அகராதிக்குள் தான் வரைவதற்காகும் நாரை இறகுகளை விதவிதமாக மிதக்கவிடுகிறார் வட காற்றில்.

தட்டச்சுப்பொறியின் ஒலி கடலின் கீழிறங்கும் அகத் தூண்ட லின் ஆழத்தில் மேவரும் தக்ஷிண பூர்வகாற்றுடன் உத்தர காற்றின் உரையாடல்.

நான் சிதைந்த கோல்டன் பேர்டிலிருந்து தப்பிச் சரிந்து கிடக்கிறேன் சாம்பல்தீவில். அது ஆழ்கடல் ஆமையென அறியவில்லை. காண்பதற்கு அங்கே நிலம் எதுவும் இருக்கவில்லை பரந்தகன்ற கடலைத் தவிர. தொடுவானத்தில் மேண்டலின் ஒரு பூச்சிக்காரனாய் எலிசியாவில் ஒட்டிக்கொண்டிருந்தான். இரங்கூன் ஓர்த் வீதியில் அவன் குடும்பம் இருந்தது. அவன் இந்தக் கடுகுத்தீவுகளின் யூஜின் பாடல்களைக் காஸாது பாஷையில் பாடுவது பிடிலின் நரம்புகள்தான். சாதகமான காற்றேயில்லை. சுழன்று வீசியது இருள்.

கடுஞ்சீற்றங்கொண்டு வீசும் தொடுவானைத் துளைத்து என்னைத் தொட விளைந்தான் மேண்டலின். இன்னமும் மரணத்தின் ஆளுருவம் நிழலாய் தொடர்ந்தது என்னை. விரிகுடாவின் கீழே மண்ணூழித் தீவுகளில் சிதைந்த புதைபடிவங்கள் ஈர்க்கும் வேகம். அவற்றில் ஒன்று பெருங்கால் பறவையின் விரல்களை உரசினேன். என்னை மறைத்துக் கொள்ள மரணம் இடமளித்ததில் அலைகளில் தூங்கும் சம்பாபதிப் பறவை உரு கீழுலகிற்கு இடைப்பட்ட நீரில் கல்லிறகு ஒன்றில் அவவாவும் இருட்டு. நிலம் ஊர்ந்து என்னைப் பற்றிக்கொள்ளும் ஆவலில் நெருங்கியது.

உச்சிவேளை தோன்றிய கணநேரப்பரிதி மினுக்கொளியில் அந்தப் பதினாறு பேர்களும் சம்பாபதி முட்டையைத் திருடிய விதியில் சிக்கியதில் இருளின் ஆளுருவங்களாய்த் தோன்றி நிலக்குகை வழியே செல்கின்றனர். பிறகு கடல் வெகுவாகக் கொந் தளிக்கத் தொடங்கியது. மரணத்தின் கீழ்படிகளில் இறங்கும் பாதை இறங்கினேன். சிதைந்த முட்டையின் ஒளித்துணுக்குக் கைகள் மூடியுள்ள குஞ்சு உயிர்தப்பி கடல் தஸாக்கின் விரல்களுக்குள் பத்திரமாய் இறந்துகொண்டு இருந்தேன் சிறுநம்பிக்கையும் அற்ற நிலையில். என்னளவில் நான் அடைந்த வேதனையைத் தவிர்க்க இயலவில்லை. பிறகு என்னை நசித்துக்கொண்டிருந்த கமுதித் துப்பாக்கி ஜன்னலில் துடைத்து மசகிட்டு வைத்ததைக் கடைக்குட்டி மகள் பீரோவில் எடுத்து வைக்கத் தவறியதில் திரும்பிக் கூவினேன் முஷ்டக்குறிச்சி தெருக் கோடியிலிருந்து ‘அன்னமயிலு... அப்பாவோட இதாகாவை பீரோவில் எடுத்துவை...’ சுமை நீங்கிவிட்டதாக உணர்ந்தேன். மறுபடி ஊர்திரும்பும் பாதையில் புதைந் திருந்த என் உடலுக்கடியில் கமுதித்துப்பாக்கி என் உதிரத்தைக் குடிக்கும் ஓசையைக் கேட்கிறேன்.

அந்தப் பஞ்சமரில் செந்தட்டிக்காளை வாத்தியார் அதைக் கைப்பற்றித் தன் வாயல் வேஷ்டியைக் கிழித்து என் கழுத்தில் துடைக்கத் துடைக்க உதிரம் ‘நீங்கள் கூறுவதில் எனக்கு அறியும் ஆவல் இருமடங்காகிறது கேப்டன் தினகரா... உங்களைப் பின்தொடர நான் தயாராக இருக்கிறேன்’ என்றான் மேஜர் வீரபத்திரன்.

‘பிறகென்ன வாரும்... நாம் மூழ்குவதற்கான சராரங்களை அணிந்துகொள்வோம்...’

நடுநிசி நெருங்கியது. கடல் இருளால் தடங்காணா இருட்டு நீரால் சூழ்ந்திருந்தது. லாவோட்ஸி, ஆமை உடல்வெளிச்சம் அதன் கழுத்தின் உச்சிச் சரிவில் விழிகளில் சிவப்புப்புள்ளியை உணர்ந்தேன். ‘ஆயிரம் வயதான லாவோட்ஸி ஆமை உமிழும் தொலைதரிசன வெளிச்சம் அது. சாம்லோட்டில் கசியும் ஒளித்திரட்சியினிடையே அவ்விதம் நூற்றாண்டுகளின் ஊடே கடப்பதில் லாவோட்ஸி சீடர்கள் கூடிவர சுடரும் திரவ ஒளிப்பரப்பில் மங்கலாகத் தெரிந்த தோற்றத்தில் விநோத இருளைப் பழகிக்கொண்டோம். பக்கம் பக்கமாக அந்த ஒளியை நோக்கி நடந்தோம். தட்டையான மண் நிலம் படிப்படியாக ஏற்றமாக உயர்ந்து மேலே செல்லும். நீருக்குள் நீந்தியே நீண்ட அடியெடுத்து நுழையும் பிரகஸ்பதியின் சீடனாய் நுழைந்தேன்.

கனிமங்களாய் மாறியபேருருவ மரமாக்கள் தம்மைத் தவித்துவிட்ட

நிலத்தில் இன்னமும் வேர்களுடன் அலைகின்றன. நீர் மேவிய மீமானுடன் படிந்த நிலவைக் கையிலேந்தி வருகிறேன். ஒற்றைக்கண் மீனுடையதாக மற்ற தனி விழியாக ரெப்பை வெட்டிக் கொண்ட துறவியாக இருந்தேன். நீரால் அழியாத என்னைப் பனங்கருக்கால் கொலையுரு வேகத்தில் அறுத்து ஓடிய இருட்டு.

ஆனால் இந்த மலையும் காடும் கடலின் அடியில் உள்ளவையாக பாதைகள் புதிர் தோட்டத்துள் கடற்பாசிகளாலும் நிரம்ப அவற்றிடையே கெட்டித் தோல் குழியுடலிகளும் நீலநத்தைகளும் கூட்ட மாய்த் திரண்டு மொய்க்க தொங்குகிளைகளைப் பிடித்து ஒன்றிலிருந்து மற்றதிற்குத் தாவி ஒரு மரத்திற்கும் இன்னொன்றிற்கும் இடையே நீந்திப் பறப்பவர்களானோம். இருவருமே கடந்துவரக் கொடிகளைப் பிளந்துகொண்டு செல்ல ஒரு கிளையிலிருந்து மற்றொரு கிளைக்குப் பறந்து திடுக்குறச் செய்யும் வடிவத்தில் நிலமீது என்னுடன் கொலையானோர் கேளாய். கன்னிக்கருமீன் உற்ற அதிசயத்தில் பாறைகள் மீதேறிச் சென்றேன்.

இந்த மணற்பாறைகள் மெல்ல மிதக்கவும் பாதி மனிதப் பாலூட்டியான மமலியாக்களை பசைச் சாரத்தில் நிலவும் தோற்ற மூலங்களை எப்படி விவரிப்பது? கருமீன்கன்னியின் அடிப்பகுதி இருளார்ந்த கருநிறமுடனும் பாழ்வெளிக் காடாக மண்டியும் தோற்கோடுகள் நிறம்பல அரும்பும் பீலிகளாக உடல்நீரை ரெட்டை யாக்கி எதிரொளிர்வ நிலவ ஒளியில் மேலபுடாக மென்பச்சை நிறப் பாசிகள் சுழல்வதாயிற்று.

கொலையுண்டு மூழ்கியோருடன் பாறைகளில் நான் ஏரிய வேளை ஒவ்வொரு அடியும் ஏழுவரி ஆமைமீது அதன் கடின ஓட்டில் பயணிப்பதை உணர்ந்த வீரபத்திரன் 'தினகரா... வேறொரு யுகத்தில் ஏராளமாகச் சிக்கிக்கொண்டுவிட்டோம். சப்தமெழுப்ப வேண்டாம். பார்வைக் குருடு கொள்ளும் விதமாக தோற்றத்தில் வலப்புறமும் இடப்புறமும் அடர் கருநீற ஆவுகரியாப் பசுக்கள் இவை. இங்கே மனிதக் கைகளால் ஒன்றும் செய்ய இயலாது. அகற்றப்படாத போர்நீயா வனம் ஒன்று கடலடித் தீவாக தோன்றும் திருத்தப்படாத பரந்தகன்ற தாஸாக்கு ஆரணியம். இந்தக் கடலடித் தீவில் யாரேனும் குடியிருக் கிறார்களா? லாவோட்ஸி ஆமைகளின் தனிமை வாசம் நிலவும் கருணாட்சரத்தில் இயற்கையின் ஊழியசைவை உணர்ந்தேன்.

ஆனால் மேஜர் வீரபத்திரன் இன்னமும் ஜீவசாட்சியாக ஏறியபடியே இருக்கிறான். நானும் பின்தங்கிவிடப் போவதில்லை.

இந்த லாவோட்ஸி ஆமை எனக்குப் பலம் தந்துவிடும் குறுக்கு மறுக்காகப் போகும் பாதைகளில் தவறான அடியெடுப்பு அபாயத்துக்கு உரியதாகிவிடும். செங்குத்துப் பாறைகள் கதித்து நிற்கும் பக்கக் குடைவுகளில் லாவோட்ஸி ஆமைகளின் வம்சாவளியினர் தாமசித்திருந்தனர். ஆனால் களைப்பின்றி வயதைக் கடக்கும் இவர் களுக்கான நீர்மை பூமியின் எல்லா உயிர்க்கும் இயங்கியல் தத்துவமாக உள்ளே செல்லக்கூடும். சில சமயங்களில் ஒரு மேட்டிலிருந்து இன்னொரு பாதாளத்துக்கு அல்லது பாதாளமே செங்குத்துப் பாறையாக மேலிருந்தேன். 'உயிர் ஊசலாடும் மனித இருப்பை விட கடலுலகம் எவ்வளவோ யுக அடர்வின் பச்சை பிளாஸ்மா' என மேஜர் வீரபத்திரன் விரல்களைத் தொட்டு வாக் களித்தேன்.

கீழே பாதங்களைப் பார்க்காமலே அப்போது புதர் தாள்களை அறுத்து தாவர அபிதானம் ஒன்றை அக ஒருமைகூடிய கடற்பயிர்களின் வாசனைப் புத்தகமாக மேஜர் வீரபத்திரன் எழுதத் தொடங்கினான். மூழ்கிய தீவு இருந்த பண்படாத கொடூர இடங்களை மெச்சிப் புகழ்ந்தவாறு மேற்சென்றேன். அங்கே ஞாபகச் சின்னங்களாக முன்னைப் பரதவர் பாறைகளில் சீரற்ற தளங்களில் கல்வீடமைத்து கடல்விலங்குகளோடு அவற்றின் எச்சில்பட்ட கருங்கற்களில் சிருஷ்டியை விதியாக இயற்றிய சிற்பச்சாயல் அவற்றின் கல்லாலான முழங்கால்களிடையே வலிமை வாய்ந்த கல்லான தாவரத்தொகுதி அழுத்தத்தின் மடிப்புப் பாறைகளைத் தொடுகிறேன். நீர்த்தாரைகள் சொரியும் மரங்களினுள் இயற்கையான தூண்களில் அதிர்ந்தபடி இருந்த சேதிகள் சித்திரக்கல் புடவுகளில் விசித்திர மீன் நிறங்களாகப் பகிரும் நீரின் ஆற்றல்மிக்க வசியத்தில் அகப்பட்டு நாங்கள் இருவரும் பேசாத மீனின் பேச்சை உணர்ந்தோம். செல்வதற்கரிதான கோடுகள் அழியாமல் இருந்ததில் அவற்றில் கால்படாமல் இடத்தைக் கடக்கவும் முடியவில்லை. அங்கே ரத்தச் சிவப்பான கடற்குதிரைகள் மெல்லும் கடற்சாமந்தியும் வாசனைப் புத்தகத்திற்கு இடமாறியது. இந்தத் தாவர அபிதானம் ஒருவேளை வெளிப்படாமல் போகக்கூடுமென உணர்ந்தேன். அசாத்தியமான நிறங்கொண்ட உடைந்து கிடந்த கடல் கொம்புகளை எடுத்த மந்திர ஒலிக்கோடுகளாக விரித்தார். அவை மெய்யானவை, ஐயத்திற்கிடம் தராத பரதவரின் கொம்பு வாத்தியங்களாயிற்று. நான் கனவு காணவில்லை அவற்றை தொடும் வேளை காற்றில் என்னையே காண்கிறேன் உணர்கிறேன் எனவே.

33

அபரபிஜபா மே காற்று

மேஜர் வீரபத்திரனின் டைரிபுரட்டிய மேகாற்றில் தன்னூர் சாத்தூர் பக்கம் பெரிய கொல்லபட்டி உப்புக்காரத் தெருக் காரர்களின் கருப்பு வெள்ளைப் புகைப்படம் பிறந்தது. பொழுது சாயும் மரங்களைத் தலைகளுக்கு மேலே நூறடி உயர்ந்திருந்த மலையின் எதிர்ப் பக்கச் சரிவில் மிளிரொளி விளக்கம், செய்கிற நிழல் நீட்சியைக் கடந்திருந்தேன். கல்லாய் மாறியிருந்த தஸாக்குகள் பல்வேறு திசைகளில் கோணல் மானலான முகச் சுழிப்பாக சிதறிப்பரவும் அபரபிஜா சுழற்சி. உயருயர் ஆடியில் தம்மைக் கண்டு வியப்புறும் பறவைகளாக எங்கள் காலடிகளின் கீழே செல்லும் மீன்களின் கூட்டத்திலிருந்து ஒரு மீன் பிரிந்து எழுந்து வந்தது. பாறைத்திரள் ஊடு கடக்க முடியாத குடைவுற்றனவாக அழகு செறிந்த ஆழமான குகைள் கொண்டதாக அடித்தளமற்ற துளை துவாரங்களிடையே இழையும் அபலைப் பெண் தஸாக்கியாவின் பாடலைக் கேட்டேன். ஏதோ மிகப் பெரிய தீவு ஒன்று அச்சந்தரும் பலிபீடத்தில் வளைநகம் கொண்ட படிக உடல் இருளடர்ந்த சுபாவத்தில் எம்மை புலனுணர்த்தும் சமிக்கையால் ரத்தம் சில்லிட்டு உறையவைக்கும் சூழமைதி. அவ்வுடல் புள்ளிகள் இருளிடையே மினுங்க அது பலியிட்ட கன்னிச் சிரசு என வணங்கினேன். அங்கே நீல நண்டுகள் செந்நண்டுகளோடு கலக்கும் மிதத்தல். அவற்றின் மிகப்பல விரல்கள் ஒன்றுடன் ஒன்று கோத்து வட்ட வடிவமாக உருளும் சரிவை அடைந்தோம் இருவரும். உணர் கொடுக்குகளால் நீரைத் துளாவும் அசைவு.

இதுவரை யாம் அறிந்திராத கோடிமுனைக்கு மேற்கே உள்ள தீவு களின் உலகம். பாறை ஓர் இரண்டாம் ஆமை ஓடாக மூடி இருப்பதற்கு இயற்கையின் ரகஸியம் தானே இயங்குவ்தாயிற்று. அத்தனை நூற்றாண்டு ஸ்திதியில் அழியாமல் இருந்த நம் பிரதிமைகளா இவை. பிறகு ஊழியில் இந்த நிலவுலகின் பகுதியை விழுங்க எத்தனிக்கும் மேகாற்று வரலாற்றுக் காலங்களுக்கு முன்பே கிளம்பி

செதுக்கப்படாத ஒரு கல்லுக்கும் இரு கல்லில் ஒன்றில் மீன் குறியீடு வரைந்ததும் கல்லுடன் கல் நீந்திச் செல்வதாக சரித்திர காலத்துக்குள் ஊடுருவிப்பயணிப்பதாக இவ்விருவகைக் கற்களும் யுகங்களால் பிரிந்திருந்தும் சேர்ந்திருக்கக்கூடும். புனைவின் சரித்திரத்துக்கு முந்திய கன்னியின் சமாதிக் கோயில் கற்களை உருட்டிவந்தது யாராம். எங்கு நான் இருக்கிறேன்? 'நாம் இருவரும் செதுக்கிய கல்லாகவும் செதுக்கப்பட்டதல்லாத வேறொன்றாகவும் இருப்பதால் இங்கு வந்திருக்கிறோம் தானே தினகரா... ' 'இது நம்மை எங்கே இட்டுச் செல்கிறது. ஸ்னேகா...' அவனை நான் வினவ இருந்தேன்.

ஆனால் முடியவில்லை. அவனது கைகளை இறுகப் பிடித்துக் கொண்டேன்.

'மேலே ஏறு... இன்னும் உயரே செல்' என்று அவன் சொல்வதாகத் தோன்றியது.கடைசி முயற்சியாகத் தஸாக் உலகின் முதல் நூலைக் காண் கிறோம். முப்பரிமாணத்தில் மாலுமி கடற்கோரையில் தயாரித்த காற்றுப்பெருநூல் உள்ளே சென்ற யாரும் திரும்பி வருவதுமில்லை. இடம்பெயரும் கடலோடி வெளிவந்தான் நூலின் உள்ளிருந்து. காற்றை கண்டேன் என்றான். கடல் தோலினால் தைத்த மேல் தோலையுடைய புத்தகத்தில் கசிவாகும் வாசனை. அது மூச்சைவிடுவதாகவும் கண்திறப்பதாகவும் உணர்ந்தேன். உயிர்வாழ்வதற்கான நீரோடை களைப் புத்தகமாகக் கண்டேன். பெருநூலின் ஒற்றைக் கண் வண்மை யானதோர் மின்னிடும் ஒளி வீச்சினால் மிளிர்ந்த பலபக்கங்கள் சாண்டகான் டெத் மார்ச்சில் சுடப்பட்டு வீழ்ந்த வீரபத்திரன் உட்கண்ணறைகளின் சிமிட்டல். சொல்லின் ஆவிப் புதிராக மழைப் பொழிவினூடே நீடித்த தீப்பிழம்புரு. தீவுகளைத் தொடு வானத்தின் கடைசி விளிம்புவரை உரு ஏற்றப்படும்.

வீரபத்திரன் டைரியில் பாழ்நிலையுற்ற அழிவுற்ற நிலைகுலைந்த ஒரு கடல்விலங்கின் நகலொலி கேட்டது. இவ்விலங்கின் எலும்புகள் நொறுங்கி வஜ்ரக் கூலமாக வில்வளைவான விலா எலும்புகளும் நீர்குலைந்து தாறுமாறாகிச் சரிந்துகிடந்த கடல் மூழ்கிய தஸாக்குப் பட்டணம் என அதற்கு பெயரிருந்ததைக் கண்டு அதை கணவாய் மீன் குருதி தொட்டு எழுதியதும் நான்தான். மசிப்புட்டியில் வழியும் கடல். கணவாய் மீன் கருங்குருதி எடுத்துப் பதியும் சரிதையில் மயிலிறகுக் கண்களால் என் வரைபடங்களைப் பார்வையிடுகிறார் வீரபத்திரன். பலகிழிவுகளை உடைய பதினாறு கல்லில் ரேகைகளிட்ட கருப்புத் தஸாக்குகள் மேகாற்றிலும் வரக்கூடும் என்றான்.

34

தக்ஷிண அத்யவதா

தோற்றவர்களின் ஆன்மா பின்தங்கி விடப் போவதில்லை. காத்திருக்கும். குடைவுற்ற இருளில் அடியெடுத்து வைத்தவர் களைக் காணவில்லை. லட்சம் ஒளியுமிழ் பேருருவாய் தஸாக்கினி அவள் வளை நகங்களில் ஒளிரும் கடல். கல்லாக மாறிய ஒரு யுகத்திலிருந்து மறுயுகப் பயணம். வியப்புறும் பறவைப் பெண்ணுரு. மீன்களின் கூட்டத்திலிருந்து தன்யங்கள் நூறு சுனைகளாக அசையும் ஊழிப் பாலூட்டிப் பாறைகளில் திரள்திரளாய் திருகிய குழல் பீலிகள் பல்சுனைப் பால் பாதையில் நீந்திவருகிறாள்.

கடலோடிகள் கூடிச் சேர்ந்து மாலுமிபாட இடைக்குரலும் பிபா எனும் சீன மூங்கில் சல்லரி வாத்தியம், தவளைக் குரல் சுழல்களாகச் சுற்றும் பாடல். குருத்து இறகுத் துகிலால் எழுதிய பழைய அம்பா பாடலாக இருக்கும். பாடியதைத் தலைமாற்றும் குரல். எதிர்ப்பாடல் சந்தம் பவளம் உள்ளடங்கிய இசை. ஈரிதழ்சிப்பி திறக்கும் காற்றில் கப்பற்பாய் இறங்குகிறது.

காற்றின் திசை மாறுவதனால் வெவ்வேறு திசைகளில் அலை வீசும் வாக்கியத்தை இறகுவடிவ கடலுயிர் எழுதிச் செல்லும் நீர் எழுத்தில் 'தக்ஷிண அத்யவதா' காற்றும் கரைந்துவிடும். சீகலைப் போல ஆழத் திற்குத் தலைகீழாக அலை எழுச்சியில் குழிந்தூடுருவி மறைந்தாள் தஸாக்கினி. இருண்ட அலை அவளை மூடியது.

அவள் செல்வம் கொழித்த கமாரா துறைமுகத்தில் உடுத்தாடை இல்லாத கணிகையர் இருட்டைத் துளைத்துவர மணிக்கிராமம், வீர வளஞ்சியர், ஐநூறுவர் சிதறிய நாணயங்கள் சூலியாவின் குதிரை வாணிபம் நுரைத்த கடல். யவனப்பெண்டிர் காவலில் மாண்டுகிடந்த ராத்திரி பிறந்த சிவப்புமாறாத சிசு எத்தி உதைத்த கடல். உந்திக்கொடி பிரித்தகற்றினாள் காதகி சித்ராபதி. குழந்தை சூறைமீன்போல்

சுழிக்குரலும் கீச்சிட உதட்டில் மீன் கரும்பிய சேனை தொட்ட நாவில் அரும்பும் கடல்நாய் எலும்பும் வைத்து முலைநனைத்த தஸாக்கினி. நில வடிவில் உடல் தோய்ந்த தீயெறிவு உவர்ப்பின் விதைகளில் வரையப்படும் விடுகதையும் உதிர்கிற காற்று வழி கிராமத்தில் தக்ஷின அத்யவதா... சுரக்கும் ஒலி.

நிலைபெயரும் கடற்கோட்டை சுவர் சுற்று உயரும் இருளில் வௌவால் கூட்டம் கிறீச்சிட்டுப் பறந்தவாறு அலையலையாய் மூண்ட வெளி. குரல்கோடுகளில் மாதஸாக்கினி சங்கேத வாக்கியம் கடந்துசெல்ல முன்அறியா முனிச்சுழலிகள் தாயம் போட்டு விதியோடு விளையாடும் கருநாவாய் மேல்தளத்தில் ஊழ்பகிரும் சூதுகவ்வ சுழற் காற்றில் கழுகுகளின் நாவறண்ட பெருந்தாகம் மாறிமாறிக் கால்சிக்கும் உறவினை அறுத்துப் பீடித்த சாவும் அழிவும் மணல் தீடைகளாய் நகர்ந்துவர மனிதர் மட்டும் அங்கே புனைகதிப் பொழுதுகளில் உலவுவதேன்?

சாம்பல் நத்தைகளின் கூடுகளில் துயில்வதாயிருந்த ஊர்கள் பயணத்தில் ஏறிவரும் கடல் கொம்புகளை அசைக்க இரவிரவாய் எழுதிவந்தேன் காற்றுநூல். அலைமடிப்பில் சுருளும் காற்று ஆழ்ந்த உணர்வுகளுக்குள் துக்கமான உயிர்களை அனந்தத்தில் நிலைக்கச் செய்யும் அசைவு.

தஸாக்கினி இறுதிநாளில் மெல்லுயிர் புதைந்தவர் பூண்டில் புழுக்குலமாய் வேறொரு உலகை கருவில் கொண்டு இருளாயினாள். மறைவின்பின் எலும்பின் கூலங்களின் மீது மல்லாந்திருந்தாள். அவள் யோனியிலிருந்து சிறுபுல் ஓரறிவுயிர் அத்யவதா காற்றில் அசையும் த ஒலி... தேய நிறைவெய்தா சிருஷ்டியில் வளர்பிறைக் கொரு கரு உயிர்மார்க்கம் கபாலம் ஏந்தி எரிதழல் கொண்டுவா... தஸாக்கினி... மரணத்தின் சடங்கில் கணையுமிழ் சரங்கள் தப்பி வீழ்ந்த படு களத்தில்... வேங்கிமலர் மடிந்துவீழ்ந்த புழுதியில்... கரைநெடுக நந்திக்கடல் முனைவரை பிணக்குவியல்... பெரும்படகுகளில் எதிரியும் இறங்கிவர தம் அரண்மனை விளக்குகளையெல்லாம் அவள் நாக்கால் பொத்தி அணைத்து இருண்ட பகுதிக்குக் கூட்டிச்செல்ல வழிவிட்டு அடர்ந்த வேங்கிகால் புதரில் மறைகிறார்கள். தீக்கால் களுடன் நீர்முனிகள் சுழிந்த தழும்புகள் முந்நீர் கரைநெடுக ஆராமம் எங்கும் கோடுபட தேக காந்தியெலாம் மழுங்கி அழுகிய சரீரத்தைத் தொட்ட நிலவும் நாறிய இரவு புண்குதறிய சிசுக்கால்கள் துணி மடிப்பில் படாமல் புல்வேய் குரம்பையில் கரையரும் பாணரும் பூசிய

ரத்தமடுவில் மகாவம்சர் துவக்குகளும் ஊளையிட்ட காற்று தொலைவு வரை சுழல மயக்கத் தீயினை அணங்கமழப் பரப்பி அவ்விடம் சிவனொளி பாதமலைக்கானம் பொங்கி வழியும் நேத்திரங்களின் கடையோரம் வழியும் சிவந்த காடு.

கடற்காற்று நூலுக்குள் கங்காளம் தொலைவுகளும் தனிமைகளும் ஆக சதுப்பளங்கள் தாண்டி உவர்தரவையில் தூங்கும் மீனை எழுப்பாமல் சகதியில் கைநுழைத்துப் பிடித்துவிடும் ஏனாதி குமாரத்திகள் ஆற்றங்கரை நெடுகவும் நச்சுவலையை மிதக்கவிட்டுக் கரைகொண்டுவந்த வலையை உலர்த்துவார் நண்டு, நத்தை, விரால் மீன், உடல்புனைந்த செவுள் சிவந்த அத்யவதா காற்று, பால் சோழிகளை உருட்டும் வீட்டு ஓரங்களில் தரையில் எரியும் மீன் உடல் நீந்திவர ஒளிமங்கிய படகில் சிப்பிமாலை சூடியவள். நுண்ணிய சிப்பிவரி விழிகீறி பேய்க்காற்றில் த எனும் செவ்வியல் கன்னி ஆடை மடிப்புகள் தெருவரைக்கும் நீண்டு சடபடக்க சித்திர விசித்திரம் செய்த சாயத்துகில் தரைபட்டுப் புழுதித் தெருவைத் தாண்டித் திரும்பி வளையும் ஆடை மணிச்சரங்கள் ஓசையிடப் பதிவிரதைகள் ஐம்பதுபேரும் ஒவ்வொரு வீட்டின் குமருகளும் கதவைப்பூட்டி ஜன்னல் இடுக்கில் காதுவைத்துக் கேட்கவும் உள்ளே பதுங்கிய பெண்மக்கள் கீழ்திசைக் குலவையிடும் சுருள்களால் சிலம்பணிந்த த என்பாள் கால்காப்பின் குலவைக்கு மண்டியிடும் சத்தசமுத்திரம் அலையலையாய் அவள் துகில் வெளிர் நீலமாய் மயங்கி மச்ச ராசிகளும் கூடவர அவள் மரணத்தின் பாதங்களை மீனுரசும் கோடுகள் இருளாய்க் கருத்திருக்கக் கங்காளநூல் ஏந்திய த அணங்கின் புராணத்தை நீரில் கரையக்கரைய சுரைகுலுக்கி கதை சொல்லட்டா... சுரைகுலுக்கிச் சொல்லட்டா... வென சாகுருவி வந்து தென்காற்றில் பறந்து பறந்து போகுதே பெண்மயிலே... ஏடுகள் சாய்ந்திருக்கு எழுத்தாணி கரையக் கரைநெடுக காற்றணங்காய் மாறிவந்தாள்.

மனைச் சேர்த்திய வில் அணங்கினால் வரிகொடுத்த பட்டினப் பாலையும் தான் திறந்து அணங்குடை முந்நீர் பரந்த செறுவின் சிறுதாமல் பூவுக்குள் பூவைப் பெண்ணாக்கி அண்ணவாசல் கண்ணாடிச் சிமிழில் உருப்பளிங்காய்த் தோற்றம். பீங்கான் வளையல் அணிந்த கொற்கைச் சங்கும் அறுத்த இறையனார் நாவில் சங்கதனைக் கீறிய வளையல்கள் கீழே விழுந்து உடையும் ஒலி. முத்தம்பட்ட வளையல் உடைபடாமல் காத்திருந் தாள். கடற்றுறையில் உறைபவள் உப்பு இயல் காற்றாய்ச் சடபடத்த அத்யவதா... கடல் உருக்கம் பெண் சிலைகள் உருள கழி முள்ளிச் செடி கரிப்பு மலர் ஏந்திவருகிறாள்.

கருத்திருந்த தாழ்களில் காற்றின் ஓசை நிழல்படியும் கரைநெடுக இழுத்துச் செல்லும் தஸாக்கினி துயர் இழையும் பாடல்களால் பரதவரை அழைக்கும் அம்பாவின் கார்வை ஒலி. தன் வாலைக் கவ்வியுள்ள வட்டமான காற்றாக மாறிய அத்யவதா சாரைப் பெண்ணாய்ச் சீறி உருட்டுகிறாள். மெல்ல அழைத்து ஏமாற்றிச் சுருளும் சீற்றம். நத்தைகள் நீலத்தில் ஏறிச்சுற்றும் உயிர் சுழற்சி. துயர்வீசும் இரவைக் கொள்ளும் காற்றின் கிழிந்தபக்கம் தொல்லுயிர் ஓசை. திடீரென நிசப்தம். இருட்டு. சுழி சுற்றிய குருவிகள் சிலம்பும் ஒலி. அவளிடமிருந்து எல்லாக் காற்றின் கோடுகளும் காண நீங்கள் புதிர்களைக் காட்டும் படைப்பின் அடுத்த பரப்புக்குக் கடந்து செல்லலாம்.

35

காற்றணங்கு அபரதக்ஷிண பிஜபா

வில்லுமிழ் கல்லில் விழும் கீறல்களாய்ப் பரவும் த அணங்கின் மோன இழைகளில் மறதியை மீட்க விழைகிறேன். அங்கே அழிவுற்ற நிலை குலைந்த ஒரு நகர்பகுதி தோன்ற எரி மகர மீன்பிளவாக முள்ளெலும்பு அடுக்கில் சித்திரப் புள்ளி நகரும் கன்னியாகக் கவிய பாதை அவள் காலடிகளைத் தொட்டுச் செல்வதாகப் புலப்பட்ட தெருக்கூரைகள் நொறுங்கி கோயில்களும் வீழ்ந்த வில்வளைவான விதானங்களும் பாசிபடர்ந்தும் சீர்குலையாமல் தூண்கள் தரைக்குள் சரிந்த நிழல் நீளத் தொடுவதாயிற்று என்னை. கண்ணுதலாள் அலக பாகம் விரித்து கடல் கித்தானில் சுருட்டப்பட்டிருந்தாள். கடலிடம் அடைவோரைக் காக்கும் புகலிடம் நீரணங்கு. அவளருகில் கடல்பெட்டகம் கதவுகள் இல்லாத லட்சம் உயிர்க்கூவல். கதகதப்பான மென்காற்றை வீசினாள். சிலையின் கைவிரலைத்தொட்டபோது அதில் ரத்தவோட்டம் துடிப்பதாக விதிர்த்தது. கல்லில் செதுக்கிய அவளை அணங்கேற்றிய உளி விரல்களும் மறுபக்கம் தொட்டு கலைதோய்ந்த புள்ளிகள் வட்டம்பட்ட சிலைமூழ்கிச் சரிந்துகொண்டு இருந்தது. இன்னும் வீழாத சரிவு கனவில் தலை மிதப்பதால் இருக்கும். உயிரிழையும் பிரதி செய்யப்படாத வெளிர்நீல நீரில் கல்தச்சனின் குழம்பிய விழியை செங்கழிப்பாய் நோக்கினாள். துயர்இழை அவளை ஆட்கொள்ள 'எவ்வொருவரிடமும் கவர்ந்து நீ ஈர்க்கிறாய் யௌவனத்தை. மோன மினுக்கத்தை நீ பார்க்கையில் உன் உடல் பசலை படிகிறது நிச்சயமின்மையில். தச்சன் கல்லைத் தசையாக்கிய த அணங்கு விழிதிற... இறந்த நகரின் வீதிகளைப் பார்க்கவரும் நீ எந்தக் கலைச் செதுக்கையும் எடுத்துச் செல்ல ஏலாது. அதற்கு எதிர்மறை விளைவுகளை நீ சந்திப்பாய். என்னோடு ஒத்திசைவதால் நிலவின் வறட்சியையும் கடல் ஓதநிலையையும் விதியாகப் பெறுவாய்.

என் உறவில் உனக்கு நாளும் பொழுதெலாம் பித்தாக மாறிவிடும். பூஜியத்தில் அண்ணாந்த மோகினி அடைவாய். சொற்களை வேண்டுமானால் விரும்புகிற அற்புதங்களைச் சிருஷ்டிக்க மெய் உடலாய் கதைகொள்கிறாய். கல்லை நெகிழவைக்கத் தழல் கொடுக்கும் தீய கன்னி நான். என்னை விரும்பாதே. மறதியை மீட்பது துர்லபம். நிகழ் காலத்தில் தஞ்சமடைந்துவிடு...' என்றது த அணங்கு. 'த அணங்கே உன்னை விலகி அந்நியப்பட்டிருக்க என்னால் இயலாது...' என்றேன். சுங்கானைத் திருப்பி கைப்பிடியை நழுவவிட்டபடி, சிலை விரல் பற்றி த அணங்கு வழிநடத்த இமைகள் தூக்கம் அயராமல் கருவிழி அடிமுனை சுழி நகர்ந்தே பார்வைத் தோற்றத்தில் இரு காலத்தில் இருப்பவளாய் நூறு பல வருஷ கால ஒருநாளாய் நோக்கால் உணர்த்த அடிவிழிக்குள் விரியு மொரு பாழ்நகர் வரைபடச் சுருக்கங்களை அடிரேகையிட்ட நயனம் செவ்வெளிபடபடக்க மறதிதானே வெளிர் சிவப்பு நகரம் எனத் தோன்றலாயிற்று. வெகுகால ஜன்னல்களும் திறக்க நாட்டுவாசனை, செங்கழுநீர் தஸாக்கிப் பட்டணம். வணிகர்மனை வீதி அடுத்த பதனத்தைலமிட்ட கதவுகள் இந்திரன்திக்கில் கடற்காற்றுவீச நிலைத்திருக்கம் பெருந்திருணைத் தாழ்வாரங்களில் வழிப்போக்கர் உறங்கிக்கிடந்ததும் சமணப் பள்ளியில் அழிந்த சமவசரணத்தில் விலங்கு பட்சி வகையின் உருவமைப்பைக் கண்டுணர்ந்த சிருஷ்டிகரத்தில் நகரின் வரைபட மாகவும் நூற்றுவர் பயணங்களின் சுழற்படத்தை பாம்பின் நெளிவு சுளிவான பாதைகள் சேருமிடம் கெடா சாவகம், தக்கோலம், சீனம் வரை காற்று வகைகளின் கோடுபடும். ஞாபகங்கள் சுவரில் அரிமானப்பட்டதும் வங்க மாக்களின் நகர்வு முன்னூகிக்க முடியாதவை. கீழ்திசை வரைபடத்தில் நெருப்புமிழும் தீவுகள் தென்திசைக் காற்றுவீசிப் படகு வளைந்து திரும்பி ஆழச்செல்ல பூமியை அசைத்தாள். நெருக்கித் தள்ளும் காற்றணங்கின் உக்கிர வன்தாக்குதலால் பாய்மரம் முறிந்துவிழ மூழ்கிய நகரின் நெடுநாள் நீரடி கிடக்கும் மனிதனாய் இருந்தேன். மேல்வர இயலவில்லை. அலைபாய்வில் மிதந்து நீந்தினேன். அங்கிங்குமாக நீரோட்டத்தில் ஓர் பேரலை தூக்கிவீசிய அழிபட்ட நகரின் மிச்சவீதியில் விழுந்தேன். பண்டைப் பாண்டிய கவாடகம் போன்றதான உள்ளரணி அஸ்திவார அமைப்பும் தஸாக்கிப்பட்டணம் பெருங்கோயில் சம்பாபதி உருவரை எச்சங் களுக்குள் அவள் ரெக்கை இடுக்கில் அகப்பட்டேன். அங்கே ஏதோ பழைய துறைமுகம் முந்தைய காலத்தில் நடப்பிலிருந்து மறைந் தொழிந்த சமுத்திரக் கரைகளில் தங்கிடமாக அமையும் வௌவால்

சத்திரத்துக்கு அப்பால் இருந்த மணிக்கிராமத்தைத் தொட்டதும் சிலிர்த்தது. இருந்தாற்போன்று ஒரு கப்பற்துறை எச்சத் தடயங்களிருக்க நூற்றுவர் அங்கே வாணிப நாவாய்க்கு மூங்கில்பாய் பின்னும் கூடத்தின் பெருங்கதவுக்கு கரிகாலன் அடைகல் கீறல் ஓடும் வரைபடத்தில் தேயங்கள் மங்கித்தெரிந்தது.

இன்னும் தொலைவிடத்தில் தலைதூக்கு மரங்களில் சிலர் தம் தலையை தாமே அரிந்து தொங்கவிட கண்நுதலாள் மூச்சுவிடும் சக்கரவாளக் கோட்டத்து விளிம்பில் பலிபீடம் தெரிந்தது. மாவிரதரின் சமாதிச் சுவாசம் ஊழிதொடர்ந்து கடலுக்குள் குமிழ், விண்கண் ஆயிரம் சிமிட்டும் இந்திரனோடு கைவிடப்பட்டவனாய் அங்கு நிற்கிறேன். இந்திரன் காலடியை வாலை ஒன்று கவ்விப் பேருவகையின் பேசாத மீனின் வார்த்தை உயிரைத்தொடுகிறது. எரியுமிழ் வஜ்ராயுதம் நீரிலும் அணையவில்லை. இந்திரர் பலரும் தோன்றி உருநிழலாய் வர மனதில் ஓர் மின்னல் புராதன இருளில் எங்கும் நிலவுகிறான். இந்திரனின் கடைக்கோடிவிளிம்பில் என் இருப்பை உணர்ந்தேன். கடலால் விழுங்கிய நிலம் நான் கல்லாக மாறிய ஒரு மரம். இன்னும் வெகுதொலைவு கல்லுடன் செங்கல் சிப்பி முத்துவெளுப்பான சுவர் அரிப்பில் சிவந்த நகர் மருங்கில் இந்திரன் கடல் முழுதுங்கேசம் அவிழ்த்தான். நூல் வல்லோர் மறந்த என் பழம் பட்டினத்து எச்சமிச்ச எலும்புக் கூடுகள் மரமா காலத்து கனத்தவிலா எண்பும் உருக நெருநெருத்து நொறுங்க நடந்து சென்றாள் த அணங்கு. அவள் முதற்காலங்களில் நிழல் கவிந்திருந்த மரங்களாக கனிமங்களாக மாறிக் கசிந்தும் உருச் சிதைந்தும் சிதையாதிருந்தாள் பீடிகை. அதன் பக்கத்தில் கீழ்நோக்கி இறங்கி தனித் தீவைச் சென்றடைகிறேன்.

இவ்விதம் நான் கனவு கண்டிருக்கும்போதே, மறதியிலிருந்து விழுமியத் தோற்றங்களைத் தொடர்ந்தேன். பாசிபடர்ந்து மூடியுள்ள அழிவுறாத சம்பாபதியின் வெண்கற் சிலையின் ரெக்கைகள் ஊமையாய் மெய்மறந்து விரிய அசைவற்றுறைந்தேன். அவள் ரெக்கை நீண்ட நெடுங்காலத்திலிருந்து பயணிப் பதாக தலைமுறைகளைக் கடந்து ஊழ் ரகஸியமானாள் சம்பாபதி. விசித்திர வரலாறு கல்ரெக்கை இடுக்கில் சிதைவதாக ரெக்கை விரிவில் நிகழ்கணம் மடங்கியிருந்தது. அவற்றைப் பகிர்வதற்காக கடற்பாணர்களின் பாடல்களை வீரபத்திரன்டைரியின் சிதைவில் கேட்டிருந்தேன். பதினாறு காற்று களைப் பக்கங்களாகக் கலைப்பதும் சாண்டகான் டைரியை முடிவின்றிச் சுற்றுவதுமானான். வீரபத்திரன் அமரஉடம்பிலிருந்து காற்று சுழிந்து சிவந்திருந்தது.

சிதைந்தநாவாயில் வசிக்கும் கேப்டன் தினகரன் இறந்த உடல் விரட்டும் பெருங்காற்றை வீசியது சிறகிலிருந்து. புயல்பறவை கனத்த கடலைப் பிளந்து கொண்டு ஊடுருவுகிறான் கேப்டன் தினகரன்.

சாவகத்திலிருந்து என்னை நீந்த அனுமதித்த கடல்தஸாக்கி வேட்டைக் கப்பல் பக்கங்களைச் சுற்றி அடர்புகை சுழன்றிருக்க இந்திர விழாவில் பெண்டிர் கருந்தேறல் அருந்தி கானல் வரியின் உள்தாழ்நீர் நிலங்கள் மத்தியில் கொம்புமுளைக்கும்படி பேசிக் கொண்டிருந்த தீவகத்து விருந்தினர் யாரும் திரும்பாமலே இப்போது புயல் ஒப்பாரி ஓலமிட்டிருக்க கள்ளின் சாடிகளைப் பற்றியே நீந்திக் கரை சேரும் கமாராப் பட்டணத்து அதிசய அதிதிகள் இன்னமும் சாகாமல் கன்னிப்பெண்களுக்குப் பிரியாவிடை தந்தவாறு இந்திரன் கரத்தைத் தொட்டதும் நேசிக்க முடிந்த கணிகை மாடங்களில் ஸாரஸ் பறவையின் முட்டையை வைத்தும் ஜவ்வாதுப் பூனைகளாக வாலையாட்டித் திரும்புகிறார்கள் புயலில்.

சிக்ளீக் கிளிகளைக் கொஞ்சும் நாட்டியமங்கை அவர்களுக்கு விடைதரும் பாடலை குருவிக் கலத்தைத் தட்டி அகவினாள். சுர புன்னைக் கப்பலும் புயற்பாடல்தான். தாழ்ந்த தீவு நோக்கி ஏகும் காற்று. கடற்பாறை வரிசையில் சீகல் வட்டமிட்டு அமரும். நீரர மகளிர் கப்பற்பாய் இறங்கிக் காக்கக்கூடும் கடலோடியை. காற்றின் திசை மாறுவதனால் வெவ்வேறு திசைகளில் பறக்கிறாள் சம்பாபதி. சாய்கிறாள் இறகு வடிவம் மெல்ல அசைய ‘வளி மண்டலத்துக்கு அப்பால் என்னைப் போன்றதொரு சொல்லின் நிழல் களாக எனக்கப் பால் அலைகிறேன்’ என்றான் கொலையுண்ட கேப்டன் தினகரன்.

தன்னூர் உம்புக்காரத்தெரு சனங்களை வெளியேற்றிப் புரட்டும்.

‘காற்று புரட்டும் பக்கங்கள்’ என்றான் சுடப்பட்ட வீரபத்திரன்.

36

உதிசின வதா

'கழுகு பறக்கும் போது பருந்தாக இருப்பதில்லை' - சேநி

பதினாறு காற்றுகளின் பாடலிலிருந்து சடாயு புராண உடலைக் கலைத்து தன் சிறகுகளை மாற்றிப் பின்னி அசைவின்றி மிதக்கும் உதிசின வதா காற்றை நீங்கள் அடைவதற்கு பூமத்தியரேகை விளிம்பு களில் தீயேற்றிச் செல்லும் வலிமைகொண்ட ரெக்கைகளை விரிக்கிறீர். தண்ட காரண்யத்தில் தசரதன் இளைப்பாறுவதற்கு முன்னே திரேதா யுகத்தில் சேநி என்பவளுக்கும் அருணனுக்கும் இரு புத்திரர்களில் சம்பாதியோடு சேர்ந்தே திரிந்த புராதன நகரங்களில் வட கிழக்கில் மறைந்துபோன துறைமுகங்கள் முந்நீர் பழந்தீவின் கடற்கரை நெடுக ரெக்கை உரசி சம்பாதியை தேடியவன். சம்பாதி சாம்பல்நிறக் கண்ணுடையவன். கடலோடிகள் வழிபட்டு காணிக்கை செலுத்தினால் 'கடுங்காற்றில் மிக உயரத்தில் விண் சரிந்த நட்சத்திரங் களின் அசைவுகளைக் கூறுவேன் உனக்கு... கடலின் மேற்பரப்பில் இருள் கருத்த நீர்வீக்கங்களைச் சொல்லுவேன். உலர்ந்த தீவுகளை நேசிக்கும் சீகல் கூட்டத்தோடு நீ பறக்கமுடியுமா... செங்கால் நாரை நிச்சயமற்ற நிலையில் ஊசலாடும் தம் சிறகில் நம்பிக்கைகொண்டு உயரத்திற்குப் பறந்திருப்பதில் அஞ்சாது ஈர்க்கப்படுவாய் நீயும்தான் கடலோடியே... கரையோர அலைகளில் தலை நனைத்து மழை வருவதற்குமுன் கூடுகளை வடிவமைப்பதை மீனோர் பார்த்து விடுவார். அண்டம் நீர்நனைத்த தலை சிலிர்த்து பலவீன அடியெடுத்து மூக்கைத் தீட்டும் சுறவுமுள்ளில் வெளுத்திருக்கும் உதிசினவதா காற்று மீனைத் தஞ்சமடையும் போது மாபெரும் அலை ஏறும் அபாயங்கள் சீறிக்கு முறும் நிலைக்குள் நீங்கள் மாட்டுவதற்கு முன்பே கடற்பாயில் அண்டம் வந்து கயிறுகளை அசைப்பதைப் பார்...

ஒபிர் அல்லது அவ்ரோரா, யூராஸ் காற்றுகளின் பக்கங்களைப்

புரட்டும் பெரிய அமீர்... அவை யாவும் நிச்சயமற்று வாழ்பவை. அலைகளின் எல்லாப்பக்கமும் உவர்நிலைக்கு எதிர்வாக வரும் எழுச்சி. மேகக் கூட்டங்களை அழைத்துவரும் என் சோதரன் சம்பாதி வானத்திலும் உதிசினவதா காற்றின் வீச்சுகளில் நீந்துகிறான்.

'சிடாயு நீ கடல் பாடகன் தான். காற்று அமைதியாக இருந்தது. உவர்பரப்பில் கனிவான உன் தாய் சேநி பறக்கும் வடகாற்று இறகு பட்டதும் மேகங்கள் கருக்கொண்டுவிடும். மீ கண் சேநி... ரெக்கைகளை மோடங்களில் ஊன்றி வளர்த்தெடுக்கும் குஞ்சுதாய்க் கழுகு ஈரத்தை விண்ணில் உலர்த்துவாள்...' பெரிய அமீர் வானில் அண்ணாந்து சேநியைத் தேடினான். 'கோரஸ் காற்றை நீ அறிவாயோ அமீர்... ஆழத்தினூடாக நழுவிச் செல்லும் வலிமைகொண்ட புயலில் சுழற்காற்றாய்ப் பாடும் ஆழ்கடல் விலங்கு கிராம்பஸின் மூச்சரவம்...' படகு அழிந்திழந்த யவனரும் பரதவரும் கரைசேரா உதிசினவதா நாட்டு வழக்காறும் கொண்ட கடலின் உயிர்த் துன்பம் கலைவதும் முன்னோர் நாவாய் சிதிலங்களில் இயற்கை உயிர் இரக்க உணர்ச்சி களும் மீன்களின் சிறுவிண்ணப்பம் பேசாத வார்த்தைகளில் உள்ளே கேட்கும் பாடல்... என் தாய் சேநி பாதிப் பெண் உருவும் பாதிப் பறவையுருக் கொண்டவள். பசியால் வாடும் கடலோடிகள் அறிவார் அவளை. கவர்ச்சியூட்டி ஈர்க்கும் சிறகி.

கடல்பயணத்தில் மயங்கிச் சிக்கிவிடும் சேநியின் பாடல்களி லிருந்து தப்பிக்க உம்மால் முடியாது வாசககசறபாத்திரரே. உம் உடன்வந்தவர்களின் காதுகளில் தேன்மெழுகைவிட்டு தன்னைக் காத்துக்கொள்ளப் பாய்மரக் கயிறுகளாலே சுற்றிக்கட்டிக் கொடி மரத்தோடு இறுகிக்கொண்டாலும் உதிசினவதா காற்றில் கடல்பெண் சிறகி வார்த்தை எதையும் திணித்திருக்கவில்லை. மெலிவுக்கும் மெலிவான கடல்பாடல்களை அம்பாபாடும் மீனவர்கள் அறியக் கூடும். பரதவரில் சுறாவசியக்காரன் தஸாக்கு ஒருவன் இருந்தான். அவன் ஆன்மா சுறவு மீன்களின் மந்திரம். காற்றின் குறிகளுடனாக மீனின் செவுள்களில் சிவந்திருக்கும் உதி சினவதா...

'சேநியை நேசிப்பது சுறா வசியக்காரன். மன்னார்குடா சங்கு கோத்த தஸாக்கில் பதினாறு வெண்சங்கம் கோர்த்து புயலைத் தடுப்பதற்காக யவனர் சேகரித்த குப்ராஸ் மம்மிகளில் நகங்களாக ஒட்டிக்கொள்ளும் ஹென்னா மலர்களும் நகஒளியாக மிளிரும் பாடல் அவன். கல்நாரில் இழை பின்னிப் படிகத்துண்டுகளும் கொடுத்தான் சேநிக்கு.' கிழமூரின் வாச்சியம் கேட்டான் சடாயு.

குளிர்ந்த கல் சில குறிப்புகளை ராவணன் விழிகளில் தீட்டுகிறான். வலது கை ஓவியம் கீறிக்கொண்டு இடது கையில் காற்றின் புத்தகத்தை உருமாற்றுவது சுரா வசியன் தஸாக்கு பேசும் கடற்கன்னி சேநி. அவள் ரெக்கை எல்லாக்கோடுகளையும் பெற்றுள்ளபோதும் சுறாவசியம் எதற்கு ? சேநி தன் அரண்மனையை எங்கு வைத்திருக்கிறாள். காற்றின் சிமிழ்களின் ஆடும் சுடர்களை நாக்கால் மூடி அணைப்பதும் இருட்டு நாக்கில் ஒளி சுடர்வதும் கழுகுக்கு இயல்புதானே.'

'அவள் கழுகணங்கு. சிறகில் ஏறிக்கொள் கிழஅமீர்... வன்மை கிளர்ந்தவளாக வெகு ஆழத்தில் மேலேயும் கீழேயும் நகரும் மீன் அவளின் நத்தைக்கூடுகளின் விசில் ஒலி. காற்றுகளை சாந்தப்படுத்தும் சுறாவசியனின் பாடல். அவன் பேசியதை விடவும் மிகத் துரிதமாக வீங்கிப் பொங்கும் கடலை அமைதிக்கு இணக்கமாக்கும் குரல் அவனது. தன் முக்குவர் மூழ்கிய ஆழத்தில் நீந்தியே திரிபவன். குந்துகால் மணல் கரைகளைத் திறந்து வானரங்கள் இட்ட தொங்கும் பாறைகளில் வீடமைத்து இளைப்பாறும் சேநி. எளிதில் அணுக இயலாத அணங்கு ஓய்வெடுக்கும் உயிருள்ள கல்லாக உலர்ந்த பாறையில் வசிக்கிறாள்.'

காற்று புரட்டும் பக்கங்கள் அவள் பாடலை சுறாவசியன் தஸாக்கு பாடினான். அக்கழுகரசி ஊகித்துணர முடியாத நீலம் பரந்த வெளியில் நீலம் கரைந்தவள். எல்லா யுகங்களிலும் வாழ்பவளாக அவள் இன்னமும் காற்றாக புயலாகச் சுழிகிறாள். மீவிலங்குடன் நீண்டிருந்தாள் சேநி. இயற்கை நியதியில் மேவளரும் உதிசினவதா காற்றாகிறாள். எழும் ஒலிகள் கடலின் ஆழ்கசத்தில் மண், நீர், காற்று, அனல் ஆகிய ஓதங்கள் ஒன்றுக்கொன்று கலந்து யாளியின் உரு என மீகுறியீடாக பேய்ச்சுழற்றி என்பதை மெலினத்துக்கு எதிர்நிலை யாகக் காண மோனத்துக்கு எதிர்நிலை காற்றின் பரம் பரம் என்ற ஒலி மெலிந்து பரிச ஒலியாக மாறி கடலின் மெய் உறவாம் மீன்களின் மென்குரல் கரும்பிய உதிசினவதா... கடல் இடப்பரப்பில் பரவித்திகழும் கழுகின் சிறகு.

37

மாவோமீன்

சுருள் XI

செரியல் சித்ரகதா

சொல்லி	கேட்போர்
ஒழுகும் குடையுடன் திரியும்	உத்திர ஒடியர்கள்
ஒற்றைத் துறவி மாவோ	சந்தால் பழங்குடிகள்
	நாகர்கள்

அரிச்சல் முனைக்காற்று

அரிச்சல் முனை நீரோட்டம் மணல் சுழற்சியான உத்தரியப் புயல். அதன் காற்று ஓய்வெடுப்பதாகத் தோன்றும். ஊன்றுகால்களின்றி ஒருவருக்கொருவர் உதவிக் கொண்டோம் எனினும் முன்னேறுவது மெதுவாக இருக்கும். மேஜர் வீரபத்திரன் பாதம் கடற்பூண்டில் சிக்கி கற்களின் கீறலில் உதிரம் சுவறியது. இந்த ஜனங்களின் விநோத இருள் கடலுக்குள்ளும் இருந்தது. தனித் தனித் தீவாக இருவரும் எதிரெதிர் திசையில் பயணித்து ஒரே ஊற்றை வந்தடைகிறோம். எதிரெதிரே சந்தித்துக் கொள்வதால் எந்த சைகையும் எதிரியாக்கிவிடும். தொடர்ந்து சென்றிருந்தபோது என் தலைக்கு மேலே தடதடக்கும் ஓசை. சிலசமயம் இருமடங்காகும். விடாது சீறும் சப்தமாகக் கேட்டது. பிறகு அது கடுமழைபெய்து அலைகளின் மேற்பரப்பில் சுருள்வதால் எழும் ஒலிதான் நீருக்குள் நீர் நனையும் விந்தை தான் கடல்.

தினகரன் மூழ்குவதும் மேலுறுவதுமான மெலிதான பாசி படர்ந்த உடல். அவர் கழுத்தைச் சுற்றி பதினாறு கோடுகள். மேஜர் வீரபத்திரன் கைகள் வீழ்ந்திருந்த பரம்பையில் விடிகாலை இருளை ஒளிர்வதாக இருந்தது சிதைந்த முகம். இரவு அலைஓதம் தினகரன் சாயலில் கர்லிங்முடி சிப்பிகள் ஒட்டி புயற்காற்றின் மூச்சு மங்கியும் சுதந்திரித்தும் வீசுவதற்கான கிளையாக வீரபத்திரன் கைகள் வளைந்திருந்த

கருணையின் மீன் கொம்பு.

பிரிந்து செல்லும் பறவை 'எந்தக் காப்பையும் நிச்சயத்தையும் நான் பெற்றிருக்கவில்லை' என்று சொல்லிச் சென்றதான நகர்வு.

வந்து கொண்டிருந்த வீரபத்திரன் 'ஏழு விண்மீன்களும் கடல் மீன்களும் வானத்தில் உயர்வதைக் கண்டு சொருகிப்போகிறேன்' என்றான்.

'இரு கடல் சேரும் தொன்முதுகோடி நாம்' என்றார் தினகரன். இரு பெரும் அலை. டால்பின் மீனைப்பிடிக்க ஏமாறும் குழந்தைமையில் கருப்பு மீன் கூட்டத்தோடு திருப்பிப்போகிறேன். நம் உடல் கருப்பு மீன்களுக்குத் தம்மை ஒப்படைக்கும் மாவோ மீன் ஆகுக.'

'வீரபத்திரா... காப்பாற்றயாரும் வரவில்லை என்பதற்காக யார் மீதும் விரோதமில்லை எனக்கு... சென்றுவந்த தேசங்களைவிட தீவுகள்தான் எனக்குப் பிடிக்கும். காணாத தீவுகளில் மறைந்திருக்கும் கணங்களுக்காக தனித்தீவில் கரைந்து தொன்முதுகோடிப் புகலிடம் அடைந்தேன்'

'தினகரா... திரும்பவும் 'நாளேடு' தொடர்வதற்குப் பெரு முயற்றி செய்வோரை பாதுக்காக்கும் பொருட்டு இங்கே நான் வந்தும் அங்கே இருந்து வருகிறேன்'

'அழியும் சராரம் தொட்டுக் கேட்பேன்... சொந்த மரத்திலிருந்து துறவு கொள்ள முடியுமா?'

'துயர்மரத்தின் நிழல்கூட பற்றிக்கொள்கிறது என்னை'

எல்லாக் குலமுறையிலும் முகமூடியை ஏற்றுவது கடவுள். பிறகு வழிவிட்ட கிழவன் கையிலுள்ள மாங்கொட்டை ஏந்திய அசீவகர் நாம்'

நாணல் புற்புதர்களில் மீண்டும் வீழ்ந்து பூமியை ஒரு தானியமாக உருட்டி வீசியதில் விதைபலவாய்ச் சிதறினேன். கடற்காகங்கள் அறிந்த கோட்டி நாய்கள் புயலில் பெருகும் இத்தீவுக்கு வந்தவர் திரும்புவதில்லை.

ரனாவ் மரண அணிவகுப்பில் சுடப்பட்ட வீரபத்திரா... உன் சரீரத்தைச் சுமந்து திரிகிறேன். உன் இறப்பு தெய்வங்களுக்குரியதல்ல. மனிதனையும் கடவுளாக்கிவிட்ட இந்த பூதலத்தில் தாயகம் நோக்கிய ஏர்கொழுவுக்கிடை முதிர்ச்சியான உழவர் பாத ரேகையில் உன் கிராமத்தை தேடி அலைகிறேன்.

கருசல் பூமியை அசைக்கும் கடவுள் யாருமில்லை. பஞ்சம், கொள்ளை நோய் பீடித்த ஊரைவிட்டு ஜனம் ஏகிய பின்னும் போகாத

கிழவி குருவமாத்தாள் ஒட்டுத்தாலியில் மறிக்கொழுந்து சூடி ஏழு பஞ்சம் கண்ட நேத்திரங்கள் பனைவிட்டத்தைப் பார்த்துக் கௌளியுடன் பேசுவாள். அவள் ஒருத்தியின்னும் வளர்த்த புதல்வனுக்காய் பற்று விடாமல் ரங்கூன் கப்பல்வர காத்திருக்கிறாள். புயல்மீது அவள் கொண்ட பயமொன்று இருளவரும் தொன்முதுகோடித்துறை...

புயல்காற்று விலகி நின்றது. தரைநிலத்திலிருந்து மணல் தீடைகள் மேல்வரும். வௌவால் மீன்களும் நண்டு நத்தையும் கெட்டி மேலோடுகளிலிருந்தும் மெல்லிய ஒளிமிளிர்வு எங்களுக்குச் சிறிதே வெளிச்சம்.

நான் கணநேரத் தோற்றத்தில் லட்சம் தாவரவடிவிலங்கைப் பார்தேன். '...மரமா...' எனச் சைகையால் விவரித்தது வீரபத்திரன். 'அதன் யுகநுழைவில் நம் எலும்புகளும் தூரங்களும் மரமாகக் கிளைக்கிறதில்லையா... தினா...' 'கற்குவியலிடையே நகரும் மரமா கூட்டத்திடையே இருக்கிறோம் தானே வீரபத்திரா... பிசுபிசுப்பான அதன் சரீரத்தில் ஒட்டிக்கொள்வோம். இவ்வுணர்வுக்கப்பால் கீழே விழுந்திருக்கும் செதில்களை உற்றேன். திரும்பினால் செவ் வொளி வீசும் கொம்பு வடித்த தோணிஆமை வரிவரிச் சித்திரம் ஏழுவரியாமை சிமிழ், சீப்பு, கத்திப்பிடியாக மனிதன் ஆமையை உருவி வெளியேறிய நகைப்பெட்டகம் ஓட்டில் வடித்ததை என்னவென்று சொல்வீர்... வாணிபத்தின் நாகராகம் யுகங்களுக்கிடையே மினுங்கிக் கொண்டு இன்னமும் நாம் கடலுலகை மேற்கு திசையில் புதைக்கிறோம்.'

என்னால் விவரிக்க முடியாத ஒருவிதச் சீரொழுங்கில் ஏழுவரி ஆமை கடலினடியே இந்தக் கற்குவியல் அடியில் செல்லும் சாவ தானம். தொலைவான இருளாழத்தில் தம் நெடிய வாழ்க்கை ஆயிரம் வயதிலும் பயணித்துக்கொண்டு இருப்பது நாம் இழந்தவற்றின் பூதாகரச் சுவடு இதைக் கண்டுணர்ந்தோம், வீரபத்திரனும் நானும் எலும்புகளின் கூளங்களை மிதித்தபோது உலர்ந்த சிறபச் செந்நூலின் அலறல். இந்தப் பரந்து விரிந்த மணல் படிவில் ஏழுவரி ஆமையின் கோடுகள் மூழ்கிய அத்தனை தொன்முதுகோடி நகரங்களையும் கடந்துகொண்டு இருக்கிறேன். இதுபற்றி வீரபத்திரனிடம் சமிக்ஞையால் சொன்னேன்.

இதற்கிடையில் கோடிமுனையின் தீடைகளுக்கடியில் தொடுவானம் கொழுந்துவிட்டெரிந்தது. பூமியின் உப்பக்கம் முன்னறிந்திராத மனிதர்களாய் நாம் இருவர் இங்கே இயற்கை நோக்கிப் பயணித் திருந்தோம். இது ஒருவேளை மனிதப் பாகுபாட்டில் அழிந்து

பேரூழிக்குச் செல்லவிளையும் இரு ஆன்மா ரத்த விளாராகப் பரித்தெடுக்கப்பட்டு மீகரம் ஏந்தியுள்ள இந்நெருப்பை ஏந்தி யிருப்போர் மாவோவை ஜீரணித்த கருப்புமீன்களா… நீலமீன் கூட்டம் என்னைச் சுற்றி வருவதேன். முன்பு நாம் இருந்தோம் சந்தித்துக் கொள்ளவில்லை. பின் இல்லாமல் ஆனோம். இப்போது அங்கில்லாமல் இங்கு சந்தித்துக்கொண்டு இருக்கிறோம். நீலமீனும் கருப்புமீனும் ஒன்றையொன்று எதிரெதிர் சந்தித்துக்கொள்ளாத கண்ணாடியில் நீந்திச் செல்கிறோம்தானே தினகரா…' வீரபத்திரன் நீலமீனின் சாயலில் மூழ்கி மனக்கண்களின் ஊடாக அதிசய இரு பை முடிவற்று உணர்ந்து கொண்டு இருக்கிறான். நாம் தொடர்ந் திருப்பதில் இச்சந்திப்பு ஆயிரம் ஒளிவருடங்களை உணரக்கூடிய தொலைவும் இருப்புமாகிறது.

வீரபத்ரனின் காலடிப்பாதை மெல்ல மெல்ல நீலஒளியின் தேசலில் இருந்தது. நூறடி தூரத்துக்கு மணல் தீடைகள் எட்டும் வெண்ஒளி கசிந்தது. ஆனால் புலனுணர்ந்தது யாதெனில் நீலப் படிகத்தின் எதிர் ஒளிர்வை என் விதியாக நேசித்தேன். நீலம் சிறிது வெளிச்சம் மாயத்தின் தோற்ற மூலம். அது தீவுகளின் எதிர்ப்பக்கம் இருந்து அலைகிறது.

மன்னார் குடாவின் மணல்படிவுகள் ஆளையே பீடித்து நகரத்தையும் மூழ்கடித்துவிடும். போராளிகள் இருள் மார்க்கத்தில் மின்னல் வெட்டில் பயணித்த கோடுகள் நீர் உப்பில் தெரியும். அவற்றில் தன்னை இழந்த பலரும் கடலடியில் திரியக்கூடும். கலங்கிய ஆன்மா மூழ்கி அழிகிறது. நான் அவர்களையும் தொடர்ந்தேன். என் முன்னே மூழ்கி இறந்த மாலுமிகள் மீனவர் கழுத்தில் பதிந்த கொடுங்கரத்தின் ரேகையுளது.

கடற்பேயுருவாக தொடுவானத்தின் ஒளிர்புலத்தில் என் உருவம் கூட நீள்கிறது. கருத்தநிழல் இரண்டாய் நடந்தோம். மணலின் தீடைச் சரிவுகளைச் சென்றடைந்தோம். ஆனால் மணலுக்கு தேசங்களின் எல்லைகள் இருக்கவில்லை. ஆனால் சுறாவசியன் தஸாக்கின் ஆன்மா பரந்தகன்ற புதர்களின் இடர்பாடான பாதைகளைக் காட்டியது. இருப்பு பெயர்வதில் ஒருவரையொருவர் எங்களையே கடந்துவிடுகிறோம்.

ஆம் இறந்த வீரர்களின் புதர்க்காடு அது. இலைகளற்று உயிர்ச் சாரமற்று நீருக்கடியில் முகம் புதைத்து துயிலும் என்னை அவரும் அவரை நானும் கண்டதில் என்னை நானே புதை இருளில் கண்டெடுத்தேன். இவ்வுடல் கனிமப்பொருளோடு கலந்து

மாறியவையாக பேருவருவ அரசமரம் ஒன்றின் பலகிளைகளில் மரம் வாழ் துறவி சிவப்புநிற மீனாக மாவோ துயிலின்றி அலைவதைப் பார்த்தோம். எட்டாயிரம் மைல் ஜோடுகளின்றித் தொட்ட நிலம் சிவந்த வரைபடத்தில் ஒழுகும் குடையுடன் திரியும் ஒற்றைத் துறவி மாவோ. இருவர் நாங்கள் இருப்பதை விழியுற்று உச்சிகளில் இங்குமங்கும் அலைவாடிப்பேசும் மாவோமீன் கடலுயிர்கள் ஒட்டி அரிதுயில் நிலையில் நீலத்தில் தவழ்வதாயிற்று.

38

துப்பாக்கிச்சடங்கு

கேப்பர்மலை ஜெயில் *20.11.1918*
காளயுக்திவருஷம் *கார்த்திகை 5 புதன்*
வில் அம்புகள் நேருக்கு நேர் நில்..

அணைகளாய் வளையும் பழங்குடி எலும்பு சுவர்களில் முனங்கும் ஒலி கேட்கிறதா? இன்று அழியப்போகும் மலைக் கிராமங்களின் வனமந்திரம் பலியான இளைஞர்கள் குருதி மாங்கரையில் உடையும் வாசனை.

அவர்களைக் கைது செய். மடியில் மூக்கு முறியா நெல், அழுக் குடலிகள் கால அமைதியில் சுவாசிக்கும் ஆதிக்காடு. வேதாந்தா... தளிர்மான்களை விரட்டாதே... பனிப்பூனைகள் இருந்து விட்டுப் போகட்டுமே. பேரணில்கள் வனத்தில் திரியட்டும்.

வரையுடல் மந்திகளின் சாபத்தில் வேதாந்தா. விலங்குகளின் இருப்பு உலகமயத்துக்கு எதிரானது. மணலில் ஓடாதநீர் அங்கு மறைந்திருக்கும். வாட்டர் கேன்களால் என்ன செய்யமுடியும்? அதிலிருந்து கலையைப் பெற முடியாது. பிளாத்திகளின் மை இருளில் மறைவோம். இன்று ஆதிவாசி பிளட்ஸ் இயக்கமாகிவரும் நேரம்.

கிரிப்ஸ் எதிராளிகளோடு உரையாடத் தொடங்கியிருந்தான். யார் யார் வனவாசிகள் நக்ஸல்தேனீர் விருந்தில் மிகையாகக்குடித்த தேனீர் குட்டையில் சிதறி உடைந்த கோப்பைகளை மலையக அடிமைகள் ஒவ்வொரு சில்லாக எடுத்து ஒட்டவைத்து இருதய வடிவில் கோப்பையை நடுநெஞ்சில் சொறுகி 'கிரிப்ஸ்... பனியால் விரைத் திருக்கிறாய்... கொஞ்சம் தேனீர்பருகு. வனஉதிரம் தோய்த்த தேனீர் இதோ. நீ சுடுவதற்கு நெஞ்சில் மூச்சுக்குழல் இல்லை...தேனீர்

கோப்பைதான்... பகிர்ந்துகொள்... அழிவு இப்படியாகத்தான் இருக்குமா... சிறார்களை விட்டுவிடு... கிரிப்ஸ்... சுட்ட காயங்கள் இன்னும் ஆறவில்லை... ராணுவ சிகிச்சை முகாமிலிருந்து பஞ்சும் ஒரு குப்பி டிஞ்சரும் முதலுதவியாகக்கொடு... சிகிச்சைக்கான நேயம் இருக்கிறதா உன்னிடம்...'

சேவல் கூவியபோதெல்லாம் வெளியேறிக் கசப்புணர்வில் அழுது தீர்த்தான் கிரிப்ஸ். சாதகமான வலிமை குறைந்த சேவலைக் கொண்டுபோய் பிளட்ஸ்ஸிடம் விட்டதும் சண்டைக்களத்தில் இறங்க மறுத்தான். ஆனால் அந்த ஏய்த்துப் பசப்பும் சூழ்ச்சிச் சொற்புரட்டால் கிரிப்ஸ் சரியான பதிலைத் தரமுடியாது சுதேசியிடம். பிளட்ஸின் இளஞ்சேவல்கள் கூண்டுகளை விரும் புவதில்லை. ஆனால் அரேபிய இரவுகளில் வரும் பேருருவுடைய சேவல் எங்கிருக்கிறதென்று தேடிவரும் இரவுகள். எந்த இரவில் மனிதரைத் தூக்கிச் செல்லும் சேவல் மறைந்திருக்கும்?

மரண வழிமுறைகளில் வெளிப்படும் அபாரமான நாடகம் 'உலோகச் சேவல்' கற்பனைகொண்டிருந்த அளவே கிரிப்ஸின் கொடூரமானதாகவும் பெருகுகிறது. மரணம் பற்றிக்கொண்ட கண்ணாடியில் எதார்த்தத்தைக் கவ்விக்கொண்டு நிகழ்வுப்பரப்பை புதிரின் வெவ்வேறான கண்ணாடிகளில் மரணம் திரும்பி பூர்வகுடி வாழ்வெங்கும் பின்தொடர்கிறது. பழங்குடிகள் அங்கே கும்பு கும்பாய் இருப்பு பெயரும் இன்றைய ஓட்டத்தில் உலோகச் சேவலின் கற்பிதப்புனைவுடலைத் தூக்கிச் செல்கிறான். ரயில் நிலையங்களில் அழுக்காகத் தூங்கும் குழந்தைகள். சரித்திரம் வடித்த துப்பாக்கி பனிவிரல்களாய் முளைத்திருக்கிறது. வெண்ணிறத் தோற்றமணிந்த சாவு வழவழப்பான பாம்பைப்போல வளைந்து வனவாசி பிஸ்டலுக்குள் மெதுவாக இறங்கிச் செத்தபின் தோன்றும் புழுவாக இரட்டைக் குழாயிலிருந்து வெளியேறும் பிஸ்டல் புழுவின் நாட்டியம். புகைக்குடிச் சித்தன் பார்த்துக்கொண்டு இருக்கிறான். ஒவ்வொருவரும் தரையைப் பரித்து வெளியேறட்டும். டாடார் குன்றுகளைவிட்டு கீழிறங்கட்டும் கிராமங்கள். பள்ளத்தாக்கில் சந்திரகுப்தனின் சுதர்சன ஏரி தூர்ந்து விநாசமானால் சரித்திரமும் இருக்காது. ஏரியின் மேற்குக்கரை ஊப்பர்கோட் குன்றுகளில் மறைந்த சுதேசி ஆவிகள் வெளிவரட்டும். கிரேனைட் பாறைகள் மில்லியன் டாலரில் வெகுமதி. யமுனை-டான்ஸ் நதி சங்கமத்தில் மான்கள் நீர்பருகும் சலனமில்லை. உத்ராஞ்சல் சிறுவணிகன் தானியம் தேடி அலைகிறான். முசௌரிமலை வாசஸ்தளத்தில் கால்சி கிராமம்

வெளியேறிவிடும். கயாவுக்கு அருகில் பராபர், நாகார்ஜுன மலைகளில் எளிதில் உருகாத தீப்பாறைகளில் ஆசீவகர் மாங்கொட்டையைக் கையிலேந்தி பழங்குடிகளிடம் தானியங்களைக் கைமாற்றாய் நியமம் ஏற்கிறார். தாழைக்குன்றில் அவர்கள் மடிந்தார்கள். ஆசீவகர்களுக்கு அதுதெரித்துவிட்டது. குதிகாலில் நின்றுகொண்டு வவ்வாலைப்போல் காற்றில் கைகளை வீசி அழைக்கிறார்கள். ஆறுகளின் கருங்கரை அருகே உள்நாட்டு அகதிகள் பொதியோடு வளைந்து செல்லும் நீள ரயில் வண்டித்தொடர்... சூரிய அஸ்தமனத்தைக் கடித்து, மென்று சன்னதமான அவர் மரணத்தின் அரூபத்தில் மறைந்துகொண்டு இருக்கிறது கைவிடப்பட்ட ஊர். கலகக்காரன் துப்பாக்கியை உறையில் வைக்கிறான். கைப்பற்றியதும் விநோதமான படபடப்பில் சிக்கிக்கொள்கிற விதி யாருடைய கைக்கும் மாறிவிடக் கூடியதாக இயக்கம் கொள்கிறது.

ஆனால் கிரிப்ஸ் காலனிய விசுவாசி, கோணலான சாய்வாக வைக்கப்படும் துப்பாக்கிகளை சரிநுட்பமாகக் கையாளுகிறான். இயற்கைச் செல்வாதாரங்கள் தன்னிறைவான வனவாழ்வை விடுகதையின் புதிரை அழிப்பதற்கு கைத்துப்பாக்கியால் முடியாது, பச்சை வேட்டைக்கு புறப்பட்டவன் கிரிப்ஸ். இயற்கையின் ஓவியம் வனமனிதனிடம் மறைந்திருக்கும். கருவழிக்கும் நூதன வேட்கை. புவிக்கோளின் அகப் பரிமாணம் உலோகச் சுழலில் இருக்கும். துருப்பிடித்த அச்சிலிருந்து கரகரத்துச் சுழலும் முதியபூமி அயர்ந்திருக்கும்போது தாதுக்களை கிளறி சமநிலை இழக்கச் செய்யும் பிரபஞ்சக் குற்றவாளிகள் யார்? மூப்படைந்த மலைகளின் தாடியுடன் பூர்வகுடி நிலம்பூசி மரங்களில் அடைகிறான். எதிர்கால பிளட்ஸ் நீரை ஆறுகளில் பருகி கால்நடைகளோடு மேய்ந்து திரியும் பாடல் மலைகளில் உருளும்.

கிரிப்ஸ் முழுப்பயிற்சி பெற்ற வால் குறுகத்தறித்த பந்தயக் குதிரை. அனுபவமும் நுண்மென் பொருள் கணினி நாக்கில் பேசக்கூடிய பிரிட்டிஷ் நகரப்பேச்சு. கிரிப்ஸ் குழுவினர் சேவல் கொண்டையணிந்த கணிப் பொருள் செறிவுள்ள ரஸாயனக் கழிவுகள் வெளியேறும் மூளை. பலமுறை விமானத்தரகனிடம் முத்திரையிட்டுப் பெற்ற பவுன்கள் கலகலக்கும் மூளையிது. நில எழுத்துக்களில் உயர்ந்திருக்கிற முதலெழுத்து உலோகச் சேவல். 'அதிகாலையில் கூவுவதற்கு நெருப்பு பூட்டிய சேவலைப் போன்றே நிச்சயமாக' என்று சொல்லிச் சேரும் கிரிப்ஸ் குழுவினர் அனைவரும் சாம்பல் கோட் அணிந்த ஷேக்ஸ்பியரே. நூற்றாண்டுகளைக் கடந்துவாழும் ஷேக்ஸ்பியரின்

கோட்டுச் சிறகுகளைக் கொண்டது உலோகச் சேவல் 'உற்றுப் பார்ப்பதின் மூலமே மற்றவரைக் கொன்றுவிடுபவர்களாக இருக்கிறார்கள்' கிரிப்ஸ்களைப் பற்றி அவ்வளவாக ஷேக்ஸ்பியரிய ஞாபகத்தில் மதிப்பில்லை.

கலாச்சாரவாதிகளின் தாள் முகமூடி. சீர்திருத்தவாதிகளின் உரை யாடலை அவ்வளவாகக் கண்டுகொள்ளவேண்டியதில்லை என்றதும் கவிஞன் மறைந்திருந்து விளையாட்டுத் துப்பாக்கியினால் தாள் கோட்டை களுக்கிடையில் ஒருவரையொருவர் மறைந்து தாக்கும் வேகம். மரண விளையாட்டு. முகமூடி கீழே விழுவது மரணமென்ற வாக்கியம் நாடகத்தில் ஆதிவாசி சுடப்படும்வேளை. தவறாகச் சுடப்பட்ட தோட்டாக்கள், காலிக்கூடுகள், எம்.எச். சுழல் துப்பாக்கி களை துடைக்கும் தொல்லியலாளன் எழுதும் பிஸ்டல் வகை, பழங்குடி வேட்டை. ஸ்ரீஸ்ரீ, செரபண்ட ராஜூ மிசா சிறையிருப்பு 'ஜகத்குரு வருகிறார் ஜாக்கிரதை' 'இன்னொருமுறை இந்த தேசம் மோசம் போகக்கூடாது' 'குன்றுகளை உடைத்தெறிவோம்' நல்குண்டா, அங்கஷாபுரம் தொலங்கானா எழுச்சியின் விவசாய விரல் களில் இருந்த சுடுகருவிகள், செரபண்டராஜூ சிறைக்குறிப்பு.

ஒவ்வொரு நாளையும் என்க்கவுண்டரில் சுடப்பட்ட நிராயுத பாணி ஒவ்வொரு கவிதையும் தெலங்கானா. 'பெருந்தகைக் கவி களெனக்கிடக்கும் கோதாவரி' (கம்பன்) கிருஷ்ணா பெருநிலப் பரப்புகளில் நரவேட்டையில் சாய்ந்த விவசாயிகள், கவிஞர்கள், தொழிலாளர்கள் வெளியேறிச் செல்லும் பம்பாய் டெக்ஸ்டைல், சூரத் வரை துகில்வரை கலை ஆந்திர நாடோடி சாயவேர் சேகரிக்கும் காட்டுப் பெண்கள், நொச்சிகள் வெளியேறும் பாட்னா ரயில்.

உலகமயத்தின் சக்கரங்கள் உருண்டுவரும் பெருநிழல்களாக இந்திய நிலத் தோற்றங்களில் பதிந்து சுற்றும் பன்மைகளை வேரறுக்கும் அறுவடை எந்திரம், மூலவளங்களை பூமியிலிருந்து பிதுக்கி உயிர்க்காய்களை பேரம் பேசும் அரசு எந்திரம். கைரேகை யிட்ட கருப்பு ஒப்பந்தம். ஜனவிருத்தியைக் கணினித் தகட்டால் சிசுவறுக்கும் கல்விகேந்திரம் சிடாயு... வந்துவிட்டாயா... தூக்கு மரத்தின் நிழலில் நிற்காதே... பட்டம் வாங்க அணிந்த கவுனால் தூக்கிலிடுபவனாக வளர்ந்துவிட்ட கருப்புத்துணிக்குள் மரண நாடகம் துவங்கியது.

குயிலின் இறுதிச்சொட்டும் கவிதையாக மாற்றம்பெற யானை நிழல் தாமதித்திருந்த மரணம் சமிக்ஞை செய்யாமல் கோடைக்

காற்றினூடே மஞ்சல் இலையுதிர்காலம் திரும்பியது.

சிதைந்த நிலவின் ஒளித்துணுக்கு கைகள் ஏந்திய 'மங்கிய தோர் நிலவு' மேஜர் வீரபத்திரன் சரித்திர நிழல் உலகை ஊடுருவும் கண்ணாடிச் சாளரமிட்ட புகைவண்டியிலிருந்து இறங்கி வருகிறாய் திரும்பவும் ஒரு ஸ்பார்ட்டகஸ் நீ. அதன் தொடர் வாயில்களும் சன்னலில் ஓடும் தைலவண்ணச் சிதறல்களும் செப்டம்பர் பதினொன்று ஐம்பத்தி ஏழில் செதுக்கிய சரித்திரத்தைல வண்ணத் துண்டுகளில் கலைகொள்ளும் சாத்தியங்கள் குயில்பாட்டு. ஒவ்வொருவரும் தனித்தனியாகிவிட்டாலும் கொலைநடந்த இருட்டு அலைவீசி எழும்பிய திசைகளில் கடந்து வந்தாய் என்னிடம். நீ இந்த கருப்பு நிலத்தை விடுவிக்கும் ஸ்பார்ட்டகஸ்..

பார்த்ததும் பார்வைக்கொண்ட காலம் வெளி இவற்றைக் கடப்பதில் சிறு ஸ்டேஷன்கள் சேர்வதும் விலகி ஓடி நினைவுகளாய் அவாந்திரப் பயணமென அந்த நாள் எமனேஸ்வரத்தில் எம் நினைவு நாளில் 'நோக்கும் திசையெலாம் நாமின்றி வேறில்லை. தருமசேகரா உன் நாவில் கடைசி வாக்கியங்களில் அலைதேயும் மறதியில் காற்றின் தொடுதல் என் கவிதையின் ஜீவகளையில் உயிர்வைத்து நீ பிறக்கவென வந்துகொண்டு இருக்கிறாய். என்னில் கிளைவிடும் ஒரு நதி அதுவாக இருக்கிறாய்..

39

பிச்... இலைபோடும்...

கேப்பர்ஜெயில்   23.11.1918
காளயுத்தி   கார்த்திகை 8 சனி

1821ஆம் வருஷம் அக்டோபர் தாஸ்தா யெவ்ஸ்கி பிறப்பதற்கு இரு வருடங்களுக்குப்பின் 1823 அக்டோபர் 5ல் வள்ளலாரின் ஜனனம். பனியும் நெருப்பும் பொருந்திச் சேரும் கருணை தாஸ்தா யெவ்ஸ்கியும் வள்ளலாரும் தென்துருவச் சுடரில் வடதுருவப் பனிப் புழு புல்லாக, பூண்டாகச் சுற்றிக்கொண்ட புனைவு வரிகள் என்பதன்றி வேறில்லை.

'காகமே எங்கிருக்கிறாய்'
'காயத்தில் இருக்கிறேன்'

1881 ஜனவரி 28 தாஸ்தாயெவ்ஸ்கியின் மறைவு வெண்ணிற இரவில் எட்டு மணி முப்பது நிமிடத்தில் மாறாவிதியின் கருணையால் இதயத்துடிப்பு உருகும் பனிக்கட்டியாய் ஆவி வளையும் வெப்பத்தில் வாழ்வில் கசப்புக்கொண்டவர்கள், ஏழைகள், துயரப்படுகிறவர்கள் நடுங்க வைக்கும் சித்ரவதைக்குள்ளாகும் குதிரையின் வாசனை அவர் கோட்டில் பரசியிருக்கக் குற்றமும் தண்டனையும் பனிப்பொழிவில் குறுக்கும் நெடுக்கும் நகர்கிற ஸ்திதி. துயரங்களின் தெய்வீக நிலை வடதுருவத்தை நோக்கி சீனிநிற விரல்கள் உடலை ஏந்திச் செல்லும்.

1874 ஜனவரி 30 ஸ்ரீமுக வருஷம் தை வெள்ளி சரியும் சிறிது வெளிச்சம் இன்னும் புதிரான வள்ளலாரின் மறைவு வெப்பரத்தப் பிறவி உருவாகியும் அவ்வுருவினுள் உருவமுடையதாகியும்.

உருவினுள் அருவமாகியும் அவ்வருவினுள் அருவமுடையதாகியும் வடிவுள்ளதும் வடிவு இல்லாததுமாகியும் பாடியவர்களை ஊனுருகச் செய்யும். ஒழுக்கத்துக்குரிய சகமாகியும் சகத்தோற்றத்துக்கு

முதற்காரணமாகிய மாயையாகியும் 'அன்பெனும் கடத்துள் அடங்கிடும் கடலே' அருட்பா தோன்றிய காலத்திலேயே செல்வாக்குப் பெற்றது. அடிகளின் தோற்றத்துக்கு முன் தமிழ்ப்புவி இருந்தநிலை வேறு.

தாஸ்தாயெவ்ஸ்கி மரணத்தின் விளிம்பில் சாவுக்காகத் தவிப்போடு காத்துக்கொண்டிருந்தார். ரஸ்கோல்நிக்காவின் அதிர வைக்கும் கனவுகளால் பீட்டர்ஸ்பர்க்கில் சலனமுறும் பாலத்தைக் குனிந்து பார்த்த இரவு எதிரெதிரில் கதாபாத்திரங்களால் சலனங்களோடு இருட்டு வீதிகளில் நடக்கிறார். மரணதண்டனைக் கைதி இறுதி வணக்கம் செய்ய பாதிரிமுன் நிறுத்தப்பட்டபோது தலையில், நெஞ்சுக்கூட்டில் நெடுகத் துவங்கிய ரவை ஒருவினாடியை அங்குலம் அங்குலமாய் பின்னகர்த்தும் பகுக்கப் பட்ட கணத்தில் அவன் சிருஷ்டி மரணத்தைக் கரும்கம்பளியாக உள்சுருட்டி ரஷ்ய ஆன்மாவின் மாபெரும் அலை நம்மையும் சுருட்டிக் கொண்டது. மிஷ்கினின் காக்காய்வலிப்பில் நெளிவுற்ற சூன்ய அதியதிர்வில் தஸ்தாயெவ்ஸ்கி சிருஷ்டிக்கு உந்தெறிவு வேகம்.

உயிர்த்திரள்கள் பால் உண்டாகும் இரக்கத்தால் தாம் எய்தும் இடறும் அச்சமும் புன்புலால் யாக்கை புரைபுரை கனியப் பொங்கி வழியும் உயிரோடும் நிற்கின்றன.

'பொய்யோட, பொய்யோடாப் புறநிலைகள் புலம்போட
மெய்யோடா வைதிகச் செம்மொழி ஒன்றான் வெய்ய
பல மை ஓட, மையோடு மனம்ஓட, மலி பிறவி
ஐயோடும் இறப்போட அருளோடு -
ஊரொடு பேர் ஊரு ஒன்றும் இல்லாத ஒப்பில் உணர்வு
ஓர் உரு, ஈர் உரு முக்கண், நால் இரு தோள்,
ஐந்து முகம், கார் உறு கண்டமும், ஆறு கவர் சடையும்
மறைந்தருள், ஏர்ஊற, வந்து எழுந்ததுவே'

அளவறு சித்திக் ககம்உறு புத்தி முத்தி உற்று உயிர்கள் கனிவுற இதம் செய்யும் கவிதை. மணி வாக்கதனால் பேணவத்தை சொரி தமிழ் பிரவாகம் பெருக்கு.

பிறப்புடன் எழுந்த பஞ்சங்களில் தமிழ் மக்கள் யாவரும் பெண்கள், பிள்ளைகள், வயதானவர்கள், வேலையாட்கள், அதிகப் படிப்பு இல்லாதவர்கள், பரதேசிகள், நோயாளிகள் முதலியோரும்கூட காலமுள்ளபோது கவிதை சிதறிய தானியப் பாதையில் நடக்கிறார்கள்.

வீட்டிலிருந்து வெளியேறி எந்த வெளியில் இருத்தல் வேண்டும்

என்பது. உயிர்த்திரள்களை யெல்லாம் தாமாகக் கருதி என்பெலாம் கருக இளைத்தது ஏன்?

உடையார் உண்ணுதலையும் வறியார் உறுபசி உழந்து வெந்துயரால் வருந்துதலையும் நினைத்திருந்தபோது உள்ளமும் உயிரும் எளிய உயிர்கள் உறு பெருந்துன்ப நிலைக்காக என்பு கருக இளைத்து ஆவியோடாக்கை புரைபுரை கனிந்தும் இயங்குகிறார்கள்.

டிமிட்ரி விசாரணைக்கிடையில் கண்ட கனாநிலை நெருங்குகிறது.

'இரண்டு குதிரைப் பூட்டிய வண்டியில் டிமிட்ரி, முன்பு அவன் ஆபீசராக வசித்த பகுதியில் சென்று கொண்டிருக்கிறான். ஒரு குடியானவன் அந்த வண்டியை ஓட்டிச் செல்கிறான். நவம்பர் மாதக் கடுங்குளிர். பனி கொட்டுகிறது தூரத்தில் கிராமம் தெரிகிறது. அதன் குடிசைகள் பாதிக்கும் மேலாக எரிந்திருக்கின்றன.

வண்டி அக்கிராமத்தை நெருங்கும்போது குடியானவப் பெண்கள் வரிசையாகப் பாதையோரம் நின்று கொண்டிருக்கிறார்கள். அவர்கள் வற்றி வதங்கிக் காணப்படுகிறார்கள். ஒரு ஓரத்தில் எலும்பும் தோலுமாக நாற்பது வயது மதிக்கக்கூடிய, ஆனால் உண்மையில் இருபது வயதே இருக்கக்கூடிய, வளர்ந்த ஒரு பெண் நிற்கிறாள். அவள் கையில் அழுகிற குழந்தை, அவள் மார்புகள் ஒரு சொட்டுப் பால்கூட இன்றி வற்றி வதங்கிக் கிடக்கின்றன. குழந்தை அழுது கொண்டே இருக்கிறது. அதன் சிறிய வெறும் கைகள் குளிரில் விரைத்து நீலம் பாரித்துக் கிடக்கின்றன.'

'அவர்கள் ஏன் அழுகிறார்கள். அவர்கள் ஏன் அழுகிறார்கள்?' என டிமிட்ரி கேட்கிறான். 'அது குழந்தை. குழந்தைதான் அழுகிறது' வண்டி ஓட்டும் குடியானவனின் பதில்.

'அது ஏன் அழுகிறது? அதன் கைகள் ஏன் வெறுமனே இருக்கின்றன? ஏன் அவர்கள் அவற்றைப் போர்த்தக்கூடாது?'

'குழந்தை குளிரில் வாடுகிறது. அதன் மெல்லிய ஆடை குளிர் தாங்கக்கூடியதாக இல்லை'

'ஏன்? ஏன் அப்படி?'

'ஏனென்றால் அவர்கள் ஏழை மக்கள். சாப்பிட அவர்களுக்கு ரொட்டி இல்லை. அவர்கள் பிச்சை எடுக்கிறார்கள்.'

'ஏன் அந்த ஏழைத் தாய்மார்கள் அங்கே நிற்கிறார்கள்? ஏன் மக்கள் ஏழைகளாக இருக்கிறார்கள்? ஏன் அந்த குழந்தை ஏழையாக இருக்கிறது? ...ஏன் அவர்களால் குழந்தைக்குப் பாலூட்ட முடிய

வில்லை? அவன் மனதில் எப்போதும் உணர்ந்திராத வகையில் இரக்க உணர்வு எழுகிறது. அவன் அழவிரும்பினான். அவர்கள் எல்லோருக் காகவும் அவன் எதாவது உடனடியாகச் செய்யவேண்டு மென்று ஆசைப்பட்டான். அந்தக் குழந்தை இனிமேல் கதறக் கூடாது என்பதற்காக, இருள் படர்ந்த முகத்தோடும் வற்றிய உடம்போடும் இருக்கும் அந்த தாய் இனி அழக்கூடாது என்பதற்காக, இந்தத் தருணத்திலிருந்து இனி ஒருவரும் கண்ணீர் சிந்தக்கூடாது என்பதற்காக.'

மரண நவை தீர்க்கும் கூழ்சாலை அமைத்து 139 ஆண்டுகள் ஆனதில் 'அகவல் மூலஏடு' மசி ஈரம் உலர்ந்துவிடாமல் கசிந்து கொண்டிருந்த இரவு ஒரு கனவு: நாற்புறமும் மண்சுவர் எழுப்பி மேலே விழல் வேய்ந்து பசித்து வருபவருக்கு தாமதியாது அமுது அளிக்கும் திருவருட்பாவின் கவளத்தை உருட்டித்தரும் நாற்பதுக்கு மேற்பட்ட விவசாயிகள் தானே காணியைக் கொடுக்க முன்வந்த எழுதப்படிக்கத் தெரியாத இடது கைப் பெரு விரல் ரேகைகள் பதிந்த ஒப்பந்தமிது. கலப்பைகள் எரியும் கொழுமுனையில் விழுந்து செத்த பஞ்சமும் பீடித்த நாட்கள். பஞ்சத்தில் மூட்டிய அடுப்பு இன்று வரை தொடர்ந்து குடல்வயிற்று உலை கொதிக்கிறது. அன்னமிடும் கைங்கரியம் இரவும் பகலும் நடக்கிறது.

ஒரு நாள் இரவு உணவு நேரத்தில் பலர் சாலைக்கு வந்துவிட்டனர். நிர்வாகியான சண்முகம் சமைத்த சிறிதே அளவு உணவிருக்கிறது. அனைவருக்கும் பரிமாறப்போதாது. அடிகளுக்கு எற்கெனவே தெரிவிக்கப்பட்டிருந்தது. வள்ளலார் நெடுநேரம் அரிதுயிலில் சாய்ந்திருக்கிறார். யாரும் எழுப்பவில்லை. கனவில் இரு பக்கமும் புதர் மண்டிய சோட்டில் மாட்டுவண்டிச் செம்மண் பாதை. இந்த நிலையில் எவ்வளவு தூரம் கடந்ததென்று தெரிய வில்லை. ஜனங்கள் அப்பாழ் மண்டபத்தில் சந்திர ஒளி விழாத மறைவைக் கடந்து ஊருக்குள் வண்டியின் சக்கர நிழல்களுடன் கடக்கிறார்கள். சற்றயர்ந்த கிறக்கத்தில் கூடவே வேறு சிலர் வண்டிக்குப் பின்னால் நிழல்கள். வயக்காட்டு ஜனங்கள் நாற்றுக்கட்டுடன் வண்டியிலிருந்து வீசி எறியப்படுவதிலிருந்து பிடியைத் தளர விடுகிறார்கள். வெளுத்த நெல் வயலில் தலை குனிந்தவாறு முற்றிய கதிர்களிடையே யாரோ போகிறார்கள். கரை மேலிருந்த கொக்கு கழுத்தை வளைத்து மயங்கிப் பாதையில் தெரிகிறது.

படுக்கையை விட்டு அடிகள் எழும்பி வருகிறார். 'பிச்... இலை

போடும்' அதேபோல, மறுநாள் திருத்துறையூரினின்று மூன்று வண்டி அரிசியும் இதர பொருட்களும் சாலைக்கு வர செட்டி மேகங்கள் தொலைவில் தென்பட்டு மறையும்.

வள்ளன் மலர்த்தாளெனக் கூட்டி அற்புதக் தொகையுவமையானால் வள்ளலாரும் நந்தனைப்போல் எரியூட்டப்பட்ட அறையிலிருந்தார் என்பது மெய்யெனில் பாரசெல்ஸசின் ரோஜா கதையில் வரும் எரியூட்டப்பட்ட சாம்பல் மலரது. தன் ஸ்தூல மின்மையின் உருவேந்திய ரோஜா. அங்கே இருக்கும் சாம்பல்தான் அந்த ரோஜா. பாரசெல்ஸஸ் மேசையில் கிடந்த பூச்சரீரந்தரித்த அந்த செந்நிற ரோஜாவை சீடன் திடபுரென பற்றியெடுத்து கணப்படுப்பின் தழல் ஜ்வாலைகளுக்குள் வீசி எறிந்தான். ரோஜா நிறம் படிப்படியாக மங்கி இல்லாமல் மறைந்து போனது. வீசியதெல்லாம் ஒரு சிட்டிகை யளவு சாம்பல்தான்.

குறிஞ்சியிலிருந்து முல்லை. அதிலிருந்த மருதம், நெய்தல் எனும் திரிவாக்கமே தமிழ்ப் பண்பாடும் இயங்கியல் ரகசியமும் ஆகும். திணைகளுக்கு இடையிலுள்ள வேற்றுமைகள் எல்லாம் இயற்கை வழிப்பட்டன. இதனை எளிதில் ஜனங்களாலும் மாற்றி அமைத்துவிட முடியாது. ஒன்றைப் பிடித்துக்கொண்டு மற்றதை விட்டுவிட முடியாது.

மூத்த ஆற்றுப்படுகைக்கும் வறண்ட சமவெளிப் பாலையிலும் முல்லை திரிந்த செம்மேடுகளில் கண்டெடுத்த பழங்கற்கால மேழியுடன் தினகரன் நிலத்தை உழுததில் மொழி நிழல்கள் சரீரமானதில் நிலத்தின் தொலியைத் தன் உடலிலிருந்து உரித்தெடுத்த படைப்புகள் தோன்றலாயின. அவன் கொலை, காடுகளின் குரல்களாயிற்று.

சித்தர்களின் பாகாயத்தைக் கற்று இக்கதையாளன் புகையாக உருமாறி தாமரைத் தண்டின் துளைவழியாகச் சென்று புனைவு நகருக்குள் நுழைகிறான். நகரம் தீக்கோட்டையாக தகத்தகத்தது. சுற்றுக்காவல் அதிகம். அவன் நடப்பதை விட்டு நின்றிருந்தான்.

ரஸவாதிக்குள் நகர்ந்ததில் மலரின் நொய்ந்த சாம்பலை முஷ்டி யால் பிரயத்தனப்பட்டு ஒரு கையில் எடுத்து இன்னொரு உள்ளங்கைக் குழியில் கொட்டினார் பாரசெல்ஸஸ். பிறகு ஒற்றைச் சொல்லை ரகஸியமாய் முணுமுணுத்தார். ரோஜா மீண்டும் பூத் தெழுந்தது. வள்ளலார் நெருப்பிலிருந்து வெளிவந்த ரஸ நாளங்களில் பூத்த மலர் எனவே. வள்ளலாரிடம் தொடங்கிய மறுமலர்ச்சி காலம் ஞானியார் அடிகளிடமும் தாடிவெண்ணைக்காரரிடமும் தலைகீழாக

கைமாற்றிக் கொடுக்கப்பட்டது. தாடி வெண்ணைக்காரர் இதை வர்ணாசிரமத்துக்கு எதிரான பகுத்தறிவுச் சாளரங்களாகத் திறந்தார். என் காக்கைக்கோட்டில் மூடிவந்த அக்கினிக் குஞ்சை படைப்பாகக் கொடுத்த வேளை இந்து என்ற இல்லாத அடையாள வாச்சியங்கள் படைப்பில் வந்தது. முன்னோர் ஊட்டிய பாலில் கலந்த இந்துத்துவத்தை உதறி எடுத்தான் தினகரன் என்ற ஹடயோகி.

கறட்காட்டின் கலை தனிமையானது. கர்ப்பத்திலிருந்த மண் மமிதை பலவின்பால் புனையும் கற்பித உடலிகளாய் நிலமும் பிரிவுமாய் உருவமாறினார்கள்.

தமிழ் நிலமறிந்தவரையில் மனித நாகரிகத்தின் கொடையான சங்கப் படைப்பை குறிஞ்சி வாழ்வியல் தொடங்கி முல்லை நிலத்துக்குப் பெயர்ந்தது. இடையில் பாலையாகத் திரிந்து உருவற்ற பால் பளிங்காகும் படைப்பு பிரிதலுமாகி மருதத்தில் படர்ந்து இறுதியில் நெய்தலில் முடிகிறது. இந்திரனை அப்புறப்படுத்திவிட்டு சிவன் அவனது இடத்தைப் பிடித்துக்கொண்டாலும் இந்திர விழவுக்கும் கடல்கோலுக்கும் ஊழி ரேகை நெடுகிக் கிடக்கிறது.

'வானத்துக்கும் நிலத்துக்கும் காகம்
ஒரு நாடோடிதான்'

புனைவிலக்கியத்துக்கான விதை அருட்பாவையும் மனுமுறை கண்ட வாசகத்தையும் இயற்றி எழுதத்தொடங்கிய காலத்தில் இடைக்காட்டுப் பஞ்சமும் கிராமங்களைச் சாய்த்து வந்தது. எனவே முதலில் கூழ்சாலைதான் அமைத்து பஞ்சத்தை விரட்டக் கூழுக்குப் பாடிய ஔவையாகத் தொடங்கினார். இதயம் இல்லாதவர்கள் ஆண்டியை அடித்தார்கள் கந்தல் பறக்க. எனவே பிடிசோற்றை உருட்டிய விரல்களில் படைப்பும் திரண்டது. அன்னத்தை மயிலுக் கும் மனிதனுக்கும் ஊட்டியதில் அகவல் புத்தகம் விரித்த தோகைக் குள் மயில்குயில் அக்கச்சி..... வள்ளலார் இல்லை யென்றால் இறுகிய சாத்திரங்களை சாதியை சனாதனத்தைச் சுட்டெரித்திருக்க முடியாது. அந்த நாளில் வள்ளலார் ரஸ நாளங்களில் ஓடிய கண்ணாடியை பதினென் சித்தர்களிடமிருந்து திரட்டிக்கொண்டார். காலனிய காலத்தில் பார்ப்பனீயம் சிண்டும் கோட்டும் அணிந்த நரிகளாக உருமாறியிருந்த சூழல். சமஸ்தானம், வெள்ளை அதிகாரத்துக்குள் அண்டி இருந்த சமஸ்கிருத மேலாதிக்கம் ஆங்கிலமாகவும் பரிமாணம் பெற்றது. இரண்டாயிரம் வருஷத் தமிழ் மரபைத் தேசீய இழைகளுக்குள் நிலங்கள் தனிமைகளாயின. சமயவாதிகளின் மாறுவேடத்துக்குள்

ரோஜாவின் சிகப்பு நிறம் புரட்சித் துண்டாய் நறுக்கப்பட்டது.

அனைத்து படைப்புகளிலிருந்து உள்ளுறைகளை உரித்து சித்தி வளாகமாகக் கட்டி ஏழு திரைகளை நெய்த சுடர் ஜனத்திரளுக்குள் பாய்ந்தது. சமணரின் கந்தழியே இவரது துறவுநிலை. கந்தழி அருகனைக் குறிக்க நிர்கந்தன் எனும் வடசொல் கட்டறுந்தவன் எனப்பட கந்துகட்டு அழிஅழித்தவன் என கட்டுக்களை அழித்த அருகன் நடுகல் கொற்றவை, நீத்தார் சடங்கின் தொன்மை அறிந்து கொல்லாமை. புலால் மறுப்பை சமணத்தில் எடுக்க மடத்தை பௌத்தத் தூபிபோல் கல்லில் எழுதி ஏழை எளியோருக்கு அன்னம் பாலித்தல் பௌத்தப் பள்ளியில் தொகுத்துண்டு மேகலையின் ஆபுத்திரன் கொடுத்ததை மணிவள்ளல் பெற்றிருந்தார்.

காற்று, நீர், அக்னி, மண் திரளும் அணையாச்சுடர் 'விருட்சிகளின் இலைகள் நீரின்றி வாடும் போது இலைகளின்பால் கண்களை ஏறெடுத்துப் பாருங்கள்' என்கிறார். தொழுகவேண்டுமென்று இஸ்லாமானவர்கள் முசல்லாவை விரிப்பதுபோல் இருதயங்களில் ஈமான் ஒளி பிரகாசிக்க அவர்கள் எல்லோரும் சூபிக்கள் ஓதுவது போல அருட்பாவை ஜனங்கள் பாடத் திரைகள் விலகுகிறது அங்கே. காய சண்டிகையானைத் தீப்பசிக்கு ஆதிரை இட்ட பிச்சை அகலாக பௌத்தத்தை உருட்டி அருட்பாவுக்கு உயிர்த்துவம் கொடுத்து வீட்டிலிருந்து வெளியேறி எந்த வெளியில் இருக்கிறது கவிதை? இந்நாள் தாம் ஒரு நவையும் இன்றி வள்ள மலர்த்தாளெனப் பாட மோதி வள்ளம் போலுங் குவிந்த வாய்மலர். அவரையேன் சைவத் திருநீறால் திணிக்க வேண்டும்? மலரென்பது அழிந்தும் விரிந்தும் குவிந்தும் வாடியும் நின்று நரை வண்ணம் வாசம் சிறுபோது பறித்த விரல்கள் சிவக்க வழங்கிய படைப்பு.

வள்ளல் பிரான் ஒரு கவளம் சோற்றில் பஞ்சத்தின் குடல் வயிறுகள் கிராமங்கள் சாய்ந்த நேரம். பஞ்சமே உலகின் மூப்போ, நரை இறுதியின் ரேகைகள் பரவியிருந்த அந்த நாளில் ஆக்ஸய்யரைப் பார்க்க மேல்பட்டாம்பாக்கம் போகிறார். சபைத் தெரு கூட்டிச் செல்கிறது.

40

'சரித்திரப் புனைவில் சுற்றப்பட்ட பிரௌனிங் பிஸ்டல்'

கேப்பர் ஜெயில் — காளயுக்தி வருஷம்
பகல், *1918* நவம்பர் *24* — கார்த்திகை *9* ஞாயிறு

எம்.எச். சுய்டர் கைத்துப்பாக்கி Made in England வரியை ஊர்ந்த விரல் வளைத்து மடித்த மூன்று உலோகத் தோட்டா நிரப்பியதில் தனக்கே குறிதப்பாமல் அழுத்த ஸ்பிரிங் வாத்துமுட்டை இரண்டு குதித்து கிளைவ் ஹாலில் உருண்டோடியஒலி போர்ட் டேவிட்டின் தற்கொலைத் தூண்டுதல். இசைக் கலைஞனை விரட்டும் வெள்ளிப் பிரம்பு ராணுவ அணி வகுப்பு இசை, கடல் சுவர்களில் அரைபடும் பரேட் ட்ரம் அதிரல் நீளவும் சுழல் கண்ணாடியைச் சுட்டத்தில் இருகணங்கள் வெடிக்காமல் தருணம் அபாயமானதில் மூன்றாவது நிலைக் கண்ணாடியில் தன்னிடம் விடைபெற்றதும் நம்பிக்கை யிழப்பில் வீழ்ந்த கடலூர் துறைமுகப்பேய் அழையாவிருந்தாளியாக 'விலங்கு பூட்டிய கசப்பான எஜமானே' எனவும் தன்னை மாற்றியதில் அடுத்தரவை கண்ணாடியில் இருந்த தன்னைத் தாண்டி சீறியதில் நெடுகிப்பாய்ந்த புதுச்சேரி குயில்தோப்பு இருட்டுத் துளையிட்டு சுட்டதில் புகைவரைந்த விக்டோரியாளின் காணியாட்சி வரை படத்தைச் சுருட்டிய இளைஞனுக்குப் பேர் ராபர்ட் கிளைவ்.

பிராயம் இருபத்தி நான்கைக் கடக்காத சென்டேவிட் போர்ட், கேப்பர் குவாரி குமாஸ்தா வாழ்வின் சலிப்பு, மலையை வெட்டிக் குடையும் பிரஜைகளின் கால்விலங்கு குலுங்கும் ஓசை, 'சரக்கென்ற ஒரு சத்தம்....' பிரிட்டிஷ் வணிகன் பேரியின் சாக்லேட் மிட்டாய் அசை போடும் தாடைகள் அசைய அடிமைகளை மயக்கப் பப்ர மிண்ட் ஜருகுத் தாளின் சரசரப்பில் மென்ற இனிப்பு கசந்ததில் தீப் பிழம்பைக்

கக்கும் தோட்டா ஊசலாடியதில் முடிவற்று சுடப்பட்ட ஜாலியன் வாலாபாக்கில் குண்டு தீரும்வரை, ரத்தசாட்சியங்கள் சரித்திரப் பரப்பின் குருதிக்கறை.

'இந்தியா ஹவுஸ்' சனாதனவாதிகளின் சதித்திட்டத்துக்குள் 'ஆரியர் கடமை' 'சுயராஜ்யம்' 'நான்கு வருணதர்மங்கள்' அயோத்தியின் நகர் வடிவத்தை 'குருகுலம்' ப்ளூபிரிண்ட் போட்டு வைத் தாலும் தமிழின் முதல் சிறுகதைக்காரனின் கம்பராமாயணத்தில் வரும் நகர்ப் படலத்தை ஒத்திருந்தது மேப், லண்டனிலிருந்து வரைந்த படச்சுருளில் சாவர்க்கரும் டாக்டர் ராஜனும் சம்பாஷித் திருந்தார்கள். பூசலார் மனதில் கட்டிய கோயிலைப்போல் அயோத்தி மாநகரத்தை மனதில் கட்டி நகரின் வரைபடத்துக்கு நான்கு வாசல், அந்தணர் வீதி, ஏழடுக்கு மாளிகை, பொழுதுபோக்கு அறைகள், வேதப்பாடசாலை சிறுகதைக்காரனின் கற்பனை அந்த குருகுலம் ராமாயண காவிய வடிவத்தைக் கொண்டது. நகரப்படலம் எனும் பனுவல் விழுமியங்களை எதார்த்தத்தில் கொண்டுவர முயலும் போது அவருக்கே உரிய சனாதன எல்லைக்குள் கம்பனின் நகரப் படலம் நூலறுந்த பட்டமாய் வெளியேறிவிட்டது.

இது ஒரு படைப்பாளிக்குள்ளிருந்த உப்பு நகரம், வேதாரண்யம் உப்புச் சத்தியாக் கிரகத்தின் மீது வைத்திருந்த லட்சியம் நகரமாக வடிவமைத்திருந்த காவிரிக்கரை தாமிரபரணிக்கு இடமாறியிருந்தது விதி. ஆனாலும் கடலூரில் ரயில் இறங்கி புதுச்சேரி கண்ட பிரஞ்சுத் தெருவில் மேடம் காமாவின் மேல்கோட்டில் 'தல்வார்' இதழால் சுற்றப்பட்டிருந்த பெல்ஜியம் இரும்புக் களிமண்ணில் வடித்த ப்ரௌனிங் கைத்துப்பாக்கி சிறுகதைக்காரன் கையில். இப்போது பயந்தாலும் ஆபத்து, துணிந்தாலும் ஆபத்து. தேர்ந்தெடுக்கப்பட வேண்டியவர்களின் பெயர்களை உருட்டிப் போட்டு எடுத்ததில் பிரிக்கப்பட்ட பெயர் வாஞ்சி. அவனுக்குப் பயிற்சியாளனாய் தன்னை மாற்றிக்கொண்ட விதியை வகுத்தது சரித்திரம்.

மரத்திலிருந்து பறந்து வரும் பல சருகுகளை விழுவதற்கு முன் சுட்டு வீழ்த்த லண்டனில் வெள்ளையர்களிடம் அடைந்த முழுப் பயிற்சி இங்கே உதவியது. குயில் தோப்புக்குள் வாஞ்சிக்கு பயிற்சி யளித்த பல இடங்களில் மரங்களின் வடுக்கள் மரணத்தை முன்னுணர்ந்தன.

மதராஸ் போலபுஸார் மறந்துபோய்விட்டதுபோலத் தோன்றியதால் பிரிட்டனில் இருந்த வாரண்டும் நழுவியது கதைசொல் பவனை

விட்டு, சாம்ராஜ்ஜியத்தை குழப்பும் ஐரிஷ் கதைக்காரனின் மொழிக்குள் ஆங்கில பாஷையே வெகுவாய் நெருக்கடிக் குள்ளானது. ஜேம்ஸ் ஜாய்ஸின் டப்ளினுக்குப் பயணமாகி லெட்ஜரில் ஆஜர் கையொப்பமிட்ட வ.வே.சு. ஒவ்வொரு இடமாக தெருவின் சாயல்கள் எழுத்தாகிவிட்டிருந்த ஈர்ப்பில் ராமாயண நகரப்படலம் கற்பனை நகரமாக ஐயருக்கு மாறிவிட்டிருந்தது. ஆனால் பிரஞ்சு நாகரீக வாசனை பூசியிருந்த கடலோரம் நானும் கதையாளனும் சந்தித்துக் கொண்டோம்.

வந்தனம் சபையோருக்கு... ஒரஞ்சாரம் பீடி குடிக்கும் ஏட்டு அய்யாவுக்கு சூப்ரண்ட் அப்துல்கராம், குருவப்பநாயுடு, ரங்கய்யரும் 'திருக்குறள் செய்த திருக்கூத்தில்' மாவிலை நிழல் ஆட்டத்தையும் துப்பாக்கியென மிரண்டது. போலபுஸ் கோட்டை குந்தானிப் புளுகுகளை உச்சிக்குடுமி பெருவயிறால் நெளித்து தட்டித்தட்டி உடைக்கிறான் வதந்திக் கோட்டையை.

காலமெனும் கயிற்றை சூதுக் கயிறாக்கிக் கூட்டவும் குறைக்க வுமான உத்தியை கையாளும்போது புனையரவு வாய்திறந்து அதன் கருப்பு இரைப்பையிலிருந்து பொம்மலாட்டம் திரை யாக வெளி வந்தது. உச்சிக்குடுமியும் எத்துப்பல்லனும் பாவையாய்த் தோன்றி சைலேன்ஸ்... ஈரோப்பியன் கம்பிரம் மெட்ராஸ். ஜாக்சன்... எசமா.. எருமைமாடு... வரிகட்டவில்லை திறை செலுத்தவில்லை. எசமா எருமைமாடு... எருமையின் வாலைத்திருகியவாறு ஜாக்சன் சாம்பல் தொப்பி மூடு செருப்பு பிராந்தியுடன் கைத்துப்பாக்கியை நீட்டியவாறு பின்னோக்கி சுடுகிறான்... வந்தேமாதரம்... சீமைத்துணி எரியும் கலவரக்குரல்... கொளரமாக கட்டைவிரல்களை வெட்டும் காட்சி... உன் சிறையை நீயே கட்டிக்கொள்...! அகதிகள் கோழிக்கூட்டுக்குள் கழுதைத்தலை மருந்துவரின் கேலிச்சித்திரம் 'இந்தியா' பத்திரிகை புதுச்சேரித் தெருவில் விழுகிறது.

சாவித்திரி அனுபூதிக் கவிதையாகுமுன் அக்யூஸ்ட் நீலகண்ட பிரம்மச்சாரி கொலை வழக்கில் முதல் எதிரி. சம்பவத்துக்கு எந்தத் தொடர்பும் இல்லாதபோது கதைக்காரன் தப்பிவிட ஏழாண்டுச் சிறை நிரபராதிக்கு. மாடசாமிவரை குயில்பாட்டு நிழல் ஆட்டம் குருநியில் எழுதிச் சென்றதில் அரவிந்தன் தாடிக்குள் குயில் முட்டைகள், கதைசொல்லி நோக்கத்தை பிஸ்டலாகப் பிடித்து முட்டைக்குள் கண்வைத்து நடனமிடும் விழி மூடிய குஞ்சுக்கு குறி வைக்காமல் முட்டையை கைக்குள் உருட்டிப் பறவையைப் பிடிக்கும்

தொப்பி பொம்மையின் அதிகாரம் துளையிடப்பட்டது.

காக்கைக்கோட் நிழல் வரப்போகும் பாதைகள் மாறுவேடமிட்ட கவிதை. முதல் சிறுகதை பிறந்ததும் 1911 ஜூலை 17 ராபர்ட் வில்லியம் டெஸ்டிகார்ட் ஆஷ் சுடப்பட்டான் என விஷயத்தை முடிக்கும் புனை கதைக்காரனுக்கு தேர்ந்தெடுப்பதில் கருவியானான் திருவிதாங்கூர் பாரஸ்ட் குமாஸ்தா. விதி அவனை பிரஞ்சுசேரிக்குக் கொண்டு வர ரயில் டிக்கட் கொடுத்தது. அவன் தர்மாலயம் வாசலில் நிழலாடவும் மிகுந்த அனுதாபத்துடன் வரவேற்று, பிரான்ஸிலிருந்து காமா மேடம் அனுப்பிய பிரௌனிங் பிஸ்டல் வந்துவிட்டதை யூகிக்கிறான். ரவுலட் கமிட்டி அறிக்கை சுற்றப்பட்ட பிஸ்டல் கைமாறியது எழுத்தாளனிடம். பேனாவுக்கு மை அடைத்துவிட்டுப் பெட்டி மேஜையில் வைத்தார். அறிக்கையைப் பிரித்து பிரௌனிங்கின் கருப்பு எழுத்தில் 'பெல்ஜியம்' என்ற தேச முத்திரை. சாவின் சுவை அறிந்த கலகத் துப்பாக்கி. ஏற்கெனவே பல சந்தர்ப்பங்களில் கொடுங்கனவுகளைப் படைத்த பெல்ஜியம் ஓவல் கண்ணாடிமுன் தனக்கே குறி வைத்து நுகர்ந்து பார்த்தார் கருந்தாடி. பிஸ்டலைக் கதர் துண்டால் துடைத்தது குளத்தாங்கரை அரசமரம்.

கரடிக்குப்பம் ஓடை வெள்ளவாரியில் கைநடுங்காமல் சுட்டுப் பழக ஈர்த்தது குயில்தோப்பு இருட்டு. வெள்ளைக் கொக்குகள்மீது அறம்பாடி கதர் கப்பலில் வந்த மேயாத மான், புள்ளி மேவாத மானைத் தோளில் போட்டு வந்த பாஸ்கரதாஸ் காலம் திருகி உள்ளே சென்று நாடகயோகி சங்கரதாஸுடன் கைதட்டிக் கைதட்டி மூணுசீட்டு விளையாட சுற்றிலும் இசைநாடக பாத்திரங்கள் ஒத்திகைகொள்ள பிஸ்டல் பயிற்சித் தோட்டா அரங்கில் நுழைந்து ஜாக்ஸன் தொப்பியை வீழ்த்தியது, எல்லோரும் கோரஸ் பாட மூணு சீட்டுகளில் ஒரு கார்டில் ஷேக்ஸ்பியர் அடுத்த தில் அயர்லாந்துப் புரட்சிக்காரன் வாலபுஸன், பூதத் தம்பி ஒல்லாந்தன் லாந்தேஸ் செப்பியாடோன் புகைப்படங்கள் சூதுக்கார்டுகளாகத் திறந்து வீழ்ந்தது குயில் தோப்பில்.

உலோக வெற்றுத் தோட்டா, பாக்ஸாட் சுய்டர், பாரஸ்ட் குமாஸ்தா கடலூரில் வாங்கிய நடுநாட்டு வேரில் பழுத்த பலாவுக் குள் புதைத்து வைத்த பிரௌனிங் கைத்துப்பாக்கி 1911 மே 31 இறுதி இரவை சூதுகவ்வ கதைசொல்லியும் கண்ணுப்பிள்ளையும் வாஞ்சியுடன் வில்லியனூர் போய் அங்கிருந்து பாகூர் வழியாக சங்கரா பரணியில் இறங்குகிறார்கள்.

தூங்கும் கழிமுகத்தில் சங்கராபரணிக் கரை வலையாக இரவை வீசிக் கரைக்கு இழுத்த ஈரவலை இருட்டில் ஒளிச் சடசடப்பு. திரும்பிப் பார்த்தால் யாருமில்லை. உப்பு இயல்பாவை நெய்தல் கலியில் ஒரு முட்டையை மூடி அரிக்கமேடு வந்த எகிப்தின் சூரியக் கடவுளிடம் விற்றாள் ரோமானியப் பொற்காசுக்கு. தனது ஆன்மாவை கையில் எடுத்துச் சொல்வதாகச் சொல்லிப் பிரிந்தான் எகிப்தின் சூரியக்கடவுள். சோள நிறப் பூனைகள், அப்பாவி ஆந்தை அமைதியில் வரைந்திருந்த வெகுளி வரைபடச்சுருள். ஆற்றில் குனிந்தெடுத்த கைத்துப்பாக்கி கைக்கூட்டுக்குள் நின்று எரிகிறது. கொதிக்கும் கல் ஒன்றை கலகக்காரனும் குனிந்தெடுத்தான், பிரௌனிங் பிஸ்டலுடன் அதன் வெளிச்சத்தில் சந்திக்காத விதி கடக்கும் பயணத்தின் பாலை.

மறுகரை ஏறினார்கள் சங்கராபரணியைச் சுண்ணாம்பாறு என்று. ஒருவர் முகம் ஒருவருக்குத் தெரியாத இருட்டு மூழ்கடித்தது கரைநெடுக மீன் எரிவிளக்குகளில் அலைகுமிழும் கண்கள். ரெப்பைகள் இல்லாத மீனும் ஒரு போதிதர்மா, அதன் நயனத்தில் நுழைந்து அமைதியாக நடந்தார்கள். வாவளைமீன் திரும்பிய பாதையில் மூவரும் கெடிலத்தில் சரிந்து இறங்கிய தடம் விட்டு.

பிறைகவ்வி நடந்தது கயிற்றரவு. உருளும் கற்களில் தடுமாறும் கெடிலம். சேஷநதி பாதையாய் கெடிலத்தின் உள்நெளிந்த இருட்டில் பளபளத்தது. ஒரு பக்கம் செம்மண் பிதுங்கிய பிரான்ஸிஸ் கேப்பர்மலை. ஆங்கிலத் துப்பாக்கிகள் துருப்பிடித்துப் புதைந்த மலை. ராணுவ கேப்டனுக்குப் பெயரே பிரான்ஸிஸ் கேப்பர் மலை யாக அவன் உடல் நீட்டிக் கிடந்தது நடுநாடு பூராவும். சமணரா யிருந்து சைவரான நாவுக்கரசர் மணலில் புதையுண்ட கல்மரமாய் கெடிலத்தில் கல்நாக்குகளை உதிர்த்துக்கொண்டிருக்கிறார்.

நிலக்கரிவாசனை இந்திய இரும்பின் ஊழ் ஓசை சுழல இருளில் நின்றிருந்தது ரயில்.

லக்கேஜ் பலகையில் வைத்துப் பலாப்பழத்துக்குள் பதுங்கிய வாஞ்சி பிஸ்டல் புழுவாக உருமாறியிருந்தான், துப்பாக்கியே கருங்குழாய் ஆகி நீண்ட புகைவண்டி ஓடும் ஜன்னல்களில் நிழல்களை இழுத்து எங்கெங்கோ சேர்த்து வெளித்தள்ளி ஊளை யிட்டது. ஏனோ சிறுமியின் இதயம்போல் நடுநாட்டு ரயிலடிகள் அனாதையாக லஸ்தர்விளக்குடன் காலவெளியில் காத்திருக்கின்றன அவற்றிடம் யார்தான் விடைபெற முடியும்?

கம்பேனித்துரை தொப்பி தவறிவிழுந்த இடம் மணியாச்சி ஜங்ஷன்.

எதிராளி பயணப்படுவதாயிருந்த நேரமும் காலமும் குறித்த ரகஸியச் சீட்டு கைக்கு வந்தது. மறைந்து திரியும் இளைஞனி டமிருந்து. 'பருத்தியை உருவச்சொல்லி நீட்டிவிட்டான் காந்தக் கம்பி கம்பேனிப் பருத்திக்காரன் அவன்யார்? மாடத்தெரு தாசி வீட்டில் தஞ்சம். அவள் கண்டாங்கிச் சேலைகளுக்குள் இழையாக மெலிந்து உவர்மண் வாசனைக்குள் பதுங்கித் துயில்கிறான். உள்ளே விநாடிகள் வளைத்து முள் ஒடிவு. பலமுறை இவனும் சுடப்படுகிறான். தப்பி ஓடிக்கொண்டிருக்கிறான் முள்ளில் விழுந்து. தாவித்தாவி வரப்புகளில் கால்படாமல் பறப்பதில் விசையொரு பந்தினைப் பிடித்த கால்கள் நீந்தியேறும் சாவின் கருங்கரையில் முடிவற்று ஓடிச்செல்கிறான். மரணத்தின் வாசனையை உணர்ந்த முன்னுணர்வுகள் ஊழின் சீசா திறந்து அவள் முலை உப்பில் வெள்ளி நிறக் கதிரில் குழந்தையென பதிந்துக் கிடக்கிறான். வெளிறிய செம்பாறைகளுக்கு அம்மணமான தாசி இழுத்துப் போகிறாள் அவனை. செங்கழிப்பான வேங்கையின் வரிக்கோடு இறங்கிய குகைக்குள் தலை வைக்கிறான். அலறல் அலாக்கல், அலாக்கல்... யாரோ கல்லைவைத்து மலையைத் தட்டும் அதிரல். எரிசிவந்த மண்யோனி வெள்ளருக்குபடரும் சிலந்திப் பெண்ணின் துடிக்கும் சிறகுப் படபடப்பு விரல்களை அசைக்க வரவில்லை. மரித்துப்போன கட்டையாக இருந்து கொண்டிருந்த சவத்தின் நெடி.

எலும்புக்குள் சுடலையாக வளரும் சூரியன் உருண்டு சுற்றி வேகமாய் வெளியேறி உடைகிறது. சாம்பல் மலர, வானம் வெம்பரப்பான அமைதியில் விடிந்தது. நாழி ஓட்டில் வந்து மூக்கை வைத்துத் தீட்டியது கத்தியை ஒரு காகம் கர்ர்ர்ர் ரென்று. அழைப்பு வந்து விட்டதென விழிக்கிறான்.

உடைகளைந்து அம்மணமாய் இடுகாட்டு உடைமரம்மேல் ராணிமயில் கழுத்தை வளைத்துச் சாவை எட்டிப்பார்த்து அகவியது துர்சகுனத்தில் வீணையுடன். அம்மயில் தாசியென கச்சை அவிழ்த்த தன்யங்களிடையே கடைசி இரவை சரித்திரத்தின் சூன்ய நர்த்தகி விக்டோரியாளின் வரைபடத்தின் இறுதி நாளையும் அவ்வேளை எழுதிக்கொண்டிருந்தான். தாசியின் நிர்வாணம் அனைத்தையும் உதிர்த்தெழுந்த பச்சைபிளாஸ்மா. அவள்முன் மண்டியிட்ட கலகக் காரன் பிஸ்டலை தலைகீழாய் நிலம் பதித்து துப்பாக்கிச் சடங்கை சாமக் கொடையாக தாசிக்கு கொடுத்து வைத்தவன் வாஞ்சி அய்யர்.

செல்லும் வடக்குத்திசையில் காற்றில் தொடர்ந்துவந்த வார்த்தை களைக் கரைத்துச் செல்வது யார்? எல்லா இடத்திலும் ரகஸியமான

உயிர்இருப்பை உணரும் புலன் விழிப்புற்றது. தாசியின் கரும் புருவங்கள் ஒன்றுசேர்ந்து வில்லாக அதிர்ந்து அம்புபோல் பாய்ந்து கொண்டிருந்தது ரயில். அவள் வில்லுக்கடியில் மூடிய ரெப்பை களுக்குள் விழுந்த கருவிழிகள் கடேசி முறையாகப் பார்த்ததில் இமைக்கவில்லை. கண்ணீர் கதையொன்று மாடத்தெருவில் உலர்ந்த காற்றில் தள்ளாடி நடக்கிறான். திருப்பத்தில் காத்துக்கொண்டிருந்த தப்பிக்க முடியாத மரணத்தின் நாடிகள் கேட்கத் துவங்கிவிட்டன. 1911 ஜூலை 17 முதுவேனில் நீண்டுபோய் மயங்கும் பகலில் கோடைக்கானலுக்கு குடும்பத்தோடு எதிராளி அடுத்த பெட்டியில் சாவகாசமாய் மெட்ராஸ் மெயில் பத்திரிகைக்குள் தலையைச் சொருகியிருந்தான். மணியாச்சி ஜங்ஷனில் கம்பேனித் துரை ரெயில் மாறவேண்டும். விதியின் கொடியை அசைக்கும் ஸ்டேஷன் மாஸ்டர் களுடன் அக்காத்தியான ரயிலடி பின் வாங்கி ஓடியது. பின்னும் முன்னுமாய் சாவு துரத்திச் செல்கிறது.

நேரத்தை அவதானிக்கும் எமன், கையில் உள்ள வால்கிளாக்கிற்கு சாவி கொடுக்கிறான். சாவு வேகத்தில் ஜன்னி வேகத்தில் மணியாச்சியை வந்தடைய எதிராளி அடுத்த வண்டிக்கு மாறும் சந்தர்ப்பம். மெய்க் காவலன் தொப்பி திரும்பிப் பார்த்தது. அந்தக் காவலனின் பணிவில் ஆஷின் பளபளப்பான கருப்புப்பூட்ஸ் தெரிந்தது.

இந்த நிலையில் எதையெல்லாம் ஊழ் வேகத்தில் துளைத்துச் சிதறிவிட்ட ஞாபகங்கள் திரும்பிப் பார்க்கும் நேரம் அல்ல இது. வெள்ளை டெவிலுக்கும் அவனுக்கும் இடைவெளி பத்து கெஜனரம்.

தோலுக்குள் துடித்துக்கொண்டிருந்த ரத்தம் கண்ட பூனைக்குட்டி பிஸ்டலாக வாலைப்பரசியது உடலுக்குள். முதலில் சீமாட்டியைத் தொப்பியுடன் பார்த்ததாக ஞாபகம். (எப்பொழுதும் ஆயுதங்கள் வைத்திருப்பவர்களைக் கூர்மையாகக் கவனிக்க வேண்டும்) வாஞ்சியின் கைத்துப்பாக்கியை வர்ணிக்க நேரமில்லை. கலகக்காரர் களின் உடல் அந்தரத்தில் மிதந்து தலைகீழாக இருபதுகைகளும் நகரும் பூச்சியாக மாறிவிடும் கணம். அடுத்த பிளாட்பாரத்தை விரைவு மெயில் கடந்து கடகடாவென்று ஊளையிட்டுக் கடக்கக் கவனங்கள் சிதறும் சந்தர்ப்பம். உடலினுள் நெடுகிப் பயணிக்கும் முன் கணங்கள் யார் கையிலுமில்லை. யார்கை என்பதைவிட சரித்திரத்தை மாற்றி எழுதும் கையில் துப்பாக்கி இருந்தது. அல்லது தோற்கடிக்கப்பட்ட கருப்புக்கடவுளின் முறட்டு விரல்களில் பெல்ஜிய இரும்புக் களிமண் பிசையப்படுகிறது.

எல்லாத்தடைகளும் ஒதுங்கி வரப் புரண்டு சுழலும் வலியுடன் கால்பந்தைப் போல் எவ்வி எழுந்த அவன் கால்கள் சொகுசுப் பெட்டியில் திறந்திருந்த படியேறி சுடப்பட்டான் ஆஷ்.

வரும் கணங்கள் மிக்க அபாயகரமானதாக வளைத்துக் கொள்ள எங்கும் உஷார்... விசில்.பிடிபட்டு திமிரி விடுபடுகிறான். பிஸ்டலை நீட்டிச் சுற்றி வட்டமிட்டுப் பதறி ஒதுங்குபவர்களின் கவனத் திலிருந்து விரைந்து வந்த பூதமாக மறைகிறான் சரித்திரத்தில்.

முகம் தெரியாத பிரிட்டிஷ் சிப்பாய்களின் இரும்புத் தொப்பிக்கு அடியில் உள்ள வெள்ளை ஓநாயின் கண்களுக்கு நேராக படை வரிசையால் சுட்டுத்தள்ளப்பட்ட சுதேசிகளின் படுகொலைக்கு எதிராக நடந்தது ஆஷ்கொலை. மரண தண்டனைக்குப் பேர்ப்போன இங்கிலாந்தின் சட்டத்தூதுவன் ஆஷ் சரிந்துகிடக்கிறான். உருளும் தொப்பியுடன். 'புலையுறுமரணம் செய்தல் எனக்கு அது புகழ தேயால்' *(கும்பகர்ணன்)*.

யார் கையிலும் அகப்படாமல் பிளாட்பாரம் நெடுக ஓடிப் பூட்டிக் கொண்ட பிளசூட் லெட்ரினில் கருப்புத்தார் அடித்த தற்கொலையைப் பூட்டிக்கொண்ட மறுகணமே எழுத்தாளன் கொடுத்த பிஸ்டலை கழுத்தின் அடியில் குடைந்து சுட்டுக்கொண்டு ஊடுருவிய நிரந்தர மலர்.

41

ஆக்ஸ்நாட்டையர் வள்ளலார் உரையாடல்

கேப்பர்மலை ஜெயில் | *காளயுக்தி வருஷம்*
22.11.1918 | *கார்த்திகை 7 வெள்ளி*

ஒரு தீநீர் துளி திரும்பத் திரும்ப பயணம் சுற்றி நீரின் ஒருபகுதியாக வெள்ளைநாய் இருக்கிறது. இது ஒரு கடலின் பாகமாகவும் இருந்து தனிமை தொடங்கும் ஆறு நெடுக பயணம் செய்தவாறு நிலத்தின் மிகுந்த ஆழத்தின் மோப்பத்தடத்தில் திரும்பத் திரும்ப அந்தத் தீநீர்துளி தொலைவில் உள்ள இடங்களுக்குப் போய் வந்திருப்பது தெரியுமே உங்களுக்கு. மோந்துபார்த்த கூழாங்கல்லில் நாயின் கண்ணீர்த்துளி தொலைவிடங்களுக்குச் செல்லும் ஒளிரேகை நீண்ட காலத்துக்குமுன் பூமியின் சூட்டில் உருகி மேலேபொங்கும் பூநீர் தீயுருவின் ஒரு துளி, நாயின் கடைவிழி மறைகிறது. அந்த விழி பித்தேறிக் கடலின் பாகமாக உறும கடும்வேகத்தில் பாய்ந்து அலை எதிரில் ஓடும் லொங்கோட்டம். நாய் மெதுவான பெயர்ச்சி கருக்கல் உருகிய இடத்தில் அழுக்கடைந்த நீரோட்டம், இலைகள் செழித்த மூங்கில் துறைமுகத்தில் சீனபொம்மைகளுடன் உடையும் பைத்தியக்காரி கண்ணீர் தடம்பதிந்த முகத்தில் எத்தனை மழலை. அழுக்கான பொம்மையின் ஆடைகளுடன் திரிகிறாள் வாத்துக்காரி. இந்த மூங்கில் பாலங்கள் பகலில் ஒருவடித்தில் அந்தி வடிவத்தில் மேலும் வந்த பொம்மைகளுடன் ஓடி அலைந்து களைப்புறும்வரை தெருக்களில் திரிந்து உறவுகளில் தனித்து மூங்கில் இலைகள் கதிர்விடும் சிறுமிகளுடன் சேர்ந்து உதிர அத்தனை பொன்இலைகள் உருள, அவள் சேருமிடம் அங்கு நிறம்தேய்ந்த பொம்மைகளின் மயக்க வெளியில் கரைகிறாள். அவளுடன் நகரும் அந்தநாய் தீநீர் நகரத்தின் பல இடங்களுக்கு வெறுமனேபோய் திரும்பிவிடும். பல தெருக்களின் பகுதியாகப் படிந்த ஊளைகளைத் துடைக்க

முடிவதில்லை. மூங்கில் பாலத்தில் சிறிதுதூரம் சென்றால் வள்ளலாரின் மூங்கில்வீட்டைச் சுற்றிப் பல நாய்கள் எந்த இடத்திலும் நில்லாமல் திரிந்து அங்கு பதிந்து மௌனம் கொண்டு கலங்கலாக ஓடும் காவேரிவாய்க்காலில் அது வந்த வழியில் நீந்தி ஆற்றங் கரையில் பரவியுள்ள மணல் படுகை செல்லத் தாம் உருவானதைச் சொல்லும்.

நாய்கள் குவிந்த ஆவணி மாதம் காவேரி நெடுக வளைந்து தோன்றும் மூங்கில் வகைகளின் கீழிருந்து பியானோத்தெருவில் உள்ளோடும் இசைக்குழம்பின் தீத்தழல் வெட்டிய மூங்கிலில் காது வைத்துக்கேட்கும் இரவில் ஆக்ஸ் அய்யரின் நாய் தீநீர் நகரத்தைச் சுற்றி உடலின் ஒவ்வொரு பகுதியும் நீர்க்டிகாரங்களின் தொனி கேட்டு சுவாசிக்கும் பியானோத்தெரு கிருஸ்தவர்கள் எவரும் கண்டிராத பல மெட்டுகளில் பாட கால்வாயில் ஏனாதிகளின் படகு ஊர்ந்து கேட்பதற்காக அங்கு மீன்களுடன் வருகிவார்கள் நாட்டையரைக் காண.

முப்பது பிறை வளையமிடும் மூங்கில் பாலங்களின் இருட்டுக்குள் மிதந்து நுரைக்கற்களாய் வளையும் பிறைகள் சிறுத்த உற்பாலங்களில் செல்லும் சுருங்கைவழிகள் எல்லாம் கவிஞர்களின் ரகஸியத் தெருக்களாயிற்று. உள் கூடுகளில் பவளக்கற்களும் நத்தையோடுகளும் படிந்த சுண்ணச் சிப்பிகளில் புகைந்து கொண்டிருக்கும் வெந்நீர் ஊற்றுகள் சதா வசியத்தில் ஈர்த்து கடல்கோட்டைக்குள் நடக்கும் ரோமானிய ஆம்பொரா ஜாடி மதுவுக்கும் புகையிலையுடன் மார்ஜிமாவைக்கலப்பதற்கு நூறு இரவுகளின் அடர்த்தியினுள் வெள்ளை நாய் பாய்கிறது. இருகால்களில் நின்று விசும்பி எக்கி மூங்கில் நரம்புக்கருவியை தூக்கித் வில்லின் அகராதியை ஊடறுக்கிறது. அங்கு ஓவியர்களும் கவிகளும் சதாபருகிக் கொண்டிருக்கிறார்கள் மூங்கில் குத்துகளாய்.

பூச்சிநாயின் பற்களும் எலும்புகளும் ஒரு காலத்தில் கடற் பவளமாயும் சின்னஞ் சிறிய நீர் ராசியாயும் கடவுளின் வஜ்ர எலும்பாகவும் இருக்கலாம். கடவுள் எலும்புகளால் வடிவமைந்த பூச்சிநாய் எங்கெங்கும் முழுநிறைவாக வியாபித்திருப்பதற்கு முன்னூறு நிலங்களாகப் பிரிந்திருந்த நாய்களின் மூதாதையர் கிழவன் கோயில் சமணர்களாய் மண்கால் துறவிகள் வந்த தீநீர் நகரத்தில் நடுகற்களாகவும் பொல்லாத திருடனின் கடிநாய் ஊளை களும் படிந்த தெருவில் ஆனைச்சங்கிலிகட்டி தொல் என்புகளும் அதிரச் சுறவுமுள் நட்டிக் குலவையிடும் பரதவரும் தீப்பாய்ந்த

கன்னிமாரும் கர்ப்பத்தில் முனகும் நாய்குட்டிகளின் சன்னமான ஒலி, மடுக்களில் நாய்பால் சுரந்தவேளை தீநீர் நகரத்தின் சஞ்சல தேவதைகள் மருள் ஏறி மனிதர் மேல் ஏறிக் கதைசொல்வோரையும் கேட்போரையும் மாற்றிக் கதை சொல்லவைத்துக் கொடுத்த பலிப்புலவும் கற்சமாதிகளும் சுமேரியரிடமிருந்து வந்த மூங்கில் பாய்மரங்களில் மண்ஜாடியில் வைத்த சாம்பல் எலும்புகளின் எச்சங்களும் ததாகதரின் எச்சத்துகள்களும் தேசங்களெங்கனும் கீழ்திசையில் பரவியிருந்த பஞ்சங்கள் தோன்றுவதற்குமுன் அறிகுறியாக ஓர் ஆண்டில் மழைமிகக் குறைவாகப் பெய்து அதற்கு அடுத்து மிகவும் அருங்கோடையாக வெப்பம் மிக்கிருப்பது மூங்கில் பூப்பதற்கு ஏதுவாகி களிமுற்ற மூங்கில் அரிசியைத் தேடி பாரமரர்கள் அலையும் வறண்ட நிலம். 'மூங்கில் கூட்டமாகப் பூத்ததில்பஞ்சம் உண்டாகும்' என வள்ளலார் சொல்லிச் சென்ற பாலத்தில் இவர்கள் மூங்கிலின் இளங்குருத்தை மெல்லும் ஒலி, நீரில் வேகவைக்கும் வாசனை பஞ்சத்தை ஊடுருவிப் புகைந்தது எங்கும். சிறுடப்பியில் மன்னாப் பிசினை வைத்து உள் நாக்கில் பூசி பசிமறந்த கூட்டம் நெடுக வறண்ட ஆற்றைக் கடக்கிறார்கள். வருத்திய பஞ்சத்தின் கால்நடைகள் கூட்டமாய் எலும்புதுருத்தி அலைய மூங்கில் கழியில் இருமுனை யிலும் பெரும் கூடைகள் நிறைய சாணாங்கிழங்கு தோண்டிவர வெகுதூர வெயிலில் அலைக்கழிந்தார்கள். மூங்கில் புதருக்குள் திரும்பிச் செல்லும் தடம்தெரியவில்லை. வழிநெடுக மூங்கில் குருத்தைக் கடித்துச் சாறு குடித்த பூச்சிநாய் மோப்பத் தடத்தில் திரும்பியது. மூங்கில் இலைகளின் சலசலப்பு அக்கா டெங்கும் துக்கமாக இசையும் சருகுகளில் நடந்தார்கள். பல்லாயிரம் மூங்கில் காடுகள் அங்கு தீநீர் நகரைச் சுற்றி சொரசொரத்த தழைகளை கத்தியால் சீவிச் சித்திரம்போடும் துறவிகள் கூழாங்கற்களால் மெருகேற்றுவார்கள்.

கூட்டமாய் எலும்புருகப் புதைகுழிமேடுகளில் சோழ வீரர்களின் ரத்தமடு சுரக்க சுருட்டும்புலவும் மதுவும் வைத்து வணங்கப்படும் ஆவிகள் திணைநிலங்களெங்கும். கிழக்கே சர்வேசுவரன் வியாபக மாவதற்குமுன் நாம் கண்ட பஞ்சங்களில் துருத்திய மனிதகுல எலும்புகளை முன் அறிந்திருந்தன மூங்கில் காடுகளும் பூக்களும். பூப்பதே பஞ்சகாலம் என்பதால் இந்த மூங்கில் பூவில் விளையாத நிலங்களை வெறுமனே உழுது கொண்டிருந் தார்கள் வேளாண் அறிவு மறந்துவிடாமலிருக்க.

சிறுகற்களைப்போட்டு நீர்மேலேறுகிற காக்கையின் நுண்ணிய

தத்துவம் பஞ்சகாலத்தை எதிர்கொண்டு கட்டிய வேப்பங்கூட்டில் மூங்கில் பூக்களின் உதிர்வைப்பார்த்துக் காய்ந்த சுள்ளிகளை அடுக்கும் நெருக்கத்தையும் விரிந்து கட்டும் முடைதலையும் நோக்க பருவநிலைகளைப் பஞ்சத்தின் வருகையை முன்னுணர வைத்த மூங்கில் பூபருவம். ஓணானும் முட்டையிடாமல் தீநீர் நகரைவிட்டு வெளியேறி நெய்தலைக்கடந்து முல்லையில் பதுங்க கரட்டானும் ஓணானும் போனபாதையில் பஞ்சம் பிழைக்கக் கூட்டமாய் வெளியேறிப்போன நாடோடியின் மொழியும் பெயர்ந்தது காகங் களுடன். சொல்லிக்கொடுத்த வறண்ட வேனிற்காலங்களும் கடந்திருந்தன காலடிகளால் புதிய பல தேசங்கள் அளக்கப்படுவதில் கன்னிநிலம் நீர்கால் வரத்தில் முன்அறியாத தீநீர் நகர வாசிகள் பஞ்சத்தில் உருமாறியிருந்தார்கள் மூங்கில் பூவுடன்.

மூங்கில்பாலத்தில் உடைந்த பாறைகளின் உள்ளே சிறு நத்தைகள், சிப்பிகள் இறந்தராசிகளின் மேலோடுகள் உள்ளே படிந்த கடற் பூண்டுகளின் பழுப்புநிறம் கவிதையின் குருதியில் நுழைந்த உப்பும் நாயின் ஊளையில் படிந்து தெருவெங்கும் உறைந்த கோடுகள்.

'நியாயாதிபதிகள் நியாயம் விசாரித்து வருவதற்கு முன் தேசத்திலே பஞ்சம் உண்டாயிற்று' தீநீர் கிராமங்கள் பரதவச்சேரிகளாகக் கடற்கரை நெடுக குருமாணவப்படிப்பு முடித்த வெள்ளாளக் குருவானவர் மீன்காரி வீட்டில் ஒரு குவளைப் பாலருந்த மறுத்ததைக் கண்டு மனம்வருந்திய போதகர் ஆக்ஸ் அய்யர் சாதியைக் கலையாமல் அங்கியுடுத்துவதை ஆட்சேபித்தார். நாற்பத்தாறு பழைய ஏற்பாட்டு ஆகமங்களை ஜனங்களின் வழக்கில் குரல்வளை சொருக பாடாந்திரங்களைப் பெரியபாட்டி சொர்க்கத்தை பார்த்து உச்சரித்தாள். பனிரெண்டு சாதி சனங்களை கூட்டிப்போகும் வெளியேற்றத்தின் போது மதராஸ் பட்டணம் விலகி வந்திருந்த வள்ளலாருடன் சேர்ந்து தீநீர் நகரத்தில் ஊசிமாதா கப்பல்வழியாக உள்ளே வந்தாள். முதல் சமப்புரம் ஒளிர்வதைக் கேள்வியாகி ஆக்ஸைப் பார்க்க ஆவலுற்றது பரதவகுலம். 'சாதியு மதமுஞ் சமயமுங் காணா ஆதியநாதிய வருட் பெருஞ்சோதி' என மகர மீனின் சொல்லெழுத்து 'காற்றினுட் காற்றாய் காற்றிடைக் காற்றாய்... காற்றுறு காற்றாய் கானிலைக் காற்றாய்...' வெள்ளைத்துப்பட்டி படபடக்கச் செல்கிறார் மூங்கில் பாலம் கடந்து. தீநீர் நகரத்தில் ஜீவஞானசபை உருவெடுத்திருந்தது. 'சமயங்கடந்த தனிப்பெரு வெளியாய் அமையுந் திருச்சபை யருட் பெருஞ்சோதி' என ஆக்ஸைக் கண்டு புலன் விழிப்படைந்தார் அடிகள்.

ளொரு மேனியும் தீநீர் நகரத்து மேல்பட்டாம்பாக்கத்தில் அய்யர் மூங்கில் கழிகளில் விழன்வேய்ந்த மண்கட்டிடச் லயமைத்து பாமரர்க்கு ஒருவேளை அமுதும் வேதபாடத் திருப்புதலும் சொல்லிவருவது மூங்கில் கழிகளுடன் வந்த கருப்பரும் முதியோரும் பெண்களும் இரப்போரும் கைவிடப்பட்டோரும் சப்பாணிகளும் வித்யாப்பியப்பருவமெய்திய கண்பத்தாத மனிசருமே கூடியிருக்க இவர்களோடு ஒருவராய் அடிகள் மண்ணும் பிசைந்தெடுத்த அருட்பா உடம்பில் எடுத்த தீநீர் ஊற்றாயிற்று. மீனவப் புல்லூர்க் கட்டிக்காணியினர் உறவின் மரபினர் நீலக்கடல் திரிந்துழன்ற மீனின் நிழல்போல் கூடிய குடந்தை மண்ணியாற்றுக் கரையில் திருப்புறம்பியம் போரில் பூமியின் உதிரம் எடுத்த தொன்னூற்றி ஆறு புறமணக்குலங்கலைத் தொகுத்து அழைப்பித்த தீநீர் நகரெங்கும் பரதவச்சேரி புல்வேய் குரம்பையாய் அமையவும் வாணரின் கொடிவழி மீனால் வரையப்பட்ட மூங்கில் படகுகளாயிற்று. வேந்தர் முறைக்குமுன் நெய்தல் தலைவன் சேர்ப்பனும் பனிக்கடல் சென்றான். பழங்குடி நெய்தல் நிலத்தைப் பல கால்வழிக் குழுக்களுக்கு மூப்பன்கள் மீன்வளத்தை மறுபங்கீடு செய்யும் முறைமை குடியேகியது. ஜனத்துடன் தீநீர் நகர் மேல் சமரச சன்மார்க்கக்கூடு கட்டும் பறவைக்கூட்டம் மூங்கில் மரங்களை யாசித்து மரண நவை தீர்க்கும் கூழ்சாலை அமைத்திடத் தாவீது ஆசாரியாரை பிஷப்பின் ஒத்துழைப்போடு கொத்தரும் ஆசாரிமாரும் சபைவடித்த நாளும் மறந்துவிட்டிருந்தது. சாதியற்ற திருச்சபை எல்லோரும் ஒன்று என்றார். இடதுகை பெருவிரல் ரேகையிட்டு விவசாயிகள் வழங்கிய நிலத்தில் சன்மார்க்கசபை. அடிகளின் சாளரங்களில் ஆக்ஸ்அய்யரும் எஸ்தரும் எரேமியாளும் சாராளும் வைத்துப்போன கனிகளும் திராட்சைக் கொடிகளும் நிரம்பிவழிய வேதத் திருப்புதல்களின் மூலபாஷை யிலிருந்தே இலத்தீனில் இருந்து ஆக்ஸ்பெயர்த்து சொல்லச் சொல்ல விவிலியத்தின் புராணீகத்தையும் பாமர்களின் நம்பிக்கையையும் திசையழித்தவர்களின் வனாந்திரங்களை லெஜ்ஜையடைந்த பெண்களையும் யோவானின் நற்செய்தியில் வந்த ஒளியின் ஜீவிதத்தில் பிரபஞ்ச இருளில் வெளி வரும் மண் அகல் குயவர்களின் கூட்டத்தை மூங்கில் நகரத்தின் தெருக்களிலே பார்க்க தரங்கம்பாடியில் பிரார்த்தனைக் கூட மெழுகு விளக்கு படைக்கும் பரதவர்களையும் இருளில் காணக் கடல்சீறி எழுந்த மீன் எரிவிளக்கு ஒளியில் வசிஷ்டர் மீன்களாகுமாறு சபித்த தத்தன், அநந்தன், நந்தி, சதுமுகன், பருதிபானி, மாலி ஆழ்கடல் செல்ல ஏழு கன்னியரில் மூத்த உந்திர

கன்னி மீன்களைத் திரும்பவும் அழைத்தாள். இவர்களும் மூத்த உந்திர கன்னிமேல் ஊர்ந்து கர்ண மடித்து மகிழப் பெண்மூதாய் சருக்கம் சொல்வேன் கேளே... செம் படவராசனின் குமாரத்தி மச்சகந்தை பித்ரு முனியின் மானஸபுத்ரி ஆதலும் பரதராசனின் வளர்ப்பு மகள் ஆனாலும் பரிமளகந்தி என மறுபெயரும் பெற்றாலும் வசிஷ்டன்பேரன் சந்தனு ராசன் இவளின் மச்சநாற்றம் போக்க எத்தனையோ வாசனாதிகளைப் பூசினாலும் மருந்தீடு பலிக்காமல் மீனுடல்கொண்ட வியாசனை ஈன்றாள்' எனப் பீடிகை போட்டது கன்னி...

இதைக்கேட்ட ஆக்ஸ் அய்யருக்கும் அடிகளுக்கும் மீனின் செவுல்கள் தோன்றவாரம்பிக்கவும் பஞ்சத்தால் பீடித்த காதுகள் கேளாசிரவமடைந்ததில் யோவான் சுவிசேஷங்களின் வாசிப்பாகவும் மாறியதற்குமுன் சீகன்பால்கு மரணப்படுக்கையில் பெயர்த்துப் பதிப்பித்த தமிழில் 'ரூத்தின் சரித்திரம்' கடற் சருகு வாழை நார் எடுத்து தரங்கையில் காகிதம் தயாரித்து கையால் சிருஷ்டித்த தாள் சுருளை முகம்முகமாய் படித்தார்கள். சமுத்திரத்தின் மேற்பரப்பு அமைதியாக இருக்கிறது. ஆறுகள் உப்பையும் உட்கொண்ட சுவையில் ரூத்தின் கண்ணீர் சுமையாயிற்று சமுத்திரம் மேலும் உப்புக் கரித்தது.

கடலில் மீன்களும் நத்தைகளும் உணர் கதையின் கோடுகளில் ரூத்தின் சரிதம். இவை இயற்கையாக இருந்தாலும் லெஜ்ஜையால் தின்னப்பட்டு உருக்குலைந்துபோனாள். மூங்கில் காடுகள்மேல் 'ச்சோ...' வென்று ஓயாமல் மழை புணுபுணுத்தது. அடுக்கின் மேல் அடுக்காக மூங்கில்கால்களோடு மழையும் நடந்துபோன காற்று வீதிகளில் வள்ளலாரின் வீடு அங்கு அலைகள் உயரக் கரையை நோக்கி நகர்வதாயிருந்தது. மூங்கில்விடுதிக்கு முடிவே இல்லை. ஆகையால் வள்ளலார் வீடு முடியும் இடத்தின் மூங்கில் உரசும் ஒலி சதா கீழ்திசையில் வளைவாகப்பரந்து கிடக்கும் ஒரு பெரிய சுறாமீன் அவரெனில் ஒரே ஒரு சமுத்திரத்துக்குள் நாம் எல்லோரும் இருப்ப தாக இருக்கும். கண்ணாடியில் அழுக்கேறிய சுடர் உலகை வளைத் திருக்கும் ஒரு நீர்ப்பரப்பில் ஜூவாலை படிந்து இருப்பதால் எந்தத் துறைமுகத்துக்கும் நீங்கள் மூங்கில் பாய்மரத்தில் செல்வது எளிது. கப்பல் எந்தவழியாகப்போனாலும் எந்த தேசத்தை அடைந்தாலும் மூங்கில் காடுகளின் தொடக்கத்தில் வள்ளலார் வீடு மொடு மொடுத்து உரவும் ஒலிஅதில் எத்தனை அலைகள் உயரக் கிளம்பும் நெடுவால மூங்கில்களை அலை தாக்கும் குமுறல்.

டேன்ஸ்போர்க் அச்சு எந்திரசாலையில் பிரதிகளைப் பெற்ற

ரக்கூட்டம் ரூத்தின் சரித்திரத்தை இருகையிலேந்தி சிரசில் கிக் கண்களில் ஒத்தியும் வாயாலே முத்தமிட்டும் பிறகு தூரக் லிலே படித்தும் மீன் கரும்பியது போக மீந்தபிரதியின் சிதிலங் களின் புதிராய் ரூத் எனப்படும் மீனவக் குமாரத்தி கையில் கூடை யுடன் சோணாங்குப்பத்தைக் கடக்கிறாள். கள்ளுக்கடை முற்றத்தில் பளிகிடந்த குமாரர்கள் கடலுக்குப்போக நேரமிருந்தது.

ரூத் எனும் மோவாபியப் பெண்ணானவள் மோவாபிய தேசத்துக்குப்போகாமல் தென்கடல் முத்தைப் பார்த்து நாவாயிலே இறங்கித் தன் மாமியாள் நகோமியைக் கூட்டிக்கொண்டு மூங்கில் பாலத்தில் குந்தியிருக்கிறாள். 'நீ மரணமடையும் இடத்தில் நானும் மரணமடைந்து அங்கே அடக்கம் பண்ணப்படுவேன்; மரணமே யல்லாமல் வேறொன்றும் உம்மை விட்டு என்னைப் பிரித்தால் கர்த்தர் அதற்குச் சரியாகவும் அதற்கு அதிகமாகவும் எனக்குச் செய்யக்கடவர்' என்றாள் இதுவே 'ரூத்தின் சரித்திரம்' பெயர்த்து முடிந்ததும் சீகன்பால்கு மூங்கில் பாலத்தில் ரூத்தையும் மோவாபியதேசத்து மாலுமியையும் கண்டார். அவனோடு போகமறுத்து மாமியாள் நகோமியின் மடியில் புதைந்து அழுதாள். சீகன்பால்கு ஜுர வேகத்தால் தாமசிக்க முடியாமல் கதாபாத்திரங்களைத் தொடும்போது வானம் குமுறியது. மரணத்தினுடனான உரையாடலைக் கீறி, ரத்தம் கசியும் பிரதியாக்கத் தில் எழுதியவனும் ரூத்தைத் தொடுவது எவ்வளவு துரதிருஷ்டம். ஏனோ ரூத் பால்குவை கைத்தாங்கலாகக் கூட்டிப்போய் முந்திச் சேலையைக் கண்ணீரில் நனைத்து அவர் தனிமையில் ஒன்றிப் பிழிந்ததில் வியர்வையும் உதிரமாயிற்று.

நேற்றைக்குத்திரும்பிவந்த சென்டேவிட் கோட்டையில் சீக்கா இருந்தவரை ரூத்தும் நகோமியும் கூட்டிவரும்வேளை தீநர் நகரத்தின் சிமிழ்விளக்குகள் ஏற்றப்பட்டும் அவர் கண்சொருகிய மங்கலில் பரதவரின் நீலப்புஸ்தகத்துக்குள் விதியாக நுழைந்தாள் ரூத். அதைப் பெயர்த்தவரின் குமாரத்தியாகக் கூடவந்து விதிபார்த்து நிற்பதும் இயற்கையன்று. சனமொழி வழக்காறுகள் சென்ற வருடத்தில் சுயப்பிரக்ஞை எழுத்துப்பாணியைப் பரதவரின் குரம்பைக்குள் மச்ச நாற்றமடிக்க எழுதிவந்தார். பால்குவின் கையெழுத்துப்பிரதிகளை மீன்கள் கரும்பிக் காலம் இன்னும் பழுத்த இலைகளை உதிர்காமல் இருந்தது. சீகனின் கல்லறையும் அவர் விருப்பத்தில் தங்கிய தரங்கையில் உயிர்குளிர்ந்த துக்கத்தின் ஆழத்தில் மரணப் புழுவரைந்த கல்லறை வாசகம்.

பரதவச் சிறுமிகள் ஏந்திய மெழுகுச் சுடர்களின் அசைவிலும்

திநீர் சரிவிலும் சுழலிலும் முகம் முகமாய் ஆக்ஸூம் அடிகளும் உரையாடத் தொடங்கியது மூங்கில் பாலத்தின் மருங்கில் தனித் துயரம் வீசிய உயர்ந்த மூங்கில் காற்றில் தம் மரணாதீத கதியில் ரூத்தை மொழிபெயர்க்க யூதாவிலுள்ள பெத்தலகேம் ஊராளாகிய நகோமியின் புருஷனாகிய எலிமலேக்கு இறந்ததுபோல புயல் கொண்ட கடல் வீசிய சுழலில் பரதவர்கள் மரித்து ரூத், சாராள், ரூத்மரியாள், கிழக்குக்கடற்கரை நெடுக புருஷனை இழந்தும் 'கரி சோறு பொதியோடு கடல் தந்தபோதும் அதன்மீது அவள் கொண்ட பயமொன்று காணும்' பரதவரின் வாழ்பெருங்கனலில் விவிலியம் பெயர்ந்துவர ஒளி மழுங்கி வெளிறிய பஞ்சநாட்களும் மூங்கில் கூட்டமாய் பூத்ததில் அரிச்சலானது வள்ளலாருக்கு. 'ஆக்ஸ்... பால் குவின் ரூத்நூல் திருப்பங்களை கேட்கவே என்பும் உருகுதே'

'பரதவப்பெண்ணின் விரல்கள் ஏந்திய மெழுகு வெளிச்சம் முப்பது பிறைகண்ட மூங்கில் பாலத்தில் படும்வேளை கருத்த சிறுமியின் கையிலுள்ள மீனுக்கு பிரயாசப்படுகிறேன்'

'மெலிந்த அயல்தேசக் குருக்களாகிய உங்களில் யார் பல்சமயத்தை ஏற்கிறார்கள்?' அடிகளின் கேள்வியும் பாலத்தைத் தொடுகிறது.

'கடற்காலானைக் காடியில் தோய்த்து ஈசோப்புத் தண்டில் மாட்டி யோவானின் வாயினிடத்தில் நீட்டிக்கொடுப்பதற்குமுன் கடைசிப் பிரசங்கத்தைக் கேட்கக் கருணையுமது இருதயத்தில் பீறிடுகிறது அடிகளே...'

'இறந்தவரெல்லாமெழுந்திடவுலகில் அறந்தலையறிந்த வருட் பெருஞ்சோதி' என மூங்கில் பாலத்தின் கீழே பவளக் கற்களும் நத்தையோடுகளும் குமுறுவதை எட்டிப்பார்த்தார். உன் பாலங்களில் படிந்த சுண்ணச் சிப்பிகளில் எரிந்துகொண்டிருக்கும் நீரோட்டம். வண்டல்படிந்த சேற்றுச் சகதியில் மடவாத்துகள் கூட்டமாய் இருட்டு சப்திக்கும் ஒலி.

'யோவானின் சுவிசேஷங்களைத் திருப்புவோம். அங்கவர் உயிர்த்தெழும் நாளும் வருகிறது' இவரும் பாலத்தை எட்டிக்குனிய நட்சத்திரத் தடங்கள் உதிர் இறகுகளைச் சேகரிக்கும் சகதிபூசிய அம்மணச் சிறுவன் உழுவைரேகை காய்ந்த சிற்றலைக் கோடுகளில் படியும் கடல் எலும்பை ஊதுகிறான். இறுதிநாளின் சங்குதான்.

'நீர் எனக்குத் தந்தவர்கள் நம்மைப்போல ஒன்றியிருக்கும் படிக்கு, நீர் அவர்களை உம்முடைய நாமத்தினாலே காத்துக் கொள்ளும்' அங்கே இருவரும் கிளிஞ்சல் மேட்டில் வாத்துக் கூட்டத்துடன்

பின்செல்லும் பைத்தியக்காரியை நோக்க அவள் தோளில் சுமப்பது கிளிஞ்சல் பொதியைத்தான். உடல் கலைந்த கூடுகளைச் சேகரிக்கிறாள். கிளிஞ்சில்களில் கோடுகளையும் நிறங்களையும் வியக்கிறாள். நீரில் சிறுகற்களின் ஒளிர்வு, பைத்தியக்காரி உடலின் ஒரு பகுதி கடலின்ஒரு பகுதிதான். எப் போதும் நோக்கச் சிவக்கும் செஞ்செவுள் திறக்கும் குழந்தை அவள். பூமி உருகிய எரிதழல் மொழியுடல்.

'அருட்பேர் தரித்துலகனைத்தும் மலர்ந்திட அருட்சீரளித்த வருட்பெருஞ்சோதி' மணலையும் மண்ணையும் கொண்டுவந்து குவிக்கும் வாய்க்காலில் கிளிஞ்சில் தலையணையைத் தைத்து உறங்குகிறாள். அவளிடம் புதையல் இருப்பதாகப் பலரும் வந்து தட்டிப்பார்க்கிறார்கள். பொற்காசுகளின் பொதி எனச்சுற்றி வருகிறார்கள் அவளை. பித்தத்தின் நீலம் அவள். இந்த இயல் ஒளியும் அவளோ?

'ஊனேறும் உயிர்க்குள் நிறை ஒளியே எல்லாம்' பொம்மையுடன் துயிலும் வாத்துக்காரியின் சாயலைநோக்கிச் சொன்னார் ஆக்ஸ்.

கிளிஞ்சிலுடன் பலவகை மணல். பூமியின் உட்புற அடுக்குவழி உடும்புப்பாறை வெளிபிதுங்கிவரும் பெருந்துளைப் பாழியில் அவள் கிளிஞ்சில் பொதியில் சித்திரங்களை வரைகிறாள் ஒவ்வொரு சங்கிலும். உயிருள்ள எரிமலை நாவினை நீட்டும் டிராகனை வரை கிறாள் மூங்கில் ஏடுகளில். கடலடியிலிருந்து வரும் நெருப்பை நோக்கிக் கூவுகிறாள்.

'உலகநிலை முழுதாகி ஆங்காங்குள்ள உயிராகி உயிர்க்குயிராம் ஒளி தானாகி...'

அந்த நிலம் வழி ஆறு ஓடிக்கொண்டிருக்குமாதலினால் அதன் போக்கு இடமுறைத் திரிபாய் மாறிவரும். தீத்தழல் மொழியின் கீழ் நிலம் தீநீர் ஆவியாகப்பிறந்து வரும் இடமே அடிகளும் செல்லும் காலடி நீழல். தீநீரைச் சந்திக்கும் நகரத்தில் சமுத்திரத்தின் ஆங்காரம் அங்கெல்லாம் அனிச்சயில் தோன்றி மறையும் மணல் தீடைகளில் வாத்துக்கூட்டத்துடன் மூங்கில் கழியூன்றி இடிவிழுந்த கருப்பியாய் தூங்கிநிற்கிறாள் பைத்தியக்காரி.

'இந்த ஒளி இருளிலே பிரகாசிக்கிறது. இருளானது அதைப் பற்றிக் கொள்ளவில்லை. அவருக்குள் ஜீவன் இருந்தது. அந்த ஜீவன் மனுசருக்குள் ஒளியாயிருந்தது' என ஆக்ஸ் அய்யர் யோவான் சுவிஷேசத்தில் ஒளியாகச்சொல்ல... சோதியுட் சோதியின் சொரூபமே

யந்தம்... என அடிகளும் மூங்கில் காடு பொங்கிய அடர்த்தியில் தொலைவே செல்ல ஒரு கூழாங்கல் வடிவிலும் ஒரு நீலம் சிற்றோடை உருவிலும் செல்லப் பின்னும் பல ஓடைகள் வந்துசேரச் செடிகளும் புல்லும் அடர்ந்த புதையில் மயில்நீலம் கூட்டமாய் மலர்ந்திருக்க மணலில் ஓடாதநீர் அங்கு இருந்தது. துளைகளும் இடைவெளிகளும் உள்ள ஆழம்வரை. நீலம் பூமிக்குள் இறங்க கண்ணாடிப் பாறையில் வள்ளல்மயில் அகவல். காலடி ஓசை கேட்காத ஓர் ஆற்றைக் கடக் கிறார்கள். ஒரு ஆற்றில் இருபாறைகள் ஒன்றை ஒன்று சந்தித்துக் கொள்ளாமல் களைத்துப்போய் வளைந்து பார்த்துக்கொண்டு இருப்பதை அந்த மயில்நீலம் சூழலில் கரைந்து எதிரெதிர்ப் பாறைளை மூழ்கடிக்க நீலமாய் தொடுகிறது உயிரை. ‘நாய்களுக்கு சமராதனை செய்வாய்...’ காகங்கள் கூட்டமாய் வந்து தீநீர் நகரத்தில் மூங்கில் பாலத்தில் அடையும்வேளை வள்ளலார் செல்லக் கருப்புநாய் வசியத்தில் வெள்ளையாக இருட்டிலும் அமரபட்சம் சங்குவெள்ளை உடலாகித் துலங்கும். பிறைக்கொரு நிறம்மாறி பூர்வபட்சம் இருளாகத் தோன்றும். வள்ளலார் கைத் தடியில் நாய்த்தலை இருக்கும் சித்தமடம் சென்று பாடுவார்கள். மூங்கிலில் ஓடும் கருணை உயிர் அடர்த்தி அடிக்கணுக்களில் முளைத் தெழும் ஒட்டுவேர்களும் முட்களாக மாறிவிடும். முட்களில் உரசும் காற்றில் காகங்கள் சாதாரணமாக இளங்கால்களில் பதுங்கும் உறக்கம். வள்ளலார் மூங்கில் இலைக்குப் பெரிய இலைக்காம்பாய் அலகிலே பல நரம்புகளாய் எல்லாம் சேருமிடத்தில் ஒரு சிலிர் இயற்கை அவர். வள்ளலார் மூங்கில் தளிர்க்கும் பாசி நிறமாக இருக்கும். அவை நாணிய சிறு கதிர்களாக சிறுகதிர் ரசீம்களாகவும் மஞ்சரிகளில் ஓடும் ரஸ நாளங்கள். செதில் களும் கேசரங்களும் மொழிப்புனல். வாடிய புல். வகை களிலெல்லாம் அவர் ஆதியான மூங்கில் புல். பாடகப்பதி சங்கமர் கொடுத்த கைத்தடியில் நாயின் கபாலம் வசியத்தில் ஈர்த்தது. சங்கமர் அவ்வூர் பூசைப்பெட்டியுடன் ஆற்றங்கரைச் சாலையில் திரிவார். மூங்கில் மடத்துக்கு வராமல் வைரவபூசைப்பெட்டியுடன் முத்துக்குழி மண்டபத்தில் கோமள வல்லிப் பேட்டையில் பாடகப்பதி நாய்களுடன் இசைபாடும் பிரபஞ்ச விதி வள்ளலாரும் அங்கே சென்று ஆக்ஸ் அய்யரைச் சந்தித்து மேல்பட்டாம்பாக்கம் பியானோத் தெருவுக்கு வர மாலைப் பொழுதாகிவிடும். பின் வேறொரு நாய்க் குட்டி தாயைத் தேடி வந்த சபைத்தெருவில் இருந்து மிஷன்தெரு போவதற்கு மூங்கில் பாலத்தைக் கடக்கும். எங்கிருந்தோ குட்டியாக வந்து ஆக்ஸ் அய்யரின் பியானோவுக்கு அருகில் கேட்டுக்கேட்டு யோவானின்

சுவிஷேசங்களில் ஆராதனையில் கலந்துகொண்டு வள்ளலாரும் வந்து குட்டிநாயிடம் குனிகிறார். அத்தனை தனிமைகளில் ஒரு கூழாங் கல்லில் மழைத்திவலைகள் விழுவதைக் கவனித்தவாறு பியானோத் தெருவில் மூங்கில் மரங்கள் அசைய உலாவச்செல்லும் போதோ வள்ளலார் ஆற்றில் குளிக்கும் போதோ அவருடன் நீந்தக்கற்ற குட்டியைப் பூமியின் ஒரு பகுதியாக உணரலாம்.

42

குதிரைக்காதுகளும் சோளக் கதிர்களும் தஸாக்குகளின் ரத்தம்

கசிரங்கா புல்வெளியில் திரியும் காண்டாமிருகத்தில் வருகிறான் ஒரு பிரம்ம புத்திரா. தாய் சிரசுடன் மலை மலையாய் ஓடி ஒளிந்த பரசுராம் நீலக் குகையில் அறிதுயில் நிலையில் 'த' தைவதம் அதுவாக உருகும் தோடி யின் உடலுக்குள் நீலக்கண் விழித்த புறமும் சதாவும் வியாபகம் கொண்டவாறு ரேணுகாவின் கபாலம் திறந்த அடர்நீலம் விளரிப் பாலையில் மூழ்கிவிடுகிற இவர்களின் ஆன்மா பனிஓநாயின் துயர் மஞ்சள் நாயின் கால்புதரில் ஊளைகளின் ஓடைத் தடங்களாய் சுருண்டு செல்லும் வெள்ளிமலைச் சரிவுகளில் கடந்து இங்கே பயணித்த வேளை த நீலத்தின் இயல்பைத்தேடி தனித்தன்மைகொண்ட இரங்கற்பண்ணில் பலதுணை சுருதிகள் ஊடுருவிக் கலந்து ஒன்றுக்குள் பலவாகும் தொனி இழைத்துப் பின்னிய கேன்வாஸ் சுருள் விரியக்காத்திருந்த பார்வையாளன் ஏதோ ஒரு நகரத்தில் ஏதோ ஒரு தெருவிலுள்ள பிரபலமில்லாத கேலரியில் குதிரைவண்டியில் வந்தவன் நீக்ரோகாந்தி தலைகீழாக இறங்கி ரேணுகாவின் புத்திரர்கள் தஸாக்குகளின் சிற்பத்தில் வில்லேந்திய குதிரைப்படை நெஸியோட் தஸாக் குடும்ப விருட்சத்தில் தூசுன், கயன், கென்யா, முருட் ஆகிய சகோதர இனக்குழுக்களின் ஆர்யா நாகா யுத்தம். ஆயினும் அழைக்கப்படும் குறியீடு 'கா' இனம். கிரோகர் தொடர்களில் மறைந்து தாக்கும் பூர்வீகக் கொரில்லாமுறை. படையெடுத்த வேகத்தில் மோதும் கால்தூக்கிய கணைப்பொலிக்கு அஞ்சித்தான் உள்ளே நுழைய கண்களால் பறித்த கருநீலம் அதுகூடவே கடந்து கொண்டு இருக்கிறது. இருப்புப்பெயர்ந்த 'கா'க்களோடு பின் வாங்கும் எதிரிகளை வழி மறித்து வளைக்கும் நூற்றாண்டுகளில் விலாப்பக்கத் தாக்குதல். தஸாக்குகளிடம் இருப்பது பார்பரி, அரேபியா, கருஞ் சிவப்புகலந்த

கபிலநிறம் குரங்குமுக ரசோங்கிடம் சிவப்பு கலந்த பழுப்பு நிறம் பிடரிமயிர் செம்பழுப்பாய் குலுங்க அந்தக் காத்தலைவன் கிழக்குதிரை யுடன் பேசியவாறு சவாரியை ஏற்றிச்செல்லும் அசோகன் காலச்சக்கரம் கடமுடக்கும் பனிப் பாதையில் சகடம் செல்ல ஒவ்வொரு குளம்படி யிலும் நொறுங்கும் பனிக்கட்டிகளில் தீப்பொறி தெறிப்பு.

இந்த த ஒலி ரசோங் குரங்ககளால் பறவைகளால் விலங்குகளால் மனிதனாலும் உண்டானதாயிருந்தாலும் வண்டுகளாய் உருவெடுத்த தஸாக்குகளும் எதிரிக் காக்களும் ஆதியும் அந்தமும் நீலமாய் தோற்ற உருக்குள் சதா நுரைகளாய்ச் சிதறும் வேளை இந்த 'த' ஒலி வண்டுகள் கருவிழிகளாய் வால் முளைத்து ஓடிக் கொண் டிருக்கும் சிமேயான் மலைக்கும் காபுவாஸ் மலைக்கும் கிரோகர் தொடர்களில் சரியும் உச்சரிப்பாக எதிரொலிக்கும் கலையின்விதி ஓர் லயத்தில் ஒன்று சேர்கிற நீலப்புழு காக்களின் சிமிழ்களில் நீலத்துள் நெளியப் பீங்கான் மெல்லிய பனிச்சுருளாகும் படிகத்துள் சரோங்குருவிகளின் வட்டமாகும் ஓசை சப்தா என்ற புரவி ஒலிகள் ஒவ்வொன்றிற்கும் பின்னணியாக நீலமடையத் தேரிமார் அதை 'த' என்ற சொல் உடலினுள் ஜீவித்திருப்பது 'அ'வுமாக தோவில் 'ஓ'இருப்பதும் தா-வில் 'ஆ' மறைவதும் தேயில் 'ஏ' வர 'தி'யில் 'இ'யும் 'தீ'யில் ஈயும் குதிரையை ஓட்டிப்பறந்துகொண்டிருக்கத் தன் தோலை எளிதாக அதிர்வித்து நீண்டவாலைப் பக்கத்துக்குப் பக்கம் ஆட்டியும் விரட்டும் ஒலி.

லாவோட்ஸ் ரோஜாவை அருவமாகக்கொண்ட நூல்திறந்து மகளுக்கு தந்தையின் சிறைவாசக் கடிதங்கள் அடங்கிய தோல் பெட்டியில் பர்மாவிலிருந்து வந்த சர்வே நாடோடி நீக்ரோகாந்தி வரைந்த கினபலூசிகரத்தின் சாயல்களில் சர்வே வரைபடச்சுருளை விரிக்கிறான். சுருதிவண்டுகள் புள்ளிகள் கோடு விரிசிறகதிர்வில் கூட்டமாய் சிவக்கும் விளரி ஏழிசையில் ஒன்று 'த' குரலே துத்தம்... விளரி... என எழுவகை இசைக்கும் எய்தும்பெயரே.

ட்சாங்போ, பிரம்மபுத்திரா, ஜமுனா மூன்றும் ஒரே நீராகும் மலை உச்சியில் நடந்த முற்றுகையில் தஸாக்குகளின் ரத்தம் பூசிய பாறைக்குப் பாறை தாவும் கா குரங்குமுகக் கூட்டம். பாறையில் சாய்ந்திருக்கும் எதிரிகளை நேருக்கு நேர் சந்திப்பது எளிதல்ல. நீக்ரோ காந்தி எழுதும் 'தஸாக்கின் இதிகாசம்.' குருதிபூசிய இரங்கற்பண் துன்பச் சுவைப்பண் கா பெண் 'த' விளரி யுருதரும் தீந்தொடை நினையாபுறமும் கிரோகர்மலை இருளாய்ப் பழுத்தது. தஸாக் உதிரம் நிலத்தில் கலந்து

அவர்கள் மறைவதுவே முடிவாகவும் இருந்ததுவரை பிறைகளின் விசும்பல் ஈட்டிப்புண் வாதை எங்கணும் சென்றே பாடும் ஆடமை குயின்ற அவிர்துளை மருங்கில் ரத்தச் சுவடுகளின் தொனி கேட்கும் ஏகதேசத்தில். வீழ்ந்தவன் சொன்னான் 'சோர்ந்து அயர்ந்த எதிரிகளை வதைக்காதீர். நீ தரும் உணவையும் வரைஆட்டின் எலும்பையும் புசிக்கமுடியாது எம்மால். எதிரிதரும் அமுதை ஏற்பது விநாசமாகி விடும் குடி. சிதைந்த வீரர்களோடு வெளியேறும் வேளையில் வழிவிடு எங்களுக்கு. உபாஸ் மரத்தின் காதலர்யாம். ஈப்போ நஞ்சுப் பசினில் தோய்ந்த மெல்லிய அம்புகளை யுத்தத்தில் தொடுத்தவர் நீங்களா?' காக்களே... காண்கிறோம் உருகும் பனியுள் துளையர் விளரிநொடி தரும் தீம்பாலைச் சிலம்பிடைச் சிலம்பும் ஈத்தாம் தேவதைகள் தேனீக்களாய் பூமடி துளைத்த கருநீலம் ரீங்காரம் காம்பொதிநறவம் விளரியொடு அருந்தி உருகும் பனியுள் நெருப்பு மலரும் தோடியையாம் பெற்ற வரம். தஸாக்கிப்பெண் கருச்சுழியும் முன்பே பலருக்கு ஏற்பட்ட வீழ்ச்சி அகமிருந்து புறவயமாகி தேகச்சிதைவில் இரச கற்பூரத்தைலம் கற்றாழை சோறுவைத்துக் கட்டி மட்டிப்பால் புகை உருகும் கோடு.

பூக்கள் சரிந்துள்ள கினபடாங்கன் பள்ளத்தாக்கில் விளக்கத்தையும் பாரம்பரிய முறைப்படி நாசியால் வாசிக்கும் குழலில் பரவும் தோடி உள்ளத்தளியில் வேறு எதனோடும் ஒப்பிடமுடியாத பழங் காலத்தவரும் போருக்குவரும் ஆவிகளாய் உதிரத்தில்கலக்கும் பாறை சிவக்கிறது. நாசிக்குழல் எதிரி இனத்தையும் லயத்தில் பரவசப்படுத்திய ரெஜாங் ஆற்றின் நீலம் லயமலராகும் மூங்கில் ஓடைகளாய் பிரிந்துவிடும். உடலினுள் ஜீவனிருந்த தொனியைத் தோடியில் லயப்படுத்தி நாசிவாத்தியக்காரன் போகிறான். நீலத்தில் மறைந்திருக்கும் 'சப்தா' என்ற புரவி அண்ணாந்திருக்கும் குரல் வளைக் குருத்தில் ஊற்றெடுக்கும் ஜமுனா குறைந்த ஒலி அளவைக் கொண்ட சுதேசிகளின் தோடி நீரின் அரூபத்தில் கரைகிறது. காண் கிறோம் நீலத்தின் சூலில் காபுவாஸ் மலைகள் தவழ்ந்து மூடும் இலைக்கூட்டம் உருவாகிய ஈரக்காடுகளின் பாதைகளில் சொற் பொருள் அவ்வளவில் நிராதரவெளி ஆயிரம் இதழ் விரியும் பனிவனத்தின் விதி. இங்கே தாவரங்களும் விலங்குகளும் பூச்சிகளில் தெறிக்கும் விழிகளில் அனைத்தும் சுருளாய் வளையும் வட்டமாகும் அலைகளில் எல்லாத்திசைகளும் பரவ அலை நீலம் ஒன்றன்பின் ஒன்றாகச் செல்லும் இரு சிகரங்களின்மேல் எதிரிகளின் ரத்தம் உறைந்த கருக்கிருட்டு மெல்லப் படிகிறது. கொலையுண்ட வீரர்களின் ஆவி

ஒலிகரையும் பிரபஞ்ச மோனத்தில் உயிரின் தோற்றத்தின் நிசப்தம். இரு ரத்த மேடுகளுக்கு இடையில் மிகத்தாழ்ந்த சுருதியிலுள்ள த- வின் அலை மிக நீண்டதாயிருக்கும் தோடி. காதினால் கேட்டு கிரகித்துக் கொள்ளக்கூடிய ஒலி அணுவணுவாக மிகக்குறைந்த அலை குருதியின் ரகஸிய ஒலியாக இருக்கும். உருகும் வெண்ணிற உருக்கள் ஏதோ சுருதி இயற்கையில் சிகரத்தின் நீலப்படிகங்களில் மெய்மறந்து எதிரிக்கு எதிரி முத்தமிடும் உருக்கம் நீராகிச்சரியும் ஓர்மையில் கவரும் தீவிரம்.

மொகோமா மலையின் சாயலில் நடமாட்டம்கொண்டிருந்த தோற்றங்கள் பலியானவர்களாயிருக்க உள்ளே புண்ணாகிக் கால வடுக்கள் நெடுநாள் மாறாதிருக்கிறதாம். துயரத்தின் வாசனையாக நெருங்கிவாட்டும் மலர்த் தோட்டத்தில் உலவுகிறார்கள். மனிதரோடு சார்தல் இல்லாது விலகியே சாயைகள் தோடியில் அலைய மலர்ச் சேர்க்கையில் இயற்கையின் ஸ்திதியில் புறம் விரிவதுமாக ஏதோ நீலம் சூழ்உலகை முற்றும் வயப்படுத்திவிடும். ஆனாலும் தஸாக்குளின் கால்கள் கூடவே நடந்துவர அங்கங்கு மலச் சரிவில் பாறைகளில் மல்லாந்து பகை மறந்து உரையாடுகிறார்கள். செயலற்றுக் கிடந்து ஒளியாது எதிரிகள் இருக்கம் தெருக்களை நோக்கி மேகக்கூட்டங்களோடு தாழ்ந்து மலைக்கிராமத்தைக் கவிய உறங்கும் பகைவரின் வேட்கை.

தோடிலயம் ஒன்று அனுபவத்தில் சலியாதிருத்தல் உறும்போது பொறியுடம்பின் செயலும், புலன்உணர்வும் விழித்த நீலம் அங்கே தூரத்தில் உயர்வு பெறும் ரத்தக் குன்றுகளில் நெளியும் வெள்ளி ஓடை. நீல ஒளியில் ஒன்றி தோடி அதுவாகும் பளிங்கில் இந்த வெளி எங்கே இருந்து கொண்டு இருக்கிறது நம் இடத்தில் இருந்து.

பனிவெழுத்துக் காய்ந்தபிறை கீழே வருகிறது. அவர்கள் தொலை விலிருந்துவரும் தோற்றம். 'நீங்கள் பாறையின் மறைவிலேயே இருங்கள். தஸாக்குகள் களைத்துவரட்டும். நாம் ஓய்வாக இருக்கநேரம் இதுவல்ல. ஆனாலும் மரணத்தை நடையாகக்கொண்டு வருகிறான் அந்த தஸாக். நம்மை புசிப்பதற்கு மெல்லிய அம்பை நீட்டி வருகிறான்பார். அதில் ஈப்போ நஞ்சினையோ ஒரு சொல்லின் அடியில் வஞ்சத்தையோ மெழுகி இருக்கிறானா... தடவிப்பார் கா வீரனே...' 'தஸாக் தன்னைப் புசிக்கக்கொடுக்கிறானோ... இதுதான் வலிவுடன் இருக்கிறான் என்பது. அமைதியாக வருகிறானே. நாம்பாறையாக இருப்பது அவனுக்குத் தெரியும். உலர்ந்த பாறைகளின் நிழலில் இருப்பவர்களைக் கண்டு அவன் அஞ்சவில்லை. கூப்பிடு தூரத்துக்கு

அப்பால் தான் வில்லம்பர்கள் பேசிக்கொள்ளும் முனகல். இராத்திரி ரொம்பவும் இருட்டிவிட்டதால் தஸாக் அம்புகளின் குறி தீவிரமாக இருக்கும். தாகத்தோடு வருகிறான். நம் மூங்கில் தேறலை ஏற்க மாட்டானே. அவனிடம் திராட்சரசம் இருப்பதால் அதை நகத்தில் பூசி எதிரியைத் தழுவுவதற்காக வருகிறான்.' மலையைவிட இறுக்கமாக இருந்தான் தஸாக். திரும்பிப் பாராமல் ஓடையை நோக்கிப் போகும் சிறுத்தையாக சத்தம் கேட்டுவிடாமல் நடந்தான். தொலைவில் வரும் எதிரிகள் கண்களுக்குப் படாமல் வருகிறார்கள். சாயைகளும் மறதிகளும் காட்டுப்பாதைகளாக விரிவுகொள்ளும். காட்டில் எதிரிகளைப் பார்க்க முடியாது. அரிச்சலைக் கேட்கமுடியும். காற்றில் மறைந்துவரும் தஸாக்குகள் இறந்தபின்னும் அம்புகளை நீட்டி வருகிறார்கள் கழுத்தைக் குடைவதற்கு. இருள்மயமாய் வழியும் பழங்குடிகள் நெருக்கமாகப் பல்கி இராது ஆங்காங்கே சிதறி இருப்பதில் காடுகளின் அடையாளங்களில் மரமும் பழங்குடிதான். பெரணிகளின் நீலம் உயிர் அணுவில் நகரும் தோற்றம். யாருமில்லை. தோடி. நீலப்புழு திகழ்வதும் மூழ்கிய துயரில் அழிய மலர்மிசை இருக்கும் வெளிச்சிரிப்பில் பூர்வகிராமங்கள் கருங்கற்களில் அடுக்கிய வீதிகளில் தாழ்வான கூரைகள் உதிர ஆள் நடமாட்டம் இல்லாத இராத்திரி நீலநிறக் குதிரை இரண்டும் எதிரெதிரே முகர்ந்து மௌனத்தில் புதைந்து நாசிவாத்தியக்காரன் தோடியில் மோனத்தின் சாந்தி இருப்பாகி இருக்கிறது. மூப்படைந்து தேககாந்தியெலாம் மழுங்கி தழும்புகள் அடிபட்டவலி ரத்தம் பிழிந்த வாரும் கிழிந்த வாழ்புராணம் தையல் சடைப்பூரானாய் தோல் உரித்து தைத்த கோடு நைந்த கண்ணாடிப்புரவி இவ்வளவு அழுக்குப் பிடித்த சோம்பேரிகளை எங்கேனும் கண்டீரோ... முடைநாறும் சாணிவாடை குளம்படிகளில் தீப்பொறி அடங்கிக் குதிரை லாடங்கள் சிதறி உருண்ட மலைப்பாதையில் இரண்டும் பிச்சை எடுப்பதைப் பார்த்து பாரசீகவணிகன் அழுதே விட்டிருந்தான். கழுத்தின் மேற்புறம் நடுக்கோட்டிலே நீண்ட நெளிவான பிடரி மயிர்படிந்த செம்பட்டை. நெற்றிமீது முன்மயிர் அழகாக அசையும் வருஷாவருஷம் ரோமமும் உதிர்க்கும். உதடுகள் பெரியவை அடிவாங்கிய வீக்கம். உணர்ச்சி மிக்க நீண்ட கபாலம் எரியும் பாலைவனப் பிறவி. பனியின் மீது சறுக்குச் சகடத்தை உருட்டும் விதி. ஆனால் ஒன்றின் பேர் நாகா மற்றது காந்தகா. காரிருள் கவிந்த இரவிலும் கடிவாளத்தைத் தளர்த்திவிட்டால் சவாரி செய்யும் யவனாசிரியன் மிலிந்தரின் ஆவி பௌத்தனாக மாறியபின் கபில வஸ்தை நோக்கி போய்க்கொண்டு இருக்கிறது

காந்தகா. சவாரி செய்வதற்கு யாரொரு தீங்குமின்றிக் கொண்டுபோய் சுத்தோதனரின் மாளிகைச் சாளரத்தைத் திறக்கும் காந்தகா. என் செல்லமே... எனத் தஸாக்கு கொஞ்சுவதை நகரின் விளக்குகள் சிமிட்டிப் பார்த்தன.

குதிரை வாணிபத்தில் பேர்போன கடல்தஸாக்குகள் மந்தையோடு திரிகிறார்கள். இவ்விரு புரவிகளைப்பார்த்துத் தனக்கு நேரப்போகும் துர்லபம் இப்போதே காந்தகா வடிவில் சாபம் கருநீலமடைவதை எதிரிகளின் விஷ அம்புகளுக்கு முன்பே தெரியும். யுகங்களுக்கு பின் இழந்த தம் பூர்வீக இமாலய தேவதாரு வீடுகள் உருகித்தான் நீலமடையும். ஈக்குவஸ் கபாலஸ் முதியபுரவியின் தலைமையில் மந்தையாகச் செல்லும் குதிரைமுகப் பழங்குடியாம். இமாலயத்தின் நீலத்தில் கரும்புள்ளிகளாக மலையிடைப் புல்வெளியில் குதிரைத் தொலியில் சுருட்டி உறங்கினோம். அதிநூதன குணங்கள் எமக்குண்டு. பாரம்பரியமாகப் புல்மேல் வளர்ந்த காற்று நாம். சில்லிருளில் ஈன்றாள் நெமிநாகி. இந்தப் பூர்வீக நெமிநாகாக் குதிரைமீது மோகம் புத்தனுக்கு. நூறு பல வருஷங்களைக் கடந்து பாபிலோனியரும் அசீரியரும் தஸாக்கைத் தழுவி முகர்ந்த வாடைக்கு ஏங்கிய ஒல்லாந்தரும் தொட நீட்டிய கரங்களில் துப்பாக்கி உள்ளதே. ஆயுதத்தோடு மெமிநாகாவைத் தழுவமுடியுமா உங்களால்.

அந்தக் கிழக்குதிரையின் ரேகைசெல்வதோ இமாலயத்தில் திபெத்திற்குவடகிழக்கில் செலுஸ்த்திரே குகையைச்சுற்றி தஸாக் பரிகளின் கங்காளம் குவியத் தூரத்தே உருகுவதை எம் துயர் உறும் சருக்கத்தை கா எதிரிகள் திரும்பிப்பார்க்கவுமில்லை. எல்லா யுத்தங்களின் அடியிலும் தஸாக் இனம் எம்பரிகளின் எண்பு உருக்கமுறும் குன்றுகளே ரத்தம்பூசிய மேடுகள். மனிதரின் சமீபம் வரை வந்து புல்மேய்வதைப் பாரும். போக்கும் வரவுமாக சகடத்தில் பூட்டிய கிழக்குதிரை இரு விதி. அவை சொர்க்கத்தில் இருப்பதாகப் பேசும். வேறு கிரகத்தில் எம்மிடமே நீலம் சதா தோன்றுவதும் வளர்வதும் சூல் திரிவதும் வழிநெடுக. எம் மந்தையில் மாந்தளிர் நாகாவின் குட்டிகளை ஈண்டி உறங்குவோம். மெல்ல நடப்பதில் கெச்சை போடும் சுபாவம்.

இவ்விரு கிழப்பரிகளும் ஒருதீவு என அருவத்தோற்றத்தில் செருமியபடி பச்சைவீட்டுக்கு நாகாவும் நீலவீட்டை நோக்கி கந்தகாவும் போய் மறையும் ரகஸியத்தை நிறங்களின் தர்க்க வடிவத்தை கொள்வதில் எதிரிகளிடம் புரவிவாடை ஏது? அவர்களோ எம்மை விடப் பழமையான ரசோங்கீசகர். வால்பட்டாலும் கால்பட்டாலும்

சண்டைதான். புராணத்தில் வாலால் சுட்ட எம் பூர்வீகப் பட்டணம் கனவுக்குள் தீக்கோட்டையாய் தகதகக்கும். எதிரெதிர் இருப்பு பிளக்கும் இடைவெளியில் நேயம் விலகம்.

இரு கிழ மெமி நெமிகளின் மையல் தேக்கிய கண்களோடு முன்னும் பின்னும் பக்கப்புறங்களில் ஏக்கத்தில் உருண்ட பார்வை மங்கலிலும் இருட்டிலும் பழைய யுத்தங்களில் ஊடுருவி அலையும் ஞாபகம். கருப்பூரம், அகில், கஸ்தூரி மணங்கமழும் தேக மினுமினுப்பு சங்கும் முகிலும் குதிரைத்தோல் மெலிவு. பள்ளத் தாக்கில் இருப்பு பெயர்ந்து மோகிக்கும் மலர்களுக்கான விதியும் வேட்கையும் மனச்சார்பின்மையிலிருந்து விலகி நீல ஓடைகளில் இரவில் வரும் சூஃபியாக்களே இப்படி நீலப் புரவி எடுத்து இக வாழ்வின் கொடுங்கனலை தஸாக்குகளின் வாழ்வதை யை சுயமாய் அனுபவத்தில் காணத் தாளகதியில் வட்டமிட்ட நடை ரேசிதம். முன்னங்காலைத் தூக்கிக் காட்டும் வஸ்கிதம். ஆள்வாடை கண்டு வேகமாய் மறைவதில் புலுதம்.

சாரிபதினெட்டு வகையில் ஓட்டத்தின் விதி ஒவ்வொரு காலிலும் விசும்பி எழப்பயணிக்கும் புதிரில் தஸாக்குகள் விச்ராந்தி மிகும் இடங்களில் குடிபெயர்வு. மலைக்குகையில் யுகயுகமாய் வேட்டை யாடிய கடமானின் உதிரத்தில் வரைந்த கனாநிலை. கூடவே தொடரும் தாவரமனிதரான நொச்சியர் மோனம் கசியும் பாறை உருவங்களில் படிந்து உடையும் வெள்ளிப் பனிச் செதில்களின் ஒலி. இரவைக் கூட்டிவரும் நொச்சியரின் சித்திர கபாலம் வனாந்திரத்தில் அலையும் பூர்வ ஜமுனா நீரைச் சுரக்கும் குதிரைகள் எங்கோ கும்பு கும்பாய் தழைக்க துணிந்து வெளிவராமல் தியானிக்கும் கூம்புச் சிகரங்களை நோக்கியே இருந்துவிடும் பழங்கிடை மேய்ப்பராவர். குகைப் பாழியில் ஹேமவந்தா, காச பகோடரின் புத்தஆச்சாரி இரு பேரின் உருதான் வெளியேறி நொச்சியரின் கிராமங்களை நோக்கி சமயப்பணிக்கு நொச்சியரை சித்திரம்தீட்ட அழைத்தது. நெடுவரைக்குள் மஞ்ஞன் திகாவை சக்கரவர்த்தி அசோகன் அனுப்பியதை இமாயலப் பகுதியில் இந்த மஞ்ஞிமாவும் கசபாவுமே பழங்கிடைகளுக்குத் தலைமைஏற்றுப் புரவி உரு எடுத்துவரும் ஜமுனா வெள்ளச் சீற்றம். நொச்சியர் குகையில் வரைவதைவிட்டு லடாக் குகைகளுக்குக் போயினர். புத்தரின் நீலம் இமயத்தின் கருவை நொச்சியர் லடாக்கில் வரைந் ததில் காடோசெடியாக விபச்சித் அலைந்து திரிகையில் கேட்கும் தொனி பௌத்தத்தின் மெய் உருக்கம் மூப்படைந்த மலைகளின் தாடியுடன் தியானத்திலிருந்து

மெல்லத் தொனிக்கும் தோடியின் மையல் சூன்யத்தில் பொதுவிய பனித் துகள்கள் சரியச் சரிய குளம் படிகளில் சிதறும் ஏற்ற இறக்கங்களில் பரசுராம் குண்ட் கிளை வழிகள் ஜமுனாவின் மேல்வளையும் ட்சாங்போ நெடுகத் தோன்றி மறைந்துவிடும். தஸாக்குகளின் பலம் முற்றுமே அற்றுப்போயின. அவை இருந்த கிடைமுற்றத்தில் மோந்துபார்க்கும் மஞ்சள் ஓநாய்க்கு இவை தப்பிச்சென்ற வாடை ஒவ்வொரு அடுக்கமாய் பிரித்து வளையும் நீலப்பரம்புகளில் அண்ணாந்து ஊளையிடும். ஓநாய்க்குக் கதையில் வரும் போதிசத்துவர் தஸாக்குதிரையாகவே தோன்றினார். ஏனோ ஓரிடத்தில் திடீரென்று மலைகள் கீழிறங்கும் அடுத்த ஆழத்தில் பழங்கிடையை மடக்கும் கா இனம் யுத்தத்துக்கு அடிப்போடும். அவை வேறெங்கிருந்தோ அவ்விடத்துக்கு வந்திருக்கக்கூடும். கா இனத்துக்குப் பழங்கிடைகளை அபகரிக்கும் பேராசைதான் யுத்தம். ஆயுதங்கள் இருந்தென்ன பயன்? பழங்கிடையின் வாசனையின்றி யுத்தம் வசப்படாது. முதலில் கிடையைக் கண்டுபிடிப்பது ஓநாய்தான். மனிதனுக்குத் தஸாக்கின் வாசனை கிடையாதே. எதிரிகள் எங்கே தோற்பார்கள் என்பது தஸாக்குப் புரவிகளுக்குத் தெரியும். எதிரியிடம் பிடிபட்டால் சிப்பாயாகச் சொன்னபடி கேட்கும். எல்லாம் தந்திர சூழ்ச்சிதான். சிறந்த தஸாக்குதிரை வேகத்தால் பகைவனைச் சுமந்தே வீழ்த்திவிடும். யுத்தத்தின் பலம் வேகத்தில் இருக்கிறது. பலவீனம் குதிரைக்கு இல்லை. தஸாக்மந்தை பலவீன மடைவதில்லை. நாடோடி மந்தையைப் பார்த்த கணத்தில் கா இனம் வெற்றியை உணர்ந்துவிடும். எந்த வெற்றி தோல்வியும் விதிதான். வெல்லப்பட முடியாத இனம் தோற்பது ஊழிடம் இருந்தது. காவின் பலவீனமான நேரத்தில் தஸாக்குகள் தாக்குவதில்லை. போதிய குதிரைகள் இருந்தால் அவற்றின் வால் ரோமத்தை மோந்துபார்த்து விடைத்து எழுகிறான் தஸாக்கு.

எத்தனைவகைப் பழங்கிடை அது எங்கும் வியாபித்து விரிந்து உடலும் உயிரும் பொருளும் நிலவ உளம்கொண்டு இருந்தால் ஜமுனா நீரின் பெயர்தலன்றி வேறென்ன? விதிக்கப்படும் சேனத்திலிருந்து விடுபட்ட தஸாக்குகள் மிக நுண்ணிய பனித்துகளில் தோன்றி இயற்கைவிரிவில் நீலமடையும் தொலைதூரம் பொருளையோ பழகியவனையோ கண்ணால் காண்பதற்கு முன்பே அவர்களின் அசைவையும் திருஷ்டியால் பார்த்துவிடும். தஸாக் மோப்பத்தில் தொடரும் பிங்கலநிறமும் முகில்நிறமும் சங்கு வெள்ளைப் புரவியைத்தேடி துறவி சங்கமித்தா வரக்கூடும். சக்ரவர்த்தி மகள்

என்பதால் தஸாக்குதிரைபட்ட கலிங்கயுத்தக் காயங்களின் சீழை அவள் சீவரத்தால் ஒற்றி எடுக்கிறாள். துடைக்கத் துடைக்கக் கலிங்கரத்தம், மலைகளைச் செம்மேடாக்கியது. போரஸ் குதிரையோ கிழடாகி கண்பீழை ஒழுகும் யவனக் குருதியைக் கால்களால் மிதித்தது. எவ்வளவு ஆவேசம் அதற்கு. யவனனிடம் திரும்பப்பெற்ற ராஜியம் ஒவ்வொரு எட்டிலும் வரைபடம் அவனுடையதாயிற்று. நீரிலும் ஆவிப்பனியிலும் வெழுத்த தஸாக்குகள் எங்கும் தலைசாய்க்க இடமின்றித் திரியும் பயணம். இந்த நீலச் சூலில் எதுவும் மாறிக் கொண்டே இருக்க இந்த நீலம் ஏனென்றால் புற ஈர்ப்பாக அடர்ந்த பொழுதுகளில் வேறு வேறாக வெளிப்பட அகண்ட வடிவமாய் தஸாக் குதிரைகள் மூழ்கியிருக்கும் நீலம் கருத்த மைவரை. இந்த நீலத் தஸாக்குகள் அழியாமை பெற்றிருக்கலாம் ஒரு கருப்பு டியூலிப் மலரில் எனில் அதன் வாட்டம் சுருக்கம் அழிவும் தோற்றமாகக் கருவிழிமூடிய ரெப்பைகளின் அசைவு.

புறத்தில் இரு தஸாக்புரவிகள் ஒன்று கருநீலத்தில் கலந்து அப்படியே மலைகளின் ஆழத்தில் இரண்டரக்கலந்து வாடும் கருப்பு டியூலிப் அதுவாய் இருந்தும் இல்லாத இருப்பில் எவ்வளவு காலம் தோற்றத்தில் வெளிர்நீல இருப்பாக இருக்கிறதில்லையா.

இயற்கைநிறங்களில் புவியியற் காலம் ஜலசந்திக்கு முன்பே நிலப்பாலம் கடந்து கிழக்கு மேற்கு அர்த்த கோளங்களுக்குள் தஸாக் குதிரைத் தடம் அவற்றின் மூதாதைகளும் வந்துபோகும் மனித நிழல்படாத ஊழியில் குவிந்த கங்காளம் முற்றிலும் அறுபட்டுப் போய்விடாத அதிசய இயல்பினவும் மாண்டதோர் எண்பின் உருக்களில் பருவஉதிரம் பூசுகிறாள் தஸாக் பெண்ணொருத்தி. கொள்ளை நோய் பீடித்த யுகமொன்றிலிருந்து மேகக்கூட்டமாய் சிறுமந்தை களாக வந்து குவியும் இவை விண்ணிலிருந்து கீழ்பாய்ந்த உச்சைச் சிரவம். இந்திரனின் நீலநிறக் குதிரைகளைத் தஸாக்குகள் கண்டார்கள், கூடவே வளர்த்து விருத்திசெய்து பிரெய்ரிப் புல் வெளிகளிலே கூடாரமிட்டு வந்த காட்டுமிராண்டிகளும் நாடோடி நொச்சியரும் அவற்றிற்கு கடிவாளமிட்டிருக்கவில்லை. குகைச் சுவரில் எலும்புக் கருவிகளில் சித்தரித்த குதிரையுருவங்கள் சிலவற்றில் கடிவாளவார் இருப்பதை தஸாக்குகள் பழக்கினார்களென்றது எலும்பு எச்சங்களில் மூழ்கியிருக்கும் தஸாக்கின் இதிகாசம்.

நொச்சியர் கிறுக்கிய பக்கங்களில் மந்தைகளின் இருப்புவரை படத்தில் பிறையின் நிலை திங்கள் குறைவதும் நிறைவதும் மறைவதும் பின்னும் தோன்றுவதுமாகிய நீலநிலவு வெளியேறிவர

உள் நுழைகிறான் கா மனிதன். நான்கு நிலவுகளின் இரவில் கண்ணாடிக் கோப்பையின் மறுபக்கம் இருந்து பாறைகள் மிதக்கும் பிரபஞ்சத் திரட்சியில் வளையும் ஒவ்வொரு பிறையாக நீலத்தில் உருஆகித் தோன்றிக்கொண்டிருந்த உருக்களை நொச்சியர் வரையும் குகை. கருநிலையான ஈரம் ஓடித்துளிகள் அகம் குலவி நிற்கும் தனித்தனி ஒவ்வொரு ஜீவராசிகளில் சூழ்ந்து இயங்கும் கல்லின் உருக்கள் வேறாக ஒலியற்று மௌனத்தில் எரிந்துகொண்டு இருக்கிறது. கா இனம் தெரிந்துகொண்ட எவற்றின் ஒலிகளோ பழுப்பான வட்டப் பாறையில் போர்தொடுத்த தஸாக் ரத்தம் நகர்வதை உற்றுநின்றார்கள் பயத்தில். தஸாக் அமரர்கள் உயிர் கல்லில் சுடர்வது ஏன்? அந்தக் குதிரைமந்தை அகண்ட மலை அடிவாரத்தில் கணைத்தஒலி. வட்டப் பாறை சிவப்பதைக் பார்க்க புரவியின் கால் நீண்டு வருகிறது. நிலவியலை அறியும் பரிகள் இவை. பருவம் மாறுவதைச் சருமத்தில் உணரும் தஸாக் பரிக்குத் தெளிந்த விழிகள். கூர்மதி நுட்பம் அலைந்த குதிரைக்கு இருந்தது. கா இனம் மரக்கிளைகள் வழி கீழிறங்கி வரும் உத்திகளால் சில அகப்பட்டுவிடும். அவர்களும் போராளிகள் என்றே தஸாக் ஒத்துக்கொள்ளும். தான்தோன்றி மந்தையைப் பிடிப்பது எளிதல்ல. கால்களை இயக்கும் தசைக்குருதி மேற்பால் பிழம் புருவில் விரைவாகப்பெண்டுலம் ஊசலாட அந்தரத்தில் மோதும் முற்றுகையில் பள்ளமும் வரம்பும் மேடும் தாவும் சமதளத்தில் ஓடும் மிதத்தல். கீழ் மூட்டுகள் முன்னும் பின்னும் அசைய முழங்கை மணிக்கட்டு அகங்கை விரல் நழுவாது பலதிசை செல்லும் ஸ்தூலத் தின்பாரம் மிதத்தல் தனிக்குளம்பின் மேல் பொருந்தும் ஒயில். தஸாக்வீரர் முன்போகும் பின் போகும் சாவதானம். எங்கும் நில்லாத தஸாக்குகள் ஓடும் உலகு உயிர் ஆகி தண்ணெனப்பறத்தல். சிறிது சிறிதாகப் புலனாகும் நீலம் புரவியுரு காட்டி கண்ணிற்கு உணர்த்தியும் அனுபவமுற அதன்கூடவே பயணிக்கும் எதிரிகள் காற்றில் பேசுவது சொற்றொடர்கள் எங்கிருந்தோ அழைத்துவரும் காக்களின் பாடல். வேறு எங்கோ அவை திரியக்கூடும். இப்புரவி இரண்டும் ஒரு கணமும் ஓய்ந்திருப்பதே இல்லை. சதா விழிப்போடு மையல் மறதியின் ஆழத்தில் தலை மிதக்கப் புலன் இருப்பில் மெல்ல நரைவரும் பழுத்த சதைத் திமில் அழியவரும் ஸ்திதி.

அந்த ஊருக்குச் செல்வது எளிதாயில்லை. கருங்கற்கள் நீர் சுவரும் ஈரமான தெருவில் இச்சிறு சிமிழ் சித்துருவில் சிதைவும் அயர்ச்சியும் சுடர்தளர்வும் வடிவத்தை உருகுநிலையாகக் காண் பதில் அயர்ப்பிலாச்

சிருஷ்டி நோக்கி நொச்சியர் இலைச்சாறில் தூரிவரையும் அந்தரத்தில் கைசெல்கிறது தனியாக. நீலப்புரவிகள் பழைய உருவிலேயே இருப்பதாக நீலம் விழிப்படையும் பாம்புப் பாதைகளில் ஊர்ந்துவரும் கா கூட்டம். அவர்கள் வரட்டும் என்று கதவுகளைத் திறந்து வைத்தார்கள். மற்றவர்கள் ஒளிந்திருப்பது எவ்வளவு தூரத்திலென்று கல்லுக்குத்தெரியும். நிலவைப் பார்க்காமல் எதிரிகாலடி எடுத்து வைக்கவில்லை. மேகத்துள் சொருகி மறையட்டும் செவிகளை அதிகக் கூர்தீட்டி வீட்டுக்குள் நடக்கும் பேச்சை உணரும் காக்களுக்கு இவர்கள் மேல் தீராப்பகை தொடர்வதேன். இருப்பக்கமும் ஜனம் குறைந்துகொண்டு வருகிறது. சம்பிரதாயம் பேசி யுத்தத்தை நிறுத்துவதற்கு மூன்றாவது இனத் தலையீட்டை விரும்பவில்லை. நேருக்குநேர் மோதல். முற்காலத் தில் இழந்தவீரர்களோ அதிகம் பேர். இளந்தாரிகளை எளிதாக எண்ணிவிடாதே. இருபக்கமும் ரத்தமடு சுரக்கிறது. இறந்த கணவனுக்காக எதிரியின் உதிரத்தை வங்கொலையில் பெற்று முலையில் பூசிப் பாடுவது காபெண்ணுக்கும் தஸாக்யாவுக்கும் ஒரே நாசிவாத்தியக்காரன்தான் புகிரி வாசிக்கிறான். அவனுக்கு ரெண்டு பக்கமும் இசைப்பாடல் தெரியும். சண்டைக்குக் களத்தைத் தேர்ந்தெடுத்துவிட்டால் சித்திரப்புள்ளி சேவல் கட்டில் எல்லோரும் கூடி ரத்தம் கண்டதும் கோச்சைவிழுந்தவற்றை பகிர்வதில் கிடாச் சண்டையில் துவங்கிவிடும். ஆனால் சிறுதெய்வங்கள் உதிரம் குடிப்பவை. ஈத்தாம் தேவதை இருப்பக்கமும் பேசுபவள்.

தொலைவைப் பொறுத்தவரை அவர்கள் சென்ற இடத்தில் இருந்த நீலம் பிரிதொரு இடத்திற்கு அடர்வதால் பகைவரின் இயக்கம் மலைக்குள் தெளிவாவதில்லை. நத்தைக் கண் பார்த்துவிடுவான் மரத்தின் உச்சியிலிருந்து. மேநிலைக்கு மேநிலையாக அடுக்கத்தின் சாயலில் பொழுதோடு படிக்கிறார்கள் பளிங்கின் வெள்ளுருக்கம் தோடியென மசக்கும் உயரத்தை அண்ணாந்து சமையும் கிடைக் கூட்டம். காவலாளி அசையீட்டியுடன் நடமாடும் ஒலி. அங்கிருந்து பொழுதுகள் தாண்டி ஒருமையுற்ற நீலம் நின்று கருநீலம் சூல்நோக்க நவநீலம் தஸாக்குகளின் சாயைகளோடு கடந்துகொண்டு இருக்கும் கங்காளம் அதன் பெருந்தனிமை.

குகைக்குள் கருத்தமீன் கீழ்செல்ல சித்திரங்களின் வெளிப்பாடு. ஆயிரம் பல வருஷங்களுக்கு முன்பே உரு எடுத்து கருவிழிநோக்க அண்டகோளத்தில் கால்களில் தீப்பற்ற ஓடும் மாந்ரீகக் குதிரைக் கருப்பு. நீலத்தின் ஆற்றல் கங்காளத்திடம் ஒளி சேருதல். புரவியின் ஜீவதயவே வேகத்தின் அடிநிலையாய் இருத்தல். கங்காளத்துள்

விழி திறப்பித்துக்கொண்டிருப்பது விண்மீன்தான். நீலமீனின் வெளிப்பாடு. இவ்விரு புரவியின் சந்திப்பு ஆயிரம் ஒளி வருடங் களைப் பாதித்துக்கொண்டு இருக்கிறது. கீழே நீல நிலவு மேலே இருள். இப்படி இடங்களில் யாரும் போரிடமுடியாது. விதி பீடித்த பாதை செங்குத்தாகச் சென்றது. எதிரியும் கைகொடுத்து தூக்கி விடுகிறான். தவறிவிழுந்தால் பாதாளம்தான். மேநிலைக்கு ஏறிச் சென்ற தஸாக்குகள் தீக்கால் புரவிகள் ஒடிகிரகத்தவை. ஒடிகிரகத்தில் வரும் புராதன முகமூடிக்கோயில். அங்கே கா இனத்தார் தஞ்சமடைந் தார்கள். தகக அகராதியிலிருந்தே கா தலைவனுக்கு மிகப்பழமையான பிறவிகளை லெட்சணம் காட்டி அவற்றின் மாறுபடும் நறுமணங்கள் விழியமைப்பைக் காதின் வடிவத்தையும் சுழியோட்டத்துடன் சொல்லிவந்தது முகமூடிக் கடவுள். லாவா உறைந்த பாறைக் கூட்டத்தில் அவற்றின் வாழிடம் இமயத்தின் மறைப்பில் இருந்து புராதனதஸாக் கூட்டமாய் வெளி வரும் கிடை ஒன்றில் திரேதா யுகத்தின் சாயல் எதிரிக்கு பிரசன்ன மாயிற்று. இவர்கள் அவர்களிடம் கிளைபிரியும் பூர்வீக இடம். இரு தரப்பினரும் நிலத்தை அணைத்துக் கீழ்படிந்த ரத்தமேடு. முகம் முகமாய் சந்தித்தார்கள். ஆயுதங்களின்றி அங்கங்கே பாடுவிழுந்து அரிதுயலில் கிடந்தநிலை. இருவருக்கும் பகை முறிந்த பிறகுதான் வழிபாடு. அதுதான் விதி. யார் வழியையும் யாரும் மறித்து நிற்க முடியவில்லை. ஆனால் போர்க்களத்தில் அம்பினுங் கடுகிச் செல்லும் இரு நிறத்துப் புரவி இருப்பதைக் கண்டு விரலால் ரோசினான் தரையை. குதிரைத் தொலியில் சுருட்டிக் கொள்ளும் நொச்சியப்பெண் ஒருத்தி ஒவ்வொரு பிறையாகப் பாரசீகத் தோலில் சித்திரம் தீட்டிவருகிறாள். கான்யாற்றில் மூழ்கியவாறு குதிரைத் தோல் மிதந்துவரப்பாடுகிறாள். லாயக்காரனும் முகமதிய லாடக் காரனும் அவளுக்கு அடிமைகள். புல்லிலே கால்பட்டு தீக்கல் தெறித்தது. நெற்றியில் முளைத்த கொம்பு ஒளியே சுடர்வதாயிற்று. நிலவிலிருந்து உதிர்ந்த கொம்புகளா இந்தப்பிறை நுதல்.

நீலத்துள் வாழ்வு ஏற்பட அங்கே தஸாக்குகள் கா இனத்துடன் சரிவுகளில் பயணித்த நீலம் கடந்து கொண்டு இருக்கிறது. ஒளிர் அணுவைச் சூழும் பனிக்கருவில் பாவமான இரு புரவி மூச்சுவிடும் ஒலி. பகைமையே நேயத்தின் இருநிலைத்தோற்றம். எதிரெதிர் நோக்கில் மூன்றாவது வெளிநீலமாய் வெறுப்பு நீங்கிவிடுவதால் இவ்விருவரும் வெவ்வேறு காலமடிப்பில் ஓநாய்பெண்ணிடம் பால் குடித்தவர். பனித்தாய் சிகரத்தை நோக்கியே சரிவுகளில் காலடிகள் இடறும் பள்ளத்தாக்குகளில் எங்கோபோய் அடைந் தாள்? வெகுதூரம்

அழகில் மலர்ந்த சாவு அசைந்துகொண்டிருக்கும் நீலம். உள்ளே வீழ்ச்சியின் பாடல். ஒருவேளை பனிஓநாய்கள் தீக்கால்புரவிகளின் குளம்படி உதிரத்தை முத்தமிடும் ஒலி.

பலியானவரின் பேசும் எலும்புகள் அவை. ஒலி எழுப்பின இலைகளைப்போல சாம்பல் நீலமாய் எழுந்து வருகிறார்கள். இறகுகளைப்போல மிதக்கும் புரவிகளின் நிழலாக மறைந்து வரக்கூடும். நெடுங்கழுத்துத் தஸாக் தொண்டைக் குழிவில் உதிரம் துடைக்கத் துடைக்கக் கசிகிறது. கா ஒருவன் வாள் தன்னை நீண்ட தாகக் காணும் நீரில் கத்தியை விழுங்கிச் செரித்துவிடமுடியும் என அலையாகி விடுகிறான். கா பெண்ணின் இலை நிழலின்பாடல். புராதனப் பாத்திரங்கள் திரும்பிவரும் மறதியும் ஆவியும் நீருமாக ஒலி. அடிமை சாசனம் விசுவாசம் விட்டுப்பிரியாத அனுபூதியில் விழுப்புண் புரையோடிய அவமானம் ஞாபக அடுக்கில் அசையும் வாய்நுரை சிதறிவாழ்ந்த துருப்புகளும் அமரர்களாகக் குதிரைமீது அமர்ந்து புராணக் கதைகளுடன் மாசிடோனியவாள் இப்சாஸ்யுத்தம் செலுகஸ் சந்திரகுப்தனுக்கு இடையே போர் சிந்துவுக்கு மேற்கில் நான்கு பிரதேசங்களைக் கொடுத்தல். பாடலி நகருக்கு வருகிறான் மெகஸ்தனிஸ். தட்சசீலத்தில் குதிரை வளர்ப்புக்குப் பேர்ப்போன தஸாக்குகள் கூட்டிப்போன மேய்ச்சல் மேடுகளில் கீழிறங்கி வில்லேந்திய காவீரர்களின் புரவிக்கால்களில் கசியும் நறுமணம்.

வேட்டைதடை செய்தல் தஸாக்குகளுக்கு எதிரானது. கூட்டுக் காடையை விட்டு காட்டுக்காடை பிடிப்பவர்கள் காவினம். குதிரை வால் ரோமத்தைத் திரித்த மெல்லிய கண்ணிகள் அவர்களிடம் உண்டு. சாதாரண உத்திகளில் பட்சிவேட்டை. அந்த உத்திகளுக்கேற்பவே எதிரியும் கண்ணி விரிப்பிலிருந்து தப்பிவந்தான். பறவைகளின் சிகிச்சாலையத்தில் பியதசி யுத்தத்தை வெறுத்து வெளியேறி இன்னும் பழங்குடிவேட்டைக்கு எதிராகச் சமயப் பிரச்சாரத்துக்கு மலைச் சரிவில் ஏறிவரும் தேரர்களில் ஒருவரானார். சற்றே இரு கல்தூரம் இடம்பெயர்ந்தார் தஸாக்குகள். தென்கிழக்கில் ரும்பிண்டி நிக்லிவா தூண்களில் பட்ட வாச்சியப்படி ஐநூறு பௌத்த தேரிமார் நடமாடிய இடத்தில் கிடைபோடுவது ஆபத்தானது. பள்ளத்தாக்குவரை ஆர்வம் காட்டும் சின்னங்களைச் சுற்றி வழிபடும் சில கா இனத்தவர் பௌத்த நீலத்தில் கரைகிறார்கள். வலியும் முனகலிட உள்ளோடி யிருக்கும் பௌத்த எச்சங்களில் புல்வெளியில் சுவாசிக்கும் குதிரை மந்தை ஒன்று மெய்யுடல் மே நிலையில் திகழும் சிகரத்தை நோக்கிக் கந்தகாவின் உதிரத் தொடர்பால் மறைந்து திரியும் இயற்கையாகப்

புரவிநிலையிற்றானே இருந்தும் தன்னை யாரென்று கண்டுகொள்ளும் பியதசிபோன பாதையில் செல்வதாயிற்று. தஸாக்குகளின் கண்ணீரின் நிழலில் மறைந்திருக்க அவர்கள் கை அள்ளிய ஓடை நீரின் எதிர்பக்கம் புரவிகள் உதடு வைத்துப் பருகும்.

நீலத்தீயின் சுழற்சியில் துவைத்து எழு தும்பி தவிர் இசை விளரி அகமும் நாடோடிப் பாணர் விளர்இசை கடுப்ப கூட்டமாய் மலைச் சரிவுகளில் முகில்படையாக அவை வெளியேவர மந்தையை இழந்தை பாணன் திணைமாலை கூட்டி விளரியாழ்ப் பாண்மகளே... வருந்தாதே... அவை நீலபிந்தில் கலந்திருக்கட்டும்... என விளரிக்குரல் அன்றில் ஒன்றையொன்று பிரிவாற்றாமையில் அகவும் சுரங்களைத் தேரிமார் கேட்டுக்கேட்டுச் சுதேசிஇனத்தின் பாடலில் மெய் உருகினார்கள். இதை அவள் தெரிவித்தாள் நமக்கு.

தேரி பிப்பாலியா கூட்டிப்போன லும்பினித்தோட்டத்தில் பலாசமரக் கிளையாக மாயா மறைகிறாள். தஸாக்குகளின் தலைவிதி மரங்களின் விதியுடன் பிணைந்திருக்க ஒவ்வொரு இலை யும் உதிர்ந்து பழுத்து கீழேவிழும் ஒலி மிதத்தல் நரம்புகளில் நீல ஓடைகள் சலனம். இந்த நூற்றாண்டுவரை தீராமல் பலாச மரத்தின் பொந்திலேயே தஸாக்கிக் கர்ப்பிணி ஈன்ற மழலைகளைத் துயில வைக்கிறாள். மலைமடிப்பில் நடந்துகொண்டு இருக்கிறார்கள். இமயத்தில் தோன்றி வானுலகு வரை வளர்ந்த வெள்ளரச மரம் ஒன்றைச் சுற்றிச் சுழலும் ஏடுகளின் சிறகடிப்பு. இந்தமரம் மூன்று உலகங்களை இணைத்து முக்காலங்களின் இணைப்பேதும் இல்லாமல் திகழந்து கொண்டிருக்கும் நீலம், வேர்கள் கீழுலகையும் கிளைகள் வானுலகையும் பற்றி உதிரிந்துகொண்டிருக்கும் எல்லா மொழிகளுமாக இலைக்கூட்டம் நெடுவரையெங்கும் பட்சி ஜாலங்கள் விதை பரப்பும் உயிர்மூச்சு காற்றின் சிறகொலி. எவ்வுயிர்க்கும் தன்வேரால் கிடைத்தநீரும் பரிதிஒளியும் பழுத்த தன்கனிகளைக் கீறி விதைசிதற திசைநான்கிலும் சிறு விதை பரவிக்கொண்டு இருக்கும். போதனை களில் உருக்கொண்டு புண்பட்ட குதிரைமந்தை யுத்த மடுவிலிருந்து அலைவதாயிற்று.

இமாலயத்தின் புக்தலில் ஒரு தனிப்புனித தேவதாரு மரத்தின் பாதுகாவலிலுள்ள ஒரு மடாலயம் ஒரு காஇனக் குரங்கிற்கும் பாறைப்பூதத்துக்கும் பிறந்த முதல் மனிதக் கூட்டம் தஸாக்கின் குடும்ப விருட்சத்தில் நான்குகிளைகளை திபேத்திலிருந்து வரும் தாந்ரீக புராண ஏடுகளை தாவரநிறங்களைக் கொண்டு வரைந்துவரும் சகோதர

இனமான நொச்சியர் அந்த மரத்தில் மறைந்த காபெண்ணின் ஒலி திரும்பினால் மறைந்துவிடும்.

மழைத்தூரல் எலும்புகளுக்குள் உள்ளேறிய காற்று சில்லிடும் பனிக்கீறல் மூங்கில் கணுக்கள் உடையும் ஒலி. பிறை காய்கிற சருகுகளின் புலம்பல். விழந்கூரை வேய்ந்த காஇனத்தின் கோட்டைத் தொழுவில் கணைப்பொலி. புரவிகளின் சுவாசம் கேட்டு சுவரில் காதுவைத்துக் கேட்கும் எதிரிகள் ஆறுபேர். கொண்டிக்காவலன் மூங்கில்தடி தரையில் தட்டி நடக்கும் ஒலி. எல்லாத்திக்கிலும் கொண்டிக்காரர்கள். முள்ளி மூங்கி கண்மூங்கி வின்மூங்கி, பெரு மூங்கி, சாதீனமூங்கி, வேணுமூங்கி எனப் பேர்கொண்ட ஆறுபேர் பகைவரை எதிர் நோக்கி யுத்தத்துக்குக் காத்திருந்தனர் காயும் பிறையில். எதிரே குன்றுகளுக்கு மேலாகப் பெருங்கரடி அமர்ந்திருந்தான். செந்நாயின் தடங்களை மட்டுமே நம்பின கா இனம். களவு விழும்பக்கம் திரும்பி இருட்டுப்பாதையில் கடந்துபோய் மண் கோட்டைத் தொழுவுக்குள் தஸாக் சந்திர ஜாதிக் குதிரைகள் கூலம்மெல்லும் மொடு மொடுப்பு. மண் சுவரைக் குடையும் இடை எலும்புகள் வலுவானவை. ஆள்வாடை கண்ட ஜாதிப் பரிகள் தஸாக்கின் வேர்வைக்கு வாலை ஆட்டின. நுழைந்தவர்கள் வேகமாய் ஆவிச் சேர்ந்து முகத்தைத் தழுவி விசும்பினர் வெளியில் கேட்காதவாறு. தஸாக்கின் அணைப்பில் பனிஆறு தொலைவில் உடைபடும் ஒலி. அவர்களுக்குக் கேட்டிருக்கும். காடியிலிருந்து வார்களை அவிழ்க்கவும் மனிதனைவிட ஜாக்கிரையாகத் தஸாக் வந்த ரேகையில் சுவர் பொந்துகளில் வாகாய்க் கழுத்தை நுழைத்து முன்னத்திங்கால்களை உள் மடித்ததை வெளியில் இருப்பவன் ஈர்த்துக்கொண்டிருந்தான். முள்ளிமூங்கி உள்ளேவர காடிக்குள் பதுங்கினான் தஸாக். கட்டிஉருண்டான் குதிரைச் சாணத்தில். தஸாக் உள்ளங்கையை மிதித்து உளிபாய்ச்சி தரையோடு பதித்தான் கொண்டிக்காவலன். கூச்சலிடாமல் ஓடிய நிழல்களை விரட்டினான். கைச் சூரியால் மண்ணோடு முளைபதித்த உளியை மறுகையால் அறுத்தான். விரல் தொங்கியது.

உளிபட்டதஸாக் நிலத்தைப் பறித்தெழுந்தான். குதிரை நிழலாக கன்னப் பொந்துவழிவெளியேறி இருளில் இருட்டாகி ஓடினான். குன்றுகள் கூடவே ஓடிவரப் பழமைபீடித்த பாதையில் பதுங்கிப் பதுங்கித் தப்பினான். அவன் கையுதிரம் பிடித்து கதநாய் ஒன்று பிலாக்கணப் புத்தகத்தைத் திறந்தது. குளம்படி பார்த்து பின்தொடரும்

மூங்கிவில்லம்பர் ஆறுபேர் தொடுத்த மெல்லிய அம்பில் அழிஞ்சில் மரப்பிசின் பூசியிருந்தது. குதிகாலில் தைத்துத் தரையோடு ஒலித்தது. காலிங்கம் மெழுகிய வேறொரு அம்பும் வேல்லிதகம் செம்மை ரஸம்பூசியதும் குறிதவறிப் பாறையில் குத்தி ஆடின. தாரதகம் எனும் பிசின் குடுக்கையில் தொட்டு வைத்த நீண்ட தூரம்பாயும் சரங்களைக் கூட்டமாய்க் கணையுமிழ ஒரு தஸாக் சரதல்பத்தில் கிடக்கிறான். அவன் சீக்கிரம் இறந்துவிடுவான். ஓடுவதை நிறுத்தி இருந்தான் குதிகால் ஏறு நஞ்சில் தடுக்கியது விதி. விஷமுறிப்பூண்டுகளைக் கழுதையாய் மென்றதும் பச்சைநெடி. கிளைகள் அங்கங்கே நெடுகத்தோன்றி மறையும் கா இனம் பரிகவர்தலில் நான்கைமட்டுமே மீட்கமுடிந்தது இவ்விரவில். தரத நாட்டு அம்பின் நஞ்சு ஒருயிரைக் குடித்துக்கொண்டு இருக்கிறது. அவனை கருத்தபரிமேல் போட்டுப் போகிறார்கள். அப்புரவி காதின் நுனி மாங்காய் மூக்கென அசைவு உணர்ச்சிவேகம். இன்னும் உயிர் இருப்பதை அறிந்தது. குதிரை வாசனையில் உயிர்வந்துவிடும். அவன் கபிலநிற விழிக் கடவில் எத்தனை நீலம். புரவி வாசனையுள்ள தடாகத்தில் மறைந்தவற்றின் தோற்றம். அதில் மண்டியிட்டு நீர்பருகினான். உடம்பில் சீரானமூச்சு. வாய் நுரைதள்ளியது. எல்லோரும் கூடி அவன் இறுதிச் சொல்லைக் கேட் டார்கள். கிரகங்களை வசியப்படுத்தும் மாந்ரீக மறைபொருட் சொல் மீவுயர் ஸ்திதி அடைய இருந்த தஸாக் இச்சொல்லின் ஆற்றலில் முன்னூற்றி அறுபத்தைந்து தோற்றங்களின் மூலமாம். வட்டச் சமாதிக்கோயிலில் அடக்கமானான். நீருற்றி உடலை விதைத்தார்கள். இந்தச் சொற்களின் கூட்டுத் தொகையை அச்சொல் பிரதிபலித்தது, தவில் அ இருப்பது போல ரோஜாப் பூவிதழ் போன்ற விரல்களுடன் மேலெழுந்துவரும் விடியற்போதில் பரிதியின் குதிரைகளில் ஒன்று விதையாகிமறைகிறது. நாடோடி அலைந்து திரியும் அனாம தேயக் காற்று. இந்தத் தஸாக்குகள் நாற்பது முலாம்பழங்களுக்குள் தசைத்துள்ள அபூர்வ தொனி காற்றின் சிற்பமாய் கிளைவிரியச் செதுக்குகிறார்கள் விருட்சத்தை. அவர்கள் இழப்பிலிருந்து தன் கதையை நோக்கித் தங்களின் கடைசி நூலால் காற்றை நெய்து கொண்டு பனியில் வாடும் கிழக்குத்திரையைக் கம்பளத்தால் போர்த்துகிறார்கள். அக்குதிரைக்கு ‘நீரில் எழும் காற்று’ என்றே தஸாக்குப் பெண்டிர் பேர்விட்டிருந்தனர். அந்தக்குதிரை வாசனையுள்ள பிறவி. இந்த மலைஊர்களில் தனித்தனி மோனம் சூழ்ந்திருப்பது அதற்குத் தெரியும். நாய்கள் அந்த ‘நீரில் எழும் காற்று’க்கு முன்னோடும் சாயை. சம்பாஷனையில் ‘தனிமையில் எங்கே போகிறாய் இந்தக் கபாலக்

கோயில் நோக்கி எரிதழ் ஆழத்தில் கா இன எதிரிகளும் சேர்ந்தே வருவதில் பிரியாத மரம் ஒன்று இருவீடுகளாய் உச்சியில் அசையும் நீலவீடும் பச்சைவீடும் அவை. போகும் இடமெலாம் ஒரு அம்பு நீண்டுவரும். இரு இனமும் சோதர இனமானதில் சம்மந்தம் கலவாதிருந்தது. மையலில் ஈடுபட்டால் வீழக்கடவாய். ஆனால் இயற்கை ரத்தம் கலவையின் ரகசியம் கடமான் வேட்டையில் சரித்திர இருளேறிய குருதியை அம்பினால் வரையும் சித்திரகபாலம்தான் அந்தக் கோயில். ஒவ்வொரு மான் குருதியும் ஒவ்வொரு பருவத்துக் குரிய சித்திரம். ஒவ்வொரு மழைக்காலமும் கூதிரும் கோடையும் முதுவேனிலும் பனிப்பொழிவிலும் புள்ளிமான் உதிரம் எடுத்து பூர்வீகக்கோடு வரைந்து கொடுங்கனா அறிதல். பதினெட்டு ஃபாசில் கபாலங்களில் பலவும் குதிரையின் வம்சாவழியினர். இந்தச் சித்ர கபாலக் கோயில் உரிமை கா இனத்துக்கும் பாதி யுத்தத்தில் அழிந்தஇருபத்தி ஒரு இனங்களுக்கும் பாத்யதைப்பட்டது. காயுவனும் தஸாக்கியாவும் சேர்க்கையில் பிரியாமல் பயணித்து வருகிறார்கள். இச்சையை வாஞ்சித்துக் கதறினாள் காபெண். வியாசம் துணுக்குற்றது வரம்பில். இவ்வொரு காரணியால் காமன் இட்ட சரம் நீலத்தில் மிதத்தல். நீலப்பூக்களை ஏந்திவரும் கா பெண்ணின் மான்குளம் படிகளில் யோனிவடிவம் படிவதால் அதை தஸாக்கு ரகஸியமாய் மோந்து பூர்வகுடி விதியில் அகப்படுகிறான். சங்குப் பூவில் மானின் காதுகள் அசையும். கொம்புமான் இட்டசாபம் சொருகிய அம்புடன் அவள் கூடவே வரும். நுனி அம்பில் மானின் உதிரச் சாயை. தொட்டதும் பூர்வ தெய்வம் நம்புதாய் திகிலடைந்தாள். வேறு வழியின்றி இனத் தனிமையின் அறுதிப் புனித நிலைக்குள் பழைய தேவதாரு மரம் பிளந்து இருவரும் சேர்க்கையில் கருவாயினர். மரம் கருத்தரித்த 'காதஸாக்'என வேறு இனமாய் விலக்கி வைத்தார் இருபக்கமும். கன்னிமை கழியாமல் காபெண் கர்ப்பத்தில் வனம் ஒன்று அவிழ்கிறது. தாவரங்களை அறியும் இனமாக பழங்குடி நூல் சொல்லும். அவர்களை உச்சிமோந்தால் மூர்ச்சையாவார். தெளிந்து யாசிக்கும் பாவத்தில் மன்றாடி மூலிகைத் தடத்தில் போனால் அந்த ஒரேயொரு ஒன்றான தருணத்திற்காக ஒளிந்திருந்து தாவர மனிதப் பிறவிகளை ஈன்ற 'காதஸாக்' அஸ்வினி இரு மையல் மடங்கில் சிசுக் கதறவும் இருவருக்கும் மான் வந்து மடுசுரக்க புள்ளிமான் தோலில் சுருட்டித் துயிலும் பாலகர்க்கு மடுக்கள் பலவாய் மான் கூட்டம் மலையகத்தில் நீலம் ஆயினர். இரு அஸ்வினி மருத்துவர் பின்னே ஆயுர்வேதர் களாய் வைத்திய மரபும் சித்தமூலவராய் காவும்

தஸாக்கும் பிரிந்த கருப்பிரிவு.

தஸாக்கிப்பட்டணத்தில் ஆயுர்வேதமும் சித்த மருத்துவரும் நீட்டிக்கிடந்த வீதியில் இருந்தனர். பெண்ஆனை சிற்பத் தூண் சிதைந்த வடிவாக இருந்தது. சந்திரன் கோயில் தேவதாரு மரத்தின் பருத்த உத்திரங்களில் புடைப்பு சிற்றுருக்களில் மாந்தோப்பில் குரங்குமுக காக்களின் பூர்வகதையும் ஒருக்கால் இருவரின் முதல் கதைதானோ. வனவேடர்கள் பின்னே சுற்றித் திரிந்துகொண்டே கிழக்குநோக்கி முன்னேறுகையில் கூடாரங்களிருப்பது பழங்கிராமம். மறைந் திருக்கும் கிளைப்பாதைகள் புரவிகளுக்கானவை. நாடோடிக் கூட்டத்தார் மனைவி மக்கள் கூடாரங்களைப் பெயர்த்துச் செல்லும் சாவதானநடை. ஒற்றைக் குதிரை வண்டிகளில் குழந்தைகள், ஆட்டுக்குட்டிகள், குடாப்புகள் தோள்மேல் அமர்ந்திருக்கும் சேவல்கள் மற்றும் கழுதைகள், மாடுகள் மீதும் ஏறிப்போகிறார்கள். வயோதிகர்கள் மிருகங்கள் மீதமர்ந்து வந்தார்கள். குதிரைகளை ஒரு கயிற்றால் நுகத்தடியில் கட்டி கூட்டி வரலாம். உயரமான மலைவாசிகள் சமவெளிக்குவரக் கூசினார்கள். சிறு சிறு கூடாரங்களில் பல நாளோ சில வாரங்களோ தங்கல். அது கடமானும் புள்ளி மானும் கொம்புகளை உதிர்க்கும் பருவமாக இருக்கும். அவை செழித்து இருட்டிய புல்லுக்குள் மறைந்து கிடக்கும். காற்றுவாக்கிலே மான்வாடை கண்டு இடம்பெயர்வு. மான்அவர்களைப் பார்த்து விடுமானால் கறுத்த மரக்கட்டையாக ஆடாது அசையாமல் நிற்பார்கள். மான்கூட்டம் உப்புநக்கும் இடத்தில் பதுங்கிக்கிடத்தல் இலுப்பைபூ வடிமதுவின் கிரக்கம். கடமான், புள்ளிமான், இரலை, மறிமான் தோற்றத்தில் நெருங்கிவரும் கடுவாய்தஸாக்கு. வெளிறிய தோல்புள்ளிகள் தென்படும். சிறுவரும் தங்கள் பங்கிற்கான கள்பருகுவார்கள். அணிலின் கொண்டை முடியோ வாலையோ தலையில் சூடி ஓடும் பெண்ணுக்கும் அணில்வால் துடிக்கும். நெற்றிக்கும் கண் கடைவிழிவரை பச்சைகுத்திய கோடுகள். வாதநோய் அண்டாது பச்சைக்கோடு. தேன்கூட்டின் அமைப்பை உடைய கூடுகளில் அரிதுயில். சிற்றோடையின் ஒலி அருகில் தஸாக்கிக் கூடு. மலைமாவும் முடமாவும் மெல்லியதாக இருக்கும்.

யுத்தம் பலவாய் மான்கூட்டம் மைவரை நெடுக கிடைப்படும் நீலம். இருட்டே அவர்களைச் சூழ்ந்து மெதுவாக நகர்ந்துவர வயோதிகர்கள் வண்டிச்சட்டத்தில் படுத்து நடமாடும் உருவங்களிடம் பேசி எதிரியை உணரக்கூடும். புலவுண்ணும் கிழஓநாய்கள் மோப்பமிட்டுவரும் வேளை சமரிடும் படுபுரவிகள் சரியச் சாவு

வரக்காத்திருக்கும். குதிரை படர்ந்த தூரத்தில் தேர்கால் உடைந்த சக்கரத்தில் கர்ணமோட்சம். துரோகத்தில் சுவரியகுருதி சுற்றி ஊளையிடும் பெருநரி. கங்காளவனத்தில் குருஷேத்ர எலும்புகளைக் கடிக்கும் ஒலி. யுத்தப் புரவிகளின் பாசில்கள் லாடங்களில் துருப் பிடித்த ஆணி கழன்று ஓடும் அதிர்வு. கடிவாளமுள் தைத்து வீங்கிய தாடை எலும்புகள் 'என் கபாலத்தை எடுத்துக்கொள்' என்றது பெருநரியிடம்.

தஸாக் இதிகாசம் ரேகைபட உலர்ந்த சொல் பிறக்கிறது. ஈமப் பேழைகளில் குத்துவாட்கள் தலைக்கவிகை மனிதக்கையொன்று துளித்துக்கிடக்கும் கடிவாளவார் பூசிய உதிரமண் கவசம் அணிந்து முகத்துக்கு வர்ணமும் சாம்பல் மந்திரத்தில் உருளும் கங்காளம். சாம்பல் விருட்சம் திறந்துவரும் புரவிக்கிடை நெடுக இறந்த எருது களின் கொம்புகளை ஊதியதும் மலைக்குமலை மறுகொம்பின் காஇனஒலி. ஒரு கணத்திலிருந்து காலம் மாறுகிறது. இரவுவருகிறது. நீலம் கருகருத்த சில்லிருட்டு. பகல் காத்திருக்கிறது. தொடர்ந்து ஒரே பகல் நீலம் வழியும் தூரங்கள் மெல்ல பூவில் மசிப்புட்டி திறந்து தஸாக் இதிகாசம் நீக்ரோ காந்தி வீச்செழுத்தில் அடர்கிறது அவன் தனிமை. கிழிந்த தாளில் இறந்த வீரர்களின் சேனைவரும் மலைச் சரிவு. வேறொரு தாளில் உடல்மாறும் குதிரைக்கு கருப்புவெள்ளை நிறம் தவிர மற்றவை தெரிவதில்லை என்றவிதியைத் திருத்தி எழுதினான் முதல் வாக்கியம் 'ஒரு நீலவான் சமுத்திரத்தில் மிதக்கும் மந்திர வெள்ளித் தீவான நிலவின் கோரைகளைக் கடித்து மெல்லம் சுரைவிதைப்பற்களில் ஒளிபடுகிறது. நான் தஸாக்கிப் பட்டிணத்துக்குள் நுழைகிறேன். முப்பது பிறைகளுக்குமான தெருவில் சந்திரன்கோயில் தென்பட்டது. அங்கு நீக்ரோ காந்தி குதிரையைத் தொட்டு முகம்பதிய அழும் பிறைதொழு மகளிரைச் சந்தித்தான். 'வாரும் வாரும் எம் வாதையை பாரும் பாரும்' என்றார்கள். முப்பது பிறைகளுக்கும் அத்தனை தெருக்கள் உள்ள தஸாக்கிப்பட்டணத்தில் முகமதியர்களின் தறிவீடுகள் இருக்க தஸாக்குகளை அவன் பார்க்க வில்லை.

இன்னும் தொடர இருந்த வாழ்வின் ஏக்கம் சித்திரக் கம்பளத் தில் விரல்கள் விடுபடாத கருப்பு பர்தாவுக்குள் விதவைப்பெண்களும் பின் தொடர்ந்து பனிவாடையில் தள்ளாடும் நீக்ரோவைச் சுற்றி கைதொட்டு அழுகிறார்கள். இங்கே நெய்யப்படும் புர்தெயமனீ 'சிறந்த கம்பளமாகவும் இதைப் போர்த்திய தஸாக்குகளில் சிலர் பழங்காலத்தில் கிஸாயீக்குப் பறந்துவந்த மந்திரக்கம்பளத்தால்

முஸ்லபும்களாய் மாறியிருந்ததை அப்பெண்கள் சதா தறி நெசவில் ஓசையிடும் பாவுத்தெருவில் நடந்த வாறு குழம்பினான். உமர் அவர்களின் கிலாபத்தில் எகிப்தில் நெய்த 'புர்தெகிபாதீ' மிக நேர்த்தியான இழை பழங்காலத்திலிருந்து இங்கே தொலைவு கடந்து வந்திருந்தது. ஹஜ்ஜின்போது செந்நிறப் போர்வையும் ஈதுல் பெருநாளில் வெண்ணிறப் போர்வையும் பின்னே அப்பாஸியக் கலீஃபாக்களுக்கு தங்கச் சரிகை இழையோடிய தெருக்களை இங்குதான் பார்க்கிறான். பச்சைநிற கிஸ்வாக்களால் கஃபாவை போர்த்துவதற்கும் இமாயலத்தின் உள்ஒடுங்கிய தஸாக்கிப் பட்டணத்தில் மிகக் குறைந்தத ஸாக்கியர் இடம்பெயர்ந்துவிட்டதில் பட்டணமும் விட்டு நாடோடிகளாயிருக்கக்கூடும்.

43

கேஸ்ராசா கதை

கைதவறவிட்ட முதல் கதையை பரிகாசப்பட்சி தலைகீழாக்கி அங்கதமாய் உதறிச்சொல்லும். நள்ளிருளில் கெர்பணக்காரிகளை அழைத்து வனம் ஏகுவாள். சதுப்பு நிலத்தில் கடல்உப்பு பூத்த கிராமங் களுக்குள் ஊர் என்பதை பேதை உள்ளான்களே இவள் அத்தை மாராக வந்து கீகாட்டில் வாக்கப்பட்டுப் போனார்கள். வறண்ட நிலத்தில் கருப்பு ராசா சுதந்திரமாய் வெளியேறி அங்கும் இங்கும் காற்றைக் குடிக்கும் நிதானம்.

கருப்புராசாவுக்கு மூன்று அத்தைமார் ஒட்டுத்தாலியில் பூச் சூடினார்கள். கருப்புக் கயிற்றில் பாசி மணியும் பவளச் சிவப்பும் பூர்வீகப் பச்சை கம்மல் மூக்கில் புல்குத்தி மண்ணாந்தையாகவும் காட்டை இருட்டினார்களாம். யாருக்கும் தெரியாமல் கிடக்கும் உப்போடைகளில் அழுதாள் சீதயத்தை. சுக்காங் கிணற்றில் விழப் போனாள் சுப்புத்தாயத்தை. தாயமத்தை கண் பத்தாதவளாகிவிட்டாள். அத்தைமார் ஒளிந்துகொள்ளும் பேதை உள்ளானை கருப்பு ராசாவுக்குத் தெரியவில்லை. மூடுபனியில் சுவாசிக்கும் அத்தைமார் நிழல்கள் பச்சை இரவு ஏந்தியுள்ள தங்கமிளிர் குணவாட்டிகளுக்கு மண் விளக்குகளே போதும். நாம் பெருமிதம்கொள்ளும் விதத்தில் மாமனை அழைத்துக்கொண்டாள். கருப்பு ராத்திரிகளை அருந்தத் தருவாள். கண்குருடான தாயமத்தை சங்கம் புதரில் பெருமூச்சுவிடும் ஒலி. கரடுமுறடான நிலம் தன்னைத் திறக்கும் கீறல்களில் வெளிப்பட்ட அத்தைமார் சாயல் தெரியும். கிளிமாந்தா அத்தையைத் தேடினாள். அவர்களைப் பேதை உள்ளானாக உருமாற்றி பட்சி ராசிகள் மூடிய இமைகளில் மரம் தோன்றி கிளைகளில் கால் வைத்தார்கள். கருப்பு ராசாவின் புராதன ஏக்கம் மறைந்திருக்கும் இரவுகளை வாசித்தது. நஞ்சற்ற பச்சைப் பாம்பு பாட்டியின் உள்ளங்கையென மிருதுவாக

இருப்பதைத் தொட்டாள்.

செடிகளில் அரிதாகத் தென்பட்டு உறவினர்களின் கூட்டத்தோடு வரும் பச்சைப் பாம்பைப் பிடித்து உருவினால் தொட்ட ஏனமெல்லாம் ருசிக்குமாம். மண்ணின் வளத்தைச் சொல்லேந்திய கருப்புராசா உயிர்களின் தொனி கொடுப்பான். சாவித் துவாரத்தில் நுழையும் பச்சைப்பாம்பை எடுத்துத் தன் இராத்திரியைத் தனியே உணர முடியாமல் ஒரு குடுக்கைகள்மண்டியை நீட்டவும் அது பருகியது. கருப்பு ராசாவின் எதிரி எங்கோ தயாராக இருப்பதில் கத்திக்கார கேஸ்ராசா நாடோடிக் கம்பளம் போர்த்தி வந்தான். எதிரெதிராய் மோதும் கருப்பு ராசாவும் கேஸ்ராசாவும் கருவிகளை வெளியில் எடுக்கும்போது பேச்சுக்கால் ஓய்ந்துவிடும். இரு மாமனுக்கும் பரிசாகக் கொடுக்க என்ன இருக்கிறது? பஞ்சமாகிவிட்ட ஊரார் வர இரவில் பூனைவேட்டை மும்முரமாய் நடக்கும். மாமன்மார் மோதுவது குத்துவெட்டில் முடியப் போகும் விதி. மருமகளைக் கண்டதும் சச்சரவைக் கைவிட்டார்கள். விழப்போன கருப்புராசா உயிரோடு வந்து நின்றான். வீழ்த்திவிடும் கோபம் மாமனுக்கு ரத்தத்தில் ஊறியது. கத்திக்கார கேஸ்ராசா கூடப் பிறக்காத பாவிதான். சகோதர ரத்தம் கண்ட மண்மம். சுரத்திடையே உள்வழிகள் மூங்கில் உலர வேனில் நீடி செம்மேடு களில் அலையும் கானல்நீர். கடுவளி வீசும் தழலில் வாகை நெற்றுகள் சிதறும் ஒலிப்பு. பலநாள் நின்று எரியும் அக்னி நட்சத்திரம் கானல் நீர் மிதந்து தரையில் கால்பாவாமல் நீந்தி அரும்பொருள் தேடியும் நிரம்பாவிதையுடன் வாழ்விழந்தகாடு புகையெழ நிலத்தைத் தூக்கி நகரும் மாமன்மார் பாலையை வெகுகாலம் கடக்கிறார்கள் உழுதாலும் மழையில்லை. ஒரு சொட்டு விழுந்தாலும் போதுமே. வெத்து மேகங்கள் ஊரைக் கடக்கிறது.

கேஸ்ராசாவைத் தேடி கிளிமாந்தா கிட்டவருகிறாள் பாலையில் அலைந்தவாறு. குறுக்காகக் கால்மடித்து அமர்ந்திருக்கும் கருப்பு ராசாவுக்கு வலப்பக்கம் மூன்று படமும் இடப்பக்கம் இருபட எழுத்தும் வழிபடச் செல்லும் மண்கூரைக் கோயில். கேஸ்ராசா தலைக்குமேல் முக்குடை நாக மகுடம் கண்ணுக்குப்படாதது. கருப்புச் சுரங்கத்தின் கீழ் பகுதி மறைந்திருக்கும் தெருவில் மாமன் ரெக்கைக்குள் கதகதப்பாய் பதுங்கி வளர்ந்தாள் கிளிமாந்தா.

சொர்க்கத்துக்குப் பயணப்படும் பச்சைப் பாதையில் மூன்று அத்தைமாரும் பூமிமீது கீறிச் செல்லும் பாசி நிறச் செடிகளை வளர்ப் பதில் காடே மனசு. மஞ்சள் ஆவாரம் பூமேல் சிவப்பு வெள்ளைப்

புள்ளிக்கு அடியில் மோந்து பார்த்த கிளிமாந்தா சொர்ண கிரீடத்தில் ஏழ்தலை நாகக் குடை. பளிங்காய் மின்னும் நீலவிழி.

நெருப்புமிழும் நண்டு சிதறிப்பரவும் குமுறல்களாகப் பேரழிவின் மினுக்கங்களாக முதல் புனைவைச் சொன்னான் முனியா. புழுக் குடைந்த இச்சிப் பழங்களை புழுவோடு ஊதியூதிச் சொல்லக் கேள்... காட்டுப் புழுவே... சிற்றினப் புழுக்குலமே... அரிதுயில் மலர்ச்சியுறும் கருப்பு ராசா முதல் புனைவுகளில் உறங்கும் ராத்திரிகளில் அத்தைமார் சொல்லுவதெல்லாம் லெஜ்ஜைப்பட்ட வாழ்வுதான். ஊங்காரக் குருவியாய் சாபமிட்டாள் பெரியத்தை. அவளிடம் வனத்திலொரு பரிகாசப்பட்சி எதைச் சொன்னாலும் கண்ணீர்விடும். அது பேசினால் குதர்க்கம். சிரித்தால் அடுத்தவர் வாழ்வைக் கண்டு அலட்சியம். கருப்புராசா வீட்டு ஊர்க் குருவிக்குப் பஞ்சமில்லை சிதறிய புல்தவசம் தெருவரை ஓடும்.

புகைமூலம் ஒரு வலை போன்ற வியூகத்தைப் பின்னி கருப்பு ராசாவை ஊடுருவிப் புகுந்துவிடுவான் கேஸ்ராசா. இருவருக்கும் ஏழாம் பொருத்தமாய் என்னேரமும் சண்டதான். இருவருக்குள் எக்கண்டம் எகடாசிப் பேச்செல்லாம் தனிப்பட்ட சங்கேதமாயிருக்கும். கிழக்குக் கரை நெடுக கேஸ்ராசா ஆட்கள்தான் பலரும்.

இருட்டுமண் கீழ்நகரப் போய்க்கொண்டிருந்தான் கருப்புராசா. புள்ளிக் கழுகு அவன் தோளில் இருந்தது. இருளாயி சிலம்பர அத்தையும் கேஸ்ராசா பெஞ்சாதிகள். கருப்புராசா மார்பும் தோளும் நூற்றிப் பதினேழு வடுவாக வெட்டுத் தழும்புகள் இருக்கும். பழைய சுடுகருவிகளைச் சேகரிப்பதில் நாட்டம். ரெட்டைக் குழலில் எண்ணை மெழுகி கேஸ்ராசா நெஞ்சைப் பிளப்பதற்கு அவன் தழும்புகளே அஸ்திரம். பரங்கிக்குக் குறிவைத்தான் அடிமை யாவாரத்தில் காப்புலிச்சிகளை விடுவித்தான் கருப்புராசா. துருப்பு களின் கைத்துப்பாக்கி பலவும் ரத்தத்தில் நாறியவை. துப்பாக்கியை மீட்பான். காப்புலிச்சி கூட்டத்தில் கடைசி ராசாவும் அவன். உதிரத்தில் எதிரி கேஸ்ராசா. யார் யாரை அடிமையாக்க முடியும். கருப்புராசா சுடுகருவி புகையும். ஒல்லாந்தர் துப்பாக்கித் தடம் கைச்சதை கிழிந்தது. கூலிப்படை சுட்ட புண்ணும் ஆறாமல் புகைந்தது. வாழைத்தடை ஓடையில் வடுக்களைக் கழுவக்கழுவ ரெத்தக் கசிவு. கேஸ்ராசா கிட்டத்தில் கருமந்திகள் அவன் நீர் குடிப்பதைப் பார்க்கும். மனிதக் காலடிபட்ட காடுகளில் முள்கம்பி வேலியிட்ட விருட்சங்களும் அடைபட்ட பழங்குடிதான். அந்நியன் வந்து அலாதியான காட்டுக்குக் கல்போட்டு அளந்துவரும் செயின் மேன்களில் நம்மவரும்

கூலியாட்கள். கேஸ்ராசா இடுப்பில் மலபார் கரையோர வாழையர் களின் சாற்றுப்பாடல் ஏடு, மான்தோளில் வரைந்த மலைக்கூட்ட வரைபடமும் கலகம் நடந்த இடங்களில் குலக்குடிகளின் அழிவும் ரத்தமேடு. மலைபடு கொள்ளைச் சம்பவங்களும் கூத்தாகப்பாடும் வில்லாத்திப் பெண்களையும் கூட்டிவந்தான் கருப்பு ராசா. என்னென்ன வாடைக்கு விலங்குகளின் ஒளிப்பாட்டம் இருக்கு மென்று விருத்தம் பாடுவாள் மாமனுக்கு.

கேப்டன் ஹென்ரிக்வான் ரிட்டார்ட் ட்ரங்கன்ஸ்டைன் கொடிய வனாயினும் இயற்கையை அழிக்கவில்லை. இரு மாமன்களையும் பிரித்தாளும் சூதானம். இருவரும் ஒன்றுபட்டால் அந்நியர் நுழைய முடியுமா. ஆனால் மலபார் எங்கும் மலைக்கூட்டத்தில் இளவரசி பாலத்தீனா ஈர்ப்பானதில் கிளிமாந்தாவை நாடினாள். பூர்வீகக் காடுகளில் ஊரழிய காப்புலிச்சிமாரை பிடித்துப் போய் கேஸ் ராசாவுக்குக் குறுக்குச் சங்கிலிகட்டி கச்சேரியில் அடைத்து விசாரித்தான் கேப்டன். நூறு கேஸ் பதிந்து போட்டான். திரட்டி வைத்த பூச்சிகளின் அகராதியில் ஒட்டி வைத்த வாயில்லாச் சீவனுக்குப் பேர் என்ன ஏதென்று ராசாவாயைப் பிடுங்கி எழுதினான் கேப்டன். பழங்குடி நிழல் படங்களை வேதிப்பவுடர் பூசிக் கழுவக் கழுவ ரத்தம் தோய்ந்த வடு பூர்வீகக் காடுகளும் பிடிபட்ட கருப்புத் துணி மூடிய கண்ணாடிக் கருவி. பூட்டைத் திறந்து வில் அம்புடன் வெளி வந்த பழைய ஒலியரும் பெருக்கன், பனயன், பஞ்சன், தும்பா, சுலாங் அடியனையும் கருப்பு வெள்ளையாகப் பிடித்த இருட்டறைக்குள் லித்தியம் அமிலம் பூசி வெளிறினார்கள். நொச்சி மேட்டில் அத்தை மூவரும் குலவை போடவும் கருப்ப ராசாவின் சாயவீடு களில் முன்னூற்றி அறுபத்தி மூன்றுவகை செடியினத்தில் சாயம் பூசுவார்கள் நொச்சியர். காரங்காட்டில் மாமன் அங்கமி நாகருக்குப் பகையாகி கைகலப்பும் ஆனது. கஞ்சாவிற்றுவந்த அங்கமிகளை சுட்டுவிட்டான் கருப்புராசா. அபினிப் போரில் பேர் போன இங்கிலாந்து தளகர்த்தன் கிராமர் ரெக்ஸ் கராக்கிடம் தப்பிப் பிழைத்த கேஸ்ராசா கூட்டம் தங்களுக்குள் துட்டுப் பகிர்வதில் ஏகக் கலகம் ஆனது. செல்வாக்கை இழந்த சுலுக்கித் தலைவனுக்கு லிட்டில் சீசர் எனத்தன் மர்மப் படைப்பு கதா பாத்திரத்தை நிஜத்தில் நடமாடவிட்டான். லிட்டில் சீசரும் சகுனிதான். கராக்கிற்கு மாமூல் தர மறுத்தான். லிட்டில் சீஸரோடு கேஸ்ராசா கூட்டுவைத்து பரங்கித் தலையனிடம் புகையிலை விதைகள் வாங்கி நாட்டையே கிறுக்குப் பிடிக்க வைத்தான். கருப்பு ராசாவுக்கும் அவனுக்கும் தீராச் சண்டை இதனால். கருப்புராசா

கொஞ்சங் குறைவாகக் குடி நியாயப்படி இந்த மலைப் பூச்சிக்குக் குடும்பி கேஸ்ராசாதானே.. நல்லாமலை வரை எட்டுப் போட்டு கொடுத்த காப்புலிராசா மரத்தில் அடித்து சத்தியம் கொடுத்தான். கேஸ்ராசாவைக் கொன்னுதான் மலைக் கூட்ட மெல்லா பொலிக்கோடு கீச்சுவேன் அம்மான்... அவனைக் கொன்னுராத... என மூன்று அத்தமாரும் மருகினார்கள் கருப்பு ராசாவிடம்.

அசவதமர இலைகளில் ஓர் அடையாளமிட்டு தான் நினைத்த மிருகமாக மாறும் குறிப்பெழுதி மறைவான பல இடங்களில் ஒளித்துவிட்டுச் சொல்வதில் மிருகை சலவான்களைப் பெற்றெடுத்தாள். மிருகாபதி பாம்புப் பாதையில் வளைந்து வர அனல் வாக்கில் நடந்து தண்ணீரில் கால்பதியாமல் தொட்டுப் போய் ஒளித்து வைத்த மிருக உருவை எடுக்கிற நாடியிலே கிளிமாந்தா வில்லினை இடது கையிற் பிடித்து வலதுகரத்தில் அம்பு தொட்டு ஜாதநிலை யினின்று மாமன் கேஸ்ராசாவை வணங்கி தனுர்வித்தை கற்றாள். விற்பிடிக்கும் இலக்கணம் விற்கொண்ட கருப்பு ராசா வினிடத்தில் வழக்கமற்றுவிட்ட தனுர்காண்டம் திறந்தாள். இந்த மாமனிடம் தெரித்த கருமையான சம்புடத்தைத் தொடைகள் நீண்டிருக்க நுனிக் காலடி பூமியைத் தொட நின்றாள். வில்லவப் பெண்ணே கேள்.. வெறுகுப் பூனையின் செவிமடல்கள் எல்லாப் புறங்களிலும் திரும்புவதைப் பார். எலி செய்யும் மிக நுண்ணிய சரசரப்பு ஒலியைக் கூட கேட்டுணருமே அப்படி உன் மென் செவியை அசைப்பாயாக. நண்பகலில் சிறு பிளவாகி குறுகிவரும் கருமணிகள் இருட்டில் அகன்று சுழன்ற வட்டத்தில் உன் அம்பு சுற்றிக் கொண் டிருப்பதாக. பைசாச வித்தை இதைக் கேளு பெண்ணே... ஒரு காலினின்று ஒரு கால் முடக்கி நிற்பாய். வில் எடு நிறுத்தம் பிடி. நடுவிடத்தில் கை அந்தரத்தில் இருக்கட்டும். பூமியில் நட்டி வளைத்து நாணேற்றி நாணினைக் குணத் தொனி செய்து இறகு பூட்டிய வெற்றம்புதனை எடு... நஞ்சுண்ட அம்புகளை ஒலியாகர் தொடுப்பதில்லை கண்ணே... நீ தொடுத்த அம்பு பகையற்று செல்வதாக.. நிச்சலனமாக இரு... தோமரத்தில் நிழலில் இருப்பவளே அதன் கிளைகளே வில்... உன் வல்லமையின் ஊற்று இருட்டில் வழிகிறது. இரையின் அருகே பதுங்கியிரு. உன் எல்லா விரல்களிலும் நகங்களில் மருதோன்றி இலை வீசுதே. நடந்து போகும் வெகுகின் அமைதியான நிலையில் உகிர்கள் ஒலியைத் தடுத்துவிடும். பிடிபட்ட இரையைவிடாதே. நீ தூங்கிக் கொண் டிருந்தால் கூட மெல்லிய முதல் ஓசை கேட்டதுமே எதிரி முன்பாய்வதற்கு அனிச்சயாயிரு. வித்தையின் பெயர்களைச்

சொன்னதும் புரிந்துகொள். உன் கைக்கு மேலாக தோமரத்தின் கிளைகள் வளரட்டும். மருமாளே... உன் ஆற்றல் நேத்தரங்களில் சிக்கியவர்களை விலங்குகளாக உருமாற்றி விடுகிறாயே. வனவாசி எல்லையைக் கடப்பதேன். இந்த அசவதமர இலை நரம்புகளில் ஓடும் விலங்குகள் கானகத்தில் தாவி மறைய இந்தச் சர்க்கங்களை அன்றி பாணவர்க்கங்களாம் அம்புரா கூடில் வைப்ப தென்ன நியாயமோ.. கற்குடி ராத்திரியில் சொல்வேன் கருப்புராசா... என் வில்லாத்தியே.. காட்டின் ஒரு பகுதியிலிருந்து விலங்குகள் மற்றொரு பகுதிக்கு மாறும் இருட்டின் வாசனைகள் மொழியில் தடம்விட்டுச் செல்லச் செல்ல ஒவ்வொரு எட்டிலும் விலங்குத் தைலவாசிகளை நுகர்ந்து போவேன்..

எந்த இடத்திலும் இல்லாத ஆமையின் சட்டகத்தை மறதியில் வைத்தாள் கிளிமாந்தாள். ஆமை ஓட்டிலிருந்து வெளியில் எடுக்க முடியாத கதையை யாரும் பின் தொடர்வதில்லை. பச்சை ஆமையாக உருமாறியவர்களை அசவத இலையில் வைத்தாள். நம் வாழ்வின் ஒரு பகுதியாக ஆமையும் இருக்கிறது. மூவரை ஆமையின் கூந்தலைப் பெற்றவள் கிளிமாந்தா. உருவ இறகுகளில் காற்று பிறந்தது. ருக் பறவை கதையில் வசிக்கிறது. காய்ந்து சருகாகி விலங்கின் பாதங்களாய் மாறி ஓடும் அசவத இலையே எழுத்தின் நிழல். விலங்காக நீ மாறிவிடும் புத்தகத்தில் எதைத் தேர்ந்தெடுத்து கதைவனத்தை அடையப் போகிறாய். அசவத இலை ரேகைகளில் ஓடும் விலங்கு ஊருக்கு ஊர் நுழைந்து கதைப்போக்கு ஒரு திருகு கோட்டில் நில்லாமல் நிலத்தை அறுத்துக்கொண்டு வாழ்பவர்களைத் தொற்றி விடும். கிளிமாந்தாவின் கச்சாக் கண்ணாடியில் எட்டிப் பார்த்தவர் ஈருடல் கதையில் மறைகிறார்கள். விலங்குகளை விட்டுப் பிரியாத ஒவ்வொருவருக்கும் இன்னொரு மிருகத்தின் சரும வாடை இயற்கையில் சுரக்கிறது. இரவெங்கும் சருமத்தின் பக்கங்களில் மீகண் அலைந்துகொண்டு இருக்கிறது வாசனைகளில். மூக்கால் வாசிக்கும் கிளிமாந்தா செடிவாசனைகளாகப் பரவிவருகிறாள். மைக்குழிக் கண்ணுக்குள் சுற்றிக்கொண்டு இருக்கும் எல்லா நிழல்களிலும் விலங்குகள் பதுங்கி அலையும். அவள் விழிக்கடவில் கொடிய விலங்காகும் மந்திரக்கதை வழிகிறது. ஒவ்வொரு சொட்டிலும் விலங்காக மாறும் பரிணாமத்தின் எதிர் இயக்கமாய் கிளைவிடுகிறாள். வாழ் விடங்கள் பெயர்த்து அலையும் விலங்கின் இலையுதிர் காலத்தில் பிரிந்துசெல்கிறார்கள் மைவரைக்குள் கலப்புரத்தக் குழுக்களுக்குள் மொழியுடல் எடுத்துவரும் விலங்குகள் குறத்தியாக

மாறி மூங்கில் பிரம்புடன் சொளகு பொட்டி பொல்லம் பொத்தி ஊர்ஊராய்த் திரிந்து பனைவாடிக்கு வந்தாள். 'உனக்கு ஓலக் கொட்டான் முடைந்து தாரேன். வெட்டி விரிவோலைகளை கொடம்மே.. ஈதிகக் கவுடா. இந்த கொறத்திக்கு கொற்கை கள்ளு கொடே..' என்றாள். பனைமேலிருந்த ஈதிகக்கவுடன் 'உனக்கு கொக்கக் கள்ளு கேக்குதோ..' என வைதுபேசி அவளைப் பனையோடு கட்டிப் போட்டான். அவள் சொகிலு மூங்கிலையும் கூடைகளையும் களவெடுத்து மனைவிக்குக் கொடுத்தான். முனியா வந்து அவிழ்த்து விட கயிற்றுக்குத் தப்பியவள் ஈதிகக்கவுடன் இளவல் சேரந்தியானிடம் போய் ஒப்பு வைத்தாள் கவுடனைப் பழித்து. அவளை வரவேற்று அறுபது எருதுகளில் பொதியேற்றிய கள்ளுத் துருத்திகள் முழுவதையும் தந்தான் நாகாவுக்கு. அவ்வளவு கள்ளையும் தன் கையில் தாங்கியபடி இருந்த ஒரு வேப்பம் பழத்தின் மேலுரையாக அமைந்திருக்கும் தோல் துருத்தியில் அவள் ஊற்றவும் பாதியளவுகூட நிறையவு மில்லை. ஊற்ற ஊற்ற போதமும் ஏறுதெனக்கு. ஒரு துருத்தி போதுமெனக்கு... என்றாள். ஏதேதுஞ் வந்தவளாகப்பட்டவள் கிளிமாந்தாளே எனப்புரிந்து பூமிக்குக் கீழே ஆயிரம் வாசல் உள்ள பட்டணத்தில் வசிப்பவளே... உன்னை நோக்கக் குழைந்து கண்தாள மாகுதெனக்குஞ் அரவபதிகளுக்குக் கள்ளூற்றாமல் போன ஈதிகக்கவுடனை ஒன்றும் செய்துவிடாதேஞ் அவனிடம் மண் மொடா சாடிகளில் உறைக்கள் பொதி போட்டுப்போய் உன் எருத்துக்காரர் பாதைக்குக் கொடுப்போம் என்றான்.

வேப்பகள்ளு பொதிமாடு போட்டு வாரேன். இலுப்பக் கள்ளு ஏற்றி வாரேன். மூங்கிக்கள்ளு எறக்கி வாரேன் தாயே... ஈச்சங் காடெல்லாம் கழுத்தக் கொடஞ்சி புளித்த கள்ளுசுமந்து வரும் காளைகளை அனுப்புதாயே.. கள்ளினால் பெருமிதம் சேர்த்தான் ராணிக்கு. பச்சப்புலாத்தி மலையிலிருந்து இறங்கிவரும் பொதி எருதுகளின் தடத்தில் ஊதுரொட்டைப் பாம்பும் கள்ளுக்கு ஏங்கி மூச்சுவிடும். கிளிபுதிர் போட்ட ராத்திரி தீராமல் நழுவி அந்த இருட்டில் எச்சிப் படா நீராவியில் குளித்து சிக்கொணத்தி சிணுக் கோலியால் முடி சிலுப்பும் கிளிமாந்தா பிறந்த மேனியைப் பார்த்த மாத்திரத்தில் சொருகினார் இரு அஸ்வினியர். அவளிடம் மயங்கிய மூத்தவன் 'எங்களில் ஒருவரை ஏற்றுக்கொள். உன் மாமன் வயது சென்றவன்.' 'என் மாமனுக்கென்று ஒருகொடி வழியைப் பெற்றவள் நான்.' இளையவன் கூறினான். 'நாங்க ளிருவரும் யௌவன பத்திரம் தேடி மலையெல்லாம் திரிந்தோம். மருத்துவமே எம் பூர்வீகத்

தொழில். உன் இரு மாமன்மாருக்கும் யௌவன பத்திர இலைகளைத் தருவோம். அப்படி உன் இளைய மாமன் யௌவனமானால் என் சகோதரனைக் கட்டிக் கொள். எங்களில் ஒருவரைத் தேர்வு செய் கருணை வைத்து.' 'நீங்கள் ஆயிரம் மூலிகை கண்டவர்களா யிருப்பதால் சும்மா விடுகிறேன். என்னோடு சுற்றித்திரிவதற்கு உங்களை அனுமதிக்கிறேன். இனிமேல் உங்களால் வேறுலகில் இருக்கமுடியாதே.'

வில்லாத்தி மலைப்பக்கம் எச்சிப்படா ஊருணி இருக்கு. கள்ளிப் பாலையில் என் தகப்பன் சங்கு நாகரின் எருதுக்கிடை. அங்கே பச்சப் புலாத்திக்கு மாலை போட்டு தேங்காய் உடைத்து வணங்கப் பட்ட காட்டுச் சிலை மக்கிய இலைக்குவியலால் மூடப்பட்டிருந்தது. எல்லா இலைகளும் யௌவனம் இழந்துவிடும். பச்சப்புலாத்தி எம்காட்டு வைத்தியர். ஆள் உசுரோடு இருந்தார் மலைக்குள். யௌவன பத்திர இலைக்காம்புகள் ஒட்டியிருக்கும் விருட்சமும் அவரே. பச்சப் புலாத்தியின் மறுபெயர் யௌவன பத்திரம். அவன் தலை நெகிழ்வான தீப்பாறை. பச்சப்புலாத்தி சிலைக்கான லட்சணம் திரிந்து கோரப்பல் கரடித்தலை புலிப்பாதம் கழுகின் நகங்கள் நீண்ட மூக்கின்கீழ் தாடி. அடர்ந்த ரோமம் மூடிய உடல். மூங்கில் முத்துகளை வாயில் அடக்கி வைத்திருந்தான். திருடிய ஆட்டு மரியை தோளில் போட்டுத் திரிவான். பச்சப்புலாத்தியும் கேஸ்ராசாவும் ஒரே ஆள்தான். சேவலின் எலும்புகளுடன் சேவலின் காயங்களுடன் காட்டுப் பூழாவின் தாடியுடன் இருந்தான் மாமன். இடுப்பில் மலைகளின் ஓலைச்சித்திரக் கட்டு. வெட்டிய மூங்கிலில் கூவினான். பூழாங்காட்டு சேவலின் உணர்வெழுச்சியுடன் மாமன் சிலை புகையுண்ணிக் கிணத்து மேட்டில் நின்றது. நமது கட்டுக்கதை யௌவனபத்திர இலைகளில் எரியும் வேளை கேஸ்ராசாவிடம் உம்மையும் கூட்டிப் போவேன். மாமன்வீடு ஈக்கி ஈக்கியாய் பின்னிய மூங்கில் வீடு. ஈச்சங்காட்டில் கள் பருகியவாறு மரங்களின் கழுத்தை சூரியால் குடைந்து கள் எடுப்பான். தலைமுடியும் கருத்து ஒரு பாகம் சுருட்டை. சூரியால் முடியை சிக்கொணத்தி கண்சிவக்கக் குடித் திருப்பான் எந்நேரமும். கள்ளில் மிதந்துவரும் கால்கள். அவ்வூர் பல களவாணிகளை ஈன்றது பூமிக்கு. எப்போதும் விழிப்பு நிலையில் உள்ள காட்டுப் பொருட்களில் மலைபடு கஞ்சாவில் தைலம் உணக்கி மைக்குடுக்கைகளில் கோர்த்து விற்க வருவான் இந்த கேஸ்ராசா.

44

சுரையூரின் கதை

மனித இருப்பின் கடுமையிலிருந்து தொலைவாய் மலைகளில் ஒதுங்கிய நாகச் செங்கோலங்களின் சித்திரயேடு ஓடியவர் வசம் பத்திரப் படுத் தினாள், முதலாம் கிளி மாந்தாள்.

சேவலின் எலும்பு வாக்கு இன்றி வேறொரு உடலுக்குள் இன்னொரு உயிர் செல்லாது என்றான் மை இருட்டில் இருந்த ஓடியன். ஒடியர் தோலாடைகளையும் மெண்மயிர்தோல் உடைகளையும் வேர் நாராடைகளையும் எலும்பு ஊசிகளால் தைத்து, சித்திரம் போடும் ஆதித்தூண்டல் புழுப்பெறக்கிக் குருவிகள் நீண்டக் காக்காமுள்ளைச் சீராக்கி மரப்பொந்துகளில் நுழைத்து புழுக்களைக் குத்தி உண்பதற்கு முன், முள்ளின் நுனியில் நாட்டியம் ஆடியது புழு. சித்திரங்களைத் தீட்டும் அகத்தூண்டல் மரண நொடியில் புழுவின் நாட்டியம் தான். கல்லை அலைந்தொழிக்கும் ஆறு உறுமியது. வெகுண்டெழும் பேராந்தைச் சேவல் ஓடியன்மலையில் இருந்து உருளும் ஓசையில் மாறிமாறி எதிரொலி. முடிவற்ற வட்டவட்டங்களாகச் சுற்றிச்சுற்றி வந்த குருட்டுச் சேவலுக்கு நண்டின் ஊணை ஊட்டிய நெற்றொடியன் கட்ட ஓடியனோடு தலைமுறை பலவாகியும் வயது மாறா தேக ஒளியிழக்காமல் வாழ்ந்தனராம். முன்னரே உறங்கி முன்னரே சேவலுடன் எழுந்துவிடும் பழக்கம். ஓடிமலையில் மேழ கத்தகரோடு கிடாயோடு நாய்களும் சுழன்று திரியக் கடுவா கிடந்துபோன கல்லளைகளில் நாகபந்தனக் கோடுகளில் ஓடி கிரகத்தின் வருகையை எழுதியிருந்தனர். செம்பாம்புக் கோலங்களைக் கடமான் வேட்டையில் கனவில் கண்ட மான் உதிரத்தால், தீட்டினார்கள் ஓடிச்சிப் பெண்டிர். வெண் சுண்ணாம்பில் நெளியும் பாம்புப் பாதையில் ஓடிகிரகம் விண்ணில் இருந்து கீழ் பாய்ந்து வந்தது. அங்கே தேடிவந்த ஜாடிக்காரர் கூட்டம் ஓடியன் கல்லளைகளிலேயே இராத்தங்கல் ஆகாது.

செம்பாம்புக் கோலம் தீட்டும் ஓடிச்சிக் கன்னிமார் சம்மதமின்றி உள்ளே வரமுடியாது. பல்லியடிப்பக் கேட்டு தள்ளியே வருகிறார்கள். மயிரடர்ந்த தோற்கட்டிகளை தழும்புகள் மூடும். கான்திரியும் பூருவஇருடி உடல்மேல் பூக்கள் குமிழ்வதைப் பார்த்தான். சிவலைப் பறவையின் தலையும் றெக்கை களும் ட்ராகனின் வாலையும் இருகாலையும் நெருப்புயிர்க்க ஓடித் தாக்கும் பூதவேதாளப் புள்ளுரு இந்த ஒடி. தகர்விரவிய செம்மறித் திரளோடே கலந்து கட்டி கொம்புகள் முட்டி ஓடியும் செம்மறிக் கிடாயின் கொம்பெனத் திருகிக் கடை சுருண்ட தலைமயிர் சுருளும் புள்ளிகளும் ஓடியர் தோற்றம் யாரை விடவும் கட்டையானதாம். ஓடியனும் சொக்கையும் ஒன்னாத் தூங்கியதில் எல்லாக் கலையும் மயங்கி இருக்கும். இலைச்சாயம் பூசிய கல்லளைச் சித்திரமரபு தூங்கும் இருட்டில் கரையும்.ஒருவர் தூங்கியே ஓவியத்தைப் பார்த்துவிடலாம். கபாலம் சித்திரத்தின் ஒருபகுதி. வேறுவேறு வகையினவாய் ஓடிமலைவாழ் வருடைகளின் கொம்புகள் பொருந்திய இளையதகர்களின் ஒலிமுட்டி எழுந்து நிற்கும் தற்கணச் சிற்பம். ஓடிந்தகொம்பும் செம்மறித் திருக்கை மோதி உடைந்த சிற்பம் எரியும் வெளிச்சம். மேழகத் தகரும் ஞமலியேற்றையோடு குதித்து விளையாடினாலும் தூங்கும் கட்ட ஓடியனை எழுப்பமுடியவில்லை. இருடி மேல் குக்குட சர்ப்பம் கால்பதிக்க நாசிமேல் சிறகுவிரித்து புரூரம் விண்பறக்கும் இரத்தநரகி நீரில்படாமல் பறந்தவாறு பனந்தோட்டைச் செருகி வெறியாடும் குரவைக்கூத்திலும் அயர்ந்து தூங்கினான்.

வாதை ஒலிக்கும் ஓடியன்பாதை தெரிந்தும் தெரியாத காலங்களில் பயணிப்பது, ஓடியர்கள் இருளடர்ந்த குகையாழத்தில் மிருகக் கொழுப்பில் சுடர் படபடக்கும் கல்விளக்கில் ஆத்தோ நாகர்களைத் தேடினார்கள். அங்கே சர்ப்பக் கோலங்களைக் குகையில் தீட்டி யிருந்தனர். மெலிதான சுடர் உருகியக் கொழுப்பில் மூச்சுவிடும் அரக்கு வெளிச்சத்தில் நாக சித்திரங்களில் சிகப்பு பழுப்பு மஞ்சள் நிலக்கரி கருப்பையும் விரல் ஓவியமாக தீட்டியிருந்தது. இந்த ஓடியன் தன் குத்திட்ட பார்வையால் ஒருவரை உற்றுப்பார்த்த உடனேயே இந்தக் குகை ஓவியங்கள் எந்தவெளியில் இருக்கிறதென்று காலக் கணிப்பிற்கு அப்பால் சலனமுறுவர் எனச் சொன்னதும் காக்கை. ஓடியன் அகலவிழிகளால் நேரத்துக்கு ஒரு உணர்பரப்பில் அலை பாய்வது சட்டெனப் புலனாவதில்லை. அவனைப் பார்த்ததாகச் சொல்வதெல்லாம் கட்டுக்கதை. ஓடியனுக்கு மையலுறத் தெரியாது. இயல்பே குழந்தை. அதிக வயதிலும் குழந்தையாகவே வாழ்ந்தான்.

ஒடியன் பலநாள் தூங்குவான். மையிருளில் ஒளிரும் விருட்சிக மரக்கிளைகளில் தங்கும் ஒடிகிரகத்திலிருந்து சுற்றிப் பரவும் பெருங்சுரைகளில் புகுந்து அதையே வீடாக்கிக் கனவை பாம்புக் கோலங்களாக வரைந்தனர். நீண்டகால தேரைவிழுந்த கல்லினைச் சிற்பிக்கு ஆகாது. கல்லில் தேரை இருப்பது ஒடி இடம். தேரையின் ஈரஒடுக்கம் ஆழக்கல்லுக்குள் மோனத்தில் இருப்பதும் சிற்பம்... தேரையைக் கலையாக்கினான். அனாதைப் பிணங்களில் கபாலம் எடுத்து சித்திர கபாலமாக்கும் ஒடியனைப் பயந்த்து காடு. இல்லாதவர் களும் தூங்குகிறார்கள் ஒடியனோடு. அணிகலன் நெகிழ விம்மி யழும் பேய்மகளிர் கடுங்காற்றில் பொறகாசுகள் உதிர்ப்பக் கூடி வருகிறார்கள். பாம்பு ஒடிநெளியும் ஆற்று மணலில் கால்பதித்து வர இடை இடை அழிப்பாங்கதை. அறல் மணலிடத்தே சேவல் பாதங்கள் செறிந்துள்ளதை உற்றாள் ஒருத்தி. செல்லும்வழி இருட்டில் சித்திர கபாலம் ஒடியன்குகை. இறந்தவர்களே காணமுடியும். ஒவ்வொரு கபாலமும் ஒரு குகை. குடியத்தில் சித்திர மழிந்த கபாலத்திரள். அந்தமலைக் கற்கருவிகள் விழுந்துகிடக்கும் சிற்பப் பட்டறை. கபாலத்தோடு கல்லாயுதம் இணைத்தால் இசையும் சித்ரகபாலமும் தோன்றும். சித்திர கபாலங்களில் கரும்புள்ளி யிட்டுச் செம்பாம்புக் கோலமிடுகிறார்கள். ஒவ்வொரு புள்ளிகளில் இருந்தும் நொச்சிக் கன்னிமார் எழுந்து நீராடப் போகிறார்கள், கரடி மடுவுக்கு. அந்தச் சித்திர கபாலங்களில் நால்வகை நாகர்களின் புராணமும் ஒடியர்கள் பறித்த மூலிகை மை ஏனங்களை நொச்சிக் கன்னிமார் கண்தொட்டு எழுதினார்கள். உறக்கத்தில் காமமும் பிறழ்வும் கரும்பாம்புக் கோலங்களில் நிர்வாணமாய்ச் செல்கிறார்கள். மிருகங்கள், தாவரங்கள் உடுக்களோடு சேர்ந்திருக்கும் இடை வெளியில் ஒடி தூங்குகிறான். உடுக்களுடன் ஒடியன் தூக்கம் வேகமானது. நட்சத்திரங்களின் ஒளிவருடங்களில் சந்திக்கிறான் உன்னையும். மிகப்பெரும் அந்தகாரத்தில் இருளிப்படர்ந்து துயில்தல். யாரும் பார்க்காத இருட்டுதான் உறக்கம். அது தியானம் மருந்து அபினுக்குள் இருக்கும் தூக்கம். இந்த ஒடியனுடைய பிரதியை அரிதுயில் நிலைக்குக் கொண்டு செல்வதன் மூலம் ஜாடிக்காரி பாலத்தீனா 'தி காக்கரீஸ் அன் க்ரோ ஆஃப் ஒடியன்' நூலைத் திறக்கிறாள். அவளால் காணமுடியவில்லை. ஒல்லாந்த மாணாக்கியரும் திறக்க முடியவில்லை. டாக்டர் நிக்கோலஸ் துல்ப் ஓவிய இருட்டி லிருந்து மெய்யொளியில் மெல்லப் படர்கிறார் ஒடியன் தூக்கத்தில். நிறங்கள் உறக்கத்தை நோக்கி மெய்யுருகி உருவழிந்து சிருஷ்டியாவதை

உணரக்கூடும். திறந்தவிழிகளால் ஓடிச்சிமார்கள் தீட்டிய வெண் பாம்புக் கோலங்களைப் பார்க்கமுடியவில்லை. மூடிய இமைமீது நாகக் கலை வரையப்படும். கண்ணைத் திறந்தால் பாம்பு மறைகிறது. குருவாடிக் கழுதையைவிட வண்ணானின் சாயம்போன காட்டுத் துணிகளின் கிழிசல் பட்டும்படாமல் ஒருங்கிசைவில் பிற்காலத்தில் நொச்சிக் கன்னிமார் ஓடியர் மூலக் கல்லளை ஓவியங்களை இரகசியரேகைகளாகப் பெற்றதும் சித்திரத்துகிலுக்கு முந்திய எச்சமாகிறது. சொக்கை வண்ணானும் கட்ட ஓடியனும் செம்மறிக் கிடாச் சண்டைக்கு ஏகும் மலைக்கிராமப் பாதை. கழுதையுடன் தூங்கி நடக்கும் ஓடியனை மலைக்குத் தெரியும். ஆளில்லாத இடத்துக்குச் செல்லும் குருவாடிக்கழுதைமேல் ஓடியன் சேவல் போருக்குச் செல்கிறான். குழிகள் சுழன்று வருகிற ஆழ்ந்த காயங்கள் உடைய ஆறு, மேடுகரைக்கு அந்தப்பக்கம் ஓடுமரங்கள் நிறைந்த மலையூர், அருகில் ஒடுங்காடுதான் அவன் பூர்வமண்மம். அங்கே ஓடிய மூதாட்டியர் தாழி ஓடுகளில் வரைந்த கார்கோடகச் சர்ப்பம் நொறுங்கிக் கிடப்பதை தொட்டாலும் பாவம் பிடிக்கும். ஆசினிப் பலா மரங்களையுடைய ஒடுங்காடு பார்த்து கெக்கலித்தான் ஓடி. அம்புக்கட்டுகளோடு இடுப்பில் துடி தொங்கும்... துடித்துத் தட்டிய துடிக்குரல் கேட்டு பட்சிகள் கலைந்துபறந்தன சுற்றி. ஒடுங்காடு கடந்து அவன் உடல்போகாமல் நடந்தபடி தூங்கவாரம்பித்தான். தூக்கத்தில் நரைக்கொடி மணம். ஓடியல் வேரடியில் காலம் தூங்கிக் கொண்டு இருந்தது. பழங்கதையின்படி சிடாயுவின் வழித் தோன்றலாய் சிறு அரசன் புள்ஓடி விந்தையைச் சீயாளென்பான். அரணன் அரம்பையைக் கூடியதில் சம்பாதியும் சிடாயும் பண்டு இருந்தே கழுகுலகம் மனிதரைக் கடந்திருப்பதில் புள்ளுநூல் அறிவீர். பகுத்தறிவின் கிரகச் சுழற்சியினை சிடாயு தம் இரு சிறகால் தொட்டு நிறுத்திவிட உள்ளே பெருஞ்சுழற்சியாய் ஓடிகிரகத்துக்கு வளைந்து பறப்பதில் வலியபரந்த சிறைநிழலில் செல்லும்படி ஆகாயநெறியே நாம் இவ்வேளை பறந்துகொண்டு இருக்கிறோம். சிடாயுடலில் கூடுமாறிச் செல்லும் பலவின்பால் பிறவிகளில் ஓடி இனவரைவியலில் 'தி க்ரோ ஆஃப் ஓடியன்' நோவாவிலிருந்து கிருஸ்தவ ஊழியுடன் முதல் காக்கையை படகிலிருந்து நோவா பறக்கவிட்டதில் தொடங்கிக் கடந்து நேரில் தேடிப் போக ஆவலுற்றாளாம். மேலும் ஓடி கல்லளை ஓவியங்களில் அதீதப் பழம் புள்ளுக்களும் புராண தாந்த்ரீக விதவை அரக்கி தண்ட காரண்யத்தில் ஜனஸ்தானமென்னும் இடத்திற் குடிபுகுந்ததால் அவள் இரத்தநரகி, பூருவ இருடி மூக்கையும்

காதுகளையும் அறுத்து சிக்ஷித்து முலையறுத்த இரத்தக்குகை மடு தீராமல் சித்திரம் வழிந்தது. வாதையுறு மூதாய் அவகதியடைந்த துயர ஊற்று எம் கலையாவதென ஒடி சித்தரித்த எத்தீய ஆவிகளும் தனியுலகாகும் பரப்பில் வெளியே தொலைவில் சூர்ப்பனகை மூக்கில் ஒழுகிய குருதி உடுக்களாய் சிதறிச் செவ்வொளிகாட்டி யாவும் விலங்குருப் புள்ளூ எலும்புகளின் சேட்டை. ஒடிப்புதிரில் கல்லாத்தி எனும் இளம்பறவை எந்நேரமும் பாடுகிறது யாருக்காகவுமின்றி. கல்லாத்திப் பறவைக்கு பவளக்கூண்டு முடைந்து அழுகுரலிடும் பாடலை திரும்பவும் பாடினான் கட்ட ஒடியன்.

நோவாவின் கப்பலில் தாவிவந்த காக்கை சொல்லிச் சொல்லி ஒல்லாந்தக்குழு நேரில் ஒடியனைக் காணப்புறப்படும்போதே பாலத்தீனாவுக்கு ஜூர வேகம் கூடியது. ஒடியின் சூன்யம் வருமுன் பரவிய காய்ச்சலில் நடமாடினாள். 'காக்கையே எங்கிருக்கிறாய்' 'ஒடி கிரகத்திலிருக்கிறேன்' எனப் பாறையில் மூக்கைத் தீட்டியது காக்கை. ஒடியர்கள் வாய்மூலம் பாறைகளின் மேல் வர்ணங்களைத் துப்பியும் சித்திரம் தீட்டினர். சிக்கிமுக்கிக் கல்லடித்து சித்திரங்களை உருவாக்கி மறைவர். நிலத்தோற்றத்தினை வரையவில்லை. மனித வடிவங்களும் இடம்பெறவில்லை. ஆத்தோ நாகாவின் ஆயிரம் வயதான தாயார் ஆமை உருவில் மறைந்திருந்தாள். அவளை காண்டா மிருகமாகவும் காட்டெருமையாகவும் ஆண்டலையாகவும், புலியாகச் சீறுபவளாகவும், உருமாற்றி வரைந்த சித்திரங்களை ஜாடிக்காரிக்கு காட்டியது நொச்சியர். 'வா வா என் சிறகில் ஏறிக்கொள்' என அலறியது ஆயிரம் வயதான ஆண்டலைப்புல். 'ஒடி பார்வையில் படாமல் இரு' நன்னிமித்தம் ஆயினும் சகஜநிலைக்குத் திரும்ப முடியாது நீ... பாலத்தீனா உனக்கேன் வீண்முயற்சி. கற்பனை கலந்த புத்தகத்தில் உள்ளவரைக் காணமுடியுமா' ஒடியனைக் கண்டுபிடிக்க இரு நொச்சியர் உதவினால் கோபித்துக்கொள்ளாது நாகம். நொச்சி வாசம் பிடித்து தரையில் ஊர்ந்துவர உரோமம் அடர்ந்த கரடிமேனியர் நாகராகத்துக்குத் தப்பிவிடுவர். முதுகிலும் தோளிலும் அடர் தாடிகளைப் போர்த்திப் புதராயிருந்தவர். உலகில் வெளிவரத் தயங்கிய பிறவிகள் செடிகளைப் பின்னிக் குடலைப் பைகளைச் சுமந்து அரிய மூலிகை சேகரிக்கும் ஒடியன் தாடிமுகம் கரடாயினும் கஸ்தூரி அகில் வாசனை. உடலே கருவாத்தைலவாசம் கசியும். பெருவிரலையும் நடுவிரலையும் சேர்க்கிற நேரத்துக்குள் தெறித்த கல் சீறிப்பாய்ந்து பாலத்தீனா கால்விரலைத் தொட்டதும் வெட்டாமல் உருளப் பதறினாள். 'உன் பெருவிரலை மடக்கு' எனக் குகை பேசியது.

கதவுகளில்லையெனினும் சில்லிருட்டு அடைந்த குகை. வனமெங்கும் நீர் குரலிட்டு இசைவுறும் தொனியில் வந்தவரை வீழ்த்தியது மாயத்தில். வெண்டலை யோட்டில் பொங்கிய ஆவி மரக்கிளைகளில் காக்கைக்கூட்டம் வாக்குவாதக் கரைவு. நெற்று மரம் குலுங்கும் விதையோசை. ஒடியர் விற்சினந்தணியாத அச்சந்தரு நெறிகளில் எருவைச்சேவற் கூட்டம் சுற்றி சடசடத்த ஒலி. இண்டங்கொடி முள் தூண்டிமுள்ளாய் தனக்குள் வளைந்து குத்திக்கொள்ளும் இயல்பில் ஒடி. பாலத்தீனா வும் ரெனியும் பெருவிரலை மடக்கி அடுத்த எட்டு வைக்கவும் நெற்றுமரம் தெறித்த விதை பாய்ந்து ரெனி விரலிடுக்கில் சொருகி யது. விதையிலொரு வித்தகம் சுடர ஓரடிப் பின்வாங்கினான். காலடிகளில் இடமாறும் ஒடியன் நூற்றாண்டுக்குழப்பம். இவ்வுலகம் 'வானவில் பாம்பு' எனும் பிரளயத்துக்குப் பின்வந்த தன் பல வண்ண வால் ஆகாயத்தில் தென்படும் நாளில் ஆத்தோ நாகர்கள் தோன்றுவார்கள், குகை ஓவியங்களில்.

பெருங்கால்பட்சி ஆண்டலையின் கால்பதிவு நீருக்குள் செல்லக் கீழே ஒடிகிரகம் வானவில் நீர்பாம்பைச் சுற்றி விசையிட்டு சுழலும் வால் முளைத்த ஒடிகிரகில் வானவில் பாம்புகள் துணை ஆரங்களாக தனக்குத் தானே வரைந்துவிடும். ஒவ்வொரு வானவில் வாலிலும் வேறொரு காலம். ஒடி கிரகத்துள் குக்குடத்தீ நகரில் உலகில் மிகக் குட்டையான உருவினர் தன்னை ரூபத்தில் சுருக்கிக்கொண்டு நடமாடுவதைப் பார்த்தாள்.

சிவந்தவிரல்கள் உள்வளைந்த வானவில் பாம்புவால் நிறங்களைக் கக்கி பண்டைய மிருகங்களின் அடிச்சுவடுகளையும் நகங்களையும் கொண்டது. பாலத்தீனாவை அந்தக் குகைக்குக் கூட்டிச்சென்றவர்கள் நொச்சிக் கன்னியர்தான். ஆனால் ஒடியன் அதை ஒத்துக்கொள்ள வில்லை. விதைகளாய் சுருக்கம்கொண்ட விருட்சம் போலும் மாபெரும் சுரைக்குடுக்கைக்குள் வாழும் மனிதப் புழுக்குலத்து ஒடியர் பேயின் சுரைவிதைப் பற்களையே விதமாய் கோர்த்த கழுத்தணியை யாரும் பார்க்காத நீரில் வீசினர். 'முடிந்தால் சுரைச்சக்கரத்தைப் பிடித்துக்கொள்' சிடாயு குரல் மேலிருந்து கேட்டது. சித்திரக் குகைச் சுவரில் இரு சிறகுகளின் வீச்சில் யாளிகளும் அதியுருக்களும் மரங்களும் புதர்களும் சித்திரங்களாய் தோன்றியதில் வந்த அந்நியரும் தெரிந்து மறைந்துவருகிறார் உள்ளே. அரிய சித்திர உயிர்களை மெய்யாலே மறைத்திருக்கும் ஒடி கிரகம். 'இந்த ஜாடிக்காரியை யானே ஒடிமலைக்கு கொண்டுபோய் சேர்ப்பேன். நீ இவளைவிட்டு ஓடிப்போகாமல் என் சிறகில் ஏறிக்கொள் அஞ்சாமல்' எனக்

வானவில் பாம்பு அழைத்தது மூக்கால். புராணத்தைக் கீழே தள்ளி அறத்தையும் கடவுளரையும் மூக்கினால் கடிப்பதற்கு பெரிய தம் சிறகுகளை வீசியடித்துக்கொண்டு புராதனச் சித்திரப் பாம்பு அந்நியரை நெருங்கவிடாமல் சீழ்க்கையிட்டது. சித்திரத்தை மிகுதியாகப் பிரியப்பட்ட ஒடி ஓவியத்தின் கூரிய நகத்திலுள்ள ஊண் நாற்றம் அழுக்கும் புழுக்கள் குடைந்து இருந்தாலும் அழுக்கு நகங்களில் ஒட்டிக்கொண்டு விண்பறந்து வனம் திரியும் விதி. பாம்புகளை விரட்டுவோர் இல்லாத பூமிக்கு சித்திரம் வந்த வழி வேறு. வில்லின் தண்டத்தை வளைத்து ஒடித்த ராமர் வழிநீங்கி புராணத்தைக் களைந்து இறகுகளைப் பிடுங்கிக் காயவைத்து மாற்றிப் பின்னுமாறு ஒடியர் ஆயிரம்பேர் சிறைப் பின்னல்வேறு மொழிப்பின்னலாயிற்று. இரத்தநரகி சூர்ப்பனகை புகுந்த நெல்லிமரவேரில் ரத்தம் கசியப் பார்த்தாள். அறுபட்ட மூக்கை ஒட்டி அத்துளையில் மரக்குச்சி சொருகி நாசியுள்ள வளானாள் மூக்கரைக் கன்னி. மூக்கரைக் கன்னி கிழிந்த காதுத்தொளையில் காஞ்சரமர வட்டுகளை அணிந்ததில் அசையும் ஊசல், யாரும் பார்க்காத நீரில் முகம்பார்த்து எலும்புச் சீப்பில் கூந்தலைச் சொருகினாள் மூக்கரைக்கன்னி. பாலத்தீனாவைக் கூப்பிட்டாள் கன்னி. அடுத்த எட்டில் காற்றில் விர்ர்ர்ரென்று ஓசையிட்ட அடுத்த கல் குத்தி நின்றது. தொலைவில்வரும் நொச்சியர் கண்ணில்படாமல் மறைவில் இருந்தான் ஒடியன். ஒல்லாந்தர் யாரென்று தெரியவில்லை. வந்தவர்களிடம் சுடுகருவிகள் புகைந்தது. குகைநோக்கி வரத் தயங்கினார்கள். இப்படி நிற்கையில் மூன்றாகக் கிளைபிரியும் குகைவழி. நீண்டநேர மௌனத்தில் பதட்டம் பரவியது. குகைக்கு அப்பால் இருட்டு. ஒடியன் பெற்றுள்ள உடல் அற்புதம். உரோமம் அடர்ந்த தாடிகளும் என்றென்றும் அழிவில்லாமல் குகையில் வாழ்ந்திருப்பதே சுவாதீனம் என இதுவரை யாரும் எட்டிப் பார்க்கவும் இல்லை. இச்சூழல் விலங்கிலிருந்து உருமாறிய கருநிலையில் வளர்ந்தடர்ந்த கரடிமயிர் அதன் வாசனை காற்றில் பரவியதும் மோகமுற்றாள் பாலத்தீனா. ஒடியன் சாயல் கற்பகோடி காலம் சென்றாலும் அழிவுறாது விளங்கவல்லதாம். மிகச்சிறிய உயரமும் இம்மியளவும் உயிர்கள் பெற்ற இயற்கையின் ஆரம்ப ராத்திரிகள் சில அங்கே ஒடிகிரகம் உறங்கும் சூட்சுமம். ஒடிகிரக அனக வாழ்வு ஏற்று அங்கே இருக்கக்கண்டாள். கிரக ராத்திரி மெல்ல வரும். அதில் உள்ளே தூங்கி தன்னைக் காட்டிக்கொள்ளாத ஒடியன்கலை பூர்விக விலங்குரு மனித ஆவிகள் சூழ வுள்ள தனி இரவுகள் உடம்பை எலும்பைக் கழற்றாமல் குகையில் உள்ளொடுங்கி கட்டஒடியன் நீரை

உடுகணங்களின் கரைந்த உயிர் என்றான். இருள்தீராமல் உயிர் உறக்கத்தில் இயற்கையிடம் இருந்தது ஒடியன் கலை. அகண்டவெளி இடையறாது பூச்சியுடன் இரைந்த்து. நொச்சி ஒருவன் தன் நகங்களை உரசவும் நான்காவது கல் சுண்டு விரலைத் தொட்டு வீழ்ந்து எரிந்தது. அகத்தும் புறத்தும் அச்சம் சூழ்ந்துவர யாரையோ ஒடியன் கூப்பிடுவதாக அரிச்சல். அவ்விரவு இருட்டு சூல்கசிந்தது. பெண்ணியல் எப்போதும் கருத்தளிர் யோனியில் திகைத்தெழ உயிர்ப்பிரவாகம் எடுத்ததில் ஆணியல் தப்பிய கதிராய் பால்விதைகள் கரையும் ஒளிமயக்கம். கருத்தோற்றத்தில் இருநிலைத் தோற்றம் ஒடிகிரகம். அனாதியாகவே குகையில் இருந்தாள் கடையுயிர் அழிந்த கருங் கல்லிலே எச்சில்பட்டு ருது வானாள் மூக்கரைக்கன்னி.

'உம்மரபு வழித்தடம் தேடிவந்தோம்... மூக்கரை... வழிவிடு ஒடியா. விண்ணும் மண்ணும் வேலியிடா வெளிதனில் இருக்கிறோம். மணலில் ஓடாதநீரில் சாயங்களும் ஒளிபடாமல் இளைப்பாறுவதால் அழிந்த ராத்திரிகளில் வசிக்கும் நீவிர் விலங்கிலிருந்தும் விலக்கப் பட்டவரே' அசரீரி சொன்னதைக் கேட்டாள். பறந்துதாக்கிக் கொல்லும் பழைய வேட்டைக்கல் வேகமாய்ப் பாய்ந்து வந்து அருகில் தெறித்தது. கூர்ந்த கல்லில் துல்லியம். முதல் விரல்கள் மறைவு. கவண்கல் எரிவதைவிட்டு தூரத்தில் ஒடியன் மரங்களின் பின் நிழல்களாக மாறிச்செல்கிறான். பருவமெனும் ஆறுகாலங்களாய் மாறி மாறி நடந்தான். ஒருதரையும் புண்படாமல் எறிந்த கல் ஐந்தாகவும் அடுத்தகல் எப்போதுவிழும் எனக் காலடிகளைப் பின்னகர்த்தினர். வேளைக்கொடியோடு தம்மிற் கவர்ந்து படர்ந்த பல்வேறு பட்சி மொழிகளில் பாடினான் சீழ்க்கையிட்டு. உடைவேலமரத்தில் தொங்கும் கழைகளில் உரசும் காற் றொலி. ஊகம்புல் கோவில் உடை முள் ஒடித்து செருகி அம்பாக்கினான். அதை விளாரால் செய்த வில்லில் வைத்து வலித்துக் காட்டெலி ஒன்றைப் பின்தொடர்ந்து ஓடினான் குறிபார்த்து. சுரைபடர்ந்த காட்டில் கொம்புகளிலுள்ள பூக்களில் சுரும்பு சுற்றுவதென வட்டமிட்டு ரீங்கரித்து ஆர்த்து உதட்டைக் கூட்டி ஒலித்ததில் புல்லக்காடன் எலி வளையிலிருந்து எட்டிப்பார்த்தது. மூங்கில்காடு ஒலித்தது காற்றில் அலையிட்டு.

வந்தவள் ஜாடிக்காரி ஆயினும் கொண்டுவந்த சமாரியா ஆட்டுத் தோல்பையில் அமினியா திராட்சைரசத்தைத் திறந்து கிண்ணியில் சாய்த்து பருகத்தந்தாள். 'ஒரு கிண்ணம் போதுமானது' என்ற பூருவ இருடியும் 'ரெண்டு கிண்ணி மிகஅதிகமானது' எனக் கூசிக் கேட்டுப் பருகினாள். மூன்றாவது கண்ணாடிக் கிண்ணம் நிரம்பி

வழியக் களங்கமில்லா ஒடியன்இரவு சமாரியர்களின் தனிமையைக் குடித்தது. திராட்சைரசம் கொடியாகப் படர்ந்து நீண்டுவந்து ஒடியனைப் பற்றியது. கொடியெனும் பேருலக உயிரை நேசிக்கும் ஒடியும் கலங்கினான். துயரடைந்த சமாரியப்பெண் தோல் ஜாடி யிலிருந்து வெளிப்பட்டு அரூபமாய் குகைநோக்கி வந்தாள். அழியாப்பெண் எதனாலும் துன்பத்துக்கு ஆட்படாமல் திராட்சைக் குலையேந்தி வருகிறாள் தூக்கத்தில் படர்ந்து. கற்களில் படர்ந்த ரத்தம் திராட்சை ரஸமானது. அந்த மலைபோல் ஓடும் விலங்கை எறிந்த கற்கருவி வேகத்தில் இசையாய் மாறி இரத்தமாய்ப் பொங்கியது. எலும்புகளெல்லாம் துளையிசைக்க செல்லும் பாவைகளை ஈர்த்ததும் செவ்வியழிந்து காய்ந்த நெறியும் சிலிர்த்தது. வெம் முனைகளில் வெருவச் செய்யும் குன்று பல தோன்றலாயிற்று. படைப்புக்கால இராத்திரியானதில் விலங்கின்மேல் பாய்ந்த இருள் ஓரிடம் நில்லாது திரிவுறும்வேளை கல்லென்று ஓசையிடும் ஆவியர் தாகத்தில் முனகுதல். ஒடிமூதோர் பூமிக்கடியிலிருந்து 'ஒடியா... தண்ணீ... தண்ணீ.... என்கிறார்கள்.' எலும்புகளுக்கு அதி தாகம் பூமிக்கடியில் சுரைக்குடுவைகளுடன் இறங்கும் கொடிவழி நீரோட்டம். சுரை விதைகள் எலாம் இறந்த ஒடியன் பற்களாயிற்று. சுரைக்குள் நீட்டிய ஆவியின் நாக்கில் சொல் உருளும். சுரைதானே குலுங்கிக் குலுங்கிக் கதை சொல்லி அழும்.

'வெண்டயம் பேசுமே சுரைகுலுக்கிச் சுற்றும் காற்று சுற்றிச் சுழன்று வட்டமிட்டு ஒடியர் பல்லெலாம் ஒன்றுகூடிப் பாடுமே விதையெலாம் சுத்திச் சுத்தி கதைபோடுமே' என்பாள் ரத்தநரகி. தூக்கத்தில் பேய்ச்சுரைகள் மிதந்து அது பூமியைத் தொடலை. சுரையூர் தூக்கத்தில் மிதக்கிறது. பேய்ச்சுரையெலாம் ஏன் இறந் தவர்களைத் தேடுது... சுரைகளெல்லாம் இறந்தவர்களா? கர்ப்பிணி வயிறுகளாய் பேய்ச்சுரை மிதந்து வருது... சூர்ப்பனகை அறுத்த முலைமேல் சுரை வைத்தாள். அந்தக்கொடி வளைந்து வளைந்து போய் ஒடிகிரகத்தில் வேர்பிடித்தது. சிசுவின் உந்திக்கொடியே சுரைதான். அதனால் ஒடியன் பச்சப்பிள்ளை மாதிரி காட்டுப்பூனை மாதிரி பெரியபுள்ளியா கரைவு. தொப்புள் கொடி காயாதவன் ஒடி. எல்லாச் சுரைகளும் இறந்த ஒடியரோட தொப்புளிலிருந்து சுரைக்கொடிகள் வளர்ந்து பரவியது. அதனால் ஒடியனுக்கு சுரைக்குடுக்கை வீடாயிற்று. ஒடி எலும்பெல்லாம் மூதாய்மொழி. எலும்பெல்லாம் சுரைக்குள் தூங்கித் தூங்கிக் காலமும் நெட்டிமுறிக்கிறது. இன்னும் எழுந்திடவில்லை. சிதறிய எலும்பெல்லாம் ஒன்றுகூடி தூக்கத்துக்குள் செல்லும் வேறுரு

எடுத்தவை ஒடியன்குகைக்குள் இரகசியம் சொல்லும். எலும்பெல்லாம் கரைந்து தூங்கும் கல்லளை. ஒடிஎன்பும் தூக்கமும் ஒன்று கலந்ததில் ஒரு படைப்புக்கால புள்ளூரு. கொடிய பறவை. அசனப்பறவையின் விரிஞ்ச சிறகுகள் புராதனகால இரு இரவாயிற்று. மனிதன் அதன் ரெக்கைகளை அரிஞ்சுபோட்டான். ஆனாலும் வெட்ட வெட்ட வளரும் அசனப் பறவை வெளியெங்கும் விரித்த சிறகி. ஒடியன் மனிசருக்குத் தப்பி அசனப்பட்சியின் அழுக்கு நகத்தில் ஒளிந்து பேனைக் கடிக்கிறான். ஈருடன் ஈராகி சொரிகிறான். அவன் கை சொரிந்துகொண்டிருந்தாலும் வாய்விசிலில் பாடுகிறான் அசனா... அசனா... உன் அழுக்கு நகத்தில் ஊண்வாடை எனக்குத்தா.. நாவாரேன் உன்கூட.... யாருமே வேண்டாமெனக்கு... உறக்கத்தில் வாய்கோணி எச்சில் வடிகிறது ஒடிக்கு. இராத்திரியில் புறத்தோற்றம் யாவும் உடைய ஒடி மலையடுக்கில் பாறைகளில் சுரைக்கூடுகளில் தொங்கும் பேய்ச்சுரைக்குள் பதுங்கிய கிராமம் அந்தரத்தில் மிதக்கிறது. இதனால் சுரைக்குள் வாழும் வடிவமாக தொங்கும் கிரகமாக நூறு சுரைக் குடுக்கைகள் செங்குத்துப் பாறைகளில் சரிந்து வீழாத உயிர்க் கணிதத்தில் தவழ்தாயிற்று.

வரையகத்துப் பாய்ந்து சுரைசுற்றி மோப்பமிடும் குறுமயிர்க்கடுவன் ஒடிதுயிலில் புகுந்து கடக்கும் தூரத்தில் வனம் பூப்பதும் உதிர்வதுமாக இருந்த வாசமென்ன மயக்கமோ. காட்டு நிறங்கள் சேவல் இறகு களுக்குள் வெளிப்படாத கருக்கலில் சுரையூரில் தொங்கும் வீதிகளைக் கண்டாள் பாலத்தீனா. வன வயிற்றில் தருக்கள் குருத்துவிட சூல்துருத்திய ஈனா இசக்கி மண்ணுயிர் புரப்பவள் மேன்மேலும் வளருகிற யவ்வனத்தோடு ஒடிமலைகளை ஒரே இடத்தில் பார்த்து வருகிறாள். முன் ஒரு கல்பத்தில் துயிலும் ஒடியர்முகம் பெருமீனாகத் தவழ்ந்தது உடுக் கூட்டத்தில். காடுகாள் என்பவளும் உடனிருந்த பழைய சுரையூர் இன்னும் தொலைவில் உள்ளதால் அடுக்கம் நீலத்தில் மூழ்கியது. விருட்ச கன்னிகளின் நீலஏக்கத்தில் சுரைவீடுகள் மிதந்து தவழ்கிற செவ்வியல் கலை ஆக்கம் ஒடியன்மரபும் மூங்கில்களின் கானகத்தில் நூறுவகை ஒலிகொடுக்கும் சுரைநரம்பின் கைவழியில் விதைப் பெட்டி தூக்கிப்போன ஒடிச்சியரைத் தொடர்ந்துவரும் சீத்தாச் சேவலும் கும்சாவும் கழுத்தைக்கோர்த்து யாருக்கும் வழிவிடாது என வந்தவர் உணர்ந்தார். சுரையூர் பழமிசையில் மனவெழுச்சி கொள்ளும் நீர்க்குளிரிப் பூவினால் கண்ணிதொடுத்தாள். பல கிழிவுகளை உடைய வேடன் உடலைத் தைப்பதும் மூலிகை மருந்தாம். இருளிடை விரியும் கிழக்குவெள்ளி வடிந்து கீழே விழும்

ஒளியுள் சுரையூர் ஜனனம். மனவேட்கை அடங்கா மரபினர் உறக்கமே தவ மென்பார். புலன்களையடக்காததில் வனமாயிருட்டி வருகிறார்கள். இருள் நிறைவின் ஆழத்தில் புகுதல் மரணமும் பிறப்பாயிற்று. விலங்கைப் போகவிட்டு அதன் தடத்தை மோந்துபார்த்து இருட்டில் கால்சுவடைக் காணும் கூர்உணர் அம்பும் பின்செல்கிறது. அம்பினைக் களைதல் அறியாத ஒடிக்கூட்டம். விட்கள் விசை அதிரத் தெறித்து வெளியிட்ட கூரியமுள் போகும் கீறல்களில் வெளியே மெல்லுயிர் திரிவும் யாதானும் புள்ளும் குறுக்கிட தவறிக் கூர் அம்பும் உமிழ்குருதி சாபம் என்றாயிற்று. சீழ்க்கை ஒலியுடன் செல்லும் அம்பு உப்புமேட்டில் வாய்வைத்து நக்கும் கலைமானைத் தீண்ட அக்குருதி உறைவதற்குள் வெதுவெதுத்த சூட்டில் விரல் தடவிய சித்திரக்கல் புடவு. பரிசில் வேண்டாத ஓவியமரபு. வறுமை பகிர்ந்த மான் குருதியோவியம். அடுக்கில் பொழிந்த உதிரக்கோடு. வறுமையுற்ற எமக்கு மான் கதறும் சித்திரம் தெறித்த அம்பு நிணம் பொருந்திய வெம்முனை பொங்கும் விசை அதி அதிர்வாம் எம் ஒடிமலையம். செறிமடை அம்பின் வில்லில் ஒடியர் மடி வெள்ளோலையை இலைச்சாயத்தில் வரைவதும் சித்தரித்த செடியும் தம்உயிர். வடிநவில் அம்பு இன்னும் கடந்துகொண்டு இருக்கிறது முடிவற்ற கானகத்தை. பாம்பின் உரியைக் கீறின வாரில் பளபளத்த நீரோடையில் பிறை மயங்கியிருந்தது. ஒடிக் குறுமாக்கள் பெரும் பாறையின் உச்சியில் சிற்றரையும் பேரரையும் இரு கூற்றுகளை இருவேறாய் கும்பு கும்பாய் கூடி நடிக்கும் இவ்விரவில் புலால் நாறும் அம்புகளைக் கீழே போட்டு தானும் எய்யக் குறி பார்க்கும் விலங்கு உருவெடுத்து தாவிவர உரிக்குடம்பையில் புலிவேடமிட்ட இருவர் மோதி தாவும் கானகம். விழுத்தொடைஒடியர் வீளை அம்பின் இளையர்கூட்டம் விரட்டி யோடும் கல் விளையாடல்.

தூக்கணாங்குருவியின் தொங்கும் கூட்டையொப்பச் சுரைகளும் உச்சிமேலிருந்து பலபக்கமும் ஆடிக்கொண்டிருந்த மயக்கம் காற்றில் பரபரத்தது. கள்ளின் செருக்கும் தீரா நித்திரையும் வெம்மை உலர்தலில் உடலில் தூவி பறக்க கரிய காக்கை கிட்டவந்து கரைவு காட்டும். பாறைகளுக்குமேல் செவல் பெருஞ்சுனையில் விரிந்த குறும்பூழாடிகள் நுனிவால் பிடித்து அதலக்காய் ஊரணியில் நீந்தவிட்ட சேவல் கொக்கரித்து சண்டைக்கு அழைக்கும் ஒடிச்சியை. அவள் கானாற்றில் விட்ட சேவலும் மிதவையென நகரும் ஓயாமல் நீந்திவரும் கட்டஒடியனைச் சுற்றி. வால்ஈரத்தை உதறிக் காயவிட்டு நாட்டுமுட்டை கொடுத்து காலாற நடக்கவிட்டாள். கேப்பை, கம்பு

சிரட்டையில் ஊறவைத்து கையள்ளி அலகு கீறியூட்டினாள். ஒடிவேட்டையில் பிடித்த வெருகின் மூலக்கால், கீரிச்செவி, ரத்த முள்ளான் கலந்த, காராமணி, மகிழிக்கீரை சேர்த்து சின்னஒடி மரவையில் எடுத்துவந்தாள் லாவித் தின்னும் கும்சாவுக்கு.

வந்தவரை எல்லைக்குள் விடாமல் சண்டைக்கு ஏகும் பட்சி பார்த்து கும்சா... என் கும்சா... எனக் கட்டஒடியன் பாறை மறைவில் கூப்பிட்டான். அதைக் கோழி மிதிக்கவிடமாட்டாள் ஒடிச்சி. காட்டுப் பூத்தெரு உச்சிமேல் தொங்கிஆடச் சுரைக்குச் சுரை தாவிப்போகும் சிறுவியர் வாழ்வே பட்சி ஜாலம். சுரைக்கூடுமேல் சேவல் காத்திருந்தது. தனியாகக் கிடக்கும் கும்சா வாயில் வேங்கைப் பிசின் ஒட்டும். சண்டைக்காலம் நெருங்கும் பொழுதில் கும்சாவைத் தடவித் தடவி கயிற்றை அவிழ்த்தாள் அருக்காணி. தளை அவிழப் பறந்து சுற்றி எதிரியைக் கேறிக்கூப்பிடும்.

'கட்டுச் சேவலை தளையிடாதே ஒடி... களத்துக்குமுன் இன்னொரு சேவலைக் காட்டு... கற்றாழைநாரை மடிச்சி முள்ளைக் கட்டிவிடு. கவுள் அடி... அங்கதான் அடிவிழணும்.' சாவ சோம்பக்கூடாது விடியல்ல நெட்டிமுறிச்சு ரெக்கை நீவிவிட்டு தள்ளிநடந்த கட்ட ஒடியனை சேவலும் கையுமாக தூரத்தில் நோக்கினர் பாலத் தீனாவும் ரெனியும். மரத்துக்குள் மறைந்தவாறு கூவிக் கேட்டான் வந்தவரிடம்.

'மிருகங்க வால்களைக் கத்தரித்து எழுதுகோல்களா அடுக்கிவரும் பூச்சிக்காரி நீதானா' ஒடியன் சொல் முள்ளாய்க் குத்தியது அவளை. முள்ளில்தான் பயம் சூழ்கிறது. ஒடியன் ஓவியமரபு முள்ளில் வரைந்தது. 'தற்பெருமை பேசிப் பிதற்றி அலையும் தாவரச் சேவல்தான் ஒடியன்' என நொச்சி விளக்கினான் ரெனிக்கு. 'நீரின் தலையுடன் தான் எழும்போது தாவரத்தின் பூ சிரசில் மலர்வதை உரக்கச் சொல்லும் சேவலை குப்பை கீறிப் பிழைக்கும் நாதாரி என்பாயா நொச்சி' என்றாள் ஒடிச்சி. 'துயில் எழுப்பும் தாவரச் சேவல் யாம்' என்றது அசரீரி.

ஒடியர் தம்மை எதிரிகள் அண்டாதிருக்க எதிரியின் உயிரை ஆமை ஓட்டில் எழுதி நூழாவின் துண்டித்த சிரசில் எரியும் நட்சத்திரம் எழுதிய ஓடுகளை சுரைக்கொடியில் சுற்றிவிடுவர். ஆமை ஓடுகளில் எழுதிய ஒடியன் மொழி அகராதியில் சேவல்களின் விதி உடுக்களோடு இணைவதாயிற்று. ஆனால் ஒடியன் எழுத்துமுறை தமிழுக்கு ஆதிவடிவம் ஆவதில் சொற்பிறப்புக்குள் அறுபட்ட காலக்கணிப்புக்கு நாம் போகத் தேவையில்லை. ஒடி ஏடுகள் ஈச்சம் பத்தையில்

நறுக்கியதும் சீதள ஓலைக்கட்டு வட்டமாக இருந்தது. ஈச்சங் குருத்தினை முடைந்து அதில் சூரம்பழம் வைத்துப் பசுங்கொடி சுற்றி பகைநாட்டு சேவல்களத்தில் புதைத்துவிட ஒழிந்து போவான் என்ற பண்டைய நிமித்த ஏடு விவரம்சொல்ல கருவில் இருக்கும் ஓடியன் நாடி யோட்டத்தில் நடமாடும் கொலைகார கருப்புநூழா ஒன்று நெற்றொடியனிடம் வளர்ந்தது. தொங்கும் சுரையூரைவிட்டுக் கீழிறங்காது கொலைகாரக் கருப்பு.

ஒல்லாந்தர் காணியாட்சி எல்லையில் ரொம்பச் சண்டையிட்ட நூழா. ரெண்டு அடி மூணு அடி எதிரியைக் காலிசெய்துவிடும் கருப்பு. ஒடியன் மலைக்குள் சண்டையில் நிறைய விதங்கள். மலைக் கிராமத்தார் கூடுவார்கள். அங்கே ஒடியன் வரவும்மாட்டான். நூழாவுடன் பூருவஇருடியும் இரத்தநரகியும் சேவல் ஏந்திவரும் குலவையிட்ட சடங்கு. 'அப்படி இல்ல பழூத்தா... நீ அடிச்சே கருப்பு தட்டியது. நீ அடிக்காதபட்சத்தில் கொலைகாரக்கருப்பு உன்னைத் தொடவே மாட்டான். களத்தைவிட்டு ஓடினால் ஒடியன் செத்துவிடுவான். நேர்மையுள்ள வேட்டைநாய் களத்தைச் சுற்றி ஓடும்.. பச்சைக் குக்குடத்தை யாரும் பார்த்ததில்லை. மயிரிழையும் பிழையுமின்றித் தட்டும். கருப்புக்கு ஓரப்பார்வைக் கண். எங்கே திரும்புமென்று தெரியாது. சாய்வாய் தலைதிருப்பி எதிரியைக் குழப்பும்.' சேவலுடன் நெற்றொடியனும் கட்ட ஒடியனும் விடிய விடியப் பேசுவதே தனிப்பழக்கம். அதலக்காய் ஊரணிக் கரைமேல் சேவலின் பாதவடிவங்கள் அழியவில்லை. நெட்டையனுக்கும் கட்டையனுக்கும் என்னேரமும் வாக்குவாதம் நெருப்புப் பூட்டிய சேவல் இரண்டை மோதவிட்டுப் பார்த்ததில் நிலாப் புறப்பாடு. இலக்கு நோக்கிய வீச்சு. நூற்றிப் பதினேழு வருஷங்களைக் கடந்து வாழும் குக்குடச் சேவல். பறக்கும் பாம்புருவப் புள் இனம்தான் நீ அஞ்சவேண்டாம் குதம்பாய். உயிரினங்களுக்கு தீங்கிழைப்பதில்லை ஒருபோதும். அதைக் காக்கரீஸ் என்பாள் பாலத்தீனா. பார்ப்பதன் மூலமே மத்தவரைக் கொன்றுவிடும் எனப் பயந்தார் சுடுகருவிப் புகையில் நெளியும் ஒல்லாந்தரும். அடிமைச் சந்தையில் வித்துக் கொடுத்த பிள்ளைகள் இருவரும் ஓநாய்ப்பொட்டலில் காப்பிரிச்சி யோட உடைந்த சிலையை நட்டிவைத்து ஆட்டுப்பால் பீச்சி தவித்த வாய்க்கு கெட்டிப்பால் வார்த்ததும் நாலுதலை முறைக்கு முந்திய காப்புலிச்சி அரிமானப்பட்ட பெண்கடவுள் கண்முழித்தாள். இடைக்காடன் பஞ்சமும் தாதுவருஷப் பஞ்சமும் மாறிமாறி காப்புரிச்சி சீமையைத் தாக்கியது. ஊர் ஜனங்களோடு ஒரு ஆளாய் காப் புலிச்சியும்

வெளியேறினாள். சாராயக் குடிகாரத் தாயாதி அவளைக் கும்பிடுவோர் ஒரு சீசா வடிமது வைக்காமல் போக விடமாட்டாள். காப்புரிச்சியோட பாரம்பரிய எண் 6066. உடுக்களோடு காப்புரிச்சி பேசுவார்கள். பஞ்சத்தில் காப்புரிச்சி ஆறும் வத்திருச்சு என்றது சின்னப்புள்ளை.

உலகம் தீயால் முடிவுக்கு வருவதைவிட பஞ்சத்தில் அடிபட்ட காப்புரிச்சியோட தட்டைத் தண்ணுமை, கிளிகடி மூங்கில்கூடத் தாளந்தவறாது. கன்னீரில் அமிழ்ந்த மண்விளக்கில், பருஞ்சுடர் வாடையில் அசைந்து தெற்கு நோக்கு எழுந்து சாய்வது போலவே பசியில் தலைசாய்ந்த அகதிகளாய் வெளியேறினர் பஞ்சத்தில். ஆனால் பஞ்சம் இருமுறை அழிவதாக இருக்குமானால் ஜனம்சூழ செடிகளும் அழிவதில் சிறிதுகாலம் வெளியேறிச்சென்று பிறகு திரும்பிவந்து பழங்கொல்லையுழுத உழவர் வெறுமனே சாலிட்டது உழாமல் சோம்பிக்கிடந்த நிலம் வெம்மையில் புழுங்கியதில் ஒரு சொட்டு நீரும் விழவுமில்லை. பிறகு வேரும் தூரும் வாடியது. அழுதரற்றும் காப்பிரிச்சி ஆறு ஜோதிடத்தில் இறப்பார் எனக் கணித்த கீழ்நாட்டுக் குறிச்சி அய்யர் சொல்லியிருந்த அதே நாளில் இறந்தார்.

காமமும் கூத்தும் தூங்கல் மலைக்கள்ளும் கிராமத்தில் ஓடி வழிந்த ஆறும் பொய்த்தது. ஒவ்வொரு செடியும்போல கல்லுக்குக் கல் பிணக்கு. வேறு வேறாய்ப் புரண்ட காலத்தில் உறங்கவும் எழுப்பு வாருமில்லை. செல்லும் இடந்தோறும் கல்லில் ஒளிந்த நிழல் கூடவரும். அருவம் கூடிக்கிடந்து உயிர்கள் துயின்ற நள்ளிரவில் பழையோர் வருகிறார்கள் தன்கல்லைப் பார்க்க. சுக்காங் கிணற்றைச் சுற்றி பல கல் முனகல். வறுமையில் கீறல் ஓடும் கல்லில் பரவிய ரேகை ஒலி. அதை யாரும் தொடுவதில்லை. ஊழின் கல் பலவும் தூங்கும் ஊர். சர்ப்பம் ஊர்ந்த கோடு ராத்திரி தெரியும். பொழிவிழந்த மண்கூரைகளில் குளவிகள் கூட்டம். மெல்லச் சரிந்து வெளிவரும் செங்குளவி ஒவ்வொருகல் தொட்டு சுற்றும் வட்டம்.

தற்கொலைத்தூணில் பெண்பீடும் எழுதி நட்ட காட்டுக் கன்னி இழைகிறாள் துயரத்தில். காப்புரிச்சி ராசமக்கள் குடிகளைக் காக்கவும் மழைவேண்டித் தவசிருந்தார். அங்கெலாம் காய்ந்த பயிர் வாடி மறைந்து கிடக்கிறது ஊர். எல்லா உயிர்களுக்கும் காப்புரிச்சி இளகினாள். துன்புறு உயிர்களைக் காத்து ஏங்காதிருக்கச் செய்வ தறியாமல் குழப்பம். அவளே எல்லோராகவும் வடிவேற்றுள்ள துக்கம் அடைவாள். இவ்வொருமையுற்ற காப்புரிச்சி பக்குவமுற்ற விளைந்த கல்லிலே உறைந்தாள். உடற்கேடு பிணி விரட்டியது நிலத்தையும்.

உயிர்ப்பயிர்களின் விருத்திக்கு மழைவேண்டியும் வரவுமில்லை. மழையுருவாய் மாறி இறப்பிலிருந்து ஜனம் விடுபட்டு ஊர்நீங்கிப் போவதே மேல். எல்லாப் பிறப்பும் பிறந்து இளைத்த காப்புரிச்சியும் உடன்பெயர்கிறாள் சனத்துடன். ஒவ்வொருவரும் காப்புலிச்சியே. அவர்கள் மன்னாந்தலை மலையைத்தாண்டி செல்லவும் பயந்தவர். தூங்கல் ராத்திரிகளைவிட்டு விடுபடவும் முடிய வில்லை.

நீர்த்தேவதையான காப்புரிச்சி ஆறும் கெவிப்பள்ளத்தில் ஒளிந்துகொண்டாள். அதனால் கோவக்கொடி, மிஷ்டக்கொடி, பாவக்கொடி, பூசணிக்கொடி, சாரக்கயிறு வடம்போட்டு ஆற்றைக் கெவியிலிருந்து ஜனம் கூடிஇழுக்கவும் வெளியேறவும் இல்லை. கெவியைவிட்டு வரமறுத்த காப்புரிச்சி ஆறு இன்னும் அதலம் புகுந்தாள். காப்புரிச்சி அரசன் கெவியில் விழுந்தால்தான் ஆறு வெளியேறிவரும் என சேவற்குறிபார்க்கும் பச்சைமால் சொன்னான். அந்த ராசன் சம்மதஞ்சொல்ல நாழியாயிற்று. ராசன் கழுத்தில் சுரக்கொடி பூட்டி கெவியில் இறக்கினார்கள். அவன் கழுத்தைச் சுற்றி இலைவிட்டது சுரை. நெடுங்கழுத்து ராசாவை தலை துளிக்கவும் விருப்பமில்லை. ஆனால் விதிக்குக் கட்டுப்பட்ட சுருக்கு மெல்ல இடைவெளி சுருங்குவதால் ரத்தநாளங்கள் புடைத்து விழிகள் பிதுங்கி நாக்கு இருமுழம் தள்ளிடவே எச்சிலும் ஒழுகியது. கால்களில் அசையும் சாவைப் பார்த்த ஆறு மெல்ல மேல் எவ்வி ராசன் கால்களைத் தொட்டுத் தூக்கிவிட சுருக்கிட்ட கொடியும் மெல்லத் தளர்ந்து கடைப்பெருமூச்சுவிட்டான் காப்புரிச்சி. ஏனோ அவன் உயிர்ப்பலி மறுத்த நீர் பகையின்றி மேலேவர நகங்கள் ரத்தம் சொட்டியது. பொங்கிய ஆறு சிவப்பாய் கரைபுரண்டது. சனம் கூடி கரைமேலிருந்து பெரும்புனல் இடையே ராசன் பிணம் சனத்தைவிட்டுப் பிரிய மனமின்றி சுரைக்கொடி ஒன்று தடுக்கியதில் எல்லோரும் கூடிவந்து ராசனை மன்னாந்தலை மேட்டில் அமர்த்தினர் துக்கத்தில். சுரக்கொடி விட்டுவிலகாத ஆறு கூடவே வருகிறது. கொடிபார்த்து அழுதார்கள். கொடிசுற்றிக்கொண்ட ராசமக்கள் நாலுபேரும் நாண்றுகொண்டு கரையைவிட்டு வரவுமில்லை. காப்புரிச்சியைச் சுற்றிச் சுற்றிச் சுரைக்கொடி வருது. காப்புரிச்சி ஒருபோதும் சுரைக்கொடியைத் தொடமாட்டாள். எவ்வளவோ ஜனம் வெறுத்தும் சுரைக்காய் தின்றால் சுரம்வந்து சாட்டியது அவர்களை. காலைத் தடுக்கிவிடும். சுரைக்கொடிப் பாதையில் ஒடியர் போவதை காப்புரிச்சி விரும்பவுமில்லை. இவர்கள் கதை வேறாயிற்று. கல்லும் வேறு. ஆனால் சுரைக்குள் ஊர்கூடி மறைந்திருக்கும் ஒடியர்

அவர்களைச் சுற்றியே வருகிறார்கள். காப்புரிச்சி ஊருக்குப் பக்கத்தில் ஒடியின் சுரைவீடு வளரும். சுரையை அவர்கள் வெட்டினால் உள்ளிருக்கும் ராசமக்கள் ரத்தம் கசியும். கடவுளாகவும் அல்லாத வெறுப்பின் குறியீடானது சுரைக்கொடி. ஒடியன்மலைக்கு அடுத்த மலைக்கு அப்பால் மன்னாந்தலை தெரியும். அங்குதான் காப்புரிச்சி களோட தூங்கல். கல்லானவரும் தூங்குகிறார்கள். ஆனால் கல்லைச் சுற்றி சுரைபடரும். அது ஒடியனின் ரத்த உறவு. ஆனால் காப்புரிச்சியர் ஒடியரோடு சம்பந்தம் கலவாதிருந்தார்கள். ஆனால் தற்கொலைக்கு உடந்தையான சுரைக்கொடியில் ஏன் அப்பெண்கள் அதே இளமையில் அரூபித்து இருக்கிறார்கள்?

சுரக்கொடியில் நிழல்படாத காக்கை பஞ்சகாலங்களும் பார்த்தது. அடிமைச்சந்தையில் வாங்கிய சின்னப்பயலும் தங்கச்சியும் புல்லா வெளியில் கிடைமேய்த்து வந்தார்கள். இருவருக்கும் வண்டு கடித்த வடு நெத்து உடம்பு. சிரங்குவத்திப் பயலை காக்கை கொத்து மென்று தலைக்குமேலே குச்சியைச் சுற்றினாள். சூ... சூ...வென்று. அழுகின நாற்றத்துக்கு எறும்புக்கடி. புழுத்த பயலை நரிக்குண்டி தோட்டக்காரன் அடித்தான். காடெல்லாம் கேவிக் கேவி அழுதன பிள்ளைகள். கமலா ஆரஞ்சு இலையில் ஆடுவாய் வைத்த இடமெல்லாம் பாழ். மங்களங்கொம்பு பவுண்டில் மரிகளை மடக்கிக் கூட்டிப்போனான் காவல்காரன். பெரும் பாறையில் முகம் பதித்து ஏங்கவும் மலையும் கலங்கியது. அவன் தங்கையில் முதுகில் சுமந்தான் ஏணைகட்டி. அவன் ஆத்தாளும் அய்யனும் பன்னி முட்டியில் மிளகு ஏலத்துக்கு பாடுபட்டார்கள். வாழைக் காட்டில் குரங்கு தாவி பூவிருக்க பழம்தின்னும் வால்சேட்டை. இரவிரவாய் நுழையும். வித்துக் கொடுத்த பிள்ளைகளை வைத்துப் பிழைக்கவும் வழியில்லை. கடனுக்கு மேய்ச்சல். காட்டுக்காய், கிளாக்காய், சூரம்பழம், கோவப்பழம் தின்னு பசியாரிக்கிடும். எதைத் தின்போம் என்றிருந்தது. விளாமரத்தின் மேலமர்ந்த காக்கை கரைந்து ‘காப்புச்சிமாரே... ஏன் அழுவுரிக. இன்டங்காட்டில் காட்டுக்கோழி கும்மரிச்சம். கண்ணி கட்டிப் புடி என்ன ருசி காட்டுக் கோழி’ என்றது. இருவரும் காக்கை கூப்பிட்ட தடத்தில்போய் அரளிப்பான இண்டங்காட்டில் கண்ணி சுத்தினான். ஒன்னுக்கு ரெண்டு விடை. ஆளுக்கொன்றாய் தட்டி ரோமம் பிடுங்கி கல்கூட்டி சுட்டுத் திண்டதில் காக்கைக்குக் கொடுக்கவும் ஈவு இருந்தது. ‘எலும்பு போதும் எனக்கு’ மூலக்கால் மஜ்ஜையை உடைக்கும் காக்கை ரெண்டாவது முறை கரைந்து ‘இங்கேயே இன்டம்புதரில் பதுங்கி இருங்க. உங்களைக் கூட்டிப்போக

ஓடி வருவான் பாரு' காக்கை சொன்னதைக் கேட்டு ஒரு ராத்திரி தாமசித்தார்கள். அங்கிருந்து மேற்கே தெரிந்தது சப்பநாரைக் கணவாய். சேவல் ஏந்தி வருகிறான் கட்ட ஓடியன். இன்டங்காடுதான் கோழி மலைக்கு ரேகைசெல்லும் வழி. அங்கதான் மன்னாங்களோட பாட்டுகள் ஒப்பாரிவைத்து அலையுது. புலியாத்த மன்னானின் மாயநம்பிக்கை உலவும் தீக்கண்ணேறு சேவல் சண்டையை ஏவியது. ஓடியன் நேரில் போகும் சண்டைக்களம் கோழிமலையில் இருந்தது. பட்டலாங்காட்டு மேப்பமண்ணாடியும் வருவான். கண்ணேறு பட்டதை எல்லாம் சண்டச்சேவல் உழுப்பிவிட்டு முறிக்கும். சேவலின் விழிப்பு மற்றும் தூக்கம் யாவற்றிலும் கிரகசஞ்சாரம் நிகழ் வதாயிற்று. மரணமும் பிறப்பும் சேவலின் கேறல் ஒலி. காப்புரிச்சி சிறுவியரை மெல்லக் கூப்பிட்டு 'நீங்க அழக்கூடாது. எங்களோட வந்து கோழி மலையில் இருங்கெ' என்றான். 'தாய் தகப்பன் பண்ணி முட்டியிலிருந்து இறங்கி வந்தால் என்ன செய்வாக... தேடிட்டுத் திரும்பிப் போயிருவாகளே' என துக்கித்து விலகியது பிள்ளை. 'அப்ப நீங்க கட்டுப் பாக்க வல்லியா' ஓடிசொல் கேட்டு கூடவே நகர்ந்தன சிறு கால்கள். 'கொல்லங் காட்டு மலைக்குக்கீழ் புங்கைமரம் இருக்கு. அதில் பொந்துத்தேன் வழியும். நக்கிக் குடிங்க. நாங்க கோழிமலை போய் திரும்பிவரும்போது கூட்டிப் போறோம்' 'பெரும் பாறைப் புடவில் சுரைக்குடுக்கையில் நரவம் இருக்கு. அமரபட்சம் வரை தொடாதிரு காப்புரிச்சி' என்றான் பாந்தமாக. அந்தக் காப்புரிச்சி சுரைக்குடுவை தொட்டு இருமடக்கு நாவில் இட்டான். இரு மடங்காகப் பெருகியதை ஓடியனும் பார்த்தான். 'உன் நாடென்ன காடென்ன... குலதாம்பர கோயில் எது பிறந்தமலை எது' எனக் கேட்டான். 'காப்புரிச்சி' என்றாள் சிறுமி.

காகம் மூன்றாவதுமுறை கரைந்ததில் 'காப்புரிச்சி இப்போ காகம் சொல்வதை என்னண்டு கேளே' 'உயிரற்ற பொருளிலிருந்து உயிரைப் படைக்கும் காக்கையே உன் சொல் வாஸ்தவமாயிருந்தால் பட்ட மரத்தைத் துளிர்க்கச் செய் பார்ப்போம்' என்றாள் சிறுவி. அயக்காடு பச்சைவிட்டு மாங்கொம்புக்கு இலைத்தளிர்ப்பு கேழையாடு கால்பட்ட இடமெல்லாம் புல்லாவெளி தளுப்பு. கவியக்காடுவரை வாட்டம் இருந்தது. பட்டமரங்கள் துளிர்விட அங்கே தூரக்காடுகளில் பச்சை வாடை. காக்காகூட்டம் பறந்துபோய் பூவுக்கொரு வாசம் தேடி கானிடை திரிந்த ஓரியும் நரியும் ஒவ்வொரு பூமரம் கடப்பதும் மோப்பதும் வாச அகராதியில் ஊளையிட்ட பாதையில் ஓடிபோகிறான் சேவல் ஏந்தி. சுரவனக்கொடிகளும் தூரங்களும் வேர் எங்கிருக்கிற

தென்று புதர் நெளிந்த அரவுகளும் மூச்சுவிடும். துளுத்த மரத்தின் கீழ் உதுந்த கனிகளை சேகரித்து ரசம்புதைந்த சுரக்குடுக்கை புளித்த வாடைக்கு வண்டும்சுரும்பும் மயங்கிக் குணங்கும் ஒலி. கனிகளை மாந்தியுண்ட இலைமூக்கு வெளவால் கூட்டம் முழுவதும் தின்னாமல் கொஞ்சம் ஒடியனுக்கும் விட்டுவைக்கும்.

காக்கை நான்காம் முறை இருட்டில் கரையும் ஒலி கேட்டு காப்புரிச்சி 'எனக்கொரு மயில்கண்ணு நூழா' எனக் கேட்டதால் 'கோழிமலையில் நீ தேடினால் கிடைக்கும் பாரு...' என தன் வழி போனவன் சொன்னான். 'நடுநிசி தொடங்கி ஒருநாளை பதினாறு பகுதிகளாக வகுத்த நூழா உனக்கு தாரேன்... கோழிமலை அந்நா... தெரியுதுபாரு. அந்திமந்தாரை பூக்கும் கணத்தில் அது கூவத் தொடங்கும். நீ சேவல் கூவுவதை நிறுத்துமுன் கோழிமலைக்கு வா... ஐந்தாவது காலமான விடியக்காலையில் நூழாவை உனக்குக் காட்டுவேன்' என்றான் ஒடி. சிறுவியும் தேடிவர அயக்காடு பச்சைப்பழம் தின்னும் வரையாடு திரும்பிப் பார்த்தது. புலையன் கொல்லையில் புள்ளி ஒன்று மரமேறிப் பார்த்தது. ஒடியனைக் காணோம். காப்புரிச்சி மயில்கண்ணு நூழாவைத் தொட்டதும் புள்ளி பார்த்து இறுமாப்புடன் வெறுப்பில் புறக் கணித்து ஏறிட்டது எதிரியை. உடனே சிறுவி பிஞ்சுக்கரத்தால் சேவலின் ஒருவிழி பொத்தினாள். மற்றொரு விழி புள்ளிமேல் கோபத்தில் சுற்றும். மரமேறிப்புள்ளி குட்டிச் சிறுத்தையைவிடப் பெரியது. சேவலின் இந்தக் கண்ணில் நுழைந்து அந்தக் கண்வழி வெளியேறித் தப்பிவிடும். புள்ளியின் ஒவ்வொரு நிறமும் விதியாகப் பற்றியது அனாதைகளை. புள்ளியின் ஈர்ப்பில் மரமேறினான் காப்புரிச்சி. அவனை நக்கியது புள்ளி. பொய்க்கடிப்பல்லை பிடித்து தாடையை அசைத்தான்.

சேவல் நட்சத்திரங்களைக் குலுக்கி உதிரச் செய்யும்போதுதான் விடியலைக் கொக்கரிக்கோ என்கிறது. பெண்ஆண்பட்சி ஓட்டத்தை அலகில் கொத்தி பிரிவின் பகுப்பில் குறிபோடுவான் காப்புரிச்சி. கோழிமலைக்குள் நுழையும் ஒடிவழி திருகுகோடாய் நிலத்தைத் தொட்டு உள்ளேவரும் நாடி. சாம்பிராணி, மிளகு, ஏலம், மூலிகை மணிக்கல் குவிந்த நடுக்காட்டுச் சந்தை. பவளக்கொடி பூண்ட ஈஞ்சாலி காதுவடித்து நீலக்கல் ஆட நடந்தாள். கூடவே ஜாவா, யாக்கூத் ரெண்டு கக்கத்திலும் ஏந்தி வருகிறாள். அவளிடம் திப்பி எனும் ஈச்சம் பெட்டியில் அபின் டப்பியும் புகையிலையும் கிறுக்குப்பிடித்தது. சேவல்களோடு ஈஞ்சம் புதரில் கரையான்புற்றை இடித்து சூரியால் ஊட்டினான் கட்டஒடி. நடக்கப்போகும் இயற்கை மாற்றங்களே

நவதானியம் வைத்து சேவல் வட்டத்தில் தன்னெழுச்சிப் போக்கில் பெண்ஆண் இயங்குதல் தழுவி மோகியம் பார்த்தான். வேத்தாள் வந்தாலும் ஓடி கேறும். நாய்வந்தால் கேறும். கலைந்து கத்தினால் ஓடியன் ஈஞ்சம்பத்தையிலிருந்து பச்சை பாம்பும் மஞ்சாரையும் கீறிவரும் பச்சை நாடிவைத்துப் பதுங்கி மறைவான் இருந்த லெக்கில் இருந்து. பூச்சிகீச்சியைக் கண்டுவிடும் வெருவுப் பூனையாட்டம் மரமேறிப் பதுங்கினான். பாம்பைக் கொத்திப் போரிடும் கும்சாவை வைத்த கண் வாங்காமல் உற்றான். சாரையின் சீற்றம் பயமானது. கோழிக்குஞ்சை பாம்பு தட்டி அடித்தாலும் வேர்சுற்றி மந்திரிப்பான். சலவான் நாய்க்குச் சண்டைக் குஞ்சுக மேல் மோகிப்பு. சேவ கண்டுகொள்ளாது சலவானை. விடைக் குஞ்சுப் பக்கம்போனால் கொத்தி எகிறி விரட்டும் ஓடி. கோழிமலைப் பிரியத்துக்கு பலவான காட்டுச்சேவல் நாட்டுவகை தங்கி நிண்டு வளரும். மலைவாசி அப்படி வருவார்கள். தீவிர அலைவுள்ள ஓடி கால்கள் அங்க திரிவதால் சேவல்நிறங்கள் விரோதங்கள் சுற்றிப்பரவும். ஓடியின் கட்டவிரல் விரிக்கும் கொண்டைச் சிவப்பு.

பகல் எந்த விரலில் முடிகிறதோ அந்த இருட்டில் இருந்தான் ஓடி. தனயெல்லாம் கோழிமலைக்குச் சொந்தம். ஓடியன் கைவிரல் விரியவும் விசேச ஒளிரேகைகளில் இந்த மலைப்பறம்புகள் சிவந்து முகம் பச்சையாக மாறிய பெண்களில் சுண்டுவிரல்களில் தூண்டிய கிளியஞ்சிட்டிகளின் மண்திரியில் வியாபித்த பூத்தநாச்சி கோயில். பிளந்தவாய் சிறுமாடங்களில் கரித்தடம். வெளவால் சீறி அலையும் பதட்டம். இவர்கள் எல்லோரையும் விட்டு தனித்திருந்தாள் பூத்தநாச்சி. பாசியடைந்த சிலையில் ஓடும் ரஸநாளங்களில் சந்திரரேகை பதிய லோகபூஜிதாவானாள். மான் கோடுபட்ட இவள் அநேக விலங்கு களுக்கு தானஞ்செய்தாள். அவள் கீர்த்திமிகு கழுத்தில் விருட்சிக் கோலம். ஆரம்போல் கழுத்தைச் சுற்றிய மச்சம். ஓரிடத்தில் நெருங்கி வந்து சேவல் களத்தைக் குனிந்து உதிர மண்ணைக் கிள்ளித் தின்பாள். சிவக்கும் பூக்களும் பச்சை இலைகளுக்குள் பூத்தநாச்சி நெருப்பு சுழல்வதும் காட்டுவிதைகளின் பழுப்புநிறம் தோன்றத்திரிந்தாள் ஓடியன் மலைவரை. கோழி மலையில் விளக்கேற்றி வைத்த கிளியஞ்சட்டி வெளிச்சத்தில் குமருகள் பலர் குனிந்து கட்டுக்கதை பேசுவார்கள். ஒரு துளி நீர்தான் ஓடி தோன்றும் ஒலி. அவன் பாலிய ஒளிபரவிய கரடுகள் இவை. பூச்சொருகி பெண்களும் வெட்கப்பட இந்திரன் மரிக்கொழுந்து சூடிவருகிறான். ஈச்சங்கள்ளும் இறக்கி ஓடிவிழிகள் செங்களிப்பாய் அலையும் மீன்தொட்டிக்கு காவல்

கொண்ட உடுவன் இந்த ஆயிரம் கண்ணோன். பூத்தநாச்சி மண் புழுவென காதுவடித்து பாம்படத்தாள். பூடி, ஒண்ணப்பூத்தட்டு, மாங்காய்கொப்பு இட்ட காப்புரிச்சி பெண்களும் முளைப்பாழிகை கொண்டுவரும் எருது கட்டுத்திடல். மரக்கிளைவிட்டு அவள் கீழிறங்கி சிறகுகள் அதிதூரம் பறக்கத் தக்கவையல்ல. ஆயினும் ஒடிக்கு விரோதிதான் எல்லோரும். விதியிலிருந்து தப்பிப் பறப்பவன். பூத்தநாச்சி நாடியில் இட்ட சந்தனக்காப்பு பொன்வாசம் உதிர்த்தாள். சுருள் சுருளாய் பட்டு வைத்திருந்தாள். ஈஞ்சங்காட்டுக்குள் கடமான் கூடி மோகிக்கும் அவளோட கல்லளைகள்.

எருதுகட்டுத் திடலில் இந்திரன் சுவடழியாமல் வணங்கப்பட்ட நாளில் கோழிமலைராசன் புலியாத்தமன்னான் குறிஞ்சியிலும் விழ வெடுத்தான். கட்டு ரத்தம் உறைந்த தடங்களைநோக்கினான் ஒடி. சேவல் சண்டைக்கு உடுச்சேவல் கொண்டுவருகிறான் உடுவன். சோழ நாட்டில் தொடைகுத்திக் கிழிந்த ரத்தம் புறாவாக பிரவாகம் எடுத்ததில் அதற்கும் இங்கேதான் மின்னல்பொழுதில் கத்திக்கட்டு. தோணிச் சேவல் எல்லாம் உடுவன்படை. அவன் இறங்கினால் கட்டஒடியன் வருவான். எதிரிக்கு எதிரி கழுத்தைக்குடையும் கத்தி. செம்போர் சேவல் உரைசொல்லும். ஜாவா, யாக்கூத், தொம்பரியான் பீலா சிவப்புக்கொண்டையில் மயக்கும் விரோதியை. பீலாவின் கால்கள் அடர் பழுப்பு. சிறகுகள் செவ்வல். கடரேகையில் மஞ்சநிறம் பொன் வரியிட முட்கொண்டு தாவும் அந்தரத்தில் ஒடியனுடன் போர். யாக்கூத் மணிலாத் தீவிலிருந்து கப்பலில் வந்தது. நடுக்காட்டு சந்தைகூடும் கோழிமலையில் பொட்டலில் அனேக தாவளம் இறங்கும். உள்ளி, பூடு, வெந்தயம், குறுமிளகு, ஏலம், மான்கொம்பு, மயிற்பிஞ்சம், கஞ்சா, அபின், பூமதுவுக்கு ஏக்கம் பெருத்த காட்டுமலைக்கூட்டம் குடித்து முட்டிக்கொண்டு நிற்கும் கிடாத்திடல்.

கோழிமலைச்சந்தையில் மரப்பட்டைகளில் பறவைக்கூடு கட்டி எத்தனை கிளிகளை விற்கிறார்கள் புகையிலைக்கும் நாழிக் கேப்பைக்கும் கிழிந்த துப்பட்டிக்கும். கம்பளி கந்தலாயினும் மூணு குடுக்கைத்தேன் கைமாறலாம். காட்டுமுகங்களில் அத்தனை வெகுளிக் கருப்பிகள். விழிகளைமட்டும் சிறு துவாரத்தில் பார்க்கத் திறந்து பறக்கும் வெளவால்களிடம் தப்பிவந்த காட்டுக்கனி, வடிமது, மெல்லிய ஆடை, ஸ்படிகம், நீலாஞ்சனக்கல், புனுகுப் பூனை மலம் பூசினால் பரு வராது. செம்மறி ஆட்டின் தாடியில் ஒட்டிய பிசினைத் திரட்டும் காப்புரிச்சிகள் ஆடுகளை மயங்கவைத்து தாடியைக் கத்தரிக்கிறான் காட்டுப்போக்கிரி. பாடுவன் சிறுவர்,

கிளிகள், காகாதுயே பட்சிகள், உயர்ந்த வாசனை மெழுகுகள் உருக கள்ளிமிலா முத்தங்களில் நடுக்காட்டுச் சந்தை தெரியும். போளமும் கருநீலக்கற்களும் பட்டுத்துணி கிழியும் ஒலி கொடுக்கும் சீனக் கனகம் சந்தையில் வீற்றிருந்தாள் சேவலோடு. விரல் தொட்டதெல்லாம் உடும்பைப் பெற்று பட்டுத் தாவணி விற்றாள். கச்சாக் கண்ணாடி வைத்த பூத்தனாச்சி மாங் கொம்பு குடிசை வீடுகளின் திருணைகளில் பட்டியாவாரி உறக்கம். ஒரு வாரச் சந்தை. கலவியில் ஒளிபாயும் ஸ்படிக இரவு. வாசனைகளின் உருவில் கட்டஒடி மறைகிறான். இராத்திரி சாம்பிராணிப் புகை நடுவில் ஆமையோடுகளில் எழுதி வரும் நெற்றொடியன் கரடுகளின் நிறங்களை வரையவும் விலங்கின் எலும்புகளைச் சேகரிக்கும் காப்புரிச்சிக்கு சன்மானம் கசகசாச் சாராயம். ஒலிவ எண்ணை பூசிய சீனக்கனகம் கச்சாத்துணிகளை கிழிக்கத் தொடங்கினாள் ராத்திரியில். அவற்றின் கந்தல் குரலில் பூத்தனாச்சிஅம்மன் வேட்டைப்புலம் திறந்தாள். தங்கச் சரிகைப்பட்டு கிழிந்து சிறு நாணயங்கள் சிதறும் ஒலி. தரையில் உருளும் பொற்சரிகை இருளில் நெளிகிறது. காடிக்குடியில் அத்தனை கொடுங்கனா விரித்த காட்டுச்சந்தை. உயர்ந்த பூவேலை வேய்ந்த காதலிகளின் கைக் குட்டைகளைச் சொர்க்கத்திலிருந்து திருடிவந்த உடுகண் ஆமை யோட்டுக்குள் மறைந்து காட்டுப்பெண்ணை இச்சையில் அழைத்ததில் மூங்கில் குச்சியால் அடித்தாள் கடவுளை. மெல்லிய தான காட்டு மறிகளை கவுட்டில் பொருத்தி உரோமம் கத்தரிக்கும் போக்கிரி தொட்டால் கதைபோடும் காப்புரிச்சியிடம் கை வைத்த உள்ளாடை களில் கசியும் கிராம்பு மணம் ஆட்டுவாடையில் தேய்பிறை. எகிப்தின் பஞ்சு நூல் சிட்டம் ஒன்றை தலையில் அணிந்த உடுவன் இறுகிய வெண்ணைக் கட்டிகளை திப்பிப் பையிலிருந்து எடுத்து வரையாட்டுக் கறியில் பூசி வாட்டினான். தொடைக்கறி வாரை எலும்பிலிருந்து பிய்க்கும் ஒலி. மூக்குத்தி அணிந்த கருவாப்புள்ளி மேடேறிவரும் சப்தமற்ற காலடிகள். காட்டுச்சந்தையில் ஏலம்போடும் காண்டா விளக்கில் படபடக்கும் கட்ட நிழல்கள். பேரீந்து பானத்தை திறக்கிறான் கிழிந்த மேலாடை அணிந்த உடுவன். சித்திரம் தீட்டிய ஆடைகளை மதுவில் நனைத்து அழும் காப்புரிச்சிக்கு விலை யில்லாமல் கொடுத்தான் உடங்காட்டு காக்காய் பொன்னு. கடுக்கனிட்ட யாவாரி. களிமண் உருவில் வெறியனும் குள்ளனும் சாயம்பூசி மிதந்தார்கள். ஆட்டுரோமக் கம்பிளி ஒன்றுக்கு தம் மொழியுடலைப் போர்த்தினாள் காப்புரிச்சி. வடிமதுவைச் சுவைக்கும் அடிமைப்பெண்ணுக்கு தன் பாம்பின் தோலை உரித்துப் புனைகிறான்.

பின்னிரவில் அந்த காக்காய்பொன் அந்த அலிபாடும் தேன்பாட்டு ராத்திரியெல்லாம் முணுமுணுத்தது. கசகசாப்பூஞ்சாராயத்துள் காப்புரிச்சி கூட்டி வந்த பழைய வர்ண மிட்டு மலையில் எதிரொலித்து உருண்டது அந்தச் சிறுவி வாக்கிலும் நெஞ்சிலும் அம்பு குத்திப் பார்த்தாள் ஒடிச்சி. சிறுவி காப்புரிச்சி நகங்களில் திராட்சைரசம் பூசி எம்மைத் தழுவினாள் கலப்பானவராகிவிடுவோம் என்று அஞ்சினான் கட்ட ஒடி. சுரை யூரிலும் தாமசிக்க முடியாது. காப்புரிச்சி இனத்துக்கு சுரைக்கொடி ஆகாது. சுரையும் தீட்டாவதால் அப்பூவுக்குச் சற்று விலகியே இருவரும் மறிகளை மேய்க்கும் பாறைக்காடு. பேய்ச் சுரைக்கூட்டம் ஒடியன் ஊராக உச்சிமலை படர்ந்து தொங்கும் காற்றில் இவ்வளவான அனாதிநிலை. ஆனாலும் காக்கையின் சொல்கேட்டு புகையாக உருமாறி சுரைக்கொடிக்குள் நுழைந்து சென்றான் காப்புரிச்சி. நெற்றொடியன் உலர்ந்த சுரையூடாக விதை களைக் குலுக்கி அண்ணாந்து ஒடிப்பாடல்களில் மூழ்கி யிருந்தான். இருவர் நுழைந் திருக்கும் புகையுருவம் ஊடுருவியது இசையை. எந்த இனத்தோடும் சம்பந்தம் கலவாத ஒடிக் கூட்டம் தூரத்தே இச்சையை ராத்திரி யாக விரித்து பழைய உடுப்பாடல்களில் தேயும் ராத்திரியானது மாசற்றிருந்ததாம்.

சுரைக்கொடி ஒடியாகவே இருந்தது. ஆனால் காப்புரிச்சி மரணத்துள் பஞ்சகாலங்களும் சூழிவதால் வாடியும் வதங்கியும் கூடவே வந்தது விட்டுப் பிரியாமல். மற்றகொடிகளுக்கு இது தெரியும். மரங்கள் காப்புரிச்சிகளின் மூதாய் என்பதில் சுரையும் படர்ந்தது. ஒட்டினாலும் ஒட்டாத பச்சயம் சேராத பச்சைப்பிசின் ஒன்றுகலந்தும் விலகிய இனங்களாயிற்று. காட்டில் காணாமல் போன காப்புரிச்சி தடத்தில் சுரைக்கொடியைக் கேட்டால் அழுது சொல்லும் சருக்க மாயிற்று அடிமை வாழ்வினால். திரித்து முறுக்கேறிய கொடிகளில் காப்புரிச்சிகளின் மரணமும் இருப்பும் கருத்திருந்தது. அந்த காப்புலி அரசனின் கழுத்தைக் குடைந்த கொடி சுரைக்காயுடன் ஆற்றுக்கு இழுத்துச்செல்லும். சுற்றிய சுரை யெல்லாம் இயற்கையில் படந்தாலும் காப்புரிச்சி சருக்கத்தில் உயிர்வைத்தது.

சமூலம் உலர்த்தி கூட்டிலிட்ட முட்டைக்குள் பறக்கும் ஒடிஇறகு. சுரவனத்தில் மூலிகைவேர் காய்ந்துவரப் பாம்பு வந்து சீறிடாது. காப்புரிச்சி ரகசிய வேரொன்று எடுத்து முட்டையைச் சுற்றிவர ஒடிப்பராந்து நினைத்த இடம்போக நெற்றொடியன் ஆந்தை இறகு தொட்டு எழுதிவரும் சுரநூல் பாகம் ஒன்றில் முப்பது திங்கள் பிறை நுட்பம் மரத்தினால் கிளிசெய்து தாவரச் சாறில் வர்ணம்

பூசி உன்னிதமாய் நாவற்கனிஒட்டி ரெக்கை மெலிதாக காட்டுப் பெரணி வெட்டி அதற்கு மரக்கீலுகள் வைத்து தாவர ரெக்கை விரியும் இலைகளோடு தொடுத்த மண்பூசி விதம்பல மூலிகை வேரும் வைத்தான். காந்தத் தண்டு வைத்த தாவரக்கிளியை உருட்டிச் செல்ல 'இதோ பாரு... காப்புரிச்சிமாரே... சிறுவிகளே ஜோராய் கைதட்டுங்க. தாவரக்கிளிபார். மரத்தில்செய்த கிளி அந்தரத்தில் பறக்குதயா... மாயம்பாரு. சக்கரத்தில் உருளும் கிளி ஆகாயத்தில் பறக்கும் பாரு... ' எனப்பாடினான் கட்ட ஒடியன்.

'பறக்காது... பறக்காது..' கூவினர் சிறுவியர்.

'பறக்குபார்... அந்தாபார் ஒடியன் செய்த கிளி சக்கரங்க உருளும் பார்...'

புகையில்ல... உயிரில்ல... காத்தாகப் பறக்கு பாரு... கிளியைப் பார்... கிளியைப் பார்... ஒடியன் கைக்கூட்டில் நின்று எரியும் கூழாங்கல். இந்தக் கிளியை உள்ளங்கையேந்தினால் பறக்கும். கைக்கு எட்டாமல் மிதந்தது. ஓடிவா சபையிலே வந்து நில்லே காப்புரிச்சி... அவளுக்கு ஒரு மந்திரம் சொல்லே கிளி கைதட்டிக் கூப்பிட்டான் பட்சிகளை.

இலைமூக்கு குத்திப் பறக்கும் தாவரக்கிளி பறந்து பறந்து சுரை வீடெல்லாம் சுற்றிவரும். சொன்னதைச் சொல்லும். சர்ப்பப் பிஞ்சுகளை முத்தமிட்டாள் காப்புரிச்சி. உப்புமரவையில் மழை எறும்புகள் அலையும் இருட்டு. ஒடியன் மலையில் உப்பு வெளிச்சம். சித்திரக்குழிக் காற்று சுழிசுழியாய் சுற்றும் ஒலி. மழை எப்போது வருமென்று உள்ளங்கையை தேய்த்து மோந்து பார்த்துக் கொள்வான் ஒடி. சொட்டிநனைந்த வெப்ப நாட்களில் குலவை ஒலிபடும் நீர்ப் பள்ளங்களில் சிவந்து ஓடும் ஒடியன் ஆறு.

சுரையூரைப் பூர்விகமாகக் கொண்டவர்கள் உப்புப் பாறையை நக்குவார்கள். உவட்டுத் தாவரங்களில் இலைதொட்டு ஏங்கும் காட்டு மனம். காட்டாறு இருந்த தடம் தெரியவில்லை. வாழைக்கரை, கருவேலங்காடு, கிளாதரி, பூவத்தடியில் கட்ட ஒடி சேவல் மேய்க் கிறான். சுரைக்குடுக்கைகள் உரசி கிளை தொட்ட சித்திரக் குழிக்காற்று வனமெலாம் ஆட்டிவிட்டு மாவடுவை உதிர்த்துவிடும். ரெண்டு காற்று முடிந்தது. மூணாங் காற்றில் தப்பிய வடு உதிராமல் காய்த்துப் பழம் நார் நாராய்ச் சிக்கும் தேன்ருசி. காற்றோடு சேர்ந்து புழுதிப்படை காட்டு ஆடுகளை மேய்க்கும் காப்புரிச்சிகள் சேவலை தலைமேல் தூக்கிவரும் வேளை.

ஒடியன்மலை அடுக்கத்தில் பரந்துவிரிந்த மாவூத்தும் புல்லூத்தும் வண்ணான் ஊரணித் தண்ணி தித்திக்கும் எறும்பு சாரிசாரியாக புத்து முளைத்து குடித்தும் தீராத தாகம். பராமரிக்க யாருமில்லாத வண்ணான் ஊரணி கரைநெடுக விடலிப்பனை. மண்கூரை வீடும் வெள்ளாவி எட்டடுப்பும் சதாவும் உவர்மண் புகைந்து சுருள மண் சிமிலைப் பற்றவைத்தான் பொதரன். பாதிக்கண் விழித்து தூக்க மயக்கத்தில் சுரை ஏறும் கட்ட ஒடியன் அந்த தூங்கனைக் கூப்பிட்டு சுரை மது கொடுத்தான். உள்ளார்ந்த வியர்வை புகையும் உவர் முறுக்கிய மலைக்கிராமங்களுக்கு ஒரே ஈரங்கொல்லி தூக்கனும் பொதரனும். உவர்வாடை தீராத துணிகளின் நெடி ஆளற்ற உடைகளில் உருவங்களின் முணுமுணுப்பு. சித்திரக்குழி காற்றின் விசில். ஆடைகள் கிழிபட ஒடியன் மலை ராத்திரித் தோற்றம் அலாதியானது. தொன்மையும் சுரைவீடுகளின் மண்பதையில் ராத்திரிகளின் சலனம். நடக்கமாட்டாத தூங்கன் கழுதை மூப்படைந்து அடுத்த வீட்டு சோளத்தை திருடிய உதடு பயத்தில் அசைந்தது. குட்டி காடெல்லாம் வேகாரி அலைச்சல்.

'நிதம் கண்ட கோழி நிறம் கெடும்' என்றான் கட்டஒடி. குருவாடிக் கழுதை ஒடியன் மலைவிட்டுக் கீழிறங்காது. மானுடன் சினேகம். புள்ளிமான் கூடப்போய் ஒடியன் குகைப்பக்கம் திரிந்தது. ஒடியன் எதைச் சொன்னாலும் கேட்கும் குருவாடிக் கழுதை. நிலத்திரள்களில் மாறும் பழங்குடி. எந்தவூர் சேவலோ அந்தவூர் ரத்தம். கேடயத்தின் கீழ் மறைந்துவிடுகிறான் ஒடி. மலையின் எலும்புகள் நீறுபட்டு எங்கும் அணையவில்லை. குருந்த மலர்த் தைலம் பூசிய ஒடிச்சிமார் வருகிறார்கள் சோளம்கொண்டு. கட்ட ஒடியன் என்ற வஞ்சகமிலா மந்திரவாதி பெண்ணைக் கண்ணாடியாக்கினான். உடைமாற்றித் திரும்பிய இளவரசி பாலத்தீனா கண்ணாடியில் மறைகிறாள். கொண்டைப் பூவில் குத்துப்பட்ட சேவலை மந்திரித்து பேசினான் ஒடி. 'புண் ஊறு என் திருச்சேவலே... புண்ணே உன் மேனியில் ஆயிரம் பூண் கண்ணே...' எனக் கொஞ்சினான் குருட்டுச் சேவலை. ஒடியன் கடவுள் சேவலாய் இருப்பதில் உனக்கென்ன பொச்சாப்பு. சேவலே கடைசிச் சொல். குருட்டுக் கண்ணாடியில் சித்திரம் தீரவில்லை உனக்கு. எதிர்சேவல் கத்திபட்டால் அறுபடாது தோழி. நத்தைச் சூரிவேர் எடுத்து மாதமது பிறைகள் பாதி முத்தெடுத்த, சேவல் நாக்கில் கக்கு உன் குருதியை, என் ரத்தம் குடித்த சேவல் அது. அரசனாய் இருக்கட்டும் என்றான் ஒடி.

கத்திகட்டிய உதிரமொழிப் பாணர் யாம். மரணத் தறுவாயில்

தோற்றவன் எழுதினான். தலைதூக்கி பரிசைப்பெற வெட்கப்படும் ஒடியன் கணத்தில் மறைகிறான். கால்விரல் தடுக்கி முள்பட்டு வீழும் பாடலை வழிநெடுகப் பாடினான் சீழ்க்கையில். தோற்ற சேவல் மெல்ல மடியும் பழங்குடி. நிலத்தில் மோதி மலையின் நிழல்கள் மூங்கில் உரசி பீலி வெந்துயர். தோல்விதான் ஒடியன். வீழ்பனியில் மறைவான். சேவலின் நண்பகல், சோம்பல் ஒடியன் கலை. தூங்கும் சுரைகளின் ஒலி. குருதி எரியும் மலையின் சாயல். அசையும் காற்றின் கீறலில் விதி தூங்குவதுபோலும் தனித்திருந்தான்.

சுரையூரில் ருதுவான பெண்களின் நடமாட்டத்தைப் பார்த்தவர்கள் இடையில் மூலிகைவேர் எடுத்து காகிதங்களை ஆத்தோ நாகர்கள் படைத்துவிட்டிருந்தனர். நாகர்களின் மூலப் பனுவல் மூங்கில் காகிதங்களில் பிரதிப் படுத்தியது தவறென்றே ஒடியன் சொன்னான். ஏனெனில் துணிச் சுருள்களில் ஆயிரம் சர்ப்பக்கோலப் பின்னல்களை வரையலாம் என்று பட்டி தொட்டியாகக் கதைபோட்டுத் திரிந்த ஒடியரின் சீயாள் அரக்கிக் காண்டிஜா என்பது நொச்சியருக்குத் தெரிந் திருக்கவில்லை. வரைந்த மூங்கில் தாள்களை ஓடும் நதியில் முக்கினாலும் சித்திரம் அழியவில்லை. கரையோரம் இருந்த மூலிகைகள் ஏற்கனவே பல நதிகளைக் குடித்துத் தீர்த்திருந்தன. தீரான பருகிக் கொண்டே இருப்பது குடிகாரர்களைவிட வனமரங்களும் தாவரங் களும்தான் என்பது யாருக்கும் தெரியாது. காட்டு ஊரணிக் கோயில் படியில் கிளியஞ்சிட்டி விளக்கிடம் பேசினாள் காப்புரிச்சி. அவளுக்கு தாயார் நெனைப்பு. சுடர்விட்டு நீரில்பட உள்ளங்கை ரேகைகளில் நெளியும் இருட்டு. இவர்கள் எல்லோரையும் விட்டுத் தனித்திருந்தாள் காப்புரிச்சி. மீன் கோடுபட்ட இவள் ஒடியருக்கு தானஞ்செய்து ஆட்டுப்பால் நிலவாய் குளிர்வு. அவள் கீர்த்திமிகு சங்குவடிவக் கழுத்தில் ஆரம்போல் சுற்றிய மச்சம். ஓரிடத்தில் நெருங்கி மற்றொருவனிடத்தில் விலகி மனதை இழந்த ஆடுகளின் பாதையில் திருப்பினாள். மரணம் பற்றிப் பேசினாள் ஒடியனிடம். அவளைத் தொட்டால் சிவக்கும் பூக்களும் பச்சை இலைகளுக்குள் நெருப்பு சுழல்வதும் காட்டுவிதைகளின் பழுப்புநிறம் ஆனாள்.

ஒடியர் சுரையூரிலிருந்து ஒட்டாமல் அதலக்காய் ஊரணி கோயிலில் விளக்கேற்றி கிளியஞ்சட்டிகளுக்கு இலுப்பை எண்ணையிட்டாள். சோதரனுடன் ஆடிய ஆலமர விழுதுகள் அசைவதைப் பார்த்தான் கட்டஒடியன் . விளையாடி முடிந்து ஆடுகளுக்குப் பின்னே சென்றாள் காப்புரிச்சி. போ என்றாள் சுரைக்குள் போய்விடும் ஒடியன் அவளிடம் சேவல் நிறங்களை கொடுத்தவாறிருக்கிறான். இரை எங்கே

வைக்கிறோம் அங்குவந்து கட்டுப்பட்டு மஞ்சள் தானியத்தை விரல்பொத்தி தூக்கிய காலில் 'ஒரு சோளம் குருணி ஆகும்' என்றான் கட்டஒடியன்.

ஒடியன் கேறி அழைத்தவேளை சொன்ன இடத்தில் அடையாத நாடோடி இவள் காட்டில் சேகரித்த புல்லுக்கும் கதைக்கும் ஒடியனைச் சுற்றும் ராத்திரிகள். தைலமாய் கருத்த இருட்டு ஆரம்ப இலைகளின் அடியில் தங்கியிருக்கும். தரையில் ஓடும் ரேகைகளில் அர்த்த ராத்திரிகளும் மாயத்தைக் கொள்ளும். நடுக்காட்டு ஊர் சீக்கிரம் அடைந்துவிடும். கிளைக்குக் கிளை காற்றின் சாவதானம். இலையுதிர் காலத்தின் சரிதையில் மூங்கில் பற்றைகளில் ஊழின் இறகினால் நெற்றொடியன் எழுதியவை மெய்யியல் ஊற்று. ஒடியன் மலையில் இலைமேல் இட்ட கதை சொல்லிமாளாது. கனிநூல், மாற்றுநூல் இசையேடும் உடல்மேல் வழிந்தது. இலையுதிர்காலக் குறிப்புகள். மூடு, கடமா இரண்டும் வைத்திருந்தான் ஒடி. தானியப் பெட்டியை இறக்கினாள் ஒடிச்சி. சேவலைச் சுற்றி ஒரு மாந்த்ரீக வட்டம். ஊசியூசியாய் குத்தும் ஈச்சங்காடு. தானியத்தில் வரைந்த வட்டத்துக்குள் கும்சா ஒவ்வொரு தவசத்தையும் கொத்தி எண்ணு தல், கம்பரக் கத்தியால் அதன் நகத்தைக் கீறினாள். சில சொட்டு வெப்பக்குருதி ஒடியன் மலையை நனைத்தது. நார்ச்சல்லாவில் விதைப்பெட்டியை மந்திரித்து ஊதினாள் பூருவ இருடி. இதனால் சூனியக்கார ஒடிக்கு ஆசையுண்டாகி ஒடியன் ஆசைநாயகி ரத்த நரகி கீழுலகில் தோய்த்தெடுத்த பட்டுத் துணிகளைக் கிழித்தால் ஒருவித ஓசை உண்டாகுமே அதைக் கேட்டுக் கேட்டு ஒடியன் புராணத்தை மறதி யிலிருந்து சொல்லிவருகிறாள். இருட்டுக்குள் குக்குடத்தீ நகரத்தில் பத்தினிகளின் சேலைகளைத் திருடிவந்து அது சீனப் பட்டாடையாக இருந்ததில் சந்தோஷமிவளுக்கு. நிசிக்குள் பட்டுச் சேலைகளைக் கிழிப்பது இவள் வழக்கம். இரவானால் பித்துப் பிடித்த ரத்தநரகி பெருங்கால் பறவையின் கால்பதிவில் சென்று குக்குடத்தீ நகரத்தின் பழஞ்சேலைகளை பெண்களின் இச்சையுடன் கவர்ந்து வருகிறாள். துயிலும் பதிவிரதைகளின் சம்போகத் தீற்றுப்பட்ட வெள்ளை வெட்டை ருதுஉதிரம் அழியாமல் எடுத்து வந்து கிழிக்கக் கிழிக்க இற்றவைகளில் வினோத ஒலிவர காம வேட்கையிலிருந்து நூல்இழை தப்பாமல் குக்குடத்தீ நகரத்தின் பழஞ் சருக்கத்தை சொல்லிவந்தாள். கதைகளின் இழை அறுபடாமல் சேலையின் இழை முடிந்த எச்சில் தொட்டாள். மாங்காய் கோர்ப்பும் மயில்கழுத்தும் தங்க இழைச் சரிகைகளை பல்லில் உருவிக் கிழிக்கும் ராஒலிக்குள் எத்தனையோ

விதங்களில் பட்டுநூல் பாதையில் கூட்டுப்புழுக்கள் திரும்பவும் முசுக்கை இலைமென்று பசையைக் கக்கி கக்கி ரத்தநரகியின் நாவில் நூல் இழைத்த பழைய நகரத்தின் சாயம்போன தோற்றத்தை வெளிப்படுத்த கந்தல் குவி யலுக்குள்ளிருந்து பவளமங்கை ஒருத்தி ஒடியனின் தேககாந்தியில் வசப்பட்டு கதைஇழை அறுபடாமல் மலைவாசம் செய்து அதலக் காய் ஊரணியில் வைத்து மஞ்சள் பூசிக் குளித்து அம்மணமாய் ஒடியனைக் கூடி மறைவதாக ஆட்டுக்காரன் சொல்லிப்போனான்.

45

செட்டிமேகங்கள் அலையும் முகுந்தராயன்சத்திரம்

பாக் ஜலசந்தியின் தென்கீழ் வயதான கப்ப லோடுவரும் செட்டி மேகங் களைக் கை யெழுத்துப்பிரதிகளாகக் கிறுக்கிக்கொண்டிருப்பது ப. சிங்காரம். பர்மாவில் வாங்கிய புத்தர் சிலை, டின்சிகரெட் ட்ரேடுமார்க் மணிலா, வியட்நாம் குரோம் லெதர் பெட்டிக்குள் சமாரியன் காற்று,மியாங்காற்று, யூஜின் காற்று, பைரேட்ஸ் ஆப்தி சாண்டகான், இருமான்சூன் காற்றுகளை விரித்த சம்பாபதிப் பறவையுடன் தினகரன் உரையாடல், சாக்ரடீஸின் உலோகச் சேவல் நாடகப் பிரதியை செப்பனிட்டுக்கொண்டு இருந்தார் சத்திரத்தில். ‘தினகரா... கொலையாளிகள் பனைக் குப்பனை தாவி மறைவதைப் பதினாறு காற்றுகளாய் மாற்றும் குறியீடுகளுக்கு எப்படி நகர்ந்தாய்...’ ‘இருட்டில் யார்முகமும்தெரியவில்லை. அகப்படாமல் சுழிக்காற்றில் என்னைச் சுற்றிக்கொண்டேன். இருபிரம்மச்சாரிகளுக்குள் நடந்த சூதாட்டத்தில் வீழ்ந்த நிழல்களாய் எனை விரட்டி விரட்டிவந்த கருப்புக் காய்கள் இவை. ஜூடாஸின் முத்தம் பட்ட காற்றில் நான் மிதந்து திரிகிறேன். இறந்துவிட்ட நான், பிரதியின் கரையேறி விளிம்பில் நடந்தேன். இருபக்கமும் என் நிழலைத் தொட்டு அழுத பெண்களின் ஒப்பாரிப் பாடலுக்குள் உயிருடன் இருப்பேன்.’ இராத்திரியின் குரல் வளை யில் மெல்லப் பேசும் கருப்பாயம்மாள் அரிச்சல் ஒலி.

‘தினகரா சரிசரி நாம் மூன்றாம் சத்திரத்தில் சந்திப்போம். ரங்கூனிலிருந்து பிரஸ் ஆபீஸை காலிசெய்து மதுரைக்கு வந்துவிடு சீக்கிரம்.’ ‘அதுவரை சிங்காரத்தாரே... உம்மிடமே இருக்கட்டும் கையெழுத்து பெட்டி. பதினாறு காற்றிலும் குற்றவாளிகள் கரைவு ஒலிகேட்டு பிரதியை திருத்தலாம் நீர்...’ மோடங்கள் திரளும் வேகம். ஓடும் செட்டி மேகங்களைக் கைதட்டிக் கையசைத்துக் கூப்பிட்டபடி இருவரும் பேய்க்கப்பலில் பயணித்து வருகிறார்கள். முகமற்ற அகதி

இருவர் மெடானிலும் ஐராவதி கரைநெடுக நடமாடிய நாட்கள் இவை. செல்லமகள் தனம் மனைவி செல்லத்தாளை யுத்தத்தில் இழந்ததும் வெளியேற்றம். இருளில் புன்னகைப்பது கப்பலுக்குள் வீசும் காற்றுநூல். மாலுமியற்ற நாவாய் இதன் பேர் 'பிரஞ்ஞுதர' காஞ்சியிலிருந்து போதி தாமோ சென்ற வங்கமாக்களில் பலரும் உரு கரைந்த கடல். அதுதானே கரைநோக்கிவராமல் நிற்கிறது நடுக் கடலில். சீனாவிலும் ஜாவா சுமத்ரா, மதுரை, செலிபீஸ், மேலக்கஸ், பாலி, பிளேரி தீவுக்கூட்டத்தில் இமைப் பீலிகளை வெட்டி ஒவ்வொரு பீலியையும் ஒரு தீவாகப் படைத்தார். தருமாவின் எரிதழல் மேனி விரிகதிர்கள் நாணச் செல்லும் கலத்தில் ப. சிங்காரமும் தினகரனும் பயணித்துக்கொண்டு இருந்தார்கள். பூமியின் விளிம்பு களில் எரியும் யுத்தப் பாதையில் சேலி விமானக்கோடுகளைப் பின்பற்றி எழுதிவந்த காகிதங்களைத் தவறவிட்ட தினகரன் பிரதிகளும் செட்டிமேகங்களாகக் கப்பலோடு தொடர்ந்துவரும் விதி.

எழுதிய பாகம் கருமையடைந்த காலமிதை சொரிமணல் பூச்சிகள் செந்நண்டுகள் சாம்பல் கோரைகள் கசங்கிய தாளில் உயிர் கூச்சலிடும் சொற்கள். அமணபட்சம் தெறித்து விழும் பிரதியின் பொடி மணலைக் குடையும் மரணப்புழு. துருப்புகள் முகத்தில் செத்த இருள் அண்ணாந்து வாய்பிளந்த பிணங்கள் அடியில் இதாகாக் கைத்துப்பாக்கி திறந்து டச்சுத்துட்டுகளை சூறையிடும் கொள்ளை நோய்க்கு இடையே இறந்தவன் கைமடிப்பில் புகையிலைதேடும் ஜப்பான் துருப்பு ஒருவனின் இரும்புத் தொப்பியில் பொற்காசுகள் கலகலக்கும் ஓசையில் சிதறிய எலும்பின் துவாரத்தில் நகரும் கண்களால் எழுதுவதற்கு ஓடும தற்கணத்தில் தினகரன் உடல் மூழ்கிக்கொண்டு இருந்ததை அதில் சிப்பிகள் ஒட்டி துளையிடும் மூங்கில் சித்திரம் ஒன்றில் பறக்கும் அன்றிலைப் பார்த்தார்.

ஆடம்ஸ்பிரிட்ஜ் அருகில் தினகரன் நிழல் படிகிறது கரையும் உருவங்களோடு. உள்ளே கடல் எண்காலி உடலைப் பற்றுகிறது. சிப்பிகள்ஒட்டிய தினகரன் உடலைத்தின்னும் மீன்களின் சதையுதடு, உடலின் அழிவும் அவிகுலாப் பாறையாகிவிட்ட தசைத்திசு. பாசி மூடிய விழிகளைத் திறந்து பார்த்துக்கொண்டு இருக்கிறார். அந்தக் கப்பலும் கடல்பூச்சிகளாய் அரிமானப்பட்டது. அதற்குள் தஞ்ச மடைந்த நிலவு அவரை முகுந்தராயன் சத்திரத்துக்கு இடம்மாற்றி பலகை மெத்து சப்தமிடும் பெரிய மேல்மாடி வராண்டாவின் கோடி முனையில் சிங்காரத்தின் தனி அறைக்கு அடுத்திருந்த திருப்பத்தில்

வேறொரு காற்றுஉரசும் மூங்கில் அறை இவ்வளவான சப்தத்தில் மூடித்திறக்கும் ஜன்னல் கதவுகளும் பழுதானவை. தினகரன் உடல் இறந்தநிலையில் சாளரத்தின் கம்பிகள் உப்பும் துருஉதிரும் அரக்குத் தூளைத் தொட்டுத் துடைக்கிறார். கண்தூரத்தில் மாடி யிலிருந்து மூழ்கும் கப்பல் அசைவாடும் பாய்களாகச் செட்டி மேகங்களை நூல்பட்டங்களாக இணைத்திருப்பாரோ என்னவோ அதைப் பற்றி ப. சிங்காரத்திற்குத் தெரியும். எழுதும் கைதானே எழுதிக்கொண்டிருப்பதால் இறந்த நிலையிலும் அவரால் எழுத முடியும் என்பதை சக எழுத்தாளரான சிங்காரம் பொறுமையாக மரணத்தின் உள்பரப்பை அடைந்துவிட்டதாகத் தினகரனின் கொலை கேட்டு பர்மாவிலிருந்து கப்பல் கப்பலாய் ஓடிவந்த பாரியாள் கருப்பாயம்மாளின் ஒப்பாரிப்பாடல் கடல் கொந்தளிப்பாயிற்று.

தினகரன் சகாக்கள் தோமையாவும் நீக்ரோ காந்தியும் மலேயாவில் எப்.எம்.எஸ் இரயில்வேயில் டிராட்ஸ்மேன் சர்வே பார்ட்டியில் இருந்தார்கள். முதன் முதலாக போர்ட் வெல்த்திலிருந்து தைப்பிங் கேம்ப்பில் அவர்களைப்பார்த்தது. கோலாலம்பூருக்கும் கிள்ளானுக்கும் ரயில் போனபின் சிறம்பான்-போர்ட்டிக்ஸின் பாதை திறக்கப்பட்டது. சிங்கப்பூரிலிருந்து டிரங்கானோ பாங்காக் செல்லும் கிழக்குக்கரை பாதையில் பல வருஷங்கள் மலையைக் குடையும் கூலிகளின் நடுவில் இவர்களும் தூசுபடிந்தவர்கள். கிளந்தான் நதிமீதுள்ள பாலத்தில் ரயில்வே கேம்ப்பில் பலமாதம் தினகரன் தலைமறைவாய் இருந்து எழுதிய 'சீக்ரட் ஆஃப் தஸாக்' ஜப்பான் ராணுவம் கொன்றழித்த கைதிகளின் சரிதத்தை முதன் முதலில் படைப்பாக்கி வந்ததில் சாண்டகான் காற்று வீசத் தொடங் கியது. நீக்ரோகாந்திக்கு ஒரே பரபரப்பு. மலேயாக் காடுகளின் உள் கூட்டிப்போய் ஒவ்வொரு சிகரமாகக் காட்டினான். அங்கேயும் சாம்பல் மேகங்கள் படிவதை எழுதினார். கிளந்தான் ரயில்வே காலனியில் மேஜைமேல் கையெழுத்துப்பிரதிகளில் ஒன்பது வகை சுரங்கப் பாதைகளும் வந்தன. பிளந்திருக்கும் மலைப்பாதையில் பூச்சியாய் நகர்ந்த ரயில் பாலங்களில் காங்கி கூலிகள் பலரும் வெளியேறி ஓடுவதற்கு சாண்டகான் காற்று அடைக்கலம். தைப் பினுக்கும் படாங்ரங் காசுக்கும் இடையில் நான்கு குகை அருகில் பாளயம் இறக்கி காட்டுவாசம். தானாமேராவுக்கு அருகில் கிளந்தான் ஆற்றங்கரை நெடுக நடந்து கந்தேதுகிப்பாறையில் நிற்கிறார் தினகரன். மலாக்காச் செட்டி கப்பலுக்குபோய் திரும்புதல் பினாங் ஹார்பருக்கும் கலங்கரை விளக்கிற்கும் மேற்கே தூரத்தில் உலர்ந்த பவளப்பாறையில் தமிழர்

பெயர்ந்த கப்பல் ஈராயிரம் வருடக் கடல்பரப்பிற்கு வந்துசேரும் தூங்கும் கழிமுகத்தில் கரைவலையாக இரவை வீசிக் கரைக்கு இழுத்த ஈரவலை இருட்டில் ஒளிச்சடசடப்பு. பார்த்தால் யாருமில்லை. உப்புப்பதுமை நெய்தல் கழியிடத்தில் ஒரு முட்டையை மூடி யௌவன தீவத்தில் நிற்கிறான். தென்சீனக் கடலின் கரைநெடுக வாடிவதங்கும் ஸீகல் புள்ளின் குடும்பம் முட்டையிட்டு சிறகுபொத்தி தாகத்தில் மெலிந்து சாகக்கிடக்கிற தென்பான் நீக்ரோ காந்தி. மலாக்கா ஜலசந்தி மணல் தீடை நோக்கி நீந்தியே கரைசேர்ந்தவன் உப்பு விரல்களில் சுழற்றியபடி பொறுக்கி வந்த ஸீகலின் ஒற்றை இறகை கவுனுக்குள் வைத்திருப்பாள் ஜாவானியச் சிறுமி. காதில் அணிந் திருந்தாள் மயிற் பீலியை. தவிட்டுக் கீரிகள் சோளநிறப்பூனைகள் அப்பாவி ஆந்தை அமைதியில் வரைந்த கினபலூ மலைச்சிகரம். இருட்டில் நீலநிறம் ஆந்தைக் கண்களில் சரிந்து செல்லும் தடாகத்தில் பட்டு உப்புக்காற்று நூலகத்தில் வெளிர்நீல அறைகள். கடப்பவனின் கைகளுக்குள் மலாய்ச் சிறுவன் கொடுத்த கூழாங்கல் கைக்கூட்டுக்குள் நின்று எரிய படகில் செல்கிறார் தினகரன் நீக்ரோ காந்தியுடன். பர்மாவுக்குள் ரைபில்களின் சீற்றம் ஈரவாடையில் கேட்டும் வெளிச்சத்தில் கடற் கொள்ளையரின் தூரக்கப்பல் பசியில் அலையும் கடலும் பாலை.

மறுகரை ஏறினார்கள். இரட்டை தாழையில் அடுத்துவரும் கரை ஒற்றை தாழை. ஓலைவீடுகளில் மண்விளக்கில் சாயும் மீனவர் ஆவி. ஒருவர் முகம் ஒருவருக்குத் தெரியாத இருட்டு மூழ்கடித்தது. கரைநெடுக மீன் எரிவிளக்குகளில் மலேயா மாலுமியின் கையெழுத்துப் பிரதியைக் கையில் விரிக்க ரெப்பை இல்லாத போதி தாமோ காகிதத்தில் நுழைந்து அமைதியாக நடந்தார். சரிந்து இறங்கிய பக்கங்களில் மையின் தடம் விட்டுவிட்டு சென்றது. புத்தகத்தின் உள்ளே தைலவிளக்கு நெளியும் இருட்டில் நீரின் பளபளப்பு. கதா பாத்திரங்கள் பெயர்ந்த சாளரங்களில் நிழல்களின் நடமாட்டம். போதிதாமோவைப் பின் தொடர்ந்தேன். ஓர் உயர்ந்த குன்றை நோக்கி ஏறியதுபாதை. ஆயர் ஈத்தாம் கோயிலுக்கு வளைவு வளைவாகச் செல்லும் படிகள். ஒவ்வொரு வளைவிலும் சிறுமாடக்கோயில். படிமைகள் சுடரில் துலங்கி அசையும் ஈர்ப்பு. பனிரெண்டாவது வளைவு வட்டமான கோயிலாக உருமாறியிருந்தது. அதற்கு மேலுள்ள உச்சிமலையில் அறிவன் பேருருவம் பத்மாசனப் பிரதிமை. சரிவாக மேலே செல்லும் பாதையின் முற்றவெளியில் வெள்ளரசமரம் அசைந்துகொண்டு இருந்தது. கிளைகள் மூடியிருந்த தேரிமாடத்தில்

சீனப்பெண் துறவிகள் வதிகிறார்கள். இவ் வேளையில் போதிதாமோ மரத்தின் உள் மறைந்திருக்கும் குளத்துப் படிகளில் சென்றார். யாருமில்லை. நீரின் தேசல் ஒளியை அவர் கரம்நீட்டித் தொட்டதும் வயதான ஆமைகள் மெல்ல புலன்களை வெளிப்படுத்தி நீந்தி வருகின்றன. சீவரத்தில் முடிந்திருந்த கீரைகளை எடுத்து ஒவ்வொரு இலையாக ஊட்டிக்கொண்டு இருந்தார். அவர் என்னைக் கண்டு கொள்ளவுமில்லை. உப்புக்காற்று நூலகத்திலிருந்து ஒரு தேரி வருகிறாள். மடத்தின் கதவிலிருந்து கையைத் தூக்கினாள். தன் நெற்றியை மேலே உயர்த்தினார் தாமோ. பிறகு அவள் படைக்கத் தொடங்கினாள். ஈத்தாம் தேரிமாடத்தின் மேல்பரப்பிலிருந்து பார்த்தால் பினாங்கு நகரமே விரிந்த நீர் பரப்புடன் ஒட்டியிருந்தது. என் கையெழுத்துப்பிரதி சிதிலமடையும் ஒலி. பசலைக்கீரையென அவற்றை வயதான ஆமை கடித்து அசை போட்டவாறு இருந்தது. ஆமை எனும் கட்டிப்படாத படிவங்கள் மொழியிலிருந்து வெளியே சிறுகுளத்தின் மீது நீந்திவரும் சலனம். வெண்படலமாகத் திசை களின் ஆடை அசைய தாமோ ஆமையின் வளைவிலிருந்து பெருமூச்சு விடும் ஒலி.

46

யூஜின் காற்று

(இதுவும் அது)

வெட்டவெட்ட வளரும் டாக்கா நெசவுப் பெண்ணின் பெருவிரல் நகப்பிறை பிராண்டியர் மெயிலின் பெட்டிகளின் நிழல் ஓட்டத்தில் கூடவரும் வைசாலி நகருக்குமேல் எல்லா இரவையும் பனிப் பொழிவில் ஒரே இராத்திரியாகக் கடந்துகொண்டு இருக்கிறேன். ரயிலுக்குள் வறட்டுப் பனி முகிழ்கிற சாம்பலும் நிலக்கரிக் கங்கும் தெறிந்த இருட்டு வாசனை மிகும் இப்பயணத்தில் என்னோடு ஒருவருமில்லை. காலத்தின் முன்பனியில் முகல்ஸராய்வரை கிழக்கிந்திய கம்பெனி வங்காளம் அஸ்ஸாம் ஸீல்தா பகுதியில் வடகிழக்கு எல்லை இரயில்வே (north-east frontier railway) தின்பார், ராஜ்மகால் கிழக்காகவும் பிஜ்னார், சந்த்பூர், சியாவ் வடக்கு மார்க்கம் காம்பே பந்தர் ஸைடிங் மேற்கிலும் விஸாத், கத்தனா, உநாவோ, மதோகஞ் பாலமாவ் வரை ஹூப்ளி ஸலூர் இணைப்புக்கும் அத்தனை ஊர்களையும் ஊடுருவிச் செல்கிறது. கஸ்ட்கிராம், பாரிஹர்பூரில் வட்டமான தெருக்களுக்குள் கூண்டுச் சந்துகளை ஊடுருவும் மெயில் விக்டோரிய முத்திரைப் பைகளைச் சேகரிக்கும் தபால் பட்டவாடா முறையில் ஆங்கிலோ இந்தியர்கள் ரயிலை இயக்குவதில் நேரம் பிந்தியதில்லை. சுதேசிக் கிராமத்தில் மாட்டுக்கொட்டங்களும் நடுவில் உள்ள கிணற்றுப்படிகளில் வாசலும் பூந்தோட்டமும் உள்கிணறுக்குள் திண்ணையில் பெண்கள் கூடிஅமர்ந்து குடங்களை மாற்றி மாற்றி மேலேவரும் நீர்த் தோண்டிகள். தைலச்சக்கை பூசி கூந்தல்விரித்து கிணற்றடியில் கூடும் சப்தம். ஓசையிடும் மரராட்டின் கயிறுஒலி நீள்கையில் தாழ்வாரத் திருணைகளில் படுத்திருக்க எத்தனைவித கீல் உருளை ஒலிகளில் ஏகாந்தம். இப்படியே எல்லாக் காலமும் இருந்துவிடவா. வீட்டுக் கொட்டாரத்தில் வரிசையான குடியிருப்பும்

மச்சுவீட்டுக்குள் இன்னொரு அரங்கு வீடும் அறைகள் பலதில் வேறு வேறு குடும்பங்களும் அங்கே இருட்டு அகலில் தைலமிடும் வாசனைக்குப் பளபளக்கும் சர்ப்பமாய் நெளியும் கூந்தல் கமகமப்பதை கூடங்களிலுள் ளோர் வாஞ்சிக்கவும் இப்பெருவாழ்வு ஊரைப்பெயராமல் மெல்லநகரும் வேளையில் பிராண்டியர் மெயில் போட்ட தபால்பையுடன் பர்மா மணியாடர் கூப்பனுடன் தபால்காரன் வருவதற்கும் ஆளைக் கூப்பிடும் மெயிலின் சன்னமான விசில் எஞ்சின் இரைச்சல் களைத்துப்போன விவசாயியின் புகைச்சல் ஒலியாகவும் இருட்டு நிலவுகிறது.

பனிப்புகைமூடிய உத்ரேசியா, சுல்தான்பூர், ஸாப்ராதா பாதியைக் கடக்கிறீர்கள். விடியலுக்குமுன் மாடுகளை அவிழ்த்து வரும் வாயில்லாச் சீவனுடன் பால்க்காரிகள் நேசம் செப்பு போணியில் கரந்தபால் சூடும் மத்தொலி துள்ளும் தயிர்க்காரி பாட்டும் நுரையும். புளித்தகாடியில் எடுத்த உரிவெண்ணெயை பூனை உருட்டும். அங்கே வெளிரிய விளக்குச் சிமிழில் பனி வெளிச்சம் மாட்டுக்கொட்டிலும் குதிரை லாயங்களும் ஈப்பத்திய குதிகால்களைத் தூக்கி குளம்படி தட்டும் ஓசையில் உத்தராபதத்துக் குதிரைகள் எதிரிக்கு எதிரி சினேகம். முகத்தைத் தொட்டு மூச்சுவிடும் வேலையாட்கள் பிறையோடு விழித்திருப்பர். குதிரைக்கு ஈட்டி குத்தியபுண்ணில் சிமிழிலடைத்த பற்பத்தை துருசு மையாக அரைக்கும் கல்வத்துஒலி. உடைந்த வாள்மேல் நடக்கும் சுல்தான்பூர் குதிரை.

அப்போதுவரை பாரசீகத்தில் ஹெரோடோடஸ் 'இந்த தூதுவர் களுக்கு ஈடு உலகிலே வேறு ஏதுமே இல்லை' என புரவிகளை மெச்சினதும் இரயில்வேயில் ஸ்டீம்எஞ்சினை ஸ்டீபென்சன் கண்டுபிடித்தாலும் குதிரைகளுடைய ஓடும் வேகத்தை முறியடிக்கவும் முடியவில்லை. பாரசீகன் டாரியஸ் ரதத்தின் நுகத்தடியில் குதிரை களைப் பூட்டுவது மாதிரி தேசம் முழுவதையும் தன் கைப்பிடியின் கீழ் கொண்டுவந்த தீபகற்ப ரயில்வே கோடுகள் ஹௌரா, அஸன்ஸால், தினப்பூர் பிரிவுகளும் சேர தன்பாத் பலதிசை சேரும் இந்திய இரும்பை உருக்கி நீட்டிய கருங்கோடுகளில் பயணம். ஓடும் ஜன்னல்களில் தந்திக்கம்பங்களில் ஊளையிடும் தொலைவு.

கருப்புநிற சம்சாரிகளும் மாநிறத்தவரும் கலந்த வயல்வெளியில் என்னேரமும் வேலையிருந்தது. மேற்கு காந்தாரத்தாரும் காம்போஜியரும் வந்தேரிகளாயிருக்க கொஞ்சம் ஈரானியர்களுக்கு வீடுகளும் இருந்தன ஓடுகள் கருத்து. அங்கங்கே கிராமாந்தர ரயிலடியில் குடும்பத்தோடு

மூட்டை முடிச்சுகளில் சாயும் உருவங்கள் கரைகிற தூரம். முல்கேரியன் ரயில்நிலையத்தில் நீர் ஏற்றும் குழாய்களில் வடியும் ஓசை. மெயில் பைகள் விழும் இடத்தில் ஆர்.எம்.எஸ் ஊழியனின் குளிர்நடுக்கம்.

மெயில் நம்மை கடந்துகொண்டு இருப்பதை வெளியேறிவிட்ட நேத்தாவுக்குள் புகுந்து ஊடுருவுவதைப் பார்க்கலாம். வெளியேறி இருந்த அவ்விரவில் 1940 டிசம்பர் பனிதொடங்கி கல்கத்தா எல்ஜின் சாலையில் 38-2 இலக்கமிட்ட வீடு இருள்பூசிய கதவு ஒளியில் அலிப்பூர் சிறைப்பூட்டின் திறப்புஒலியும் எதிரொலித்ததில் பதான் முஸ்லீம் வேடத்தில் நேத்தா. சிசிர்போஸ் காரோட்டி வர பிறைகவ்விய கரிஎஞ்சின் புகை தன்பாத் ஸ்டேஷன் எங்கும். இந்த நிலையத்தில் பல இணைப்புகள் சேரும் நிலக்கரி இருட்டு வாவாயென அழைக்கும் ஊளை. பராரிகடந்து கோமா ரயில் நிலையத்தில் இறங்கினால் டிக்கெட் கிடைக்கும். ஆள் நடமாட்டமில்லாத பின்னிரவு சரியும் நிலா வெளிச்சம் நேத்தாமுகத்தில் நூறு குழப்பம். பிளாட்பாரம் நெடுக ஏதிலிகளின் உறக்கம். பெஞ்சுகளில் வளைந்த முதியோர் உருவங்கள். ரயில்வே கடிகாரத்தின் டிக்டாக் ஒலி.

‘நான் போகிறேன் என்னை ஜியாவுதீன் என்று கூப்பிடு சிசிர் உன் சிறியதந்தை ஒரு முசல்மான் நீ திரும்பிச் செல்’

‘ஜியாவுதீன் நானும் உன்கூட வரட்டுமா...’ ‘சந்தர்ப்பம் வரும். அதுவரை அங்கே இரு. அது எனக்குப் பல தகவல்களைக் கொடுக்கும் இல்லையா...’

பிரான்டியர் மெயில் வரவுக்கான மணி அடித்ததில் தேயும் அதிர்வு. தொலைக்கரடியின் உறுமலுடன் வந்துகொண்டிருந்தது மெயில். திருப்பிப்போகிறான் சிசிர்போஸ். பிளாட்பாரம் நெடுக இழந்துவிட்ட ஜியாவுதீன் தோற்றத்தை மறுபடிபார்க்கமுடியுமா? கலங்கிய சிறுவனின் ஏக்கம் ரயில்பெட்டி ஒவ்வொன்றாய் தேடி ஓடுகிறான். எந்தப்பெட்டியில் ஜியாவுதீன் இருக்கிறார். தழுவிக்கொள்ள முடியாமல் தந்தையைப் பிரிகிறான். வடஇந்தியாவின் உள்ளே பல நகரங்களில் சேரவேண்டிய தபால் பைகளில் அரக்கு முத்திரை.

நூறுவருஷம் பிந்திய ஊரில் பழையவீடுகள் தெருவாசற்காலில் குதிரைக்கு என தனிச்சந்துவிட்டு அதற்கும் ஜன்னல் உத்திரம் சாத்து தூண்களில் வில்வடிவ கூண்டுகளில் தனித்தனி காடிகளில் மூச்சு விடும். மகாசிந்துநதி தீரத்தில் மலைச்சரிவில் மேய்ந்த மந்தை களாயிருக்கும். ஒரு விசாலமான விருட்சம் வந்தது. பனிக் காற்றின் ஊதை மேலே இலைகளைத் தவிர வேறொன்றுமில்லை. சைன்ய

வாழ்வு நசித்துப்போன குதிரைகள் ரயில்நிலைய டோங்கு வண்டிப் பயணம். மேற்கிலிருந்து பரந்த பூபாகத்தையெல்லாம் கடந்துதான் கால்நடைகளும் வர்த்தகரும் போன தடத்தில் அடுத்த பயணம். வாசற்படிக்கும் குதிரைலாயத்துக்கும் திருணைகளுக்கும் ஒரு வெளி வாழ்வு இருந்தது. பழைய வீடுகளை பிரிக்காமலும் செப்பனிட்டு ஆன்மாவைத் தாழ்வாரங்களாகவும் மாடுகளின் மணி அதிர்வு தேயும் விஸ்தாரமான சூழலில் திரேதாயுகக் குதிரைகள் வாணிபரோடு சந்தைக்கு ஏகும் தூரங்களில் கரையும் தோற்றம். மேற்கு கோசலத்தின் சிவப்பு ஓடுகளைக் கொண்ட மரக்கூடங்களில் எந்நேரமும் பெண் களுக்கு வீட்டு வேலையும் ஏனங்கள் தவறிவிழும் ஒலிகளும் மாடுகளின் அழைப்பும் மென்மையாக்கும் ஊர் தேடல். சுதை மண் சுவர்களும் பொடிந்த காரைசிதல்களும் ஓட்டுத் துகள்களில் துயரப்படும் மனம். கிராமாந்திர வீழ்ச்சியிலிருந்து பயிர்களைக் காக்கும் மரபு விவசாயம். தூயபுதிய கம்பளிக்குப்பதில் கந்தல் நூலினால் ஒரு ஆடையை நெய்துகொள்ளும் உலர்ந்த எளிமை. தொலைந்து போன குக்கிராமம் ஒருபோதும் குருடாக இருப்ப தில்லை சிறுவெள்ளிகளாய் மினுக்கும் விளக்கொளியில் உருவங்கள் செடியிலையில் சாயும் மாலை. எல்லா ஊருமே தனிமுழுமையின் கலைதானோ. அங்கே நிலவாமல் ஓடிக்கொண்டு இருந்தது நிகழ் காலம். நெடுந்தொலைவு வந்த ஊர்கள்வரை நாயின் மூன்று மடங்கு ஆயுள் குதிரைக்கு. குதிரையின் மூன்று மடங்கு ஆயுள் மனிதருக்கு. மனிதனின் மூன்று மடங்கு ஆயுள் மானிற்கு. மானின் தாவுதல் கழுகின் ஆயுளாகிவிடும் கணுதோறும் எதிரெதிர் பக்கமாக இலை களை உடைய கபிஸா திராட்க்ஷைக்குலைகளில் முகம்வைத்து உறங்கும் மான்கூட்டம். ஜன்னல்களில் பழையஒலி. வெகுளியில் இருக்கும் வடஇந்திய கிராமத்தில் யூஜின் காற்றுவரும் தேவதாறு மரக்கதவுகள் கருத்துப்பாழ் அடைந்தவையாயினும் இராத்திரியைப் பூட்டுவதில் கேட்கும் ஓசையில் திருடனின் காலடி ஓசைவரும் கபிஸாத் திராக்ஷை வாடைக்கும் உருவம் தோன்றும்.

ஆனால் கபிஸாத் திராக்ஷை பானங்களை எருக்குழியில் புதைத்து நொதிக்கவைக்கும் கைப்பக்குவத்தால் இளந்தாரிகளுக்கும் முதியவர் களுக்கும் போட்டிதான். ஆப்கானிஸ்தானிலிருந்து வந்த கபிஸாத் திராட்க்ஷைகளின் ரத்தம் தோய்ந்த ஆடையில் பெண்டுகள் உலர்த்திப் பக்குவப்படுத்தினால் கைக்குக் கை வேறுபடும் சுவை. குடியர் களுக்குள் கைதேர்ந்தவன் விரலில் கபிஸாவின் பிசுபிசுப்பு சார்தவாகனர்கள் இங்கிருந்து வருடாவருடம் அந்த தேசத்தை நோக்கிப்

போனால் வாணிபச் சந்தைக்காலம் முடிந்து திரும்பும் போது கபிஸாவை நூறுநூறு சிறியதோல் ஜாடிகளில் கொண்டு வரும் பாதையைச் சுற்றித் தேனீக்கள் வட்டமடித்து மயங்கிக் குணங்குவதில் சாலையோர விடுதிகளில் தங்கினால் நடுக்காட்டு கிழவிகளும் கபிஸாரஸம் கொடுக்காமல் வாணிபரை விடவும் மாட்டார்கள்.

நாடோடிப் பாதையென கரடுமுரடான கபிஸாக்கொடி உறுதியானது. ரஷ்ய ஆன்மாவில் படர்ந்து அகதிகளை வழிமறித்து பழைய ரஸம் தரும் ஈகை. ஒவ்வொரு கொடியிலும் கணுக்கள் புதிர் அடையும் குலைகள் யாக்கோபின் பாதையில் செல்லும். பார்சி நடனப் பெண் இசடோரா கையில் எத்தனை குலைகள் பீர்க்கனிலை போன்றிருந்தாள் அவளும் தளிராக. பூ சிறிதாம் ஒவ்வொரு பூ மறைந்தால் பிஞ்சும் பூவாம். கொத்தாய் முதிர்ந்து பிசினாய் வடிவம் கருத்த ரஸம் வாசனைப்பட்டு யூஜின் காற்றாகிவரும். ஏமாந்த நரியின் கதையைப் பாடுவாள் இசடோரா. காடுபடு திரவியம் சுமந்து திரிபவள். விபாசை நதிக்கு சமீபத்தில் இருடிகள் மூன்றுபேர் கபிஸாவை உலர்த்திய வெள்ளைப்பரணியில் ஏந்திவருவார்கள். பிராதா இறந்தவன் கண்ணாடியில் வரட்டுப்பனியாய் ஒட்டிக் கொள்வான். ஆலிங்கனம் முதலிய சிருங்காரப் பாடலுக்குள் ஆவியாய் அலைகிறான் கபிஸா ஏனங்களைத் தேடி. அவன் தன் கழுதையைக் கபிஸாக்குலையாலும் பொதி சுமக்கும் கோவேறு கழுதையை நற்குல திராட்சச் செடியிலும் கட்டுவான். திராட்ச ரஸத்தாலே தன் வஸ்திரங்களைத் தோய்த்து கபிஸாவின் இரத்தத்தில் மாண்டவன் எலும்பிலிருந்து உயிர்பிழைத்து ராப்பேயாக வர்த்தக வழி நெடுகப் பாடி அலைகிறான். அவனுக்குக் கழுதைகளில் செல்வோர் தோல்ஜாடி ஒன்றை இந்துகுஷ் மலை அடிவாரத்தில் படைப்பது வழக்கம்.

தோல்பைகளில் தீராத கபிஸாவை மற்றவர்களுக்குக் கொடையளித்துப் பாடுவாள் இசடோரா. தொலைதூர சாமர்கண்ட் பிரதேசத்தின் தோட்டங்கள் சொர்கத்திலிருப்பவை. கிராக்கியான கபிஸா காராகுல் தொப்பிவைத்த ஜர்க்கோமன் இடையர்களின் வனாந்திர வீடுகளில் ஆட்டு மண்ணீரலை சுவரில் எறிந்த வேகத்தில் ஒட்டிக்கொள்ளும். திராட்க்ஷைப் பாடலின் முதலெழுத்தை ஆடு மேய்க்கும் நடையெழுத்தைக் கூட்டமாகப் போகும் குளம்படிப் புழுதியில் சருகிலைகளில் நிமித்தமாக எழும் கபிஸா இரத்தத்தில் செந்நிறமான பாதையில் வாணிபக் கூட்டம் மறையும். யூஜின் பனிப்புயலில் இசடோரா ரஷ்ய ஆன்மாவைப் பாடுவதைக் கேட்டு ஜியாவுதீன் வேடமிட்ட நேத்தாவின் வெளியேற்றம்

கபிலவஸ்துவை விட்டு கௌதமர் உதறிய தனிவழியை நெருங்க வெகுதூரம் ஆயிற்று. கோலியரோடு போர்தொடுக்க மறுத்து பரிவ்ராஜகனாகித் தன்னை நாடுகடத்திக் கொண்டதில் யாருக்கும் சொந்தமில்லா தருவாகிடும் வழிவேறு. தனியாத விடுதலை நோக்கி சைன்யத்தைச் சேர்க்க ருஷ்ய ஆன்மாவை தேடினாராம்.

நீண்ட ஓவர்கோட் பேகி பைஜாமா,ஆஷ்ட்ரகான் தொப்பி நிழல் கடைசி ரயில்நிலையத்தில் விழுந்தது. பெஷாவர் கண்டோன்மெண்ட். எங்கும் அடிமை இந்தியாவின் இருட்டு. கொதிகலத்தில் நீராவி கசியும் புகை நெளிவாய் பிராண்டியர் மெயில் அவரைப் பார்த்தது. டீத்தூள் பெட்டிகள் ஏற்றிச் செல்லும் ஒரு டிரக் வண்டிக்குள் பதுங்கி உருண்ட வழிநெடுக கும்பினித் தோட்டத் தேயிலை பொதிகளின் வாசனை. விக்டோரியா முத்திரையிட்ட தேநீர். ஒப்பந்த அடிமைகளின் விரல்களில் வழியும் தாகத்தின் தேநீர் ரேகைகளில் கரையும் இரவு.

மேற்குநோக்கி கொஞ்சங்கொஞ்சமாகச் சரிந்துசென்ற இந்துகுஷ் மலைகளின் தாழ்ந்த குன்றுத் தொடரை நோக்கிய வழி. ஒற்றை யடிப்பாதை பல மைல் தூரம் தனிமையை மூட்டும் சிறு வெள்ளி அசையும் வெளிச்சம். செங்குத்தானமலை உச்சியை அடைந்து மறுபக்கம் கீழிறங்கும் பாறைகளுக்கிடையில் இருட்டு. பழக்க மில்லாத இரைச்சல். ஆப்கான் பிரதேசத்தின் இந்த மலைத்தொடர் பெரும்பாலும் வெறுமையானதே. இங்குதான் நாலைந்து வீடுகளில் சின்னஞ்சிறிய கிராமங்கள் உறைந்திருக்கும் ஸ்திதி. பாறைகளின் வெறுமையான வெளிச்சத்தில் பாறைகளின் உருவங்கள் எட்டிப் பார்த்தன என்னை. சுதேசி நாடோடியானேன். சுறுசுறுப்பற்ற பாறைகளின் நிழல் தங்கல். யுத்தங்களின் வடுவும் சரித்திரகாலம் தொட்ட குதிரை எலும்புகள் வெறுமையில் எரிவதை நோக்கினேன். புகையிலை கேட்டுவரும் நாடோடி ஆவிகள் யூஜின் காற்றில் முணுமுணுத்தன கிட்டத்தில். நீர்வறண்ட ஊர்களின் தோற்றம். கைவிடப் பட்ட வாழ்வு தீவிரத்துடன் தகித்தது. இயற்கையும் நாடோடியும் சேர்ந்த போராட்டம். மேற்கூறையில்லாத பாறை வீடுகளுக்கு நான் போகிறேன். ஊமையாக அசைவற்று நின்றுவிட்ட பனி மெல்ல உதிர்காற்றாய் மாறி ஊளையிடும். கருமுள் கற்றாலையில் ஊது சொரட்டைப் பாம்பு வெள்ளி உடல் எங்கும் பசித்தவத்தில் காற்றைக் குடித்து வாழ்கிறது. பாறைகள் ரகஸியங்களில் ஆழ்ந்து விடும். தன் கசந்த மனக்காயத்தை புகையிலை மென்று வெளிப் படுத்தினர் முறட்டு பதான்கள். பழங்குடி இருப்புக்குள் ஈர்த்த கோவேறு கழுதை மோனத்தில் ஆழ்ந்து காா்டி கிராமத்தில் இருந்தது.

குறுக்குவழி நடந்து அதை ஒரு பதானின் துணையுடன் மீண்டும் தொடர்ந்தேன் காபூல் நோக்கி. மலையின் மறுபக்க அடிவாரத்தில் பிஸ்கான் மைனர் ஊரை அடைய நள்ளிரவானது.

கூடவந்தவன் என்னை ஊமை என்று சொன்னான். பட்காக் சோதனைச் சாவடியில் காவலன் ஒரு பழங்குடி. வாயைத் திறந்து நாக்கை காட்டும்படி கேட்டான். 'பிறவி ஊமை' என்று வழி விட்டான்.

அட்டாஷெரிப் தர்காவிலிருந்து ஒரு டோங்கா வண்டியை அமர்த்தி காபூலை நோக்கிச் சென்றதில் வழியில் மிம்லாவில் டோங்காவை விட்டுத் திரும்பவும் நடந்தேன். ட்ரக் வண்டி ஒன்றில் காபூலுக்கு அருகே சென்று தூரத்தில் விளக்குகள் மூழ்கிய இருட்டில் மாதுளை சிவந்தநகரம் துயில்கிறது. அங்கே தான் பலமைல் தூரத்தில் தனிக்காட்டு சத்திரம் லாகூர் கேட் அருகில் ஒட்டகங்கள் தங்கும் விடுதியாகவும் இருந்தது. மனிதர் தங்குவதற்கு லாயக்கற்ற ஒட்டகச் சத்திரத்தில் வேறொரு அதிசய அதிதியைக் கண்டேன். அவன் ருஷ்ய மொழியிலும் புஸ்டு மொழியிலும் சரளமாக உரையாடினான். என் கால்மூட்டுகளெல்லாம் கழன்று வலித்தது. ஒட்டகங்களின் அறையில் ருஷ்யனோடு பழகினேன். தோல்பையில் பாக்கஸ் கடவுள் கொடுத்த பழைய திராட்சரசம் வைத்திருந்தான். காய்ந்த ரொட்டியும் வெறுமை யான குன்றில் விளைந்தது. செம்பொடி நிறமுள்ள வெறுமையான குன்றுகளில் சூழப்பட்ட காபூல் பள்ளத் தாக்கினூடே இருவரும் சென்றோம். அந்தக் குன்று எந்தவிதத் தாவரவர்க்கத்தையும் கொண்டிருக்கவில்லை. யுகங்களின் தாகத்தில் பாறைக்கிண்ணத்தில் அமர்ந்தோம். தூரத்தில் சேனார் மரஓசை கேட்டது. பழமரங்களின் இலைகளைக் கேட்டேன். ரஷ்யனோடு உரையாடல் இமாலயத்தை நோக்கித் திரும்பியது. 'நான் ருஷ்ய ஆன்மாவின் பனிப்புயலை தேடிப் போகிறேன்.'

'நான் இமாலயத்தின் நீலத்தை நோக்கிப் போகும் பனி ஓநாய்... நான்தான் சைத்ரீகன் நிக்கோலாய் ரேய்ரிச். மறுபக்கமிருந்து இமாலயத்தைக் கடந்து செல்வேன்...'

'இருவரும் ஒரு ஊற்றை நோக்கி வேறுவேறு இடத்திலிருந்து கிளம்பினோம். நீ சைத்ரீகன் எனில் நான் விடுதலைப்பறவையைத் தேடி அலைபவன்...' என்றேன்.

தோல் ஜோடுகளே நாடோடியின் புத்தகம். நான் திராட்சை ரஸக்கடவுளை சாமர்கன்ட்டில் யூதத் தையல்காரிகள் சினகாக்கின்

கோத்திக் கண்ணாடியில் சித்தரிப்பதைப் பார்த்தேன். யூதஅகதிகள் பாக்கஸ் களிநடனத்தை கபிஸாரஸத்தை கடவுளின் ரத்தம் என முத்தமிட்டார்கள். அகதிகளே கண்ணாடிக்கோப்பைகளில் பாக்கஸ் கடவுளின் ஐம்பதுவகை திராட்சைக் குலைகளை வாசனையாக வரைகிறார்கள். கைவிடப்பட்ட யூதப்பெண்களின் கடைவிழியில் கிரேவ் துயரப்பாடல் வழிகிறது. அமைதியில் கருஞ்சிவப்பு அங்கியும் யுத்தத்தில் சிறுத்தைப்புலித் தோலும் போர்த்திய பாக்கஸ் என்னை வரவேற்றான். என் ஆடைகளின் கிழிசலைத் தைத்த யூதப்பெண் டிவேரா தோயா என்கோட்டின்மேல் 'ஆர்லண்டோ மொஸாட்டா'வான என் தற்போதைய பெயரை எம்ராய்ட் செய்ததையும் நான் இத்தாலி மொழி பேசுபவனாக இருந்தேன். இதுவரை வறண்ட ஆப்கான் பிரதேசமெல்லாம் என்னை வேறொரு காராகுல் குல்லாவிலும் பத்தான் தொப்பியிலும் பார்த்தவர்கள் தோல் பாத்திரத்தில் நீர் குடிப்பதைப் பார்த்து ஜியாவுதீன் என்றே காபூலில் ஒவ்வொரு வீட்டுக்கும் கூட்டிப்போன துருக்கி நாடோடி தார்சி வெளிப்புறம் மட்டுமே காட்டும் மண்அடுக்கு வீட்டுக்குள் இருட்டு அகமாக அவன் குடும்பத்தினர் ஒவ்வொருவருக்கும் என்னைத் தெரியும். தைலமிட்ட இருமாடி வீட்டில் அடைக்கலம். அவன் சகோதரி காதிரியா கொடுத்த ரூமல்ஸ்கார்ப் அவளே சித்தரித்த கைவினை. அவளிடம் நற்குல திராட்சைரஸம் மனித குலத்துக்கு ஆன்மபானமாக இருப்பதை இருட்டு அறைகளில் என்தலை மிதக்கும் கனவில் எப்போதும் வரும். மனிதர்கள் மீண்டும் வேதனையால் விம்மி அழும்போது வறண்ட நிலத்துக்கு காதிரியா தங்கமீனைப் பிடித்துக் கொணர்வாள். உலகிலேயே தித்திப்பான முலாம்பழம் தரு மரங்களிடையே துருக்கி நாடோடி கூட்டிப்போன பாதையும் அவளுக்குச் சொந்தம். அறுபது வகை திராட்சைக்குலையேந்தி மைமனாரிலிருந்து பைசாபாத் வரையும் பிர்தௌஸியின் ஷாநாமாவில் பழையகொடி போட்ட சித்திரங்களை வரைவதற்கென்றே துருக்கி வழிப்பாட்டி கதீஜா உம்மா மரணப்படுக்கையில் கிடந்தவேளை 'சுவனத்தில் தங்களின் அறுபது திராட்சைக் குலைகளும் தோட்டமாக இருப்பதை காண்பீர்' எனக்குனிந்து மூதாட்டியிடம் முணுமுணுத்தேன். 'சுவனத்திலிருப்பதை நீ மைமனாரிலும் காணலாம்' என்றாள் கதீஜா உம்மா. துருக்கி மனுஷிகள் ஆஸ்யாவும் மர்யமும் கிழக்கு நாடுகளுக்கெல்லாம் யூஜின் காற்று. ஆயினும் இந்தத் தாழ்ந்த வறண்ட பிரதேசத்தில் முதுவேனிலில் தண்ணீர் பஞ்சமாக நாடோடி வாழ்வு நீடித்துக்கொண்டே செல்லும் வறுமையின் கோடுகளில்

ஆஸ்யாவும் மர்யமும் மொத்தப் பரப்பெங்கும் நீருற்றினை பாறையிலிருந்து பீரிட்டு எழச்செய்தவர்களாம். காற்றின் ஈர மின்மையால் உள்வறட்சியின் ஆவியாக நீர் அரூபித்திருக்க அவர்களின் சுவடுபட்டு நீர்தடம் நோக்கி ஆடுகளின் குளம்படிகளில் தனியழகின் பாழிடமெங்கும் புகைவளையத்துள் இருசகோதரிகள் ஆழத் தொனியில் தம் உடல்களை யூஜின் காற்றுக்கு வழங்கி மனித இருப்பின் பதற்றநிழல்கள் மலைக்குன்றுகளின் இருபக்க நெளி யிருள் கோடுகளில் இன்னமும் மரியம் இருட்டு உலகில் பித்தேறிச் சிரித்தாள் 'உன்னை எனக்குத் தெரியும்... தெரியும்' நீர்வற்றிய கோடையில் வெளிதொடரும் பாறைகள் மலைமுகட்டில் வாழ்ந்த துருக்கி நாடோடிகள் காதுகாதாய் சொல்லிவைத்த நற்குல திராட்சை ரஸம் குரலில் புதைந்த அற்புதம். அவர்கள் கடந்துவந்த மிக உயரமான மலை ஒன்றில் விரல் திராட்சைகளின் பித்தம் சாரைப் பாம்பின் வேகம் அவற்றின் ரஸத்தை பருகிய வேகத்தில் சங்கிலிப் பாறைகளின் மாயத்தொடர்ச்சியில் அகப்பட்டு காலநிர்ணயம் மாறிவிடும். திராட்சைக் கொம்புகளும் பரணிகளும் உச்சிமலையில் வழிகிறது.

காபூல் சந்துகளில் நேன்ஸ் ரொட்டிக்காரன் மணிஒலி இழை நீண்ட குரல் அவனது. கண்ணாடிப்பெட்டியில் பிளம், செர்ரி, மல்பேரி இலையுடன் காம்புமுறியாமல் வாங்கலாம். பச்சை காய்கரியுமில்லை. மண்தெருவில் நேன் சுடுபவர்கள் அழுக்கான குல்லாவுடன் அமர்ந்து கூட்டத்தின் நடுவில் தந்தூரி மண்குழியில் எரிதுளைகளில் சுருள வரும் நேன் வகையும் உலர்ந்த சுவை. வெளிப்படையாகத் தெரியும் வகையில் எதிர்த்த விடுதியில் சிக்-கபாப், புலவு பிரியாணி வைத்த தட்டுகளில் ஈக்கள் மொய்க்கும். கிராமபோன் பழைய துருக்கிப் பாடகன் இப்ராஹிம் குரல் இழையும் பகல்வேளையில் நாடோடி மனம் தெருவாக நீட்டிக்கிடக்கும். தெருவோர விடுதியில் சித்ரான்னங்கள் சுடும் கொழுப்புப் பொருட்களின் மணம் காற்றில் நிறைந்திருந்தது. கடைவீதியில் நானும் துருக்கி நண்பன் தார்சியும் கடைசி நாட்களில் திரும்பச் சந்திக்க முடியாத அனுபவத்தில் திரிந்த தெருவளைவின் அதிசயம். காபூலுக்கும் குவந்தஷூக்கும் இடையே கழுதைமேல் பயணம். கூடவே செல்லும் சுலைமான் மலைப் பிரதேசவாசிகளின் போக்கே அலாதியானது. கழுதைகளின் குளம்படிப்பாதையில்தான் புராதன சினகாக்கில் கல்விளக்குகளில் அறுபது வகைத் திராட்சைக் குலைகளின் பெயரிடப்பட்ட பழைய கிருஸ்தவப் பாடலும் நறுமணப் புகையும் அப்பம் வைக்கும் கிண்ணமும் திராட்சரஸப்

பணிக்கமும் இருப்பதைப் பார்த்தேன்.

காந்தார புத்தரின் அடிச்சுவட்டுக் குழிவுகளில் சாம்பிராணிக் கற்கள் நெகிழும் புகை, பாமியான் பள்ளத்தாக்குவரை நீள்கிறது. குவந்தஸின் நீலமசூதி மாடங்களில் ஓமர் புறாக்கூட்டம் விசிறிய காற்று சமவெளியின் உறக்கத்திலிருந்து அவர்களை எழுப்பவில்லை. பஞ்சத்தின் உச்சியில் முலாம்பழங்கள் வீழ்ந்த சரிவில் பழங்குடிச் சிறுவர்கூட்டம் சுற்றிச்சுற்றித் தேடுவார்கள். ஒவ்வொரு முதுகிலும் முலாம்பழச் சுமை பிசின்வழியும் பாதை தடுக்கிவிழக்காத்திருக்கும் செம்பாறையில் பதுங்குவார்கள். மெல்லிய கிழங்குமாவு விற்கும் காட்டுச்சந்தையில் எருதின் காலெலும்பு ஒட்டிய உருவில் கிழிந்த ஆடை படபடத்தது. இருளின் கோடுகளில் நாடோடிகள் வில் அம்பில் பிசின் நஞ்சினைப் பூசி வரும் வேட்டைப்புலம். பதப்படுத்தப்படாத தோலினால் வார்கிழிந்த ஜோடுகள் கரடுமுரடானவை. வஜ்ரம் பூசி ஒட்டித் தைக்கிறான் பழங்குடி வேட்டுவன். அந்தத் தடித்த ஜோடுகள் பாழடைந்த நோபகார் தலைவாசலில் குச்சில் போட்டுத் தைப்பவர்கள் பஜ்ராவிலிருந்தும் பால்க்கிலிருந்தும் வந்த ஊசிமுனை வார்ப் பின்னலில் சித்தரிப்பார்கள். கருத்து வெயில்பட்டுபாழ் அடைந்த ஜோடுகள் மிகப் பழைய பால்க்கில் ஓய்வெடுக்கும் கிரேக்கோ பாக்டீரிய வீரர்களாம். சோரஸின் கந்தல்ஜோடுகளில் குதிரையின் உதிரம் கசிகிறது. ‘எல்லா மலைகளையும் தொட்டு அலையும் சோரஸின் ஜோடுகள் உனக்கு வேண்டுமா’

நான் நோபகார் கேட்டில் இருந்தவேளை கெஸ்டாபோ உளவாளி கெர்தாமஸின் கடிதமொன்றை கொடுத்தான், ‘அல்பர்ட்டோ குவாரோனியை இத்தாலி தூதரகத்தில் வந்து பார்க்கவும்’ ஆசிய நீலவானத்தின் கீழ் சர்ப்பைஸில் சந்தித்தேன். ‘சாக விரும்புபவன் ஆஷ்ட்டுவிஷ்ட் போகலாம்’ என்ற குறிப்புச் சீட்டெழுதி மூக்குக் கண்ணாடிக்குள் செருகிச் சென்றவன் ரஷ்யன் தான். குவாரோனியின் நீலவீட்டுக்கு நான் போகிறேன். பாதாள அறை ஒன்றில் விறகு எரிக்கப்படும் சூடுமிகுந்த காற்று தோல் துருத்திகளின் ஓசை களுக்கிடையே பெரிய குழாய்களாகப் பிரிந்து செல்லும் ஒவ்வொரு அறையிலும் ஹிட்லர், முசோலினியின் தூதுவர்கள் குளிர் காய்வதைப் பார்த்தேன். ஆனால் கெஸ்டாபோ உளவாளி ஜெர்மானியக் களிமண் இரும்புக் கைத்துப்பாக்கியுடன் காத்திருக் கிறான். நாஜிகளின் உள்ஒளியே தம்மை வெப்ப ரத்தப் பிறவியாக்கி விடும். ஆசியா தூங்கிக் கொண்டிருக்கும்போது நாஜிகள் விழித்திருந்து மரண அலுவலகத்தில் உதிரமுகஉரிகளை மாட்டி அலைகிறார்கள்.

வெப்பக்காற்று அறை முழுவதும் பரவியது. இத்தாலிய சிப்பாய்கள் பொக்காராஸ் வட்டடுப்புகளில் நிலக்கரித் துண்டுகளை அடுக்கி இருட்டைக் கங்குகளாகப் பழுக்கவைக்கும் நிலவறை இயக்கம். 'இந்தக் குளிர்காலத்திலே நீங்கள் பெர்லினுக்கு புறப்படலாம், குரியர் விசா இத்தாலி யுடையது.' என்றான் கெஸ்டாபோ. 'ஜெர்மன் இந்தியக் கமாண்டோ பிரிவைத் துவக்கும் சந்தர்ப்பத்திற்காகக் காத்திருக்கிறேன்.' எஸ் எஸ் அதிகாரி ஒருவனும் கெஸ்டாபோ உளவாளியும் நெருங்கி வந்து 'எம் குருதி மண்ணுக்கு வாருங்கள். உங்கள் வியூகம் இந்த யுத்த காலத்தில் செயல்பட வாய்ப்புகள் ஏராளம்' என்றார்கள். ரத்தம் சூடேறும்படி நிலக்கரியின் வாடை அறையெங்கும் வியாபித்தது. நாஜி அறையிலிருந்து ஆசியப் பனிக்குள்போக விரும்பினேன். அவர்களின் உரையாடலில் யுத்த வெறி இருந்தது.

பனிமூட்டமான ஒட்டகச் சத்திரத்திற்குத் திரும்பும் இராத் திரியில் கெஸ்டாபோ அதிகாரம் ஒவ்வொரு தேசத்தையும் விழுங்கும்போது வாழ்வதற்கும் மரணமேற்பதற்கும் நம்பகமளிக்காமல் நாஜிகள் இங்கு வந்ததெப்படி. சமாதியில் புதைக்கப்பட்டுள்ள அமரர்களின் அணிவகுப்பு. நரம்பு நோயாளிகளான யூதரின் வதை முகாம் போரிடையில் அகப்பட்ட கம்பிவேலிக்குள் பைத்தியங்களின் ஓலம். பஞ்சமும் பயமும் தாழ்வும் அனுபவித்த லட்சம் ஜனங்களின் கேஸ் சேம்பர் பற்றி ரஷ்யன் விவாதித்தான். இந்த ஒட்டகச் சத்திரத்தில் எளிய முறையில் சூடேற்றும் காரவான்கள் சந்தாலிமண் பாத்திரத்தில் கரித்தூள் வைத்து பொதியப்பூசி இரவெல்லாம் குளிர்காயும் ஒட்டகத்துடன் தூக்கம். ரஷ்யன் தூங்கவில்லை எனக்காகக் காத்திருந்தான். 'இன்று குளிர் அதிகமில்லையா. ஜியாவுதீன். துன்பமுற்றோர் துயரை மறவார். நாடுகடந்துவிட்ட யூதத் தையல் காரர்களின் முகாம் நாஜி டாங்குகளைச் சூழ்ந்து போராடியஜனம் தப்பிவந்ததெப்படி. இரவிரவாய்க் கூடிவந்தவர்கள் எல்லையில் யுத்தவிளிம்புகளில் தீப்பிடித்த நிழல்களாக எரிகிறார்கள். அவர்களுள் சில ஆயிரம்பேர் உயிருடன் தப்பியவர்கள். ஹிட்லரைப் பற்றி எச்சரிக்கிறேன் உங்களை' ஆழ்ந்த வருத்தத்தில் புகையும் ஆவியை நோக்கினான். 'பாசிஸம் நம்மை அறியாமல் நம்மைச் சூழ்ந்து கொள்ளும் அபாயகரமான தருணமிது நாம் தூங்கிவிடுவோமானால் அதுதான் பயங்கரம்' என்றேன். 'நாஜிகளிடம் விழிப்போடிருங்கள் சுதந்திரத்துக்கும் அவர்களுக்கும் எந்த உறவுமில்லை' என்றான். மரணத்தின் கருங்கரையே ஐரோப்பாவின் எல்லைகளாகி எரியும் 'நாஜிப் புகைக்கோடுகளில் மறைந்த வர்கள்வெளிப்படுவார்கள்.

கொஞ்ச காலத்துக்கு வெளிப் படாமல் மறைந்திருப்பினும் துன்பத்தின் அனுபவத் தழும்புகள் அவர்களைவிட்டு நீங்காது. சாவின் கசப்பை அடைந்த யூதர்கள் கூட்டம் கூட்டமாக கேஸ் சேம்பரில் அகப்பட்ட பின்னலான சதிவலையில் நரம்புநோயாளிகளாகிவிடும் சித்ரவதை முகாம்...' என்றான். இதைக் கேட்கும் மௌன சாட்சிகளான ஒட்டகங்கள் குளிரில் நடுங்கு வதாகப்படும். இரவின் அந்தகாரத்தில் சிவந்து எரியும் சந்தாலியில் பரவும் நிலக்கரி கனிந்து எரியும் போது என்அறை வெதுப்பானது. அரபியிலும் பார்சியிலும் பாடக்கூடிய நாடோடி அழிவின் விளிம்பில் தப்பிவந்தவன் ஒட்டகச்சத்திரத்தின் பச்சைச் செங்கல்லுக் கிடையில் ஓர் உயிர் ஜந்துவாக தூங்கிக்கிடந்தான். விளக்கொளி மங்கலில் அவனது தலைமுடி பாம்பாக நெளிந்து மினுக்கும். 'இன்னும் நீங்கள் தூங்கவில்லையா...' அடுத்த அறையில் தொலைதூரப்பயணிகளின் உறக்கம் இரவின் ஆழத்தில் ஒட்டகங் களின் பிரக்ஞைநிலை மயக்கமாக கூடத்தின் நெடுக நின்றிருக்க நடுவில் ஒரு தாழ்வான ஸ்டூலின் கீழ் வைத்திருந்த சந்தாலிக்கங்குகள் கனகனக்க ஒட்டகக்காரனின் வரட்டுப்போர்வை கிழிந்திருப்பதில் முழு இரவும் கந்தல் வானத்தில் சரியும் விண்மீன்கள் சொல்வதைக் கேட்டுக்கேட்டு மறுபகலின் கானல் அலைகளில் மிதக்கும் பாலை வனப் படகுகளில்நானும் தனித்திருக்கப்படலாம்.

காலில் முரட்டு ஜோடணிந்து தோளில் கந்தலுடன் ஒற்றைத் தோல்பிடில் அதிர திராட்சரசத் தோல்பைகளை சாம்பல் கழுதை களில் பொதிபோட்டு வரும் வறியவர்களாக விதித்திருந்த நாடோடிகள் மண்வெட்டியால் பனியை அகற்றினார்கள். பனியில் தோண்டிய பொந்தில் யூஜின் காற்று வேகம். அதுவே என் புகலிடமாக இருந்தது. என்னைத் தொடர்வதற்கு யாருமில்லை. மனித சஞ்சாரமற்றதாகவே இருந்தது. கொடும் பனிபாயும் ரஷ்ய ஆன்மாவைத் தேடினேன். தூதரகத்தில் நெடுங்கழுத்து கமிஸார் எனக்கு கடவுச்சீட்டளிக்க மறுத்ததால் இரும்புத் திரை மெல்ல மூடியது உள்ளேவிடாமல். துன்பமான இந்த நாட்களில் பனிஓநாய் வந்து என்னைக் காப்பாற்றும் என நம்பினேன். அது வீண் வீண்... எனக் காற்றில் விசில் நீடித்தது. ஒரு வாரகாலம் நான் தொடர்ந்து பனியின்மீது நடந்துசென்றதில் தூரத்தில் நான் பனிஓநாயின் தேனிறக்கண்களை நோக்கினேன். அதன் மஞ்சள் விழிக்கடலில் எனக்கான இடம்வைத்திருக்குமா... பரிதியின் பொன்னொளி உடன் இணைந்த மஞ்சள்ஓநாய் நிச்சயமாக சாம்பல் நிறமும் கருப்புக்காதுகளில் வெள்ளைத் தடங்களுமிருந்த மெல்லிய செவியசைவு. அதன் பனிப்பற்களில் அரும்பிய காலைஒளி

நார்சிஸெஸ் வெண்வேரின் தளிராக தந்தங்களின் ஒளிர்வு. அதன் கால்தடங்களில் தங்கநேர்ந்த நாடோடிகள் ஒவ்வொரு இடத்திலும் குறுக்குவாட்டில் கம்பங்களை இணைத்து ஒரு சிறிய திராட்சரசக் கூடாரத்தில் கடவுளும் தான் தங்கப்போவதால் இடம் குறுகியதாக இருக்கும். 'நான் திராட்சரஸம் அருந்துவதில்லை' என்றால் சித்திரம் வரைந்த தோல் ஏனத்தில் பழைய திராட்சரசம் கொடு என அர்த்த மாம். அந்த தோட்டங்கள் வளமிக்கவை. காபூலிலிருந்து புறப்பட்டு சிபெர்ட்டு, சிகான் இரு கணவாய்களின் துயரத்தைப் பாடும் யூஜின் காற்று அங்குதான் வழிமறிக்கும். காக்மாடுவரை திராட்சரசப் பாதை. குரசன் நாட்டின் தலைநகர் ஹிராம் கோட்டைக்குள் ஒரே ஒரு சிற்றாறு சலனித்தது. வெளியில் தெரியா நீர்வீழ்ச்சியின் ஒலி சன்னமாகக் கேட்டது.

உலகம் முழுவதற்கும் ஆன்மா திராட்சைக் குலையில் உறங்கும். குல்மர் இசைக்கருவியோடு மிர்சா திராட்சையும் வேறு படும். குலாம்சாடியின் சகோதரர் யாழ் இசைக்கும்வேளை ஹிராட் ஜனங்கள் மெல்லிய குரலில் பாடுவார்களாம். ஹசாராக்களின் திராட்சை வேறு இல்ஸ்களும் கருத்தவிரல் திராட்சையில் பழமை பீடித்த ரசம் வைத்திருப்பவர்கள் உலுசஸ் திராட்சைத் தோட்டத்துக்கு வாருங்கள். அந்த சந்தையெங்கும் மனக்கிலேசமுள்ள கூஜாவில் குறைவுபடாத ரஸம் பாரசீகசார்ட் இனத்தவர்களும் சுற்றிவர தோல் பையில் வேறுவகை திராட்சரசமும் தீரவில்லை. அவர்கள் ஆட்டு மந்தைகளுக்கு வழிகாட்டியதில் மேய்ச்சல் நிலங்கள் வாடிய புற்கரண்களில் ஆட்டினம் வாய்வைத்தால் குத்தும். சாமர்கண்டின் ஊசிக்கார வாயிலில் யூத அகதிகளின் தையல்கூடங்களை நெருங்கினேன். குனிந்துவா ஆர்லண்டோ மெஸாட்டோ' என்றாள் டிவேரா தோயா. அனாதைகளின் அருகில் கருப்புக் குதிரைநிழல் படிகிறது. மரக் கிளைகளை ஒடித்து மெல்லும் புண்குதறிய குதிரை. வலுவான காற்று எட்டாவது சுற்றில் தெருவைப் பெயர்க்கும் ஊளை. நிக்கோலாய் என் பிரிவுக்காக வருந்தினான்.

காபூல் மாதுளை சிவந்தபரல் அடுக்கிலான நூலகத்தில் சைரீகன் வரைபடம் திறந்துதான் வந்தவழி இதுவென விளக்கினான். வீடும் நாடும் புகலிடமும் இல்லாத நிலையில் குன்றுகளைச் சுற்றிச் சுற்றி காற்றானேன். திராட்சைப் பழங்களும் முலாம்பழங்களும் தாஜ்கண்டவரை சென்ற முரட்டு ஜோடுகளில் உதிர்த்த காட்டு முட்களும் ஒவ்வொரு விதைதாம். பெகீமியன்ரோஸ், நார்சீசஸ் மலர் வாசனையில் என் விதியும் பயணமும் ஆனது.

அவன் வந்தபாதையில் நானும் என் வழியே அவனும் செல்வதாக விதி. எஸ்எஸ் அதிகாரியும் ஒரு கெஸ்டோபோ உளவாளியும் என்னைத் தொடர்வதாகக் காதுகாதாய்ச் சொன்னான் ரஷ்யன். ஆர்லண்டோ மெஸாட்டோ... நீங்கள் வெகுதூரம் போகலாம். ஆனால் தன் சொந்த ஜோதிடத்தில் நாளுக்குநாள் மீள எழுதும் நாஜி ஹிட்லரின் கட்டிடம் ஒரு விண்ணெட்டும் கோபுரமாடத்தில் ஆறு பாதாளத்தின் எரிமலையிலிருந்து பாய்ந்துவரும் வெப்பமயமான குழாய்களால் பொருத்தப்பட்டிருக்கிறது... யூத எலும்புகளால் அஸ்திவாரமிடப்பட்ட கயமையின் சாபமடைந்த பேய்வீடு... என அண்ணாந்து நடுங்கினான்.

47

காண்டீஜாவின் ஒட்டகச்சத்திரம்

ஊர்சுற்றி ஊர் போகும் நொச்சியரின் பட்டச்சித்ரா துணிச் சுருள்களில் புளியமுத்துப் பசையால் பூசி அதன்மீது களிமண் மாவால் மெழுகி கருங்கல் ஒருமுறையும் மென்கல்லால் இருமுறையும் புடமிட்டு மெருகேற்றுவார்கள். அப்படி பல நாடோடிக்கூட்டத்தில் நொச்சியரே தொன்மையானவர்கள். உத்திர பாகத்தில் இருக்கும் ஒடியர்களும் 'நிர்யாஸ்கல்ப' எனப்படும் துணிவகைகளில் விதவித சித்திரக்கதை தீட்டுவார்கள். தட்சிண பாகத்திலிருக்கும் ஒடியர்கள் சித்தர கபாலம் தீட்டுவார்கள். இவர்களே நாகரோடு கிளைவழி உள்ளவர்கள். ஒரு நாடோடி கூட்டம் குடிப்பது ஒட்டகத்தின் பால். உடுத்துவது ஒட்டகத்தின் ரோமம். படம் எழுதுவது ஒட்டகத்தின் மென்தோல். இவர்கள் பயணிப்பதும் கதைபோடுவதும் ஒட்டகத்தின் மீதுதான். ஒடியரின் தாயாரான அரக்கி காண்டீஜாவுக்கு இவர்களெல்லாம் கதைப்படி செரியல் கிராமத்து ஓவியங்களை துணிச்சுருள்களோடு கொடுக்க வேண்டும். உத்திர ஒடியர்கள் இரகுராஜ்பூர், கொனார்க், புவனேஷ்வர், பர்லேக்கேமுண்டி, சோனேபூரில் இருந்துகொண்டு வந்ததெல்லாம் பல நூற்றாண்டு பழமை வாய்ந்த கதா சுருள்கள்தான். நிறம் மங்கி, உதிர்ந்துகொண்டிருக்கின்றன, பிதிர்ந்து ஒழுகும் துணிக்கந்தலோடு. அவற்றை கேட்பதும் பார்ப்பதும் சாபத்தில் முடியும் என்பது காண்டீஜாவுக்குத்தான் தெரியும். கதாசுருளில் உள்ளவர்களைக் கிழித்து வைத்திருந்தாள் தைல அறைக்குள். மருந்து ஜாடிகளுக்குள் இருக்கும் இருட்டு அறையில் எல்லா புராண பாத்திரங்களும் நோய் பீடித்தவர்களாக இருப்பதால், அவர்களுக்குத் தைலம் பூசி கதை சொல்லத் தயாராகிக்கொண்டிருக்கிறாள். பலரும், எல்லா காலத்திலும் ஒரே வயதில் இருந்தார்கள். ஆனாலும் அந்தக் கதைகளுக்குச் சாவே இல்லையாம். இதைப்பற்றி ஒரு கதைக்குள் இரு தரித்திரம் பிடித்த நாடோடிக் கூட்டம் சித்திரம் போடும்போது ஒரு ஒட்டகத்தை

ராப்போஜனத்துக்காக அறுத்துப் பிரிக்கும் ஈடுபாட்டில் பழமையான சிடே திராட்சை ரசம் பூசி அதன் தொலியை உரித்து சித்திரக்கதைக் காகப் பயன்படுத்தினார்களாம். இறைச்சியை பல கூறுகளாக உப்பறுகம்புல்லிலும், கமரிப்புல்லிலும், விழற்புல்லிலும் பிரித்தார்கள். யார் முதலில் கூறுகளை எடுப்பதென்பதில் கைகலப்பானது. இருபக்கமும் வேடர் அம்புகளை சேகரித்து அவரவர் பேர் பொறித்து மணலில் குத்தி நட்டான் ஒருவன். வந்தவரில் இளையவனின் கண்களை துணியால் கட்டி ஒவ்வொரு அம்பாக கை அலைந்தெடுக்க பங்கை கொடுத்து ஆவலாய் காய்ந்த புல்லில் சுட்டு பசியாறியதில் கைக்கோர்த்து ஒட்டகத் தோலை உரித்தார்கள். வேட்டைக்காலத்தில் பெயர் எழுதிய அம்புகளை நட்டி ஆடும் மைஸார் சூதாட்டம் கண்கட்டி விளையாட்டும் ஆனது. அந்த இடமே பின்னாளில் மைஸார் ஒட்டகச்சத்திரம் ஆயிற்று. உலகிலேயே முதல் சூதாட்டச் சத்திரம் மைஸார்தான். ஒட்டக எலும்பிலிருந்து செதுக்கிவடித்த பகடைகளை அதன் தோல் மேல் உருட்டுவாள் அரக்கி காண்டீஜா. மறதியில் வழ்ந்து உள்ளுரைத்த எலும்பு பாய்ச்சிகளில் நாடோடிக் கதைகள் அதிர்வதால் அடுத்த கதையை உருட்டியவாறு சொன்னாள். 'கறுப்பு ஆட்டு ரோமக்கூடாரங்களை நாடோடிகள் ஒட்டகங்கள் மேலும் கழுதைகள் மேலும் ஏற்றிச் செல்லும் மலைச்சரிவு.' புகையிலைப் பொடியும், சுண்ணப்பொடியும் கலந்த 'கய்னி' டப்பியை திறந்து கடைவாயில் இழுவி விரலை உதறினாள் காண்டீஜா. பத்தான்களாகிய கபடற்ற ஜனம் பெரியவர்களாய் கண்மூடிகளா யிருந்தார்கள். சாம்பல் நிறத்திலும் மஞ்சள்நிறத்திலும் மண் குவியலை கடந்து தூரத்தில் கிணறு ஒன்று பூமியின் கீழ் உள்ள கராஸுக்கு செல்வது தெரிந்தது. அதன் தோற்றம் பசியுற்ற பாலைவனத்தின் ஒரு திறந்த வாய் அதைச் சுற்றி பதானியப் பெண் உலகிற்கே கேட்குமாறு தாகத்தில் அலறினாள். சுஷமாயி, ஷெர்தர்வாஸா குன்றுகளை நோக்கி நாடோடிகள் செல்ல அவற்றைச் சுற்றிலும் புராதானச் சுவர்கள் பாழ்பட்டு அதிர்வதாயிற்று. காபூல் நதியின் கரையின் மேல் அதன் கிழக்கு கரையில் பலாஹியாரின் இருண்ட அரண்மனை அழிவுகளில் வெள்ளையரின் விமானம் மோதிய சிதிலம் அங்கே யாரும் குடியிருக்கவில்லை. குவிலாஸ் ஒட்டகம் நடைபோட்டு பதான்களும் மலையிடையே சரிகிறார்கள். கிராமத்திற்கு அருகில் பறவைகள் நிறைந்த ஒரு பிரதேசம் இருந்தது. அங்கே நீல சிஜார் கூட்டத்தின் கனவு ஒலி. மூர்காவி நீர் பறவைகள் இவர்களின் வருகையால். வளைந்து சுற்றும் அவர்களுக்கு எதிர் திசையில் மங்கோலிய கூட்டத்தில்

உண்டாகிய பாரசீகம் பேசும் கெஜராஸ்களும் வருகிறார்கள். காஸியூன் மலைத் தோட்டத்து கதவு என்னும் இடத்தில் ஒட்டகச் சத்திரம் இருப்பதை கேள்வியானதில் யார் முதலில் திராட்சை குலைகள் பறிப்பது என்பதில் சண்டை பலக் கட்டங்களாக நடந்ததில் இரு பக்கமும் ஆள் சேதம் விரோதம், எதிரியின் கழுதை எலும்பாலும், குளம்பாலும் குத்திக்கொண்டு பொருதியதில் கிஷ்மீர் என்றும் பூச்சிநாய் ஊளையிட்டதில் முதல் கலகம் நின்றது. நீங்கள் சமாதானப்பட்டு ஒவ்வொரு இனத்திலிருந்தும் கைக்கோர்த்துப் போங்கள் என்றது. கிஷ்மீர் இரு முன்னங்கால்களையும் விரித்துக் கொண்டு தோட்டக் கதவில் உட்கார்ந்துகொண்டது.

இரு இனத்தவரும் சேர்ந்து கிஷ்மீர் நாயை விரட்டியடிக்க முயன்ற பொழுது இவர்களை நோக்கி 'நீங்கள் ஏன் என்னை விரட்டுகிறீர்கள். உங்களுக்கு தோட்டக்கதவு திராட்சை ஒரு மனப்பித்து என்றால் எனக்குமோர் கருக்கு இருக்கத்தானே செய்யும். உங்களை சிருஷ்டித்தவரே என்னையும் படைத்தது. என்னை ஏன் இப்படி கழுதை குளம்பால் காயப்படுத்தினாய். எதிரிகள் மனமிரங்கி அதனை தன்னுடனே வைத்துக்கொண்டார்கள். தோட்டக்கதவின்முன் மண்டியிட்டு 'அல்லாஹ் கதவைத் திற' பதான்களே நாயின் நிறம் என்ன?' கதவுக்கு அந்தப் பக்கம் இருந்து குரல் வந்தது. 'அது மஞ்சள் மற்றும் பவளச்செவ்வல்' என்றாள் பதானியின் பெண். காண்போர் நோக்கினால் நிறம் மாறும் நாயது.' உங்களுக்கு சொந்தம் இல்லை. கதவுத் தோட்டக்காரி ஏச்சொிக்கு சொந்தம். இருவருமே கூடப் பிறந்த பாசம். கடைசிவரை அவளை விடாது' என்றது கதவு. ரக்கீம் என்ற புனித நூலில் குறிப்பிடப்பட்டிருப்பது இந்த நாயின் பெயர் என்று மலைவாசி கூறினான். நாடோடிக் கதையின் ஓரத்தில் மனிதன் சொல்ல முடியாத புதிர்களை போடும். அதன் உருவம் தோன்றாத கதையுமில்லை. ஆனால் இரு நாடோடிகளும் பொழுது நின்றதில் ஷோ ஓமர் புறாவினால் வந்த வினை என்றது கிஷ்மீர். இது பெரும்பாலும் உண்மையாக இருக்கலாம்.

ஏச்செரி இந்திய நாட்டுப்புற நம்பிக்கையில் சிறுபுறாவே சிறுமி யின் பேயுருவாய் தோட்டக்கதவு அருகில் குறும்பூழ் புறவுகளைப் பிடித்து நாணலால் புனைந்த தம் அம்புகளின் நுனியை நகர்த்தினால் வருடும் கல் வேட்டுவர் வரும் வேளை களரி படர்ந்து கள்ளி மிகுந்து பகலிலும் கூவும் கூகை ஒலி. நீ நம்புவாயோ! இந்தப் பகல்வேளையில் தோட்டக்கதவில் வேறொரு மீவிலங்கை அம்பு தைப்பதுமில்லை. வேட்டுவர் ஏமாறுவார்கள். அதனிடம் சுமக்கென்ற மரத்தின் பிசின்

இலைகளிலும் கிளைமூட்டிலும் வெளிப்படும் மெழுகைத் தொட்டால் தோலைத் துளைத்துவிடும். கேமரியா என்னும் கரும்பிசினை அம்பில் தடவி அதன் மீது எய்துவதால் பயனுமில்லை. மனித இனம் தோன்றிய காலத்திலிருந்தே அம்பு களில் நஞ்சு தோய்த்து எய்தும் விலங்கு பிடிபடாது. யுராரி நஞ் சூட்டினாலும் மாளாத மீவிலங்கு யாதாம்? சிவந்த புள்ளிகளுடன் சிறுத்தைப் பாய்ச்சல். அங்கிருந்த பழங்குடி மக்கள் நோயுற்றால் மூலிகை கஸாயம் தரும் காட்டுவாசிக்கு ஏச்செரியை தெரியும். மீவிலங்கு அவள் பிறப்பின் அந்தரங்கமானது. முன்னூற்றி பதினாலாம் ராத்திரி ஒட்டக சத்திரத்துக்குள் விண் பறந்து வந்த விலங்கைப் பற்றி சுற்று வட்டாரமே கேள்வியானது. ஸல் அவர்கள் மின்னல் வெட்டில் அர்ஷ் வரை சென்று இறையுடன் ரகஸியம் பேசித் திரும்பி யதே 'புராக்கு' மீதுதான் என்று சொல்லலாம். இந்த ஒட்டகச் சத்திரத்தின் பச்சை செங்கல்கட்டு அறைகளில் மாயப்புராக்கின் கடும் வியர்வையில் மஞ்சள் ரோஸ் உதித்ததாம். பழைய மேஜை மீதெல்லாம் மஞ்சள் ரோஸ் இருப்பதையும் என்றுமே வாடாத சருமத்தில் அத்தரும் கசிவதாயிற்று.

மாயப்புராக்கினை துரத்தும் வில்லம்பர் அதை விரட்டி வருகிறார்கள் காலமெல்லாம். தோற்றத்தில் புரவி போலவும் கழுதையினும் சற்று உயரமாக கோவேறு கழுதையைவிடச் சற்று குள்ளமாகவும் இதன் கால்களோ ஒட்டகத்தின் கால்களாகவும் முகமோ எல்லா மனிதராகவும் தெரியும்படி தங்களையே உருக்கொண்டு இருப்பதில் பெண் ருதுவோ யௌவனனோ அன்றி நாடோடியும், சிறுமியும், மூதாயுமாய் உருக்காட்டி மறையும். முறுகும் பட்டு ரோமத்தால் ஆன ஒளியுடல் ரூபமது. காதுகளும் நீளமாக மெல்லிய இலைகளாக அசையும். மரகத நிறமாகத் தோன்றும். பருவநிலைக் கேற்ப அதன் தோற்றமிருப்பதால் சேணமிட்டிருந்தாலும் அடைபடாத தொந்தி. இந்த சத்திரவாசிகளின் குறியீடாக ஒரு போக்கிரியின் தலைகீழ் வடிவமாக இருந்தது. ரோகியர் முழங்காலிட்டு அதன் கழுத்தை கோதி அழுகிறார்கள். ஜிப்ரில் அவர்கள் கொண்டுவந்த நூதனப்பிறவி, விண்ணேற்றத்தின் போது ஸல் அவர்களுக்கு ஏற்பட்ட வியர்வையில் வெள்ளை ரோஜாவும், ஜிப்ரிலுக்கு வியர்த்ததால் சிகப்பு ரோஜாவும் புராத்தின் மஞ்சள் ரோஸூம் வேர்வையிலிருந்தே பிறந்த அதிசயம். தோட்டக்கதவை தட்டினால் அந்தச் சிறுமி உலகில் மறைந்த புறாக்கூட்டத்தை உடல்சுற்றி ஆடையாக பறக்குமாறு நடமாடினாள். தொலைதூர கிராமத்தி லிருந்தெல்லாம் நித்யத்துவம் அளிக்கும் கதவுத் தோட்டத் திராட்சை ரஸம் தேடி வியாதியஸ்தரும்,

சிரங்குவத்தியும், பைத்தியகாரியும், வேசையரும், புத்திசுவாதீனமற்றவர்களும், மெய்வருந்துவோரும், ஆத்மத்திலே காயம்பட்டவரும், சரும ரோகியரும் கழுதைமேல் வருகிறார்கள். வெகுண்டெழும் குரலையுடைய பேராந்தை மலையில் கல்உருண்டு விழும் ஒலி எழுப்பும். பல கிழிவுகளை உடையணிந்த பைத்தியமும் சிரித்தது. இலந்தையின் களியையுடைய பசுங்காய் கழுதையின் காலடியில் உதிர அதை குனிந்து மாந்தியது. ரோகியைச் சுமந்து செல்லும் கழுதையின் தேய்ந்த குளம்பு உதைத்தலால் கல்பிறழ்ந்து பைத்தியக்காரனை இடறியது. புல்லுடை மேய்ச்சல் புலங்களில் மலை ஆடுகள் மேய்க்கும் பழங்குடி ஊர்ந்தது. எருமை கிடையென வறண்ட செம்பாறைகள், ஈத்த மரங்கள் இருந்தன நிழலுடன். புறாவின் பெடை களரியில் உயர்ந்து வளர்ந்த கள்ளியின் தலையில் சுள்ளிகளை அடுக்கி கூடு கட்டுவதை திருடன் பார்த்தான். கானவர் அம்பு எய்தலால் வெளி வீழ்ந்த வாளை யாரும் எடுக்கவில்லை.

தாழம்பூ காட்டருகே எதிர்கொண்டு வந்தாள் கிஷ்மீர் நாயுடன். தூரத்திலேயே புத்தி சுவாதீனமற்றோர் சிரசில் கேயூரத்தைலம் பூசினாள். காட்டில் அவளைத் தொட்டவுடன் தாழம்பூ கசிந்த கேயூரத் தைலம் பித்தமானவரை சமன் சொல்லி வைக்கும். அவர்களைத் தொட்டு பூசிய தாழம்பூ வாசனையில் முத்தி செய்யவும் விரலைக் கோர்த்து அவள் வசமாயினர். தாழங்காட்டில் இருட்டித் திரிந்தாள் கருப்பி. செந்நிற முட்களைக் கழுத்தில் ஆரமாகப் பூணிய தேவதை என்பார் பந்தயக்காரர். அவளிடத்திலிருந்த காட்டு முட்கள் எல்லாம் புறா ரத்தம் பூசியது. இந்த புறாக்கூட்டம் அரக்கி காண்டீஜாவின் ஒட்டகச்சத்திரம் நோக்கிப் பயணம் கிளம்பி புராணத் தொடர்பு கொண்ட அவற்றை ஸூர்காவி எனும் பறவை வழிகாட்டி செல்கிறது. பாலைவனக் கானல்நீரில் ஒட்டகச்சத்திரம் நீந்துவதாக மங்கிய நீர்ப்படலமாகத் தோன்றும். நீர்குட்டைகள் எல்லாம் பேய்த்தேர் அதை தவிர்த்தே செல்லும். பறவைகளின் தேவதை ஏச்சேரி வசிக்கும் காஸியூன் மலைத்தோட்டம் நோக்கி அவை செல்கின்றன. வழியில் வெப்பம் பசி தாகமும் வாட்டித் தாங்க முடியாத களைப்பில் ஒரு கல்லிலும் கால் வைக்காமல் செல்ல முன்பின் தெரியாத காஸியூன் மலை எப்படி இருக்குமோ என அச்சம் கொண்ட புறாக்கள் பல பாதியில் பயணத்தைக் கைவிட்டு நீர்ச் சோலைகளில் தஞ்சமாயிற்று. மற்ற புறாக்கள் வழியில் ஏற்படும் இன்னல்களையெல்லாம் தாங்கி பயணத்தை தொடரவும் தானியமோ நீரோ ஒரு செடியின் நிழலோ இன்றிப் பலவும் விண்ணிலிருந்தே வீழ்கின்றன பாலையில்.

இறுதியில் முப்பது புறாக்களில் ஒவ்வொன்றும் வேறு வகையவை. காஸியூன் மலை மீதாகப் பறந்து கதவுத் தோட்டத்தில் மானசீகமாக ஒலி எழுப்பியதில் இந்த முப்பதும் தப்பாமல் தேவதை ஏச்செரியாகவே அவை தோற்ற மாயின. தாங்களே அந்த ஏச்செரியென இப்புறமும் அப்புறமும் திராட்சை தோட்டத்தில் வழிகாட்டி வந்த மூர்காவி 'நாம் இன்னும் வெகுதூரம் செல்ல வேண்டியதில்லை.' ஒட்டகச் சத்திரம் கானல் நீரில் பெயர்ந்த உருவரைகளோடு குழம்பித் தோன்றும். சூரியனின் தேரில் தேவதை ஏச்செரி தகதகக்க பறந்து செல்ல எங்கு பார்த்தாலும் மணல் வெளித் தென்பட அந்த சத்திரம் மணலால் உரு எடுத்த பாழ் தோற்றமாயிற்று. இந்த புறாக்களின் ஆன்மீகப் பயணத்தில் பார்த்த தெல்லாம் கானல்நீர் தோற்றமே.

தாழ்ச்சி என்கிற அடக்கமான குணம் அவளிடத்திலே என்னை தேவதையென பெரிதுபடுத்தாத பக்குவம் சிறிசிலே விசேஷமாய் விளங்கிற்று. அந்த குறும்புழாடிகள் தோட்டக்கதவுக்கே வந்து முழங்காலிலிருந்த ஸ்தலத்தை முத்தி செய்து கேட்டால் கொடுப்பாள். சைபீரியன் புறாக்களை. அவற்றுக்கு இணை உலகிலேயே கிடைப்பது அரிது. பிச்சைக்காரருக்கு ரொட்டி எடுத்த கதையும், காண்டீஜாவுக்கு புகையிலை நறுக்கு கொடுத்த ஆட்டுத்தோல் வணிகனால் பிரசித்த மானது. இரத்தக் குகைக்கு கீழிருந்த பசிக் குகைக்கு நபிர்மார் வந்த போது அவளிடத்தில் ஒரே ஒரு ரொட்டித்தான் இருந்தது. அதை ஒருவருக்கு கொடுக்க தாம் அதை அருந்தாது மற்றொருவருக்குக் கொடுத்ததாகவும் அவரவர் அதனைத் தாம் அருந்தாமல் பிரிதொருவருக்கு கொடுத்ததாகவும் இவ்வாறு அது வந்த எழுபது பேர்களிடமும் சுற்றி வந்ததாகவும் கடைசியாக அவர்களில் ஒருவரேனும் அதனை உண்ணவில்லை என்றும் அனை வரும் பசியினால் பசியை வென்று மறைந்தனரென்றும் பாலைவன வழியே செல்லும் பசியெனும் அரக்கன்கள் தோளில் பாய்ந்தேறி உட்கார்ந்துகொண்டு விதர்களின் குடலைக் கழுவினாலும் ஒரு சொட்டு நீரோ தானியமோ எடுத்துச் செல்லவில்லை. அந்த ரொட்டி முழுமையாக பசித்த பாறையில் வறண்டிருந்தது. ஆன்மீகத் தேட்டத்தை பாலைவனத் பள்ளத்தாக்கை கடப்பதில் ஒப்பிடுகிறார்கள். இந்த ஏழு பள்ளத்தாக்குகளை விவரித்தாள் கதைசொல்லி. அவை மோகம், காதல், ஞானம், பற்றின்மை, ஒற்றுமை, வியப்பு, அழிவேயாயினும் அந்த பிட்டு எடுக்கப்படாத ரொட்டி பசியை வெல்லமுடியாத பாழில் இருந்தது. அவர்கள் பயணத்தில் கானல்நீர் எங்கு பார்த்தாலும் மணலே தென்படுகிற பாலைவனத்தை தனியே கடந்து செல்வது யாராம்?

அவளிடம் முழுமையான ரொட்டி இருப்பதை கேள்வியான பிச்சைக்காரர் காஸியூன் மலைத்தோட்டக் கதவு அண்டையில் காத்திருக்க அந்த ரொட்டியை பிட்டு உண்டதில் தேய்வதும் மறுநாள் முழுமையடைவதுமாய் வளர்ந்தது. ஏனத்திலன்றி காஸியூன் பசிக் குகையில் ரொட்டியை வைத்திருந்தாள். வந்தவர்கள் பசியாறியபின் அவர்கள் கை கழுவின தண்ணீராலே தன்னுடைய கண்களைக் கழுவினாள். காண்டீஜா ஒட்டகச்சத்திரத்துக்கு ரொட்டியை கொடுத்தவள் ஏச்சௌி. குஷ்ட வியாதிகாரருடைய கால்களையும் மற்ற நோயாளிகளுடைய இரணங்களையும் எஞ்சிய நீராலே கழுவி முத்தி செய்து திராட்சை ரசம் பூசுவாள் ஈஸாவின் புறா ஏந்தி.

'அல்ரப்வா' புனித மலையிலுள்ள ஓர் அறைக்கும் மேலாக பல கற்குடைவுகளில்தான் மர்யம் தன் குழந்தை ஈஸாவுடன் அடைக்கலம் புகுந்தது. காஸியூன் தோட்டக்கதவு எவ்வளவோ பழைய ஒலி. காண்டீஜாவின் சத்திரக் கதவுகளோ திராட்சை குலை போல வாசல் கதவுதான் கத்தியது. கன்னியரே வாரும் காண்டீஜாவின் சமையல் கட்டு தேவதாரு கதவு ரெண்டும் சிக்கும் செக்கு ஓசை பொதுகள் சொல்லி வேளைக்கு ஒரு முனகல் மாறும். ஊரார் வருத்தமும் புலம்பி மூடும் கதவினோசை. பசித்தவர் வரும் கழுதை போல சாத்து எலும்பில் நிற்கும் அவள் படுக்கைஅறை கதவுதான் கத்துமாகில் பழுது வந்தடைந்து பலகையை செப்பனிட ஆளுமில்லாத அழுக்கும் தூக்கம் பிடித்த கதவுகள். முறுக்கி திருக்கி கொக்கின் ஒலி கொடுத்து மூடியது. கதவுமேல் கை வைத்து திராட்சை கேட்டு பிசாசுகள் மேலாடும். தள்ளிய கதவும் விந்தைப் பேய்க்கு தவித்த ரஸம் கொடுக் காமல் முடிவதில்லை. ஈஸாவின் புறாக்களிடத்தில் வேறெந்த சிகப்புப் பழங்களோ வாயதரத்தில் தெறித்து வீழும். ஒட்டகச் சத்திரத்தில் எல்லாம் மணல் அறைகளே. விந்தையாக நெளிந்து மறைகிற வடிவங்களில் எழுந்த காற்றின் பேயுரு ஆளற்ற பாலையில் எத்தனையோ சுழலில் தாக்கியது. நெடுக வரும் காற்றில் யாரோ வருவதும் தூரமாய் கடந்து இருப்பின் ரகஸியத்தை செல்வதாக இருக்கும். மனித இருப்பும் மணலாக மெல்ல வீழ்ந்து படிகிறது அறைகளில். அங்கே சமையலறையில் கூழாங்கற்களை பகலெல்லாம் எண்ணி முடித்து மறுபடி முதலிலிருந்து நிறங்களாக பிரிக்கிறாள் பொழுதுகளை. சங்கிலிகளால் பிணைத்துக் கொண்ட பைத்தியம் தன்னைச் சுற்றி கூறான முட்களை பரப்பியிருந்தான். தலையில் விந்தையான முள்கவசம் அதிலிருந்து கூழாங்கற்களை தொங்க விட்டிருந்தான். சங்கிலிகள் குலுங்கும் ஓசை. 'என்னை சொர்க்கத்துக்கு

கூட்டி செல்ல நெருப்பை கக்கும் தேருடன் ஒரு தேவதை வந்து கொண்டு இருக்கிறாள் காண்டீஜா. சங்கிலியை அவிழ்த்துவிடு. தாகமாக இருக்கிறதெனக்குஞ் தலையும் வலிக்கிறதே. போயிரப் போறேன். எனக்கு கொஞ்சம் திராட்ச ரசம் கொடு காண்டீஜா.'

'பைத்தியத்தின் திராட்சை கிண்ணிக்கும் வாயதருக்கும் இடையே ஏற்படக் கூடும். பிறழ்வுகள் ஏராளம்' என்ற பைசாண்டீய வாசகம் ஒட்டகச்சத்திரத்தையே பிறழ்வுக்குள்ளாக்கியது. ஏச்செரிக் கிண்ணங்களை வடிவமைத்த நிக்கோலாய் செவ்வியக் காலத்து சிகப்புமண் வேளையை அக்கீலஸின் மதுக்குடுவை மாதிரி வடிவத்தில் வெளிப்படச் செய்தான். சங்கிலி கட்டிய பைத்தியத்தின் குவளைகள் உடைபடும் இரவுப்பாடல். அமிடாவைச் சேர்ந்த சிவப்புக் களிமண்ணை பிசைந்த விரலிடையே எரியும் கோப்பைகள் எதுவும் குடிவெறியில் நழுவுகின்றன மண்ணோடு சேர. விழுந்தவர்கள் எழப்போவதில்லை. அமுதார்ய நதிப்படுகையில் புதைந்த முகம் திராட்சை குடுக்கைகளோடு சிதிலங்களில் இருக்கிறது அவன் வாழ்வு. வியக்கத்தக்க அளவு திராட்சை ரஸம் இருந்தது பைத்தியக்காரனிடம். ஒட்டகச்சத்திரத்துக்கு திரும்பி இரவு கேளிக்கைகளில் ஈடுபடலாம். புறாச் சண்டையை நடத்தும் காண்டீஜா அரக்கி பாலையின் அமைதியால் கைவிடப்பட்டவள். பாலைவனம் அவளைக் கைவிடுவதில்லை மனிதரைப்போல். மனப்பிரமையால் அல்ல எல்லாப் பயணத்திலும் கானல்நீர் அலை. எழுத்துப் புரியாத சித்திரங்களில் இடமாறிவரும் செம்புறா ரெக்கைய்யில் தேவதையின் படபடப்பு சதுரயுகப் பிணஅரசனின் சராரத்திலும் நகங்களில் வளரும் மெல்லிய காலங்களில் பூசிய சிடே ஓயின் எனக்கு வேண்டும் என்றான் சத்திரவாசி. 'உன் கழுதையின் சாம்பல் மூஞ்சியிலும் தான் சிடேயின் வாசனை' என்றாள். சுரக்குடுக்கையில் உலர்ந்த திராட்சை தொலிகளால் இரவை மூட்டித் தைக்கிறாள் அரக்கி. வைத்தியக் குறிப்புகளை சுரையில் போட்டு குலுக்கினால் சொல் உருளலில் ஒலிப்பதும் 'சிடே பானகம்' ஒட்டகச்சத்திரத்திற்கு இரவு திரும்பு வதை ஆவலுடன் எதிர்பார்க்கும் குடியர்கள் திராட்சைக்குலையின் பாடலைக் கேட்கவும் அந்த அரக்கி காண்டீஜாவின் நிழலோடு நிழலாகக் கரைந்துள்ள நற்குல திராட்சை ரசத்தில் கரைந்துபோவேன் என்கிறார்களாம். ஒட்டகச் சத்திரத்திற்குள் நுழைந்த காற்று வெளியேறி பாலைவனமெங்கும் மனப்பேய் பிடித்து அலைகிறது. நால் எல்லோரும் மணல் சத்திரத்தின் அறைகளில் இருக்கிறோம். அந்தப் பாலைகளின் பாலையாக இருக்கிறோம். விசும்பின் ஒலிமணல்

அறைகளில் ஊடுருவிப் பாய்கிறது. வெளியே வருந்தி நிற்கும் பாறைகளின் ஒளி நம்மை ஊடுருவி குவளைகளில் நிரம்புகிறது. கண்ணுக்கு புலப்படாத காற்று மணலின் உருவகம் நாம். மெல்ல அழிக்கிறோம் இல்லையா..

இந்த சைபீரியன் ஒனிஜின்டிரா டெலிபஸ் ஜெர்மனை தாக்கி காயப்படுத்தியதை கெஸ்டபோ உளவாளி பார்த்தான். கால்முனைக் கத்தியில் ரத்தம் கசிகிறது. அவன் டெலிபஸின் கத்திமுனையில் படித்திருந்த வருவை தேய்த்தெடுத்து அலட்சியமாய் ஊதினான். டெலிபஸுக்கு பழைய திராட்ச ரஸம் கேட்டான் காண்டிஜாவிடம். கெஸ்டபோ வாயிலிருந்து பொங்கி வழிந்த நஞ்சின் நுரையிலிருந்து இந்த நாஜிகளே நச்சுச்செடிகள் தான் என்றுணர்ந்தசைபீரிய நாடோடி இதை எதிர்பார்க்கவில்லை.

ஆனால் ஜெயிரோஸ் பாரசீகத் திராட்சரசம் ரோகிகளின் அழுகிய விரல்களில் பூசினால் சொஸ்தப்படுவார்கள். இந்த தோட்டங்களும் பாபிலோனியத் தோற்றத்தில் மறைந்திருப்பவை. பட்டுப் பாதைகள் மேல் கழுதைகள் பொதிப் போட்டு செல்லும் இடைக்கழி விடுதிக்கான குவேரி ஜார்களின் ஒலி. சீனாவின் சாங்ஷீயன் ஐரோப்பாவரை பட்டுவழி நிழல் தங்கி சேகரித்த இடிபஸிஸ் போத்தல். எல்லா வழியிலும் தடுமாற்றமிருந்தது. ரோமின் வசை நாயகிக்கு தென்கடல் ஏரல் சங்கு வளையல் நாடகச் சங்கில் சிதறித் தெறித்த போக்கனாலியர் வெறியாட்டில் கலந்துகொண்ட கடவுளும் தவறி விழுந்த பாக்கஸ் களி நடனம்.

அரக்கி ரத்தத்தோடு ஒயின் கலந்து குடிக்கும் சடங்குப் பேர் யூகாரிஸ்டியா. அது பாலைவனத்திலிருந்து எழுந்த அழைப்பு. ஏனெனில் பாறையும், மணலுமான அவளது ஆன்மா வலு சர்ப்பத்தின் துள்ளலான கருங்காடியில் மூழ்கியது. அவள் மனமோ தொலைதூர ஒட்டகத்தில் மறைந்து போன ஜோடு தைப்பவனின் வறண்ட தோலிகளாகச் சுருண்டுள்ளது. ஒருவேளை மணலில் எழுதிய திருமுகங்கள் பிறகோ கரைந்துவிடலாம். மனப்பேய்தான் சத்திரத்தை தொல்லை செய்கிறது. திராட்சை கலந்த குருதி நாடகம், ஒட்டகசத்திரத்தின் திரைசீலைகளில் காற்றின் அலையேற்றம். பாழடைந்த ஒலி விசும்பிலிருந்து மெல்ல உள்ளே வர சிதைந்த மாடங்களில் ஊமைக்குரலிடும் எல்லாப் புறாக்களும் அடுக்கடுக்காய் சுழன்று சுற்றும் கும்காரம். காட்டு இளந்தை முள் குத்திய விரலோடு காண்டிஜா சமையலறையில் ஒவ்வொரு புறாவையும் கையிலேந்தி வாயதரத்தில் தித்திக்கும் இளந்தை வைத்து ஊட்டுவாள். கைமேல்

வரும் பந்தயப்புறாவின் சடசடப்பு ஒலி. இராப்பகலாய் புறாக்களுடன் பேசும் பைத்தியங்களை கூட்டி வந்து சத்திரத்தில் விட்டுப் போகிறார்கள். எதிரிக்கு எதிரி என்றாலும் புறாவை வெறுப்போரில்லை. சமையல் கூடத்தில் பைத்தியத்தின் காதில் நசியம் பிழிந்து கட்டுக்களை ஒட்டகக் கயிற்றிலிருந்து விடுவித்தாள். புறா மாடங்களில் கூவி கூவித் திரியும் பித்தர்கள் இங்கிருந்து போகவும் முடியவில்லை. தர்ஹாவுக்கு கூட்டிப் போய் ஈஸாவின் புறாவுக்கு தானியம் சிதறும் பித்தரின் கர ஒலிக்கு எல்லாமே பறந்து சுற்றும். கண்ணீர் பாறைக்குப் போய் உப்பைத் தொடுவார்கள். கந்தலணிந்த அழுக்கான கோட்டிகள் சத்திரத்து உச்சிமாடத்தில் ஏறி பெரும் ஒலி எழுப்பி நாலாபக்கமும் திரும்பி திரும்பி கைதட்டும் அலறல். மணலோ காற்றோ திரும்பி எதிரொலித்தது. எல்லா திசையிலிருந்தும் கர ஒலிகள் விட்டு விட்டு கேட்கும். உடலையே மறந்தாலும் உடலின் உபாதைகள் விடாமல் துரத்தும் வேகம். உலகை விட்டே தப்பிவிடும் வெறியில் ஓலமிடும் பைத்தியம் பேசியது. 'வெறுமையில் நான் இருக்கிறேன். இந்த மணல்வெளி என்னை உருக்கி அழைக்கிறதே...' நான்கு திசை யிலிருந்தும் குரல் கேட்டது. போகாதே... போகாதே.. வா...வா...யென மணற்காற்று கால்களைப் பிடித்து பின்னுக்கு இழுத்தது கரங்களால். இந்த மணல்வெளி மீது செல்லும் மெல்லிய இருட்டில் நான் புதைந்து செல்கிறேன். உச்சியில் சூனியம் அசைகிறது. எவ்வளவு வசீகரமாய் இருக்கிறது பார். பின்னே திரும்பவும் சிறகொலிக்கும் புறாக்கூட்டம் கும்பு கும்பாய் மாடங்களிலிருந்து வெளியேறி மணல் தீடைகள் மேல் பறக்கின்றன.

கட்டுப் பந்தயத் திடல் வாயில்கள் உட்குழிந்த முகப்பில் பக்கம் பக்கமாய் சுண்ணாம்புக் கல்லால் ஆன தூண்கள் இடையே அமைந்தது. ஒருவகை காரை பூசி சிவந்த காவி அடித்து சாணம் மெழுகிய திருணைகளில் கட்டுக்காரர்கள் ஒட்டகக்காரரின் கூட்டம் ஒரு கல்மீது ஏறுகிற பாம்பைக் காட்டும் சிற்பம். இரு வரிசையில் புறாக்கள் பறப்பதற்காக செதுக்கப்பட்ட வெளிப்புறப் புடை சிற்பங்கள். மணல் கிண்ணத்தில் உயரத்தில் பந்தயக்காரர் இருவரும் நிற்கிறார்கள். ஒவ்வொரு புறாவும் கிண்ணத்தின் நடுவே வந்து வட்டத் திலிருக்கும் கத்தியொன்றை தொட்டதும் ஒட்டக்காரன் இளந்தை நாரினால் சுற்றினான். போரை முன்னறிவிக்கும் மாடங்களிலெல்லாம் சிறகுகளின் அதியதிர்வு. சைபீரிய விசிறிக்கும், பெய்ரி புறாவுக்கும் துன்னாத் தாக்கி ஒன்று காயம்பட்டதில் மஞ்சள் நிற பளிங்காக வழியும் மரப்பிசின் பூசினான் நாடோடி. கிழிவுகள் ஒட்டிக்கொள்ளும்

பொறிகிளர் எருத்தம் வெளிபட மருகி புன்புறா உயவும். ரெளல்ரெட் சாக்கிய வகை. 'இக்காலத்தின் ஜோதிடக் கணிப்பு போரையன்றி சமாதானத்தை குறிக்கவில்லை' என்ற நாஜியின் விஷக்கத்தி சொருகிய வாசகம் சொன்னான் கெஸ்டபோ. மகாபிரடாரிக் ஓயிலாய் பறந்து வான்மேல் மோதும் பொகீமியா நாடோடிப் புறாவின் கத்திக்காலில் சிக்கியது. ஆகாயத்தில் மெல்லச் சரிகிறான் மகாபிரடாரிக். பித்து பிடித்த சூதாடிக்கு இன்ஸோ மேனியா. தலைதொங்க தோள்கள் தளர்ந்து பக்கவாத நோயால் அவதியுற்றவனாக களத்துக்குள் தன் நார்விச்சிராபரை எச்சில் பூசி தடவினான். தன் வாயிலிருந்து செர்ரியை அதன் அலகில் ஊட்டி கொஞ்சினான். எதிரில் தாக்குற்ற டொமீனோவை வீழ்த்தியதில் அதன் நிழல் ஓடும் திசையில் ஓடி விரோதி கீழே விழாமல் பிடித்து அதனை அதரத்தில் ஊதி ஊதி பெயர் கொடுத்தான் சூதாடி. காதுகள் நடுங்கிச் சிவக்க வாய்வழி எச்சில். இரு எதிரியையும் ஒன்றுடன் ஒன்று கழுத்தை கோர்க்க வைத்தான் சூதாடி. சாமர்கண்டிலிருந்து பூட்ஸ் கால் புறாக்களின் அணிவகுப்பு. அவை யாவும் சர்க்கஸ்காரி தாதியானாவின் வளர்ப்பு பிறவிகள். குறும்பூழ் சண்டைக்கு ஏவினால் சொன்னதை செய்யும் பயிற்சிப் பறவைகள். நில் என்றால் அந்தரத்தில் நிற்கும். காயம்பட்டாலும் போரிடத்தான் வேண்டும். களத்தைவிட்டுப் போகக்கூடாது. இன்னொருபுறம் கீழ்கெய்ரோவிலிருந்து பறக்கும் ஓமர்புறாக்கள். ஒட்டகச்சத்திரத்தில் வழிவழியாய் மாடங்களில் இருந்துவரும். பாபரின் ஓமர் புறாக்கள் நீண்ட நேரம் போரிடாமல் சாகசத்தில் எதிரியை குத்தாமல் சோர்வடையச் செய்துவிடும்.

காபேவின் உதிரப்பாறையால் காட்டுப்புறாக்கள் அளிப்பதால் மூசாவின் புறாக்களும் ஈஸாவின் நீலப்புறாவும் கட்டுக்களத்திற்கு விடுவதில் விலகிவிடும். கடுந்தவத்தால் ஏச்செரியை இளசாகிய ரெக்கையும் ஆபேலின் புறாப் பைத்தியம் ரெட்டை ஆன்மாவுள்ள வளாக்கியுள்ளது. ஆனால் ஆபேல் காபில் என புறவுகளை ஈராகப் பிரித்தவர்கள் சத்திரவாசிகள்தான். மலையிலிருக்கும் ஆபேலின் இரத்தத்துக்கு கையிலிருந்தே புறாக்களின் பிரவாகம் தீராது அலை பாயும். சூரியனுதயந் துவங்கி மத்தியான மட்டும் 'அல்ரப்வா' பள்ளிவாசல் நோக்கி... ஒலிகளைக் கேட்டு உச்சிமேல் அவை நீலத்தில் மிதந்து கீழே நிழல் சுற்றிவர ஆகாரமிற்றி சாதகம் செய்யும் இவள் சுழலும் நிழலாக அண்ணாந்தவாறு போகும் மணல்வெளி அடிவரையில் மறைகிறாள். மணலில் படியும் மலர்ச்சியாக சிறகு நிழல் தீராமல் சுற்றும். விண் பறக்கும் தொலைவோ மிக அதிகம்

நீலத்தில் சிறு கருநீலப்புள்ளிகள் ஒன்றைவிட்டு ஒன்று வட்டமிடும் சூனியத்தில் தனித்திருக்கும் துகளும் கரையும் நீலம். அவை ரூபத்தை நீல அரூபத்தில் கரைத்து மணல் குன்றுகளில் அவள் அண்ணாந்து தட்டறிய சரியும் பாதையில் நீலத்தில் அவளும் அகப்படுகிறாள். சிறகுகொலி மெல்ல மெல்ல தொனிப்பதும் மணல் வரையும் நீல வரையும் சேருமிடத்தில் கருங்கோடுகளில் ஒட்டகங்கள் பாலை வழியில் உப்பு, தங்கத்தூள், விலங்குத்தோல் அரக்கு ஏற்றி செல்லும் மரபு வழியின் நெளிவு. அண்டத்தின் கருமையடைந்த கோடு மெல்ல ஊர்ந்து செல்கிறது. வறண்ட பாலை எல்லோரையும் ஈர்த்துச் செல்ல அங்கே மீண்டும் புல் வளருமா? மணல்தாபம் எதையும் கேட்பதில்லை. தியானத்திலும் அழிந்து காற்றின் குமுறலில் மணல் போர்வை மூடி அந்த நிர்வாணி தன் சுமை எதுமில்லாமல் எளிமை யில் நீளும் அவன் நிழல். புகலிடம் தேடி அவன் செல்லவில்லை. எல்லாவற்றையும் ஒளிவு மறைவின்றிக் கலைந்தவன் மணல் வடிவமாகச் செல்கிறான். அவன் செல்ல வேண்டிய இடம் அவனுக்கு தெரியவில்லை. ஆனால் உலகின் மீதான அதிருப்தியும் வெறுப்பும் ஆசையும் நச்சரிப்பும் ஏதுமில்லாமல் இருப்பதற்கு மணல் சத்திரத்திற்கு ஒருவேளை அவன் போகலாம். பாலையில் ஓயாமல் திரிந் தலைகிற ஆவேசம் அவனை விடவில்லை. அங்கே விழும் விதவித மணல் அலையில் தொட்டு நீந்தி மிதக்கிறான். மனதைப் பிடித்து ஆட்டி அலைக்கழித்து ஊர்சுற்றி ஊர்மாறி சில சில சமயம் தெருவின் திருணைகளில் வாங்கி ஊரின் இயல்பை தெருவின் ஆன்மா விலிருந்து எடுத்து செல்கிறான். வறட்சியான குக்கிராமங்களில் ஆடு மேய்ப்பவனாக இடையரின் நடையைத் தொடர்ந்தான் சிலவேளை. உறுதியை கைவிடாமல் இடமாறிச் செய்கிறான். மணலில் வரும் ஓயாத மாற்றங்கள். காற்றின் உள்ளே கடந்து செல்கிறான். அதன் லயமான ஓசை. எங்கிருந்தோ அசையும் காட்டுமரங்கள் ஒலி. மங்கிப் பழுத்த நாடோடியாய் சாம்பலடைந்துவிட்டான். தான் மட்டும் படிக்க முடிகிற காற்றில் எழுதிச் செல்கிற காட்டுப்புறா ஏச்சரியை காதலிப்பதற்கென்றே ஒட்டகசத்திரத்துக்கு ஒரு அதிசய அதிதி வந்தானென்றால் அது ‘ஜியாபுதீன்’ இன்னமும் இந்தியாவுக்கு திரும்ப முடியாத பாதங்களை ஒட்டகசத்திரத்தை தொட்டதால் எல்லையிலேயே காத்திருந்தது.

ஒட்டகசத்திரமெல்லாம் புறாக்கூண்டுகளில் விசில் ரெக்கை அலைவு. ம்ம்ஞ்ம்ம்ஞ்மிடும் துயரத்தை சொல்ல பாழ் அடையும் மாடங்களில் வாசனை திரவியவணிகரும், சீனப்பட்டுக்காரரும் தங்கிய

வாசனை சிநேகமாய் மரணத்துக்கு ஏங்கும் கும்கார ஒலி. ஜியாபுதீன் புறா மாடங்களிலிருந்த தென்கோடியில் தங்கத் தோதில்லாத இருட்டறையில். அவனைத் தேடி யார் யாரோ வந்து போகும் சந்தடி.

சற்றுக் கந்தலான ஒட்டகத்தொலிகளை ஒட்டுப்போடும் துண் நூசிக்காரி சத்திரமெங்கும் தோல் படுதாவை தொங்கவிட்டாள். சத்திரச்சுவர் நிறமும் மணல் நிறங்களும் கலந்து ஒன்றாகும் விதி. சுவர்... உதிரத் தொடங்கிய மணலை அகற்றுவாருமில்லை. மகரங்கா எறும்புகள் சுவரில் ஊர்ந்து கீரலில் மறையும். இந்த பைத்தியங்களை எறும்பு கடிப்பதில்லை. ரஸம் உண்ட பித்தரின் கண்விழிகள் விரிவடைந்து எறும்பின் அலைவைப் பார்த்தவாறு தரையில் முகம் வைத்திருப்பர். சாம்பலும் பழுப்புமான சத்திரம் சுண்ணாம்பு உதிரும் அறையில் உட்சுவர் குழிந்த பொற்றுகளின் இடைவெளியில் கூடுகளில் பறவைகள் வந்துபோகும். நடப்பிலிருந்த உலகிலிருந்து துண்டிக்கப்பட்ட சத்திரவாசிகளின் மனநோக்கங்கள் என்னவென்ற கணிப்பில் தவறாதபடி தெரிந்திருப்பதெப்படி? என்றேன்.

காண்டிஜா என்னை ஏறிட்ட கண்கள் பனிக்க நேசவுணர்வில் சொன்னாள். 'விடுதலை தேடி வந்த பாவை நீ. தோல்வியை நெடுந் தொலைவு சுமந்தவன். உன் பிரயத்தனங்கள் ஈடேறும் வரை காத்திரு. அதுவரை இந்த சத்திரத்தில் நீ இருப்பாயா? நாடோடிகள் வருவதும் போவதுமாக இருக்கலாம். எனக்குப் பின் இந்த பாழடைந்த புதிரை தாங்குவது யாராம்?' என பளபளப்புடன் என்னை நோக்கினாள். நம்பிக்கையில்.

பெண்புறா சொற்கேட்டு வேடனும் வருகிறான் கழுதைமேல். இருவான் புறாவை பறக்கவிட்டு தான்யத்தை வீசி அது தரைவிடாமல் தாவியது. இதன் குறுகிய அலகும் சிறிய தலையும், பவளச் சிவப்பான கால்களும் காற்றைக் கீறும். இவை மூச்சைப் பிடித்து மேக மண்டலத்தில் போரிட்டு மாயும். தன்னினம் பிரியாது கூட்டத்தை அழைக்கும் சமிக்ஞையும் ஏராளம். உருவ வேறுபாடு ஒன்றுக் கொன்று பேரழகு. இடத்தாலும், பாலையாலும் தாகித்தவை. உருவபேதம் விரிவஞ்சி எழுதாதுவிடுகிறேன். காரியர், டிராகூன் இரண்டுக்கும் நீலம் பரந்த வெளிமேல் கத்திக்கால் யுத்தம். காண்டிஜாவிடம் கேட்ட திராட்சை ரஸம் பூசி புண்ணை ஊதி ஊதி பறக்கவிட்டான். அயல்தேசப் புறா வசியக்காரர் இந்த பிரஞ்ச் காபௌசின், ஜாக்கோபின் வகையினை களம் இறக்கி வானத்தில் அண்ணாந்து பறக்கும் நிழல். உருளும் கோர்ப்பில் ரெக்கைகள் மண்ணில் கோதி உதிரம் படும் வேகம். சீற்றம்கொண்ட மோதல்.

ஆனால் தேவதையிடம் எல்லாமே பறந்து போய் ஒட்டிக்கொள்ளும். புறாக்களின் சந்தேகமும் இருப்பும் சாவுக்கும் சொர்க்கத்துக்கும் தூதுவந்த மொடீனாதான் சைபீரியனின் காதலி. மொடீனாவைக் கையிலேந்தி பைத்தியம் கொஞ்சுகிறான். 'நம் ஆயுள் எதுவரை?' என்றான் பித்த வேகத்தில். 'முட்டையிலிருந்த வரைதான் சொர்க்கம். தைலத்தில் மிதப்பது பித்த நாடகம். பிரபஞ்ச இசை காடுதான். சத்திரத்தைவிட்டு வெளியே வா...' என்றது மொடீனா. 'நான் ஏதிலி.. என்னோடு மாடத்தில் விளையாடவா மொடீனா... யாருமே இல்லடா.. மொடீனா... இந்த சத்திரத்தில் உன்னால் வாழ முடியுமா சொல்...' 'குற்றவாளிகளும் சூதாடிகளும் பைத்தியங்களுமே வருகிறார்கள் இங்கே. அவர்கள் பிரியத்தில் அனாதைகள். வெறுமை யின் நிறம் விதியாக உதிர்கிறதே' என்றது மொடீனா. 'நம்பிக்கையும் இல்லை எனக்கு... பாரசீக மெழுகுச்சுடர் வெட்கத்தால் கவிகிறது. மரணம் ஒட்டகச்சத்திரத்தில் சதா கருந்திரையாக படபடப்பது கேட்க வில்லையா மொடீனா...' 'இந்த புறாப்பந்தயம் கத்திகளில் கழுவப் படாத குருதி. புறாப்பித்துக்களின் போக்கே வீண் அற்புதம்தானே...'

'புறாக்களின் கத்தி துருப்பிடிப்பதில்லை. எனினும் நான் சத்திரத் தை விட்டுப் போக முடியவில்லை... மொடீனா.. இந்த துறவிகளுக்கு மோகம் பந்தயச் சண்டை கட்டும் சைபீரியன் புறாக்களின் மேல்ஞ் பனிப்புயலின் ஆன்மா சிவந்து எரிகிறதே...'

'பனியுகத்தில் கீறிய புறாவின் செங்குருதி. பனித்தீதானோ...' 'திராட்சைகளின் ஆன்மா அயர்ந்த உறக்கத்திலிருக்கிறது... குடுவையில் இருந்துகொண்டே ரத்தத்துடன் கலந்து மனிதனைப் புசிக்கிற தில்லையா வெறியோடு... 'ரஷ்யப் பனிப்புயலில் மறக்கபட்டிருப்ப தெல்லாம் புறாக்களாகப் பயணித்து இங்கே இடைமறித்து சண்டையிட்டு சாவதிலென்ன மோகம்...' 'வாழ்வு மரணத்தின் குறியீடு நான்...'

வாய் நிறைய வாட் கோதுமையை ஊறவைத்து திருடன் வாயும் புறாவும் அலகும் ஒன்றாகி முத்தம் பட்டோம். நுனி உதட்டில் துப்பிக் கொடுத்த கனி திருடன் நேசமே. இந்த ராக் காலத்தில் வலு சர்ப்பங்கள் வாய் நாக்கில் பிளந்த இரு சுடர் சுருளக் கோர்க்கும் இச்சை தோட்டக் கதவில் ஒலிப்பதேன். அமரர்களின் கண்ணாடியில் சாம்பலடையும் குடிச்சடங்கு இன்றுவரை தீரவே இல்லை.

ருடன் கம்மன் எகிப்துக்கு ராஜாவாக இருந்தாலும் தன் சிடே பானகத்தின் வெளிர் சிகப்பாய் உதிரும் ஒட்டகச் சத்திரச் சுவர்களில் உயிர்ப்பு மற்றும் மரணம் விழிப்பு மற்றும் தூக்கம்

இளமைக்கும் முதுமைக்கும் மாறுகிற ஏச்செரிதான் இந்த காண்டிஜா. யாவற்றிலும் ஒன்றேதான் நிலவுகிறது முன்னது பின்னதாய் ஆகிறது மற்றும் பின்னது முன்னதாய் ஆகிறது. ஒளி மழுங்கிய சூனியக்காரி உள்ளங் கையில் சுடர் ஏந்தி அலைகிறாள். ஒவ்வொரு அறையாக எதையோ தேடி எப்போதும் கரு மங்கிய வேளை ஏச்செரியாக உரு அடைவதை யாரும் பார்த்திருக்கவில்லை. காயத்துக்கும், எலும்பு முறிவுக்கும் சிடே திராட்ச ரசத்தால் சிகிச்சையளித்த கதாய் கலப்பினப் பழங்குடிப் பாடலை மறதியிலிருந்தே எடுப்பார்களாம். பாடலும் மருந்தாயிற்று. காண்டிஜா மூங்கில் குழல்களில் கஸாயம் ஊற்றி பைத்தியங்களின் காதில் நஸியம் ஊற்றி இருட்டில் கட்டிவைத்தாள். ஒட்டகச்சத்திரத்தின் மாடங்களில் புறாக்களுடன் கந்தையுடுத்திய பித்தர்கள் இரவெல்லாம் பாடுவதென்ன. இங்கிருந்து யாரும் தப்பிச் சென்றாலும் சாமர்கண்ட் ஆப்பிள்களுடன் சகல நோய்களும் குணமாகிவிடுமென்று ஒற்றையடிப் பாதையில் போகத் போகத் திரும்பவும்... இளவரசன் அஹ்மத்திற்கு தேவதை பரிபானவ் சீதனமாய் கொடுத்த ஒட்டகச் சத்திரத்தில் சாமர்கண்ட் ஆப்பிளைச் சுற்றி புறாக்கள் ம்ம்ம்மென ஊமைக்குரலிடுவது சதா எதிரொலித்தபடி இருந்தது.

யாருக்கும் தெரியாமல் அவளைத் தேடி காகஸஸ் நாடோடி ஒருவன் கழுதையின் பொதியோடு வந்த கெயிரோஸ் திராட்சைகளை கஸாயம் காய்ச்சச் சொல்லி சமையலறையில் அவளை அடைத் துவிட்டான். இரண்டு நாள் கழித்து கதவை திறந்தால் கெயிரோஸ் கஸாய ஆவியாக அந்தரத்தில் குனிந்து நீண்ட மூக்கில் சுவாசமிட்டு அவனிடம் உரையாடினாள். கண்கள் அலைபாயத் தேடியபடி 'உனது கழுதையின் வியர்வையில் நீ ஏச்செரிடியை தேடுகிறாய். கழுகுக்கால் ஒன்றை உனக்கு தருகிறேன். உன் திராட்ச ரசத்திலிட்டு தேயுமதை உடனே எடுத்துவிடு' என்றாள். தளர்ச்சியடைந்து உணர்வற்ற கனவு போன்ற அறையில் தங்கினான். அவனுக்கு திராட்சரஸம் பகிர்ந்தாள். காண்டிஜாவின் ரஸவாதத்தில் பறவை வானிற்கு பறந்தெழும் ஆவிக்கலையும் அடைந்திருந்தாள். அவள் கையிலுள்ள நீலப்புறா கற்பனை உணர்வான புத்துணர்ச்சி அளித்தது வந்தவனுக்கு. 'காண்டிஜா... எனக்கு நீலப்புறா வேண்டும் தரு வாயா?' 'அதை நான் தரமுடியாது. மாடங்களில் அந்தக் கரும் புறாவை யேனும் தா எனக்கு.'

'அது உன்னை சாபமிட்டு வீழ்த்திவிடும் தனிமைக்கும் பாழ் நிலைக்கும் உலவுகிறது.' இந்த சத்திரத்தில் உருவற்று மறைந்திருக்கும் தீய ஆவிகளாக தீம்பான குற்றம் நிறைந்த சூதாடிகளின் இரவுகள்

கத்திக்கட்டு புறாச்சண்டை, பந்தயப்பணம், சில கொள்ளைக்காரர்கள் தங்குவது ஏராளம். அந்த பைத்தியம் மனக்கலக்கத்துக்கு அப்பால் நெடுந்தொலைவு பறக்கும் நீலப்புறாவில் மூழ்கியுள்ளான். அவன் கண்களில் பேய் நிழல்கள் களைந்து வந்தவனைக் கிலியடையச் செய்தது. அவனுக்குப் போதிய ரஸம் ஊற்றவும் அதன் வலு அவனை நீண்ட நாட்களுக்கு மயக்கமடைய வைத்தது. போதிய வலுவில்லையென்று எழுந்தவன் கழுதையில் திரும்பிப் போய் வேறு திராட்சைகளில் பித்ரிப் பழக்குலைகளை வெட்டி வந்து பிசுபிசுக்க அடி வாங்கிய காலத்தில் அவள் கெயிரோஸ் கருந் தைலத்தை பூசியதும் 'அரக்கி காண்டிஜாவின் கஸாய வேகம் பட்டதும் புண் ஆறிவிடும்' என்பான் திருடன். 'இந்த பாரசீக வீரர்கள் பித்திரி திராட்சைத் தைலத்தை விரல் நகங்களில் தடவிக்கொண்டு போருக்குச் செல்வார்கள்' என்றாள் காண்டிஜா. எதிரியின் உடல்மீது நகம் பட்டால் அவன் குருதியுடன் திராட்சரசம் கலந்து... மற்றொரு இனத்துடன் குருதித் தொடர்பு கொண்டுவிட்டதாகும். திராட்சரசமும் இரத்தமும் பிரிக்கப்படாத மாயம் கொண்டிருந்தது. எந்த இனத்தையும் திராட்ச ரஸம் வேரோடு அழித்துவிட்டதாகச் சொல்லப்படவில்லை. உயர்வகைக் குலைகளில் வரும் சொப்பனத்தில் கெயிரோஸ் பழங்களின் குணாம்சங்களை உணர்வார்களாம். கடந்துவந்த பிரதேசங் களின் ஒவ்வொரு கல்லிலும் ரேகைபடர்ந்த சங்கதிகள் கழுதைக்கும் திராட்சைக்குமான மோனம் கொடிகளை தழைக்கச் பண்ணுவதாம்.

அரேமி குகையில் எடுத்த ஆறாயிரம் வருஷப் பழமையான உருவங்களாக சில களிமண் போத்தலில் நெடிப்பது ரஸம். இந்தக் கழுதையின் தோல் பையில் அராரத் மலைக்குன்றின் நிழல் ஓட்டம். நோவா ஒயின் துளையிலிருந்து புறாக்கூட்டம் சடபடத்து அவன் படகு கூண்டிலிருந்து வெளிப்பட்டதாம். ஜாம்ஷிப் புறாவும் பெர்சியன் ராஜாவும் அந்தப்புரத்தில் இருந்து புறாச் சண்டையில் பந்தயம் நடக்கும். அரபிகள் கொடுத்த ஒரு ஜோடி புறாக்கள் சத்திர மெங்கும் பெருகியது. அவற்றில் சினேகம் வைத்தவன் இழப்பை தாங்க முடிவதில்லை. அழிந்த புறாவீட்டின் வெறுமையும் துயரமும் பெண்களைப் பித்தாக்கிவிடும். ஜலப்பிரளயத்தில் புறா மட்டும் அலை மேல் விழாமல் தப்பி வந்தது. நோவாவின் படகுகூண்டில் திறக்கப் படாத கதவு. அந்தப் புறாவை யாரும் பிடித்ததில்லை. வானளாவிய சத்திரத்தில் எத்தனை சீமைப்புறாக்கள். அவை வந்த ஒரு வாரத்தில் பந்தயக்காரரும் பின்தொடர்ந்து லாகூரி கேட் வரக்கூடும். புறாக்கள் தான் இங்கே எத்தனை வகை. டர்ம்படர், பார்ப் வகை பனியும்

நெருப்புமானவை. டிராகூன் கீழ்கெய்ரோ வகை மதீனாவில் பிறந்து சாமர்கண்ட் மாடங்கள்வரை காதலியை தேடுபவை. டர்பிட், இங்கிலபுஷ் ரெளன் பனியுக நாடோடி. நான், மோடில், மார்டா, செவ்வரியிட்ட கபிலம் கிடைக்க அரிதாம். ஆர்கேஞ்சல் ஒரு தேவதைதான். ஆனால் இன்னொரு தேவதையை கைவிட்டுவிடும். பிறகு ஒட்டவே ஒட்டாது. வேறு ஒன்றையும் சேர்க்காது. வாட்டமும் விதி. பசியும் இச்சையும் அதன் தன்மையை தின்கிறது. அடித்தால் அழாது. பிடித்தால் பிடிபடாது உலகத்தைவிட்டே தனித்து சுற்றுவதால் அதன் தீவிர வெறுமை பீடித்தது ஒட்டகச் சத்திரத்தை. தன் அழகே தனிமையில் ஒயிலாய் நூறு நூறு சாயல்காட்டி துக்கப்பட்டு மாடங்களில் ம்...ம்...மென அது இருண்ட மாடத்திற்குள் சென்று இசையினுள் ஒன்றிற்று.

காரிருள் சூழ்ந்த அகாலத்தில் சடசடக்கும் இறகு. அது இருப்பது பாழ்மை. விசும்பில் வரும் ஒளி அதன்மீது படர்ந்தது. ஆர்கேஞ்சல் இருந்த மாடத்தில் அவ்விளக்கு ஒரு பளிங்கு கிண்ணத்தில் இருக்கிறது. அந்த பறவையோ சங்கு வெள்ளை அழுக்கான ஒரு விண்மீன் என ஒளிர்ந்தது. பாழடைந்த இருளில் ஸைத்தூன் மரத்தின் எண்ணெய் எரிதிரியில் ஆர்கேஞ்சல் புறா சிறகை அசைத்தது.

அரக்கியோ மற்றுமொரு பைத்தியமோ? நலிந்து கலைத்த நாடோடிகள். இங்கே துயரற்று இருந்தார்கள். மனதிலுள்ளதை யெல்லாம் பாடிக்கொண்டிருந்தான் பைத்தியம். இங்கே வந்தவர் யாரும் சத்திரத்தைவிட்டு வெளியே சென்றாலும் ராத்திரியில் திரும்பிவிடுவார்கள். நெளிந்துபோன தேநீர் கேத்தல்களும், மொத் தப் பிரதேசத்தின் கதைகளும் மலைகளின் முனகல்கள் தீராமல் பருக அதிக தேநீர் நிரம்பிய ஆப்கானியர் கிண்ணங்களை தீர்ந்த வேகத்தில் நிரப்பிவிடுகிறார்கள்.

இரவின்போது வெளிச்சம் போதாத அறைகளில் விரியும் ரேகை களில் எத்தனையோ இரவுகளும் சேர்ந்து பிறை ஒவ்வொரு அறையிலும் வேறாக வளர்வதும் தேய்வதுமாக அனாதைகளோடு அனாதையாக வந்துசேர்ந்த இந்தியப் பயணி ஒருவனின் விடுதலை நாடிய மெல்லிறகு ஒட்டகச்சத்திரத்தில் மெதுவாய் பறந்துகொண்டு இருந்தது. ஒட்டகத்தின் முதுகில் துயிலும் அந்த மனநோயாளி அந்த விநோத விலங்கின் உடல் சூட்டில் கிடந்தான். ஒட்டகத்தின் வெளிர் அரக்கான தோல் வாடையைவிட்டுப் பிரியவும் அவனால் முடியவில்லை.

48

சாக்ரடீஸின் உலோகச்சேவல்

கேப்பர்மலை ஜெயில் *21.11.1918*

காளயுக்தி வருஷம் கார்த்திகை 6 வியாழன்

'தண்டனையாகத் தர விருந்த விஷத்தைப் பருகிய பின்னும் என்ன பார்க்கிறாய் சாக்ரட்டீஸ்'

'நஞ்சில் நீலநிறமான தளிர்களையும் பசுவின் முலைக் காம்பென பழங்களை யும் உள்ளே பார்த்தேன். சாவில் உதிரும் நீலங்களையும் தொடு கிறேன் கிரிட்டோ'

இந்த நாடகம் பரம வைரிகளாகவே இருந்த கிரிப்ஸ் (பிரிட்டிஷ்) பிளட்ஸிக்கும் (ஐ.என்.ஏ) நடந்த அரசியல் புதிரில் யுத்தம் வெளிப்படையாக வரப்போவதை முன்னுணர்ந்தான் காக்கைக்கோட் கவிஞன். விஷக்கோப்பையாக கூழ்சட்டியை ஏந்தி சாக்ரடீஸ் குறியீடாக கஞ்சாக்குடுக்கி, நீங்களும் மாறக்கூடிய விளையாட்டின் சாத்தியத்தில் நீக்ரோகாந்தி, தினகரன், பர்மா சரித்திர நிழல் எரித்து கொண்டு இருக்கிறது இன்றுவரை.

ஆனால் இந்த நாடகம் கேப்பர்சிறை சுதேசிக்கைதிகள் நாடக விளக்கின் வாசனையை நுகர 'கிரிட்டோ.. ஒன்றுக்கு மேலான பல மரணங்களை அடைந்துவிட்டேன். (இப்போது சாக்ரடீஸ் கதா பாத்திரமேற்பது நீக்ரோகாந்தி. கேப்பர் சிறைக்கு மாறுதலாகி நேத்தாவேடம் கே.பி. ஜானகி, ஜான்ஸியாக டி.எம். கமலவேணி.

சேவல் நகரமென்று, வணங்காமை, கட்டிறுக்கம், பிடிவாதம், பயம், நோக்க உறுதி, அதிக வெப்பநிலையில் உருகிச் சேர்ந்த உலோகத்தின் குணங்கள் கணினிகள் படைத்த உலோகமனிதர்களை கட்டுப்படுத்தும் பேராவலும் ஆக்கம் வழிந்து செல்லும் செயலூக்கம் யாந்ரீகம்.

தன்முனைப்புள்ள இறுமாந்த நடைபோடும் குழுத்தலைவன் கிரிப்ஸூக்கும் எதிராளிகளின் குழுவில் ரத்தவேட்கை மிக்க பிளட்ஸூக்கும் நடக்கப்போகும் யுத்தம். விரைப்பான ஈயரவைகள் அந்தரத்தில் துள்ளிப் பாயும் சீற்றம். நரிகள் ஊளையிடும் குழல் முனையில் சேவல் சுருட்டுப்புகை சுழல்கிறது கூட்டத்தையும் வளைத்து. துப்பாக்கிக் குதிரை, மேல்நோக்கிய வளைவு, கிரிப்ஸின் தொப்பியில் படிந்த காலனிய கிரீன்கார்டு காற்றிலாடுகிறது. தொப்பியோரம் திருட்டுப்பார்வை. மூக்கின் மேல் நோக்கிய புகை நீலம். மாறுகண் நோக்குள்ள புத்திசாலி இவன்.

பிளட்ஸ் துப்பாக்கியை நிறுத்திவை. அழுக்கான பழங்குடி வில் பார் அதிரும் கானகம். சரங்கள் தப்பாமல் குத்தி நிற்கும் சேவல் கழுத்து. சுடுவதற்கு துப்பாக்கியை எதிரியிடம் கொடு. சல்வாஸூடு சுடட்டும் உன்னை. பீரங்கி வரை நெருங்கிவந்து இயற்கையை நீருற்றுகளை பீரிடச்செய்த இசாந்திலானாவின் சூலுகள் ஓடிவந்த தூரம் நெருங்கிற்று தந்தேவாடாவில் மலைக்குன்றுகளில் உறங்கும் நீரை எழுப்பாதே என்றாள் உலோக மாலை அணிந்த செஞ்சா. தண்டகாரண்யத்துக்காடுகளில் பற்றிய புராதனத்தீயில் எஞ்சிய நான்கு கருங்குருவிகள் தஷகன் எனும் நாகன் ஓடிப்போய் நாகாஸ் திரமாய் திரும்பினான். ஆரண்யத்திலிருந்து குருசேத்திர அம்புகளை மட்டும் திரும்ப எடு.. என்றான் பிளட்ஸ் தலைவன். லால்கர் ஜனம் திரும்பவும் காட்டு இலை சேகரித்து அலையும் ஒவ்வொரு இலையின் அடியிலும் குருதி கசியும் சரித்திரம். லால்கர் முதல் சுர்ஜார்வரை பூர்வகுடி அம்பு பதிந்துகிடக்கும் சதுர யுகம்வரை. ராய்கட்டிலிருந்து நயாகருக்கு வில்லின் நிழல் சுழல்கிறது. மான்பூர் விவசாயி கொல்லப்படுமுன் சமவெளிமேல் எதிரியை நோக்கி ஒரு பக்கமாய் சாயும் அசைவை நளினமாக அதட்டலான கேள்விக்குறியுடன் ரவைகள் நெருங்கும்போது வேண்டுமென்றே கண்சிமிட்டு. ஆனால் சுடுகருவியை நீயே உடைந்த கலப்பையிலிருந்து செதுக்கிஎடு. எதிரியிடம் ஆயுதங்களைக் கையூட்டாகப் பெறாதே. மந்திரிக்கப்படாத சனியன் அது. கிரிப்ஸ் பயந்துதான் இருக்கிறான். கிராமத்திலிருந்து வெளியேறியவன் கிராமங்களையே வெளியேற்றிக் கொண்டு இருக்கிறான். தண்ணீரை முதலில் வெளியேற்றினான். தானியமணிகளை ஒவ்வொன்றாக வெளியேற்றி வந்தான். சொல் கதைகள் ஏதும் தொனிக்கிறதா என்று கிரிப்ஸ் பூமியில் காதுவைத்துக் கேட்கிறான். நிலம் பிளக்க பூர்வகுடி அழுக்குத் துணிக்கூட்டம் கிழித்துக்கொள் கிறது ஆடைகளை.

சீடன் கிரிட்டோ கொலைக்குற்றவாளி. இடைவெட்டாக யுத்தக் காட்சிகள். சுதேசிப்பாடல். தேசபக்தியில் வீசிய கதர்குல்லா. நேத்தா வேடமிட்ட கே.பி. ஜானகி ரத்தவேட்கையூட்டும் உரை. ஜப்பான் அதிபர் டோஜோவாக எஸ்.எஸ். தாஸ் இந்தியத்தாய் வேலுநாயர், ஐ.என். ஏ மேஜர் காளி என் ரத்னம், கெம்பித்தாய் உளவாளி சற்குணம், பிரிட்ஷ் ஜார்ஜென்ட் திருடன் கோவேறு கழுதை, மௌன்ட் பேட்டனாக கடலூர் பாலன், சர்ச்சிலாக சுட்டுச் செட்டி, கப்பல் கேப்டன் ஜீய்ச்சிஇசு.

ஐ.என்.ஏ மாயக்குதிரைகள் கால்தூக்கிப்பறக்கும் புயலின் உக்ரம். அக்யாக் முற்றுகை. கடற்கோட்டையைச் சுற்றி இதேரா வீரர் சுற்றி இருக்கிறார்கள். பிரிட்டிஷ் ரெஜிமெண்ட் கோட்டைக்குள் நுழைய பகீரதபிரயத்னம். முதற்காட்சியில் கோவேறு கழுதை ஒன்றில் பஞ்சாப் ரெஜிமெண்ட் சித்மல்சிங், கூடவே சுருட்டுப் புகையுடன் சர்ச்சில் 'இதேரா வியூகத்தின் வரைபடத்தை உறையூர் புகையிலையாக சுருட்டி புகைத்து அழிப்பேன். நேத்தாவின் படை தூள் தூள்..' சுருட்டுச் சாம்பலை சுண்டித்தட்டுகிறான் நடிகன். போர்விமானத்தின் உறுமல் ஒலி. மவுண்ட்பேட்டன் தன் பங்குக்கு போர்க்களத்துள் விமானம் மூலம் போட்ட பெட்டிபெட்டியான பீர்பாட்டில்களை டேபிள்மீது ஒரு கோமாளி சிப்பாய் அடுக்கி வைத்து கழுதைக்கு ஊட்டுகிறான். கழுதையின் கிழிந்தமூக்கில் பர்ர்ர்ரென்று ஒலி பீர் நுரைக்கூட்டம் காட்சி அரங்கை நிறைத்து பறந்தது. சபையோர் சிரித்து உருள்கிறார்கள். தைலேஸ்... தைலேஸ்.. வந்திருக்கும் ஜனத்துக்கு டேங்கிஸ். ஐ யாம் எ ஈரோப்பியன் கம்பிரம் கல்கத்தா... தைலேஸ்... ஆம் ஆமோவ் சரிசரி... கோமாளி உள்ளே ஓடுகிறான்.

அடுத்த கட்டம் சர்ச்சிலும் கழுதையும் சுருட்டுப்பிடிக்கும் காட்சி. இதேரா கோட்டைக்குள் நுழையமுடியவில்லை துரை... எதிரியின் ஒரு குதிரைகூட பிடிபடவில்லை. போபாமலையைச்சுற்றி ஜப்பான் துருப்புகள். நான்கு பக்கமும் ஜான்ஸி பெண்டிர்... நேத்தா மாயக் குதிரையில் மலைமேல் ஏறும் காட்சி நிழல். திரைக்குப்பின் உரையாடல்.

ஆனாலும் கோவேறு கழுதைகளைப் பயன்படுத்தி பிரிட்டனால் அற்புதப் புரவி மந்தையை வளைத்துக்கொண்டாலும் மறைந்துவிடும் பாதிப்பேர் வீராங்கனைகள்தாம். குதிரைமேல் நேத்தா நிழல் வரும் ஒலி. பின்பாட்டு கோரஸ். ஜப்பான் ஜெனரல் முட்டாகூச்சி உச்சிக் குடுமி வேடத்தில் விரட்டுகிறான் இரு நோஞ்சான் காமிக்ஸ் சிப்பாய்களை. ஜனரலின் கர்ஜனை 'குண்டு தீர்ந்துபோனால் கத்தியால் போராடு.

கத்தி இல்லாவிட்டால் கைகளால் தாக்கு. கைகளை இழந்தால் கால்களால் எட்டிஉதை கொடு. கால்கள் இல்லாமல் போனால் பற்களால் சுருட்டுச் சர்ச்சில் விரல்களைக் கடி. ஜப்பான் தோற்றதில்லை!

'துப்பாக்கி தூக்கி ஓடிவந்தவர்கள் எங்கே?'

'ஜப்பான் வீரர்கள் பசியால் தற்கொலை'

'கனவு கண்டது தவறா? டோஜோவின் நிழல் நேத்தாவுடன் சுற்றி வருகிறது மேடையில். 'நம் வீரர்களுக்கு மலேரியாக் காய்ச்சல்... வயிற்றுக்கடுப்பு. வாந்திபேதி மருந்து சீசா எங்கே டோஜோ?'

'கொய்னா மாத்திரைக்காரன் சுடப்பட்டு இறந்தான்' டாக்டர் எமன் கோமாளியுடன் மருத்து சீசாக்களை மாலையாக அணிந்து மரண ஊசியுடன் கழுதையில் பவனிவருகிறான்.

'யுத்தவெறி எமன் காலன் தூதன்' என கோமாளி நடுங்கிப் பிதற்றினான் 'எனக்கு ஊசி போடாதே... ஊசிபோடாதே'

கலோனல் ஷெகால் வரைந்துகாட்டிய போபாமலை தாக்குதல். பலூச்சி ரெஜிமெண்ட் சேரும் மரப்பாலம், ஒரு மூங்கில் பாதை சுற்றி வளைகிறது ஒலியுடன். அதனிடையில் ஜப்பானின் நேசக்கரங்களில் அசையும் கீழைக்காற்று. மஞ்சள் நிற கணுக்களில் மிதக்கும் பச்சை குருத்துகள். சீனாவரை நீளும் மூங்கில் ரேகையில் ஒரு சிமிழ் விளக்கை ஏந்தி இருப்பது நாகாப்பழங்குடிப்பெண். நிழல்களைச் சுற்றி ஒரு குதிரைக்குள் மறைந்து எதிரிகளைத் தாக்கிக்கொண்டே வீராங்கனைகள் இன்னுயிரை மாய்க்கும் உருக்கமான கட்டம். இருமேஜர்களில் ஒருவன் ஜப்பானியன் பேசினான் 'அவர்கள் உயிருடன் இருக்கும்வரை ரியாயுங்கு, மெய்க்டிலாவைப் பிடிக்க முடியவில்லை எதிரிப்படை' பிரிட்டிஷ் கோவேறு கழுதை ஒன்று திரைச் சீலையில் நிழலாகத் தோன்றி மௌண்ட்பேட்டன் பீர் பாட்டில்களில் இடறும் காட்சி. கழுதையிடம் ஸாக்ரடீஸ் நெருங்கி வந்து கழுத்தை அணைத்து பேசுகிறான் கொஞ்சலாக.

'ஸாக்ரடீஸ் மரணத்தருவாயில் நீ சொல்ல நினைப்பதென்ன?' கழுதையின் உரையாடல். 'என் உடலைத்திருகும் விஷத்தை நீலக் கற்களாக வைரமாகப் பார்க்கிறேன் கிரிட்டோ..'

'விஷக்கோப்பை இன்னும் தீரவில்லை... முழுமையாக உன்னால் பருகமுடியாது. இந்த உலோகச்சேவலை வடிவமைக்கும் வரைபடத்தைக் கொடு ஸாக்ரடீஸ். பர்மாவில் யாம் உலோகச் சேவலை யுத்தவிமானமாக்க வழிசொல். ஜப்பான் துருப்புகளோடு

இதேராவும் சேரும் சேவல்ப்போர். சயாம், மலேயா, தாய், சிங்கை கையெழுத்திட்ட வணிதமெங்கும் ஜான்ஸிமகளிர் உலோக வேட்கையால் பரிதியிலிருந்தே உருக்கி வார்த்த சேவல் இதை நீயே சுற்றிவா. நீதான் அதற்கு தத்துவ முலாம் பூசவேண்டும். கிரேக்க சேவல் ஆயிற்றே. அரிஸ்டாடில் எலும்பினால் கால்களை நிற்கவை. பிதகாரஸின் ராசிவட்டத்துடன் கானல்வரியின் இடமுறைத் திரிபைச் சேர்த்தால் மேற்கும் கிழக்கும் சோடியாக்கில் ஒரே முறைமைதானே... ஏன் மயக்கமடைகிறாய் ஸாக்ரடீஸ்... விஷவேகம் எப்படி இருக்கிறதோ உனக்கு...! சோகமாய் கேட்டது கழுதை.

'மினோடார் மலையில் இறங்குவதைப்போலவும் விஷம் வேகமாக இருக்கிறதெனக்கு... புகையிலை அதைத் தொட்டவனைக் கவ்விக் கொல்லும். சரித்திரப்புனைவாக இன்று கே.பி. ஜானகி இந்த ஸாக்ரடீஸ் வேடத்தில் இருப்பது விதி. கவ்விக் கொல்வதில் புகையிலையைவிட விதி மோசமானது.'

'ரத்தம் முடிந்துவிட்டப் பிறகும் இறந்த சர்ச்சில் புகைத்துக் கொண்டு இருக்கிறான். இங்கிலாந்தின் யுத்தவெறி இந்தியாவைப் பீடித்த கோகினூர் வைரம் விக்டோரியாளின் மணிமுடிக்கு, இந்தியருக்கு எதிராக இந்தியரின் குருதி இழை பூசுவது இறந்த ஜோல்ஜர்களின் பேராசைதானோ... அமரர்களின் கண்ணாடியில் நிலவறையிலுள்ள ஒயின் கருப்பாய் வழிகிறதுபார்...'

கிரிட்டோ நஞ்சை ஆபரணமாக அணிந்துகொண்ட போராளி நாம். நஞ்சை வைரமாக்கும் மாயச்சடங்கில் உதிரம் ஊர்ந்துவருகிறது பார். இங்கே பிரிட்டிஷ் படை நியாயுங்கு பாலத்தைக் கடந்து முன்னேறி வந்துகொண்டிருந்தது மெய்க்டிலாவுக்கு எதிரிப்படை எந்த நேரத்திலும் வந்துசேரக்கூடும். இந்த சமயத்தில் நியாயுங்கு போர்க் களத்தில் இதேரா வீரர்களில் சிலர் இறுதிவரை போரிடாமல் இடையிலேயே சரணடைந்தார் எதிரியிடம். நான் கியாங்பதாங் போர்முனை ஏகினேன். குர்பக்ஷ்சிங் திலான் அங்கே எதிரிகளை சிதறடித்து வெள்ளை உதிரவேட்கையில் சிரித்தான். நம் தற்கொலைப் படைக்கு 'பிளட்ஸ்' எனப் பேரிட்டேன். குருதிக் குழலில் நானும் கையெழுத்திட்டேன். சில ஜப்பான் வீரரோடு பர்மியன் ஒருவன் கைரேகை ரகசியமாக இழைகிறது. ஆசியக் கருங்கரையில் சாவு... நிற்காமல் சரித்தது நம்மை. நாம் வண்டுகளாக ரீங்கரித்தால் அவன் குண்டுகளாய் விமானங்களில் கொட்டி வெடித் தவையாவும் பர்மாவை நிர்மூலமாக்கியது. கருத்த போர்கப்பல் நெருப்புக் கலசங்களை

ரங்கூனுக்குள் வீசியது. உயர்ந்த ஏணிகளின் வாயிலாக கொத்தளங்கள் மேல் உயர்ந்த ஜப்பான் துருப்புகள் சபுவோ இஸோடா தலைமையில் திருப்பித்தாக்குதல். ஜப்பான் நெருப்புமிழ்ந்த துப்பாக்கிகள் ரத்தம் தோய்ந்தவை. வெள்ளையரோடு ஆஸ்திரேலி யரும் பஞ்சாப் ரெஜிமெண்டில், துளையிட்ட ரவைகளின் கிளங்... ஒலிகளின் சரிவு. சமுராய்களின் குருதியும் பழங்குடி ஈரமும் நிணச் சகதியில் விடிந்தது. ரங்கூன் கடற்கரை நெடுக பலத்த பிரிட்டிஷ் போர்க்கப்பல் புகைந்து எரியும் திகுதிகுத்த தழல். குதிரை லாயங்களில் கட்டுமுளையறுத்துப் பறப்பதாக உயிருடன் இருக்கும் ஜான்ஸி படையும் தப்பியது. தலையற்றுத் துவண்ட உடலும் கரமற்றுத் திகழ்ந்த மனித உருவமும் கால்கள் வீழ்ந்து எலும்புகள் உருகும் கடற்பாலத்தின் வாயில்களைக் கடந்து எதிரிகளின் துப்பாக்கியுடன் கோவேறு கழுதை தன்னை சுமக்கும் எடை சுமையில் அடங்காது. வழிந்தோடும் ஜப்பான் செங்குருதி பர்மிய அபலைகளின் கண்ணீராயிற்று கடல்' போரில் சிறைப்பிடித்த பிளட்ஸ் தப்பி வந்ததெப்படி. காடுகளில் பின் வாங்கினார்களே ஏன்? மௌண்ட்பேட்டன் சுருட்டில் பாதி சர்ச்சிலின் சாம்பல்தான். யுத்த களம் சாவின் சாம்பல் விரித்திருந்தது.

படைப்புண்களை ஆற்றும் மாந்ரீகம் நேத்தாவின் உரையில் ரத்தசாட்சியங்களோடு தொடரும் இறந்தவீரர்களின் அணிவகுப்பு. ரங்கூன் வீழ்ந்துகொண்டு இருக்கிறது. தைஹோக்கு பகுதியில் உயரக்கிளம்பிய வினாடிகளில் வெடித்த ரெக்கையில் புகைநிழல். பைலட் ஜெனரல்ஷிடே தீக்காயங்களுடன் உயிர்பிழைத்தவரில் நேத்தா மட்டும் குருதிபூசிய பறவை. ரெக்கை சடபடக்க கூர்அலகு கிழித்துப் புரட்டிய பக்கங்களில் உனது ரத்தம் நிழல் எரிவுப்படிவமாக ஆர்லண்டோ மெஸாட்டோ சாயல் மறைகிறது. ஐராவதிமேல் ஜியாவுதீன் நிழல் மெல்ல நகர்ந்தது.

கபிஷாவிலிருந்து ஜியாவுதீன் குதிரைத்தடம் கிடந்தது மௌரியரின் வரைபடத்தில். அசோகனின் ஸ்தூபி சைத்யம் இருந்த மரங்களிடையே பர்மியத் துறவி போன மூங்கில் வழியில் கௌதமரின் பழைய தடம். 'நீ செல்லலாம் அங்கே?' 'யாரது நிழல் எரிகிறது கிரிட்டோ..!' குதிரைத் தோலில் சுருட்டித் துயிலும் இந்தோனேஷியப் பழங்குடி தஸாக் அழகி கினபலூ மலைமேல் பாடுகிறாள். அங்கே நேத்தாவின் நிழல். அவள் நாணத்தில் மறைந்திருக்கும் இசைக்கருவி தாகீரா... உடன்வந்த தீவுகளில் உருக்குலைந்த சடலங்களின் அடியில் இதேரா வீரனின் உதிரஆடை. அங்கே நாம் போகலாம். காணாத இடத்திலும் உனது காக்கி கதர்மேலாடை கிழிந்து நைகிறது.

கிழக்கில் தேசபக்தி உதிரமாய் உரைந்து படிகிறது. வரையிட முடியாத விளிம்புகளில் தீப்பற்றி எரியும் இந்த வேளையில் நேயம் தழைக்கும் எனச் சொன்னாலும் பின்வாங்கிய ஜப்பானியர் திரும்பிப் பாராமல் நகர்ந்தவேளை பர்மாவில் விநாசம் சொல்வதற்கு ஒன்றுமில்லை மரணத்தைத் தவிர... ஜான்ஸி பெண்டிரோடு யார் தொடர்ந்து செல்ல... காற்று சுழல்கிறது மூங்கில் உரசும் ஒலி.

'சொல் கிரிட்டோ...' கழுதை நிழல் பேசியது,

'சிந்துவின் எதிர்கரையில் மறைந்து திரியும் பாரேபட்வா பெண் புரவிகளோடு மூங்கில் கழிகொண்டு துளைவழி ஒழுகும் பதினாறு வகைக் காற்று. பிர்பஞ்சால் குன்றுகளைச் சுற்றிச் சுற்றி ஆடுமேய்க்கும் குஜ்ஜார்கள், பர்தேவால் இடையரோடு பாரசீகப்பெண் இடேரியஸின் பிடில் நரம்பு சொல்வதென்ன?'

நாடோடி இடையர் தேசஎல்லைகளை அழித்தவாறு வீட்டில் ஒருவரான கிழட்டு ஆடு சொல்வதைக் கேட்கலாம். சினார் விருட்சத்தின் மேல் அமர்ந்து நீண்ட தூரத்து மூங்கில் வீசி வீசிப் பனிப்புயலை அழைக்கும் இசை.

எல்லாக் காற்றையும் கைவசமாக்கும் கிழட்டாடு சொல்வதைக் கேட்டேன்.. விக்டோரியாளின் அதிகாரம் படாத இடையர்கூட்டம் போனவழியில் நமது குன்றுகளில் இயற்கை இருந்தது. விமானத்தின் நிழல் மலைகளில் சுற்றிச் சுற்றி மெல்ல இருட்டைத் துளையிட்டது வெள்ளையர்தான்..

'இறந்தப்பின்னும் நேத்தாவை சந்தித்தீர்களா?' கேட்டது நாடகத்தில் வரும் பர்மிய சித்திரகாயப்புலி.

'ஆம் சந்தேகமில்லாமல் இமாலயத்தில் அவர் பூட்ஸ் தடம் கிடக்கிறது. கதாபாத்திரம் ஏற்ற கேபிஜானகி உடலில் விஷம் அருந்தி யதற்கான தடயங்கள். இறந்திருக்கவேண்டும்'

'உலோகச் சேவலுக்குள் பர்மா எல்லைவழி சீனாவுக்குப் பறந்து விட்டதை நம்புவேன்'

'நேத்தா இப்போது எங்கே? எப்போது திரும்புவார்?'

'பார்மோஸாவில் செவிலிப்பெண் செண்ஃபீ சொன்னாள் அவரிடம் ஒரு டெலஸ்கோப், க்ரோனோமீட்டர், டிக்ஸனரிக்குள் துளையிட்டு வைத்த இதாகா கைத்துப்பாக்கியில் மூன்று ரவைகள், கொஞ்சம் சிகார், முஸோலினியைச் சந்தித்த கருப்புவெள்ளை புகைப்படம், பட்டுத்துணி, பருத்தி ஆடைகள் இருஜோடி'

‘கையெழுத்து அவருடையதல்ல. இவை நேத்தாவின் பற்களுமல்ல’

‘அவர் மரம்வாழ் துறவி சேவல் விகாரையில் இருக்கிறார்’

‘தீக்காயங்களுடன் மறைந்தவர் அஸ்திப்பேழை ரெங்கோஷி புத்தகோயிலில் உலோகச் சேவலில் அவரது ஈமப்பேழை எரிந்த குருதிக்குள் அதிரும் போராளி’

‘அத்தனை வகைப் பழங்குடிகளோடு திரிந்தபாதங்களை வன வாசியில் பார்த்தேன்’

‘மூன்று துறவிகளில் அவர்களுமல்ல இவர்’

சேலி 97-2 ஜப்பான் விமானத்தின் எரிந்த பாகங்களைச் சேகரித்து உலோகச் சேவலை வடிவமைக்க டெய்ரனில் மஞ்சூரியாவை அடையச் சீறிப்பறந்த கனவில் மிதக்கும் ஆசிய ஞாலத்தில் சேவலை வடிவமைத்தார்.

‘சுடப்பட்ட பிளட்ஸ் தற்கொலைப்படையின் குருதி நிரம்பிய வேகத்தில் வற்றவும் எல்லா ஆயுதங்களின் உடைந்த உலோகத்தை உருக்கிச் செய்த ஸாக்ரடீஸின் உலோகச்சேவல்’

சாவின் கசப்பை நாவில் உணர்ந்தவாறு பரிதியில்வடித்த உலோக வேட்கையால் மாபெரும் சேவலை வடிவமைத்தது பிளட்ஸ். இறந்துகொண்டே இருப்பதற்கான வழி, உடல் தீக்காயங்களுடன் விரல்கள் நடுங்கினாலும் சிருஷ்டியின் விரல்களில் படபடத்த சேலி விமானச் சிறகுகள் ‘இந்த பிரிட்டிஷ் கொள்ளையர் சுதேசி வளம் உறிஞ்சிப்பேய். ஆசிய வெளியில் இறகுகளைக் காயவைத்து சீனா வில் எடுத்த உலோகச்சேவலை ஐந்து பஞ்சபூதியங்களால் வடிவமைப்பேன். ரஷ்ய சிறகுகளை மாற்றிப்பின்னி பாலித் தீவுமேல் அசைவின்றி மிதக்கும் தீச்சேவல். என் சாவில் பிறந்த தாவரச்சேவல் இதோ..

நீலம் பரந்தவெளி ஜப்பான் வனமரச் சேவலின் ஆசியக்கலை. மலேயாகாடுகளில் வழியும் நீர்ச்சேவல். அயனமண்டலத்தில் சிறகு விரித்து நகரும் நிலச்சேவலின் தீவிர அலைவு. உயரத்திலிருந்த பரிதிவேட்கையில் நிறங்களைப் பகிரும் விண் சேவல். கீழிறங்காது. சரியும் பட்சிகள் அடைமரக்கூட்டத்தில் சேராமல் விலகும் ரெக்கை யின் அசைவு.

ஜெனரல் ஷிடேய்... நீயும் என்னோடு மடிகிறாய். மேஜர் தரோகோனோ உயிர் தப்பிவிட்டாய். உடலில் பட்டுச் சிதறிய பெட்ரோலின் நெருப்பில் நிழல் எரியும் படிவம். ஹபீப் உனக்கு அதிகக் காயமில்லை...‘தைகோக்கு ஆஸ்பத்திரியில் ஜப்பான் டாக்டர்

கைவிரித்த விநாடியில்...'

'எனக்கு மார்பியா மயக்க ஊசிபோடு' ஊசிபோட்டதும் வலி தெரியாமல் கண்ணயர்ந்தார். வெகுநேர ஆழ்ந்த உறக்கத்தில் ஜன்னி வேகத்தில் சாவுவேகத்தில் உலோகச்சேவல் எரிந்தபடி சரியும் சிறகுகள் உலக விளிம்பில் உரசிச் சென்றது....'

சேவலைப் போல் பரிதிமீது குத்திட்ட பார்வை கொண்ட விழிகள் இறந்துகொண்டு இருக்கும் இருளின்வலி. ஒரு முட்டைக்கு இரு கைப்பிடிகள் இருந்தால் அதைத் தூக்கிச் செல்ல பிளட்ஸ் வருவார்கள்தான்.

வீழ்கிற எந்த நிலையிலும் விஷம் உயிரை நெருங்கிவிட்ட தருணம் உலோகச் சேவலைத் திரும்பவும் ஸாக்ரடீஸ் கதா பாத்திரம் கிரிப்ஸ் அன் கம்பெனி மென்கணினிப்பொறிஞர் கூட்டம் வடிவ மைத்துவரும். உலோகச் சேவல் செயற்கை மடுக்கள் உள்ள பாலூட்டி. தாடகையின் நச்சுப்பால் சுரக்கும் முலைகளென்று சனாதனிகள் சிண்டும் கோட்டும் அணிந்து உள்ளே வருகிறார்கள் விசா முத்திரையிட்ட கம்பெனிக் கார்டுகளில்.

இதனை கந்திற்பாவை என்பதா? கிரேக்க தெய்வம் ஈஸ்கூல பியஸிற்கு நேர்ந்துகொண்ட சேவல். தெய்வகணத்தைச் சேர்ந்த துவதிகனின் வடிவமே. ட்ராகனின் வாலையும் இரு கால்களையும் ஒற்றைக் கொம்பு யுனிகானின் கழுத்தையும் மாபெரும் சம்பாபதிச் சிறகுகளையும் கொண்ட கதையுயிர்க்கும் பூதவேதாளப் புள்ளுரு. புராணிக சிலிக்கான் எரிசெவல் மண்மம் இதை உற்றுப்பார்த்த உடனே விஷம் பருகிய சாக்ரடீஸின் விழிகளை உருட்டும். பிரஜை களுக்கு அற்புதங்கள் பல உரைத்தது. நா வளம் மிக்கது. கிரிப்ஸூம் பிளட்ஸூம் சேர்த்துவிட்ட சமகாலத்தில் இரவல் தொழில்நுட்பம். சாவகம் ஏகுமுன் மணிமேகலை உலோகச் சேவலில் மறைந்தாளாம். முற்கால ஞானம் அதிதெய்வம் ஈதை தொழுதனர் கடவு அடிமைகள். எக்காலம் எவ்விடம் என்னென்ன நிகழ்ந்தனவென்று அசரீரி உரைத்தது வேற்றுகிரகக் குரலில். எதை எதையோ எதிர்கால விலங்கிடம் காணலாம்.

கிரிப்ஸ் குழுவினர் தீராது உழைத்து இயற்றிய அதீதம் உலோக வடிவம் பெறும் விதி. இதனுள்ளே உள்நாட்டு அகதிகள் வெளிச் செல்ல கடல்மலை நதிகள் தாண்டிப்பறக்கலாம்.

தீங்கிழைக்கும் கொடிய தொழில்நுட்பத் தகடுகளில் வடிவம்

பெற உலகம் ரோகமடைந்து கசிந்து நாகரிகம் புழுத்து அழுகி முடைநாற்றமெடுக்கும் உலோகச்சேவலைத் திரும்பவும் அமிலம் பூசி வடிவமைக்கிறார்கள் கிரிஸ்ப்பொறிஞர் கூட்டம். டாக்யார்டு, துறைமுகம் சரக்குக்கப்பல், மூலவளச் சுரண்டல் சரக்கு வெளிக் கொணரும் ஆவணம், அடிமைக்கப்பலில் பிளட்ஸ் வெளியேற்றத்தின் முத்திரை, பணம் எடுக்கும் கார்டு துவாரங்கள் சேவல் ரெக்கையில் வெளிப்படும். அழுகிய தக்காளி சூப், பிஸ்ஸா ஒருகப் சீன தேனீர் அபிசினியக் காப்பிக்கொட்டை அரைக்கும் எந்திரம், அமினியா திராட்சை ஒயின் பருகும் கிரிப்ஸ், டின்பீர் லவுஞ்ச்சில் அமர்வதற்கான எலக்ட்ரிக் தென்னைமரம் ஒட்டகச் சிவிங்கி ரிமோட்டில் இடம் பெயர்ந்து தென்னங்கீற்றைக் கடிக்கும் விசை.

உலோகச் சேவலுக்குள் குழந்தை பூங்கா முயல், கரடி, மான்வடிவச் செடிகளை வெட்டும் ரோபோ மனிதன். டிடோவாத்துக் கரண்டி மூக்கில் நேரத்தை அறிவிக்கும் அபாயக்குரல். நீலச்சுருள் ஓடும் சிற்றரங்கு என கிரிப்ஸ் கூட்டத்தைப் பழிதீர்ப்பதில் பகைமுரண் பெருகியது. பிளட்ஸ் குழுவின் பொறியமைவுகள் கம்ப்யூட்டர் பிரதிமைகளில் தீராச்செயல்திட்டம். நேரடி அணுக்கசிவுகளைத் தவிர்க்கவும் முதிய விஞ்ஞானியுடன் வரும் துருப்புகள் நுழையும் உலோகச் சேவல் அரசியல்.

இந்த ஆசிய வரைபடம் இற்றுக் கந்தலான பிறகும் ஒட்டுப்போட்டு தைக்கிறார் ஜியோதிர்தேவ் சந்நியாசி. சொற்களின் உருவங்களை மாற்றிவிட சாராநாந்தாஜி ஆனார். பங்ளாதேஷ், நேபால், பூட்டான் எல்லைப் பகுதிக்குள் சந்யாசிவேடத்தில் நடமாட்டம். கூச்பீகாரில் ஷோல்மாரி ஆஸ்ரமத்துக்கு வெளியே காவல்படை. நீ அவரைச் சந்திக்கலாமில்லையா? 'கிரிப்ஸ் நீ மனிதனே அல்ல. கனவில் இருந்து வரும் இதேரா வீரன் நீ. ரெட்போர்ட்டில் கொல்லப்பட்ட நேத்தாவை செரம்பானில் ராணுவப் பயிற்சி முகாமில் அவரைக் கைதுசெய்தது. ரெட்போர்டில் சுடப்பட்டார். சாம்பல் அங்கு பதிகிறது.

உறங்கிக்கொண்டு இருக்கிறாய் கிரிப்ஸ். பாடலிபுரத்து பிரஜைகளே தில்வாராவின் ஏழைகள் கபிலவஸ்திலிருந்து கொத்தடிமைகள் அசோக வர்த்தனரின் பிரஜைகள் உள்நாட்டு அகதிகள் சேவல் விகாரையில் சாராநாந்தாஜி. 'எந்த நூற்றாண்டில் இருக்கிறாய் நீ. சாராநாந்தாஜி பூட்ஸ்தடம் இமாலயத்தின் கிழக்கிலும் மேற்கிலும் பழங்குடிகள் அவர் பூட்ஸ்த் தடத்தைத் தொட்டு வில் அம்புடன் நீண்டு வருகிறார்கள் பார்.'

‘எல்லாம் இருபக்க அம்பு என்பதை மறந்துவிடாதே. கிரிப்ஸ் குரூப் கம்பெனி மாடலிங் பெண்ணும் சுதேசிதானே... அவள் கனவில் நீ உறங்குகிறாய்.

விஷக்கோப்பையில் திவலைகள் தீரவில்லை. கனவுக்குள் பருகிவிடு. தண்டனையிலிருந்து தப்பிவிடலாம்’

‘என்னால் முடியவில்லை சாக்ரட்டீஸ்...வேறென்ன உன் துயிலுக்குள் என்னைக் கனவு காணவிடு. உனக்காக என்னால் ஆகக் கூடுவது வேறென்றுமில்லை’ என்று சொல்லியதும் சொல்லாமல் திரும்பிப்போகிறான் கிரிப்ஸ்.

‘நமது கடவுள் ஈஸ்கூலபியஸூக்கு நேர்ந்துகொண்ட சேவலைக் காவுகொடுக்கக் கடமைப்பட்டிருக்கிறோம். கிரேக்கரின் சீடனே கிரிப்ஸ் என் அருமை கிரிட்டோ சொல்வதைக் கேள். சேவல்க் கடனைச் செலுத்திவிடு தாமதிக்காமல்’ என்று சாக்ரடீஸின் மரணத் தறுவாய் அசைந்தது.

கிரிப்ஸ், பிளட்ஸ் இதேரா வழித்தோன்றல்கள். எதிர்கால உடல்களாக மனனியற்ற நிழல்களென அபத்தமாவதற்குக் காரணம் நேர்ச்சித்தபடி சேவலைப்பலி கொடுக்காததுதான். நிழல்களின் பெருக்கத்துக்குக் காரணம் புரிகிறதா உனக்கு. அதை நிறைவேற்ற முடியாமல் என் காலம் கடந்துகொண்டு இருக்கிறதே’

உனக்கெதிரே கிரேக்கப்பாவை களிம்பேறிக் கசந்து ஒளிஇழந்து மூச்சுவிடும் ஒலி. இந்தச் சிலை எங்கெல்லாம் உருண்டது? காஸ்பியன் கடலிலிருந்து சீனம்வரை. வால்ஹிக்கிலிருந்து பாடலிபுரம், தாமிரலிப்தி வரைக்கும் ஆசியாமுழுவதும் நரம்புபோல் பரவி விட்டாள். ஹைமவத மார்க்கமாய் ஹோமரின் பாடல் காற்றில் கரைத்தது. ஒவ்வொரு சாலையிலும் நேத்தாவின் நிழல் தொடர்கிறது. அந்த சாரந்நாத்தாஜி சரயுவின் மணலில் காணமல்போன நீர்ப்பறவை பர்மியத் தீவுகளில் மறையும். பரிசித்துவில் முட்டையிட்ட சம்பாபதிப் பறவை அது. செட்டி வணிகரோடு உரையாடும் சினேகிதம் அதற்கு. தெற்குக் கோசலச் சாலையில் சந்தாராவின் துணிவியாபாரிகளோடு பொதிமாடுபோட்டுத் தாவளம் போன கூட்டத்தில் ஜியாவுதீன் இருக்கிறான். ஜியாவுதீன் துரோணமுக் பள்ளத்தாக்கிலிருந்து பத்தான்கள் எனப்படும் பட்டணம் போகும் இந்தப் பிக்குகளில் மஞ்ஞன்திகாவை வழியில் சந்தித்தான். ஆசியக் கனவைத் தோல் சுருளாக விரித்தான். மேற்கிலும் கிழக்கிலும் பரந்துகிடக்கும் பெருங் கடல்களும் கீழைத்தீவுகளில் தேயங்கள் இடமாறிக்கொள்ள யுத்தத்தின்

கால்புழுதியால் எழுந்த வரைபடம் விநாசமாகும் விதியை அந்த மஞ்ஞுன்திகா சொல்லிக்கேட்காமல் சென்ற வழியில் முசோலினியின் முத்திரையிட்ட மாறுவேடத்தில் ஆர்லண்டோ டெஸாட்டோ வானது புனைவின் சரித்திரம்.

மகிஷமண்டல வழிநெடுக மகாதேரரும் வனவாசிப் பயணத்தில் கூட வருகிறார். வடமேற்கில் தனித்துவிடப்பட்ட முசல்மான் தொப்பியுடன் இறங்கிய பாதையில் தர்மராக்கிதா துறவிமடத்தில் தாமசிக்கவும் சில ராத்திரிகள் கிழக்குத் தீவுகளின் தேரிகள் வசனித்த சூத்திரம் காற்றில் கலந்தது. யோனப்பகுதியில் மகாராக்கிதாவும் ஹிமவந்தா இமாலயமெங்கும் கூட்டிப்போய் உருகும் பனிப் பொழிவில் 'நீ கண்டுணர்ந்த இந்திரதேசம் எது?'

'நீங்கள் என் கூடவே வரவேண்டும். இங்கிருந்தே நாம் கிழக்கில் சென்றால் நல்லது. மேற்கே நீங்கள் அடைக்கலமாக வேண்டாம்...' சைத்தியம் மெல்லப் பனியில் உருகும் சுடராக நீல நிலவினுள் மறைந்தது.

49

சாண்டகான் காற்று
ரானாவ் மரண அணிவகுப்பு

குடிஎன் குதிரையே இலையுதிர் காலக்காற்று மூங்கில்களுக்கிடையே சராங் குருவிகள் பறந்து சருகுகளைச் சேகரிக்கும் கூடுகளில் அரை குறையாகத் திறந்திருக்கும் பச்சைக் கதவு. நாம் அங்கே போகலாம். ஹலோ... ஹலோ... கேம்ப் கண்ரோல் யார் இருக்கா... ஒருவருமில்லை... யார் நீங்கள்... கப்பல் அதிகாரி நான்... நீங்கள் யாரென்றாலும் இங்கு பதில் சொல்வதற்கு ஒருவருமிலலை... நீங்கள் பஞ்சாப் ரெஜி மெண்டைச் சேர்ந்தவரா?... இல்லை இல்லை... ஆங்கிலோ டோமியாஸிஸ் கப்பல் கேப்டன். என் பெயர் தினகரன்... ஈஸ்ட் சரவாக்கில் லுடாங் போர்ட்டில் ஆயில் நிரப்ப வந்தோம்... வீரபத்திரன் இருக்கிறாரா...இது பஞ்சாப் ரெஜிமெண்ட் பிரிட்டிஷ் ரெஜிமெண்ட் 27இல் வீரபத்திரன் எங்கே... அவர் கோட் நம்பர் சொல்லுங்கள்... மேஜர் வீரபத்திரன் 6230031... அவர் இங்கே இல்லை... லபூவான் ரைபில் ரெஜிமெண்ட் 146 பேரில் வீரபத்திரன் மேஜர் 6230031 தலைமையில் ஜப்பானியரிடம் சரண்டர் லெப்டிணன்ட் மசாவோ பாபா நியூ சேண்டகான் கமாண்டர் ஹோஸிஜிமாவிடம் ராணுவக் கைதி அவர்... ரானாவ் மரண அணிவகுப்பு... வீரபத்திரன் இருக்கிறாரா... இல்லையா... அது எனக்குத் தெரியாது கேப்டன் சாப்... ஜார்ஜெண்ட் கெம்பித்தாய் ஜப்பான் உளவாளியிடம் கேள்... நடக்க முடியாதவனைச் சுட்டுக்கொன்றான் பாயிண்ட் த்ரீஎய்ட் ஸ்பெஷல் பைவ் ஷாட்பிஸ்டல் படபடத்தது. எரிதுளைகளில் இரத்தமடு. வீரபத்திரன் இல்லையா... அது எனக்குத் தெரியாது. 'சாண்டகான் டெத் மார்ச்...' படைப்பின் கைதியாகவரும் வீரபத்திரன் பஞ்சாப் ரெஜிமெண்ட் மேஜர்தான் . அடர்ந்த காட்டின் நடுவே வீரபத்திரன் கைத்துப்பாக்கி இதாகா டைரியின் தோல்உரையுடன் பதுங்கியிருந்தது.

தென்கிழக்கு ஆசியாவின் உயர்ந்த கினபலூ சிகரத்திலிருந்து உருண்ட வீரபத்திரன் காலில்பூட்டிய சங்கிலி நொறுங்க வீழ்கிறான். ரசோங் குரங்குகளால் இழுத்துவரப்பட்டிருந்த மேஜர் வானரங்களின் தலைவனாக அமர்ந்திருந்தான் மரக்கிளையில். இறந்தபின்னும் கூட விரைப்பாய் இருக்கும் பிரிட்டிஷ் லபூவான் ரைபில் ரெஜிமெண்ட் மேஜர் தொப்பியை குரங்குகள் மோந்துபார்த்து ஒரு ராணுவ ரொட்டியைச் சுற்றுக்குவிட்டு வேடிக்கை பார்க்கும். மலைகளுக்கு மேற்கில் சூரியன் செம்பழுப்பாய் வீழ்கிறான். திசையெங்கும் பரவும் சாண்டகான் காற்று.

தினகரன் நீங்கள் லைனில் காத்திருங்கள். வீரபத்திரன் உள்ளே இருக்கிறார். கிராஸ்டாக்கில் வருவது உங்கள் குரலா... ஆப்ரேட்டரின் குரல் அறுபடும் வேகம். இருட்டுக்குள் மூழ்கியிருக்கும் கினபலூ தோற்பூனை மலைகள் விண்ணுக்கடியில் வாலாட்டிக் கரையும் விபரீத அழுகை. எங்கும் இருட்டுப்பூச்சிகளின் தவிப் பொலி. கிராஸ் டாக்கில் தினகரன் திரும்பத்திரும்பக் கூப்பிடும் வீரபத்திரன் 6230031... எதிர்ப்பக்கம் எந்தப் பதிலுமில்லை. ‘பத்தா... பத்தா... நான்தான் தினகரன் பேசுடா பத்தா’ தேசீயப் படைக்கும் நேசப்படைக்கும் போர். இந்தியருக்கு எதிராக இந்தியரின் உதிரப்புதிர் பூனைகள் வாலைப்பரசி எலும்பை நக்கிச் சிரித்தது, பிரிட்டிஷ் கேம்பில் பஞ்சாப் ரெஜிமெண்ட் லபூவான் ரைபில் ரெஜிமெண்ட் நூற்றிநாற்பத்தி ஆறுபேரில் இரு வீரபத்திரன் 6230031, 6230076 இருவர் காலிலும் ஜப்பான் துருப்புகள் இரும்புச் சங்கிலி பூட்டும் வேகம். ரானாவ் விமானதளம் நிர்மானப்பணிக்கு துரிதமாய் கைதிகளை கொண்டுசெல்ல மேஜர் தாராகோனே ஜெனரல் இஸோடா உத்தரவு. குருதிகொட்டிய வெள்ளைச்சிப் பாய்கள் தொடர்ந்துவரும் அடுத்தகட்ட சரணடைதல். ஆஸ்திரேலியன் ரெஜிமெண்ட் 548 பேர்கள் பிடிபட்ட இடம் கினபாலு மலை. முன்பின் அறியாத சிறிய லபூவான் தீவில் நினைவுத் தூணின் நிழல் நீள்கிறது. மாந்தலேயிலிருந்தும் தப்பிய ஜப்பான் படைமலைத் தொடருக்குள் பஞ்சாப் ரெஜிமெண்ட் கைதிகளை இழுத்துச் செல்லும் தூரம் சாண்டகான் காற்றில் ரானாவ் என்ற பிரதேசமே மூழ்கியிருந்தது. பாதைகளற்ற காட்டுக்குள் ரானாவ் மரண அணிவகுப்பு நான்கு பிரிவாய் ஆஸ்திரேலியரும் வெள்ளைத் துருப்பும் சீக்கியரும் வீரபத்ரனோடு பிடிபட்டு நடக்கும் சாவு வேகத்தில் காலில் தளைச் சங்கிலிப் பூட்டும் ஜப்பான் ராணுவவெறி. இந்தப் பயணம் கினபலூ மலைத் தொடரை அச்சுறுத்துவதாக இருந்தது. ஒளிமழுங்கி வெளிறிய ஜப்பான் குதிரை ஒன்று காயம்பட்டு அதன்

வேதனையை தழுவிக் கொள்ள யாருமில்லாது ஆர்லண்டோ மெஸாட்டோ வேடத்தில் நேத்தா... தன் பருத்திக் காக்கியால் திறந்த ரணத்தை மூடுகிறார். 'ஜப்பானியரிடமிருந்து விலகிச் செல்...' என்ற குதிரைக்குப்பேர் டெராச்சி. 'டெராச்சி என் டெராச்சி... லியூட்டனண்ட் ஹரிராம் செய்த துரோகத்தை கேள்.. நான்மிகவும் வேதனைப் படுகிறேன். கலாவ், டாங்கியி யுத்தமுனைக் காயம் ஐஎன்ஏ மருத்துவ மனைப் புலம்பல், இந்த யுத்தம் அச்சுறுத் தினாலும் இந்திய விடுதலை என் மரணத்தால் வடிவமுற்றுவிடும்.'

திரும்பவும் கிராஸ்டாக்கில் தினகரன் குரல்... ஹலோ... கேம்ப் ஆப்ரேட்டர்... மேஜர் வீரபத்திரன்... எங்கே? இனிமேல் கிராஸ் டாக்கில் வராதிருங்கள்... அதற்கு நீயும் நானும் பொறுப்பில்லை... பொறுப் பில்லாமல் தொடர்ந்து உரையாடலாமா? ஜன்னி வேகத்தில் ஓடிக் கொண்டிருக்கிறோம். பேசுவதற்கு நேரமில்லை. மேஜரின் நூற்றி நான்காம் அறையில் செய்தி தொடர்பு சிக்னல் ஒலி. அடித்து ஓய்கிறது மறுபடி. எடுக்க ஒருவருமில்லை. கேம்ப் பாத் ரூமில் பாய்லர் மேல் வீரபத்திரன் மேஜர் சேவலைப்போல் நின்று கால்களை சூடாக்கும் நிலையில் அட்டைக்கடிக்கு களிம்புபூசி பாதங்களை வலுவாக்குகிறார். போன்ஒலி அவரை கீழிறக்கியது. கித்தான் கதவுதிறந்து உள்ளே வெளிச்சம்.' டேபில்மீது தைலப்பிரதியில் சிம்போர்னா தீபகற்ப வரைபடம் காட்டும் எரிமலைத் தோற்றத்தினூடே ஊடுருவிச் செல்லும் பள்ளத்தாக்கு இடரல்களின் ஒத்தையடி. லாவா உறைந்த செம்பாறைகள் கதித்துநிற்கும் திகைப்புகள் என கல்சிலாம்பு பெயரக்காத்திருக்கும் ஆழங்களில் கால்வைத்துச் செல்லும் துருப்புகள். மலேய போர்னியோவின் கினபாலூ சிகரத்தின் கீழ்பக்கம் செல்லும் குதிரைப்பாதை. ஈரக்காடுகளினுள் முணகும் மக்குலேட்டஸ் கொசுக்கள் சுற்றிவர மலேரியா பீடித்தவர் மெல்லச் சரிசிறார்கள் கீழே. கொசுக்களை ஒட்டவிடாமல் தடுக்கும் தைலசீசாக்களும் தீர்ந்து வரும்நிலை. கணிக்கப்படாத காடுகளுக்குள் அழுக்குத் தொப்பியைச் சுற்றிவரும் குணங்கல் காய்ச்சலில் பேதலிக்கும் கொடுங்கனவு. தோட்டங்களின் அரசனைக் கொன்ற மலேரியாக்கள் பூட்ஸ் அணிந்த கொசுக்களின் மரண அணிவகுப்பு நடத்தும் ஜப்பான் மேஜர் தைலம் பூசித் தப்பினான். பேரழிவுநோய் இன்புலூயன்சா தாக்கிய வேகத்தில் புளூசலம்போர் நீலக்காடா உடுப்புகளைக் கைதிகளுக்கு வெள்ளையர் அணிவித்ததை ஜப்பான் கமாண்டர் ஹோாஸிஜிமா பிணத்திலிருந்து களைந்து எடுத்து ரிஸ்ட்வாச், கைத்துப்பாக்கி, அந்தரங்க டைரியைப் புரட்டி மேப்பைத் தேடுகிறான். சிலரை கொன்ற இடம் ரனாவ்

முகாமில் வீரபத்திரனின் தைலப்பிரதி தவறி விழுந்தது. ஒளிபுகா ஆறு வழியும் மர்மத்தடத்தில் எரியும் தைலப் பிரதியில் 'சாண்டகான் டெத் மார்ச்' வெளியில் தெரியாத அருவிகளின் ஓசையில் கேட்டேன். பூட்ஸ் ஒலி ஒரே குரலில் செல்லப் பாலங்கள் இடிந்துவிடுமாம். இறந்தவன் பூட்ஸில் நீல நத்தைகள் அசையும் சரிவு. கும்பினித் தோல் கழன்று மனிதலாடம் உருண்ட ஒலி. ஈரத்தில் பொதும்பிய காப்பர் துவாரங்களில் நுழைந்த அட்டைப்பூச்சி குடித்த மலேரியா உதிரம். சுணங்கிச் செத்து விழுந்தன அட்டைகளும். நெருப்பில் சுட்டதில் என் உதிரம் எரிவதையும் தொலைவுகள் உள்ளடங்கிய பெருமலைப் பிரிவில் வனவாசிக் கூட்டம் கிளைக்குக் கிளைதாவி மறைய ஆற்றைக் கடக்கும் குறுக்குப்பாலம் நீரில் மூழ்கி இருந்தது. மறுகரையில் ஜப்பானியர் யுத்தத்தில் பின்வாங்கிக் குவிந்த படைமுகாம்களின் வெளிச்சம் தூரத்தில் தெரிந்தது. இடையில் 17 ரைபில் ரெஜிமெண்ட் ஆற்றைக் கடப்பதில் குறுக்கிடும் மணல் திட்டுகள் இருப்பதால் படகு கூடப் பயன்படாது. ஆனால் சுதேசி மரக்கலங்களைப் பயன்படுத்தும் 'கடல் தஸாக்' பழங்குடிகளைக் கூப்பிட்டோம். கிட்டப்போனால் எட்டத்தில் ஓடிமறையும் வனதேவதைதானோ. நிலத்தஸாக்குகள்' ஆளுயர கிழங்குகளைத் தோண்டி சுட்டுக்கொடுத்த காட்டுவாசனையில் முப்பதுகைதிகள் மண்டியிட்டுக் கடிக்கும் மிருகநிலை. தளைகளை தினம் ஒருவேளை காலைக்கடனுக்கு அவிழ்ப்பான் துணைக் கமாண்டர். பாதிவிலங்காக மாறினோம். ஜப்பான் துருப்புகள் துப்பாக்கி மட்டையால் அடித்த வலியும் வடுவும் ரத்தம் கன்றியவை.

இந்த நிலத்தஸாக்குகள் வெப்ப அயன மண்டலமெங்கம் கடந்து செல்லும் மூங்கில் சாலை அது. ஒரு மூங்கிலைத் தொட்டதும் சாண்டகான் காற்று ஒலி. வேறுபடும் ஓசை. மூங்கில் வெட்டி அவைகளை மரங்களோடு சேர்த்து கொக்கியிட்டு வடிவப்பின்னலில் உருளும் நீருக்குள் மிதக்கும்வழி. மரத்தின் மீது ஏரி ஒரு மூங்கிலைப் புதர்மேல் வீசித் தாவும் சுருளானபாதை. தொடர்ச்சியாகப்பாயும் மூங்கில் நீரில்பட்டுச் சாயும் ஒன்றுமேல் ஒன்றடுக்கி நகரும் படகு வடிவம் கடைசிவரை பள்ளங்களில் கடந்து மிதக்கும் மூங்கில் குகையில் காகாதுயே...பறவையாகக் கூடித்திரள்வார்கள். ஆற்றில் ஊன்றிக் கடக்கும் அந்தரவழி. போர்னியா நதியில் விழுந்தால் கல்லாக மாறிவிடுவார்கள் இந்தத் தஸாக்குகள். பச்சைக் கற்களின் துண்டுகள் நீரில் ஜ்வலிப்பதால் பூனைகள் குனிந்து தாவும். ஒரு நதியை வர்ணிக்காமல் கருவிழியில் தொடுவது வெருகுப் பூனைதான். நீண்ட தொலைவுக்கு உருளும் பச்சைக்கூழாங்கல் ரகஸியங்களை எழுதி

விடும். மனிதனால் முடிவதில்லை. ஆனால் சஞ்சலநதி புலம்புகிறது. வர்ணிக்க நேரமிதுவல்ல. அங்கு குறுகிய துளைப்பாதைகளில் ஸர்ப்பமாக ஊர்ந்து மூச்சுவிடும் இடம்தான் மூரூக். மூன்றாம் நாளிரவு. பாறைகளில் படிந்த லாவா ரேகைகளில் எழுதினேன். ரானாவிலிருந்து மரணத்தின் கால்கள் தான் கருப்பு பூட்ஸ் அணிந்து நடப்பதாக. ஒவ்வொருகால்களிலும் செத்தநடை. கோள்கள் வானில் சரிந்து அடித்தாரகைகளில் ராணுவ உடையினுள் மறைந்திருக்கும் உயிர்வழிகிறது. எலும்புகளில் உறைந்த நீரில் சலனம் சாவைநோக்கிச் செல்லும்பாதை. உயிர்முடிச்சை அவிழ்த்தான் கேப்டன் தகாகுவா. தோலினால் சுவாசிக்கும் உலர்ந்த தொலிபோர்த்திய தவளைக்குரலில் ஆணையிட்டு உயிர் பறிப்பவன். அவனுடன் மோதிவிட ஒவ்வொரு கைதியும் காத்திருந்தான் சந்தர்ப்பத்திற்காக. என் கையில் இதாகா கைத்துப்பாக்கி பதுங்கியிருந்தது. திறமையைக் கைதிகளிடம் காட்டுவது கோழைத்தனம். பழக்கமில்லாத வனத்துக்குள் ஜப்பான் கன்னரை தன்னந்தனியாய்ப் பார்த்தேன். எதிரியை இங்குமங்கும் அலையவிட்டுப் பதுங்கினேன் மரக்கிளையில். தனியே கிடக்கும் போது மரக்கிளைக்கோ பாறைக்கோ ஆற்றல் ஏதுமில்லை. முடிவற்ற வட்டங்களாகச் சுற்றிச் சுற்றி என்னைத் தேடினான் பலத்தினுள்ளே பலவீனமும் ஒளிந்திருந்தது. துணிவில் இருந்தும் கோழைத்தனம் பிறக்கலாம். அவன் மரத்துக்கடியில் வந்துசேர்ந்தான். நிலத்தின் ஒவ்வொரு அடியிலும் சாவு நகர்வதை உற்றுக்கவனித்தேன். இருவரின் கைத்துப்பாக்கியிலும் எரிதுளையில் சீறிப்பாய்வதற்கான கணங்களை நெருங்கியிருந்தோம். என்நிழல் இருந்த கிளையை மிதித்துத் தரையை உற்றுநோக்கினான். நேரம் குறைவாக இருந்ததால் இதாகாவை அவன் கழுத்துக்குள் நெடுகிப்பாயுமாறு சுட்டேன். தற்காப்புக்காகக் குறி தவறிச்சுட்டான் விண்மேல். ஜப்பானியன் தோல்மீதே குதித்தேன். ஒடியும் கிளைக்குள் அகப்பட்டிருந்தான் எதிரி. 'முடிந்தால் ஓடு…' இதாகா மறுபடி சீறிப்படபடத்தது. சுற்றி வளைக்கப்பட் டிருந்தேன். செடிகளில் சாவு நடுங்குவதைப் பார்த்தேன், இனி என்னை உருட்டிய சாண்டகான் காற்று ஆளைத் தள்ளி வீழ்த்தியது.

காய்ந்த விறகுகளைச் சேகரித்துக் குச்சியை உரசியதில் அவன் முகம் சுடர்ந்த தகதகப்பில் பயம் வெளிறியது. நெருப்பில் உடை களைந்து உலர்த்தினேன் என்னை. புகையைக் கண்டதும் மர்மமான திருக்கை ஆடுகளில் பரிவாரம் சூழ மெங்காரிஸ் மரத்தின் உச்சியில்தான் அழகி ஈத்தாம்மானிஸ் அவளது தோழியரோடு தேனடைகளில் தொங்கியவாறு நடப்பதையெல்லாம் உற்றுப்பார்த்தாள். ராஜா துவா

பத்துரோஸின் கடைசிச் சந்ததியில் துலோக் குன்றின் உச்சிக் குகையில் யாரும் பார்க்காத சித்திரப்புடவுகள் மறைந்திருக்கும். இந்த ஜப்பான் வழிநடத்தும் கைதிகள் வரிசையில் கடைசியில் விலங்குக் கால்பூட்டிய மேஜர் வீரபத்திரன் காயத்துடன் நடந்தான், நெபூட்டானை நோக்கி. இன்று ராத்திரிக்குள் அங்கே வரையாடு நான்கும் சிப்பாயின் ரவைகளுக்குப் பரிசாகிவிடும். எரியும் தூசுகளில் பூட்ஸ்ஒலி.

இந்தியச் சிப்பாய்கள் உடும்பின் முட்டைகளையும் சாண்டகான் காற்றையும் தின்றார்கள். 'ஜப்பான் மேஜர் ஓநாயின் தொண்டைக்குக் குறிவைத்தான். பின்வாங்கிய தூரத்தில் ஜப்பான் துருப்புகளின் ஊளை. சாயுங்கால உறக்கத்தில் செகிந்தல் மலைக் குன்றுகள் சோர்வுற்றிருக்க சூரியன் வழிகிற குருதியில் ஜப்பானின் வீழ்ச்சி. ராணுவவார்த்தைகள் புலங்கித் தேய்ந்த டீக்கேத்தல் நெளிவுகள். எத்தனையோ இலைகளைக் கொதிக்க வைத்துப்பருகிய ஜப்பான் தேநீர் சடங்கு தோல்வியில் தேநீர் குவளைகள் துலங்கிய வெளிச்சம். அவர்களுக்குப் பல தேநீர் இலைகளைத் தெரியும்தானே. மெதுவாகப் பச்சை மூங்கில்களிடையே என்னைக் கூட்டிச் சென்றபோது பசுங்கொடிகள் என் தாடையைச் சுற்றிக்கொண்டன. மெங்காரிஸ் மரத்தின் உச்சியில் ஏணைகட்டி ஊஞ்சலாடும் புலிவாலுடைய ஈத்தாம்மானிஸ் தோல் குடுக்கை நிறையத் தேனைச் சாய்த்து மலை ஆவிகளுக்குப் படைக்கிறாள். வழியும் கோடுகளில் பாடல்களுக்கும் காற்றின் சுழலுக்கும் இடையே மிதக்கின்றன தேனீக்களாக வளையும் ஆவிகள். நிலவின் ஈரச் சலிப்பான விருட்சங்களில் கால்வைத்து மாறும் தடங்கள் அவளது. சூரியன் கினபலூ பூதப்பாறைக்குள் ஒளிர்கிறது குருதியாய். கோங்மிங் விளக்கை வழியும் நீரின் மேற்பரப்பில் ஏற்றிக் கடந்திடும் அவள் மெல்லடிகளில் இருள் படிகிறது. சாண்டகான் காற்றில் கலந்துவிட்ட கொலைச்சிந்துப் பாடலை இசைக்க விண்மீன்கள் இறங்கிப்போகும் அவளோடு சரிகின்றன விசும்பில்.

வடக்கில் தாய்லாந்து ஷான் பிரதேசம் வழி மாறுவேடத்தில் ஆர்லண்டோ மெஸாட்டோவாக வரும் நேத்தாவை புலிவால் ஜடையினால் சுற்றிக்கொண்டவள் 'போபாமலைப் போர் முனை வந்தேன். மெய்க்டிலா, ஐராவதி ஆற்றுப்படுகையில் பூமாவின் விரல்களைப் பார். பியான்மானா போர்முனையில் வீழ்ந்த ஆசியர் குருதிக்கு நீங்களும் பொறுப்பில்லையா? பர்மாவைக் கைவிட்ட ஜப்பானியர் வெளியேறும் வேளை ஜனத்துக்கெல்லாம் சிரங்கையும் விட்டுப்போனதென்ன? தகப்பனில்லா அனாதைப் பர்மியக்

குழந்தைகளுக்கு யார் பொறுப்பாம்? சவர்காரமிடப்பட்ட சிரங்குப் பிள்ளைகளைத் தொட்டாலும் ஒட்டிக்கொளளும் ஜப்பான் சிப்பாய் சிரங்கு. களிம்புகூட தராத ஜப்பான் நேசம். அழுகி நாறும் அழுக்குப் போர்வைக்கு அடியில் பாமரர் உறக்கம். சிகிச்சைக்கு மருந்தில்லை. உங்களுக்கு உயிர் துச்சமெனில் அத்தனை கிழக்கிலும் ஓடிய உதிரநதி. தேசீய வேட்கையில் இந்தியரைக் கொல்லும் இந்திய சிப்பாய்கள். வழியெங்கும் பிரிட்டிஷ் ஒற்றர்கள் திரியும் ராத்திரி. கும்பினிக்குப் பரமவிரோதி நேத்தா. எக்ஸ் ரெஜி மெண்ட்டில் என் சகோதரனும் செத்தான்...'

தேவதையைச் சுற்றித் திருக்கை ஆடுகளில் வந்த பரிவார தேவதைகள் இந்த ராஜாதுவே பந்துரோஸின் சந்ததிகள் வில்லம்பர் களாய் ஆடுகளின் மீதேரி குறுகிய ஆற்றுப்பாதையில் செல்வதைப் பார்த்தேன். வழிகள் சுற்றி மிகவும் குறுகியதாக இருப்பதால் வன மனிதர்கள் ஒரே வரிசையில் சென்றார்கள். அவர்களிடம் வெள்ளாடு, சிறுத்தைத் தோலினால் பின்னிய கவசங் கள், உபாஸ் மரத்தின் ஈப்போ நஞ்சுப்பிசின் மெழுகிய கம்பித்தானில் பொருத்தக்கூடிய அந்த மெல்லிய அம்புகள் யார்மீதும் பகையற்று மலைமீது பயணிக்கும் மிதத்தல். ஈப்போ நஞ்சுப் பிசுனுக்குள் மறைந்துபோன வேட்டைக் கதைகளும் ஆடுகளின் குளம்படிகளில் பதிய தோற்பைகளில் அபினும் தைல டப்பிகளும் குடுக்கைகளில் எத்தனை வகை மலைப்பிசின்களில் ஊறிய வனஎண்ணையும் சிந்திச் சிதறி அவள் பாதைகள் பல சுற்றாகும். குடுக்கைகளைக் காட்டில் விற்றுப் பழைய துப்பட்டி, கிழிசல், கேம்ப் விளக்கு, சீசாக்கள், சிமிழ்களையும் பெல்ஜியக் கண்ணாடியில் மறையும் அமரர்களையும் தேடிவந்தார்களாம். நிலத்தஸாக்கிடம் விற்றுப் பெறும் உலர்ந்த பழங்களின் குருதியை நுகர்ந்தாள் ஈத்தாமானிஸ். ஒரு புருவமயிர் அவள் கண்மீது வளைந்து கிடந்தது அசைவாய். மூன்று ஈத்தா மானிஸின் தோற்றத்தைக் கண்டேன். ஒருத்தி கருவுற்றிருந்தாள். மற்றொருத்திக்கு பால்குடி மாறாப் பிள்ளைக்கு முலையூட்டும் உச்சித ஒலி கேட்பதும் இவளோ நித்யகன்னியாய் தோன்றினாள். கருவுற்றவள் வயிற்றிலும் பாலூட்டிதன் மார்பிலும் கைகளை வைத்திருந்தனர். கன்னி வெறுமனே தன்கைகளை மரமாக அசைக்க கூட்டமாகக் காகாதுயேப் பறவைகள் வந்து சுற்றிச்சுற்றி முத்தி செய்தன அவளை.

கடல்தஸாக்குகள் காற்றைப் பயன்படுத்தி நாணல்மரங்களை வளையச்செய்து காற்று நின்றதும் அக்கரை நிமிர்ந்த நாணலில்

தாவித்தாவி மறையும் விநோதமந்திகளாயினர். அது சாண்டகான் காற்றுகளை சுதேசிகள் வரவழைக்கும் பாடல் மெலிவுக்கும் மெலிவாம். தென்சீனக் கடலோடி உரையாடும் காற்று மெல்ல வழிந்து அறையெங்கும் காற்று மரக்கிளைகளில் ஒருபக்கம் மேஜரின் மூக்குக் கண்ணாடியில் ஓடும் மலை எறும்பு செல்பரப்பில் பெருத்த உருவில் சிறுத்த ஜப்பான் மேஜர் ஹோஸிஜிமா... உழைநரியின் தந்திரம்... எதிரியின் பலவீனம் தெரிந்தவன். விரும்புவதைக் கைதியிடம் பறித்துக்கொண்டான். அடர்ந்த கானகத்தில் கண்வைத்திருந்தான். உணவும் வெளியில் கிடைக்கவில்லை. உடலைப் பேணு... அயர்ச்சி அடையாதே... உன்வலிமையை வழியின் இன்னல்கள் அழித்தன. யாரை அழிப்பான் என்று தெரியவில்லை. வெளியே விடமுடியாத கைதிகளில் சிலரை அவிழ்த்து நடக்குமாறு செய்ததில் ஏதோ நடக்கலாம். தப்பிக்க நினைத்தால் உயிர் பிழைக்க முடியாத மலைமுழைஞ்சிலிருந்து சரியும் அபாயத் தில் அவனும் இறக்கத்தான் வேண்டும். பெரும் பள்ளத்தைக் கடப்பதில் எதிரியும் நேயத்துடன் கைகொடுத்தான். வரும் செய்திகளில் ஜப்பானின் பின்வாங்குதல் துரிதமாயிற்று. கைதுகளுடன் சிலதுருப்புகள் இனக்கமாகினர். தேநீர் குவளைகளில் திரும்பவும் நிரப்பினார்கள். ஹோஸிஜிமா கைதிகளைச் சுட்டு அழிக்கும் வெறி பலவீனமாக முடியும். வெல்லப்பட முடியாதவர்களின் காலில் சங்கிலிகள் உரசும் ஒலி பாறைகளில் உருளும் க்ளங்... அதிர்வில் துப்பாக்கிவீரர்களும் அச்சமடைந்த தருணம். துருப்புகளுக்குப் பலத்த காயம் சிகிச்சையில் இருப்பவரையும் கூட்டிப் போய் குன்றில்நிறுத்தி சுட்டுவீழ்த்தினர் குழுவாக. எத்தவளையிலிருந்து வெளிப்படும் இந்த ஜப்பான் குக்குடசர்ப்பம் என்பது மலைவாசிக்குத் தெரியும்.

கினபலூ தோற்பூனை மலைச்சிகரங்கள் இரண்டும் பேசிக் கொள்ளும் முணகல். அவற்றின் பாதங்களை மெதுவாக அசைத்தவாறு தலைகுனிந்து ராணுவக்கைதி ஒருவனின் மரண வாசத்தை மோப்ப மிட்டு எட்டிப்பார்த்ததை நானும் பார்த்தேன். சானகாக் கோரை மண்டியபுதரில் நேத்தாவின் ஐ என் ஏ டைகர் பிஸ்டலைக் கண்டெடுத்தேன். அவர் விரல்பதிந்த உதிரத்தையும் பூட்ஸ்காலின் தடங்களையும் 'சேலி 92-2' குண்டுவீச்சு விமானம் சைகோனிலிருந்து மஞ்சூரியா வரைபடத்துக்குள் சிங்சிங் என்ற சாங்சுன் நகருக்கு டெய்ரன் வழியாகப் போகும் சிகப்புக்கோடு. 'சபுரேதக்கிஸாவா...' நேத்தா அவனைப் பேர்சொல்லிக் கூப்பிட்டார். ஜப்பான் ஜெனரல், மேஜரும் பதினோறு பேருடன் 12, 13 ஆவது பயணிகளாக நேத்தாவும்

ஹபிர்பாயும் இருவருமே உபரிப்பயணிகள். பருத்தித் துணியாலான காக்கி ஸ்லாக் சட்டையும் புஸ்கோட்டும் அதில்பித்தான் ஒன்று கழன்று வீழ்கிறது. முன்பாதி எந்திரத்தின் புரோபெல்லர் பகுதி சேதம். ஸ்டார்போர்டு பகுதியில் எந்திரம் தானே ஓடிக்கொண்டு இந்தது. விமானத்தின் மூக்கு உடையும் ஒலி. வலச்சிறகில்தீயின் பரபரப்பு.

கினபலூ சிகரங்களில் புகைந்த எரிமலை உறைவுகளில் ஊடுருவித் தேனிறக் கண்களில் பைத்தியம்பிடித்த ஓர் வால் புலியின் கரைவைக் கேட்டோம். நானூற்றி எழுபது ராணுவக் கைதிகள் ஜப்பானியச் சுமை தூக்கிச் செல்லும் கால்சங்கிலித் தொடர் பறைகளில் உரசும் க்ளங்... கங்... ஒலி. **1945** மார்ச்சுக்கும் ஜனவரிக் குமிடையில் பூகிட் கெலிங்காங் குன்றுகள் தேம்பிச் சலனமுறும் இரும்பின் ஒலிகேட்டு அலறிய எதிரொலி. கால்விலங்கு பூட்டிய சாவிக்கொத்து நியூ சாண்டகன் கமாண்டர் உத்தரவின்றி மரப்பெட்டியைத் திறக்கும் வாலில்லாக் குரங்கு கையில் கிணுங்கும் சாவிக்கொத்து. பொல்லாத டகாகுவா டாரூடுவா கமாண்டிங் ஆபீஸர் நொண்டுகிற கைதியை சுட்டுத் தள்ளுமாறு உத்தரவிட்டான். ஆறுவெள்ளைத் துருப்புகள் கெலிங்காங் பள்ளத்தில் உருண்டதில் இருட்டு அருவிகளும் சப்தமடங்கிய மௌனம்.

மூப்படைந்த காபுவாஸ் சங்கிலிப் பாறைகளின் சாபத்தால் பின்னே கேப்டன் ஹோஸிஜிமா போர்க்குற்றவாளியாக தூக்கிலிட்டுச் சுடப்படுவதற்கு யுத்தக் கைதிகளின் நீர்ப்பையைச் சுட்டுத் தாகத்தில் சாகப்பிழைத்திருப்பதை மடுவுள்ள மலைகள் ஒருபோதும் பொறுத்துக் கொள்வதில்லை. கொய்னா மாத்திரைக்காரன் சுடப்பட்டுவிட்டான். செத்தவரை சாவோர் தூக்கி நடந்த பயணம் செத்தநடையாளர்களின் கும்பினிப் பூட்ஸ் லாடம் உடைகிறது சரவாக்கின் தெற்கு எல்லையில் இரான் மலைப் பிசாசுகள் காலராப் பிணந்திண்ணிகள் மற்றும் கழுகுகள் சிவந்த கழுத்துப் பையில் வியர்க்கும் நிணமூச்சு. மலைகளை இடைவெளியில்லாமல் கடப்பதில் நொடியும் கால்இடறல். பிணங்கள் சுட்டுப்புகையும் கழுகுப் பாறையின் உச்சியில் சாவின் அசைவு. எரிமலை ஆவி வெளிவரும் புழைவாயில் தொங்கும் கைதியின் உடல். இறந்துகொண்டிருக்கும் மேஜர்வீரபத்திரன் கண்கள் சாம்பல் நிற ஒளி யுமிழ்வதைப் பார்த்தது அடவிப்புலி. ரம்பூத்தான், மாங்கிஸ், மலாங் கனிமரங்களின் ஊடே வளையும் தடம். சாயுக்கால உறக்கத்தில் அவன் ராணுவ உடலை சிலந்தி வலைபின்னி துயர் இழைகளில் அசைவைப்பார்த்தான். உறங்கும் ஆடையணிகளில் நேத்தாவின் எரியும் நிழல் ஊடுருவிச் செல்கிறது. கினபலூ சிகரம் வளைகிறது

தொடுவானம் வரை நிலவின் அணைந்த எரிமலை வாய்குழிகளில் வீரபத்திரன் தலைமிதப்பதாகத் தோற்றம். தூங்காத இரான் உடும்பு மலையின் கூர்ந்த கல்விழிகளில் சிவந்த பெருநோக்கில் இறந்த கைதிகள் மீதே கனிந்த பார்வை வீசியது. யுத்தரீதியில் நேர்கோட்டில் அமையாத வழிகள் வாற்புலி ஒன்றின் புதர்த் தடங்களைப் பின்பற்றிச் செல்வது. மனித ஆற்றலுக்கு அப்பால் இரான் உடும்புகளின் சுவாசம் கேட்கிறது. ஜப்பான் துருப்புகளின் தீய உருவம் எந்தக் கருணையுமற்றிருந்தது வீழ்ச்சியில் சிக்கவைக்கும் ஏளனச்சொல் மேஜரின் இகழ்ச்சியான சிரிப்பு ஆசைகாட்டி ஏய்க்கிற கடுஞ்சோதனை செய்கிற தீயகவர்ச்சியூட்டி மருட்சிக்கிற குணச் சித்திரமான ஹோஸிஜிமாவை நேசத்துருப்பும் வெறுத்தான். அல்-சிரட் சொர்க்கத்துக்குச் செல்லும் பாலத்தைக் கண்டேன். நரகத்தின் மேலாக நீந்திச் செல்லும் ஒரு ஜப்பானிய வாளின் வெட்டு விளிம்பைவிட அகல மாக இல்லாத பாதை கொண்ட பாலத்தில் குனிந்து நரகத்தை எட்டிப் பார்த்தேன் காலில் விலங்குடன். என் உயிர்த்தளத்தில் இதாகா கைத் துப்பாக்கியை மறைத்திருந்தேன். அல்-சிரட் பாலத்தில் தற்கொலை செய்துவிடத் தோன்றிற்று. ஆபத்தான கொசு வகையைக் கொல்வது உனக்கு கடினம். மனிதனைச் சுடுவது அவ்வளவு எளிதா ஹோஸிஜிமா... பம்பாடர் சுடுவதற்கு குறிவைத்தான் எனக்கு. ‘அவனைச் சுடாதே நடக்கமுடியாத பேடியை சுடு போதும்’ என்றான் புத்திசாலி ஜிமா. பாலத்தின் பிடியிலிருந்து கீழ்புறம் செல்ல வழியிருந்தது. இரான் உடும்பென மரப்பாலத்துள் கைகளால் நடந்தேன். என்னையாரும் பார்த்துவிடாதகணம் மிகுந்த கவனத்துடன் நழுவியது. நான்கு வழிகளில் இந்த மரணஅணி வகுப்பு செல்கிறது சாண்டகான் காற்றில். இவர்களில் நானும் மலேரியா முகாமிலிருந்து ராணுவக்கைதியாய் அகப்பட்டிருந்தேன். தப்பிவரும்போது கினபலூ மலைக்கடவில் வீரபத்திரன்சுடப்பட்டான். ‘சாண்டகான் டெத் மார்ச்’ அவனுடைய பனுவல் இவ்வாறு என் வரையில் கைப்பற்றிய டைரியில் உற்பவிப்பதன் மூலம் என் தொலை நோக்கியில் தவறாகத் தென்படுவதாகஇன்னும் வெளியிடப்படாத வீரபத்திரினின் டைரி இந்தக் கதையில் இடங்களின் குறிப்புகள் மற்றும் வனத்தினூடு செல்லும் நடைகளில் கோர்த்த தளைச் சங்கிலிகளின் ஒலி நிரம்பியது, இந்தக்கதைரனாவ் தீவுக்கும் சாண்டகான் ஏர்போர்ட் வாயிலுக்கும் இடையே நூற்றி அறுபத்தி இரண்டு மைல் தூரம் ஒவ்வொரு செடியிலும் அட்டைக்கடியிலும் கூழாங்கற்களில் உருண்ட இடறலில் சினபலூ சிகரங்களின் அண்ணாந்த

பார்வைக்கும் இமையடியில் இருட்கோடிடப்பட்டிருந்தது. வதை முகாமின் வெறிச்சோடிய புழுதிக்குள் மலைச்சருகுகள் மூடி நாற்பது வருடங்கள் டைரியும் பழுப்படைந்த ரியாதோமர இலைகளாக மாறிவிட்டிருந்தாலும் இயற்கை நரம்புகளில் வீரபத்திரனின் மரணம் பூமியில் அதிர்ந்தபடி இருந்தது. கருநிறப்பூச்சி அடைந்த எழுத்துகள் டைரியைத் தொட்டதும் கருப்பு வரிகள் இடமாறி ஓடும் வண்டுகள் உஷ்ணமான அயன மண்டலத் துடிப்பு. குமிழியிடும் உதிரப்பெருக்கான டைரி என்ன வாறு மீள் கண்டுபிடிப்பு செய்து இந்த மரண அணிவகுப்பில் மெல்ல மெல்ல வீழ்ந்த எதிரிகளும் நேச எலும்புகளும் யுத்தவிளிம்புகளில் உலகின் முடிவுக்கு அதீத ஆர்வம் கொள்ளும் வெறி ஒவ்வொரு ஜப்பான் சிப்பாயிடமும் கைதியை வதைத்த முறைகளில் களன்ற எலும்புகள் உருகிய டைரியில் இன்னும் அவன் இதாகா பிஸ்டலைத் துளையிட்டு வைத்திருந்தேன். அவன் பள்ளத்தாக்கில் வீழ்ந்து நீரில் மூழ்கி இறந்ததைப் போல தூங்கிக் கொண்டிருக்கிறான். ஆனால் சங்கிலிக் கால்கள் தொடர்ந்து பள்ளத்தாக்கின் மரப்பாலங்களைக் கடப்பது கேட்கிறது அவனுக்கு. பன்றிவாலை அணிந்துகொண்ட ஹோஸிஜிமா ஒவ்வொரு கைதியின் உலகிற்கும் பொறுப்பு. மறுபடி ஐநூற்றி அறுபத்தி ஆறுபேர் இரண்டாவது டெத் மார்ச்சில் மரணம். செலஸ்டனிலிருந்து அனுப்பிய இரண்டாயிரத்தி ஏழுபேரின் கதி என்ன?

தினகரா... தினகரா... திரும்பிச் சுடாமல் விட்டுவிட்டேனே... அந்த ஜிமாவை கண்சொருகுதே... ரத்தம் கொடு எனக்கு. உன் கையால் அவனைச்சுடு. மண்ணுலக வாழ்வை நீத்த எலும்புகளின் ஒலிகளைக் கேட்கிற ஈர்ப்பில் கலங்கிய வீரபத்திரன் டைரியில் கடைசிச் சொட்டிலும் 'சீக்ரட் ஆஃப் தஸாக்' கை கண்டடைந்தேன்.

50

அலிப்பூர் சிறைக்குறிப்பு அறை எண் 211

உதிரும் இலைகளைச் சுடும் பயிற்சியில் கானகத்தைத் துளையிட்டான் தளகர்ந்தன் கிராமர் ரெக்ஸ்கராக். அடைமரப்பட்சிகள் களைந்து பறக்கும் விடியலைச் சுட்டான் கன்பவுடர் ஊற்றி. கொக்குத் துப்பாக்கி விளையாட்டில் காகத்தைச் சுட்டதும் கரைவு ஒலியிட்டுக் கூடி விவாதித்தன கராக்கிடம் 'காமிரான்... காக்கை சுடும் போட்டியில் என்னைவிட நீ வீழ்த்தியவைதான் எண்ணிக்கையில் ஏராளம்.' 'அப்படியில்லை கேப்டன் ஸாப்... அலிப்பூர் சிறையில் அடைபட்டவர் களுக்கு எச்சரிக்கை இது. அங்கமிகளின் கடவுளான கோம்தாரை நீ சுடு பார்ப்போம்.' சிறைக்கு நடுவில் கொடி மரத்தில் சுட்ட காகங் களைத் தலைகீழாகத் தொங்கவிட்டான் கராக்.

சோளக்களியும் அடைகளும் சமையலறையைவிட்டுவரும் வழியில் திருடுபோவதற்குக் காகங்களைக் குற்றவாளி என்பான் வார்டன் கிரீசன். தட்டுகள் மீதுள்ள குறிப்புகளை வாசித்தான் கிண்டி கிங் நச்சுத்தடை மருத்துவன். காகங்களின் வருகையும் அழுக்கும் செத்த எலியைப் போடும் தொற்றின் அபாயத்துடன் நச்சுக் காய்ச்சல் பரவியது என்றான். சிறைக்குள் நோன்பிருந்தோம். கீழ்வாயுக் கொக்கிப்புழு திரும்பத் தொற்றிவிடும். சுகாதாரமற்ற கழிப்பிடங்களை நீக்கிவிடுவதற்கு கண்காணிப்பாளன் கிட்துரை சிறைச் சோம்பல் காரணி. நரம்புச் சிலந்திநோய் பலருக்கும். சால்வர்சான் மருந்துவகை இருப்பில் தீர்ந்துவிட்டது. பாதரச முறையுடன் கூடிய மேகநோய் மருந்து சவ்வீரக் கூட்டுப்பொருள் சேர்த்த குருதிக் குழாய் ஊசிமூலம் எட்டாவது வார்டு கைதிகளுக்குச் செலுத்திவிட்டால் தீவிர சிகிச்சைக்காக அவர்களை ஆஸ்பத்திரி செல்லுக்கு மாற்றினார்கள். பாரிச வாயுக்கும் கேசரிப்பருப்புக்கும் கைதிகளுக்கும் பொருந்திப் போவதில்லை. வங்காளத்தில் சிறை

வயிற்றுக்கடுப்பைப் பற்றி விசாரணை செய்த காப்டன் பார்ஸ்டரின் குறிப்புகளில் அலிப்பூர் சிறை பிரசித்தியடைந்தது. பஞ்சாப் அரசியல் கைதிகள் அபாயகரமாய் நோய்வாய்ப்பட்டிருக்கும் பொழுது கைதிகளின் பெயர்கள் சிறை அலுவலக போர்டில் தொங்கவிடப் பட்டிருக்கும். அலிப்பூர் சிறைக்கு கப்பலில் இறங்கிய மருந்தெல்லாம் சரக் ஈலிலிப்பி அண்ட் கம்பெனி முத்திரையிட்டவை. இந்தியாவில் இன்சுலினைச் சோதிப்பதற்கு மேஜர் டெய்லர் சிலவரிகளை எழுதி யிருந்தார். ஹாம்ஸ்டெட் மருத்துவ ஆராய்ச்சியில் இன்சுலின் சர்வ தேசத் தரத்தின் தன்மையும் ஆனது. ஏனோ எடுப்புக் கக்கூஸில் நிலக்கரியைப் பயன்படுத்தினான் சிறையில். எரியும் நிலக்கரியைப் புழுப்பத்தாது.

நோன்பிருந்தவர்களைக் கட்டாயமாக உண்பித்தலை வற்புறுத்த முடியாதென்றேன். உண்ணாவிரதம் மேற்கொண்டவர்களுக்கும் தன் உணர்விழந்த சுதேசிக் கைதிகளுக்கும் பலவந்தமாக உண்பிக்கும் இந்த கிண்டிகிங் நச்சுத்தடை மருத்துவர் ஒரு வகையில் ஆன்டன் செகாவ் நிழலாகக் கெஞ்சுவதால் பலரும் சம்மதித் திருந்தனர்.

‘டாக்டர் நீங்கள் சொல்வது எனக்குப் புரியவில்லை. காகங்களை அறியாதவர் யார்? ஆனால் முற்றிலும் அவைகளை அறிந்தவர்களா வெள்ளையர்... இங்கிலாந்தில் காக்கை இல்லை.’

‘டினகர்... நீ சொல்வது உண்மைதான். ஐரோப்பிய சிறைக் காவலனை முதலில் தாக்கியது காக்கை தான்ற கிண்டிகிங் மருத்துவர் டெஸ்காட் மேவியர் ஒவ்வொரு கைதியிடமும் அந்தரங்கமாய் குறைகேட்பவர். அறை ஒவ்வொன்றாய் சோதனையிட்டு வந்தார். எல்லாக் கைதிகளுக்கும் நச்சுத்தடை மருந்துநீரில் கட்டாயக் குளியலுக்கு உத்தரவிட்டார். எல்லா நோயிலிருந்தும் விடுபட்டவர்களை இடமாற்றினார். ஆரோக்கியமான வார்டுகளும் நோயுற்றிருந்தன. சமையலறையின் தானிய அட்டியலில் நுழையும் அந்துப் பூச்சி இரவெல்லாம் வளைத்து வெளிவரும் குடைச்சல். குளிப்பவர்கள் மேல் நச்சுத்தடை மருந்து நெடி பலநாளில் மறைய வுமில்லை. நோய் வாடை கொண்டவர்களை நெருங்கிச் சோதனையில் ஈடுபடுவார் வெகு நேரம்.

அம்மணமாக நச்சுத்தடை மருந்து நீரில் கைதிகளின் உரையாடல் தொடர்கிறது. துணி சோப்பும் சவுக்காரமிடப்பட்ட கைதிகளும் அடுத்த பேரக்ஸிக்கு நிர்வாணமாக நடந்துபோய் ஆந்திராவில் நெய்து வந்த மேற்கு இந்தியக் கைதிகளுக்குத் தயாரித்த புளுசலம் போர் நீலச்சாவு

அங்கிகளில் நுழைந்தவர்கள் மார்பில் உரிய நம்பர் முத்திரையிட்டான் வார்டன்.

கிடைத்த எண்ணில் கைதிகள் அடையாளம் அழிந்த நபராகிறார். அப்போது வரை தளகர்த்தன் கிரீமர் ரெக்ஸ் கராக்கிற்கு தினகரன் ஆகிய நான் துபாஷியாக கிடைத்ததில் என் டைரிக் குறிப்புகள் வரைபடங் களில் அம்மண நாகாவுக்குத் திரும்பலாம்.

அங்கமிகளைக் காணும் ஆவலில் துபாஷியாக வருவதில் ஒப்புக் கொண்டேன். இந்தக் கேப்டன் இந்தியா மேல் துப்பறியும் மர்ம படைப்பு எழுதும் மோகப்புயலில் ஈர்க்கப்பட்டே பிரிட்டிஷ் நூலகப் பேயாக வெளிவந்திருந்தான். என்னைத் துபாஷியாகப் பதிமூன்று வருஷங்கள் மரியாதையுடன் நடத்தினான். என்மேல் சுமத்திய குற்றப்பத்திரிகையின்படி நானொரு சுதேசிப் போராளி என்பதால் அனைத்து குற்றங்களையும் ஒப்புக் கொள்ளாமலும் மௌனமானேன். துபாஷியை சுட்டுக் கொல்ல இங்கிலாந்து பிஸ்டலுக்கு வலுவில்லை. தினகரன் இன்றி பர்மா பாடர் லைன் வழி நௌகா கிராமத்துக்கு அவன் நுழைந்திருக்க முடியாது.

ஆனால் அவன் வரைபடங்களில் என் நாடோடிக் கோடுகளில் புகுந்து சர்வே நாடோடியாகவும் ஒவ்வொரு எட்டிலும் விங்ஸ் கணக்கிட்டு விக்டோரியாளின் காணியாட்சிக்கு வித்திட்டவன். ஆயினும் தேநீர் பழக்கமில்லாத அங்கமிகளையும் கச்சாரிகளையும் கட்டாயத்தில் தேயிலை பயிரிடுவதை நுழைத்ததில் நாகாவின் ஈரலைப் பறித்து தேநீர்க் குவளையை சொருகினோம்.

இதில் நான் குற்றவாளி ஆகிறேன் மௌனசாட்சியாக இருந்ததற்காக.

நாகோன் பட்டினிப் போரில் துவண்டு மெலிந்தவர்கள் தோல் பாவைகளாகச் சரித்திர நூல் கயிற்றில் தைத்து சாயம் மெழுகினவர் கச்சாரிக் கூட்டம். சுடப்பட்டு வீழ்ந்த கிளர்ச்சிக்காரர்களின் ஆவியேறிய கதை பொதியேற்றிவந்த அரக்கி காண்டீஜாவின் ஏழுகழுதைகளும் ஊர் ஊராய் இன்றைய சரித்திரத்தின் தடத்தில் கூடவந்த பன்வாடாக்களும் சாயம் பூசிய கதாபாத்திரங்கள். இந்தக் கச்சாரிக் கலைஞன் மெல்லிய காட்டுப் பாடலையும் சிப்பாய்களின் விவசாயிகளின் கருப்பைக்கும் அதனுள்ளே வளரும் கருவிற்கும் இடையே எத்தனைவித உருமாற்றம். பிரிட்டிஷ் எஜமானரிடம் வைத்த அபிமானத்தைத் துறந்து தன் கசப்பையும் கன்பவுடராக இடித்துக் கொழுத்துதல். பரேலி பாலத்தில் துப்பாக்கிப் படைப்பிரிவிலிருந்த சாதாரண அதிகாரியாகவிருந்த பக்த்கான் மேல்காட்டு சனத்தின்

தெம்மாங்குப் பாடல்களில் சிப்பாய்களின் ஈரத்தில் ஒவ்வொரு விதை நிலமும் துயருற்றது.

அல்ஹா உதாலைப் பற்றிய கதைப்பாடலும் குருதியைச் சூடேற்றும் விவசாயிகளின் துப்பாக்கிச் சடங்கில் கோம்தார் கொன்வாரும் பக்த்கானிடம் ராணுவப்பயிற்சிக்கு கூட்டிப் போன இளந்தாரிகள் எல்லாரும் மறைந்து கொண்ட மலைகள் காப்பு. இரா எனும் புல்லில் சுரக்கும் ஐராவதிக் கரையில் நான் ரங்கூனுக்கு வடக்கில் மாண்டலேயில் இருந்தேன். நீக்ரோகாந்தி வீட்டில் இருந்து ரயில்வே தலைமையகம் தூரத்தில் இருந்தது. என் விதி இழுத்துச் சென்ற பாதையில் நீக்ரோகாந்தி என்னைப்பின் தொடர்கிறான். ஸ்டேஷன் மாஸ்டரின் வீட்டிலிருந்து அழைக்கப்பட்டிருந்தேன். பிரிட்டிஷ் தளகர்த்தன், கிரீமர் ரெக்ஸ் கராக் தனக்கொரு துபாஷியைத் தேடிக் கொண்டிருந்தான். இந்த ஆங்கிலோ பர்மிய சினேகிதன் மாண்டலினுடன் நாங்கள் ரயிலில் ரங்கூனுக்குப் பயணமானோம். அப்போதவன் அமரபுராவிலிருந்து கேம்ப்புக்கு வரச் சற்று தாமதமாயிற்று. கிராமர் ரெக்ஸ் கராக் வாட்ட சாட்டமான பூனைக் கண்ணுள்ள தளகர்த்தன். அவனுடன் நீராவிப் படகில் ஐராவதியில் பயணப்பட்டு சில தீவுகளைக் காணவும் அவன் எழுதிவரும் நூலுக்கு நான் ஊடிழைக் குரலாகச் செயல்படவும் தீர்மானித்தேன். 'கொய்ஸார் உல் டவாரிக்' ஆபத்தான சதிகளையும் வரைபடங்களையும் அதில் மூழ்கியிருக்கும் பர்மிய கிராமங்களில் பெண்கள் சிவப்பும் நீலமும் வரைந்த உடற்கோலங்களில் பச்சை குத்தும் கலையைக்கூட குறித்திருந்தான். அநேகம் பேர் இடுப்பிலிருந்து முழங்கால் வரையில் பச்சை குத்திக் கொள்வதின் மரபைப்பற்றி வினவினான். அந்த வாசகங்கள் ஐராவதி நீர்பட்டு மாறி விடுகின்றன. அறிவாற்றலும் ஞானச்செறுக்குமுள்ள தளகர்த்தனுடன் பாடர்லைன் வழியாக நுழைந்தேன்.

கொத்துக் கொத்தாகக் கலகமிட்ட சிப்பாய்களின் தலைபிடுங்கும் சூரிகளும் துப்பாக்கிச் சனியனால் உடலைப் பதம் பார்த்தும் குற்றமற்ற ஏழை கிராமங்களில் சிப்பாய்கள் ஒளிந் திருப்பதை உசாவி தேடுதல் வேட்டையில் ஈடு பட்டிருந்தான். இவனது லக்னோ கொலைக்குச் சில வரிகளை எழுதியிருந்தான் கொய்ஸார் உல்டவாரிக்கில். 'அவன் தோல் கருப்பு அது ஒன்று போதாதா. ஒரு துண்டு கயிறு ஒரு மரக்கிளை அல்லது அவனது மூளையைச் சிதறடிக்கும் ஒரு துப்பாக்கி குண்டு. அப்படி மனிதன் வாழ்வை முடிக்க இவை போதுமானது.' தளகர்த்தன்

ராப்போதில் படுகளத்திலிருந்து பாளயத்தில் லஸ்தர் விளக்கடியில் சில வரிகள் இருட்டில் குருதி ரகஸியம் அவன் மர்ம நாவலில் கசிவதைப் பார்த்தேன். சந்தர்ப்பத்தைப் பயன்படுத்திக்கொள்ளப் பயிற்சியற்ற தூக்கிலிடுபவன் குறைவின்றிக் கிடைத்தான். தாமாகவே இப் பணியை நிறைவேற்றக் கருப்புத்துணி தேவையிருக்கவில்லை. நாடு நகரங்களுக்குச் சென்று தூக்கிலிடுபவனைத் தேடினான் சில வேளை. ஒருவன் தான் தீர்த்துக் கட்டிய ஆட்களின் எண்ணிக்கையைக் கலையழகு மிளிர வர்ணிப்பது பேரேட் இசைக் கலைஞர்களை வெள்ளிப் பிரம்பால் விரட்டுவது போல.

மாமரங்கள் பிடிபட்ட சிப்பாய்களுக்கு தூக்குமரங்களானதும் கங்கைக் கரை நெடுக புத்தரின் காலடிகளை மறைத்திருக்கும் நிழல்கள் இவை. கயிறுபட்ட தூக்கு மரங்கள் காய்ப் பதையும் பூப்பதையும் நிறுத்தி உதிர்காலக் காற்றில் கோண்டா, சந்தா பாடல்கள் உருள்வதையும் கேட்டேன். இந்தத் தளகர்த்தன் ராணுவ நீதிமன்ற நடைமுறைகளைக் கூட அனுசரிக்க வில்லை. கிரீமர் கராக்குக்கு இணையாகப் பலரும் நீதிமன்றத்தில் பதவியேற்கச் சென்ற வேளையில் கொண்டுவந்த கைதிகளை நிரபராதிகளானாலும் சரி குற்றவாளிகளானாலும் சரி எல்லோரையும் தூக்கிலிடுவதாக சூளுரை கொண்டே வந்தனர். பட்ச பாதமாகப் பழிவாங்கும் வெறிக்கு ஆட்பட்டதையும் ஒப்புக் கொள்கிறான். அவசர விசாரணைக்குப் பின் மரண தண்டனை விதிக்கப்பட்டவர்கள் பலரும் எதிர்த்த வார்டில் சிறையிலிருந்தனர்.

தளகர்த்தனுடன் சென்று கைதிகளைத் தனியே அழைத்துத் தனி விசாரணையும் செய்வதில் குற்றதோசம் மிக்க இந்த ரத்தப் பிரதியான கொய்ஸார் உல் டவாரிக்கில் என் குரல்வளை சொல்லிய பெயர்ப்புக் குரல் ரத்தம் சொரிகிறது.

51

அம்மண நாகாவுக்குத் திரும்புதல்

அம்மண நாகாவுக்குத் திரும்புகிறேன். காற்றில் மிதந்துவரும் காண்டா மிருகத்தின் பிழம்புருவாக கருங்கல் மடிப்புகளாக முறட்டுத்தோல் போர்த்திய விலங்கின் மேல் அவனி ருந்தான். மூங்கில் பத்தைகளில் மறைந்து திரியும் தேகமினுப்பைத் தூரத்தில் பார்த்திருந்தேன். பூர்வீக ராத்திரிகளில் அவர்களின் கொடிமுடிச்சு படர்ந்திருப்பதையும் விலங்குநடை பாவனைகளை உடையவர்களாகவும் மனித வாழ்வின் கடுமைகளிலிருந்து தொலைவாய் ஒதுங்கிய தனிமையும் பிரத்யட்சமானது. ஒன்றினுள் ஒன்றாகப் பின்னிய இரவுகளையும் புகை நிறமார்ந்த கல் ஆயுதத் தினையும் வளரி எனும் மரவடியையும் வைத்திருந்தான். அவனது தோல் காண்டாமிருகவியர்வை ஜ்வலித்தது. சாண காக்கோரை நாரினால் நெய்த கந்தல் துப்பட்டியின் கிழிசல் துண்டினைக் கண்டெடுத்தேன். உறைபனி ஆற்றில் பற்கள் நடுங்கும் கொடிய குளிரில் சுற்றிநடந்து பல இரவுகள் வளைந்திருக்கும் பனிக்கற்களில் சாணகாத் துண்டுகள் நார்நாராய்க் கிழிந்து நீரோட் டத்தில் நெளிவதைச் சேகரித்து நள்ளிருளில் மோந்து பார்த்தேன். அது காண்டாமிருகத்துக்கும் அம்மணாவுக்குமான பனியுக மை மோகம் உருகிய நறுமண உறவாக மசக்கியது என்னை. குதிரை வாயிலிருந்து துளிர்விடும் பிரம்ம புத்ராக் கிளைகளில் ஒன்றாகத் தியோங் ஆற்று நீலங்களில் சாணகாக்கோரைகள் வீச்சலைவு, மிருகத்தின் வீச்சலைவு, பனிப்புகையின் மெல்லலை கோரை உச்சியில் வெண்கதிர் ரெசீம்களின் பளபளப்பும் சரியும் காற்றில் நாகியின் ஆடைமுடி மிதவலாக நீரில் தழுவிக்கொண்டிருந்த பரப்பில் அவள் புதிராடையை எடுத்து சுவாசித்தேன். அதில் இயற்சுழற்சியாக ஈன் மரப்பிசினை வடித்து நீரில் ஊற்றி உண்டாகும் வடிவங்களைக்கொண்டு வருவதுணர்கிறாள். புலனாகாதவற்றைக் காணும் ஆற்றல் இயற்கையின்

வாசத்தில் என்னையும் அவள் ஈர்த்திருந்த வேளை. சிள்.. வண்டுகள் முள்மூங்கில், பெரு மூங்கில், கன்மூங்கில் குத்துகளில் ஒட்டி ஒட்டிக் கள் குடுக்கைகளில் நக்கி மயங்கும் குணங்கல். த ஒலி மூங்கிலை சாதீன மூங்கில் உரசிக் கணுத் துளையிலும் அதிரல். சிறுமுட்களையும் சுற்றிச்சுழலும் ஒலி. என் பச்சை வீட்டுக்கு மீண்டும் போய்விடுவேன். குழல் மூங்கில் நெருக்க மிலாக் கணுவும் துளையும் முள்ளும் ஒளிர்மையில் எனைக் குத்தி முறலுதல். அம்மணா.. வென நீலத்தில் துளையும் சிறகுடைய விட்டில். பச்சை நிற முதுகுடைய நாகி புதை இலைகளை உடல்மேல் வரைந்தவள். பவளத் தொகுதியின் எலும்புக் கூடுகளில் மறைகிறாள். பிணந்திண்ணிக் காக்கை இறந்தவர்களின் சாம்பல் கொண்ட கூன் பானை மேல் மூக்கைத் தீட்டும் ஒலி. பெருங்கரையானில் சிவந் தெரியும் ராணியின் கைச்சந்தின் ரோமத்தில் சுரும்புகள் ஒட்டித் துயிலக் கருத்தமார்பில் பிளவுண்ட நீல நிலவு ஒளிர்வதாயிற்று. கரம்படா முலைகளில் வழியும் பால்வெளியில் தாரா கணங்களின் ஒளித்தூசி. தொலைவில் மூங்கில் மடத்தில் மையலுற்ற நாகியைக் கூப்பிடும் விளர்இசை. யாரென்று தெரிந்து தானிருக்கும் இவர்களுக்கு. வன இருளில் மறைந்திருந்த அம்மண நாகி குனிந்த பூ எதுவென்று பார்த்தவர்கள் சொல்லிவிடக்கூடும். அவளை நோங்கிய அம்மணா யாரென்று விலங்குகளும் அறியும். மலையூர்களுக்குத் தெரிந்துதானிருந்தது. ஆச்சாமரக் காடுகளெங்கும் அகப்படாமல் நழுவி ஓடினாள் மைவரைக்குள்.

கூகிநெளகாவைத் தொட்டு இத்தனை நீண்ட ஆயுள் வேறு எந்தப் பூச்சிக்கும் விதிக்கப்படவுமில்லை. பூப்பருவ உதிரத்தில் செங் குளவிகளாய்ப் பிரவாகம். செங்கடந்தல் பூசிய தீட்டுதிரம். பதினேழு வருஷங்களும் அவளைத் தொட்டுப் பன்னிருங்கூந்தலில் கூடுகட்டிச் சுற்றி அலையும் தேனீக்கள் நூறு பூவெடுத்துக் காம்புமுறியாத் தேன் புதைத்து தூங்காமல் தூங்கி மடியும். பூமியில் தூங்கியே வாழ்ந்த இருட்டுப் பூச்சிக்குள் மறைந்த கருப்பு டியூலிப் மலரின் வாசனையுள்ள ஒற்றைக் கொம்பு மூக்கன் தோல் மடிப்பின் கடினம். அவன் வணங்கா உடல் நிமிர்ந்தே திரிந்தது விலங்குடன். பெண்வாடைபடாத அம்மணாவைப் பற்றிக் கதைகளும் திரிந்தன காற்றில். காண்டா மிருகத்தின் தோளிலிருந்து கனிகளை மாந்தியுண்டான். காட்டு மயிர்க்கற்றை திரண்ட ஒற்றைக்கொம்பாய் வடிவமெடுக்கும் தொன்மம். முள்ளம்பன்றியின் முட்களும் அழுங்கின் செதில்களும் மிகக்கடினமாக மாறுபட்டிருப்பதும் எதிரியுடன் சிலிர்த்த மோதலில் உதிர்ந்த முட்களை எடுத்து வனப்புதிரில் நட்டி அதன் உதிரம்

பிதிர்களுக்குரியவை.

கோன்வான்ஆறு மெல்லவழியும் நௌகா கிராமத்துக்கு வந்த வேளை வீட்டுவாயிலில் காண்டாமிருகத்தின் பொன்நிறச் சிறுநீரைக் குடுக்கையிலிட்டு சோளக்கதிருக்கு முன்பின்னாய் கட்டிய காப்பு. விலங்கின் வாடையுள்ள அம்மணாவைக் காணவில்லை. நார்துப் பட்டியின் சிறு துண்டுகளைச் சுவாசித்தவாறு நௌகா இரவுக்குள் பதுங்கினேன். பேய்பிசாசுகள் கதைகளை விட்டு வந்திருந்த இருட்டு பிசுபிசுத்தது. விலங்கின் சிறு நீரில் நெளியும் வெளிர்வான தோற்றங் களில் ஈர்த்த வால்வெள்ளி ஒன்று மரங்களிடையில் படிந்திருந்தது.

இறந்த காலங்களில் மங்கோலிய ஆஸ்டிரிக் எலும்புகளில் நாக மூதாட்டியின் ஆன்மாவை இருளின் குளிர்ந்த கண்களில் என்னை ஊடுருவிப் பார்க்கக்கூசி மறைவதை என் கார்ப்போரல் கிராமர் கராக்கும் பார்த்தான். ஒற்றைக்கொம்பு விலங்கின் தடத்தில் நிலத்தைத் தழுவினேன். அம்மணத்தில் விலகிய சாணகாச் சணலாடையும் நழுவியது.

கார்ப்போரல் கிரீமர் ரெக்ஸ் கராக் துரைக்குத் துபாஷியாகப் பதிமூன்று வருஷங்கள் பர்மாவிலும் வடகிழக்கிலும் பாடர்னைனில் இறங்கிவந்த தினகரன் ஆகிய நான் பரங்கிப் பேய்களுக்கு வெகு பாஷைகளில் உரையாடினேன். அவர்களின் கொடிய குற்ற தோஷங்களுக்கு மௌனசாட்சியமாக ஒரு வனமரமாய் நின்றுவிடாமல் தீத்தாங்கும் தாவரச் சேவலாக பழங்குடி இனத்துக்குள் செயல் பட்டிருந்தேன் சிலவேளை.

மங்கோலாய்டு தாதுவிலிருந்து குரல் வளைக்குள் உருளும் சொற்களை இளவேனிற்காலப் பிகு பாடல்களைத் திரும்ப எதிரொலிக்கும் லூஷாய் மலைகளில் கடைசி கிராமமான நௌகாவில் தான் கூகி என்பவளைச் சந்தித்தேன். நௌகா ஊரும் அவள் பெயரில் பாதி. அருகில் இன்னொரு ஊரும் தொடர்பற்ற உச்சியில் தொங்கி அசைவதை நோக்கி சறுக்கில் ஏறினேன். நீக்ரோ காந்தியும் பச்சை குத்திய கூகியைப் பார்த்தான். மிகமெல்லிய அரவுத் தொலிநாரினால் நெய்த நச்சாடை போர்த்தியவள் கண்களால் ஈர்த்து மறைந்தாள். 'கூகி'யை ஒரு முறை நீ பார்த்துவிடு பெண்வாடை படாத அம்மணா... வென்று நௌகாவில் பேச்சு நிலவியது. காண்டாமிருகத்தைவிட்டு இறங்கவில்லை அவன். இற்றுக் கிழிந்த சாணகா ஒரு துண்டு அவளுக்குப் பரிசாக அனுப்பி வைத்தான் காற்றில். கூகி அதை ஆற்றில் நனைத்துப் பாடினாள். கண்களைக் கட்டுபவள் கூகி.

கார்ப்போரல் கிரீமர் ரெக்ஸ்கராக் முன்னே போர்பயிற்சி செய்து காட்டிய நௌகா சனத்திடம் அதிர்ந்துதான் போனான். எதிரி இருப்பதாக நடித்து ஒத்திகைச் சண்டையில் ஈட்டி குத்தியது சிலரை. விளையாட்டுப் போரில் வழிந்த குருதியை வளர்ப்பு நாய் நக்கித் துருப்புகளைப் பார்த்து ஊளையிட்டதில் விருந்தாளிகளுக்குக் கஞ்சாவும் வரையாட்டுக் கறியும் பரிமாறினார்கள். வந்தவன் கிரீமர் கராக் பாசாங்கு மிக்கவன் பசப்பினான் உரையாடி. சூழ்ச்சி சொற்புறட்டில் ஏய்த்தான். ஆடிப்பாடிப் பருகினான் சீமைக்குப்பி. மெல்ல விடிந்த வேளையில் இருமலைகளுக்கிடையில் தியாடர்லைட் மூன்று கால்களில் நின்றதில் ஜான் டேனியல் முணாரே கோணம் பார்த்ததில் சூரியன் குதித்து உருண்டு அடர்ந்த வனத்தில் உள் நுழைகிறான். குறுகிய பள்ளத்தாக்கில் வழியமைத்து ஹில் சர்வே பார்ட்டி டிகிரியின் திருப்பங்களில் சர்க்கம்ஃபிரண்டர் தொலை ஆடி நோக்கி மேடு தாவுகளில் சர்வே கல் நட்டும் கச்சாரிகளுடன் நீக்ரோகாந்தி கராக்குக்கு எதிராகச் சனத்திடம் பேசியதை கேட்டுக் குழம்பினான் அதிகாரி. நூறுலிங்ஸ் தூரத்தில் தேநீர் கோப்பையென இருபக்கச் சரிவில் சுருட்டுப் புகைத்தான் கிராமர் கராக். சில்லிருள் விலகாத சரிவுகளில் ரெக்கை யொலி. வெளியில் தெறியாத நீர் வீழ்ச்சியின் சப்தம். ஆள்வாடை கண்ட விலங்குகளோடு பட்சிகளும் கலைந்தன தூரத்தில். பெரிய பாறையில் பதுங்கும் விலங்கு பார்த்திருக்கும். கடினமான நிலப்பாதை சரிந்து திடீரென்று நீர்ப்பரப்பு. இந்த அகன்ற ஏரியின் மறுகரைவரை நீலம். ரெங்மா நதியின் ஈரவாடை. கொஞ்சம் கூடப்பயமில்லாமல் சிறு பட்டாளியனை நடத்திப் பல்லாயிரம் காலத்து விலங்குகளோடு விட்டுப்பிரியாத நாகாவோடு ஒப்பந்தம் பதித்து கை ரேகையும் பெற்றான். சர்வேயில் கொஞ்சங்கொஞ்சமாய் வரைபடமானது வனம். பழங்குடிகளை ஆக்ரமிப்பதற்குமுன் சர்வே பார்ட்டி நகர்ந்தது. சுமோகூடிங்கில் தியாடர்லைட் கருவிவைத்து எந்தெந்த குறுக்குப் பாதைகளை அகற்றினால் சாலையிடலாம் என்பதில் என்னையும் சனங்களையும் உரையாட வைத்தான். பாறைக்குப் பாறை தாவியவர்கள் நதியாகவும் விலங்காகவும் இருப்பதில் இந்த மரங்களும் கூடப் பழங்குடிதான். ஒரு பாதையல்லாமல் பல வழிகளில் வாணிபப் பாதைகளைப் பழம் பாதைகளுடன் இணைத்தது தியாடர் லைட் தூரமாணி. இப்போது மூன்று விதமான வழித்தடம் பர்மாவுக்குள் நுழையலாம். சிங்பூஸ்சனங்கள் வாழ்ந்த வனத்தைக் கைப்பற்றுவது கராக்குக்கு எளிதாயில்லை. வெள்ளைச் சாத்தான் வந்துவிட்டதென்று

வெட்டுக்கிளியும் தவ்விப் பாய்ந்தது இருட்டில். அங்கங்கே பாளயம் இறக்கி நிதானமாகப் புகைத்தான் கராக். சீப் சாகுர், செங்பாங் சாலைப்பணி துவங்குவதற்குள் அவுரிப் போரில் வீழ்ந்தவர்கள் அதன் சாயத்தை முகத்தில் பூசி செத்த பிணங்களும் எழுந்து வந்து கார்ப்போரல் கிராமர் ரெக்ஸ் கராக்கைத் தாக்கினார்கள் இரவில். பாறைக்குப் பாறை முற்றுகைக்குக் காத்திருந்தான் கோம்தார் கொன்வார். எட்டுவகை நாகாவையும் பர்மியப் பழங்குடிகளையும் இணைத்த பிளட்ஸ் தற்கொலைப்படை. நீர் எவ்வாறு நிலையான வடிவத்தில் இல்லாமல் இருக்கிறதோ அதே நீரை வாளாக வடித்து சொட்டுச் சொட்டாய் கராக் புடை உதிரத்தை குடித்தான் கோம்தார்.

குதிரையின் வாயிலிருந்து கிளம்பிவரும் பிரம்மபுத்ராவில் அனேக நதிகளும் உபநதிகளும் சிலந்திவலைப் பின்னலாய் தம் நீரைக் கொடுத்துவூட்டிய கருணைக்கு ஈடேது. சாதியாவிலிருந்து பல பாதைகள் கிளைகளில் திசாதிசை சென்று பல காட்டுஇனங்களுக்குள் பரசுராமன் கோடாரியும் ஒரு விறகு வெட்டியின் கைக்குப் போய் ஆச்சாமரம் பிளந்ததில் தேவதை ரேணுகாவும் வெளிவந்து தங்கக் கோடாரியைக் கொடுத்து 'மகனே... தந்தை சொல் மந்திரத்தில் மூர்க்கமாய் பிளந்தாய் என்னை... இப்போது ரெங்மாவான நீயும் என்னைத் துளித்தெடு. சிரசை வணங்கு. கேட்டதெல்லாம் தருவேன்' என்றாள். கிரீமர் ரெக்ஸ் கராக் டைரியில் எழுதினான் கதைகேட்டு 'ஹி இஸ் பார்ன் வித்த சில்வர் ஸ்பூன் இன் ஹிஸ் மவுத்' என்று. 'உன் தாய்மேல் சந்தேகம் கொன்றுவிடு அவளை' பரசு கோடாரியும் ரத்தத் துருவேறிப் பிசுபிசுத்ததை ரெங்மா ஆற்றின் கரையில் தொட்டதும் ஆட்பட்டேன். குருதியின் ரகஸிய உரையாடல் உயிர்பெற்று எழுந்தாள் கோடாரியில். சாபத்தைத் தந்தையார் ஜமதக்கினியாலும் தீர்க்க முடியவில்லை. கிளைகிளையாய் நதிகளைத் தொட்டு உரையாடினான் பரசு. 'தாயைக் கொன்றது நீதமில்லை ஆர்யபுத்ரா...' ரேணுகா கழுத்தில் கரும்பளிங்குக் கோடாரி பதிந்த கணத்தில் கைப்பிடியோடு விரல்களும் புகுந்ததில் குரல்வளையும் நெரிந்தது. சொல்லும் கதைகளும் சொருகிய குரல்வளை அறுபட்டதால் கதையும் விடைபெற்று ரேணுகாவின் உயிர் அடங்கிய இறுதிக் குமிழ்களில் ஓடும் நிழல்களாய் ஒடுங்கினான் பரசு. கடேசித் துடிப்புகளை கையோடு அவன் நரம்பில் சொருகிக் குரலிட்டாள் பேதை. நதிகளும் கழுவமறுத்த விரல்களை தியோங் ஆறும் புறக்கணித்தது. இந்தக் கச்சா, மிசமீ, அபோர், ரெங்மா கிராமங்களில் தஞ்சமானான். மணலில் ஓடாத நீர் இருந்த பானைகளில் நீரும் கசக்கக்

கோரிக் கோரிக் கழுவக்கரங்களில் இருந்த சாவு கரையவில்லை. கார்ப்போரல் சொன்னான் மேக்பெத் நாடகத்தில் அரசனைக் கொன்ற லேடி மேக்பத்தின் நிலைதான் பரசுராம் பாத்திரம். கழுவக்கழுவ ரத்தம் அவளை விடாமல் கூடவே துரத்தியது. நினைவிலும் மறதியிலும் இரவிலும் பொருட்களிலும் பரசுராம் சாடையில் அவன் துவராடையில் உதிர வடுக்களைப் பார்த்தான். போர்த்திய சால்வையில் இறந்த பெண்ணின் விழிகள் திறந்து ஊடுருவின. மைகுடித்த காமத்தின் இயற்கையை கீறிற்று. அவன் ஓடிய கால்களைத் தொடர்ந்து நயன மும் விரட்டியது. அவள் சிரசை ஏந்தி மலைமலையாய்த் தாவி ஓடுகிறான் பரசுராம்... ரேணுகாவின் ஒருவிழி நாகாமலையில் உருண்ட அலறல்.

நீக்ரோகாந்தியும் கோடாரியைத் தொட்டிருந்தான் விரல்களில் நேசத்தின் கசப்பை உணர்ந்தேன். ஐஎன்ஏ துப்பாக்கி அவன் கைபட்டு ரேகையும் இருந்தது. முகம் முகமாய் சந்தித்தோம். மேஜர் நல்லையா கொடுத்த ஐஎன்ஏ துப்பாக்கிக்குத் துருவெடுத்து ரங்கூன் எண்ணை ஊற்றித் துடைத்தவாறு என்னைப் பார்த்தான் நீக்ரோ. 'கார்ப்போரல்... பார்த்துவிடப் போகிறான். இந்த ரெக்ஸ் கராக்கை சுடுவதற்காகத் துடிக்கிறாய். பொறுத்திரு. இதாகாவை உரையில் வை. நேரம் வரட்டும்!' 'நாகா பூர்வகுடி மனம் பழமையான நம்பகங்களும் வார்த்தைகளும் எலும்புகளும் குறியீடுகளும் இந்த கிரீமர் ரெக்ஸ்ஸுக்குத் தெரியாது. தினகரா... மிகப் பழங்காலத்தி லிருந்து வேரூன்றி விலங்குருவத்தின் சாயலை வைத்து குறி கூறுவதை நம்பமாட்டாய் நீ. உன் பகுத்தறிவின் கிரகத்தில் எனக்குப் போதுமான இடமில்லை. மனித அகப்பரப்பில் நனவிலிகளே எண்பது விழுக்காடு இருட்டுச் சுழற்சி. அதில்தான் அம்மண நாகா... வாசனை... மாசற்ற கனிகளுக்காகப் பருவங்களில் காத்திருக்கிறான் அம்மணா. 'நீக்ரோ... ஒரே ஊற்றை நோக்கி எதிரெதிர் திசையில் பயணிப்போம்.'

சர்வேநாடோடி நீக்ரோகாந்தி மேலிருந்த கணவாயிலிருந்து திரும்பி வரட்டுமென்று காத்திருந்தேன் ஜோர்கட்டில். ரெங்மா எரிமலைவாய் புகைந்து பரவுகிற வேகத்தில் பச்சைக் காகிதங்களில் நழுவி இறங்கும் கதாபாத்திரமாக இல்லாமல் அங்கமிநாகா சேனையொன்று பூட்டு வில் அம்பு ஈட்டியும் எலும்புப் பிடிவைத்த கரும்பளிங்குக் கத்திகளுடன் சரிந்து வர மறுபக்கத்தாளைச் சுட்டு அதன் துவாரங்களில் நுழைந்து வரும் கேப்டன் கிரீமர் ரெக்ஸ் பிரிட்டிஷ் துருப்புகள் ஏராளம் பேர் துப்பாக்கி நீட்டிவர இந்த அசாம்

மலைகளில் குளுந்த வாடைக்கு ராணுவகேந்திரத்தைப் பரைல் ரேஞ்சிலிருந்து நாகா மலைப்பகுதிக்கும் ரெங்மாவுக்குள்ளும் விஸ்தரிக்கும் நோக்கில் சுருள் ஒன்றை விரித்த வரைபடத்தில் நகரும் சிவப்பு பென்சில் கால்களில் கருப்பு பூட்ஸ் அணிந்து மரணத்தின் நிழல் சுமந்த சிப்பாய்கள் சாரை பலவாகக் கிளைத்து அசைகிறார்கள். சுதேசி மூஞ்சிகளில் பல சப்பை மூக்கும் கூலிப்பட்டாளத்தில் பர்த்தி ஆன அடிமைகள்தான். சிப்பாயின் முகத்தில் சாவு பூசிய இருட்டு. ஆனால் கும்பினியை எடைபோடமுடியாதபடி கைத்துப்பாக்கி புகைந்தது. கேப்டன் தீர்மானித்த பயிற்சிமுகாம் அதிக உயரத்தில் அமைந்தால் தூரப்புள்ளி களையும் கண்காணிக்கலாம். என்னை கிராமர் ரெக்ஸ்சோடு நெருங்கவைத்த ஆங்கிலோ பர்மியனும் ஒரு கமாண்டர்தான். மாண்டலின் குடும்பத்து அங்கிள் கார்மோடி நீக்ரோ காந்தியின் தந்தையின் தந்தை என்பதால் ஆப்பிரிக்க ரயில்வே கம்பெனி தலைமைப் பொறியாளர் பதவிமுடிந்து பர்மியத்தாய்க்கும் மாண்டலின் வெள்ளையருக்கும் புகைவண்டியின் நேரம் தவறாமையில் ரயில்வே குவார்ட்டர்ஸ் வாழ்க்கையில் சலித்துப் போனான் நீக்ரோகாந்தி. ஆப்பிரிக்கக் கருப்பர் போராட்டத்தில் மோகன்தாஸ் கரம்சந் காந்தி இருண்ட கண்டத்தில் கால்வைத்த நாளில் வெள்ளைச் சாமி நீக்ரோ காந்தியாகப் பெயர்மாற்றியிருந்தான் என்பதை விஸ்தாரமாகச் சொல்ல நேரமல்ல இது.

பச்சைத்தாள் பரப்பு முழுவதிலும் மென்அரும்புகள் தானாக இயங்கும் ஆற்றலுடைய படைவரிசையில் கும்பினியைத் துண்டிக்கும் வளறியும் கைமறைவில் இருந்தது லோட்டாவிடம். இவர்கள் உலுரு செம்மேடுகளை வணங்கினால் அம்மண மூதாதையின் நல்வாக்கு இறங்கிவரும். பெருவெளியில் சிவப்புச் சூறை கிளம்பியதின் நிமித்தம் முக்கியத் தடங்களின் வழி காற்று சுழன்று வழி நடத்தும். தனித்தனி வழியே பிரிந்து செமி, ரெங்மா, லோட்டா, கோன்யாக்களும் வியூகம் வகுத்திருந்தார்கள். காகிதத்தின் நுனியில் குளிர்மிகுந்த பெங்ரூலாக் கணவாயில் பல விசித்திரமான மணற் பாறைகள் இடம்பெயரக்கூடியவை ஆயினும் உலுரு மணற்குகையில் கதாபாத்திரங்கள் உதிர்ந்து உருவற்றுக் கரைகிறார்கள். உலுரு சுழற்காற்றில் அம்மணா மணல் தோற்றமாய்ச் சிவந்து வெளிப்பட்டான் முதலில். சிரபூஞ்சியை நோக்கிச் சரியும் மழைக்கோடுகளாகத் திரும்பிச் சென்ற காற்று எதிரியை அடையாளம் காண்பதும் சொட்டச் சொட்ட கேப்டனை நனைத்து பூட்ஸ் கால்களை அகற்ற முடியாமல் உத்திரவிடும் வாயைப் பூட்டிச் செல்கிறது ஆவியேறிய புயல்.

நடந்துபோகும் மழையுடனான காற்றில் எத்தனையோ ஒலிகளை இந்த மலைவாசிகளின் குரல்வளையில் கேட்டிருந்தேன். சங்கிலிக் கும்மாச்சி அடுக்கத்தில் சிவப்பு மணல்புயல் சுழன்று குரல்வளைகளாய் சுழிந்து ஊளையிடுவதை எல்லோரும் அண்ணாந்த மலைகளின் எதிரொலிகளாகக் கேட்டார்கள். முதல் நாள் யுத்தத்தைத் தடுத்த உலுருதான் அம்மண நாகா என்பதில் முனகலில் தெரிந்து விட்டிருந்தேன். கூடவே தொயர்ந்துவர ஈர்க்கப்பட்டதில் வெளிர் சிவப்புத் தாள்களும் மணல்வரியோடிய கதாபாத்திரங்களைத் தானே வரைந்துகொண்டு இருப்பதில் லோட்டா நாகாவின் ரகசிய மேடுகளில் ஏழெட்டு யாக்குகளைப் பொதிபோட்டு வெளியேறும் ஆணும் பெண்ணும் என் மெய்யுணர்வில் பஞ்சபூதியங்களால் வடிவமைந்த நிலத் தோற்றமாயத்தில் நாடோடி வாழ்வைத் தொடர்ந்துகொண்டு இருக்கிறார்கள். சிவந்தெரியும் மணல்புகை உறுமும், நெளிவுகளில் யாக்குகளின் கூட்டத்தை ஓட்டி வந்தவர்களும் சரித்திரக்கூலத்தில் மறைகிறார்கள். என்கையிலிருக்கும் வரைபடத்தில் ரெங்மா மலைகளுக்கு மேல் அம்மண நாகா சாயை கடந்து கொண்டு இருந்தது.

அந்தச் சாயைகள் என்னை வழிநடத்துவதாக பட்சிகளுக்குள் பரவிய ஒலி அகராதியின் சுழற்சியாக முதல் காலாவதியில் ஆழ்ந்த அடிப்புறணியில் கருங்கல் தோல்கொண்ட காண்டாமிருகத்தின் மேல் அம்மண நாகி பெருமுலைப் பாலூட்டியாக யோனிப்பிளவில் முதல் ஜனனத்தில் மீனுருவ நாகாவை உருவி வீசினாள் விண் மிதந்தது விசும்பில் அழும் சிசு. ரெண்டாவதில் அரவ உருவும் மனித உடல் மேலும் கொண்ட சிசுக் குணங்கல். நீருக்குள் அது நழுவிப் பச்சைப் புறணிகளில் ஒட்டிக் கொண்டு தாயின் சாபத்தினைப் பெற்றதால் மறதியில் ஆழ்ந்து பஞ்சையொத்த பிரபஞ்சத்தின் பால்பாதையில் நீந்தியது. விண்ணகக் கோரைகளைக் கரும்பி பூண்டுகளில் பதுங்கி வாலினால் குடைந்த இராத்தியைப் பெண் ணாக்கி சுருட்டிய விஷப்பல்லாவை அந்த அம்மண நாகா ஏந்திப் போகிறான் திசை எட்டில். கரும்பாசையான விஷப் பல்லாவில் ரத்தினப் பொடிகளைப் போலவும் பிரகாசிக்கும் தாரக கணங்கள். அவன் சிரசிற்கு வெளியே ஏறிட்டுப் பார்க்கிறான். அங்கு அநந்த கோடி நட்சத்திரங்கள் கதிர்களிற் சுழன்று பிரகாசிப்பதில் பிரத் தியக்ஷமாக விசும்பில் விதைத்துச் செல்கிறான், உறங்கும் ஜீவகோடி விதைகளை. நம் கவனத்துக்கு எட்டாத மிகவிசித்திரமான பூவியல் கூறுகளில் கருப்பு பூட்ஸ் காலடிகள் சறுக்கி உருண்டன. காலடி காணாக் கெவிகளில் வீழ்ந்த

துருப்புகளின் உடலைத் தேடும் படலம் துவங்கியது. அங்கங்கே தலைகளற்ற சிப்பாய் உடல்களைக் கொண்டு வந்ததும் ரெக்ஸ்கராக் நடுங்கிக் குளிர் ஜுரத்தில் இராத்திரியெல்லாம் பிதற்றிக்கொண்டு இருந்தான். அங்கமிகளோடும் பிற இனங்களோடும் கருத்துப் பரிவர்த்தனை செய்துகொள்ள எத்தனித்தான் கொக்குத்துரை. அனாமதேயப் பிணங்களின் அடையாளம் தெரியவில்லை. சிரசை வாங்கும் காட்டு யுத்தம் எதிரியின் கபாலங்களைப் பதனிடும் ஆச்சா மரக்கூட்டத்தில் கிளைகளில் அவை கனிகளாக தொங்கி அசைவதைப் பார்த்தான் கராக். கார்ப்போரலின் சர்வாதிகாரமெல்லாம் வெளியிலிருந்து மலைகளில் அரிய விருட்சங்களை அழித்து நில ஆர்ஜிதம் செய்வதில் மரத்தில் குடியிருந்த வனப்பூச்சி மனிதர்களைச் சுட்டு துப்பாக்கிச் சடங்கில் சீமைச் சாராயம் பரிமாறி துருப்புகளின் அச்சம் தவிர்த்தான். குடிகளைச் சுட்டதும்தான் வனஇருள் சீறி எழுந்தது. அவர்கள் திரண்டுவந்த வெட்ட வெளியில் மனிதக் காலடிபடா கருமண் தெள்ளி எடுத்து பழைய ஆவிகளுக்கு உருச் செய்து வணங்கப்பட்ட எலும்புகளில் ஆவக் கள்ளும் கஞ்சாவும் படையலிட்டு வில் அம்புகளை மணல்கோடு கீறி வியூகம் வகுத்தான் நிசி. வெளிப்படாத இருட்டுத் தோலினால் ஈனிய தாய்வயிற்றுப் புத்ரன். இரவான இரவே அவன் பேர். அவன் புத்ரர்களுக்கு சணல் சுற்றிக் குடுக்கையை ஊதியூதி லாகிரியூட்டினான். தோபம், தோதம், தோல் இம் மூவரும் அம்மண நாகாவுக்கு என்னைக் கூட்டிப் போவதாய் மரத்தில் அடித்து சத்தியம் செய்யவும் நம்பினேன் நிசிபுத்ரர்களை. அடுத்த கட்டத்தில் காலடி எடுத்து வைத்தான் ரெக்ஸ் கராக். அவன் டிராயரிலிருந்து திருடி வந்த சுருளை பேசா மரத்தினடியில் விரித்தேன். உலூசெ மரங்களில் காற்று தொனி கொடுத்தது. முள்ளி மரமும் களரியம் பறந்தலை ஆயிற்று. ரெக்ஸ் கபாலத்தில் நகல் எடுத்த கோடுகளில் 'தி பாட்டில் ஆஃப் கொனோமா' வரைபடத்தின் யுத்த தந்திரத்திற்குள் ரப்பர் தோட்டங்களும் தேயிலை எஸ்டேட்களும் அதற்கான பெருவணிக ஒப்பந்தங்களும் ஒளிந்திருப்பதைப் பிளந்து காட்டினேன் ஆயிரம் வயதை நெருங்கும் ஆலமரத்தின் நிழலில். இதற்கு முன்பே அவன் மிக உயரமான ஓகா கிராமத்தைத் தீக்கொழுவி எரித்ததில் நாயின் பிலாக்கணம் தொலைவில் கேட்டது. அலாதியான ஓகா நீரோடைகளால் சூழ்ந்த நீலபிந்து சூல் கொண்ட பனிக்கிராமம். ஓகாவின் அம்புகள் யார்மீதும் பகையற்று வேட்டை விலங்கைத் துரத்திச் செல்பவை. தீ வைத்த துருப்புகளை விரட்டி விரட்டிக் கொன்றார்கள் ஓகாப் பெண்டிர். கணையுமிழ் சரங்கள் தப்பாமல்

பனிரெண்டு கூலிப்பட்டாளம் வீழ்ந்தது. ஓகாவில்தான் தொல் எச்சங்கள் கால அமைதியில் உறங்குகின்றனவாம். ஓகாவைச் சுற்றி நீரின் தேசல் ஒளி பச்சென்று கதிர் பட்டதும் ஊரின் நறுமணத்தை அறியாயோ சிப்பாயே. வரைபடத்திலில்லாத உறக்கத்தில் பனிச் செதில்கள் உண்டு. சிகரத்தில் இருக்கும் ஓகா விழிகளை மூடி யிருந்தது. அப்பெண்டிரின் பச்சை குத்திய கோலங்களே ஆடை களாயிற்று. தைல ரெப்பைகள் சதா கசியும் துக்கத்தைக் கெடுத்து பனியின் ரகஸிய உருகலை எரிப்பதற்கு எப்படி முடிந்தது கிரீமரால்? ஓகா மரமாகவும் மாறியிருந்த பழங்குடிதான். ஓகாவின் சோகக் காற்றில் பனிரெண்டு நாகாப் பிரதேசங்களும் துக்கமடைந்தனவாம். ஓகாவில் பழுத்த கனிகளை மாந்தி உண்பதற்காக அம்மண நாகா மையிருட்டில் வந்து மரமெல்லாம் ஏறி இறங்காமல் புசித்து எதையும் கொண்டு போகாமல் வெறுங்கைகளோடு திரும்புவானாம்.

மிளாமா, கமான், நிசி, ங்கா அடையாளம் காண முடியாத அழிந்த இனங்களின் கடைசி அம்மணாவாகத் தப்பி அலைபவர்கள் அழிந்த இனங்கள் பேசும் மொழி சுக்பா, நீசிபா மொழி வனத்தில் அவர்களின் காலடிகளைத் தொட்டு நின்றேன். வனம் எழுதிய ஆவி மொழிகளால் அம்மண நாகா வடகிழக்கின் மொழிக் குடும்பப் புராணங்களை ஒப்பாரியாகப் பாடுவதாக இம்மலைகள் எனக்குச் சொன்னவை. இலைகளில் படிந்து வெட்ட வெட்டப் பாடும் அம்மணாவின் குருத்துத் தொனிகளைப் பட்சிகளும் தொனித்திருந்தாலும் அவன் பதில் குரலில் வேறொரு மொழியிருக்கும். நிசி ஞாபகத்திலும் மறதியிலும் பாடினான் அந்தப் புதிர்வாத்தியத்தை மூக்கிலும் உதட்டிலும் வைத்துப் பின் கருவியின்றியே உதட்டைக் கூப்பிப் பல பட்சிகளைக் கூப்பிட்டான். எழுதப்படாதவர்கள் புத்தகமாக இருந்தான் நிசியும்.

ஆனால் கஞ்சாவும் அபினும் வழிபாட்டு முறையாக இருப்பதால் மரபான பாடல்களைத் தொலை இருளில் முனகுவதில் அம்மணா... நீரோடைத் துளைகளுக்குள் பதுங்கி உருளும் கருப்புக் கற்களின் ஒலியில் சறுக்காமல் செல்கிறான். குரல்வளைக்குள் சுழலும் தொனிகள் ஏராளம் விட்டுவிட்டுக் கேட்கும் பின்னிரவில் எழுந்து நானும் நீக்ரோகாந்தியை கூட்டிக்கொண்டு தைலமலைக் குள் போய்க் கொண்டு இருந்தேன்.

குதிரைவாய் கொண்ட பிரம்மபுத்திரா நதிப் பள்ளத்தாக்கில் கிளை பிரியும் ஆறுகளை நோக்கி நிசிபுத்ரர் மூவரும் என்னை

பிரபஞ்சத்தின் வாழ் நிலைப்புதிராகவுள்ள அம்மண நாகாவுக்குக் கூட்டிப் போகிறார்கள். மனித எச்சில்படா தடாகங்களைக் கடந்தோம். புராதன நாகரீகத்தின் எச்சங்களாகவுள்ள தெளிவுபடாத நிலமேடுகளில் தயங்கினேன். ஜனனமும் மரணமும் இல்லாத மறதியின் நறுமணம் கமழும் நம் உடன் இருப்பின் இயற்கையில் நுழைகிறேன். வெகு தொலைவான என்னை உற்றுப் பார்த்த வன ஓந்தி ரத்தத்தை உறிஞ்சும் என நம்பும் நிசிபுத்ரன் சொன்னான். 'நீ அந்நியன் என்பதைப் பார்த்து விட்டது ஓந்தி உன் தொப்புளில் வாய்வைத்தே அது ரத்தத்தை ஈர்த்துவிடும். நீ தொப்புள் மீது எச்சிலைத் தடவிக் கொள் தினகரா...' என்றான். ஈன் மரப்பிசினில் வடிந்த தைலத்தைப் பூசு.. பூச்சிக் கடியிலிருந்து தப்பிவிடுவாய். அட்டையும் உன் ரெத்தம் உறிஞ்சாது என்றான் மற்றவன். கொல்லப் படவேண்டியவனை இரவில் பூனை உருவில் சென்று கேம்ப் கித்தான் இடுக்கில் நுழைந்து ரெக்ஸ்கராக்கை மோப்பம் பிடித்தேன். அமரபட்சத்தில் வெங்ரூலா கணவாய்க்கு வருவான். மொகோமா மலைகளுக்குள் எல்லாக் கிராமங்களின் சம்மதத்தில் அரிசி மது கொடுத்து விசாரிப்போம். கேப்டன் கராக்கைக் கொல் வதைவிட சப்பநாரைக் காட்டில் சிறைவைப்பதே மேல். அவனைத் தேடி அந்நியர் வரட்டும் என தோல் சொன்னான். இமயத்தைத் துளைத்துக் கொண்டுவரும் பனிச் செதில்கள் வெளிர் நீலத்தில் உடையும் ஒலி. புராதன மலைக்கும்மாச்சி தென்பட்டது. இவர்களின் கால்வழி மரபாக சந்ததி முழுவதற்குமான தாயாதிகள் முன்கூட்டியே நாகரி மொழியை வரிவடிவமாகக் கொண்டவர்களின் நாகரீகம் எவ்விதம் முடமாக்கப்பட்டது? கபாலா தொல் நூலக மிருப்பதை மற்ற எட்டு கபாலங்களில் ஒன்றெனவே அம்மண நாகா இருந்தது. யுத்தத்தின் கொடையாகப் பெற்ற எதிரிகளின் தலைக் கவிகைகளின் அட்டியலிடப்பட்ட வரிசையை அடைந்தோம். நாகரி எழுத்தழிக்கப்பட்ட எலும்புப் பட்டிகைகளைத் தொட்டதும் புராதன நினைவுகள் ஆட்கொண்டன என்னை. ஆழ் மறதியிலிருந்த உணர்வுகள் அம்மணா உருவற்று அங்கே நாகரிமொழி வரி வடிவங்களை அத்தனை கபாலங்களிலும் நிறங்களிடப்பட்ட குறியீடுகள் எதேச்சையின் எதேச்சையான வாசிப்பில் கடந்து கொண்டிருக்கிறேன். நாகரியின் பன்மை இழைகளாகப் பிரிந்த மொழிக்குடும்பங்கள் காடுமலைகளில் வசித்துவரும் ஓரினப் பன்மையர் குள்ளமாயும் கருத்த நிறமுடையவர்களாயும் சப்பை மூக்கினையும் நிறத்திலும் அங்கவடிவிலும் ஆர்யாவுக்கு நேர்மாறான இவர்களிடம் நாகரிமொழி வரிவடிவை ஒரு காலை மடக்கி அமர்ந்து

கற்றதுடன் கடவுள் பெயரையும் முன் ஒட்டி தேவநாகரியாக்கிப் பரவினர் எனவும் ஒரு என்புக் கவிகையில் உற்றிருந்தது. இந்த அசாம் மலைப்பகுதிக்கு மேல்வரை உயர்ந்த கழுத்தும் மஞ்சள் நிறமுடையவரும் அகன்ற தாடையை அசைத்து அசரிப்புளியை மென்றார்கள். இந்த எலும்பு நாணயத்தை நிசி புத்ரனிடமிருந்து இனாமாகப் பெற்றிருந்தேன். ஆறு கிளைகளையுடைய வழியில் இந்திய ஆதிகுடிகளும் இந்தோசீனா மலாய்தீவுக்கு தென் கிழக்கிலும் ஆஸ்டிரிக் எலும்புக் காசுகளின் உருமாற்றத்தை வெப்ப அயன மண்டலம்வரை தென்கிழக்கு முகமாகச் சென்று பசிபிக் தீவுகளை மோதும் முரட்டுக் கடல் நுரைகளாகச் சிதறிய உப்பு நாணயங்களில் சில ஆசியாவின் கீழ் முனையில் உருண்டு தொலைகிறது. இங்கிருந்து வெளிப்பட்டு தென்முகமாகச் சென்று மகாசமுத்ர மேற்கெல்லையைத் தொட்டு நியூகினி வழி ஆஸ்திரேலியப் பழங்குடியின் கழுத்தணியிலுள்ள எலும்பு நாணயம் தாயத்தாகவும் தொடுகிறது என்னை. தனித்தனி வெவ்வேறான பாஷைகளில் ஒன்றிற்கொன்று தொடர் பிருக்கிறதென்று சொன்னாலும் குழம்பிய நிலையிலிருந்தும் கலை கொள்ளும் வாசனையும் காற்றுகளில் அத்தனையும் வேறாயிருக்கலாம். நயநுட்பமிக்க பழக்குடிப் பேச்சு மொழிகூட்டமாய் ஒலித்தன ஆச்சா மரங்களில். பிறகு இலைகளோடு கூடிய செடி விருட்சங்களையும் சென்றடைந்தேன். முதன் முதலில் இருந்துவந்த நீர்மேல் அம்மண நாகாவும் நாகியும் தொட்டும் தொடாமல் அந்தரத்தில் நிற்குமாறு கூடுகட்டி இருந்துவரும் நாளையிலே ஒரு செல் இரு செல் ஜனிப்பித்த நீரரவம் பூமியைச் சுற்றிக் கருத்திருந்த சங்கிலிப் பாறைகளாய் கோர்த்த கல்நீர் இணைந்த மொகோமா மலையடுக்கம் கோன்வான் ஆறு வசிக்கும் நெளகாதான் கடைசி கிராமம். பர்மாவிலிருந்து பாடரைக் கடந்து நானும் நீக்ரோகாந்தியும் சில நாள் தாமசித்த நெளகாவில் என் காலமும் ஊழினால் முடியலாம். அங்கமி வழி கடைசி கிராமம். நீர்ச்சக்கரங்கள் தானே சுற்றும் சலன ஒலி. மொஸாமாவுக்கு இங்கிருந்து புறப்பட்டோம். நூற்றிமுப்பத்தி மூன்று மைல்தூரம். நூற்றி இருபத்தி ஏழு நாட்பயணத்தில் அதற்கு அப்பாலுள்ள பிரதேசங்களை செயின் மேன்கள் இருபது பேர் மற்றும் ரேஞ்ச் டிப்டி சர்வேயர் வில்லியம் கோல்டிங் டிராட்ஸ்மேன் வின்டர்நிட்ஸ் மற்றும் கச்சாரிகள் அட்டைக் கடிக்கு தைலம் மெழுகினார்கள். அதற்கு மேல் செங்குத் தாய் ஏறும் பனிச் சிலாம்புப் பாதையில் கடாஸ்டல் சர்வேயர் கால் இடறி வீழ்ந்துகொண்டு இருக்கிறார் பனிக்குழிக்குள். அதற்கப்பால் சர்வே செய்வதற்கு

நீதமில்லை என்று சர்வே பார்ட்டி திரும்பி விட்டது. அம்மணாவின் பனிக்கண்கள் தோன்ற காற்றில் பனிப் புதரில் உருகிவிடும் உயரம் குறைந்து கொண்டே வரும். வெண் பனிமலை திரவப் பொன்னிறப் பரிதி மூழ்கிய வைரநீர் சொட்டு ஒன்று நாகியின் முதுகுத் தண்டிலிருந்து இறங்கியதில் சிவந்திருந்த தன் முதுகெலும்பால் வேதகால இந்திரனோடு கீழைத் தேவதை சண்டையிட்டாள்.

கொக்குத்தோட்டாக்களை ரங்கூன் எண்ணை சணல் தேன் மெழுகினால் துருவைத் துடைத்துக்கொண்டிருந்த படைக் கலச்சிப் பாய்களில் ஆறுபேர் சுதேசி மூஞ்சிகள். முறுக்குக் குழல் துப்பாக்கிகள் இருந்த இடத்தில் வேறு சிலர் அழுக்கெடுக்கும் பயிற்சிமுறைப்படி எந்திரமாய் இயங்கினார்கள். சட்டகத்தின் விளைவாக குண்டுகள் சிதறிப்பாய்ந்து முட்டுகளில் பலருக்கு உடைவு. நடக்கமாட்டாத சிலருக்கு விடுப்பளித்தான் கேப்டன். குறி இலக்குகளைச் சுடுவதற்கு இரும்புச் சட்டகங்களுக்குப் பதிலாய் இலகுச் சட்டகங்களை மரத்தடிகளில் சீவும் உள்ளூர் ஆசாரிகளை வரவழைத்தான். பிந்திய காலத்தில் செய்த கரடுமுரடான வெடிகுண்டுகளைப் போட்டதில் வெடித்தவர் பக்கமும் சேதம். இவற்றுக்கு மாற்றுவழியாக வேறு சிப்பங்களை கல்கத்தா படைக் கலச் சாலையிலிருந்து இறக்கினான். வந்தவற்றில் சில சுற்று வெடிகுண்டுகளை சோதனைக்காக மொசோமா கொனோமா மீது சுட்டார்கள். ஐயாயிரம் அடிஉயரத்தில் வெடிச்சத்தம் கேட்டு வனவிலங்குகள் சிதறியோடின. கிரரீமர் ரெக்ஸ் குண்டுகளின் சப்தத்திலிருந்து அதன் குறைபாடுகளைப் புகார் கடிதத்தில் எழுதிக் கொண்டிருந்தான். சிப்பங்கட்டிவந்த யாக்குகள் அறுபதில் இரண்டைக் கைத் துப்பாக்கியால் சுட்டு மலைவிருந்துக்குத் தயாரானோம். சுடப்பட்ட வெற்றுத் தோட்டாக் களின் தாள் உறைகள் கொழுந்துவிட்டு எரியும் கானகத்தின் நிழல்களை நோக்கினேன். வெடித்த குண்டுகளை அந்தப் பழங்குடிகள் ஓடி ஓடிப் பொறுக்கி அதிலிருந்து ஈயத்தைப் பரித்து ஒரு குவளையாக வடித்தெடுப் பதையும் மறுநாள் தியோங் ஆற்று மடுவில் பார்த்தேன். எதிர்க் கரையில் பிரிட்டிஷ் துருப்புகள் மறுநாள் யுத்தத்துக்குப் பாளயம் இறக்கினார்கள். ஒவ்வொரு துப்பாக்கிக்கும் மசகிட்டு தோல் பட்டைகளை இணைத்தான் கன்னர் ஸ்மித். சுமோ கூட்மலை அடிவாரத்தில் புதிதாக இறங்கிய ரெஜிமெண்ட் தங்குவதற்கு பாளயம் போட்டான். அந்த இடம் மிகக் குளிரானது. நதியில் சில்லிட்ட நீர் வேகமாக ஓடியது. மூன்றடி ஆழத்தில் உருட்டுக் கற்களின் ஊளையும் முனகலையும் கேட்டான். கத்திக்கல் முழங்கால்களை அறுத்தது. பலமணி நேரம் கிளை ஆறுகள்

சிலந்தி வளையாகப் பின்னியிருப்ப தால் மலைப்பரப்பின் தோற்றத்தை மடிப்புத்தாளில் வரைந்தான். டினாகர்.. கச்சோமரி உயரத்தை தொடுகிற இடத்தில் பிளவுகளை அகழ்ந்தால் அடர்ந்த காட்டைக் கடக்கலாம். இடையில் கிராமமோ விவசாயமோ நடந்த அறிகுறி இல்லாத இடமாக விரிகிறது பார்.. இந்த வழி சாலை அமைத்தால் பர்மாவுக்குச் செல்லும் தூரமும் குறையும் என்ன சொல்கிறாய்... நான் தலையசைத்தேன். பாடர்லைன் எனக்குத் தெரியும் என்பதால் என்னையும் நம்பினான்.

சீல் பெட்டா கேம்பை அமைத்தது வந்த சிப்பாய்கள்தான். காடுமலை என்பதால் விடியற்காலை தேநீருடன் கராக் என்னை எழுப்பினான். 'டினாகர்...டினாகர்... டீபோ ரிவர் ஸ்டேஷனை அடைவோம் வா..' அவனுடன் சேர்த்து இருநூற்றி எண்பத்தி மூன்று பேர் கொண்ட புது பாட்டாளியன் அடர்ந்த இருளை துப்பாக்கியை ஒடித்து எடுத்த கத்திகளால் வெட்டி வெட்டிப் பாதையும் நகர்ந்தது. அங்கங்கே கேம்ப் கட்டிலை விரித்து மரத் தடியில் தங்கல். சுமோ கூட் மலைத்தொடர் ஒவ்வொரு மாற்றத்தையும் பார்த்துக்கொண்டு இருந்தது. கிழக்கு சுமோ கூட் மலை அடி வாரம்வரை கடப்பதற்குப் பதினேழு நாள் சர்வே நடப்பதற்கும் காட்டின் வரைபடங்களில் என்னென்ன கல் எங்கே இருக்கிறது. அம்புக்குறி இட்டான் சர்வேயர் நீக்ரோகாந்தி. அங்கே தங்குதல் ஆபத்தில்லாதது. கேம்ப்புக்கு ஏற்ற இயற்கைச் சூழல். அரைவட்டமாய் பெயர் தெரியாத ஓடை சலனித்தது. அதில் ரெண்டு அடி மூன்றடி நீர் வேகமாக ஓடியதில் கற்களின் ஒலி உலோக ஓசையிடல். நீரடியில் படிந்த கிறிஸ்டல் கற்கள் மடிப்பு மடிப்பாக மரங்களைத் தனக்குள் சுருட்டி விழுங்கியது. சிப்பாய்கள் பலருக்கு கால்கை அடிபட்ட காயங்களுக்கு டிஞ்சரும் பஞ்சும்தான் முதலுதவி. கேம்ப் இருந்த ஓடை ஓரமாக ஒத்தையடிப் பாதை தெம்மாங்குப் பாடலாய் வளைந்திருந்தது. அந்த ஏஓ குடுமி ரொஜோபோமா விடியக் கருக்கலில் சிறுத்தைத் தடம் போட்டு பம்பி பம்பி வந்தான். அவன் கக்கத்திலிருந்த பருத்தி ஆடையை சன்மானித்தான் ரெக்ஸ் கராக்கிற்கு ஏஓ தலைவனுக்குப் பின்னால் இருபது ஏஓக்கள் வில்அம்புடன் கருப்பு வெள்ளை பச்சைநூல் சுற்றிய ஈட்டிகளுடன் அசையாமல் நிற்கிறார்கள். மரியாதை நிமித்தமாக ஒரு குப்பி சீமைச் சாராயம் கொடுத்தான் ரொஜோபோமாவுக்கு. பார்வையில் சந்தேகமுள்ளவர் களாயிருக்கும் ஏஓக்கள் எல்லோருமே குடுமிகள்தான். இந்தச் சந்திப்பும் சம்பிரதாயமாக இருந்தது. நிரத்தரத் தங்குதளம் அமைக்க உதவுமாறு ஆங்கிலத்தில் கேட்டான். நான்

ரொஜோபோமாவைத் தனியே கூட்டிப் போய் விளக்கினேன் நாகாபாஷையில். ‘ரெக்ஸ் வெடித்த காலித்தோட்டாக்களிலிருந்து சேகரித்த ஈயத்தை உருட்டியே அவனைத் திருப்பிச் சுடலாம் நீ’ என்றேன். இந்த பூமியை ஆள்வதற்காகக் கப்பலில் வந்தவன் இந்த வெள்ளை என்றேன். படைப்பயிற்சிக்குத் தயாராக இருக்கிறோம். அவன் படைக்கலச் சாலை எங்குள்ளது சொல் என்றான் குடுமி. நீ அவசரப்பட வேண்டாம். ரெக்ஸ்ஸை வீழ்த்துவது எளிதல்ல. தற்காப்புக் காகத்தான் சுடுகிறான். ‘நீ எந்த அம்பையும் எய்யாமல் இரு ரொஜோபோமா..’ என்றேன் சூதனமாய். அவன் பிரியத்தில் புன்னகைத்தான்.

நான் கிரீமர் ரெக்ஸ் கராக்கின் அஞ்சல் உரையை எச்சிலால் நனைத்து உரித்து கடிதத்தை வெளியே எடுத்தேன். கல்கத்தாவில் வாங்கிய மூங்கில் தாள்களில் மைக்கூட்டிலிருந்து பாமர் வீச்சுக் களால் ஆன ஆங்கிலத்தில் சொற்கள் தின்னிய காகிதத்தை உறிஞ்சிய திட்டு அடையாளம் நெடுக மை இருந்தது. அவன் கையெழுத்து நடுக்கத்தை வெளியிட்டது. மேலும் இரு ரெஜிமெண்ட் ஜோல்ஜர்கள் வேண்டுமென்றிருந்தது. அவன் மனம் பயத்தில் இருண்ட வழிகளில் சொற்கள் வெளிரிச் செல்வதாக இருந்ததை உணர்ந்தேன். அந்தக் கடிதத்தின் பின்பக்கத்திலுள்ள யுத்த வரைபடம் எட்டு வகை நாகாக்குழுவையும் தாக்குவதற்கான இடங்கள் அடர்ந்த காட்டிலும் நதிக்கரையிலும் அமைந்தது. அடுத்த பக்கத்திலிருந்து ஒவ்வொரு மரங்களைப் பற்றியும் இன்னொரு காலத்தைப் பேசியது. நான் அவன் குரோத மனதை மேஜையில் விரித்துபேச்சு மூச்சில்லாமல் வாசித்தேன். அங்கமி பற்றி முதன் முதலில் பேசியிருந்தான். அங்கமிகளின் காட்டுத் தனம் பலிச் சடங்குகளில் கொல்லப்பட்ட எருதுகளை பரோம் பூட்டர் நதி மேற்கரையில் உள்ள ரகசியச் செம்மேடுகள் உதிரத்தால் சிவந்திருப்பதாக வர்ணித் திருந்தான். இந்த பிரம்மபுத்திரா தீரத்தையே பரோம் பூட்டர் என உச்சரித்திருந்தது கடிதத்தில்.கவர்னர் ஜெனரலுக்கு எழுதிய வேறொரு பதில் கடிதமும் இணைப்பில் உள்ளது. அதில் தான் கிரீமர் ரெக்ஸ்க்கும் யான்பூவைச் சேர்ந்த போராளி கோம்தார் கொன்வார், கொலைக்கும் தொடர்பு இருப்பதாக உணர்ந்தேன். அவன் மர்ம படைப்பின் புனைவுக்குள் கோம்தாரைக் கொலை செய்வதற்கான பழுப்பு வரைபடத்தில் அகப்பட்டிருக்கலாம் கதாபாத்திரமாக. படைப்பின் தூண்டுதலில் கோம்தாரைக் கூலிப்படை வீழ்த்தியிருக்கலாம். பிரிட்டிஷ்காரர்களை எதிர்த்த யுத்த விளிம்பில் தேயிலைத் தோட்டப் பிசாசுகளுக்கு எதிராய்

வில்யுத்தத்தில் கச்சாரியும் ஏவோக்களும் சில அங்கமி இளந்தாரிகளும் ஈடுபட்ட சிறு சிறு கலகங்களில் பூண்டோடு அழித்த பலரில் கோம்தார் கொன்வாரும் முக்கியப் புள்ளி. தேயிலை பயிர்நடும் கூலி அடிமைகளாகவும் கச்சாரிகளைத் துப்பாக்கி நிழலில் பணிய வைத்ததில் கிரீமர் ரெக்ஸுக்கு விக்டோரியாளின் வரைபடத்தில் பல புதை குழிகளில் மடிந்த அங்கமி, கூகி, மீகிர், ரெங்மா ஆவிகள் நாகோன் பட்டினிப் போரில் செத்தவர்களின் பிணத்தைக் கூட்டுப் புதைமேடாக்கியதில் யான்டபூ இளந்தாரிகள் வாளாவிருக்கவும் முடியவில்லை. ஆனால் கோம்தாரின் இரத்த சாட்சியம் நாகோன் நிலக்கரிச் சுரங்கத்தில் கரிபடிந்த பழங்குடிகளை துயரப்பாடலில் ஆழ்த்தியது. வடகிழக்கு வடமேற்கு மலையடர்ந்த அடுக்கங்களில் கோம்தாரின் உதிரத் துளிகள் தெறித்து உருண்டதில் நாகசேனை மண்ணில் உருண்டு நிலம்பதிய அழுதார்களாம். வேதகாலத்தில் நடந்த புராதன யுத்தமொன்றில் ஆரிய சந்திர வம்சத்தாரால் கோதர் கீழ்மலை நாட்டாருடன் தஷ்யுக்களுடன் கைகோர்த்து நேருக்கு நேர்புரிந்த படுகளத்தில் காம ரூபத்தில் அழிமதியான தொல்குடிமைக்கோயில் ஒன்றின் நிலவறையில் இன்னும் ஆர்யா கபால உரிகள் பல அசைவதாகவும் இரவுவேளையில் வேத சுலோகங்களும் காற்றில் பரவிக் கரையும். ஆனால் ஆறுபருவங்கள் இருப்பதாக அதிசயித்திருந்தான் கடிதத்தில். யுத்தமுறையில் இயற்கையும் காட்டுத் தொனி கொடுக் கும் ஆச்சா மரங்களின் மேல் வில் அம்புகள் இருப்பதையும் குறிப்பில் கண்டேன். அசோக தருவில் மறையும் அம்மண நாகாவின் விஷப் பல்லா வீதசோக மரப்பொந்தில் மறைவதை வரைந்திருந்தான் ரெக்ஸ் கராக். பேய்த்துவர்போக்கி விருட்சத்தில் அம்மணரை அவன் பார்த்து ஒன்றும் செய்யாமல் விட்டதெப்படி கைத்துப்பாக்கியை மௌனப்படுத்தியதேன். பெரிய நறுமண அகில் மரத்தில் அடையும் காகாதுயே பட்சியின் பாடலையும் கேட்டிருந்தான். நாகசுவத்தையும் முனி தளங்களும் கொலையை அனுமதிப்பதில்லை. தாமிரப் பல்லிக் கோயிலில் ஒற்றைக் கண்ணுள்ள சூனியக்காரி உரை யாடுவதை அங்கமிக்கிழவன் சொல்லியிருந்தான் அவனுக்கு.

கிரீமர் ரெக்ஸ் கராக்குக்குத் தெரிந்திராத ஆறு பருவங்களும் ஒன்றுக்கொன்று முறைப்படி வழி விடுகின்றன அங்கமிசேனைக்கு. நிலவின் தேய்வினைப் பொருத்த எண்ணிக்கையில் மலைக் கருணை விருட்சங்களை காத்துவரும் தியோங் ஆறு ஆயிரம் பட்சி ஜாலங்களின் ஒலி அகராதியில் இயக்கம் கொள்வதாம். பூதகணையாதி மரங்களின்

பச்சையிலிருந்து காடுகளுக்குள் பிரிந்தலையும் ஒவ்வொரு இனத்துக்கும் நிலவு ஒன்றுதான் ஆயினும் அவர்களே யுத்தத்தில் அதை வளர்த்தெடுத்தது. தியோங் ஆற்று நீரும் முரிமுரி மரங்களும் ஏமபுட்பங்களும் மந்திர வயப்படும் வழி பல ஓடிப் படர்ந்து தாக்குதலை நடத்தலாம்.

ஆனால் கிரீமர் ரெக்ஸ்க்கு துபாஷியாகக் கிடைத்த என்னை சினேகிதனாகவே நடத்தினான். என் டைரிக் குறிப்புகள், வரைபடங்களை அவன் சோதனையிடவில்லை ஆயினும் அம்மண நாகாவை நோக்கி நான் மலையேற்றத்தில் வெறிகொண்ட விலங்காகிவிட்டேன் என்பதை உணர்ந்துதான் இருந்தான். அங்கமிகளைக் காணும் ஆவலில் துபாஷியாக வர ஒப்புக்கொண்டதும் அதனால்தான். என் ஓநாய் கால் புதர் ஓடும் பாதைக்குள் ஏனோ ரெக்ஸ் கராக் தலையிடாமல் இருந்தான். அவன் என்னை கண்காணிப்பதை அறிவேன் ஆயினும் தினசரிதை எழுதி வந்தேன் நாகாமலையெங்கும். இந்தப் பதிமூன்று வருஷம் இமாலய நீலத்தில் என் லட்சியமும் நீல ஒளியில் கரைந்து அதில் அரூப நிலையில் துளைந்துகொண்டு இருக்கிறேன்.

இழந்த மொழிகள் பழங்குடிகளின் உப்புப்படுகைகளில் பாடல்களாகத் தானே இசைக்கப்படுவதை யாருக்காகவோ தவிப்புடன் ஏங்கி அலைவதைத் தாமதமின்றி வரைந்து காகிதத்தில் வடித்தெடுக்கவும் முயல்கிறேன். குளவிக்கூடுகளில் அவர்களின் ரீங்காரம் என்னைச் சுற்றி வளைத்தது. பூச்சிகள் உள்ளரித்த தாள்களில் எழுதிக்கடப்பதில் துளைத் தமர்களில் கானகமும் அழுது வழிகிறது. வாசகர்களுக்கு அச்சுப்பதித்த புத்தகத்தைத் தர விரும்பவில்லை நான். கையெழுத்துப் பிரதியில் முதல் அத்தியாயத்தில் துருப்புகள் தாளைக் கிழித்து மெல்லும் இலைப் பனுவல் கசங்கி எரியும் காகிதத்தின் நீல ஜுவாலையில் கோம்தார் கொன்வார் சிவந்த விழிகளால் அடர்ந்த மரங்களில் மறைந்துகொண்டு தாக்குதலைத் தொடங்கலாம். மூன்றாம் பக்கத்தில் அங்கமிசேனை நுழைந்தது. புத்தகத்தின் அடிவாரத்தில் மகாதியோ ஏறு சலனமடையும் ஒலி. பக்கங்களைப் புரட்டி வாசிப்பின் ஊடே வனத்தின் உயரமான இடங்களுக்கு வருகிறீர்கள். வாசகனின் களைத்த கண்கள் தூக்கத்துக்கு ஏங்குவதால் வாசிப்பை அரிதுயில் நிலைக்கு நகர்த்தியதில் மிக நயமாக இழையும் தூக்கத்தில் நெய்மைகளை மூடியதும் அதில் காற்றை நெய்து பட்சிகளின் அசைவுகளை வீசி வீசிக் கடந்துகொண்டு இருக்கிறேன். தூக்கத்தில் கரையும் புத்தகத்தைக் கிழித்து எழுதும் பழக்கத்தைவிட முடியவில்லை. இந்தப் புத்தகப்பரப்பில் எல்லாவித

ஜீவராசிகளும் துயிலும் இராத்திரியில் நீலமுகமூடி அணிந்த கேப்டன் கிரீமர் ரெக்ஸ் கராக் அங்கமி, ரெங்மாக் கைதிகளைச் சதுப்பு நிலங்களின் வழியே கடந்து வருமாறு உத்தரவிட்டான். உப்புப் படுகையின் மேல் நடந்த போரில் இறந்தவர்கள் இன்னும் மறையாத மொழிகளைப் பேசுவதை உற்றுக் கேட்டேன். இழந்த மொழிகளுக்கு நடுவே அருவிகள் வீழ்ந்துகொண்டிருந்த செங்குத்தான முகடுகளில் இயற்கையில் கைவிடப்பட்ட வழக்குப்பேச்சுகள் எச்சில் நாவினால் சுழலும் உரையாடல்கள் ஆழ்ந்த இருட்டின் இடுக்கில் நுழைந்திருப் பவர்களையும் ஆவிகளையும் அவனால் கைது செய்ய முடியாது. புதை குழியை மூடிய சருகுகளில் மறைந் திருக்கலாம். பிளவுக்கல்லில் சப்ததாராவின் நெருப்புக் கோயில். நாகச் ஒருவன் ஒரு காலால் ஒரு குள்ளப் பூத கணதின் காலை மிதிக்கப் பூதகணன் கருணைக்கு மன்றாடுவான் போல் பயந்தேங்கிய முகத் தாடு கல்லைத் தசையாக்கி நிமிர்ந்து அவனை மேல் நோக்குவது போலப் பல்லிடங்களில் நாகன் காட்டப்பட்டுள்ளான். நாகன் கையிலுள்ள இரு பொருளும் புராதன அர சாட்சியின் வளமைக்கும் தேவநாகரியின் செழுமைக்கும் குறியீடாயமைந்தன. பூத கணம் ஒன்றை அவன் காலால் மிதித்து நிற்பது தீய ஊக்கிளை அவன் தீர்த்து வைப்பான் என்பதைத் தெரிவிக்கிறது. கேப்டன் கிரீமர் ரெக்ஸ் கராக் எடுத்த புகைப்படங்கள் ஹென்றி ஹார்டிகோல் பின்னே தொகுத் திருந்தவற்றை இதை எழுதப் பயன்படுத்தினேன். பனிரெண்டு வகை நாகாவில் புராதன எச்சமாயிருக்கும் புத்தரின் பிக்ஷா பாத்திரத்திற்குள் ஒரு பாம்பு சுருண்டிருக்கும் சிற்பம். தனது தெய்வீக ஆற்றலால் கல்நாகத்தைச் சுருட்டித் தனது பாத்திரத்திற்குள் அடக்கின நெருப்புக்கோயில் கற்படிகளில் காசியாப் என்பது சக்கு நம்பகத்தன்மை கொடுத்து புத்த சமயத்துக்கு மாற்றியிருக்கிறார். சீன வம்சா வழியைச் சேர்ந்த குஷான்களின் ஆதி எச்சங்களைச் சுற்றி இந்த ஜக்ஆங், மொலுங், தாப்லுங் ஊர்களில் தர்க் தொன்மத்தின் வழித் தோன்றல்களோடு கலந்துவிட்ட குஷான் பாம்புகளை ஆபரணமாக அணி செய்யும் பச்சை குத்திய மேனியரும் நழுவி உள்ளே பிளவுக் கப்பலில் வில் வைத்துப் பலர் சரம் உமிழக் காத்திருத்ததல். குஷான்களுக்குள் புத்தரின் பிக்ஷாஅகலில் கல்நாகம் சுருண்டிருக்கும் மந்திர ஆற்றல் இருப்பதால் துருப்புகள் நெருங்க முடியவில்லையென்று கருப்பு வெள்ளைப் புகைப்படப் பிரதியில் எழுதி வைத்திருந்தான் கிரீமர் ரெக்ஸ் கராக்.

ஆனால் அந்நியர்கள் வெளிச்சமான நிலப்பகுதியில் போரிட்டார்கள்.

கல்நாக அகலில் குரங்குகள் கனிகளை நிரப்பிச் செல்வதைத் தொலைவிலிருந்து பார்த்தான். பின்புறமாக இருள் உலகவாசிகள் பூர்வ பௌத்தர்களாயிருக்கலாம். பின்னோக்கிச் சுடும் துப்பாக்கிகளின் உறுமல். அடர்புதிர் கொண்ட புத்தரின் கல்நாக அகல் சிரபூஞ்சியாகப் பெய்து கொண்டிருப்பதாகவும் புத்தரின் பிக்ஷாபாத்திரம் அங்கமிகளின் காப்பிடம். காடுமலையாய் இவர்களைச் சல்லடைபோட்டுச் சலித்துத் தேடிவரும் துப்பாக்கி நிழல்கள். பூட்டு வில் அம்பு மறைந் திருக்கும். துருப்புகளின் இழப்பும் அதிகரித்து வந்தது. நம்பகமான மலைப் பிரதேச ஆற்றலைப் பேசிக்கரந்தான் கைதிகளிடம்.

அந்தப் பிளவுக்கல் நெருப்புக் கோயில் காட்டு இரளில் பழங்குடி கூடவே வந்தது. அங்குதான் புத்தரின் கல்நாகமுள்ள பிக்ஷா அகலில் மறைந்திருக்கும் ஓகாத் தலைவன் போக்சந்தைப் பிடிப்பதற்குப் புறப்பட்டவர்கள் நெருப்புக் கோயில் சுவர்களில் செம்மண் கோலங்களும் சீறி விரட்டியதாகவும் ஓகா போக்சந்தின் சீடர்களாக உலவிவரும் யான்டபூவைச் சேர்ந்த குற்றவாளிகளில் கோம்தார் கொன்பார் பிளவுக்கல்லில்தான் பதுங்கியிருப்பதாக உளவாளிகள் சொன்னதை நம்பி முற்வகைக்கு நாள் குறித்தான் கேப்டன் கிரீமர் ரெக்ஸ் கராக்.

கோம்தார் கொன்வாரைக் கருமந்திகளின் கூட்டம் உச்சபட்ச வேகத்தில் இடம்பெயரச் செய்துகொண்டிருந்த சமிக்ஞைக்குள் கிளைக்குக் கிளை பாயும் அந்தரக் கிளைகளுக்கு மாறக்கூடிய தாக்குதல் யுத்திகள் அவை. தளிர் மான்களின் சங்கேதத்தில் கனைத்தான் கோம்தார். மரத்துக்கு மரம் குறுக்கும் நெடுக்குமாகக் கவைகளைப் பற்றித் தாவும் பயிற்சியும் நடந்தது. பிரிட்டிஷ் துருப்புகள் முன்னொக்கிச் செல்வதும் பலர் பின்னோக்கி வருவதுமாக ஏமாந்தனர் சிலவேளை. கோம்தாரின் சூழ்ச்சிக்கு ஆர்மிகாரன் தோற்றுவிட நேரலாம்.

ஆனால் கேப்டன் கிரீமர் ரெக்ஸ் கராக் காட்டையே உற்றுக் கவனிப்பதில் சிப்பாய்களுக்குப் பயிற்சியளித்தான் பிடிபட்ட ரெங்மா வீரர்களால். பறவைக் கூட்டம் திடீரென்று உயர்ந்து பறக்கத் தொடங்கிய திசையில் மறைந்திருந்து தாக்குவோர் ஒளிந்திருப்பதற்கான அறிகுறி. அஞ்சியோடும் விலங்குகளைத் தொட்டுப் பழகிய கச்சாரிகளின் வாடைக்கு அவை ஓடுவதை விட்டு இடம்பெயர்ந்தன இருட்டில். அங்கே பல தலைகளைத் தலையணியாகக்கொண்ட பூர்வநாகா திரிவடைந்த உடலுடைய கணங்களின் உருவங்கள்

பிளவுக்கல் நெருப்புக் கோயில் வெளிபுறக் கற்றளி ரெக்ஸ் கராக்கை வசீகரித்தது. நாகர் வகையினதான காவற் கல்லே பிளவுக்கல். இதன் வாசல் மனையில் காவற் கற்கள் குறுக்கால்களும் பிதுங்கு வயிறுகளுமுடைய கணங்களின் உருவங்களைக் கண்டான். யுத்தத்தின் ஊடே புகைப்பட நிபுணராகவும் ஸ்டேன்ட்டை நிறுத்தி படிக்கட்டு சிற்றுருக்களில் ஈடுபட்டிருந்தான். இக்கற்களில் உ்ரு வகிக்கப் பெற்ற நாகமும் கணங்களும் இவ்வனத்துக்கும் அழிந்த சப்ததாரா நகருக்கும் காவராயமைந்துவிட்டனர். பௌத்தத்துக்கு முந்திய பண்டைய நாகா நாகரீகம் பற்றி என்னுடன் இரவெல்லாம் விவாதித்தான் கிராமர் ரெக்ஸ் கராக். யுத்தரின் சமகாலத்து வத்து தேவா எனும் ஒரு தெய்வம் இங்கே வந்துரைத்த கதையை சிற்பத்திடம் அடைந்தேன். இச்சிறு தெய்வம் ஒன்று சிராவத்தியின் வர்த்தகன் அனாதபிண்டிகனின் மாளிகையில் நான்காம் வாசலிலும் குடிகொண்டவள் என்பதை பௌத்தக் கதையிலிருந்து எடுத்துச் சொன்னேன் ரெக்ஸ்ஸிடம். புத்தரின் திருமனைகளில் வாயிற்காவலர் பதங்களை இத்தகையப் பல சிறுதெய்வங்கள் தாமே மேற்கொண்டிருத்தல் வேண்டும். இத்தகைய வேலையை மேற்கொள்ளும் ஆவிகள் உயர்வான உறைவோரல்லர். நாகர் கணங்கள் பொன்ற தாழ்நிலையில் உள்ளவரே பௌத்தத் திருமனை வாசல்களில் இவரின் உருவங்களை நிறுவிய தால் நினைவறியா காலந்தொட்டு வணங்கும், பழகிய இந்தச் சிறு தெய்வங்களை தம் தாயாதிகளாகவும் நாகர் உலகின் தூபித் திருமனையை விவரிக் குமிடத்தில் ஆதி பௌத்தச்சிற்பியல் வழக்கொழிந்து போதலும் மீந்த எச்சங்களை நோக்கி மெல்ல நகர்ந்தான் ரெக்ஸ்.

மந்தியொன்று உடலுரசியதில் மயிர்க்கால்கள் சிலிர்த்தன ரெக்ஸ்ஸிக்கு. கேப்டன் நீ அவனை எளிதில் பிடிக்கமுடியாது. அவனுக்குப் பெருவணிகன் அனாத பிண்டிகனின் ஆவி துணையாக வருகிறது என்றேன். டினகர்.. எப்போதும் கோம்தார் வழிகாட்டில்தான் புதைந்திருக்கு. ஆச்சா மரக்காட்டில் அவன் தடம் பார்த்தேன் இன்று. பக்கத்தில் தான் இருக்கிறான். ரொம்ப நாட்கள் அவன் தப்பியிருக்க முடியாது. சமயம் வரட்டும் என தரையில் கோடுபோட்டு பேசினான் ரெக்ஸ். வனப் பூச்சி பலவின இரைச்சலை ஒலித்துக் காட்டினான் ஒரு கைதி. அவனுக்குப் புதரிலிருந்து பதில் ரீங்கார ஒலி வந்தது. அத்திசை ரைபிள்கள் சுட்டுச் சல்லடையிட்டன. புகைப்புதர் ஆனது. ஒருவருமில்லை. ரெக்ஸ் கராக்கைப் பீடித்த பிளவுக்கல் சிற்பச் சிற்றுருக்கள் வாவாவெனக் கூப்பிட்டதால் படையுடன் போனான்

அவ்வழி செம்மேடுகளை நோக்கியது.

எல்லா ஆயுதங்களும் கல்லிலிருந்து இரும்புக் காலத்துக்குத் தாவியது சிறுதேவதையால்தான். இவளுக்குப் பரிவார தேவதை பிளவுக்கல் சிற்பத்தொகுதியில் முலையறுத்த சிஞ்சாரியோ உடலில் இருமுனைகளிலும் தலைகொண்ட மிக நஞ்சுமிக்க புனைவுப் பாம்பு. முன் அல்லது பின் எத்திசையிலும் நகரக்கூடிய நாக சேனையை நடத்துபவள். கிரீமர் ரெக்ஸ் கராக்கின் துருப்புகளும் கானோமா கிராமத்தை வந்தடைந்தபோது அவனோடு நானும் உடனிருந்தேன். சூழலை விளக்கினேன் அவனிடம். கோம்தாரின் யுத்த முறைகளில் யார் கண்ணிலும் புலப்படாத சிற்சாரியோ இருமுனை கொண்ட வியூகத்தால் அவளுக்கு நாகசேனையை நோக்கிவரும் பிரிட்டிஷ் துருப்புகளைக் காலக் குளறுபடிக்குள் சிக்கவைத்ததில் அவளது முன் தலைச்சொல் பிறைவளைத்துக்குள் சீறி கானக உருவை இடமாற்றிவிடும். பின்தலை இடமாறிக்கொண்டு வேறொரு சொல் யுத்தம் நடக்கும் இடத்திலிருந்து எதிரித் துருப்புகளைச் சுற்றி வளையும். நாக பந்தனச் சிற்பத்தை முதலில் ஸ்டேண்ட் நிறுவி புகைப்படக் கருவியின் தலையைத் திருப்பினான் ரெக்ஸ் கராக்.

52

அ. முனியா சொன்ன பூர்வ கதை

கோடை நாளிலே தொங்கும் கம்மல் மினுக்கப் பழமையாகக் காட்சி தந்தாள் சங்குநாகன் குமாரத்தி கிளி மாந்தா. செடிவாசம் கொண்டதுள் உலர்ந்த காற்றாய் வீசிவந்தாள். அவளோடு பெண்கள் பொதி எருது களை ஓட்டிச் செல்வார்கள். எதிர்ப் பட்ட வாணிபக் கூட்டம் அவள் நீண்ட கருமுடிக்குள் மைக்கருவிழியின் ஈர்ப்பினால் பணிந்து போனதில் ஒன்றும் செய்யமாட்டாள் அவர்களை. இந்த சங்குநாகனுக்கு அறுபதாயிரம் பொதி எருதுகளை ஓட்டிவரும் சில்லரை வியாபாரிகள் கடனுக்கும் எருதை வாடகைக்கும் அமர்த்தலாம். இந்த வெப்பம் மிகுந்த அக்னிநட்சத்திர வெயில் நாட்களில் கமாரா பட்டணம் நோக்கிப் பயணம் போவது எளிதல்ல. இந்த ஒலிய இனத்து ராணிக்கு கேஸ்ராசா என்ற காதலனும் மலை யுறை அரசனாக இருந்தான். இந்தப் பெண்களில் பலரும் கோலியர், முகமதியரும் வாசனைப்பொடி தைலச்சக்கை அழகு சாதனங்களை ஏராளம் சுமந்து போய் காட்டுச் சந்தைகளில் கடை விரிப்பார்கள். இதெல்லாம் கிளிமாந்தாவின் பொழுதுபோக்கு. இராத்திரியில் அவள் உலகம் வேறாகிவிடும். பீங்கான் வளையல்களுக்குச் சிவப்புச் சாயம் ஏற்றுவாள். நீல வளையல் பல இவளிடம் இருக்கும். இனாம் கொடுப்பாள் கிளிமாந்தா. ரவிக்கை தைக்கும் முகமதியத் தையல்காரிகளில் யூதப்பெண் ஒருத்தி பின்னலிட்ட சோழிகள் பச்சைக் கற்கள் விதவித சங்குகளைத் துளையிட்டுக் கோர்க்கிறாள். பவள மாலை சூடிய கிளிமாந்தா முத்து வாணிபத்தில் கிழக்குக் கரைநெடுக பேர் வாங்கினாள் ஆயினும் இரவில் ஆளடிக்கும் ஒரு புள்ளிச் சிறுத்தையுடன் வேட்டைக்கு ஏகுகிறாள். புலிகள் மலிந்துள்ள காடுகள் வழியே செல்ல வேண்டி யவர்களான எருத்துக்காரர்களுக்குத் தற்காப்பும் இவள்தான். ஓரிடத்தில் பாளையம் இறக்கி வட்டமான கோடுகீச்சி ஒரு நிலப்பரப்பை

துப்பரவு செய்யுமாறு இரு வீரர்களைப் பணித்தாள். வட்ட வளையமாய் நெருப்பு மூட்டி அதன் நடுவில் புள்ளிச் சிறுத்தையைக் கட்டிக் கொண்டு துயில்கிறாள். மற்றவர்களும் அவளைச் சுற்றி இளைப்பாறுவார்கள். வளையத்துள் புலி நுழையாதென்பாள். இவள் நீலவிழி குடித்த ஒலியர் இன ஆவிகள் வெளிவந்து கண்களில் ஜொலிப்பார்கள். உள்ளே நுழைந்தால் கடுவாயிக் கண் குருடாகி விட்டால் அதைச் சுட்டுவிடும் அச்சம் அவளைப் பீடிக்கிறது. புலி அவள் எல்லையில் நுழையாது என்பது எருத்துக்காரர்களின் நம்பிக்கை. சிலகாலம் குதிரை வாணிபத்தில் அரபிகளோடு சேர்ந்து சுற்றிவந்தாள். தத்துவம் பேசுவதில் சூஃபிஞானிகளோடு விவாதிப் பதில் விருப்பம். தையல் காரிகளோடு இருந்து சலிப்பாகிவிட்டால் பல இளந்தாரி களோடு மரம்ஏறிக் கிளைதாவி மரம் வாழ் துறவி மச்சரேகை எனும் சித்தரிடம் போதனையும் பெற்றாள். கூடவந்தவர்கள் பலரும் இவளை மையலுற்றும் அவளோ தனித்திருந்தாள் வனப் பெண் ணாய். பூட்டு வில் அம்புடன் மலை ஜாதிக் கூட்டம் அவளுக்கு மெய்க்காவலர் ஆயினும் கேஸ்ராசாவின் ஆட்கள் என்பதில் பேசு வதைத் தவிர்க்கவும் செய்வாள். மயக்கமூட்டும் அவள் தைல மையல் விழிகளுக்கு அகப்படாதவர்கள் யாருமில்லை. முனியா ஒரு பச்சோந்தி வடிவ மடைந்த அருவத்தோற்றத்திலும் கழுத்துப் பையுள்ள சில்லானின் ஓட்டத்தில் துடியாய்ப் பாய்வான். கல்மேல் மறதியாக இருந்தாள் கிளிமாந்தா. கரட்டாண்டியின் கண்களில் முனியா இடம்மாறி விடுகிறான். கரையான்களின் செம்பட்டை நிற உடல்களில் ஓடித்திரியும் ஞாபகங்களை மர்மங்களில் புதைப்பவன் முனியா. முன்பே காட்டுவாசிகளின் வாழ்வெல்லாம் பழகியிருந்த முனியாவைத் தீவீவிரமாக சினேகித்தாள் கிளிமாந்தா. தேனிறமான முனியாவின் அருவத்தோற்றத்தில் இறந்தவர்களின் ஞாபகங்களும் திரும்பக் காட்டுக்கு வந்து மெல்லிய வாசனையாகத் திரியும். கிளிமாந்தாவை சகடத்தில் அமர்த்தி பனங்காட்டுக்குக் கூட்டிப் போனது முனியா. மறதிகளெல்லாம் பனைமரங்களாய் உயர்ந்து கருத்திருக்க சேர்மத்தாயி பழைய கந்தலிலிருந்து கிழிக்கும் ஆடைகளை கள் மொடாவில் தோய்த்துப் பிழிகிறாள். பல்லால் கீறி கந்தல் துணிசுற்றி மடக்குஓலைக் கன்னியைச் செய்துவந்தாள். கிளிமாந்தா முக்கிய வாணிபத்தடங்களில் எல்லாம் பவளத்தைச் சிதறியது எதனால். கமாராவிலிருந்து செல்லும் பெரும்பாதைகளின் தூரத்தில் கலந்த பனைக்கூட்டமிருக்கும். அங்கே பெருங் குவியலாகக் கிடக்கும் கற்தூண்களையாரும் தொடுவதில்லை. ஒலியரின் அரண்மனைக்

கற்களென்று அவள் ஆடைகளைக் கிழித்து தூணிக் கட்டினாள். இந்தக் காட்டுத் துணியில் பதித்த சோழிகளும் நீலக்கற்களும் உதிர்ந்து கிடக்கும்.

தூணை எடுத்து நட்டினால் தொட்டவருக்கு சாபம் படும். தூணில் அதிர்ந்துகொண்டிருந்த ஒலியரின் ஞாபகங்கள் பீடித்துவிடும். அந்த வழிச் செல்லும் எருத்துக்காரக் கூட்டம் மடக்கு ஓலைக்கன்னியைத் தொழுது செல்ல நல்லாடை கந்தலாய் கிழித்து பொம்மைசெய்து விரி ஓலையில் குத்தி வைத்தவை அசையும் காற்றில் வில்லம்பர்களின் உலகம் மறைந்திருக்கும். கிளிமாந்தாவின் ஜடைரிப்பன்கள் பல நிறங்களில் அந்த பனையில் கட்டிவைத்தது முனியாவின் செயலாயிருக்கும். கந்தல்துணி இற்றுக் கிழிபடும் ஓசையில் கிளிமாந்தா தோன்றினாள். தையல்காரியாகக் காட்டில் கிழில்சல்களை தைத்துவந்தாள் வினோதப் பெண். மடக்கு ஓலைக் கன்னியை உயிர்த்தெழச் செய்தாள். உறைக் கள்ளில் இராவுகளும் நுரைத்துப் பொங்குக. முனியா கதைபோட்டு முடிய விடிந்துவிடும்.

போகவதிக்கு அருகே அவள் பிறப்பிடம் இருந்ததாம். ஒலியரின் தாயகம் பரந்து விரிந்த நகரம் மதில் சுவர்களோடு முள்செடியும் பனங்காடும் நரிகளும் எல்லையில் வாலை உரசிக்கொண்டிருக்கும். கிளிமாந்தா கொடிய விஷம் சுமந்தவளாயினும் அதைக் கையாள்வதில் கலையைப் போலும் தன்னைக் கொன்றுவிடாமல் பளிங்காக மாற்றினாள். வம்சாவளி அரண்மனையும் யுத்தத்தில் விநாசமாயிற்று. நாகநகரத்தை ஆராய வந்தவளுடன் வாசகரும் கலந்திருக்கலாம். அதெல்லாம் விவசாய நிலப்பரப்பு. காடுகளையும் தேடிப்பார் உன் தீவிர கண்களைக்கொண்டு சுற்றிப்பார். சிட்டாடல் கடைக்கண்ணி பஜாரில் கிடைக்கும் மலிவான ஏடுகளில் ஜமுனாவிலிருந்து கங்கைவரை கிறிஸ்துவுக்கு முன்பே வாழ்ந்த இனம். ஆரியரில் சந்திர இனத்தார் ரெண்டாவது தலைநகரை இங்கே நிர்மானித்த ஆக்கிரமிப்பில் நாகரை வெளியேற்ற வேண்டியதாயிற்று மன்னனுக்கு. அர்ச்சுனா இந்தப் பாடலின் நாயகன் அஞ்ஞாத வாசத்தில் ஒரு நாகராசா சித்ராங்கனையின் முதல் குமாரத்தி உலூபியை மணக்கவும் பிறகு சித்ரவகானா மணிப்புரி நாகஅரசனின் புத்ரி ரெண்டாம் தாரம். பார்த்தனின் பேரன் பரிசித்து தட்சகா எனும் நாகராசாவால் கொல்லப்பட அவன் குமாரத்தி கிளிமாந்தாவோடு இவன்மகன் ஜனமேஜயன் ஒரு நீண்ட கொடிய யுத்தத்தினைத் தொடுத்து நாக சைன்யங்களை ரத்தமடுவில் வீழ்த்தினான். கிளிமாந்தாவை சங்கிலிகட்டி நாயைப்போல் இழுத்துச் சென்று காலக்கிரகத்தில்

அடைத்து அவளுக்குத் தண்டனையளிக்கும் விநோத ரசனைக்கு ஆட்பட்டான். நாகரத்தை மீட்க அவள் பஞ்ச திராவிடர்களை நாடி வெளியேறியிருந்த வேளை தக்கானப் புலியோடு சினேகமானாள். அப்புலியோடு இவளையும் கூண்டிலடைத்து உத்தர வீதியெங்கும் இழுத்துவந்தான் ஜனமேஜயன். அவளுக்குத் தினசரி பச்சை மாம்சத்தை ஊனாகக் கொடுத்தான். தண்டனையாக சுந்தரவனப் புலிகள் சிறுத்தைகள் கரடிகளுக்கு இடையே பொன் ஆபரணங்களால் அலங்கரித்து கம்பிவேலி அடித்த கூடாரத்துக்குள் நடமாட விட்டிருந்தான். இவ் வளவு துன்பத்துக்கு இடையிலும் நாகமுன்னோர்களைப் போல கிளிமாந்தா சிங்கத்தின் பாழிச்சிகழிகைமீது பெண் சிம்மமாக ஈண்டி உறங்கினாளாம். அவள் கருங்குழலின் பல்லிருங் கூந்தல் கவர்ச்சி யால் விலங்குகளும் அவளை அண்டாமல் விலகியே கூட நடந்துவருகின்றனவாம். விரல் நீட்டிய இடத்தில் சிறுத்தைகளின் பாய்ச்சலை நிறுத்தி ஏச்சங்காட்டி அணைக்கிறாளாம். வங்கச் சிங்கத்தின் செம்மஞ்சளான கதுப்பில் பேன்பார்த்தவாறு மோனத்தில் ஆழ்ந் திருக்கும் வேளை ஆரியராசா அவளுக்கு மரியாதை கொடுத்து ஒப்பந்தம் போட்டான். நாடிழந்தவளுக்கு மீண்டும் நாகரம் தலைநகரைத் திருப்பித்தர அவளுக்கு நிபந்தனைகளும் விதித்தான். பிணைக்கைதிகளை மீண்டுமொரு யுத்தத்தில் நீ மீட்டுச் செல்லலாம். இப்போது உன்னை விடுவிக்கிறேன் என்றான் ஆரியராசா.

அவள் ஆரியராசனிடம் கேட்டதெல்லாம் என்னோடு இந்த விலங்குகளையும் காட்டுக்கே விட்டுவிடு... மேலும் நான் உன்னிடம் கேட்டுப் பெறுவதற்கு ஒன்றுமில்லை. நாகராகத்தில் முந்திய எம் நாகபூமியை விடுவிக்க அரவர்கள் வருவார்கள் இனிஞ் ஒன்பது வகை காட்டுத் தானியங்களைக் கந்தலில் முடிந்துவைத்திருந்தாள் கிளிமாந்தாள்ஞ் ஆரியராசா சன்மானித்த நகை ஆபரணங்களை இரும்பைவிடவும் அடிமைச் சங்கிலி இவையென அவற்றை சிறை யிலேயே உதிர்த்துப் பரிநிர்வாணமடைந்தவளாக திசைசூழ் துகில் அணிந்து வெளியேறினாள் கிளிமாந்தா. நாகபூமியை விடுவிக்கும் லட்சியத்தால் கேஸ்ராசா எனும் மலையரசனை சேர்ந்தாளாம். அவளுடைய காட்டின் அரசவையில் சிங்கமே திரும்பவும் ராஜாவாயிற்று. நரிகளுக்கு பஞ்சதந்திரக் கதைபோடும் வாழ்வும் புலிக்குக் குருடனின் அரண்மனையும் கரடிக்குக் குழந்தை களும் சிறுத்தைக்குப் பழங்குடி வாழ்வும் கிடைத்ததாக முனியா சொல்கிறான். விலங்குகளுக்கெல்லாம் ஆயிரம் வயதான ஆமையொன்று மந்திரியானதில் நாட்கள் ஜாதகக் கதைபோலும் புரண்டது. திரும்பவும்

நாகர் இனம் சரித்திரத்தில் நிழல்படாமல் மறைந்து திரிந்த கிளிமாந்தா படைப்பெங்கும் இன்றுவரை புனை நிழலாகவும் கிளைக்கதையாகவும் ஒலிநாகனுக்குப் பேத்தியாகவும் மதயனுக்குச் சீயாளாகவும் ஒலியன் சந்திரநாகனுக்கு மகளாகவும் சங்கு நாகனின் வாரிசாவும் உச்சக் கிழவனின் மருமகளாகவும் முகுளிநாகன் தங்கையாகவும் ஏதோ ஒரு வகையில் உலூபியின் சகோதரி என்பதால் பார்த்தனை அவள் பகைக்காமலில்லை. பரிசித்துவைக் கொன்ற பலிபாவம் தன் தந்தை தட்சகாவின் நிழல்மீது படிந்திருப்பதால் கொடுத்த பலிதீர்ப்பில் லட்சம் நாகரின் குருதியில் ஜனமேஜயன் முகம் உதிர முகமூடி ஆயிற்று. முதுசிரல் வாக்கு காற்றில் நீந்திச் செல்ல சாரசப்பட்சியைக் கண்டாள் கிளிமாந்தா. குறும்பூழைக் கையிலே பழக்கும் காடைக்குத் தன் உதட்டில் புல் ஊட்டினாள். கையுளதாகி விடினும் செவ்விழி வழிகிற கோபம் அதற்கு. வெறுங்கையுடன் வேடன் திரும்புவதில்லை காட்டிலிருந்து. குறும்பூழ் கூட்டம் அவளைச் சுற்றிச் சுழன்ற காற்றில் காலிற்பிரியா நாகப்பெண் கைவிரல் அசைத்தவழி செல்லும் காடைக்குத் தீற்றும் அரிசி மெழுகிய மந்திரமும் பச்சிலை மந்திரமும் செவியுள்ளூறுத்து ஒலியும் சொன்னாள். கவுதாரிக் கூண்டு பின்னினாள் கிளிமாந்தா. போரிட் குறும்பூழாடிகள் சிலர் அவளைச் சூழ்ந்தே வருவார். நிலங்கு எனும் சிறுபட்சி பூழானுடன் சண்டையிடும். மேற்புறம் வளைவும் சிறுசிறுவரிகள் குறுக்கிலும் நெடுக்கிலும் இருக்கும் பூழான். உழுந்துச் செடியின் காம்பு இளஞ் சிவப்பாய் இருப்பதுபோலப் பூழான் கால்கள் வெளிர்சிவப்பு. வரகும் கேழ்வரகும் வறண்ட நிலத்தில் அரிகாலில் கருப்பை எலியோடு போரிடும் கவுதாரிக்கு கரையான் ஊட்டித் திரிவாள் ஊர்சுற்றி. சிவல் வென்றி இவள் போர்விளையாட்டு. சிவந்த நிலத்துக் காடையும் கலிப்பாக்குக் குருவிகளும் செங்களிப்பான தோற்றம். பூழான் சிவல் மண்ணைக் கிண்டிப் புழுப்பெறக்கி அலையும். சுரையூர்க் குருவரிகள் ஏராளம் கும்புகும்பாய் பறக்கும். சிரல் பறவைக்கு புல்லைச் சுற்றும் ஓட்டம். பாசினப்பறவைகளோடு சேர்ந்து கருநீலப்பட்சியின் அடி முள்ளில் குத்திய குருதி செம்மண் ஆயிற்று. ஆகையினால் பனங்காடை கொம்பு சுற்றி சோகம் இழைந்த குரலில் எந்த வரையறையுமற்ற முனியாவின் பாய்ச்சலை வேண்டிப் பாடினாள் எருத்துக்காரி. தரையில்வாடி வீழ்ந்த நாகருக்கு கள்விட்டு அழுதாள் சேர்மத்தாயி. தாழ்ந்து பணிவாள் அரவருக்கு. அந்த செவல்காட்டு பனைகளைச் சுற்றி அவலத்தில் ஆழ்ந்திருப்பவர்களாகக் கைகளை அசைத்தவாறும் பல்லவத்தில் மேகலா தெய்வம் வழிபட்ட

தாபிதர் இருக்கையை அழைத்தார்கள் கூவியவாறு. பாதாளத்தின் கீழாக வாழ்வதாக ஒலியரை நம்பி னாளாம். கும்பிட்டு செவல் நிலத்துக்குக் கள்விட்டதில் எழக்கூடும் நாகரினம். இருட் கூட்டமாய் கூக்குரலிட்டு கள்ளில் நுரைத்தனர். இரவிலமூம் புனுகுப் பூனையின் புள்ளிகளாய் குழந்தை கன்னத்தில் இட்ட பொட்டு மையமாகக் கருத்திருக்கும். எருதுகள் அறுபதில் பொதிமாடு போட்டு கள் சுரைகள் நிரம்பி வழியும். வீழ்ந்தவரின் எலும்புகள் தாகத்தோடிருக்கும். கோடை வெய்யில் ஏறி நில மெல்லாம் பேய்த்தேர் அசையும். கீறல்விடும் புத்தகத்தில் செம்மண் தாகம். அக்னி நட்சத்திரத்து இருபத்தியொரு பகல்வெளிபோக கானல்நீரில் உருவங்கள் கலைந்து நெளியும் புகைச் சுழற்சி. சுழி வெயில் உள்ளே சுடுநீர் பட்ட வாதையும் தெரிவதில்லை. உள்ளே மங்கலாகிவரும் பாதையும் நெளிந்து கலைகிற அசைவு. குத்துச்செடியின் நிழல்கூட இல்லை. முள்மரங்களில் வீசும் அனற்காற்று. வெயில் அடர்ந்து முள்மரம் கிழிக்கிறது குருதிக் கரைபடிந்த சூரியன் துள்ளிவருகிறான் காட்டுக் குதிரையாய். ஒவ்வொரு கலயத்திலும் கள்வேறு. போதமும் ஒன்றல்ல சுவையும் பனைக்குப் பனைமுனி வேறு குடித்த காடிக்குள் கொற்கை கள் நயம். தேசமிழந்த நாகி கந்தலான துணிக்குள் கல்லை வைத்துத் தட்டி கிழிக்கிறாள். முள்ளைக் குத்திக் கீறுகிறாள் வரைபடம். அழுக்குச் சேலைக்குள் வெள்ளை வெட்ட நெடிக்கும் மனுசிவாடை சாயம் போன கண்டாங்கியில் பாசமும் காயவில்லை. இந்தச் செவல் வாசி களிடம் வற்றாத கள்ளும் கருப்பட்டியும் நொங்குக்காய் குழிகளில் ஈரம் இருக்கிறது. பனைக்குப் பனை ஒளியும் பனங்காய் தலை சிறுவர்கள் ஓடிவிடுவார்கள். இச்சிறகுகள் மார்பின் புறத்தை மூடியிருப்பவை. நீர் ஒட்டாத தைலச் சிறகுடைய சிறுவி. கிளிமாந்தா போர்வை இறகுகள் முள்முளைத்துக் குத்தவரும். பனையோலை போல் இருபக்கமும் விரித்து வரிக்குவரி இடமாறும் சருக்கம் வாசித்தாள். நுங்கள் ரெக்கைகளின் தொடர்ச்சிதான் அவளும் வாசகரே. ஆனால் அலகில் சுரக்கும் வசியத் தைலத்தை இறக்கைகளுக்குள் தடவி உயர்ந்து பறக்கும் ஆற்றலில் ஆகாச சஞ்சாரி. எல்லா எலும்பிலும் துவாரங்களில் சுருளும் காற்றாகிறாள் கிளிமாந்தா. கிளைகளைப் பற்றிக்கொண்டு விழாது கால்வைத்த மாமரத்தில் உறைபவள். இவள் முதுகும் கழுத்தும் வெளிர் பாசிநிறம். கருத்த முகமூடி அணிந்து சாவுடன் உரையாடுவாள். மூக்குச் சிவந்திருப்பதால் கிளியுமல்ல கிளிமாந்தா. ஆந்தையின் தனிமை எங்கிருந்து கிடைத்தது. பாங்கிணற்றின் ஓலமென அரற்றியது. அதன் வாக்கும் இறகுதான்.

தையல் பறவையாக மாற்றினாள் கோலியப் பெண்களை. பட்டினக் குருவியாக்கினாள் நிலத்தில் ஒட்டா தவர்களை. கொட்டைப் பாக்குக் குருவிக் கூட்டத்திடம் கேட்டால் சொல்லிவிடும் 'கண்மாயில் குருவி குடிக்கக்கூட ஒரு சொட்டு இல்லை. ஊரும் வேண்டாம் காடுகரையும் வேண்டாம் எங்களுக்கு' கூலிப் பெண்களும் பொய்த்த கிணறு வெட்டும் மனுசரும் போனார்கள் வேரைப் பறித்து. ஊங்காரக்குருவி அதை மனுசரும் பார்க்க அஞ்சுவார். அதன் ஒவ்வொரு மூச்சிலும் காடு பற்றி எரிந்துகொண்டிருந்தது. வாடக் கரட்டின் மேல் அந்த ஊங்காரக்குருவி விப்...பென்றும் பிச்... சென்றும் நல்வாக்குச் சொல்லும்.

53

ஆ. முனியா சொன்ன பூர்வ கதை

தூங்கேணியில் மூழ்கிய அழிக்காளி நீலச் சிற்பமாய் புரள்கிறாள். தூங்கும் தண்ணீரை உசுப்பாமல் நாக பூசணிக்கு உள்ளே போய் படையளில் தன் தலை துளித்தவள் செடி முளைத்த வேறொருவன் பலித்தலைப் பொருத்தி மேலே வருகிறாள். இறந் தவனின் கண்களைக் கொண்டு நாகா மூலவரை உயிர்ப்பிக்கிறான். முற்காலப் பழங்குடி விட்டுச் சென்ற காட்டுவாசி நடுகற்கூட்டத்தின் மேலே பச்சை மரமிருந்து எட்டிப் பார்க்கும் நம் சீயாள் ஓணான் வருவாள் அவளைக் கும்பிடாமல் இருந்திடாதே... ஓந்திமுகச் சடைச்சி மஞ்சப்பல்காரி காட்டுக்கனி பெறக்கித் திண்டவளை ஒதுக்காதே... பேராண்டி... அதலக்காய் ஊருணிமேல் இச்சிமரம் உதுத்த கனி யெல்லாம் தித்திப்பு. விழுந்த பழபென்னு கடலால் மிதியாதே ஊதியூதித் திண்ட பிள்ளைக மாடுகளைவிட்டு தூரக்காடெல்லாம் சூரம்பத்தை சொரிந்த பழம் பிசுபிசுந்தால் நக்கித் திண்ணு. நார்க் கொட்டானில் பொல்லாத கூனி பெறக்கிய பழ மிருக்கும் திண்டுராத சூனியக்காரி விடமாட்டா உன்னை. இந்த முனியா வாரவழி தன்னிலொரு காலெடுத்து கூனி புகையிலைக் கட்டையை கடவாய்ப் பல்லால் இழுத்து மெல்லும் ஒலியில் வந்து பெரியமாயி... எனக் கொஞ்சம் போயிலை கொடு.. என்பான். முந்திச் சீலையால் முடிந்த கெட்டித் தூளை பல்லால் அவிழ்த்து பேரனுக்குத் தராமல் அவள் ஆவியும் போகாது காட்டவிட்டு. உள்ளங்கையில் நுணுக்கி டப்பிச் சுண்ணாம்ப தொட்டுக் கசக்கி அவன் கடவாயில் இழுவிய விரலை வாசனைபிடித்து எச்சிப்பட்ட கபாலத்தில் களிம்பு எடுத்துத் திரட்டிய அழுக்கான இந்த ஆசாரக் குடுமிக்காரன் காதுகாதாய் தலைமுறை தலைமுறையாகக் காத்து வந்ததில் யாகத்தின் சடங்கில் ஓதியதெல்லாம் பூர்வீக வாழ்வை திரும்பப் படைத்துக் காட்டும் நிகழ்ச்சியாக அரணிக்கட்டை ஒன்றோடொன்று

உராய்ந்து தேய்ந்து நெருப்புத் தோன்ற இரும்பை புழுப்பத்தாமல் மரத்தையும் பல்லையும் பச்சைக் குடிசை கட்டி கறந்த பால் முலை புகாமல் சொன்ன சுலோகமெல்லாம் கரடி மயிர்தான் அடர்த்தியாய் இருந்தென்ன... ஜனமேஜயன் ஸர்ப்ப யாகத்துக்குள் சேரவேண்டிய நம் அரவபதிகளும் கிளைக்குக் கிளை ஒடிந்து அக்னிக்குப் பலியானதில் இன்றுவரை சடங்கு ரூபத்தில் பூர்வீக நாகாவின் சாயைகளை எரிப்பதற்கு அன்று உச்சாடனம் செய்த ஒலி உரக்கக் கேட்பதால் இல்லாத நாகா எழுந்து வருகிறார்கள் நிலம் பிளந்து. அழுக்கான இந்தத்தாள் புத்தகத்தை நான் மிக ஜாக்கிரதையாகப் பக்கங்களைப் புரட்டிப் பார்த்தேன். அந்தப் பக்கங்களில் முனியா காற்றாக வந்து அசைவாடும் சத்தங்களைக் கேட்கிறீர்களா.. முனியாவிரல் புகையிலைத் தூசியைச் சிந்தியது. களிம்பு வழியும் ஆர்யா கபாலங்களை நம் குலந்தந்தைமார் ஏன் இன்னும் காத்து வருகிறார்கள் முனியா? ஒருபோதும் நீ அறிந்திராத புத்தகத்தில் வரும் சுயவிசாரணை குறித்த கதை பூர்வக்கறப்பத்தின் அடிச்சுவடிட்டில் கசங்கிய காகிதங்கள் தீப்பிடித்து வட்டமிட்டுக்கொண்டிருக்கும் நீல ஜ்வாலையில் எதிரிகளின் கபாலத்தில் நாகா எழுத்து ரத்த ஒளி கசிவதை செம்பாம்பு நெளிந்து மினுங்கும் அதன் படம்விரி கோலம் நாவு பிளந்த நாகரர் தம் பெயரால் ஒரு லிபி ஏற்படுத்தினார். அதன் பெயர் த. நீகாணும் ஒவ்வொரு உள் புத்தகமும் த இல்லை த. வட்டமிட்டுக் கொண்டிருக்கும் கதைகளாக மாறுவதால் சூரியன், சந்திரன், உடுக்கள், பருவங்கள், விருட்சங்கள் கற்கள் ஆறுகள் பூமி இவையனைத்தையும் பெரும்பெயர் நாகா மலைகளிலிருந்து இறங்காமல் ஆண்டு வருகிறார்கள் இன்றும். சரித்திர இயக்கத்தை விட நாகா ஆதி காலத்தில் நடத்திய வாழ்வும் நாகரீகமும் நாணயங்களாக உருளும் பைசாசி மொழிக்கு எதிரானவர் நிழல் நம்மைத் தொடர்ந்துவரும். அசுரரின் வாய்மொழியை 'மிரிதவச்' என்று யுத்தத்தில் துளித்த பழங்கபாலம் சொன்னது. பேசும் உறுப்புகள் அழிக்கபட்டவரென்று கேட்டேன் அதனிடம். ஆர்யகபாலா முன் உரையாடல் தொடர்வதில் வேத இந்திரன் நம்மைக் கோபித்தாலும் பல இந்திரர் பதவிக்கு வந்து போவதால் ஒருவனல்ல இவன். ஹே லாவா... ஹே லாவா... எனப் பேசும் ஆற்றலை இழந்த அசுரர் பேசுவதாக சதபத பிராமணம் சொன்னது வேறொரு கபாலம். இவ்விதம் பேசுபவரை மிலேச்சர் என்பீரோ... தூயவரே... நான் அப்படிச் சொல்லிவில்லை. காட்டு மிராண்டி என்று சொன்னாலும் திரும்பிப் பாரும் இந்த வழியை.

இந்த நாக ரத்தமேடுகள் ஆரியாவுக்கு முற்பட்ட பழைய மடு.

நாவலம் பெருந்தீவு கடற்சிலம்பையும் பூர்வதட்சிண பச்சிம உத்தர பெரிய கடல் சமுத்திரமாகி தீவுகளில் நாக நாடுகளின் எச்சங்களாயிருந்த மத்திய மாகானத்திலும் பிரம்மபுத்ரா தீரத்தின் கரைநெடுக காடும் தோப்பும் லாவா வடிவுக் கோடுகளும் ஆதிர வாமும் மான்-கெமர் கொடி சுற்றிப் படர்ந்த கிழக்கில் முண்டாக் களின் சூரியக்கல் மேட்டில் தோய்ந்த குருதியின் முணுமுணுப்பில் நாகருடன் உரையாடும் மலைப் பிசாசுகளும் தன் பற்களை உதிர்க்காமல் பிடுங்கி சந்தால்களிடம் தாயத்தாய் கொடுத்து மறைந்ததும் அன்னாரின் வழித் தோன்றல்களும் வெளியேறிவிட்டபின் சிந்திய எலும்புத்தூளில் எடுத்த நாகா எலும்பு நாணயங்கள் பொடி படாமல் குறியீடுகள் ராத்திரிப் பேய்களாய் எழுந்து வரும்போது இருட்டு உள்ளவரை இவ்விருளில் வாழ்ந்திருக்கும் விருட்சங்களும் ஆதி நாகா. கிழக்கு நோக்கிச் செல்லும் பதினெட்டுமுறை சட்டை உரித்து வெளிவரும் அம்புகளில் இன்றும் முடிவற்ற பயணத்தைத் தொடர்ந்து கொண்டிருக்கும் நாகாஸ்திரம் பூர்வாகலத்தில் தைத்து சரித்திரத்துக்கு எட்டாத காலத்தில் தீவுகளை அரவிட்டுக் குமுறும் நமது கதைகளில் இந்தியப் பெருங்கடலை நோக்கி தெற்கு முகம் கொண்டுள்ள பாலித்தீவு முரட்டுக்கடல்களையும் ஜாவாக் கடலை நோக்க வடக்கு முகம் திரும்பிய பாலித்தீவுப்பகுதியில் ஆசிய மத்திய நாடுகளில் நாகா கால்வழியில் தன் பெற்றோரை மீட்க நரகத்துக்குச் செல்லும் பீமா, நகரத்தின் ஒவ்வொரு கட்டமாக பாண்டு மாதுரியைத் தேடுகிறான். நாகா லோகத்தில் நுழைந்து தேடியதில் அங்கே புத்திர நயமிக்க விஷப்பல்லாவை தாகத்தில் பருகியவன் கருநீலமடைந்து அவன் காணும் ஒவ்வொரு புத்தகமும் கடுத்த விஷமாய் ரகஸிய நீலத்தில் கரைந்துகொண்டு இருக்கிறது. விஷத்தில் நீலநிறமான கனிகளையும் ஒளிரும் தளிர்களையும் நாகியின் மடுக்களில் முறிவாகும் மாசற்ற சுனைகளையும் அருந்தியதில் மரபான வழக்கப்படி இந்த நாகாவின் விஷப்பல்லாவை முழுவதும் அருந்திய பீமா எந்த ஒரு புத்தகத்தையும் மருந்தாக மாற்றும் பளிங்குப் பிரதியை அடைகிறான். விஷப்பல்லாவில் ஓடும் ரஸ நாளங்களில் எல்லாக் கலைகளுக்குமான நீலபிந்து சூல்கொண்ட லயமலர்களை நுகர்கிறான். அவை ஒருபோதும் மறைந்துவிடாதபடி எப்போதும் உயிர்ப்புடன் இருக்கும் நாகமொழியில் நிச்சயப்படுத்திக் கொள்ளுமாறு நாக முதியோர் அவனைத் தழுவும் வேளையில் சாவிலிருந்து விடுபட்டு வாழ்விற்கான குறியீடு கீறிய நீல நாணயங்களை குலந்தந்தையின் மூங்கில் கொம்பிலிருந்து பெறுகிறான். ஒவ்வொரு

நீலமும் வேறு நாணயமாகி சுவாசம் ஊடாடும் புதிர்வழியே அடுத்த பாகத்தில் வெளிப்படும் தாள்களில் மூலிகைப் புதர்களில் கால்வைத்து அங்குமிங்கும் புராதன வைத்தியசாலையில் நாகியர் தைலம் காய்ச்சும் கூடத்தில் வாலையில் சொட்டும் ஓஷதியில் ஒவ்வொரு தாளையும் ஒரு தாவரமாகப் பறித்து வாலையிலிட்டு வேறொரு பக்கத்தைத் திறக்கிறீர்கள். நொச்சி இலைகளைத் தடவித்தடவி நிறங்களாக மாறும் தைலச் சக்கரத்தில் ஒவ்வொரு தலைப்பிலும் நாக வல்லி என்பவள் சுருக்குப் பையிலுள்ள நாணயங்களைக் குலுக்கி அரிய ஒன்றை எடுக்கச் சொல்லி அத்தியாயங்களை மாற்றி அமைத்து விடுகிறாள். செறிந்த விஷப்பல்லாவில் உள்ள நீலநாணயங்களைக் குலுக்கினால் நுரைத்துப் பொங்கும் சொற்களை நூறுநூறு ஆயிரம் லட்சமாகப் பெருகும் நூல்வனத்திலிருந்து கிளிமாந்தா எனும் இளவரசி நூலின் ஆடைகளைக் கதாபாத்திரங்களுக்கு மாற்றி பழமையடைந்த பக்கங்களை ஒடியவைத்து நொறுக்கி ஊதியூதிப் புத்தகத்தின் திட-உலகைக் குலைத்தழித்து பட்டுத் துணிகளைக் கிழிக்கும் ஒலி. கந்தலாடை உடுத்தியவர்கள் தாறுமாறாய் தாள்களைக் கிழித்து கத்தறியால் வெட்டும் புத்தகப் பைத்தியம் பிடித்தவர்களோடு கதாபாத்திரங்கள் இன்னும் வாசகரின் மையல் பிரதியாக மெலிந்து காகிதங்கள் வேகமாய் புரளும் ஒலி. நாடகக்காரர்கள் விஷப் பல்லாவிலிருந்து ஒரு மிடறு கோப்பைகளில் நிரப்பி ஒப்பனை அறைகளுக்குச் சென்று புத்தகத்தை புடைப்புச் சிற்பங்களாக்கி கதாபாத்திரங்களாகி வெளிவருகிறார்கள். அந்த விஷப் பல்லா மலைகளின் அடிவாரப் பிலங்களில் வடித்த கடு விஷத் தில் பழங்குடி நாகா தங்களைப் புனைந்து கொள்ளும் ஆஸ்திரேலியப் பூர்வ குடிகளும் சுவர் சித்திரத்தில் நெளிந்த தீவுகளின் வரைபடத்தில் கெர்தாகோஸா சித்திரங்களில் பீமா ஸ்வர்கா நரகச் சடங்கில் பூசாரி யாரும் படண்டா எனும் சமயகுரு லோண்டார் எனும் பனை ஓலைகளில் ஆன புனிதநூலை மெய்யுணர்வின் பாட போதங்கள் அடங்கிய அதன் பனுவலைப்படிக்கக் கேட்கிறான். தேவா அகும் ஆர்யா தன் முதற்காலனியத்தை கெல்ஜெஸ் எனும் கடலை நோக்கிய வறிய துறைமுகத்தைப் பிடித்துக் கொள்கிறான். பாலியின் ஆதிகாலத் தலைநகரில் தன் முக்கியப் பழங்குடி ராசாக்களில் மஜபஜிட் ஜாவானிஸ் காலத்திற்குப் பிறகே நான்கு வர்ணத்தின் பாசவலையை மூடித் தீவைக் கைப்பற்றியதில் பழங்குடிமீது விழுந்த நால்வர்ணக் கோடுகள் வடுவாகத் தொடர்கிறது இன்னும். ஆனால் மிகப் புராதன கெர்தா ஜோலா ஜட்ஜ் ராஜா பிராபின் ஜர்ஜ் கெர்தாஸ்

சடங்கில் இந்த ஓவியங்கள் வேயாங் ஓவிய பாணியில் அமைந்தது. மிகப் பழைய ஜாவானியக் கருப்பொருளில் நாகாவின் கோடுகளைப் பெற்ற தீயுமிழும் பாம்புகள் மண்டபத்தைச் சுற்றியுள்ளதால் ஓலைச் சுவடிப் பனுவல்களில் அடங்கிய ஜாவானிய - பாலிநேசிய இலக்கியங் களையும் கொண்டு அமைக்கப்பட்டவற்றை ஒல்லாந்த இளவரசி பாலத்தீனா எலிசபெத்' வால்ட்டர்ஸ் ஸ்பைஸ் டோல்ஸ் டோனட் இருவருமே அவளுடன் தேடிப்போன பாலித்தீவு ஓவியம் மிகத் தனித்தன்மைப் பாணி உணர்ச்சி நவீன காலக்கோடுகளில் நுழைந்து வரும் பழம்பண்பாட்டு வேரோட்டம் வோயாங் முதல் பருத்தி வெடித்த சுளையிலிருந்து கிழக்கில் நூற்றுநெய்த உலர்ந்த பருத்திப் பெண்டிரின் விரல்களில் நாகாஉடல் இழைகளை நெய்ததில் மான் கெமர்களால் த வடிவம். இரு முடிச்சிடப்பட்டதில் அவை நாகாஸ்திரம் மெலிந்த துணிச் சுருளாகக் கலை வடிவம் பெற்று வாணிபச் சந்தையில் ஒரு புத்தகத்துக்குள்ளிருந்து அதன் அத்தியாயங் களை நாகாஸ்திரத்தின் குறுக்குவெட்டுத் தோற்றமாக உருமாற்றிக் கொண்டிருந்தவள் கிளிமாந்தா.

அரவநூபுரமும் பாம்பு மோசையுமாம் எனும் பிங்கலந்தை சூத்திரத்தில் வெளிப்படும் வலம் பாயும் தக்ஷகன் பரீக்ஷித்தைக் கடித்து பிராமண சாபத்தைப் பூர்த்தி செய்தான். ஏலாபுத்ரன் ஆரியா வால் வந்த சாபநிவர்த்தியை நாகர்களுக்குக் கூறினான். புத்தகத்தின் உள்வெளிக்குள் சாபம் நெருங்கி வந்த தீய வேட்டை நாய்களும் இளைத்தன. பொழுதும் சாய்ந்தது மலையுச்சியிலுள்ள நாகா ஊர் புன்னை மரங்களிடையே கடிய பாம்புகள் ஊர்ந்து திரியும் தெருவில் நடுங்கு துயரில் களைத்த நீ எம்மைப் பிரியக் கருதுவது யாதெனில் மெத்தென்ற நடையுடைய காட்டுப் பூனை விண்ணுக்கடியில் வாலையாட்டி திசைகளை இருட்டுகிறது. எழுத்துகள் வரையப் பட்ட கபாலங்கள் இடுமண் மேடுகளில் பைத்தியம் பிடித்துப் பேசும். அவர்கள் யார்? காசிபரின் கூட்டம் தக்ஷகனை வழியில் சந்தித்து ஒரு மரத்தினைக் கவ்வித் தனது விஷமூட்டி அது எரியக் காட்டி கிளைகளில் தாவி எரியும் விஷச்சுடரில் தொங்கும் ஆர்யக பால மாலையொன்றைக் காட்டினார் காசிபர். 'எரிந்தமரத்தினை மீண்டுந்தளிர்க்கச் செய் பார்ப்போம்' என்றான் தக்ஷகன். ஆர்யா கபாலமாலை தீப்படாமல் அவியாமல் ஜ்வலித்தது. மறதியின் சாம்பல் மரத்தில் நீங்காத விஷம் சில கனிகளையும் தீண்டி மாம்பாலில் கலந்ததில் எரிந்தபடி வீழ்ந்த சொர்ண மாங்கனி யொன்று தரையில் தகதகத்தது. அந்தக் கபாலங்கள் கூச்சலிட்டு ஏங்கின. வேதியன் தனது மந்திர சக்தியால் விஷத்தினை

மாமரத்திலிருந்து இறக்கி மீண்டும் எரிந்த கனியை காம்புடன் படைத்து மரத்தில் பழம் பொருந்துமாறு தவத்தால் மேலேற்றினார் காசிபர். இதனால் தக்ஷகன் திடுக்கிட்டு வேதியன் கையிலுள்ள சொர்ணமாங்கனியை உற்றான். தக்ஷகன் சர்ப்பயாகத்துக்குப் பயந்து இந்திரனிடம் அபயமடைந்தான். ஆயிரம் கண்களை மூடி இரவில் கோரமுகமூடி தரித்தவன் வரையத் தொடங்கிய தாள்பக்கங்களில் ஒவ்வொரு விழியும் வேறாயிற்று. அவன் தொட்டதும் எல்லையற்ற பிரபஞ்சத்தின் உடுக்களாக சிமிட்டியது நூலில். காலத்தில் இழக்கப் பட்டு விட்ட நாகா நாகரீகம் எல்லாப் புத்தகங்களுக்கும் என்றென்றைக் குமாக வாலில் விசும்பிய எழுத்தழிந்த நாகா முள்ளெலும்பு மூல நாடிகள் யக்ஞத்தின் மந்திர உச்சாடனத்தில் மயங்காமல் தனித் திருக்கும் சாயைகளவை. சிதறின சொல்விதைகளை உப்பு நாணயங் களில் பொறிந்த குறியீடுகளை இருபத்தியொரு பங்காகப் பிரித்து கிளைபரப்பிய பெரு மரம் நூலகமாக அசைந்து கொண்டிருந்தது. தாயாதிகளுடன் கபாலங்களை நாகா கெல்லி எடுத்து பதனத் தைலமிட்டு வணங்கப்பட்ட எதிரி எலும்புகளின் செம்மேடுகள் இருட்டிலும் சிவந்து எரிவதை அவர்களின் மௌனத்தில் மெலிந்த காகிதங்களை மண்ணில் தோய்த்து கசக்கிப் பிழிந்ததில் எரியும் குருதி படிந்த இருளின் படிமயேடு திறந்து பேசுகிறது. தாளைத் தின்னும் ஜீவராசிகளாக மாறிவிட்ட பைத்தியங்கள் கந்தல் உடையும் காக்காய் கோட் அணிந்து மேஜையில் சாய்ந்து நீலச் சுடரில் ஓடும் வரிகளைக் கண்களால் பறித்து தமர் விழுந்த பக்கத்தில் பிசாசின் விழியில் அகப்பட்டுக் கொண்டாய் நீ. நாகா எலும்புகளின் தொலைவில் காலக் கணிப்புகளுக்கு அப்பால் வேறொரு புத்தகத்தில் நிர்வாணமாய் திரியும் பைத்தியம் பிடித்த கண்ணாடிச் சிற்பத்தில் எல்லா இனங்களும் தனிக்குருதியைப் பூட்டிவைத்தாலும் கலப்புரத்தக் கொடுங்கனா புத்தகமாக இருக்கிறது. உள்நாட்டு அகதிகளின் கல்நாரும் தாரும் கருத்த தகரவீடுகளில் ஒடியர்களின் மரணக் கட்டிடங்களின் தொகுப்பு உடல்களுக்கு ஈயம் பூசுகிறார்கள். ஆர்யா கிரிப்ஸ்களாகவும் நாகா பிளட்ஸ் குழுவினராகவும் முகங்களை உருமாற்றும் சிகிச்சையில் அந்நியரின் வேடமிட்டுத் திரிகிறார்கள். வந்த வழியை அறிய முடியாமல் எண்களிடப்பட்ட அடையாள அட்டைகளில் அவர்களின் சரித்திரத் தூசி எந்திரதின் உத்தரவில் கண்காணிக்கப்படும். மரணத்தின் உள்ளாகவும் கணினியுள்ளாகவும் எதிரெதிர் கபாலங்களில் சித்திரம் வரையும் அணுயுகப் பழங்குடி யுத்தத்தில் கலப்புரத்தம் பூசிய முகமூடியில் எழுதிய சிலவரிகளை ஒப்பிக்கும் டாலர்

பிச்சைக்காரர்களை விட மரணத்திலிருந்து சப்பாத்தியைப் பிடுங்கித் தின்னும் பீகாரி அகதிகள் எவ்வளவோ மேல். முதலில் நீ பழங்குடிக் குறியீடுகளையும் நீல நாணயங்களையும் கருப்புச் சந்தையில் டாலராக்கிவிடு. தற்போது சித்தாளுக்கு அதிகச் சம்பளம் கொடுக்க முடியாது. தொகுப்பு உடல்களில் பரவும் எலிக்காய்ச்சலுக்கு மருந்து கண்டுபிடிக்கவில்லை. முகமற்ற சீக்காளிகளான ஆர்யாவும் பிளட்ஸ்களும் ஒப்பந்த ரேகையிட்ட காகிதங்களில் எழுதிவரும் கிளிமாந்தா யாரும் மெய்வுடல் இல்லாமல் இரத்த அணுக்களின்றி பழமையான விஷப்பல்லாவிலிருந்து கலையை வைரமாகத் திருக முடியாதே என விசாரப்படுகிறாள். அவள் ஒரு துளி கருவிஷத்தை கோப்பையிலிட்டு நீல ஜுவாலையாக கிரீப்ஸ் கபாலங்களில் வடிய விட்டாள். புராதன ரிஷிபுங்கவர்களின் அபினிக் குகைகளில் எல்லாப் புராண பாத்திரங்களும் விஞ்ஞான ட்ரைப்களாக மற்றும் சிறப்பு துகள்களில் காமிக்ஸ் புராணமாக புனர் சிருஷ்டி நடந்து வருவதைத் தெரிவித்தாள். மண்மத்தின் குருதி இழை ரகஸியமாய் முப்பரிமாண புகைச்சுருள்களைக் கபாலத்திலிருந்து இருட்டுச் சந்தையில் விற்றுக் கொண்டிருந்த வளைத்தள முகமூடி கிழிந்து உதிரமுகம் சித்ரகபாலத்தில் மறைகிறது. கிரிப்ஸ் உன் சரித்திரம் ஒருபோதும் பிளட்ஸ்களைச் சேர்ந்ததில்லை.

மறைந்து நிலவுகிறது மறக்கப்பட்ட புத்தகங்களின் பெருங்காஞ்சி நாட்டுப் பட்டயம் புடைத்த ஒரு நாகிக்கும் அஸ்வத்தாமனுக்கும் நடந்த திருப்பூட்டை உடைத்துத் திற. அவள் கரு உருவில் பிறந்த ஸ்கந்த சிஷ்யனால் பல்லவவம்சம் தொடங்கியதில் கீழ்நோக்கிச் செல்லும் வம்சா வழிப்பட்டியலில் நாகா இளவரசியர் கருப்புக் குதிரைகளாக ஒயிலாய் மைக்கரு விதிகளால் எல்லோரையும் ஈர்த்துப் பிரிந்தவர்களை அழைக்கும் இறங்கற் பாடல்களால் வன குடிகளின் குலவையிட்டு மந்திரித்த முதல் கிளிமாந்தாவை வீர கூச்சன் வமிச விருட்சத்தின் மேல் கிளையாக விரிவதும் வேறொரு கிளைக் கவைகளில் வாகாடமன் பிரவரசேனனுடைய புத்ரன் கௌதமபுத்ரன் பரசிவ மன்னன் பவநாகனுடைய குமாரத்தியை சம்பந்தம்கொள்ள இரண்டாம் கிளிமாந்தா ஜனித்தாள். கோடை நாளிலே தொங்கும் பச்சைப் பாம்பை கழுத்தில் அணிந்து அதன் எச்சில் கம்மலாக மினுக்கப் பழமையாகக் காட்சி தந்தாள். அவளோடு பவநாகனுடைய பிரஜைகள் பொதி எருதுகளை ஓட்டிச் செல்வார்கள். எதிர்ப்பட்ட வாணிபக் கூட்டம் அவள் நீண்ட கருமுடிக்குள் கசியும் தைல வாசத்தில் பணிந்து போனதில் ஒன்றும் செய்யமாட்டாள் அவர்களை. இந்தப்

பவநாகனுக்கு அறுபதாயிரம் பொதி எருதுகளை ஓட்டிவரும் சில்லரை வியாபாரிகள் கடனுக்கும் எருதை வாடகைக்கும் அமர்த்தலாம். இந்த வெப்பம் மிகுந்த அக்னி நட்சத்திர வெயில் நாட்களில் புகையமலை நோக்கி அரவுப் பாதையில் செல்வது எளிதல்ல. இந்த ஒலிய இன ராணியை கேஸ்ராசா மையலுற்றான். அவனும் புகையமலை அரசனாக உரகபுராவில் இருந்தான். இந்த வம்சாவளிப் பட்டியல் மேலே நிலத்தால் கரைவழி நாட்டில் நீலனும் இன சம்பந்தியாகப் பெரிய கடல்நாகமும் புங்குடு தீவில் பெற்ற பிங்கலனும் அவன் குமாரத்தி மூன்றாம் கிளிமாந்தாளை மணக்க கடிரமலைராசன் கருப்புராசா இளவல் கேஸ் ராசாவின் சகோதரனாயிருப்பதும் மகா வில்லாத்தி மத்திய நிலப் பரப்பில் சக்கரவர்த்தியதாசரும் கைராவில் மணிநாகாவும் புரூச்சை ஆண்ட கல்மாசனும் கார்வாரில் வாலிசிகனும் பூருலியா வில் சுபாகுவும் புல்தானாவில் சாலியும் அகோலா மேட்டு நிலத்தைவிட வர்தாவரை கிளிமாந்தாளின் எருத்துக்காரர்கள் வாணிபம் போன பாட்டையின் பின்னணியில் அம்ரோதிக் காடுகளில் மண் பட்டினங்கள் ஒளிந்திருப்பதை சோளப்பயிர்கள் மூடும். தாமோ உள்காடுகள் நாகா வசமிருக்கும். நிமார் சிந்த்வாராவில் சியோனியின் புத்ரர்கள் இருந்தார்கள். மாந்தையில் நாகா இருந்த எச்சங்களும் திரிகோணமலை நாகா தனித்த பல ஊரினர். பெருந்திமிர் நாடும் நாகா வம்சாவளிப்பட்டயங்களை மாறிமாற்றித் தறித்தவர்கள். புகைய மலையில் இருந்த உரகபுரா எவ்விடம் இருக்கிறதென்று உத்ராபதத்தில் தேடு. சோரிங்கோயின் தலைநகரமாயிருந்து நீண்ட ராஜபாட்டையில் வந்த நாகா குடியேற்றம் ஏறியிறங்க வேகமா யிருந்தது. அங்கே தைலஜாதி மரங்களடர்ந்த கூட்டத்தினிடையே கச்சா நாகர் சிறு சிறு குக்கிராமங்களில் மெல்லிய அம்பு ஓடித்திரியும் குறுங்காட்டு எலி வேட்டையும் வெருவு வேட்டையும் எறும்பு திண்ணியைப் பிடித்துக் காட்டையே முத்தமிட்டாள் கிளிமாந்தாள். வைத்தியக்காரிகள் இலை, பட்டை வேர்த்தைலம் வாலையில் படைக்கும் மூங்கில் வீடுகள் ஒவ்வொன்றுக்கும் ஐந்து கிளைக் குடும்பங்களில் வட்டார வழக்கும் மாறுபடும். அந்த புகைய மலையில் காட்டுப் பன்றிகளை மேய்க்கும் கச்சா நாகியர் பன்றி முள்ளால் கூந்தலைச் சொருகி செம்பட்டைக் குதிரையாக வளர்த்து அலைவார்கள். கச்சா நாகருக்குச் சொந்தமாக நூதனத்தையல் ஆடைகளில் சவுரிச் சாயமிடுவார்கள் காக்காய் பொன் ஒட்டித் தமர்களில் ஊசிக்கும் நூலுக்கும் இடையில் எதிரியின் அழுக்கான அங்கியும் கபாலமும் வைத்து மூங்கில் இசைத்தாள் நாகி. இந்தக்

குருதி எந்த நாகாவிலும் சேர்வதில்லை. யுத்தத்தில் சிதறுண்ட பிரிவினர் வந்தால் ஊருக்கு வெளியே விழல் வேய்ந்த குடிசையைக் காட்டுவார்கள். ஒருவருக்கொருவர் சம்பந்தங்கலவாததில் வேறொரு யுத்தம்தான் வழிவகுத்தது. ஒதுங்கித் தனிக் குடியிருப்பில் தாம் கொண்டுவந்த ஆஸ்தி பெருமையெலாம் விரோதிகளின் கபால எண்ணிக்கையைப் பொருத்தது. ஆனால் கச்சாவிடம் அழுக்கான பூர்வஆர்யா கபாலங்களில்லை. யுத்த வடுக்களைப் பெருமையாகக் காட்டுவான் கச்சாவிடம். பொழுது நின்றதில் எதிரிக்கு எதிரி வீழ்ந்த கபாலங்களில் யுத்த சருக்கத்தை வரையும் குறியீடும் வியூகங்கள் போர் முறைகளும் நவீனயுகத்துக்குப் பொருந்துவதில்லை. சிசு, பசு, பெண்களையும் மாசூலையும் குடிகளையும் விட்டு நாள் குறித்த இடத்தில் கபாலம் வீழ்ந்தால் சிதறாத எரிசெவலில் யுத்தம் நடக்கிறது. இருபக்கமும் பிழையிருந்தால் யுத்தம் ஒத்திப் போடப்படும். ஆனால் எதிரியின் கபாலங்களில் மொழியும் சித்திரமும் குறியீடுகளும் புராணங்களும் நாகாவுக்கு வெகுகாலம் பிந்தியவை.

54

மியாங்காற்று

தேரி வசுமித்ரா

நகியபொடானாவில் உனது கேசம் உதிருமிடத்திலும் மூலங்களுடன் நீங்கியும் தெருவில் நாம் அலைந்தவற்றை ஒன்றாகப் பேசியிருப்போம் வசுமித்ரா. யானைகட்டி முடுக்குத் தெரு, கோட்டைப்பழயடித் தெரு, மருந்துக் கொத்தள வீதி, நாணயக்காரத் தெருவில் கண்டெடுத்த தரங்கிபாரி, டச்சுதுகட், ரோமரின் காசும் மஞ்சள் திரவமாய் உருகியோடிக் கூந்தல் இழையாகி விட்டதைச் சொல்லவா? நூல்கடைத் தெருவில் சோனகர் நெய்த துப்பட்டியில் அரேபிய மாதின் உருவம் சுருட்டிய கம்பளத்தைப் பறக்கவிடும் வேளை. கடாரம், நக்கவாரம் கடல்சார் கீழை நாடுகளை வென்றாலும் உறுப்புகளை இழந்த வீரர், குதிரைச் சேவகர், தண்ட நாயகம், வல்லம்பர் தெறிந்த அம்புகள் சிதறிய கடல் அகம்படி அணுக்கவில் நீர்மேல் சரிந்து வீழ்ந்தவர்கள் தானே. காப்பரண்களில் நெடுநேரமாய் முடமான வீரன் காவல் முடித்து தெருவைக் கடந்துபோகிறான் குடித்துவிட்டுத் தள்ளாடிக் கீழே விழுகிறான்.

அத்தெருவில் நான் கைத்தாங்கலாக அவனைத் தூக்கி நிறுத்த 'விடு...விடு' எனக் கீழே சரிகிறான். 'சோழ ராஜ்ஜியம் வீழ்ந்தது போல. நாமும் வீழ்ந்துதான் இருக்கிறோம் வசுமித்ரா. நான் உன்னைத் தேடி விசவ சிகிச்சையான செடிகளுடன் பொழிந்து நனைகிறேன். நிதத்னி நான் கலை என்பதில் கதைச்சுருள் புனைவி. ஆனால் தேரிஉருகவக்கா என்பேர். ஓஷதியே... தேவியான நீ திவ்ய தரணியில் பிறைகளால் வழமையும் உதிரப் போக்கில் நிலவு குருதியுறுமாறு கழிகளால் இடித்து கூந்தல் விதையூன்றிக் குனிகிறாய் சந்ரமாதமெங்கும் நிலவில்

உழுதவயல் குருத்தோலை நூலாய் அசையும், வயலை அறுத்து முளைத்த கூந்தல் விம்மியெழுக.'

'வசுமித்ரா உன்னை கேசங்களின் திடம் நீள்த்தக் கெல்லுகிறேன்' நகியபொடனா பட்டிணத்தில் சலூன் கண்ணாடிகளைத் திருப்பிவந்த மங்களப்பேரரையன் நாவிதமரபில் உபாலியின் பேரன் சோழ மந்திரி ஆனார். முற்பிறவியில் சாவா, சுமத்ராவில் சீனச் சவரக் கத்தி மற்றும் சீவரம் வரையும் சித்ரப் பெட்டியுடன் இங்கு வந்தவர் மங்களப்பேரரையன். நாகவதனா ஜெயமாணிக்க வளநாட்டில் பட்டினக்கூற்றம், புத்தவிகாரைகளின் தோற்றம் தொன்மையுமாம். சங்கவமிசத்துத் தேரிமாடத்தில் பலரும் துயில் நீங்காது 'கள்ளமிலா முத்தங்களின் வீதியைப் பார்த்தவாறு துகில் கருத்து முலை சிறுத்து தாபம் கரையும் துறவில் உதிர்ந்த உணர்வுகளை முடிச்சுருளுடன் குமிழ் ஆடியில் மழிக்கத்தியைத் தொட்டுத் தீட்டும் ஒலி கேட்கிறாய் தேரி...'

சைலேந்திர வமிசத்தேரிமாடம் வசுமித்ராவின் கள்ளமிலா முத்தம் பட்டது. உவாநாள்வர சூளாமணி பன்மவிகாரம் தேரி வசுமியின் நிலாச்சரீரம் ஒளிர்கிறது. நகியபொடனா அருகில் அகர கடம்பனூர் வண்டிப்பாதையில் புத்தமங்கலத் தேரிகள் வருவார்கள் தினம். கமாராவுக்கு கூண்டு வண்டிப் பயணம். இந்திரவிழா அங்கு நின்றதில் கடல்கோள் சுழி தப்பியவர் இடாகினிப்பேய்க் கப்பலில் தப்பி யிருக்கலாம்.

'வசுமித்ரா கேசங்களைப் பலமுடனாக்கு. சம்பாபதிப் பறவையே புலனாகாத கேசங்கள் மாதவி இறந்த பின்னும் கடலெனப் பொங்கி சுழல்கிறது புதிதாய் இன்று.'

மாதவிகேசம் ஓங்குக.

மரபும் மாதவி வேர்களும் ஒருவகைச் செடியான நிதத்னியை நாட்டிய சிஷ்யைகளுக்குக் கொடுத்து சிசுலிகை வேர்களைப் பலப்படுத்தினாள் இசையின் சாகரத்தில்.

ஆனால் பித்தேறிய விழி உறக்கத்தின் ஊடாக நடமாடிக்கொண்டு இருந்தாள். பேசாக் கனகம் இவளின் அசைவுகளை நாட்டிய முத்திரைகளின் அடவுகளின் கட்டவிழ்ப்பாகக் கால்கள் நடக்கச் சுழற்றித் திரும்புகிறாள் தெருவில்.

மாதவியின் கூந்தற் கருவிலிருந்து வெளிவந்த சைலேந்திர பரம்பரையில் வசுமித்ரா விழிமூடித் தன்னை விகாரைக்குள் சமன் செய்ய முயன்றாலும் பர்மா நாவிதன் வஜ்ரபாணி திபெத்திய சித்திரம்

வரைந்த தாளகபாஷாணப் பெட்டியுடன் கையில் நரியை நூலில் கட்டிக் கூட்டிவந்தான். வசுமித்ரா கூந்தலை மென்மையாகத் தொட்டு தைலச் சக்கை பூசி வாசனாதி சீசாக்களைத் திறந்து ஒப்பனை செய்கிறான். தலை கவிழ்ந்திருந்தாள் இடாகினி கேசம் விரித்து. நிலவு வருமுன் மயக்கத்தில் ஆழ்ந்துவிடுகிறாள் வசுமித்ரா. தனக்குள் நகரும் இச்சை பெருக்கும் சந்திர காந்தக்கல் ஒன்று கருக்கிண்ணத்தில் நிலவுடன் சேர்ந்து நகர்வதில் வலி மேலிட்டுக் கதறுகிறாள் சப்தம் வெளியில் கேட்காதவாறு. அவள் நீள் கழுத்தில் சுழியிட்ட முடிவிதியாகவும் இயங்குகிறது. பச்சைப்பூத் தெருவில் சாவகத் தேரிமாரும் மஞ்சப்பூத் தெருவில் மியாங் காற்றில் வந்த மலேயத் தேரி பலரும் காற்றுவாக்கில் உரையாடல். மியாங்காற்றின் நாட்குறிப்புகளை சமவெளியில் வாசித்துப் பிரதிநிலமாகிப் பாழ் கீறலிடும் வேளை. முடிவற்ற நண்பகலில் வசுமித்ரா விழித்த தெரு வெள்ளைப் பூத்தெருவாம். தூக்கம் தெருவில் சாம்பல் விரித்திருந்தது. ஓக்கோலை சாம்பிராணிப் புகை வளையும் மாடவீடுகள் வாசலில் நறுமணம் கடல்படு திரவியம் சிதறிய வீதி. சீன மட்பாண்டச் சில்லுகள் சேரும் குவளையில் கப்பலில் வந்த தேனீர் சடங்கு. முத்தூற்றுக் கூற்றத்தில் இருந்த தொண்டி வணிகர் வீடுகள் விளக்கேற்றப்பட்ட பவித்ர மாணிக்கப் பட்டின மறுபெயராக பெரியபட்டினத்தார் இங்கே சீனருடன் கலந்து பெண் கொண்ட நாள் முதலாய் அவளை நாகவதனா என அழைத்தனர் தேரிமார். ஏனோ சித்ர தூதரின் கலம் விபத்தில் அழிந்து அவர் மட்டும் நீந்திக் கரைசேர சிகிச்சை அளித்த சீன வைத்தியன் வீடும் வெள்ளைப்பூத் தெருவில் இருந்தது. மியான்மரில் இருந்து இங்குவந்த தம்மசேத்தி பவளக் கூண்டில் பீலிக்கான்கிளி வளர்க்கிறார். நவுதபடனாவுக்குள் சீன ஜனமும் குடியிருந்தது.

உடை அலங்கார மேஜையில் வண்ணத் தீற்றல்களும் வளையல் ஒலியும் வாசனாதிகளின் இணைப்பில் முட்டை ஆடி மிதக்கிறது. மரக்கூடத்தில் அமராவதிச் செட்டிச்சி எல்லோர்க்கும் பகிர்ந்தளித்த சீசாக்களில் அத்தனை தேசங்களும் அடங்கும். வட்டக் கண்ணாடிமுன் அமர்ந்து காமத்தின் உப்புக் கைவிளக்கு சடசடத்து உவர்த்து எரிய சுடரேற்றிய கைகள் கொக்குகளின் கழுத்தாக நீட்டி அவர்களைத் தழுவிக்கொள்கிறான் ஏடகத்து கலிமார்க்கஸ்.

ஒருவர் தோளை ஒருவர் நோக்கி ஆடிவரும் தாள ஆட்டம் தெள்ளேணம் கொள்ளோமோ? சீனக்கிளி எடுத்து உரையாடுகிறாள் அமராவதிச் செட்டிச்சி. சித்திரை நாள் இரவு ஏற்றப்படும் விளக்குகள் அருகில் திருச்சாழல், திருஊசல் கழல்ஆட பொற்சுண்ணம் உடல்

பாட்டு தாளங்கள். அமராவதி எடுத்த கூந்தல் விதை சிறுத்தை உடல் புள்ளிகளில் தைலமிட்டு வளரும் ஒவ்வொரு மயிர்க்கணுவிலும் கருப்பு டியூலிப் மலர்களைக் கெல்லி மேஜைமேல் தேனீர் குவளை களில் இட்டு கலங்கிச் சிவந்த குருதி போன்றிருந்த பரிபாடல் பொழுதின் மாலையை நூலில் கிழித்து எடுக்கும் இப்பொழுதும் வசுமித்ரா இருக்கிறாய் தானே.

சீனத் தேனீருடன் உரகவக்கா வருகிறாள். இரவின் அடியில் கிளம்பி எழும் வீறிடும் முட்டைகளின் ஒளிமுனை ஓவல்கண்ணாடி முன் உரகவக்கா இழந்த காமத்தின் விம்மலில் பொங்குகிறாள் கருகருத்த இழைகளில்.

'அவளோடு சேர்ந்த ஆடியில் அவள் இல்லை' விசயதேச வர்த்தகன் நவுதபடனா வரும் கப்பலில் அந்திக்கடல் சேர உதிரம் பாய்ந்த அலைகள் உறுமும் சீனக் கோப்பைகளுடனான முத்தங்களை மறைந்த கவியின் இறவாத மதுவில் எடுத்த பக்கங்கள் தானே புரண்டு 'கள்ளமிலாமுத்தங்களின் வீதி' தந்த உச்சிதங்களை இறந்தவன் ஆன்மாவை உயிர்ப்பிக்கும் ரகஸிய முத்தம்பட்ட நவுதபடனா நகரம்.

கள்ளமிலாமுத்தம் குருதி வெப்பத்தில் வெள்ளைப் பூத்தெரு பூக்கிறது. உதிர்கிறது கைக்கிளை ஏக்கம். ஒலிகளை ஏந்தும் தேவதை களும் மாலுமிக்கு ஒரு கள்ளமிலாமுத்தமிட்டு பேரலையின் சீற்றத்தை எழுப்புவார்கள். தேரிசம்பா கூட்டிப்போன கூண்டுத் தெருவில் கரிய அலை ஓசையிடும் மாலுமிகளின் விடுதியும் இருந்தது. பெருவணிகன் சித்ரதூதன் காயம்பட்டு முத்துகள் சிதறிய வங்கம் நோக்கி ஓடினாள். அப்பெண்டிர் அவனை வழிமறித்தார்கள். விநாசமான கப்பலைப் பிடித்த பேய் ஒன்று கள்ளமிலாமுத்தங்களின் வீதியை எட்டிப்பார்த்தது. இதைப் பார்த்தவாறு நின்றிருந்தாள் அமராவதி. நாவாயின் கடல்பாட்டு தந்தை எலும்புகளின் இசை யாகவும் இருந்தது. விளக்கின் மீதான பவளக் கூண்டில் பீலிகான் கிளி திரும்பச் சொன்னது. சீன பகோடாவைப் புனிதர்கள் இடித்து விட்டார்கள் இன்று. புத்தரின் உச்சியில் இருந்த ஞானமுடி உன்னிசம் இடிபடும் ஓசை கீழ்நாடெல்லாம் கேட்டது. சங்கமித்ரை அங்கு போகாமல் திரும்பிவிட்டாள். சுருள்சுருளாகப் படிந்த அழகிய சுருள் முடிச் செம்பொன் சிலையை திருவாலி திருடிப் போகிறான். கிளி சொல்லக் கேட்டு தேரிமாடத்தில் தாரை தாரையாக அறவிகள் விடும் கண்ணீர் அத்தெருவில் படிகிறது. கண்ணீர் துளிகளை காவிச் செல்லும் ஊர்க்குருவி போதி சத்துவராக இருக்கும். தெருவில்

மிதந்து சரிந்து படிகிறது இடிந்த கோபுரத்தின் சாயல். மயில் ஒன்று கழுத்தை வளைத்து பகோடாவைத் தொட்டு அகவியது. ஏதோ அங்கு மரணம் திரும்பிவருகிறது. புனிதர்மார் வசனங்களை விடாமல் முணுமுணுத்தவாறு இடியும் கோபுரப் புழுதியிலும் கண்ணிமைத்துப் பார்க்காத கண் என்ன கண்ணோ?

திரும்பிய கண்ணாடியில் வருகிறாள் வசுமித்ரா. எத்திசை போகிறாய் வசுமித்ரா. உன்னுடன் வந்த சீனத் தேரிமார் துக்கித்த மாடங்களில் கடல்கடந்த சிப்பிகளின் விரல்களும் ரேகையோடு மெல்ல அழிவதில் வீழ்ந்து மடிகிறார்களாம், என உரைத்தாள் வாணியச்சி. தேரிமார் வீதி உறக்கத்தில் நடப்பவர்களுடன் நடந்து வருகிறது. வெள்ளைப்பூத்தெருவில் காலடி ஓசை கேட்கும். கனவுக் குள் இருந்த தெருவாக இருக்கும். கள்ளமுத்தங்களின் வீதியெங்கும் காலடிகள் நிரம்பி வழிந்தபடி தெருவுக்குள் செல்ல அங்கு தளிச்சேரிப் பெண்டிர் போய் பாதங்களை வைத்து ரேகைகளை படியவிட்டு திரும்பிப் போகிறார்கள். கால்கெச்சம் அதிர வருகிறாள் அமராவதி. அவள் ரேகையில் வாசனை படிந்த வீதி அங்கு வணிகர் கூட்டம்.

தேரிமாடத்து அமைதி சாந்தம் சமநிலையும் கொண்ட சாளரங் களில் உள்நோக்கித் திரும்பிய மனதில் குழப்பங்கள், பற்றுதலை விலக்கினாலும் கண்ணாடிப்பாம்பு உடலைச் சுற்றி நெளியும் பிடியில் சிக்குண்டவராயிருந்த சிலர் நிலையற்றவற்றில் அகஒளியாக மெலிய ஏங்கும் துக்கம்.

தேரிமாடத்தில் பெண்கள் அங்கு நிர்வாணம் நோக்கிச் செல்ல வசுமித்ரா உன் காலடிகளை நான் பார்த்ததில்லை. அலை பாய்ந்து சிதறி ஓடும் பறவைகள். தெரிந்தவருமிலாத வனாந்திரத்தில் சப்தமிடும் பட்சிகள் தன் மரணம் வரும்போதும் வருந்துவதில்லை. அருகிலும் யாருமில்லை. பெரும்வேட்கை கட்டிலடங்கா விருட்சியின் தீவிர உணர்ச்சி திகுதிகுவென மோனம் கொள்கிறாள் வசுமித்ரா.

விகாரைக்குச் செல்லும் தெரு புத்த தன்ம பிரியர்கள் யாவருஞ் சென்று ஏழைகளுக்கு அன்னமளித்து உரோமங்கழித்து சுனையில் முழுகி சமணரென மஞ்சளாடை அணிந்து துறவடைந்த கூட்டத்தில் வசுமித்ரா மறைகிறாள். தந்தைதாய் புத்ரமித்திரர் திரவியம் வீடுவாசல் தாண்டினாள். தேகத்தில் ஓடும் இயற்கை நுனியை வெறுக் காமல் இருப்பது அவள்தானோ?

பிறப்பதும் துக்கம் இருப்பதும் துக்கமாய் காத்ததும் அழியத் துக்கம் மாறாமல் நேர்ந்து கொண்டு இருக்கிறது. சூடாமணி விகாரத்தில்

போதனை பெற்றாள் வசுமித்ரா. மாலுமித் தெருவுக்குச் சென்று அனாதையாகத் திரியும் தேரி உதிரபாலியிடம் மெல்ல உரைத்தாள் கேட்டதை. மாலுமித் திருப்பத்தில் கடல் அசைவைக் கடந்து உதிர பாலியின் காலடிகளில் பிறை வடிவம் இருப்பதை கலைதேயக் கரைந்துகொண்டு இருக்கும் காலடிகள்.

நிதமும் போதித்து வந்த வாக்கியங்கள் கரைந்த கடலில் சீலம் எனக் கொள்கிறாள் உதிரபாலி. புத்தசங்கத்தோர் நசிந்து பல விடங்களில் குடியேறியபோது விகாரைகளைக் கைப்பற்றி வேறு சிலை வைத்து தாழ்த்தியும் இருட்டினார்கள். பரந்த வெளிக் கடலில் விகாரை தோன்றி நீரால் அரித்த சித்திரம் கொள்ளும்.

ஏனோ தேரிமாடத்து ஜன்னல்கள் தானே திறந்து பிரிவின் நியதியாயிற்று. இச்சையின் தழுவலின்றி அழியும் பாலையில் நிலவு இருக்கிறது விகாரைக்குக் கிழக்கில், வெள்ளிவட்ட நிலவு. அதில் வசுமித்ரா குருதி நிழல் வறட்சியில் எப்பொழுதும் அங்குதான் இருப்பேன் எனச் சொன்னதும் கலையோகி. அண்டத்தின் கலை நாளுக்கு நாள் வளர்ந்து பூரணமுற்று உலகின் இருளை அகற்றி சர்வ இருப்பிலும் உரு ஏற்றம், பூரணமுற்ற கலை நாள் நாழியாய் தேய்ந்து அமரம். சாக்கையர் அண்டத்துக்கும் பிண்டத்துக்கும் வகுத்த கலைநூற்பக்கம் தேகமாய் திறந்தாள் வசுமித்ரா. 'நாசியி லிருந்து வெளிவரும் சுவாசம் எனும் கலை என சொல்லியவாசி இருதயத்தில் கலந்து பூரகம் எனும் பூரணம்' என்றாள் சாக்கியா. 'தேரிசாக்கியா... என்னால் பூரகத்தின் எழுச்சியிலே திரும்ப முடியவில்லை. சத்த சமுத்திரமாய் சீறிடும் உணர்ச்சிகள். நுண்மதி புகுந்த பூரணச் சொல்... அமரத்தின் வீழ்ச்சியும் இச்சையின் இருட்டாக இருக்கிறதேன்.'

'களவுபோன புத்தஞாயிறின் தங்கஉடலைத் தேடி அலைய வேண்டாம் வசுமித்ரா. அது அரங்கமாமதிலாக உருகிவிட்டதே... இனி மீட்பதற்கில்லை' என வருத்தத்தில் பிதற்றினாள் சாக்கியா.

'பூர்வவாசி அமரவாசி என வழங்கிவந்த இருநிலை உரகமாய் நீ நாக ஜாதகத்தில் கதையாகவும் மாறிவிட்டாய் வசுமித்ரா.'

'பூர்வவாசியில் சுவாசத்தின் தேய்வுக்கும் வளர்ச்சிக்கும் பலனாகும் ஒளியை பூரணம் என்றும் இருளை அமரமென்றும் உட்கொண்டவள் நான் இருதலைத் தேரியானேன். இயற்கையின் நியதி இது... புரிந்துகொள் என்னை.'

'இருந்தும் ஒரு இமைப்பொழுது மறைந்து காணாசசியை

அமரசசி எனவும் இருந்தும் மறைந்து காணாக் கோட்களுக்கு அமரக்கோட்களென்றும் இருந்தும் நாம் மறைந்து காணா கோட்களென்று தேரிமாடத்தில் மறைந்த பலதேரிகளின் சாயை தொடர்ந்து வருகின்றன விட்டுப் பிரியாத விதிவசத்தில்...' சாக்கியா இன்னும் விசனப்பட்டு அழுதாள். பூரகம் அமரம் இருநிலையானவள் வசுமித்ரா. அவள் வட்ட நிழல் பிரதிமையாகும் குருதிநிழல் நீள் கூந்தல்தாம். தன் பாலை மண்ணுடல் குருதி பூசிய கண்ணாடி வட்டிகையை ஆகாயத்தில் நிலவில் படுமாறு உயர்த்தியிருப்பது வசுமித்ரா.

நிலவில் எப்போதும் வறண்ட புல் சுடர்கிறது. அது தன்னுணர்வு கொண்ட நிலவின் விதை. கண்ணுக்குத் தெரியாத ஒளி உயிர் அருரூபத்தில் அந்தரங்கம் கொள்ளும் பயிர். அனந்தத்தில் தேய்ந்து அமரத்தின் பேரலையாக கடலில் வீழ்தல். எவ்வளவு குரலிட்டாலும் யாருக்கும் கேட்காத வயிரவிதி கொண்டவள் வசு மித்ரா. ஒவ்வொரு பிறையிலும் மியாங்காற்று மாறி வீசும். காற்றில் ஒலிவழி தன் துயர்படர்த்தி பிறர் அறியா தனிமையில் தப்பிச் செல்கிறாள். ஊர் ஊராய் புலம்பி நகரும் கடுவனாறு கரைநெடுக எதிர்பார்த்திருந்தாள். சதா உதிர நதியில் சலனித்தவாறு தன்னொளி அரும்புகள் வீசி பூமியை ஈர்த்தாள். நிலவில் இருந்தவாறு கடல் தவழும் வசுமித்ரா.

இயற்கை ஆக்கக்கூறு ஒன்றுக்கொன்று கலந்த ரத்தம் மறுஉற்பத்தி உதிரமரம் தோன்றும். மழை அல்லது பனித் தாவரவுலகை செழிக்கச் செய்வதென உதிர நெருப்பு இருமரங்கள் உரசிக்கொள்வதில் நெருப்புயிர்த்தாள். கூந்தலின் வேர் பூமி சேர்வதால் நிலவு பூமியை விஞ்சி ஆட்கொள்கிறது. நிலவில் நடக்கும் உலோக மரத்தில் அவள் வீடு உதிர நிறக்கனிகள் நெருப்பை மூடிய செஞ்சாம்பல் தொலி ஒரு கனி வசுமித்ரா கைக்குள் மறையும்.

கடல்மேல் ஒளிபடிய நீட்டிக் கிடந்தாள். மோகப்புயல்... நிலவின் கரும்புள்ளிகள் அவள் வாய் மூக்கு கண்களை மிக ஒத்தவை. வசுமித்ரா... நிலவின் தாகத்தில் நீர் அருந்தா ஊழி மிருகம் கடக்கும் பாலை. பிறையைப் படகாக ஏறி வளைத்து மச்சராசிகளை ஈர்த்து உயரும் பாதை. விண்மீன் நீச்சல். பூர்வ நிலவை கனியென நிர்வாணத்தில் ஏந்தி கூந்தலில் மறைத்து அறையைவிட்டு வெளியேறினாள். தேரிமாடங்களில் அவர்கள் வளைந்து யாருடனோ உரையாடும் ஒலி. எதிர்த்திசையில் நடந்தாள். நாலாப் பக்கத்திலும் யாரோ பார்க்கிறார்கள். தியானத்தில் ஆழ்ந்த தேரிமாடம். சாளரங்களில்

துயர் ஒலிக்கும் பழைய கதவுகள். உள் நுழைகிறது மியாங்காற்று. மனக்கதவின் காவலர்கள் கிரீச்சிடத் திறந்த பழுதான சிகிச்சையின் குமிழ் கதவு வாசனை முன்னே ஒருவரும் இல்லை. தனது உடலை எங்கும் நிலைக்க முடியாமல் தேரி மாடங்களைக் கடந்து நடக்கிறாள். உற்றறிவோர் விழிகளில் கடையோரம் இச்சை வழிகிறது. காமம் படிந்த கண்ணாடிகளில் பிசுபிசுத்த உடல் தைலம் தடவி மெழுகி நூற்றாண்டு திரும்பும் கேசம் ஓங்குக.

'நம் குமாரத்திகளுக்கு ஜமதக்னி கெல்லிய ஓஷதியை அசிதனின் வீடுகளினின்று வீதகவ்யன் கொண்டு வந்துள்ளான். பெரிய நாவிதன் நவுதபடனாவுக்கு கப்பலில் வந்திறங்கினான். கூந்தல் பெட்டியை கக்கத்தில் இடுக்கிக் கள்ளமில்லா முத்தங்களின் வீதிக்கு வருகிறான்.' கேசங்கள் தடையற்று செறிவூட்டும் சீமைத் தைலங்கள் இதோ ஆனந்தமாக இருங்கள். கை முழங்களால் அளிக்க நெடு நீள்மையுறும் நாணல்கள். கூந்தற் பதுமை பேசியது.

'சலூன் கண்ணாடியில் மியாங்காற்று வீசியதில் சிரங்கள் கருத்திருக்கின்றன. என்னிடம் ஒப்பனை செய்ய வருவீரே...' கண்ணாடி இருட்டாமல் கதையைப் பார்க்க முடியவில்லை.

வங்கமலி கடல் நகரத்தில் சீனப் பெண்களின் வாசனைக்கூடம் இருந்தது. சங்வம்ச வழக்கப்படி அங்கு போகலாம். அராபியக் கதையில் இருந்த கூந்தற்பாவை தங்கநிறக் கூந்தல் முடிவற்ற சுருள்வம், மாட நெடுவீதிக் கண்ணாடி மாளிகை மேலிருக்கும் சாளரங்கள் நடுங்கும் காற்றில் ஏதேதோ கீற்றுவிடும் பாடல். நீண்ட சிகையைத் தொங்கவிட்டு சிகைக் கோலியால் உலர்ந்த பூழிச் சிணுக்கோலியின் கைப்பிடியில் ரோகமடைந்த இந்திரன் உருவமும் ஐராவதத்தின் தந்தவரிகளும் முடியைத் தொட்டு வரி இழைத்ததில் காமமுற்றது. அதைப் பற்றிக்கொண்ட இந்திரனின் பல பக்க யோனிகளில் புனித ரத்தம் சுனைத்ததில் அவள் விதியும் கள்ளத்தி முடுக்கு முத்தம் பட்டுச் சமைந்தது.

கிழக்குத் திக்கில் நேமிநாவிதன் நாவாயில் வந்து மாலுமித் தெருவழியில் தேடிய பொன்முடியாள் உலர்த்தும் நிலவின் உச்சி நடுவேளை அதைப் பற்றிக் கொண்டு ரகஸியமாய் மேலேறிச் சந்தித்து விதவிதப் பிறை நாட்களை எடுத்துச் செல்கிறான் இரவுகளில்.

'இதெல்லாம் எதற்கு? ஒவ்வொரு நாளும் ஒரு பொன்முடியில் கை முழங்களால் அளந்து பார்க்கிறாய்.'

'யாருக்கும் இப்படிச் செம்பொன்நிறம் அமைந்திருக்கவில்லையே..'

என்றான் நேமிநாவிதன்.

'எலும்பினுள் உட்சாரமாயிருக்கும் உரோமம் எதற்கு?'

'சிகையிழையில் நிலையான இச்சை உள்ளிருப்பதாகவும் எழும் உணர் இழையில் உயிரின் ஆக்கம் உளதே வசுமித்ரா.'

'நீ செய்வதெலாம் பிரமையாகத் தோன்றுகிறதெனக்கு' என்றாள்.

'பனிரெண்டு முறை விழுந்து முளைக்கும் கூந்தல் வெளிச்ச மிலா இருள்கற்றை. கண்காணா உணர்வு இவ்வாறு தொடர்கிறதே பிரமை எழுவதற்குக் காரணியாக இருக்கலாமில்லையா'

'உள்ளிருந்து தனித்து எழும் சித்தம் அல்லது ஆன்மாவின் தனிப்பெரும் இருப்பா என்ன? இந்த உணர்வும் ஒரு மாயையோ சொல்.'

'எங்கிருந்து பெற்றாய் இந்த யௌவனம் தீராத கூந்தலை..' இருவரும் மௌனமாயினர். வட்டக் காகிதப் பரப்பிலுள்ள வட்ட நிலவினுள் குருதிநிழலை உருப்பெருக்காடி மூலம் பார்க்கிறாள். தன் உயிரின் ரத்தாம்பர நூலிழைகளால் ஆனதாகத் தெரியும் எல்லா உலகிலும் சிதறால் சமணத்தின் உயிர்மறுகல் ஸ்தனங்களின் பழைய துயில் நிறம் அழிந்து அசலின் துடிப்பு. தேரிமாடத்தில் உரைகிறாள் வசுமித்ரா. தேரி உரகவக்கா எதிர் அலையில் குளத்தாமரையில் உயரும் நீர் உணர்வுப் பரப்பில் பேசாத கூந்தலை விரித்தாள். மலர்ந்ததின் சிதறால் சாயும் வெளிச்சம் மெல்லச் சிவக்கும் கறுங் குன்றுகளிடையே தாவரங்களை அணிமணியாகக்களையும் நீர்பார்த்த சமணனின் பரிநிர்வாணம்.

பயணிகள் இறங்கி வரும் படிகளில் நூற்றாண்டு திருகிய சுருளில் கேசத்தின் கல்ரேகையில் குண்டலகேசி நிலைபெயர்ந்தாள். ஒவ்வொன்றும் முழுமை ஒருங்கிசைந்து கண்மூடிய மோனம்.

அனந்தபுரி நீளரயில் வண்டித் தொடரில் கடனாகை சேர்ந்திருந்த சாயந்திரம் விபசன்னா நிலையத்தின் மேலிருந்து தலைகீழாக இறங்கிப் போனதில் ஓடத் தொடங்கிய ரயில் உள்வருகிறான். ஜன்னலில் அமர்கிறோம்.

'விபசன்னா... சிதறாலில் இந்தச் சிற்பத்தில் உணர்வெழுச்சி நிகழாகவில்லையா? மேற்குச் சுவரில் கருப்பாறையில் பார்சுவர் தியானக் காற்று. சர்பம் நெளிந்து தேரிகேசி இவளின் நிழலாக இருக்கிறது விபசன்னா.'

புதுவெளியில் வசுமித்ராவும் கேசியும் சிறகுகளைக் காயவைத்து

மாற்றிப் பின்னும் சாவதானம், எடையற்றவை. கடனா கையில் இப்பகல் மிதக்கும் வசுமித்ரா.

வீழ்ந்த கனியை எடுக்காமல் உதிர்ந்த இலையைக் குனிந்து எடுத்து மறுபடியும் உயர்த்திப் பிடிக்கிறாள் விழிமேல் படபடப்பு. துளை துவாரங்களை ஆழ்ந்து ஊடுருவுகிறாள், மழையாகிவிட்ட வசுமித்ரா. இலையைவிட்டு அந்த ஏழாம்பிறை போக மறுக்கிறது. தேய்த்தால் தேய்கிறாள். கலை வளர்ந்தாலும் தேய்கிறாள்.

இவ்விதமாயிருக்கும் நிலை லன்காவதார சூத்திரத்தில் உளவியலான பிரக்ஞை கிரகம் எனும் கருத்தமைவு பாழ். நிலவு பற்றிய ரஸவாதம் நிலையாமையையும் ஓயாது மாறுமியல்பையும் கொண்ட வசுமித்ரா இயற்கையிலான வளர்சிதை மாற்றங்களையும் வறட்சியின் மெய்யுணர்வியலையும் நிலவின் வறட்சியிலிருந்து பெறுகிறாள்.

நிலவுக்கும் இரவுக்கும் நெருங்கிய உறவுமுறை தாய்மைநிலை உலர்ந்த கருப்பையிலிட்டு மூடப்பட்ட நிலை. நனவிலி நிலை இருமுக உணர்ச்சிப் போக்கு எடையதாக ஒரே சமயத்தில் பாதுகாப்பு நிலையும் இடர்களால் சூழப்பட்ட நிலையும் கொண்டிருக்கிறாள் வசுமித்ரா. பிறைகளின் சுழற்சியில் திரிபடையும் நிலக்குருதி கொண்ட நிலவாக அலைந்து வருகிறாள் அலைகளுக்குள்.

வசுமித்ரா தன்னை ஒத்த உருவத்தை லோகசிரா விரித்த கேசத்தை வாஸித்தாள். வறட்சியின் மெய்யுணர்வியல் மூலம் அதன் நிலவு பரிதி காணாத் திகைப்பில் ஒளிமையின் கிண்ணத்தைத் தருகிறாள். கல்லைத் தசையாக்கிய சிகப்பு படிகம் மலர்கிறது.

‘வசுமித்ரா முற்பிறப்பு என ஆபுத்திரன் கண்ட அமுத அகல் மறுபிறப்பை மீட்டும் நில ஒளிர்வு பார்... உள்ளே நிலவிலிருந்து விழுந்த கூந்தல் விதைக்கரு. இவ்வேளை யுவதிகள் இருவரும் ஒருவர் மேல் ஒருவர் சாய்ந்து நடந்தவாறு பூரகம் ஆகர்ஷமாகும் அண்மையில் தலைகீழ் துளியின் வறட்சியை பாழ் என நீரில் நீரைப் படிகமாக்கும் ஒளிர்மைத் திவலை தேரிவிரலிடுக்கில் ஓடிக் கொண்டு இருந்தது.

‘இன்று உவாநாள்’ என்றாள் வலிமேலிட்ட குருதியுடன் தேரிமாடத்தில் சாய்ந்தவாறு. ‘நான் நிலவுடன் நகர்பவள். மாத மெல்லாம் கரு அகலில் உதிரம் கசிகிறேன். வலிவாதை விடுபட வில்லை. முன்னோக்கி அழியும் நிலவின் குருதி ரகஸியம் என்னோடு சுடர்கிறது.’ இருண்மையான தேரிமாடத்தின் சிதிலங்களில் அண்டகோளங்களின் நகர்வு. துறவிமடத்தின் மரங்களில் எடையற்ற இலைப்பொழிவு. எல்லா உணர்வுகளிலிருந்தும் உதிர்ந்து மெலிவானாள்.

சருகான தேரிமாடத்து விருட்சத்தின் தினசரிக் குறிப்புகளிலிருந்து தினம் சரிய நீங்கி உதிர்ந்தவாறு இருக்கும் சாம்பல் வடிவம் ஓர் இலை வடிவப் பகல் வினாடிக்கு வினாடி உதிர்ந்துகொண்டு இருக்கிறது.

மீகண் கொண்டவள் வசுமித்ரா. தீவிழிப் பறவை இவள் சினேகிதி லோகசிரா. மூலிகைச் செடியைக் கண்டுபிடிக்க ஒரு பறவையின் கூரிய பார்வை இருவருக்கும் நோக்கொக்கின் கூடலில் சேர்ந்த மூலப் பனுவலை வசுமித்ரா இவள் தீவிழிகளை உள்நோக்கி வரைந்து கொண்டு இருக்கிறாள்.

ஓஷதியைக் கண்டவள் லோகசிரா. அவள் நாசியில் மோப்பத் தடம் செல்ல வாசியால் உணர்ந்து விடுபவள் வசுமித்ரா. மூலிகை எந்த ஜாமத்தில் தளிர்விடுமென பர்மா நாவிதன் வஜ்ரபாணி குமாரத்தி லோகசிரா வாசனைப் பிரதிகளை நலிபடனுக்குக் கொண்டுவந்தாள்.

குருடான இருள் பரவிவரும் எலும்புகளின் இயக்கத்தைப் பீடிக்கும் விதி. ‘வசுமித்ரா இந்தத் தொலைதூர நாடோடி உன்னைக் கெல்லியுள்ளான்’ ஓஷதியாக ஒவ்வொரு இலையிலும் சுவாசம் கேட்டு துகில்மீது விடுகிறான். மண்சீலையால் போர்த்தி ஓரிரு பொன்முடி கேட்டு நின்றான். உதிரிலைக்கால உரோமத்தை உயரே ஏந்துவது பெரும் வலிமை. பரிதி நிலவைக் காண்பது கூரிய பார்வையாகாது. இடியோசையைக் கேட்பது நுண்செவியாகாது.

‘வசுமித்ரா... ஏழாம்பிறையில் வளையும் உன் கூந்தல் இழை ஒன்றைப் பெறும் காத்திருத்தல்.’ நேமிநாவிதா... எப்போதும் நெருங்காமல் விலகியிரு. தனித்திருக்கும் உன் வரிகளில் கடந்து செல்கிறேன். நிலவில் ஒளியருந்தும் நரிகள் அங்கு ஊளையிடும் போது சமணத்திகள் தொலைவில் வருவதை உணர்ந்தேன்.

‘தலைமுடியைப் பார்த்து உடல்நிலையைப் பற்றிச் சொல்லி விடுவேன். சுருளாகவும் இறுக்கமாகவும் நீளமாகவும் வட்ட வடிவ மாகவும் சுருண்டிருப்பதில் கட்டுக்கதைகளும் கமகச் செறிவும் இசையில் கூடிவிடும் வசுமித்ரா... தலைசாய்த்து துயில்வோரின் சாயல் பார்த்து தூக்கத்தில் அலையும் கேசத்தின் வாசனையில் எத்தனைவித மனோகதி இச்சையும் கனவென சுருள்கிறது இருட்டு. முடிகளின் வளைவு வேறுபட்டிருக்கலாம். சுருளாகவோ வளை வாகவோ சாம்பல்கோரை எனவும் சுரிகூந்தலெனவும் இயற்கையின் உடல்கூறுகள் இவை. முடியின் இயல்பை வைத்து கூந்தற் புத்தகத்தை எழுதிவருகிறேன். உன் ஓரிழை தேடி காடெல்லாம் திரிந்துவருகிறேன் தருவாயா வசுமித்ரா...’

‘நேமிநாவிதா.. கேள் வில் மயிரிழையே தளரினும் கைப்பிடிக்கு உட்படாமல் குறி விலகும் தூரமோ பெருந்தொலைவு.’

‘கேஸம் வாஸித்துக் கதை சொல்பவன் நான். உனது பதில் இழை பிசகாமல் செல்கிறது. வறண்ட எலும்புகளின் கண்ணாடியில் தெரிந்த உன்முகம் அந்தரத்தில் நீந்திச் சரிகிறது வீழ்ச்சியில். நித்திரை தெளியாத கண்ணாடி உன் முகம். தொடுவதற்கு ஒளி கூச்சமடையும் கருக்கிருள் கேசம் உதிருமிடத்திலும் மூலங்களுடன் பதியப்படும் கேஸவரிகள் ரஸங்களில் ஓடுகின்றன. சீலங்களில் வழுவியும் வினயங்களில் நழுவி இழையும் மியாங்காற்றில் தேரி மாடத்தின் புலம்பல் பாடல்களும் தெருவைக் கடந்தவாறு இருந்தது. ஆனால் அசன் குத்தூஸ் மரைக்காயர் சொன்ன கடற்பயணத்தில் கீழ்நாடு களிலிருந்தெல்லாம் தேரிமார் வந்ததாக தம்பிமரைக் காயர்களின் பதிவேடுகளில் அவர்களின் பெயரும் குறிப்புகளும் திறக்கப்படவும் இல்லை. தேசாந்திரியான வசுமித்ரா கொண்டுவந்த வண்ணவரைவுகள் தீட்டும் அலங்காரத்துணி விரித்தபோது மியாங் காற்றில் மூடிய பக்கங்களை வாசிக்கிறேன். மூர்போர்ட்டின் நூற்றாண்டுத் தற்பெருமை சீசாக்கள் புதைந்த சீனக் கோபுரத்தை 1867 ஆகஸ்ட் இறுதி நாளில் இடிக்கவும் ஆளுநர் நேப்பியர் கொடுத்த அனுமதியில் பௌத்த நாகரீகம் நாணயமின்றிச் சிதைந்ததை அறிவாயோ வசுமித்ரா.’

‘ஊர்சுற்றியே கேள். புதுவெளிக் கோபுரம். பழைய கோபுரம், மொட்டைக் கோபுரம், சீனக் கோபுரம், கருப்புக் கோபுரம், ஜெயினக் கோபுரம் என்றெல்லாம் இடித்தபின் ஞாபகத்தில் மியாங்காற்று புலம்பிப் பரவுகிறது. நான்கு பக்கங்களைக்கொண்ட மூன்றடுக்கில் இருந்தேன். புகையுணிக் கிணறு நோக்கி நடந்தேன். புத்தரின் கால்பதிவு பட்டதும் வெந்நீர் ஊற்றுகள் புகைந்து வெள்ளைப் பூ தெரு எங்கும் கீழ்திசைத் தேரிமார் சேர்கிறார்கள் இங்கே.’

மகிந்தர் ஜம்பு கோளத்திற்குச் செல்லுமுன் நீ அவரைச் சந்தித்த புகையுணிக்கிணற்றடியில் சங்கமித்தை போதிக் கன்றுகளைக் கொண்டுவந்த வேளை அடிமைத்தீவு செல்லுமுன் அந்தரத்தில் இருந்த கரங்களாகக் கிளைத்திருந்தாய். விரல்களில் இலைகளும் ரேகையுடன் காலம் ஊடுருவிப் பழுத்த இலை உபாலி பேரன் அல்லனோ நேமிநாவிதன் என் கைகளில் வறுமையும் விரல்கள் எழுதப் பிழைத்திருக்கும் உலர்ந்த இலை துளை துவாரம் புழுக்கள் மென்ற பாதி இலை எனில் கல்லாகவும் மீதி வெளியாகவும் மாறிய இவ்விலையைக் குனிந்தெடுத்தாள் வசுமித்ரா. சருகுறும் துயரத்தின்

கிழிசல்களில் மெதுவாய் உயரத்தில் பார்க்கிறாய். வெளிதவழும் இலைபாதியில் எத்தனை கண்ணாடிப் புழுக்கள் நீலத்தில் மூழ்கித் திளைக்கும் நெளிவு. வெறுமை அடர்ந்த மொழி கசியும் நீல இழை வசுமித்ரா. உனது விரல்பட நடுங்கும் இவ்வேளை விழுந்த கூந்தல் அந்தரத்தில் பரவி தொலைவை நோக்கி நடந்ததைவிட்டு நீல அலையில் சாஸ்வத மின்றி இருக்கிறாய் இல்லையா…

'மாறாமல் நிலைத்திருக்க ஒருவராலும் முடியாதுதானே நேமி நாவிதா… ஒவ்வொன்றும் மற்ற ஏதோ ஒன்றைத் தொட்டு நிறுத்திவிட உள்ளே பெருஞ்சுழற்சியில் எதன்மீது ஒருவர் இச்சை கொள்கிறார்? அதைத் தடுக்க யார் உளார்.'

'இச்சையைத் தடுப்பதென்பது நியதிக்குப் பொருத்தமற்றது. வசுமித்ரா நீ வாதாடினால் என் நோக்கும் பொருத்தமானதே. இச்சையின் கண்ணாடியில் தோற்றமே இங்கு இயற்கையுடன் இருப்பதாகிறது.'

'துன்பத்தின் இருள் கலந்த இச்சையின் கண்ணாடிக்கீறல் துணுக்குகளில் தூசியும் அழுக்கும் கண்ணாடி இலை…'

'புகையுணிக் கிணறு அங்கு அதில் தலைசாய்த்து நின்றிருந்தாய். இன்னும் அப்படி எட்டிப் பார்ப்பதில் என்னவென்று முணுமுணுப் பதில் இச்சயையின் தேசல் ஒளியைத் தொடாமல் இலையாகக் கிணற்றில் கவிழ்ந்து கிடக்கிறாய்.

வசுமித்ரா இலைகளற்று வாடும் இருப்பு. வேற்றுகிரகத் தூசு படிந்த ஊமத்தை காயும் நெடித்த கூதலில் மெல்லிய பகல் புள்ளிகள் இதழ்களை உறிஞ்சும் பனிப்புள்ளிகள் இலை ஒடிந்தால் பால்கசியும் தேரிமாடத்தில் அவளைக் காணக் கிடைத்தது பாக்கியமே.

இலைக்கு லட்சிய முலாம் பூசிய கருத்துரு பாசிபடர்ந்த தேரி மாடங்களில் தேரிகளின் சீவரப்போர்வை துயரத்தால் கந்தலாகிக் கடலுக்கு அப்பால் படபடக்கிறது. கடுகுப் பூக்களில் சாவின் நித்யத்துவம் மலர்ந்த மியாங்காற்றில் சுவாசித்திரு.

பகலின் நீலபிந்து சூல் கொண்ட வட்டவெளியைக் கோப்பையாக ஏந்தி அவள் தீராது பருகிக் கொண்டு செவ்வியல் ஓவியப்பெண் உரகவக்கா சுயஓவியத்தில் அரக்கு நிறத் துக்கத்தின் சால்வையினைப் போர்த்தி முள்கிரீடத்தைக் கழுத்தைச் சுற்றி ரத்தத் துளிகள் வைரத் துளிர்களாய் மின்னலிடத் தோன்றி மறைகிறாள். கடக்கப்படாத இப்பகலில் அலைந்து கொண்டு இருப்பது யார்? எத்தனை விதமான தேசங்களில் இருந்தெல்லாம் வந்திருக்கிறார்கள் வசுமித்ரா… உனக்கு

சினேகிதிகளுண்டா இவர்களில் யார் யாரென்று சொல் எனக்கு' என ஆவலுற்றான் நேமிநாவிதன்.

சைலேந்திர விகாரையில் தேரிகளாயிருப்பது தீபசம்பா, மகா ரம்ஸா இன்றைய தகோபா அன்றைய தக்கோலம்வரை பிதினி, சசிவத்தா, தேரி ஜுவிகாவின் காலடிபடாத இடமேது? நந்தி தேரி, தமனாவுடன் பயணப்பட்டால் மலேயாவின் பையாவும் பண்ணையின் சுமத்ரா கீழ்கரை பனியாய் ஊரில் கால் பட்டு மலையூரைத் தாண்டிய வாசனை கடல் தேவதையோடு மணிமேகலை சம்போதியுடன் மலேயா தென்கோடியில் பெண்கள் பலருக்கு மியாங்காற்று வழி சொல்லும். ஜலசந்திக்கு வடக்கிலிருந்து வந்தவர்கள் மலாயூர் ஆற்றின் நெடுக அலைந்து திரிந்த ஒளியுரு செள ஜூகுவா இருந்த ஜிலோடிஸ் பகுதிக்குள் தேடிய ஒஷதிகளும் இலங்காகோசம் செள ஜீகுவாதான் என்றதும் கெடா நாட்டின் தெற்கே கடலோடிய நாவாயில் வருகிறார்கள். சிதறிய தேரிகள் ஒன்றுகூடும் தென்சீனக்கடல். வாசனைப் பொதிகளில் வாணிபச் செட்டிகள் திரள் திரளாய் தேரிமாரை அழைத்துக்கொண்டு சிங்களத் தேரி சிலரும் கருப்பு நாவாயில் துறவியர் கிரா பூசந்தி வரைபடத்தை ராஜேந்திரன் கப்பலில் மாலுமி ஒருவன் மேவிலம்பங்கம் வளைப்பந்தூரு இரு இடங்களைப் புள்ளி இட்டுக் காட்டிய ஆற்றங்கரையில் பழைய தேரிமாடங்கள் திசா திசைத் தேரிமார் பாதை நெடுவழிகளில் தன்மாலிங்கிலிருந்து புறப்பட்டு ஆறுநாட்கள் கடலில் சென்றால் இலங்கா கோசத்தை அடையலாம். ஊர்சுற்றியே நீ புறப்பட்ட கீழைப் பர்மாவில் தலைங் நாட்டிலுள்ள மாப்பாளம் உனது அவதார ஸ்தலம். பெகாங் கிலுள்ள குவாண்டன் ஆறு உறுமியதும் கடலைப் பின்னுக்குத் தள்ளும் வேகத்தில் தெமிலிங் பட்டினத்து சீனத்தேரிகள் கடலைப் பார்த்த மாடத் தெருவில் டிராகன் எலும்புகளால் மந்திரிக்கும் பாணன் ஒருவனிடம் கடா நாட்டின் பெயர் சீனர்களுக்குத் தெரிந்த பிரதேசத்தில் சீனக்கனகம். ஆமையோடுகளில் உருமாறும் வித்தையை எழுதினாள். யாத்திரை முடியாமல் 'லெரோயோ மிடி ஸ்ரீவிஜயம்' எனும் நூலைச் சீனரிடம் பார்த்ததில் ஸ்ரீபோஜம் ஸ்ரீவிஜயம்' எனத் திருத்தப்பட்டதும் கைப்பற்றிய சோழனின் வரைபடத்திற்குள் வெகுசீக்கிரம் வந்துவிட்டோம். புதிரான இந்தத் தேரிமாடத்தில் எப்படிப்போய் சேர்ந்தேன்? நிழல்களுக்குள்ளாக ஒளியுடம்பாய் பயணமாகி வருகிறேன்? என்றாள் நெடுமூச்சில்.

எந்த மிருகத்தின் அசைவுக்கும் மொழி தருவது வசுமித்ராவின் அகரூபம். நிலவு சிருஷ்டியை விரட்டிச் செல்கிறது. வசுமித்ராவின்

யாண்டுகள் பலவாகியும் நரையில்லாமல் இருப்பது எப்படி?

'நான் இருக்கும் ஊரில் அநாதைச் சிறார்களோடு கலந்திருப்பேன். எங்கிருந்து எங்கே? சிறுமியின் பாத தூளியை இன்னும் நான் கடந்திருக்கவில்லை' என்றாள்.

'உறவு செறிந்து தடையிடுவதாகக் காலம் நம்மீது சுமத்தும் சுமை பெரிய நத்தைக்கூடு. சுமந்து அலைவதிலிருந்து யார் விடுபட முடியும் வசுமித்ரா.'

'நீ மிகவும் முதுமையாக அதே சமயம் மிகவும் இளமையாக வளர்ந்த காரணம் எனக்குத் தெரியும் நேமி.. உனது நாவில் மழலைகள் எச்சில் அண்ணத்தில் நா பிறழும் திக்கிய உரையாடல் உன் சிருஷ்டி ரகஸியம் தானோ?'

வசுமித்ரா.. நீ கொடுத்த தேனீர் கடல் கடந்த கோப்பைகளில் எஞ்சியிருக்கிறது. சுவையுணர்வு அதில் துறவும் கலந்திருப்பதில் தெரிவிக்க நினைப்பதை தெளிய வைக்கிறாய். வாழ்வைப் பருகும் கோப்பைகளின் சுழற்சியில் எந்தப் பீங்கான் குவளையை நான் எடுத்துக் கொள்ள... எனக்குத் தெரியவில்லை.

அசையாத இயற்கைப் பொருள்கூட வாழ்கிறதில்லையா.. உயிர்ப்புடன் எனக்குள் துடிக்கும் சந்திரகாந்தக்கல். மாதத்தில் பாதி நாள் மயக்கத்திலும் புராதன இருட்டில் புனித உதிரம் ஊழி மிருகம் நான். உன்னால் என்னைத் தொடர முடியாது நாவிதா..

'மகாகான் அரசரிடம் சொல்லிய நிகமா பட்டணம் இதுதான். கிழக்குக்கரையில் தாலமி விட்டுச் சென்ற கிரேஸியக் குவளை உன் மேஜைமேல் இருப்பதைச் சொன்னாள் அந்த இளம்தேரி மதுரை வீழ்ந்து விடுமா வசுமித்ரா.. ஒரு முலை சரிந்த விருட்சம் அலறிய ஒலி உலகின் எதிரொலி.. கட்டுக்கதைகளின் உள்ளும் முலைகளில் துளிர்க்கும் சிறுநெருப்பு. எதிர் இயக்கமில்லையா?'

'நான் நிலாக்கல். வெண்களிம்புப் படிகம் நான்.' 'மேஜை மேல் கோப்பையை உருட்டிச் சொன்னாள் வசுமித்ரா.' 'நீ கனவில் மீனைக் காண்பது பேரிடர்களிலிருந்து தப்ப வைத்துவிடும். இறந்த மீனைக் காண்பது வாழ்வையும் வலிவையும் இழப்பதாகச் சொல்கிறேன். உன் கனா முடிவுறுமானால் வாசகசப் பாத்திரம் வீசிய கத்தியால் கொல்லப்படலாம் நீ!'

வசுமியும் லோகசிராவும் ஒரு உயிர்பிளக்கும் இடைவெளியில் நிழல்களின் நடக்கையில் சிவப்புக் கற்பாலை பூ ஏந்திவரும்.

‘நீ எண்ணுவது எனக்குத் தெரிந்துவிட்டது நேமிநாவிதா. மனவோட்டத்தில் தொடர்கிறாய் என்னை. ஆன்மாவில் நுழைந்து எதைத் தேடுகிறாய் என்னிடம். உன் கழிவிரக்கப்பாடல் கடந்ததைப் புலம்பும் வண்டின் ஓசை. நெருப்பில் எரிபடும் இருப்பு நான். மரணம் நெருங்கும் பாதையில் நீயும் என்னுடன் வந்துவிடு..’

‘எதுவும் விரைவில் மறைந்து போகிறது. ஆரம்பம் இன்றி தொடர்ந்த பாதையில் பகிர்ந்தவை கிடைக்காமலே போய்விடலாம் இல்லையா..’

‘மாறாத துக்கம் ஆழ்கடல் உறைவிடத்தில் மூழ்கும் கருங்கப்பல். கடலில் ஏதாவது ஒரு தீவுக்குப் போய்விடுவேன். அலைகளில் ஊசலாடும் இச்சையில் மீளவே முடியாது என்னால். அமரத்திலும் பூரகத்திலும் ஊடாடும் பிறைகள் யாம்’

‘சினேகிதிமனம் மூடப்பட்டுவிடும். மருட்சிப்பார்வை புகையிலைச் சுருளைப் போல ஓய்வெடுக்கிறது. உன் கையிலிருக் கும் மணல் கடிகையில் முனகலை நான் செவிமடுத்தேன். மணல் விழும் ஒலி துல்லியமாய் எனக்குக் கேட்டது. வறண்டு தேய்ந்த மணல் ஒரு விரக்தி. கண்களை மூடிக் கொள்கிறாள் அண்ணாந்து. அவளும் நானும் சீனத் தேநீர் சடங்கில் மூழ்கினோம். எத்தனை வித தேநீர் சூடு. தேரிமாடம் நிரம்பி வழியும் தேநீர் எம் ஆன்மா. கோப்பையில் நீல ஆவி நெளிந்து தேரிமாட ஜன்னல்களில் வெளியேறித் தவித்த இரவுகள் இன்னமிருக்கலாமே நாவிதா.’

‘நடுங்கும் கோப்பை வெண்மைப்பளிங்கு காத்திருத்தல் சீனத் தேரிகளின் பழதுகிய வழக்கம். அங்க போய் இருக்கலாம்தானே.’

‘நெருப்புமிழும் டிராகனாக சிதறிப் பரவும் செதில்காளக பேரழிவின் மினுக்கங்களாக, உள்ளக் குமுறல்களாகத் தேரி ஒருத்தி இருந்தாள் எனச் சொல்லட்டுமே மியாங் காற்று’

அவளை என்னால் சாந்தப்படுத்த முடியவில்லை. கரும்பச்சை உதிரா இலைகளில் தூசிபடிந்து விதிர்விதிர்க்கும் படர்கொடியாக தேரிமாட ஜன்னல்களில் படர்ந்து கொண்டு இருந்தாள். திறந்த சீன ஜன்னல்களில் அகமலர்ச்சியுடனும் சிறிய தேரிகளின் சிரிப்பில் போதிதாமோவைக் காண்கிறாள்.

குளிர்பனியணிந்த சாம்பல் நிலவின் விநோதக் குளிர்ச்சியை உணர்கிறேன் வசுமித்ரா. பிறை அண்மித்து வந்தாற் போன்று தூரத்தில் தான் இருக்கிறாய் அருகில் இருந்துகொண்டு. விட்டுப் பிரிவதை

விரும்புகிறாய் இல்லையா. பலவேறாகக் கிளைக்கும் கோடுகளில் முன் அறியப்படாதவளாய் விதியாக என்னைப் பீடிக்கிறாய். பனி உருக்கொண்ட ஏரியைச் சுற்றி நீ விரும்பியவன் கருங்கரையில் மலர்களை ஏந்திப் போகிறான். இந்த உவர் ஏரியின் நடுவில் வெளிர்நீலத் தேரிமாடம் இருக்கிறது. அங்கு அவன் போவதற்குக் காத்திருக்கிறான். ஒவ்வொரு நீல ஆம்பலையும் ஏரியில் தொட்டுக் கடக்கிறான்.

.

55

வானவில் பழங்கள் குவிந்த தேரிமாடம்

உறங்காத கண்ணுக்கு ஊசி கொண்டு மை எழுதி தூங்காத கண்ணுக்குத் துரும்புகொண்டு மை எழுதி அவன் உள்ளங் கையைக் கீறி வழியும் மைகூட்டில் தன் இறகு பறித்து வானவில் பீலிகளால் தொட்டு உதிர வரியிட்ட வானவில் பழங்களை வரைந்து குவிக்கிறான் நேமிதாமோ.

அவளும் அவன்மீது வெண்களிப் படிகத்தில் துறவுச் சுடர் ஒளிர் நிறம் தொட்டு வரைய உள்ளுயிராக 'செம்பினிற் களிம்பு போல சீவனும் சடமும் கூடி நம்பின உடலைக் கண்டு நல்லுயிர் வடிவங் கானாய்' என்றாள் சைலேந்திரா.

அவன் மை கூடு வற்றி உலர்ந்த பின் அவள் எடுத்த சுரோணித மசிக் கூட்டில் நாட்கள் நெருங்கிவரும் டைரியில் இன்னும் பக்கங்கள் சில கணங்கள் மிச்சமிருக்கப் பகிர்வதற்குச் சின்னச்சின்ன வெட்டுக் கிளிகள்... பிக்குணி டைரியில் பல்வேறாய் வெட்டி அமர்ந்த முக்கோணக் கணித முக்கோணங்களை அவற்றின் பாசி விழி சுழற்றும் ஒவ்வொரு வரியாய் மீசை உரோமம் வெட்டுக் குறுக்காக முகர்ந்து வரைபடும் காகிதங்கள் ஒவ்வொன்றாய் கசக்கிக் கிழித்தவாறு அறையை நிரப்பிக்கொண்டு இருக்கிறாள். வார்த்தைக்குள் வெட்டுக் கிளியாகும் வார்த்தை திரும்பித்தாவி உயரத்திலிருந்து விழுந்து ஒவ்வொரு வார்த்தையும் கால்விரல்களாய் உருமாறி வரைபடும் தாவரங்களின் அபிதான வரைபடங்களில் பக்கம் பக்கமாய் வெட்டுக் கிளிகளின் விரல்வரிகள் ஓடி நாளிகைக்கொரு நாடி செல்லும் மூலிகை வகை நூறு பச்சை நிறங்களை ரேகையிட்டு மறைந்துவரும் இவ்வேளை வெட்டுக் கிளிகள் கத்தரித்துப் போட்ட நாவித கூடத்தில் காகிதக் குவியல் மத்திய இலைக் கூட்டமாய் மரக்கூடமெங்கும் பரவி விட்டிருந்தது. அந்த நாவிதன் சிகைக்கு நீரிடுகிறான். அப்போதைய உருப்பளிங்கில் அவள் முகம்தோன்ற வெட்டுக்கிளியின் பல்

முனைகள் ஓடி அலையலையாய் விளிம்பு தட்டி சிதிலமடைந்த முன்வார்த்தைகள் கோடிக்கு மேல் குவிந்துவிட்டிருக்கிறது. வார்த்தையும் இலையென குனிந்தெடுக்கிறாள் சைலேந்திரா. 'கூந்தலை வேருடன் பிடுங்க முடியாது. மழிக்கத்தியால் சிகலிகை அறுவடை செய்யச் சொல்கிறாய் உன் குழல்களில் அமரும் வெட்டுக்கிளி மடித்த கால்களை எடுக்கிறது. உனது தீராத தானியங்களை விதைத்து வந்தேன் காலங்களில்' என்றான் நேமிதாமோ.

'உன் தந்தை நேமிநாதர் சமணராய் இருப்பதில் கேஸலோட் சணம் செய்து கொண்டார் என்பதால் நாகவதனாவில் பிக்குணி களுக்கு மழிக்க முடியாது என்கிறாயா நேமி...' 'அப்படிச் சொல்ல வரவில்லை நான். குருதியும் உப்பும் பூசிய சாம்பலில் பறித்தெடுத்த சிரசிழைகளில் சமணம் காண்பேன். சாம்பல் விரல்கள் அய்யனுக்கு. ஆசீவகர்களும் சமணத்தில் மாங்கொட்டை ஏந்திய அவர்களும் இங்கே வதிகிறார்கள். நானும் சமணத்திலிருந்து போதிதர்மாவின் பின்னால் நடக்கிறேன் இவ்வேளை. ஏனோ உன் சிரசில் குழல்களின் சுருளில் வெட்டுக்கிளிகள் அமர்ந்து மடித்த கால்களில் உதறும் வாச்சியார்த்தம் ஊழிக்கால வெள்ளமாய் பெருக் கெடுக்கும் கண்ணீர்தானே பிக்குணி...'

'ஒருதுளி ஊடுருவி துக்கவிதை குத்தி வளர்வதாய் கபால நிலம் வளைந்திருக்கிறது. ஏனோ என் மனம் உரோமம் கத்தரிக்கும் சமணனின் விரல்களுக்காக அவை வெட்டுக்கிளிகள் என்பதால் உன் விரல்கள் ஸ்பரிசம் பட கேஸம் விழிப்படைகிறது நேமி.'

'கேஸத்தில் ஒரு கருத்தவிழி சுருளில் மறைந்திருக்கிறதைத் தொடுகிறேன். வார்த்தைகள் கருக்கொள்ளும் கேஸவளைவில் கால்களை உதறும் வெட்டுக்கிளிகள். மழைக்காலம் வந்ததில் நிச்சயமற்ற பிறவி வெட்டுக்கிளி உதறிய கோடுகளை வரைகிறேன் உன்மீது சைலேந்திரா' என அவள் கேஸம் தொடுகிறான் சமணன்.

'நீண்டு பெருகிப்பரவும் இருளில் நுழையும் உன் ரோமம் கத்தரிக்கும் விரல்கள். காலங்கள் பலவாய் அர்த்தப்படும் சிகையில் நுழையும் மனதை விரல்களாக உள்ளே வைத்திருக்கிறாய். விரல்களில் அதிரும் தற்கணங்களில் இருந்துகொண்டிருப்பவள் நான். சந்திர நிலப்பரப்பில் கருஞ்சர்ப்பங்களாய் வளைந்து அழியும் கேஸங்களின் மூச்சரவம் கபாலநிலம் பட பனிக்கட்டிக் குளிர் வெளியே கொதி ஆவிச் சூடு விரல்களால் அறுவடை செய்யும் கருநாணல்களில் மறைந்திருக்கும் நேமி நாவிதா... மண்விரல்களை என்னிடம் காட்டு'

அப்போது அவள் கடல்கோரைக் காகிதங்களில் நிலவிலிருந்து

எடுத்துவந்த மண் பூசிய வெளிச்சத்தில் சாம்பல் நிறமடையும் காகிதங்களை லிபிகள் உதிரக் கசக்கிப் பிழிவதில் கலையின் உதிரம் பதைக்கிறது. கைகளில் உயர்த்திக் கசக்கிய தாள்களைப் பிரகாச விளக்கொளியில் காட்டச் செம்மை கலந்த பௌத்த நிறம் கொள்கிறது தாவர அபிதானம். ஊர்மண் பூசிய பிக்குணி அபிதானத்தில் உயிர்மெய் எழுத்துமேல் புள்ளியாகக் காய்ந்திருக்கிறது நிலா.

நாவிதன் மேஜை மேல் கத்தரிகள் பௌத்த மழிக்கத்திகள் பிக்ஷா அகல்களில் தானியங்கள் நவ இழை பூக்க அதற்குள் வானவில் பழக்குவியல். அதனுடன் சேர்ந்திருக்கும் சுடரிடம் வாதாடுகிறாள் யவனப்பதுமை.

சைலேந்திரா... இனிமேல் உனக்குத் தேவையானவைகளை இந்தப் பதுமை சொல்லும்... எனக் கூடத்தில் இருக்கும் ஆடிகளை இடம் மாற்றிக் காட்சிப்படுத்தினான் நாபிதா.

‘ஏனோ உரோமம் கத்தரிக்கும் விரல்கள் எம் சமணரின் சாம்பல் நெடிக்கிறதே சைலேந்திரா.. ஒரு இழையைப் பிடுங்கி எடுத்தால் இதன் அடியில் இருக்கும் வெண் துளிவேர்தான் அறிவாயோ’ அவள் இழை ஒன்றினை பேழையில் வைத்துப் பணிவுடன் காட்டுகிறான் அடி முடிக்கண் வெண் களிம்பு கசிகிறது.

‘இதன் முடிவு எங்கு செல்லும். கபால மௌத்திகச் சாறு. இதனுள் பௌத்த மனம் இன்மையிலும் இருப்பிலும் தள்ளாடுகிறதில்லையா. பெண் என்பதால் பிரபஞ்சக் கசிவாகும் உதிரப்போக்கு நின்றுவிடுமா பிக்குணிக்கு... தீட்டாகும் குருதிக்குள் மறைந்திருக்கும் குற்றங்களின் தாவர அபிதானம் மறைக்கப்படும் பிரதிதானே... சொல் நாபிதா... மெய்காண் வழி காமமும் துறவும் மயங்கும் வெளி எனக்கு உவப்பாக இருப்பதில்லை. தேவதாசிகளின் கால்வழி மரபில் பௌத்தம் ரகஸியமாக ஒளிந்துகொண்டு இருக்கிறதே நேமி நாபிதா...

சமணக் குரத்தியார்களிடம் உயிர்த்துவம் இருக்கிறது. ஆனால் அவர்களுக்குத் திகம்பர நிலை கிடைக்கவில்லை. இனியொரு விதியைப் பௌத்த பிக்குணியாரே... உம்மிடம் காணவந்தேன்.. இச்சையால் அல்ல... மையலும் கடல் பளிங்காக நீலம் கொள்கிற தெனக்கு... உமது மீன் நீல விழிகள் திறந்திருக்கின்றன எனக்கு...’

‘அவசரப்படாதே நேமி நாபிதா... உண்மையில் பிபல்லாவின் சுழற்சிப் பாதையின் தொடர் கண்ணியாக இருக்கும் கூந்தல். ஆயிரம் யோஜனை தூரம் ஒரு சிகலிகை நுனி பரவியது பௌத்தத்தைப் போல. பிபல்லாவை நாம் கண்டுபிடிக்க முடியுமா? பயணத்தில் நாம்

எவ்வளவு மாறிப்போனோம். எத்தனை திருப்பங்கள். உறவுகளை உதிர்க்கத்தானோ கூந்தல் மழிக்கிறோம். குறைந்தபட்சம் கூந்தல் இழை ஒவ்வொன்றும் கதைகளின் குறியீடுகளாய் வளர் கின்றன நமக்கு. விம்மி எழும் கூந்தல் வேறு மனிதரின் காமத்துடன் ஊடாடுகிறது. சிகலிகைப் பாதையில் எத்தனை திறந்தவெளி அசைவுகள். பிபல்லாவின் அர்த்தங்களைத் தேடி கூந்தலுக்குச் சாயவேர் பூசி நிறங்களாக்கிவிடுகிறோம். கூந்தல் நிறமற்ற எலும்புகளின் தனிமையில் வளரும் வனமாக இருக்கிறதே... கேஸம் ஒரு குளிர் ரத்தப் பிராணி'

'கபாலத்தின் வாசலில் பொங்கும் குளிர்ரத்தச் சர்ப்பங்கள் அவை. கபாலத்தின் கடிவாயில் இடுதுளை புகுந்து மனிதரை ராகு கேது ஆட்கொள்வதில்லையா? பாம்பைப் போல கூந்தல் நீர் குடிப்பது அபூர்வம். சாரையின் காமம் ஆறுமாதம் வரைகூட காமத்தில் சிரசிருந்து நோண்பில் அடைவதும் காமம்தான்!'

'நேமி நாபிதா... தேரி மார்களைப் புரியாது உமக்கு. பாம்பின் விஷம் மயிலைப் பாதிக்காது போல் தேரியாள் சராரத்தைக் கூந்தலும் காமமும் பாதிக்காது. கழுத்தை வளைத்து முற்பிறவியை எட்டிப் பார்க்கும் மயில்தான் பிக்குணி...' அவசரமாய் சைலேந்திரா சொன்ன தேரி இயல்புகளைக் கேட்டு திருப்தியுறாமல் காமத்தில் பிறந்த ஸர்ப்பங்கள் கனாநிலை அரவுகளாக எப்படித் திரிபடைகின்றன என்பதில் சந்தேகம் அவனுக்கு.

'காம குரோதங்களிலிருந்து விடுபட்ட தேவதையே... எனக்குச் சில விளக்கங்கள் தாருங்கள். நாளையோகூட தெளிவு தாருங்கள் எனக்கு. போதி தாமோவும் பிக்குகளும் மீன் இயற்கையில் உருமாற்றம் அடைந்தவர்கள். ஆனால் மீன் உடலின் செதில்கள் உடல் முழுவதும் ஒருவித ஒழுங்கில் இருக்கின்றதும் காமார்த்த ஸர்ப உடலின் செதில்கள் அதன் உடல் முழுவதிலும் ஒரே ஒழுங்கில் அமையாமல் வெவ்வேறு கணத்தில் வெவ்வேறு இடமாக மாயம் கொள்ளும் செதில்களின் கண்ணாடிநிலை. காமத்தின் வயதைச் செதில்கள் மூலம் கணக்கிட்டவர் யாருண்டு. செதில்களின் ஒழுங்கற்ற வடிவங்கள் பாம்பின் காமமாய் திரும்பி அழைக்கிறதே'

'கனவுப்பாம்பின் செதில்களை எனக்குத் தெரியும் நாபிதா. கெம்பு ரத்தினங்கள் தான் சர்ப்ப வயிற்று செதில்கள். வைர வடிவத்தில் அமைந்திருப்பதைக் கனவில் கண்டேன்.'

'பிறகேன் கூந்தல் மழிக்க வேண்டும் தேரியே... வாழ்வு முழுவதும் கூந்தலும் காமமும் இருந்துகொண்டிருப்பதை இருமுக உணர்ச்சிப்

போக்குடையதாகப் பருவ உதிரம் வீழ்ச்சி எழுச்சிகொள்ள வில்லையா... நிலவுடன் இணைக்கப்பட்ட உங்கள் இயல்பில் ஓயாது மாறுமியல்பு இயற்கையாலான வளர்சிதை மாற்றங்களில் வறட்சியின் மெய் யுணர்வாக நிலாச் சரீரம் அடைந்துவிட்ட பிக்குணி சைலா உங்களிடம் தான் எனக்கு ஈடுபாடு... எந்த யுகத்திலோ பிரிந்த என் உடலாக நீங்கள் இருக்கிறீர்கள்... கருப்பையிலிட்டு மூடப்பட்ட சிசுவாக உன் கர்ப்பத்தில் மறைந்திருக்கிறேன். சைலேந்திரா... என் வாச்சியார்த்தம் பிழையாக இருக்கலாம். பிழைதான் உயிர்க் கருவின் பெருக்கமாக இருக்கிறது. என்னை விரோதித்துவிடாதீர்கள் தேரி...'

மதிவட்டத்தின் முதற்காலில் சைலேந்திரா நீந்தியவாறு தலை கவிழ்கிறாள் கூந்தல் விரித்து. மூன்றாம் காலில் நிகழும் ஏற்ற இறக்கங்களை மழிக்கத்தியின் ஓட்டத்தில் பிடித்துக் கடலை நோக்கினான் நேமி நாபிதா. பெரிய கப்பல்கள் துறைமுகத்தில் காட்டும் விளக்ககளில் கடல் நகரம் தோற்றம் பெற்றது.

'நிலவு பிக்குணிகளின் துணைக்கோள். இவர்கள் நிலவுடன் மூலமாகிவிடுவதில் சந்தேமில்லை எனக்கு. நான் எங்கு இருந்து கொண்டு இருக்கிறேன் என்று தெரியவில்லை சைலா' 'நாபிதா... பயப்படாமலிரு என்னுடன். நிலவினுடைய பரப்பில் ஒரு பகுதியில் என்னோடு வாசம் செய்கிறாய். தேரியை நீ புரிந்துகொள்ளும் தடுமாற்றங்களிலிருந்து நீ தெளிவடைய இரவுகள் பலவாகலாம் இல்லையா'

'தேரியின் மறுபாதியைக் காணமுடியவில்லை என்னால்'

'எப்போதும் சாக்கியரின் ஒரு பாதியைத்தான் உலகோர் காண முடியும்'

'நிலவுக்குச் சுயமான ஒளி கிடையாதே. பிறகெப்படி நான் இருளைவிட்டு முழு நிர்வாணத்தை அடைவது சைலேந்திரா.'

'வட்டத்தின் பல சுற்றுகளில் ஒவ்வொரு இரவிலும் நாக ஜாதகத்தில் இடம் பெறுகிறோம். பரிதிக்கும் பூமிக்கும் நடுவில் இந்த பௌத்தப் பேராலயம் சக்கரத்துடன் நாகவதனா சுழல்கிறது நிலவில். நமக்குப் புலப்படக் கூடிய அதன் பகுதியில் பரிதி ஒளிபட்டு பிரதிபலிக்க முடியாத கற்சுழலை மனிதன் கடக்க முடியாதலில் இருள்கிறார்கள். நிலவே தெரியாத கற்கோளம் காந்த ஈர்ப்பால் கடல்களாகின்றன, எத்தனையோ திசைகளில் அலை களாகிற வேளை. அதை அமரபட்சம் எனும் நாகவதனா நகரம் என்கிறோம். போர்கள் உறையும் கருவி களைக் கடந்து நீளும் நிழல்கள் சரியும் மாடங்களில் ஒளி வீசி மேலே

செல்லும் மதில்களைத் தொடும். நிலவு நகர்ந்து செல்லும் வீதிகளில் காமத்தின் சொற்கள் கவிந்த இசைமை நமக்கு ஆதார ஊற்றாகிறது. கொஞ்சம் கொஞ்சமாக அதன் பரப்பில் புத்தனின் விரிகதிர்கள் பட்டு நாம் மொழியாகிறோம். எரிதழல் மேனி கொள்ளும் ஞாயிறு புத்தர். இப்பரப்பு ஒவ்வொரு நாளும் கூடிக்கொண்டு போனால் இதைத் தான் கலைவளர் அகமெலாம் வளையும் பிறைகளில் கதைகள் முளைத் தெழுகின்றன பிறைக்கொரு இரவாய். பதினைந் தாவது நாளும் நீ வரப்போகிறாய் நேமி நாபிதா... காணும் முழுப் பரப்பிலும் புத்தரின் ரஸ நாளங்களில் பூர்வபச்சம். புத்தரின் பரிநிர்வாணம் காண்பாய். பதினாறாவது நாளிலிருந்து தாவரங்களின் இருளும் பட்சி சாலங்களின் ஒலித்தொகைகளின் சுழலும் பூச்சிகள் வண்டுகள் பூச்சிகளின் துகள் பறக்கும் வட்டச் சுழலும் மெல்ல மெல்ல உலகுயிர்களின் தோற்றத்திலும் தேய்வின் மறைப்பிலும் ஒளிபடும் ஒவ்வொரு பகுதியிலும் வரையும் கோடுகளில் இக்கலை ஒளிர்கிறதே நாபிதா'

அவள் மௌனமானாள் கடலில் வீழ்ந்து மணலில் நகரும் அலைகளின் மேல் கருத்த நீரில் நிலவு நடுங்குவதைப் பார்க்கிறாள். இவன் எதை எதையோ அவள் விழிகளில் பருகி எடுத்துச் சந்தேகங் களைத் தெளிவதற்கும் இருட்டை நோக்கித் திரும்பியிருந்தான். சமண மூர்த்தங்கள் எழுந்தன தளிக்குளத்தைத் தொடும் நிலவில்.

'சைலேந்திரா.. உண்மையில் நிலவு தேய்வதுமில்லை வளர் வதுமில்லை பரிதியில் ஏற்படும் ஒளியின் அளவில் மாற்றங்கள் காரணமென்றாலும் உலகம் பளிச்சென்று விட நிலவு இருப்பதின் பூடக ஒளிக்குசம் நீரால் ஆனது. யாரும் அறிந்திராத புத்தர்கால நீர் அங்கு ஒளிவழிகிறது. அங்கே தளிக்குளத்தார் சூடியபிறை பாழிச் சிகழிகை வளையும் கீழ் வானடியில் வலிய தீக் கொழுந்து ஊர்கிற ஒளி.'

அது பிபல்லாவின் உலகு நமக்குப் பிடிபடுவதில்லை. மனிதனை ஒட்டி வளரும் வேறு உலகம் கூந்தல்தொன்மம். ஒரு இழை பிறையின் வளைவைக் கொண்டு நீக்கப்பட்டபின் பிபல்லா சாரத்திலிருந்து கூந்தலை உயிர் மீட்டிவிடும் நேமி நாபிதா. நரை மூப்பில் வெண்நிறம் தோன்றுவதற்கு ஆதாரம் மனிதனிடமில்லை. வெளிதான் வெண்நரை போலும்ற என சைலேந்திரா நாபிதா தீட்டும் மழிக்கத்தியின் ஒலி மடிப்புகளைச் சாணைக் கல்லில் அது ஓடுவதை உற்றாள். நாபிதாவின் மரக்கூடத்தில் சாய்ந்து கடல் நீலத்தில் அலையும் மீனை நோக்கினாள். அந்த மீன் ரெப்பைகளை வெட்டிக் கொண்ட போதி தாமோவாக

இருக்கலாம் என உணர்ந்தாள். கடலையே வெறித்தவாறு சொன்னாள் திரும்பவும்.

‘கூந்தல் தேகத்தின் ஒரு பகுதி அல்ல. மேற்பரப்பில் சுதந்திரமாக விளங்குவதைப் பார் நேமி... இறந்தபிறகும் வளர்கிறதில்லையா. காமத்தில் உந்தெறிவு பெற்ற கருந்தீ பாழிச் சிகலிகையாகத்தான் இருக்கும். ஈசனுக்கு இத்தனை நடனங்கள் எதற்கு?’

பெண்முன்னே கரைந்தழியும் தாண்டவம் நோக்கினாள் தாட்ஷாயினி. ஒவ்வொரு நர்த்தன ரூபத்திலும் செறிவுகொண்டு எழுந்தாள் தாட்ஷாயினி. அவள் மேல் மையல்கள் விதம் பலவாய் எழுந்த நாதம் நாக சின்னத்தில் இழைகிறது.

அவன் மேல் சூன்யம் ஏவினாள் தாட்ஷாயினி ஒரு அமாவாசை நடுநிசி அகாலத்தில் நாதம் திறந்த திரிசடையன் காபால மாலை அணிந்து ஒவ்வொரு கிரகமாக ஆடிக் களைத்து உச்சாடனச் சொல் பகர்கிறான். ‘தேவதாசியரே... அண்டவணு வண்டமும் ஆகி வந்த சூன்யத்தை ஆழம் மசக்கிய மை எடுத்துக் கபாலம் பூசி அப்பாழ் மண்டபத்தில் சந்திரவொளி விழும் இரவில் தேவதாசியின் உணர்வுப் பரப்பில் உருவெலாம் குவிந்து செறிவு கொண்டு புலி உடல்கொண்டு புள்ளிகள் நகர திருத்தாண்டகம்ற ஈசனும் அவள் கால்ரேகையில் புகுந்து மறைகிறான் தூக்கித் தாக்கும் சிலம்படிகளில். தாட்ஷாயினி பார்த்துக் கொண்டு இருப்பதில் ஈசனின் கால் களில் சதிர் தோன்றி இருக்கலாம். இந்த நாகவதனா பட்டினம் மாதவியின் ஊராக இருப்பததை யார் அறியக்கூடும்.

மணிமேகலைக்குள் தேவதாசியும் தேரியும் சேர்ந்து இழைவதில் இவ்வூர் பிக்குணிமாடங்களுக்கு அருகில் கள்ளமுத்தங்களின் வீதியும் தேவதாசிகள் எரியும் மஞ்சப் பூத்தெருவும் பச்சைப் பூத்தெருவாகத் திரும்பி கடுவனாற்றில் தாழைகளில் பூநாகம் எடுத்துச் சொன்ன மருந்தீடு மசக்கும் கலை எது? சைலேந்திர பிக்குணிக்கு யோஜனைகள் பலவாறு குழம்பியது.

மோப்ப உணர்வில் தடங்காண் வல்லுணராம் டச்சுமாலுமிகளை நாகவதனாவின் ஆவிகள் நகருக்குள் நுழையவிடாமல் மறித்து விடுவதால் பேய்களோடு கதைகளும் புனைவு பெருக்கிய நாளில் சூனியக்காரிகள் கள்ளமுத்தங்களின் வீதியில் நடமாடுவதைக் களியாட்டம் மிக்க தாசிகளின் துயர இசை மாலுமிகளைத் திசை மாற்றிவிட மரணத்தில் ஊற்றெடுக்கும் தேவதாசிகளில் மூத்தவளான சித்ராபதி இந்திரனைக் கூப்பிட்டாள். இந்திர விழாவுக்கு வாங்கிய

ஆம்பொரா மது ஜாடிகளில் மிச்சமிருப்ப வற்றைப் பொல்லாத வேசைகள் குடித்துத் தீர்க்குமுன் வருகவென தூது விட ஏற்கெனவே குடித்துச் சிவந்த உதிரம் விழிகளில் செங்களிப்பாக இமைகளைத் தாழ்த்தி வேசையர் எல்லாம் ஆசீர்வதிக்கப்பட்டு வருகிறார்கள் சித்திராபதியின் சொல் கேட்ட இந்திரனால்.

தாசிகளோடு சரசமாடிக் கள்ள முத்தங்களை ஒளிந்துபெற்ற இந்திரன் களி வெறித் துள்ளல் நாகவதனாவில் ஸர்பதுள்ளல் நாட்டியமாகக் காமம் குவிந்த இரவை தூர்வாரியினால் அள்ளித் துப்பரவாக்குகிறான் பிக்குணிமார் அறியாதவாறு. அவர்களும் இந்திரனை வணங்க வேண்டுமல்லவா.

இதுநாள்வரை விலங்குகளால் பிணைக்கப்பட்ட பெண் பைத்தியங்களுக்குப் போதிதாமோ ஔஷதச் சேவை செய்ததில் பெண்டிர் பலர் பித்தம் காமம் குடும்ப அச்சில் சுழன்ற தளை நீங்கி உணர்வுகள் பல உதிர பிக்குணியாக உடன் அவருடன் ஓஷதிகளைத் தேடி வனம் அலைவாராயினர். ஜ்வராலயாவில் காணும் தாழ்வார அறைகளில் பெண் நோயாளிகள் இருந்தார்கள். மனித உடலுருவ அமைப்பில் அந்த கல்தொட்டியில் சீக்காளியைப் படுக்கவைத்துத் தலைநீங்கலாக சராரத்தில் மருந்தீடு தைலம் சுவரதாரை தாரையாய் இலைகள் சேர்ப்பித்த பச்சைக்குள் குணமாகும் நாடிகளைச் சதா பிக்குகள் சர ஓட்டத்தில் ஆள்மாற்றி ஆள் வந்து உடல் எழுதிய எந்திர பாஷையை முணுமுணுப்பதில் நுரைதள்ளும் பாசியுடல். விகார முக்ய ஜ்வராலயா விலிருந்து பிக்குணிகள் நோயாளிகளை இல்லங்களிலே போய் இலை போட்டு குணப்படுத்தும் பக்குவம் நாக வதனாவின் பாதை. நாகவதானாவின் மூலிகை அபிதானங்கள் உலகப்பிரசித்தம். பைத்தியங்களுக்குக் காதில் நசியம் பிழிந்து ஏழு பகல்களும் ஏழு ராத்திரிகளும் வெட்ட வெளி கிடக்க பித்தத்தைச் சாந்தியாக்கும் பழம்பாலை, நரிப்பயறு, பிளா, அரசு, சிறு செண் பகம், சித்தப்பிரமை போக்கும் செவ்வந்தி எலுமிச்சை நசியத்துக்கு ஆகும் மருங்காரை ரோம விருட்சம் சகலசித்தி, பிசாசு போகும் பேய்க் கரும்பு காஞ்சிரங்காய் சித்தியாகும் பைத்தியம் போக நீர்விளா எடுத்து வந்த பிக்குகள் மாகாளி கிள்ளிவந்து மயக்கம் போக்கி அனுமுலுதுவரைகட்டி உடலைப் பிரகாசமடைய வைத்து மான் கொம்பால் பீடைபோக்கி அனுப்பினார்கள் பதரிதிட்டா விகாரை யிலிருந்து.

ஆனால் கள்ளமுத்தமிட்ட பைத்தியக்காரியின் மழலை முத்தங்களை

புத்தர் அரியக்கூடும். கள்ள முத்தங்கள்தானே ஔஷதம் மனிதருக்கு. என இந்திரன் புலம்பித்திரிந்தான் திருகு சுருள் பாதையில். பெண்கள் காயம்பட்ட குடும்ப வாழ்வின் ஸ்திதி எப்போதும் துன்பமாகவே இருக்கக்கூடும். கடந்த பயணங்களின் பாதை திறந்த ரணமாக இருந்தது இவர்களுக்கு. இருள் படிந்த மரக்கூடங்களில் வழி தடுக்கப் படுகிறது.

பைத்தியப்பெண் எங்கும் இல்லாமல் துயர்வீசும் கடற்கரையில் பறவைகளைத் தொடுவதற்குக் காற்றின் ஊதையில் தள்ளாடி இழுபட நடந்த பாதங்களில் எஞ்சிய மணல் சுவட்டில் இருப்பின்மையான ரேகை. காமத்தின் நிழல்களாகக் கள்ளமுத்தங்களில் சொருகிய மை குடித்த விழி வளைவுகளில் கரும்புருவங்களில் தொட்ட ஸ்பரிசம் மனதைப் புண்ணாக்க விட்புருவம் கணையுமிழ் சரங்கள் தப்பாமல் வீழ்ந்தவர்கள் வாச்சியார்த்தம் தைலச்சக்கை பூசிய நாட்டியக் கணிகையர் நிழல்களாய்க் கடந்த நாகவதனா விளக்குகள் ஏற்றப்பட்ட கப்பல்களுடன் எவ்வளவு காலம் ஒளிவீசிக்கொண்டிருப்பாள் முதியார் கூந்தலையும் பாலிருளியும் மயூரசிகையும் தாம்பிர வள்ளியும் சேர்ந்தாடு பாவையும் பச்சைப் பூத்தெருவில் வதிகிறார்கள். பாட்டி பிரம்மதண்டி தலைக்கோலி. சின்ன ருக்மணியும் தங்கை ஊர்க் குருவியும் மஞ்சப் பூத்தெருத் தாசிகள். இரவானால் களியாட்டம் தேய்ந்த பின் களைப்பில் வேஷம் கலைந்த தாளக பாஷாண ஆடியில் எண்ணைக் காப்பிட்டு அரிதாரம் நாற ஒருவருக்கொருவர் சண்டை இட்டுச் சலித்து ஆடியில் கழுவிய முகத்தில் சுருக்கங்களிடையே வெளிறிய வெண்விழி நரைத்த அடி ரேகையில் உதிரம் சிவந்த வடு. சைலேந்திர பிக்குணி இந்திரனால் ஆசீர்வதிக்கப்பட்டவள். தூங்காத விழிகளுடன் தேவதாசியின் கால்வழி மரபுக்கும் துறவுக்கும் கேஸ ஆடையொன்றை நெய்து வந்தாள் இரவிரவாய். தறிவிளக்கு இருளில் இழைகாட்ட ஒவ்வொரு இழை மறையும் காமத்தின் நிதானம் நர்த்தனம் என உணர்கிறாள் ஊடுபாவில்.

ஏனோ வேசைகளின் காமம் துக்கமாக இருந்தது.

கருகருத்து அசையும் கண்களின் நிழல் தங்கினான் நேமி நாபிதா. விதியாக வருகிறான் அவள் நெய்யும் கேஸங்களால் விரக்திபெறும் துகிலிடம் தலைகவிழ்கிறான். சைலேந்திரா மேல்நோக்குவை யெல்லாம் அவையே போல் ஊர்சுற்றி நாபிதாவை சமணத்திலிருந்து பௌத்தம் நோக்கி அழைத்ததில் நெருங்கியவுடன் வேண்டாம் இனி இப்படி நாம் நயனங்கள் கலந்திருப்பதில் துக்கம் கசப்பு

இவை ஊழ்பட்டு சமணரும் பௌத்தமும் சிக்கல் வந்தடைவார்கள் நேமிற என்கிறாள் ஈவு சாவற்று.

'திரும்பி விட வா நான் சைலா.'

'என் மரணம் நெருங்க மெய்யுருக்கத்தில் உயவு நோயுறுகிறாய் நேமி.'

'இல்லையில்லை சைலா... நீ ஈர்த்துக்கொண்டு விளையாடும் சாக்காடு. உன் காமத்தீ உள்புகுந்து கதுவப்பட்டு நம் இருவருக்கு மான வாழ்வில் காத்திருக்கிறது மரணம்.'

அவன் அழுக்காடைகளை நுகர்ந்து தொலைதூரங்களை உணர்ந்தாள். பற்றற்றதில் இருட்டு கவிந்து இவள் பார்வை மூடுகிறது அவனை நாணு வதை இறந்தான் நேமி.

'முன்பு மற்றை நம் காமங்கள் மாற்று இறந்த என் தோழியர் ஊர்க்குருவி, முத்துப்பழனி எனும் தேவதாசியரின் கேஸ இழைகளால் நெய்யும் சீவரம் மெல்ல வளர்கிறதே நேமி' என ஓங்கி வளர்ந்த மரத்தின் வெறுமையான இலைகளைக் கண்டு மூக்கைத் தீட்டிய காக்கைப்பாடினி காக ரூபத்தில் தோன்றினாள் அங்கு. காக்கைப் பாடினியிடம் பதிலுரைத்தான் மழிக்கத்தியை சாணைக் கல்லில் ஓடவிட்டவாறு. திரும்பத்திரும்ப மரக்கிளையில் மூக்கைத் தீட்டியது காகம்.

'நெசவில் எழும் கேஸ அலைகளில் எத்தனை சுருள்கள் பார் காகமே... முத்துப்பழனி அந்திமத்தில் எனக்களித்த அரி குழல்களை இவளிடம் கொண்டுவந்தேன். தேவதாசியின் காமத்தில் இசையாகும் உயிர்மை நெய்துதா பிக்குணியே என்று. ஆனாலும் சைலா தன்னூடகத்தில் நெய்துகொண்டிருப்பது ஊழின் உப்பக்கம். அதைப் பிக்குணியால் மட்டும் நெய்ய முடியும் காக்கையே...'

'நேமி... சிறுகாக்கைப்பாடினி சொல்வேன் கேளே... அழகில் ஊழ்விதியும் வாழ்நாளும் மறைந்திருப்பதில் வேறோரிடத்தில் யௌவனர்கள் பீங்கான் ஸர்ப்பங்களை கவ்விச் சுழலும் கழைக் கூத்தில் ஈர்க்கப்படுகிறாள் முத்துப்பழனி. அவள் கேட்ட மதுரைப் புதுமண்டப வளையல் செட்டியின் கைபட்டு போடும் பனாரஸ் வளையல்கள் உன்னிடமில்லை. பனாரஸ் பீங்கான் பாம்பு வளையும் கங்கை நீர் சுழிகளில்... ஆசைப்படுவதிலிருந்து விலகிவிடு மதுரையில்' என்றான் சிறு காக்கைப்பாடினி.

'என் கல்லின் பனிமூச்சே... சைலா... என் ஆர்வ விழைவிலிருந்து

தப்பிக்கொண்டிருக்கிறாய் ஒவ்வொரு இரவிலும். எந்தப் பெண்ணும் அறியாத தேவதையைச் சுமந்து கொண்டு இருக்கிறேன் இத்தனை காலமும். ஆனால் இருவருக்கு நடுவில் ஒருவன் இருக்க முடியாது. ஒரு தேவதை இன்னொரு தேவதையின் நரகத்தில் இருப்பதாக இப்போது உணர்ந்துவிட்டேன் சைலா.'

எந்த நிறமும் தேவைப்படாத சமணா... உன் குருடான ஆன்மா என்மேல் மோகப்புயல் கொண்டு பாடவேண்டும் உன் தன்னோடு உற்றோமே ஆவோம் உனக்கே நாம் ஆட்செய்வோம் மற்றை நம் காமங்கள் மாற்று என ஆனாய் நீ பைந்துழாய். காலமற்று விலகுகிறேன் உன்னிடமிருந்தும் இகவாழ்வின் உணர்வெழுச்சிப் பாடலிலிருந்தும். உன் மாயாமொழி இருட்டில் இருக்கிறது. மொழி வேண்டி நிற்பேன் உன்னையல்ல. கணத்தில் சருகுறும் ஒருதலை உள்ளுதல் ஒவ்வொரு நாளும் ஒரு யௌவனனை நோக்கி நின்று கண்களால் தொட்டுப் பிரிகிறேன்.. ஒருவரிடத்தும் நிற்கமுடியவில்லை என்னால். உன்னைத் தேடிவருவேன் ஒரு நாள் என்று நீ நம்பாதிரு. நம்பினாலும் கிடைக்கமாட்டேன் காமஉயவு நோய் சாக்காடு தற்கொலை தூண்டும் சமகாலவெளியில் வெகுதாமதமாக வந்திருக்கிறாய் என்னிடம். நீ நெருங்க நான் விலகுவது நியதி..

'உன் கண்கள் மறந்துவிடுமோ என்னை... தீய கவர்ச்சியில் வீழ்ந்து விட்டேனே. வீழ்ச்சிதான் எனக்கு இனி. மனதை அறிய வராமலேயே மண் இமை தாழ்த்தி மறுக்கிறாய் உன் கண்களை.'

'நிலவின் வெளிறிய கோபத்தில் மெல்லச் சிவக்கிறாள். விழிகள் கசந்த வாழ்வைப் பருகிய பாசி நிகழ்கிறது. 'காயம்பட்டவள் நான் வெகுதொலைவு அன்றிலாக வந்து பாடுகிறாய் என்னை. எங்கெங்கும் இல்லாமல் அங்கு இருந்துகொண்டு இருக்கிறேன். எனக்கான உன் தனிப்பாடல் போதும் நேமி.. நெருங்காமலிரு என்னிடம். இன்னும் நுணுங்கி நொறுங்கிக் கொண்டிருக்கிறது என் இருப்பு. சருகு மடிந்த இலைகளைச் சேகரித்து வருகிறேன் உன் பாடலின் இசை சருகுவதில் அடக்க முடியாத பாலையை தனித் தனியாக நாம் கடக்க வேண்டிய அவசியம்...'

'மீன் நீலம் பட்ட உன் கண்களில் வழியும் சிருஷ்டி நான். வாடாமல்வித் துக்கத்தை உன்னால் ஏந்தியிருக்கிறேன்.'

உருவற்று மறைந்திருக்கும் தீய ஆவிகளாகப் புதர்கள் காட்சி அளிக்கின்றன. என்னை நெருங்கியிருந்தவர்களின் சாயைகளாக இருக்கும். இந்தத் தீம்பான உறவுகளிலிருந்து விடுபட்டு இங்கு

வந்தேன் பிக்குணியாக... கள்ளமுத்தங்களின் வீதியால் இரவெல்லாம் பட்சிகளின் உச்சித ஒலிகள். எந்த முத்தமும் பறவையால்தான் தரமுடியும் நேமி. குற்றம் நிறைந்த இரவை சாபமிட்டுச் சாடும் அறவாழியிடமிருந்து இந்திரன் மட்டுமே மனக்கலக்கத்திற்கு மருந்து. இந்திரனுடன் நெடுந்தொலைவு செல்ல எண்ணும்போது ஆயிரம் யோனிகொள் சாபம்பட்ட அவன் கண்களில் பேய்நிழல் கவிந்து கிலியடையச் செய்கிறது என்னை. இந்திரனோடு சவகாசம் இனி வேண்டாமென்று புத்தஞாயிறு நோக்கி நாகவதனா அடைந்து விட்டேன். என்னை உள்ளாதே!.'

'ஈயத்தால் ஆகாதோ? இரும்பினால் ஆகாதோ?
பூயத்தான் மிக்கதொரு பூதத்தால் ஆகாதோ?
தேயத்தான் பித்து-தளையால் செம்புகளால் ஆகாதோ?
மாயப்பொன் வேணுமோ மதித்துன்னைப் பண்ணுதற்கே'

என நேமி நாபிதா சிந்தாமணியில் தனிப்பாடல் சொன்னான் சைலேந்திராவிடம்.

நாகமன்னன் துணையுடன் காசபன் எழுப்பிய நாகானன விகாரையில் மகளிர் வருகை அதிகமாகிவிட்டது. சுமத்திராப் பெண்களும் பர்மிய பிக்குணிகள் பலரும் கலம்விட்டு நாகானன விகாரை செல்கிறார்கள். சீனப் பெண் துறவியர் மண்ணின் மைந் தராகி விட்டனர் நாகவதனாவில். 'துறவியர் மடம் நிரம்பிவிட்டது நேமி.. ஆனால் இவ்வேளை திருவாழி மன்னன் படையுடன் ராப்போது நாகானன பீடிகையின் பொற்குரிசிலை திருடிச் சென்றதால் நோய் பீடித்தவரானோம்... காவற் சக்கரச் சுழற்சிக்குள் வாழை மரத்தைச் சொருகி இட்டு காலச் சக்கரத்தை நிறுத்திவிடலாம் என சுவர்ண விக்ரகம் பறிபோய்விட்டதே நேமி நாபிதா... என்ன செய்வோம் பொன் புத்தருக்குக் காப்பாகச் சுழன்ற ஆழியின் அருகில் நிற்கவே முடிய வில்லை எனக்கு.'

'வருந்தாதீர்... சைலேந்திரா... ஆழி சுழன்றுகொண்டுதான் இருக்கிறது... போதியார் என்றிவர் ஓதும் கள்ள நூல்கள்' என திருமங்கைக் கள்ளன் களவு செய்தும் வரைவதில் எவ்வளவு அதிகாரம்... பகை எழும்பிய திருவரங்க மதிற்சுவரில்உருக்கிவார்த்த சொர்ணக் கசிவு பௌத்தரின் மௌனம் குலைத்தது பிக்குணியாரே...'

காதுகளை பொத்திக் கேவுகிறாள் சைலேந்திரா. குருபரம்பரைப் பிரவாவத்தின் வரிகளை விழிகள் கண்டு வழிகிறது பிக்குணியின் கண்ணீர்.

'ஒருபோதும் நிலைத்திராத வாழ்வு மீது அரங்கமதில் திருவாகுமோ

சொல்.. பௌத்தரை நாடுகடத்தும் தண்டனையும் அளிக்கப்படுகிறது. ஆழியின் சுழற்சியில் ஏழாவது வட்டத்தில் போதி தாமோ சீன தேசம் சென்றிருந்தார். அடுத்துவரும் நிலவின் மூன்று வட்டங்களில் நிகழ்பவை பெண்துறவியருக்கானவை. கழு வேற்றத்தில் மதுரையைச் சூழ்ந்த சமணர் ஆவிகள் நம்பகமான ஞானமார்க்கத்தின் பிரதிநிதியாகவும் திகம்பரர்களின் ஆவி நாடு ஆள திசை சூழ் துகிலோர்களாகக் காடுறைகிறார்கள் நேமி.'

'சைலா எட்டு வயதுச் சிறுமியாக இருந்த காலத்திலிருந்தே உயவுநோய் ஆனேன் சூளமித்தியே... நோக்குவையெல்லாம் அவையே போல் காலம் வளர்ந்திருந்தபோது சமணகாஞ்சியில் திருலோக்கியரிடம் மாணவனாகி விட்டிருந்தேன். அவள் வேறொரு திருமணம் செய்து கொண்டு முப்பதாவது வயதில் காணாமல் போனாள் திருவாலங்காட்டுக்கு. அவள் கணவனும் வைணவ நாமத்திலிருந்ததும் தலைகீழ் இவள் தாண்டவத்தில் மாம்பாலின் பரஞானம் பெற்ற இவளிடம் இன்னொரு மாங்கனி கேட்க... சேர முடியாமல் முறிவுற்ற வாக்கியம் அவள் அதுவே... நான் போகு மிடம் எதுவென்று எனக்குத் தெரியாது. நகரார்ந்தர இரவின் வீதிகள் காத்திருப்பின் எதிர்பார்ப்பின் காலம் உறைந்த வெற்றிடங்கள், பெண் வேதனையின் தனிமை இவற்றிடையே வாதையுற்றிருக்கிறேன். புத்தரின் படிமம் தேடி வானவில் அமைத்து நாகவதானா சென்று விட்டேன். இப்போதும் என ஞாபகத்தூரிகையில் சரிவதாக இருக்கக் கூடும் உன் பால்ய நிகழ்வுகளை வெக்கை தகியும் இந் நாட்களில் கோடைப் பெருமூச்சின் சிறுநிழலாய் ஓவியம் தீட்டிச் சற்று இளைப்பாறப் புத்தநிழல் போதுமெனக்கு. இவ்வோவியங்கள் என்னால் பழஞ்சீலையில் கிழித்த ஒரு பகுதி என் அம்மாவின் வாசனைமிக்கது. சிறு சிறு கூழாங்கற்கள் எரிந்து காகிதங்களாகிப் பறந்து வர கலையற்ற தூரிகை வீச்சுகளே.. ஒரு வேகத்தில் கலையாகி விடக்கூடும். அதையும் நம்பவில்லை நான். என் ஓவியங்களில் நிறங்கள் ஏதுமில்லை. சூசகஉணர்வெளியாக வரையப்படாத வாழ்வின் வெறுமையின் பாழ் தோற்றங்களை விரல்களால் கசந்த என் இருப்பைத் தாவரச் சாறு பூசி நிரப்பாமல் விடுகிறேன். இவ்விதம் என் பால்யச் சாயையான நேமிதாமோ.. என்னை ஞாபகங் கொள்ளாதே சினேகிதா... இந்த ஒவ்வாமைச் சூழல் சற்றேனும் லயம் பெற்றுவிடுமென நான் நம்பவில்லை. எந்த வர்ணமும் விஷக் கோப்பைகளாக என் மேஜை மேல் வரிசைப்படுத்தப்பட்டிருக்கின்றன. நிறமேதும் தொடமுடியாத விரல்கள் நடுங்க மறதியைப் பூசுகிறேன்

பித்த வேகத்தில். அமைதியற்ற கருவிழிகள் குடித்த விஷத்தில் நீலம் என்னைத் தொட்டுக் கடலாக்கிவிட அலைகள் உறைந்த உப்பாக இருக்கிறேன். என் அம்மாவிடம் வாங்கிவந்த உப்பு அவ்வளவுதான். நுதல் வியர்ப்பக் கூடலில் சேர்ந்த என் உடல் உப்புச்சிலைகளாகக் கடலில் உருள்கின்றன தீராத காலங்களிலிருந்து. அசோகனிடத்தில் பெற்ற வெள்ளரசங்கிளையில் ஒரு கவை முறிந்து சரிந்துவர அதைப்பற்றி நான் வானவில் குழந்தைகளுக்காகவும் அனாதைகளுக் காகவும் உலர்ந்த அவ்விலைகள் கொண்டு மணலின் கருங்கரையில் செல்கிறேன் அங்கு. திடீரென்று நீலப்பறவைகள் கீழே பாய்ந்து படிவதையும் கரும்புறா என்று தனிமையின் பாழ்நிலைவிட்டு நிலவை நோக்கித் தெளிவடையும் வெளி சிறகு விரிப்பதையும் வரைந்துகொண்டு இருக்கிறேன். இச்சிறு வானவில் மணல் நகரம்தான் என் நாகவதனா? அவள் கடிதத்தை முடிக்காமல் சைலேந்திராவிடம் வாசித்து முடியாமல் நேமி கரைகிற உப்பில் அவள். அவன் இற்றுப் பொடிந்துகொண்டு இருக்கும் முடிவடையாத கடிதத்தைத் தொண்டைக் கடியில் விக்கி நிறுத்தினான்.

'நாபிதா விதியின் வடிவமான வசுமித்ராவை எனக்குத் தெரியும்.' 'நீ கூறுவதை விடவும் பரிமாணங்கள் கொண்டிருப்பதை அறிய வில்லை நீ. பிக்குணி ஆனாள். வருஷங்கள் நான்காகிவிட்டன. அந்த உயிர் அனுபவிக்கும் வாதைகள் தனக்கானதில்லை. பௌத்தத்தின் கருவில் மீண்டும் நாகவதனாவில் சுவர்ண விக்ரகம் அமைய வேண்டி ஆழிச் சக்கரம் சுழல வேண்டி புத்த மார்க்கம் சேர்ந்தவள். மகிந்தன் அமைந்த ஏழு விகாரைகள் இருந்த இடம் அவளுக்குத் தெரியும். பதரி திட்டையில் நெகமாவில் இருக்கிறாள் பிக்குணியாய். அவளுக்கு மிலிந்த அரசனின் வினாக்கள் என்ற பழஞ்சுவடி தெரியும். இவ்வூரை 'கோலபட்டன்' எனவும் கூறினாள் சுடரின் அசைவில் சைலேந்திரா மொழி பகர்ந்தாள். அதைக் கேட்டு வசுமித்ராநிலை உணர்ந்து ஆச்சரியத்தில் இருக்கும்போது, பூனையைப் பின்தொடர்ந்து மறைந்தும் மறையாமலும் நாவித கூடத்து இருட்டில் கரைந்தது யவனப் பதுமை.

ஆச்சரியம் அடங்காத சைலேந்திரா அங்கிருந்து நாபிதாவைக் கூட்டிக்கொண்டு நாகவதனாவின் வடபாலிருந்த பதரி திட்டை நெகமா போகிறாள். 'சைலேந்திரா... இதற்கு மேல் போகாதே.. நில்... நில்...' எனக் கம்பீரமான குரல் ஒன்று தடுத்தது இருவரையும்.

'இந்தக் கடலோசைக்கிடையே நம்மைத் தடுப்பது யார்?' என்ற நோக்கில் திரும்பிப் பார்த்தாள். யாருமில்லை. அங்கொரு பதுமை

இருந்தது. 'சைலேந்திரா... உன்னைத் தடுத்தது நான்தான். தனிமைப் படகில் இன்று போகாதே. நாபிதாவையும் கூட்டிச் செல்' என எச்சரிக்கும் விதமாகச் சொன்னது யவனப் பதுமை.

'பொம்மைகள் எல்லாம் பேசுகின்றன. ...ம்... ஏன் தடுத்தாய் இப்போது?' என வினவினான் நாபிதா.

'சமண புத்ரா.. நீ சைலேந்திராவைக் கைவிட்டுவிடாதே. அவள் பிக்குணி என்பதால் தள்ளி நிற்கலாம். நீ போகும் பக்கமெல்லாம் கண்களுக்குத் தெரியாதபடி இருந்துகொண்டிருக்கும் நின்று கொண்டிருக்கும் ஒரு மீனைக் காண்பாய். இன்று கடல்மேல் தன் இமைப் பீலிகளை வெட்டிக்கொண்ட போதி தார்மா மச்சமாக மாறி ஒரு கரும்புள்ளியில் ஒடுங்க நினைத்த அசைவு கடலெங்கும் காண்பாய்'

'என்ன... காஞ்சியிலிருந்து வெளியேறிப் போன போதி தாமோவைப் பார்க்க விரும்புகிறேன் பதுமையே. அவர் இருப்பிடத்தை எங்களுக்குக் காட்டு' என்றான் வியப்பில் ஆழ்ந்த நேமி.

'மச்சத்திலிருக்கும் இருட்டை இவள் பார்த்து விடுவாள் நீ பார்க்க முடியாது. கடல் நீலங்களாக மாறி நீர்மேல் விசும்பி நிற்கும் பல்லாயிரம் மீன்களும் போதி தாமோதான். ஆயிரம் வயதான ஆமையாக அவர் நீந்தி இங்குவந்து போய்க்கொண்டு இருப்பதைக் கதைகேட்கும் மீனவர்கள் அறியக் கூடும்' என புதிரிட்டது பதுமை.

'சைலேந்திரா காலத்தையும் இடத்தையும் மாற்றமுடியாத இந்த நகரம் தேவதாசிகள் அலைக்கழிய கள்ள முத்தங்களின் வீதியில் ஈசனின் பிரகிருதி நர்த்தனம் காண இந்திரன் அன்றாடம் மாறு வேடத்தில் வருகிறான் திருட்டுத்தனமாக. ஈசனின் முத்ரா எல்லாமே காமத்தின் நுணுக்கமாகக் குறியீடுகளாகின்றன. அவை சிருஷ்டியின் ஜன உற்பத்தியின் சாயைகளாக ஜீவகோடி ரகஸிய ஒலித்தொகையில் சுழன்று சுற்றி மெல்ல அடங்குகிற கள்ள முத்தங்களின் வீதி... அங்குதான் வேசைகள் நிரம்பி வழிகிறார்கள்.'

'யவனப் பதுமையோ அங்கே இவர்கள் நேசம்கொண்டிருப்பவர்கள். உடலின்பப் பாவம் அவர்களைச் சேர்வதில்லை. அளித்தோர்க்குத் துறவுதான் விதி. எடுத்தோர்க்கு உண்டுதானே தண்டனை. ஊதாரிகளும் பேராசைக்காரர்களும் நாகவதனாவுக்குள் வதைபடுகிறார்கள். ஏனோ குறிப்பிட்ட பாவிகள் வேதனை அனுபவிப்பதில்லை ஏன்? அதிகாரம் உதிர்ந்தபின் தனித்துவிடப்படுவார்கள்தானே!'

'பூமியில் எதன்மீதும் பற்றின்றித் திரியும் உலகத் துறவியுடன் பெண்துறவியர் வரலாம். தேவதாசிகளோ வேசைகளோ பைத்தியக்

காரிகளோ வந்து சேரும் நகரமாகிவிட்டது நாகவதனா...' என சைலேந்திரா கடலை நோக்கிச் சொன்னாள்.

'ஆயிரம் வயதாகும் போதிதாமோவை நான் பார்க்கவேண்டும் பதுமையேற ஆவலுற்றான் நேமி. 'நாபிதா.. நீ போகும் வழியில் அரூப ஜலபிக்குணிகள் தவம். தெரியாமல் அவர்கள் மேல் இடித்து விட்டால் இவர்கள் மச்சமாக உரு ஏற்றும் சூன்யம் நீரில் கலந்து விடுமில்லையா? வன்யம் கலந்த நீர் திரியில் கடல்கோளுக்கான சுழி உருவாகிவிடும். ஆகையால் மேலே அலை தழுவ வேண்டாம் நீ. வேண்டியதைக் கேள். தருகிறேன்' என்று சொல்லி பதுமை நேமி நாபிதாவுக்கு அறிவுறுத்திற்று.

'சரி மேலே போகவில்லை கடலில். மரணமடைந்தவர்களுக்கு மறுபடியும் உயிரூட்டும் கடல்பளிங்கு இருக்கும் நீலத்தை அறிய விரும்புகிறேன் பதுமையே' என்றாள் சைலேந்திரா.

'அதைமட்டும் கேட்காதே சைலா... கடுகுப்பூக்களின் வாச முள்ளவளே' என மறுத்தது யவனப் பதுமை. இருந்தாலும் சைலேந்திராவுக்குத் தன் சாதகக் காலம் முடியாமலிருப்பதாலும் மனதுக்குச் சிறிது அமைதி அளிக்கும் வகையில் வேறுபல மச்சம் எனும் கரும்புள்ளியில் ஒடுங்குவதற்கான சூன்ய வித்தையை நீரின் குமிழ் நிழல்களின் ரகஸிய உரையாடலைக் கேட்கும் வகையில் சொல்லி பிக்குணியைத் திருப்பி அனுப்ப முடிவு செய்தது பதுமை. அதற்காக நேமியை விட்டுவிட முடியுமா அவளால்.

56

கந்தமானத சிம்மாசனம்

இந்தச் சண்டையில் குலாந்தரன் தாய்மாமனை அசையீட்டியால் குத்திக் காயப்படுத்தினான் முதலில். கண்சொருகிய ஈட்டியைப் பிடுங்கி எறிந் தான் அப்பால். கீழே விழுந்த ஈட்டி துள்ளி இரும்புக் காலத்துக்குத் தாவியது. அலிக்கம்பையில் கம்பு மரங்களைச் சுற்றி நிழலாய் இருந்த கூட்டத்தில் நாகதம்பிரானும் பார்க்க... நடந்த சிறுகலகம் ஓர் ரத்தின சிம்மாசனத்துக்கு யார் உடையவர் என்பதில் ராவணம் சூதாட்டப் பலகையை அடைத்துக்கொண்ட யுத்த வீரர்கள் எதிரிகள் அதே காலாட்படை குதிரைப் படை வியூகங்களில் நெல்லிக்காடு ரத்னம் கக்கிப் பாம்பு வந்து குறுக்கிட்டு இருபக்கமும் சேதம் வராமல் விளையாட்டை ஒத்தி வைத்தது. நீண்ட கால நாகா ரகஸியம் வைத்திருக்கும் முன்னைப்போரில் பயன்படுத்திய பொடிவர்ணச் சிதல் விதை சிதறும் உகந்தைப் பழத்துக்குள் அம்பைக் குத்தி எய்திய நீர்பட்டால் நெருப்பெரியும் பழம். ஆவியரின் விஷப் பல்லைத் திறந்து கடற்போரில் பயன் படுத்தியதை அம்புகளின் முனைகளில் சர்ப்ப முடிச்சிட்டு எய்தியதில் தைத்துச் சீறியது. கடல்நீர் பற்றிய தழல் நிழல்களின் அலறல்.

ஆனால் மாமனுக்கு ஏற்பட்ட காயத்துக்கு உகந்தை வன நாகரிடம் மருந்து இல்லை. மகோதரன் காயத்தில் பாம்புக் குறத்தி தைலத்தை பூசி மந்திரித்தும் பலனில்லை. குலாதரன் குறித்து ஈட்டிப் புண்நெடி நாற்றமும் துவர்த்த உப்பாகவும் இலைக் குருதி தீராமல் வழியவும் அதை மருமகன் நுகர்ந்தான் மகோதரனை. இதைத் தெரிந்துகொண்ட ராஜ வைத்தியன் சம்புடநாகர் இதை குலாதரன் மட்டுமே குணப் படுத்த முடியும். தன்னால் குத்துப்பட்ட மாமனை வணங்கி ஈட்டியில் படிந்த இரத்தத்துருவைத் தேய்த்தெடுத்து காயத்தில் பூசிய வேகத்தில் குணமாகி வடுவும் மறைந்தது. அம்மான் மாரே... என் தாயின் தந்தை

அளித்த ரத்தின சிம்மாசனத்தை அக்னி ஆற்றில் மிதக்கவிட்டு அதைக் கார்கோடக சர்ப்பம் காவலிருக்க வைத்தாள் என் தாய்... எனக்கு உரிமைப்பட்டதை நீ ஆசைப்படலாமா... தீவின் இயல்புடைய மகோதரராசா மருமானிடம் வினையமாகச் சொன்னான். என் அக்காள் புத்ரா... ராமேஸ்வரத் தீவு முன்பு கந்த மானத பர்ஹீமப்பா... ஆர்யா கபாலங்கள் நம்புதாயி கோயிவினுள் இருந்து தப்பிவிட்டதால் உற்பவித்ததே சேதுபந்தனம். நீ பிறந்ததும் சேனை வைக்கப் போனேன் பர்வதம். ஏனையிலிருந்து தூக்கி முத்தி செய்து நவபாஷாணத்தில் உன்னை நனைத்தால் எந்தக் காலத்திலும் ஊறுபட மாட்டாத தேகம் பெறுவாய் என்று உன்னைத் தலைகீழாகப் பீடித்து நவ கிரகங்களுடன் சுற்றினேன். கடல்நீரில் பிடித்து சிரசையும் கால்களையும் நனைத்தேன் உன்னை. நான் பிடித்திருந்த உன் கால் பாதப்பகுதி நனையவில்லை. இதனால் பிற்காலத்தில் உன் பலகீனமான கால்பாதப் பகுதியில் எதிரியால் வில் அம்பு பாய்ந்து கொல்லப்படுவாயென்று திரும்பவும் கடலுக்குள் நுழைத்தேன் உன் சிற்றடிகளை. நவபாஷாணக் கடல் உன்னைத் தொடவில்லை நீயும் அலைமேல் தாவி அந்தரத்தில் நீந்தினாயடா... மருமானே... இப்போது உன் பாதத்தில் உகந்தைக் கனி குத்திய சரத்தை விடட்டுமா.. சொல்லடா... சொல்லு... மாமா... கந்தமானதபர்வம் எங்கே... அந்த சிம்மாசனம் எப்படிப்பட்டது சொல் எனக்கு...

சருகிலைகளில் நிமித்தமாக எழுதும் கந்தமானதர் மணல்மேடுகளில் வெவ்வேறு நிறங்களில் வேறுபட்ட ஆழங்களில் இருந்து ஏழு கைப்பிடி மணல் எடுத்து வீசி வீசி அடியில் ஏழுமணல் நகரங்கள் மூழ்கியிருப்பதை தீர்க்கமாகச் சொல்லிவாரார். சேது பந்தமே ஆதி நாகா மண்ணிலிருந்தும் எறும்புக் கூவத்திலிருந்தும் படைக்கப் படும் உயிரினம். கடவுளுக்கு எதிராகக் கலகம் புரியும் கந்தமானதர் கடவுளின் தீம்பான சாபத்திற்குத் தான் உள்ளாக நேரும் என்பதையும் முன்னுணர்ந்ததில் ஏழுமுறை கந்தமானதபர்வதம் அழிவுற்றது. ஆர்யா கபாலத்தில் எந்திரம் எழுதித் தலைப் பூணிட்ட கோல் ஊன்றி மேடு மேடாய் நாகா மண்தீடைகளில் அலைகிறார். அந்தக் கபாலத் தலைப் பூணிட்ட கோல் காற்றில் தட்டித் தட்டி புதைந்த பர்வத வாசிகளோடு உரையாடுகிறது. பர்வதவர்த்தினி என்பாளின் கருப்பையுள் நுழையவும் முதல் நாக வழி ராசா சாதாரண மலைப் பூச்சியாய்ப் பிறந்தான். மலைப் பூச்சி... சாமி நா மலைப் பூச்சி... என்ன விட்டுரு... ராமபட்டரே... இன்னொரு ராசா இறந்த பிணத்தின் உடலினுள் நுழைந்து இறந்த மீனின் கண்களுடன் பிறந்தான்.

அவனே நம் கண்ணவர்த்த நாகா.

அப்படியா சரி சரி... உகந்தை மரத்தின் கனிகள் உதிர்ந்து தணலாய் கொதிக்கிறதே... அதன் எரிந்து சூடான கரித்தூளை நாகா தேவதை பூசிக் கொள்வதால் உகந்தை நமது பூர்வ வனமா யிருக்கிறதா... ரத்ன சிம்மாசனம் எப்படிப்பட்டது மாமா..

மயிலாசனத்தைவிட உயர்ந்தது. விக்ரமாதித்தன் சிம்மாசனத்தில் முப்பத்திரெண்டு பதுமைகள் கதை போடுமெனில் இருபத்தி ஒரு பங்காக மேலே செல்லும் படிகளில் விலங்குகளின் தோற்றத் திலிருந்து உருமாறிவரும் பதுமைகள் ஒவ்வொரு மீமிருகம். மனித உருவ விலங்கல்ல நாம். விலங்குநிலை தீராத வன உணர்ச்சியால் மலைப்பூச்சி ஆனோம். வறள் வெப்பச் சூழ்நிலையில் உதிர்ந்த மிருக இயற்கைவிட்டுப் பிரியாத பர்வதவர்த்தினி ஊர்ந்தோ பறந்தோ புகுந்து குலாதரன் தோளில் சூரியைப் பய்ச்சியதில் மாமன் விரலும் சொருகிய வேகத்தில் கட்டி உருண்டான் மருமானை. 'என்னை நீ பதம் பார்த்தாய் இது உனக்கு எச்சரிக்கைற கையோடு மாமனைத் திருகினான் மணலில் உருட்டி கோபாவேசத்தில் தயாரில்லாதபோது என்னை ஏன் குத்தினாய்...' குலாதரன் உருண்ட வேகத்தில் மாமன் சூரியைக் கெல்லி எடுத்து மோதத் தயாராக நின்றான். சரி... உன்னைக் கொன்று சிம்மாசனம் அடைய நான் விரும்பவில்லைஞ் கந்தமான தபர்வதத்தின் ஏழுபுயலைப் பற்றிச் சொல் மாமா... வழியும் குருதியில் தைலச்சக்கை பூசினான் ராஜவைத்தியன் சம்புட நாகா. 'குலாதரா... பதிலுக்குப் பதில் ரத்தம் கண்டோம். மோதல் நமக்குள் வேண்டாம் இனி.' மகோதரன் புயல் ஒன்றை விவரிக்க விரும்பிய வேளை அதை கவித்துவச் சூறாவளியாக மணல் மேடுகளில் சுழலும் காற்றை அழைத்தான். விளாங்குளத்துக்கு அப்பால் நீராவி மலையிலிருந்து அம்புகளின் குறியீடுகள் பாய்ந்து வர குருந்தனூர் மலைப்பகுதியில் திரிந்த பௌத்தநாகர் கூட்டம் பழந்திராவிட குடிகளோடு கலந்த சுவாசம் மெல்லிய நூல் திரியாகச் சுழன்று மணல் மேடுகளில் கொந்தளிக்கும் உணர்கடலாகப் பரவிவரும் கடல் பாணர்யாம் என்றது மணலின் ஒலி. கந்தமானத பருவத்தின் வீழ்ச்சியில் விபீடணனுக்கு பட்டாபிசேகம் சூட்டும் ராமபட்டர் தொன்முதுகோடி மணலைத் திரித்து நாண் ஏற்றும்படியாயிற்று. துக்கத்தால் கருத்த ராவணனோடு இருள்வீசிய அடிமைக் கலம் செலுத்தினோம். காற்று குறைந்ததும் பதினாறு தீவுகளுக்குக் குந்துகாலிலிருந்து பயணமானோம். அறிவன் குன்றை ஆரியங் குன்றாக மணலைப் புரட்டியது காற்று. கப்பலின் முன்புறமிருந்து

நந்நீர் தீவு மேல் வர உகந்தை வனத்திலிருக்கும் பூர்வ மருத்துவ சபை. ஆதிமரும் லங்கேசரும் சம்பு நாகபோதி பத்மஹஸ்தன் அமிருத கஸ்தன் அத்தகைய நாக வைத்தியர் கைகளால் செயல்படும் சிகிச்சையில் ஒடிந்தகரமும் ஒட்டியது. யுத்தப் புண் நாற்றம் சீழ் வடுக்களின் குதறல் வாதையுற்ற நாகா சைன்யம் ஆரோக்கியத்தையும் ஆயுளையும் விருத்தி செய்தார் ஆதிமர்.

அம்மான்... அந்த ஆதிமர் இருந்த வனம் எது...

கந்தமானத பர்வதமப்பா... மத்தியாரண்யம் காண்டவவனம் பிரங்காதேசத்தில் பிரம்மபுத்ரா நீரை தீராமல் பருகிய மூலிகைக் காடோ செடியாக அலைந்த பூர்வ நாகரின் காலடிபடாத நிலமே இல்லை. நாகபோதியார் ரத்னபரீச்சையில் மூங்கில் இலையென காற்றாக ஏழு மணிகளில் கரைந்திருக்கிறார். முகத்துக்கு ஒளியளிக்கும் அகில் மரமொன்றில் மேலே குடியிருக்கும் ஆதிமர் விலங்கிலிருந்து விலக்கப்பட்டவரல்ல. மயில் கழுத்தைப் போல விதியில் வளைந் திருக்கும் நாக போதி... பூனையின் கண்களில் பொன் உரக்கம்பெற்ற பத்மகஸ்தன் பார்வையால் கைகால் வாதங்களைச் சொந்தமாக்கினான் கந்தல் நாரினால் உகந்தை வனச் சாறினால் நூல்கற்றை வீசி நச்சாடை தவிர்த்த பச்சை ஆடையை நெய்துவரும் கந்தமானதபருவதம். நச்சாடைத் துகிலில் ரகசியம் என்ன சொல். நாகலோகத்திலிருக்கும் விஷப்பல்லாவில் தோய்த்த நூலும் உலர்ந்த பாம்புத் தோல் மெலியக் கீறிய ஊடிழைச் சால்வை... மோப்பக் காற்றில் உடுத்திய சர்ப்ப துள்ளலில் நச்சாடை சேரப் பெண்டிர் செவிக்கூற்றும் உணர்கூற்றும் நம்வழி மரபு.

ஆதிமரின் பூர்வ ஏடுகள் எங்கே சொல்லுமெனக்கு... ஓலைச் சுவடிகள் பதினாறு கட்டில் விரிந்துருகப் பாடினான் முதியோள். ஆனால் குலாந்தரா பருவதத்தில் பார்த்தபுயல் ஊது சொரட்டைப் பாம்பாய் சீறிவர தூரியாலோ சொற்களாலோ வெளிப்படுத்த இயலாதது என் காலத்தில் அறியப்படாத தனித்த புயல். இந்த இரசம் இரசேந்திரம், சீதம், பாதரம், மிச்ரம் ஏடுகள் புயலில் எதிர்த்து நீந்தி வரும். இரஸஏடு செந்நிறம் தேவேந்திரனது பிரஜைகள் நோயற்ற வராகவும் மூப்பு இறப்பில்லாதவராகவும் ஆயினர். இரசேந்திரம் கலப்பற்ற வாக்கியம் அது ஒருவிதக் கபிலநிறம். மெய்யுடல் நிர்மலமாக இருக்கம் நாகர் என்றும் பூர்வீகர் அதை இரசாயனமாக உட்கொண்டு முதுமையும் மரணமும் அற்றவராய் விட்டனர். அவ்விரு ரசாயனங் களையும் பிறருக்குக் கிடைக்காவண்ணம் ஏடுகளில் மறைவு மைபூசி

எழுதியமையில் மருத்துவர்களும் மறைந்து வருகின்றார்கள். ஆழ்ந்த பூமியில் தங்கியிருக்கும் ரஸங்களுடன் சம்வாதம் செய்யும் நாகபோதி மயிற்றோகைக்குச் சமமான நிறங்களைப் பெற்ற இரசம் மிச்ரகத்தை எல்லோர் கண்ணிலிருந்தும் தப்பவிட்டுப் பிடிக்கக்கூடிய சுத்தி முறைகளால் காத்துவருகிறார்கள், கந்தமானதபர்வதவாசிகள். கடவுளின் ஆதிக்கத்திற்கு அப்பால் உள்ளது கந்தமானதபர்வதம்.

அடர்ந்த வனமாயிருந்த யாழ்குடா நாட்டில் வதிந்த ஆதி நாக குடிகளை அடையலாம் விபசித். கிளிமாந்தா விரல் இடுக்கிலிருந்த நாகா எலும்பு நாணங்களின் கீறலாய் சித்ரஎழுத்து முறையைத் தெளிவு கொள்ள முடியவில்லை. பெயர் இல்லாதவர் எழுதிய நூலில் வரைபடங்களும் உப்பு எலும்பு நாணயங்களும் 'ராவணம்' என்ற புராதன மேப் தயாரிப்பவனின் மறைவு மைப் புத்தகமிது. மிகப் பல நாகா இந்த நூலடியில் உப்புக்காசுகளின் குறியீட்டை திறக்க முயல்கிறார்கள். புரியாத அர்த்தம்கொண்ட எலும்புக் காசுகள் தொலையவுமில்லை. கல்லும் எலும்பும் கலப்பு நாணயம்தான். அவற்றின் மர்மத்தை குறித்து தேடல் குறிப்புகளை தனி நூலாக எழுதிவந்தாள் கிளிமாந்தா. சிறுகச்சிறுகச் கோர்த்த எலும்புத் துட்டுத் துக்காணிகளை மண் நரைக்கலங்களில் அத்தியாயப்படுத்தினாள். உடைந்த ஒரு எலும்பு நாகா வம்சாவளிச் சக்கரத்தில் சுழலவிட்டால் பல ஊர்களும் ஆறுகளும் வனங்களும் மருந்துப் பேர்களும் ஆதி எழுத்து முறையின் சரித்திரமும் அனுமானங்களும் அதைத் தகர்க்கும் புனைவுகளும் வயிற்றுக்குள் உருளும் வெள்ளிக் காசுகளாக கடலடியில் மூழ்கிய நகரத்தின் பெருவணிகத்தெருவுக்கு விபசித் வரப்போகும் அறிகுறி.

சம்புத்தர் வரும் சைத்ய மாதத்தில் கிருஷ்ண பட்சத்தில் உபோசத தினத்தன்று அதிகாலையில் உலக அறவி மணிமேகலா ஆடை உலர்த்திய பாறையில் சீவரத்தைத் துவைத்து உலர்த்தி உடுத்திப்பின் வரலாம். மணிமேகலையைத் தீண்டாதவளாக்கி உருவேலாவனத் திலிருந்து சம்புத்தர் பறந்து இலங்கை அடைய முடியுமா? நாகப்பட்டினம், ஆதிகுடி தடுத்து உபதேசம் கேட்டது. அவர் வருமுன் கடலுக்கு அப்பால் உலகறவியின் ஆடை உலர்த்திய பாறையே அவருக்குச் சுகமாயிருக்கிறதென்கிறார். சம்புத்தர் வரும்வரை சிம்மாசனம் உனக்கும் அகப்படாது உன் மாமனுக்கும் பிடிபடாது. பேசாமல் ஆதி நாக புராண ஏடுகளைப் படி. அதுவரைக்கும் என் சடலம் சிம்மாசனத்தைவிட்டு அக்னி ஆற்றங்கரை மயானம் சேராதுஞ் குலாதரன் கிழவனின் பேச்சைக் கேட்காமல் மாமனை

எதிர்த்தான். மகோதரனுடைய அதீத ஆற்றல் குலாதரனின் முன் ஒன்றும் செய்யமுடியவில்லை. மாமனை இவனை ஜெயிக்கவும் முடியவில்லை. பொருதுநின்றதில் கழுத்தைக் கோர்த்துக் கொண்டதை தாயாரும் பார்த்து அக்காமடத் துறவிகளுக்கு தூதுவிட்டாள் கிள்ளையை. மணிமேகலை ஆடையுயர்த்திய பாறையில் சம்புத்தர் அயர்ந்து தூங்குவதால் மிதக்கும் பாறையில் தன்ரேகை யிட்டு இலங்கை நோக்கி அனுப்பினாள். உலகறவி விரல்ரேகை படாமல் ஒரு மண்கலத்தில் அமுது உண்ணும் ராசா நாகசதுக்கத்தில் ஒரு பாறை மீதிருந்து பார்த்தான். தம்மபாணி முழுவதும் மணிமேகலையின் பாறை அதியதிர்வானது.

அந்த ரத்ன சிம்மாசனம் தொன்று தொட்டு நாகா மொழிக் கையெழுத்து வடிவங்களைக் கீறியிருப்பதால் ஒன்றின் மீதொரு வாக்கு விரி நுணுக்கம் கூறாமலே அட்சரங்களின் நாடி பலவகை மரச் சேர்மானம் சிம்மாசனத்தில் ஓடுவதால் வாசனுக்குரிய தென்பேன்ஞ் நீ சிறுபிள்ளை அவசரப்படலாமா...

'அம்மான்... ஒன்றோடொன்று மாறிமாறிப் பின்னிய அட்சர நாற்காலி சிறு பிள்ளைக்கு உரிமையாகாதோ சொல்லும் ராசா...

குலாதரா... சிப்பிமலிந்து பெருகும் கடலைப் போல் சிம்மாசனமே ஒரு அரசனாக இருக்கிறதில்லையா அக்கினி ஆற்றில் இருபக்கங் களிலும் எடுத்துச் செதுக்கப்பட்ட ஆதிநாக இருக்கையப்பா... அழித்தெழுத முடியாத விதியப்பா நாகமொழி. இதில் இருபத்தியொரு படிகள் உள்ளனவே பார்... முதற்படியை அழித்து அதன்மேல் இரண்டாம்முறை எழுத முடியாதே... நம் நாகா எலும்புக் கலத்தில் பழைய ஆவிகள் மென்மையாகத் தூங்கட்டுமே... தீக் கோழி இறகு தொட்டு வரைபடத்தில் எத்தனை இருப்பிடங்கள் நமக்கு... நாகாவின் நுண்படத்தகடு பதித்த இருக்கை அது. கை வைக்கும் மரச்சட்டத்தில் இரு குமிழ் பூமியின் மையமாகத் தாங்கும் அரவுகளும் வரைந்தது. இந்த இரத்தினப்பளிங்குகளை உற்றுப் பார்த்துவருவது கூறிய பழைய வம்சாவளியினர் நாம்... பிள்ளாய்.. அம்மான் நம் முதியோள் வீட்டில் ஆர்யாகபாலங்கள் பல உரியில் தொங்குவதால் சித்திரங்களும் உதிர்கின்றன. மண்டையோட்டின் வடிவளவு நாகா மொழிக் குறிகள். கபாலம் சார்ந்த புடைப் பகழ்வுகளே நம்வீடு. உளவியல் விளக்கமாக எதிரிகளின் சித்ர கபாலங்களைச் சதுர யுகமாகக் காத்து வருகிறோம். நாகாவிடம் இருப்பதோ சித்ரகபால நூலியல். வருங்காலம் கூறுமென்று முற்கால மைக்கோல் முற்பட்ட உயிர்களை

கீறிய புத்தகமிது!

குலாதரா... என் அக்காள் பெற்ற புத்திமானே... எழுதப்படாத முற்கால வீரகாதைச் செய்யுள் தொகுதியாக இந்த நாகதம்பிரான் வாயில் கருப்புத்துணிகட்டி பூசாரிகளோடு பாராயணமாய் பாடி நடத்தும் நம் நாகதம்பிரான் கட்டு கோயிலுக்கு வயல்தாவி ஆறு தாண்டிவரும் சர்ப்பக் கூட்டங்கள் ஒவ்வொரு பருவத்தையும் உணர்த்திவரும். வருவிதி கூறும் நெளிவுகளில் பொன்னிறத் தாடியுடைய நெல்லிக்காட்டு தம்பிரான் பழங்கதைக்குறிய நாகா. புராணக் கதைகளுக்கு சரித்திரவிளக்கம் தராமல் இந்த அக்கினியாற்றில் சிம்மாசனமிட்டு அமர்ந்திருக்கும் கண்ணவர்த்த நாகா முன்னூற்றிப் பதினேழாம் வயதில் சித்ரபுத்திரன் ஓலை கிழித்து விட்டான். அன்னாரின் கேதத்துக்கு நாம் கடல்கடந்து ராமேஸ்வரம் அடைந்து கந்தமானதபர்வம் போகலாம். கண்ணவர்த்த நாகாவை ஈமப் போழையில் அடக்கம் செய்வதற்குள் பூர்வ சிம்மாசனத்தில் கிழவன் பிணத்தை சாய்த்திருந்தது. காற்றிலும் மணற் சூறாவளியின் ஊளை. பர்வத நாகராசகுலம் அழிந்த மணல்மேட்டில் சிம்மாசனம் வெளிப்பட்டு இருந்தது. சுற்றிலும் பாழ் காற்றில் புகைந்த மணல் ஊடே யாரோ நடந்துவருகிற அரிச்சல். 2304 வயதான பூழி நாகனா... இவன் அழிந்தால் அவனுக்குச் சிம்மாசனம்.

57

கடல் குவேனிக்கு அரசவைக் கோமாளி ட்வாலன் சொன்ன கதை

நொச்சிக்கன்னிமார் துணிச்சுருள்களில் வரைந்த இதிகாசப் புராணங் களில் காலரா இராமாயணமும், 'ராவணம்' சித்திரத் துகில்களும், பீமா ஸ்வர்கா, பிளாத்தி படண்டாவின் தனிப்பெட்டிகளும் கடல்கடந்து இங்கே வர, பட்டுத் துணிகளில் வரைந்த மந்திர சக்தி கெடாத பீமா ஸ்வர்கா பாலினேஷியப் புராணச் சுருள்களும், நெடினி ஓலைகளாக நறுக்கி மகா பத்திர ஓலைகளில் வரைந்த ஒவ்வொரு நிறமாக பூமியிலிருந்து எடுத்த மண்ணில் இலைக் கரிசலைப் பூசி நொச்சியர்கள் கடல்கடந்து வரைந்த சாயநீர் கதைகளும் காட்டு விலங்குகளையும் பீடிக்கக் கூடியவை. சாவகப் பருத்திப் பெண்டிர், நொச்சியரோடு கலப்புரத்தப் பிறவியாகி, சோழனோடு கப்பலேறிப் போக மயில்ராவணன் கதை ஐம்பது பதிவிரதைகளின் சரீத்தத்தை சீனப் பட்டுத்துணிகளில் வரைந்து அழியாத புராணங்களில் அந்தப் பொல்லாத அரக்கிக் காண்டீஜா மென்மையாகத் தொட்டு ஊர்ஊராய் சித்திரமும் கதையும் தீப்பந்த வெளிச்சத்தில் சொல்லச் சொல்ல இன்றைக்கு தேய்பிறை மூன்றானதில் பெரியோர்களும் தாய்மார்களும் பிள்ளைகளும் பார்க்கப்போகும் கதை 'கடல் குவேனிக்கு அரசவைக் கோமாளி ட்வாலன் சொன்ன கதை.'

உலோகக் கதவுகள் திறந்து குவேனி உள்ளே செல்ல காயம்பட்ட ஏடுகளின் அங்கங்களை பண்டுவம் பார்க்கவும் பாப்பிரஸ், கோரைத்தாள் சுவடி அடுக்கில் நுழைகிறாள். சர்வாதிகாரமாகப் புகழ்பெற்ற பீமா சுவர்க்கா, ஜாவா ராமாயணம், சாவகத் தீவு நீளக் கடலைக் காய்போல் நீண்டிருக்கும் கும்பகர்ணன் முதுகெலும்பென எரிமலைக்குள் கண்டெடுத்த 'ராவணம்' ஏடு நெருப்பையும் கற்களையும் இருபுறம் கக்கிக்கொண்டிருக்க நெருப்பாறு ஓடும் நிலம்

முழுவதும் நடக்கிறாள். கடல்பேய் ஜோக்கியாவிலிருந்து பெரம்பானன் நிலைகுலைந்த சிவாலயத்தின் அடியில் சாவக ராவணத்தைத் தோண்டி எடுத்தாள். லாவா அதிர்ச்சியினால் கோயில் சிற்பங்கள் நிலைமாறி வீழ மன்னர் மடாதிபதிகளின் அடக்க அறைகளில் சிதைந்துபட்ட இடத்தில் ராமனுடைய சீதாவை ராவண சந்நியாசி திருடும் சித்திரக்கல் சாபமடைந்து கிடக்கிறது. அவனை ஒத்துக் கொள்ளாத பாவனை மானிட இயற்கையை வெகுவாகப் பிரதிபலித்தது. அந்தக் கற்களெல்லாம் பெயர்ந்து குடும்பங்களின் சச்சரவுகளால் எரிமலையும் பொறுக்கவில்லை. ராவணனிடமிருந்து தப்பித்துப் போக முயலுகையில் ஒரு அரிசிப்பானையின் மீது தடுக்கி விழுகிறாள். சரிந்த மொடாவின் வாய்க்குள் பன்றித்தலை நுழைக்கும் ஓவியம். காட்டுத்தோழி முறத்தால் பன்றியை விரட்டும் கல். ஆனால் ஜாவாக்காட்டு இனத் தோழியின் அழகிய ஜடையும் மார்பின் வளைவுகளும் அறுந்த முலைக்கல்லில் லாவா பொங்கும். பின்னால் ஒரு குரங்கு வாழைப் பழத்தைப் பிடுங்கிக்கொண்டிருக்கும். குரங்கைப் பார்த்து மூன்று பல்லிகள் கொக்கரித்து நெருப்பைக் கக்கும் இயற்கை. இந்தக் கொடிய நாடகத்தில் கபட சந்நியாசி ராவணன் சீதாமேல் வைத்த மோகத்தினால் கைக்குட்டை விசிறி குண்டிகையும் கீழே நழுவும் நீண்ட ஒற்றைக்கல் ஓவியம் பாழ்படும். ஆயினும் ராவணன் காமம் மங்கவில்லை. ஜாவா எரிமலையாகக் குமுறுகிறான். சித்திரக்குள்ளன் மெர்தா கல்லிலிருந்து விடுபட்டான் பூதங்கள், போர்வீரர், பறவைகள், குரங்கு முகட்வாலன், காளைகளும் சித்திரக்கல்லாகி மூச்சுவிடும் ஒலி. சிதையா நெடுந்தூணில் கும்பகர்ணன் உறங்குகிறான். கல் அதிர்கிறது அவன் உடல்மேல் எழுதப்பட்ட சித்திர எழுத்தாகும். 'ராணவம்' புராணம். குவேனிப் பேய் நகம்பட்டு எழுந்தான் இளவல். 'ராணவம்' ஜாவானியப் பிரதியை நாம் ஒரு போதும் அறிந்திருக்கவில்லை. சூர் அணங்கு அறுபட்ட நாசியால் கீழை வனமெல்லாம் பூ எடுத்து வரைந்த 'அரக்கப்பிரகாசிகை' ராவணன் கையெழுத்துப் பிரதிக்கு நிகரானது. பெண்ணின் சூத்திரஞானச் செந்நூல். நாசியால் எழுதப் பட்டதால் 'வாயுசரநூல்' என சமஸ்கிருதத்தில் வேறு பிரதிபாட வேறுபாடுகளுடன் பாப்பிரஸ் மரப்பட்டையில் கோக்கப்பட்டிருக்கும். சாபமடைந்த 'ராவணம்' நூலைத் தேடி வருவார் யாருண்டு இங்கே. குடும்ப வைதீகப் பாங்கை முன்வைத்த இந்துப் புராணங்களின் கதாபாத்திரங்கள் தலைகீழாக்கப்பட்டு நரகலோகத்தில் அரக்க நெறியாளப்படுகிறார்கள் இங்கே...

'இந்தப் புஸ்தகத்தை எடுத்தவர்கள் படித்து சுவடிக்காரர்

வசம் சேர்க்கவும். சேராமல் அபகரிக்க நினைத்தால் துரியோதனன் பெற்ற பலன் அடையக்கடவது' எனும் வாக்கியம் கரைகிறது. தூய ஆடைகளுடன் ஏடுகளைப் புரட்டினாள். அரிய ஏடுகளின் இருப்பிடங்களில் படிகிறது குவேனி நிழல்.

பாபரின் குமாரத்தி குல்பதன் பேகமும் வாஸம் செய்ததும் தனியிருட்டு நூலக வேதிமக் கலைஞன் சண்முகக் கவிராயர் பாராயண நடையாக புராணங்களை மாற்றும் ரஸவாதி வருகிறார் உள்ளே. 'பேகம்... உமது தந்தையார் வென்ற தேசங்களின் நூல்களை பொதி குதிரைகள் இருபதில் இருப்பவை எல்லாமே சித்திரச் சுவடிகளாக இருக்கின்றன. முதலில் தங்களின் தனித்தொளிந்த அறைகளில் அவற்றை சேர்க்குமாறு மாமன்னர் பணித்திருக்கிறார். ஆனால் குதிரையின் காதைப்பிடித்து தஸாக்கினியும் வருகிறாள் உள்ளே. நான் என்ன செய்யட்டும் சொல்லுங்கள் பேகம்...' என்றான் கோமாளி மிர்தா. 'சித்திரச் சுவடிகளின் சாயைகளில் குவேனியின் கோடுகள் நீண்டுவரும். அவளோடு உரையாடினால் இந்தப் புராணத்தில் உட்பொதிந்த நகரங்களை சொல்லக்கூடும். உருமறையும் இருட்டில் உருவமற்ற வாசனைகள்தான் தஸாக்கினி' என்றான் குரங்கு முகட்வாலன். 'குல்பதன்... என் அருமைத் தோழி... கடிக சாலாவில் தொண்ணூற்றி ஆறு மார்புகளையுடைய விசயாலயன் ஏடுகளில் மூழ்கியிருந்தேன். சோழ சாம்ராஜியத்தின் எலும்புக் கூடுகூட மிஞ்சவில்லை... சாம்ராஜிய நிலத்தோல் வரைபடம் என்னிடமிருக்கிறது கந்துகந்தலாய்... எங்கெங்கோ... வங்கமும் நாவாயும் கடந்துபோன நகரங்களின் சவிஸ்தாரங்களை காட்டுவேன் உனக்கு. கவி பைஸியுடன் நீண்டநேரப் பொழுதுகளைக் கழித்துவிட்ட அக்பரின் சுவடிகள் மேல் மோகம் எனக்கு...'

அந்த இனாயத்கான் ஓவியத்திலிருந்து கண்ணாடிச் சட்டகம் திறந்து இறங்கி வந்தான்... 'எனது மிக நெருங்கிய வேலையாட்களில் ஒருவன். அபின் சாப்பிடுவதோடு சமயம் கிடைக்கும் போதெல்லாம் மதுவும் அருந்துவான்... சிறிது சிறிதாக மதுவெறி பிடித்தவனானான். கடைசியில் நோய்வாய்ப்பட்டு மிகவும் மெலிந்து தளர்ந்திருந்தான். நான் என்முன் அவனைக் கொண்டுவரச் செய்தேன். எலும்பின் மீது போர்த்திய வெறும் தோலாகவே இருந்தான். ஓவியர்கள் எவ்வளவு முயன்றிருப்பினும் வரைய இவ்வளவு மெலிவான உருவத்தை உலகத்திலேயே பார்ப்பதரிது... இறந்துகொண்டிருக்கும் ஓவியன் இனாயத்கானைக் கூட்டிப்போ... குவேனி... அவன் உடலே ஒரு தூரிகையாகிவிட்டது. இந்த ஓவியனை ஓவியத்திலிருந்து பெயர்த்துக்

கொண்டாள் அக்பர் நாமாவிலிருந்து. உனக்குத் தேவை அபினும் மதுவும்தானே... ராவண னின் அரக்கப்பிரகாசிகையில் நூறுவகைப் பூ மது ஜாடிகள் அங்கே... வா என்னோடு ஓவியனே...'

பிர்கானிர் அரண்மனையில் திங்களர் உரை கூறிய காளிதாச மேகதூதச் சுவடி ஓவியங்களை தீட்டியவன் இனாயத்கான். இராக மாலைச் சித்திரங்களில் ஈடுபட்டதில் அபினுக்கு அடிமையானான். பிர்கானிர் அரண்மனை ரசிகப்பிரியாவும் கிருஷ்ணலபுலைச் சித்திரங்களில் மொகலாய ஆடைபோர்த்தினான். இறகுகளுடன் தோன்றும் மாண்டு... நகரில் பிடிபட்ட நடனமாதரைப் பின் தொடர்ந்து தழுவிய மலைகளும் குன்றுகளும் அக்பருக்கே புகழ் ஈட்டுமாறும் சுய ஓவியத்தில் எலும்பும் தோலுமாய் வெளியேறிப் போகிறான் சாவகம் நோக்கி... குவேனிக்கு அவன் தேவையான சினேகிதன். அவனுக்குத் தெரியாத மொழிகளும் சிலவே. கூர்ஜர ஓவியக் கலையுடன் மொகலாயப் பாணியை இணைத்ததில் உரு மெலிந்தான்... சிருஷ்டியின் சேர்மானத்துடன் பஷோலி, குலேர், காங்டாக் கலையும் மதுவும் சீரழித்தது அவனைஞ் ஆனாலும் அக்பருக்கு ஓவியத்தில் ஈடுபாட்டை வழங்கியவன்... இருவரின் உரையாடல் ஓவியம் நூலகத்தில் மங்கித் தோன்றும்.

வடமொழியிலிருந்து பாரஸீகத்திலும் ஜாவானிய மொழியிலிருந்து வடமொழிக்கே மாறுகிற துல்லியமான இடத்தில் நிறங்களும் அணுக்களும் மறுபிறப்பின் கதைபோடும் குவேனியை அடைந்து விட்டிருந்தான் இறந்து போன ஓவியன்.

அராபியம், பாரசீகம், துருக்கியம், வெகு பாஷைகளை வாஸித்து ஞான முட்டாள்கள் சொல்லவும் அமீர் குஸ்ரு, முகமதுபின், புரோஸ்ஸா, இப்ராகீம் லோடி, காஜிகளின் சொந்த நூல்களுக்குள் அறையமைத்தாலும் காற்றாக ஊடுருவி வாஸிப்பின் ஒளியாக முணுமுணுப்பதில் தீராத இராத்திரிகளை உடையோர். தினம் நூலகத்தைப் பயன்படுத்திய மன்னர்களை விசுவாசிக்கும் கோமாளிகள் வேண்டுமே. எந்த கணத்திலும் சர்வாதிகாரிக்கு வேடிக்கை விநோதம் செய்துகாட்ட தயாராக இருந்த விதூஷகம். முழிகண் குருடனான அரசனுக்கு ஞானமுட்டாளைப் பிடிக்கும். அந்தக் கால தர்பாரில் கோமாளிகளைப்போலக் குள்ளர்களும் நாடோடி ஜிப்ஜிகளின் டேரட்கார்டுகள் பார்க்கும் ராஜாவின் தினசரிதையில் அமைச்சர் களின் ஞானத்தை இடறிவீழ்த்தியது ஞானமுட்டாளின் தர்க்கவாதம் தான். ட்வாலனின் அஞ்ஞானப் பேச்சுக்குள் பொடிவைத்து மூக்கு முழிவைத்த கேலிச் சித்திரங்களுக்கு அளவே இல்லை. இந்த

சர்வாதிகாரி அமைச்சரைவிட விதூஷகர்களை நம்பினான். கொடுங்கோலனுக்குச் செல்லப் பிள்ளையாக இருக்கும் விதியால் கோமாளிகள் ஏதோ... வழியில் தப்பிவிடக்கூடும். அரசன் கொடு வாளுக்குத் தப்பிய கோணல்வாள் ட்வாலனுடையது. அந்தப் பேர் வழி இனாயத்கான் குவேனிப் பேயின் வலையில் சிக்கிவிட்டான். வரையச் சொன்னதையெல்லாம் தீராமல் படைத்துக் கொடுக்கிறான். ஆனால் ஞானமுட்டாளிடம் ஓவியன் ப்ரீதியடைகிறான். நால்வரோடு ஐவரானோம்... எனப் பாடினான் மெர்தா.

சுழலும் படிக்கட்டுகளில் மேலேறிச் சென்றால் செந்நிறக் காபூல் மாதுளை வடிவ நூலகம் பரல்களையே ஏடுகளாக அடுக்கும் முறை களை அவர்கள் படைத்திருந்த காலத்துக்கு மாதுளமரத்தின் கிளையாக வளைந்து காலத்துள் பயணித்தாள் தீராத அறிவு வேட்கை மிகு குவேனி.

மாதுளமரமேறித் தொங்கும் சிவந்த நூலகத்தின் அசையும் மரப்படிகள் வாசிப்புக் கூடங்களை மாமன்னர் பாபர் கடக்கும் பேரார்வம் காபூல் சுல்தானுக்கோ பெரு நஷ்டமாக விளையப் போவதை முன்னுணர்ந்த ஞான முட்டாள் 'சுல்தான்... வரப்போகும் சவ்வல் மூன்றாம்பிறை சித்த ஏடுகளையெல்லாம் நிலவறைக்கு இடமாற்றி விடுங்கள். பாபரின் அறிவுப்பசிக்கு காபூல் மாதுளை நூலடுக்கு இரையாகிவிடக்கூடும்.' சுல்தான் தலையசைத்தவாறு 'பாபரின் குமாரர் ஹிமாயூனுக்குத்தான் அஞ்சுகிறேன் நான். விருந்தினராக வந்து திரும்பியவேளை குதிரைச் சேனப்பைகள் செம்மச் செம்ம கதாசரிதங்களும் வானசாஸ்திரப் பிரதிகளும் போயின. ஆறு மாதங்களாகியும் திரும்பி வரவில்லை போன ஏடுகள் போன பாதையில்...' வாக்களித்தவர்களை ஏடுகள் ஒரு போதும் விடுவதில்லை. அரசேற என்றான் ட்வாலன்.

உப்புக்காற்று நூலகத்தில் உதிரும் செப்பு மற்றும் உலோக முத்திரை யிட்ட கபாலங்கள் நழுவி உருள புலி நகப்பெண் குவேனி உள்ளே வர தோல்பையில் சாதவாகனர் இட்ட கலப்பு உலோகக் காசுகளும் சிதற காளைக்கு மேல் பிறை, பாண்டிய காலப் பொற்காசுகள், டேனிஸ் துட்டு, கடைசிச் சோழன் செல்லாத் துட்டு, எத்ருசியா, சைப்பிரஸ், எகிப்து, கிழக்காசிய நாகா எலும்புத் துட்டு, பழுப்பான கானரின்ஸ் சேகரங்களையும் கொட்டினான் நூலகத்தில்.

த. நகரின் புராதனக் காசு வைத்துத் தலைகளை வெட்டும் கச்சாரி, ஏஓ, ரெங்மா நாகாவின் 'தம்போலா' விளையாட்டுக்குக் குறிவைத்த

கிரீமர் ரெக்ஸ் கராக்கின் துருப்புகள் காணாமல் போகிவிட்டார்கள். நாகா நாணயங்கள் உருண்டோடும் நூலகத்தில் ஆட்களும் பதுங்கி இடமாறிவிடும் புதிர்ப்பாதை. நூலகத்தின் ஒவ்வொரு கட்டமாகப் போய் ஏடுகளைத் தேடுகிறார்கள். தஸாக்கின் மூலப் பிரதியாயும் தேவநாகரி மொழியுடல் ரஸவாதி. நூலால் சாபமடைந்த பேய்ப் பெண்ணாய் மூக்கில் மீன்வளர்க்கும் குவேனி நாணயங்களைக் குலுக்கிக் குலுக்கி பச்சைக் கம்பளத்தில் உருட்டி வெவ்வேறு தேசங்களின் கோடுகளுக்கு நாகா கிளை மாறுகிறார்கள். கிளித்தட்டு களில் கட்டங்களின் தாண்டுதல் கிளியோடும் வேகம். வரப்போகும் கணத்தை அபாயகரமானதாக்கும் கலப்பான நாகரின் நாணய விளையாட்டில் சிக்கிக்கொண்டவர்கள் போய்ச் சேரவேண்டிய மரணத் தீவுக்குள் நரகத்தின் சித்ரவதைக் கூடம் இருந்தது.

லங்காபுரியில் குவேனியாகவும் இங்கே தஸாக்கினிப் பேயுருக் கொண்டு கடல்நெடுக சுழல்கிறாள் புயலில். ஈருடல் பெண்ணாக குவேனி வசித்துவரும் நாளையிலே... அரக்கர் கோன் பக்கம் நிற்கிறாய்... எனவே 'ராவணம்' சூதாட்ட வரைபடம் விடுத்தாள் மூழ்கும் கப்பல்மேல் சாவுடன் சூதாடும் மோகத்தில் கப்பலைப் பீடிக்கும் யட்சகி குவேனி கட்டளையிட்டவாறு நரகத்தை நோக்கி அலகபாரம் திரும்பிச் சொன்னாள், 'விசயனால் அவமானமடைந்தேன்.'

அங்கே கொந்தளிக்கும் மற்ற பல ஆன்மாவையும் அந்த ராவண சீதாவையும் கபாலக் கொப்பரை நெருப்புக் குழம்பில் ஒருவருக் கொருவர் கைகளைப் பின்னிக்கொண்ட நிலையில் இதோ இப்போது அண்ணல் ராவணன் ஆன்மாவையும் அந்த மிதிலா ஆன்மாவையும் ஒப்படைத்துவிட்டேன் உன்னிடம்... புராணப்படி தசமுகன் இளவல் கும்பகர்ணனாஞ் நீ தூங்கி விழாதே... ஆனால் குவேனி தலைமேல் ஒளிவட்டம் சுற்றும் மீன் ஒன்றுவரும் கூடவே.

சனகபுத்ரி, ராவணனும் ஒருவரையொருவர் இணங்கிச் சேர்ந்த உறக்கத்தில் அத்தனை கர்ணபரம்ரைக் கதாசருமத்தில் உடல் எடுத்து வயது கடந்துவிடாதிருக்கிறார்கள். சிற்பச் சாயலில் எத்தனை வித காமத்தின் சேர்க்கை நிலை. புல்பூண்டுகள் முளைத்தெழ ஒருவருக் கொருவர் கொண்ட காதலும் த... புராண எலும்பின் பாலை பரவிக் கொண்டு இருப்பதில் குவேனி தன் அண்ணலையும் சீதாவையும் மீட்க நரகத்துக்குச் செல்லும்படி ஆனதில் இவளுக்குத் தீவினையாக அரசவைக் கோமாளி ட்வாலனும் மொர்தாவும் த. பட்டணத்தின் தேவதாசிகளிடம் போய் தாம்பூலம் வாங்கிவா... போருக்குப் புறப்பாடு! என அவளுக்கு மெய்காவலன் கும்கர்ணனை அனுப்பியதில்

தவறொன்றுமில்லை.

கும்பகர்ணனை எழுப்பாமல் ட்வாலனும் மொர்தாவும் பாவைக்கூத்திலிருந்து தோல் பொம்மைகளாம் வங்கக்கடலில் சுறாமீன் மேல் ஏறி இருவரும் கடந்து உறுமும் கடல் திகைக்கக் கிழக்கு முகம் கொண்ட 'மரணத்தீவு' ஒன்றை அடைகிறார்கள். சபாஷ்... மிருதா... இந்த மண்பட்டணத்தில் யாரையும் காணோமே... அங்கே ஏழ்மை யான முறட்டுத் துறைமுகத்தில் பலவேசக்காரர்கள் கூத்திடும் பூதத் தம்பி நாடகத்தில் மீனவர் கூட்டம் நெருக்கியடிக்கிறது 'சுபோ... ஜெயம் டச்சுக் காவலாளி லாந்தேஸ் வந்திருக்கிறேன்...' துப்பாக்கி நீண்டுவர பூதத்தம்பி பானை வயிற்றோடு பணப்பையுடன் சாய்கிறான். 'சுபோ ஜெயம்... ட்வாலா அங்கே பார் பரங்கி வர்த்தகன் மதுராபுரி வடுக ராசனுக்குக் கப்பலில் ஆனை ஏற்றும் படலம் வடுகச்சி மங்கம்மாள் கொடுத்த வெடி யுப்புக்கு இருபது யானைகள் கலம் ஏறிப்போன சர்க்கம். 'அடே... மிர்தா... டமாஸ்... யானை இருந்தாலும் ஆயிரம் பொன் இறந்தாலும் ஆயிரம் பொன்'

'அடடா.. இந்த அசோகவனத்துக் குரங்கு சிஞ்சுபா விருட்சத்தின் மேல் குண்டியைச் சொறிந்து கொண்டு சிரிக்க அனுமார்வால் தனுஷ்கோடி வரை நீட்டிக் கிடக்குதுபார்...' வாலைச் சுற்றி மன்னார் கச்சை சுற்றும் ஏழை நெசவாளரும் கண்டிச் சேலை சுற்றிவால் ரோமம் தெரியாமல் கட்டுகிறார். திரிந்த பந்தமாகக் கொழுத்தினால் பட்டணமும் எரிந்துவிடும்...

'அதிருக்கட்டும் இந்த வாலில்லாக்குரங்கைப் பார்... வாய்மை யின்மை, வாசனைகள், வன்மம், அடங்காத சிற்றின்ப அவா... தந்திர வழ்ச்சி இந்த லங்கேஸ்வரன் தூங்கும் போதே... தாக்கி அழித்தனரே.. அடடா தாளச் சீமையிலே... பழிகாரச் சீமையிலே... வாடியின்னு கையப் புடிச்சிழுத்து அகுமானம் செஞ்சானே...

ஏ.. அப்பப்பா ராமரென்றால் சித்தங்கலங்குதே அங்கே நான் வரமாட்டேன்... தாயான தாடகையைத் தனிமையில் எய்தவர்...

அந்தப் பட்டணத்தில் ஓய்வு ஒழிச்சலின்றி கேள்விகளால் அவர்களை விசாரணை செய்யும் ஒரு தீவிர அழகுடைய ஆவியைக் கண்டார்கள். எரிந்த நூலகத்தைச் சுற்றி 'தாயே... உன் பேரென்ன... ஊரென்ன... விசாரப்படுகிறாயே..' அதனிடம் பதிலில்லை. அசைவுகள் நிகழும்போது அது என்ன செய்கிறதென்று பார் அங்கே' எரிந்த ஏடகத்தில் பல்லி ஒன்று உச்சரித்து 'காடிறந்தோரே... காரரும்பு அவிழ்ந்த கணிவாய் வேங்கை நூல் திறந்து தாவுமே... நான் சூர்முதல்

அணங்கு... மெய்விடா வீரன் கைவேல் முனை உருகுதே... சூர் மறுங்கறுத்த குவேனி நெடுவேலும் வீழுதே...' என அனல்வாக்கு பட்டு வீதியெங்கும் துயருற்று அலையாகும் சூர்அணங்கு. பொறி வரிச் சாபமும் விசயனுக்குக் கொடுத்தாள் அசரீரி. வேறு உருவினில் ஆறு இரு கைக்கொண்டு மறுவில் துறக்கத்து கணையுமிழ் சரம் தப்பாமல் வீழ் பகை. ஈருடல் அணங்கு அலைக்கழிந்து புளித்து நுரை பொங்கும் மனக்கலக்கத்துக்கு உள்ளாகும் முன்பே மனப் பிறழ்வில் சரியீடு நேரத்திகொள் துன்பம் வெகுளி பெருஞ்சுழி ஊழிக்காற்று நூல் உள்ளே நுழையச் சிறகுகள் இன்றி மிதக்கும் அந்தரம் எங்கிருந்து மூங்கில்கூடு என உடலம் பெற்றவளைத் தேடியும் அகப்படவில்லை. பெருஞ்சூறை ஏடுபட்டதெல்லாம் ஒருமித்த இருப்பின்மையில் இருப்பு பெயர்ந்த வாயு சரநூல் கொலையுண்ட குவேனி வாக்காகுமாறு யட்சர் கொடுத்த தரம் பிரிக்கும் முத்துப் பலகை. கைமாறிக் கடல்கடந்து அணங்கின் கைவர மனித வர்க்கத்தின் ஏற்ற இறக்கங்களின் விதி வங்கமாக்களின் பதினாறு வகைக் காற்றையும் பெரிய கடலில் வாஸித்தாள் குவேனி.

தன் பிள்ளைகள் இருவரோடு பிரஜைகளும் நரகில் வதைபட இவர்களை மீட்கும் பயணத்தில் அரசவைக் கோமாளி கும்பகர்ணனை எழுப்பினாலும் படைவீரர் உடல் நெடுக நடந்தாலும் எழப் போவதில்லை. மரமேறி அனுமார் சிரித்தது. 'அப்படி சிரிக்காதே அனுமா... அதன் வாலில் ஏறி விளையாடாதே மொர்தா... என் பத்து பைசாவ திருப்பிக் குடுடா...' சண்டையிடும் விதூஷகர்.

சரபோஜி : இங்கே பார் குவேனி... எனது சரஸ்மஹால் நூலகத் தில் பழைய மரபுப்படியே வசம்பு, வால்மிளகு, கிராம்பு, கருஞ்சீரகம், கற்பூரம், வேப்பிலை, புதினா இலை, மஞ்சளென நறுமணப் பொருட்களைச் சேகரித்து வனத்துணி கிழித்துக் கட்டி காட்டில் காணாமல் போன பேய்ப்பெண்ணின் கூந்தற் சிகலிகை ஒன்றெடுத்து சிறுசிறு முடிகளாய் கட்டித் தொல்லேடுகளைக் காத்துவரும் நூல்கர்தாயினியே... குவேனி... வாஸ்தவமாய் கேட்கிறேன்... பட்டுத் துணிகளில் சுற்றிவைத்த ஓலைச் சுவடிகளை ராவிருட்டில் தேடுகிறாயே... உன் எரிதுளைக் கண்கள் மையிருட்டில் யட்ச பூமியெங்கும் பிள்ளைகளைத் தேடி அழுவதேன்.

குவேனி: சரபேந்திர ராசனே கேளும் இரவிரவாய் அலையுறேனே புத்ர சோகத்தில் இதைச் சொல்லிவாரேன்.. ஏடுதவறாமல் எழுத்தாணி சாயாமல் நான் தேடும் யட்சரின் சுவடியொன்றில் கொர்தா மண்டப விதானத்தில் பூதங்கள் வரைந்த சித்திர புராணமாம் பீமாஸ்வர்க்காவில்

ரத்த வேட்கை மிக்க நரகலோகச் சித்ரவதைகள் ஓவியமாய் பார்த்தாலெனக்குக் குருதி வேகம் யட்சிப்பெண் எனக்குள் சுவரிக்கொண்டு இருப்பதால்... என் பெற்றோரும் யட்சரும் என்னைக் கைவிட்டார்கள்... இந்த உன் அரசவைக் கோமாளிகளான ட்வாலனையும் குள்ளன் மொர்தாவையும் துணையாக நீ எனக்கு அனுப்புவாயானால் பல கட்டங்களாக இந்த ராவணம் என்னும் நூறு கட்டங்களையுடைய சூதாட்டப்பலகையில் ஆடிஆடி உள்ளே பயணிக்கவேண்டும்... நூலறிந்த சரபோஜி... ராசனே.. எனக்கு நீ பிரதிதினம் ராத்திரி ஏடுகளுக்கு மருந்தீடு செய்யப் பணித்தால் தவறாமல் வந்து விடுவேன்... அய்யனிடம் உத்தரவு பெறவிரும்புகிறேன் ராசா...

சரபோஜி: ஆகட்டும் சரி சரி பேஷ்... சரிதான்... உன் ஆவியோடு சேர்ந்த சரஸ்மஹால் நூலகத்தை இருளில் வாஸிக்கும் அதிசயத்தை எனக்குக் காட்டுவாயா...

குவேனி: சோழிய ஏனாதியின் வில்லிருக்கும் நெசவாளர் தெருவில் நான் பிறந்து வாழ்ந்திருக்கும் இப்பிறவியில் ஊசி வெளிச்சத்தில் நொச்சியார் சாய நீர் ஓவியங்களை உனக்காகத் தீட்டி வருகிறேன் ராவிருட்டில். அவ்வூசி வெளிச்சத்தில் என் எரிதுளைக் கண்களில் சதா கனிந்து பழுத்திருக்கும் எரிகற்களை நான் எந்த ஒளிவருடத்தில் சிதறிய விண் கல்லில் உடைக்கச் சிதறிய ஒளி உருநான் பதித்த கல்ஒளிபடும் இவ்விருட்டினை ஊடுருவும் மொழிப் பயணம்... ஏராளம் கேட்டுக் கேட்டு என்னிடம் நீ தெரிந்துகொண்டாலும் என் வாய் வார்த்தைகள் கனவுக்குள் மட்டுமே உரையாடக்கூடிய விதிகொள்வதால் நிஜத்தில் வேறொன்றாய் பலித்துவிடும்.

சரபோஜி: நிஜத்துக்கும் கனவுக்கும் தொடர்பிருப்பதாகவே உணர்கிறேன்... குவேனி... கனவுகளற்ற அரச அதிகாரத்தில் வெளியில் நடப்பதெல்லாம் கனவென்றே வாழ்தலுறுகிறேன்... அந்தரங்கமாய் நீ எனக்கொரு வரம்தர வேண்டுமே குவேனி... இந்த சரஸ் மஹால் நூலகத்தின் நறுமணமாய் எப்போதும் நீ இருக்கவே விரும்புகிறேன்... நீ செல்லும் நரகத்தின் சித்ரவதைப் படலங்களின் சித்திர விதானங் களை எனக்குக் காட்டுவாயா... கூடவே நான் ட்வாலனுக்கும் மொர்தாவுக்கும் பின்னால் அரூருபமெடுத்து வருகிறேன் என்னையும் உன் சகாவாக ஏற்றுக்கொள்ள வேண்டும். குவேனி...

குவேனி: உயிரைக் கவரும் சிதிலங்களில் நூற்றாண்டுகளின் மௌனம் ஒவ்வொரு சுவடிகளின் உள்ளே இந்தச் சாளரச் சிதைவில் உருஎடுத்து வருவேன். சீன பொம்மைகளை விற்பவனின்

பழம்பாடல் உனக்குக் கேட்கிறதா... பெருவேந்தே... உன்னைச் சுற்றிலும் சீதாளக் குறத்திமார் கொடுத்த நாடோடி ஏட்டுப் புலம்பலை கேட்டேன் கருத்துச் சிதைவுற்ற கற்சாரளரத்தில்... நீலமீன்களைப் போல் பாதுகாப்பற்றிருக்கிறாய் இந்த அரண்மனையில்... கொக்குத் துரைமார் துப்பாக்கிகளை பார்த்தேன் அரண்களைச் சுற்றி... சுவர்களில் கும்பினி நிழல் கூட்டம் ஓடிக்கொண்டு இருக்கிறது அதோ...

சரபோஜி: என் நிலைகுறித்து எனக்குத் தெரியும்.. இந்தக் கபாலா ஏடுகளின் பைசா பாஷை உனக்குத் தெரியுமா... சொல்...

குவேனி: விரைவில் உனக்கு ஏடுரைப்பேன்... இந்தக் கபாலக் கொப்பரையின் கொழிக்கும் நெருப்புக் குழம்பின் ஆழத்தில் பார்த்தால் தீநீர் ஊற்றினைப் பருகியவாறு நாடி ஏடுகள் ஓடக் காண்கிறேன்... சித்திரங்கள் உதிர்ந்த வாறிருக்கும் கொர்தா கோஸா ஏடுகளில் கீற்றுகள் சில தீநீரில் திறக்கக் காண்கிறேன்... உள்ளே பாண்டுவும் மாதுரியும் ஒருவரையொருவர் கைகளைப் பின்னிக் கொண்ட நிலையில் உறங்குகிறார்கள். வயதைக் கடந்து விடாத காமம். இருபேரின் அழகும் ஒருவருக்கொருவர் கொண்ட காதலும் தீநீரில் நீலங்களாக உரு அடைவதைப் பார்க்கிறேன். இந்தக் கபாலாப் பிரதிக்குள் ஒவ்வொரு கட்டமாகச் சென்றாலொழிய பாஷையைப் புரிந்துகொள்ளவும் முடியாது. அட்சர மூல அணுக்களுடன் ஒவ்வொரு பாஷைக்கும் ஒலி அகராதிகள் உன் சரஸ் மஹாலில் இருக்கும் பிரதிஅடுக்குகளுக்குச் செல்ல விழைகிறேன்... வாசிப்பை புரிந்து கொள்கிறாயா...

'ட்வாலா சொர்க்கம் எங்கிருக்கிறது' கேட்டான் மெர்தா.

'நரகத்திலிருக்கும்போது சொர்க்கத்தைப் பற்றிக் கேட்கிறாயே... கும்பகர்ணன் நரகத்தில் இருந்துகொண்டு தூக்கத்தில் சொர்க்கத்தில் இருக்கிறான்... எழுப்பிக் கேள்!'

'ஆத்தோரமாயிருக்கும் காத்தாடித் தோப்புக்குள்ளே...' குரங்குமுக மெர்தா கும்பகர்ணன் மேல் ஏறி அபிநயித்துப் பாடுகிறான்.

'ஒன்னு ரெண்டு மூணு நாலு அஞ்சாம் நம்பருடா...' சூதுக் கட்டங்களைத்தாண்டி நரகத்தில் நுழைகிறார்கள்.

'ஜோக்கா... அஞ்சாம் நம்பருடா... அஞ்சாம் நம்பர் பாட்டுப் பாடி வந்தேன் தர்மராஜா சபையோரே... ஜோக்கா வந்தேன்... கருத்த பூதத்தைப் பார்த்துப் பயந்தபடி நரகலோகம் ரைட்டா வந்தேன் சபையோரே... இருவரும் கோரஸ்... தைலேஸ்... சப்தம்... உஷார்... ஆமோவ்...'

ஐந்து வரிசைகளில் மேற்புற இருவரிசையில் ராவணம் ஓவியங்கள் கும்பர்ணன் நரகத்தினூடே தன் பிரவேசம் கொள்வதைச் சொல்லும். அடுத்த மூன்று வரிசைகள் அவனது சொர்க்கம் நோக்கிய பயணத்தை சித்தரிக்கும். இரு கட்டங்கள் மட்டும் நரகத் துக்கும் சொர்க்கத்துக்கும் இடைப்பட்டதான வழியில் அவனது வீரதீர சாகசங்களைச் சொல்வதாக அமையும் சித்திரக் கட்டங்கள். கதை சொல்லலுக்கு இடைநிறுத்த ஓய்வாக.

நரகம் ராவணா சீதா ஏடு, பீமாஸ்வர்கா ஏடு, பாண்டுமாதுரி ஏடு, கொடுங்கோலன் கைதிகள் லோண்டார் சுவடி, இடைப்பட்ட பயணம் ட்வாலன், மெர்தா ஓவியன், குவேனிஸ்வர்க்கம் கும்பகர்ணன் பீமா.

எல்லா மரணங்களையும் ஓவியர்கள் முன்னுணர்ந்துவிடும் மாயச்சடங்கு குகை ஓவியங்களில் குறியீடாயிருப்பதால் கோடுகளைப் புள்ளிகளின் இடைவெளியில் சந்தித்த தொன்மம் சலனமுறும் பாலினேஷிய ஆரூட ஓவியக்காலண்டர் நான்கு சம முக்கோணமாகத் தலைகீழ் மண்டபத்தில் இன்று தோன்றியிருக்கும் நரகத்தின் இருப்பிடம் மாண்டதோர் வேங்கை எலும்பிலிருந்து பிறந்த புராதன கால ஓவியர்களின் மந்திரிக்கப்பட்ட மன்ரேக் தாவர இலைகளும் வேரடி மண்நிறங்களும் வெள்ளி மீன் ஒளி வழியும் மூலிகைக் கற்றை கொலையுறு குவேனி வீசி வீசி ஆன்மப்பயணம் நரகத்தை நோக்கிச் செல்வதை மகாவம்சம் குவேனி சருக்கம் கூறப் பயணம் போய் பிரதிப்படுத்தியதில் பிக்குகளின் குடைக்கு மாறிய நரகத்தின் சித்ரபடலமடிப்பை விரித்தால் கெர்தாகோஸா ஓவியங்கள் நரகலோகச் சித்ரவதை அரசாட்சியின் தலைநகரில் நீதி பரிபாலிக்கும் ஓவியக் கூரையின் கீழ் அமர்ந்து பிரஜைகளுக்கும் எதிரி வீரர்களுக்கும் கொடுத்த கொடுந்தண்டனையளிக்கும் ஓவியங்கள் மங்கியிருக்க மூலிகையில் மண்ரேக் மந்திரவாதியை வரவழைக்க முடியாமல் நரமாம்சம் தின்னும் கல்மனிதன் பாறையில் எழுதிவைத்துக் கனவில் வந்த விலங்கை விரட்டிப் பிடித்த வேட ஓவியன் ஆதி மனிதனாயிருந்து கற்களை ஒட்டிச் சடங்காக உண்பதற்குமுன் கரும்பளிங்குக் கத்தியால் வெட்டி மந்திரக் குழல்துளை ஒழுகும் காற்றின் பிரதி மானுட நனவிலியில் கொண்டு செல்லும் ஆதித் தூண்டல் நாடோடி சைத்ரீகர் தீட்டிய பாண்டுகபாலம் மறைந் திருக்கும் 'த' நூலுக்குள் பயணிக்கிறாள் குவேனி.

எல்லோரும் வீழ்ந்து மடிந்த இருவன மண்மம் பிளந்து கூட்டமாய்

எழுவார்கள் கலை வடிவங்கள் பலவுமாய் உடல் எடுத்த ஆவிகள் தழலிட்ட சித்திரங்களின் ஓலைச் சுவடிகளில் முதலில் எழுதியிருக்க முடியாது சீனர்கள் ஆமை ஓடுகளிலும் விலங்கு எலும்புகளிலும் வரைந்த சித்திரங்களும் எழுத்தும் மந்திரமாவது இங்கே தொல்நூலோர் வெண்டலை மேல் கடல்கோள் மடித்த கருப்பு மின்னலில் கபாலங்களில் உருள சுடலை வெளிச்சம் வன்னியின் ஒற்றை முலைச்சி மறுமுலை திருகும் அனல்வாக்கு எரியும் ஓவியங்களில் நிழல் கோடுகள் ஓடும் தன்னவரால் பலியான குவேனி தேவதை விதி.

பாலித்தீவிலிருந்து பனை ஓலைகளில் படிஎடுத்துத் தண்டனை அளித்தே தீர வேண்டிய இன காழ்ப்பின் சூழ்ச்சிகளுக்கு சித்திரங் களுக்குள் புகுந்திருக்கும் யட்ச ஆவிகளின் அழகு அவலட்சணக் கலவையில் வரைந்திருக்கும் 'பீமா ஸ்வர்க்கா' பனுவல் நோக்கி குவேனியின் ரெண்டாம் கட்டப் பயணம்.

உண்மையில் அரசாட்சி மேற்கொள்வதற்கான அரண்மனையின் மூலமையமாகவே குவேனி ஆண்டுவந்தாள். பௌத்தராசன் விசயன் எனும் உயரிய அரச பட்டங்கள் யட்சரை அழித்த கொடுங் கோலனுக்கு யட்சருக்கு நரகம் ஆனது நாகதீவம். அதற்கு முன்னும் நாகா- யட்சா பழங்குடி தேயமாய் இருந்தது. கழுதைகளில் ட்வாலனும் மொர்தாவும் பாலியின் ஆதிகாலத்தில் நகரத்துக்குப் பயணமான நோக்கம் 'பீமாஸ்வர்க்கா' சித்ரகபாலம் நோக்கி. தலைநகர் கடலை நோக்கித் திரும்பியுள்ள கெய்ஜய் பாதி மூழ்கியுள்ளது. அங்குதான் பீமாஸ்வர்க்கா பிரதி நரகம் கடலடியில் குமுறல்.

கொர்தா கோஸாவின் உயரமான இருக்கையிலிருந்து கொடுங் கோலன் கவனிக்க படன்டா எனும் பூசாரி லோண்டார் பனையோலை களில் வரைந்த 'பாண்டு மாதுரி' சித்ரவதை ஓவியங்களை ஹனிபலாவின் உதிர ஏடுகளை மருளேற்றத்தில் பாடலாக வாசிக்கிறாள் குவேனி. ராவணம் 'பீமாஸ்வர்கா' இரண்டுக்குமான பாடபேதம் அடங்கிய வேறொரு சுவடியை குவேனி பீமாவின் பக்கம்போய் சித்ரவதைப்படுகிறாள். இந்த லோண்டார் சுவடி ஓலைநூல் புராதன இந்துக் கோட்பாடுகளின் அடிப்படையில் அமைத்தவை. ஆனால் குவேனியே அரக்க தேவதை.

சிதறிய பாண்டு கபாலம் தாந்ரீக எழுத்தும் பதினாறு காற்றுகள் தீட்டிய வெண்டலைக் கவிகையில் தேவநாகரி வடிவை இதை கடலோடிகள் ரகசியப்படுத்திய ஜட்ஜ்-ஜா-பிராபின் ஜர்ஜ்- கொர்தாஸ் குடும்ப விருட்சம் அரசர் இறந்தால் சதியான மனைவிமார் சஞ்சல

தேவதையாகத் திரிவதில் சாபத்திலிருந்து மீளும் சடங்கு விதிமுறைகளும் துர்தேவதைகளுக்கான கடல் கோட்டையில் பலிபீடத்தில் சிதறிய பாண்டு கபாலம் அதில் ஆதிநாகரி மறைந்திருக்கும்.

கழுதைமேல் வருபவர்களுக்காக கழைக்கூத்தாடியிடம் வாங்கிய அந்த சாரோங் ரிப்பன் ஆடையை ஏடாகோடமாக அணிந்து முடிச்சிட்டு சிக்கலாக்கினான் ட்வாலன். சின்னக் கோமாளி மெர்தா அவனைவிட மாமான உத்தராயம் சற்றே குறைந்தவனாகக் காட்டும் வெள்ளை சிவப்பு கலந்த ரோஸ்திபான் ஆடையை அணிந்திருந்தான்.

பீமாவை வேறுபடுத்திக் காட்டும் விதமாக ட்வாலன் பானை வயிறு உடையவனாகச் சித்திரம் இந்த வித்யாசங்களைத் தவிர்த்து சின்னக் கோமாளி மெர்தா ட்வாலனின் கேலிச் சித்திரமாகவே சித்தரிப்பில் இருந்தான். மாபெரும் ஆமையோட்டையே குடையாக வரைந்த கடல் விதானம். சித்திரக்குள்ளன் போர்க்காட்சி தவிர மற்ற ஓவியங்களில் இருவரும் சேர்ந்தே ஆமையின் கால்பகுதியில் தோற்றம்.

ஆமையின் தோற்றத்தில் 'பீமாஸ்வர்கா' ஓவியங்கள் கடல்விலங்கு, திருக்கை, நட்சத்திரமீன் மற்றும் பாண்டுவும் மாதுரியும் பின்பாதிமீன் உருவிலான சித்திரப்படும் நீல உலகில் பிணைந்திருக்கும் அவள் கொங்கைவாய் பதித்த மான் சாபம். மானின் பற்குறியுங்காண பாலினும் மென் சொல் உரைத்தாள் மானிடம். பாண்டு அம்பு சொரிவித்து அனல் வாக்கில் வீழ்ந்தான். நீரில் அலையும் குழல் வகுத்துச் செருகிப் புழுகளைந்து இருவரும் ஈண்டிக் கிடப்பதோ நரகத்தில் கபாலக் கொப்பரைக்குள் தீத்தழல் பட்டும் துணிகருகாமல் ஒருடலாகி காமத்தின் உச்சம் சிற்பநிலை.

அரசிலை போல் நடுங்கினார் ஜனம் என்னவென்று கேளே இந்தக் குவேனி ஏமாந்த பேதை கண்ணீர் உறும் சருக்கத்தை. இங்கே பார் பீமா... இந்த கபாலக் கொப்பரையில் எரிதழல் ஆழத்தில் ஆவிகள் நெருப்பிளந்து குமிழிட கடமான் குளம்படிகள் மாதுரி யோனி வடிவமாய் லாகிரிப்புல் மணக்க பாண்டு கணையுமிழ் சரங்கள் தப்பா... மையல்மானிரு சேர்க்கை ஊடே பாய்ந்த வேகத்தில் சாபம் கேளே குவேனி... உன்கதையும் யட்சரை வீழ்த்த விசயனுக்கு வனமந்திரத்தை அவிழ்த்த சாபம்தானோ. யட்சரை வாஞ்சித்து கதறும் குவேனியைப் போய் உன் தகப்பமார் தைத்ததென்ன அநியாயமப்பா... மாசற்ற குவேனி நீயுங்கேளு... இனி நீ சென்ற இடமெல்லாம் ஒரு அம்பு நீண்டு வருகுதம்மா உன்னைத் தொடுவதற்கு. எங்களைப் போல்

நீ யட்சர் பக்கம் வந்தாயோ. செல்ல மகளே நீ தலையைத் தூக்கிவா... அம்புடன். கொம்புக் கிளை எதிரெதிரே முட்டி கால்தூக்கி முத்தம் பட்ட யட்சர் நிலம் அதிகாற்றில் புழுதி எழுந்த உவர்மைபட்ட கண்ணீர் வாசகத்தை கூட்டுதண்ணே... குரைக்கும் மான்குவேனியவள் ஊளைகேட்டு மரவளர்ச்சி குன்றிட கிளைகளும் குட்டையாகிட இலைகள் தடிப்பாகி சொரணை இழந்த வாயில் பச்சை திரவம் கக்கி முத்துகள் சிதற அளவிற் சிறுத்த உழைநரியும் வெளவாலும் அனுராதபுரத்தைச் சுற்றி சா... சா...வென சாபமிட்டு குறுக்கும் மறுக்கும் சுற்றிவட்டம் போட அந்த விஜயன் கைவிட்ட குவேனி மான் குளம்படி களிமண் புதைந்து தடங்கள் எவ்வளவு வடிவழகான யோனி அளவிற் பதித்த வடிவம். கீழே விழு இலைகள் இறந்த தாவரத்தின் பகுதிகளைச் சிதைத்தும் நிலம் நோக்கி வீழ்ந்த குவேனி தலைகூந்தல் முடியாமல் சடைப் பின்னலில் நிலமும் அச்சப்பட மரணத்தின் கொம்புமுனை பயமுறுத்த யட்சர் கூடிவந்து முட்டிய வேகத்தில் குவேனி வீழ்ந்தாளோ யட்சகி... பாண்டு கபாலம் சிதற அவள் வாக்கு பலித்ததப்பா...

அவளை வாய்பூட்டிச் சிறையிலிட்டதில் கொப்பரையும் நீரும் தத்தம் தீச்சுழலும் ஆவிகளாய் சூருள சொருபத்தில் உலகத்தில் தோன்றும் அத்தனை உருவங்களாய் குவேனி அறியாமையுற்ற விசுத்த மோனமாய் கனாத்திரளுருவாய் பொருளிலை இருந்து ஒளிரில் இருளடங்கா நனவிலித்திரட்சிகளும் சரீசரங்களில் குவேனியாய் வருகிறாள் பிறவாமுன்மையில் அனைத்துயிர்க்கும் குகையில் எதிரிட்டு பார்ப்பதற்கு கரும்புலி உருவச் சரீரம் இரு கருவைத் தரித்த பிரபஞ்ச ஒளிக்கோடு பொற்தோல்படர தன் வாலும் கட்புலனுக்கு அடங்காமல் சிறைப்பட்டாள் குவேனி... மாசிலா யோகினியாய் சதி வீழ்ந்த பெண்டிர் நிலாச் சராரம் தறித்தவள் இப்பொழுது குவேனி இல்லை யென்று நீ அறியாத வேறு மதியும் கனலும் எக்காலும் ஒளிர்வித்த சுவடுகள்பட குவேனியவள் அக்கினி யாற்றில் வலம்பாய்ந்து கபாலச் சந்தில் தேகம் மடக்கிய பச்சைப் புலியுருவ தேகத்தை யாவன் தெரிவளோ... காட்டில் மறைந்து தாம் அவளைப் பார்த்து அருகே செல்லாமல் வனங்களிடை செம்மஞ்சள் இருட்கோடுகளுடன் மறைகிறாள்.

போனாலும் வந்தாலும் ஓரிடத்திலிருந்து மற்றோரிடத்திற்குப் போனாலும் அங்கிருந்து வந்தாலும் மண்ணுக்கு ஈந்த குவேனி உடல் தசைப்புழுக்கள் நெண்டிக் குடைந்து ஒழிய தொலி மட்டும் படிந்த புவியில் இருளுருவில் கொடுவேங்கை சத்தமிடும் உறுமல்

தோற்றுவிக்கும் அந்த மயக்கவுரு நிலையிலாது இடம்மாறிக் கொண்டு இருக்கும் தருணங்களில் தோய்திருக்கும் நிலவினடி ஒளியருந்தும் கடற்புலியும் அலைகளில் வீழும் சொரூபத்தைக் கொண்டவள் குவேனி.

அவள் கோடு மறையாமல் கருத்துக் கடல்நிலம் சேரும் மசக்கிய கரும் வடுக்களாய் அசைந்து வரப் பார்த்திருந்தாள். குவேனி காலடிகள் வலமே சென்று பாய நெருப்பினில் நெருப்பாய் நக உரசலில் ஜுவாலை அசைய நீரினுள் நீரையும் நீரால் வடித்த பளிங்கு நகவளைவு பற்றியிருந்த ‘ராவணம்’ தீயிற் தீயும் போல குவேனி சரீர ஊற்றில் சுரந்த வித்யாதர வனப் பூக்களின் வாசனைகளை அறுபட்ட நாசியால் உணர்ந்த சூர்ப்பநகை அங்கு முலை அறுந்து கடற்பனையாய் சரிந்துவருகிறாள். இவளைப் பார்த்து அவள் வருந்தக் கண்டவரே ஞான முட்டாள் இருவரும் இருவர் சொரூபத்தில் வனப்புலிகள் உருமக் கேட்டீர்... தவசிரேஷ்டர்களை வெறுத்து அசாத்திய அலகு அவலக்ஷணக் கலவையுடன் வருகிறார்கள் விலங்கின் காலடிகளையுடைய குவேனியோடு சூர்ப்பநகை.

குவேனி காலடிகள் எடுத்த தடத்தில் புதர் மண்டி உயிர்கள் இரைச்சலிட தந்தையின் எரிதுளைக் கண்களில் குருடாகும் விடுதலை தாகம் என்று தனியுமோ இந்த மொழிநிலம் எங்கும் சங்கிலி கட்டி ஒவ்வொரு எட்டிலும் கம்பிகளை நட்டி வைத்துப் பாயும் நிலாச் சரீரமணிந்து சுடலை வெளிச்சத்தில் குவேனியில் சூர்ப்பநகை ஒன்றில் ஒன்று சேர்ந்திணைவதில் குறியீடுகள் பின்னலாகும். ஐம்பெரும் பூதங்களுக்கு இடைநிலை ஆக்கக் கூறில் திரிபடையும் இடமுறைத் திருப்பு நடுவணம் என உரைத்த சமண முனி அங்கு வர கர்ணகை தென்திசை பார்த்து சிலம்பிடைச் சிலம்புகள் அதிர கடல் சிலம்பணிந்து சுரை விதைப்பல் துருத்த ஆங்கார ரூபத்தில் புலியுருவுமாய் இரண்டின் இயல்பிலதுதான் கண்டார் மெய்த்தன்மை அறிந்தவர்கள்.

இப்போது நாம்காணும் சிதறிய பாண்டு கபாலம் மேல் சமுத்திரமும் மனிதனல்லாத அதன் பிரதிபலிப்பு நரகம். கொப்பரையோ கபாலத்தின் தலைகீழ் அமைவாக கீழ் சமுத்திரத்தில் கப்பல் தீப்பிடிக்கப் பறந்துவந்த டிராகன் எரிதுளைக் கண்களில் சிவந்த நெருப்பு உமிழ இதானல் சொல்லுகிறேன் பீங்கான் புத்தசிலை ஒன்றை பீமாவும் ட்வாலனும் கடலில் காண்கிறார்கள்.

பேரினச் சட்டகத்துக்கு அப்பால் உலவும் கொடுவரி வல்லியம் கட்டற்று திரியும் ஒரு துறவிக்காக சற்குரு மறைகிறார் விலங்கின் கால்தடம் பற்றி.

சற்குருவே... தன்னைத் தானே பதப்படுத்திக்கொள்ளும் பட்டுப் புழுவாய் நீ கபால இலைக் கூட்டத்தை மென்று கொஞ்சமும் இடைவிடாமல் கக்கிக்கக்கி இருட்டுநூல் சுற்றி சதா காலமும் சித்திரம் இழைத்ததில் மடித்த கபால இலை ஒன்றில் அயர்ந்து உறங்கிக் கொண்டு இருக்கிறாய். மேலும் இந்த கபாலத் தீவில் துக்கமும் உண்டாகிக் கொண்டு இருப்பதால் சோளகம் உதிரம் வீசியது. நீ அவ்வாறு தூங்கிக்கொண்டிருந்தால் எப்படி... சகல துன்பமும் துக்கமும் நீங்குவதற்கு அகதிச் சிறார்கள் தலைசாய்க்க இடமற்று இரவிரவாய் தட்டழிந்து திரிகிறார்கள் இலைவீட்டில் இடமிருக்கிறா... விபச்சித்...

'நான் ஒருவன் மட்டுமே இருக்கிறேன். எனக்கு உரியதல்ல இழைசுற்றி முடித்தாயிற்று. நான் வெளியே சென்றுவிட்டேன். ராவணாதியர் வந்திருக்கிறார்கள் நரகத்தில் வதையும் படலம். அவர்கள் வாசனையுள்ள குழந்தைகளைப் பெற்றெடுக்கும் ஈனில் ஆகட்டும் இந்தக் கபால இலை. அகிலமாம் யோனியிலும் ஆருயிர் யாவிற்கும் கபால இலைவீடு கூட்டமாய் நவ இலைகளில் துயிலும் சிறார்களும் அகதியன்றோ.. இங்கே இப்படி இருக்கட்டுமே. நான் அன்றே ராவணன் பக்கம் வந்துவிட்டேன்! ' என்றான் சாக்கியன்.

சித்திரத்தில் வந்தவர் தோற்றத்தில் மனித உருவக் குரங்குகளாக சித்தரிக்கப்படவும் மயிர் செறிந்தவர்களாக நீண்டகன்ற புடைப்புத் தாடைகள் கருநீலமானவை. தலையில் இருவருக்கும் மட்டக் குதிரைவால் போல குஞ்சம் அணிந்த கோமாளி ட்வாலன். கொழுத்த மீனின் கூரிய விழிகளை உடையவர்களாக உழைத்துக் களைப்புற்ற கருவளையம் அசதியான இமைகள் மூடி முழிக்க இத்தனை கால மனித வாழ்வின் சலிப்பை அங்கதமாக்கும் கண்ஜாடை. இந்த விழிகள் பெரும்பாலும் சூத்திரர்களான விவசாயி களின் கண்களாக உயர்ந்திருக்க நிலம் கீறிய பிரதி பல உருமாறிவிடும் மௌனம்.

அரசவைக் கோமாளிகளின் பற்களோ மிகவும் நயமானதைக் குறிப்பிடும் விதமாக அமைந்துவிட்ட சீரான பல்வரிசை. இந்த ஞான முட்டாள்கள் பாலினேஷியப் புராணமரபுக் கோமாளி இருவருக்கும் காமெடியான ஆயுதம் தன்னை நோக்கி கலகம் செய்யும் சுய எள்ளல். குத்துவாட்டம் பிடித்துத் தனக்கே உலைவைப்பவர்கள். ட்வாலன் தீக்கங்குகளைத் தூக்கி விழுங்கவும் மெர்தா உயிரோடு பாம்பு, விருச்சிகம் பீங்காண் துண்டுகளைத் தூக்கிவிழுங்கி நெளிந்தான். கோணல் கத்தியால் விழிகளைப் பெயர்த்து திரும்பவும் முன்போல்

ஆக்கவும் அகற்றவும் பலரை ஈர்க்கிறார்கள். ஒருவரையொருவர் வயிற்றில் குத்திச் சாம்பலைப் பூசவும் முன்போல் ஆகிவிடும். ஆனால் பீமன் புராணத்தைவிட்டு வெளியேறிவிட்டதால் நூறுசேர் எடையுள்ள பாறையைக் கட்டை விரலால் தூக்கி அந்தரத்தில் மிதக்கவிட்டான். சிலவேளை பூமியிலிருந்த கற்களும் பீமனைக் கண்டு பயந்தன. விரல் எட்டும்தொலைவில் சில கூழாங்கற்களைச் சுற்றி அந்தரத்தில் நிலைக்குமாறு செய்தான். சில வாசகத்தை முணு முணுக்கவும் எரியும் கற்களாகச் சுழன்று வீழ்ந்துவிடும்.

இந்த ஞான முட்டாள்கள் ஒவ்வொரு தளபதிகளையும் வட்டமாகச் சுற்றி கழுதைமேலிருந்து பாடுவார்கள். ராவணன் பத்து தலைகளுடன் போருக்குவர தோல்பாவை விழுந்து எழும் மிரட்டல். கழுதையோடு கோமாளிகளின் தடதடத்த நடுக்கம் 'எசமா.. எருமமாடு... எசமா எருமமாடு' எனக் கத்துகிறான் மிர்தா. பத்துதலைகளின் வண்ண அமைப்பு ஒவ்வொரு தலையிலும் அவதாரச் சிறப்பைக் காட்டும் கிரீடங்களும் போன்றவை. இலகுவில் கூட்டத்தை வசியப்படுத்தும் ராவணன் கூட கோமாளி தான் இங்கே. 'அடேய்... முட்டாள்களா.. நீங்கள் யார்? வந்த காரியமென்ன? இவ்வளவ தூரம் கடல் தாண்டி வந்தீரே... என்ன வேலை இங்கே?... உளவுபார்க்க வந்தாயா?'

'மலைப் பூச்சி.. மலைப் பூச்சி.. ராசா புண்ணியத்தில.. மாதம் மும்மாறி பேயிது... நாட்டு சனமெல்லாம் வீடுதங்காமெ சாணி போட்டுத் திரியுது... ராசா புண்ணியம் குருவி குடிக்கக் கூட ஊர் கிணத்தில ஒரு சொட்டு தண்ணியில்ல..'

'அப்படியா.. சரிசரி... சல்லிகிடாய் சண்டை நடக்கட்டும்' செண்டா வீசுகிறான் தோல் பாவை ராவணன். 'என் அருமைத் தங்காள் சூர்ப்பனகை எங்கே..'

'ராசா.. வெளவால் தோட்டத்தில் பூப்பறிக்கப் போயிருக்கா'

'ஆவாரம்பூ கட்டவேட்டி சோக்கா ஆவாரமாவீடு கட்டி ஏச்சிப் போட்ட தும்பத்துக்கு உங்க தயவிருந்தா போதுமையா... போட் போட்போட்... டோல் டோல்... அசோகவனக் காட்சி... சைலேன்ஸ்...'

விகடமெனும் சபைதனில் கோமாளி வந்தேன் போடு ஒண்ணு ரெண்டு மூணு நாலு... சூர்ப்பனகை பங்கயப்படலம் தைலேஸ்... ஆமோவ்...

போர்க்காட்சிகளில் பங்கெடுக்கும் கோமாளி ஒருவரையொருவர் எதிர்த்து சந்திக்க முடியாத இடத்தில் பற்களை நரநரவென்று தேய்த்து

முறைக்கிறான். கோமாளி எடுத்த தளாங் ஆயுதம் மக்களிடையே யுத்தத்துக்கு எதிரான நையாண்டி நாடக மாகப் பரவுதல். ராவணம் ஏடு சிவனுக்கு உயர் இடம் அளித்து தீட்டிய ஓவியம் இவை. ஈசன் இந்த ஓவியச் சொர்க்கத்தில் மட்டுமே வாழ்கிறான். பீமாவும் கும்பகர்ணனும் சந்திக்காமலே மற்ற மனிதர்களைக் காட்டிலும் மிக வல்லமை வாய்ந்த சூராதி சூரர் எனும் விதமாகத் தனித்தனிக் கதைசொல்லி ஓவியங்களைப் பிரித்தே ஒவ்வொரு கட்டமாக இடவலமாய் கடக்கிறார்கள். ஒரே சமயத்தில் பீமாவையும் கும்பகர்ணனையும் சமாளிப்பது அஞ்ஞானிகளுக்குப் பெரும்பாடாகி விட்டது. இந்தப் புராணத்துக்கு அவனோ அத்தப்புராணத்தில் இவனோ எட்டிப் பார்க்க முடியாதவிதி. ஆனால் கோமாளிகள் புராணக் கணக்குக்கு அப்பால் நிகழும் கழுதை களாக இருந்தார்கள். லோண்டார் புனித ஓலைப் பனுவல்களில் அடங்கிய ஜாவனோ-பாலினேஷிய இலக்கியங்களிலும் ட்வாலனும் மெர்தாவும் பீமாவும் தூங்கனும் மனித இருப்பின் விவரிக்க முடியாத சலிப்பை ஒவ்வொரு கோணத்திலும் உருமாறிவிடும் அங்கதமான சிருஷ்டி.

'பீமாஸ்வர்கா' வில் ட்வாலனின் குமாரனாகவரும் மிர்தா 'ராவணம்' அதில் சேக்காளிகள். தந்தையைவிட ஞானப்பித்து. முதுகில் ஏடுதூக்கி வருகிறான் கழுதைமேல். கழுதையும் அவனைவிடப் புத்திசாலி. குவேனி இங்கு நூல்கர்த்தாயினி. தந்தையைவிட கீழிடத்தில் மகன் மிர்தா இருக்கும் விதமாக நிறங்களில் மாற்றம். பீமா நாகலோகத்தில் விஷப்பல்லாவை அருந்தி யதால் பச்சை பிளாஸ்மா. கரும்பச்சையான வெற்றுடம்புடன் விஷம்பாயும் ரஸவாதி. ஆனால் கும்பகர்ணன் அரிதுயில் நிலைக்கு ஏடுகளை உருமாற்றிவிடுவதால் இந்த ராவணன் சண்டையில் தனுஷ் கோடிவரை கால்நீட்டித் துயில்கிறான். நயமாய் நெய்த கருப்பு வெள்ளை சாமோங் ஆடை காற்றில் புடைத்துப் படபடத்தது. மற்ற குணச்சித்திரங்களைப் போலில்லாமல் தூங்கன் தாடி சீனருடையது. தூங்குபவனின் தாடி அண்ணாந்து காற்றில் உலர்ந்த கோரைகளாக அசையும். கோபாவேச வாக்குவாதம் நரகத்தின் சித்ரவதைப்படலம் பத்து மனிதர்களாகப் பிரிந்த ராவணன் பலமற்ற உடல்கள் கபாலக் கொப்பறையில் வீழ்ந்தவர்களை வதையாளர் அசையீட்டியால் குத்தும் காட்சி. ஒருதலை ராவணன் சீதா வுடன் கொதிக்கும் எண்ணைக்கு அடியில் ஆலிங்கனத்தில் சகல அறங்களுக்கும் அசுரவதைக்கும் எதிராய் இச்சையில் பொருந்திய கூடல். ஈட்டியால் இருவரையும் வீரர்கள் பிரிக்கப் பிரிக்க உடல் தானே ஒன்றிவிடும். எருது முட்டியும் எழவில்லை.

சித்திரபாணியோ தீவாந்திரத்தின் தனித்துவம் வழக்கம் மீறிய கம்போடிய முகத்தோற்றம். கூடுதலான கருமையும் தீட்டிய மூலிகை நெடி. தூக்கத்தில் உள்ளுணர்வெழுச்சியில் ராத்திரிகளும் பகலும் சேரும் ஒரு நீண்ட கனவில் இருவர் கண்ட ஒரு 'ராவணம்' என்ற சூதாட்டப் பலகையில் ஞானமுட்டாள்களோடு நரகத்தை நோக்கிப் பாம்பு இறங்கிக்கொண்டே இருக்கிறது. கண்பார்வை அரைத்தூக்க நிலையில் குவிந்த காய்களை கதாபாத்திரங்களாய் ஊடிழையும் விளையாட்டு.

மிகக் கோபாவேச நிலையில் பாலினேஷியப் போர் நடனக் கால்கள் இடமாறி விட்டிருந்தது கும்பகர்ணனிடம். போர் நடன மல்பால் கால்களை அகட்டி நிறுத்திய கால் அடவாகச் சித்திர நேர்த்தி. அவன் மூடிய வலதுகரத்தின் கட்டை விரலிலிருந்து மிக நீண்டு வளைந்த நகம் நரகத்தின் சித்ரவதையாளர்களைக் கிழிப்பதாக ஒலித்தது கொடு நகம்.

நக ஒலியில் குவேனி புறப்பட்டு வரும் யட்சரின் மாயத்தைக் குறிப்பதான கதாபாத்திரம். தூக்கத்தில் வளரும் கும்பகர்ணன் கொடூர நகத்தின் வளைவுக்குள் மறைந்திருந்து கூப்பிடும் வேளை உதவிபுரிந்து மீண்டும் நகவளைவின் அழுக்குப் பதுமையானாள் குவேனி. ட்வாலனும் மொர்தாவும் தூங்கும் கலிவரின் மாபெரும் ஆற்றலுக்கு மாற்றுத்தன்மையாகச் சித்தரிக்கப்படும் கில்காமேஷ் கதைக்கு ஆதிவடிவம் கும்பகர்ணன். இது ஒரு அதிநாயகக் குணச் சித்திரங்கள் என்பனார் புலவோரின் நூலறங்களுக்குள் சுவடி அறம் காத்த ராவண யுத்தம் கீதையின் சூதான அறங்களுக்குள் அடைபடாத அரக்கர் கோன் வீழ்கிறான் நரகத்தில்.

58

ராவணம்

இரண்டாம் தேய்பிறை இரவுக்குள் ஏழு கழுதைகளில் பொதி போட்டு வந்த அரக்கி காண்டீஜா இன்று காட்டப்போகும் புராணம் 'ராவணம்' 'ஓரஞ்சாரம் ஒதுங்கி நின்னு பீடிகுடிக்கிற அண்ணாச்சிகளுக்கு வணக்கம். கசவாளுகளுக்கு வணக்கம், ஆளாலுக்கு ஆளுக்காளு உரசாமல் நின்னு கேட்காமல் எல்லோருமே உட்கார்ந்து...' கேளும் வாசக சற்பாத்திரனே! உடன்வாழ்வதும் உம்மோடுதான் இந்தப் பிரதியின் காயமானது ஒருத்தரோடு நில்லாது சொல்லப்போகும் அனாமதேய மகிமைகளை நிஜத்திலும் புனைவிலுமான தெளிவை மயக்கும் பனிப்படலத்தில் மறதியின் வெளி கற்பிதங்கொள்ள சற்று பொறுமையாய் செவிசாய்ப்பீரே!

சொல்லும் குரல்வளை சொருகிய துக்கத்தால் இரங்கற் பண் ணாகிய விளரிப் பாலையைப்(தோடி) பாடவும் ஒலித்திரளில் கலங்கியுள்ள உருவங்கள் பத்தாகத் தெளிவாகும் கதை சொல்லி வருமாறு ராவணனைக் கூப்பிட்டேன். தன் கை நரம்புகளை அறுத்துக் கின்னரி யில் கட்டி இசைத்தவாறு தீவுக்கரையிலே தன்னுடைய ராவணக் கோட்டைக்குள் விசாரத்துடன் இருக்கும் போது அண்டையில் போய் வாருமையா இப்படித் துயரப் பட்டிருந்தால் ஆகிறதென்னவென்று சொல்கிற போது ராவணன் சொல்லுகிறான். வாரும் பிள்ளாய்... நல்லது சரிசரி... ஆமென்று பலவாறாய் கூறி ராவணனானவன் வெளியே வந்தான்.

குருடன் அரண்மனைக்குள் தங்குதடையற்ற அந்தகாரத்தில் நுழைகிறான் ராவணன். கூடவே உச்சிக்குடுமியும் ஊளமூக்கனும் முன்வந்து 'சத்தோம் சைலேன்ஸ் இரைச்சல் இரைச்சல் தைலேஸ். கூடியிருக்கும் எல்லாத்துக்கும் வணக்கம் வணக்கம். நடைபெறும் சரித்திரம் என்னவென்றால்...ராவணனைக் கூட்டிவந்து கதை

சொல்லும் பாதைவழியாக நமது இந்திரவிழா நடக்கும் மாநகரம் செல்வது... இந்திரன் வந்து விழாவிற்கு கூப்பிட்டு அரக்கப் பிரகாசிகை சித்திரம் வரைந்த பெட்டகத்துடன் கேட்பது ராவணன் ஆயிரம் கண்ணுடையானுடன் பத்து உருவங்களாகப் பிரிந்து கூட்டமாய் சேர்வது வரைக்கும் இன்றைய தினம் கதைகள்... சைலேன்ஸ்... இரைச்சல் இரைச்சல்...(ஆமோங்)

ராவணன் திக்விஜயம் செய்த காலத்தில் ஐராவதத்தின் தந்தங்கள் இவன் தோளினை இடிக்கவும் அவை நுனி ஒடிந்ததை மறந்தே இந்திரனுடன் செல்கிறான். அச்சத்தைத் தரும் சுழிகடல் நீரால் சூழப்பட்ட இலங்காபுரியிலே தொகுதியாகக் கொணர்ந்து சிறையில் அடைத்துவைத்த கோள்களும் அவனுடன் குதிரை முகமும் மனி தஉருவும் உடைய கின்னரவாத்தியங்களை கொண்ட இசை பாடிகளும் படமும் வாலும் உடைய மனிதவடிவம் தெய்வப்பிறப்பும் உடைய சர்ப்பஜாதியரும் உரகரும் நரகினரும் கூடிய சபையில் சங்கீத மார்க்கத்துக்கு உரிய விதியழுங்கு திறம்பல் இன்றியே பாணிகள் பணிசெய்ய ராவணவீணையின் நரம்பிடை விளைந்த தந்திகளிடையே தடவிவாசித்து எழும்பிய குற்றமில்லாத ராகத்தை சுறாமீன்கள் உடைய கடலின் தலைவனுக் கும் அவன் சபைக்கு வந்திருக்கும் அசுரகுருவான சுக்கிரன் தேவ குருவான பிரகஸ்பதி இந்திரன் முதலானோர்க்கும் அவரவருக்குத் தரும் சாமகானத்தை கொடையாக வழங்கினான். அசுரர் மோகிக்கும்படி உருப்பசி ஆடியகூத்தும் வார்விசிக் கருவியோர் கொட்டும் அசையும் தூக்கும் அளவும் தாக்கி எழுதல். தோற்போர்வை காயும் தெருக்களை உடைய பகலில் நிரம்பக்குடித்துக் களிமயக்கம் கொண்ட வண்டுகள் நீங்காது மொய்க்கப்பட்ட கள்ளை சில ராக்கதமாதர்கள் மிக விருப்பத்தோடு உண்டு கொண்டிருக்கையில் சூர்ப்பனகையின் கதறுதலை செவி யுற்றதால் குடிக்கும் குவளைகளை அங்ஙனமே விட்டு வெகு விரைவாக ஓடிவருகையில் ஒருவரை ஒருவர் ஆதாரமாகப் பற்றிக்கொண்டே விரைந்துவருகிறார்கள். இதில் அவர்களுக்கு மதுவை விட்டுச்செல்ல மனம் வராமையும் சூர்ப் பனகைக்கு நேர்ந்த துன்பத்தை விசாரிக்க இயலாமையும் அவர்கள் உள்ளம் மதுபானம் செய்து களித்திருக்க அரக்க மகளிர்கள் வைத்த கலயமும் ஓரிடத்தில் தங்க மருந்தனைய தங்கை மணி நாசியை வடிவாளால் அரிந்தவரும் இவள் உறுப்பு அழிக்கப்பட்ட பழிப்பு ராவணன் ஜெயத்தையெல்லாம் அழித்தது. சூத்திரர் ஞானத்தை அறுத்தனர் அன்றே. அவள் தென்கடலில் திரிகூடமலைச் சார்பில் சுவேத மலையின் சரிவெல்லாம் சென்று

சேகரித்த பூக்களின் வகைகளால் வித்தியாதரராசாக்கள் வனமெல்லாம் நுகர்ந்து எடுத்த வாசனை வகைகளை ராவணனுக்கு அவள் சொல்லச் சொல்ல 'அரக்கப் பிரகாசிகை' எனும் மதுநூலினை எழுதிக் கொண்டு வந்தான். முழு நீலக் கோதை முகத்தே மலர்ந்த செழுநீல மாறாச் சிவப்பும் அறிந்து சென்றாள் தங்கை.

மூக்கும் காதும் வெம்முரண் முலைக்கண்களும் அரிந்த கொடுங் கரங்களை உடைய இவர் சருக்கம் வழுக்கிய பாதை இனி வேண்டா வென மிகக்கரிய விகார ரூபமுடைய அவள் கைகளால் தொட்ட வனப் பூக்கள் பெருகுகிறபடியால் மலர்களின் ரேகைகளை உடைய வளானாள் சூர்ப்பனகை. காட்டில் இருட்டித்திரிந்த தங்கையைத் தேடி ராவணன் வருகிறான், அரக்கர்கோ வருகையில் அரக்கிகளின் பேச்சு நின்றது.

சூர்ப்பனகையின் உப்புவிடுதியைப் படைத்தவன் ராவண னாக இருப்பதால் அவனுக்கான இயல்புகளும் பத்துத்தலைகளுக் கும் புனைவுடலை கதாபாத்திரங்களாக உருஏற்றுவது அல்லது ராவணனே பத்துப்பேர்களாக புராணத்திலும் நிஜத்திலும் காலத்தை எதிர் ஓட்டமாகக் கடந்து நிகழ்காலத்துக்கும் எழுதுபவனாகிறான். இருண்ட கால அரண்மனையில் தனித் திருக்கும் போதிதர்மாவின் உருவம் அவனில் ஒருவன் என்பதில் சந்தேகமில்லை. தாபிதராகவும் கண்தெரியாத தம்மாவாகவும் பூழிஅரசனாகவும் உருவங்களை மாற்றி விளையாட்டைத் தொடர்கிறான் போலும்.

இப்படைப்பின் கதைசொல்லி 'ராவணம்' என்ற மிகை எதார்த்தப் பனுவலை ஒரு தீவாந்திரப்பிரதேசத்தின் தொலைவைத் தாண்டியும் மறுகரையில் இந்திரன் கூட்டிப் போன வாணிப நகரமும் இருப்பதில் தொன்முதுகோடி உப்புவிடுதியிலிருந்து எழுதிக் கொண்டிருக்கிறான் நடுவே பரந்திருக்கும் பாக் ஜலசந்தியை படைப்பாக்கி.

கீழைக்கடல் முழுவதும் ராவணன் அலைந்தபிற்பாடு ஒரு தீவில் பொன்னிறமும் தீப்போன்ற காந்தியுமுள்ள பித்துப்பிடித்த பிக்கு ஒருவர் தனித்து வீற்றிருந்தார். அங்குள்ள குகையின் கபாடம் நீள்சதுர கல்பலகை. ஏழ்மையான வேட்டையாடிகளின் இனக் குழுவின் மூன்றாவது இளவரசர் போர்க்கலையிலும் மிகு திறமை பெற்றிருந்தார். அந்தப் போர்க்கலை வடிவம் களரிபாயத்து என்ற பெயரில் கீழைத்தேயமெல்லாம் இன்னும் நிலவிவருகிறது. அவர் அந்தப் போர்க்கலையை கற்றுக்கொடுப்பதற்காக சீனதேசம் சென்றார்.

எங்கெல்லாமோ பயணமாகி ஐம்புலன் இந்திரியக் கட்டுப்பாடு வாழ்வை போதித்தார். வூடி சக்கரவர்த்தியால் பார்வையாளர் முன்னே அழைக்கப்பட்டார். 'நீங்கள் கோபுரங்களைக் கட்டுவதன் மூலம் எவ்வளவு அறிவைக் குவித்து வைத்துள்ளீர்கள். எங்களுக்குப் பயன்படும் எவ்வளவு அறிவைப் பெற்றுள்ளீர்கள்.'

அதற்கு பித்துப்பிடித்த பிக்கு 'ஒன்றுமில்லை' என்று பதிலளித்தார்.

குழம்பிய அரசன் 'புத்தமதத்தின் அடிப்படையான போதனை என்ன?'

அதற்கு பிக்கு மூர்க்கமாய் 'பரந்தகன்ற வெறுமை' என மொழிந்தார்.

வெகுண்டெழுந்த அரசன் 'உன்னைப்பற்றி நீ என்ன நினைத்துக் கொண்டிருக்கிறாய்'

'எனக்கு எந்த எண்ணமும் இல்லை'

அரசவையிலிருந்து வெளியேறிய பித்துப்பிடித்த பிக்கு ஏழு வருஷங்களாய் இங்கே திரும்பிக் கொண்டிருந்தார்.

தனிமைத்தீவில் அவர்மட்டும் எறும்புகளின் மெல்லிய ஒலிகளை உணர்ந்து கேட்கும் தியானத்தின்போது தூங்கிவிடாமல் இருப்பதற்காக அவர் தனது கண்ணிமை உரோமங்களை வெட்டியெறிந்தார். நிலத்தில் விழுந்த கண்ணிமை பீலிகள் இத்தீவில் தேயிலைப் புதர்க்காடுகளாகத் துளிர்த் தெழுந்தன. மண்நுரையீரலை அறுத்து அதை புத்தகமாக்கி விட்டு இருதயம் இருந்த இடத்தில் தேனீர் கோப்பையை சொருகவும் மாற்று இதயமாகப் பொருத்திக் கொள்ளவும் ராவணனோடு தேனீர் பருகும் கலையின் சடங்கியலைப் போதித்தார். பிக்ஷஸா அகல் ஏந்தி நியமப்படி அமுதெடுத்து வருகிறேன். அக்குடிகளின் கதவுக்கு உள்ளேயும் வெளியேயும் இருந்துவருகிறேன் ஒரேசமயத்தில்' என புத்தபிக்கு கூறலானார்.

அவருடன் போரிட எழுந்தான் ராவணன். அவரும் ஓர் முஷ்டியால் இராவணனைத் தாக்கினார். அதனால் பல கர்ணமடித்து தரையில் வீழ்ந்து மூர்ச்சையடையக் கண்டு பித்துப்புருடர் பிலத்தில் புகுந்தார். பின்பு ராவணன் மூர்ச்சை தெளிந்து தன் வாளேந்திக் கொண்டு பிலத்துள் புகுந்து அங்குமுன்கண்ட துறவியைப்போல அனேகரைக் கண்டு அஞ்சி அவ்விடம் பணிய ஒரே உருவத்தில் பலராய் பெருகிவந்தார் பித்துப்பிடித்த பிக்கு.

'இங்கே தொடங்குகிற கடல் உலகின் முடிவுவரை முடியவில்லை. தோன்றி நிலவி நீடிக்கும் கனவு உண்மையானதுதான். ஆனால்

கனவிலேயே வாழ்ந்திருக்கும் நம்மை வேறொரு கனவில் யாரோ காணக்கூடும். கடந்துசெல்லும் துயிலில் மறைந்திருக்கும் வாசனைகளை கனவுதான் அறியக்கூடும்.'

வேறொரு பித்து தேனீர் கோப்பைகளை வண்ண நரைக்கலத்தில் எடுத்துவருகிறார். பலகையில் அமருகிறார்கள். மார்பெலும்புகள் பிடித்திருந்த தேனீர்க் கோப்பையை எடுத்துத் தருகிறார் பித்துப்பிடித்த பிக்கு. அதில் ஆவிபறக்கும் குருதியின் ரகஸிய இலைகளில் வடித்த முதல் தேனீர் சடங்கில் ராவணனுக்கு இடமளிக்கிறார்.

சற்றுநேரம் மௌனமாயினர்.

'வனங்களின் பூப்பருவத்தில் சூர்ப்பனகை மலர்கிறாள். அவள் நாசியில் ஓடும் தொன்னூற்று ஒன்பதுவகை ஞானத்தை காற்றால் விசிறி வீழ்த்தப்படும் ஒவ்வொரு பூவுக்கும் கண்ணீர்விட்டு குனிந்து அதை எடுக்கிறார். பூவில் பிறப்பின் ஞாபகங்கள் வளைந்திருக்கும் சாஸ்வதத்தின் ரேகைகள் செவ்வரியோட அதை நயனத்தின் பீழைக் குழியோரம் செங்கோடுகளாய் பெற்றிருப்பவள் சூர்ப்பனகை. நறுமணத்தின் அகராதியை நாசியில் எழுதிக்கொண்டிருந்தாள். தோன்றியதன் மலர்ச்சியில் ஒருபொழுதே வாழ்ந்தாலும் அழகு காட்டி சருகாகிவிடும் சாயைகள் கூடவே அலைகிறாள் வனங்களில்!'

'பிக்குவே.. இவளை பங்கம் செய்து என் ஜயத்தை எல்லாம் வேரடி மண்ணில் வீழ்த்தியவர் எவராயினும் தர்மமோ. எத்தனைக் கதைகளில் வஞ்சகப் பூட்டால் வதம்செய் படலங்கள் கொடுவதைக் காதைகளைக் கேட்டே எம் செவிகள் கேளாசிரவமடைந்துவிட்டன... பிக்கு சிரேஸ்டரே! இத்தனை சூதுகளின் மார்க்கமென்ன எனக்கு நீங்கள் விளக்கிச் சொல்லவேண்டும்'

'இது சனாதனிகளுக்கும் அரக்கருக்குமான யுத்தம். ராட்சகரும், மீஉருபடைத்த பிறப்பினரும் அதீத விலங்குகளும் பேசும் பட்சிகளும் அரக்கரும் சூரபத்மரும் வாலரக்கனும் கொடுவதம் செய்யப் பட்டார்கள். புனைவழிக்கும் படலத்தில் வேதசாத்திரங்களை ஓதி நூற்றியெட்டு காயத்ரி மந்திரங்களை சொல்லி முதல் கதைக்காரனும் அயோத்தி மாநகரத்தை இங்கே வர்ணாசிரம வகைப்படி வசிப் பிடங்கள் பிரித்து ஊர்க்கோடியில் மயானம். நாய்க்குரைப்பு. பறை முழக்கம். சாக்கூத்து, கூளியுடன் புலவுதேடிவரும் சாம்பல்புரண்ட புறங்காட்டு கபாலம் ஏந்திய காடவர் குடி. சாம்பலும் தவசமும் நத்தக் கூறுமண் கலந்து படைவைத்த சம்பைக்கூரைகள். அங்கு நான் என் தங்காள் சூர்ப்பனகை பங்கத்தால் உக்கிப்போனாள். இலை நிழலில்

மறைந்து ஒளிந்துகொள்ளும் பட்சியைப் போலும் இவள் இருப்பின்றி அலைகிறாள். அறுபட்ட நாசி வடிவத்தில் வெண்பிறை அழுது கொண்டே இருந்தது. அவள் குருதிவழிந்த பாதைகளில் கபடமற்ற அரக்கியரின் பழங்கதை சொருகிவளைகிற வேதனை தாளவில்லை பிக்குவே.'

'வாரும் அரக்கர்கோனே... கேளும் காட்சியின் வடிவத்தை. வாசனைகளை மொழியாக உரசிஅலையும் அவள் பாதைகளில் திருகலான பூக்களின் பிரதிமைகள் தோன்றி மறைந்து அவை திரும்பத் தோன்றி கண்ணாடி இதழ்களாகும் இருப்பில் இருக்கிறதால் வாசம் ஏறிய ரஸத்திலும் பிம்பங்கள் கீழ்மேலாய் ஓடுகின்றன. பிரதி பிம்பங்கள் அல்லது படிமச் சாயைகள் ஓர்வித உணர்வின் நிஜமாகவும் ஆனாலும் உள்ளபடியான ஒரே எதார்த்தம் படைப்பின் கணம் அதில் இருக்கிறது. அக்கணம் தவறவிட்ட பூ அறுதி முழுமைக்கும் லயத்தைத் தருகிறதில்லையா. மேற்பரப்பில் நேரும் நிகழ்வுகளுக்கும் பூர்வ பட்சத்திலும் முழுமைகாண இடையிலான பாறைகளில் உயரும் கடல் மற்றும் அலைகளில் உறவைக் காணலாம். நிலவின் விளிம்புகளால் நாசியின் வளைவுகளில் எம் மலரையும் ஞானத்தால் கிரகிக்கிறாள் சூர்ப்பனகை.'

'பிக்கு சிரேஷ்டரே உமக்குப் பிடிக்கவில்லை என்றாலும் லயமலரில் சூடும் அபூர்வ ரஸத்தில் எத்தனைவகை தீநீரின் பிரிவுகளை அத்தியயிக்கும் ஏடுகளை அவள் இறகால் எழுதிவருகிறேன்.'

'ராவணா நீ சேர்க்கும் பூ மதுவின் வகைமைகளில் எல்லா வனங் களையும் தோன்றப்பார்க்கிறேன். பூக்களை சித்திரவதை செய்கிறாயோவென விசனமடைகிறேன். ஆனாலும் ஒரு மலர் ஓர்மையின் பிரிநிலையில் அலைகளாக இருக்கிறது. காற்றில் வாசனைகளின் திரள் சுழன்று வரும்போது உன் தங்கை வருவாள் அலையாக வளைந்து. எவ்வளவு முறை அசைத்தாலும் அலை யடங்கிவிடும் நீர் இருந்தவாறே இருக்கிறது. காற்று ஓயும்போது அலைகள் உள்ளடங்குகின்றன.'

'பித்துப்பிடித்த பிக்குவே... ஆமாம் சரிசரி... சரிதான். பாழில் ஒடுங்கும் வாசனைத்திரிமேல் சுடரும் நீலத்தீநீர் சடங்கியலை அருந்தும் அறைகளின் வடிவத்தை விதிமுறைகளாய் தொகுத்து தருகிறேன். இதில் அரக்கர் மரபும் மனித தொன்மத்தை தாண்டி யிருப்பதில் இயல்பாவதுதானே தீநீரின் உயிர்த்துவம்'

'உனக்குப் பித்து அதிகமென்று சொல்வேன் அரக்கர் கோவே...

எதைப்போல் எனில் ஜீவராசிகளின் மனம் அதனதன் இயல்பில் இருப்பதைப்போல அரக்கர் இயல்பில் வரும் நடக்கைகளும் தூய்மையானவைதானே என்கிறாய் இல்லையா'

'தீவில் தனித்தலையும் பிக்குவே... தூய்மையான பளிங்கு உருவான பூவின் இதழ்களில் மடிக்கப்பட்டுள்ள வாசனாதிகளில் துர்தேவதை களும் கெட்ட கனவுகளோடு சஞ்சரிக்கிறார்கள். பலிக்கக்கூடிய அனல் வாக்கினை உடைய ஒரு மலர்தான் துர் தேவதை. அதிர்ஷ்டத்தையும் துரதிருஷ்டத்தையும் சூதாட்டம் போல் காசு வைத்து பூக்களில் மாறுபடும் எண் கணிதத்தை வைத்து சாவுடன் விளையாடிக் கொண்டிருக்கிறாள் பூவில் மறைந்திருக்கும் சூனியக்காரி.

துரதிருஷ்டத்தின் மலர்களை யார் தொடுவார்கள். கால காலமாக துயரத்தால் வீசுகிறது கனவுகளின் துர்கந்தங்களை. அம்மலர்கள் அடியில் தீண்டப்படாத தனிமை வெண்ணிற விதியாகிறது. அதில்தான் இளவயதில் மறைந்த ஸ்திரீளும் ஸத்ருதுக்களும் சலனிக்கிறார்கள். கலக்கமடைந்த சஞ்சல கன்னிமார் யாராலும் அறியப்படாத மலர்களாக உதிர்கிறார்கள். சருகில் சாயை படிந்துள்ளது. அது காம்புடன் நசுங்கிக்கிடந்தாலும் அதிர்கிறது. மந்திரிக்கப்பட்ட ஒரு சாவின் மலரை அரளிகளாக அடுக்கிய இதழ்வழியாக மெல்லிய ஒலியுடன் எறும்புகள் ஏறிச்செல்ல அவற்றின் கால்கள் சாவில் நடுங்குவதை நான் பார்த்தேன். சாதாரணமாக யாரும் இதை அறிந்திருந்தார்கள். தரையில் வீழ்ந்த துரதிருஷ்டத்தின் பூக்கள் யார் கண்களிலும் படாமல் வேறொரு பிரதேசத்தில் ஒதுங்கி மறைகின்றன. சருகில் கால்வைப்பதில்லை தெருப் பெண்கள்.

அலை உலர்ந்த நிலமென எடுத்து மடிக்கப்பட்ட சுருலாக எழுதிக்கொண்டிருப்பதில் புலம்பலும் சஞ்சலமும் மனநிலையாகப் படைப்பின் கணம் தோன்றுகிறது. நுரையாகவும் ஒரு மலர் தோன்றி மறைகிறது நிழல்கள் இன்றி. வடிவங்களை ஊடுருவிச் செல்கிறாள் நாசியின் ஓடும் நாடிகளில். குணநாடிகளில் ரஸநாளங்கள் அக மலரைத் தேடிச் செல்ல முதலில் அபூர்வமாகவும் பிறகு உப்புவிடுதியின் தனிமையும் அற்று பாய்கிறது சூர்ப்பனகை சுழன்று திரியும் வனங்களின் வாசனை.'

நரிகளோடு நால்வகை மலர்களேந்தி வருகிறாள் தங்கை. வாசக நரியின் கண் படித்துக்கொண்டிருந்த புத்தகத்தில் புட்பவிதியால் ஒவ்வொரு பூவின் சரீரத்தினை இப்பக்கங்கள் அடைந்திருப்பதில் ஆச்சரியமில்லை. வாசனைகளைத் தொடும்போது விரல் ரேகைகளின்

பரிமாற்றம். தீட்டப்படும் உயிர்மெய் ஓவியத்தில் பிறந்தவர் சாதலும் இறந்தவர் பிறத்தலும் உறங்கலும் விழித்தலுமாக பிரதி மயக்கில் பூவின் வாசனைதான் நாசியின் மொழி என்றால் மௌனங்களை எழுதுவதில் ஈடுபட்டிருந்தான் இவனும்.

சரமாமுனிவர் கொண்டுவந்த செவ்வந்தியில் நாகலோகமே அமைந்திருப்பதில் நிலத்தோற்றங்கள் மலரின்றியும் வெறுமையாய் நீண்டுசெல்வதில் அரவிந்தம், மாம்பூ, அசோகு, முல்லை, நீலம் என காமன் பண்டிகையில் ருதுக்கள் நெடும்பொழுது ஊடிய வாசனை. ஒவ்வொரு மனிதனின் காமமும் வேறுபடும் ஒரு பூவில் மறைவதில் இருப்பில் உள்ள வாசனைகளை மட்டுமே நீர்வர்ணத்தில் தீட்ட அப்பூ தெளிவடைகிறது. வேர்வை துளிர்த்த பூ மயங்கி வீழ்கிற கசங்கல் இருட்டு. புலவியாவது பூவிலும் கூந்தல் நெளிவிலும் கலைந்த துணிகளில் பித்தான்கள் சிதறி வியர்த்த உப்பிலும் இச்சைபட்டு செல்லும் தெருவில் யாரும் இல்லை. நெடும்புலவிக்குப்பின் பிரிந்து செல்லும் தேவதைகள் காட்டுச் செடியில் பனித்த பூ.

செம்மலரில் துஷ்டதேவதை நிற்கிறாள் கொடுங்கனவு கண்டு. சேதுவை அணைகட்டி தென்னிலங்கைக் கரைவழி சென்ற குரங்குப் பாலமும் அணில்பாலமும் பாக் ஜலசந்தியில் அசைகிறது. ஒவ்வொருவரும் கடக்கும்போது தன்னைச் சூழ்ந்துள்ள கடலே படைப்பு வடிவம்.

ஆழிசூழ் இலங்கையை மண்ணக முட்டையாக கையில் ஏந்தி அதை ஊதியூதி மந்திரிக்கப்பட்ட தீநீர் புனுவலாக எழுதிக் கொண்டிருந்தான். அவன் கொண்டுவந்ததோ ‘அரக்கப்பிரகாசிகை’ என்ற ஒரு பிரதியைத்தான். ஆனாலும் பத்து திரட்டுகளாகவோ அல்லது ஒரே பிரதியில் மாறுபடும் பக்கங்களின் எண்களைக் குழப்பும் வாசிப்பின் பயணத்தில் படைப்பின் உருவமும் மாறுபடக்கூடும்.

தீநீரின் வகைமைகளை வேறுபடுத்தும் உத்தி விசேஷத்தினாலோ ராவணன் தூரியால் தீந்தாக்கூடு மசிக்குடுக்கைகள் பத்து நிறங்களாக பூக்களின் வேறுவேறான வாசனைகளை இப்பிரதிகளில் உணர்வீர்கள். தீநீரைக் கோப்பையில் ஏந்திப் பருகுவதற்கு ‘அரக்கப் பிரகாசிகையில்’ உள்ள ஆறாம் அத்தியாயத்தில் சடங்கியல் முறைகளை தவறாமல் பின்பற்றுவீர்கள். அருந்தும் அறைகள் மெல்லிய சித்திரத் துகிலிடப் பட்ட நீலஜூவாலைகளால் ஒளியின் சுருதியளவையும் ராவணன் சாமகானத்தால் நிரவியபோதும் இசை நரம்பில் மறைந்திருக்கும் அரக்கரத்தம் மதுக்கூடத்தின் இண்டு இடுக்கு வழியே மெலிந்த

ஒளியாகக் கசிவதை காவற்பெண்டிர் ஒரேநேரத்தில் உள்ளேயும் வெளியேயும் ஈடுபட்டிருக்கிறார்கள். சற்றைக்கொருதரம் வனகாளியின் சாமக்கொடையில் கேட்கும் குலவை ஒளித்திரள் காற்றில் வந்தது நீண்டு. தொலைவிலுள்ள வெறுமைப்படலத்தில் நீலநிறத்தில் கரையும் பழம்பிறப்பினை போதைகளுக்குள் தோன்றும் நிலப்பிரதேசங்களில் கூட்டமாய் ஊடுருவினார்கள். தொல்லெலும்புகளின் தாகத்தை அறிந்த ராவணன் கால் எலும்பினால் வடிவமைத்த புல்லாங் குழல்களும் வைத்திருக்கிறான். இரவுநேரத்தில் இன்றி பகல் உச்சி வேளையில் இரங்கற்பண்ணான தோடியை நீண்டநேரம் சபைஉரு வாசித்தான் எலும்புக்குழலில்.

அமுதவகைகளைப் பெறமுடியாத அரக்கர் அரவுத் தொல்கடலில் கடைந்த ஆதிசேடத் திருகலில் தோன்றிய விஷத்தை இவர்களின் ஈசன் அருந்தவும் வெம்மை படாதிருக்க மாயம் தேடினான். அரக்கர் தங்களுக்கான வடிமது மூலமாகவும் நரகினர் போடும் சித்திரவதை செய்யப்பட்ட மீமனிதரின் கதைகளையும் வாதைகளையும் பகிரப்படும் காடியான வனபோஜன பலிமட்பாண்டங்களில் நுரைத்து ஏறும் களிமயக்கத்தில் நிழல்கள் வெளியேறிச் செல்கின்றன. இந்தவகை அத்தியாயங்களில் கொடுக்கப்பட்டுள்ள மது வகைகளை வெள்ளையர்கள் பின்னே தடைச்சட்டங்களின் மூலம் ஒழித்தார்கள். பலிச்சடங்குகளில் பகிரப்படும் மதுமாம்சங்களில் உண்மத்தம் நெடிக்க ஆடிய பாதங்கள் வேட்டைக்குச் செல்லும் பாதைகளில் கொடுக்கப் படும் பழங்காடிகள் தடையிடப்பட்டது.

59

தூக்கமும் பனுவல் விதிகளும்

கதைகேட்கும் மனதையும் சிதைத் திருக்கிறது. எழுத்தழிந்து ஓடும் மணல் குவியலை காற்று திரும்ப அலையாக மாற்றி கதாபாத் திரங்களின் உருவாக்கத்தை கலைப்பதன் மூலம் நிகழ்ச்சிகளின் தொடர்ச்சி திட்டவட்டமாக அறுக்கப்படுகிறது. கதைத்தொடர்ச்சி சம்பவங்களின் அடுத்தடுத்த தொடர்ச்சி அல்ல.

கண்ணாடிகளுக்குப்பக்கம் பிலத்துக்குள் போனால் ஒரே மாதிரியான பலர் கதாபாத்திரங்களாக இருக்கிறார்கள். ராவணன் என்னும் பத்துப்பேர்களில் ஒருவனைத்தவிர ஒன்பதுபேரும் மாறு பட்டவர்கள் தான். அல்லது சமவயதில்லாத வெவ்வேறு பருவங்களில் ஒரே மனிதன் பத்துப் பிரதிமைகளாக இருக்கிறான்.

மொழியும் வேறு முலைப்பாலும் வேறு. வேறுபட்ட தேசத்தவர்கள் அல்லது நிலங்கள் ஒன்றுகூடி வெட்டி ஒட்டும் பத்துதலை ராவணன் தான் படைப்போ என்றுபடுகிறது. ஒன்பது பத்தாகும் முகத்தை வரையலாம் நீங்கள். கதைதரும் கையோட்ட உரைநடை மேடு பள்ளங்களாய் தாவிச்செல்வதில் தோன்றும் கிணறுகள் பேய்களை கதைபோட அழைத்து வெட்டப்படும் பாறைகளை சுமந்து திரியும் பழைய பனுவல்விதிகளை காற்றின் கசையடிகள் முடுக்கிச்சென்று பாதாளத்தில் வீழ்த்தி உருட்டும் திகைக்க வைக்கும் அசைவுகள் கனவின் நிலையில் இருப்பதால் மறுநாள் பழித்துவிடப்போகிறது என்ற பயமும் பற்றிக்கொண்ட எழுத்துமுறையில் முன்னோர்கள் விட்டுப்போன ஊர்களும் முதிய கதைகளால் ரெப்பையை வெட்டிக் கொண்டு கூட்டிச்செல்லும் பார்வைகள் இரவுகளாக மடிக்கப்பட்ட இமைகளை பொருத்தி வைத்துக் கொண்டிருக்கிறேன் பேய் மகளிருக்கு.

வழிவிட்டாள் காலத்திலிருந்துவரும் மொட்டை இருளன் வாய் மொழியை மையால் உலர்த்தி மாயனைக் காற்றில் அழைத்து வந்து கிழித்துக்கொண்ட செவிகளில் சுரைக்குச்சி கோர்க்க முடியாமல் பாம்படங்கள் அசையும் மாயிருளுக்கிழவி வழிவழியாகச் சொல்லி வந்த ஊரழிந்த ரத்தத்தில் பாம்புபடமெடுக்க யாரும் நுழைய முடியாத வட்டமான எழுத்தழிந்த எலும்புகள் ஆட்கள் இல்லாமல் கேட்கலானது குரல்கள் பல.

அத்துவான ஊரணியில் உருவமில்லாதவர்கள் குடித்த வடிமதுவும் ஈச்சங்கள்ளும் அரிசிச் சாராயமும் குலவையோடு கதை மிதக்கும் சடங்குகளை நாவில் உருள மரபுவழியாக வந்த உருவற்ற பழையோரை குடிமயக்கில் தூக்கச்சடவில் வெளிப்படுத்த சாம்பல் உருவமாக நீள்செவிக்காதுகளில் தண்டட்டி அணிந்து ஒட்டுத்தாலி கழுத்தில் மரிக்கொழுந்து சூடி எழுத்து வடிவத்தின் நிழலாக மாறி ஊரழிந்த நத்தக்கூறில் உடலோடு வெளிப்பட்டார்கள். அவர்களும் குடல்நிறைய குடித்துவிட்டு பல நூற்றாண்டுகளுக்கு முந்திய நிலத்தின் கனிகள் கருமசகாய் பிசுபிசுக்க கனிமதுவின் தொலைவு செவி வழியாய் கேட்ட கதைகளாயிற்று.

ஆவிகளின் துணையின்றி என்னால் எழுத முடியவில்லை. ஏனென்றால் மூதோர் அத்தனைபேரையும் இழந்திருந்தேன்.

நரிவாலால் அடிபட்ட எமது நிலத்தில் யாராலும் வசிக்க முடியாமல் போனபிறகு வறண்ட காற்றும் அரூபங்களும் மட்டுமே மிஞ்சியிருந்தன. கரட்டாண்டி முட்டை இடாமல் ஓடிப்போன காட்டில் சில ஜந்துக்கள் சாம்பல் உடலிகளாய் ஜீவித்திருந்தன. அவையும் ஈரநிலம் தேடி ராப்பகலாய் அலைந்து திரிந்த கோடுகளை பின்தொடர்ந்து போய் உவட்டுநிலத்தை பார்த்தேன் அவற்றின் முட்டைகளோடு. கருவுறுவாய் ஓணான் முட்டைக்குள் கடவுள் உறங்கிக்கொண்டிருந்தார். ஓணான் முகம்கொண்ட கும்பகர்ணனும் சாம்பல்பாறைகளில் அடிவயிற்றை ஒட்டவைத்து தூக்குகிறான். செம்பறி ஆடுகள் கூட்டமாய் அவனை மிதித்துப்போயின வாடக்கரடுகளை மேய்வதற்கு. காகம் எச்சமிட்டு கள்ளப்பிராந்தும் கீறிப் போனதும் உறக்கத்தை கைவிடாமல் காத்து வருகிறான். கும்பகர்ணன் கனவை வாழத்தொடங்கினார்கள் சமுசாரிகளும் கலப்பைகளும். கொடுங்கனவை உழுதார்கள். கொழுமுனை எரிய அதிலேயே வீழ்ந்து செத்தவர்களின் ஆவி காடோ செடியாய் அலைந்து கும்பகர்ணனை மிதித்து பாறைகளை உருட்டி அழுத்தினார்கள். இன்னும் அவன் எழவில்லையாயினும் அக்கனவில்

தான் நாங்கள் வாழ்கிறோம் கால்நடைகளை விட்டுவிடாமல். வண்டிச் சக்கரத்தை உருட்டி அவனை நசுக்கினாலும் எழப்போவதில்லை கரிசல் தொலி போர்த்திய அவன் உடல் மீதே கம்பும்கேப்பையும் செஞ்சோளமும் விதைத்து அறு வடை செய்தோம். ஆறுபருவங்களை மற்றவர்கள் கண்டார்கள். இங்கே மழையும் கோடையும் வெயிலும் பனியும் அரக்கர்களாய் வந்தார்கள். கும்பகர்ணன் குடல்வயிறைக் கொண்டவர்கள் ஆவலாய் கேட்ட கதைகளும் தேய்ந்துவிட்ட ஆட்டு உரல்களும் பளுத்து ஆட்டுப்படாமல் கிடந்த தெரு. ராவணாதிகளாக மொடாப் பானைகளில் நீர்கொண்டு அலைந்த விடிகாலை மறைந்திருந்தது. ஆனால் நடமாட்டம் ஓயவில்லை. கம்மஞ் சோறும் கரிசல் மண்ணும் கலந்து உருட்டி உண்கிறான் கும்பகர்ணன். பல மேழிகள் பிடித்த முரட்டுக் கரம். கைக்கூட்டுக்குள் செவத்தையாபுரம் சுருட்டு நின்று கங்கு சிவக்கிறது. கேளும் அரக்கனாரே... எழுத்தால் ஈடு செய்ய முடியாத அரவத் தொல்கடலை உடல்மேல் படரவிட்டிருக்கும் உம்தீய அரக்கிமார்களிடம் முலைப்பால்குடித்து கதையும் கேட்டவரே அரக்கர்கோனே... உம் மாமனார் மாரீசமானாகவும் மாறி ஏமாற்றி அழைத்துப்போன நெடுந்தொலைவிலிருந்து கதை போடுங்களேன்.

அந்த கும்பகர்ணன் உறக்கத்தை மதகிரிக்கட்டிலாகத் தூக்கிவரும் ஊல மூக்கனும் உச்சிக்குடுமியும் அரங்கத்தை சுற்றிச் சுற்றிவந்தார்கள். உச்சிக்குடுமி கும்பகர்ணன் கருத்த உடல்மேல் ஏறி 'மாப்ளே.... நான் என்னத்த சோளப்பொரி... மாப்ளே... நான் என்னத்த சோளப்பொரி... கும்பகர்ணன் காதில் நுழைந்து உச்சிக் குடுமியை நுழைத்து கேட்கிறான் சிரித்தவாறு. கும்பகர்ணனின் கட்டில் சித்திர விநோதங்கள் தத்தைகளை கிண்ணரி பயிலும் அப்சரஸ் ரீகளைப் போன்ற பதுமை களும் பூட்டி மண்தீபங்கள் ஏற்றி பரிமளவஸ்துகள் புகட்டி ஜன்னலைத் திறந்து வைத் திருந்தான். காவலர்களின் ரெப்பையை யறுத்து பாராக்காரர்களை இருத்தினான்.

சாமகானச் சக்கரவர்த்தியாரே... உமது தங்கை சூர்ப்பனகை மூக்கை அறுக்கும்போது எத்தனைவகை வனங்களின் மோப்ப சக்தியும் அறுபட்டன அவளை நீர் தனக்கு நேர்ந்த பங்கத்தை உரைக்குமாறு கண்ணீரிடம் சொல்வீர்... சிலாக்கியமான அரக்கர் பதியே... மயன் அமைத்த மதகிரிக் கட்டிலில் கும்பகர்ணன் தூக்கம். தாக சாந்திக்கு பதினாயிரம் ஜாடிகளில் மதுவைக்கொண்டு வந்து வைத்தார்கள் தசக்கிரீவன் கட்டளையால். அவனோ பருகிய மயக்கில் கட்டிலை விட்டு ஓடிப்போய் மலை பர்வதம் சாய்ந்து கிடப்பதுபோல் நீட்டிக்

கொண்டான் தொன்முது கோடிவரை.

ஊழ்வினையால் நேர்ந்துவிட்ட நித்திரை வந்துவிட்ட தண்ணா. கும்பகர்ணனுக்கு நேர்ந்த தூக்கவிதியின் சவிஸ்தாரங்களை சொல்லிக் கொண்டே தூக்கத்தில் பயணமாகிறான். கனவுக்கும் துயிலுக்கும் அடியிலுள்ள விழிப்புநிலை மங்கிவரும் பாதையில் நரியும்வந்து அவன் குரலில் கதைபோடுகிறது. புனைவின் பாத்திரங்கள் திடீரென்று வந்து நுழைகிறார்கள் காலவருஷங்களின்படி முறை வகுக்கப்பட்ட சரித்திர சீனரிகளைச் சுருட்டி பழைய பிரதி முறைகளில் இனி கதைபோட முடியாதென்கிறார்கள். ராவணனின் பத்து தலைகளும் பானபாத்திரங்களை ஏந்தியவாறு சுற்றி கதைபோடுகிறார்கள் வட்டமாக.

ஊழின் மணல் புள்ளிகள் உடைபடாத நேர்கோடு. எந்த நேர்கோடும் பலபுள்ளிகளாகிவிடுவதால் வட்டமாகப் போகிற மர்மங்கள் நிறைந்த நீலஇரவு இரண்டு ஒளிரும் கடலாக ஒன்றும் சாம்பல்வானமாக ஒன்றும் நாளெல்லாம் வளைத்து வட்டமாக நெருங்கி வாலினைக் கவ்வி தன்வாலைத் தானே விழுங்கும் கதை சுழற்சி.

எதிர்பார்ப்பதைப்போல் அல்லாமல் அந்த நேர்கோடு உடை படாமல் நூறுநூறு புள்ளிகளாக பிளந்துள்ளதில் பெருகும் பிறை வடிவங்கள் ஒவ்வொரு இரவாய் ஏரியில் வீழ்ந்ததும் வட்டமான ராவணநிழல்கள் சுற்றிவரும் வளையத்தில் அசைவற்ற நீரில் படிந்த கதைபோடும் பிம்பங்களாக மையஅலைகளில் மிதந்து மேலே ஏறி வெளிப்புறம் திரும்பி மீனைப்போல் உதடுகளைத் திறந்து வெவ்வேறு கதைகளை போடும் பின்னலான வட்டம். நிழல்களின் உரையாடல். உள்ளே இருக்கும் நடுத்திரியில் சுழலும் நீர்தழல் கதையின் நாவாக அசைவுகொள்ளவும் பத்துப்பேர்களாய் கைகோர்த்து சுற்றி நகரும் பழமையின் குரல்வளைகள்.

மூன்றுபேர் வெளியேறி பார்வையாளர்களாகி எதிர் அமர ஏழாவது பிறை இரவின் கதை ஒருவர் மறைவில் பதுங்கியதும் ஒன்பதாவது பிறை. ஐந்து நிழல்கள் வட்டத்திலிருக்கும்போது ஐந்தாவது எண் நான்காம்பிறையில் ஆறுபேர் வெளியேறிவிடுகிறார்கள். பதினான்காவது இரவில் நாலாவது நிழலுடன் கடைசி நிழல் தொடுகிறது. கணிதவியலும் கதையின் மறைப்புகளில் ஒளிவளையமிட புனைவின் விதி.

ஏரியின் மையம் எப்போதும் உப்புவிடுதியின் உட்பரப்பினுள் மீன்கள் நீர் ஏற்றத்தில் தவழ்ந்து உள்படர்வதின் வேகமாக ஓடும் திவலைகள். ராவணன் சித்திரத்தில் நரிகளின் முதுநிலை.

கதைபோடும் ஒருவனிடமிருந்தே குரல்கள் பலகேட்க பேசா மடந்தைகளாகிவிட்ட ஒன்பது தலைகளுக்கும் புதிய மொழிகளை உருவாக்கும் நாவுகள் ஊர்ந்த குரல்வளைகளோடு நவவுடல் மீதே வரையப்படுகிறான் ராவணனும். புராணம் உயிர்ப்பிக்காமல் பொம்மைகளாக தலையாட்டும் சிரசுகளை கதையின் தொடர் நிலைகளில் உயிர்த்தெழ வைக்கிறது கதைபோடும் முற்றங்களில் சூழ்கிற வனம். ஒருவருக்கொருவர் முன்அறியப்படாத ஒலியிலிருந்து திரளுருவை படைக்கும் ஆதிவட்டத்தில் சாணம் மெழுகிய களத்தில் சுண்ணாம்புக் கோளங்களில் கீறும் கயிற்றரவின் மீது அனைவரும் இருக்கிறோம். பட்டுத்துணியை மடித்து கத்தரியால் வெட்டுவதுபோல கதைபோடும் பட்டாடைகளை பஞ்சதந்திரமாக அணிவிக்கிறான் எலியன். ஆளுயர பொம்மை உடல்களில் நிஜத் தலைகள் பொருத்தி விட்ட வேகத்தில் புனைவின் ஓட்டம்.

வால்மீகியும் கம்பநாடனும் உயிர்ப்பிக்காமலே போய்விட்ட ராவணன் தலையை இசைநரம்புகளில் ஏற்றி புத்திர சோகத்தை வில்லால் ஊடறுத்து குருடனைப்போல் ஊரெல்லாம் வண்டி கட்டிப் போன பாவைக்கூத்து தோல்பதுமைகளோடு ராவணன் உடல் கிடந்தது. கமாராவில் திரைகட்டி தோல்பாவைகளை ஆட்டுகிறான் தஞ்சாவூரிலிருந்து வந்த நாண்டிகக்கூத்தன். நவநவ வேடமிட்டு அரிதாரம் நாற தீப்பந்தம் செந்தீபடர சலங்கைகால் சுழன்றாட எழுந்தான் ராவணன். இந்திரனால் அழைக்கப்பட்ட ராவணன் சகோதரன் கும்பகர்ணனை கட்டிலோடு இந்திரவிழாவிற்கு தூக்கி வருகிறார்கள் ஊலமூக்கனும் எலியனும். மாப்ளே... நான் என்னத்தே சோளப்பொரி... மாப்ள அந்த பத்து பைசாவ குடுடா... வாங்கின கடன குடுடா... எலியா.

60

ராவண மண்மம்

‘பதுமக் கடவுள் படைப்படையக் காத்த
முதுமக்கள் சாடி முதலோன்’

- தொல்காப்பியம்

ஸ்மரனை இழந்த அவனும் வீழ்ந்த ஓவியத்தில் மிக்க முதுமை யெய்திய உயிருள்ளவரும் வரைவதில் எழுந்த ஆவிமெலியக் களிமண் திருகிச் சுடர்ந்த ‘மதிரை அந்திக் கூனன் அகல்’ சிறுகோடுகளும் இருட்டில் பதிய பொன்சருகு புலம்ப சரப்பட்சிகள் சேர்வதற்கு மூன்றாவது நெருப்பை சுற்றுகிறான் சக்கரத்தில். தைலமண் சீலை சுற்றப்பட்ட ஓவியச் சுருளால் பதுமைகளைச் சுற்றி தைத்து போனகையை அம்புகளால் தைத்து நிலவில் குருதிபூசி உணரும் சாத்தானின் ஆவி முதுமக்கள் சாடி வகுத்த ஆயிரங்குடி மேட்டில் அதிரும் இரவுக்காற்றின் தாழிகளாய் இன்னும் இருப்பவர்களுக்கு மண்துளைசெய்த வாய்களில் புல்லரிசி, கம்மம்புல், வரகும் தினை ஊற்றி விளக்குத் துவாரத்தில் இலுப்பை எண்ணையளந்து அணையாத மெய்தளிர் வெளிச்சமாகி இந்நாள்வரை இருக்கிறார்கள்.

பெருமிடாக்களிமண் ஈராயிரம் வருஷவாழ்வில் பால்நிறப் படிகம் நடுவில் சிவப்புமணி கட்டிய கழுத்தில் முள்முளைத்த சீயாள் உயர்வகை களிம்புபூசி கைப்பக்கம் தலைக்குப்பின் பெருங் கொண்டையில் தலையலங் காரத்திற்கு இரவாக்கல், குருவிந்தக்கல், நவாய்க்கொம்பு நீலரத்னம் அரவமுத்தடுக்கிச் சீவிய பக்கப்புறங்களில் அலையும் கேசஇழை அலையும் காடு. எங்கிருந்தோ பச்சை மண் வெடிப்பில் ஒரு கணம் அகப்பட கரும்பச்சை நீர்ப்பாசை அடர பதுமையுடலிகள் கடல் அரவுகள் கக்கிய பாசியும் பசை மெல்லுயிர்களும் படர்ந்த மெய்யுடல் துளைபட உதிரம் உவரிக் கரையும் வாதை.

மண்அகல்கோடு மோனத்தின் சாந்தம். சீயாள் குடல்வயிற்றில் சோளம் குருத்துவிட கேப்பைக்கதிர் விரல்களாய் உள்மடங்கிப் பிடித்த ஆவியுரசியுரசி பிரமன் குமாரன் புலஸ்தியன் தானிய ஒளியில் பெற்ற மகன்விச்சிரவாயு. அவன் மகன் இவன் என்றால் காமவல்லிக்கு மூத்த அண்ணன் லங்கேஸ்வரன் அடுத்த சகோதரன் கும்பகர்ணன் அவனுக்குப்பின் விபீடணன் ஈன்றான் விச்சிரவாயு பாரியாள் கேசகி ரெண்டாம் தாரமாய் அவள் வாக்கப்பட்டு வந்ததில் காடே அவள் மனசாக மாறியிருந்தது. குருபரன் பட்டணமாக இருந்த மகரத் திருப்பத்தில் சூரியனின் நிழல்படாத இருண்ட ஊற்றில் கலை கூடிவரும் நியதி.

கேசகி இங்கே குசவன் மகளாகிப் போடுமண் மேவிமேவி நிறம் வெழுந்த காலம் மணல் இலைகளாய் உதிர இப்படி அந்தக் கால குசவருக்கு சாவே இல்லையாம். அந்த கூன்பானைகளில் அடைத்தாலும் சிகலிகை போல் கையும் காலும் அதிரும் பூமிக்குள் வளர்ந்துவர 'எலும்புகள் தாகமாக இருக்குதண்ணே' என்று கும்ப கர்ணன் கேட்க 'அடே தம்பி மொடாக்குடியா... போதுமடா... இந்த சொப்பனத்தில் நீ நடத்தும் சூதாட்டமெல்லாம்' 'பொழுதுக்கும் கையை மடக்கிவைக்க முடியலையே அண்ணே... ஒருவடியா வருதுண்ணே. அறுந்த கையைமடக்க வருதில்லை.' இரட்டைக் கைப்பிடி கொண்ட ஜாடியிலிருந்தவாறு கிழித்துத் தையல்போட்ட இழைகூடப் பிரிக்காமல் அப்படியே கரங்களை விரித்து யுகாந்தகால வலியை வெளியிட்டான் தூங்கன். முறிந்த கையும் காலையும் பூமிமேல் உதைத்து சிசுவாக ஜனனமெடுத்தான் கும்பகர்ணன். வாய்ப்பகுதியின் மீது கவிழ்த்தியிருந்த மூடியும் உடையாமல் தாழியின் உட்புறத்தே சென்று நூறுதையல் போட்ட மெய்புதைந்து தூக்கம் வருகுதில்லை. பூமத்திய ரேகை மீது பதிந்த பழஞ்சாடியில் உயிர்ச்சாரம் வற்றுகிற வேகத்தில் தூக்கமும் நிரம்பிவிட சித்ரவகை இருட்டறையில் எதையெதையோ காய்களாக்கி நகர்த்தும் விதியிடத்தில் கயிறுகளின் புதிர் பாய்ச்சிகளை உருட்டியதில் ஒருத்தாயம் இருத்தாயம்... என நினைத்த ஒன்று உருட்டிவர நாக சாத்தானிய ஆவி எதிர் இருக்கையில் அமர்ந்து தொடருமிந்த விளையாட்டு.

மணலுக்குள் மூழ்கிய நகரத்தின்மீது ரெட்டை ஜாடியிலிருந்து வெளிப்பட்ட நாகசாத்தானிய ஆவி ஆற்றங்கரைநோக்கி செல்லும் பாதையெங்கும் மாடிவீடுகளின்மேல் நடந்துசெல்லும் உணர்வு ஏற்பட்டது ஊராருக்கு. எல்லோரும் கூடிக்கூடி அந்த நகரத்திலிருக்கும் சீயாளின் வீட்டின் அதிசய கூடங்களுக்கு போகிறார்கள் கனவில்.

இரண்டு தெருக்கள் சந்திக்கும் இடத்தில் பளபளப்பான கருங்கல் கோடாரியுடன் நாகசாத்தானின் ஆவி வந்துகொண்டிருந்தது. 'யாருக்காக இந்த சதுரங்கப்பலகையை செதுக்குகிறாய் ஆவியே' 'மூன்றாவது நெருப்பை பெறுவதற்காக காஞ்சர விருட்சத்தை வடிவமாக்கி பேய்களையும் கூப்பிடலாமே...' 'மதிரை அந்திக்கூனன் அகல்... எங்கிருக்கிறது நாக சாத்தானிய ஆவியே' 'எனக்கு ஒன்றும் தெரியாது. கேட்பதால் என்ன கிடைக்கும். காட்டிவிடத்தான் முடியுமா என்ன' பிறிதோர் இடத்தில் ஆற்றோரமாக வீடுகளில் அவ்வெளிச்சம் அசைவதில் நூற்றாண்டுகள் பிரிந்த மாறுபட்ட ஒளி அதன் தோற்றமும் தனிவகை. சரியும் மணல் பள்ளங்களில் ஊளையிடும் கோம்பைத் தொழுவிலுள்ள மோதிர மண்கிணற்றில் நாகசாத்தான் குழல் ஊதியவாறு வெகுநேரம் எட்டிப் பார்க்கிறான். வட்டமாகச்சுற்றி ஏறும் படிக்கட்டுகளில் வெள்ளிக் கொம்பு முளைத்த போலையாடுகளுடன் அதிகாயா வந்துகொண்டிருக்கிறாள் ஆழத்திலிருக்கும் தொரட்டிக் கம்புடன். தோளில் கருப்புகம்பளி போர்த்தி அவளும் ஒளியூட்டப்பட்ட சராரத்துடன் கண்பனிக்க தேம்புகிறாள் நாகசாத்தானிய இசையில்.

அவள் கையில் சிமிழ் இடப்பட்ட கூனனின் அகல் வெளிச்சம் மிகச் சிறியதாயிருக்க தனக்கே ஒளிகொடுப்பதாகும் சுடரிது. கூனன் அகல்வாக்கியங்கள் உதிர வெண்ணிற வெளிச்சம் செல்லும் மேட்டுப் பகுதியில் பழைய நகரம் கரைகிறது. மோதிர மண் கிணற்றிலிருந்து வெள்ளிக்கொம்பு ஆடுகளைக் கூட்டிக்கொண்டு குசவன் மகள் வலசைக்குப் போகிறாள். அவளது தாயார் தானியமாலி ஓர் அப்சரஸின் தன்யங்களைத் திறந்து பீர்க்கைக்கொடிக்கு கட்டிய பாலைப்பீச்ச கருப்பான முலைத்து வாரத்திலிருந்து கசிந்தது சீம்பால். அவள்மகள் அதிகாயா கிளியஞ்சிட்டி மண்ணெடுக்க கால்களில் ஒட்டிய தாவரங் களில் இரத்தினமணி ஒளிபட பிஞ்சுப்பாம்புகள் விரல்களில் முத்தமிட்டு ரவாக்கொம்பு ஒன்றை ஏந்தி நிர்வாணமாக செல்கிறாள் வனத்துக்கு.

கழுதைகளின் பால்நிறப்படிகம் நிலமாய் விரிய வெள்ளிக் கொம்பு ஆடுகளில் கறந்தபால் அமுதமாயிற்று. எதிலிருந்தும் வர்ண மெடுத்து அலையும் மகளை வீட்டில் பார்க்க முடியவில்லை. கரையுமிருள் வடியுமிடத்தில் சேறுபூசி சாக்குக்கட்டிய பைத்தியம் பிடித்தவர்கள் வெள்ளிக்கொம்பை பின்தொடர புராண பாத்திரங்கள் காட்டுவது சேத்தாண்டி வேஷம். இப்போது அவர்களின் நீர் நகரும் தீநகரும் ஒரு முழுச்சுற்றில் வலம்வரக்கூடிய மேழன். பன்னிரு ஓடைகளில் ஆடாகிய மேழன் வெள்ளிக்கொம்பு ஆடுகளை கூட்டிப்போகிறான். மேழன் மீது தொரட்டியுடன்.

61

சரப்பச்சிகள்

தெற்கில் சரியும் மிருகசீரிடத்தின் சிமிட்டல், எருதுக்கண் ரோகிணியும் துயர்கொள்ள இருபத்தி ஆறு நட்சத்திரங்களைப் பூட்டிய தேரில் திங்கள் மறைந்த சதுரங்கத்தில் மேழனும் கொம்புக்கிழவனும் அடுத்தடுத்து சற்று இடைவெளியில் மறுபக்கம் இல்லாத தகப்பனின் மேலாடையில் நிர்வாண ஓவியன் பயந்துகொண்டு இருப்பதை நிறுத்தினான்.

வாடாமல்லி மலர் பரப்பில் கரப்பான்பூச்சிகளின் சந்திப்பு. தேனீர் குவளைகளை நுட்பமாக செய்துதந்து, அதில் பச்சை, செம்பழுப்பு, வெளிர்நீல வர்ணங்களை மெருகேற்றி நிழலில் உலர்ந்துவர அடுக்கு மண்ணில் ரோமானிய மதுக்குடுவைகளின் சிதறல்களில் சாம்பல்நிறம் விரிய அர்கேடியஸ் மற்றும் தியோடோஸியஸ் மேற்பரப்பில் நடந்துவர தகப்பனிடம் தீநீர் கேட்கிறார்கள். இவ்வூர் கடற்கரை ஓரத்தில் அமைந்த துறைமுகப்பட்டின மாகையினால் வாணிப உறவுகளும் அரபி எழுத்தில் வரைந்த சதுரங்கப்பலகையும் உப்புவிடுதியாக மாறியது. மௌரியப் பானைக்குள் கங்கைநதிக் குமிழ்களோடு சோமக்கொடி ஊறலில் வடித்த தீநீர் ஜாடி. ஆனால் அகஸ்டஸ் வந்தபோது அவன் மதுக்கோப்பை அடியில் விஷம் தங்கியிருந்தது. அதைப் பருகாமலே கேன்வாஸில் நகர்ந்த நிறத்தில் விஷம் பருகியவனின் உருவத்தை வரைந்துவிட்டான். அகஸ்டஸ் உடல் நீலம்பாரித்து விழிகள் சொருகி விட்டன. கழுத்தின் அடியில் கயிறுபட்ட இடம் மெல்லிய தொலி உரிந்திருப்பதை நாகசாத்தானின் ஆவி கூட்டத்திலிருந்து எட்டிப் பார்த்தது. ‘என்ன பார்க்கிறாய் அரசனுக்கு விதிக்கப்பட்டதிலிருந்து விசத்தை ஏற்கிறேன். திரும்பிப் போகிறேன் இங்கிருந்து. மரக்கலப்பாய் வளையும்போது நாக சாத்தானே நாகா உன் தயவிருக்கட்டும். அலையாகச் சுற்றி சரிந்துவரும் துணிச்சிற்பங்களை அந்த மீமிகைத் தலையனிடம் பத்தாயிரம்

பொற்காசுகளுக்கு வாங்கிப்போகிறேன்' 'நான் இல்லாத பொழுது விடுதி அறைக்குள் நுழைகிற இன்னொரு அரசனின் துணிச்சிற்பம் திரிந்து கொண்டிருக்கிறது. சாத்தானின் ஆவியல்ல நாகன்... புரிந்ததா அகஸ்டஸ்.'

தீநீர் பருகும் சடங்கு அறைமூலைகளில் அங்கும் இங்கும் பதுங்கியுள்ள குட்டிக்கதைகளாக கரப்பான் பூச்சிகள் ஊர்ந்துவரும். 'கரப்பான் பூச்சிகளின் நிழலாகிவிட்டாய் அகஸ்டஸ்' 'கரப்பான்பூச்சி உள்ள அறையில் செல்வம் கூடிவரும் என்பது மலபாரிகளின் நம்பிக்கை' என்றான் சாத்தானின் சூதைப் புரிந்துகொண்டு.

'அவை கேன்வாஸில் பரவிய மீசையை அசைத்து வெட்டும் உருவம் சித்திரமாகிவிடும்' என்றான் விளையாட்டில் கண்வைத்திருக்கும் நிர்வாண ஓவியன்.

சரப்பட்சிகளின் பச்சை ஆங்காரம் அம்புகளாய் உருமாறி அவன் உடம்பெல்லாம் தைத்திருப்பதில் வால் அம்பின் பின்பகுதி ஆகும். அதனால் அம்புகள் சென்று பாய்ந்த பேருடலில் தைத்திருந்தவை குருவிகளாகவும் ரெக்கை விரித்ததில் வில்லொன்று தோன்றி அதிர அம்புகள் பறந்துசெல்கிற இவ்வுடல் சூல்முதிர்ந்த பேடைக்கு 'ஈன்இல்' இழைக்க ஆண்குருவி மகிழப்பூவைக் கோதி மெத்தென முரட்டு உடலுக்குள் கூடுவைத்து முட்டையிடும். அடைகிடந்த பேடைகள் கட்டாந்தரை வனமாகும் இவன்உடல் எத்தனை கூடுகள் புதையும் மண்தேகம்.

சிங்கத்தின் வாலிலுள்ள ஆரஞ்சு இழையெடுத்து கூடுகட்டி அனுமன்தோள்முடிச் சுழியும் பறித்து ஜானகி சுருட்டி சிணுக் கோலியில் சுற்றிவைத்த நெளிவுகளையுடைய இழைகள்பல அறுந்துதிர எங்கோ தொலைந்து காணாமல்போன ஒன்றை பறந்து அலகில் தொட்டால் வாசனையும் வனம்பட அலையும் குருவிக் கூட்டம். பலிக்காக்கை பின்சென்று கருநீலம்கலந்த சூர்ப்பனகை முடி கருமை யாகப் பளபளக்க ஊர்க்காக்கை உடல் கரியதாயினும் கழுத்துச் சாம்பல் பட்டண நிறமாகவும் மாறி ஒரு முத்துமாலை திருடிச் செல்ல விரட்டிவருகிறார்கள் அசையீட்டிக் காவலர்கள்.

காக்கை சொன்ன புராணமிதை கூடுகட்டி வயமான் சிகலிகையும் வரிப்புலி பொன்நிறமும் ராவணன் விட்டுச்சென்ற கிண்ணரி நரம்பிழையும் சேர்த்துக் கூடுகட்டி சாம்பல் புள்ளிவைத்த முட்டை களைச் சுற்றிவரும் காடுவரை, தூங்கும் குருவி கூந்தலில் பதுங்கி மிதிலையின் நெளிவு இழைகளைச் சிக்கெடுத்துக் கோதி பட்டணத்தின்

கூண்டுத்தெருவுக்குள் உள்தெருவாகத் தொங்கும் தூக்கணாங் கூடுகளில் அலகை நீட்டும் அசைவு.

தோடியூதியூதி மந்திரித்தசொல் முட்டையைச் சுற்றி ஜனன கீறலிட நிலவின் கலங்கல் தோற்றமாக இருக்கும் மாரீசமானின் மாயக்கவரி காணாமல் காட்டில் அலையும்வேளை. லட்சுமணன் கோடுகள்தொட்டு ஆபத்தை உணரக்கூடும். எனவே அவன் சரிதத்தை தாய் நிலத்துடன் தோண்டி எடுத்துச்செல்கிறான். இந்தப் பூவுலக கர்ப்பத்தில் பிறவாத மிதிலையின் வில்லுடன் மறைந்திருக்கும் சரப்பட்சிகள். இடப்பக்கம் வலப்பக்கமாக திரும்பிய நிலவுலகில் நேர் எதிர்முனையில் தங்கமீன் வளர்க்கும் ஔஷத மந்திரக்கூட்டத்தில் ராவணன் உள்ளுணர்வாக அலையும் தங்கமீன்கள் வெவ்வேறு சொல்லாடல்களில் லங்காபுரி வடிவத்தில் செம்புள்ளிவைத்த சரப்பட்சி முட்டை உரு சித்தரித்த தன் நிலத்தையே கையிலேந்தி வில்லில் பூட்டுகிறான் முட்டைகளை. பிரயோகம் விண்ணிலிருந்து கீழ்பாயும் சரப்பட்சிகள் ஜனித்ததும் சுழிக்காற்றாய் சுழன்று சுற்றி அவன்மேல் கால்வைத்து அமர்ந்துகொள்ளும் கிஞ்சுபாவிருட்சமானான்.

'பற்றிவிடாமல் பற்றியிருந்த வில் நுழைந்த தவிப்பில் இவள் சந்தர்ப்பங்களுக்குப் பொருந்தி இசைவாக தனிச் சிறந்த உருவேற்றதாகும் அவள் வெறுப்பிலிருந்து விடுபட்ட இசை ஒரு புனர்சிருஷ்டியில் புணரமைக்கக் கூடுவதும் வெறுமையைத்தான் எனினும் அப்பாழ் வெறுமையின் சங்கீத விதியை யாரறிவார்' என தோளில் நிற்கும் ஒருகால்குருவி ஒரு சோளவிதையைக் கொடுத்தது அவனிடம்.

'ஒரு குறிப்பிட்ட பிரதேசத்தில் நின்றுவிடாமல் ஒருவரும் அறியாதபடி வளைந்துசெல்லும் பாதைகளில் வெவ்வேறு கருடவரிச் சிட்டும், ஆழ்வார்சிட்டும் ஜனங்கள் கூடிக்கொஞ்சும் முனியாக் குருவிகளும் தினைக்குருவிக்கு ஈடாகுமா' என நிர்வாண ஓவியன் நீர்த்துளிகளை தொட்டு குருவிநிறமாக்கி பிற்காலக் கூடுகளை வரைகிறான். இரு குருவிகள் இணைசேரும் அவன் உடல்மேல் சேவல்குருவி மதர்த்த நடை போட்டு ரெக்கைகளை நீட்டி காலில்பரசி புராணனின் காதுக் குண்டலங்களை உரசியதில் 'துள்ளுநடைக் குருவியே விடு என்னை' என்றான். ஊர்க்குருவிகள் குளமுற்றத்தில் சிதறிக்கிடக்கும் தானியங்களை தொட்டுத்தொட்டு வட்டமிட காய்ந்த ஆம்பல்பூவின் சாம்பல்நிற வெறுமையும் பரவிக் கிடந்தது குயவன் வாசலில்.

'ஊர்க்குருவி உன்னையும் விடாது நாகசாத்தானே' என விதி கூறியது ஆட்டத்திலிருந்தவாறு. மிதிலையின் வெறுப்பு மிகத் துல்லியமாகத் தன்னகம் கொண்டிருந்ததில் அதிலிருந்து எதையும் யாசிக்காத ஒருவித திணையபுழுங்கை தன்னகம் கொண்ட எளிய பிடில் போதுமானது.

இந்தப்பூவிலும் பிறவாத கர்ப்பத்தில் சரப்பட்சிகளின் முட்டைகள் உருளும் வில்லுடன் பூட்டினான் தோடியை. 'என்னை நோக்கி விடுவதால் அவை சரப்பட்சிகளாய் என் தோளில் அமரும்' மென சாவதானமாக வெளிபகர்ந்தான் அவன் தோடிக்கு தலைகவிழ்ந்து. 'தன்முட்டை மீதாக சரப்பட்சி கூர்ந்திருக்கும்/தாய்ப் பார்வையின்/ உணர்ச்சியெழ பொழிந்த அடைச்சிறகு/முட்டையின் வாழ்வு ஒளின்றெழ/சுடரிற்கொழுவிய சுடர் எனவே' வில் அதிர்ந்தவாறு.

62

களவுநூல்

'அது முதல் பக்கமல்ல எதுவும் கடைசியும் அல்ல'

- ஹோர்ஹே லூயிஸ் போர்ஹே

'ஓயாமல் அழியும் என் பெயர் தொன்முதுகோடிப்பட்டணம்' எனத்தொடங்கும் புராதன மணல் நகரத்தில் வாழ்ந்த பண்பட்ட ஜீவிதர்கள் வரவிருக்கும் பெருந் துன்பத்தை முன்னுணர்ந்தார்கள் என்பது விரைவாகவே களவுநூலில் தெளிவுபடலாயிற்று. கரை வாடையின் வேகத்தில் எழுந்த பெண் கடல்தான் தாக்கி அழித்த 1964 டிசம்பர் 22ஆம் தேதி நள்ளிரவில் வந்து சேரவேண்டிய பாசஞ்சர் ரயிலும் முகுந்தராயன் சத்திரத்திலிருந்து கிளம்பிவிட்டதில் யாத்ரீகர்கள் பெட்டிகளை லக்கேஜ் பலகையிலிருந்து கீழிறக்கும் நேரத்தில் ஏழாவது தடவையாக அழிவுற்றது. ஆனால் மதிரை அந்தி கூனன் அகலுடன் லக்கேஜ் பலகையில் சுருட்டப்பட்ட நாடகப்படுதாவுக்குள் தலைமன்னார் போகவேண்டிய லாஞ்ச் என்.எஸ்.எஸ். இர்வினுக்கு டிக்கட் பெற்றிருந்தான்.

தொன்முதுகோடி நாகரீகம் பற்றி மிகப்பேரளவிலான அலை கொண்டுவந்த மணல் மேடுகளில் புதைந்தவரை ருசித்த நாய்கள் இயல்பில் வேறுபட்டு ஆமைகளின் பித்தத்தைத் தின்றதில் வெறி பிடித்து ஓடுகின்றன ஆவிகளைப் பின்பற்றி. இராமேஸ்வரம் கடல்காவலர்கள் துப்பாக்கி ஏந்திச்சுட்ட எண்பத்திமூன்று மணல் வெறிநாய்களின் ஊளை திரும்பவும் எட்டாவது தொன்முதுகோடியின் ஊளையாகத் தொடர்கிற இரவுகள். பிறரறியா நாய்களின் ஊளை யிலிருந்து கிரிப்டோ மணல் நூலகமொன்று கண்டுபிடிக்கப் பட்டதில் மூடப்பட்ட இரயில் நிலையங்களுக்குச் செல்லும் துருப் பிடித்த இருப்புப்பாதையை வெண்மணல் மூடுகிறது ஓசையுடன்.

மனநலச் சிதைவான நாய்கள் இளைத்தபடி ஓடும் வாக்கியங்கள்

வெகுதூரம் கரைந்த அடிநிலத்துக்கு அப்பாலும் தூரமிருக்கும் அசைவு. செந்நிற நிர்வாணம் செடிகள் அடர்ந்து பௌத்திரத்தில் காலானைக் கீறி வெளிவந்த பச்சை அரவுகள் மேல் நழுவி ஏறிய கருநிறத்தில் உச்சிவகிட்டைப் பிளந்து மணல் நூலகத்துக்கு செல்லும் வெள்ளிய தோற்றம். பாசிஒளிர் பூனையை கையில் ஏந்தியிருக்கும் ஏனாதி வரையப்படாததை கேன்வாசில் வைத்ததும் வரையப்பட்ட இருபக்கம் பின் முன்னாய் பெயர்கின்றன வரைந்து. மனிதக்கண் அலுவலகம் சேதுக்கால்வாயுடன் இணைக்கப்பட்டதில் தரவை புரட்டும் பவளப் பாறைகளின் கண்ணீர் தொன்முதுகோடிக்குள் விழுந்து யாருமற்று கேட்கும் 'அழுகையை நிறுத்திவிடு... யாரும் பார்க்காத கடல் மரங்களின் துயரம் இனி எதற்கு சம்பாலபு' என்றான் நிர்வாண ஓவியன். ஆய்வுக்கப்பல்கள் ஊர்ந்து அலையும் மணல் அடுக்கில் படியும் மடிப்புகளை பெருநூலாக்கி எழுதிக்கொண்டிருந்தான் தொன்முதுகோடி நாகரீகத்தை. அந்த சோதனையில் முதலைகள் பித்தளைக் களிம்புகளைக் கசிய அலுவலகத்தைவிட்டு வெளியேற முடியவில்லை கடல்.

கலைஞனுக்கு அப்பால் திரிபவர்கள் வரையப்படாத கேன்வாஸில் இருக்கிறார்கள். விரல்களைப் பற்றியிருந்த மேகலையும் சிலம்பும் 'ரெட்டைப்பிறவி' என்பார் நூலறிந்தோர். தூரிகை நுனியில் உடையும் அணில்பாலத்தை வரைவதில் சீலைப்பதுமை கையிலிருந்த கனியை கரும்பியது அணில். தவறவிட்டவன் வரைந்து கொண்டு இருக்கிறான். ஒருலட்ச வயதான கடல் விருட்சத்தில் ஒருகிளை முறிந்த வேகத்தில் ராவணன் கை பச்சையாகி நிறங்களைக் கக்கும்போது உள்ளே தவழ்ந்து கொண்டிருந்தான். அவனது முடிவும் அங்கு இருந்தது. சலராசிகளின் விநோதத்தில் ஒரு புள்ளி வெளிச்சத்தில் உருவங்கள் அற்ற கேன்வாஸில் அது நகர்ந்துகொண்டிருப்பதைப் பார்த்தான்.

நிறம் அற்ற ஒன்று ஓயாமல் அழிவதில் நிறமற்ற ஒன்றாகி விடுகிறது. நாய்களின் பசுமையில் ஊளைகள் சுழன்று பூக்கும் அந்த நிறம்அற்ற ஒன்று மணல்வடிவம் என்பதை கையைவிட்டு கடந்து கொண்டு இருப்பதை உணர்கிறான். இயக்கம் இழந்த நகரம். அவனது ஒரு கை முழுவதும் மணல்ஆக மெதுவாய் அலையும் சிறகுகளைக் கொண்டு இருப்பதை நிற்காத ரயில் ஜன்னலில் பார்த்தான். அது ஓடிக்கொண்டிருக்கும் ஜன்னல். ஒருசிறகிலிருந்துமறுசிறகு தோன்று வதற்குள் வரையப்படாத ஓவியம் அவ்வூரில் இருக் கிறது. அழிந்த தெருக்களின் புரியாத வளைவுகள் கடல் சாமந்திகளின் இமை மடிப்புகளில் துக்கம்.

பச்சை அரவுகளின் வளைவில் அசையும் பார்வை உடல்முழுவதும் ஆக மூச்சொலியில் என்ன கேட்கிறது? கருப்புமை இருபாசியாய் வெண்கலச்சிலையின் விழிகளைத் திறக்க அழியாத நகரையும் பார்த்து இருந்தவர்களோடு உரையாடத் தொடங்கியதும் பேலட்டில் நிறம் பகிரும் விழிகீறி மணலாகவும் அலையலையாய் மடிந்து வருபவர்கள் யார்?

இந்த நிச்சயமற்ற நிலையில் கிழிந்தகோட்டில் பொதிந்து வைத்த அழுக்கேறிய களவுநூலை அச்சிடப்படாத நிலையில் மத்திய காலக் கைதிகளிடையே இருந்த ரஷ்டிஸெல்லோ ஒல்லாந் தரின் பாய்மரக் கப்பலிலிருந்து இறங்கிய அன்று விரிக்கிறார் எனது பெரிய தந்தையின் தொன்முதுகோடி வீட்டுக் கதவைத் தட்டியவாறு. கடற்பாய்களின் கடுங்காற்று வீசிய நூலை கையெழுத்துப்பிரதியில் பார்க்கிறேன் முதல்தடவையாக. உள்ளே நுழைய அனுமதிக்கவில்லை. அறியப் படாத பக்கங்கள் கடற்கொள்ளையர்களுக்கான அத்தியாயம். ஆனால் கூறப்பட்டுள்ள முறையில் கிழக்கு கடற்கரைப் பட்டிணங்கள் அமைந்திருந்த கடற்கழிமுகங்களில் தொடங்கி ஏனாதிகளின் வழக்காறுகளை விவரிக்க ஆந்திரநாடோடித் திருடர்கள் மூவர் ஒல்லாந்தரின் உடையில் வந்தனர். சுற்றத்தார்களால் அடையாளம் கண்டுகொள்ள முடியவில்லை.

இந்த நூலுக்குள்ள விசேஷம் பகுத்தறிவுக்கு ஒவ்வாத பழங் குடிகளின் களவு, வெளியேற்றம், மீன்பிடிக்கப்போன ஆறுகளின் வளைவு, தட்பவெப்பத்துக்கும் நாகரீகங்களுக்குமான எழுச்சி, வீழ்ச்சி, கடல்வழிகள் செதுக்கிப்போன போதிதர்மாவின் கோடுகளை தொற்றிவந்த சங்கமித்ரையுடன் வந்த பிக்குணிகளின் குறிப்புகள். ஒன்றுக்கொன்று தொடர்பில்லை என்று சொல்லிவிட முடிகிறதா. இசையும் ராவணன் தலைகள் சபையாகி கதைசொல்லி வர யார்யார் குரல்வளைக்கு மாறிமாறி இங்கிருந்துபோன அடிமை வாணிபத்தில் கைதுசெய்யப்பட்ட பாராயணப் பரம்பரையின் ஞாபகங்கள் தனிவழிப் பயணத்தில் கடல்வாடையில் படபடத்த பாய்களின் வளைவில் இறங்கிவந்திருக்கும் களவுநூல். அந்த ஆமை எலும்பு களின் நூலகம் இன்னும் இருக்கிறது முற்றிலும் அழிந்துபோன தொன்முதுகோடி பட்டிணத்தின் இருவீதிகள் சந்திக்கும் முனையில் அழியும் எலும்பு மணல்நூலகம் பல நூற்றாண்டுகளை மடித்த பக்கங்களுக்கு மாறுகிறீர்கள். இறந்தோரின் தூபியைத் தவிர வேறு எதுவும் இன்று எஞ்சியிருக்கவில்லை. பதினாறாம் நூற்றாண்டைச் சேர்ந்த கட்டிடத்துக்குள் மணல்மேடுகள் சென்று கரைய வெளிப்படும்

கிரிப்டோ ஆமைஎலும்பு நூலகமிது.

ரஷ்டிஸெல்லோவுக்கு தொன்முதுகோடிவந்த அல்பரூனிதான் செங்கடல் புதிர்களைப் போட்டிருக்க முடியும். 'களவுநூலைக் காட்டிலும் கடக்கும் இரவுகளை சொல்லிவிட முடியுமா? இருட்டில் சுரக்கும் கனவின் ஆதார ஊற்றில் மீனும் உரசியகோடு. திருடன் அதில் கால்படாமல் போகிறான். செம்மறி ஆடு பறவைமுட்டைகள் பதிந்திருக்கும் பூமியில் கால்வைக்காமல் மிதப்பதுபோல இந்நூலுக்குள் தூக்கமயக்கமான நிறத்தோற்றங்கள் ஒவ்வொரு வாசிப்பிலும் வரும் இரவைப் பொறுத்து மாறிவிடும். எழுதியவன் இல்லாத காலத்தில் செய்யுளாய் சொல்லப்பட்டதை சித்தர்களின் ஔடதக் குறிப்புகளும் சேர்க்கப்பட்டிருந்தது. நீங்கள் நம்பமுடியாத வற்றையும் புரிந்துகொள்ள இயலாதவற்றையும் நிர்வாண ஓவியன் வரைந்துவிடக்கூடியவன். கனவில் வரும் விந்தை இரவுகளைப் பற்றி கூறும் இந்த நூல் திணையழுக் கங்களைக்கூறுவதேன். வெட்சிநிரை கவர் தலில் புறப்பொருளிலக்கணப்படி பகைவர்தம் ஆடுமாடு களையும் மனைவி மக்களையும் கவர்ந்துவரும் பாதையை புராணனின் கற்பிதங்களுக்கு இட்டுச்செல்ல ராவணன்தான் களவுநூல் சுவடியை எழுதினான் என்பதற்கு ஆதாரங்களும் இல்லாமலில்லை.'

63

அ. ஆலமுற்றம்

கல் உருகக்காயும் காட்டிடையே பேதை உள்ளான் இருள் நிறைந்து தனிமை சேர்ந்து புதரினிடைக் காணாத குஞ்சுகளைத் தேடி அலையும் குரல் பாறைகளில் கதித்தது. சிதைவுற்ற காரைவீட்டில் மண்தாழிகளில் கம்பும், கேப்பையும் தினைவாசனை பரவக் கொத்தும் சேவல் கூட்டம் கழுத்தைக்கோர்த்து ரெக்கை விடைத்துச் சண்டையிடும் கொக்கரிப்பில் கால்வைத்துப் பார்க்கிறான் இருபால் ராவணன். பாதியைப் பெண்ணாக புனைந்து கொண்டதில் மிதிலைதான் உடன்பிறந்த வில்லுடன் வளர்ந்துவரும் இவனோடு எதிர்கொண்ட ‘கணை உமிழ் சரங்கள் தப்பா’ என சண்டைக்கு நிற்கிறாள் புராணப்படி. காட்டில் வரும்போது அம்புகளைத் தட்டிவிடும் குருதிபோலச் செவிகளைக் காட்டும் கழுகுகளை கையால் பற்றி முத்த மிட்டாள் ராவணி. ராவணனோ மறுபாதியில் சூன் விழுந்த ஆலமரத்தில் அமரும் கிழ வல்லூறாய் வெப்பத்தை கக்குகிறான் தனக்கு எதிராக. பிரிந்து ஓடமுடியாத இருபாதிகள் சேர்ந்திருப்பதில் தூக்கமும் வருவதில்லை. ராவணன் உடலில் முதிர் இலைகள் ஒடியும் ஒலி. சிஞ்சுபாவிருட்சத்துக்குள் திறந்து மறைகிறான் பாதி உடலை விட்டுத் தப்பியோடி. ராவணியோ தேகத்தில் புராணமேற வெண்கல இலைகள் பாசியடைந்த நரம்புகளோடு ஓடிய முலைப்பால் சிதறியது.

கல்லையுரசியுரசி ஒலிக்கும் காற்றின் ஊளையுடன் ஓடிவரும் கோம்பைநாயைத் தடவிக்கொடுத்தாள் ராவணி. வெயில் உச்சி யினைப் பிளக்க ஒன்றுசேரும் இருபாதிகள். பெருங்காட்டில் உவர்மண் ஒளியக் களரிமண் பரந்துவீசும் காற்றின் உடலில் போர்த்திய வெண்புழுதி. வேனிலால் உலர்ந்த செம்மறிகள் கானம் பசுமையறக் கத்தும் ஓசை கற்களைப் பெயர்த்து நடப்பதில் கரிசல்தேயப் பாலை மனமோ சுழிக்காற்றாய் சுழன்று சுற்றி ஆளைச் சூழ்ந்து வட்டமிட்டு உரையாடிப்பின் காட்டு ஆவிகளுடன் போய்விடும். காலில் பட்டு

சிதறிய கூழாங்கல் ஓடை உருள்கிறது நீரின்றி. 'ஆலமுற்றம்' காட்டுச் செம்மறிகளின் பூர்வீக கிராமம். பாரசீக காட்ரா, பசாங்கு ஆட்டு வகைகளை பாய்மரத்தில் கொண்டுவந்த முகமதியர் வீடுகள் சில ஆலமுற்றத்தில் இருக்கின்றன.

செம்மறிமந்தை தனிக்கூட்டமாக ஒதுங்கிவிடும். வெள்ளாட் டில் ஒட்டாது. திரும்பிக்கூடப்பார்க்காது. குள்ளமாக செம்பட்டை முடியுடன் வேகாத வெயிலில் செருமும்போது தலைமையாடு முழு முதிய கடாவாக இருக்கும். அதன் கொம்பில் நீலநிற ரிப்பனை கட்டிவிட்டவள் மிதிலைதான். புராணத்துக்கு சற்றுகீழே கரிசல்மண் உருவமாக கீதாரிவீட்டில் அவள் அவதாரமெடுத்ததில் வால்மீகி கோபத்தை நான் பொருட்படுத்தவில்லை. அவளோ சீனக் கப்பலில் கோல்கோய் துறைமுகத்தில் இறங்கிய மார்கோ போலோ பார்த்தபோது ஆடுகளை வளர்த்துவந்தவள். எனவே போலை யாட்டுக்காரி எனவும் ஒல்லாந்தர்கள் குதிரையில் கடந்தபோது பட்டப்பெயரும் வைத்தார்கள் மிதிலைக்கு.

நாய் பூனைகள் செல்லம் கொஞ்சுவதுபோல வளர்த்தாள் போலையாட்டு மந்தையை. ஒவ்வொன்றுக்கும் சரித்திர நிழல்கள் அசைவ தால் ஆடுகளை எளிதாக எண்ணிவிடாதே ராவணா. தலையீற்றில் மூணு குட்டியும் ஐந்து குட்டிவரையும்கூட போலையாடு ஈன்றது. கண்ணாடியில் பிம்பங்கள் பெருக்கமடைவதைவிட போலோவின் நிழல்விழுந்த ஆடுகளும் கூட்டமாயின ஊரில்.

கப்பலைவிட்டு இறங்கிய போலோ முதலில் அரேபியரின் வாடகைக்குதிரையில்தான் சுற்றிப்பார்க்க வந்தான். பேரழகி மிதிலையைப் பார்த்துவிட்டான் செம்மறியாட்டு மந்தையுடன். அப்போது கள்ளிக்காடு அரளிப்பாய் இருந்தது. உடைமுள்ளில் வெனிஸ் தொப்பி சிக்கிக்கொள்ள தொரட்டியால் தொப்பியை பறித்து கீழே வீழ்த்தினாள் மிதிலை. குதிரையை எதிர்த்தது பெரிய கடா. கலைந்தகுதிரை கால்தூக்கி மிரண்டதில் சரிந்துவீழ்ந்தான் கோட்டுக் காரன் தொப்பியைப் போல். சீனாக் காகிதத்தை கருப்புக்கோட்டி லிருந்து எடுத்து உலக அதிசயமாகக் கொடுத்தான் அவளுக்கு. மிதிலைக்கு உடனே தோன்றியதில் தோளில் போட்டிருந்த கருங் குட்டியை சீனாத்தாளுக்கு ஈடாக கொடுத்தாள். இருவரும் பேசிக் கொண்டதென்ன. சாம்பல்தொப்பியை கருத்த ஆட்டுக்கு வைத்ததில் குதிரை திகைப்பிலிருந்து விடுபட்டு உரையாடியது இருவருடன். 'வெள்ளாடு ஏழைகளின் பசு. கடுமையான வாழ்வை தாண்டிவா

வாலைப் பெண்ணே.' செம்மறிக்காரிக்கு தலையும் செம்பட்டை. உடுத்திய துணியிலும் ஆட்டுமொச்சை வீச்சம். கண்களில் புகுந்த செம்மறிக் கண்களில் உள்ள குழிவு காட்டு மனதை வீழ்த்திவிட்டதில் 'செம்மறிதான் நானும் அவ போகும் வழியை பின்பற்றிப் போவேன்.' என காட்டு அதிசயம் தெரிந்த செம்புக்கிடா. அதன் அலாதிக்கு அலாதியே இல்லை உலகத்தில். அதை தொடர்ந்து மற்றெல்லாம் தொடர்ந்து போகும். இவை பெரிய கோழை. 'இந்த சீனா காகிதம் பறந்தாலும் திடுக்கிட்டுவிடும்' என்றாள் போலோவின் குதிரையிடம். 'இடிமுழக்கம் கேட்டால் என்னாகும் மிதிலை' 'நாலா பக்கமும் சிதறி ஓடிவிடும் ராத்திரியெல்லாம் கல்வரையில் பதுங்கிவிட்டு திரும்பி வரும். ஈழ மின்னலில் மறைந்த ஆடுகளின் ஆவி இடையங்கல்லில் மே...பே...வென்று கத்தும். அங்கே போகக்கூடாது' என பயத்தில் சொன்னாள் மிதிலை.

இடைத்துறை நிலத்தில் ஆடுகளை அடைத்துவைத்த தொழுவங்களில் அள்ளிய சாணப்புழுக்கையை மலையாகக் குவித்து எரியூட்டியதில் சாம்பல்மேடுகள் பல கண்டதில் தேடிவந்த பயணி அங்கேயே காத்துக்கொண்டிருந்தான். போலோவின் முகத்தில் வரையப்பட்ட தேசங்கள் ஞாபகச் சுமையோடு கருத்திருந்தன. குதிரையிலிருந்து கீழறங்கி சாம்பல் மேட்டில் அலையும் கீதாரிகளின் பயணத்தில் வரையப்படாத நிலம் மறுகோடிவரை செல்வதை கரையும் சாம்பல் ஓசையுடன் சுருளும் காற்றில் உணர்கிறான். செம்மறிகளின் வியர்வை, சளி, செருமல்கள், வாய்வைத்த புல்பரப்புகளில் படிந்த சுவடுகள் உறைகின்றன பிலுக்கைச் சிதறலில். இந்த நிலத்தில் போலையாட்டுக்காரியின் பாதங்கள் ஓடுகின்றன வட்டம் சுற்றி. கவனமின்றி தொரட்டியை சுற்றி காட்டு மரங்களின் அடிக்குலையை ஒடிக்கிறாள் பதமான கருக்கினால். நரிகடித்த குட்டியின் காயத்தை நக்கியது கோம்பை நாய். கரிசல் வெம்மையில் சறுக்கி காய்ந்த இளந்தை மரத்தில் சிக்கிய சாம்பல் கோட்டில் வெழுத்த போலோவின் முகம் தேடிச்செல்கிறது அவள் தடத்தைப் பிடித்து.

ஆலமுற்றத்தில் சுரக் குடுக்கைகள் காய்ந்திருக்கும் கருத்த காரைவீட்டில் மிதிலை இருந்தாள் பாட்டியோடு. தொரட்டிக் கம்புடன் தோளில் மறியை போட்டு ஈன்ற சூலாட்டை அழைத்துவருகிறாள் தெருவுக்கு. முற்றத்தில் மிதுக்கம்பழம் காய்ந்துவருவதை விரலால் கிண்டி கோடுகளில் தன் விழி காண்கிறாள் ஒண்டியம்மாள். மூப்படைந்தும் நரைக்காத முடியை விரித்து கிடைக்குப் போன

பேத்தியை திட்டியவாறு ஆவிகளுடன் உரையாடுகிறாள். ஊரைச் சுற்றிக் கருத்திருந்த ஒண்டியம்மாள் காட்டுவழி சீமைத்துரை சுற்றி வருகிறான் கோம்பை நாய்க்குப் பின்.

விசாரத்தில் ஆழ்ந்த பூர்வீகச் செம்மறிகளின் அடையாளம் வெறுமையில் கரைந்திருப்பதை பார்க்கிறான். ஒரே இடத்தில் இருந்தாலும் குடுலுகள் எப்போதும் காடுசுற்றி நகர்ந்துவரும். கரிசல் தரைக்குத்தரை நிறம்மாறிவிடும் வாசனை வேறுபட ஆடுகளின் கரு நாக்கு எச்சில் நூல்நூலாய் கோடுபட்ட பாதையில் ஆவி களும் காட்டுமறிகளைத் தூக்கித்திரியும் தோற்றம். ஆடுமாடுகளை அடைத்து வைக்கும் தொழுவங்களும் பட்டிகளும் இருந்த இடங் களை தோண்டினால் உள்ளே சாம்பல் புகை கிளம்பி நெளியும். வைப்பாற்றுக்கும் மலட்டாற்றுக்கும் இடையிலான ஆப்பநாடு. சாம்பல்மேடுகள் உள்ள கரிசலில் ஆள் நடமாட்டமில்லை. இரும்புக் கால ஆவிகள் தொற்றிவிடும். பெருங்கற்படை நாக்குகள் அறுந்து கிடந்த ஓடைகளில் நாடோடி இடையர் நிலையாமல் போகிறார்கள் குடுலுகளை தூக்கி. காய்ந்த மண்ணை உழுது விதைத்துவிட்டு மழைக்காகக் காத்திருக்கும் புழுதி விதைப்பில் எந்த ஆட்டுமந்தையும் கால்வைக்காமல் புழுதிகிளப்பி அடங்கும். மந்தையாக பத்திப் போகும் பெருங்கூட்டத்தில் எந்த ஆட்டின் காலும் கதுவாலி முட்டை, கல்பெறக்கி, சின்னக்குருவி முட்டைகளை மிதிக்காமல் பரசி நடப்பதில் தப்பித்துவிடும். செம்மறிகளுக்கு முட்டைகளின் சாம்பல் நிறத்திலோ பேடைகளின் துயரிலோ ஏதோ தெரியும் போலும். இடையறாது கொத்துக்காட்டு உழவுதான் நடக்கிறது. ஆடுகளின் பிலுக்கைக்கு அப்படி முளைக்கும் கம்பு கேப்பை.

கிடையாட்டுக்காரரின் பாதைகளில் வரையப்பட்ட துயரம் பாலையாகிவிடும். பருத்தியை கொண்டுவந்த சீமைத்துரை எல்லா ஊரையும் நூலாகத் திரித்து ஒருமுனையை கப்பலிலே கட்டி இழுத்துப் போய்விட்டான். ஆனாலும் சுற்றிவளைத்து மெய்யுருகிப் போனார்கள் ரத்தத்தையும் நூலாக இழைத்துக்கொடுத்ததில்.

போலோவின் கப்பல் பெருங்கடல் நீரிடைப் பிளந்து செல்ல இரவும் பகலும் ஓரிடம் தங்காமல் அவளைத்தேடும் போலை யாட்டுக்கு கனிகளையுண்ணத்தருகிறான்.

ஆண்பறவை வேற்றுப் புலத்தில் தங்கிவர அதனை உணர்ந்த பேதை உள்ளான் தன் குஞ்சுகளுடன் அதனை தன் கூட்டினுள் நுழையாத வாறு தடுத்தது. மழையால் நனைந்த புறத்தோடு குளிரால்

நடுங்கும் தகப்பன் பாடுகிறான் 'ராவணன் வருகிறான் களிமண் தேடி. மழை ஈரத்தில் வண்டிப் பைதா பதிகிறது. ஓடை சலம்பி மாறும் காட்டாறு. கூடுகளை அறுத்து செல்ல குஞ்சுகளும் சிக்கிவிடும். பேதை உள்ளான் வாவா... செல்லமே... என் உள்ளானே.'

காட்டுப்பூனை இருளிடத்து விழித்துப்பார்த்தது மழையோசையில் பேதை உள்ளானின் இணை பாடுவதை. அதன் நீரொழுகும் துயர்தானோ. இப்படி இருட்டு கவிகிறது. ஆடுகள் கிடைக்காட்டு இருளில் மே...பே... என கதறவும் மிதிலை தொரட்டியால் குறுநரி களை விரட்டுவதற்கு எழுப்பிய உஷார் ஒலி. எங்கோ கரிசலில் கேப்பைக்கதிர் திருடவருவோரை தடுக்கவும் பன்றியை விரட்ட ஊதும் கொம்பின் ஓசையும் மழையினூடே பலவாறு கேட்கிறது. அவள் வீட்டுக்குத் திரும்பிப்போகவும் முடியவில்லை. ஒற்றையடிப் பாதையிலுள்ள குழிகளில் கால்தடுக்கித் திரும்புகிறாள். சகதியில் ராவணன் வண்டிப்பைதா சிக்கிவிட்டதில் நடுக்காட்டில் அகப்பட்டுக் கொண்டான். மழை ஓய்ந்து இருளகன்ற நள்ளிரவில் தெருவில் தூண் விளக்கில் தூங்குகின்ற வீடுகள். திருணையில் கோழிக்குஞ்சுகளும் சேவல்களும் வெகுநேரம் மழைப்பாடல் கேட்டு நின்றவாறு நடுங்கித் தூங்க ராவணன் வருகிறான் கிடையாட்டுக்காரர் ஊருக்குள். 'அய்யா வண்டி சகதியில் சிக்கிப்போச்சு. மாடுகளும் விழுந்திருக்கு. தூக்கி விடுங்க' என ஊரை எழுப்ப இளந்தாரிகள் ராவணன் அழைத்த விளக்குடன் கூட்டமாய் போகிறார்கள். 'கனத்த மழை காடே சகதியாயிடுச்சி. பத்துநாளைக்கு வண்டி நகராது. ஈரம் காயட்டும் ராவணா. மாட்டமட்டும் அவிழ்ப்போம்' என்றனர் கீதாரிகள்.

ஆலமுற்றத்தில் சுண்ணவெள்ளை தூவி உருவத்தை மண்ணில் வரைந்து சாணக் கோடுபோட்டு அதன்மேல் வில் அம்புவைத்து மந்திரச் சொல் பருகுமாறு கேட்கிறாள் தேவதை ராணி. மறுபாதியில் வில்வமரத்தை தேடிப்போன ராவணன் செம்மண் தூவி வேறொரு படிமம் வரைந்து மேலே சடங்குசெய்து வில்லைக் கை நரம்பால் பூட்டி சரத்தை வைக்கிறான் மறைவான சொல் ஊதியூதி மந்திரிக்க வசியமாகும் எதிரெதிர் விட்கள்தானே வலறியாய் சுழன்று அவள் வைத்த வில் அருகில் ஊர்ந்துபோய் பதுங்கிப்பாய்ந்து ஒருவரை யருவர் சூன்யத்தை வேட்டையாடும் ஊமைக்கூத்து நடக்கிறது.

அந்த இரு வில்லம்புகளும் அவற்றின் மந்திரசக்தி முழுவதும் தீரும்வரை ஒன்றோடு ஒன்று போரிட்டபடி இருக்கும். இருபாதிகள் ஒன்றுசேர்வதற்கான இடையிலுள்ள வெளிதான் போர்க்களம். யாரும்

த ✱ 647

பார்க்காத இரவுகள் இடைவெளியில் மறைந்திருக்க இக்கதை போடும் இரும்பாலான காக்கை ஒன்று ஆட்கள் கணை தொடுக்காமல் குறிதப்பும் சரங்களை சேகரித்தவாறு 'இரண்டு விட்களுக்கு இடையிலுள்ள கொடியபகையில் சூன்யத்தைத் துளைக்கும் அம்புகளில் ரத்தம் கசிகிறது. ராவணாதியர் உதிரமோ, கும்பகர்ணன் தூங்கும் ராத்திரி பகல் பாராத மயக்கப்பிரதேசமிதில் சரம் போடலாமா தேவதைவில்லே நீயே சொல்' வவுனியாக்காட்டு கரும்புலி மேல் பேலா வருகிறாள் ஏழுஊர்களைச் சுற்றி யாரும் எய்யாமல் அம்புகள் மனிதரையும் மாடுகள் பட்சிகள் குறுக்கே பாய்ந்து சொருக ரத்தம் சுவரியதால் பிறந்த மேனியாகத்திரியும் காட்டுபேலாவைக் கிராமத்தார் கூப்பிட கரும்புலியில் வருகிறாள், புதர்களின் பின்னால் மறைந் திருப்பவளாகக் காட்டில் நடக்கும் ஆள் இல்லா வில்யுத்தம் யார் யார் வருகிறார்கள் என்பதை நோட்டம்பார்த்தாள். ஒருவரும் இல்லை. காட்டுவழியே வருபவர் மீது அம்பு பாயும். தன் ஆடைகளை அவிழ்த்து போட்டுவிட்டு ஒரு புலியின் உருக்கொண்டு பாய்வாள். அந்தப் புலியுருவில் நான்கு கால்களில் ஒன்று மனிதர் கால்களை ஒத்ததாக இருக்கும். பேலா மாற்றுருகொண்டு வரும்போது அவளுக்கு மருளுப்புலி என பேர்விட்டார்கள். அவள் மீதும் ராவணி தான் எய்யாத ஓர் அம்பினை தன் வில் தானே எய்ததில் 'தான் தானாக இருப்பவளாக இருப்பேன்' என்றாள் ராவணி. உடனே சரங்களால் தைக்கப்பட்ட ஆவிகள் ஒரே குரலில் ஒருமித்து கேட்டன 'நீ யார்?' என்றபோது அருகிலிருந்த பேய்களின் கையிலிருந்த இருபது அம்புகளை உருவிக்கொடுத்தான் தன்னால் எய்யப்படாத கணையிடம்.

'பலிதீர்ப்பதன் பிரதிமையாக நானிருக்கும்போது பாதியாய் வந்து சேர்ந்தேன் நீயும்தான் விட்ட சரத்தில் எத்தனை உயிரினங்கள் வானரங்கள் வீழ காத்திரமான இருள் உலகின் கர்ப்பத்திலிருந்து இப்புலிப்பெண்ணும் மறைந்திருந்து பார்க்கிறாள் ராவணா.'

'உலக முடிவிற்கு அதீத ஆர்வம் கொள்ளாதே. நரகம் மிகக் கொடியது' என்ற கதைசொல்லி இரும்புக் காக்கை 'வந்துசேரும் பாவிகளை நரகத்தின் தலைவாசலில் இருக்கும் மூன்றுதலை செர பிரஸ் நாய்கள் நக்கி வரவேற்கின்றன ஏனோ நரகத்தின் கூரைமேல் சடபடக்கும் இரும்பாலான சேவல் ஒன்று அதிகாலையில் நரகம் மறைந்துவிட வெளிப்போந்து எந்த ஊரில் சென்று குரல் கொடுக்கிறதோ அந்த ஊரில் ஓரிரு சேவல்கள் அதற்கு எதிர்குரல் கொடுத்த வுடன் ராவணி ராவண வில்யுத்தம் தொடங்கும். ஓர் அம்புபட்ட பூமியில் பெண்சிசு ஜனனமானதில் யாருடைய அம்பு

என எந்த வார்த்தையும் எழுதப்படவில்லை.'

யான் பெற்ற பெண்ணே. மகளே அதிகாயா வென அதன் கையில் வில்வந்தலத்தைக் கொடுக்கவும் விரல் நீட்டிப் பற்றிக்கொண் டது. அவன் போனபின் அந்த ஊருக்குள் நுழைந்த ராவணி என்னோடு பிறந்த வில்லே விட்ட சரத்தில் என் தாய் பூதேவியை தொடுவதற்கு வெகு ஆழத்தில் சொருகி அவள் தொப்பூள் கொடி சுற்றி வந்தவள் நீ என அச்சிசு கையில் ஓர் இலுப்பை இலையைச் சொருகினாள். குழந்தை வில்வத்தை மென்று தின்றதும் இரும்பாலான அலகுடைய காக்கை கால்வைத்தது கூரையில் மூக்கை நீட்டி.

'இப்போது இவ்விரு பாதிகளையும் ஒன்றுசேர்க்கிறேன். முதலில் விற்கள் யாருமின்றிச் சண்டையிட்டுக் கொண்டதில் கிராமங்களில் மைவரையில் துளைக்கப்படாத இருட்டை இவ்வம்புகள் துளைத்ததில் குருதியின் ரகஸிய உரையாடல்களை கேளே... யாரும் பார்க்காத இரவுகள் இருபாதிக்கு இடைவெளியில். அங்கிருந்துதான் கனவுகள் வரும்.' திருடர்களின் பாடல் 'தூங்கும் தண்ணீரை எழுப்பாதே... கும்பகர்ணன் தூங்கட்டும்... விளக்கை சுருக்கிவை பெண்ணே... இருட்செவியில் கை வைக்காதே எழுத்துப் பூச்சி வரைவதை அழிக்காதே விடுகதை தானோவெல்லாம்' இருண்ட இரவில் கண்களுக்கு எதுவும் புலப்படாது. தான் இருப்பது எங்கே சேர்ந்தவர்கள் எங்கே எனவும் காணமுடியவில்லை. ஏதோ பார்த்தும் பார்க்காதது போல ஒளிமங்கிச் சரிய காரிருள் வண்டுகள் ஒன்றையன்று அடையாளம் கொள்ளவும் வழியில்லை. தகிக்கும் இருட்டில் வாழ உருக்குலைந்த திருடன், வெறு உருவெடுத்து கரைகிறான் உருவின்றி. சில்வண்டுகளின் குரலைக் கேட்டு வெளியில் வரும் குளிரையும் வெப்பத்தையும் உணர்ந்த திருடன் சில் வண்டுகள் அழைக்கும் திசையில் போகிறான். எறும்புப் புற்றிலிருந்து விசிறிபோல் கிளைகிளையாகப் பிரிந்துபோகும் பாதைகளில் இரும்பாலான காக்கை ராவணன் வீட்டுக்கு வெளியே நொடிநேரம் நின்றது பறந்தவாறு. தலைகள் பல மெய்யுடல் எடுத்து பரபரப்புடன் ஓடிக்கொண்டிருக்க, சில பெண்உரு எடுத்த தலைகள் அடிமேல் அடியெடுத்து செல்ல, தாவித்தாவிச் செல்லும் சூர்ப்பனகை மூக்கால் எதை எதையோ உரையாடி நுகர்கிறாள் கூட்டத்தில். தற்செயலாக நடுவழியில் நின்றவள் தாடகை. படுத்தால் ஊராகிவிடுவாள். அவ்வூர் ஏழும் இரும்பாலான காக்கைத் தாடகை நிலமெனப் பறந்து கதைபோடத் தொடங்கியது.

64

தஸாக்கு

இந்த நொச்சிக் கன்னிமார் குண்டாறு, வைப்பாறு நீரோட்டத்தில் பசுஞ்சாணத்தில் ஊறிய பருத்தித் துணிகளைக் கழுவிக் கழுவி முட்டைத் தோலால் உலர்த்துகிறார் கள்மணல் படுகையில். கெட்டிச் சாய வண்ண ஓவியமுறையில் பருத்திச் சுருளில் தஸாக்குப் புராணத்தின் கிளைவிடும் பாகங்களை இனிமேல் அவர்கள் வரைவதற்கும் காரை அல்லது சுண்ணம் மீது முட்டை மஞ்சள்கருவும் பசையும் சேர்த்த வண்ணக் கலவை கொண்டு இந்தப் படைப்பில் அழியா வண்ணம் தீட்டும் பாணியை தஸாக்கிப் புராணம் என்று சொன்னாள் கிளிமாந்தாள். பத்திர பீடமெனும் களவுகூறும் விட்டில்பூச்சியின் குறுக்குவெட்டுத் தோற்றத்தில் ஒவ்வொரு உறுப்புமே தனி அத்தியாயங்களாக மாறக்கூடியவை. கதைபோடும் குழந்தையும் பாட்டியும் களவுநூல் துணிச்சித்திரங்களை பார்க்க ஆவலுற்ற போது, அது களவுபோய்விட்டது. அவற்றை பருத்திப் பெண்டிரும் நொச்சியரும் சேர்ந்து மறதியிலிருந்து தீட்டியிருந்ததால், இலக்கணப் பிழைகளும் சித்திரப் பிசுறுகளும் வண்ணச் சிதறல்களும் தேவைக்கு மேல் தாவர நிறங்களைப் பருத்திப் பெண்டிர் உருவங்களுக்குப் பூசியதில் த.க.க. அகராதியில் பிரதித் தடுமாற்றம் உள்ளதென்று விமர்சகர்கள் சொல்லுகிறார்கள். ஆனாலும் தவறுகள் பிரமாதமானவை என்று அரக்கி காண்டீஜா கதைகூற தாம்பூலம் கொடுப்பீரே.

தெரிந்தும் தெரிந்திராத் தஸாக்குகளை
தெரியுமா உங்களுக்கு
படிந்த நிலவும் பிடிபட்ட உவாநிலம்
உறங்கும் கழிமுகத்தில்
சாமைக் கண் விதையோ
சிறியவட்டமாகும் தூய பனிச்சுருளோ

நிலக் கோளமாகும் படிக தஸாக்கு
உவர் நிலத்தை விரிக்கிறேன் விரல்களில்
மரத்துப்போய் கரும்பும் மீன் உணர்வில்லை
ஒரு துருவத்திலிருந்து நெடுகிவிரையும் இன்னொரு துருவம்
வெகுசீக்கிரம் என்னை தஸாக்கியா மறந்துவிடுவாள்
நீர்திரித்த சுடர் உடலாய் உவர்க்கிறாள்
வண்ண நரைக்கல நுரை வெளிச்சம் தஸாக்கியா
அலைகளில் தொனிக்கும் சின்னஞ்சிறு விளக்குகள் தொங்கும்
மூதாய் உயிருடன் இறங்கி மதமதக்கந்தாழிகள் ஏறிவரும் பேரலை.
தூரத்தில் மண்வடிவ விளக்குகள்.
புதைகலங்களில் உயிர்ச்சாரம் விரைவாக வற்றுகிறதோ
நிறம்புவதும் அதே விரைவில் ஈர்க்க,
படிககோடி ஜீவ ரகஸிய சாகரம்.
நிலஉலகப் பிரதிநிதிகள் அங்கும் சகதியில்
உழல்கிறார்கள். களரியில் வாத்துச் சிறுமியும் ஏனாதிக் கிழவியும்
சேவலைத் தூக்கி கரையான் மெய்ப்பளிங்கு செந்நிற ஒளிரல்
கொத்தும் ஒலி
ஓயாமல் அழியும் என்பெயர் தஸாக்கிப் பட்டணம்
மன்னார் கச்சைவாங்க நீந்தியே கடந்த அணில்பாலம்
பட்டணம் போனால் நீளமாகவோ சிறுத்தும்விடும்
சப்பை மூக்கின் மோப்பத்தடத்தில்
மீனிருக்கும் இடமறிந்து தரவை புரட்டும் இரவு
திருகுச் சுருளான தஸாக்கு இழைகள் ஒவ்வொரு உணர்கொம்பில்
மெல்லிய இரு படிக கொம்புகளுடன் கடல் ஏனாதி நீழல்
நடனமிடுகிறான் நிலரேகை இலைச் சருகாடை
சுற்றும் சுழற்சியில் கால்மாற்றும் நாடகம்
வெறும் அழகு கேள்விக்குரியதானால் கடல்
உள்ளங்கையிலிருந்து
ஒப்புக்கொடுக்க வேண்டியதில்லை எதையும் நிலத்துக்கு
பறந்துகொண்டிருக்கும் வண்ணத்துப்பூச்சி கடல்குருதி
காற்றும் தம்பலப்பூச்சியில் சஞ்சரிக்கும்
பெரியஅலை படபடக்கும் றெக்கை கொண்ட தீப்பறவை
மிதந்து நீந்திக்கரையும் புள்ளிகள் கரையும்
சகதிச் செலவான வெற்றிடம் அடையும் செந்நண்டுகள்
நிர்கதி
ஊறும் வெப்பம் குழம்பியது

படிக குதிரைகளின் சமிக்ஞைகள்
படிக நாய் ஊளைகள்
பூனை உருவேறிய பளிங்கு எலும்புகளின் தாகம்
உலோக முன்னோர் உதிரம்பூசிய ஆடியில்
கடல் பூட்டப்பட்ட தஸாக்கியா
புவிக்கோளத்தின் நெட்டாங்குக் கோடுகளை வரைந்து செல்கிறாள்.
(சீக்ரட் ஆஃப் தஸாக் நூல்...)

தஸாக்குகளின் கடற்களவு அகராதி

உயிர்ப்பாதை இருட்டில் குற்றவாளிகள் தழும்புகளைத் தடவி பச்சையாக உடல்மாறினார்கள். நிலவின் கடவுள் ஈத்தாம் ரோக வெண்கல் சிற்பம் எழ அவள் சாயைகளில் படிவது யார்? சிதல் சிதலாய் உலர்ந்த நிலத்தின் கருப்புத் துப்பட்டி மூடிய கடல் தஸாக்குகள் நீர் குடியாத ஜீவராசிகளிடம் ஒட்டுதல். பல்லியிடம் சகுணம் கேட்கும் களவு குற்றத்திலான விநோதம்.

கடல்தஸாக்குகள் கூட்டமாக ரூமல் ஸ்கார்ப்பில் படிந்த கறையை எரிநீர் தொட்டியிலிட்டு கைவிலங்குடன் அலசமுடியாது 'தயவு செய்... ஈத்தாம் தேவதையே கையைத் திறந்துவிடு' 'உன்கையில் சிவப்பு சீனப்பிடில் எப்படி வந்தது கொன்றழித்த பால்க்நகர வர்த்தகன் குருதி பூசிச் சிவந்த பிபா வயலின் இசைக்கச் சுருதியேறும் ரத்தம்' என்றான் நெடுங்கழுத்து தஸாக் சிலாமா.

உன்னைப்போல் கொளரமானவர்கள் கிங்வேல்ஸ் தீவுக் சிறைக்குத் தேவைப்படுகிறார்கள். வயலின் வில்மேல் சுற்றும் இந்த 'த' சுரம் தோடயம் என்று சிறப்பாகச் சொல்லப்படும் தோடி-விளரி நாட்டிய நிகழ்ச்சியில் தோடயமங்கலம் இந்தப் பண்ணில் மறையும். இறந்தவர் களின் கடவுள் ஈத்தாம் தெய்வம் மற்றும் மனிதர்களின் நாட்களைப் பீடிக்கிறாய். சீன ரத்தக்கலப்புள்ள கடவுள் நாகாவின் கொலைக்கு உடந்தையான நீ எங்களைக் குற்றம் சொல்லாதே. காற்றின் கடவு ளாகவும் மரணத்தின் புகழ்பாசுரமாகவும் நீ இருந்து விட்டுப்போ என் வழியே நீ வராதே... ஈத்தாம் என்னை நான் நிரபராதியாய் மாற்றிக் கொள்ள முடியாது... மனிதனே மோசமான நடிகன் என்பதை பாதரஸ எலிகளுக்குத் தெரியும். பச்சோந்தி ஓணானை ஒத்த எல்லாக் கடவு ளாகவும் மாறுகிறாய். ஈத்தாம்... அன்று நடந்த பரங்கிக் கப்பற் கொள்ளைக்கு எலிகளைக் குற்றம் சொல்லாதே... அவன் நம்மை அடிமைச் சந்தைக்குச் சங்கிலியிட்டான் பரங்கி.

நாகா முகம் கொண்ட பறவைப்பெண் தேவதையாம். பின்னே

அர்த்தங்களை மாற்றும் கடவுள் பதவிக்கு வந்தேன். எனக்கு சலித்து விட்டது. தஸாக்கு மொழி என் குலவை ஒலி.

‘ஈத்தாம்... அர்த்தத்தைப் புரட்டிப்போட்டு சிதைக்கிறாய் குரவைக் கூத்தாடி. ஈத்தாளே... உனக்கு ஒரு அர்த்தம் பிடிபட்டால் மற்றவர்களும் வேறு அர்த்தங்களைப் புரிந்துகொள்வார்களில்லையா..’

தஸாக்கு மொழிப்பிரயோகம் கடல்தூரங்களில் அலையும் காற்றின் அகராதியில் வித்தியாசங்களைக்கொண்டே பலகாற்றுகள் வேறுபடும் பால்வரையின் நியதிதானே.

‘திருட்டுத்தனத்தின் கடவுளாக இருப்பதால் ஈத்தாம் பல நான் களாகப் பிரிந்திருக்கும் காற்று உனக்குப்பல அர்த்தங்களைக் கொடுக்கலாம்.’

தென்சீனக் கடலின் கரையிலிருந்து பூசாரி ஒருவனை ஒரு மாலுமியை ஈத்தாம் தன் முன்னால் கொண்டுவந்து நிறுத்தச் சொன்னாள். இவன் மயக்கமுற்ற நிலையில் கப்பலில் கிடந்தான். இவனுடைய பாதி உயிர் போய்விட்டது என எண்ணும்படி இருந்தது. இவனைப்பற்றியோ இவனுடைய தேசத்தைப் பற்றியோ ஒன்றும் தெரியவில்லை. ‘சீக்ரட் ஆஃப் தஸாக்’ எனும் தாவரயேடு அவனிடம் இருந்தது. காற்றில் மறைந்திருக்கும் ‘த.க.க அகராதி’ புத்தகத்தின் கடைசி வால் மடிப்பாக ‘டேபுளா பியூர்டிங் கெரியனா’ புளூபிரிண்ட் மேப் தமர்விழுந்து கந்தலாக ஒடிவு. முசிறியைக் குறித்தும் கடற் கொள்ளையர் பயன்படுத்தும் ‘காஸாதூரஸ்’ பாஷையில் போர்ச்சுக் கீசியமும் சுதேசி தஸாக்குகளும் கருப்புக் ‘காஸாதுகளும் வெள்ளைக் காஸாதுகளும் ஒன்று கலந்திடும் மொழியாக இருந்தது. தஸாக்குகளின் தாய்மொழி சீனமலாய் ஒலிகளுடன் காஸாது வரிவடிவங்களில் கீறப்படுவதாயிற்று. காற்றின் அகராதி ஒன்று அவனைச் சுற்றி மிதந்து தானே வாஸிக்கும் காற்றில் அமரர்களின் உதடுகள் முணுமுணுப்பதில் உயிர்கொடுக்கும் அகராதி ஆனது. கொரியாமுதல் இந்தோ-சீனா தீபகற்பம்வரை சீனாவின் அனைத்துக் கடற்கரைப் பகுதிகளையும் தஸாக்குகள் கட்டுப்பாட்டில் இருப்பதை விளக்கும் குறிப்புகள். அபின் காற்றை வாஞ்சிக் கும் கடவுள் ஈத்தாம் தஸாக்குகளின் படையலை ஏற்பதால் இருக்கும். வொகோவு கூட்டத்தை அவள் உள்ளே அனுமதிக்கவில்லை. ஜப்பானியக் கொள்ளையரில் சமுராய்களில் சிலரும் ஈவிரக்கமற்ற கொலைகளுக்கும் யுத்தவெறிக்கும் தஸாக்கு தேவதை எதிராயிருந்தாள். பட்டினியும் வறுமையும் பஞ்சமும் பீடித்த நாட்களில் தஸாக்குகள் மேற்கொண்ட

கடற்கொள்ளைகளை தானே முன்னின்று ஏவினாள் காற்றின் அகராதியை. ஈவுசாவுள்ளவள் ஈத்தாம் தேவதை.

அபின் காற்றுக்குள் அடிமையான கடல்தஸாக் அவன். சிலாமா எனப் பச்சை குத்திய காஸாது எழுத்தைத் தொட்டால் காற்றாகி விடுவான். சிலாமா நிழல் அரசாங்கமே நடத்திவந்தவனுக்கு கருப்பு காஸாதுகளோடு அபினிவாணிபத்தில் பரங்கியரும் வெள்ளையரும் கூட்டாய் இருந்தார்கள். தளகர்த்தன் கிரீமர் ரெக்ஸ் கராக்கிற்கு நெருங்கிய கூட்டாளி. நிழல் அரசனுக்கு சில தீவுகள் கீழைக்கோடி ராஜியமாக இருந்தன. அங்கே 'சீக்ரட் ஆஃப் தஸாக்' ஹர்தூஸ் தஸாக்கிஸ், ஹர்தூஸ் நிகாபெர்ட்டன்ஸிஸ் ஆகிய இரு தாவரங் களின் ரகஸிய நூற்களில் ஒன்றில் இவர்களைவிட்டு பிரிந்துசென்ற நிலத்தஸாக்குகள் நலிவுற்ற திருடங்களாகவும் ஆனால் சரஞானக் கோவையால் தரையை மோந்து பார்த்துக் களவை விரித்திருந்தது இரவு. தாவரங்களின் சரநூலைத்தேடி ஒல்லாந்தரோடு உறவானதில் நலிபடனுக்கு குடியேறி அதிபத்தனின் பாடல்களுக்குள் தங்க மீனாகவும் கோரக்கரின் குலமரபில் வந்ததில் மச்சங்களைச் சந்திரரேகையெனவும் ரகஸியப்படுத்தினார்களாம். அதை வேறொரு அத்தியாயத்தில் காணலாம். ஆனால் இந்த சிலாமா மயக்கம் தெளியாத பிறவி லாகிரியில் மூழ்கியிருந்தான். சில கொடுந்தமிழ் சொற்களில் நாகாய்பட்னா... மதிரை... சோபட்னா... வாய்கோணி நீர்ஒழுகக் குழறிய நாணயங்களாக உருண்டு வெளிவரக் குடித்த யூத ஒயினைப் பற்றியிருந்தான். கோஸர் குடுவைகளைத் தூக்கி அண்ணாந்த சொட்டுகளை முத்தமாகக் கொடுத்தான் பூமிக்கு. கோஸர் குடுவையை சாமானியர் தொட்டால் மாலுமியாகிவிடுவர் என்பது தஸாக்குகளின் நம்பிக்கை. யூதவணிகரோடு பட்டுப்பூச்சி முட்டை களைச் சீனாவிலிருந்து கடத்திக் கொடுத்ததில் மதுவும் தீட்டாக இருக்கவில்லை. மணலைப் பாம்புபோல நக்கி ஒவ்வொரு சொட்டையும் அருந்தினான். ஷிராஸ் நகரில் வாங்கிய பெர்ஸியன் கார்பெட் அவனைப் பிரிய மனமின்றி நழுவும் நண்பர்களைவிட விசுவாசமாகப் போத்திவிடுகிறது நிர்வாணத்தை. அதில் ஒரு அரேபிய மாது கவிதையாக நெய்த வரிகள் நபித் பேரீச்சையில் வடித்த மஞ்சள் ஒயின் வாசனையை ரொம்பவும் விரும்பினான். இதில் அவனைக் குடிகாரன் என்று சொல்லிவிட முடியுமா என்ன? கவிஹவிஸ் வாக்கியங்களுக்காகவும் உருகினான். ரோமானிய வர்த்தகர் கொடுத்த கொரேஸின் கவிதைகள் சில மரணத்தைப் பற்றிய வரிகூட ஞாபகம் இருந்தது அவனுக்கு 'இறக்கும்போது காதலியைப் பிரிவதைவிட

என் அரியவகைக் குடுவைகளில் அழுக் கான கோப்பை ஒன்றும் செல்லரும் நழுவிப்போவது மிகத் துயரமானது இல்லையா... இந்தத் தஸாக் மாலுமி ஏதேதோ உளறினான். கடா நிலத்து முந்திரிச் சாராயம் வடிக்கும் கினபடாங்கன் பள்ளத்தாக்கு புகை நெளிவில் சிம்போர்னா தீபகற்பமே காத்துக் கிடக்கிறதெனப் புளுகினான். காட்டுவழிகள் மலைநாட்டின் பல ஆறுகளின் தலைத்தண்ணீரின் இணைவை மிகத் தொலைவில் உள்ளடங்கியிருந்த பெருமலைப் பிசாசுகளைத் தீவிரமாக நேசித்தான். ரெஜாங்காற்று மீன் ருசிக்கு மரணமும் தள்ளிப் போகிறதென்றான். சுத்தா திட்டின் வெளிப்புற ஓரத்தில் மூங்கில் சிறு கலங்கள் குடையும் சுதேசிப் பழங்குடிகளுக்குத் தண்ணீரின் இயல்பைக் கொண்டே வளைக்கும் பிரம்புகளில் எல்லாப் பிறை வடிவங்களும் கடலைத் தொடும் ஈர்ப்புகளுக்கு ஏற்றவாறு ஒவ் வொரு மூங்கில்வகைகளும் குணத்தில் வேறானவை. தஸாக்குகள் மூங்கிலை மோந்துபார்த்து நீர்த்தடத்தை புரியக்கூடும். நிலவின் வடிவங்களே படகுகள்.

கோஷர் திராட்சை ஜாடியுடன் கட்டிப்புரண்டு வாதிட்டான். வெகு பாஷைகளை வர்த்தகமொழிகளாகத் தெரிந்திருந்தான் சிலாமா. இவனுடைய சிறிய கப்பலில் அறுபதில் ஆறுவகை மூங்கில்களை வளைத்துப் பின்னிய ரெஜாங் ஆற்றுப் படுகைப் பிரம்புகள் உள்ளே கணுவுக்குக் கணு அடுக்கப்பட்டவெளிகளும் நிரம்பிய சூன்யமும் தேவதையாக நீரைத்தொடாமலும் அந்தரத்தில் தவழ்கிறது மெல்லத் தொட்டவாறு. காற்றின் அகராதியை அபினிக் காற்றில் வைத்துத் தானே புரண்டு கொண்டிருந்த பக்கங்களில் 'சீக்ரட் ஆஃப் தஸாக்' ஒரு மூங்கில் நாவலாகும் நீர்படு புனை மெல்லச் செல்கிறது. மொடுமொடுக்கக் காய்ந்த கப்பல் உரசும் ஒலி வெளிமேல் வெளி அடுக்கிய கணம் ஒன்றின் முடிவைத் தொடர்வதற்கு அபினிக் காற்றின் பாடல் தஸாக்குகளின் குலவை ஒலிக்கிடையே கடந்து செல்ல முடியாத கரும்போர்வை மூடிய இருட்புத்தகத்தில் உள் நுழைந்தவர்கள் பழிபாவத்திலிருந்து தப்பமுடியாத அதிர்ஷ்ட துரதிருஷ்ட விதி களுக்குள் மாட்டிக்கொள்வதால் பஞ்சம் வருவதற்கு முன் மூங்கில் பூப்பதால் ஏற்படும் அழிமதியான வறுமை இவர்களைப் பூத்த மூங்கில் காடுகளை வெட்டி வெட்டி களவு நூலில் உள்ள இலக்கணத் துடன் வகைபலவும் மோந்து நோட்டம் பார்க்க மூங்கில் மடுவுகள் அறுக்கப்படும் பருவநிலையும் இயற்கைச் சீற்றங்களும் சுதேசித் தஸாக்குகளை கடற்கொள்ளைக்கு விரட்டியதாம்.

65

தஸாக்கிப் புராணம்

ஒளியூடுருவும் படிக உயிரெ னும் மெய்யுணர்வில் மாய மாந்ரீகமான தொரு கவர்ச்சியைத் தருவதாகத் தானே இருப்பதில் ஓரையான் விண்மீன் கூட்டம் கத்தும் அசைவைக்கொண்டு கடற்குதிரையில் ஏறிவருகிறான் எறிவேள் ஏந்தி வரும் தஸாக். பெரக்கவலை தோளில் போட்டு கும்மாளமாய் பெண்டும் சிறார்களும் கானறிகழியிடத்தில் பழங்காவேரியில் தொடுமுகத்தில் காலமற்று சகதியில் மண்மீன் உளுவைகளும் புரண்ட கோடுகளை வாஸித்ததில் கமாராவின் புராணம் திறந்ததில் கனவுநூல் அறிவாயோ ஞானப் பெண்ணே.

'எப்படி என் கூந்தலைக் கவ்வி முத்தமிடுவாய் யௌவனா. பெண்கரு இழை வாசனை தெரிந்து ஸ்பரிகித்தாய் உதடுகளால். நான் மத்யாரண்யத்து நாகர் குமாரத்தி. என்பேர் யேயா. சொல் பட்டால் பீமன் அருந்திய விஷப்பல்லாவை நீயும் அருந்தவேண்டுமே. உன்னோடு வந்தவர்களெங்கே. மறைந்திருக்கும் அவர்களையும் பீடிப்பேன். உன் நெற்றிப் பொட்டில் நீலப்பச்சை குத்தியிருப்பதால் கமாராவின் கழிவெளி திரியும் ஏனாதியென்றறிவேன். ராத்திரி யானால் ராவணன் வடித்த அரிட்டங்களைப் பருகி தலைகளாகி உருளுவீர்கள். ராவணாதியரோடு சவகாசம் வைத்திருப்பதால் உன் துடுப்போ சிருஷ்டித்து விடும் நினைத்த மச்ச ராசிகளை.'

'பிரும்மாவின் சிருஷ்டிக்கோல் அவனுக்கும் அடைபடாத கோணலில் இருப்பதால் கவர்ந்தோம் அதனை. மயனுக்கு மருமானும் பிரும்மாவுக்கு பேரனுமான ராவணன் இருக்கிறான் பார்த்துக் கொள்வான் என்ற திமிரோ உனக்கு'

கமாராவின் பொலெரா அங்கும் அவ்வகை செய்ய தாய்மடு கரந்த பால்மீனுக்கு அமுதாயிற்று. இவன் கரைவலை போட்டு கமராவின் உவர்கழியில் நிற்கையில் சிறுமீன் ஒன்று கிட்டவந்து சுண்டுவிரலைக்

கரும்பிக் கேட்டது 'சிறியதன் ஆவி சிறிதே. பெரியதன் ஆவி பெரிதே. பிரமனின் சிருஷ்டிக் கோலினால் மறைந்த என் பாட்டாவை உயிர்ப்பித்துக் கொடு ஏனாதியே நான் சலசந்துக்களால் துன்ப மடைகிறேன். என்னை வேறு ஒரு நல்ல இடம் சேர்'

'அப்படிச் சொல்லாதே. சிறிது பெரிதென்ற பேதபுத்தியில்லை எனக்கு. மாதவி எனும் கணிகைவதியும் கமாராவைவிட்டுப் பிரிய உனக்கு மனம் வந்ததேன்.' எனக் குனிந்து சிறுமீனைகக் கரங்களில் ஏந்தி உள்ளங்கையில் அவ்வுதடுகள் தந்த முத்தங்களும் கடிப்பும் திங்கள் ஞாயிறு இயங்கும் வீதிகளின் அலாதியை உணர்த்தியது. கர்ணகை இருக்கும் மாடவீட்டின் முற்றத்துக்கு ஏந்திச் செல்கிறான் சிறுமீனை. 'உன் ஸ்திதி வேறிடமாகுக' என தாயின் திருகு சுழல் இருக்கும் இடமார்பின் பால்பாதைக்க விடுவிக்கிறான் கடல் தஸாக்கு.

அம்மீன் கர்ணகைக்குள் பெருமீனாகி தஸாக்குகளை நோக்கி துதித்த கரைவாடையில் காபேரிஸ் நதி விளிம்புகளில் திரும்பியது. கமாராவின் ஓடம் ஏனாதியரால் சிருஷ்டி ஆனது. மச்ச உருவமடைந்த கழிமுகக் கூட்டம் சகதியிலும் உவர்தரவையிலும் கிடந்து ஒட்டிக் கொண்டிருப்பதில் பெரோவின் உறக்கத்தை அடைகிறார்கள். படிகத்தின் களரி பெண்மை கருத்த தோலுக்குள் ஊடுருவ மீன் வகையில் திருகிய உரு இவர்கள் மன்னாத்தி திமிங்கிலத்திலிருந்து வழிவழியாய் வந்த பேரர்கள்.

தொன்மை பகரும் சொல் ஒரு ஏனாதி இருட்டுச் சரித்திரத்தை ஏடுகளைத் திறக்காமல் சொல்வதற்கு மன்னாத்தி திமிங்கிலத்தைக் கூப்பிட்டேன்.

'மத்யாரண்யம் ஜனன பூமி. களரிவகை உள்ளிருந்து உற்பத்தி யானதால் விருட்ச கன்னியை கதைபோடக் கூப்பிட்டேன்' என மன்னாத்தி தன் வாயால் சொல்வதற்குற நான் சற்று நடுக்கடல் சென்று உறங்க வேண்டும். கூட வந்து என் கனாநிலை கூறுவாயோ விருட்ச கன்னியே...'

'மரத்தின் உள்ளிருப்பேன். என்னோட கூடப் பிறந்தவள் பொலரா, செஞ்சா இரு சகோதரிகளுக்கும் அண்ணமார் மூவரும் சென்னாவலை தூக்கி ஆறோ குளமாக மீன்பிடிக்க அலைந்துவரும் நாளையிலே தவளை குடிக்கக் கூட நதியில் ஒரு சொட்டு நீர் இல்லாமல் தாகமாகிப் போகிறார்கள் கானலில். மச்சராசிகளெல்லாம் கல்பாறைகளில் ஒளிந்துகொள்ள கல் உயிர்பெற்று காகமாய் வந்த ரிஷிபுங்கவர்

களரிக் கொம்பை ஒடித்து கடலுக்கு புறப்பட்ட நதியை தாவரங்கள் குடித்துக்கொண்டே இருந்ததில் மத்யாரண்யம் தழைத்தது. அங்கே திரேதாயுகத்து ஸர்ப்பமூதோர் குடும்பம் சர்ப்பப் பிஞ்சுகளோடு குடியிருந்து பச்சையும் சாம்பலும் ஆன பேரழகைப் பெற்றவை. மரத்துக்குமரம் அமாவாசை இருட்டில் சட்டை உரிக்க வும் போட்ட சருகாடையை திரும்ப அணியாமலும் தானேயாகும் தையலும் இணைப்புமில்லாத புனித உடுப்புகளைப் பெற்று விடும்.'

நீல தஸாக்குகள் கூட்டமாய் வந்து காகரிஷிபுங்கவரை நமஸ்கரித்து 'சிரேஷ்ட காக்கையாரே! இந்த ஆரண்யவாஸிகளான பாம்புகள் தீண்டினால் மருந்தோ விஷமுறிவோ கிடையாது கல்வெட்டில் இருக்கிறதே... எப்படி நாங்கள் தேன் எடுப்போம்' 'அப்படியா... சரி... சரி... நாகத்தின் பேரழகைக் கவரவேண்டும். மகுடியும் மந்திரமும் கற்றுக் கொள்' ரிஷிபுங்கவர் கொடுத்த மகுடி பலவாகப் பெருக்க மடைந்தது பாம்பின் கண்ணாடியில். மீன்களும் இசைகேட்டு மயங்கி தஸாக்கின் இடத்தில் தாமரையோ வென தூங்குவதாயிற்று.

திரேகத்தைத் தொட்டு கூட்டிப்போன வாசனை என்னவென்று தெரியவில்லை. மேட்டிலிருந்து கீழே பார்க்க பள்ளத்தில் உறுமி ஆறு நுரைத்துச் செல்ல ஒவ்வொருத்தராய் கீழிறங்கி இச்சிப்பழம் சொரிந்து கிடக்கும் கரைக்கு வந்தான் மூத்த அண்ணன். குனிந்து தித்திப்பான கனிகளைப் பொருக்கி ஊதியூதித் தின்றதில் தாகம் பெருத்தது அவனுக்கு. போடுவலையை இறக்கி வைக்கக்கூடாது தோளிலிருந்து என்பதை மறந்துவிட்டான் தஸாக்கு. ஆற்றுக்குள் கால்வைக்கும் போது அந்தப்பக்கத்தில் யௌவனாள் ஒருத்தி நீராடிக் கொண்டும் அலையைக் கையில் பிடித்து ஆரண்யத்தையே வசீகரிக்கும் குரலில் உரையாடிக் கொண்டிருந்தாள். மச்சங்களும் செந்நண்டுகளும் அவளை ஒட்டிவந்து விடுகதையும் போட ஒவ்வொன்றாய் அழித்து வருகிறாள்.

அப்போது யேயா வாயிலிருந்து பொங்கி வழிந்த நஞ்சின் நுரை யினின்று பளிங்கு உயிர்கள் ஜனனமாவதில் மறைந்து வியக்கிறான் பார்த்தவன். 'இதுவோ கமாரா நகரத்தின் எல்லையோர அடிநிலக் குகை. இங்குதான் எனது குடும்பத்தில் குருடான ஸர்ப்பமூதோர் வதிகிறார்கள். அவர்கள் நீராடிய காபேரிஸ் நதி அவர்களின் அலை யோடுதான் சலசலக்கிறது' என்றான் அலையிடம் பேசியவாறு.

'தம்படிக்குதிரை வாலுக்கு லகாம் - அது என்ன சொல் நண்டே'

சிறு நண்டு அவள் கூந்தலில் பொருந்தி 'ஊ' என்றது.

‘ஆற்றுக்குப் பகையாய் இருக்கும்
மரத்தின் கீழிருந்து
வேலியைப் படல் கட்டுகிறவனே
மூவர் இருகாலில் நடக்கக் கண்டாயோ?
அவள் மறைந்து மூணு நாளாச்சு.
அவளைக் கொன்றவனும் மறைந்து ஆறு நாளாச்சு
அவளைச் சுட்டவன் போய் ஆறு மாதமாச்சு’

என தொலைவில் இச்சி மரப்பொந்தில் ஒளிந்துகொண்ட மூத்த அண்ணன் அவளிடம் புதிர் போட்டான்.

வான நடுக்கோட்டில் பகலிரா சரிசமம் இவ்வேளை. பன்னிரு ஓரைகளில் ஆட்டுக் கொம்புடன் மேழன் ஆற்றுவழி படகில் வரக் கண்டு எருதுமுகமூடி அணிந்த வேறொருவன் தெற்கில் சரியும் மிருக சீரிடத்தின் சிமிட்டல் அவன் வீச்சுவலை படுகின்றன. ரோகினி கீழிறங்கி ‘யேயா கோள்களும் உனக்குச் சாதகமாய் இருபடகில் மேழனும் கொம்புக்கிழவனும் அடுத்தடுத்து நீ குளிப்பதின் கரை விட்டு இடைவெளியில் காத்திருக்கிறார்கள் தஸாக்கின் புதிருக்கு மொழி பகர்வாயோ?’

அவள் சாவதாணமாய் கல்லில் மஞ்சள் கிழங்கை அரைத்தவாறு பூசியும் கைகளில் மெழுகியும் மௌனம் காத்த புதிர் விலக்குகிறாள். ‘பிரிய ரோகிணியே... இந்த தஸாக்குகளில் மூத்த சகோதரன் பாரியாள் மீது கோபமடைந்ததில் அவளை அடித்தும் விரட்டினான் போலும். அவளோஅவனிடத்திருந்து வெளியே கிளம்பிவிட்டாள். போனதில் ஏக்கம்கொண்டான். ஒருவேளை அடித்ததில் வெட்க முற்றான். சரியாகச் சொல்வதெனில் அவள் தேகத்தில் மறைந்திருக்கும் சிசுவும் இடுப்பிலிருக்கும் அண்டி தள்ளிய குழந்தையும் பக்கத்தில் வரும் மரம்போல் வடிவம் கொடுக்க நெருங்கி வந்து கொண்டிருக்கும் பிரிவிலிருந்து மனச்சாட்சி உறுத்தல் விரட்ட குடும்பத்தில் வழக்கமாக வரும் கசப்பு கைகலப்பில் முடிந்துவிடும். நிலவெனக் குழப்பம் அன்று நிறைந்தது. பிள்ளையை இடுப்பில் ஏந்திக் கிளம்பிய குளிரில் கண்ணீர் துளிகள் சுவரிய பாதையை அடைகிறான் தஸாக்கு. ஏன் அவள் விக்கி அழும் தனிமை வழி தாங்காமல் சருகும் புலம்பின. குரலெடுத்துக் கரைந்த குழந்தையை முதுகில் அரைகொடுத்து அணைக்கிறாள். தான் செய்த தவறென்று துல்லியமாக உணர்கிறான். மனம்மாறி போனவளைத் தேடிப்புறப்பட்டு இங்கே வருகிறான். ஆற்றின் கரையூரில் நெசவாளர்கள் தறி நெய்யும் ஒலி சோகத்தில் எதையோ அந்தரங்கமாய்கூற வழியில் கலங்கலான ஆற்றுநீரைத்

தெளிவிக்கும் தேத்தாங்கொட்டைகள் உதிர்ந்து கிடக்கின்றன. அவ்வூர் பெண்கள் மண்பானைகளில் கலங்கிய நீர் அள்ளி உள்ளே தேத்தாங் கொட்டைகளை உரசி உரசி நீரைத் தெளிவிக்கிறார்கள்.' காய் கனியுதிரும் தேத்தாமரத்தின் கீழ் மனிதர் வேலியைப் போல சுற்றி உடுக்கும் ஆடையின் பொருட்டு பாவுமூட்டும் நெசவாளியைப் பார்த்து 'இடுப்பில் குழந்தையும் வயிற்றில் சிசுவுமாக ஒரு கெர்ப்பணக் காரி மடி துருத்தி இந்தப் பக்கம் நடந்து போவதைக் கண்டீரோ' என ஏக்கம் பெருமூச்சில் திணறியது. அதற்கு நெசவாளி 'மூன்று நாளைக்குள் அந்தப் பெண் ஓரிடத்தில் நீர் குடித்தாள். ஆறு நாற்களுக்கு முன் அந்நீரில் இருந்த செம்பாம்பு மீன்குஞ்சுகளால் கரும்பப்பட்டு மெல்ல நகர்ந்தது இறந்து கொண்டே. நைந்துபோன மீன்சதையுதட்டில் பாம்பின் வசீகரம் வெளிச்சமானதில் நீரில் கலந்து விஷமும் தெரியாமல் அருந்திவிட்டாள். மெல்ல விடவேகம் ஏற நீலமானாள். நீலத்தில் தவழ்ந்த சிசு கர்ப்பத்திலிருந்து வெளியே பாய்ந்து தன்விதி வகுத்த விண்நீலத்தில் இடுப்பிலிருந்து சகோதர னோடு இருவராய் மிதக்கிறார்கள். ஆறு மாதங்களுக்கு முன் வெட்டி உலர்ந்த மரத்தின் துண்டுகளால் கங்குகளுடன் அவள் சாம்பல்நிறம் ஆன ஊழினை என்ன சொல்வேன் தோழி!' ஓரைகளின் வரிசையில் இவ்விண்மீன் இரண்டும் இரட்டையர் வடிவில் நகர்கிறார்கள் விண்ணில். புந்தி மிதுனம் பொருந்தப் புலர்விடியல் இருமீன் இதோ' என்றாள் புதிர் திறந்து.

அவிழ்த்த ஆடையோ மிகப்பழைய ஸர்ப்பப் புள்ளிக்குக் கோலமாய் இருக்க அதன் வாசனை மகுடிமையல் கொள்ள அண்ணனும் 'இதை நெய்த ஊரார் மனைவிபோன வழியில் பாவு விரித்த தெரு' எனப் புலம்புகிறான். அடுத்துவந்த நடுவுள்ள சகோதரன் வரக்கண்டு காமத்தை மறைத்து துக்கத்தை வெளிக் காட்டாமல் இவள் குளித்து கரையேறட்டும் என்று இச்சி மரப் புடவில் ஒளித்து கொண்டான்.

வந்தவனும் நீரைத் தொடாமல் அதன் தேசல் ஒளியில் அத்தனை இளமை ரகஸியம் வந்து தெளிவான வடிவம் பேசியது நீரில் நீ என்னைக் காண்பதில் மயங்குகிறாய். கண்களின் தோற்றத்தில் பயமில்லையா உனக்கு? மிகப்புதிரான முறையில் திரும்புகம் உரு அருகில் எப்படி வந்தோம் என குழம்புகிறான். இன்னமும் நீரில் படிந்தபடியே அமைதியில் தன் வரவுக்காகக் காத்திருந்தது போலும். கணத்தில் தோன்றி மறக்க முடியாதவளாக இருக்கிறாள் 'சொல்வாய் பெண்ணே நிஜம்தானே. மீன்கள் உன்னைச் சுற்றித் தத்தளிப்பதும்

நீரும் ஞாயிரின் ஒளிக்குடத்தில் மின்ன என் மனம் வீழ்கிறது. பாசி நிறம் ஓடிய விழிகள் விரைந்து செல்கின்றன அவற்றில் வனமும் இருக்கிறதே.'

'நான் இங்கிருந்து திரும்பிப் போக விரும்புகிறேன். என் உமிழ்நீர் குமிழ்களில் நிழல்கள் ஓடுகின்றன. வெகுகாலம் உன்னோடு செல்கிறது. நீண்டு மெலிந்து பிளந்த நாவை பிம்பத்தில் ஸ்பரிசிக் கிறாள். காமத்தின் பச்சை நிறமானான்.' அவனுடைய நாடியின் வேகம்அதிகரிக்க மென்மையான நீரைத் தொடுவதற்காகக் கையை நீர்மேல் காட்டுகிறான். 'தொடவேண்டாம் நீரை.. அது என் காமத்தின் நிறமானதில் பாவப்படுவாய்... மீளவே முடியாதினி... ஸர்ப்பத்தின் உடலில் நுழைந்திருக்கும் இப்பெண் யார்? இந்த வகைச் சேர்ந்தவளில்லை.'

தஸாக்கு தன்னையே திரும்பிப் பார்க்கிறான். 'கடலில் கண்ட வெகு காலம் இருக்கும் யேயா அவள்தானோ' தனக்குள் புலப்படுகிறது. தலைமுழுவதும் பாசிச் சர்ப்பங்கள் நெளிய அவள் உடலோ சூரிய மீனாக மாறியது. உடற்செதில்களில் உத்ர, அத்த, சித்திரை விண்மீன் கூட்டம். பெண்வடிவு கண்ட முன்னோர் இவளைக் கடல் இரவில் அழைக்கிறார்கள். மலைமீது ஓங்கி வளர்ந்த மூங்கில் குத்துகளில் உரசி அலையும் பெண்வடிவ விண்மீன் இவள். மெல்ல சிம்மக் கூட்டத்துக்கு நகரும் தென்கிழக்கில் கடலைத் தொடும் ஞாயிறுமீன் இவள். 'யேயா.. உன்னை நிகார் தெறிகிறதெனக்கு... வான் கோளங் களில் ஒளி வட்டங்களையும் மறைப்புகளையும் கணித்துச் சொல்லி நிலவின் பின்புலத்தில் அலைகிறாய். நீ கடலிலிருந்து நிலவின் கதியை வரைந்து காட்டினாய் அன்றெனக்கு.'

'எனக்காக நீ தஸாக்கு உடலை அடைவாய் என்பதில் எனக்கு எந்த சந்தேகமும் இல்லை. உன்னை இங்கு மறுபடி காண்பேனென்று நினைக்கவும் இல்லை. நாம் சேர்ந்திருந்த இரவில் கடல் துவர்ப்பைக் கொடுத்தாய் எனக்கு. நான் துக்கத்தில் வீழ்ந்துவிட்டேன் அப்போதிருந்து. தூய கடல்தஸாக்கின் மெய்யுலகு அருகில்தான் இருக்கிறது. என் வாழ்வில் ஒரே ஒருமுறை வந்த நீ திரும்பவும் சந்தித்திருக்கக் கூடாது. இது துரதிருஷ்டவசமானதில்லையா?'

அவள் வலது கையில் காளையின் கொம்பை ஏந்தியிருந்தாள். அதன் மென்மையான ஒலியதிர்வுகளில் மீன்கள் கூடவே மயங்கு கின்றன. 'மெல்லிசை நாளங்களில் பரவுகிறதெனக்கு. கொம்பூதியின் சுருணைகள் சுற்றி ஊச்சிக் கூடுகள் மணலில் விரைகின்றன. புதைந்து

போன மணல் நூலகத்தில் நெண்டி நிமிண்டித் துளைக்கும் புழுக் குலத்தின் களவுநூலை அடித்துப் பிழைதிருத்தி வேறு நூலாக எழுதிவரும் வளைவுகளும் கோடுகளும் முடிவற்ற புஸ்தகமொன்றை மாயத் தோற்றங்களில் அலைந்து வளையும் புழுக்கூட்டம் வரைந்துவர முழுவதுமாக எறும்புகளும் துளையிடப்பட்ட வாத்திய அருவியோ வென தன் கால் எலும்பெடுத்த மஞ்சள் லய மலரின் சுநாதத்தில் வீழ்கிறேன் யேயா.. உன்னைப் பிரிவதில் அலை நோய் பீடித்த புஸ்தகம் நான். நீர்ப்புழு வரையும் கமகத்தின் கற்பித வேகம் எல்லா உலகிற்குமான இசையின் விதியை வரைவதுதான் களவுநூல் என்பது குடையப்பட்ட உற்குகைவான புலியின் திட்பமான கருங்கோடு செங்கோடுகளால் பக்கங்களை வெட்டிச் செல் லும் சாஸ்வதம் நியதி இவற்றின் கருமை ஊற்று கணவாய் மீனின் தப்பியோடும் வேகத்தில் சுரப்பதாகும். கருமை பூசப் பூச வெறுப்பு நிறங்களும் செம்மஞ்சளும் தீட்டுவது யார் கை எனத் தெரியவில்லையேயா..' நீர்பட்ட நட்சத்திரச் செதில்கள் மங்கலாகச் சலனமடைகின்றன இவ்வேளை.

யேயா...வென கூவியதில் பாறையொன்று மறைத்துக் கொள்ள கீறலில் இருட்டு நீர்புடவில் கருத்த தேளிமீன் கூட்டமாய் பார்த்தன இவனை. துயர்த்தின் கண்களுக்குள் சென்ற தேளி 'உருவற்றவர் இங்கே வதிகிறார்கள். அவளோ சந்திரனை நிழலாக்கும் யேயா. எளிதில் சிக்கிக்கொள்வாய். இருட்டு நீருக்குவா. நீயும் உருவற்று விடலாம். தேளி உருவெடுத்து உன் வாழ்வு நித்யமானது. நட்சத் திரங்கள் எத்தனை ஒளி வருடங்கள் நம்மைச் சந்தித்துக் கொள்கின்றன எனக்கும் இருள் ஒளிப்பட எரிதழல்கொள் மேனி வேண்டுமே..' என முதிய தேளியின் வாக்கில் உட்சென்றால் நீர் இருள்வம்.

கடைசி சகோதரன் தஸாக்கு வம்சத்தில் அச்சோதமெனும் தடாகத்தில் சகதியில் பிறந்தவன். பழங்காபேரிஸ் நதியில் உறவினரும் இருக்கிறார்கள். அச்சோதன் என முன்பெயருண்டு. ஓடக் கரையில் வீச்சு வலை பேட்டிருக்கையில் வலையில் அகப்பட்ட ஆவிமீன் கூட்டம் பிதிர்களாயிருப்பதில் மீன் வயிற்றுப் பேரனா வான். மச்சியன் மீன் வயிற்றுப் பேரர்களில் மூத்தவன். அவனுக்கு மச்சாரி எனப் பேர். கடற்கழியெல்லாம் சுற்றி வரும் நிலவு வெண்கல மணி யொன்றில் மறைந்த வேளை அவ்வெண்மை மணி எடுத்து காபேரிஸ் நதிக் கரைக்கும் கடல் நுழைமுகக் கரைகளிலும் யேயாஞ் யேயா.. வெனக் கூவியவாறு ஓடிக்கொண்டிருந்ததில் அதில் வில் மயங்கிய மீன் ராசிகளும் நண்டு நத்தைகளும் இம்மணிக்குள் ஒளிரும் நிலவில் புகுந்துகொள்ள யேயா மட்டும் கிட்டவராமல் எட்டியே கடல் நடுவில் தனித்திருந்தாள்.

அவளுக்குப் படைக்கப்பட்ட விருந்தில் அருகே வந்து தஸாக்கு களை ஆசீர்வதித்தாள் யேயா. தஸாக்குகளில் ஒருவன் எரிவேலால் தன் விழி பெயர்த்து கையில் ஏந்த ஒன்று கடல்மீனாயிற்று. ஒற்றைக்கண் உள்ளவன் வெகு தொலைவு பார்க்கக்கூடிய ஆற்றலைப் பெறுகிறான் யேயாவிடம். ஞாயிறு மீனின் வல்லமையுடன் ஆழ்கடல் மச்சங்களின் நர்த்தனத்தை ரசித்த வாறு சகதியில் படுத்திருப்பான் வறுமையிலும். நடு அண்ணனோ மீனாயிருந்த அப்ஸரஸ் வயிற்றில் பிறந்தவன். பிரமன் உறங்கும்போது சிருஷ்டிக் கோலினைத் திருடிச் சென்று தன் படகுத் துடுப்பாக மாற்றிக் கொண்டான்.

கடல்தஸாக்கு எனவும் ஆணுக்கு கழுத்தில் மேற்பாகம் மனித உரு. பெண்ணுக்கு இடுப்பிற்கு மேற்பாகம் மனித உரு மற்ற பின்தோற்றம் அசையும் கடல் உரு. மீண்டும் காலவட்டத்தில் நிகழும் பருவத்தை முன்உணர்கிறாள் தயாத்தியா. நாழிகை வட்டிலுடன் நகர்கிறார்கள் படிக உடலிகள். வியப்பிற்குரிய சூரிய சந்திர மறைப் பில் தோன்றும் விதிகளை வகுக்கிறாள். இடர்களை முன்கூட்டியே கேட்டறிகிறார்கள் இவளிடம் பெருந்தேவியின் மதகிரிக்கட்டில் மேல் அலையும் துகிலில் ரோகினியும் நிலவும் இணைந்திருப்பதில் தஸாக்கியா நிமித் திகங்களைக் கூறுகிறாள் வையை நதியேற்றத்தில். ரோகினி நினைவினாள் நோக்கி நெடிதுயிராமாயிதழேந்திய மலிந்து வீழரிப்பனி ஒளிமிக விளங்கிய பெரோவின் ஞாபகநிலையில் தக்கனது மகளிரான இருபத்தி ஏழு விண்மீன்களும் நிலவின் பாரிகளாகி மெல்ல ஊர்ந்துவரும் வேளையில் எதிர்ப்படும் பனி உருவென ஏதேதோ உரைக்கிறாள் தஸாக்கியா. பளிங்குஉடல் பூனைபோல் கத்திவரும் தொலைவில் கதையின் தோற்ற மிருக்கும். இவளோ மீன் முதலியவற்றை தின்று பசியாறி ஜீவிப்பதெல்லாம் தெரியும் கடல் தஸாக்கிற்கு. பெண்ணுக்கு தலையில் பாசிநிறமுடைய உணர் இழைகள் சங்கீத சாகரமென நெஹ்நோத் வாத்தியமோ? சுர மண்டலமோ? யாழோ? இவள் அழுகையில் கண்களில் ஒழுகுமாம் தண்ணீர்.

ஆனால் மத்யாரண்யத்திலும் காபேரிஸிலும் ஒரே சமயத்தில் குளித்துக்கொண்டிருக்கும் அம்மணயுவதியோ ஸர்ப்பங்களின் பேரழகு வாய்ந்த வாசனையும் மயக்கமும் கொண்டவள். கடைசியில் வந்தவன் பொறுமையின்றி வேகமாய் ஓடி நீர்பருகும் கரும்புலி குனிவதுபோல் நீரை கைகளில் அள்ளாமல் வாய் வைக்கிறான். வாயில் அள்ளிய நீரில் சில மீன்முட்டைகளும் பாசியிழைகளும்

சிக்கிக்கொள்ள கடைவாயில் ஒழுகிற்று நீர்.

'அகப்பட்டுக்கொண்டாய் நீயுமா... வீச்சுவலை, சென்னா வலை, பெறக்கவலை, வேத்துவலை என்று எந்தக் கண்ணிகளிலும் அகப்பட்டதில்லையே என் கூந்தல். உன் விசிறுவலைக்குள் என் அறுபதடிக் கூந்தலில் நூறில் ஒரு பகுதி சிக்கிவிட்டதே'

'சர்ப்பங்கள் அதிகமாகையால் உன் மூதாதைகளுக்குப் பெயர் களைக் கூற முடியாது. குலநாகமான வாசுகியை நமஸ் கரித்தேன். முத்தலை கக்கிய ஒளியிழை சிரசில் நெளிவதால் பூமி யைத் தொட்டுப் பணிகிறேன். நிலக் கோளம் தாங்கும் சேஷத்தை யும் வணங்குவேன். யேயா.. மனமறிந்த குற்றமல்ல நான் செய்தது. தாகத்தின் இதழில் அகப்பட்ட கருஇழை. அதன் வாசனை உமிழாய் சுரக்கிறது. அருந்தினேன் அநிச்சயில். மத்யாரண்யத்து அக உலகே... பொறுத்துக் கொள் என்னை. நீ முதலில் எங்கிருக்கிறாய் என நான் அறியவில்லை. கண்ணெட்டும் தூரம் வரை உன்உரு தோன்றாத போது தொட்டு விட்டதாக வீண்பழி சுமத்துகிறாயே'

'முதலில் உன் உதடுகளிலும் நாக்கின் அடியிலுள்ள ஊற்றிலும் ஊர்ந்து கொண்டிருக்கும் கரு இழை உணர்தலை பொய் என்கிறாயா. வேட்கையும் அதிகம் உண்டு. வெப்பரத்தப்பிறவியாம் தொடுகிறாய் தூர இருந்துது. யார் எவரென அறியுமா வாசனை?'

தஸாக் உதடுகளில் இருந்த இழைகளை கரத்தில் ஏந்தி மீன்முட்டை களையும் வாயிலிருந்து கொட்டினான். விரல்கள் நடுக்கத்துடன் அவள் இழைகளைச் சுண்டி இழுக்க முற்பட்டதில் குற்றமென்று அவளும் வெகுண்டாள்.

'கடல் தஸாக்கே சபிக்கிறேன் உன்னை. இப்பொழுது தெரிகிறதா? எங்கிருக்கிறேன் என்பது' ஆற்றுக்கு அக்கரையில் நீர் ஆம்பலைப் பறித்தவாறு வேறொருத்தியும் வந்து தலைவாரி சிக்கெடுத்து சிணுக்கோலியால் ஈறும் பேணும் நீக்குகிறாள் அவளுக்கு. வந்தவள் காணாமல் போன மதினியாக இருக்கக்கூடும். 'வயித்துக் பிள்ளைக் காரி... கைக்குழந்தை விளையாடுது அக்கரையில். யேயாவின் கூடவே இவளும் கமாராவின் அடிநிலக் குகைக்குப் போயிவிடுவாளோ?'

சிறுமியின் பேயுரு மலையில் தங்கி நடமாடும் இச்சிறுமி வெண்மை மணியை ஏந்தி இரவில் நிலத்தஸாக்குகளின் குடியிருப்பு களுக்கு வருகிறாள் ராப்பாடி. இறங்கிவந்து நோய்களை சொஸ்தப் படுத்துவதாக நல்லாமலைக் கிராமங்களில் நம்பிக்கை விளைந் திருந்தது. மின்னும் பட்டுமீன் கக்கிய இழைகளைத் திரித்து கழுத்தில்

அணிந்து கொண்டால் சிறுமியின் பேயுருத் தொல்லையிலிருந்து விடுவிக்கிறாள்.

மேலில் உரசியுரசி கானாங்கெளுத்தி எண்ணை பூசக் கருப்புத் தஸாக் துலங்கினான். 'சகியே... உன் சிரசிழை சுற்றிவருகிறதே என்னை 'மோனமுற்ற காற்றில் அலைகிறது' 'அதற்கென்ன தஸாக்கே' 'தாகமாயிருக்கு. ஒரு சிரங்கை நீர் உன் கையில் அள்ளிக் கொடு'

'பசலி மீனாய் குதிக்காதே. பதில் சொல்லாய் எனக்கு' 'வாசனை தான் வருகிறது இதுவரை யாரையும் தொட்டதில்லையே' 'தவறி விட்டாய். வாசனைகூட எப்பரிசம் எனத் தெரியாதா உனக்கு நாகரின் விதி சூழ்கிறது உன்னை'

'எதிர்கொண்டதும் மயக்கமானது. உணர்வை குலைய வைத்தது நீதான் யேயா..'

'இருட்டைப் பெண்ணாக்கி சுவாசத்தில் தடம்பிடித்துச் செல்லும் தஸாக்கு. செந்நெல் வயல்புகுந்து கெண்டை போல் காலில் உரசினீர் என்னை.'

'தவளைகள் தாளமிடுவதில் ஈர்த்தது'

'பொத்தி மீன் இசையே சேருமெனக்கு. மடை ஓசையில் நிற்பது யார்?'

'யாருமில்லை. நிழல்கள். செங்கண்ணிகளோ வளையிடும் இருட்டு, கருங்கண்ணி தோற்றமானதில் இருப்பது யாரென்று தெரியவில்லை யேயா'

'வெள்ளிரால் படிகஉடல் அபிநயித்துத் துள்ளி ஏறும் வாமடைக் கழுங்கில் உரையாடுவது யார்'

'யாரோ அவர்கள். குரலில் நீர் சேந்துவோர்போல தோன்றுகிறது. வயல்காரனோ மடைக்குடும்பரோ'

'இச்சிவிருட்சத்தின் கனிகளை அவர்கள் உண்பதில்லை. குரலில் கனிவாடை கேட்கவில்லை. எனவே நீ மாந்தியுண்டதால் வெள வாலாய். சிலகாலம் ஆனதும் தலைகீழ் வாழ்க்கை நீங்கிவிடும் உனக்கு'

'அவ்வாறு சபிக்காதே யேயா.. உன் தொலைவு சர்ப்பமந்திரமாய் வசீகரித்ததை அறியவில்லையே நான்.'

'திசாதிசை திரளும் பாசி மீன்களாய் அலை நீர். மின்னலுக்குள் தாவும் மீனாகுவீர். உன் கூட வந்த சகோதரர்களெங்கே. மனப்பித்தில் ஒளிந்துகொண்டதில் போகத்தில் ஒளிவது தவறுதானே'

'தஸாக்கிற்கு தவறில்லை யேயா... மணலில் பதுங்கி மறைவாய் திரியும் மணலி ருசிக்கு அடிமை இவர்கள். வயலுக்குள் பொத்தி நடக்கும் கொக்குகள் வரப்பு செலவுகளில் மூக்கை நீட்டி நண்டு தேடும் நாரைக் கூட்டமிது நம்பு யேயா...'

'அப்படியானால் உன் சகோதர் இருவரும் எங்கே'

'வாரும் வாரும். அண்ணமாரேஞ் யேயா கூப்பிடுகிறாள். கோபத்துக்கு ஆளாக வேண்டாம். அவளிடம் விடுதலையும் பெற வேண்டும் பெரிண்ணா'

கடேசிச் சோதரன் வருத்தமுற்றதில் மீன்களும் குதித்தெழுந்து 'மருகாதே... மருகாதே.. தஸாக்கியே... மசக்கை வந்தவளாய் ஏன் மயங்குகிறீர் தஸாக்கியரே யேயா... யேயா... விடுவிடு தஸாக்கியரை'

'மச்சமார்களே... எனை மன்னிப்பீரே... மோனமுற்றவர்கள் பாவிகளே'

'யேயா... யேயா.. ஒருமுறை விட்டுவிடு'

'மாட்டேம் மாட்டேன் போ. உங்களுக்கேன் இவ்வளவு வாஞ்சை அவர்கள் மேல்'

'பொறுத்தருள வேண்டுமே யேயா... நறியதாழை முறியவே கடற்கானவெங்கும் உன் கூந்தல் கருத்துள்ளது... பரதவர் யாவரும் கடலாடுகிறார். கணிகையும் வணிகனும் யாழில் சேர்கிறார்கள். இந்த தஸாக்கு செய்ததுது குற்றமோ யேயா'

'இசையின் மறுபாகம் கூந்தலில் விம்முகிறதே...'

'காமம்தான் விம்மும் கூந்தலில் இழைகிறதென்று சொல்வேன்' என மண்ணாத்தி திமிங்கிலம் பேரர்களுக்காக வாதாடியது யேயா விடம்.

'வானம் கருநீலமாயிருக்கும் நேரத்தில் குதிரைகள் நீலமடைந்து விடும். சந்திரகாந்தக் கற்சிலையில் கணிகை ஒருத்தி புகுந்திருக்கிறாள். காடாறு மாதமாய் பெண்ணுருவாய் திரிகிறாள் கடல் ஓரங்களில். தை தொடங்கி ஆனி வரை கருத்த தஸாக்கிப் பெண்ணாகிவிடுகிறாள். யாழை இசைத்து மீன்களைப் பிறப்பிக்கிறாள். தஸாக்கிப் பெண்ணிடம் உள்ள ஒரு பாதி வருட யாழ் எனக்கு வேண்டும் தஸாக்கியரே'

'ஆவணி தொடங்கிவிட்டதே.' அடுத்த பாதியில் சந்திரனையும் ஞாயிறையும் சேர ஒட்டிய வெண் பிரதி அவள். சந்திரகாந்த சக்தியால் புவிக்கோளத்தின் அத்தனை கற்களையும் கற்குழம்பின் தீ நாவு களால் இசைக்கிறாள். 'யேயா... என்ன வேண்டும் உனக்கு.' 'தஸாக்கு

வலைகள்.' 'அறியாததில்லை!!' என பெருமை கூறியது மண்ணாத்தி.

'அவள் கரு நீலயுவதியாய் அலையும் போதுத சந்திரன் பூட்டிய இருபத்திஏழு விண்மீன்கள் வேண்டுமெனக்கு.'

'நிறங்களை மாற்றும் கடலின் அசைவைக் கொண்டு இசையின் வர்ண மெட்டுகளை மாற்றிச் சொல்கிறாள் கருத்தஞானி அவள். எப்படிக் கேட்பது எனத் தெரியவில்லையே'

'பறந்து வளையும் பறவை மீனே.. குதித்து விண்படும் பார்பெடோ எங்கிருக்கிறாய். வாதநோய் கண்ட சிறுமியைத் தழுவிக்கொண்டு இருக்கிறேன். அவள் எப்படியும் நடந்துவிடுவாள். சேற்றுமீனுடன் ஓடிய கால்களில் அயிரைகள் முத்தமிட ஒரு நாள் வாத்துச் சிறுமி வருவாள் எழுந்து'

'மகரமச்சத்தை தெரியுமா பார்பெடோ உனக்கு'

'முதலைத்தலையுடன் பிணைக்கப்பட்ட நாயின் உடல்கொண்ட மகரமீன் யாழாகும் புராணத்தில் அலைகிறது. அதை ஏந்திய கணிகை ஒருத்தியை கழிக்கானலிடத்தில் இதே நகரத்தில் சந்திப்பேன். என்ன கேட்கிறாய் யேயா...'

'பார்பெடோ.. கடல் மனிதரின் மருத்துவனே... கணிகையிடம் மகரயாழ் ஈருடல் பிரியாத இசை விலங்கு. கமாராவின் விதி நாயின் வாலில் அசைகிறது. முதலையின் வெண்கலமுகமூடி அணிந்த நாய் ஊளையிடப் பிரிவும் நேர்ந்ததில் இசை மாறிவிட்டது. என்ன நடக்குமோ... பார்பெடோ... ஜலத்தின் திரிகளை முறுக்கிய தீநீரில் முகமூடிகள் மேலேறுகின்றன. கடல் அணங்குதான் நெருங்க முடிய வில்லை கையைவிட்டு நழுவிய மகரயாழ் புயல்கொண்டு இசைப்பதில் விண்மேல் ஏறிவரும் கையறு நிலையானான் வணிகனும் அங்கே திரிகிறான்.'

'அவனை எப்படிக்கொண்டு சேர்ப்பாயோ எனக்குத் தெரியாது. கமாராவின் துறையில் பௌர்ணமி. மகளிர்கூடி சினைச் சுரவின் கோடு நட்டி பகலோன் மறைந்த அந்தியாரிடை உருகெழு பெருங்கடல் வேகமாய் சுற்றிக் குவிகிறது. ஈர்ப்பு விசை நிலத்தை விட நீரில் எழுகிற ஓசையில் செம்மீன் இமைக்கும் முழுநிலவு உச்சியில் இருந்தபோது வெளிவாய்கோள் கிழக்கில் தோன்ற வெள்ளி அங்கே போகாமல் எங்கே மறைந்திருக்கும்?'

'பார்பெடோ... கடல்மேல் ஒரு செஞ்சிலம்பு மீன் உருக்கொண்டு வருகிறதே. உதித்த கடகத்துள் ஓலைச் சுவடிகள் பாசியடைந்து

உதிர்ந்த வார்த்தை பூச ஒளியில் வாசிப்பது யார்? கற்கடக சத்திர ஓரை தினமானதில் சிலம்புடன் பிறந்தவள் நீர் படுகிறாள். அவள் கால்கள் நடக்க முடியாமல் தள்ளாடுகின்றன பார்பெடோ...'

'அவளுக்கு நோவொன்றுமில்லை யேயா... சாவகன் சீதள ஓலைகளைப் பிரித்தான் கமாராவில்'

'இருபத்தி ஏழு விண் மீன்களும் என் கூந்தலை அழகுசெய்ய வேண்டும் பார்பெடோ...'

'தஸாக்குகள் மூவரும் தலைகுனிந்து நிற்கிறார்கள். 'புரவிமீன் கேளே... குழல் ஊதி அழைக்கிறான் சாவகன்'

'அப்படியா சரி சரி... பார்பெடோ. நீயே சொல். என் நிர்வாணத்தை இச்சையால் யாசித்த இவர்களுக்கு என்ன சாபம் இடுவது?' 'கடலுக்கும் மலைக்கும் ஓடித்திரியட்டும். பாம்புகளுக்கு அடிமை யாகட்டும். வலையுடன் அவர்களை விட்டுவிடு யேயா..'

'திரிவார்கள் ஆறு ஆறாக... நுரைப்பந்தின் கீழ் பதுங்கி தலைப் பிரட்டைகளாய் சேற்றில் உழல்வார்கள்' தவளை தின்னும் தஸாக்கே. மீன் மந்தைகளை மேய்த்துத் திரிவீர்கள். காலில் சுற்றிய மீன் கோர்வை சிலம்புகளாக இருக்கட்டுமே'

'தவளைகளையும் தேரைகளையும் ஆற்றல் மிக்க பாடகர்களாக ஏற்று மகர யாழினைப் பெறுவீர்'

'மீன் மூதாதையரின் கண்களின் அடியில் தயவிருக்குமா எங்களுக்கு'

'பார்வையின் அடியில் நீரினுள்ளும் வெளியேயும் நீருக்கப்பால் உள்ள தெருவாகவும் நத்தை வீடுகளைப் பெறுவீர். நத்தை வடிவ ஊர் உனக்கு'

'போதுமெனப்படுகிறது யேயா'

எங்கும் தவளைக் கூட்டத்தின் அழைப்பொலி பெருகுகிறது. பிலாக்கணம் மகிழ்ச்சி ஏங்கம். ஒப்பாரி... மெல்ல நீட்டி யாரையோ அழைக்கின்றன. நிசப்தம். குரல் ஒடுங்கின தேரைகள்.

'கடேசி தஸாக்கு... நீ.. என்னைப் பாராத்தில் மூன்று வளையல் களைத் தருகிறேன் உனக்கு. அணிந்து கொள். நீ மோகமுற்ற இழைகள் மூன்றையும் அறுத்துச் சுற்றி வைத்திருக்கிறேன் வளையல்களில். மோன இழைகள் இவை. காட்டில் காணாமல்போய் அலைந்து பாடித் திரிவதில் வனமலர்களின் வாசனையெல் லாம் நுகர்ந்துவரும் என் இழைகள், திரும்பவரும். காமத்தின் விம்மலால் வளர்ந்துகொண்டே இருக்கும் கூந்தல். துக்கத்தில் கருத்திருக்கிறது. கற்பகால ஏக்கம்

கொண்ட பெண்கள் இவ்விழைகளில் வதிகிறார்கள். சஞ்சல தேவதைகள் இவர்களை ஏன் மூன்று வலையல்களில் நிழலாக மாற்றி கருங்கூந்தல் இழைகளில் அருவை மறைத்திருக்கிறேன். கூந்தல் இழை உருவெடுத்து வனங்களில் சுற்றித்திரிவார்கள். அலைந்தலைந்து நிசப்தத்தின் ஆழத்தில் அறிதுயில் நிலையில் இருக்கும் பெண்கள் இவர்கள். வலையல்களை யார் கவர்ந்து சென்றாலும் நிழலாகி விடுவார்கள். கரு இழைகளில் நிலவு தோன்றிவிடும். வட்டமாகும் ஒவ்வொரு சந்திர நாளி லும் உருவெடுத்த ஸ்திரீகள் குளிப்பதற்காக ஆற்றுக்குச் செல்லும் நிசியில் நீ பின்தொடரக் கூடாது. ஜல ஸ்திரீகளின் அனந்தத்தில் புல் பூண்டுகளும் பட்சி ராசிகளும் பெருகட்டும்.' என யேயா விடுபட்டுச் செல்கிறாள். ஆற்றின் அக்கரையிலிருந்து சொன்னாள்.

'வளையல் களைக் குலுக்கி ஒலி எழுப்பி சர்ப்ப மந்திரத்தில் சொல் பகர்வாய். நினைத்த மீன் உன்னைத் தொடும்' என மறைகிறாள் யேயா.

சில தஸாக்குகளைக் கூட்டமாகக் காண்பதறிது. கத்தும் அலை கடலின் அசைவைக்கொண்டு இரவுப் பொழுதில் மட்டுமே நீர் பரப்புக்கு வருகிறார்கள். நிலத்திலேயே தம் வாழ்நாட்களைக் கழித்த வேறு சில இனங்களைப் போலன்றி ஈரமான தோலினால் வாய்க்குள் படர்ந்துவரும் மென்பாசியை மென்றவாறு கூட்டமாய் சுவாசிக்கும் நீரினம் போல் பித்தான் கண்களை விழிக்கிறார்கள். சாம்பல்நிற இமைக்குள் புதர் கொள்ளும் பார்வை கடலை ஊடுருவிச் செல்லும். இந்த மனிதராசியை மற்றொரு சூழலுக்க ஏற்ப மாற்றமைடயத் தூண்டுவது ரத்தவேட்கை கொண்ட இருவாழ்விகளென தோன்றும்.

சேற்றில் ஊர்ந்தபடி கிடக்கிறார்கள். கால்விரல்களைப் பிணைத் திருக்கும் பாசிக் கொடிகளுக்கிடையே சிறுமீன்கூட்டம் கரும்பிக் கடிக்க சேத்துப் புண்ணுக்கு மருந்தாகிவிடும். ஈரஉடல் ரோகம் கொண்டதில் பாதிமீன் உடல் ஆனதில் செதில்களும் உதிர்கின்றன. மீன்பாடு இல்லையென்றாலும் எலிகளும் தவளைகளும் ராத்திரி உணவாகிவிடும்.

எல்லாம் உணர்ந்துகொள்ளும் கோசியத்தவளையைத் தேடி நச்சுவலையைத் தோளில்போட்டு கரையோர வீச்சுவலை ஈரத்தை மெதுவாக உலர்த்தியவாறு பனிரெண்டு ஓரைகளைக் குறிக்கும் கிளிஞ்சல்களைக் கோர்த்த கழுத்தில் நக்கிய தேரை நாக்கு சொல்லுவதைக் கேட்டவாறு கடலுக்குப்போன தஸாக்குகளின் பெயரைக் கூவ தொலைத்தவர்கள் தவளைத்தஸாக்குகளாக மாறி விடுவார்கள்.

மரக்கிளையினின்று தொங்கும் தேரையாருக்கு நமஸ்காரம். காற்றில் தாவி நழுவும் சொல் பகரவேண்டும். கோலியத் தேரையார் வாக்கு கீழே விழுந்துவிடாமல் நேர்த்தியாக ஊர்ந்து இறங்கி மற்றொரு கிளைபற்றிப் புனைவுகொள்ளும் ரகஸியத்தைக் கூறுவீரே.

1. சீதள ஓலைகளைத் தோலில் கொண்ட வறண்ட கரடுமுரடான நிலத்தில் அத்தனை தூரம் நடந்துவந்தோம். இந்தச் சிறு குடி மணலில் வளைதோண்டி வாழ்ந்த காலம் கடந்துள்ள வேளை 'முன்னோர்கள் எங்கு மறைந்தார்கள்?' சேற்று நிலத்தில் தஞ்சமடைந்தவர்கள் விட்டுச் சென்ற காலடிகள் நெளியும்போது நத்தைகளையும் நண்டுச் செலவையும் மூடிப்போயிருக்கக்கூடும்.

2. ஏனோ இவர்கள் நீர்ச் சூழலைவிட்டு அதிக தூரம் திரிய முடியவில்லை. வறண்ட நிலங்களில் வீசும் துயரக்காற்று உடலின் உயிர்ச் சாரத்தை உறிஞ்சியதில் தோலுலர்ந்து போனார்கள். உடலில் இழந்த தைலத்தை விரைவில் நிரப்புவதற்கு நீரடியில் கிடந்து சகதியில் ஒட்டிக்கொண்டால் போதும். போன ஈரம் திரும்பிவிடும். நிலத் தஸாக்கு உடலை ஈரமாக வைத்துக்கொண்டான். இவன் நுரையீரல் மீன் செவுள்களாய் சிவந்திருக்கிறது. இந்த நாடோடி எப்போதும் ஒரு ஈட்டியை வைத்திருந்தான் கடவுளாக. அதையே தலைகீழாகக் குத்தி ஒரு மீனைக்கவ்வி சுட்டுத் தின்றதும் தரையில் படுத்துக் கொள்வான். புலனுணர்வுகள் எப்போதும் திறந்தவெளியில் திரிகின்றன. புராதன மீன்வயிற்றில் பிறந்த பேரன் என்பதில் சந்தேகமில்லை அவனுக்கு. ஒவ்வொரு நீர்த்தாவர அடர்த்தியான பச்சையில் ஒட்டிக் கொள்கிறான். முட்டைகளின் கூடவே மிதப்பதற்கு வட்டமான கண்களின் மோனத்தில் படிந்திருக்கிறான் நிலத் தஸாக்கு. கற்களுக்கடியிலும் சேற்றிலும் ஒட்டிக்கொள்ள வரும் புழுக்கூட்டத்தில் நெளிகிறான் அலையுடன்.

3. அவ்விடம் கூத்தாடிகள் வந்து துயரத்துடனிருக்கையில் 'ஏன் வருந்துகிறீர்' என ஏனாதிகேட்க 'மத்தளமுழக்குவோன் நோய் கொண்டான்' என்றார்கள். கடல்மீது ஏறிவரும் கோலியத் தேரையர் 'மத்தளிகனாகிறேன் நீவிர் வருக' வென்று அவர்களுடன் சென்று தவளைகளின் ஒலிநாவுகள் மத்தள தொனி கொடுக்க மீன் உருவான மச்சன் என்போன் நூத்தி இரு மீன்களாய் சிதறி எதிர்வந்து சுற்றி தஸாக்குகள் ஆயினர். நூத்திஇரு மீன்களும் ஒன்று சேர்த்து தஸாக்கின் குழந்தையை ஈன்றனர். கடற்கரை ஓடத்தில் குழந்தையை இட்டு கரைவலை போடுவோர் அம்பாவில் ஆவிகள் பாடும் குரல் ஏறிவர,

கடற்பறவைகள் விசிலிட பனிமூட்டத்தின் ஊடே விழிகள் ஊடுருவும் அனாதிகளாய் ஆழமில்லாத தொலைவில் கரைவலை போட்டு படகில் ஒருகாலும் அளூரில் மறுகாலும் ஊன்றி குழந்தையை வலைமேல் தொட்டிலிட்டு துயிலும் ராவிருட்டில் மீனுறங்கும் உவர்க் கழிமுகத்தில் விரல் தொட்டு கைப்பற்றிய சிறுமீனும் கைநிறைய முட்டையிட ஊதியூதி மந்திரித்த முட்டையது சுற்றிவரும் த.க.க. அகராதி.

4. ஆறுபருவங்களில் இங்குமங்கும் திரிந்தலையும் மலைக் கூட்டங்களின் அனாமதேயத் திருடர்கள் நேசித்ததெல்லாம், ராவிருட்டில் மீனுரசும் கோடுகளாய்த் திறந்துகொள்ளும் 'காற்று அகராதி' வெகுரகஸியமான சமூகங்களால் பேணப்பட்டு நாகரீகப் பட்டணங்கள் வெறுத்தொதுக்கி குற்றமென நீக்குகிற சாவியில்லாப் பூட்டுகளால் இரவைப் பூட்டி கூடித்துயிலும் மான்கூட்டப் புள்ளிகள் நட்சத்திரத் துளைகளாய்த் தோன்றுவதைப் பார்த்தறியா சூதுவாதுள்ள அரங்கு வீட்டுத்தாழ் சாத்தியிருப்பதைப் புரியாத திருடர்களும் தங்கள் வடிவம் ஒரு தஸாக்யாவின் பரிணாமத்தில் பூமியின் ஆரம்ப உயிர்க்கபாலப் பளிங்குப் பிரதிமைகளில் வந்த தவறுதான் வேறுபட்ட உயிரின வகைகளாய் தோன்றுவதற்கு மூலாதார வாசனையும் வனப்பூவில் அவிழாத முகை உள்ளே சுதந்திர வெளி இருப்பதினால் இச்சூன்ய ஆழமதில் மலர்தலையுலகமென தன்னியல்பில் மலையின் சாயலாய் உறங்கும் இவர்போக்கு நிலத் வினைப் பூவுக்குள் இருப்பிடமாக்கும்.

5. காற்று அகராதி ஓர் இராவேளைக் குடிபெயரும் பொதிமாடுகள் மீது தட்டுமுட்டுப் பொருட்களைப் போட்டு கூலிபெறாமல் வெளியேறி ஓடுகிற வேட்கையினால் வளர்பிறையின் முதற்காற் பருவத்தில் திருடரின் மனஉறுதி நிலையில் நிலாவொளி ஏற்படுத்தும் விளைவு களில் மிகப் பழங்கால ஒளிவந்து சேர,

6. ஈரஆவி நுரையும் மந்திரச்சொல் வசியம் த.க.க.அகராதிப் பக்கங்களில் பூசிவரும் சரித்திரமதில் இருள் ரேகைக்கு அடியில் மீனின் வம்சாவழிகள் நிலத்தில் முதன்முதலில்,

7. வாழமுயன்ற தொன்மையான முதல் மீன் தஸாக்குக்கு அபரி மிதமாக நிலத்திலும் மரத்திலும் ஒட்டிக்கொண்ட சாம்பல்நிற நத்தைக் கூடுகளில் உலர்ந்த காற்று சுழன்று வீச வெளியேறினார்கள் ஓடுகளைவிட்டு. ஊர்ந்து நெளிந்து புரண்டு திரிந்த உவர்நிலங்களில் குதிரைவாலித் தவசத்தை அறுத்து கல் உரல்களில் குத்திப் புடைத்த

வெள்ளரிசிச் சோறும் உலர்ந்த மீனும் உடும்பும் ராத்திரி உணவாயிற்று. நத்தைகளும் கூடவே நகர்ந்துவர வழிகாட்டிவந்த கொம்புத் தேரையின் தோல் உலர்ந்த கதைகளும் தாளத்தில் பாட பறவைகளும் கூட அடைகின்றன அவர்களுடன். முட்டைகளை வாய்க்குள் நிரப்பிக் கொண்ட தஸாக்கு வயிற்றுக்குக் கீழ் எத்தனை முட்டைகளைச் சேகரிப்பான்? இடம்விட்டு இடம்பெயர்ந்த கூட்டம் நீர்நிலை யெல்லாம் முட்டைகளை உமிழ்ந்து செல்கிறான். மீன்கள் சலன மடையாமல் நிலதஸாக்கு உயிருடன் இருக்கமாட்டான்.

8. வெப்பக்காடுகளை அடைந்தார்கள். கழிமுகச் சேற்றுக்குள் பதிந்து கிடந்த உடல் உலர்ந்த தரையில் மண்பரப்பில் சதுப்புத் தாவரங்களின் முட்டில் வேர்களில் தொற்றிக் கொண்டது அலையும் வாழ்வு. அடிமரங் களில் பற்றி இருந்த இருட்டு இவர்களை ஒட்டிப் பிசுபிசுத்தது. நிசப்தமும் திடீர் அசைவும் நீரை நோக்கிச் செல்ல தன்னிச்சையாகத் தேடி நடந்தன கால்கள். தம்மைக் கருவுயிர்த்த பெற்றோர்கள் இருந்த கற்குவியலான வெள்ளை மணல்பாலைகளில் உடல்கிடந்தது ஏகாந்தமாய். தொன்மையின் நதிகள் உலர்ந்த அலை நீரின்றியும் அசைகிறது. அலையின் பிரவாகத்தில் மூழ்கிய பாறைகள் மேல் வந்து மிதக்கின்றன. முதுகுகள் உயர்ந்த மணல் தீடைகள் மெல்லக் கரையும் காற்று. இங்கே கண்ட நீர் ஆழமற்றிருந்தது. பெண் மீனம் அவ்விடம் வந்துசேர நிலத் தஸாக்குகள் விருத்தியாயினர். மிக விரைவில் முட்டைகள் சிந்தி கற்குவியல் இருட்டில் போய் ஒளிந்துகொண்டன.

9. கமராவிலிருந்து பலநூறு மைல்களைக் கடந்த ஆறு அப்பாலுள்ள மலைகளில் ஏறியது அருவியாய் கிளைபரப்பி. வெகு தூரத்தில் காபேரிஸ் நதியின் வளைகுடா உள்ளது. இந்த ஆற்றுநீர் மணம் செறிந்தது. இங்கிருந்துதான் வாழையர்கள் ஆற்றுமீன் பிடிக்கிறார்கள். அவர்கள் மௌனமாக இவர்களை அழைத்துப்போய் மறைவாக இருந்த ஒரு வாழைத்தடை ஓடைக்கு வந்துசேர்ந்தனர். வாழையே இந்த ஓடைக்கு வழிகாட்டி. நாசியில் வாசிக்கும் தஸாக்கு காட்டு மலர்களை நுகர்ந்தவாறு பூமியின் மூலகங்களில் கரைகிறார்கள் வீடின்றி. இவர்களின் வாசனை உணர்வு எத்தனையோ மூலிகை வகைக்குப் பெயர் கொடுத்தது. தேரையார் மூலம் எழுதப்பட்ட களவு நூலில் எத்தனைவகை காட்டுச் செடிகள் புதர் மண்டிக் கிடக்கும். இந்த மீன்களின் நினைவாற்றலின் துல்லியத் தன்மையும் அதற்கேற்ப காபேரிஸ் நதியில் ஏறி எதிர்கொண்டு பயணிப்பதில் பல ஆயிரம் முட்டைகளை ஊர்ஊராய் சிதறிச் சென்றதில் தழைத்தார்கள் தஸாக்கியர். மீண்டும் வந்த இடத்துக்கே திரும்ப வேண்டிய விதியும்

கொண்டது காபேரிஸ் நதி. அதன் உறங்கும் கழிமுகத்தில் சாம்பல் படகுகள் காத்திருக்கின்றன வேட்டைக்கு.

10. கள்வரின் ஈர ஆவித்துளிகள் மெல்ல மெல்ல உயிர்பெற்று உருவெடுக்கும் நிமித்திகம் உள்ளார்ந்த களவுக் கால்கள் தன்னியல் பாதை கிளைத்து நகர கைவிரல்கள் பூட்டுமேல் நீண்டு வெளி பகர்வுசொல்ல ‘இல்லா கதவைத் திற’ ‘திறக்கமாட்டேன்’ ‘ஏன்’ ‘இல்லை நான்’ எங்கே போயிருக்கிறாய்’ ‘வெளியே இருக்கிறேன்.’ ‘காத்திருப்பேன்’ மரங்களை விலகிவந்த கதவுகளும் தானே அசையும் இயல்பு கொள்ள கதவத்தில் பட்ட ரேகைகளும் ஊர்ந்து வர மனோகதி விலகித்தள்ளும் பூண்கள் ஒலி எழுப்பாமல் உள்ளே நடக்கும் விரல் களில் நகஒளி தெரிந்துகொள்ளும் பதட்டமான கணம் அங்குமிங்கும் மீளச் செய்யும் உஷார் ஒலியினால் கொண்டிக் காவலன் நடுக்கத்தால் உழலுகிற அந்நியர் மேலவீடு நீங்க அடைதரத் துயர இருட்டு கவிவதை நோக்க,

11. வீடதின் உள் கூடங்களில் துயில்கிற மனங்களின் செயல்களால் அழிவும் அதனுடன் தலை சாய்த்த மதகிரிக் கட்டிலில் முதியவன் உடற்றளர்வுற்ற கண்மூடலில் ஏதேதோ சாவின் அருவுரு இருட்டைத் துன்னும் துளையில் நீலஒளி நகர்ந்து எலும்பைத் துளைத்து கனா தளிர்க்க ஆச்சியின் சிறுவாட்டுப் பொன்நிறம் உற்று இருட்பக்கத்தில் ஓங்கிய விளக்கு சுருங்கிய மூக்குத்திப் பாம்பாய் நெளிய அவ்விளக்கின் சுடர்இருள் நடுவில் கரிய உரை கல்லில் உரைத்த பொற்கோடுகள் மையிருட் புத்தகத்தில் படிமவரி எழுதி அசைவுறும் தருணத்தில் உருகியோடும் பொன்னும் வெள்ளி நகைகளும் எதிரான இரும்புப் பெட்டகமும் கதவந்திறந்துகொள்ள சிமிட்டும் கற்களின் நிறவோட்டத்தில் பளிங்குப் பற்கள் சிரிக்க பேராசை கொண்ட எலும்புகளும் தாகமுற பெட்டகத் தோடு ஏந்தித் திரும்புகிற அதே கணம் முறியாமல் மாறுகொள்ளும் திருகலில் வைத்த காலெடுத்த இருட்டுப் பூனையாகி தொலையுணர்வில் தானே வரும் த.க.க. அகராதிப் பக்கங்களில் அலையும் மலைக்கூட்டம் பிறைகவ்வி நடக்க,

12. பாறைக்குப்பாறை தாவியோடும் நீர் இயல்கொண்ட தஸாக்குகள் தனித் தனித் துளியாக ஒன்றுகூடி பிரியவும் சேரவும் விலகி ஓடவும் புல்லும் பூண்டும் கால்பட்டு முறியாமல் மீளப்பட்ட கனவில் இழந்த மனோகதியை தகதகக்கும் குருதி இழை வெப்பக் காடுகளைக் கடந்த குளிர் இரவுகள் சொன்ன ஆறுகளின் நினைவு களில் படிந்த மணலை இருட்டில் வீசி வீசி வெளிச்சம்பட வாசனை

உணர்வுகளால் வெள்ளிநிற மீன் உடலை வளைத்துக் காட்டியதில் நீட்டிக் கிடந்த மங்கிய மணல்பரப்பைக் கடந்தபோது எதிரிகள் பிடித்துக் கொண்டதில் நீர் நிலைக்குள் பாய்ந்து கற்குவியலுக்குள் ஊடுருவி சலனமற்ற பாறைகளில் மல்லாந்து கிடக்கிறார்கள் களவுப் பொருட்களும் சிதறாமல். அடிபட்டதில் வலிமையான உடற்கட்டு வாலால் அடிபட்ட காயங்கள் கரையும் நதி. வாலை மீனாய் உடலை நீரில் அடித்தவாறு எம்பிக் குதித்து திரும்பும் பாறைகளில் காவலர் வழிமறிக்க நீர்க்குட்டைகளில் வீழ்கிறார்கள் திரும்பவும் இதே இடத்துக்குத் திரும்ப வேண்டிய நிர்பந்தம் தீவிர ஓட்டத்தில் திருகிய பாதைகள் வருகின்றன காலடியில்.

13. உலகக் கடல்களின் ஒவ்வொரு விளிம்பிலும் ஏரிகளின் கரையோரம், நதிகளின் இருகரை நெடுக ஓடிக்கொண்டிருக்கிறான் தஸாக். நதிக்கரைகளில் நகரங்களும் இருக்க கீழுள்ள வளைவுகளில் கடற்பாறைகள் மீது ஈக்கிப் பெட்டியை இடையில் கட்டியவாறு ஒரு மீனுக்காக வெகுகாலம் காத்திருக்கிறான், தனித்த நாரையென. பொந்தின் பக்கம் முகத்தை வைத்து நீளமான தன்னுடலை வளைத்துச் சுருட்டும் தலைக்குமேல் பச்சை ஒளி வட்டமாய் சுற்றிவரும் கிரீடம் கொண்ட 'பார்பெடோ... என் பார்பெடோ'வென அசைந்தாடும் பச்சை வெளிச்சத்தின் பாதையில் ஈர்க்கப்பட்டவன் கூடவே நீந்திப் பயணமாகிறான். மற்ற மீன்களும் உடன்வரும் சுழற்சியில் பாசிநிற மீன் கூட்டம் பார்பெடோவைச் சூழ்ந்து கொள்ள ஒளியைக் குகையாக உட்குழித்து உறிஞ்சும் வாய்களில் மறைகின்றன எல்லாம்.

14. இருண்டிருக்கும் நீர்நிலைக்குப் போய்விடுகிறான் தஸாக். வெப்பமண்டல ஆறு அங்கிருந்து மிதவைத் தாவரங்கள் படர்ந் திருக்கும்போது இலைகள் நிரம்பிய பச்சை உலகின் அடியில் ஆயிரம் நிழல் இலைகள் அசையும் ஜீவ கோடி ரகஸியத்தில் பதுங்கி மறை கிறார்கள். தமக்குள் செய்துகொள்ளும் சமிக்ஞையால் ஒருவருக் கொருவர் எதையும் பேசிக்கொள்வதில்லை. விட்டு விட்டு ஒளி புலப்படும் பார்பெடோ வந்துவிட்டால் போதும். இவ்வொளி இயக்கத்தை கடவுளின் சமிக்ஞை என்றே கொள்வதில் வியப்பில்லை. ஆழ்கடல் பகுதிக்கோ ஏரியின் நடுவிலோ சீரான நிசப்தத்தில் ஆழம் செல்லச் செல்ல பார்பெடோவின் அரிதுயில் உயிரொளிர்வின் சமநிலையில் இவ்வுயிர் உலகின் என்றும் இருக்கவும் வாழ்வின் விதியாக வழிபடவும் செய்கிறான் தஸாக். மெல்லிய நூல் இழை நீட்சியில் தன் கொம்பிலிருந்து கால் விரல்களுக்கு நரம்புகள் மூன்றை அதிர்வித்தவாறு பார்பெடோ மனித விதியை இசைக்கிறதா? சரிந்து

வரும் பச்சை விளக்குகளில் யார் இருக்கிறார்கள்? நீரில் ஒளிவிலகல் கோணத்தை துணித்துவரும் நீர்ப்பல்லி பவளக்கூடுகளின் கிளைகளில் அமர்ந்து பவளக்கூண்டு ஒன்றைப் பின்னிக்கொண்டிருக்கிறது. அது பார்பெடோவுக்காக நீர்ப்பல்லி அமைக்கும் அரண்மனை. உள்ளே அலையும் பெண்மீன்கள் ஓராயிரம் முட்டைகளைப் பாதுகாக்கவும் தொலைவிலிருந்தே பார்வையால் குஞ்சுகளை முட்டையிலிருந்து ஜனனப் பாதையில் கூட்டிச் செல்கிறது பார்பெடோ.

தனக்கு உகந்த ஓர் பேரழகி பார்பெடோவை மட்டும் கவர்ந்து கொண்டு கூட்டித் திரியும். பவளக் கொடிகளால் சூழப்பட்ட அரண்மனைக்குள் இசை மேதைகள் பன்னிருவர் நீந்துகிறார்கள். பவளப் பாறைகளில் மல்லாந்து தம்மைச் சுற்றி கடலில் நடப்பவற்றை சில மீன் கண்களின் ஜாலங்களை இசைக்குறிப்புகளாக எழுதிக் கொண்டிருக்கும் கை யாருடையது எனத் தெரியவில்லை.

அவ்விரலானால் தாயாதி மீன்களைப் பிரிந்த நாடோடிகளின் பழக்க இரவுகளில் சீதள ஓலைச் சுவடிகளில் எழுதிவந்த தவுலுத் தாத்தா ஒரு தஸாக்குக்குறிய பச்சை குத்திய மார்பும் இடதுகை மணிக்கட்டும் புஜத்தில் வலமாகக் கீறிய விருச்சிகம் இறந்துபோன தாயின் பெருவிரல் புறத்தில் இடம்விட்டு இவனைப் பீடிக்க வந்து 'எம்மவன் வேர் கொடுப்பான். சீக்காளிகளைத் தொட்டு குணப்படுத்த அனேக வேர் உண்டு தஸாக்குகிட்ட.'

15. களவும் குறிகேட்ட பட்சிகள் வலம்பாய பிடித்திருந்த மீன் எறிவேல் வணங்கி கன்னக் கோலெடுத்துச் செல்லும்போது 'கிழங்கு தோண்டப் போகிறோம். வேறொன்னுமில்லை' என பார்ப்பவரை விட்டுவிலகுவார்கள். பச்சை குத்திய விருச்சிகம் அசரீரி சொல்ல விஷமுறிவு மூலிகையை உலராமல் எழுதிவரும் வைத்திய முறைகளும் தேரையார் வந்து கதித்த வாச்சியங்களும் களவு நூல்புக புகையிலையைக் கசக்கி பல்லுக்கு அடியில் வைத்து மந்திர தந்திரமும் முதுகில் கோலமிட்டெழுதி சிறுமீன் முட்டைகளை ஓலைக் கொட்டானில் எடுத்து கழிவெளியில் விதைத்து வீசி வீசிப் போன கையும் மறைந்திருக்கும் உப்புத் தரவையதில் மண்டிக்கிடந்த புதர்மேல் வரும் நிலவுடன் கிராமங்களும் வறண்ட குறுங்காடுகளாக நடமாடும் சிறுமலைகள் மூழ்கிய இரவு நீலமிடப் பார்த்த ஆனிறை கவர்தலும்.

16. கணிவாய்ப் பல்லி வயிற்றில் முட்டைக்குள் இருக்கும் படிக உயிர் கரைந்து பரவும் வெளியில் சிறுநிழற்கள்ளியின் முட்பொதிந்த

அடர் அடியில் தங்கும் தஸாக்கியருக்கு வரப்போகும் நிகழ்ச்சிகளின் அந்தரங்கம் பிடிபட சிக்கிலிப் பறவை 'ஆம்... ஆம்... பெரோ.. உன் படிகம் தேடித்திரிகிறேன் கழிவெளியில்' வெளிர் நீலத்தில் நீந்திவரும் நிலவுமேல் பட்ட பழந்திருடரின் குருதி வழிநெடுக்க குத்துக் காயத்தில் கசியும் உதிரம் நிலாவிளிம்புகளில் பூசி கணிவாய்ப் பல்லியாரே... அவன் கையில் வலை இருப்பதை அதில் கன்னக் கோலும் மறைந் திருப்பதை கோலினால் மீனைக்குத்தி ஏந்துவதில் மெல்ல உயிர் களையும் குளிரை உணரும் மீன் கேட்டது 'எங்கே போகிறாய் தஸாக்' 'வேட்டைக்கு...' 'நீ என்ன செய்கிறாய்' 'சாவின் சுவையைக் குடித்தபடி மயக்கமான ஒரு நீரோடையை வந்தடைகிறேன். சாவின் அரும்புகள் அசைகின்றன. இவற்றின் வாசனை கிரங்க வைக்கிறதென்னை. பாதையை மறந்துபோகிறேன். திரும்பிப் போகமுடியாது இனி. சிதைவுற்ற குருதி மங்கிய மணல் பரப்பில் கரைகிறது. முதுகைக் காட்டி ஓய்வெடுக்க முடியாது. ஒரு சில தினங்களில் அனேகமாய் அலைகளும் அற்றுவிடும். தாடை களில் தூண்டில்முள் சிக்கியுள்ளதால் செவுள்களும் வலிமேலிடுகிறதே. நீர்நிலை ஆழமாய் அழைக்கிறது. சிதைவுற்ற பாதைகளில் முன் னறியாத பயணம். குஞ்சுகள் கூட்டமாய் நீந்திவருகின்றன அவற்றைச் சுற்றி செந்நிற வெளிச்சம். ஞாபகங்கள் கரைந்த நீர்ப் பரப்பை அடைந்துவிட்டேன். அடையாளமிழந்து வருகிறேன். எனக்கு ஒன்றும் தெரியவில்லை. கவச உறைகளும் கலைகிறேன். வாலை அடித்தவாறு தொன்மக்கடலை வலம்வர முடிய வில்லை. என்னைத் தொட்டு இரைதேடும் மீன்களின் ஒலி கேட்கிறது. தூரத்தில் ஒலியலைகள் வருகின்றன. நாசித்துவாரங்களில் சாவின் வாசனை. செவிப்புலம் மெல்ல மெல்ல மங்குகிறதெனக்கு. என் உடலிலிருந்து கசியும் ரத்தத்தை சிறுமீன்கள் ஸ்பரிசிக்கின்றன. செல்லமான அயிரைகளிடம் தின்னக் கொடுத்த உடல் சிதைந்து கூடாகிறது. காற்றைவிட மெல்லிய உயிர் மிதக்கிறது லேசாக. என்னுடன் யாருமில்லை. கரிய இருள் போன்ற பனியில் பெரோவின் படிக உயிரில் கலக்கிறேன் சாவு சில்லிடுகிறது. முட்டி பயமுறுத்தும் குளிரில் இறங்குகிறேன் தனிமையில்' எனத் தொடர்கிறது பயணத்தை.

17. நிலக்கோள படிக தஸாக்யா நீருக்குள் முன்னூடுருவ நேர் கோட்டிலோ நீராவிக்கப்பல் போகும் எத்திசையிலோ தஸாக்குகள் படகைப் போல தன் சுழலச்சில் அழிந்தவாறு ஆழ் சமுத்திர எல்லை யற்ற கருணையும் எளிமையுடன் சேர்கிற மீனுடல் நுட்பத்தின் அழகியலில் இவ்விதமாக எதுவும் விளங்கக் கூடுவதில்லை எனினும்

18. இருப்பதில் கடல்குதிரையின் வேகத்தை முகமூடியாக்கும்

தஸாக்கு படிக நாயின் ஊளைகளில் உரையாட பூனைக் கண்ணாடியில் பொம்மைகளோடு மீன் குஞ்சுகள் கூட்டமாய் ஒட்டிக் கொள்வதில் பிரதிமையின் அங்கங்களில் இசையின் சாகர வெளிச்சம் வெப்ப ரத்தமாய் பெருகியோடக் குழம்பிய சகதித் தடத்தில் நொறுங்கிய நிலா நிலம் எனவே வலைஞன் என்ற வழியில் தனிமையான பரிசுத்த இயற்கையின் நியதியில் படுத்துக் கிடந்த மரத்தில் நீந்திவரும் சாம்பல் நிறமாலுமியின் குறிப்புகள்.

19. உவர் தரவையில் உரசும் மணல் கோடுகளில் பூச்சிக்கூடுகளின் உதிர ரகஸியம் விடுகதையும் முதுமொழிகளை இடம்விட்டு பெயர்த்து ஊர்ஊராய் பயணம் போன நீலதஸாக்குகள் பூனைகளைக் குத்திப் பசியாறாமல் கூடவே னக்கிப் போய் அந்த மனைப்புலிகளை குகை வல்லமையோடு பழகி மெதுவான கால் தடங்களில் ஒலியேதும் ஏற்படாததை உணர்வோட்டமாய் ஆற்று வழிபோய் வளை மீனை உண்ணும் வேட்கையில் நாரை தன் அடியொலியை அம்மீன் உணராதவாறு அஞ்சி மெல்லக் கவ்வ வீட்டி னுள் புகுந்த திருடனும் தளர்ந்து பதுங்கிய ஒலியும் இருட்பட்ட தஸாக்குக் கூட்டமான கால்களும் ஈர்த்த பூனைக்கால்களாக மாறிச் செல்ல வெருகு ஆகும் நடுராத்திரியில் சடங்குத் துடிகொண்ட பாதங்கள் மிதப்பதென குறிவைத்த இலக்கை அடைவதற்கு நிலவு மறையவும் தொட்ட ஆபரணம் அணிமணி தங்கப் புழுக்களான கற்களில் ஜொலித்த பாதை கடந்துவர புதிராகும் வனப்பரப்புக்குள் காற்றாகக் கரைந் திருக்கும் கடந்த தஸாக் ஆவி பேசுவதற்காக மனதின் காயம் படிந்த நோய்மை நீக்கும் பாவத்தில் ஏடுகள் தோன்றும்.

20. வறண்ட இருமலைகளுக்கிடையில் ஓநாய்களோடும் மானோ டும் குனிந்து அலையும் பிள்ளைகள் மடு அருந்திய பால் வெளிச்சம் சிதற கரந்தபால் முலைபுகாமல் கரடி மயிர்பட்ட அடர்த்தியான பாறை களில் நகக்கோடுகீறி நுரைத்த இடுக்குகளில் ஏறிவரும் கால்களில் சிலாம்புகள் பெயர இருட்டைவிட்டு கீழிறங்கி காட்டிலவு மலர் வெளுத்த ராத்திரியில் வாழ்வும் கசந்திருக்கும் பால்மடி வற்றிய பொலெரம்மா அடிவாரமலை வந்துசேர கல்லும் முள்ளெனக் கிழித்த சிராய்ப்புடன் அடைந்த ஆலமரப்பால் ஊற விழுதவிட்டு கீழிறங்கும் பேய்களும் கடற்கரை தூரத்து சிறு காக்கைகளும் நள்ளிரவில் பசியால் வாழ உப்பங்கழி நீரை அமுதெனத் துழாவக் குளிரை வெறுத்து ரெக்கை விரிக்கும் பசி வேகத்தில் சிவந்தமீன் ஒன்றை எறிவேலால் குத்தி நட்டி கடவுளாக்கவும் வேகமாய் அம்பினைச் சுற்றி அலை சுருளாகி நத்தைகளின் உணர் காம்பு நீழலில் அரிக்கப்

படாத வலையில் குடையும் பூச்சிக்கூடுகள் பனிக்கழி துழாவிச் செல்லும் சலனமற்ற நிலத்தஸாக்கின் நாவில் உறங்கும் நீரை எழுப்பாமல் பெரிய கடலோடு நனைந்தவன் தனியனாய் ஏதுமில்லாத பசித்த காக்கை காகாவென கரைந்த கோடு பசித்திருக்கும் பிள்ளை களைச் சுற்றி கரும்போர்வை ஒன்றால் மூட 'பாறையில் தைப்பாருங்க யார் கூப்பிட்டாலும் இறங்காதிகெ' எனக் காவலுக்கு தஸாக்கு சீவிய அம்பை நட்டி காட்டுக்குப் போய் சோளக் கதிர்களை அறுத்து நிலக் கசக்காய் மிதித்து பாறைக்குழியில் குத்திப் பிடைத்து பொக்கை ஊதி வரையோடும் எடுத்து மூணுகல் கூட்டி சுனைநீர் அள்ளிப் பருகியதில் கரும்புலியும் தாகத்தில் குனிய.

21. சோளக்கஞ்சி காச்ச நெருப்பில்லாமல் வெகுவாய் நடந்ததில் தூரத்தில் ஒற்றைக் கல் மூக்குத்தியாய் தரையில் உருண்டு நெளியும் சுடர் அழைத்த ஒளிபட்ட இடமெல்லாம் தானியம் உதிர பாதம் ஒரு புல்மேல் பட்டு பூனைக் கண்சாமை சிதறியோட ரேகையும் பேரேட்டில் கைவைத்த கருப்பு மசகை சுவரெல்லாம் பதித்து அழுத தாயாதிகள் சுருக்குக் கயிற்றுக்குள் நெருங்க லத்தியால் அடிபட்டு கெண்டைக்காலில் விழுந்த அடி நரம்பு அறுபட்டதில் ஓர் எதிராளி நரம்பும் தோய்ந்த வில்லின் அகராதியை மூங்கில் பிடிலில் வாஸித்த தஸாக்கிசை பழம்பாடலின் வழிநெடுக களவுப் பாதையில் தப்பி வரும் கிளைகளில் ஓடும் ரஸநாளங்களில் சுநாதமாய் சருக்கம் கூறிவர குடிகள் பதுங்கிய பாறைகளில் பட்டினியால் காற்றைக் குடித்து மயங்கிக் கிடக்கும் பாம்புகளின் குடல்வயிறுகள் கண்ணாடிப் படத்தில் சீற்றமிட வனங்களும் சீறிய சரமூச்சில் செடிக் கூட்டமாய் படமெடுத்த இலையசைவில் அடுக்கடுக்காய் செல்லும் ஒளிர் படுமிலை நரம்போடிய கணிவாய்ப்பல்லியாரே... வளையல்கள் மூன்றை உருட்டி 'கனவுநூல்' கூறுவீரே...

66

பத்திரபீடம் எனும் களவு கூறும் விட்டில் பூச்சியின் உரையாடல்

'விளக்கு எரிகிறதே... விளக்கை அவித்தற்கு உரிய தீவீழ்விட்டியாரே... வாரும் வந்தனம் உம்மை நமஸ்கரித்தோம் நல்லா மலை திருடருக்கு வாகான வேட்டை சாயுமாறு வேண்டுகிறோம்...' 'ஆமாம் சரி சரி என்னை வெளிவிடுதற்கு உரிய காலமும் இடமும் இதுதான். கன்னத் துளை அழகாக இருக்கிறது. குடவுருவம் உடைய இக்கன்னத்துளை அழகிய காரைவீட்டின் பழைய நெஞ்சு பிளக்கப்பட்டதென கணம் பிளக்கும் தொனியில் சுவர்ப் பூச்சிகள் உம்மைப் பார்த்து ஆள்வாடை கண்டுவிட்டதில் கூச்சலிடும். பாத ஒலி கேட்கிறதே. கொண்டிக் காவலர் வராதிருக்க வேண்டும்ற திருடன் அசைவற்று நிற்கிறான். நுழைவழிப் பல்லியாருக்கு நமஸ்காரஞ் சொல்லுவீரே. பொற்பணி முடிப்புகள் காலகாலமாய் களவுபோனதை ஊர் தோன்றிய காலத் திலிருந்து முற்றும் அறிந்தவர். காவலருக்கு துப்புக் கொடுக்காமல் உம்மீது கருணை கூற வேண்டும்.' வெளிவாயில் திருணையில் காவலர் உறங்கும் குறட்டை தவளை ஒலியாக மாறுகிறது. கன்னத் துளை உண்டாக்கிக் கள்வர் வெளிச் செல்லும் அசைவு ஒலியில்லை. 'கள்வனைச் செய்து கன்னத்துளை வெளிச் சென்றதோ' வென எங்கோ ஒருத்தியை நையாண்டி செய்கிறான் புருஷனொருவன்.

உத்தியானத்தின் அணிமைக் கண் உள்ள இடத்திற் சுவர்த்துளை செய்து இரண்டு சுவர்களின் இடைக்கட் புகுந்துவிட்டதில் கதவின் அடிப்பாகம் ஆசாரி செய்த ஊழினால் ஒலிகளைக் காட்ட அவை ஒலி செய்யாமையின் பொருட்டு கதவத்தின் பாழ் வெறுமை ஊளையிடா மலிருக்க தண்ணீர் அள்ளி நனைத்ததில் துருப்பிடித்த காலத்தின் திருகல் ஓசை நாய்போல் பிலாக்கணம் கொடுக்கும் முன் கதவின் குரல்வளை

அறுத்ததில் மரத்தின் பச்சைக்குருதி சுவறிற்று. குரல் அறுபடும் வலி மரங்களின் விக்கலாகக் கேட்டது. நான் பத்திரபீடமெனும் பேர்ப் போன விட்டில் என் சிறகுகளில் விண் கோள்களும் கிரகாதிகளும் தக்கதோர் நேரம் கணிக்க மரண முகமூடி அணிந்து சுற்றிவருகிறேன். தூங்குபவர் உலகத்தில் தனியானதொரு களவுநூல் பொங்கும் இருட்கோடு. பகலில் விழிகளைப் பொருத்தி அறிவின் வழிகளால் இயங்கும் மனிதரின் பாதை எனக்குச் சலித்துவிட்டது. புதிய கிரகாதியில் மனிதர் துயிலும்போது உள்ளே வருகிறேன் மரண முகமூடி அணிந்து. சிறகின் இருள் அசைந்ததில் குமிந்தது இருட்டு. கடந்த ஆவிகளும் மேல் வர தீவீழ் விட்டியாய் கவிகிறான் ஒளி பற்றி. கள்வனென்று உணர்ந்து பேசாத அகல் 'மறுவில்லாத சுடரே... நீ மலையில் மறைகுவையாயின் மீண்டும் கடலிடத்தே தோன்றும் பகற்பொழுதெல்லாம் தஸாக்கியர் கழிமுகத்தின் ஈரத்தில் அலைவார் என் கருஞ்சிறகுகளுக்கு கதிர்களைத் தருவாயா... இருளில் கிடந்து யான் உழலும் படியும் யான் என்பதொரு பண்பு என்பால் இல்லாமற் போம்படியும் நீ மறைகிறாய்..' பத்திரபீடத்தின் உரையாடல் கேட்டு துன்பம் வந்து வருத்தும் சுடர் வாதாடியது மரண முகமூடியில் தனிமையொடு வந்த துன்பந்தரும் உன் உடல் புள்ளிகளில் மறு விருக்கிறது தீய தேவதை நீ.. இவ்வீட்டின் மருமகள் சுடர் இல்லாமல் தனியளாய் இருப்பதற்கு அஞ்சுகிறாள். அந்தி வேளையில் பஞ்சினால் வெண்திரி செய்வதே இவளுக்கு வேலை..' செஞ்சுடரினையுடைய காரை வீட்டு ஆன்மா துயர் வீசியது.

பத்திரபீடம் அங்கிங்குமாய் சுடரிடம் வாதாடி அலைவுற்றது துயர் கொண்டு. 'காற்று மோதுதலில் எரிகிற கதிர் சாய்ந்தால் விண்ணில் ஒளிரும் மீன்போலப் பைய இமைக்கிறாய்...' என வந்த வேலையை விட்டு தன்னையே சுடரிடம் சரண்புக நினைத்து கருஞ்சிறகினால் இருளைப் பூசியது வீரியத்தில். மறைந்த இராத்திரிகளை வேண்டி அச்சத்தால் கனவின் அடியிலுள்ள இருட்டு நீரைத் தொட்டதும் திரித்த நீரில் குமிழ் விளக்கு தோன்றி பட்டுத் துகிலாகப் புறங்களில் விம்மியது சிறு வெளிச்சம். மறைந்திருக்கும் காள விளக்கு தூண்களின் பின்னே ஆழ்ந்து துயில்கிறது விழித்தவாறு. 'திருடனே உன் நுனிக்கை குளிர்ந்திருக்கிறதே...' 'தண்ணீரில் தோய்ந்தமையால் நுனிக்கை குளிர்ச்சியுடையதாயிற்று' 'விரல்கள் மரத்துவிட்டால் இனிப் பொருட்களின் வெப்பத்தை உன்னால் உணரமுடியாது' தரையைத் தேய்க்கிறான் திருடன். தரை குளிர்ந்த இருட்டு. 'கைகளை கக்கங்களில் வைற உஷ்ணம் விரல்வழி ஏற வெப்பரத்தம் பிறவியாகி நகர்கிறான்

வேகத்தில். பொன் ஓலைகளுடன் ரத்தினம் மறைந்திருக்கும் இரகஸியத்தைத் திருடன் கை உணர்கிறது. 'புதையும் இடம்கூற வேண்டும் பத்திரபீடமே' திருடன் விட்ட விட்டில் காரை வீட்டுக்குள் ஒவ்வொரு அறையாகச் சரிந்து பறந்து மிதந்து சுவர்களில் உடல்வைத்து தேடியது பூமியின் மூலகக் கற்குழம்பின் தீ நாவுகளை. மூலத்தில் எல்லாம் திறந்துகொள்ளும் வைரவெள்ளெருக்கான ஒளி நயங்கள் பத்திர பீடத்தின் சிறகுகளில் பட்டு கெம்புக் கற்கள் தெறித்துச் சிதறின புறங்களில்.' வா..வா..சரி சரி எடுத்துக்கொள் தஸாக்கியே' விளக்குகள் அணைகின்றன. எங்கும் இருட்டு. விளக்கின் மேற்பரப்பில் பலவாறு சுற்றிச் சுழன்று திரிதற்கே விழுகிறது ஜுவாலையில். மீண்டும் எழுகிறது பத்திரபீடம்.

இமைகளில்லாதனவாயிருக்கும் தவத்தினால் மீன் ஒரு புலன் விழிப்புற்றிருத்தலில் சிலபல வகை வர்ணமமைந்த உடலுள்ள கடல்மான் தலையைச் சுற்றி பத்துக் கைகளுடன் தொடுவதற்காக வேண்டி பார்வைப் பரப்பில் தோன்றுவதைக் கண்மூடா வரிக்கோழி தஸாக்கும் முழங்கால் நீருக்குள் நாரையெனக் காத்திருக்கிறான் காலமற்று. பச்சை ஓணானைப் போலத் தன்னிறத்தை மாற்றி மீனுக்குத் தக்க நிறமாறும் தொலியுடல் கொண்ட தஸாக்கைச் சின்னக் கூனி என்றே சொல்லும் நீர்ப்பல்லி.

அங்குமிங்கும் உப்புத் தரவைக்குள் ஓடிச் செல்லும் தஸாக்கின் கழுத்துக்குப்பின் வஜ்ராயுதமென மறைந்திருப்பேன் நம்புவீரே... என திரும்பவும் பேசலுற்றது பத்திரபீடம். தூக்கத்துக்கும் மெய் யுடலுக்குமான அனாதித் தொடர்பிருப்பதால் பூமியின் சுழற்சியி னின்று மிதந்து வெளியே இருக்கும் இந்த மத்யாரண்யத்தில் களரி வாகையெனும் விருட்சகன்னியின் உள்ளே பொந்தாயிரம் வருஷங்கள் இருந்துவிட்ட எனக்கு களரியெனும் உவர்நிலத்தின் உருவெனக் காணும் அனாதி நிலையே தஸாக்கு. முதிய வாக்கினை உடைய சுற்றத்தோடு கூடிய தஸாக்கியர் இரங்க கள்ளி ஓங்கிய களரியம் செறிந்த மணலால் உப்புப் பொதும்பி களர் தோன்றும். வழியில் இந்திர கோபப் பூச்சிகள் உழுது வரைந்த கோடு களவுநூல்படக் கூவும் கூகை வாஸியா நின்றவாறு. இராஜியத்தில் எந்த அரசனுக்கும் பணியாமல் விரட்டப்பட்டதில் வாழக் கிடைத்த களர்நிலம் அச்சந்தரும் கேடு பொருந்த மாறுபட்ட இடத்துக்கேற்பக் குணங்களை முற்றாக மாற்றிக் கொள்கிறான். கல்நெடு மருங்கு காழியரின் உவர்மண் எடுக்கவரும் கழுதைகள் கூட்டத்தில் ஆந்திர வண்ணாத்திகள் சுற்றிச் சுற்றிக் குனிகிறார்கள் உவட்டு மண் எடுக்க. மண் ஒழியக் களரி

பரந்த மணல்பரப்பில் வாடலான காற்று ஊதைப்படும். உவாநாள் என்றும் நிலவுபடும் உவர் நிலமாகும். தரவையில் குதிகால் அளவுள்ள வெள்ளிய நீரில் உவா நாள் சந்திரன் படிந்து உவர்த்துக் கரைகிறான். கழுதைகளின் பின் சென்ற தெலுங்கு வண்ணாத்தி உவர்ப்பட்டு அழுகிப் புழுப்பத்தி துளை துவாரம் விழுந்த நிலவினை வண்ணாந் தாழியென கையிலேந்திப் போகிறாள் நெல்லூர்த் தெருவில் அமுது ஏற்க. அவள் போன உவட்டுக் காட்டில் வெண்புறக் களரியில் சிவந்து உதிர்கனி சிதற ஈச்சமரம் ஈக்கி ஈக்கியாய் குத்தியது வண்ணாத்தி விரல்களை. பவள நிறமுடைய ஈச்சம்பழம் மடிகனக்கிறது.

களவையும் உழவு போலும் எதேச்சையெனத் தொழிலாகக் கொண்டு வாழ இக்களரி நிலம் தூண்டியது. இந்நிலம் கனவு காணும் உறக்கத்தில் நிச்சலனமாய் கிடக்கிறது. சாம்பல்புறா களரியில் உயர்ந்து வளர்ந்த கள்ளியின் தலைகளில் சுள்ளிகளை அடுக்கிக் கூடுகட்டுவதை பிள்ளைகள் நெருங்காமல் தூரத்திலிருந்து பார்த்துவருகிறார்கள். சிறுவர்கள் கையில் களரியிற் புளியம்பழம் கொம்பேறிப் புளிக்க ஓதைப் பழங்களைச் சுவைத்தவாறு இங்கு வீசும் உஷ்ணமான மேல்காற்று நெடிய வெள்ளிய களரியிடத்திலுள்ள துகளை முகத்திலும் மேலிலும் கொட்டிச் செல்கிறது. அதை துடைக்காமல் கோரைப் புல்லின் வெழுப்படைந்தன தஸாக்கு சிகலிகை.

ஆறுகள் தஸாக்கின் விலா எலும்பிலிருந்து ஊற்றெடுத்துவர உந்தியில் ஆற்றிடைக் குறையில் ஓங்கிச் செல்கிற பெருக்குக் குளங்கள், நீராவிகள், பொய்கை கல்வெட்டாங்குழிகள் என வட்டக் கிணறு சுற்றி நீர் செல்ல நிறைமதியில் புழுப் பூச்சிகள் துயில் கொள்ள சேற்றில் மூழ்கிச் சகதியில் அம்மணமாய் இப்பிள்ளைகள் அயிரைமீன் பிடிக்கிறார்கள் இன்றும்.

சேவல் கொண்டைக் கழுகுகளின் குறட்டை ஒலி உயரமுள்ள களரிவாகை மீது ராத்தங்க வெளிவரும் நிசியில் தக்காணத்தில் வளைந்திருக்கும் மேட்டு ஊர்களெல்லாம் இரவில் அழுத்தமாகும் காற்றின் திணறும் வகையில் துயில்வோரை வாதைக் கனவுக்குள் ஈர்க்கிறது. மாறிவரும் இருட்டும் காற்றில் கரைந்திருக்க வெவ்வேறு சாயல்களில் தேவதைகளாகித் துயிலும் மனிதருக்கு இருப்பின் நச்சரிப்பிலிருந்து விடுபட இருந்துகொண்டே விலகிவிட கண் ரெப்பைகளை மூடிக்கொள்வதில் தலையைச் சற்று சாய்த்துக் கொள்வதில் கண்ணசரும் காற்று பத்திரபீடத்தின் ரெக்கைகளின் அசைவினால் கனாத் திறம் கூறிவிடத் தெரியாததெல்லாம் சலனமற்ற

நீருக்குள் நீந்திவர மீனின் புலப்படாத சமிக்ஞைகளில் அலைந்து திரிகிற உறக்கத்தில் தஸாக்கு. களரிவகை படுத்துறங்கிய இவ்வுவட்டுக் காடுகள் மத்யாரண்யத்தில் எங்கிருந்தோ வந்த அம்பி கேஸ முனிபுங்கவர் தங்கிய யுகத்தில் நாளும் ஆற்றில் குளித்துவர ராவெல்லாம் ஜலத்தில் ஒலிபடாமல் அலைந்து மீன் தேடுவோர்களின் இயல்பினால் முனிபுங்கவரின் இருப்பிடம் அறிந்தனர். பெறங்கவலை, வெல்லடி, வேராத்து, பேந்தவலை, வரிச்சவலை, சென்ன வலைகளைத் தோளில் போட்டு ஆற்றோரம் வில் முறுக்கியவாறு உரையாடும்போது குண்டூர் புகையிலைப் பிரயோகம் அதிகம்தான். இவர் பற்களுக் கிடையில் என்னேரமும் வறுத்த புகையிலை அசைந்து கொண் டிருக்கும் புரிச்சு.. புரிச்... சென்று துப்பித்துப்பி புகையிலைக் கார நெடிக்கு மயங்காத ஒளிகலந்த வரிகளும் புள்ளிகளுமுள்ள அனாமதேயத் தனிமை கொண்ட மீன்கூட்டம் இவர் பொருட்டு இடமெல்லாம் உடலை ஒட்டிக் கொண்டு கூடவே தொயர்ந்துவரும். இவற்றின் பாசநிறத்தில் மனிதனைவிட ஏதோ ஒன்றை கண்டிருக் கிறான் தஸாக்கு. பூனையின் கண்போல கபிலமாய் புரிந்துகொள்ள முடியாத விழிகளைத் திறக்கும் சுபாவம் சிலருக்கு இருந்தது.

புருடப்பிரதிமையை உள்ளே செலுத்துகிறேன். ‘கூடத்தில் ஒருவருமில்லை’ உட்புகுந்த பிரதிமை கூறிற்று. வன்மைத் தாழ் தொற்றி கருங்கதவுக் கைப்பிடி வெண்கலப் பாசை பிடித்திருக்க நழுவி ஆடியது. பிறகொரு காரைச் சுவர் உயரமாய் வளர்ந்திருந்ததில் மதில்பூனை திரும்பியது. சப்தமில்லாமல் கீழே குதித்து திருடன் உடலில் வாலை உரசி முகம் பார்த்தது. சுவரின் துளை அளக்க முறுக்கு நூல் எடுத்ததில் அணுவணுவாய் கணித்ததில் பாசிபிடித்த விருச்சிகம் கொட்டியது பொட்டென்று. ஆ...வென்று குரலுக்குள் ஒடுங்கி அளவு நூலினால் விரலினைக் கட்டி விடவேகத்தில் அபிநயிக்கிறான். இடுப்பிலிருந்து சூரியை உருவி ஈச்சை ஓலை முடைந்த திப்பிப் பைகளில் திறந்து வேர் ஒன்றை கடிவாயில் தேய்த்து நாசியில் காட்டி சிகிச்சையும் முடிந்தது. திப்பிப்பையை இடுப்புவாரில் சொருகினான் தன் உதிரம் எடுத்த சூரியுடன். சுவரில் ஒரு துளி ரத்தம் தெறித்திருந்தது இருட்டாய். ரத்தம் துளையுள்ளதாய் உள்ளே பார்த்த பூனையின் பாய்ச்சலில் மீன் ஒன்று முன் வீச்சில் விழி திறக்க கூண்டுவிளக்கு ஒளிர்கிறது மரக்கூடத்தில். பொறுமையாய் துளை வேலையைத் துன்னி முடித்து உட்புகுகிறேன். ‘விரைவில் புகுதல் வேண்டா’ வென்றது கரும்பூனை.

உட்புகுந்து துளாவியதில் இரு பெண்மக்கள் துயில்கிறார்கள். தலைமாட்டில் வெண்கல வாள் நிலவாய் பளபளக்கிற இருட்டு தற்காப்பின் பொருட்டு வாயில் வழியை திறந்து வைக்கிறேன். கூடவந்த ஒற்றைக்கண் ஆசாரி அளவு நூலை முடிந்து முப்புரிநூலாக அணிந்துகொண்டான் உடனே. யுகங்களுக்கிடையில் காற்றின் முன் நிழல் உடைத்துச் சிதைத்த காரைவீடு பாழ் வெற்றில் வெம்பரப்பான குமிழ்விளக்கின் நீலஜுவாலையில் அசைந்தன உள் அரங்குகள். பழைய மர பீரோக்கள் கைபட்டுக் கருத்த ரேகைகளும் அப்பியிருந்தன. சிறுமிகளாய் துயிலும் கன்னிகள் இருந்த காலையில் கீழ்மையாய் தேய்ந்த உட்கதவுகளின் உள்ளே செல்லும் பூண்களில் கதவேறி விளையாடும் நிகழ்ச்சிகள் அப்படி அப்படியே நின்றுவிட்டிருந்தன. அடுத்த அறையில் நிர்வாணமான யுவதி ஊஞ்சலில் ஆடிக்கொண் டிருக்கிறாள். துயிலிலும் விடாது உலகோரைத் திட்டித் தீர்ப்பதில் கூடங்கள் நொறுங்கி அதிர்ந்தன.

கதவுகளின் பாழோசைகளுக்கு அஞ்சியே நீரைத் தேடினான் திருடன். சிதைவுற்ற இல்லக் கதவுகள் அழுது ஓசையிடுகின்றன. கண்ணீரில் உள்ள உப்பு சுவரெங்கும் தாரை தாரையாய் அப்பிக் கொள்கிறது. எங்கே நீர் இருக்கும் அங்கும் இங்கும் பார்த்து நீரைக் கொணர்ந்து தெளித்ததில் கதவும் பூண் கம்பிகளும் குடித்தது போக ஐயத்தோடு நிலத்தில் வீழ்கிற நீர் ஓசையுண்டாக்கியது. நிசப்தமான துயில் பரவிக் கிடக்கும் வேளை அருவுருவென தூக்கமெனும் அந்தர உலகம் உயிருள்ள ஜீவனாக படுத்திருக்கிறது மனிதரை ஊடுருவி. எத்தனையோ சாயலில் சிறப்பென அசைகிறது தூக்கம்.

திருடரின் கருவிழிகள் கீறித்திறந்ததில் தூக்கத்தின் சருக்கம் பல வெளியே வார்த்தைகளில் ஏற்றப்படாமலும் திணிக்கப்படாமலும் உருகிய பனிநீராய் பரவிய கூடங்களில் எத்தனை மென்மை நிறங்களில் நீர் வர்ண ஓவியத்தின் நிச்சலனம். சற்றே இவற்றை அருந்தும் தஸாக்கி விழிகள் பகலுலகை ஒத்துக்கொள்வதில்லை. வாயிலுள்ள மீன்முட்டைகளை நாக்கினால் உருட்ட சுழலும் முட்டைகள் மீனின் கண்களாக வெளியேறி கருங்கூடத்தின் துயில் பரப்பரப்பில் நீந்துகின்றன சுவாதீனத்தில். பைத்தியம்பிடித்த அப்பெண் கைகளை ஜன்னலில் நீட்டி நீந்தும் மீன்கண்களை அழைக்கிறாள். இவ்வேளை நிர்வாணப் பெண்ணும் ஊஞ்சலில் நீந்துவது தஸாக்கியின் கடவுளெனப்பட்டது. எதையும் எடுக்காமல் விழித்திருக்கும் பைத்தியத்தின் விழிகள் திறப்பதைப் பார்க்கிறான்.

கன்னக்கோலையும் இவள் கண்டுவிட்டாள். இருவர் யாரென்று ஏதும் தெரியாமல் மீன்களோடு வந்த பெரியவாளைகளென இவர்களையும் கம்பிகளுக்கிடையே கைநீட்டி வாஞ்சிக்கிறாள்.

பின்புறமாக மெல்லத் தாங்கி கதவைத்திறக்கக் காணாத பரப்புடன் திறந்தது கதவும். துயிலும் இரு பெண்களில் ஒருத்தி கனவில் மிதப்பவள். இன்னொருத்தி தூக்கத்தின் கடல் பளிங்குகளில் நடமாடிக் கொண்டிருப்பவள். தைலப் பளிங்குருவான மீன்களை நாடி இடையறாது தூக்கத்தின் மென்துகிலாகச் சுருட்டி விரிவகமாய்ச் செல்லத் துயிலின் அலைகளும் சிலைகாட்டி மறைகின்றன கண வேளை. விதவிதமான மச்சராசிகள் சூதறியாத உருக்களாக ஆழ்துயிலையும் ஊடுருவிப் போகின்றன. சுய உருவத்தில் உரையாமல் கடலாய் கரைகின்றன உப்பின் உட்பொருளாக. கதவு, திறந்ததாக உள்ளே வரும் அயர்ந்த காற்று துயில்வோர் மீதே தொட்டு உடலெலாம் பரவி நாசியின் வடிவத்தில் ஸ்பரிசித்து எரியும் தீநாவுகளையுடைய பெண் இருதயத்தில் புகுந்து மேலும் தீவிரமடையக்கூடும். ஏனோ இமைகளை மூடியிருக்கும் சகோதரிகள் தினசரியிலிருந்து விடுபட்டவர்களாக சயனிக்கிறார்கள் வேறுலகில். கொலையினும் களவு குறைந்த குற்றமுடைய தென்றுணர்ந்த தூக்கம் தஸாக்குகளைக் கூடவே அழைத்துவரக்கூடும். அச்சுறும் இயல்பு விழித்து அலறுதல் பற்றிவிடாத உறக்கநிலை. விற்றுண்ணப்படாத தென்கடல் மௌத்திகம் ஒன்று பலவாக மாறும் இரவில் கைவைக்கிறான் நிலத்தஸாக்கு.

சயனத்தின் அவயச் சலனங்கள் சிலையாகி எங்கே நடமாடு கிறார்கள் ஓங்கிய தூக்கம் பொய்மையேல் விளக்கின் ஒளிகதிர் தாழ்ந்து அசையும் சுடர்களின் நீல நிற நர்த்தனத்தில் மௌத்திகம். சுடருக்குச் சுடர் கைமாறி உருள தஸாக்கியரும் வெட்கப்பட்டு மௌத்திகத்தைக் கைப்பற்றாமல் பைத்தியக்காரியின் விழிகளில் மூடியுள்ள இரவில் மறைகிறார்கள்.

நல்லாமலைத் திருடர்கள் கைவசமான பாம்பு வளையல்கள் மூன்றின் கனாதிறம் கூறுமாறு செங்காற்றின் ஞாபக அடுக்குகள் ஊளையிடுகின்றன அங்கு. கணவாய்வழி இறங்கும் செம்மறிக் கூட்டத்தோடு நிலத்தஸாக்குச் சிறுவர் மூவரும் தள்ளாடிப் போனதில் செங்காற்றில் அலையும் செம்பட்டையான சிகலிகை வளைந்து சுற்றிப் பல உரு அடைந்து உரையாடியது நாக இழை. ‘இந்த செம்மேடுகளில் உறங்கும் அனாதிகளைத் தெரியுமா உங்களுக்கு. மந்திர வளையல்கள்

மூன்றை அணிந்திருக்கும் இந்த கை எலும்புகளின் சிறு மீன் ஒன்று உயிருடன் நீந்துவதைப்பார்... அந்த நாளையில் மூன்று அண்ணமார் கதாச்சருளை விரித்தது சிறுமீன்.

' இந்த செம்மறிக் கிடாய் வளையலில் கால்படாமல் உள்ளே வைத்து தடம் பதித்தால் வளையல் கிடைக்கும்' 'ஆஹா சரி.. சரி... அப்படியே செய்கிறேன் பார்' என நொண்டி ஆடு கால்பதிக்கவும் சிறுவர்கள் கைக்குள் அதிசய வளையல்களும் அகப்பட்டுவிட்டன.

மீனுமது கடலாகும் வளையலுக்குள் ஒன்றிலொன்று ஊடாடிக் கலந்திருக்கும் அரவத்தின் தெளிந்த பாதைதோன்றி கூட்டிச் சென்ற களவுநூல் ரகஸியங்களைத் தேடி மலைமேல் இருக்கும் ஆளரவமற்று தனித்திருப்பதை அறிந்தும் அறியாமலிருந்தது கிராமம். சீகரிக் கோட்டைத் தீவாந்திரத்தில் பிள்ளை குட்டிகளோடு சகதிக்குள் இறங்கி மீன்பாடுகளை விதவிதமாய் ஈக்கங்கூட்டில் சேகரிக்கிறார்கள் வீட்டுப்பாட்டுக்கு.

வடகிழக்கு மூலையில் சரிந்து ஏறும் மலைமேல் வெளி யாளுக்குத் தெரிந்திராத இடத்திலிருந்த ஒல்லாந்தரின் கல்விடுதி. மலையெங்கும் மோதிச் சிதறிய டச்சுப் படகுகள் காய்ந்து சாம்பலோடி உரசும் ஒலி துணுக்காகக் கேட்டது அலாதியில்.

தஸாக்கிச் சிறுவர் மூவரும் வளையல் உருண்ட பாதையில் வர ராத்திரியும் குடிகொண்டதை உணரவில்லை இவர்களும். கிளம்பி வந்த எட்டாம்பிறை கல்விடுதியை வெளியே காட்டி வசீகரித்ததில் மயங்கித்தான் போகிறார்கள் பிள்ளைகளும். மலைமேல் ஏறிப் போனதில் இவர்கள் கிளம்பி வந்த படகு மறந்துபோனது தூரத்தில். துருவப்பட்சிகள் கூழாங்கல் பொறக்கி முட்டையிட்டு கல்லான கூடுகட்டி சாளரங்களும் அமைத்துக் கொண்டதில் ஆளரவம் கேட்டுவிடும் உஷாரில் அடைகிடந்தது முட்டைமேல். சிலபறவைகள் கடலுக்குக் கிளம்பிப் போய் கரையோரம் கால்வைத்து அலையடித்த மீன்களை எடுத்து காலில் நிறுத்தி கிழித்து தின்றதில் மயங்குகிறது பொழுதும். அந்தியான வெளிச்சத்தின் மோனத்தில் சற்றே தவமிருக்கக் கடலில் கலந்துவிட்ட மேற்கு வான் குழப்பங்களை அடைந்துவிடும் பட்சி ஜாலங்களும்.

இவர்களோ முட்டைமேல் சுற்றியுள்ள கடல் பஞ்சையும் பாசிகளையும் விலக்கிப் பார்த்ததில் ரெக்கைவிடாமல் அண்டி தள்ளிய குஞ்சிகள் வாயை வாயைத் திறந்து கரகரத்தன. ஒருவர் கையிலும் மீன் இல்லை. குஞ்சை மெதுவாக எடுத்து இரு கரங்களுக்குள் வைத்து

கன்னத்தில் ஒற்றிக்கொண்டு ஏதேதோ அந்தரங்கமாய் உரையாடியதில் ஒருவர் மந்திரம் மற்றொருவருக்குக் கேட்பதில்லை. கொசுகொசுவென மந்திரித்தான் செங்கால் குஞ்சுக்கு. அவ கூட வருவதாக சிறுவனிடம் ஆமோதித்தது. ஆளுக்கொரு நீல இறகுகளைப் பொறுக்கி கைமேல் இருந்த குஞ்சுக்கு மெத்தையாக்கியதில் இதம்தான்.

காற்றின் திசையடுக்கைக் கிழித்துக் கொண்டு நாரையின் தாய் தந்தையர் வந்துவிட்டார்கள் வெகு சீக்கிரத்தில். சுற்றிச்சுற்றி பாறைக்குப் பாறை ரெக்கையால் அடித்துவிரட்ட மூவரும் சிதறி ஓடினார்கள் கல்விடுதிக்கு. அச்சம் கால்களில் ஏற ஓடவரவில்லை.

கல்விடுதியின் மர்மமான நிறம் நிலவில் பட்டுத் துலங்கியதில் ஈர்த்த பாதையும் கால்களைத் தொட்டு நடக்கிறது. கடலின் ஓசை விதமான தனிமை. பாறைகளும் முனகுகின்றன. செம்பாறைகள் மறைவிலிருந்து வெளிப்படும் நேரம். ஏதேதோ பழைய நாட்களின் ஞாபகம் தனித்து அலைவதாயிற்று. விடுதியின் மூன்றடுக்குக் கூரைக்கு மேல் கருத்த புகைக்கூண்டு உயரமாய் எழுந்து வெண்புகை மண்டியது. உள்ளே தைல ஜாடிகளுக்கிடையே மக்தலேனாவின் எண்ணெய் ஓவியம், அழுக்காகி நுதல் மேல் ஹி வடிவம் இருக்கிறது. மாலுமிகளின் ஆவிகளோ, கொள்ளை நோயில் கூட்டமாய் மடிந்த புலிக்காட் ஒல்லாந்தர்களோ யார் எவரெனப் புரியவில்லை. கடைசியில் கல் அலமாறியில் ஒல்லாந்த இளவரி பாலத்தீனா எலிசபெத் சேகரித்த ஹர்த்தூஸ் நிகாபெர்ட்டன்சிஸ் மூலப் பனுவல் திறந்துவருபவர் களுக்கான இடமாக இருக்கலாம்.

கற்சாளரங்களில் மக்தலேனா கேச வெளிச்சம் வீசியது சிறுவர் களை அழைப்பதற்காக. நாடிச் செல்ல விருப்பமும் தயக்கமுமாக இருந்தது. சாளரத்திலிருந்து ஒருகை தோன்றி வா வா...வென அழைக்கும் பனி விரல்கள் எல்லா இரவையும் அழைப்பதாகப் பட்டது. அனாதைகளும் நாடோடிகளும் தப்பிவந்தவர்களும் இவ்விரல்களின் தொனியை உணரக்கூடும். கடற்கரையில் இருந்து எவ்வளவோ தூரம் விலகித் தோன்றினாலும் உயரத்தில் இருக்கும் போது கடலும் கூடவே இருப்பது ஆதரவாகப்பட்டது சிறுவர்களுக்கு.

எவருக்காக இவ்விடுதி காத்திருக்கிறது. நீராவிக் கப்பல்களின் ஓசையும் ஒடுங்கிய ராவிருட்டில் கடற்கரையில் அங்கிங்குமாக உலவுவது யார்? இந்நேரம் நிலத்தஸாக்குகள் வலைகளோடு வரக்கூடும். அவர்களுக்கு எந்த நேரம் என்பதில்லை. துயிலில் மறைந்திருக்கும் சகதிக் குமிழ்களில் கைவிட்டு நழுவும் மீனைப்

பிடித்துவிடும் விரல்கள் அவர்களுக்கு.

பேரலைகள் வந்தபோது சில குன்றுகள் கீழே இறங்கியிருக்கும். மணல்திடைகள் தோன்றியதால் உயரச் சரிவதாயிற்று. கடலிலிருந்து மேலே எழுந்த செம்பாறையில் பழுத்து எரியும் ஊசிப்பாறைகளில் அமானுஷ்ய உணர்வு தோன்றுவதால் இக்கல்விடுதியை அமைத் திருப்பார்களாக இருக்கும். கடல்குன்றுகள் மடிப்பு வகையைச் சேர்ந்த சீனிக்கல் ஒளிரல் கொள்வதாக இரவிலும் ஏதோ தோற்றம் மூழ்குவதும் வீழ்ச்சியிலிருந்து மேலேறுவதுமான நியதி.

கடலிலிருந்து வெகுநேரம் கழித்து ஒரு வெளிச்சம் சரிந்து ஏறி வரும் இருட்டுப்பாதையில் வருவது யார்? கடல்பளிங்குகள் நடமாடுகின்றன. ஆழ்கடலில் மூழ்கி இறந்தவர்கள் எப்போதும் ஒளிக்குமிழ்களாகத் திரளுகிறார்கள். அவற்றை வாய்வைத்துக் கரும்பும் ஆலிமீன்கள் விடுதிமேல் தாவி எழுத்து உரையாடிக் கீழே வீழ்கின்றன. தாழ்வாரங்களில் அமர்ந்து ஆவிமீன்களின் உரையாடலைக் கேட்கும் புனிதர் ஆபிரகாம் ரோஸர் கருப்புப் போர்வை போர்த்தி கீழே இறங்கிப் போவதாகத் தஸாக்குக் கிழவி சொல்லியிருந்தாள். பறவை களைப் பிடிக்க புனிதர் அனுமதிப்பதில்லை. கடல் பறவைகள் நிலத் தோற்றங்களில் மிதந்தாலும் மாறும் நிறங்களை உணர்ந்து காற்றின் அகராதியில் திரும்புகின்றன.

துருவப் பறவைகளைத் தேடிவரும் பயணிகள் இந்த கல்விடுதியில் தங்குவார்கள். அதற்குப் புனிதர் ஆபிரகாம் ரோஸரிடம் அனுமதியும் பெறவேண்டும். தொலைநோக்கியை சற்று கீழிறக்கினால் சில மணல்திடைகள் தோன்றுவதைக் காணக்கூடும். பாலாடைபோல மணல் மேலே பூசப்பட்டிருக்கும். மேடுகளென்று ஏமாறுபவர்களுக்கு நீரோட்ட வேகம் அதிக சுழல் வேகத்தில் சுருட்டிச் சென்றுவிடும் சாவின் நிர்கதியான மணல் சுழி இருக்கிறது. தஸாக்குகளின் ஞானம் மணல் நூலகமானது எனவே.

67

த.க.க. அகராதி கடைசிப்பக்கங்கள்

அ. பனங்காடையை இவர்கள் பால்பறவை என்ப தால் பால்வற்றிய பசுவுக்கு ஊட்டும் புல்முடியில் பனங் காடை இறகையும் சொருகி வைத்ததில் அதே இறகால் முதுகில் எழுதிய அட்சர கோலத்தில் பால் ஊறும் நிலவுநாள் பார்த்து காட்டுக்குப் பசுவுங் கன்றையும் ஓட்டிச் செல்ல நுரை ஈர வெளிச்சம் பிரதேச மெங்கும் எதிரே களவுக்குப் போன தஸாக்கி வெட்டுக் காயங்களோடு திரும்பி வந்தால் விடிந்ததில் பால்மடு கனக்காது. தஸாக்கு வேறொரு திருட்டுமாடு கொண்டுவர பால்பாதை திறக்கும் என ஒற்றைக் காடை பனங்கூட்டத்தில் கத்திச் சொல் பகர்ந்தது.

ஆ. வரகுக் கோழியைக் கண்டுவிட்டால் தரையில் வளரும் மயில் என்கிறாள் தஸாக்யா.

இ. விசிறிவால் உள்ளானை கைக் குளத்து உள்ளான் என்றும் ஊசிவால் உள்ளானை நெல்வயல் உள்ளான் என்பதிலும் பழைய உறவுத் தொடரில் பேதை உள்ளான் எனும் ஐந்து அத்தைமார் கூட்டத்தில் எத்தனையோ கிளைவழிக்கு உள்ளோடினகுறியீடாகி விட்டிருந்தது. பேதை உள்ளான் குடும்பத்தோடு மலையடிவாரங் களில் வாடிய தாது ஈஸ்வர ஆண்டு இருப்பு பகல்வழி கால்நடைகளும் மெலியக் கிளம்பிப்போன வனாந்திரங்களில் மேற்குப் பக்கத்து மலைகளில் அடிமைத்தனத்திற்கும் தொல்லைக் கும் உள்ளான அத்தைமார் அங்கிருந்து ஓடிவந்து எளிய பிரிவின ருடன் இரண்டறக் கலந்துவிட நேர்ந்தாலும் முறைப்பெண்களைக் கூட்டிக் கொண்டு நல்லாமலைக் காட்டுக்கு வந்து களவுத் தொரட்டிக்கு தாலிகட்டிக் காட்டு மரிக்கொழுந்தை ஒட்டுத்தாலியில் பூவுடன் சுற்றி களவுக்குப் போன முறைகாரனைத் தேடி வெகுதூரம் கண்வைத்து இமைக்காமல் பேதை உள்ளான்கள் கதறுகின்றன. நல்லா மலைப் பக்கம் நீர்ப்பல்லி

அடித்ததில் நம்பிக்கையாக பிறைகள் பல இரவும் வெளிவருகின்றன. ஒரே கருப்புப்போர்வைக்குள் சுருண்டிருக்கும் ரெட்டை உள்ளான்கள் தூரத்தில் கதறுவதைத் திரும்பிப் பார்த்தாள் பொலெரம்மா.

மூனுகல் கூட்டி புடை அடுப்பில் நெருப்பைக் காத்து வருகிறாள் தஸாக்குக் கிழவி. பொலெரம்மா எட்டிப் போகக் குரங்குத் தட்டாம் பயிற்றுக்கொடி காலைப் பின்னி இடறிவீழ்த்தியதில் தடுமாறி நாலுகாயும் ஒடித்து பல்லால் உருவித் தின்றவாறு மொச்சிப் பிஞ்சைக்குள் கால் வைத்தால் காயும் நெத்துமாகச் சொறிந்த வாசனையில் எச்சில் ஊற 'விளச்சல் அமோகமாருக்கு' என காய்ந்த மொச்சிநெற்று காற்றுக்கு சரசரத்தது ஓலைக்கிலுக்காக. விளைந்த நெத்தாய் உருவி மடியில் போட்டு கெட்டிக்கொண்டே குடிசையை எட்ட 'ஆரது இந்நேரத்தில' 'காட்டுப்பேச்சி... இருளாய் நடந்துவாரா' என்றாள் பொலெரம்மா. 'நீ ஆருனா எனக்கென்ன பேயும் பணிந்து நெத்துப் பெறக்கும் கதிர் அறுக்கும் தஸாக்கு சொல் கேட்டு' எனத் தாட்டியமாய் வீசினாள் கிழவி பல்மேல் நாக்குத் தொட்டு. 'நாந்தான் அவ்வா... நல்லாமலைக்கள்ளம் பெஞ்சாதி உத்தமி பத்தினி உள்ளான் குடும்பத்தில ஒரு அத்தொக்காரியா பெறந்து காலடியாய் அடிமை வேலை செஞ்ச மூலைத் தோட்டப் பேதை உள்ளான். எனக்கு முந்திப் பெறந்து நாலு அக்காமாரும் மலைமேல குடிபோட்டு புருஷமாரு தொரட்டி கொண்டு களவுக்குப் போனதில் யாரும் திரும்பி வல்லஞ் பசியா இருக்கு ஆயா.. உன் காட்டு தட்டாம்பயரில் என்பசி தீருமா... சொல்லு' 'ஒரே செடியில உருவாம ஒன்று ரெண்டா பரிச்சுக்கோ மனுசரு... ஆசைக்கு நாலு காய் போனாலும் ஆறு காய் தேறுனால் போதுந்தாயே' என பாட்டியின் அனாதை வாசத்தில் யாருடைய சிறுகளவுக்கும் வாஞ்சித்த வாக்கு சொல்லாய் கரைந்து ஈரத்தைத் தொட்டது. 'ஆத்தா... எம்புள்ளைக சொருகிக்கிடக்கு பசியால. நெருப்பு வாங்கிப் போவ வந்தனத்தேய்'

'பேர்ப்போன கள்ளம் பஞ்சாதிக்கு வகுத்துப் பாரு தீரலையா. காட்டு மொசக் குட்டி... உடும்பு... இருட்டுத் தேளி மீனும் கெடைக் காம வாரியா தாயே... யானைத் தீயோ... பசித்த உனக்கு காடிக் கஞ்சியும் பட்டவத்தலும் இருக்கு. வட்டுக் கருப்பட்டி தாரேன் தின்னு நீ மொதல்ல... பசியாறிக்கோ. உம் பொட்டப் புள்ளைகளை தனியாப் போட்டு ஓடி வந்தியாக்கும் நெருப்புத் தேடி'

பொலெரெம்மா காட்டையே கடித்துத் துப்பினாள் எலும்பெல்லாம் பசிக்க, 'ரெட்டைமலை ராசன் எம்புருஷன். ஏழை பாழையத் தொட்டு

பறித்ததில்லை. தானிய கடகத்தில் சாலிவாகன ராசன் மகளாட்டம் ரெண்டு பொட்டப் புள்ளிய. கொள்ளையிட்ட முத்துமாலை திருடன் கூடவே இருந்திடுமா.' முத்தும் விதியால் நூலறுந்து சிதறிப்போன ராஜியத்தில் ஒவ்வொரு முத்தாய் வீசி வீசி இருட்டில் கண் முளைக்க மை வரையக் கடந்துதான் போனார்கள் ஐந்து சகோதரர்களும் முத்துக் குறிபார்த்து தேவதைகள் பேசிவரும் களவுநூல் அடியில் சொல்லும் முத்துக்கள் உருண்டுவர உள்ளான் திசை அறிவித்தால் போன காரியம் கைகூடும். ஐந்து ராசாக்கள் தேசத்தை இழந்து நல்லாமலைத் திருடர்களாய் நிலத் தஸாக்குகள் இறங்கி வரும் பிரதேசத்தில் சொல்லும் முள்ளும் களவுபோன சுண்ணாம்புக் காரை உதிரும் பழைய வீட்டுப் பெண்கள் இழந்து அழுத கண்ணீருக்குள் உலர்ந்த மீன்கள் நீந்திவரும் திருடரின் வாடலான கண்களாக.

68

ஈ. களவு நூல் புலிகாட் (பழவேற்காடு)

டச்சுப் பாதிரியார் ஆபிரகாம் பேராஸர் பழ வேற்காடு வந்ததில் எழுதி வரும் குறிப்புகள் கறுத்த தோலும், அகன்ற மூக்கும், உயரம் குறைந்த உடல் வாகும் கொண்ட கீழைத் தேய நாட்டுப் பழங்குடி, கடல்தஸாக் என்ற நிலத் தஸாக் சொல்லாக்கம் காப்பவர், தலைவர் எனப் பொருள்படும் 'த' என்ற சொல் இன்மை சுட்டும் எதிர் மறையினை முன்னே பெற்று காப்பவர் அல்லாதார். வெப்ப அயன மண்டல மூங்கில் பின்னும் கீழைக் குறவர் கடற்குறவர் இணைந்ததில் தஸாக்கியா படகு பின்னும் மூங்கில் பெரும் எண்ணிக்கையில் கிழக்குக் கடற்கரை சார்ந்த புல். பின்னே மீன் பிடிப்பவர்கள் ஆயினர் புலிகட் ஏரியினைச் சுற்றி இருந்த காட்டுப் பகுதியில் தொடக்கத்தில் வாழ்ந்து மெல்ல வந்து வீச்சுவலைக்காரர்களாய் ஏரியில் மீன் பிடித்ததும் டச்சுக்காரருக்குத் தாவரங்களைக் காட்டும் கடல் தஸாக்குகள் தொடுவாய் பகுதி தீவுவாசிகள்.

டச்சுப் பாதிரியார் ஆபிரகாம் ரோஸர் மலேயத் தஸாக்கு ஒருவனைத் தான் பயணம் மேற்கொண்டு தங்கியுள்ள இடத்தில் ஏவலனாக வைத்துக் கொள்வது பல வகையில் உதவியாக இருந்தது. இவரால் தஸாக்கியர் சிலர் கிறித்தவர்களாகச் சமயமாற்றம் பெற்றுள்ளனர். நல்லாமலைத் திருடனைப்பற்றிக் கேள்வியான போது ரோஸர் பாதிரியார் புலிகட் ஏரி நடுவில் பொல்லாத் திருடன் கருவமரங்களில் தொட்டில் கட்டித் தூங்கிக்கொண்டிருக்கிறான் வெட்டுக் காயங்கள் தோளிலும் தொடையிலும் ஆறிவரும் பச்சிலைக்கும் ஆறாத புண்ணை ரோஸர் பாதிரி தான் கொண்டுவந்த சீமை மருந்தினால் ஆற்றிக் கும்பினிச் சிறைக்கு அனுப்பாமல் ஆசீர்வதித்துவிடுகிறார். திரும்பவும் நடு ஏரிக்குள் நீந்திப்போய் மரங்களுக்கிடையே மறைந்துகொள்கிறான். பழவேற்காடு வேதக்

கோயிலுக்குப் போய் ஈச்சமரத்தின் குருத்தை கொடுத்துத் திரும்பும் வழியில் தெருவெல்லாம் கொள்ளையிட்ட காசுகளைச் சூறையிட்டான். அதில் பொன் மொகராக்கள் பரங்கிப்பேட்டை மொகராக்கள், வெனிஷிய நாணயங்கள், மதராஸ் வராகன், மதராஸ் துட்டு, ஊதாரி வராகன், ஆர்க்காட்டு ரூபாய்கள், நட்சத்திர வராகனும் ஜனம் ஓடியோடி எடுத்ததை ரோஸர்பாதிரி வெனிஸ் நகரத்தாருக்கு எழுதிய கடிதத்தில் அதிசயம் நிகழப் போவதன் அறிகுறியாக அந்தத் திருடன் கடைசி நாணயங்களையும் உதறிச் செல்கிறான் வனாந்திரம் நோக்கி. அவன் எப்படியும் திருந்தி தன்னிடத்தில் சேர்வான் எனக் காத்திருக்கிறார்.

69

களவு நூல் காற்று அகராதி

நிலத்யாக்குகள் கல்யாணச் சடங்கில் தாலியில் ஆவாரம் பூச்சூடியதில் ஒரு அம்பினை நட்டி அதன் உச்சியில் வந்து சூரியன் அமரும்போது குலவையிடுகிறார்கள் பெண்கள். தென்கிழக்கில் இதே சடங்கில் களவுத் தொரட்டியை ஒட்டி ஞாயிறு மேல்வந்து அமரவும் ஒட்டுத் தாலியில் பனைஓலையை பொட்டாகக் கட்டும் வழக்கம் தஸாக்கு களுக்கு தொடுவாய் தீவுப் பக்கம் எளிய மணமுறை இருப்பதில் சையாமியர்களோடு கிராபூசந்திக்குக் குறுக்கே படகோட்டியவர்கள். ரப்பர் மரங்களைத் துளையிடும் கிராமம் மண்கூரைகளால் இறுகிய மௌனம் காத்துவரும் எஸ்டேட்களில் நிலத் தொகுதிகளில் இந்தியக் கூலிகளுக்கு மலேரியா ஜுரம். இங்கேயும் மலாய் கடற்கரை நெடுக மணல் அலையில் அம்பினால் மீன்களை வேட்டையாடும் மலேயரென்று பெயர்மாறிப் போய் இவ்வூரை விட்டு வெளியேறிய தஸாக்குகளாயிருக்கும். ஊர் பெயரில்தான் தஸாக்கு மத்திய காலத்தில் காணாமல் போனதில் களவுநூலை ஊராக மாற்றிப் படைத் திருந்தார்கள். கெடா நாடென்ற பழங்குடிகளிடம் வேறொரு ‘களவுநூல்’ இருப்பதை மழை நாளிரவில் பாராயணமாய் ஒப்பிக்கும் பேர்போன களவுகாரர்களும் இருந்தார்கள்.

களவுநூல் தெரிந்தவனே தொழிலுக்கானவற்றைக் கற்றுக் கொடுப்பவன். வளர்பிறையில் கடல்தேவதைகள் நிழல்போல இவர்களைத் தொடர்ந்துவரும். தனித்து இயங்கும் நிமித்திகனாகச் செயல்படத் தொடங்குவான். கடல்காற்றை அமர்த்தப் பாடுவதும்

‘சாரநேரம் சட்டையில்லா வேளை
பூவான குஞ்சிக்குத்
துவாணம் காட்டாதே

காலம் பொற நேரத்தோடு
சுரையைக் காட்டு'

என தொடுவாய் கடலோரம் தஸாக்படகுகளில் நிமித்திகர்கள் மீனைத் தேடிப்போகிறார்கள். வேகமான காற்றின் கசைவீச்சில் அடிபட்டு சடங்குத் துடியில் முத்துக் குளிப் பதுபோல் மூழ்கியிருக்கும் 'களவுநூல்' மீன்களால் வாஸிக்கப்படும்போது பஜால்ராயன், திடோஸ்மக்கள், மின்னடியான் மூவரும் ஆவியாகப் புயல்வந்து சீறி ஏதேதோ நீர்நகராவை முழக்கும் இடிகுரல். 'உங்க இனவரை யெல்லாம்கூட்டி வாங்க தஸாக்மாலுமி' மீன்கள் எப்போதும் காணப்படக்கூடிய திசை நோக்கி அவற்றை அழைக்கும் விதமாக களவுநூலில் உள்ள மந்திரப்பாடலில் ஆழ்கடலுக்குள் ஒவ்வொருவராய் மூழ்கிப் பயணமாகிறார்கள். தஸாக்குகளின் விருப்பமெல்லாம் இழந்துபோன களவு நூலின் விடுபட்ட ஏடுகளாக இருந்தது. தங்களின் ஆசையெல்லாம் அறிந்த ஒருவகை மீனை தஸாக் என்கிறார்கள். அழைக்கும் பாட்டினால் தஸாக்மீன் கடல் ஆழத்தில் நர்த்தனமிட்டு இருட்டின் அலையடுக்கில் கீழ் நோக்கிப் பாய்கிறது. அதன் பெயரை யாரும் உச்சரிக்காமல் வா... வா... வென அழைக்கிறார்கள். நீர்ப்பல்லியை வரவழைத்து அதன் ஒப்புதலைப் பெறுகிறார்கள். ஆழ்கடலில் சுழற்காற்றில் இறந்தவர்கள் ஆவி மீன்களாக கூடவே நீந்திவர போகப் போக கீழே ஒரே இருட்டு. சூரிய வெளிச்சமில்லை. மேலே உள்ள மீனின் கண்கள் சூரியனின் ஏதோர் ஒளிக்கதிரின் துகளைப் பெற்றிருக்கும். கீழ் போகக் கண்களின் வடிவம் விரிவு கொள்ளும். வேதாளி மீன்களுக்கு தலையே ஓர் நேத்திரம்.

தஸாக்மீனின் உடல் வரிகளை மௌனத்தால் வாசிக்க ஒரு வகைப் பாசி வெளிச்சம் களவுநூலில் சுரக்கிறது. வெகு தூரத்திலுள்ள கடல்மரங்கள் நீந்திவருகின்றன இவர்களை நோக்கி. வெகுநேரம் மின்னடியானின் ஒன்றைக் கண் இருட்டை ஊடுருவிப் பார்க்கிறது. இப்போது கடலின் குகைப்பகுதிக்கு வந்திருந்தார்கள். இங்குதான் தேடிவந்த தஸாக்கியர் கூட்டம் கூட்டமாய் வசிக்கிறார்கள். அது வசிக்கும் இடம் ஒரே இருட்டாக இருப்பதால் கண்களுக்கு வேலை இல்லை. நயனதூரங்கள் எட்டிய இடத்தில் இருட்டிவிட நீரின் கண்கள் மெல்ல இமை திறந்து 'யாரது'வென பிரளயகால மூதாவெனத் தோற்றம் கொள்கிறது இருட்டு நீர்.

மூவாயிரம் அடி ஆழத்திற்கு கீழ் வாழும் அறிய இருட்டுநீர் மெல்லிய நகரமென மிதந்துவந்து உள்ளே அழைத்துச் செல்கிறது. காண் பரப்புகள் உலர்ந்துவிட வறண்ட உவர்மணம் உரையாடத்

தொடங்கிவிடும். ஆழத்துக்குக் கீழே தஸாக்மீனின் மிகச் சிறிய கண்கள் எதைஎதையோ நீரின் பக்கங்களைப் புரட்டிச் செல்கிறது. களவுநூல் எப்போதும் இருட்டாக இருப்பதால் திருடர்களுக்குப் பெயருக்குத்தான் கண்கள் இருக்கின்றன. அவை இருந்தும் ஒன்றுதான் மறைந்தாலும் இருட்டின் இமைதிறக்க விரிகதிர்களாய் ஞானம் எப்போதும் ஒளிக்கு கதிர் இயக்கம்கொள்வது எதிர் மின்னலின் கரிய நிறத்தில்தான் என இவ்விருட்டினை துப்பாக்கிகளால் துளைக்க முடியாத நீரின் முரட்டுத்தோல் உரிக்கப்படுவதுமில்லை. உரிக்க உரிக்க விரிந்து முளைத்துவரும் இருட்டின் 'பேரிலை' எம்மரத்தி லிருந்து உதிர்ந்து மெல்ல மெல்ல மூழ்கும் தன்மையில் கடல் ஆழத்தில் இருட்டு இலைக் கூட்டம் அங்கிங்குமாய் யாரும் இல்லாத பிரதேசங்களில் படைத்துக்கொண்டிருக்கிறது, களவுநூலின் ஒளி அகராதியை.

70

தஸாக்குகள் கைது செய்யப்பட்ட களவு நூல்

தடைசெய்யப்பட்ட அத்தியாயம் பக் 211 முதல் 236 வரை

நிலத்தஸாக்குகளின் களவுநூல் சட்டவிரோதம் கொண்டதில் திருடர்களை இயக்கும் மூலப் பனுவல் என மங்குத்துரை துப்பாக்கி காவலர்களுடன் ஏடுகளைத் தேடிவருகிறான் வறட்டுப் பனிவீசும் இரவில். களவுநூலின் மொழி கும்பினி மகாராணியின் காணி யாட்சிக்கு ராஜதுரோகம் செய்ததில் சட்டத்தின் விதிகளை இடறி வீழ்த்த காலனியத்துக்கு முந்திய சுதேசிக் குணங்களுடன் காட்டு இன உடல்கள் நூற்பரப்பில் புதைக்கப்பட்டிருப்பதில் லண்டன் நடுங்கிப் போயிருந்தது. வறண்ட மலைகள் குதிரைகளுடன் உரையாடுகின்றன. வெள்ளையர் கூற்றுக்கும் களவாளிகளின் எதிர்க் கூற்றுக்கும் இடையே பிளந்திருக்கும் குறுக்குப் பாறைக் கணவாய் ஓநாய்களுடன் இறங்கி ஊளையிடுகிறார்கள் புதை நூலில் வெளிவந்த ஆவிகள்.

கைத்துப்பாக்கி துருப்பிடித்ததில் உள்ளே சீற்றம்கொண்ட இரு ரவைகள் தொட்டதும் பாய்வதற்கு காத்திருக்கும் அபாயகரமான தருணத்தை எதிர்பாத்திருந்தது. பரங்கியரின் வேட்டைத் துப்பாக்கிகள் ஆறு, கும்பினிக்காரன் கச்சேரி ஆயுதங்கள் மூன்றும் பன்றிக் கொழுப்பில் துடைத்து புகைபோகப் பலியைத் துடைத்து வருகிறார்கள்.

புலிகாட் வனத்துக்குள் கள்ளத்துப்பாக்கிகளை நாடி மதராஸ் பிளாக்சிட்டி கேடி பிளட்ஸ் கொளுஞ்சியும் கையாட்களும் முயன்ற போது தயாக்குகளுக்கு தேவைப்படும் குண்டூர் சுருட்டுகள், புகையிலை நான்கு சேர், காடாதுணிகள், நெல்லூரில் கைதிகளுக்கு நெய்யப்பட்டுவரும் புலூசலம்போர் பனிரெண்டு கெஜம் என விலை நிர்ணயித்ததில் மதராஸ் பணமாகவும் வெனிஷிய வராகனாகவும் தருவதில் ஆட்சேபமிருப்பதாகத் தெரியவில்லை. பயனற்றுப்போன

பழையதுப்பாக்கி ரைபிள் ஏதும் மூலப் பொருளை முதலில் காட்டி அதன் உரு அமைப்பை மறுபிரதி எடுக்கும் ஒற்றைக்கண் ஆசாரி குறுங்காட்டுப் பரம்பில் பட்டறைபோட்டு திரேதாயுகத்துக் கலப்பைகள் படைக்கும் பணியிலிருந்து சற்றே ஓய்வு கிடைக்கும் சமயங்களில் பொறிதட்டும் சுடுகருவிகளை போலி செய்வதில் ஈடுபட்டிருந்தான். மேழிகள் மீது பஞ்சமும் கர்நாடக யுத்தங்களும் டச்சு போர்ச்சுக்கீசிய வியாபாரப் போட்டிகளில் கப்பல் அறைகளிலும் திரிக்கப்பட்ட கூந்தல் சுருக்குக் கயிற்றால் ஆயுதபாணிகளின் கழுத்தைச் சுற்றிய பாம்பாக சொருகிப்படரும் தஸாக்குப் பெண்களின் உதிர்ந்த காட்டுத் தலைச்சிகலிகையில் எத்தனையோ காரியங்கள் செய்வதற்கு இருந்தது.

விவசாயிகள் மீது நிஜாம்கள் இறக்கிய வரியும் லேவாதேவிக் கரானிடம் அடகுவைத்த அகன்ற ஆந்திர நிலங்களும் உலர்ந்த காற்று வீசியதும் முதுகெலும்பு உருக உழுத காளைகள் எல்லாம் லம்பாடி வம்சம்.

ஒற்றைக்கண்ஆசாரி வண்டிச்சக்கரங்களை கண் அளவிலேயே பார்வை பார்த்து கொத்துவாசச்சினால் உண்ண மரங்களைச் சீவிச்சீவி ஆரங்களையும் நடுமரத்தையும் வடித்து நிலைவாட்டமாய் காய வைத்திருந்தான். சுற்றுவட்டாரத்தில் சம்சாரித்தனம் தீராமல் நடந்துவரும். குறுக்கும் நெடுக்கும் கல்கறடுகளில் ஓடைகளில் வண்டிப் பாதைகள் தாறுமாறாய் பதிந்திருப்பதில் அந்தப்பாதை எந்த ஊருக்குப் போகுமென்று காட்டில் சிக்கிக் கொண்ட அந்நிய வேட்டைத் துரை களுக்கும் ரோந்துவரும் கும்பினிப் போலீஸ் தடுமாறிய கள்ளிக் காடுகள் கொடிய முள்முடல் ஓசையிடும்.

அசோகன் காலத்து வண்டிச் சக்கரத்தின் வடிவத்தை இன்றும் மாறாமல் அதே திணுசில் வடிவமைப்பதில் ஒற்றைக் கண் ஆசாரி கைதேர்ந்த சிற்பி. இவனே இந்த புலிகாட் காடுகளை ஆளும் ஒற்றைக்கண் அசோகச் சக்கரவர்த்தி. நிலத்தஸாக்குகளின் நாட்டுப் பாடல் சிதறிக்கிடக்கும் காட்டுப்பாதையில் ஒரு இடத்திலும் நிரந்தரமாய் இல்லாமல் ஒற்றைக்கண் அசோகன் மறைமுக சமூகங் களின் ஒற்றுமைக்கும் களவுக்கும் புதிய பாய்ச்சலை வழங்கியவன். அசோகன் இடத்தை மாற்றி மலைச் சரிவுக்கோ கணவாய்ப்பாறை நிழலுக்கோ போய்விடுவதில் அங்கங்கே நரிகளின் ஊளை. ஒரு கண் ஒளி சிதறிவிட்டது. ஆனாலும் சிதறிய ஒளிகளைச் சேர்த்து நாட்டுக் கட்டை துப்பாக்கி எனும் சுடுகருவியை வாதையுற்ற காளைகளின்

தீராத மௌனங்களுக்காகவும் அறுக்கப்பட்ட லம்பாடி மாடுகளின் விதைப்பையில் சிதறிய வீரியத்தில் அசோகனின் சக்கரம் ஒன்றுக்கு ஊர் ஊராய் போய் வதைபடும் விவசாயிகளின் ஓடிந்த கலப்பைகளின் திணரலை, கதறும் மேழியில் காய்த்த விரல்களை தொட்டுத் தொட்டு தீராத தானியப்பாதையில் ஆந்திர விவசாயிகள் உயிர்களைப் பலி கொடுத்து விதைத்து வரும் உதிரத்தில் களங்கமற்ற சுதந்திரப் பிரதேசங்களில் நாடோடி இனங்கள் பொதிமாடு போட்டு இடம் விட்டு மொழிகளை விநோதப்பாடலுக்குள் குரல்வளைகளால் சுருட்டிச் செல்ல சூதறியாத சாயல்கள் இன்னும் இருந்து விடத்தான் செய்தார்கள். காடை கல்குருவி, ஆந்தை, செம்போத்து, மலை யணிலின் தீராத செல்லப்பேச்சுக்குமாக தயாக்கின் சுதந்திரக் குறுங்காட்டு தடங்களிலும் சுடுகருவிகளை வடித்துக் கொடுத்தான்.

தீர்வடைவதற்கு ஒவ்வொரு இனக்குழுவின் குறியீடு சரித்திரம் தேவைப்படும்போது பிரஜாகணக்கெடுப்புக்கு கலெக்டர் துரையும் துப்பாக்கி காவலரோடு சுற்றிப் பிடிக்கப்பட்ட எத்தனையோ இனங்களின் குறியியல் காண்புலத்தில் எடுக்கப்பட்ட அவதானிப்பு களை டைரிகளாக எழுதியும் வந்த துபாஷியின் குரல்களில் எந்தச் சடங்கும் துடியும் இல்லை. அகப்பரப்பில் விரியும் மொழி நிலமும் ரகஸியமும் கொண்ட களவுநூல் கரைந்திருக்கிறது பச்சை குத்தப்பட்டு தோலெல் லாம் சுருக்கம் விழுந்த நிலம்போல ஒரு தஸாக்கிக் கிழவி பாடிக்கொண்டிருந்தாள். இவர்களை இழுத்துப் போய் உயரம், எடை ரத்தப் பரிசோதனையில் எடுக்கப்பட்ட குருதியிலுள்ள குரோமோசோம்களில் வழக்குமன்றத் தீர்ப்பு அறிக்கைகளை விக்டோரியாளின் முத்திரையிட்டு அச்சு எந்திரத்தின் நாக்கில் தலைகீழாகத் தொங்கவிட்டிருந்தார்கள் தயாக்கு பிற இன வரைவு களையும்.

மதராஸ் பெனிடென்ஷியரிலிருந்து மூன்று பழமையான கடல் தயாக்குகளைக் காண்பதற்காக மியூசிக் அகாடமி ரசிகப் பித்தர் இருவர் கடிதமளித்ததில் சந்திப்புக்கான ஒப்புதல் கடப்பை, நெல்லூர், பல்லாரி, அனந்தபுரம் சிறைகளுக்கும் நகல் அனுப்பிவைத்தார் மேஜர் ஜி. டபிள்யூ.மார்க்கோனாட் துணைக் கண்காணிப்பாளர் ஜே.பி. காமிரான் இவர்களை அழைத்துப்போய் நீண்ட ரெட்டை குழல்களால் இசைக்கப்படும் காற்றுக்கருவிகளுக்குள் தான் மறைந் திருக்கும் களவுநூல் ஒலி அகராதியாகவும் மூன்றாவது திருடனின் சாதாரண பிடிலுக்கு குறுக்கே பாயும் வில்லின் அகராதியையும் கேட்கமுடிந்தது. காண்புலத்தில் இல்லாத இந்த களவுநூலின்

கதையினை காற்று வாத்தியம் விளக்கிச் சொல்லும்.

விதிவசப்பட்ட ஒருநாள் அந்திநேரம் புலிகாட் ஏரிக்கு மேற்கே இருந்த குறுமலைக்குப் பின்னால் சூரிய அஸ்தமனத்தின் நித்தயத் துவத்தை இக்குழலில் சுநாதம் கொள்கிறது. அப்போது டச்சுப் பாதிரியார் ஆபிரகாம் ரோஸரின் விநோதமான மூங்கில் குடிலில் தயாக்கியரைப் போன்றே வட்டவடிவ மண் கூரை வீடுகளை அமைத்து தோட்டத்தை சுற்றி பழமரங்களும் திராட்சைப் பந்தலும் வெற்றிலைக் கொடிக்கால் கூரைமேல் படர்ந்திருந்தது கொடியாக.

குனிந்து மண் வெட்டியுடன் பாத்தி விலகிக்கொண்டிருந்த பாதிரியார் சற்றுத் தலையை நிமிர்த்தும்வேளை புல்லாங்குழலுடன் நெடுங்கழுத்து திருடன் ஓடி வந்து கொண்டிருந்தான். அவன் பட்டிணம் பல கண்டதில் சப்பை மூக்கும் சற்று நேராகிக்கொண்டிருக்கக்கூடும். அவன் கக்கத்தில் தூக்கியிருந்த பையின் கனம் அவனைக் களைப் படையச் செய்தது. மேல்மூச்சு கீழ்மூச்சில் 'எசமா... எசமா... ஒளிந்து கொள்ள அனுமதிங்க... என்னக் காப்பாத்துங்க.. என டச்சுப் பாதிரி யிடம் மண்டியிட்டு அண்ணாந்தான் இறைஞ்சுவதைப் போல... உனக்கு என்ன நேர்ந்ததுப்பா.. சொல்லு... சொல்லு... சொல்லடா .. சகோதரா..'

'தயவு வேணும்... சாமிதான் என்ன மறைச்சு வைக்கணும் சாமி ஸ்சாமி நான் எங்க ஒளிந்து கொள்ள'

கைது செய்யப்படுவதிலிருந்து தப்பித்துக் கொள்வதற்கு புகலிடம் கொடுப்பது டச்சு பாதிரியின் வழக்கமாகிவிட்டது. தஸாக்கை விசாரிக்காமல் கூட்டிக்கொண்டு போய் மண் கூரைகளுக்குப் பின்னா லிருந்த கிணற்றுப் படிகளில் இறங்கச் சொல்லி கரும்போர்வையால் மறைந்து கொள்ளச் செய்துவிட்டார் பாதிரி.

ரோஸர் அய்யர் மூங்கில் சவுக்குக்கு திரும்பிவந்தபோது தூரத்தில் மேஜர் எ.ஜி.கார்டியூ போலீஸ் சூப்பிரண்ட் ஸ்காட் பிரௌன் பனிரண்டு துப்பாக்கி வீரர்கள் தோட்டத்தை முற்றுகை இட்டார்கள். 'தோல் பையுடன் கொடிய திருடன் போனதை பார்த்தீர்களா பாதர்' 'இல்லை' என அவர் பதில். பாதிரியாரின் உடனடிப்பதிலும் ஸ்காட் பிரௌனுக்கு திருப்தியைக் கொடுக்கவில்லை. 'அவன் நெல்லூர் கச்சேரியிலிருந்து எம்.எச். சுழல் துப்பாக்கியை திருடிக்கொண்டு ஓடிவிட்டான். அவனுக்கு புகலிடம் கொடுத்தால் நீங்கள் சதி செய்தது நிரூபிக்கப்பட்டால் சகிக்கமுடியாத துயரையடைய நேரும்' என மேஜர் கார்டியூ எச்சரிக்கை செய்வதை டச்சுப்பாதிரியார் காது கொடுத்துக்

கேட்கவுமில்லை. சுட்ட காலித் தோட்டாக்களின் எண்ணிக்கையில் தவறாகச் சுட்ட தோட்டாக்களென திகைத்து நின்ற துப்பாக்கி காவலர்கள் திரும்பிப் போகும் உத்தரவுக்காகக் காத்திருந்தனர். முறைப்படி திரும்பிப் போக உத்தரவு. சந்தேகக் கண்களுள்ள வெள்ளையரின் முகம் பாதிரியாரின் தோற்றத்தில் ஒன்றும் சோதனையிட முடியாமல் திரும்பியது.

கிணற்று நீரும் இருட்டி நடுங்கிக் கொண்டிருந்தது திருடனைப் பார்த்து. 'ஒரு கையில் எம்.எச். சுழல்துப்பாக்கி இன்னொன்றில் வாத்தியம் நிலத் தஸாக்குகளைப் புரிந்துகொள்ளமுடியவில்லை.'

அவனை இருட்டிலிருந்து குடிசைக்கு அழைத்ததில் வரமறுத்து ரெட்டைக் குழலை வாஸிக்கத் தொடங்கினான். இன்று நடந்ததை யெல்லாம் இசையில் வாசித்துக்காட்ட எத்தனையோ காலம் போலீஸிடமிருந்து தப்பி ஓடும் பாதைகளின் தோற்றத்தில் புலியின் கால்கள் தாவுவதின் மலையின் சாயைகளை உருக்கி இவ்விரவின் ஆழத்தில் கூடும் சரமூச்சில் மண் பாம்புகளும் துயருற்றன.

வந்தவனின் பாதை மிக ரகஸியமானதாகவும் எந்த துப்பறியும் மோப்ப நாய்களின் வேகத் தடங்களையும் விட முன்னறியும் மோப்பத்தில் குழலினை வறண்ட விரல்களால் அசைக்கிறான். எத்தனையோ தூர தேசங்களைக் கடந்து வந்த ஆபிரகாம் ரோஸருக்கு இசை தேவைப்படுவதாகவும் இருந்தது. காப்பாற்றியவரிடமிருந்து தப்பி யோடுவது முடியாத காரியம். சுறுசுறுப்பாகவும் விசுவாசமாகவும் ரோஸர் முன் பணிந்து மண்டியிட்டான் நிலத்தஸாக்கு.

'பாவத்தின் பிரபுக்கள் கம்பேனி வியாபாரிகள்தான் நீயில்லை' என்றார் பாதிரியார். அவன் கதையின் பெரும்பகுதியை குழலில் வாஸித்துக் காட்டினான். 'எனக்கு நீ நன்றி செலுத்த வேண்டிய அவசியமில்லை... நீ வாசித்ததில் எல்லாத் துயரும் விதியாகப் பற்றிவிட்டது என்னை. உதவி தேவையுள்ள போதெல்லாம் உள்ளே வா..' அவனால் எதுவும் பேசமுடியவில்லை. அவன் முதுதுகில் சுமந்திருக்கும் பலாப்பழத்துக்குள் எம்.எச்.சுழல்கைத்துப்பாக்கி மறைந்திருந்தது. எத்தனை விதைகள் துப்பாக்கியைச் சுற்றி அவன் சுடப்போவதில் துளைத்த ஒவ்வொரு நிலத்திலும் வேர்ப்பலா விரிந்த மரமாகிவிடும் அவன் வெகுமதியாய் கொடுத்த முல்லைத் தீம் பாணியை புல்லாங்குழலில் வெளிப்படுத்தியதும் அந்த வாஸிப்பும் புலிகாட் வனமெங்கும் சரமூச்சாய் பதிந்துவிடும்.

அ. களவு நூல் அத்தியாயம் 17

கடல்மாலுமி சொல்லிவரும் வாக்கியங்கள் மந்திரித்து இறைக்கப் பட்ட வித்துக்கள் பொருள் புதைந்த நிலத்தில் திரண்டு ஒன்று சேரும் களவுநூல் இதனை கேளே... கன்னத்துளை தாமரைமலர் போறல் என ஏழு வடிவங்களாகும் இதை கேட்டுவாரும்.

அலர்ந்த தாமரைமலர் ஒன்றை மனதில் ஏற்று அதுபோல நீண்டும் உள்ளே செல்லும் தண்டுத் துளையில் புகையாக உருமாறிச் செல்லுவீரே... சிறிதே குறுகியும் நீளமான ஆறு இதழ் எண்ணிக்கை பெருகிவர தப்புவது எளிதாம் கேளு.

ஆ. சூரிய மண்டலத்தை சிரசில் வைத்து சமமாகும் வட்டமதை துளை வைப்பீர்கள்.

இ. அரைநிலா ஒன்றை நீ கையில் ஏந்தி கன்னத்தை வரைந்து கொள்வாயே.

ஈ. அடுத்து நீ சென்ற தெருவெங்கும் நாயிருக்கும். கோட்டையார் வீடு சுற்றி காவல் இருக்க அகன்ற சுவரில் கிணறு போல் குடைந்து செல்வாய் துயில் எழா ராத்திரி.

உ. கடுக்காய் கருப்பட்டி வான்கோழி முட்டை ஓடும் வன்சுவர் உன் எதிரில் தோன்றும் இரு நூறு வருஷங்கள் ஆனதாலே சீரம் வற்றித் தளர்ந்த சுவர் வெயில் மழைக்கு வன்மையற்று தெரியும் பாரு. சுவரான சுண்ணாம்பால் எடுக்கப்பட்ட ஊர் வெளிச்சம் நிலவில் தோன்றும் மெதுவாப் பதுங்கிப்போய் அகழ்சியாக அகழ்தலிற் பரந்த வடிவம் அலர்தல் என்பார் பல்லிவாக்கு.

ஊ. சுவத்தி கமாம் இல்லுருவம் - இதை சதுரமாய் திசை நான்கில் நூல் அளந்து பக்கம் வெட்டி வண்காதுத் துளை வடிவம் சேர காளை அமைப்பை சுவரில் சிற்பித்து சரிந்துவரும் சாந்துகளை உள்ளே தள்ளி கால்வழியை களவுகளின் துடியால் கேளு.

எ. ஏழாம் வட்டத்தை மண்தோண்டிபோல் கழுத்துச் சிறுத்து உள்கூடில் பெரிய வட்டம் போடு. அமைதலாம் மயன் வகுத்த சிற்ப சாத்திரத்தை தலைகீழாக்கு. கன்னத்துளை எடுத்த மண்ணில் உருவம் செய்து ராத்திரியை பெண்ணாக்கி வணங்கிவாரும். முதுமை சாலத்துன்னிய காரை வீடும் காயத்தால் அலறும் பிறகொரு ராத்திரியில் திரும்பிப் பாராதே.

71

நிலத்தஸாக்குகளின் தடைசெய்யப்பட்ட களவு நூலுக்கான துணை

நூல் பட்டியல் வாச்சியார்த்தம்

(இருளுலகில் பூச்சி மனிதர்கள் வரையும் குருட்டுத்தனமான கிறுக்கல்கள்.)

ஒளிக்கூண்டும் மெழுகு வர்த்தியும் அண்டங்காக்கை போன்ற கருப்பு சாய்வு மேஜையில் முழங்கை யூன்றிக் குனிந்திருக்கும் மான்செவித் தயாக்கு இடம்விட்டு இடம்பெயரும் ஜாதகக் கதைபோடும் சம்பாபதிப் பறவையின் நீல வெண்ணிற இறகினால் எழுதிவரும் இந்த நூல் தாளெடுத்து வாழைநார் சணல்செடி இலை மடக்கி கைகளால் உலர்த்தி எடுக்க மசிக்கூடுகள் பல இருந்து நினைத்த பூ நறுமணத்தில் திருடர் மனப்போக்கில் களவுமுறை மறைவுக் குறிப்பாக ஆளுக்கு ஆள் மாறுபடும் வெட்டுக்குறி, கீற்றுக்குறி, வரியும் புள்ளிகளும் விநோத வடுக்களில் மச்சங்களும் குறியீடு செய்வது இன்னாருக்கு இன்ன போக்கென கணிப்புக்குறி, கெலிப்பு எண் அடிக்கோடு, அழிப்புவரை, சின்னங்களும் முத்திரையும் உள்வரி, குரலொலி மற்றும் கையால் தட்டும் சமிக்ஞைகளை இந்தக் களவுமரபு குழூவுக்குறி வழக்கு அகராதி கோர்த்து வருகிறான். பழந்திருடர்கள் இருட்டில் பதுங்கி விளக்கில் எட்டிப் பார்க்கும் தலைதூக்கிச் சுற்றிவரும் வட்ட ஒளி சுழலும் நிழல்கூட்டம். கைரேகையிட்டுச் சென்ற கும்பினியார் கச்சேரியில் சிறை யிலிருந்தபடியே வெளியைக் காணும் தொலைதூர மனம்படைத்த இந்த நாடோடி இனக்குழு எங்கிருந்து தொடங்கி எங்கே போய்க் கொண்டிருக்கிறது முடிவற்ற குற்றங்களின் பாதையில்?

திருடரைப் பிடிக்கும் காவலர் ஆவி இரண்டாகப் பிரிந்து

செல்கிறது. திருடனோ வஞ்சகரின் நிழலைக்கூட மறு ஆவி என்பான். தஸாக்குகளின் பாடலும் எலும்புகளால் வடித்த பிடிலும் காட்டு நரம்புகளும் இசைக்க உருமாறிவிடும் முகமூடிகளை 'பாதரஸப் பச்சோந்தி' என்பான் மான்செவித் தஸாக்கி ஆள் நடமாட்டமில்லாத பாலை நிலங்களைப் புரட்டும் காற்றில் ஆடும்ஞாயிறு மண்ணைத் தோண்டி கபாலத்தில் மந்திரங்களை உருவி மறைவு மைசெய்யும் சூன்யக்காரர்களும் கூடவே திரிகிறார்கள். இவர்களோ ஊர்ஊராய் தெருவுக்குத் தெரு வாஸ்து அமைப்பு ஜன்னல் திரும்பும் வடிவங்களை வைத்தே உறங்குவோரின் தனிமையில் வாழ்வும் மறைவும் பற்றிக் கூறுவார்கள். பின்புறப்பாய்வு, பின்கட்டு ஜன்னலின் இரவைப் போல் ஊடுருவி சொக்கும் மைபூசி வருவார்கள் கதவுக்குமிழ்களில். வீடுகளும் மனிதர்களேயென உரையாடல், திருணைகளின் தர்க்கம். வழிப்போக்கனாய் வந்த ஒருவன் தெருத்தெருவாய் தூங்கிப் பார்த்து அவ்வீட்டின் ஸ்திதி வரும்வினை கூறி மறைகிறான். அவனைக்காண திருடர்களுக்குப் பயம். இரவின் இயற்கையான ஒலிகளுடன் தூங்கும் பழங்கால இரவுதானே வருகிறது. யுகம்மாறிமாறி கறைபடாத இருட்டு மனிதர்களைப் போர்த்தி எலும்புகளை உருவிச் செல்லக் காத்திருக்கிறது. எல்லா மனிதர்களும் ஒரே இருட்டு. தனித்தனியல்ல. திருடர்களுக்குத் தெரியும் பிரிவாற்றாமைகளின் பாதைகளில் அசைவிருக்கும் யாருமற்ற தோற்றத்தில் சதா பார்வை கொள்ள கறங்கி உரு அழியும் கருநிலை சாதாரண பூச்சிகளிடமும் உச்சரிப்பில் சேர்ந்து உறவு கொள்கிறார்கள் அந்தக் காட்டுத் திருடர்கள்.

பூனையின் எட்டு வால்கள் எனப்படும் அத்தியாயத்திலிருந்து...

அடுத்த நுழைவிற்கான சூழ்ச்சித் தந்திரம். பின்புற வழித்திருடர் களின் இழிதகவான குழூஉக்குறி மொழி ஊருக்கு வெளியே திரியும் கருப்பு வாலையுடைய வெருகுப் பூனையிடம் கன்னமிடுபவர்களின் ஆவணம் உடலாய் வளைந்திருக்கிறது. ஊரைச்சுற்றி வாலினால் அடித்து உரையாடும் இம்மனைப் புலிகள் மனிதர்களை அசையும் பொம்மலாட்ட இயக்கமாக்கி காட்சி அரங்குகளாக வீடுகளை தெருத் தோற்றத்தை அமைத்திருப்பதாகக் கூறியது. இதைப்பற்றி 'நகரத்தின் சமையலறைகள்' என்ற அத்தியாயத்தில் மனிதப் புராணம் கோழிகள், மச்சவகை, கீரைச் செடிகளின் தோட்டமாக இருப்பதும் அங்கு நடை பழகும் திருடர்கள் வாசனைகளை வைத்து உலோகங்களின் இருப்பிடத்தை அறிகிறார்கள். வீட்டைத் துடைக்கும் சமையல்காரிகள் பல நூறு வருஷங்களாக அடுப் பிலுள்ள சாம்பல் எடுத்து பூசுகிறாள் பாத்திரங்களில். சிறு ஏனாம் கீழேவிழும் ஓசையிலும் தண்டனை

அடைந்த நாடோடிப் பெண் ணின் மகளாகப் பல சமையல்காரிகள் பூனைகளின் காலடிகளை உடையவர்களா யிருந்தார்கள்.

சிறையைவிட அகன்ற சமுதாயம் மதுரையைச் சுற்றி ஓநாய் கால் புதரில் நரிவாலால் அடிபட்ட நிலங்களில் வாழ்ந்துவர சமயத்துக் கேற்ப நெளிவு சுளிவும் சூழ்ச்சித் திறமும் வாய்ந்த குற்றவாளிகள் என விக்டோரியாவின் காணியாட்சி முத்திரையிடப் பட்ட இனக் குழு வறண்ட மலைகளுக்கும் சொந்தமாகி விளையாத தரிசு நிலங்களிலும் பூமியை வெறுமனே உழுகொண்டிருந்தார்கள் சோளமும் கம்பும் விதைத்து. நிலத்தஸாக்குகள் சீரழிந்தபின்னே, திருமலை நாயக்கர் அரண்மனை அந்தப்புரச் சுவரில் கன்னமிட்ட துவாரத்தில் களவுநூல் திறந்த ஆவிகள் ஆடிக்கொண்டிருக்கின்றன.

கன்னத்துளைகளின் வெளிச்சம் தாகமுற்ற பரிதியில் வடித்த சொர்ணமும் வெள்ளியும் சிதறிய கெம்புரத்தினங்களும் பெருகிப் பொங்கியது மங்கம்மாளின் உடலைச் சுற்றி. களிமண் குலுக்கை செய்யும் கொசச் செட்டிகள் அவள் அணிமணி ஆரங்களை பரிசில்களை போட்டுவைக்க குதிர்பல படைத்துவந்தார் அந்தப்புரக் கூடங்களில்.

பின்புறப்பாய்வு, பின் ஜன்னலில் இரவை ஊடுருவி நோக்கக் குறிப்பின் சமிக்ஞைகள், இரவின் இயற்கையான ஒலிகளுடன் இயைந்தவாறு கன்னக்கோல் நெட்டுளியால் துளையிடும் ஒலி கலங்கும்படி கைக்கொள்ளும் வீடுகளின் பின்னமைப்பு அமைதி பற்றிய சூட்சுமம் களவுநூல் எழுதியிருந்தது மதுரைத் தெரு அமைப்பை எழுதப்படாத வரைபடங்களில் ஒன்றுமேல் ஒன்றெழுதி இருட்டுச் சரித்திரம் படைத்தவள் மான்செவித் தஸாக்கி.

இன்றைய மதுரைக்கு ஏமாற்று சூழ்ச்சியின் திறவு கோள்கள் மங்கம்மா காலத்து சாவிக்கொத்தாக அரசியல்வாதிகளின் இடுப்பில் கினிங்... கினிங்... கென ஒலித்ததில் ஒன்றிற்கொன்று சம்பந்தம் இல்லையெனச் சொல்லிவிட முடிகிறதா?

பின்நவீன காலக் குழுத்திருடர்களின் அடையாளச் சின்ன மர்மங்கள் மதுரையை மறைவு நகரமாக்கி குற்றங்களைச் சுமந்து கொண்டிருந்தது. எதிர்த்துப் போராடிய பிரஜைகள் இருப்பே கேள்விக் குறியானதில் நிலத்தஸாக்குகளில் ‘குற்றவாளிகளின் தழும்புகள் பற்றிய நெடுங்கதை’ என்னும் நூலை மதுரைவந்த சாமர் செட்மாம் உடுப்பி லாட்ஜில் அறை எண் 42இல் பல மாதங்கள் தங்கி எழுதிய கையெழுத்துப் பிரதியை தனுஷ்கோடி ஷட்டில் பாசஞ்சரில் தவறவிட்டன. திரும்பவும் கூட்டத்தை தள்ளிக் கொண்டு வந்துபார்க்க

பிராந்திபிளாஸ்க் அருகில் 'தடைசெய்யப்பட்ட களவுநூல்' என்ற நாவலின் சில அத்தியாயங்களை தாம் எழுத வேறொருவர் நாவலின் பகுதியாக தன்னெழுத்து உருப்பெற்றிருப் பதில் அதிர்ச்சியடைந்தான் சாமர்செட்மாம். வண்டி புறப்படும் நேரம் நெருங்கிக்கொண்டிருந்தது. எதிரில் அமர்ந்திருக்கும் இருவர் உடல்களில் அடையாளக் குறிகளை வைத்து நோக்கியதில் அவர்களிடம் உருமுறணான புதுப்பிரதிகள் அவாவைத் தூண்டும் பொருள்களைக் காட்டித் திருடும் பொய்த் தோற்ற மோசடி அரசியலின் விற்பன்னர்களைப் பற்றி உரையாடல் தொடர்கிறது. 'காலத்தின் மங்கலான அழுக்குத் தோல் பாவைகளை ஆட்டும் குறலி வித்தைக்காரனின் தெரு நடவடிக்கைகள் வசீகரமான களவுக்கு அழைத்துச் செல்கிறது' என ஜன்னலோரம் இருந்து தொப்பியில் மேலுமொரு குற்ற இறகை அணிந்தவன் ஜிப்ஸியைப் போல் உரையாடினான் சாமர்செட் மாம்மிடம். 'இந்தியாவுக்கு வந்தபிறகு என்னை வெகுவாய் ஈர்த்தது கலோனியல் மதுரைதான்... போக்கிரிகளின் விநோதப் பழக்கவழக்கங்களும். இந்த மதுரையே ஒரு மோசமான நடிகன். காக்காய் தோப்புத் தெருவிலும் மேலமாசி வீதியிலும் தெரிந்த நாடகக்குழு இருக்கிறது. புராணங்களையும் ஷேக்ஸ்பியரையும் விட்டால் தழுவல் நாடகங்களை பார்க்க விரும்புகிறேன். ஏனெனில் நாட்டுப்புறத்தன்மை கலந்த கொடுந்தமிழ் நடை... கொச்சைப் பேச்சு எல்லாம் ஒலிகளின் வழுவுகள் பாதிக் கின்றன என்னை' என்றான் சாமர்செட்.

ஒளிகவரும் இருட்டு அழிவில்லாத இலை. ஆனால் மிக ஆழ மிக்க இடங்களில் உலவும் நிறக்கோடுகளை மீன்களே சென்று அடைவதில் உண்டாகும் வர்ணமல்ல வேற்று கிரகத்திலிருந்தோ விண் தாரகைகளின் குடும்ப நிறங்களும் இருட்டில் மூடப்பட்டிருக்கும். ஒரேயடியாய் வெளிச்சமே இல்லையென்று சொல்லத் தோன்றும் வெளிச்சம் ஒரு மீன் உருவென நகர்ந்து மினுக்கிடும் வரிகளை விரல்கள் எழுதிக்கொண்டிருப்பதால் எவருடைய கையெனவும் நகரும் மிக மெல்லிய கடல்வேடனின் பல்லாயிரம் விரல்பட்டதில் கிரகத் தூசியை துடைப்பது யார்?

கடற்கோரை நடுவிலோர் நீர்ச்சாமந்தி வாடாமல்லி நிறம் கொடுக்க இம்மீனும் மலர் ஆனது. விண்ணிலிருந்து கீழ்பாயும் நிற நரம்புகளின் ஆவியொளிகளில் வைரக்கற்களை தொடுகிறான் திருடன். இருட்டிலிருப்பவர்களென விலகிச் சென்றாலும் தானே திறக்கும் உடல் பிசுபிசுப்பில் வெளிச்சம் பரவும் ஆன்ம விளக்கை இருட்பரப்பில் கொண்டுதர ஏடுகளைத் திறக்கும் தஸாக்மீன் உடம்பில்

விளக்கு உருப்பு அமைந்திருக்கும். மலைகளிலிருந்து சரிந்து வளையும் நீண்ட பாதைகளில் மீன் விளக்குகள் ஊர்ந்து வருகின்றன நீந்தியவாறு. புவியுலகைத் தழுவி நூற்றாண்டுகள் உதிர்த்த இருட்டு இலைகள் மெல்லச் சரிந்து கீழிறங்க அதுவே களவுநூலின் முதற்பக்கக் காகிதமும் நரம்போடிக் கிடக்கிறது. ஒரே சமயத்தில் தான் இருட்டும் ஊடுருவிக் கரைகிறது இலைகளுக்குள். காணும் விதமாக கலையிடம் ஏதுமில்லையென்பதில் யாரும் ஒத்துக் கொள்வதில் தர்க்க நியாயங்கள் கண்களால் பருக ஆழங் கண்டுணர முடியாத மீனின் இருட்டு. ஒளிப்பிரதிபலிப்பு வாழ்வின் கண்ணாடியைப் பெற ஒளியை ஏற்கிறான் சூரியனைத் தழுவிய கலைஞன். திருடனோ இப்போதில் தனிப்பட்ட இயல்பான உடல் உணர்தலில் முழிகண் குருடனாகி திறக்கும் புவியக நிறமைகளை ஸ்திதியுடைய மீன் முகமூடியாக அணிந்து தன் தலையை தானே துளித்து கையிலேந்தி மீனாகிறான் தஸாக்கு. களவுநூல் இயல்பைக் கண்ணாடிகள் இழைக்கப்படுவதும் இல்லை. களவில் வந்து தோன்றிய இடங்களும் மேலேறும் படிகளில் கடக்கும் நடையில் வரும் போகும் காற்றின் குரல் வளையில் திறந்துகொள்ளும் களவு நூல். ஒளியை விட்டு வெளியேறிச் செல்கிறது. வறட்சியான நிலக் கனிகளில் இவள் தீட்டுதிரம் பழுக்கும் காலத்தைப் பெறுகிறது. ஒவ்வொரு பழந்திருடரின் குடும்பத்தின் பழந்துணிகள் முள்ளில் சிக்கிக் கிழிபட அடிபட்டுக் கந்தல் பறந்த மேலாடைகளும் ரத்தக்கறை மறையாத துகிலும் காலமாய் வெளுத்து சமயங்களில் கரைந்த நூற்றாண்டு வாசனை பெற்றுவிடும். இப்பெண்கள் துணிகளை இணைத்துச் சுருட்டிச் சிரித்து துணி பொம்மை செய்ய செங்களியைப் பிசைந்து மீன்வடிவ பொம்மை ஒன்றை செதுக்கிய இருட்டில் நீருக்குள்விட அது உயிர்பெற்ற ஆழத்தில் இருட்டு இலைகளை மெல்வதற்காக அடியில் உள்ள நீலம், சிவப்பு, மஞ்சள் மலர்களை தொடுவதற்காக வேண்டி இதழ்களைக் கவ்விக் கறும்ப வேறு வேறு நிறங்களாக மாறுகிற மீன்பொம்மை.

பூக்களின் நிறங்களாக மாறும் பொம்மை மீன் ஒளிவீசிக் கொண்டே செல்லும் இருட்டு. வெளிச்சம் கொடுக்கும் பிசுபிசுப்பான திரவத்தை சுரக்கும் மீன் உமிழ்கிற எச்சிலில் அதிசய இருள்வம் மெதுவாய் கண்பரப்புக்கு ஒளியின்றியே ஸ்பரிசித்துவிட இருளின் வாசனை ஒரு களவுநூல் என அறியப்பட்ட காலத்தில் வெகுதூரக் கடலில் விளக்கு அடித்துப்பார்க்கும் கண்களுள்ள நிலத்தஸாக்கு வேட்டைக்கு ஓடுகிறான்.

நிலத்தஸாக்குகள் களவுக்குள் போனால் பிரகாசமான வெளிச்சம்

கொடுக்கும் கடல் தஸாக்குகள் ராத்திரி அலைகிறார்கள். அவை பிஞ்சு மீன்களெனில் கூட்டம் கூட்டமாய் மிதக்கும் தெரு வெனத் தோன்றும். ஒரு மீன் ஒளியில் களவுநூல் வாசித்துக்கொண்டு இருப்பது யாரென்று தெரியவில்லை. ஏடுகளின் பக்கமெல்லாம் இருட்டு நகரத்தின் விளக்குகள் எல்லோரையும் ஏந்திக் கொண்டு தஸாக் மீன் போகும் போது சிவப்பு, நீலம், பச்சை, கருநீலம் இறுதியில் இருட்டெனத் திறக்கும் காற்று அகராதி நீந்தி வருகிறது நீலத்தில். ஒவ்வொரு வர்ணத்திலும் வீசிய கெம்புக் கற்களை கையிலேந்தி எலும்புகள் அதிரச்சிரிக்கிறாள் பைத்தியக்காரி. அவள் தஸாக்குகளின் தாயாக அலைவுற்ற நாடோடித்தடம் கண்களாகத் திரும்பும் இருட்டு.

72

நீலா

புயலின் நீலக் கண்ணில் கடலின் ஆமச்சக்கரம் துளைவழி நட்சத்திர மீன் ஏறப்புவி நடுக் கோட்டில் சாம்பல் அடுக்கில் புகுந்துவர நகர்வது அழிந்துவரும் பரிதியின் சகியோ பரிமாணத்தின் ஒரு நியதியின் முடிவாக அது ஒரு மறுபிரளயம் வேண்டி மேலெழுகிறதோ.. தோற்றுவாயைத் தொடங்க வைக்கும் வேகத்தில் பிரபஞ்சத்தின் தற்போதைய சக்கரச் சுழற்சியிலிருந்து இறுதி வினாடிகளில் கோள்களும் விண்தாரைகைகளும் பைத் தியத்தில் ஓடும் ஓட்டத்தைத் தொட்டு நிறுத்திவிடத் திகைப்பூட்டும் வேறு வெளி காணும் ஆவலாய் ஏற்கனவே புவியின் கணித சூத்திரங்களில் சலிப்புற்று சமன்புரியும் சமாதானங்களில் விலகிப் பனியாக உறைந்த யுகங்களில் தூங்கி விரைவில் நீர்வளிக் கோலத்தில் மேலே கிடந்த மேகமாகவும்கீழே சரிந்த மழையாகவும் படுத்த கடலாகவும் வெளியேறும் ஆவி பீடித்த நீல நட்சத்திரமீன் சாகரத்திலிருந்து விண்ணிற்கு மாறி முகில்களால் சூழப்பட்ட பெண் இவள் ஆவிநீலப் புதிராய்க் குளிர்கிறாள் இறந்தவாறு. மீண்டும் எழுகிறாள் வெப்ப ரத்தப் பிறவியாய். வடகிழக்குப் பருவக்காற்று நிலைபெறும் இருப்பில் குளிர்ந்த இரவுகளில் கடல்மேல் தோன்றி மையல் நீலத்தில் நகரையே மூழ்கடிக்கிறாள். வாலை மீன்கள் நாள் தோறும் அவள் நீலத்தில் வந்து சருமந்தொட்டுத் திரும்புகின்றன நிதானத்தில். நீலாவைச் சுற்றி அலையும் நீர்நாய் அதிபத்தனைக்கண்டதும் கிட்ட நெருங்குகியது. காஞ்சிப் பூக்கள் நீரில் உதிர்வதால் நீல நட்சத்திர மீன் பூக்களை மாந்தியுண்ணப் பார்த்த நீர்நாய் கூட்டிச் செல்கிறது அவனையங்கு.

ஆரல் மீன் சேற்றில் ஒளிந்து நீலாவுடன் திரிவதைச் சொன்னது நீர்நாய். கிட்டத்தில் வந்த சுண்ணாம்புவாளை நீண்டு மெலிந்திருந்தது. இறந்த தாவரங்கள் சிதையும் அழுக்கு நீரில் நுண்ணுயிர்கள்

அலைவு. சேற்று அடிநிலத்தில்பல்சுணைப் புழுங்களைப் புணர்ந்து அலைகிறாள் நீலா. சூன்யத்தில் நீலம் சுரக்க மறைமுக மீன்கள் எதிரெதிரே சந்தித்துக்கொள்ளாத கண்ணாடியில் மறைகிறாள். சேற்றில் கை நுழைத்து செந்நண்டுகளை நத்தைகளைப் பிடித்து வாக் குடுக்கையில் இட்டான்.

நீலா பெரிய விண்மீனாக மாறும். பிறகு? அதன் எரிபொருள் தீர்ந்து விட்டபின் அது ஒரு நட்சத்திரமீனாக மாற அது அழியும். அதன் நீலத்தழலும் செந்தீயும் நெடுங்காலம் நகர மெல்லக் குளிர்ச்சி யடையும். நீலாவின் மடுக்கள் திரும்பவும் நிரம்பும். ஒளிமங்கலான பாதை இப்போது. உறையும் நீரின் எத்தனை புழுக்குலத்துள் புரள்கிறாள் நீலா. பனிப்புழுவை புடவில் இட்டுத் தீராத காமத்தில் ஆழ்ந்திருக்கிறாள். உறைந்த புவியை காமத்தால் புத்துயிர் பெறுமாறு புணர்த்தி அழிவில் ஆற்றல் ஒடுங்க மெதுவாக ஆவியாகிப் புகைமரமாய் அலைந்து திரிகிறாள் நீலா. வறண்டும் போகிறாள். எல்லோரையும் இழந்தும் விடவே தப்பி ஓடும் எரிமலைச் சாம்பல் பூசி கடனாகையில் நுளைச்சியரோடு மீனோடு திரிகிறாள்.

அங்கு மணல்மேடுகளில் தனித்தலையும் அரைமீன் அரை மனித உருவமைந்த மீன் கடவுளான தமிதாவைக் காமுற்று அழைத்தாள் நீலா. இது நாகா குருவான அகிவித்ரனுக்கு தெரிந்துவிட்டதால் வெட்க முற்றாள். நீர்க்கடவுளான மேகலாவைத்தேடி அவள் கடலோடிகளை அணுகிக் கேட்டதுண்டு. நெடுங்கணக்கையும் கலைகளையும் பைசாசி பாஷையில் வட்டார வழக்கும் கலந்த பாண்டிய, கேகய, வக்லிய, சாஹிய, சுதேச நாடுகளில் பேசிய பைசாசி ஏடுகளைக் கடல் வழியெங்கும் தூக்கித் திரிந்தாள். அந்த முசிறிஸ் என்ற மரீசிபந்தனம் நகரில்தான் நீலாவின் கண்ணாடிகளால் இழைத்த வெளிர்நீல மாளிகை நாகத்வீபம் அங்கு சாயைகளாகவும் சேருஸ்மக்கள் கற்சாளரங்களாகவும் இருக்கிறார்கள். இன்று தமிதாவுக்காக கடல் பளிங்குகளை வரவழைத்திருக்கிறாள். நீர்க் கடவுளான மேகலா புயல்மரங்களின் இலைகளை ஊடுருவி நிற்கிறாள் உமரிக்காடு எங்கும். மண்வறண்டு உப்புப் படிகங்களில் நீரும் அதில் மீன் குஞ்சுகள் சிறு நண்டுகள் திரியச் சேற்றில் வழுக்கிச் செல்லும் மீன் கடவுளான தமிதா பிடிபடுவதில்லை வலைக்கு. கூன் இறாலின் பார்வை நீர்நாயை அச்சமூட்டியிருந்தது. வளையை விட்டு அரிதாகவே வெளிவரும் கூன் இறால் தமிதாவை வணங்கித் தன் புதிர்ச் சுரங்கங்கள் மண்ணீடு செய்த ஆயிரம் கிளைகளோடு காற்றோட்டமாக இருப்பதை அறிந்து தமிதா

வரவை அறிந்து வெளியேறிவிட்டது கூன் இறால் கூட்டம். அங்கே நீல ஒளி படர்வதை உணர்ந்தது கூன் இறாலின் கிழவி.

இதுவரை காணாத ஒன்றை நீர்நாய் உற்றுப் பார்த்ததை அவனும் கவனித்தான். இறால்கள் பின்தொடரச் சதுப்பு மட்கும் பாசி வெளிச்சத்தில் கைவலை கொண்டு அதிபத்தன் வெள்ளி இறால் களைப் பிடிக்கக் குற்றுச் செடிகளின் கீழே குஞ்சுகள் படை மறைய முதிர்ச்சியடைந்தவை அவற்றின் உள்ளுணர்வினால் கடலுக்குத் திரும்பி இனப்பெருக்க மையல் கோடுகளில் மோகம் கொள்ளக் கடுவைஆறு நீங்கிக் கடலின் நெடுந்தொலைவு பளிங்கில் கன வுறங்கும் பழக்கப்பட்ட நீர்ச்சுழலில். ஆலாப் பறவைகளுக்குத் தப்பிவிட ஸீகல்கள் தீனியை இழந்துவிடும். அல்லலுறும் ஸீகல் மணல் தீடைகளுக்கு இடம்மாறும். மற்றும் சில உணர்ச்சி வசப்பட்டு வட்டமிடும் சுழற்சிக்குள் பட்டினியால் வாடி மரித்துக் கடற்கரையில் வீழ்ந்துவிடும். கரைநெடுக அழுகிய மீன்கள் கொத்தும் ஊர்க் காக்கையின் பகல் பூசிய கறுப்பு.

கடலின் நடுவே ஓர் ஆறு இருக்கிறது எத்தனை யுகங்கள் ஓடியது. பேரியாற்றங்கரையில் முசிறிஸ் நகரம். ஆழியின் பரப்புக்குள் வருகிறாள் நீலா. பஃறுளி தெற்கே எங்கு செல்கிறது... திரும்பவும் மேல்நோக்கிச் செல்லவில்லை என்றால் பின் எங்குச் சென்றது? தமிதா கடந்து செல்கிறாள் மறைந்த நதியில். பஃறுளியின் சிக்கல் மிகுந்த சுழற்சி ஓட்டம். அதன் நன்னீர் பரப்பு அழியாமல் புராதன காலத்திலிருந்து கடலில் வசித்து வரும். பஃறுளியின் பேராற்றல் தமிதா மூழ்கி மிதக்கும் நாகரீகங்களின் ரகஸியம். உப்புகள் கலந்திடாத பஃறுளி மாந்தருடன் மீன் கடவுள் தமிதா சரித்திர ஓட்டத்துக்கு எதிர்மாறான வாசகமும் இதைப்போலவும் பொருந்தும். கோடை குளிருக்கு இடையில் இருக்கும் வியாப்தி மெதுவாக ஊர்ந்து செல்லும் மறைந்த நதி. நீல நிறமடையும் ஆறு செல்லும் இடங்களில் உவர்த்தன்மை மிகுந்தும் வடிந்துவிடும். பஃறுளியின் இன்றைய நகர்வு மந்தமான பனிக்கட்டி உருகும் நிலை அது. ஆறுகள் இடைவிடாது கலப்பதால் பஃறுளி அழிந்துவிடுவதில்லை. இதன் வயதை அறிய சுமாராக அறிய அதில் கரையும் ரேகைகள் என்ன? சேர நாகா வரைந்த பளிங்குத் தேவதைகள் மறைமுக ஆற்றைக் கண்ட அதிபத்தன் வலையில் அகப்பட்டது நீலநட்சத்திர மீன். தன் அமைதியைக் குலைத்துத் தன்னைத்தானே அழித்துக் கொள்ளும் நீலநட்சத்திர மீன் இருக்கப் பிடிக்காமல் நாகாவின் ஆறான காவேரிக்கு வருகிறது. நீரும் நட்சத்திரமீனும் மயங்கித் தெரியும் நீர்க் கடவுளான மேகலா வாணிபக்

காற்றையும் நதியுடன் இழுத்துவரப் பின்னங்கால்களில் மேலமர்ந்த குரங்குப் படிமம் வலைஞர்களின் ஓவியம் மூழ்கி அழியச் சிற்பங் களுக்கு இடமாறிவிட்ட வானரத்தின் வால் நீண்டது கடனாகைக் காரோணம்வரை. பண்டு வாழ்ந்திருந்த வணிகனொருவன் நாகா ஓவியனோடு வானரர்களின் புராணத்தை நதிக்கரையில் தீட்டுகிறான். தங்குவதற்கு ஏற்ற சில மலபார் நகரங்களில் இந்த வணிகர்கள் குறுமிளகும் கிளிகளின் அலகில் பதுக்கிய மௌத்திக தாமம் பல கொண்டுசெல்லப் பரிவர்த்தனையால் ஒன்றிலிருந்து மற்றொன்று கடன் வாங்கிய சொற்களைக் கிளி உரைக்க இரு நாகரீகங்களும் ஜனங்களும் ஓரினத்தைச் சார்ந்து உறவு கொண்டு நாகரின் மறைமுக நகரமான நகாய்பட்டணம் கீழே மறைந்திருப்பது கண்டு தொல்லிந்திய நாகர்மொழி நாவலந்தீவாய் மாறிற்று.

ஆழ் கடலிலிருந்து கழிமுகத்துக்கு ஏறி வந்திருந்த நீலா வலையில் அகப்பட்டதும் பதற்றம் அதற்கு. அதிபத்தனும் திடுக்கிட்டான். கனவில் இருப்பதான வலையைப் படகில் வைத்தான். தான் எப்போதும் கண்டிராத பஃறுளி நீர்வளையம் சூழப்பிடிபட்ட நீலா அது. யாருக்கும் பிடிபடாமல் நாவாய் மீது சரிகிறது. அதன் தற்கொலைத் திறமையைப் பற்றி உணர்ந்திராததாலும் அதன் உருவத்தையும் நிறத்தையும் கையில் எடுக்காமல் குறுவலையில் எடுத்தான், காய்ந்த படகுமேல் வலை யுடன் வைத்தான். அதைப் பத்திரமாக நீலாயதாக்ஷிக்கே விட்டுவிட ஆசைகொள்ள நீர்நாயும் ஆமோதித்தது. வலையிலிருந்து எடுக்க முயன்றான். நீலம் மெல்லக் கருநீல வண்ணத்தை அடைந்தது. தொட்டதும் உதறித் தள்ளிய உறுப்புகளின் தொகுதியை மட்டும் கண்டான். அதனால் துயரமும் ஏமாற்றமும் அடைந்தான் நாயுடன் இவன் அடைந்த துக்கத்தை நீலாவும் அடைந்தாள்.

அவன் காயாரோகனுக்கு விட்ட கனகமீன் போன்றதல்ல நீல நட்சத்திரமீன். எரிமலைப்பிழம்பின் படிவமாய் கடலுள் காணப்பட்டாள். மலைகளுக்கு மேற்கில் தென்கடல் நிலம் கடலுள் அமிழ்ந்த பொழுது ஏழ்தெங்க நாட்டிலிருந்து மணலாகச் சரிகிறாள். எஞ்சிய மணல் நீலப் பாலை அவள். தைத்தியம் எனும் புராணக் கதையின் நீலம். புதிராக உள்ள கருநிறத்திராவிடர்களும் வானரர்களும் கலந்த தைத்தியம். மலேயத் தீபக்கற்பக் காடுகளில் சரிந்துவரும் நீலம் தாவரங்களாகவும் கடந்தாள் ஊழியை. நிலநடுக்கோட்டு வெப்பரத்தப் பிறவியான நீலநட்சத்திர மீன் ஆனாள். கடலினுள் புவியின் மேலுறை விம்ம வீழ்கிறாள் உறைபனியில். ஏழுகடல்களுக்கு மாறிமாறிப் பின்னடைகிறாள். மிகப்புராதன நிறம் அவளிடம் ஒளிந்துகொண்டு

இருக்கிறது. தனித்த எரிமலையின் வயிறுக்குள் ஜொலித்துப் படர்கிறாள். குபேரனை ஒத்த பொன் னரசன் ஒருவன் பரவைக் கடலில் விலைமதிப்பற்ற புத்த பீடிகை களை சமயப் போரின்போது வீசி எறிந்து காத்துளான். பழங்கால கைப்பிடிகள் கொண்ட ஜாடிகள், சிலைகள், பளிங்கு புத்தர், தூண்கள், சித்திரப் பாளங்களை மீட்கவும் சடங்கு அனுஷ்டானங் களின் விலை மதிப்பிலாக் கோரக்கரின் சக்கரம் வெட்டிய மொழித் தகடுகள் நறுமண லாகிரித் தைலம் எடுத்த குப்பிகளும் மூழ்கிய பறவைக் கடல்.

மீன் கடவுளிடம் அகப்படாத ஒரு பிரபஞ்சவாசி. செத்து நாறும் வைதீகக் கடவுளின் ஆதிக்கத்தைவிட்டுத் தப்பிவிடத்தான் தற்கொலை செய்வதுதான் ஆகப்போகிறது. அவன் பத்திரப்படுத்த முயன்ற எத்தனங்களையும் எதிர்த்து அழிக்கத் துவங்கினாள் நீலா தன்னை. மணல் பதிந்த தோணி மரத்தில் இருக்கிறது நட்சத்திர மீன். அது ஒரு கையில்லாத ஒரு வட்ட வில்லையாகவும் வட்ட நிழல் பல நீலங்களாகவும் உருமாறத் திகைத்தான். வட்ட வில்லோடும் ஒட்டாதன கையெனவும் தோன்றியது. மறுமுறை நீலாவைத் தொட முடியவில்லை அவனால். மானிட எத்தனங்களில் முதல் கலை இனி கூடி வராது என்பதாகப் பட்டது. மீன் கடவுளும் நீர்க்கடவுளும் மரணத்தின் கரங்களால் தொடுவதாக இருந்தது. தமிதா.. இன்னொரு நீலாவைப் படைத்து விடுவாயா நீ மேகலா... சொல்ல உன்னாலும் முடியாதுதானே... நாளது முதல் கலைக்கு முந்திய நீர். மூலத்தில் அசைவியக்கம் கலையிலும் பிரபஞ்ச ஒத்திசைவாவதில்லையா.

இன்னொரு நீலாவை நீங்களிருவரும் சேர்ந்து சிருஷ்டிக்கக்கூடும் வேறொரு யுகத்தில். ஒன்றைப் போல் இன்னொன்று மூலத்தில் பிரதியாகும் நீலம் விஷமாகிவிடும்... வலையைத் தைத்துக் கொண்டிருந்த நரம்பின் வழியே சொன்னான் அதிபத்தன். இனி நீலாவைத் தனியேவிட நினைத்தாள் மீன் கடவுளான தமிதா. கடனா கையில் காண்பதும் இயலாத நீல ஒளி படர்ந்துவரக் குழந்தை யென ஏங்கினான். நீல நட்சத்திரமீன் தொட்டால் வெறுப்பு கொள்ளும் இயல்புடைய விளரிப்பாலை. நன்னீரும் உவர் நீரும் கலந்த மூன்றாவது கடல்நீலம். மண் ஏனத்தில் குளிர்ந்த நீர்கொண்டு நீலாவிடம் காட்டி எழுப்ப முயன்றான். நீர் தொட்ட குளிர்மையில் மேகலா தமிதா சம இடைவெளியில் தோன்ற விவரிக்க முடியாத நீல உணர்வுகள் சுற்றி ஆழ்த்துகிறது அதியை. நீலாவின் பிரிந்த உடல் உறுப்புகள் ஒன்று சேர்வதை உற்றான். பகட்டான ஒரு வாலையில் ஜொலித்தது நீலம். கடல்பரப்புக்குள் ஏந்திச் செல்கிறான் அதி.

புனர்உயிர் அடைவதை உணரவும் கடலில் சென்று ஆழ்கடலில் மேகலா தமிதா தனித்தொழிந்த யுகத்தில் விடுகிறான் அதை. மிக மெதுவான முறையில் அலாதி நீலாவைப் படரத் துடுப்புகளை அசைத்தது படகு. தன்னை ஒத்துக்கொள்ளாத நீலாவைப் பிரிய முடியவில்லை அதியால். என்னைப் பிடித்துக்கொள்ள நிலையாக ஒன்றுமில்லை அதியா... அதோ நெருங்க விலகும் நீலப்படிகைகள். அவற்றில் ஸீகல் பறவைகளின் குரல். அங்கே சுழியும் மணலும் மரணத்தின் நீலத்தை வா... வாவென விரித்துச் செல்கிறது வட்ட வெளியில் அசையும் மரணத்தின்வெளிர் நீலத்தில் நீலாவின் சாயை கடந்துகொண்டு இருக்கிறது. வடகிழக்குப் பருவக்காற்று இருப்பில் நிலைபெறும் இரவுகள் குளிர்ந்த புயல் மழைக்குள் வீசிய உக்கிரம் கண் மையம்கொண்டு நவதபடன் மேல் ஒரு முகில் குழுமம் தாக்கும் கருக்கீறல். இருளில் கால் பரவும் நண்டுகள் குளிரில் வெடவெடத்துச் சிதையும் நத்தைகள் பதற புற்றாய் மணல் சுருளும் நீலா. பெரணி பொங்கி உயிர்க்குலம் அடுத்தடுத்து வரும் நத்தையின் எச்சில் நெடி. நீராவி குளிர்ந்து படியும் உள்ளூறை நீலத் திவளைகளாகச் சுழன்ற மலைக்குள் மிதப்பதும் நகர்வதும் நலிபடன் நிலைபெயரத் தலைவிரித்தாடும் பழம்பேய் நகரம். கடலின் அலை எழுச்சியில் சிதறி இறங்கும் கோடுகளில் நாவாய், சம்பான், சம்போக்கு மரக்கலங்கள் கறுத்து மறையும். எரிமலைச் சாம்பல் பூசிய ஆவி நீர் புக பார்வையை மறைக்கும் தெளிவிலா உருவங்கள் உடைந்த கப்பலில் வெளியேறி அலைய தமிதாவின் புராதனக் கோயில் கறுப்பு மின்னல் முறுக்கிப்படர்ந்த மேகலா புகையும் சாம்பலில் நட்சத்திர மீனை விரல்களில் பொத்தியிருந்தாள். ஆனால் ஒரு நொடியில் தன் அமைப்பை அது கரைக்கத் தொடங்கியதை கருநீலத் துயரமாக உணர்ந்தாள் படகும் கறுத்தது. இயக்கரின் உத்திரதிசைக்கதிபன் குபேரன் மகள் சவுலாங்கண்ணியும் நீல உருவெடுத்தாள். மருகுமுனி புத்திரன் பருவததாசன் கடல்வர வருணராசன் புத்திரி மேனாவதியும் நீலச் சரீரம். நீல மைந்நாகன் இவளுக்கு சர்ப்ப மீனுருவில் வர இவன் மகளே பர்வதவர்த்தினி ஜுவாலையில் பாதி நீராகவும் தீயாகவும் சேரும் இடத்தில் தீயுரு காயாரோகனாக நீர்உரு நீலாயதாக்ஷியாகச் சேர்ந்திருக்கும் நிலை. அரக்கர் பகல் முழுவதும் மீன்உரு எடுத்து சமுத்திரத்தில் மறைந்து திரிய ரோகனின் எரிமலைச் சாம்பல் நீர்ம நிலைப்படுத்தும் நீலா ஈர்த்த காற்றில் மாலுமிகள் கலம் நகர்த்தும் வேறு காலத்திருகல். இடம்விட்டு இடம் பெயரும் உயிரின நீட்சியில் மீனரக்கர் மீவிலங்கர் சந்தித்து விலகும் சொர்க்க

மீன்களாய் நீல மீன்கள் எதிர்வர வாலை யரக்கன் கடற் காற்றுமேல் நீந்துகிறான் கூடவே பரவதராசன் விடுத்த செம்புப் படகுகளாகச் சூத்திரத்தை ஞான வலையாகப் பின்னிப் பிடிக்கிறான் மீனரக்கரை. வீசு வலையில் சதுர யுகமாய் இரு யோக நிலையிருந்த மீன மகரிஷியும் அகப்படத் தவமும் கலையக் கோபத்தால்... ஆரடா செம்புப் படகா... என் தவம் கெடுத்த தலைவன் நீர் ஆதலால் இனி எப்போம் சம்மாரம் செய்து சூரனாலே வயிறு கழுவக் கடவாய் என சாபமிட புயல் மழையுடன் வெள்ளம் பெருகி ஓடக் கடற்காற்று அசையாமல் நின்று பார்த்துக் கொண் டிருக்கிறது. புயலின் நீலக் கண்ணில் நெடுங்காலப் போக்கில் உச்சத்தை எட்டிய நாகாத் தாவர விரி நிலங்களின் சரித்திரம் பதியா விதை வித்துகள் உருளமூடும் மணல் மேடுகள். அதி விரித்த கச்சாங் காத்தில் ஞானவலை கிழிந்து கண்ணி வழியாகவும் அதன் உடல் உறுப்புகள் தப்பித்து வெளியேறுவதைப் பார்த்தான் விரக்தியோடு. என்னை நம்பவில்லையே நீலா...

உன்னை நம்பவில்லை என்பதில் என்னை நான் நம்பவில்லை அல்லவா... நம்புவதில் நீயும் உன்னை நம்பவில்லைதானே என்னை நம்புவதில் என்ன இருக்கிறது அதியா.

சொல்லும் கரையத் தற்கொலையின் இறுதிக்கணத்தில் தன்னைக் கரைத்து வெளியேறிப் பிரபஞ்சத்தில் கலந்துவிட எத்தனித்த பேசாத மீனின் பேச்சு. புராதன நீட்சியில் உடல்விட்டு வெளியேறும் வேகம் பெண்ணுக்கு.... கடல்நெடு உடலாய் அரக்கமீன் உடல் நலிபடன் கரையில் படுத்துக் கிடக்கிறது அவ்வுடல் புராணம் வரைந்த சித்திரங்களில் ஜீவ களையை எப்படி உதறினாய் நீலா... கலையின் புராதன அரக்க மீன் சித்திரம் தீராமல் நிறம் உதிர்க்கும் பழைய நகர் சாயம் கரைநெடுகக் கரைகிறதே... யாருடைய உடலும் வேண்ட வில்லை எனக்கு. நீலத்தில் அருவுரு கலைந்த புராதனம் உறவுகள் அறுத்த நாகா ஓவியம் எதன் நிழலும் படாமல் பெருவெளியில் முடிவிரித்து முனியாய் அலைகிறேன் கலையின் விம்மலான கூந்தல் அலை.

நம்பிக்கையற்ற நிலையில் நீலத்தில் தவழ்கிறேன் நம்பிக்கை யாருடைய கையிலோ கோர்த்துப் பிணைக்கும் உறவு எனக்கு வேண்டா வெளியேறவே விரும்புவேன். அதியா நம்பிக்கை எப்போதும் இருக்கிறது மரணமாக. வாழ்வு எப்போதும் கட விளிம்பில் கண்ணோடு ஒருகை ஒட்டியிருப்பதைத் தொட எத்தனித்தான். அதை உணர்ந்த வேகத்தில் அதியா போதும் இதெல்லாம் என்னால் வருத்தம் உனக்கு

உன் அதிபற்றுக்கு நான் காரணி அல்ல. முன்பு நான் இல்லாமலே நீ இருந்தாய் இடையில் எது வந்து மாயமெனப் பற்றிக்கொள்வது. அது வேகமாய் அற்றுவிடும் என்னை வெறுக்காமல் இருந்தால் சரி. அதிகாயனாலும் நீலாவைத் தொடுவதற்கு இயலாது... வருந்தாதே அதியா. பேசாத மீனின் பேச்சு ஏளனமாய்ச் சிரித்தது. திறந்து மூடிய கண்ணின் இருள் கடலில் வழிகிறது. ஓர் ஆழ்கடல் நீலா பிடிபடாமல் நழுவுகிறது தற்கொலையில். நித்தியத்துவத்தின் நீல ஒளியில் மரணத்தின் அடியொட்டிய துயரம் ஒரு வெற்றிடத்திலோ நீல ஜுவாலையிலோ அவளோடு பிழிந்த வியர்வை ரத்தமாகும் இருப்பை இவள் உடம்பால் எவ்வாறு உணர முடியும். நம்ப இயலாதது போன்றே கடலின் அடியில் எத்தனையோ பேசாத உயிர்களின் பேச்சு நம்மால் அறியப்படாத மொழிகளாக சுழற்சியின் நீலம் அது. உயிரினச் சக்கரத்தில் ஆழ்கடல் எலும்புகள் குளிரிலும் இருட்டிலும் பிறந்த நீலம் மாறாத நீலம் வெளியிலும் அடியிலும் எலும்புக் கூலங்களில் புள்ளிகளாய் அலையும் நட்சத்திரமீன் அதைச் சுற்றி இந்த நெகபடன் நீலத்தில் திமிங்கலம் உமிழ்ந்த கறுப்புக் கல்லில் எழும்பிய நாகா நகரமிது.

73

ஹர்னஸ் நிகாபெர்ட்டன்ஸிஸ்

இளவரசி பாலத்தீனா எலிசபெத் மௌண்ட் ரோட்டில் உருக்கு எலும்புக்கூடுகளால் உள்நாட்டு அகதிகளின் ரத்தத்தை உறிஞ்சிய அடுக்குமாடி ஸ்பென்ஸரின் உள்ளே லேண்ட்மார்க் புத்தக ரேக்கில் தேடிய லோத்தல் அன் தி இன்டஸ் சிவிலிசேஷன், பெங் சுய் சீனக் கட்டிடகலை நூல் மற்றும் த்தாய்-சீ கோட்பாட்டின் இன்-யாங் பஞ்ச பூதம், விஸ்வகம்மிய சிற்பகளினாலே கிராமம் வீதி கிருகம் சமஸ்தநிர்மாண ஏடும் கிடைக்க அவள் கன்னிமரா நூலகத்தை நாடவும் கைபரதி ஓவியங்களில் நாகா நகர்களின் சிதைவுகள் பரகாரம், மண்டபம், பலிபீடம் தடாகம் கலப்பை மண்வெட்டி எழுத்தாணி சிபிச்சக்கரவர்த்தி தொடைச்சதையில் குமிழ்ந்து பாயும் புறாவின் கண்களினுள் நாகா வாசனை மேப் இருப்பதாகவும் எதிர்ப்பட்ட கிளிமாந்தா சொன்னாள். ஸ்பென்ஸரைவிட்டு கீழிறங்காமல் முடியாது என்றாள்.

ஒல்லாந்த இளவரசி நகாய்பட்டணம் தேடி விமானத்தில் தூங்கியவாறு பால்மாறி மதராஸப்பட்டணம் வந்தாள். அவளுடன் ரெனி தெகார்த்தேயும் வருகிறான். அனேக நூற்றாண்டுகளாய் இருபாலின அக ஒருமைகூடிய மூலிகைகளின் குணங்களை நாகர்களின் சந்திரரேகையில் வாசனையாகப் படர்ந்த நவோ-பட்னாவுக்கு கீழே நாகா கட்டிய நகாய் என்ற மர்ம நகரத்தைத் தேடி வந்ததில் கட்டிடக்கலை மயநூல் பதினாயிரத்தினின்று தொகுக்கப்பெற்ற நாகா நகரம் உரகபுராவும் வடக்கிலிருந்தது. உத்ராபதத்தின் பல்வேறு பகுதிகளில் நாகா எச்சங்களும் சமுத்திர குப்தனின் குதிரைபடை எலும்புகளைக் கூழமாக்கிய புழுதியில் விழுந்த நாகா கூட்டம் விதிஷா, காம்பாவதி, மதுரா ஆகிய மூன்று சுயேச்சையான நாகா அரசபரம்பரையினரின் புரோச்சை சேர்ந்த

வனமே நாகா மருத்துவமுறைக்கும் ரகசியக் காப்பு ஏடுகள் இருப்பதை அறிந்தாள் பாலத்தீனா. உலோகாதி இருப்பு நிர்ணயித்து தாவர நாகா வர்க்கங்களின் கட்டிடத் தத்துவங்களைப் பரிசோதித்தும் ஆலய வீதியும் நாக விக்கிரங்களின் மறைவும் தேடிக் கொடுக்குமாறு உரகபுரா சென்றாலும் மேல்படி நகரம் பூஜிதமாகி விட்டதால் நகாய்க்கு ஏகுதல் உசிதமாயிற்று. நெட்டித்த வாசற்படிகளில் இருபால் தூண்களும் திண்ணையில் மூன்று தூணிருந்ததில் குறியீடு என்னவென்று திகைப்பானாள் ஒல்லாந்த இளவரசி பாலத்தீனா எலிசபெத். கீழ்சாரிவீட்டு கிணற்றடியில் கிளிமாந்தாள் எனும் நாகப்பெண் கட்டிடக்கலையை மூக்கால் எழுதி வருவதைக் கேள்வியானதும் அது மாபெரும் நகாய்பட்டண அமைப்பும் மர்மமாகச் செல்லும் நிலவறைப்பாதைகள் ஒரு மரத்தின் கிளையாக அளந்த உயிரினப்பால் சக்கரத்தை முப்பது பறைகளில் ஆரங்களாகச் சுற்றினாராம் நாகர். ரத்த விடுதியொன்றில் கணினி பரஜைகள் பெட்டகத்தில் சுழலும் கெண்டகிக் கோழியாகச் சுழன்றுகொண்டிருக்கும் இவ்வேளை எஸ்குலேட்டரில் நழுவி மேலேறிக்கொண்டிருந்த தத்துவவாதி தெகார்த்தே கை நீட்டிய தூரத்தில் ஓடும்படிகளை நின்றே கடந்தவர்கள் பார்க்கக் கழைக்கூத்தாடியொருவன் கயிற்றில் ரோட்டில் குறுக்கே அந்தர நடையில் ஒவ்வொரு எட்டாகக் கடக்கிறான். ‘லைப் ஆன் தி வயர் தி டெத் இஸ் வெயிட்டிங்’ எனக் கத்தினான் ரெனி. கயிற்றின் நிழல் சாவு பூசிய இருட்டாய் அசையக் கீழே குரங்கை ஏந்திய ஆந்திர நாடோடிப் பெண் உருமியைத் தேய்க்கிற தேய்ப்பல் சீறும் நுரைகளின் சிதறல். சாவின் துடி விட்டு விட்டு உரச வட்டமாகக் கூடிய ஜனம் ஜோராய் கைத்தட்டல். சிறிய எஃகு வளையத்துக்குள் இன்-யாங் எனப் பெண் ஆண் ஒன்றிணைதல் ஒரே வயதொத்த இருவர் ஒட்டிய நிலையிலேயே தேவதைகளாக ஈருடல் ரஸவாதி. இருமையில் ஓர்மை. ஆண் என்றும் பெண் என்றும் கீறல்விடாத நிலை. வாழவிரும்பாத தேவதை ஒரு குறுகிய தற்கொலை வளையத்துள் புகுந்து கூட்டுத் தற்கொலைக்கு ஏங்கும் துவைத்தெடுத்த தெரு வாழ்வு. இடுப்புக்கு மேல் தொலியாடை. கால்கள் உடலிகளைப் பணைந்து நெளியும் சர்ப்பமாய் சுருங்கி மயங்கும் வசியத்தில் கூட்டம் மௌனமாகிவிட உடலைக் கயிற்றில் முறுக்கிப் பதுங்கி வெளிவரும் மரண வளையத்தில் விழிகள் பட்டு இமைப் படபடப்பு. இருவரின் தகப்பன் ஒரு தகர டப்பாவை குலுக்கி சாட்டையால் தன்னை அடித்துப் படரும் பாசக்கயிறு. கருங்குருதி கை வளையத்தில் வழிய அண்ணாந்து அரற்றுதல். டப்பாவின் கீழே வீசிய நாணயம் உருளும் வெட்டும்புலி.

சாவு வளையத்தில் பொருந்திச் சுழல்கிறார்கள். உயர் உயர் கோபுரங்களில் தலைகீழாய்த் தொங்கும் மரணம். தம்கூட்டிக் காலை உந்தி உரக்கக் கூவும் அலறல். வளையம் மேலேறும். தலைக்கு வளையமிட்ட வாழ் அடிமைகள் வருகிறார்கள். வளையத்தை இரு பக்கமாக வாயில் கவ்விக் கடிவாளமிட்ட வாழ்வை உணர்த்தும் பள்ளைகள். மெலிவுக்கு மெலிவாய் வளையம் சுருங்கி மந்திரத்தில் விரியும் கழை. வட்டத்தை நோக்கிச் சில்லறைகள் குலுங்கிச் சிதறும். கூட்டத்தில் பெருமூச்சு பதட்டம் கைத்தட்டல். ஆந்திர நாடோடிகளின் வித்தைக் கயிற்றில் நடப்பதில் காத்திருக்கும் மரணத்தின் எல்லையில் அடுத்தபடி பாதாளம் வீழ்ச்சி. எழுச்சி கொள்கிறான் சாவில்; சீன மேஜிக் நிபுணன், மந்திரவாதி, திரிக்காரன், பூம்பூம் மாட்டுக்காரன், கரடிவித்தைக்காரன், பல்வைத்தியன், கண்ணாடி டம்ளரைத் தலைகீழாகப் படித்து நீரை அந்தரத்தில் நிறுத்தினான். இந்தக் கம்பளப் பெண்கள் மனதில் உள்ளதைக் கண்டுபடித்துக் கூறுவார்கள்.

வலிப்பு உள்ளவரைக் குணப்படுத்தும் நாகப்படாரன் பிளாட் பாரத்தில் விசும்ய பாம்புடன் தன்னைச் சுற்றிவந்தவளை தெரிந்து விட்டான். பாரிஸ் கார்னரில் ஆகாய ரயிலில் யுவதிகள் புதுஆடை சரசரக்க அடையாள அட்டைகளை வீசி நடந்துவரச் சுருள்முடியை அறுபது கிளிப்களால் பதிய வைத்த முப்பது இரவுகளுக்குப் பன் ஒவ்வொரு ராத்திரியும் வெட்டுக்கிளி ஆனாள். கம்பளிப்புழு, தேள், நண்டு வடிவ ஹேர்கிளிப்பில் கதாச் சுருளை முடிச்சுருளில் விரல் நுழைத்து வருடிப் பேசும் நிகழ்கதை. டைடல் பார்க்கில் சர்வதேச பைத்தியங்களுக்கு பல்மாத்திரை சொட்டுவரை தானே படரும் விரல் ஓட்டம். வேலைப்பளு மிக அதிகம். உலோகப் புள்ளின் ஐந்து அசைவு செயற்கைப் பிரபஞ்சத்தில் கிளிமாந்தாள் நீந்துகிறாள். அவளும் நாகரினப்பெண். 'பூமி, உலோகம், நீர் நெருப்பு, மரம் சேர்ந்த கட்டிடக்கலை எங்களது பாலத்தீனா' என்றாள். யாம் தொடக்கத்தில் கீழை மரபு, மண் குறி கூறல், இருபால் நாடி ஏடு, ரஸவாதம், மூங்கில் இசை, களரி பயிற்றும் போர்க்கலையில் நாகவணர் தோற்ற முதலாம். கைப்படிமண் எறிந்த தடவைகளில் குறிகூறிக் கைக்குவந்த புள்ளிகளிட்டு ஆண் பெண் தன்மை கூறுவேன். எந்திர ஆவியுரு அகவய இயக்கம். நாகதேசத்தின் அனைத்துவகை சிகிச்சை சொல்லி மாளாதடி தோழி...

இங்கே நான் கணினி உடல். விமான டிக்கெட், கம்பெனிக் கணக்கு,

விசாவின் கீழே வேலை கொடுக்கும் ஒப்பந்தக் கூலிமுறை, சதுர அடிக்கட்டுமானக் கொத்தடிமை, உள்நாட்டு அகதிகளுக்குக் கசையடி நீங்கலாக கோதுமை ரொட்டி, ஏர் சகாரா கன்ஸ்ட்ரக்சன் லிமிடெட்டுக்கு எம் கட்டிடக் கலை மரபின் புதிர்களை விற்கவில்லை நான். விற்றால் இறந்துவிடும் எம் நகாய்பட்டணம். எல் அண்ட் டி, லார்சன் அன் டொப்ரோ செக்யூரிட்டி குவார்டில் நாகர் கூட்டம் காவல் அடிமைகள்... அட்டவணைப்படுத்திய பரைவேட் நிறுவனங்களுக்கு அதிகக்கூலி கொடுத்துத் தொகுப்பு உடல்களைப் பெற்றாலும் எம் உறக்கத்தில் கழைக்குள் சிறு வளையத்துள் புகுந்து பணையல்படும் சீற்றம் எமக்கு... எனச் சீறினாள் கிளிமாந்தாள்.

மதராஸப்பட்டணத்தின் ஆழ்ந்தகன்ற கடல் தெளிவாகக் கருநீல மாகக் காலனியக் கட்டிடங்களுடன் பரதிமை படியும் படிகக் கடல் புறச்சேரியில் தெருக்குடியிருப்பல் கடந்து வாழும் நாடோடிக் கூட்டம் மாபெரும் கட்டிடங்களுக்கும் தெருவாழ்வுக்கும் உள்ள முரண் உயர் உயர்டவர்களில் எழுந்த எஃகு கம்பகள் சொருகிய மரணக் கட்டிடங்கள். அனைத்தும் புழுதி படிந்த சாலைகள். எங்கு பார்க்கினும் கூவத்தின் கழிவுப் பொருள் மலையாகக் குவிந்து கிடக்கும் ஆகாய ரயில் தூண்களடி குடியிருப்புகள். சிறுசிறு ஜன்னல்களுடன் சிதைவுற்ற கூவத்தை அலங்கரிக்கும் இருட்டு வீடுகள் எங்கும் முடைநாற்றம். இந்தக் குப்பைகளும் அழிபாடுகளின் குவியல்களும் நவீன நகரத்தின் நாற்றிசைச் சாலையில் உருளும் சாவு வேகத்தில் இருளில் மிதந்து நீளும் கார் லைட்கள் கரைந்து ஓடும் சிவப்பு ஒளித்திரவம்.

கழைக்கூத்தடி குண்டூர்சுருட்டுப் பற்றவைத்து மரணக்கயிற்றி லிருந்து கீழே வருகிறான். உங்களிடம் சிகரெட்... மது... கொடுப்பதற்கு ஏதேனும் இருக்கிறதா என்றான் பாலத்தீனாவிடம். ரெனி உடனே ஜேபயிலிருந்து சிகரெட் எடுத்துத் தருகிறான். ஒரு துயரத்தைப் பகிர்ந்து கொள்ளும் புத்திஜீவி தீராமல் குடித்துக்கொண்டும் புகைத்தும் அழிவதற்காகவேனும் அழிகிறான் கொஞ்சம். சின்னஞ்சிறு படகுகளில் இந்த மீனவர்கள் கடலில் எவரும் மது அருந்துவது பற்றி நினைக்க வில்லை.

பொன்னிற முடி கொண்ட பாலத்தீனாவையும் சிவப்புநிற முடி அசையும் ரெனியையும் கருப்பு நிறக் கூத்தாடிகள் வசியத்தில் நிறுத்தும் கழை. கீழே குரங்கை ஏந்தியவள் மீண்டும் சீற்றத்தில் பாம்பாகிறாள். இரு தேவதைகள் வளையத்தில் திரும்ப நுழையும் பிணையல்.

அடுத்தவட்டம் சுழல்கிறது. ஜோராய் கைத்தட்டல். இடுப்புக்கு மேல் பாம்புத்தொலி ஒட்டிய ஆடைகள். கால்கள் தேகத்தைப் பன்னி நெளியும் சர்ப்பமாகக் கூட்டமே மசங்கிச் சுருட்டிப் புனைவுக்குள் பீடித்தநிலை. இறுக முறுக்கிய உடல் எலும்புகள் ரப்பராக வளைந்து மொடுமொடுக்கும் மூட்டு ஒலி. ஆழ்ந்த தாபத்தில் நாவை நீட்டி முத்தம்படும் கீறல்வெளி. மரண வளையத்தில் எல்லாக் கண்களும் தொட்டு அகப்பட்டு வெளியேறத் திணறும். விழிகள் படபடப்பு. ஒருத்திக்குள் அவன் ஆன மோனத்தில் கரைத்து விடுகிற மாய வட்டத்துள் திசையெலாம் வளைகிற அரவமொன்றின் தோற்றம். ஸர்ப்பத்தின் கருஞ்சடை விரித்த ஆங்காரம் வாலில் நின்று விசும்பய கேவல். அரவுப்பாதை மெல்ல நழுவிச் செல்லும் போட்மெயிலுக்குள் பாலத்தீனா மௌனமாகப் பயணிக்கிறாள் ரெனியுடன். ரயிலுக்கு வெளியே ஒவ்வொரு ஸ்டேஷனிலும் கழைக்கூத்தாடி தகர டப்பாவை குலுக்கும்ஒலி, ஓடும் ஜன்னல்களில் தாவிச் செல்லும் நாடோடிக் கூட்டம். வீசி எறிந்த காசுகளின் சல்லென்ற ஒலி உருளல். இரு தேவதையும் அகஒருமை கூடிய வளையத்துள் தொட்டுத் தன்னுள் ஒன்றுகலந்த நிலையில் சுழலும் சக்கரங்களின் கரிய சீற்றம்.

காணாததை காண்கிறவர் கேளாததைக் கேட்கிறவர் நாகா எனப் பாலத்தீனா இவர்களைத் தொலைவில் காண கடல்சூழ் நிலத்தில் இருக்கும் நாகா வந்தவர்களை நோக்கும் விதம் விசித்திரங்களைப் புனைவுகொள்ளும். மிரட்டி அச்சுறுத்தும் புயல்படர்ந்த சூழல் மலாய் மாலுமிகளையும் முதிர்ந்த வணிகரையும் முத்துச்சிப்பி களையும் கடற்காகம் உடைத்த நத்தைச் சங்குக்கூடுகளின் மேடுகளை நோக்க எத்தனை உரு அழிந்த வாழ்வு. திறந்த நீலக்கடல் சந்தடி மிகுந்த தேவ கணிகையர் வீதி மதுவிடுதிகளில் மாறுபட்ட தேசத்தவரின் சச்சரவும் உரையாடல் வெண்படலத்தின் அடியில் நெருப்பு கனன்று கொண்டிருக்கும் சிவந்த பட்டணம். தேரிமார் காலடிகள் நெடுந் தொலைவில். நாகரை வெருட்டல் அரவணைப்பற்ற கைகள் கொண்டதாயிற்று. எப்போதும் நேரெதிரான சூழல்களில் சனம் அழிமதியான புயல் நாகா அதில் சலனமடைகிறார்கள். எரிமலை யாகும் பாடலில் வீழ்ந்த நாகா கூட்டம்.

மிகப் புராதனப் பட்டணத்தின் வடிவை அறிய எழுத்துச் சுவடி தேடி ஹென்றிக் வான் ரிட்டார்ட் ட்ரக்கென் ஸ்டைன் நாகவதனா வருகிறான் கட்டிடக்கலை மற்றும் தாவரவியல் படிக்கும் மாணவ மாணாக்கியர் குழுவுடன். இப்போது பார்க்கும் கட்டிடங்களல்ல அவை. நொச்சியர் நகாய்பட்டணச் சுவரில் தாவர வாசனைகளை

மூக்கால் வாசிக்கும் கீழைப்பழங்குடி. இருள மகுடிக்காரர் தாவர ஓஷதிகளை வேறு மடை மாற்றம் செய்திருந்தார். கடற்பரப்புக்குக் கீழே தனியுலகம் கொண்ட நாகஊர்களில் சுவடிகளைவிட்டுச் சென்றிருந்ததில் சுருள்கள் நாகபாஷையில் வரிவடிவங்களை வாஸிக்கும் நொச்சியர் இன்னும் எழுத்துப் பழக்கம் உடையோர். ஓஷதிப் புதிர்களாகவும் பழம் பாஷையின் மூலம் சிதைவு வுற்றிருந்தது. இந்தச் சுவடிகளின் நகல்படிகளில் வேறு நூல்களும் சேர்ந்திருப்பது குழப்பம். முன் வாழ்ந்த நாகா வம்சவாளிச் சரித்திரம் ஓர் மரத்தின் பதினெட்டுக் கிளைகளாக வடிவமைத்தது. ஒரு நாணயத்தின் குறியீடு. இதுவே நொச்சியரின் சருக்கமாகவும் முதியோள் ஒருத்தி நாகமரமாகி அதன் கிளை கொப்புகள் ரகஸியப் பரிவாக வீடு அமைப்பல் அங்கணம் அதில் பாம்பு வரி நாணயம் உள்ளது. மானிடவியல் வரைவின்படி மேல்பாதி மனித உடலும் அரவப்புனைவுடலாக நெளிவார் கீழே வாலில் விசும்ப நின்று. விலங்கின் வால் என வளைத்து பாறைகளில் உடும்புகளாக வெயில் காய்ந்து கிடப்பது விதி. சுவடிச் சுருள்களில் தானும் சுருண்டு உடலை வரைவது நொச்சியாரின் சித்திர கபாலம். இந்த நாகா எழுத்துமுறை எப்படி வெளிவந்ததென ஒல்லாந்தப் படைத்தளபதி ஹென்றிக் வான் ரிட்டார்ட் ட்ரக்கென் ஸ்டைன் டைரியில் நாகா நாணயங்களைத் தொகுத்ததே சுவையான சங்கதி. கடத்தல் புரியும் வணிகர் கூட்டம் நாணய விளையாட்டில் தம்போலா சூதாட்டப் பாதையில் போனால் ஆபத்து வரும். பரவை நீர்ச்சுழி கலங்களை விழுங்கிவிடும். இந்த த- வடிவம் ஒரு தனி நாணயமாக என அறியப்படவும் ஆமை ஓடுகளில் நொச்சியர் வரைந்த சித்திர கபாலத்தில் சீன டிராகன் நெருப்பைக் கக்கியவாறு இரு முடிச்சுடன் வடிவம் பெற்ற எழுத்து த.

இந்த தம்போலா ஆட்டம் கதை சொல்லும் முறையாக எப்படி வெளிவந்தன உயிருடன் மொழியாக. கடல்பகுதிக்கு வந்த தஸாக்குகள் சற்று ஓய்வு எடுக்க ஒதுங்கியதால் எறிந்த கல் ஆமையோடில் பட்டு மொழியும் உயிர்த்துக்கூவியது. கல் மூழ்கிய இடத்தில் சுரங்கமாய் செல்லும் நாகமொழி நூலகம் மிருக எலும்புகளில் தாவர அகராதியை வரைந்தது நொச்சியரே. நீருக்கடியில் கடல் எலும்பு கரையும். நாகாச் சித்திர நாணயங்கள் இடம் பெயர்ந்துவரத் தேடிய தஸாக்கி மாலுமி செங்கடுவன் மூழ்கும் ஊரைக்கண்டான், பறை வளைவுகளும் குவிமாடங்களும் செவ்வியல் கலையாக சீனருடன் நெருங்கியிருந்தது. புறாமாடங்களைப் போன்று மனிதரையும் வதைக்க முடியாதுதானே... குருதிகொட்டிய நாகா அடிமைகளும் நொச்சியரும் இதன் வடிவத்தை

தகர்க்குமாறு அரவப்புனைவடிவாக்கியது சீனமரபலிருந்த டிராகனின் எரிதுளைக்கண் வடிவச்சாளரங்கள் ஆயிற்று. கடுவாத்தி எனும் வால் சுருண்ட பெண்ணொருத்தி தாவி மறையத் தொடர்ந்தான் செங்கடுவன். நாகா மரபல் அரவுத்தொலியினரும் பாதி வேங்கைக் கோடுபட்ட மனிதரும் இருக்க ஈருடல் ரஸவாதியர் என்றே அகராதியில் கோர்த்தாள் பாலத்தீனா எலிசபெத். நாகா புராணக் களஞ்சியத்தில் விரித்த இவ்வூர்களின் விநாச நிலைக்கு கடகோன் நிகழ்ச்சியே காரணி ஆயிற்று. விலங்கின் சேர்க்கையில் பாதியுடல் பரியாத யுகம் அங்கே நின்றுபோயிருந்தது. நாகா புராணத்தில் இருண்டகால அரண்மனை ஒன்றை நுகர்ந்தவாறு நொச்சியர் வாசனைகளை வைத்து நிறங்களைச் சித்திரமாக்கி வந்த மரக் கூடங்களும் பரகாரமெனப் பல அங்கணம் அமைப்பல் தொலைந்து போன நதி சலனப்படாமல் உறங்கிக் கொண்டிருந்தது.

இந்தப் புதையலின் குகை பலவும் குடைந்து செல்லும் வழிகளைக் கண்ட தஸாக்கியர் வைரமும் தங்கமும் இருக்குமென்று நம்ப ஆனந்தமாகப் புகுந்து தேடியவர்களுக்கு அதிர்ச்சி. உள்ளே மண் பாம்புகளெனச் சுருண்ட சுவடிகள் புராதன நாற்றத்தில் தொல் பழங்காலத்துள் ஈர்த்ததும் நாற்பத்தாறு களிமண் ஜாடிகளில் வரைந்த டான்டலஸ் கோப்பையாக உருக்கள் இருக்க வரைஉருக்களின் நேத்திரங்களில் நிஜப்பார்வை வீச அவைகளைத் திறக்கும் அவசரத்தில் யுகங்களால் நெதித்திருந்த நகாய் வேர்களில் தைலம் வழியத் தொடங்கியது. இரு ஜாடிகளில் இருந்தவையோ யூ மன்னனுக்கு அனுப்ப இருந்த பதனப் பரேதத்துக்குத் தீட்டும் தைலவகையாவும் நகாய்பட்டணத்து ஆயுர்வேதரால் வடிக்கப்பட்டவை என மோப்பத்தில் உணர்ந்த செங்கடுவன் மலாய்க்கார தொம்பரியா சாலம்பருக்குச் சொன்னான்.

பர்மா மாலுமிகளும் தொம்பரியா சாலம்பரும் வியாபாரிகளைக் கூட்டி வந்தால் குகைக்கூட்டம் மூடிவிடுமென ஒவ்வொரு திக்காகத் தோண்டினான் பீமராக்கு. கடலில் கிடைத்த சுவடிகளைக் கூடிய ஏலத்துக்கு விற்கவும் டச்சுக்காரப் பாலத்தீனாவிடம் வந்தார்கள். நினைத்தபடியெல்லாம் உருமாறும் உப்புச்சத்திரத்தில் கையெழுத்துப் பிரதிகளை நாகூர் சின்னத்தம்பி மரைக்காயரும் அராபயக் குதிரை வர்த்தகனும் கூட்டி வந்ததற்கு ராணியிடம் தரகுப்பணமும் கை மாறிற்று.

டச்சுக்கார இளவரசியுடன் ரெனி உரையாடலில் ஈடுபட்டிருந்ததைக்

குறுக்கிட்டு நுழைந்த கள்ளச்சந்தை நாகூரான் மனிதரால் செய்ய இயலாத தூக்கணாங்குருவிக் கூடுகளைக் கொண்டுவந்து அசைத்தான். ஆண்குருவி கூட்டில் மின்மினி, பூ இதழ்களை வைத்து பெண் குருவியைக் கவர்வதென பாலத்தீனாவிடம் சுவடிகளை நீட்டினான். கிடைத்த அதிசயங்கள் நாகாபாஷையில் இருப்பதால் நாகர் கீழ்பாதி உடல் பாம்பின் வடிவம் மண்ணும் நிலமும் நாகரால் கவரப்பட்டுத் தாக்கத்திற்கு உள்ளாகி ஆழங்காண முடியாத குகைகளில் இவர்களின் நாகரீகமும் புதையுண்டு இருப்பதை கேள்வியானாள் இளவரசி. நாகாமொழி இருதலையும் ஒத்த காமத்தில் நுகர்ந்தபடி எழுதிய குறிப்புகளை மையல் மகுடியால் வாசிக்கும் இருளரைக் கூட்டிவர உத்தரவிட்டாள் அந்திராஸ், லாந்தேஸ் எனும் சிப்பாய்களுக்கு.

சீனர் நகாய்க்கு அனுப்பிய ஏட்டுச் சுவடிகளை இங்கு ஒரு பாதிரியார் பழஞ்சுவடிகளை சேகரித்து கட்டிடக்கலை மற்றும் தாவர அபதானம் ஒன்றில் ஈடுபட்டுவர நாகாப் பாலினவகைகளை எப்போதும் குழப்பத்துடன் சித்திரிக்கும் நொச்சியாரின் இயல்பிலும் நாகாவின் குணம் தாவரச்சாற்றில் நுரைத்தது. நாகாக்கிக்கும் நொச்சிக்கும் முற்றிலும் வேறுபட்ட இரு எதிர் நிலைகளின் கூடலில் இருபால் கிளைகள் பால் ஊறும் விருட்ச வடிவத்தில் அமைவதால் நகாய்பட்டணத்தில் மூவாயிரம் வருஷகாலச் சரித்திர வடிவமாக முற்றம் திகழ்ந்தது. இதன் கட்டமைப்பில் நாகாவும் நொச்சியரும் உறவுமுறைப் பழக்க வழக்கம் நம்பிக்கையும் இச்சையின் வடிவத்தில் நடுமுற்றம் உள்ள வீடும் அங்கணம் மூன்றாகவும் அதைப்பார்த்த அறைபலவும் சிறிதும் பெரிதுமாகத் திறந்திருக்கும். முற்றவெளி நடுவில் அத்தனை பறைகளோடும் நொச்சியர் வரைந்த கலங்கமிலா பழைய இரவுகள் சில்லிருட்டைத் துளைக்க முடியாத வெளிச்சம் மெல்ல மெல்ல மடிந்து மையிருட்டாகிவிடும். ஒளிபடாத இருட்டைக் காமத்தின் பிசுபிசுப்பான ஓர்மையில் வைத்து அரவுகளின் முதிய இருப்பும் கட்டிடக்கலைக்குக் கீழே புதைந்திருக்கும் நத்தக்கூறு மண்கோடுகளில் இருப்பதாம். லோத்தல் துறைமுகப்பட்டிணத்திலும் நடுமுற்றம் உள்ள வீடுகளை நூல்வழி ஞானமாகப் பெற்றாள் இளவரசி. சுவடிகளைக் கள்ள விலைக்குப் பெற்றுக்கொண்டு ஒயின் போத்தலும் பாதிரி கொடுத்தார் தஸாக்கு ஒருவனுக்கு.

அவரிடம் சென்றால் சுவடிகளைப் பரிசோதிக்க மாயக்கண்ணாடி வைத்து நகர்வார். நாகாமொழியைப் பாதி புரிந்த பாதிரியார் நாகாவனம் இருக்கிறதென்பதை ஒத்துக்கொண்டு மனிதகுலம் செழிப்பதற்கு நாகா நொச்சியரைப் புணரும் வேளையில் இரு

உடல்களும் வளைந்து திருகித்திருகிப் பன்னி இறுகத்தழுவி ஒன்று விரும்பினாலும் கழல முடியாதபடி வாலை ஊன்றி நிமிர்ந்து விசும்ப ஆகாயத்தில் தேடும் வேட்கை என்பதில் ஒவ்வொரு பறை நாளும் அவ்வீடுகளின் உள்ளமைப்பில் உள்ளவர் யாவரும் இச்சையால் சேரும் இருபால் ஒளியில் சிக்குகிறார்கள். இதனால் ஈர்ப்படைந்த டச்சுப் பாதிரியார் பறைஒளியைத் தொட்டு நுகர்ந்தவாறு உறக்கத்தில் நடப்பவரானார் மோப்பத்தடத்தில். நகாய்பட்டணம் மரபுப்பிறழ்வாகி கீழே புதைந்திருந்தது. மூத்த அரவரசன் புணர் பாகத்தில் சதா அரிதுயிலில் த வடிவ நாணயங்களை இடம் மாற்றி மந்திரித்து மரண நவை தீர்த்தான். இருண்டகாலஅரண்மனையில் மூச்சுவிடும் ஒலி புதர்க்காவுகளின் நெளிவாயிற்று. நொச்சியர் நாகரைவிட்டுப் பிரியாத சர்ப்ப மூச்சின் சுருளில் தாகியாவைச் சேர்ந்த நாகா சனங்களைச் சார்யாவெனச் சொன்னாலும் நம் தாகா நிலமொழியில் ஓடும் நுரை நிழல்களாகக்கூடிய ரெட்டைப் பாம்பன் கட்டுப்பொணசல் சிலைகள் பலவும் சில்ப சூத்திரத்திலிருந்து விடுபட்டு வேறு பன்மைப்பாலின உருக்களாக இருட்டறைகளில் பதுங்கியிருந்ததை தடவிப்பார்த்தவன் கல்லாகிவிடும் விதி.

தாகியரின் சுவடியைக் கண்டதும் நாசியால் சுவாசித்து மயக்க நிலையில் தாகாப் புராணத்தின் பக்கங்களில் இலைச்சாறில் வரைந்த சித்திரங்கள் அனுபந்தமாகவுள்ளவை. தாகியரின் நிழல்கள் ஓடும் கட்டிடக்கலைக்குள் மொழியின் அகராதியும் சிதைவுற்றது.

ஆனால் கஞ்சப் பாதிரியார் விலைபேசி வாங்குவதற்குப் பேரம்பேசி விற்க விரும்பாத தாகியர் சுவடிகளைப் பாலத்தீனா விடம் ஏட்டில் ஒரு அங்குலத்துக்கு ஒரு டச்சு துகட் தரங்கிபாரி நாணயம் பெற்றுவிடலாம் இனாம் வேறு கொடுப்பாள். ஆனாலும் நகாய் இருந்த சாமுவேல் பாதிரியார் ஐந்து கட்டு தாகா ஏடுகளை விலைபேசி வாங்கியிருந்தார் மலிவான கெண்டை மீனைப்போல.

ஆனால் நொச்சியரின் குருதியில் ரகஸிய இழையாகத் தாகியரின் சுவடியில் வரைந்த சித்திர விசித்திரங்கள் தெளிவாகும் கோலங் களுக்கு மாறி வீடுவீடாய் முற்றங்களில் திருணையில் உள்கூடத்தில் கோயில் சுவர்களெங்கும் பிரதியானதை ரெனி மாணாக்கியருக்குச் சுட்டி விவரித்தான். ஒரு பகுதி மற்ற பகுதியுடன் இணைந்து தைக்கப் படாமல் இருக்க பக்கங்களை தாகாநிலத்தில் ஒட்டிக்கொள்ளும் பிறழ்வின் பால்வகைப்பன்மைப் பிரதிகாமத்தில் அறியமுடியாத இருள் அவ்வூரைச் சூழ்ந்துகொண்டு இருந்தது. நஞ்சுற்ற காமம் நனி

நாகரின் துய்த்தவழி வளைந்து செல்லும் மாடகூட அமைப்பில் கொத்தரும் அடிமைச் சித்தாட்களும் வெட்டிச் சிதைத்த அரவு நீளல்.

நூலக டேபிள் மீது விரித்து வைத்தால் நாற்பதடி நீளம்கொண்ட சுவடித்தோல் தையல் இடப்பட்டு ஒட்டுப் போட்டு விரிவு கண்டது. மரபுப்பிறழ்வுப்பட்ட இரு இனமாக நொச்சியர் தாகியரைச் சேரப் பெண்பால் ஊற்று எவ்வாறு மடுவில் இயற்கையாகிறது எனப் புரியவில்லை யாருக்கும். ருதுவான பின்னும் நொச்சிப் பெண்ணுக்கு பருவ ரத்தம் பிறைவழிப் படாமல் இருக்க அவள் உடலின் தாகாநிலம் மங்கிய நிலவின் பால் வெதுவெதுத்தது. முப்பது பிறை நாளில் தாகா நிலம் சேர்ந்து அரிதுயிலில் கரைந்து ஒன்றிய அவ்விரவிரவாய் வந்த கனாநிலைகள் சம்போகத்தின் பலவின்பால்வகைப் பரிமாணம். உள்ளூறுப்பல் ரத்தக் கசிவுவர நிலவைச் சுற்றி அவள் விரல் குருதி பூசினால் அடுத்த சந்திர தினம் ஆயிற்று என சாமுவேல் பாதிரியிடம் சொன்ன இருளமகுடிக்காரன் ஒல்லாந்த இளவரசிக்கு நேர்ந்த இயற்கையில் ஆண்மூச்சுக்காரியாகி முளைத்த வேகம் ஏழாயிரம் மைல் கடந்து ஏகியதை அவள் சொல்லாமலும் இருண்டகால அரண்மனை சேரத் தீவிர ஆவலுற்றாள். கருத்துவிடாத பாம்புத் தொலி ஏடுகளில் சம்பல்நதிக்கு அருகில் வலிமை மிக்க குலங்களிடையே கீர்த்தி மிக்க சர்யா இனத்து ராசா சலபுந்திரா தாகியா இருள் வனங்களில் ஆயிரம் வகைச் செடிகளில் மருந்து மாயங்களை தைலமரங்களிடையே வாலையிட்டு ஜாடியில் வழிந்த வாசனை சில கீழை இனங்களின் பால்வகை மரபுகளைச் சுருளாக வேறொரு தைல ஜாடியில் பட்டுப் பசுபசுத்து இருட்டைக் கக்கியது. சுருட்டிப் பானைக்குள் வைத்தயுகம் மூடிய பகல் எழுத்து இரவுத்தாவரங்களிடையே பாலத்தீனா துயிலில் வெளியேறி பல சுழற்சிப் பருவங்களின் மூச்சினை உணர்ந்த பதினாறு வயது நாகவல்லி என்னும் தாகியாப் பெண்ணைக் கண்டதும் ஸ்மரணை அடைந்தாள். அப்பெண் மூக்கால் இவள் மயங்கிய சராரத்தைத் தொட்டுத் தடவி மூச்சுவிட்டு குணங்கி மந்திரித்தாள். நொச்சியர் அவளை தேவதையென வணங்கி அழைத்த பாதையில் கருவிழிக்குள் தாகாநில மோப்ப நயனங்கள் திறந்துவரப் பாலத்தீனா வந்தவள் யோனி திறந்து பால்பாதை பளவுற்றவழி குகைக்குள் குகையாக நுழைந்தாள். உப்புக்குகைகளில் யாருடன் உரையாடுகிறாள். பாலத்தீனாவுக்கு வியர்வை அரும்பயது. தாகா நிலம் ஆயிரம் வகை தொனி கொடுக்க சர்ப்ப மூச்சுவேண்டி நிர்வாணமாய் உள்ளே செல்கிறாள். அங்கு அரவரசன் உடல் மேல் எழுதிய தாவர உருவங்களும் மொழியும் பருவ சுழற்சிக்கு ஏற்ப வாட்டமும் துளிர்ப்பும் பறப்பும்

அழிவுமென உருமாறிய மொழியுடலில் சருகுறும் பூச்சிப் பெண்ணை வெள்ளைப் போளமாகக் கண்டான். தாகாவின் வறண்ட பாலைகளைப் பாலத்தீனா தொட்டுணர உடன் வந்த நாகவல்லிதான் ஆயுர்வதியோ. பெண்ணாக இருக்கும் மார்பல் துளையுள்ள இரு கனிகளைத் தொட்டான். வேகம் கொண்ட பால் ரேகையில் தாகியாப் பிறவியானாள் பாலத்தீனா. தாகாவின் தெய்வத்தன்மைக்குள் கலந்த நாகவல்லி ஈருடலாக விலகி வந்தவளை ஈர்த்தாள் ஒரு கடலிலிருந்து மறுகடலுக்கு. பூச்சிக்காரியின் சரீரத்தில் அருவமாய் வெளியேறி வந்த பனியுக மனிதன் எந்த யுகத்திலோ பரிந்த தாகாநில மூச்சினை மெல்லமெல்ல மையலில் பற்றிவிடுகிறான். தாகாநில மனிதருக்கும் பனிமனிதருக்குமான சிறு தீவாக அந்த நகாய் மாறியிருந்தது. பாலியல் விருப்பங்களுக்கு அப்பால் இருண்டிருந்த படிகளில் இறங்கிச் செல்லும் நிலவறை. ஏனோ இந்த நொச்சியரில் சிறுமியரும் பெண்களும் உப்புச் சத்திரத்தில் துயிலவும் தாகா இளந்தாரிகள் இருண்டகால மடத்தில் இரவுகள் தங்கவும் விதித்திருந்த விதியை கோணலாக்கும் காமத்தின் புதிர் ஆயிற்று. ஆனால் பாலத்தீனா பெயர் அற்று அம்மணமாய் உள்ளேவர அமைதியுறாத சுவர் ஓவியங்கள் முன்னூறுவகைத் தாகியாச் செடியிலைகளின் பசுமைச்சாறு கசிய வரைந்த பச்சை வீட்டுக்குள் அவள் பத்த உருவெடுத்து மெல்ல நகர்கிறாள். அவள் தலைமுடி நெளிவாக ஈரித்தது. கண்ணாடி தன்னை உடை கலைத்துச் செல்கிறது கண்ணுக்குப் புலப்படாத வளையத்துள் ஈருடல் பாம்புகளாக சுருளும் மரபுவழிப் பண்பின் இயற்கைப் பிறழ்வில் திரும்பத்தன்னை சகதியில் புதைத்துக் கொள்கிறவளை மோகினியாக ஈர்த்தாள் நாகவல்லி.

தாகா நிலத்தை மாபெரும் முட்டையாகச் சபித்த பெண் கடவுளுக்குத் தெரியாமல் கோட்டானாய் உருமாறி முட்டைகளில் நாகரைச் சிருஷ்டித்த நீர்கடவுள் மேகலா அரவர் தாயும் தந்தையுமாக அசரீரி சொல்லிற்று. நெய்ந்து மாந்தளிர் நிற பூச்சிக்காரி பசுமைச் வழலில் உலவி வந்தாள். நகாய் கடல் அடங்கப் பெறாத நீலத்தில் அவள் தவழ்ந்து கொண்டு இருக்கிறாள். சந்திரகாந்தமணிமதிலைத் திறக்கிறான் தூரிகை விரல் வரைந்த நொச்சி. லட்சம் உயிரினங்களின் பால் அகராதி நிறங்களாய் பரிமாணம் அடைந்து அதற்கப்பால் நடந்த பாதையில் இருண்ட கோட்டானின் பெருங்கால் பதிவுகள். விலங் குருவ தாகியரின் பங்கத்தால் வஜ்ர எலும்பை இசையாக்கினான் கிழக்குத்திக்குப் பாலகன். இந்திரநீலமதில்களில் நொச்சி வரைந்து கொண்டிருப்பதில் புனைவை சரித்திரமாகவும் தரங்கம்பாடி கல்லச்சுப்

பிரதியாகவும் சமயச் சாயங்களை விலக்கி விளக்குகள் அற்ற நடுநிசியில் ஒளித்தைலம் பூசி இருபால் இறகு தொட்டு கோட்டானின் மைக்குடுக்கை எழுதி வந்த ஒவ்வொரு காமமும் பாலத்தீனா சித்திரத்தைக் கைமேல் உயர்த்தி சிமிழாக்கிச் சுற்றும் குகைக்குள் அரவக் கூட்டம் புகைக்கோடுகளில் எழுந்த அதிவேக அதிமனித யுத்த சந்நதம் இல்லாத இடங்களுக்குப் போய் காணாததைக் கண்டுவந்த பர்வதங்களும் கதாயுகங்களும் நொச்சிமுனி கோரக்கர் சடைப்பிசினை உருட்டி குமிழ் நெருப்பல் தாகாபுராணத்தை ஒட்டிவெட்டும் இருட்குகையில் அரவரசனுக்கு நாகவல்லி சொல்வதாகக் கதைக்குள் கதையில் அரவர் பூர்வீகம் அதன் தோலில் வரைந்த கடற்போர்களில் வீழ்ந்த கடுவப்படையின் விநாசமும் அரவர் இந்திரனைக் கூட்டிவர இன்றைய காட்சி தொடங்க நொச்சி பாப்பரஸ்தாளில் வரைவதோ மீதிசர்க்கத்தை. அனேகமாகச் சைத்ரிகனை முதலில் எதிர்கொண்டது நாகவல்லி. இருபாலின் அரிதுயிலில் அழைத்துச் செல்லப் பாலத்தீனா மாயச் சூழலில் நடந்தாள் பின்னே 'ரெனி… கலைக்கும் நாகா உலகுக்கும் என்ன சம்பந்தம் சொல். முதலில் ரெனி நீரின் ஓசைகளைக் கேட்கிறான். அதில் மச்சராசிகளின் பேசாத பேச்சைக் கேட்டான். தஸ்யூக்களிடமிருந்த கால அமைதி ஒவ்வொரு உடலிலும் உயிராய் படர்கிறது காம நகைகளில். இச்சையின் கூவல் ஓசைதான் மௌனங் களாகவும் நீலமடையும் உருமாற்றம் நிறமற்ற நீரில் பிறக்கிறது' என்றான் ரெனி.

காய்ந்து உலர்ந்த நாக விருட்சி நான். பொகாவதியும் நாகவம்சியும் எம் பிரதேசங்கள் ஒவ்வொரு பொழுதாய் சருகாகிறேன். இக்கீழ் நகரில் நீரோடைகள் துயரத்தில் இசைக்கத் தொடங்கிய நாள் முதலாய் பொகாவதி வனத்தில் இந்திரன் கடத்திப் போன ஒஷதிகளைத் தேடி என் தந்தையின் தந்தை காராளர் பூவுலகம் திரும்பாமையில் அச்சமுற்ற அரவரசன் பேரன் நாகாஸ்திரத்தில் ஒளிந்து உருவற்றுப் பயணித்தான். அரவரின் தடம் நாகவம்சி அடவியில் மெல்லிய வளையங்களாகச் செல்பவை. சென்றவழி மொழிகொண்ட நிலம் பிளந்து வந்தடைந்த சிவப்பு வெளிர்சிவப்புமான மண் சுவர்களில் வடித்த விழல்வேய்ந்த கிராமம் காங்ரா பள்ளத்தாக்கில் சரிந்துள்ளது மேடும் தாவுமான ஊர். அத்தெருவில் நெல்லுக்கு மூக்கு இருப்பதால் அதற்கு மூக்குக்கயிறு பூட்டும் முட்டாள்களும் இருக்க ஊருக்குக் கீழேதான் நாகா ஊர் தோப்பும் சர்ப்பக்காவும். நொச்சியர் சாம்பல் மேடும் கண்டதில் தன் முன்னோர்க்கு எள்ளும் நீரும்விட்டு ஈமப்பேழை வணங்க மூல எலும்பை பொகாவதிக் காட்டில் தேடினான். அடடா சரி…சரி….

கோபத்தில் இப்படி ஆகிவிட்டது. நாககுமாரா... வெறும் அறத்தில் அமராத இச்சைமரம் நீலத்தில் ஓசையிட்டு முணுமுணுத்தது. வைர மணல் உதிரும் நாகா நாடு. மஜேரிகா நாட்டுப்புற பெண்டிர் தைல ஜாதி மரங்களிடையே வடிக்கும் ரோக மருந்துவாடை தீராத காட்டுப் பாதை. ஆயுர்வேதமும் நாகமூலம்.

நோயுற்ற மூத்த அரவர் என்ன செய்ய முடியும் மரப்பொந்தில் குக்குட சர்ப்பமாய் இருந்தால்தானே ஆகாயம் செல்வது. தந்தை எனைப் பணித்ததில் இங்கு வந்தேன். சாகாவிருட்சி அயராது மொடுமொடுத்தாள். உச்சிக் கிளையில் கோட்டான் சிறகு நிழல் விரித்து இருட்டில் ஒலியிட்டது. நாக ஓடைகள் துயரத்தில் சதா சாகா விருட்சியாக நீரைப்பருகிக் கொண்டு இருக்கிறேன். இலைகளின் சலனத்தில் இலையானேன். பழுத்து மஞ்சளடைந்து துவாரமும் பாதிக் கல்லுமாகப் படிவ இலைநான். என்னை இங்கேயே விட்டுவிடு மீதி பாகத்தைக் காம்போடு நரம்போடிய கல்லாகக் கிடப்பேன் கோட்டான் வரும்வரை. நாகவில்லி... ஏற்கனவே நீ தாகா புராணத்தின்படி மேலே போவதும் கீழிறங்குவதுமாக இருந்தாய். வந்தவள் துக்கம் நீங்க நீ உதவ வேண்டும் என நொச்சி கேட்டான் அவளிடம்.

ரெனி... உன்னைப்போல் நண்பன் யாருமில்லை எனக்கு. உன் சருக்கத்தைச் சொல்ல வரவில்லை நான். நொச்சியரே... உம்மைப் பற்றி செல்லவில்லையே எமக்கு. பாலத்தீனா... உனது சொல் எனது பாதங்கள்வரை கல் இலைகளாக என் பாதைவரை ஒளியாக இருப்பதேன்?

நாகா இனப் பால்மரபின் கல்இலையின் வாசனையை நுகர... எதிரெதிர் பாலின இச்சை மரம் ஒரே ஊற்றைப் பருகிக்கொண்டு இருக்கிறதுதானே. முன்பு இருந்தோம் சந்தித்துக் கொண்டோம். பன் இல்லை நீ சென்றுவந்த கலையின் கோடுகளை சொல்வாயா ரெனி...

'தீனா உனக்கு தெரியாததில்லை. உருவங்களை ஜோடனைகளை மெல்லக் கரைத்து நானும் மறுபக்கப் பாலினத்தில் சிசுவும் உயிரியல் கட்டமைப்பில் மூன்று மாதம் பெண்ணாகப் பனி மூடியிருக்கிற தில்லையா... இந்த நாடோடிப் பெண்டிர் கம்பளிப் புறா புதிதாய் இட்ட முட்டை போன்ற மாசற்ற நிலையில் பார்த்த மகர மீனும் பொன்ரேகை. அவளைத் தெரியுமா உனக்கு.'

அங்கிருந்து நான் வடமேற்கில் தட்சசீலாவிலிருந்து சென்றேன். வடகிழக்கில் சிரபுஞ்சியில் யாக்வாக்களும் அம்மணநாகாவும்

எதிரெதிராயினும் ரேகைகளும் அசைந்து நெளிகிறதில்லையா. ஆனால் நாகா நீரைத்தாவரமாக உருமாற்றினார்கள்தானே. மோகப் புயல் தீவுகளைக் கடப்பதாக தடைப்பட்ட இச்சாந்தேகியரின் பைத்திய விடுதியான அயோத்தி வரைபடத்தில் நகர்ந்தேன். அறத்தின் கடும் பசிக்கு நாகாவின் சித்திரச் சுருளைத் தர முடியுமா. அது என் அருகில் வரவில்லை. மோகத்தில் உன் குரலைக் கேட்டு வந்தேன். எனக்கு நானே வேண்டுமெனில் அறத்தின் குரல்வளையில் கத்தியை வைப்பேன்....

ஆமாம் ரெனி என் காட்டு ஓடையினூடே இலைகளின் பழுப்பு எலும்புக்கூடும் சுணங்கி பிபின் தங்குகிறதே. இலங்கை நாகாவின் சித்திரச் சுருளைக் காட்டுவாயா எனக்கு.

தீனா... என்னிடமில்லை அது அவ்வனத்தில் பால்வீதியில் வளைந்த முழு இலையும் கல்லாகும் யுகத்தில் மர நாயாக வருவேன்.

ரெனி... எனது வாழ்வுமுறையும் பேகூர் நாகத்தராக்களுக்கு அடிமை. என் காத்திருத்தல் பழுத்த மஞ்சள் இலையினூடே வீழ்ச்சியுற்றது.

நவசசாங்க சரித்திரம் நெடுக நர்மதை தீரத்தில் ரத்னாவதி நாகரின் கட்டிடக்கலையின் ரகசியத்தால் கடகத்திருப்பத்தில் அமைந்தது விதி. எல்லா நீரும் லட்சம் தாவரங்களாய் மூடியிருந்தது நாகாவனம். அங்கே நாகவல்லி எத்தனையோ நாள் தனிமை குடித்த ஓநாய் கால் புதரில் ரெட்டைப் பெண்ணாக இறங்கிவந்தாள். ரத்னாவதியிலிருந்து கடனாகை எத்தனை மூலிகை அகராதியை திருப்புகிறாள் பார். நான் தேடும் மூலிகை இலைகளில் காற்றும் வர்ணமாக ரத்னாவதித் தெருவில் கலக்கிறது.

நீ நாகவல்லியா...

இல்லையில்லை அவளை அறிய விரும்புகிறேன். மிருதுவான படுக்கையில் காமத்தில் கண்ணாடி மெருகாய் இழைத்த இரவது. அவளைப் பின்தொடர்வோம். நவசசாங்க சரிதத்தின் கீறல்களில் நர்மதையின் கிளைகளில் நடக்கிறாள் நாகவல்லி.

தீனா... இப்போது நீ நிற்பதும் அங்கேதான். நமது சாம்பல்களில் கூட ரத்னாவதிப் பட்டினத்தின் சாயல் படிகிறது. வழக்கமாகப் பழகிய எல்லா மூலிகையும் அங்கே நீடித்து வாழ்கிறதில்லையா.

கீழ்ப் பட்டணத்தில் நொச்சிகுளம், நொச்சியூரணி, நொச்சிவாடி மூன்று ஊர்களின் மேல் உன் நிழல் கிடக்கிறது. நவசசாங்கத்தில்

எல்லா வகைப் பாலின் நாடோடிக் குணத்தை வளர்த்ததில் நர்மதை வாசம் கீர்த்தி அடைந்து நதியின் உடலிலிருந்து பல பாகங்களைக் காலப்பரிவுகளாகக் கணித்ததுதான் நாகாவின் கட்டிடக்கலை.

வைகறை நாகப் படமாகவும் பரிதியே நயனமாக வாயு அதன் சுவாசமாகப் பிறை வடிவம் தெருவாக விசும்பய நர்த்தனம் எத்தனை பிறைகளாக உன்னோடு நர்மதையின் கிளைபனுவல்களில் நாகாவின் புதிர் நகரங்களைக் கடந்திருக்கிறேன் பாலத்தீனா...

ரெனி... கேள் இதை. என்னோட உயிர் நவசசாங்க சரித்திரத்தில் பழைய தாளில் ஒடியும் இந்த நகரத்தில்தான். யுத்தத்தில் அழிந்தது நவசசாங்கப் பட்டினங்கள்.

இதோ நாகவல்லி காற்றில் பறவைக் குரலிடும்போது உன் தடங்கள் தீராமல் ஒளிர்வதைக் கேட்கிறேன். அதன் சிறகுகள் மிதந்து பனிக்குள் சொருகி அலைவதைப்பார். நகாயில் இருள் நிறைந்த கோட்டைக்குள் நாக எலும்பு மலர் சூடி நின்றாள் அவள். தீனா... நீ கடந்த பயணத்தையே கடந்து கொண்டிருக்கிறாய். சினேகா... நகாயில் அகழ்ந்த மணல் மடியில் மரத்தூண்களுடன் கால் வைத்த மண்டபம். பாறைகளைக் குடைந்து சென்ற கடல் இருட்டில் மூச்சுவிடும் குகைத் தளிகள். அண்டத்தின் மீது குடைத் தூணைச் சுற்றி ஆலிங்கனம். ரத்னாவதி நகரின் கட்டிடக்கலை செங்கற்கள் பதுங்கி உதிரும் பல அடுக்குப் பயணம். ஸ்தூபக்கும் நான்கு திசைவாயில்களுக்குள் சித்திரங்கள் பால் பருவ நிகழ்ச்சிகளில் கலந்து கரைத்துவிட்டேன். எண்திசை துருத்தி நிற்கும் முகப்புகளில் சிலைக்கான மாடங்களை அடைந்தேன். நாக அரசனின் அஸ்திக்கலசம் படிந்த சாம்பல் கோடுகள் கலந்திருக்கும் கலை. நீயும் நாகாவின் சாம்பல் கோட்டில் நடந்தேதான் பெருமயானம் நர்மதை வாணிப நீர்வழி, பூமிக்கடியில் மறைந்த பழைய நவசசாங்க நகரங்கள். வேதத்தைப் புரட்டாமல் பரிதி யிலிருந்தே உலோகங்களை வடிக்கும் பாலினப் பிறழ்வு. புனிதப் பட்டணங்கள் நீதியும் அறமும் நியதியாய் முளைத்த முட்கம்பி முகாம். உலோகத்தில் நுழைந்த நாகா மருத்துவமுறை எந்திர எழுத்துகள் அச்சில் உருண்ட நாணய உரு.

நொச்சியே பூமியின் ஆழங்களில் நாகநாணயங்களே அதில் மூதாதையின் குறியீடுகளில் வம்ச சரித்திரம் சொல்கிறது. நான் பார்க்கிறேன் ஐம்பொன் துட்டில் சிற்பக்காலும் வால் உடைந்தவை. பாலத்தீனா... வருந்தாமலிரு. உனக்கு ஒரு இடைவெளி தேவை. ஓய்வுக்காகவும் தூக்கத்துக்காகவும் நீ சேகரித்த நாணயங்களில்

கலைநிலைகள் நாக வீதிவர வேறு இருப்பைக் கொள்கிறோம்.

அதுவும் நம் இருவருக்கு இடையே எத்தனை குறியீடுகள் இந்த வெள்ளிக் காசுகளில் வந்திருக்கிறது பார் ரெனி...

இருந்தாலும் நாகவல்லியின் முதல் சந்திப்பு நாணயத்தின் பழைய வடிவமாக இருக்கிறதில்லையா. அந்த உலோகத்தின் முக்கோண வெளிக்குள் நிலவிலிருந்து வந்திருக்கிறாள் நாகவல்லி. மேலே சென்று கேசத்தைத் தொடுதல்.

முக்கோணப் பட்டணத்தின் கீழ் இருக்கிறோம் தீனா. உனக்குத் தெரிந்த அளவு தாகியர்களின் உலகை நான் நெருங்கவில்லை. ஆனாலும் நொச்சியர் வரைவதைவிட்டு வெகுதூரம் விலகினாலன்றி கலை சாத்தியப்படாதெனப்படுகிறது. நம்மால் எதையும் வரைய முடியாது ரெனி. ருது உதிரம் உடம்பு இயங்குவதற்கு அலைகள் மேல் எழும் நிலவு என் சராரமாக இருப்பதேன்? குருந்த மலர் நிறச் சந்திரன் இருபத்தேழு புரவிகளில் வட்டமாகச் சுழல்கிறேன். கால்கள் தரை படாமல் வட்டமாகச் செல்லும் சூத்திரம். ஆனால் நிலவு மெலிய நடையில் உயிர்நிலை பெற உணர்வுகூட ஒளிபெறும் நிலவாக என் நீண்ட பாலையே உள்ளுமையில் ஒரு சொட்டு விடாய் குருதி வீழும் ஒருமணலில் என் இருப்பு நாகாவோடு கூடி இயல்வதாக இருக்கிறது...

சகியே... உலக நடப்பில் காலம் போவதும் நீ திறந்த வெற்றிடத்தில் எதற்காகக் காத்திருக்கிறாய். கலையின் உள்உருவம் கரைந்து நீலம் கடலின் அத்தனை மடிப்பிலும் நகர்ந்து கொண்டு இருக்கிறாய் பாலத்தீனா... ஏராளமாகத்தான் சித்திரத் துகிலில் ரத்தம் படிகிறாய்.

நாகவல்லி வரையாததின் உலகத்தை நோக்கிப் பயணம் செல்வதும் எளிதல்ல. நீ வரையாத உலகில் நாற்புறம் சூழ்ந்த பாறை யில் மிதந்து கொண்டு இருக்கிறாய். வைகறையில் இப்பாறை நீருக்கு மேல் தென்படும். மற்ற நேரங்களில் நீரில் மூழ்கியே இருக்கும். நாகவல்லி அதில் உடல் சுருட்டி துயில்கிறாள். நீர்கடவுள் பறந்து வந்து இப்பாறையில் ஓய்வு கொள்ளும். இப்பாறையை காட்டியது நாகவல்லி. ருது ஸ்தானத்திலிரு சூளமித்தியே... என்றாள். ஒரு சொட்டு விடாய் உதிரம் அதில் பட்டு வெளிர் சிவப்பானது பாறை. நாகவல்லி இப்பாறையில் புகுந்து ஊழ்விதியால் மிதக்கிறாள் நீர்மேல் அதனுடன். பிறை நீங்கிப் பறந்த வெளியில் பாறையுளது. இதைத் தொட்டதும் பாலத்தீனா பூப்பெய்தினாள். அதைப்பார்த்ததும் உதிரப்போக்கில் வலிமேலிட்டது இவளுக்கு. சர்ப்பம் ஊர்ந்த

கோடுகளில் நொச்சி வரையாத உலகின் பாறையாக மிதந்து இங்கேயே படிந்து மெல்ல மெல்லச் சில்லுச் சிலாம்புகளாய் நொறுங்கி மானுடத்தைப் போல் வீழ்ந்து வருகிறேன். நிலத்திலிருந்து விடுபட்ட பாறையும் சில கூழாங்கற்களில் ஒலி கீழே செல்கிறது. கற்களின் தொனியும் தழும்புகளும் நிறங்களாக மாறும் இயற்கையில் விடப்பட்ட சிற்பங்கள். மனிதக்கை படாமலே சிருஷ்டி கொண்டிருந்ததில் சரியாகப் புலப்படவில்லை. விண்மீன் வெளுத்த பாறையை நெருங்குகிறேன். மேலேறிவர என்னையும் எதிர்பார்த்து இருக்குமா... மறுபால் குறைவுப்பட்ட ஜீவி நான்...

நிலவிலிருந்து உதிர்ந்த கல் விதையாக இருக்கலாம். பிரதிபலிக்காத ஒளி நாகாவிடம் இருக்கிறது ரெனி. வட்டமாக அல்லது கிழக்கு நோக்கிக் கொம்பு வளரும் பறை வடிவமாக, மேல்நோக்கிக் கொம்பு தேய்வுறு பிறைவடிவமாக நாகா நிலவுகிறது. தீனா என் பெண்ணே... நாகா மரபு அற்புதத்தில் இரண்டு கட்டிடம் பார் தொலைவில் இருபால் பிளவுற்றும் சேர்ந்த தன் இரு கைகளையும் விண்ணுலகு நோக்கி உயர்த்தி இரண்டாகப் பிரியுமாறு ஒரு வீடுமேல் நிலவு இறங்கி வந்து ஏழு சுற்றில் மீமனித விலங்குகளும் சிறகியரும் புகுந்த வலக்கையில் வெளியேறிய மானும் ஒரு ருதுவாகப் புள்ளி மேவாத பாதையில் அடுத்த வீடும் கீழ் விளிம்புக்கு இறங்கிப் பிளவுற்றுப் பிரிந்து பின்னல் வடிவங்களாக அழகுணர்வுடன் எளிமை இயற்கை அகப்புறமாய் பொழியும் தோற்றம்.

இவ்வூர் அமைவு இயற்கையோடு எதிர்மறை கொள்வதில்லை. இடமாற்றம் என்பது இயற்கையை அழித்து மனிதனை வேரற்றவன் ஆக்கிவிடும். ஆவி பூதம் படிந்த கதவுகளின் ஒலி சூழக்காற்று கதைகளாக பெருக்க மடையும். நாகா ஈமக்கட்டுமானங்களின் வழி ஊர்க்கோடியில் கதநாயின் பிலக்கணப் புத்தகம் உருள்கிறது. இறந்தோரின் ஆவிகள், இயற்கையில் மறையாப் புதிர்களும் தீயும் நீரும் ஒன்றாய் சேரும் தாவர மரபினர் திசையறி வாட்டத்தை ரஸமட்டம் சொல்லக் கேட்கும் கொத்தரும் வளைவுகளில் மறையும் தோற்றம். நாகா மரபுடன் பால்கலந்த உயிரினங்கள் சித்திரம் உதிரும் சுவர்களில். கிழக்கிலும் மற்றது மேற்கிலுமாகத் தோன்றும். முடிவில் நீலம் பச்சை என இரு வீடுகளும் இணைந்து முழு நிலவாக உருட்டி சிந்தனைச் சாளரம் வழி பிரபஞ்ச வெளியில் தூக்கி எறிந்தான் ரெனி தெகார்த்தே.

பாலத்தீனா கீழ்நகாயில் மேற்கிலும் கிழக்கிலும் நாம் பிரிந்து

பயணிக்கிறோம் ஒரே சமயத்தில் பல பக்கமாக நான்கு நிலவுகள் தொடர்கின்றன நம்மை. தேரி மாடத்தில் நாகாப் பெண்டிர் இருந்ததை இந்தச் சீன விளக்கிலிருந்து நீ பார்க்கலாம். அதன் சிமிழ் சிதைந்திருந் தாலும் நாகவல்லி விரல்களால் நாகாச்சுடரைப் பொத்தி கருத்த மச்சங்களாய் சிமிழைச் சுற்றிச் சுழல்கிறார்கள். அவள் வாயசைப்பதைப் பார் பாலத்தீனா... எத்தனை எத்தனை யுகங்களாக லிச்சாவிகளுக்கு காப்பு தெய்வமாக வைசாலியில் கார்கோடக சர்ப்பம் தன் வாலைக் கவ்வி வட்டமான பட்டினம் இந்த வைசாலி. ஊர் சிதைந்த நிலையில் ஒளிபடுகிறது. அவள் விளக்கைக் கொண்டுபோய் பதுங்கிய வைசாலி நாகா சுவடிச் சித்திரங்களைக் காட்டினாள் எமக்கு.

ரத்தம் சிந்தியோ பாலினச் சடங்கில் மதுவைச் சிந்தியோ இந்த நாகன் படகுகளுக்கு உயிரூட்டினான். படகுகளுக்கு கண்களை வரைந்த நொச்சி நலிபடன் கிராமத்தில் கலந்துவிட்டிருந்தான். நொச்சியரை இவ்விடம் வேறாய் பிரிப்பது அவ்வளவு சுலபமல்ல. ஒரு பலியான கன்னியின் விழிகளையே படகில் பொருத்துமாறு வரைவதில் உதிரக்குளம் உள்ளது. படகின் முகப்பாக கன்னியின் சிரசு. நாகா புராணத்தில் நீந்திய மீன் நீரில் வசிப்பதை அறிய முடியுமா? படகில் அதன் வடிவம் பால்வகையாக இருந்தது. பீமராக்கியின் தலையும் நாகா இச்சிறு கப்பலில் பன்றியின் முட்களையும் டால்பனின் கண்களையும் காண முடிந்தால் அதிர்ஷ்டசாலி நீ. நொச்சியர் கருத்த காப்பரிகளை நம்பியே கிழக்கில் செல்ல நிர்வாண அரசன் வெள்ளை ரோஜா அந்தரத்தில் குவிய அமர்ந்த படகைக் கண்டாள்.

அங்கே கருப்புப் படகோட்டிகள் கூடவே வந்த அமரர்களாக இருக்கும். அரவரசன் நாயுடன் சம்பாஷிக்கும் சமிக்ஞை. கருத்த அடிமையிடம் சொன்னாள் பாலத்தீனா. உலக விளிம்புகளில் தீ பற்றி எரியும் இந்தவேளையில் யுத்த சைன்யங்கள் வீழ்ந்து அலறும் குருதி மரம் நலிபடனைச் சிவப்பாக்கி தலைதொங்கும் மரக்கூட்டம் சுழலும் வேளை ஊழியின் கருஞ்சிவப்பு புகழின் கீர்த்தி வெற்றிக் களிப்பை யெல்லாம் இந்த அரவரசனின் அலட்சியம் ஜெயித்துவிட்டதே. அவள் தலைசாயாமல் சித்ரக்கபாலம் சொன்னதைக் கேட்டாள். காப்பரி மாலுமி அவளைத்தன் உடலோடு ஆமோதித்து கடலில் தள்ளிப்போய் பால்மையின் ஸ்தூல உருவை வலிமைமிகு புஜங்களில் கோர்த்து நீர்த்திவலைகள் உதிர்க்க இந்தக் காப்பரியின் பேசா மௌனத்தில் மீனின் பேச்சு போலவும் செவுளாய் சிவக்கிறாள். சற்றே வேறுபட்டவர் இனக்கலப்பல் வெனீஸியர்களில் சிலரும் அவள் பாலிய ஆறு. அதில் கோண்டுவாப் படகோட்டிகளில் கலிமார்க்கஸ் தனி விஷேசமாகச்

சினேகித்தான் அவளை. ஒரு தனிப்பரிவாகப் பாலத்தீனா ஒவ்வொரு நதியைக் கடக்கும் போதும் ஆலிங்கனத்தில் படகோட்டிகள் மாறுகிறார்கள்.

எந்த நதியும் படகோட்டியைப் பாலத்தீனாவுடன் சம்பந்தம் கலந்து விடுகிறது. அவள் திசைகளையே சிறகுகளாக்கி காப்பரியுடன் பயணிக்கும் உரையாடல் இந்த மலரைவிட நூறு லயத்தில் நறுமண இச்சை மரம் நாகா சரத்தில் ஒலி கொடுக்கும். நீலத்தில் துளை யிட்டவாறு எங்கே ஓடிக்கொண்டிருந்தாய் கலிமார்க்கஸ்.

அவனுடன் அந்த உரையாடல் காப்பரியை வெல்ல முடியாத மௌனத்தில் மீனின் பேசாத பேச்சு. நாகரத்தில் கண்டவற்றை யெல்லாம் உடலின் விதியாய் வரும் சாம்பல் நாய் முகம் நீட்டிச் சீன விளக்குச்சிமிழ் மேல் விட்டிலைக் கவ்வியது. நாயின் சமிக்ஞைகள் அத்தனை தாவரத்தில் அபதானம் வரையப் பாலினக் குறியீடுகளாக மாறியதில் இந்தப் பெண் நாகரத்தில் மெல்லக் கரைவதாகக் கடுவனாற்றின் மாயம் இலையுதிர் காலத்திலேயே ஜுர வேகமடைந்த பூக்கள் அத்தனையின் பித்தம் சித்ரகபாலம். இயற்கை நிறங்கள் நொச்சியரில் சுழல்வதாயிற்று. இந்த நாகரத்தின் ஆதிவாசிகூட ஒரு மரம். பாலத்தீனாவால் இன்னும் அறியப்படாத தைலம் இது அந்த ரெனி தெகார்த்தே தைலவாசிகளைத் துக்கத்துடன் நோக்கினான்.

பாலின வழியினரில் தாவர மனித இனம் அபாயத்தில் அழிவுக்கும் யுத்தத்துக்கு ஈடாக நாகா கலாந்த மூலிகை தோன்றுவதை உணர்ந்தான் தெகார்த்தே. வீழ்ந்த இருபக்க பேரிழப்பன் சரிவில் ரத்த மடுவில் தாவர மனிதரின் வண்ணச் சக்கரம் நொச்சியர் விரல்களில் தொடர்வதைப் பருவத்தின் விதியாகப் பார்த்தான். இருபால் இறகு வெகு குறுகிய காலத்தில் நாகரம் செல்ல இயலாது. நொச்சியரும் நாகரும் கோண்டுவாப் படகோட்டிகளும் பாலத்தீனாவில் அக ஒருமை கூடுதல். பலவகை நீர்க்கோரைகளும் பருவப் பூச்சிகளின் சக்கரத்தில் பாலத்தீனா வட்டமாய் சுற்றி ஞாயிற்றின் ஒளியில் பதினாறுவகைப் பாலினச் சேர்க்கையில் நிறங்களும் வேறாய் சொருகிய பத்த வேட்கையில் சிவப்பு, ஆரஞ்சு, மஞ்சள், பச்சை, நீலம், ஊதா, வாடாமல்லி இன்னும் குருதிச் சிவப்பு, வெளிர்நிறம் கண்ணுக்குப் புலப்படா ஒரு யோனி மீது கதிர் மலர்ந்து கொண்டு இருப்பது நாகரம்.

அப்பூ அடர்நீலம். அவளுக்கு இதை நாகவல்லி காட்டினாள். கடல் நீலமும் அப்பூவைக் குளிர் பனியாக இருபால் ஓட்டத்தில் தொடுவதை உணர்ந்தாள். இந்த நீலத்தைப் பார்... தீனா... இதுதான் நாகரம் படம்

விரிகோலத்தில் இதழ்கள் ஒன்று. ஐந்து ஒன்று தனித்து ஒதுங்கிய நாதம் மூடும் பதினாறுவகைப் பால் சேரும் அக வடிவம். சில கண்ணுக்குப் புலப்படமாட்டா... இந்தக் கருநீலத்தில் என் தாயும் கர்ப்பிணி ஆனாள். அவள் மீது பரிதிபடும் விடியலில் எல்லாப்பட்சி வட்டமும் சுற்றிப் பறக்குது பார்... நிறம்பல ஈர்த்த நீல வெளிர் பரப்பில் நாகரச்சிசுக்கள் பெண்மையில் தவழ்கிறதே... இங்கே எம் இனம் பரந்து வியாபகம் கொள்ள இதையே கருநீலப்பூவின் விதியாக ஒவ்வொரு நாகரத்தின் பறப்பும் உதிர்வும் தனிக் குணங்களாகக் குலைத்துவிடும் மெலிவும் ஓஷதிகளில் ஓடும் பால்வினைநோய் நீக்கம் இந்தக் கருநீலப்பூ... எல்லா இனங்களும் கலப்பில் ஒருங் கிணைவதும் வாடி உதிர்வதுமாகப் பரிதியும் பால் வேட்கை கொண்டிருக்கிறது. நம் கண்களுக்கு தெரியாதபடி... பாலத்தீனா... என்றாள் அகலமான விழி நீட்டி. வேறு வேறு இதழ்கள் விரிவது தெரிகிறதா... நீலத்துள் நாகரம் சுடரும் சுழற்சியில் இந்த இருபால் பிறழ்வு அத்தனை ஜீவ கோடி ரகஸியத்தில் உயிரினங்களின் சக்கரம் தவழ்ந்து கொண்டு இருக்கிறதடி கள்ளி...

நிறங்களில் திரிபுகளுக்கான மூன்றாம் பாலினம் வண்ணச் சக்கரத்தில் முதல் மூன்று கரு மாதங்களில் ஒன்றுக்கொன்று சமதூரத்தில் முக்கோணக் கணித முக்கோண வடிவில் உடற்கூறு இருவிதமாய் லயத்தில் எல்லை கடப்பதாகிறது. மொழியின் பூடக வெளிப்பாடு மிகப்பல உருகொடுக்கும். எங்கிருந்து இந்த மூன்றாம் வரிசை நிறங்கள் கரைந்துள்ள திரவப்பரப்பில் நீருக்கும் தாவரத்துக்குமான இருப்பு உருமாற்றம். கர்ப்ப விருட்சத்தின் பெரணி வட்டங்கள் மடிப்புத் திசுவாகி உள்ளார்ந்தும் காற்றில்கூடச் சுழன்று சுற்றும் சூன்ய நர்த்தனம் காண்பாய்... இதை நாகரும் ஏற்கனவே கடந்து இங்கு தாவரவியல் தொடர்ச்சியில் சர்ப்பம் கனியைத் தீண்டவும் தாகா புராணம் ஜனித்தது.

நாகரப்பூ வேறு குறியீடுகளின் அக விளக்கங்களாகவும்... ஒரு நீலம் பயணிக்கும் தொலைதூர விதி முழுக் கண்டத்தையே நாகா வெளியாக்கிவிடும். பாலியல் சக்கரத்தின் ஒருபகுதி விளங்கும் ஒவ்வொரு நிறத்துக்கும் வேறுபடும் இசை திணைப்பாலையாக வெளிர் நிறங்களின் கார்வையில் அடர்நிறம்வரை சாயநீர் பெண்டிர் கம்பள நூலுக்குள் அறுபடும் நிறங்களில் கூடி இயல்பவை. மாறுபடும் பருவச் சேர்க்கையில் மூன்றாவது பால் பிரபஞ்ச இயக்கம் நாடோடிப் பாணரின் குழலிலும் இருள மகுடிக்காரரின் இசையிலும் இருந்துவரும். விளிம்பிலிருந்த பெண்பால் கலந்தெழும் பிளக்கும் இடைவெளி

மூன்றாம் பாலின வீழ்ச்சியில் எழுச்சி.

ஏயே... இவளொருத்தி பேடியோ... காமன் ஆடிய பேடியாடலும் நகாய் பட்டண வீதியில் வெண்கலச் சிலை எரியும் தோற்றம். வெண்கலப் புதிரில் வெளிர் சிவப்பாய் தீக்கொழுந்து தடவிய இச்சையும் ஒரு கருப்புத் துணியை உதறி ஒரு பூவைத்தரும் வித்தைக்காரன் தகோமியா பட்டுப்பாதையில் வந்ததும் பூக்கள் முகம் முகமாய் ஈர்த்ததும் பூவில் மறைகிறாள் இளவரசி. வாசனாதி வணிகரும் நாடோடிகளே. மையத்தைவிட்டு விலகி விளிம்புப் பாகங்களில் வண்டுகளாய் அத்தர் வாசனைகளை வடிக்கிறான் திரவ வர்த்தகன் நத்தர். அது நாகரமாக மாறும் புராதன வாசனை. மை வரையின் அடர்த்தி கருப்பூ. பளிச்சிடும் நிறங்களைவிட்டுச் சூலறையில் இரு... என்றான் நத்தர்.

மங்கிய நிறங்களில் வாசனை அகராதி கோர்ப்பவன் நாகூர்கார நத்தர். அவனிடம் மொய்தீன் பாட்ஷாவின் சரோத் இசையும் இருந்தது. சுழன்று சுற்றும் சுரும்பன் சுழற்சியில் நாகவக்கம் கீழிருக்கிறது. வெள்ளைக் கருப்பு சாம்பல் நிறங்கள் இவை. தைலச் சக்கரத்தின் குறுக்காக ஒன்றையொன்று எதிர்நோக்கி நிறங்களின் விதி மூன்றாம் பாலை ஈடுசெய்யும் இயற்கை குணம் சிவப்பும் பச்சையும் ஆரஞ்சும் நீலமும் ஒன்றுக்கொன்று மாறுபவை என்றான் நத்தர். ஆனால் இவை ஒன்று கலந்தால் தைலம் விற்போர் மனித வகையினரின் மூன்றாம் வாசனையிலிருந்து மற்றொருப் பூவை அறியக்கூடும். நுதல் வியர்ப்பக் கூடலில் சேர்ந்த நங்கை வாசனை ஆதார ஊற்றின் கலவை இடையில் வரையும் சைத்தீகன் நொச்சி. இருட்டில் இவன் காமத்தின் பரிமாணங் களில் இயைந்து நிற்கும் இணக்கம் எத்தனைவகைப் பூக்களின் தனித்தனி பால் நெருங்கி இருக்கும் எதிரெதிர் இருப்பு... நத்தரே... தைலவாசியே... இந்த சக்கரவர்த்தி குமாரத்தி சசிபிரபாவுக்கு எவ்வளவு நீளமான இருண்டகால அரண்மனையைக் கடலடியில் கட்டினான் சொல் எனக்கு... போக வழி எது சிநேகா... எனப் பாலத் தீனாவும் தெகார்த்தேவும் ஞானி நத்தரைச் சூழ்ந்து கேட்டதும் ஒல்லாந்த சற்பாத்திரரே... கேளு... அதெப்படியென்றால் நடுச் சமுத்திரத் திலே பெரிய கடற்றாமரைப் படர்ந்திருக்கும். அதிலொரு தாமரைத் தண்டும் பெரியதாயிருக்குமொரு புட்பம்.

அத்துவாரத்தில் சரீரத்தை யொடுக்கி நுட்பமான புகை நெளிவாகப் போக வேண்டும். இப்படிப் போனால் நாகவக்கம் எனும் அரவப் பட்டணம் அக்கினிக் கோட்டையோடு தோன்றும். அந்தக்

கோட்டையின் சிகரத்தில் மச்சகர்கள் கூட்டம் ராட்சதப் பிறவிகள் தாக்க வரும். இங்கே ஒருவரைப் பார்க்கிலும் ஒருவர் விசேட உருவினர் மானிடவியல் பரப்பில் கற்பித உறுப்புகளும் முளைத்த சிறகுகளும் பரித்தலையனும் வராகியும் மான்செவிப் பெண்ணும் மச்சக் கன்னியும் குரங்குமுக ட்வாலனும் மிர்தாவும் அரவக்கோமாளிகள்.

ராஜாவுக்கு கேளிக்கையில் ப்ரீதி. அங்ஙனம் விட்டு மற்றொருப் பக்கத்தில் போனால் நொச்சிக் குளத்தில் கதைசொல்லி கிழட்டு ஆமை அடிவயிற்றில் ஜலப்பிரளயத்தையும் ராவணனின் அரக்கப் பிரகாசிகை யெனும் மதுநூலையும் புலியாத்த மன்னானின் அர்த்தப் பிரகாசிகை எனும் அரிட்ட நூலையும் திறந்து உமக்குத் தேவையான பானகத்தைக் கொடுத்து முதலில் சற்றே இரும்பள்ளாய்... புகை உருவில் மெலிந்துவிட்டாய். குடித்த அரக்க மதுவில் பதினாறு பேய்க்காற்றும் ஊளையிட வீழ்ந்து மடிவீர். ஆனால் சிலவேளை நீதிமானாகவும் துலாவில் தொங்கவிட்டு உம்மைச் சோதித்து உள்ளே அனுப்புவது கிழட்டு ஆமை. இந்தப் பிறவியிலேயே நாக்வக்கம் போக சங்கல்பம் கொண்டோம் என்றனர் ஒல்லாந்தரும். எனக்கு நீதான் வழியைக் காட்டுவாய் நத்தரே... அரேபியக் கம்பளம் இருக்கிறதா உன்னிடம் சொல் நாகா...

அதுஎன்ன வெளிச்சம் நத்தரே... கடல் கட்டிகள் நாகவக்கத்தின் நீலங்கள் சுறாவசியக்காரன் உமக்கு வழிகாட்டி. சித்ரவதையில் வாதையாக உருகும் ரகஸியக்கேவலை ஓசனிக்கும் பறவைக் கூட்டம் அடைமரம் தப்பி இரவிரவாய் அலைவதேன் நத்தரே... உம்மைக் கண்டு அஞ்சுவதால் ஆவிகளின் ஒளி நாகவக்கத்தின் நெடும் பரப்பில் வாதையுற்றே திரியும். குளிருக்கு கூம்பிய பட்சிகள் உறவின்றி தனிமை நீலத்தில் தேம்பிப் பாடுவதைக் கேட்டார்கள் இருவரும்.

74

கடல் நிகமாவின் நீர்க்களிறு

வடுவநாச்சி தயிர்ச் சிரட்டை கடுவனாற்றில் நழுவி ஓடுகிறது. நிலம், நீர், தீ, காற்று, விண் எழுந்த இந்திரன் நீர்வழி வருகிறான் சரிவாய் மழை உடனிருந்து விளையும் இருள ரவம் கனவுள் துளைந்து 'அது இறக்கவில்லை... மூச்சுவரும் வெளிநீலமாய் படர்கிறது. எளிதில் உயிர்பருகும் வேகம் சித்தியாகி முறியும் பிளவில் மண்வார்த்தை வழியும் தைலச்சக்கை பூசிய தேவகணிகை சாந்தி அடைந்த அரவுக்கு, பீங்கானில் சீனத்தேன் ஊட்ட நிலைத்தூண் காலில் பாம்புகளைப் பொறித்த ஊழித்தீயினின்று இருதலை பின்னிக்கிடப்பதில் இந்திரன் சற்று அப்பால் சென்றான். செல்லும்வழி தமக்கு முன்பிருந்த தாசி வீதியுடன் முடியாத பிக்குணி மாடங்களில் அத்திமரம் கிளைநீட்டிப் பொழிந்த கனிகள் உண்ணப்படாமல் கருக்க காய்ந்த விதைத்தசை சுருங்க அம்மரம் அழகாகக் கனிந்து இலை அடியில் பழுக்கும் கனிமாடத்தில் சிதற, தாசி அதை கண்ணோக்கி அமர்ந்திருக்கிறாள் பாம்பு வரும்வரை.

அத்தி விருட்சத்தில் படர்ந்த பாம்புக்கிளையை ஒட்டிக்கொண்டு பேசத்தொடங்கி 'இம்மரத்தின் புனித அத்திப் பழங்கள் ஒவ்வொன்றும் வேறு ருசி. இச்சுவைபட்டுப் பிளந்த இருநாக்கும் உதட்டில் ஒட்டிக் கொள்வதால் தீநீர் தருவாயோ... தாசி அசீலியா... கிடைப்பதற்கு அரியவை. வேண்டுமானால் தேனில் ஊறவை... 'ஜாடிகளில் சீனத் தேன் வைத்திருக்கிறாயா... அசீலியா...' பாம்பின் துயரம் கேட்டு நம்பியவள் உள்ளே சமையல்அறை சென்று இருண்ட மர அலமாரியில் பீங்கான் ஏனத்தில் அரக்கமது கலந்த நீரைக் கொண்டு வருகிறாள். காமத்தில் பூத்த ஒவ்வொரு பூவிலும் வேறுபடும் தீநீர் அளிப்பவள் அசீலியா. சைலேந்திர பிக்குணியின் சினேகிதி. மூங்கில் புல்லாங் குழல் வாசித்து பாம்புகளின் மோனத்தைப் புயல்கண்ணாக

எழுப்பும் வித்தை. மரத்தின் பழம் ஒன்றை எடுத்து அந்த ஏனத்தி லிட்டுத் தருகிறாள் அரவுக்கு. உலகில் அப்படியொரு பிக்குணி மாடத்தை கீழ்த்திசைகளில் பார்ப்பது அரிது. பழங்கள் குவிந்த நாக ஜாதக ஏடுகளைத் திறந்தாள் அசீலியா. அவன் எடுத்த கிண்ணத்தின் தண்டில் பின்னிய சர்ப்பப்பிஞ்சுகள் இரண்டின் வாய் ஏனத்தின் விளிம்பைத் தொடுமாறு வடித்து சீனக்கலைஞன் பீங்கான் உலை வைத்து மஞ்சள் ஆற்றின் கீழ்ப்பகுதியில் சுட்டுவரும் நயக்களிமண் பாம்புகளால் கோடுபட்டது. சீன மந்திரவாத டிராகன் எலும்பையும் அறையில் சாத்தி வைத்திருந்தாள் பிடிலின் உடலாக. டிராகன் எலும்புப்பிடில் வாசிப்பதனால் வானத்தில் ஆலங்கட்டிகள் சரிந்து விழும்... பாம்புரு இசையும் தெய்வப் பழங்கதை நுரைக்கும் மதுவும் உயிர்பெறும் கல்நாகத்தின் மூர்ச்சனையும் அந்த மாடத்தில் சதாவும் இயல்படும். மரத்தின் மொழி இலைகளோ அன்றி கனிகளோ எனப் புனித அத்திமரத்தில் உச்சி ஏறிய இருதலைப்பாம்பு ஆடுகிறது ஊழியை. கனிகளைத் தொட்ட உலகின் துன்பங்களைப் பெருகவும் வாழ்ந்த அரவுக்கு நலிபடன் சூழவரும் ஆறு நீர்நெளிவும் உயிர் ஆகும். எண்தலை நாகப்படிமை கன்னிமார் கூட்டத்தில் தனித் திருந்தாள். ராசவண்ணாத்தி பொருள், பவிஷூகள் தவறச் செய்யுமென ருதுபடலம் கூறினாள் புறாநாயக்கரிடம். வயோதிகத்தில் தள்ளாடும் வடுவநாச்சி கட்டைவிரல்மேல் பச்சைகுத்திய விருச்சிகம் நகர்ந்தது. உடன்பிறந்த பிறவிகளும் பொருள் சேதமுற்ற கப்பலில் மூழ்கிவிடத் தனித்திருந்தாள்.

வடுவநாச்சி கப்பல்வணிகம் பொறாநாயக்கர் ஆளேத்திக் கப்பலும் கருத்து காலராவில் திரும்பாத தீவாந்திரங்கள் நேரப் போகும் ஆபத்தை முன்னுணர்ந்தாள் ராசவண்ணாத்தி. வடுவநாச்சி மனம் ஒருநிலையில் இல்லை பச்சைப்பாம்பைப் போல். பொறாநாயக்கர் அண்ணமார் குவித்த செல்வம் ஸ்ரீபிராந்தக வாய்க்காலில் கப்பல் ஏற மாளவச் சக்கரவர்த்தி கொடுத்த கணையாழியும் திருத்தெங்கூர் வியாபாரிகள் முப்பது நாழி சீனக்கனகம் அளந்து குடுத்த பொற் கழஞ்சுகள் புத்தர் விக்ரகங்களில் உருக்கி மறைய எதிரில் சோழப் பட்டணத்து சந்திவிளக்கு கண்ணாடிக் கூண்டுகள் செய்ய வடுவநாச்சி ரேகை யிட்டுக் கொடுத்த பொன்கொடை. புத்தர் திருமேனிப் பழுதுகளை உருக்கி வார்ப்பித்த படிமைகளும் கடநாகையில் புதைந்தன அன்று.

தெங்கு, வாழை, பயிர் நிலங்கள் இருந்த மடத்துப் பிக்குகள் வெளியேறி விட்ட நாள் முதலாய் மடத்துக் கிணறும் பாழ்பட இலுப்பை மரக்கன்றுகள் நட்டு வளர்த்த துறவிகள் கிழக்கே கப்பல்

ஏறிப்போக, தருமக் காணியாக இடுவித்த நிலத்துக்கு பிடிகடந்து நாகாய்பட்டண சபையில் அறவோலை செய்த பள்ளியும்கூட விடித்து குடியிருக்கவில்லை அவர்கள். தெற்கு வாய்க்காலில் எஞ்சிய பௌத்தர்கள் தருமியைத் தேடினார்கள்.

பௌத்த ஆராமத்தில் வண்ணாத்திகள் பொன்னரளிக் கொத்து களைக் கிள்ளுவார்கள். பளிச்சென்று ஆற்றில் வளைந்து தொட்டு, சொர்ணம் கசிய புனல்வடிவம் காட்ட வருஷம் பூராவும் சரத்து ஓடும் காவேரிப் புனல் வற்றி மணல் மிதிபடப் போகிறார்கள் துறைக்கு. பழுப்புமரம் நெருங்கிய ரேகைகளை வாசித்தாள். சீனக் கமலம் பீலிஜோடிக்கு மேல் கிளி பொன் அன்னப்பட்சி பாளிஜோடி சிவப்பு இழைத்த கங்கணம் அணிந்தவள் மச்சுச்செட்டி பேத்தி நீலா. தூக்கிப்போய் காணாத்தாலி கட்டி எத்தனையோ கப்பல்காரர்கள் ஆசைப்பட அவள் கழுத்துமச்சம் சீர்மை, அவள் சிநேகிதிகள் சொர்ணவல்லி, குப்பம்மா, குணாபாயி, மூவரும் நிழலாய்த் தொடர, தாயாரும் பாட்டியும் அவளை நினைத்து கஷ்டப்படுவார்கள். கோயிலுக்குக்கூட போகவொட்டாமல் ஜெயிலில் போட்ட கைதி களைப் போல ஒரே இடத்தில் வைத்திருந் தார்கள். அவள் சரீரத்தில் உள்ள மச்சங்கள் இருக்கவிடாமல் கடற்கரைநோக்கி ஈர்த்துவிடும். பாட்டியுடன் அசாத்தியமாய் திரிவாள் அங்கு. மச்சுச்செட்டியின் வியாபாராக் கப்பல் சாலமொன் அயிலன் என்கிற தீவுக்கும் மற்ற தீவாந்திரம் முதலான துறைமுகங்களுக்கும் பாய்விரித்து ஓடித் திரிந்து சிந்தாயாத்திரையாயிருந்த கடநாகை, நாகூர் துறைமுகங்கள் ஓடிவந்தபின் அந்தந்த வருஷம் பழுதானால் கூலிகொடுத்து திருத்திவர கப்பலுக்குப் பழுதுகள் சிலவிடங்களில் செப்புத்தான் போயிருக்கிறது. கலமத்து பண்ணி தார்பூசி கோழிவெட்டி கடலில் தள்ளும்போது உள்ளே வெள்ளெலி, மரவெலிக் கூட்டம், விஷமுண்டு ஓடும் பெருஎலிகள் தானியமூட்டைகளை ஓட்டையிட ரொம்பப் பலமான கப்பல் இதன் பேர் நீலா. லக்ஷணமுள்ளது மாயிருந்தது காப்டன் டக்லீசுத் துரை வந்த கப்பல். தீவுக்கு சபர் போயிருக்க மூன்றுநாள் விசைக்கதிகமாய் ஓட்டியிருக்கலாம். சம்பாதித்த கப்பல் விசனப் படும்படி ஆனது. ஊர்சுற்றித் திருடர்கள் கப்பலில் பிடுங்கிய பூசாரிப் பலகைகள் ஒரு சாண் இடைவெளிவிட்டு வைத்ததும் பெயர்த்ததும் பழுதுபார்த்து கப்பலைச் செட்டி, தண்ணீரில் விட்டபோது கப்பல் நீர் கொண்டது. அப்பொழுது முற்றிலும் பழுதென்று அதிர, பங்கு கால்களும் மக்கி கப்பல் வெளியே இருந்த காலத்தில் கொட்டகை மேலே போட்டு பதனப்படுத்தாமல் மழையிலுங்

கிடந்தபடியினாலே மேலே இருந்து வெயில்கீறி உடைத்த கோங்குகள் வழியாய் நீர்கொண்டு மடிந்தது. மிகுந்த பழுதான கப்பலுக்கு ஆண்டலைப் பறவை வந்து கூடுகட்டி ஒரு முட்டையிட்டு குடும்பத் துடன் வசிக்க, உள்ளே யாரையும் அண்டவிடாமல் கொத்தி விரட்டும் வல்லயத்தான். ஓடவில்லையானதால் நுளையர் அதில் கிழிந்த வலைகளைக் கட்டி சரிபார்த்து கிட்டங்கியாக பயன்படுத்த கப்பலின் சரீர பிரயாசங்களில் நாரைக்கூட்டம் எச்சம்பட்டு வெள்ளைக் கோடுகளும் தீட்ட மேலும் கீழறைச் செப்புத் தகடுகளை மனிதன் தின்ன ஈயக்குண்டுகள் காணாமல்போக, பழசாய்ப்போன பலகை எல்லாம் கருத்து இருள, செட்டிக்கு விருப்பமில்லை. மச்சுச் செட்டி கப்பல் கப்பித்தானுடைய பிள்ளைகள் முகம்வாட ராவுத்தர், சோனகர் கப்பல்கள் முந்திக்கொண்டு போக கடற்பயணம் தெரிந்தது. துறைமுக நாகைக் காவேரிக் கடுவைசேர வண்டல் பாயும் மேடு நதியின் போக்கை நிறுத்தியது. நீலா நங்கூரம் பாய்ச்சிநின்ற தூரதேசங்கள் கரைய, கலவையாகும் வாணிபப் பரிமாற்றம். இங்கே வாணிபர்கள் கூட்டமாய் வந்து குடியிருக்க, பரிதியில் ஒரு தீப்பிழம்பு சீறிப்பாய மூழ்கிய கப்பல் கடிகாரம் துடித்தது. எஞ்சிய சிதை பொருளில் பளிங்குப்பிரதிமைகள் பிளவுகளில் வழிந்த தீக்குழம்பு முகில்கள் மறைக்க சிக்கலான சக்கரச்சுழற்சி. கடநாகையின் தோற்றம் எதுவாயிருப்பினும் முந்நீரில் மச்சுச்செட்டியின் கருங்கப்பல் மணல் மேடிட்டது. காலத்திருகலின் காற்றுவர நாவாய் துயர் வீசியது. பிராணிகளை ஏற்றிச் சென்ற ஆளேத்திநாயக்கரின் சின்னநீலா எனும் கப்பலும்வர சோகம் பிடித்த மச்சுச்செட்டி முகம் வேறொரு கப்பல்வாங்க ஆவல் கொள்ளும்.

பெரிய நீலாவின் நட்சத்திரம் பிரபஞ்சம் விரிவடைந்த கடநாகையில் மாரிக்கலாம் சரிந்துவர, அசாதாரணமான கப்பலொன்றை வாங்கினார் மச்சுச்செட்டி. கடுவை ஆறு வாய்திறந்து கிளம்பியது. ருதுவான குமருகளின் வாசனைகளைத்தேடி மூர்கப்பல் வரும். நாகாய்க் கடலோரம் அலையாத்திக் காடுகளில் மோப்பத்தடத்தில் மூலிகை தேடும் ஒல்லாந்தர் குழுவர குட்டையான சிவப்புப் பெருமாள் அரளி நாயக்கர் கால அரண்மனை சூழ்ந்து உதிர்ந்திருப்பதை எழுதி, புனல்வடிவப் பூங்குழலின் உட்பகுதியில் ருதுவான பெண்களின் வாசனைகளைக் கடுவனாற்று வண்ணாத்திகள் பீங்கான் கிண்ணங் களில் ஏந்திவர நீலா தீட்டிய சித்திரச்சுவரில் நிறங்களும் அரிதானவை. இலையுதிர்க்கும் கூடங்களில் பாம்பு குடிபுகும் அல்லிக்குளம், பூவிருக்க வெற்றிலைமென்ற வடுவநாச்சி சுரந்தணியாமல்

பிதற்றுகிறாள் வாணிப வீழ்ச்சிக்காக.

அங்கணத்தின் ஈரவாடையில் தாசிமார் சரீரத்தில் எடுத்த வாசனைகளை வயதான வடுவநாச்சி உடல்மெழுகி அமரவைக்கவும் கால் ரேகையில் எத்தனை சுதந்திரம். அவ்விரல்களில் கிளைத்திருக்கும் பெருமாள்அரளி பண்டாரத்தெருவெங்கும் பூக்க, சுண்ணாம்பு பூசப்பட்ட காரை வீடுகளின் மோனம் மணல்பரந்த தெருச்சுவடுகள் உயிரோட்டம் செல்ல வெகுநேரம் திருணையில் பூக்கட்டுவார்கள். வண்ணாத்தி வெழுத்த துணிகளை மடித்து துறையிலிருந்துவர இருட்டிவிடும். இலுப்பை எண்ணெயில் ஊறிய திரியைத் தூண்ட அப்படியொரு இருட்டுவாசம் பாட்டியை உயிர்ப்பித்தது. வண்ணாத்தி விரல்களில் விதித்த உணர்வுகளை வடுவநாச்சி நடுங்கும் இமைப் பரப்பில் வெளியிட்டாள் 'மச்சுச்செட்டி கப்பல் புதர் அடைஞ்சு போச்சுதே..' உடைந்த கண்ணீர்த் துகளாய் அவள் முகத்தில் உப்பு நரம்புகளாய் மினுமினுத்தது. மோனத்தில் கரையும் வீடு. கருத்த ரெப்பைகளைத் திறக்கவும் பழுப்பு கூழாங்கல்லெனக் கருமணி ஒளிமுட்டியது. ஒரு நூற்றாண்டு கடந்த விழிகளின் ரகஸியம் கரைகிடந்த நாவாயின் துயர் அது.கண்ணீரில் அடியில் வைரப்பகுதி கருமைநிறம் காட்ட, புளித்த வாழ்வும் சாவின் கசப்பும் ஏறிய கடினமான கண்கள் இவை. கடம்படாநாகை நீர் இருப்பதால் அதில் மிதக்கும் துயர், ஒளியைக் கழுவிவிடும். பூக்கட்டுவதில் கடநாகைச் சாதிப்பூவும் சிக்கலூர் பறித்த தலவிருட்ச மல்லியும், நாகூர் சம்பங்கியும், காரைக்கால் குருத்த மலரும் மூப்பில் ஊர்களின் வாசனைகளை அடுக்கிக்கோர்க்கும் வடுகநாச்சியின் நரை எல்லா ஊர்களையும் அரூபத்தில் பறிக்கும் கண்ணென்ன கண்ணோ! நார் இழைத்து ஆற்று ஈரத்தில் காவிரி நிலம் வாசம் ஒளியும் இருள்படப் பதமாக்கி எத்தனை வகைப் பூக்களிடம் வாசம் செய்கிறான். மச்சுச்செட்டிவீட்டு உத்திரங்களில் மரப்பிசின் வடியும் கைகளால் மூட்டுகளில் ரோக ஊளை நாற்றம் எடுத்த மச்சுச் செட்டி பாரியாள். எடுத்த பூவில் நிலம்படர்கிறாள். தைலச்சக்கை பூசி நீராவிக் கப்பலில் வந்த திரவிய வணிகன் கொண்டுவந்த சீசாக்கள் சீனமலர் பொதுவிய மஞ்சளாற்று நந்தவனங்களும் குப்பியில் அடக்கம்.

மச்சுச்செட்டி காரைவீட்டுத்துயரம் நெருங்கிய படிக்கட்டுகளைக் கனவில் இறங்கும் பேத்தி நீலா, ஆற்றுவழித் தாவரங்களிடம் பிரேமை கொண்டவள். தரமறுக்கும் மணங்களில் எந்தப்பூவும் பூப்பதில்லை. கடுவனாற்று அசைவில் ரகஸியங்கள் யாவும் துணி உலர்த்தும் வண்ணாந்துறை சினேகிதி விரல்களின் நீர்மம். வடுகநாச்சி

தொழுநோய் பிளந்த விரல்களில் உதிர்பூக்கள். வைரப்பூச்சிகள் சிதறிய மீன்செதிகள் என வறண்ட உடல் நூற்றி எட்டு வருஷங்களைக் கடந்து உப்பனாற்றுநீர் அவளது இஷ்டம்போல் பேசுமே.

வடுவநாச்சி சரீரம் இஞ்சுக்கிழங்கின் கிளைகளென தடித்து முளைவிட ஐயரவற்று உடைமாற்றினாள் மகள் வயிற்று நீலா. வடுவநாச்சி உடல் முளைவிடும் வெடிப்பின் வலி. பாட்டிக்கு வேதை யான இரவுகளில் 'அடே... என் நீலாச்சி... பாட்டிக்கு தாகமாக வருது... எரிகொம்பா நெஞ்சு எரியுதே... கப்பல் நின்னு போச்சே... ராசமக்கள் தட்டழியுதே...' என பெருமூச்சு ஆங்காரம் வீட்டை அசைத்தது.

'என்னாச்சி.. ஆச்சி.. உனக்கு.. தாத்தாதான் கப்பல் வாங்கிப் பாதைக்குக் குடுத்த துணிமணி ஆயிரம் கழஞ்சு பொன்னாகுதே... உன் பலச்சை வைரம் இழைத்த மயில்பட்சி சன்னமுத்துத் தோடும் பீரோவில் இருக்கு ஆச்சி. ஒத்தைக் கமலம் கோர்த்த கெட்டி அட்டிகை. சிவப்பு ஜிமிக்கி ஜோடி, பச்சை இழைத்த ஜடைநாகம் இதோ பாட்டி... நல்லா தொட்டுப்பாரு...'

'அடியே.. என்மேல் காதுகுண்டுயாளி ஜோடிய எடு. ஒற்றை சரநெல்லிக்காய் பச்சை மோதிரத்தைக் கொண்டா உனக்கு போட்டு வுடுறேன்டி... நீலா.'

'வேண்டாம் ஆச்சி... எனக்கு நகைநட்டு எதும் வேண்டாம். தாத்தாவுக்கு வியாபாரம் பெருகினா போதும்.'

'என் ராசாத்தி உச்சியிலிருந்து உள்ளங்கால் வரை தங்கமே... என்ன விட்டுப் போயிராத நீலாயி.. ஆச்சிகூடவே இருந்து என்ன கடுவனாத் தங்கரையில் சேத்துட்டு போ.. எனக்கொரு சாவுவல்லியே... அடியே கமலா, நான் என்னசெய்யட்டும். உம்மக எதையும் வேண்டாங்காளே... அப்பனுக்குத் தப்பாம பொறந்துருக்கே' மருமகளைக் கட்டிப்பிடித்து அழுதாள் வடுவநாச்சி.

'அழுகாதீங்க அத்தே. காலமாயிருச்சில்லே.. அழகுபட்ட காந்தி மழுங்கிப் போச்சுதே உங்களுக்கு...'

'புழுப்பத்திப் போனேன்டி... தங்கத்த புழுபத்துமா' ஆச்சியின் ஒப்பாரி நீண்டு தெருவில் நடமாட்டம் குறைந்திருந்தது. கடல்நாயின் ஊளை மணல்தெருவில் நீண்டுவருகிறது. ஊளைகளைத் தொட்டு இருட்டு ஒளிபட்டது. நாய்களுக்கு ஆச்சியின் அழுகையின் சுருள்களில் எத்தனை கப்பல்களின் விநாசம் சோகம்பட்டிருந்தது தெரியும்.

கடநாகையில் இருப்போர் நிலத்தில் மழைத்துளி உழுவரிகளால்

தம் பெயர்களை எழுதினார்கள். வறண்ட கோடைக்காற்றிலிருக்கும் நாகப்பழங்குடி போஜ்பத்தர் மரப்பட்டைகளை எழுதுதாளாக்கி விட்டிருந்த போது சீனரும் வேறொரு மரப்பட்டையிலும் ஆமையோடு களிலும் எழுதிவந்தார்கள். புகைபிடிக்கும் குழல்களாக எழுதிய பட்டைகளைச் சுருட்டி புகையிலை திணித்தான், அந்த நுளைப்பாடிப் புலவன். அக்பரின் தாள்களை நாகூர் மரைக்காயர் வைத்திருந்தார். விக்ரமாதித்தனுக்கு வேதாளம் சொல்லிக்கொடுத்த கதைகளை மரப்பட்டையில் வரியுமாறு போஜராஜன் உத்தரவிட்டதும் நூற் கர்த்தாயிணி தச்சர் ஈயைப் பிடித்து மரத்தில் எறிய புள்ளிவண்டு கீறிய கதாசருக்கம்.

அவளுக்கு நீலா இருக்குமளவில் நிச்சயமாகத் தெரிந்திருக்கிறாள் நிலவு என்று ஒன்றுமில்லை என்று. ஆனால் வெறும் முயற்சியான காதலுணர்வுக்கு அவா தூண்டும் புனிதத் துணையளித்தது பரங்கிப் பாதிரி பவுலே திவலேதான், பரதவர்களோடு தீட்க்ஷை அளிப்பதைத் தாண்டியும் ஆளேத்திநாயக்கர் குமாரத்தி நீலாவையும் நுளையர் வழிவந்த மச்சகன் நேயப்பட்டதை ஆசீர்வதித்ததும்தான் கைதுக்கு காரணி என்பார் நகரத்தார்.

தீமுடிசூடிய கடநாகைப் புறாக்கூட்டம் கட்டுக்கதைகளைத் கிளறி போர்த்துக்கீசியரை எதிர்க்க காப்டன் மனோயல் ரோதரிக்ஸ் கோதின்ஹோ துப்பாக்கி வைத்தான் ஆளேந்தி நாயக்கர் கப்பலுக்கு. நாகூர்மொய்தீன் மரைக்காயருடன் கூட்டில்செய்த ஆளேத்தி வாணிபம் பஞ்சத்துடன் கப்பலேற்றி கரீபியன் தீவுகள், பிஜித் தீவுக் கூட்டங் களுக்குள் மறைவார்கள். எவரும் எழுதிவைக்காத ஆளேற்றிய துயரப்பயணங்கள் பழங்கதையில் தடுமாறி கவிந்தெழும் மரக்கல ராவுத்தமாரின் நீர்வண்ணத் தூரிகை வீச்சுகளில் படிந்த சோகம் நீர்மேல் எழுதப்பட்ட சுருளாகத தீராமல் அலைக்கழிவுறும். மிகப் பழங்காத்திலிருந்தே பெண்களும் கரும்புக்கு உப்புவைக்கப் போன பிஜித்தீவுக் கூட்டம். கற்பிணிப்பெண்கள் குழந்தைகளைச் சுமக்கும் கரும்புத் தோட்டத்திலே சாம்பல்நிறமும் பிரகாசவிளக் கொளியும் கரும்பின் செந்நிறமும் நீலமும் கொண்டதாக இருந்தது.

பரங்கியின் துப்பாக்கி பட்டு இறந்தவர்கள் இறப்பதில்லை. அவர்கள் வாளாப்பார்த்துக்கொண்டு சுறவு முள்எடுத்து நிற்கும் ஆவிகளாய் நலிபடனில் திரிகிறார்கள். கருங்காலி மரச்சீப்பினால் நீலா கடல் நீராடி முடிசிலுப்பி சிக்கொணத்திக்கொண்டிருந்தாள் நுழைப் பாடிப் பெண்களுடன். அந்த மீன்கிழவி சுரிசுழல்களாகப் பின்னப் பின்ன கூந்தலிலிருந்து மின்மினிகள் வெள்ளி பொழிந்து இழைகிற

கருங்காலிச் சீப்பின்மேல் பரங்கித்துரைக் கப்பலும் ஊர்ந்துவரக் கண்டாள். அவள் தலைக்குள் தங்கப்பேன் ஒன்றைப் பிடித்து கடற்கரைவிளிம்பில் ஆவிநைய நசுக்கினாள் மீன்காரத் கிழவி அமிர்தம்.

கரையோரம் பவுலேதிவலேப் பாதிரியார் நுளையர்ளோடு சுற்றி நின்றாலும் விட்டலன் இளம்பாதிரியாரை மட்டும் விலங்கிட்டுக் கொண்டுபோன பட்டணவீதியெங்கும் கைகோத்து தூண்டி, துடுப்பு, சுறாமுள், திருக்கைவால் ஏந்திவந்த சின்னப்பட்டணவரும் நுளையரும் ‘விடமாட்டோம் துருக்கா...’

‘விடுவிடு.. மீன்கொடுக்கா...’ என நாகூர் இராப்பாளி விலகச் சொன்னான். அதற்கு மச்சகந்தியின் புத்திரர்கள் மறுக்கவும் ‘நமக்குள் சண்டையெதற்கு.. வந்தேறிய பாதிரியார் ஏன் ஆளேத்திநாயக்கர் குமாரத்திகளுக்கு தீக்ஷை அளிக்கவேண்டும்... அதான் விசாரிப்புக்காக தஞ்சாவூர் அரண்மனைக்கு கூட்டிப்போகிறேன் சிவிகையில்... ’

‘அப்படியா.. சரி.சரி.. நமஸ்காரம் நாகூர் துருக்கரே...’ என மனம் மாறி விலக கடத்திவிட்டான் தளபதி இராப்பள்ளி, பாதிரியார் பவுலேதிவலேப்பை.

கிறித்தவர்களாக மாறிய பரதவர்கள் போர்த்துக்கீசிய வாணிபக் குழுவுடன் தென்கோடியிலிருந்து நலிபடன் வருவதற்குள் வேதாளையில் சிறுகலகமும் நடந்தது. தொன்முதுகோடி மார்க்கம் கப்பலொன்று அரிச்சல்முனையில் பதிந்ததைவிட்டு வேறு வத்தைகளில் புறப்படாயிற்று. கடல்மேல் சுற்றிவரக் கழுகுகளாய் வட்டமிடும் பரங்கிச் சிப்பாய்கள் துப்பாக்கிகளை மேல்வைத்து வெடிக்காமல் குழல்களை ஊதியூதி நீர்படாமல் பார்த்துக்கொள்ளவும் பதுங்கவும் ராஜாளி ஒன்று நாகூர் மரைக்காயர் கப்பலிலிருந்து வட்டம்போட்டு துப்புவெட்டியது. அந்த ராஜாளிக்கு தஞ்சாவூர் அரண்மனைதான் இரவு உறக்கம் அந்தப் புரத்தில், கொச்சியில் மட்டாஞ்சேரியில் பாளயம் இறங்கியது கேப்டன் ஜில்பெர்னாண்டஸ் தி கர்வல்ஹோ படையுடன் புறப்பட்டான் நலிபடனுக்கு.

வடக்கிலங்கையில் குதிரை மலைத்தேயத்தை அரசிருந்த இளவரசி அல்லி தலையும் முனையும் இல்லாத ஊசிகளால் முத்துக் கோத்தவாறு சிலாபம் பாரத்திருப்பாள்.

‘நீ எங்கியிருக்கிறாய் அரசாணி...’ என்றான் மச்சராசன்.

‘காகமாகக் கரையும் பொருட்டு நான் சேவலிற்காக காத்திருக்கிறேன்’

என எடக்காகச் சொன்னாள் அல்லி.

அதன்பிறகு ஆழ்கடல் மௌத்திகதாமம் விளக்கின் தூய்மைத் தீ பிரவாகமாகச் சிற்பிகள் இமைதிறந்து தன்னகல் விரிவை யெல்லாம் தமிழுக்குக் கொடுத்ததை இவள் யாழ்நூல் இயற்றிய விபுலானந்தருக்கு கொடுப்பதற்கு ஊன்றிவைத்தாள் பாடல்களில். ஈழத்தில் முத்துக்குளிக்கும் பரதவர்கூட்டம் நாடு எல்லை பாராமல் கடல்மனம் கொண்டிருப்பதால் ஏறிவந்து கடநாகையிலும் மணஉறவு கொள்கிறார்கள்.

போர்த்துக்கீசியர் தென்பால் வருவதற்குமுன் குறைந்தது இரு நூற்றாண்டு முன் படிப்படியாக சிரியா அரேபியாவின் குதிரை வியாபாரிகள் ஹிப்பலஸ் காற்றுக்கு முன்பே வாணிபக் காற்றாய் இறங்கினார்கள். ஒயிலான குதிரைகளும் லாயக்காரரும் லாடாசாரியார் களுடன், முதலில் வந்த குதிரைகளை வாங்கிய கொற்கைப்பாண்டியன் லாடமிடாப் புரவிகளைப் பெற்று ஏமாந்த கதை உங்களுக்குத் தெரியுமாகையால் உயர்ஜாதிக் குதிரைகள் வாங்கிவரப்போன திருவாதவூரார் நரிகளைக் கொண்டுவந்த புராணமும் காதுகாதாய் கேட்டுவிட்டபடியாலும் முத்தின் கதையில் ஒளிந்துகொண்ட அல்லி அரசாணியின் வஸ்திரங்களில் ஆயிரம் முத்துகள் பின்னப்படுவதைப் பார்த்து பொறாமைப்பட்ட ராவுத்தமார் முத்துப்பலகையில் உருட்டி விலைநிர்ணயிக்கும் வாணிபத்தில் கைதேர்ந்து விட்டிருந்ததில் உள்ளூரில் பெண்கேட்டு எடுத்த மணமகளுக்கு நடைக்கொரு முத்தும் சிதறிவிட்டார்கள் இங்கு.

கொச்சியில் தங்களை நிலைநிறுத்தும்போது மௌத்திகதாமம் இவர்களைப் புனிததாமஸின் மிச்சங்களைத் தேடி அலைய வைத்தது. கிழக்குக் கடற்கரை நெடுக போர்த்துக்கீசிய வணிகர்கள் சிதறிக்கிடந்த முத்தை குனிந்து எடுத்து அதில் குட்டி ராஜ்யத்தைக் கனவுகாண பரதவர்களுக்கும் மூர்க்களுக்குமான போட்டியும் சண்டையும் ஆக முத்துநகரில் வம்பிழுத்துக் கொலைசெய்யப்பட்ட நூற்றுக்கும் அதிகமாகிவிட்ட மூர்களின் ஆவிகூட்டமாய் பட்டயங்களை உருவி அலைவதாயிற்று. மூர்கள் தங்களைப் பழி வாங்கக்கூடுமென்று கிறிஸ்தவர்களாக மாறச் சம்மதிக்க வேண்டு மென்ற நிபந்தனையை ஏற்றுக்கொண்டு போர்த்துக்கீசியர்களின் ஒத்தாசனை கிடைக்க வகைசெய்த போர்ச்சுக்கல் அரசனால் நியமித்த ஜொகோஃபோர்ல்ஸ் கவுளாய் நங்கூரமிட்டு சிப்பாய்கள் தூங்கிக்கொண்டு இருந்த கப்பல்களை உசுப்பி வருஷத்துக்கு ஆயிரத்து ஐநூறு க்ருஸ்டோக்கள்

வாடகையும் வாங்கிவிட்டு முத்து, மீன்பிடியைக்காக்க ஒரு சிறு படையை விட்டுச்சென்றான் தந்திரமாய். பழுது தீர்ந்த கப்பலைச் சரிபார்த்து பரதவர்களைக் கூட்டிக்கொண்டு ஜொகோ ஃபோர்ல்ஸ் கோவாவுக்குச் செல்ல அங்கு பரதவருக்கு முத்திரைவைத்த பத்திரத்தில் பாதிரிகளின் கையில் வேதாகமம் ஒயின்போத்தல் இரண்டும் அந்த மாபெரும் சித்திரம் தீட்டிய ஒயின் கடல் கோப்பையில் எல்லா மீன்களும் ரஸத்தைத் தீராமல் பருகுவதை பரதவத் தலைவனும் ஆமோதித்தான். மூர்கள் கூட்டாய் இருட்ட வந்து லிஸ்பனில் வடித்த மாபெரும் ஒயின் கோப்பையை எட்டிப் பார்க்க அதில் ஈறாயிரம் பரதவர்கள் குடும்பத்தோடு மகரங்களாய், செந்நண்டுகளாய், சங்குகளாய் நீந்திக்கொண்டு இருக்கிறார்கள். அவர்கள் கொண்டுவந்த திராட்சை ரசம் அவ்வளவிற்கு கடுமை கொண்டதல்ல.போர்த்துகீசியப் பேயுரவின் கரங்களில் மறுமலர்ச்சி கால ரஸக் கிண்ணங்கள் கப்பல் நிறையவந்து உரசி உடைத்த ஒலிகள் அலைகளை வெட்கமடையச் செய்திருக்க வேண்டும். கண்ணாடிச் சில்லுகளும் ஒயின் குப்பிகளின் நெடியும் ஊடுருவ வயிற்றுப்பகுதி மேலிருக்கும் நிலையில் இறந்தமீன் நீரின் மேற்பரப்பிற்கு உயர்ந்து மிதக்கும் பாதிரிமாரின் கிண்ணங்களை கன்னியாஸ்திரிகள் வெள்ளைக் கைக்குட்டை சுற்றி எடுத்துவர மரணவழி மீன்களின் வீழ்ச்சி ஏனங்களில் சதைப் புழுக்குடன் கிழிந்த மீன்முள் அடுக்குகள் போர்ச்சுக்கீசியர் பேசும் வாச்சியார்த்தங்கள் பரதவரை ஈர்த்தது. புனிதர்களின் வாஞ்சையிலும் அக்கறையிலும் நனைந்திருந்தது தானாயிருக்கலாம்.

கடநாகையின் காற்றும் பல்லும் செந்நிறம்.. அதிராம்பட்டிணத்து பாவாடைராயன் வேறு வழிமறித்துப் பிடித்துக்கொண்டான். 'பரங்கியரே நீவிர் யார் ஏன் நீர் இங்கிருக்கிறீர்.'

பரங்கி கேப்டன்: ஏன் நீ இங்கில்லை.

பாவாடைராயன் : பரதவரின் மூதாதை நான்.

செழுமைக்கு மீன்களே வயல். சிப்பிகள் கடல்நண்டுகளில் ஒட்டி தலைவிச்சிப்பியைச் சூழ அலைவுறும் வேலை அரசாணி அல்லிதான் முதல்வி. அவளைச் சூழ்ந்த பரதவரும் 'கொக்கோட்டிப் பேர்பட்டன் எனும்பெயரில் குதிரை வணிகரும் வேண்டுவதைக் கொண்டுவர மீனவ இனப் பரிவாரத்தார் வணிகராகவும் மாற்றம். முத்துக்குளித் துறை பரதவரின் பட்டங்கள் வேறு. 'சோழர்பதியைத் தோணிதனிற் கொண்டு சென்று சுடர்வாளால் ஆழிதனில் மீன்வடிவ அசுரருடலைத் துணிப்பித்து கதிர்மறைந்த பனையை வெட்டி வீழ்த்திய வீரசோழ

வதிரையன் பரதவன் ஆவான். மச்சவளநாட்டு மச்சேந்திரையன் இருடி கெற்பமகி கருவில் இரு பூச்சி மச்சத்தின் கரியவயிற்றில் புழுங்க, சடையன் திருமுடியில் ஓரிழை கங்கைநீராகிவர வண்டுவாரிசன் பரதவன் அந்த மச்சத்தைத் தடுத்து முள்ளெலும்பை உருவ இரு சிசுக்கள் மீன்முள்ளால் ஆன முதுகெலும்புடன் பிறக்க; எடுத்து கரைநெடுக பிள்ளை அழ மச்சகுமாரகுமாரத்திக்கு பாலூட்டும் நுளைச்சி கடலில் நீந்தவிட்டு ஏணையில் ஆட்டிப் பாடிய வலைவீசு புராணமும் மச்சேந்தி, மச்சேந்திரன் நாமமிட விராடன் புத்திரன் இல்லாத் துயரத்தை கடல்நெடுக அலைபட அழுதுவர, வண்டுவாரீசன் சுறவு முள்நட்டி மூத்தோர் எலும்புகளின் தாகத்துக்கு ஈச்சங்கள்ளும் ஊற்றி அந்த விராடன் துயரத்தைக் கேட்டு 'வண்டு வாரீசா... விராடனுக்கு புத்திர பாக்கியமில்லை. இரு பிள்ளைகளில் மச்சேந்திரனை தவிட்டுக்கு கொடுத்துவிடு' என மூதோர் அசரீரி சொல்ல, வந்த விராடனுக்கு துயரந்தீர்த்த வண்டன் புத்திரனைப் பிரியும் வேளைவர, விராடவர் நாடு மச்சவள நாடாகி இருக்கும்போது கொம்பன்சுறா. கோட்டுச்சுறா, புள்ளிஇறா, திருக்கை, தொகைமீன், பனைமீன், பூச்சிஇறா, வேளாவென கிழக்குக் கடல்நெடுக பெருகிவரும் வேளை விட்டலன் மூர்களுடன் கூட்டுவைத்து கடலில் கால்பதியாமல் செல்லுமாறு ஏழு துறைப் பரதவரும் போர்ச்சுகல் ராஜனுக்கு குடிகள் ஆக,நெருங்கத் துணியாத மூர்களும் கடற்காற்றின் மேல் மிதந்து பரதவர் படகுகளை எட்டிப்பார்த்தார்.

கிரேக்கத் தூதுவன் மெகஸ்தனிஸ் வர ரோமானியன் ஏலியன் கிழக்கு கடல்நெடுக சிப்பிகள் பெருங்கூட்டமாய்ப் பொங்கும் இருட்டில் பரதவ மூதோர் புராண நீர்த்துளிகளால் உயர் மௌத்திகம் எடுப்பதைக் கேள்வியானதில் சிப்பிகளில் தலைவியொருத்தி சமுத்திரத்தில் நீலா எனும் நாமம் பெற்றவளைத் தேடி அர்க்கேடியஸி லிருந்து அகஸ்டஸ்வரை வலைவீசி அலைகிறார்கள் பழம் ஆவிகளாய். டச்சுப் பாதிரியார் மார்ட்டின் 'கிழக்கிந்திய டச்சுக் கம்பெனிக்கு சங்குகளை விற்காமல் வேறு எவருக்கும் விற்கமுயலும் பரதவருக்கோ, பிறருக்கோ உயிருக்கு உத்தரவாதமில்லை' என புனிதரை அண்டாத பொறாமை ஒல்லாந்தரின் கைத்துப்பாக்கிகள் கரைநெடுக ஒளிந்து மூச்சுவிட்டதை எட்டிப்பார்த்தார்கள்.

பரங்கிக் கேப்டன் ஜில்பெர்னாண்டஸ் தி கர்வல்ஹோ புன்னைக் காயலில் நங்கூரமிட விட்டலன் படை நிழலாய் சூழ்ந்து கவ்வ, அங்கே இராப்பாளி கடல் தாக்குதலும் செய்தான். பதுங்கியிருந்த பேய்க்

கப்பலில் பரங்கித் துப்பாக்கி கூட்டமாய் வெடித்துப் பிடித்தது விட்டலன் கலங்களை. இராப்பாளி கடல் அறிதிறனை மெச்சி அந்தப் பரங்கிக் கேப்டன் 'வாப்பா... இராப்பாளி சரிசரி... என் கைத் துப்பாக்கியில் உன் விதி புலம்புவதைக் கேட்டேன். கூட்டுக் குடும்பத் தில் அதிவீரனாய் பிறந்த கடல்வேடா... உன்விதி என் கை மோப்பத்தில் சேதுக்காவலனும் என் பக்கம். லிஸ்பன் வெகுமதிகள் உனக்குத் தாரேன். பலரை வென்ற கைத்துப்பாக்கியும் தருவேன் உனக்கு... சுற்றி நில்லாதே பகையே..தள்ளிப் போனாலும் விட மாட்டேன் துருக்கா...'

'அடடே... ஏதேது.. எதிர்பட்சி கோள்நிலை ஒலிகேட்டு பாயும் நெருப்புயிர்க்கும் புறா இப்போது வலப்புறம்...'

பரங்கி: 'முத்தால ராவுத்தா.. புகழ்பெற்ற வீரா... உயர்ஜாதி அராபியப் புரவிகளின் பிடறியாய் துள்ளுகிறது சூரியன்... இந்த வெயில் நாட்டில் இருக்கமுடியவிலை என்னால்.. உன்னை சுடத்தான் தோன்றுகிறது.. லிஸ்பன் துப்பாக்கி அறியுமோ குருட்டுப் புறா...'

இராப்பாளி: 'ஈரான் நாட்டு அசீல் நான், அரபுப் புறா வாழ்ந்து காட்டாத கதை சாற்றிட மறைகிறது, விழிப்புக்கும் துயிலுக்கும் வீழ்ச்சிக்கான பட்சி மாற்றம் ஊண், நடை, துயில், அரசு.'

பரங்கி: ராஜா விட்டலன் தளபதி இராப்பாளி கோள், நிலவு
சூரியன் சாத்திரம் அறிவேன் பட்சி, நடை
துன்பம் கொள் பிரிவல்ல வாழ்வு உன்னைச் சுட
கருப்புத்துப்பாக்கி ரவை உமிழும் பார்..
இராப்பாளி: மெல்ல மெல்ல, பரங்கித்தலையன் இறகு வீழ்கிறதே
ஓடி ஓடிப் பரதவப் பிள்ளைகள் இறகு சேகரிக்கிறதே
உன் கெட்ட துப்பாக்கிப் புழு கிட்டவருமா சொல்
என் கணையுமிழ் சரங்கள் தப்பாமல் கொல்லும்.
பரங்கி: புத்தூர், முட்டம், பொறவச்சேரி, அந்தோணிப்பேட்டை,
கருவேப்பங்காடு, அழிஞ்சிமங்கலம், நிருத்தனமங்கலம்,
மஞ்சக்கொல்லை, நரியங்குடி, சங்கமங்கலம் வெள்ளிஓடு வைத்த
கோட்டையும் ஒப்புக்கொண்டான்.
தெலுங்கில் அடிப்பித்த பட்டாச்சுருள் கேளே..
இராப்பாளி: காற்றில் வீழ்கிறது பட்சி
கிறங்கும் களத்தில் வீழ்கிறது பட்சி
என் புறா வாழ்ந்துகாட்டாத கதை
நான்கு பக்கமும் நாயக்கர் சண்டைக் களம்
பரங்கி: காப்டன் குட்டின்கோவை விடு பரங்கிப்பிள்ளைகளையும்

உடன்படிக்கை தருவேன் விட்டலன் கேட்ட
பத்தாயிரம் பொன்சேக்கல் தருவேன் விடு..
இராப்பாளி: நிராவிக்கப்பல் ரெட்ஸ்காக்கி காப்டன் மனோயல்
ரோதரிக்ஸ் தோணிப்புறா, பிளாக்கி, ஜாவா
கொண்டையில் பிராந்திக்குப்பி கட்டி கும்காரமிடும்
பரங்கி ரெக்கை கத்திபட போகும் கேள்..
பரங்கி: பவுலேதிவாலே பாதிரியை விடச்சொல் விட்டலன்
கைச்சாத்தும் பார் இதோ இராப்பாளி விடு.
இல்லை சுடுவேன் குண்டு தீருமட்டும் சுடுவேன்..
வண்ணமயில் ரேகையிட்டு வழிமறித்திட்டானே..
வருகுமந்த புறக்களை பரங்கி வீழ்த்திட்டானே..
சுற்றி வந்து அம்புதைத்தும் சுடுகருவி நோகுதே
சமரில் இராப்பாளி இறந்தான் குண்டுபட்டு, உடன் பக்கத்து தீவுக்கு
காப்டன் பரங்கிக்கூட்டத்தோடு பதுங்க, பரதவர்கள்
ராப்பள்ளியை கடநாகைக்கு கொண்டுபோகிறார்கள்.
வெனிஸ் வணிகன் சீஸர் ஃபிரடரிக் நாகாய்பட்டணம் விட்டுப்
போகாமல் இதைக் குறிக்க, எத்தனையோ பாஷைகளில்
இராப்பாளியின் குதிரை பேசுவதை தூரதேச வாணிபர்கள்
மெய்யுருகக் கேட்கிறார்கள்.
வெனிஸ் வணிகன்: பார்ப்பார வீதியெங்கும் கடந்துவரும் புரவி
குச்சிலியார் வீதியெல்லாம் கதைபோடும் குதிரை
கூத்தாடிவரும் குதிரைதன்னை இழுத்துச் சென்றவளாரோ
குதிரைத்திருடன்: கோமுட்டி வீதியெங்கும் நூல் எடுத்த குதிரை
வெள்ளாளன் வீதியிலே வெருட்டி விட்டவளாரோ
வணிகர் வீதியிலே அடகுவைத்த குதிரை
வருகிற தேதியிலே வட்டி கேட்டவள் யாரோ
வெனிஸ் வணிகன்: தச்சர் தெருவழி குதித்து வரும் புரவி
கோட்டை கொத்தளங்களில் கட்டிவிட்டதாரோ
எட்டுத்தெரு சுற்றிவரும் ஓடுகாலிப் புரவி
குதிரைத்திருடன்: பட்டணவர் வீதி சுத்தி பரவர் எடுத்த குதிரை
பூவின்கடை புழுதிதனில் புரண்ட பரிக்கழுதை
பெரிய கடை வீதியெங்கும் பிச்சை எடுத்த குதிரை
நாகூர் கடைவீதியில் பிடிப்பட்ட குதிரை.
வெனிஸ் வணிகன்: திரிந்துவரும் கேடி இதை திருடிக்
கொண்டவனாரோ
நாகைக் கெடியில் டிக்கெட் கேட்டவர் யாரோ

பொறாவாச்சேரி புகழ் பெருகும் புரவி
தாசிமார் வீதியில் தோல் உரிந்த குதிரை
குதிரைத்திருடன்: நெல்லுக்கடைமாரி வீதிவந்த மண்புரவி
வெற்றிலைக்கு விலையில்லை என்றுவந்த புரவி
அகிதாம்பூலம் பாக்கு சுண்ணாம்பு
கற்கண்டு கரும்பு கேட்ட குதிரை
காந்தன் கருப்பனுக்கு பார்த்து எடுத்த குதிரை
பேர்பெரிய முனியனுக்கு வீதி உலா குதிரை
வெனிஸ் வணிகன்: பரங்கிதுரை ஜில்பெர்ணான்டசு என்ன
சொல்லுவாரோ
காளி மாரியுந்தன் கடியமலர் நீலா
வர்ணமுள்ள புரவி அதை வரச்சொல் முல்லா
குதிரைத்திருடன்: கண்ணே நவபுரவியே நீ எங்கே போனாய்
கட்டுண்டிருந்தாயோ கடிவாளத்தில் தானோ
ஊட்டிவளர்த்தேனே உதவாக்கரை உன்னை
நீட்டிப் பாயும் தெருவெல்லாம் ஓடி
மாயமான புரவி மருளோ இது பொய்யோ'

75

நீர்ப்பெயற்று நிகமா

நாகர்களைக் கேள்வியுற்றதில் ‘நிகமா’ என உச்சரித்த பரதவரின் பழைய நாக்கில் நாகரின் ஊர் ஒட்டியிருந்தது. ஒல்லாந்தரின் ஆர்வத்தைத் தூண்டும் பழைய நகரின் சிறு மரச்சிதிலத்தைக் கூட ஒரு நகரமாகப் புனைவுகாண்பர். பழங்கால மாலுமிகள் அழிந்த ஊர் அது. நம் மறதியில் ஒரு முழு உலகமே நம்மிடம் இருந்து தப்பி மறைந்து விட்டது. வழிவழியாக வரும் கடல் வேட்கை நாக இனம் நீண்ட யுகம் அடக்கி வைத்திருந்த கலைத்திறன் வெடித்துச் சிதறி நாக எலும்பு மலர் முகிழ்ந்த வேளை பதரிதிட்டையில் வாசற்படிகளுக்கெதிரில் தடாகம் ஒன்றுளது கண் வடிவத்தில். நீரோட்டம் கோயில் கிணறு தாண்டி மரக்குற்றல், தேர்குற்றல் ஈராகப்பிரியும் கிளைத் தெருவில் மண்டபம் நான்கு பக்க வெளிவாசல்களுடன் உள்ளே பல கூடங்கள் இருப்பதில் அங்கே அதிதிகள் தங்குவார்களாம். மண்டபத் தாழ்வாரத் தூண்கள் மரக்கிளியும் பாவைகளுடன் நிற்கும். சாத்திய உள்கூடத்தின் கதவுகளில் தாவரயுவாயுவதியர் இச்சைநிலை. இதன் கற்சாளரங்களில் எட்டிப்பார்த்தால் எதேச்சையில் கடப்பவரின் அந்தப் பகல்வேளையும் புலப்படும். இங்கே பெருகக் கட்டிய மனைகள் பலவும் மேல்பூச்சு சுண்ணச்சாந்து உதிர உட்குடையும் தைலாப்பறவைகளின் ஒலி. இன்னின்ன மண் இன்னின்ன பழையவூர் மேட்டில் எடுத்தவை. அஷ்டயோனிகளின் தாவரநெடி, விருஷபம் சிங்கம் துலா மகரவிராசி வட்டம் கற்கடக ஊரை நிர்மாணித்த நாகசாரர் சங்கு பதிக்கும் இடங்களில் முத்தும் பதுங்க பாதச்சாயை தெரியும் இருபாற் பெயரிய உருகெழுமூதூர் அடைந்தாள் பாலத்தீனா. மாண்ட்லே சுருட்டுப் பற்றி புகைமுகமூடியில் வெளிப்பட்டான் ரெனிதெகார்த்தே.

மூன்று தீக்குச்சிகள் நீலஜுவாலை தோன்றிக் காற்றில் பரபரத்து அணைந்தது. நாகாய் மொழியில் எழுதிய சிறிய சுருள் அவனிடம். ஐந்தடி நீளமும் ஆறு அங்குல அகலமும் துளைத்தமர்களில் கடற்

தாவரமும் பாசியும் முளைத்தெழும் இயற்கையின் காலக் கணிப்பு வேறானது. நீரின் மெல்லுயிர் இழை மூச்சு நகர்ந்து வரும் கடற்பூண்டுகளை மோப்பத்தில் உணர்ந்தான்.

நான்காவது சுவடி மயனுரையைத் தட்டாமல் மனையெடுத்த பல குடும்பங்களின் வம்சசரிதம் ஈசானிய பார்வையிழுத்து வரும் வாசகன் இந்நூலை வாசமுடன் படித்து வர சிற்பித வரிவடிவம் வெட்டிய மரங்களின் ஓசை வீறிட்டு வராமல் நட்டகல்லும் சாயாமல் பேயும் ஊர்ப்புறத்தில் குடிவந்து கதைபோடும் பேய்மகளிர் இல்லாது போனால் வாழ்வும் வெறிச்சென்றுவிடும். பட்டுத்துணியில் சித்திரம் கட்டிவைத்த சீனரும் இங்கே வந்து பெங்சுய் மரபைக்காட்டி அத்தனையும் நாக சீர்மையில் ரஸமட்டம் உரைத்த அனல் வாக்கின்படி நாகமாமுனி நூன்முறை தப்பினால் வாள் தப்பிவிடும். அட்சரங்கள் மறைவிற்கும் மாற்றத்திற்கும் பரிபாஷைகளின் குறியீடுகளுக்கும் சித்திரகவி தீட்டினான்; கணவாய்மீன் உதிரம் தொட்டு. தாவர இலைச்சாற்றில் வரைபடும் துணிச்சருக்கம் தொட்டால் வீடுகட்ட வேண்டும்.

நாடியோடும் ஏடுகளில் அட்சரங்கள் ஒன்று மேலொன்று தோன்றி ஆண் நட்சத்திரமீன் பெண்மீனாக நிலவில் அலைவுறும் அமைதிக் கடல் புயற்கடலை ஓரைகளாய்க் கொள்வதில் நீரும் நிலவின் அலைவும் கிராம்பஸ் திமிங்கலத்தை ஈர்த்தது. காலில் காதுள்ள பச்சை வெட்டுக்கிளியின் புள்ளிகள் இயற்கையில் தொடர உலகின் முதல் உயிர் ஆமையின் மூப்பாக உடும்புப் பாறையின் புடவில் சித்திரக் களிமண் ஜாடியில் அந்த முதல் ஆமை ஜீவித்திருந்தது. நகியபொடனாவில் சாவைத் தடுக்கும் சாவாமையை அளிக்கும் ஆமை ஓர் நாகமூதாமை.

விரிட்டேரியம் ஓரியண்டலை தொகுத்தளித்த மாத்யூ ஆஃப் செயிண்ட் ஜோசப்தான் 'ஹர்தூஸ் மலபாரிக்கஸ்ஸிற்கு' முன்மாதிரி. இந்த மலபாரிகஸ் தொகுப்புகள் பன்னிரண்டில் காணாமல் போன வால்யூம்கள் இரண்டு மட்டும் 'ஹர்தூஸ் நிகாபெர்ட்டன்ஸிஸ்' மற்றது 'ஹர்தூஸ் தயாக்கிஸ்' இது காஸாதுபாஷையதும் நாகாய் மொழியதும் ஆனது. வேறு எந்தச் சுவடிகளிலும் சேர்க்கப்படாத நவோபட்னாவின் தாவர அபிதானத் திரள்களின் ரகஸியம் அடங்கியிருந்தது. விண்மீன் கோள்களின் இயக்கத்தில் நகரும் பட்டினத் தெருக்களில் கடல் புகுந்து வளரும் ஓர் மரத்துண்டு அதைத் கண்டெடுத்தான் தெகார்த்தே. அதுகாய்ந்தவுடன் இரண்டாகப் பிளப்பதை உணர்ந்தான் ஆய்வில். அதனுள்ளே கட்கடிகையின் பொறியமைவில் அறிவன்தேயர் விட்டுச்சென்ற பால்மண்டலத் தலைமுறையின் முதற்செடியும்

விண்நுகர் ஒலிகளும் நுண்ணிய அகராதி இடப்பட்டிருந்தது அதில். பளிங்கிலான வடிவங்களையும் கண்ணாடிவில்லைகளையும் வெளிப் படுத்திற்று. கிருஸ்துவுக்கு முந்திய தீய ஆவிபீடித்த அரிமானமடைந்த கரும் பளிங்கு கற்சிலை உயிரகக் குறைவால் துடித்துக்கொண்டிருந்தது. கடற்பாசி மூடிய சிலையை உயிர்மரத்த நிலையில் எடுத்தாள் பாலத்தீனா. வெற்றுடம்புடன் அந்த பால் கடவுள் பெயரற்றவளாக நாகரீகங்களில் புதைந்த மரம் கருப்புக் கல்லானபின் செதுக்கப் பட்டவள். வேரும் தூரும் இலைகளும் கல்லாக உடல் கசியும் தைலத்தில் சுடர்நிழல்கள் வட்டமாய் சுற்றி ஓடுவதை கைப்பிடியில் வைக்கவும் கனமானது சிலை. அவள் தேடிப்போகாத பாதையும் தென்படலாயிற்று. சிலையின் நுரையீரல் துடிப்பதைக் கேட்டாள் தீனா. எப்படித் தலைமுறை தலைமுறையாக அசேதனமாய் கடலடிச் சகதியில் தவளையாய் நாறிக்கிடந்தாள். உயிரியக்கத்தில் நோய் நுண்ணுயிர்கள் தொடர்ந்து ஒன்றிலிருந்து மற்றொரு தலைமுறைக்கு கொடையாக ஈயப்படுகிறதோ அதையெல்லாம் தொட்டதும் ஒட்டிக்கொண்டான் ரெனியும். நண்டுப் பானைக்குள் சிலையை போட்டுவைத்த சூனியக்காரி எங்கே.

பிளத்துவாரத்தில் உரகபதி. நீலநாகர் தம் கோட்டத்தை அடைவது எளிதாயில்லை. முந்நீர் பழந்தீவு பன்னீராயிரமும் மாநக்கவாரம் பதினெட்டு தீவுகளுடன் மறைந்திருந்தது. கேட்பவருக்கு அதிர்ஷ்ட மிருந்தால் சம்புதாயின் வியப்பூட்டும் கதைகேட்க, காப்பிக்குப் பதில் ஊசோ ரசத்தைக் குடிப்பதால் நூற்றாண்டுகளை ஊடறுத்து சொல் பகர்வாள். வரலாற்றுக்கு முற்பட்ட இந்த உலகின் தலைவாயி லிலேதான் நாகமுன்னோர் எதிரிகளை உள்ளேவிடாமல் சேவல் போரில் ஈடுபட்டது. நாகர் கடலடிப் பாறைகளில் தொங்கி வாழ்வுமுழுதும் கைக்கெட்டாத நாகரத்தில் மறு உலகத்தை அரைகுறை யாகப் பார்த்தார்கள். அத்தீவுகளில் பெண்களும் கூட்டமாக அழுது குலவையிட்டு அசரீரி சொல்வதில் ஆண்மரமொன்று அகக்காழ் பெண்மரமெனப் புறக்காழ் அலிமரமொன்றில் வெளிறு எனச் சொன்னதும் பாலுமுள்ள மரம் பிளந்து உள்ளே மறைவர் இவரிட் பலர்.

கார்ஸியாடி ஓர்ட்டா பதினாறாம் நூற்றாண்டில் தொடுத்துவந்த வெப்ப அயன மண்டலத் தாவரங்களும் அரண்மனை, கோட்டை, பாழ்பட்ட ஊரும் தொழுவும் கோயிலும் காட்டு மண்டம் பாதாள மூலிபடர்வதன் மர்மத்தை நூலாக்கியதில் வம்சாவழி ஊழ்வினை களில் உறுத்து வந்து கொத்தளம் விநாசத்தில் சுவரும் கருத்தது. ஆல், அரசவேர் கீறலில் கதாபாத்திரங்கள் பைத்தியமாகக் கசிகிறார்கள்.

வாழ்வைப் பீடித்த புராதன நோயில் நனவிலிகளில் மறதியும் ஏடுகளின் தூக்கத்தில் எழுதியவர்கள் ராப்பொழுதுகளாய் இரைச் சலிடும் பூச்சி ஒலிக்கோடுகளில் பதுங்கும் பேச்சரவம் விட்டு விட்டுக் கேட்டது இருட்டில்.

ஒல்லாந்தன் வான்ரீடு *1678* லிருந்து *1693* வரை பன்னிரண்டு தொகுதிகளாக வெளியிட்டதில் இரு வால்யூம் குறைவுபட்டது. அவற்றைத் தேடிப் புறப்பட்ட ரெம்பிராண்ட் ஓவியத்துள் நடமாடும் டாக்டர் நிக்கோலஸ் துல்ப் கேன்வாஸிலிருந்து பிய்த்துக்கொண்டு கிளிமாந்தா மேல் மோகப்புயலானார். டச்சு ஓவியத்தின் பிதற்றல் ஜுரவேகத்தில் ரெம்பிராண்டின் அசேதன இருப்பை அசைத்து எழுப்பியதில் நொச்சியரின் கலைமரபுகளைத் தேடி பதினெட்டுத் தீவுகளில் ராக்கிப்புடவுகளில் மூல ஓவியத்தின் நாகரபாணியை ரத்த ஓட்டத்தில் கலந்து விட ஏக்கமானான். இதை ரெம்பிராண்ட் தான் சிருஷ்டித்த டாக்டர் நிக்கோலஸ் மூலமே சேகரமாக்க கிளிமாந்தா மோகப்புயல் சித்ரகபாலம்.

வான்ரீடு பன்னிரண்டு தொகுதிகளாக வெளியிட்டவைகளின் மறுபதிப்பில் ஹர்தூஸ் மலபாரிகஸ் களஞ்சியத்தில் விடுபட்ட எழுநூற்றி அறுபத்தேழு பக்கங்களில் ஹர்தூஸ் நிகாபெர்டன்ஸிஸ் எடுத்தாண்ட 'நொச்சியம்' நகரின் அழிபாடுகளின் அகழ்வாய்வு தொல்லியல்துறை வெளியிட்ட பல மேற்கோள்களை பிரித்தெடுத்தால் நாகரபாணி கட்டடக்கலை மரபு சிறுநூலில் சிதறிக்கிடக்கும் நூற்பட்டியலின் ஊடிழைகளில் ஒரு மரபீரோ கொள்ளுமளவில் ஏடுகள் மறதியில் மறைத்திருக்கும் கிரிப்டோ நூலகம் எங்குள்ளது?

தகவல் தருபவர்களைப் பிடித்து விலங்கிடாமல் கூட்டிச்செல்ல வழியெங்கும் டச்சுத் துகட்டுகளை சூறையிட்டான் ரெம்பிராண்டின் கதாபாத்திரம். இவை நகியபொடானாவின் தாவரங்கள் அனைத்தும் சரியானவை என உறுதிப்படுத்த கேரளத்தையும் தப்திவரை செல்லும் மேற்குத்தொடர்ச்சியின் மலைப்பிசாசுகளையும் விலங்கிட்டால் பேய்கள் விழியைப் பிடுங்கி எறிந்தால் மலையே இடிந்துவிடும். கோவாவையும் சேர்ந்த தாவரவியலாளர் கிடியன்அய்யர் லுத்ரன் திருச்சபையின் முத்திரையிட்டு நற்சான்றும் நூன்முகம் எழுதிக் கிடைத்ததும் பாக்யமே.

நகியபொடனா வந்த தாவரத்தாள் தந்தை வினோயஸ் கொண்ட கருத்தில் இந்த 'நொச்சியம்' பற்றிய மரச்செறிவும் இருபத்திநாலு வகை மூங்கில் பெயர்களும் அகராதியில். காம்பு, பாதிரி, முடங்கல், கழை,

பணை, நேமி, தூம்பு, வேய், தட்டை, முந்நூழ், துளை, கிளை, வேணு, முளை, ஆம்பல், கீசகம், வேரல், அகி, அமை, திகிரி, வேழம், வரை, வெதிர் என்பனார் புலவர்.

நாகர் பால்மாறும் சிகிச்சையில் புண்வாதையில் உறுப்புகளை உயிரினங்களுடன் தைக்கவும் விலங்கிலிருந்து விலக்கப்பட்ட மனிதனை மிருகிய இயற்கை பிளக்கும் இடைவெளியைக் குறைக்கவும் 'நொச்சியம்' பூர்வாங்க சிகிச்சைமுறையில் முகத் தோற்றத்தில் தாவர மிருக அதிபுனைவை நிலவறை இருளில் கண்டார் டாக்டர் நிக்கோலஸ் துல்ப். நொச்சியர் சிகிச்சை ஏடுகள் இருந்த கருப்பு மரப்பெட்டியைத் தொட்டதும் சதுக்கபூதத்திடம் அகப்பட்ட கிலியடைந்தார். அதிவிலங்கின் பாலினவேட்கையின் சிக்கலான தடங்களைப் பின்பற்றி ஓடப் புனைவும் பிந்திவிடும். புனைவுக்குப் பிந்திய தாவரப்பேய் சர் சார்லஸ் மேலெட் களிமண் பித்தத்தை பால் கடவுளின் கோரவுருவாக்கிய கசவன் எனும் குசச்செட்டி என்னென்ன செம்மேட்டிலோ கரம்பையிலோ பிடிமண் எடுத்ததுடி மண்ணீடு வெறிபிடித்து மென்னயக்கருசல் தாவரச்சாற்றில் நசியத்தில் கீறிவைத்த மந்திர எழுத்தை கசவனின் மூதோர் ஓநாய் கால்புதரில் எடுத்தார்கள். நாகரின் சடங்கில் சிகிச்சைக்கான வெளிறுபட்டவனைப் படுக்க வைத்து மூலிகைக் கற்றை வீசிவீசி நாகாய் வேகமொழி மந்திரித்தல் முணுமுணுக்கும் புலிக்கடந்தையின் ரீங்காரமாய் சுற்றி வட்டமிட்டு குறுக்கிட்ட கோடுகளில் துளையிட்டு உருமாற்றம் ரத்தப்பெருக்காய் மாறிவிடும்.

எழுதாக்கிளவியாக ஆமை உருவில் கிடந்த நொச்சியம் பட்டணச் சிறப்பை திங்களின் பிறைவடிவ வீதிகளாகவும் முழுவட்டம் காணாத தேய்மண்டிலமாய் ரகசியப்படுத்திய நாக இன ஆணும் பெண்ணும் எண்ணிலா உடுக்கூட்டத்தை தம் நிர்வாண சரீரத்தில் யுகயுகமாய் வரைந்து கொள்வதாலும் தொன்மக்கதை மகரத் திருப்பத்தில் மூழ்கிய பேரூராக உளது. மகரமீன் கூட்டம் உறையும் நொச்சியம் கிளிமாந்தா மீதான ஒருதலைக் காமம் டாக்டர் நிக்கோலஸ்துல்ப் மீது பூசிய தாவரமீன் உதிரச் சாற்றில் ஓவியன் கை சொறிந்துகொண்டிருந்தாலும் இருவேறு அடையாளங்களை தன் பாரியாள் சாஸ்கியாவின் பைத்திய நிலையில் மோகித்த கை வரைந்துகொண்டு பூமியாக நிறங்கள் இருப்பதால் கைக்கிளையானார் மருத்துவர். நொச்சியம் நோக்கி புதைவாளர் கூட்டம் கிளம்பிப் போட்டியானது.

உரகபதி தன் கைகளால் இருந்த ஊழிச் சர்ப்பத்தில் பிதிரர்களும் சேர தென்செலவில் வாலில் விசும்பிய பட்டணம் வடசெலவு படம்

விரிகோலம் அங்கும் நாகமூதோர் கடகத்திருப்பத்தில் மறைந்த ஊர் பிப்பாலியா, சப்ததாரா, சந்திரகிரி குகை பதினெட்டிலும் அரவச் சித்திர உதிர்வு, தம்குலம் வாழ்மலைகள் சிதறிக்கிடக்கும் குடைதளிகளில் ஆசீவகரும் சமணரும் இருபாலின் சாத்தியங்களை உதறி அது அல்லது இது எனும் இருப்பு பெயர்ந்து பாலினத் துறவடைந்து இமைப் பீலிகளை அரிந்து வெளியேறி கட்படுக்கையில் மறைகிறார்கள். பாலினம் சாராத சமணர் பிப்பாலியாவுக்குச் செல்ல தேரர்களும் ஏற்கனவே குகைப் பாழியில் வரவேற்றார்கள் இவர்களை. உடலையே விட்டு அதை கம்பளி உடுப்பாகக் களைந்து திசைசூழ் துகிலாராயினர். நாகமறைபொருள் அதுவாயிற்று. பால்பெயர்ந்த கருங்கதவு மெல்லத் திறக்கிறது. சக்ரவாளத்துள் உறையும் அரவோடும் சித்தரும் அங்கே நிர்வாணத்தில் திங்கள், ஞாயிறு இருவேறு வட்டத்தில் வான்இயலும் வான் இயற்பியலும் இயக்கம்கொள்ள அறிவன் தேயவாசி ஆயினர்.

ஞாயிறு மண்டிலத்தில் ஓசைபடச் சுற்றும் பால்பாதையில் வலமிருந்து இடமாகச் செல்லும் அந்தப் போங்கை பிரளயத்தை அடிவயிற்றில் மறைத்திருக்கும் ஆயிரம் வயதான ஆமை சதா அசைக்கும் புலன்களாகப் பிரபஞ்ச கானம். தொலையா நேமி ஓர் மூங்கிலாய் வளைந்து அதன் கணுவுக்கு கணு வெளிகள் அடைபட்டால் அதில் நாம் எந்த வெளியில் இருக்கிறோம் என்றாள் கிளிமாந்தானை ஆசைவைத்த டாக்டரிடம். நொச்சியம் வாழ் மூங்கில் வகை இருபத்திநாலிலும் இடமுறைத் திரிபாகும் ராசிமண்டிலத்தில் இளங்கோவடிகள் எனும் திருச்சமணன் கவுந்தியைத் துணைக்கழைத்து முள்ளுடைக்காட்டில் முதுநரிகளாகத் திரிவுற்று தமக்குத்தாமே சாபமிட்டு ஓர் புலவனின் இருப்பிலும் துறவின் இருப்பிலிருந்தும் விடுபட்டு பிளத்துளையில் இருவேறு பால்வையின் ஊழ் நிமித்தம் ஆயினராம். ‘ஊழ்வேறு உணர்வுவேறு என்கிறாயா கிளிமாந்தா’ என டாக்டர் பதைபதைத்தார். மோகத்தைக் கொல்லும் அவள் வாக்கில் உதாசீனம் இருப்பதால் காயமுற்றார். ‘நான் அப்படிச் சொல்ல வரவில்லை. நாகஇயல்பை அவ்வளவு எளிதாக அடைய முடியாதோ... நொச்சியரின் மறைவிடங்களாக சர்ப்ப ஓவிய சூத்திரங்கள் இருப்பதால் நெருங்க அஞ்சும் விதிகூட உங்கள் வடிவில் இருக்கலாமில்லையா... டாக்டர்’ அந்தப் பக்கம் திரும்பிக் கொண்டார் முகம் சிவந்து.

ஒல்லாந்த மாணவர்கள் எதேச்சையாக நின்றிருந்த கடற் பாறைகளில் சக்ரவாளத் தீயின் நடமாட்டம். அதில் சிக்கினால் பாம்பின் வாலிலிருந்து வேறொரு உடுக்களின் விதிக்கு வழி ஆகும். சுவடிகள்

நொச்சியரை துணியால் சுற்றி நிறம் அழிந்த சித்திரங்களைக் கண்டான் தாவரமாணவன். மட்கிய துணி ஓவியத்தை ஒரு தஸாக் தூங்கும் நண்டைப் பிடிப்பதென கிழிபடாமல் ஏந்தி எடுத்து முதலில் வியப்பில் ஆழ்ந்து மூச்சுவிட்டான். மடிந்துபோன உயிரினப் பிராணி யென ஓலைச்சுவடிகளும் நாகசின்னமிட்ட சீனக் கனகங்களை எடுத்தான். காலக்கணிப்புக்கு அப்பால் கனகத்தில் துலங்கிய நாகரின் பெருவாழ்வின் பொற்காலம் கண்ணீரின் நிழலில் அது உப்பாய் சொட்டியது.

துண்டித்த கடற்காலான் எஞ்சியிருக்கும் பகுதிமீது மெழுகைக் கொண்டு வேறொரு வடிவம் இயற்றுவது மறைந்திருக்கும் நாக விரல்கள். டாக்டர் தாவரமாணவனைப் பின்தொடர்ந்து நிலைமையை உற்றார். மெழுகினால்வடித்த உரு எடுத்து நெற்றியில் வைத்து அதன் வடிவத்தைக் குறித்தார். அப்பகுதியில் தொலியை உரித்து விழிகளுக்கு மத்தியில் இருக்குமாறு அதேவேளை ஏற்கனவே துண்டித்த எஞ்சி யிருக்கும் மர்மம் அந்தத் தோல்பொருந்திணையுமாறு ஒட்டவைக்கும் விதத்தில் கண்ணுதலாளின் தலைச்சிகிச்சை. நெற்றியில் எரிதுளைக்கண் இருந்த பெண் ஒருத்திக்கு அதை அகற்றும் சிகிச்சைமுறை நாகரின் ஆண் பால் கடவுளர்க்கு யுத்த சந்நதம் ஆகிற்று. ஆனால் கண்ணுதலாளின் நாசியுள் அவ்விழி உருண்டு இறங்குவதால் பால்பாதையில் ஓடும் தனி உடலாக அக்கண் அந்தர வாசமுடைய இருப்பாயிற்று. விழியை மூடித்தைப்பதால் கபாலத்துள் உருளும் சித்திரங்களை நொச்சியர் நாகருக்கு வழங்கிய கலையாக அந்தரங்கத்தை பாலினச் சேர்க்கையில் பிரபஞ்ச விதியாக வைத்திருந்ததைக் கண்டார் கலைநிறத்தால் உடல்பெற்ற டாக்டர் நிக்கோலஸ். நொச்சியத்தின் விதி மெல்லப் பற்றுவதை உணரவில்லை தனக்குள்.

ஆனால் துணிச்சுருளை சிறுதுண்டுகளாகக் கிழித்தார் அரண் மனை மருத்துவர் வள்ளுவர், ஊன் உடம்பு வீடு மயில் காடை தாவரம் கோள்களென ஏழுபங்கு. இலைச்சாறில் தோய்த்தெடுத்த நளிர்மண் பூசி தோலிணைந்த இடத்தில் ஒற்றினார். பசுஞ்சுடர் ஆடும் உப்பு விளக்கில் சமூலச் சடசடப்பு. அருகில் வைத்த ஜாடிகளிடையே உடலெல்லாம் ஊற்றெடுத்த மூலிகைக் கற்றைவீசி வீசிக் கண் நுதலாள் விழிமையல் சிகிச்சையில் பதினைந்து வளர்பிறைகளும் மோனம். ஓரிரவு தேயத்தேய உலர்வடையும் துணி ஒன்று நீக்கப்படும். தாவரப் பாசிதத்தில் மூழ்கிய துணிமிதக்கும் அந்தப் பகுதியில் ஒட்டினாள் கிளிமருதாள். சந்திர மாதமொன்றில் வளரும் இயற்கை உலர்ந்து சேரும் யோனிநிலம். சின்னஞ்சிறுகாலே தோல்பிசிறுகளைப் பீங்கான்

கூர்மையில் வெட்டி நீக்கியதில் ரத்தக்கசிவு இருக்கும். பிலம் திறந்து மகரத்திருப்பத்தில் மெல்துணிக்கிழிவை இட்டுவைத்து எடுத்ததில் சீராக ஓடும் சுவாசம்.

கண்ணுதலாள் ஒளிமுகம் மலரவும் உரோமம் பொடிந்தவை சிலீமுகம் முளைபெற மெய்யெலாம் தண்ணிய உயிர்ப்பில் சாந்தம் ததும்புவதாயிற்று. கிடைத்த சுவடிகளைப் பிரித்து வகைபிரித்ததை பெயர்க்கும் ஆவலில் நாகவள்ளுவரைக் கூட்டிவந்தார் சாமுவேல் பாதிரியார். நாகமொழியிலிருந்த மூலங்களை வள்ளுவர் தொட்டதும் கண்ணினீர் பெருகி கால்வழிந்தோடியது. அவருக்குத் தன் பூர்வீக ஏடு கண்டதில் பொறியெலாம் விழித்தன. உடற்பிணியனைத்தையும் உயிர்ப்பிணி நோக்கத்தில் ஆயிரம் பூக்களில் ஓடும் ரஸ நாளங்களை மரண நவை தீர்க்குமாறு தம் மூதோர் இயல்படும் இலையெலாம் வரையப் பெருந்திரள் காட்டிய மருந்தெலாம் சித்தரும் அரனடி ஏகிய சிதல்வயிற்றிலிருந்து மொழி உரைசொன்னார். பசுமையில் சீவன ஏடு கிழிய ஆவிபிடித்த வள்ளுவர் உடைகலைந்து வெளியெலாம் புலம்பினார். நாகரின் அம்மணம் வெளிவந்ததும் மணல் விழித்தது. அறிவன்குண்டில் அகழ்ந்தெடுத்த கல்நாகங்களில் பதுங்கிய பலரும் மறுசுற்றில் சிலையின் மீதுள்ள கடல் அரிப்பில் தசையாக்கிய கல் சிதைவு. வரிகளும் நீரில் அழியவில்லை. பிரதிமையின் உரையாடல்.

'நாங்கள் பூமிக்கு உள்ளிருந்து வந்தோம். வால்சுருங்கி முதிர்ந்த நாக உடல் படம் விரிகோலம். எம் கருணையை வேண்டும் நீவிர் யார்' என்றது பதுமை நாகியர். 'பழையோர் வழிபாடுகளை அறியவந்தோம். ஒல்லாந்தர் யாம். மண்ணுலக நாகரின் கருணை பெறாமல் சுவடியைப் பெயர்க்க முடியவில்லை.'

'அதைப்பற்றி எனக்குத் தெரியாது. மரண நவை தீர்க்கும் ஜீவித வளாகத்தில் உமக்கு கருணை தரும் பெருஉளம் எமக்குண்டு.' என பதும நாகியர் நாகாய் மொழிவாசிக்க வனங்களின் பூசாரியான பிளாத்திகளின் வேகமான மந்திர உச்சரிப்பும் கொக்கரை வாஸிக்கும் ஒலிவேகம் கூடக்கூட மயக்கமுற்றார் சாமுவேல் பாதிரியார். அந்த நூலகத்து கருங்காலி மேஜைகள், பெஞ்சுகள் பெரிய மசிக்கூடுகளை வைத்து தாவரவியல் மாணாக்கியர் கிழிந்த ஏடுகளை தைலம்பூசி எடுக்கவும் பாதுகாக்கும் ஆவலில் சபை ஊழியர் மரப்பெட்டியைத் திறந்தார்.

இந்த மொழி வாஸிக்கும் பிளாத்திகள் காணியராயிருந்ததில் மேற்குமலைக்குச் சென்றதில் மூன்று கிளைகளில் தொலைந்த

மலைக்கிராமங்களைக் கண்டார்கள். நாகரின் கருணையில் மண் கரு உயிர்த்தொகை பொதிகையில் சில்லிருள் வனமெலாம் மண்மம் பலவும் நீரில் பசுமை நீரகப் பூப்பருவம் சுவைநிலை தீயிடைப் பொருந்திய மூலிகை வகையில் அருவுடல் சித்தர்கள் காற்றில் கலந்த நடமாட்டம். பதினாறு காற்றுகளைக் காணியர் அழைக்கவும் நாகத்தின் ஆழத்தில் உயிர் எழும் ஓசையில் உலகமெலாம் பரவி வேறு வேறு இனங்களில் கலந்து காமத்தால் தங்களை மீட்டெடுத்துக் கொள்கிறார்கள்.

பிளாத்தி நடத்தும் மூங்கில்சடங்கில் ஆடுபவர்கள் கலப்பட மானதோர் மொழியில் திரும்பத் திரும்ப வரும் ஒலிப்பாட்டு இந்த உலகத்தை நாக அரசர்கள் ஆண்ட தோற்ற சரிதம் பிறந்து வாழ்ந்தவர் மறைந்த ஆவிகளின் வாதைகளில் அழைப்பதைக் கேட்கலாம். அந்த ஆவிகளின் நலத்தை விரும்பிக் கேட்கும் மகுடஇசைப் பாடல் ஜீவராசிகளின் நலனையும் கோரி இறைஞ்சும். ஒருவர் மாற்றி ஒருவர் சொல்லிவரும் கதைக்குள் போனவரும் சொல்லியாகி இடைநிறுத்தி உணர்ச்சிகள் ஆட்கொள்ளும். அவ்வேளையில் வள்ளுவர் உரக்கக் கூக்குரலிடுவார். அந்தரத்தில் செல்லும் கைகளின் அழைப்பு. சில சமயம் யுத்தத்தில் வெள்ளையரிடம் கைப்பற்றிய துப்பாக்கி வெடிக்கும். அதே வேகத்தில் காணிப்பெண்டிர் நடுங்கும் குரலில் யுத்தத்தில் சுடப்பட்ட எருதுகளின் வாக்குகளைக் கேட்டு வனக் கிளைகளில் ஓடுவார்கள். கருப்பல்லாத சுண்ணாம்பு நிற வெள்ளையர் காட்டைத் துளையிட்டு வெளிச்சம் புகாத மரச்செறிவின் நிம்மதியை விநாசமாக்கிய குற்றத்துக்கு வள்ளுவர் வந்து பஞ்சாயம் பண்ணி பிடிபட்ட கும்பினி மேஜர் காமிரானைச் சுற்றிப் பாடுவார்கள். கமுகம் பாலை ஏந்திய தனிப்பாடலில் ஒரு காட்டு விலங்கின் உறுமலைக் கேட்டு மேஜர் காமிரான் பதறுவதாக அமையும் மெட்டு. கலைமான் கூட்டம் சடங்கொலி கேட்டு யோனிவடிவ குளம்புகளை நளிர் மண்ணில் பதித்து மோந்து செல்லும். மோப்பத் தடத்தைப் பின்பற்றிச் செல்லும் பழங் கொடிச் சடங்கு.

கட்டுக்குள் வசப்படாத ஆவிகள் எழுச்சியுற்றதில் நாகரத்தம் நெளிந்து பாய்வதில் எழுந்த சிலரின் கைகள் ஆடி வெறிகொண்டு வாலில் விசும்பிச் சீறுவார். ஒருவரைத் தொற்றி ஒருவருள் பாயும் தலைவிரிகோலம். மான்கொம்புகளைக் கத்தியாகப் பிடித்து ஆடும் சடங்குள் நாக ஏடுகள் காமத்தை மருந்தாகவும் கலையாகவும் பூமிக் கடியில் வெகுகாலம் நிலவறையில் வாழ்ந்துவிட்ட இவை மனிதரின் வெளிப்பாடுகளை வெறுத்து இயற்றியவை. நீர்வாழ் ஏடுகள் கிளிஞ்சில்

பிராணிகளாக உருமாற்றம். சிவப்பு மீன்கள் நீலமீன்களை ஈர்ப்பதால் வரும் சுவடிகள் கருநீல உயிர்மொழிக்குள் பச்சைக்கோடுகளாய் ஊற்று. கருமசகில் எழுதிய மொழி சிவப்பு விளக்கில் பச்சை ஒளியாகத் தெரியும் நாய்மீன் தாவிச்செல்கிறது.

நாகஏடு புரண்டு சொன்ன வள்ளுவர் வாக்கில் வண்ணாத்தி நிறங்களைப் பகிரும் இப்பூமியில் பாம்புக்கோடு அழியவில்லை. முதுகெலும்பு இல்லாத ஜெல்லிகளே உறைந்து சந்ததிக்கு எலும்பாகும். நீர்ப்பயணம் காமத்தில் கலந்து மீன்களுக்கு நிறமாகி வளர்பருவம் கன்னிஉடல் எடுத்துவரும் கடல்பசுவாம். மணலைக் கண்ணாடியாக்கும் வள்ளுவர் உப்புக்குகையில் மறைந்து திரிவார். வள்ளுவர் ஊழினுள் வாழ்கிறார். சென்றுபார்க்க யாருமில்லை. நீர் உதிர்த்த சருகுகளின் ஒலி. சிலந்தியின் பின்னலில் துடிக்கும் துளி. கடுக்காய், டாசம்பட்டு, பட்டுப் புழுக்கூட்டில் துயிலும் நாகியர். கிளிக்கு ஒரு நெல் கொடுத்தால் ஏடு திறந்து சிவந்த மொழிபேசும். 'வந்திருக்கும் ஒல்லாந்தருக்கு வந்தனம். விண்மீன்களை அளந்து நிமித்தம் கூறுவேன். சூரியனைவிட பெரிய நாள்மீனைத் தேடியவர் யாம். இந்த ஏடுகளுக்குள் கருகிச் சாம்பலான யுகம்பல மறைந்திருக்கும் வயதான உலகிலே எடை குறைவான தூரியென் இறகுதான் எனப் பறந்து சுற்றித் தனிமை இறகைப் பற்றியது நாகர். அந்த உரகர் பள்ளிகொள்ளும் அரவப்பாயில் கிடப்பதொரு சலேவான் எனும் பேனும் அலாடல் எனும் சீலைப்பேனும் சொல்லுவதைக் கேளு... பைநாகப்பாய் படுத்த அரவரசன் சயனத்திலே உறைந்து வாழும் முகடு எனும் சுண்டெலி தூக்கத்தை வெட்டிக் கரும்புகிறது. நான் எங்கேனும் சுவரில் ஒட்டி முதிய பல்லிவாய் சொல் எடுத்துக் கூறுவேன். அரவரின் சரீரம் மிகவும் மிருதுவாக வளைந்திருக்கும். பண்டு நண்டும் கொக்கும் கெட்டாப்போல உனக்கு கேடுவரும் ஒல்லாந்த இளவரசி... அது எப்படியென்று ராசா படுக்கையைக் குடையும் முகடு ஆமாம் சரிசரி... இன்னும் சொல்லு' என்றது.

'அரச வண்ணத்தி தும்பிகள் நீட்டி பூனையைத் தீண்டினால் மயங்கிவிடும். ஒலியை ஈர்க்கும் தூங்குமூஞ்சி வரைபடத்தில் ஒவ்வொரு இலையும் தொட்டால் கூச்சம் காற்றுப்பட்டால் சுருங்கிக் கொள்ளும். அப்படி இச்சையில் மெலியச் சேரும் இருநாக நொச்சியர்க்கு ஈடு இணையுண்டோ அலாடல் சீலைப்பேனே...'

'ஒல்லாந்த மருத்துவர்க்கு வெட்கமில்லை ரோசமில்லை. ஏன் விலகியோடும் கிளிமாந்தா பின்னால் சுற்றும் பித்து எதற்கு...'

‘எமக்குத் தேசம் வெகுதூரம் நாகரைத் தேடிவந்தோம். யாம் நிஜமல்ல சித்திரப் பாவை. கொல்லாவிரதம் கைக்கொண்ட நரி நந்தகா... இவர்தம் சூட்சம் உரைப்பாய் எமக்கு.. ஒரு வயதான அற்ப ஆமை பிதுர்பாகம் சொல்லக் கூப்பிடு. பிறர் துக்கத்தை என் துக்கமாக சிகிச்சை செய்யும் வைத்தியர் நிக்கோலஸ் துல்ப் யாமே. நோய் விசாரித்து துயர் தீர்த்து வாழ்வேன். இவள் மேல் காதலில் வருந்தி அழுதேன். அவளுக்கு யாதொரு துயரும் இல்லையே.’

‘இத்துயரிலிருந்து விடுபட்டுவிடும் கிளிமாந்தா மாயத்தடாகமாய் மறைபவள். என் வாக்கிற்கு உடன்படமாட்டாள் தேவதை. உமக்கு நம்பகமான வெள்ளைக் கொக்கை தூதனுப்புவீர் அவளிடம். மாயத் தடாகத்தினை தொட்டால் பேசும் கிளிமாந்தா உடல் மச்சங் களெல்லாம் உரசி உரசி கோலமிடும் உடுக்கள் நொடிக்கொரு குணம் மாறிவிடும். சுருதகேவலி எனும் முனிவர் கொக்காகப் பறந்துவந்து மச்சத்தை நோகாமல் கவ்விக்கொண்டுபோய் ஒருகாலும் நீர்வற்றாத நொச்சிக் குளத்தில் தாமரையும் நெய்தலும் அல்லியும் ஆம்பலும் படர்ந்து சமுத்திரம் போன்றிருந்ததொரு நீராவியின் கண்வடிவம் வந்தவரை ஈர்த்தது. நொச்சிகுளம் பார்த்து முதல்முதலாய் வெட்க மடைந்தாள் பாலத்தீனா எலிசெபத். அவ்வுடல் இலையுதிர்காலம் இல்லாத மரமாயிருந்த பயணம் முடிந்து இரவின் காமம் கருகருவென இலைகள் முளைத்து பிசுபிசுத்தாள். உடல்எழுத்து வரையும் வள்ளுவர் கிளித்தூரி எடுத்து வரையும் மூலிகை நிறம் காட்டும் இச்சை துளிர்த்தது. கைச்சந்தில் உப்புவாடை வீச இக்னிமான் என்ற சோகம்பாடிக் குளவிக்கூட்டம் அதில் அடைந்து நிர்வாணமானாள். சதா சந்தத்தின் அளவு ஏற்ற இறக்கங்களை ஒரு டெசிபலுக்கும் கீழே தொடுக்கும் ரீங்காரத்தில் பனிரண்டு இசைமேதைகள் தோற்று விடும் இயற்கையின் தீராத ஜீவ விருத்தியில் சங்கமித்தாள் பாலத்தீனா.

‘பாலத்தீனா நீ நாய்ஊண் புசிக்காமல் எம்மோடு சேரவியலாது.’ என்றாள் நாகவல்லி. இளவரசியை கதநாய் கடித்ததில் படுக்கை யானாள். பிணமெரியும் சுடுவனம் நோக்கி கூட்டிப்போனாள் கடிபட்டவளை. எரிபிணத் தீக்கொழுந்தில் ஊண் உருகும் மோப்பத்தில் அவளுக்குள் பித்தவெறி மெல்ல இறங்கிவர இருவரும் நட்பாயினர். ‘இதற்கு மருந்து சுடுபிணப் புகைதான். உன்னை ஆற்றுவதாக இருக்கும்.’ பல்பதிந்த கடிவாயில் புகைபட்டதும் மூர்ச்சையானாள் பாலத்தீனா. புலவுவன மட்கலநீர் தெளித்து மயக்கமுற்றவளை தோளில் சாய்த்து கூட்டிவந்தாள் குடிசைக்கு. ராத்திரியெல்லாம் சுடுகாட்டில் நாயின் பிரகசூதிச பிலாக்கணப் புத்தகம் புகைந்துகொண்டிருந்தது.

விழுந்த மாவடித்தெருவில் நாய்களின் ஊளை படிந்தது. பாலத் தீனாவை ஒரு மண்டலம் அகிச் சத்திரத்தில் வசிக்குமாறு விட்டு விட்டாள் நாகவல்லி.

தன்னிற் பிரிவிலா முன்னிக்கடலைச் சுருக்கு எழுந்தான் இந்திரன், அவ்விரவில். அரவுப் பாதையில் அகப்பட்டு மாறி மாறிச் சுற்றினான் அகி எனும் பைநாகவுடல்மேல். பிரமன் கேசங்களிலுதித்த பாம்புகளில் ஒருவகை. அச்சிகையிழை சுடுவனம்மேல் புகையாக அலைந்து திரிகிறது. அதற்கப்பால் நாயுலவும் பிரசூதிசப்பிலாக்கணப் புத்தகத்தில் பித்தமுறிவுகளுக்காண நாடியோட்டம் அகிச்சத்திரம். தாழ்வார விட்டத்தில் சில சிகைஇழைகளை சொருகிவைத்த பெண்இழைகளும் சர்ப்பச் சுரியல். ஒவ்வொரு ராத்திரியும் அகிஇழையில் பெண்இழை சேரும் பிணையலில் அகிச்சத்திரத்தில் அகப்பட்ட சில வாணிபச் செட்டிகள் கடலோடங்களில் சரக்கேற்றி மறு மண்டலம் சென்று விற்று வருவார்கள். அப்படியொருநாள் சிலசெட்டிகள் திரும்பும்போது ஒல்லாந்த மாணாக்கியரும் ரெனியும் கூடவர அகிச்சத்திரத்தின் சரத்தையெல்லாம் ராத்திரிக் கனா நிலையுற்றது. இவர்களை விட்டு சுதந்திரமாய் அகிஇழையும் பெண்இழையும் பிரசூதிசவெறி பிணைந்த வனத்தில் மூலக வாசனை. இழை திரியும் இச்சை பின்னலானது. கடுவையாற்றில் மிகப்பழைய அகியின் சரிதம் தவறுதலாக அகி ஒரு சிறிய பெண் நாகத்தை விழுங்கிவிட்டான். அது சிகைஇழை அமுதில் நெளிந்து உள்ளே சென்றது. அது ராஜனோடு வளர்ந்து மிகவும் துன்புறுத்தியது. மனித உடலே பல நிலங்களையும் குகைகளையும் கொண்டிருந்ததில் குக்குட சர்ப்பமாய் சிறகு முளைத்து உள்ளே பறந்து கொண்டு இருந்தது. அகி சிரமப்பட்டு காவேரியில் பிராணனைவிட நாகாய்க்கு வருகிறான். அசுரரின் பாதையான தென்செலவு உடுக்கள் சரிந்திருக்கும் இராத்திரி. இங்கே ஆழிச்சக்கரம் சுழன்றுகொண்டிருந்த சீனக்கனக புத்தர் படிமைக்குப் பின்னே. முக்தியடைய சிலையில் சுற்றும் சக்கரம். நூறடி உயரத்தில் கருங்கல்லில் இந்திரன் தூங்குகிறான் கூடவே விருத்திராட்சரன் வீழ்ந்துவிடாமல் வேறொரு பாறையில் புகுந்து அற்புத லக்ஷணங்களோடு வெளிவருகிறான். அகிச்சத்திரம் பின்பக்க தாழ்வாரத்தில் இரு திண்ணைகளில் நோவுற்றுச் சரிகிறான் ராஜன். அருகில் ராணியும் துயில்கிறாள். இரவானதும் ராஜாவின் வயிற்றிலுள்ள பெண்பாம்பும் வெளியிலுள்ள ஆண்பாம்பும் உரையாடலுக்கிடையே பிணையல் கொள்ளமுடியாமல் அரசனைச் சுற்றி முத்தமிட்ட உச்சிதங்களைக் கேட்டாள் ராணி. ஆண்பாம்பு பெண் பாம்பிடம் 'சுண்ணாம்பு கரைத்து சாப்பிட்டால் நீ இறந்துவிடுவாய்

என்ற விஷயம் அகிச்சக்கரவர்த்திக்குத் தெரியுமானால் உன் விதி அதோ கதிதான்' உள்ளே பறந்து பறந்து சிறகடித்து வருந்தியது பெண்பாம்பு. வெளியில் பிரமன் தலைவிட்டு நீங்கினோம் என இழையாகச் சுற்றி பாம்பாக மாறி விச்ராந்தியாய் உலவும் ஆண்பாம்பின் விற்றேத்தியான வாழ்வு எவ்வளவோ மேல்.

'அப்படியானால்...' பெண்பாம்பு பதிலுரைத்தது, 'என் பிரியமே... அந்தக் கசகச்சபலவிருட்சத்தின் கீழ் முளைத்த உன்புற்றில் சூடான எண்ணை கொட்டும் ஞானம் ராஜாவுக்கு ஏற்படுமானால் எனக்கு முன்பே நீ சீக்கிரம் மரித்துவிடுவாய். மேலும் நீ காத்துவரும் கதவுகளில்லாப் பெட்டகத்தில் நீலங்களும் கடல் அகராதியும் நாகரின் பொற்களஞ்சும் ராஜாவை அடைந்துவிடும். ஒவ்வொரு ராத்திரியும் அகிச்சத்திரத்தில் நாய்க்கடிபட்ட பெண் வந்து அந்த ஊளைகள் படிந்த பிரகூதிசப்புத்தகம் எடுத்து வாஸிப்பதும் அகில் வாயு வேகத்தில் அவள் பயணிப்பதும் நின்றுவிடும். இந்த அகிச்சத்திர செட்டிகள் கடல் வாணிபத்தில் அடைந்த நீலங்கள் உருண்டு பெட்டகத்தைச் சேரும் புதிர் எது? கடலை நீலத்தில் மூழ்கடிக்கும் நீலாயதாட்சி அதிசயமும் நின்றுவிடும். இந்திரன் நாகசாபத்தில் அகப்பட்டுக்கொண்ட பாம்புப் பாதைகளில் ஓடும் நீல ஒளி கருத்து மூடிவிடுமல்லவா' எனக் கசப்பைக் கக்கியது ராஜா வயிற்றில் உருண்டு புழுங்கி.

ஆனால் கதை கிளைத்து இந்திரன் நூறடிக் கருங்கல் பெயர்ந்து விருத்திராட்சன் அகியின் பாம்புருவடைந்து ஓர்சத்திரமாக உருமாறினான். அவனைக் கொல்வதற்கு வரும் இந்திரன் அழித்த அடிமைக் கூட்டம் தாசர், அசுரர் விருத்திராட்சனும் அகியும் வேறு வேறானவர். அகி குகைஇருளில் தன்னை வரைந்து கொண்டிருந்தான். அரவுடல் கோடுகளில் நெளிவும் மடிப்பும் ஏழ்நிலை கட்டிட வடிவமாக செதில்கள் சாளரங்களாக கதவுகளாக தொலியில் கரையும் சாயவேர் பலவூட்டிய நீலநகரமாக அசேதனப்பட்டான். குடைதளியும் வெளியுருவும் இணைந்த அகிப்பட்டணம்.

விருத்திராட்சனோ வான்பதமனைத்து மேற்பதம் முழுவதும் தாழ்வெலாம் தவிர்த்துச் சகம்அழியா தன் வாழ்வென இருந்தும் நிலைகொள்ளாது பரந்துகிடந்த ஓர் உயிர். பேருலகை உணர்வினால் அறிந்துகொண்ட வெளிதனிப் பாம்புரு. இந்திரன் கொல்லவரும் அரவுப் பாதையில் நாகரின் தலைநகர் தச்சசிலா மீது வாலும் தலையும் வைத்து வில்லாய் வளைந்திருந்தான். ஏர்க்கலப்பையில் கொழு முனையில் உதிரம் ஓடிக்கொண்டு இருந்தது. நாகரின் ஐம்பூத

அடக்காற்றலை வீடுகளாக நிர்மாணித்த தோல்வரைபடத்திலுள்ள சித்திரத்தில் எல்லா வீதிகளும் அரவாய் வளைந்து சேரும் 'பாம்புருவக் கற்களின் குறியீடு சொல்வதென்ன? எழுநூறு புலங்களில் இவ்வரசகுடி இடம்பெயர்ந்து செல்வதெப்போது? வடக்கில் யமுனை தொடங்கி தெற்கே நர்மதைவரை நாகமன்னர் அக்கசாலை வடித்த நாணயப் பொன்னுடல் தரித்தவை உருண்டு ஓடுவதென்ன? பௌத்தரும் சரியச் சரிய நாககுல வீழ்ச்சியும் நடந்ததெப்படி? வைதீகப் பகை இவர் ஆற்றலென்றால் சநாதனர் எழுச்சியால் இவர்களேன் வீழவேண்டும்?.

நாய்க்கடிபட்ட பாலத்தீனா அகிச் சத்திரத்தில் பிறைநாள் ஒவ்வொன்றிலும் நாகவல்லி பச்சிலைவாட்டி கடிவாயில் வைத்து இழைமாற்ற வருவாள். அவள் குழப்பங்களில் இந்திரன் அகிச்சத்திரம் நுழைந்தான். யுவனிடம் யுவனாகவும் யுவதியிடம் யுவதியாகவும் மாறினான். ஓரையின் நடுவில் தலைத்தெய்வமாய் இந்திரன். மூதேவி குறிக்கும் கேட்டை உடுகணத்தில் இந்திரன் ருதுவான கதைகேட்டாள் கடிபட்டவள். கன்னி ஓரையில் சித்திரை மீனின் தலைவன் இந்திரன் பிதிர் தந்தை. அந்நாள் மீனில் தச்சன் மூத்த தந்தை. இந்திரன் அகிச்சத்திரம் புகுந்து தந்தை ஆனான். தச்சனும் இந்திரனும் வர சத்திரத்தின் கிழக்கில் இரு திருணையில் வாசல் கதவு இரண்டாயிற்று. 'தச்சனின் மகனே இந்திரா' எனக் கேட்டாள் பித்துப்பிடித்தவள். சித்திரை மீனில் பெண் கூட்டத்திடம் அடைக்கலம் புகுந்தவர் இருவரில் யார் இந்திரன்?.

நாயின் தொண்ணூற்று ஆறுவகை ஞானமடைந்த பாலத்தீனா கன்னி மீனில் கிளிமாந்தா எனப்படும் நீரரமகளாய் உருமாறினாள். முகில்களுக்கும் மழைக்கும் இடையே நீரரமகளை ஏந்திச் செல்கிறான் இந்திரன். கிளிமாந்தா நீரினில் கருநிலை நிகழ்த்திய அற்புதம். நீரிடை உயிர்பல நிகழுறு கோரைகள் நீர்அகப் பூவியல் பசுமையால் நிலவினாள். நீரிடைச்சித்தி ஆனாள். கிளிமாந்தா, பாலத்தீனா ஈருடல் ரஸவாதி. அகி அவளுக்கு மகுவாப்பூ மதுகொடுத்தான். கடல் ஆமைகளாகத் தன் உடலில் ஓடுகளைப் பெற்ற இந்திரன் குதிரையின் நாற்பது பற்களைப் பெற்றிருந்தான்.

நாகவதனாவில் ஓடும் கடுவனாறு எதிர்ப்புறமாகப் பாயவைத்த நாகர் உயரத்திலிருந்து நதியை அளப்பவர். எழுநூறு புலம்பெயர்ந்து புவிகுடைந்து மூன்றுவருஷம் தூங்கும் நத்தைகள் எச்சில் பூசி நகரும் ஏடுகளில் ஒட்டிக்கொண்டாள் நீரரமகள். விண்மீன் அளந்து நிமித்தம் கூறும் ஏடுகளை மீனுரசியுரசி கோடுபடும் உடுக்கள் புதுமீன் வருகை யுணர்ந்தாள் நீரரமகள்.

பாலத்தீனாவைப் விட்டுப் பிரியாத கதநாய் பிரசூதிசகத்தில் ஓடும் மோப்பநூல். மரங்களில் வளையும் முடிச்சுகளில் நில மூட்டில் செதில்களாக அவள் உடல் மின்ன சாவைமுன்னுணர்ந்த பிரசூதிச மோப்ப நூலைக் கையிலேந்தி நிர்வாணமாய் வந்தாள் கிளிமாந்தாள்.

நாகாயிலிருந்து கப்பல் கிழக்கு நோக்கிச் சென்றால் எடை குறையும். ஆனால் பரவையில் கடற்சுழிக்கு அகப்படாத பாய் மரமில்லை. பரவையின் சூறாவளியின் திசைக்காற்று உள்நோக்கிப் பெருகி சுழலாக விரிவுகொண்டு விழுங்கிவிடும் வாணிபன் கப்பலை. ஆனால் அகியின் படகுகள் பழம்பாய் கப்பலும் கடலில் தோன்றும் ஒளிப்புள்ளிகளை வைத்து நகர்வதால் நீரின் குணம் உணர்வான்.

வேனில் முடங்க இந்திரன்உரு பருவக்காற்றாய் உருமாறி கோடைமழையானான். இடியும் மழையும் அவன் தேர் உருளும் ஓசை. சூரியனுக்கும் இதாஸுக்கும் ஏற்பட்ட பூசலில் இந்திரன் தலை யிட்டான். கடல் ஏற்ற வற்றத்துக்கும் காலக்கணிப்புக்கு காரணி யானான். ஆண்டைத் துவக்கும் காலச்சக்கரத்தில் இந்திரன் வேனில் முடல்களில் சுற்றுகிறான் பெருநிழல்களுடன். சந்திர ஓரைகளை வரைந்த நாகர் 'நிலவின்கடல்' என்றான் நீரை. பேயாக உடுகணங்களை ஊடுருவி வான் அலைவுறும் அகியே காற்றாகிறான். அகியின் மாய மையத்தில் இந்திர கபாலம் அதில் நீரரமகள் திரவமாகக் குமிழ்கிறாள். பெண்ணே சுரந்துகொண்டு இருப்பதால் உலகின் எல்லா இனங்களின் முகங்கொண்ட இந்திரன் எல்லா யோனி பேதங்களையும் உடல்மேல் கொண்டவன். இந்திர கபாலத்தில் ஓயாது மாறுமியல்பும் இயற்கை யின் வளர்சிதை மாறும் நிலவில் பெற்ற கடைசித்துளி புராண கால ஒரு நீர்ச்சொட்டில் ஆயிரம் நீரரமகளிர் உரு ஆகிக் கடக்கிறார்கள் இந்திரயோனியில். நிலவின் வறட்சியாகும் மெய்யுணர்வியலையும் கொண்ட ஒளிநீர் மாயம் இந்திர சிரசுவிடும் மயிர்குழற்சிச் சுருள்களில் ஓடும் நிழல்களில் ஒருவர்போல் ஒருவரில்லாத் தன்மையும் ஜீவரசம் பூசிய கபாலஏடு தொட்டதும் எரிதுளைக் கண்களில் வானவில் நீர்ப்பாம்பு நாசியில் புகுந்து கேளாச்சிரவத்துள் நுழைகிறது நாயின் பிலாக்கணம் வளைந்து சுழியும் பிரசூதிசப் புத்தகம்.

76

வெளவால் சத்திரம்

மழை இருளாய் வந்த தீயை அணைக்கவும் எல்லாம் இருட்டு. ஒவ்வொரு அம்பாகப் பெயர்த்து ஒரு நாகர் செல்லக் குதிகாலில் சரம் தொடுத்தான். கிந்தியோடியவன் பறித்த அம்பின் குருதி ஒளியில் கடக்கிறான். வில்திறம் அதிர்ந்த கானகம் எரிந்துகொண்டு இருந்தது. மழையைக் கட்டும் நாகர் தீயை அடக்கினர் பின்னே. நிலம், தீ, நீர், காற்று, ஆகாயம் என ஐந்து பூதங்களைத் தம் மந்திரக் கட்டில் செதுக்கிய வெளவால் சத்திரம் ஆவிகளும் தம்மை அழித்த நரனை அழிக்க அசுவசேனன் சிலருடன் தப்பி வனத்திலிருந்து வெளியேறினால் ஊண்சிலாலேகங்கள் தாமரையுடன் கூடிய தலாயிகள் தென்படும். சித்திரம் தீர்ந்த பட்டயக் கற்களை அம்பினால் கீறினான். பகழியால் கெல்லியெடுக்கையில் முதிய அரவு பூமிக்கடியில் சீறி அவன் தலையைப்படத்தால் பொத்தி ஆசீர்வதித்தது. நாகாஸ்திரம் குத்திநின்ற இடத்தில் புல்லூற்று தோன்றிப் பீச்சிடக் காயங்களை ஆற்றியதும் ஆராமத்துக் குளத்தைச் சுற்றி அவரமூச்சு. வெளவால் சத்திரம் நீரின் தேசல் ஒளியில் அசைந்தது. காண்டவ வனத்தீயில் தப்பிய நான்கு கருங் குருவிகள் சத்திரத்தின் நான்குவாசல் ஆனது. அங்கே தட்சகனும் தப்பிவந்து கைதட்டிக் கூப்பிட்டால் கைமேல் வந்தமரும். அவன் கை புனைந்த மூங்கில்கூண்டு எரிந்தபின் பச்சை பொங்கியது குருவிகண்டு. 'தட்சகா... எங்கிருந்தாய்..' 'விட்டத்தில் வெளவாலாய்த் தொங்கிக் கொண்டிருந்தேன்' என்றான். இக்குருவி எவையெனில் முன்னொரு சாதகப்புள் இறந்துவிட மந்தபாலகனெனும் முனிவன் அதன் உடலினுட் புகுந்து அதன் பேடுடன் கூடி நான்கு முட்டைகளை உருவாக்கினான். 'நரன் கண்ணைக் கட்டி தப்பினவோ' 'இல்லையில்லை... யார் கண்ணிலும் இமைப்பொழுதை ஊடுருவும் சாதகப்பேடின் மாய மையம் நான்கு குருவிகள் எனவே' என்றான் தட்சகன். நாகரின்

மாயமையமோ சேவல் கட்டுப்போர் அதன் சவிஸ்தாரங்களை எழுதும் சாதகப்பேடை ஓர் புள்ளுநூல் கர்த்தாயினி. கண்ட கனா சொல்லுமென்று ஏட்டை மடியில் வைத்து இந்திரன் பெற்ற யோனி பல இமைதாழ்த்தித் திறந்த கருவிழிகள் மெல்லத் திறக்கும் உருமாற்றம். 'சத்திரத்தில் உள்ளவர் யார்' வாசகர் லிபிவரைவோர் ஆமாம் அங்கே சோழிச்சதுரங்கம் சுற்றும் ஆட்டத்தில் பாய்ச்சிகளை உருட்டும் குருட்டுச் சூதாடிகள், போக்கிரிகள், கிராமத் திருடர்கள், வேசைமார். வாசனையால் கதைபோடும் பட்டு வாணியச்சி, மாலுமிகளின் களியாட்ட இரவுவெறி கதைசொல்ல அழைத்த சாதகப்பேடு. 'பூரானுக்கு பட்டைச் சீய்யான்னு பேரு...' அதை அடித்து விழுங்கிவிடும் மிளகாய்ப் பழக்கொன்றம். வௌவால் சத்திரத்தில் வெற்போர் கத்திக்கட்டு சேவல் மயில்கீரி யார்வந்தாலும் கிழக்கு வாசலுக்குள் விடாது. அந்தச் சத்திரத்தில் வாத்துச் சுருட்டு மச்சுச் செட்டி டிரேடு மார்க்.

உத்தமபத்தினி ஒருசொல் வாசகி வௌவால்சத்திரத்தில் பொய் யுறக்கம்போட்டு ஊஞ்சல் ஆடும் சீனக்கனகம் சொல்லும் சாதகப்பட்சி பறந்து மிதந்து பேசியது. தாசி ஒருத்தி சரசப் பொற்கோழி ஏந்தி வருகிறாள். சூதாடிகள் கைநீட்டி 'வாவா சீனக்கனகமே... என் மடியில் வந்து குந்துவே...'

கம்பி அடித்து கால்சங்கிலி கட்டிய சேவல் வடக்குவாசல். பல்வைத்தியரும் மகளும் தானிய மாவு பிசைந்து பாதாம் சேர்த்து பாம்புத் தைலம்பூசி சேவலுக்கு ஊட்டினால் விழுங்கும். வைத்தியனுக்கு மகள்தான் ஜாக்கி. அவளுக்கு சேவல் கிறுக்கு கட்டையை சாத்தி வைக்கும் வரை விடாதபித்தம் அது.

'சாவ எடலம் பத்தல - மிளகாப்பழம் பெருசு எதிரி சிறிசு. பட்சிக்கு பிடிக்கல. காயம் அசத்தும்' என வைத்தியன் ஓடிப்போய் சாவலைத் தூக்கி பச்சைப்பிள்ளையைக் கொஞ்சுவதெனத் தலையைத் தூக்கி தண்ணி கொடுத்து நனைத்து நீவி நீவி 'என் ராசா... என் உசிரே... எந்திரி... எழுடா... போட்டு எதிரியத் தூக்கு' கிறங்கிச் சொருகிய இந்திரன் செட்டைகளை நீவி மண் தௌந்ளி முகரவைத்து பாவலாக் காட்டிப் பிழைக்க வைத்தான். சொல்லிச் சொல்லி உயிர் உண்டாகும் இந்திரன் எழுந்தான். எதிரில் அக்னி. நரன் ஒரு சேவல் நளினம் வாகு நிறை தாக்கு பார்த்துவிட்டு தந்தையைக் கொல்லக் காலைப்பரசிப் புழுதியைக் கிளப்பினான். ஆயிரம்கண் சேவல் விழியுருட்டி போரிடுவதில் ஊடாடியது. நரன் பகழிக்கால் தப்பாமல் சில கண்ணில்

குத்தி குருதி உருவினான். இந்திரன் நீலவிழி இரண்டும் நெருப்புத் தணலாகும். இந்திரன் சேவலை ஒவ்வொன்றாய் நாகர்கூட்டம் விட்டாலே ஒருவாரம் தினங்கள் செல்லும். ஆனால் ஒருநாட் காலத்தை ஒரு கணமாகக் கழித்து ஓராண்டென்பதை ஒரு நாளில் அனுபவிக்கும் ஓடியாடிக் கூடிக்குலாவி வேட்கை மிஞ்ச இந்திரவிழாவில் திழைத்திருந்து தேவேந்திரன் நாகரின் கட்டுக்களத்தில் தானும் இறங்கி எதிரியாம் தன் புதல்வன் வில் விசயனைத் தோற்கடிக்க களம் ஏகித்தாவுதல். கத்திகளைச் சொருகி வந்த அக்னி கூர்முனையை ஒரு சொட்டுத் தண்ணீரில் அழித்த இந்திரன் ஒரு சொட்டில் ஆயிரம் கண்களை உருட்டினான். நாகாஸ்திரமான தட்ஷகன் சேவலாக உருமாறிப் பாய்ந்து வருகிறான் கட்டுக்குள். அதை கக்கத்தில் ஏந்திய கைசிவந்த கருணர் 'சாவபிடிச்சி சிறகு நீவி கத்திசுத்தி நூல்வளைத்துக் சீத்தைமுள் மாந்த்ரீகம் கருணர் நூழா இது போட்டுப் பாரு அக்னிக் கிழவா.'

இந்திரன் கத்திவிழி ஒளியடிக்கும் பட்சி சாமம் ரெண்டுமூணாகி நடைவந்து துயில் அடி. சாவு தாண்டுமுன் நீட்டுவால் சேவலைத் தட்டியது. குடைக்கம்பிகளாய் விரியும் சேவல் வால். நீவி பல்வைத்தியன் பீங்கான் ஏணத்தில் நீர் ஏந்தி ஜாக்கியை சூதாக நிறுத்தி 'அப்படிச் சேவலைவிடாதே...' கடவுள்மீது கால்வைத்த சேவற்போர். பதாகையில் பறக்கும் குருதிச் சேவல் கொடியைக் கிழித்து இந்திரனாகி விடும் சேவல் கால்வைத்த தடம்.

அதற்குள் மச்சுச்செட்டி குனிந்து சேவலைத் தூக்கி கத்தியில் பட்ட ரத்தம் துடைத்து தலையைத் தேய்த்து ஊதியூதி மந்திரித்தார். சாதகப்பட்சி திறந்துவந்த புள்ளுநூல் தாளில் விரல் ரேகை கோள்நிலை உருட்டும். கூறியவை நீங்கலாக ஏடு இற்றுப் பொடிந்தவற்றை எஞ்சிய சொல் கூறாமல் விடுவது சேவலில் மறைந்துள்ள நரனுக்கு நாடிவரும் சமயம் பார்த்து எழுதத்தொடங்கின சாதகப்புள் உலர்ந்த புறகளின் அரவுகள் சுருட்டிப் புணர கைநரம்பைக் கீரிப் பிடிக்கும் கிரகாதி ஓட்டத்தில் உறக்கத்தினுள் செல்லும் மரணத்தின் வாழ்நாள் பாதி சாம்பல் வடிவமாகும்... சாதகப்பறவை மெல்ல மெல்ல காண்டவச் சாம்பலில் இருந்து தாவரங்கள் தளிர்த்தெழ திடீர் படர்வருண ரெக்கைகள் அடித்தெழ அந்த நேரம் எடுத்த பட்சி வேறு.

நாய்க்கடிபட்டவள் கட்டுக்களத்தைப் பார்த்தவாறு பந்தயப்பட்சி பிடிப்பது அவளுக்குத் தெகைப்படாதிருந்தது. கிழிந்தகோட்டு அணிந்த இந்திரனுடன் சல்லாபித்து உருண்டாள். அவன் பைத்தியமாவதற்குள் முன் விழிகள் பல பக்கம் கரைந்து ஒளிமங்கிய களியாட்டங்களில்

சலித்திருந்தான். சேவலின் ரகசிய ரேகை முகத்தில் படர வியர்க்கச் சொன்னான். 'புதிர் பதினெட்டு நிலவு மங்கிய ஒளி வௌவால் சத்திரம் கவிகிறது. நிலவின் கீழே மிகப்பெரிய பூட்ஸ்கால் சேவலாக ரெனி தெகார்த்தே நின்றிருந்தான். சேவல் அதன் காலடியில் பெரிய நண்டு உடுக்கூட்டம் விண்ணில் ஓய்ந்திருக்கிறது. சேவல் மரணத்தை அரைத்தவளைகளாய் உடுக்கள் இருட்டி நெளிவதைக் கொத்திக் கற்கடகத்தைத் தவறவிடுகிறது. பூட்ஸ்கால் சேவலுக்குத் தெரிந்திருந்தது ஆயுட்காலத்தில் பதினெட்டுமுறை தோலுரிக்கும் உடுநண்டு உவாந்தம் உறைந்த காலநிலையை சேவல் தன் நாடிகளாய் எட்டுவைக்கும் கோள் பார்த்து பட்சி கட்ட நண்டு உடுக்கள் பாதையைக் காப்பதாக உத்தி ராயணத் திருப்பத்தில் அக்னிதழல்கள் காண்டவவனத்தை எரிக்க முடியாத ரகசியம் வௌவால்சத்திரம் கட்டட அமைப்பில் மயன் செதுக்கிய அபூர்வஹூர் நகரம் புதையுண்டு அதன்பேர் 'காண்டவப் பட்டணம்' அதைப் புள்ளுநூல் கீரிய சாதகப்பட்சி இறகு ஒவ்வொன்றும் ரகசியம். நூலைத் திறந்து வெளியேறும் சொல் எடுக்க பரிதி சேவலின் குறியீடு. உடுக்களின் சுழற்சிப் பாதையைக் காப்பதாக உருவகமான பூச்சிநாயும் கருப்பு நாயும் குரைத்துக்கொண்டிருக்கும் வடக்கு தெற்கு சத்திர வாசல்களில். உள்ளே ஊஞ்சலில் பாலத்தீனா இரு நாய் உடுக்களில் விளிம்பில் ஒரு பெண் உடுவும் சற்றே சிவப்பு கலந்த மஞ்சள் நீல கதிர் வடியும் உருக்கமான நாயின் விழி அவளையே பார்த்தது. பாலத்தீனா இந்திரன் சேவலை மடியில் ஏந்திப் படர்கிறாள். சேவலின் வாசனைகளுக்காக ஈந்த நாகரின் பச்சைச் சால்வை போர்த்தி மனிதனைத் தாண்டி யுக அழுத்தத்தில் பொருட் களாகவும் உயிரினமாகவும் நிகழ்வுகளாகவும் சுழற்சி இயக்கம் ஒருவரையொருவர் ஊடுருவி இந்திரனோடு சேர்வதில் உந்தி எறிந்த வேகத்தில் அழிவதும் ஐவகைச் சேவலாய் வெளிப்படும் குறியீடுகளை வரையத் தொடங்கினாள். சேவலைத் தொட்டதும் விசைகள் ஒருங்கிணைந்து ஒன்றையொன்று சார்ந்து இயங்கும் தாவரங்களின் ரகசிய இயக்கத்தில் உடுக்கள் வழியும் பச்சை பிளாஸ்மாவை பாப்பிரஸ் தாளில் பூசி முத்தமிட்டாள். விசையின்மை ஒருங்கிணைந்து ஒன்றிலிருந்து மற்றொன்று உரு அடையும் ஜனனமும் ஒன்றையொன்று அழித்து நிகழும் தீச்சேவல் அக்னியென்றால் உலோகச்சேவல் நீர்ச்சேவல் இந்திரன். வனமரச்சேவல் காண்டவ வனம் என்றால் நிலச்சேவல் நாகர் இனம் என இணையியக்க வட்டம் எதிர் இயக்க வட்டத்தில் தீமை பயக்கும். சாம்பலாய் கங்குகள் விதையாய் குளிர்ந்த நிலத்தில் எந்த நாளில் எந்த வித்திட்டாலும் விளைவுண்டாகும்.

காண்டவம் தாவர அபிதானம் ஆனது. பாணப்புட்டிலைச் சுமந்த நரன் ஓராண்டு ஈருடல் ருதுவாய் அரவினால் சூழப்பட்டு அதன் வால் நெளிவால் உடல் நளினமுற்று வெட்கமடைந்தான். மாவீரனும் வெளவால்சத்திர உடல் அமைப்பு இருபால் கண்ணியத்தில் கலந்திருக்கும் மாயமையம். பகழியை எய்திவிட்டு வெளவால் கூட்டத்தை விரட்டவும் இருளின்மீது கிரீச்சிட்டுப் படிகக்கோடுகளை வரைந்து சிரித்தது. வில்விசயா... நீயும் இங்கே தலைகீழாகத் தொங்குகிறாய்... ஓராண்டு காலத்தில் ருதுவுடல் ஏற்று நாகரைக் கொல்லாமல் தாமசிப்பாய்' என மந்தபாலனெனும் முனி சாதகப் புள்ளூநூல் புரட்டி சொல்வனம் ஏகினார்.

கருங்குருவிப் பேடாகிய ஒன்றுக்கு சூதகாலமானதாலே 'நான் முட்டையிடுவதெங்கே... காண்டவம் எரிந்த சாம்பலில் எங்கே வைப்பேன்! கருகாத களந்தை மரத்தூரிலே தட்டான் ஒன்று ஒட்டிக்கிடந்தது. அதன் தலையே விழியாக இருப்பதால் தானிருக்கும் அடவியும் சொல்லிப்பறந்துவிட்டது. 'இங்கே நீ முட்டை இட்டால் காண்டவ வனம் தழைத்துவிடும்' என்றாள் நாகவல்லி.

ஒல்லாந்த மாணாக்கியரும் அவள்கூட வர வெளவால் சத்திரத்துள் நாய்க்கடிபட்ட பாலத்தீனா இளவரசி மெலிவுற்று அருவத் தோற்றங் களில் பித்தாகி ஞானமுற்றாள். அவள் சயனக்கட்டில் கிறீச்சிட்டு அழுதது. பழந்தின்னியொன்று இரக்கப்பட்டு அத்திப்பழம் கொடுத்தது. உலகின் மூப்படைந்த ஆமைக்கும் சூரம்பழம், இலந்தை, நுனா, ஈச்சை என்றால் தித்திக்கும். நிலவு என அர்த்தப்படும் கிழட்டாமை பூமியின் ஓரங்களில் புராணம்பேசி கதையை மாற்றிவிடும். வானில் உடல்வளைத்து நில ஒளி அருந்தும் அகி உடல் பிழிந்த இச்சையும் மருந்தாம். கிழட்டாமை பிறையொளி மறைப்பில் உவர்ந்திருந்த எருக்கம்பூக்களைப் பெண் சிகையிழையில் கோர்த்து 'காட்டுக்கல்லும் பேசுமே...' என சடங்கில் உதிர்த்தது. கடிபட்டவள் மயக்கம் தெளிய வில்லை. தேய்பிறை இன்று. இக்னியுமா குளவிகள் உப்பிலிருந்து இளவரசி கைச்சந்தில் மேகலையில் கூடுகட்டும். வண்டு சிலந்தி கம்பளிப்புழுக்களை கொடுக்கால் கொட்டி மயக்கநிலைக்குக் கொண்டு வரும்வேளை மெல்லக் கண்திறந்து புழுக்கூட்டம் வெளவால் சத்திரமெங்கும் ஆய்வதைப் பார்த்தாள். படுக்கையிலிருந்த சீலைப்பேன் 'குளவிக்கூட்டம் கொட்டிவிரட்டியது என்னை...' அலாடல் எனும் தலைப்பேன் கருநாற்றில் இறங்கிவந்து 'நீ எந்தப் பிரதேசத்திலிருந்து எழுந்தருளினாய் பெண்ணே. துன்பப்படுகிறாயே என்று அழுதேன்' 'இத்துயரினின்று ஏதேனும் ஒரு பரிகாரமுண்டா

அடலால். உங்கள் பேன் இன பந்துக்களை ரட்சித்த ஆண்டவர் யார்' 'சூளமித்தியே மனம் சலித்து வருந்தாதே. இந்த சத்திரத்தில் விளக்குத் தூண்டும் திரிக்காரி தத்துரு என்பாளின் அடிமை அழுக்கி லிருந்து சிருஷ்டிக்கப்பட்டோம். தாசிமார் பலருக்குள் வாசனைதேடி பல்லிருங்கூந்தல் வாசியாம்' 'தாசி நீ ஒரு கதை சொல்லுதல் கேட்டல் வல்லையோ' என்றாள் பாலத்தீனா. அவளுக்கு பேன்களிடம் ப்ரீதியாயிற்று. 'நான் கதை சொல்ல அறியேன். ஆனால் கேட்க வல்லேன்' என்று கூறக் காண்டவத்தீக் கொழுந்தில் பெண்டிர் பலரும் சூர் அடைந்து வெளவால் சத்திரத்தில் அடைக்கலமடைந்து அரூபத்தில் நடமாடுகிறார்கள். நாம் நினைத்தபடி அவர்களில் ஒருத்தி கதை சொன்னாள். நாளைக்கு இதிலும் அழகிய கதை சொல்கிறேன் என்று நித்திரை கொண்டாள். உறங்கும் கன்னிமாரெல்லாம் நத்தையென வருஷம் மூன்றாகியும் துயிலெழிவில்லை. உடல் இருந்தால்தானே சீக்கிரம் எழமுடியும் என்றது அலாடல் பேன்.

ஆனால் ஒவ்வொரு ராத்திரியும் வெளவால் அடைவதற்குவரும் கீச்சொலிக் கருங்கோடுகள் பழங்களின் கசிவாக இருட்டு. சத்திர லாந்தர் விளக்குகள் மிகப்பழைய அகல் ஒளியில் பாலத்தீனா 'ஹர்தூஸ் நிகாபெர்ட்டன்ஸிஸ்' நூலில் குறிப்புகளை எழுதுகிறாள். புத்தகக் கீறல்களில் கசியும் கனிவாய் பல்லிவாக்கில் நம்பிக்கையாகி நாகரின் மாயமையத்தில் சலனமானாள். வெளவால் சத்திரத்தின் அடியில் உடுகணங்களை மாற்றும் நட்சத்திரக்கைத்தடியுடன் மூதிரை எனும் கிழவி பேய்நடமாடும் நள்ளிரவில் அகன்ற வானில் விளங்கும் பல்வகை உடுக்கூட்டத்தையும் தன் கீழ் அடக்கும் தெய்வங்களிடம் உரையாடுவாள். ஒவ்வொரு நாளும் நிலவறையிலிருந்து குளிகைசெய்த மருந்து கொண்டுவருவாள். சத்திரத்தின் கீறலில் கல்லொடு செங்கற் சிப்பிகண்டு வேறொரு விரிசல்விடும். அரணையும் பல்லியும் புழுச்சிலந்தி வண்டும் சடைப்பூராண் வேகமாய்ஓடிவரும் பாழடைந்த வெளவால்சத்திரம். எண்ணைப் பிசுக்கான கதவுகளைத் தொட்டால் ஊழ்பிடிக்கும். பூட்டுகளோடு வந்த மனிதர்கள் துருப்பிடித்த சாவிகளை மூதிரையிடம் விட்டுச்சென்றதால் அவள் இடுப்பில் சாவிக்கொத்து கிணுங்கும் ஒலியில் அவள் நடமாட்டம் கேட்கும். தமர் விழுந்த காகிதத்தின்கீழ் கீறல்விடும் பழைய பட்டணத்தின் வாசனை அங்கு பரவியது. சுரிகுழல்களில் வெட்டுக்கிளி வந்தமர்ந்தது. தேனீக்கள் பல்லிருங்கூந்தலில் அடைகட்டும். கூட்டுப்புழுக்களுடன் நெளிந்து தூங்கி முணுமுணுத்தது சத்திரம்.

'இக்னியுமாக் குளவிகளின் தீண்டல் என்னைப் போதையூட்டும்

ஊசிகளாய் பாய்கிறதே... என்னை இரையாக்கி இழுத்துவந்தாள் நாகவல்லி. எழுத்துப்பூச்சியை என்மேல் வரையவிட்டாள் சூனியக் கிழவி மூதிரை.' வெளிவந்த மூதிரை குனிந்து நோய் கண்டவளிடம் முனகினாள் குளவியின் குணங்கலில். 'நாகவல்லி இந்த இடத்தில் எல்லா இடத்தையும் அடைந்தேன், சுவர்க்கீறலில் வெளிர்சிவப்பான நகரமொன்று கரைகிறது. குளவிக்கு இரையாகக் கிடக்கும் வண்டு நான் இறந்துவிடமாட்டேன். இந்த ஆதிமயக்கத்தில் சாம்பல் முள்முளைத்துக் காடான காண்டவப்பட்டணத்தை பொந்துகளில் நுழையும் பாம்புகளின் நெளிவில் பார்த்தேன்.'

காண்டவ வீழ்ச்சியில் எரிந்த தூரிலும் வேரிலும் என்ன வகையான சுருதி சேர்க்கிறார்கள் என யாரும் அறிந்திருக்கவில்லை. சத்திர நிலவறையைக் கடந்தால் சிதிலமான கப்பல்துறை. அதில் நொடித்த நாகவணிகர்கள் உதிரும் மணல் அறைகளில் இருக்கும் மனித இருப்பை குலைவுறச் செய்யும் அம்பு ஒன்று ஊடுருவி வந்தது.

முத்துக்குளிப்பவரின் பாதம் ஒரு வளரியெனக் குறுகியுள்ளது. சிறகுகொண்ட கடல்நாகர் கடல்மேல் எழும்பி கப்பலைச் சுற்றிவரும் சாவின் விளையாட்டு. உதிரும் வெளவால்சத்திரம் உடைந்த சிறுகப்பல் மரங்களடுக்கிய தாழ்வாரம். மயக்கத்தில் புரண்டவள் முணுமுணுத்தாள். நாகவல்லி நோய்பீடித்த தெய்வத்தன்மையில் செடிகளைக் கெல்லும் ஞானதிருஷ்டியில் இடர்களும் வலிமையும் கற்பனையும் கொண்ட நாகரின் ஜோசியக் கார்டில் சித்தரித்த வினோத தாவரங்களை நுகர்ந்து ஆரூடம் சொல்லிவந்தாள். ஒவ்வொரு காட்டிலும் ஒளிந் திருக்கும் செடி இனங்கள் வேறானவை. வரையப்பட்டிருந்தாலும் நிலவில் மூச்சுவிடும் ஸ்திதிகொண்ட தாவரங்கள். நாகர்தேச மரபில் ஸ்கராப் நண்டுச் சித்திரவகையில் 18 முறை கூடுகளை உடைக்கும் ஒலி. வாழ்வின் நிலையுறுதியற்ற இருப்பைக் கூறுவதாலும் நாகவல்லியின் பேய்பீடித்த வெறுப்பும் வாக்கும் நாக உலகில் இருப்பவை. இந்த யுவதி முற்றிலும் நாகரின் தாவர அபிதானங்களில் மறைந்துள்ள ஆன்மாவின் குறியீடு. இவளுடன் சேர்ந்து ஜனித்த மகரயாழ் மரண விருப்பத்தை உள்ளுணர்வில் மாயமாந்ரீக நிலவுப்பாதையில் அதிர நோயாளிப்பெண்ணைக் கன்னிமாரிடம் கூட்டிப்போன வெளிச்சம். ஒருவகைத் தொல் நோயினால் அவதியுறும் பாலத்தீனாவுக்கு பழம் பண்பாட்டு விளக்கங்களைப் பிதற்றி வெளிப்படுத்தும் பாடல்' மணல்சரியும் பிறைமேடுகள் முப்பது. நிலவின் மேல்பாகம் இருட்டு. அலை யலையாய் திரியும் கன்னி. தனியாக விளைந்த சோழிகள் கவிழ - குறிபோடும் ஆவி ஒரு மூதிரை.

இதுவரையாரும் அடைந்திராத சொற்செறிவில் பாடினாள். துளைத்து வரும் அம்பு அபகரித்த காண்டவ வனம். மூதிரை நேத்திரத்தில் அகப்பட்டுக்கொண்டாள் பாலத்தீனா. மெய் உருகும் சூனியக்காரி உவர்வெளியில் வெளுத்த நிலவுடன் போகிறாள். மீனின் உடல் தேய்ந்தகோடு சொல்லும் 'அழிந்த சத்திரக்கசிவிலிருந்து மணலில் பிழிந்த நகரம் ஒன்றுதெரியும். தாகமே ரத்தக்கிண்ணம். பயணத்தின் நோக்கமாக வந்தவள் உறையும் வௌவால்சத்திரத்தில் மணல்விரக்தி துவர்த்த ருசியில் பரவசமடைகிறாள். முடிந்தவரை பாலத்தீனா கடினமான மூலப்பொருளுடன் தன்னைச் சிக்க வைக்கிறாள் என ரெனிதெகார்த்தே லெஜ்ஜை படுகிறான். நத்தை ஓடுகளின் பிரதேசம் இருட்டு சலனமடையும் லாந்தர் விளக்கில் அழிந்த நகரின் உறவினர்கள் நத்தைச் சுரியலில் தொட்டுவரும் தோற்றம். வௌவால் சத்திரம் சென்றவர் நாடு திரும்பியதில்லை. 'நீயும் வருகிறாயா என்னோடு' என கோரைக் காற்றைப் பருகும் தாழ்வாரங்களில் நாடோடிகள். உவர்கடல் புகுந்து மறையும் செட்டியின் பாடலில் சத்திரப்பூனை கடந்துசெல்கிறது வெளிச்சத்தை. அவள் சருமத்தைத் தொட்டுத் திரும்பிய நாகவல்லி மணல்நரம்பை வருடினாள். சுரத்தில் கசியும் எறும்புகள் கீறல்களில் வழிந்து முடிவற்ற உப்புவெளி செல்லும். அப்பெண் உடல் உதிர்ந்த குளவிமண் துளைகளில் புகும் பருவ உறக்கம். சர்ப்ப பிஞ்சுகள் முத்தம்பட்ட வௌவால்சத்திரம். நீண்ட நாள் ரோகிகளுடன் பாழ்படர்வில் நொறுங்கும் ஒலி. இருளிலும் உறைவிடம் கண்டுவிடும் ரோகிகள் வருகிறார்கள். ரோகிகளை முத்தமிட்டுச் சுற்றும் வௌவால் ஒன்று பேசுவது கேளும்.

'தீநீர் மரத்தின் உச்சியை அடைவதெப்படி?' பாலத்தீனா கேட்டதற்கு 'நீர் அண்மித்த அணுவுள் பிண்டத்தை ஊடுருவிச் சேரும் புகைமரம். அதில் ஆண்டலைப்பட்சி குக்குட சர்ப்பத்தை காலில் தூக்குதே பார்...'

வேதாளப் பறவையை முதுகில் வரைந்த பாலத்தீனாவை சத்திர ஆவிகள் சரசமாட மரணத்தின் உள்ளிருக்கும் காண்டவ வனம் அவளுக்குத் தோன்றலானது. அந்த நாகலோகம் கருகாமல் கதைசொல்லி வந்த வௌவால் 'ஒரு தேவதையின் நகரத்தில் இன்னொரு தேவதை, ஒரு தேவதை இன்னொரு தேவதைக்கு வழிவிடமாட்டாள்.'

'காட்டுப்பழந்தின்னியே... ஓலைச்சுருள் வாசகத்தை உள்ளவாறு சொல் எனக்கு. நாகவல்லி கொண்டுவந்த சுவடிப்பெட்டியின் சாவியெங்கெ.'

'நீ பாக்கு வெற்றிலை சுண்ண டப்பியை வைக்காமல் சொல்ல மாட்டேன் உனக்கு' காகம் வலமாக கடுகி வழிவிட்டது. கதையில் கொம்பேறும் காகம் ஓலை கண்டு உருட்டும் கல்விழி பால்மர நாவாய் சிமிட்டும் கடல்விளக்கின் நுரைச்சுழலில் வசனங்கள் சொல்வதற்கு மாயச்சுருள் எழுதிவந்த சூனியக்காரி மூதிரை சோழி சதுரங்கச் சித்திரங்கள்தீட்டத் தொட்டதெல்லாம் பட்டுப்பட்டா வளிகள். சதுரமணிப் பலகையில் மரணமும் குனிந்து பாய்ச்சிகளை உருட்ட சத்திரப் பதுமைகள் கதை போட்டால் கிழட்டாமையைக் கூப்பிடும்.'

'மனிதனிடத்தில் இல்லாத வனஇயற்கையில் நிழல்படாக் கதா மாந்தரும் தோன்றிவந்தார். இயற்கையிலுள்ள தைலஉருக்கள் பழம்பெரும் நாகர் பண்டுயுக மூப்பில் சுருங்கிய தோலால் மூடியிருந்தது தன்னை. பரந்து அகன்ற சமுத்திரத்தை அடிவயிற்றில் சுருக்கி வைத்திருக்கும் கிழட்டாமை பிரபஞ்ச ரகஸியத்தில் உழல்வது. ஆழ்ந்த சிந்தைவயப்பட்ட ஆமை நாடோடிக் குடும்பத்தோடு வற்றிய காண்டவ வன தடாகத்தில் சித்ரவதையில் குட்டிகளுக்கு சாவா மை பூசிவிடும்.'

77

தாத்

பிளக்கும் கருநாக்கின் இடைவெளியில் நகரம் ஒன்று வட்டமாய் சுற்றித் தன்வாலை விழுங்கும் தாத் அரவு இமையா விழி களுடன் தொலைநோக்கும். நஞ்சைச் சுருக்கி வைரமாய் உமிழ்ந்தது. தோன்றுவதும் மறைவதுமான அவ்வூர் தாத் எனப்பட்டது. இது முன்னோர்களின் ஊர். உடம்பில் வளைந்த சிகப்புநிற வட்டங் களையும் வீதிகளில் பாம்புச் சின்னங்களையும் முற்றத்தில் புனைந்த மண்பாதை வளைந்து நெடுந்தூரம் சுற்றித்திரியும். தாத் கோயிலுக்கு எளிதில் செல்லமுடியாது. நாட்படு தேறலைக் கொடுத்தால் ஈர்த்து விடும். அபினிமயக்கம்தரும் கூரை எங்கணும் ஏழுதலைப் பாம்புருவங்கள் அறுநூறடிச் சதுரத்தில் நூற்றெண்பது அடி உயரத்தில் வடிவமைத்த கட்டிட அமைப்பு. கோயில் முழுவதும் கருவறை. கோயில் கூரைகள் தேன்கூடுகளின் துவார அறைகளாய் பாம்பு வெளிச்செல்லவும் உள்ளேவரவும் சுதந்திரம். தாத் நகரம் கடலில் ஓர் மணல் தீடையில் தோன்றியிருக்கும். புகைமரம் மேல் எழுந்து பேசியது.'பழைய எலும்புகளை உருவாக்குவதற்காக நாகர் வருவார் இனி. சேவலின் கடைசி இறகு டைனசரஸுக்குள் போய் மூழ்கி குறும்பூழ் சொல்லக்கடவது. கதாந்த பச்சிலை மந்திரம் பிசைந்து காயங்களைப் பூசி ஒட்டும்போது தையல்போட்ட நூல் சடைப் பூரானின் ஆயிரம்கால்கள் உடல் தழும்பாக மாந்த்ரீகம் தீயெனப் பைத்தியம் பிடித்த சேவல் விண்மீன் புள்ளி இறகு சுழல்வரையும் தாத் விதி.'

கிளிஞ்சல்களில் ஒலி எழுப்பிய தாத் மேல்வரும் குடிப்பெயர்ச்சி நிகழ்ந்த கிழக்குத் திசை சங்குநாதம் படிந்த கடல் இரவு வெள்ளிய தடமாய்ச் சரிய பழந்தீ படர்ந்த காண்டவப்பட்டணத்தில் நீளக்கிடந்த அரவு படிந்த தெருக்கோழிக்கும் நரிக்கும் பகல் இரவு பட்சி,

நிலத்திலிருந்து வானம் கீழே விழுவதாய் தாத்கோயில் சுவரில் வரைந்த நாரைகள் நம்பிக்கைபோல.

கோழிமுட்டைக்குள் புகுந்து கடலுக்குள் செல்கிறாள் கடவுள், அவள் குரல்மெலிவுக்கும் மெலிவான செவியுள்ளூறுத்தும் ஆவிகளால் முணுமுணுத்த வாக்கு எனவரும் சொற்தொடர் முடியாமலும் ஈண்டு அதனால் இப்புட்களின் போரைப் பற்றிய புள்ளூநூல் சாதகப்பட்சி சிறகில் விரிந்தது. அப்போரில் கோழிஅரசன் சேவல் முதுகையும் வர்ணக்கிண்ணங்களில் குழப்பி வரைகிறாள் பாலத்தீனா.

கோழியரசன் வென்ற சாவகம், ஸ்ரீவிஜயம், மநக்கவரம், சீனாவில் பெற்ற சாம்பான்சுவந்திரம் எல்லாம் கடல்வழிப் படையெடுப்பு. தாத் வழிபாட்டில் எதிரியும் சரண்புகுதல். அலையும் கடல்மேல் யானைக்காதுகள் அசையச்செல்லும் கரிய பயணம் விசயாகார தோரணம்பற்றி மலையூர் தொட்டு திரும்பிப்பிடித்த தீவுகள் கூடவர ஒரு யுத்தத்துக்கு தாத்திலிருந்து கிளம்பிய கப்பல்கூட்டம்.

போரில் சேவலின் மரணம் கண்ணாடியாக இருந்தது. கண்ணாடியைச் சேவல் பெண்ணாக்கினாள் தாத். இன்றைய பயணி இருப்புப் பெயர்ந்தவன். நிழலற்ற தாத் மக்கள் மகரத் திருப்பத்தில் ஜனித்தவர். பாலத்தீனாதன் குழுவுடன் இங்கே வந்ததும் கற்களின் மீது உறங்கினார்கள்.

நாக அரசன் கடலில் ஓர் இடத்தைப் பார்த்தான். அந்த இடத்தில் தாத் அமைத்தான். ஓர் நகரத்தை உள்ளடக்கும் கீழ் உலகம் அலையிலிருந்து பாதுகாக்கப் புயல்படாமல் தீராமல் இடியும் முறுக்கிய நடுக்கம். திமிங்கல முதுகுவடிவங்களைக்கொண்ட கவிகை மாடங்களாகச் செதுக்கி மணற்பாறைகளில் அமைந்த சந்திரப் பிறை. இயற்கை சீறிடும் தோற்றம் கடல்வரை தெளித்த சுவர்களில் எத்தனை வடுக்கள் கீறல்கள் அரிமானத்தில் வரைந்த சரித்திரப் பிளவில் கசியும் கதாபாத்திரங்கள் வழிப்போக்கன் மனதைப் பறிகொடுத்து விடுகிறான். வெள்ளைப் பாறைகள் மெல்ல மெல்ல பாசிபிடித்து நத்தை ஓடுகள் ஒட்டிக்கூச்சலிடும். கால்பட்டால் சரிந்து வெளிர்சிவப்பு நகரமாகக் கவர்ச்சிகொள்ளும் செம்பராட்டங்கல் அடுக்கிய கட்டடம் சிவந்த விதி.

தாத்கோயில் வாசலில் கல்நீர் ஊற்றுகள். பாறையைக் குடைந்த நீரூற்றை ஓடச்செய்தாள். தான்தோன்றி ஊற்றுகளிடம் செல்கிறீர்கள். தாத் இருப்பும் கல்நீர். அதன் தொனிகேட்கப் பாம்புகள் பின்னிய புணர்மூச்சில் நினைத்த பூவின் வாசனை வரும். கல்லான மனிதம் மெல்ல உருகும் ஊற்றாகிறது. தொனியில் நன்னிமித்தம். சர்ப்பகந்தி

வேரில் சொட்டும் ஒரு ஈரம் உள்ளுணர்வில் படிந்தது. தலைமுறை செழிப்பதற்கு ஆண்மூச்சுக்காரியின் கருவில் ரஞ்சிதம் பூத்ததும் உதிர்ந்தது. வாலால் கோடுவரைந்த தடம்பார்த்துச் செல்லும் தூரத்தில் கானகம் விழிவழிகிறது. உடற்கட்டுகளில் எத்தனை அழகியல் ஈர்த்த மறதியின் ஆழத்தில் இருப்பவையும் கூடவரும். தாத் யௌவனம் மாறாத பேரழகியாம். ஆவிவரும் பாதையில் அவளும் நெளிந்து ஒயில்பட பெண்களும் தோன்றி இறந்தவரெல்லாம் இளமையில் மறைந்த வனமெல்லாம் அதே தோற்றத்தில் இச்சையில் வளர்ந்துவிடும் பாலுணர்வின் தொடக்கக்கதை இப்பூமி சுற்றிப் பச்சைக்கோடு கதை ஒன்றாய் வரைந்து படர்கிறாள் தாத்.

தாத் துறைமுகத்துக்கு ஏற்றதல்ல.தென்கிழக்குத் தடக்காற்று யுத்த்ததால் ரத்தவாடை வீசியது. மணல் வாரி இறைக்கும் கதவைப் பிடுங்கும் கிடுகிடுப்பு. பஞ்சகாலத் திருடனாய் காற்று இருண்டு ஒரு உருவத்தை எடுத்துவிடும். பல கப்பல் மூழ்கியதில் ஆம்பொரா ஜாடி களைத் திருடும் சுலுக்கியர் மூழ்கி அலையும் திமிங்கலம். எதையோ புதையல் தோண்டிக்கொண்டிருந்த காற்று ஊளையிட்டுச் சொல்லிவிடும்.

நாகரின் புள்நூலில் ஓடும் நாடியைப் பிடித்து ஏடகம் அவிழ்த் தான் கோழியரசன். தகர்வென்றி, யானைவென்றி, சிவல்வென்றி, (செவ்வல்) ரோகம்பிடித்த புறத்துறைஏடு வெண்பாமாலைப் பாடல் பெண்டிர் குலவை ஒலிக்குள் சுருள உலுஉலு...வெனச் சுற்றும் ஓசை. சேவல் நிறங்களில் போரின் களப்புழுதி சிறுவர்கூட்டம் சேவலைச் சுற்றி வேடிக்கை பார்க்க டைனசாரின் உயிரியல் தொடர்ச்சியில் கற்காலப் பேருயிர் தாத் கடவுள்.

பூமியின் கனமான ஜனனம் தாத் எலும்பில் சேவல் உரு எடுத்து தாவிச்செல்லும் பாறைக்குப் பாறை பேருயிர் நிழல் அச்சமற்ற பழங்குடி. ரெக்கைப் படபடப்பு. அந்தரத்தில் பாயும் தாத் இறகுத் தீ. அவள் எரிதரு நுதல்விழி பொங்கும் பரிதி சரிந்து சேவல் அவ்விடம் மறையும் தாத்கோயில். கையில் அவள் மூலிகை வீசி வீசி சேவல் பித்தர்களை மந்திரிக்கப் பேதலித்தவர் பிணியை ஊதியூதி விண்ணில் அண்ணாந்து ஆவியருடன் உரையாடி மெல்லுகிறாள் மூலிகை. கல்வத்தில் பச்சிலை நசியம் அரைத்து கந்தமூலம் சேரக்கசியும் ரஸக்கட்டு, ஆயிரம்வேர் பதிந்த சுவரில் நீர்விட்டுப் படர்ந்த தாத் துளிர்க்க தாரையாய் கோடுபடும் நகரம். உச்சிவேளையில் கட்டு வைக்கும் சுலுக்கூட்டம்.

மரப்பெட்டியில் அடுக்கிய சத்தகாண்டம் புள்நூலும் களவுநூலும்

பூர்வ ஆவிகள் வனாந்திரம் வர மூலிகை சொல்லிக்கூப்பிட்டால் வரும். வண்டிகட்டி கொண்டுவந்த பெருநோயாளிகள் திருணையில் படுக்க உறக்கம் விடைபெற்ற ராத்திரி பாம்புப்பாதைவரும் சேவலைத் தொட்டால் சுருங்கும் அரும்புகள் இறகின் நிறஅடுக்கில் மாறும் உணர்நிறம் பொன்கொன்றம், மிளகாய்க்கொன்றம், வெள்ளிரெக்கை எடுத்து எழுதிய சேவல்கூறு தாத்வாக்கு. விரல்வைத்த வாசனையில் சித்திரப்புள்ளிச்சேவல் ஊரை மயக்கும். கடரேகையில் பரிபாஷை எழுதினாள் கிளிமாந்தா. பட்சி அவளை மெல்ல நுகர்ந்த நுனிநாசி சேவல்பெண் மடலில் கைகோத்த சுலுக் யுவனொரு சேவல். நவதானியங்களில் நகரும் நொச்சி இலைவடிவ சேவல்கால்.

வெள்ளிக்காட்டுச் சேவல் கேட்டு தாத் அசரீரி, பறக்கும் வல்லூறு வசைபாடல். 'இருளில் எல்லாச் சேவலும் சாம்பல் நிறம்' என்றான் சுலுக். காட்டு விலங்குக் கிளையில் வேறான வழிநடந்த சுலுக் இனம் களவுநூல் அதன் வேர், சுலுக் நகங்களின் வடிவம் கப்பலை உரசும் தூரத்தில் வளரும். ஒன்றையொன்று நோக்கிச்செல்லத் தனக்குள் கழுத்தை வளைத்துப் பிணையல். புதைவடிவ இறகு ஒரு கூழாங்கல். பேசும் விசை. நீர்தொனி இறகைப் பிடிக்கும்.

மணற்பாறை அகழ்வில் சுலுக் பழையோர் வருகை. தாத் கோயிலில் சீனக் கனகம் இருந்தாள். நீர்த்துளிக் கணிதன் ஒரு கண் சிதைந்த தட்ஷகன் ஒன்பது மணிகளையும் தானியங்களாக்கிக் கொடுத்தான். தாத் கோரைப்புல் ஆரம் அணிந்து கண்ணாடி உருமணிகள் ஆட ஆணைப் பெண்களிடமிருந்து வேறுபடுத்த முடியாது. ஆனால் தாத் ஆமையின் உலர்ந்த கால்வடிவங்களைத் தாயத்தாக அணிவதில் சுலுக் பணிந்தான். உலகின் சாந்தியை பேய்முனை பார்த்துக்கொண்டிருந்தது. ஒலிகளற்ற இயற்கையில் நீந்தினான் சுலுக். அவன் டைனோசாரின் உருமாற்ற வடிவத்தொடரில் சேவலுக்கு முந்திய உருவினன். அவன் நிழல் ஓடைகளில் வாழ்வதாக நிழலற்று வருகிறான். கையில் சேவல் பாம்பு அதை டிராகன் என்று சொன்னாலும் அப்பெயரை அவன் மறுபடி உச்சரிக்கக்கூட இல்லை.

யாரும் தொட்டுணராத முகம்படாத புராணகாலத்து நீரை தாத் வைத்திருந்தாள். ஆவிகளைவிடவும் மூத்த நீர். அது முணுத்தது கிழவியாக. ஒடி இனமும் மூத்த நீர். அவன் தலைமேல் கொண்டையில் சொருகிய சீப்புகள் மறைபொருளாய் ஆற்றல்கள் இருப்பதால் சுலுக் நீரின் தேசல் ஒளியிலிருந்து வந்தவன். பசுந்தாள் நீர்ப்பூச்சிகளைப் பறித்து ஒவ்வொருவர் உடலுக்குத் தக்க வரும் வாசனை அகராதி.

அதை உணர்ந்தே பழகினான் சுலுக். சேராத வாசனையோடு சேர்ந்தால் சுலுக் மரணம்.

புராணகாலநீர் மனித உருமலரச்சி அடைவதில் சர்ப்பவுடல் பிரியாத நாகரின் நிழல் அதில் பத்திரமாய் இருந்தது. கோரையின் நீர் பூண்டிலிருந்து எகிப்தியர் செய்த வரைதாள், நாணல் புல் தாளில் நாகர்களின் தொலைவுத் தோற்றம் ஆவி இயக்கச் செய்யுள்களாக நாகரின் மொழியில் உள்ளது. சிப்பி மேனியில் பச்சைப் பாம்புகளை வரைந்து, சுங்க வில்லைகளாக அரவரசர் பயன்படுத்தினர். மனித நடமாட்டத்தைவிட நிழல் நடமாட்டமுள்ள புராணகாலநீர் காலக் கணக்கையெல்லாம் தாண்டி ஒடி இனத்தைப் பீடித்ததில் தொட்ட சாபம் நிழலே வாழ்வாயிற்று. தன் உருக்களைந்து புராணகாலநீர் நாகரோடு ஒடி இனத்தைப் பீடித்தது.

வருவதை முன்னுணரும் உடல்கொண்ட தாவர மரபினரான ஒடியர் கண்ணாடித் தைலத்தில் முகம்படாதவர்கள். வாழ்புராணம் ஒரு பகுதி பிராணிபோலவும் மறுபகுதி பூமியில் வேரூன்றிய தாவரமென யுகங்களைக் கலைகளில் பார்த்தனர். நட்சத்திர கிரகங்கள் கண்ணுக்குத் தோன்றிய குறிகளெலாம் சகல சர்ப்பத்தின் விதி. ஆதிநீர் பிரியாத பூமியின் அடியிலும் ‘புன்னாகவனம்’ என்ற நொச்சி மாதர்கள் வரைந்த பாசி, சிவப்பு, வெள்ளை கருநீல அரவுகளின் கோலங்கள் நாகர்களின் ஆயுர்வேத மோடி மொழியாக உள்ளன. அதில் பாதாள உலக வாசி வலிகெழு நாகர் தம்முள் வாசுகி எனும் பேரானின் ஒலி. மருவுசுப்பிரபை, மாலினி, பதுமி, புன்னாகி நால்வரும் வலிகெழு வனப்பினர். நான்மகளிர் முட்டைக்குள் வசிக்கிறார்கள். இச்சிறுமியர் முளைப்பெலாம் நாகமந்திரம் கருணை உருக்கொண்ட கனிமனத் தாயவள் பச்சை தளிர்த்து வரம்பிலா மூலிகை அரும்பியாங்கு பரவும் தாவர வளங்கள் பூத்துப் பாயும் புன்னாக நிழலில் ஆதிநீர் சுற்றி சலசலத்த ஓடை. கீழே கிடந்து பாம்புகளாய் நெளிந்துவரும் பழந்நீர் ஓடைகள் அத்தனை புராதன உணர்வுகளில் உரையாடல். முணுமுணுப்பு.

நிகழ்இலைகளும் விழுந்ததிப்போதில். உயிர்நூல் வல்லுநர்களால் ஒல்லாந்தரால் ‘மைசடோஸோவா’ என அழைக்கப்பட்டார்கள். சித்தர் வழியினர் என்பார் சிலரும். பாலத்தீனா இளவரசிக்கு மனிதராகவும் பாதி பிராணியாகவும் வகைபிரிக்கத் தோன்றும். இருப்பினும் சித்த மரபில் தாவர மனிதர்களாக்கினர் ஏடுகளில். நொச்சியரின் பாம்புக் கோலங்களின் மூல ஏடுகள் நாகர்களிடமிருந்து ஒடியர் பெற்ற புராதன

அரவரசர்களின் மூங்கில் மற்றும் சித்ர கபாலங்களின் நூலகம் எங்கிருக்கிறதென்று தேடினாள் ஒல்லாந்த இளவரசி.

பாலத்தீனா தேகம் நோவோடு நருங்கித் துவைத்தது போலிருந்தாள். மந்திர தியான அவுஷதங்களில் நாய்க்கடி சுகப்படாமல் தங்கு விஷமாய்த் துரத்தியது அவளை. கடிவாயில் பிறை ஒத்த காயவடுவைக் கண்டாள். தாத் தெய்வ வலியிலும் சுபாவ ரூபம் மாறி ஆனி மாதத்தில் இச்சையாகி ஆடிக்காற்றில் அலைந்தாள். கார்த்திகைப் பூ எருக்கம்பூ வெண்மையில் முகிழ்விரியாத எருக்கம்பூ மொக்கு போலும் வாகைப்பூ அரும்பென ஒன்றும் சாதிப்பூ பாதியும் தாழம்பூ வெளிர் மஞ்சளில் வேறொன்றும் புள்ளியிட்ட புன்னைப்பூ நிறத் திலொரு முட்டை ஆக நான்குமேல் ரெக்கைபொத்தி அடைகாக்கும் சாகுருவி. அதை அவள் கண்டது மழைநாட்களுக்குப் பிறகு காட்டுக்குச் சென்று கீழே விழுந்துகிடக்கும் நிறத் தூவிமுளைத்த நாலுகுஞ்சுகள் பால்ய யௌவனம். இதுகள் பிறந்து கூடியிருந்து தனித்தனியே பிரியும். காற்றையும் பூமணத்தையும் சாகுருவி நேசிக்க தாத் சிரசிலும் உடலின் மேலிலும் கீழிலும் செதில்கோடு மினுமினுத்தது. தாத் மேலில் சுகந்த பரிமளம் வீசுதல். அற்புத வார்த்தையும் ஆற்றுமணற்குவையிலும் சிவந்த புஷ்பத்திலும் இச்சைப்பட்டாள். அடிக்கடி நகைத்தது சாகுருவி. கடவுளைப் பார்த்து அதற்கு கேளிவிலாசம். சாசாவென சங்கீதம்பாடல். சா குந்திக்கொண்டுறங்கும் கற்தூண் இருட்டு. அதன் நகைத்தல், அழுதல் யார்வந்தாலும் அவர்களைப் பின்தொடர்ந்து சுற்றிவர அதன் நிழல்பட்டால் சாவுதான். காற்றை ஏவி துணியைப் பிடித்திழுக்கும். துர்பாஷையாகத் திட்டும் ஒலி. வழிப்போக்கனை பரிகாசம் செய்யும். ரெக்கையை ஆட்டிக் கூயிடும். ரத்தபானம் கேட்டு திருடனை வழிமறிக்கும் ‘துட்டத்தா... பேச்சீ துட்டத்தா’ அதிவார்த்தை கேட்டு தங்கமோதிரம் வைப்பான் தப்புவதற்கு. தானே பேசிக்கொள்ளும் சாகுருவி சமயத்தில் சலமுள்ள ஓரிரு மடுக்களில் திரியும் சோகம் பார்த்தவர் இளைத்துவிடுவர். கண்டவர்மேல் பறந்து நிழல்படுதல். சற்றுநேரம் காட்டையே உற்றுப்பார்த்து பேசாதிருக்கும் மௌனத்தில் நுண்ணுயிர்களின் உயிர்தொனி கேட்டு அழும் தனிப்பிறவி.

குளிர்ச்சியுடன் தித்திக்கும் சொல்எடுத்து சீத்தில் முள்ளில் குத்தும். கிளிமூக்கு, செந்தொட்டி, செப்பு நெருஞ்சில் முள் ஐந்து பக்கமாய் உருண்டுவரும் காட்டில் பேசிக்கூடிய ஒலி அமைதியைக் குஞ்சுக்கு ஊட்டும். தன் குஞ்சுகளை காட்டுவாகையில் கூடுகட்டி பருவமழை அறிந்து காக்கும். பூவில் மறையும் கேசரப் பிரமாணங்கள் தனக்குத் தானே விரிவதைப் பார்த்து நல்வாக்கு சொல்லும். துளிக்கணத்தில்

ஒலியிடல் அசராரி யாம். ஆடிக்காற்றில் கூடி இழைந்து சூலுண்டாகி பெருங்காற்றில் பறந்துபோகும் சாகுருவி. இலைகளுக்கு பத்திர வாக்கெழுதும் பகழி ஒன்றுக்குள் காண்டவவனம் அழித்த நரன் தன்னை வெல்லும் நாகாத்திரம் ஒளிந்திருக்கும். புன்னாகவனம் தேடி மலையடுக்கில் எட்டிப் பார்த்தான். 'உன்னை எந்தப் பொய்கையில் தேடுவேன்... நாகாத்திரமே' தேடுவதற்குள் தாத்தின் காளி, காள ராத்திரி, எமன், எமதூதன் ஆக நான்கு பற்கள் தியானத்தில் வருவதறிந்து விஷந்திரும்பியது. காளராத்திரி முக்கோணக் கணித முக்கோணத்தில் அகப்படுகிறான் நரன். ஸ்திரீ புருஷப்பேடு அடைந்து மூன்றாவது தனிமையுற்று தாத் வசியத்தில் கர்னிகா என்பவள் தாமரைக் காயிலிருந்து அவள் நினைத்தபோதெல்லாம் பலவகைப் பந்தத்துடன் பலவின்பால் இச்சைவர நரனைக்கூடி ஏகராத்திரி இன்னும் முடியாமல் புஷ்கரகம் எனும் வெண்டாமரையில் ஒரு நாகாத்திரம் ஒளிந்திருக்குதென்று கர்னிகா சொல்ல புன்னாகவனம் திரிந்தான். சில்பசம் எனும் தொட்டாற்சுருங்கியைத் தொட்டதும் பெண்பாகம் வெட்கியது. விஷபத்திரம் எனும் எட்டியிலை வாசகம் கேட்டான். சுரஞ்சம் ஒரு புங்கம் பூ திறந்து துழாவினான். சகல பிரயத்தனங் கொண்டும் தேடினான் புன்னாகவனம். பகழிமட்டுமே நீண்டுசெல்ல மறைவு மைபூசி கூடவருகிறான். ஆயிரம் கால்களில் ஊர்ந்த நாகாத்திரம் மெல்ல நிதானித்து எதிரியைத் தீண்டுவதிலிருந்து தயங்கியது. அசுகியாக நடத்தல். உருட்டி உருட்டிப் பார்த்தது உருவற்று வரும் நரனை.

தேஜஸ் நீங்கி சங்கையுள்ளவனாக இருந்தான். தெரிந்துந்தெரியாத வார்த்தையில் தனது துக்கத்தை எதிரியிடம் சொல்லவந்தான். நரனுக்கு தலைக்கிறக்கம் குரல் கம்மியது. ஆவிகளிடமிருந்தும் தேவதை களிடமிருந்தும் காண்டவ தகனத்தின் சாபத்திலிருந்தும் விடுவிக்க வழிதேடல். அழிமதியை ஒப்பிட நேரமில்லை இது. கணக்கிட்டு அறிந்துகொள்ளவும் முடியாது அவனால். நாகரின் நிலையைத் தெரிந்து கொள்ள ஆவலுற்றான். அதை ஆவிகளிடம் மட்டுமே பெறமுடியும். நாகாத்திர ரகஸியம் தேடுவது பண்பல்ல. இரு அம்புகளுக்குமான குறி சரிபாதிதான். இயற்கை வழியிலான புன்னாகவனம் வழிவிடாது நரனுக்கு. ஒவ்வொரு மரமும் பழங்குடிதான். நிலப்பரப்பில் சுற்றிவந்த பாதையும் அரவு. வாலுக்கும் தலைக்கும் இடையில் வட்டமாய் செல்லும் வழி. மணலில் ஓடாத நீரின் போக்கு எதிரான திசையில் திரும்பும். புராண நீர்வழி நாகர் அவனைப் பிடிப்பது எளிது. ஆனால் அவன் பாதி தூரத்தைக் கடந்திருந்தான். மேலே மூங்கில் காடு

செடிகளும் கொடிகளும் அடர்ந்த காடு. நரன் தவறிவிழுவதற்கான குழிகளை இலைச் சருகுகள் மூடியிருந்ததில் நாகரும் பதுங்கி இருந்தார்கள். வேகமாகப் பாயும் தாத் ஆற்றின் நீர் நுரைகள் சிதறும் ஒலி. நாகரின் தியானங்களும் உருவங்களும் நீரின் ஒலியில் தோற்றம். விகாரமில்லா நேத்திரங்களால் நோக்குவதாகப்பட்டது. இந்தப் புன்னாகவனத்தில் நான்கு பூதங்களின் குணங்களடங்கியிருக்க தாத் சொல்லிவந்த இடத்தில் முதனூலிற் சொல்லிவந்தவை யாவும் நாகாத்திரத்தில் காலத்தில் எட்டிவளர்ந்த இலைகளாகி அதன் உடலில் எங்கும் கிளைவிட்டுக் காயசித்தியடைந்த சித்தரும் கயிறுபோலத் தோன்றும் நிழல். நாகாத்திரம் நகர்ந்துசெல்ல இதன் நகர்வும் வேகம் குறைந்து இலைகளின் வளர்ச்சிபோலும் புலனாவதில்லை. ஒட்டகத்தைப் போல படுத்துக் கிடந்த அகில் கட்டையில் சாய்ந் திருந்தான் நரன். அதில் முகம் புதைத்து அகில் துவாரத்தில் பார்த்தான். துளைகளில் நெளிந்து மின்னி ஊர்ந்து செல்லும் நாகாத்திரம் மண்ணினை மென்று மோப்பம் பிடிக்கப் பிடிக்காத யாரேனும் வழியிருப்பின் பாதையை மாற்றிக்கொள்ளவும் சிலசமயம் பூமிப் பிளவினுள் சென்று உள்ளே வேகமாய் சூரியனின் மிச்சநெருப்பில் தன்னைப் புடமிடுதல்.

தாவரநிலையை அடைந்த காமத்திலும் அமரபட்சம் பிராணி உடல்விட்டு தாவர மனிதராயினர். ஒல்லாந்தர் கூட்டத்திலும் இராமுச்சூடும் விழித்திருந்து இத்தாவர மனிதர்கள் சராரத்தில் மரப்பட்டைகள் பொங்கியெழப் பூக்களை சாமத்திலிருந்து நூறு நூறாய் உதிர்க்கக் கந்த நாடிகள் ஓடும் வனமலர்களை உடம்பிலிருந்தே பறித்து அகில்கட்டையில் தூங்கும் நரன் கூந்தலில் தொட்டு விரல்களால் சிகைநீவி இச்சை மரத்துக்குக் கூட்டிப்போகிறார்கள். ஆனால் பாம்பிலிருந்து மரம் திறந்து மறைத்து வைத்த புன்னாகவனம் என்ற பாம்புக்கோலங்களின் நூல் ஏடு திறந்து குடும்பக் கிளை வழிகளில் மறைந்திருக்கும் குலக்குறியீடுகள் நூறு தலைமுறை வரை நாகரி மொழி செய்யுள்களும் சர்பகோலத்தில் எழுதி வைத்தனர்.

ஆனால் பாம்பிலிருந்து ஓவிய மரமாகும் விந்தையில் நரன் கண்கள் சற்றே மயங்கியிருக்கும்வேளை உருமாறிவிடக்கூடும் இவர்கள். பாலத்தீனாவின் 'மைசடோஸாவா' குறிப்புகள்:

மாலை 3 மணி - இந்தப் பாம்பு மனிதர்கள் மக்கிப்போன மரக்கட்டையில் ஒட்டிக்கொண்டு மெல்ல சேதனத்திலிருந்து அசேதன மாகும் உருமாற்றம் அடையும் பொழுது சரிகிறது.

3.30 மணி - வெண்மையான ஜெல்லிபோன்ற அமைப்பு உடலில் தோன்ற அரை அங்குலம் நகர்ந்து வந்தபிறகு அதன் வேகம் குறையத் தொடங்கியது.

5 மணி - உருவம் மெலிந்து திரட்சியடைய கூழாங்கல் துண்டுகள் மூச்சுவிடும் காற்றின் இறுக்கம் திணறவைக்கிறது என்னை.

7.30 இரவு - இயக்கம் நின்றுவிட்டது ஆரண்யத்தின் வாசனைகள். நட்சத்திரங்கள் இருளில் குமிழ்விட எத்தனையோ இரவுகளின் பக்கங்களை புரட்டும் விருட்ச ஆகிருதியின் தோற்றம். மங்கலாகத் தெரிகிறது. தீக்குச்சி வெளிச்சம் இருளைத் துளைக்கிறது.

இரவு 8.30 - நாகர்தம் வனப்பை வலுப்படுத்த மண்ணும் நீரும் முத்தம் படுவதாயிற்று. உடலின் பாதியை பாம்பு உருவில் கொண்டவர்கள் காமத்தின் சர்ப்பவால் எத்தனை வளைவுகளில் கோடுபட இருதலையும் ஒத்த புணர்பாகம். பிணைபடும் இடத்தில் வாசனைகள். போதமயக்கம். இவர் நிறமும் நிலமும் ஒன்றாகிவிட எதுமண் எது தாவரமென அறியமுடியவில்லை. இந்த இரவும் கடினமான கூழாங்கல். கல்லின் கீறல்களில் ஓடும் பாதைகளில் மறைகிறார்கள். மண்மடிப்பில் பிணக்காகும் ஒவ்வொரு எட்டிலும் உடல்மாறும் வடிவம். சாம்பல், பழுப்பு, வெளிர்சிவப்பு, அரக்கு, கருநீலம், உவட்டுநிறம், கக்கரை, செதில் மண்பாம்புகளும் பொங்கி நெடிக்கத் தன் இனத்தைத் தாவரமாக்கும் விதி. கூழாங்கல் செடியாக முரட்டு இலைகள் கிளைத்த வட்டமாகும் புள்ளிகளிலும் வரியிட்ட இந்த வாக்கியம் தொகுத்துக்காட்டிய உருமாற்ற வகை உயிரி எழுத்துக்கிரமமாக விரித்துச் சொல்லி வந்தாள். நல்ல போகங்களையும் விரும்பிய அரவின் சுகந்தநெடி. புல்லுகளைக் கையில்பிடித்துத் திரிந்தாடும் பிணையில் மூச்சரவம். கனிவர்க்கம் இச்சைப்பட பாம்பு வரட்டும். இவர்களுக்கு ஏன் இன்னும் பகழியில் ஒளிந்திருக்கும் நரன் சாவகாசம் ஒருபோதும் வில்விசயன் நாகாத்திரத்தின் முன்வருதல் உடன் சாவுதான். தழுவிநிமிர்ந்த தாவரங்களின் மூச்சரவம். எதிரி களிடமிருந்தும் பறவைகளிடமிருந்தும் தப்பிக்க இயற்கையில் மாறுவேடமிட்ட நாகர் மறைந்து இருப்பர் உருமாறி.

நள்ளிரவுவேளை - சர்ப்பகந்தி என்னும் பெண்ணைக் கண்டேன். பூமியிலிருந்து வெடிப்பெழுச்சி தேவதையாக வருகிறாள். நாழிச் சோளத்தை ஏந்திவந்தாள். காட்டுவிதைகள் பலவும் அவள் முடிச்சு களில். கேழ்வரகு ரொட்டியும் சேகரித்து வருகிறாள். கேழ்வரகைக் கதிரிலிருந்து பிரித்தெடுத்த வேகத்தில் வனத்தில் நசுக்கி திருகையில்

திரித்து ரொட்டிகளைப் பசியாற எனக்குத் தந்தாள். அரவுடல் மனிதத் தலை கொண்டவள் மறைந்து விருட்சமாகும் தோற்றம் புலனாகிக் கொண்டிருந்தது. தாவர உருவடையத் தொடங்கிய கர்ப்பத்தில் சுவாசம் கேட்டது. உருமலர்ச்சியின் எரிகொம்புகள் கூழாங்கல் எரிய இசைத்தாள் மையலூட்டி. கற்கால சர்ப்பகந்தி சுவடுகளில் சொர சொரப்பான ரெட்டைக்கூடார வீடு வரும். கிளிஞ்சல் இசை. கல்லு முள்ளு இருக்கும் வழிகளில் ஓட்டம். விசேஷ அறிவுமிகு வார்த்தை. சேஷ்டை, பலம் வீரியவிருத்தி குணத்தில் கூறுதல். மெல்லிய சத்தத்திலும் சலத்தின் போக்கை உணர்வாள். நெடுநாள் ஆகியும் நாயின் தங்குவிஷம் நீங்கவில்லை எனக்கு. தைல அவுசதப் பிரயோகம் செய்தாள். தூபம் போட்டுப் புகைச்சிகிச்சைக்காக ஒருவாரம் அவள் கல்வீட்டில் இருந்தேன். விடியச்சாம நேரத்துக்குமுன் ஸ்திராகளோடு ஊர்ப்பயணம் போனேன். என் மாதாந்திர உதிரம் தப்பி இருக்கலாம். பாழுஞ்சாவடி ஒன்று தென்பட்டது. அடுத்த வனத்திலும் மசானத் திலும் பாதிராத்திரிக் குறிப்புகள் இவை.

காந்தருவப்பெண்ணா இவள். சுகந்தாதி புட்பத்துடன் வருகிறாளே. நார்ச்சல்லா தரித்து எருவேற்றம். அவ்வெருது திமிலைப் பிடித்திருந்தாள். அடக்கக் கயிறுமில்லை. அதிவேகம். சபலசித்தம் கொண்ட காந்தருவப்பெண் பூனைக்கண்களால் பார்த்தாள் என்னை. நானோ பலநாள் உடைமாற்றாமல் அழுக்குப் புனைந்தவள். அர்த்த ராத்திரியிலும் தருணம் நேரிட்டதில் பழைய ரூபமாகச் சிலர் வருகிறார்கள். குளிர்ந்த சாமப்பார்வை நாசியால் பேசுபவர்கள் பேச்சரவமே இசையாகக் கேட்டது. பூர்வரூபங்கொண்டவள் பறவைக்குரல் ஓசையைப்போல் சீறிச் சீறிப் பேசினாள். காணாப்புள் ஒன்று அவள் தோளில் அமர்ந்து ரெக்கையைக் கோதியது. இருட்டிலும் பாலைப்போல் ரெக்கை தென்பட்டது. கண்கலங்கினாள். துளித் துளியாக நிழல்களின் சோகம். காணாய்ப்புள் அணிந்த சங்குகளிலும் கிளிஞ்சல்களிலும் நாகாத்திரக்குறி இடப்பட்டிருந்தது. தானே வாசிக்கும் பாசுரங்கள் ஆழிவெண்சங்கில், வலம்புரியில் இசைக்க வனம் நீலமடைவதை நோக்கி நின்றேன். புன்னாக வனத்தோற்றம் வேறாக இருந்த இரவு. முயன்று தோற்று எனக்கு நானே எழுதிப் பார்க்கும் கிளிஞ்சில் வரிகள் இவை. இவர்களின் உருமாற்றம் நாகாத்திர இருப்புக்கான ரகசியம் எனப்பட்டதெனக்கு. சர்ப்பகந்தி கற்பனையில் அராவி செம்மைப்படாத காட்டுவிதையென காற்றில் வீழ்ந்து உருளும் கதைகள் எல்லாம் தாவரங்களின் உயிர்நூலின் கிளைகளில் விடுகிறேன். சிறிய கிளிஞ்சல் பெரிய கிளிஞ்சிலில்

தாழ்ந்த சுரங்களை எழுப்பினாள் சர்ப்பகந்தி. விந்தை எரியும் கட்டுக்கதை இவ்விரவு வரும் சர்ப்பகந்தி வேறொரு யுகத்தில் காணாய்ப்புள் விசில் ஒலி என் குறிப்புகளில் வெற்றுக் காகிதங்களில் நழுவி வரிபடாமல் தப்பிவிடும். நழுவி ஓடும் கிளிஞ்சில் தொனிகளை விரும்பி அணிந்தவள் உயிருடன் பிடிக்கும் கிளிஞ்சில் மாலை பூண்ட மார்பினள். அம்முலைகள் சிலபுமுகம் தூக்கி ஏங்க அருந்தாக் கைகளும் வெறுமை பீடித்த முதலைகள் சீறும் தாத். ஆற்றின் கரைகளை வாலால் அடித்து நீர்த்தாள லயங்களுக்கு உருவமூட்டும் உரித்த உடும்பின் தொலியில் நான் வரைவதில் பாதி உடல் அதன் தோலில் ஒட்டிப் படர்கிற உருமாற்றம்.

பின்னிரவு 3.30 மணி - பவளப் பூச்சிகள் கக்கிக்கொடுத்த கொடியும் பின்னிக் கோர்த்த கூண்டு அவள் வீட்டின் தாழ்வார விட்டத்தில் அசைய அதில் காணாய் பறவை உறக்கம் போடுகிறது. பெரிய சிலந்தியின் கால்களைப் பரப்பி மேல்வளைந்து கீழே பயணிக்கிறாள். நாகரின் வேரும் அடிமரங்களும் நெருக்க இருட்டி வளர்வதால் வேறொருவரும் நெருங்க முடியாத ரகஸியம். நாகாத்திர இருப்பு பூமியின் அடியிலோ நீரின் ஆழத்திலோ மறைந்திருப்பது. அடிமரத்தின் மேல் தோன்றி நீண்ட சந்திர மாதத்தில் காமத்தில் வளைந்து பிறைகள் வெளிப்புறமாக கீழிறங்க நீரினுள் சென்று அஸ்திரத்தை எடுப்பதற்குப் பதில் அவன் மணலைப் பற்றினாலும் மணல் எப்போதும் கடலின் எலும்புதான். தேய்பிறை இரவுகளில் வேர்களைச் சுற்றி மணல்சேர்ந்து மேடாகி வரும் தீடைகள். தொடர்ந்து கிளைக்கும் உப்புவேர் நிலப்பக்கமாய் இன்றி கடலைநோக்கிய பக்கங்களில் விரிவுகொள்ளும் தீவுகளாகும் பதினெட்டுத் தீடைகள். நாகர்கூட்டம் நகரும் அம்புடன் கூடவே மறைந்து பயணித்தல். எதிரி உறங்காமல் சலனங்களைத் தொட்டு மூன்றாவாது பால் ருதுவடைந்து நாகாத்திரத்தைக் கைப் பற்றும் பிரதிக்ஞை.

கடலினுள் விரிவடைந்து சப்த சமுத்திரமாய் அலையடிப்பார். கானில் வசிக்கும் நாகர் சுருள் சுருதியினுரை கேட்கும் பெண்ணே... செடிகொடி துய்த்துணரும் ஒல்லாந்தரே மருவுகொன்றை மல்லி முல்லை சாற்றுவாய் நாகர் தருநிழல்சேர்ந்து... கேளும் பிள்ளாய் விரோதமிலா நாகாஸ்திரம் இந்த உலகத்தே வந்து மயக்கமாகி அடக்க ஆளில்லாமல் பகை வெல்லும் சரீரத்தில் ஊடுருவிப் பாயாது தேர்ச்சக்கரம் கீழிறங்க தலைதப்பிய விசயன் வந்துகொண்டு இருக்கிறான். பார்த்தன் சூதும் நில்லாது மடந்தாய். எல்லா மலைமீதும் கிடக்கும் அம்புநீளல் காடெலாம் கடந்துவரும். நரனுக்கு தாகவிடாய்

அதிகரிக்கவும் ஆலவிருட்சத்திடம் கதைகேட்க அமர்ந்து மயங்கியதால் ஜலம்கொண்டு வருவாயப்பா, புன்னாகவனம் குளிர்ந்த வாடை தானப்பா அர்ச்சுனா... தளிர்ந்த மலர் பூத்திருக்கும் விந்தை தானப்பா இந்த நாகஅம்பு. குகைநாத வைத்தியர் வடக்குத்தெரு வீதி தாண்டி ஆடாத பேய் சொந்தமுடன் பச்சிலையும் தோளில் மருந்துப்பையும் செப்புத்தகடுபோட்டு சிந்தையெல்லாம் மாற்றிவைக்கும் வைத்தியர் வருகிறார் ஆலமரம். வண்டிப்பசையைக் காட்டிவைப்பு சூனிய மிருக்குதென்பேன். முப்பத்தொரு காலபேய்கள் இந்த புன்னாக வனத்தில் வந்து ஆலமரம் மேலிருந்து வந்தவனை எட்டிப்பார்க்குது. வாடிவரும் இந்த இந்திரபுத்திரர் மயக்கம் தெளிக்க சொம்புநீரும் கொண்டுவா. கன்னியே அவரைக்கூட்டியே அழைத்துவாரும். தோளில் கைபட்டால் குத்தமில்லை. வயதும் ஒரு வருஷம் நம்மோடு நங்கை உருவில் இருக்கட்டும். அஸ்திரம் இருக்குமிடத்தைக் காட்டாதிருங்கள் அவருக்கு. எத்தனைபேர் கண்ட வில்விசயன் நீயும் ஏகாந்தமாய் இரு தாயே... களைப்போடு மரத்தினிழலில் தங்கியிருக்கும் அவருக்கு கிறக்கம் தீர தேனும் ஈச்சந்தேறலும் கொடு. தண்ணீருக்கு அலைந்து திரிவதால் வருணர் இரக்கப்படட்டும். ஒரு துளிகூட சரக்கூண்டில் சொட்டிவிடாமல் நெருங்கக்கட்டிய ஈவிரக்கமற்ற அழிவின் தத்துவமடா இவன் வில்திறம். எல்லாப் பட்சியும் இரக்கமற்றுக் கூட்டங்கூடி எதுத்து பேசுதே தனித்தனியே தலையசைத்துச் சண்டைக்கு அழைக்குது பார். தித்திக்கும் வண்டினம் தேனீ கூண்டு தொங்குதே நேராய் ஆலமரத்தில் தேனீ சுற்றி ரீங்கரித்து விசயன் தோளைக் கொட்டியது. நாக இனப்பெருக்கம் விந்தையான மரங்களின் பாதையில் காமத்தின் கனிகளுடன் பூக்களின் ரகஸியமாய் இருப்பதில் கசந்த காய்களும் இருந்தன அவர்களிடம். கத்தியாக நீண்ட காய்கள் உள் நாகரின் விதை உறக்கம் அகாலத்தில் நிகழக்கூடும். ஒரு விதைமட்டும் உள்ள கனி கூரியமுனை கீழ்நோக்கி இருக்க நீர்மட்டத்துக்குமேல் தொட்டுக் கொண்டு அலைகளைக் கிழிக்கும் முனைகளில் இருப்பும் மரணமும் விதி. முதிர்கனி உதிர நீராழத்தில் உவர்குகையில் மறைந்துள அஸ்திரத்தினைத் தொட்டது ஒரு கனி. சேற்றினுள் புதைந்தவாறிருக்கும் வாழ்வு காயின் மேல்முனையில் தோன்றும் இலை நரம்புகளில் படரும் ஊர்வடிவம். இலைகள் வேர் கிளைக்க இவர்களின் எந்த ஒரு துளியில் ஜனனம் அதிர்வுகொண்டிருந்தது.

சிறுபொழுது 4.15 கருக்கல்-வெண்மையாக இருந்த ஸ்போ ரோஞ்சியாக்கள் பழுப்பு நிறத்தை அடைந்த நிலையில் முற்றிலும் தாவரநிலைக்கு வந்துவிட்டிருந்தது. ஸ்போரோஞ்சியா நுண்ணியவை

யாதலால் உருவப்பெருக்கி கண்ணாடியில் பார்த்தேன். குச்சியெனவும் சிறிய பறவைக்கூடுகளாகவும் பறவையின் இறகுகள்போலவும் இன்னும் எத்தனோயோ வகையான உருவங்களில் அவற்றைக் கண்டேன்.. சிவப்பு, பழுப்பு, ஆரஞ்சு, மஞ்சள், கருப்பு என அமைந்த நிறங்கள் வெம்பரப்பான வெளிச்சத்திலிருந்து வரும். விடியல் பட்சிகளின் நானாவித ஒலி. உப்புத்தரவையில் கம்பத்தான் கோழிகள் சம்பைக்குள் குஞ்சுகளுடன் குடும்பக்குரல் மிழற்றும் நீர்க்குணங்கல். வறுமையடைந்த நாரைக்குடும்பம் சகோதரிகளோடு அதிகாலை யிலையே சண்டையிட்டு வாக்குவாதம் செய்ய மீன்எலும்புக்கும் போட்டி பொறாமை. இதற்குள் நிறங்களைக் கக்கும் பரிதி முதல்வெளிச்சம் சாம்பல் மூட்டத்தில் பனியும் தோன்றுவதாயிற்று. இந்த வறண்ட காற்றின் வெப்பநிலை குறைவாக இருப்பதில் காற்றில் கலந்த நாகரின் மூச்சும் சுருள் மூச்சில் பனிநுரைகள் பொங்கியெழ நீராவியில் குளிர்ந்தகாற்று சுருள்களாய்த் தங்கிய பனித்துளிகள் பிடித்து ரெக்கைகளிலிருந்து கீழே நழுவுகின்றன விண்ணிலிருந்து. நான் இக்குளக்கரையில் இருந்து பார்த்தேன். அவை ஆழமில்லாதைப் போலத் தோன்றும் கடல்மேல் வெண்படலம் விரித்து அவற்றுள் இறங்கினால் மிகுந்த ஆழம் இருக்கும். நீருக்குள் செல்லும் பரிதி நீரின் மேல்மட்டம் வரை நேராகச்சென்று கடலைத் தொட்டதும் மேற்பரப்பில் சற்றே சாய்ந்த கண்களுடன் அலைதழுவ பரிதியொளி கொண்டு நீரில் ஆழம் காணமுடியாமல் விடிகிறது கடல்நகரம். நிறங்களைக் கக்கும் நுண்ணிய விதைத்திரள் நிலங்களாக விரிவு கொள்ள இவ்விதைகள் காற்றில் மிதந்துசெல்லும் வ ாசனை. ஈரமுள்ள அதிகாலை சரிகிற இடங்களில் முளைத்தெழும்பொழுது. ஸ்போ ரோஞ்சியாவை ஆய்வுசெய்யப்போன மாணாக்கியர் ஓடியோடிப் பிடிக்கிறார்கள். அவைகளைக் காகிதங்களில் ஒட்டி உலர்த்தி ஆய்வேட்டில் சேர்க்கவும் இயற்கை அருங்காட்சியகம் லெய்டனில் சேர்க்கவும் கூடும். ஆனால் நாகர்களின் தாவர அபிதானம் ஏடுகளைத் துளையிட்டுக் கடிக்கும் இந்த நாகாஸ்திர அம்பு கடந்துசெல்கிறது முடிவிலாத பக்கங்களை ஊடுருவி.

78

நகாய் நெகிழிக் கனகமீன் படுவலை

அதிபத்தன் போகிறான் எரிவேல் கொண்டு தோளில் பெரக்கவலை போர்த்தி நச்சுவலையை கடலில் மிதக்கவிட்டு கரையேறிவந்த படகு நெகிழி விளக்கை ஏந்தி நிலவு மெண்ணிறலங்களும் நீடொனி வெளுத்த மீன்செதிள் உராய விந்திரை கடனாகையில் கரியநீரில் ஏறும் நெடுமுரல் விளிம்பில் பல நீண்ட அலைகளின் நுரைவந்து தவழும் கால்களின் அடுத்த எட்டில் பழைமை வலைவீசி மீன்படுக்கும் தொழிலால் பெறும் வளமுடைய நுளைப்பாடி வாழ் பரதவர் குடிகள் எல்லாம் புல்வேய் குரம்பை. நெடுந்தூரம் சென்று சிதறும் கரைநெடுக நுரைத்தொன்மை இப்பரதவர் வழிவழி நீர்வழிச் சிந்தைசெய்வோர் தரைவழி அல்லவென கோடுகள் இல்லாக் கடல் உலகு. வலைவாரிப் படுக்கும் மீன்களை உண்டு விலைப்படுத்தி பெறும் நிதிகொண்டும் வாழ்கனல் வேக அலைசுழி. மேகங்கள் திட்டென குவிவதென வலைகள் புறம்பே உலரவைக்கப்பெற்ற சிறுகுடில்கள். அன்று மீன் விலைக்குக் கொள்வோர் கொணர்ந்த பசும்பொன்னின் குவியல்கள். பரத்தியர் கருநெடுங்கண்கள் தூரத்தில் வரும் படகின் பொதியை அளந்துவிடும் நிதானம். இவ்வளவு விலைபெறும் என கண்டதும் அளந்துவிடும்.

தோணி தரை கட்டினபின் மணலில் ஈர்த்து நுளையின் கரை சேர்த்துக் கயிறுகளையும் வலையினையும் தன்னையும் நீரிலிருந்து எடுத்து தரையில் விட இன்று அதிபத்தனுக்கு படுத்த மீன்களை எடுக்க எடுக்க கூடையில் அடங்காத அளவு பெருமீன்கள். அகப்பட்டுவிடின் அதில் பெரிதொரு மீனை நட்டமாடிய நம்பருக்கென நளிர் முந்நீர் விட்டுவந்தான்.

ஒழுங்காகிய வலையிலே ஒருநாளில் ஒருமீனே வந்தாலும் கால்மாற்றி ஆடிய கழற்றானை 'சென்று பொறக்கழல் சேர்' என விட்டு

வந்தான் அதிபத்தன். தினம் ஒரு பெரியமீன் எடுத்து விட்டுவருதல் இயல்பாகிய நாட்களில் அனேக நாட்களில் ஒரு மீனே மேகம்படியும் கடலில் கிடைக்க விட்டுவர வாகுசேர் வலைவாகு மீன் ஒன்று என வற்றிவந்தது ஸ்திதி.

நீலாயி விழிஏறிய கடல் நீலம் சென்று பேரிட்டு அழைத்தமீன் கடனாகைக்கு வரும் பலதேசங்களின் பெயராயிற்று. சாவகமீன், கடாரத் திருக்கை, சீனிமகரம், சோனக்கூன் இறால், இலங்கை கொன்றுதின்னி நத்தை, கோசலச்சுறா, கலிங்க நண்டு, துளுவ வஞ்சிரம், குடகவாலை, பர்மாவாவல், மாலச் சங்கு என பெயர் இட்டு அழைத்தான் அதிபத்தன். மணல்மேட்டு அடைகரையில் வந்து கிடக்க பலபேர் பார்த்து உயிரிடம் சூழ்ந்திருப்பான். பகுத்துக் கொடுப்பதற்கு முன் முதலையோடு கோட்டுமீன் திரியும் கரிய உப்பங்கழியாகிய அரி வழியினைக் கடந்து பெருமீனை ஈசனிடம் சேர்ப்பனாகி நீலாய தாட்சிக்கும் இன்னொன்றும் தர நெகிழி விளக்கில் இரவுக்கண் உருள வருகிறான். சிறிய கடற்காக்கை புன்னைமேல் கால்வைத்து களிமுள்ளி மண்டிய புற்றுச் செடிகளில் முட்களை எதிர்த்துப் பூத்த நீலநிறப் பூக்கள் இரவிலும் நீலமாய் தோன்றச் சாய்த்துப் பார்த்தது. கடல்குட்டைகளில் தப்பிவந்த சிப்பியொன்று காக்கையிடம் சிக்கி உடைபட உள்சவ்வுத் தசை கிழித்து ஊண் உறிஞ்ச உமரிச்செடி அசைவதுகண்டு அந்தப்பக்கம் திரும்பிக் கொத்தியது சிப்பி உடலை. மண்டிக்கிடக்கும் களிமுள்ளிப் பூக்களின் நீலவாசனைக் கிடையில் அதிபத்தன் போவது கண்டு ஏளனமாய்க் கரைந்தவேளை சிப்பி உயிர் கீழே விழுந்ததும் 'மௌத்திகதாமம்' சுடர்ந்து நழுவிச் சரியும் அவ்வினாடியில் இவன் நெகிழி விளிம்பில் பட்டுத் தெறித்தது. ஆழிப்பரப்பு கலங்குமாறு பேரலைகள் இன்று இடிமுழங்கும் கடலைச்சார்ந்து நுண்மணல்மேடு கரையவீடும் புகைவெளுத்த மண்அலை வந்து சிப்பியை உருட்டிவர ஆழ்கடல் சிப்பி என்று தசைப்புழுக்கை மூக்கால் உரசி உண்ண, அதில் அதிபத்தன் வந்த எதேச்சையில் இரவில் மாட்டிய நெகிழி உரவுநீர் அழுவத்து ஓடுகலம் கரையும் துறையில் காக்கை மூக்கால் உதிர்த்த 'மௌத்திகதாமம்' அதிபத்தன் தற்செயலாய் எடுக்கக் குனிந்து 'அடடே... ஏதேது சிறுகாக்கையே.'

'ஒளிவடிவம் அலரி என மலரும் மௌத்திக தாமம்...ஒருவேளை நீலாயதாச்சி கழல் உதிர்ந்ததோ சேர இருந்தது என்னை...' என வியந்தான் அதிர.

‘சொற்களை தாவர வடிவமாக நா அகப் பழங்களாக மார்க்கக் கனியின் பாதை செல்லும் காக்கை நான்... நா அகமரம்... நா அகப்பழம் என ஆழ்கடல் சிப்பி சகதியில் புரண்ட பூச்சி.. உடைத்துண்டேன் தசைப்புழுக்கை. இம் மௌத்திக தாமம் கடல் மலரோ...’

கடனாகையின் நாகருக்கே உரியதோ நானறியேன் அதிபத்தா..

‘விதையினைக் கண்டே மரத்தின் வடிவத்தை வரைந்துவிடும் சீனக்கனகத்துக்குப் பரிசாய் கொடுக்கவா இதை...’

‘அதிபத்தா... மூங்கில் நெகிழி விளக்கும் அவளிடம் பெற்றாய் கைமாற்றாய் மௌத்திக தாமம் கொடுக்க எத்தனிக்கிறாயா?’

மரத்தின் வேர் ஊடுருவும் சுருங்கை வழிகள் நாகரினக் கரு நகாய் நகரம் மரத்தில் தொங்கிக் கொண்டிருக்கிறது.

சுழல்காற்றுத் தாக்கி கூம்பு முறிந்து இறுகிய கட்டவிழ்த்து புடைத்த ரெட்டு கிழிபட கயிறுகள் அறுபட்டு பாயின் நடுவடம் கிழிந்து சிதைந்து பரவைச் சுழி சுற்றி திக்குத்திசைப் பேய்க்கப்பல் மணல் மூடிச் சிதைகிறது மீன் கடவுளின் வங்கம் அதில் கழுதைகளின் குளம்படிகள் உதைத்த பரற்கற்கள் நொறுங்கக் கொடிய யுத்தங்களின் தழும்பு சிவந்த நாவாய் பொதி மேல் சீனப்பட்டு மன்னார் கச்சை சாயவேர் பறிக்கும் கச்சத்தீவும் நழுவி உருள அந்த வண்ணாத்திகள் நாகூர் மரைக்கார் தெரு பிறைதொழு மகளிருக்கு வங்கத்தில் பெற்ற மஸ்லின் சுருள்கள் மூங்கில் குழல்களில் அடங்கவரும் மீனநாவாய்.

‘போகட்டும் அந்தப் பழம்பெருமை விநாச வங்கம் நீர்க்காக்கை ஈனில் ஆனது. அதில் பினீஷிய மாலுமி ஆவி பீடித்து மலாய்ப் பெண்களுடன் வந்த பிக்குணிமார் கொண்டு வந்த சீனப்பீங்கான் புத்தரும் உடைபட கைதிகள் ஊனமாகி போரில் வழியும் குருதியைச் சோழன் காணத் தவறினான்... நமது வீண் பெருமைகள் கடல் சீற்றத்தில் கீறல்விடும் ஒலி கேட்கிறதெனக்கு...’ எனச் சிறுகாக்கை பேய்க்கப்பலில் அமர்ந்தது.

‘மீன் ஆமையை ஓவியமாய் கற்பிதம் கொண்டவர்கள் நாம்.’

‘ஒளி, நீர், தாவரம் வரிவடிவங் கொள்வதற்கு முந்திய பிறவா முன்மையில் சலனமாவது மொழி உருகும் காரிருள்.’

‘பகலின் இருள் பூசிய காகமே... வேங்கை மரத்தின் கட்டுப்பரனுக்கு அருகில் கர்ணகை மரம் ஆனாள். ஒரு நகர் தீமூட்டிய மறுமுலைச்சி மரந்தரு வாழ்விடம் சாய்ந்த கொங்கை அழல் வீசும் தீ நாவுகள் வேங்கை மரத்தில் உள்ளடங்கும் காகமே.’

'ஆனால் அதிபத்தா... கடுவை ஆறு மணல் வறண்டு உப்புத் தரவை ஆயினும் உமரிப்புதர்களில் நீர்கோழிகளின் கூடுகள் அடையும் சிரல்கள்...'

'உவர்நீர் புகக் காவேரியும் தடுத்தது நகாய். இப்பருவத்தில் களிமண் பரவி நன்னீருக்கும் கடலுக்கும் இடை உறவு மாறிவிடும். அலையிடையில் நன்னீர் செல்ல கரை நெடுக உவர்ப்பிய விதி.' சுரபுன்னை உப்பை நீக்க கண்டல் இலைகள் கிளைத்த நரம்புகளில் கக்கிய உப்பை மெல்லாமல் உட்கிரகித்துவிடும். திரவச் சேற்றில் இன்றைய இருப்பு. தரவை ஏறிய தாவர வேர்கள் நடந்து செல்ல ஊன்றும் அலைகளின் அடியில் பலநிற நண்டுகள் சித்திரம்படும்.

அவ்வேளை கடுவை ஆற்றுப்பாலத்தைக் கடந்துசென்ற வண்ணார்கள் கழுதைகள் மேல் வெயிலுக்குக் கிறங்கும் எருவைச் சேவலுக்கு துணியால் நனைத்து ஈச்சங்கள் ஊட்டத் தலைகளை உலுப்பும். கடுவை ஆற்று ஓரம் மூங்கில் கணுக்கள் வெடிக்க தஸாக்குகள் வலைவீசும் இடம்வரும். தசைப்புழுக்குடன் மதுவைத்த நடுகல் காவு கொடுத்த சேவல் பீலி உதிர்ந்து மறியும் பலி கொடுத்த கள்ளிமேடு. காளி திடலைக் கடந்தால் சூறாவளி. நிழலற்று உலர்ந்த உப்புத் தரவைப் பாதை கல்லை இடிக்கும் காற்றுடன் அங்கு புல்லூற்றினால் ஏற்றுதல் குறிக்கப்பட்ட குறும்பூழ் சேவல்கள் கடல்நீர் கண்டு குணங்கும் கேரல்.

நடை ஓய்ந்த கழுதைகளின் பொதி பிட்டி எலும்பைத் தாக்க நெடுந் தூரம் நடந்ததில் சாம்பல் கண் உகுத்த நீரினைத் துடைத்தாள் வண்ணாத்தி.

பரிதி மென்று உலர்ந்த புல்லை வாய்வைத்துக் கழுதை வலியுடன் ஏங்கும். நளிர் மண் ஓடம் போக்கியில் நெளியும் உவட்டுக்காடு. தரவை மனிதர்களும் தொயரும் நீலம். காயாரோகன் வேனல்வேளை விழித்த வாளை குதிகொள்ளும் கடனாகைக் காரோணத்தில் செந்நெலாரும் வயற்சிக்கல் மல்லிகை விருட்சமாகி வண்டிரைத்து மது விம்மிய தெண்டிரைக்கொள் புனல் வந்தொழுகும் கடுவை. செந்துவண்டு வந்து அதிபத்தன் மேல் ஒட்டிக்கொள்ளும். வெந்த வெண்ணீற்றண்ணல் கேட்கும்முன் மீன்களை வலைப்படுத்திப் பிடித்து எடுத்தலேயின்றி அவற்றைக் கொல்லுதல் இல்லை, அவை தாமாக இறந்துபடுகின்றன. ஆதலின் கொலைப்பழி அல்லவென உண்ணலாம் என்னும் புத்தக் கொள்கை கரைந்த நிலம். தலைமீன் எடுத்து காயாரோகனுக்குக் கொடுக்கும் விதி விரும்பின கொடுக்கை

பரம்பரற்கென்று. நம்பருக்கென படுதோறும் விட்டுவந்தான் அதிபத்தன். மாகுவலையினால் முகத்து மகாஜாலம் பிரயோகத்தில் வரும் ஐம்பத்தியொரு அக்கரங்களையும் மணிகளாகக் கூறப்பட்ட வலை. அடுத்தடுத்து அனேகநாள் ஒரு மீன் பட அதை ரோகனுக்கு விட்டு வந்தான் கடலில். அடுப்பெல்லாம் பூனைகள் படுக்க அரிய இளைஞர்கள் பசியால் வருந்துகிற முனகல் கேட்டும் கேளாசிரவமடைந்த பத்தன் வலையிற்படுத்ததொரு மீனையும் மான்மறியினைக் கரத்தில் ஏந்தியவன் நோக்கிவிட்டு வந்தான். பசியினால் பிள்ளைகள் கண்குழிந்து மயங்கவும் மரத்தின் கிளை போல் சூழ்ந்த சுற்றம் வாடவும் முன் கூறியவாறு ஆகிய நாள் ஒன்றில் அந்த ஒரு மீனும் அங்கு அகப்படாதொழியச் செய்யவும் வெண்பசும் பொன் ஒளி அலரி நவமணி உறுப்புகள் பொருந்திய மீன் உலகடங்கும் மதிப்புடைய அற்புதம் வாய்ந்ததொரு மீன் இடுவலைப் படுத்தான். காயாரோகன் ஆலமுண்டவராதலின் பத்தன் விட்ட மீன் ஒவ்வொன்றும் சிரசில் ஏறி கங்கை என்பாள் கரத்தில் விரல்களாயிற்று. சாதலை விளைக்கும் கைத்த ஆலத்தையும் எடுக்கும் அதிமீன் ஒன்று விலையில் பட அதையும் நம்பருக்கு விட்டான். உண்ணக் கிடைத்த மீனாகிய அநுகிதம் கண்ணப்பர் அளித்த இறைச்சியினும் ருசி என ஏற்றுக் கொண்டான் ரோகன்.

அவ்வொரு மீனும் உலகியலிற்காணும் ஏனை மீன்கள் போன்ற தன்மையதன்று. அன்று படுப்பது உலகிற் பெறப்படாத தங்க மீன். உறுப்புகள் மணியாலும் பொன்னாலும் உறும்படி உளவாகி இதற்கென்று சிருஷ்டித்தது.

அதிபத்தன் மீன் வலைப்படுத்தி உண்ணவும் பரதவர் இதன் பெருவிலைப் பற்றி ஆசைகொள்ளாமல் காளத்தியான் இடக்கண்ணில் குருதிசோர இம்மீன் கண்களில் ரத்தரேகை. ஒருநாட் கனக மீன் நிறமமர் செதில். வாங்கு வலை தடைபட வந்து அதிற்பட்ட கனக நிறமமர் மீன் ஓங்கு ஞாயிறு. அதனை எடுத்து அருகு நின்ற பரதவர்கள் மீன் ஒன்றை பிடித்தோம் எனக் கூறினார்கள். நவமணிகளும் ஓங்கு செஞ்சுடருதித்தது நகாய் கடற்கரை. சீனக் கனகமோ திரையில் வந்தேற காயாரோகனுக்கே என அலையில் சுழல விடுத்தான்.

வாகீசன் முன் திருமுற்றத்தில் பொன்னினொடு நவமணிகள் இலங்க விடமுண்ட ஒளி கண்டத்தில் தலைகீழ் கனக மீன் நழுவி இறங்கியது. கரிய நஞ்சு ஒளிமங்க சொர்ண வாலை உள் போய் தவித்தது செஞ்செவுள் சிவந்த வெளிர் சிவப்பானது நகாய் பட்டணம்.

அதிபத்தன் வலை போர்த்திச் செல்ல கடுவை ஆற்றுவழி புறாக்கூட்டம் பறந்தது. செஞ்சொலார் பரவிய தொல் புகழ் மல்கிய கீழ்வேளூர் வன முலையாள் விரும்பிய புறாப்போர் பெரிய களம். உருவிய சோழ வீரர் வாளின் வாயினையொத்த நஞ்சை நிலம். இலைகளை உதிர்த்த கோடைகாற்று. திப்பரத்தை செடிகளின் நீள் வடிவ இலைகள் நீரில் நனைய புனலிக் கொடிபடர்ந்த தரவை. மூழ்கிய மணலினின்று வெளிப்படும் உலர்நிலத் தாவரங்களின் சரமூச்சு. புதுக்குருத்துகளை மேயும் ஆடுகள். கடல்நீரை நீளும் மணல்திட்டு பிரித்துச் செல்ல பூக்கும் காலம் வறண்ட பருவத் தொடக்கம். காவிரியின் வலிய வெள்ளப்பெருக்கு முடிந்து வண்டலுக்குள் நெளியும் பூச்சிகள். நகாய் உவர்ப்பான மணற்சார்ந்த கடற்கரை. வன்னிமரம் அடர்ந்த கரையில் கடல் காகங்களின் கூட்டம் கரையும் உரையாடல். சங்குச் செடியின் பூக்கள் தனியே வெறுத்து உதிர கழுகும் கருடனும் கூடுகட்டும் சுரபுங்கை. பறக்கும் நரி வௌவால் இரவு நகரின்மேல் எதையோ தேடி அலையும். புலிமுக அம்பியில் பதுங்கும் இருட்டு ண்வண்டுகளும் எறும்புகளும் இலைகளை மெல்லும் ஒலி. துவாரங்களில் வெளிச்சம் படர்கிறது. தையல்கார எறும்புகளைப் பார்த்தான் அதிபத்தன். பல இலைகளை ஒன்றாகத் தைத்து கூடுகளை உருவாக்கிவர அரக்கத்தனமான கடிப்பு பிரசித்தமானது. தையல்கார எறும்புகளின் இலை வீட்டுக்குள் போகிறான் அதிபத்தன். உள்ளே கப்பல்களின் குறிப்பேடுகளை விரித்து வாஸித்துக் கொண்டிருந்தன தையல்கார எறும்புகள். பயணவரைபடச்சுருளைத் திறந்து துருவி ஆராய்வதன் நோக்கம் கடற்பிரயாணத்தைத் தொடங்க மாலுமிகளின் எல்லைகளைக் கேட்கின்றன. பெருங்கடல் ஓசை அலையலையாய் பேசியது. கடற்தாவரங்களில் படிந்துள்ள தையல்கார எறும்புகள் உவர் நிலமெங்கும் பரவிச் சென்று உப்புத் தாவரங்களில் கூடுகட்டும் இலை வீடுகளில் காணாமல் போன மாலுமிகளின் சாயைகள். ஆதி நாளைய கடல்களில் உயிரினங்கள் மௌனப்படுத்தியவற்றை வாஸிக்கின்றன மெல்ல. கப்பல்களின் திரிவும் இடம் மாறலும் பயணிகளின் நாடோடி இயல்களும் அந்நியர்களின் அலையும் தாகங்கொண்ட வெறுமையான தூரங்களை நகராத பெருமரங்கள் சலசலக்கின்றன.

நகாய்பட்டண மாலுமிகளின் உள்ளுணர்ச்சிகளை அறிந்து கொள்வதற்கு தையல்கார எறும்புகளிடம் வருகிறான் அதிபத்தன். கடல் வாழ்வின் தொல்லைகள் நிலையற்ற இருப்பைத் தொடரும்

நாடோடி காயாரோகன் கந்தல் உடுத்தி துறைமுகத்தில் காத்திருக்கிறான். காற்றுகளின் வகை திசைகளின் இருப்பை ஒரு தெள்ளுக் காயைச் சுழலவிட்டு கிழக்குத்திசையில் விதையின் வரிமுனை திரும்பி நின்றது.

எல்லாப் பருவங்களிலும் கடற்பயணி சிறந்த பாதை எதுவென உணரக்கூடிய கடற்காற்றின் ஸ்பரிசங்களின் ஊடே சென்று பேசு கிறான் காயாரோகன். நிலப்புழுதியை முகர்ந்து சுழன்ற சுழி பேய்ச்சுற்றங்கள் கூடியிருந்தாற்போன்ற குறுகியதும் நெடிது நீட்டிய மணற்குன்றுகளுக்கிடையே சிதறிக் கிடக்கும் பழங்கப்பல்களின் வெளுத்த மரத்துண்டுகள் உமரிச் செடிகளுக்குள் படர்ந்து பொதுவி பாம்புகளைக் கழுத்தில் பூண்ட காயாரோகன் ஆதி நாகர் இனக் கோட்டி. கடுநடையாக நாகர்களுடன் கடுவை ஆற்றில் அந்த நெடும் மணற்குன்று மேல் ஏறி நிற்கிறான் தொலைவை நோக்கி. நீரில் அலையும் பயணத்தின் வேட்கை. மலாய் மாலுமிகள் அங்கு தங்கியிருந்த சாவடி தென்பட்டது.

செல்லும் கடற்பறவைகளை வாடல்மீன்களின் புழுக்கு நெடி மறித்து அழைத்தது. அலைகள் கீழிறங்கி ஆலாப்பறவைகளின் கூடுகளைச் சிதைக்காமல் உள் செல்கின்றன. அலையின் கால் நிழல்கள் இளைப்பாறும் புலிமுக அம்பி. வளையர்கள் இருக்கும் நுளைப்பாடி சேவல்கள் உயிருடன் மீனைக்கொத்தி சண்டையிட்டு விழுங்கும். இன்று கடற்காற்று வீசும் கழிமுகப் பகுதியில் மீன்களின் படை. ஏனோ கடுவை நீரில் ஜாதிப்பூக்கள் மலகுகின்றன. அதன் வாசனை நகாய் பட்டணத்தின் அந்தரங்கம். வலை விரிக்கிறான் அதிபத்தன்.

‘காந்தளூர் சாலைப்போர் நிலச்சேவல் கடற்போரும் கலந்த பாஸ்கரரவிவர்மன் சேவல்தன் உறக்கத்தையே விழிக்கிறது. சேவலுக்கு வெளியே சேவல் மீனாக இருக்கிறது. மீனுக்கு வெளியே என்ன இருக்கிறது?’

‘ஏறிப்பகல் ஒன்றின் எச்சுரமும் போய் உதகை
நூறித் தன் தூதனை நோக்கினான்’

உவாந்தம் திறந்த விழிகளோடு நகரும் மீன் நட்சத்திர நீலம் விண்ணிலிருந்து கீழ் பாய்ந்தன்று போதுமெனப் புள் மொழிந்தான் கடனாகையில் வெள்வரிச் சிறகுடைச் சேவல் பகைவனை வெல்லச் செல்ல பட்சிப்படி வாய்ப்பாக அமையும் இல்லையெனில் குறிவைத்த புள்நூல் அழிந்ததென்றும் மறைந்திருக்கிறதென்றும் சேவல்வகை நிறம்கூறும் சோழ வேந்தன்.

‘சதய நாள்விழா உதியர் மண்டலந்

தன்னில் வைத்தவன் தனியோர் மாவின்மேல்
உதய பானுவொத்து உதகை வென்ற கோன்

ஒரு கை வாரணம் பல கவர்ந்ததும்' எனச் செயங்கொண்டாரும் பகல் ஒன்றில் ஈரொன்பது சுரம் சென்ற சோழர் படை வேகத்தை உத்திரச் சேவல் கண்முன் உதகை தீ உய்த்த போர்க்காட்சி ராசராஜன் ஜனன நாள் சதயம் கத்திக்கு பிழை மலியாமல் செல்லச் சூக்கும கால அளவுகள் பல இடங்களில் தவறாமல் செருகிக் கொள்ள சோழச் சேவலுக்குள் மறைந்திருக்கும் பாடல் சோழராசனே சேவல்கோட்டி என அறியத் திருத்தமும் விளக்கமும் படை நடத்திய அயர்வில் கட்டுக்கு அவிழ்த்த நூழா புழுதி கடிக்க இறங்கினான் வெறுங் காலுடன்.

ஐம்பூத இயக்கத்தை வெளிமடித்த சேவல்மொழி பறப்பதின் விண்நிலையும் இறக்கை மந்திர இயலுடன் பயப்படும் சாத்திரம். பிறவற்றின் நிமித்தமும் பறவை சரிந்துவரப் புள்ளும் விதந்து கூறியதால் கட்டுக்களத்தில் எதிரிக்கு எதிரி படை மோதும்.

மனிதனைப் பற்றிய துன்பவியல் நாடகத்தில் அவனை ஆக்கிரமித்துக் கொண்ட சோழக்கடற்படை வெட்டிய மூங்கிலில் கூவுகிறது சேவல். கறுப்புறு மணமுங் கண்ணிற் சிவப்புறு சூட்டுங் காட்டி பொதறு வண்ணான் தோளில் அமர்ந்த சோழச்சேவல் உறுப்புறு படையைத்தாக்கி உறுபகையின்றிச் சீறி கத்தியை தீட்டுகிறான் கோழியூர் கயிறுகளை அறுத்து.

சோழன் கிண்ணத்தில் பரிதியின் உலோகவேட்கை. ஒவ்வொரு தேசமும் கடல் கடக்க உலோகக் குரலில் கேறி அழைத்தன வெறுப்பில களிப்பின் வெம்போர்.

அலைகடல் நடுவில் பலகலம் செலுத்திச் சங்கிராம விஜயோத் துங்க வர்மன் ஆகிய கடாரத்துச் சேவல் வாகையும் பொருகடல் கும்பக் கரியொடும் அகப்படுத்து உரிமையில் பிறக்கிய பருநிதிப் பிறக்கமும் பொற்சேவலுக்குச் சீனக் கயிறுகள். கப்பல் மேல் ஊஞ்சல் நாலு சேவல் மரப்பலகை மேல் ஒன்றுக்குள் ஒன்றுமாறிச் சுற்றி சோழன் கைப்பிள்ளையாய் சோடி சேர்ப்பான்.

மயில்கொன்றை, மயில் காகத்துக்கு முதுகு மஞ்சள் சிறிய செம்புள்ளி கரும்புள்ளி கொன்றை சிறிது உச்சி சிவப்பு. வல்லூறு சாம்பல் கீரிக்கு சோடி அதிகம் பொருந்தாமல் புலம் மன்னிய மன்னைச் சிங்களச் சேவலைப் பொடிபடுத்த குலமன்னிய புகழ்க் கோகனநாதன். வெள்ளூர் மதுரைக்குத் தெற்கே சிறிது தொலைவில்

பாண்டியப் படைத்தலைவன் தூக்கிய சித்துச் சேவலிடம் ஓயாமல் கண்ணாடி காட்டிக் காட்டி விளையாட்டுப் போர் தொடுப்பான் பாண்டிய நாவிதன். ஒரு சேவல் கண்ணாடியில் பெருக்கமடையும் மாயத்தில் எதிரிக்குத்தான் எதிரி என கடைசிவரை போர் ஓயாது. இந்திரனிடம் பெற்ற சுந்தர முடியும் தவிசும் பிற சின்னங்களும் தோற்றோடிய பூழியான் சிங்கள சக்கனுடைய சேவலிடம் சேர்க்க கணக்கற்ற ஒடுகை புரணப்போர் காதுகள்அசைய. உடைந்த தந்தங்கள் இருபது பிறைகளாய் ஜொலிக்கக் குருதியை நரி குடிக்க பிறைகளைப் பருந்து தூக்கக் கொத்தப்பாயும் சோழன் சேவல் வல்லயத்தான் முயல் தட்டும்.

அழகிய சேவல் அங்கு வாழ்கிறது கடலுக்கு அப்பால் நாகசேரர் குடியேற்றமாகவும் சோழர் படையெடுப்பாகவும் சிங்களவர் நேசத் தொடர்பாகவும் பூழியான். தலைத்தமிழகமும் இலங்கைத் தமிழகமும் கடலால் பிரிவுற்று வேறுவேறென நிலம். கடல்கடந்த சோழ நிலம். நெடுஞ்சடையான் மழவர்கோன் பாவையன்றி வேறு ஓர் அயல் புலப் பாவையையும் மணந்திருந்தான். பாண்டிய அரசு மீது ஆதிக்கம் செலுத்தும் விழிப்புடன் இலங்கையர்கோன் தர்மபாலன். அமைச்சர் பதவியும் அளிக்கவில்லையென தர்மபாலன் இளவல் மகேந்திரன் சீர்மாறனிடம் தஞ்சமடைந்தான். போர் தினவு கொண்ட கடல் கடந்துவரும் சேவல் அங்கிருந்தே பார்த்து கட்டு நடக்கும் களம் நோக்கித் தாவித்தாவி கால் வைத்துப் பறந்துவரும்.

முப்பது நாளும் இல்லறம் நடத்தி மூக்குச் சிவந்தவனும் கொக்கரிக்கும் கடனாகை இடுக்கில் இடம்பிடித்து முட்டைகளிட்ட கடைமடைக் கோழிகூட மிதந்துவரும். பருந்து காகம் தூக்க வந்தால் பறந்து பறந்து போர் தொடுக்கும் குஞ்சுத் தாக்கோழியைக் கண்டால் போதும் குள்ளநரிகூட ஓடிப்போகும் என சோழ மூதாட்டி மூக்கரைக் கிழவி குடாப்பை மூடினாள்.

மரணத்தின் அரங்கில் சாகிறது நம்பிக்கைகளின் அவசங்களின் நாடகத்தை. தோல்வியில் மூழ்கிய சேவல் அஸ்தமனத்தின் நித்தியத் துவத்தில் கசியும் ஒளியாகக் கடனாகைக் காரோணம்.

பொன்றக்காலு மஞ்சள் கழுத்தில் வடிவமைந்த சிலிர்ப்பில் ஒளிப்பாட்டம் அடிபிடி சாவல் காயம் வாங்கினால்கூட எதிரியை நின்று அடித்துவிடும். ஒவ்வொன்றுக்கும் சரிவும் ஏற்றமும் குழப்ப மும் ஜாமத்தின் கணத்திற்கு மாற துடி கொண்ட கடற்கரை அதன் சூதாட்ட விரிப்பு.

ஒன்றின் பேர் பாட்டா கழுத்துநூழா. மற்றது நீடாமங்கலம் சொட்டை அதிபத்தன் செல்லமோ விழிக்கண்ணுக் கருப்பு. பொறவச் சேரி வெள்ளைக் கருப்பை அரவணைத்து தடவி நீவி வாலை வருடி பாவலாக் காட்டிவிட்ட மும்முடிச் சோழன் கால்பட்டதும் இரண்டு அடி. அகநகர்ப் போர்த் தொழில் வாசலில் விசித்திரத் தோரணம் மொய்த்தொளிர் புனைமணிப்புத் தவமும் கனகமணிக் கதவமும் நிறைநீர் விசயமும் துறைநீர்ப் பண்ணையும் வண்மலையூர் கத்திக்கு ரெத்தக் கசிவு. சேவல் கூறு பார்த்து கட்டுக்கு எது தேறும் எனச் சொன்ன அனல் வாக்கு தடியடி நூழா, வெட்டுவாக் கருப்பு வகைக்குத்தக்க சோழன் சன்மானித்த லோலாக்கு அணிவித்து குளிப்பாட்டி நேரியல் துண்டால் துவட்டிக் கொஞ்சி முடி சிலுப்பி சாவலை மோந்துப் பார்த்து சோழன் இடுப்பில் என்னென்னமோ கத்திகளை நூல்கட்டி மந்திரித்து ஒத்திகை நடக்கும் ஆழ்கடல்கள் சூழ் மாயிருடிங்கமும், கலங்காவல்லினை இலங்கா சோகமும் காப்புறு நிறைபுனல் மாபப்பாளமும் காவல் அம்புரிசை மேவிலிம்பங்கமும் விளைப் பந்தூருடை வளைப்பந்தூரும் தலைத்தக்கோர் புகழ் தலைகோலமும் வண்டு தொடாத பூ வைத்த சேவலின் உரையாடல். ஒரு கிளையைத் தட்டினால் பர்மாவில் நூறு கிளிகள் எழுந்தன அங்கு. சேவல் சிறியதில் கருப்பும் பெரியதில் சிவப்பும் ராசி. காலஸ்...காலஸ்... என போர் குஞ்சு வெளிவரும். செந்நிலக் காட்டுப்பறவை செம்மண் வெறிமிக்க காட்டுக்கோழியை ஒத்திருக்கும். சண்டைச் சேவல் தேடி அலைவதே சோழிய ஏனாதி பிழைப்பு. எல்லோரும் இங்கு சேவல் கிறுக்கு. பெற்றவர்களைவிட்டுப் பிரிந்த கதையும் உண்டு. ஒன்றுக்கு ஒன்று எதிரி. தண்ணிக்கும் தண்ணிக்கும் எதிரி. இந்தச் சேவல் வளர்த்த சோழன் வீரதீரமெல்லாம் பற்றார்வத்தில் சூதாடிகளாகிவிடுவது.

ஆம்ப்பொரா மதுப்போத்தல்களை திறக்கும் போது வெளியேறி விட்ட சேவல் ஒலி வெக்கை கக்கிக் கேறிக்கேறி சண்டைக்கிழுக்கும். தீதமர் பல்வினை மாதமார் லிங்கமும் கலா முதிர் கடுந்திறல் இலாமுரிதேயச்சேவல் எந்தத் திக்கில் பட்சிவெட்டும் காவேரிப் பாலத்தில் கூடுவார்கள் சோழவீரர் ஒருவருக்கொருவர் பந்தயம் போட்டி களமிறங்கினால் ரத்தம் கண்டுவிடும். சோழ சீமைச் சேவல் பெருகும் கோழி பெருகாது. நாடோடிகள் அலைந்து திரியும் அனாமதேயப் பாடலைக் கடனாகை கேட்கிறது. பெருங்காட்டு வெள்ளைச்சேவலை யுத்தம் துவங்கும்முன் பழி கொடுத்தான் சேவகன்.

தேனக்கவார்பொழில் மாநக்கவார வீரன் எதிர்வரத் தசையின்

தசையை வரையும் கடற்போர் திரையில் குடலை உருவி ஒருபாகம் இழுத்து வெளியில் நீளுமாறு அந்நியச் சேவல் வீழ்த்திய சோழர் படையும் சரிய எங்கேயும் வெற்றி ஒருவருக்கல்ல. கடாரத்தரசன் சங்கிராம விசயோ துங்கன் மறுபடி வீழத் திறையாகப் பெற்ற பொருட்குவை மேல் அவன் நகர்வாயில் வித்யாதரதோரணமும் புனைமணிப் புதயமும் கனகமணிக்கதவமும் தாழ் உடைத்த பொற்சேவல் பஞ்சத்தால் பீடித்த குடி ஜனம் களிமண் உண்ணக் கிடைத்த ஜெயம். காய் வெடித்துச் சிதறும் பூ ஏழை உழவர் தம் கலப்பை ஓடிய ஸ்ரீவிஜயப்பேரரசு பண்டைச்சாவகப் பொன்னாட்டில் தற்காலப் பாலம்பாங் நகரத் தூதுவர்கள் சீனச் சக்கரவர்த்தி அவைக்கு முந்திய பொறாமை கொண்ட சோழன் சிறுகுடல் நீளம் அளக்கப் புறப்பட்ட பஞ்சத்தின் கோர வேர்களை அறியாமல் முல்லையும் பாலைபட மரப்பல்லிகள் பசியுடன் மாண்ட வீரர்கள் பட்டயத்து உதிரம் குடிக்கக் கப்பல்சேவல் கொத்திக்கிழித்த சராரத்துடன் சேவல் கழுத்தடியில் இரைப்பொட்டி குத்தி அதை சீர்விஜயப் பட்சி கிழிக்கச் சோழன் இரப்பை அகற்றி சூரியால் குத்தி கழுத்துப்பையை வெட்டி அறுத்தெறிந்து அதன் காதில் ஊதியூதி உயிர் கொடுத்துக் கட்டுக்கு ஏவ வாலை நீவி ரெக்கையைத் தட்டி உருவி கண்சொருக மறுகண் குத்துப்பட்டு குருடாகித் தள்ளாடிய சோழ வீரர்கள் எதிர் சேவல் எந்தப் பட்சியில் எந்த ஜாமத்தில் வாடை காட்டி சிறகதிர்வின் பாய்ச்சலை உணர்ந்து பகைச் சேவல் மேல் மோதி ரெக்கை உள்கோர்த்து வாடையில் தன் பலமனைத்தையும் குடித்துத் திரும்பவும் ஏறிச் சொருகிய கழுத்தில் சோழ அடிமைகள் ரத்தம்.

சங்கிராமவிசயோ துங்கன் கிரங்கி மயங்கும் இருபக்கப் போர் வீரர்களுடன் இடையில் சோழன்வர மரணத்தின் அரங்கு. அடிக்கு அடி ஒருவரையொருவர் நெருங்கிவரும் இறுதி விநாடிகள். இப்போது பந்தயத்தில் சேவல் கிறுக்கர் பணத்தை, சைக்கிளை, நிலத்தை, மாட்டை, ஆடுகளை ஒவ்வொன்றாய் இழக்க விபரீதம் மரணத் திலிருந்து தப்பும் விதியாகிறது.

தொடு கடற்காவல் கடுமுரண் கடாரமும் மாப்பெருந் தண்டல் கொண்ட மலையூர் ஆறு மணல்படுகை. நெடியோன் முதல் கிழக்காசியா சீனாவுக்கு இடையிருந்த தொடர்புகள் கடற்போரில் கிடைக்க மலாயா சூழ்ந்துவர பௌத்தமும் இலக்கியமும் மேலை அரபு நாட்டவர் கப்பலும் ஏற தொலைகிழக்குத் திசையில் சேவலைக் கொண்டு சென்றவர்கள் காம்போசத்துடன் சீயத்துடன் வெட்டிய சித்திரமும் குறும்பூழாடிகள் தொடர்ந்த பயணம்.

பூனைக்கண் சாமை ஒளி உருளும் சேவலுடன் தேர்சக்கரங்கள் பெருநிழல்களாய் சுற்றிவரும்வேளை சோழப்போக்கிரிகள் சேவல் ஏந்திவரப் பட்சி வெறிபிடித்த குடல் நிறைக்கும் காவேரி நெல்மேனி.

கட்டு எங்கு நடந்தாலும் வடக்கூரான், காளிங்கராயன், கருப்பனாண்டி மூவரும் அரிக்கேன் தூக்கி ஆற்றோரம் நடக்கிறார்கள். வயலும் ரேக்லா வண்டிகளும் வைத்து ஆடியவன் திரும்பவில்லை. உடல் பொருள் ஆவியெல்லாம் கோழிப்போர் பந்தயத்தில் அழியும். சண்டை நடப்பதற்கு முன் வெளிப்பாளையம் தாசி வீட்டில் அலரி உலோகம் வாங்கிக் காலில் கட்டுவான் வடக்கூரான். சின்னக்காளிங்கர் எலும்பாலான சூரி வைத்திருப்பார் இடுப்பைச் சுற்றி.

இதற்குப் பிறகு சோழன் இரும்பு யுகத்தில் சற்று குறைவான கத்திகள் பெருவிரலுடன் நூல்கட்டி தாசிமாரோடு கூடி உப்பரிகையில் மந்திரித்த குறும்பூலாடிகளுக்குக் கணையாழி கொடுப்பான். வீட்டுக்கு வீடு நெல்படி கொடுப்பான். சோழப்போர் சுற்றிவர செயற்கை அலகு பொருத்தி மூக்கு முகமூடிக் கவசமிட்டான்.

மற்ற சேவல் சாகும்வரை சேவல் சண்டை முடியாது. மோசமான காயத்துடன் தப்பியோடும் காலில் பாம்புச் செதில் உதிரும். எதிரியிடம் காயம்பட்டுச் சண்டையை விலக்கிக்கொள்ள நாகாதிரையன் விதிவைத்தான். குறிப்பிட்ட காலவரைக்குள் கட்டுச் சேவலின் வெற்றி தோல்வியை நிர்ணயித்தான் காவிரி நீர் பகிர்வு போல.

சண்டையிட்ட போர் வீரர்கள் கடல் கடந்து பிடித்துவந்த கைதிகளை வெட்டுக் காயங்களுடன் முகம் பார்க்க மறுக்கும் சேவல் வேறெந்தப் பட்சிக்கு காத்திருக்கிறதோ. ரெண்டுப் பக்கமும் சண்டையிட மறுக்கும் சேவல்களின் நெஞ்சினை உரசி ஈரல் துடிக்க மோத விட்டு கப்பல்ஏறினான் ராசேந்திரன். வேறொரு எதிரி கடலுக்குமேல் இறங்குவதை சேவல் கேறிக்கேறிக் கூப்பிட்டது.

79

நுளைப்பாடிப் புறாமடம்

மண்புறப்பரப்பின் உவர்ப்பிய ஆறு கள்ளி மேட்டைக் கடக்கிறது. அப்போதெல்லாம் உப்பனாற்றில் ஜனங்களும் வணிகரும் கடனாகை சென்ற கோடு உறைந்திருக்கும், சிறுகண்டல் செடிகள் அறியும் ஆற்றின் வீழ்ச்சியை. வலிய வெள்ளப்பெருக்கும் கள்ளிமேட்டை மூழ்கடிக்க வில்லை. சேறு நீரில் சிவப்பு நிற நத்தைகள் இறந்துபட்ட மரக் கட்டைகளில் கப்பல் புழுக்கூட்டம். கப்பல் கட்டைகளை அரிக்கும் உப்பங்காற்று. இறந்த மரங்கள் உப்பனாற்றில் படிந்து ஆழத்தில் இருட்டித் தூங்கும் அதில் நிமிண்டிப் புழுக்கள் குடைய கடற்சாமந்தி தனித்துவாழ ஏற்ற கழிமுகம். மரத்துண்டுகளில் துளைத்து வெளியேறும் பல் சுணைப்புழுக்கள் பூராவும் மீன் குஞ்சுப்படை விதவிதமாய் ஊடே பயணிக்க வெம்பல் நீரில் உயிர்க் கூச்சல். மரத்தின் காயங்களில் எத்தனை கடலுயிர் அணுக்களின் பிரவாகம். நுளைப் பாடியில் காயங்கள் ஆறாத விசிறிப்புறா பட்சியைச் சொன்னால் இவர்கள் கூப்பிட்ட போது பரதவர்கள் கூடப்போகாமல் சண்டைக்கு வந்த தீவுப்புறாமயில் கருப்பு நூழானை மோதும் கலகம்.

இந்தக் கடனாகை நுளைப்பாடியில் அவ்வளவு லேசில் புறாக்களை கிரயம் பண்ண முடியாது மீன்களைப் போல். இங்கு கழுதைகளோடு திரியும் கடனாகை வண்ணார்கள் புறாவகை பதினொன்றை ஏந்திப் போகிறார்கள் ஒவ்வொரு நிறத்தை ஒப்ப பரவை, சிக்கல், பொரவச்சேரி, வடக்குப்பொய்கை நல்லூரில், கீவளூர் மாடப்புறா மோதும். கடலில் நீஞ்சவிடும் பரதவச்சிறார்கள் எரிசெவல் மருதப் புறாக்கள் வெம்மைக்குரல் எத்தனை வீர்யம்.

பொய்யாளி, கழுவண், மச்சுச்செட்டி, நத்தை, கடவீரன் ஆளுக்கொரு புறா ஜோடி ஏந்தி ஓலை வாலைக் கருவாடு ஊட்டுவார்கள். மிக மெலிந்து தட்டையான உடல் அமைந்ததில் எளிதாகக் காயும் ஓலை மீன். சேவல் நாளிரை வாளை மேய்ந்த வள்ளயிற்றுக் குறும்பூழ்

புறா திரியும் நுழைப்பாடி. நீர் ஒலி அதிர் அலை உணர்ந்து மீன் தாதுக் கற்கள் நிணநீருக்குள் அமிழ்ந்து உருளும். மீன் வயிற்று உணர் கற்களின் அசைவுக்கேற்ப அலையும் மீன். அலை என்ன ஒலி என்பதனைச் செவியுணர்வு நரம்புவழி கற்களில் ஏறும் கோடுகள் ஒலி உணர்த்தத் தப்பிவிடும். தாதுக்கற்களை ஜவ்விலிருந்து அறுத்தெடுத்து ஆரமாய்க் கோர்த்து அணிந்த புறாச் சேவல்கள் கடல் எழுச்சிகொள்ளும்.

மீன் செவிக்கற்களைச் சீனப்பீங்கான் கிண்ணத்தில் சேகரித்து வருகிறான் அதிபத்தன். மச்சுச்செடி மகள் நீலா அவனிடம் மையல்கொள்ள வேண்டி பீங்கான் ஏனத்தில் மீன் செவிக்கற்களைக் கொடுத்துப் போகிறாள். மச்சுசெடி புறா மாடத்தில் உற்றதொரு பட்சியெல்லாம் வாய்ப்பாட்டாகப் பாடும் நுளைச்சி எரிதாவி அதிபத்தன் மனைவி.

கடநாகை மச்சுச் செடி உறவாகச் செம்படவரும் பரதவரும் கடல்பெரு வழியில் ஏழெட்டு தூதுப்புறாக்களை நாவாயிலிருந்து பெற்றிருந்தார்கள். பட்சி - அரசு - நின்ற நான்காம் ஜாமம் நாவாய் சேர செட்டி வார்த்தை கேட்டுப் பகைத்தபேர் எதிர் நிற்க நுளையர் கொண்டுவந்த கட்டுக் கத்திகள் கேட்டு வாங்கி வில் சுற்றுவார் வண்ணார். மச்சுச்செடி வகையறா கப்பல் வணிகம் கட்டுக்கு விடும்போது ஞாயம் இருக்கும்.

குறும்பூழாடிகள் கடனாகையில் வளமற்ற கடுவையாற்றுக் கட நெல்லில் அமுது வைத்து வெளியாள் அதிகம் நடமாடும் இவ்வூர் கடற்துறையில் பாதங்கள் சிவக்கச் சீனப்பொருள் சுமப்பர். உப்பனாறு நீரற்றுப் படிந்த மணலில் பெருங்கால் பறவையின் கால் நடந்த வளம் தப்பிய பூமி.

விடிவதற்கு முன் நகாய்த் தெரு அழுக்கும் கண்டாங்கிப் புறாக்களும் கிழிந்து உவர்த்த பரதவர் ஆடைகளும் உவர் முறுக்கி மீன்செதில் சிதறி மின்ன வெள்ளாவி அடுப்பு புகைந்துகொண்டிருந்த கொக்கிர வாளியும் வண்ணாத்தி அல்லியும் உமரிச் செடி சிறுகண்டல் வேர் எடுத்து புடவில் தீமூண்டு எரிகிற உவராடைகள். தாளிப்பானைகளில் கூக்குரலிடும் உவர்மண் அடுப்பு. கழுதைகள் மேலக்கோட்டை வாசலில் கடுவையாற்றில் பாலத்தை உரசிச் சுவர்களில் முகம்வைத்த சோகத்தில் பதிந்து ஆழ்ந்திருக்கும் தவிட்டுப்பனி வெள்ளென சாயும்வேளை பூந்துருத்திப் புறாக்கள் அந்தரத்தில் மிதக்கின்றன சிறகடித்து. கடனாகை அழுக்கின் வெள்ளாவி மணம் பனியில்கலந்து மங்கலாகத் தெரியும்.

எத்தனைவகை நண்டுகளுக்கு கடுவையாறு இடம் வைத்திருந்தது. இறந்துபட்ட மரக்கட்டைகள் வளைந்த முதுகுடன் குனிந்திருக்கும் ஈரத்தில் துளைக்கும் சிந்து வண்டு அதிபத்தன் உடம்புக்கு மாறிவிடும். பொந்தாயிரம் குழிபட்ட மரம் ஏறும் நத்தைகள் கடலிலிருந்து அடித்து வரும் வேறு அகில் கட்டை ஒன்றைப் பல மீன்கள் கரும்பும் சம்பா நண்டு ஓடும். மட்காத அகில் கட்டையை எடுத்துவருகிறான் அதிபத்தன். பாசிகளும் நீர்ப்பூண்டுகள் ஒட்டி வளரும் நிலமாக இருந்தது புராதனக் கிளை. முதிர்ச்சியடைந்த சம்பா நண்டுகள் இரவில் கடலுக்குப் போய்விடும் சிக்கல் ரோட்டில் கீவளூர் மாட்டு வண்டிகள் தாவளம் போய் திரும்பும் நாகூர் மரைக்காயர் பழைய உமணர்களும் வருகிறார்கள். வாணிபக் கிட்டங்கியில் சீமைச் சரக்குகள் ஏற்றித் திரும்பும் கழுத்துமணி ஒலியும் தூங்கி வழியும் உமணர்களின் மயக்கமும் விழித்திருப்போர் சொல்லும் பேச்சுக்களும் சக்கரத்தின் அதிர்வுடன் கேட்கும். கிராமம் விடிந்திருக்கவில்லை. மிதக்கும் புறாக்களின் அதிசயம் உப்பு அம்பாரத்தில் கிளிமூக்குச் சாரலை உமணத்தி தோளில் சுமக்கிறாள். புண்ணுமிழ் குருதி வடியும் போர் புறா உடல்பட்ட கத்திவடு ஆறவில்லை.

மற்றொரு வெள்ளிக் கண்ணுக்கு கடரெக்கை வெள்ளை அதனுடன் பச்சக்கால் வெள்ளையை நேருக்கு நேர் போரிட்ட வரி வெளிப்படும் தோற்றத்தில் சிறகு வீசுவதால் அச்சமுறத்தக்க சாவு நடனம் நுளைப் பாடியில் கத்திக்கால்களை எடுக்க வைக்க நடக்கும் முனைகுத்தி இடமாறும் அச்சம். எரியும் வெள்ளாவிச் சாலில் ஊர்ப்பட்ட மனித உடுப்பும் வாழ்வுப் பெருங்கனலில் துவைத்துக் கந்தலான இருப்பும் கிழிபட நூல் பெயர்ந்த வேஷ்டிகள் உவர் மண்ணீடு செய்த கடுவையாற்று மண்மம்.

தீப்பரந்த சோழப்பெருநிலம் கோடை படர்ந்ததும் இலைகரிந்து உதிர் மரங்களில் புலிப்போல் பாயும் விழிகண்ணுக்கருப்பும் தடியடி நூழானும் கள் விற்கும் நுளைப்பாடியில் பந்தக்காலில் கூண்டோடு புறாக்களைக் கட்டக் கடலும் உறுமியது. கள்ளிமேட்டு ஈச்சங்கள் ருசிகண்ட நுளையர் மனம் ஆவலாய் வறண்டது. எரிபரந்த கடல் வெப்ப மூச்சுவிட கடற்கரையில் கருத்த மணல் உடைந்த சிப்பியோடுகள் நண்டுடலிகளைக் கொத்தும் காக்கைகள். கடல்முள்ளி முடல். கீவளூர் உமணரின் மாடுகள் எலும்பு துருத்திப் போகும். வாஞ்சியம் திருமலைராயன் பட்டணம் நெற்காணி. அலைகரையில் நெய்த்தோலி பொடி மீன்கள் உயர ஏறி நீஞ்சிச் சரியும் சாவதானம். வண்ணாரின்

உவட்டு வீடுகள் நீர்பட்டால் அழிந்துவிடும். வெறுமையும் வறட்சியும் குடித்த எரிபுறா குடித்த கோடை. உமணர் பொதிஏற்றும் பழைய வண்டிச்சோடை ஒடிந்த கழிமுள்ளி அடர்ந்த புதர். கடைமடையில் தற்கொலையில் நெற்குவை. நெடுவாலப் பனைகள். சூறாவளித் தூக்கலில் பனை ஓலைகளில் எழுந்த ஒலியினை வாஞ்சித்துப் பருகும் புறாக்கள் வாய்திறந்து யுத்தங்களில் வடுபட்டு வாதையுறும். அவற்றுக்கு மண்டிக்கள் இனாம் கொடுத்தாள் நுளைச்சி.

பரதவன் மீசைநனையக் கள் கலயத்தில் மூழ்கினான். கணைக் கோட்டு வாலை குறுமுயல் இறைச்சி கீழ் மடையில் கிடைத்த வாலை களைத் தளம்பு என்னும் சேறுகுத்திக் கருவியால் உழவர்கள் அடித்துப் பெரிய துண்டைக் கள்ளுக்கு மாறாகக் கொடுக்க கத்தலா மீனும் கள்ளுக் கடையில் இருந்தது. சுறாப்புட்டு ஈக்கிப் பொட்டியில் விற்கிறாள் ஒரு கிழவி. மிகப்பெரிய இழுவலைகள் கரைசேர வாவல்மீன் பெட்டியில் கட்கலயம் எடுத்துப் போகும் நுளைச்சியர். கருப்பு பழுப்பு சாம்பல் நிற வரால் கடுவையெங்கும் திரிய கள்ளுண்ட செம்படவர் சிலர் ஆற்றை நோக்கிப் போகிறார்கள் தள்ளாடி. நெடுங் காலம் உப்பு விற்ற களைப்பில் சலிப்படைந்த உமணர்கள் வண்டிகளை அவிழ்த்து கள்ளுக்கடை சேர அவர்களிடம் பூவரால்கள் ஈச்சம் பெட்டியில் வறுத்துவருகிறார்கள். பனங்குருத்தென வரால்மீன் செங்கண்களில் இத்தனைகால நகரத்தின் தோற்றமும் நண்பகல் குடியும் கடனாகைக்கு உரித்தாயிற்று.

80

சித்ரகபாலம் ஒடிகிரகம்

இரவில் தன் கிளைகளில் ஏறிய சுடர் நாவுகளைத் தொட்டதும் விருட்சிக மரம் இலைகளில் பசுஞ்சுடர்களாய் கசிகிறது. நீங்கள் இரவில் ஒளிக்குசமான விருட்சிக மரத்தைத் தொட்டதும், அதன் உச்சிமேல் ஒடிக்கிரகம் தொங்குவதைக் காணலாம்.

வாசக ஷற்பாத்திரரே... ஐய.. கேள் பசுக்கள் மெலிந்துவர ஊரெலாம் பெயர்ந்து குடிகள் சிசுக்களுடன் அலைந்துயரப் பஞ்சமும் அரசால் கெடுதியும் சொற்பெரிய மாரிமிகத்தோன்றுமோ இனி என்றே ஜனம் விற்பிடித்து மல்லிட்டு ஊர்விட்டு ஊர் பகையும் வெளியே செல்ல வாளிலேறிய அம்மன் கண்தாளமானாள். தெருவுக்குத்தெரு உட்பகை வாளினாலே அறுவர் கொல்லும் வறுமைவிரட்ட பிரதிநிசம் சொற்பமான மழையும் சீவராசிகள் தாகத்தில் உழன்று கூக்குரலிட சலமில்லையென்று நாலுகால் சீவனெல்லாம் பால் மடுவற்றி அலையக் கன்றுக்குட்டிகள் நாகரை வாஞ்சித்துக் கதறிய ஒலி சித்ர கபாலத்தைத் தாக்கி மழைவர்சித்த நீலநாகன் அங்கு பாம்புவழிப் பாதையில் வளைந்துவர சனங்களுக்குள் கலகமும் மரணமும் கற்பனாபேதங்களால் கீறல்விட பேதங்கள் மிஞ்சிப்பலவந்தமாய் மடிந்தசனம் லங்காபுரிப் பட்டணத்தில் சுவரிய ரத்தம் மரணத்தை யாரும் புதைக்காமல் தீவுதனில் அலையுறார் ஆவிகளின் வெண்ணிற அலறல் வந்து ஒடி கிரகத்தை முட்ட ஒலிநாகன், சங்கநாகன், முகளிநாகன், நீலநாகன் என நால்வகையோர் பார்த்திருந்த கெடுவதைச் சருக்கம் கேட்டு பிறைக்கொழுந்து பற்றி எரிய பௌத்த ஆராமத்தில் தழல் ஒழுகித் தீப்பரவக் கையினால் கைகோர்த்து கேதப்பட்டவர் பக்கம் வாராத மகாவம்சர் சனத்தினை அழித்து விநாசமிட்டு ரத்தமடு தீராமல் உலகோர் தலைமாட்டில் ஊர்ந்துவரச் சொன்னபடி கவியோர் அனல் வாக்கில் கோன்மடிவான். அன்னமரிதாகி அரசமரம்

துன்பத்தால் உதிர்த்த இலைகொலைக் களப்பட்டோர் கபாலங்களைச் சித்திரத்தால் பார்க்க மானேகேள்.. யானைக்கு மனிதனும் குதிரைக்குப் பசுவும் எருமைக்கு மான், காராம்பசுவுக்குப் புலியும் நாயும் புலிக்குப் பகையாம் மானுக்குப் பசுவும் ஆட்டுக்கு குதிரையும் நாய்க்கு மனிதனின் பிலாக்கணம் நிசியெங்கும் சாவின் ஊளையாய்ப் படிந்திருக்க மொழியெல்லாம் நால்வகை நாகர் கபாலக்கிடங்கில் குருதி கசிய சகல யோனிகளுக்குங் குரங்கு நட்பென்பதுமாம்... என்று சொல்லிப் பறந்ததோர் ஒடிகிரகம் மேல்பார்த்த அன்னமிது... சிந்துவிலிருந்து வலசைபோன அம்புவடிவில் உரத்த எக்காளம் ஒலிக்கப் பறந்துவரும் ஒடிகிரகம் பாதிநாள் மத்யானம் நீலநாகன் மலைமேல் நடந்துசெல்ல கலைமதியை நோக்கி மகமீன் நான்கு அதனில் தென்பால் தானியம் பெருக மழைக்குறி பரிவேடம் வானவில் கீழ்திசை கிடக்க இந்திரன் கடல்மேல் கதநரியை வாரில்பூட்டி வருகிறான் ஒடிகிரகம் நோக்கி. இந்திரன் கையில் ஏந்தி அடுக்கிய பாணர்கபாலங்களை மகாவம்சர் கணையுமிழ் சரங்கள் குத்தியவை குற்றுயிராய் கதறும் மொழிநூலகத்தில் சிதறிய குருதி திரராசியில் படப் பித்துப்பிடித்த அகதிகள் வெண்டலையில் இடபம், சிம்மம், விருட்சிகம், தனுசை வரைந்து சித்ரகபாலத்தில் சொருகிய அம்புகளை உருவி நுனிக்குருதியை வைரப்பேழையில் சேகரித்துவரக் கோடைக்காற்று வீசலும் கானல் தோன்றலும் வலியான், வானம்பாடி, காக்காய் என்றொரு காகம் வரைந்து கவுதாரிகள் மகிழக் கபாலம் மேல் அமரவும் நிலத்தோற்றம் எல்லா நிறங்களாகிய வெளிர்சிவப்பு, களிமண், சுக்காம்பாறை, ஒன்றோடொன்று படிந்த செதில்மண் மீன்செதில் கண்ணாடிப்பச்சை வட்டங்களோடு வட்டமாகும் நிலச் சுருளில் ஓடைகளின் வறட்சி. இங்கு ஓடைகளோ வட்டமான நீல நாகன் நல்கிய கபாலக் குளத்திலிருந்து கிளம்பி வர மழை பெய்யாதொழிந்தால் கபாலக்குளம் வற்றிவிடுவதில்லை. செம்மண் புரவி எடுத்துக் கண்ணாடி கட்டிய காரணப்புரவிகள் சிரிசிரியாய் சிரித்துத் தாடைவிலகி கபாலக் குளத்தை எட்டிப்பார்க்கும். ஒடிகிரக மணல்படுகையில் உருளும் ரோகியர் சொஸ்தமாகித் திரும்பும் செம்மேடுகளில் அனற்காற்று வீசிய வறட்சி. நாரைக்கூட்டம் சுற்றிக் கரைமேல் அமரும் சாவதானம். தின்று அழித்த மீன்முள் வரிசை பிசகாமல் ஒடிகிரகத்தில் பதிகிறது. நந்தவனத்தில் சத்திரம் கல்பசுவா யிலிருந்து ஓடைநீர் குளத்தில் பாய பூந்தோட்டத்தில் குளித்து நானாவித நறுமலரோடு பஞ்சவில்வங்கள் பூக்குடலையில் கொண்டு அலையும் காடோ செடியாக மரிக்கொழுதெடுக்கும் ஆமைப் பண்டாரம் ஐம்புலனடக்கி கல்திண்டில் அமர்ந்து ஒடிகிரகத்தில்

ஓடும் நாடிகளை உணர்ந்து பூ எடுக்க நாகதேவதைகள் வனத்திலிருந்து கல்திருணையெங்கும் ஆமைப்பண்டாரம் கழுத்தில் ருத்ராட்சமாலை போட்டு மெய்யில் நீறணிந்து அரையுற் காவியுடுத்தி விஜயதேனு விலாஸ் நந்தவனத்தில் அருகுடன் வில்வங்காய் எடுத்துப் பத்ர தலங்களைக் குடலையில் சேகரிக்க மரமேறிக் கிளையமரக் கீழே வேங்கைப்புலி சுற்றி அண்ணாந்து 'வா வா... கடுத்தபசிக்குடலில் உன்னையே இன்று புசிக்கவந்தேன்... ஆமையாரே...' 'எனக்கு ஆயிரம்... வயது வர இன்னும் ஆறுமாதம் இருக்குதே... அப்பா புலிக்காலனே... நகங்களால் என் கவுட்டுக் காயம் கிழிக்கச் சுவைக்குமோ... தேககாந்தியெலாம் மழுங்கி அழிந்த தொண்டுக் கிழவன்யாம்... கீழிறங்கி இருவாட்சி சாமந்தி பன்னீர்விருட்ச கன்னிகளிடம் பூ எடுக்கவேண்டும். விலகிடு புலியே...' குடலையில் பலவகைப் புஷ்பங்கள் இருப்பதால் வில்வக்கொம்பில் அமர்ந்தவாறு சுழிமுனையில் மூன்று வளைவாக இடைநாடி, பிங்கலநாடி பதினாறு மாத்திரையும் பூரகம் செய்ய நடுநாடி எந்திரமார்க்கம் சிரசில் பாழிச் சிகழிகையில் வலிய தீக்கொழுந்துகள் தாவி ஊழிக்காலக் கபாலம் சுழல 'வில்வத்தில் ஊன்றியிருந்த உடம்பழியாதே...' தூங்கிக் கொண்டிருக்கும் புறங்காட்டுக் கபாலங்களில் ஆமைப் பண்டாரம் நூற்றெட்டு கரணங்களைத்தீட்டி ஒடிகிரகம் ஏந்தி ராத்திரியைப் பெண்ணாக்கி ஜீவகோடி ராசிகளின் காமத்தை எழுப்பி ஒடியர் அங்குதிரிய ஊரூராய் தெருக்களில் கபாடம் திறந்து உறங்கும் மனிதரும் காமத்தின் சாயல்களில் ஈண்டிக்கிடக்கும் உறையாத பதுமைகளாய் சிற்பரத்னாகரத்தைத் திறந்து இச்சையின் தேகத்தைப் பூட்டிய சொற்பூட்டை உடைத்துவிட்டதில் நாய்கள் வெறிபிடித்து ஊளையிடச் சுடுவனத்தில் கூத்தாண்டவத்தில் ஒடியர் எடுத்து மூலிகை பிழிந்து சித்ர கபாலங்களில் மனதோடு வாசியும் அக்னியும் ஒவ்வொரு பூவுக்குள் ஒடிகிரகம் விழித்தெழுந்து ஊசியின் அளவு உருவத்தைப் பெற்று சுழுமுனையைத் துளைத்துக்கொண்டு அதன் வழியே மேலேறிச் செல்லும் ஒடிகிரகம். சித்தர்கள் மிகுந்த மூலிகைகளின் நாளிகையில் ஒடிகிரக வருகை நகர்வு தீண்டிப் பிரயாசையுடன் மூடியிருக்கும் சித்ரகபாலம் கதவைத்திறந்து அவ்வழியே சென்று காந்த மலர்கள் பொதுவிய சித்தியடைந்த காமத்தின் திசைநான்கிலும் தீராத நாதவிந்தின் சர்ப்பஉரு எவ்வுயிரின் உடலினுள்ளும் நூறு நாடிகளின் கபாலத்தின் மண்டலமிட்டுக் கிடக்கும் பாம்பின் முள்ளெலும்பு வழி ஏறும் நாக எலும்பு மலர் இச்சாசக்தியில் இருதயநாடிகள் யாவும் இங்கே தலைகீழ் நிழலாடும் நுண்கலையில் ஒடிவரும் ரஸநாளங்களில்

ஒடிகிரகம் பூத்த நாடியில் உலகுயிர்கள் காமத்தில் திளைத்திருக்கும் நிசியோர் முயங்கும் கூவல்.

வள்ளிஓடையில் உடைமரப்பேயும் அவள் என்று சலங்கைகள் குலுங்கிச் சிரிக்கும் பேய்ப்பெண் ஒருத்தி வள்ளி உருவெடுத்து 'கேளம்மே குறியுரைப்பேன். கேவலஞ்செய்யாதே... ஆவதுஞ் சொல்வேன் அழிவதுஞ்சொல்வேன் அதற்கு வருத்தப்படாதே... ஆனாலும் இந்தப் பண்டாரம் ஆமைதான் முன்கோபி அப்பனே கேளு... உன் சமுசாரம் விட்டு நீ காடோ செடியாய் வந்திட்டாலும் பெரிய நந்தவனத்தில் மந்தாரை செந்தாரை கோர்த்து நார்நனைப்பதில் கண்ணீரும் நகர கொடிவழிக் கதைகள் கொத்துக்கொத்தாய் அந்த பாம்பேறா மண்டகத்தில் ஒடியர் சுவடி அவிழ்த்த பண்டாரமகள் போகும் வழியெல்லாம் திரிலோகமெல்லாம் நீர் சுத்தி திரிந்துமே ஒடிகிரகம் எடுத்து அதில் விரிவான உலகம் காணச் சுழிமுனையில் விழிவைத்து நோக்கி மல்லிகை புளி இவைகள் மலர்தலும் பாலை, காஞ்சிரம், நாவல், இலுப்பை பருவத்தில் வாடலும் முயலின் கூடு ஒடிகிரகத்தில் இருக்க விண்கோரைப் பூண்டுகளை முயல் ராத்திரி யெல்லாம் குருத்தைக் கரும்பித் தின்னும் முன்பனியும் கபாலம் வளைத்துக் கொண்டல் வீசித் தூக்கணான், கூகை, ஆந்தை உருவுக்கு மண்நிறங்கள் பூசி வெண்டலைமேல் வரையும் ஏகாந்தன் எனும் தனியன் மாம்பூக்கள் அடியில் தூரிகை விட்டுக் குடையும் அகத்தே நீண்ட சூல் தண்டுள்ள பெண்பூக்கள் புறத்தே வண்டு சேர்க்கும் பொடிகளில் காமம் கலக்க காட்டு அத்தி மலட்டுப் பூக்கள் துயர்பட்டுக் கரடான பூவிலிருந்து பூச்சிகள் வெளிப்பட சூல்முடிமேல் நிற்கும் ஒடிகிரகம் பூச்சிகளின் முட்டைகள் உள்ளே குவியல் பூவின் அண்டக்கரு ஆண்பெண்ணாய் பிளக்கும் பிரதி ஒன்றுக்குள் ஒன்று மயங்கும் ஒடிகிரகம். இக்கிரகம் ஒளி துவர்க்கும் காடுகளில் அத்திவேரிலிருந்து வடிக்கும் கள்ளும் குடித்த கதண்டுகள் சுழற்றும் மத்யான சுழற்சியில் காடே விரியும் ரீங்காரத்தில் கபாலத்தில் மந்திரக் கோலமிடும் சுரும்புகள். முட்டைக்குள் கீறல்விடும் புழுவாகி நெளியும் நீலக் கண்ணாடி முறுக்கிய வைரக்கால்களுடன் பெண் பூக்களை நெண்டித் துளைத்துக் காமப்பொடி பூசி வெளியே நீந்தும் ஒடிகிரகம்...' தீண்டினால் சாவாம் சாவே இல்லாத வரிக்கோடுகளில் வட்டமான கூண்டு கட்டி உச்சிமரத்தில் தொங்கும் வரையப்பட்ட அந்தர ஒடிகிரகம் அது. கபாலத்தின் மூலத்திரிகோணம் பரிதியைச் சிங்கம்பார்க்க நிலவு கடகமாகி குளிகனுக்கு மீனமாய் கரந்துறைக் கோள் எனும் ஒடிக்கிரகம் அன்னப்பட்சிகளாய் வந்திறங்கிய அகவல்

கேளே... பெண்ணை மடல்வாய் அன்றிலே... ஆவியோர் உறையும் கபாலக்குளத்திலே புழு, நத்தை, நீர்ப் பூண்டுகளின் வேர்கடித்து கிழங்கு கொத்தி தண்டு உரிக்க இலை விதைகளை மாந்தியுண்ண நீண்ட கழுத்தைக் கொண்டு கபாலத்துள் நெடுந்தூரம் ராஜஹம்ஸ அன்னம் செல்ல அழுக்கடைந்த மூக்குடைய அப்பாவி மடஅன்னம் நாகரை நோக்கி வாதிட்டது மூக்குப்புழு நாட்டியமாட. 'தூதுபோன தார்த்தராஷ்டாங்க அன்னமே... பசுமை கலந்த புகைவெண்முட்டைகள் போல் மாசற்றிருக்கிறாய் நீ... கேள்க்க விரும்பியதைச் சொல்...' 'சித்ர கபாலமே... தீராத காமத்துடன் துர்மரணமெய்திய மனிதக்கூட்டம் புறங்காட்டில் உருளும் ஒலிகள் அதோ... இந்திரனுடைய சொல்கேட்டு பிரகஸ்பதி சடவாதத்தில் மூழ்கி கபாலங்களில் ஓடும் ரஸநாளங்களில் கருப்பொருள் சேகரித்து வருகிறார். தேகத்தைக் கரையான் உண்ண ஓடிகிரகம் கற்பகாலம் புதைபடிவில் இனமற்று உறங்குவதேன்...' 'கொழுந்து விட்டெரியும் தீயிலிருந்து பல்லாயிரம் பேர் யுத்தத்தில் மாளவும் தீப்பொறிகள் சாகாமல் நீறுபூத்து தொடர்ந்துவரும் பரிதியில் சீரிய ஓடிகிரகம் வெளிச்சம் உலகவிளிம்புகளில் ராவணாதியர் உருளும் கங்குகள் தீரவே தீராதுபரவிவரும் யுத்தசந்நதம்...' நிராகதியடைந்த ஆவியோர் உடல்களை நரகத்தில் தள்ள இருளினாலும் பனிப் படலமாகும் புகையினாலும் மூடப்பட்ட விநாச சருக்கம் சில இடங்களில் வெளிச்சம் இருப்பினும் அதுமிகவும் மங்கலானது. கழுத்தில் குருதியொழுகத் தாங்கமுடியாத குளிரில் எங்கணும் பயங்கரமான மலைகளும் இருளடைந்த ஆழமான பள்ளங்களும் எல்லாம் சிதைவு அழிவுபட்ட நிலையில் பகை, பொறாமை இன காழ்ப்பில் வேர்களைப் பறித்து விரட்டிய அகதிகள் தன் தரையிழந்து நச்சுப்புகை குடித்து மயங்கிவீழ எங்கணும் படர்ந்து இருக்கிறது. மரங்களுண்டு ஆனால் தளிர்ப்பதில்லை. இலைகளோ பூக்களோ காய்களோ பால்வடியும் சிசுக்களின் நயனம் திறந்துமூடாமல் அவை பனித்திருக்கப் பட்டமரங்கள் வெடித்து ஆறுகளில் குருதிகசிய ராவெல்லாம் அலைகிறார்கள் பூமியின் கீறல்களில் நாகஜாதகச் சர்ப்பங்கள் மூச்சுவிட்டு இறந்தோர் விரல்களில் முத்தமிட்டு அழுவதை நான் பார்த்தேன். அழுக்கடைந்து கெட்ட நாற்றம்வீசும் தடுப் பரண்களில் குழைசேறுகளில் பிள்ளைகள் உழல்கிறார்கள். குடிப்பதற்கு நன்னீர் இல்லை. துர்நாற்றம் வீசும் துயர் கோரக்காட்சிகள். பயங்கரமான சுழல்கள். இங்கு காணாமல் போன சிப்பாய்களின் ஆவிகள் கூட்டமாக வந்து சீனத்துவக்குகளைத் தேடி அலைகின்றன. மலைகளிலும் வனாந்திரங்களிலும் குகைகளிலும் காடுகளிலும்

கருப்பு பூட்ஸ்களில் கோர்த்த காப்பர் துவாரங்களில் ஸர்ப்பப் பிஞ்சுகள் தேடி அலைகின்றன குழந்தைகள் காணாமல் போன ரேகையில். இரும்பு முகமூடியணிந்த பிக்குகள் ராணுவ உடையணிந்து தம்மைத்தாமே இறைவன் என எண்ணி இறுமாப்புடன் அலைந்து திரியும் பிசாசுகளாய் ஒளியற்று அகங்கார உருவில் உத்தரவிடும் குரல்.

பாதகர், கெட்டவர், வேசைகள், உழைப்பவர், ஒவ்வொரு பெண் களின் வெண்டலையோடும் கலந்து ஒன்றாகிக் குவிந்திடும் நரகத்தின் ஆவியோர் மரணத்தின் பாதையில் சறுக்கிச் செல்ல இவ்வுலகில் கெட்டவர் நரகங்களிலும் கெட்டவராக இருக்கச் சுதந்திரம். குடிகாரர்கள் நரகத்தில் நிம்மதியிழந்து குடிக்கிறார்கள். அங்கு ஒரு சதமும் தேவையிருக்கவில்லை குடிப்பதற்கு சிங்கத்தின் அதிகாரம் நரகத்தில் செல்லுபடியாவதில்லை. அக்கசாலை நாணயங் களைக் கபாலத்தில் குவித்து உருள்கிறது நரகம். பெண்களும் அங்கு நிலத்தில் பதிந்து அணங்காகி அலைகிறார்கள். சர்வாதிகாரிகளுக்குச் சேவை செய்பவர் களுக்கு நரகத்தில் இடமிருக்கிறது. இனதுவேஷிகள் நரகிலும் இன துவேஷத்துடன் நடந்துகொள்கிறார்கள். நான்கள் அங்கு நான்களே. நரகமும் சொர்க்கமும் இவ்வுலகின் தொடர்ச்சியாக இருந்துகொண்டு இருக்கிறது. இவ்வேளை நரகங்களில் இனகாழ்ப்பும் சுயநலமும் தலைவிரித்தாடும் சித்ரவதையாகிறது. ஒன்றின்பொருளுக்கு மற்றது ஆசைப்படுகிறது மனப்பேய். பொய் சொன்னதாகப் பற்களைக் கபாலத்திலிருந்து திருடர்கள் பெயர்த்துக்கொண்டு இருக்கிறார்கள். நரகங்களுக்கு வழிகாட்டிகள் நல்லவர்களாக இருக்கிறார்கள். அறம் வளர்த்த பிக்குகளிடம் நரகத்துக்கான மரணத்தில் இருத்தல் பற்றிய அறிக்கை. மரணத்துடன் இருப்பவர்கள் மெல்லமெல்ல வாழ்வைவிட்டு நரகிற்குப் போகிறார்கள். சித்ரவதையைப் பார்த்தவாறு அலறுகிறார்கள்.

ஒடிகிரகம் வரைந்து திரியும் கோட்டி ஒருவன் நாயுடன் வனந்திரிந்து வேட்டையாடிக் கொண்டு வருகிறான் கொடும்பாலூர் வனத்தில். ஊருணியில் ஒரு கொக்கு வாடி நிற்க இச்சிமரத்தடியில் தங்காள் காணாமல்போன பிள்ளைகளைத்தேடி அயர்கிறாள்.

‘இந்த வனாந்திரத்தில் மனிதர் இடையூறு இல்லையாதலால் அங்கே கூடுகட்டி இருக்கலாம் பாம்பணிதேவி காடுறைத்து சுரைவிதைப்பல் துருத்தி வாலைவாக்கு ஓடும்துடி இதோ’

‘அரவம் எதிராகுது என்பிள்ளை அழுங்குரல் கேள்குதே. கரடி புலி உலவும் கானில் வந்தோமே அண்ணலே’

‘அன்னப்பட்சியே... பயப்படாதே ஒன்றும் நடக்காது... இதோ நான் உனக்கு மாறிமாறிப்பட்சியோடும் சித்ரகபாலம் காட்டுவேன்...’ கெதவாக்கியம் ஓடும் ஓடிகிரகம். நட்சத்திரம் அறியவேண்டி இருநூற்றி நாற்பத்தெட்டு வாச்சியங்கள் நாடியில் தோன்றி நழுவ ஒரு குறிப்பிட்ட தினம்தோன்றுவது மறுதினம் வேராகிவிட கழிந்த நாளுக்கொரு கதவாக்கியம் சொல்லிவரும் ஏடுகளும் மூழ்கி மேல்வர வாச்சியார்த்தம் நீர்மேல் எழுத்துப்பூச்சி வரைந்து ஒன்றுமேல் ஒன்றாகும் ஓடிகிரகம் மறுபடியும் கீழிறங்கி பச்சையாகி வெளிர்நீல நீரில் சோகமுற்றுத் தொனிகொடுக்க பட்சிகளும் வந்து அங்கு உச்சரித்த கெதவாக்கியம் சொல்லுவதைக் கேளே... சிறுபோசில் ஆந்தையார் தவம் இருக்கும்மரத்த முள்மிடைக் குடம்பை. தொன்றுறை அருகர் சேர்ந்த பராரை மன்றப் பெண்ணைமரம்... அங்கே அன்றில் அதோ கூடுகட்டி இடையூறில்லாமல் கிளையிருக்குதே... தங்கையே பயப்படாதே நாகர் இருக்கும் ஓடிகிரகம் இது. அங்கே நாகரச் சுனையில் குளிர்ந்த சலம் எடுத்து களைதனைத் தீர்த்து வைப்பேன் உனக்கு...’

‘அப்படியே செய்... தவித்த வாய்க்குகொண்டுவாரும் ஏகனே... நீர்’

அந்த நீலநாகன் சித்ர கபாலம் எடுத்து அத்திக்குப்போய் குடிநீர் கொணரப்போகிறான். சங்கநாகன் எனும் வேறொருவன் பலபட்சியாய் விலங்காய் மீனாய் அரவமாய் மாறி மாறிக் கபாலம் படிப்பவன். ஒன்றில் நீரும் மற்றொரு கபாலத்தில் சூரம்பழங்களும் கொண்டுவரக் காலுக்கு அடியில் செடியில் ஓடும் வைரநீர்மைகளை உற்றான் சங்கநாகன். கல்லும் முள்முடலும் குத்தித் திரேகம் வாடித் தாகமாய் கண்சொருகி அமர்த்திருக்கிறாள் யாரும்வராத கல்தூணில். சலத்தைக் கோரி சித்ரகபாலம் எடுத்து நீல நாகனும்வர அன்றில் பறவை தனித்திருப்பதாகவும் துணைக்கு ஏங்கி குரலிடுவதாகவும் இவர்கள் அவளுக்கு நீர்வார்த்து முகத்தில் தெளிவுண்டாக்கி ‘தங்காள் உன் பேரென்ன... ஊரென்ன... வாட்டம் என்ன சொல்... மறுகாமல்.’

‘அல்லி என்ற பேர் சொன்னால் வரிக்குருவி மேல்பறந்து அதற்கேற்ற கருப்பொருளில் இன்னாது உயங்கும்’ என்றாள் ‘ஏங்குவயிரிசைக் குரலிடும்’ என்றும் சொன்னாள்.

சங்கநாகனுக்கும் நீலநாகனுக்கும் இடையில் அல்லி வருகிறாள். தங்காளின் குரலென அழுவது போலவும் ஏங்குவதுபோலவும் இருந்ததால் இவள் துயர்மறக்குமாறு சித்ரகபாலத்திடம் கூட்டிப் போகிறார்கள். அவர்களைக் குறுக்கிட்டு துயர்உற்றுத் சிறுகரும் பேடை சாம்பல் நிறமடைந்த துக்கத்தை நெடுகவிரித்துப் பறந்தது

காட்டில். மலையும் கதறியது வேகத்தில். ஏனோ வெளிர் வெண்பூந்தலை அன்றில் ஒன்றுமேல் ஒன்று ஒட்டிப்பறந்து வாவா... தங்காள்... உள்ளே வா.. எனச் சித்ரகபாலத்துள் கால்களை ஈர்க்கப்படிகளும் நடந்தன மேலே. அத்தலைக்கவிகையில் ஒற்றைக் கண்வடிவம் தீராத நீர் சுரந்துகொண்டு இருக்கிறது. இவள் குகை நுழைவதைப் பார்த்த கபால விழிக்குள் எத்தனையோ தாவரங்களுடன் பின்னிப்பதுங்கும் நீர் குடித்த இலைக்கூட்டம் தளிர்விடும் நரம்புகளின் தேசல்ஒளி காதிகை ஆழமும் சித்ரகபாலத்தின் சுழற்சியில் ஆழிச்சமுத்திரம் இங்கு வந்து அலையென்று சொல்லும் விதத்தில் ஊழியூழி அனேகம் நீங்கினாலும் நீங்கா அலைக்குள் ஒளிந்திருக்கும் ஓடிகிரகம் பேராமல் நீலநாகரது உடலைத்தொட்டு உரசி அனந்தத்தில் நீந்த இந்திரநீலமீன் செல்லும் ஜலத்தின் பரிமளவாசம் ரஸமாக அடையும் கர்ப்பத்தில் உள்ளே அடைந்த ஜீவராசிகள் இடையே மந்திரவாதமடைந்த புஷ்பங்கள் பரந்து வியாபித்து மயங்க கமலமாதி புஷ்பங்களைப் பறித்து அங்கையில் எடுத்த ரசவாதியும் வர கபாலத்துள் ஓடிகிரகம் சுழல திக்குவீதிகளும் வட்டமாகிச் சுற்றக் கொடிப்பூக்களும் நீர்பட்ட மணலும் உதிர்ந்து வண்டுகளின் ரீங்கார ஸப்தமானது வல்லிபூமியில் சுற்ற முல்லையும் மௌவல் சிறு செண்பகம் குருக்கத்தியும் இருமுகையும் வெட்சி சொல்லிய பிறவும் அனேகப் பூக்கள் சொறிய நெருங்கும் ஓடிகிரகம் இதில் மும்மைப்படிமை மூன்று நாகப் பிரதிமைகள் நிலைக்கொன்றாயிருக்க நாக அரசர்களாகிய சிற்பமீன்கள் லக்ஷணம் நிறைந்திருக்கச் சொல்லியவகையில் சொல்லப்பட்ட உயிரினங்கள் சுற்று வரிசையில் தோன்றி வனபூமியும் உள்சுழல உலகில்உள்ளவரெலாம் வந்தடங்கும் ஓடிகிரகமிது.

சேதிமரங்கள் சைத்ய விருக்ஷங்கள் எட்டுள ஆதியில் கற்பக விருக்ஷம் எட்டாகவும் கபாலவீதியைச் சார்ந்து முக்கோணவட்ட நாற்சதுரமாகிய குளத்திலுள்ள புஷ்பங்களைப்பறித்து முதலாம் கிளிமாந்தாள் உள்ளேவரச் சித்திரக்கிளைகளில் மந்திகளும் இலைகளில் மீன்களும் துயில எட்டுத்திக்கும் பருதியின் நிழல்படாமல் கற்பகம் மணக்க அசோகமும் ஏழிலைப்பாலை மரமும் செண்பக விருக்ஷமும் மாவும் வரிசைமாற ஸ்வர்ணமாங்கனி ஓடிகிரகத்தில் வீழ இரு மருங்கும் ஸ்திரீமார்கள் நர்த்தன நங்கை சித்திரத்தில் இடம்பெயர்ந்து ஆடுகிற நர்த்தனம் அக்குகை மண்டகத்தில். நாக பூமியில் ரவிக்கை அணிந்த முலையினாரும் ஸ்தனங்களையுடைய நாக ஸ்திரீமாரும் குயிலிசை முழவ கொம்பின் மேல் தும்பிபாட மயில் கழுத்தை வளைத்து வெண்டலை யோட்டுக்குள் இட்ட தானியத்தைக் கொத்தி அண்ணாந்து

அகவியது. செந்நாகமும் சாரையும் சீற்றமிட இச்சைமரம் பழுத்தது. கற்பகமட நல்லார் காமனை மனமொத்து இருக்கும் இலைகளும் மூடி அங்கு காமவல்லிக்கொடிகள் செறிந்து நீலநாகன் வந்து வில் பயின்று கிரணத்தினால் ஸ்தம்பித்து நோக்கக் கபால தளத்தில் மதுகரங்கள் ரீங்காரமிட்டு வண்சிறைப்பறவையொன்றாய் மேலே சுற்றி நிழல் கீழே சுற்றி விதியுடன் ஊர்ந்தது ஓடிகிரகம்.

எழுதிவைத்த மூலிகையோ செம்மண் களிபூசிய வெளிர் சிவப்போ கல்வத்தில் இட்டு அரைத்த பச்சைகள் இலைவரிசை நோக்கக்குலையும் அல்லிக்குளமோ ரசவாதமடைந்த தாமல்செருவோ கண்மதிப்பில் அடங்க ஒண்ணாச்சித்தம் கபாலச்சித்திரகுளம் ஓடிகிரகத்தில் மீன்முகமூடி அணிந்த தலைகீழ் முகுளிநாகன் நொச்சி என்போன் செவுள்களால் மூச்சுவிட்டு கிரகித்து ஊர்ந்து மேலேறி வருகிறான் குளத்துள் இடம்பிடித்துக்கொள்ளும் எத்தனம் ஏதுமின்றி விழிமலரும் நீர்அது இமைப்பீலிகள் தாமல் தண்டுகளாக நீளவும் வெள்ளத்தனைய மலர்நீட்டும் குளமது நிற்கும் அன்றில்களின் தலையோ தலையிலுள்ள சூட்டு மயிரோ சிவப்பாக வரிபிடித்த நொச்சியர் தூரிகை விரல்களின் தோற்றம். கிரௌஞ்சம் கபாலத்துள் பதுங்கி முட்டையிட்டு சிறகு பொத்தி உருளும் முட்டைகளைச் சாரசப்பறவைகள் இடம்மாற்றிவிட நெருங்கி இணக்கமுறும் நீர் அங்கு மானஸீக நிறம் காட்டி அழைத்தது உள்ளே.

ஒன்றுபிரிந்தால் மற்றொன்று உயிர்வாழாததால் அந்தக் குளத்தில் ஏதேதோ தளிர்களும் புல்லும் ஒலிஇசைய ஓங்குவரியிசைய கொடுவாய் அன்றில் புலம்பும் ஒலி நீர்க்குமிழிதான் எனப்பட்டது அல்லிக்கு. சைத்ரீகன் வரிகளில் அன்றில்வாய் அலகுமீதில் சரியும் சாம்பல் நிறஒளி இருக்கிறது சிறிது வளைந்து. செம்பூக்களென ரெக்கைநிறங்களில் ஒவ்வொரு வெண்மையுள்ளும் மோனத்தின் ஈரிழைகள் மறையும் சித்திரத்திலிருந்து பெயர்த்து கீழே சரித்து மிதந்து இறங்கும் ஒரு இறகுத் துடி கேட்டு அல்லி விரல்களை அந்தரத்திலிட்டுப் பிடித்தும் விரலிடுக்கில் சொருகி நின்றது.

மாறிமாறிக் கால்சிக்கும் தாமல்கொடி சுற்றி மலர்நீட்டும் சுகந்த நிறம்பலவும் வெண்ணிறத்தில் மறைந்திருந்த ஆறு இதழ்கள் அடுக்கி மேலேறும் ஓடிகிரகம் சூன்யத்தில் அழியாத் திகம்பரத்தில் நினைவற்ற அலைவற்ற மனம் சுழுமுனையில் சமகதியில் வெளிபரவும் வெற்றிடத்தின் அடர்த்தியில் புருவமத்தியில் விழிகள் நிறுத்தி நாசி வழி உள்ளேயும் வெளியேயும் போகும் ஓடிகிரகம் புலன்கரைந்த மனம் பிரபஞ்ச நிறுத்தமாய் மலரும் சித்தம் மனக்குரங்கின்

பேயாட்டம் அடங்காமல் கபாலத்தைச் சுற்றிவர உச்சிவெளி திறந்து ஒடிகிரகம் பிரம்மரந்திர நுண்ணியவழி முடியுமிடத்தில் உச்சியிற் சிறு பள்ளமே மேலே சுழுமுனை உணர்வு இடத்தில் தானாக தன் மயமாய் பிரதிமைகள் உதிரச் சென்றங்கு உயர்வெளி கண்டாலும் உயிர்என்பது தோன்றத் தவறென்பது 'இச்சிப்பிங் கேதுக்கடி குதம்பாய்' 'கேளப்பா கேசரமே ஒடிக்கிரக உச்சி கெட்டியாய்க் கண்டவரும் ரிஷிப்பிண்டம் ராத்தங்காது என்றாலும் சிசுவைக் கண்டவர்க்கே அடுக்கையில் போதமுந்தான் கர்ப்பத்தில் பூச்சிக்கும் சித்தம் உண்டாம்' என அல்லி ஏகாந்தனுக்குப்பதில் உரைத்தாள். 'யோகப்பயிற்சியில் அமர்வதற்கு முன்பாக காமத்தின் கரணங்களில் தலைகீழ் தாண்டவமாடிவரும் அற்புதத் திருவந்தாதி கூளியோடாடி சுரைப்பல் துருத்தி பேயுருக் கொண்டு மாங்கனி அதிசயம் தந்தவள் வந்தாலும் ஓர் உள்ளம் எவ்வளவு தூரம் உலகக்குழப்பத்தில் இருந்தும் சந்தடியிலிருந்தும் நச்சரிப்பிலிருந்து வெளியேறினாலும் உலகத்துக்கும் நமக்கும் யாதொரு சம்பந்தமும் இல்லயென்று சொல்லிவிடமுடிகிறதா' வென சங்கநாகன் உருவை மாற்றி மாற்றி வாதிட்டான் நீலநாகனிடம். 'உலகத்தால் ஆகவேண்டியது எனக்கொன்றுமில்லை' என்றான் இவனும். 'மனைவியோ, பிள்ளையோ வீடோ ஒரு நாளும் எனக்கு ஏற்பட்ட தில்லை' 'பிரகேன் அல்லியின் சொரூபத்தில் உறவை வரைகிறாய் ஏகா...' 'எனக்கு உடலுமில்லை மனமுமில்லை காலமும் தேசமும் என்னைக் கட்டுப்படுத்தமாட்டா... அவை எனக்கு இல்லை அவை மறைந்துவிட்டன. சங்கல்பித்து உணருதல் மிகமிக அவசியமாக இருக்கிறது சங்கநாகா...'

'உலகப்பொருட்களில் உயிரற்ற ஜடப்பொருளில் இயற்கையில் மாறுபட்ட தன்னிலைகள் ஞாபகத்தின் சிதறல்கள் படிந்த தழும்புகளில் எத்தனையோ ஊரார் துயரங்கள் கசிவதை நோக்கி நான் அவர்களிடமே ஒரு கவளம் உணவு ஏற்கிறேன்... ஒடிகிரகம் கூடுவதன் முன் உனது உடலையும் மனதையும் உதறித்தள்ள அன்றில் குடும்பத்தில் நீ கூடுகட்டிவாழாக்குறையாக நேயம் கொண்டிருக்கிறாய்... அதனிடம் பாசக்குரலும் பிரிவாற்றாமையும் ஒன்று கலந்திருப்பதில் சோகமே உன்னை ஈர்த்துக்கொண்டு இருக்கிறது நீலா...'

'ஒடிகிரகம் அறியாதவன் ரசவாதியாதல் அரிது. பிரம்ம கபாலத்தை நெருங்கிவிட்டோம் யாம். சிருஷ்டியின் எண்ணற்ற மாய உருக்கள் தோற்றத்திலும் மொழியிலும் வடிவமாகக் கூடுகிறதே. அல்லி அரும்பு களில் ஐயங்களும் அறியாமையும் அவிழச்செந்நிறம் மலர்கிறது சங்கநாகா...'

நூற்றிப்பதின்மர் ரசவாதிகளாய் தாமரையின் காம்பில் மலர்ந்துள்ள வேளையை ஒளிரப் பாசைநிறம் கசியும் சித்ரகபாலத்தில் மரகதப் பசுமை இருளில் படரும் ஆதிவனத்தின் காமம் தண்டுகளின் முடிவற்ற நீட்சியாய் வெளிர்மை ஒளிரும் குருத்தில் புரண்ட பாதங்களில் குமிழ்விடும் மனிதவிரல்களும் முகையோ... அங்கே குருந்த நிற ஓடிகிரகம் ஒளிபடா உயிர்ச்சுனையில் இந்திரனின் நரிகள் பிறைகளின் வெவ்வேறு நாளிகையில் ஓஷதிகளாக ஒடிகிரக ஒளியைப் பருகி வாழ்கின்றன. சொர்க்கமடைந்த முதுநரிகளோ எனக்குத் தெரியவில்லை. உயிர் இயக்கத்தை வரையும் வண்ணங்களைச் சுனையில் கரைத்து நீராக்கிவிட ஒரு நாரை கழுத்தை வளைத்து அல்லிக்குள் ரகஸியச் சொல் தனித்து நீலங்களாய் சதுர நாணயமெனக் கீழே வடிகிறது. உறைநிலையின் நூற்றாண்டுகளுக்குக் கீழே உள்ள புனைஉடலைத் தோண்டத் தோண்ட அல்லிகளின் வேர்க்கோடு சடமெங்கும் முளைவிட மனிதனைக் கடந்த வேறு சீவன்களின் யோனியுள் ஓடி கிரகம் நிறக்கோலமாய் கர்ணமடித்துத் துடுப்பை சதா அசைக்கும் சுழுமுனையில் தூங்காத சித்தகபாலத்துடன் ரெப்பைகளற்ற விழிகள் நீர்மேல் திளைக்கும் மீன்முட்டைத் திரள்களைக் காண் பரப்பில் வெகுநேரம் நோக்கி மோனத்தில் மயக்கி சிருஷ்டியின் மெல்லிய ஜவ்வு கிழிந்து மீன்குஞ்சுகளாய் பிரவாகமெடுத்த ஓடிகிரகம். இக்கிரகம் செவுள்மூச்சு சிவக்க அசேதனங்கள் முதலை முகம் பேய்க்கண்கள் அகன்றமூக்கும் துடுப்புகள் சதா சராசரப்பொருள் உணர்ந்து பாசசாலங்களில் தான் நிறங்கள் கூடிவருவதும் படம் விரிக்கோளம் நிறங்களற்ற ஏதுமின்மையின் உறைநிலையாக இருப்பதால் மனோவிகற்பங்களில் கனவில் நுழைந்த ஓடிகிரகம் சிருஷ்டிபூர்வமானது. மூக்கு நுனியில் போதையுற்ற நாசி ஓட்டத்தில் நீர்க்குமிழ்கள் சரமாய் ஓடும் சித்திரகுளத்தில் அனேக உயிர்ராசிகள் இரவுபகலற்ற விழிகள் மூடாத பதினேழு ரசவாதிகள் சித்தியடைந்தும் முழுமையாக விழித்திருக்கவும் ஆகாதென்று தூக்கமயக்கத்தை நாட சித்திரத்தின் இயல்பும் மாறிவிடுகிறது. உற்றுப்பார்க்க ஒளிபெறும் எரிமகரம் யாளியின் ஆங்காரத்தில் நீந்திக்கொண்டு இருக்கிறது. சூரியனின் முகம்படாத சித்ரகுளம் அங்கே நடுவில் இலைகளில் பல இடைவெளி ஓடிகிரக முகங்கள் மறைய முதலைமுக மீன்களும் மீயுரு தோன்றியகணம் நேத்திரங்களை இலைஇருள்மூட ஒரு படைப்பு ஒரு ஓடிகிரகம் நோக்கி பயணித்துத் தலைகீழாய் வரும் முகுளிநாகனின் சற்பாத்திரமும் உள்ளே சென்று வெளியில் வந்தும் இலைகளின் மேல் விழிதிறக்க ஒளிபடரும் கபாலம் உன்னி உணர்கோடுகளில்

சுழிமுனைக் கண்கீறிக் கல்லின் அகந்தூண்டும் உட்பிரகாசத்தில் அல்லிகள் மலர்ந்த நாடி உற்றுணர்ந்தவன் மெய்யுணர்வில் சிதா காசவெளித் தாவரங்களின் தோற்றத்தில் ஆயிரம் வைரநீர் மேலேறும் ஒடிகிரகம் கனவும் தூக்கமும்தான் பிறனாகக் காணும் நுண்ணிய சித்ர கபாலத்தின் இருப்பில் நாகத்தில் புனையும் செதில்கள் வரிசை மாறுபட்டு விசும்பிய நாதம் ஒருதிவலை சித்திரத்தில் தலைகீழ் நீர்த்துளி ஒடிகிரகம். இரவுபகலெல்லாம் தாவரங்களிலோடும் சித்திரத்தின் உயிரோட்டம் முத்திப்பதம் மாறி காலம் பொழுதுக்கு மாறும் பருவமறியும் லயச் சேர்வில் ஆண்பெண்ணாகும் ஓவியத்துள் நழுவி அலையும் மச்சங்கள் மூடாத விழிகளில் நீரில் மூழ்கும் திரவகலை தான் அதுவாய் தனித்திருப்பதெல்லாம் ஸ்பரிசப்பிரதியில் உரசும் மீன்கோடுகள் ஒருபாகத்திலும் ஸர்ப்பத்தின் நாதப்பிரதியில் காமத்தின் பீங்கான் வளையல்கள் நீலமாகவும் பச்சையாகவும் சேரக்குலுங்கும் சிவந்த பாறையோவியத்தில் மனோசலனப்பிரதியில் வந்தவன் எங்கே நின்று அண்ணாந்து பார்ப்பதென்பதில் கீழே சரிகிறான்? வெளிவிவகாரங்களையெல்லாம்விட்டு சித்ரகபாலத்தில் அமருமுன் உயிரியக்கவிதிகளில் ஒடிகிரகம் தீராமல் வரையப்பட்டுவர 'அவை அவை வந்தால் அமுங்காது விம்மாது இவை இவை என்று உணரற்பாற்று' என தொனி கொடுத்தார் கணதரர். அங்கும் இங்கும் பாறைக்குப் பாறை தாவி கனிகளைத் தேடியலைந்த பசிகொள் குரங்கு மயக்கும் கள்விரும்பி அத்திமரப்பட்டையைக் கடித்துப் பால் உறிஞ்ச அதுவும் விலங்கின் நெறிதான் மயங்கிச் சுழல்வது நிமிடம் தானும் சித்ரகபாலத்தில் நிறங்கள் பகிரும் செடியும் நிறப்பொடியும் கலந்து அறிவோ அறியாமையும் கலந்ததில் அறிய குணம்வந்துசேர அரிதுயிலில் இருக்கும் எல்லாவிலங்குகளும் சித்திரமாய் வந்து சமைய வரையும் ஓவியக்கபாலத்தின் மனதெனவும் ஒரு மாயை எங்கெங்கோ பூவெடுத்து உள்ளோடு வரையப்பட உணரின் பலபக்கயோனியுள்ள ஒடிகிரகம் எடுத்தான் அனேகன் அங்கு. ஒருதலையாய் போர்த்துள்ள உன்னதப்பிறவி என தன்னைத்தான் விலகிடாமல் ஒடியன் நித்திரைப் பிரதியில் நெடுங்கனவில் வரையும் ஒடிகிரகம் இதுவோ என ஆமைப்பண்டாரம் பூக்கட்டிக்கொண்டு நடந்து வருகிறார் காதவழி.

இலைகளின் கரும்பச்சையும் நீரின் வெளிர்நீலமும் உரைநடை யில் சலனிக்கத் தெளிவிலிருந்து தப்பியோடும் மீன்கள் பதுங்கும் இருள்வநீர் பரிதியோ நிலவோ நட்சத்திரங்களோ அற்றிருப்பதால் ஒடிகிரகம் படைப்பின் சித்திரகுளம் இதுவெனத் தோன்றியது முகுளி நாகனுக்கு. நட்சத்திரத்தைக்காட்டி ஒடிகிரகத்தைச் சொல்லாமல்

நிலவை மயங்கவைத்த நீரின் எழுச்சியில் வீழ்ச்சி அடைந்த மலர் வாட்டம் அகமலர்ச்சியில் துளிர்க்கிற மீன் உதடுகள் மெல்லும் கூட்டமாய் தொனிகேட்டுக் கேட்டு முகுளிநாகனும் நீரைக் கரும்பு கிறான் துளைபட. அதில்பாயும் பச்சை ஒடியன் கிளம்பிவருகிறான்.

புள்ளினங்கள் அடிச்சுவட்டில் மெய்எழுதிவிரி மலர்களைத் தாங்கிய ஒடியனின் இரு உருவங்கள் இடவகையில் பூக்குடலை கொண்டு வலது கையால் மலர்பறிக்கும் விரல்கள் அந்தரத்தில் விரிய ஒடிகிரகம் வளைத்து காம்பு அறுபடும் தொனி வலி மையூட்டிய செந்நிறம் வேதனைதாம் ஒடி மகளிருக்கு. மங்கிய வண்ணத்தில் ஓடும் கோடுகளாக புத்தகம் எங்கும் தண்டுகள் பின்னிக் காலெடுத்துப் பறக்க முடியாத ஒரு அன்னத்தின் கூவல் அண்ணாந்த குரல் ஒடிகிரக வாசிகளுக்குக் கேட்க... துக்கம் தாங்கிய பட்சியைக் கையிலேந்தி கொடி சுற்றிய கால் நழுவிப் பறக்க அக்கணநிலையாகத் தங்குகிற முதுஒடியன் விழிகளால் சித்ர கபாலத்தில் ஏதேதோ கனிகளும் பறித்து யாருக்காகவோ வேறெதோ நூற்றாண்டில் எடுத்துச் செல்கிறான். ஒடிகிரகத்தை எட்டிப்பார்த்தவர் யாருமில்லை. பலதிசையிலிருந்து நீண்டிருக்கும் தாமல் சூன்யத்தினைப் பொத்தி வேறொரு வெளியில் ஆறுஆறாய் இதழ்பொத்தி வெளிமேல் வெளி அடுக்கிய நிறங்களற்ற வேறொன்று இயற்கையின் ரகஸியத்தில் ஒடிகிரகத்தின் கலையும் குழந்தைமையும் பேய்கணமும் ஒரே சமயத்தில் கபாலமேறி ஒவ்வொரு பூவுக்கொருதரம் ஜனனவலியும் பிறப்பின் அனந்தமும் கீறல்விடும் கண்திறவாத ஒடியன் சிசு பிசுபிசுத்த பனிக்குடவாசம். உந்திக்கொடியில் பூத்த தாமரையோ கர்ப்பகாலத்தில் கருக்கொண்டவள் காதிகாப்பூவாய் மண்தின்று மாகரும்பி சாம்பல் ருசித்து உப்பும் வெண்ணீரில் கீழிறங்கத் தொடைகள் துடிக்கப் பிறவாத ஒடியன் சிசுவாய் மிதக்கும் சித்திரகபாலம் திறவுபடா யோனிக்குள் சுழன்று கொண்டு இருக்கிறது. கண்திறவாத சிசுவின் மூடியவிரல்களுக்குள் கபாலச்சாவி வைரஒளிகாட்ட நிறங்களின் யுகாந்தகாலப்பித்த ஓட்டத்தில் கர்ப்பப்புழுக்குலம் வரைந்து செல்லும் ஒவ்வொரு பகலிரா அணிந்த தற்கோடுகள் வரையப்படாத சித்திரகபாலத்தில் பிறப்பின் மைவரையில் ஓசையிடும் ஒலி. வேட்டையுகத்தின் புரதச்சங்கிலியின் தொடர்ச்சி கெல்லி எடுத்து வரைந்த சித்திரகபாலம் ஒடிக்கிரகம். நாகஎலும்புமலர் ஒன்றில் விரியும் பறவைக்கூட்டம் விலங்குகள் என ஒடியர்களின் தாய் கருத்தரித்த நிமித்தங்கள் நீரில் கரைந்திருக்க யானைகளிறும் பிடியுமாக நீரில் இறங்கி தாமல்மலரைத் தண்டுடன் துதிக்கையில் ஏந்தவும் நீரைத் தட்டவும் எழுப்பிய ஒலியால் பயந்து

இறக்கை சடபடக்கக் கிளம்பும் வாத்துக்கள் சிறியவை சீல்கையிடும் ஒலி. ஆனால் லயமலரின் ஒவ்வொரு நகர்விலும் சுபாவாதிசயத்தில் நூற்றிப்பத்து பச்சை நிறங்களாய் உருமாறிவந்த குகையிலிருக்கும் மூன்று நாக அரசர்கள் குளத்தில் இறங்கி மலர்நீள்த்தக் கெல்லும் இயல்பில் தன்னை நிறப்படுத்திச் சலனமாகும் நீர் நடுவைவிட்டு மூன்று ஆனைமேல் பேரிகையாம் அம்பாரத்தில் இறங்கி நகரவும் உள்ளில் நீர்ப்படு மீன்விழிகள் முப்பத்தி நான்கில் செஞ்செவுள் திறக்கவும் பூட்டிய ஏடு திறவுபட பச்சை நிறங்களின் மாந்ரீக அகாரதி எடுத்துவர அக்கரையை அடைந்துவிட அலைகள் எல்லாம் திரும்பி விட்டபின் ஒடி ரசவாதிகளின் சரித்திரம் நீராகிவிட சகல ஜீவன் களுக்கெல்லாம் சித்ரகுளம் வந்த ஆயிரம் நிறங்களையுடைய ஒடியன் சேர்க்கையினால் சுபாவமாகவே ஸோபிக்கும் மலர்கள் எப்பொழுது பார்த்தாலும் புதுப்பொலிவும் சாந்தியும் ஈர்ப்பும் பூக்களின் அரும்பு அகலாமல் வரும் கோடுகளில் ஸ்வரூபதியானம் அடைந்து மாயவயப்பட்ட வெள்ளிய இதழ்களில் நாகரின் சரீரத்தை ஒளி பூசியது யார்? ஒடியர்களைக் காணும்போதெல்லாம் இரு கண்களிலும் நீர்பெருகவிட்டு அந்த பச்சஒடி என்பவள் இருகரங்களைத் தாமரை மொக்கு போல் குவித்து ஒருநிலையாகக் கூடி மலர்கிறாள். நேரில் வந்து காணநேர்ந்த இவ்வேளை காளகூடவிஷம் சுமந்த ஸர்ப்பங்களும் கருநீலமடைந்த வனத்தின் உள்ளிருந்து வளைகிறது நாகமலர் அலைவீசி. நாகதேவதைகளும் வனமலர்களாய் தானே உதிர்ந்தபடி இருக்கிறார்கள். ஆத்தோநாகர்கள் எதிரில் நின்று; நிஷிதிகைக்கனி ஏந்திய அரவம் ஒன்றிடம் சிறுபாணன் முத்தமிட்டுச் செல்கிறான் கனியைப்பெற்று. பரிணாமத்தில் எவ்வுயிரிடமும் பயமற்ற நாகரின் குழந்தை காட்டில் திரிகிறது. கனியின் பாதையில் அரவுகளும் வளைந்து போன வழிதான் அக்குழந்தை செல்லச் செல்ல ஒடி கிரகத்தின் வனத்தைத் தொடுகிறது. தாமரைக்கு சிரசின் மேல் நிலாச்சீரமலர். உள்ளங்கைக் குழியாகச் சிவந்த அல்லி இதழ்வளைவு. முதுஒடியனின் முடிகளின் பிரகாசத்தினால் வேரற்றுப்போகும் காமம் இருளில் நுழைந்துவிட சிருஷ்டிக்குக் காமத்தின் சித்தம் விலக்கல்ல வென்று பிறக்கிற புல்பூண்டும் கனிகுடையும் புழுக்குலமும் ஈண்டிக்கிடக்கும் பிரபஞ்ச இணக்கம். ஒடிகிரத்தின் செம்மேடுகளில் புதைந்த முதிய அரவுகள் இரைதேடிச்செல்லும் ஆரணியம் அங்கு சூரம்பத்தையில் கருங்கனி உதிர்த்து சொரிய நடந்துபோகிற இடத்திலும் நாகர்மலையில் கிளைபிரியும் உலர்ந்த அத்தனை காட்டுக்கனிகளைப் புழுக்கடிக்கும் தித்திப்பு ஒலி. சில சாயைகள்

இயற்கையற்ற குன்றுகளில் மறைகின்றன. நடக்கிற தூரத்தில் மங்கலாகத்தெரியும் கிராமங்களில் விளக்கேற்றப்பட்டிருந்தது. சர்ப்பம் உலவும் தரைக்கோடுகள் நெளிந்து எழுதியவற்றை நீலநாகன் வாஸித்துக் கண்ணுக்குத் தெரியாத அஸங்க்யாத ஜீவராசிகள் வரையும் சங்கேத வரிகளை உணர்கிறான். சூக்ஷ்ம ஜீவன்களில் ஓடும் நிறஅலைகளில் நடந்துவரும் ஒடியர்களின் உரையாடலைக் கேட்கிறான் சங்கநாகன். பீஜகாயங்கள் மேல் நடக்கிற விடத்திலும் பசும்புல்லின் வளைவிலும் ஓடும் பச்சை நீர்மைகளில் நூறு நிறங்கொள்ளும் இயற்கையின் அந்தரங்கத்தில் ஈர்க்கப்படுகிறான். மனதாலும் வாக்காலும் சரீரத்தாலும் ஓரறிவுள்ள உயிர்களின் ரூபத்தில் ஒன்றிவிட நீலநாகனால் முடியும். ஆனால் ஒலிநாகன் ஈரறிவுள்ள ஜீவசாரத்தில் ஏதேதோ ஒலிகளை நிறங்களாகப் பகிர்கிறான். மூவறிவுள்ள பிராணியின் இருப்பில் நிகழும் சுபாவாதிசயங்களில் சிருஷ்டிக்கான ஆதாரஊற்று சுரந்து கொண்டு இருக்கிறது. உயிர்கள் தனித்தலையும் சுழல்களில் ஓடும் ரஸநாளங்களில் ஒடியன் நுழைந்து தன்னிருப்பிலிருந்து விலகிப் பலராகும் விதியில் அகப்பட்டு இயற்கையில் மறைந்து கிடக்கும் ஜீவகோடிச் சுருள்களில் தொனிக்கும் திவ்யஒலியைக் கேட்டுக்கேட்டு சித்ர கபாலத்தின் நித்தம்மாறும் இயல்பினை உணரத் தோன்றினான் மலையைச் சுற்றி. முதிய அரவுகளின் இஷ்டமான இடத்தில் தோன்றும் மண்மத்தின் வாசனாதி பேதங்களை மனப்போக்கில் ஒடிச்சியர் எடுத்துவர இயற்கை நிறங்களாக மாறிவிடுகிறது சிருஷ்டி. யாவற்றையும் ஒன்றாகப் பார்க்காமல் ஒவ்வொரு உயிர்ப்புழுவின் கண்ணாடி நீலங்களில் விநோத ரஸம் ஓடுகிறது. அதனதன் இருக்கும் ஸ்தானத்திலிருந்து சுற்றிவரும் லயத்தின் உணர்வின் மடிப்புகள் ஒடியனையும் அமீபாவின் நிலையில் உணரச்செய்கிறதை நீலநாகன் காண்கிறான் சித்ரகபாலத்தில்.

மண்டையோட்டில் அமுதேற்று மொழியுண்டு பச்சைக்கொடி ஏந்தி ஒடியரோகனோடு சமமாய் உயிரும் வாழுமெனக் நாகவிசிறி திறந்த ஆன்ம பந்த இயல் மாமரம் கிளைவிட்டு ஒன்றேயென ஈருடல் கொண்ட ஒடியனும் வருகிறான் மாமரம்தேடி. ஒடியர் நாகைத் தெருவில் கபால ஓட்டில் புலவுகேட்டுப் பைத்திதம் பரவச் சலனின் இயலில் எல்லாக் குணங்களும் பெற்றுவிட பழய ஏடுகளை விரிந்த மொழி மருந்து பயங்கரமாய் ஒடியன்வடிவில் உடல் நூறுபச்சைநிற தலைமாலை அணிந்து ஜடைதறித்துப் புலித்தோலிலான கௌபீனம் அணிந்து இரவுவர அலறும் மிருகம் பகலில் காட்டுப்பூ ஆனது. பலியில் ஈட்டிய உதிரம் எங்கோ கான் மறைந்த மடு ஒன்றை

நோக்கி சதாபயணித்துக்கொண்டு இருக்கிறார்கள். கடல்சிலம்பின் வடிவிலமைந்த கமாராப்பட்டிணம். வட்டமாகும் தெருவில் வந்து கபாலத்தில் அமுதுகேட்டு சக்ரவாளக்கோட்டம் உரைத்த காதையிற்புகுந்து மொழியுடலை எலும்பாக்கும் ஒடியன்விதி 'சுடலை நோன்பிகள் ஒடியா உள்ளமொடு/மடை தீ யிறுக்கும் வன்னிமன்றம்' பூர்வீகப் பள்ளிப்படைக்கோயிலாய் ருத்ரன் காளி சாமுண்டி வடக்குக் கோயில் உரைந்தனர் துடிபரவ. கடல் சிலம்புக்குள் ஓடும்வரிகளில் சித்ரநூல் திறந்த ஒடியர் எடுத்த கபாலம் வரையும் தோல்சித்திரங்களில் முன்னைப்பழம்நாகர்கள் பல்லவம் சேர்ந்ததில் ஆறுவேகவதிக்கரை நெடுக மல்லையில் காலெடுத்துப் புள்ளமங்கையில்வைத்த துறவியர் வதியத் துர்க்கைக்குத்தலையை அறுத்து கிழக்குத் திசையில் வைக்கப் பொங்கிய கடல்மேல் ஒடியன் வருகிறான் தீநீர் குவளையில் தீரத்தீரப் பலி உதிரத்தில் மறைந்திருக்கும் துடிநீர்மை ஏந்தி கடனாகைக் காரோணத்தில் நிழல்படிந்த பச்சைப்பூத்தெரு அடைகிறான் இராத்திரியைப் பெண்ணாக்கி. மாமல்லையில் காளி கேட்ட தலைப் பலிக்குப் பிரஜையொருவன் ஊர்விட்டு ஊர் கபாலம் ஏந்துமாறு தன் தலை துளிக்கக் கொடுத்த கொடைக்கு காத்திருக்கும் சிற்பம் திறந்தால் கூட்டமாய் வெண்டலையோட்டுகள் பச்சையாக நிறம் மாறி கடல்புகுந்து எரிமகரவாய்க்குள் மறைகிறார்கள்.

நாம் எங்கிருக்கிறோம் இருள் குளத்தில் வந்து சேர்வதற்கு... அல்லாமல் பிறவாமுன்மையில் ஒடிகிரகத்தின் நீர் முடிவற்ற தோற்றம் மொழி யாகும் சிருஷ்டியில் வட்டமான கபாலக்குளம் எனும் புத்தகப்பரப்பின் அடியில் தாள்மேல் தாளாய் கலைந்து கலைந்து கீழிரங்கிச் சேரும் படைப்பொன்றில் நீர்பட்டால் திறக்கும் வன்னிமன்றின் ஜன்னல்களில் குவிந்துள்ள கபாலஇலைகளில் லிபிகள் மாறிக்கொண்டும் தோன்றியவாறு இருப்பதில் இந்படைப்பு கபால இலைப் பிரதாபம் மக்கி ஒடிந்து துடித்துகீழே வீழ நீரில் அமிழ்ந்த வேளை மலைக்கற்கள் மிதக்கத் தொடங்குகின்றன குளத்தில்.

கமாராவின் வன்னிமன்றின் உள்ளே நொச்சியார் வரைந்த பறவைகளும் விலங்குகளும் பார்த்து சக்கரவாலமலையைச் சுற்றி வருகிறான். எதிரில்வரும் பாணர், பொருநர், அகவுநர், புலவர், கோடியர், வயிரியர், கண்ணுளர், விறலி என எண்வர் நிழல் கபால எண்ணைக்குள் பட்டு சுடர்கிறார்கள். சீறியாழ்ச் சிறு ஒடியன் அங்கு மலையின் சாயலாய் வந்து 'எண்ணையில் நிழல் பார்க்காதே... மரணமெய்திவிடுவாய்' என்றான். அகவல் கூவிய மயில் கழுத்தை

வளைத்து நொச்சியரின் வசீகரத்துள் கலைகளை நாடவும் பைத்தியம் பீடித்துப் பாடவும் கள்ளுண்ட களியில் வயிர் மூங்கில் எடுத்த வயிரியர் ஆடும் மயிலின் ஓசையை ஒத்து வயிர்ஓசையிட்ட இயற்கையில் ஒடியரின் கபாலத்தில் சித்திரம் கீறிய அன்றிலின் கூவல்ஒலி தினைக்கதிரினைக் காவிச்செல்லும் கிளிப்பிள்ளாய் தௌந்ளமுதக் கிள்ளாய் நலங்குக்குளிபிள்ளாய் மறுகு சிறைபாடும் வயிரிய மாக்கள் இயற்கையுட் சென்று ஒலி அகராதியை வயிரில் ஊதியூதி உயிரினங்களின் அசைவென இயல்பைப்பெறவும் கண்ணுனர் எனும் நொச்சியர் எலிமயிர்த் தூரிகை கொண்டு தீட்டிய ஒலியும் மொழித்தோற்றம்.

தலைகீழ் முகுளிநாகன் இந்த நொச்சியரின் அலகிலும் சோளவிதை உதிர ஒடியன் பறவைகளுக்காக இரவிற்சிதறிய நாவற்கனிகளில் இருட்டு குனிந்து கரும்பிப் பிசுபிசுக்கப் பறவைகள் சில கனிகளை ராத்திரிகள் என எடுத்து நுகர அதில் நாகர் எடுத்த பிக்ஷாகபாலம் நூறுபட்சிகளின் தொகுதி ஒலி அதிர்வு. விருட்சிகமரம் கிளை ஈர்க்கும் சுடர் இலைகள் ஒலிவிழாத ஓட்டில் கருங்கனியின் தாகத்தில் அலையும் சக்ரவாலமலை உச்சியில் மாட்டுக்காரச் சிறுவன் மலையைச் சுற்றி நிழல் தாண்டி நிற்கிறான். ஓடியர் அவனுக்கு வெண்டலைக்கள் கொடுத்த புளித்த காடிமது வெயில் ஏற கடை சிவந்த விழிகளில் இமைகள் பிதுங்கி பழுத்த போதம். நால்வகை நாகருக்கு நாவலந்தீவே நாக்காய் செந்நீலம் சுரக்க கைக்கிளியின் வாய்குழறும் கனிப்பிள்ளை ஒரு சொல் இட்டான் சிவப்புக்கபாடம் திறந்து. கனியுண்ணாமல் திரும்பச் சொல் உதிர்த்தது கிளி.

அந்த ஒடியன் ஒருகூடுவிட்டு மறுகூட்டை அடையும் கிளிவுடலில் பறந்து காலை அரும்பு முதல் கீறல்விடும் ஒலிக் குருத்துகள் ஒன்றைப் போல் ஒன்றில்லாப்பச்சைக்கிளி ஆனான். பைஞ்சேறு மெழுகிய எருமையும் தலைதிருப்பிய கொம்புடன் நீந்த ஒரு மாந்திரீகவாதியின் பேய்த்தன்மை வசியங்களைத் தலைக்கவிகை ஓவியத்தில் கலை ஒழுங்கற்று வரையப்பட்டு நீரால் சேர்க்கும் ஒவ்வொரு பொருளும் தாவரமிருக மனித ஓட்டின் குகைஉள் ஆத்தோ நாகர் படிமை நடுக்கூடத்தில் இசை ஸ்வரங்களையுடைய கல்முகை அதியதிர் தியான அலை தலைகீழாய் எவ்வொருவரிலிருந்தும் எலும்புக்குள் பரவியோட பென்சில், தாள், இறகுப்பேனாக்கள், தேனீர் குவளையின் மேல் வரைந்த ஆவியுடன் அங்கே காத்திருக்கும் சைக்கிள் க்ளிங்... ளிங்... கென்று பாறைகளைச் சுற்றி பீங்கான் ஸாஸர்களில் கபால இலைகள் இட்டுத் தருகிறான் காட்டில். போதிதாமோவின்

கத்தறிக்கப்பட்ட இமைப்பீலிகள் கிழக்கிலெங்கும் தேயிலைகளாய் உருமாறும் விதம்பல மலையடுக்கில் கமழ்பூட்டைத் திறக்கும் ரகஸிய மோடிக் குறிப்புகளில் ஒவ்வொரு உயிரினத்துக்கும் ஒருதிவளை தேனீர் எஞ்சியிருக்கும் கண்இலைகள் பௌத்த துளிகளாக வாடிக் கொதிக்கும் நறுமணப் பிளவில் வரையப்பட்ட மலை கீழிறங்கும் ஒடிகிரகம் கல்தேய்ந்த படிகஉடல் வெளிர்மையில் அந்தப் பதினேழு மீன்களும் வெவ்வேறு ஒடியர்கள்.

கிரகதிசையில் உள்நடக்கும் ஒடியன் கபாலம் வரைந்த நாட் பொருத்தம் விதைப்புக்கு ஏகும் சக்கரத்தில் சர்ப்ப உருவரைந்த மூன்றும் கழுத்தில் மூன்றும் அவன் வஜ்ஜிர எலும்புகள் புடைத்த முதுகில் பனிரெண்டும் வாலில் ஆறும் வயிற்றில், மூன்றும் என இருபத்தி ஏழு உருவத்தின் குறுக்கே கீறி தலையின் குறுக்கு வரையின் முதற்கோட்டிற் சந்திரன் எங்கிருக்கிறான் அங்கு ஓர் விண்மீனை வைத்து நேரே எண்ணிவர தலைப்பயிர் மூன்று தீயும் கழுத்தில் மூன்று நீர்ச்சாவி முதுகு பனிரெண்டும் தாவரவிருத்தி வால் ஆறும் அற்ப விளைவு வயிறு என்றும் வெண்டலையோட்டில் இரந்துபெற்ற பயிர்நாசம். ஒடியன் மேல் நொச்சியர் வரைந்த சர்ப்பம் நின்ற நாளை வயிற்றின் கடைசிக்கோட்டில் வைத்து இடப்பக்கமாய் எண்ணவும் நாலு, ஐந்து, ஆறு இந்த மீன்கள் கருப்பு தானியம் ஒடியன் வைத்திருப்பதால் விதைக்க நல்லதென்றும் ஏழுமுதல் பன்னிரண்டு வரை ஆறுமீன்கள் கரும்பிய வரியில் நொச்சியரின் சித்ரக்களஞ்சியம் கட்டுமாறு உழுபடையிடம் குறிசொல்கிறான் ஒடியன். ஓடைத் தாமரையில் கணிதத்தில் பாழ் எனவரும் பூஜ்ஜியத்தில் கண்ணாடி தன்னில் தோன்றும் ஒடியன் வெளியைப் பார்த்து விளக்கொளி மருகை இதழ்களில் எரியும் தாமரைக் குளத்தில் இருக்கிறது. விசும்பெலாம் கலந்த வெண்டலையோட்டில் வரைந்த ஒடியர் பல்லுயிர் எல்லாம் வடிவேறும் தன்மை சித்திரப் பசுமை தீட்டி மெய்யென்று கல்லை வைத்து ஒடியர் செதுக்கினால் உயிர்உண்டாகும். காகத்தின் கண்ணி ரண்டிற் காண்பது ஒடியன் கபாலத்தில் திறந்த கண்ணும் மோகினி யாட்டத்தில் ஆடும் கனவிலிநிழல் கூத்தாடும். முனைசுழி வாசி கீறி ஓட்டிலே பட்டபட்சி ஒன்றுமேல் ஒன்று ரெக்கை நிறம்பல வரிந்து செல்ல ஒடியர் 'இருள்குளம்' தேடிவாரார். சேற்றிலே நுழைந்த ஆமை நீற்றில் நுழைந்திருக்கச் நொச்சியரும் அங்குவர மாற்றுப் பேருலகில் ஒடியர் பூச்சிமேல் கால்வையாமல் நடந்து போகும் இயல்பினர். நாடகப்பெண்ணை ஆட்டும் நட்டுவனார் கூட்டிவரும் மகளிரும் சித்ர கபாலமானார் பராபர வடிவங்கண்டு பரத்துளேயடக்கிய ஒடியர்

எத்தனை நிகண்டு சொல்லி எடுத்துரைக்கும் மூலிகைதேடி நொச்சியர் அலைமேல் தேடிய தாவரப்பிறவி சாகரத்தில் தனித்தவிதி ஒடிகிரகம். ஒடியன் நாடியில் பிடித்துக்கேட்க இலைக்கூட்டம் வேறுவேராய் பச்சைத் தீக்கொழுந்தாய் பரவிய வனமூலத்தில் காலத்தீ மேலே சுற்றிக் கபாலத்தில் அமுதருந்தி சாரையின் காடிமது ஊற்றித் தூக்கிய ஒடியர்கள் முனிசுழி வாசி பார்த்துப் பச்சைப்பாம்புத் தைல விளக்கில் ஒடிங்காடு சுடர்விரிய சித்திரமூல ஓட்டில் அவ்வெளிச்சம் எவ்வளவு தூரம் தெரிகிறதோ அவ்வளவு தூரமும் பச்சை அரவுகளின் நெளிவும் காமமும் ஒடிகிரகம் சுற்றும் வசியம். கருப்புத் துணியில்வைத்த வெண்டலைமேல் ஒடிவசியம். படிகக்குளத்தில் அன்னந்தோன்றி நர, மிருக பட்சி தாவர சங்கமாதிகள் வரைந்த ஒடியன் விரல்கள் அன்னசத்தில் ஒடுங்கி பிருதியில் ஒடுங்கி வாயுவில் ஆகாசத்தில் ஒடியன் கபாலம் ஏந்திச் சிரிக்கிறான்.

அஸ்தியில் புரண்ட வனஒடியன் சுக்கல சுரோணித அணுப் பிரமாணம் உண்ண ஒரு உருவு பாய்ந்து நடுவெளியில் ஒடிகிரகம் சுற்றிவர ஈரெழுத்து அபிமந்திரித்துப் பிண்டமாகிச் சுரோணிதப் பெருக்கில் நீலவெளி துளையும் புழுச் சென்று இதம் அகிதம் பின்தொடர்ந்து அச்சுக்குள் மூலவெழுத்து கிழிச்சீலை வாசல்போலே ஒடித்தான் ஒருத்தியாய் நின்று இந்தக் கருவை வளர்க்கும் கெற்ப உற்பனத்தை உதமூல வாயு வளர்க்க கற்பிக்குங் கற்பைச் சுற்றி வாசற்கருவை வெளியாக்கி ஓராந்திங்கள் உதிரம்பூசிய பிறைகள் வளரவும் தேயவும் இரண்டாந்திங்கள் எரியும் பிறைகள் வடக்குயர மூன்றாவதில் மாம்ச வெப்பம் ஏறக் சிரசு உள்ளே எத்தனையோ புதிர் ஓவியங்கள் உருகியோடும் நான்காம் பரிமாணத்தில் விருச்சிக மரத்தின் இலைக்கூட்டம் சுடர்களாய் நெளிய நரம்பிலைகள் பஞ்சவர்ணமாய் இந்திரிய கரத்தால் அழியினும் அழியும் விதிவகுத்த ஒடிகிரகத்தில் பூச்சியின் துயில் இரவுகளில் நவத்துவராங்களில் ஒடியாளின் ஓசையில் குருத்துப்பாதங்களில் நர்த்தனம் கெர்பத்திலிருந்து முழக்கமுற்று இருட்கெவியில் ஓடும் அண்ட சராசரங்களில் சிசு புரளும் நாக தேவதை களும் தூல சூக்குமத்தில் கொழுந்துவிட்டெரியும் ஒடியச்சி பனிக் குடச்சிசு தலைகாலளவும் ரோமத் துவாரங்கள் குருத்துவிடும் ஒலி கேட்டாள் கற்பம் சுமந்தவள். விசனம் பொறுக்கமாட்டாமல் யோனிவாசலில் கபாலச்சிசு. தலைகீழ் கபாலம் ஏந்துகிறாள் ஒடிப்பெண்.

கண்திறவாத சிசு உச்சி யோனியில் ஜனிக்க முதல் ஏகத் தோற்றம் கபாலம் உந்தல் வேட்டைப்பருந்து இயல்மீது பாயுமுன் பறக்கும்

உயரம் பருந்தின் வீழ்வு உயரம் ஒடிகிரகப் படிநிலை சுழிகொண்ட குருத்துக் கேசம் தொடர்வரிகளின் இடைவெளியளவு ஒடிகிரகம் சிரசில் வரைகிறாள். நொச்சியின மருத்துவச்சி சித்திரம் கீறுகிறாள் ராசிமண்டலத்துடன். சிசு மிதத்தல் நிலை ஒடிகிகரம் கருவறை எனில் புறவெளி அகம். கபாலத்தின் முகப்பகுதியில் திறவாத விழிகள் பிரபஞ்சத்தை பீலிகளால் உரசித் தோற்றத்தைக்கூட தான் எனத் துல்லியமாக உணரும் நாசியில் ஓடும் வாசி. உமிழ்நீரில் திசுவெப்பம். ஈர்ப்பால் முன்னுணரும் கண்திறவாத நத்தை உணர்கொம்பு ஊர்ந்து கிரகத்தைச்செங்குத்தாக நிற்க வைக்கிறாள் நொச்சி மருத்துவச்சி. சிலபுமுகம் தூக்கிய முலைகளின் நாதம் பால் கசிய செவியால் முதலில் பிள்ளையை உரசி சுனை வெண்மையில் அதிரும் அனிச்சையில் பால்மடு கவ்வும் மழலை. சிரசில் மயிரிழைகள் நுண்துளையின் ஈர்ப்பில் பிசுபிசுக்கும் கருவறைத் தைலம். நாடி நாளங்களை இணைக்கும் நுண்புழை நாளம். இந்த ஒடிகிரகம் உவாந்த நாள் பிறந்த இருட்கெவியில் மிதக்கும் கபாலம் குயில்களின் குரல்எரிவு. இந்த மணல்பரப்பின் பக்கத்தில் நிறைய அளவில் நறுமணமிக்க வடுக்களைக்கொண்ட ராத்திரியில் ஒளிரும் விருச்சிக மரத்தில் தொங்கி அசையும் கிரகமிது. விருச்சிக மரத்தில் தங்கும் குயில்கள் இணையுடன் சுழற்சிக்காய் உருண்டு செல்லச் சுழலும் நிலையற்ற பொருளைக் குறிப்பிட்டு நிலையற்ற வாழ்வு பற்றியும் உரைத்துக் கூவும் ஒடிகிரகப்பட்சிகள். அச்சிசு அண்ணாந்து இமை கீறாமல் ஒட்டுக்கொண்ட கரும்பிசினாய் இவள் மடு விருச்சிகமரக்கிளைகளில் இருந்து கூவிய வரிக்குயில் குரலென சுரக்கும் வெது வெதுத்த பால் மொச்சும் சிசுக்குணங்கல். உச்சிமோந்து கபால முத்தமிடும் பின்பனி அமையம் வருமென செங்கண் கருங்குயில் எதிர்க்குரல் பயிற்றும் மறுமுத்தம். கிரகத்துள் மண்நிறமும் பாசிநிறமும் பூசிய குயில் முட்டை உருளும். அதிலும் புள்ளிகள் கீற்றுக்கோடுகள் பழுப்பு மங்கியஇரவில் ஒளிரும் விருச்சிக மரக்கிளையில் மிதக்கும் சிசு.

புள்ளிகளுள்ள கபால மரமிது. அம்புவடிவ இதன் இலைகளும் ஒண்சிவப்பு வண்ணத் தீங்கனிகளும் எடுத்தபின் மெல்லிய மகரந்தத் தண்டில் எரிமலையின் பித்தம் பாய்கிறது ஒளிரும் விருச்சிக மரத்தில். சிசுவின் குதஎலும்பு உள் வால் எலும்புக்கு 'குயில்அலகு' என்பான் ஒடியன். தண்டெலும்பின் கண்ணிகளுக்குள் விலங்கின் வாலாக வடிவமெடுத்த தொன்மம் யுகாந்தத்தில் ஒடிகிரகம் மறைந்தவடு குயில்எலும்பில் தலைஇழைமங்களில் ஆழ்ந்து புதைக்கப்பட்ட சதுரயுக விலங்கு இருந்த காலாதீதம் அவை உந்தப்பட்டதில் தோல்

மடிப்புகளால் சூழ்ந்து வாலாக உருவம் தோன்றி அசையும் ஒடியன் கலைமறைந்திருக்கக்கூடும். சுருண்டு நெளிந்து செந்நிறம் வாய்ந்த தலைமயிரும் யானைத் துதிக்கையனைய கால்களும் தீயைச் சொரியும்.. செவ்விய ஒடிகிரகத்தின் பிறைத்தந்தங்கள் என வக்ர தந்தங்களும் காண்போர் கண்கூசத் தக்க வன்மனிதன் ஒடியன் கபாலஓடேந்தி விண்மீன்களை விதைத்துச் செல்கிறான்.

ஜனன நாடியில் யோனியில் பொருந்தும் ஒடி நாழிகையில் நொச்சியின மருத்துவச்சி செம்மண் கோலமிடும் இன்னபக்கத் தலைவாசல் கிழக்கும் வடக்கும் சிங்கம் வேறிநிமிர அவள் கை மருந்தில் செவ்வாய்க்குச் சிரசும் சுக்கிரனுக்கு முகமும் புதனுக்கு கழுத்தும் நிலவுக்குப் பாழியந்தோளும் நொச்சிக்கிழவியின் சித்திர விரல்கள் புளியங்குச்சியால் மூலிகை வர்ணம் தீட்ட பரிதிசிவந்த மார்பில் எழுதிய ஒடிகிரக இருப்பு. அத்தனையும் உருகிக் கசிகிறது பால் மண்டிலம். நெஞ்சின் வழிக் கீழிறங்கும் குருவை தொப்பூழில் மலராகக் கீறும் இதழ்களின் மேல் அவிழ்ந்தால் யோனியும் அவிழாத குகை சிசுனம் சனிக்கிரகத்தைத் தொடையில் நகரவைத்த நொச்சி மகளிரின் தூரிகைகள் நீண்டு இராகு மூட்டில் அசைய வளைந்த குருத்தில் ஒடிகிரகத்தை உதைத்துதிறக்கும் வில்வடிவம் மூச்சில் சரம் ஏறிய கொடிசுற்றிய ஒடியர் இனம். மேல்பாதி மனிதஉருவும் கீழ்பாகம் அரவுடல் பூமியில் துளை துவாரங்களில் இருள்வரையில் வெண்கோலமிட்டு செல்கிறார்கள் சிசுசம்ரக்ஷணை செய்த நடு வயதுள்ள நொச்சியின மாதர்.

ஆனால் நான்கு கரங்கள் எட்டுக் கைகளும் களிமண்ணில் வடித்து ஒட்டி எண்ணற்ற கரங்களாக்கும் நொச்சியின சித்ரகாரர்கள், ஸ்தபதிகள் என்னேரமும் செம்மை பிசைந்த நுட்பமண் உலர்த்தி நிர்வாணத்தை முதலில் நிறுத்தி உக்கிரப்பார்வைக்கு எரிசெவல் சாந்துபூசி தெத்திப் பற்களில் சுண்ணம் மெழுகி ஜ்வாலா கேஸத்தில் நகம்எழுதி மந்திரிக்க தழல் உமிழும் ஒடியன் மண்விரல்கள். கபாமாலை சூடக்கிங்கிணி மணல்மணிகள் ஒலியுதிர சிலம்புமாய் அரவம் சுற்றி முள்ளெலும்பு உடைந்து உருளும் பரல்ஒலி நாய்க்கூட்டம் தொலைவில் ஊளையிடும் இராத்திரி உரகபதிகளை வணங்கி 360 தாவர மூலிகைச் சாயவேர் தேடி கழுதைகளில் சாணகாக் கோரைப் பையெடுத்து ஏகும் நிறை வேட்கையில் தாமே ஆதி வேடம் தாங்கி பலதிசைக் கடிநாய் கொண்டு திரியும் மூலிகைவனம். ஜல்... ஜல்...லென்று ஒடிவந்து மண் அறையில் சிறுசுடரில் நாசியும் வரையப்பட்ட சிசுவின் அசைவைப் பார்க்கிறான் ஜன்னலில்.

அயன் கபாலந்தரித்த இடக்கை வயங்கொளி தயங்கி சிசுவைத் தொட வலக்கையில், தமருகத்தின் தோலில் காற்றதிர அதிர குழந்தை உதைத்தது மண்தலத்தை அதன் முகத்தில் மலரும் முருவலை நோக்கினான் ஒடியன். நுதலிற் கண்ணுடைய கபாலம் தரித்த விடத்திருக்கை நெடுஞ்சடையை மேலெடுத்த கருமேகத்தினது சுருள்போல் நீவ தலைமயிர் சுருண்டு இருண்டு காடடர்ந்து நெறிப்பும் அசைவும் திரட்சியாகப் பலவகை இலைச்சாறு வர்ணங்களைப் பிழிந்து தீட்டத் தீட்ட பக்கங்களில் சூழ்ந்து ஒலிக்க ஒருபக்கத்திற் செருகும் ஆத்தி இலைகள் உதிர ஒன்றை எடுத்து ஜன்னலில் இடுகிறாள் சாயக்காரி நொச்சி.

ஆத்தி இலைவாசம் கண்ட காப்புலிச்சி நங்கை ஒடியரை வணங்கி

'எங்கள் கேஸ்ராசா சித்ரக்காரக் காப்புரிச்சியைத் தேடிவெளியே சென்றிருக்கிறார். உள்ளே வரலாம்'

அதற்கு ஒடியன் 'பெண்களுள்ள இடத்தில் யாம் தனித்துட் புகுவதில்லை' கரகரத்த ஒடிக்குரல் காப்புரிச்சி நங்கையின் காதிற்கும் கேட்டது.

'ஒடியன் போய்விடுவானோ' வெனப் பயந்து வாசலுக்கு ஓடிவந்து வணங்கி ஒடியருக்கு அமுது செய்விப்பவர் தேடிச் சென்றுள்ளார். 'ஒடியர் வீட்டினுள்ளே வந்து இருக்கலாம் நீர்.'

'நாமிருப்பது ஒடிகிரகம் கேஸ்ராசாவைக் காணவே இங்கு வந்தேன். அவனில்லாத வேளையில் இங்கு தங்கமாட்டேன். நான் போய் முடியில் வாடிவிட்ட விருட்சிக இலைகளைப் பறித்துவருகிறேன். அதன் நிழலைவிட்டு.'

'ஏதேது.. நான் இராப்பூரா நசுக்கிச் சாறெடுத்த விருச்சிகமர நிழல் ஜன்னலில் கிடக்கிறதே இலையுடன்' எனக்கூப்பிட்டவள் அரங்கு வீட்டிலிருக்கும் குழந்தை காப்புரிச்சி. இப்போது ஒடியன் தீமுடியில் உதிர்ந்த விருச்சிக இலையை குழந்தை எடுத்து மென்றுகொண்டு இருக்கிறது. வெளியே போன கேஸ்ராசா விருட்சிக மரநிழல் இருந்தும் பிள்ளையின் குரல் கேட்கிறது 'தாயின் கருவரையிலிருந்து நான் வெளிப்படவில்லை யோனியில் பொருந்திய சித்ரகபாலம் நான். என்னை உன்னால் நெருங்கமுடியாது... பெண்கள் இருக்கும் இடத்தில் நீர் தனித்துப்புகுவதில்லை... ஆயிற்றே' என்றாள் விருச்சிகமர இலைமெல்லும் நொச்சியரின் காப்புலிச்சிக் குழந்தை.

நுதற்கண்ணை மறைத்துவந்த ஒடியன் குழந்தை கேள்விக்கு பதில் சொல்லிவிடுகிறான் 'இம்மரம் இன்று இக்கோயிலில்

காணவுள்ள இடத்தில் இருக்கிறேன். ஒடியனும் நானல்லேன். விருட்சிக இலை நான். அகோரனல்ல' வடிசேர் சித்திர கபாலத்தார் 'ஒடிகிரகத்தார்' என்றதில் விருச்சிகமரத்தின் அடியில் வந்த சிறுவி 'அடியேன் களிமண் வீட்டிற்கு வந்து அமுது செய்தல் வேண்டும்' என வேண்ட 'உம்மைக் காணும் பொருட்டாக வந்தோம். ஒடிகிரகத்தில் உள்ளோம். எமக்கு அமுதூட்டுவதற்கு உம்மால் முடியாது' என்றான் வந்தவன் சிரசிழைகளைக் கோதியவாறு அலட்சியமாய். துடிசேர் கரத்து ஒடியர் வந்தோரில் வேராய் அகப்புறச் சமயம் தாண்டிய வந்தேன். விரைந்து எய்திச் சென்றது கண்டு பணிந்து நின்றாள் சிறுவி.

சித்தநிகழ் ஒடியர் 'எம்மைப் பரிந்தூட்ட உமக்கு முடியாது எனக் கோழிமலைக் கோயில் சுவரில் இருக்கும் மண் சித்திரங்களைக் காணவாரும் என்றது விருச்சிக மர இலை ஒலி. ஒடி ஓடும் திறந்து 'பசுவினை வீழ்த்தி அமுதாக்கி இட அதனையே நாம் உண்பது நியமம்' என்றது. ஒருசார் மாமிச உணவும் உடன்படுவர். நொச்சியருள் ஒரு சாரர் கள்ளுண்ணுதல் ஒடியர் கபாலத்தில் இரத்தப் பிச்சை ஏற்ற புராண ஓவியம் சுவரில் அழியவில்லை. ஆன்புலால் எவ்வகை அகச்சமயத்துக்கும் உடன்பாடன்று, இங்கு பசு என்பது ஆன் என்றுரைப்பாருமுண்டு; அமுதாம் பசுதான் இன்னதென 'நரப்பசுவாம்' என்பனவும் 'யாம் உண்பது நியமம்' 'அதற்கு உரிய நாளும் இன்றே' என்றதில் 'ஊட்ட உமக்கு அறிதாம்' என மீண்டும் சொன்னது.

அதுகேட்ட கேஸ்ராசா 'மிகவும் நன்று. அடியேன் மூன்று வகை நிரைகளையும் உடையேன்; எனக்கு இங்கு குறைவில்லை. விடத்தினை மருந்தாய் மாற்றிய உமக்கு அமுதாகிற அந்தப் பசுதான் இன்னதென்று பொருந்தும்படி சொல்லவேண்டும். சென்று விரைந்து அமுது அமைத்து உணவுக்குரிய காலம் தப்பாமே வருவேன்' முந்நிரை பசு, ஆடு, எருமை இங்கு எமக்குத் தாழ்வு இல்லை. ஆதிமலை ஒடியர் உமக்கு பசுதான் இன்னது என புரியவில்லை. கோமாம்சம் கேட்பதற்கென்றே ஒடிக்கிரத்தார் வேடம்பூண்டு வந்தான்போலும். பசுவூன் இதுவரை எந்த அடியோரும் கேட்டதில்லை. நாயனார் மாமாத்திரர் குலமரபில் ஆயுள்வேதத்தில் எல்லா உயிரினங்களின் மூலகச்சாறும் உலோகத்துடன் பஷ்பமிடப்புடமுறை செய்வதும் புலாலுண்பதைத் தாமே அமைக்கும் காப்புரிச்சி தலையிறைச்சி அமைத்த திறத்தாலும் ஒடியன் இவன்பால் புலால் வேண்டினான். 'நின் சிறுவி நால்வரினும் கரியவளைத் தந்திடு'

ஒடியனுடைய சிரவுஞ்சமலையிலிருந்து வந்த பறவைக்கூட்டம் களர்உகாய் மரத்தில் உறையும். கிரவுஞ்சமலைப்பட்சிகள் நாதத்

தொனிகளும் பலவாத்தோன்றும் மத்தளம் பேரி யாழொலி சிலம் பிடைச் சிலம்பும் விளை அளி தாளம். அந்நாதம் தோன்றிய பொழுதே ஒலியினால் உயர்ந்தெழும் அல்லி அரசாணி மூங்கில் ஓவியங்கள் துவங்கிய ரூபம் புலன்களில் ஸ்பரிசம் சொல் இல்லா ஒலி அலை மாந்த விலங்கு நிலத்திணை இனவுருவங்கள் சித்திர தீபம் போல் அசைவு அறாது ஏதேதோ மயங்கிய பித்து மேலாய் ஈர்த்தன நொச்சி மங்கையர் கலம்கொண்டுத் தீட்டிய ஒடியர் சரீரச்சித்திரமும். அந்த மலையிலெல்லாம் ஒஷதிகள் பறித்துவரும் சுரையூர் பெண்கள். மூங்கில் ஓவியம் தீட்டும் நொச்சி என்பவள் வீட்டு சமையலறையின் இருட்டில் நீண்டநாள் சமையல்காரி.

ஒடிகிரகத்தில் ஆயுள் வேதக்கலையும் அளவிலாமல் ஏடுகள் வியன்று இரஸரத்னம் இயற்றியும் வாக்படர் பாதையில் சென்றான். அஷ்டாங்க இருதயங்களை இயற்றிய வாக்படரின் துகில் ஓவியத்தை சமையல்காரி நொச்சி மூலிகைச் சாற்றில் தீட்டியிருந்தாள்.சித்தர் பதார்த்தங்களின் பகுதியை நிச்சயித்து அவற்றை தமதெண்ணப்படி ஏவல் கொள்ளும் ஆற்றலை நொச்சியர் பெற்று ரசாயன சாஸ்திரங் களும் செல்வாய்க்குச் செல்ல இருந்தவற்றை காத்துவரும் நூலகமும் சுரையூர் வீட்டில் இருளில் ஏடுகள் புரண்ட ஆயுள் வேதக்கலையே யோகியராய் ஒடியர்குலத்தொழில் படைத் தொழிலுக்கு உட்படாது கலைபயின்று பயிற்றுவித்த சுரையூர் சத்திரத்தில் எத்தனையோ மாணாக்கரும் இருந்தார்கள்.

நோய்களைத் தெள்ளி வடித்து அறிந்த வைத்திய ஒடியர் பூக்கட்டியும் ஊர்ஊராய் கொண்டுபோய் விளக்குச் சரம்கொடுத்தார். நோய் அறிந்து வந்து ராவிளக்கில் அரிஷ்டவகைகளை வாலையில் வடித்து 'ஔஷதத்துக்கு ஆதி ஜெயநீர்/ஜெயநீருக்கு ஆதி தீநீர் துளிகளை மண்கலத்தில் சேகரித்து பூவின் மலர்ச்சியாய் நோயிலிருந்து அவ்வூர்கள் விடுபட்டிருந்த ஔஷதச் சுவடுகள் ஒடியர் வீடுவரை வளைந்து கிடக்கும். ஒடிகிரக கால்வாய்களிலிருந்து நிலத்துக்கு நீர் செல்லும் துவார மடைகள் நீர்வாய் மடுக்கும் ஒலி பள்ளமடையி லிருந்து நீர்பாய உள்ளதாய் ஒஷதிகள் பூக்களிலும் உலோக அலோகங்களிலும் ராப்பகலாய் தௌந்ஞுதல் ஒடியர் தொழில்.

தோற்றம் துடியின் ஒலி ஒடுங்கிய ஒடிகிரகம் மீளத் தோன்றித் தழைத்தற்குக் காரணக்குதிரைகள் கண்ணாடி கட்டி திசை முழுவதும் செல்ல செவ்வானத்தை இரவு சூழ்ந்து சினப்பரி அழல்மீது போர்த்திய அஞ்சனப்புகை பெரும்பளிங்கு மணிகளாலாகிய கழுத்துவடம்

விடத்தினை மருந்தாக்கும் மூலிகை மறைத்திருக்க விண்மீன் போல் விட்டிமைக்கும் காரணப்புரவிகள் கடகம் தொடிஒலி குளம்படி தீ வனத்தில் கண்ணாடிக்குதிரைகள் வலம் ஏக பாதச் சலங்கை மணி ஒலி இருள்புரள ஒடியன் கபாலக்கவிகை மட்டும் யோனியில் பொருந்தி வாராமல் கபாலயோனி ஆயிற்று. அதில் நொச்சியெனும் சாயநீர்க்காரி தீராமல் வரைந்துகொண்டிருக்கிறாள், அவளுக்குத் தன் கண்ணும் நுதலிற் காட்டாமல் செல்கிறான் ஒடியன்.

இரண்டாம் பாகம்

படைப்பு

ஹிஸ்மாஸ்டர்வாய்ஸ் கம்பெனி மேனேஜர் மதுரகவி பாஸ்கர தாஸ் பேசும் படத்திற்கு 300 பாடல்களை எழுதி வந்ததில் குரோமியம் பூசிய ஹாஃப் சாஃப்ட் எஃகூசி, மெலடி எஃகூசிகளுக்குள் நுழைந்துகொண்ட தேவதாசிகள் திரும்பி வரவேயில்லை. தேவ தாசிகள் அரக்குக் குதிரையின் ஓட்டத்தில் டெக்னாலஜி நல்லதுமில்லை கெட்டதுமில்லை. கொலம்பியா ஸ்பீடு டெஸ்டரில் நிஜத்தில் டாப்பிலிருந்த கணிகைகள் நடமாடுவது செஃபியா டோன் போட்டோவில் கண்ணடிச் சட்டகம் திறந்து பேசும் படத்துக்குள் வருகிறார்கள். அடுத்த பிளேட் ஃபிலிம் பெட்டியிலிருந்து தானே கீழிறங்கி சுழலும் கோடுகள் ஒரு வட்டத்திலிருந்து பல வட்டங்களாக நாறும் குரோமிய முள்ளில் அதிஅதிர்வடைந்து நெகிழும் ஒரு சொட்டுப் பனி ஒரு தேவதாசி, அவள் ஒரு கீத ஊசியாக உருமாறுவது கண்ணுக்குத் தெரியாது. அது தரையில் விழும் கிளங் என்ற ஒலி கேட்டது. பாப்புலர் பிரகாசன் கம்பெனி மத்திய கல்கத்தாவில், சியெல்டாவில் ஆரம்பித்து ஆசியாவெங்கும் தேவதாசிகளின் குரல்வளை கருப்பு இசைத் தட்டுகளில் சுழலத் தொடங்கியது. ஆனால் அரக்கி காண்டீஜாவின் கழுதைகளின் மோனத்தை சாரங்கியில் பொழிந்த நாடோடிக் கூட்டம், கிழிந்த ஓவியத் துகில்களோடு புழுதியில் மறைகிறது. அவ்வாறே எல்லா சித்ரகதாவும் தகர்ந்தன. ஹிஸ்மாஸ்டர் வாய்ஸ் அரக்கு தட்டு லேபிலில் ஊமந்தம் பூவை மூக்கை நீட்டி மோந்து பார்த்த நாயின் ஊளை கோடுகளாய் நீண்டு ‘சித்ரகதா சரித்திரம்’ முடிந்து பேசும்படச்சுருள் இப்படைப்பை நவீனகாலத்துக்கு தூக்கி எறிந்துகொண்டிருக்கிறது.

1

பேசும்படச்சுருள் I

சொல்லி — *கேட்போர்*

தேவதாசி — இரண்டாம் சரபோஜி

முத்தாம்பாள் சத்திரம் கடிகாரச் சேவல்

சித்திரப் பலகையிலிருந்து தோழமை கொண்டிருந்த சுண்டெலியின் பளபளக்கும் கண்களுக்கு வால் முளைத்துவிட்டால் உலகையே சுறுசுறுப் பாக்கிவிடும் கடிகாரச்சேவலைப் படைத்து விடலாமென்று சாவி கொடுத்த பல்வேறு கடிகாரங்களின் பெண்டுலம் எந்த வெளியில் டிக் டாக் கென்று ஆளுக்கொரு வெளிகளில் இயங்கிக்கொண்டிருக்கும் நூதனம் கலையாகிவிடக்கூடிய அபாயத் தருணம். டிஸ்ட்னியின் மார்ட்டிமர் மவுஸ் கடிகாரச் சேவலுடன் சரபோஜி இங்கிலீஸ் பேச்சின் காமிக்ஸ் கதை. முத்தாம்பாள் சத்திரத்தில் வெஸ்ட்கிளாக் கம்பெனியும் பிரிட்டிஷ் ஓவியர்களும் ஈடுபட்டிருக்கும் கடிகாரச் சேவல் மாயங்கள் ஊடே தற்கொலை செய்துகொண்ட தேவதாசி தூண்சிற்பமானாள். புராதன மெய்யுணர்வு பரவிக்கொண்டிருக்க பதினேழாம் நூற்றாண்டு ஓவியத்தில் ஏன் நிற்கிறேன். தாசி முத்தாம்பாளின் பஞ்ச பூதியங்களால் வடிவமைந்த கின்னரி இசைமிகு குளிர்ச்சி சத்திரத்தின் வறட்சி இருமை எழுச்சிகொள்கிறது வீழ்ச்சி.

நீருக்கும் பூமிக்கும் இடையில் நிலத்தோற்ற மாயத்தில் எழுந்த முத்தாம்பாளின் கடிகாரச்சேவல். தஞ்சாபுரி இசையில் ராசிவட்டம் பருவச்சுழற்சி புராதன கிரேக்கக் கடிகாரச் சேவலுக்கு சாவிகொடுக்கும் ஆபிரகாம் பண்டிதர் இடமுறைத்திரிபு எனும் வரியை கருணாமிர்த சாகரத்தில் சுற்றவும் கங்காராவின் நுர்பூரில் தம்தாளில் இருந்த மாதா எனும் துறவிமடத்திலிருந்து சரபோஜி வாங்கிய கேன்வாஸ்கள் பிரதி எடுத்த சுவரோவியங்களா? ஆனால் தஞ்சை நால்வரின் சுருதிகள்

ராவணன் கைநரம்பை அறுத்துப் பூட்டிய கின்னரியை முத்தாம்பாள் வைத்திருந்தாள். அவளிடம் தோடி ராகிணி வண்ணத்தட்டும் அடுத்த மஹாலில் கண்ணாடி அடைப்பினுள் சர்ப்ப வசியக்காரனின் மையல் மகுடிக்கு மியூசியமே புராதனக் காமத்தில் இழைகிறது. அடுத்த ஓவியத்தில் தர்பாரில் சபை கூடியிருக்க கேட்பது சரபோஜி. வளர்பிறை காலத்தில் விருட்சியின் பிரதிமை முதல் பத்து ராத்திரிகளில் மத்திமத்தில் இசைத் தாசிமார் கூடி கருவிகளுடன் காவேரிச் சுழியை இசைத்தவாறு முத்தாம்பாள் படகில் போவதைப் பார்த்து சரபோஜி நீரோட்டத்தில் தவழ்ந்தவாறு 'முத்தா எனக்கு செவ்வியல் கலைகளைச் சொல்வாயா.'

'மூலத்திலிருந்து நகலெடுக்கும் உனது சித்ரசாலையிது சரபோ உமக்குள் அமைதிக் கடலும் புயற்கடலும் உள்ளதே.'

முத்தாம்பாளின் லய ஞானங்களைக் கேட்டு ஆவலில் அவளை தோளோடு கைபிடித்து கூட்டிப் போகிறார். கோவர்த்தனதாரனா ஓவியம் அடுத்த சுவரில் மகாபாரத யுத்த சந்நதமாய் கிருஷ்ணா புறப்பாடு. சித்திரத்தின் கீழ்சரபோஜியும் முத்தாம்பாளும் உரையாடல், மியூசியத்தில் பிரபலமான ஓவியமோ சரபோஜியால் அனுப்பப்படும் ஏழு விஷக்கோப்பைகளை தாசி முத்தாம்பாள் பருகும் காட்சி அசையாத கண்களுடன் ராஜாவை நோக்கினாள் முத்தாம்பா. விஷக் கோப்பையில் கபில வெளிச்சம். ஏழு கோப்பையிலும் வேறுவேறு விஷம் காளகூடம், வச்சைநாபி, மேடசிருங்கம், முத்தை, அமவதம், பாலகம், பெருநஞ்சு, ஏழு கோப்பைகளுக்கும் ஊடே மூக்குத்தி அணிந்த காமிக்ஸ் பூனை வாலைப்பரசி விஷத்தின் இமைமேல் நடமாடும் மிருதுவான காலடிகள். சரபோஜியின் முகத்தி லோடும் நவரசங்களைப் பார்த்தபடி இருந்தது பூனை.

விளிம்பு தழும்பி வழியும் விஷம் திறந்த அகாலத்தில் ரோஸ் நிறநாக்கு வெளிவந்து கால்களை நக்குகிறது. விஷக் கோப்பைகளுக்கு இடையே சம இடைவெளியில் ஒளிப்பாதையின் புதிர்க்கோடு, வெண் முகமூடியைக் களட்டியவாறு சாவு இறக்கை மடக்கி நிகழப்போகும் சம்பவத்துக்காக எட்டிப்பார்க்கிறது.

விஷம் வெவ்வேறான தருணங்களில் முறிவாகிறது. ஒவ்வொரு கோப்பையிடமும் உயிர் வாதாடுகிறது. கோப்பையின் பிரதியிலோடும் கபில வெளிச்சத்தில் சரபோஜியின் புனைவின் சரித்திரம் கடக்கிறது. விஷமுறிவில் வரப்போகும் சுருதியை கின்னரியில் பூட்டினாள் முத்தாம்பாள். வாதைகளில் நைந்து வார்த்தையடியில் ஸர்ப்பம் பளபளப்பாய் நழுவிச் செல்கிறது. ராவணனின் அரக்கப்பிரகாசிகை

எனும் தீநீர் டப்பியில் இருந்து துளிகளைப்பருகியது இசை. முத்தாம்பாள் இசை லயமலரில் சுருதி சேர்ந்து விஷங்களை முறித்தது. கோப்பைகளின் நீலம் கண்ணாடிச் சர்ப்பமாக நெளியும் சாவு நர்த்தனம். முத்தாம்பாள் கூந்தல் இயல்புக்குத் தொடர்பில்லாமல் பொங்குகிறது. மோகினி அவதார ஓவியத்தில் அரூபமான இழையை வாசித்தாள் கின்னரியில். சரி இப்போது உன் பெயர் என்ன? காலத்தை அளப்பதற்கான சுருளாக வில்லுடன் சுரியும் கடிகாரச்சேவல் டிக்டிக் என காமிக்ஸ் பூனையிடம் உரையாடிக் கொண்டு இருந்தது.

கடிகாரச்சேவல் நூதனப் பிறவி. சுருளான உணர்கொம்பினால் கடப்பதில் அனைத்து மூலகங்களையும் உருக்கிவார்த்த எந்திரம் மூலநாடி. முடிவற்ற காலத்தின் தொடக்கம். கடிகாரச் சேவலின் பௌதீக மெய்மை சுவாட்ஸ் பாதரின் கொடையாக ஜான் பிளாக்ஸ் மென் சிற்பிகையில் ஏந்தி கடல்சுற்றி ஓடும் துடிப்பில் காலனியநிழல், அதை வேறொரு கேலக்ஸியின் லபுப் வருடங்கள் என்பாள் குமாரத்தி சாம்பாபாய். சிகார்கானாவில் ராஜ்மஹாலில் நீர்க்கடிகாரங்களை நிருமித்தார் சுவாட்ஸ் அய்யர் சங்கீத மகாலுக்கும் சம்பு சிரேயஸ் சத்திரத்துக்கும் ஓடிக்கொண்டிருந்தான் மணி சொல்பவன்.

அந்தப்புரத்தில் சிறுமி சாம்பாவும் பிராணிகளை எல்லாம் காகிதத்தில் வரைந்து கத்தரித்து ஒட்டும் பைத்தியம்பிடித்த ரங்காவும் ரூபெர்ட் குதிரை கடிகாரவில்லில் ஓடுகிறார்கள். ரூபெர்ட்டின் முன்தோற்றத்தை வரைவது ரங்கா. முகத்தைத் திருப்பிக்கொண்டது. திரீலிட்டில் பிக்ஸ் கார்ட்டூன் படத்திலிருந்து சேவலில் ஒட்டுதல். கடிகாரத்தின் முட்கள் மிக்கியின் கைவடிவம். இரண்டாம் உலக யுத்தத்தில் மிக்கி மவுஸ் பல விமானங்களாகவும் கப்பலாகவும் மாறப் போவதை பைத்தியம் கதையாகச் சொல்லும். யுத்தத்தில் கண்களுக்குப் பதிலாக கரும்புள்ளிகளே இருந்ததாம். இந்த மிக்கியிடம் சரபோவும் அஞ்சினார். ராக்கெட் விடுவான் சிறுவன். சிகரங்களில் சஞ்சரித்தது கடிகாரச் சேவல். எத்தனையோ பிரிட்டிஷ் துருப்புகளை ஏற்றி வந்தது சேவல். பனி அழகியும் ஏழுகுள்ளர்களும் காமிக்ஸ் புத்தகத்திலிருக்கும் சேவல் வீட்டுக்கு சரபோஜி தாளில் சரிந்து இறங்கி வந்தார். பாம்பி எனும் மானின் வருகையால் பிரமித்துப் போனாள் முத்தாம்பாள். சரஸ்மகாலில் தன்னிச்சையாகத் திரிந்த பாம்பியின் அசைவுகளும் சேஷ்டைகளும் நூலகத்தை வனமாக்கிவிட்டிருந்தது. சரபோஜியிடம் போய் அந்தப் பாம்பி கையை நக்கியது.

முத்தாம்பாளின் எத்தனையோ யோக விஷயங்களைக் கேட்கும்

ஆவலில் கோவர்த்தனதாரனா ஓவியங்களைக் கார்ட்டூன் சித்திரங் களாக்கியது குளெர் குடும்ப பண்டிட்ஷியூ.

பிரிட்டனில் காமிக்ஸ் புத்தகத்துக்கு இடம்பெயர்ந்த சரபோஜியை வரைவதில் வெள்ளை வெளிர் சிவப்பு, பச்சை அடர்வு, பிரவுன் தீற்றல் பழுப்பு வர்ணங்கள் பயன்பட்டு விஷவேகத்தில் உதிர்ந்து கார்ட்டூனாகி விடும்.

முத்தாம்பாளின் ஏழு கோப்பைகளை வண்ணத்தட்டில் கொண்டு வரப்படும்வேளை ஒவ்வொரு கிண்ணமும் இரு சர்ப்பம் பிணையும் கைப்பிடி நெளிவு. சங்கதிகளை வெகுநேரம் திருஷ்டியில் உற்றது கேலிச்சித்திர மான்.

காமிக்ஸ் அரசே இந்த ஏழு கோப்பைகளில் வேறுபடும் ஆக்கக் கூறுகளை நான் பருகிக்கொண்டு இருக்கிறேன். வண்ணத்தட்டுகள் உடனுக்குடன் மாறவேண்டும். ஏழுதட்டுகளில் வேறுவேறு கதை ஒரேசமயத்தில் நிகழலாம் இல்லையா, தட்டுகளை சரபோஜி வரவழைக்கிறார். ஒவ்வொரு சித்திரமாக புராணம் கடந்து செல்கிறது. அவற்றில் ஒன்று தாகூர் துவாரகாவில் வாங்கிய இரு பெண் ஒப்பனைத் தட்டு, சாம்பா ரிங்கமகால் கிருஷ்ணாவும் ராதாவும் ஒருவரை ஒருவர் கண்ணாடியில் பார்த்தல், துவாரகாவில் கம்ஸனின் தர்பார் வேறொரு கதை, தில்லையம்பலத்தில் சிவதாண்டவம், யுத்தத்துக்கு சரபோஜி சைன்யம் புறப்பாடு. எதிரில் கிழவன் சேனை ஒவ்வொரு சித்திரமும் ஏட்டில் வரைந்திருந்தது. தட்டைப்பார்த்துப் பிடித்த சத்திரத்தில் விருந்தினர் தாமசிக்கலாம். புவியுலக வாழ்வின் தேவைகளை வெள்ளையருக்காக விட்டுக்கொடுக்கும் தட்டு, தர்மசால் மகந்தனின் குச்சுப்புடிக்கழைக்கூத்தாடிகள், கண்ணாடிக் குதிரைகள், சரபோவின் அரண்மனை யாத்ரீகர்கள் மற்றும் ஒரு சர்க்கஸ் காட்சி, மகாராஷ்ட்ர தோல்பாவையாட்டி, மோடி மகால் சுவரில் சுழலும் தட்டில் கம்ஸனை கிருஷ்ணா கொல்லுதல் முத்தாம்பா... உன் கருப்பு மாந்ரீக சக்தியைச் சோதிக்கவே ஏழு கோப்பைகளில் விஷம் அடியில் இன்னும் தங்கியிருக்கவில்லை. இவற்றை இசையினுள் சுழலும் வைரமாக விஷத்தை முறித்தாய்.

சரபோ யமுனாம்பாள் சத்திரம், வெண்ணாறுச்சத்திரம், சேதுக்கரைச் சத்திரம் சித்திரத்தட்டுகளை நான் இன்னும் காணவில்லை அரசே... எப்போதுமே விஷம் தலைகீழ் நீர்துளி. பருகியபின் வாழ் வெறுமையைக் கண்டேன் என்றாள். முத்தா... எனக்கு நீ சந்திர ஓரைகளின் நிமித்தங் கூறுவாயா என் விதி சரித்திரத்தில் இரண்டாவது

முறை கேலிச்சித்திரமாகலாம்.

சரபோ... தேய்பிறை பஞ்சமிவரை வலிமையுடன் இருக்கிறாய், அதன் பிறகு அமரபட்சம் வரை தீயொழிய நீராக இருப்பாய். நீ பலமற்று மெலியும் சருக்கத்தில் மை இருளில் ஒளிப்புள்ளிகளில் இருபத்திஏழு அஸ்வங்களும் பீடிக்கப் பெண்ணின் ருதுகாலம் சத்திரங்களில் ஒவ்வொரு இரவிலும் உன் காலடி வீழ்கிறது. காமத்தின் கூண்டுக்குள் அடைபட்ட தாசிமார் அத்தனையும் பட்சிகளாய்த் தப்பிவிடும். ஒவ்வொரு மிருகமும் நட்சத்திரங்களாய் உதிர்வதைப்பார். நட்போ பகையோ அற்ற வெகுளியாய் யாம் இருப்பது.'

முத்தாம்பாள்சத்திரத்தில் கண்ணாடிச் சட்டமிடப்பட்ட திராட்சை நிறப்புகைப்படத்தில் மூழ்கியிருந்தவர்களும் மறைந்தவர்களோடு சீதாரம கொண்டையா, நாதஸ்வர குருமூர்த்திபாலு, சித்திரகூட ஜமாலி, விகடகவி வெங்கடாபழனி, அப்பண்ணா, ஆங்கிலப்புத்தக ரட்சகர் ரங்கசாமி நாயக். மகால் சர்பத்கானா, குஜஸ்தா நட்டுவனார், பிரசங்கி, வேஷத்துணிக்காரன் இப்படி, கஸ்தூரிரெங்கையா, இலிசபேத் மஸ்கரின் சட்டகத்திலிருந்து கீழே வருகிறார்கள். பாகவத மேளா குழுவினர் வேறொரு புகைப்படத்தில்.

மகாலில் புத்தகம் தேடும் வால்மீகி தீட்சிதர், பனை ஓலைச்சுவடி சுப்பு சாஸ்திரி, ருத்ர ஜோஷி, சிவப்புவெல்வெட் உடை அணிந்த சரபோஜி மற்றும் ஜான் பிளாக்ஸ்மேன் இருவரும் பால்கனியில் அமர்ந்தவாறு பேச்சுக் கொடுத்தல். மேலே ருக்மணியின் வீட்டில் கிருஷ்ணாவின் கல்யாண விருந்து, ருக்மேனியின் சிருங்காரம், முத்தாம்பாள் அரண்மனைக்குச் செல்லும் வழியில் சந்திக்கும் சிஷ்யைகள், அவளுக்கு அஞ்சலி செலுத்தத் தேவதைகளும் ராஜாவும் செல்லுதல், ஒரு சீமாட்டி வீட்டில் இருத்தல், தலைக்காவேரி ஓவியம்.

பெட்டி மேஜை மீது திறக்கும் நீலக்காகிதங்களை இருட்டுமை தொட்டு கார்ட்டூன் சித்திரங்களை குளேர் குடும்ப பண்டிட் ஷியூ வரையும் விரல்நுனியில் சுடரும் வடிஒளி. சித்திரக் கட்டிலின் எல்லாப் பகுதியிலிருந்தும் காணாமல் போன சாமானியர்கள் வறியோரின் உருவம் இருளில் பதிந்து விசாரத்தில் மூழ்கியிருக்கும் ஓவியம் சத்திரத்தில் வீசிய துக்கம். அவஸ்தையில் எரியும் சரபோஜி மகால் நிறக்கோளம். கவர்ச்சிமிக்க கார்ட்டூன்களைக் கதைக்குள் நழுவச்செய்யும் முத்தாம்பாள் சத்திரத்தின் அதீதம். இங்கு கதாபாத் திரங்கள் குற்றமும் கருணையும் சித்ரவதையும் பிளக்கும் உள் இருட்டு. சரபோஜியுடன் தாசி ஒருத்தி வாதாடும் காட்சி. ஆனால் சரபோவின்

அந்தப்புரக் கட்டில் பர்மா நாட்டு படிகமரங்களில் ஊடுருவும் மையல்கொண்ட முத்தாம்பாள் வீணைவாசிக்கும் தைலமரக்கூடம். இரு நீலங்கள் விழிநகர்வில் இருள் மூடிக்கிடந்தாள் படுக்கையிலிருந்த முத்துப்பழனி. தவளைத் தொலியாய் சுருங்கிய திரேகம். பசுஞ்சீலை ஓவியம் மெல்ல அசையும் வேளை. துகில்கலைந்த மரமாட இரவுமணம். மரஉப்பரிகைப் பலகை மெத்து ஓசையிட சரபோவும் முத்தாம்பாளும் நெடிய வராண்டாவில் நடமாடும் உரையாடல். தீப்பந்தங்களில் கொழுந்து விட்டெரியும் படர்வில் ஓவியம் இரவாக இருள்கிறது. சூநிலவே இந்தக் கடிகாரச்சேவலை ஒரு நீள்வட்டப் பாதையில் ஏன் சுற்றிக்கொண்டு இருக்கிறாய் சரபோ வியப்பில் ஆழ்ந்தார்.

என் பிறைகளினுள்ளே முயலுக்கு பூமியைப் பார்த்தால் கடிகாரச் சேவல் தெரியும். இங்கிருந்து மேயும் முயல் விண் கோரைகளை மெல்லும். புழுக்கள் அதற்கு வேண்டுமாம். கண்களைத் திறந்து கொண்டு புழுவாய்ச் சுழல்கிறது பூமியைச் சுற்றி முயல்.

கார்ட்டூன் சதுரங்கத்துக்குள் வன்முறையும் அழகும் ஒரே நேரத்தில் விளையக்கூடியவை. சோழிகள் உருண்டு விளையாடிக் கடல் ஓசையிடும் குழிஉடலிகள். சிறுவனிடத்தில் அரும்பிய நூதன இழை காமிக்ஸ் புத்தகத்தில் படர்கிறது. இயற்கை நியதியின் வெகுளியான வரைபடத்தில் தன்னெழுச்சி கார்ட்டூன் கோடு நீண்டு சருகுறும் தேவதைகளுக்காக மறைமுகமாய்க் கனவை தீட்டும். பிடில் ஒன்று வில்லுடன் நடந்து வந்து காமிக்ஸ் புத்தகம் ஒன்றை குளேர் குடும்பச் சிறார் திறந்து விளையாடுகிறார்கள் சத்திரத்தில்.

பைத்தியம் பரவிக் கொண்டிருந்த சத்திரத்தில் கடிகாரச் சேவலை அடைவதற்குக்காயங்களுடன் கதறும் பசியற்ற காக்கைகளிடம் கேட்கத்தயாராக இருக்கலாம். கண்ணுக்குள் கல் உருளும் சாய்ந்த பார்வை மூக்கைப் புரட்டித் திருப்பி முத்தாம்பாளிடம் கேட்டது 'இல்லை இல்லை... கடிகாரச் சேவலை நம்பாதே...' கொம்பு வளைந்த சலவான் கடந்து வருகிறது.

நிழல்கள் எண்ணையில் நடமாடும் பசோலிவிளக்கில் எரியும் பாலே காரிணிப் பணிப்பெண்கள் சத்திரத்தை மெழுகுவதும் பெருக்கு வதுமாக இருந்தார்கள். நாகப்பட்டணம் மகாலில் வாத்துக்களைக் கூட்டிக்கொண்டு பைத்தியக்காரி நுழைகிறாள். வாத்துக்கள் கழுத்தை நீட்டி வந்து முத்தாம்பாளை சூழ்கிற வேளை சரபோ அவற்றுக்கு அவல் அள்ளிக் கையால் ஊட்டினார். வாத்துக்களின் ஒலி முத்தாம்

பாளை துக்கத்தில் ஆழ்த்தியது. மட வாத்தைக் கழுத்தைத் தூக்கி மார்பில் ஏந்தினாள். அதன் கரண்டி மூக்குத் துளையில் தெளிந்து ஆடியது புழு. நேரில் காணும் நிஜம் பற்றிக் கொண்ட புழுக்கள் இவை. நட்டுவன் சாவடியில் காமாந்தி வேட்கையில் விடுதலையும் திறப்பும் வேறானவை. சரபோ தந்தையைக் காட்டிலும் முத்தாம்பாள் ஓவியத்தில் நுண்ணறிவைக் கண்டு மெச்சினார்.

அவள் தீட்டிய நொச்சிச் சீலைகளில் இருந்து எந்த மரபு என எளிதில் பிரித்து எடுத்தார் சரபோ. ஒரே ஓவியத்தைப் பலர் தீட்டினாலும் ஒவ்வொரு நொச்சியையும் பேர் சொல்லி அழைத்துத் தன் பட்டுப் பையிலிருந்து கெம்பு ரத்தினம் பரிசில் கொடுப்பது சரபோவின் தர்பார் வழக்கம். சத்திரவாசிகளில் பலரும் பெண்கள். ஒவ்வொரு இருப்பும் இருளை நோக்கிச் செல்லும் ஒளி மங்கிய நாடகம். சரபோஜிப் பெண் ருதுக்கள் சித்திரத்தில் கருவும் சிருஷ்டியும் வெளிச்சத்தின் திரிபுடாத இருட்டு வடிவம். தடைப்படும் விதியிலும் நிலவுதான் தன்வழியில் செல்லும். அறிந்த அவள் அறியாததைத் தேடும் சாயநீர் வேர்களின் வாசனை. இளமையிலேயே அனாதைகளான பெண்கள் சரபேந் ரசத்திரத்திற்கு வந்துவிட்டால் சௌபாக்கியவதிகள். கொலம்கஞ்சி சத்திரம், அகல்யாபாயி சத்திரம் குமரம்பாயிசத்திரத்தில் பூக்கட்டுவது, கதைசொல்வது, தாளம் பிடிப்பது, முத்துமங்கா, ருக்மணி, மங்கள நாயகி எல்லோருக்கும் அரமனை உத்யோகம், மிருதங்கம் வாசிப்பவன் ராயாபீனது கஞ்சிக்கு அடிக்கிறோம் என்பான். ஆங்கிலப் புத்தக ரட்சகருக்கு ரொம்பக் கிராக்கி. கவிஞனுக்கோ கையில் வறுமை பிள்ளைகுட்டி ஏராளம். சிங்கத்தம்பட்டி மிருதங்கம் பஞ்சப் பாட்டுதான். வேஷம் போடுபவனை அடித்தால் கந்தல் பறக்கும். கற்றுக் கொடுத்த குருவுக்கு ஒட்டுப்போட்ட சட்டை பழமை பீடித்த வெற்றிலைத் திப்பிப்பை. ஆனால் சிஷ்யைகளுக்குக் காய்ந்த வெத்திலை குடந்தைச்சீவல் வாய்ப்பொடி பட்டணம்புகையிலை தம்பூலம் தறிக்க அப்படிக் கூட்டு ரஞ்சிதமாயிருக்கும் நட்டுவஞ்சாவடி. தஞ்சாபுரி வம்சத் துகில் வரைவோரிடம் சகவாசம், சரஸ்மகால் நூலகர் பலரும் கூடிப் பேசும் சர்பத்கானா. வரி எழுத்தர், ஓவியருக்கெல்லாம் இஷ்டப்பட்டதில் சரபோ வம்ச ஆவிகளுடன் சேரத் தன்னையே பீங்கானில் வரைந்த முத்தாம்பாள் ஓவியம் இருட்டில் சேர்ந்திருக்கும் ஒளி நோக்கிய விழிகள் சூழ்ந்துள்ள ஏக்கம் வேறு யாருடனும் ஒப்பிடமுடியாத சித்திரம். சுற்றியுள்ள காற்றில் மரம் உருகி இழையும் வேறொரு படைப்பு. நீலம் சூழலைச் சுற்றிவளைக்கிறது. காங்ரா பாணியில் வேர்கள் பிடியுள்ள கம்பளக் கோலியர் இந்த மண்ணிலும்

இருக்கிறார்கள் எல்லாக்கலைமரபும் சரபேந்திரச் சத்திரத்தில் கலந்து தெளிவின்மையும் குழப்பமுமாக இருந்த வேளை. நீலம் பள்ளத்தில் சரிந்து பொதுவிய பூக்களின் பருவச்சக்கரம். பளபளப்பில்லாமல் மங்கியவை இந்தப் பூவாசனையுடன் சரஸ்மகால் நூலகத்துக்கு வருகிறாள் முத்தாம்பாள். அங்கு வரைந்த தாடியுடன் மனித உருவம் அவளைப் பாதித்தது. ஜான்பிளாக்ஸ்மன் செதுக்கிய சுவாட்ஸின் வெண்கல் கசியும் நோய்மை. தசையாக்கிய கல் உருக்கம்.

மகாபாரத ஓவியங்கள் ராசநாமாவில் உள்ளதைப் பின் சரபோ தர்பாரில் புரட்டியவாறிருந்தார். காதல் தோற்றங்களை இழையாகத் திருப்பும் எரித்தா உள்ளே வருகிறாள். திருநங்கை எரித்தா விரல்களில் பெண்ணில் ஆண்புகுவதும் பெண் யுவனை எடுத்துக்கொள்வதும் மறை புதிராக வெளிப்புறமுழுமை உற்புற வெற்றிடத்தைக் காண்பதும் கலையின் பிரபஞ்ச இனக்கத்தைக் காமரூபப் பருவங்களையும் சேர்க்கையில் கலையாக்கிய சிருஷ்டி இயற்கையில் கூடி இயல்வது. ஆயினும் மொகலாயர் இந்திய வாழ்வில் ஒன்றுபட்டவுடன் நிலத்தில் விதைபடத் தருக்கள் கிளைத்ததென ஓவியங்களும் அதுவும் இதுவாக மாறிற்று. ஆனால் தர்பார் காட்சியும் மாளிகை நிறங்களும் எண்ணிலாக் கோடுகளாய் மரபுகள் ஒருமித்தது சரபோஜி வெளி.

முகவுரி அணிந்த குழப்பத்தில் கூடிமோகிக்கும் பூதனா கார்ட்டூன் விலங்குகளை மயக்கும் விதியில் கூண்டில் அடைபட்ட விலங்குகளை விடுவித்தது இசை. காமிக்ஸ்காரர்கள் உள்ளேவர வாசகரை நேரில் இழுத்துச் செல்லும் பனியும் பாலைவன வறட்சியும் சித்ரவதைக் கூடங்களைத் திறக்க தூங்கும் அழகியின் கோட்டை. கட்டணம் செலுத்தி ஒருவித வாகனத்தில் உட்கார்ந்தால் அது கோட்டைக்குள் இழுத்துச் செல்லும்.

ஒரே இருள். திடீர் வெளிச்சம். அங்கே ஒரு சூனியக்காரி கையில் சோடோம் ஆப்பிள் உரையாடித் தொட்டதும் சாம்பலாக உதிர்ந்து வரும் கார்ட்டூன் தோட்டத்தில் ஆங்கிலம் பேசும் சரபோஜி கையில் ஒரு முட்டைக்கோசுடன் முயலை ஏந்தியபடிக் கரும்பிவிளையாடும் கேலிச்சித்திரம், திருநங்கை எரித்தா போர்ச்சுக்கீசிய கைத் துப்பாக்கி யுடன் சரபோ மாளிகையின் பின்னணிக் காட்சியை அப்படியே வைத்துக்கொண்டு கார்ட்டூன் சித்திரங்களை ஒளிபுகும் தாளில் வரைந்து செல்ல இலையுதிர் காலத்தில் எந்த நிறத்தில் தோற்றமாகும் இலைகள் ஒவ்வொரு கணமாய் வீழ்ந்துகொண்டு இருக்கும். டிஸ்னியின் ஜங்கிள்புக் திறந்தால் கடிகாரச் சேவலில் கார்ட்டூன் தாவரப்

பிராணிகளின் உரையாடல். கற்பித உருவங்கள் தேனீர்க் கோப்பை களுடன் ஆவிபறக்க நுழைகிறார்கள். பெயரற்றவன் உறிக்கப்படும் நார்த்துகிலாய் வரையப்படுகிறான்.

சூசரபோ மிருகங்களையும் பறவைகளையும் விட்டு நான் பிரிந்தாலும் உன் மெல்லிய கோடுகளும் வர்ணப்புதிரும் தான் நான். கலையில் மரண அச்சம் உணர்வதற்கு ஏழு கோப்பையின் விதி என் தொண்டையை அடைக்கிறது. முகத்தில் நீலம் படர்கிறது. உன் சித்தம் ஓவியத்திரட்சியால் நிரம்பிவிட்டதால் தீராமல் நீ துளியை ஜீவராசி அனைத்தின் ரகஸியமாக உருமாற்றுவாயா...? பசோலி விளக்குகளில் பரவும் த மரபு வாசனையை நுகர கலையில் நித்யத்துவம் மெல்லக் கரையும் சூல் இருட்டு. சூழுடிவுற்ற காலம் என் ஓவியங்களின் மௌனம். என்றாள் வாசிப்பை நிறுத்திவிட்டு, பிரதியில் வரும் கடிகாரச்சேவல் பீடிக்கிறது உங்களையும், ராஜா சரபோஜி ஏந்தி யிருக்கும் சோழச்சேவல் தன் இறகுப் புள்ளிகளைத் தர்பாரில் உதிர்த்தபடி கேட்டது. கடிகாரச் சேவலிடம் நிஜத்தில் இவ்வேளை மிக்கி மௌசாக இருப்பவர்கள் என்ன செய்துகொண்டு இருக்கிறார்கள்? டிக்...டாக்... மூன்றாவது உலகயுத்தத்தைத் தொடர்ந்துகொண்டு இருக்கிறார்கள் டிக்டாக் என்றது கடிகாரச் சேவல்.

2

என் பெயர் த

பேசும்படச்சுருள் II
விதியின் சாளரம்

சொல்லி   கேட்போர்
பாஸ்கரதாஸ்   தினகரன்

குடகு மலை பிளந்து மரத்தின் வேருக்குள் நீர் ஓடுகிறது. பார்க்க முடியாத அருவிக்குள் ஒளிந்திருந்தாள் தலைக்காவிரி. தண்ணீரில் பரவிப்பரவி கலையின் முகாந்திரமானாள், திராவிடரின் முதல் பெண்ணானாள் காவிரி. இவ்வேளை உலர்ந்தபோது குடியானவர் நுனிநீரில் திரேதாயுகத்துக் கலப்பை ஓடிகிறது. மெல்ல வாய்க்காலில் வடியும் நீர் வெளிச்சம் நார்ப்பெட்டி விதை நெல்லில் விளக்காக எரிந்து காலமெல்லாம் இருட்டில் நகர்கிறது. உலகைப் படைத்தவர்கள் வயல் சாயும்போது அருவிகள் அங்கிருந்தன அற்றைத்திங்கள் அவ் வெண்ணிலவில். மனிதர்களைவிட ஆவிகளே பாடல்களைக் கேட்கின்றன. இருப்பவர்களைவிட மறைந்தவர்கள் வயலுக்கு உரமாகி அவர் எலும்புகளும் தாகத்தில் இருக்கின்றன. தண்ணீரின் தேவதை தாவரம் கழுத்தைச்சுற்றிப் படர்கிறாள். கரிகாலன் கொடுவாளும் கரையுமாறு பெண்கள் குனிந்திருந்த நாற்றங்காலில் நெஞ்சுலர்ந்த பயிர். தண்ணீரைப் பார்க்கமுடியாது கேட்கத்தான் முடியும்.

3

த

லோத்தல் நடனமாதின் பழமைச் சிற்பத்துணுக்குகளில் சமகால வாசனையை அடைகிறேன் இப்போது. ஹரப்பாவில் கண்டெடுத்த வெளிர் சிகப்புக் கல் ஆபரணம் கசிகிறது லோத்தல். கரு பழைய சிற்பம். அவளை நெருங்கவும் முடியவில்லை.

வரலாறாகும் த. பாலா வேறு இயற்கை நியதியெனும் ரகஸியத்தில் லோத்தல் கல்பாசியில் ஒளிர்பவள். தலைமுறைக்குப் பாலூட்டியான லோத்தல் நடனமாது என்னை எவ்வளவு தூரம் கவர்ந்திருக்கிறாள்.

எந்த சரித்திர நாவலுக்கும் சொறபடாத சாத்தியப்படாததை லோத்தல் கல்கோடுகள், வர்ணங்கள் மூலம் சாதனை இயற்றிப் பெருமை பெற்ற இச்சிலை வடிவம்.

உன்னத விளைவு புராதன நம் சதிர் கிளர்ச்சியினடியாகப் பிறந்த நூதன அனுபவம் த. பாலாவின் ஸ்தூல வடிவமே நடன இயக்கம் தூண்டிய மரபுத் தொடர்ச்சி அறுபடாத கலையில் மறைந்திருந்தது.

கருணாமிர்த சாகர நூலில் திறந்துகொண்ட ஹரப்பா காலத்து லோத்தல் துறைமுகத்தெரு படிந்த பின்னமடைந்த அபூரணச் சிற்பம் ஒன்றின் சாயைகளில் காவேரி அலை தொட்டு நாட்டியப் பெண்களின் கால்களில் படும்போது பெருநதியின் இயற்கை அடைவார்கள். பாடலைக் கேட்டுக் கேட்டு சுண்ணாம்பால் எடுத்த த.

பட்டினக் காந்தர்வத்தெருவெங்கும் ஓடிக்கிடந்தஅபூர்ணச் சிற்பத்தின் சாயைகள் தளிச்சேரி ஆடற்கணிகையர் காலடித் திறமை காட்டும் கூடுவித்தை நடனம். கால் காட்டி ஆடும் பெண்டிர் நடன வகை இவ்வூர் சாயல் படும் சிற்பம் ஓவியம் இசையென்பது காவிரிக்கு முதநூலோன் வெறுமேனித் திருச்சமணன் கொடுத்த வற்றாத களஞ்சியத்தில் ஒழுங்கியல் வரி ஒப்பனையும் ஒன்றையடி நடன

வகையும் ஊர்த்துவம் உடலையும் ஒருகாலையும் பூமிமேல் தூக்கி விசை யிட்ட இழைவாக அரங்கேறுகிறாள் த. பாலா.

சிந்துவெளி அபூரணசிலைத் துணுக்குகள் மெல்ல உதிர பாவங்கள் சிதறி எண்ணற்ற துகள்களில் சித்தரித்த கதாக்களாகிக் கண்ணிமை தீட்டும் மையலைப் புராதனத் தெருவெங்கும் பூசினாள். விரல் பிரயோகமே விழிப்புவரும் முகம்முகமாய்க் காட்டிய உணர்ச்சிகளின் முழுவீச்சில் ஸ்தாயிபாவங்கள் அடைபடும். அவள் நிறுத்தத்திலும் அபிநயத்திலும் பேதம் செய்யத் தாளத்தின் துணைவரல் த மரபு.

நர்த்தகி பாலாவின் சாமர்த்தியமே நேரான தோற்றத்தில் நின்று லோத்தல் சதங்கை ஒலிகளை எழுப்புவதில் லயம் பிசகாமல் மூலாதார கதியின் சமத்துடன் முழுதும் இணைந்துவிடும். சிற்பத்தின் த ஒலி ஒரு மணியிலோ சிறு ரவைகள் துல்லிதமாய் சுழலும் கரு இருமணி தனித்தனிக் கோர்வையில் ஆழ்ந்த சிலை விசும்பின் வழி செல்ல ஒரு சொல் த வில் த-பாலா நிற்கிறாள் த... தவெனத் தலைமுறை சகலமும் சேர்ந்து முழு நூறு தலைமுறை செல்லத் த ஒலி நாதம் வலியதும் மெலியதும் ஆகக் கால் எடுத்த கழல் உடையும் வலி.

பாதங்களுக்குள் எல்லா ரேகையும் மரபிலிருந்தே ஓடிவரும் அவள் சதிருக்குக் கர்ண பரம்பரையாக வந்த குடும்பச் சொத்து அழுக்கான ஆபரணக் கல்லிலும் சொல் த வடிவம். கூடவே வரும் தன்னூர் த ஒலியை உடல்மேல் எழுதிச் செல்கிறாள். த பட்டினத்தையே ஏந்திச் செல்கிறாள், வேறுவேறு பயணத்தில்.

அதனுள்ளே கரு உருவில் காமாட்சியின் தாயார் சரபோஜி தர்பாரில் பாப்பம்மாள் ருத்ரவீணை ஒன்றின் சாயைகளோ இவர்கள் உஷத் காலத்து வர்ணனையோ இந்திரன் அப்ஸரஸிடம் நடனம் படித்த பழந்தோற்றம். சீயாளின் மச்சங்களைத் தேடிவந்த அர்ச்சுனன் ஒரு வருடம் திருநங்கையாய்ப் புனை உருவெடுத்தகாலை கல்மணி ஆபரணம் அறுபட்டுச் சிதறிய குருதியிலும் சதிர் மரபு இடமாறி நாடகத்துக்கு வந்த ஸ்திரீபார்ட்களே கொடுத்த விதி.

ஆனால் சரஸ்மஹால் ஆவிபிடித்த ஊழ்வழி இவள் கால்வழி செல்ல மரபும் அதிர்வுலகம் எனவே இசைத்தாசியரைத் துரத்திவரும் திணைப் பொருளின் அமைப்பு விதிகளே இயல் நாடகம் இசைக்கும் தனித்வ நிலம், உதிர்த்த துகள்களில் சேரும் நடனமாதின் கீறல்கள் இவை சிலையில் கசியும் கல்பாசியின் ஒலியைத் தொட்டு நடந்தேன் லோத்தல் வரை.

ஆனால் தேவதாசிகளில் பாலாவின் சீயாள் பாப்பம்மாள் தஞ்சாபுரி

மரபின் எல்லைகளைத் தாண்டிச் செல்லவில்லை. என்றாலும் இருநூறு வருஷ ஓட்டத்தில் புகை வண்டி நிலையங்களில் ரயில் நின்ற வேளை ஸ்டேஷன் மாஸ்டரும் தெரிந்து பச்சைக் கொடி காட்ட பாலா... என முணுமுணுத்ததில் பாப்பம்மாள் வாசனையும் கொண்டுபோன வீணையில் சலனமுற ஹௌராப் பாலத்தில் அதிர்ந்த நாட்களும் கல்கத்தா வீதிகளிலும் தஞ்சாபுரி உள்ளடங்கும். காந்தவிசை இசைத்தாசிமார் பேய்க்கணமொன்றில் சுழியடைவார்கள். உள்ளே சிலம்பின் பின் அணுக்களும் மூலங்களும் விரியும் கையெழுத்துச் சுவடி தலைமுறையாய் விரல்கள் பதிந்த வெப்பரத்தப் பிரதியில் விண்மீனைச் சுற்றிய வலயத்தில் ஈர்ப்பாற்றல் கொண்ட பேரன் விஸ்வா அரிக் காம்பு ஓதி ஒலி அசைகளுக்கும் சொற்களுக்குமிடையில் பாப்பாவின் தொன்மை இயற்கையிடம் இருக்கிறது.

த. பாலாவின் கருத்தோட்டம் இயற்கையிலானது. மாயத்தையும் தஞ்சாபுரி வதிந்த பலரையும் பிரித்துணராமல் இசைகொண்டதில் பாப்பம்மாளின் குடும்பவிருட்சத்தில் கிளைகளில் ஒவ்வொருவருக்கும் வெவ்வேறாகப் புரியும் கலையாகிறது. சிறு கண்ணாடிச் சீசாக்களில் நெளியும் வைரநீர் ஸ்படிகம் சரபோஜி தர்பாரில் பாப்பா வெற்றிலை வைக்கும் திப்பிப்பெட்டியில் குட்டிப்பாட்டில்களில் இருந்த பாரசீக அத்தரும் வாசனாதித்தைலங்களும் சரபோ சன்மானித்த போர்ச்சுச்சீசியரின் ரெட்வயலின் எத்தனையோ தலைமுறை வீட்டில் இருந்து பிருந்தா, முக்தாவும் சிறுமிகளாய் எடுத்த வில்லின் அகராதியைப் பின்னே மூங்கிலில் ஊதி எடுத்த விஸ்வா தாழ்வாகச் சரிந்து மேலேறிய விமானத்தினுள் தூரத்தில் யாருமின்றித் தனிமையில் பாலாவீட்டுப் புல்லாங்குழல் விமானத்தில் உறங்கும் தேவதையாக குருவிகளுக்குத் தானியம் சிதறிய பாப்பா உயிர் அவள் ரத்தம் அதில் பாய்ந்து கொண்டு இருக்கிறது. மிகஅருகில் காவேரிக் கிராமங்களைத் தொட்ட மூங்கில் நீரில் மூழ்கி இருவர் வாசித்த சாதகம் தனித்தன்மை நுணுக்கம் தெளிவினால் காற்றுவழி வெறியேறிச் செல்லும் த வாசனையின் விதங்களை உலக விளிம்புகளில் பச்சை வரியிட்ட பாலா, விஸ்வாவின் அவிர் துளைமூச்சு கீழிறங்கும் தன்னூர் தொடுவதற்கு.

த மூங்கில் விஸ்வாவின் வாசிப்பில் காவேரியைத் தொட வேகவதிபடும் ஏகாம்பரத் திருமாவடி ஆயிரத்து முன்னூறு வருஷ உயிரோடு நரம்பு நெளியும் காஞ்சிக்குள் செங்கழுநீர் ஓடை வீதியில் நயினாப்பிள்ளை சீடர் ஜெகநாதனின் தகப்பனார்தான் நீடாமங்கலத்தார் கந்தப்ப நட்டுவனார். நீடா எனும் சிஷ்யை ஒருத்தியை அழைக்கக் காத்திருந்த ரயில் நிலையத்தில் பிடிகம்பியிலிருந்து இறங்கி

பிளாட்பாரம் நெடுகத் தேடுகிறாள் பாலாவும். இவளுக்கு முன்பே சீடர் பலர் வெளியேறி விட்டிருக்க சரபோஜி தர்பாரில் இருந்தவர்களில் கந்தப்பநட்டுவனாரின் முன்னோரும் ருத்ரவீணை கொண்டிருந்த எலும்பில் ஓடும் ஒளித்திறள். சாயநீர் ஓவியத்துகிலை விரிக்கிறாள் த. பாலா. செங்கழுநீர் ஓடையில் துகில் மூழ்கித் தோற்றம் நீரில் அசைய கந்தப்ப நட்டுவனார் வாயிலை எட்டியிருந்தாள் பாலா. கால மாற்றத்தில் மகேந்திரனின் மத்த விலாஸபிரகஸனத் தெருக் காட்சியில் வரும் காபாலிகன் கொண்டுவந்த கள்ளில் நுரைத்த ஓவியச்சுருளில் இருள் தெருவும் தோன்ற சமணரின் வெறுமேனி உருஓவியம் சுவரில் தீற்றிய மங்கலில் உவர்சாந்து மீது உதிரும் துகளைப் பார்த்தாள்,

தஞ்சாபுரித் தொன்மம் சீயாளின் பித்தமாய் சுரஅளவு தந்தியின் சுரம்நிற்கும் இடம் பாப்பாவின் கணக்கும் அவள் எலும்புச் சட்டகமாக அதுதான் தாளம் லயம் என்பது. ஒரு உன்னதமான நிறுத்த உத்தி அவளால் கற்பிதம் செய்ய மானுடத்தின் எல்லாப் பகுதிகளையும் தனித்தனியாகவும் சேர்த்தும் இயங்க வைக்கிறாள். பாலாவின் த ஒலி வீச்சு குழுவுக்குள் சிருஷ்டி வாசம் கூடிவிடும். தனித்து நின்றாள் த. இயக்கங்களில் கரணங்கள் உடல்மேல் மெய் உருக்கொண்டு நூற்றி எட்டுக் கரணங்களாக மாறுகிறாள்.

காலத்தைக் காலமற்றதாகச் செய்கிறாயா பாலா... கடைசி வரை உன்னோடு நான் தொடர்வேன் என்று எனக்குப்படவில்லை. அருகிலிருந்தே அகாலத்தில் சலனம் கொள்கிறாய் நீ...

எனது அபிநய உத்திகளுக்கெல்லாம் அனுசரணையாக இருப்பது நீங்கள் தான் கந்தப்பா... எனது உபாயங்களிலே உம்மையே நோக்கினேன். இமைகள் தாழ்த்தி விழிப்பது நீங்களே. ஒவ்வொரு உத்தியிலும் உயிர் நிற்பது யாராம். சதிர் நிகழும் போது நானில்லை பாலா. அது நீதான். உத்தியைப் பற்றிப் பேசும்போது வேண்டுமானால் நானிருக்கலாம் உன்னோடு.

கலையின் உடலுக்குத் தாவி நானற்றவனாகி உங்களில் ஒரு பாகம் உடம்பாகி என்னையும் சேர்த்துக் கலைந்து ஓடுகிற கலை வேட்ட மெனக்கு. சரி சரி வா இந்தத் தேநீரை ஆறுவதற்குள் அருந்தலாம் பாலா எனப் பேச்சை வேறுதிசைக்கு இழுந்தார் நட்டுவனார். தஞ்சாபுரியே நால்வரோடு ஐவராகப் பாப்பா உடல் ஒரு தாளம் லயத்தில் காலக்கணக்கில் இயங்கும் இவ்வூர் உயிர்த்துடிப்பு சரியான கணிதத்தில் கூடியோ குறைத்தோ துடியாமல் வெளியேயும் செல்வதாயிற்று.

த. விஸ்வா மலைத்தொடர்களுக்குத் திரும்புகிறான் இளைஞனாகி,

பெயரற்ற எதன் நிழலையும் மூங்கில் துளைகளில் கோர்க்கிறான். எத்தனை வகை மூங்கில் சிவப்புச் சாளரத்தில் அவனுக்குப் பாப்பா வைத்திருந்த அழுக்கான பழைய குழல் சுவாசித்ததையே மூச்சாக்க முடியும்.

மூங்கில் சிவந்த சாளரத்தில் சாய்ந்திருக்க நீண்ட மங்கலில் மலைகளில் உதித்த கருஞ்சிவப்பு மலர்களைப் பிரபஞ்சத்தின் படிக ஞாபகத்துள் மெதுவாக விருட்சியாகக் கிளைத்திருக்கும் சீயாளின் ஆவியுரு அமானுஷ்ய ஈர்ப்பின் சுழற்சியாக அங்கு இருக்கிறது. இசை துளைத்து உருகும் வெள்ளாற்று மூங்கில் புவிப்பரப்பின் எந்த விளிம்பிலிருந்தும் துவங்கலாம் என பாப்பாவுக்கு சரபோஜி சன்மானித்த அக்கணம் அவளுடன் நில்லாமல் தொடர்கிறது, இவனுடலில் பாட்டியின் மச்சம் இருந்தது.

பெயோட்டேவைப்பற்றி நீடாவிடம் அறிந்த தகவல். கம்பெனிக் கப்பலில் பரங்கித்துரைமார் கொண்டு வந்த புகையிலையும் பைப்பும் விஸ்வாவிடம் கொடுத்த ரெட்வயலின் பெட்டிக்குள் த மூங்கில் சுவாசம். இசையுடன் குடிகுடியாய்ப் புகைக்கும் பழக்கம். லாகிரி இலையின் அரக்கு நிறம்படிய உரையாடிய நாட்களை நீடாவுடன் பகிர்ந்துகொண்ட ஞாபகம். அதனுள் இருளும் உள்ளிருந்தது.

உள்ளுணர்வின் உறைநிலை தஞ்சாபுரி வீட்டில் சுடரும் தகிப் பெல்லாம் காவேரி நீர் துளிர்க்கும் மூங்கில் அது. பாப்பாவின் கதவு களில்லாப் பெட்டகம். யுகநீர் வற்றாத தளிக்குளத்தில் மூழ்கிக் கொண்டு இருக்கிறது த மூங்கில்.

பொம்மைகள் அசையும் தஞ்சாபுரி விட்டு வெளியேறிய த விஸ்வா பூமிவாசிகளின் தொந்தரவிலிருந்து விலகிய வேளையில் மர்மத்திற்கும் முள்ளில்லாத்தளிர் மூங்கில் பனி வெண்மைமிக வேற்றுகிரகத் தூசி படிகிறது. தஞ்சாபுரி எங்கோ புலப்படாமல் அதையே உடலாக நெருங்கி இருப்பவர்கள். குடமுருட்டி மூங்கில் கரை நெடுகக் குருத் தாகும் அதன் நெடுநீர் வெள்ளி வாய்க்கால். நிலைக் கண்ணாடிக்குள் நுழைகிறாள் த. விஸ்வாவைத் தொடர்ந்த நீடா. தூக்கத்தில் புலன் கரையும் பால்யம் சரஸ்மகால் நூலகப் படிக்கட்டுகளில் ஓசையிடும் இளையோர். காலடிகள் கேட்டுக் கேட்டு நகரும் சிறுவர்களும் இவர்களும் நூல்மரக்கூடங்களில் பொம்மைகள் அசையும் உலகைத் திறந்தார்கள். இலையின் கணிதம் தங்கமீன்தான். பாப்பா வரைந்து காட்டிய சிறிய தங்கமீன் பூச்சி ஓவிய ஏடுகளில் நீந்தவும் த. சங்கரன் மேஜையில் அமர்ந்து முதன்முதலாகச் சாய ஓவியப் பெண்டிர்

சித்திரமஞ்சரியை திறக்கிறார். மூங்கில் காகிதங்களில் வரைந்து காட்டிய நாயகிபாவம் கிருஷ்ணலீலா சுவடியில் திறந்து கொள்ளும் புராணத்தை மூடி இசையின் ஆன்மாவோ வரலாறோ நனவிலிகளோ உளவியலோ எல்லாமே மௌனமாகிக் கரைந்திருப்பது அபிசீனியப் புறாவின் விழி வாசனை மேப் தொலைவுகளாகத் திறக்கும் கணம் அறிவும் முறிவடைந்த மூங்கில் காகித ஒலி.

பெண்மூங்கில் மௌனம் சொல்லிமாளாது. அது தொடுவான மற்ற பாலைவனத்தில் முப்பரிமாண அளவை ஒற்றைக் கோளத்துள் கவியச் செய்கிறது. அது சரபோஜி தர்பாரில் இருந்த பாப்பாவின் சாத்திய அசாத்தியங்களின் இராஜியங்கள் அனைத்துமுள்ள பள்ளத்தாக்கின் அகன்ற கதவைச் சப்தமின்றித்தள்ளி மோதுதல் போன்றது த ஒலி.

இலையற்று இருந்த மரம் நிழல் தரவில்லை. விஸ்வா மூங்கில் கரை நெடுக காத்திருக்கிறான். நீடாவின் வெட்டுக்கிளி துயர் தனியவில்லை. விஸ்வா மூங்கிலோடு மறைந்திருக்கும் சுயபரிமாணம் வெற்றிட நிறவெளி.

எங்கிருந்தாலும் பெயருக்கு முன் எழுந்த த விஸ்வா தன்னூரை இழுத்து வருகிறான் விமானத்தில் மெல்ல மெல்லச் சரிகிறான் வேய் குழலில். விஸ்வாவின் புகழ் நகரங்களில் ஓங்கிய வேளை திணை நிலங்களே தனித்து மொழியாகும். இரு நகரங்களின் எரிதழல் வெவ்வேறு காலங்களில் தனம்மாள் ஜார்ஜ்டவுன் வீட்டிலும் விஸ்வா சுழலும் நகரங்களாகத் தொலைவே செல்கிறான். தஞ்சாபுரிக்குப் புத்துயிர் கொடுப்பதென்றால் அந்தக் குடும்ப விருட்சம் எந்த அளவுக்குத் துயரம் தோய்ந்ததாக இருக்கவேண்டும் என இரண்டாம் சரபோவின் ஆவிதான் யூகிக்கமுடியும். புராதன நகரமான த கீழை தேசம்வரை விரித்திருந்த காணியாட்சி வரைபடத்தில் சீன வணிகருக்கும் கொண்டுவந்த எரிதுளைக் கண்களுள் ஓடும் டிராகனின் சித்திரம் சோழனிடம் இருந்தது. அவனும் அழியப்பின் வந்தவர்களும் விதியால் பாழுற்றதும் சுற்றி வளைக்கப்படும் கும்பினித் துப்பாக்கிகள் பின்னோக்கிச் சுடும் சீற்றம். நீடா குடைராட்டினத்தில் சுழன்றுகொண்டே நிறம் பல குதிரைகள், நாய்கள் ஓடும் சுழல் வட்டத்தில் அவனும் இவளும் போட்டியில் இசைக்கிறார்கள் கடல் தாண்டி. படைப்பதின் முன்நூறு வருஷ நீட்சியை இவ்விரல்கள் கொண்டிருப்பதை விருப்பு வெறுப்பற்ற கால வெளியில் உணர்ந்தான் த. விஸ்வா. காவேரித் தோப்பின் இடையறாத ஈர்த்தல் த மூங்கில் ஊன்றிய ஆறு மரமாகி அந்த தேவதாசி தனம்மாள் இயற்கை மீளக்

கைவரு நரம்பில் வீணைமயில் வளைந்த அகவல். த. விஸ்வா சென்ற விமானப் புகைக்கோடு சர்ப்பத்தைத் துண்டு துண்டாய்க் கண்டித்த அவன் இஷ்டம் புன்னாகவராலி.

நீடாவுக்கும் விஸ்வாவுக்கும் விமான டிக்கட் காந்திருந்தது. எல்லா நகரத்திலும் இணையாத இரு புள்ளிகள் ஊர்ந்து செல்லும் ஜெட் புகையிலிருந்து விசும்புவழிச் செல்ல ஒருவருக்கொருவர் தொடர்பில்லை என்றாலும் உயர் இசை ஆய்வில் சலனமுற்றவள் கலந்துவிடும் அரங்கில் த. விஸ்வாவைக் கண்டாள். கானல்வரி மூலாம்சமான பாலுணர்வு வேகமும் மரணமும் இருப்பும் கலந்த இசையில் த ஒன்றுக்கொன்று இடமாறுவதைக் காலம் என்பதா? சஞ்சாரத்தைப் புத்திறனாய்ப் பகுத்த த. விஸ்வா தஞ்சை நால்வரோடு ஆதிமனதுக்குப் போய் வருவதில் அம்மரம் தொலைவான கிளை வேர்களுடன் மொடுமொடுப்பதாம்.

த. பாலாவைத் தொடும் உலகமரபு மற்றும் தொன்மைகளைத் தேடிப் பயணமான கல்கத்தா மெயில் நிற்காத ஸ்டேஷன் இல்லை. கந்தப்பா சிலவேளை பதவிளக்கம் சொல்வார் சிஷ்யைக்கு. ரயில் ஓடுகிற நிலையிலேயே ஏற்படுகிற வித்யாசமான ஓசைகளில் ஊழாய்ப் படியும் மென்மைகளைச் சுட்டுகிறார். ஒரு குறிப்பிட்ட வரம்புக்குள் கந்தப்பா நில்லாமலும் அவள் உள்ளே பொதிந்துள்ள கற்பனை யெல்லாம் பதத்தின் பாதையில் ஊர்ந்தது. அவளோ மணிப்புரி தேவதை மாய்ரங் வடமேற்கு தேவதை தங்ஜிங் வடகிழக்கில் கௌப்ருவை திசைகளாகக் கோர்த்துப் பயணித்தாள். உயிர்களின் தோற்றத்தின் ரகஸியத்தில் ஒரு சதிரில் ஒரு கணு கைசாடை தன்கூடவே தொயர்ந்து வரும் என்றாள் சந்தோஷினி மொகாபத்ராவிடம். வடக்கில் பொலாங்கீர் சினேகிதி பாலாவை விட்டுப் பிரியாதவள். ஒரிசாவின் சாயல் அவள். கைச்சாடையில் ஒரு கிராமத்திலே பருத்திப்பூ மலர்வதைக் காட்ட முடியும். சாணம் மெழுகிய அவ்விதையும் எடுத்தாள் சதிரில். விதை செடியாகி ஆடையாகி மண்ணும் இலையும் மெழுகிய நொச்சி வரைவதுவரை அபிநயம் பிடித்தாள் சினேகிதி மினி. ஆடை நெய்வு அபிநயம் தேர்ச்சிதான்.

மாறிக்கொண்டிருக்கும் நவீன இசையை கையாளும் கல்கத்தா வாசி அஜய்கோஷ் பாடலைக்கேட்டு நடனம் சிருஷ்டிப்பதற்கான எத்தனங்கள் கூட்டு நனவிலியின் சிதறிய வரைபடத்துக்கு வந்து சேரவும் பதுமை கண்ணாடியாகி உடைமாற்றிக் கொண்டவேளை பாலாவின் புகழ் நகரங்களில் பரவிக் கல்கத்தாவுக்கு உதயசங்கர்

அழைத்து ரயிலில் புறப்படும் குழுவில் கந்தப்பநட்டுவனார் இருந்தும் இல்லாமல் இருப்பதும் சமகாலத்திலிருந்து நூற்றாண்டின் கலைந்த அடுக்கில் நழுவி மின்னி மறையும் நீடாவின் ஆசானும் சாதகங்களில் பட்சிகளின் ஒலி அகராதியைக் குறியீடுகளாய்ப் பெருக்கிய கற்பனைச் சாத்தியங்களை திறந்தார் முதலில்.

த. பாலாவுடன் போய் திரும்பிக்கொண்டு இருக்கிறார் குறுகிய காலத்தில். அவர் திரும்புவதை பாலா விரும்பவில்லை. இருவருக்குமான தாம்பூல வாசகம் அப்படி. எத்தனை பேச்சு, புதிர், சாடைகள் ரயில்பயணத்தில் இருந்தது. பாலா... நடனத்தின் கருவுக்கு எல்லை கிடையாதோ. அசுரர்களும் சாகசம் புரிந்த சிற்பங்களின் ஊற்றில் எவ்வளவு நேர்த்தி பார்...

மேற்கத்திய நடனம் வெளிப்பிரவாகம் எடுத்து வெளியெங்கும் அமைதியை பிரளயம் கொள்கிறதே.

பலதோள்களைக் கொண்ட துர்க்கைக்கும் இயக்கம் ஒருமையைக் கடந்து பன்மை பலவாகவும் இருக்கும் நிலைதான் போலும். அண்டவெளியின் நாதம் விதவிதமான தாள பேதங்களுடன் நடக்கிறது. கந்தப்பா வெளியைப் பார்த்தவாறு ஜன்னலில் உடல்நலம் இன்றி மதராஸ் ரயிலில் போகவேண்டும். அன்று மனிதனை மனிதன் இழுக்கும் கைரிக்ஷா காலம். க்ஷயத்தினால் துன்புற்ற கந்தப்பா அழுக்கான ஜார்ஜ் டவுனுக்குள் ட்ராம் வண்டியில் மங்கி மறையும் கடைசித் தோற்றம் கண்ணீர் நிழல்கள் விழிகளில் வழிகிறது இவனுக்கு. அவரால் ஏற்றிசையில் மிழற்றப்படும் நரம்பு அதிர அடுத்தடுத்து விரைவாக நரம்பினை ஏற்றி முணகும் மதராஸின் நண்பகல் மயக்கம். அங்கிங்குமாக ஜட்காவில் சுற்றும் பிரகிருதிகள். ரயில்கெடியிலிருந்து எழும்பூருக்கு மாட்டுவண்டியில் அடைத்துக் கொண்டுபோன பக்கவாத்தியக்காரர்கள் தஞ்சாபுரி ரயிலுக்குக் காத்திருந்த வேளையும் அதுவாக இருந்தது. பாட்டின் தொடக்கத்தில் வரும் வில்லுவண்டிக்கார காளிங்கன் நீடாவைக் கூட்டிக் கொண்டு போன காவேரி வண்டிப்பாதை. பரிசல் ஏறிக் கடந்த சந்தியா மண்டபத் துறை தஞ்சாபுரீஸ்வரர் கோயிலைக் கடக்க வெகுநேரமாகும். வில்லுவண்டியைப் போட்டு காளிங்கன் நெடல்ல குந்திருயிருப்பான். மத்தியானம் நீடாவுக்குச் சோறு கொடுத்து இளுப்பைத் தோப்புதாண்டி வண்டியில் வந்து ஆத்தாங்கரையில் தனியாக நடப்பாள். நீடாவுக்காகப் பரிசல் அங்கு காத்துக்கிடக்கும். எல்லாம் கந்தப்ப நட்டுவனார் ஏற்பாடு. அவள் பாஸாகி மேல்படிப்புக்காக மதராஸ் பிரஸிடன்ஸியில் சீட்

கிடைத்ததும் திருவல்லிக்கேணியிலிருந்து ஜார்ஜ்டவுண் வரை ட்ராமில் போய்வர விக்கேடாரியாள் ஓட்டைத்துட்டு உருண்டது வழியில். இவ்வளவான காற்று ட்ராமின் சக்கரங்களில் உரசும் இரும்பின் ஓசை. காகத்தின் கரைதல்.

தொடர்வண்டியின் ஊதல் இன்னும் தொலைவில் பெரும் நிலப்பரப்பில் போய்க்கொண்டு இருந்தது. ஆந்திராவில் கண்ட படகோட்டிப் பாடல். அந்த நீர்க்குரல் கரையும் ஏனாதி கரை வலை போடும் தோற்றம். வீரார்ந்த ஆண் குரலில் பாடும் ரயில் பிச்சைக்காரி. அவள் குரலுக்குள் ஒளிந்துகொள்ளும் சுநாதம். லம்பாடிப்பெண் இடுப்பில் இருந்த குண்டூர் சுருட்டு. இசைக் குழுவினர் நெடும் பயணத்தில் மயங்கிய வாரங்கலைக் கடக்கிறார்கள். ஆந்திர விவாசயிகளின் தோள்கள் வளைந்திருக்கும் சோளக் கதிர்களில். கரி எஞ்சின் நீராவியில் இயங்கும் ஊற்றுப் பொறிகளில் குமிழும் வெந்நீர் நுரைகளில் ஏதேதோ அமானுஷ்ய உணர்வுகள் கிளைக்க வாய்ப்பாட்டின் இன்சந்தப் பகுதிகள் நீரில் மூழ்கும் இவ்வேளை காவேரிப் பரிசலில் நீடா நதிப்போக்கில் இவரையே எட்டிப்பார்க்கிறாள்.

களஞ்சேரி வந்தபோது நீடா கைக்குழந்தை. பின்கட்டு முற்றத்தில் தான் கொழந்த கிடக்கும். மண்ணைத் தோண்டி வாயில் வைத்ததும் செல்லமா எடுத்துவிடுவான் வில்லுவண்டிக் காளிங்கன். அவன் பார்க்க வளர்ந்தவள் நீடா. கந்தப்பா பூர்வீகவீடு வெண்ணாற்றுக்குள் பாதி இறங்கிப் படிக்கட்டுகளோடு நீருக்குள் அடுத்தபடி, அதில் தான் நீடா குளிப்பு நீஞ்சுவதெல்லாம். ஆறு மெல்ல மெல்ல மேடேறிச் சில படிக்கட்டுகள் மறைந்து விடும். நீடாவைச் சுற்றிக்கொண்டு ஓடுகிறாள் காவேரி. ஆறு பொங்கிய நாளெல்லாம் அவளைத் தோளில் தூக்கிப் போவான் காளிங்கன். பயப்படமாட்டாள். என்னை ஆற்றில் இறக்கிவிடு என அடம்பிடித்தாள். வீட்டுமாடியில் ஏறி மொட்டை மாடியில் சாதகம் செய்கிறாள். வண்டிப்பட்டையில் இருந்து ராணியை அண்ணாந்து பார்ப்பார்கள் எல்லோரும். பள்ளத்தெரு ஆட்கள் தோள் மாறி தோள் சுமந்தும் மருதாத்தாளிடம் மாத்துப்பால் குடித்தும் வளர்ந்தாள் நீடா.

காவேரி இப்பவும் நுங்கும் நுரையுமாய் நீடா வீட்டை இன்னும் நனைக்கிறது. மோதித்தொடும் களஞ்சேரி வீடெல்லாம் காரைக் கட்டுதான். ஏழுதலைமுறை வீடுகள் காரைகளில் கருப்பும் சுவர் உதிரும் சித்திரங்களும் ஏராளம். கடுக்காயும் கருப்பட்டியும் அறைத்துப் பூசிய உறுதியும் மெல்லத்தளரும் போலும். வீட்டுக் கொல்லையில்

நின்று பார்த்தால் நீடா வீட்டுச்சுவர்கள் எல்லாம் ஆறு தொட்ட தழும்புகள் பாசியாய்க் கருத்திருக்கும். நீருக்குள் நெளியும் ஓலைப் பாம்புகளிடம் அவளுக்குப் பிரியம். இலை மூக்குத் தவளைகளின் ஒலித் தொகுப்பிலிருந்து ராத்திரியெல்லாம் கேட்டுக் கேட்டுக் குரல்வளையைச் சாதகம் செய்தவள் நீடா. எப்போதும் வீட்டுக்குள் வந்து போனாள் காவேரி.

உலக விளிம்புகளில் காலெடுத்த பாலாவின் சதிரில் கோடை களும் பனியும் தோன்றியது. அப்பனிக்கட்டியில் மெல்ல கோடை துவங்கி உருக ஆரம்பித்த பிப்ரவரி மாதம் பாலாவின் குருவானவர் மெல்லமெல்ல அடிவானம் சிவக்கும் மோனத்தின் சாந்தியடையத் தன் பூர்வீகவீட்டை உயிருள்ள திமிங்கிலமாக மூச்சரவம் பார்த்தார். மெல்ல மெல்லக் கருத்த காரைவீடு வெண்ணாற்றில் மூழ்கிக்கொண்டு இருந்தது. சங்கீதத்தின் பூர்வீக வீட்டின் உட்சுவர்களில் நர்த்தன சித்திரங்கள் மெல்லக் கரைவதை நிழல் மங்கி இருப்பதைப் பார்த்தாள்.

நிருத்த அத்யாயங்கள் செல்வாய்க்குச் செல்லவும் எழுத்துப் பலகையில் தைலமிட்ட நிருத்யரத்ன கோசத்தில் கும்பகர்ணரின் உருவம் சிதைந்துவிட்டிருந்தது. சங்கீத மல்லி வாசம் பட்ட படிகளில் சிஷ்யைகள் உருக்கமாக இருக்கிறார்கள். தஞ்சாபுரி பெரியகோயில் சுவரின் கல்லெழுத்துப் படிகளும் சேர்த்து வைத்ததில் பழைய நர்த்தகிகள் சொல்லாக வந்து உதிர்கிறார்கள் சோகத்தில்.

கந்தப்பாவை வடபுலக் கும்பகர்ணர் என்றே சொன்னது மிருதங்கம் சின்னுவார்த்தியார் தான். மேலத் தெரு சாலியர் தெரு முழுவதும் மணல் வந்து நீர்பூச்சிகளின் இரைச்சல். பள்ளக்குடிக்கு அருகில் அறுப்புக்காரர்கள் குடியெல்லாம் மூழ்கியது. ஆறோடு உருண்ட கால்நடைகளும் நீஞ்சவில்லை. மூங்கில்பத்தைகளின் உச்சிவரை காவேரி பாசிபிடித்து கக்கினாள். உயிரைப் பிடித்துக்கொண்டாள். ஊரோடு மச்சுமேல் காத்திருந்தது வெள்ளம் வடியும்வரை. நீடாவின் கவலைக்கு அளவே இல்லை.

வானத்தைத் தொட்டு ஓடினாள் காவேரி. நீரை அள்ளித் தெளித்தாள் விண்ணுக்கு. மூன்று நாளும் வேகம் குறையவில்லை. பஞ்சம் பிழைக்கவந்த அறுப்புக்காரர்களுக்கு ஒண்ட இடமளித்தவர் கந்தப்பா. வண்டிமாடெல்லாம் நீர்சுழியில் சக்கரம் சுற்றி ஓடுது. வேரோடு சாய்ந்த மரம் கிளைக்கவையில் வாயில்லாச் சீவனுக்கு வருத்தம். விவசாயிக்குச் சஞ்சலம். இன்று வந்த வெள்ளத்தில் மூங்கில் குத்து ஓடியாமல் வளைந்து வடிய வடிய மேலே நிமிரும் தோற்றத்தில் கரை தொட்ட

வெள்ளம் மெலிந்தோட வாரம்பித்திருந்தது.

மண்டி நீரைக் குடித்த வந்தேரி சனங்களுக்குக் காலராவும் தொற்றிக் கொள்ளக் களஞ்சேரியில் பரவியதும் தொற்றில் வாந்திபேதி நிற்க வில்லை. வெள்ளம் வடியும்வரை காத்திருந்த காலராரயில் கரும்புகை மண்டி ஊளையிடும். தொற்றுநோய் சிறுமியைத் தாக்கவும் ஊரே பதறியது. எல்லோரும் வெளியேறிக் கொண்டு இருக்கிறார்கள். சாலியமங்கலத்தில் உயிர் கருத்த புகையில் மூச்சுவிடத் திணறியது. கைக்குழந்தை முதல் தாட்டிகையான ஆட்களையும் காலரா பற்றிக்கொள்ளக் களஞ்சேரியில் காகங்கள் கரையும் ஒலி.

கந்தப்பாவின் இருமகளும் காரைவீட்டில் இல்லாமல் நீடா பம்பாயிலும் தேஜா நகாயிலும் சங்கீதத்தின் விதியில் போகமுடியாத ஹௌராப் பாலத்தைக் கடந்து போன தந்தையின் கடைசி லிகிதங் களில் பிள்ளைகள் விட்ட கண்ணீர் ஒலி. பெரியவளுக்கும் இளையாள் தேஜாவுக்கும் மரண முத்திரையிட்டு வந்த கடைசிக் கடிதம், பாலாவுக்கு வேறொரு தபால் சேர கண்களைக் கட்டி முட்டை களிடையே நடனமிடும் பெண் திரும்புகிறாள். மாறி மாறி இரு பாதம் தேய்த்தாடும் நடனத்தில் முதன் முறையாகத் தோற்ற மளித்த சாயந்திர நிழல்கள். மாடியிலிருந்து எட்டிப் பார்த்தாள் பாலா.

கீழே ரஸ்தாவளைவில் முகமூடிக்குழு நடனம் தோல்துடிகள். அங்கே அந்நிய நகரத்தில் கந்தப்பாவுடன் பழகிய நாட்களிவை. அவர் விட்டுச்சென்ற தினசரிதைக்குள் காவேரி சுழிந்த காரைவீடு உதிரும் வரிகளில் நீடாவின் ப்ராய பருவம் பயணத்தில் குறித்தவை. பன்மாலிதாஸ் கவிசூர்யா பாடல் இரட்டைப் பொருள் வரும்படி ஏன் சில வேளை மூன்று அர்த்தம் கூட வரும். திரும்பவும் உயிர் பெற்று ஆடத் தொடங்குவேனோ? அசைவற்ற நிலையைவிட துடிப்பான இயக்கத்தின் ஒரு சதிர் கனுவைத் தரும் முயற்சியில் மாய்வேனோ?

கொனார்க் ஆலயத்தின் நிர்வாணத்துக்குள் சூரியனின் தேர் சக்கரங்கள் காமத்தில் எரிந்து உருளும் வேகம். போகமண்டபத்துச் சிலையான தேவதாசிகள் மறைந்திருக்கும் கதவுகளில் வெடித்த கீறல்களில் ஓடும் விழிகள். சிலைக் கீறல்களில் குருதியோட்டம். கொனார்க்கின் குழல் முழவமோடு மகத்தான ஆகிருதி பூமி சூழ் வெளியில் நிமிரும் சதிர். நுட்பமும் ஆழமும் கலந்த தூண் களிடையே கந்தப்பா நிழல் நிற்கிறது. அவர் நோக்கும் வெளி அகன்று நடன உருவங்களின் வெளிவிளிம்பில் வரிய ஒளிபடும் வேளை அவரையும் தொட்டது ஒரு ஒளிக்கதிர். மீண்டும் உயிர்பெறுவேன் என்ற

பிரமையடைந்தார். எந்த விநாடியும் இந்த வெயிலில் சாய்ந்து விடுவோமா? அவர் கலை புனைந்த நாட்டிய சிஷ்யை த. பாலா ஆயிரக்கணக்கான இந்த நடனசிற்ப உருவங்களில் தோய்கிறாள். பார்ப்பவர்களை ஒரு மௌன ஒருமைக் கிளர்ச்சிக்கு ஈர்க்கிறாள். மினி அந்த வழியே பூரியிலிருந்து கொனார்க் வரைகூட வந்தவள். குழுவோடு சேர்ந்துவிட்டாள். இசையில் பதிந்த விரல்கள் விசிறி மடிப்புத் துப்பட்டா, காவேரி உலர் சலவைப் பழுப்பு வேஷ்டிகள் கல்கத்தாப் பெட்டியில் எல்லாம் அப்படியப்படியே நின்றுப்போயிற்று. ஏனோ, அவர் இன்னும் காரை வீட்டின் உள் கொடியில் உலரவைத்த கருப்பூர் நூல்கம்பிவேஷ்டி கதர் கூப்பாடம் கருப்புபாடர் துண்டு மடிப்பு வாசனையில் உதறிப்பிரித்தவை. எல்லா நாளும் காவேரியோடு இருப்பதாகப்படும்.

பூர்வீகவீடு விசாரமடைந்த காரைப்பொந்துகளில் கோயில்சிங் புறாக்கூட்டம். கந்தப்பா வெளியைப் பார்க்கிறார். அந்திமகாலம் நெருங்குகிற வேளை. அன்று கல்கத்தாவில் த. பாலாவின் நிகழ்ச்சிகள் ரத்தாகின. பதினாறு நாட்கள் தொலைவிடத்தில் துக்கம் காத்தாள் பாலாவும். ஆனால் அவர் விட்டு வந்த இசைப்பெட்டி அருகில் தாம்பூலகரங்கவாகிணி ஒருத்தி தெலுங்கில் பாடினாள் அடுக்கொலிப் பாடலை. முழந்தாள்களிடையே வைத்திருந்த நான்கு நரம்பிசைக் கருவியை வருடிய சிறுமி நீடா களஞ்சேரியிலிருந்து சைக்கிளில் அக்காளும் தங்கையுமாய்ச் சாலியமங்கலம் போய் ரயில் ஏறிச் செல்லும் கோடு அவரைத் தொடரும். சைக்கிள் மணலில் உரசும் சரசரப்பில் சக்கரங்கள் கீச்சிட்டுத் தெருவைக் கடக்கும் வேளை தாழ்குரல் துளையினால் வாசிக்கிறார். துக்கத்தை விம்மிய கருவிகள் கலைந்து கிடக்கும் களஞ்சேரி வீடு. வீட்டைச் சூழும் காவேரி நீர்ச்சுழல். பழு தடைந்தவை சலனமற்று மரக்கூடத்துக்குள் அமைதி கொண்டிருப்பதில் எத்தனை பிரிவாற்றாமை.

கந்தப்பாவைக் கூட்டிப்போன உதயசங்கர் இவரிடமிருந்த தஞ்சாபுரி வாசனையைத் தன் சாரங்கியோடு சேர்த்துச் சொற்களாக உருமாற்றித் தொலைவான பண்பாட்டின் உள்ளுமையில் தனக்கொரு வீடும் தி. நகரில் இருந்த நாட்டிய அரங்கு முன் வாசலில் பிள்ளைகளோடு பாதம் பதித்த ரேகை. தோழன் ஜீவாவிடம் வீட்டையே கொடையளித்த உதய சங்கரும் மருகினார் கந்தப்பாவுடன். களஞ்சேரி ஒன்றைப்பேடை அவ்வூர் வெண்ணாற்றங்கரை நெடுக அலைவதெனச் சாரங்கியில் ஒலி கொடுத்தார்.

பாப்பாவிடம் முளைத்ததெல்லாம் பாலாவிடம் விதையானது. தஞ்சாபுரியே நிலவில் உதிர்ந்த விதை. முப்பது பிறைகளாகக் கலை தேய்ந்தால் தேய்கிறார்கள் இவர்களும். பிறை கூடக்கூட வளர்கிறாள் பாலாவின் முன்னோரும்... சரபோஜியின் புறா மாடங்களுக்கு இந்தத் தேயும் நாட்களுக்காகும் ராகங்களை விண் குருத்திலிருந்து இழைவிடும் நரம்புகள் விரலியர் வளைவான விரலிடுக்கில் முளைத்தெழுகிறதே சங்கரா காமாட்சியின் வளர்பிறை ராத்திரிகள் எப்போதுமே ருத்ரவீணையில் பதுங்கும் மயில் அங்கே விரித்த இசைநூல். வள்ளலார் எடுத்த மயில் அகவல்... தனம்மாளிடம் நரம்பின் அகராதியாகிச் செல்லரித்து மண்திண்ணக்கிடக்கும் இவ்வூர் வறண்ட செந்நிலம்... மூப்படைந்த குக்குட சர்ப்பத்தின் வாலாய் சுருங்கிச் சுருங்கி சேவற்கோழியாக சோழவங்கத்தில் கடலாடிக் கொண்டு அது இருக்கிறது இன்னும் நான் சொல்வது மனசில் ஆயிடுச்சா... சங்கரா... பிறை ஆடிக் கொண்டாலும் கபாலத்தில் பட்ட பிறை... உள்ளே தேயும் கலை இக் கணிகையின் பாதவிழியில் பட்ட துகள் ஒவ்வொரு துமியிலும் இசைச் சங்கதிகள் இச்சாபூர்த்தியில் கூடாத ஓர் ஊழ்...

குதிகாலைத் தரையில் நிலை நிறுத்தினாள். பாதம் வளைந்து குதிகால் மேலே உயர்நிலை தலைகீழ்க்கோடு. சுழன்று சுற்றும் தனி கிரகமென தரைபெயர்ந்தன. உரு மறைந்துவிடும் சுழல். அவருக்கு எல்லா உலகமும் ஒன்றுதான். எனவே த யெனத் தன்னூர்ப்பூ மரத்தில் ஒட்டாமல் லயத்தில் மலர்கிறாள்.

‘மனசில் பட்டதைச் சொல்லிவிட்டேன். சங்கரா... உன் சாரங்கிச் சொற்களால் பாலாவை கூப்பிடு’ எனக் கேட்டுக்கொண்டே உதய சங்கரைப் பிரிந்து தன் யாத்திரையைத் தொடர்ந்தார் கந்தப்பா.

தட்டு அடவு, நாட்டு அடவு, குதித்து மெட்டு அடவு, கவுத்துவம், அலாரிப்பு ஜாவாளி, தில்லானா உருப்படிகளை நரம்பில் ஏற்றி எலும்புச் சட்டகத்திலிருந்தே காலக்கணிப்பை நடை அடவில் கண்ட த. பாலாவுக்கு எல்லாம் தான் கந்தப்ப நட்டுவனார் என்றாலும் உதிர்ந்த த ஒன்று விதையாகப் பிறையில் தெறித்தது.

அல்மோராவில் ரயில் ஏறினார் கந்தப்பா. நாளிரு பயணம் மதறாசுக்கு. வழியெங்கும் உருண்ட கருஞ்சக்கரத்தின் இருட்கோடுகள் விதியில் சுற்றிய இசையும் கருவாக நின்றுவிட்ட உணர்ச்சியைச் சுழலும் மரங்களோடு அழைத்தார். தூர விலகியோடும் சமவெளி மரங்களின் ஊடே பயணம். தருவுப்பாக்களை முணுமுணுத்தது

கிருஷ்ணா நதி. விருத்தம், தனித்தருவு நிலவெளி மயங்கிய நாட்டிய சொற்கட்டுகள் சிதறும் அரைத்தூக்கத்தில். யாரையோ அழைக்கும் நீள ரயில் வண்டித்தொடர். எளியநடையில் இசையுடன் பாடிய மகளிர் வருகிறார்கள் உள்ளே. வித்யாசமான தாளக் கோர்வைகள். முத்துமேகா, வாலுசாட்சி. அபரஞ்சி தலைக்கோலிகளாக இருந்தவர்கள் சகஜியின் திரைச்சீலைகளில் காற்றில் அலையும் இளங்கணிகை மையிட்டுச் சாய்கிறாள். சுரத்தில் மூழ்கியிருக்கும் வாத்யக்கருவிகள் பலவகைக் கோணங்களில் தானே இசைக்கப்படும் திகிட... திகிட... தோங்... கிணாங்கியெனப் போகும் ஜதிகளுக்கு நடமாடும் சிஷ்யைக் கூட்டம் சிற்றடிகளில் த ஒலி ரேகைச் சுழி சிலம்பு தேய்ந்த மரபு காலில் பூட்டிய சொற்கள் எல்லாப் பாடலையும் கணுக்கணுவாய்க் கால்மாற்றி ஆடிவிடும்.

சரப்பாளி நெல்படையலிட்டு காரணப்புரவிகள் ஐந்தும் எடுக்க படைத்தலைவி நாயகியோடு ஊர் ஊராய்ச்சனம் பார்த்த சதிர்ப் பெண்டிர் அங்கே தலைக்கதிர் நெல்லில் பால் பிடித்து ஊற்றாவதும் சுமாலிக் கலயங்கள் நுரைக்கக் கண்தாளமானாள்.

ஆவிரை இலைப்பொடியால் மணல் பச்சைக் கோலமிட்டு விலாம் பழம் பிழிந்த கருநீலப்புள்ளி வைத்துக் கல்பொடிச் சிந்தூர மிட்டு முகம்மெழுகிய அரிதாரம் நாற நவநவ வேடமிட்டு ஆடுகிறாள் த. பாலா. அவள் விரல் உழுத வேகத்தில் திரி எரிந்த கிளியஞ் சிட்டிக்குள் ஒளியின் கருப்பைப் பூசி தாய்ப்பாலில் மசகு பிசுபிசுக்கப் பாப்பாவும் காமாட்சியும் கரிசிலாங்கண்ணிச் சாறுவூட்டிய காரணப் புரவி தூக்க தாசி மரபினர் முன்னேவர தலைக்கோலி வந்தாள் த ஒலி மூங்கில் இடையே கந்தப்ப நட்டுவனார் தலையசைக்கப் பேயும் நெருங்கிவர கண்மார்பு நீங்கலாக மரம் செடி கொடித் தாமரை வெற்றிலைக்கொடி உருவப்பச்சை குத்தி வருகிறாள் நிலவில் கால் வைத்ததும் த புரிப் பெண்டிர் குலவை கட்டியது...

சொல்லாமல் கொள்ளாமல் வெளியேறிப் போன மெலட்டூர் வீரபத்திரன் மாத்ருபூதய்யாவைப் பார்க்க மாண்டு வந்ததாகக் கேள்வி. அபிநய தர்ப்பண ஏடு மீதே அந்நகரத் தாசிகள் தெரு. ரஜபுத்ரர்களின் காரணப்புரவிகளிடம் ஒடிஸி நடனத்தில் நிலை நின்றாடுவதும் பதம் வீழ்ந்து ஆடுவதும் மகிஜானி, மிருனாளினி, ஸாராபாய். மேல் நோக்கிச் சரியும் புரவி. ஒடிஸியின் தலைக்கோலி மணிப்பிரம்பு எடுத்து குதி பாய்ச்சல் தரை தொடாது தாண்டினாள். மதலையரைச் சுமந்திருப்பவள் மூத்ததாசி விசிறி வைத்து இயங்குகிறாள். திரியங்க

நிலையில் விசிறியின் சுழற்சியில் அண்ணாந்து அரற்றி அழுது மாண்டுநகர் சிறுமிகள் பொட்டுக் கட்டிய ஆரநீரூட்டி புறப்போர் நீருள் கொலையுண்ட நகரம் விநாசத்தில் ரஜபுத்ர அதிகாரம் நாற மென்சாயல் ஆவியோர் புரவிக்கு கண்ணாடி கட்டும் ஒடிஸி மாந்த்ரீகம். பாலத்தைக் கடக்கும் கரியசக்கரங்களின் ஊளை இரும்பின் அதிர்வு கொள்ளும் நீராவி எஞ்சின் ஒலி. நீள ரயில் வண்டித்தொடர் இவ்விரவினை ஊடுருவுகிறது. இனி உயிர்தரித்திருப்பது வெகுதூரத் திலில்லை. எங்கோ இடைகல் நின்றிருந்த ரயில் இரவின் அடிவாரத்தில் மூச்சுவிடும் ஓசை. பயணிகளின் ஆழ்ந்த உறக்கம். மழையுடன் கும்மிருட்டு. அங்கே திரும்பும் சாலையில் மாண்டு பதினாறு கல்தூரம் இருந்த கைகாட்டி துலங்கியது மின்னலில்.

சப்தநாடிகளை அதிர்வித்து தவளைகளின் கூக்குரல் எங்கிருந்தோ சாத்பூராமலைக்கிராமத்து நாயின் பிலாக்கணம். பாலம் ஏதோ உடைந்திருக்கிறதாம். யாரோ சொன்ன தால் இறங்கினேன். டாருக்கு செல்லும் சாலை எதிரில் மாண்டு ரோடு. அனாமதேய ரயில் நிலையத்தில் தஞ்சமடைந்த நாடோடிகள் ஒட்டகம் ஒன்றில் கூடாரம் விரித்த குடும்பம். விலங்கிலிருந்து பிரிந்து வந்தோம். இருளின் அச்சம் விடவில்லை.

பாஸ்பகதூரும் ரூபமதியும் மறைந்திருந்த மாண்டு நோக்கி செல்கிறேன். அக்பர் சூறையாடிச் சென்றதில் கைவரப்பெற்ற செல்வங்களோடு நானூறு ஆடற்கணிகையரும் சிறைப்பட்ட தூரம், தன்னூர் மாண்டு எனத் திரும்பிப் போகிறேன். த நகரம் மாண்டுவாக சிகப்புக்கல் மண்டபம் வீழாமல் நிற்கிறது. தாரிககாந்தன் கதை மூரியா ஓவியங்கள் மழையில் நனைந்தும் அழியாமல் அச்சிறு உருவங்கள் நீரில் வழிகிறது. மாண்டுவின் பாரம்பரியம் காலகதியடைந்தாலும் சிதிலங்களின் வேட்கை கல்லிலும் கொதித்தது. இழந்த சதிர் எங்கும் தளிர்விட்டு வேறுரூபமெடுப்பதை உணர்ந்தேன். சிருஷ்டியை வளர்த்த மகிஜானியின் உலகம் பிறை மறைவில் ரயிலில் வளையும் தெரு ஊர்ந்தது. நயனம் நோக்க சொல் எலாம் உடல் அசையும் மாண்டு வீதி முடிவற்ற வாக்கியம் என உத்திர நகரத்தின் ஆடரங்கில் பாலா தென்படுகிறாள். ஜனத்திரள் நிரம்பி வழிகிறது. கடந்து போன மாண்டுத் தெருவில் நாட்டியம் முடிந்த இரவுக் கணிகை. அவள் ஈர்ப்பிலும் வெறுமை பூசிய காலம். நேர்கோடு சிதறிய புள்ளிகள் குழப்பமாய்ச் சுழன்று சுற்றும் தீராத ஒளி வருடங்களின் தொடர்ச்சியில் இங்கே வந்ததெப்படி ? தன்னிடம் பிரிந்த மாணாக்கியர் மாண்டுவில் இருந்தார்கள்.

என் உயிர் நிகழும் ஒலிகள் எல்லாம் மாண்டுவில் கேட்டது. அதன் தோற்றத்தில் கலந்த பாலாவின் உயிரும் மகிஜானியோடு பார்த்த அல்மோரா ஞாபகம், மாண்டுவில் யாருமில்லை. ஒலியின் தன்மை கூடக்கூட சமிஞ்கை காட்டிச் செல்லும் இசையின் சாகரம். மாண்டுவின் நொச்சித்தெருச் சித்திரங்களைச் சுற்றி சாயநீர் பெண்கள் பெரும்பாலும் ஒன்றைத் தொடர கோடுகளில் வெளிவரும் மாண்டு வாசிகள். நொச்சி விரல் செல்லும் ஊசிமுனை வெளிச்சம். கணிகையரே பழைய பாரம்பரியத்துக்கு பிரதிநிதிகளாயிருந்த மாண்டுவின் பேரமைதி.

அல்மோரா உடல் நலத்துக்கு ஏற்ற சீதோஷ்ணத்தைத் தரவில்லை. ஆமையோடு மேல் வரைந்த மாண்டுநகரம் மெல்ல ஊர்ந்தது. மிகச்சிறிய நட்சத்திர ஆமையை எடுத்து ஜாடிமேல் வைக்கிறார். மந்திர ஆமை ஜாடிமேல் இருந்த அரைவெளிச்சம் மாண்டுநகரம் நெருங்கி வர சாத்பூரமலைத் தொடரில் வரும் காற்று தேய்விலும் நிசப்தமாக இலையில் துயில்கிறது. ஓடிக்கொண்டிருந்த ரயில் மெல்லச் செல்கிறது. அங்கிருந்தே மாண்டுவைப் பார்க்கலாம். அவ்வூர் அரூபஸ்திதி கொண்டு மிக நீண்ட ரயிலுக்குள் ஓடும் அதிர்வு. ஒவ்வொரு அசைவிலும் குறிக்க முடியாத சித்திரங்களில் பெண்கள் நின்று கொண்டு இருந்தார்கள். கைக்குழந்தையை வாங்க யாருமில்லை. அவ்வூர்த் தாய் மார்பில் தளர்ந்து துயிலும் குழந்தையின் கேசம் மெல்ல அசையும் ரயில் காற்றில் மகள் நீடா அங்கு வருகிறாள். அவளைத் தூக்கிப் போய் மாண்டு வீதியில் பழைய மாடத்தில் விட்டால் ஒளிந்து கொள்கிறாள் தூணுக்குள். மாண்டு நகரின் கருத்த மரச்சிற்பங்களுடன் சமைந்திருக்கும் மகளிர் மோனம். இருண்டகால மாண்டு அந்தப்புரம் வாறுவாச்சி, மதுமாலதி, மிருகாவதி தலைமைத் தாசிகள் அவர்களைப் போய்ப் பார்க்கவில்லை. சவுக்கண்டி மரத்தூண்களின் நிழல் நீள உள்ளே மறைகிறாள் மிருகாவதி. திரிக்-இ-காந்தன் இ திமூரியா சித்திரம் இற்று ஒடியும் அதைத் தைக்கிறாள் ஒருத்தி. கல்ப சூத்ர தேவ சோன பாதவின் சித்திரம் தீர்ந்த கந்தல். சந்திராவின் பட்டிகாவையும் காசிகள் உயிர் எனவே பத்திரப்படுத்தினாள் தாசி.

சங்கீதப்பித்தர்கள் புகையிலை மெல்லும் ஒலி கடைவாய் ஒழுக்குஞ் தாம்பூலச் சிறப்பு. பொய்யும் சுண்ணடப்பியும் விரலில் ஒன்று சேரும் மைஇழுவல்... காவேரி வெற்றிலைக் கறைபோகாத பற்களில் தெரியும் மகாலிங்கத்தின் புல்லாங்குழல் வாசிப்பும் சபாஷ்... பேஷ்... ஆஹா...க்கள் வில்வண்டியை அடைத்துப்போன வெண்ணாற்று வண்டிச் சோடை. சின்னப்பாலம் தாம்போதியைக்

கடந்தாலும் நீரோட்டம் கலங்கத் திரும்பவும் ஓடும். இருண்ட தேன் கூட்டைத் துளைத்துச் செல்லும் பெரிய நத்தையின் உணர்கொம்புகள் ஆடப் புன்னாகவராலி வாசித்துத் தேனீக்கள் சுழன்று சுற்றும் பாதையில் ஓடும் பைத்தியம் பிடித்த மகாலிங்கம். வண்டிக்குப் பின்னாலும் முன்னாலும் மிருதுவான காற்று, ஒரே ஒரு பரிவாரஸ்ருதி மட்டும் காரணியல்ல... எந்த வண்டின் ஒலி... ? அதை காற்றின் மீது ஓட்டிச் செல்லும் வண்டிக்காரக்காலிங்கன் தன்போக்கு. மாட்டு வாலடிப்பில் சிக்கிய மாலியின் கெமி வாட்ச் இந்தக் காலக்கணிப்புக்கு அப்பால் அறுந்து வீழ்கிறது காவேரியில்.

மகாலிங்கத்தின் கண்களில் காவேரி வண்ணாத்திகளின் மூச்சொலி. திண்ணைப் போக்கிரி ரெமிபவுடர் தங்கப்பித்தான் மாட்டி ஓயாத லாகிரி சுற்றும் காற்றைக் கண்டான் மகாலிங்கம்... வண்டிப் பாதைக்குத் தெரிந்த நொடிப்பாட்டு. மணலில் சரசரத்த காலச்சக்கரம் மாலியின் காற்றை இழந்த காவேரிப்பாதை. காற்றே மாலிதான். மூங்கில் எல்லாம் தெம்மாங்கு. ரேக்ளா வண்டியில் பட்ணம் புகையிலைக் கிறுக்கு.

அதற்குள் அல்மோராவுக்குப் போவதும் வருவதுமாக ரெண்டு தரம் மிருதங்கம் சின்னுவை முக்கொம்பு போய்க் கூட்டிப்போனது. மிருதங்கம் சொல்லும் கெட்டிக்காரன் வீர்சின்னு நல்ல வாய்ப் பாட்டு. ஒருபொருள் தானாகத் துடிக்காமல் ஒரு தூண்டுதலுக்குட்பட்டுத் துடிக்கலாம். இந்த நிலையில் வாக்யேயக்காரரோடு உடனியக்கம் வீர்சின்னுதான். பின்னும் இப்பரிவார ஸ்ருதிகளின் தன்மையைக் கேப்பான் மாண்டுவில் என்னோடு இருந்தவன்தானே நீ... பரிவார ஸ்ருதிகளின் எண்ணிக்கை உழைப்பிற்குத் தகுந்தவாறு சப்தங்களின் பண்பு மாறும்... உனக்குத் தெரியும். ஏடு திறக்காமல் தொட்டவன் நீ. சின்னு தான்தோன்றியா என்கிட்டே படிக்கவந்தவன் நீ.

உன் சாரீரம் உன் மிருதங்கச் சொல்லைக் காட்டிலும் சுநாதம். அதிகமாகப் பரிவார சுருதிகளைக் கொண்டதால்தான் உன்னைப் பாடச் சொல்லி கீவளூர்காரர் எத்தனை வாட்டி கேட்டார். தொண்டையைச் சிரமப்படுத்தாமெ எப்படிடா இயற்கையா பாட வருது. சிரமம் யாதொன்றுமில்லாமல் சப்தம் காவேரி வகுந்து வருவதுபோல் உணர்ச்சி உண்டாகுதே.. சின்னா... அண்ணனை மறந்திராதடா... வாரன்...

கிளம்பும்போது வீர்சின்னு கந்தப்பாவைச் சேவிக்கட்டிக் கொண்டு அழுதான். 'நீ இல்லாம என்னென்டு இருக்கப்போரனோ' 'அடே

வண்டு... மருகாதடா... அயத்திராத... அண்ணன் இல்லைனா என்ன உதயசங்கரு இல்லையா...'

தொலைவில் உதயசங்கருக்குக் கந்தப்பாவின் முடிவின்மேல் ரொம்ப வருத்தம். இங்கிருந்தே க்ஷயத்தை ஆற்றிவிடலாம். நாலு மாதம் ஆஸ்பத்திரியில் இருங்கள் குரு.

சங்கரனோடு உற்சாகமாய்ப் பேசினார் பிரிவில். அன்று தியாக ராஜநகரில் இருந்த உதயசங்கர் வீடும் நாட்டியக் கூடமும் பாதங்கள் பதிந்தவை இன்னும் சதிரின் தடம் விடாமல் இருக்கும். ரேகைவிட்டுக் கிளம்பிய ரயில் பயணத்தில் சங்கரோடு கந்தப்பாவும் போனது.

லோகாயத உலகுக்கு அப்பால் நின்றுகொண்டிருந்த கலையோகி யின் உடல். உதயசங்கரின் நாட்டியம் பார்க்கவே தனிக்கூட்டம் இருந்த நாட்கள் அவை. பேர்மாறிவிட்ட செவாலியே ரோட்டுக்குத் திரும்பியவர்கள் ஏமாற்றத்தில். பரிச்சயம் ஏற்படும் நாளில் பாலாவும் உதயசங்கரும் சந்தித்த இடம் கந்தப்பநட்டுவனாரின் ரெட்டியார் சத்திரம். கச்சிஎல்லப்பநட்டுவனாருக்குச் சத்திரம் பிடிக்கும். இன்று பேசின் பிரிட்ஜ்ஜாக மாறிய நந்தி ஓடைக்கரையில் ரெட்டியார் சத்திரம் இருந்தது. எத்தனை கீறல் இருந்தாலும் சதிர் ஆடிய ஆந்திராச்சத்திரம் இது.

பாலாவும் உதயசங்கரும் நந்தி ஓடையின் சுழிகளை ஒரே சமயத்தில் எட்டிப்பார்த்த மூன்று கண்பாலம். ஒன்றிணைய முடியாத மூவரும் சேர்ந்த இடம் ரெட்டியார் சத்திரம். அங்கே தங்கிப் படிக்கும் மாணவர்கள் ஆந்திராக்காரர்கள். மூவரின் விரல்களிலும் சத்திரத்து அமுதும் அனுமான் காபியும் பிரசித்தம்.

4

ரோமியோ ஓய் ஜீலியட்டா சுருட்டு நெடி தாளப்பிரமாணப் பாம்புப் பாதை

நான் இச்சிறிய கல்கத்தாச் சுருட்டை அதன் கலையின் வாசம் கொஞ்ச மாவது காற்றில் இருக் கட்டும் என்பதால் தான் புகைக்க ஆரம்பித்தேன். அதற்குமுன் பட்டணம் சுருட்டு தஞ்சாவூர்ப் பழக்கம் அது. பினாங் ரெட்டைமான் சுருட்டெல்லாம் மச்சுச்செட்டி கொடுத்தது. அதெல்லாம் ரத்தத்தில் கலந்தது சங்கரா... கோபித்துக் கொள்ளாதே... என வருத்தம் தோய்ந்த ஏக்கத்தோடு சொன்னது கணேசர்தான்.

கணா இதெல்லாம் எப்படி நடந்தது நீ ஏன் இப்படி ஆனாய் எனக் கேட்டான் உதயசங்கர். சில நேரம் சுருட்டு அணைந்து போனால் திரும்பப் பத்தவைக்கத் தேவையில்லை எனக்கு. ஏற்கெனவே ஊரின் ஆற்றுப்பாலத்தில் புகைப்பவர் விட்டதெல்லாம் ஆவியாகக் கரைந்திருக்கும்... உடனே சந்தியா மண்டப் படித்துறையில் துவைப்பவர் களின் சாயல் வந்துவிடும் எனக்கு. கழுதையோடு வரும் கிழ ஏகாளியின் சுருட்டு அவர் பேச்சும் காவேரியோடுதான். உலர்ந்த ஆடைகளில் அவர் விரல் பட்டால் கொஞ்சம் வாசமிருக்கும் தானே சங்கரா...

பட்டணம் சுருட்டு உன் உள்ளார்ந்த மனநிலையில் இருக்கிறதா.. உன்னையே இந்தக் கல்கத்தாப் புகையிலை மாற்றிவிடும் கணா... மெல்ல மெல்ல உன் சீமையின் நினைவுகளால் தொல்லைப் படுகிறாய்.

சங்கரா என்னைப் புரிந்து கொள். பட்டணம் சுருட்டு என் ஊர் ஏக்கத்தைத் தீர்த்துவிடும். நீ சோகத்தால் பீடித்திருக்கிறாய்... நாங்கள் இல்லையா உனக்கு... நீ கேட்ட ஜுலியட்டா சுருட்டு என்னிடம் இருக்கே... அது உனக்கு இஷ்டமாச்சே.

நான் உனக்கு ஒன்றைச் சொல்லவேண்டும் சங்கரா. நாம் ஒன்றாகச் சேர்ந்து மணிப்பூர் ஒரிசாவெல்லாம் போன மாதிரி. லக்னோவுக்கும் மாண்டுக்கும் போகலாமா... இவ்வேளை கணேசரின் உதடு தொண்டை மூக்கு எல்லாம் ஒரு சுழலும் புகை வரியாக முடிவற்று இருப்பதாக இருந்தது.

கணா உன்னைக் கண்டடைந்த பாலாவோடு நானும் எவ்வளவு அதிர்ஷ்டம் பெற்றேன். தீராத தொல்லைப்படுகிறாய். க்ஷயத்தில் மாட்டிக்கொள்வாய். நீ என்னோடு சேர்ந்தே ட்ராவலில் இரு. எப்படியும் நீ எனக்கு குரு. மோசமான உடல்நிலைக்குப் போகிறாய். வருத்தப்பட்டான் சங்கர்.

‘அப்படி இல்ல சங்கரா பித்தானேன். மனநிலைபிறழ்ந்து இருக்கேனா சொல். நான் கடந்து வந்த பாதையில் சங்கீதம் இருக்கு... அதப்போய் பார்க்கணும்... இந்த சதிரே ஒருபாம்புப்பாதை. காலைச் சுற்றிச் சுற்றி அதன் முத்தம்பட்டேன். அதன் நீலப்பாதையில் எவ்வளவு தூரம் போவோம். தூரத்தில் விதியும் கருநீலமாய் விஷத்தைக் கையாளும் கணுவுக்குள் நாகசுரம் விம்முகிறதே... ராஜரத்தினம் மாமா வாசித்து கேக்கணும்போல இருக்கு... தோடியில் ஊர்ந்து மறைவோமா... நீ அங்கே வாரயா சங்கரா... போவோம்...

கணா நீ என்னை ரொம்பவும் கரைக்கிறாய்... பலமுறை உன் மாமா என் வீட்டுக்கு வந்திருந்தார். அவருக்காக நானும் என் மகளும் ஆடினோம். நம் மதராஸ்வீடு அவருக்குப் பிடிக்கும். ஒரு தடவை வீட்டில் தங்கிப் போயிருந்தார். அவர் தோடி அரக்கு ஒன்று என்னிடம் இருக்கு. என்றான் சங்கர் விசாரத்தில்.

பராரி ரயில் நிலையத்துக்கு அருகில் இருந்த விடுதியில் என் னோடும் வாவாவெனக் கூப்பிடும் நிலக்கரி எஞ்சின்களின் விசில். பிரான்டியர் மெயிலில் போகும் பயணிகளின் பேச்சும் சக்கரங்களில் தேயும் இருட்டு. கல்கத்தா மெயிலுக்குள் திறந்தவெளிப் புதிராய் குடியிருந்த ரயில் பிச்சைக்காரிகளின் பாடல் எடுக்கும் சாரீரம். மூடிய ரயிலுக்குள் ஓடும் குரல். எங்கோ ஆழத்தில் இழந்தவற்றைக் கூப்பிடும் பாடல் வரியில் கரைகிறார் கணேசர். அவரைப் பார்ப்பதற்கு விந்தையாக இருந்தது. ஒரு சுருட்டைக் கேட்டார் சைகையில். அவருக்குப் பிடித்த ஜீலியட்டாவை என் சுதிப் பெட்டியிலிருந்து எடுத்தேன். ஒரு கத்தரியைக் கண்டெடுப்பதற்குள் சுருட்டின் முனையை அவசரமாகக் கடித்தார். அதில் சுருட்டின் வெளிப்புற இலைகழன்று வந்ததும் குழந்தையாய் உச்சுக்கொட்டினேன். அவர் முழித்தார்

கலக்கத்தில். (அவரசப்படாதே கணா .. இன்னொன்று இருக்கு மற்றதை எடுத்து வாய்முனையை விரலால் அழுத்தி மெலிதாக நறுக்கினேன் கத்திரியில். ஜன்னலை எட்டிப்பார்த்தார் அங்கொரு பாசஞ்சர் கடந்து கொண்டு இருந்தது ஊளையுடன். தலையை நீட்டினார் என்னிடம். என் கைக் கூட்டில் நின்று எரியும் குச்சியில் நீலச்சுடர். புகை அவர் முகத்தில் பரவியது. 'சங்கரா... நர்த்தகிமார் எப்படி நியமிக்கப் பட்டார்கள் அதெல்லாம் பெரிய கோயில் கல்லில் இருக்கு பார். இங்கே ராஜதரங்கினி, மதலபனாஜி மாதிரி... எப்படிப் பரிபாலித்தார்களோ... பேர்களெல்லாம் என் பாரம்பரியப் பெண்டிர்கள் தான். காவேரி நெடுக இருந்த பராந்தகன் கற்றளிகளில் சாய்திருக்கும் சிலைகளில்... எல்லாமே முத்திரையில் பத்திரப்படுத்திய சிற்பிகள் இருக்கிறார்கள் வழிவழியாய்... எங்கெல்லாமோ கடல் கடந்த சிற்பிகளின் உள்ளே கடந்து போன சதிர்பெண்டிர் இன்னும் கிழக்கே சிதைந்த ஒரு துணுக்கில் சலனமடைகிறாள் இல்லையா இதெல்லாம் கல்லின் தாகத்தில் வெளிப்பட்டுவிடும். இன்னும் தொடர்கிறது. நம் காலக் கணிப்பிற்கு அப்பால் அசேதனத்தில் அவ்விரல்களின் கலை அனுபவம் வெளியேறித் துடித்துவிடும் சங்கர்.'

'இதற்கும் அதற்கும் தொடர்பிருப்பதை உணர்கிறேன் கணா... நீயும் நானும் இந்தக்கல் நர்த்தகிகளின் கர்ப்பச்சிசு தான் இல்லையா சொல்.' சங்கரும் அவர் புகையில் தூண்டப்பட்டு தானே பேசினான் சிற்பங்களிருந்த திசையெல்லாம் சுற்றி. ஒன்றுக்கொன்று தொடர் பிலிருந்தே கலை இருக்கிறதென்று இருக்கிறது. நான் கணாவின் உடல்நிலை குறித்து கவலைப்படுகிறேன். அவர் மாறுவதாகத் தெரியவில்லை. 'கணா டாக்டர் வந்து போனபிறகு மருந்து சாப்பிடுவதை நிறுத்திவிட்டாயா...' மாத்திரை நேரம் கடந்து விட்டதே சங்கர் டேபில் டிராயரில் பதுங்கிய குப்பிகளை நோட்டமிட்டான். கணா அவசரப்பட்டு இடைமறித்தார் 'கடவுளுக்குப் பொதுவாகச் சிறிது நேரம் நிம்மதியாகப் புகைக்கவிடு என்னை. பிறகு நான் சொல்ல ஆரம்பிக்கிறேன் உனக்கு.' ஆனால் கணா யார் பேச்சுக்கும் காது கொடுப்பார். மருந்தைத் தொடுவதற்குப் பதட்டம். அந்த இரவில் கடக்கும் இருட்டான இரயில்களையெல்லாம் மனம் ஊர்ந்து தொடுகிறது. அதில் பயணியாகிவிடுகிறார். ஒவ்வொரு ரயிலும் எங்கே போகிறது குழந்தையாகத்துடிக்கிறார். கணா சொல்லச் சொல்ல கண்ணுக்குப் புலப்படாத கணிகை ஒருத்தி இருள்படிந்த ஆற்றில் கரைநெடுகச் செல்வதை பார்த்தேன். கோர்வையின்றிப் பேசினார். கணா கையில் வைத்திருக்கும் இப்புத்தகம் சுருட்டுகள் மற்றும்

இசையின் பழமை நாகரீகம் இரண்டும் இருண்ட உலகினுள்ளே பழுத்த கங்காகப் புகை நெடித்தது. ஓடும் ரயிலுக்குள் ஆந்திரப் பெண்ணின் ஒலியலைகள் நாற்புறமும் சுற்றிப்பரவும் இரும்புச் சக்கரங்களின் விநோத ஒலி தடங்... தடங்... கென வெளி ஆழத்தில் பின்னணி இசையாகி விடும். தெலுங்குக்காரியின் மகரக்கட்டு ஒலி இருண்ட கலையில் தான்தோன்றி ஓடைகளில் மிகச்சிறிய அளவிலும் அரையணாவுக்குப் பிரதி பலன் கண்ணுக்குப் புலப்படாத கிரணங்கள் அனேகமவளிடம் கேட்டுக்கேட்டு பயணமானார் சங்கருடன்.

லம்பாடிப் பெண்ணின் பாடல் விசும்பில் மிதந்து போகிறதே சங்கரா... கேட்கிறாயா... அது தெலங்கானாப் பெண்ணின் நிராகதி யடைந்த வாழ்வு... ராயலசீமையில் யாரும் அவள் துயரத்தைக் கேட்டார்களா... தாண்டாவுக்குப் போய் காட்டுச்சத்திரத்தில் அவள் பாட்டை கேட்போமா... காற்றில் லம்பாடி வண்டி போவது நொடிப் பாதையில்.

முதலில் கணா பேசியதெல்லாம் வேறு. த பட்டினந் திரும்புவ தில்லை என்றும் தன் தொழிலுக்கு தன்னூரில் இருப்பது ஏற்றதில்லை என்பதிலும் உறுதியாக இருந்தார். என்ன... சொல்ல... நட்டுவாங்கம் இருந்து கோல் ஏற்று சபைத்தாண்டவம் எல்லாம் காவேரி உருளக் கருமலாச்சு எல்லாம்... எப்படி எப்படியோ புழுதி மேவிப் போடுமண் மேவிய தெருவைப் பார்த்த சங்கீதத்தின் நியதி பால்வரைத் தெய்வம் ஊர்விட்டு கச்சிநகர் ஏகி வேகவதியில் கால் வைத்தேன்.

மாணிக்கத்தம்மள் குமாரத்தி புத்தரட்சிதையை சம்பந்தம் பேசியவர்கள் ஊர்நாட்டு வில்வண்டிச் சங்கீதப்பித்தர்கள் வெற்றிலைக் காம்பை உருட்டி த. புரிப் பாக்கில் வைத்த கும்பகோணம் சீவல் பன்னீர் சோடா ஆஹா ஆஹாக்கள்.. நாகூர் கலைமான் புகையிலை, நாகபட்ணம் தேனீ சுருட்டு, கூடவே வெள்ளிச்செல்லம் கச்சேரி நீறுபூத்த நெருப்பாய் இருக்கும் சதிர் இருட்டில் கல்யாணம். தாம்பரத்தில் ரயில் ஏறித்திரும்பும் தன்னூர் பயணம் ஹெட்லைட் ஒளிபட்டு நீளும் கருங்கோடுகள்.

புகைவண்டிப்பயணத்தில் புத்தரட்சிதை சகோதரன் பிரமநாயகம் மிருதங்கம் வாசித்து அதில் தங்கைக்கான சொற்கட்டுகளை மெல்ல அவிழ்த்ததில் திருப்பாதிரிப்புலியூரும் வந்தது. 'பட்சிகளிருக்கிறதைப் பாராய் ரட்சிதா. கடல் காக்கை, கள்ளிக்காக்கை அங்கேபார் கண்சிவந்த நாரைகளும் வக்காவும் கொக்காவும் வழிமறிக்கும் வலியன்கள்

கூப்பிடுதே.. கேப்பர்குவாரி டேஷன் கம்பிமேல் பாலக்குருவிக் கூட்டம். நீர்க்கோழி காட்டுக்கோழி கானாங்கோழி... உதறிநிற்கும் ஒதியமரம். ஓல்டு டவுண் பீப்பிள்ஸ்பார்க் உள்ளே சரியான சிறார்கள் பந்துபறக்குதுபார்... பிரமநாயகம் ரட்சிதா சோகத்தைத் திசை மாற்றினான். இங்கே பார் ரட்சிதா ஆளொருவருக்குமே அரையணா வாங்குகிற டீட்டியார் எதிரிலே பாராய்... பலகை வாராவதிச் சத்தம் சுற்றிக்கேட்கும் கடல்நீர். பாலத்தைக் கடக்கிறார்கள். கைகாட்டி மரம் தூக்கப் புறப்பட்ட ரயில் இஞ்சின் ஆலப்பாக்கமும் தாண்டி நெடுந்தூரத்தில் பரங்கிப்பேட்டை நெருங்கவும் பலர் இறங்கினார்கள். சிதம்பரம் திருமாவடியில் ஒரு கணிகை இரண்டாயிரம் வருஷம் பழுத்த மாம்பாலில் காரைக்கால் அம்மையைக் கூட்டிக்கொண்டு ரயிலேறினாள். கொண்டுவந்த பட்டாவளியைக் கணேசரிடம் தருகிறாள். அதற்குள் கிளியொன்று வரைந்திருக்கவும் ரட்சிரதாவுக்கு தருகிறாள். மாவடித்திருநிழலாய் எத்தனை நட்டுவனார் சாதகம் செய்த நிழல்பேய் யாருடனும் பேசவும் இல்லை.

கச்சிநருக்கும் த. புரிக்கும் சம்பந்தம் நடந்ததில் தெருக்களைக் கடந்து போனபோது ஊரிலும் ரஸிகர்கள் இருந்தார்கள். சுற்றிச் சுற்றி வந்ததில் செங்கழுநீர் ஓடை வீதியும் வந்தது. நீரின் தேசல் சித்திரமாய் மாடதாசிகள் நந்திக் கலம்பகத்தைத் திறந்துவர நாடகப்பனுவலின் கட்டுகளை அவிழ்த்த தேரரோடு காபாலிகன் வாக்குவாதம் செய்து சண்டை பிடித்ததைக் கேட்ட தெருக்காகம் சிதம்பரத்தில் பறந்துவந்து அருகில் வேம்பில் கால் வைத்தது. தந்திக் கம்பியில் மூக்கைத் தேய்த்த காக்கை 'புத்தரட்சிதா உன் முத்துமாலையில் மாணிக்கத்தம்மாள் இசை இருக்கும் உனக்கான ராகம் என்ன சொல்...' எனக் கேட்டது.

புத்தரட்சிதா மௌனமாக இருந்தாள். கச்சிதனக்கோட்டி யம்மாளின் பேத்தி சிசுவில் கேட்டதெல்லாம் சங்கீதம்தான். தனம்மாள் காலத்துப்பட்டு நூல் இருட்டில் நெய்துகொண்டு இருக்கும் அவள் சினேகிதி கல்யாணி கூடவந்திருந்தாள். ஜன்னலோர இருக்கைக்குப் போய் எதிரெதிரே அமர்ந்து கொண்டார்கள் இருவரும். கணிகையர் இழைகளில் நூற்றாண்டுகள் வாடாத இருட்டு நிலவில் கல்பனா சுரங்களில் ஜோடி சேர்ந்து பாடுவதில் இருவருக்கும் ஏகாம்பரர் கோயில் மாமரம்தான் பூர்த்திசெய்யும். ஆனால் காலம் கருத்த வீணையின் துணை ரட்சிதாவுக்குப் பாட்டிகொடுத்தது. கைகூடிய நூற்றாண்டு இழைகளின் இருட்டில் ராஜலட்சுமியும், லட்சுமிரத்னமும் அவர்களையடுத்து ஜெயம்மாளும் காமாட்சியும் மற்றும் ஜெயாம் மாளும் பாலாவும் பிருந்தாவும் முக்தாவும் என்று ஜோடியாகப் பாடும்

சுழற்சியில் ரட்சிதாவும் கல்யாணியும் கச்சிநகர் இழை. தனம்மாளின் வீணையும் கேட்டவள் ரட்சிதா. ஒரு வேளை போச்சுக்கீசியர் புகையிலைவிதைகளை இங்கே கொண்டு வராதிருந்திருந்தால் என்ன நடத்திருக்கும். கொள்ளிட ராவுத்தமார் புகையிலை நறுக்கை த. பட்டினத்தார் விடுவதாயில்லை. புகையிலை மெல்லும் பழக்கம் கரகரப்பாயிருந்தாலும் உச்சரிப்பு அத்தனை கச்சிதமாயிருந்ததென்பார் ஊரார்.

தனக்கோடியம்மாள் வீட்டைப்பார்க்க காரைச்சுவர்களில் ஆலமரம் முளைத்து வேர்விட்ட சுவர்களும் சுற்றுமதில்களும் சிலம்பைக் கேட்டுக் கேட்டு வளர்த்த சமணகாஞ்சியும் பௌத்த காஞ்சியும் சேருமிடத்தில் வீடு இருந்ததில் புத்தரட்சிதை பிறந்ததும் நேமிநாதர் வாசலில்.

சிவகாஞ்சியில் கலையை வேதத்தில் கைவரக் கரைத்தவர்கள் இருந்தாலும் ஓதுவார் மரபை வேரடிமண்ணோடு அழிக்கவும் முடிய வில்லை. செங்கழுநீர் ஓடைவீதியில் தேவதாசிகள் இருப்பதால் கைவரு நரம்பு விசும்பில் இருப்பதாம்.

காஞ்சியைவிட்டுப் போகுமுன் கருவான இசை. த. பட்டினத்தில் மண்ணும் விழுந்தமாவடிக் காவேரிப்பித்தும் சித்திரக்குழிக்காற்றாகிச் சுழன்று கல்யாணி ராகத்துக்குள் மூழ்கி எடுத்த சிசுக்களாக ஜனித்த ஏகாம்பரத்துக்கும் ஜெகந்நாதனுக்கும் கடைக்குட்டியாகப் பிறந்தேன். கணா.. கணா என்றே அரைஞாண் கயிற்று ஆட்டுமணி துள்ளிக் கதிக்கும் ஓசையில் பிரிந்த பரிவார சுருதிகள் சாரீரமாய் வந்தது கணாவுக்கு, கந்தப்பா மார்மேல் தூக்கி வளர்த்த கடைக்குட்டி. தனம்மாள் சேனை வைத்த சிசு. நாக்கில் பட்ட அவள் விரல் ரேகை ராசிக்கு இசை அமோகமா இருந்தது.

தாமல்செருவில் நீந்தினான் குழந்தை. அவன் தாயார் கல்யாணி தனக்கோட்டிமகள்தான். கணாவுக்குப் புலனாகும் மெல்லிய கிரணங்கள் எந்த ஒளி வருடத்தில் தொடர்வது? விசும்பில் மிதக்கும் தலையில் ஈரம் சொட்டப்பாடினான் நீளும் தாமரைத் தண்டுகளிடம். மூவரானபிள்ளைகளும் வரைபடத்தில் கர்ப்பம் கொண்டிருந்த காவேரி வேகவதியுடன் புணர்பாகம் பெற்றதில் மதராஸ் பட்டணம் நோக்கி மூக்குவைத்த பாரிஜாதம் பஸ் லைன்ஸில் ஏறிப்போன பழைய ரஸ்தா.

மதராஸில் கும்பினியார் குடியிருப்புப்பக்கம் மேற்கத்தியக் கச்சேரி செய்ய ரிப்பன்பில்டிங் அடுத்திருந்த சலூன் எனும் இசைக்கூடத்தில்

மேதைகளும் த.புரி இசைக்கு அடிமை ஆன வணிதமெல்லாம் துப்பாக்கிநிழல் அசையும்.

மாலைக் கச்சேரிக்கு அழைத்தால் வரவேண்டும். ஒற்றைவாடை ரோட்டில் குடியிருந்த தேவதாசிகள் பலரும் டாப்பில் இருந்தார்கள். அங்கே கந்தப்ப நட்டுவனாரிடம் பரதம் கற்றவர்கள் பலரும் அங்கே வருவார்களாம். இவர் மதராஸ் போகுமுன்பே ஜார்ஜ் டவுணிலிருந்த தனம்மாள் வீடு காலியாகிவிட்டிருந்தது. வீணையைப்பிரிந்த பாலா கந்தப்பாவின் மாணாக்கியர் அனைவரினும் வளர்பிறைக்கு மார்க்கம் கண்டாள் சிருஷ்டியில். என்னேரமும் பயிற்சியில் பலர் கூடி சதிரில் உழன்றாள்.

இந்திரவில்மேல் முட்டை வைத்து தெளித்தாள் த. பாலா. அபிநயத்தில் சுடரும் மணிமுடிஒளிவிடும் மாணிக்கத்தாள் உடனி ருந்தாள் இழைத்தமாகளச் சிகலிகை. சதிர் தொழிலில் நிகரில்லா தவளாய் சேவல் கொண்டைகள் சிவந்த த. புரிப்படுகளத்தில் மேல் உயர்ந்த கால்கெச்சம் மணிஉமிழ்ந்த கணிகக்குருதி.

கும்பினிப் படை சுற்றிநிற்க சுடு கருவிகள் ஈயரவை சீற்றங்களுக் கிடையேரி எரித்தா எனும் திருநங்கை ஒருத்தி சரபோஜி அரண் மனைக்குள் சுடப்பட்ட துருப்புகளின் கைத்துப்பாக்கி பலவற்றைப் பன்றிக் கொழுப்பினால் துடைத்து பித்தான்களையும் பிணத்திலிருந்து பறித்தெடுப்பாள்.

சித்ரவதைப்படும் சிறுமிகளை விடுவிக்கப் போய் இவள் நொச்சி ஓவியத்தில் மேதையெனவும் ராஜா கூப்பிடக் கூப்பிட நிழல் காட்டி மறைந்தாள் அங்கு. ஆனாலும் பிறக்கவிருப்பதைப் போன்றே இறப்பதும் இயற்கையாக இருப்பதில் மற்றவரைவிட வேதனை மிகுந்த ஒன்றான ஒரு வேளை தாசியின் கர்ப்பச்சிசு இந்த எரித்தா என உணர்ந்தவள் வீணை ரங்கா. மரணத்தின் நிழல் படிந்த துப்பாக்கிகளை கும்பினிப்பிணங்களிடம் எடுத்து மறைவாள். பிணத்துடன் உரையாடும் எரித்தாவை ஆவிகளுக்குப் பிடிக்கும். இலுப்பை எண்ணை பூசி மெழுகி மந்திரித்த துப்பாக்கிகளுடன் ஆவிகளுடன் சுற்றி வருகிறார்கள்.

சதிராடும் பெண்களும் செடிகள் நம்மை தொட்டு சம்ரக்ஸனை செய்கின்றன. அனுபவத்தில் காற்றும் கிளையுமாக அசைகிறாள். மருந்தீடு மந்திரமும் எழுதிவந்தாள் தாசி. அங்கலக்ஷணசிகிச்சையும் யௌவனம் மாறாத சதிரும் செம்மண்ணில் தீட்டியகோடு கார்வேடி சந்திரா. பகீரதி, ராதா, திருத்தணி ரெங்கநாயகியென சிஷ்யைகள்.

கந்தப்பாவுக்கு மூவரும் ஆண்வாரிசாயினும் வைரமாய்த் திருகிய உடலைச் சதிரில் பெற்ற மகள் பாலா. பின்னே இந்துஸ்தானி மேதை யான லட்சுமிசங்கரும் கந்தப்பா எடுத்த த. புரி சிருஷ்டிதான். த.பாலா உலகை நோக்கிப் பயணமானாள் கூடவே கடைக்குட்டி கணாவும். பூர்வீகம் த என்றால் சமஸ்தான அதிகாரமும் பணிந்துதான் அணுகவேண்டும். த நால்வர் அனந்தபுரி அரண்மனையில் பழந் தேக்கு மரக்கூடத்தில் இசையாகப் பரவினார்கள். எடுத்த வயலின் அப்படியே ஈர்த்தது சேரர்குலபதிகளை; ஆனால் இவர்களுக்கு பசி யிருந்தது இசையில். சுவாதித்திருநாள் ராசாவும் த. நால்வரில் ஒட்டிக் கொண்டதால் இசையின் வாசனையில் சொருகி நின்றதில் கீர்த்தனைகளின் விரல் ரேகையில் த வின் கரு இருக்கும்.

இந்திரதேசமெங்கும் கடந்துபோன வீணை தனம்மாள் பரோடா சமஸ்தானத்தில் இருந்த காலம் சாரங்கி மேதைகளும் கூடிக் கேட்டவை. ஒரு ராகத்தை எடுத்துக் கொண்டு பலமணிநேரம் எப்படி சாதகம் செய்கிறீர் தனம்மாள்மாசி...

'எது உன் வீணையோ அதுவாக நீ ஆவாய்' என வந்த சிஷ்யை களுக்கு ஆசீர்வதித்து இசையைப் பற்றிப் பேசாமல் மௌனமாக இருந்தாள் தனம்மாள். மாபெரும் கல்நத்தைச் சுரியலாக ஒரு ராகம் நாள் பூராவும் கேட்டுக் கேட்டு த வாசனையில் கரைந்தது வடோதரா அரண்மனையும்.

'குழந்தைகளோடு உள்ள ஆயிரம் வயதான ஆமை' என லக்னோ பன்னீர் புகையிலையை சேவித்தவாறு சொன்னாள் சாரங்கி குருவிடம்.

'நீ என்ன சொன்னாய் மாசி...' இவ்வுலகம் மெல்ல மிதந்து த. இசை செல்கிறது? கீர்த்தனை வாசமடைந்த லக்னோ பன்னீர் புகையிலை மென்று சாற்றை விழுங்கினாள் தனம்மாள். தன் சீயான் பாப்பாவுக்கென்றே சரபோஜியின் புறாமாடம் ஒன்று இருந்தது. அதில் சில பறக்கும் சாதகத்தில் உணவெடுக்க மறந்துவிடும். கீழே வருவதில்லை என்றாலும் சாயும்வேளை உருகிய வீணைமேல் துருவப்புறா சைபீரியா இரண்டும் கீழ் சரிந்து வந்துவிடும். விண்ணில் படும் தண்ணென்ற ஒலி அருந்திப் பலமணிநேரம் சஞ்சரித்துச் சரிந்து மெல்ல மிதந்து நீந்தித் தாழ ஒவ்வொரு புறாவும் அருஞ்சுரத்தில் ஈடுபடும். கமகச் செறிவான சிறகு விரித்து திரும்பவும் மேலேறிச் சற்று தவித்திருக்க திரும்பிப் போகாமல் இருந்துவிட்டாலென்ன...

பாலா என்னால் கீழே இறங்கிவர முடியல... என்றான் கணா.

ஒவ்வொரு புறாவுக்கும் ஒரு தேவதை இருக்கிறது என்றாள்

பாலா விசனப்பட்டு.

இந்த கணாவுக்கு இருப்பதெல்லாம் பாலாதான். நீ நம்புவாயோ இல்லையோ அது எனக்குத் தெரியாது பாலா.

கணா நீ சொல்வதை நான் நம்பலாம். வாஸ்தவத்தில் நான் சரித்திரம் என்ற பெயர்தான். ஆனால் இயற்கையில் மறைந்திருக்கும் பூச்சியின் ஒலி வனத்தில் கேட்டதெல்லாம் நீ தான் கணா... அந்த தேவதை இயற்கையில் மறைந்துகொண்டு இருக்கிறது. அவள் முணகுவதைக் காதில் வாங்கிக்கொள்ளாமல் வெளியேறிவிட்டான் கணா.

பின்னே கணா... அனாதை போலாகி எங்கே தங்குவது எந்த ஊரில் இறங்குவது எனத் தெரியாதவன் போலாகி ஒரு ராகத்தில் சொருகிக் கொண்டது அவன் சித்தம். அமானுஷ்யமான இசையின் விதி அவனை அழைத்துச் செல்கிறது வனத்துக்குள். ஹம்பி அரண் மனைக்குப் போன தனம்மாளின் பாதையில் குறுக்கிட்ட துங்கபத்ரா நதி அடியில் பாறைமீதமர்ந்து நீரின் சலனத்தைக் கேட்டவாறு இருப்பது கணாதான்.

ஏன்... இவ்வளவு தூரம். வந்து பின் அங்கே இருக்கிறாய். பல வருடங்களுக்கு முன்னே நான் இங்கு வருவதற்கு முன்பே த புரியில் நான் இருக்கும்போது எல்லா நாட்களிலும் சேர்ந்து ஒரே சமயத்தில் பாலாவை பிரிந்திருக்கவில்லை. அவள் தனியாக இல்லை த வுடன் இருக்கிறாள். பாலாவின் கிளிகடிப்பாடல். தானியங்களைக் கொத்த வரும் கிளிகளோடு உயிரை எல்லாம் ஆட்படுத்தும் நட்டுவன் தலைக்கோல் ஆசான் பின் உளன் ஆக நட்டுவச்சாவடி இருட்டில் மறைகிறான்.

நான் தனியாக இருக்கிறேன். இந்தக் கணத்தில் த நிகழ்ந்து கொண்டு இருக்கிறது வேறொரு இடத்தில்... கணா எந்த நொடியிலும் த வுடன் இருப்பதால் உன்னுடன் இருக்கிறேன். மாறிவிடும் நிறங்களில் மங்கிய த புரி வாசனையில் தைலம் ஏறிய பொருட்களில் பரவுகிறாய் இல்லையா... எல்லா நகரங்களும் நதிக்கரையில் நுரைகளாகச் சிதறிவிடுமா?

த புரி அழிந்தப் பின்னும் அந்த வாசனையும் சாயைகளும் இவர்களும் ஜட்காவில் போய்க்கொண்டே பேசிய இசையின் சம்ப்ரதாயங் களும் அனுமானங்களில் கூடும் இயற்கையும் காவேரியின் பழைய திணுசாகத்தான் தங்கியிருக்கும்... மெதுவாக வீழ்கிறேன் அதில்... அந்தத் தெருக்கள் எல்லாம் வெறுமனே இருட்டில் தோன்றும்

பச்சைநிற நிழல்மூடிகள் கொண்டு ஒளிவீசும் விளக்குகள் பின்புறத்தில் திரைகளில் வரும் சாயைகள். ஜன்னல் திறந்த தெருவைப் பார்த்த காவேரி மணல் நெடுக நீளும் ஞாபகப் புதிர். தைலம் பூசிய பெண்கள் குனிந்து துவைக்கிற சப்தத்தில் எல்லாமே மேல் எழு கிறதே... பார்... படித்துறையில் வழியும் இசையின் கரும்பச்சை வேளை...

ஒரு நீண்ட நீச்சல் காவேரிப்படுகையில் புதைந்துகொண்டால் விழிகளின் கடையோரம் வழியும் இசை. எவ்வாறு தூங்கினான் எப்போது விழித்தெழுந்தான் என்றே தெரியவில்லை. அடுத்த நாள் எங்கிருப்போம் பாலா... உனக்குச் சில விஷயங்கள் சொல்ல வேண்டியது... என்னால் காவேரிப்படுகைவிட்டு வர முடியாது. நெருங்க இருக்கும் சுருதியின் வாசனை மனிதர்களைவிட இயற்கை யில் அதிகம். தனம்மா மெல்லிய குரலில் அழைத்தபோது பட்டு விரல்களைத் தொட்டுக் கொண்டிருந்த வீணையில் என் விழிகளில் நீர்துளிகள். என் சாரீரம் மோசமாக நடுங்கியது... இமைகளை உயர்த்தி என்னைப் பார்த்தாள் த... வெற்றிலையின் மறுபாகத்தை மடித்து ரேகையைத் தொடுகிறாள்... அவள் விழிகள் இமைக்காமல் வெளிச்சம் கீறிய கோடுகளில் மூடியிருந்தாள்... முகம் கவிழ்ந்த வீணைமேல் வெல்வெட் பூச்சிகள் ஜனிப்பதைச் சொல்ல முடியவில்லை... நீயேன் வரவில்லை... பாலா தேட்டை மிகு சென்னை திரிந்ததில் வடலூர் நோக்கி அவர் திரும்பியதைத் தெரிந்து தான் தனம்மா கணா.. உனக்குத் தெரியுமா. லிங்கிச் செட்டி தெருவில் சோமுச் செட்டியார் திண்ணையில் வள்ளலார் இளைப்பாறிய எதிர் வீட்டில் தனம்மாள் இருந்தது, தெருக்கோடியில் டிராம் நிறுத்தம். மெல்ல வண்டி ஊர்வதிலிருந்து ஆரம்பிக்கும் மாலை வாசிப்பைக் கேட்கக்கூடும் எளிய மனிசரும்... தெருவில் ஜோடுகளைக் களட்டி ஏடுகளாகக் கையில் ஏந்தி வாஸிப்பை தோல்வாரின் வளைவில் கேட்டு எழுதிக்கொள்ளும் அங்காடிக்காரர்களும் ஒலியைக் குறைத்து முணுமுணுப்பதில் திரும்பிப்போன வள்ளலார் பாதங்களில் ஜோடுகள் ஏதும் இருக்கவில்லை. நடந்ததெல்லாம் படிப்புத் தானே... ஜோடுகள் கருத்திருப்பதால் காலம் உறைந்து வளையும் தொலியில் கீறிய சூபெற்ற தாயினைப் பிள்ளை மறந்தாலும்... வீணையில் துளிர்த்த கண்ணீர் துமிகளை.. ஏந்திச் செல்வது அங்காடி மனிதர்கள் தான்... தனம்மாள் வீடு அழுக்குத் தெருவில் இருந்தது. வள்ளலார் நடந்த கோடிமூத்து வீணையில் சேர்த்தது கருப்பு பிளேட்டில் ஜார்ஜ் டவுண் சுற்றிக் கொண்டு இருக்கிறது... கிராம போனில்... தனம்மாள் வீடு இருந்த வேதனையில் நான் உயிர்ந்திருக்கிறேன். நீ கேட்ட போது

ஒரு சமயத்தில் நான் இருக்கவில்லை. வெல்வெட்பூச்சிகள் உள்ளங்கை யிலிருந்து விரல்களில் பரவிய சிவப்பு இசை. அவள் இருக்கிறாள் என்பதற்கு எதிர்வீட்டில் வள்ளலார் இருந்த இடத்தில் இசை பரவிக் கொண்டு இருக்கிறது... பார்... கணா.'

கருவிகளில் பதுங்கியிருந்த இசையானது வெளியேறி மரங்களின் இருளில் சலனமடையும் இலைகளில் சதா சேர்ந்திருந்தார். மரவுச்சியில் வயலின் வில் ஒன்று வேப்பமரத்தின் கண்வடிவ இலைகளுடன் நூறுநூறு சுருதிகளுக்கு ஆதாரசஞ்சரிப்பு. வேம்பின் அடியில் அவருக்குக் கிடைத்த காற்றின் குணம் என்ன? பாலா அதை அறிந்து கணாவை குழந்தையென அணுகினாள்.

சிலவேளை எங்கிருந்தோ வரும் தொனி பற்றி காவேரியின் கிளைகளை நோக்கிச் சென்றான்போலும். ஆறுடன் அவன் உரையாடல் தனித்துவமானது. அது பாலாவுக்குத் தெரியும். இந்த த. பட்டினம் இயற்கையின் நித்தியத்துவத்தில் தோன்றினாலும் மனம் குழம்பிவிடுகிறது கணாவுக்கு. உறவுகளை விட்டுத் தனிமையில் சஞ்சரிக்கும் ஒரு ராகத்தில் ஊறி அதனுள்ளே கலந்து விடும்போது இசை மருந்தாகிறது அவருக்கு. பின்னிரவில் ராப்பூச்சிகளின் ஓசை யில் நாட்டியப் பெண்கள் வருகிறார்கள். விடுதி அறையைவிட்டு வெளியேறினான். வெளிவிளக்கம் கொள்வதான இசை எட்டிய தூரத்தில் தன் இருப்பை அங்கு காணத் தோற்றம் கொள்கிறது. அசேதனம். த. தொன்மத்தின் வாசனைதான் கணா.

அன்று அருந்திய மதுவின் நெடி முகத்தில் படர ரெட்டைமான் சுருட்டு பற்ற வைத்துக் கொள்கிறான். இருட்டு மரங்களின் அடியில் சுருண்டு கிடக்கும் பாதையில் சப்தமற்ற காலடிகள். சுற்றிச் சுற்றிச் சுருள்படும் புகையில் பாதை நெளிந்து மனம் படர்ந்த கற்பனையில் மறைந்திருக்கும் கலை.

சுருட்டு பெரியவளம். பர்மா சுருட்டு இந்தப் பண்டல் ரங்கூனில் வாங்கியது. புகைக்கும் இன்பத்தைப் புரிந்துகொள்ளமாட்டீர். அதற்குள் இசை மனம் கிறுக்காகிறது. நீண்ட நாட்கள் ரங்கூனுக்குக் கப்பலில் பயணம் செய்திருக்க வேண்டியது அவசியம்... என்னைப் பற்றி பாலாவிடம் கேள்...

கணா... ரங்கூனுக்குப் போனகப்பலில் பாலாவுடன் சென்றீர்கள் தானே... நீங்கள் பயணத்தில் சுருட்டு புகைப்பதில் தனி ரகம். சுருட்டு உத்வேகத்தை அளித்தது இசையிலா...

'சுருட்டு சங்கதிகளை இசையுடன் கரைத்து விடுகிறது...

உள்ளார்ந்த மனநிலையில் பரவும் காரநெடி. குணத்தையும் மாற்றி விடும். நான் சந்தோஷமற்ற துன்பகரமான நினைவுகளால் தொல்லைப் படுகிறேன்... யார் மீதும் அல்ல... ஒரு சுருட்டைப் புகைப்பது இவை அனைத்தையும் தூக்கி எறியும் மனோகதியில் நான் எப்போதும் பசியோடு இருந்தாலும் இசையில் தங்கி விடுகிறேன்... சிறிது மயக்கமடைவது போல் உணர்கிறீர்களா.'

அவர் தூங்கப் போகவில்லை. யாழ்ப்பாணம் சுருட்டுப்பழக்கம் சிலோன் போட் மெயில் வாசனை நிலக்கரி உமிழ்ந்த கருப்பு எஞ்சின் ட்ரைவர் லாஞ்சுக்காரனிடம் வாங்கியவை எல்லாம் ஜன்னலில் அப்படியப்படியே உறைகள் மடித்திருந்தவை. பூமியின் உயரத்தில் கணா மட்டும் சுருட்டுப் புகைத்துக்கொண்டு தனிமரத்துடன் உரையாடுகிறான். இருட்டு இலைகளைக் கவ்விப்படர்கிறது. விரல்களுக்கிடையில் எச்சில்பட்ட புகைக் குழப்பம். ஜன்னலில் கிடக்கும் பழைய சுருட்டுகள். மதறாஸில் வாங்கிய ரோமியோ ஓய் ஜுலியட்டா சுருட்டுப்பழக்கம் ஆளைவிடாது. தீய்ந்த சுருட்டுக் கட்டைகளின் நெடி. சிகப்பு மண் ஆஸ்ட்ரே மீது தனியாகப் புகை வதைப் பார்த்தவாறு சிஷ்யை திருவாரூர் சாலாச்சியின் ஞாபகம் பழுத்த கங்குகளை மூடிய சாம்பல். நீறுபூத்திருந்த இசை மரபு. சில நேரங்களில் அவை அணைந்து போவதை விரைவில் பற்ற வைத்த விரல்களின் கோர்வைக்குள் ஒவ்வொரு விரலிலும் சுருட்டு வெளிச்சம். கூண்டில் அசையும் தீக்குச்சி கருகிவளையும் கணம்.

சுருட்டு பற்றி மேலும் நான் ஒன்றும் சொல்லத் தேவையில்லை. சிலோன் போட்மெயிலில் யாழ்ப்பாணம் போனதில் நீளரயில் வண்டித்தொடரில் கூடவே எதிரில் அமர்ந்திருக்கும் பாலாவும் சாலாச்சியும் எவ்வளவு சுநாதத்தை உடலில் ஏந்தி இருக்கையில் சாய்கிறார்கள். இசையுடன் சேர்ந்த இன்னொரு ஏக்கம் பாலாவின் சதிர். முற்காலத்தில் இவள் வழியினர் புறநீர்மைப்பண் குடும்பத்துக்கே உரியது. மகர் நோன்புச் சாவடியில் மற்றொரு சுருட்டுக்காரர் வேங்கியண்ணாவி உலர்ந்த சுருட்டு லேபிளைச் சேகரிக்கும் பழக்கம். மறதியிலிருந்து ஆத்மானுபவத்துக்காகவே பாடியவற்றை மூங்கில் பத்தைகளிடம் போய் மொடு மொடுப்பு ஒலி கேட்டுப் பிடித்துவிடும் மூலகர்த்தாவின் மெட்டுகள் என்னவென்று சொல்ல முடியாது...

'ரோமியோ ஓய் ஜுலியட்டா லேபிள்கள் பத்திரமாக இருக்கிறதா உங்களிடம்...'

ஹவானா சுருட்டு வடிவம் சில வேளை ஆறுதலாகவும் பழகும்.

ரோமியோவின் கையிருப்பு குறைந்துவிடக்கூடாது... ஒவ்வொரு வளையத்தையும் அழித்து ஏறும் கங்கின் நிறம் வெளிர்சிவப்பு. இழுத்தால் ரத்தக் கல்லாகவும் எரிகிறது கங்கு. விரல்களில் சாம்பலைத் திருகி மையாக உணரும் வேளையில் பிடிபடும் கற்பனைகளும் யோசனைகள் செல்லும் வழி பின்தொடரும் புகை நெளிவில் வெளியே கிளம்பலாம். எதைத் தொட்டு ஜோடுகள் தயங்குகின்றன. பாறை மேல் தண்ணென்ற ஒலி. ராத்திரிப்பூச்சியின் சலங்கை கூச்சல். சாலாச்சி... தொட்டராகமெல்லாம் பொருளில் பாய்கிறது.

புகையைப் பைத்தியக்கார வெளிப்பாடாய்த் திரும்பவும் பற்றவைத்துக் கொள்கிறான். அவற்றைத் தொடர்ந்து காவேரியின் ஆரவாரத்தையும் வீர முழக்கங்களையும் கேட்பதற்காக வெளிப் படுதல். ஓர் அலை சாலாச்சி பார்வையில் திறந்து இழுத்தது அவனை. சாலாச்சி எங்கெங்கு திரும்பினாலும் ஒவ்வொரு பாவத்திற்கு மாறிவிடுவாள். அவளுடைய விழிகளுக்குள் அமைதியற்ற உதிரவரி யோடியது. மணல் படுகையில் காலடியோசைகள் ஜோடுகளைக் கையில் ஏந்தி இருளை வாஸிக்கிறாள். ஜோடுகள் தோல் புத்தகமாகத் திறந்து ஓடும் இசைக்கீறல்கள். மூங்கில் பாலம்வரை இருவரும் ஒருவர்மேல் ஒருவர் சாய்ந்து நடப்பதில் எத்தனை மடிப்புகளில் அடுக்கி வரும் நாட்கள் அவை. அவளைப் பார்க்காமலே இருந் திருக்கலாம். கைத் தாங்கலில் தோள்மேல் படரும் ரோமியோ சுருட்டு நெடி அவளுக்கு அவரிடம் பிடித்த வாசனையாகப் பல வருஷங் களுக்குக் கடத்தியது அவளை. சாலாச்சி ரோமியோ வாசனையை உள்ளிழுத்தவாறு விழிகளைத் தானாக மூடினாள். உள்ளே ராவிருட்டில் பூமிமேல் தனியாக உலவும் கணாவின் உருவம் பாழ்பட்டுக் குமுறும் இசை.

கிளம்பிப் போகும் வழியில் பாலா தடுத்தும் அவன் நிற்க வில்லை. ஜிப்பாவின் ஜேபியில் ரோமியோ சுருட்டுகள் தீப்பெட்டியுடன். சர்ப்பமாய் நீளும் புகைமரத்தைச் சுற்றி சாலாச்சி நிற்கிறாள். அவனெனத் தெரிவது புகைமரம். அதன் ஆவிபீடித்த உணர்வுகளில் சாலாச்சி இல்லாமலும் இருந்தாள். தொலைவில் அலைகிறான் அவளைவிட்டு. (கொஞ்சம் அழிவதற்காகவும் குடிக்கிறேன்.)

இசையின் சாகரம் கருவிகளின் உடலுக்குள் சிறைப்படவில்லை. பூட்டிய கதவுகளைத் திறந்து வெளியேறி விடுகிறது. புகைமரமாகத் தோன்றிய சாலா... வை இச்சித்த சப்தஅருவி இலைகளின் சங்கீதம். அழிவை நோக்கி இழுத்துச்செல்லும் தன்னை மறந்த ஈர்ப்பில் மது

அவனைச் சிதைக்கிறது. கேட்டிருந்த இசையும் பாதி சாம்பல் உடல் மந்திரமாவது நீறு.

கணாவின் குணவிஷேசங்கள் வைதீக ஒழுங்குகளுக்குள் அடைபடாத கோணல். சாலாச்சி வெறுத்து ஒதுக்கும்போது பாலா அவனிடம் மரியாதை கொண்டிருந்தாள். அங்கிருந்து பிரிந்து போய் ஒவ்வொரு வீட்டிலும் ஒரு நாள் இரண்டு நாட்களுக்கு மேல் தங்க முடியாமல் வெளியேறியிருந்தான் கணேஷன்.

வேறு எவரிடமும் இல்லாத தனித்திறமை பெற்றவன் கணா. த. பட்டினத்திலிருந்து நாட்டியக் கலைஞர்கள் பார்க்க வருவார்கள். கணா விடம் நடனம் பயின்ற மாணாக்கியர் வெளியேறி எங்கெங்கோ இவரின் சாயையென கால்களில் ஓடும் தாள அடவில் கெச்சம் ஒலிப்பூச்சிகளாய் சுழலும் சதிர்.

சதிரில் வித்தையைக் கணாவிடம் உபாசித்தவர் பாலாவும் சாலாச்சியும்தான். மன்னார்துறைமுகத்துக்கருகில் பாணர் கொடுத்த பூதத்தம்பிநாடக வயலின் கணாவிடம் பேழையுடன் லாஞ்ச் என்.எஸ்.எஸ் போஷனில் வருகிற கடலில் எத்தனைவித நிறங்களில் நீரில் மூழ்கியது லாந்தேஸ் வயலின். அந்தக் காலத்தில் பாலாவின் அருகாமை என்பதும் அவளோடு உலகை நோக்கிப் பயணம் மேற்கொண்ட வேளை எத்தனையோ நகரங்களில் இருவரது உடலும் விரல்களும் படிந்திருக்கிறது திரிபு சுழற்சியில். மகனைப் போல வளர்ந்த திருப்பாம்பரம் ராமையா கடைசி நேரத்தில் படுக்கையில் கிடந்தவனைப் பார்க்க வரும்போது சுருட்டுகள் எல்லாம் உப்பேறி நனைத்திருந்ததைப் பிரித்து ஜன்னலில் உலர்த்துகிறார். பாலாவின் மாணவி நந்தினி ரமணி கணேசருக்கு சம்ரக்ஷனை செய்ததில் தேறிவந்தது. திரும்பவும் உடல் நலம் கெட்டுத் தவித்ததைப் பார்க்க ஒருவரும் பக்கமில்லை.

கச்சேரி என்றால் மதராஸ் செல்வதும் நிகழ்ச்சி முடிந்ததும் ரயிலேறி த. நகரம் திரும்புவதும் கணாவின் குணம். தன் ஊர் பாராமல் வெளியில் இருப்புக் கொள்வதில்லை. இவர்களும் பேருக்குப் பின்னால் த எனச் சேர்த்துக் கொள்வதில் வெறும் பேர்மட்டும் அடங்கியிருக்கவில்லை. எத்தனையோ இருக்கிறது. மேலவாசலில் கணாவின் நிழல் நிற்கிறது. திரும்பிவந்த ரயில் பாலத்தைக் கடந்து மதராஸ் நோக்கிப் புகைவிட்டுச் செல்ல பிரிந்து போயினர் அருபதாசிகள். ஒவ்வொரு நாள் சிலோன்போட் மெயிலில் சில தேவதாசிகள் நட்டுவனர்கள் கருவிகளோடு புல்லாங்குழல் உருண்டது

காவேரியில். துவாரங்களில் குடித்துச் சுருளும் நீர்க் குமிழ்கள் ஏழு கண் பாலத்தில் சலனமுறப் புறப்பட்டார்கள். பாலத்தைக் கடக்கிறார்கள் அதிர்வுகளுடன்.

தன்னோடு வந்து தங்கிவிடும்படி கணாவை வற்புறுத்தினாள் பாலா. கடைசியாக ஊரைப்பிரியமுடியாமல் வெளியில் இருக்கும் த. பட்டினத்தாரிடம் கூப்பிட்ட வழி போயிருந்த ரயில். ஏனோ அந்த ரயில் இன்னும் அகாலத்தில் ஓசையிட்டு நின்று கொண்டிருக்கிறது. கரிஎஞ்சின் புகைவாசனை மார்கழி மாதத்துடன் கலந்துவிட கோபுரத்தின் உச்சியில் காவேரி தெரிந்தது.

மதராஸ் குடிபெயர்ந்துவிட்ட கணாவைத் தேடி காவிரி துக்கமாகக் கடந்து கொண்டிருக்கிறாள். பாலாவுடன் சென்றான் என யாத்ரீகர்கள் சொல்கிறார்கள். குளிக்கப்போகும் ஆற்றுப் பாதையில் கணா நிழல் படிகிறது. பாலா வீட்டில் தங்கி அவர் குடும்பத்தில் ஒருவரான பாக்கியம் பெற்றதால் பிரண்டைக் கொடிக்குள் பனித்துளிகள் இட்டுவைத்த இயற்கை கொண்ட உலகு.

த. பாலாவின் படைப்புலகில் கணாவின் வடிவம் பலரையும் பயிற்றுவிக்கும் தீராத வேட்கை. கணாவின் தீவிரநிலை பார்த்த பாலா பெரும் பொறுப்புகளை விட்டு விட்டாள் அவரிடமே. பாலாவிடம் நாட்டியம் கற்க வந்தவர்களிடம் கணாவின் சாயல்படும். பின்னே அனாதையைப் போலாகிவிட்டான் எனக் கேள்விப்பட்ட பலரும் வருந்தினார்கள். அவன் தாய் குஞ்சரத்தம்மாள் பாலூட்டிய முலைகளில் பால்பாதையில் வெள்ளி வடிகிறது. சிறு வெள்ளியே ஆயினும் பனியினூடு பிறந்திருக்கிறது. அம்மா கொடுத்த உயிரமுது தேவதாசிக் கலை பொருந்தியிருந்தது. அதன் திரிதரு வழியில் போயிருந்தான். அடிவான் செவ்விய த. பட்டினம் எனும் சுண்ணாம்பால் எடுத்த பழைய தெருக்களில் தேவதாசிகளான அந்த தேவதைகள் உறக்கத்தில் புறளும் கால்களில் கெச்சம் மெலியத் துளித்த ஒலி.

த. பட்டினத்தில் ஆண்களும் நாட்டியம் பயின்றார்கள் பெண் களிடம். வீடு என்னேரமும் சிறிது வெளிச்சம் நடுக்கூடத்தில் கால்கச்சம் தூக்கியதும் பருவங்களின் சுழற்சி. திருபுவனம் செம் பழுப்புப் பட்டுப்புடவைக்கும் இராவிருட்டில் வரும் சுடருக்கும் கனவில் நடப்பதான நிகழ்வு. இவர்கள் பம்பாய்க்கு ரயில் ஏறிய போது கரிஎஞ்சின் இருந்தது. நீராவி சப்தமிடும் இசையை தாளகதியாகக் கொண்டு நகர்ந்த தூரங்கள். தூங்கும் பயணிகளோடு வாழ்வுச் சுமையுடன் சொந்த நாட்டின் அகதிகளாய் வெளியேறிப்போன

ஆங்கிலேயர் காலம். அரக்கு நிற ரயில்பெட்டிக்குள் பம்பாய்க்கு வரும் ஜனங்கள் பிழைப்பைத் தேடி ஆந்திராவின் பஞ்சமும் ரயில் ஏறியது.

அவர்கள் பம்பாய் மெயிலில் ஏறுவதற்கு வந்து எங்கெங்கோ கதவைத்தட்டும் குழம்பிய இருளில் மிதக்கும் சிறிய ரயில்நிலையங்கள் சர்ப்பவாய்க்குள் சுருண்டு நீளும் பயணம். வாழ்வுப் பெருங்கனலில் காவிரியில் மூழ்கியிருந்த வயலினை அதன் வில் அங்கே சிறகடித்த அகராதியைப் பெட்டியில் பூட்டியிருப்பதைப் பார்க்கிறாள் சாலாச்சி, பண்டிதரும் கேட்க மகாலிங்கத்தின் வாய்ப்பாட்டு மெல்ல வீதியைக் கடந்து விண்ணில் கரைகிறது. மேலரத வீதியில் உள்ள கொங்கணேஸ்வரர் ஆலயத்தில் பெரிய லாந்தல் விளக்குமேல் சோழன் விட்ட புறா விசிறியில் ரவைகள் சங்கதிகள் உருளும் மடிப்பில் விரியும் வெளிச்சம் கூடவே வரும். குப்புவின் குமாரனின் ஏழு வயதில் நியதியைத் தொட்டதில் மகாலிங்கத்தின் மேல் உப்புவைத்த பைத்தியம் அங்கு கோயில் தூணில் சாய்கிறான்.

5

வாத்துக் காரியின்
கிளிஞ்சில் மேடு: பச்சைக்காற்று

சில பறவைகள் மேயாமலிருந்து தீங்கு வராமல் வெளியே பார்த்துக் கொண்டிருக்கும். தீங்கு நேரும்போல இருக்குமானால் எல்லாப் பறவைகளும் எழும்பி அதிக உயரத்தில் கூவிக்கொண்டே வரிசை யாகப் பறந்து போவதை ஆகாயத்தில் அண்ணாந்து பார்க்கிறாள் வாத்துக் காரி மாயா. முதுகு கருமையாயினும் அதில் நீலமும் பச்சையும் மினுமினுப்பு. தலையிலும் கழுத்திலும் கரும்புள்ளிகள் இணைகூடினால் அலகின் மேல் நெற்றிச்சுருக்கில் செண்டு விலகும். கூட்டில் பளபளப்பான தந்தம் சுடரும் முட்டைகள் எட்டும் தப்பாமல் மெல்லிய தூவிப் படுக்கையில் காவேரி நெடுக கரைகளில் நாள் முழுவதும் உறங்கிக் கொண்டிருந்து இரவில் நெல்வயல்களில் ஊடுருவும். புதர்களில் சீழ்க்கை ஒலி குஞ்சுகளின் முனகல் பிரிந்திருக்க முடியாது. ஒன்றுகூடி ஒளிந்து மறைந்தும் கூசிக்கொண்டு பதுங்கியும் காலம் போக்கும். வேறு ஆற்றங்கரைக் கூட்டத்தில் தப்பிவந்த குஞ்சைத் தொட்டு சீராட்டி தம் கழுத்தைச் சாய்த்து குஞ்சுக்கு அருகில் நீட்டி ஹாங்... காங்... என்று ஏதோ அந்தரங்க ஒலிகொடுக்கும். மற்ற கூட்டத்தைக் கொண்டாடி தாயிடம் வினவுவன போலத் தோன்றும். வாத்துக்காரி ஆற்று நெடுகப் போனாள். ஒரு கூட்டிலே இரு பெண் வாத்து முட்டையிடுவதைக் கண்டாள். குஞ்சுகளைப் பேணும் வேறொரு பேதைப்பெண் மாயா.

பாறையின் கட்புலனே கொண்டவள். மோப்பம் அத்தனை திசை யிலும் அவளுக்கிருந்தது. எனினும் விழிப்பும் அலைச்சலுமே இவள் பறவை குணம். ஒரு கூட்டத்தில் தனக்குப்பிடித்த முதிர்வாத்தைத் தேர்வு செய்து அனுபவத்தைத் தெரிந்து கொண்டிருந்தாள். இவை கழுத்தை முன்னுக்கு நீட்டிப் பறக்கும் கூட்டத்தைப் பார்ப்பதற்கென்றே

முந்நீர்ப் படுகையில் திரிந்தாள். ஆனால் கூசுவாத்துக்கூட்டம் அவளைவிட்டுப் பார்க்கும் அம்பின் முனைபோல ஆப்புவடிவில் அணிவகுக்கும் வளைவுகளில் எத்தனையோ குறியீடு தெரியும் அவளுக்கு. கூசுவாத்தின் இறகுகளைச் சேகரித்து வரைகிறாள் தோன்றும் கடல் பறவைகளில் சாதாரணமான சிறிய இறகும் தூவிகளும் மெல்லிய பீலிகளை வரைவதில் வேட்கை.

நத்தைச் சுரியலின் எச்சில் ஓவியம். கடலும் திசை எட்டும் வானும் நிலமும் சுழன்று தலைமீது அசையும் உணர்கொம்புகள் நகரும் படங்களில் நடுங்க அஞ்சும் சிருஷ்டி. பசிய ரேகையில் ஓடும் கலை. வாய்க்க மறையும் சித்திரக் கிளிஞ்சில்கள் மேலே மயங்கும் நீரோட்டம். கரைநெடுக வாத்துக்களின் தூக்கம். யாருமே அவற்றைக் கலைப்பதில்லை. காற்றின் கதியையும் திசையையும் கீறிய வாத்து இறகு. மெல்லப் படிகிறது மணல் கரையில். சில ஈரமானவை. உலர்ந்தவற்றில் ஆறுகளின் சாயல். வெயில், குளிர், இருள் புயல் உணர்ந்த இறகுகளைச் சேகரிக்கிறாள். ஒவ்வொன்றும் வேறா யிருந்தது. இறகுத் தூரிகளும் தனித் தனியாக இயங்கி வரைகளை இழுத்து மூங்கில் கூண்டில் நிறமிடும். சிந்து, ரஜபுதனம் ஆற்று பள்ளத்தாக்குகளை ஊருடுவி வந்த கூசுவாத்துக்கூட்டம். காற்றினால் விரையும் சிறகி படும் அரிச் சித்திரங்களை கூழாங்கற்களில் தேடினாள். முடிச்சில் உயிர் பாசில்களைப் ஸ்பரிசித்தாள் கீழே விழுந்து நீரோடையில் பதிந்து வெகுநேரம் கூழாங்கற்களின் வடிவம் சேர்ந்தாள். தொடர்ந்து கூடுகளை அவிழ்த்து வெளியேறும் இறப்பையும் பிறப்பாகும் விதி அழுந்தும் அனந்த உயிர்கள். மறுவு உற எடுக்கும் இம்மைக்கூடுகள் சிதைந்து மேவும் செந்நண்டுகளுக்குத் தலைகளில்லை. வளம் ஊர்ந்த கடனாகைக் காரோணத்தில் மறைந்தலையும் கடல் விருட்சியில் மீன்களின் அகத்திரு கோடுகள் வரையும் கரணம்.

மணலில் சிறிது பள்ளம் பண்ணி அதைச் சுற்றிலும் புல்லையும் தழையையும் குச்சிகளையும் செத்தைக் கூலத்தில் சேர்த்து வைத்த நாரும் துடி பெற, தன்மார்பில் தூவியைப் பிடுங்கிக் கூட்டினுள்ளே உதிர்த்து அதில் போதியின் இரு விழிகள் முட்டைகளாகத் தெளிந்த தோற்றம். அந்தக் கூசுவாத்தின் முட்டைகளைச் சந்திரமாதம் ஒன்று அடைகாக்கும். கடலின் பெருங்கருணைக்குள் மாபெரும் கிளிஞ்சில் வீடு. பதரிதிட்டை விகாரை. பிறப்பிலும் இறப்பிலும் உடையும் நத்தைகளும் சங்கும் சிற்பிகளும் பழுப்பு நிறம் சுழன்று உயிர் செல்ல உடைந்த ஓடு உட்செல்லத் தகுமோ?

அவள் அங்கே வருகிறாள். இறகுக்கு அடியில் உடம்போடு நெருங்கி அடர்ந்த மெல்லிய சிற்றிறகுகள் தன்னில் வளர்வதை நோக்கினாள். வாத்துக்காரி சரீரமெல்லாம் மெல்லிறகுத் தூவி முளைத் தெழுகிறது நீர்ப்பறவை எனவே அவளிறகும் நீரில் நனைவதில்லை. வாத்தின் வால் நுனியில் மேற்புறத்திலே ஒரு சுரப்பியில் ஒருவித தைலம் கசிவதேபோல அவள் சிகழிகைத் தைலமும் இயற்கையாயிற்று.

வாத்து நீருக்குள் புகுவதற்கு முன்பும் அவ்வப்போதும் தன் அலகை வால் நுனிக்குக் கொண்டுபோய் வைத்து கழுத்தில் வளையும் கடல். கரையும் கடலும் விரிய நீட்டும் சிரசில் அந்தர நீலத்தில் பதிதல். பிறகு அலகினால் இறகுகள் ஒவ்வொன்றாகக் கோதி சீவுகிறாள் வாத்துக்காரி.

இவள் தன் கூந்தலால் தைலமிடும் அழகே ஒயிலானது. வாத்துக்காரி நீரில் நீந்தியும் மூழ்கியும் எழும்போதெல்லாம் வாத்துகள் இறகுகளை சிலும்பல் இன்றி நீர் ஒட்டாமல் கோதுவதில் பதுமை. வேறொரு ஓவியத்தில் இலையுதிர் காலம் முடிந்து குளிர்காலம் வரப்போகும் தருணங்களை வரைகிறாள். அதில் ஆறுகளின் மெலிவான படுகையில் தூங்கும் வாத்துகள். அவற்றுடன் சேர்ந்து உறங்கிக்கிடந்தது காலம்.

மூங்கில் பத்தைகளுக்கிடையே பனிப்புகை கரைய விழிகளை மூடி மயங்கியவை ஆற்றின் நீரோட்டத்தில் இறகுகளை விரித்தும் தாழ்த்தியும் மேலே கழுத்தை நீட்டிச் சீழ்க்கைசெய்யும் ஒலி பெண்ணின் சாயலை இரைஞ்சுவதாக இருக்கும். கூசுவாத்துகள் பரம்பரையாகக் காட்டும் காதலே மனிதரை வந்தடையத் துயர் பிடித்தவரும் சீழ்க்கை இடும் ஒலி. காணாமல் போனதையெல்லாம் ஒலியிடும் வாத்து ஊர்ந்து மறைகிறது.

வாத்தின் துயரப்பாடல் அது மற்றவர் கண்களுக்குப் புலப் படாதிருந்தது. திரும்ப முடியாத கூடுடலிகள் கரைநெடுக மணலில் கலக்கும் துகள் உருக்கள் தொட்டால் பகரும் பெருவாழ்வும் இறந்த கடவுளின் குரல்வளையில் மணல் வாக்கியம் உதிர கூடுகளில் மர்மமாகும் இசையைப் புலப்படுத்தினாள் வாத்துக்காரி. குருடனின் அரண்மனைக்குள் கூட்டமாய் செல்லும் கழுத்தை நீட்டத் தழுவு கிறான். அவன் இரு கைகளும் வாத்தின் கழுத்தாகிவிடும். இருண்ட அரண்மனையில் ஒல்கி ஒல்கிச் செல்லும் நடை குருடனின் நெஞ்சை அள்ளுவதாக இருந்தது. குருடனுக்கு கட்புலனே மிகக் கூரியது. அவன் கரைநெடுக தடவித்தடவி முட்டைகளைச் சேகரிக்கிறான். பிறகு தன் தோட்டத்தில் கோழி அவயங்காக்க வைத்தான். காட்டில் இட்டிருக்கும் கூசுவாத்து முட்டைகளை வாத்துக்காரி எடுத்து வந்தாள். குருடனின்

மனைக்கோழியிடம் அடை வாத்து குஞ்சுகளைத் தாயிடம் சேர்ப்பதும் வாத்துக்காரிதான். முதுவேனில் கோடையிலே குஞ்சு ஒலி கேட்டு குருடன் விழித்திருந்தான். சுவரைத் தடவி மெல்லமெல்ல அடக்க மாகவும் மறைவாகவும் உள்ள இடத்தைத் தேடிச் சேருகிறான். இவை தம் கழுத்தை நீட்டி குருடனைத் தொடும் போதெல்லாம் கரங்களும் வாத்தாகிவிடும். அது மெல்லிய சீழ்க்கை ஒலி செய்ய பதிலுக்கு ஒலிப்பான். அங்கே அறுங்கோண நீர்த் தொட்டியில் அலகை வைத்துப் பக்கம் பக்கமாய் அலசும் சப்தம். வாய்க்குள் சென்ற நீரும் சேறும் இந்த வரம்புள்ள விளிம்பின் வழி சலித்து ஒழுகும் நீர். வாய்க்குள் புழு நின்று ஆடும் நாட்டியம். அதைப் பறவை விழுங்கிவிடும். புல்லின் அலகு, பூண்டின் இலை மீன் புழுவென மூக்கில் தொட்ட தெல்லாம் இரை. வாத்துடன் சேர்ந்தவன் தான் குருடன். அலகை அவ்வப்போது நீரில் இட்டுப் போகும் அழகே தனி. எல்லா ஆற்றின் தூரத்திலும் நீர் ஓரத்திலே தோய்ந்து தூங்கிக் கொண்டுருக்கும். சில பின்பாகத்தை நீருக்குமேல் செங்குத்தாக தூக்கி தலைகீழாக நின்று காலத்தை புரட்டிவிடும். நீருக்குள் கழுத்தை நுழைத்து கண்களால் தேடும் அயிரை மீன் கூட்டம் ஓலைமீன் வெளிச்சம் துடித்துச் செல்ல ஏமாந்து பின்தொடரும்.

கரைவாடையில் சில படகுகள் வெளுத்துக் கிடந்த காலம் உதிர்க்கும் உப்புவெளி. தேர்ந்தெடுத்ததில் கடலையே இசையுலகு தேர்ந்தெடுக்கிறது. வாத்தும் நீரும் இசையும் கடலும் நிரம்பிய உலகமிது. வாத்துகளுக்குள் அடங்க முடியாத கடலை வாசிப்பது குருடனாக இருக்கும். வாத்துகள் இசைக்குள் கடலாக உருமாறி நீந்தி வரும்.

பரதவர்கள் தேவாலயத்தில் பெற்ற பாஹிடமிருந்த மெல்லிய சிற்றலை ஒன்றை கதிராக ஏந்திவரும் குருடன் அரண்மனைக்குள் கிளிஞ்சல் ஓவியங்கள் தீட்டி மறையும் அன்ஸர் அன்ஸர் வாத்துகள். லார்வா வடிவங்களைக் கடல் அரவுகளைப் பச்சை குத்தினாள். இறந்த மீனின் கண்களைக் கொண்ட வாத்துக்காரி நாசியில் வெளி வரும் பச்சைக் காற்று. அவள் கழுத்தின் பின்புறம் எரிதுளைக் கண்களுடன் சிகப்பு நண்டு வரைந்த பல் வைத்தியன் கிழக்கே போய்க்கொண்டு வந்த விதையை வாத்துக்காரி கைக்குள் நட்டிச் செல்கிறான். வாத்துக்காரியின் கிளிஞ்சல் மேடு பச்சைக் காற்றில் முணுமுணுத்தது. சலசந்தியில் தெளிவாக மூழ்கி வெளி வரும் ஒரு களிவெறி தரும் பைத்தியம் கிளிஞ்சில்களைச் சேகரித்துச் சித்திரத்தின் மேல் வரையும் பித்தம் அவளுக்கு. நீலத்திலிருந்து பச்சை வீட்டுக்குப் போகிறாள்

அன்ஸர் அன்ஸர் மற்றும் கூசுவாத்துகளுடன். அவள் வெகுந்தெழுந்த கிளிஞ்சில் மேடு குவிந்துள்ள இசைக் குறிப்புகள். ஸ்வான் லேக்கில் இருந்து இரவில் திரிந்தால் ஆந்தையும் அடித்துவிடும். எலிகள் இவற்றைக் கடித்துவிடும். பெரிய மீன் சிறிய வாத்தைப் பிடிப்பதற்காக அலைகிறது. இரவிரவில் வந்து போகிறது கூட்டுக்கு. அதன் வேட்டையும் பேரோசையும் கதைகளாகிவிடும். பகலில் செல்லாமல் ஒதுங்கி ஒளிந்திருந்து இரவிற்செல்லும் அன்ஸர் அன்ஸரைப் பிடிப்பதற்கு முதலை ஒன்று பதுங்கி இருப்பது தனிக்கதை. சின்னஞ்சிறு குஞ்சுவாத்துக்கு ஒரு தீங்கு வருகிறது. முளைக்கும் போதே சுதந்திர நாட்டம் வாத்துக்கு. முதிர்ந்த வயதான வாத்து நீரைத்தொட்டால் முதலை இருக்குமா எனச் சந்தேகித்து கால்வைத்து நடக்கத் தாமரைச் சிறகின் சீழ்க்கை ஒலி. இது கதையின் எச்சரிக்கையாக இருக்கும். குஞ்சுகள் கூட்டமாய் நீந்தும் சாயல். அவற்றை அலகில் பற்றித் தூகிச் செல்லும் கிழவாத்து சூனியக்காரி தான். உச்சி மரத்தின் பலபக்க கிளைகளில் வந்தமரும் கூட்டம். எச்சம் கழிந்து ஒழுகிய மரம் வாத்துவாடை அறியாத கதைகளைச் சாபமிடும்.

ஆனால் அன்ஸர் அன்ஸர்களுக்குத் தீராதிருந்தது கதைப் பித்து. அதில் உடையும் கடல் உடலிகளின் வலி மறதியில் மறுபடியொரு முறை ஜனனம்.

நாகைப்புயலடித்த பின்னான அமைதியில் பாழடைந்த வெறுமையில் இம்மணல் துயரம் வெள்ளென இத்தீவெங்கும் மணல்தனிமை குடித்த கூசுவாத்து ஒலி, பசுமை வெள்ளைநிறம் தெரியும். மூக்குக் கிச்சிலி நிறம் படர்ந்தது. வெண்கழுத்தை நீட்டிக் கதையைத் தொடுகிறாள் வாத்துக்காரி.

உயர்ந்த மலையையும் கடலையும் தாண்டிப் போக ஆசை. நீருக்குள் கழுத்தை நீட்டித் திரிந்தாள். உருண்டு கிடந்ததென்று தேடிப்போன தீவையே கவிதையாக நகர்த்தி வருகிறாள் பைத்தியக்காரி. குருடனின் அரண்மனையில் பியானோவில் பாடுவது வாத்தின் சிறியகுளம். ஒட்டிக்கொண்ட வாத்துக் கூட்டம் அலையாகச் செல்லும் தடங்கள் கரை நெடுக ஈர்க்கும் விரல் கோடு. ஒவ்வொரு அலையாகக் கதையை ஏந்திச் சிரித்தாள்.

கதையின் கடினமான விதையுரை மீது சித்திரங்களை யாரும் வரையவில்லை. அதற்கு அர்த்தங்களைக் கற்பிக்காமல் கதையாடலை வெகுகாலம் நிறுத்தியிருந்தாள். ஆனால் வாத்துக்கள் பேசும்போது கூவி அழுதாள் மீன்களிடம். காலம் வேகமாகச் சூழலை மாற்றி

அமைத்துவிடும். இப்போதுமென்ன வாத்துக்காரி மௌனமாக வாத்துக்களின் வாக்குவாதம் பல கோடுகளாய் வெளிமேல் பரவும் விந்தையில் லயிக்கிறாள்.

அன்ஸர் அன்ஸர் உனக்கு என்ன வேண்டுமெனத் தேம்பி அழுகிறாய்! எனக்கு அழுக்கும் சகதியும் இருக்கும் குட்டைதான் வேண்டும் நளிர் மண் சகதியாய் உழலும் மடவாத்தின் அழுக்கு மூக்கில் நெளியும் புழு கிழக்குக் கடலில் வாழ்கிற தூய உயிர். கண்ணாடிப்புழுவாக நீலத்தில் கரையும் ஆழ்கடல் உயிர் மெல்லச் சுற்ற ஆரம்பித்த மடவாத்தின் சிறு குட்டையில் நீந்தும் சாயல்கள் கதை நிழல்களின் குழப்பம். வாத்துமூக்குப் புழு நடனமிடும் சூலில் இசையைப் பார்க்க விரையும் தவளைகளின் கிளப்... ஒலி தொடர்ந்து தேய்கிறது. ஆமைப்புடவுக்குள் இசைக்கோலம் சுழன்று வாத்துக் குஞ்சுகள் சீழ்க்கையிடும் குருத்தொலி. ஸ்வான்லேக் கோடுகள் கரையும் நீர் அங்கு கலங்கிவிடும். தலையை நீரில் நுழைத்துப் புழுக்களைத் தேடும் குருத்தலகுகள். நீரைக் கீரிச்செல்லும் வெளிர் நகங்கள்.

வாத்தின் கதியடைந்தவள் சேற்றிலும் நெளிகிறாள். கருப்பு வாத்துகள் நீந்துவதில் துன்ப வீழ்ச்சிதான் கடல் என்தபதறிந்து கலை மெய்மையிலும் சிற்பித மாயத்திலும் கூசுவாத்தாக உடல் மாறினாள் உடம்பில் அரும்பத் துடித்த தூவியைப் பிய்த்துப் பறக்கவிடும் வெளி மேல் நீலம். சிதைவுகளின் கதை ஊடுருவி அழிவு தோன்ற எஞ்சிய நரைக்கலத்தில் கருப்புவாத்து நீந்துவதாயிற்று. வாசனையடைந்த ஆமையோட்டு ஓவியங்களை வரைந்துகொண்டு இருக்கிறாள். எஞ்சிய நரைக்கலத்தில் நேச வர்ணம் அழியவும் இல்லை இன்னும்.

சித்திரம் தீர்ந்த எழுதப்படாத நிறங்கள் உதிரப் பாழ் வெற்றில் அலையும் வாத்துக் கூட்டம். மண்டபத்தில் துள்ளியடிக்கும் அயிரைகளை வளைந்து கொத்தும் கருப்பு வாத்தின் அழுக்கு மூக்கில் நெளியும் வெள்ளிப் புழு கண்ணாடித் தலையில் உமிகளை எளிதாக நீக்கிப் பார்த்தால் மூக்குக்குள் சுருள் மூச்சடியில் விதை ஒன்றில் நகரும் பச்சைக்காற்று. அது பூமியின் விளிம்புகளில் பச்சைக் கோடிட்டு நகரும் கரைநெடுக உறங்கும் வாத்துக்கூட்டத்தை யாரும் எழுப்புவாரில்லை.

6

தோடிக் காற்று

காய்த்துப் பால் ஊறும் காற்று பச்சையும் பழுப்புமாய் காம்புகளின் கொத்தாய் ஊட்டிய இசை. யாரும் இல்லாமல் மதியத்தில் விரியும் செங்கடந்தையின் ரீங்காரம் தோடியில் மெலியும் ரஸப்படிவில் இறக்கைகளின் அதிறல். சருகிலைகளில் நடமாடும் காற்றின் உயிர் ரூபம். காவேரியின் தேசலில் படியும் பல உருவங்கள் மெல்ல நகர்ந்து பின்போய்விட்ட இடம் தேடி மூங்கில் பொந்துகளில் உரையும் இருட்டு.

சுவாதீனமான செங்குளவி மண்கூட்டின் விதையுரையில் தீராமல் சலனிக்கும் தோடி வெம்பழுப்பான சருகு இறகுகள் பொழுதுகளில் அணுவணுவாய் நகரும் நிறவகைகள் தைலம் கலவையான பல குரலிடும். புவிவிளிம்பில் கடக்கும் விசித்திரங்கள் மூங்கில்களின் வயலில் ஓடும் நாடி. தோடியில் பழுத்த காற்று முதிர் மரத்தின் கணுவுக்குக் கணு உள்ளோசையிடும் சிற்றுயிர்கள் மந்திரத்தில் சுற்றும் பலவுரு ஆகி அலையும் அலையும் வெட்டாற்றங்கரைச் சாலை. ஆயிரம் மூங்கில் கூடுகளில் காற்று மர்மமான காலடிகளை வைக்கும் எண்கண் ஊர்.

த. விஸ்வா ஒளிவீசும் காலடிகள் எங்கோ நகரும் பித்தம். கூடுகளில் ஏகமாய் விசில் கற்றை சுழன்று ஒவ்வொரு மூங்கிலிலைகளின் மூச்சில் கரையும் புகை.

தாகத்தில் திரியும் பெண்கள் வயலில் குனிந்து நடுகையில் அசைகிறார்கள். வெண்ணிறப் பசுக்கூட்டம் வெண்கல மணிகளின் ஒலி ஒவ்வொரு எட்டிலும் கோணம் மாறிவிடும்.

நெற்கரும்பெனக் கரும்பெலாம் நெடுங்கமுகென, அளவை கண்டறியாத வளம் சுரக்கும் வெட்டாறுகாலும் தெண்ணீர் கருணை

நீர்க் குளத்தில் சிவந்த தாமல் செறுவியிருக்கும் சித்திரம். வண்டுளரும் தண்டுழாய் முன்னுள்ள இசை கெடாமல் எண்மடங்கு பலன் தரும் தேவதாசி மரபு. சரோருகம் வளைந்திருக்கும் செறுவில் மாடுகள் மூழ்கி முகம் நீட்டி நீஞ்சும் தோற்றம். சந்திரனைத் தரித்த இழை யொன்று நெடுகித் தவழ்ந்து வரும் காற்றின் இவ்வளவான மோனம். இதுவரை ஆடியறியாத நடனவகையில் தந்திரி வாசித்தான் த. விஸ்வா.

அங்கே சங்கிலிக் கிணற்றில் ஆத்மஹத்தி செய்துகொண்ட ஆத்தி மாலை சூடிய வளவர் நியதிப்படி வியல்உறு சாவும் படுகிறது. சென்னி ஒருவனின் செய்கையால் மாஇருள் துணிக்கும். காடு கெடுத்து நாடாக்குவித்தான் த. நகரம் சமைத்தான். மருதவனச் சோலையில் மயனும் தனம்மாளும் அவரவர் தங்குவதற்குரிய மூங்கில் வீடுகள் அமைப்பதில் தைமாதப் பூசம் வரை தச்சர்கூடி ஒன்றுமேல் ஒன்றடுக்கிய கூடங்களில் பொன்னி நீர் தழுவிச் செல்லத் தொங்கும் நகரமாகக் கசகச்சபலவிருட்சம் மேல் த. பட்டினம் அமைவதாயிற்று.

அட்டமாசித்திகள் எட்டும் தனம்மாள் கண்ணில் வெகுதூரம் காட்சியின் உள் பரவும் வாசம் உற்றிட அலர்ந்த பூக்களின் நாடியில் சுருதி காணப் பிறைக்கொரு நயனமாய் மாறிவிடும். அகவிழியில் பாலைநிலத்து உரிப்பொருள் பிரிந்து தோடி ராகத்தை முல்லை யாற்தொடங்கி தன்னைப் பார்க்கவந்த சாரங்கித் தம்பிரானுடன் ஊஞ்சலில் ஆடியவாறு சங்கதி பேசுவாள் தனம்.

பேச்சில் முல்லை யரும்புகள் வெளிரிய உள்குருத்தாக நாகம் ஓடியது. கணிகையர் ஆயம் கூடிநிற்கும் ஜன்னலது. அவளைக் கண்டவேளை இழந்து விட்டிருக்கிறான் எதை எதையோ என நீர் சுவரி ஒலிக்கும். கற்சாளரத்தில் கமலவேணி நிற்கிறாள் சூட்சுமம் கை தேர்ந்து தான் படைத்த நூலின் வாசகங்களில் தோடியின் நிறம் இளஞ்சிவப்பாய் செறிவதை உற்றார். பிரிவில் தன்னையே நூலாகத் தொகுக்கிறாள் போலும். தோடி உறைந்துள்ள சாரங்கித்தம்பிரானின் வாஸிப்பைக் கேட்டு உடல்களும் ஆன்மாக்களும் பெற்றிருப்பதாகப் பாவித்துக் கொள்வதில் எந்த பிரயோஜனமும் இல்லை. தோடியின் அலகை நோக்கிக் கேட்டுத்தான் திரும்பினாள். நிலக்கோளத்தில் இடமுறைத் திரிபாய் நகரும் ஆறுகூட உலர்ந்து இடமாறும் தோடிதான். இவற்றை யெல்லாம் கேட்ட தாசி பாதையிலிருந்து விலகியவளாகப் பிறை எட்டாம் பாகத்தைத் திருப்பினாள்.

சாரங்கித் தம்பிரான் நாடோடிப் பாணர். ஊர் ஊராகச் சென்று முல்லையில் அரும்பும் வெண்ணிறத்தைப் பண்ணில் வாசித்தபடி

இந்தத் தோடியின் கதைக்குள் கதையாகிறான். அசையாத இயற்கைப் பொருள்கூட தோடியில் உயிர்ப்பதையும் உயிர்த்துடிப்பில் வாசம் செய்வதையும் கேட்டேன் என்பான் இவர்களிடம். மூங்கில் பாலத்தில் சிந்தைவயப்பட்டு ஒவ்வொரு சிற்றலையிலும் ரகஸிய இருப்பை உணரக்கூடும். கற்பனையில் தலைமிதக்கப் பாலத்தில் வளைந்து உள்ளார்ந்த நீரின் சூட்சுமப்படிகத்தில் சாயைகளில் நீலங்கள் இளகியோடும் கோடுகளைப் பார்த்தான். பொந்தம் புளியின் சிதைந்த கண்ணில் ஒளிகலங்கிய துயரம் முந்தைய பகலையும் பிந்தைய இரவையும் வெறுமை கொண்ட தனிமையில் நோக்க த பட்டினத்திற்கு மேலே அழைக்கும் கசகச்ச பலவிருட்சத்தின் கரும்பச்சையான இலைகளின் வடிவில் பால்மரம் சுரக்கும் இருப்பை அவன் பார்த்தான்.

முழுவதும் தோடியை அறிந்திராதபடி ஒவ்வொரு காலமும் யாரோ சீவாளியில் இலையுடன் மென்று ரத்தச் சிவப்பாய் மாறும் வெப்பத்தில் இப்பூமி இந்த ராகத்துக்குள் எடையற்றுச் சுழலுவதாக நாதத்தில் மூழ்கிய ஆவி காலத்திற்கும் முற்காலத்திலிருந்து இன்னமும் வந்து தோன்றியிராதபடி வெள்ளை அரும்பில் மெலிதாய் படியும் பனிப்புள்ளிகளோ இவையென இயற்கையில் விடப்பட்ட துகள்கள் நீர்மேல் துமிகளாகப் படிந்து கொண்டு இருக்கின்றன. அங்கே மயன் செதுக்கிய ஓர் மூங்கில் வீட்டுக்குள் காற்றில் படிந்திருப்பது தோடியைத் தவிர வேறென்ன காவேரிக்குக் கர்வம் என இங்கே நாயனத்தில் எஞ்சும் கல்நீர்தான் தோடி. அது தொலை தூரத்துக்குப் பின்னால் நூற்றாண்டுகளை உருட்டிக் கொண்டிருக்கும் தவில் சொல்லுடன் கரைவது.

நகார் கானாவிலும் சங்கீதமகாலிலும் வாத்தியங்களைப் பழுது பார்க்கும் சாரங்கித்தம்பிரான் சங்கீத வித்யார்த்தியில் திங்கள்தோறும் அரசரே சன்மானித்தவற்றைச் சீடர்களுக்கு அப்படியே பகிர்ந்து மகிழ்வதும் சதுர்மாடிப் பெண்கள் எட்டிப்பார்த்தாலும் தங்கத்துட்டை விரலிடுக்கில் வைத்து வேடிக்கை காட்டிக் கோர்க்கும் விரல்களுக்கு மாறிவிடும் குறவஞ்சி மேடையில். தேவதாசியரின் மூச்சும் ரேகைகளும் படிவதால் அங்கே ராத்திரியைக் கழிக்கும் தம்பிரானுடன் நட்டுவன் சாவடிக்காரர்கள் சங்கதிகளை விஸ்தாரமாக வாங்கிக் கொள்வார்கள். மகுடிதான் பொந்தம்புளியின் மையல்.

வாத்தியங்களில் சித்திரம் போடும் அபிதமாயா வெண்மையைத் தொட்டால் ஒரு நடிப்பும் சிகப்பு இளஞ்சிவப்பில் விழியும் செங்களிக்க பச்சைக்குள் நூறுவகைச் சாயைகளை உருவெடுத்தாள். நீலம், மங்கிய

நீலம் பொழுதில் மூழ்கிவிடும் இருப்பை வரைவதில் தேர்ந்தாள். மங்கிய நீலச் சாம்பலில் மிதக்கும் வாத்தியங்களின் உரையாடல். மரவண்ணத்தில் வலி மை பூசுவாள். பருவத்துக்கெல்லாம் நிறம் மாறும் விருட்சங்களிடம் போகிறாள் அபிதமாயா. இலைகளின் மர்மமான அமைவைப் பலப்படுத்த கணிதமும் ராசிவட்டமும் கோள் நின்றதில் இயங்கும் இசையின் விதி.

சாயநீரை அணுக மெல்ல நிலவு மேல்வருகிறது. தம்பிரான் பழுதான சாரங்கியின் நரம்புகளைச் சரி செய்து கொண்டு இருக்கிறான். முகத்தில் ஒளிரேகை பட நிலவு நரம்பாகும் மரவெளிச்சத்தில் நீலபிந்து சூல்கொண்ட சாரங்கிஇசையும்மணலும் மனப்பிறழ்வும். முடிவில்லாத நீலவெளிப்பிரதேசத்தில் மிதந்து செல்லும் நிலவு. ஒளி சிதறிய நயனத்தை சரபோஜியே சிகிச்சை ஏடு பார்த்துக்குறை ஒளிக்கு நேத்திரப் பார்வையை வளர்பிறையாக்கும் பிரயாசை.

தன்வந்திரி மஹாலுக்குத் தம்பிரானைக் கூட்டிப்போகும் வைத்தியர்கள் சிதறிய நயன சிகிச்சை செய்வார்கள் அக்கறையில். தன்வந்திரி சிகிச்சையில் நயன ஏடுகள் விழித்திருக்கும் சித்திரங்கள் இருளை ஊடுருவிப்பார்க்கும் கண் கணிதம் மூங்கில் தாளில் உருமாற்றங்களை பதியும் லிகிதன் சற்குணம் அங்கிருந்தான்.

ஆனால்பொந்தம்புளியின் நயனம் முடிவில்லாத நீலவெளிப் பிரதேசத்தில் லயித்திருக்கும். பயத்தாலும் குளிராலும் நடுங்கும் நீல நிழல்களால் சுற்றப்பட்ட சதிர்மாடித்தாசியர் உச்சி முதல் பாதம்வரை கசப்பை உணரும் இருப்பைக் கொள்கிறார்கள். நிலவொளியில் தொடும் சதிர்மாடிகள் வலிமிகுந்த மரவாசனையில் ஒடுங்கிய குரல்களில் பேசும் ரகஸியம் நீலத்தில் கரைவது, கொஞ்சங் கொஞ்சமாக ஒரு துக்கத்தின் தத்துவமாக குரலாக நீளும் சோக ஒலி சரித்திரமெங்கும் படிந்த நீலத்துன்ப உருக்களில் மெல்வலியை இசையில் தொனிக்கக் கண்ணீரும் நீலவெளிச்சம். சித்ரவதையின் வாதையாக ஒவ்வொரு அலகிலும் தனிமை நீலத்தில் அகப்பட்டுத் தேம்பும் தேவதைகளின் அனாதை மாடங்களில் முகம் கரைந்து கொண்டு இருக்கிறது.

காற்றுவீசும் மணல்வெளியில் உலர்ந்தரேகைகளில் வெளி வரும் மையல் மகுடியில் இருள்ஒளிக் கலவையில் செல்லும் சிதறிய மறுவிழி சற்று ஒளியும் கொஞ்சம் இசையால் மருந்தீடு செய்த சித்தம்.

சாரங்கியின் சுருதிகள் மாறாமலே இருந்து கொண்டு பண்ணின் இயல்பை மாற்றி அமைப்பது போல் இயற்கையின் ஆற்றல்களும்

செயல்படுகின்றன. தேர்ந்தெடுக்கும் சதிர்மாடித் தாசி இசையில் நீந்தித் திரியும் உயிரினமாக நீநீரின் நடுவிலுள்ள நெருப்பு தன் இயல்பான ஆற்றலை நீரும் தன் அவிக்கும் இயல்பை மறந்த வேளை காவேரிக்குள் இருண்ட அரண்மனை நடுவில் பௌத்தப் பேராலய இசைக்கருவிகள் ஒவ்வொரு கிளைஆறாகப்பிரியும் வகைமைகளில் ஊருக்கு ஊர் நறுமணம் வேறாகிவிடும் பால்வரைத் தெய்வம். உச்ச ஸ்தாயி இசைப் பாலகர்கள் பொந்தம்புளி வாத்தியார் மாணாக்கர். உடலை ஊடுருவிச் சென்று நரம்புகளை நாடியை அனாமதேய உணர்வுகளில் ஆழ்த்திவிடும் தேவதாசி ஊற்று.

தம்பிரானின் சிதறிய ஒரு கண் பார்வையில் குறை என்றிருக்கும் போது, குறைந்த ஒளி ரேகைகளில் இல்லாமையிலிருந்த தோற்றங்கள் ஜடப் பொருட்களில் படிந்து இருட்டும் மனோகதி. உயிரின் அனுபவப் பொருட்கள் நகர்ந்துகொண்டிருக்கும் வேளை அந்தந்த பொருளின் கோணங்கள் மாறிக் கிடக்கும் நயன ஓட்டங்களில் செல்லும் ஒளி சிதறிய விழி எந்த அளவிலிருந்தாலும் அதனுள் முழுவதும் வியாபித்திருக்கும் தேய்பிறைகள் தன்னில் மழுங்கிய குறைகளுடன் தேயத் தேய மாறும் தோற்றங்களின் ஒளிமங்கிய சித்திரங்களில் இசையில் ஆழ்ந்திருக்கும் லட்சம் உயிர்களின் யோனி வாசனைகளில் தெரியும் அரிதுயிலில் சிதறிய விழி ஊடுருவியது. நள்ளிருளில் அதன் இமை வளைந்த பீலிகளுடன் யார் அங்கே?

இமைகள் படபடக்கின்றன. ஒவ்வொரு உயிரின் ஈர்ப்பிலும் தற்கணம் மையலில் சருகாகிவிடும். திரும்பவும் பார்க்க முடியாத காமத்தின் உருக்கள் விலகித் தவிக்கும் பிரிவின் சாபம் தோற்றத்தில் படிகிறது. சிதறிய ஒளியில் அந்த நயனம் ஓநாய்களின் குமுறலில் இசைத்தது. கலையை நேருக்குநேர் பார்த்தவனை பைத்தியம் பிடித்துவிடும். ஒரு கண் உருண்டு சரிந்ததில் கூடும் இசை வெண்ணிற லில்லிப் பூவில் பளிங்கு இதழ்கள் தோன்றத் தோன்ற உதிரும் இதழ்களின் வாடல். வாடி உலர்ந்துஸ்பரிசத்தில் தொட்டது மறுவிழி நெருங்கிப் பார்த்த கலை இருளில் மிதக்கும் பிரபஞ்சம்.

எல்லா வாள்களின் பட்டியலையும் கவசங்களையும் எம்.எச். சுய்டர் சுழல் துப்பாக்கிகளையும் விலங்கு எலும்புகளையும் சரபோஜியின் சயனஅறையில் மாபெரும் காலிஓயின்பாட்டில் உள்ளே தூங்கும் விக்டோரியாளின் ஆடையணிந்த பொம்மைஅரசன் தீராமல் பருகிக் கொண்டிருக்கும் இசையும் வால்ட்கு நடன ஒலிகளும் ஜெனரல் ஸ்மித், ரெசிடெண்டு கர்னல் மக்லபுன் இங்கு மரணப் படுக்கையில்

இருக்கும் ஸ்வாட்ஸ் பாதிரியாரும் கேரிஅய்யரும் சரபோஜி கேட்டுக் கொண்டபடி வடித்த வெண்கற்சிற்பத்தை ஜான் பிளாக்ஸ்மென் கரங்களில் கவிழ்ந்திருக்கும் மரணத்தின் விதி சொரூபத்தில் உள்ளவற்றையும் மியூசியமாக்கி விட்டிருந்தது. தேர்க்காலும் காண்டாமணி அதிர்வில் நீதிபரிபாலித்த சோழனின் எலும்பு துருத்திய பசுவும் மனுநீதியும் அருங்காட்சியக மாகிவிட சரித்திரப் பொடியை பூசியதில் கேலிச்சித்திரக்காரன் வெளிப்பட்டான்.

ஆனால் நகாய்ப்பட்டினக் கடலுக்குள் அசையும் இருண்ட கால அரண்மனையில் தனித்திருந்தான் ஒரு கண்குருடாகி மறுகண் பூவிழுந்த சாரங்கித்தம்பிரான்.

மூழ்கிய பௌத்தப் பேராலயத்தின் கிழக்கில் மரத்தின் உச்சியில் இலையுணர்வுகள் யாரைத் தேடுகின்றன. இலைக்கூட்டங்களைத் தழுவி உறங்கும் மீன் தொகுதிகளின் கனவுத்திறள் மரம்வாழ் துறவி தனியாக இருக்கிறார் அந்தரத்தில். ஆமைக்கூட்டம் திரளாக மரக் கிளைகளில் ஒட்டித் துயில்வதை பூவிழுந்த விழியால் நோக்கினான் சாரங்கித்தம்பிரான்.

இம்மரமே கடந்த நம் இசைமுறையை அளித்திருக்கும். ஆயிரம் வயதான ஆமையுடன் பொந்தம்புளியூரார் கிளைக்கவையில் தழுவியபடி சயனிக்கிறார். இக்கிளையில்அவற்றின் சங்கீதத்திலுள்ள சுரலயவரிசைகள் வித்தியாசமானவையாக இருக்கும். அதிகாலையில் இயற்றிய பாடல்களுக்குப் பெரும்பாலான சுரவரிசைகளை நடுப் பகலாகும்போது கைவிட்டு விடுகிறான் ஒளிகுறைந்த ஆசான். உச்சிவேளையில் இயற்றிய தோடி சிறந்த மலராக ஆயிரம்வயதான ஆமையின் ஓடுமேல் முகிழ்தல். அதன் நிறம் கடல் சாமந்தியின் நிறமாகவும் இறந்த மீனின் எலும்பு நிறத்தில் வெளிறியது. தோடியில் பூத்தது மலரா பல்சுனைப் புழுவா என நிதானிக்க முடியவில்லை.

படகுகள் ஏறிவருகின்றன. மறதியில் ஊர்ந்து. இசைக்கான செய்நுட்ப உபகரணங்களின் பிரயோகிப்பைக் கடலிடம் கேட்டுக் கொள்ள இருந்தான். நீண்ட காலத்துக்குப் புரியாமையின் இருண்ட அரண்மனைச் சிற்பங்களாக ஸ்பரிசித்து உணரப்படும் வாசிப்புகள் கால ஓட்டத்தில் விரல்மெழுகாகி உணர்கொம்பு நீட்டும் இருபால் ஓடுடலிகள் நத்தைச் சுருளாக உருமாறிய கிரஹித்தலில் ஆசானின் உடல் முழுவதையும் இசைமேதைமையின் பிரத்யேக சாத்தியங்கள் மற்றதின் வெவ்வேறில் திறப்பதற்கான கல்சாவியை டச்சுக்காரி ரெட்ரூஸியா அவனிடம் தருவதற்காக ஊசிமாதாகோயில் படிகளில்

காத்திருத்தல், மேற்கிசையின் பொறியமைவு இவற்றின் அழகியல் ஈர்ப்பாகி வெள்ளைக் கோபுரத்தில் அண்ணாந்து லயிக்கிறான் இவளிடம். அந்த வெனிஸ்நகரப் பியானோ மேல் மையலுள்ள அரைக்குருடன் சாரங்கித்தம்பிரான் பாதிரியாரிடம் வருகிறான் இருண்ட கால அரண்மனையிலிருந்து.

நாகைத் தெருவில் அமைதியுடன் காதுகளை அசைத்தவாறு பேசிக் கொண்டிருக்கும் கழுதையின் மோனத்தில் ஆழ்ந்துவிடுகிறான். நத்தைக் கூட்டின் சுரியல்கள் பியானோவின் ஆதார சுருதிகளாக இருப்பதில் எல்லாவற்றுக்கும் கடலுக்குள் செல்ல வேண்டி சூநம்மால் இசையைக் கேட்க முடியும்.. இருண்டகால அரண்மனையில் நீ இசையைப் பார்க்கலாம் வா.. ரெட்ரூஸியா...'

அவன் பின்னே நீந்தியவளின் பின்னே நீண்டிருந்த கடல் கன்னியின் வாலையும் துடுப்பசையும் சுழற்சி அலைகள். முதலையின் ஐந்தவது காலைக்காண யார் முயல்வர்?

இம்மரத்தைச் சுற்றிப் பற்றிக்கொண்டு கிளைகளில் ஒயிலாய்ச் சாய்ந்த ஆமைகளின் சாம்பல் நீலம் வேறொரு உலகின் தனி விதி களில் உலவும் இசை மேதைகளாயிருக்கும். இசை உணரும் தாவரங்களும் இருந்தன அங்கு. அறைகள் யாவும் மூழ்கி உள்ள தருணத்தில் சிப்பிகளின் கூட்டம் மரத்தைச் சுற்றிப் பயணித்தது. அவளையும் தாண்டி அவன் ஒரு விநாடி மம்மூலியா... குருசடைத் தீவில் மீன்கன்னி... என முனகினான். குருசடைத்தீவில் அலைகிற மீன் மனிதரின் கண்ணாடிக்குத் தப்பிவிடும். நுரையின் கிறுக்கல்கள். அதன் கையெழுத்தை வரைந்த இருண்டகால அரண்மனை கடல்மரமாய் நகரும் ஓசை. பாசைத் தாவரங்களிடையே பச்சை உயிரினங்கள் இடமாறிக்கொண்டிருக்கும். மீன்கள் அம்புகளாய்ப் பாய்ந்து இருட்டில் மறையும். பழைய நதி அங்கே கரையாமல் அறைகளில் தங்கியிருக்க எந்த நதியின் புராதன நீரும் இருண்ட காலத்தில் தங்கும்ஸ்திதி. நீரிலிருந்து வெளியேறாத நதி அங்கு துயிலும்.

நிலவிலிருந்து உதிர்ந்த விதையில் பறவையின் சிறகுகளும் வளர்ந்தன. காலச் சக்கரத்தின் மையமாக வட்டப்பாலை சுருண்டிருந்த வரைபடம் கடலில் மூழ்கிக் கணிக்க முடியாது என்பதைவிட எப்போதும் தீர்வதில்லை. பெருக்கமடைவதிலிருந்து விலகியகலை.

எவ்வுயிரும் என்னுயிர் போல் எண்ணி இரங்கவும் இவ்விதை மூடியிருந்த பருவங்களும் உறக்கமும் இப்புல் வகையில் சாம்பல் பச்சைநிறம் விதைமணி ஆழத்தில்.

இச்சாம்பல் நிற விதையில் ஒரு பேராலயத்தின் வரைபடமும் பனிரெண்டு இசைமேதைகளும் அமர்வதற்கான மேஜை இருப்பிடங்களும் இசைக்கருவிகள் அடங்கிய பெட்டிகளின் இருப்பிடமும் செதுக்கப்பட்டுள்ளது.

உன்கை நரம்பை அறுத்துக் கின்னரியில் பூட்டிய ராவணா... தோடி எனும் விளரிப் பாலையைக் கண்டுபிடித்தவன் இசையின் வளம் வதிந்தும் பொலிவும் உன் பிரபஞ்சம் சன்னஞ் சன்னமாக மிதிலாவின் மூடுபனி மேவி கையில் ரேகை புலப்படாது மங்கிப்போகும். உன் இருப்பு பிரபஞ்ச சமநிலையாகும். இசை மறந்துபோனால் பாறையின் உருகும் குழப்பத்தில் உள்ள இருண்டகால அரண்மனைக் குள் கற்குழம்பின் இயற்கைப் புறமது. ராவணவீணை அகம் ஒத்திசைவு ஜுவகோடி கருணாமிர்த சாகரம்.

மனிதக்கண் இருளைக்கடந்து செல்கிறது படிக்கட்டுகளில் கீழிறங்கும் இருண்ட கால அரண்மனைக்குள் களப்பிரர்கள் நாட்டில் திரும்பிவந்த காலம். களப்பிரர்கள் ஏற்றிய இசையில் இதுவரை யாரும் அறிந்திராத புத்தகம் தானே திறந்து யாருமின்றி வாசிக்கப் படுகிறது.

ரகஸியங்கள் நீரில் ஒருங்கிணையும் உப்புப்பதுமைகளின் உடல் தினசரி மாற்றமடைந்துவிடும். தேவதாசியின் அழைப்புக் குரல் தொட்டால் கருவாகிவிடும் மெல்லுணர்வுகள். இது ஒரு மொழியின் மறைமுகங்கள். இசைப்பதில் நிர்பந்தமற்ற மொழியைப் புரிந்து கொள்ள முடியுமா? சாரங்கித்தம்பிரானின் சூன்விழுந்த விழியில் பிறந்துள்ள கருநீலப்பாறைகளில் சித்தங்கொள்ளும் பாசிவெளிச்சம். சுவர்களில் நீலச்செந்நிறமெழுகு ஓவியங்கள். பகாரி சுவரோவியம். பளிங்கு நீர்ச் சாயலான இளஞ்சிவப்பு ஞாபகங்கள். வண்ணத் தீட்டுக் கோல் வரையும் வானீலம். சாரங்கித்தம்பிரானின் குருட்டு விழிகளில் மங்கிய ஒளி செல்ல வெறுமேனி உரு ஓவியத்தில் இசை அதிர்வு நயம். பூட்டிய அறையில் அரைத்தொனியளவு குறைந்த இசைமானம் சிறுகோடுகளில் நகரும் உயிரினம். சத்தக்குழல் வாசிப்பில் உணர்ச்சி வாய்ந்த மெல்லிசை மெட்டு ஜன்னல்களில் ஈட்டிமீன்கள் தம்பிரானின் விழிகளாய் பொருந்தின.

மூழ்கும் நகரத்தின் இருண்டகாலச் சித்தத்தில் நகரும் கண்ணிச் சங்கென படகுகளில் சிலுவையிட்ட பரதவரின் அடைக்கலமாதா கடற்குகைக் கோயில். புனித சேவியருடன் பயணமான பாஹ்க்கின் வயலின் கரையும் கப்பற்பயணம் எழுதப்படாத நிலம் ஊர்ந்து

செல்கிறது. இந்த வயலினை இசைப்பவர்கள் கடலுக்கு வெளியே வருவதில்லை. பழைய மாலுமிகள் கடல்மேல் செல்லும் நொச்சியர்களின் மேப்பைத் திருடுகிறார்கள். வரைபடங்களின் புதிர் விடுபடவில்லை. நொச்சியர் இத்தீபகற்பத்தில் மறைந்த நெடிய மனிதச் சித்திரங்கள் இருண்ட கால அரண்மனைச் சுவர்களில். நாக வீரர்களின் புராணக்கதை வடகிழக்கு யாழ்குடாப் வழிவந்த சித்திரங்களா? இதற்கும் மேலாக கடலிலிருந்து வெளிவந்தவர்கள் பெருங்கடல் பழங்குடிகளா? ஆஸ்த்ரேலிய வழிபடு தெய்வங்களாக மாறிய புராண ஓவியங்களில் நாகர்களின் கருங்கப்பல், தடையமே ஒன்றுமில்லாமல் மறைந்ததில் எஞ்சிய கப்பல் பலகைச் சித்திரங்கள் கூடங்களில் நாகருடன் கரைகிறார்கள். தென் கடல் இருக்கும் நாகர்களின் கருவி இசைக் கரணங்கள் புராதனக்கதைகள் நுரைக்க வெளிவருகிறாள் அம்மணநாகி.

நொச்சியர் சித்திரங்களில் கடல்கன்னிமீனும் புராதன நீருக்குள் பழங்குடிகளின் சாயநீர் ஏடு மிதந்து வருகிறது. தலைக்குமேல் கருமேகம் படிந்த வெண்முகங்களும் வாயின்றி மேனி முழுவதும் வெண்கோடுகள் தீட்டப்பெற்ற வியப்பூட்டும் உயிரினங்களின் சித்திரங்கள் இருண்ட கால அரண்மனையில். நொச்சியம் என்று அழைக்கப்படும் இந்த உயிரினங்களின் சித்திர ஏடுகளில் மூழ்கும் வார்த்தைகள் கைவண்ணம் பாதி மனித விலங்குருவங்கள் இருளின் பின்னே உரையாடும் வெகுபாஷையின் வேகத்தில் செல்லும் ஒளி வருடங்களில் கூடுகளை உதரி மறைந்தவர்களின் கோட்டு உருவங்களைப் புரிந்துகொண்டாலும் இரவில் உரையாடத் தொடங்குகிறார்கள். அறியப்படாத சொல் எத்தனை வடிவங்களை எடுத்து சுற்றிக்கொள்ளும் யாழின் தன்னெழுச்சி.

இன்னும் பிறக்காத கனவை கடலும் நொச்சியரும் திறக்கிறார்கள். எழுதப்படாத படைப்புக்குள் செல்வதற்கு எழுதப்பட்ட புத்தகங்களின் உள்ளே பல வழிகள் இருப்பதில்லை. படைப்பு அகவெளியின் பிரதிமையல்ல அகவெளியானது கதைக்கிளைகளின் தொடர் இணைவுருவாக நிழலெரிவுப் படிவமாக எல்லை கடந்து உந்தப்படும் புனைவுவரைபடங்கள் மத்திய காலக் கடலில் மூழ்கியவற்றைக் கைப்பற்றும் கற்பனை சாத்திய அசாத்தியங்களில் சுற்றப்பட்ட நொச்சித்தாவர மனிதர்களின் விதை உறக்கம்.

7

தீநீர் நகரத்தில் எரித்தாவின் துப்பாக்கிச் சடங்கு

மரணவழி முறைகளில் வெளிப்படும் அபாரமான கற்பனை புனைவு கொண்டிருந்த அளவே கௌரவ மானதாகவும் பெருகுகிறது. மரணம் பற்றிக் கொண்ட கண்ணாடியில் சரபோஜியின் புறாமாடங்களில் நூற்களில் ஓடும் கவிதைகளில் விவசாயிகளின் எழுச்சியும் வீழ்ச்சியும் எதார்த்தத்தைக் கவ்விக் கொண்டு காவேரியின் நிலப்பரப்பை வெவ்வேறான கண்ணாடிகளில் மரணம் திரும்பி உழுபடைகளின் சாவில் வீழ்ந்து செத்தஅடிமைகள் வாழ்வெங்கும் பின்தொடர்கிறது. இருப்பு பெயரும் இன்றைய ஓட்டத்தில் கற்பிதப் புனைவுடலைத் தூக்கிச் செல்கிறாள் திருநங்கை எரிதா.

சரித்திரம் வடித்த கும்பினித் துப்பாக்கி பனிவிரலாய் முளைக்கிறது. வெண்ணிறத்தோற்றமணிந்த சாவு வழவழப்பான பாம்பைப் போல் வளைந்து நொச்சிப்பெண் எரிதாவின் பிஸ்டலுக்குள் மெதுவாக இறங்கி மையலுற்ற இரு புறாக்கள் ரத்தம் சுவர கீழே வீழ்ந்து சடபடக்கும் சிறகுகளில் மரணஒலி. அங்கே காய்ந்த புல்லை யுத்தக் குதிரைகளுக்கு ஊட்டும் சேவகர்கள் லாயத்தைவிட்டு வரப்போவதில்லை. லாயத்தில் புல்கட்டுக் காரிகளிடத்தில் குதிரை வாசனை. யுத்தவடுக்கள் புலம்பும் கிழக்குதிரை இரண்டுமெனத் தனித்திருக்கிறது காலம். ரோஸிமஹால் விளக்குகளுக்குத் திரிபோடும் பணிப்பெண்கள் விளக்குகளைப்போல இருளடைகிறார்கள். இவர்களுக்கு இந்தத் திரிவேலை சலித்துவிடும். பஞ்சு கொடுத்துத் திரிக்கத் திரிக்க மேலேறும் சிமிழ்களில் திருநங்கைகளில் பலரும் நொச்சியின அடிமைகளாய் ஒளிவிடும் மாயம் எரிதாவின் இமையடியில் கருத்த மயக்கம். தூங்காத விழிகள் தானோ இந்த அபிசீனிய விளக்குகளும். யவனப்பாவைகளின் பழமை பீடித்த

ஒளியும் அரக்கியின் விழியாகச் சுழல்கிறதே. இலுப்பைத்தடிகளைத் தோளில் சுமக்கும் மூடுபள்ளக்குகளை மூங்கில் பாலங்களைக் கடக்கும் வேளை அடிமைகளின் தோளில் பிசுபிசுத்த இலுப்பை மணம். இலுப்பைத் தைலத்தில் மிதக்கும் தன் உருபார்த்தாள் எரித்தா. நீயும்தான் எத்தனை தரம் ஏடுவாஸிக்கும் வெளிச்சத்தில் மெலிய இருத்து விட்டாயடி எரித்தா. தைலத்தில் நிழல் பார்க்கும் துப்பாக்கியில் சாவு அசைகிறது என்றாள் புறாவின் ஒயிலைப்பார்த்த ரெங்கா.

மகால் காரியஸ்தருக்கு நொச்சிவாடி கடல் கிராமத்திலிருந்து சிறுமிகளை அடிமைகளாகக் கொடுத்த குறிப்பை ஜாபிதாவில் எழுதியது எரித்தா தான். கும்பினித் தொப்பியை வைத்து நொச்சி யூரணி கடல்புரத்தில் மீன்களை வரைந்து திரியும் சாயநீர் சிறுமியை உயரம் பார்த்தான் மேஜர் ஒயிட்செப்பல். பதினாறு பெண்களை மதராசுக்கு அடிமைகளாக விற்பதற்கு கிரீமர்ரெக்ஸ்கராக் என்னும் தளகர்த்தன் அனுப்பிய தாக்கீதையும் மசியில் எழுதினாள் எரித்தா. நாடக சாலையில் நொச்சியன் கிருஷ்ணாவின் குமாரத்தி செல்வம் பத்து வயதில் சர்க்காரின் கிரயத்துக்கு பத்துசக்கரம் எழுதிய வாத்தியாருக்கு இரண்டுபணம். சுப்பிராயப்பிள்ளை பெஞ்சாதியின் சகோதரி பதினாறு வயதான சாயநீர்க்காரி கருப்பாயி முப்பத்தைந்து சக்கரத்துக்கு கிரயமானாள் எழுத்துக் கூலி இரண்டுபணம். அப்பாவு காடிகே வைப்பாட்டி லெட்சுமியின் பெண் சீதாபாயின் வயது பத்து. அலிகானா சத்திரத்திலிருக்கும் சுண்ணாம்புக்காரப்பிள்ளைபெண் காவேரியும் பத்துசக்கரத்துக்குப் பனிரெண்டு வயதில் ரேகையிட்டுக் கொடுத்தது இருட்டுச் சரித்திரம். செத்தபின் தோன்றும் புழுவாக இரட்டைக் குழாயிலிருந்து வெளியேறும் பிஸ்டல் புழுவின் நாட்டியம். சூரிய அஸ்தமனத்தைக் கடித்து மென்று சன்னமான மரணத்தின் அரூபத்தில் மறைந்து கொண்டு இருக்கிறது. கலகக்காரன் திருடிய துப்பாக்கியை உறையில் வைக்கிறான். துளஜாவின் வைப்பறையில் இருந்து காணாமல்போன கைத்துப்பாக்கிக்கு மாட்டுக் கொழுப்பை மெழுகி துருவெடுக்கிறாள் நொச்சிமரபின் திருநங்கை தம்பாலா. அரசாட்சியின் முக்கிய நடவடிக்கைகளைச் சித்திரங்களாகத் தீட்டுமாறு உத்தரவு. பாரசீகச் சித்திரப் புத்தகங்களின் மரபைக் கண்ணை மூடிப் பின்பற்றாமல் அரசன் உருவத்திற்குப் பெண் சாயலிட்டாள் தம்பாலா. சோழரின் சுவரோவியங்களை அவ்வாறே நகலெடுக்காமல் நொச்சிமரபின் தன்னூற்றில் இயற்கையின் பிளவுகளில் நிறங்கள் திருநங்கை விரல்களுக்கு வேறுவகைக் காட்ட அலங்கார விளிம்பு களில்லாத முக்கியக் கதாபாத்திரங்களைப் பின்தள்ளிவிட்டு பறவைகள்

இலைக்கூட்டம் வெளுப்பான கற்களின் ஆத்மாவைப் பிளந்து நொச்சிக் கலையில் நிறமெடுத்தாள் தம்பாலா. சுடுகருவியைக் கைப்பற்றியதும் விநோதமான படபடப்பில் சிக்கிக்கொள்கிற விதி யாருடைய கைக்கும் மாறிவிடக்கூடியதாக இயக்கம்கொள்கிறது. நாடக சாலைக்குள் வட்டமாகும் பார்வையாளர்களே படைப்பின் முக்கியப் பாத்திரங்களோடு அடிமை வாணிபத்துக்குக் கூட்டிவந்த நொச்சிக் காட்டுச் சிறுமிகளோடு அமரவும் மஹால் சித்திர வேலைக்குப் போதுமான சாமுத்திரிகா லெட்சணம்பார்க்கும் நீர்த்துளிக் கணிகை சொட்டுச் சொட்டாய் அடிமைகளை விலை நிர்ணயிக்கிறாள். நொச்சியரின் பாரம்பரியக் கலைவித்தகம் குறியீடுகளுக்கு மாறி விட்டதில் நிஜத் துப்பாக்கி அல்லாத நாடக உத்தி ஒருவன் தலைமீது சுடப்பட்டதும் கீழே விழுகிறான். சம்பாஷணையின் போது உயிர் வந்து பேசுகிறான் சமையல்காரன். விளையாட்டுத் துப்பாக்கி சிங்கமுகமூடி அணிந்த நொச்சித் திருநங்கை காற்றில் மிதக்கும் குதிரைகள் காலடி மெதுவாய்க் கீழே படாமல் வட்ட அரங்கைச் சுற்றிப் பிடரிகளின் மெல்லசைவு. பெண், ஆண் என்ற முத்திரையைக் கலையுங்கள். நொச்சியர் வரைகலையில் இருபேதமில்லை நிகழ் கலையில் திருநங்கை சிரசில் முள் கிரீடத்தில் நெருஞ்சிப்பூ ஒளிர ரத்தத்துளிச் சிதறல். சூபால் வேறுபாடு நொச்சியர் கண்டுபிடித்த இயற்கை நிறங்களுக்குப் பொருந்துமா’ ஸம்பா கேட்டாள் அணுவிடம். சரபோஜி மஹாலில் ஆண்களால் உறைநிலை உறக்கத்தில் வளைந்திருக்கும் ஸர்ப்பத்தின் நீண்ட வயிற்றுக்குள் பிறைகள் பல தேயும் ஒவ்வொரு ராத்திரிக்கும் யௌவன நொச்சியாள் மாறுகிறாள். நிலவைச் சுற்றி ரத்த விளிம்புகளை வரையமுடியாத ஆண் நியதி பாழாய்த் தனிமை நிழல் படர்வதாயிற்று. அழிவின் கை ஆண் என்ற கடுஞ் சுவரும்பாழ். அங்கே 360 வகை தாவரச்சாறில் ஓவியங்கள் நொச்சியர் கைமூலம் வரைந்த சுவர்களில் உச்சஸ்தாயி இசைப் பாலகர்கள் கடந்துகொண்டு இருக்கிறார்கள்.

8

சரபோஜியின் புறாமாடங்கள்

காவற் பூதங்கள் தாங்கி நிற்கும் புறா மாடங்களுக்கு மேல் சரஸ் மஹால் நூலகத்தில் பட்சி ஜாலங்களெல்லாம் கவிதை நூல்களாகப் பறந்துகொண்டிருப்பதில் மொழி பற்றிய எனது கருத்தோட்டம் இயற்கையிலானது. கிளிகளின் மாயத்தையும் நூலாக உருமாற்றியது வளர்பிறை முதல் நாள் தொடங்கி போகரின் சத்தகாண்டம், நொச்சி இலை வசியம், உருமாற்றம், மருந்தீடு, பாகாயப் பிரவேசம், பரிபாஷை களை மொழியும் கிளி உரைத்த ஓவியம் ஆயுளை நீடிக்கச் செய்யும் மருந்தாகும் விதி. இன்று பலரும் இரண்டும் சேராமல் சித்திரவரைவு கொண்டதில் எதார்த்தம் ஒவ்வொருவருக்கும் வெவ்வேறாகப் பிரியும் கலையாகிறது. புறாமாடங்களில் ஏடுகள் எல்லாம் உள்ளடங்கலாகும் காந்தவிசை சித்திரப் பேய்க் கணமொன்றில் சுழியடைகிறது. அணுக்களும் மூலகங்களும் விரியும் கையெழுத்துப் பிரதியில் விண்மேல் சுற்றும் விசிறிப்புறா வலயத்தில் ஈர்ப்பாற்றல் கொண்ட ஒலி அசைகளுக்கும் சொற்களுக்கும் இடையில் விசைபடும் தொன்மம் இயற்கை இடம் இருக்கிறது.

வரலாறாகும் நொச்சியர் வேறு இயற்கையின் ரகஸியத்தில் திமிங்கிலக் குகைக்குள் இருப்பவர். தலைமுறைக்குப் பாலூட்டியாகவும் இருப்பவர் இயற்கைக்குத் திரும்பிச் சென்றால் பசுமைச்சாரில் வரைந்த எரிசிரல், அன்னம், கடற்கிளி, சாம்பல் புறா சுவடி நூலகமாக ஊழ் எனவும் அதிர்வுலகம் பெருவெளியின் சூறையில் மிதந்து சுற்றி மெல்லக் கரையும் மிதத்தல்.

நொச்சியரைத் துரத்தி வரும் திணைப்பொருளின் அமைப்பு விதிகளே ஓவியக் கலையின் தனித்துவநிலம். முதல் அச்சு எந்திரத்துடன் அமேஸான் கிளிகளுடன் பியானோவும் பாதிரித் தமிழ் பேச ஐரோப்பிய எஜமானர்களின் கப்பல் தரங்கையில் பாளயம் இறக்கச் சாம்பல் கோட்டுகளின் சரித்திர ஆய்வும் தொல்லியல் நூல்களும்

தோண்டத்தோண்ட சரபோஜியின் நூலறிவைத் தூண்டக் கல் எழுத்தும் பெரும்பறவையின் கால்தடமும் நரைக்கலங்களும் கால்வைத்த சரஸ்வதிமஹால் உப்பரிகைகளில் பட்சி நூலோர் தொகுத்த சித்திரக் களஞ்சியம் ஆறுபாகங்களில் சிதறும் கருங் கடற்கிளி உதிர்ந்த மொழிகளைக் கேட்டுக் கேட்டு ஆங்கிலப் புத்தக ரட்க்ஷிகர் சவரிராயரும் சுப்புசாஸ்திரியும் சாய்பலகையில் தீராது படியெடுப்பதில் துரைமாரும் சலித்துத்தான் குறிச்சியில் தூங்கினார். துணிக்கட்டு பிரித்துத்தர தனி ஆள். சரபோஜிக்கு புத்தகப்பித்து பித்ரு பந்தம். தகப்பனார் ஷாஜியின் நூல்களுக்குக் காவிரியாற்றின் கரையில் திருவிசநல்லூரில் ஐம்பது வடமொழிப் புலவர்களையும் ஐம்பது பன்மொழிப் பண்டிதர் களையும் சங்கமாகக் கூட்டுவித்து இவர்களைப் பட்சி ஜாலங்களாய் உருமாற்றி ஷாஜி ராஜபுரத்தில் புறா மாடங்களை இயற்றவும் ஜீவன்முக்தர் சதாசிவபிரம்மம் பரமசிவேந்திரர், போதேந்திரர், பாஸகரராயரின் சாகேந்திரவிலாஸத்தில் பறவைகளும் சரண்புகுந்ததை சதாசிவபிரம்மம் ஆத்மவித்யாவிலாஸத்தின் ஏடகம் திறந்தார்.

புறாமாடங்களில் கனிகளைக் கொட்டுவது பணிப்பெண் சந்த மல்லியாக இருக்கும். நடு இரவு கழிந்துவிட்டது. விண்ணில் ஏறிய புறாக்கள் சாதகம் முடித்து ஓவியம் எந்த வெளியில் இருக் கிறதோ அந்த வெளிகளைக் கோதியவாறு விழி மடித்த வாசனை மேப்களை மெல்லத் திறக்கிறாள், கூடத்தில் மறைந்திருக்கும் திருநங்கை எரித்தா. படிப்படியாக கல்மாடங்களில் குளிர்தட்டத் தொடங்கிய இருளில் நூல்களின் மூச்சரவம்.

இசைத்தாசிகள் தனித்தொதுங்கி புறா மாடங்களுக்குள் கூடி அந்தரங்கம் பேச உள்ளில் அழுத்தி அச்சுறுத்தும் அந்தப்புரங்களின் கோர உருவங்களை தனியாக ஏசித்தீர்க்கும் மனக்குறை தீர்க்கப் புறாக்கள் எதைத் தரக்கூடும். திருநங்கை எரித்தா சித்திரம் வரைய சித்த நூலாகிவிட்ட ஆந்தையிடம் உபதேசம் கேட்க அங்கு வருகிறாள்.

நாற்புறமும் கல்மாடங்களில் படியும் இருள் சுழன்று சுற்றும் பறவைகளின் ஒலிச் சலம்பல் புத்தகமாக உறைந்து விடும் தனிமை அறியப் புறாவகைகள் அங்கு நீலா, ஸம்பா, அணு, தேவிபாய், குழலி, காவேரி, நீடா இரவின் அமைதியைக் கிழித்துக் கொண்டு அலறிற்று. சரபோஜியின் புறாமாடங்களில் இருண்ட பாழ். மனிதனை வதைக்கும் உத்தரவுகளில் அண்ணாந்த கிழத்தாசிகள் வறண்ட மனதுடன் வெறுத்த வாழ்வு பாசக்குரல் அற்ற மான்ய ஏடுகளில் விற்கப்பட்ட நொச்சிச் சிறுமிகளின் துயர் வீசிய பக்கங்களில் நீலக் கண்ணாடிப் புழு.

பொல்லாத அரச மாதரின் இடத்தில் தங்குவதற்கு விதித்திருந்தது இவர்களுக்கு. நூல்களுக்குள் நொச்சிகளின் சாயைகள் ஒளிந்து கொண்டு சித்ரங்களாகிவிடுகின்றன. இசைத்தாசிகள் பலரும் நூல் கர்த்தாயினிகளாக இங்கு வந்து மேல்மாட உப்பரிகையில் சித்ர கதாக்களில் உருகி பட்சி உரு அடையக்கூடும். ஆனால் சரித்திரத் தின் சூன்யநர்த்தகி விக்டோரியாளின் காணியாட்சி வரைபடத்துக்குள் தேவதாசிகள் அலையும் அகப்பரப்புகளைக் காணாத முழிகண் குருடர்களின் மானுடவியல் ஆய்வுகளும் குலக்குறிகளின் சடங்கும் பேய்களும் வனகதை சொல்லும் துர்தேவதைகளும் குறுங்காடுகளின் வகைகளும், கட்டாந்தரை, செம்போர்நிலம், உவட்டுக்காடு, தரவை, கருசல், எரிசெவல் என மண்ணுக்கு மண் பிணக்காகி அகப்பரப்புகள் மாறும் குணரூபங்களை விலகியே நிலங்களை, அளந்தார், கும்பினி சர்வே ஜெனரல் ஜான் டேனியல் முணாரே. குறிஞ்சியைத் தகர்த்து ஆதி வனங்களைக் குருதியுறச் செய்து தட்டையாக விரியும் தேனீர்க் கோப்பையில் மாஜிக்கர்னல்களும் தங்கள் சிலீவ்லெஸ் மனைவி மார்களும் சபீல்டு நாட்டுப்புறத்தை இங்கு அமைத்ததில் குறிஞ்சியின் பண்பாட்டுப் படுகொலை நடந்து மூங்கில்கள்ளும் சிறுதெய்வங்களும் நொச்சியரும் தோறகடிக்கப்பட்டார்கள். அங்கே புதர் மறைவில் நொச்சியரின் குகை ஓவியங்களையும் கண்டான் கொக்குத்துரை மெக்கன்ஸி.

சரபோஜியின் புறாமாடங்களில் ஆங்கில, லத்தீன், பிரஞ்சுக் கவிகளும் இங்கு வந்ததில் பெல்ஜியம் கண்ணாடிகளில் அபிசீனிய விளக்குகளும் மங்கலாக எரியும் தனியிடத்தின் மோனத்துள் இந்நூலகம் தன்னில் வாடியிருக்கிறவள் சாயநீர்காரி காவேரி. தோள் களில் படிந்த தேசல்ஒளி மேஜையின்மேல் திறக்கும் புஸ்தகத்தினுள் மூழ்கியிருந்தாள் இளவரசி ஸம்பாபாய். கொடியில் காவேரியின் உள்ளாடைகளும் ஸம்பாவின் பட்டாடையும் சாலும் நிகழ் மௌனத்தில் உறைய ஒப்பனை செய்த பர்மாக் கட்டிலில் படிந்த இவள் உரு தூங்கிக் கொண்டு இருக்கிறது புறாவை மாரில் ஏந்தி. இவள் எதிர்பார்த்திராத தருணத்தில் பணிப்பெண்கள் இருவர் ஸர்பத்தும், அன்னாசி, திராட்சைக் கொத்தும் தாளத்தில் ஏந்திவருகிறார்கள்.

தீநீர்நகரத்தில் மூங்கில் மாடங்களில் சரபோஜியின் புறாக்கள் நொச்சிப் பெண்களைக் கூப்பிடும் ஊமைக்குரல் எதிர் கற்சாளரங்களில் படிய அசையாதிருக்கும் காவல் பெண்டிர். தோட்டத்தில் துரஜா மரத்துக்கு சாத்துக்குடி மரத்துக்கு மாதுளைகளுக்கு ரம்பா மரங்களுக்கு வெய்யில் காலத்துக்கு நீர் எடுப்பதற்கு பங்குனி மாதத்திலிருந்து

வைகாசி வரையில் களைவெட்டும் கூலியாட்கள் பூந்தோட்டத்தில் நீர்விடுவார்கள். வேலை நடந்துவரும் காமாட்சி யம்பாசத்திரம் கோவிலில் வைத்திருந்த சாய ஓவியங்களுக்கான அவுரியை வண்டியில் ஏற்றிச் சாயப்பட்டறை ஆட்கள் போகும்போது ஒருசக்கரத்தின் பட்டை கழன்று தனியே உருண்டது. அகில்யாபாயி சத்திரம் கோவில் தோட்டத்தில் இந்த வருஷம் புளியம்பழம் விளைச்சல். முனி ஏறிய மரத்தில் பழுத்தபுளி தித்திப்பு. புளியடிப் பதற்கு கூலியாட்கள் மரத்தில் இருந்து தட்டுவார்கள். சத்திரம் மஜ்கூரின் தோட்டத்தின் நஞ்சை நிலத்துக்கு தண்ணீர் பாயும் சம்பு காவேரிக்குத் தெற்கில் உள்ள தாயக்கால்வாய் கிளைக்கால்களில் பிரியும் நீரின் சலனம் பார்வைக் காரன் காத்திருக்கிறான் விடியும் வரை. ஆட்டிளமரிகள் கால்களால் குதித்து ஆடுவதற்கும் நூலேடுகள் படபடத்து சிறகடித்துப் பார்ப்பதற்கும் முட்டையுள் குஞ்சுகள் ஓட்டுக்குள் கதறும் வேளை அதற்குள்ளே உயிர் மூச்சுவர முட்டைக் குள்ளிலிருந்து கீறி வெளியேறுமுன் கண்திறவாத குஞ்சின் நடனம் உள்ளே மடித்த விரல்களில் விரித்த ரேகைகள். அவை விழித்துக் கால்களில் எழும் இமை மூடிகளின் கீற்றில் பிரபஞ்ச ரகஸியங்களைக் கூறும் நூல் டேனிஷ் பாதிரி கல்அச்சிட்டுக் கொணர்ந்த சாலமோனின் உன்னதப் பாட்டு சமர்த்த ராம தாஸரின் சிஷ்யர் மன்னார்குடி மேரு சுவாமி உருகிய பீமோபதேசம் ஆனந்த ராமாயணம் அந்த நூல் ஒளித்து வைக்கப்பட்ட கூடத்தில் சரியும் ஏடுகளில் நொச்சியர் கூட்டம் சித்ரங்கள் போடும் நெடும் பகல்கள் மெல்லக் கரைகின்றன. அது காவேரி நெடுக புறக்குடி ஜனத்திடம் வெகுதூரம் புதைந்த தாவீதின் சங்கீதம். இளவரசர் சரபோஜி படகில் ஏரி சங்கீத வாச்சியார்த்தம் தேடி தரங்கை அடைகிறார். ஆற்றினடியில் மூழ்கி முத்துக்குளிப்பரதவர் பிரபஞ்ச ரகஸியப் பேழையை எடுக்கிறார்கள். பனை ஓலைப்புத்தகம் தேடுபவர்கள் சுப்புதீக்ஷிதர் ராமா சாஸ்திரி பஞ்சநதி மூவருக்கும் மாதுளைச்சாறு கொடுக்கிறாள் சேடிப்பெண். புத்தகம் எழுதுகிறவன் மேலும் டஸாமஹாலில் வேலை பார்க்கிறவர்கள் சதாசிவம், சக்கரபாணி இருவருக்கும் தாம்பூலகறங்கவாகினிமார் அருகில் வந்து வெற்றிலை மடிக்கவும் வெள்ளி ஏனத்தில் மென்றதைத் துப்பவும் அருகில் நீர் சுவரும் பீங்காண் கோப்பைகளில் திவலைகள். சர்பத் கூஜா இருக்கும் பலகைக்கு நூலகத்திலிருக்கும் எல்லோரும் அருந்த வருவார்கள்.

வாமதேவராயரின் வீட்டில் படி எடுப்பவர்கள் தினக்கூலி லிசிதர்களுக்கு பலகை ஆசனங்கள் சாய்வு மேஜையில் குனிந்து

செல்வாய்க்குச் சென்ற பொடியும் ஏடுகளை ஓடியாமல் புரட்டி மறுபடிகளில் நொச்சிப்பெண்டிர் சித்திரம் போடும் லாவகம் தோட்டத்தில் அமர்ந்து சிலர் டேனிஸ் காகிதத்தில் மறுபிரதி செய்ய மசிக்கூடும் கும்பினிப் பேனாக் கட்டைகளும் விரலில் கருப்புமை ரேகை.

டஸா மகாலில் ஆங்கிலம் கற்பிக்கும் வெள்ளைச் சாத்தான் லண்டனில் பிரிண்ட்போட்ட புத்தகத்தைத் திறந்ததும் கருப்புக் கடவுள்கள் ஆங்கிலம் கற்றார்கள். துபாஷிகளுக்கு போர்டிங். பிராந்திய மொழிகளையும் அவற்றில் ஜனம் சாதாரணமாய்ப் பேசுகிற பாஷை நடையை விட்டு கொடுந் தமிழைவிட்டு ஆங்கில நடைக்கு மாறியது சரபோஜியின் மஹால். இளவரசர் கப்பலில் வந்த நூல்களை மந்திர சக்தியால் வாஸிக்கவும் மகனுக்குப் பிறகு அரசியை ஆங்கிலம் தொற்றிக் கொள்ள ஆபத்தான நூலகம் ஆனது.

அறிவின் ரகஸியங்கள் அனைத்தையும் அறிய வேண்டுமென்பதில் சரபோஜிக்கு ஆர்வம். அந்த மாபெரும் நூல் இருப்பதை இளவரசருக்குத் தெரிவித்த பண்டிட்கள் கையாலே படிஎடுத்தார்கள். அதில் உலக ரகஸியங்கள் அடங்கி அதன் முதல் பக்கத்தை நீ படித்தால் வானத்தையும் பூமியையும் மலைகளையும் கடலையும் மயக்கி விடலாம். ஆகாயத்தில் பறக்கும் நூல்களின் பாஷையைப் பறவைகள் என்று சொன்னது திருநங்கை எரித்தா.

கடலின் அடி ஆழத்தில் இருட்டில் கிடக்கும் மீன்கள் இரண்டாம் பக்கத்தில் நீந்திவர ரசமான ஏடுகள். நூல்களை விரும்பு, நீ உன் காதலியைவிட நூல்களின் அழகை உன் கண்முன் காட்ட நான் விரும்புகிறேன். பிறகு வந்த கப்பலில் அந்நிய தேசத்திலிருந்து முதலைத்தோல் போல் முறப்பான தாள்கள் அச்சு எந்திரத்துடன் அரண்மனைக்குள் நுழைந்தது.

வடக்கிலிருந்து வந்ததே நாகரீகம் என மேலை வரலாற்று நூல் கூறுண்ட அரசுகள் என்னும் கருதுகோளைவைத்துக் குழப்பவும் தமிழ்ப் புவிப்பண்பாட்டியலை ஆற்றுப்பள்ளத்தாக்கு அல்லது ஆற்றுப்படுகை நாகரீகம், சமவெளி எனவும் ஆற்றுப் படுகைக்கு அப்பால் துவங்கிய கலாச்சாரம் எனப் பகுக்கவும் காலனிய ஆப்பிரிக்க ஆய்வுச் சட்டகத்தை இங்கே ஒட்டி சரபோஜி மகாலில் ப்ளூபிரிண்ட் போட்டுக் காலனியப் பிரதேசத்தில் பிரிக்கவும் திணை ஐந்தாய் விரியும் அகப்பரிமாணங்களை அறிந்திருக்கவுமில்லை. உருவற்ற பாலைகள் விரியும் புறாமாடங்களில் சமகாலவெளி நொச்சியரின் சித்திர ஊற்றாகியது.

காவேரி நகரும் மருதநிலப் பண்பாட்டுக்கு மாறுபடும் குறிஞ்சி, முல்லை, நெய்தல், பாலை ஆகிய பிற நிலத்தோற்றங்களிடையே ஓரைகள், நொச்சியரின் ஓவியமரபு இசை ஆகிய நுண்மையாக விண்கோள்களுடன் மீன்களின் பிரிவுகளும் வேறாயிருப்பதை தேவதாசிகள், நொச்சியர் வதியும் புறாமாடத்தில் கருணாமிர்த சாகரத்தில் நூறு நூறு பட்சி ஜாலங்கள், யாழ்நூல் மகாலைத் திறக்க சரபோஜியின் கூடங்களில் இசையரிஞர்கள் வகுத்தவழி தஞ்சை எனவரும் தனம்மாள் மரபு பால் பாதைக்கு திரும்பும் யுகம் நவீன நொச்சியரிடம் ஓவியம் பிறந்தது.

கானல்வரிப் பாடல்களில் கோவலனும் மாதவியும் மாறு கொள்ளும் கவித்திறனும் இசையும் கடல் கோளுக்கு முன்னும் யுகத்தைத் திருப்பு நடுவணத்தில் அடைந்து பிரிந்தது ஊழ் ஆயிற்று.

நிலத்திரிபு வெறும் திணை ஒழுங்கின் வறட்டு விதியல்ல இன்றுமே இசை, நொச்சியம் ராசி வட்டத்துடன் சுழலச் செய்வதில் அடிகளெனும் கலையோகி புனை கதைக்கும் கவிதைக்கும் இசை யிலுள்ள ஊழினால் சலன உணர்ச்சியைத் திணை ஐந்தில் கூட்டு நனவிலி நொச்சியரின் படைப்புலகம் அடுத்த கட்டத்தை அடைந்த மண்மம்.

தீபகர்ப்பத்தின் ஏக ஓர்மை நாகரீகம் பெறாத விக்டோரியப் புனைவு சாயம் வெளுத்து வருவதை உணர்ந்தாள் முதுதாசி பாப்பம் மாள். நூறுவித நிலப்பாகுபாடுகளில் பழங்குடி வாழ் மரபு புஷ்கினது யூஜுனைப்போல் தனித்துவமானது நொச்சியம். பெருநில விரிவாக் கத்தில் பாதுகாப்புத் தளவாடங்களை கும்பினியார் நீட்டிச் செல்லப் நொச்சி மனிதர்களின் பன்மையின் கருப்பொருளைக் கும்பினிக் காவல் அழித்து விடுமா என்ன?

சாயநீர் சீசாவை ஆன்மாவிலிருந்து பிரித்தெடுக்கும் நொச்சியர்கள் சரபோஜியின்புறா மாடங்களிலிருந்து விண்பறந்து பரிதியிலிருந்து நிறங்களை வடித்தெடுக்கும் போது தம் திணை நிலத்தைக் கோப்பையாக ஏந்துகிறார்கள் கீழிருந்து நகரும் சாயநீர் பெண்டிர். ஓவியன் எனும் சாய வேட்கையாளன் ஞாயிறு ஓரைகளின் ஸ்திதியை உணர்ந்திருக்க நூலேடுகளெல்லாம் சடபடத்துஉச்சியில் வட்டமிடும் வேளை சரபோஜியின் பானபாத்திரங்களில் நூற்றாண்டுகள் குழம்பிய பல்நூற்தொகையில் எல்லா மிருக, மனிதப் பட்சி விலங்குகளை வரைவதில் உருவடையும் சமகாலம் தோன்றுகிறது.

வெண்ணாற்றங்கரை வழியில் பழமரங்களில் தித்திப்பாக மைனாக் கூட்டம் தனி ஊராகிச் சலசலக்கும். ஓலைத்தூக்கு, ஓலைப்பாசுரம்,

திருமுகப்பாசுரம், மச்சமுனி பெருநூல், கொங்கணர் ஸால காண்டம், கற்பவிதி மூலிகைதேடி நொச்சியர் காடோ செடியாக அலைந்து தேடும் படலம். மெய்விழி பெரிதாக உள்ளது. பொய்க்கண் குழியில்லாதது நயனப் பரீட்சைக்குப் பிரசித்தமான சரபோஜி ஒரு ஊன் பொதிந்த சதைக்கண் சிகிச்சை, கடைவிழிப் பொழிவு, அற்பமான குளிருக்கும் உடம்பு சிலிர்த்து நிற்பதும், நீர்த்தளம் தொங்கல், கரு விழி வண்மணி விலகல், எல்லாம் புறாக் கூட்டம் நிற்பது, திரும்புவது கூவும் ஒலிகேட்டுத் திரண்டு பறக்கும் நூலின் சடசடப்பு. சரபோஜி மூலிகை தேடிச் சென்று தாகத்தால் குதிரையும் மிகக் களைத்து வரும் வழியில் குருடன் நொச்சி எதிர்ப் படவே அவனை நோக்கி சூஐய ஈங்கு அண்மையில் ஏதேனும் நீர் நிலையுண்டா?' என வினவ அவனும் கொஞ்ச தூரம் அழைத்துச் சென்று இந்த நேர் கானகத்துட் சென்றால் நீர் நிலையுண்டு எனக் காட்ட சரபோஜியும் உடன் வந்த புலவர்களும் அக்குருடநொச்சி காட்டிய வழியில் செல்லச் சலனமில்லாத நீர் தென்பட்டது. அங்கே குனிந்து தாகவிடாய் தீர்த்து இளைப்பாறியதும் மீண்டும் அவ்வழி வந்து அக்குருடநொச்சியைக் கண்டு அந்த நீர் இருக்குமிடத்தைக் கண்ணில்லாத நீ எப்படிக் கண்டாய்? என்றான். அதற்குக் குருடநொச்சி அரசனை ஏறிட்டு அரசே அந்த நீர் நிலையை யான் கண்டதில்லை, ஆனால் அந்த நேர் ஒரு நீர் நிலையோ, ஒரு ஓடையோ இருக்கவேண்டும் என்பது என் கருத்து என்றான். நீ குருடன் ஆயிற்றே எங்ஙனம் தெரிந்தாய்? என்ற அரசனை நோக்கி 'அரசே கேள். வழி நெடுகிலும் இருந்தக் காற்றை விட இவ்விடத்து வரும் காற்றில் பூமியின் நிறங்களைக்குடித்த நொச்சி இலைகளின் குளிர்மை தென்பட்டது. நொச்சியிலைகளின் ஓசையில் காற்றை அவைவரைந்து கொண்டு இருக்கிறது இந்த நொச்சி இலைவாசமுள்ள காற்றின் சில்லிடங்கொண்டு இவ்விடத்தை அடுத்து ஒரு ஓடையோ, குளமோ இருக்க வேண்டும் என யூகித்தேன். சரபோஜி மகிழ்ந்து அக்குருடநொச்சியை அரண்மனைக்கு அழைத்து வா எனக் கட்டளை யிட நீர் சரமோடும் ரேகையெங்கும் சுற்றி நொச்சிக்குருடன் அரண்மனைக்குவரப் புறாக்களின் ஒலி கேட்டு இவை எல்லாம் நூற்களின் திரட்டு எனச் சொல்லி விட்டான். அக்குருடனைக் கொண்டு நூலின் வகையை சித்திரங்களாக தீட்டச்சொல்லி அட்டவணைப்படி மர பீரோக்களில் அடுக்கினான் சேவகன். நீ புறாமாடத்தில் தாமசிக்கலாம். விரும்பும்போது நீர் இடம்போய் இயற்கையிடம் வாதிட்டுவா என்றார் சரபோஜி. நொச்சி பனிரெண்டு முடிகொண்ட கயிற்றை பூசித்து முடிவில் அதனை சித்திரப்புறாவின் காலில் கட்டி ஆரண்யம் ஏவினான். இராத்திரி

திரும்பி வந்த புறாவின் காலில் ஓலை முறி. அவனுக்குக் குருவாய் ஒருநெட்டஓடியன் பௌர்ணமிக்கொரு முறை பூமியின் மண்ணுடலில் பூக்கும் பூநீரின் ஓஷதிகளின் வாக்கியம் இருந்தது.

காமக்கிழத்தியர் இருப்பிடம் போய்ப் பார்க்க நிழல்கள் எண்ணெயில் நடமாடி விளக்கு எரிகிறது. சிராவணமாதத்துப் பௌர்ணமிக்கு முன்வரும் வெள்ளியில் பூப்பு நீங்கிய வயது முதிர்ந்த தாசிக்கு விடை கொடுக்கிறான் அரசன். முத்துமாலையுடன் திரும்பும் அவள் புறா மாடங்களை நோக்கிப் போகிறாள். ஏழு ரிஷிகளுக்கு உரிய புறாவை அவள் அண்ணாந்து பின்பற்றிப் மேய்க்கவேண்டும் நடைப் பிணமாக. புறாக்களுக்கு சுத்தரி, ஆங்கீரகன், கிருது, புலகன், மராசி, புலத்தியன், வசிட்டன் ஏடுகள் என வேறு பெயர்களுமுண்டு. சோமவார அமாவாசையில் சரபோஜி புறாமாடங்களில் பெண்கள் கூடுவார்கள். அஹல்யாபாயி அங்கு வருவாள். துளஜாவின் மனைவி திரௌபதாம்பாயி கதை போடுவாள் புறாக்களுக்கு. தேய்பிறைகள் இருட்டிவர விகடகவிக்கு தாம்பூலம் மடிக்கும் பணிப்பெண் முந்திரிச் சாராயம் தருகிறாள். கருப்பா மாரியப்பா நாடக ராத்திரி பாக்கரி வகையறா கணப்படுப்பில் வாசனைப் புகை மூக்கைத் துளைக்கக் கோபால்ராவ் பஜனைச் சாலையிலிருந்து இருட்டான சமையலறைப் பெண்களுடன் என்னேரமும் அந்தப்புர ரகஸியங்களைப் பேசும் அழுக்குப்புராணம் கேட்டுக்கேட்டு வீரிட்டு அழும் பைத்தியக் காரிகள் அரண்மனைக் கடவில் நுழைந்து ரொட்டி கேட்பார்கள். எல்லோருக்கும் மதுவகை எச்சில்பட்ட குவளைகளில் மீந்தனவற்றில் பதார்த்தமும் தரமுடியும். பாலேகாரணிகள் சமையல்காரிகள் லெட்சுமி, அம்மணி, கருப்பாயி, அலமேலு, சமையல் கூடத்தில் நூறுபேர் என்னேரமும் புராதன ஏனங்களைக் கழுவக்கழுவ நூற்றாண்டுகள் மாறிக் களிம்பேறிவிடும். பண்டிதர்களின் வெற்றிலைச் செல்லத்தை கிழத்தாசிகள் விளக்கித் துலங்கவைப்பார்கள். சதா தாம்பூல கரங்கவாகிணிமார் நூலக மாடங்களுக்கு ஏறவும் இறங்கவுமான மரப்படிக்கட்டுகளில் ஏற்படும் ஒலி பெண்களின் முணுமுணுப்பும் மசிக்கூடுகளில் பரவும் பாஷைகளின் பிரதியாக்கம் நெல்வாடையில் பெயர்த்த தெலுங்குப் பாடல்கள் கீர்த்தனைகள் ராஜடிண்டிமகவி ‘அச்சுதராயாப்யுதயம்’ திறக்கவும் பறவைக் கூட்டம் தெலுங்கு, வடமொழி நூற்சுவடிகளாக மாறிப்பறக்க யக்ஷகானப் பறவைகளைக் காணவில்லை. இசைபற்றின நூலானதால் அதைப் பிறர் கைப்பற்றி இருக்கக் கூடும்.

அந்தயட்சகானப்புட்கள் உலகெல்லாம் சுற்றித் திரும்பிவரும்

என நூலகர்கள் எதிர்பார்க்கக்கூடும். தலைக்கோலி காமாட்சி இருப்பிடத்தில் புறாக்கூண்டுக்குள் இசைச்சுவடிகள் சிறகு விரிக்கும் ரத்தாம்பரக்கிளி கூப்பிட்டால் இயங்கும் சுரமண்டலம். விளக்கு மிக மங்கலாக எரிந்தது. அதை அவள் தூண்டவில்லை. நடுஅறையின் மூலையில் சுப்பண்ணா வீணை நரம்புகளில் யக்ஞ நாராயண தீக்ஷிதரின் சாகித்ய ரத்னாகரச் சுவடி பொடிந்து நொறுங்கும். சரித்திர இருட்டில் டிண்டிமகவி அருணகிரி மூதோர் வீடுவழிகடந்த நூற் சுவடிகள் ஒற்றையடிப் பாதையிட சந்தம் காலெடுத்த தாளக்கட்டு. வேங்கிடமகி ஓவியத்தைத் தீட்டியவள் ராஜம்மாள் தான். சதுர்தண்டிப் பிரகாசிகா எழுபத்தி இரண்டு கிளிகளாகச் சுற்றி வட்டமிடும் கமகச் செறிவில் இசைமரபில் பிரமாணநூல் பழுத்து விருத்தங்கள் சிதறியுள்ள ஒவ்வொரு இசை லயத்தையும் ஏடெடுத்துக் கோர்க்கிறாள் கிருஷ்ணாஜி.

தேவதாசிகளுடன் இசைநுணுக்கம் சம்பாசிக்க வரும் பீடதாசரி பாசுரங்களால் உடல் உருகிய நரசிம்ம உபாசகர் சீரிய சிங்கம் விழிப்புற்று சித்திரக் கூடத்தில் சேருவார். தாசிமார் வித்வம் முடிவற்ற நரம்புகள் அதிர்வதெனத் தோன்றிற்று. இதோ அது மீண்டும் தைலவாசனை தீராமல் தஞ்சாவூர் தாயி என்பவளின்வஜ்ர எலும்பு களால் வடிவமைத்த வீணை. ஆனால் இப்போது ஆங்காங்கே தாயி மெல்லடிகள் எடுத்து வைக்கும் அடங்கிய ஓசை.

மற்றொரு மூலையில் பாப்பாவின் தந்த வயலின் பின்புறமாக அவள் சாயை சென்றது வந்து. பாப்பா இதற்குள் திரும்பியவளாக காமாக்ஷிப் பாட்டியிடம் நலமாக இருக்கிறாயா... சின்னம்மா... ஆனால் பாப்பா இசையின் சாதகத்தில் கால்பாவிய அடுத்த எட்டிலிருந்து நாடோடியாய்க் கல்கத்தாவுக்கு ரயில் ஏறியவள் பாலாதான்.

அவள் வாசிப்புக்காகக் காத்திருந்து காத்திருந்து எவ்வளவோ பொழுது காவேரி மண்டபத் தில் சங்கீதப் பித்துகள் கும்பகோணம் சீவல் நாகப்பட்டிணம் சுருட்டு காவேரி வெற்றிலை சிப்பிச் சுண்ணம் எடுத்த வெள்ளையில் நிலவு வழிந்த ஒளியில் திரும்பிப்போன சக்கரங்கள் காங்கேயம் காளைகளின் கிளிக்கொம்பு ஏறுபூரான் இறங்குபூரான் சுழி வாலில் அடிக்கும் ஈக்கள் சோட்டில் கடகடக்கும் பைதாவில் உரசும் மணல் நெரிபடும் ஓசையில் வெண்ணாத்தங்கரைப் பாதையில் வரும் தாசிமார் ஆவிகள் கால் செச்சத்தில் சிதறி உருளும் அரவமுத்து ஒளிக்கும். ஊர் ஊராய்ப் புலம்பி நகரும் ஆறு, மை காய்ந்த பைதாவில் உரசும் பேய்களின் ராத்திரி.. இந்த இரவு விடியாம லிருந்தாலென்ன... மூங்கில் பாலங்களில் கந்தலுடுத்திய முதிய தாசி

பைத்தியமாகி வண்டிகள் கடக்கும் போது பின்னே ஓடிவருகிறாள். கந்தையில் மாங்கொட்டை விந்தையாம் வல்லிதான் கூடி ஒரு தையல் பணம் பொன் மாளிகை தோற்றேனே... அம்மணப்பா வாட்டந்திருத்தி கையோட்டைக் கொடுத் தாயோ அம்மணப்பா... வயல் நெடுக ஓடி வருகிறாள் அவ்விருளில். பாப்பா வயலின் வில் ஊடறுக்கும் ஆபேரி ராகம் எத்தனை சங்கதிகளை லக்னோ புகையிலையுடன் கொடுத்த ராத்திரி ஆயிரம் ஆண்டு நீடிக்கும் காரிருள் மையூட்டும் விழிகள் இப்போது அங்கே நெடுந்தொலைவில் கூண்டுவண்டிக்குள் மாலியின் புல்லாங்குழல் முல்லைத்தீம்பாணி சிவக்கத் தோன்றும் வெளிர் சிவப்பான நகரத்து ரஸிகர் சிகாமணிகள் மூங்கில் பாலத்தில் அமர்ந்து கேட்ட அவிர்துளை ஓசை கேட்டு ஆஹா... ஓஹோ... சரி சரி... சபாஷ்ங் கிர்ரேன் வெற்றிலைப் பெட்டியுடன் வயலைக் கடக்கும் சக்கரங்களில் சகதிப் புழுக்கள் நெண்டி நெளியும் புதரில் ஓசையிடும் ராப்பூச்சியின் சுருளில் மறைந்து போன கணிகையரின் ஒலிச்சுழல் மோகப்புயலாய் வீசும் காவேரி.

ஒவ்வொரு சந்திரமாசமும் சுற்றித்திரியும் குச்சிப்புடிக்காரிகள் ஊர் ஊராய்க் கூடாரமிட்டு ஆடும் சுழலில் தலைகீழ் குச்சிகளைக் கண்களால் கவ்விய காலம் இருட்டாயிருந்தது.

பரிசாரகர் சேகரா சமையல் கூடத்தில் பெண்களோடு தர்பாருக்கு வேண்டிய இரவுணவு தயாரிக்கும் வாசனைகளில் உருளும் ஏனங்கள் சீசாக்களின் உரசல். தயாரான பதார்த்தத்தை ருசி பார்க்கும் திருநங்கை சாமாஜி தலைமைச் சமையல்காரி. காய்கறித் தோட்டத்தில் தாதாசாமி பறித்தவுடன் மசியல், பொறித்தவை, புளிக்கறி, ரஸ வகைகள், சூப்புகள், இனிப்பு, வகைகளுக்குத் தனிச் சமையல் கூடமிருந்தது. அங்கேயும் பெண்கள் சதா உழைத்துக்கொண்டிருக்கிறார்கள். அடுத்த நூற்றாண்டுக்கான ரொட்டியையும் சுடவேண்டும்.

மங்களவிலாசத்தின் கூண்டுகளில் இருள்படிய விளக்குகளின் கருவாசனை திரிக்கொழுவும் பணிப்பெண் இலுப்பைத் தைலம் வார்க்கப் படிந்த சுடர்மேல் விசும்பி நீல அந்தரத்தில் மிதக்கும் சிமிழ்கள் முகங்களாகி வெளிப்படும் கண்ணாடியின் சட்டகத்தில் தீட்டிய ஓவியத்தின் அசைவு. கிழத்தியர் கையில் ஏந்திவரும் விசிறிப் புறாக்கள் விண்ணிலிருந்து கீழ்ப்பாய்ந்த சடபடத்த ஒலி அறைகளில் கேட்கும். கஜசாஸ்த்திரத்தின் ஒரு பிரதியில் தீட்டியிருக்கும் சரபோஜியின் சித்திரம் பனுவலைவிட்டு வெளியேறி அறைக்குள் வந்து தானிய வாசனைக் கிண்ணத்தைக் கணிகையிடம் வாங்கி அந்திப் பருப்பு வகை

பிசைந்த ஏனத்தில் அந்த மராட்டியக்கிளி கால்வைத்த நகஒலி அங்கு அரசனைக் கீறியது. கையில்பட்ட நகக்கீறல்கள் சரபோஜிக்கு மரத்துவிடத் துகில் சேலைகளில் அசையும் காற்றில் ஓவியமான தன்னை நெஞ்சுருக நோக்கும் சுயமோகத்தில் கவர்ச்சி இன்னும் இருக்கிறதாவென உற்று நோக்கத் தலைப்பாகையில் உள் பதக்கமும் முத்துக்குஞ்சரமும் அரச ஆடைகளில் மறைந்திருக்கும் சீனப்பட்டுப் புழுக்கள் கக்கிக் கக்கி தூங்கிய இழை சுற்றிச் சுழல்வதும் நெசவாளி விரல்களும் உள் மறைந்திருப்பதில் தவழும் ரத்தினமாலையில் காப்பிரியின் சுரங்க இருளுடன் வரையப்பட்டுவிட்டதில் தன்னை நோக்கிய பார்வையாளன் விழிகளால் பறித்துச் செல்லும் கலையின் ரகஸியம் ரத்தினப் பரிசோதகன் கலிமார்க்கஸின் அலெக்ஸாண்டிரியா நூலேட்டின் பிரதிப்படுத்திய நகலாக தன் நிலையும் மாறியிருக்க சரஸ்வதி மகாலில் ஓவியம் சுவரில் இருந்தது. நூல் அட்டியல்களுக்கு இடையே வெண்ணை உண்ணும் கண்ணனின் ஓவியத்தைத் தொட்டுப் பார்த்தார் சரபோஜி. ஜஹாங்கீரைப் போலவே தானும் வளர்த்துவந்த பறவைகளும் குதிரைகளும் ஏடுகளாய் உருமாறிவிட்டிருப்பதில் தனக்கென ஆசையைத் தீர்க்கும் ஓர் ஓவியத்தைப் புஜங்கராவ் ஹரிராவ் உதயகிரி நவாபிடமிருந்து ஆயிரத்து இருநூற்று முப்பத்து மூன்று ரூபாய் கொடுத்து வாங்கிவந்த இராஜாளியின் குறிப்பு பெரிய கோவில் கல்வெட்டில் இடம்பெற்ற போதும் சரஸ்வதி மகாலில் புத்தகமாக மாறிவிடாத இராஜாளி ஓவியம் இரவானால் நிலையெர்ந்து அலறியவாறு நூல்களுக்குள் வட்டமடித்து புறாமாடங்களில் உலவும் ஏடுகளைத் தகர்த்துவிடும். இதனைக் கட்டுப்படுத்த ஒருவராலும் முடியவில்லை. இன்னும் சப்தபூஷனம் என்னும் நூலின் முகப்பில் ஆயிரம் பட்சி ஜாலங்கள் அவ்வேடுகளாகப் பிரிந்து தனித்தனி திசையில் சுற்றிப்பறக்க முகப்புப் பலகையில் நூலோன் நாராயணசுதி வேறொரு மராத்தி நூல் எழுதிக்கொண்டு இருப்பதால் ஆத்மா ராமகிரந்தத்தின் ஒவ்வொரு கோட் டோவியத்துள்ளும் நிறங்களின் மாயமாய் வந்தமரும் நொச்சியர் மரபு. பிரதிமேல் சாயநீர்காரி சித்திரங்களை தீட்டும் வேளை நள்ளிரவு கடந்து விடும். நூறு வருஷங்கள் கூட்டமாய் சைத்ரீகர் காவேரி நெடுக அலைந்து தீட்டிய தைல ஓவியம் கண்தெரியாத நொச்சி சரீரத்தையும் தொட்டு வரைந்ததில் கும்பினி மேஜர்கள் அசந்துதான் போனார்கள்.

ஓவியத் துகிலில் படும் காற்றின் இவ்வளவானஸ்பரிசம் அலையாக நொச்சியர் எல்லையம்மன்வீதியில் அமைந்த பழமையான கிராம தேவதைக்குச் சரம்வைத்து பொட்டிட்டுத் தூண்டிய ஒளி தூக்கத்திலிருந்து

எத்தனைக் காலத்துக்குப் படர்ந்துகொண்டிருக்கும். இளவரசி ஸம்பாபாய் சினேகிதி அனுசுயாவைக் கூப்பிட வருவாள். காமனுக் குரிய வளர்பிறையில் மஹாலுக்கு அந்தப் பக்கம் நாலு தீப்பந்தம் சுழலும் வெண்கல ஒலி அதிரக் கோயில் விக்ரகத்தில் உதிரம் பூசித்தெளிக்கும் மோகினியாட்டம் துளஜாவின் வனம் இருட்டுப் பூச்சிகள் கமழும் உயிர்களின் அருவி ஓசை நொச்சிப் பெண்ணின் கொலுசின் ஓசையாய் கேட்டது. அவ்விடம் அணுவும் ஸம்பாவும் ஸ்பரிசித்த சிற்பமாய் உணர்வுகளைப் பேசும் நீரின் தொனிகளுக் கிடையே ஸம்பா... எவ்வளவு மாறிவிட்டேன் பார்... கணிகையாக மஹாலில் பணிசெய்ய முடியாது என்னால்... வெளியேறிவிடத் தோன்றுகிறதடி... நொச்சியரின் பச்சை வீட்டுக்குப் போவோம் வா... அங்கு துர்தேவதைகளின் மோகப்புயல்... நிறங்களை மாற்றிவிடும். கண்ணாடித் தொட்டிகளில் தூங்காத மீன்கூட்டம் நீலஒளியில் தவழ்கிறதே... தூங்காத நகரத்துக்குச் செல்லவிரும்புகிறேன்... மீனாளின் உடல்மீது ஆயிரம் ஒளிமீன்கள் கர்ணமடிக்கும் நகருக்குத் தூக்கம் என்பதும் இல்லையல்லவா...

'என்ன சத்தம் அங்கே' ஸம்பாவின் குரல் நந்தவனத்தின் சுவரில் பட்டு எதிரொலித்தது.

ஏனம் தவறிவிழும் ஒலி. சமையலறையில் நிசியில் நடமாடுவது யார். எனக்குத் தெரியவில்லை. ஏனங்களைக் கழுவும் வேலைக் காரிகளும் தூங்காத விழிகளுடன் இருக்கிறார்கள் அணு... இன்னேரத் தில் காவேரிப் படித்துறையில் துவைக்கும் வண்ணாத்திகள் தீட்டுத் துணிகளையும் கழுவுகிறார்கள்... படித்துறையில் அவர்கள் இலைகளின் பச்சை முகமூடியுடன் இரு வண்ணான்கள் உடைகளை முறுக்கும் போது நீரின் வடிவு ஒலியாக மாறுகிறது அணு. நொச்சியரின் பச்சை வீட்டுக்குப் போகிறார்கள் இருவரும். மீன்முகமூடியில் இருவரும் அறைக்குள் நீந்துவதை மீன்கள் பார்த்துக்கொண்டு இருப்பதை ஸம்பா பார்க்கிறாள். அவள் அபிசீனியக் காப்பி மதுவை திறக்கிறாள். அணுவுக்குச் சிறிதளவு மதுவூட்டுகிறாள் ஸம்பா. கண்ணாடிச் சுவர்களைக் கடந்து மீன்களை இருவரும் மாறி மாறி முத்தமிடும் உச்சிதம் இரவுப்பூச்சியின் அருவியாக இரைகிறது. இன்னும் மேலதிக மோகத்துடன் நொச்சியரின் பச்சை வீடு இளம் பச்சை ஒளிர்கிறது.

9

மனோரா

குருடன் நொச்சியின் நிறங்களுக்குத் தாக்கம் உண்டாகும் விடியற் போதில் செடி கொடிகள் மீது பரிதிபடரும் பச்சென்ற வெளிச்சம் துலக்க விழிகள் நாணக் கவிந் திருக்கிறான் முதலில். செடிகளின் எரிதழல் மேனி சிவப்புநிறம் மாற சிவப்புக் கண்ணாடியை வைத்ததில் இலக்கற்று வேகமாய்க் கிளை போலும் சிவப்பு வெளிர் இலைகளை விரல்கள் தொட்டுச் சில கேன்வாஸ்கள் மடிப்பு விரியப் பச்சைநிற வீட்டுக்கு புகழ்பெற்ற குருட்டுநொச்சி போகிறான். குளிர் காலம் பச்சைவீட்டின் கண்ணாடிக் கதவுகளைத் தட்டித் தாளமிடுகிற போது தான் இளவயதில் வரைந்த ஓவியங்களை எரித்து அதன் சூட்டில் குளிர் காய்ந்து கொண்டிருந்தான். இந்த நொச்சி ஓவியன் பிரவாக மெடுக்கும் நதியில் குளித்து தூண்டிலோ அல்லது மீன்பிடி வலையோ இல்லாமல் மீன்களைப் பிடிக்கும் தவக்கரடியின் கைகள் அவனுக்கு இருப்பதால் நிறமெடுக்கும் செடியை வீசி வீசி நீரை மந்திரிக்கும் நொச்சியர் மனம் ஓவியனுடையது. பொழுது போக்கிற்காக ஆழ்நீரில் நீந்தும் கழி வெளியில் இவன் உடல்பட்டதும் செல்லும் பகுதிக் கெல்லாம் மீன்கூட்டம் மயக்கமடைந்து கர்ணமடிக்கும் நீர்விளை யாட்டில் கிழநொச்சி மீன்களிடம் தோற்றுத்தான் மயக்கமடைந்தான்.

குருட்டு நொச்சிக்கு முன்பே நூற்றாண்டு கடந்துவிட்ட மஹால் அறையினுள் நீலவீடு எனும் ஓவியக் கூடத்தில் சரபோஜியும் தன் தூரதேச சைத்ரீகர்களோடு மறுமலர்ச்சிக்காலப் பாணியில் வியந்திருந்ததில் நாய்கள் ஓடிஓடி வட்டமிட்ட புலத்தில் பச்சைவீடு இருப்பதை அரைக்குருடான காலத்தில் ஒரு அரிய ஓவியத்தில் கண்டுபிடித்தான். ஓவியன் பிளாக்ஸ்மென் மரணப்படுக்கை யிலிருக்கும் ஸ்வாட்ஸ் பாதிரியை வரைந்து கொடுத்த ஓவியத்தை வைத்து இங்கே உள்ளூர்த் தச்சன் சிற்பித்தும் விட்டிருந்தான். ஆனால் அவன் அரசாட்சி என்னவோ பிரஞ்சுக்காரரைப் பகைத்துக்கொண்டாலும் கார்ஸிகாத் தீவில் ஒரு நடுப்பகுதியில் பிறந்து படைவீரனாகி

சேனாதிபதியாகி அமைச்சனாகி முடிசூட்டிய நெப்போலியன் போனபார்ட் ஐரோப்பாவைக் கலங்கவைத்ததும் ருஷ்யர், பிரசியர், ஆஸ்த்ரியர் வெள்ளையரும் எதிர்த்துவைத்த துப்பாக்கி நடுவில் புலியாகச்சீறியவன் வாட்டர்லூவில் வீழ்ந்ததைக் கண்டு சரபோஜியும் சந்தோஷித்து சாளுவநாயக்கன் பட்டினத்தில் மனோரா எனப்படும் உப்பரிகையை மினாரட் என்ற சொல்லிலிருந்து பிறழ்த்தி கும்பினி விசுவாசத்தில் வட்டவடிவமான அகழியின் உள்கோட்டையும் உள்ளே செல்ல இருவழிகளும் மேற்கு நோக்கி ஒரு வாயிலில் இந்திய இரும்பில் வடித்த பீரங்கியும் வாயிலில் கோட்டையின் உள்ளிருந்து இயக்கக்கூடிய வகையில் புதுச்சேரியிலிருந்து பிரஞ்சுப் படை உள்ளே நுழைந்து தாக்கமுடியாத கனமான பெரிய பாலம் கடந்தால் உட்பக்கம் துப்பாக்கிக் கூட்டங்கள் சுற்றிக்கொள்ளப் போர்க்கருவி வெடிமருந்துக்கிடங்கும் அதைக் காவல்புரியும் இரும்பு முகமூடி அணிந்த வெள்ளை விசுவாசப் படையும் மேஜர்கள் மனைவிமாரோடு உள்ளேவர... மர ஏணிகள் அழித்த வனங்களின் கூக்குரல் கிரீச் ஓசை வளைந்து செல்லும் குறுகிய படிகளில் சத்தமிடும் நூற்றாண்டு கடந்த காலனியத்தைப் பணிந்த முதுகில் எல்லா எலும்புகளுக்கும் விக்டோரியாள் தங்கப் பூச்சுப் பூசினாலும் வெள்ளையர் மேல் திப்பப் புலிபாய்ந்த மொகலாயக் கலைப் பாணியில் அமைந்த இந்த மனோரா சரபோஜியின் புகழ் பாடினாலும் கம்பேனிராணிக்கு முன் வாளை உருவிக் கீழே ஊன்றிய கோடுகளில் சோழச் சீமையின் நீலக்குருதி நீலக்கடலையும் துயர்வீசச் செய்ததும் அலைகடல் வாணிபத்தில் கொடியேற்றிய கீழை உறவுகளைத் தொன்மத்தை முத்தையும் தலைகவிழ வைத்ததும் கம்பீரமான விசுவாசபொம்மைக் கூடாரமாக மராட்டியரின் குருதி கருத்துத்தான் வெட்கமடைந்தது என உள்ளே இருந்த கலகக்காரன் பிரஞ்சுக்காரரோடு கைகோர்த்து மனோராப் பெரும் பாலத்தைத் தாழ்த்தவும் செய்திருந்தான். அவன் மஹாலுக் குள்ளே ஸம்பாவின் சைத்தீரீக குருவான எரித்தா எனப்படும் சித்த வேடம் பூண்ட இளைஞன். முதிய ஒப்பனையில் அரசனோடு ஐரோப்பிய ஓவியப் பாணிகளை விவாதித்து வந்த துபாஸியாகவும் பணியாற்றி மனோராவை சரபோஜி கட்டிய செய்தியை ஆங்கிலம், மராத்தி, உருது, தெலுங்கு, ஆகிய மொழிகளில் பெயர்த்து ஓலைமுறி களைக் கொண்டுபோய் நூலகக் காப்பாளர் குருடன் வண்டானத்திடம் கொடுக்க எல்லாத் தேசங்களுக்கும் பரவியது கும்பினி விசுவாச சரணாகதி. ஆனாலும் கலையில் பல் மரபுதனை வெறிகொண்டு ஏற்றிருந்தார் சரபோஜி.

10

நாணல் தாளில் பார்த்த பாபேல் நூலகம்

கேளும்ராஜாசரபோ... உலாந்தாக்காரர்கள் கருமணலில் வந்திறங்கு வதற்கு முன்பே கீவைச்செட்டிதானமுதலி சொல்லியதைக் காக்காய்த் திட்டுத் தோணித் துறையில் அவர்கள் சிலுவையிடுவதற்கு முன்னமே கடற்கரை வழியாக வந்தவர்களைப் பெந்தெகொஸ்தே என்றதும் முனிவர் நிருபங்களில் குளுந்தத் தமிழ்ச்சாத்தனார் லுத்ரன், சபையினர் எத்தகையோர் என ஓலைவழியாகப் பதில் கடிதமாக எழுதப்பட்டது. அதில் மொழி மணம் கமழும் மாயூரத்தருகில் சிற்றூரான திருக் கடவூரில் கத்தோலிக்கர் லுத்ரன் சபைக்கு மாறிவிட்டதையும் வழிதவறிப் போன ஜனத்தை வழிப்படுத்த மடலை நான் எழுதுவதற்கு முன்பே பொது நிரூபத்தை முடியாதபோதும் போதகரான சீகன்பால்கு தரங்கம்பாடி அடைந்து கத்தோலிக்க மறைத்தொண்டர் நூலிலிருந்தே போதகத்துக்குப் பெரும் உதவிபெறுவதற்கு முன் காலத்தில் அச்சகம் ஏற்படுத்தி அழகான பலவகை எழுத்துகளில் நூல்களைக் கல்லச்சில் ஜனம் காண்பதற்கு முன்பே பாபேல் பற்றி நீர் கேட்பதால் சொல்லுவேன்... உலகத்தில் ஒரே மொழியும் ஒரே விதமான பேச்சும் வழங்கிவர ஜனம் கீழ்த் திசையிலிருந்து புறப்பட்டதைக் கேளுமே.. சென்னார் தேசத்தில் சமவெளியைக் கண்டு அங்கே குடிபோடவும் ஒருவருக்கொருவர் உள்ளங்கமாய் உருவெடுக்கப் பேசியதில் கோர்த்த கரங்களுக்குள் வாரும் வாரும் வந்துசேரும் என்று செங்கல் அறுத்து வளையிட்டுச் சுடுவோம் அப்படிச் சிவந்த கற்களால் கருங்கல்லுக்கு பதிலியாகவும் சாந்துக்குப் பதிலாக தாரையும் பூசி வடிவமைப்போம் மேலும் நாம் நாடுகள் தோறும் சிதறிப்போகுமுன்னே ஒரு பட்டினத்தையும் விண்ணை முட்டும் ஒரு கோபுரத்தையும் கட்டி நமக்குப் புகழ் சிருஷ்டியால் உச்சிக்கு ஏறும் தோற்றத்தை நாமே வியந்திருந்தாலும் ஆபிரகாமின்

புதழ்வர் இந்த நகரத்தையும் கோபுரத்தையும் பார்க்க ஆண்டவர் இறங்கி வருவதற்கு முன்பே இந்தப் புனைநிழல் இற்றுக் கந்தலான வரைபடச் சுருளாக பாப்பிரஸ் தாளில் உடைசல்பட்டுக் கிறுக்கிக் கைரேகைபட்டு மங்கிய ஓவியநயன வேகம் சர்வ ரூபங்களோடும் நிறங்களை அடையச் சிகப்புச் சோளத்தின் வெள்ளைக் கபாலங்களில் சித்திரம் தீட்டிய அத்தனை கதிர்களிலும் ஒன்றினை விட்டொன்று கோடு உதிரப்பாரார் காணும் வாக்கிய வாசகம் ஏயும் உயிர் மாய மரபு வேளாண் தெய்வம் பேகஸ் தோரிங்கா நாட்டு எழுத்துக்களை நடத்திப் போன தூரக்கிழக்கில் காகந்தி ஆறு நெடுக கரைமேல் ஒடிந்த கலப்பை நிழல் இரு எருது பூட்டிய உழவுக்கோடுகளில் எடுத்த விதை விழும்படியாக இங்கே சீறிய ஏடுகளில் திமில் உயர்ந்த காளைக் கூட்டம் கொம்புகளில் முட்டி ஒலித்த கழல் எரியும் எகிப்தின் த தெய்வம் ஏந்திய ஒரு சோளவிதைச் சித்திரத்தில் எத்தனை சிகப்பு நூலகம் காலம் வழுக்க இற்று ஒடியும் பாப்பிரஸ் ஏடுகளில் மாயச்சித்திரக் கயலாய் தலைகீழ் இரு உருவம் கடலாகச் சலன மடையும் மகரயாழ் உருகும் நூலடுக்கில் கற் கூர்களெல்லாம் பேசின மொழியைத் தொட்டால் அனாதி உடல் ஒன்றினை விட்டு ஒன்று பற்றிய ஒரு வாச்சிய வாசக ஞானம் மொழியை விட்டு நீங்காமல் மற்றொரு நூல் மெல்ல இமைதிறக்கச் செவ்விய உளம்புகுந்து வரிகளெலாம் உணர்ந்து இவ்வுயிர்கள் தோன்றவே அறிந்தியற்றிய ஏடுகளும் நீரொடு நீர் சேர்ந்தாற்போல் ஒரு பொருளாய்ப் பருவங்கள் மாறும் விதி. நற்குளிகை மூலிகை சேர் முதநூலும் அரும்பிய மொழி நூலகத்துள் ளிருக்கும் மந்திரத்தால் விரும்பிய வடிவில் முலைப்பால் விம்மி ஒழுகுவது இப்பால் வீதியில் எங்கிருக்கிறோம் நாம்... பேபல் கோபுரத்தில் திறளும் ஜனம் சோளக் கதிர் சிவக்கச் சிருஷ்டித்துவிடும் புதிரில் வெகுமொழிகள் ஓர் நூலகமாகப் பகுமானித்த யூதக் கடவுள் இலைநிறைதருவின் சாயையில் சயனித்தவாறு பொறாமைத் தீக்கொழுவிய விதியால் ஆக்களும் கூடவர அவையும் கன்றுகளை ஈன அப்சரகன்னிமார் வைக்கோல் ஒன்றினை இசையாக்கிக் குழந்தைக்குத் தையலும் இணைப்புமிலாத உடைப் பின்னிக் கிண்ணரம் நெகிநோத் கோடும் அதிரவெழுத்துக் கிளம்பிய நிலவுடன் கடவுள் ஜெகோவா காலோடு இணைந்த சிறகுகள் அடித்து உரசிய பேபல் வழிகளில் புதிரை நேசித்து வியந்தும் விலகியும் உற்று நோக்க நிலவுலகம் கடந்தபேற்றில் ஜனம் அடைந்த சிருஷ்டி வேகம் அங்கே நிறுத்தாமலும் இன்னும் கட்டி முடியாமலும் பிறை பலவற்றில் கவியத்தொடங்க நாணல் தாளில் எகிப்திய ஜனத்தின் செங்கடல்

பயணத்தைத் தடுத்து நிறுத்திய மோஸஸின் சித்திரம் மீன்களுடன் உரையாடல். சித்திர எழுத்தின் ஒரே புதிரை விளக்குமாறு ஜோசப் கன்சான்சியுஸ் பெஸ்கியிடம் கேட்ட சரபோ மன்னர் தனக்குத் தெரியாததைத் தெரியாதெனப் பணிந்ததால் குருபெஸ்கி மேலும் கூறலானார் 'ஒவ்வோர் எழுத்தைக் குறிப் பிடுவது கருத்தோ ஓர் ஒலியோ என்பது எனக்குத் தெரியவில்லை. ராஜசரபோ உங்களுடைய சந்தேகங்களைத் தீர்க்கும் புதை நூல் அது ஜான் வில்கின்ஸன் எழுதிய தென்று நினைக்கிறேன் சரஸ்மகாலில் இருக்கிறதா ஆபிரகாம் தேடு...' என்றார்.

எகிப்தில் கால் வைத்ததும் போனபாட்டின் கால் தூணாகிவிடும் அவலம். காலாற் படையும் மண்டபத் தூண்களாகிவிடும் மந்திரம் வீசிய த தெய்வத்திற்குப் புனித எருதுகளைத் தராமல் அவர் வெற்றியடையப் போவதில்லை. ஆனாலும் போனபாட் அழித்த சைன்யங்களின் ரத்தமடுவில் நாரை இறகுதொட்டுப் பாப்பிரகு தாள்களில் எகிப்தின் புராதனப் பிரதி எடுப்போர் கூடவே இருந்தனர் யுத்தகளத்தில். சரபோ உங்களுக்கும் போனபாட்டுக்கும் நிருபம் கொண்டுபோன தூதுவர் கொடுத்த சங்கதிகளைக் கூறுமே... வாஸ்தவமே... போனபாட் வீழ்ச்சிக்கு மனோராக் கோபுரம் எழுப்பியதும் என் பாமர் வீச்செழுத்தில் அனுப்பிய நாணல் தாளிலுள்ள நிருபங்கள் இன்னும் நேசமிக்கவை, என் முடிவுகளை நான் எடுப்பதற்முன் கும்பினி ஜெனரலின் உத்தரவு முந்திவிடுகிறது. என் விதி சீமாட்டியார் இருக்கும் கடல்களைத் தாண்டி நிகழ்ந்துவிடும். புராதன எகிப்தின் வரையுரு நூலும் சித்திரங்களும் நூலகத்தில் ஒப்படைத்து விட்டேன். த தெய்வம் நூலகத்தைப் பீடித்து இராவெல் லாம் சித்திர எழுத்தின் குழப்பங்களால் புத்தி பேதலித்திருக்கிறேன்... தொல்வடிவம் இருளாகச் சுருட்டுகிறது என்னை. குழம்பினார் சரபோ.

ராஜ சரபோ... இன்னும் கேளும் தெற்கு சென்னாரில் புலப்படாத நகரம் இருப்பதாகப் பனியும் தீயும் சேர்ந்த மலரயிருக்கும் சிவந்த தோற்றம் எண்திசை விளங்க மேதினியுதயமாய் யாங்கணும் பிரியாத ஓரினமாய்ப் பேசும் மொழி ஒன்றாயிருந்த ஜனம் வேறுபடாமலும் நிழல்படாக் கோபுரத்தை ராஜராஜன் கட்டியக் சோழச்சீர்மையின் ஓருகல் உச்சிஏறப் பலகல் தூரத்தில் சாரம் அமைத்த சிருஷ்டியைக் கூட்டமாய் ஜனம் நகர்த்திய கல்மேல் த. பட்டினம் கவிய நிற்கும் இசையுரு நூல்கள் தந்தப்பிடிலில் நூல் ஏறும் நெல்மணி சிவந்ததை யொத்த கலை இருப்பதாகும். ஆனால் இன்னும் முடிவுறா உயரத்தில் அடிநிலம் சிவக்க எழும்பிய உயரத்தைக் கடவுள் எட்டிப்பார்த்த

சிருஷ்டியில் முற்பட்ட பொறாமைதான் அவ்வாறு கடவுள் அவர்களை அவ்விடத்திலிருந்து உலகமெங்கும் சிதறிப்போகச் செய்தமையால் அவர்கள் நூதனப்பட்டினத்தைக் கட்டுவதையும் கைவிட்டனர். பூமியெங்கும் வழங்கும் மொழிக் குழப்பம் அவ்விடத்தில் பிறந்த மையால் அதன் பெயர் பாபேல் என்றாயிற்று. ஆண்டவர் அவர்களை அவ்விடத்திலிருந்து திருகுமறுகான பாதைகளில் கூட்டிப்போன நூலகத்தில் பேபல் வடிவங்கள் கொண்ட கவிகை மாடங்களாகச் செதுக்கிய மஞ்சள் வெளிர் சிவப்புநிறக் கற்பாளங்களும் சந்திர பிம்பம்பட்டு மனதைப் பறிகொடுக்கவும் பின்னே வந்த எல்லா இனங்களும் அவர்கள் இன்னும் வளையில் தீராமல் செங்கல் அறுப்பதிலும் கூண்டுத் தெருவுக்குள் குறுகிய படிகளில் ஏறிப்போய் அவரவர் அந்தரங்கம் வளைந்திருக்கும் இல்லாதவர்களின் ஆவி நூல்களில் சிற்ப உருக்களையும் நெகிழும் தீப்பாறைகளில் தொட்டு ஓசனிக்கும் பட்சிக் கூட்டங்கள் அடையும் நானாவித ஒலிகளும் எச்சங்களும் கோதும் அலகில்திறந்த சாம்பல்நிறக் கற்களில் உடையும் சுவடிகளில் வெழுத்த சாளரங்களில் ஒளிந்திருக்கும் புறவு இனம் வழிவழியாய் வளையும் ஒயிலான மாடங்களின் நீர்மணிச் சரங்களை நோக்கப் பொறகற்களைக் கீறும் சிலபட்சிகள் ஒரே இடத்தில் பறப்பதும் வேறுசில பறவைகள் பருவந்தோறும் இடம் விட்டு இடம் பெயர்வதையும் புலம்பெயர்புள்ளும் சாளரங்களில் முகம் நீட்ட நீலக்கோழியும் தாமரைக் கோழியும் போகல் எருவையும் அறுபது வகைக் குரல்பட்ட இசை அறிபுள்ளும் பேபலில் தலையெடுத்தல் பருவத்தின் கடைநாள் சிறகொலி வெயிற்கடை நாளில் ஓசனிக்கிற அன்னத்தின் கழுத்தைத் தழுவும் இசைமாறு உடன் சேர லபுமர் எனும் இல்லாதவிலங்கைத்தேடி இல்லாத கோபுரத்தில் காணாதநகரத்தில் அலையும் வேட்கையேறிய படிகளில் கதநாயின் இரைப்பொலி வேகம் சுற்றுப் பாதைகளில் படிந்த ஊளையில் திறக்கும் பிலாக்கணப் புத்தகத்தில் நீரியற்றி எனும் பறவையும் தீயியற்றி எனும் குருவியும் இசையியற்றி எனும் அந்த நூதன லபுமர் விலங்கின் வாசனை பரவிவர சாம்பிராணி வாசகர் மேலே ஓடிக்கொண்டே புகைநெளியும் மாயத்தை உருவாக்கும் சுருங்கை வழிகளில் தச்சரும் கொல்லரும் சிற்பா சாரிகளும் ஜனத்திரளாகக் கூடியதில் தடுத்தாந் கொண்டு ஓரினத்தின் ஓர் மொழியை ஆயிரம் விதைகளாகப் பெருகச்சிதறிய வறையில் திசாதிசை பரவிய வித்தின் பழுப்புக் கபாலங்களில் சித்திரம் தீட்டும் பித்தர்களும் சைத்ரீகரும் மனித இனம் பல்கியவேகத்தில் முடிவற்ற கோணங்களில் வீழ்ந்து கிடக்கும் மரித்தோரின் கபாலங்கள் சிதறிய

கோளத்தின் சிவப்பு வெளிர் சிவப்பு பல செவ்வியல் கலைக்கு ஈர்ப்பதாக வெகுபாஷைகளை ஊடுருவும் பித்த நீர்த்தாது நிறங்களாகச் சித்திரத்தில் ஒருமைப்படும் ஒரு மொழியைத் தேடும் கடவுளின் சாபத்தை மின்னக்கீறிய விசித்திர ஏடுகளும் உள்ளே திறக்க ஒவ்வொரு எழுத்திலும் உறங்கும் விருட்சம் மொழியாகக் கிளைக்க தீவு தீவாந்திரத்தை முட்டிய கடல் நுரையாகச் சிதறி வாழ்ந்த ஜனம் எழுதாமை இருட்டில் நூலகத்தின் தாள் சுவடிகள் எழுத்தழிந்த வெற்றுக் காகிதங்களாயிருக்கவும் அட்சரம் ஓடும் நாடி நூல்களில் மொழித்திறன், இயற்கை, ஜடப்பொருள், விலங்கு, எலும்பில் வரைந்த ஓவியம், ஈமப்பேழை எழுத்தும் சித்திரமும் அடைந்த பட்சிகள், மைவரை இரையும் பூச்சிகள் வரைந்த ஓவியம் புழுக்குலம் அறியா ஞாபகப்பரப்பில் அழிந்த ஊர், நகரம், நிலம், இனங்கள், கருவிகளில் உறைந்த குருதி, கரு, உரி, திணையும் ராசி வட்டமும் இசைமுறையில் ஒவ்வொரு கவிக்கும் அகராதி கோர்க்கும் கன்சான்சியுஸ் பெஸ்கி நான் சொல்வதைக் கேளும் ராஜா.. ஜெகோவாவைச் சந்தித்து இறந்தவர்களின் நூலகம் பேபலாக முற்றுப்பெறாமல் இருப்பவர்களும் எழுதப்படாத படைப்புக்கு அகராதி கோர்க்கும் மொழி இங்கே சிதைந்து துகள் துமிகளாய் எந்நேரமும் புழுதிபடிய ஓடிக்கொண்டு இருக்கும் ஒவ்வொரு ஏட்டிலும் புதிர் விலங்கு லபுமரின் சுவடுகளை எழுதிவருகிறேன். என்றார் பரமார்த்த குரு சீடனுக்குச் சொல்வதையொத்த வாக்கியம்.

அந்த லீமர்தான் வாசகன் புத்தகத்தை தின்றுவிடுகிறது. புரூகெலின் இரு பாபேல் ஓவியங்களில் ஒன்றில் நெம்ரூத் ராஜாவும் ஜனங் களிடையே காவலரோடு வருகிறார் தானேமுன்னின்று கட்டு மானத்தில் ஈடுபட்டோரிடையில் உரையாடும் தோற்றம் அந்த நகரின் தெருக்களும் வயல் வெளிசூழ்ந்த சமவெளியும் அதிசயமா யிருக்க ரெண்டாம் சித்திரத்தில் விதியால் கருஞ்சிவப்பாகச் சாபமடைந் திருப்பதேன் புனிதரே... அதில் நெம்ரூத் ராஜாவும் காணாமல் போய்விடுகிறார்.

அக்கினி ஆற்றில் சிம்மாசனம் ஆயுள் வரைதான் சரபோ. ஓவியத்தில் மறைந்த நெம்ரூத்தின் விதியும் பாபேலின் தூரிகைச் சிதறல்தான். விதியின் கருஞ்சிவப்பில் அரசனின் நிழல் கரைந்துவிடும். சாலமோனின் தொங்குந்தோட்டத்தைப் பாபிலோனில் விநாசமாக்கிய நெபுகாத்துக்கு நிர்வாணமாக விடப்பட்ட தண்டனையில் புல்லைத் தின்னும் ஓவிய நூல் என்னிடம் இருந்தது சரபோ... அந்த நெபுகாத்தின் காலம்வரை பாபேல் கட்டிமுடியாத குழப்பத்தை நூலடைவு

வரிசைகளில் பாழடையும் சுவடிப்பழமையும் பழுப்பும் நொறுங்கியும் சிதல் அரித்த சுழல்படிகளில் மொழி அத்தனைத் துகளாகப் புகை முகமூடி அணிந்து தேடுபவர்கள் சாம்பிராணி வாசகரே!

சிவந்தமதில் மேல் கருஞ்சிவப்பு பீடித்ததுக்கம் வீழ்ச்சியாக பெருங்குழப்பம் ரகஸிய ரேகையாக ஒலிம்பஸ்ஸை அளக்குமாறு அசுரர்களுக்கு விதித்திருக்கும் மந்திரக்கதையும் கிரேக்கப்புதிரில் பேபல் அந்தி நிற மயக்கம் உள்ளபடி இத்தை உரைக்கக்கேள் தெள்ளிய சீர் பழங்கதை சொன்ன அடைவிலே சொருகி நிற்கும் கட்டுக்கதை எரியும் எழுத்தறியா ஓசை பரிசம் உருவம் கட்டுரைத்த மாபூதம் வழிவழியாய்ச் சொல்லிவரும் இல்லாத அருவங்களைச் சுவைக்கும் மனம் யாருமின்றிக் கேட்கும் அசரீரி செமிட்டிக் கதை மரபுக்குள் கடவுளின் இடத்துக்கு போகமுயற்சித்த மனிதர்களைப் பற்றியும் மனித புத்திரர்களையும் விண்ணிலிருந்து அசரீரியில் வந்த ரகஸியமாய் வடிவமைந்த பேபல் உயரம் எழுதப்படாத கதைகளின் அரூபப் படிவுகளில் நிறம் பல சேரும் எழுதமுடியாத கதை உயிரைப்பருகும் பேய்மையும் அற்புத உலகாகும் பேபல் குழந்தமையின் அக உருவும் ஆனால் முடிக்கப்படாமல் தொடரும் பிறவாமுன்மையில் கற்பத்தில் இருக்கும் சிசுவின் கனவாகத் தொடர்வதும் ஆனமறை பொருளாயிற்று.

இனிமேலும் பேபல் உயரத்தைத் தடுக்கும் முயற்சியில் பின் வாங்காதவராக சற்றும் அயராத ஜெகோவா சுவர்க்க நுழைவாயிலின் தாளினை பொன் நாராங்கியிட்டு அடைத்த கதவம் திறந்திடேல்... என ஜனமும் விடாமல் தட்டும் ஒலி கேளாச் சிரவமடைந்த கடவுளும் எப்படித் தடுத்தார் நுழையவிடாமல். எனவே குழப்பத்தின் வழியாகச் சுழலும் வட்டங்களாக ஒலியும் கருத்தும் பொருளாக மாறும் பாதையில் மொழி எப்படிப் புதிரில் பிரமிடின் கணித முக்கோணக் கணித வடிவில் வரையப்படும் பிரதி நூலகம் இங்கே கிழக்கின் தென்கோடி மூலையில் த. பண்பாட்டுக் கட்டிடக் கலை மரபோடு சோழப் பெரு வணிகம் கடல்வழிப் போர் வரைபடங்களும் எழுப்பிய திராவிடக்கலையும் பாபிலோனிய ஆதித் தொடர்பால் சேர்ந்த ராஜா அகஸ்வேருக்குச் சென்ற நலிபடன் மஸ்லினும் தென்கடல் மௌத்திகம் கேட்டு சேபா ராணி சாலமோனிடம் விடுகதையின் புதிர் அவிழ்த்த முத்தும் கொடுத்த மீன் கடவுளுக்குப் பரிசாக மாலுமி தேசமெனும் அசீரியர் விளித்த பேப்ல்லி கோபுர நகல் படிகளை கோர்க்கும் நூலகப் புதிரினை புனிதர் பெஸ்கியும் சுவாட்ஸ் பாதிரியும் பார்வையிட்டு உள்ளே வந்து வெனிஸ்நகரப் பியானோவை

வாஸிக்குமாறு பண்டிதர் ஆபிரகாமுக்கு ராஜா சரபோ கட்டளையிட்டதும் அந்த ஒல்லாந்தர் கண்தெரியாத ரெளல்மெரி இலேர் வீட்டு வெனிஸ் பியானோ சரஸ்மஹால் கூடத்துக்கு இடமாறி விட்டிருந்தது.

'மொழிகளும் இனங்களின் எழுச்சியாக அடிமைத்தளைகள் கூறுபட உலக விளிம்புகளில் தீப்பற்றி எரியுமிந்த வேளையில் பெருங்குழப்பத்தின் நீலப்புவிக்கோளம் நூறுநூறாய்ப் பிளவுபடும் இப்போதும் நாம் எங்கிருக்கிறோம் புனிதரே. உம்மால் சொல்ல முடியுமெனத் தோன்றுகிறதெனக்கு...' என சரபோ சயனஅறை விட்டு வெளிவந்த வேளை திரிக்காரி புனிதரிடம் மண்டியிட்டு பாடுரைத்து ஆசிபெற ராஜாவும் வரவேற்று மொழிகளை ஏழடுக்கு உயருயர் மாடங்களாய் வளர்த்தவேளை பிரதி நூலகமாக்கியதைக் காட்டும் விருப்பால் சுவாட்ஸ் பாதிரியார் வழி நடத்திப் போன விடிகாலையில் பல அடுக்கு புறவுமாடங்களில் தவழ்ந்து மேலேறிச் செல்லும் சீல்க்கை ஒலிக்கு நூறு புறவுகள் சுழன்று சுற்றி மொழிபல நூற்களாய்ச் சிறகடித்து வட்டமரக்கூட ரேக்குகளில் புத்தகங்களாய் வந்தமர்வதை புனிதர் பெஸ்கி வியந்ததும் அவர் கைமேல் மோடில், மாக்டர் ரெட்டைப் புறா கால் வைத்ததும் தம்மைச் சினேகித்த புறவுகளின் விழிசிவந்த பேபல் நூலக நாணல் தாளில் வரைபடங்களின் சுருட்டுக் கண்களை துருவி நோக்கினார் வந்த புனிதரும். டோனி என்ற பூச்சிக்காரி கலப்பில் பிறந்த இரு இன ஒருடலி விசிறிப்புறவைக் கையிலேந்தி வாயில் தானியம் ஊற அதன் அலகில் ஊட்டினாள் முத்தங்களில்.

ஆனால் பெஸ்கியோடு சரபோ விச்ராந்தியாய் உப்புமாடத்தில் வட்டமாய் ஏறும் மரப்படிகள் சப்தமிட சுற்றி அமர கோயில்சிங் சடபடத்து நரம்பின் மறையாழில் அமர்ந்து கும்காரமிடும்.

அங்கே யாழினை நிலைக்களமாக்கிய மிஷன்தெருப் பண்டிதர் ஆபிரகாம் பண்களும் திறன்களும் வகைப்படுத்திய பித்தம் சொருகிய விளரிப்பாலையின் கையெழுத்துப் பிரதியைக் காட்டிப் புனிதரே... சந்தேகம் இந்த கிரேக்க இசைக்கும் சிலம்புமரபிற்கும்.

கிரேக்க யாழின் நாண்களில் நீளத்தைக் குறைத்தும் கூட்டியும் சுருதிகளைத் தோற்றுவித்த பலவிற்களை ஒருமிக்கும் வில்யாழ் அதிர்வில் மறைந்து வரும் பிதகாரஸ் இங்கு வந்து இடமுறைத் திரிபு எனும் ராசிவட்டப் பாலையை அறிந்து அங்கே ஏற்று ஒழுங்கு படுத்தும் ஈர்ப்பினை அறிவீர். எகிப்தியரும் தோரிய மடந்தையரை காபாஜி எனவும் கல்லறை மாட ஓவிய நாடகக் காட்சியும் புராணமும்

சென்ற நாணல் சுருளில் த ஒலியை மட்டும் சித்திரஎழுத்தாக அல்லாமல் புனித எருதுகள் அறுபத்தி நான்கை மெம்ஃபிஸ் செராப்பியம் ஆலயத்தில் த கடவுளாகவும் நேர்ச்சித்த அவ்வெருது களின் எலும்பின் தாகம் அடங்காத த தெய்வத்தின் செராபியப் புதிர்களுக்கு விடைகாண முடியவில்லை. இங்கே த விளரிப் பண்ணாகவும் த நகரமாகவும் த கடலாகவும் பல்வகைப் பொருள் நுட்பம் சூக்கும உடல் பலவாய்த் தோற்றமும் ஒலியும் சாத்தியப் படுவதில் குழம்பிப் போயுள்ளேன். தங்கள் வருகையில் உலகலாவிய தொன்மை ஒலியில் த கிருகுதுக்கு முன்பே தொடங்கிய ஒலி மெல்ல மெலிய இங்கிருந்து செரப்பியச்சுவர்களில் சித்திரங்கள் உரையாடித் தொடங்கிவிட்டதைப் பற்றி நீங்கள் என்ன நினைக்கிறீர் எனக்குத் தெரிய வேண்டும்' என இசையின் சாகரத்தில் கருணாமிர்தம் தேடும் பித்தத்தில் தொடர்பற்ற கேள்விகளால் நிரம்பியிருந்தார் ஆபிரகாம்.

மூங்கில் காகிதங்களில் ஆபிரகாம் பாமர் வீச்செழுத்தில் ஆனிறை மேய்க்கும் கிழநாகன் குமிழங்கொம்புகளை வளைத்து அதன் கண் மரல் நாரினை நரம்புகளாகக் கட்டும் கோட்டோவியத்தை அரண்மனை நொச்சி என்ற குருடர் வரைந்து கொடுத்ததை நீட்டி அடிக்குறிப்பில் குறிஞ்சிப்பண்ணை வாசித்த வில்யாழ் என்றதும் அடுத்த பக்கத்தில் ஆயிரம்நரம்புடைய பேரியாழ் ஆனாலும் இருபத்தியொரு நாண்களில் நாமும் கிரேக்கரும் ஓர் முறை கண்டதும் பச்சைநிறத் தோலால் மூடிய ஒலிக்குடமும் சட்டகத்தைச் சுற்றி இருபத்தியொரு ஒலி நரம்புகளும் படிய இழுத்த சுருதி முனைசேரும் குமிழ்கள். ஒலிக்குடத்தின் நுட்பங்கள் எளிதில் புலனாவதில்லை. விளிம்பில் நரம்புகள் தொடுத்த சாயலை வெகுநேரம் பார்க்கும் புறவுகளின் விழிநுட்பம். புறாவின் வால்வடிவில் ஐந்து குறுக்குமரம் ஒலிக்குடத்தை நிறுத்தும் சித்திர நாணல் தாளில் நிறம்போன அழுக்கும் அரிமானத் துவாரங்களில் ஒளிப்புள்ளிகள் கிரகங்களாய்ச் சுற்றிக்கொண்டு இருப்பதை புனிதரும் நோக்க ஆபிரகாமின் தோளைத் தட்டி 'உன் தீராத இசைப்பித்தம் என்னை வெகுவாகக் கவர்கிறது. ஏலாக்குறிச்சிக்கு என்னோடு வந்துவிடு இன்னும் பல பூமியின் சருக்கங்களை திறக்கலாம் நாம்' என விரும்பி அழைத்ததை ஏற்றுக் கொண்ட ஆபிரகாம் மன்னரின் சம்மதத்திற்காகக் காத்திருக்கவும் இல்லை.

11

நொச்சியரின் பாராவதம்

தட்சிண நாகரத்தில் முன்னைய உடும்பு மலையைக் குடைந்து அமைந்த இயற்கைக் குகையில் ஹாலந்துப் பாய்மரக் கப்பலில் பாமர் ஏடுகளில் கடல் தாவரங்களை வரையும் பாமர் இலேர் சேர்ந்ததில் அந்த மடத்தில் மொத்தம் மூன்று தளங்களில் யானையுருவில் சிலவும் புனிதக்காளையுருவில் பலவும் புறாவடிவின் உச்சித் தளங்களும் மேல் கவிகையாகப் பாறையில் இயற்கை பிழிந்த சுனையும் சதா புல்லூற்றாய்ச் சுரந்து கொண்டிருக்க ஒவ்வொரு அறையாக நீரோட்டம் செல்லும் கல் துவாரங்களில் புலம்பும் இருட்டு நீரின் தொனிகளைக்கொண்டே சுரமண்டலம் வாசித்துவரும் பிராட்டஸ்டெண்ட் துறவிமாரும் கதவின் வழியாய் வெளியே வழியும் தெள்ளிய நீரை அவர்கள் தடுப்பதுமில்லை. புல்லூற்றிலிருந்து மூன்று தளவரிசையில் நெடுக ஓடி கற்பாறை வழியாக பாம்பு போல நெளிந்து செல்லும் பாதையும் அறைகளை ஒன்றிணைக்க அங்கு பண்டைக்கால பௌத்தக்குருமார் பிப்பலநாதர் எனும் அரசமரமும் இருந்தன வென்பதை நம்புவதற்கு அறைகளின் யானை வடிவமும். புனிதக் காளை புறா வடிவ அடுக்கில் நாக ஜாதகக் கதைகளின் மறை யுருவங்கள் எதையும் போதிக்காமலே துயிலில் நுழைந்து கனவுகளில் பிக்குகளின் தலைகள் மிதப்பதை இவர்களும் உள்ளுணர்வில் மலைக்கு மேலே செல்லும் அச்சிறு சாலையில் கீழ்நோக்கிச் சரியும் படிகளில் இறங்கிச் செல்ல திடுமென படிகளின் பிறைவடிவங்கள் ஒரு வளைவில் பாறைகள் சூழ்ந்த பகுதிக்குக் கீழே பழைய நாகரமும் நொச்சியரின் சிருஷ்டிமரபு சுடரும் பாராவதம் எனச் சிறு கல்மடமும் பொருள் பொதிந்த பாறைப் பழமைகள் மௌனத்தில் ஆழ்ந்திருக்கும். எழுத்துக் கல் பாறைகளுக்கு செல்வதற்கு முன்பே நுழைவாயிலில் வெள்ளைக் கவிகை மாடக்கல்லில் ஒரு நீருற்று தாபிதர் நெடுவழிப் பயணத்தில் லங்காபுரி செல்வதற்கு முன் இங்கு தாகத்திலிருந்த

ஆவினங்களின் கண்களைத் தழுவிய விரல்களால் பாறையைக் குடைந்து ஓடச்செய்த புல்லூற்று இன்னும் தீராமல் பளிங்கு நீர் தாபிதர் முகம் பார்க்கிறது. அவ்விடம் கிராமப்புற எளிமையில் கவர்ச்சி மிகுந்த விவசாய மேழியின் உருவும் காளைகளின் படைப்பும் தீட்டியவர்கள் நொச்சியர். வேறோர் இடத்தில் பாராவதம் எனப்படும் புறாக்கூட்டம் யட்சஜாதகக் கதையிலிருந்து வழிவழியாய்த் தோன்றிச் சுழிக்காற்றில் சுற்றிவரும்கல்மாடங்கள் ஊமைக்குரலிடும். பாராவதம் நிர்மாணித்த நொச்சிக்கலைஞர்களும் சிற்பிகளும் நாகாகலைமரபின் கட்டிட அமைப்பும் கிழக்கில் வெகுதூரம் பரவிய பூர்விகம் இதுவாகும். இந்த நொச்சியரின் பாராவதம் பௌத்தக்கதை மரபின் தோற்றமாகும், தட்சிணநாகரம் பயிரிடுவதற்கு தானியங்களும் குன்று சூழ்ந்த நிலங்களும் ஊடே நெளியும் கடுவனாறும் வசிப்பதற்குத் தொலைவின் குக்கிராமங்களின் விளக்கொளி பிப்பலாமரத்தின் இலைகளுக்கு இடையே முளைத்த நயனங்களாய் விருட்சம்.

ஏனோ அந்த ஒல்லாந்தர் ஃபிரைலி எழுதும் குருடர்களுடன் நொச்சிமுதுவனையும் கீழ்தளங்களில் தங்கவைக்க ஜாக்கொபின், காபௌசின் இரண்டுக்கும் ஒரே காதலி மெடீனா தான். பனை யோலையிருந்து வீச்செழுத்து வடிவத்தைப் பரமார்த்தகுருவும் சீடனும் கோலிச்சித்திரக் கதையாக்கிய போலித் துறவியும் பொய்ச்சீடனும் பாமர் பெஸ்கியால் எழுதப்படவும் நொச்சியரின் பாராவதம் மடத்துக்குப் பறந்து வந்து நொச்சி முதுவன் தோளில் அமர்ந்தது மெடீனா. பாமர் எழுத்துக்குக் கணவாய்மீன் குருதி மசிக்கூடுகளை விற்கவந்த சீனன் தட்சிணநாகரம் எங்கும் நொச்சியருக்கு சீமை நிறங்களையும் குருதி மைப்புட்டிகளையும் விற்றுப் பாராவதம் தங்குவான்.

திருவிடைமருதூரில் மூங்கில் காகிதம் செய்வோர் நொச்சியரின் பாராவதம் மடம் போய் விநியோகிக்கவும் ஒல்லாந்தர் மடத்தில் மூங்கில்தாள் செய்முறையை வாணிபச் சீனரிடம் கற்றிருக்கலாம். வண்ணப் புறக்கந்தரத்தனார் வீட்டின் கருவறையில் உறையும் புறாக்களின் நிறங்களை ஒட்டிப் பட்டப்பெயர் நிலைக்கவும் அங்கே செங்கல்லால் கட்டிய கோயில்களில் இப்புறவுக் கூட்டம் தங்கும்.

மூங்கில் பத்தையில் தொங்கும் மதலைப்பள்ளியொன்றை நொச்சி முதுவன் துவங்கி அதில், அடையவிருக்கும் புறக்கந்தரத் தனார் வண்ணப்புறாவின் செங்கால் சேவல் தோளில் கால்வைக்க நடந்தார் நெடுவழிக் காவேரி.

ஆயிரத்திநூற்றி மூன்று வயதான களர்உகாய் மரப்பொந்தில் புனித எருதின் எலும்பில் வடித்த த தெய்வம் உறையும் மரம் சுற்றி கூட்டமாய் மிளகு பெய்த காரக்காய்களைச் சுவைத்து ஒட்டிக் கிடக்கும் புறவுகளின் ஊமை ஒலி. பொறிகிளர் எருத்தம் வெறிபட மறுகிப் புன்புறவு உயவும் த தெய்வம் புனித எருதுகள் காணாமல்போன வனங்களில் நொச்சியர் சித்திரம் தீட்டி அலைவுறும் மந்திரம் அத்தெய்வ எருது நொச்சிக்காடு என்ற முல்லை நிலத்தில் காரகுளம், செங்காதிக்காளை, வெள்ளாக்காளை, புள்ளிக்காளை, செம்புள்ளிக் காளை, கரும்புள்ளிக்காளை என பலவும் சிறுதெய்வங்களாக உருமாற காளைஎடுப்பு நொச்சியரின் காட்டுச் சந்தை எருதுகள் கூடும் தாவணியாயற்று.

ஆனால் அக்கினிநட்சத்திர வெயில் நாளில் கானல் அலைமீது வெய்யக்காளை தோன்றி முள்ளுக்காட்டில் மிதந்து வருவதை நடுக்காட்டுச் சந்தையில் இருந்து பார்க்கிறார்கள். அது துரவே கானல்நீரில் தோன்றி மறைவாக இருந்தது. அது வரவே இல்லை. சூரியனோடு கரைந்து மறைகிறது.

எழுவைக் கரையான் எருதின் உருவில் மின் கண்ணாள் பிறை போலும் வளைத்த கொம்புகளுடன் சுரைவிதைப் பல் துருத்தக்கன்று பெருத்த உதடுகளையும் கள்கடி எனப்பெயரிய எருது தெய்வத்தாலே கேட்கப்படும் வினாக்கூட்டம் ஆராயுங்கால் உலகெலாம் விநாசமாகி விட்ட எருதுகளின் கால்நடை விலங்குகளின் அழிவை மனிதர் செய்திருந்ததில் சினமுற்று அவற்றின் இயற்கை இருப்பில் புல்வெளி நெடுக புலம்பி அலைவுற்றாள்.

மைக்குழம்பு மலை உருளும் புராதனக் கதை போடும் ஒருத்தி உரும்புமலையின் வடக்குச் சார்பில் பாராவதம் எனும் சொல் புனித எருதுகளுக்கான கோயில் என்பதால் அங்கு மறைவதும் விரிசிகை என்றும் மருமராசிகை எனப்பேர்கள் இங்கும் எகிப்தியரோ அவளை த தெய்வமெனக் காட்டிச் சுவடிகளில் புனிதக் காளைகளின் தேவதை என்றே சித்திர எழுத்தில் த என ஒலியாகவும் கருத்தாகவும் பொருள் படுகிறாள்.

ஊழிக்கனல் அவியாத காழிக்கிளர் நாவலந்தீவில் காணும் மண்ணுயிரெல்லாம் த தெய்வம் உடல் தளிர்க்க ஆழிக்கிடை வீழ்ந்த காவேரி நதித்திரளில் ஆருயிர் நீங்காமல் கருத்த புயல் வங்கத்தைப் பீடித்தாள். த தேவதை சாந்தியடையாமல் வாணிப மேகத் திரள்களைக் கூட்டி வருகிறாள் கீழைக் கடல் நெடுக.

யாவற்றையும் விழுங்குவேனா யினும் சிறிது தணியும் எனது ஊழிப்பசி துயர் பட்ட எருதுகள் மனங்கொண்டு திரியும் வனம் அழைத்தாள் கமாரா பட்டினம் நோக்கி. சதுக்க பூதத்தின் தொல் மரபில் தனக்குத் தொடர்பிருப்பதாய் அசரீரியிட்டாள்.

மைப்பங்கமலையைக் கற்கடிப்பதுமையுருவமாகக் கைகால் வருந்தச் சுற்றிக்கொண்டிருப்பாள் சாயாவனம். துறைமுகம் நெடுக கரைகாணாவங்கம் அசையும் புடைப்பாய்களை உசாவி ஓடாமீன் போல் உழல் கண்ணாள் இவள்.

பிராசீன சித்திர எழுத்து ரூபம் ஒலி கருத்தாக வாக்கியம் பழமை பட்ட கிரந்தம் ஹூப்ரு, பீனிஷிய, ஸ்லாவிய, பழையகிரேக்க, எகிப்துலிபி எழுதும் மொழிமடந்தை, ஏனோ சாந்தமற்ற உணர்வு வடிவம் காற்றலைவிலாக் கடல்மேல் படிகிறாள் விரிசிகை. ஆழிசூழ் காற்றில் புயலாகிறாள். வாசனையினால் விரிந்து சொல்லும் சருக்கம் நீண்ட கனவொப்ப இரவுகளில் சகல கதைகளின் விசார இரகசியம் கருத்த உதடுகளில் முணுமுணுத்தாள். விரிவாயும் சுருக்கமாயும் வர்ணிக்கும் கிராமோ எனும் நாணல் சுவடி விரித்துக் குறியீட்டு எழுத்துகளைக் கேட்டு மணலில் புதைத்த பாதிப் பெண்முகச்சிங்கம் கர்ஜனையிட அவ்வுருவங்கள் வரிசையாக பாராவதம் மடத்தில் தோன்றக் கப்பிஸ் எனும் புனித எருதுகளின் செராப்பியத்துக்குச் செல்லும் ஸ்ட்ராபோவின் வாசகம் த தெய்வம் நினைவில் வந்தது.

அவள் நொச்சியரின் சித்திரச் சுவடிகளை மறந்துவிட்டு த பட்டினத்தில் தாமதிக்கவும் முடியாமல் ஒவ்வொரு சித்திரமும் சந்திர நாட்காட்டியின் இரவுகளில் தீட்டப்பட்டிருக்கும் நிலவில் மஞ்சள் கற்படிமைகளிடம் புதிராய் நொச்சியரை ஈர்த்த சுவடிகளை சரஸ்மகால் நூலகத்துக்குக் கொண்டுவந்த முதியநொச்சி சயன அறையில் துயின்றவாறு இரண்டாம் சரபோ உரையாடும் சத்தம் பதனம் செய்யப்பட்ட அரசரின் உடலாகிவிடும் இந்த அரசன் சந்திரனின் சுழற்சியை வருஷக்கணக்கில் தான் அனுசரிக்கும் தின சரிதையில் எழுதியும் வந்தார்.

பண்டு மறைந்த நகரம் மகாப்பிரசின ஜலங்களால் வீதிகள் முற்றும் அழிவுபடக் கல்லோலம் புயற் சுழல் அழி அழியெனக் கதறுவார் தூக்கத்தில். மன்னருக்கு ஏற்பட்ட புராதனச்சுகக்கேடு சுருதி சித்தம் பகருமெல்லையில் ஜீவன் நாசியூடு போய் வாயுவம்ச மூங்கில் உள் சுருளும் விளரிப்பாலையில் த சீக்கிரம் பிரவேசித்ததில் மெய்யெலாம் கருவிளக்கின் நெய்த் தொனி பறந்து தெறிக்க மூங்கிலின் சுவாசத்தில்

வாயு நுழைந்து வடிக்கும் சுருதி. கிராணி கோசத்தினுள் நுழைந்து கடல் நுரைகளை உருட்டும் நீரிசையில் கயல்கருத்த த நகரின் வாசனைகளை நெசவாளர் கதிர் சுற்றும் வேளை சரபோ இன்னும் துயில் எழாமல் நாசியின் சமீபத்தை அடைந்த திரிக்காரி ராகாதி வாசனை இலைகளோடு தோடியை வாசித்தாள் துயரத்தில். சரபோவின் மரண ஸ்திதியை முன்னுணர்ந்த த தெய்வம் நுட்பமான திறனோடு இந்த இரு யாழ்களையும் ஒரே கலைஞன் வடித்ததால் ஆண் பெண் ஆயிற்று. இந்த இரண்டையும் கண் நுதலாவும் த தெய்வமும் வைத்திருப்பதில் இப்போது இரண்டுமே இல்லை எனினும் முடிவுகளைக் காணும் அவசரமெதற்கு? இரண்டுக்கும் இடை வெளியில் பரவிக் கொண் டிருக்கும் ஜியோமிதி அமைப் பிலேயே த தெய்வத்தின் தொலை தூர நிலம் மிலிடஸ் நகரத்து தாலேஸ் வாசித்த துயரக்காற்று எழுத்து அறிவு ஆகிய தேவதைகளை மீட்பதாகவும் அரசவரலாற்று ஏடுகளின் சாயை செஷாட்டின் கை எழுத்தர்களின் விரலிடையில் படபடக்கும் நாணல் சுவடியின் உயிரோட்டம் எழுத்துக்கலையின் தெய்வமுமான தோத்துடன் சேர்ந்துவாழ் மரத்தின் கல் இலைகள் உரசும் புராதனக் குழப்பம் இரண்டாம் சரபோவின் அரிதுயிலில் சந்திரமாதத்தை முன்னூற்றி ஐம்பத்தி நான்கு நாட்களாகப் பிரிக்கும் வருடக் காலண்டரில் ஒவ்வொரு பிறை மெலிவிலும் பின்தொடர்கிறார். சந்திர நாட்காட்டியின் வழி நொச்சியர் கலைமரபு சேர தாவஇலைகளின் ஒலியில் உருவம் அனிச்சையாக மாறுகிறது. கீழ்த்தொனியில் ஒலி செவிக்கு ஒரே சீராகவர அதிக வலுவுள்ள அதியதிர்வுவர கீழ்த் தொனி நரம்புகளை உச்சத்தொனி நரம்புகளில் மடங்காக நீள்த்த விரியும் உடல்வடிவம். நொச்சியாழ் உருவங்களை இலைச்சாரில் வரைந்து சித்ரகபாலத்தில் மூழ்கும் கலையாகிறார்கள். யாழின் ஒலி வரிசையை நீண்ட நரம்பிலிருந்து சிறிய நரம்புவரை மீட்டிய விரல்களில் ஸ்வரவரிசை மனிதர்க்கு வாயொத்த இரு தொனிகேட்டும். கண்ணுதலா தேவையான அளவில் நரம்புகளை இழுத்து சுருதி சேர்த்தாள். இருளில் சரபோவின் தலைமிதக்க நெடுந்தாள் சூசினி பாடலுக்கு ஏற்ப நுட்பமாகச் சரிசெய்தவள் மூன்று நிலைகளில் ஏழு சுரங்களை மீட்டுவதாக இருபத்தியொரு நரம்புகளிலும் விரல் தடவினாள்.

'சவசயனத்தாராகிய சரபோவை எழுப்பு வேகமாக...' என உணர்த்த த தெய்வம் யாழின் பழமை வாசனையை எகிப்திய வேரிலிருந்து முன் சங்கற்பத்தால் அரசனின் தடைப்பட்டிருந்த உயிரை விடுவித்ததும் அவ்வுயிர் காற்றினுள் காணப்படாததாயினும் யாழைப் பீடித்த த

தெய்வத்தின் தேசாந்திரப் பயணத்தின் ஆகிருதி இறந்துகொண்டே அதிர்கிறது. சூக்கமெய்யினோடிருக்கும் நரம்புகள் இருபத்தி யொன்றின் சுருதி வாசனையின் பரிச்சயம் யாழ்நூல் விபுலாவின் தீவும் பாணரும் குற்றுயிராய்ப் புலம்பும் தொனி மெல்ல வீழ்ச்சியில் தலை தூக்கி நடந்து ஒரு புறத்திணையியலாக வேறு நிலங்களும் கூடவே திணைகளின் தாளம் மாறுபடும் ஒலிகள். அங்கு வேறுவேறாய் வாடைக்காற்று சிறுதூரலாய்ச் சரியும் துமிகள் ஓசைபதியும் இசை விரல்களில் மணல். புல்லிலும் இலையிலும் காத்திருக்கும் நொச்சியர்களை நோக்கிக் கருத்த கம்பளி போர்த்தும் வாடைக்காற்று. மேயும் ஆடுகளை தாக்கி குளிரால் வருத்திச் செல்ல, மந்திகளும் கிளைக்குக் கிளைவருத்த பறவைகள் குளிர் தாங்காமல் வீழ, ஈன்ற ஆக்கள்பால்மடு தேடும் கன்றுகளை வெறுக்க, புலம்பும் சருகுகளில் கூரைகளில் நொச்சியர்கூட்டம் வரும் காற்றுக்குள் நெருங்கிவரும் வாடை. காற்றில் கரைந்திருக்கும் உதிர்ந்த வீடு நெகிழ்ந்த சீதளச் சுவாலையின் மிகவெழுத்த சந்திரபிம்பம் சாயத்தெரு கோடுகளில் கிளம்பிப் பரவியது. தோவுலோ பருத்தித் துணிகளும் அவர்கள் வீட்டுச் சுவர்களும் பாய்களும் சாணம் பூசப்பட்டவை. முதுகின் மீது வீடுகளைச் சுமந்து செல்லும் ஆமை வடிவக்கூடாரங் களும் பல்வேறு கால்களும் கூடுகிற நாடோடி ஊராகி நொச்சியர் வரைந்த அந்த இடத்தில் செங்குத்தான பாறைகளே கரைகளாக அவற்றில் விண்மீன் தெறிக்க ஒளிர்கிற பால்வீதியில் தங்களுக்கிருக்கிற உயிர் ஆற்றலால் கருவுற்றுப் பறைகளின் துளைகளில் வரைந்து திரிவார்கள். யாழில் அங்கத் தொனி நெகிழ்வு நிறைந்த தோடியில் உயிர் இருப்பு பொற்பால்பூசிய சுவர்களில் கரிக்கோடும் தாவர நிறம் பிரதிமை மந்திரரூபமான சூக்கும தேகம் விழிகளை விரித்துச் சரத்கால மேகத்தை நோக்கி வருகிறார்கள் கூடு சுமந்த நொச்சியர். யௌனம் மாறாத ஓவியக்கலையில் தாவர செடி கொடிகள் தூரத்துள போதே வாடைக்காற்று இழந்த நகரின் தெருக்களில் நீளமாய் ஓடிய நாயின் ஊளையும் அங்கங்கே கறைபடிந்த பருத்தி ஆடைகளில் சித்திரங்களின் பழமை. வாடைக்காற்று தெருவில் ஓடி ஆளற்ற ஊரில் ஜன்னல்களில் தாழ் உடைந்த நொச்சியரின் வெறும் வீட்டு உள் கூடங்களில் சங்கு அறுத்துச் சுட்ட வெள்ளை நிறங்களை கழுத்தில் கசிய அந்திவேளையில் மகளிர் விளக்கேற்றும் நேரத்தைப் பூக்கள் மலர்வதைக் கொண்டு அறியும் பெண்கள் நொச்சியர்தெருக்களில் இருப்பார். உயிர்த்துவம் பூவின் மலர்ச்சியான சாயந்திரம் கவிகிறது மேலே வெள்ளியபரப்பும் கீழே இருட்டு. புராண நொச்சியர் தீட்டிய

அண்ணல் வாயில் ஓவியங்களில் பொழுது மலர்வதை வரையப்படாத வெளிகாட்ட பொழுது போயிற்றா இல்லையா அறியமுடியாதவாறு வானம் பகலெல்லாம் இருண்டு கிடக்கும் நிலை உணர்த்தும் இசைமாது அந்த மாடங்களில் கருத்த கடைரேகையிட்ட புறாக்களையும் விசிறி இறகுகள் பின்னும் விரல் தோரியமடந்தை. வெளியே சென்று கதிர் எடுக்க முடியாமல் மேகமூட்டத்திற்கு அஞ்சி விலகி ஒரே இடத்திலிருந்து காலை மாற்றி வைத்து குழம்பிய சித்திரம் கீறும் நொச்சியர் நகரம் த.

வாடைக் காற்றின் விளைவைப் புறவுகள் அல்லாமல் பயனின்றித் தேய்ந்து கிடக்கும் சந்தனக்கல் உணரும். எடுப்பாரின்றிச் சிலந்தி ஒளிவலை பின்னிக்கிடக்கும் நொச்சியர் வீடுகளில் விசிறி நீர் துமி கோர்த்துப் பளிங்கு வலை காணும். நீர் வேட்கை இன்மையால் வாளா கிடக்கும் கூசாக்களும் அவற்றின் இடத்தைக் கவர்ந்த நெருப்புத் தடவுக்களும் உணரும் ஜடப்பொருளாகிவிட்ட நொச்சியர் எலும்புகளில் ஜுவரஸம் பூசுவது யார்? நன்னயப்பட்டன் பிரம்மராக்ஷசை எழுப்புகிறான் கதையில்.

இவ்வாறு வாடைக்காற்று நொச்சியர் வீதிகளில் நெடுக ஓடிக் கிடக்கும் சிதறிய ஞாபகங்களில் படிந்து முறையாக யாழின் எல்லா அங்கங்களுமே ரஸத்தோடு கூடியநாள் இனிவருமா? கொடி படர்ந்த லயம் மலர்வதானால் நரம்பினை எடு... சூசினி... அங்கே பகைவர் காத்திருக்க நஞ்சூட்டியதில் இசைப்பாலரும் வாயில் நுரைதள்ளி மெல்ல மெல்லச் சரியும் யுகாந்த கால நெருப்பில் சுழலும் அவர் சித்திர கபாலங்கள் மாறிமாறி அனிச்சையில் திறந்து பார்த்ததே போன்ற புகைபடர்ந்த விழியசைக்கும் நொச்சியர் அதோ... கலையின் சுபாவ சொரூப ஸ்திதியை பகுமானிக்கயில்லாமல் அவரவர் வீழ்ந்த கோணங்களில் நீ எங்கிருக்கிறாய் சீட ஒழுங்கில் பக்தியுடன் கேட்டான் தேசங்கடந்தவன்.

அந்த த தெய்வம் நொச்சியர் வருவார்களென உசிதவார்த்தை சொன்னாள். தாவர இலைகளின் முறையாலே குணமறிந்த பெருமாட்டி வித்தையே பெரும்பயனுடையது. த. யாழின் பூர்வ விருத்தாந்த நினைவு பித்தத்தின் நடமாட்டம். கண்ணுதலாள் யாழெடுத் தாள் தரைச்சலங்களினின்றும் சாதகப்புள் மீளல் போல. என்றிது தோன்றிற்று என்றான் சித்திரம் தீட்டும்பாலகன். சீட விதிப்படி நனவிலியில் சொருகினாள் விழிகளை. எல்லோரும் இயற்கையாகவே யாழில் மறைகிறார்கள். ஏழு வகைத் தோற்றங்களாகிய சுரங்களின் சொரூபமே நித்யம் அதிவிசார திருஷ்டியோடு சொன்னாள் நூல்

கணிகை. இரு கயலாகக்கருத்த சொரூபத்தில் யாழில் தவழ்கிறார்கள். மனதின் லயமான தவிப்பில் எல்லா உயிர்களும் தைவதத்தில் ஒரு லயத்தைக் காட்டும் தோடியின் ஓர்மை. அடுத்த பக்கம் திரும்பும் கடல் கோரைதாளில் வரைந்து செல்லும் வாடைக்காற்று வீசும் பாசறையும் அங்கு கடமைசெய் விழிகளில் சிவந்த காவல். நள்ளிரவிலும் உறக்கமில்லாமல் புண்பட்ட வீரரையும் ஆனை குதிரைகளையும் தேற்றமுயல்கிறான். அதற்காக வெளியே புறப்பட்டுத் திரிகிறான். வாடைக்காற்று அவளையும் விடவில்லை. அங்குள்ள பாசறை விளக்கையும் விடவில்லை. யுத்த விளக்கின் மேல் தலைகீழாய் வீழும் விட்டில் கருகிக் கருத்த சடசடப்பில் பெரிய சுடர் தெற்குப் பக்கமாய் சாய்ந்து வீச எத்தனை நொச்சியர் ஆவி ஒளி எலும்புகள் உருகும் கலையினின்று காயும் கருத்த யுகம். சாவின் நடனத்திலிருந்து வெகுதொலைவு பிரிகையில் இசையும் இசையிலிருந்து வெகு தொலைவு பிரிகையில் கலையும் சக்தியின்றி மெலியத் தொடங்குகிறது. சாவின் அருகாக வாடைக்காற்று இருள் படிகிறது. கருப்புக் கம்பளிப் புறாக்கள் ஈயரவைகளைக் தானியமென்று கொத்தி அசைவதில் சாவு இலக்கற்றுப் பரவிக்கொண்டு இருக்கிறது. நான் எங்கென்பதை அறியாமலே காற்றில் கணையுமிழ் சரங்கள் தொடுத்தேன். அவை எங்கென்பதை அறியாமலே பூமியில் விழுமொலியைக் கேட்டிருந்தேன். நொச்சியர் காலடிகளில் குத்தி நின்றன அம்புகள் சாவின் நிழல் ஏதுமின்றி ஊருடுவிச் செல்லும் அம்பு உன்னிடம் இருக்கிறதா நாகஒலியா... கண்ணுதலாள் கேட்டாள் என்னிடம். மொடீனாவைக் கையில்வரக் கெஞ்சினேன். அம்புகளின் மனம் அலைபாய்வதில்லை. ஆனால் இலக்கற்றவை. இலக்கு எப்போதும் சாவில் பதைக்கிறதே என்றது மொடீனா. நம் ஆயுள் எதுவரை? என்றேன். முட்டையிலிருந்தவரைதான் சொர்க்கம். ஓவியம் தைலத்தில் மிதக்கும் பித்த நாடகம். இடைவிடாமல் பிரபஞ்ச நிறங்களில் தீட்டிய புனித எருதுகள் பனிவெளியில் நீந்தும். வெண் மணிக்குமிழ்கள் கருத்தில் கரையும் உயிர்தொனி குளம்படிகளில் நடக்கும் கற்களின் ஒலி. முட்டைமேல் கால்படாமல் மிதந்து நடப்பவை எருதுகள். முட்டைகளை உருட்டாதே பருந்தே... இருப்பென்பது மரணம் தவிர வேறென்ன இங்கு... நாகஒலியா... அம்பினால் யாரையும் கொன்றதில்லை நீ. என்றது மொடீனா. இந்த சரபோவின் மாடங்களில் இருக்கமுடியவில்லை என்னால்... உன்னையும் பிரிய வேண்டும். பாமர்இலேர் என் எஜமான். இப்போது பழகுவதில்கூட எஜமான் ஆகிவருகிறாய். ஆனால் மரணத்தின் குறியீடுகளானோம்

இங்கு. பண்டிதர் ஆபிரகாமின் குமாரத்தி சாராள் ஜீவதயாள் ரெட்டைக் குமாரத்திகள். அந்தப்புரஇளவரசிகளுக்குப் பியானோ கற்றுத் தருகிறார்கள். சாராள் என் சினேகிதி ஜீவதயாள் என் விரோதி. இருவரையுமே நேசித்தேன். நாம் தப்புவதற்கு இருவருமே வழி செய்யட்டும்.

அதிகாரப் போட்டியில் ரகஸியப் பேச்சுகள் அந்தப்புர உரை யாடல்களில் சிரேஸ்தார்களும் பண்டிதர்களும் ஈடுபட வேண்டுமா... அதிகாரம் என் ரெக்கை தைத்து அகதியாக இருப்பவர்கள் தோரிய மடந்தையர், நூலகக் கை எழுத்தர்கள். இங்கிருந்து சதா பிரதிகளுக்கு நகலெடுப்போர் கையொப்பமிட்ட நொச்சிப் பெண்டிரின் அடிமை சாசனம். ஒவ்வொரு நூலின் உள்ளேயும் சரபோவின் புத்தகவெறி தாளின் சத்தம் கேட்டு எழுந்து விடக்கூடும்.

மொடீனா அப்படிப் பேசாதே, உன் கூண்டுக்குள் இருந்து கொண்டு. பாமர் எழுதுவதில் ரெளல்மெரி இலேர் பிரபலமானவர். லேடி மேக்பெத் கதாபாத்திரம் எரிதாவின் சகாக்களும் நொச்சியுவன் டோனியும்தான். மரணவாசலின் கொத்தவால்காரர்கள் நான்கு பக்கமும் ஈட்டிக்காவலர்களுடன் மெல்லப் பரவும் சாவின் சாம்பல் நீலம். கூடங்களில் சாயநீர் பெண்டிரின் வெளிர்நீல ஆவிகள் திரிவதைப் பார்த்தேன்... யார் இவர்கள்.

மொடீனா மஞ்சள் தானியத்தை கொத்தும் டொக்... டொக்... ஒலி விநாடிக்கு விநாடி தொடும் தானியத்தின் ஒலியதிர்வால் சாவின் பதற்றத்தைப் பியானோவின் கருப்புவெள்ளைக் கட்டைகளில் படரவிட்ட சாராள் ஈரம் உலர்வான ரெக்கைகளின் கருஞ்சிலிர்ப்பில் இறகு தனித்தனியே நடுங்க முஸோர்ஸ்கியின் பியனோ சொனாட்டாவில் வரும் முட்டையில் சுழலும் மோனத்தில் கண்மூடிய குஞ்சுகள் இமை பொத்திய கனவில் வரும் இருள் கதிர்களில் அறியமுடியாத இழைகளில் தொனிக்கும் ரஸக்கோளத்தில் விழி நூறு பரிணாமத்தில் மெல்ல உரு அடையும் கருச்சுழியில் மெலிவுக்கும் மெலிவாக வாஸித்தாள். இன்னொரு பியானிஸ்ட் ஜீவதயாள். கருவிழி வளைவில் கசியும் துயரம் பார்த்து விக்கி அழுதாள் இளவரசி சுலோச்சனாபாய். அவள் பிடிவாதக்காரி. கட்டிலில் குப்புறப்படுத்து நார்கண்களில் ஒளி சுவாசித்து நுகர்கிற தானியத்தில் சப்தம்... அது மொடீனா... பின் பெருத்துயர் க்யெக்... குயக் சப்தம் பியானோ உயிர் உடல்மேல் கருப்பு நார்விச்கிராபர் வகை ஜோடிகள் நான்கும் ஆபிரகாம் வீட்டு சிவப்பு ஓட்டு மாடங்களில் உதிரும் இசைமரபும் சிவப்பு ஓட்டின்

துகள்களில் எத்தனை பழைய இசை.

நாழியோடு வேய்ந்த பழைய கிறிஸ்வர் வீடுகளுக்கே ஆன சபைத் தெருவில் சிவத்தையாபுரம் கிறிஸ்தவர்களும் குடியேறினார்கள். எல்லாம் கிழக்கிலிருந்து கொண்டு வந்த பனைவிட்டத்தில் அமைந்த பெரிய வராண்டாவில் பெண்மக்களை வளர்த்த சவரியம்மாளுக்குப் பண்டிதர் ஆபிரகாம் எவ்வளவோ சொந்தம். ரெட்டைச் சிறுமிகளைச் சபைத்தெருப் பெண்களே நேசித்ததில் ஒருசாண் வளர்ந்துகூட விட்டார்கள். மண்ரான்ஸோ பாதிரியார் இருந்த வீட்டில் பாடாந் திரங்களை பிள்ளைகள் மனனம் செய்வதில் போட்டியாயிருக்கும். அந்தோணிஸ்பாண்டியும் பீற்றர் சந்தானமும் தீராது துயரக்காற்று வீசும் கதைப்பாடலிலிருந்து இங்கே குடிவந்தது. பியானோத் தெருக்காரர்களுக்கு சோழசீமையெல்லாம் இசைக்குழுவுடன் போவதற்கான வேலைகளை மண்ரான்ஸோ மிஷின்மாரிடம் கேட்டு சபையிலிருந்து அரிசியும் செலவுக்கு கொஞ்சம் தரங்கிபாரி நாணயங்களும் கிடைக்கும். யாரும் அறியாத கடற்கயிறுகளின் பாடலும் நொச்சிப் பெண்டிர் வரைந்த ஞாபகம். கரைசேரும் புனிதரின் கப்பல் ஒன்றில் சபைத்தெருவுக்கான வெனிஸ் பட்டினத்து பியானோவை அரக்குக் குதிரைகள் பூட்டிய சாரட்டில் ஊர்வலமாய் கொண்டு வரும்போது அங்கங்கே தம்புரா இசையும் பழமையான கிறிஸ்தவப் பாடல் களையும் ஜெயமேரி டீச்சர் பாய்மரங்களுக்கு வழி காட்டிய கன்னியின் ஒளி கடல்முத்தம்பட்டு மேல் எழுகிறது இடைக்காட்டூர் ரோசம்மாவின் புலம்பல். ஒருங்கிக்கிடந்த இருளில் பனையேறிகளின் கதையும் பூண்டியில் கன்னிக்கு உருச் செய்த சிற்பிகளும் இருக்க ஓ மகா பரிசுத்த தமதிரித்துவமே... எங்கள் படைப்பு மீட்பு பராமரிப்பில் உமது திருவுளம் முற்றிலும் நிறைவேற எங்களுக்கு ஏற்பட்ட துயரத்தை அகற்றி நாங்கள் ஆசிக்கும் நன்மையை அருளும் என்றாள் வயதான ராட்டனக்காரி பனங்கூட்டப் பிள்ளைகளோடு நடையாய் நடந்து பூண்டியில் இளைப்பாறினாள். பனையோலைக் குருத்தில் கற்பகப் பாலில் தொம்பரியாரை அடக்கம் செய்து கள் ஊற்றி பனஞ்சிலாம்பில் சிலுவை தைத்து தொலைதூரத் தனிமை யுடன் புனிதர் பெஸ்கியாரை நேரில் கண்டவளின் பிரார்த்தனை, செடிமரம் கற்பகத்தருக்களின் நொச்சியின் ஜீவிதப் பிரார்த்தனையாக இருந்தது. படியாத நாலு எழுத்துத் தெரியாத நொச்சிப் பாட்டியைத் தொட்டுப் புனிதரின் கரங்கள் நடுங்குவதாயிற்று. அவளே சகல சுகக்கேடுகளை நீக்கும் வானராக்கிணியென உணர்ந்தாராயிருக்கும்.

12

வண்டானம்

எழுத முடியாத கதைகளை யார் எழுதிவிட முடியும். இசையும் எரிமலைச் சாம்பலாக ஒலிபூசிய மரணத்தைப் பிரித்து கல் நாயனத்தை உரித்து எடுப்பதில் பாணரும் உன்மத்தம் ஏறிய வறண்டபழுப்பில் துயர் உருவங்களாக களிமண்ணால் ஆன ஊருக்குள் பேய்கள் நுழைவதை சங்கிலிகளால் எல்லையடித்து வந்தது வண்டானம்.

ஓணான்பாறையைவிட்டு இன்னும் நகரவில்லை. உடலின் நிறம் சாம்பல். நுரையீரல் நிறம் சாம்பல். அதில் எழுதப்படும் உடைமுள் கோடுகண்ணீர் ஒடியாமல் நீளும் வெகுளி வெள்ளரிக் கோம்பை எனும் நாயின் நிறம் சாம்பல் தேடும் வழியிலே பல கிளைகளாகி விடும். காவேரி மீன்கள் ஓவியம் வயல் அறுத்த கருக்கு அரிவாள் வீசி வீசிப்போன குருசடிப் பெண்கள் மணலில் கோடுபோட்டு அழுத எழுதப்படாதவை எழுத்தாவதிலிருந்து தனித்திருக்கும் புலமே சொல்லும் கதைதான் மனப்போக்கில் நீர்பட்டால் அழியும் கதைக்கொரு பெண் காடுகளில் அரிச்சலாய் நடமாடி வருகிறாள். காவேரி வயலில் அடிமைகள் கால்கள் பட்டு ஜீவனுள்ள நெருப்பு உறங்குகிறது. சொல்லாத கதைகள் மேலும் குருடர்கள் வளையச் சாய்ந்திருக்கும் தலைக்கதிர் நெல் வாசனை. வெளிரிய வைக்கோலின் பொன்னிற ஒடிவுக்கூளம் காயும் களத்தில் பாணர் ஒலிமணியில் படிவாங்கி அடைமழைக்குக் கட்டியமாக நல்ல வெயிலில் ஓய்வெடுக்க பச்சை இலைகள் மீதாக ஊர்ந்து வரும் பாம்புகள் த-பட்டினத்தில் உறைந்திருப்பவை. வெள்ளிநரி இரைதேடி சாம்பல் நிற ஊசி வாத்து களிடம் வருவதில்லை. ஏனோ வாத்துக்காரி ரெங்காக்கா மடவாத்தாய் தலையாட்டும் வண்டானம் கழுத்தில் கைகோர்த்து சகதியைப் பூசி விளையாடுகிறாள். காக்காய் பொன் ஓவியத்தை உரிக்க உரிக்க நடனமாது மெலிந்து பழுத்து ஒளிர்கிறாள் காவேரியில். நானும் உற்றுப் பார்த்தேன் என்று நினைக்கிறேன். கஞ்சாவைப் பிரிக்கிறேன் ஜேபியிலிருந்து.

பின்னே கைவிளக்கேந்தி வந்த முதியதாசி நாடகங்களின் விளிம்பைத் திறந்து சுடரைப் படியவிடுகிறாள். புறா மாடங்களில் ஒளியின் சுருதிக்குள் இருண்டிருந்த சரபோஜி நாவுகள் தூண் மேலமர்ந்து கீழே ஓடும் பார்வையில் உரையாடலில் கலந்துவிடும். ஏடுகளை எரித்தாவிடம் வாங்கி விரல் வைத்து புரட்டுகிறார் சரபோஜி. மேலும் அவர் பின்னால் துருப்புகள் நிற்கிறார்கள். மங்கியவரி வெளிச்சத்தில் நொச்சி ஏடுகளின் மினியேச்சர் சித்திரங்களில் ஈடுபடுகிறார். எரிதாவின் நொச்சி ஏடுகளில் நீலப்பிழம்புகளும் சொல்லாத திருநங்கையர் கதைகள் மேலும் தீப்பந்தம் ஒளிபடர்கிறது.

இந்த சரஸ்மஹால் நூலகத்தின் உயரே கால்பற்றி தலைகீழாகப் பழம் தின்னும் வௌவால்கள் நொச்சி ஓவியர்களாக வானத்தில் வேர் ஊன்றி ஏடுகளில் பரந்து விரியும் மரத்தின் கிளைகளில் தவழ்கிறார்கள். கலைஞன் எனும் இருட்டு வௌவால்கள் நிறங்களை மாந்தியுண்ணும் நொச்சி ஏடுகள் மேல் கண்தொட மசங்கிய ஆழத்தில் நொச்சி ஏடுகளின் சாம்பல்நிறம். பழுப்பு நிற ஆந்தை வண்டானம் தோளில் அமர்ந்த மௌனத்தில் வட்டமாகும் ஈர்ப்பு மையம்.

சரபோஜியின் நாடகக் கிறுக்கில் துலங்கி எழும் விளக்கு எரிந்து கொண்டு இருக்கிறது. விதூஷகர் கூட்டம் புறாக்களை ஏந்தி உள்ளே வரும். அலகு நீட்டி ஒவ்வொரு சிறைக்குள் சென்ற சிறு அறைகளில் கஞ்சாக் குடுக்கிகள், சந்தேகத்தின்பேரில் அடைபட்டோர், திருநங்கையர் இருவர் அமர்ந்து ஏடுகளை அவிழ்க்கச் சுருதி விளக்கின் வெளிச்சம் இவ்வளவாகப் படிந்து ஓடும் வாஸிப்பு. சித்திரங்களால் நொச்சி ஓவியர்கள் மேலுறையிட்ட துணி ஏடுகளை கம்பளத்தில் வைத்து விளக்குகளில் பெருகிய நிழல்களும் பொங்கிய இருளில் கரைய சாம்பல் மேலங்கிகளைக் கலைந்து ஒருவர் அருகில் ஒருவர் குனிந்து பனுவல் புரட்டும்வேளை நகர்ந்து வந்து கேட்கிறார் சரபோஜியும்.

திரைக்குப்பின்னே விரல்களில் நகரும் நொச்சிப் பெண் ணொருத்தி கம்பத்தில் நின்ற கோலம். வண்டானம் மணிக்கரத்தில் வந்தமர்ந்த கோயில்சிங்புறா திருகிய கண்களை உருட்டி தைலத்தில் அலைவுறும் நயனத்தில் ஈர்த்தது. கஞ்சா சேவிக்கும் இவர்கள் அறைக்கதவு களிலிருந்த வெளிச்சத்தை மூடினார்கள். தொடர்ந்து காவலர்கள் விசில். பூட்ஸ் கால்களின் ஓட்டம். நீண்ட நேரம் மாறி மாறிப் பல குரல்களால் உரைவேகத்தில் எரித்தா வாஸித்து வருகிறாள்.

கடந்த காலங்களில் மிதந்து பார்த்திருப்பவர்களுக்கெல்லாம்

தெரியும் மாடுமேய்க்கும் மூங்கில் அம்மண ஓவியன் வண்டானம் தூயபேதுரு ஆலயக் கல்பாலத்தில் புகை உருவங்களோடு இருப்பது பெரிய கோயில் முதல்கோபுரத்துக்குத் தெற்கில் இறங்கும் புது ஆற்றுப்படித்துறையில் ராத்திரிகளில் புகைவது வண்டானம் தான் யார் வேண்டுமானாலும் சுற்றில் வரலாம். சின்ன பியால்தெரு பாணன் தாவேசந்தில் வாங்கிவர காலணா. அந்த தாவே குஜராத்தியில் கேட்டால் தருவான்.

அத்தனைபேரையும் சட்டென மூங்கில் ஊதி வண்டானம் சஞ்சரிக்கும் மோகனத்துக்கும் முகாரிக்கும் இடையே மடக்கி அழ வைக்கும் சுருள் மூச்சில் செங்குளவிகளும் சுற்றிக் கொள்ளும். ரீ... ரீயத்தைத் தெம்மாங்கு பாதையெல்லாம் வண்டிக்குப் பின்னால் தொடரும் கடிநாயெனச் சுற்றும் வண்டானம். பால்யத்தை அடைந்து விடும் குழந்தைமையின்ஆறு. சுரக்குடுக்கையோடு காததூரம் காவேரி நெடுகநீஞ்சல். தாய் மூங்கில் அகம்பாலை சுநாதம் இருந்த இயற்கை.

கேட்ட கேள்விக்கெல்லாம் முடிவில்லாத மௌனம். எல்லாருக்கும் சிமிழ் சுற்றிப் புகை வர குற்றேவல் செய்யும் வண்டானம். மூங்கிலில் பதில் பேசும் சிறு சலனம் உருகி மறையும் மோனம் புன்னகையில் ஓய்ந்து ஊர்ஊராய் யார் பந்தலிலும் இலைபோட்டு பந்தியில் பரிமாறித் தப்பிவிடும்.

இசையில் சீதோளக்குறத்தி பாசி விற்கும் குரலில் கேட்ட ராகத்தைப் பின் தொடர்ந்து மூங்கில் எடுத்து அவள் மண்குரல் வளையை வாஸிக்கக் கேட்டது ஆறு. நொச்சிக் காட்டில் பையனைத் தவற விட்டவர்கள் வண்டானத்தைத் தவுட்டுக்கு வாங்கி வளர்த்தாலும் நழுவிநடக்கும் காவேரி வண்டிப்பாதை அது. நடுச்சாமத்தில் சேத்தாண்டி வேஷமிட்டு வழிப்போக்கரைப் பயங்காட்டி கதிகலக்கிப் பின் சகதி அடியில் ஏனாதிச் சிறுவரோடு வயல் நண்டுபிடித்து வாங்கரையில் சுட்டுத்தின்னும். கள்ளிஅடந்தலுக்குள்முள்பழம் சிவந்திருக்கும் அடித்தொண்டை இனிக்க ஐந்து தலைநாகம் சுருண்டு வந்துவிட்ட கதையைச் சொல்லி வர நொச்சிக்காடு பேய்விரிக்கப் பாம்புவாலை வெளியில் இழுத்து வளைத்தபோது மீதிக்கதை நொச்சியூரணி எனப்படும் ஊர் ஆனது.

நீயின்றி வேறென்ன நீராயிருக்கிறது காவேரியில்... என்னப் பெத்தாரு.. என உச்சி தடவி விரல் நெறித்தாள் மூக்கரைக்கிழவி. நீர் குட்டையில் எருமையுடன் மூழ்கி தாமரை இலைபறிக்கும் வண்டானம். மாடுகளின் கொம்புகளும் முகம் முகமாய் வெளித்தெரிய

நீஞ்சும் தனித்தனி அலைவட்டங்களுக்குள்ளிருந்து தலைநீட்டும் வண்டானத்துடன் அம்மணச் சிறுவர் குதிப்பு மண்டிகலக்கும். கொம்பு முகம் நீஞ்சும் கோடுகளில் குழல் அதி அதிர்வில் அசையும் கல்மாடத்தின் நிழல். புற ஆழம் அகத்தின் அரூபத்தில் கரைய நாதபிந்தில் சூல் கொண்ட காவேரி மழலை. வண்டானம் கண்ணி லிருந்து சிதறும் விதைகள் தாவி கனவு வழி போகும் குடவாயில் அம்மன் சுவரில் வரைந்தான், காவேரிக்கரை வால்பிள்ளைகளை மாடுகளோடு. சிவப்பு நாழி ஓடு போட்டு பூர்வீக வீடு அதனுடன் உரையாடும் பரிபாஷையில் கீழே உடைந்து விழும் ஒவ்வொரு கையோட்டின் துகளிலும் சிகப்பாய் ஒட்டிக் கொள்ளும் அவன் கோட்டோவியங்களில் மருகும் வயல்காட்டு ஆலமரம் விழுதவிட்டு நிற்கிறது கீழிறங்கி.

ஆலமரம் அசையக் கீவளூர் ஸாவேரி வாஸிப்பைக் கேட்டு கற்சாளரத்தில் நிற்கிறது வண்டானம் நிழல். சிதிலமான கற்சாளர இடுக்கில் வழியும் சூதெறும்புகளின் இசைரேகை அரசத் தளிர் இலைவிடும் காரைவீடு. இயற்கையெனும் ஜீவதாது புரளும் விருட்சத்தின் குரலில் இலை ஒலிகளில் கீறும் கோடு. வண்டு அகன்ற கண்களை உருட்டி தைலத்தில் மிதக்கும் கருவாக ரக்தி வீர்சாமி நாயனத்தாரிடம் போய் வெற்றிலை போட்டு சம்பாசிக்கும். ரக்தி யெனும் லயவிஷேசங்கள் நிறைந்திருக்கும் கடனாகைக்காரோணத்தில் ஏராளம் வர்ணங்கள் இசைவுருக்களை இயற்றிவந்த ரக்தியார்மேல் அளவிலாப் பிரீதி. வனஜாஷிரோ... கல்யாணி ஆதி ஸாமினி பந்துவராளி ஆதி வர்ணங்களான நாயனத்தில் கொடையளித்த இசையோகி ஸ்வாபத்தில் முன்கோபி. ஆனால் வீட்டில் சாதாரண மனுஷன். பரிமாறும் அமுதில் கூடக்குறைய ஆகிவிட்டால் தட்டுகள் வட்டமாய் சுழன்று பறக்கவாரம்பிக்கும். வீடு ஒரு யுத்தகளமாகிவிடும். ஆயினும் வண்டானம் வந்துவிட்டால் இப்படி இரு ராசா. சாப்டு ராசா. குடவாயில் மாமா சௌக்யமா... நகைச்சுவையும் அர்த்த விஷயமான வார்த்தைகளுக்கும் பஞ்சமிராது. ரக்தியார் மூத்த குமாரர் வேணுவுக்கு வண்டானம் நெருங்கிய பழக்கம். கீவளூருக்கு கூட்டிப்போனதால் இருக்கும். ஸாவேரி லயமலர் வெற்றிடத்தில் அவன் சித்திரங்களில் படர்ந்து வெற்றிடமே பூக்கிற வெளி. நாசனம் முளைத்த ஒலிச் செறிவில் கருக்கொள்ளும் சங்கதிகள் நகர்ந்து செல்லும் 'தூவெழுத்த கோவணத்தை யரையிலார்த்த கீளானைக் கீழ்வேளூர் கேடிலியை நாடுமவர் கேடிலாரே...' என சமண்நாவு உருகக் கருத்த சடை விதியில் சிக்கினது பிற்காலம்.

சுவாதீனமான ஜனனநாடியில் ஸாவேரி விதையுறையில் கீவளூரார் கொடுத்த மூலத்தில் ஒரு பாணர் காந்தல் சிவக்க வாஸித்த வழி ஓதினார் வண்டானம் போன வழிகளில். உலர்ந்த விநாடிகள் ஏழாய்ப் பிளக்கும் க்ஷணிகம். கல்லாகமாறிய ஒரு மரநாயனம் உயிர்விழியில் கடனாகைக் காரோணத்தில் நீலாயதாட்சி கால்வழியில் ஒளிர சாம்பல் எரிமலைப் பூவும் அதிர்கிற வாசனைதான். அந்த வாத்யத்தின் பூர்வீக சங்கீத மெய்மை கந்தப்பாவிடம் வேணுவைக் கொண்டுவிட எவ்வளவு காதுகொடுத்துக் கேட்டு உடல்எலாம் கோடுபட ஈர்த்த கிரகிப்பில் சீடனாகிவிட்டதில் வீர்சாமிக்கு எவ்வளவோ மனஉருக்கும். அங்கே சிக்கல் ருத்ராபதி கோட்டூர் சுப்பையா போன்றோரெல்லாம் இவரிடம் சீடர்களாயிருந்ததில் அவ்வூர் ஆற்றங்கரையில் இருந்த பாம்பேறி மண்டபம் சாதகத்தில் உருக்கம் யாளிகள் எதிரெதிர் பெயர்ந்த தூண்களில் கற்சிரவம் கேட்டுக் கேட்டுப் புதைகிறது காவேரியில்.

வேணுவும் கோட்டூருக்குப் போன நாளில் கூடவருபவனின் தோளைத் தொட்டு ‘என்ன நடந்து கொண்டிருக்கிறது நீரின் சுழற்சியில்’ என்றது வண்டானம்.

‘உயிர்விசையில் துக்கத்தின் தாது விம்மும் நீலமாய்ப் பளிங்கு வெண்மையாகவும் கேட்கிறது ஸாவேரி கேட்ட தூரம்வரை... என்றான் வேணு. அதற்குமேல் ‘நீலம் வெற்றிடமாய் ஊடுருவி நீலாயதாட்சி இருப்பிலிருந்து மறைகிறாள் நீலமாய்...’ என்றது பித்து.

நாயனம் பிடித்த ரேகை குளிர்ந்த கைகளைத் தொட்டதும் இரு கைகளும் சேர்கிற விநாடியில் சிவந்து ஓடுகிறது காவேரி. படிந்த மணல்கோடு வெளியெங்கும் திரும்பிய வடு. ‘வண்டு எனக்கு பயமா இருக்குடா. தாப்பனார் இறங்கி வருகிற அந்திமவேளை. ஒவ்வொரு நாள் வாசிப்பிலும் மூச்சிறைக்கும் ஒலி... இருட்டு பெரிய தூணாட்டம் நிற்கிறது. அப்பா அதில் சாஞ்சிட்டு காவேரி பாலத்தில் நிக்கிறார்.

‘மூங்கில் வீடு தூரமாய் தெரியுதுடா வேணு... அங்க போணும் என்னை மொள்ளமா கூட்டிப்போடா வேணு.’ அந்த கரை நெடுக மூங்கில் தோப்புகள். அப்பாவைக் கைத் தாங்கலாகச் சிகப்பு நாழி ஓடு வேய்ந்த மூங்கில் வீட்டுக்கு நான் கூட்டிட்டு போறேன்.

‘நீ வந்திடுவியா. வண்டு. எனக்கு யாரும் இல்லடா. அக்காவுக்கு என்னவிட உன்னத்தான் ரொம்ப பிடிக்கும். பித்துக்குளி... ஞானப்பித்து. பட்சி கூப்பிட்டதெல்லாம் சீட்டியில் அடிப்பான் வண்டு. இயற்கை அது... அதுகிட்ட கூடவே இரு’ என தழுதழுத்தார் வேணு.

வேணு நிலமையில் வண்டானம் போய் கோட்டூரில் முத்தம்மாளை

பெண் பேசி விட்டு கூடவே தவங்கிய தகப்பனாரை மாட்டுவண்டியில் பேச்சு கால் சிரிப்பும் சக்கர நிழல் சுற்றில் அடுத்த வண்டி வரிசையில் சகோதரிமார் தேனு, காந்தம்மா, சுபத்ரா தங்கச்சியும் இசையில் ஆடிச்சென்ற கூளப்போர்வையில் மெய் மறந்த வண்டானம் இரு பைதாவுக்கு இடையில் அரிக்கேன் விளக்கில் பெருகிய நிழலுடன் ஆரக்கால்களில் சுற்றும் கோடுகளில் ஒவ்வொரு இடமாய் பாடி முனகும்.

எதையோ கேட்கும் பெண்களுக்கு வீர்சாமி பதில் பேசும் நடுக்கம். எல்லாப்பரிசமும் முடிந்தாயிற்று. வெளியில் போன வண்டானத்தைக் காணவில்லை. வேணுக்கு அதை என்னவென்று தெரியும்.

யானைக் காதுகள் போன்றிருக்கும் வண்டானம் செவிகள் மட்டும் தனியே அசையத் தலையாட்டி பொம்மையாய் உருட்டி தோடி ராகத்துக்குப் பின்னால் திருவாவடுதுறைக்கே தஞ்சமென்று எங்கே போய்க்கொண்டிருக்கிறாய் வண்டானம்... என சக்கரவர்த்தி சீவாளியை வெற்றிலை எச்சிலால் மென்று சவைத்த தாய்மடுவாய் வைத்துக் கேட்டதும் சாரைகள் ஓடும்பாதைமேல் வளையும் சீற்றத்தில் கூழாங்கற்கள் சக்கரத்தில் உரசித் தெறித்த வேகத்தில் மூச்சிரைத்தவாறு உம்மோட தோடி நெளியும் கண்ணாடிப் பாம்பு சுவாதீனத்தில் நழுவி நாதவெளியைக் கடந்துகொண்டிருக்கிறோம் இல்லையா... நாக சின்னத்தின் தடம் அசுரசாதகம் எல்லாமே ஆலகால விஷப்பச்சை சுமந்த கலைஞனின் இருட்டில் கரைந்து பித்தவேகத்தில் ஏறிக் கொண்டு அவனையே பருகிக்கொண்டு இருக்கிறதே... ராஜரத்னம். தொலைவில் எரியும் நீலநிலா உமிழ்ந்த ஒளிவீசிய நாகசம். துணிக்குள் ஸர்ப்பமாய் மூச்சரவம் கேட்டேன். உன்னிடம்... உன்னையும் அது விழுங்கித் தீர்க்கும் சர்ப்பவாய்..

திரும்பவும் பச்சை நிலவைக் கக்கி அதில் மரகதக்கல் நாகசின்னம் உருக எல்லாப் பச்சையும் மரணத்தில் இருளாகிவிட்ட தடத்தில் ஜோடியின் காலடிகள் சப்தமற்றுக் கமகச் செறிவடையும் அலாதி அதை உணர்ந்தவன் போல் ராஜரத்னத்தைப் பார்த்தது வண்டானம். ஜீவனில் உறைந்த ராசிகள் இரைதேடி அலையும் ஸர்ப்பவனம் தெரிகிறது செம்மன் நக்கிப் பாம்புக் கோலங்களை தீட்டினது வண்டு.

'இந்த ஒரு ராகத்தில் ஜீவனும் சொருகிக்கொள்ள நாம் இருக்கிறோம் தானே வண்டானம்...' என்றது தோடி. 'இல்லாமல் என்ன... விழிகள் நாண கடைவிழியில் பழுத்துச் சிவந்த மோனம் வெப்பமாய் அசைவதும் அழிவதும் உம் விரல்கள் மெல்ல அசைந்து நகரும்

ரேகையில் பல உரு ஆகி மந்திரத்தில் கட்டுண்ட மனதில் உருச் செய்த கற்பனைக் கோலங்கள் ஊழாகிப் பின்தொடரும் மரணபயம் உன் வாஸிப்பில் அடைகிறேன். ரத்னம்... நடந்த இயற்கை விசித்திரம் துயில்வதில் காத்திருக்கும் லட்சிய மறதியில் எதைக்கொடுத்து விதியிடம் சிக்கினாய்...'

இருவரும் பேச்சற்றநிலையில் வெருதூரங்களைக் கடக்கிறார்கள்.

வண்டானம் எங்கு நீ சென்றாய் நானும் வருகிறேன் உன்னோடு... என்ன இருக்கிறது அங்கே... ஒண்டியாய்க் கிடந்து எதைக் கேட்டு வைத்திருக்கிறாய்... சொல்லு... ராஜரத்தினம் வில்வண்டிக்குள் சாய்ந்து பேச்சில் ஆழ்ந்து கேட்டதைக் கேட்காத காதுகள் வேறெதையோ கேட்டன அரிச்சலில்.

தோடியின் தாயார் நடேசனின் மூத்த தமக்கை கோவிந்தக்காவும் தந்தை குப்புஸ்வாமியும் ஆரம்பப் பழக்கம். கமலாம்பாளுக்கு ஆறு பெண் மக்கள் வளர்ந்து ருதுவாகி இசையின் சாகரத்தை வண்டிச் சக்கரத்தில் சுற்றிய ஆரங்களின் ஓட்டத்தில் ராசிகளை மாற்றும் வண்டானம் கருவை உணர்ந்த சிசுவிடம் பேசும் சுபாவம். இவர்களிடம் தனித்தன்மை கொண்ட சாகித்ய விசேடங்கள் என்ன வென்று தூரத்தில் கல்மண்டப இருட்டில் நாயின் பிலாக்கண வேளை அதனில் ஒடுங்கும் கபாலவாசனைகள் கந்தமாய் நெடிக்க உருப்படிகளைப் பாந்தமாய் விசாரிக்கும் தாம் வாழ்ந்த விதியில் எந்தெந்தப் பட்சியோ கோள் நிலையில் சங்கீதத்தை உணர்த்தும். பலர் அந்தக் காவேரி நெடுக ஆற்றங்கரையில் பூத எலும்பாய் இருக்கும் கபாலச்சித்ரங்களில் எல்லா ராசிகளும் வரையப்படும் ஏடுகளாகத் திறந்து கிடந்த புறங்காடு. சுடலை எரிவதில் நிறங்களைப் பிடித்து வாசிப்பைக் கேட்பதில் தீராதபித்து.

சீவாளியை நாதஸ்வரத்தில் பொருத்திச் சுருதியில் சேர்ந்தவுடனே நடேசனின் ரவை ஜாதிகள் உருளவாரம்பிக்கும் நாதவிந்து அவருக்கு வசப்படும் அருவப் பாம்பின் மயக்கம். எளிமையும் மிகவும் பயந்த சுபாவமும் பிறர்முன் நன்றாக வாசிக்க வேண்டும் என்ற கவலை தான் விசேஷத்தைக் கூட்டியிருக்கும். திருமருகலின் பிருகா என்றால் அதற்குக் கால அளவில்லாதிருக்கும். இடைவெளியற்றுத் தொடர்ச்சியாக வர்வர்ணம் நீண்ட நேரப் பிர்காக்களைப் பொழிவதில் இயற்கையிடம் ஓடும் ஆற்றுவழியில் காட்டுத் தீமரத்தைச் சுற்றி புறவிதழ் கறுத்து கிளிமூக்காய் வளைந்து சிவந்திருக்கும் கொத்துக் கொத்தாய் நாதம் எரிதழல் பூக்களில் மணிவடப் பூச்சிகள்

அடிவயிற்றுக் கண்களால் சீவாளியைப் பற்றிக்கொள்ளப் பரந்து திரியும் காலையில் சாதகம் செய்யப்போன ஆற்றங்கரைப் பக்கம் வண்டோட்டும் மாதிகப்பெண் ஆள் உயர வாரியலில் பரிதியுடன் மேலேறுகிறாள் தூற்றுத்தூற்று நகரும் தெருக் கோடுகளில் கேட்டு வாசித்த நடை மல்லாரியில் ஜோடுகள் தைக்கும் மாதிகக்குருவி விடியலில் கேட்டதை ஆற்றுமறுகரையில் பிடித்துக்கொள்ளக் காலடியாய் ஊர்கூட்டி வந்த மணல் கோடு மாதிகர் தொலைத்த சத்தக்குழல் உள்வாங்கும் சுநாதத்தில் பறக்கும் வண்டானம்.

இத்தனைக்கும் இடையில் உனக்கு உன்னை மூங்கிலால் தொட்டுப் பறக்கும் என் குருவி... எனத் திருமருகல் நாயனம் சொல்லும் பைத்தியத்தில் காவேரி நெடுக வண்டிச் சோடை சிதறிய தானியம். ஒரு பழுப்பு விதைக்குள் மாதிகச் சிறுமி மறைகிறாள். பறவைகளுக்குப் பயந்து ஒரு மஞ்சள் தானியம் பாறைக்குள் உருள்வதும் ஒளிவதுமாய் விளிம்புகளில் எட்டிப்பார்த்ததை அவரும் நோக்க மாதிகக்குருவி கல்பாலத்தில் ஜோடு தைத்தவாறு சீட்டியில் ஒலிப்பித்துக் காட்டும் பட்சி ஜாலங்களைக் கல்மண்டபத்தில் இளைப் பாறிய வண்டானம் கேட்டுத் திருமருகலிடம் அதிசயம் காட்டி ஜோடுமேல் திறக்கும் தோல் ஏடுகளை நீ குனிந்து எடுக்க கந்தலான பாதரட்சைகளின் ஊழினை அறியமாட்டாய். என்னுடைய பிர்காக் களாயில்லாமல் பட்சி ஜாலங்களின் ஒலி அகராதியை உமது பிர்காக்களாய் கரைத்துப் புகட்டினீர் எனக்கு...'

ஜோடுமேல் வீசிஎறிந்த ஏடு ஒவ்வொரு தையலிலும் தோல்வார் கிழிய உன் விரல்களை தாமரையாக ஏந்தும் ஜோடுதைப்பவரைத் தொடாதஉன் பாணஊர் காரூக ரத்தம் மாறாமல் இருப்பதில் உன் தொலிமுகஉரியைக் கிழித்து தைப்பவர்கள் சாதாரண மாம்சத் துண்டான உன் நாக்கு மேல் வாக்கும் சிதையும்... ஜோடுகள் வழி நடந்த கிரீச்சிடல் அடியில் ஒட்டிய புனைவுலகம் அறியாத முழி கண்குருடனாய் அந்தப் பாண ஊர் வெள்ளாலத்தெரு சனாதனம் கலையைச் சந்திக்காத வெறுங்கூடு. ஜோடுமேல் வளரும் இயற்கையில் பரந்து கிடக்கும் ஊர்ப்புழுதி மண்சகதி விவசாயப் பெண்களில் காலணிகளை படைத்தவனை விட்டு நீ எட்டாத தூரத்தில் நடந்து கொண்டு இருக்கின்றன. நின்றுவிட்டார் மாட்டுத்தோலில் உலர்ந் திருக்கும் பாடாந்திரங்களில் சத்தக்குழல் வாசித்து முடித்தபின் வெளியே கிளம்பி ஆறு ஜோடி ஜோடுகளை ஏடுகளாய்க் கட்டித் தலைமேல் சுமந்து செல்ல ஆற்றைக் கடக்கிறார் குருவியார் சூதங்கள் காதுகளில் மின்னுகிற சீமைக்கடுக்கன் என்ன மோஸ்தர் பாருங்கள்...

எப்போது வாங்கினீர்கள்? தீட்டுக் குருதிஒளி கக்குதே...' எனக்குருவி கேட்டதும் சுயஉணர்வு பெற்றார் திருமருகல். சீடனாய் கூடவந்த யாழ்ப்பாணி கடுக்கணை மூடிக்கொண்டு நழுவத் திருதிருத்தான்.

குருவாரமாகிய இன்று ஜோடு தைத்தவாறு சீட்டியில் ஒலிப்பித்த பிர்க்காக்களில் ஒளிந்திருக்கும் இயற்கையின் சாகரம் இந்த தோல் கூணையில் அகப்பட்டிருப்பதில் மழை பொழிந்த மேதைக்குத்தான் கடுக்கன் பொருத்தமென பொய்யாளி உடனே கையைப் பிடித்து ரத்தாம்பரக் கருக்கன்களை கழற்றி அளிக்கவும் ஜோடுமேல் ஏடவிழ்த்த வெள்ளாளர் ஏதேது... திருமருகல் சீடனிட மா கடுக்கன் கேட்பது.. நான்... ஸாவேரி படிக்க வந்தேன். திருப்பிப் போக இந்த கடுக்கனை விட்டால் போட்மெயிலில் ஏற்றிக் கொள்ளுமா... தன் ஸ்திதியைச் சொல்லி இடத்தை விட்டு கிளம்பியது பொய்யாளி அய்யனே.. இவ்வளவு பெரிய வித்வான் வாசிக்கக் கேட்டதே போதும்... யார் யாருக்கோ கடுக்கனிட்ட கடவுச் சேவல்... தங்காது இங்கே போட் மெயில் ஏறிவிடும் பாருமே.. எலும்புக்கூட்டை சுரங்களாகக் கற்பதும் வாசிப்பதும் ஜோடு தைக்கும்போதுதான் சகசமாய் வரும்... வாத்தியத்தில் வந்துவிடும்... ஆற்று நெடுக தூங்கு மூஞ்சி இலைகளைப் பார்ப்பேன். ஒருபோகம் மூடிக்கொண்டு தூங்கும் இலைகளில் ஒடுங்கி இருக்கும் பட்சிகளிடம் போகிறேன். சப்த ஜாதிகளை ஒலிப்பித்ததை பாடம்பண்ணி துத்துகாரம் சுகாரம் எங்கெங்கு வேண்டுமோ பட்சி அடித்துவிடும்.

குயிலை விரட்டி சீவாளியை வாசிக்க முடியுமா... வெறும் ஸ்வரங்களால் பாவம் உண்டாகுமா... பட்சிகள் தலைகீழாய் வந்து குரலிடும் காலம் சீவனில் இருக்கிறதா... பொய்யாளியே உம்மிடம் ஒரு ஜோடி ஜோடுகளுக்காக விற்கப்பட்ட பூச்சி நான்... எனச் சொல்லிக் கொண்டே ஆற்றைக் கடக்கிறார் குருவன்.

'குருவா.. .உமது தொடர்ச்சியையோ மறைமுக ஊழ் விசைப்படும் பட்சிகளின் ரேகை ஓடும் திசையில் நான் காண்பேன். எனக்குள்ளும் சிறிது மறைந்திருக்கிறது' எனத் திருமருகல் குருவியை பார்த்தது உவந்து.

'தாளம் படுமோ தறிபடுமோ யார் படுவார்...' எனக்குயிலொன்று வீறிட்டுப் பறந்து சாலியர் வீதியை ஊடுருவி குருவி ஒரு மரங் கொத்தியின் தாளத்தில் புணர் சிருஷ்டி ஆனது. ஒன்றிற்கொன்று ஒலி வேறுபட்டாலும் தொடர் பிருக்கிறது. முன் கண்ட தானியம் தன்னைக் கொணர்ந்துண்டு மற்ற பொழுதை வண்டானம் கதை சொல்லித்

தூங்கியபின் பாடிவிழிப்புற்ற குருவிப்பாட்டு தானும் நான்.

'கேட்டால் திருமருகல் வாசிப்பைக் கேட்க வேண்டும்' எனக் காவேரிக்குள் ஜோடுகள் நனையாமல் படைப்பைக் கொடையளிக்க போகிறார் குருவன்.

பாரம்பரிய வாசனையில் தவில்காரர் கேளாயிருந்தும் மகனின் பிஞ்சுவிரல்கள் விறகுக்கட்டை ஆவதை விரும்பவில்லை தாயார். அவயாம்பாள் முன் கூட்டியே உணர்ந்து ஒரு மகனுக்கு நாகனம் தொட்டு முடி தழுவினாள். குழிக்கரையார் மருத முத்திடம் ஓடிப்போன பொய்யாழி வர்ணங்கள் படிக்காமல் பிராக்குப் பார்த்துச் சவுக்கையில் அரட்டைக் கச்சேரி உடம்பு பிடித்துவிடும் இவனிடம் இசைபற்றி அபிப்ராயம் கேட்பது பைல்வானிடம் சுழுக்கு எடுத்துக் கொள்வதாயிற்று. பிறகு அவையாம்மாள் நோய்வாய்பட்டு பிழைக்க மாட்டாளோ என்ற நிலை. மகளுக்குக் கல்யாணம் முடித்து பார்த்ததும் கண்ணயர நினைத்தாள்.

வண்டானம் வந்து நார் கட்டிலில் கிடந்த அவயாம்பாள் கை எடுத்து நாடிப்பார்த்தது. நாடி ஓலை ஒவ்வொரு வேளையும் மரணத்தில் சொருகிக் கொள்ளாமல் பார்வை சென்றது மருதமுத்துடன் திருணைக்குப்போய் ஆற்றுக்கு கூட்டிப்போய் சூகுழிக்கரைக்குத் தாயாரை கூட்டிப் போனால் சொஸ்தமாகிவிடும் அங்கே தான் பிள்ளைகளை வளர்த்த சீதையத்தை ஓட்டு வீட்டில் குடியிருக்காள். அவளோடு நாழி ஓட்டு வீட்டில் தாமசிக்கட்டும். ஓட்டு வீட்டில் பிறந்தவளுக்கு உள்காத்து பலவிதமாய் பேசும்... மனசுக்கு ஏற்றபடி யெல்லாம் தாழ்வாரத்தில் முனகும் ஊர் காத்து வேணும் அவளுக்கு.. நாஞ்சொல்வது மனசில ஆயிடிச்சா...'

குழிக்கரைக்குத் தாயாரைக் கூட்டிப் போனவண்டிச் சோட்டில் எத்தனையோ வயல் வாய்க்கால் மெல்லச் சலசலத்த நீரும் தொனி கொடுத்து அவயாம்பாளிடம் பேசும். மாட்டு வண்டிக்குப் பேர்ப்போன குழிக்கரை ஆசாரிமார் என்னேரமும் சின்னால மரத்தில் காலச்சகரத்தில் கையுளியால் வடிக்கும் இற்றுப்போன ஆரக்கால்களை அகற்றி உன்னமரத்தைச் சீவிச்சீவி வடித்த வில்வண்டிக் காலமெல்லாம் காவேரி வாய்க்காலில் பஞ்சுவைத்த இருக்கைகளும் மூங்கில் வளைத்த வில்லுகளும் முறியாமல் தைலம் வற்றிய மேற்காலில் பழுப்பு நிறம் சாம்பல் உதிர அண்டங்காக்கை கடையாணி மேல் மை எடுத்துப் பூசிய மரணக் கரைவை இவளும் கேட்டாள்.

சாயாவன நாழியில் அளந்த நெல்மேல் சாணக் கோடிட்டு அரளிப்பூ

வைத்த விலங்குக்காலுடைய அய்யனார் இவள் கொண்டுவந்த மடி உப்பைக் கேட்டு அரற்றியது. சீவனில் சுற்றும் பித்தத்தில் அவயாம் பாள் கருத்தறிந்த சிசுக்கள் தலையடி நெல் கண்டதில் ஒரு நெல் நூறு சங்கதிகள் சொல்லும். ஸ்ரீவாஞ்சியம் கோவிந்தனும் மன்னார்குடிப் பல்லுப் பக்கிரியும் குழிக்கரை தவிர்காரர் வீடு சிகப்பு நாழியோடுகள் முற்றிச் சிவந்த தவில் சொல் பட்டு உதிரும் ஒவ்வொரு சிகப்பிலும் சீதையத்தையிடம் போய் குருவக்களஞ்சி நெல் சோறும் தேளி மீனும் போட்டுச் சாப்பிட்ட ருசி உருளும் தவிலுக்குள் தன் மேளத்தை நூறு வருஷம் குழிக்கரைக் காத்தும் காவேரி வேரோட்டம் லய சம்பத்தம் நுட்பங்கள் போதித்ததை இலுப்பைத் தோப்புக்குள் சாதகித்த சொட்டு ஒவ்வொரு யுகமாய் வழிய கூரைநாட்டுத் தாத்தா 'சீதே... என் மூத்த கருப்பி... என் மகளே...' எனத் திருணையில் நாயனத்தை வைத்துக் கூப்பிடவும் 'பெரிய தம்பி இவ்வளவு தூரம் என்னைத் தேடி வந்திருக்கே உனக்கு உலுவை மீன் குழம்பு வைக்கக்கூடச் சீவனத்து இருக்கேனே...' 'அதான் நா வந்து உன்னைச் சேவிக்கிறேன் சீதையக்கா...' திருணைடியில் வண்டானம் திண்டுபோல் கருத்திருந்தது. ஆறது... இன்னொரு தவில்... கிடக்கே... என நையாண்டி பேசினார் கூரைநாட்டுத் தாத்தா. உருண்டவன் எழுந்து தாத்தாவை நமஸ்காரமிட்டு 'கேட்டுத்தான் பித்தானேன் கூரைநாட்டுத் தாத்தா... உங்களிடம் சிறுவயதில் பாடம் கேட்டுவந்தேன். வர்ணங்களை எழுத்தாணியால் கீறிக்கொடுத்தீங்க... ஏடுகள் தீய்ந்து கூரைவீட்டில் எஞ்சியவற்றை எடுத்தேன். எரிந்த ஒவ்வொரு துண்டிலும் காவேரி நீரோட்டம், எத்தனை பேர் அதில் கரைந்து சாதகம் செய்த மணல் மேல் ஓடும் ஆறு நீங்க' 'சிக்ஷை பெறாமல் ஓடிப்போன ஒருகாலிப் பயல் அடே வண்டு... கட்டை வண்டியில் நெடுந்தூரம் பூட்டிப்போன விசேஷம் சென்று திரும்பும் பாதைக்குக் கொடுத்தேன் உன்னை. அதனால் இன்னும் லொங்கோட்டம் நிற்காமல் ஓடும் கால்களப்பா... ஒவ்வொரு அடியிலும் இசையளத்த பித்தனப்பா... நீ... என்னைப் போய் பெரிசாய் பேசுகிறாய்... எனத் தாத்தா வண்டானத்தைத் தொட்டு மருகினார். தாத்தா வீட்டில் ஏடுகள் செல்வாய்க்குள் மெல்லும் சத்தம் இன்னும் கேட்கிறது. பாழடைந்த பூர்வீக மண்வீடு சாணம் மெழுகிய கோடுகள். ஒவ்வொரு தானியமாய் எறும்புகள் வரிசையில் ஊர்ந்த இசை... சோழனளித்த மேளகாரப்பட்டா மண்குதிருக்குப் பின்னால் இருட்டில் மறைந்த வாச்சியம் கீறல் விழுந்த நிலம் கசிகிறது இசையை... நயினாரடியார் ஓலை விசிறி துப்பட்டா வெள்ளிச் செல்லம் வெண்கல உரலில் காவேரிக் கலைகளைச் சுருட்டி இடிக்கும்

போதெல்லாம் மணி அதிரச் சொல்லும் வெண்கல மணி உருள்கிறதே... தாத்தா... பெய்திருக்கும் பெருமழையில் ஆலங்கட்டி நீர்... தொடுவதற்கு வந்த மழலை நான்.. சொன்னால் அதிகப்படியாக இருக்குமே... காவேரி பொங்கிய வெள்ளக்காட்டில் எத்தனை காலம் பரிசல் கவிழ்ந்தது.. நீஞ்சியே கரையேறினோம்... அரசனும் மந்திரியும் உப்பரிகையில் ஏறிநின்று நாற்புறமும் நோக்கினார்கள். தங்கத்தால் உருச்செய்த நாயனங்கள் ஒரு ஜோடியும் திருவாரூர் சேக்கரையில் பத்துவேலியும் பஞ்சமுக வாத்தியத்துக்கு ஐந்து ஓடைகள் நீர் சலனமிட நயினாரடியார் கைத்தடிக்குப் பூண்போட முடியுமா சோழனுக்கு... நாயனம் குருவன் பகடை கேட்டே விழுந்த கீறல்... நயினாரடியார் வாசித்த மாமாங்கப் படித்துறை வாசிப்பு காவேரிக்குத் தனிமெருகு.

அலகினால் அது நாத முனைகளில் பச்சைக்கோடு போட்டு அரூபத்தில் சலனமுறும் சுழிக்காற்றாய் சுழன்று சுற்றிவரும் குருவிகளின் ஒலி. சின்னக்குருவி குடிக்கக்கூட நீரில்லாத கோடையில் சிகப்புச் சோளத்தை சுற்றிவந்த குருவி. தீங்கருதுப் பருவத்தில் தட்டையை விலகிவரும் போது தீங்கருதின் அடித்தூரில் குருவி கட்டிய சத்தக் குழல். இதன் சுநாதம் திராட்சா பாகம் என்பது மரபு. குருவிப்பகடையின் சத்தக்குழல் தாதுவும் மாவும் ஒன்றாய் பிணைத்த ஒலியோடு உள்ளில் பொங்கிவரக் கேட்கச் சொல்லொணாத அனுபவம் விளையும். பட்சி ஜாதிகளில்ஒலியெலாம் சுழன்று அருவியாய் நிரம்பித் ததும்பும் இயற்கையோடு ஒட்டியது. நிரவலுக்கும் சங்கதிக்கும் கற்பனைச் சுரம் பாடுவதற்கு பொருத்தமான ரெட்டாலமரம் இரண்டு ஒன்றாகிய புலத்தில் சீடர்இருவர் உடனே எழுதிக்கொள்ள ஏடும் கையுமாய் இருக்க தெளிவாக சுரத்தோடு எழுதிவர தினம் இரு கிருதிகள் ஆலமர விழுதுகளாய் காலூன்ற அசையும் இராகத்தின் முழுச்சொரூபத்தையும் புலப்படுத்தச் சங்கதிகள் செம்மையுற நாடோடிப் பாதைக்கே செல்லும் காவேரிக் கரை நெடுகில், நாதத்தின் தோற்றம் பட்சி ஜாலம். எப்போதும் அவை பரவசநிலை தோன்ற மாறும் கிளைகளில். கிளி எப்போதும் வெப்பம் விரும்பி. ஆரவாரிக்கும் பறக்கும் பாடும் பேசும். நொச்சிக்கிளி வண்டானம் ஒரு பாட்டைப் பாடத் திரும்பவும் பாடியது கிளி. என்னடி மெத்தத் தளுக்கு... தெருவில் வாரானோ... எனக்கிளி பறந்தது ஆற்று நெடுக. ஊரைப் புரட்டும் கடனாகைக் காற்றும் புயலும் சுழியடைந்த கிளிக்குப் பின்னால் அடுத்த காலத்தில் கால்வைத்து நடந்தது நொச்சிக்கிளி.

தாராசுரம் வரும் நாடோடி ஒருவன் கொடுத்த நொச்சி விதைகளைப்

பழுப்பு ஊரில் தூவிப் பைத்திய வழியில் எடுத்தது. மஞ்சள் வெளிறிய வயல் வெளிசென்று அறுவடைக் காரருடன் சேர்ந்து அறுப்பறுத்து பயத்தம் பருப்பும் சோறும் உண்ணக் கொடுப்பார். வெளியே செல்வோம். ஊரில்லாப்பட்ட நாயும் பின்தொடரும். நீயும் வருகிறாயா... எனத் திரும்பிக் கேட்கும்.

வாத்துக்காரி ரெங்காக்காவிடம் போய் 'மடவாத்தே... பூனைக்குப் பெயரிடுவது கடினம் என்பதை அறிய மாட்டாயா? நீ என்ன பெயரிட்டு அழைத்துக்கொண்டாலும் உன்னை அறியாமலே அதற்கு வேறு இரு பெயர் இருக்கும்...' எனச் சொல்லிவிட்டு நொச்சிக்கிளி மண்ணில் ஓடும் கால்களுடன் பூனைவாலைப் பின்தொடர்ந்து விண்ணிலேறும் நாரைக் கூட்டத்தை வாநீர் ஒழுக அண்ணாந்து வா... வா... எனக் கூப்பிடும்.

ஐந்து வயதுப் பிள்ளை வீட்டை விட்டுக் காணாமல் போனதில் பிசகில்லை வீதி நாய்களும் மறைந்து வருவதில் த. பட்டினத்தாருக்கு வாண்டுகளும் படைதிரண்டால் சொன்ன பேச்சை கேட்பதில்லை. எரிச்சிமலைக் கடவில் ஊளையிட்ட குரல்வளை அண்ணவாசல் ஏழடிப்பட்டத்தில் எதிரொலித்த பாறைமேல் நின்றிருந்தது நொச்சிக் கிளி. பிறரிடத்தில் பேசுதல் மிக அருமை. கடிநாயுடன் பைத்தியத்தைக் கண்டால் பேசும். நாய் ஊளையிடத் தானும் பிலாக்கணம் கொடுத்துப் பதிலிடும். பிறர் சொல்வதை முகங்கொடுத்துக் கேளாது செவியிருந்தும் யாரோடும் கலந்து பேசாது. சங்கீதக்காரரிடம் ஏனோ ஓயாத வாயாடி. எப்போதும் தனியே இருப்பதன்றி மௌனமாகவும் இருக்கும். ஆற்றோர மூங்கிலால் படகு கட்டும் நிலத்தஸாக்குகளைப் பார்க்கலாம். படகோட்டிகளுக்கு அக்கரையும் இக்கரையும் சொந்த ஊர்களுண்டு. படகு வளைக்கத் தப்பை பின்னுவதில் ஆர்வம்.

தஸாக்குக் கிழவி கூடை முறம் சீவிச் சீவி எடுத்த மூங்கில் கீற்றுகளை காவேரி நிழல் வாட்டத்தில் உலர்த்திவர கூடவே கரைக் குளிர்ச்சியில் வளையும் மூங்கில் உடல் முறம் வடிக்கும் அழகைப் பார்த்துதானே விரல் நகரும். காவேரிக்கரை ரெட்டாலமரத்தைச் சுற்றி திட்டிக்கல் பலகையில் பெருசுகள் மல்லாந்து ஊர்ப்பட்ட சருக்கம் பேசி மூச்சு வாங்கும் சாவதானம். ஒவ்வொரு இலையாய் லிபிகளை எழுதும் நொச்சிக்கிளி மரம்மேல் குடியிருந்து பைசாச பாஷையில் நெடுங்கதையும் எழுதிவர மஞ்சள் பழுத்து ஒடிந்துவிழ ராத்திரி யெல்லாம் காற்றும் இலைக்காம்பு முறி ஒலிகளும் நீரைக்குறுக்காக நீஞ்சி நாயுடன் நொச்சிக்கிளிஅக்கரைக்கும் இக்கரைக்கும் நீஞ்சுவதில்

நீரின் பைத்தியம் சலசலத்திருக்கும் உச்சிநிசி. மெல்லச் சாயும் பிறைகளும் மெல்ல வளரும் பனிக்கால மஞ்சள் இலைகள் எங்கும் உதிரக் காற்றில் வருகிறார்கள் தோட்டிப் பெண்கள். சீமாறுகொண்டு வெளிச்சம் வர இலைகளைக் கூட்டும் கோடுகளில் என்னென்ன சங்கதிகளோ சொல்லி உருள்படும் சருகிலைகள்.

ஊசி விற்று வாரேன் என்று ஊருக்குள் போயிருந்த சீதாள ஏடு பார்க்கும் குறத்தி புனுகுப்பூனைக்குக் கண்ணிவைத்துப் பிடித்த குறவன் ஆற்றில் தூண்டில் போட்டு நிற்கிறான். முடியாத நூற்றாண்டு தெருக்காட்சியில் திரிலோகமும் சுற்றிவரும் வண்டானம் சீதாளக் குறத்தி பாடலுக்குப் பின்னால் ஓடும். 'சீதாளக் குறத்தி உன் பேரென்ன?' 'சங்குவதி என்பேர் ஏவல் வைப்பு எல்லாம் பறந் தோடும்... அய்யாவு நீ தாயத்து வாங்கிக்கோ.. பித்தேறிய உன் பார்வை. பொல்லாதது சுவாமி... ஏம பைரவன் நீ சாமத்தில் திரியும்பேய்... யேகு யேகு சர்வ பேயும்... ஏறித்திரிகிறாய்...' 'மெய்யேந்தி நிற்குறேன்... புறப்பட்டு மூன்று நாளாய் போனவிடம் எங்கே.. குறமகள் வந்தாளே கோபித்துக் கொண்டு' என வண்டானம் பாடியது.

தோட்டிகள் கடந்து செல்லும் காலடிகளில் விட்டுச் சென்ற துயரம் இலைச்சருகு பொன்நிறம் சூடி மிதக்கும். வாரியலின் களியில் சாய்ந்து குறி கேட்டு நிற்கிறார்கள். சங்குவதி பச்சை குத்துகிறாள் தோட்டிச்சி களுக்கு. இடுப்பிலுள்ள திப்பிப்பையில் எடுத்த வெற்றிலை நாகூர்ப் புகையிலைச் சுருள்பாக்கும் டப்பியில் விரலால் மெழுகி எடுத்த சுண்ணாம்பு கேட்டுப் பல்லில் இழுவிச் சிரிக்கிறாள் சீதாளக்குறத்தி.

சீமார்கோடுகளில் மறைந்திருக்கும் தெருவைப் பார்த்த தெருவாக காவேரித்திருப்பங்களில் ஊர் ஊராய்க் குறிஏடு திறந்த சித்திரம் பார்த்து வருவதும் சொல்வாள் அழிவதும் சொன்னாள் சீதாளி.

தப்பிக்க முடியாதவர்களாக வெளியேறும் தோட்டிமார் சத்தக்குழல் எடுத்து பம்பை ஜிம்ளா சுதிப்பெட்டி ரெட்டைத்தவில் தாத்தா கால்களில் மணிக்கெச்சம் அதிரக் கால் அடவுகட்டி நுழைந்தது வண்டானம்.

'மாது நீயோ பொல்லாதவள் அம்மே கேளம்மே மாமன் மாமி கொழுந்தன் எதிராளியம்மே... கேளம்மே.. நயவஞ்சகக் காரியடி நீயம்மே... தாக்கிடும் பெரியோர் சாபம் பொல்லாது... மருந்தோ மருந் தோ மருந்து அம்மே... ஈளை காசத்துக்கு மருந்து கெட்ட இரத்தபேதி சீதபேதி மருந்து மூளை கோளாறுக்கு மருந்து என் கையால் தருவேன். அம்மே...' வண்டானம் குறத்தியுடன் சேர்ந்து ஆடிப்பாடி அவளிடம்

மருந்து கேட்க அவளோ பச்சை குத்தச் சொல்கிறாள்.

தாத்தாவின் தவில் சொல் கட்டைக் குழல் துளைக்கருவி தோற்கருவிகளுக்குள் ஒளிந்திருக்கும் இசை மரபு இலக்கணம் பலகாலம் சாதகம் செய்தவாறு இன்னும் இருந்து கொண்டிருக்கும் முல்லைத் தீம்பாணி. த. பட்டினத்தில் செங்காடு சூழ சிவந்திருந்த இசையில் எலும்புகள் பாலையாக மாறி உருக வண்டானம் சாண்குழல் மாடுமேய்த்த காட்டில் சரியப் பஞ்சாரக் கூட்டினிலிருந்து நடனமிடும் கவுதாரிக் கூட்டம் குறுக்கே நடந்து வர அண்டைவீடு எதிர்வீடு முற்றத்தில் பிரிந்தோரை மரம்போலிருந்தோரென்பாள். குடும்பங் கலையாமல் கூடி இருக்கச் சொல் பகர்வாள். சுலகு, கடகம். பெட்டி குத்துப் பெட்டிகளுக்கு பொல்லம் பொத்த நார் கிழித்து வரக் குறவன் போகிறான் ஆற்றங்கரையில். ஆராகிலும் சரி வாங்கள் வெளியே என்ற அதட்டித்திரியும் சீதாள ஏடுகளில் கயிறுபோட்டு தா' வென்பாள். வண்டானம் குறத்தியை விடாமல் வர மெலிய விரட்டுகிறாள். இரப்பவர்க்குப் பிச்சை இடாத வீடுகளைப் பழித்து வெளியேறித் திரும்பிப்பாராமல் வாது செய்து கையில் பச்சை குத்தி பாதையில் நடப்பதை யாரும் தொயரமுடியவில்லை... பிரதி தினமும் தூக்கத்தில் பிதற்றிக் காவேரிமடத்துத் திண்டு போல் தூங்குகிறது வண்டானம். துணியாகிலும் ஒழுங்காய்த் துவைத்து உடுத்தாமல் சொகுசாய்த் திரியாத பித்துக் குறத்தியைப் பார்த்து கூச்சப்படும். இச்சை கொண்டு தான் திரிகிறது. குறத்தி தண்ணிக்குப் போனாலும் நிழலாய் தொயர்ந்தது வண்டு. 'அடே... வண்டு குறத்தியோடு சேராதே. கடங்காரனாக்கு வாள் உன்னை... தலைகுனிந்துபோரா பாரு... உன்னைப் பார்த்து மௌனமாய் இருக்கா. சண்டைக்கு இழுக்கும் குறத்தி மதியாமல் பேச்சுவார்த்தையில் சீறினாள் என்னை' என ஊர் தஸாக்கு சொன்னதை கேட்கவில்லை வண்டு.

நாதத்தில் சீதாளக்குறத்தியைச் சிருஷ்டிக்க மோகனம் முகாரி வாசித்தவேளை துக்கத்தின் ஆழத்தில் வண்டானம் மெலிந்தது. சிருஷ்டியின் உயிர் பித்தத்தில் சொருகி அவள் போன இடமெலாம் சீட்டி அடித்துக் கனகாங்கியில் சொருகிக் கொண்டதும் ஊர் ஊராய் பின் தொடர்ந்து வாசித்துத் திரிந்த சாண்குழலைப் பின் தொடர்ந்து வந்தாள் சங்குவதி சில வேளை. அடங்காத கயிற்றரவு மேல் நடக்கும் சீதாளக்குறத்தி. கூரை நாட்டு தாத்தாவின் கட்டைக்குழல் எடுத்த மயக்கத்தை எல்லோர் வாழ்வின் விதியாக மாற்ற எண்ணித் திரிந்தது வண்டு. என் வாழ்வாக அந்த உருக்கம். இருக்கட்டும்.. குறவனை விட்டு என்னால் உன்னிடம் திரும்பி வரவே முடியவில்லை.

தவளையின் மண்குரல்வளையில் பாடினாள் சீதாளி.. இயற்கையிலே இசையாக மாறிட்டே சீதாளக்குறத்தி... யார் அறியக்கூடும் உன்னை... வெளியில் அடங்காமல் திரியும் நீ இசையில் அடங்குகிற நிலை. அவள் கையிலுள்ள கஞ்சிராவில் பாயும் உடும்புத் தொலி முறமுறத்து ஜாருகமகத்தில் காட்டுப்புறவின் கும்காரத்தை உள்ளடக்கிக் கொடுக்கிற கலையாகும். குறத்தியின் மண்குரல் வளையில் மௌனப் படுத்திய இசை காடுகாடாய்ப் பிடித்த உடும்பைக் கஞ்சிராவில் பூட்டி வாசித்தால் மறைபொருட்களின் உறைவிடமாக மாற்றம். இசையி லிருந்த நூற்றாண்டில் குறத்தி உடம்பிலிருந்து வீழ்ந்து பரவும் இலைகள். போகிற வழிநெடுகப் புலம்பும் ஒலி. இலைச் சருகளை மிதித்து ஊரைவிட்டு வெளியேறிப் போகிறாள். தொலைவில் அவளைக் காணாமல் குறவன் புனுகுப்பூனைக் கூண்டோடு வருகிறான்.

பொட்டல் பச்சேரியில் மாட்டுவார் தொங்கும் நிழல்களில் மங்கலான கூரை வீடுகள் தென்படும் ஆவியில் ஆவியாகக் காவேரியில் புகுந்த சாயைகளைச் சொல்லுகிறேன் கேள் மனோ ரஞ்சிதமே... மெல்ல நடந்துவா.. சீதாள ஏட்டுப் பெண் சொல் விருத்தம் பைரவி. மாதிகத் தெருவில் ஓடும் காற்றில் தெம்மாங்கு வீச வயதில் முற்றாத வண்டானம் எந்தவூர் யார் தேசமோ காடோ செடியாக நடந்து வாரேன். கூடுவிட்டுப் போனதினால் பேதை உள்ளான் கதைபோட வந்தேன். புனுகுப்பூனை ஒன்று குறுக்காக நடக்குதையா... என்றாள் சிதாளக் குறத்தி.

‘குறுக்காக நடக்குதென்று கவலைமிகக் கொள்ளாதே... தூரதேசம் போய்ப் பிழைக்க வழிகள் நடந்துபோகும்’

‘இந்த வழி நடக்கையில் வண்டானம்... வலியாணுங்கட்டுதையா... வழிமறித்து...?’

சஞ்சலத்தோடு குறத்தி தலைவிரித்தழுவதுகண்டு ‘பஞ்சம் பிழைக்கவே தான் தேசம்விட்டு வந்தவர்கள் சத்திரத்தில் தாமதிக் கிறார்கள். காவேரியை அண்டி வந்தோம் இங்கே.. சத்திரத்தில் அங்கு போய் பத்திரமாக இரு...’

‘நத்தி வேலை செய்து பத்திரமாக இருக்கத் தெரியாதவள் நான்...’

‘சமையல் செய்து பிழைக்கலாம்.. கூலிவேலை செய்யலாம். சொல்வதைக் கேள். சீதாளி...’

‘ஓடுகளுடன் கல்லுகளறுப்பேன். வளைபோட்டு வந்த குறத்தி என் பாட்டிபேர் மூக்கரைக்கிழவி. பரதேசிகள் இருக்கும் சத்திரத்தில்

எனக்கென்ன வேலை...' என்றாள்.

வெய்யிலில் மண் சுமந்து போகும் காடிவண்டிகளுக்குப் பின்னால் போகிறார்கள்.. அத்தஊர் வாசலில் பாடிப் படி வாங்கிய நெல்லுக் குத்தி ஆக்கினதில் நேரம் இரவாகிற்று. விளக்கு வாங்கிவந்து பொருத்தவும் கோரநிழல்கள் பானையைச் சுற்றி அமர்ந்து கஞ்சி கேட்பதை அந்தரமாய் பேசி வந்தவர்களுக்கு ஊற்றினாள்.

'அப்பேர்க்கொந்த தேவேந்திர போகமனுபவித்த இந்திரனே பங்கமடைந் திருக்க கேவலம் நீயொரு ஊர்சுற்றி வண்டானம்... உன்னால் எனக்கு கெடுதல் வரும்.. என்னால் மாட்டிக்கொள்ளாதே... குறவனிடம்.'

'உன்னால் மடிவதால் சுகிர்தமென்று நினைக்கிறேன்!'

'உன்னை இராட்சதனென்று பெயர்மாற்றி ராவணனென்கிற பெயர்தரித்து மற்ற ராக்கியரெல்லாம் பணிந்து நடக்க சாபப் பட்டதையும் சொல்வேன் கேளு.. சித்தங்கலங்காதிரு.'

'மடியிலுயிரிழப்பேன் சீதாளக்குறத்தி.. கட்டை யிலடுக்கினாலும் காமன் தீப்பந்தம் செந்தீபடர்கிறது.'

'வாழ்வெலாம் சீப்பட்டு அழகுங்குலைந்தேன். நான் ஆற்றங் கரை சத்திரத்தில் ஒண்டியாய் இருந்து வாரேன். அதனால் இல்லாத வார்த்தை பேசவேண்டாம்.'

சேற்றிலிட்ட கம்பம் வண்டானம் ஆற்றுப்பாலத்து திண்டாக மசங்கிக் கிடந்த ஆவியும் மெலிய அதைக்கண்ட ஆற்றுப்பூசாலி வண்டு சஞ்சலமாய் சுற்றிவந்து ரீங்காரமிட' என் மந்திர பலத்தால் இவ்விடத்தில் ஒண்டியாய் தாமசிப்பவளை நோங்கி நீ கிடந்தாய் ஆனால் அவளுக்கு எதிலும் மனசுலயிக்கவில்லை. தூரத்தில் தேடிவரும் குறவனை எதிர்பார்த்து ஆற்று நாணலாய் வளைந்து காத்திருக்கிறாள். அவளைச் சித்தம் கொள்ளாதே. என் பாதைகளில் வளைந்து வா. வண்டானம்...' என பூசாலி வண்டு கைமேல் வந்து ஒட்டி விரலிடுக்கில் மறைந்து கொள்ள திரும்பவும் அதன் ரீங்காரம் செய்யும் வழியைப் பின்னலாகத் தொடர்ந்தது வண்டானம்.

அங்கிருந்து போகப் போக குக்கிராமங்கள் சிமிழுக்குள் நடுங்கி அரக்குநிற ஒளிகளையும் ஆறுசார்ந்த ஊர் புறஞ்சேரிகள். கரைந்து போகிற கனவுகளை கோர்த்துக்கொள்ள கரங்களின் நம்பகம் தேடும் மண்கூரை. சாத்தானின் வாய்க்குள் சக்தி பெற்ற மாம்சத் துண்டாகிய நாக்கு ஒடுக்குமுறை நெருக்கடியிலிருந்தெல்லாம் நத்தைக்கூட்டுக்குள்

அடங்கும் வீடு. பயத்தின் இருட்டில் இவர்களும் நிழல்படர்ந்த ஆறு. ஜனங்களோடு பழகி பாக்கு வெத்தலை கேட்டு திருணையில் இருந்து அங்கு மண்கட்டிட மாயிருந்த மடத்தில் அகாலத்தில் வந்து ஆகாரம் செய்துகொள்ளும் வண்டானம். பச்சேரியில் அதை சட்டிபானை உருட்டி எனக்கேலியும் பேசக் கோபிக்காது.

அதை உத்தேசித்து எல்லோரும் குனிந்து காதோடு காதாய் வண்டானம் வந்தது போயிற்று என நாயையும் அதனுடன் கட்டி வைத்தார்கள். காவேரி உலர்சலவை வேட்டியுடுத்தி படித்துறையில் மூழ்கிக்கிடந்து ஊர் வம்பளக்கும் பெருசுகளுக்கு எக்கண்டம் எகடாசி தீரவில்லை. வண்டானம் படித்துறையில் விளையாடும் குளிக்காது. அழுக்குத்தடம் கரிப்பானை ஒட்டிய வஸ்திரம் கண்டு விலகினார்கள். ஒரு நாள் சத்திரத்தின் சுவரில் மாக்கல்லால் எழுதியிருந்தது.

'ஆறு நெடுக ஓடினாலும் நாய் நக்கிக் குடிக்கிற வினோதம் நடக்கிறது சத்திரத்தில். நாய்க்கு வினை கிடையாது ஊழ்தான் உண்டு. நோக்கமோ இலக்கோ அற்று அங்கிங்கு திரியும் தடங்கள். நாய் கால்புதரில் தீநீர் தேடி அலைகிறேன். பூசாலிவண்டு சித்தரூபத்தில் சுற்றுகிறார். வனத்துக்கு வாரும்...' என ஈகை மொழியில் கேட்டுக் கொண்டிருந்தது வண்டானம்.

பிச்சைக்கண்ணுவின் நாசனம் வெளிநடந்து நேரம் ஓடும் பூர்வ கல்யாணியில் தீநீர் பிரவகித்ததும் வண்டிக்காரத்தெருவைக் கடக்கிறது. மணக்காலிலும் இஞ்சிக்குடியிலும் சம்ரதாய சுத்தம் பாடாந்திர சுத்தம் லட்சியங்கள் தனிப்பெரும் சாதகத்தில் பாணர் அமைத்த வழி நரசிங்கப் படித்துறையில் துவைத்து அலசிக் குளித்த பண்டாரங்களுடன் வந்தேரிகளும் சத்திரத்துக்கு வந்து வாஸிப்பால் லயித்தார்கள், கண்ணைக் கட்டும் பசியிருந்தும். அங்கே சமையல் கூடத்தில் ஆகாரம் செய்து வெளியே பாணர்கூட்டம் புறப்படும்போது சுவரில் இந்த வாச்சியம் கண்டு யார் இதைச் செய்திருக்கக்கூடும் என்ற ஐயம் எல்லோருக்கும் உண்டாயிற்று. வண்டானம் கூட்டிக் கொண்டு போன பெட்ட நாகனாரும் இளநாகனாரும் நாசனம் எடுத்து ஒவ்வொரு அடியிலும் பயணமானதில் நுட்பச் செதுக்கலான வாஸிப்பு சூரியனி லிருந்து வடித்த உலோகங்களால் திரிபுர தாண்டவம் நாகசின்னம் உருக மூன்றாவது விழிக்கீறலால் காமம் கலந்திருந்ததில் பைத்தியம் என்றும் தீர்க்கதரிசி என்றும் வெறுத்து ஒதுக்கிய உக்ரவெயில் நாசனம் ஏந்த நடுத்தளத்தில் ஓணான் கடிக்காத காட்டிலிருந்து எதுதான் முளைக்கும்? அவை கதிக்கும் ஞாயிறின் உலோக ஓணான்

வயிற்றிலிருந்து சித்திரை பிறக்கிறது. சிவப்பில் சிவப்பு வெளிர் நாயனம் பற்றியிருந்த தொன்மம் இருவர் மயங்கி வேறொரு அகப் பரப்பில் நடந்து ஒருதுளி சிவப்பில் கரைகிறது இசை.

ஒருமரம் நனவிலியில் பற்றி எரிந்து கொண்டு இருக்கிறது. நிலம்படும் பகல் விரிகிறது வாடாத காவேரிப் பாசி மறைப்பில் படித்துறையில் வெய்யில் சுருட்டும் ஒவ்வொரு துளிரிலும் பச்சைநிறம் கருகாமலும் இருப்புக்கொள்ளும் தாவரங்கள் பருகிப் பருகி இசை படும் மந்த வேளைவரும் சித்திரை நட்சத்திர வெயிலை திரேதாயுகத்தி லிருந்து பார்த்துவரும் பகலைக்கடந்து இருவரையும் கூட்டிப்போனது வண்டானம்.

அன்னசத்திரத்துக்கு வந்து செல்கிறவர்களெல்லாம் போஜனப் பிரியர்கள் எனச் சொல்லாமல் எழுதியது யார்? அப்போது பித்துப் பிடித்த நொச்சி வண்டானம் எழுதியிருக்கலாம் அது பெரும்பாலும் அகாலத்தில் தான் நாய்களோடு வந்து உண்ணுவது வழக்கம் நாய்களுக்குப் போதிய ஆகாரம் கிடைக்க வில்லையென்று சில சமயம் என்னிடம் சொல்லி அழுததுண்டு. சாப்பிடும் இடத்தில் விசாரிக் கையில் சமையல்காரன் 'வண்டானம் தான் நேற்று ஏதோ கிறுக்கிக் கொண்டிருந்தது' என்றான்.

உடனிருந்தவர்களுக்குப் பித்துவை எப்படியேனும் குளிக்க வைத்து வஸ்திரம் கொடுத்துப் பேசிப்பார்க்க அவா. கண்டுபிடிக்க முடியவில்லை. அழைத்து வரவேண்டுமென்ற விஷயத்தில் ஊக்கம் உண்டாயிற்று. இரண்டு பாணர் விரைந்து ஊருக்குள்ளே தேடிப் பார்க்கையில் நாய்களோடு காவேரிப்பாலத்தில் மூங்கில் கைபிடிச் சுவரில் அமர்ந்து சாவதானமாய் அருவம் சம்பாசிக்கும் ஒலி. மூடுபனிக்கு அஞ்சாத மூங்கிலோடு வளையும் வண்டானம். தூங்குமூஞ்சி மரத்தைப் பார்த்து அதன் தனிநரம்பு வெளித்தெரியும் வெளிர்பச்சையில் ஆழ்ந்து ஈர்க்கிறது வண்டானம். தூங்குமூஞ்சி இலைகளை மடித்து ஒரு பாகம் மூடியிருக்கும் நிஷ்டையில் மோனம் கொள்ளும் பித்துவை நெருங்கினார்கள்.

அப்பால் வடக்குப் பாலத்தில் மாதிகர் கட்டைக்குழலும் தவிலுமாக இசையாகக் கதை சொல்லி தீராப்பிணி விலக்கும் வைத்தீஸ்வரன் கோயில் கல் நாயனத்தை எதிரிலுள்ள கானகம் பொங்க வாஸித்த ஒவ்வொரு தங்க இலைகளிலும் ஆனைக்காரன் சத்திரமும் பிளிறலும் கேட்கும். கருங்கச்சை சுங்குவிட்டு கால் கெச்சம் சப்தமிட செஞ்சுருட்டி நாத நாமக்கிரியை சங்கராபரணம் பாடத்திடமிருந்த மாதிகர் பக்கம்

பாணரும் திரும்பினார். இசையின் உணர்வெழுச்சிக் குரிய சொல்லாக மீதி உடலை கனவால் முடைந்து பின்னலாகும் இக்குழலும் பேசுமோ?

மூங்கில் பாலத்தில் சிமிழுக்குள் நடுங்கி அரக்குநிறக் களியில் பிர்காக்களை அரைத்துப்புகட்டும் நுரையீரல் விளக்கடியில் கட்டெறும்பு ஒன்று மேல் படர்கிறது மெலியத்தெரியும். மற்றோரிடம் தான் தெரிந்துகொள்ளும் இருட்டுக்குள் மண்சுவரில் மாடம் வைத்து அதிகமில்லாத ஒளி பரவும் சிம்னி விளக்குதான் குருவித் தாத்தா கட்டைக்குழல். அதை உள்ளே தானியக்குதிருக்குள் சொருகி வைத்தாள் நெடினி. குருவிப்பகடை மகன் மீன்சுருட்டி கொள்ளிடத்தில் துள்ளி தகப்பனுக்கு ஜோடி. இருவருக்குள் ஏதோ சச்சரவு. பாதியில் தவிலைக் களட்டிப்போன முத்தையன் திரும்பி வரவில்லை. அவருடன் இரண்டு நாள் தர்க்கம் உண்டாகி கூட்டி வந்தது வண்டானம். தகப்பன் கையாலே நாசனம் பெற்றபிள்ளை அருகில் வைத்துக்கொண்டு கொள்ளிடம் வடகரையில் சாதகம். மீன்சுருட்டி மடத்தில் உட்கார்ந்து ஆபேரியைத் தொடங்கினால் மீன்களின் கர்ணம் புரண்டது நீரில். வெளியே சென்று பார்த்து வந்து மூங்கில் பாலத்தில் வண்டானம் விளக்கைத் தூக்கியது. தொடர்ந்து வாஸித்தான் மீன்சுருட்டி. தந்தையை விடாதபடைப்பு. எந்நேரமும் வடவாற்றுப் பாலத்தில் வாஸித்து ரெட்டை ஆலமரத்தில் தவழ்ந்தது மீன்சுருட்டி. செவியாறலின் மூலமாகப் பல கீர்த்தனைகளைப் பிழையின்றிப் பாடும் மகனுக்கு அம்பா நீலாயதாக்ஷி... என்ற நீலாம்பரியை அமைத்த தீட்சிதரின் கிருதியை சாவன்னா தொலைவில் வாசித்ததைத் திரும்ப வாசிக்க யாரது... பாலத்தில்... எனப் பார்க்கவந்த ஜட்காவைவிட்டு இறங்கிய சாவன்னா பையனின் தோளைத்தொட்டுக் கூட்டிப் போன வழிக்குள் பல வழிகள் மூங்கில் பாலங்களில் அமர்ந்து வேண்டியதை யெல்லாம் கேட்டுக்கேட்டுப் போன வண்டிச் சோடையில் நின்று கேட்டார் குருவி. கொள்ளிடம் துள்ளிய மீன்சுருட்டி சிமிழ்மேல் செவுள் திறந்து மூச்சுவிட்டது நாயனம் சிவந்தது.

13

நொச்சி இலை

ஒரு நொச்சி மரத்தின் கோட்டோவியத்தில் சருகுகள் கருநீல இருள் ஒளிக் கலவையில் புலம்பும் நொச்சியரின் சித்திரத்தில் இருந்து உடல் உதிர்ந்த சருகொன்று காட்டில் காணாமல் போய் நள்ளிருளில் அதன் புலம்பல் மட்டும் காற்றுவாக்கில் விட்டுவிட்டு வீசும் மணல் வெளியில் உலர்ந்த ரேகைகளில் வெளிவரும் பிறப்பிற்குப் பிறப்பு கூடுமாறும் ஒவ்வொரு தடவையும் வலசை போய் கூடுகட்டி முட்டை யிட்டு ஓசனிக்கிற வுறுவெயிற் கடைநாள் வம்பநாரை நீலத்தில் தவழ்கிறது.

இரவெனும் பேரிலையாய்ப் பறந்துவரும் ஆற்றின் அடி நிழல்களில் சலனம் கனாநிலை. விழிப்பில் மனம் எதிலும் பிடிபடாமல் வந்தவரும் மூத்த கல்மரத்தின் கிளையாக மாறிவிட்டார் நொச்சியர் கல் விளங்கிய அரியதோர் மொழிப்பறவை கவட்டிருந்து இருப்பின் சுவாதீனத்தில் மௌனம் கொள்ள யாவராலும் வரையப் படாத ஓவியத்தில் மறைந்திருக்கும் சாயநீர்ச்சித்திரக்காரிகள் சாயைகளின் அலை நெளிவு தலைமுறைகளை ஈர்க்கும் எளிமை. நிறங்கள் எதையும் திணித்தவரில்லை என்ற இயற்கை நொச்சியரின் நியதி. நிறஊசி தொட்ட காற்று மட்டும் துகிலில் வீசிக்கொண் டிருக்கும் மெலிவுக்குள் திரும்பிய கண்ணாடி. பட்டு நெசவாளர் தெரு தூக்கத்தில் பட்டுப் பாதைகள் திறக்கும் புராதனம்.

புழுக்களின் தெளிவற்ற மயக்கம் சாயக்காரியிடம் அருஉரு ஏறிய பழமைநிற அடுக்குகளில் சரபோஜியின் புறாமாடங்களுக்கு நகர்கிறோம். பூச்சிகக்கும் விநாடியில் திரவப்பரப்புக்குள் தூங்கும் நொச்சி இலைகள். ரகஸிய இழைகள் சுற்றும் உள் உறக்கம். யாரும் பார்க்காத பட்டிழை. வெயிலும் பனியும் கலந்த ஒளிமாயம் என் முன்னே தெருக்கள் நீளப் புரளுகிறதே பாவடி. இதன் பிரகாசத்தின்

ஊடே பாவுபோல் சாவு படர்ந்திருந்தது. வண்ணத் துண்டமாக வெயிலில் துள்ளும் பட்டுப்பூச்சி இருக்கும் இடம் தெரியாமல் மடிந்துவிடும். எதுதான் மடியவில்லை. சாவு என்ற மெய்மை எல்லோராலும் ஒப்பந்த ரேகையிடப்படும். சாவு என்பது என்ன. திட்டமாகத் தெரியாது. உயிர் என்பதுதான் என்ன?

அதுவும் வடிவாக இன்னதென்று தெரியவில்லை. இருந்தாலும் சாவு தன்னை விழுங்கும் போதுகூட தன் தன்மையை ஒவ்வொரு உயிருக்கும் காட்டிக் கொள்ளும் புழுவைப்போல் துடித்து மடிகிறது.

'உலகெலாம்' என அசரீரியாய் வந்த குரல் இழையோடு பாவாகிப் பார்வையில்லாக் கூகையென தட்டித் தடவித் தவித்த நொச்சி இலைப் புராணத்தில் சாயப்பெண்கள் சிறுமிகளும் மாமயில் பனிக்கு கம்பளம் போர்த்தும் தொன்மத்தில் இழைகள் அனைத்தும் துயரம்தான். இவ்விரு நொச்சியர்கள் அழகு வன்முறை இரண்டின் ஒன்றிணைந்த கலை. அனிச்சை விசையுறச் செய்யும் நொச்சியர் ஓவியம்.

நத்தையென அரிதுயில் நிலையில் இலையில் ஒட்டிக்கொண்டு இருக்கும் நீலப்புழு வெறுங்கூடுகளாய் உலந்து மரத்திலிருந்து விழுந்தாலும் காற்றில் கூட்டமான விசில் இரவின் சலனங்களாகி தூக்கமின்றி அலையவைப்பது கூடுகளை விட்டுச்சென்ற சாயைகளா? த. பட்டினத்தில் தூங்கும் டஸ்ஸா சிற்றினப் பூச்சிகளின் கனவை ருத்ர வீணையில் மெல்லொலி மல்பெரி இலைகளாய் ஒரு பாகம் மடித்திருக்கும் இலை வீடுகளின் அரிதுயிலில் தேவதாசிப் பண்.

உயிர் ஆதாரத்திலிருந்து பசியை உருட்டி ஓர் கவளம் இசை யாக்கும் கருணையில் ஊழூழிக் காலமாய் வரும் இருப்பியல் உருவத்தைச் சாயக்காரி எரித்தா பிறவி உருவமாக மாற்றுவதில் பிறவிப்பெருங்கடல் நீந்தத் நொச்சிஇலைகளில் ஒலி பிறந்தவாறே பொருளுணர்த்திச் செல்லும்.

எறும்பிடம் குனிந்த தேவதாசிச் சிமிழில் இட்ட எறும்புகள் மறைவு நிலையில் ஒன்றிருக்க வேறொன்று காணும் காணாநிலை யாகி வரும் சரபோஜி மாடத்தில் இசைத்த கோட்டு வாத்யம் அத்தளத்தில் மரபாக இருந்துவர வீணை வாசித்த காளகஸ்தி இராசகுமாரபாயி சத்திரத்தில் கேட்டவர்கள் நெய்தபட்டில் மேன்மை கண்டதில் இழையும் தறிக்கூடம். தேவதாசிக்குக் குடைப் பல்லக்கு ஒளிமயமான கற்களில் அலங்கரித்த ருத்ரவீணை மயிலாய்ப் படுத்திருந்தது. தெருவழியே போகும் முளைப்பாழி சுற்றி சிதம்பரக்கும்மி ஞானச்சிந்து பாடும் வண்டானம் மகளிர் சூழப்போனது.

அங்கே நெசவாளர் தெருவில் குடியிருக்கும் சொண்டியின் பிலகரி வண்ணங்கள் இழைபடத் துவழும் தறி வீடுகள்.

இன்னும் சிமிழை விட்டுக் கருப்பு எறும்பு விலகவில்லை. அது அருரூபம் ரூபாரூபம் ரூபம் எனச் சொல்லத் தவிப்புகள் சுழல்படும் ஒளி எறும்புகள் சிறகு முளைத்துத் தலைகீழ் பாயும் சாவு.

மென்புழுவைத் தன் படிவமெய் துவிர்த்து வெந்நீரில் கொல்லாமல் காத்துவந்த பட்டுப்புழுக்குலத்தை நெஞ்சம் பதைப்புறாமல் உலகெலாம் மென்பட்டு நெய்து லட்சம் புழுக்கூட்டம் நொச்சி இலைமடக்கில் த. பட்டினம் துயில்கொள்ளும் நூல் அறுக்க அடுத்த பரிமாணம் என்ன? ஆனால் சமணரின் திவ்ய தொனியில் பட்டிழைக்கும் உயிர்தத்துவம் காற்றின் உதிர் இலையில் ஒட்டிய சின்னப்புழு துளை துவாரங்களில் நுழைந்து மெல்லும் பசைச்சாறு பிசுபிசுக்க அதிலேயே முடங்கித்தூங்கும் விடியலைக்குளிர் இலைகள் மூடி மறையும் இரவெனும் பேரிலை.

14

கண்ணுதலாள் உமிழ் சரம்

த.நகர் உள்ளாலை சாலியர் தெருவுக்கும் தளிச்சேரி ஆடற் கணிகையர் கூட்டம் வதியும்காந்தருவத்தெருவுக்கும் சூரசிகாமணித் தெருவில் மண் பாண்டக்குயவர் கூடித் திகிரி சுற்றும் காலச் சக்கரம் ஈரங்கொல்லிகள் காவிதிமை செய்யும் நாவித மருத்துவரும் இருக்க உவர் மண் முறுக்கிய வெள்ளாவி முற்றங்களை உடைய காவேரி மணல் மேட்டில் சரியும் மூங்கில் பத்தைகளில் ருதுவான குமறுகள் குளிக்கப்போகும் நூறு தனிப்பாதைகளும் மனம் போல் செல்லும் நடமாட்டங்களில் ஆறும் படித்துறையும் கோயில் திண்டில் காமன் விளக்குகள் அனாமதேயமாய்க் கருத்த தடங்கள் பட்ட பாழ்சுவர் மாடக்குழிகளில் ஒட்டிய புலிக்கடந்தல் மண்கூடும் மூங்கில் இலைகளால் தைத்து வட்டமாய் தொங்கும் குளவிக்கூடுகளை யாரும் தொடுவதில்லை. அரவுகள் சீறும் சரமூச்சை எடுத்துப் போய் காமன் அம்பில் பூசுவார்கள்.

மண் சிட்டித் தைலம் கருக்க எரிசுடர்களும் நெளிந்து கிடக்கும் திரிகருத்த விளிவளைவுகளும் மராட்டிய ராணிமார் தீபாம்பாய் இராமகுமராம்பாய் அளித்த பல்லக்கில் பெரியநாயகி சாலியப் பெண்டிர் சுற்றும் நூல் சிட்டத்தை கண் நோக்க சப்தபுரிஷீசுவரரும் வெட்டிவேர்பல்லக்கில்வர புன்னைநல்மாரி உலாப்பாடல் கேட்கும் சிற்றலையாய் வெண்ணாற்று நெருகிலும் பெண்கள் மருள்ஏறிநடந்த காவேரி நெடுங்கரையில் வண்டி வரிசையில் மாடுகளின் கழுத்து மணித்தேய்வு மெலியும் நீர்மை.

வண்டிக்காரக்காளி சுருட்டுப்பற்ற வைத்த குச்சி நின்று எரியும் நெருப்பில் மூங்கில் தோப்புகளின் உரு மெல்ல அசையும் உரசல் ஒலி கீழே விழுந்த தோகையுடன் உடைந்த கணுவில் ஏறிய சாரைக்காற்று புலம்பும். புகைகுமிழ்ந்து அழியப் பருகிக்கொண்டு இருந்தான் வல்லத்துக் காளி. வண்டி மறிச்சி கோயில் திண்டில் நறுக்கிய எலுமிச்சை விதைகள் தெறித்த கற்சிலை பழைய நாளில் பிசுபிசுத்த எண்ணைக் காப்பிட்ட கண் குவளையில் ஆறு உறுமியது.

‘யான் இராத்திரியில் தனிமையால் நித்திரை கொள்ளாமல் சோகித்து இருந்தேன் என்றாள் சாயக்காரி. சகலமும் அநித்யமாகிட மோக பரிணாமத்தைத் தவறாக நினையாதே. உன்னைக் கைவிட மாட்டேன். இடிந்த கிணற்றின் பக்கம் ஜாமத்தின் மகா பாதையில் வருத்த முற்றிருந்தாய். என் அம்பின் பின்செல். அதில் வனமெங்கும் கிரணம் ஒருமிக்கச் செல்லும் வழி உனது அசூயையை போக்கிவிடும் சாயா...’ காமன் விரல் அம்பு நீட்டினான்.

என்னவோ இராத்திரிக் கனாநிலை உரைக்க ஆற்றுக்கு வர இவர்களோடு திரும்பும் படித்துறையில் அவரவர்களுக்கான கல்லின் தேய்வில் காமன் வேட்கையும் தொடுரேகைகளும் மூழ்கடித்துவிடும். ஊரை ஒட்டி ஓடும் ஆறு காலையில் நீர்பட நாங்கள் மறப்பதில்லை மறதியைப் படித்துறைகளாக்கிப் புறவெளி அதிரும் காமன் அம்புகள் பாசிபடித்து வழுக்க மீன்மேயும் உச்சிதங்கள் கண்வெளிச்சத்தில் சர்ப்பப்பிஞ்சுகள் முத்தம்பட்ட காமன் கூடவே மறைவுமை பூசி அரூபத்தில் வருகிறான். வெல்லக்கட்டிமேல் கட்டெறும்புகள் வரிபடத்தேயும் இருப்பின் பகல் தேய்வு. மாலக் கோயில் மெய்யமத்தாறு, பாலாங்காளிக்கு செவ்வரளிப்பூ வீழத்தானே வாடும் பகல். கேரிப்பாதிரியார் சீடன்சவரியும் பரிசுத்தமும் கூடவே பாடாந்திரங்களை ஒப்பித்தவாறு மணல் நெடுக எழுதுவார்கள். படித்துறையில் கேரியிடம் மண்டியிட்டு ஜெபம் பண்ணுவது வழக்கம். பாதிரியார் ஆடைகள் உவர்மண் முறுக்கி வெள்ளென உலர்வதைப் பார்ப்பதற்கு ஆள்நிற்கும்.

வீரான்டான் வயலுக்கு நடுவில் மரகதவள்ளி வீற்றிருந்தாள். என்றோ மண்வெட்டிபட்ட குருதி கழுத்தில் கசிந்துவரும் உழு துண்போர் தேவதையின் சஞ்சலம். கிழக்குப்பெரும்பாதையில் நிறபலி ஆனவரின் ஆவி வெள்ளாற்றில் எப்போதுமே கீறல்தடம் தெரியாமல் பொங்குகிறாள். வெண்ணாற்றுப் படிவுகளில் அறுபட்ட கழுத்துடன் சரிந்த குருதி மணலில் ஓடி ஒவ்வொரு துகளும் உருண்டு முணு முணுத்தது. உலர்ந்த காற்றில் புலம்பிநகரும் மணல் துகளில் மரகதவள்ளியின் ஞாபகங்கள் நடுகையில் குனியும்போது சூசங்கை அறுத்துட்டான்... பாரு. தீராத் துயரம் வீசி வந்தாள் காற்றில் மனதைப் புரட்டும் அணங்கு கடையாணிக்கொம்பில் அதிர்கிறாள்.

நாற்று நடுகையில் வயல் அறுக்கையில் அவளைச் சுற்றிச் சேரிப் பெண்களின் குலவை. பயிர் வைத்து நெல் மூடிய கருங்கற் பெண் சிவப்புப் புடவையின் கால் முந்தி அசையக் கிளியஞ்சிட்டி தூங்காமல் மினுக்கும். விளக்கில் ஆயிரம் கருப்பெறும்புகள் படையெடுக்க மழை

வருவதற்கான கோப்பில் சித்திரக்குழிக்காற்று சொட்டி நனைத்துவிடும் குமறுகளை வெப்பநாட்களில் பார்க்க இவர்களும் ஆடிய ஆலமர விழுதுகள் அசையவும் ஐடாமுனீஸ்வரர் கோயில் உடுக்கு தேயும் ஒலி. விளையாடி முடிந்து பண்டாரத்திடம் விபூதி வாங்கி வீட்டுக்குப் போகும் மண்ஓடிய தெருக்கள் அவர்களின்றி இவர்களுடன் சேர்ந்த மயக்கம். அத்தெருக்களில் ஓடிக்கிடந்த தோரிய மடந்தையர் ஞாபகம் இருந்து கொண்டிருப்பது பாழும் சுவர்களுக்குத் தெரியும்.

போனாலும் தொற்றிக்கொள்ளும் சிறுமிகள் திரும்பி வருவதாகத் தூங்காவிளக்கு இடிந்த மாடத்தில் இமை தாழ்த்தும் சுடரின் பதைப்பு வேகம். ஒரு துளி நீர்தான் அவளின் இருப்பா. தோரிய மடந்தையின் ஒளி பரவியபடி அந்தக் கமுசலாதேவி சிங்கள நாச்சியார் கோயில் கண்டிராசன் தாயார் நான்கு மனைவிமார் ஐம்பது உறவினர்கள் சிப்பந்திகளைப் படகில் ஏற்றி மதராஸிற்கு நாடுகடத்தி வேலூர் சிறைதங்கியவர்களில் சிலரும் த.நகரம் வந்து வதியவும் மானாம்புச் சாவடியில் தான் ராசரத்தின சிம்மள கமுசாலதேவிக்கு கோயில் அங்கே நாடுகடத்திய வாதையும் வீதியுடன் கூடவரும் கடல்வாடையில் உணர்ந்த பழையோர் கொடுத்த மானாம்பில் ஒரு பகுதியைக்கூட அவர்கள் இவர்களுக்கு விட்டுக் கொடுத்ததுமில்லை கண்டிராசன்.

சந்தியா மண்டபத்துறை போனாலும் தொற்றிக்கொள்ளும் பருத்திப் பெண்டிர் உரையாடல் கேட்கும் படித்துறை த. புரீஸ்வரர் கோயிலுக்கு எதிரிலிருக்கும் படித்துறைக்கும் இங்கிருந்து நீந்திக் கடப்பவர்கள் அதைச் சிற்பமாக்கிவிடுகிறார்கள்.

கட்செவியான படித்துறைச் சிற்பங்கள் மண்டபத் தூண்களை விட்டு நிலைபெயர நாதவயப்பட்ட பட்சிகளின் விடிகாலையில் சுண்ணாம்பால் எடுத்த மெத்து வீடுகளில் உறையும் குருவிகள் அடைக்காபட்சிகளும் ஆம்பற்பூவின் சாம்பலான கூம்பிய சிறகதிர மனையுறை குரீயி நெல்சிதறும் உள்ளிறைந்து மண்டபத்துள் கதிக்கக் காவேரி மயங்கிய மையல் இறவாணத்தில் மேலேறும் ஒலி. புடவைகளை உலர்த்தும் வானெளியில் சதா குருவி எச்சம்படும்.

படித்துறையில் பாணர் விட்டுச்சென்ற ஓர் நரம்பினை எடுத்து வந்த ஊர்க்குருவி ஆபிரகாமின் தோள்மேல் கால்வைத்து கருணாமிர்த சாகரத்தில் மறையும். பழமைக்கும் இடமுறைத் திரிபாகும் பாணர் நரம்பு தொட்டு மிஷன்தெரு நெடுக அதிர்வு அழிவதுமில்லை. தனித்து விடப்படும் நுண் நரம்பினை ஆபிரகாம் தழுவியதில் வேபணங்களின் இடைவெளியும் சீதோஷ்ண நிலையும் பொருந்தி த.நகரின் வயல்

எத்தனையோ இசை படிந்த நுண்ணிய அதிர்வுகளை உணர்ந்தான் மரியசூசை.

ஒரு கூழாங்கல் நிறங்களும் வளைவுகளும் தழும்புகளும்பட்ட கல்முக மனிதன் பட்டணவாடைக்கு அப்பால்தான் தோன்றிப் பாடல்களை முத்தாம்பாள் சத்திரத்தில் கட்டுக்கதைகளைக் கூறி மறைவான். செங்குத்தான நீரின் கோடுகளைப் பிரித்து எண்ணும் நீர்க்கணிகை நீரை யாழாகவாசிக்கும் காவேரிக்கரை விளிம்பில் யோனிவடிவ காற்குளம்படிகள் பதித்துப் பூமியின் ரகஸியத்தைச் சொல்லி மறைவாள் மூங்கில் இடையே கண்நுதலா மான்குளம் படிகளை ஒளித்து வைப்பாள்.

தளிச்சேரி வீடுகளின் ஜன்னலருகில் நின்று தன் அவிழ்த்த கூந்தலை நிலவொளியில் சிணுக்கோலியில் சிக்கொணர்த்தியவாறு மங்கள விலாஸக் கற்கிணற்றில் ஜமுனாபாயிடம் யாழ் ஏற்றுப் பாடிக் கொண்டிருக்கும் செங்கோடு. உழை மானின் காதுகளை அசைத்தாள் கண்நுதலா. புள்ளிமேவாத மான் சரீரத்தாள். காவேரி நெடுகப் பாய்ந்து கமுகில் மறைவாள். யாழிசையோ ஆபிரகாமின் உள்ளுணர்வின் கற்பனையில் மாயமாந்தீகத்தின் நிலவுப் பாதைக்கு அளிக்கப்படும் புதிர் விளக்கம் என்பதன்றி வேறில்லை. ஆபிரகாம் வயலின் அவரிடம் மறைந்து திரியும் கண்நுதலா மான் வடிவில் பாயும் நீர் ஓடைகளில் நிழல் விழுந்தது. நீல உடல் கொண்ட நிலவு காயங்களின் தழும்புகளில் பச்சிலை பூசி மானின் பின்னே செல்லும். ஆபிரகாமின் கனவு முடிவற்ற கர்ணாமிருதசாகரமாக இசையில் அமர்ந்திருந்தது. விட்டு விட்டுக் காக்கையை இடறி மோதுகிறான் குருடன் தனிவழியில்.

நீ முகக்கண்ணாடி தந்ததற்காக குருடன் நன்றி சொல்ல மாட்டான். அவன் எப்போதும் மனிதரைவிட இயற்கைபட்ட தழும்புகளைத் தொட்டு துயரத்தை இசையாக்கினான். ஆபிரகாமின் சீடன் மரியசவரி குருட்டு மையை இசையாக்கினான் குருவிடம். இருட்டுச் சரித்திரத் திலிருந்து சிறுபாணன் சிவப்பு வயலின் வாஸித்தபடி இந்தக் காவேரி நெடுக அலைகிறான். ஆபிரகாம் மரிய வசைக்குச் சொன்னார். ஓவியத்தில் கரையும் மூலிகை வனத்தை இசையாக்கிய சுருளி மலையில் உடைந்த இரும்புநிற ஆன்மச்சக்கரம் கருணாநந்தா. தொல்பழம் பாதையில் கிரேக்கமும் இடமுறைத் திரிபு எனும் இசை முறையை பெருமூச்செறியும் சிலம்பின் துயர்நிழல் சுற்றிப் பரிதவிப்பின் வெளவால் ஏடுகளாய் சரபோ நூலகத்தில் அடுக்கடுக்காய்க் கருத்த ஏடுகளாய் மாறும்... இசையின் படிமஏடு தொட்டுப்பார்... தீட்டிய சிவப்புவயலின் ஆபிரகாம் கொடுத்தது.

காவேரியில் படகுகள் நகரும் கசங்கல் வெளிச்சம். புறவுகளுக்கு அனீபா தானியம் கொண்டு போகிறான் படகில். நீர்படும் விளக்கின் மேல் லிஸ்பன் சிமிழ் சாய்ந்த ஒளி. மசங்கிய இருட்டில் சிலர் துவைக்கும் கல்சத்தம் நீரோட்டத்தில் நெளிந்து அடுத்த படித் துறையில் எதிரொலிக்கும். விரல்களால் முறுக்கிக் கழுவும் ஆடைகளின் சலசலப்பு. அந்நேரம் ஈரங்கொல்லிகள் வெழுத்த துணிகளை ஆற்று வாசனையுடன் கழுதைகளில் பொதி போடும் பேச்சுக்குரல். துணிகளின் வாடை கழுதையின் மோனம் கலந்த சோகத்தில் இரவுகளைப் பற்றிக்கொள்ளும் எளியோர் வாழ் கனல் இது. காவேரித் துறைக்கென்றே பிறந்த வண்ணாத்திகளின் துவைத்தெடுக்கும் மூச்சரவம் இழுவைப் பாடல். தப்புத்தப்புத் தோப்பாளம் ராமானுஜ மடத்து வண்ணார் பஜனையில் ஓடும் உவர்மண் வாசனை. குனியும் கல்மேல் நீர்படு சொறிதவளை உள்நாவில் அலைவுற்ற நீரின் இசைப்பாசுரம். பெண்களின் குலவை ஒலிக்கும் நீர்ச் சுழிகளில் சிக்கிக்கொள்ளும் கிழிசலை ஆற்றில் விடுகிறாள்.

த. நகரத்தைப் பூர்வீகமாகக் கொண்டவர்கள் கோயிலுடனும் மதில்களில் கிளைத்த சோழ உதிரம் கசியும் பிளவுகளும் பாதாளமூளி இரைச்சலிடும் படித்துறைக்குப் பின்னுள்ள சுச்சிநாயக்கர் மதில் மேல் பூனை. சித்திரக்குழிக் காற்று மரம் உலுப்பி மாங்காய்களை ஆட்டிவிட்டு ஒன்றுமில்லாமல் போகும். ரெண்டு காற்று முடிந்தது. மூணாங்காற்று வடு உதிர்க்கும். காற்றோடு சேர்ந்து புழுதியில் சுழிக்கும் தூசுப்படையைக் கடந்துதான் ஊருக்குள் ஜட்கா வண்டிகளில் சுழலும் கும்பினி ரயில்வேக்கெடிக் குதிரை வண்டிகள். மதிய வெய்யலில் குதிரை ஈ வட்டமாய் பாடி ரீங்கரித்து கழுத்தில் ஒட்டும்.

வடவாறு பரந்து விரிந்த படித்துறையில் என்னேரமும் கல்லில் துவைக்கும் சூ... ஒலி. பராமரிப்பின்றிப் பழுதடைந்த எட்டு வெள்ளாவி அடுப்புகள் சதாவும் உவர்மணபுகை சுருளும் வெண படலத்தில் த. நகரையே பொதிபோட்டு ஓடும் காவேரிக் கழுதைகளின் மனதில் லயமான துயிலில் எல்லா உயிர்களும் ஓர் லயத்தைக் காட்டுகிறதா? கழுதை முன் விழிக்கும் காலையில் ஆற்றில் யாவரும் கயலாகச் சொரூபமாயினர். சொல் அறிபுள் கூட்டத்தை அழைத்தவாறு படகில் நகர்கிறான் எதிர்கரைஏகும் அனிபா. புறவுகள் ஆற்றில் மிதந்து சிறகு நீச்சல் நீலப்புள் ஆற்றில் மீன் குஞ்சைச் சாவதானமாய்க் கொத்தும் தலைகீழ்ப் பாய்ச்சல்.

மூங்கில்பாலம் இருந்த திருவையாறு சாலையில் இவர்களுடன்

திரும்பும் ஜட்காவில் தனம்மாள் அந்த மண் ஜன்னல்களைத் தட்டும் சித்திரக்குழிக்காற்றிலிருந்து சூபெற்றதாயினைப் பிள்ளை மறந்தாலும்... பாடலை முனகும் நீட்சியில் உருளும் பைதா. அவளால் ஆற்றையும் பாலத்தையும் கடக்கமுடியவில்லை. அப்படியே ஜட்காவை நிறுத்தச் சொல்லி மூங்கில்களியில் வளைந்து கீழே சுருளும் ஆற்றை வெகுநேரம் பார்த்துக் கொண்டு இருக்கிறாள் மை இருட்டு சூழ்வதை. நீர் நான்கு கண் பாலத்திலிருந்தும் வேறு வேறு ஒலிபட தலை கவிழ்ந்து ஓடும் கோடுகளில் அதிர்வையும் அதிஅதிர் கமகச் செறிவில் நீட்டிப் பாடுகிறது சொல்அறிபுள். ஜன்னலில் எட்டிப் பார்க்கும் கணிகையர் அசைவியக்கம் கொள்ள ஈரங் கொல்லி ஒருவன் குடித்துவிட்டு தள்ளாடிப் போகிறான் ஈச்சமரக்கூரைகளுக்கு. வண்ணாத்தி துணியைப் பொதிமடிப்பில் தூக்கிச் செல்லக்கழுதை முதுகிலும் பாரப்பொதிமேல் சிறுமியொருத்தி நாணல் கோலுடன் போகும் சித்திரம் நோக்கி உருளும் தனம்மாளைப்பெற்ற த.

மீனாக மாறிய ஒரு கல் பிறப்பிலிருந்து கடலுக்குத் திரும்ப விரும்புவதாக கண்நுதலாளிடம் சொல்லிக்கொண்டே தன் யாத்திரையைத் தொடங்கியவேளை கன்னியின் உரு மூக்கரைக் கிழவியாகவும் மாற மெலிந்து நிறங்கள் வேகமடைந்து உருமாறும் தீநீர் இருக்கிறது அங்கு. ஒளிநெளிந்த இரவின் நீரில் கல்மீனில் சுரக்கும் தீநீர் மயக்கத்தில் கன்னியின் மனவுடலில் கல் மிதந்து இயங்கியபடி நெருப்புடன் உறங்கும் பரிதி இழைபடும் கல்மீனாகும் இருப்பு அதனுள் இருக்கும். உள்ளுணர்வின் உறைநிலை பாதிக்கல்லாகவும் குருடனின் அரண்மனையில் சுடரெல்லாம் சிறுபாணன் மரியசவரியின் தகிப்பில் ரேகையிடும் அவன் விரல்களுக்குள் நீர் ஒன்று துமிக்க வடிவத் திலிருந்தும் வடிவமின்மையிலிருந்தும் வலிநிறங்களாகப் பகிரும் கூழாங்கலில் மீனுரசும் கோடுகளே வரைபடக் கல்மீனாகும் விமோசனம்.

சோழசீமையில் நாடோடிக் கதை தேடிச் செல்லும் வேட்கை மனம் மான்கால் விழிநுதலா. தீநீர் வற்றாத் தளிக்குளத்தார் காமனை எரிக்கும் விழவில் காமனிருக்கும் யுகங்களின்பாசி த.நகரைக் காப்பாற்றிய மணல்காடையாக அறைக்குள் நுழைந்துவிடுகிறது. அது தளிக் குளத்தில் குதிக்கும் பச்சைத் தவளை க்ளப்... ஒலி விநாடிக்குப்பின் விநாடியாக வீழ்வதால் (ஒருமுறை வீழ்ந்தே விந்தையால் திகைப் புள்ளதாயும் புத்தியோ பலமுறை தாவி வளைந்து வீழும் நிகழ் திரும்பத் திரும்ப பிரமை கொள்வதாயும்) நீர்க்குகை ஒன்றைக் குடையும் ஓசைக்குள் பச்சைத் தவளை உள்ளே எப்படி இருக்கிறது.

தளிக்குளம் கதவுகளில்லாப்பெட்டகம் முழுவதும் நீரின் தொலி தவளையுடையதாகக் குரல்வளை ஒலித்தொகுதி தவ்வெனக் குதித்தோடும் காமனின் இருப்பு தீப்பந்தம் சுற்றி வெண்கலச்சிலைகள் விம்மி எழும் பண்டிகைக்குள் கணிகை நுழைகிறாள்.

நாகபந்தனமாகும் காமன் பண்டிகைக்குச் செல்கிற கூட்டம் சரபேந்திரன் கொண்டு வந்த ஹோலியில் வண்ணநீரை வாரி இறைத்த தோரியமடந்தை காமனுடன் அரவுபுனைநிழல் பின்னே ஊஞ்சலாடும் கயிறுகள் சாம்பிராணி வாசகர் புகையூட்டும் இழைநெடுக கணிகை காமரஸப்பாடல்களில் நடனமாடும் சீற்றத்தில் சாரை எனும் நடனக்காரி காட்டுப்பூக்களை நுகர்ந்து இளந்தாரிகள் மேல் வீசி ஆர்வத்தை இசையாக்கிய காலச் சுழலில் காமன் விழவில் ஏறும் சடங்காக இவர்கள் தூரமாய்க் கொண்டு வந்த சரசப் பொற்பாவை இயற்கை மாற்றத்தைக் குறிக்கும் த.நகரச் சித்திரக்காரி சாயநீர்வரையும் காமன்உரு இசையின் உட்பொருளாம்.

சரஸ்மஹால் நூலகத்தில் மறைந்திருக்கும் நாயகிபாவ ஓவிய மடக்கு ஓலைகளையாரும் தொட்டுப்பார்க்கவுமில்லை. கிருஷ்ணலீலா சித்திரச்சுவடியில் விதம் விதமாய் பாவங்களில் பெண்ரூபமடையும் கிருஷ்ணனின் நாயகி மயக்கம் ஊட்டிய ஏடு பதிந்த கண் நுதலா கைஷத்ர மாதத்தில் இங்கு முதல் நாள் குளியல். அந்த வைணவ வார்த்தா மாலைப் பாராயணம் செய்யும் திருமங்கை பெண்உரு அடையும் தெருக்கூற்று.

தோரியமடந்தையர் கிராமங்களினூடே வளையும் காவேரியைக் கடக்கிறார்கள் இடமுறை சுழலும் பாடல் எழுக.

'அவளை எனக்குள் காட்டு இடாகினி... காமன் விழாவில் இராப்போஜன சடங்கிற்கு கூட்டிப்போ என்னை.. தவசமும் உப்பு நாணயங்களும் கொணர்ந்தேன் காமனுக்கு... கிரேக்கர் காமத்தின் கூண்டுச் சிமழ்களும் திருக்கடவூர்தாசிக்கே... யவனப்பாவையும் சேனப்பையில் கனக்கிறதே. தெய்வப்போக்குடைய கணிகையின் நாயகிபாவ நிகழ்கலைக்குள் கீழ்வானில் அசையும் தீப்பிழம்பு... உள்ளில் வெளிப்படும் நாயகி பாவம் கிரங்கும் மோனத்தின் சாயைகளில் இருப்பவர்கள் யார்... இடாகினி சொல்...'

'கீழ்நிலையாகும் மனிதரின் ஒழுக்கவியலையும் பெருமையையும் வெறுக்கிறேன் யவனா.'

'தென்திசை திரும்பிய நந்தி.. அங்கேயும் மீமனித உருக்காளை முன் நடக்கும் விருந்தில் பேரியாழ் அதிரும் நரம்பு உனக்குத் தெரியும்தானே இடாகினி.'

‘நீ வரலாம் இங்கே. ஒலியரே... ஆனால் காலம் தவறிப் பயணித் திருக்கிறாய். ஹிப்பலஸ் காற்றின் பரிச்சயத்தில் சேர்ந்தாய் இங்கு அலையாகிவிடும் கிரேக்க தெய்வத்திடம் ராசிவட்டத்தை சுற்றுவதில் முந்தைய வழிபாட்டுமுறை காமனுக்கு...’ இருவர் கையிலும் அம்பு இருப்பது பின்னும் அபாயம். காமன் அம்பும் ஒலியர் அம்பும் நுழைந்ததில் நல்ல விளைச்சல் காளைகளை வழிபடும் தொடர்ச்சி உடல் ரீதியாகப் பாலியல் வலிமை. தாவரங்கள் பருகும் காவேரி செழிப்பதாக. இனப்பெருக்கத்துக்காக கிடைமாடுகள் ஆய்ச்சியர் குரவையில்... ஆநிறை கவரும் சிறுகுடி ஊர்கள் தொலைவில் காமன் எழுகிறான் தீப்பிழம்பில்...’ அம்புகள் தைத்த வலிய தீக்கொழுந்தில் அசையும் கணையுமிழ் சரத்தில் பட்டதும் சுனையின் பீறிடல். சாரையுடன் புணர்பாகம் கொள்கிறான் சாபத்தில் பசுமிலை நரம்போடிக் கிடந்தாள். சகடத்தில் பதிந்த பைதாக் கோடு. குளம்படிகளில் பிளந்த யோனி. பல நூறாண்டுகள் காமன் உரு கரையாமலும் அங்கிருப்பவர் தோற்றத்திலும் உடல்வாகிலும் சாரையின் காமம் அடைவர். வாழ்ந்த வெண்ணாற்றுப் படித்துறை நெடுகிய வீடுகளைச்சுற்றி நூறுவகை நெல் பிளக்கும் ஆறு நுரையாகச் சிதறும் சாரையின் நெளிவு. வெட்டவெளிமிதக்கும் அரவுகள் ஓயாமல் பிணையல்படும் பீங்காண் நீல வளையல் உடையும் தெறிப்பில் துணுக்குறும் மரணத்தின் முனையில் ஓயாமல் சீறும் காமத்தின் ஊர்ந்த ஆறு. இருப்பதற்கென்றே செதில் மாறி அடுக்கிய சர்ப்ப வடிவில் படும் ரேகையுள்ள மணல்மேட்டில் நெளியும் கோடு தொட்டால் பற்றிவிடும் பாம்புவால். கூண்டு வண்டிகள் ஆற்று மணலில் சரசரக்கும் துகள்களின் உராய்வில் புரண்ட சர்ப்பம் வாலில் விசும்பி ஓங்கி வளையும் தேனிறப்பித்த விழிகள் சர்வரூபங்களோடும் புணர்கிறது. எக்கால் விழிப்படைவனோ... மஞ்சள் சர்ப்பத்தின் திருஷ்டி சிருஷ்டிவிடயத்ததாகும். மனதின் மாட்டே மிகமிக அமராநிற்கும் படம் விரிகோலம். சரீரமாய இருமைக்குத் தோன்றுந் தசையின் ரஸம்ஆடும் அரவுவிழி தானே தோன்றும் மனவடிவாய் காமன் விரித்த தெல்லாம் மனோலயம். சர்ப்பம் கிளை பரப்பிய ஓடைகளுடன் மண்ணாய் கலவி கொள்ளும் மணல் புகை எழுச்சி. யார் இருந்தும் மறைந்தும் கீழே சரியும் இலைகளுக்குள் தெரியும் வண்டிச்சோடுகள் த. பட்டினத்தைக் கடந்து செல்வதில் நிலா வெளிகளில் நடமாடும் சாயைகள் இவையெனப் புலப்படாத வல்லக்கோட்டைத் தொழுவில் எலும்பு துருத்திய உழவு மாடுகள் மூச்சுவிடும் இரைப்பொலி. வயதான பின்னும் ஜீவித்திருக்கும் முதிய

அரவு புன்னைத்தோப்பில் அமரபட்சம் சட்டை உரித்து வெளியேறும் வேளை கூலம்மெல்லும் மாடுகளின் கருவிழி பார்த்துவிடும். மாம்பழத்தான் பட்சியும் கம்பத்தான் கோழியும் மழைப்புதையில் சாரையின் காமச் சூழல்களில் இடியும் மின்னல் கீறி அடிவான் இருள்கிறது. இடையர் குடிக்கரைக்குமேல் படம் விரித்த சாரை கடல் வரை கூடவே உப்பனாற்றில் ஊர்கிறாள். புல்பூண்டும் அருகிய உப்புமண். நீர்முள் செடிமேல் விண்மீன் கசியும் நீலம். இடை இடையே கோடு போட்டு வளையும் நீர்க்கோழியின் தனிமையைக் கவ்வும் சாரைவால் சுழற்சி. கடைக்கொம்பில் சுற்றிப் பிணையும் சாரையில் தொங்கும் நீர்க்கோழி தலை விழுங்கி மெல்ல மெல்லச் சரியும் பன்னிரவுத் தோற்றம்.

'இடாகினி நீர்க்கோழியைச் சாரை கவ்வியிருக்கும் வேளை நலிபடனில் ஸ்ரவண மாதத்தில் நாகபஞ்சமியைத் தொடங்கியது துளஜாவா.'

'இல்லையில்லை. உனக்கு சரித்திர மெழுதிப் பழகிவிட்டால் கலையே விநாசமாகிவிடும்.' களிமண் நாகங்களின் சிலையைச் சுட்டவர் ஆதி நாகர். கிழக்கே போகும் பிக்குநாகர் ஜாதகக்கதைக்கு கூடவே மண்சிலை வடிப்பார். நாக சந்நிதிக்கும் எறும்புப்புற்றுக்கும் போகிறாள் கணிகை. சேர முற்றத்தில் ஸர்ப்பதுள்ளல். இங்கே உயிருள்ள நாகரின் உறைவிடத்தில் காரணப்புரவியில் கண்நுதலா வருகிறாள். படைநாயகி கண்ணாடி கட்டிய புரவிமேல் காமன் முன்னுள்ள மரணத்தைத் தவிர்க்கப் பொது அம்பு விடப்படும். கீழே மறைந்திருக்கும் நாகர் குலத்தைச் சேருமென நம்பிக்கை. நாகா ஸ்திரம் கீழேதான் பதுங்கி இருக்கும். தட்சன் குமாரன் ஓடிப்போய் வேறுபக்கம் சேர்ந்து நாகாஸ்திரம் ஆனான். காமன் எரிந்தபின் உயிர்த்தது தாட்சாயினி. பலவேஷன் திரிபுராந் தகனை அழித்தது. விழா ராத்திரியில் பல்குண மாதத்து பௌர்ணமிக்கு முன்பாகும் தெருக்களில் அறுவடையான வைக்கோல் உருச்செய்து காமனை வடிக்கிறார்கள் களிமண் நார்மடி கீல் எண்ணை தைலச் சிலை மண்பூசிப் பூசிநிறம் பலமுகக் கோலமிட்டு மூங்கில் அம்பு தைத்த காமன் அங்கே பிழம்பாகிறான். காமமும் வேட்கையும் இலக்கற்றுப் பரவ ஒவ்வொரு ராத்திரியும் மோகினியாட்டம். தோரிய மடந்தை உருமாறி அலைகிறாள் எங்கும். பின்னிரவு சாயும் வெம்பரப்பான வெளிச்சம் படரும் வேளைகாமன் வெளியேறிப் போகிறான்... இடாகினி மூங்கில் அம்பு கணையுமிழ் சரங்கள் தப்பாமல் கண்நுதல் பட்டுவிடும்.

15

திருப்பு நடுவணம் கமாரா

பேசும் படச்சுருள் III

பட்டச் சித்ரா

கதை சொல்லி	*கேட்போர்*
இசைமாறு, மாதவி ஊழ்	கோவலன்
சித்ரஞ் சொல்லிகள் நொச்சியர்	கொலைக்களம் மதுரை
	கமாரா வாசிகள்

கமலங்கள் கண்திறந்து காரிருளைச் சுருட்டிவந்த அரவு ரெண்டும் வால் சுருங்கி வந்ததாலே முதுமையும் காவலும் முன்னோர் சொன்னதாலே நிர அமாவாசை இருட்டில் தையலும் இணைப்பு மில்லாத சட்டை உரிக்கும் சரசரப்பில் கொம்பு கோர்த்து ஸ்ஸென்ற சரமூச்சில் சுருண்டு வந்த காமத்தின் குருடான மடிப்புகளில் தன் உடல் அங்கத்தில் ஒரு பிரிவைப் பறித்துச் சேவலாக்கிக் கழுத்தை நீட்டி ரெக்கை விடைக்க அடிமேல் அடிவைத்து வருகிறான் இந்திரன். வஜ்ர மந்திரம் காமத்துக்கு உதவாத முனிவர் சாபமும் பெற்றதாலே சோமபானத்தில் பெருவிருப்பம் கொண்டதால் இந்திர விழாவில் நுழைகிறான். அசுரருடன் போர்புரிந்து வெல்வதே அன்றித் தோல்வியும் அடைகிறான். இவன் ஒழுக்கத்தினின்றும் விலகுகிறான். ராவணன் மகன் மேகநாதனிடமும் தோல்வியுற்றான்.

காண்போரின் கண்களை மறைத்து உள்ளதை உள்ளவாறு பார்க்கும் தன்மையை விலக்கி வேறு விதங்களில் பார்க்கும்படி இந்திரனின் வலை உறுதியால் முடியாமல் குழப்புகிறது. ரம்பையரை மயக்கித் தன்பின்னால் வரும்படி அழைத்துச் செல்கிறான். இயற்கைக்கு அதீதமான கற்பிதத்தைச் சேர்த்ததில் இறந்த ஆவிகளுடன் தொடர்பு டையவன். மந்திரத்தால் நோயைக் குணப்படுத்திப் பிறதீவுக்

கூட்டங்களிடையே இவனைக் கொண்டாடும் பழங்குடிகள் இந்திர விழாவுக்கு வருகிறார்கள் கூட்டமான கலங்களில் சோமபானத்தைத் தேடி. விண்ணிலிருந்து கீழ்பாயும் ஒளி நரம்புகள் எட்டாம் பிறை வடிவ யாழ் எனவும் கோட்டின் நிலை வாலில் விசும்பி நின்ற இரு உடல் ஒருயிராகி பாம்பு படம்விரித்த உயரத்தில் பிறைகவ்வி மலைநடந்த காமமும் இசையும் கலந்த ஆயிரம் கண்ணோன் விழாவினை ஜனங்களும் அரசனும் எடுக்கத் தவறியதில் ஏழரங்குகள் எழுந்த இந்திரவிகாரையில் கடல் மேவியதென சாரணர்கள் மயிலிறகால் எழுதிவைத்த ஏடுகளும் சொல்லா நின்றவாறு.

உச்சைச்சிரவம் எனும் வெண்புரவி அலைமேல்எழ ஆர்ப்பரித்த கடல்மேல் அங்குசம் ஒடிந்து ஐராவதம் பிளிறிய ஓங்காரம். ஐந்து தருக்களும் நடுங்கின. சாபத்தால் பச்சைமீசையை அடைந்து பல பக்க யோனிகளுடன் சக்கரம்போல் சுழன்று நடந்தான் கடல்மீது. காலடியில் திறவுபடா யோனி திறந்ததால் உதிரும் விதைவித்து தாவரஜங்கம எழுச்சி.

தீவகச்சாந்தியும் நின்றதென வெகுண்ட ஆழியில் விநாசமானது கிழக்குத்திக்குப் பாலகன் சிலை. பின்னே ததீசிமுனிவர் தந்த முதுகெலும்பால் புதிய வஜ்ராயுதம் செய்துகொண்டு நடுக்கடலில் ஜல சமாதியான ஸ்திரீகளையும் புருஷர்களையும் முன்னைப் பரதவரையும் கரையேற்றிவந்தான். விரட்டிவரும் முனிபுங்கவர்களே...

இந்த ஆண்குறியான பௌத்திரமும் பீஜமும் இழந்து பெண்களுக்குள்ள அனேகம் யோனிகளை தேகத்தில் வரம்பெற்று நாணத்தால் தாமரைத் தண்டில் ஒளிந்திருந்து மச்சகன்னிகள் வெட்கமடையுமாறு லட்சம் முட்டைகள் இட்டு அவற்றை இந்திரமெனும் நேத்திரத்தால் அடைகாத்து உயிருடல் கொடுத்து கடல்பசுவின் இயற்கையடைந்து வாலரக்கனுடன் சண்டையுமிட்டான்.

தேவதைகளின் வேண்டுகோளால் சகல யோனிகளும் உப்பக்கம் சுரோனித விழிகளாயின. தன் கண்ணுக்கு இவை சுரோனித வனமாகி விட இத்தனை பிறப்புகளுக்கும் கருவறை கொண்ட இந்திரனை விடுங்கள்.

ஆட்டின் பீஜத்தை இவனுக்குப் பொருத்திய புராணமும் ஒருபக்கம் இருக்கட்டும். இவ்வளவான அனாமதேயமான பலஉரு அடையும் இருப்பினைப் பெற்றதால் இந்திரவிழா தொடங்கியது என்றவாறு.

கௌதமரே... அகலிகைமீது ஆசைவைத்துப் பச்சைநிற மீசையைத் துடைத்துக் கொண்டு பிரமகத்திற்கு அஞ்சி ஒளிந்திருப்பவனிடம்

தானே பிரமஒளி ரஸநாளங்களிலெல்லாம் ஓடிக் கொண்டிருக்கிறது. இப்பிரமரத்தினத்தை முதிய அரவு கண்குருடான நிலையில் அமாவாசைக்கு ஒரு தரம் சட்டை உரிக்கும் கிரீச்சிட்ட ஓசையில் கக்கிய வேளை எண்ணிலாப் புதையல் அதில் தோன்றக் காண்பேன். தாள் மடிப்பில் எழுதிவரும் கற்பிதங்களை வாசகரும் நம்புமாறு பிரமஒளி எழுத்தின் நிழலுருக்கோடுகளில் பட்டதும் இந்திரநீல இறகினால் கதைக்கு மை இட்டேன்.

இப்பிரமஒளியில் பாண்டு புத்திரர்களை உருவாக்குவதைவிட இப்புவியில் கொடிய வதஞ்செய்யப்பட்ட அரவர், அசுரர், அரக்கர், பேய்மகளிர், மோகினி, ராக்ஷஸர், இந்த ராமன் இறந்தவன் எலும்பென்று வணங்காமல் கால் சுண்டுவிரலால் எட்டி உதைத்த துந்துபியின் ஓர் எலும்பை எடுத்து வஜ்ர மந்திரமாக ஊதிஊதி அத்தனை புறங்கபாலங்களின் எழுத்திலும் பிரமஒளியூட்டி அவரவர் வம்சத்தின் மூலரத்தம் பூசி சூரபத்மனையும் சிருஷ்டிப்பாயானால் நின்ற இந்திரவிழாவும் தொடங்கி விடும் உனக்கு...

பிரமஞானமில்லாத நூறு சந்நியாசிகள் என்று அவர் தலைகளை வஜ்ரத்தால் ஏன் உடைத்து நரிகளுக்கு இரையாக்கினாய்... கருவுதரக் கடலில் புல்லியனேன் என்பவரை வதைக்கலாமோ. சுக்கிலத் தியானச் சுடர்வீசும் கருமக் காட்டில் உருளும் கபாலமேந்திய தேகியர் ஆயிற்றே இவர்கள். நூறு நரிகளாய் அவர்கள் நிலவென விழியீர்க்கப் பரவிய ஒளியுடன் காடுகளில் அலைகிறார்கள். உருகிவரும் ஒளி போல ஊளையிடும் முள்ளுடைக்காடு. சுடர்மயமான அந்த புத்த சந்யாசிகளை சாமரை வீசி அழைப்பாயா... கரும்பிண்டி நிழலின்கீழ் அவர்கள் அவிரொளி சூழ் அருரூபம் உலகுயிர்களின் சாந்தி.

உபதேசிக்க வேண்டாம் இனி மனுசாத்திரங்கள். எனக்கு இந்தப் பாதைகளில் போக விருப்பமில்லை. பாசை வழுக்கும் இந்தப் பழைய விழிகள் அலுத்துவிட்டன. புதிய வெளியில் பலபக்க யோனிகள் மின்னச் சுரோனித வனம்புகுந்து மூலிகைச்செடிகள் காட்டு ஜீவராசிகள், கடல்தாவரங்கள், சங்குசிப்பிமச்சங்கள் ஓடுடலிகள் கடல் பசுக்களும் சுரந்தஒளியில் மிருகங்கள் யாவும் மாயமான சொற்களில் அடக்கப்பட்டிருந்தன. அகராதியிடப்பட்ட யோனியுடல் உதிர்கிறது இந்திரா.

சொல் உதிரும் யோனிபேதங்களில் ஜீவகோடி ரகஸிய மொழித் திரள் பலபக்க யோனிகளில் கரு உருவாகி ஓடிக்கொண் டிருப்பதில் உனது இறகினைப்பற்றி மறைவு மைதொட்டு எழுதிச் செல்வதில்

யாருடைய கை என்பதைவிட எழுதும் கையால் அது எழுதப்பட்டு விடும் என்றவாறு.

தீநீர்பற்றி ராவணன் கையெழுத்தில் உள்ளது உண்மைக்குச் சரியான நகலைக் கீழே தருகிறேன். 'எல்லாவற்றுக்கும் தீநீரின் தேவையைச் சொல்லுவதுதான் தாகமா? நம்மால் தாகத்தைப் பார்க்கமுடியும் உனக்குத் தெரியுமா? தண்ணீரின் போதை தாவரம், அது பருகிக் கொண்டே இருக்கிறது. தாகத்தின் நிறம் கரும்பச்சை. அது இறந்த மீனின் கண்களைக் கொண்டிருக்கிறது. பாம்பின் எலும்பைப் பெற்றிருக்கிறது. மணலின் தசையைக் கொண்டுள்ளது. இதெல்லாம் ஒன்று சேர்ந்து காற்றினூடே அது சொரிகிறது.'

ராவணன் சிங்கத்தோல் போர்த்திய ஆற்றில் சென்றான். அவன் பின்னே பானபாத்திரங்கள் பதினாயிரமும் அரக்கியர் முலைப்பால் குடித்த கும்பகர்ணனும் அலைச் சுழற்சியில் ஏகினான். நத்தைக் கூட்டின் சுரியல்கள். பலப்பப்பூச்சி வரைந்த கோடு. அமைதியுடன் காதுகளை அசைந்துப் பேசிக்கொண்டிருக்கும் குதிரைகள் கோவேறு கழுதைகளில் எலியனும் மொட்டையனும் வகுரனும் உச்சிக்குடும்பி வைத்த அங்கதனும் ராவணன் போன கப்பலில் இந்திரவிழாவுக்கு ஏகினர்.

கமாராவின் வரைபடத்தை உடலில் பச்சை குத்தியிருந்த சிறுபாணன் இந்திரனுடன் லங்காபுராவுக்கு வந்தான். இந்திரனின் ஆயிரம் யோனிகளும் பாணன் உடல்மேல் கமாராவின் வரைபடமும் மற்றவர்களின் கண்களுக்குப் புலப்படாதிருந்தது. எத்துப்பல்லன் குடுமியை வட்டமாக உச்சியில் வரைந்து ஆடி கண்ணாடிக்கிண்ணம் நிறைய இந்திரவிழா மதுவை ஏந்திச் சொட்டுச் சொட்டாய் அருந்தினான் திளைப்பில். ராவணன் கையிலோ 'அரக்கப் பிரகாசிகை' நானூற்றி எண்பத்தாறு பக்கங்களைக் கொண்ட பறக்கும் புத்தகம். பாலைநில எலும்பு வறட்சியான மணல் கோடுகளைக் கொண்ட கற்றாழை மதுவின் தாகம். உஷ்ணத்தின் நில உக்கிரத்தில் தானிய அரிசியில் இறக்கிய வடிமது வேறு சில பக்கங்களில்.

கள் எனும் சொல்லுக்கு எத்தனை மடிப்புகள் பிரிவினைகள் என ஏழை ஜனங்களின் உச்சரிப்பு வழக்காறுகள் இக்கு, நனை, தொப்பி, நறவு, பிரசம், தணியல், சுரை, தேறல், வடி, ஆசவம், அரிட்டம் என முடியவில்லை அகராதி.

வேதகாலத்திலிருந்து சோமபானகஞ் செய்யும் இந்திரனைப் போட்டியில் தோற்கடிக்கவும் அரக்கக்கடவுளால் தூண்டப்பட்ட

அரக்கனார் ராவணன் குரங்குச்சாராயமும் பாம்புச்சாராயமும் பருகியவன். கொடுமறவி, வடிமது, தேன்முருகு, சுண்டை, அலோகி, மெண்டிஸ் அமுதினையும் ஏற்றிய மரக்கலங்களில் அவர்கள் அம்புகளைப்போல் பாய்ந்து பாக் ஜலசந்தியைப் பல திசைகளில் கிழித்து ஊடுருவினார்கள் கமாராவுக்கு. இந்திரவிழாவில் கலகக் குழப்பம் விளைவிக்கும் நோக்கில் பலரும் வருவார்கள் குடித்து விட்டு. ஆனால் அந்த காபேரிஸ் நதியைப் பார்த்ததும் பகையும் வன்மமும் மறந்து கொண்டாட்டத்தில் திரும்புகிறார்கள். பாசிபடர்ந்த சாம்பல்நிற முகமுடைய பழங்காபேரிஸில் ஆட்டணத்தி ஆதிமந்தி காதல் சோகமாய் வீசும் காற்றானதே. கடலாடும்போது பெண்களின் கால்கள் கடலுக்கு மேல் நர்த்தனமிடுகின்றன. குடித்த நறவும் ராவணன் கொடையளித்த பூமதுவும் கண்பீழைகளில் சிவக்கப் பாலுணர்வைப் பல வகை ஆடலாகத் திருப்பும் அலைகள் எங்கிருந்து வருகின்றன? முதலையின் பாலுணர்வு மீனின் முத்தங்கள் அரவுகளின் பிணையல்படும் கடற்கரை தாழம்புதர் நண்டுகள் பலகரங்கள் கோர்த்து உருளும் இச்சையின் சுழல் வேகம். மோகப் புயல் கொண்ட அவ்வணிக யௌவனன் முகம் இருண்டு தான் இருந்தது. முன்விதி உணரும் நாசியில் இசையின் துக்கம்.

பால் உள்ள மரங்களில் திருகிய கிளைகளின் பாலுணர்வில் ஒடிந்து பழுத்த மஞ்சள் இலைகளின் ஓசை. சருகுகளின் உருளல், பிரிவின் துக்கத்தில் ஓடியும் இலை. உருண்டு ஓடும் சருகுகளின் முணகல். பின் தொடர்ந்த நாய்கள். அவற்றுக்குத் தெரியும் பிரிவின் பாலைபடும் மோப்ப உணர்வு.

கரடி வித்தைக்காரர்கள், பூம்பூம் மாட்டுக்காரர்கள் கண்ணாடி விளையாட்டுக்கள் பாம்புக் கன்னிகளுக்கு ரோமானிய நாணயம் கொடுக்கலாம். புல்வேய் தாழ்வாரங்களில் புல்லரிசி மதுவோ வசிய மூலிகைப் பானகமோ அருந்தலாம். விதவிதமான சூதாட்டக் காரர்கள் வித்தைக்காரர்கள் ஏமாற்றி நகைகளை நறுக்கும் சொக்குப் பொடிக் காரன், ரெண்டு கண்ணன் குற்றவாளிகள், யுத்தக் கைதிகள், ஊன முற்ற சோழவீரர்கள் என அலைந்து குடிக்கிறார்கள் கல்லியம் மதுகரங்களை.

இந்திரவிழாவில் உணவுக்கும் தண்ணீருக்கும் மாற்றாக ராவணன் கொடையளித்த மதுவகைகள் வழங்கப்படும்போது மயக்கத்தில் அரக்க உணர்வுகள் நீலப் பரப்பாக விரிந்தது. பரதவர்களும் எல்லாக் காலத்திலும் இருந்த ஏழைகளுக்குக் குடித்து உயிர்களைக் காத்துக்

கொள்ள இந்திரவிழாக்குடி என்ற இருபத்தி எட்டு இரவுகளும் கொண்டாட்டத்தில் இவர்களை ஆழ்த்தியிருந்தது. குடி வாழ்க்கையை இலகு வாக்கியது. ஏழைகளும் நிலம் இல்லாதவர்களும் கஷ்டமான கனல் தெளிக்கும் பாடுகளைச் சுமைகளை வாழ்வின் நச்சரிப்பிலிருந்து விடுதலை அளித்தது இவ்விழாவின் விருந்துகள்.

'இனி மிச்சமிருக்கும் வாழ்க்கையைக் குடியின்றி நகர்த்துவது மெத்தக் கடினம்' என்கிறார்கள் பரதவர்கள். வெள்ளையர்களைப் போல் தண்ணீர் கலந்து குடிப்பதால் தீவிரம் இழந்து விடுவதாகக் கருதினர். தீவுக் கூட்டமாக வந்த பழங்குடிகள் இந்திரவிழா மது வகைகளில் நீர் கலந்துவிட்டால் கடவுள்கள் வலுவிழந்து விடுவார்கள். இந்திரன் படையலை ஏற்றுக்கொள்ள மறுப்பதாக எண்ணுகிறார்கள். மேற்குலகின் மதுவகைகள் படையலுக்குத் தகுதியற்றவை எனக் கருதினார்கள். ஆனால் ஆம்பொர ரோமானிய மதுஜாடிகளில் முந்திரிச்சாராயம் ஏற்றதென்று அயல்நாட்டினர் படைப்பதில் குற்றமொன்றும் இருக்கவில்லை.

கி.பி.79ஆம் வருஷத்தில் ஆகஸ்ட் 23, 24 ஆகிய நாட்களில் கடல்கோளில் அழிவுற்ற கமாராவின் ஸ்திதி நிலை உரைக்குமாறு நாளங்காடி பூதத்தைக் கூப்பிட்டேன்.

நாவலந்தீவின் மக்களும் இந்திரவிழாவுக்கு வந்து பலியிட்ட பெருங்கிடாய் வரையாடுகள் கருஞ்சேவல்களும் குத்திக்கிடக்கும் துடியில் ஏறிய இந்திரவிழாக் கொடியேற்றம். குலவை ஒலிக்கிடையே பலிபீட உதிரம் ஊர்ந்து வருகிறது துடிதாங்காமல். அவர்களுடைய நாவாய் கரியநீரில் தோன்றி மறைந்தது. கடல்கோட்டையிலிருந்து பலபக்க யோனிகள் திறக்க இந்திரன் வெளிவந்தான். இதை மற்றவர் காண ஆயிரம் கண்ணுடைய விநோத மனிதனாய் உருவெடுத்தான். பாம்பின் வயிற்றுக்குள் சென்ற கமாராவின் அரசனும் ஜனங்களும் இந்திரனை எதிர்கொண்டு அழைக்க வருகிறார்கள் மேளதாள வாத்தியங்களுடன்.

கடல்கோளின் அழிமதிகளைப் பார்க்கவும் நெஞ்சறுக்கும் சோகத்தில் காவற் தெய்வத்துக்கு உப்பும் எட்டுப்படி மிளகும் அளந்து ஊற்றி சிதறினார்கள் துக்கவடுதுடைத்து. யவனமுந்திரிச்சாறு அருந்திய யவனக் காவற் பெண்டிரும் பேசாமடந்தையான பாவை விளக்குகளும் ஏனத்தில் எடுத்துச்சென்ற பாலண்ணத்தை மயிலுண்ண அகவியது எத்தனை பாடல்.

பாவை விளக்கு குளிராய் இருக்கிறது. தெருக்களின் மீது படிந்த

சிறிது வெயில் ஒரு பக்கமேபட வீடுகளின் நிழல்கள் பெரிதாய் தெரிந்தன காற்றில் படபடத்தவாறு. இப்போது அங்கு யாருமில்லை. செம்பொன் நிறத்தில் யவனப்பாவைகள் விளக்கேற்றி அசைந்தசுடரில் ஆடும் இரவிலும் பரதவர்கள் கடலாடும் ஓசை. கடல்கடந்து நாவாய் போக மணிக்கிராமத்தார் வருகிறார்கள். சிலம்பணிந்த கணிகையர் அவ்வேளை பிறைகளைஏந்த அவை யாழெனும் கருவியாகி சந்திரமாதத்து இந்திர விழாவினை நெய்கிற இருபத்திஎட்டு இரவுகள். ஆயிரம் நரம்புகளையுடைய பேரியாழைத் தொடும்போது காபேரிஸ் நதியிலிருந்து மேலெழும் விளக்குகள் நீரில் மடிக்கப்பட்ட விருட்சமாக அலைபடும். எவற்றின் நிழல் கிழக்கே சென்று நடமாடிச் சரியும் நட்சத்திரங்களிடையே உறைந்திருக்கிற சாவில் ஊர்ந்தவாறு கடற்கரைக்கு வந்தடைந்த மகரங்களைக் கற்பனை செய்து பாருங்கள். மற்றவர்கள் இன்னும் புதிராகக் குழம்பினார்கள்.

நீர்ச்சுழலை வெற்றிகொள்வது சாத்தியமாக இல்லை. இந்திர விழாவின் இசை அவர்களது கால்களில் சுழன்றது. வேதகாலத்தி லிருந்து இந்திரனோடு தொடர்ந்து வந்த சோமபானத்தை விடுத்து பரதவர்களின் அரிசிவகை மீது குரல்வளைகளில் செறிந்தது. நரம்பு நாளங்களில் உஷ்ணமேறிய சுரக்குடுக்கையின் தேறலும் பகிரப்பட்டது.

படகுகளின் கீழே பலர் கூடியிருக்கிறார்கள். ஈச்சங்கள்ளும் பனங்கள்ளும் ஆட்கள் சூழ குடியில் மிதக்கிறார்கள். அவர்கள் படகை அடைந்தபோது அதில் ஏற்கெனவே சில கிளிஞ்சில் கூடுகள் தொட்டதும் ஊர்ந்தன. பலகைகளில் வேறுபட்டவையும் ஒட்டிக் கொள்வதும் அசைவதுமாய் இருக்கும். பிறகு நடனமாடுபவர்களின் கழல் ஓசை காற்றில் சுழல்கிறது. கடல் மனிதர்களும் நிலமனிதர்களும் ஒருவருக்கொருவர் பரிமாறிக்கொள்ளும் விருந்து.

ஏலம், உலர்ந்த வகைத் திராட்சை, சோம்பு விதைகளிலும் பல வருஷங்கள் ஊறவிட்ட தரமான மண்குவளைகளைத் திறக்கிறார்கள். இந்திரனைச் சாந்தப் படுத்த குடிவகைகளை கமாராவெங்கும் திறக்கிறான் சிறுபாணன். இந்திரவழிபாடு என்பதே பழங்கதையின் கூற்றுப்படி இரண்டாயிரம் வருஷங்களை ஒரே இரவாகக் கடப்பது தான். அதற்கான கொண்டாட்டம் குடிப்பழக்கம் இங்கே மரபானது.

மற்றவர்கள் மண்பட்டினத்தில் வரையாடுகளாய் சுற்றித்திரிந்து குடித்த தேறலும் யவன முந்திரிச் சாறும் குழம்பியிருந்த இரவு. இவர்களைத் தொடர்ந்து பறவை மனிதர்களும் வந்தடைந்த கடற்கரையில் கிளிக் கூண்டுகளை ஏந்திய அடிமைகளும்

இறங்கினார்கள். அவர்களிடையே கிழக்குத்திக்குப் பாலகனான இந்திரனின் சாயலும் கலந்திருப்பது எப்படி? வந்தடைந்த அந்நியர்களுக்கு இந்திரனோடு புராணவாசம். வெகு பாஷைகளைப் பேசிய இந்திரனைச் சுற்றி சாவகரும் சீனரும் ஸ்ரீவிஜய விருந்தாளிகளும் முடமான சோழத் தளபதியும் காயம்பட்டவரும் யுத்தக் கைதிகளும் கலந்திருந்தனர்.

சிலவேளை உடல் வெறிபோல அலையின் பச்சைக்கைகளும் நிர்வாணமான வளைவு ஓட்டங்களும் அதன் அடுத்தடுத்த அலை நேசத்தோடு தழுவ பின் துரத்திவந்து மூழ்கடிக்கிறது. மேலே படகில் தப்பிச் செல்கிறார்கள். உள்ளே அலைபாய்ந்து செல்ல படகின் பரவும் கோடுகள் நீரைவெட்டிச் செல்லும். விழாவின் உச்சநாளில் நீர் பன்மடங்காகப் பெருகிவிட்டது. நீர் பேரலையாக மாறுவதை இந்திரனால் தடுக்க முடியவில்லை. தேவதைகளையும் பௌத்தத்துறவி தரும சாரணரையும் துணைக்கு அழைத்து வருகிறான் சாவின் கருங்கரை மீது. எல்லோருடைய கனவுகளும் விநாசத்தின் உச்சியில் பற்றி எரியும்போது கருப்பு மரங்களின் உயரங்களைக் கொண்ட அலையலையாக மிதந்து தத்தளிக்கிறார்கள்.

மரணத்தின் உறைந்த குருதியின் இழைகள். சிதைந்தவர்கள். கடுஞ்சோர்வில் வெளிறிய தெரு சாம்பல் விரித்திருந்தது. சாவு மெதுவாக ஊர்ந்து செல்கிறது. அவளைச் சுற்றியோ அவள் அடியில் கிடந்தோ பனி உருகுவதைப் போல துக்கமடைந்த பூச்சிகள் நீரைவெட்டிச் செல்லும் கோடு. சாவு உயரத்திலிருந்து பூச்சியின் கால்களில் நடனமிடுகிறது. சிறு கனவென இன்னும் கடந்தவை நிகழ்ந்துவருகிறது. தொடர்ந்து காற்றிலும் கடல் அலைகளிலும் கரையின் மங்கிய படலத்திலும் போகிறாள் வேகமாக. மரணத்தின் போது உறைந்துபோன உடல் அங்கங்களும் வலியும் உணர்வுகளும் இறந்துதான் இருக்கின்றன. சாவு ஏன் தனித்து வராமல் கூட்டம் கூட்டமான கரு நீரின் வட்டமான சுழிகளாக வருகிறது. தசை உடல்களின் சிதறலில் பச்சைநீலம் சாம்பல்வெண்மை கலந்த சிவப்பும் இரவுக்கு முந்திய ஈய நிறமுமென சுற்றி வளைக்கும் குழப்பத்தில் அலைகிறாள். சிதைவுகளைப் புகைவளையமாகச் சுற்றியிருந்த மௌனம். இறந்தவர்களின் உருவற்ற வடிவத்தைப் பசுக்கள் மற்றும் நாய்களின் வடிவத்தை மறக்கமுடியவில்லை.

அவ்விடங்களில் நடமாடிக் கொண்டிருக்கின்றன இவர்களுடன். அனைத்து உயிரினங்களின் பாலுணர்வுகளைக் கொண்ட மண்ணின்

வண்டலைக் கடல் அரித்துச் செல்கிறது. அங்கே மணல்மட்டும் மடிக்கப்பட்ட நூலகமாகப் பக்கங்களைத் திறந்து கொண்டிருக்கிறது.

இந்திரநீலச் சிறகு முளைத்தவர்கள் அமைதியான உயரத்தில் பறக்க முயல்கிறார்கள். அவர்களில் சிலர் சம்பாபதிக்கோயிலை நோக்கிப் போகிறார்கள். சுவரிலிருந்து கல் வாசலில் இந்திரன் நிற்கிறான். போவதும் வருவதுமாய் வேறு சிலர். சிறு வாசலின் கல்மாடத்தில் மரவிளக்கு எரிந்து கொண்டிருக்க பலபக்க க்ஷயோனிப் புடவில் சுடர் கூட்டம் திரளாக அசையும் தொன்மம். அவற்றினைச்சுற்றி எறும்பாக உருமாறிய இந்திரனும் இருக்கிறான் கூட்டத்துடன். அத்தனை மனக் குடுக்கைகள் உடல்மேல் கொண் டிருக்கும் பிசுபிசுத்த கனவை ஒருவன் நோக்கி நின்றான் அவ்வாசலில். கல்வாசல் படியில் அமர்ந்து இருவர் உரையாடிக் கொண்டிருக்கிறார்கள்.

தொலைவே பூமியைச் சுற்றி சக்கரவாளமலை கரும்பாறைகள் சங்கிலி கோர்த்த மையிருட்டு. அது ஒரு வட்டமான மலைத் தொடர். தொன்ம நெருப்பில் கற்குழம்பின் தீநாவுகள் சேர்ந்த இசை உருக கமாராவின் கணிகை மகரயாழை எடுத்தாள். மிகப்பெரிய செல்வந்த வணிகன் உடல் எரிந்து கொண்டிருக்கிறது சம்பாபதி நிழலுக்குப் பின் இருந்த இடுகாட்டில். அதை வேறு தேசாந்திரி எட்டிப் பார்க்கிறான். அவ்வுடல் அங்கங்கள் யாழ் வடிவில் அமைந்திருப்பதை கருணாமிர்த சாகரம் என்று இசை நூல் காட்டியது. எனவே இசையானது முழு உடல்கொண்ட கருவி ஆனது. வணிகனின் தங்கப்பற்கள் சிதறிக்கிடக்கும் மயானம். எல்லோரும் பார்க்கிறார்கள் உலோகப் பல்லை ஒருவரும் தொடுவதில்லை. அந்த மயானத் தங்கத்தில் அவர் களுடைய கதைதொடர்பான தொன்மம் மறைந் திருக்கிறது எனவே.

இந்திர விழா நடந்துகொண்டிருக்கும் நாளில் தருமரம் முளைக்கிறது கமாராவில். அந்தமரம் கேட்டதையெல்லாம் தரக்கூடியது. உவ வனத்தைச் சுற்றியிருந்த சுவரின் மேற்கோடியில் இருந்த சின்ன வாசல் வழி சுதமதி சம்பாபதி கோயிலுக்குப் போனாள். அவளும் சக்கரவாளக் கோட்டத்திலிருந்து சக்கரவாள மலையைப் பார்த்தாள். கருகருவனெ செந்தழலும் கனிந்த கல்லுடன் எரிந்து சுழல்கிறது. அது மந்திரமலை. மொழி உடலைத் தேடும் பலபக்க யோனியுடன் இந்திரன் அங்கே பிளத்தில் மறைகிறான்.

நிர்கந்தர் தோட்டத்தில் சிலம்பின் சப்தம் கேட்கிறது. சூரியனி லிருந்து வெளிப்பட்ட அத்தனை உயிர்களும் நிலவொளியில் பின்தொடர்கின்றன. குருந்த மலர் நிறமுள்ள நிலவு இந்திர விகாரை

மீது சற்று தொலைவில் நிற்கிறது. புத்தபிக்குகள் நிலவுடன் தியானத்தில் ஆழ்ந்திருக்கிறார்கள். நிலவொளியில் இந்திரனால் கட்டப்பட்ட இந்திரவிகாரை கனவென மாறியது. கல் முற்றத்திலிருந்து கீழிறங்கி வருகிறார்கள். இப்பொழுது நிலவு மேலிருக்கிறது. இலையுதிர்காலம் முன்பனிக்காலம் பின் பனிக்காலம் கடந்து நிலவு மேகமறைப் பிலிருந்து வெளிவருகிறது. சந்தி மையத்தில் அருகதானம் இருந்தது. அதை ஊடுருவி மங்கியதோர் நிலவு மகுடமரத்தைச் சுற்றி நிழலுடன் இலையும் வீழ்கிறது. அவ்வொளி ஒரு பக்கம் இருப்பதால் மகுட மரத்தின் கனிகள் சிவந்து பிளக்கும் பிறைகள் பதினான்கும் விதைகளெனச் சிதறும் வெடிப்பு.

கனிவாசனை கொண்ட இவ்விரவு மரத்தின் கீழ் தாருகாசுரனுக்குப் பயந்து எறும்பின் உருவாக வந்த இந்திரன் கனிகளில் உலவுகிறான். மயிற் பிஞ்சத்தினால் இந்திர எறும்பினை எடுத்து உள்ளங்கை ரேகையில் அமர்த்திய சமணர் இந்திரனுக்கு அருக நிலையைப் போதிக்கிறார்கள்.

கனிகளின் பிளவில் பதினான்கு பிறைகளின் ஒளியருந்திய எறும்பாதலால் அருங்கலச் செப்பிலிருந்த சிறியதன் ஆவியை உணர் கிறான் புலன் விழிப்புற்று. பயந்த இவ்வெறும்பின் உருவிலேயே மண்பட்டினத் தெருக்களில் அலைந்து மனிதரின் பாததூளியில் உள்ள ரேகைகளை முத்தமிட்டு உயர் அமுதினை ஏந்துகிறான் இந்திரன். கமாராவுக்கு வெளியில் போனால் இலவந்திகைச் சோலையைப் பார்க்கிறீர்கள். இதை வஜ்ரக் கோட்டம் என அழைக்கிறார்கள் இன்னும். இந்திரனின் முதுகெலும்பை உருவி எடுத்தபோது அது வஜ்ராயுதமாகிறது. அதைவைத்து பூஜை செய்து கொண்டிருக்கிறார்கள் காவுகொடுத்து.

கூலக்கடைத்தெருவில் நெல்லும் வரகும் குவிந்து சிதறுகிறது. காடை குருவி, கல்லாந்தை அணில் எனவும் புறா தொடாமல் எடுத்த தவசங்கள். ஜனங்கள் அங்கு வருவதும் போவதுமான தெரு. பரதவர்கள் சுராமுள் வழிபாட்டில் படைக்கப்பட்ட கள்ளைக் குடித்து ஆடுகிறார்கள். அந்த சத்தமே இந்திரவிழாவாக மாறுகிறது. மேலே நாட்டியம் ஆடுகிறார்கள்.

இளங்கன்று மாம்சத்துடன் பூவில் தயாரித்த மகுபா மதுவில் மூழ்கிய இந்திர விழிகளில் மடிக்கப்பட்ட தாவர, பூவகை, கசகசா மதுவகை நூல் இமைத்ததில் ஊழிபுரண்டது. ஏற்கெனவே கடல் கோளில் இறந்துவிட்ட இக்குவியலான மனிதப்பிணஉடல்கள்

புதைந்திருந்தாலும் இரவில் வெளியே வருகிறார்கள். சாத்தானிய மொழியில் உரையாடுகிறார்கள் காற்றில். தானே முயன்று பெற்ற இரையை மகுவா மதுவுடன் சாத்தானுக்கு யார் மறுக்க முன் வருவார்கள். உயரமான கடல் அலையிலிருந்து வீழ்ந்தவர்கள் சரிந்து கொண்டே வாழ்கிறார்கள். முற்றிலும் இறந்துவிடாமல் மூச்சுக் குழலில் புகுந்த ஒவ்வொரு மணலாய் சுவாசிக்கிறான். அணி மணிகளும் வாழ்வும் பிள்ளைகளும் உயிர்களும் வல்லங்களும் காணவில்லை. உமணர்களையும் பரதவர்களையும் இழந்தவர்கள் உடனடி அதிர்ச்சியிலிருந்து மீள்வதற்கு முன்பே பைத்தியம் பற்றிக் கொள்கிறது அவர்களை. உச்சபட்ச அலையால் அடிபட்ட வடு எலும்புகளைத் தினசரி ஊடுருவி அலைகிறது. நகரும் வடுக்களும் நீரின் கத்தி போன்ற கோடுகளும் கிழித்துப் புரட்டிய ரத்தமும் சிறகுகளில் குத்திய மணலும் விடுவதாக இல்லை.

உடலுக்குள் சென்ற பழமையான மணல் மண்நுரையீரலாக உள்ளே விபரீத நடப்பினை உருவாக்கியிருந்தது. கடல்கோள் நிகழக்கூடிய கருப்புமின்னல் நீருக்குள் சுழி கொள்வதை விழிகளாய் நோக்கிக் கதறுகிறது திமிங்கலம்.

கடல்வழியே இறந்தவர்களின் ஆவியும் மீன்களில் ஏறிச் செல்வதைப் பார்க்கிறாள். சிலசமயம் அவளும் இவனும் கூட மீனுடல் கொண்ட உருவினை அடைந்திருந்தார்கள். அவளால் விரும்பிய கணத்தில் கருநீர்ப்பிளவில் தவிக்கும் ஜலசமாதி அடைந்த கன்னிமார்களை அழைக்கமுடியும். அவள் கால்களைப் பற்றி உள்ளே வா வா... வென கவ்வி இழுக்கும் சரிவின் கீழே உயிர்குடிக்கும் வசீகர ஈர்ப்பு. ஆவிகள் பீடித்த நீர் கன்னியாகவே அலைகிறது. அதை நீரிலிருந்து பிரித்தெடுக்க முடியவில்லை. தொட்டதும் உடலில் மோகமாகப் பரவிப் புயலாகிறாள், நீர்அணங்கு.

மாடங்களில் உறங்கும் யவனர் ஓதிம விளக்குகள் சுடர் அவிழ பின்புறத்தில் கணிகை நிழல் சேர்ந்திருந்த யௌவனனுடன் காது காதாய்க் கேட்டுவந்த புனைகதையும் முடியாமல் கரைந்த இருள். நிலையறியாது ஓடுங்கலங்களில் விதியில் பட்ட ஒரு வணிகன் தத்தளிக்கிறான். அவனை அழைப்பதற்கு இட்ட விளக்கு பெருங் கலத்தை ஈர்த்தது. சாவகத்திலிருந்து தருமசாரணர் அதில் தனித்துத் திரும்புகிறார். அங்கே போனவள் நாகபுரத்தில் தங்கிவிட்டாள். இப்போது மணியும் திரும்பி வருகிறாள் தரும சாரணரோடு. வழியில் அகில் கட்டை ஒன்று முடிச்சு விழுந்த முண்டுகளின் திருகலால் படுத்து

உறங்கும் ஒட்டகமாக உருபட்டது. அதையே திரும்பிப் பார்த்தாள் பொருட்களின் மாயத்தில் தோற்றத்தின் புனைவுகளை.

நகரின் தீபங்களைக் குளிரவைக்கும் யவனக் காவல் பெண்டிர் 'வைகறை துயிலெழு' என்றவாறு சுடரிடம் வாதாடுகிறார்கள். அத்தனை இரவையும் ஒரே இரவாகக் கடந்த அவ்விளக்குகள் திறந்த விழிகளோடு துயில்கின்றன. ஒளியின் உறக்கத்தை 'கமாரா' வின் நிழலாகக் கடந்தால் பழங்காபேரிஸ் நதி தத்தளிக்கிறது இரு சர்ப்பங்களின் பிணையல்பட்டு. வாலிலும் காலிலும் விம்மிய காமம் மேலே சீறிப் பறந்து நிலவினைப் பற்றி கடுஞ்சடைகளாக தொங்கி அரற்றும்.

நிலாச்சராரம் பெற்ற இவ்விரு அரவுடலும் ஒளிமசகிடப்பட்ட வசியத்தில் புணர்ந்த இருட்டைப் பாம்பு சட்டை உரிக்கும் அமண பட்சத்திலிருந்து மெல்ல மெலிந்து ஏறும் மரபின் இசையில் அவள் உடல் வெளி எழுந்து திரிக்கப்பட்ட மணல் கயிறுகளாய் பண்ணில் புனைந்த நரம்புகள் நுண்ணிய சுருதியளவில் செங்கோட்டிலே திருத்து கோல்களும் கடலில் நகரும் தீவுக் கூட்டங்களின் நிழல்களாய் வந்த நிமிர்பரிப் புரவிகள் மீது வளைந்த ஆவிகளும் பாட இவ்விரவு பாம்பைப் போல் சுருண்டுள்ளது.

பாம்பின் முள்ளெலும்புகள் வளைந்து நெளிந்த சித்திரங்களாய் தோண்டத் தோண்ட குறுக்கெலும்புகளின் நிழல் வெள்ளெரி விளக்கெனத் தகதகத்தது. பிறைபட்டுக் குத்திய அணங்கின் சரீரத்திலும் நிலவின் மோனம். மோகினிதான் யாழா. அதன் உள் தேவதை இல்லையா. அவள் கோபத்துடன் தொந்தரவு அடைந்தவளாகப் பின்னடைந்தாள். அவளை அவன் மோகத்தில் ஆழ்த்திவிடுகிறானோ.

இப்போது எட்டு இரவுகள் கழிந்துவிட்டிருக்கிறது. இன்னும் ஆறு இரவுகளானால் அவள் இந்திரனிடமிருந்து வஜ்ஜிரயாழைப் பெற்றுவிடுவாள், வளர்பிறையின் ஆகூழ்பட்ட நிலவையும் இருவருக்கிடையில் பாடல் நின்றது. மௌனம்.

முரிவரியில் மணலை ஒரு மலராக உருமாற்றினாள். மணலும் பூவும் இயற்கையில் ஒன்றுபட்டு தனக்கொரு அமைதி கூறினான்.

இவளோ மனம் முரிய வருதலின் முரிவரி என எண்ணியதும் இயல்பானது.

அந்தக்கணிகை விதியால் விரட்டப்பட்டு ஊழினை இசையாக்கினாள். யாழுடம்பில் இணைக்கப்பட்ட நிலவும் நகர்கிற தாழை மணம். கழிக்கானலிடத்தில் யாழின் கலைநுணுக்கம் எல்லாம் வெளிப்படுத்த

அகத்தில் மறைந்திருக்கும் வடித்தல் வார்த்தல் என எட்டுவகைக் கரணங்களை இசைத்துப் பண்ணின் நீர்மைகளை நிறைத்து நிறுவினாள். அவனோ போகூழில் பட்ட தேய்பிறைகளெனத் தாபத்தில் மறைந்திருக்கும் காமத்தின் இருட்டு மடிப்புகளில் மனித துக்கத்தின் சாரத்தை யாழில் உருக்கினான். அதுவே யௌவனனின் அழகையும் கணிகை எனும் சாகரத்தில் வீழ்த்திவிட கரைசேரமுடியாத தத்தளிப்பு களாக விளங்கியது.

நழுவிய பொருளும் உணர்ச்சிகளும் வேறுவேறாய் அமைவதில் ஊழானது இரு கூறாகப் பிழந்து ஆகூழ் போகூழ் ஆனது.

ஆற்றுவரி பாடுவான். அவளும் ஆனாள்.

அடுத்து சார்த்து வரியே இருவரும் பாடுகின்றனர்.

'அடையல் குருகே'

'இளையிருள் பரந்ததுவே'

முரிவரியின் சந்த வேற்றுமையால்தான் பாடும் கானல்வரியை இரண்டாகக் காட்டினான். இவளோ மறித்தும் நீண்ட ஓசையில் தன்பாடல் பரந்து செல்வதாலே தன் கானல்வரியில் இரண்டாம் பகுதி தொடங்குவதைக் காட்டினாள்.

வேறொருவனைப் பாட்டில் எழ உணரும் போது மனம் புழுங்கியது.

தலைவியை அடையாவிட்டால் அழிய நிற்கும் காமத்தீ உள் புகுந்து கதுவப்பட்டு மையலையே வற்புறுத்துகிறாள்.

தலைவனுடைய உறைமலி உய்யா நோய் மருந்து பிறிது அறியா நோய். தலைவியின் உறைமலி உய்யா நோயோ - கண்துளி பெருகி அழவைக்கும் நோயாகவும் முற்றிய நோய்.

திரை தன் வண்டலை அழித்ததால் வருந்திய பெண்கள் அந்தக் கடலையே தூர்க்க முந்துகிறார்கள்.

நீல ஆலம்பலில் சுரும்பு வளைவதைக் கேட்கிறாள். ஐம்புலனையும் இயற்கையில் விட சர்வஜீவனையும்ஒருங்கிணைக்கும் முதிர்ச்சி இவள்.

அவள் நின்ற நிலைபாட கவிதை அடி நீண்டும் இயற்கையைக் கடந்த அவள் நிலையாமையை நினைக்கும் அடிகுறுகியும் அந்தத் திடுக்கீட்டுக்குப் பின் பழையபடி அடி நீண்டும் வர இருந்தது.

இவன் ஊர்ந்த தேர்வழி சிதையக் கடற்காற்று துயர் வீசியது.

அடுந்தவரியில் பொறுமையின்றிப் புலம்பி மடக்கிக் கூறி அடுத்த எட்டில் கையற்றுக் கடலொடு புலந்து கூறும். மனம் துன்பத்தால் ஒழுங்கற்றுப் புலம்பும் நிலை. அவனுடைய குதிரை பூட்டிய தேரும் தோன்றுகிறது. அது தோற்றத்தில் மிதந்து மெல்ல மறையும் முடிவாக மனதில் முடிகிறது.

அந்திசாயவே அதன் ஒளியிழந்த நிலையையும்தன் தனிமை யையும் கண்டு துயிலாது வருந்துகிறாள். அதற்கேற்ப நெய்தலும் தூங்காதிருக்க நினைத்தாள். ஒரு வேளை தூங்கினால் கனவும் காண வேண்டுமன்றோ வராததற்குப் புலம்பி வன்கணார் ஆனாலும் உன் கனவிலேனும் வந்தாரா என நெய்தலைக் கேட்கிறாள். பின் அவள் கடலோடு புலம்பிச் சென்றாள். தேர் ஊர்ந்த வழியும் அடியோடு மறைய உள்ளுதல் அடையாளமும் மறைந்ததென மாழ்குகிறாள்.

கலைமுதிர்ந்த கனாக் காண்கிறாள். இந்த நேரம் அவள் அவளாகவே இருந்தால் போன்று நிலவு விரிகிறது. இவளெனப் பல பெண்களுக்குள் சுருளவும் இருந்தது.

தேயும் பிறைமடிப்பில் குருடான பகுதியில் ஆழ்த்தும் ஊழினை உப்பக்கம் காண்பான்.

'இதைப்பார் உன்னிலிருந்து பிரிந்து விடுகிறேன்.'

மரபுப்படி கடலாடுதற்கு கடற்கரைக்குச் செல்கிறார்கள். தேக மெங்கும் படம்விரித்துச் செல்கிறாள். அவளது மென்மையான தோளில் வரையப்பட்ட காமத்தின் சித்திரங்களில் இருள் உமிழ்ந்த கடல்நீர் ஓசை தேஜஸ்வியான இவள் கருப்பு ஜுவாலைகளில் இருட்டு அகலின் நாக்குகள் அலைவடைகின்றன. அவளது தாடை இறுகுமாறு துக்கமானாள்.

அவள் கண்கள் மூடித்தான் இருக்கின்றன போலும் தாழ்ந்து நாணத்தில் விரிகதிர்கள் மடித்த ரெப்பைக் கோடுகளில் எழுதப்பட்ட விதியும் கருமை பூசி மறைந்திருந்தது.

ஏக வேகத்தில் இருவரும் தழுவிக் கொண்ட மூச்சரவம். அவளது மார்பகங்களில் கதகதப்பான சுழற்சுடர்கள் குளிர்ந்து போயுள்ளன. ஒரு முலை இறுகி இருள்வதேன்.

பாம்புகள் பின்னி நெளிந்து மோந்து பார்த்த உச்சிதங்களில் முலைகள் ஒளிபெற்றன. பால்மார்பில் இருளின் தேசல் ஒளி பட்டது. பாம்பு தொங்கியவாறு திரும்பியது.

மெல்ல மெல்ல உடல் இறுகுவதான உள் அசையும் பாறைகளை உணர்ந்தான். அவள் இருப்பிலும் பாறைகள் சுழிவடையும் நெருக்கம்.

பெண்வழி நுண்ணருங்கலை முதிர்ந்த கணிகை.

அவன் பாடல்களுக்கு எதிரெதிர் பாடியபின் தன்னிலை விழித்து தாங்கொணாத் துயர்கொள்கிறாள்.

'மாய்வதே மேல்'

'நுளையர்' வரை மூன்று பாடலில் முடித்ததும் திரும்பினாள். பண்ணடைவின்றிச் சென்ற தன்னுயிர் தரியாது துயருழந்த இவள் சாயந்திரமாய் கரைகிறாள் மாயம்படிந்த நிழல்கள் கடற்கரை நோக்கிச் செல்ல அழுகிறாள் கண்ணீரின் நிழல் இவளென.

ஆனால், அணங்கென்றும் கடுங்கூற்றம் என்றும் அங்கண் வானத்தரவு என்றும் பேசி இயங்குகிறான்.

வலை வீசும் கொலையே அங்கு தோன்றுகிறது.

திமில் வாழுநர் சீறூர் தோன்றுகிறது.

எனவே,

'அவள் அணங்கு கூற்றம்' என இடந்தலைப்பாட்டில் கண்ட தலைவன் பாடுகிறான்.

பொறுக்க முடியாத துன்பந்தரும் மோகினி முளைத்த நிலவொளி கவருகிறது அலைகளை. வீடுகளின் மேலிருந்த இருட்டைப் பிளந்து புகைக் கூண்டின் வழியே சர்ப்பங்கள் உடலைப் பின்னி மாய வசீகரத்தில் ஏறுகிற அந்தரம்.

அதே வேகத்தில் கடல் கொந்தளித்தது. அவன்மீது இவளும் தழுவி ஏறுகிறான். மூர்க்கமான பிடியிலிருந்து நழுவுகிறாள்.

பிறைகள் ஒரே வேகத்தில் செல்லாமல் தெற்குயர்ந்த போது அலை வேகம் அதிகரிக்கிறது.

காற்றின் கசை வீச்சுகளில் மணல் வரிகள் ஓடிய புனை உடல்கள் சேர அவளது பாலுணர்வைக் காயப்படுத்திய முரிவரியும் அவன் மன எரிவும் கையறு நிலையாகவும் மனம் முரிவதென ஆனது. பாம்பு தொங்கிய கருஞ்சடையாக அசைவு.

மணலில் செல்லும் அவளது காலடிகளை நோக்கி நின்றான். கடல்நீர் பட்டதும் மறைகின்றன. அவை மணல் அதிர்வுகளாய் பதிவடைந்து செல்கின்றன.

ஒருவரையொருவர் ஈர்த்து கிளை கொப்பாய் பின்னிச் செல்லும்

வெண்மணற்பரப்பு நரம்புகள் சேர வலது கையால் அவள் முகத்தைத் தாங்கித் தழுவுகிறான்.

அவளது கை மடங்கி நீளவிரல்கள் கழுத்தைச் சுற்றி மருதோன்றி இடப்பட்டிருந்த இலையசைவு. கண்ணாடிப் பாம்பு சுருளும் நீலம்.

கரும்பாம்பு மரணத்தை வளைத்து வாலில் வைத்திருக்கும் ரகஸிய அசைவு. அவள் முடிவைப் பார்க்கிறாள். முட்டிப் பயமுறுத்தும் மரணத்தின் முனை.

தொங்கும் நிலையில் கருஞ்சர்ப்பங்கள் கீழே வெகு ஆழத்தில் நீலமடையும் பிந்தில் சூல் கொள்கிறது.

'அணங்கு மறைகிறாள்' அவ்விடமிருந்து என உணர்கிறான்.

வேறொரு இரவில் இருவரும் நிலவிலிருந்து தொங்கி அசையும் கருஞ்சடைகளென நகரின் மீது நிழல்.

சர்ப்பமும் நிலவும் வளைந்திருக்கும் வீதி. கணிகை உள் வீதியான சர்ப்பம் விழுங்கிய கிரகணமும். அவனைவிட்டு அவள் வெளியேறிச் செல்கிறாள். பாம்பும் நிலவும் உடலில் கொண்ட சரீர இருப்பென இவனும் அவளும் இருப்பதாக வஜ்ரயாழினைக் கொடுத்த இந்திரன் சொல்கிறான்.

'அந்தப்பாம்பு வளைந்து வளைந்து கோலமிடும் முத்தங்களில் புள்ளிகளில் சிறு கயிற்றில் கொடியில் விழுதுகளில் மறைந்திருக்கிறது'

'மற்றவர்களிடமும் அது இருந்துவருகிறது' என்றான் இவன். அவள் மௌனமாகச் சந்திரனை விழுங்கிக்கொண்டிருந்தாள்.

இந்த எட்டு இரவுகளிலும் இந்திரனின் பணிப்பெண்கள் மோனத்தில் விம்மிய கூந்தலை விரிக்கிறார்கள் மரபான கடலாடுதலில். மணிபல்லவத்தில் புத்த பீடிகையை நியமித்துத் தரிசித் தோருடைய பழம்பிறப்பைத் தெரிவிக்கும் தீவதிலகையை என்னால் கதைபோட முடியாத போது கூப்பிடுகிறேன். தீவதிலகையே... பழம்பிறப்பின் நிலப்பரப்பில் புனையரவுகள் சீறிப்பாய்ந்து கொண்டிருக்கும் இவ்வேளை உயிர்களைக் காக்கும் ஆபுவை அமுத அகல் கொடுத்துப் பின் மழை வர்சித்து அவனை ஏமாற்றியதேன். இந்திரனே... சாவகத்தின் நாகபுரத்து அரசனின் பரம்பரையில் ஆபு கடல் கடந்தவன் ஆயிற்றே. இவன் சுரபியை நோக்கி இறவாதிருக்க வேண்டச் சுரபி நீ கன்றாகி என் பாலை அருந்துவாயானால் இறவாமையும் ஜீவ கோடிகளின் அமுதமும் அடைவாய் எனக் கன்றாகிப் பாலுண்டு துன்பம் நீக்கினாய்...

கடலில் சீறிவந்த கனாத்திறம் கொண்ட பாம்பை நிலவில் தொங்கவிட்டாள். மேகங்கள் படிந்த காட்டுவாகை விருட்சத்தில் பேய்களும் கிளைகளில் ஒட்டித் துயில நெத்துகளில் சலசலக்கும் விதையோட்டம் சாவுக்கூத்தில் ஆடும் பேய்க்கணங்கள். வேறொருவரும் இங்கு சஞ்சரிப்பதில்லை சுண்ணச்சாந்தில் படைத்த பழம் பிறப்பின் சிலையுருக்கள் செந்நிற மணலில் உருண்டு உரையாடும் ஓசை. மடித்த செவ்வாய் விழித்த கண்கள் பிறப்பைச் சொல்லும் அழல்வாய்ச் சுடலை அழைக்கிறது. பலியிடும் தூண்களில் சாகுருவிகள் கால்வைத்தன. 'சா சா சா' வெனப் பறந்து சுற்றி மறைந்து அழிந்து சா சா வெனச் சாவின் நிழலாய் நகரும் மணல் குருத்து. நிழல் நீண்டு தொடவரும் கற்களில் யார் இருக்கிறார்கள்.

ஊழின் தடுமாற்றத்தில் மோகினி வாசனையாகப் பீடிக்கிறாள் கமாராவை. அணங்கு மெய்உரு சிலைவடி கோட்டில் நரம்புகள் இடந்தலைப் பாட்டில் சொல்ல வந்ததென்ன? யாழில் புகுந்துதுள்ள பிறைவடிவம் ஐராவதத்தின் கொம்பெனத் தோன்றும்.

'தாசிதான் என்று எளிதாக எண்ணிவிட்டாயா இந்திரனே...' உயிர் குடிக்கும் அணங்கின் ஜன்னல்களையும் கதவுகளையும் மூடிவிடு. கோயில் கொண்ட வாலைக்கன்னி அவள். அவளைச் சுற்றி ஆண்டலைப் பறவைகளின் ஆரவாரம். கடல் ஓசையாய்ச் சீறும் அரவுகளின் காமப் பிணையல். கோட்டான் குரல். கூகை அடையும் இருட்டு. மணலில் திரியும் ஜோடிப் பாம்புகளின் பழம்பிறப்பை உரைத்தாள் தீவதிலகை. சாப்பறை முழக்கம் தூரத்தில். தீயில் வாட்டும் மாட்டுத் தோலில் செந்நிலமாக விரியும் பழம்பிறப்பை மருளேறிப் பாடுகிறான் ஒரு சாமக்கூத்தாடி.

தன் முற்பிறப்பின் துடி எலும்புகளைத் தானே பார்த்தபோது தீவதிலகையை வணங்குவோர் கூச்சல். கபாலக் கவிகையோடுகளில் அழியாத செந்நிலம் கூடவேநகர இறந்தவர்களைக் கூவி அழும் அருவங்கள். நரியின் பிலாக்கணம். தாகமான பழம்பிறப்பு எலும்புகளை ஈமப்பேழையில் இருந்து வாஸிக்கிறாள் தீவதிலகை. ஒருவர்பின் ஒருவராய் அருவமான நிலத்தின் வெளிர் சிவப்பான மணல் தோற்றத்தில் கடுஞ்சிவப்பான தேய்பிறை வடக்குயர்ந்தது.

ஒரு துண்டு பழம்எலும்பை எடுத்து ஊழிக்காலத்தைப் படைத்துக் காட்டினாள் தீவதிலகை. பாம்பின் எலும்பு அடுக்கைக்கையில் எடுத்து வளைந்துச் சுழன்று சென்ற துடியில் வாக்கும் சரமூச்சும் வேகமாய் ஏறி இறங்கியது.

இந்திரன் வெகுண்டு தன் முதுகெலும்பை உருவி வஜ்ராயுதமாக வீசி அவள் தாபித்த இருள் முகவுரியை அமணபட்சத்தில் வஜ்ரத்தை கழுத்தில் பதித்து அறுத்த முகப்பூட்டினைத் திறக்க முடியவில்லை. இருட்கசியும் மைதோய்ந்த அமாவாசையில் அவள் சட்டை உரித்து வெளிவந்தாள். முகம் மெல்ல மெல்ல கீறல்பட ஒளிவரியோடிய முதல்பிறை, இரண்டு, மூன்று, நான்கு... சிறுசிறு மாறுதல் திறந்து முன்பிறைகள் பதினான்கில் இசை கொடுத்தாள்.

நடு உச்சியில் மோகினி சஞ்சரிக்கும் இரவில் கிணறு தேடிக் குளிக்கக் கூப்பிட்ட சினேகிதியாய் வெள்ளெரிப்பான தெருவில் அழைத்தாள். இன்னும் விடியவில்லை. திடுக்கிட்ட கணிகை மோகினியின் பின்செல்ல ஒருவரை ஒருவர் கிணத்தடியில் ஊடுருவிச் சமைந்தார்கள். பழத் தோட்டத்தில் கனிகள் பழுக்க பூக்கள் நள்ளிரவில் உதிர்ந்து கந்தவாடை. அருவங்கள் சஞ்சரிப்பதைப் பார்த்தாள். வெருகுப்பூனை பன்னீர் விருட்சத்திலிருந்து கூப்பிட்டது புன்னகையுடன். குழந்தை அழும் குரலுடன் புதரில் வேறு புதிர் நிழலானது.

அவ்வேளை யெனவனனும் வருகிறான் கனி ஒன்றை எடுத்து நீட்டியவாறு. இருவரும் நிர்வாணமாகவே திலாக்கிணத்தில் குளிக் கிறார்கள். பதினான்கு இரவுகளும் பிரிவின் பாலையில் நீராய் இருந்த மோகினி உள் நிழலாய் சாம்பல் முள்ளுடைய மரத்தில் மறைகிறாய். அவள் ஊடுருவிச் செல்லும் துயர் வீசிய காற்று. இருவரும் சர்ப்ப உடல் அடைந்திருந்தனர். கூடவே மெல்லிய துகிலைப்போல மோகினிஒளியாக நிலவில் கரைந்திருக்கிறாள்.

இந்திரவிழா நிலவினடி ஒளியருந்தும் நரம்புகளை ஸ்திரீ பாவத்தில் பாதியும் புருஷபாகம் தேயும் பின்புலம். இவளுக்குத் தெரியாமல் மோகினியின் நிலாச்சராரத்தில் கையால் வளைத்து அணைத் திருக்கிறான். அவளையும் விடவில்லை. மாறு ஏற்பட்ட விதிவசத்தில் நிழலைக் கைப்பற்றுகிறான். அது நிழலாக மறையாது அவளைப் பற்றிக் கொண்டு ஊழினை உப்பக்கமாகக் கடந்து வரும் மோகினி அவளோவெனத் திகைத்த வேளை அவளோ நிழலையும் அறிய அதன் ஒளியை நிழலாகக் கரைவதில் காண்கிறாள். பின்னே வாழ்வைத் துறந்து அருகும் சிறு பூளையும் நெல்லும் இமை திறவாப் புத்தபீடிகை அடைய இருந்தாள் போலும்.

அழி அழியென ஓலமிடும் பிரளயத்தைக் கண்ட நாளங்காடி பூதத்திடம் இருளான தெருவுக்குள் சென்று பார்க்க கடற்கரை நீண்டு வெம்மையில் ஓடிக்கிடந்த ஞாபகங்களில் முதலில் சாம்பல்

நிறமாகவும் நீரில் எழுந்த நாவாய் செந்தழலாய் எரிந்து கதறும் கூட்டத்தோடு பழம்பிறப்பின் ஊழிப்பாதையில் செல்கிறாள் தீவதிலகை.

இருவரின் உறிஞ்சும் மீனின் திறந்த உதடுகள் கருஉயிர்ப்பின் முத்தங்களாயிற்று. பற்றார்வ விரல்களில் பற்றிய உடல்களில் நண்டின் மணல் குழிகளாக பலபக்க யோனிகள் குழிந்தன. தசைச் செறிவான கைகால்களில் முளைத்த சிறகுகளில் மிதக்கிறார்கள். குருதியும் வெப்பமும் நரம்புகளில் எழுந்த சுடர்களாக பாலுறவில் கூடிய இயற்கையின் ஸ்திதி. அதீதப் பாலுணர்வு கொண்ட இந்திரனின் தேகவளியாயிற்று. அவர்களின் நிர்வாணத்தில் சுழலும் உலகுயிர் களெல்லாம் ஒட்டிக் கொள்ள தாவரங்கள் திருகுவதைப் போலப் பாலுறவுகொள்கிறாள். உக்கிர கதியில் உஷ்ணத்தின் துடி நிலையில் உயிரியக்கம் திருகியது இரவெங்கும்.

ஒருவர் மீதொருவர் தாவும் வேகத்தில் கானகத்தின் செறிந்த வேர்களின் கூடவே நீரோட்டமாய் ஊழி ஞாபகம். வேர்களில் மண்மொழியை முணங்கினாள். முகம் முகமாய் உரசி நின்று கண்களால் ஊடுருவிய கதி. எல்லையற்ற வனத்தின் நாசியாய் மூக்கைப் பொருத்தி சுவாசத்தை உள்ளிளுத்த வேகத்தில் ஒருவரை யொருவர் வெவ்வேறு கோள்களின் ஈர்ப்பாக புரிந்துகொண்ட வேளை.

பிறகு இருட்டை ஊடுருவும் ஈயச் செதில்களாய் பிரகாசம் அடைந்த இரவில் ஒளிக்கீறலிட்டது. வஜ்ராயுத வழிபாட்டில் தலைக் காவுகள் கொடுத்த உதிரச் சகதியில் பிரளய பூமி ஒடுங்கிற்று. பாழ்வெளிக்குள் மீண்டும் கனவின் நகர்வெனச் சுற்றும் சக்கரத்தில் காலம் முடி வற்றிருந்தது. பிளந்த பூமியில் இறந்தும் எழுத்தழியாத கபால ஓடுகளில் பொங்கிய மொழியும் இசையும் இவ்விருவர் சர்ப்ப உடலும் மனிதத் தலையுமாகி மேல் விசும்பி எழுந்த நிலவினை ஈர்த்துக் கவ்வி யிருந்தார்கள்.

ரோமானியர் கலங்களில் இறங்கிய ஆம்பொர மது ஜாடிகளின் எண்ணிக்கையை அறிவித்தான் சிறுபாணன் யாழுடன் தோன்றி. இந்திரவிழா முடிய இவை மீதமிருக்காது வேண்டுமானால் கடல் தெய்வங்களுக்குத் தனியே யவனரின் முந்திரிச் சாராயம் இருக்கிறது. அங்காடிகளில் கூட்டம் நிரம்பி வழிகிறது. எருதுகளைப் பலியிடும் பூசாரிகளும் வந்துவிட்டார்கள் அங்கே என்றான் சிறுபாணன்.

ஆம்பொரா நிழல் ஜாடிகளில் நுரைக்க ஓடும் கூட்டத்தில் சுழலும் புதிர்களும் இரவுக் கோப்பைகளில் மிச்சமிருக்கும் இம்மது

பெரும்பாலான தடவை விடப்படும் இறந்த மனிதர்களை உயிர்த்தெழ வைக்கச் சடங்கான தேறலும் பாலை வட்டத்தில் ஊர்ந்து செல்லும் ஊடலும் கொண்ட பரதவர் வரும் இவ்வேளை அனைவரும் இறந்த மனிதர்களாகும் ஊழியின் எதிராட்டத்தில் நாம் இன்னும் உயிரோடு இருக்கிறோமா? அவர்கள் இருவரும் இருகால்களைக் கொண்டே கடந்து கடந்து இறந்த உடல்களைத் தேடி விளக்குகளில் அடையாளம் பட்டவர்களை வெளியேற்றுகிறார்கள். அருகில் நெருங்கிக் கொண்டாள்.

தெளிந்த குருத்துமணல் ஓடிய மூங்கில் தடுப்புகளைக் கடந்து செல்கிறார்கள் கூடவே புதைந்திருப்பவர்களின் அருவமும். கதவின் வழிவந்தடைந்தவர்களைப் போல கடலிலிருந்து வந்தார்கள். யாருக்காகவோ காத்திருக்கிறாள் வெளியே. ஒருவருக்கொருவர் பிரிக்கப்பட்ட பாலை நெருக்கத்திலும் தொலை தூரத்தில் இருப்பதாக இருக்கிறது. அவனருகில் முன்னேறி வந்தாள் தொடுவதற்காக. கழுத்தை அன்னப் பறவையாய் வளைத்து எதையோ சொல்ல அண்ணாந்தாள். அவள் கண்களில் வீசிய மீனின் ஜுவாலையை அவன் பார்த்தான்.

கழுத்தில் படர்ந்து வீழ்ந்தான் பாதாளம்வரை. குரலில் கிளர்ந்த காமத்தின் கூவல் ஒலி. அவன் குரலின் தொனி உறவற்று.வெறித்தது. அவர்களின் உடலும் கைகளும் உக்கிரமடைந்தன. வெகு ஆழத்திலுள்ள சுராமீன்களைப் போல நடுக்கடலில் மோதி மூழ்கு கிறார்கள். ஆனால் இரு கடல் காமம் இது. ஒருவரைஒருவர் மோதிக் கொள்ளக்கூடிய நிலை. ஆனால் இருவர் கைகளால் கோர்த்துக் கொள்ளாமல் பிரிந்தது விநோதம்தான்.

பின் வாங்கி நடந்துகொண்டிருந்த கால்கள் உருவமின்றித் திரும்பி வந்து மணல் மீது பதிகிறார்கள் மடிப்புகள் சென்ற அலையில் சிதையும் இவ்வரைஉருவைக் காணாமல் தொலைத்துக்கொள்ள உள்ளூர விரும்புகிறான் போலும்.

ஆனால் மீனின் தசை உதடுகளால் கடலாகிற ஜீவிதமடைந் திருப்பது இயல்பாகப்பட்டது. அங்கங்களால் கொள்ளை யிடப்பட்ட நாளங்களில் ஓடும் ரஸவாதிகளாக உடலைப் பரிசோதிக்கிறார்கள். வெகுளியாகத் திரும்புகிறாள். திரும்பிப் பாராமல் ஒருவரை ஒருவர் கடந்துகொண்டிருப்பதில் நெருங்கிவிடுவதாக மணலில் ஒளி செல்கிறது.

இரவு தன்னுள் உறிஞ்சியிருந்த அமைதியில் இயற்கையும்

வரிப்பாடலில் இயற்றிய நரம்புகளும் மணலில் கூடவே உதிர்வு கொண்டிருந்தது. இப்போது அவள் வேதனையின் அடியாழத்திலிருந்து எழும் துயரக் குரலோடு வீடு திரும்புகிறாள். இருவருக்குமான சர்ப்ப உடலும் நிலவும் மறைந்திருந்து விடியல் காண ஆரம்பித்தது. இரவுக் காற்றின் சுவாச மூச்சாக அடுத்த இரவு தேய்பிறையில் துவங்க இருந்தது. சாவின் கருங்கரையில் ததும்பும் நுரைகளில் நாவாய்கள் சுழிவீசி மறைய கீழே தடுக்கிச் சீறி விழுந்த ஒரு பாண்டிய கவாடகம் எனும் முத்துஒன்றை உள்ளங்கையில் ஏந்திச் செல்கிறான் இவன். இவ்வணிகன் முதல் இழந்தவனாய் சாயம்போன தோற்றத்தில் உடலில் பாழ்ரேகை யோடிய ஸ்திதி நிலையில் படகில் அலைக்கழிந்து செல்கிறான் கூட ஒருவருமில்லை. அப்படகு இருந்த இடம் தெரியாமல் இருள் மூடித்திறந்தாலும் மீண்டும் அலைமேல் வெளிப்பட்டான். திரும்பிவந்து இவள் வீடு சேரப் பரபரத்தாள் கடலின் மோகத்துடன். தருமரத்திலிருந்து ஓர் பழுத்த இலை நிழலுடன் சருகாகிப் பறந்து உருள்கிறது மணலில். குனிந்து அதை கையில் எடுக்கிறான் எத்தனை துளை துவாரங்கள். இலை நரம்புகளின் நடுக்கத்தை விரல்களால் உணர்ந்து கண்களை தாழ்த்தினான். அதனுள் ஊழின் உப்பக்கம் திறக்க வெளியேறுகிறான்.

16

காலரா ரயில்

ஆகஸ்டு இருவதில் நிலவுடலைப் பறிப்பதற்கு, நீங்கள் யார்?

வடகிழக்கில் தீச்சேவல் ஏந்திவந்த நாகாவை நாடோடிப் பிடாரர்களென்று திருப்பிவிடும் வேகத்தில் வனமரச் சேவல்கள் தாவிப்பறந்துவர உள்நாட்டு அகதிகளென்று ரத்தங்கசியும் சிலிக்கான் தகடை மெல்லும் உலோகச்சேவல் பிரஜைகளை விழுங்கும் அகதிப்புராணம், சிம்கார்டில் எழுதப்பட்டு இலக்கற்றுப் பரவிக்கொண் டிருக்கிறது காலரா. வடகிழக்கு கனிம உடலுக்குள்ளிருந்து, காலரா ரெயில் குகைகுகையாய் கிளம்பி வருகிறது.

கரீம்கஞ் ஜோர்கட்காரர்களை யுரேனியக் கந்திற்பாவை விரட்டிவர ரயிலேறி இருக்கலாம். ஜிப்சாகர், சோனிப்பூர், உதல்புரி உள்நாட்டு அகதிகள் உலோக மலைகளைக் கடந்து நீர்ச்சேவல் ஏந்தி வருகிறார்கள். சிராங்கிலிருந்து தாவரச்சேவலுடன் கச்சா நாகர்கள் கள்ள ரயில்ப் பயணம். பாட்காய் அடர்காடுகளின் சில்லிருட்டைத் தாக்கிய துப்பறியும் மர்ம நாவலாசிரியன் க்ரீமர் ரெக்ஸ் கராக் எனும் தளகர்த்தன் திக்கோடு திராப் மலைகளுக்கு குறிவைத்தான். இந்திய நிலக்கரியும் இரும்பும் அவன் சுரங்க வரைபடத்தில் முன்பே இருப்பதால் முதல் காலரா ரயிலை பெங்களூரு புனே வரை வரைந்திருந்தான் நிலத்தைத் துப்பறியும் மர்ம நாவலில். இந்திய இரும்புக் களிமண்ணைப் பிசைந்து படைத்த மர்ம நாவலில் எம்.எச். சுயீட்டர் கைத்துப்பாக்கி புகைநெளிவாய் நகர்ந்த வாக்கியங்கள்.

பழுப்பு நாவலைக் கிழித்து பழங்குடியைத் துடைத்தவாறு காகத்தையும் சுட்டுப் பழகினான் ஓடும் காலரா ரயிலில். சில்தர், திபு, பக்ஸா உதைக்குரி மக்கள் வயல்களைச்சுற்றி சுரங்கத்தின் அமிலக்கழிவு நீர் பற்றிப் படர்ந்ததை விவசாயிகள் 'கேஸ்பானி... கேஸ்பானி' என்று கையை உயர்த்திக் கத்தினார்கள். கேஸ்பானி தியோங் ஆற்றுடன்

கலந்து வாய்க்கால் வழியோடி புல்லுக்கும் ஆங்கே பொசிந்து உவட்டு நிலமாகி வீழ்ந்தவர்கள், தின்சுக்கியா ரயில் நிலையத்தில் காலரா ரயிலுக்காக காத்திருத்தார்கள். தின்சுக்கியா நிலக்கரிச் சுரங்கத்திலிருந்து காலராரயில் கிளம்பிவருகிறது. லபுக்கோ கட்டிகள் சேகரிக்கும் சிறுவனின் உடல் மீனின் வாலிலே முடிவுற்றது. பெங்களூரு-கௌஹாத்தி மெயிலின் தூரப்புள்ளிகள் எப்போதுமே அசாம் தேயிலைத் தோட்டத்துடன் இணைந்தவைதான். மணிப்புரி அகதிகளும் தேநீர் கோப்பைக் கழுவும் தெருச்சுற்றிகளும் ரயிலுடன் சுற்றுபவை தான். சுரங்கத்தைவிட்டு ஓடியவர்கள் அங்கதேலி சிறு கிராமத்தில் மறைகிற்ார்கள். பிரம புத்திரர்கள் தேநீர் கோப்பை ஏந்திவருகிறார்கள். துதுமா நீர்வீழ்ச்சியில் இறங்கிவரும் பழங்குடிகள் ஜாதகுடா தாது சேகரிக்கும் ஒப்பந்தத் தாளில் ரேகையிட்டு ரூர்கேலாவுக்கு கூட்டி வந்ததில் மதராஸுக்கு தப்பியிருக்கலாம். தப்தபானி ஆதிவீடுகளில் சுடப்பட்டு இறந்தவர்களின் பிணத்துடன் மரணத்தைப் புதைக்காமல் ஆவிகளும் நிலக்கரித் தூசிபடிந்து கருத்து இருப்பதால் அவர்களுக்கும் ரயில் டிக்கெட் தரமுடியாதுதானே. தஞ்சாவூர் மதராஸ் பாசஞ்சரில் வீட்டைவிட்டு ஓடிப்போனவர்களில் ஐந்து உள்நாட்டு அகதிகளைச் சுட்டதில் உத்திர ரயில்களில் தப்பியோடும் கொள்ளைநோயும் பரவியதில் அறுபதாயிரம் பேரைக் காணவில்லையாம். வேட்டை நாய்களின் பாய்ச்சல் பயம் குடலைக் கவ்வியது.

சுடப்பட்ட பிணங்களைத் தழுவ முடியாது. அகதியாய் கடலில் வீசிய திங்காரியா கோந்துப் பிணத்தின் துளைகளில் நழுவும் சாவில் பெருவணிகப் புழுக்களின் கோடு பிஸ்டல் துளைத்த ஈய ரவைகள் தப்பியோடும் புத்தரை நெடுகின... 2010 மார்ச் 23இல் தற்கொலைக் கயிறுடன் செஃப்துள்ளஜோத் கிராமத்திலிருந்து கடவுள் கணுசன்யாலை இழுத்துவருகிறார். கொலையா தற்கொலையா கோம்தாருக்குத் தெரியாது. அங்கிருந்து பிபிலி கைவினைக்கலை படைக்கும் நாடோடிகள் வரக்கூடும். செஃப்துள்ளஜோத் தற்கொலை வீட்டிலுள்ளவர்களும் தெருவுக்கு வந்தனர்.

சந்தால் பழங்குடிப் புத்தரின் தற்கொலைக் கயிறு சன்யால்... திரும்பிய பாதையில் திரும்பி பார்க்கும் மரணம். சன்யால் கடுகுச் செடிகளை ஏந்தி வருகிறான். நீள ரயில்வண்டித் தொடரில் உரு இழந்து எடையற்ற தற்கொலை ரயில்பெட்டிகளில் மிதக்கிறது. முடிந்தவரை ஸ்தூலத்தில் மெலிந்து தற்கொலையாக இருக்கிறான் பீகாரி அகதி. நான் எதிர் என இருப்பு பிளவுண்ட மனோகதி. விவசாய நிழல்களுடன் பொகாரோ ஸ்டீல் சிட்டி விரைவு வண்டியில் சிதைந்து ஓடும்

சிறுவர்கள். பனாரஸ் வீட்டு முற்றங்களைக் கடக்கிறார்கள். குளவிக் கூட்டம் மொய்க்கும் கம்பெனிக்காடுகளில் வதைகிறார்கள்.

பிராயம் இழந்தவர்கள் தட்டுஓடு சிவந்த வடகிழக்குக் கிராமங் களில் மங்கிய ஆன்மா சிறு தெருவிளக்கில் வெறுமையோடு எரிகிறது. சன்யால் என் கதையாக இருக்கிறதுன் கதை. நரகத்தில் நாம் இருக்கிறோம். சுர்ஜனா... ஏற்கனவே சுடப்பட்டு இறந்தவர்கள் நாம். சுக்ராம் எங்கே புதைந்தான் கலகத்தில் தினமும் இறந்தாக வேண்டிய உள்நாட்டு அகதிமுகாம் பெருநகரத்தில் எப்படி இருக்கிறாய் கௌதமா... விவசாயி தோல்விகள் சில மரணக்குறிப்புகள் பச்சைப் புரட்சியாளன் துரோகம்.

ஒரு அரசிலை ரயில் பெட்டியெல்லாம் பறந்து ஓடுகிறது. விதைக் கொட்டை நசுங்கி பிதுங்கும் குருதி வடியும் கடைசித்தாள். எல்லாம் பாட்காய் காடுகளின் சுயசரிதைக் குறிப்புகள். சன்யால் எம்மோடு அகதியாக வருகிறான். ரத்தமுள் ஏந்திய நம்மவர் உயருயர் டவர்களின் மேலே சித்தாளாய் போகிறார்கள். சன்யால் தற்கொலையில் தொடரும் இருப்பு கடைசி சந்தாலும் அவன்தான். அது சுதேசியின் மரணமாகவும் ஒரு நிரபராதியின் தற்கொலையாகவும் நிகழ்ந்திருக்கலாம். பிணங்களின் இருட்டில் புதைந்துள்ள பேனாவைத் திருகி கைத்துப்பாக்கி ஒழுகும் கருங்குயில் குன்றத்துக்கொலை துப்பறியும் தழுவல் நாவலுக்கு மூலப்பனுவல் 'தி சீக்ரெட் ஆஃப் கொனாமா ஹில்ஸ்', க்ரீமர் ரெக்ஸ் கராக்கின் பக்கங்களை நகர்த்திச் செல்லும் அவன் செய்த படுகொலைகள்தான்.

பெருநகரப் புதைகுழிக் கட்டுமானக் கொத்தடிமைகள் நாகத்தகடு வேய்ந்த கூரைகளில் புனிதப் பாட்னாவைக் கட்டியிருந்தனர். சித்தாள் பிணங்களை விலகிவிலகித் தேடும் எரிதழல் கண்ணீரைத் திருடும் ஏர் சகாரா கட்டுமானக் குழுமம் வரைபடத்துள் சித்தாள்கள் இருட் சுவரில் பதிகிறார்கள். திருடிய ஆடைகளை முகர்ந்து பார்க்கும் சித்தாட்களின் சட்டத்தின் வரம்புமீறல் துப்பாக்கியும் இருக்கிறது என்றான் ஓம்கார். ஒப்பந்தக் கூலிகளுடன் ரயில் ஏறினோம்.

நானே தயாரித்த சுடுகருவி அது புகைவதை நிறுத்தவில்லை. கசங்கிய முகங்களுடன் பிளாட்பார வாசிகளின் தனிமை. நிலமற்ற ஓட்டம் அரவணைப்பற்ற சருகுகளில் வெளுத்த ரேகை உவர் இலைகள் தூங்க அறியப்படாத பிரஜைகள் நாற்கரச் சாலைகளில் பாலங்களில் அடுக்கிய எலும்புகளில் கலப்பையுடன் புதைந்த வண்டிப் பைதா பூமியின் அச்சாகக் கரகரக்கிறது. புகையும் கருப்புத் தார்ச்சாலையைக்

கடக்கிறீர்கள். வாணிபச்சந்தையில் விற்கப்பட்டவர்கள். இறந்த தேயிலை வணிகனின் உடலில் பால்போலப் பிசின்பூசி மரப் பட்டையில் ஆடை தரித்து நேத்திரங்களை மீன்கள் கரும்ப உடல் அழுகிய தோழனின் சடலத்தில் வடபுல ஊர்களின் வரைபடத்தினை வரையும் இவ்வேளை அடையாளம் காணமுடியாதபடி சிதைந்த முகம். கந்தலான சந்தகா எனும் சித்தார்த்தனின் குதிரைத் தோலினால் சுற்றப்பட்ட சன்யாலின் பிணம். திறந்த விழிகளோடு நம்மை நோக்குகிறான். இறந்தவன் உடலில் ரத்தஓட்டம் இருந்தது. அவன் இறந்தபடி உள்நாட்டு அகதிகளின் பிணங்களின் பிணமாகத் தொட்டு பச்சை பிளாஸ்மாவை பூசிக்கொண்டு இருக்கிறான். வெளிமீது பரவும் ஓடிப்போனவர்களின் கருஞ்சிவப்பான அஸ்தமனத்தில் கிளிஞ்சல் சிப்பிகள் ஒட்டித் துயில நீரைக் கசியும் சூரியன். சமையலறைப் புகைக்குள் டிஸ்வாஸர்களின் உரையாடல். தேநீர் பீங்கான்களில் சுட்டு எடுத்த பூப்பளிங்கில் மூங்கில் ஓவியம். பாட்னா அடிமைகள் எலும்புகள் கரையும் சைனீஸ் ரெஸ்டாரண்ட்களில் இருள் பூசிய கந்தலில் நீரை உமிழ்ந்துகொண்டிருக்கும் கிழிந்த கோட்டுக்காரன் கோம்தார்க்கொன்வார் மீண்டு வருகிறான் கள்ளத் துப்பாக்கியுடன். ஆனாலும் மேம்பாலத்தில் தொங்கும் உடல் பிதுங்கிப் பாசி அடையும் எலும்புகள்.

தினசரி வாழ்வதற்காய் சமையல் கண்ணாடியில் முகம் பார்த்த சாவு வெளுத்திருந்தது. கிழிந்து தொங்கும் பாய்மரக் கப்பல்களில் பதுங்குவார்கள். ஓடிப்போனவர்கள் ஏந்திய டீக்கேத்தல் நெளிவும் எதார்த்தம். பாசஞ்சரின் பிடிக்கம்பிகள் சுழன்று தேநீர் கோப்பைகளைத் தொடும்போது அஸாம் மலைகளை ஏந்துகிறீர்கள். பீகாரி அழுக்கு விரல்களில் கொடுப்பவனின் கைநகத்துள் கரி ஒட்டிய விளிம்புகளில் தொடும் வேளையில் கோம்தாரின் தேநீர் ஆவியில் மறைகிறார்கள். எப்பொழுதும் வெளிப்பாளையத்துக்குப் பெரியமாச்சியைப் பார்க்க வரும்போதெல்லாம் நகாய் பஜாருக்கு கூட்டிப்போய் கொடை ஆரஞ்சுகளை கையில் தூக்கி சாற்றின் சுவை அறிவாள். பெரிதாகவும் உருண்டையாகவும் பளிச்சென்ற நிறத்துடன். மிருதுப் புள்ளிப்பட்ட அழுக்குப் பையன் படகு மேலிருந்து தேநீர் விற்பான். ஆரஞ்சுக்கும் சீனப் பீங்கானுக்கும் இடையில் அலைகிறார்கள். சிறுமலைக் கமலாவுக்கும் களிமண் ஜாடிக்கும் அருகில் இருக்கிறார்கள். அழுக் கடைந்த சாசர் சித்திரம் தேநீர்பட்டுப் புகையடைந்தவை. அகதிகள் சாசர் மணம் உடல்கசியும் தேநீர். தஞ்சாவூர் ரயிலடி பழக்காரிகள் ஓடுகாலிகளாம். ஆனைமங்கலம் பிளந்துவந்த பண்டார மகளிர்

ஒவ்வொரு நிலையத்திலும் பூ ஏந்தி ஜன்னலில் ஓடுவார்கள். இந்தப் பிரதேசம் வண்டல் வடிநிலப் பூக்கள் கமழும் நறுமணம் மஞ்சாடி, கோரை, அருகம், சாம்பல் மரிக்கொழுந்து கண்களுக்கு ஆனந்தம், தஞ்சாவூர் பூச்செடிகளுக்கு வளம், அன்றியும் நீலம் பொதுவிய காவேரியின் துயரம் நீலப்பூ மின்னலிட ஓஷதிக் கொடிகளும் மா பலா தழைத்தாலும் எருதலை வேருக்கு வைக்கக் குனியும் சம்சாரிகள் வெயிலில் வியர்வை, மூச்சு, பித்தத்தையும் அதிதாகம் கொண்ட பூக்களில் அகதியின் பாடல். திராட்சைக் கொடிகளை உடுத்திய பீகாரிப் பெண் செடியாகப் படர்ந்த தோழியும் ரயிலில் இரு பெண் களின் நுரையீரலாக நுழைந்த தேநீர்க்கோப்பைகள் கையால் பறித்த ஈரலும் திராட்சைக்குலை. கலிங்காவில் இருந்துவந்த குயவர்கள் எத்தனையோ விதங்களில் தேநீர் குவளைகளைச் சுடுகிறார்கள். பீங்கான் வளையில் கலிங்காவின் மென்னயக் களிமண் பிசையும் பீங்கான் ஜாடிகளை இயற்றுவார்கள். கலிங்கா ஜாடிகளைத் திபேத்துத் தேரிமார்கள் விரும்புவார்கள்.

அசோகனின் கலிங்க யுத்தத்தில் மடிந்த சைனியங்களின் உடல் வளைந்து மென்னையக் களிமண் ஆனது. கலிங்காவின் செந்நிறத்தை அசோகனோடு அகதியாகக் கூட்டிவருகிறார்கள் காலரா ரயிலில். அசோகனின் வாட்டம் அடைந்தவர்கள் எதிரி எலும்புகளால் வடித்த ஒவ்வொரு குவளைக்கும் இரு கைப்பிடிகள். யுத்த நிழல்கள் அகதிகளின் தகரத் தாழ்வாரத்தில் சிறைப்பட்டவை. கலிங்காப் பீங்கான் தன் நீண்ட மூக்கில் சொட்டும் தேநீர் துளி இறந்தவன் உதட்டில் வழிகிறது. அண்டங்காக்கை பீங்கானை உடைத்து நிலத்துக்குப் பாய்கிறது. அசோக வீரர் பிணத்தின் நகஒளி ஒவ்வொரு கோப்பையாக பருகும் ஆவிகள் மங்கிய விழிகளில் வழிகிறது. தூக்கம் இல்லாத கண்கள் சோம்பித்திரியும் பிளாட்பாரச் சிறுவர்கள். தூரத்தில் அழுகி அழிந்துவரும் சதுப்புநில மனிதர்கள் டால்சர் சுரங்கத்திலிருந்து குடும்பத்தோடு காலரா ரயிலுக்குள் கடந்துவரும் வேளை. கரம் சாய்யியே... கரம் சாய்யியே... சிறுவனின் குருத்துக்குரல் கேட்ட அழுகையில் காலம் மணல்போல அழிகிறது. பகல் நேரத்துப் பாசஞ்சரில் கூட்டமாய் தூங்குவார்கள். ஓடும் உறக்கம் அது . மேகங்கள் கூட வரும் நிழல் கூட்டம் திட்டுத்திட்டாய் தெரியும் அகதிகள் சாயும் ரயிலின் நிழல் ஓடுகிறது. சாயாவனப் பூக்களுடன் பண்டாரங்களின் மோகம் மூர்ச்சை பிரம்மை உடம்பு வியர்வை பூக்களில் மாறும் சுகந்த மலர்ச்சி சரபேசர் உடம்பு பிளந்து மயங்கும் காமம் நரசிங்கம் பரிதி நிறம் காட்ட இவ்வூர் சரபேசம் சந்திர ஒளி ஒன்றை ரகசியம் கொண்ட

பாமரர்கள் பாடுபட்டு வளர்த்த பூந்தோட்டத்தில் தேக சௌக்கியத்தைக் கெடுத்துக் குடித்த எத்துப்பல் கனகுப்பண்டாரம் பிறவூர் சனத்துக்குத் தொடுத்த பூ ஏராளம். குடிகாரப் பண்டாரம் பூவிற்றுக் குடித்த காவேரிக் கரையில் காலராரயிலில் பூக்கொண்டு வருவான். தேகம் அழிந்த பீகாரிகளுக்கு விலையில்லாமலே பூக்கொடுப்பான். காலரா ரயிலைத் தொட்டதும் பூக்களெல்லாம் சாவைத் தொட்டுவிடும். சிறுவர்கள் அதன் வாட்டத்தைத் துடைக்கிறார்கள் பூக்களின் அடியில் வரைந்த வாழ்வு மரணம் எந்த தேசத்தின் விதியோ அகதிகள் பூத்ததும் உதிர்ந்ததும் அழிந்ததும் இந்தக் காலரா ரயிலில். தேநீர் விற்பவர்கள் குக்கிராமத்தில் குள்ளமாய் நடமாடுவது தெரியும். ஒரிஸாவின் கந்தமால் வாசிகள் ஓடும் ஜன்னலுக்கு மாறிய எல்லோரும் கந்தமாலை விட்டுப் பிரிந்தவர்கள்.

சிறுமலையைச் சுவைத்தவாறு இன்னும் கேட்கும் நாக்கின் அரும்புகள் தித்திப்பாய் இருக்கு கமலா கமலாங்க... ஓடும் ரயில்பெட்டிக்குள் பிறந்த கமலாவும் அவர்களைக் கண்டு வாடியது. மலையிலிருந்து வெளியேறிய எல்லாக் கனிகளும் அகதிதான். சிறுவர்கள் அதைக் கண்டதும் முழி உருட்டி ஏங்குவார்கள். காசில்லாத பிள்ளையும் தாயுமிருந்தால் அவளாகக் கொடுத்துவிடுவாள். ஏமாந்த பிள்ளைகள் ஜன்னலில் வருவார்கள் பழம் தீர்ந்த கூடைகளுடன். காலரா பீடித்த ரயிலுக்குள் ஓடுபவர்கள் குட்டியாக் கோஞ்ச் ஆதி வீடுகளுக்குள் திரும்ப முடியாது. காய்ந்த இலைகள் வளைந்த நீலவிழிகளின் அடியில் கருவளையமாக படிகிறது காலரா. சனங்களின் முகத்தில் கொல்லேரி நிலக்கரி பூசி இருந்தது. புல்பானி பகுதிக்கு நான் திரும்புகிறேன். மதுராபுரியில் நரிவாலால் அடிப்பட்ட நிலமெல்லாம் கிரானைட் கோடியாச்சி காலராக் குழியாச்சி. கடம்பவனம் அழித்தக் காலரா நாளையும் வரக்கூடும். மத்திய ஆரண்யத்தில் திங்காரியா எல்லா விதைகளையும் துணியில் முடிந்துவருகிறார்கள். காலச் சக்கரத்தின் மையமாகச் சுழலும் காலரா ரயில் நமது குறியீடு. நாம் சிரங்குவத்தி நகருக்குப் பிள்ளைகளை அடிமையாக விற்றோம். மூத்திரச் சந்துகளில் அவர்கள் சுவாசித்தார்கள் பன்ரொட்டி விற்கும் ஒடிசா கிழவனும் நம்முடன் இருந்தான். அவன் பேரர்களைப் பதினேழு சப்பாத்திக்கும் தினக்கூலி நூத்திஇருவதுக்கும் மேஸ்திரி கமிஷன் போக விற்கிறான். கிழவனுக்கு ஒரு பன் மட்டும் ராப்போஜனம். உதிர்ந்த ரொட்டிகளை ஓடிப்போன சிறுவனுக்கு இனாமாகத் தருவான். சிரங்குவத்திகள் வசிக்கும் பாலிதீன் கழிவுநீர் ஓடைகளில் புகையும் தகர வீடுகள் ரோகம் அடைந்த நகரத்தின்

சாக்கடை ஏரிக்கரை எங்கும் காலரா எலிகள் நீலக்கண்களுடன் படையெடுக்கும். அங்கு சிரங்குவத்திப் பிச்சைக்காரர்கள் வேலைக்குப் போக முடியாத ஒடிசாவாசிகள் கோந்த்கோரா சுரங்கத்தில் தம் உடலை அழித்தவர்கள் பாலிகுடா கிராமத்தில் ஏற்கனவே இறந்தவர்களாக இருக்க, அது காலரா ரயிலுக்கு தெரியும். விவசாயம் அழித்து நந்தேரா சுரங்கத்தை அவர்கள் நிறுவினார்கள். சுரங்கத்தில் ஒடுங்கும் பைத்தியம் மரணத்திடம் தப்பிவிடும். யாராக இருந்தாலும் சுரங்கத்தில் இருப்பவர்கள் தப்ப முடியாது. ஓடிய கால்களில் கொலையுண்டவனின் அடையாளம் காலரா ரயிலில் கூடவருகிறது. டோன் ஆற்றைக் கடந்து வந்தவர்களைக் கூப்பிடக் கூப்பிடத் திரும்பிப் பார்க்கவில்லை. வெகுதூரம் ஓடிப்போன சிறுவர் கூட்டம் மேகங்களாக மாறி ஆகாயத்தில் பரவி ஆங்காங்கு நடுக்காட்டில் ரயில்கெடியில் தங்கிச் சிலசமயம் எங்கும் தங்காமல் ஓடியே ரயில் வீடுகளில் தஞ்சம் அடைவார்கள். எங்குமே தங்காத நாகப்பிடாரர்கள் காய்ந்த சிரங்கு வத்திகளோடு காற்றினால் அடிபட்டு கிழிந்த வாழ்வுடன் சிதறிய மின்னல்.

பாண்டும் மாதுரியும் புராணத்தைக் கிழித்து ஓடியவர்கள் கலிங்கா பீங்கான் ஜாடி செய்யும் குயவர்களாக இந்த ஜென்மத்தில் காலரா ரயில் ஏறினார்கள். இணை பிரியாத பீங்கான் ஜாடிமூடியாக மனிதனால் படைக்கப்பட்டவர்கள். கலிங்காப் பீங்கானைக் கழுவக்கழுவ குருக்ஷேத்திர ரத்தம் வழிகிறது. கதாபாத்திரங்கள் சாயம்போய் இடம் மாறுவார்கள். காணாமல்போன கௌரவர் கூட்டம் கோப்பை கழுவும் சமையல்காரர்கள். உடைந்த கண்ணாடியில் வசனங்களைப் பேசி சமையல்கூட இருட்டில் காமத்தைப் பகிர்ந்து கொள்வாள். புராண ஆடைகள் கிழிந்து கந்துகந்தாய் வெளுத்துப்போயுள்ளனர். ஆனால் காலம் தவறிய ஆட்டத்தில் நிகழ்புராணத்தைக் காலரா ரயிலில் நடத்துவார்கள். ஜன்னலில் வரும் கிராமத் திருடர்களைத் தொட்டதும் மழைக்காற்று வீசியது. போக்கிரியின் மனம்போல் வந்து மறையும் ஊர்கள் நிலவின் பெருமை ஜீவராசிகளின் ஆதாரம். ஊர்சுற்றிக் குறவர்கள் சிரங்குவத்திப் பாண்டவர்கள் கூடை முடைவதும் ஈச்சம் பத்தையில் திப்பிப்பை பின்னுவதும் இப்பிறவி நரிக்குறவம் ஆனது. ஐங்குறவர் கூட்டம் நகாய் கடல்தெருவில் காலடி வைத்ததும் சிறு களவுகள் பரவிவரும். குறிபோடும் பாஞ்சாலி கிளியுடன் அலைகிறாள் காலரா ரயிலுக்குள். பிழைக்கத் திருடும் தனிப்பாடல் நகாயின் காரைவீடுகளில் கன்னம்வைத்து அகப்பட்ட பஞ்சவர்கள் பட்டபாடு. மடையான்களைச் சுட்டு தெருவில் கூவி விற்கிறான்

பார்த்தன். சரித்திரத்தில் பங்கேற்று நடிக்கும் உள்நாட்டு மனிதர்களின் அஞ்ஞாத வாசம். பின் இனிதாய் முன் இன்னாததாய் சொல்லும் பதுமைகளின் ஆடைகளைத் திருடி வந்து நகாய்பட்டின யுவதிகளின் ஆடைகளை ஜன்னல்களின் மேலடுக்கில் ஏறி மோப்பமிட்டு ஏன் அசையாமல் நிற்கிறாய் அர்ஜுனா. ஆண் வேடமிட்ட ஆண் நான் ஜன்னலிலிருந்து கீழே வரமுடியாது என்னால். பால் ஜாடிக்கும் கலிங்காப் பீன்கான்களுக்கும் இடையில் சிரங்குவத்திகளை யாரும் தொட்டால் ஒட்டிக்கொள்ளும் முழங்கைப் புண். தேநீர் சேவைகளில் இருந்த டவுசர் பனியன் போட்ட சிறார்கள் உடல் தான் கமகமக்கும்.

பாட்டி மேல் கிடந்து வளர்ந்ததில் அநாதையாகிவிட்டான் துதுமா. என் சொந்தக் குவளைகள் சில்லுச் சில்லாய் உடைந்ததில் பாட்டி அழுகிறாள். ஒப்புக்கொள்கிறேன் என் பொலாங்கீர் ஆன்மா மிதமிஞ்சிய தேநீர் ஊற்று. கலிங்கா வகைகளை ஏராளம் வைத் திருந்தாள் சுருட்டுக்காரி மாதுரி. ஆயா குடுத்த தேநீரில் வளர்ந்தேன். பணிவும் அடக்கமும் உள்ள பீங்கான் எங்கள் குறையெல்லாம் உடைவதில் கசியும் கலிங்காக் குருதி. ஆனால் எல்லாப் பீங்கானுக்கும் பிடிகள் தரப்பட்டதால் நழுவிவிடும். காணாமல்போன சீனிக் கிண்ணங்கள் அதன் மேல் சிவந்த முடிகள் பூக்கோடுகள் அழிய வில்லை. எனக்கு முன்னால் ஆயாவின் மூக்கு வைத்த ஜாடிகள் சாய்ந்து வழியும் தேநீர். கம்...மென்ற வாசனை. பாட்டியின் வாஞ்சையில் அழுகிறான் துதுமா. அந்த ஜாடிகளில் சுற்றி வரும் ரயில் புகை. கரித் தூசு கூட்டமாய் பருகும் உறிஞ்சல் ஒலிஞ்அவன் ஆழ்ந்து மூச்சு விடுகிறான் பாட்டிக்குள். ரயில்வே கேண்டீனில் ஓடிவந்த பையன்கள் இருந்தார்கள். தேநீர் கொடுப்பவன் வளர்ந்த கருவல். தாகப்படும் தேநீர் விரல்கள் அவனுக்கு.

சிலவேளை ஓடிப்போவார்கள் கேண்டீனை விட்டு. மறுபடியும் வந்தால் அடிக்க மாட்டாள் ஆயா. கொதிக்கும் நீரில் அசாமி இலைககளில் அங்கமி நாகாய் பெண்டிரின் முனகல் ஒலி. ஆயாவிடம் இருந்தன பேசும் கோப்பைகள். பணிப்பெண்களுடன் சேர்ந்து ஆயாவும் கோப்பை கழுவுகிறாள். ஒழுங்குபட்ட மேசையில் கழுவிய சாம்பல்நிறக் கோப்பைகள் பளிச்சிடும். உள்ளே கிழக்கு ஓவியங்களில் 'த' ஒலி மூங்கில், பூங்குருவிகள், தனிமரம் இலைக்கூட்டமென ஒவ்வொன்றும் வேறானவை தனிமையான விரல்கள் ஏந்தும் சிவப்பு பீங்கான் மெல்ல மெல்லக் கீழே விழுந்த வையெல்லாம் தேநீர் விதி. கீழேசரிந்து விழுந்துவிடும் பீகாரிப் பையன்களின் ஓடிப்போன இருப்பு. தேயிலைக் கொதி நீரைப்போல ரயில். எஞ்சின் கொதிக்கும்

நீராவி மணம். எம் நுரையீரலை அழித்த கொல்லேரிச் சுரங்கம். கோப்பைகள் தளிர்க்கும் கலிங்காக் காடுகள். ரயில் மெதுவாய் மூச்சு விட்டு நழுவிச் செல்லும் தந்தேரிச் சுரங்கம். ராத்திரி நிலக்கரி கபேயில் தேநீர் விற்கும் பையன்களில் ஆழ்ந்து கேட்கும் விநோத தூரங்கள். சீல் முடை எடுத்த டவுசர் பனியனில் தேநீர் வடுக்கள். வீடுவீடாய்ப் பிச்சை கேட்டு உளவு பார்க்கவும் நெற்றியில் முன்னங்கையில் வட்டம் அரை வட்டத்தில் பச்சை குத்தி அடையாள சமிக்ஞை செய்து மறையும் பிரிவர் சுரங்க அடிமைகள்.

எந்த ஊர்? புல்பாணிப் பகுதியில் மறைந்திருக்கும் கிராமங்கள். பிரிவர் சுரங்கவாசிகள் கால்படாத ரயிலில்லை. கரிஎஞ்சின் தகிக் தழல் நெருப்பு அறைக்குள் கரி ஏற்றும் ட்ரைவர் பாட்டியிடம் தேநீர் கேட்கிறான். கலிங்காக் கோப்பையுடன் பிள்ளைகள் மண்ணீரலையும் தேயிலையாப் பிழிந்து தருவார்கள். ரயிலுக்குப் போன பழக்கூடை களில் பெரியமாச்சி ஒரு சதைத் துண்டு நாவிலிருந்து எத்தனையோ கூடைக்காரிகள் திருட்டு ரயில் ஏறிவருவார்கள். பறங்கிச் சிரங்கு காரிகள் பட்டணம் எல்லாம் திரிவார்கள். ஆரஞ்சு இலைகளுடன் காம்பை நுள்ளாமல் கொத்தாக வாங்கலாம் அவளிடம்.

தஞ்சாவூருக்கும் கொடைரோட்டுக்கும் வேறு வேறு ரயில் மாறினார்கள். சிறுமலை ஆரஞ்சுக்காக எத்தனையோ கூட்டம் வரும். அந்த சுரங்க பிரிவர் பணியாளன் சொன்னான் 'நான் சுதந்திரத்தை உணர்ந்தது ஓடும் காலரா ரயிலில் தான், பிரிவர் சுரங்கத்தில் அல்ல.' நடக்கும் கருப்புச் சமாதியில் யுகங்கள் அழுகிய மரங்களின் உடலை வெட்ட வெட்டக் கதறும் குகை. கொடுவிதியும் வாதையும் பட்டு இறந்தவர்கள் மூச்சுவிடும் ஒலி. பிரிவர் இரவுத் தேநீர் விடுதிப் புகைக் கண்ணாடிகளில் எரிந்து உடைந்த வர்ணச் சில்லுகள் மறைந்த பூக்களாக இருக்கும். புறையோடிய நோயாளிகள் நடமாடும் இடங்களைப் பின் தொடரும் கண்ணாடிச் சில். பிரிவர் சுரங்க நோயாளி இடுப்பில் இருக்கும் சூரி மரப்பிசின் ஒழுகியது. தெற்குப் பலண்டாச் சுரங்கத்துக் குள் நுழையும் காலரா ரயிலை பெரிய கரிமேடுகளும் இடமறித்தன. சுரங்கச் சரீரத்தின் எலும்புகள் சிதறிய மனிதர்களா. கரிமேடுகளில் பதிந்து அழுகிய நிலவு பிதுங்கி நாறும் ராத்திரி. நாகாய் ரயிலடியில் பொட்டிப் பழம் தூக்கி வந்து பாசஞ்சர் ரயிலில் கூவினான். நோய் வாசனையுள்ள பெண் ஒருத்தி எட்டிப் பார்க்கிறாள். காலரா ரயில் கடற்பாறை நெடுக உரசிக் கூப்பிட்டது நோயாளிப் பெண்ணை. நோயின் நீலத்தில் உடல்கொண்டு குணங்கும் காலரா ரயில் நண்பகலில் வருகிறது. அநாதைக் குழந்தைகளும் அதனுடன் முணுமுணுப்பதேன்.

பழைய காரைவீடுகளில் கையோடு வேய்ந்த தாழ்வாரங்களில் நோயாளிகளின் உறக்கம். கூட்டில் நோய் குறைந்தவர் மெலிவாக நடந்துவரும் சப்தம். ஆமை முட்டைகளை உருட்டும் காற்றில் அவர்கள் குணமாகலாம். வயல்வெளிகளை ஊடுருவிப் போன காலரா ரயிலில் மலைத்தோட்ட கூலிகளின் அசைவு. அவன் அம்மா மலைப் பழம் கொடிமுந்திரி விற்றாள். ஊர்சுற்றி அம்மா நாலுபக்கம் ரயில் அவளுக்கு.

ரயில்புழு கூடையில் ஒட்டி இருக்கத் தொட்டதும் ஒளி திரும்பிய சிறுவன் அட்டுப்பிடித்தவன். ரயில்புழு விளக்குக் கண்களில் ஓடுகிறான். பூச்சியின் தலையில் ஒரே ஒரு பெரிய விளக்கு சரிந்து திரும்பி மறைவாய் தெரியும்.

காலரா ரயிலில் பரவும் அடிபட்ட சிறுவன் மேல் ஜன்னல்கள் பல ஓடும். இருட்டு ரயிலில் தெரியும் சிவப்பு வட்டம். இறந்தவர்கள் அதில் பயணிக்கிறார்கள். மூங்கிலென அம்மா கைகால் மெலிந்து பச்சைநரம்பு ஓடியிருக்கும். ஆட்டுப்பால் கொச்சைவீசும் அம்மா மடியில் தூக்கம். அந்தப் போக்கிரிப் பயல் ஆயிரம்வில்லி பேரெடுத்தான்.

ஆனால் அம்மாசேலையில் புதைந்து ஆந்திர ரயிலடியில் சுருட்டிக் கொண்டு உறங்கினான். பெத்ரகுண்டா மைனர் ஜெயிலில் தப்பி வந்த பின் கையில் பச்சை குத்திய அடையாளத்தைச் சிதைத்தான். போலீஸ் கச்சேரிப் பதிவுகளில் இவனுடைய சிநேகிதர்கள் ஒரியாக் காரனும் ஆந்திரப் பழங்குடிகளும் அங்க அடையாளங்கள் பதிந்தவை. உடம்பில் இருந்த வடுக்கள் தேள், பறவை, பூ, பிறை, அவன் கையில் பச்சை குத்திய பெண் உடல் மீனின் வாலிலே முடிவுற்றது. இன்னும் பல உருவங்கள் பிரிவர் சுரங்க மொழிகள் பேசுவதைக் கேட்டான் சிறையில்.

பரக்பூர் சுரங்க வேலைக்குக் கூட்டமாய்க் கிளம்பிப்போன கிராமங் களைக் காணவில்லை. கொசுவலை பனியன் போட்ட அங்கதேலி ஊர்க்காரன் மார்பில் நீராவிக் கப்பல் இருந்தது. அவன் முன்றிலிலே மீன்கள் பாய்ந்து துள்ளும். அந்த ஊர்க் காட்டு மரங்களில் சில்வண்டு ஓசை. உப்பு வணிகரது எருதுகளின் கழுத்துமணி தேயும் ஒலி. இசைக் கொடுக்கும் குழவிக் கூட்டம் சிவந்த காடு. அநாதைப் பையன்கள் நீரும் நிழலும் இன்றி பாழாய்க் கிடக்கும் பரக்பூர் சுரங்கநுழைவாயில். இறந்தவர்களைப் பருந்துகள் கோரமாய்க் கொத்திப் பிடுங்குவதை உற்றுப் பார்த்தார்கள் மௌனமாய். வடுகப் பெருவழிக்கும் சோழப் பெருவழிக்கும் இடையில் காலராரயில் ஊளையிட்டு வருகிறது.

பிணக்காவலர்கள் குத்துப்பட்டவர்களைப் குளிர்பதனப் பெட்டியில் மறைக்கிறார்கள். பிரிவர் சுரங்க இருட்டைப் பிளந்துவரும் பிளட்ஸ் குரூப் இளந்தாரிகள் தோல் பட்டையில் சிலுவையும் நங்கூரமும் பச்சை குத்தி இருந்தன. கப்பலில் வந்தவன் மார்பில் சீன மங்கை. விநாசமடைந்த கப்பல் மாலுமி அவன். கிரிமினல் குற்றத்தில் பேர்போன ஒருவன் தோளில் கடற்கன்னி பதிந்தாள். அகதியாய் வந்த பர்மாக்காரன் படகுநிழல் படிந்த நீரில் செல்லும் சலனம்.

துதுமாவின் மார்பில் வளையல்களைப் பச்சை குத்தி வரைந்திருக் கிறான். பர்மியப் பெண் உருவைக் கடலோடு தீட்டியிருந்தான். ஊதுகுழல், பல்லி, கடல் ஓணான், தேள் தீட்டிய நம் கிளிமாந்தாவும் காலரா ரயிலில் வருகிறாள். தூரத்தில் புகைவிட்டபடி தஞ்சாவூர் ஷட்டில் பாசஞ்சர் மங்கிய சிறு வெள்ளி உருண்டு ஓடும் கடல் நெடுகக் காலரா ரயில் அதிர்வு கேட்கும். மணல்மூடிய தண்டவாளங்களில் காங்கி கூலிகள் எந்நேரமும் மணலை அகற்றும் சொரசொரப்பு. சிறுவர் மனதெல்லாம் நிலக்கரிக் கங்குகள் தெறித்து விழும் கோடுகளில் ஈர்த்து ரயில் கரி இருட்டில் நுழைவார்கள். நோயாளிகளின் வாசனை படிந்த சோகம். பையன்கள் தேநீர் கேத்தல்களுடன் லீக்கோ அடுப்பில் இருந்து கொதிக்கும் தேயிலையில் நோயை உணர்ந்து சாய்க்கும் பதற்றமான பையன். ஒரு தேநீர் குவளை வேறு வேறு மனவோட்டத்தைத் தந்துவிடும்.

மரங்கள் வட்டமிட்டு உருளும் காற்றின் பரபர ஓட்டத்தில் சக்கரங்கள் நூறு ஓசையிட்டு இடம் மாறுபட மனதைப்புரட்டிவிடும். எங்கோ இழந்தவற்றை ஊதிச் செல்லும் நனவிலியில் ஓடும் காலரா ரயில். ஒவ்வொரு ரயிலும் வந்து பையன்களை விட்டுக் கடக்கும் புகை வளையம் தோன்ற நிலக்கரி வாசனை உடலுக்குள். மஞ்சள்பிடி கம்பிகள் உள்ள ரயில் பெட்டிகளில் தொங்கும் பழம்விற்பவனின் கூடை அந்தரத்தில் நுழைந்த கையுடன் சுழல்கிறது. காலரா ரயிலில் படர்ந்த கொடி முந்திரிக் கருத்த விழிக்குள் ஒரு துளி ஓடும் ஒலி கேட்கிறது மெல்லிய இருப்பில். அவள் சகோதரி வேங்கனி இறந்த மீனின் கண்களுடன் ப்ளாட்பாரத்தில் சாய்ந்திருக்கிறாள்.

பதினேழு வயதில் இரு குழந்தைகளுக்குத் தாயாகிவிட்டவள். அவளுடன் தானியேல் கை மிசினுடன் புகையுண்ணிக் கிணறு தாண்டி வருகிறான். ஒரு பெரிய மணல்மேடு காலத்தைச் சரித்து உருட்டுகிறது. நாணயக்காரத் தெருவில் புத்தர் சிலைகள் மறைந்த ஓட்டுக் கூறையில் ரெட்டுத் துணித் தாழ்வாரம் இறக்கி இருந்தாள் புருசனுடன்.

தெருவோரச் சிறுவர்கள் ஒட்டிக்கொண்டு ஒருவர் மாற்றி ஒருவர் இடுப்பில் தூக்கி தெருவைக் கடக்கிறார்கள் புழுதியில். இந்த ஆற்றங்கரைப் பெண்களும் தெருப்பிள்ளைகளுடன் அடங்காப் பிடாரிகள். யாருக்குள்ளும் அடங்காத கடுவையாறு. உயரம் தாழ்வான மருந்துக் கொத்தள வீதியில் வெட்டுத் துணி ஏலம், கடத்தல் துணி, பேட்டரி ரிஸ்ட் வாச், வாசனை சீசாக்கள். மரைக்காயர் கூட்டம் சிறு பட்டணமே நடத்தும்.

குடும்பம் நகரும் காலராரயில். இரு குழந்தைகளின் கண்களில் ஏக்கமும் கடல்காற்றும் அழுக்குத் தடமும் கடைக்கோடியில் ரத்தரேகை கண்டிருந்தது. கடந்துபோன ரயிலில் தேநீர் பீங்கான்களில் உரசிய உறவுகளும் தொலைவில் ஒலி கரைந்த எஞ்சின் ஊதல். உடையம்மாள் லெஜ்ஜை பட்ட கொடுமை கலங்கும் தூரம். மலைப் பழம், கொய்யா, சீத்தாக் கூடைகள் ஏந்திவரும் வாழ்வும் பழுத்து சுவை கொடுத்த பயணங்கள் அழிகிற தினங்கள். கூடை தூக்கிவரும் அகதிப் பிள்ளைகள் வீட்டைவிட்டு ஓடியவர்கள். குரங்காட்டி டிக்கெட் எடுக்காமல் சிரங்குக் கைகால்களுடன் அழுதுகொண்டிருந்தான். அவன் மூக்கின் மேலும் உள்ளேயும் கரி இருட்டு. கங்காணி கூட்டிப் போனவர்கள் கப்பலேறினால் திரும்ப முடியாதவர்கள். சுரங்க ஒலிகளில் ஆழ்ந்து அசைகிறார்கள். அறுப்பு முடிந்த நாட்கள் கரையும் காலரா ரயிலில் ஒவ்வொரு நிலையமாகச் செத்தவர்களை சாவோர் சுமந்து கீழேவிடுகிறார்கள். கண்முன்னே உறவுகளை அறுத்து வெளியேற்றும் வெள்ளாற்றுக் காலரா மண்டியும் மகிழியும் பிடித்துச் சோத்துப்படி கேட்டுவந்த கரிசல் சனம் வாந்திபேதியில் கிடந்து பூண்டியில் ரயில் ஏறியது. எந்தப் பக்கம் போவதெனத் தெரியாமல் திசை மிரட்டும் காலரா ராமாயணம். அநாதைகளை ஏன் வசீகரித்துத் தன்னுடம் கூட்டிக்கொண்டு ஓடுகிறது காலரா ரயில். இந்திய இரும்பும் நிலக்கரியும் வெட்டி வெட்டி ஓடும் மரண ரேகை. யார் யாருக்கு உறவு. நோய் நொடிந்த நிழல்களுடன் ஊளையிட்டுச் செல்லும் நகாய் பாசஞ்சர்.

படித்துவிட்டீர்களா?

கோணங்கியின் அதி புனைவுகள்

முதல் நாவலான பாழி
'உடைமாற்றி இளவரசியாகத் திரும்பிய கண்ணாடி'

'தன்னை மரமாக மாற்றிக் கொண்டாலன்றி
கிளிகளைப் பிடிக்க முடியாது என்கிறது'
இரண்டாம் நாவலான பிதிரா

'வாசிப்பினால் பெறப்படும் அனுபவம் சொற்களாகத் திரளாமல்
எண்ணத்தின் லார்வா நிலையில் உள்ளுணர்வாய்த் துடிக்கும்
உணர்ச்சிகளையே கோணங்கியை வாசிக்கும்
பொழுது நாம் பிரதானமாகப் பெறுகிறோம். அதுவே
அவருடைய எழுத்து அளிக்கும் வாசிப்பின்பம்' என
மூன்றாம் நாவலான த வை
விமர்சிக்கிறார் எழுத்தாளர் குணா கந்தசாமி

கோணங்கியின் முதல்
ஐந்து தொகுதிகளாலான
முதல் 70 சிறுகதைகளைக் கொண்டிருக்கிறது
சலூன் நாற்காலியில் சுழன்றபடி

மேற்கண்ட மூன்று நாவல்களையும்
சிறுகதைத் தொகையையும்
நூல்நயம் பேணும் அடையாளம் பதிப்புக் குழுமம்
வெளியிட்டுகொண்டிருக்கிறது.